D1763715

தாண்டவராயன் கதை

தாண்டவராயன் கதை

பா. வெங்கடேசன்

எண்பதுகளின் பிற்பகுதி தொடங்கித் தமிழ் இலக்கியச் சூழலில் செயல்பட்டுவரும் பா. வெங்கடேசன், மதுரையில் பிறந்து கல்லூரிக் காலம் வரையில் அங்கேயே வளர்ந்தவர். தொண்ணூறுகளின் மத்தியில் பணி நிமித்தமாக ஓசூருக்குக் குடிபெயர்ந்து பிறகு அங்கேயே தங்கிவிட்டிருக்கிறார். புதினங்கள், சிறுகதைகள், குறும்புதினங்கள், கவிதைகள், கட்டுரைகள், மொழிபெயர்ப்புகள் என்று இலக்கியத்தின் சாத்தியப்பட்ட தளங்களில் தன் பங்களிப்பைச் செய்துவருகிறார். புனைவிலக்கியத்தில் இவருடைய சீரிய பங்களிப்பிற்காக ‘ஸ்பாரோ’, ‘தமிழ்திரு’, ‘விளக்கு’ ஆகிய விருதுகளைப் பெற்றிருக்கிறார்.

பா. வெங்கடேசனின் படைப்புகள்

இன்னும் சில வீடுகள் (கவிதைகள், 1992)

ஒரிஜினல் நியூஸ் ரீல் சிறுகதைகள் (சிறுகதைகள், 1996)

எட்டிப் பார்க்கும் கடவுள் (கவிதைகள், 2000)

ராஜன் மகள் (சிறுபுதினங்கள், 2002)

தாண்டவராயன் கதை (புதினம் 2008)

நீளா (கவிதைகள், 2014)

பாகீரதியின் மதியம் (புதினம், 2016)

உயிர்கள் நிலங்கள் பிரதிகள் மற்றும் பெண்கள் (கட்டுரைகள், 2017)

வாராணசி (புதினம், 2018)

கதையும் புனைவும் (உரையாடல் 2021)

முறிந்த ஏப்ரல் (மொழிபெயர்ப்புப் புதினம், 2023)

பா. வெங்கடேசன் கவிதைகள் (1988-2018) (2023)

பா. வெங்கடேசன்

தாண்டவராயன் கதை

காலச்சுவடு பதிப்பகம்

அன்பார்ந்த வாசகருக்கு,

வணக்கம்.

காலச்சுவடு நூலை வாங்கியமைக்கு நன்றி.

நூலின் உள்ளடக்கம், உருவாக்கம், அட்டைப்படம் இன்ன பிற அம்சங்கள் பற்றிய உங்கள் கருத்துகளையும் ஆலோசனைகளையும் காலச்சுவடு வரவேற்கிறது. தகவல், எழுத்து, வாக்கியப் பிழைகள் தென்பட்டால் அவசியம் தெரிவித்து உதவுங்கள். நூல் தயாரிப்பில் கடும் குறைபாடு இருப்பின் மாற்றுப் பிரதி உங்களுக்குக் கிடைக்க காலச்சுவடு ஏற்பாடு செய்யும்.

மின்னஞ்சல்: publisher@kalachuvadu.com

காலச்சுவடு நாகர்கோயில் அலுவலகத்திற்குக் கடிதம் அனுப்பலாம்.

தங்கள்
எஸ்.ஆர். சுந்தரம் (கண்ணன்)
பதிப்பாளர் — நிர்வாக இயக்குநர்

தாண்டவராயன் கதை ❖ புதினம் ❖ ஆசிரியர்: பா. வெங்கடேசன் ❖ © பா. வெங்கடேசன் ❖ முதல் பதிப்பு: 2008 ❖ திருத்தப்பட்ட காலச்சுவடு புதிய பதிப்பு: டிசம்பர் 2019, மூன்றாம் பதிப்பு: டிசம்பர் 2024 ❖ வெளியீடு: காலச்சுவடு பப்ளிகேஷன்ஸ் (பி) லிட்., 669, கே.பி. சாலை, நாகர்கோயில் 629001

taaNTavaraayan katai ❖ Novel ❖ Author: Ba. Venkatesan ❖ © Ba. Venkatesan ❖ Language: Tamil ❖ First Edition: 2008 ❖ Revised Kalachuvadu First Edition: December 2019, Third Edition: December 2024 ❖ Size: Royal ❖ Paper: 18.6 kg maplitho ❖ Pages: 872

Published by Kalachuvadu Publications Pvt. Ltd., 669, K.P. Road, Nagercoil 629001, India ❖ Phone: 91-4652-278525 ❖ e-mail: publications @kalachuvadu.com ❖ Printed at Clicto Print, Jaleel Towers, 42 KB Dasan Road, Teynampet Chennai 600018

ISBN: 978-93-89820-09-6

12/2024/S.No. 944, kcp 5450, 18.6 (3) uss

நன்றி

இந்தப் புதினத்தில் எடுத்தாளப்பட்டிருக்கும் வரலாற்றுத் தகவல்களுக்கான ஆதார நூல்களை தர்மபுரி த. பார்த்திபன், கவிஞர் ரெங்கநாயகி, கவிஞர் மனோன்மணி ஆகியோர் மனமுவந்து அளித்து உதவினார்கள். என் துணைவி நித்யா, தோழி வசுமதி இருவரும் கையெழுத்துப் படிகளைத் தட்டச்சு செய்து கணினியில் ஏற்றும் மிகப்பெரிய பொறுப்பை ஏற்றுக்கொண்டார்கள். கவிஞர் பத்மபாரதியும் கவிஞர் பெரியசாமியும் இப்புதினம் எழுதப்பட்ட காலம் முழுவதும் என்னுடனிருந்து அத்தியாயங்களை உடனுக்குடன் வாசித்து அபிப்பிராயங்களைப் பகிர்ந்து எழுத்தைச் செழுமைப்படுத்திக்கொள்ளத் தூண்டுகோலாயிருந்தார்கள். ஒரு சிறிய கற்பனைத் துண்டுக்குள் மறைந்திருந்த பெரிய கதைசொல்லலுக்கான சாத்தியங்களை முதலிலேயே கண்டுகொண்டு அதைக் குறும்புதின வடிவில் பிரசுரிக்க அவசரப்படுவதிலிருந்து தடுத்து இந்தப் பெரிய புதின வடிவை நோக்கி என்னை ஊக்குவித்தார் கவிஞர் பிரம்மராஜன். இதிலிருந்து எடுக்கப்பட்ட இரண்டு சர்க்கங்களில் ஒன்றைப் *புது எழுத்தும்* மற்றொன்றை *உயிர் எழுத்தும்* வெளியிட்டு முகமறியாத நண்பர்களின் எதிர்பார்ப்புகளை என் கவனத்திற்குக் கொண்டுவந்தன. ஆழி பதிப்பகக் குழு இதன் முதல் பதிப்பை மிக அழகான வடிவில் வெளியிட்டது. அதன் முகப்பட்டையை வடிவமைத்தவர் நண்பர் செந்தில் (பெர்ஃபெக்ட கிராபிக்ஸ், ஓசூர்). முதல் பதிப்பின் வெளியீட்டிற்கான ஆலோசனைகளையும் செயல்பாடுகளையும் நண்பர் கோணங்கி அருகிலிருந்து கவனித்துக்கொண்டார். இரண்டாம் பதிப்பின் பிழை திருத்தங்களை நட்பார்ந்த முறையில் நண்பர் துரைகுமரன் ஏற்று முடித்துக்கொடுத்தார். இவர்களனைவரும் பிரதிபலன் எதிர்பாராமல் இந்த ஆக்கம் சிறந்த முறையில் வெளிப்படுவதில் தங்களுக்கிருந்த ஆர்வத்தை மேற்கண்ட விதங்களில் வெளிப்படுத்தியவர்கள்.

இவர்கள் அனைவருக்கும் என்னுடைய மனமார்ந்த நன்றிகள்.

இந்த இரண்டாம் பதிப்பிற்கான முகப்போவியத்தை ஓவியர் மணிவண்ணன் வரைந்தளித் திருக்கிறார். கலா, பிரேமா இருவரும் நூல் வடிவமைப்பிற்குப் பொறுப்பேற்றிருக்கிறார்கள். காலச்சுவடு பதிப்பகம் வெளியிடுகிறது. இந்தப் பங்களிப்புகள் ஒவ்வொன்றுமே இந்தக் கதையளவிற்கே படைப்பூக்கம் கொண்ட இந்நூலின் தனித்தனி அம்சங்கள். கதையைப் போன்றே இந்தப் பங்களிப்புகளுக்குரிய பாராட்டுகளையும் ஆலோசனைகளையும் வாசகர்களிடமிருந்து பெற இவர்கள் உரிமையும் தகுதியும் எதிர்பார்ப்பும் கொண்டவர்கள்.

இவர்களுக்கு என் மனமார்ந்த வாழ்த்துக்கள்.

இந்நூலின் முதற்பதிப்பை என் ஈழத் தமிழ்ச் சகோதரர்களுக்கு அர்ப்பணித்திருந்தேன். இரண்டாம் பதிப்பையும் அவர்களுக்கே காணிக்கையாக்குகிறேன். இழப்பின் காயங்களை காத்திரமான படைப்புகளுக்கான நினைவு வடுக்களாக மாற்றிக்கொள்ளும் அமைதியான வாழ்க்கையை அந்த நிலம் அவர்களுக்கு வழங்கட்டும்.

*As long as people can escape to the realm of fairy tales,
they are full of nobility, compassion, and poetry.*

- *Milan Kundera (The Joke)*

வெவ்வேறு இடங்களில் விழித்தெழும்
வெவ்வேறு காலங்களின் உறக்கம்.

— தாண்டவராயன் கதைப்பாடல்

பொருளடக்கம்

முதல் பத்து

1. மாயச் சைத்ரீகன் (3)

லிட்டில்போர்ட் கிராமத்திற்கு மாயச் சைத்ரீகன் வருகை. அவன் வரைந்த குடும்பச் சித்திரத்தில் தானும் தன் குடும்பத்தினரும் பேய்களைப் போலத் தோற்றமளிப்பதையும், மகளின் மார்புத் துணி விலகியிருப்பதைக்கூடச் சரிசெய்யாமல் வரையப்பட்டிருப்பதையும் கண்டு கோபத்தில் ஹென்றி அவனைச் சண்டைக்கழைத்துச் சுட்டுக்கொல்வது. ஹெலனின் கைப் பெட்டிக்குள் யாருக்கும் தெரியாமல் ரகசியமாகப் பதுக்கப்படும் அந்தச் சித்திரம் பிறகு அந்தக் குடும்பத்தின் கெட்ட சகுனமாக ஹென்றி இறந்து போவது, எடித் காதலனுடன் சாபக்காட்டிற்குள் தற்கொலை செய்துகொள்வது, ஹெலன் பைத்தியமாவது, குடும்பம் ஏழ்மை நிலையடைவது. எலினார் ஒரு பாதிரியாரின் சிபாரிசுடன் கேம்பிரிட்ஜில் சேர்வது. அங்கே அவள் ட்ராஸ்ட்ராம் பேக்கரைச் சந்திப்பது.

2. ஜூனியஸ் (13)

ட்ரிஸ்ட்ராம் இங்கிலாந்தின் அரசியல் வட்டாரங்களில் பெரிய புரட்சிக் காரரென்றும் போக்கிரியென்றும் பிரபலமடைந்திருந்த ஜான் வில்க்ஸின் சீடனாகக் கருதிக்கொள்வது. அரசாங்கத்திற்கெதிரான புரட்சிகரமான கடிதங்களையும் அறிக்கைகளையும் மனத்திற்குள் எழுதுவது. ஒருநாள் *லண்டன் பப்ளிக் அட்வர் டைஸர்* இதழில் ஜூனியஸ் கடிதம் என்கிற மர்ம ஆசாமியின் பெயரில் வெளியாகியிருந்த கடிதம் அச்சசலாகத் தன் மனதில் இருக்கும் அதே கடிதமாகவே இருப்பதைக் கண்டு ஆச்சரியமடைவது. தானேதான் அந்த ஜூனியஸ் என்றும் நம்புவது. பிறரைக் கவர முடியாதபடி அழகற்றவளும், மீன் நாற்றமடிக்கும் மிகப் பருத்த உடலைக்கொண்ட வளும், ஆனால் அவற்றைத் தன் அன்பாலும் கிராமத்து அப்பாவித் தன்மையாலும் ஓரளவு சரிக்கட்டிக்கொள்கிறவளும், மாணவர்களால் தரித்திரம் பிடித்த தேவதை என்று அழைக்கப்படுகிறவளுமான எலினார் தன் பாட சம்பந்தமான சந்தேகங்களைத் தெளிவித்துக்கொள்ள அவனை அணுகுவது.

3. சாத்தான் (33)

கல்லூரியின் இன்பச் சுற்றுலாக் குழு பயண வழியில் லிட்டில்போர்ட் கிராமத்தில் ஒருநாள் தங்குவது. எலினாருடைய வியக்கவைக்கும் நடிப்புத் திறமையைக் கண்டு சக மாணவர்கள் வியப்பது. அன்று இரவு எலினாருடைய வீட்டிற்குத் தேநீர் அருந்தச்செல்லும் ட்ரிஸ்ட்ராம் மாயச் சைத்ரீகனின் கருப்பு வெள்ளை ஓவியத்தில் இருக்கும் சாத்தானியத் தன்மையில் தன்னிடம் ஒளிந்திருக்கும் ஜூனியஸின் சாயல் இருப்பதாய் உணர்வது. அவனும் எலினாரும் சாபக்காட்டிற்குச் சென்று உடலுறவுகொள்வது. எலினார் படிப்படியாக வெண்ணந்தக நோயை அடைவது. குற்றவுணர்வுகொள்ளும் ட்ரிஸ்ட்ராம் வேறு வழியின்றிப் பெற்றோரை எதிர்த்துக்கொண்டு அவளைத் திருமணம் செய்துகொள்வது.

4. நிகோலஸ் ரூரான்ட் (61)

எலினாரும் ட்ரிஸ்ட்ராமும் நிகோலஸ் ரூரான்ட்டிடம் வைத்தியத்திற்காக ஃபிரான்ஸ் செல்வது. எலினாருக்கும் ட்ரிஸ்ட்ராமுக்கும் இடையே சாபக்காட்டில் நடந்த உடலுறவு அவளுக்குள் விதைத்திருக்கும் அச்சமும் ட்ரிஸ்ட்ராமினுடைய குற்றவுணர்வின் மேல் அவள் கொண்டிருக்கும் கசப்புணர்வும்தான் அவளுடைய வெண்ணந்தகத்திற்குக் காரணமாக இருக்கும் என்றும், எனவே அவள் ட்ரிஸ்ட்ராமைத் துறந்துவிட்டுப் பழைய எலினாராகத் தன் தாய் வீட்டிற்கே திரும்பிவிடுவாளென்றால் அவளுடைய கண்பார்வை அவளுக்குத் திரும்பக் கிடைத்துவிடும் என்றும் நிகோலஸ் யோசிப்பது. இந்தச் சமயத்தில் மன்னரை எதிர்த்துப் புரட்சி வெடிப்பது.

5. சொக்க கௌட (81)

தெ வில்லி விடுதியில் எலினாரும் ட்ரிஸ்ட்ராமும் திப்பு சுல்தானின் தூதுவர்களான சொக்க கௌட, பார்த்தசாரதி, ரெங்கராவ், ஸ்டீபன் கேனா ஆகியோரைச் சந்திப்பது. கௌடவின் பல குரலில் பேசுதல், நினைத்த நேரத்தில் பல வடிவங்களை எடுத்தல் ஆகிய திறமைகளைப் பார்த்து ஆச்சரியப்படுவது. எலினார் ட்ரிஸ்ட்ராமைப் பிரிவதுதான் அவளுடைய கண் நோய்க்கான மருந்து என்று விடுதி உணவகத்தில் மருத்துவர் நிகோலஸ் அறிவிக்க கௌட அதை மறுக்க இருவரும் கடுமையான வாக்குவாத்தில் ஈடுபடுவது.

6. பாரீஸ் உழவர் (105)

சாபக்காடு குறித்து உலவும் கதைகளின் உலகத்தில்தான் எலினாரின் குருட்டுத்தனம் நடந்துகொண்டிருக்கிறதென்றும், எனவே அதற்கான மருந்தையும் கதைகளின் உலகத்தில்தான் தேட வேண்டுமென்றும் கௌட கீழைத்தேயப் பார்வையில் விளக்குவது. விவாதம் நடந்துகொண்டிருக்கும்போதே புரட்சியாளர்கள் தெ வில்லியை முற்றுகையிட்டுத் தாக்கத் தொடங்கவும் தப்புவதற்கான முயற்சியில் நிகோலஸ் தாக்கப்படுவது. அவரை அள்ளிக் கூண்டுவண்டியில் போட்டுக்கொண்டு அனைவரும் அவருடைய மருத்துவமனை இருக்கும் வெர்ஸைல்ஸ் நகரத்தை நோக்கி விரைவது.

7. கற்பனைச் சிசு (126)

வெர்ஸைல்ஸுக்குப் போகும் வழியிலேயே நிகோலஸ் ரூரான்ட் இறந்துபோக, பிணத்தை வண்டியோட்டி தானே புதைத்துவிடுவதாகச் சொல்லி எடுத்துச் சென்றுவிடுவது. பிணம் கிடத்தப்பட்டிருந்த கட்டிலில் எலினாருடன் ட்ரிஸ்ட்ராம் உடலுறவுகொள்வது. லூயியிடமிருந்து படையுதவி பெறும் வாய்ப்புக் கைநழுவிவிட்ட நிலையில் தூதுக் குழுவினர் இந்தியாவிற்கும் தம்பதிகள் இங்கிலாந்திற்கும் திரும்புவது. எலினாரின் வயிற்றுப் புடைப்பைக் கர்ப்பம் என்று நினைத்துச் சந்தோஷப்பட்டு பிறகு அது ஒரு நோய் என்று மருத்துவர்களால் தெரிவிக்கப்பட மருத்துவச் செலவு இரட்டிப்பாக ஆவது. எலினார் சாபக்காட்டில் தொலைந்துபோன தன் பார்வையை ட்ரிஸ்ட்ராம் கதைகளின் நிலமான இந்தியாவில் தேடியலைவதாகக் கற்பனைசெய்து அதைப் பைத்தியம் பிடித்த ஹெலனுக்குச் சொல்வது.

8. வில்லியம் பிட் (149)

கிழக்கிந்திய கம்பெனியின் இந்திய வியாபாரத்தில் ஊழல்களும் வன்முறையும் நிலவுவதாகத் தெரிவிக்கப்படும் தகவல்களின் அடிப்படையில் அதன் கணக்குகளின் மேல் பிரத்யேகமான தணிக்கைக் குழு ஒன்றை இந்தியாவிற்கு அனுப்புவதென்று இங்கிலாந்து அரசாங்கம் முடிவுசெய்து பிரதமர் வில்லியம் பிட்டிடம் பொறுப்பை ஒப்படைப்பது. ட்ரிஸ்ட்ராமிடம் பத்திரிகைகளில் எழுதும் வியாசங்களினாலும் ஈர்க்கப்படும் அவனை அழைத்து விவாதிப்பது. அப்போது கல்லூரிக் காலத்தில் வலிப்புநோய் கண்டு கவனிப்பாரற்று விழுந்துகிடந்த தன்னை மருத்துவ உதவிகளுக்காகத் தூக்கிச்சென்ற குண்டுப் பெண்ணின் கணவன் அவன் என்கிற விஷயத்தையும் தெரிந்துகொள்வது.

9. கிரிஃபித் அப் ஒவைன் (170)

இங்கிலாந்து அரசாங்கத்தின் தணிக்கைக் குழுவில் ஒருவனாக இந்தியா செல்வதற்கு ட்ரிஸ்ட்ராம் தேர்ந்தெடுக்கப்படுவது. ஆறுமாதக் கடல் பிரயாணத்திற்குப் பின் மெட்ராஸ் துறைமுகத்தை வந்தடையும் குழு எழும்பூரில் பருத்திச் செட்டியார் சத்திரத்தில் தங்குவது. அங்கே டப்ளின் நகர நூலகப் பொறுப்பாளரான கிரிஃபித் அப் ஒவைனுடன் ட்ரிஸ்ட்ராமுக்கு நட்பு உண்டாவது. தன் தாயின் இரண்டாம் கணவனின் கபடத்தனத்திலிருந்து தப்பிப்பதற்காக உரையாடல்களுக்கடியில் மறைந்திருக்கும் இன்னொரு உரையாடலைக் கண்டுபிடிக்கும் பயிற்சியில் ஈடுபட்டுப் பிறகு அதைப் புத்தகங்களின் வரிகளினிடையில் மறைந்திருக்கும் கெட்ட ஆவிகளைக் கண்டுபிடிக்கும் சக்தியாக வளர்த்துக்கொண்ட தன் கதையை ட்ரிஸ்ட்ராமுக்கு கிரிஃபித் சொல்வது.

10. பிச்சையா பிள்ளை (195)

கிரிஃபித்துக்கு கண்ணனூரிலும் ட்ரிஸ்ட்ராமுக்கு பாரமஹாலிலும் பணியிடங்கள் உறுதிசெய்யப்படுவது. பணியாணை, அடையாளக் கடிதம் உள்ளிட்ட ஆவணங்களுடன் ட்ரிஸ்ட்ராம் கிருஷ்ணகிரிக்குப் புறப்படும்

பிரிட்டிஷ் ராணுவப் படைகளுடன் இணைந்துகொள்வது. ஆம்பூர்க் கூடாரத்தில் தன் உடைமைகளை விட்டுவிட்டு ஒரு பழைய சத்திரத்தில் அவன் தன் இரவுப் பொழுதைக் கழிப்பது. எதிர்பாராத விதமாகக் கூடாரத்தில் அதேயிரவில் நடக்கும் கலகத்தில் தன்னுடைய அடையாளங்கள் அனைத்துமே பறிபோயிருப்பதை அறிந்து வேறுவழியின்றிச் சத்திரத்தின் உரிமையாளரான பிச்சையா பிள்ளை வழிகாட்ட பாரமஹால் நோக்கித் தனியாகக் குதிரையில் பயணத்தைத் தொடர்வது. பிச்சையா பிள்ளை அவனுக்கு வனமோகினியின் கதையைச் சொல்லத் தொடங்குவது.

இரண்டாம் பத்து

11. வனமோகினி (223)

வனமோகினியின் கதை. திருவண்ணாமலையில் பூ வியாபாரம் செய்து பிழைத்துவந்த ஒரு பெண்ணின் கணவனை அவள் விரும்புவது. பூக்காரிக்கு ஒரு பெண் குழந்தை பிறந்த பிறகு காணாமல்போய்விடுவது. பஞ்ச காலத்தில் வெளியூர்களுக்குப் புறப்படும் மக்களோடு பூக்காரக் குடும்பமும் ஊரை விட்டு வெளியேறி ஆம்பூர் சத்திரத்தில் தங்குவது. அங்கே திரும்பவரும் மோகினி நடுயிரவில் மனைவியின் உருவத்தில் வந்து கணவனைப் புணர்வது. துக்கத்தில் மனைவி சத்திர அறையில் தூக்கிட்டுச் சாவது. கணவன் மோகினியின் நினைவில் பெண் பித்தனாகி அலைவது. அவன் பெண்ணை பிச்சையா பிள்ளையின் தந்தை தத்தெடுத்து வளர்ப்பது. பூக்காரப்பெண்ணின் கணவன் ஒருமுறை தான் புணர்ந்த வேசி இறந்துபோன மனைவியாய் இருக்கக்கண்டு ரத்தம் கக்கி இறப்பது. வேசித் தொழிலில் இறக்கிவிடப்பட்ட அவன் பெண் தன்னைச் சுகிக்கவந்த ஆணின் உருவம் தகப்பனுடையதாய் இருக்கக்கண்டு மாரடைத்து உயிரை விடுவது. இருட்டுச் சத்திரம் இதனால் பேய்ச் சத்திரம் என்று அபகீர்த்தியடைவது.

12. சத்யபாமா (247)

ஆம்பூரிலிருந்து பாரமஹால் போகும் வழியில் வாணியம்பாடியில் பிச்சையா பிள்ளையும் ட்ரிஸ்ட்ராமும் சத்யபாமாவின் வீட்டில் இரவு தங்குவது. பல ஆண்டுகளுக்கு முன் சத்யபாமா குடும்பத்தினரின் நிலம் பிராமணர்களால் அபகரிக்கப்பட்டுவிட்ட அநியாயத்தையும், அதை மீட்கும் பொருட்டாக அவர்கள் படும் அல்லல்களையும் பற்றி சத்யபாமாவின் கணவன் கூறுவது. மறுநாள் ஜேம்ஸ் ஜார்ஜ் க்ரஹாமைப் பார்த்து ராயக்கோட்டை ஜமீன்தாரான பல்குணம் முதலியார் வீட்டில் தங்கிக்கொள்வதற்கான சிபாரிசுக் கடிதமொன்றை வாங்கிக்கொண்டு பிச்சையா பிள்ளையிடம் விடைபெற்றுக்கொண்டு ஒரு கூண்டுவண்டியில் ஏறிப் புறப்படுவது. வழியில் சத்யபாமாவின் நினைவிலும் அவள் வீட்டுப் புழக்கடையில் கண்ட வெண்ணிறக் குதிரையொன்றின் நினைவிலும் விநோதமான குதிரைப்பயணம் ஒன்றைக் கற்பனைசெய்து பரவசத்தில் திளைப்பது.

13. கெங்கம்மா (266)

பல்குண முதலியாரின் அரண்மனை போன்ற மீனவிலாசத்தின் புறவீட்டில் ட்ரிஸ்ட்ராம் தங்க ஏற்பாடாவது. அங்கே வீட்டு வேலைகளையும் விருந்தினர்களின் உடல்ரீதியான தேவைகளையும் கவனித்துக்கொள்ளும் கெங்கம்மா என்கிற சேரிப் பெண்ணையும் முதலியாரின் நண்பரும் கம்பெனித் தானியக் கிடங்குக் காப்பாளருமான வால்டன் ஷெஸ்ரையும் சந்திப்பது. திப்பு சுல்தானின் ஆட்சிப் பகுதியில் இருப்பதும் ராணுவ முக்கியத்துவம் வாய்ந்த நிலமாகக் கருதப்படுவதுமான கெலமங்கலத்தில் நடைபெறும் இரட்டைச்சாமி கோயில் கொடைக்கு முறையான அனுமதியில்லாமல் செல்வது. வழியில் முதலியாரின் பதின்மூன்று வயது மகளான மீனா அவனுக்கு இரட்டைச்சாமி பற்றிய விவரங்களைச் சொல்வது. கொடை அன்று இரவு நடக்கும் கோணய்யன் கூத்தையும் துயிலாரினத்தின் அதிசய மனிதனான இருநூறு வயதுப் பூசாரியையும் பார்த்து ட்ரிஸ்ட்ராம் வியப்பிலாழ்வது.

14. பூதகை (285)

குதிரைவண்டிக்காரத் தாண்டவராயனின் வளர்ப்பு மகனான கோணய்யனின் கானக விஜயக் கூத்து. கெலமங்கலம் ஊரெல்லைக் காட்டு அரக்கியான பூதகையை அடக்கக் காணாமல்போன பசுவைத் தேடும் சாக்கில், தாண்டவராயன் ஊரில் இல்லாததால், அவனுக்குப் பதிலாக கோணய்யன் அனுப்பப்படுவது. பூதகைக்குக் கோணய்யனின் தந்திரம் தெரிந்துவிட்டாலும் அவனுடைய குழந்தைமையைக் கண்டு மகிழ்ந்து அவனுடைய தந்திரத்திற்குத் தன்னை ஆட்படுத்திக்கொள்வது. பூதகையின் வயிற்றிலிருந்து அவளால் விழுங்கப்பட்ட மக்களை விடுவித்து அனுப்பிவிட்டுப் பசுவைத் தேடித் தொடர்ந்து காட்டிற்குள் அலையும் கோணய்யன் இரவு நேரத்தில் கண் தெரியாமல் புலியைப் பசு என்று தவறாக நினைத்து அதை அறைந்து வாலைப் பிடித்துப் பின்புறமாகவே ஊருக்குள் இழுத்துக்கொண்டுவருவது.

15. ராமஞ்சேரிப் பறையர் (308)

கெலமங்கலத்திலிருந்து திரும்பிவந்த அன்று இரவு கெங்கம்மா தரும் பாலை அருந்திவிட்டுப் படுக்கைக்குச் செல்லும் ட்ரிஸ்ட்ராம் மூன்று நாட்கள் தன்னினைவின்றித் தூங்குவது. நான்காம் நாள் கெங்கம்மாவோடு அவள் அழைப்பின்பேரில் ராமஞ்சேரிக்குச் சென்று அந்தச் சூழலைக் கண்டு அருவருப்பது. அவசரத்தில் கெங்கம்மா உடை மாற்றும் தருணத்தில் குடிசைக்குள் நுழைந்து அவளுடைய வயிற்றின் மீது பச்சை குத்தப்பட்டிருக்கும் ட்ராகன் உருவத்தையும் குஷ்டரோகத்தால் பீடிக்கப்பட்டு உறுப்புகள் சிதைந்துபோய் விகாரமாகப் படுத்திருக்கும் அவளுடைய தாயின் உருவத்தையும் கண்டு திடுக்கிடுவது. அன்றிரவு அவனுடன் கெங்கம்மா உறவுகொள்வது. ஷெஸ்லருடன் ராயக்கோட்டைக் கடைவீதிகளில் மாலை நடையின்போது துர்க்கத்தின் உச்சியிலிருப்பதாக நம்பப்படும் தங்கப் புதையலை அடைய ஷெஸ்லரும் முதலியாரும் முயற்சித்துக்கொண்டிருப்பதாகக் கூறப்படும் வதந்திகளைப் பற்றி அவர் சொல்லத் தொடங்குவது.

16. வால்டன் ஷெஸ்லர் (328)

ராயக்கோட்டை துர்க்கத்தின் உச்சியிலிருக்கும் நீர்ச்சுனைகளினடியில் ஒளித்துவைக்கப்பட்டிருப்பதாக நம்பப்படும் தங்கப் புதையலை எடுக்க ஷெஸ்லரும் முதலியாரும் சேர்ந்து ஏற்பாடு செய்த இருளர்கள் சுனையில் மூழ்கி இறக்க பிரிட்டிஷாரிடம் முதலியார் பெயர் கெட்டுப்போய் அவர்மீதான கண்காணிப்பும் அதிகரிக்கப் புதையல் தேடும் முயற்சியை இருவரும் கைவிட்ட கதையை ஷெஸ்லர் சொல்வது. ராமஞ்சேரிக்கு கெங்கம்மாவைச் சந்திக்கச்செல்லும் ட்ரிஸ்ட்ராம் அவளுடன் ஒடுக்கப்பட்ட உடல்கள் பற்றியும் சாதிக்கொடுமைகள் பற்றியும் புரட்சிகள் பற்றியும் நீண்ட நேரம் விவாதத்திலும் உரையாடலிலும் தனிமையில் ஈடுபடுவது. கெங்கம்மா தன் தாய் செல்லியின் கதையை ட்ரிஸ்ட்ராமுக்குச் சொல்லத் தொடங்குவது.

17. செல்லி (349)

தீண்டப்படாத சாதியைச் சேர்ந்த செல்லி பிராமணனும் பேடியுமான உலகநாதனை விரும்பித் திருமணம் செய்துகொண்டு இருவரும் சாதி விலக்கத்திற்கு ஆளாவது. நாடோடிகளான லவணர்களின் குழுவில் இணைந்து ஹைதரலியின் படைகளுடன் வியாபாரம் செய்வது. படைமுகாமில் ஐந்து சிப்பாய்களால் செல்லி வன்புணர்ச்சிக்கு ஆளாவது. அதனால் உலகநாதன் அவளை விட்டுப் பிரிந்துசெல்வது. ஒரு புதரில் கெங்கம்மாவின் பிறப்பு. லவணர்களுடன் அலையும் உடல் வலிமை கழன்று விட்ட நிலையில் செல்லி ராயக்கோட்டை ராமஞ்சேரியில் குடியேறி வாழத் தொடங்குவது. பல்குண முதலியார் அவளை கம்பெனி அதிகாரிகளுக்காக உபயோகப்படுத்திக்கொள்ளும் உத்தேசத்துடன் பண உதவிகள் செய்வது. அவளுடைய உடல்நிலை மேலும் மோசமாகிப் பெருவியாதியாகப் பழுத்து விட்ட நிலையில் கொடுத்த பணத்திற்கு ஈடாக கெங்கம்மாவை எடுத்துக் கொள்வது.

18. சர்க்கார் (377)

ஸ்வப்னஹள்ளி கிராமத்தில் வெள்ளைக்கார ஒற்றர்கள் ஊடுருவியிருப்பதாக சந்தேகப்படும் திப்பு சுல்தான் போர்த் தந்திரங்களிலொன்றாக அந்த நிலத்தைத் தீயிட்டுக் கொளுத்திப் புதிதாகக் குடியேற்றங்களை உண்டாக்க ஆணையிடுவது. வெளியேறும் அகதிகளை அடிமைகளாக விலைக்கு வாங்கி அழைத்துபோக சுற்றியிருக்கும் சமஸ்தானங்களும், கிழக்கிந்திய கம்பெனியின் பாரமஹால் நிர்வாகமும், அவர்கள் சார்பாக பல்குண முதலியாரின் ஆட்களும் ஸ்வப்னஹள்ளியை முற்றுகையிடுவது. ட்ரிஸ்ட்ராம் ஆம்பூரில் தொலைத்துவிட்ட அவனுடைய உடைமைகள் மெட்ராஸ் கோட்டையிலிருந்து திரும்பக் கொண்டுவரப்பட்டுவிட்டதாயும் அதிகாரபூர்வமாக அவன் தணிக்கை உத்தியோகத்தை ஏற்றுக்கொள்ளலா மென்றும் கிருஷ்ணகிரி ஆட்சியர் அலுவலகத்திலிருந்து தகவல் கிடைப்பது.

19. ஸ்வப்னஹள்ளி அகதிகள் (397)

ராயக்கோட்டை வரி வசூல் மற்றும் தீர்வைக் கணக்குகளில் நிறைய குளறுபடிகளும் தவறுதல்களும் இருப்பதை ட்ரிஸ்ட்ராம் கண்டுபிடிப்பது. இதை முன்னிட்டு முதலியாருடனும் ஷெஸ்லருடனும் விவாதிப்பது.

ஸ்வப்னஹள்ளி செல்லும் குழுவினரில் ஒரு பிரிட்டிஷ் சிப்பாயின் பெயரில் ட்ரிஸ்ட்ராமைத் தங்களுடன் அழைத்துச்செல்ல முதலியார் ஒத்துக்கொள்வது. கெங்கம்மாவின் எச்சரிக்கையைப் பொருட்படுத்தாமல் ட்ரிஸ்ட்ராம் ஸ்வப்னஹள்ளி செல்வது. ஸ்வப்னஹள்ளி எரிக்கப்படுவது. கூட்டத்தினிடையில் காவல் பாரா சுற்றிக்கொண்டிருக்கும் சுல்தானின் சிப்பாய்கள் ட்ரிஸ்ட்ராமைக் கண்டுபிடித்து கடவுச்சீட்டு இல்லாமல் எல்லை தாண்டிய குற்றத்திற்காக அவனைக் கைதுசெய்து ஃபெமிதார் முன் ஆஜர் படுத்துவதற்காகக் கூட்டிச்செல்வது.

20. பல்குணம் முதலியார் (417)

ட்ரிஸ்ட்ராம் சொக்க கௌடவின் உதவியால் ராயக்கோட்டை திரும்புவது. வழியில் கௌட ஸ்வப்னஹள்ளியில் பிச்சையெடுத்துத் திரியும் தாசரிகளின் குதிரைவண்டிப் பயணம் பற்றிய கதை யொன்றில் பிரிட்டிஷாருக்கு ஒற்றுச் செய்தி இருப்பதாக சுல்தான் சந்தேகப்பட்டதுதான் நில எரிப்பிற்குக் காரணம் என்பதையும், நீலகண்டர் என்கிற பண்டிதரால் எழுதப்பட்ட பிதிர் சஞ்சார மார்க்க போதினி என்கிற போர் நூல் சுவடியொன்றில் அந்தக் கதை ஒரு அத்தியாயமாக இருக்கிறது, அந்தச் சுவடி நூல் திப்பு சுல்தானின் நூலகத்தில் இருக்கிறது என்கிற விவரங்களை நூலகக் காப்பாளரான வெங்கடேச அய்யங்கார் மூலமாகத் தான் தெரிந்துகொண்டதையும் ட்ரிஸ்ட்ராமுக்குச் சொல்வது. பல்குண முதலியாரிடம் எச்சரிக்கையாக இருக்கும்படியும் ட்ரிஸ்ட்ராமிடம் அவன் சொல்ல சுல்தானியப் படைகளால் தான் கைதுசெய்யப்பட்டது பல்குணம் முதலியாருடைய சதியால்தான் என்பது தனக்கும் தெரியுமென்று ட்ரிஸ்ட்ராம் பதில் சொல்வது.

மூன்றாம் பத்து

21. விபூதி (443)

ஸ்வப்னஹள்ளியிலிருந்து முதலியார் தலைமையில் கொண்டுவரப்பட்ட இருநூறு அடிமைகளில் முப்பது பேர் காணாமல்போயிருப்பதைக் கண்டு ட்ரிஸ்ட்ராம் திடுக்கிடுவது. மதகொண்டப்பள்ளி தேவாலயத்தில் கெங்கம்மாவையும் கூட்டிக்கொண்டு விபூதி என்கிற பூசாரியை ட்ரிஸ்ட்ராம் சந்திப்பது. அந்த நேரத்தில் ஒரு மர்மச் சாமியார் விபூதியைத் தாக்கி விட்டு எழுத்துச்சுவடிகளை அபகரித்துச்செல்வது. பிதிர் சஞ்சார மார்க்க போதினியை எழுதியது நீலகண்டப் பண்டிதர் என்பவரென்றும் ஆலால சுந்தரம் என்பவர் அதை மன்னனுக்குத் நினைவுப் பரிசாகக் கொடுத்தாரென்றும் விபூதியின் தகப்பனார் ஒரு வைத்தியக் குறிப்பிற்காக அதை வேண்டியபோது சுல்தான் மறுத்தாரென்றும் நினைவிலிருக்கும் பகுதிகளைக் கொண்டு அசல் நூலைத் திரும்ப எழுத விபூதியின் தகப்பனார் முயற்சித்தாரென்றும் அவருக்குப் பின் விபூதி நீலகண்டப் பண்டிதரின் சிந்தனைகளுக்குள் தன்னால் பயணிக்க முடியுமென்னும் நம்பிக்கையுடன் தானும் சில பகுதிகளை எழுதிவைத்தானென்றும் இந்தப் பகுதிதான் ஸ்வப்னஹள்ளி எரிப்பிற்கும் காரணமானதென்றும் விபூதி கதை சொல்வது. பிறகு ட்ரிஸ்ட்ராமின் வேண்டுகோளுக்கிணங்க அந்தப் பகுதிகளை வாய்மொழியாக ஒப்பிப்பது.

22. நீலவேணி (470)

விபூதியின் வியாசமும் சத்யபாமாவின் நினைவில் தான் கனவில் கண்ட குதிரைவண்டிப் பயணமும் ஒன்றாக இருப்பதைக் கண்டு ட்ரிஸ்ட்ராம் திடுக்கிட்டு அது எப்படிச் சாத்தியம் என்று குழம்புவது. கெங்கம்மா தர்க்க ரீதியாக அது வெளியே சென்றிருக்கக்கூடிய சாத்தியங்கள் சிலவற்றை அவனுடன் விவாதிப்பது. தன் நண்பரான கிரிஃபித் அப் ஒவைனுக்கு அந்த வியாசம் முழுவதையும் கடிதமாக எழுதி அனுப்பி உதவி கேட்பது. இடையில் இருநூறு வயதுத் துயிலார் பூசாரி ட்ரிஸ்ட்ராமிடம் விவரம் கேட்டுவிட்டு அது ட்ரிஸ்ட்ராம் விபூதி இருவருடைய கற்பனையுமே கிடையாதென்றும் அது நீலவேணியின் பாதை என்கிற தலைப்பில் தாண்டவராயன் கதை என்னும் நாட்டார் பாடலின் ஒரு அத்தியாயம் என்றும் அறிவிப்பது. சாவு சம்பந்தப்பட்ட அந்தப் பகுதியைப் பகிரங்கமாகப் பாடுவது துயர நிகழ்வு களை உண்டுபண்ணுமென்று நம்பிக்கை இருந்ததால் நீலவேணியின் பாதை மட்டும் எழுத்தாகப் பதியப்படாமல் வாய்மொழியாகவே பாடப்படும் பகுதியாக சில தலைமுறைகளுக்கு முன்புவரை புழக்கத்தில் இருந்து பிறகு அந்தக் காரணத்தினாலேயே காலப்போக்கில் அது மக்கள் நாவிலிருந்தும் மனதிலிருந்தும் மறைந்துவிட்டது என்றும் பூசாரி விளக்குவது.

23. ராதா (491)

நீலவேணியின் பாதையைத் துயிலார்களிடமிருந்து வெளியாட்கள் அபகரித்துக் கொள்ள முயல்கிறார்களென்று ஆத்திரப்படும் துயிலார்ப் பூசாரி அதை நிரூபிக்கும் முகமாக அது இடம்பெறும் தாண்டவராயன் கதையின் ஒரு பகுதியைத் தானும் ட்ரிஸ்ட்ராமிடம் சொல்லிப் பகிர்ந்துகொள்வது. அதன்படி, பார்வதியால் சாபம் பெற்ற நந்தி தேவர் பூலோகத்தில் வண்டிக்காரனாயும் பெண்களால் பார்க்கச் சகிக்காத குரூபியாயும் பிறப்பது. தனிமையைப் போக்க கோணய்யன் என்கிற ஒரு மகனையும் நீலவேணியென்கிற குதிரையையும் பரிசளிப்பது. இந்த நீலவேணியின் பயணப் பாதைதான் துயிலார் இலக்கியத்திலிருந்து சுல்தான்களா லும் ஐரோப்பியர்களாலும் களவாடப்பட்டிருக்கிறது என்று பூசாரி சொல்வது. சொக்க கௌட தானும் விபூதியும் பால்ய சிநேகிதர்கள் என்பதையும் தன் தங்கையான ராதாவை தேவதாசியாக்கிய காரணத்திற்காக அவளுடைய காதலனான விபூதியைப் பழிவாங்கலாகவே நீலவேணியின் பாதையைத் தான் பகிரங்கப்படுத்தியதையும் துறவி வேடத்தில் விபூதியைத் தாக்கியவனும் தான்தானென்பதையும் சர்க்கார் உத்திரவின்பேரில் பிறகு விபூதியைக் கொன்றுவிட்டதையும் ட்ரிஸ்ட்ராமுக்குச் சொல்வது. நீலவேணியின் பாதை குறித்த உண்மையைக் கண்டுபிடிக்க திப்பு சுல்தானுடைய நூலகத்திற்குள் நுழைந்து பார்த்துவிடுவதென்று ட்ரிஸ்ட்ராமும் பூசாரியும் சொக்க கௌடவும் முடிவுசெய்வது.

24. கோணய்யன் (515)

ட்ரிஸ்ட்ராமும் பூசாரியும் சுல்தானின் நூலகமிருக்கும் ஸ்ரீரங்கப்பட்டணப் பயணத்திற்குப் பயணப்படுவது. வழியில் கோணய்யன் காற்றுப்புலியைச் சிறைப்படுத்திய சாகஸக் கதையைப் பூசாரி சொல்வது. அதன்படி கெலமங்கலத்தில் கால்நடைகளை அழித்துக் குடிமக்களை இம்சிக்கும் ஒரு காற்று வடிவான மாயப் புலியை கோணய்யனின் தன் மதிநுட்பத்தாலும்

கணித அறிவாலும் தானும் ஒரு மாயப் பொறியை வடிவமைத்துப் பிடித்து அடைத்துப் புகழ் பெறுவது. கெங்கம்மன் கொடை ஆரம்பமாகியிருக்கும் சமயத்தில் கோணய்யன் இறந்துபோக மறுநாள் அவனுடைய உடலை மயானத்தில் ஊரார் அறியாமல் ரகசியமாய் எரித்துவிடும் உத்தேசத்துடன் தாண்டவராயன் இரவு முழுவதும் அழுதபடியே பிணத்தைக் கட்டிக்கொண்டு படுத்திருப்பது. நீலவேணியும் நண்பனுடைய மறைவையறிந்தும் உரக்கக் கனைத்து அழ முடியாமல் உள்ளுக்குள்ளேயே அழுதபடி விடிவதற்காகக் காத்திருப்பது.

25. தாண்டவராயன் (540)

கொண்டாட்டங்களின் அமர்க்களத்தில் நினைத்தபடி கோணய்யனின் உடலை மறுநாள் தகனம்செய்ய முடியாமலாகிவிட பிணத்தைக் கூண்டுவண்டியின் இருக்கைகளுக்கடியில் போட்டு மறைத்துவைத்துவிட்டு தாண்டவராயன் கொடையில் கலந்துகொள்வது. கொடை நாட்களின் புனிதம் பிணத்தின் இருப்பால் கெட்டுவிட்டதென்று ஆண்கள் அவரைத் தண்டிக்கப் புறப்பட பெண்கள் தங்கள் பிரார்த்தனையால் வனமொன்றை சிருஷ்டித்து அதனுள் அவரை மறைத்துக் காப்பாற்றுவது. ஆண்கள் தாண்டவராயன்மீதான பொய்க் கதைகளைப் பரப்ப பதிலுக்கு துயிலார்கள் அவர் கதையைப் பாடலாகப் பாடி உண்மையைத் தேசத்தவர் அறியச் செய்ய முயல்வது. பூங்காவனச் செட்டி தாண்டவராயனை அடிமை யாக வைத்துக்கொள்ளும்படி அரசருக்கு ஆலோசனை சொல்வது. தாண்டவராயன் கோபத்தால் தன்னுடைய மற்றும் நீலவேணியின் அங்கங்களை வெட்டி நெருப்புத் துண்டங்களாக்கி எறிந்து ஊரைத் தீயிட்டுக் கொளுத்துவது. துயிலார்களின் குலதெய்வங்களான இரட்டைச்சாமிகளாகி வணங்கப் பெறுவது.

26. சுல்தான்கள் (564)

ட்ரிஸ்ட்ராமையும் பூசாரியையும் சொக்க கௌடவும் பார்த்தசாரதி அய்யங்காரும் ஆலம்பாடியில் சந்தித்து ஸ்ரீரங்கப்பட்டணம் நோக்கிப் பயணப்படுவது. வழியில் பிதிர் சஞ்சார மார்க்க போதினி பற்றியும் அதன் பல பொருள் தரும் சொல்லாடல் தன்மை குறித்தும் ஹைதரலி காலத்தில் ஒரு போர் நூலாக விதந்தோதப்பட்ட அந்த நூல் திப்பு சுல்தான் காலத்தில் படிப்பாரின்றி வழக்கொழிந்து நூலகத்தின் குப்பைகளைப் போட்டுவைக்கும் மூன்றாம் அறைக்குள் பிற சுவடிக் குப்பைகளுக்கடியில் புதையுண்டுபோனது பற்றியும் பிறகு ஸ்வப்னஹள்ளிப் பிரச்சினையால் மீண்டும் தோண்டியெடுக்கப்பட்டுப் பத்திரப்படுத்தப்பட்டது பற்றியும் அதை யாரும் படிக்கவோ அதைப் பற்றிப் பேசவோ கூடாது என்று தடைவிதிக்கப் பட்டது பற்றியும் பார்த்தசாரதி அய்யங்கார் நண்பர்களுக்கு விளக்கமாகச் சொல்வது. கூடவே நூலகத்தின் கட்டமைப்பு பற்றிய தகவல்களையும் பகிர்ந்துகொள்வது. அவற்றைக் கொண்டு நூலகத்தினுள் நுழையும் சாத்தியங்களை நண்பர்கள் ஆராய்வது.

27. பூசாரி (591)

துயிலாரினத்தின் கடைசிக் கொழுந்துகளில் ஒருவனான பூசாரி தன் இனத்தைப் பற்றிய சரித்திரத்தை அறிந்துகொள்வதற்காகப் பல நூல்களைத் தேடி வாசிக்கும் பழக்கமுள்ளவனாகத் தன்னை ஆக்கிக்கொண்டது குறித்து

சொக்க கௌட நண்பர்களுக்குக் கதை சொல்வது. மறுநாள் இரவு பார்த்தசாரதி அய்யங்கார் மற்றும் சொக்க கௌட உதவியுடன் பூசாரியும் ட்ரிஸ்ட்ராமும் நூலகத்திற்குள் கழிப்பறைப் புழை வழியே ரகசியமாக நுழைவது. அங்கே பிதிர் சஞ்சார மார்க்க போதினியின் தேர்ந்தெடுத்த பகுதிகள் சிலவற்றை மின்மினிப்பூச்சிகளின் ஒளியில் வாசிப்பது. அதன் அற்புதச் சருக்கம் என்கிற அத்தியாயத்தில் ட்ரிஸ்ட்ராமினுடையதிலும் விபூதியினுடையதிலும் தாண்டவராயன் கதைப் பாடலினுடையதிலும் பயிலப்படாத ஒரு தனித்த வசனநடையில் நீலவேணியின் பாதை எழுதப் பட்டிருப்பதைக் கண்டுபிடிப்பது.

28. பார்த்தசாரதி அய்யங்கார் (613)

இரவு நேரத்தில் ஆள் நடமாட்டமற்றதாக இருக்கும் நூலகத்தைக் காதலுக்குப் பயன்படுத்திக்கொள்ளும் நோக்கத்துடன் நூலகத்தின் காவலாளி ஒரு பெண்ணோடு ட்ரிஸ்ட்ராமும் பூசாரியும் இருக்கும் அறைக்குள் நுழைந்துவிட பூசாரி பெண்ணைத் தாக்கி மயக்கமடையச்செய்துவிட்டு இருவரும் தப்பிப்பது. மயங்கிவிழுந்த பெண்ணைத் தோள்களில் தூக்கிக்கொண்டு காவலாளியும் சந்தடியில்லாமல் நழுவுவது. கிளம்பும் முன் பூசாரி ட்ரிஸ்ட்ராமுக்குத் தெரியாமல் பிதிர் சஞ்சார மார்க்க போதினியின் கடைசி எட்டு சர்க்கங்களடங்கிய தொகுப்பைப் பிரித்துக் களவாடித் தன் தோள்பையில் மறைத்துக்கொள்வது. பூசாரியின் திருட்டுத்தனம் அய்யங்காருக்குத் தெரியவர வேறு வழியின்றி அவரும் சொக்க கௌடவும் சேர்ந்து காவலாளிதான் சுவடியைத் திருடிவிட்டதாக அவன்மீது பழியைச் சுமத்துவது. நுழைந்த நோக்கத்தை வெளியே சொல்ல முடியாத நிலையில் அவன் தண்டிக்கப்பட காதலி சித்தம் கலங்கிப்போவது. குற்றவுணர்வால் பீடிக்கப்படும் பார்த்தசாரதி அய்யங்கார் ஊரைவிட்டு வெளியேறுவது.

29. ட்ரிஸ்ட்ராம் (634)

ராயக்கோட்டை திரும்பும் ட்ரிஸ்ட்ராமையும் பூசாரியையும் எல்லை தாண்டிய குற்றத்திற்காக அரசாங்கம் கைதுசெய்வது. அதற்கு முன் பூசாரி தான் களவாடிக் கொண்டுவந்த சுவடிக்கட்டுகளைப் பாலேஸ்வரியம்மன் சிலையின் பீடத்திற்கடியில் பதுக்கிவைப்பது. ட்ரிஸ்ட்ராமைக் காவலர்கள் கூட்டிச்செல்லும் முன் கிரிஃபித் அப் ஒவைனிடமிருந்து வந்துசேர்ந்திருக்கும் கடிதத்தில் அவனுடைய கூண்டுவண்டிப் பயணக் கற்பனை குறித்த கேள்விகளுக்கான விளக்கத்தை வாசிப்பது. நீலவேணியின் பாதையென்கிற அந்தப் பிரதியில் ஒலிக்கும் குரல் ஒரு பெண்ணுடையது என்றும் அந்தப் பெண் ஒரு குருடி என்றும் அந்தக் கடிதம் விளக்குவது. அந்த விளக்கத்தின் மேல் தன் பைத்தியக்கார சகோதரியான ஹெலனிடம் எலினார் சொல்லிக் கொண்டிருக்கும் கதைதான் தன்னுடைய இந்தியப் பயணம் என்றும் அதில் நிகழ்பவையும் நிகழ்த்துபவர்களும் அவளுடைய கற்பனைப் பாத்திரங்களே யன்றி வேறில்லை என்றும் விசாரணையின்போது ட்ரிஸ்ட்ராம் சொல்வது.

30. எலினார் (655)

ஒருபுறம் ட்ரிஸ்ட்ராம் சொல்வதை நம்ப மறுக்கும் அதிகாரிகள் அவன் ஒரு சுல்தானிய ஒற்றன் என்று சந்தேகப்பட, மறுபுறம் பூசாரி தங்களினத்தவரின்

ஆதிக் கதையான தாண்டவராயன் கதையையே ஒரு ஐரோப்பியப் பெண்ணின் கற்பனையென்று ட்ரிஸ்ட்ராம் கூறுவதை ஆத்திரத்துடன் ஆட்சேபிப்பது. உள்ளூர்க்காரனான பூசாரியை அரசாங்கம் விடுவிப்பது. ட்ரிஸ்ட்ராம் வீட்டுச் சிறையில் வைக்கப்பட முதலியார் காவலனுக்குக் கையூட்டுக் கொடுத்து ட்ரிஸ்ட்ராமை அங்கிருந்து கடத்திவரச்செய்வது. அவரும் ஷெஸ்லரும் அவர்களுடைய குற்றங்களை அவன் கண்டு பிடித்துவிட்டான் என்கிற சந்தேகத்தில் அவனை மாறிமாறிக் கேள்வி கேட்பது. அவனை வெளியே விட்டுவைப்பது தங்களுக்கு ஆபத்து என்று கருதி மீனவிலாஸத்தின் மாடியறையில் அவனைச் சிறைவைப்பது. அங்கே தன்னிடம் முதலியாரால் கையளிக்கப்பட்ட துயிலார் சரித்திரம் என்னும் ட்ரிஸ்ட்ராம் படிக்க ஆரம்பிப்பது.

மீதம் எட்டு

31. ஆலால சுந்தரம் (679)

நீலகண்ட சாஸ்திரிகளினுடைய ஆறாம் தலைமுறை வாரிசுகளில் ஒருவரான ஆலால சுந்தரம் என்பவருடைய மனைவியான தைலாம்பாள் எழுதி துயிலார் சரித்திரம் நூற்சுவடியின் துவக்கத்தில் கோர்த்துவைத்திருக்கும் கடிதத்தை ட்ரிஸ்ட்ராம் வாசிப்பது. அதன்படி அவள் புகுந்தவீடு வந்த புதிதில் ஒரு துயிலாரினத்தவன் வீட்டிற்குள் கன்னமிட்டுத் திருட முயன்று பிடிபடுவது. அவன் துயிலார்களுக்குச் சேரவேண்டிய செல்வமொன்றை அவர்கள் தான் ஆறு தலைமுறைகளாக அபகரித்துத் தங்கள் வசம் வைத்துக் கொண்டிருப்பதாகக் குற்றம்சாட்டிவிட்டு வெளியேறுவது. முகமதலி குடும்பத்தைச் சேர்ந்த சிநேகிதி ஒருத்தியின் வீட்டிலிருக்கும் நூலகம் சுந்தரத்தை வெகுவாகக் கவர்ந்துவிட அவர் வெறிகொண்டவர்போல நூல்களை வாசிக்கத் தொடங்குவது. சிநேகிதி இறந்தபின் அந்த வீட்டிற்குள் நுழையும் அனுமதி மறுக்கப்பட அவருடைய தவிப்பைத் தணிப்பதற்காக தைலா ஒரு பழைய பெட்டியில் கண்டெடுத்த ஓலைச் சுவடிகளை எடுத்துக்கொடுப்பது. அதில் இருக்கும் பிதிர் சஞ்சார மார்க்க போதினியையும் துயிலார் சரித்திரத்தையும் சுந்தரம் படித்து மனநிலை பாதிக்கப்பட்டு அது வீட்டில் இருக்கக் கூடாதென்று நினைத்து முகமதலி குடும்பத்தில் நடக்கும் ஒரு விழாவில் தன்னுடைய பரிசுப் பொருளாக அந்த இரண்டு சுவடிகளையும் கொடுத்துவிடுவது.

32. நீலகண்டப் பண்டிதர் (703)

நீலகண்ட சாஸ்திரி தன்னால் எழுதப்பட்டு வரும் பிதிர் சஞ்சார மார்க்க போதினி நூலில் ஒரு சர்க்கமாக நீலவேணியின் பாதையைச் சேர்த்துக்கொள்ள அந்தக் கதைப்பாடலுக்குச் சொந்தக்காரர்களான துயிலார்களின் அனுமதியைப் பெறுவது. அதற்கு நன்றியறிதலாக சாஸ்திரி துயிலார்களின் குருட்டுத் தனத்தை நீக்கும் மருந்தைக் கண்டுபிடிக்கும் ஆராய்ச்சியில் ஈடுபடுவது. அவர்களுடைய வெண்ணந்தக நோய்க்குக் காரணம் கொடுக்கு மூங்கிலென்கிற ஒரு ஒளியுமிழும் தாவரமும் கண்-ஈ என்கிற ஒரு வண்டினமும்தான் என்பதைக் கண்டுபிடிப்பது.

நோயைக் குணப்படுத்தும் மருந்தைக் கொடுக்கும் முன் மன்னருக்கும் துயிலார்களுக்குமான கருத்துபேதத்தால் மன்னர் காட்டிற்குள்ளிருக்கும் அவர்களுடைய குடியிருப்புக்குத் தீயிட்டு அவர்களையும் ஊரைவிட்டே துரத்திவிடுவது. சாஸ்திரி பிதிர் சஞ்சார மார்க்க போதினியைப் பாதியில் நிறுத்திவிட்டுத் துயிலார் சரித்திரத்தை முப்பத்தெட்டு சர்க்கங்களில் எழுதி அதில் அவர்களுடைய வெண்ணந்தக நோய்க்கான மருந்தை நயன புஷ்பம் என்கிற தலைப்பில் எழுதி முப்பத்தொன்பதாவது அத்தியாயமாகச் சேர்ப்பது.

33. துயிலார் (721)

துயிலார் சரித்திரம். மாரப்ப நாயக்கனுடைய மைசூருக்கான போரில் பங்குபெறும் துயிலார்களை அவனை வென்ற விஜய கிருஷ்ணர்கள் ஜெகதேவராயரின் வேண்டுகோளைச் சாக்காக வைத்துக் கூலியாட்களாக மைசூரிலிருந்து வெளியேற்றிப் பாரமஹாலுக்கு அனுப்பிவைப்பது. பாரமஹாலின் ஹூடே துர்க்கம் காட்டிற்குள் நகர்த்தப்படும் அவர்கள் அங்கே வெண்ணந்தகம் என்னும் விநோதமான ஒளிரும் கண் நோய்க்கு ஆளாவது. தொற்று வியாதியோடு நகரத்தின் ஜனங்கள் யாரோடும் துயிலார்கள் உறவுவைத்துக்கொள்ளக் கூடாது என்று ராஜாங்கத்தில் உத்தரவாவது. துயிலார்கள் தங்களின் அவலச் சரித்திரத்தை தாண்டவ ராயன் கதையென்னும் உருவகக் கதையாக்கி இரவு வேளைகளில் ஜனங்களிடையே சொல்லிப் பரப்புவது. கதை பெண்களைப் பாதிக்க ஆண்கள் ராயரிடம் புகார் கூற அவர் தாண்டவராயனைத் தன்முன் கொண்டுவந்து நிறுத்தும்படி துயிலார்களுக்கு ஆணையிடுவது. அவன் நிஜமில்லையென்பதை நம்பாமல் அவர்களுடைய குடியிருப்பை எரித்து அவர்களை நாட்டை விட்டுத் துரத்துவது.

34. காற்றுப் புலி (744)

துயிலார் சரித்திரத்தில் காணப்படும் நில அமைப்பு விவரங்களையும் கண்களைக் குருடாக்கும் விஷத் தன்மையுள்ள தாவரங்கள் பற்றிய தகவல்களையும் பயன்படுத்தி ஹூடே துர்க்கம் வனப்பகுதியில் கடத்திக் கொண்டுவரப்பட்ட அகதிகளைக் கொண்டு பல்குணம் முதலியாரும் ஷெஸ்லரும் சட்டவிரோதமாக சீனாவுடன் அபினி வியாபாரத்தில் ஈடுபட்டிருப்பதை ட்ரிஸ்ட்ராம் கண்டுபிடிப்பது. இதைத் தன் மனைவிதான் தான் சொல்லிக்கொண்டிருக்கும் கதையின் வழியே தனக்குச் சொல்கிறா ளென்று அவன் சொல்வதை நம்பாத முதலியார் வண்டிக்காரன் முதலையை ட்ரிஸ்ட்ராமைக் கொண்டுபோய் வனத்தினுள்ளிருக்கும் அவருடைய இரகசிய கிராமத்தில் ஆட்கள் வசம் ஒப்படைத்துவிட்டு வரும்படி ஏவுவது. அரசாங்கக் காவலரைக் கொன்று அவரை ட்ரிஸ்ட்ராம் தான் கொன்று விட்டுத் தலைமறைவாகிவிட்டானென்று ஒரு வதந்தியையும் ஊருக்குள் கிளப்பிவிடுவது.

35. லவணர் (765)

ட்ரிஸ்ட்ராமை ஹூடே துர்க்க வனத்திற்குள்ளிருந்து வெளியே மீட்டுவரும் முயற்சிகளை கெங்கம்மாவும் சொக்க கௌடவும் மேற்கொள்வது. ஹூடே

துர்க்க வனத்தின் மையப் பகுதிக்குச் செல்லும் பாதையை அறிந்த ஒரே மனிதனான முதலையின் வடிவத்தையும் அவனுடைய குணாதிசயங் களையும் வனம் பற்றிய அறிவையும் தன்னுள் செரித்துக்கொள்ளும் கௌட லவணர்களை முதலியாரின் சார்பாக வனத்தினுள் அழைத்துப்போகும் பொறுப்பை எடுத்துக்கொள்வது. லவணர்களும் அவனைப் பயன்படுத்தியே ட்ரிஸ்ட்ராமைக் கொல்வதோடு அவன் முதலியாரின் அடியாளான நிஜ முதலையில்லை என்பதையும் பயன்படுத்தி வனத்தினுள் இருக்கும் அபினி மூட்டைகளைத் தாங்களே அபகரித்துக்கொண்டு ஓடிப்போய்விடவும் திட்டம்தீட்டிச் சொக்க கௌடவை வளைத்துக்கொண்டுவிடுவது.

36. முதலை (786)

முதலை வேடத்தின் வழியே முதலையின் குணங்களையும் தன்னுள் வாங்கும் கௌடவின் பிரம்மசரிய விரதத்தை கெங்கம்மாவை அடைவதற் காக ஏங்கிக்கொண்டிருக்கும் முதலையின் உணர்ச்சிகளைப் பரீட்சை செய்வது. அகதிகளைக் கூட்டிவந்து அவர்களைக் கொண்டு அபினி பயிர் செய்து விற்பதற்காகவே ஹூடே துர்க்கம் வனத்தின் நடுவே கூஷ் என்றழைக்கப்படும் குருடர் கிராமம் ஒன்றை முதலியார் அமைத்திருப்பதைக் கண்டு கௌட வியப்பது. கங்காணிகளிடம் அபினி மூட்டைகளை லவணர் களிடமும் ட்ரிஸ்ட்ராமைத் தன்னிடமும் ஒப்படைக்கச் சொல்லி முதலியார் உத்தரவிட்டிருப்பதாகச் சொல்வது. அபினியை மூட்டைகளாகத் தயார்செய்ய ஒருநாள் அவகாசம் தேவைப்படுமென்று தெரிவிப்பதன்பேரில் அன்றிரவு லவணர்கள் வயற்புறத்தில் தங்கிக்கொள்ள கௌடவும் கெங்கம்மாவும் ட்ரிஸ்ட்ராமுக்குப் பாதுகாப்பாக அவனுடனேயே ஒரு குடிசையில் தங்குவது.

37. ஃபென் புலிகள் (806)

நண்பர்களைக் கண்டு மகிழ்ச்சியடையும் ட்ரிஸ்ட்ராம் எலினாரின் கதாபாத்திர மாக இந்தியா என்னும் கதைகளின் நிலத்திற்குத் தான் அனுப்பப்பட்டது கிழக்கிந்திய கம்பெனியின் கணக்குத் தணிக்கைக்காகவோ அல்லது வெண்ணந்தக நோய்க்கு மருந்து தேடியோ அல்ல என்றும் மாறாக இந்தியப் பயணம் மற்றும் இந்தியர்களின் அந்நியருக்கெதிரான போராட்டம் என்கிற உருவகக் கதை மூலமாகத் தன் இன மக்களிடமிருந்து இங்கிலாந்து அரசாங்கம் ஃபென் நிலத்திற்கு வெளியேயிருக்கும் கனவான்களுக்கு உணவளிப்பதைக் காரணம்காட்டி அவர்களுடைய நிலங்களைப் பிடுங்கிக் கொண்டு அவர்களை அகதிகளாக்கும் அவலத்தையும் அதை எதிர்த்து மக்கள் போராட வேண்டிய அவசியத்தையும் அதற்கான வழிமுறைகளையும் அறிந்துகொள்வதற்காகவே அந்தக் கதைப் பயணம் என்றும் தான் அறிந்துகொண்டதாகச் சொல்வது. தங்களுடைய கதையினுள் பொதிந்து வைக்கப்பட்டிருக்கும் உட்கருத்தைப் புரிந்துகொண்டு எதிர்காலத்தில் தங்களை மீட்க வருவானென்று கனவுகண்டு கொண்டிருக்கும் துயிலார்களின் கதையாக இது இருக்கக்கூடிய சாத்தியங்களும் விவாதிக்கப்படுவது.

38. கதைசொல்லி (823)

கங்காணிகளிடம் கெங்கம்மா கௌடவை வேண்டுமென்றே காட்டிக்கொடுத்து அதனால் ஏற்படும் குழப்பத்தைப் பயன்படுத்திக்கொண்டு மூவரும் தப்பிச்

செல்வது. ட்ரிஸ்ட்ராம் கொடுக்கு மூங்கிலின் ஸ்பரிசத்தால் குருட்டுத் தன்மை அடையத் தொடங்குவது. எனினும் எலினாரின் கதைப்படி வனத்திற்குள்ளிருக்கும் அகதிகளுக்கு விடுதலை கிடைக்கும்வரை தானும் அங்கே இருக்கவே விரும்புவதாகக் கூறிவிட்டு மீண்டும் ஹூடே துர்க்கத்திற்கே சென்றுவிடுவது. லவணர்கள் அபினி அறுவடையைக் களவாடிச்சென்றுவிட்டதைத் தாங்கிக்கொள்ள முடியாமலும் அதை வெளியே சொல்ல முடியாமலும் முதலை மேல் முதலியார் சந்தேகம் கொண்டு புத்தி பேதலித்துப்போவது. முதலை மனம் கசந்துபோய் மீனவிலாஸத்தை விட்டு வெளியே வந்து குடிகாரனாகித் தெருக்களில் அலைய கெங்கம்மா அவனுக்குப் புகலளிப்பது. மீனவிலாஸத்தில் இருக்கும் துயிலார் சரித்திரத்தையும் கைப்பற்றி அதைப் பத்திரமாகத் தன் குடிசையில் மறைத்துவைத்துக்கொள்வது. இரட்டைச்சாமி கோயில் கொடைக்கு வந்தாக வேண்டிய பூசாரியிடம் துயிலார் சரித்திரத்தைக் கொடுத்துவிட்டு அவன் திருடிவைத்திருக்கும் நயன புஷ்பம் உள்ளிட்ட அத்தியாயங்களைப் பெற்றுக்கொள்வதற்காக ட்ரிஸ்ட்ராமும் கௌடவும் தனித்தனியே காத்திருப்பது.

முதல் பத்து

பல்குணம் முதலியாருக்கும் வால்டன் ஷெஸ்லருக்கும் சொல்லப்படாத ட்ரிஸ்ட்ராம் - எலினார் தம்பதியினரின் பூர்வக் கதை.

மாயச் சைத்ரீகன்

எலினார் மிகச் சிறுமியாயிருந்த ஒரு கடும் பனிக் காலத்தில் ஸ்வீடனிலிருந்து இங்கிலாந்திற்குக் கீழிறங்கும் வழியில் உறைந்துபோயிருந்த ஔஸ் நதியை அதன் எதிர் திசையில் சறுக்குக்கட்டைகளின் உதவியுடன் கடந்து லிட்டில்போர்ட் வந்துசேர்ந்த, தன்னை நாடோடி என்று சொல்லிக்கொண்ட ஒரு மந்திரவாதி, மனிதர்களைக் கண்ணிமைக்கும் நேரத்திற்குள் வரைந்துவிடும் மாயத்தூரிகை ஒன்று தன்னிடம் இருப்பதாகக் கூறி விருப்பமுள்ளவர்கள் இரண்டு பென்ஸ்கள் செலுத்தித் தன் திறமையையும் அவர்கள் அழகையும் திருநாள் பரிசாகக் கண்டுகளிக்கலாம் என்று ஊராரை அழைத்தான். மன்னர்களுக்கும் பிரபுக் களுக்குமே டாலர் கணக்கில் செலவு வைக்கக்கூடிய சுயவுருவப்படங்கள்மீதான ஆசை லிட்டில்போர்ட்டினரைப் போன்றவர்களுக்கு ஒரு கனவு என்றாலும் அவநம்பிக்கையால் யாரும் அவனை நெருங்காதிருந்தார்கள். அதனால் தான் பட்டினியால் சாக நேரிட்டுவிடுமோ என்று பயந்துபோன அவன் லிட்டில்போர்ட்டின் மக்கள் முரடர்கள் என்று சதுப்புநிலங்களுக்கு வெளியே சொல்லப்படுவதெல்லாம் பொய் என்றும், உண்மையில் அவர்கள் புதியவற்றை ருசிபார்க்கும் தைரியமற்ற கோழைகள் என்றும் ஏளனமாகப் பேசி அவர்களைத் தூண்டிவிட்டான். அவன் எதிர்பார்த்த படியே அவன் ஏதோ தன்னைத் தனிப்பட்ட முறையில் அவமானப்படுத்திவிட்டதாய் எடுத்துக்கொண்டு எலினாரின் தந்தை, ஹென்றி காட்டர், ஓவியத்தைப் பார்த்த பின்பே சன்மானத்தைத் தர முடியுமென்கிற நிபந்தனையோடு, அவனுடைய வித்தையைப் பரீட்சை செய்யத் தைரியமாக முன்வந்தார். அவன் முன்பு தன்னை ஒரு வேட்டைக்காரனைப் போல சிங்காரித்துக்கொண்டு வந்து நின்ற பின் அவர் சொன்னார், கவனம் புதியவனே, சஸ்ஸெக்ஸில் கூட்ட மொன்றிற்கு நான் போக வேண்டும், உன் முன்னால் செலவழிக்க அரைமணிக்கு மேல் எனக்கு அவகாசம்

கிடையாது. இதைக் கேட்ட அந்த, சிதைந்து புழுதியேறிய உடலும், நீண்ட தாடியும், ஒற்றைக் கண்ணும் கொண்ட மனிதன் பணிவுடன் சிரித்தான், தேவையில்லை ஐயா, இரண்டு நிமிடங்கள் போதுமானது, மேலும் என் அழைப்பை ஏற்றுக்கொண்டு, என் வித்தையை நம்பி முன்வந்திருக்கிற முதல் மனிதர் என்பதால், நீங்கள் விரும்பினால், உங்கள் குடும்பத்தவர் அனைவரையுமே அதே இரண்டு நிமிடப் பொழுதில், ஒரே வீச்சில், என் தூரிகையின் சித்திரமாக வரைந்துகொடுக்க நான் சம்மதிக்கிறேன், அதற்குத் தனியாகக் கட்டணம் ஏதும் தர வேண்டியதில்லை, அவர்களனைவருமே உங்களுடன் வந்து நின்றுகொள்ள வேண்டுமென்பதைத் தவிர இதற்கு வேறு நிபந்தனையுமில்லை. அவன் பேச்சு மேலும் மேலும் ஊர்க்காரர்களை ஆச்சர்யத்தினுள் ஆழ்த்திக்கொண்டிருக்க, மேற்கொண்டு தன்னைப் பரீட்சைக்குட்படுத்திக்கொள்ள ஓர் ஆளும் கிடைத்துவிடவே அவர்களைச் சுற்றிப் பெருங்கூட்டம் கூடிவிட்டது. சாரா அது ஓர் ஏமாற்று வேலையாகவோ, சித்து விளையாட்டாகவோ இருக்கக்கூடுமென்று சொல்லி எவ்வளவோ மறுத்தும் ஹென்றி ஊரார்கள்முன் தன் கௌரவத்தைக் காப்பாற்றிக்கொள்ள அவளும், கிறிஸ்துமஸிற்காகப் பிறந்தவீடு வந்திருந்த, டர்ஹாம் நிலக்கரி நிறுவனத்தில் சுரங்க ஊழியனாயிருக்கும் டொமினிக்கிற்கு வாழ்க்கைப்பட்டிருக்கிற மூத்தவள் கேத்தரினுடன் புனித ஐவிஸ் கிராமத்தின் காற்றாலைக் கழகத்தில் பணி செய்பவனும், எந்நேரமும் தன் சவடால் பேச்சால் பகையைச் சம்பாதித்துக்கொள்கிறவனும், வாட்சண்டையில் வல்லவனான தால்ராம்ஸீ பண்ணையாரின் ரகசியக் கையாளாயிருப்பவனுமான கருப்பன் பெனடிக்டிற்குக் கட்டிக்கொடுக்கப்பட்டவளான இரண்டாமவள் ப்ரிட்ஜெட்டும், யுவதியான மூன்றாமவள் எடித்தும், சிறுமிகளான ஹெலன் மற்றும் எலினார் ஆகியோரும் ஆக ஐந்து பேரும் உடனே வந்து தன்னோடு நின்றேயாக வேண்டுமென்று பிடிவாதமாகச் சொல்லிவிட்டார். நல்லது கெட்டதுகளைத் தாய்தந்தையர்கள் மூலமாகவும் கட்டிக்கொண்ட கணவர்கள் மூலமாகவுமன்றி வேறுவகையில் அறியும் மார்க்கம் பெண்களுக்கும் தெரியாதாகையால் வெருண்டிருந்த தாயின் முகத்தைக் கண்டு அவர்களும் மனக் கிலேசத்துடன் நாடோடிச் சித்திரக்காரனின் முன்னே வந்து நின்றார்கள். அவன் அவர்களைச் சிரிக்கும்படியாக வற்புறுத்தியபோது ஹென்றி சொன்னார், அவர்கள் அழுதுகொண்டிருக்கட்டும், நீ உன் ஓவியத்தை அவர்கள் சிரித்துக் கொண்டிருப்பதைப் போல வரைந்துவிடு, கன்னங்களில் ஓரிரு சுருக்கங்களை அதிகமாகச் சேர்த்துவிட்டாலும் பரவாயில்லை. அப்போது அவன் தன்னுடைய முதுகோடு சுமந்துகொண்டிருந்த கருப்புநிறத் துணிப்பொட்டலத்தைப் பிரித்து அதிலிருந்து பெரிய பெட்டியொன்றை எடுத்தான். சவுக்கு மரத்திலிருந்து முறித்தெடுக்கப்பட்டிருக்கக்கூடிய ஒரு கரடுமுரடான கழியின் நுனியில் அந்தப் பெட்டி பொருத்தப்பட்டிருந்தது. அதிலிருந்து அவன் வகைவகையான தூரிகைகளையும் வண்ணக் குழம்புகளையும் திரைச்சீலையையும் எடுக்கப்போகிறான் என்று சூழ நின்றவர்கள் எதிர்பார்த்துக்கொண்டிருக்க அவனோ அந்தக் கழியை நிமிர்த்திப் பெட்டியைத் தன் பார்வை மட்டத்திற்குக் கொண்டுவந்ததோடு

அவற்றைச் சுருட்டியிருந்த கரும்போர்வையை எடுத்து அவற்றோடு சேர்த்துத் தன்னையும் போர்த்திக்கொண்டான். தன் கண் முன்னே சாவே தோன்றிவிட்டதைப் போல அந்தக் கருப்புக் குவியலைப் பார்த்துவிட்டு சாரா தன் கணவரைக் கெஞ்சுவதை நிறுத்திவிட்டுச் சபிக்கத் தொடங்கிவிட்டிருந்தாள். போர்வையினுள் அவன் என்ன செய்கிறானென்பதை யாராலும் பார்க்கவோ ஊகிக்கவோ முடியவில்லை. உள்ளே கவிந்துகொண்டிருக்கக்கூடிய அத்தனை இருட்டில் அவனால் எப்படித் தூரிகையைக் கையாண்டுகொண்டிருக்க முடியுமென்று அவர்கள் எண்ணிக் குழம்பிக்கொண்டிருந்தார்கள். ஏதோ நடக்கப்போகிறது என்று அவர்கள் எதிர்பார்த்தார்கள். ஆனால் எதுவுமே அங்கே நடக்கவில்லை. அந்த மனிதன் சில நிமிடங்களுக்குப் பிறகு துணியை விலக்கிவிட்டு அவர்களை வரைந்தாயிற்று என்றும் மறுநாள் இரண்டு பென்ஸ்களைச் செலுத்தி ஓவியத்தைப் பெற்றுச்செல்லலாம் என்றும் ஹென்றியிடம் அறிவித்துவிட்டு, தன் திறமையைக் கண்ட பிறகாவது மற்றவர்கள் தங்களைச் சித்திரப்படுத்திக்கொள்ள முன்வருவார்களில்லையா என்றும் கூட்டத்திடம் கேட்டுவிட்டுப் பதிலை எதிர்பார்க்காமல் மமதையுடன் லிட்டில்போர்ட்டின் வடதிசையிலிருக்கும் சாபக்காட்டை நோக்கி, இந்த முறை குளிருக்காகத் தன்னை மீண்டும் போர்த்திக்கொண்டு, நடக்கத் தொடங்கிவிட்டான். சாத்தானால் தரப்பட்ட கனியை முதல் மனிதர்கள் இருவரும் தின்றுமுடித்த பிறகு தூர எறியப்பட்ட ஆப்பிளின் விதை விழுந்து முளைத்த வனம் அது. வெளியே நெட்டிலிங்கம், புங்கை, பூர்ச்சை, வில்லோ, எல்ம் என்று பலவகை மரங்களால் பின்னாளில் சூழப்பட்டுவிட்டாலும் உட்புறம் சிவந்த பாவக் கனிகள் பழுக்கும் கணக்கற்ற மரங்களையும் ஆள்விழுங்கும் விருட்சங்களையும் கொண்டது. கட்டுவிரியன்களும் அங்கே அதிகம். காலத்தையும் இடத்தையும் மறுதலிக்கும் அதன் மறுபுறம் இருப்பது மூர் கிராமமோ ஔஸ் நதியோ அல்லவென்றும் மாறாக வேறோர் அறியப்படாத உலகமென்றும் சொன்னார்கள் லிட்டில்போர்ட்வாசிகள் (கடவுளின் ஏடன் தோட்டத்திற்குப் போட்டியாகச் சாத்தான் உருவாக்கிக்கொண்ட அந்த உலகத்தினுள் நுழையும் மனிதர்களைப் பிடித்துவைத்துச் சேர்த்துக் கர்த்தரை நிந்திக்கும் சமூகமொன்றைத் திரட்டிக்கொண்டிருக்கிறான்). மாயச் சைத்ரீகனைத் தொடர்ந்து அந்தக் காட்டின் முகப்புவரை சென்ற ஹென்றி கார்ட்டர் உடனே சன்மானத்தைப் பெற்றுக்கொண்டு படத்தைக் கையில் கொடுக்குமாறும், இல்லையேல் தன் கையால் சுடப்பட்டு அவன் இறக்க வேண்டியிருக்கும் என்றும் மிரட்டிய போது அவன் சிரித்துக்கொண்டே சொன்னான், உங்கள் பணம் உங்களிடமே இன்னுமிருக்கும்போது எதற்காக என்னை நீங்கள் சுட வேண்டும், மேலும் நான் அனுமதித்தாலொழிய என் ஓவியத்தை நீங்கள் உங்கள் கண்களால் காணவியலாது, ஓர் இரவு பொறுத்துக்கொள்ளுங்கள்.

அவனிடம் ஓவியத்தைச் சீரழிக்கிற கருப்பு வஸ்துகளைத் தவிர வேறு உபகரணங்களையோ வரையும் உடலசைவுகளையோ முகத்திலாவது ஓர் ஓவியனுக்குரிய மேதமையையோ யாராலும் கண்டுபிடிக்க முடியா

திருந்ததால் சாபக்காட்டினுள் அவன் நுழைந்ததைப் பற்றி ஊரார் யாரும் கவலைப்படவில்லை. அவனை எச்சரிக்கவோ தடுக்கவோ முயலவில்லை. மறுநாள் காலையில் அவனைப் பார்ப்போமென்று நினைக்கவுமில்லை. ஆனால் அவனோ கோப்பிங் நகரத்து மக்களைப் போலன்றி லிட்டில்போர்ட் ஆசாமிகள் மனிதர்கள் மேல் அவநம்பிக்கையும், விருந்தினர்களைப் பட்டினிபோடும் இரக்கமற்ற குணமும் கொண்டவர்களாக இருக்கிறார்களென்று புகார் செய்தவாறே மறுநாள் காலையில் அவர்கள் திடுக்கிடும்படி நாற்சந்தியில் மீண்டும் தோன்றியதோடல்லாமல் தன் கையிலிருந்த ஓவியத்தைத் தலைக்கு மேல் உயரத் தூக்கிக்காட்டவும் செய்தான். வினோதமான அந்த ஓவியம் திரைச்சீலையில் தீட்டப் படுவதற்குப் பதிலாக ஒரு தாளில் வரையப்பட்டிருந்தது. அந்தத் தாளும் இரண்டு உள்ளங்கைகளைச் சேர்த்த அளவே இருந்தது. ஆனால் அந்தச் சிறிய பரப்பிற்குள் நாற்காலி மேல் உட்கார்ந்திருந்த நிலையில் ஓர் ஆணையும் அவனருகிலும் பின்னாலும் சூழவுமாக நின்றபடி ஆறு பெண்களையும் அந்த மாய ஓவியன் வரைந்தேயிருந்தான். அந்த ஏழு மனிதர்களின் உருவங்களும் மனித யத்தனத்தில் அவநம்பிக்கை கொள்ளுமளவிற்குச் சிறியனவாயிருந்தாலும் அவர்களின் முகங் களும் முகபாவங்களும் கால் கை நகங்களுங்கூடத் தெளிவாகத் தெரியும்படி ஈர்க்குப்புல்லின் கூர்மையுடன் அவன் தூரிகை அவர்களை வடித்திருந்தது. சந்தேகமில்லாமல் அவ்வளவு தத்ரூபமான ஓவியத்தை வான் டைக்கால்கூட வரைந்திருக்க முடியாதுதான். ஆனால் அவன் மட்டும் அதில் இருப்பது ஹென்றி காட்டரின் குடும்பத்தவர்கள் இல்லையென்று சொல்லித் தன் திறமையை மறுதலித்திருந் திருப்பானேயானால் அன்று உயிர்தப்பிப் போயிருப்பான். காரணம் அந்தச் சித்திரத்திலிருந்த அனைவரும் ஹென்றி குடும்பத்தவர்களின் சாயலிலிருந்த ரத்தக்காட்டேரிகள் என்று ஊர்க்காரர்கள் அனைவரும் ஒத்த குரலில் கூறினார்கள். பின்னணியில் இருந்த வீட்டின் ஓட்டுக்கூரையும் வானமும் அவர்கள் நின்றுகொண்டிருந்த உறைபனிப் பரப்பு அவர்கள் மேல் படர்ந்து ஏறிவிட்டிருந்ததைப் போல வெளுத்துக்கிடந்தன. அதற்கு நேர்மாறாக அவர்களுடைய உதடுகளும் கூரை மேல் அமர்ந்திருந்த பறவையும் அவர்களணிந்திருந்த, சந்தேகமில்லாமல் பல நிறமுள்ளதாயிருக்கக்கூடிய உடைகளுமோவெனில் தீயிலிட்டுப் பொசுக்கியதைப் போல கருத்துக் கிடந்தன (சவத்தின் வெளுப்பும் சாத்துக்கத்தின் கருப்பும் சாத்தானின் அடையாளங்களல்லாமல் வேறென்ன). சித்திரம் அது உயர்த்திக் காட்டப்பட்ட கணத்திலேயே லிட்டில்போர்ட்டை ஓர் இடைக் காலப் புதினத்தின் மர்ம நிலமாயும், அதன் ஜனங்களை முன்னூறு வருடங்களுக்கு முன் இறந்துபோன பிணங்களாயும் மாற்றிவிட்டிருந்தது. கேத்தரினும் பிரிட்ஜெட்டும் சித்திரத்தைப் பார்த்தவுடன் வீரிட்டலறி தங்கள் கணவர்கள் அதைப் பார்க்க நேர்ந்தால் அவர்களிருவரும் நிரந்தரமாகவே பிறந்த வீட்டில் இருக்குமாறு தங்களை விலக்கிக்கொண்டு விடுவார்கள் என்று புலம்பத் தொடங்கிவிட்டார்கள். இந்தப் பயங்கரத்தை அதிகரிக்கச்செய்யும் வகையில், ஹென்றி ஏற்கெனவே வற்புறுத்திச் சொல்லியிருந்ததற்கு மாறாக, சித்திரத்தில் அவர் கோபத்தாலும் நம்பிக்கையின்மையாலும் சுருங்கி விகாரமான முகத்தவராகவே இருக்கையில்

அமர்த்தப்பட்டிருந்தார். அவரைச் சூழநின்ற பெண்களோ பயமும் கண்ணீரும் உதிரும் முகங்களோடேயே வரையப்பட்டிருந்தார்கள். ஆத்திரத்துடன் ஹென்றி இதைப் பற்றி அவனிடம் முறையிட்டபோது அவன் அலட்சியமாக, ஆனால் நீங்கள் அப்படித்தானே அப்போது உங்கள் மூஞ்சியை வைத்துக்கொண்டிருந்தீர்கள் என்று பதில் சொன்னான். இவற்றுக்கெல்லாம் மேலாக அவன் ஒரு பெரிய குறும்பையும் தன் சித்திரத்தில் செய்திருந்தான். பயத்தினால் அவன்முன் வந்து நிற்கக் கடைசிவரை மறுத்துக்கொண்டிருந்த எடித் பிடித்தமில்லாமையினாலும் வீட்டுக்குள்ளிருந்து திடீரென்று வெளியே இழுக்கப்பட்டு கருப்புப் பெட்டியின்முன் நிற்கவைக்கப்பட்டுவிட்டதாலும் தன் கவனத்திலிருந்து தப்பவிட்டுவிட்டிருந்த உடைகளின் அலங்கோலத்தையும் அதனால் பகிரங்கமாக வெளிப்பட்டுகொண்டிருந்த அவள் மார்பின் முக்கால் பகுதியையும்கூட தூரிகையால் சரிப்படுத்தாமல் அப்படியே அந்தப் பொல்லாத ஓவியன் வரைந்துவைத்திருந்தான். இத்தனைக்கும் எடித் உடை விஷயத்தில் நிரம்பக் கண்டிப்பும் ஆசாரத் தன்மையும் கொண்டவளென்று பேரெடுத்தவள். அந்தக் கணத்திற்கு முன்பும் பின்பும் எடித் தன்னை அப்படிக் காட்டிக்கொண்டதேயில்லை. அல்லது அப்படி நேர்ந்துவிடும் ஏதாவதொரு தவிர்க்கவியலாத கணம் பார்ப்பவர் கண்களிலிருந்தும் மனதிலிருந்தும் உடனே வேகமாகச் சுழன்று நகர்ந்து விடுமளவிற்கு அவள் உள்வயமானவள். ஆனால் அந்த நிறங்களற்ற ஓவியம் எடித்தை முதியவர்கள் முகஞ்சுளிக்கும்வண்ணமும் விடலைகள் ஆபாசமான கற்பனைகளில் ஈடுபடும்வண்ணமும் திமிர்க்குணம் கொண்டவளாய் தாளில் நிலைப்படுத்திவிட்டிருந்தது. சித்திரத்தில் தன் மகளின் கோலத்தைப் பார்த்து ஹென்றி அவமானத்தால் துடித்துப்போனார். ஆண்டவன் கருணையால் அதை ரகசியமாக ரசித்துக்கொண்டும் வெறுத்துக்கொண்டும் இருந்தவர்களைவிட அதிகமாக எடித்தின் கோலத்தையும் ஹென்றியின் குடும்பம் நேர்மையற்ற முறையில் வரையப்பட்டிருந்ததையும் பார்த்துக் கண்களை மூடிக்கொள்கிற, அவர்களை நன்றாக அறிந்தவர்களே கூட்டத்தில் அதிகமிருந்தார்கள். அவர்கள் அந்த நாடோடியை வன்மையாகக் கண்டித்து மீண்டும் அந்தச் சித்திரத்தைத் திருத்தி நாகரீகமான முறையில் வரைந்துகொடுக்கும்படி வற்புறுத்தினார்கள். ஆனால் அவன் ஒருமுறை வரைந்த சித்திரத்தை மீண்டும் வரைவது தன்னால் முடியாத காரியம் என்று பிடிவாதமாகச் சொல்லிவிட்டான். இது ஊர்க்காரர்களுடைய ஆத்திரத்தைக் கிளப்பிவிட்டது. வாக்குவாதம் தடித்து அவர்கள் அந்தச் சித்திரமும் சாபக்காட்டிலிருந்து உயிரோடு வெளிவந்ததுமே அவன் சாத்தானோடு தொடர்புடையவன் என்பதற்கான ஆதாரம் என்று முடிவுசெய்து ஹென்றியுடன் ஒற்றைக்கு ஒற்றையாகத் துப்பாக்கிச் சண்டை அல்லது ஊரார் கையால் கல்லடிபடல், இந்த இரண்டில் எந்த விதத்தில் அவன் தன் சாவைத் தேர்ந்துகொள்ள விரும்புகிறான் என்று கேட்டுவிட்டார்கள். தானொரு சூனியக்காரன் என்கிற ரகசியம் பகிரங்கப்பட்டுவிட்ட பின்னும் அவன் சளைக்காமல் தன் தூரிகைப்பெட்டியில் சவங்களுக்கும் இடமுண்டு என்று கூறி ஹென்றியை மறுநாள் புலர்காலையில் எரிந்த நிலத்தின் வடக்குத் திசையிலிருந்து துப்பாக்கியுடன் எதிர்கொண்டான். அவன் வீரனாயும்

இருந்திருக்கக்கூடும். அல்லது ஏதேனும் மந்திரத்தால் ஹென்றியின் கைகளைக் குறித்த கணத்தில் கட்டிப்போட்டுவிடவும் அவனால் முடிந்திருக்கக்கூடும். ஆனால் மேல்தெரு தேவாலய மணி ஒலிப்பதற்கு இரண்டு விநாடிகளுக்கு முன் அதன் பொறி சுருள்வில்லிலிருந்து விடுபடத் தயாராகும் கைச்சொடக்குப் போன்ற மெல்லிய ஓசையை ஹென்றி சிறுவயதிலிருந்தே கேட்டுப் பழக்கப்பட்டிருந்தார். பிறகு ஊரார்கள் இரண்டாம் பேரறியாமல் அந்தச் சூனியக்காரனின் உடலைச் சாபக்காட்டின் எல்லையில், சுக்குநூறாக உடைத்துப்போட்ட, அவன் பெட்டியோடும் அவனைப் பற்றின ஞாபகங்களோடும் சேர்த்துக் குழிதோண்டிப் புதைத்துவிட்டுத் திரும்பினார்கள்.

ஆனால் புதைக்கப்பட்ட சாத்தானின், தன்னைத் தைரியமாக எதிர்கொண்ட முதல் மனிதனுடனான விளையாட்டு அத்துடன் நிற்கவில்லை. பயங்கரமான அந்தச் சித்திரத்தைப் பார்த்த கையோடு பெட்டியைத் தூக்கிக்கொண்டு புகுந்தவீட்டிற்குப் புறப்பட்டுப் போய்விட்ட கேத்தரினையும் பிரிட்ஜெட்டையும் தவிர (அவர்கள் கிறிஸ்துமஸிற்காக லிட்டில்போர்ட் வந்து அந்தக் கசப்பான அனுபவத்தைப் பெற்றுக் கொண்டு போனதோடு சரி, பிறகு வருடங்களாகியும் இருவருமே ஊர்ப்பக்கம் தங்கள் மூச்சுக்காற்று செல்லக்கூட அனுமதிக்கவில்லை) வேறு யாரும் அதன் குரூரப் பழிவாங்கலிலிருந்து தப்ப முடியாமற்போனது. எடித்தை அலங்கோலமான உடையலங்காரத்தில் ஊரார் கண்முன் வெளிப்படுத்திவிட்ட தன் அவசரப்புத்தியை நினைத்து நினைத்து மறுகிக்கொண்டேயிருந்த ஹென்றி அடுத்து வந்த ஔஸின் வெள்ளப் பெருக்கின்போது வழக்கமாகப் படையெடுக்கும் கொசுக்களின் விஷக் கடிக்கு அந்தமுறை தாக்குப்பிடிக்க முடியாத அளவிற்கு உடல் பலவீனராகி இறந்துபோனார். அவர் போனதற்குப் பிறகு சாரா பரம்பரைத் தொழிலான மீன் பிடித்தலும் (அவள் நன்றாகத் துப்பாக்கி சுடத் தெரிந்தவளாயினும்) பறவைகள் சுடுவதும் கௌதாரிகளைக் கண்ணி வைத்துப் பிடிப்பதும் அரிதாகிப்போனதால் விவசாயத்திற்கு வந்துசேர்ந்தாள். அவள் அதிர்ஷ்டம், தோற்றுப்போன விவசாயியான முட்டாள் ஆர்தர் யங்கின் பிரச்சாரங்களைக் கேட்டுவிட்டு, நிலவேலிச் சட்டங்களை அரசாங்கம் அமல்படுத்திக்கொண்டிருந்த நேரமாய் அது இருந்தது. ஹென்றி இருந்திருந்தால் அதிருப்தியாளர்களைச் சேர்த்துக்கொண்டு போராட்டங் களையோ கலவரங்களையோ நிகழ்த்தி நிலங்களைக் காப்பாற்றிக் கொடுத்திருப்பார். தவிரவும் அவர் இருந்திருந்தால் நிலத்தின் மேல் அன்று, அதன் மேல் அலைபாயும் நீரிலேயேதான் அந்தக் குடும்பத்தின் வாழ்வாதாரம் தொடர்ந்திருக்கும். நிலஆய்வாளர்கள் வந்து உரிமைப் பத்திரங்களைக் கேட்டபோது, பரஸ்பரம் மனிதர்கள் மேல் கொண்டிருந்த நம்பிக்கையால் ஹென்றி அவற்றைப் பற்றியெல்லாம் கவலைப்படாமலே இருந்துவிட்டதால், சாராவால் அவற்றைக் கொடுக்க முடியவில்லை. அந்தத் தான்தோன்றிச் சட்டம் அவளிடமிருந்த நிலத்துண்டைப் பிடுங்கிக்கொண்டு விட்டது. நிலம் சாராவிடம் இருந்திருந்தாலும் விவசாயச் செலவுகளை அவளால் சமாளித்திருக்க முடியுமா என்பது சந்தேகம்தான். தொடர்ந்து நீர் வடிக்கப்பட்டு சொட்டை சொட்டையாய்

வெளிப்போந்திருந்த நிலங்களில் நிலவேலிச் சட்டங்களுக்குப் பின் பண்ணையார்கள் டர்ன்பைக் குழுமச் சாலைகளோடு தங்கள் நிலங்களை இணைத்துக்கொள்ளும் பேராசையில் மிச்சமிருக்கும் பொது நிலங்களையும் தனியார்ச் சாலைகளாக்கிவிட்டார்கள். விளைச்சலை லிட்டில்போர்ட்டிலிருந்து தரை மார்க்கமாக எங்கே கொண்டுபோவதானாலும் டர்ன்பைக் சாவடியில் கட்டணம் செலுத்த வேண்டியிருந்தது. இதைத் தவிர புதிய வேலிகளை அமைக்கும் செலவு வேறு. சாரா பறிபோன நிலத்திற்கு ஈடாகக் கிடைத்த சொற்பப் பணத்தை ஈலி தேவாலயத்து மேற்றிராணியாரான ஜொனாதனிடம் வட்டிக்குக் கொடுத்துவிட்டு, ரிக்வுட்கள் வேலிகட்டிக்கொண்ட நிலத்தில் கூலி வேலை செய்ய மூன்றாமவளான எடித்துடன் போய்வந்துகொண்டிருந்தாள். எடித்தோ மணப்புல் பயிராகிக்கொண்டிருந்த பருவத்தில் உயரமான தோபியாஸ் ரிக்வுட்டைக் காதலித்தாள். எங்கேயும் நடப்பதைப் போலவே தோபியாஸுக்கு நார்ஃபோல்க் பிரபுவாக அந்தஸ்து ஏற்பட வாய்ப்பிருந்ததால் டொனால்ட் தம்பதியினர் காதலர்கள் இணைவதைக் கடுமையாக எதிர்த்தார்கள். திடீர்ப் பணக்காரர்களான அவர்கள் அதை வெளிப்படையாகச் சொன்னால் உள்ளூர்க்காரர்களின் அதிருப்தியைச் சம்பாதித்துக்கொள்ள நேருமேயென்று அந்த மந்திரவாதி வரைந்த ஓவியம் எடித்தை ரகசியமான தருணங்களில் புதைசேற்றுக் குணம் கொண்ட ரத்தக் காட்டேரியாகத் தன்னை மாற்றிக்கொள்ளக்கூடிய சூனியக்காரியாயும் தன்னுடலை வெளிப்படையாக அறிவித்துக்கொள்ளக்கூடிய வேசியாயும் காட்டியதை உண்மையென்று அவளே தன் மகனை மயக்கியதன்மூலம் நிரூபித்துக்கொண்டுவிட்டாள் என்றும், அநியாயமாகக் கொல்லப்பட்ட அவன் உண்மையிலேயே பேய்களை அடையாளங்கண்டு விரட்ட வந்த நிஜமான கத்தோலிக்கன்தா னென்றும் வம்பர்கள்மூலமாகப் பேச்சைக் கிளப்பிவிட்டார்கள். மானஸ்தியான சாரா திருமணத்தின் பொருட்டாக அந்தஸ்து வித்தியாசப்பட்டவர்களின்முன் அவமானப்பட்டுக்கொண்டு நிற்பதைக் காட்டிலும் எடித் கன்னியாக இருந்துவிடுதலே நல்லதென்று முடிவு செய்துவிட்டிருந்தாள். ஆனால் காதலர்கள் திருட்டுத்தனமாகச் சந்தித்துக்கொள்வதையும் எலினார் மூலமாகவோ அல்லது ஹெலன் மூலமாகவோ கடிதங்களைத் தூதுவிட்டுக் காதலைப் பரிமாறிக் கொள்வதையும் வழக்கமாகக்கொண்டிருந்தார்கள் (அந்தக் கடிதங்களை ஆர்வ மிகுதியால் ஓரிருமுறை திருட்டுத்தனமாகப் பிரித்துப் படித்துப் பார்க்க நேர்ந்த சமயங்களில் அதில் காதலைச் சொல்லும் எந்த வார்த்தைகளையும் தன்னால் பார்க்க முடியவில்லையென்று பின்பு ஹெலன் எலினாரிடம் சொன்னாள். மாறாக காற்றாலைகளைப் பற்றியும் கால்பந்தாட்டக்காரர்களைப் பற்றியும் ஃபென் புலிகளைப் பற்றியுமான வாசகங்களும் அரற்றல்களுமே அந்தக் கடிதங்களைப் பெரும்பாலும் நிரப்பும் விஷயங்களாயிருந்தன). அவர்களிருவருக்கும் இது பிடிக்கவில்லை யென்றாலும் வெளியே சொன்னால் எடித்தை அம்மா கோபிப்பாளென்று மௌனமாக இருந்துவிட்டார்கள். பிறகு திடீரென்று பள்ளி நாளொன்றில் எலினார் விக்டோரியா தெருவில் இருந்த சமயம் ஹெலனைச் சாட்சிக்கு நிற்கச் செய்துவிட்டு எடித்தும் தோபியாஸும், தற்கொலை

செய்துகொள்ளும் முடிவை எடுக்கிறவர்கள்கூட தேர்ந்தெடுக்கப் பயப்படும் சாபக்காட்டினுள் நுழைந்துவிட்டார்கள். அவர்களிருவரும் அதனுள் நுழைந்து தங்களைக் காணாமல் போக்கிக்கொண்டதானது இரண்டு குடும்பங்களையுமே பேரதிர்ச்சிக்குள்ளாக்கி ரிக்வுட்களுடைய தலைக்கனத்தையும் வறட்டுக் கௌரவத்தையும் ஒழித்தழித்தது. காணாமல்போனவர்களுடைய ஈமச்சடங்குகளைக்கூட நிலுவையில் வைத்திருக்க வற்புறுத்தும் சாபக்காட்டுடன் சம்பந்தப்பட்ட குடும்பங் களில் மணஉறவுகளை மேற்கொள்ள ஊரார்கள் பொதுவாகத் துணிவதில்லை யாதலால் தங்கள் தவறுக்குப் பிராயச்சித்தம் தேடுவதாகச் சொல்லிக் கொண்டு ரிக்வுட் தம்பதியினர் தோபியாஸுக்கு இளையவனான ஆம்ப்ரோஸை ஹெலனுக்கு மணம் பேச சாராவின் வீட்டிற்கு வந்தனர். பெண்களைக் கரையேற்றும் வகை தெரியாமல் திணறிக்கொண்டிருந்த சாராவும், அவர்களை வெறுத்தாலும், வேறு வழியின்றி நடக்கிறபடி நடக்கட்டுமென்று திருமணத்திற்கு ஒத்துக்கொண்டாள். சென்றுபோன துயர ஞாபகங்களின் சுமையை ஈடுகட்டும் வகையில் திருமணம் ஈலி தேவாலயத்தில் விமர்சையாக நடைபெற்றது. உள்ளூர்க்காரர்கள் மனத்தடை இல்லாமல் கலந்துகொண்டு வைபவத்தைச் சிறப்பித்தனர். தம்பதிகளைப் பல்லாண்டுகாலம் சிறப்பாக வாழ ஆசீர்வதித்துவிட்டுச் சென்றனர். ஹெலனும் உள்ளூரிலேயே வாழ்க்கைப்பட்டுப் பிறந்த வீட்டிற்கு நினைத்தபோது வரப்போக வாய்ப்பும் அமைந்துவிட்டதில் மெத்த சந்தோஷமாக இருந்தாள்.

ஆனால் அந்தத் திருமண வாழ்க்கை இரண்டே வருடங்களில் முடிவுக்கு வந்துவிட்டது. ஆம்ப்ரோஸ் காரணம் தெரியாத ரத்தசோகை நோயால் பீடிக்கப்பட்டு ஒருவருட காலம் மனைவியும் பெற்றோர்களும் பார்த்துக் கதறியழுமளவிற்கு அவதிப்பட்ட பிறகு ஹெலன் இரவுகள் தோறும் கற்பனை செய்துவைத்திருந்த தன் குழந்தையை எந்த நேரத்திலும் எதிர்பார்த்துக்கொண்டிருந்த நேரத்தில் இறந்துபோனான். அவன் உடல் ஊதினால் பறந்து போய்விடக்கூடிய அளவிற்கு, மனித உடல் என்று சொல்வதற்கே லாயக்கற்ற விதமாக, வெளிறி உலர்ந்துபோயிருந்தது. ஓர் இலைச் சருகை எருக்குழியில் தள்ளுவதைப் போல அவன் உடலைப் புதைகுழியில் தள்ளி மூடினார்கள். இரண்டு பிள்ளைகளையும் பறிகொடுத்துவிட்டு அனாதைகளாகிப்போன ரிக்வுட் குடும்பம் பிறகு லிட்டில்போர்ட்டை விட்டுத் தொலைவாக எங்கோ சென்றுவிட்டது. ஹெலன் பிரியப்பட்டால் தங்களுடன் வரலாமென்றும் அல்லது லிட்டில்போர்ட் வீட்டையே அவளுக்காகவே விற்கப்படாமல் விட்டு வைக்கப்பட்டிருந்த பண்ணை நிலங்களுடன் ஆண்டுகொள்ளலா மென்றும் அவர்கள் கூறியிருந்தாலும், சாராவும் எலினாரும் அபவாதத்திற்கஞ்சி அங்கே போகப் பிரியப்படாததால் பண்ணை வீட்டை அதனுள்ளிருந்த சாமான்களோடே கரையான் அரிக்க விட்டுவிட்டு ஹெலன் அவர்களுடைய தரித்திரம் பிடித்த ஓட்டை வீட்டிற்கே திரும்ப வந்துவிட்டாள். அவளைப் பொறுத்தமட்டில் அவள் தன்னுடலைக் கணவனின் இறப்பால் அதிகம் பாதிக்கப்பட அனுமதிக்கவில்லை.

அவள் கவலையெல்லாம் பிறக்கப்போகும் குழந்தையைப் பற்றியதாகவே இருந்தது. அதன் வளர்ச்சி பாதிக்கப்படுமென்று ஆம்ப்ரோஸின் உடல் மேல் விழுந்து புரண்டு அழுது தன்னைத் தீர்த்துக்கொள்வதைக்கூட அவள் கட்டுப்படுத்திக்கொண்டுவிட்டிருந்தாள். சாராவும்கூட அந்தக் குழந்தையை எதிர்பார்த்துக்கொண்டுதானிருந்தாள். ஆனால் அதற்கான காரணம் வேறு. தகப்பனைக் காவு வாங்கிய அதன் ரத்தத்தில் ரிக்வுட்களின் மூச்சை சுவாசித்த ஹெலனின் கருவிலேயே எடித்தை இழுத்துக்கொண்டுபோய் சாபக்காட்டினுள் கரைத்த அதன் பெரியப்பனின் கொலைக்குணம் கலந்துவிட்டிருக்குமென்று அவள் நம்பினாள். பிரசவ மூர்ச்சை தெளிந்து ஹெலன் குழந்தையைத் தன் அருகில் தேடியபோது அது தன் தகப்பனைப் போலவே ஒரு வெள்ளைத்தாளாக, ரத்தமின்றி இறந்தே பிறந்ததாயும் அதனால் போதகரின் ஆலோசனைப்படி அது தன் உடலிலிருந்து தீய ஆவிகளைப் புறப்படுத்தும் முன் அதற்கு அவகாசமளிக்காமல் உடனே புதைக்கப்பட்டுவிட்டதாகவும் தகவல் தெரிவிக்கப்பட்டது. அப்போதும் எலினார் விக்டோரியா தெருப் பள்ளிக்கூடத்தில்தான் இருந்தாள். குழந்தை இறந்த செய்தியைக் கேட்டு ஹெலன் பைத்தியமாகிவிட்டாள். எப்போதும் தீராத தூக்கம், பலவந்தமாக வாய்க்குள் திணிக்கப்பட்டு உள்ளே சென்றுவிழும், பிரக்ஞையைக்கூட தட்டியெழுப்பச் சக்தி யில்லாத உணவு, எந்தத் திசையில் முகம் திரும்பியிருந்தாலும் தோன்றிக் கொண்டே இருக்கும்படி கண்களில் நிரந்தர ஓவியமாக வரையப்பட்டு விட்ட சாபக்காடு, எங்கோ தொலைவாகத் தேவனுடன் மழலை பேசிக் கொண்டிருக்கும், தன்னை ஆணா பெண்ணா என்றுகூடக் காட்டிக் கொள்ளாமல் போய்ச்சேர்ந்துவிட்ட தன் குழந்தை இவற்றைத் தவிர அவள் உலகத்தில் வேறெதுவும் இல்லாமலானது. ஐந்து பெண்களைப் பெற்றிருந்தும் நால்வராலும் ஓர் உதவியும் இல்லாமல்போனதை எண்ணி எண்ணி வெதும்பிய சாரா பிறகு ஈலி மேற்றிராணியாரின் யோசனைப்படி எலினாரை, அவள் விரும்பும்வரையில் படிக்கவைக்க அவர் உதவி செய்வதாக உறுதியளித்ததால், சம்மதித்தாள். தேவாலய இலவசப் பள்ளிக்கூடத்தில் துவக்கப் படிப்பை முடித்த பிறகு மேற்றிராணியாரின் உதவியால் எலினார் அவள் விரும்பியபடி கேம்பிரிட்ஜில் சேர்ந்தாள். அங்கு புறப்படும் அதே தினத்தன்றுதான், ஹெலனின் பழைய தகரப் பெட்டியை உபயோகித்துக்கொள்வதற்காக, பரண் மீதிருந்து அதை எடுத்துத் திறந்தபோது, வருடங்களுக்கு முன் நடந்த களேபரத்தில், யார் கவனத்திற்கும் பிடிபடாமல் அந்த மாயச் சைத்ரீகனின் கையிலிருந்து நழுவி விழுந்திருக்கக்கூடிய அவர்களுடைய குடும்பச் சித்திரத்தை ஹெலன் எடுத்து அதனடியில் ஒளித்துவைத்திருந்ததையும் அவள் கண்டுபிடித்தாள். அது கிழிபடாமல் இருக்கும்வரை தங்கள் வாழ்வின் மீது படிந்துபோன துரதிர்ஷ்டத்தின் திரையும் கிழிபடாமலேதான் இருக்குமென்று அவள் நிச்சயமாகவே நம்பினாளென்றாலும் விதி இனியும் விளையாடுவதற்குத் தங்களிடம் பணயப் பொருள் எதுவுமில்லை யென்று நினைத்தோ அல்லது ஹெலனின் விருப்பப் பொருளாய், தங்கள் குடும்பத்தின் தரித்திர மூலமாய், எப்படியோ தங்கிவிட்ட

அந்தச் சித்திரத்தைக் காலங்கடந்து இப்போது கிழித்தெறிவது அவள் குழந்தையைக் கொன்று புதைத்த குற்றவுணர்ச்சிக்குத் தன்னையும் ஆளாக்கிவிடக்கூடுமென்று எண்ணியோ, அல்லது அது இரண்டாகக் கிழிபடும் கணத்தில் அதனுள் அடைபட்டிருக்கும் மந்திரவாதியின் ஆவி வெளிப்பட்டுத் தன்னை விழுங்கிவிடக்கூடும் என்கிற அச்சத்தாலோ, அவள் அதைக் கிழித்துப்போடாமல் ஹெலனின் பெட்டியினடியிலேயே கிடக்க விட்டுவிட்டாள். அதற்குப் பல மாதங்களுக்குப் பிறகு அந்தச் சித்திரம் இரண்டாம் முறையாக வெளிப்பட்டபோது கேம்பிரிட்ஜ்ஜில் மூத்த மாணவனான ட்ரிஸ்ட்ராம் பேக்கரை அவளுடைய திடீர்க் காதலனாகவும் பின் கணவனாகவும் ஆக்கிவைத்தது.

ஜூனியஸ்

அது வேறெந்த வகையிலும் சாத்தியமாகியிருக்கவும் முடியாதுதான். காரணம், ட்ரிஸ்ட்ராமைப் போன்ற ஓர் இளைஞனால் காதலியாக ஏற்றுக்கொள்ளப்படுவதைத் தடுக்கக்கூடிய நியாயமான காரணங்கள் எலினாரிடம் போதுமான அளவு இருக்கத்தான் செய்தன. முதல் காரணம், சதுப்புநிலப் பெண்ணொருத்தியைக் காதலியாக அன்று, சக மாணவியாகவேகூட அங்கீகரிப்பதென்பது, கோமான்கள் விருந்துகளில் பீற்றிக்கொள்ளவொரு பொருளாக கேம்பிரிட்ஜ் வகுப்பறைகளில் தங்கள் இளமையைக் கழித்துக்கொண்டிருந்த அவர்களுடைய வாரிசுகளுக்குக் கனவில்கூட நினைத்துப்பார்க்க முடியாத விஷயமாயிருந்தது. ஃபென் பிரதேசத்தவர்களுடன் நேரடிப் பரிச்சயமில்லாத இளைஞர்கள்கூட அந்த நீரடிக் கிராமங்கள் பற்றின பரம்பரைக் கதைகள் மற்றும் கலவரச் செய்திகள்மூலமாக அவர்களை வெறுக்கப் பழக்கப்பட்டிருந்தார்கள் (அங்கே நேற்றுப் பிறந்த குழந்தைகூட உதட்டில் அபினியும் கையில் கட்டாரியும் புத்தியில் மூர்க்கமும் வைத்திருக்குமாமே). மாணவர்களென்ன, ட்ரினிடிஹால் தலைவரே அவளை ஆக்ஸ்போர்ட் பக்கமாக எங்காவது தள்ளி தன் கையைக் கழுவி விடுவதற்கு ஆயிரம் காரணங்களை யோசித்துக் கொண்டுதானிருந்தார். அவற்றில் சில, 1. ஃபென் ஆசாமிகள் நீருக்கடியிலிருந்து வெளியேறி வெய்யிலுக்கு வர விரும்பாதவரை இன்னும் ஐநூறு வருடங்களானாலும் வாத்தின் தந்திரமும் தவளையின் இரைச்சலும் காட்டாற்றின் அழிக்கும் குணமும் மனவோதங்களும் அவர்களை விட்டுப் போகப்போவதில்லை, 2. என்ன படித்தாலும் அவர்களுடைய புத்தி கால்பந்து விளையாட்டைத் தவிர்த்த வேறு புரட்சிகளைப் பற்றி யோசிக்காது, 3. எலினாரின் தகப்பனான ஹென்றி காட்டரே மைல்டன்ஹால் கலவரத்தில் ஈடுபட்டுக் கைதுசெய்யப்பட்ட கூட்டத்தில் (புலிகளோ ஒட்டகங்களோ

அல்லது தொப்பைப் பறவைகளோ தெரியவில்லை) ஒருவனாகப் பிரசித்த மானவன், 4. இதற்கெல்லாம் மேலாக சலேமில் தூக்கிலிடப்பட்ட சூனியக்காரிகளின் ஆவிகள் சதுப்புநிலப் பெண்களின் உடலுக்குள்தான் அடைக்கலம் புகுந்திருப்பதாகக் கேள்வி, இது நடந்து எண்பது வருடங்கள் ஆகிவிட்டதே என்கிற வாதமெல்லாம் சாத்தானிடம் செல்லாது, அவன் இட, கால வெளியைக் கடந்தவன், அந்தச் சின்னப்பெண் பெட்டி தன் உடலில் காண்பித்த வினோத மாற்றங்களைக் கொண்டுதான் அவர்கள் பிடிபட்டார்களென்பதால் இந்தத்தடவை ஆவிகள் தாங்கள் உள்ளே இருப்பது தெரியாதபடி மிக ரகசியமாகப் பெண்களின் உடல்களுக்குள் பதுங்கிக்கொண்டிருக்கின்றனவாம், மேலும் அவர்கள் அத்தனை பேரையும் கையில் சிக்கும் ஆண்களனைவரையும் சுழற்றி உள்ளிழுத்துக்கொள்ளும் புதைசேற்றுக் குணம் கொண்டவர்களாகவும் மாற்றிவிடுகின்றனவாம். ஆனால் சிபாரிசுக் கடிதத்தை அவர் கிழித்தெறிந்துவிடக்கூடும் என்கிற சந்தேகத்தில் எலினாரின் தாய் மன்றாடிக் கேட்டுக்கொண்டதற்கிணங்க அவளுடைய சேர்க்கைக்காக நேரடியாகத் தானே கேம்பிரிட்ஜ்ஜுக்கு வந்திருந்த ஈலி தேவாலயத்தின் மேற்றிராணியார் இங்கிலாந்து போர்களாலும் அதன் நகரங்கள் தொடர்ந்த குடியேற்றங்கள் மூலமாகவும் கொண்டுவந்து நிறுத்தியிருக்கும் மாபெரும் உணவுப் பற்றாக்குறையைச் சமாளிப்பதற்கு அம்மை வடுக்களைப்போல ஃபென் நிலங்களெங்கிலும் துருத்திக்கொண்டிருக்கும் காற்றாலைகளின் தயவைத் தவிர வேறு மார்க்கமில்லையென்று மன்னரே அறிவித்திருக்கிறார் என்று முழங்கியதோடு, ஈலி தேவாலயத்திற்கும் கேம்பிரிட்ஜ் பல்கலைக்கழகத்திற்குமிடையிலான முன்னூறு வருட உறவையும் முன்னிறுத்திப் பிடிவாதமாக அலுவலக அறையை விட்டு நகர மறுத்துவிட்டபடியால் தலைவர் வேறு வழியில்லாமல் எலினாரைச் சேர்த்துக்கொள்ள வேண்டியதாகிவிட்டது.

எதிர்கொள்ளும் தருணங்களில் தவிர வேறெந்தச் சமயத்திலும் எலினார் இளைஞர்களின் கனவுகளை இடைவெட்டிச் செல்லுமளவிற்குச் சிறப்பம்சம் எதையும் கொண்டிருந்தவளில்லையென்பது இரண்டாவது காரணம். லிட்டில்போர்ட்டின் விவசாய நிலங்களிலும் ஔஸ் நதியின் வெள்ளப்பெருக்கினூடும் உறைபனியின் மேலும் வேலைசெய்வதற்கான பொதுவான தகுதியாகக் கருதப்பட்ட பருமனான மற்றும் கடினமான அவளுடைய உடலமைப்பு அவள் கையோடு கொண்டுவந்திருந்த பழைய தகரப்பெட்டியைப் போலவே ட்ரினிடிஹாலில் பரிகசிக்கத்தக்க காட்சிப் பொருளாக இருந்தது குறித்து அவளுக்குத் தாழ்வுணர்ச்சி எதுவும் இருக்கவில்லை. ஆனால் அவற்றோடு தன் எத்துப் பற்களையும் எவ்வளவு நேரம் சவுக்காரம் கரைக்கப்பட்ட நன்னீரில் ஊறிவிட்டு வந்தாலும் அகன்று போகாத சிப்பிமீன் நெடியையும் இணைத்து மாணவர்கள் இட்ட வால்ரஸ் என்கிற பட்டப்பெயர் கொஞ்சம் மனச்சங்கடமேற்படுத்தத்தான் செய்தது. என்றாலும், சாக்ஸன் காலத்திலிருந்தே காட்டுமிராண்டிகள் என்று அறியப்பட்ட மக்களின் வாரிசான அவளுக்கு ஆசாரக் குடும்பங்களின் கல்விக் கேந்திரமான கேம்பிரிட்ஜ்ஜில் இடங்கொடுத்த நிர்வாகத்திற்கும் கேலிப் பொருளாகவேனும் அவளைத் தங்கள் நண்பியாக ஏற்றுக்கொண்ட சக மாணவர்களுக்கும் அவர்களுடைய பெருந்தன்மைக்காகவும்

சகிப்புக்குணத்திற்காகவும் அவர்கள் தன்னை எப்படி அழைத்தாலும் அதை நியாயப்படுத்துமளவிற்கு நன்றிக்கடன்பட்டிருப்பதாக நினைத்து அடிக்கடி மனம் நெகிழ்ந்துகொண்டிருந்ததால் இந்தப் பெயரைப் பெரிதாகப் பாராட்டிக்கொள்ளவில்லை. கூண்டை விட்டுத் தப்பி வெளியே வந்துவிட்ட வினோத மிருகமொன்றைப் பார்ப்பதைப் போல வகுப்பறைக்குள் நுழையும் அவள் தோற்றத்தைக் கிலியுடன் தினமும் பார்த்துக்கொண்டிருந்த மாணவர்களை நண்பர்களாக்கிக்கொள்வதற்கு பிரமாதமாகப் பிரயத்தனப்படவுமில்லை. சகிப்புத்தன்மையும் வலிந்து பழகுதலும் அவளிடமிருந்து தன்னிச்சையாகவே பெருகி வழிந்து கொண்டிருந்த, சிப்பிமீன் நாற்றத்தை ஈடுசெய்யும், வாசனைகளா யிருந்தன. மேலும், ஆச்சரியப்படுத்தும் கபடமற்ற நாட்டுப்புறக் கொச்சையும் சில மாதங்களுக்குப் பிறகு அவளிடமிருந்த பயத்தையும் பரிகாசத்தையும் கொஞ்சங்கொஞ்சமாக விலக்கி சக மாணவர்கள் அவளை அணுகத் தூண்டின. கூடுதலாக, ஔஸ் தன் காட்டுக் குணத்தைக் காட்டும் காலங்களில் விதவையான அம்மா தனியாகக் கிடந்து அல்லற்படுவாளென்றோ, மேட்டு நிலத்திலிருந்து காற்றாலைகள் இறைத்துக்கொட்டும் நீர் வயல்களைப் பாழாக்கிவிட்டதை ஆட்சேபித்து மறுபடியும் ஊரில் கலவரம் மூண்டுவிட்டதென்றோ, தாயிடம் முரண்டு செய்யும் பைத்தியம் பிடித்த தங்கையைச் சரிக்கட்டி மாதாந்திர மந்திரிப்பிற்கு அவளைத் தேவாலயத்திற்குக் கூட்டிப்போக வேண்டுமென்றோ மேற்பார்வையாளர் முகஞ்சுளிக்கும்வண்ணம் அடிக்கடி விடுப்பு எடுத்துக்கொண்டு கிராமத்திற்குச் சென்று திரும்பும் நாட்களில் தகரப்பெட்டியில் வைத்துக் கொண்டுவரும் எளிய ஆனால் மிதமான, இனிப்பும் நறுமணமும் கமழும் கிழங்குப் பணியார வகைகளாலும், அவள் விரைவிலேயே தன் ஏழ்மையையும் தோற்றப் பொலிவின்மையையும் அவர்கள் கண்களிலிருந்தும் பேச்சுகளிலிருந்தும் தொலைவாக விலக்கி வைப்பதில் வெற்றிகண்டுவிட்டாள். இதைத் தவிர வினோதமான கற்பனைகளையும் கேள்விகளையும் சுமப்பவள் என்கிற ஈர்ப்பும் காலைப் பிரார்த்தனையில் லூக்கா படிக்கப்படுகிறபோதெல்லாம் சலிக்காமல் அவள் நெக்குருகிக்கொண்டிருப்பதன்மீதான வியப்பும் சேர்ந்துகொள்ள எலினாரின் குறைகள் மாணவர்களுடைய பொருட்படுத்தலிலிருந்து மெதுவாகத் தேய்ந்து மறைந்தபோது அவளுடைய பிரத்யேகமான, இந்தியப் பட்டைப் போன்ற மிருதுவும் ஒளி ஊடுருவும் தன்மையும் கொண்டதும் மஞ்சள் நிறமானதுமான கூந்தல் அவர்களுடைய கவனப்பரப்பில் அலைபாயத் தொடங்கவே இரண்டாம் பருவப் பரீட்சை முடிவுகள் வகுப்பறையில் வாசிக்கப்பட்ட பிறகு அவர்கள் பெருந்தன்மையுடன் அவளுக்குத் தரித்திரம்பிடித்த தேவதை என்று பெயர்வைத்து அழைக்கத் துவங்கினார்கள்.

மூன்றாவது காரணம், இளையவர்களுக்குப் பாடங்களில் சந்தேக நிவர்த்தி செய்யும் தகுதிபெற்ற மூத்த மாணவனென்று நிர்வாகத்தாலும் நண்பர்களாலும் ஏகமனதாக தேர்ந்தெடுக்கப்படுமளவிற்குக் கணிதவியலில் தேர்ந்த அறிவுள்ளவனாயிருந்தும்கூட ட்ரிஸ்ட்ராம் பேக்கர் அந்தத் துறையின் மீது கொண்டிருந்த வெறுப்பு. அவனுக்குத் தத்துவங்களின் மீதுதான் ஆழ்ந்த விருப்பமிருந்தது. காரணம் அவன் தன்னுடைய

சிறு பிராயத்திலிருந்தே பிற்காலத்தில் தானொரு சாகஸக்காரனாகப் பிரபலமடையப்போவதைப் பற்றிக் கனவுகண்டுகொண்டிருந்தான். தன் தந்தையான ஜெரிமி பேக்கரின் லட்சியக் கதைசொல்லியான லாரென்ஸ் ஸ்டெர்னின் கதாநாயகனைப் பற்றித் தெரிந்துகொண்ட பிறகோ தத்துவங்களும் சாகஸங்களும் பிரிக்க முடியாத உறவு கொண்டவை யென்றும் அவன் உறுதியாக நம்பத் தொடங்கிவிட்டிருந்தான். (அவன் பிறந்தபோது ஜெரிமி பேக்கர் மார்த்தாவின் அருகில் இல்லை. திருமணமான நான்காவது மாதமே அவருடைய பல்கலைக்கழக நண்பரும் பிரிட்டனின் அப்போதைய பிரதம மந்திரியுமான நியூகேஸில் அழைத்தாரென்று ஓஹியோ நதிதீரத்தின் தலைப்பகுதியிலிருந்த வளமான காடுகளுக்காகப் பிரெஞ்சுப் படைகளுடன் போரிட அவளைப் பிரிந்துசென்றவர் தன் குழந்தையின் மூன்றாவது பிறந்த நாளன்றுதான் திரும்ப வீட்டினுள் நுழைந்தார். நுழைந்தவர் அவனைக் கையிலெடுத்தபோது சம்பிரதாயத்திற்காகக்கூட மார்த்தா அவனுக்கு என்ன பெயர் வைத்திருக்கிறாள் என்று கேட்டுக்கொள்ளவில்லை. மாறாக போர்முனையில் தன்னுடைய தைரியமாயும் வைனின் போதையாயு மிருந்தவனென்று ட்ரிஸ்ட்ராம் என்கிற பெயரை அவன் முகத்தின் மேல் உச்சரித்தார். அந்தக் கணத்திலிருந்தே, வினோதமான அந்தக் கற்பனைச் சாகஸக்காரனின் பெயரை விரும்பவில்லையாயினும், மார்த்தா தானும் அவனை ட்ரிஸ்ட்ராம் என்றே அழைக்கத் தொடங்கிவிட்டாள். தனக்கு மூன்று வயதுவரை வேறொரு பெயர் இருந்தது என்பது எதேச்சையாகத் தெரியவந்த பின்னாளிரவொன்றில் ட்ரிஸ்ட்ராம் அவளிடம் அதைக் கூறுமாறு கேட்டபோது அவள் நட்சத்திரங்களில் அதை ஒளித்துவைத்திருப்பதைப் போல பெரிதாக விழிகளைச் சுழற்றினாள். டொனால்டா அல்லது பிலிப்பா, ஒருவேளை உன் மாமன்கள் ஷாபொரோ அல்லது ராபர்ட்டின் பெயர்களாயுமிருக்கலாம், சாமுவேல், வில்லியம், ரிச்சர்ட், ஜான், ஆனால் குழந்தை, அது எனக்கு நினைவில்லை). சாகஸச் செயல் என்பதைப் பற்றின அவன் அபிப்பிராயங்களுக்குச் சிலபல வளர்ச்சி நிலைகளும் இருந்தன. உயரத்திலிருந்து குதிப்பதையும் நண்பர்களோடு சண்டையிடுவதையும் தகப்பனிடம் காசு திருடி லண்டன் சேரிப்பகுதிகளில் ஆட்சேபகரமான வழிகளில் அதைச் செலவழிப்பதையும் வகுப்புகளுக்குச் செல்லாமல் தேம்ஸ் நதிக்கரைக்கு வந்து அமர்ந்து மணிக்கணக்காக வானத்தை வெறிக்கப் பார்த்துக்கொண்டிருப்பதையும் தீரச் செயல்கள் என்று நினைத்துச் செய்துகொண்டிருந்தது ஒரு காலகட்டம். இந்தச் செயல்கள் அனைத்துமே அவற்றை அறிவதிலிருந்து பெற்றோர், ஆசிரியர்கள், ஜனங்கள் என்று ஒரு சமூகத்தைத் தள்ளியே நிறுத்திவைத்திருக்கும் ஒத்த தன்மை கொண்டிருந்ததைக் கொண்டு ட்ரிஸ்ட்ராம் சாகஸம் என்பது ரகசியம் என்று முடிவுசெய்துகொண்டிருந்தான். க்யூபெக் முற்றுகை முடிந்த இரண்டாம் மாதம் கனடாவில் எங்கோ கண்காணாத முகாமில் ஒரு ராணுவ மருத்துவமனையில் சிகிச்சை பெற்றுக்கொண்டு அங்கேயே தன் குண்டடிபட்டு அழுகிப்போன வலது காலையும் கழற்றிக் கொடுத்துவிட்டு ஜெரிமி வீடு திரும்பிய நாளிலிருந்து, குழந்தையின் பெயரை விட்டுக்கொடுத்த தன் காதலுக்கு விலையாக, இல்லறம் சார்ந்து எந்த முடிவையும்

எடுக்கிற உரிமையை முற்றாகக் கையிலெடுத்துக்கொண்டுவிட்டிருந்த மார்த்தாவுக்குத் துப்பாக்கிகளையும் வாட்களையும் கண்டாலே பிடிக்காமற் போயிருந்ததால் கேம்பிரிட்ஜ்ஜிலிருந்து வீடு திரும்பும் வார இறுதிகளில் தகப்பனுக்குத் துணையாக, வீட்டின் முன்புறம் அவர்கள் நிறுவியிருந்த, நகரத்தின் பிரசித்திபெற்ற ரொட்டிக்கடைப் பணப்பெட்டியின் முன் அமர்ந்துகொள்ளும்போது அவன் தலையை ஆதுரத்துடன் தடவியபடி ஜெரிமி பேக்கர் தன் க்யூபெக் சாகஸங்களை விவரிக்கையில் (ஜேம்ஸ் வுல்ஃப் தன் வீரமரணத்தை ஆப்ரஹாம் சமவெளியின் உச்சியில் தேர்ந்தெடுத்துக்கொள்ளாது போயிருந்தால் மினோர்காவில் பிரெஞ்சுக்குப் பயந்து திரும்பிவந்த பைங்கைப் போல லண்டன் சிறைச்சாலையின் அழுக்குப்பிடித்த சுவரொன்றின் முன் நிறுத்தப்பட்டு நியூகேஸிலின் கையால் சுடப்பட்டு கவனிப்பாரற்ற பன்றியைப் போல செத்திருப்பார், தன்னால் முடியாதென்று கடிதமே எழுதி அனுப்பிவிட்டாராக்கும் அவர், புனித லாரன்ஸ் நதியே அதன் ஒழுக்கில் முகத்தையும் உடலையும் கழுவிக்கொள்ளும் சாக்கில் வுல்ஃப் திரும்பத் திரும்பக் கரைத்துவிட்ட அவருடைய அந்த இரவின் பயம், மலைப்பு, துயரம் ஆகியவற்றின் வெப்பம் தாளாது கரிந்து சுடுநீராகிப் பெருமூச்சு விட்டுக்கொண்டு ஓடியதென்றால் பார்த்துக்கொள், ஐந்து நாட்களாயிற்று அவரைத் தேற்றி முன்னேறிச்செல்லும் தைரியத்தையும் சீருடைகளையும் நான் அவர் தோள்களில் திரும்ப அணிவித்துவிடுவதற்கு, சொன்னால் யார் நம்புவார்கள், ஆப்ரஹாம் சமவெளிக்கு இட்டுச்செல்லும் அந்தக் குறுகிய, செங்குத்தான மலைப்பாதையில் ஓர் ஆட்டுக்குட்டியைப் போல வுல்ஃப் என்னைப் பின்தொடர்ந்து வந்துகொண்டிருந்தாரென்பதையும், ஆன்ஸே ஒளஃபௌலோனிலிருந்து படைகளை வுல்ஃபின் பெயரால் வழிநடத்திச் சென்றது உண்மையில் நான்தான் என்பதையும், அப்போது அவர் நடுக்கத்துடன் முணுமுணுத்த க்ரேயின் கவிதை வரிகள் இன்னும் என் காதுகளில் ஒலித்துக்கொண்டேயிருக்கின்றன, அவர் சொன்னார், புகழின் பாதைகள் எப்போதும் கல்லறைக்கே இட்டுச்செல்கின்றன, அடுத்த சில மணிநேரங்களிலேயே அது உண்மையாகவுமாகிவிட்டது, அவர் வார்த்தையே அவரைக் கொன்றுவிட்டது, அல்லது சிலவேளைகளில் எனக்குத் தோன்றுவதுண்டு பையா, வுல்ஃபைக் கல்லறைக்கு இட்டுச்சென்ற க்ரேயின் கவிதை வரிகள் உண்மையில் நானேதானோ) ட்ரிஸ்ட்ராம் கண்கள் விரிய அவற்றைக் கேட்டுக்கொண்டிருந்தாலும்கூட சண்டை வீரத்தின் வெளிப்பாடு என்பதை ஏற்றுக்கொள்ளும் மனநிலையில் ஊசலாட்டத்தை எப்படியோ மார்த்தா அவனிடம் ஏற்படுத்திவிட்டிருந்தாள். அவளுக்குப் போர்கள்மீது பயமோ வெறுப்போ இல்லையென்பதைப் போலவே தெருச்சண்டையென்றால்கூடப் பயந்துகொண்டு கடைக் கதவுகளை இழுத்து அடைத்துவிட்டு வீட்டினுள் பதுங்கிக்கொண்டுவிடும் ஜெரிமியைப் போன்ற அப்பாவிகளையும் பயிற்சியற்றவர்களையும் அவர்கள் அரசு கஜானாவின் விழிபிதுங்கும் போர்ச் செலவுகளைச் சமாளிக்கும் வரித் திட்டங்களை ஆதரிப்பதோடு நன்கொடையும் தருகிறார்கள் என்பதற்காக மட்டுமே, பொதுவாகவே ஆண்பிறவிகளுக்குள்ளிருக்கும் மிகையான சுயப்பிரதாப அலட்டல்களைப் பயன்படுத்திக்கொண்டு, அவர்களைப் பெரிய போர்வீரர்களாயும்

தளபதிகளாயும் ஆக்குவதாகச் சொல்லி அழைத்துச்சென்று போர்களை நடத்தும் இங்கிலாந்தின் யோக்கியதாம்சத்தின் மீது அவளுக்கு மரியாதை இல்லை என்பதையும் ட்ரிஸ்ட்ராம் அறிந்திருந்ததால் ஆயுதங்கள் கோழைத்தனத்தின் வெளிப்பாடாயும் இருக்க முடியுமென்கிற எண்ணம் அதை வேறு வழியின்றி ஒத்துக்கொள்ளும்படியாக அவன் மனதில் வேரூன்றியுமிருந்தது.

சிலகாலம் ஜெரிமியினுடைய புண்ணியத்தில் கண்கட்டு வித்தைகளின்பால் ஈர்ப்பும் அவை சாகஸங்கள் என்கிற உணர்வும் அவனிடம் உண்டாகியிருந்தது. வாழ்நாளின் பின்பாதியை ஒரு முடவனாகவே வாழ்ந்து கழிக்க விதிக்கப்பட்டுவிட்ட தன்மீது ஒரு பாறாங்கல்லைப் போல கனத்துக்கொண்டிருந்த பொழுதுகளை நகர்த்துவதற்காக ஜெரிமி கண்டுபிடித்த தந்திரங்களில் கனடா மருத்துவமனைத் தாதி ஒருத்தியிடமிருந்து கற்றுக்கொண்டுவந்திருந்த சில தந்திர வித்தைகளை ட்ரிஸ்ட்ராமின்முன் செய்துகாண்பித்து அவற்றைப் பார்த்து அவன் வாயைப் பிளப்பதையும் கேள்விகளால் தன்னை உலுக்கியெடுப்பதையும் ரசித்துக்கொண்டிருப்பதும் ஒன்றாக இருந்தது. வெறுங்கையில் பூவையோ நாணயத்தையோ வரவழைத்துக் கொடுப்பது, அட்சரங்கள் எழுதிக் கவிழ்த்துப் போடப்பட்ட துண்டுக் காகிதங்களிலிருந்து அவன் சொல்லும் முக்கியஸ்தர்களின் பெயர்களை மட்டும் தனியே கோர்த்துக் காண்பிப்பது, ஒளித்துவைக்கப்பட்ட பொருள்கள் இருக்கு மிடத்தை இருந்த இடத்திலிருந்தே சரியாகக் கண்டுபிடித்துச் சொல்வது, அஷ்டாவதானம், கைகளைக் கயிறால் கட்டிப்போடச் சொல்லிவிட்டுக் கண்ணிமைக்கும் நேரத்தில் முடிச்சுகளைத் தளர்த்தித் தன்னை விடுவித்துக்கொள்வது என்று பல செப்பிடு வித்தைகளை ஜெரிமி தெரிந்துவைத்திருந்தார். இதில் ஒரு வித்தை ட்ரிஸ்ட்ராமுக்கு மிகப் பிரியமானதாயுமிருந்தது. மற்ற வித்தைகளோடு ஒப்பிடும்போது அது அத்தனை சிக்கல்களில்லாத ஒரு சாதாரண தந்திரம்தானென்றாலும் அவன் அதை அவரைத் திரும்பத் திரும்ப நிகழ்த்தச் சொல்லிக் குதூகலத்துடன் பார்த்துக்கொண்டேயிருந்தான். அவன் எடுத்துக்கொடுக்கும் ஒரு குவளைத் தண்ணீரை (அதை எப்போதும் அவன்தான் செய்ய வேண்டும்) ஜெரிமி வாய் குறுகலான பழைய மதுப்புட்டி ஒன்றினுள் முழுக்க நிரம்பும்வரை ஊற்றுவார் (விளிம்புவரை நீர் நிற்க வேண்டும், ஆனால் வழிந்துவிடக் கூடாது, அப்புறம் மந்திரம் வேலை செய்யாது). ஊற்றி முடித்ததும் உள்ளங்கையால் புட்டியின் வாயை மூடிக்கொண்டே அதைத் தலைகீழாகக் கவிழ்ப்பார். பிறகு ஓரிரு நிமிடங்கள் மந்திர உச்சாடனம் மற்றும் அந்த வித்தையைப் பற்றிய, பார்த்துக்கொண்டிருப்பவனின் இதயத் துடிப்பை அதிகப்படுத்தக்கூடிய, சில வார்த்தை ஜோடனைகள். இப்போது புட்டியைக் கவிழ்த்திக்கொண்டிருக்கும் நிலையிலேயே மூடிக்கொண்டிருக்கும் கையை மெதுவாகத் தேய்த்து இழுத்து அதன் வாயை விட்டு விலக்குகிறார். ஆச்சரியம். புட்டியில் நிறைந்திருக்கும் தண்ணீரிலிருந்து ஒரு துளிகூடக் கீழே சிந்தவில்லை. நீர் அந்தரத்தில் கல்லைப் போல அப்படியே நிற்கிறது. ட்ரிஸ்ட்ராம் இந்த வித்தையைத் தன் தந்தை செய்து காட்டும்போதெல்லாம் கைகளைத் தட்டிக்கொண்டு தரையிலிருந்து எழும்பியெழும்பிக் குதிப்பான். தனக்கு அந்த வித்தையை

மட்டும் சொல்லிக்கொடுக்கும்படி அவன் அவரைப் பலமுறை கெஞ்சினான். ஆனால் துரதிர்ஷ்டவசமாகப் புட்டியிலிருந்து நீர் ஏன் வெளியேறாமல் இருக்கிறது என்கிற விவரத்தை அந்த வித்தைகளைக் கற்றுக்கொடுத்த மருத்துவமனைத் தாதியிடமிருந்து ஜெரிமியே கேட்டுக்கொள்ளவில்லை. சொல்லப்போனால் அந்த வித்தையை நிகழ்த்தும் தருணங்களிலெல்லாம் அவர் தானுமே தன் மகனைப் போல அதை வியந்துபார்க்கும் பார்வையாளனாயும் இருந்துகொண்டிருந்தார். எனவே அதைப் பற்றி அது அப்படித்தான் என்பதற்கு மேல் எதையும் விளக்கிச்சொல்ல அவரால் முடியாமலிருந்தது. ட்ரிஸ்ட்ராமுக்கோ அதே வித்தையை அவன் தன் நண்பர்களின்முன் செய்து காண்பிக்க முனையும்போதெல்லாம் புட்டியிலிருந்து தண்ணீர் அதன் இயல்புப்படி வழிந்து வெளியேறிவிடுவது குறித்துக் கவலையும் தாங்கொணாத அவமானமும் உண்டாகியிருந்தது. மேலும் ஜெரிமி பேக்கருக்கு அதன் ரகசியத்தைத் தாதியிடம் கேட்டுத் தெரிந்துகொள்ளத் தோன்றாததைப் போலவே அவனுக்கும் அது தன் வகுப்பு ஆசிரியர்கள் யாரிடமாவது கேட்டுத் தெரிந்துகொள்ளக்கூடிய சாதாரண அறிவியல் தகவலாக இருக்கலாமென்று ஏனோ அப்போது தோன்றவில்லை. சிலகாலம் அவனுடைய பிராய காலத்து சாகஸக் கனவுகளின் பட்டியலில் அந்த வித்தையை எப்படியாவது கற்றுக் கொள்வது என்பதும் ஒன்றாகச் சேர்ந்துகொண்டிருந்தது. பிறகு அவன் வளர்ந்தபோது அந்தந்த வயதுகளுக்கேயுரிய வேறு விஷயங்களில் அவன் கவனம் சிதறிப் பிரிந்த பிறகு ஜெரிமி அந்த வித்தைகளை அவனிடம் காட்டி வியப்பிக்கும் தருணங்களும் அவன் அதைத் தனியே முயன்றுபார்க்கும் தருணங்களும் மெதுமெதுவாகக் குறைந்து கடைசியில் அவர்களறியாமலேயே நின்றுபோயின. நீர்ப்புட்டி வித்தையின் அடிப்படையைத் தெரிந்துகொள்ளாமலோ அல்லது அது ஒரு சாதாரண வித்தையென்கிற நினைப்பிலோ அவன் அதைப் பிறகு மறந்தும்போனான் (எனினும் சிறுவயதில் அது விளைவித்திருந்த வியப்பின் தாக்கம் மட்டும் அதிலிருந்து அவன் தன்னை ஒருபோதும் விடுவித்துக்கொள்ள முடியாதபடி மனதில் ஒரு கற்தடமாய்ப் பதிந்துபோய்விட்டது. கதவுகளைப் பற்றியும் பாதைகளைப் பற்றியும் யார் பேசுவதைக் கேட்க நேர்ந்தாலும் அவன் வாய், ஏனென்று தெரியாமலேயே, இந்தத் தாக்கத்தால் கடையப்பட்ட அர்த்தம் புரியாத சில சொற்றொடர்களைத் தன்னிச்சையாகவே முணுமுணுத்துக்கொள்ளும், ஒருவனுக்கு உள்ளே நுழையும் வழி என்பது இன்னொருவனுக்கு வெளியேறும் வழியாக இருக்கும் என்கிற மூதுரை எப்போதுமே சரியாகத்தான் இருக்க வேண்டுமென்கிற அவசியம் இல்லை.

கணிதத்தில் பட்டம் பெறுவதற்காக அவன் சென்றுசேர்ந்த ட்ரினிடிஹால் மாணவர் விடுதியும் புதிய நட்புகளும் வயதும் படிப்பின் மீதான இயல்பான விருப்பமும் சிறுபிராயத்து விளையாட்டுகளையும் வித்தைகளையும் சாகஸங்கள் என்று நம்பும் குழந்தைமையிலிருந்து அவனை மெதுமெதுவாக அப்புறப்படுத்தியபோது, கூடவே ஆயுதங்கள் மீதான பிரமிப்பையும் விருப்பத்தையும் தன் தாயால் அவன் இழந்து விட்டிருக்க, குகையைத் தொலைத்துவிட்ட மிருகத்தைப் போல விடலைமனம் அவனுள் நிம்மதியற்று அலைந்துகொண்டிருந்த ஒருநாளில்தான் பாடநூல்களுக்கப்பால் வேறு சஞ்சிகைகளையோ பத்திரிக்கைகளையோ

படிக்கும் பழக்கமற்றவனும், பொதுவான சில செவிவழி அறிதல்களைத் தவிர மற்றபடி, மாணவர்கள் செய்திப் பத்திரிக்கைகளின் புதிய கவர்ச்சியில் அரசியல் படிப்பதையும் பேசுவதையும் ஒரு மோஸ்தராக ஆனே காலத்துக் காபி நிலையங்களில் பயின்றுகொண்டிருந்தபோதுங்கூட, வெளியுலகத்தைப் பரிச்சயப்படுத்திக்கொள்ளாதிருந்தவனுமான ட்ரிஸ்ட்ராம் ஜான் வில்க்ஸ் என்கிற பெயரை முதன்முதலாக மார்த்தாவின் முணுமுணுப்பாகச் செவியுற்றான். வில்க்ஸ் அதற்கும் முன்பே தன் அரசாங்கத்திற்கெதிரான மாமன்றப் பேச்சுகளுக்காகவும் எழுத்துகளுக்காகவும் கைதாகி அமெரிக்கக் குடியேற்றங்களின் இதயத்திலும் இங்கிலாந்து நாட்டுப்புறங்களின் பாடல்களிலும் பிரபலமடைந்துவிட்டிருந்தாரெனினும் கடன் தொல்லைகளுக்குப் பயந்து தன் மகளிடம் அடைக்கலம் தேடி பாரீஸுக்கு ஓடிப்போன பிறகு ஒரு நான்கு வருட காலம் அவர் பெயர் இங்கிலாந்தின் நாவிலிருந்து அகன்று போயிருந்தது. அது ட்ரிஸ்ட்ராம் சிறுவனிலிருந்து குமரனாய் முதிர்ந்துகொண்டிருந்த காலம். இங்கிலாந்தின் மாமன்றம் வில்க்ஸை அப்படியே விட்டிருந்தால் அவருடைய பெயரையும் பராக்கிரமம் என்பதற்கான புதிய விளக்கத்தையும் ட்ரிஸ்ட்ராம் அறிந்துகொள்ளும் சந்தர்ப்பம் கூடாமலே போயிருக்கக்கூடும் (அல்லது குறைந்தபட்சம் அந்த வாய்ப்பு மேலும் சிலகாலம் தள்ளிப்போயிருந்திருக்கலாம்). ஆனால், வில்க்ஸ் லண்டனுக்குத் திரும்புகிறாரென்றும் பற்றாக்குறைக்கு மிடில்செக்ஸ் மாவட்டத்தின் மாமன்றப் பிரதிநிதியாக வரவிருக்கும் தேர்தலில் நிற்கத் தன்னுடைய ஆதரவாளர்கள் மூலமாக ஏற்பாடுகளைச் செய்துகொண்டிருக்கிறாரென்றும் செய்திகள் வரத் தொடங்கிய நாட்களிலொன்றில் கடையின் பின்புறத் தொழிற்கூடத்தில் பார்லி மாவில் இனிப்புப் பசை தயாரித்துக்கொண்டிருந்த அவனருகே அடுப்பின் மேல் நின்றபடி முட்டையை மாவுடன் கலந்து சட்டுவத்தில் வெண்ணெயுடன் ஒக் மத்தால் ஆழ அடித்தவாறே, ஜான் வில்க்ஸ், அவன் ஒரு நிஜமான சாகஸக்காரன் என்று மார்த்தா தனக்குத்தானே உரத்துச் சொல்லிக்கொண்டதானது அவன் மனதில் பசுமரத்தாணிபோல பதிந்துபோனதால் அந்தத் தடவை விடுமுறை முடிந்து கேம்பிரிட்ஜ் திரும்பும்போது அவன் வில்க்ஸின் பெயரைத் தவிர்க்கவியலாமல் தன் மனதில் சுமந்துசெல்லும்படி ஆகிவிட்டது. ட்ரினிடிஹால் நூலகத்திலிருந்து பழைய நார்த்பிரிட்டன் இதழ்களையும் அதன் தேர்தல் பிரசங்கங்களையும் வில்க்ஸை எதிர்த்துப் போட்டியிடும் ஹென்றி லாவெஸ் லூத்ரெலின் யோக்யதாம்சங்கள்பற்றின அதன் பகடிகளையும் அவன் ஆர்வத்துடன் விடாமல் படித்து வில்க்ஸை மேலும் மேலும் பரிச்சயப்படுத்திக்கொண்டான். முதலில் இந்தப் பரிச்சயம் சாகஸச் செயல்கள்பற்றின தெளிவைத் தருமென்று அவற்றை வாசிக்கத் துவங்கிய அவனுக்கு ஏமாற்றத்தையும் குழப்பத்தையும் தருவதாகவே அமைந்துவிட்டிருந்தது. குறைந்தபட்சம் சமூக நடப்புகளைப் பற்றின ஓர் உத்தேசமான சித்திரத்தைக்கூட அவை தனக்குத் தரவில்லையென்று உணர்ந்தபோது அவன் மிகச் சோர்ந்தும்போய்விட்டான். வில்க்ஸின் எழுத்துகள் அரசியலைப் பேசுவதற்குப் பதில் அரசியல் நடத்துபவர்களைப் பற்றிப் பேசின. அவை வெளிப்படுத்தியிருந்த வன்மமும் பரிகாசமும்

ட்ரிஸ்ட்ராமுக்குள் துர்க்கனவுகளைக் கிளப்பி அவனைப் பல இரவுகள் தூங்கவிடாமலடித்தன. பிரபுக்கள் மற்றும் கோமகன்களின் போதை வேளைகளும் அவர்களுடைய வைப்பாட்டிகளுமே அவற்றில் அதிகமாகப் பேசப்பட்ட பொருள்களாயிருந்தன. மாமன்ற நடவடிக்கைகள் அனைத்தையும், பிரபுக்கள் சபையும் சாமான்யர்கள் சபையும் பரஸ்பரம் ஏசிக்கொண்டதையும் இருக்கைகளை எடுத்துத் தாக்கிக்கொண்டதையும் உணர்ச்சி வேகத்தில் நடந்து முடிந்த அவற்றின் கொச்சைத்தன்மையைப் படிக்கும் நிலைக்கு மிதப்படுத்தாமல் அப்படியே நார்த் பிரிட்டன் பிரசுரித்து மன்னரையும் மாமன்றத்தையும் பிரிட்டனையும் அசிங்கப்படுத்தியது. ட்ரிஸ்ட்ராமால் என்ன முயன்றும் நார்த் பிரிட்டனின் கட்டுரைகளை ஒரு பத்திரிக்கையின் பரகசிய மொழியாக எடுத்துக்கொள்ள முடியவில்லை. காரணம் அவன் அவற்றை ஜெரிமியின் மொண்ணைக் கால்களுக்கு ஆலிவ் களிம்பைத் தடவிவிட்டுவிட்டுச் சமையலறைக்குள் நுழையும் மார்த்தாவின் வசவுகளாகக் காது கூசப் பலமுறை கேட்டிருக்கிறான் (பாழாய்ப்போன பூட் தன் பிரதம அமைச்சர் பதவியை முறைப்படி நீதிமன்ற வளாகத்தில் பெற்றிருந்தால் அவருடைய சட்டதிட்டங்களில் ரொட்டியின் மணம் இருந்திருக்கும், அதை அந்தக் குரங்கு மூஞ்சி ஸோஃபியாவின் தொடையிடுக்கிலிருந்து தன்னுடையதை உருவும்போது சேர்த்து உருவிக்கொண்டிருக்கிறபட்சத்தில் அவற்றில் துரமை நாற்றத்தைத் தவிர வேறெதைத்தான் எதிர்பார்க்க முடியும்).

ஜான் வில்க்ஸ் மீதான சலிப்புடனும் நார்த் பிரிட்டனின் எழுத்து வெளிக்கும் தன் வீட்டுச் சமையற்கூடத்திற்கும் உள்ள ஒற்றுமையின் மீதான ஆச்சரியத்துடனும் மறுமுறை கேம்பிரிட்ஜிலிருந்து ட்ரிஸ்ட்ராம் கேனன் தெரு திரும்பியபோது மார்த்தா அவனைச் சமாதானப்படுத்தினாள், அவர்கள் நாகரீகமானவை என்று வரையறுத்திருக்கும் வார்த்தைகளால் பேசுவதைப் பற்றி நீ யோசித்துக்கொண்டிருந்தால் பேச வேண்டிய விஷயத்தைக் கோட்டைவிட்டுவிடுவாய் ட்ரிஸ்ட்ராம், தூய்மைவாதிகளுக்கு கேம்பிரிட்ஜின் கல்விச்சாலைக் கதவுகள் மூடியிருக்கும்வரை, ஞாயிற்றுக் கிழமைப் பள்ளிகளுக்கான அவசியம் தீர்ந்தொழியும்வரை, மாமன்றத்தின் நடவடிக்கைகள் மாவட்டங்களின் பிரதிநிதிகளின் வாயாலேயே நேரடியாக மக்களுக்கு அறிவிக்கப்படாதிருக்கும்வரை, வசவுகள்தான் பாமரர்களின் அறிவாயும் ஆயுதமாயும் இருக்க முடியும், மேலும் இங்கிலாந்து தன் வலுச்சண்டைகளின் பொருட்டு தானியங்களின் மீது வரிகளை ஏற்றிக்கொண்டிருக்கும்வரை, அதன் பாசறையைக் கையூட்டுக் கொடுப்பவர்களுக்கும், பிரபுக்களின் நண்பர்களுக்கும் போர்க்கவசங்களை அணிவித்து அழகுபார்க்கும் பிரதம அமைச்சர்களின் அடிவருடிகள் வித்தைக்கூடமாக மாற்றிப் போரை அவமானப்படுத்துவதோடு அந்தக் கோமாளிகளுடைய பெண்டுகளையும் தவிக்கவிடுவது நிற்கும்வரை, வில்க்ஸின் குரலில் சமையலறை மணமும் பெண்குரலும் இருந்துகொண்டுதான் இருக்கும், நார்த் பிரிட்டன் திரும்பத் திரும்ப வெற்றி பெறுவதற்குக் காரணம் அது பெண்களுடைய ரகசியப் புலம்பல்களை வெளியே எடுத்துச்செல்லும் காகிதக்காற்று என்றுதானே எல்லோரும் பரவலாகப் பேசிக்கொள்கிறார்கள்.

கொள்முதலுக்காகச் சந்தைக்குப் போகுமிடத்தும், நுழைவாயிலில் கைதிகளின் பிணமெதுவும் தொங்கவிடப்படவில்லையென்று தெரியவரும் நாட்களில் அழுக்குத் துணிக்கூடை மற்றும் தெருப் பெண்களுடன் தேம்ஸ் நதி கற்பாலத்தடிக்குச் செல்லும் வேளைகளிலும் பரஸ்பரம் கண்டவற்றையும் கேட்டவற்றையும் பகிர்ந்து கொண்டவற்றையும் கொண்டு பெண்மைக்கேயுரிய நுண்ணுணர்வால் கிரகித்துக்கொண்ட நாட்டு நடப்பைப் பற்றிப் பொதுவாக, மேலும் அப்படிப் பேசும் வேளையில் தனக்குள் கிளர்ந்த குழந்தைத்தனமான சந்தோஷத்தைத் திடீரென வியந்தவளாகவும் மட்டுமே மார்த்தா ட்ரிஸ்ட்ராமிடம் இவற்றைப் பேசினாளேயொழிய அவன் நானும் வில்க்ஸைப் போல ஒரு சாகஸக்காரனாகிறேன் என்று சொல்லியிருந்தால் வினாடிக் காலம்கூட யோசிக்காமல் போய் ஒழுங்காகப் படிக்கிற வேலையைப் பார் என்றுதான் பதில் சொல்லியிருப்பாள். அதில் தவறும் இல்லை. நொண்டியும் அசடுமான கணவனையும் ரொட்டிக்கடையையும் வீட்டு நிர்வாகத்தையும் ஒற்றை மனுஷியாகப் பதினான்கு வருடங்கள் தொடர்ந்து இழுத்துக்கொண்டிருந்ததில் வயதுக்கு மீறிய மூப்பை அடைந்துவிட்டிருந்த அவள் தன் மகன் இன்னும் நான்கு வருடங்களில் வாங்கப்போகும் முதுகலைப்பட்டத்தையும் அதன்பின் தான் அடைய விருக்கும் குடும்பச்சுமைகளிலிருந்தான விடுதலையையுமே தன் தினசரிக் கனவாகக் கண்டுகொண்டிருந்தாள் (இந்தக் கனவுகளை இடையூறு செய்யக்கூடுமென்றே ஜெரிமியைத் தன்னிடமிருந்து தள்ளியே படுக்கவும் வைத்திருந்தாள்). தவறு எதிலென்றால் விரசப் பிரயோகங்களை அவற்றின் வீரியத்தையொட்டி நியாயப்படுத்தும் தன் பேச்சுக்கும் மகனின் விடலை மனதிற்குமிடையில் வயது நிகழ்த்திவிடக்கூடிய தந்திரத்தைப் பற்றி அவள் யோசிக்காமல் விட்டுவிட்டதில்தான். பதமாக வெந்த ரொட்டித்துண்டிற்கு வழங்குவதைக்காட்டிலும் அதிகமான பாராட்டுரை எதையும் வில்க்ஸுக்கு வழங்கிவிட்டதான எண்ணம் அவளுக்குள் திகட்டிவிடவில்லையென்றாலும் ட்ரிஸ்ட்ராமினுள் மிச்சமிருந்த அறியாப்பருவத்தின் மொட்டையும் அந்தப் பேச்சு கிள்ளி அதனுள்ளிருந்த வாலிபத்தை மலர்த்திவிட்டிருந்தது. ஒரு பொறுக்கி, குடிகாரன், சூதாடி, கனவான் என்று நம்பி தன் பின்னால் ஓடிவந்த எயில்ஸ்பெரிப் பண்ணையாரின் பெண்ணை ஏமாற்றி அவள் சொத்துகள் பூராவற்றையும் தன் அரசியல் சூதாட்டத்திற்கு உபயோகப்படுத்திக்கொண்டவன், ஹெல்ஃபயர் மன்ற உறுப்பினர்களுக்குப் பெண்களைக் கூட்டிக்கொடுத்தவன், வாங்கிய கடன்களைத் திருப்பிக் கொடுக்காமல் ஏமாற்றிவிட்டு பாரீஸுக்கு ஓடிப்போனவன், அங்கே மகள் வீட்டிலிருக்கிறோமென்கிற பிரக்ஞைகூட இன்றித் தன் கீழ்த்தரமான கவிதையால் பெண்களத்தனை பேரையுமே ஒருசேரக் கேவலப்படுத்தி பிரெஞ்சு அரசாங்கத்தால் விரட்டப்பட்டவன், மாமன்ற உறுப்பினர்களைத் துப்பாக்கிச் சண்டைக்கு அழைத்தவன், புராதனப் புனித மேரி மடாலயத்தை விபசார விடுதியாக்கியவன், கூசாமல் நண்பர்களைக் காட்டிக்கொடுத்தவன், மாறுகண்ணன், விகாரன், எனினும் அவன் தன் தாயைப் போன்ற இங்கிலாந்துப் பெண்களின் ராபின்ஹுட். நாடோடிப் பாடல்களின் நாயகன். ட்ரிஸ்ட்ராம் ஒவ்வொரு முறையும்

வில்க்ஸ் மீதான தீராத ஆச்சர்யத்துடனும் பிரேமையுடனும் கேனன் தெருவிலிருந்து கேம்பிரிட்ஜ்ஷைருக்குத் திரும்பிக்கொண்டிருந்தான். மார்த்தா கேட்கிறாள், வியாபாரிகளை நம்பி அரசாங்கத்தை நடத்தும் இங்கிலாந்தின் கயமைத்தனத்தின் முன் வில்க்ஸின் தனிப்பட்ட குணக்கேடுகள் எம்மாத்திரம்.

வில்க்ஸ் மிடில்செக்ஸில் மட்டுமல்லாது லண்டன் நகர்த் தொகுதியிலும் நிற்கப்போவதாகத் திடீரென அறிவித்தார். தேர்தலையொட்டி இங்கிலாந்து முழுவதற்கும் பொது விடுமுறை அறிவிக்கப்பட்டு மாணவர் விடுதிகள் மூடப்பட்டபோது ரொட்டி சுடும் அடுப்பினருகே ட்ரிஸ்ட்ராம் மார்த்தாவை ஜான் வில்க்ஸின் வெற்றிவாய்ப்பு பற்றிப் பேசுமாறு வற்புறுத்தினான். வில்க்ஸ்ஸின் லண்டன் முடிவு சற்றே அதிகப்படியான செயலாக அவனுக்குப் பட்டது. நாட்டுப்புறமான மிடில்செக்ஸ் தொகுதியில் அவர் வெற்றிபெறுவது உறுதியென்றாலும், தூஷணைகளும் வம்புகளும் விலக்கப்பட்ட சொற்களும்தான் வில்க்ஸின் ஆயுதமென்றால், படித்தவர்கள் அதிகமிருக்கும் நகர்ப்பகுதியில் அவர் ஜெயிப்பதென்பது நடவாத காரியம் என்பது அவன் கணிப்பாக இருந்தது. மார்த்தா இதற்கு நேர்மாறான அபிப்பிராயத்திலிருந்தாள். மகளிர் ஜனத்தொகை அதிகமிருக்கும் லண்டன் அவர்களின் மனச்சாட்சியான ஜான் வில்க்ஸை எப்படியும் காப்பாற்றிவிடுமென்றும், படித்தவர்களும் பெண்களும் நார்த் பிரிட்டனை ரசிக்க மாட்டார்களென்பதெல்லாம் ஆண்கள் மற்றும் மேட்டுக்குடியினரின் கற்பனை அல்லது விருப்பம் என்றும் அவள் அடித்துச் சொன்னாள். மேலும் வில்க்ஸ்ஸை அவன் எழுத்துகள் மூலமாக மட்டுமே அறிந்த நகரவாசிகளுக்கும் அமெரிக்கர்களுக்கும் வேண்டுமானால் அவன் புரட்சியின் கடவுளாக இருக்கலாம், ஆனால் அவனை நேரடியாக அறிந்த மிடில்செக்ஸ் ஜனங்களின் பார்வையில் அவன் இன்னும் ஒரு போக்கிரிதான், எனவே அங்கேதான் அவன் வெற்றி சந்தேகத்திற்குரியது. (ஜெரிமியைப் பொறுத்தவரையில் அவருடைய உடலில் அப்பன் பாட்டன்களுடைய துணிவு ரத்தமாக ஓடுகிறது என்று நயமாகப் பேசி அழைத்துப்போய் காலைக் காவுவாங்கிக்கொண்ட நியூகேஸில் ஈட்டுத்தொகைக்காக ஜெரிமி அவர்முன் போய் நின்றபோது, ஆனால் பார் ஜெர்ரி, உன் முன்னோர்களுடைய வீரம் எப்படி வெளிப் பட்டது என்பதில் அபிப்பிராய பேதங்கள் இருக்கின்றன என்பது உனக்கும் தெரியும்தானே, உன் பாட்டனார் சாமான்யர்களின் சபையைச் சிதறடிக்க வெடிமருந்துக் குப்பிகளோடு லண்டன் சாக்கடைக் குழிகளில் மறைந்துகொண்டிருந்தவர், உன் தகப்பனார் காபி இல்லமென்கிற புதிய மோஸ்தரில் அப்போது ஜனங்கள் கொண்டிருந்த மோகத்தைப் பயன்படுத்திக்கொண்டு சூதாட்ட விடுதியை நடத்தியதோடு அரசியைக் கொல்ல சதி செய்த கூட்டத்தை உள்ளே மறைத்துவைத்திருந்தாரென்கிற சந்தேகத்திற்கும் ஆளானவர், அவர்கள் மீதான குற்றப்பத்திரிக்கையும் அதன்மீதான விவாதங்களும் இன்றுங்கூட பழையதாகிவிடவில்லை, மன்னர் நினைத்திருந்தால் அமெரிக்காவிற்குத் தங்களை வெளியேற்றிக்கொண்ட தூய்மைவாதிகளோடு உங்கள் குடும்பமும் வெளியேற வேண்டுமென்று ஆணை பிறப்பித்திருக்க

முடியும், அது உனக்கும் தெரியும், ஆனால் நீ ஓர் உண்மையான கத்தோலிக்கன், இங்கிலாந்தையும் அரசக் குடும்பத்தின் இறைமையையும் மதிக்கிறவனென்றே அவருக்கு என்னால் சொல்லப்பட்டிருக்கிறது, நீ ஏன் உன் காலை இழந்ததை ஒரு பாவக்கழுவாயாக நினைத்து அதற்கான ஒரு சந்தர்ப்பத்தை வழங்கியதற்காக ஆண்டவனுக்கு நன்றி சொல்வதன் மூலம் உன்னை அவருக்குகந்தவனாக்கிக்கொள்ளக் கூடாது என்று சமத்காரமாகப் பேசித் திருப்பியனுப்பிவிட்ட நாளிலிருந்து ஆண்டவனுக்கு உவப்பாயிருக்க விரும்புபவன் இங்கிலாந்துப் பிரஜையாயிருப்பதில் ஆசை வைக்கக் கூடாது என்கிற எண்ணத்தை மனதில் வளர்த்துக்கொண்டு விட்டிருந்ததால், ஜான் வில்க்ஸ் என்ன, க்ராஃப்டன் கோமகன் என்ன, மன்னர் என்ன, எல்லோரும் ஒரே சகதியில் விழுந்து புரளும் பன்றிகள்தான்).

தேர்தல் முடிந்த மறுநாள் லண்டன் பேரூராட்சித் தொகுதியில் ஜான் வில்க்ஸின் தோல்வியும் மிடில்செக்ஸில் அவருடைய அமோக வெற்றியும் அறிவிக்கப்பட்டது. மார்த்தா தன் பிள்ளையின் அறிவு முதிர்ச்சியை மெச்சி நெட்டி முறித்துக்கொண்டாள். ட்ரிஸ்ட்ராமும் ஒரு சாகஸக்காரனுக்கு இன்றியமையாததான வெற்றியின் சாத்தியாசாத்தியங்கள்பற்றின முன்னூகிப்பிலும் திட்டமிடுதலிலும் வில்க்ஸை தான் மிஞ்சிவிட்டதாக எண்ணிப் பூரித்துப்போனான். வில்க்ஸின் மிடில்செக்ஸ் வெற்றி பிரபுக்கள் சபையைத் திடுக்கிடச் செய்தது. தோல்வியின் அவமானம் தாங்காது முதுகுக்குப் பின்னே சுட்டுக்கொண்டேயிருந்த மன்னரின் விழிகளைச் சற்றாவது இமைக்கச் செய்யும் பதற்றத்தில் பிரதமர் ஹென்றி ஃபிசோரி எப்படிக் காயை நகர்த்துவது என்று யோசிக்காமல் மிடில்செக்ஸில் வில்க்ஸின் பழைய காபி நிலைய நண்பர்கள் கள்ளவோட்டுப் போட்டிருப்பது கண்டுபிடிக்கப்பட்டுவிட்டதென்றும் எனவே தேர்தலில் வில்க்ஸ் பெற்ற வெற்றி செல்லாது என்றும் அறிவித்துவிட்டார். அதோடும் மன்னருடைய திருப்தியின் மேல் சந்தேகம் தீராமல் வில்க்ஸை உடனே கைதுசெய்து மன்னர் மன்றத்தின்கீழ்வரும் லண்டன் சிறையிலேயே அவரை அடைக்கும் உத்தரவையும் உடனே வெளியிட்டுவிட்டார். வில்க்ஸின் லண்டன் தோல்வியும் தாயின் திருஷ்டிக் கழிப்பும் தன்னை ஒரு பிறவி சாகஸக்காரனாக அங்கீகரித்திருப்பதாக நினைத்து உற்சாகங் கொண்டிருந்த ட்ரிஸ்ட்ராமின் மேல் பிரதமரின் இந்த அறிவிப்பு ஓர் இடியைப் போல வந்திறங்கியது. அவன் தன்னைப் போலவே தன் தாயும் இந்த அறிவிப்பால் கொதித்தெழப்போகிறாள் என்று எதிர்பார்த்தான். ஆனால் மார்த்தா அவன் படிப்பிற்கு அப்பாற்பட்ட இதுபோன்ற விஷயங்களில் அளவிற்கு அதிகமாக முக்கியத்துவம் கொடுக்கிறான் என்று சொல்லி அவன் மேல் அவள் பங்கிற்கு மேலும் ஓர் இடியை இறக்கிவிட்டாள். ட்ரிஸ்ட்ராம் அழுத்தப்பட்ட இளரத்தத்தின் சுழற்சிவேகமும் அழுத்தமும் தாங்காமல் பித்துப்பிடித்தவனைப் போல பழையபடி கற்பாலத்தின் மீதிருந்து வானத்தை வெறிக்கப் பார்த்துக்கொண்டிருந்தான். வில்க்ஸுக்கு ஆதரவாயும் ஃபிசோரியை எதிர்த்தும் உடனே இங்கிலாந்தில் நார்த் பிரிட்டன் எங்கெல்லாம் படிக்கப்படுகிறதோ அங்கெல்லாம் நேரடியாகவே சென்று பேசி ஜனங்களைத் திரட்டிப் பெரியதொரு போராட்டத்தைத் தலைமை தாங்கி நடத்த தன்னை மார்த்தா ஓர் இங்கிலாந்துப் பிரஜையென்கிற

முறையில் அனுமதிக்கத்தான் வேண்டுமென்று அவன் அவளிடம் விடாமல் மன்றாடினான். வில்க்ஸைத் தங்கள் மானசீகக் காதலனாக ஏற்றுக்கொள்ளும் பெண்களால் எப்படி அவரைச் சிறைப்படுத்துபவர்களைச் சகித்துக்கொள்ள முடிகிறது, கைதிகளான காதலர்கள் நொண்டிக் கணவர்களுக்கு ஈடானவர்கள் இல்லையா. வில்க்ஸ் மிடில்செக்ஸைத் தவிர தொலைவான பிரதேசங்களில் இப்போது ஒரு மறக்கப்பட்ட பழைய கலகக்காரன் என்பதையல்லவா லண்டன் தேர்தலின் முடிவு காட்டுகிறது என்று அவனுக்குச் சமாதானம் சொன்னாள் மார்த்தா. எந்த பிரான்ஸுக்குப் பரிந்துகொண்டு வில்க்ஸ் நார்த் பிரிட்டனைத் துவக்கினாரோ அதே பிரான்ஸ் அவரைத் துரத்திவிடக் காரணமாயிருந்த அந்த அசிங்கமான கவிதைக்குப் பிறகு அவர் பின்னே ஜனங்கள் குழுமுவார்கள் என்று எதிர்பார்ப்பது நடவாத காரியமென்றும் அவனுக்குப் பக்குவமாக எடுத்துச்சொல்ல முயற்சித்தாள். ட்ரிஸ்ட்ராமின் கோபத்தை மேலும் அதிகமாக விசிறிவிடத்தான் இது உதவியது. அவன் மார்த்தா முன்னுக்குப்பின் முரணாகப் பேசுவதாகக் குற்றம் சாட்டினான். மார்த்தாவிற்கே அது தெரிந்தாலும் அவள் தன் பிள்ளையையும் கணவனைப் போல அசடாகப் பார்க்க விரும்பவில்லை. எல்லோரும் ராபின்ஸன் க்ரூஸோ ஆகிவிட முடியாது. அவள் சொன்னாள், ஒரு நியாயத்தை நிலைநிறுத்துவதற்காக வாதங்களினுள் வசவுகளையும் தூஷணைகளையும் தடைசெய்து கொள்ளாதிருப்பது வேறு, வலிந்து ஆபாசச் சொற்களை உபயோகப்படுத்தும் அரிப்பிற்காகவே ஒரு வாதத்தையும் அதைப் பிரயோகிப்பதற்கான நியாயத்தையும் உருவாக்கிக்கொள்வதென்பது வேறு. ஆனால் வில்க்ஸ் கைதான பதினைந்தாம் நாள் சிறைவளாகத்திற்கு எதிரே புனித ஜார்ஜ் மைதானத்தில் திரண்ட இங்கிலாந்தின் முப்பத்தோரு தொகுதி ஜனங்கள் (அதில் முக்கால் விழுக்காடு பெண்கள்) தங்கள் கரங்களில் உயர்த்திப்பிடித்திருந்த பதாகைகளில் எழுதப்பட்டிருந்த வாசகங்களும் (விடுதலை மற்றும் வில்க்ஸ்), அவர்கள் எழுப்பிய முழக்கங்களும் (சட்டம் இல்லை, மன்னர் இல்லை) ட்ரிஸ்ட்ராம் தன்முன் வெளிப்படுத்திய அதே வாசகங்களாகவே இருப்பதைக் கண்டு மார்த்தா மீண்டும் ஒரு தடவை ஆச்சரியப்படத்தான் செய்தாள். ஆம், ட்ரிஸ்ட்ராமை சாகஸக்காரனாக வெளிப்படுத்தியிருக்க வேண்டிய ஒரு வாய்ப்பு கைநழுவித்தான் போய்விட்டது. அவன் அடைந்த துக்கத்திற்கு அளவேயில்லை. கலவரத்தில் ஈடுபட்டதாகக் கூறி கூட்டத்தின் மீது சிப்பாய்கள் தங்கள் துப்பாக்கிக் குண்டுகளைக் காலி செய்தபோது அவற்றை வயிற்றில் வாங்கிக்கொண்ட ஏழு பேர்களில் ஒருவனாகத் தானும் இருந்திருந்தால் தோட்டாக்களால் சாகஸக்காரர்களின் உயிரைப் பறித்துவிட முடியாது என்பதை வில்க்ஸிற்கு அடுத்தபடியாக அரசாங்கத்திற்குத் தன்னால் புரியவைத்திருக்க முடியுமென்று அவன் மார்த்தாவிடம் சொல்லிப் புலம்பினான் (சாமுவேல் மார்ட்டினின் தோட்டாக்களைத் தன் வயிற்றில் வாங்கிக்கொண்ட பிறகுதானே ஜான் வில்க்ஸ் இங்கிலாந்து மற்றும் அமெரிக்காவின் கதாநாயகனானார்).

ட்ரிஸ்ட்ராமின் இந்தவிதமான புலம்பல்கள் மார்த்தாவின் மனதில் பயத்தை வளர்க்கத் துவங்கிவிட்டன. புனித ஜார்ஜ் மைதானப் படுகொலைகளுக்குப் பிறகு வில்க்ஸின் செல்வாக்கைக் குறைவாக

மதிப்பிடவோ அரசியலில் மீண்டும் அவருடைய வருகையைத் தடைசெய்யவோ முடியாது என்பதை வலியுறுத்தும்வண்ணம் மிடில்செக்ஸில் மறுபடி தேர்தலை நடத்திப்பார்க்க மாமன்றத்தை வற்புறுத்தும் இயக்கமொன்றைத் துவங்கவிருப்பதாயும் அதைத் தானே தலைமை தாங்கி நடத்தப்போவதாகவும் தன் ஆதரவாளர்களாக கேம்பிரிட்ஜ் நண்பர்களைத் தயாரிக்கப்போவதாகவும் அவன் மார்த்தாவிடம் தன்னினைவற்றவனாய்ப் பிதற்றியபோது அவள் முதலில் அவனைப் பேச்சால் சரிக்கட்டிவிடும் யோசனையுடன், ஒரு கைதி தேர்தலில் நிற்பதற்குச் சட்டம் இடம் கொடுக்காது என்கிற வாதத்தை முன்வைத்தாள். ட்ரிஸ்ட்ராம் சற்றும் யோசிக்காமல், நடந்து முடிந்த தேர்தலில் வில்க்ஸ் கைதியாக நிற்கவில்லையென்பதையும் அவர் மிடில்செக்ஸின் மாமன்றப் பிரதிநிதியாகத் தேர்ந்தெடுக்கப்பட்ட பிறகே கைதுசெய்யப்பட்டாரென்பதையும் முகத்திலறைந்தாற்போல சொன்னதோடு மாமன்ற உறுப்பினரைக் கைதுசெய்வதற்கு மட்டும் சட்டத்தில் இடமிருக்கிறதா என்றும் அவளைத் திருப்பிக்கேட்டான். மார்த்தாவின் பயம் அவனுடைய இந்தக் கேள்வியால் திகிலாக வளர்ந்துவிட்டது. அதற்கு மேல் சாம பேத தான உபாயங்களை முயற்சித்துக்கொண்டிராமல் அவள் நேரடியாகவே, ஓரிரு சம்பவங்களில் தற்செயலாகப் பலித்துப்போய்விட்ட ஊகங்களைத் தொலைநோக்குப் பார்வையென்றும் மனம்போன வழிகளில் செல்வதைப் பராக்கிரமம் என்றும் கற்பனை செய்துகொண்டு மேலும் அம்மாதிரியான எண்ணங் களில் ஈடுபட்டு உயிருக்கோ படிப்பிற்கோ ஊறு விளைவித்துக் கொள்ளும்படியான சிறு செயலொன்றில் அவன் ஈடுபட்டதாகத் தெரியவந்தாலும் யோசிக்காமல் அந்தக் கணமே ரொட்டியடுப்பிற்குள் தன்னுடைலைச் செலுத்திக்கொண்டுவிடுவது உறுதியென்பதை அவன் தெரிந்துகொள்வது நல்லது என்று திட்டவட்டமாகச் சொல்லிவிட்டாள். இதோடு திருப்தியடையாமல் ஜெரிமியை ட்ரினிடிஹாலுக்கு அனுப்பி அவன்மீது பிரத்யேக கவனம் எடுத்துக்கொள்ளும்படி நிர்வாகத்தைக் கேட்டுக்கொண்டு வரவும் ஏற்பாடு செய்தாள். அவள் வேண்டுகோளை நிர்வாகம் சந்தோஷமாக ஏற்றுக்கொண்டது. ட்ரிஸ்ட்ராம், அவன் வீணாக்கப்பட்டுவிடக் கூடாத, பிரகாசமான எதிர்காலமும் பல்கலைக்கழகத்திற்குப் பெருமை சேர்க்குமளவிற்குப் படிப்பாற்றலும் கொண்ட ஒரு மாணவன். இந்தச் சம்பவத்திலிருந்தே ட்ரிஸ்ட்ராமுக்குத் தன் தாயின் நடவடிக்கைகளைச் சுத்தமாகப் பிடிக்காமல்போய்விட்டது. வில்க்ஸை மட்டுமல்லாமல் தன் பெயரின் ஆதர்சமான லாரன்ஸ் ஸ்டெர்னின் கதாநாயகனையும் சேர்த்தே தான் அவமானப்படுத்திக்கொண்டிருப்பதாக எண்ணி அவன் குற்ற உணர்ச்சியில் மறுகினான். ட்ரினிடிஹால் நிர்வாகத்தையும் காவலாளிகளையும் உயர்ந்த மதிற்சுவர்களையும் ஆரஞ்சு மரக் கிளைகளின் உதவியோடு ஏமாற்றிவிட முடியும். ஆனால் எவ்வளவு தொலைவிலிருந்தும் அவன் உடலின் வாசனையையும் அசைவுகளின் திசையையும் உணர்ந்துகொண்டுவிடும் மார்த்தாவின் பயமுறுத்தல் அவனைச் செயலிழக்கச் செய்துவைத்திருந்தது. வில்க்ஸின் எதிர்மறையான கருத்துகளின் வழியாகவே அரசியலையும் அது சார்ந்து நிகழ்ந்துகொண்டிருந்த விலகல்கள் மற்றும் உறவுகளையும்

விடாமல் தொடர்ந்து அறிந்துகொண்டிருந்த அவன் வேறு வழியின்றிப் புரட்சியின் வாசகங்களைத் தான் உள்வாங்கிக்கொண்ட வழியில் மனதிலேயே தன் எதிரிகளுக்குக் கடிதங்களை எழுதித் தன்னை ஆற்றிக் கொண்டிருந்தான். அவையோ விரச வர்ணனைகளையும் தூஷணை களையுமே தங்களுடைய பிரதானச் செய்தியாகக் கொண்டிருந்தன. உதாரணமாகப் பிரதம மந்திரிக்கு அவன் எழுதிய ஒரு கடிதம், திருவாளர் ஹென்றி ஃபிசோரி, ஜான் வில்க்ஸிற்குச் சிறைத் தண்டனையளிக்கத் தலைமை நீதிபதிக்கு எவ்வளவு டாலர்களைக் கையூட்டளித்தீர் என்பதை நான் தெரிந்துகொள்ள ஆசைப்படவில்லை, ஒரு பிரதம அமைச்சருக்குரிய திறமைகள் உமக்கு இல்லையானாலும் ஒரு தேசபக்தனுக்குரிய ஒற்றுமையுணர்வு வளரவில்லையானாலும் அல்லது நட்பின் விசுவாசம் என்பது உம்மைப் பொறுத்தவரையில் பொருட்படுத்தத் தகுந்ததாய் இல்லையென்றாலும் குறைந்தபட்சம் ஒரு மனிதனுக்குரிய மனவுறுதியாவது உமக்கு இருந்திருக்கலாம், சில மனிதர்களுடைய பெருமைமிக்க முன்னோர்களின் நற்பண்பு அவர்களுடைய சந்ததிகள் பழிக்கு ஆளாகாமலேயே கயமைத்தனத்தின் எல்லைவரை சென்று விடுவதைச் சாத்தியமாக்கியிருக்கிறது, உம்முடைய நடத்தை அப்படிப் பட்டவர்களுடைய சட்டபூர்வமான சந்ததி நீரென்பதற்கான எந்த ஒழுக்கம் சார்ந்த உதாரணங்களையும் கொண்டிருக்கவில்லை, உம்மைக் கேவலப்படுத்தும், திட்டித் தீர்க்கும், பதிவேட்டில் ஒரேயொரு நல்ல சிபாரிசைக்கூட விட்டுவைக்காத சிறந்த குலமரபுச் சின்னத்தையுடைய வம்சாவளி உம்முடையதென்பதை நீர் நிச்சயமாக நம்பலாம், பிரபலமாக அறியப்பட்ட ஒரு பரம்பரைச் சொத்து அல்லது ஒரு திருமணப் பதிவேடு இவற்றைக்காட்டிலும் மேலான சான்றுகளை உம்முடைய கால்வழிச் சிறப்பை நிரூபிக்க நீர் வைத்திருக்கிறீர்தான் கோமானே, ஆயினும் நடத்தையில் மின்னற்கீற்றாய் வெளிப்படும் பரம்பரை அம்சங்கள் முகத்தில் இருக்கும் கருமயிர்களைப் போல சில குடும்பங்களைத் தனியாக வித்தியாசப்படுத்திக் காட்டிவிடுகின்றன, முதலாம் சார்லஸ் ஒரு கபட வேடதாரியாகவே வாழ்ந்து மடிந்தார், இரண்டாம் சார்லஸும் வேறோர்விதமான கபட வேடதாரி, அவரும் முதலாமவரின் அதே பிம்பத்துடனேயே மடிந்து போயிருக்க வேண்டும், ஒரு நூற்றாண்டு காலத் தொலைவில் இவர்களுடைய குணாதிசயங்கள் சந்தோஷத்துடன் உம்முடைய நடத்தையில் பிரவகித்து நீக்கமறக் கலந்திருப்பதை நாங்கள் பார்க்கிறோம், சமயத் தன்மையில்லாத கண்டிப்பு மற்றும் சிடுசிடுப்பு, சந்தோஷத்தைக் கொடுக்காத ஊதாரித்தனம், நீர் இரண்டாம் சார்லஸைப் போலவே வாழ்கிறீர் ஹென்றி, நம்பிக்கைக்குரிய தோழனென்றுகூட ஒருவரில்லாமல், எனக்குத் தெரிந்தவரையில் நீர் சாகப்போவதும் அவருடைய தகப்பனைப் போலவேதான், தியாகிக்குரிய எந்தப் புகழுமின்றி, அரசியலென்னும் ராசிக் கேந்திரத்தில் சாத்தம் பிரபுவை உம் விஷக்கொடுக்கு தீண்டிய விருச்சிகத்திலிருந்து ப்ளூம்ஸ்பரி அரண்மனையின் கன்னி ராசிவரை நீர் திறம்படவே பயணித்துத் தீர்த்துவிட்டீர், திருமண நிச்சயங்களின் நொய்ம்மையில் இப்போது உமக்குப் போதுமான அனுபவமிருப்பதாகவே யாரும் நினைக்கக்கூடும், அல்லது குறைந்தபட்சம் பெட்ஃபோர்ட் கோமகனின் மைத்துனனுக்கும்

உமது மனைவிக்கும் நீர் நடாத்திவைத்ததைப் போன்ற ஊர் சிரித்த திருமணங்களாவது அவரைப் போன்றவர்களின் நட்பை நல்கி உமக்குச் சிறந்த பாதுகாப்பரண்களாகியிருக்கும், போகட்டும் க்ராஃப்டனின் கோமகனே, உம்முடைய அழகிய மனைவியின் பொருட்டாக நீர் மன்னிக்கப்பட்டிருக்கிறீர், நான் உம்மைப் போல அவளைப் பொதுமக்களின் ஆபாசப் பேச்சுகளின் கதாநாயகியாக்கவோ, பிரிந்துவிட்ட அவளழகின் ஞாபகங்களை அவமானப்படுத்தவோ விரும்பவில்லை, உம்மை அவள் மேல் உன்மத்தம்கொண்டவராக்கியது எந்த அவள் பெண்மையோ அந்த அவள் பெண்மை என்னை அவள் மேல் மரியாதைகொண்டவனாகவுமாக்கியிருக்கிறது, ஆனால் ஹென்றி, இவ்விதமான சாத்வீக இணைப்புகளை அதிகமாக நெருக்கத்தில் கொண்டுவந்துவிட முடியாது, யார் கண்டது, இதுவே பெட்ஃபோர்ட் கோமகன் உம்முடைய புகழின் மேல் தன் வித்தையைக் காண்பிக்க உத்தேசித்திருக்கும் அவருடைய திட்டத்தின் ஒரு பகுதியாகவும் இருக்கலாம்.

துவக்க நாட்களில் ஓய்வு நேரங்களில் ஒன்றிரண்டாகத் தொடங்கிய ட்ரிஸ்ட்ராமின் இந்த வகையான மனக் கடிதங்களின் பக்கங்கள் மிடில்செக்ஸில் இரண்டாம் முறையாக நடத்தப்பட்ட தேர்தலில் வில்க்ஸ் பெற்ற வெற்றியும் செல்லாது என்று அறிவிக்கப்பட்ட பிறகு அவனால் சுமந்து திரிய இயலாத அளவிற்குப் பெருகிக் கனக்கவாரம்பித்து விட்டன. வில்க்ஸை விடுவிக்கவும், அவர் மாமன்றப் பிரதிநிதியாக அங்கீகரிக்கப்படும்வரை தொடர்ந்து மன்னருக்கு மனுக்களை அனுப்பிக் கொண்டேயிருக்கவும், ஹென்றி ஃபிசோரி பதவி விலகக் கோரி ஆர்ப்பாட்டங்களை நடத்தவுமான நாடு தழுவிய இயக்கங்களோவெனில் அவன் மனதில் உருவான வரைபடத்தின் அதே வழிகளில் ஆனால் அவன் புழுங்கிச் சாகும்படி அவனை விடுதியறையிலேயே இருத்திவிட்டுக் கடந்துபோய்க்கொண்டேயிருந்தன. இந்தவேளையில்தான் ஹென்றி சாம்ஸன் வுட்ஃபாலின் வாராந்திரி சந்தடியின்றித் தன் மாயாஜாலத்தை அவன்முன் நிகழ்த்திக்காட்டியது, யூக்லிட்டின் வடிவியல் மூதுரைகளை நூலகத்தில் தேடிக்கொண்டிருந்த அவன் தற்செயலாகத் தன் கண்களில் பட்ட லண்டன் பப்ளிக் அட்வர்டைஸரின் இணைப்பிதழைக் கையிலெடுத்துப் புரட்டிப்பார்த்தபோது மூச்சுவிட மறந்துபோனான். ஹென்றி ஃபிசோரியை விளித்து அதில் பிரசுரிக்கப்பட்டிருந்த திருவாளர் ஜூனியஸ் என்பவரின் கடிதம் அட்சரம் பிசகாமல் அச்சசலாக அவனுடைய மனக்கடிதத்தின் நகலாகவே இருந்தது. நடுங்கும் இதயத்துடன் ட்ரிஸ்ட்ராம் அட்வர்டைஸரின் பழைய இணைப்புகளையும் பரணிலிருந்து எடுத்துப் புரட்டினான். மார்த்தா அவனைப் பயமுறுத்தி அனுப்பிவைத்த வாரம் துவங்கி அந்த வாரம்வரையில் ஜூனியஸின் ஆறு கடிதங்களைச் சாம்ஸன் தன் வாராந்திரியில் பிரசுரித்திருந்தார். சந்தேகமில்லாமல் அவை யாவுமே ட்ரிஸ்ட்ராமினுடைய, மார்த்தாவைத் தவிர வேறு யாருடனும் அவன் பகிர்ந்துகொள்ளாத, எழுதப்படாத மனக்கடிதங்களேதான். அற்புதங்களோ இன்னும் மிச்சமிருந்தன. ஜூனியஸ் என்கிற நபர் யாரென்று கேட்டும், அவன் முகவரியை உடனே வெளிப்படுத்தும்படியும்

அட்வர்டைஸருக்குப் பொது மக்களிடமிருந்தும் அமைச்சர்களிடமிருந்தும் மன்னரிடமிருந்தும் கடிதங்களும் மிரட்டல்களும் வந்தபடியேயிருக்க சாம்ஸனோ விஷயதானத்தைத் தவிர தன்னைப் பற்றிய வேறு எந்தத் தகவலையும் ஜூனியஸ் பப்ளிக் அட்வர்டைஸருக்குத் தரவில்லை என்று சத்தியம் செய்திருந்தார். தன் கூற்றின் மெய்த்தன்மையை நிரூபிக்கும் வகையில் கடிதங்களின் கையெழுத்துப் படிகளையும் மாமன்றத்தில் சமர்ப்பித்திருந்தார். பிரபுக்கள் சபையால் நியமிக்கப்பட்ட கையெழுத்தைப் பரிசோதிக்கும் நிபுணர் குழு அரசாங்கத்தின் அதிருப்தியாளர்களை ஒவ்வொருவாராக சந்தேகக்கூண்டில் ஏற்றிக்கொண்டிருக்க ஜூனியஸின் கடிதங்களோ ட்ரிஸ்ட்ராமின் வார்த்தைகளைக் கொண்டு ஃபிசோரியைத் தீண்டி அவரையும் க்ராண்ட்பியையும் ஆதரித்து எழுதிய வில்லியம் ட்ரேப்பரை ஊடுருவி (யாரால் தன்னிடம் வந்துசெல்கிறவர்கள் திருப்தியற்ற மனதுடன் திரும்பிச் செல்வதைச் சகித்துக்கொள்ள முடியாதோ, அவர்களிடம் திறந்த மனதுடன் பகிரங்கமான உறுதிமொழிகளையும், தனிப்பட்ட ரகசியங்களையும் பகிர்ந்துகொள்ளாமல் இருக்க முடியாதோ, அந்த நல்லவரின் விருந்துகளைக் கோணல் விருந்தாகத் துவக்கி, நல்லவன்போல நடித்து, மதுபானக் களியாட்ட கணங்களைப் பயன்படுத்தி அவர் மூலமாகவே அறிந்துகொண்ட விஷயங்களால் அவரை அவமானப்படுத்தும் கோழையிடமிருந்து அவரைக் காப்பாற்ற வேண்டும், கெடுநோக்கமுள்ள விசாரணைகளால் தேசத்தின் கண்ணியமிக்கவர்களின் நிம்மதிக்கு நிரந்தரமான இடைஞ்சலை உண்டுபண்ணிவிட முயலும் ஜூனியஸ் என்கிற விரியன் பாம்பே, நீ இதோடு நிறுத்திக்கொள்வது நல்லது, நீ கடித்துக்கொண்டிருப்பது ஓர் எஃகுத் துண்டை), மன்னரின் முன்னோர்களையும் தொட்டு, அத்தனை பேர்மீதும் சாவின் நீலநிறத்தைப் பாய்ச்சிக்கொண்டிருந்தது (ஹென்றி ஃபிசோரிக்குப் பரிந்துபேசும் உங்கள் கடிதத்தை மார்னிங் போஸ்டில் கண்டேன் வில்லியம், பல்கலைக்கழகப் படிப்பானது உங்கள் பேச்சில் மிக அழகிய வடிவங்களின் மீதான அளவற்ற ஆளுமையைத் தந்துதவியிருக்கிறது, விரியன் பாம்பு, எஃகுத் துண்டு, கொடுங்களியாட்டங்கள் என இவை உங்கள் கடிதத்தில் குழப்பமான உருவகங்களாக நர்த்தனமாடிக்கொண்டிருக்கின்றன, இடைவெட்டப்படும் கற்பனையின் சோர்வுற்ற வெளிப்பாடாக, வசீகரிக்காத ஒரு கவிதையின் துயருற்ற பித்துக்குணத்துடன், நான் இவ்விதமான வார்த்தை ஜாலங்களில் உங்களுக்கு நிகராக மாட்டேன் வில்லியம், நீங்கள் மெத்தப் படித்தவர், மேலும் நான் கேள்விப்பட்ட வரையில் நீங்கள் லத்தீனைக்கூட ஆங்கிலத்திற்கு நிகரான அதே துல்லியத்துடன் கையாள்கிறவர், நானோ சிறுவன், எனவே எனக்குகந்த பாணியில் என்னுடைய விசாரணைகளை மேற்கொள்வதை நீங்கள் பொறுத்துக்கொள்ளத்தான் வேண்டும், ஆட்சேபிக்கக் கூடாது, ஒரு கண்ணியமிக்க மனிதரைப் பார்த்து நீங்கள் எப்போதாவது திருடியிருக்கிறீர்களா என்றோ கொலை செய்திருக்கிறீர்களோ என்றோ நான் கேட்டுவிட்டால் அவருடைய நிம்மதி பறிபோய்விடுமென்று நீங்கள் உண்மையாகவே நினைக்கிறீர்களா, அவ்விதமான ஒரு கேள்வி ஒருவேளை அவருடைய தசைநார்களின் ஈர்ப்புவிசையைச் சற்றே இளகச் செய்யுமாயிருக்கும், ஆனால் அதுவே அவருடைய

மனச்சாட்சியின் பெருமிதத்தைச் சற்றே பாதிக்கவும் செய்யுமென்றும் நான் நம்புகிறேன், உங்கள் நெஞ்சத்தைப் பரிசோதித்துக்கொள்ளுங்கள் சர் வில்லியம், அப்போது நீங்கள் கண்டுபிடிப்பீர்கள், விசாரணைகளோ அல்லது கண்டனங்களோ கறைபடாத கரங்களையுடையவனையும் திருந்துதலுக்கு அப்பாற்பட்டுவிட்ட ஊதாரியையும் பாதிக்கும் வலுவற்றவையென்பதை, இரண்டுங்கெட்டான்கள் மட்டுமே அவற்றால் வடுப்படக்கூடியவையென்பதை, அயோக்கியத்தனமான செயலைச் செய்யாதிருக்கும் மனவலிமையற்ற மனிதன் அதன்மீது போதுமான அளவு வெட்கங்கொள்ளவும் செய்கிறான், வில்லியம், நீங்கள் என்னால் பொருட்படுத்தப்படும் அருகதையில்லாதவர், உம்முடைய படைகளைப் பரிசுக்காக விற்றவர்).

ஜூனியஸின் எழுத்துகள் பிரசுரமாகும் ஒவ்வொரு வாரமும் தன்னுடல் அதற்கு முன் பரிச்சயப்படாத ஒரு நடுக்கத்தையும் மனம் பதற்றத்தையும் வயிறு நிற்காத அமிலச்சுரப்பையும் அனுபவிப்பதை உணர்ந்த ட்ரிஸ்ட்ராம் அவற்றின் வலி தாங்கிக்கொள்ளாத அளவிற்குத் தன்னை வதைக்கும் அதேவேளையில் அவற்றை எப்போதும் தக்கவைத்துக் கொள்ளும் விருப்பமும் தன்னுள் பிரவகிப்பதாகக் கல்லூரி ஏற்பாடு செய்திருந்த வைசூரிப் பரிசோதனை முகாமில் மருத்துவரிடம் சொன்னபோது அது ஓயாமல் புதிய நிலங்களைத் தேடியலையும் கடலோடிகளுக்கே உண்டாகக்கூடிய உபாதையாயிற்றே என்று கூறி அவர் அவனோடு சேர்த்துத் தன்னையும் வியப்பிலாழ்த்திக்கொண்டார். ஜூனியஸின் கடிதங்கள் ட்ரிஸ்ட்ராமின் ரத்தத்தில் கலந்து தன்னைச் சாகஸச் செயல்களிலிருந்து விலக்கி நிறுத்தியிருக்கிறதென்று அவன் நம்பிய கத்தோலிக்கத்தின் ஆசார அணுக்களை முற்றாக உறிஞ்சியெடுத்துவிட்டன. எஞ்சியிருந்தது மார்த்தாவின் மீது அவன் கொண்டிருந்த பயமும் வெறுப்பும் மட்டும்தான். மாமன்றத்தின் பிரதிநிதிகளத்தனை பேரையும் ஆட்டிப்படைக்கும் சிந்தனைகளை வெளித்தள்ளிக்கொண்டேயிருந்த அவன் மனதிற்கு அவளை வெற்றிகொள்ளும் வழி மட்டும் புலப்படாமலே இருந்தது. லௌகீகத்தோடு சதா வாதிட்டுக்கொண்டும் தோற்றுக்கொண்டுமிருக்கும் தத்துவங்களின் வறண்ட குரல்கள் ஒலிக்கும் வகுப்பறைக்குள் அவன் நுழைவதை மார்த்தா பிடிவாதமாக நிராகரித்தபோது அதை அவனால் மறுத்துப் பேச முடியவில்லை. அவள் தன் மகன் லீடன் தெரு கிழக்கிந்திய கம்பெனியின் அதிக ஊதியம் பெறும் அலுவலகனாயும், சாத்தியமானால் பின்னாளில் அதன் பழைய பங்குதாரர்களில் ஒருவரான ஜெரிமிக்கு அதிகமான மிளகு, பட்டு மற்றும் தேயிலை மூட்டைகளை லாபப் பங்காக ஒதுக்கிக்கொடுக்கும் இயக்குநர்களில் ஒருவனாயும் வர வேண்டும் என்று விரும்பினாள். மிடில்செக்ஸின் இரண்டாவது தேர்தலுக்கு முன்புவரை அவனும் அதை ஒரு தாயின் நியாயமான விருப்பமாகவே மதித்தான். தன் குழந்தையின் முதல் மூன்று வருட ஞாபகங்களைக் கணவனுடைய காதலுக்காக அவள் விட்டுக்கொடுத்ததைப் போல தத்துவத்தின் மீதான காதலை அவளுடைய ஞாபகங்களுக்காகத் தானும் விட்டுக்கொடுப்பது மகனின் கடமைதானென்றும் அவன் நினைத்துக்கொண்டிருந்தான். ஆனால்

ஜான் வில்க்ஸின் விடுதலையை வற்புறுத்தும் போராட்டத் திட்டத்தை அவள் தன் பயமுறுத்தலால் முடக்கிப்போட்டதை ஓர் அடக்குமுறையாக உணர்ந்த கணத்திலிருந்து அவள் விரும்பினாளென்கிற காரணத்திற்காகவே அவனுக்குக் கணிதத்தின் மீது அபார வெறுப்பு உண்டாகிப்போனது. துரதிர்ஷ்டவசமாக அதற்குள் அவனே விரும்பினாலும், அவனைக் கொன்றுகொண்டாலொழிய, வெளியே பிடுங்கிப்போட முடியாத அளவிற்குக் கணிதமும் ஒரு நாட்பட்ட முள்ளாக அவன் புத்திக்குள் ஆழப் புரையோடிவிட்டது. விரும்பாத துறையில் கிடைக்கும் புகழைத் தன் தோல்வியை ஒப்புக்கொள்ள வற்புறுத்தும் பரிகாசமென்றே உணர்ந்து அவன் கூடுமானவரை பிறருடன் கணிதம் பற்றிப் பேசும் வாய்ப்புகளை, தலைக்கனம் பிடித்தவன் என்கிற பெயரை அது அவனுக்குப் பெற்றுத் தந்திருந்தாலுங்கூட, தவிர்த்தபடியேயிருந்தான். பற்றாக்குறைக்கு இந்த நாட்களில் கணிதத்தைத் தவிர்த்த பிறவற்றைச் சிந்தித்து விஷயதானம் செய்யும்படி அவனுடைய மனக்குறளியான ஜூனியஸின் நச்சரிப்பு வேறு அவன் கவனத்தைக் கவர்ந்துகொண்டிருந்தது. அவனுடைய ரகசியக் கடிதங்களின் துவக்கக் காரணம் ஜான் வில்க்ஸாயிருந்தாலும் வாரங்களும் கற்பனையும் மேலே செல்லச் செல்ல அவை வில்க்ஸைத் தாண்டி அரசியலின் வேறுபல தளங்களுக்குள்ளும் பொதுமனிதர்களின் அந்தரங்கங்களுக்குள்ளும் அவனே சிலசமயம், அச்சில் அவை கற்பனையைக் காட்டிலும் அதிகமான வீரியத்தைக் கொண்டிருப்பதாகத் தோன்றும்போது, தன்னை நினைத்து வெட்கப்படுமளவிற்கு அரக்கத் தனமான வேகத்தில் வளர்ந்துகொண்டிருந்தன. அரசாங்கத்திற்கும் ஜூனியஸுக்குமான கண்ணாமூச்சி விளையாட்டு அவன் வயிற்றின் அமிலச் சுரப்பை நிரந்தரமாக்கிவிட்டிருந்தது. தன் வாந்தியைத் தானே நக்கிக்கொள்ளும் நாயைப் போல அவன் அந்த உணர்வைத் திரும்பத் திரும்ப எழுப்பிக் கார நெடியின் போதையைச் சுவைத்துச் செரித்துக்கொண்டிருந்தான். வகுப்புகளுக்குச் செல்வதென்பதே அவனுக்கு வேம்பாகக் கசந்துபோயிருந்தது. விடாப்பிடியாக அவனைத் தங்கள்முன் பிடித்துவைத்துக்கொள்ளும் மாணவர்களில் சிலபேரை அவன் காரணம் தெரியாமலே வெறுத்தான். சிலரைப் பார்த்து ஏனோ அவர்கள் தங்கள் வாழ்க்கையை வீணாக்கிக்கொண்டிருப்பதாகக் கற்பனை செய்துகொண்டு பரிதாபப்பட்டான். இந்த நிலையில் கல்லூரிச் சமையலறைகளாக மாற்றப்பட்டுக்கொண்டிருந்த மைக்கேல் வளாகத்தின் சிதிலங்களில் மீதமிருந்த பழம் நினைவுகளின் நீள அகலங்களைப் பொறியியலாளர் ஜேம்ஸ் எஸ்ஸெக்ஸுடன் பகிர்ந்துகொண்டிருந்த நாளொன்றில் வெளியையும் எண்களையும் இணைக்கும் வடிவியல் சூத்திரங்களிலும், லேப்னிஸ் மற்றும் நியூட்டனின் நுண்கணிதத் தேற்றங்களின் முரண்பாடுகளிலும் நேப்பியரின் மடக்கையிலும் தனக்கிருக்கும் குழப்பங்களைத் தீர்த்துதவ வேண்டுமென்று கேட்டுக்கொண்டு அவனைத் தேடி வந்த வினோதப் பெண்ணுருவத்தைப் பார்த்தவுடனேயே அவனுக்குப் பிடிக்காமல் போய்விட்டதுபற்றி ஆச்சரியப்படுவதற்கு ஒன்றுமில்லை. அந்த வெறுப்பைச் சற்று குறைத்தது பொதுவாக மகளிரிடம் ஈர்ப்பை ஏற்படுத்தாத துறையான எந்திரவியல் வகுப்பிற்குள்ளும் கணிதப் பாடங்களுக்குள்ளும் அவள் நுழைந்தது எதற்காக என்று அவன்

பொதுப்படையாகக் கேட்ட கேள்விக்கு அந்தப் பெண் சிரத்தையாக அளித்த பதில். அவன் எதிர்பார்த்தது பெற்றோரின் வற்புறுத்தலைப் பற்றித் தன்னைப் போலவே குறைபட்டுக்கொள்ளப்போகும் ஒரு புலம்பலை. ஆனால் அந்தப் பெண்ணோ ஃபென் நிலங்களிலிருந்து காற்றாலைகள் இறைத்துக் கரைக்கும் புராதன நீர்ப்பரப்போடு சேர்ந்து காணாமற்போய்க்கொண்டிருக்கும் அவளுடைய சிறு வயதுத் தோழிகளான நீர்ப்பறவைகளையும் மீன்களையும் திரும்ப அழைக்கும் சீழ்க்கையொலியை எழுப்பக்கூடிய இயந்திரமொன்றைக் கண்டுபிடிக்க, வடக்கே இன்வர்க்ளைட் வரை சுற்றிவிட்டு வந்த குறிகாரனொருவன் சொன்னபடி, எந்திரவியல் படிப்பு உதவக்கூடுமென்கிற நம்பிக்கையுடனே அந்தத் துறையைத் தேர்ந்தெடுத்துக்கொண்டதாகப் பதில் சொன்னாள். நியூகாமன் என்கிற விஞ்ஞானி புழக்கப்படுத்தியிருந்த கொதித்துக் குளிரும் நீராவி இயந்திரத்திலிருந்து கொள்கலனையும் உருளையையும் இரண்டு வருடங்களுக்கு முன் ஜேம்ஸ்வாட் என்கிற இன்னொரு விஞ்ஞானி பிரித்து அதை நிரந்தரச் சூடாக்கி உபயோகப்படுத்திக் காட்டியபோது அந்த இயந்திரத்தின் சீழ்க்கையொலியைக் கேட்டு பனியாந்தைகள் அதைச் சுற்றிப் பதற்றத்துடன் பறந்தலைந்ததைத் தானே தன் கண்ணால் பார்த்ததாக அந்தக் குறிகாரன் அவளிடம் சத்தியம் செய்து சொல்லியிருந்தான்.

பா. வெங்கடேசன்

சாத்தான்

ட்ரிஸ்ட்ராம் எலினாரின் விநோதக் கனவுகளைப் பற்றிப் பொழுதுபோகாத நேரங்களில் பேசிக்கொண் டிருக்கலாமென்பதற்காகவே அவளைத் தன் மாணவியாக அப்போதைக்கு அங்கீகரித்து வைத்தான். வகுப்பறைகளிலும் நூல்நிலையத்திலும் பல்கலைக்கழகத்தின் முன்புறப் பூங்காக்களிலும் உருவாகிக்கொண்டிருந்த சமையலறையிலும் சில சமயங்களில் அவன் அறையிலுமேகூட மற்ற மாணவர் களுடனோ தனியாகவோ அவர்கள் பிறகு பலமுறை சந்தித்துக்கொண்டார்கள். இந்தச் சந்திப்புகள் சிலவற்றில் வெளிப்பட்ட எலினாரின் உடல் வலுவும் புத்தி வலுவும் ஓர் ஆணைப் பொறாமைகொள்ளச் செய்யவும் தன்னகங்காரம் ஒடுங்கியிருக்கும் ஓர் அபூர்வமான கணத்தில் அவனை ஈர்க்கவும் தகுதியுடையனவாகவேயிருந்தன. ட்ரினிடிஹாலுக்கு யாரையோ சந்திக்க வந்த ஒரு பெம்ப்ரோக்ஹால் மாணவன் கல்லூரியின் பின்புறக் காட்டில் வலிப்புநோய் கண்டு விழுந்து கிடந்ததை அந்த இடத்திற்கு இருவரும் உலாவச் சென்றபோது பார்த்துவிட்டு, ஆள்நடமாட்டம் அதிகமில்லாதிருந்த அந்த இடத்தில் வேறு யாரையும் உதவிக்கு அழைக்க முடியாமலும், அந்த மாணவன் ஏற்கெனவே இறந்துவிட்டிருக்கக்கூடுமென்கிற அச்சத்திலும், அவனுடைய கன்னத்திலும் உடலிலும் வழிந்திருந்த ஏராளமான உமிழ் நீரில் துர்மணத்துடன் ஒட்டிக்கொண்டிருந்த தாவரச் சகதியைக் கண்ட அருவருப்பிலும், இவற்றையெல்லாம் தாண்டி, விழுந்துகிடந்தவனைத் தூக்கிச்செல்லுமளவிற்குத் தன்னுடல் வலுவற்றதென்பது ஒரு பெண்ணின் முன் வெளிப்பட்டுவிடுமென்கிற வெட்கத்திலும் ட்ரிஸ்ட்ராம் எலினாரை இழுத்துக்கொண்டு அந்த இடத்தைவிட்டு ஓசைப்படாமல் நகர்ந்துவிடும் யோசனையைச் சொன்னபோது அவள் சற்றும் யோசிக்காமல் விழுந்துகிடந்தவனைத் தன் தோளில் தூக்கிப்போட்டுக்கொண்டு பல நூறு

தப்படிகள் தொலைவில் இருந்த நூலகத்தை நோக்கி அனாயசமாக நடந்துபோனதோடு அவன் மயக்கத்தைத் தெளியவைக்கும் முதலுதவிகள் சிலவற்றையும் செய்தது ஓர் உதாரணம். அந்தப் பையன் கண் விழித்ததும், இயல்பாகவே, தன்முன் நின்றிருந்த இருவரில் தன்னைக் காப்பாற்றியது ஆணாகத்தான் இருக்க முடியுமென்கிற நிச்சயத்துடன் ட்ரிஸ்ட்ராமைப் பார்த்து நன்றி சொன்னபோது எலினார் தன் முகத்தில் எந்தச் சலனமும் இல்லாது அதை அங்கீகரித்த விதமும் அவனுக்கு அவள்மீது மிகுந்த மரியாதையை ஏற்படுத்தியது. மேலும் எகிப்தியர்களுடைய நில அளவீட்டு முறைகள்பற்றியும், அல்கோவாரிஸ்மியினுடைய இந்தோ அராபிய எண்கணித முறையின் ஐரோப்பிய அறிமுகம்பற்றியும், தெஸ்கார்தேயின் கண்டுபிடிப்புகள்மீதும் அவளுடைய, பாடத்திற்கு வெளியிலான, மற்றும் இயல்பான, கேள்விகள் (இரண்டாயிரம் வருடங்களாகக் கீழைத் தேசங்களில் பிரபலமாகியிருந்த இயற்கணிதத்தின் மேல் கண்டங்களில் குடியேற்றங்களை நிகழ்த்தத் தொடங்கிய பிறகான கடந்த இரண்டு நூற்றாண்டுகளாக மட்டுமே பிரிட்டன் ஈடுபாடு செலுத்துவதற்கு அந்தக் கணக்கு முறையை அது தாமதமாகவே அறிந்துகொண்டது, அல்லது இயற்கணிதம் மொழிக்குக் கொடுத்திருக்கும் எண்களின் மீதான ஆளுமையை மொழி பேசும் நிலத்தின் அதிகாரமாக முன்னேற்றிக்கொள்ள முடியுமென்பதை அது புதிதாகக் கண்டுபிடித்தது, இந்த இரண்டில் எது காரணம்) அவனை அடிக்கடி வியப்பிலாழ்த்தின. எனினும் வக்கிரத்தின் வசீகரத்தால் போதையேற்றப்பட்டிருந்த ட்ரிஸ்ட்ராமின் வாலிப மனதில் சக மாணவிகளத்தனை பேரும் காதலிகளாகவே எதிர்ப்பட்டுக்கொண்டிருந்த அந்த நாட்களிலுங்கூட எலினார் கையில் குடையுடனோ தலையில் குஞ்சரங்கள் தொங்கும் பட்டுக் கிரீடத்துடனோ கையற்ற பூச்சட்டையுடனோ கைக்குட்டைகளுடனோ அல்லது குறைந்தபட்சம் ஒரு சின்னப் பூவுடனோகூட அந்த வரிசையில் வந்து நிற்கவில்லை. அவன் அவளிடம் தனிப்பட்ட முறையில், நலம் விசாரிக்கும் முகமாகவேனும் கனிவான வார்த்தைகளெதையும் பரிமாறிக்கொள்ளவில்லை. ஆசிரிய மாணவ பாவத்திலமைந்த ஒரு விட்டேற்றியான தொடர்பன்றி அவர்களிடையே சம்பிரதாயமான நட்பு என்று ஒன்றாவது அப்போது இருந்ததாகப் பிற்காலத்தில் ட்ரிஸ்ட்ராம் எலினார் இருவராலுமே ஞாபகப்படுத்திப் பார்க்க முடியவில்லை.

நிலைமை இப்படியிருக்க, எலினாரை இளநிலை முதலாமண்டிலிருந்து இரண்டாமாண்டிற்கும், ட்ரிஸ்ட்ராமை முதுநிலை இரண்டாமாண்டிலிருந்து மூன்றாமாண்டிற்கும் முன்னேற்றும் ஆண்டிறுதிப் பரீட்சைகள் முடிந்த பிறகு அவர்களிருவரையும் காதலர்களாக்கவிருக்கும் சம்பவம் நிகழத் தொடங்கியது. பரீட்சைகள் முடிந்ததும் வழக்கம்போல கல்லூரி நிர்வாகம் நட்டிங்ஹாம்ஷைரை அந்த வருடக் கல்விச் சுற்றுலாக் கேந்திரமாகத் தேர்ந்தெடுத்தது. அதுபற்றிய அறிவிப்பு ரென்ஹாலின் தகவற்பலகையில் ஒட்டப்பட்ட அன்றைய தினமே எலினார் ட்ரினிடிஹாலுக்கும் நண்பர்களுக்கும் தான்பட்ட கடனைத் திருப்பியளிக்கச் சந்தர்ப்பம் வாய்த்துவிட்டதாக எண்ணி மகிழ்ச்சியில் துள்ளிக் குதித்தாள். கேம்பிரிட்ஜ்ஷைரிலிருந்து நட்டிங்ஹாம்ஷைருக்கு லீசெஸ்ட்ர்ஷைர் மற்றும்

நார்த்தாம்டன்ஷைர் வழியாகப் பிரயாண வழி அறுதியிடப்பட்டிருந்தது. அது சுற்றுவழியென்றும் அதற்குப் பதிலாக ஔஸ் நதியின் மீதே டென்வருக்குத் தடங்கலில்லாமல் சென்று அங்கிருந்து, டௌன்ஹாமின் பின்புறக் கடலை நோக்கி ஆற்றின் வேகம் அதிகமிருக்குமென்பதால், சற்றுக் கீழிறங்கி பீட்டர்பரோ சென்று தங்கிவிட்டுத் தரை மார்க்கமாகவோ அல்லது விதாம் நதி வழியாகவோ லிங்கன்ஷைரை அடைந்து மேற்கே நட்டிங்ஹாம்ஷைருக்குள் நுழைந்துவிடலாமென்றும், மூத்த மாணவன் என்கிற முறையில் ட்ரிஸ்ட்ராம் இதை நிர்வாகத்திடம் பரிந்துரைப்பானே யானால் அலுப்பூட்டும் தரைப் பிரயாணத்தைத் தவிர்த்துவிட்டு கையசைக்கும் குழந்தைகளால் நிரம்பிய ஆற்றோர நாட்டுப்புறங்களையும், நீரில் இறங்கிவரத் துணியாமல் கரையில் நின்றபடியே உறுமும் பசித்த ஓநாய்களையும் கரடிகளையும் கண்ணில் காட்டி மறைக்கும் காடுகளையும், நீர்ப்பறவைகளுக்கும் மீன்களுக்குமிடையிலான விளையாட்டையும் கண்டுகளித்தபடி படகில் செல்வது பயணத்தை நிச்சயமாக சுவாரஸ்யம் மிக்கதாக்குமென்றும் அவள் பிஷப் விடுதி உணவகத்தில் பிற நண்பர்களுடன் கணிதப் பாட விவாதங்களுக்கிடையில் தயங்கியபடி சொன்னாள். அந்த வருட நீர்ப்போக்குவரத்துத் திரும்பத் திறந்துவிடப்பட்டுவிட்டதால் டென்வர்வரை நிச்சயம் ஔஸ்ஸின் வேகம் நம்பத்தகுந்ததாகவேயிருக்குமென்பது நிச்சயப்பட்டுவிட்ட நிலையில் எலினாரின் யோசனை ஏகமனதாக அங்கீகரிக்கப்பட்டது. வேகம் அதிகமில்லையென்றாலும் ஔஸின் ஆழத்தின் மீது விடலைகளை எப்படி அனுமதிப்பது என்று முதலில் தயங்கிய கல்லூரித் தலைவரையும் மாணவர்களின் வற்புறுத்தல் வேறு வழியின்றி ஒப்புக்கொள்ள வைத்தது. சுற்றுலாவின் வழித்தடம் முடிவானவுடன் எலினார் சாதுர்யமாகத் தன் அடுத்த யோசனையையும் செயல்படுத்தினாள். ஔஸ்ஸின் கரையிலேயே இருக்கும் லிட்டில்போர்ட்டில் பயணத்தின் முதல் நாளிரவைத் தன் மக்களுடன் செலவழிக்க, அவர்கள் இங்கிலாந்து முழுவதும் நினைத்துக்கொண்டிருப்பதைப் போல இன்னும் முரடர்கள் அல்லர் என்பதை நிரூபிப்பது தன்னைப் போல பின்னாளில் கேம்பிரிட்ஜைத் தேடிவரும், ஆனால் மேற்றிராணியார்களின் பரிவின்கீழ் வராத மற்ற இளைஞர்களுக்கு உதவக்கூடுமென்று, நேரடியாகவே மேற்பார்வையாளரிடம் பேசி, பணிவான வாக்குவாதங்களுக்குப் பின் அனுமதி வாங்கிவிட்டாள். லிட்டில்போர்ட்டில் இரவு உணவு சம்பந்தமாக அவளிடம் நிர்வாகம் எதையும் எதிர்பார்க்கவில்லை. அவளும் பயணம் கிளம்புவதற்குச் சிலநாட்கள் முன்னதாகத் தன் ஊருக்குச் சென்றபோது தன் தாயிடம் ஒரு கோப்பைத் தேநீருக்கு மட்டுமே சுற்றுலாக் குழு அவர்கள் வீட்டின்முன் தாமதிக்குமென்றும் அதற்கு மேல் வீட்டாரைச் சிரமப்படுத்தும் விருப்பமோ கால அவகாசமோ தன் நண்பர்களுக்கு இருக்காதென்றும் குடும்பச் சூழல் புரிந்த பெண்ணாக, இயலாமையின் மீதான வருத்தத்தை நாசூக்காக மறைத்துக்கொண்டு, இயன்றால் வயற்புறத்தில் சிறு நடன நிகழ்வொன்றை மட்டும் அண்டை மக்களுடன் பேசி ஏற்பாடு செய்வது தங்கள் ஊருக்கு வருகை தருபவர்களைக் கௌரவப்படுத்துவதாக இருக்குமென்று பேசிவிட்டு வந்திருந்தாள். சொந்த ஊரில் ஓர் இராத்தங்கல் தன் நண்பர்களையும் ஆசிரியர்களையும்

நகர வாசனையையே அறிந்திராத தன் ஊர்க்காரர்கள் சந்திக்கும் சந்தோஷமான அனுபவமாயும் தன்மீது ஒரு தனிக்கவனத்தை இரண்டு புறங்களிலும் சாத்தியப்படுத்தும் சந்தர்ப்பமாயும் அமையுமென்பதைத் தவிர வேறு பெரிதான எதிர்பார்ப்புகளெதையும் அவள் தன் மனதில் வளர்த்துக்கொள்ளவில்லை. அதனாலேயே படகுகள் ஔஸ்ஸின் வடதிசைக் கரையைத் தொட்ட பயணத்தின் முதல் மாலையில் அங்கே குழுமியிருந்த கூட்டத்தையும் வாசிக்கப்பட்ட நரம்பிசைக் கருவிகள் மற்றும் ஊதுகுழற்பைகளின் நீலப்புல் இசையையும் ஆரவாரத்தையும் கண்டபோது நன்றியறிதல் கனிந்து கண்களில் நீராகத் திரண்டு வெளிப்பட அவளும் முதன்முதலாக லிட்டில்போர்ட்டை அப்போதுதான் பார்த்த அறுபத்தெட்டாவது மாணவியைப் போல சந்தோஷத்திலும் பிரமிப்பிலும் திக்குமுக்காடிப்போனாள். தத்தம் பெற்றோர்களையும் அண்டை அயலார்களையும் பிறந்த மண்ணையும் பிரிந்து முகம் தெரியாத வேறேதோ ஓர் ஊரில் அனாதைகளைப் போல ஒருவருக்கொருவர் ஆதரவாகக் கூடிப் பழகிக்கொண்டிருக்கும் அந்தக் குழந்தைகளனைவரையும் தங்கள் கிராமத்திற்கு வரவேற்பதில் தாங்கள் மிகுந்த மகிழ்ச்சி கொள்வதாக அவர்கள் ஒத்த குரலில் கூறி மாணவர்களை வரவேற்றார்கள். எலினாரின் மனதில் அழுந்தியிருந்த நீண்ட நாள் கனவின் சுவடை அந்தச் சிறிய கிராமத்தின் ஒவ்வொரு மனிதமும் தன்னுடைய படுக்கையின் கசங்கலைப் போல அறிந்துவைத்திருந்தது.

அது தன் வாழ்வில் மறக்க முடியாத மாலையாக இருக்கப் போகிறதென்றே வெளிப்படையான காரணங்களைக் கொண்டு எலினார் நம்பினாள். மிகச் சமீபமாகப் புல்லரிசி அறுவடை முடிந்து கிழங்குக்காக ஆறப்போட்டிருந்த வயல்வெளிகள், பனியும் நதியும் கடுமையாவதற்கு இன்னும் மூன்று மாதங்கள் மீதமிருந்ததால் தாள்கள் கொத்திச் சமன்செய்யப்பட்டு மாணவர்கள் தங்குவதற்கான இடங்களாகத் தெரிவு செய்யப்பட்டிருந்தன. அங்கே அவர்கள் கையோடு கொண்டுவந்திருந்த கித்தான்களைக் கொடியேற்றிக் கூடாரங்களை அமைத்துக்கொண்டார்கள். கோடைப்பருவமாகவே இருந்தாலும் ஒளியைப் பிரதிபலிக்காத மேற்புறக் கரிச்சதுப்பு நிலங்கள் சூரியன் மறைவதற்கு முன்பே இரவைக் கூட்டிவந்துவிடுவதாக இருந்தன. மாணவர்கள் பயணக் களைப்பைப் போக்கித் தங்களை ஆற்றிக்கொள்ள அவகாசம் கொடுத்த பின் கூடாரங்களை ஒட்டியே நிலப்பரப்பில் கட்டைகளைக் குவித்து நெருப்பு மூட்டப்பட்டு அதைச் சுற்றி இரவுச் சாப்பாடு பரிமாறப்பட்டது. விருந்து என்று சொல்லும்படிக்கும் எலினார் அதன் ஆடம்பரத்தைக் கண்டு ரகசியமாகக் கண்ணீருகுக்கும் வகையிலும் பட்டாணி ரசத்திற்குப் பிறகு புல்லரிசி அப்பமும் குளிர்ந்த காடை இறைச்சியும் வேகவைத்த உருளைக் கிழங்கும் மேசை மதுவும் பரிமாறப்பட்டன. மாணவர்கள் வேண்டிக் கேட்டுக்கொண்டதற்கிணங்க உள்ளூர் இளைஞர்களும் யுவதிகளும் வெட்கத்துடன் அங்கேயே அவர்களுடன் தங்கள் சமையலை ருசிபார்த்தார்கள். பரஸ்பரப் பரிகாசங்களுடனும் விட்டுக்கொடுக்காத பதில்களுடனும் குதூகலமாக அந்த விருந்து முன்னிரவுவரை நீண்டது. பிறகு விருந்தினர்களுக்காகப் பிரத்யேகமாக ஏற்பாடு செய்திருந்த

நாட்டிய நாடகமொன்றைக் கிராமத்தவர்கள் கூடார நெருப்பைச் சுற்றி நிகழ்த்திக்காட்ட முன்வந்தார்கள். பகட்டாக வாழ நினைத்த பொன் மீனொன்றின் அவதிகளைப் பற்றிச் சொல்லும் ஒரு நார்ஃபோல்க் பிரதேசத்துப் பழங்கதையே படிதமாக்கப்பட்டிருந்தது. நண்பர்களின் வரவினாலும் ஊராரின் விருந்தோம்பலினாலும் விருந்தின் வளப்பத்தாலும் புளகாங்கிதமடைந்து, பெருமையிலும் கர்வத்திலும் நன்றியுணர்விலும் ஏற்கெனவே பொங்கிக் கனத்துக்கொண்டிருந்த களேபரமான தன் உணர்வுகளை உரத்துக் கத்தியோ மண்ணில் விழுந்து புரண்டோ கேளிக்கை நெருப்பில் கைகளைக் கொடுத்துச் சுட்டுக்கொண்டோ வீட்டுக்கூரை ஏதேனுமொன்றின் மீதேறி அங்கிருந்து கால்கள் முறியும்வண்ணம் குதித்தோ வெளியே பீய்ச்சியடித்து வடியச் செய்யாவிட்டால் தன் இருதயம் வெடித்துவிடக்கூடுமென்று பயந்துகொண்டும், நாகரீகம் கருதி அவற்றிலெதையும் செய்யவியலாமல் தவித்துக்கொண்டுமிருந்த எலினார் அதற்கு மேல் தாள முடியாமல் நடனம் துவங்கிய சிறிது நேரத்தில் பொன்மீனாக நடிக்க நீண்ட ஒத்திகைபார்த்திருந்த பெண்ணை இழுத்துக்கொண்டு வந்து பார்வையாளர்களின் மத்தியில் அமர்த்தி விட்டு பாத்திரத்திற்குத் தேவையான எளிய ஒப்பனையைக்கூடச் செய்துகொள்ளாமல் தானே மீனாக நடிக்கத் தயாராகிவிட்டாள். முந்தைய கணம்வரையில் அவளே எதிர்பார்த்திராத அவளுடைய திடீர் நடவடிக்கை கூட்டத்தினர் அனைவராலும் பலத்த ஆரவாரத்துடன் வரவேற்கப்பட, ஒத்திகையும் ஒப்பனையுமில்லாமல் களத்திலிறங்கி விட்டாலும் எலினார் தன் கிராமத்தின் ஒவ்வொரு வீட்டிலும், ஆண் பெண் ஒவ்வொருவராலும் அன்றாட நிகழ்வாக, குழந்தைகளின் விளையாட்டுகளில் ஒன்றாக, அவர்களுடைய வாழ்வின் ஓரம்சமாக நிகழ்த்தப்பட்டுக்கொண்டிருந்த மரபுக்கலைகளில் சிறுவயது முதற் கொண்டே பரிச்சயமுள்ளவளாக இருந்ததால் பாத்திரத்தைச் சிறப்பாகச் செய்துவிடுவாள் என்பதில் சந்தேகமில்லாதிருந்த ஊராரின் கண்களில் அந்நிகழ்வு பொறுப்புடன் செய்து முடித்தாக வேண்டிய ஒரு வீட்டுவேலையின் இனிய சாயலையும் பெற்றுவிடவே அவர்கள் கவனிப்பில் கண்டிப்பும் கலந்துவிட, நாடகம் உடனே களைகட்டிவிட்டது. எலினாரின் அடவுகளில் அங்கங்கே பழக்கம் விட்டுப்போன சிறுசிறு தவறான பிசகல்கள் தெரியும்போது அவர்கள் உரிமையோடும் சூழல் கவனமின்றியும் நாடகத்தில் குறுக்கிட்டு அந்த அடவைச் சரிசெய்து கொண்டு திரும்ப அதே காட்சியை நடிக்கும்படி உரத்த குரலில் கூவிக்கொண்டேயிருந்தார்கள். என்றாலும் நாடகத்தின் ஒழுக்கை அது சற்றும் பாதிக்கவில்லையென்பதை மாணவர்கள் பரஸ்பரம் கீழ்க்குரலில் பேசி ஆச்சரியப்பட்டுக்கொண்டார்கள். அரங்கக் கலையைப் பாடமாகப் பயின்றுகொண்டிருந்த நண்பர்களில் சிலரோ ஊராரின் குறுக்கீடும் இரைச்சலும் நாடகத்தின் ஓர் அங்கமாகவே மாறிப்போகும்வண்ணம் அதனுடன் இயைந்துபோனதாகச் சொல்லி சிலாகித்தபடி நிகழ்வுகளை அவசர அவசரமாகக் குறிப்பெடுத்துக்கொண்டிருந்தார்கள். மிகச்சில, காட்சியின் தொனியைச் சிதைத்துவிடாத, கண்களை உறுத்தாத, அடங்கிய தவறுகளைத் தவிர்த்து எலினாரும் தன் பங்கிற்குப் பொன்மீனின் பாத்திரத்தைச் சிறப்பாகவே நடித்தாள். மீன் நீந்துவதென்னும் ஒரு நிஜத்தை

நடிப்பாக மாற்றுகையில் கவனங்கொள்ள வேண்டிய, கற்பனாபூர்வமான மிகைப்படுத்தல்கள் அவளுடைய பால்ய ஞாபகங்களின் சேமிப்புக் கிடங்கினடியிலிருந்து காட்சிகளில் முன்னேறிச் செல்லச் செல்ல தொடர்ந்து மேலே மிதந்து வந்துகொண்டேயிருந்தன. வலைக்குள் பிடிபடும்வரை அந்த மீன் தன் இடுப்பையும் கால்களையும் அசாத்தியமான முறையில் அகலமாயும் முன்பின்னாயும் உல்லாசத்தை வெளிப்படுத்தும்வண்ணம் மிக மெதுவாயும் அசைக்கிறது. முனையில் விரல்களாகப் பிரிந்த தன் கைகளைத் தோளிலிருந்து துவங்கி முழுவதுமாக நீட்டி முன்பின்னாக அசைத்தும் இரண்டு கைகளையும் ஒரே திசையில் குவித்தும் பிரித்தும் நீந்துகிறது. ஓரோர் தடவை முன்உதடுகளை மட்டும் மிகச் சன்னமாகப் பிரித்துக் காற்றாகிய நீரை வாய் நிறைய உறிஞ்சிக்கொண்ட பிறகு கைகளின் அலைவால் பிராண வாயுவை முழு உடலுக்கும் தந்து உயிரை ஒவ்வொரு நரம்பிலும் பாய்ச்சி நிறைத்த பின் எஞ்சிய சக்தியைத் தகதகக்கும் பொன்னொளியாக உடலின் புறத்தே கசியச்செய்துவிட்டு பார்லி மதுவின் நுரையைப் போல வெளியே பீய்ச்சியடிக்கும்வண்ணம் காதுகளை விரியத் திறக்கிறது. உடலின் பொன்னிறம் ஒளிபட்டுத் தகித்துக்கொண்டிருப்பதில் தான் கொண்டிருக்கும் கர்வம் வெளிப்படையாகத் தெரியும்வண்ணம் அடிக்கொருதரம் தன் உடலைச் சொடுக்கி வெளியே மின்னி மறையும் ஒளித் துணுக்கால் உலகைத் திடுக்கிடச்செய்கிறது. அசைக்கக்கூடிய கண்விழிகளும் திருப்பக்கூடிய கழுத்தும் மனிதர்களைப் போல வாய்த்திராத துரதிர்ஷ்டத்தால் ஒவ்வொரு முறையும் தன்முன் எதிர்ப்படும் காட்சிகளைப் பார்க்க அது தன் முழு உடலையும் காட்சியின் திசையை நோக்கித் திருப்ப வேண்டியிருக்கிறது. சிலசமயம் அப்படித் திரும்புவதானது அது நீந்தும் திசையையும் மாற்றிவிட்டுவிடவே பொன்மீனுக்குப் போய்ச்சேர வேண்டிய இலக்கு என்று ஒன்று தனியாக இல்லாதிருக்கிறது. அது வருத்தப்படுகிறது, தனக்கு ஒரு வீடில்லாதது குறித்து, தனக்கு ஸ்திரமான உறவுகள் இல்லாதிருப்பது குறித்து, மேலும் தன் வனப்பை யார் கண்ணிற்கும் விருந்தாகக் காட்டிக்கொள்ள இயலாவண்ணம் எப்போதும் கடலின் இருண்ட ஆழத்தில் ஒரு பயனற்ற செடியைப் போல அசைந்துகொண்டிப்பது மட்டுமே தன் வாழ்வாக விதிக்கப்பட்டுவிட்டது பற்றியும். பிறகு கடல் தேவதை பொன்மீனுக்குப் பாடம் கற்றுக்கொடுக்க வேண்டுமென நினைத்து ஒரு செம்படவப் பெண்ணின் உருவில் வருகிறாள். அந்த மீனைப் பிடித்து வீட்டிற்கு எடுத்துப்போய் ஒரு தொட்டியில் விட்டுவைக்கிறாள். திரையெதுவும் விழாமலேயே முன்னலை மேல் விரிந்து கலக்கும் பின்னலைபோல இயல்பாகக் காட்சி மாறுகிறது. இப்போது பொன்மீனுக்கு ஒரு நிலையான இடம் கிடைத்திருக்கிறது. அது ஒரு கணமேனும் தன்னை மறைத்துக்கொள்ளவியலாமல் வெட்கத்துடன் சுழலும்வண்ணம் நெருப்பின் வண்ணம் எழுப்பியிருந்த ஒளித்தொட்டிக்கு வெளியிலிருப்போர் எவருடைய பார்வையிலும் பட்டுக்கொண்டேயிருக்கிறது. அவர்கள் அதை உயிராபத்தான விதத்தில் கையிலெடுத்து முத்தமிட்டுக் கொஞ்சுகிறார்கள். அதனுடலை வருடி வருடிப் பொன்னிறத்தைத் தங்கள் விரல் நுனியில் அபகரித்துக்கொண்டு போகிறார்கள். ரேகைகள் படிந்து படிந்து மீனின் மினுமினுப்பு குறைந்துகொண்டே வருகிறது. அது

இப்போது முன்புபோல தன் இடுப்பையும் கால்களையும் அகலமாயும் முன்பின்னாயும் அசைப்பதில்லை. பயம் அந்த அசைவுகளைக் குறுகலாயும் வட்டவடிவமாகவும் ஆக்கிவிட்டிருக்கிறது. நீந்தும்போதும் முழுக் கைகளின் தேவையின்றி முன்கைகளின் அசைவே அதற்குப் போதுமானதாயிருக்கிறது. புஜங்களை அது ஒரு சுமையென நினைத்து அவற்றை அடிக்கடி வாயருகே கொண்டுசென்று பைத்தியத்தைப் போல கடித்துக்கொள்கிறது. கைளின் அசைவும் முன்புபோல சீராக இல்லாமல் தாறுமாறாக மாறிவிட்டிருக்கிறது. வலக்கை முன்னே செல்லும்போது இடக்கை முதுகின் பின்னாலேயே தன்னினைவின்றித் தாமதித்து நிற்கிறது. இடக்கை முன்னே வருவதற்குள் ஸ்திரமாக நிறுத்திக்கொள்ள முடியாத வலக்கை பின்னுக்கு இழுக்கப்பட்டுவிடுகிறது. விளைவாக மீனின் உடல் இப்போது அதன் பக்கவாட்டில் சுழன்றுகொண்டே மிதப்பதாக ஆகிவிட்டிருக்கிறது. அது கிட்டத்தட்ட மல்லாந்த நிலையிலலேயே பிரயத்தனத்துடன் நீந்துகிறது. பிராண வாயுவை உறிஞ்சி வாழ மனமில்லாமல் அது தன் காது மடல்களை நீர் வெளியேறாவண்ணம் சுருட்டி செவித்துளைக்குள் சொருகி அடைத்துக்கொண்டிருக்கிறது. உறிஞ்சும் நீர் உள்ளேயே நிரம்பட்டும், நிரம்பி உடல் கனக்கட்டும், நீந்த முடியாத அளவு கனத்த பின் அது தொட்டியின் ஆழத்தை நோக்கி விழுந்து அமைதியுறட்டும், அதற்குள் அது கதறியழைக்கும் தேவதை வராவிட்டால்.

இதமான குளிரோடு கூடிய பருவப் பின்னணியும் அலைபாயும் தீயின் ஒளியும் இரவின் நிழலும் கூடி உருவாக்கிக்கொண்டிருந்த கனவு நிலையும் மிக எளிய அந்தக் கூத்திற்கு அதை நிகழ்த்தியவர்களே எதிர்பாராத புதிய அர்த்தங்களையும் பாத்திரங்களின் உரையாடலில் மனதைப் பிழியும் சோகபாவங்களையும் கதைப்போக்கில் எதிர்பாராத திருப்பங்களையும் சேர்த்துவிட, அவர்களதை அவர்கள் விரும்பிய முடிவிற்கு அழைத்துவர முடியாமல் திணறவே மட்டுமீறிய துயரத்துடனும் மிகுந்த பரவசத்துடனும் மாணவர்களின் பலத்த ஆரவாரத்துடனும் நிகழ்ச்சி பாதியில் நிறுத்தப்பட்டது. எலினார் பாராட்டு மழையில் திளைத்தாள். பல்கலைக்கழகப் பாடங்கள் அறியாத பல மர்மமான, நுட்பமான அடவுகளை அவளிடம் கண்டதாகவும் அவள் எடுத்திருக்க வேண்டிய துறை எந்திரவியலே அன்று என்றும் மாணவர்களும், பயிலப்பட்ட நாளிலிருந்தே அப்படியொரு வனப்பை அந்த நாடகம் பெற்றதில்லையென்று ஊராரும் மெச்சிக்கொண்டார்கள். மொத்தத்தில் மிகுந்த மகிழ்ச்சியுடனும் மனநிறைவுடனும் அனைவரும் அந்த இரவின் நிகழ்ச்சிகளை முடித்துக்கொண்டு உறங்கப்போனார்கள். சற்று தாமதித்த ட்ரிஸ்ட்ராம் எலினாரைப் பாராட்டும்போது அப்படி ஓர் அபூர்வமான பொன்மீனையும் அபூர்வமான எலினாரையும் தான் இதுவரையில் கவனிக்காமலே இருந்துவிட்டதற்காக வெட்கப்படுவதாகச் சொன்னான். அந்த நெகிழ்வான சந்தர்ப்பத்தையும் தன் நன்றியறிதலுக்கு உபயோகப்படுத்திக்கொள்ளக் கருதிய எலினார் தன்னுடைய பிரத்யேக உபாத்தியாயன் என்கிற முறையில் மறுநாள் காலை தேநீர் அருந்த அவன் தன் வீட்டிற்கு வர வேண்டுமென்று கேட்டுக்கொண்டாள். ட்ரிஸ்ட்ராம் தனக்கு அப்போதே தேநீர் அருந்தும் விருப்பம் இருப்பதாலும், சந்தோஷம் தன் தூக்கத்தைப்

பறித்துக்கொண்டுவிட்டதாலும், நல்ல நிலா வெளிச்சமிருப்பதாலும் அந்த இரவையே அவர்கள் ஏன் பகலாகக் கருதக் கூடாதென்று கேட்டான். எலினார் சந்தோஷமாக அதை ஏற்றுக்கொண்டாள். அவர்களிருவரும் அவளில்லம் நோக்கிச் சென்றார்கள். செவிவழிச் செய்திகள் வழியாக நகரத்தவர்கள் ஊகித்துக்கொண்டிருந்த சதுப்பு நில வீடுகளிலிருந்து அதிகம் விலகியிராதபடி நிஜத்திலும் எலினாரின் வீடு வெளிப்புறத்தில் புராதனமான ஓட்டுக் கூரையையும், இடிந்த புகைபோக்கியையும் நிறம் மங்கிப் பிசுப்பேறிய கண்ணாடிச் சன்னல்களையும் மரச்சுவர்களையும் மரத்தரையையும் பின்புறத் தொழுவத்துக் கால்நடைகளின் கழிவு நாற்றத்தையும் கொசு உபத்திரவத்தையும் மிருகங்களின் பெருமூச்சையும் உட்புறத்தில் இரண்டு மூன்று உடைந்த நாற்காலிகளையும் மரச்சக்கைகளால் இணைக்கப்பட்டிருந்த உணவு மேசையையும் வீட்டில் ஒரு காலத்தில் நிறைய நபர்கள் இருந்ததை நினைவுபடுத்தும் ஏராளமான மட்டப் பனிச்சறுக்குக் கட்டைகளையும் கரடிகளைப் பயமுறுத்துவதற்குப் பயன்படும் கொண்டிக் கழியையும் மற்றும் மிகக் குறைவான புழக்கப் பாத்திரங்களையும் கொண்டதாக, ஆனால் சுத்தமாக, இருந்தது. வீட்டின் பலவீனம் கருதியோ என்னவோ லண்டன் கடைத்தெருவில் பல வருடங்களுக்குமுன் வாங்கியிருக்கக்கூடிய, மலிவான உலோகச் சட்டமிடப்பட்ட, பால் டி லிம்பர்கின் உயிர்த்தெழும் யேசுவின் மட்டமான பிரெஞ்சு நகலைத் தவிர வேறு ஓவியங்கள் எதுவும் சுவரில் ஆணியறைந்து தொங்கவிடப்படவில்லை. படத்தின் முன் நிறுத்தி வைக்கப்பட்டிருந்த மெழுகு விளக்கின் வெள்ளித் தாங்கி மட்டும் அந்தக் குடும்பத்தினருக்குக் கர்த்தர் மீதிருக்கும் விசுவாசத்தைப் பறைசாற்றும்வண்ணம் தேய்க்கப்பட்டு அதீதப் பளபளப்பில் மின்னிக்கொண்டிருந்தது. பைத்தியக்காரப் பெண்ணைக் கவனிப்பதற்காக நாடகம் முடியுமுன்பே வீட்டிற்குப் புறப்பட்டு வந்துவிட்ட எலினாரின் தாய் முன்னறையின் பக்கவாட்டில் சற்று உள்ளார்ந்து இருக்குமாறு கட்டப்பட்டிருந்த மற்றொரு சிறிய அறையில் அவளுடன் சித்திர ஜெருசலேமியர்களைப் போல ஆழ்ந்து உறங்கிக்கொண்டிருந்தாள், ட்ரிஸ்ட்ராமை வரவேற்று இருக்கையொன்றில் அமரச் செய்த எலினார் தேநீர் தயாரித்துக் கொண்டுவந்து அவன்முன் கோப்பைகளை வைத்த பின் அவர்கள் தணிவான குரலில் பலவற்றைப் பேசிக்கொண்டார்கள். ஃபென்னியர்களைக் காட்டுமிராண்டிகள் என்றும் மந்திரவாதிகள் என்றும் நினைத்துக்கொண்டிருந்த, தானுட்பட அனைவருக்குமே அன்றைய மாலை ஓர் அலாதியான அனுபவம் என்று ட்ரிஸ்ட்ராம் அவர்களைப் புகழ்ந்தான். அந்தப் புகழ்ச்சியில் மகிழ்ந்துபோன எலினார் நன்கு தூண்டப்பட்டுவிட்ட உற்சாகத்துடன் ஃபென்னியர்கள் மந்திரவாதிகளல்லர் என்பது மட்டுமன்று, அம்மாதிரியானவர்களைக் கொல்லும் ஆற்றலும் தைரியமும் பெற்றவர்கள் என்று பதில் சொன்ன கையோடு பல வருடங்களுக்கு முன் லிட்டில்போர்ட்டிற்கு வந்த மாயச் சைத்ரீகனைப் பற்றியும் அவன் தன் குறும்புத்தனத்திற்குத் தண்டனையாகத் தன் தந்தையின் கையால் சுடப்பட்டு இறந்துபோன கதையையும் அவனிடம் சொன்னாள். பக்கத்தறையில் தூங்கிக்கொண்டிருந்தவர்களை எழுப்பிவிடாத மெல்லிய குரலில் ஆற்றொழுக்கைப் போல அவள் சொல்லிக்கொண்டிருந்த கதையைக் கிஞ்சித்தும் பரிதாப உணர்வின்றி,

இரவு வீணாகிக்கொண்டிருப்பதாயும், அவள் மேல் மின்னிக்கொண்டிருந்த பொன்மீனின் பளபளப்பு நேரம் ஆகஆகக் குறைந்து அவள் பழைய எத்துப்பல் குண்டோதரியாயும் ஆகிக்கொண்டுவருவதாயும் மனதினுள் சலித்துக்கொண்டும், ட்ரிஸ்ட்ராமும் வேறு வழியின்றிக் கேட்டுக் கொண்டிருந்தான்.

இந்தச் சமயத்தில்தான் அது நிகழத் தொடங்கியது. கலைஞர்களின் ஆவியானது பார்க்கப்படும்போதோ அல்லது தீண்டப்படும்போதோ அன்று, மாறாக பேசப்படும்போதே தன்னை வெளிப்படுத்திக்கொள்ளும் சக்தி கொண்டதாயிருக்கிறதென்று சொல்லப்படுவதற்கேற்ப எலினாரைத் தவிர அவள் குடும்பத்தைச் சேர்ந்த வேறு யாரையுமே பார்த்தோ பழகியோ அறியாத அந்நியனான ட்ரிஸ்ட்ராமின் மனதில் எலினாரின் குரலில் தன் பெயர் உச்சரிக்கப்பட்டவுடனே போய் உட்கார்ந்து கொண்டுவிட்ட, கொலையுண்ட ஓவியனின் ஆவி தன்னைக் காணும் விருப்பத்தைத் தள்ளிவிட இயலாதபடி எழுப்பிவிட்டது. அவன் தான் அந்த ஓவியத்தைப் பார்க்க விரும்புவதாக எலினாரிடம் தெரிவித்தான். அவன் குரலில் திடீரென்று அதுவரையில் கேட்டுப் பழகியிராத கரகரப்பும் பதற்றமும் உடலில் நடுக்கமும் வாயில் கார நெடியுடைய அமில நாற்றமும் ஏறியிருந்ததைக் கண்டுவிட்டு எலினார் திடுக்கிட்டுப்போய்த் தன் கடைசி வார்த்தைகளை மறந்துவிடும்படி அவனைக் கண்ணீர் மல்க இறைஞ்சிக்கொண்ட பிறகும், பலவருட உறக்கத்திலிருந்து விழித்துக்கொண்டுவிட்ட சாத்தானின் சிரிப்பு அவள் கண்ணீரைக்காட்டிலும் பலம் பொருந்தியதாக இருந்ததால், ட்ரிஸ்ட்ராம் சித்திரத்தைப் பெட்டியிலிருந்து வெளியே எடுக்கும்படி அவளை தொடர்ந்து வற்புறுத்தினான். மிகுந்த மன்றாடலுக்குப் பின் எலினார் வேறு வழியில்லாமல் அரைமனதோடு, அனைவரும் தூங்கிவிட்டார்களென்பதை மறுபடி ஒருமுறை உறுதி செய்துகொண்டு, அந்தச் சித்திரத்தை எடுத்து அவன் கையில் கொடுத்தாள். பழைய பள்ளிப்பாட நோட்டட்டையில் ஒட்டப்பட்டிருந்த, புல்லரிசி மாவுப்பசை வாடையடிக்கும் அந்தச் சிறிய சித்திரம் காலத்தின் வெண்துருவேறி உருவங்கள் ஏறக்குறைய செங்குத்தான அடர்ந்த வரிகளாக மட்டுமே புலப்படும்படி மங்கி அழிந்துவிட்டிருந்தது. மிச்சமிருந்தவற்றையாவது முழுதாக வெளிப்படுத்தத் திராணியில்லாதபடி மெழுகுவர்த்தியும் அரைகுறை வெளிச்சத்தையே கசியவிட்டுக்கொண்டிருந்த நிலையில் அந்தத் தாளில் ட்ரிஸ்ட்ராம் பார்த்தது பெரிதாகக் கிறுக்கப்பட்ட ஓர் ஒற்றைக் கையெழுத்தை. ஆனால் ஏதாவது தெரிகிறதா என்று எலினார் அவனைக் கேட்டபோது நன்றாகத் தெரிகிறது என்றே அவன் பதில் சொன்னான். காரணம் அவன் வரையப்பட்டிருந்தவர்களை அறிந்திலனாயினும் அந்தக் கையெழுத்தை நன்கறிவான். புகைபோக்கியின் அருகில், கீழே நின்றிருந்த அத்தனை பெண்களின் மார்வகிடையும் பார்க்க வசதியாய் நிழலின் நிறத்தையும், கவனந்தப்பும் இடத்தையும் எழுதியவனின் கைகள் மூலமாகத் தானே தேர்ந்தெடுத்துக்கொண்டிருந்த மிகச் சிறிய பறவையினுருவில், காகிதத்தின் வலது மூலையில் ஒரு புள்ளியென அந்தக் கையெழுத்து உயரே துவங்கிப் பின் கூரையாய்,

நிழலாய், கீழே நிற்பவர்களின் உடைகளாய் வழிந்து, ட்ரிஸ்ட்ராமால் பார்க்கப்பட வேண்டுமென்பதற்காகவே அத்தனை வருடங்களாகத் தன்னை மறைத்துக்கொண்டிருந்ததைப் போல நேராக அவன் கருவிழியில் பாய்ந்து, உள்ளிறங்கி, சிந்தனைகளை ஊடுருவி, செயல்களாய் அவற்றை இங்கிலாந்து முன்னெடுத்துச்செல்லும், காமத்தின் தீய்ந்த நிறத் தொடர் கடிதங்களின் நச்சு வாக்கியங்களை மூன்று வருடங்களாக சிருஷ்டித்துக்கொண்டேயிருந்ததே, ஜீரணமாகாத எச்சமாய் இங்கிலாந்தின் மீது அந்தக் கருப்பு மசி வழிந்துகொண்டேயிருந்ததே, அரியாசனங்களின் அதீதப் பிரகாசத்தில் நனைந்தே நிறம் வெளுத்துப்போன தேசத்தின் ஏதோவொரு மூலையில் வந்தமர்ந்த அது தன் சாகஸக் கற்பனைகளின் ராட்சசச் சிறகுகளை விரித்தபோதெல்லாம்தான் பிரிட்டனின் அரசியல் வானம் கருத்துப்போய்ச் சம்பவங்களின் அமில மழை பெய்துகொண்டேயிருந்ததே, மிடில்செக்ஸ் தேர்தல் நான்கு முறை நடத்தப்பட்டது, ஜான் வில்க்ஸ் தண்டனைக்காலம் முடியுமுன்பே விடுவிக்கப்பட்டார், பத்திரிக்கை நிறுவனர்களும் அச்சுத் தொழிலாளர்களும் விடுதலை செய்யப்பட்டார்கள், அவர்களைக் கைதுசெய்த அரசுப் பணியாளர்கள் தண்டிக்கப்பட்டார்கள், அமைச்சர்கள் மாற்றப்பட்டார்கள், அகஸ்டஸ் ஹென்றி ஃபிசோரி அந்தக் கரும்பறவை விரித்த சிறகுகளின் நிழற்சுமை தாளாமல் பதவியைத் துறந்தார், மனு கொடுக்கும் ஊர்வலங்கள் துக்கத்தையும் வெறுப்பையுமே தங்கள் அடையாளங்களாகப் போர்த்திக் கொண்டு லண்டன் தெருக்களைக் கருப்பு நிறத்தில் மூழ்கடித்தன, ஜனங்கள் வெண்ணொளியில் கரைந்துவிடும் முன் கடித வரிகளின் நிழல் அவர்களுடைய உருவங்களைக் கத்தியின் முனையைப் போன்ற செங்குத்துக்கோடுகளாய் அவர்களுக்கு மீட்டுத் தந்துகொண்டேயிருந்தது, ஹெலன் மட்டுமன்று, இங்கிலாந்து முழுவதிலுமுள்ள, சுடப்பட்டு இறந்த பிணங்களின் கல்லறைக்குள்ளும் பைத்தியக்காரர்களின் தகரப்பெட்டிகளுக்குள்ளும் கிழிக்க முடியாத படமாக அவர்களின் பிரியத்துக்குரிய அந்தச் சாத்தான் பதுங்கிக்கொண்டிருக்கிறது, பேசப்படுவதற்காகக் காத்திருக்கிறது, இங்கிலாந்தின் தரையெங்கும் ஜனங்களைத் துப்பாக்கிகளால் கொன்று புதைக்கும் அதிகாரத்தின் உறையவைக்கும் பனிவெளுப்பையும் அதன் வானமெங்கும் பெண்களின் அந்தரங்கங்களையும் அரசியலின் கீழ்மையையும் பரகசியப்படுத்தி ரசிக்கும் பித்துப்பிடித்த அன்பின் கருங்கீற்றல்களையும் அது தீட்டுகிறது. ஜூனியஸ், நீ ஒரு நிழற்பறவை.

பழங்காகிதம் வெளியே எடுக்கப்பட்ட கணத்திலேயே பழைய நினைவுகளின் வசீகரத்தில் மீண்டும் மனம் நெகிழ்ந்து கரைந்து விட்டதாலும், கண்களுக்குப் புலப்படும்படியான அசம்பாவிதம் எதுவும் பெட்டியினுள்ளிருந்து வெளியே புலப்பட்டுவிடவில்லையாதலும், அல்லது நடப்பது நடக்கட்டுமென்று நிச்சயித்துக்கொண்டுவிட்டதாலோ, அச்சத்திலிருந்து ஓரளவு மீண்டுவிட்ட எலினாரின் பழக்கப்பட்ட கண்களுக்கு அது இன்னும் ஓவியமாகவே தன்னைக் காட்டிக் கொண்டிருந்ததால், சிறிய காகிதப்பரப்பில் நம்பற்கரிய விதத்தில் கோடுகள் வெளிப்படுத்திக்கொண்டிருந்த துல்லியத்தின் மீதான வியப்பை அதைப் பார்த்த கணத்திலேயே தன்னுடன் பகிர்ந்துகொள்வானென

அவள் எதிர்பார்த்துக்கொண்டிருந்தபடியில்லாமல் ட்ரிஸ்ட்ராம் உடனே மௌனத்தில் ஆழ்ந்துவிடவே அதை வார்த்தைகளையொழித்த பிரமிப்பாக எடுத்துக்கொண்டு, மேலும் அவனுடைய காரணம் புரியாத உடல் நடுக்கத்தைக் குறைக்குமென்ற நம்பிக்கையுடனும்கூட அவன் மடிமீது படிந்திருந்த குடும்ப உறுப்பினர்களை விரல்களால் சுட்டியபடி அவள் அவன் மனவோட்டம் தெரியாமல் அவர்களைப் பற்றித் தொடர்ந்து பேசிக்கொண்டேயிருந்தாள், இடது மூலையில் கல்யாணத்திற்காகத் தைத்த தன் ஒரே கராக்கோ உடையில் நிற்பவள்தான் பிரிட்ஜெட், அந்த மந்திரவாதியின்முன் நிற்பதற்காக அன்று, மாறாக அவள் அப்போது கோவிலுக்கோ அல்லது தன் மேல்தெரு நண்பர்களைப் பார்த்துவருவதற்காகவோ கிளம்பிக்கொண்டிருந்தாள், அவள் அருகே கசங்கி நெகிழ்ந்துகிடக்கும் படுக்கை உடையுடன் நிற்பவள் எடித், அதை மறைத்துக்கொள்ள மேலே அவசரஅவசரமாக ப்ரூன்ஸ்விக்கை அணிந்துகொள்ள அது இன்னும் மோசமாக அவள் மார்புகளைப் பிதுக்கி வெளித்தள்ளிவிட்டது, இந்த உடையலங்காரம்தான் மந்திரவாதியின் வாழ்விற்கு எமனாய் வாய்த்தது, நடுவிலிருக்கும் முக்காலியில் வேட்டைத் துப்பாக்கியைத் தரையில் ஊன்றியபடி அப்பா, முழங்கால்கள் தெரியாதபடி அவருக்கு நேர்பின்னே நின்று கொண்டிருப்பவள் என் இன்னொரு தமக்கை என்று நினைத்து நீங்கள் ஆச்சரியப்படும்படியான இளமையுடன் அப்போதிருந்த அம்மா, அவள் மடியில் குட்டைப் பாவாடையுடன் உட்கார்ந்துகொண்டிருப்பது ஹெலன், தன்னைச் சித்திரமாக வரையப்போகிறார்கள் என்பதில் சந்தோஷமாயிருந்தவள் அவள் ஒருத்திதான், வலது ஓரத்தில் என்னைத் தன் இடுப்பில் வைத்துக்கொண்டிருப்பவள் கேத்தரின், சமையலுடையின் முன்புறம் தைக்கப்பட்டிருக்கும் பிப்பின் கவர்ச்சியையும், எங்கள் அனைவரிலும் அழகியான அவளுடைய மேனி வனப்பையும் குரங்கைப் போல அவள் மேல் தொற்றிக்கொண்டிருக்கும் என் உடலும், நான் எப்போதும் இறுகப்பிடித்துக்கொண்டிருக்கும் லூக்காவின் புத்தகமும் மறைத்துக் கொண்டிருக்கிறது, தன் ஸ்காட்டியத் தோழி நினைவுப் பரிசாகக் கொடுத்த கெர்ட்ச்சை என் தலையில் அணிவித்திருக்கிறாள், நாய்க்குடையைப் போல அது மூஞ்சியில் பாதியைக் கவிழ்ந்து மறைத்துக்கொண்டிருந்தபோதும் சித்திரத்தைக் கண்களினருகே கொண்டுவந்து சற்றே கூர்ந்து கவனிப்பீர்களேயானால் என் கண்களில் பயம் மற்றும் வெறுப்பின் கண்ணீர் கீழே விழத் தயாராகத் தளும்பி நின்றுகொண்டிருப்பதை நீங்கள் பார்க்கலாம். ஆனால் நீண்டதொரு துயரக்கதை சாத்தியப்படுத்தாத, கரிய நிறமான, புத்தம்புதிய காமத்தின் சுரப்பைச் சித்திரத்தின் புலப்படாத நிழல்களில் அனுபவித்துக்கொண்டும் அடையாளச் சுட்டலுக்காக அவன் மடிமீது இயல்பாகப் பதிந்து அதை அழுத்துவதும் பின் விடுவிப்பதுமாக இயங்கிக்கொண்டிருந்த எலினாரின் விரல்கள் உண்டாக்கிய வாதையில் தவித்துக்கொண்டிருந்துமிருந்த ட்ரிஸ்ட்ராமால் தன் கண்களுக்கும் சித்திரத்திற்கும் இடைப்பட்ட தொலைவைச் சுருக்காமலேயே அவள் கண்களில் கண்ணீரைப் பார்க்க முடிந்தது. அல்லது கண்களைப் பார்க்கும் முன்பே அவன் அங்கே கண்ணீரை ஊகித்துவிட்டிருந்தான். அதுவுமல்லது அந்தக் கண்களில் கண்ணீரே இல்லாதிருந்தாலும் அவன்

அதில் கண்ணீரைக் கண்டிருப்பான். ஏனெனில் எலினாரின் கண்களில் கண்ணீரை ஊகித்துக்கொள்ளும் கணங்களில் கடலோடிகளின் நோய் திரும்பத் திரும்ப உற்பத்தியாகி அவனை மீளவிடாத போதையில் சுழற்றிக்கொண்டிருந்தது. அவன் தன் மடியில் இருந்த தாளை விரல்களின் சுமை தாங்காமல் அருகிலிருந்த உணவு மேசையில் வைத்துவிட்டு முகத்தைத் திருப்பியபோது நிஜ எலினாரின் கண்களிலும் கண்ணீர் பளபளத்துக்கொண்டிருப்பதைப் பார்த்தான். அந்தக் கண்ணீரின்முன் அதை வரைந்த கடவுளாகத் தன்னை உணர்ந்த அவன் எலினாரை சற்று சிரிக்கச் சொன்னான். அவளோ தாளின் வெண்பரப்பில் சாபத்தின் சித்திரமாய்ச் சிறைப்பட்டுப்போகவிருக்கும் அச்சத்திலிருந்து தன்னை விடுவித்து ஆறுதலளித்து நிழலின் மிதமான இருளுக்குள் அழைத்துச்செல்ல அவனை இறைஞ்சியழைக்கும் எட்டு வயதுச் சிறுமியாகிவிட்டிருந்தாள். அழைப்பு விடுக்கும் அந்தக் கண்களின் வசீகரத்தை மிகத் தாமதமாகக் கண்டுகொண்டது குறித்து ட்ரிஸ்ட்ராம் வெட்கப்பட்டான். ஓர் இறகு உதிர்வதைப் போல அதிலிருந்து உதிர்ந்துகொண்டிருந்த விழிப்புனலின் மென்மைக்கு விளக்கின் ஒளி சுமையேற்றுமென்று எண்ணிக்கொண்ட அவன் அவள் தன் கண்களை இறுக மூடிக்கொள்ளும்வண்ணம் அவளருகே நகர்ந்து கைகளைப் பற்றிக்கொண்ட பின் இமைகளில் அழுந்த முத்தமிட்டான். அப்போது கடலோடிகளின் நோய் அவனை இன்னும் பலமாகத் தாக்கத் தொடங்கவே மங்கிய ஒளியானாலும் அந்த மெழுகு விளக்கு தன் உடல் நடுக்கத்தை எலினாரின் நினைவில் என்றென்றும் அழியாத கேலிச்சித்திரமாக நிறுத்திவிடுமென்றும் ஒளியின் உலகம் எப்போதுமே வெறுக்கக்கூடியதாகவே இருக்கிறதென்றும் எண்ணி அவன் மனதைப் படித்துவிட்டவளைப் போல பார்வை மங்கலுக்கிடையில் லேசாகச் சிரித்த எலினாரிடம் வெளியே செல்லலாமென்பதைப் போல தலையை அசைத்துச் சைகை செய்தான். அவள் கீழ்ப்படிந்தாள். இருவரும் மௌனமாக எழுந்து, எழுந்த கணத்தில் விளக்கே இருளைக் கக்கியதைப் போல ஒருவர் கையை ஒருவர் பற்றிக்கொண்டு வீட்டைவிட்டு வெளியே வந்து நீர்விசிறிகளின் சலசலப்பைத் தவிர மற்றபடி மோனத்திலாழ்ந்திருந்த லிட்டில்போர்ட்டின் வீதியில் பிரவேசித்தார்கள்.

ஏமாற்றந்தரும் வகையில் தெருவெளியில் அன்று நிலவும் முழுதாக இருந்தது. மேலும் அது ஒருபோதும் இத்தனைப் பிரகாசமாக லிட்டில்போர்ட்டின் மேல் ஒளிர்ந்ததில்லையென்று எலினார் வாய்விட்டே சலிப்புடன் கூறினாள். அதன் ததும்பும் சுடர் கூரைகளின், கற்சுவர்களின், பாறைகளின், தூரத்துக் காற்றாலைகளின், தேவாலயச் சிலுவைகளின் மேலும் இன்னும் சிறுசிறு மறைவுகளின் நிழலிலும், தட்டாரப்பூச்சிகளின் சிறகுகளிலும் வடிந்து நதியாக ஓடிக் கொண்டிருந்தது. அவர்களிருவரும் இருளைத் தேடி தவித்தபடி நடந்தார்கள். வருடங்களின் பரிச்சயத்தில் தன் அந்தரங்கம் முழுவதையும் தனக்குக் காட்டிக்கொண்டிருக்கிறதென்று சொந்த ஊரைப் பற்றிப் பெருமையோடு நண்பர்களிடம் குறிப்பிட்டுச் சொல்லிக்கொள்ளும் பழக்கமுள்ளவளான எலினார் இப்போது அதை ரகசியங்களேயற்று வெட்கமில்லாமல் வேசியைப் போல தன்னைத் திறந்துபோட்டுக்கொண்டு கிடக்கிறதென்று உளமாறச் சபித்தாள். ட்ரிஸ்ட்ராமோ தன்னை சாகஸ நிலத்தில் கொண்டுவந்து நிறுத்தியிருக்கும்

யாமமானது விடியலை நோக்கி நகர்ந்துகொண்டேயிருப்பதை உணர்ந்த பதற்றம் கூடுதலாக உடலை நடுங்கச்செய்ய இருண்ட இடமொன்றை மருங்குகளில் தேடிச் சலித்துக்கொண்டிருந்தான். விக்டோரியா தெருவை வலப்புறம் கடந்து, நாற்சந்தியை அடைந்து, நகரசபைச் சாலையைத் தாண்டியதும் இருவரும் வயல்வெளியில் பிரவேசித்தார்கள். அங்கே மதிமுகம் முன்னைக்காட்டிலும் அதிகமாகத் தன்னை அவர்களின் அந்தரங்க உலகின் மீது கொட்டிக்கொண்டிருந்தது. ஆனால் முள்வேலிகளைத் தாண்டி அதன் மறுகரையிலோ ஓங்கி உயர்ந்திருந்த வனத்தின் அடர்த்தி பரவசமூட்டும் நீலத்தில் மயங்கிக்கிடந்தது. அதுதான் சாபக்காடு என்றாள் எலினார். எடித்தும் தோபியாஸூம் இதனுள் நுழைந்ததை ஹெலன் இதே இடத்தில் நின்றுகொண்டுதான் கண்ணீரோடு செய்வதறியாமல் பார்த்தபடி நின்றுகொண்டிருந்ததாகச் சொல்லியிருக்கிறாள். ஃபென்னையே சாத்தானின் நிலம் என்றுதானே வெளியே இருப்பவர்கள் பேசிக்கொள்கிறார்கள். ட்ரிஸ்ட்ராமினுடைய உத்தேசத்தை ஊகித்துக்கொண்டவளைப் போல எலினார் தன் குரலில் வெளிப்படுத்திய எச்சரிக்கை அவனை அதைத் திடீரென்று மார்த்தாவின் குரலாக உணரச்செய்தது. உடனே அவன் அவள் கையைப் பற்றியிழுத்தபடி வரப்புகளினூடாகக் காட்டை நோக்கி வீம்புடன் ஓட்டமும் நடையுமாக முன்னேறத் தொடங்கிவிட்டான். எலினார் அதை எதிர்பார்த்திருந்தாலும் நெருங்கிவரும் உன்மத்தத்தின் வசீகரத்திலிருந்தும் அவனிடமிருந்தும் தன் கைகளை விடுவித்துக்கொள்ளவோ அல்லது அவனைத் தன் கைகளால் பற்றிப் பின்னுக்கிழுக்கவோ வலுவற்றவளாய் அவர்களிருவரும் விருட்சங்களினூடே தொலைந்து போய்விடக்கூடிய அபாயம் நெருங்கிக்கொண்டிருப்பதை மிகப் பலவீனமாக முனகியபடி அவன் பின்னே ஓடினாள். பிறகு அந்த முனகலே தன்னை அவனோடு தொலைத்துக்கொள்ளும் ஆசையில் மனம் துடிப்பதை வெளிப்படையாகவே அவனுக்குத் தெரியக்காட்டிவிட்டதாக உணர்ந்து திடுக்கிட்டாள். அவள் மனம் வேகவேகமாக லூக்காவின் சுவிசேஷத்தை முணுமுணுக்கத் துவங்கிவிட்டது. ட்ரிஸ்ட்ராமோ கடைசியில் மார்த்தாவின் குரல் உட்புக முடியாத ஒளிவிடத்தைக் கண்டுபிடித்துவிட்ட உவப்பில் திளைத்துக்கொண்டிருந்தான். காட்டில் அன்று எலினார், ஊருக்குள்தான் நாம் ஒருவரையொருவர் காணாது இத்தனை நாட்கள் தொலைந்துபோய்விட்டிருந்தோம் என்று காய்ச்சல் தெறிக்க நடுங்கும் குரலில் அவளுக்குப் பதில்சொன்ன பிறகு பேச்சும் ஒரு விளக்கைப் போல தாயின் கண்களில் அந்தப் பொன்னான வாய்ப்பைப் பறித்துக்கொள்ளும் ஒளியை வாரியிறைத்துவிடக்கூடுமென்று மீண்டும் தன்னை மௌனமாக்கிக்கொண்டான். கால்கள் பின்னுவதாயும் இலட்சியம் விலகிப்போய்க்கொண்டிருப்பதாயும் அடுத்த கணத்தில் விடிந்துவிடப்போவதாயும் அவர்களிருவருக்குமே தோன்றிக்கொண்டிருந்ததென்றாலும் உண்மையில் மிக விரைவிலேயே அவர்கள் ஆரண்யத்தின் விளிம்பைத் தொட்டுவிட்டார்கள். துவக்கத்தில் ஓங்கி வளர்ந்திருந்த சர்க்கரை மரத்தைத் தொட்டு அதை நக்கிக்கொண்டிருந்த நிலவின் கடைசி ஒளியை விரலால் ஒருகணம் ஸ்பரிசித்த ட்ரிஸ்ட்ராம் மார்த்தாவின் மிரட்டல் மீண்டும் மனதைப்

பலவீனப்படுத்துமுன் எலினாரின் கையை இன்னும் இறுகப் பற்றியபடி வில்லோ குருவியும் பெருந்தீனிக்காரனும் அலறிப் பறக்கும்படி மரங்களில் மோதிய இதயவொலி பலமாக எதிரொலிக்கக் கண்ணிமைப்பதற்குள் மரக்கூட்டத்தினுள் நுழைந்துவிட்டான். எலினார் ஒரு திமிரப்பூவாக அவன் கைக்குள் மிதந்துகொண்டிருந்தாள். அந்நிய வாடையால் உறக்கம் கலைந்துபோன காட்டுப்பறவைகளின் ஒலி தொலைவில் எங்கோ திரிந்துகொண்டிருக்கக்கூடிய சிப்பாய் நாரை, வெள்ளைச்சுட்டி வாத்து முதலான நீர்ப்பறவைகளையும் சற்றே ஓய்ந்திருந்த சொடுக்குப்பூச்சிகளையும் கானகம் சலித்துக்கொள்ள உசுப்பிவிட்டிருந்தன. வேரென்றோ இலையட்டையென்றோ, விரலென்றோ ஆயிரங்காற்பூச்சியென்றோ, தரையென்றோ வட்டச்சிலந்தியின் முதுகென்றோ, சந்திர ஒழுக்கென்றோ பகட்டுவண்டின் சிறகென்றோ வஸ்துகளைப் பேதப்படுத்திக்காட்டாதபடி செழித்து வளர்ந்திருந்த இருளினுள் விழித்தாமத்தை மட்டுமே துணையாகக் கொண்டு அவர்களிருவரும் மேலும் சிறிதுதூரம் முன்னேறிய பின் எலினார் தன்னைப் பற்றிக்கொண்டிருந்த அவன் கையை மற்றொரு கையால் அழுத்தி போதும் என்று குறிப்பாலுணர்த்தினாள். அத்தனை நிசியும் நிசப்தமும் அவள் உடலை முழுவதுமாகக் கரைத்துவிடும் என்று பயந்தவனைப் போல ட்ரிஸ்ட்ராமும் அவள் கைகளைத் தன் மற்றொரு கையால் சம்மதம் என்பதைத் தெரிவிக்கும்முகமாகப் பதிலுக்கு அழுத்தினான். இருவரும் பிறகு தருவொன்றின் அடிப்பாகத்தைக் கைகளால் உணர்ந்து அதன்மீது சாய்ந்து கீழ்நோக்கிச் சறுக்கியிறங்கித் தரையிலமர்ந்தார்கள். குற்றஉணர்வு தொனிக்க எலினார் மீண்டும் எட்டுவயதுச் சிறுமியின் குரலில், நாம் இங்கே வந்தது சரியன்று, இது பாவம் என்று முணுமுணுத்தாள். அவள் முகம் இருந்த திசையை நோக்கித் திரும்பிய ட்ரிஸ்ட்ராம் தன் நோய் அதிகப்படும்வண்ணம் அவள் கண்களில் மீண்டும் கண்ணீரை ஊகித்துக்கொண்டவனாய் வாயைக் குவித்தபடி இமைகளைத் தேடி நெருங்கிவந்தான். ஆனால் இருட்டில் அடையாளம் தெரியாமல் இமைக்குப்பதிலாகப் இதழ்களில் பதிய முத்தமிட்டான். அதுவோ அவன் உதடுகளின் அழுத்தத்தால் கண்களைப் போல மூடிக்கொள்ளாமல் அகலப் பிரிந்துகொண்டுவிட்டது. பாவம் செய்வதைப் போல ஓர் இன்பம் வேறு இருக்க முடியுமா எலினார் என்றான் அவன் அவள் வாய்க்குள். எலினார் தேவையின்றித் தன் கண்களை மூடிக்கொண்டு தொடையடியில் சிக்கிக் கசங்கிப்போயிருக்கக்கூடிய ஆசாரரோஜாவின் மணத்தையோ, மனித வாடை கண்டதும் தொலைவில் இருந்தும் மலர்ந்துவிடும் குயிற்புள்ளிப்பூவின் வாசனையையோ ஆழ இழுத்துப் பெருமூச்சுவிட்டாள். நடுங்கிய அவள் விரல்கள் ட்ரிஸ்ட்ராமின் தலைமுடியை அளைந்தன. காதுமடல்களுக்கு இறங்கி அவற்றை இறுகப் பிடித்திழுத்து அவள் முகத்தோடு அவன் முகத்தை அழுந்தப் பதித்தன. பிறகு கண்களின் அவசியமின்றி அவள் கைகளும் உதடுகளும் நாக்குமே ட்ரிஸ்ட்ராமின் உடல் முழுவதையும் பார்த்தறியத் துவங்கின. அவை அவன் மேலுதடுகளின் சொரசொரப்பை ஸ்பரிசித்தன. மெலிந்து நீண்டிருந்த புஜங்களைத் தேடி அவற்றைப் பற்றியிறுக்கின. இடையில் எப்போதோ உடைகளைக் களைந்து குளிரிலும் வலியிலும் இறுகிச் சில அங்குலங்கள் முன்னோக்கி வளர்ந்து விட்டவைபோல உணர்ந்த

பா. வெங்கடேசன்

மார்புகளை அவன் மார்பிலிட்டுத் தேய்த்துப் புழுக்கம் தேடின. ட்ரிஸ்ட்ராமின் முகம் முழுவதிலும் எச்சிலைத் துப்பி மெழுகிவிட்டுப் பின் தவறு செய்துவிட்டதாக வருத்தப்படுவதைப் போல அதையே அவன் வியர்வையின் உப்பைத் தொட்டுக்கொண்டு நாக்கால் துழாவிச் சுவைத்தன. (மரம் அதன் கனியினால் அறியப்படும்). எப்படியும் சாத்தானின் ராச்சியம் தங்களை விழுங்கத்தான் போகிறதென்று ஏற்கெனவே முடிவு செய்துவிட்டிருந்த அவள் அவனை முந்திக்கொண்டு காதலனைத் தன் முழு உடலுக்குள்ளும் நிரப்பிக்கொண்டுவிடத் தவித்தாள். ட்ரிஸ்ட்ராமோ எலினார்தான் சாபக்காடென்றும், அதில் நெளிந்து வளைந்து இரை தேடிக்கொண்டிருக்கும் விருப்பத்திற்குரிய கட்டுவிரியனென்றும், தவிர்க்கவியலாத சுவையைப் பிழியும் பாவக்கனியென்றும் தாளாத துன்பத்தால் வார்த்தைகளை இயல்பாக வெளிப்படுத்த முடியாமல் உடைந்த வாக்கியங்களில் புலம்பிக்கொண்டிருந்தான். தன் மேல் அவ்விதமான அவதூறு வீசப்படுவதை எலினார் ஆட்சேபிக்காதது மட்டுமல்லாமல் அதை ஆமோதிக்கும் விதமாகவும் முன்னிலும் அதிக வேகத்தோடு தன் உதடுகளுக்குத் தட்டுப்பட்ட ட்ரிஸ்ட்ராமின் உறுப்புகளெதையும் பேதமின்றி உறிஞ்சி அவனைத் தன்னுள் இழுத்துக்கொள்ளத் துவங்கினாள். கண்கள், நாசி, உதடுகள், கழுத்து, மார்பென்று எதனுள்ளும் ஒற்றை வலிப்புள்ளியாகச் சுருண்டு அவனை அவளுக்குள் நுழைத்துக்கொள்ள வழியைக் காணாது தவித்த அந்தப் புதிய காதலர்கள் ஒரே நேரத்தில் பிறகு திடீரென்று அதைக் கண்டுபிடித்தனர்.

சற்று நேரத்திற்கு முன் நினைத்ததைப் போல காடு முழு இருட்டினுள் இருக்கவில்லையென்பதையும் எங்கோ தொலைவாக ஏதோ ஒரு பள்ளத்தில், அல்லது சந்திரனைப் பிரதிபலிக்கும் தூரத்து நதியால், பார்க்கவியலாதபடி, சதுப்புநிலத்திலிருந்து கசிவதைப் போன்ற, வஸ்துகளிலிருந்து அவற்றின் நிழலைப் பிரிக்கும் சக்தியற்ற, மிகமிகச் சன்னமான பச்சைநிற ஒளிப்படலமொன்று காட்டை நிரப்பிக்கொண்டேயிருக்கிறது என்பதையும் எலினார் முதலில் உணர்ந்தபோது அவர்கள் களைத்திருந்தார்கள். யாராலோ தான் பார்க்கப்படுவதான கலவர உணர்வோடு விரைந்தெழுந்து அவள் தன் உடைகளை அணிந்துகொண்டாள். கண்களில் பரவசத்தின் உச்சக்கட்ட ஒளிச்சொடுக்கிற்குப் பின் மேலும் அதிகப்பட்டுவிட்ட இருளைப் பார்த்துக்கொண்டே இன்னும் சற்றுநேரம் தான் அங்கிருக்க விரும்புவதாகக் கூறிய ட்ரிஸ்ட்ராமையும் அந்தப் பச்சை வெளிச்சத்தைக் கவனிக்கச்சொல்லி எழச்செய்தாள். சல்லாபக்கல் விழுந்து விலகிச்சென்றிருந்த பயத்தின் அலைகள் மீண்டும் மனதின் மையத்தை நோக்கி விரைந்து வந்துசேர்ந்துகொண்டன. அவள் தன் உணர்வை மதித்து அவர்கள் உடனே கிளம்ப வேண்டுமென்று அவனை வேண்டினாள். ட்ரிஸ்ட்ராமும் உடுப்புகளை மாட்டிக்கொண்டு அவளை அணைத்தபடி கிளம்பினான். எலினார் வெருண்டதற்கு மாறாக அவர்கள் நுழைந்ததைப் போலவே, வெகு விரைவிலேயே, காட்டிற்கு வெளியேயும் வந்துவிட்டார்கள். வயல்வெளியில் கொட்டிக்கிடந்த நட்சத்திரங்களின் கிரணங்களை மீண்டும் பார்க்க லிட்டில்போர்ட்டின் தொன்மம் தன்னை அனுமதிக்கிறதென்பதை எலினாரால் நம்பவே

முடியவில்லை. அவர்கள் மீண்டும் தெருக்களைக் கடந்து எலினாரின் வீட்டின்முன் வந்து நின்றபோது அவள் தானொரு சபிக்கப்பட்ட குடும்பத்தின் உறுப்பினளென்றும் காதலிக்கவோ காதலிக்கப்படவோ அருகதையற்றவளென்றும் அரற்றியபடி ட்ரிஸ்ட்ராமைக் கட்டிக்கொண்டு அவன் மார்பில் முகம் புதைத்து நிம்மதியுடன் பெரிதாக அழுதாள். கிராமத்தின் எல்லைக்காட்டில் சாத்தான் இருப்பதாகச் சொல்லப்படுவது உண்மையானால் அவன் பிடியிலிருந்து இப்போது தன்னை மட்டு மல்லாமல், கதைகளின் பயத்திலிருந்து வெகுவிரைவில் முழுக் கிராமத்தையும் வெளியே கொண்டுவரப்போகும் பொன்கூந்தல் தேவதை அவள் என்று சொல்லி (ஸ்திரீகளுக்குள்ளே நீ ஆசீர்வதிக்கப்பட்டவள்) ட்ரிஸ்ட்ராம் எலினாரின் முகத்தை நிமிர்த்தி மீண்டுமொருமுறை அவள் கண்ணீரைத் தன் நாவினால் நக்கி எத்துப்பற்களில் முத்தமிட்டு வீட்டினுள் அனுப்பிவிட்டுத் தன் இருப்பிடம் வந்துசேர்ந்தான்.

காலையில் மாணவர்கள் எழுந்து சுறுசுறுப்புடனும் புத்துணர்ச்சி யுடனும் தங்கள் பயணத்தைத் தொடரத் தயாராகிவிட்டிருந்தார்கள். இரவுக் கேளிக்கைகள் பரஸ்பர சங்கோஜங்களை அகற்றி நடமாட்டத்தைச் சுமுகமாக்கியிருந்ததால் எலிசெபத்துகளும் ஜான்களும் மற்றும் எலினார்களும் ராபர்ட்டுகளும் ஒருவரையொருவர் கேலி செய்துகொண்டும் வஞ்சப்புகழ்ச்சிகளை அள்ளியிறைத்துக்கொண்டும் அன்னியோன்னியமாகியிருந்தார்கள். ட்ரிஸ்ட்ராம் மட்டுமே யாமம் ஒரு சிருங்காரக் கனவைப் போல கழிந்துபோன பிறகு படுக்கையிலிருந்து விழித்தபோது தன் உறுப்புகளில் ஏதோ ஒன்று குறைவதைப் போலவும் அதற்குப் பதிலாக உடலில் சிப்பிமீன் நாற்றம் ஓர் உபரி உறுப்பாக ஒட்டிக்கொண்டிருப்பதாயும் உணர்ந்து நிம்மதியிழந்தான். காமம் வடிந்திருந்த மனக்கண்ணில் எலினாரின் உருவம் பழையபடியே தன் பெண்மையை இழந்து நீர்விலங்கின் பிசுபிசுப்பையும் விகாரத்தையும், கூடுதலாக, வெறுப்பூட்டும் கடற்பாசியின் வெளிச்சத்தையும் அடைந்து விட்டிருந்தது. மார்த்தாவின் மெத்தக் கவலைக்கு அடிக்கடி ஆளாகும் அவனுடைய பெண்மைத் தன்மையுடைய மெல்லிய தேகத்தில் எலினாரின் உன்மத்தம் மரவேர்களோடு தன்னை அழுந்தப் பதித்த இடங்கள் பொருட்படுத்தும்படியாக வலித்துக்கொண்டிருந்தன. அவளுடன் இரவில் சல்லாபித்த ஞாபகம் அவனை அரூயைகொள்ளச் செய்தது. அதே ஞாபகங்கள் அவளை இன்னும் அதிகமாகவும் உரிமையுடனும் மற்ற மாணவர்கள் பரிகசிக்கும்வண்ணமும் இளம்பெண்கள் அவனைத் தங்களின் கற்பனைகளிலிருந்து அப்புறப்படுத்திக்கொள்ளும்படியும் தன்னை நெருங்கும் உரிமையைக் கொடுத்துவிடக்கூடுமென்னும் யோசனை இன்னும் அதிகமாக அவனை வெட்கங்கொள்ளச் செய்தது. வீட்டுவாசலில் அவர்கள் பிரியும் முன் அவள் பேசிய வார்த்தைகள் விபரீதமான அர்த்தங்கொண்டு அவனைக் கலவரப்படுத்தின. தன்னை நிரந்தரப் பொறுப்பாளியாக்கும் எந்தக் கற்பனையிலும் மனதை ஓடவிடாமல் பிடித்து நிறுத்திக்கொள்ள அவன் எழுந்ததுமுதலே பிரயத்தனப்பட்டுக்கொண்டிருந்தான். மார்த்தாவின் கண்காணிப்பிலிருந்து தப்பித்துக்கொள்ளும் சாகஸ முனைப்பில் தேவையில்லாத சிக்கலில் மாட்டிக்கொண்டுவிட்டதற்காகத் தன்னைத் தானே

சபித்துக்கொண்டுமிருந்தான். வானம் வெளுக்கத் துவங்கியவுடனேயே காதலின் வாதை எலினாரைத் தன்னைத் தேடி ஓடிவரச் செய்யுமென்றும் அஞ்சிய அவன் அவளை நேருக்குநேர் சந்திப்பதையும், ஆசை வெட்கமறியாது என்பதற்கேற்பச் சுற்றியிருப்பவர்களைப் பற்றின ஓர்மையில்லாமல் தன்முன் அவள் கொட்டவிருக்கும் அசட்டுக் காதல் பிதற்றல்களைக் கேட்டுக்கொண்டிருக்கும் தர்மசங்கடமான சூழலையும் தவிர்க்க விரும்பிக் கூட்டத்திற்குள்ளாகவே தன்னைப் புகுத்தி மறைத்துக்கொண்டிருந்தான். பயண ஏற்பாடுகளில் மும்முரமாய் இருப்பதாயும் தொடர்ந்து நடித்துக்கொண்டிருந்தான். அவன் கண்கள் அவளிடமிருந்து மறைந்துகொள்வதற்காகவே அவளைத் தொடர்ந்து தேடிக்கொண்டிருந்தன. ஆனால் நெடுநேரமாகியும் எலினார் வரவில்லை. சோள அடைகளையும் சீனிக்கிழங்குப் பணியாரங்களையும் தேநீரையும் காலைச் சிற்றுண்டிகளாகக் கொண்டுவந்திருந்த ஊர்க்காரர்கள் மத்தியிலும் அவளை அவனால் காண முடியவில்லை. புறப்படும் தருணம் நெருங்கியபோது அருவருப்பும் வெட்க உணர்வும் மறைந்து அவன் மனதையும் சாபக்காட்டின் கதைகளும் அவற்றின் மீதான அதீதக் கற்பனைகளும் ஆக்கிரமிக்கத் தொடங்கிவிட்டிருந்தன. விலகி நிற்பதற்கும் வெறுப்பதற்குமாக ஒரு தடவையாவது எலினார் தன் கண்களில் பட்டுவிட மாட்டாளா என்று ட்ரிஸ்ட்ராம் அவளைத் தேடித் தவித்தான். மாணவர்களுடைய ஆரவாரத்தைக் கண்டு கைதட்டும்படியும், அவர்கள் பேச வரும்போது பதில் தரும்படியும், அவர்களைப் பார்த்து ஒரு சிரிப்பையாவது உதிர்க்கும்படியும் ஹெலனை சலிப்போடு கெஞ்சிக்கொண்டே ஊர்க்காரர்களோடு அங்குமிங்கும் ஓடியாடி வேலை செய்துகொண்டிருந்த சாராவிடம் அவள் பெண்ணைப் பற்றி விசாரிக்கவும் அவனுக்கு லஜ்ஜையாக இருந்தது. அவள் பெயரை மட்டும் உச்சரிப்பதேகூட தன்னைக் காட்டிக்கொடுத்துவிடக்கூடிய இரவுச் சம்பவங்களின் விஸ்தாரமான வர்ணனையாக ஒலிக்குமென்கிற குறுகுறுப்பு அவனை மௌனமாகப் புழுங்கச் செய்தது. ஆனால் நேரம் ஆகஆக அந்த நரித்தனமான மௌனம் அவனே தாங்கிக்கொள்ளவியலாதபடி, வெறுப்பூட்டும் ஒற்றைக்கண் சைத்ரீகனின் முன் பலவந்தமாக இழுத்துக்கொண்டுவந்து நிறுத்தப்பட்ட சிறுமியைப் போல முந்தைய இரவில் அனுமதியற்ற காமத்தின் பெருவெடிப்பின்முன் பலவந்தமாக முன்னிறுத்தப்பட்டுவிட்டதாக எண்ணி எலினார் மனமுடைந்துபோயிருப்பதாயும், ஏற்கெனவே தமக்கையினால் துன்பத்திற்காளாகியிருந்த குடும்பத்தை ஐதீகங்களை மீறிவிட்ட தன் செய்கை மேலும் பல துன்பங்களில் தள்ளிவிடப்போகிறதென்று எண்ணி அவள் தன்னை மாய்த்துக்கொள்ள விரும்பித் தாம்புக் கயிற்றைத் தேடுவதாயும், ஒரு மேல்தட்டு ஆண்மகனிடம் ஃபென் பெண்ணான தான் முன்பின் யோசிக்காமல் தன்னையிழந்துவிட்டு வந்திருப்பதைப் பெரும் மடத்தனமாக எண்ணி தாங்க முடியாத அவமானத்தில் யாரையும் கண்களால் பார்க்கத் தைரியமற்று வீட்டின் ஒற்றையறையினுள் தன்னைப் பூட்டிக்கொண்டு ஓசையெழுப்பாமல் அழுதுகொண்டிருப்பதாயும், இரவில் தூங்கிப்போன சாத்தான் கதைகளுக்கு வெளியே தாவிச் சிப்பிமீன் நாற்றத்தை மோப்பம்பிடித்து வயல்வெளியைக் கடந்துவந்து

தாண்டவராயன் கதை

அவள் பயந்துகொண்டிருந்ததுபோலவே தன் பிரஜைகளில் ஒருத்தியாக அவளைச் சாபக்காட்டினுள் கவர்ந்துகொண்டு போய்விட்டதாயும், இதுபோல இன்னும் பல விபரீதமான கற்பனைகளைச் சடுதியில் தோற்றுவித்து அவன் உள்ளத்தைத் திகிலுறச்செய்யவே ட்ரிஸ்ட்ராம் யார் கவனத்திற்குள்ளும் சிக்காமல் இயல்பாக நழுவி தன்னைச் சுவர்களின் தனிமையில் மறைத்தபடி எலினாரின் வீட்டை நோக்கி விரைந்து வந்துசேர்ந்துவிட்டான்.

வீட்டின் பின்புறத் தொழுவத்தையொட்டியிருந்த புல்வெளியில் எலினார் அவன் நிம்மதிப் பெருமூச்செறியும்வண்ணம் முகங்கழுவிக் கொண்டிருந்தாள். அந்த ஆசுவாசம் உடனே கரைந்தழியும்படி அவனைக் கண்டதும் ஈரத்துடனேயே ஓடிவந்து அவன் கழுத்தைக் கட்டிக்கொண்டாள். ட்ரிஸ்ட்ராம் அந்த அந்தரங்கச் சூழலையும் அவளையும் உதறிவிட முடியாமல் திணறினான். எனினும் காலை விருந்தில் அவளைப் பார்க்க முடியாததுபற்றியும், தன் கற்பனைகள்பற்றியும் அவன் அவளிடம் சம்பிரதாயத்திற்காக விவரித்தபோது தன் கணக்கு உபாத்தியாயனை அவள் ஒரு குழந்தையை அணைப்பதைப் போல அணைத்துக்கொண்டு அவன் அஞ்சும்படியான எந்த மனக்கிலேசத்திலும் அல்லது ஆபத்திலும் தான் சிக்கிக்கொள்ளவில்லையென்பதையும் முழுப்பற்களும் தெரியச் சிரித்தபடி தெரிவித்தாள். முந்தைய இரவின் சல்லாபம் தன்னை நெடுநேரம் படுக்கையில் வீழ்த்திவிட்டதாலும், உடற்துளைகளிலிருந்து பீறி வெளிப்பட்டுக்கொண்டிருந்த உறக்கமின்மையின் சூடு வேறு பொருள்களைப் பார்க்க முடியாதபடி கண்களில் உறுத்திக்கொண்டே இருந்ததாலும் சற்றுநேரம் ஓய்வெடுத்துக்கொள்ள எண்ணிக் காலைச் சிற்றுண்டியைத் தவிர்த்துவிட்டதாகச் சொல்லிவிட்டுத் தன் முழு கனத்தையும் அவன் கழுத்தில் கட்டித் தொங்கவிட்டபடி, இந்தக் காரணங்களெல்லாம் உண்மைதானென்றாலும் நான் நினைத்திருந்தால் அங்கே வந்திருக்க முடியும், உண்மையில் நான் மறுபடி என் காதலனைத் தனியாகப் பார்த்து முத்தமிட விரும்பினேன், அவன் என்னைத் தேடி இங்கே எப்படியும் வருவானென்பது எனக்குத் தெரிந்திருந்ததால் என்றாள் வெட்கத்துடன். பிறகு வேறொன்றும் செய்யத் தோன்றாமல் ஸ்தம்பித்துப்போயிருந்த ட்ரிஸ்ட்ராமின் முகத்தை ஓர் ஓநாயைப் போலப் பற்களைக் காட்டியபடி நெருங்கினாள். அந்த முத்தத்தை வெறுத்த ட்ரிஸ்ட்ராம் அவளுடைய கண்கள் முகக்குழியிலிருந்து உப்பி மேலெழும்பியிருப்பதையும், தணல்துண்டின் வண்ணத்தில் அவை ஜொலித்துக்கொண்டிருப்பதையும் சுட்டிப் பேச்சை திசைதிருப்பும் விதமாக அதுபற்றித் தன் பயத்தைத் தெரிவித்தான். அவள் அவனை தைரியப்படுத்துவதாக நினைத்துக்கொண்டு பிடியை மேலும் இறுக்கிய படி அந்த வீக்கமும் சிவப்பும் இரண்டொரு நாட்களில் சரியாகப் போய்விடுமென்றாலும் மற்றவர்களுக்குத் தொந்தரவாகப் பயணத்தில் தான் கலந்துகொள்ள விரும்பவில்லையென்றும் அதற்காக அவன் கவலைப்படக் கூடாதென்றும் சொன்னாள். அந்த வார்த்தைகள் ட்ரிஸ்ட்ராமின் காதில் தேனாகப் பாய்ந்தன. அவன் தன் குரூரமான சந்தோஷத்தையும் விடுதலை உணர்வையும் மறைத்துக்கொண்டு இனி அவளில்லாத பயணத்தைத் தன்னால் எப்படி ருசிக்க முடியுமென்று

பொய்யாகச் சிணுங்கிக்கொண்டான். எலினார் உடனே தன் புடைத்துச் சிவந்த கண்களிலிருந்து கன்னங்களில் படாமல் கண்ணீர் தரையில் விழ உணர்ச்சிவசப்பட்டவளாய் மேப்பல் கிராமத்தின் மத்தியகாலப் பழமையிலும், டௌன்ஹாம் சந்தையின் பரபரப்பிலும், ஷெர்வுட் சாகஸக்காரனின் வீடான பெருமைமிக்க புராதன ஒக் மரத்தின் அழகிலும், ட்ரென்ட் நதியின் தூண்டப்பட்ட பெண்மையை ஒத்த நீர்ப்பிரவாகத்திலும், கரைகளை அலங்கரிக்கும் பிரத்யேகமான பச்சை வண்ணத்திகளின் அற்புதச் சிறகு நரம்புகளிலும், ஊமையன்னத்தின் அசைவொழிந்த மிதப்பிலும், நட்டிங்ஹாம்ஷைரின் புனித மேரித் தேவாலயதத்தின் மேல் பிரகாசிக்கும் செவ்வண்ணச் சூர்யோதயத்திலும் தன்னை அவனால் எப்போதும் பார்த்துக்கொண்டிருக்க முடியுமென்றும், வறுமையும் சாபமும் பிரிவேக்கமும் சாவின் தடத்தை நிரந்தரமாக ஊர்மண்ணில் பதித்துவிட்ட தொன்ம வனமும் நிரம்பிய நோய்க்கூறான சூழலில் தான்தான் அவனைப் பார்க்க முடியாமல் தவிக்கப்போவதாயும் கூறி ட்ரிஸ்ட்ராமைத் தேற்றி மகிழ்ச்சியான பயணத்திற்கு வாழத்துகள் கூறி முத்தமிட்டு அனுப்பிவைத்தாள். லிட்டில்போர்ட்டிலிருந்து ஈலிக்கும் அங்கிருந்து மேப்பலுக்கும் சென்றுவிட்டு வடக்கே முன்னேறும் ஏற்பாட்டுடன் சுற்றுலாக்குழு எலினார் துரதிர்ஷ்டவசமாகத் தங்களுடன் கலந்துகொள்ள முடியாமற்போனதற்காகத் தங்களின் வருத்தத்தையும், ஊர்க்காரர்களின் விருந்தோம்பலுக்காக மனமார்ந்த நன்றியையும் சொல்லி அவளை மீண்டும் விடுமுறை முடிந்தவுடன் வகுப்பில் சந்திப்பதாய்த் தெரிவித்துவிட்டு மகிழ்ச்சியுடன் பயணத்தைத் தொடர்ந்தது. ஆனால் ட்ரிஸ்ட்ராமுக்குப் பயணம் அதற்குப் பிறகு கசந்துபோய்விட்டிருந்தது. எலினார் பத்திரமாக இருப்பதில் பொறுப்பு விட்ட நிம்மதியிலும், விடுமுறைக்குப் பிறகு மீண்டும் அவளை ஒருவேளை உடல்மாற்றங்களுடன் பார்க்கப்போவது குறித்த கவலையிலும் அவன் மனம் மாறிமாறி அலைவுற்றது.

இரண்டு வாரங்களுக்குப் பிறகு, கிறிஸ்துமஸ்ஸிற்கு முன்தினத்தன்று கல்லூரி ஏற்பாடு செய்திருந்த கூண்டுவண்டி அவனை கேனன் தெரு முனையில் இறக்கி விட்டுவிட்டுச் சென்றது. திருநாளன்று எலினார் காதல் காய்ச்சலில் அதிகப்பிரசங்கித்தனமாகத் தனக்கு வாழ்த்துக் கடிதம் எதையாவது எழுதி ரகசியங்களைப் பெற்றோரிடம் அம்பலப்படுத்தப் போகிறாள் என்று எதிர்பார்த்து ட்ரிஸ்ட்ராம் பயந்துகொண்டிருந்தான். ஆனால் எலினாரிடமிருந்து கடிதம் எதுவும் வரவில்லை. உடனே தன்னிடமிருந்து கடிதத்தை எதிர்பார்த்து வராமல் போனதால் மனமுடைந்து விபரீதமான முடிவெதையோ அவள் யோசித்துக்கொண்டிருப்பதாக மனம் மறுபடியும் கற்பனை செய்துகொண்டு துன்பப்படவாரம்பித்தது. நாளாக ஆக ட்ரிஸ்ட்ராம் பேதலிப்பின் அழுத்தம் தாங்க மாட்டாமல் மார்த்தா மேலும் கவலைப்படும்வண்ணம் மோசமாக இளைக்கத் தொடங்கினான். கிறிஸ்துமஸ் கொண்டாட்டங்களும் புதுவருட அமளிகளும் ஓய்ந்த வாரத்தில் மீண்டும் வகுப்புகள் தொடங்கியபோது முதல்நாள் அவன் எலினாரைக் காணும் திகிலில் கல்லூரிக்குள் காலடி எடுத்துவைக்கவே தயங்கினான். அவள் அன்று வகுப்புக்கு வரவில்லை யென்பதைத் தெரிந்துகொண்டதும் மனம் தற்காலிகமாக நிம்மதியையும்

ஏன் வரவில்லையென்கிற குழப்பத்தில் பதற்றத்தையும் அடைந்தது. என்றாலும் முன்புபோல அவளுடைய இன்மைக்கு விபரீதமான அர்த்தங்களைக் கற்பித்துக்கொண்டு அவதிப்பட அவன் விரும்பவில்லை. அந்தச் சோம்பேறி மிருகம் சாபக்காட்டின் சரசங்களைத் தினம்தினம் இரவுகளில் புதுப்பித்துக்கொண்டு காலையில் எழப் பிடிக்காமல் தாமதமாக முகங்கழுவிக்கொண்டிருக்கக்கூடும். எனவே அவன் மறுநாளை எதிர்பார்த்துக் காத்திருக்க முடிவு செய்தான். எலினார் மறுநாளும் கல்லூரிக்கு வரவில்லை. இரண்டு வாரங்களுக்குப் பிறகு அவள் படிப்பை நிறுத்திவிட்டாள் என்றும், இனி வரவே மாட்டாள் என்றும் மெதுவாக விடுதி வளாகத்தில் பேச்சு அடிபடவாரம்பித்தபோது எங்கிருந்து யாரால் அந்தச் செய்தி பரவிற்று என்பதோ காரணம் என்னவென்பதோ தெரியாத நிலையில் ட்ரிஸ்ட்ராமின் உள்ளே ஊர்ந்துகொண்டிருந்த கற்பனைகளின் பாம்பு மீண்டும் உயரமாகப் படமெடுத்து அவன் நிம்மதியில் விஷத்தைக் கொத்தத் தொடங்கிவிட்டது. உண்மையில் எலினார் மீண்டும் தன் கண்களில் தென்படக் கூடாதென்றா அல்லது பட வேண்டுமென்றா அதுவுமல்லது அவள் மட்டும் தன் கண்களுக்குத் தெரிபவளாக ஆனால் தான் அவள் கண்களுக்குப் புலப்படாத அருவமாக உலாவ வேண்டுமென்றா எப்படித்தான் கர்த்தரிடம் பிரார்த்திப்பதென்று புரிபடாத குழப்பத்தில் சாபக்காட்டின் தடயங்களை எப்படியேனும் உடல் மற்றும் புத்தியிலிருந்து அழித்து அவளை அந்த இரவிற்கு முந்தின எலினாராயும் தன்னை அவளுடைய முன்னிலையில் தவிர வேறெப்போதுமே அவளைப் பற்றிச் சிந்திக்காத ட்ரிஸ்ட்ராமாயும் மாற்றித் தன்னுடைய குழந்தைகளாகவே தங்களை ஏற்றுக்கொள்ளும்படி அவன், அவரைச் சாத்தான் வென்றுவிட்டானென்கிற சர்வ நிச்சயத்துடனேயே, வேண்டிக்கொண்டிருந்தான். இந்தச் சமயத்தில் இன்னோர் அதிசயமும் நடந்தது. அதாவது ஏற்கெனவே நடந்துகொண்டிருந்த ஓர் அதிசயம் அவனையறியாமலேயே அதன் முடிவிற்கு வந்திருந்தது. விடுமுறைக் காலம் துவங்கி சதா பயத்திலும் துயரத்திலுமே உழன்றுகொண்டிருந்த மனதைச் சற்றே திசைதிருப்பாவிடில் பைத்தியம் பிடித்துவிடக்கூடுமென்கிற சந்தேகம் அவனுள் முளைத்த ஒருநாள் ஹெலனின் தகரப்பெட்டிக்குள்ளிருந்து எலினார் எடுத்துத் தந்த அந்தக் கருப்பு வெள்ளைச் சித்திரத்தை ஜுனியஸின் கடிதமாகத் தான் உணர்ந்த இரவிலிருந்தே அவளைத் தவிர வேறெதையும் சிந்திப்பதைத் தான் நிறுத்தியாயிற்று என்கிற உண்மை புத்தியிலுறைத்தபோது அதிர்ந்துபோன அவன் நூலகத்தை நோக்கி ஓடினான். பப்ளிக் அட்வர்டைஸரைப் புரட்டிப் பதறும் நெஞ்சத்தோடும் நம்பிக்கையில்லாமலும் தன் சிந்தனைகளின் பினாமிப் பெயரைத் தேடினான். உண்மைதான், ஜுனியஸின் கடிதங்கள் நின்றுபோய் இரண்டு வாரங்களாகியிருந்தன. அதற்கு முந்தின வாரங்களில் பிரசுரமானவையெல்லாம் அதற்கு ஐந்து வாரங்களுக்கு முன்பான அவனுடைய சிந்தனைகளாக இருந்தன. ரோமானிய தேசபக்தனின் பெயரில் அதுவரையில் மாமன்றத்தையும் மன்னரையும் நிம்மதியிழக்கச் செய்துகொண்டிருந்த மர்ம நாயகன் தொடங்கியதைப் போலவே திடீரென்று தன் கடிதத் தொடரை முடித்துக்கொண்டுவிடக் காரணமென்னவென்று கேட்டும், அவனுக்கு என்ன சுயகவலைகளோ என்று பரிகாசம் செய்தும்,

அவன் எங்கோ கண்காணாமல் கல்லறையில் புதைக்கப்பட்டிருக்கக் கர்த்தர் திருவுளம் கொண்டார் என்று மகிழ்ச்சி தெரிவித்தும் வந்த கடிதங்களை ஹென்றி சாம்ஸன் ஆசிரியர் கருத்தென்று எதையும் தெரிவிக்காமல் பிரசுரித்திருந்தார். லிட்டில்போர்ட்டில் விடிந்த காலையில் தன்னிடமிருந்து கழன்றுபோயிருந்ததாக உணர்ந்த உறுப்பு எதுவென்பதை ட்ரிஸ்ட்ராம் கண்டுபிடித்துவிட்டான். ஜூனியஸ் என்கிற காமுகனைக் கொண்டு எலினாரென்கிற அப்பாவி நாட்டுப்புறப் பெண்ணையும், எலினார் என்கிற சதுப்புநிலப் பேயைக் கொண்டு ஜூனியஸ் என்கிற சாகஸக்காரனையும் ஒரேசமயத்தில் அவன் தன்னையறியாமலேயே காவு வாங்கிவிட்டிருக்கிறான். அந்த மடத்தனத்தை அவனால் என்ன முயன்றும் மன்னித்துக்கொள்ளவே முடியவில்லை. தான் சரியானபடி வலையில் அகப்பட்டுவிட்டதாயும், தன்னைக் கட்டிக்கொண்டு எலினார் தந்த முத்தங்கள் வெறும் பாசாங்கெனவும், சாபக்காட்டின் தரையில் அவளருகே களைத்துப்போய் மல்லாந்து கிடந்தது தான் மட்டுமல்லாது அவள் தந்திரமாகத் தன்னுள் நிரப்பிக்கொள்ளாது தொடையிடுக்குகளின் வழியே தரையில் பீய்ச்சி அவமானப்படுத்தியிருக்கக்கூடிய தன் ஆண்மையும்தானெனவும் நினைத்து அவன் புலம்பாத நாட்களே இல்லையென்று ஆகிவிட்டிருந்தது. தன்னைப்போல அல்லாது காதல் அவளுள் நிஜமாகவே நிரம்பியிருக்கும் பட்சத்தில் அவளால் எப்படி வகுப்பு துவங்கும் முதற்கணத்தையும் அதற்குப் பின்னான இத்தனை வாரங்களையும் எந்தக் காரணத்தை முன்னிட்டும் தவிர்த்துவிட்டிருக்க முடியும். ட்ரிஸ்ட்ராம் ஒவ்வொருநாளும் அவளிடமிருந்து ஒரு கடிதத்தையாவது வியர்த்தமாக எதிர்பார்த்துக்கொண்டிருந்தான். அவள் வந்தால் அவளை எப்படிக் கையாள வேண்டுமென்பதை விடுதியிரவில் யாவரும் தூங்கியான பின் ஒத்திகைபார்த்தபடியே விழித்துக்கொண்டிருந்ததில் கண்களுக்குக் கீழே கருவளையம் பூத்துவிட்டது. தனக்குப் பைத்தியம் பிடித்தாகிவிட்டதென்பது அவனுக்கு உறுதியாகிவிட்டிருந்தது. ஆனால் தன்னைப் பைத்தியம் என்று உணரும் சுவாதீனம் மிச்சமிருந்து அவனை மரணாவஸ்தைக்குள்ளாக்கிக்கொண்டிருந்தது. மேலும் ஒருவாரம் சென்ற பிறகு வெட்கத்தை விட்டுவிட்டு அவன் வெளிப்படையாகவே எலினாரைப் பற்றி லிங்கன்ஷைரிலிருந்தும் யார்க்ஷைரிலிருந்தும் கேம்பிரிட்ஜ்ஜிற்கு வரும் அவள் வகுப்பு மாணவர்களிடம் விசாரிக்கத் தொடங்கினான். அவர்கள் அவளைப் பற்றின தகவல்களைச் சொல்ல முடியாமல் விழித்தபோது கொஞ் சமும் பொறுப்பற்றவர்களென்றும் சோற்றுக்கடன் தீர்க்காதவர்களென்றும் கூறிப் பழித்தான். தன் தகப்பனிடமிருந்து வந்துகொண்டிருந்த கடிதங்கள் எலினாரிடமிருந்து வராத கடிதங்களையே நினைவூட்டி அவனை அலைக்கழித்துக்கொண்டிருந்தன. சில நாட்களில் அவன் வகுப்பிற்குச் சுத்தமாக வருவதையும், மதிய நேரங்களில் உணவு உண்ண வேண்டும் என்பதையும், பாடங்களைக் குறிப்பெடுத்துக்கொள்வதையும் முழுவதுமாக மறந்துவிட்டிருந்தான். கணிதப் பாடங்களில் சந்தேகம் கேட்கவரும் மாணவர்களிடம் கர்த்தருக்கும் சாத்தானுக்குமிடையில் துவங்கிய ஆதி யுத்தத்தின் மீதான தன்னுடைய சந்தேகங்களை வயது வித்தியாசமில்லாமல் கேட்கத் துவங்கி ஒரு தத்துவவாதியைப் போல அவர்களால் பைத்தியமாகப் பார்க்கப்படத் துவங்கினான். அது நிஜமில்லையென்றாலும்

அழுக்கும் பயமும் பசியும் அவனைத் தீவிரமான காய்ச்சலில் இரண்டு நாட்கள் தள்ளியபோது சுயநினைவின்றிப் பிதற்றிய வார்த்தைகளின் துர்நாற்றம் எலினாரைப் பற்றின கவலை ட்ரிடிஹால் முழுவதையும் தொற்றிக்கொள்ளும்படி செய்துவிட்டிருந்ததால் அவன் மேற்கொண்டு தன்னைச் சுற்றியிருந்தவர்களையும் வியாதிக்காரர்களாக்க விரும்பாமலும், நினைவும் செயலும் மீண்டும் சாகஸக் கனவுகளை நோக்கித் திரும்ப வேண்டுமென்றால், தொடர்ந்து நகர்ந்துகொண்டேயிருக்கும் சரித்திரத்தில் தன்னையும் ஒரு நாயகனாக நிறுவிக்கொள்ள வேண்டுமென்றால் அந்தப் பேயைத் திரும்பக் கண்டு அவளுடனான கண்ணாமூச்சி விளையாட்டை என்ன விலைகொடுத்தேனும் முடித்துக்கொள்வதைத் தவிர வேறு வழியில்லையென்கிற முடிவுடனும் ஔஸைப் பனி உறையச் செய்துகொண்டிருக்கிறதென்ற எச்சரிக்கையைப் பொருட்படுத்தாமல் ஒரு புலர்காலையில் லிட்டில்போர்ட்டைப் பார்க்கக் கிளம்பிவிட்டான்.

நண்பகல் நேரத்தில், போனவுடன் திரும்பிவிடும் திட்டத்துடனேயே புறப்பட்டிருந்ததால் கையில் மாற்றுடைகள் கொண்ட ஒரு பைகூட இன்றி வெறுங்கையனாக லிட்டில்போர்ட்டைச் சென்றடைந்தபோது வெள்ளை மனமும் வம்பு பேசும் அவாவும் கொண்ட கிராமத்தவர்கள் அவர்களின் இயல்புப்படி ஏற்கெனவே அங்கே நன்கு பரிச்சயமாகியிருந்த அவனைச் சூழ்ந்துகொண்டு நலம் விசாரித்தும் வாழ்த்துக்களைக் கொட்டியும் வரவேற்றார்கள். எலினாரைப் பார்க்க வந்திருப்பதாக அவன் அறிவித்ததும் பெரிதும் துக்கப்பட்டு அத்தகைய துரதிர்ஷ்டம் அந்தச் சின்னப் பெண்ணுக்கு வர வேண்டுமானால் அதற்கு அவள் சாத்தானின் பிரஜைகளாகிப்போன ஒரு குடும்பத்தின் அங்கத்தினளென்பதைத் தவிர வேறென்ன காரணம் இருந்துவிட முடியுமென்று அவனிடம் திருப்பிக் கேட்டார்கள். ட்ரிஸ்ட்ராம் தன் கவலைகள் கற்பனையில்லையென்பதைத் தெரிந்து திடுக்கிட்டான். அதற்குள் அவன் வந்துசேர்ந்த செய்தி காற்றைப் போல பரவிவிட வீட்டில் மிச்சமிருந்த சாமான்களின் மேல் தட்டுத்தடுமாறி மோதி விழுந்துகொண்டே எலினார் அவனைத் தேடி அவன் பெயரை உரக்கக் கூவியபடியே வெளியே பிதுங்கி நதியை நோக்கி புதுப்பிக்கப்பட்ட துக்கத்தை வாயிலும் வயிற்றிலும் அடித்துத் திணித்துக்கொண்டு அவளை எச்சரித்தபடியே சாரா பின்தொடர ஓடி வந்துவிட்டாள். இரவு நெருப்பின் வெளிச்சமும் நிழலும் அலையடித்து உருவாக்கியிருந்த காற்றுச் சமுத்திரத்தில் கவலையற்று நீந்திக்கொண்டிருந்த பொன்மீனை நினைவுபடுத்தும் விஸ்தாரமான கையசைவுகளுடன் நெருங்கிவந்த அவளுடைய, வீக்கம் மட்டுப்பட்டிருந்த விழிகளில் அவன் விடைபெற்றுக்கொண்ட வேளையில் கனன்றுகொண்டிருந்த செவ்வண்ணம் அங்கே உருண்டுகொண்டிருந்திருக்க வேண்டிய கோளங்களைக் காணாமலடித்திருப்பதைக் கண்டு ட்ரிஸ்ட்ராம் அதிர்ச்சியில் உறைந்துபோனான். அவர்கள் புறப்பட்டுப்போன அன்று தொடங்கி மெதுமெதுவாக அடுத்த பத்து நாட்களுக்குள் எலினார் தன் கண்பார்வையைக் காரணம் தெரியாத நோய் தாக்கி விந்தையான முறையில் இழந்துவிட்டாளென்று சாரா அழுதபடி அவனிடம், அவனை ஏதோ கண்களைக் கையால் தடவி மீட்டுக்கொடுக்க வந்தவனாய் வரிந்துகொண்டு, முறையிட்டாள். ஊர்க்காரர்களும் அவள் துக்கத்திற்குத்

தங்கள் உச்சுக்கொட்டலினால் சுருதி சேர்த்துக்கொண்டிருந்தார்கள். இத்தனை அமளிக்கிடையில் எலினார் மீண்டும் தன் நாடகத்தைத் திரும்ப நடிக்கும் பாவனையில் உடல் முழுவதையும் சப்தம் வரும் திசைகளை நோக்கித் திருப்பியபடி நிலைதடுமாறிக்கொண்டிருந்தாள். அவள் முகத்தில் தன்னைத் தேடும் பரபரப்பைத் தவிர துக்கத்தின் வேறு அறிகுறிகளையே ட்ரிஸ்ட்ராமால் காண முடியவில்லை. அவன் தன்னினைவின்றியே அவளிடம் ஓடிச்சென்று விரிந்திருந்த அவள் கைகளினுள் ஒரு கத்தியைப் போல தன்னைச் சொருகிக்கொண்டான். சுற்றியுள்ளவர்கள் அனைவரும் பகிரங்கமாகப் பார்க்கும்வண்ணம் ஆனால் கண்ணுள் நிரந்தரமாக நிரம்பிவிட்டிருந்த பனியையொத்த வெண்படலத்தையும், மனதுள் நிரப்பிக்கொண்டிருந்த இனியவனையும் தவிர தன்னுடைய உலகில் வேறு யாருமற்றிருந்த எலினார் வெட்கப்பட வேண்டிய அவசியமின்றி உடனே அவனை இறுகத் தழுவி அவன் உதடுகளைத் தன் எத்துப்பற்களால் தேடிக் கவ்விக்கொண்டாள். ஏற்கெனவே நிறைய அழுதுவிட்டதால் தற்போது தன்னால் நன்றாகச் சிரிக்க முடிவதாயும் அவனும் தன்னோடு சேர்ந்துகொள்ளும்படியும் அவள் கேட்டுக்கொண்டதை ட்ரிஸ்ட்ராம் விளங்கிக்கொள்ள முடியாமலும் அவளுடைய முரட்டுத்தனமான அணைப்பிலிருந்து தன்னை விடுவித்துக்கொள்ள விருப்பமில்லாமலும் தவித்தான். அவனிடம் ஏற்கெனவே எல்லாவற்றையும் சொல்லிவிட்டதைப் போன்றும், இனி பேசுவதற்குப் புதிய விஷயங்கள் ஒன்றுமில்லையென்பது போன்றும் சகஜபாவத்துடன் எலினாரோ குரலில் குற்றச்சாட்டின் கலப்பு எள்ளளவுமின்றி அவன் மனப்பதற்றத்தைப் பற்றிய அக்கறையுமின்றிச் சாபக்காட்டினுள் அவர்கள் கழித்த அந்த இரவைப் பற்றி மிகுந்த நாணத்துடனும் பரவசத்துடனும் அவன் காதுகளில் பிறரறியாமல் கிசுகிசுக்கத் தொடங்கிவிட்டாள், நீங்களும்கூட அவசரப்பட்டு எனக்கு இப்படியாகிவிட்டதேயென்று மனமொடிந்துபோய் எந்த தேவாலயத்திலும் ஒரு கிழட்டு மேற்றிராணியாரின்முன் மண்டியிட்டு மன்னிப்புக் கேட்கிறேன் பேர்வழியென்று பாவம் செய்தலின் களங்கமற்ற சந்தோஷத்திற்கும் துணிகரச் செயல்களின் பெருமித உணர்வுக்கும் களங்கம் தேடித் தந்துவிடாதீர்கள்.

மார்த்தாவின் தாயன்பால் சாகஸக்கனவுகளுடன் துவக்கிவைக்கப் பட்ட ட்ரிஸ்ட்ராமினுடைய விடலைப் பருவம் எலினாரின் காதலால் இப்படியாக அதன் முடிவிற்குக் கொண்டுவரப்பட்டது. அவன் அவளைப் பின்னும் காதலிக்கவில்லை. ஆனால் ரகசியங்களின் சுமையைத் தாள முடியாமல் அவற்றைப் பிறகு பகிர்ந்துகொள்ளத் தேர்ந்தெடுத்த சில நெருக்கமான நண்பர்கள் விஷயத்தை அப்படியே விட்டுவிடும்படியும் நாட்டுப்புறத்தவர்கள், அதிலும் ஆண்துணையும் படிப்பு வாசனையுமற்ற பெண்கள் அவனுக்கு இடைஞ்சல்கள் வரும்படி தங்கள் மானத்தைப் பணயம் வைத்துக் கல்லூரியிலோ அல்லது தேவாலயத்திலோ முறையிட முன்வர மாட்டார்களென்றும், எலினார் சில நாட்களில் தன் விதிக்குப் பழகிக்கொண்டுவிடுவாளென்றும் அறிவுரை கூறியும்கூட அவளன்பிலிருந்தும், தன்னுடைய தீரச்செயல்களின் மீதான அரிப்பைத் தீர்த்துக்கொள்ள அவளை வலிந்து சாபக்காட்டிற்குள் அழைத்துச்சென்று ஏதோ ஒருவிதத்தில் ஊர்க்காரர்கள் பயந்ததைப் போலவே அவள்

வாழ்வைச் சாத்தானிடம் பணயம்வைத்துச் சீரழித்துவிட்ட குற்றவுணர்விலிருந்தும் அவனால் தன்னை விடுவித்துக்கொள்ள முடியவில்லை. விளைவு, எலினார் மிக வற்புறுத்தியும்கூட வாரத்தில் மூன்று நாட்கள் மார்த்தாவிற்குப் பரீட்சைகளைக் காரணம் சொல்லிக் கடிதங்கள் மூலமாகச் சமாதானப்படுத்திவிட்டு லண்டனுக்குப் பதிலாக அவன் லிட்டில்போர்ட் சென்று எலினாரின் அருகில் தங்கிவிட்டு வரத் துவங்கினான். அதற்குக் காரணம் தான் ஒதுக்கப்படுகிறோமென்று தெரிந்தால் எலினார் தன்னை மாய்த்துக்கொண்டு அந்தக் குற்றஉணர்வையும் தன் தலையில் சுமத்திவிடுவாளென்கிற பயம். லிட்டில்போர்ட்டில் விருந்துண்டவர்களும் இரக்க சுபாவம் கொண்டவர்களுமான நண்பர்கள் சிலரின் உதவியையும் மார்த்தா அனுப்பும் பணத்தையும் கொண்டு மாமியார் வீட்டுக் குடும்பச் செலவுகளையும் எலினாரின் சிறுசிறு வைத்தியச் செலவுகளையும் வேறு அவன் கவனித்துக்கொள்ளத் துவங்கியிருந்தான். அதற்குக் காரணம் ஏற்கெனவே பைத்தியக்காரப் பெண்ணொருத்தியை வைத்துக்கொண்டு அவதிப்பட்டுக்கொண்டிருந்த அந்தக் கிழவியின் இதயம் இன்னொரு குருட்டுப்பெண்ணின் சுமையையும் சேர்த்துச் சுமக்க முடியாமல் விரக்தியடைந்து செயல்படுவதை நிறுத்திவிட்டால் எலினாரோடு சேர்த்து அவள் தமக்கையையும் தன் தலையில் சுமக்க வேண்டிவந்துவிடலாமென்கிற எச்சரிக்கை உணர்வு. எப்படியோ, உரிய வயதையும் தகுதியையும் எட்டுவதற்கு முன்பே சாகஸக்காரனாகும் ஆசை அவனை அரைகுறை இல்லறத்தானாக ஆக்கிவிட்டது. பதின்பிராயமே சமீபத்தில்தான் முடிவுற்றிருந்த நிலையில் ஒரு மாபெரும் தவறுக்குப் பொறுப்பாளியாகிவிட்ட அவலத்தையெண்ணி இரவுகளில் எலினார் தன்னை அணைத்தபடியே தூங்கியான பின், பார்வைப்புலன் போன பிறகு நுகர்புலனையும் செவிப்புலனையும் கூர்மையாக்கிக்கொள்ள அவள் ஊரின் முதிய பிறவிக்குருடி ஒருத்தியிடம் பயிற்சி பெற ஏற்பாடு செய்யப்பட்டிருந்ததால், ஓசையெழுப்பாமல் சட்டைநுனியைப் பந்தாக்கி வாயிலடைத்தபடி அழுதுகொண்டிருப்பதையும், சாரா மற்றும் ஊர்ப்பெரியவர்களின் அறிவுரைகளை, அவர்களை மனதிற்குள் சபித்தபடி, கேட்டுக் கால்நடையைப் போல தலையாட்டிக்கொண்டிருப்பதையும், எப்போதாவது எலினாரின் வேண்டுதலின்பேரில் அவளை அழைத்துக் கொண்டு இரவு நேரங்களில் ஊருக்கு வெளியே சென்று வயல்வெளி யின் மேற்புறத்தில் நின்றபடி தொலைவில் இருளில் மூழ்கியிருக்கும் சாபக்காட்டின் மரக்கூட்டங்களின் மேல்விளிம்பு காற்றில் அலைபாய் வதையும், அதன் அடிப்புறமோ கனத்த, பிரம்மாண்டமான ஒற்றை மரமாக இருளில் காட்சியளிப்பதைப் பார்த்துக்கொண்டும், அதனுள் நுழைந்து தங்களை விருப்பத்துடன் தொலைத்துக்கொண்டவர்களைப் பற்றின கதைகளையும் துயரத்தோடு ஆனால் குரலில் அதை வெளிக்காட்டிக் கொள்ளாது அவள் சொல்லிக்கொண்டிருப்பதைச் செவியுற்றுப் பெருமூச்செறிந்துகொண்டுமிருப்பதையும் தவிர வேறெதையும் பற்றி யோசிக்கவே அவன் தயங்கினான். விரையும் நாட்கள் தன்போக்கிலேயே பிரச்சினைகளுக்கான விடைகளைக் கொண்டுவந்துவிடாதா என்கிற ஏக்கம் அவனை எடுப்பார் கைப் பிள்ளையாக்கிவிட்டிருந்தது. மகளின் உடற்குறைகளை நன்கு அறிந்தவளும், அவளுடைய மாதவிலக்கு சீராகக்

கழிந்துகொண்டிருப்பதைக் கவனித்துக்கொண்டிருந்தவளும், பௌர்ணமி இரவுச் சம்பவத்தை அறியாதவளுமான சாரா அந்தக் கத்தோலிக்கப் பையன் எலினாரின் மேல் கொண்டிருந்த அன்பிற்குத் தர்க்கரீதியான காரணமெதையும் கண்டுபிடிக்க முடியாமல் திகைத்துக்கொண்டிருந்தாள். அதனாலேயே, காரணமில்லாமலேயே என்றோ ஒருநாள் பரோபகாரம் அலுத்துப்போய் அவன் தங்களை விட்டு நீங்கிவிடவும் கூடுமென்கிற பயத்தில் அவனைத் தக்கவைத்துக்கொள்ள மிகைப்படுத்தப்பட்ட துக்கங்களையும், கற்பனையான துயரச் சம்பவங்களையும் சொல்லி ட்ரிஸ்ட்ராமை மேலும் மேலும் உள்வயமாக ஒடுங்கிப்போனவனாயும், ஏழ்மையின் போதைக்கு அடிமையாயும் அவள் மாற்றிக்கொண்டிருப்பதை மோப்பம் பிடித்துவிட்ட எலினார் மூன்று மாதங்களுக்குப் பிறகு சாரா சொல்லச்சொல்லக் கேட்காமல் பிடிவாதம்செய்து படிப்பு முடியும் வரையில் ட்ரிஸ்ட்ராம் தன்னைப் பார்க்க அடிக்கடி வருவதில்லையென்று சத்தியம் வாங்கிக்கொண்டு ட்ரினிடிஹாலுக்கு அவனைப் படகேற்றிவிட்டுவிட்டாள்.

கல்லூரிக்கு வந்துசேர்ந்த ட்ரிஸ்ட்ராமுக்கு முன்னைப் போல எலினாரின் இன்மை தனக்கு ஏன் சுதந்திர உணர்வைத் தரவில்லையென்று புரியவில்லை. அவள் அறிவுரைப்படியே அதில் அவன் கவனம் செலுத்தி ஆராய்ந்துகொண்டிருக்கவும் முனையவில்லை. சிறுசிறு விடுமுறைகளில் சிலவற்றை எலினார் மறுத்தாலும் அவள் ஏங்கிவிடுவாளென்று கற்பனை செய்துகொண்டு அவளருகிலும், சிலவற்றைப் பெற்றோருக்குச் சந்தேகமெழுந்துவிடாதபடி தன் வீட்டிலும் கழித்ததற்கிடையிலும், அனுப்பப்படும் பணத்தில் பாதியை லிட்டில்போர்ட்டுக்கு நண்பர்கள் மூலமாக அனுப்பிவைத்தும், பாதியைத் தன் படிப்பு மற்றும் விடுதிச் செலவுகளுக்காகத் தக்கவைத்துக்கொண்டும் இருப்புநிலையைச் சரிக்கட்டிக்கொள்ளச் சிரமப்பட்டுக்கொண்டிருந்ததற்கிடையிலும், எலினாரிடம் சென்றுவிடும் மனதைப் பொறுப்புகளைச் சொல்லி அதட்டிப் பாடங்களிடம் இழுத்துக்கொண்டும், அவளை மறந்துபோய் விடுமளவிற்குப் பாவாத்மாவாக மாறிப்போய்விட்டதாகக் குற்றஉணர்ச்சி தலைதூக்கும் சமயங்களில் அதைத் தேற்றி நினைவுகளை மேய்ந்துவர அனுமதித்தபடியும், வயதிற்கு மீறிய அனுபவச்சுமைகள் அழுத்தத் தள்ளாடிக்கொண்டிருந்ததற்கிடையிலும்அவன் ஒருவழியாகப் பல்கலைக்கழகத்தில் தன் கடைசி வருடத்தை முடித்தான். உலக வழக்கிற்கு மாறுபாடில்லாமல் எதிர்காலத்தின் மீதான பயம் சமன்பாடுகளின் மீதான அவனுடைய ஈடுபாட்டை இன்னும் ஊக்குவித்து, கணக்கிடும் திறனையும் அதற்குமேலாக சுயானுபவத்தின்வழியே அவற்றுக்குப் புதிய பொருள்களைக் கற்பித்துப் புரிந்துகொள்ளும் சக்தியையும் அதிகப்படுத்தியிருந்ததால் ஏற்கெனவே முன்னணி மாணவர்களுள் ஒருவனான அவன் மெச்சிக்கொள்ளும்விதமாகத் தன் படிப்பைப் பூர்த்தி செய்தான். உடனே எலினார் அவனுடைய அண்மையையும், வெளிப்படையாகச் சொல்லவில்லையானாலும், அடுத்த சம்பவத்தையும் எதிர்பார்க்கத் தொடங்கிவிட்டதாகத் தோன்றியதால் பெற்றோரை விட்டு விலகியிருக்க விரும்பிய அவன் வேலைக்குச் செல்லும் முன் இடைக்காலத்தில் வியாபார நுணுக்கங்களைக் கற்றுக்கொள்ளும்படி

ஜெரிமி எவ்வளவு வற்புறுத்தியும் ரொட்டிக்கடைப் பணப்பெட்டியின் முன் உட்கார மறுத்துவிட்டு, கிழக்கிந்தியக் கம்பெனி வரையறுத்திருக்கும் அனுபவத்தையும் வயதையும் தான் இன்னும் எட்டவில்லையென்று மார்த்தாவையும் சமாதானப்படுத்திவிட்டு கேம்பிரிட்ஜ் பல்கலைக் கழகத்திலேயே ஆசிரியப் பணியிடமொன்றிற்கு மனு செய்துகொண்டான். நிர்வாகம் பிரகாசமான மாணவனான அவனை மகிழ்ச்சியுடன் வரவேற்றது. ட்ரிஸ்ட்ராம் பெம்ப்ரோக்ஹாலில் கணித விரிவுரையாளனாக நியமிக்கப்பட்டான். லிட்டில்போர்ட்டிற்குப் போகவர வசதியாகக் கல்லூரி விடுதியிலேயே, மாணவனாயிருந்த காலத்தில் தகப்பனால் அனுப்பப்பட்டுக்கொண்டிருந்த பணத்தைக்காட்டிலும் சற்றே கூடுதலான சம்பளத்துடனும், நிறைவான மரியாதை உபசரணைகளுடனும் தன் பிரமசாரி வாழ்க்கையை ஒரு வருட காலம் வாழ்ந்து முடித்தான். எலினாரைப் பற்றிப் பெற்றோரிடம் சொல்லும் தைரியத்தை மனதினுள் கூட்டிக்கொள்ளவும், தன் காதல் அவர்களால் அங்கீகாரம் பெறாது போவதற்குரிய அத்தனை லட்சணங்களையும் கொண்டிருக்கிறது என்று அவனுக்குத் தெரிந்திருந்ததால் சுயசம்பாத்தியமென்னும் பிடியைக் கைத்தாங்கலாக ஊன்றிக்கொள்ளவும் அந்த ஒரு வருட கால அவகாசம் அவனுக்குத் தேவையாயிருந்தது. இவ்விதமாகவும் இன்னும் பலவிதமாகவும் அவன் பெற்றோரின், குறிப்பாக மார்த்தாவின் கோபத்தையும் தனிக்குடித்தனத்தையும் அதன் சாதகபாதகங்களையும் முன்னூகித்துக்கொண்டும், அம்மாதிரியான ஒரு வாழ்க்கையை, அது தன்னை நெருங்குவதற்கு முன்பாகவே வாழ்ந்துபார்த்துக்கொண்டும் தயாராகிவிட்டிருந்ததால், எலினாரிடம் தவறிழைத்ததைப் போலல்லாமல் காரியங்கள் அவன் எதிர்பார்த்த வழியிலேயே ஓரளவு நடந்தேறின. எலினாருடன் வீட்டுவாசலில் வந்து நின்றபோது மார்த்தாவிடமிருந்து வெளிப்பட்ட மௌனமான, துயரம் கவிந்த அங்கீகாரப் பெருமூச்சும், ஜெரிமியினுடைய ஆரவாரமான மறுப்பும் அவனை ஆச்சரியப்படவைத்தன. அவர் மார்த்தா அவனை அவரிடமிருந்து பிரித்து வளர்க்கத் தெரியாமல் வளர்த்துக் கெடுத்துக் குட்டிச்சுவராக்கிவிட்டாளென்று அவளைக் கால்கள் தடுமாறக் கன்னத்தில் அறைந்து ட்ரிஸ்ட்ராமின் மீது கவிந்த வெறுப்பைத் தீர்த்துக்கொள்ள முயற்சித்தார். ஒரு குருடியும் (அது எந்தக் காரணமாயிருந்தாலும்), குரூபியும், தரித்திரியும், சாபத்தால் பீடிக்கப்பட்டவளும், பீடைகளுக்குரிய மஞ்சள் நிறத் தலைமயிர் கொண்டவளும், போக்கிரியின் மகளுமான ஒரு பெண்ணை அவன் திருமணம் செய்துகொள்வதைத் தன்னால் அனுமதிக்க முடியாது என்று அறிவித்துவிட்டார். (பிதாக்களுடைய இருதயங்களைக் கர்த்தர் பிள்ளைகளிடத்திற்குத் திருப்பட்டும்.) தந்தை சொல்லை மீறுவதைத் துவக்கமாகக் கொண்டு சிறுவயதிலிருந்தே தான் விரும்பிய, எப்போதும் மனப் பதற்றத்திலும் சாகும் விருப்பத்திலும் சித்தப்பிரமையின் விளிம்பிலும் தன்னை வைத்திருக்கப்போகும் சாகஸ வாழ்க்கையொன்றை நடத்திச்செல்ல அவர் தன்னை அனுமதித்துத் தன் பிடியிலிருந்து கருணைகூர்ந்து விடுவித்துவிட்டதாக அதை எடுத்துக்கொண்டு ட்ரிஸ்ட்ராம் மகிழ்ச்சியுடன் மாமியார் வீட்டிற்குத் திரும்பினான். மிகக் குறைந்த சம்பிரதாயங்களுடனும் நிறைந்த நண்பர்களுடனும்

அடுத்தடுத்த துரதிர்ஷ்டங்களை அந்தக் குடும்பத்திடம் எதிர்பார்த்து உண்மையாகவே ட்ரிஸ்ட்ராமுக்காக வருந்தியபடி வந்து குழுமியிருந்த கிராமத்தவர்களுடனும் ஈலி தேவாலயத்தில், எலினாரைச் சிறுவயதுமுதலே அறிந்த மேற்றிராணியார் ஜொனாதனின் முன்னிலையில் ட்ரிஸ்ட்ராம் எலினாரின் வலக்கையில், அவள் மிக வெறுத்ததால், சம்பிரதாயமான வெண்ணிறக் கல்லைத் தவிர்த்துவிட்டுச் சிவப்புக்கல் பதித்த திருமண மோதிரத்தையும், கூடுதலாகக் கழுத்தில் லண்டன் கடை வீதியிலிருந்து அவன் நண்பர்கள் விசேஷமாகத் தருவித்தளித்த, வெளிர்நீலநிற இந்தியப் பட்டுச் சால்வையோடு, பச்சைப்பதக்கமிணைத்த பரிசுச் சங்கிலியையும் அணிவித்து அவளைத் தன் மனைவியாக்கிக்கொண்டான். கல்லூரிக்கு அருகிலேயே வெள்ளிவீதியில் பார்த்துவைத்திருந்த வீட்டிற்கு அவளை அழைத்துச்செல்லும் முன் மாமியாரையும் மச்சினியோடுகூட தங்களுடன் வந்துவிடும்படி அவன் அழைத்தபோது தன் கணவன் வாழ்ந்து இறந்த வீட்டிலும், தங்கள் வாழ்வை இந்த மண்ணில் நிச்சயப்படுத்திய ஒளஸ் நதிக்கரையிலுமே தன் மரணமும் நிகழ வேண்டுமென்று தான் விரும்புவதாயும், எலினாரைச் சாபக்காட்டின் கொடூர விழிகளிலிருந்து மறைவாக, நிரம்பத் தாமதமாகிவிட்டிருந்தாலும்கூட, அவன் அழைத்துச் செல்வதே தன்னையும் ஹென்றியின் ஆவியையும் பூரணமாகத் திருப்திப் படுத்திவிட்டதென்றும் கூறி அவனோடு கேம்பிரிட்ஜ் வருவதை சாரா நாகரீகமாகத் தவிர்த்துவிட்டாள். அந்தக் குடும்பத்தின் உழைக்கும் ஒரே உறுப்பினரையும் திருமணத்தின் மூலமாக அவள் இழந்துவிட்டதை ஈடுகட்டும்முகமாக ஒவ்வொருமாதமும் எட்டு டாலர்களை அவளுக்கு அனுப்ப வேண்டுமென்று தம்பதிகளிருவரும் பரஸ்பரம் பேசி முடிவு செய்துகொண்டார்கள்.

பிறகு ஒரு பதினாறு வருடங்கள் ட்ரிஸ்ட்ராமின் வாழ்க்கையில், உத்தியோகத்திற்குச் செல்வதும் வீடு திரும்புவதுமான தினசரிகளைத் தவிர விசேஷமான சம்பவங்கள் எதுவும் நடக்கவில்லை, அவனை லீடன்ஹால் தெரு நிறுவனத்தில் ஊழியனாகச் சேரும்படி வற்புறுத்தும் எண்ணம் எதுவும் எலினாருக்கு இல்லாதிருந்ததால் பெம்ப்ரோக்ஹாலிலேயே விரிவுரையாளர் பதவியிலிருந்து சிலபல உத்தியோக உயர்வுகளுக்குப் பிறகு இயக்குநர் குழுவில் ஒருவனானதைத் தவிர. லிட்டில்போர்ட் பக்கமே எட்டிப்பார்க்காதிருந்த எலினாரின் தமக்கைகளிருவரும் கேம்பிரிட்ஜ்ஷைருக்கு அவளைப் பார்க்க, சாராவும் ஹெலனும் வந்திருக்கும் நாட்களை எப்படியோ மோப்பம்பிடித்துத் தவிர்த்துவிட்டு, அடிக்கடி வந்துபோய்க்கொண்டிருந்தனர். தன் வீட்டாருடன் பசுமூஞ்சிப் பூவைப் போல மலர்ந்து சிரித்தபடி பேசிக்கொண்டிருக்கும் எலினாரைப் பார்த்து அவன் பெருமூச்செறிந்துகொள்ளும்படி மார்த்தாவோ ஜெரிமியோ அத்தனை வருடங்களில் ஒருநாள்கூட அவனைப் பார்க்க வெள்ளிவீதிக்கு வரவேயில்லை. அவனுக்கும் கேனன் தெருப் பக்கம் போகத் தைரியம் வரவில்லை. அந்தப் பக்கமிருந்து வரும் நபர்களை விசாரித்து அவர்களுடைய நலத்தை அறிந்துகொள்வதோடு அவன் தன்னைத் திருப்திப்படுத்திக்கொண்டிருந்தான். ஜூனியஸ் திடீரென்று காணாமல்போன பிறகு அரசியலிலும், திருமணத்திற்குப் பிறகு காமத்தின் மீதும் அவனுக்குப் பிடிப்பு போய்விட்டிருந்தது. சாகஸக்காரனாகும் பழைய

ஆசையை மட்டும் எதையோ எதிர்பார்த்துத் தன்னைவிட்டு அகன்றுவிடாமல் இறுகப் பிடித்துக்கொண்டிருந்தான். அதற்காக அவன் தனியாக முயற்சி செய்ய வேண்டியதேயில்லை என்றும் எலினாரின் உருவத்தையும் குருட்டுத்தனத்தையும் சகித்துக்கொண்டு வாழ்க்கை நடத்துவதே ஒரு பெரிய சாகஸமென்றும் அவன் நண்பர்கள் வெளிப்படையாகவே அவனைக் கேலிசெய்து பேசிக்கொண்டிருந்தபோதிலும்கூட அவள் தன் முதல் சாகஸத்தின் தவிர்க்கவியலாத வெற்றிக்கனியென்கிற உண்மை அவர்களைப் பொருட்படுத்தாதிருக்கும் மனத்திடத்தை அவனுள் வளர்த்துவிட்டிருந்தது. பார்வையற்றிருப்பது காலப்போக்கில் எலினாருக்குப் பழக்கமாகிவிட்டிருந்ததைப் போலவே தினமும் அவளைப் புதிய குருடியாகவே பார்த்துக் காலையிலெழுந்ததும் துணுக்குற்றுத் தன் மூடத்தை நொந்துகொள்வது ட்ரிஸ்ட்ராமுக்கும் பழக்கமாகிவிட்டிருந்ததால், அடிவயிற்றிலிருந்து தினசரி பீறிட்டெழும் குற்றவுணர்வைச் சரிக்கட்டப் போதையைப் பழகிக்கொள்ளலாமா என்று யோசித்து பிறகு அதற்குத் தைரியமில்லாமல் எலினாரின் பார்வை திரும்புவதற்கான வைத்தியச் செலவுகளில் அவளுடைய ஆட்சேபங்களைப் பொருட்படுத்தாது தன் வருமானத்தின் பாதியைச் செலவழித்துக்கொண்டிருந்தான். அந்தக் காலக்கட்டத்தில் இங்கிலாந்தின் மருத்துவச் சரித்திரம் நிகழ்த்திய எந்தப் புதிய கண்டுபிடிப்பும் அவன் பார்வையிலிருந்து தப்பிவிட்டிருக்கவில்லை. கண் பார்வை கண் நரம்புகளோடு சம்பந்தப் பட்டதென்பது மட்டுமல்லாமல், கண் நரம்புகளுக்கு உடலின் பல நரம்புகளோடும் நெருங்கிய தொடர்பு உண்டென்று யாரோ சொல்ல அவன் எலினாரின் உடல் முழுவதையும் மருத்துவப் பரிசோதனைகளுக்கு உட்படுத்தி சந்தோஷப்படுவதா அல்லது சந்தேகப்படுவதா என்று புரியாத குழப்பத்திற்குள் அவளைத் தள்ளிக்கொண்டிருந்தான். அவன் பிடிவாதத்தை அதிகப்படுத்தும்வண்ணம், படுக்கையில் ஒரு சடங்கைப் போல எல்லாவிதமான முறைகளிலும் எல்லாவிதமான சந்தோஷத்தை யும் சளைக்காமல் முயன்று பார்த்துவிட்டபோதிலுங்கூட அவர்களுக்குக் குழந்தைப்பேறு வேறு கிட்டாமலேயிருந்தது. எனவே எலினாரைச் சாத்தானின் பிடியிலிருந்து மீட்கும் வழிமுறைகளின் மீதான தேடலில் ட்ரிஸ்ட்ராம் ஒரு கணமும் களைப்படையாதிருந்தான். அவளுக்காக இல்லாவிடினும், மருத்துவ உலகம் பெருமை கொள்வதற்காக இல்லாவிடினும், ட்ரிஸ்ட்ராமின் அயர்வறியாத முயற்சிக்காகவும், ஈடுபாட்டிற்காகவுமாவது கர்த்தர் விரைவிலேயே மருத்துவர்களின் மண்டையில் தன்னுள்ளிருந்து பார்வையையும் கர்ப்ப வாசலையும் ஒருசேரத் திறக்கும் கச்சிதமான ஒரு மருந்தைப் பற்றிய ரகசியங்களை என்றாவதொருநாள் மின்னச் செய்துவிடுவாரென்று எலினாரும் அவன் தன் மடியில் விழுந்து தன் கனவுகளையும் வியர்த்தங்களையும் கூறிப் புலம்பியழும் நேரங்களில் சுவிசேஷத்திலிருந்து நற்செய்திகளை எடுத்துச்சொல்லி ஆறுதலளித்துக்கொண்டிருந்தாள்.

நிகோலஸ் ரூரான்ட்

பதினாறு வருடங்களுக்குப் பிறகு ஒருநாள் வர்ஜீனியா கெஸட்டின் நடுப்பக்கத்தில், வில்லியம்ஸ்பர்க்கில் விற்கப்படவிருக்கும் இருபத்தைந்து வர்ஜீனிய அடிமைகளைப் பற்றின சர்ச்சிலென்பவருடைய விளம்பரத்திற்கும், மரண தண்டனைக் கூடத்திலிருந்து கொண்டுவரப்பட்ட பதினைந்து கருப்பர்கள் விற்பனைக்குத் தயாராக இருப்பதைத் தெரிவிக்கும் மாவட்ட மணியக்காரரின் அறிவிப்பிற்குமிடையில் ட்ரிஸ்ட்ராம் இப்படியொரு வினோதமான விளம்பரத்தைப் பார்த்தான், வருடக்கணக்காகக் குணப்படாத, சிறந்த மருத்துவர்கள் கவனித்துக் கைவிரித்துவிட்ட, தனித்தன்மையும் தீவிரமும் கொண்ட கண்நோய்களை பாரீஸ் கண் மருத்துவச் சரித்திரத்தின் மேதையென அறியப்பட்ட நான் அறியவும் குணப்படுத்தவும் விரும்புகிறேன், நோய்பற்றின விவரங்களை முன்னதாகவே கடிதமெழுதி எனக்குத் தெரிவித்துவிட வேண்டுமென்பது ஒன்றே நிபந்தனை, நோயின் இயல்பு எனக்குத் திருப்தியளிக்கும் பட்சத்தில் மருத்துவக் கட்டணத்தைப் பற்றிக் கவலைப்படத் தேவையில்லை, நிகோலஸ் ரூரான்ட், 18, குருமார் தெரு, நமதன்னை தேவாலயம் அருகில், வெர்ஸைல்ஸ், பிரான்ஸ்.

விளம்பரம் கொடுத்திருந்த நிகோலஸ் ரூரான்ட் அப்போது தன் ஐம்பத்துமூன்றாவது வயதைக் கடந்து கொண்டிருந்தார். அவருக்கு இம்மாதிரி ஒரு விளம்பரத்தைக் கொடுத்துப்பார்க்கும் யோசனையைச் சொன்னவர் அவருடைய புதிய நண்பர்களில் ஒருவர். அவரோ மருத்துவத்தில் தன் மேதமையை நாடாளுமன்றத்தின் மூன்றாம் சபையைச் சேர்ந்தவர்களுக்கு நிரூபித்துக்காட்டும்வண்ணம் எந்த மருத்துவரும் அணுகி வெற்றிகண்டிராத ஒரு கண்நோயைக் குணப்படுத்திக்காட்ட வேண்டுமென்று சதா போதையில் புலம்பிக்கொண்டேயிருந்த கிழவரின் வாயை அடைப்பதற்காக அதைச் சொன்னார். நிகோலஸுக்குமே

மூன்று வருடங்களுக்கு முன்புவரையில் அம்மாதிரியான சவாலெதையும் எதிர்கொள்ளும் எண்ணம் எதுவும் இருக்கவில்லை. அதற்கான அவசியத்தையும் அவர் உணரவுமில்லை. அவருடன் பட்டம் பெற்று வெளியேறி, பிறகு மருத்துவத்துறையில் பிரகாசிக்க முடியாமல் இதழ்களுக்குள்ளும் அரசியலுக்குள்ளும் கவிதைகளுக்குள்ளும் நுழைந்து காலத்தை ஓட்டிக்கொண்டிருந்த அறிவியல் பல்கலைக்கழகத்தின் பல மாஜி மாணவர்களைப் போல அவர் ஒன்றும் தோல்வியடைந்த வைத்தியரில்லை. பாரீஸ் வங்கியின் இயக்குநர்களில் ஒருவராயும் மூன்றாம் சபையின் ரகசிய ஆதரவாளர்களில் ஒருவராயும் அறியப்பட்டிருந்த அவருடைய தந்தை அல்போன்ஸ் ரூரான்ட் உயிரோடு இருந்த காலத்திலேயே நிகோலஸ் வெர்ஸைல்ஸ் அரண்மனை வைத்தியர்களில் ஒருவராக வளர்ந்துவிட்டிருந்தார். அதற்காகவே அரண்மனையிலிருந்து கூப்பிடு தூரத்தில் இருந்த குருமார் தெருவிலேயே தனக்கான ஒரு வைத்தியசாலையையும் நிறுவிக்கொண்டார். மேலும் மருத்துவத் தொழில் அவருடைய ஜீவனோபாயமாகவும் இருக்கவில்லை. அவர் பிரபுகுலத்தவர். அமைச்சர் நூயிஸ் அறிமுகப்படுத்திய தேசியப் பரிசுச் சீட்டுக் குலுக்கல் திட்டத்தைக் கடுமையாக பாரீஸ் ரெவ்யூவில் விமர்சித்து எழுதியதற்காக நூயிஸின் ஆதரவாளர்கள் அரசருக்கே தெரியாமல் இயக்குநர் இருக்கையைக் காலிசெய்யும்படி மறைமுகமாக வற்புறுத்தியதில் மனமுடைந்தும், இளமை விழுந்துகொண்டிருப்பதையும் பொருட்படுத்தாது தனிக்கட்டையாகவே திரிந்துகொண்டிருக்கும் தனது ஒரே மகனால் ரூரான்ட் பரம்பரை தொடர்ச்சியற்றுப்போய்க்கொண்டிருந்த ஏக்கத்திலும் அடுத்த வருடமே அல்போன்ஸ் இறந்துபோனபோது பாரீஸில், கோயில் தெருவில், கடல்போன்ற பரப்பில், குதிரை லாயம், சோதனைச்சாலை, மூலிகைத் தோட்டம், சிறிய விலங்குப்பண்ணை ஆகியவற்றோடு கூடிய பூர்வீக வீடும், அரண்மனைத் தீவில் பதின்மூன்றாம் லூயி காலத்தில் அவருடைய பூட்டனார் வாங்கிப்போட்டிருந்த, பல ஆயிரம் லிவர்கள் மதிப்புள்ள காலிமனைகளும் வங்கியிருப்பும் நிகோலஸின் கைக்கு வந்துசேர்ந்தன. அப்போது அவருக்கு வயது நாற்பத்தொன்று. நிகோலஸின் புகழும் செல்வமும் அவருடைய வயதைப் பொருட்படுத்தாத பெண்களின் அண்மையை அவருக்கு உத்தரவாதமளித்திருந்தாலும் அவர் தன்னைச் சுற்றிக் கூட்டமெதையும் சேர்த்துக்கொள்ளாமல் ஜாக்வெஸ் தெரு பொது மருத்துவமனையின் தாதிப்பெண், அங்கே ரணசிகிச்சை நிபுணர் போமர் பார்பின்னுக்குக் கீழே கன்னி முயற்சிகளை மேற்கொண்டிருந்த தன்னுடைய யௌவனப் பிராயத்தில், அவள் மாறுகண்ணை நேராக்கியதற்குச் சன்மானமாகத் தந்துவிட்டுச் சென்ற சில கிளர்ச்சியூட்டும் இரவுகளின் தேய்ந்துபோன நினைவுகளே போதுமென்று தனியாக வாழக் கற்றுக்கொண்டுவிட்டிருந்தார். வைத்தியசாலையையும் அவருடைய மூன்று க்ளைடஸ்டேல் குதிரைகளையும் சுத்தமாகப் பராமரிக்கவும் அவருக்கு வண்டியோட்டவும் தேவையானபோது உதவியாளனாக இருக்கவும் சம்மதித்த, குதிரைகள் அதிர்ஷ்டத்தை அறிவிக்கும் சுபசகுனங்களென்றும், குதிரைகளின் வழித்தடங்கள் தேவதைகளால் உருவாக்கப்பட்டவையென்றும் நம்பும், பியரி அகஸ்டின் என்கிற ஓர் இளைஞன் மட்டும் தொடர்ந்து இளைஞனாகவும் அவரைப்

போல தனிக்கட்டையாகவுமே பல வருடங்கள் அவருடன்கூட இருந்து கொண்டிருந்தான். தன்னுடைய பிரமசாரியத்திற்குப் பகைப்புலமாகக் கேட்பவர் கண்கள் குளமாகும்படியான பிராயத்துக் காதல் கதை யெதையும் நிகோலஸ் வைத்திருக்கவில்லை. பெண்கள் அவருக்குப் பிடிக்காதவர்களுமில்லை. ஏனோ பெண்ணுடைலைக்காட்டிலும் நோயகராதிகளையும், ழீன் டி ஆலம்பெர்ட்டின் அறிவியல் கலைக்களஞ்சியத்தின் முப்பத்திரண்டாவது தொகுதியையையும் புரட்டிக்கொண்டிருப்பது அதிகக் கிளர்ச்சியூட்டுவதாகப் படிக்கிற வயதிலிருந்தே அவருக்குப் பட்டுவிட்டது, அவ்வளவுதான். அவர் தன் நாற்பத்தெட்டாவது வயதையும், முப்பது வருட மருத்துவ அனுபவத்தையும் பூர்த்திசெய்த அன்று, அதேநாளில் தன் பார்வைக்காக அறிவியல் மன்றத்தால் அனுப்பப்பட்டு வாழத்துகளுடன் கைக்கு வந்துசேர்ந்த, காந்தக் கம்பிகள் சுற்றப்பட்ட இரும்புக் கொப்பரைகளுக்குள் சீக்காளிகளை அடைத்துக் குளிப்பாட்டி வியாதிகளைக் குணப்படுத்தியதாகச் சொல்லிக் கொண்டிருந்த கல்லறைத் தெரு ஃப்ரன்ஸ் ஆன்டன் மெஸ்மரின் பித்தலாட்டங்களை அம்பலப்படுத்தும்முகமாகப் பென் ஃப்ராங்ளினும் லாவோய்ஸிரும் ஜோஸஃப் இக்னேஸ் கில்லெட்டினும் பல்கலைக்கழகம் ஏற்பாடு செய்திருந்த மருத்துவர்கள் சந்திப்பில் ஆற்றிய உரைகளைத் தவிர, ஐரோப்பிய மருத்துவ சாஸ்திரம் சார்ந்து அவர் படித்து விமர்சிக்காத துறைசார் புத்தகங்களே இல்லையென்றாகித்தானிருந்தது. அவருக்கும் மெஸ்மர்மீது நம்பிக்கையில்லையென்றாலும் இவர்களைப் பொருட்படுத்தவும் சுயகௌரவம் இடங்கொடுக்காத காரணத்தால் (அந்த மூன்று பேர்களில் இருவர் அமெரிக்கக் கத்துக்குட்டிகள், இன்னொருவன் வலிக்காமல் கொலை செய்வதற்குக் கருவியொன்றைக் கண்டுபிடிக்கிறேனென்று பைத்தியமாக அலைந்துகொண்டிருப்பவன், உயிர்களை மீட்டுத்தரும் வைத்திய சாஸ்திரம்பற்றி இவர்கள் இனியெதைப் புதிதாகச் சொல்லிவிடப்போகிறார்கள்) சிறுபிள்ளைகளின் உளறல் என்று உறையைப் பிரிக்காமலேயே அவற்றைக் கிடப்பில் போட்டுவிட்டார். அப்புறமும் இரண்டு வருடங்கள்வரையில், காலையில் பாரீஸிலிருந்து புறப்பட்டுத் தன் கூண்டுவண்டியில் வெர்ஸைல்ஸுக்கு வந்துசேர்வதும், வருடக்கணக்கான கையாளலில் பக்கங்களிலிருந்து மறைந்துபோய் மனதிற்குள் கூடுபாய்ந்துவிட்டிருந்த கலைக்களஞ்சியத் தின் முப்பத்திரண்டாம் தொகுதியை முதன்முதலாகப் பார்த்த அதே பழைய வாத்ஸல்யத்தோடு புரட்டிக்கொண்டேயிருப்பதும், வியாதியஸ்தர்கள் எத்தனை பேரிருந்தாலும் மதியத்திற்கு மேல், லூயி உறங்கச் சென்றுவிட்டாரென்று தெரிந்ததும், வைத்தியச்சாலையைப் பூட்டச்சொல்லி அகஸ்டினை ஏவி சாவியை வாங்கிக்கொண்டு மீண்டும் பாரீஸில் இருக்கும் புதுப்பால உணவகத்தை நோக்கிக் கிளம்பி விடுவதும், மாலையில் வெளியேறும்போது வண்டியை வீட்டிற்கு ஓட்டிப்போகச் சொல்லிவிட்டு கால்நடையாகப் பாலத்தின் வழியே இரட்டைத் தீவுகளைக் கடந்து புனித டெனிஸ் தெருவிற்குள்ளோ புனித மார்ட்டின் தெருவிற்குள்ளோ குறுக்குவழியில் நுழையாமலும் அவசரப்படாமலும் ஸேன் நதிப் பிரதிபலிப்புகளையும், நமதன்னை தேவாலயத்தை நோக்கிச் சீமான்களைக் கைகோர்த்தவாறும் பிச்சைக்காரர்களிடம்

பெருமூச்சையும் பாதிரிகளிடம் அசூயையும் தூண்டிவிட்டுக்கொண்டும் கருப்பு உடைகளுடன் பைய நடக்கும் ஓரக்கண் வேசிகளையும் வேடிக்கைபார்த்தபடியே கோயில் தெருவையடைந்து தெ வில்லி விடுதி வாசலில் தன் தேர்ந்தெடுத்த நண்பர்களுடன் வார்த்தையாடிவிட்டு மிகத் தாமதமாக வீடு வந்துசேர்ந்து, உடனே தூங்கிப்போய்விடுவதுமே அவருடைய அன்றாடமாயிருந்தது. அந்த அன்றாடத்தைச் சகிக்க முடியாததாக்கியது அவருடைய ஐம்பதாவது பிறந்தநாளின் இரவு. அதுவே பிறகு ஒரு மூன்று வருடங்கள் நிகோலஸின் பகல்பொழுதுகளைப் புலம்பலினாலும் படுக்கைகளைத் தூக்கமின்மையாலும் நிரப்பிவைத்தது.

அந்த இரவில்தான், விருந்திற்காகச் சற்று அதிகமாகக் குடித்துவிட்டு தெ வில்லியிலிருந்து தெருக் கடைசியில் இருக்கும் தன் வீட்டிற்கு வழக்கம்போல தனியாக நடந்துபோய்க்கொண்டிருந்த நிகோலஸ் பதினோரு ஆண்டுகளுக்கு முன் இறந்துபோன ஃபிரான்கோ மரியே எரோயெடின் புகழ்பெற்ற கதாநாயகியும் அவனுக்கு வால்டேர் என்கிற பெயரைப் பெற்றுத்தந்தவளுமான ஒடிபியைத் தன் வழியில் எதிர்கொண்டார். தைத் வரியை எதிர்த்துக் கிளர்ச்சி செய்யும் ஆர்ப்பாட்டமெதிலோ கலந்துகொள்வதற்காக ப்ரேயின் பட்டறைகளிலிருந்தோ தௌக்வெஸ்ஸின் உப்பளங்களிலிருந்தோ பேக்னால்ஸின் வயற்புறங்களிலிருந்தோ தலைநகருக்கு வந்து குழுமியிருந்த ஜனங்கள் ஆள் நடமாட்டம் ஓய்ந்துபோயிருந்த கோயில் தெருவில் தங்களை மறுநாளைக்காகத் தயார்செய்துகொள்ளவும் பனியில் உடலைச் சூடேற்றிக்கொள்ளவுமாக இரவு நெருப்பில் அவளை நடித்துக்கொண்டிருந்தார்கள். கூட்டத்தின் நடுவிலிருந்து எழுந்த ஆபாச வசனங்களும், அவற்றைத் தயக்கமின்றிப் பேசிய நடிகர்களைக் கரவொலியெழுப்பியும் சீழ்க்கையடித்தும் உற்சாகப்படுத்திக்கொண்டிருந்த பார்வையாளர்களின் ஆரவாரமும் தெருவின் இருபுறமுமிருந்த கட்டிடங்களின் சன்னல்களில் விடலைகளின் ரகசியக் கண்களை வரைந்துகொண்டிருந்தன. இதற்குப் பின்னணியாக ஹர்டிகர்டியும் முரட்டு இசைஞனொருவனால் வாசிக்கப்பட்டுக்கொண்டிருந்தது. செர்நோபில் கலவரத்தில் சிப்பாய்கள்மீது அவர்கள் கூரையோடுகளை எறிந்து காட்டி, அரசும் அதற்குச் சற்று அசைந்துகொடுத்ததாகத் தோன்றிய பிறகு இம்மாதிரியான ஆள்சேர்ப்பு நாடகங்களையும் சிறுகூட்டங்களையும் மேடைப்பேச்சுகளையும் எதிர்கொள்வது பிரான்ஸில், குறிப்பாக பாரீஸில் வாழும் மக்களுக்கு ஒரு சகஜமான தொந்திரவாகிவிட்டிருந்த அந்த நாளில் அது ஒன்றும் புதிய காட்சியன்று. வேறொரு நாளாயிருந்தால் சிக்குவாடையடிக்கும் அந்த இடத்தை எவ்வளவு விரைவாகக் கடக்க முடியுமோ அவ்வளவு விரைவாக நிகோலஸூம் கடந்துசென்றிருப்பார். அவருக்கு வால்டேரையும் பிடிக்காது, ஒடிபியையும் பிடிக்காது. ஆனால் ஹர்டிகர்டியின் உல்லாச சங்கீதத்தை நிரம்பப் பிடிக்கும். அவருடைய இருபத்தைந்தாவது வயதில் இளவரசன் ஈஸ்டர்ஹேஸியின் சிறப்பு விருந்தாளியாக ஆஸ்திரியக் கொலுமண்டபத்தில் கேட்ட ஜோஸப் ஹைடனின் இசை நிகழ்ச்சிக்குப் பிறகு வெகு அபூர்வமாக நகரப் பகுதிகளிலோ அரண்மனையிலோ வீசும் காற்றை நறுமணமிக்கதாக மாற்றும் அந்த வாத்தியத்தின் ரசிகனாகிவிட்டிருந்தார். ஏற்கெனவே

வாழ்த்துக்களும் ஷாம்பேனும் இணைந்து உருவாக்கியிருந்த போதையின் மேல் தள்ளாடியபடி நடந்துகொண்டிருந்த அவர் செவிகளில் அதன் மரச்சக்கரச் சுழற்சியும் அறுநரம்புகளின் மீட்டலும் அவருக்கென்றே பிரத்யேகமாகப் பிறந்தநாள் வாழ்த்தின் விட்டுப்போன சந்தோஷங்களை இசைப்பதாகத் தோன்றவே தனக்கு மரியாதையுடன் வழிவிட்ட கூட்டத்தை விலக்கிக்கொண்டு அதன் மையத்தை நோக்கி ஆவலுடன் விரைந்துசென்றார். ஆனால் அருகில் சென்றதும் மன்னனைப் போலவும் ராணியைப் போலவும் காகிதங்களால் தங்களை ஒப்பனை செய்துகொண்டிருந்த ஆணும் பெண்ணும் நாடகத்தின் சிருங்காரப் பகுதியை, மன்னனைக் கீழே படுக்கவைத்து ராணி அவனைப் புணர்வதைப் போல, அப்பட்டமாக நடித்துக்காட்டிக்கொண்டிருக்க, சுற்றிலுமிருந்த பெண்கள் உட்பட அனைவரும் வெட்கத்தை விட்டவர்களாய்க் கூச்சலிட்டு அவர்களிருவரையும் உச்சக்கட்டத்தை நோக்கி துரிதப்படுத்திக்கொண்டிருந்த காட்சியானது இசையை, அது வேறொரு பரவசநிலையில் தன் பணியைச் செவ்வனே செய்துகொண்டிருந்ததெனினும், ரசிக்கும் மனநிலையை அவரிடமிருந்து பறித்துக்கொண்டுவிட்டது. அவர் அசூயையும் அந்தப் பஞ்சைகளின் பாவச் செயலின் மேல் இரக்கவுணர்வும் மேலிட்டவராய் அவர்களுக்காக ஆண்டவனைப் பிரார்த்தித்தார். பிறகு ஐம்பது வயதைப் பூர்த்திசெய்துவிட்ட மூத்த குடிமகனென்கிற உரிமையுடன் ஒரு பள்ளி ஆசிரியரின் தோரணையில் அரசியின் குழந்தைமையையும் பாலுறவின் மென்மையையும் அவர்கள் கொச்சைப்படுத்துவதாகக் கூறி அந்தக் காட்சியை உடனே நிறுத்தும்படி உரத்த குரலில் ஆணையிட்டார். ஆனால் அங்கேயிருந்தவர்கள் யாரும் அவர் சொன்னதைக் காதில் வாங்கிக்கொள்ளவில்லை. அவர் அவர்களுடைய மோட்சத்திற்கான தன்னுடைய ஆணையை இன்னுமொருமுறை வலியுறுத்த வாயைத் திறந்தபோது அவரருகே நின்றிருந்த ஒரு சிறுமி திடீரெனத் திரும்பி அவரைப் பார்த்துச் சொன்னாள், அரசாங்கத்திற்கு வால்டேர் பிடிக்காத பட்சத்தில் மரியே அன்டாய்னெட் ரகசியமாகப் பார்த்து ரசிக்கும், அந்தக் கடிகாரத் தச்சன் பியூமார்ஷேயினுடைய ஃபிகாரோவின் திருமணத்திலிருந்து படுக்கையறைக் காட்சிகளை அடவுகட்டி நடிக்கச் சொல்லலாமா ஐயா, எப்படியோ தைத் வரி, உப்பு வரி, அடுப்பு வரி, கால்நடை வரி என்று இத்தனை வரிகளில் ஏதாவதொன்றைக் குறைக்க லூயியிடம் பரிந்துரைக்குமளவிற்கு அந்த ஒய்யாரியின் மனதை நீங்கள் குளிரவைத்துவிட்டால் போதுமே.

அந்தப் பெண்ணுக்கோ அவள் கூட்டத்தினருக்கோ தன்னைத் தெரிந்திருக்குமென்று நிகோலஸ் நம்பவில்லை. ஆனால் உடையும் தோரணையும் உயர்ந்த மதுவின் வாசமும் தன்னைப் பிரபுகுலத்தவன் என்றும் அரண்மனைக்கு நெருங்கியவன் என்றும் அந்தச் சிறுமிக்குத் தெரியக்காட்டியிருக்க வேண்டுமென அவர் ஊகித்தார். எனவே பியூமார்ஷேயினுடைய பெயரால் அவள் தன்னைத்தான் குத்திக்காட்டுவதாக, போதையிலும் அவமான உணர்விலும் நிதானமிழந்திருந்த அவருடைய புத்தி, சரியாகவோ தவறாகவோ, எடுத்துக்கொண்டுவிட்டது. மூன்றாம் சபையிலிருந்து ஒருவன் விலகியிருப்பதற்கு அரண்மனையின் அணுக்கம் மட்டும்தான் காரணமென்று அவர்கள் நினைப்பது எந்தவிதத்தில் நியாயம்,

அறிவின்மையையும் மூர்க்கமான அணுகல்களையும் வியாதிகளைக் கொண்டுவந்து சேர்க்கும் தூய்மையின்மையையும் பார்த்து விலகும் இயல்பான ஞானச்செருக்கும்கூட அதற்குக் காரணமாக இருக்கலாம் என்றும் அதற்குத் தாங்களே முழுப் பொறுப்பாளிகள் என்றும் ஏன் அவர்களுக்குத் தோன்றவில்லை.

சில நிமிடங்களுக்கு முன் பொங்கிக்கொண்டிருந்த தன் கொண்டாட்ட மனநிலையை இழந்துவிட்டவராய்த் தலையைத் தொங்கப் போட்டுக்கொண்டே அன்று நிகோலஸ் கூட்டத்தை விட்டு வெளியேறினார். அந்த இரவிலிருந்தே மூன்றாம் சபைக்கெதிரான தன்னுடைய தனிப்பட்ட யுத்தத்தையும் அவர் தொடங்கிவிட்டார். அறிவுரை சொல்வதற்கான உரிமையை ஒரு பிரபுக்குலத்தவன் இழப்பதென்பதை வரவிருக்கும் மாபெரும் அநீதியின் நாராசமான முன்னறிவிப்பாகப் பார்த்த அவர் தான் வெறும் அரண்மனை வைத்தியனோ, பிரான்ஸ் முழுவதிலுமிருக்கும் சில வெற்றி பெற்ற புத்திசாலிகளில் ஒருவனுமோ மட்டுமன்றென்பதையும், அதற்கு மேலாக, எந்தப் புரட்சிக்காகவும் பிரான்ஸின் பாமரர்களோ அல்லது அவர்களுடைய அருமைத் தலைவர்களோ விட்டுக்கொடுத்துவிட முடியாத ஒரு மேதை என்பதையும் அவர்களுக்கு உணர்த்தியே ஆக வேண்டுமென்கிற வெறியுடன் அதற்கான வழிகளைத் தேடி அலையவாரம்பித்தார். இந்த அலைச்சல் மூன்று வருடங்களில், ஏற்கெனவே மிகச் சிலராகவே இருந்த, அவருடைய நண்பர்களின் எண்ணிக்கையைக் கணிசமாகக் குறைத்துவிட்டது. பதிலுக்குத் தன் கனவை நனவாக்கும் ஒரு வியாதியஸ்தரைத் தேடிப்பிடித்துக் கொண்டுவரும்படி அவர்களிடம் சிறுபிள்ளையைப் போல இறைஞ்சும் குணத்தை அவரிடம் நிரம்ப வளர்த்துவிட்டது. என்றாலும் அவருடைய அனுபவத்தாலும் படிப்பறிவாலும் ஈர்க்கப்படும் புதிய இளைஞர்கள், அவர்களும் அவருடைய இலட்சியத்தின் மேல் சலிப்படையும்வரை, விலகிப்போகும் நண்பர்களை ஈடுசெய்யும்வண்ணம் அவரை அவ்வப்போது அணுகிக்கொண்டுதானிருந்தார்கள். அவர்களில் தந்திரசாலியாயிருந்த ஓர் இளைஞரின் யோசனைப்படி நிகோலஸ் வர்ஜீனியா கெஸட்டில் கொடுத்திருந்த விளம்பரத்தின் வாசகங்களைப் பார்த்துவிட்டு, யோசனை சொன்னவரே ஏன் சொன்னோமென்று தன் நண்பர்களிடம் கூறித் தலையிலடித்துக்கொண்டாலும், மேலும் கேளிக்கைப் பிரியையான மரியே அன்டாய்னெட் நினைத்து நினைத்துச் சிரிக்க ஒரு நல்ல விஷயமாயிற்றென்று மன்னரே நிகோலஸை முகத்திற்கு நேராகக் கேலிசெய்தாலும், பிரிட்டனிலிருந்து மட்டுமல்லாமல் வர்ஜீனியா கெஸட் வாசிக்கப்படும், பிரான்ஸுக்கு அண்மையில் இருந்த வேறு தேசங்களிலிருந்தும்கூட, மக்களை அலைக்கழித்துக்கொண்டேயிருந்த அரசியற்சூழலால் கடுமையாகப் பாதிக்கப்பட்டிருந்த தபால் சேவை சில வாரத் தாமதத்திற்குப் பின் விளம்பரத்திற்கான எதிர்வினைகளை ஏராளமாய் வெர்ஸைல்ஸ் வைத்தியசாலை வாசலில் கொட்டத் தொடங்கிவிட்டது. ஆனால் அவற்றில் நேர்மையைத்தான் நிகோலஸால் பார்க்க முடியவில்லை. ஸ்பெயினிலிருந்து வந்த கடிதங்கள் சாதாரண பீளைக்கண்ணைக்கூட நிறக்குருடு அளவிற்குப் பிரமாதப்படுத்தி எழுதி அவருடைய இரக்கத்தைப் பெற முயற்சித்தன. ஆஸ்திரியா

தேசத்தவர்கள் அவருடைய மருத்துவக் கட்டணம் பற்றிய குறிப்பால் ஈர்க்கப்பட்டிருக்கிறார்களென்பதைப் படித்தவுடனேயே அவரால் புரிந்துகொள்ள முடிந்தது. அந்தக் கடிதங்களில் நோயைக்காட்டிலும் நோயாளியின் வறுமை நிறைந்த குடும்பப் பின்னணியே ஹைடனின் துயரயிசையை விஞ்சுமளவிற்கு அதிகமாகப் பிரலாபிக்கப்பட்டிருந்தது. ஸ்விட்சர்லாந்திலிருந்து வந்த கடிதங்கள் சிகிச்சையை முன்னிறுத்தி பாரீஸைச் சுற்றிப் பார்க்கும் ஆசையை மறைமுகமாகத் தெரிவித்துக் கொண்டிருந்தன. பிரிட்டன் கடிதங்களில் அவநம்பிக்கையும் தயக்கமும் தெரிந்தன. நேரம் முழுவதையும் அந்தக் கடிதங்களுக்குக் கொடுத்து வாசித்த பின்னும் மக்கள் மன்றத்தினருக்குப் பின்னாளில் தன் அருமையை அறிவிக்கும் காத்திரமான நோயைக் கண்டுபிடித்த திருப்தி நிகோலஸுக்கு ஏற்படாமல்போகவே, முதலில் அதிக எதிர்பார்ப்புடன் தன் கையாலேயே கடிதங்களைப் பிரித்துப் படிக்கத் தொடங்கியிருந்த அவர் விரைவிலேயே சலிப்புற்று, அகஸ்டினிடம் அவற்றைக் கவனிக்கும்படியும் குறிப்பிடத்தக்க கடிதமிருந்தால் மட்டும் தன்னிடம் தெரிவிக்கும்படியும் அறிவித்துவிட்டு மீண்டும் கலைக்களஞ்சியத்தின் கந்தல் பக்கங்களுக்குள் தன்னை நுழைத்துக்கொண்டுவிட்டார். அவர் வாசிக்காது விட்ட கடிதங்களை வைத்தியசாலைக்கு வெளியே கூண்டுவண்டியில் அவருக்காகக் காத்திருந்த நேரங்களில் சுவாரஸ்யமாகப் படித்த அகஸ்டின் மூன்று மாதங்களையும் இருநூறுக்கும் மேற்பட்ட கடிதங்களையும் கிழித்தெறிந்த பிறகு கேம்பிரிட்ஜ்ஷைரிலிருந்து வந்திருந்த ட்ரிஸ்ட்ராமின் கடிதத்தை, அது தன் எசமானருக்குத் திருப்தியைக் கொடுக்குமென்கிற நம்பிக்கையுடன், கொண்டுவந்து கொடுத்தான். ஒளிரும் குருடு என்கிற நோயை அதுவரையில் கேள்விப்பட்டிராத நிகோலஸும் ஆச்சரியமும் திருப்தியுமடைந்தவராய் உடனே தன் சம்மதக் கடிதத்தையனுப்பி வைக்க ட்ரிஸ்ட்ராமும் எலினாரும் வெர்ஸைல்ஸில் நாடாளுமன்றம் கூட்டப்படவிருக்கும் செய்தி அதிகாரபூர்வமாக அறிவிக்கப்பட்ட அன்று வைத்தியசாலை வாசலுக்கு மிகுந்த நம்பிக்கையுடன் வந்துசேர்ந்தார்கள். எலினாரைக் கண்ட மாத்திரத்திலேயே அவளை அதற்கு முன்பே எங்கோ பார்த்த உணர்வைத் தான் அடைவதாயும் ஒருவேளை அது போன ஜென்மத்திலாக இருக்கலாமென்றும் கூறி அவளைத் தன் பிரத்யேக வாடிக்கையாளராக வரவேற்று உபசரித்த நிகோலஸ் அன்று மாலையே அவர்களிருவரையும் தன் வண்டியிலேயே தெவில்லிக்கு அழைத்துச்சென்று அரச விருந்தினர்களும் அயல்நாட்டுப் பிரபுக்களும் தங்கும் அந்த விடுதியில், தன்னுடைய செல்வாக்கில், சலுகை வாடகையில் அவர்களிருவரும் தங்கிக்கொள்வதற்கான ஏற்பாடுகளைச் சந்தோஷத்துடன் செய்துகொடுத்தார். மேலும் பரிசோதனைக்கும் வைத்தியத்திற்கும் எலினார் தேவைப்படுகிற நாட்களில் பாரீஸிலிருந்து வெர்ஸைல்ஸ்ஸுக்கு அவளைத் தன் வண்டியிலேயே கூட்டிவந்து திரும்பக் கொண்டுவிடுவதென்னும் யோசனையையும் அவரே முன்மொழிந்தார்.

மருத்துவ அகராதிகளிலும் நிகண்டுகளிலும் எத்தனை முறை தேடிச் சலித்தும் விவரங்கண்டுபிடிக்க முடியாத, அந்த ஆங்கில மாதுவின் கண்நோயைக் கொண்டு மக்கள் மன்றத்தின் பார்வையில் பத்திரமாகப் பாதுகாக்கப்பட வேண்டிய ஒரு தேசியச் சொத்தாகத்

தன்னை நிறுவிக்கொண்டுவிடும் சுயநலம் நிகோலஸை எந்த அளவிற்கும் கௌரவத்தை விட்டுக்கொடுத்து, வெற்றியடையும்வரை நோயாளியை ஒரு கருவியாகத் தன்னிடம் தக்கவைத்துக்கொள்ளும் தந்திரங்களைக் கூச்சமின்றிக் கையாள வற்புறுத்தியது. ஆனால் அந்தத் தந்திரங்கள் அவர் நினைத்த பலனைக் கொடுக்கவில்லை. எலினார் பிரான்ஸ் வந்துசேர்ந்த ஒன்பதாம் நாள், வெர்ஸைல்ஸ் அரண்மனைக்கு வெளியே நானூறு அடி தொலைவிலிருந்த, லூயியின் பொழுதுபோக்கு வளாகத்தில் நாடாளுமன்றம் கூட்டப்பட்டது. ஒன்றேமுக்கால் நூற்றாண்டுகளாக அரண்மனைக் காராக்கிரகத்தில் சிறைப்பட்டிருந்த அந்தப் பூதத்தை அமைச்சர் ஜாக்வெஸ் நெக்கரின் துணையோடு விடுவித்ததன் மூலம் மக்கள் மன்றம் அதைத் தன் விசுவாசமிக்க அடிமையாக மாற்றிக் கொண்டது. அதை ஏவி முன்பு அடைபட்டிருந்த அதிகாரத்தின் பல பாதைகளை மக்கள் மன்றப் பிரதிநிதிகள் வெகு சுலபமாகத் திறந்துகொண்டிருந்தார்கள். நாடாளுமன்றம் கூட்டப்பட்ட அன்று நிகோலஸ் எலினாருடைய கண்விழியின் நீளம் இரண்டங்குலமாயும், அகலம் அரையங்குலமாயும், ஆழம் ஓர் அங்குலமாயும், கருவிழியானது முழுக் கண்ணில் மூன்றிலொரு பங்காயும், தாரையானது கருவிழியில் ஏழிலொரு பங்காயும் வைத்திய சாஸ்திரம் நல்ல கண்ணென்பதற்கு வரையறுத்திருக்கும் அளவைகளில் அமைந்திருக்கிறதா என்பதைக் காணும் பூர்வாங்கப் பரிசோதனைகளில் ஈடுபட்டிருந்தார். அவள் பிரான்ஸில் காலடி எடுத்துவைத்த வேளை, தன்னைத் தவிர வேறெந்த அன்றாட நிகழ்ச்சிகளும் செயலற்றுப்போகும்படி அதன் அரசியல் வானத்தில் வெகுவேகமான பருவ மாற்றங்கள் நிகழத் துவங்கியிருப்பதாக அப்போது அவர் அவளிடம் சொல்லிச் சலித்துக்கொண்டார். உண்மையென்னவென்றால் ஏற்கெனவே நிகழத் துவங்கிவிட்டிருந்த மாற்றங்களையும் மாற்றங்களுக்கான கட்டியங்களையும் எலினாரின் வரவிற்குப் பிறகே அவர் தன் கவனத்தைக் கோருபவையாக உணரத் தலைப்பட்டாரென்பதுதான். பதினாறாம் லூயி அரியணையேறிய காலந்தொட்டுப் பதினைந்து வருடங்களில் அதிகரித்துவிட்டிருந்த துண்டுப் பிரசுரங்களின் கிசுகிசுப்புகளும் ஊர்வலங்களின் முழக்கங்களும் பிச்சைக்காரர்களின் முணுமுணுப்புகளும் அலையும் தெருக்களைத் தினமும் கடந்துசென்று பழகியிருந்தவரெனினும் நிகோலஸ் வீட்டையும் வைத்தியசாலையையும் வளைத்திருந்த நீண்ட மதிற்சுவர்களுக்கும் புத்தக அலமாரிகளுக்குமப்பால் நிகழும் எதையும் பொருட்படுத்திப் பழக்கப்பட்டவரல்லர். அவருடைய துறைசார் வெற்றிகளுக்கு இதுவும் ஒரு காரணமென்று சொல்பவர்களுமிருந்தார்கள். ஆனால் வழக்கமான தருணங்களைப்போலல்லாது எலினாரின் கண்நோய்மீதான சிகிச்சையானது சிகிச்சையென்பதோடு தனித்துவத்தை நிரூபித்துக்கொள்வதற்கான துவந்தம் என்பதான இன்னொரு முகத்தையும் கொண்டிருந்ததால் மக்கள் மன்றத்தின் அசைவுகளைப் பொருட்படுத்தவும் அதன் வளர்ச்சியைத் தன் முன்னேற்றத்தோடு ஒப்பிட்டுப்பார்த்துக்கொள்ளவுமான, யாரும் நிர்பந்திக்காத, கட்டாயமொன்று அவரையறியாமலேயே உருவாகி யிருந்தது. மேலும் அவர் கவனிக்காதவரையில் ஒரு பூனையைப் போல பதுங்கிக்கொண்டிருந்த சூழலின் ஆகிருதி அவர் கவனிக்கத்

துவங்கியதும் அதிலிருந்து தன்னைத் துண்டித்துக்கொள்ளும் அவருடைய வேட்கையை எள்ளிக்கொண்டு அவர் மேல் பாய்ந்து புத்தியைத் தன் நகங்களால் கீறிக் காயப்படுத்திவிட்டது. நிகோலஸ் நோய், போர் என்கிற லகானில் பூட்டப்படாத இரண்டு முரட்டுக் குதிரைகளின் மேல் ஒரே நேரத்தில் பயணம் செய்துகொண்டிருந்தார். மூன்று வருடங்களாகவே இம்மாதிரியான ஒரு சூழலை அவர், தனக்குச் சாதகமானவொன்றாக, கனவு கண்டுகொண்டுதானிருந்தாரானாலும் யதார்த்தத்தில் அதன் உக்கிரத்தையும் வேகத்தையும் எதிர்கொள்ள, வயதை மட்டுமல்லாமல், ஐரோப்பிய மருத்துவ விஞ்ஞானம் சார்ந்த அணுகுமுறைகளுக்கே பழக்கப்பட்ட அவருடைய புத்தியையும் ஆக்கிரமித்திருந்த மூப்பு திணறியது. தானறிந்த வழிகளின் புறத்தே நோய்களை அணுக மேலும் அநேக மார்க்கங்களிருக்கின்றன என்பதை அவர், அவற்றிலொன்றை பிறகொருநாள் வேறு வழியின்றிக் கடைசிப் பிரயோகமாக முயன்றுபார்க்கத் துணிந்தாரென்றாலும், இன்னொன்றைத் தன் மரண தினத்தன்று கேள்விப்பட்டாரென்றாலும், கடைசிவரை மனப்பூர்வமாக ஒத்துக்கொள்ளவில்லை. எனவே மக்கள் மன்றம் பிரபுக்களினத்திற்குத் தொடர்ந்து கொடுத்துக்கொண்டிருந்த இறுதி எச்சரிக்கைகளின் தொந்தரவின்றி எலினாரின் நோயின் மீது மட்டுமே தன் கவனத்தைக் குவித்து வேலை செய்ய வாய்ப்பிருந்திருக்குமானால்கூட அவர் அதை என்றாவதொருநாள் வெற்றிகொண்டிருப்பாரா என்பது சந்தேகம்தான். ஆனால் அவரிடம் அற்புதமாகக் கைகூடியிருந்த வேதியியற் சிகிச்சை முறைகளில்கூட அவரை முன்னேறிச் செல்லவிடாமல் மக்கள் மன்றத்தின் அச்சுறுத்தும் வளர்ச்சி அவரைத் தொடர்ந்து தடுத்துக் கொண்டிருந்தது என்பதுதான் மரணப்படுக்கையில்கூட அவர் மனதைச் சமாதானமடையவிடாத உண்மை. ஒருபுறம் அது அவர் தன்னைத் தன் கவனத்தில் பதித்துக்கொள்ளத் துவங்கிய கணத்திலிருந்தே பிரபு குலத்தவர்களின் இருப்பின் மீதான நிச்சயமின்மையைத் திரும்பத் திரும்ப வலியுறுத்தி அவருடைய ஆராய்ச்சி மனநிலையைச் சிதறடித்துக்கொண்டே மறுபுறம் எதிரியின் பலத்தை ஒடுக்குவதும் தன் பலத்தை அதிகப்படுத்திக் கொள்வதுமென்கிற போர்த் தந்திரத்தின் வழியில், தன் ராட்சச ஆகிருதியின் கீழே நின்று காலைச்சுரண்டும் அந்தத் தனிமனிதரின் இருப்பையே கடைசிவரையில் அறிந்திராததாக, வெற்றியென்னும் கண்பட்டையிடப் பட்ட ஒற்றைக் குதிரையில் மன்னனும் பிரபுக்களும் குருக்களும் அற்ற ஓர் இலட்சிய நிலத்தைக் குறிவைத்துத் தன் பாய்ச்சலை விரைவுபடுத்திக் கொண்டுமிருந்தது. எலினார் வந்துசேர்ந்த பதின்மூன்றாம் நாள், அதாவது நாடாளுமன்றம் கூடிக் கலைந்த நான்கு நாட்களிலேயே, நிகோலஸ் பரிசோதனை முயற்சியாகத் தயாரித்த ஒளிவாதியமிலத்தை அவள் கண்களில் விட்டுவிட்டு விடைக்காகக் காத்துக்கொண்டிருந்த சமயத்தில் புதிய வரிகளின் மீதான வாக்கெடுப்பின்போது பிரபுக்கள் மற்றும் குருமார்களின் சபைகள் தனியறைகளுக்குச் செல்லக் கூடாதென்று நிபந்தனை விதிக்குமளவிற்கு அது பலம் பெற்றது. ஒளிவாதியமிலமோ நோயின் காரணமெதையும் நிகோலஸுக்கு அறிவிக்கும் பலத்தைப் பெற்றிருக்கவில்லை. நெக்கரின் ஆலோசனையை மீறியும் ரொட்டி விலையுயர்வை எதிர்த்து இலையுதிர்ப் பருவம் முழுவதிலும் மக்கள்

மன்றப் பிரதிநிதிகள் தலைமைதாங்கி நடத்திய ஆர்ப்பாட்டங்கள் பிரான்ஸுக்கு வெளியிலும் அதன் பெயரைப் பறைசாற்ற, ஐம்பதாம் நாள் அது தன்னைத் தேசியச் சட்டமன்றமாக, அரச குடும்பத்தின் மூத்தவாரிசும் எட்டு வயதுமேயான இளவரசனின் இறப்பிற்காக மார்லி சென்றிருந்த லூயியின் அனுமதியை எதிர்பார்க்காமலேயே அறிவித்துக்கொண்டபோது, முன்தினம் நெருப்பிலிடப்பட்ட வேம்புக் குளிகையின் புகையை நிகோலஸின் ஆணைப்படி ஆழ சுவாசித்துவிட்டு பாரீஸ் திரும்பிய எலினார் அன்றிரவு தன் ஒளித்திரையில் அது பொத்தல்களெதையும் இடவில்லையென்று ஏமாற்றத்துடன் அவரிடம் சொல்லிக்கொண்டிருந்தாள். நிகோலஸ் தன்னுடைய தோல்விகளைக்காட்டிலும் மக்கள் மன்றத்தின் வெற்றிகளாலேயே அதிகம் பாதிக்கப்பட்டார். அவை தன்னுடைய வாழ்விற்கும் சாவிற்கும் இடைப்பட்ட கால நீட்சியை விரைந்து அரித்துக்கொண்டிருப்பதாக நினைத்து அவர் நிம்மதியிழந்தார். தன் வாழ்நாள் எலினாரை வைத்தியசாலை வாசலில் பார்த்த நாள் உட்பட இன்னும் எண்பது நாட்கள் மட்டுமே என்பதை அந்தப் பரிதாபத்திற்குரிய கிழவர் தெரிந்துகொண்டிருந்திருக்கத் தேவனால் ஆசீர்வதிக்கப்பட்டிருந்தால் ஒருவேளை மக்கள் மன்றத்தின் தொடர்ந்த வெருட்டலைக் காதில் போட்டுக்கொள்வதையும், அதன் காய் நகர்த்தலின் துரிதகதியைக் கண்டு மலைத்துப்போவதையும், அந்தக் கதியில் ஒருவேளை மறுநாளே அது தன்னைத் தவிர பிற இரண்டு சபைகளையும் கலைத்துவிடவும், தன்னுடைய அபகரிப்பிற்கான பணப்பெட்டிகளாக இருப்பதைத் தவிர வேறெந்த வகையிலும் தனக்குப் பிரயோசனப்படாத பிரபுக்களையெல்லாம் கொன்றழிக்கவுமான உத்தரவை இடும் அதிகாரத்தைப் பெற்றுவிடக் கூடுமென்கிற எண்ணத்தில் அடிக்கடி மனதளவிலும் உடலளவிலும் செயலற்ற நிலையை நோக்கிச் சென்றுவிடுவதையும், பலன் பழுக்காமல் பொழுது வீணாகிக்கொண்டிருப்பதான கழிவிரக்கத்தில் மதுப்புட்டிகளை அளவிற்கதிகமாக வாயில் கவிழ்த்திக்கொள்வதையும் அவர் தவிர்த்துக்கொண்டிருக்கக்கூடும். அப்போது, தேவனால் விதிக்கப் பட்ட ஆயுளை அவருடைய குமாரனையன்றி வேறு யாராலும் கூட்டவோ குறைக்கவோ முடியாதென்றாலும், ஒரு குமாரனன்று, தேவனின் ஆயிரம் குமாரர்களாகப் பிரான்ஸின் பாமரர்களுடைய பார்வைக்குக் காட்சியளித்துக்கொண்டிருந்த மன்றப் பிரதிநிதிகளை அவர் அப்படிக் கருதிக்கொள்ளவில்லையென்றாலும், தன் கடைசி நாட்களை நிம்மதியாயும், வெற்றி பெறவில்லையென்றாலும் தன்னாலியன்ற அளவு முழு மனதோடு தன் முன் எலினாரின் உருவில் நின்ற காலத்தின் சவாலை எதிர்கொண்டு போராடினோமென்கிற குறைந்தபட்ச மன நிறைவுடனுமாவது கழித்துவிட்டுப் போய்ச்சேர்ந்திருக்கக்கூடும்.

அச்சமும் தோல்வி பயமும் நடப்பைப் பார்க்க மறுத்துத் தனக்கெதி ரான ஒரு யதார்த்தத்தைக் கற்பனையில் உருவாக்கிக்கொண்டு அல்லலுறும் குருடராக நிகோலஸை மாற்றிவிட்டிருந்தனவென்றால் அதன் எதிர்முனையிலிருந்து ஏறக்குறைய அவருடைய அதே மனநிலைக்கு, தன் நோயால் நிஜத்தைப் பார்க்க முடியாமல் அதை அச்சமூட்டும் கற்பனைகளால் உருப்பெருக்கிக்கொண்டேயிருப்பதன் மூலம், எலினாரும்

வந்துசேர்ந்திருந்தாள். குருட்டுத்தனத்தோடு அந்நிய மொழிக்குத் தன் காதுகளையும் செவிடாக்கிக்கொண்டுவிட்டிருந்த அவள் பாரீஸை சுவாசத்தையடைக்கும் ரத்த மணமாயும், மிதியடிகளைப் பொசுக்கித் துளைத்துக் கால்களை ரணமாக்கும் கண்ணாடிச் சில்லுகள் சிதறிக்கிடக்கும் கற்பாதைகளாயும், இடறிவிடும் மனித உடல்களின் கல்லறையாயுமே மனக்கண்ணில் கண்டு பிரமித்துப்போயிருந்தாள். நகரம் உருவகப்படுத்திய ஒலிகளின் உலகம் அவள் தன் குருட்டுத்தனத்தைப் பதின்பருவத்திற்குப் பிறகு மிக அவமானகரமாக உணரும்படி அவளை நிர்பந்தித்தன. தெ வில்லியின் பின்புறம், புனித அந்தோணி தெருவில் இருந்த, இங்கிலாந்திற்கு ஓடிப்போன ரிவைல்லானின் பாழடைந்த தொழிற்சாலையினுள்ளிருந்துகொண்டு அரற்றும் குடிகாரப் பிச்சைக்காரர்களின் பகிரங்கமான நாட்டுப்புறப் புரட்சிப்பாடல்களிலிருந்து (எல்லாம் சரியாகிவிடும், ஓ, எல்லாம் சரியாகி விடும், சரியாகிவிடும், சரியாகிவிடும், உயர்குடிப் பிறப்பாளர்களை வானிலிருந்து தூக்கிலிடு, எல்லாம் சரியாகிவிடும், சரியாகிவிடும், சரியாகிவிடும், ஓ, அகம்பாவக்காரர்களை நாங்கள் வானிலிருந்து தொங்கவிடுவோம், கொடுங்கோன்மை தன் கடைசி மூச்சை சுவாசிக்கிறது, சுதந்திரம் அதன் நாளை எடுத்துக்கொள்ளும், ஓ, எல்லாம் சரியாகிவிடும், சரியாகிவிடும், சரியாகிவிடும், மேலும் நாங்கள் எந்தக் கோமகன்களையும் குருக்களையும் கொண்டிருக்க மாட்டோம், ஓ, எல்லாம் சரியாகிவிடும், சரியாகிவிடும், சரியாகிவிடும், சமத்துவம் எங்கணும் பரந்திருக்கும், அவன் பறந்துசெல்லும் நரகத்திற்கு ஆஸ்திரிய அடிமை அவனைத் தொடர்ந்து செல்வான், ஓ, எல்லாம் சரியாகிவிடும், சரியாகிவிடும், சரியாகிவிடும், அவன் நரகத்திற்குப் பறந்துசெல்வான்), பத்துத் தெருக்கள் தள்ளியிருந்த ஆர்லியன்ஸ் கோமகனின் ராயல் அரண்மனைத் தோட்டத்துப் பேராசையின் விதையெண்ணெய் மணமெழுப்பும் ஆர்கண்ட் விளக்குகளினடியில் சந்தித்துக்கொள்ளும் கலகக்காரர்களின் ரகசியத் தீர்மானங்கள்வரை காற்றுள் நுழையும் எந்தவொலியையும், நிகோலஸைப் போலவே, அவள் விருப்பமின்றியே அவளுடைய செவிப்புலன்கள் தெருநாயைப் போல ஈர்த்து அவளைத் துன்புறுத்திக்கொண்டிருந்தன. இதைத் தவிர பதினோரு வருடங்கள் தவமிருந்து பெற்ற இளவரசன் எட்டு வயதில், அற்பாயுசில், இறந்துபோன செய்தி அறிவிக்கப்பட்ட நாளன்று குருதி உறையும்வண்ணம் தெருவோரத்தில் பைத்தியக்கார வேசியொருத்தி சிரித்த சிரிப்பைக் கேட்ட எலினாரின் காதுகளில் பிறகு யாருடைய வாயிலிருந்தும் புறப்பட்டுவராத மாயக்குரல்களும் கேட்கத் துவங்கின (வானமும் பூமியும் ஒழிந்துபோம், வார்த்தைகளோ ஒழிந்துபோவதில்லை). அவளுடைய பாரீஸ் விஜயத்தின் ஐம்பத்தாறாவது நாள், அரண்மனைக் கதவுகள் திடீரென மூன்றாம் மன்றத்தினருக்கு மட்டும் அடைக்கப்பட்டுவிட்டதால், வேறு வழியின்றி, அமைச்சு அலுவலகத் தெருவிலிருந்த, அரண்மனைக்குச் சொந்தமான வரிப்பந்தாட்டக் களத்தின் நடுவே ஊரறிய நடக்கத் துவங்கிய, மூடுண்ட வளாகத்திற்குள் வழக்கம்போல் நடந்திருக்க வேண்டிய, நாடாளுமன்றக் கூட்டத்திலிருந்து பிதுங்கி குருமார் தெருவிலிருந்த வைத்தியசாலையின் சன்னல் வழியே உள்ளே கசிந்துகொண்டிருந்த, மன்றத் தலைவர் மார்லியின் பிரசங்கத்தைச் செவியுற்ற எலினார் ஆயுதப்

புரட்சிக்கான இறுதி அழைப்பு வந்துவிட்டதா என்று நிகோலஸிடம் கேட்டாள். அவர் அதற்கு நேரடியாகயில்லாமல் அவளுக்கு பிரெஞ்சு தெரியுமென்பதை முதல் தடவையாகத் தான் அறிந்து வியப்புறுவதாகச் சுற்றி வளைத்துப் பதில்சொன்னார். இங்கே வரும்வரை தெரியாது, ஆனால் இப்போது அது தெளிவாகப் புரிகிறது என்று எலினாரும் அவர் தொனியைப் புரிந்துகொண்ட துயரத்துடன் புன்னகைத்தபடி பதில் சொன்னாள், காரணம் பிரெஞ்சு மொழியில் இப்போது அதன் அத்தனை உச்சரிப்புகளுக்கும் ஒரே அர்த்தம்தான் இருக்கிறது, மரணம். இந்தச் சம்பவம்தான் பிணி நீக்கும் இறுதி மருந்தைத் தன் புத்திக்குப் புலப்படுத்தாத அதே அச்சமே மருந்தை உள்வாங்கிக்கொண்டு அதை நோய்க்கெதிரான ஆற்றலாக உருமாற்றக்கூடிய வலுவை எலினாரின் உடலிலிருந்தும் தொடர்ந்து பறித்துக்கொண்டிருக்கிறதென்கிற அறிதலை நிகோலஸ் அடையவும், அதன் வேறு பரிமாணங்கள் சின்னாட்களுக்குப் பிறகு வேதி மருந்துகளைக் கைவிட்டுவிட்டு மருத்துவத்தின் வேறு வழிகளைத் தேடிச்செல்லும் முடிவை அவர் எடுக்கவும் காரணமாய் அமைந்தன. மூவரில் இருவர் நிலை இவ்விதமாக இருக்க, எலினாரும் நிகோலஸும் அவர்களுடைய அதீதக் கற்பனைகளின் வழியே ஏற்கெனவே கண்டுகொண்டிருந்த நிஜத்தின் முகத்தைத் தாமதமாக, பின்பொருநாள் எலினாரின் உயிரைப் பணயம்வைத்தே ட்ரிஸ்ட்ராம் தெரிந்துகொண்டான். மற்ற இருவரையும்போல அவன் குருடனன்று என்பதே அதன் இரக்கமற்ற காரணமாயுமிருந்தது. லட்சியத்தாலோ நோயாலோ மழுங்கிப்போகாத தன் பார்வையைக் கொண்டு திடீர்க் கடையடைப்புகளையும் ஊர்வலங்களையும் ஆர்ப்பாட்டங்களையும் எதிர்கொள்ளும் தருணங்களில் அவன் அவற்றின் நீள அகலங்களையும், நகர்ந்துசெல்லும் மனிதர்களின் முகபாவங்களைக் கொண்டு அடுத்து அவர்கள் செய்ய உத்தேசித்திருப்பதையும், தன்னிடத்திலிருந்து அவர்களின் தொலைவையும் உடனே அவதானித்து, எலினாரையும் இழுத்துக்கொண்டு, அவற்றினூடே மாய உருவங்களைப் போல நுழைந்து வெளியேறிவிடவோ, அருகில் இருக்கும் ஏதோவொரு கடைக்குள் புகுந்து தங்களை மறைத்துக்கொண்டுவிடவோ, அல்லது அவர்கள் தங்களை அடையுமுன்பே வேறு திசையை நோக்கி நடையை மாற்றிக்கொண்டுவிடவோ, சிலசமயங்களில் அவர்களைப் பொருட்படுத்தாமலேகூடக் கூட்டத்திற்கு முதுகைக் காட்டியபடி ஸேனின் அலைகளை எலினாருக்கு விளக்கிக்கொண்டிருக்கவோ தன்னைப் பழக்கப்படுத்திக்கொண்டிருந்தான். தன் பெயரையும் தன் மனைவியின் பெயரையும் வாரத்தின், வெர்ஸைல்ஸ் போகாத, தினங்களிரண்டில் நகரசபை அலுவலகத்தில் பதிவு செய்துவிட்டுவரும் சட்டக் கட்டாயமும் அவர்களுக்குப் பாதுகாப்பை உத்தரவாதமளித்திருப்பதாய் அவன் நம்பினான். மேலும் அடிக்கடி சதுக்கங்களிலும் சந்திப்புகளிலும் மிகக் குறைந்தகால ஒத்திகையால் எரிச்சலூட்டும் அடவுப் பிறழ்வுகளுடன் நடிக்கப்பட்டுக்கொண்டிருந்த நாடகங்களும் பிரசங்கங்களும் அவனுடைய பால்யத்தின் வாசனையையும் இழந்துபோன சாகஸ மனநிலையையும் சிறிதளவு மீட்டுத் தந்துகொண்டுமிருந்தன. இவற்றைக் கொண்டு அவன் தன்னைச் சூழ்ந்திருந்த அந்நியவுலகுடன் ஓரளவு

உரையாடிச் சமாளித்துக்கொண்டிருந்தான். நிகோலஸிடம் தன் திடீர் பிரெஞ்சு மொழிப் புலமையை எலினார் அறிவித்துக்கொண்டிருந்த அன்று, எனவே, அவளருகிலிருந்து அதைச் செவியுற்ற அவன் பிறகு விடுதியறையில் அவளுடைய குருட்டுத்தனத்தின் விளைவே அவளுடைய மனப்பிராந்திகளென்றும் நிஜத்தில் சூழ்நிலை அவள் கற்பனை செய்துகொள்ளுமளவிற்கு மோசமானதாக இல்லையென்றும் கூறி அவளைத் தைரியப்படுத்த முயன்றான். அதை மறுத்துப் பேசும் ஆதாரங்களில்லாததால் கையிருப்பு வேகமாகக் குறைந்துகொண்டுவருவதை முன்னிட்டாவது உடனே ஊர் திரும்புவதைப் பற்றி யோசிக்கச்சொல்லி எலினார் அவனை வற்புறுத்தப்போக விளைவு அவள் எதிர்பார்த்ததற்கு மாறாக, இன்னும் மோசமாகத் திரும்பிவிட்டது. ட்ரிஸ்ட்ராம் இந்தப் பிரச்சினையை நிகோலஸிடம் கொண்டுசென்றபோது அவர் திடுக்கிட்டுப்போய், தான் விளம்பரப்படுத்தியிருந்தபடி மருத்துவக் கட்டணத்தைப் பற்றி அவர்கள் கவலைப்பட வேண்டாமென்றும் நெருங்கிக்கொண்டிருக்கும் தன் வெற்றியின் நாள்வரையில் தங்களுடைய பாரீஸ் வாசத்தை நீட்டித்துக்கொள்ள அந்தத் தொகையை உபயோகப் படுத்திக்கொள்ளும்படியும் கூறி அம்மாதிரியான எண்ணங்கள் அவர்கள் மனதில் தோன்றுவதை முளையிலேயே கிள்ளியெறிந்துவிட முயற்சி செய்தார். எலினார் தளர்ந்துவிடாமல் அதைத் தாண்டியும் தங்களுடைய செலவுகள் வளர்வதாகத் தெரிவித்தபோது ஏற்கெனவே சூழலைச் சரியாக அவதானிக்காமல் அவர்களைத் தன் சுயநலத்திற்காக பிரான்ஸுக்கு வரவழைத்து அதிகப்படியான நம்பிக்கையையும் ஊட்டி ஏமாற்றிக்கொண்டிருப்பதான குற்றவுணர்வில் ரகசியமாகக் குமைந்துகொண்டிருந்த அவர் அதை ஓரளவாவது குறைத்துக்கொள்ள ஒரு சந்தர்ப்பமாயிற்றென்று இரண்டொரு தினங்களிலேயே ட்ரிஸ்ட்ராமுடைய படிப்பையும் அனுபவத்தையும் சொல்லி பாரீஸில் அவன் இருக்கும்வரை யேசுமன்றக் கல்லூரியிலும் அரசுத் தொழிற்பயிற்சிப் பள்ளியிலும் முறையே வாரத்தில் இரண்டு நாட்கள் வருகைதரு விரிவுரையாளராக, இயற்கணிதத்தை மாணவர்களுக்கு ஆங்கிலத்தில் அறிமுகப்படுத்தும், குறைவென்றாலும், சன்மானமென்று சில லிவர்களைப் பெற்றுத்தரும் வேலையில் அவனைச் சேர்த்துவிட்டார். எலினார் இதை எதிர்பார்க்கவில்லை. கண், காதுகளோடு இப்போது அவள் வாயும் அடைக்கப்பட்டுவிட்டது. அவள் நிகோலஸ் வைத்தியத்தைத் தவிர மற்ற வேலைகளையெல்லாம் திறம்படச் செய்கிறாரென்று தனக்குள்ளாகவே புகைந்துகொண்டிருந்தாள். கூடுதலாகத் தனிமை வேறு இப்போது அவள் அச்சத்தை அதிகப்படுத்திக்கொண்டிருந்தது. அவளுடைய மௌனம் மிகவும் தற்காலிகமானதென்று நிகோலஸுக்கும் தெரியும். என்றாலும் அதையும், துக்க அனுசரிப்பிற்காக மார்லி சென்றிருந்த அரச குடும்பம் வரும்வரை நெக்கர் கேட்டுக்கொண்டதற்கிணங்க அரசியற்சூழலில் உண்டாகியிருந்த மௌனத்தையும் தனக்குச் சாதகமாகப் பயன்படுத்திக்கொண்டு வெற்றியின் பாதையில் சில தப்படிகளாவது முன்னேறிச் சென்றுவிட வேண்டுமென்று அவர் இரவும் பகலுமாக முனைந்து மீன் டி ஆலம்பெர்ட்டின் பக்கங்களை மேலும் கந்தலாகப் பண்ணிக்கொண்டிருந்தார். ஏற்கெனவே நோயாளிகளைத் தவிர வேறு

யார் கண்ணுக்கும் தென்பட்டிராத அவர் பிறகு நோயாளிகளுடைய கண்களிலிருந்தும் நிரந்தரமாக மறைந்தேபோய்விட்டார். அரசியல் நெருக்கடிகளும் புத்திர சோகமும் மன்னரின் வேட்டைச் சுற்றுலாக் களைக் கணிசமாகக் குறைத்திருந்ததால் அவரிடமிருந்தும் அழைப்புகள் அதிகமாக வைத்தியசாலைக் கதவுகளைத் தட்டவில்லை. என்றாலுமே ஒளிரும் குருட்டுநோய் அவருடைய பிடிக்கு அகப்படாமல் நழுவிப் போய்க்கொண்டேதானிருந்தது. நாட்கள் கடந்தபோது அந்நோய் மூன்றாம் மன்றத்திற்கெதிராகத் தேவனால் தனக்களிக்கப்பட்ட ஓர் ஆயுதமென்கிற நம்பிக்கையிலிருந்து தன்னைக் கௌரவப்படுத்தவும் உயிரோடு விட்டுவைக்கவும் எந்த நியாயத்தையும் மிச்சம்வைக்காமல் தீர்த்துவிட சாத்தான் கைக்கொண்ட ஆயுதமோவென்கிற சந்தேகத்திற்கு அவர் மாறிக்கொண்டிருந்தார். தனிமனிதனும் வயோதிகனுமான தனக்கெதிராக பிரான்ஸின் முக்கால் பகுதி ஜனக்கூட்டமே எலினாரின் கண்நோயின் வழியே திரண்டு நிற்பதாக அவர் உணர்ந்தபோது அதை ஒரு நேர்மையற்ற போராய்க் கண்டு கௌரவமான வழிமுறைகள் அதை எதிர்கொள்ளப் போதுமா என்கிற சந்தேகமும் அவருக்குள் முளைவிடத் துவங்கியிருந்தது. இந்தச் சமயத்தில்தான் வரிப்பந்தாட்டக் களக் கூட்டம் அவர் வாழ்வின் ஒரு திருப்பமாக நடந்து முடிந்தது. நாடாளுமன்றத்தை நடத்த அரண்மனை வளாகம் ஒன்றே இடமன்று என்று மார்லி நிரூபித்ததையும், பிரெஞ்சின் எல்லாச் சொற்களும் மரணம் என்கிற ஒற்றையர்த்தத்தின் அறைக்குள் அடைந்து கிடக்கின்றன என்று எலினார் அதை மொழிபெயர்த்ததையும் கண்டு தன் மனம் ஏன் கலக்கமடைகிறது என்று யோசித்து யோசித்துக் கடைசியில் அமிலச் சொட்டுகளையே பிணிதீர்க்கும் மருந்துகளாகப் பழகிக்கொண்டிருக்கும் தன் அறிவின் ஒற்றைத் தன்மையின் மீதும் அகம்பாவத்தின் மேலும் அந்தச் சம்பவம் உண்டாக்கிவிட்டிருந்த விரிசலின் வலிதான் அதற்குக் காரணமென்பதை அவர் கண்டுபிடித்தார். ஏற்கெனவே மாற்றுவழிகளில் தன் அதிர்ஷ்டத்தைப் பரிசோதித்துப்பார்க்கும் யோசனையிலிருந்த அவர் இந்தக் கண்டுபிடிப்பு அதற்கான முழு நியாயத்தையும் வழங்கிவிட்டதாக ஏற்றுக்கொண்டு உடனே செயல்படத் தொடங்கினார். அவருடைய அதுநாள்வரையிலான கல்வி, அனுபவம் முதலியவற்றை நிராகரித்துவிட்டு ஐந்து வருடங்களாகக் கிடப்பில் போட்டிருந்த, மெஸ்மரின் வைத்திய முறைகள்மீதான ஃப்ராங்ளின், கில்லெட்டின் மற்றும் லாவோய்ஸிரின் உரைக்குக் கடைசியில் நிகோலஸை இவ்விதமாகக் கொண்டுவந்து சேர்த்ததன் மூலம் அவர் இம்மையுலகை நிராகரித்து மறுமை உலகிற்குச் செல்லப்போகிறாரென்கிற செய்தியைத் தேவனானவர் முன்கூட்டியே இவ்வுலகிற்கு சூசகமாக அறிவித்துவிட்டாரென்று பின்னாளில் அவருடைய நண்பர்கள் குறிப்பிட்டுப் பெருமூச்செறிந்துகொண்டார்கள். காரணம் அந்த உரையைக் கையிலெடுத்த பத்தொன்பதாம் நாள் நிகோலஸ் படுகொலை செய்யப்பட்டார். மேலும் புதிய மருத்துவ முறையின் வழியே அவர் பெற்ற ஞானம் அவர் சாகும் முன்பே அவரை நடைப்பிணமாயும் ஆக்கிவிட்டிருந்தது.

மருத்துவக் கழகம் வெளியிட்டிருந்த மூவர் உரை எலினாரின் வியாதியை முன்னூகித்து அதற்குப் பிரத்யேகமான தீர்வெதையும்

சொல்லியிருக்கவில்லையென்றாலும் வியாதிகளை அணுக இதுவரையில் நிகோலஸ் கையாண்டிராத புதிய வழியொன்றை விவரித்திருந்தது, தன்னுடைய காந்தக் கழியால் மெஸ்மர் தொட்ட வனமரங்களைத் தங்கள் கைகளால் தொட்டுச்சென்ற பிணியாளர்கள் குணமடைந்தவர்களாய்க் காட்டினுள்ளிருந்து திரும்பிவந்தது உண்மைதான், ஆனால் அது நடந்தது மெஸ்மரின் காந்த சிகிச்சையால் அன்று, மாறாக அவர்களுடைய நம்பிக்கையால், அதாவது அந்த நோயாளிகள் தங்களைத் தாங்களே குணப்படுத்திக்கொண்டுவிட்டார்கள், மெஸ்மர் செய்தது குணமடைவோமென்கிற நம்பிக்கையை அவர்கள் மனதில் ஆழமாக விதைத்தது மட்டுமேதான். நிகோலஸின் பழகிய மனம் வெற்றியின் மீதான முழுப் புகழையும் நோயாளிக்கே கொடுத்துவிடும் இந்த வாதத்தை ஒப்புக்கொள்வதற்கே முதலில் சங்கடப்பட்டது. என்றாலும் வேறு வழியின்றி அவர் ஐம்பத்துமூன்று பக்கங்களுக்கு நீண்டிருந்த மூவர் உரையின் சாராம்சத்தை முதலில் ஒற்றை வாக்கியமாகத் திரட்டிக்கொண்டார். அதாவது மெஸ்மர் குணப்படுத்தியவர்களுக்கு இருந்தது மெஸ்மரிடமிருந்து மருந்து தேவைப்படாத நோய். பிறகு தன் அகம்பாவத்தின் வழியில் அவர் அதை இப்படியாக மாற்றித் தனக்கான தேற்றத்தையும் உருவாக்கிக்கொண்டார், எங்கே மருந்து இல்லையோ அங்கே நோயும் இருப்பதில்லை. மூவர் உரை கொடுத்த வெளிச்சத்தில் திரட்டிய இந்தக் கூற்றினடிப்படையில் தனக்கான மார்க்கத்தை தானே கண்டுபிடித்துக்கொள்வது என்று முடிவுசெய்த பின் நிகோலஸ் அந்த வழியில் எலினாரின் நோயின் மேல் சிறிது சிறிதாகத் தன் பார்வையை விஸ்தரிக்கும் முயற்சிகளை மேற்கொண்டார். இதற்குப் பிறகு அவர் போக்கில் தென்படத் துவங்கிய மாற்றங்கள் எலினாரையும் ட்ரிஸ்ட்ராமையும் சங்கடத்திலாழ்த்தியது. அறிமுகமான புதிதில் எலினாரை வெர்ஸைல்ஸ் அழைத்துப்போவதற்காகவும், ட்ரிஸ்ட்ராமிடம் சிகிச்சை விவரங்கள் குறித்து எடுத்துச் சொல்வதற்காகவுமென்று அவசியமான தருணங்களில் மட்டுமே அவர்களறைக்கு வந்துபோய்க்கொண்டிருந்த அவர் இப்போது அடிக்கடி வரத் தொடங்கியிருந்தார். சிலநாட்கள் வெர்ஸைல்ஸுக்கே போகாமல், வீட்டிற்கும் திரும்பாமல் அங்கேயே, போதையுடன் அர்த்தமற்ற வார்த்தைகளை உளறிக்கொண்டு, தங்கவும் முயன்றார். அப்படித் தங்க நேர்ந்த தருணங்களில் தன் கையோடு கொண்டுவரும் சிறு உபகரணங்களைக் கொண்டு அவ்விடத்திலேயே அவர் எலினார்மீது நிகழ்த்திக்கொண்டிருந்த பரிசோதனைகள் வெறும் பாசாங்குகளென்பதும், தன் வரவை நியாயப்படுத்துவதற்காக அவர் மேற்கொள்ளும் மலிவான உத்திகளென்பதும் தம்பதிகளிருவருக்கும் வெளிப்படையாகவே தெரிந்தது. நோயைப் பற்றியும் வைத்தியத்தைப் பற்றிப் பேசும் நேரங்களும் படிப்படியாகக் குறைந்து அவர்களிருவரின் காதல் கதையைக் கூறும்படி வேண்டி அதை அவர் சிரத்தையாகக் கேட்டுக்கொண்டிருப்பதையும் அவர்கள் தர்மசங்கடமாக உணர்ந்தார்கள். தனிமையில் இருக்கும்போதும் சிலநாட்கள் இது நிகழ்ந்தாலும் நிகோலஸின் பிரமசாரியம் எலினாரை அச்சுறுத்தவில்லை. அவர் அவளைப் பார்த்த பிறகு அந்த மாலைக்கண் தாதியைத் திருமணம் செய்துகொண்டு ஒரு பெண்ணைப் பெற்றிருக்கலாமோ என்கிற ஏக்கம் தன்னுள் நிரம்புவதாக

அவ்வப்போது நெகிழ்வுடன் கூறிக்கொண்டிருந்தார். அதைக் கொண்டும், நிகழாமலே போய்க்கொண்டிருந்த இறுதி சிகிச்சையைக் கொண்டும் தோல்வி பயம் மற்றும் குற்றவுணர்வின் வேர்கள் அவருடைய தனிமைச் சுவரை ஊடுருவி அதில் விரிசலை ஏற்படுத்திவிட்டிருக்கின்றன என்பதாக எலினாரும் ட்ரிஸ்ட்ராமும் அவருடைய தந்திரங்களைப் புரிந்துகொண்டார்கள். இந்தப் புரிதல் அவர்களுக்கு அவர் மேல் இரக்கத்தை ஏற்படுத்தியது என்பது உண்மைதான். கூடவே மருத்துவராக மட்டுமல்லாது, அவரை பாரீஸில் தங்களுக்குத் தெரிந்த ஒரே மனிதராயும் இறுகப் பற்றிக்கொண்டிருக்கும், அந்நியர்களும் பாஷை தெரியாதவர்களும், பகை நாட்டவர்களுமான தங்கள் நிலையை எண்ணிக் கலக்கத்தையும் உண்டாக்கியது.

நிகோலஸுக்குத் தன் வாடிக்கையாளர்களுடைய தர்மசங்கடம் தெரிந்தாலும் அவருக்கு அதைத் தவிர வேறு மார்க்கம் தெரியவில்லை. தான் முயன்றுகொண்டிருப்பது தனக்கே புதிதான ஒரு தர்க்கம் என்பதை, அவர் மனமே முழுவதுமாக அதை வைத்திய சாஸ்திரமென்று ஏற்றுக் கொள்ளத் தயங்கிக்கொண்டிருந்த நிலையில், அவர்களிடம் சொல்லித் தெளியவைக்க அவரிடம் சரியான வாதங்கள் இல்லாமலிருந்தது. தன் முயற்சி நல்லவொரு முடிவைக் கொடுக்கிறபட்சத்தில் இந்தத் தொந்தரவுகளையெல்லாம் அவர்கள் மறந்துபோய்விடுவார்களென்று அவர் தன்னைச் சமாதானப்படுத்திக்கொண்டார். ஆனால் மூவர் உரையிலிருந்து அவர் இரவல் வாங்கிய புதிய சிந்தனைப் பாதை அப்படி யொரு நிம்மதியையும் அடைய முடியாதபடி அவரே எதிர்பாராத முடிவை நோக்கி அவரை இட்டுச்சென்றது. அந்த முடிவு நம்ப முடியாததாயும் பயங்கரமானதாயுமிருந்தது. அவர் அதை ஒப்புக்கொள்ளவும் முடியாமல், தானே உருவாக்கிய அந்தப் பிசாசு தன்னிச்சையாக விசிறியடித்த வாதங்களின் குரூர வசீகரத்திலிருந்து விடுபடவும் முடியாமல் திணறினார். என்றாலும் பிரான்ஸின் கலவரச் சூழலைப் போலவே விடுபடவியலாத அந்தச் சிந்தனைகளும் அவர் பயத்தின் மீதே தங்களுடைய முழு ஆகிருதியையும் வீழ்த்தி அவரை வளைத்துக்கொண்டுவிட்டன. அவை எலினாருக்கு உண்மையிலேயே நன்றாகப் பார்வை தெரியுமென்றும், காதல்தான் அவள் கண்களைக் கட்டியிருக்கும் மாயத்திரையென்றும், சிறு வயதில் நடந்த சில துயரச் சம்பவங்களால் வெண்மை நிறத்தைத் தன்னையறியாமலேயே வெறுத்துக்கொண்டிருந்த எலினார் அந்த நிறம் மிக ஆனந்தமயமானதாக, காதலனுடனான உடலுறவின் உச்சக்கட்டத்தில் பரவசத்தின் வெடிப்பாகத் தன் கண்களில் மின்னிடக் கண்டபோது அதை விரும்புவதா வேண்டாமா என்கிற குழப்பச் சகதியினுள் அவளையறியாமலேயே விழுந்துவிட்டதால், மேலும் சாத்தான் தன் பிரஜைகளை உருவாக்குவதாக நம்பப்பட்டதும், ஊர்க்காரர்கள் மந்திரவாதி யென்று நம்பிய ஓர் ஓவியனைச் சுட்டுக்கொன்று புதைத்ததுமான விட்டில்போர்ட்டின் ஊரெல்லைக் காட்டில், முதன்முறையாகத் தன் கன்னிமை கழிந்ததைப் பெரும் பாவமெனவும் அதேசமயத்தில் அந்த இன்பம் காதலன் மூலமாகத் தேவனால் அருளப்பட்டதெனவும் நம்பி அலைக்கழிந்த புத்தியானது அவள் பெண்மையை ஊடுருவி வயிற்றினுள் தங்கிய காதலனின் ஆண்மையுடன் இணைந்து கருவாக

அதை வளர்த்திருக்க வேண்டிய வெண்ணொளிப் பரவசத்தை, அவள் தாய் தன் மகள் வயிற்றுக் குழந்தையொன்றைச் சாத்தானின் பிரஜை என்று நம்பிக் கொலைசெய்ததால், கண் உள்ளே வாங்கிக்கொள்ள வேண்டுமா அல்லது மறந்து விட வேண்டுமா என்பதைக் கட்டளையிடத் தெரியாமல் ஸ்தம்பித்துவிட்டதென்றும், இதன் விளைவாகவே உள்ளே இறங்க அனுமதியில்லாமலும் மறைந்துபோக வழியில்லாமலும் எலினாரின் கண் முன் அந்த ஒளித்திரை, அவள் அதைத் தாண்டி வேறெதையும் பார்க்கவியலாதபடி அந்தரத்தில் தொங்கிக்கொண்டேயிருக்கத் தொடங்கி விட்டதென்றும், சூனியக்கார ஓவியனொருவனால் சாத்தானின் சிரிப்பாக அடை யாளப்படுத்தப்பட்ட வெண்ணிறத்தை வெறுக்கச் சொல்லும் தாய்வீட்டில் எலினார் பார்வையுள்ளவள் என்பதையும், அந்த வெண்ணிறத்தை விரும்பச்சொல்லிக் கட்டாயப்படுத்தும் கணவனின் அருகில் அவள் பார்வையற்றவள் என்பதையுமே நோயின் மையமாக எடுத்துக்கொள்வதென்றால் எலினார் தன் பார்வையைத் திரும்பப் பெற, தன்னை ஏமாற்றி பயங்கரமான அந்த வெண்ணொளியைத் தன் கண்கள் மீண்டும் காணும்படி, அதனால் தன்னைத் திரும்பத் திரும்ப ஒரு ரத்தக்காட்டேரியாகத் தானே உணரும்படி, செய்துவிட்ட கணவனை விட்டு உடனே விலகுவதும், சாபக்காட்டில் தான் அனுபவித்த ஆனந்தம் ஒரு கட்டுவிரியனின் தீண்டல் என்பதை அவள் ஒத்துக்கொள்வதும், பதினாறு வருடத் தாம்பத்தியமும் தன் கணவனின் குற்றவுணர்வின் மேல் பாவக்கழுவாயாக மட்டுமே கட்டப்பட்ட ஒரு காகிதக்கட்டிடம் என்பதையும் அதுவே சாத்தானால் வரையப்பட்ட பாவச்சித்திரம் என்பதையும் உணர்ந்து அதை நிராகரிப்பதும், தன் பித்துப்பிடித்த தமக்கையுடன் போராடும்படி கிராமத்திலேயே விட்டுவிட்டுவந்த தன் தாயுடன் திரும்பச் சென்று சேர்ந்துகொள்வதும், கடந்துபோன பதினாறு வருடங்களைத் தன் ஞாபகத்திலிருந்து அழித்துவிட்டு மீண்டும் தன் பதின்பருவத்திலிருந்து, சாத்தானுடன் கலந்த அந்தக் கணத்திற்கு முந்தைய கணத்திலிருந்து, அவள் தன் வாழ்க்கையைத் திரும்பத் துவக்குவதுமே அவள் தன் பார்வையைத் திரும்பப் பெறும் வழியென்றும் நோய்மீதான மருத்துவ முடிவை எழுதும்படி அவரை வற்புறுத்தின. கொலை செய்யப்படுவதற்கு ஏழு நாட்களுக்கு முன்பு தன் வீட்டில் அளவுக்கதிகமான போதையுடன் தூங்காமல் புரண்டுகொண்டிருந்த அவர் மூளையில் திடீரென இந்த வாதங்கள் பொறிதட்டியபோது அதன் குரூரத்தைத் தாங்கிக்கொள்ள முடியாமல் நிகோலஸ் நடுயிரவில் படுக்கையிலிருந்து எழுந்து உட்கார்ந்துகொண்டு கதறியழுதார். பரிச்சயமான மருத்துவ முறையிலேயே நோயை அணுகத் தனக்குப் போதுமான அவகாசம் தராமல், இம்மாதிரியானதொரு இரக்கமற்ற சிகிச்சையை நோக்கி, இத்தனை வருட அமைதியான வாழ்க்கைக்குப் பிறகு, தன்னை உந்திவிட்ட பிரான்ஸின் அரசியற்சூழலையும், மக்கள் மன்றத்தினரையும், மெஸ்மரையும், மெஸ்மரை மறுத்த மூவரையும், ஒருவிதத்தில் எலினாரையுமேகூட, அவர் கர்த்தருக்கு முதுகைக் காட்டியபடி தனிமையில் திட்டியும் தீர்த்தார். என்றாலும், உணர்ச்சி வேகம் வடிந்த பிறகு, அறிவியல் மன்றத்தால் ஏற்றுக்கொள்ளப்பட்ட ஒரு வாதத்தின் மேல், மனச்சாட்சிக்கும் வைத்திய தர்மத்திற்கும்

துரோகமிழைக்காமல் எலினாருடைய நோய்க்கான காரணத்தையும் தீர்வையும் கண்டுவிட்டதாகவே அவருடைய மனச்சாட்சி திடமாக நம்பியதால், நோயாளியோடுகூட அவள் குடும்பத்தின் மனநிம்மதியையும் சேர்த்து முறித்துவிடுமென்கிற இரக்கவுணர்விலும், அவர்களால் நம்பத் தகுந்ததாய் இருக்காதென்கிற சந்தேகத்திலும் தடுமாறியவராய் ரணசிகிச்சையைக்காட்டிலும் நூறு மடங்கு வலியைக் கொடுக்கக்கூடிய தன் முடிவைச் சொல்லிவிடும் உத்தேசத்துடன் அவர்களை வெர்ஸைல்ஸுக்குக் கூட்டிவருவதும், எலினாரின் உருவமும் பற்களும் கசியவிடும் களங்கமின்மையாலும், தன் முறையிலேயே அவளைக் குணப்படுத்த வழிகளும் அவகாசமும் சற்று முனைந்து தேடினால் இன்னும்கூட இருக்கக்கூடுமோ என்கிற நைப்பாசையிலும் சொல்வதைத் தள்ளிப்போட்டுவிட்டு, மணிக்கணக்கான பரிசோதனைகளுக்குப் பிறகு அவர்களைத் திரும்பக் கொண்டுவந்து விடுதியில் விட்டுவிட்டு ரகசியக் கண்ணீருடன் திரும்பிச் சென்றுவிடுவதுமாகத் தன் தருணத்தைத் தள்ளிப் போட்டபடியேயிருந்தார். கடைசியில் அந்தத் தருணத்தை, அவர் இறப்பதற்கு இரண்டு நாட்களுக்கு முன்பு, லூயியின் முட்டாள்தனம் தருவித்துக்கொடுத்தது.

அரண்மனையின் அனுமதியின்றியே தேசியச் சட்டமன்றமென்று தன்னை அறிவித்துக்கொள்ளுமளவிற்கு மக்கள் மன்றத்தின் போக்கிரித் தனங்களை வளர விட்டுவிட்டதோடு, அதிக உறுப்பினர்கள் எண்ணிக்கையையும் மக்கள் ஆதரவையும் காரணங்காட்டி புதிய வரிகளையும் கடன்களையும் புறந்தள்ளுமளவிற்கு அதன் அதிகார வரம்புகளையும் தளர்த்தித் தனக்குத் துரோகமிழைத்துவிட்டாரென்று ஜாக்வெஸ் நெக்கர்மீது ஏற்கெனவே அதிருப்தியடைந்திருந்த லூயி அது இன்னும் ஒருபடி மேலேபோய் சட்டங்களைத் திருத்தும் தேசிய அரசமைப்பு மன்றமாகத் தன்னைப் பிரகடனப்படுத்திக்கொண்டதையும், ஜார்ஜின் அரசாங்கத்தைப் புகழ்ந்து அந்தக் கிறுக்கன் வால்டேர் எழுதிய குப்பைகளைப் படித்துவிட்டுப் பிரிட்டனில் இருப்பதைப் போன்ற அரசமைப்பைப் பிரான்ஸில் நடைமுறைப்படுத்த வேண்டுமென்று தன் முகத்திற்கு நேராகவே கைநீட்டிப் பேசத் தொடங்கிவிட்டதையும் பொறுத்துக்கொள்ள முடியாமல் அவரைப் பதவிநீக்கம் செய்வதாயும், பிரான்ஸை விட்டு வெளியேற அவருக்கு இருபத்துநான்கு மணிநேரக் கெடு விதிப்பதாயும் அறிவித்த அன்று ட்ரிஸ்ட்ராம் தொழிற்பயிற்சிப் பள்ளிக்கு வகுப்பெடுக்கச் சென்றிருந்ததால் எலினார் விடுதியறையில் தனியேதானிருந்தாள். லூயி தன்னிச்சையாகப் புகுந்து விளையாடுவதற்கு அரசியல்களம் வேட்டைக்காடன்று என்று மக்கள் மன்றம் மன்னரின் உத்தரவைக் கடுமையாக ஆட்சேபித்தது. மேலும் அறிவிப்பின் பின்னணியில் மரியே அன்டாய்னெட்டின் சிரிப்பொலி கேட்பதாயும் அது சந்தேகப்பட்டது. லூயி இதை மறுத்தாலும் சந்தேகம் முற்றிலும் ஆதாரமற்றதாயும் இருந்துவிடவில்லை. நெக்கரை அவர் குடும்பத்துடன் நெதர்லாந்திற்கு வழியனுப்பிவிட்டு வந்த கையோடு வழக்கறிஞர் டான்டனின் சீடனான இருபத்து நான்கு வயது கேமிலி தெஸ்மோலின்ஸ் திடீரென்று ஆர்லியன்ஸ்

கோமகனின் மாளிகைத் தோட்ட வாயிலுக்கு அருகில் அருந்தகம் ஒன்றின் வெளியே கிடந்த மேசைமீது வலக்கையில் துப்பாக்கியையும் இடக்கையில் வாளையும் இறுகப் பற்றியபடி ஏறி நின்றுகொண்டு பத்து நாட்களாக பாரீஸின் இருண்ட தெருக்களில் பெருச்சாளிகளைப் போல குறுக்கும் நெடுக்குமாக அலைந்துகொண்டிருக்கும், அரசியார் தன் பிறந்தகத்திலிருந்து வரவழைத்திருத்திருக்கிற, அவளுடைய செல்லப் படைகள் இனித் தடையேதுமின்றி நெக்கர் என்னும் கேடயத்தைப் பறிகொடுத்துவிட்டு நிராயுதபாணிகளாக நிற்கும் மக்களின் மீது தங்கள் ராணுவ ஒத்திகைகளை அரங்கேற்றிப்பார்க்கலாமென்றும், தெ வில்லியின் சமையலறையில் ருசி மிகுந்த பதார்த்தங்களோடு ரகசியமாகச் சமைக்கப்பட்டுக்கொண்டிருக்கும் துரோகத்தின் ஆயுதங்களை இனி ஜெர்மானியச் சிப்பாய்களும் ஸ்விட்சர்லாந்துச் சிப்பாய்களும் பகிரங்கமாகவே எடுத்துக்கொள்ளலாமென்றும், நெக்கரின் நாற்காலியில் அன்டாய்னெட்டின் மாமா பிரிடில் பிரபு அவர்களுடைய வசதிக்காகவே அமர்த்தப்பட்டிருக்கிறாரென்பதை அவர்கள் நிச்சயமாக நம்பலாமென்றும் உரத்த குரலில் அறிவித்தான். அவனுடைய வஞ்சப்புகழ்ச்சி அவனைச் சுற்றிக் குழுமியிருந்த, அதுவரையில் சாலைகளோடேயே தங்கள் ஆர்ப்பாட்டங்களை நிறுத்திக்கொண்டிருந்த, ஜனத்திரளைக் குழப்பிவிட்டது. அது அதிக ஆள்பலத்திற்காகப் பிச்சைக்காரர்களையும் தன்னுடன் சேர்த்துக்கொண்டு படைகளை முந்திக்கொள்ளும் முனைப்புடன் தெ வில்லிக்குள் பலவந்தமாகப் பிரவேசித்ததோடு ஆயுதங்களைத் தேடி விடுதிக் கட்டிடங்களைச் சூறையாடவும் துவங்கிவிட்டது. சற்றும் எதிர்பாராத இந்த முற்றுகையின் மூர்க்கத்தை உள்வாங்கிக்கொண்டு, சிப்பாய்கள் கலகக்காரர்களை எச்சரித்து அவர்களைத் தடுக்க முனைவதற்குள் அதன் வேகம் விடுதியின் மத்தியபாகம் வரை விஷத்தைப் போல பரவியும்விட்டது. ராணுவத்தை ஆயுதப் பிரயோகத்தை நிர்பந்திக்குமளவிற்குச் சடுதியில் கைமீறிப் போய்விட்ட நிலைமையைச் சமாளிக்க முடியாமல், முதல் வேட்டுச்சத்தத்தைக் கேட்டவுடனேயே, கூட்டம் விடுதியின் நீண்ட முன்புறப் பூங்காவைத் தாண்டுவதற்குள் வாடிக்கையாளர்களை எச்சரிக்கும்படி நிர்வாகம் வேலையாட்களை விரட்ட, உட்புறம் தலைதெறிக்க விரைந்த அவர்கள் முட்டாள்தனமாக அறைக்கதவுகளை நொறுங்கத் தட்டி உள்ளேயிருப்பவர்கள் உடனே வெளியேறித் தங்கள் உயிரையும் உடைமைகளையும் காப்பாற்றிக்கொள்ளும்படி ஆங்கிலத்திலும் பிரெஞ்சிலும் எச்சரித்துவிட்டு ஓடினார்கள். திடுக்கிட்டுப்போன அறைவாசிகள் காரணம் புரியாமலேயே அறைகளை விட்டு வெளியேறித் திசைதெரியாமல் தட்டழியத் துவங்க, சில நிமிடங்களுக்கு முன் உள்ளூர் இசைவாணர்களின் மதுரகீதத்தோடும், கைதேர்ந்த பரிசாரகர்களின் சமையல் ருசியோடும், வாடிக்கையாளர்களின் உல்லாச நடமாட்டத்தோடும், அவர்கள் உபயோகிக்கும் பல்வேறுபட்ட அலங்காரப் பொருட்கள் பரவச்செய்திருந்த ஒளியோடும் மணத்தோடும் பரிமளித்துக்கொண்டிருந்த இடம் கண்ணிமைக்கும் நேரத்தில் அச்சமூட்டும் போர்க்களமாக மாறிப்போனது. அதன் நீண்ட வராந்தாக்களும்

நடைபாதைகளும் உடல்களின் நெருக்கத்தில் பொதுளித் ததும்பின. பார்வையுலகின் அடையாளங்களான இடைவெளி, தொடர்ச்சி, வேகம், அனுமானம், பால், பதுக்கம், கடப்பு, சமிக்ஞை, உடைமைகள், உறவுகள் ஆகிய யாவும் அலங்கரிக்கப்பட்ட சுவர்களில் விசிறியடிக்கப்பட்டு அறுந்து தொங்க, தெ வில்லி குரல்களால் அலைக்கழிக்கப்படும் அந்தக உலகமாகிப்போனது. இந்த உலகத்திற்குள் நிஜக் குருடியான எலினாரும் தப்பிக்கவியலாதபடி மாட்டிக்கொண்டுவிட்டாள். சத்தங்களையும் எச்சரிக்கையொலிகளையும் கேட்டுவிட்டுப் பயந்துபோய், தன் ஊனத்தை யோசிக்காமல் சட்டென்று அறைக்கதவைத் திறந்துவிட்ட அவளைச் சுழன்றுகொண்டிருந்த உடல்களின் வேகம் உடனே தன்னுள் இழுத்துக் கொண்டுவிட்டது. அடுத்த வினாடியே அறைவாசலும் அவளால் திரும்பத் தொட முடியாத தொலைவிற்கு நகர்ந்து விலகிப்பாய்விட்டது.

பா. வெங்கடேசன்

சொக்க கௌட

பல வருடங்களுக்கு முன், எலினார் சிறுமியாயிருந்த போது, கிறிஸ்துமஸையொட்டி திறந்தவெளிப் பிரச்சாரத் திற்காக வருகை தந்திருந்த ஜான் வெஸ்லேயைக் காண்பதற்காக கேத்தரினுடன் ஈலிக்குச் சென்றிருந்தாள். கால்வினியர்களுக்கும் வெஸ்லேயின் ஆதரவாளர்களுக்குமிடையே அப்போது நிலவிக்கொண்டிருந்த கசப்புணர்வு ஏதேனும் விஷமமாகக் கூட்டத்தில் வெடிக்கக்கூடுமென்கிற பயத்தையும் விஞ்சி, புதிய ஏற்பாட்டைக் கையில் உயர்த்திக்காட்டியபடி அவர் தேவாலயங்களின் மடிசஞ்சித்தனங்களுக்கு எதிராகப் பேசும் பேச்சுகளைக் கேட்கச் செல்வதற்கு சாராவுக்கும் விருப்பம்தானென்றாலும் எலினாரின் வளர்ப்புத் தந்தையான ஈலி மேற்றிராணியாரின் பார்வையில் பாவாத்மாக்களின் மந்தையில் ஒருத்தியாகத் தானும் பட நேர்ந்தால் அவர் மிகவும் வருத்தப்படுவாரென்கிற எண்ணத்தில் கூட்டத்திற்குச் செல்வதை அவள் தவிர்த்திருந்தாள். என்றாலும் வெஸ்லேயின் பேச்சுகளின் பரம ரசிகையான கேத்தரின் அவளிடம் கெஞ்சிக்கூத்தாடித் தான் அங்கே செல்வதற்கு அனுமதி வாங்கிவிட்டாள். கூட்டத்தை வேடிக்கைபார்க்கும் ஆசையில் எலினாரும் உடனே கையைப் பிடித்துக்கொண்டு அவளுடன் கிளம்பிவிட்டாள். வழிபாட்டுக் கூட்டத்தினுள் கலந்துகொள்ளும் சாக்கில் பெண்பிள்ளைகளிடம் தங்கள் விஷமத்தனத்தைக் காட்டும் விடலைகளையும் திருடர்களையும் பிள்ளை பிடிப்பவர்களையும் பற்றிக் கூறி, கூட்டத்தின் ஆழத்திற்குள் சென்றுவிடாமல் அதன் விளிம்பிலேயே நின்றுகொள்ளும்படி பலமுறை எச்சரித்துத்தான் சாரா அவர்களிருவரையும் வழியனுப்பிவைத்தாள். ஆனால் ஈலி தேவாலயத்தின் அருகில் இருந்த மைதானத்தை எள் விழ இடமில்லாதபடி ஆக்கிரமித்துக்கொண்டிருந்த கூட்டத்தையும், இடியைப் போல மலைப் பிரசங்கங்களைக் கர்ஜித்துக்கொண்டிருந்த

வெஸ்லேயையும் கண்டதுமே கேத்தரின் தன்னோடு சேர்த்து சாராவின் எச்சரிக்கையையும் அடியோடு மறந்துவிட்டாள். அவள் திரும்பத் தன்னினைவை அடைந்தபோது நற்செய்திகளோடு, வெஸ்லேயுடன் வந்திருந்த அவருடைய சகோதரர் ஜான் சார்லஸ் தன் கையிலிருந்த வெள்ளிக் குடுவையைச் சரித்துத் தெளித்துக்கொண்டிருந்த புனித நீரையும் கூடவே தங்கள் மண்டைகளில் வாங்கிக்கொள்வதற்காக டௌன்ஹாம் சந்தையிலிருந்தும் பீட்டர்பரோவிலிருந்தும் டென்வரிலிருந்தும் ஆற்றைக் கடந்துவந்து அலைமோதிக்கொண்டிருந்த மனித சரீரங்களின் அலைவில் நகர்ந்து நகர்ந்து, எலினாரின் கையைப் பற்றியபடி, கூட்டத்தின் மையப் பகுதிக்கு அவள் வந்துசேர்ந்து நெடுநேரமாகிவிட்டிருந்தது. வெஸ்லே சகோதரர்களின் பிரசன்னம் லண்டன் அரண்மனையில் நடந்தாலும் அதை கூட்டங்கொள்ளாத குறுகிய இடமாகவே காட்டிவிடுமளவிற்கு மனிதர்களை ஈர்க்கும் சக்தியுடைதென்கிற கீர்த்தியை உடையது என்பது அவளுக்கும் தெரியுமென்றாலும் ஏற்கெனவே ஔஸ் நதியின் குறுக்கீட்டால் குறுக்காக வெட்டப்பட்டுச் சுருங்கிப்போயிருந்த, ஈலி தேவாலயத்திற்குச் சொந்தமான, அந்தச் சிறிய மைதானத்தின் மையத்தைநோக்கி, பனியால் நதிக்குள்ளும், தொலைவால் அதன் மறுகரையிலும் அதிகநேரம் நிற்க முடியாமல், தொடர்ந்து பாய்ந்துகொண்டேயிருந்த கூட்டத்தைப் பார்த்து கேத்தரின் பயந்துதான் போய்விட்டாள். பின்னாளில் அந்த நேரத்திய தன்னுடைய மனநிலையைத் தன் கணவனிடம் நினைவுகூரும்போது அவள் சொல்லுவாள், உடனே எனக்கு அம்மாவின் எச்சரிக்கை நினைவுக்கு வந்துவிட, முழுக் கூட்டத்தையுமே போக்கிரிகளாயும் மந்திரவாதிகளாயும் நான் கற்பனைசெய்துகொள்ளத் துவங்கிவிட்டேன், மேலும் அவர்களெல்லோரும் எங்களிருவரையுமே குறிவைத்து அமுத்திக் கொண்டிருப்பதான பிரமையில் இவ்வளவு கூட்டத்தைக் கவர்ந்திழுக்கும் வெஸ்லேக்களை நான் அந்தக் கணத்திலேயே என் உளமார வெறுக்கவும் தலைப்பட்டுவிட்டேன், உடனே அந்த இடத்தை விட்டு அகன்றுவிட வேண்டுமென்கிற வேட்கையிலும் அதைச் செயலாற்ற முடியாத கையறு நிலையிலும் என் வெறுப்பும் தவிப்பும் அதிகமாகிவிட்டது. மேலும் கேத்தரினுக்கு அப்போது அவளைக்காட்டிலும், அரைபடும் மார்புகளின் உயரமே வளர்ந்திருந்த என்னைப் பற்றின கவலையே அதிகமாகயிருந்தது என்று எலினாரும் தன் கணவனிடம் அந்தரங்கமானவொரு சந்தர்ப்பத்தில் வேடிக்கையாகக் குறிப்பிட்டிருக்கிறாள், கூட்டத்தின் மையத்தில் மாட்டிக்கொண்ட பிரக்ஞை வந்தவுடனேயே அவள் என்னைத் தன்னுடலோடு, நான் நகர்ந்து அவளை விட்டு விலகிச் சென்றுவிட முடியாதவண்ணம் குரங்குப்பிடியாகப் பிடித்துக்கொண்டிருந்தாள், ஆனால் ஈலியும் லிட்டில்போர்ட்டும் உள்ளங்கை ரேகைகளைப் போல எனக்குப் பரிச்சயமானவையாதலால் கேத்தரினை விட்டுத் தனியே பிரிந்து போய்விடுவோமென்கிற பயம் எனக்கில்லை, நான் நெரிசலை, என் வலக்கையைக் கெட்டியாகப் பிடித்துக்கொண்டிருந்த அக்காளின் பொறுப்பிலிருக்கிறேன் என்கிற விச்ராந்தியான உணர்வுடன், சந்தோஷமாகவே அனுபவித்துக்கொண்டிருந்தேன். பக்கவாட்டில் ஓரோர் அங்குலம் அசைவதைத் தவிர்த்து மற்றபடி, குனிந்து, அறுபடும் செருப்புகளையோ, நிமிர்ந்து, தேவாலய உப்பரிகையின் அபயமளிக்கும்

நமதன்னையின் திருக்கைகளையோ பார்க்கவியலாதவண்ணம் சிலுவையிலறையப்பட்டதைப் போல ஒவ்வொரு முகமும் அதன் நாற்புறமும் நெருங்கியிருந்த உடலுறுப்புகளால் அவ்வவற்றின் கழுத்தின் மேல் இறுகப் பூட்டப்பட்டிருக்க, கால்கள், கைகள், பார்வை ஆகியவற்றின் உதவியின்றி உடல்களின் உராய்வில் சுழன்று சுழன்று தன்னுடலும் மிதந்தே மேடையை நோக்கியும், திசைமாறிப் பக்கவாட்டிலும், பின்னாலும் விலகிச் செல்வதுமாக ஊசலாடிக்கொண்டேயிருந்ததானது சிறுமியான எலினாருக்கு ஓர் அற்புத நிகழ்வைப் போலிருந்தது. (உமது பாதம் கல்லில் இடறாதபடிக்கு அவர்கள் உம்மைக் கைகளில் ஏந்திக்கொண்டு போவார்கள்.)

இந்தச் சமயத்தில்தான், பின்னாளில், கேத்தரினின் திருமண வைபவத்தன்று, அவள் முகவலங்காரத்தில் சிவப்பு சற்று கூடியிருக்கலாமென சாரா அபிப்பிராயப்பட்டபோது வெட்கத்தால் அதைச் சரிசெய்துவிடும் உபாயத்துடன் எடித்தால் மாப்பிள்ளை டொமினிக்கின் முன்னிலையிலேயே மீண்டும் சொல்லப்பட்ட, நகைப்பிற்கிடமான அந்தச் சம்பவம் நிகழ்ந்தது. மேடையை நோக்கி ஊர்ந்துகொண்டிருந்த கூட்டத்தினர் யாவருக்குமே நெரிசலுக்குள் புதைந்துகிடக்கும் தங்களுடைய இடுப்புக்குக் கீழ்ப்பட்ட உறுப்புகளைப் பற்றின பிரக்ஞை மரத்துப்போய்விட்டிருந்த நிலையில், வேர்வையீரத்தில் ஊறி இடுப்பை இறுக்கி அதை அறுத்துக் கொண்டிருப்பதாக ஆகியிருந்த பாவாடையைச் சற்று தளர்த்திக்கொள்ளும் உந்துதலில் தன்னிச்சையாகவே இடக் கையைக் கீழிறக்கிய எலினார் தன் உடைக்குப் பதிலாக அதன் மேல் படிந்துகிடந்த தன் அக்காளினுடைய பாவாடையின் பின்புறத்தை இழுத்துவிட்டாள். இழுபட்ட கணத்தில் யாரோ போக்கிரியின் விஷமத்தனம்தான் அது என்று நினைத்து, ஏற்கெனவே பயந்துபோயிருந்த கேத்தரின் இன்னும் அதிகமாகப் பயந்துபோய் அவசர அவசரமாகக் கைகளைக் கீழிறக்கித் தன் உடையைப் பற்றிக்கொள்ள முயல, அவர்களுடைய கெட்டநேரம், அவளும் பின்புறம் இழுபட்டிருந்த தன் பாவாடையைச் சமனிலைக்குக் கொண்டுவரும் முனைப்பில் தங்கையினுடைய பாவாடையின் முன்புறத்தைப் பற்றி இழுத்துவிட்டாள். கூடவே பிரார்த்தனைக் கூட்டத்தில் பெண்பித்தர்கள் கலந்திருப்பதாயும் அவர்களில் ஒருவன் தன்னிடம் விஷமம் செய்ய முற்படுவதாயும் சொல்லிப் பெரிதாகக் கூச்சலிடவும் துவங்கிவிட்டாள். கேத்தரினின் எச்சரிக்கைக் குரலைக் கேட்ட எலினார் உடனே தன் பாவாடையையும் யாரோ பற்றி இழுப்பதாக அவளுடன் சேர்ந்து அலறினாள். இது கூட்டம் முழுவதையும், யாரும் யாரையும் விட்டு விலகிச்செல்ல முடியாத இக்கட்டிலும், கீழே என்ன நடக்கிறதென்பதைப் பார்த்துத் தெரிந்துகொள்ள முடியாத நெரிசலிலும், பயங்கர பீதிக்கு உள்ளாக்கிவிட்டுவிட்டது. பெண்கள் ஒவ்வொர் ஆணையும், வயது வித்தியாசமில்லாமல், சபிக்கத் தொடங்கவும், ஆண்கள் தன்னைத் தவிர மற்ற ஆண்கள் அனைவரையும் சந்தேகத்துடன் பார்த்துக்கொள்ளவும், அவர்களுக்கு வெஸ்லேயின் முகத்தைப் பார்த்துக்கொண்டே அறிவுரை சொல்லவும் முனைய, மையத்தில் துவங்கிய இந்தக் களேபரம் மெதுமெது வாகக் கூட்டத்தின் விளிம்புவரையிலும் பரவியபோது எல்லோருக்குமே பிரசங்கிகளின் நற்செய்தி இரண்டாம்பட்சமாகிவிட்டது.

சகோதரிகள் இருவருமே, எல்லோரையும் போலவே, நெரிசல் தங்களை முழுவதும் அழுத்தித் தரையோடு தேய்த்துவிடாதவண்ணம் அடுத்தவருடைய உடலுக்கு முட்டுக்கொடுத்துத் தங்களிடமிருந்து அதை சுவாச தூரமாவது விலக்கிவைத்திருக்க ஒரு கையை மேலே இருத்திக்கொள்ள வேண்டியிருந்ததால் இரண்டு கைகளையும் இடுப்பிற்குக் கீழே உபயோகப்படுத்த முடியாத நிலையில் இருந்தார்கள். அதோடு பாதுகாப்பிற்காகப் பாவாடையைப் பற்றிக்கொண்டிருக்கும் ஒற்றைக் கையை எடுத்து விஷமியின் கையைப் பிடுங்கியெறிய உபயோகிக்கலாமென்றால் கை பாவாடையை விட்டு விலகும் நேரத்திற்கும் மீண்டும் அவனுடைய கையைப் பற்றும் நேரத்திற்கும் இடைப்பட்ட வாய்ப்பை அவனுடைய வேகமும் இறுக்கமும் முழுவதுமாகப் பயன்படுத்திக்கொண்டுவிடக்கூடுமென்கிற பயமும் அவர்களை எவ்வளவு வேகமாக முடியுமோ அவ்வளவு வேகமாக, சற்றுதொலைவில், ஜான் சகோதரர்களின் முன்பு ஐந்தைந்து போராகச் சென்று நிற்கும்வண்ணம் சீரமைக்கப்பட்டிருந்த விசாலமான சதுரப்பரப்பை நோக்கி நகர்வதைத் தவிர வேறெதையும் செய்யவியலாதவர்களாய் ஆக்கிவிட்டிருந்தது. மேடையை நெருங்கும்வரை இருவருமே ஒருவர் பாவாடையை மற்றவர் தன் இறுக்கமான பிடியிலிருந்து விடவுமில்லை, ஆண்களைத் திட்டித்தீர்த்துக்கொண்டிருப்பதை கேத்தரின் நிறுத்தவுமில்லை. அவளிடம் இத்தனை வசவுகளையும் சாபங்களையும் வாங்கிக் கட்டிக் கொண்டும் விடாமல் அவளுடைய பாவாடையைப் பற்றியிழுத்துக் கொண்டேயிருக்கும் குறும்பனை அவளருகில் எங்கும் அடையாளம் காணவியலாமல் பொறுமையுடனும் குழப்பத்துடனும் அவர்களைச் சிரமப்பட்டு முன்னோக்கி நகர்த்திக்கொண்டிருந்த கூட்டம் கடைசியில் மேடையின் முன்னிருந்த வெற்றிடத்தில் இருவரும் நின்றுகொண்டிருந்த நிலையைக் கண்டு கொல்லென்று சிரித்துவிட்டது. வயதிற்கே வந்திராத எலினாரை அந்தச் சிரிப்பு அதிகம் பாதிக்கவில்லை. ஆனால் இன்னும் சிலநாட்களில் திருமணம் நிச்சயிக்கப்பட்டிருந்த, குமரிப்பெண்ணான, கேத்தரினின் முகம்தான் அவமானத்தைத் தாள முடியாமல் வெட்கத்தில் கன்றிச் சிவந்துபோய்விட்டது. அவள் புனித நீரைத் தலையில் வாங்கிக் கொள்ளாமலும், பின்னால் துரத்திக்கொண்டுவரும் எலினாரைக்கூடக் கவனிக்காமலும் அழுதபடியே மைதானத்தை விட்டு வெளியேறினாள். பிறகு சில தடவைகள் லிட்டில்போர்ட்டிலும், அவளுடைய பக்ககமான டர்ஹாமிலும்கூட அவள் வெஸ்லேயின் பிரசங்கம் நடக்குமிடங்களைக் கடந்துசென்றாளாயினும் ஒரு தடவையேனும், மைதானத்திற்கு வெளியே இருந்தபடியேகூட, அதைக் கேட்க அவள் பிரியப்படவில்லை. வெஸ்லே சகோதரர்கள் தன்னைப் பார்த்துவிட நேர்ந்தால் தன்னைப் பற்றின ஞாபகம் கண்டிப்பாகப் பிரசங்கத்தைச் சிலவினாடிகளாவது நிறுத்தி அவர்கள் முகத்தில் கேலிச்சிரிப்பை உண்டுபண்ணிவிடுமென்று அவள் நம்பியதே அதற்குக் காரணம். அதை வெற்றுக் கற்பனையென்றும் சொல்லிவிட முடியாது. அந்தக் கூத்து பிரபலமாகிப்போய் டௌன்ஹாம் சந்தையில், அக்காளும் தங்கையும், அவள் பெண்மையை இவளும் இவள் பிருஷ்டத்தை அவளும் மாற்றிப் பிடித்துக்கொண்டிருந்த கதையே காய்கறிகளைவிட அதிகமாகக் கூவி விற்கப்பட்டுக்கொண்டிருந்ததாக

அவர்கள் குடும்பத்தவர்கள் உள்பட, ஈலி வட்டாரத்தவர்களும் லிட்டில்போர்ட்காரர்களும் நெடுநாட்கள்வரை சொல்லிச்சொல்லிச் சிரித்துக்கொண்டிருந்தார்கள். அப்போதன்று, மாறாக, பல வருடங்களுக்குப் பிறகு மீண்டுமொருமுறை நெரிசலின் அழுத்தத்தால் உயரே ஏந்தப்பட்டு கால்கள் தரையில் பாவாமலும், தன் குருட்டுத்தனத்தின் மேலும் மிதந்து கொண்டிருந்த எலினாருடைய விழித்திரைகளின் மேல் ஸ்திரமாக எழுப்பப்பட்டுவிட்டிருந்த வெண்ணாளிச்சுவரில் நினைவுத்தூரிகையானது அவளைச் சுற்றிச் சுழன்றுகொண்டிருந்த யாவரையும் ஜான் வெஸ்லேயின் பேச்சைக் கேட்க வந்திருக்கும் விசுவாசிகளாயும், தெ வில்லி விடுதி வளாகத்தை ஈலி தேவாலய மைதானமாயும் தீட்டத் துவங்கியபோதே, அந்த மரணாபத்தான நிலையிலும், அவளருகிலிருந்த ஒருசிலர், அதிர்ச்சியில் அவள் பைத்தியமாகிப்போனாளென்று நினைத்து, பரிதாபப்படும்வண்ணம் டௌன்ஹாம் சந்தையில் பிறகொருநாள் சொல்லப்படவிருக்கும் அந்தக் கதை எலினாரை அடக்க முடியாமல் வெடித்துச் சிரிக்கச் செய்துகொண்டிருந்தது. மேலும் அது அவளைப் பிறருடைய மார்புக்கு மேல் வளர்ந்திராத சிறுமியாகவே உணரச் செய்து கொண்டுமிருந்தது. விரைந்தோடும் மிருகத்தின் பாதத்தூளியைப் போல நகரும் திசைகளிலெல்லாம் மையங்கொண்டும் பிறகு மையத்திலிருந்து எண்திசைகளிலும் சிதறிக்கொண்டுமிருந்த உடல்களினிடையே தாறுமாறாய் அலைக்கழிக்கப்பட்டபோதிலும் பயந்து அலறுவதென்பது இன்னும் சற்று நேரத்தில் விதியின் பலத்த கேலிச் சிரிப்பின் முன் யாவரையும் கொண்டுவந்து நிறுத்திவிடுமென்பதை முன்பே தெரிந்து கொண்டுவிட்டவளைப் போல அவள் பெண்களனைவரையும் பொறுமையாக இருந்து பரமபிதாவின் நாடகத்தை ரசிக்கும்படி சொல்லிக்கொண்டிருந்தாள். அவள் சொன்னதை யாரும் காதில் போட்டுக்கொள்ளும் நிலையில் இல்லை. அவர்கள் தங்களைக் காப்பாற்றும் ஆண்மகன் ஒருவனைக்கூடவா பிரான்ஸ் தன் வயிற்றில் பிரசவிக்கவில்லை எனக் கேட்டு அலறிக்கொண்டிருந்தார்கள். (விதை தேவனுடைய வசனம், கேட்கிறதற்குக் காதுள்ளவன் கேட்கக்கடவன்.) ஒருசிலர் அவள் கலகக்காரர்களின் கூட்டத்தைச் சேர்ந்தவளாக இருக்கக்கூடுமென்றுகூடத் தங்களுக்குள் முணுமுணுத்துக்கொண்டார்கள். அச்சமும் பரபரப்பும் விடுதி உணவகத்தில் அவளை அவளுடைய கணவனின் கைத்தாங்கலில் குருடியாகப் பார்த்திருக்கக்கூடிய ஞாபகத்தை அவர்களிடமிருந்து பறித்துவிட்டிருந்தன. கிழிந்தும் புழுதியேறியும் குருதியீரத்தில் நனைந்தும் கிடந்த உடைகளாலும் உடல்களாலும் புகுந்தவர்களையும் இருந்தவர் களையும் படையினர் உட்பட யாரும் பிரித்துப்பார்க்க முடியாத அளவிற்குச் சூழலும் அங்கே வெகுவாகக் கலங்கிப்போய்த்தான் கிடந்தது. பலர் தொடர்ந்த குழப்பத்திலும் அலைக்கழிப்பிலும் களைத்துப்போய்ச் சரியத் துவங்கியிருந்தார்கள். எலினாருடைய பருத்த சரீரமேகூட, அவளுடைய மனம் தெ வில்லியிலிருந்து இடத்தாலும் காலத்தாலும் வெகுதொலைவிற்கப்பால் விலகிச் சென்றுவிட்டிருந்ததென்றாலும், மரத்தளத்தில் இழுபட்டும், தரையோடு அழுத்தித் துவைக்கப்பட்டும், படிகளில் உருட்டப்பட்டும் இடங்களைக் கடந்துகொண்டிருந்ததில் மிகவும் துவண்டுவிட்டது. இந்த நிலையில் கலவரத்தின் பல்வேறு ஒலிகளின்

கலவை அவற்றின் உச்சஸ்திதியில் ஒருங்கிணைந்து, ஜான் வெஸ்லேயின் கர்ஜனையையும் அவளுடைய நினைவுகளின் திரையில் வரைந்து, பிராயத்தின் சித்திரத்தைச் செவ்வனே பூர்த்திசெய்தபோது கேத்தரினைப் போலவே அவளும் தன்னினைவற்றவளாய், சிரித்தபடியே தன்னைத் துவைத்துக்கொண்டிருந்தவர்களின் காலடிகளில் சரிந்துவிட்டாள். அவள் பிறரைப் போல தான் காப்பாற்றப்பட வேண்டுமென்று கர்த்தருட்பட யாரையும் பிரார்த்திக்கவில்லைதான். ஆனாலும் கலவரத்தின் ஆரம்பக் கணங்கள் விளைவித்த குழப்பத்திலிருந்தும் அதிர்ச்சியிலிருந்தும் தங்களை விரைவிலேயே மீட்டுக்கொண்டுவிட்டதோடு சிப்பாய்களோடு சேர்ந்து, உடலில் காயமேற்படுத்திக்கொண்டவர்களையும், பிரக்ஞையற்றுச் சரிந்துவிட்ட மெல்லிதயக்காரர்களையும் உடனே தூக்கிச்சென்று அப்புறப்படுத்தவும், மீதமிருப்பவர்களை விடுதியின் பின்புறத் திறப்பின் வழியே தோட்டத்திற்கு அழைத்துச்செல்லவுமான உதவிகளில் ஈடுபட்டுக்கொண்டுமிருந்த, சில இளைஞர்களில் ஒருவனால், அவளும், கும்பல்களின் ஆகாயப் பார்வைக்கல்லாமல் தனிமனிதர்களின் கூர்ந்த விழிகளுக்கு மட்டுமே தட்டுப்படும் விடுதியின் நிலவறையொன்றிற்கு, தூக்கிச்செல்லப்பட்டுக் காப்பாற்றப்பட்டாள். அந்த இளைஞனே பின்பு கலவரம் ஓய்ந்ததும் அவளைத் திரும்ப அவளறைக்குப் பத்திரமாக அழைத்துச்சென்று விட்டுவிட்டும் வந்தான்.

அவன் பெயர் சொக்க கௌட. அவனை மறுநாள் ட்ரிஸ்ட்ராமுடன், அவன் தன் மற்ற மூன்று சகாக்களுடன் தங்கியிருந்த விடுதி முதல் தளத்தின் ஒரு விஸ்தாரமான அறையிலேயே, எலினார் போய்ச் சந்தித்தபோது அவர்கள் தங்களை ஆங்கிலக் கிழக்கிந்தியக் கம்பெனியின் அரசியல் தலையீடுகளையும் நிலவாக்கிரமிப்புகளையும் எதிர்க்கத் தேவையான படையுதவியையும் தார்மீக ஆதரவையும் லூயியிடம் கோரிப் பெற திப்பு சுல்தானால் மகமத் உஸ்மான் கானின் தலைமையில் அனுப்பப்பட்ட, மகமத் தெர்விச் கான் மற்றும் அக்பர் அலி கான் ஆகிய மேலும் இரண்டு தூதுவர்கள் உட்பட நாற்பத்தெட்டுப் பேர்களடங்கிய, இந்தியத் தூதுக்குழுவின் அங்கத்தினர்கள் என்றும் இரண்டு வருடங்களுக்கு முன் பாண்டிச்சேரியிலிருந்து புறப்பட்டு ஒரு வருடத்திற்கு முன் லூயியின் அரசவையை அடைந்தவர்கள் என்றும் அறிமுகப்படுத்திக்கொண்டார்கள். வெர்சைல்ஸ் அரண்மனையின் மிகப் பிரம்மாண்டமான ஹெர்குலஸ் அரங்கத்தில் லூயி மரியே அன்டாய்னெட் உடன்வர அவர்களை ரத்தினக் கம்பளம் விரித்துப் பிரமாதமாக வரவேற்றதென்னவோ வாஸ்தவம்தான். ஆனால் அவர்கள் பரதேசம் வந்த வேளை, சுல்தான் அனுப்பியிருந்த, பத்தாயிரம் பேர்களடங்கிய பிரெஞ்சுச் சேனையொன்றையும், ஆங்கிலேயர்களின் மீது உடனடியான போர் அறிவிப்பையும், முதலில் மதறாஸ் பிறகு பம்பாய் மற்றும் வங்காளம் ஆகிய நிலப்பகுதிகளை அவர்களிடமிருந்து வரிசையாக மறுபடி மீட்கும்வரை தடையறாத யுத்தத்திற்கான பூரண ஒத்துழைப்பையும் வேண்டும் வரைவொப்பந்தத்தில் லூயி கடைசிவரை கையெழுத்திட மறுத்துவிட்டார். உண்மையில் அவருக்குச் சுல்தானுக்கு உதவி செய்யும் விருப்பமும், பிரிட்டனைப் பழிவாங்கும் வேட்கையும் இருக்கத்தான் செய்ததென்றும், ராணுவ மந்திரி கேம்தே தெ லா லூஸெரெனீதான் பிரான்ஸில் தொடர்ந்து நடக்கும்

கலவரங்களையும், உள்நாட்டுக் குழப்பத்தைப் பயன்படுத்திக்கொண்டு ஆஸ்திரியா, ஸ்பெயின், ரோம் ஆகிய நாடுகள் எந்த நேரத்திலும் பிரான்ஸை முற்றுகையிடக் காத்துக்கொண்டிருப்பதையும் (அது உண்மைதானென்றாலும்) காரணங்காட்டி மன்னரின் மனதைக் கலைத்துவிட்டதோடு ஏழு வருடங்களுக்கு முன் மாது நாராயணராவ் மூலமாக சுல்தானின் தகப்பனார் ஹைதரலி சமர்ப்பித்த ஒப்பந்தத்தில் கையெழுத்திட்டிருந்தபடி மைசூர் சமஸ்தானத்தில் ஏற்கெனவே, பாண்டிச்சேரியிலிருந்து மைசூர்க் கடற்கரைப் பிரதேசங்களுக்கு இடமாற்றம் செய்யப்பட்டு, நிறுத்திவைக்கப்பட்டிருந்த பிரெஞ்சுப் படைகளையும் பிரான்ஸுக்குத் திரும்ப அழைத்துக்கொள்ளவும் தூபம் போட்டுவிட்டார் பார்த்தசாரதி அய்யங்கார் என்று கௌடவால் அறிமுகப்படுத்தப்பட்ட, ஐம்பது வயதைத் தாண்டிக்கொண்டிருந்த, ஆனால் காத்திரமான உடற்கட்டாலும் கம்பீரத்தாலும் ஆறடியென்று சொல்லத்தக்க உயரத்தாலும் முதுமையை வெற்றிகண்டிருந்த, பெரியவர் குறைபட்டுக்கொண்டார். அவர் திப்பு சுல்தானின் அரண்மனையில் நூலகராகப் பணியாற்றிக்கொண்டிருந்தார். நிறைந்த படிப்பாளியென்றும், உலக ஞானமுள்ளவரென்றும் (என்றாலுமே இந்துஸ்தானத்தைக் கபளீகரம் செய்துகொண்டிருக்கும் பிரிட்டிஷ் இனத்தைச் சேர்ந்த ஒரு பெண்ணின் உயிரைக் கௌட காப்பாற்றியதை அவரால் அத்தனை உவப்பான விஷயமாகப் பார்க்க முடியவில்லை. அதை வெளிப்படையாகவே தம்பதிகளிருவரிடமும் மன்னிப்புக் கேட்டுக்கொண்டு அவர் ஒரு தடவை சொல்லவும் செய்தார், நானாயிருந்தால் உங்கள் நன்றியைக்கூட நான் ஏற்றுக்கொண்டிருக்க மாட்டேன், ஆனால் கௌட என் விருப்பத்திற்குரிய மாணவன், எனக்குப் பிடிக்காதவற்றையும் நான் செய்யும்படி செய்துவிடுவதில் அவன் எப்போதுமே வெற்றி பெற்றுவிடுகிறான்), நதி நீராடலை வெறுப்பவரென்கிற பொருள்படும்படி காக்கைப் பார்ப்பான் என்றும் சொந்த ஊரில் பிரசித்தியடைந்திருந்தார். அவர் சொன்னார், லூஸெரெனீ மந்திரியாவார் என்று நாங்கள் எதிர்பார்க்கவில்லை, பாண்டிச்சேரித் துறைமுகத்தில் நாங்கள் கப்பலேறியபோது லூயியின் படையமைச்சர் மரேச்சல் தெ கேஸ்ட்ரீஸ், அவர் சுல்தானின் மிக நெருங்கிய நண்பர், அவர் எங்களுக்காக லூயியிடம் சிபாரிசு செய்து எப்படியும் காரியத்தை ஜெயமாக்கிக் கொடுத்துவிடுவாரென்று நம்பித்தான் எங்கள் முக்கிய மந்திரி பூர்ணய்யா தூதுக் குழுவை அனுப்ப சுல்தானுக்கு ஆலோசனை சொன்னார், ஆனால் நாங்கள் வந்துசேர்வதற்குள் கேஸ்ட்ரீஸ் பதவியிலிருந்து நீக்கப்பட்டு இந்தக் குள்ளநரி லூஸெரெனீ மந்திரியாக்கப்பட்டுவிட்டார், தூதுக் குழுவைப் பாண்டிச்சேரியிலிருந்து அழைத்துவந்த பட்டு வியாபாரி மோன்னெரோனைக்கூட உனக்கு இதுதான் வேலையா என்று அவர் ரகசியமாகக் கடிந்துகொண்டதாகக் கேள்வி. இரண்டுமாத காலம் லூயியோடு தொடர்ந்து பேச்சுவார்த்தை நடத்திய பின், வெறுமே நாட்டிய நாடகங்களையும், அரண்மனைச் சுகவாசத்தையும், எடையை அதிகரிக்கச் செய்த பாலாடைக் கட்டியையும், ஓர் இன்பச் சுற்றுலா வந்ததைப் போல அனுபவித்து முடித்த குற்றவுணர்வோடு முகத்தைத் தொங்கப் போட்டுக்கொண்டு தூதுக்குழு இந்தியாவிற்குப் புறப்பட்டுப்போனது என்றார் எலினாரைப்

போலவே பருத்த உடல்வாகு கொண்டவராயிருந்த, சுல்தானின் துபாஷிகளில் ஒருவரும், பூர்ணய்யாவின் தூரத்து உறவினரும், பிரெஞ்சு, ஆங்கிலம், டச்சு மற்றும் போர்ச்சுக்கீசிய மொழிகளில் பாண்டித்தியம் உள்ளவருமான, ரெங்கராவ் என்றழைக்கப்பட்ட நாற்பத்தைந்து வயதுக்காரர். பிரான்ஸால் மைசூர் சமஸ்தானத்திற்கு உதவி செய்ய முடியுமென்கிற நம்பிக்கையை விட்டொழித்த பின், கடந்துகொண்டிருந்த இளமையைத் தக்கவைத்துக்கொள்ளும் வெறியில் அதீதமான அலங்கார வஸ்துகளை முகத்திலும் உடலிலும் வாரியிறைத்துக்கொண்டிருந்த அவருக்கு அப்போது ஒரேயொரு ஆசைதான் மிஞ்சியிருந்தது, உஸ்மான் கானை வற்புறுத்தியேனும் உட்காரவைத்து அவர் உருவத்தை அழகுறச் சிலைசெய்த அந்த பிரெஞ்சுச் சிற்பி க்ளாட் ஆன்ட்ரே தெஸினின் கையால் தன் உருவத்தையும் வரையச்செய்து அதைத் தன் பாரீஸ் விஜயத்தின் ஞாபகச் சின்னமாக இந்தியாவில் காட்டிக் கொள்ளக் கையோடு எடுத்துச்செல்ல வேண்டும். மூன்றாமவர் தன்னை ஸ்டீபன் கேனா என்று அறிமுகப்படுத்திக்கொண்டார். தன் முப்பதுகளின் பின்பகுதியில் இருப்பதைப் போல களைப்படையத் துவங்கியிருந்த அவர், வியாபாரப் பெருக்கத்தின் நிமித்தமாகத் திப்புவால் வரவழைக்கப்பட்டு மைசூர் சமஸ்தானத்தில் குடியேறிய, ஆர்மீனியக் கிறிஸ்தவக் குடும்பங்களிலொன்றைச் சேர்ந்தவர். அவர்கள் சமஸ்தானத்தின் படைகள், வாகனங்கள், உழவு மற்றும் மருந்துகளின் தேவைகளுக்காக இமயமலைக்கு அப்புறமிருந்த தேசங்களிலிருந்து குதிரைகளைத் தருவித்துக் கொடுத்துக்கொண்டிருந்தார்கள். ஸ்டீபன் கேனா ஆம்பூர்ப் போரில் சுல்தான் கைப்பற்றிய குதிரைகள் அத்தனையையுமே சமஸ்தானத்தின் குதிரைப்படையோடு சேர்த்து அவற்றின் கூர்ந்த நாசிப்புலனுக்கு அதுவரையில் பழகியிருந்த பழைய இடங்கள் மற்றும் ஆங்கில உடல்களினுடைய வாசனையை முற்றாக மழுங்கடித்து விடுவதைக்காட்டிலும், அவற்றிலிருந்து, வெட்டுக்கிளியின் உபாதைக்கே தோலைச் சுழித்துக்கொள்ளும் நுண்ணுர்வு கொண்ட, புரவிகள் சிலவற்றைத் தேர்ந்தெடுத்து எல்லைப் புறங்களில் அவற்றைச் சுதந்திரமாக உலாவ விடுவதன் மூலம் அவற்றின் மோப்ப சக்தியை உயிர்ப்போடு வைத்திருந்து, பிறகு நிறைய தானியக் கூலியும் அவகாசமும் கேட்கும், பிறகும் பல சமயங்களில் பறங்கியரின் தேநீருக்கும் மட்டத் துப்பாக்கிகளுக்கும் வெள்ளைத் தோலுக்கும் சோரம் போய்விடும் லம்பாடி ஒப்பந்தக்காரர்களுக்குப் பதிலாக, எதிரியின் மறைவிடங்களைக் கண்டுபிடிக்க அவற்றையே உபயோகப்படுத்திக்கொள்ளலாம் என்கிற யோசனையைத் தன் அண்டைவீட்டுக்காரரும் குதிரைப்படைத் தளபதியுமான ஹரிசிங்கிடம் பேச்சுவாக்கில் ஒருநாள் சொல்லப்போக அவருடைய அன்பிற்கும் மதிப்பிற்கும் பாத்திரமாகி அவருடைய சிபாரிசின் பேரிலேயே சுல்தானுடைய மெய்க்காப்பாளர்களில் ஒருவராக அரண்மனைக்குள் நுழைந்தார். (சிறுவயதிலிருந்தே குதிரை களுடன் பழகிப்பழகி, பாதிக் குதிரையாகவே ஆகிவிட்டவரென்று பேசப்படுமளவிற்கு, அவற்றின் குணநலன்களைக் கரைத்துக் குடித்தவரா யிருந்த அவர் ட்ரிஸ்ட்ராம், எலினார் தம்பதிகள் அவரைச் சந்தித்த இரண்டு வருடங்களுக்குப் பிறகு திப்பு சுல்தானுடைய குதிரைப் படைகளின்

முன்வரிசை நடத்துநராய் நின்று பெங்களூரைத் தொட முடியாதவண்ணம் ஹொஸக்கோட்டாவிலேயே கார்ன்வாலீஸின் படைகளை மறித்து நடத்திய போரின்போது, தலை வெட்டப்பட்டுவிட்டதை அறியாமல் காலை உயர்த்திப் பாய எத்தனித்துக்கொண்டிருந்த, இறந்து சில விநாடிகளே ஆகியிருந்த, இவுளியொன்றின் முன்கால் குளம்புகளால் எதிர்பாராதவிதமாக மார்பில் உதைபட்டு இதயத் துடிப்பு நின்றுபோய் இறந்தார்). தூதுக் குழுவினரில் ஒருவனாக, தன் தகப்பனின் செல்வாக்கைப் பயன்படுத்திக்கொண்டு பிரான்ஸ் வந்திருந்த, அக்பர் அலி கானின் மகனுடைய நெருங்கிய நண்பரென்கிற ஹோதாவில் ஸ்டீபன் பாரீஸில் தாமதிப்பதற்குரிய வாய்ப்பைப் பெற்றிருந்தார். அவரைப் போலவே மகமத் உஸ்மான் கானுடன் வந்திருந்த அவருடைய அண்ணன் மகனின் நண்பன் சொக்க கௌட. இருபத்துநான்கு வயதினன். அந்த நான்கு பேரில் அவனே மிக இளையவனாயும், அய்யங்காருக்கு அடுத்தபடியாக, நம்பற்கரிய உடற்பருமன்கொண்ட ஒரு பெண்ணை அனாயசமாகக் கைளில் ஏந்தியபடி கூட்டத்தினுள் ஓடித் திரியுமளவிற்குப் பலசாலியாயுமிருந்தவன். ஹைதரலியின் காலத்திலேயே, பெங்களூருக்குத் தெற்கில் இருக்கும் ஸ்வப்னஹள்ளி என்கிற சிறிய கிராமத்திலிருந்து அந்த ஊர்க்காரர்களோடு ஏற்பட்ட ஒரு மனஸ்தாபத்தினால் வெளியேறி, ஸ்ரீரங்கப்பட்டணத்திற்குக் குடியேறிய ஒரு குடும்பத்தைச் சேர்ந்தவன் அவன். சுல்தானின் ஒற்றர்படையின் நான்காம் பிரிவு ஃபெமிதார்களில் ஒருவன். அவன் தந்தையும் ஹைதரின் படையில் தளபதியாக இருந்து பணி ஒய்வு பெறும் முன்பே தன் பெண்ணால் இறந்துபோனவர். அவர்கள் நால்வரும் ஒருவேளை பிரான்ஸின் கொந்தளிப்பான சூழலோ லூயியின் மனதோ அல்லது லூஸெரெனீயோ மாறும்பட்சத்தில் மீண்டுமொருமுறை ஒப்பந்தப் பேச்சுவார்த்தையைத் தொடங்கவோ அல்லது அதற்குச் சாதகமான சூழல் கனிந்திருப்பதை இந்தியாவிற்குத் தகவலறிவிக்கவோ வசதியாக இருக்குமென்கிற உஸ்மான்கானுடைய யோசனையின்பேரில், மேலும் பிரெஞ்சு ராணுவப் பள்ளியில் சில கொரில்லாமுறைப் போர்ப்பயிற்சிகளைப் பெற்றுக்கொண்டு பதிலுக்கு ஏவுகணைத் தொழில்நுட்பங்களில் அவர்களுக்குப் பயிற்சியளிக்கவுமென்று, பிரான்ஸிலேயே மேலும் சில காலத்திற்கு லூயியின் தனிப்பட்ட அனுமதியுடன் (அதிகாரபூர்வமாக அன்று) நிறுத்திவைக்கப்பட்டிருந்தார்கள்.

கௌடவின் அறைவாசலிலேயே காட்டப்பட்ட வரவேற்பும் உபசரிப்பும் மரியாதையும் ட்ரிஸ்ட்ராமையும் எலினாரையும் உடனே அவர்கள்பால் வெகுவாக ஈர்த்துவிட்டனவென்றால், உள்ளே நுழைந்த பிறகு, நண்பர்கள் ஒவ்வொருவரையும் கௌட, அவர்களுடைய தனிப்பட்ட, சுவாரஸ்யமான குணநலன்களோடு, சிக்கனமான சொற்களால் அறிமுகப்படுத்திவைத்த விதமும், நண்பர்களுக்கு எலினாரை அறிமுகப்படுத்திய நாகரிகமும், எலினாரின் மூலமாக ட்ரிஸ்ட்ராமை அறிமுகம் செய்துகொள்வதில் அவர்கள் காட்டிய ஆர்வமும் அந்த நால்வருடனும் நெடுங்காலம் பழகிவிட்டிருந்த உணர்வை இருவருக்குள்ளும் ஏற்படுத்தியது. பேசத் துவங்கிச் சற்றுநேரத்திற்குப் பிறகோ, பிரெஞ்சுப் பாணிக்கோ ஆங்கிலப் பாணிக்கோ சற்றும் சம்பந்தமில்லாத

அவர்களுடைய வேடிக்கையான உடையலங்காரத்தையும் கைகால்களிலும் முகங்களிலும் அவர்கள் பூண்டிருந்த சிறு காதணிகள், வளையல்கள், தண்டைகள் மற்றும் பொன்னாபரணங்களின் வினோத வடிவங்களையும் அவர்களுடைய முகத்திற்கெதிராகவே வியப்புடனும் பரிகாசத்துடனும் எலினாரிடம் வர்ணித்துச்சொல்ல அவர்கள் ட்ரிஸ்ட்ராமைத் தயக்கமின்றி அனுமதிக்குமளவிற்கும், பதிலுக்கு அவர்களும் இந்தியாவில் புகுந்துகொண்டிருக்கும் ஆங்கிலேயர்களின், தங்கள் மண்ணுக்குச் சற்றும் ஒவ்வாத நடையுடை பாவனைகளைப் பகடி செய்து விருந்தாளிகள் காயமுறாதவண்ணம் அவர்களைச் சிரிக்கச் செய்யுமளவிற்கும் ஒருவருக் கொருவர் பரிச்சயமாகிவிட்டார்கள். இரண்டு பக்கத்தினருமே பிரெஞ்சு மண்ணுக்கு அந்நியமானவர்களென்கிற பொதுவான அம்சமும் கூடுதலான நெருக்கத்தை அவர்களிடையே உண்டுபண்ணியிருந்தது. அறிமுகங்களுக்குப் பிறகு சொக்க கௌட அதிகம் பேசவில்லை. அவன் பேச்சைக் கவனித்துக்கொண்டிருப்பதிலேயே அதிக ஆர்வம் காட்டும் இயல்பினன். எலினாரைக் காப்பாற்றியதற்காக ட்ரிஸ்ட்ராம் நன்றி சொன்னபோதுகூட கூச்சத்தோடு, தன் நண்பர்கள் சார்பில்தான் அவன் அதை ஏற்றுக்கொண்டான். அவனுக்குப் பதிலாக, நகரத்தின் பல பகுதிகளிலும் முந்தினநாள் கலவரம் பரவியிருந்ததென்றாலும், உண்மையில் தெ வில்லிக்குள் அவர்களுடைய ஊடுருவலும் கூச்சலும்தான் ஆர்ப்பாட்டமாக இருந்ததேயொழிய, அறைவாசிகள் நிலைமையைச் சற்று நிதானித்துக்கொள்ளப் பிரியப்பட்டிருந்தால், யாரும் யாரையும் காப்பாற்றி நன்றிகளைப் பெற்றுக்கொள்ளுமளவிற்கு, விடுதியினுள் ஆபத்து முற்றியிருக்கவில்லை என்று பார்த்தசாரதி அய்யங்கார்தான் மேற்கொண்டு பேசினார், கலகக்காரர்கள் யாரும் தங்கள் கைகளில் கொண்டுவந்திருந்த கற்கள், கைத்தடிகள், கண்ணாடிப்புட்டிகள் ஆகியவற்றை அசேதனப் பொருட்கள் மீதன்றி மனிதர்கள் மீது பிரயோகிக்கும் எண்ணத்திலில்லை, படைகளும் அறைவாசிகளுக்கோ விடுதி ஊழியர்களுக்கோ பாதிப்பு எதுவும் ஏற்பட்டுவிடாதவண்ணம்தான் அவர்களை விரட்டிவிட முயற்சிசெய்துகொண்டிருந்தது, எனவே உயிர்ச்சேதமோ உடற்சேதமோ விடுதியினுள் ஏற்பட்டிருக்க வாய்ப்பே இல்லை, அப்படியொரு அசம்பாவிதம் ஏற்பட்டிருக்குமானால் அது அறைவாசிகள் பயந்துபோய் பெரிதாக்கிவிட்ட குழப்பத்தின் காலடியில் அவர்களே சிக்கி நசுங்கிப்போனதாக மட்டும்தான் இருந்திருக்கும். கௌடவைத் தன் கேள்விகளால் அடிக்கடி தூண்டிவிட முயற்சித்துக் கொண்டிருந்த எலினாருக்கு அவன் குரலை அதிகம் கேட்க முடியாதது வருத்தத்தை அளித்தது. ஒருகட்டத்தில் பொறுத்துக்கொள்ள முடியாமல் அவள் தன் குறையை வெளிப்படையாகவே சொல்லப்போக, அது சூழலை இன்னும் ரசம் மிகுந்ததாக ஆக்கும்வண்ணம், உடல் வலுவையும் நகைச்சுவையுணர்வையும் தன்னடக்கத்தையும் தவிர கௌடவிட மிருந்த இன்னொரு திறமையை, அவள் அறிந்துகொள்ளும்படி, வெளிக் கொணர்ந்துவிட்டது. அது, கொள்கலத்தின் வடிவத்திற்கும் நிறத்திற்கு மேற்பத் தன் வடிவத்தையும் பிரதிபலிப்பையும் மாற்றிக்கொள்ளும் தண்ணீரைப் போல, மனதில் நினைத்துக்கொள்ளும் உருவத்தின் முகத்தையும் நடையுடை பாவனைகளையும் குரலையும் தன் முகத்திலும்

அங்க அசைவுகளிலும் பேச்சிலும் தத்ரூபமாகக் கொண்டுவந்து நிறுத்திக்காட்டும், ஓர் அதிசயமான வித்தை. எலினாரின் சார்பாக நண்பர்கள் மிக வற்புறுத்தியதன்பேரில் கெளட, கலவரத்தினூடே சிக்கிக் கொண்ட எலினாரின் பைத்தியக்காரத்தனமான சிரிப்பையும், அந்த நேரத்தில் வெளிப்பட்டுக்கொண்டிருந்த அவளுடைய, எட்டுவயதுச் சிறுமியையொத்த, குரலையும் அங்க சேட்டைகளையும் மரியே அன்டாய்னெட் தனக்குத் தானே விசிறிக்கொள்ளும் பாணியையும், லூயியின் காலை உணவையும், திப்பு சுல்தானின் பிரசித்திபெற்ற குள்ளத்தையும் தொப்பையையும், பாரீஸ் வேசிகளின் ஒய்யாரத்தையும், முன்தின ஆர்ப்பாட்டக்காரர்களின் வேகத்தையும், இவற்றுக்கு மேலாக அவன் அவ்வப்போது தெ வில்லியின் அருந்தகத்தில் எட்ட யிருந்தே பார்க்க நேர்ந்த நிகோலஸின் கர்வத்தை மட்டுமல்லாது அவருடைய பயத்தையும்கூட நடித்துக்காட்டியபோது, இரைமீது கழுகு பாய்வதைப் போல அவன் முகத்தின் மீது மட்டுமன்றி, கண்மறைவான அவயவங்களுட்பட, உடலெங்கிலும்கூடக் குறிதவறாமல் மாறிமாறிப் பாயும் வேற்று உருவங்களைக் கண்டு, ஆசிரியர்கள், குருமார்கள் மற்றும் காதலிகளின் குரல்களில் பேசித் தங்களுடைய வெறுப்பையும் ஆற்றாமைகளையும் தணித்துக்கொள்ளும் நண்பர்களையும் மாணவர்களையும் கல்லூரிக் காலத்திலேயே பார்த்திருந்த, சாதகத்தால் கைகூடிவரும் சாதாரணத் திறமையென்பதற்கு மேல் அதிகம் அந்தக் கலையின் மேல் ஆர்வமோ ஆச்சரியமோ அதிக எதிர்பார்ப்போ கொண்டிராத ட்ரிஸ்ட்ராம் நிஜமாகவே பிரமித்துப்போனான். ஒரு மனிதனுடைய அந்த நேரத்திய நடையுடை பாவனைகளை அவனுடைய மறதியே தீர்மானிக்கிறது என்கிற விதியின் மேல் நிகழ்த்தப்படும் அந்தக் கலையால் கெளட பலபேருடைய தனிப்பாங்கான உடலசைவுகளையும் பழக்கவழக்கங்களையும் பற்றிக்கொண்டு, கீழிறங்கி, மனக்கிணற்றினுள் மூழ்கிக்கிடக்கும் அவர்களுடைய சிறுவயதுச் சம்பவங்களைக்கூட வெளியே கொண்டுவந்து காட்டிவிடுமளவிற்கு அதில் நிபுணத்துவம் உள்ளவன் என்றும் அவனைப் பற்றி நண்பர்கள் புகழ்ந்து கூறினார்கள். நிரூபித்துக் காட்ட வேண்டிய அவசியமில்லாமலேயே அதை நம்புவதாகச் சொன்ன ட்ரிஸ்ட்ராம் தன் வியப்பை எலினாரிடம் பரவசம் மிகுந்த சொற்களால் வெளிப்படுத்தியபோது, தன் குரலைச் சற்றும் பிசகாத தொனியில் தானே கேட்ட குதூகலத்தில் விழுந்து விழுந்து சிரித்துக்கொண்டேயிருந்த அவள், செவிகளாலன்றி, கண்களால் அவற்றைப் பார்த்து ரசிக்க முடியாமல் போனதற்காக மிகவும் வருத்தப்பட்டுக்கொண்டாள்.

அவ்வப்போது அரைகுறையாகச் சார்த்தப்பட்ட விடுதிக் கதவுகளுக்கு வெளியேயிருந்து கேட்டுக்கொண்டிருந்த எச்சரிக்கை வெடியொலிகள் கிளப்பிவிட்ட அச்சவுணர்வையும் உடல் நடுக்கத்தையும் மீறி, நெடுநேரம், பாரீஸ் ஆர்ப்பாட்டங்கள், அவற்றோடு ஒப்பிடும்போது இந்தியா மற்றும் பிரிட்டன் நிலங்களின் கலக ஆகிருதி, தனிப்பட்ட அனுபவங்கள், மன்னர்களின் குணாதியங்கள், தலைவர்கள் எனப்படுவோரின், உருவத்தையும் பரவலான அபிப்பிராய பேதங்களையும் மீறிய, பொதுவான கவர்ச்சி என, ட்ரிஸ்ட்ராம் எலினாரின் காதல் கதைவரை, பல விஷயங்களைப் பற்றி, அவர்கள் உரையாடிக்கொண்டிருந்ததென்னவோ

நல்லதோர் அனுபவமாகத்தான் இருந்தது. ஆனால் அந்த இந்தியர்களுடைய பேச்சில் மெழுகுச்சுடரைப் போல, தவிர்க்கவியலாமலும், விருந்தாளிகளைக் காயப்படுத்திவிடக் கூடாதென்கிற எச்சரிக்கையுடனும், நடுங்கிக்கொண்டிருந்த, ஆங்கிலேயேர்கள்மீதான, ஆழ்ந்த வெறுப்புதான் ட்ரிஸ்ட்ராமையும் எலினாரையும் அவ்வப்போது முள்ளின் மேல் இருப்பதைப் போல தவிக்கச் செய்துகொண்டிருந்தது. இந்தியாவில் தங்கள் நாட்டவரின் அத்துமீறல்கள்பற்றிப் பிரதம மந்திரி வில்லியம் பிட்டின் கவலை நிறைந்த, தொடர்ந்த அறிக்கைகள் மூலமாக ஏற்கெனவே அறிந்திருந்தாலும், அதை நேருக்கு நேராக, நேரடியாகவே பாதிக்கப்பட்டவர்களும், லண்டன் லீடன்ஹால் தெருவின் கெட்ட கனவு என அறியப்பட்டிருந்த ஓர் இந்திய மன்னனின் தளபதிகளுமான அவர்களுடைய வாயால் விவரிக்கக் கேட்டபோது இருவரும் தர்மசங்கடத்திலும் குற்றவுணர்விலும் நெளிந்தார்கள். பேச்சின் நடுவே ஒருமுறை, எலினாரின் கழுத்தைச் சங்கோஜமில்லாமல் பல தடவைகள் உற்றுப் பார்த்துக்கொண்டேயிருந்த ஸ்டீபன் கேனா, திடீரென்று, அவள் தன் கழுத்துச் சங்கிலியில் பதித்துத் தொங்கவிட்டுக்கொண்டிருப்பது காஷ்மீரக் காடுகளின் ராஜநாகங்கள் கக்கும் ரத்தினக்கல்லைப் பொதிந்து பூவேலைகள் செய்யப்பட்ட வங்காள தேசத்துப் புகழ்பெற்ற பச்சைப் பதக்கம்தானே என்று கேட்டு அவர்களைப் பதற்றமுறச் செய்துவிட்டார். ஸ்டீபனின் சுட்டிக்காட்டலுக்குப் பின், அந்தச் சங்கிலியை, அது தன் திருமண நகையென்கிற உறுத்தலோடுகூடவே, கழுத்தில் அணிந்துகொண்டிருப்பதில் தனக்கு ஆர்வம் குன்றிக்கொண்டே வரும் என்றோ, இரண்டு வருடங்களுக்குப் பிறகு, ஏறக்குறைய ஸ்டீபன் கேனா தலையறுபட்ட குதிரையால் தாக்கப்பட்டு மரணமடைந்த அதே காலக்கட்டத்தில், ஒரு தாதியின் பேச்சால் உந்தப்பட்டு தான் அதை நிரந்தரமாகவே கழற்றிவைத்துவிடப் போகிறோமென்றோ எலினார் அப்போது தெரிந்துகொள்ளவில்லை. அவள் முகம் இருண்டுவிட்டது. நல்லவேளையாக அப்போது இரண்டாவது தடவையாகவும் எலினாரைக் காப்பாற்றும் பொறுப்பை (வனாந்தரத்திலே கூப்பிடுகிறவருடைய சத்தம் உண்டாகும்.) வலிந்து தன் கையில் எடுத்துக்கொண்ட சொக்க கௌட, ஆனால் கருத்து பேதங்களையும் அரசியல் பகைகளையும் இந்தியர்கள் ஒருபோதும் தனிப்பட்டவர்களை வெறுக்கும் காழ்ப்புணர்ச்சிகளாகக் கொச்சைப்படுத்திக்கொள்வதில்லை என்று கூறி அவர்களுடைய சங்கடவுணர்வைத் தணித்தான். கௌடவின் பேச்சு, அது கௌடவின் பேச்சு என்பதனாலேயே, எலினாரை உடனே சமாதானப்படுத்தி விட்டதென்றாலும் அவளுடைய வற்புறுத்தலுக்கிணங்கி, முன்பின் யோசியாமல், அந்த இந்தியர்களைப் பார்க்கப்போனதை வலியச் சென்று உரலில் தலையைக் கொடுத்துக்கொண்ட அசட்டுத்தனமாக ட்ரிஸ்ட்ராம் தான் அவ்வப்போது உணர்ந்து சற்றே ஆயாசப்பட்டுக்கொண்டிருந்தான். உண்மையில் அன்று விடிந்தபோது அவர்களிருவருமே கௌடவைப் பார்த்து நன்றி சொல்லிவிட்டு வரும் திட்டம் எதையும் யோசித்து வைத்திருக்கவில்லை. மாறாக முதல்நாள் மாலையிலிருந்தே அவர்கள் நிகோலஸை எதிர்பார்த்துத்தான் காத்திருந்தார்கள். கலவரமும் அதில் மாட்டிக்கொண்டு மீண்டு வந்ததும் ஆச்சர்யப்படும்விதத்தில் எலினாரிடம் பெரிய தாக்கம் எதையும் ஏற்படுத்தவில்லையானாலும், ஏற்கெனவே

பாரீஸை நரகமாக உணர்வதாகப் புலம்பிக்கொண்டேயிருந்த அவளை அந்தச் சம்பவம் நிஜப்பிணமாகவோ அல்லது நடைப்பிணமாகவோ ஆக்கிவிடக்கூடுமென்று பயந்தபடி, ஆனால் அவளை உடனே அணுக முடியாமலும், அவள் நிலைமை தெரியாமலும், கூப்பிடு தொலைவில், இரண்டு தெருக்கள் தள்ளி, வேலையையும் அற்பச் சன்மானத்தையும் காட்டித் தன்னைச் சுயநலமியாக்கி இம்மாதிரியான சமயத்தில் அருகிலிருக்க முடியாதபடி எலினாரிடமிருந்து பிரித்துவிட்ட மருத்துவரை மனதாரச் சபித்துக்கொண்டே, ரிச்செலியூ குறுக்குத்தெருவின் நீள அகலத்திற்குள் சிறைப்பட்ட விலங்கைப் போல அலைபாய்ந்துகொண்டிருந்த ட்ரிஸ்ட்ராமை அது மோசமாகப் பாதித்துவிட்டிருந்தது. இத்தனைக்கும் தெ வில்லி சூறையாடப்பட்டுக்கொண்டிருக்கிறது என்கிற செய்தி ஸ்பானியக் குடியிருப்புப் பகுதியை எட்டியவுடனேயே தொழிற்பயிற்சிப் பள்ளியில் தன் வகுப்பை ரத்து செய்துவிட்டு அவன் வெளியே வந்து விட்டான். ஆனாலும் ராயல் அரண்மனைத் தோட்டமே ஆர்ப்பாட்டக் காரர்களின் ஆரவாரம் மையங்கொண்ட இடமாயிருந்ததால், புனித ஹொனோரே வீதிமுனையைத் தாண்டி அவன் பிரதான வீதியில் நுழைந்துவிட முடியாதபடி கலவரத்தின் வலுவான அலைகள் அவனைத் தடுத்து நிறுத்திவிட்டன. சுற்றுப்பாதைகளைத் தேர்ந்தெடுத்துக் கொள்வதையும் வழியைத் தவறவிட்டுவிடுவோமோ என்கிற பயம் மறுத்துவிட்டிருந்தது. கெட்ட நேரம்தான், என்றாலும் அது சில, விரும்பத் தக்க விளைவுகளையும், ஏற்படுத்தத்தான் செய்தது. கௌட உட்பட நான்கு நல்ல இந்தியர்களின் நட்பு மறுநாள் கிடைத்தது ஒன்று, மற்றொன்று, நினைத்தபோதெல்லாம் கைகளுக்கும் கண்களுக்கும் கிடைத்துக்கொண்டிருந்த எலினாரின் உருவத்தைத் திடீரெனக் காணாது தவித்த அந்த ஓரிரு மணிநேரத் தாமதத்தில், அவளைத் தன் பாவத்தின் கனத்த சிலுவையையாகவே தோளில் சுமந்துகொண்டிருப்பதாகப் பதினாறு வருட காலம் தனக்குள்ளேயே புழுங்கிக்கொண்டிருந்த ட்ரிஸ்ட்ராம் பெண்மையின் அண்மை தனக்குத் தெரியாமலேயே தன்னுள் கசியச் செய்துகொண்டிருந்த, பச்சாதாபமற்ற, தூய காதலை முதல் தடவையாக உணர்ந்து வெட்கமின்றித் தெருவிலேயே அழுது தன் மடைமையைக் கரைத்துக்கொண்டான். ரிச்செலியூ தெருவையும் அதில் சிறைப்பட்டிருந்த காலத்தையும் கடப்பதற்குள், பிரான்ஸில் காலடியெடுத்துவைத்த நாள்முதலாக அவனுக்குள் ஏறிவிட்டிருந்த, சிறந்த மருத்துவர் ஒருவருடைய கையில் தன் சுமையைக் கைமாற்றிவிட்டு விட்டதான, பொறுப்பைக் கழித்துவிட்ட மனோபாவத்தையும் உல்லாச மனநிலையையும் பாரீஸ் ஆர்ப்பாட்டங்களை மிடில்செக்ஸ் தேர்தல் பிரச்சாரக் கூட்டமாகக் கண்டு ரசித்தபடி அவற்றை வேடிக்கை பார்த்துக் கொண்டிருக்கும் குருட்டுத் தைரியத்தையும், அந்தப் பிற்பகல் அலைச்சல் பலமாகத் தாக்கிச் சுக்குநூறாகச் சிதறடித்துவிட்டிருந்ததால், அறைக்குத் திரும்பிய பிறகு, எலினார் தான் பிழைத்து மீண்ட கதையை அவனிடம், தன் சிறுவயது ஞாபகங்களிலிருந்து இன்னும் விடுபட்டிராதவளாய், சிரித்துக்கொண்டேதான் கூறினாளென்றாலும், அதில் அவனை இங்கிலாந்திற்குத் திரும்பிச்செல்ல வற்புறுத்தும் தொனி, வழக்கம்போல தன் வேண்டுகோளுக்கு எள்ளலும் அறிவுரைகளும்தான் பதிலாகக்

கிடைக்கும் என்று அவள் நம்பியதால், இருக்கவில்லையானாலும், ட்ரிஸ்ட்ராம் பிரான்ஸை விட்டு உடனே வெளியேறிவிடுவது என்று ஏற்கெனவே முடிவு செய்துவிட்டிருந்தான். எலினார் அதை எதிர்பார்க்க வில்லை. சந்தோஷத்தில் அந்தக் கணத்திலேயே அவள் உடல் மேலும் ஒரு சுற்றுப் பெருத்துவிட்டது. அவள் தனக்கு அப்போதே பார்வை திரும்பக் கிடைத்துவிட்டதாக ட்ரிஸ்ட்ராமின் கழுத்தைக் கட்டிக்கொண்டு, அவன் கண்ணீரைப் பார்க்க முடியாததால், முத்தமழை பொழிந்தாள். பாரீஸ் முழுவதும் கடைகள் யாவும் அடைக்கப்பட்டுவிட்டிருந்ததால் அவர்கள் முன்பு உத்தேசித்து வைத்திருந்த, நண்பர்களுக்கும் உறவினர்களுக்குமான பரிசுப் பொருட்களையாவது வாங்கிச்செல்ல ஓரிரு நாட்கள் மட்டும் தாமதித்துப்பார்க்கலாம் என்று ட்ரிஸ்ட்ராம் சொன்னதைக்கூட அவள், அது ஒன்றும் பெரிய மனத்தாங்கல்களை ஏற்படுத்திவிடாதென்று கூறி அவசரஅவசரமாக மறுத்துவிட்டாள், நம்மிருவருடைய உயிர்தான் பாரீஸிலிருந்து நம் உறவினர்களுக்கு நாம் எடுத்துச்செல்லப்போகும் விலையுயர்ந்த பரிசாக இருக்கப் போகிறது, அதை அவர்களும் அறிவார்கள். எலினார் அன்று மாலையே அவனையும் சேர்த்துக்கொண்டு பயணப்பெட்டிகளைக்கூட ஆயத்தப்படுத்தி வைத்து விட்டாள். அவர்களிருவரும் நிகோலஸிடம் இறுதி விடை பெற்றுக் கொள்ளும் உத்தேசத்துடன் அவரை எதிர்பார்த்துப் பின்னிரவுவரை அறைக்கதவை உட்பக்கம் தாழிடாமல் காத்துக்கொண்டிருந்தார்கள். ஆனால் நிகோலஸ் அன்று வரவில்லை. கட்டிடங்களுக்குள், குறிப்பாக தெ வில்லிக்குள், ஆர்ப்பாட்டக்காரர்கள் பாய்ந்துவிட்டார்கள் என்கிற செய்தியைக் கேள்விப்பட்டவுடனேயே அவர் தனக்கான கால அவகாசம் முடிந்துவிட்டதென்பதையும், இனி ட்ரிஸ்ட்ராமும் எலினாரும் பாரீஸில் தாமதிக்கச் சம்மதிக்க மாட்டார்கள் என்பதையும், அதற்கு மேல் அவர்களைக் காத்திருக்கச் சொல்லும் தைரியம் தனக்கும் இல்லை யென்பதையும் தெரிந்துகொண்டுவிட்டார். கொலை செய்வதற்கொப்பான ஒரு முடிவை மருத்துவ அறிக்கையென்கிற பெயரில் தன் வாடிக்கை யாளர்கள் முன் வெளியிடச்சொல்லித் தன்னைச் சித்திரவதை செய்யும், உதறியெறிய முடியாதபடி தலைக்குள் புகுந்துகொண்டிருக்கும், அமெரிக்க விடலைகளின் வைத்தியத் தருக்கத்தை, ஏற்றுக்கொள்வதைத் தவிர வேறு வழியற்றவனாக, முப்பத்து மூன்று வருட விசுவாசத்தை நிராகரித்துத் தன்னை நிர்கதியாய் விட்டுவிட்ட எதிர்முறை மருத்துவ சாத்திரத்தின் துரோகத்தால் ஏற்கெனவே மனம் வெம்பிப்போயிருந்த அந்தக் கிழவர் திடீரென்று அந்த நாடகத்தின் இறுதிக் காட்சியும் துவங்கிவிட்டதை ஜீரணித்துக்கொள்ள முடியாமலும், தன் பாத்திரத்தைச் செவ்வனே செய்து முடித்தாக வேண்டிய பதற்றத்திலும், தன் முடிவின் இரக்க மின்மையின் மேல் சிறிதளவு ஆறுதலின் சாயலையாவது பூசும் ஈரமுள்ள சில வார்த்தைகளால் அதைத் தயாரித்துக்கொள்ள வேண்டுமென்கிற தவிப்புடன், அதற்கு அவகாசமளிக்காமல் ட்ரிஸ்ட்ராமும் எலினாரும் ஒருவேளை தன்னைத் தேடி வீட்டிற்கேகூட வந்துவிடக்கூடுமென்கிற அச்சத்தில், அன்று பாரீஸுக்குத் திரும்பாமல் வெர்ஸைல்ஸிலேயே தங்கிவிட்டார். பியரி அகஸ்டின், அவனுடைய பதினைந்து வருட பணியனுபவத்தில் முதன்முதலாக பாரீஸ் நெடுஞ்சாலையை

எசமானருடைய குதிரைகள் கடந்துசெல்லாத அந்த இரவைக் கெட்ட சகுனங்களின் காலமாகக் கண்டு, ஏற்படவிருக்கும், ஊகிக்க முடியாத துர்சம்பவங்களை எதிர்பார்த்துக் கலங்கிக்கொண்டிருந்தான். ஆனால் தன்னைத் தயாரித்துக்கொள்ள நிகோலஸுக்கு அந்த ஓரிரவு போதவில்லை. அவர் மறுநாளும், நெக்கரின் வெளியேற்றம் ஏற்படுத்திய கொந்தளிப்பு வெர்ஸைல்ஸையும் பாரீஸையும், கடைகளைத் திறக்கவிடாமலும், வாகனங்களைச் சாலைகளில் செல்லவிடாமலும், தேவாலயங்களில் பிரார்த்தனைகளை அனுசரிக்க அனுமதிக்காமலும் தொடர்ந்து சூறாவளி யாகத் தாக்கிக்கொண்டேயிருந்ததைக் காரணமாகக் கொண்டு, வைத்தியசாலையில் தன் தங்கலை மேலும் ஒருநாள் நீட்டித்தபடி தான் பேச வேண்டியவற்றைத் திரும்பத் திரும்ப ஒத்திகைபார்த்துக்கொண்டே யிருந்தார். மரணமடைவதற்கு முன்தினமான அந்த நாளில்தான் அவர் தன் வருடக்கணக்கான தனிமையின் ஒட்டுமொத்தச் சுமையும் தன் தோளை அழுத்தித் தளரச்செய்வதாய் உணர்ந்து, அதைத் தாங்கிக்கொள்ள முடியாமல் பியரி அகஸ்டினை அழைத்து அவனைத் தன் கண்பார்வைக்கு நேராக வைத்தியசாலைக்குள்ளாகவே ஓர் இருக்கையில் இரவு முழுவதும் அமர்ந்திருக்கும்படி கேட்டுக்கொண்டார். அவர் குரலில் அப்போதிருந்த, கர்வமழிந்த யாசகத் தொனியையும் நடுக்கத்தையும் சொற்களைப் பைத்தியம்போல் முணுமுணுத்தபடியும், தலையை இடவலமாக ஆட்டிக் கொண்டே குறுக்கும் நெடுக்குமாக முடிவில்லாமல் நடந்துகொண்டே யிருப்பதையும் கண்ட அகஸ்டின் அவற்றைக் காணும் தெம்பின்றி, அவர் கவனத்தை ஈர்த்துவிடாமல் தனக்குள்ளேயே கதறியழுதபடியும், இரவு முழுவதும் நமதன்னையைப் பிரார்த்தித்தபடி ஒரு நாற்காலியில் தன்னைப் பொதிந்துகொண்டிருந்தான். நிகோலஸை வெருட்டிய அதே தனிமையுணர்வுதான், கலவரத்திற்கு மறுநாளும் அவரைச் சந்திக்க முடியாமல் போய்விட்ட நிலையில், நகரசபை அலுவலகத்திற்குச் சென்று தங்களுடைய புறப்பாட்டைப் பதிவு செய்துவிட்டுத் திரும்பும் யோசனையையும், அதற்கும்கூட மருத்துவரின் அனுமதிச் சான்றிதழ் தேவையென்பதால், செயல்படுத்தவியலாமல், தெ வில்லியிலிருந்து கூப்பிடு தூரத்திலிருந்த லா ஃபோர்ஸ் சிறைவளாகத்தின் கதவுகளை உடைத்து வன்முறையாளர்கள் கைதிகளையெல்லாம் தப்பிச்செல்ல விட்டுவிட்டார்களென்கிற தகவலின்பேரில், விடுதியின் கதவுகள் வேறு யாரும் உள்ளே நுழையவோ வெளியே செல்லவோ முடியாதபடி உட்புறமாகப் பூட்டப்பட்டுவிட்டிருந்ததாலும், நாள் முழுக்கக் கேட்டுக் கொண்டேயிருந்த வெடிச் சத்தமும் கூச்சல்களும் உடல்களும் பொருள் களும் மோதிக்கொள்ளும் ஓசைகளும் எழுப்பிவிடும், அந்த ஒற்றை யறைக்குள், விடுதியை விட்டு மற்ற எல்லோரும் வெளியேறிப் போய்விட, தாங்கள் மட்டுமே தனியே இருப்பதான, அச்சவுணர்வையும் மாயத் தோற்றங்களையும் பொறுத்துக்கொள்ள முடியாமல், தன்னைக் காப்பாற்றியதற்கு நன்றி சொல்லும் சாக்கிலாவது வேறோர் மனித முகத்தைக் காணும் தவிப்பை எலினாருக்குள் தூண்டி, ட்ரிஸ்ட்ராமையும் அதற்குச் சம்மதிக்கவைத்து, அவர்களை அவர்களுடைய அறையை விட்டு வெளியேற்றி இந்தியத் தூதர்களின் அறைக்குக் கூட்டிச்சென்றது. அங்கிருந்து ட்ரிஸ்ட்ராம் அச்சவுணர்விற்குப் பதில் குற்றவுணர்வை

மனதில் சுமந்துகொண்டு அறைக்கு வந்துசேர்ந்தான். ஏற்கெனவே அவன் தாயால் அவனுக்குள் ஊட்டி வளர்க்கப்பட்டிருந்த, தன் நாட்டின் பேராசைமீதான குற்றவுணர்வு அது, அதுவே அவனுள் அந்தக் குறைகளைக் களையும் சாகஸக்காரனாகத் தன்னைக் கற்பனை செய்து கொள்ளும் குணத்தை வளர்த்தது, அந்தக் கற்பனையே தனக்கு விருப்ப மில்லாத ஒரு பெண்ணை ஏமாற்றிப் புணரவும், அதன் விரும்பத்தகாத விளைவுகளை வாழ்நாள் முழுவதும் அனுபவிக்கவும் அவனை நிர்பந்தித்தது. மீண்டும் அந்த உணர்விற்குத் தன் மனதில் இடங்கொடுக்கப் பயந்த ட்ரிஸ்ட்ராம் ஏதாவதொரு வழியில் அதைத் தன்னுள் செலுத்தியவர் களிடமே திரும்ப அனுப்பிவிட வேண்டுமென்கிற தவிப்புடன் அந்த இந்தியர்கள் அத்தனை திறமைசாலிகளாய் இருந்தும்கூட சிலசமயங்களில் அவர்கள் வாயிலிருந்து வார்த்தைகள் தடுமாறியபடியும் ஓரோர் சமயத்தில் அசட்டுத்தனமாயும்கூட வெளிவந்துகொண்டிருந்தன என்றான். எலினார் தன்னால் அப்படியெதையும் உணர முடியவில்லை என்று அவனை மறுக்க முனைந்தபோது பேச்சையும் முகபாவத்தையும் இணைக்க முடியாமல் அவர்கள் சிரமப்பட்டுக்கொண்டிருந்ததைக் கண்களால் கண்டிருந்தால் மட்டுமே அதை அவளால் தெரிந்துகொண்டிருக்க முடியும் என்று தந்திரமாகப் பதில் சொன்னான். குறிப்பாக உன் கழுத்தி லிருக்கும் சங்கிலியைக் குறிப்பிட்டு அவர்கள் பேசிய பேச்சு. ஒருவேளை ஒரு பெண்ணாகிய உன்னுடைய பிரசன்னம் ஒரேசமயத்தில் அவர்களைக் கூச்சப்படுத்திக்கொண்டிருந்ததும் தூண்டிவிட்டுக்கொண்டிருந்ததும்கூட அதற்குக் காரணமாக இருக்கலாம், பெண்களை மனிதவுயிராகப் பார்க்கும் பழக்கம் இந்தியர்களுக்கு இல்லை என்று நான் கேள்விப்பட்டிருக்கிறேன், மேலும் கலவரத்தின்போது தவிர்க்கவியலாதபடி உன்னுடலைத் தொட்டு விட நேர்ந்ததற்காக சொக்க கௌட பலமுறை உன்னிடம் மன்னிப்புக் கேட்டுக்கொண்டதாக நீயே என்னிடம் சொன்னது உனக்கு நினைவிருக் கிறதா. செவிகளால் மட்டுமே தன் புதிய நண்பர்களைப் பார்த்திருந்த எலினாருக்கு அவர்களைப் பற்றிய தன் கணவனின் அவதானிப்பு வேடிக்கையாக இருந்தது. அதிலும் குறிப்பாக கௌடவைப் பேசத் தெரியாத அசடனாகக் கற்பனை செய்து பார்ப்பது அவளுக்கு உவப்பற்ற ஒன்றாகவும் இருந்தது. அவள் மனதில் கௌட ஓர் அதிமனிதனாகப் பதிந்துபோயிருந்தான். அந்தச் சித்திரத்தைக் கலைப்பதென்பது தன்னிடம் மிஞ்சியிருக்கும் கற்பனையின் பார்வையையும் குத்திக் குருடாக்கிவிடுவதற்குச் சமம் என்று நினைத்து அவள் பயந்தாள். கௌடவின் பராக்கிரமத்தைத் தன் கணவனுக்கு நேரடியாக நிரூபித்துக் காட்ட வேண்டுமென்பதற்காகவே மீண்டும் ஒருமுறை ஏதேனும் ஆபத்தில் அல்லது இக்கட்டில் சிக்கிக் கொள்ளவும்கூட அவள் தயாராக இருந்தாள்.

எலினார் விரும்பிய வாய்ப்பு மறுநாளே வந்துசேர்ந்தது. லூயிக்கு எதிரான துண்டுப் பிரசுரங்களை இரவோடிரவாக ஆர்லியன்ஸ் கோமகன் தன் ராயல் தோட்டத்து நிலவறைகளில் அச்சடித்து விநியோகம் செய்து மக்களைத் தூண்டிவிட்டுக்கொண்டிருந்ததற்கிடையிலும், பாஸ்டில் சிறைக்கு முன்பும் ராயல் தோட்டத்திற்கு வெளியிலும் ராயல் பாலத்திலும் தெஸ் இன்வேலிடஸ் விடுதி வளாகத்தின் ஆயுதக் கிடங்கருகிலும் நிறுத்தி வைக்கப்பட்டிருக்கும் தளபதி லாவ்னெ தலைமையிலான ராணுவம்

மக்கள் கூட்டத்தை முன்பைப் போல எல்லைமீறிச் சென்றுவிட அனுமதித்துவிடாது என்றும், முந்தினநாள் புனித லாசரே மடத்தைச் சூறையாடி, தானிய மூட்டைகளைக் கடத்தி, அவற்றை லெஸ் ஹாலெஸ் சந்தையில் விற்றுப் பணமாக்கிக்கொண்டதோடு போக்கிரிகளும் திருப்தி யடைந்துவிட்டார்கள் என்றும், தேசியச் சட்டமன்றக்காரர்களின் நச்சரிப்புத் தாங்காமல் மன்னரேகூட நெக்கரை அமைச்சரவைக்குத் திரும்ப அழைத்துக்கொள்ளும் யோசனையில் இருப்பதால் மேற்கொண்டு அசம்பாவிதங்கள் நிகழச் சந்தர்ப்பமில்லை என்றும் பத்திரிக்கைகளும் நகரசபை அறிவிப்பாளனும் செய்தி சொல்லிக்கொண்டிருக்க, இரண்டு நாட்களாக சுவர்களுக்குள்ளேயே அடைந்துகிடந்த தெ வில்லி விடுதிவாசி களின் செவிகளிலோ அது, பாரீஸுக்குச் சுற்றுப்பட்ட கிராமங்களிலிருந்தும் புழக்கமற்றுப்போன நகரக் கட்டிடங்களிலிருந்தும் ஸேன் நதி நீரின் அடியில் தோண்டப்பட்டிருப்பதாக நம்பப்பட்ட தலைமறைவுக் கூடங்களி லிருந்தும் நாட்டுப்புறத்தவர்களும் பிச்சைக்காரர்களும் குற்றவாளிகளுமாக எண்ணாயிரம் பேர்களுக்குக் குறைவில்லாமல் பாரீஸைச் சூறையாடு வதற்காக, ஜெர்மானியத் தளபதி பெசன்வாலாலும், சுவிட்சர்லாந்து படையமைச்சர் பிராக்ளியாலும் வழிநடத்தப்படும், புரட்சியின் மீது ரகசிய விசுவாசமுள்ள, நாட்டுச் சிப்பாய்களின் தொப்பிகளுக்குள்ளேயே பதுங்கியபடி காத்திருக்கிறார்கள் என்கிற மாதிரியான செய்திகளாக வந்து விழுந்துகொண்டிருந்தது. தொடர்ந்து இரண்டு நாட்களாக வாயில் பூட்டப்பட்டிருப்பதையே அபசகுனமாகக் கருதிய விடுதி நிர்வாகம் இவற்றில் எந்தச் செய்தியை நம்புவதென்று தெரியாமல் இரண்டையுமே ஒப்புக்கொண்டதைப் போல, விரும்பியவர்களை உள்ளே வர அனுமதிப் பதைப் போலவும், தைரியமுள்ளவர்கள் வெளியே செல்வதைத் தடுக்காததைப் போலவும் கதவுகளைத் திறந்தும் திறக்காமலுமாக அந்தரத்தில் வைத்திருந்தது. மன்னர் வேட்டைக்குப் போயிருக்கிறாரென்கிற செய்தியைக் கொண்டு சூழலை அமைதி நிரம்பியதாகக் கற்பனை செய்துகொள்வதையே அனைவரும் விரும்பினார்களென்றாலும் அதை மறுக்கும் செய்திகளையும் வதந்தியென்று ஒதுக்குவதற்கில்லையென்று, எலினார் அநேகமாக அதுவே தெ வில்லியில் தாங்கள் தங்கும் கடைசி இரவாக இருக்கக்கூடுமென்பதால் மறுநாள் காலை உணவு நேரத்தைத் தங்களோடு பகிர்ந்துகொள்ள வேண்டுமென முன்தினம் விடைபெற்றுக் கொள்ளும் தருணத்திலேயே வற்புறுத்திச் சம்மதம் வாங்கிக்கொண்டிருந்தபடி, கீழ்த்தள உணவகத்தில் அவர்களைச் சந்தித்த கௌடவும் அவனுடைய சகாக்களும் அவர்களுடைய காதுகளில் ரகசியமாகச் சொன்னார்கள். காரணம், அதற்கு முன்தின இரவில்தான், வழக்கமாகக் கடிதங்களைப் பட்டுவாடா செய்ய உபயோகப்படுத்தப்படும் கூண்டுவண்டியையும் அஞ்சல் சீருடையையும் தவிர்த்துவிட்டு, ஒற்றைக் குதிரையின் மேல், கொல்லனின் ஒப்பனையுடன் அகாலத்தில் அறைக்கதவைத் தட்டிய அரண்மனைத் தபால் சிப்பந்தியொருவன் அவர்கள் நால்வரும் மறுநாள் காலை உணவை முடித்துக்கொண்ட பின் வெர்ஸைல்ஸ் மைத்ரே விடுதிக்கு வந்து, அயலுறவுத்துறை அமைச்சர், மேன்மை தங்கிய ஆர்மண்ட் மார்க் மோன்ட்மோரின் அவர்களைச் சந்திக்கும்படி கேட்டுக் கொள்ளும் அரசாங்க முத்திரையிடப்பட்ட கடிதத்தைக் கொடுத்துவிட்டுப்

போயிருந்தான். சாதாரணர்கள் பயன்படுத்தும் மூன்றாந்தரக் குதிரைகள் பூட்டிய வாடகை வண்டியொன்றையே பிடித்துக்கொண்டு அவர்கள் வெர்ஸைல்ஸ் வந்து சேரட்டுமென்றும் பிறகு காரணங்கள் தெரிவிக்கப் படுமென்றும் அமைச்சர் தெரிவிக்கச் சொன்னதாகவும் அவன் சொல்லி யிருந்தான். அவன் பேசிக்கொண்டிருந்த நேரத்தில் உப்பரிகைச் சன்னலின் வழியே, தெருவில் நிறுத்தப்பட்டிருந்த அவனுடைய ராஜாங்கக் குதிரை காதுகளையும் கழுத்தையும் விறைத்தபடியும், நாசியை வானத்தை நோக்கி உயர்த்தியபடியும், நிலைகொள்ளாமல் கால்களை மாற்றி மாற்றி வைத்துக்கொண்டிருப்பதை உற்றுக் கவனித்துக்கொண்டிருந்த ஸ்டீபன் கேனா, சிப்பந்தி போன பிறகு, மனிதக் கண்களுக்குப் புலனாகாத் தொலைவில் அசைந்துகொண்டிருக்கும், அரண்மனை வாசனைக்கு மாறான உடல் மணமுள்ள, அந்நிய நிழல்களை அது பார்த்துக்கொண் டிருந்தது என்று தன் சகாக்களிடம் கவலையுடன் தெரிவித்தார். பாரீஸின் கொந்தளிப்பான சூழ்நிலையோடு தாங்கள் அழைக்கப்பட்டிருப்பதையும் தொடர்புப்படுத்தி அவர்களால் அங்கே விவாதிக்கப்படவிருக்கும் விஷயம் என்னவாக இருக்குமென்பதை ஊகிக்க முடியவில்லை. மோன்ட்மோரின் அமெரிக்காவின் மீதான அடக்குமுறையை எதிர்த்துக் குரல் கொடுத்துக்கொண்டிருந்த காலத்திலிருந்தே பிரிட்டன்மீது வெறுப்பு கொண்டவராயிருந்ததால் சுபாவமாகவே ஆங்கிலேயர்களுக்கெதிரான இந்துஸ்தானச் சுல்தான்களின் போர்கள்மீது அனுதாபமும், திப்பு சுல்தானின் பிரஜைகள்மீது மரியாதையும் கொண்டவராயிருந்ததால் உடனே பிரான்ஸை விட்டு வெளியேற்றும் ஆணையெதுவும் தங்கள் மேல் வந்து விழாது என்கிற நம்பிக்கை அவர்களுக்கு இருந்தது. ஒருவேளை பாரீஸின் அஜாக்கிரதையான சூழலைக் கணக்கில்கொண்டு அவர்களை வெர்ஸைல்ஸில், மைத்ரே விடுதியிலேயே வந்து தங்கிக்கொள்ளும் ஆலோசனை எதையும் அவர் சொல்லக்கூடுமென்றும் அவர்கள் ஊகித்த படியால், மூட்டை முடிச்சுகளைக் கட்டிக்கொள்ளும்படி அவர் சொன்ன தாகச் சேவகன் வந்து சொல்லவில்லையென்றாலும், அவன் வந்து கலைத்த தூக்கத்தைப் பிறகு பயணப் பெட்டிகளைத் தயார் நிலையில் வைத்துவிட்டுத்தான் தொடர்ந்தார்கள். இந்தக் காரணங்களால் முன்தினம் அறைக்குள் கொப்பளித்துக்கொண்டிருந்த உற்சாகத்தை அன்று யாராலுமே உணவு மேசைக்குத் திரும்பக் கொண்டுவர முடியாமல் போயிற்று. ஆங்கிலேயர்கள், இந்தியர்கள் ஆகிய இரண்டு தரப்பினருடைய பாரீஸ் விஜயமும் வியர்த்தமாகிப்போனதற்கு ஒரே காரணம் என்பதாலோ என்னவோ அவர்களுடைய பேச்சு முழுவதும் லூயியின், மற்றும், தங்களுடைய சொத்துகளைக் காப்பாற்றிக்கொள்ளவென்றே, அவருக்கு ஆதரவாகப் பேசிக்கொண்டிருக்கும் பிரபுக்களின் தலை மேல் ஊசலாடிக் கொண்டிருக்கும் வெறுப்பின் எழுச்சியைப் பற்றியே திரும்பத் திரும்பச் சுழன்றுகொண்டிருந்தது. இந்த நேரத்தில், இரண்டு நாட்களாக வெர்ஸைல்ஸிலேயே தங்கிவிட்டிருந்த மருத்துவர் நிகோலஸூம், சேவல் ரசத்தையும் உப்பிட்ட உருளைக்கிழங்கு மற்றும் பட்டாணி வேகலையும் அவர்கள் அறுவரும் உண்டு முடித்திருந்த நேரத்தில் உணவகத்திற்கு வந்துசேர்ந்தார். அவர் அப்போதும் தன் முடிவை எலினாரிடம் சொல்ல சரியான வார்த்தைகளைக் கண்டுபிடித்திருக்கவில்லை. அதேசமயத்தில்

அதற்கு மேல் அவர்களைச் சந்திப்பதைத் தள்ளிப்போடும் தந்திரத்தையும் அவரால் செயல்படுத்த முடியவில்லை. அது தன்னோடு சேர்த்து பிரான்ஸையும் மருத்துவத் தொழிலையுமே அந்த ஆங்கிலேயர்களுடைய மதிப்பில் மிகவும் தரந்தாழ்த்திவிடக்கூடிய செயலாகிவிடுமென்கிற அச்சவுணர்வு அவரைக் கட்டி இழுத்துவந்துவிட்டிருந்தது. அவரை வெர்ஸைல்ஸிலிருந்து அழைத்துவந்த பியரி அகஸ்டின் ஸேவ்ரெஸ் சாலையைக் குறுக்கும்நெடுக்குமாய் வெட்டிச் செல்லும் துணைத் தெருக்களின் வழியே சாரிசாரியாக, ஆனால் அப்படிப் போவதை ஆங்காங்கே, தங்கள் முதுகின் மேல் அமர்ந்தவாறே தூங்கிக்கொண்டிருக்கும் ஆஸ்திரியச் சிப்பாய்களைச் சுமந்துகொண்டிருந்த புத்திசாலிக் குதிரைகள் மோப்பம் பிடித்துவிடாதபடி, சிறுசிறு இடைவேளைகளில், அன்றாட வேலைகளைக் கவனிக்கப் போகிறவர்களைப் போல, கிழக்கு நோக்கிப் போய்க்கொண்டிருந்த ஜனங்களை வித்தியாசமாக உணரவில்லை. ஆனால் புதுப்பாலத்தைக் கடக்கும்போது ஸேன் நதியின் ஆழத்திலிருந்து யாரோ ஒரு பெண் தன்னை அழைப்பதாக உணர்ந்து கீழே பார்த்த அவன், பட்டப்பகலில், திடீரென்று கணநேரம் மின்னிமறைந்த வெளிச்சப் பொறியைப் பார்த்துக் கலங்கிப்போய்விட்டான். நிகோலஸிடம் அவன் அதைப் பற்றி எதுவும் சொல்லவில்லை. ஆனால் தெ வில்லியில் அவரைக் கொண்டுபோய் இறக்கிவிட்ட பிறகு, வண்டியை வீட்டில் விட்டுவிட்டுத் தன் இருப்பிடத்திற்குத் திரும்பிச் சென்றுவிட்டிருப்பானென்று நிகோலஸ் நினைத்துக்கொண்டிருக்க, அவனானால் எசமானருடைய தலை விடுதிக் கதவுகளுக்கு அப்பால் மறைந்ததும், தானும் தெ வில்லிக்குள் நுழைந்து விடுதியின் பின்புறம் நிறுவப்பட்டிருந்த லாயத்தில் வண்டியை விட்டுவிட்டு, முந்தின இரண்டு இரவுகளில் இமைக்காமல் பார்த்துக்கொண்டேயிருந்ததில் கண்மணிகளின் மேல் அழுத்தமாகப் பதிந்துபோயிருந்த அவருடைய உருவத்தை விடுதியின் வாயிற்கதவின் மேல் மீண்டும் கண்டவாறு, அவர் திரும்பிவருவதற்காக அங்கேயே காத்திருந்தான். பின்னாளில், நிகோலஸின் மரணத்திற்குப் பிறகு, அன்னை மரியாளின் மனக்கலக்கமாய் வானில் தோன்றி கிழக்குத் திசை சாஸ்திரி களைக் குழந்தை யேசுவினிடம் அழைத்துச்சென்ற திருக்காலந்தொட்டே வால் நட்சத்திரங்களுக்குப் பெண்களின் மனதையறுக்கும் துயரக்குரல் இருந்திருக்க வேண்டுமென்றும், அந்தக் குரல் ஏரோது மன்னனின் கெட்ட எண்ணத்தைப் பற்றி சாஸ்திரிகளுக்கு எச்சரித்ததைப் போலவே, வழக்கம்போல வேட்டையிலிருந்து திரும்பிய லூயியின் நாட்குறிப்பில் ஒன்றுமில்லை என்று குறிக்கப்பட்ட, ஆனால் அவருடைய ஆயுள் அடுத்த மூன்றரை வருடங்கள் மட்டுமேயென்று அன்றே தீர்மானித்து முடித்த, அந்த இறுதிப் புரட்சியைப் பற்றி, அது நிகழத் தொடங்குவதற்குச் சில மணிநேரங்களுக்கு முன்பாகவே, தன் காதுகளிலும் எச்சரித்ததென்றும், பிறகு அதே குரல்தான் தொழுவத்தில் சாஸ்திரிகளைத் தாமதிக்கச் செய்ததைப் போல தன்னையும் விடுதி லாயத்திலேயே தாமதிக்கச்சொல்லி வற்புறுத்தியதாயும் அவன் நாற்சந்திகளில் நின்றுகொண்டு போவோர் வருவோரிடமெல்லாம் அழுது புலம்பியபோது அவன் சொன்னதை யாரும் நம்பவில்லை. மாறாக, துர்சகுனங்களை எதிர்பார்த்து, அதை முறியடிக்கும் முயற்சிகளில் இறங்குவதாக நினைத்துக்கொண்டு தன்

அதிகப்பிரசங்கித்தனமான செயல்களால் வலிந்து பிசாசுகளையும் வால் நட்சத்திரங்களையும் அவற்றின் பாதையிலிருந்து திருப்பிக் கீழே அழைத்து வந்து தன் எசமானரைச் சாவை நோக்கி அவனே அழைத்துச் சென்று விட்டதாக அவர்கள் அவன் மேல் குற்றஞ்சாட்டிக் கேலி செய்தார்கள். அவனும் அதை நம்பிக்கொண்டு கண்ணில் படும் சிப்பாய்களிடமெல்லாம் தன்னைக் கைதுசெய்து கொண்டுபோகும்படி, அவர்கள் அவனைக் கல்லால் அடித்து விரட்டுமளவிற்கு, உபத்திரவப்படுத்திக்கொண்டிருந்தான். பிரான்ஸ் முழுவதையுமே பின்பு தங்களுடைய கொலைக்களமாக வரிந்துகொண்ட ஜாக்கோபியர்களுக்கு அந்த நல்ல மனிதனின் சிறிய வேண்டுகோளை நிறைவேற்றுவது சட்டம் சம்பந்தப்பட்ட எந்தக் குறுகுறுப்பையும் ஏற்படுத்தியுமிருந்திருக்காது, சிறைச்சாலையோ கில்லெட்டினோ அகஸ்டினின் குற்றவுணர்வை ஆற்றி அவன் ஆன்மாவைச் சாந்தப்படுத்தியிருக்கவும்கூடும். ஆனால் புரட்சிக்குப் பிந்தைய பாரீஸ் காலமெல்லாம் ஒரு கனவானின் வண்டியோட்டியாயிருந்த அவனைத் தன் உதாசீனத்தாலேயே, சில நாட்களுக்குப் பிறகு அவன் யாருடைய கண்களுக்கும் நினைவுகளுக்கும் தட்டுப்படாமல் மறைவாகத் தன்னைத் தொலைத்துக்கொண்டுவிடும்படி, அவனே கண்டுபிடித்ததாக நம்பப்பட்ட துர்சகுனங்களின் பாதையிலேயே, காற்றில் எங்கோ உயிரோடு கரைத்து விட்டது. அதன் குடிசைவாசிகளும் நடைபாதைவாசிகளும் தலைமறைவுப் போக்கிரிகளும் நாட்டுப்புறத்தவர்களும் அகஸ்டினால் என்றுமே அவனுடைய சகாக்களாக உணரப்படாத கூண்டு வண்டிக்காரர்களையும் சேர்த்துக்கொண்டேதான், அவன் தன் எசமானனுடன் ஸேவ்ரெஸ் வீதியைக் கடந்த சில மணித்துளிகளிலேயே, அதற்குக் கிழக்கே நான்கு தெருக்கள் தள்ளியிருந்த தெ இன்வேலிடஸ் வளாகத்தையும், அதன் பின்புறமிருந்த ராணுவப் பள்ளியையும் சூழ்ந்துகொண்டு, துவக்கத்தில் அங்கொன்றும் இங்கொன்றுமாய், புலர்பொழுதின் நட்சத்திரங்களைப் போல வளாகத்திற்கு வெளியே சாலைகளில் தெரியத் துவங்கிய மனிதத் தலைகள் எப்போது தங்கள் கவனத்தைத் தப்பி ஆயிரம் எண்ணாயிரமாகப் பெருகின என்பதை அறிந்துகொள்ளக் கூடாமலும், காலங்கடந்து அதைத் தெரிந்துகொண்டபோது தங்கள் அசட்டையை ஒத்துக்கொள்ள முடியாமலும், திடீரென மூர்க்கமான வசவுகளையும் கோஷங்களையும் எழுப்பியபடி தெ இன்வேலிடஸின் வாயிற்கதவைச் சுத்திகளால் தாக்கித் தகர்க்கவாரம்பித்துவிட்ட கூட்டத்தின் முன்னணியிலிருந்த இரண்டு பேரைச் சுட்டு வீழ்த்தியதற்கு மேல் வேறொன்றும் செய்யவியலாதவர்களாய்த் தங்கள் உயிரைக் காப்பாற்றிக்கொள்ள ஓடிய சிப்பாய்களை விட்டுவிட்டு, படைக்கலக் கொட்டிலைச் சூறையாடி, அதில் இருந்த முப்பத்தி ரெண்டாயிரம் துப்பாக்கிகளையும் பன்னிரண்டு பீரங்கிகளையும் வெடிமருந்துகளையும் கைப்பற்றினர். சரியாக இதே நேரத்தில்தான், ஸேனின் மறுகரையில், தெ வில்லியில், நிகோலஸுும் எலினாரின் நோய்க்கான தன்னுடைய இரக்கமற்ற முடிவை அறிவிக்கச் சரியான உரையைத் திடீரெனக் கைப்பற்றினார். விடுதி உணவகத்தில், தங்களுடைய இந்திய நண்பர்களை, அவர்கள் பாரீஸுுக்கு வந்திருப்பதன் நோக்கத்தையும் சொல்லி, அவருக்கு ட்ரிஸ்ட்ராம் அறிமுகம் செய்துவைத்தபோதுகூட சம்பிரதாயத்திற்காக மட்டுமே தலையாட்டிக்கொண்டும், இன்னும்

100 பா. வெங்கடேசன்

சற்று நேரத்தில் தன்னிடம் கேட்கப்படவிருக்கிற எலினாரின் கேள்விகளுக்கு என்ன பதிலைச் சொல்வது என்கிற யோசனையிலுமே இருந்த அவருக்கு, அங்கே வந்துசேர்ந்த மிகச் சில நிமிடங்களிலேயே, அறிமுகம் முடிந்த கையோடு தங்களுடைய ஊர் திரும்பும் முடிவை அறிவித்து அவரை மன வருத்தத்திற்குள்ளாக்க வேண்டாமென்று ட்ரிஸ்ட்ராமும் எலினாரும் நினைத்தபடியால், அவர்களுடைய, ராயல் தோட்டத்திலிருந்து நாற்பத் தேழு பிரபுக்கள் ஆர்லியன்ஸ் கோமகன் பிலிப்பி ஜோஸப்பினுடைய தலைமையில் புறப்பட்டுப்போய் மக்கள் மன்றத்துடன் இணைந்துகொண்ட நிகழ்ச்சியை நோக்கித் திரும்பிவிட்ட பேச்சானது அவருடைய ஆத்திரத்தைக் கிளப்பி அவரே எதிர்பாராதபடி இரண்டு நாட்களாக அருந்தாமல் தூங்காமல் தேடிக்கொண்டிருந்த வார்த்தைகளை அவருக்குக் கொடுத்துவிட்டது. அவர், உடைகளைக் கிழித்துக்கொள்ளாத ஆர்க்கிமிடீஸாக, திடீரென்று உணவு மேசையின் மேல் ஏறி நின்றுகொண்டு, பிரெஞ்சில், அப்படியானால் ஸ்விட்சர்லாந்திலிருந்து பாரீஸுக்கு வந்து, இங்கிருக்கும் நோயாளிகளுக்குத் துரோகம் செய்துவிட்டு, மின்சாரம், வெப்பம், வெளிச்சம், அரசியல் கோட்பாடுகள் என்று, காலாவதியான விஷயங்களைக் கொண்டு புத்தகம் போட்டுப் பிழைப்பு நடத்திக்கொண் டிருக்கும் கயவர்களும், காந்தக் கம்பிகள் சுற்றப்பட்ட பீப்பாய்களுக்குள் நோயாளிகளை அடைத்துப்போட்டுக் குளிப்பாட்டி அவர்களைக் குணப்படுத்திக் காட்டுவதாகப் புரட்டிக்கொண்டிருக்கும் ஆஸ்திரிய தேசத்துத் தந்திரக்காரர்களும் மூன்றாம் சபையை ஆதரிக்கிறார்களென்கிற ஒரே காரணத்திற்காக இனி மேல் சாமான்யர்களுடைய தலைவர்களாக ஏற்றுக்கொள்ளப்படுவார்களென்பதும், பிரபுவாகப் பிறந்துவிட்ட குற்றத்திற்காகவும், மூடத்தனத்தையும் போக்கிரித்தனத்தையும் ஒவ்வாமை களாக உணர்ந்த இயல்பான ஞானச் செருக்கிற்காகவும், நோய்களை இல்லாமலாக்குவதையே தன் லட்சியமாகக் கொண்ட, சொந்த மண்ணின் புத்திசாலிகளும் விசுவாசிகளும் கொல்லப்படுவார்களென்பதும்தான் பாரீஸில் இனிச் சட்டமாகப்போகிறதா என்று உரத்த குரலில் வினவினார் (தீர்க்கதரிசி ஒருவனும் தன்னூரிலே அங்கீகரிக்கப்பட மாட்டான்). நிகோலஸின் இந்தத் திடீர் முழக்கத்திற்குக் காரணம் தெரியாத பிரெஞ் சுக்காரர்களும், அவர் என்ன கேட்கிறார் என்பதையே தெரிந்துகொள்ள முடியாத, ராமராவ் தவிர்த்த, அவர்முன் உட்கார்ந்திருந்த அவருடைய நண்பர்கள் உட்பட, அங்கே உணவருந்திக்கொண்டிருந்த, பிரெஞ்சு தெரியாத பிற நாட்டவரும் மறுபடியும் ஒரு திடீர்க் கலவரத்தைக் கற்பனை செய்துகொண்டு அதிர்ச்சியிலும் பயத்திலும் கல்லாய்ச் சமைந்து விட்டார்கள். தன்னுடைய வார்த்தைகளைக் கிரகித்துக்கொண்டு பதில் சொல்ல முடியாத அவர்களுடைய அறியாமை மருத்துவருடைய கோபத்தை இன்னும் அதிகப்படுத்த, அவர் அங்கிருந்தவர்களையே தேசியச் சட்டமன்றக்காரர்களாக பாவித்துக்கொண்டும் அவர்களுக்குத் தன்னுடைய அழித்துவிட முடியாத மேதமையை நிரூபித்துக்கொள்ளும் தருணம் வாய்த்துவிட்டதாகக் கருதிக்கொண்டும், அவர்களுக்கு, முக்கியமாக எலினாருக்கு, புரிய வேண்டுமென்கிற கவலையுடன் சுத்தமான ஆங்கிலத்தில், தன் மனதில் கனத்துக்கொண்டிருந்த விஷயங்க ளத்தனையையும் மடை உடைந்தாற்போல திறந்து கொட்டத் தொடங்கி

விட்டார். எலினாரின் குடும்பப் பின்னணி, அவர்களை ரத்தக் காட்டேரிகளாகச் சித்தரிக்கும் ஓவியத்தை வரைந்துவிட்டுத் துப்பாக்கிக் குண்டுக்கு இரையான மர்ம ஓவியன், கருப்பு வெள்ளை என்கிற இரண்டு நிறங்களை மட்டுமே பிரதானமாகக் கொண்டு வரையப்பட்ட அவனுடைய வினோத ஓவியம், அது எலினாரின் தமக்கையையும் பின் எலினாரையுமே அதைக் கிழித்தெறிய முடியாவண்ணம் அவர்கள் மனதைப் பாதித்து ஈர்த்துக் கொண்ட விதம், எலினாரின் ஒரு தமக்கை சாபக்காட்டிற்குள் தன் காதலனுடன் காணாமல்போனது, இன்னொரு தமக்கையின் குழந்தையை அதன் பாட்டியே கொன்றுபோட்டது, எலினார், ட்ரிஸ்ட்ராமின் காதல் கதை, அவள் கண்கள் குருடான கதை, பதினான்கு வருடங்கள் ட்ரிஸ்ட்ராம் மேற்கொண்ட விடாத முயற்சிகள், தன்னிடம் அவர்கள் வந்துசேர்ந்த கதை, தன்னுடைய மருத்துவ முயற்சிகள், தன் மேதமையை நிரூபிக்கவிடாமல் தொடர்ந்து தன்னைக் கலைத்துக்கொண்டேயிருக்கும் மூன்றாம் சபையின் கயமைத்தனம், ஃப்ராங்ளின், கில்லெட்டின் மற்றும் லாவோய்ஸிரின் உரையையொட்டி தான் மேற்கொண்ட புதிய நோக்கிலான அணுகல், அதன் மூலம் கண்டடைந்த (தன்னைக் குற்றவாளியாக உணரவைத்த) முடிவு.

நிகோலஸின் நீண்ட பேச்சு அங்கிருந்த அனைவரையும் வாயைப் பிளக்கச் செய்துவிட்டது. எலினார் இந்த விதமான முடிவைக் கேட்பதற்கா கடல்கடந்து பிரான்ஸுக்குத் தன்னை ட்ரிஸ்ட்ராம் கூட்டிவந்தான் என்றும், அவனைப் பிரிந்து கண்களைப் பெறுவதைவிட உயிரை விட்டுவிடுவதென்பது தனக்கு உகந்த முடிவாக இருக்கும் என்றும் கூறிப் பெரிதாக அழத் துவங்கிவிட்டாள். எலினார் கலவரத்தில் மாட்டிக்கொண்டு மீண்ட சம்பவத்திற்கு முன்பே இந்த முடிவு சொல்லப்பட்டிருந்தால் ஒருவேளை சந்தோஷப்பட்டிருக்கக்கூடிய ட்ரிஸ்ட்ராமும், தெரிந்தோ தெரியாமலோ, நேரடியாகவே தன் கயமைத்தனத்தின் மையத்தை நிகோலஸ் விரல்களால் குத்தித் துளையிட்டுவிட்டதைக் கண்டு அதிர்ச்சியில் உறைந்துபோனான். பேச்சின் முடிவில், அந்த முடிவு தனக்கே உவப்பில்லாத குரூரத்தன்மை வாய்ந்தது என்பது உண்மைதானென்றாலும் தன்னையும் மற்ற பிரபுக்களைப் போல கருதி எந்த முட்டாள்தனமான முடிவையும் எடுத்துவிட முடியாதபடி கிளர்ச்சியாளர்களைத் தடுத்து நிறுத்தும் நிறைந்த ஞானத்தின் சக்தி அதற்கு இருக்கிறதா இல்லையா என்று நிகோலஸ் பிரமித்துப்போயிருந்த கூட்டத்தைச் செருக்குடன் சுற்றிப் பார்த்தபடியே வினவியபோது அப்படியொரு வினோதமான காதல் கதையையும், அப்படியொரு விபரீதமான சிகிச்சையையும் அதற்கு முன் கேள்வியேபட்டிராத, விடுதிவாசிகளும், வெளியிலிருந்து அரைகுறையான அனுமதியின் மீது உள்ளே நுழைந்தவர்களும், எலினாரின் உயிரைக் காவுகொண்டு நிகோலஸின் மேதமையைப் பறைசாற்றுவதா அல்லது நிகோலஸின் உயிரை மகத்துவமற்றதாக்கிவிட்டு எலினாரை அவள் கணவனுடன் வேறொரு மருத்துவரையும் மருத்துவத்தையும் நோக்கி வழியனுப்பிவைப்பதா என்று முடிவு செய்ய முடியாத குழப்பத்தில் ஆழ்ந்துபோனார்கள். இந்த நிலையில், மன்னரைக் காண வெர்ஸைல்ஸ் போவதற்கு முன்பு மிச்சமிருக்கும்

ஆயுதங்களையும் கைப்பற்றிக்கொள்ள பாஸ்டில் சிறையை நோக்கிச் செல்வதென்று முடிவு செய்த கிளர்ச்சியாளர்களில் ஒரு பகுதியினர் உழத்திகளின் பொறாமையையும், சிற்பிகளின் பெருமூச்சையும் கிளப்பும் ஒய்யார ஒப்பனைகளுடன், வழிபாட்டாளர்களை ஓரக்கண்ணால் பார்த்தவாறே திருச்சபையின் புனித நூலைத் தயக்கமின்றித் தொட்டுப் புரட்டிக்கொண்டிருக்க யாராலும் அறிவிக்கப்படாத உரிமையைப் பெற்றிருந்த வேசிகளும் ஆசை நாயகிகளும் கோரமாகத் தங்கள் கரும்பட்டுக் கோம்பியர்களையும் கைக்குடைகளையும் கிழித்துக்கொண்டு அலறும்படி, மேட்டுக்குடியினரின் காதற்கூடாரமாய்த் திகழ்ந்த நமதன்னை ஆலயத்தின் பீடங்களையும் விதானங்களையும் சின்னாபின்னமாக்கும் வெறியோடு ஸேனின் தென்கரை நடைபாதை வழியே கூச்சலிட்டபடி ஓட, இன்னொரு பகுதியினர் ராயல் பாலத்தின் வழியே வடகரையை நோக்கி விரையத் துவங்கிய நேரத்தில், பேசுவதற்குரிய தன்னுணர்வை முதலில் அடைந்த சொக்க கௌட, எலினார் விரும்பியபடியே மூன்றாம் முறையாயும் அவளைக் காப்பாற்றும் பொறுப்பை வலிந்து எடுத்துக்கொண்டவனாய், தங்கள் நிலத்தில் உலவும் கர்ண பரம்பரைக் கதைகளில் ஒரு வேதாளத்தின் கேள்விக்குப் பதில் சொல்ல முடியாமல் திகைத்து நின்ற மன்னனொருவனின் மௌனத்தை அங்கிருந்தவர்களின் மௌனத்திற்குச் சுத்தமான ஆங்கிலத்தில் ஒப்பிட்டுக்கொண்டே எழுந்து, நிகோலஸைப் பார்த்து, எலினார் எதிர்முறை மருத்துவ விஞ் ஞானத்தின் ஔஷதங்களால் மீட்க முடியாத பார்வையைத் திரும்பப் பெறத் தன் கணவனை இழப்பதுதான் ஒரே வழியென்று அவர் முடிவுகட்டிவிட்டாரென்றால், பிரகிருதி என்று சொல்லப்படுகிற, மருத்துவத்தைத் தவிரவும் இன்னும் ஏராளமான கலைகளைத் தன்னுள் அடக்கிக்கொண்டவாறே இயங்கிக்கொண்டிருக்கிற இந்தப் பரந்த வெளியில், தாரகைகளாயும் கோள்களாயும் சந்திர சூரியர்களாயும் மேகங்களாயும் தூசியாயும் பறவையினங்களாயும் கேட்க முடியாத ஒலியாயும் பார்க்க முடியாத வெளிச்சமாயும் நுகர முடியாத மணமாயும் கடக்க முடியாத தொலைவாயும் பொழுதுகளாயும் பருவங்களாயும் சதா அலைந்துகொண்டிருக்கும், ஒவ்வொரு கேள்விக்குமான எண்ணற்ற விடைகளைத் தேடியலையும் வேட்கையை, சுமையாகக் கனக்கத் தொடங்கிவிட்ட அவருடைய வயோதிகம் வற்றச் செய்துவிட்டதென்று அர்த்தம் என்று பேசி அங்கே நிலவிய மௌனத்தை உடைத்தான்.

எலினாரால் அறிமுகப்படுத்தப்பட்ட கணத்திலேயே அவருடைய நினைவிலிருந்து அகன்றுபோய்விட்ட, கோமாளிகளைப் போன்ற உடையலங்காரத்திலிருந்த, அந்த இந்தியர்களில் ஒருவனிடமிருந்து அப்படியொரு திடீர்த் தலையீட்டையும், தன்னை ஏற்கெனவே காலாவதியாகிவிட்ட ஒரு மனிதவுயிர் எனப் பிரகடனப்படுத்தும் பகிரங்கக் குற்றச்சாட்டையும் நிகோலஸ் சிறிதும் எதிர்பார்க்கவில்லை. உண்மையில், வேறு வழியின்றி தான் பரிந்துரைத்த வைத்தியத்தை எலினார் மேற்கொள்ள வேண்டிய அவசியத்தை மறுக்கிறது என்கிற வகையில் கௌடவின் பதிலை, தன்னைப் பின்னாளில் குற்றவுணர்வின் பாதாளத்தில் வீழ்ந்து புலம்புவதினின்றும் மீட்கும் ஓர் அபயக்கரமாக

உணர்ந்து அதைச் சந்தோஷமாகப் பற்றிக்கொண்டிருந்திருக்க வேண்டிய அவர், அதற்குப் பதிலாக, மரணக் கிணற்றுக்குள் விழுந்துவிடாமல் தன்னைக் காப்பாற்றிக்கொண்டிருக்கும் மெல்லிய பற்றுக்கொடியை பற்களால் கடித்து அறுத்துக்கொண்டிருக்கும் பெருச்சாளியாக அவனைக் கற்பனை செய்துகொண்டு, அச்சத்துடனும் அசூயையுடனும், மேலும் ஒருக்கால் அவன் தேசியச் சட்டமன்றப் போக்கிரிகளின் உளவாளியாக இருப்பானோ என்கிற சந்தேகத்துடனும், அப்படியானால் தான் சொல்லும் வழியில் நோயாளிக்குப் பார்வை கிடைக்காதென்று அந்தப் புதியவன் சொல்கிறானா என்றும், அப்படிச் சொல்கிற அளவிற்கு மருத்துவத்தில் பல வருட அனுபவமும், மூவாயிரம் நூல்களுக்கு மேல் படித்துப் பெற்ற பாண்டித்தியமும் உள்ளவனா என்றும் கேட்டபடி தன் கையிலிருந்த மாட்டிறைச்சி உணங்கலை ஆங்காரத்துடன் வெள்ளித் தட்டில் ஓங்கியறைந்து அதை நெளித்தார். கௌட நிகோலஸைத் தானொரு சிறந்த மேதையாக, அவர் பேச்சிலிருந்து, மதிப்பதாகவும், அவருடைய பதற்றம் அதைக் கெடுத்துவிடுமென்றும் அடக்கத்துடனும் சிறிது பரிகாசத்துடனும் கூறினான். உங்களுடைய ஏட்டுப்படிப்பின் எல்லைக்குள், அது எத்தனையாயிரம் நூல்களாக இருந்தாலும், பிரபஞ்சம் விரிக்கும் எல்லாப் பிரச்சினைகளையும் அடக்கிவிடப் பார்க்கிறீர்கள் என்பதை உங்களால் தெரிந்துகொள்ள முடியவில்லையா. அந்த அளவில் இருவருக்குமிடையில் பெரிய வாக்குவாதம் தொடங்கிவிட்டது.

பாரீஸ் உழவர்

எலினாரின் நோய்க்கு நீங்கள் பரிந்துரைக்கும் வழியானது மிகச் சிறந்த மருந்தாயிருந்து அவளைக் குணப்படுத்தக்கூடும் என்பதில் எனக்கொன்றும் சந்தேகம் கிடையாது, ஆனால் எலினார் தன் நோயிலிருந்து விடுபட மருந்து அல்லது பிரிவு என்கிற இரண்டு வழிகளைத் தவிர வேறு வழியே கிடையாதென்று நீங்கள் சொல்வதைத்தான் மறுபரிசீலனைக்கு உட்படுத்த வேண்டுமென்று எனக்குத் தோன்றுகிறது, நேற்று நானும் இந்தப் பரிதாபத்திற்குரிய தம்பதிகளின் கதையை என் நண்பர்களுடன் அவர்கள் வாயாலேயே சொல்லக் கேட்டேன், தன் குடும்பத்தவர்களின் உருவங்களை நாட்பட்ட பிரேதங்களைப் போல வெளுத்துப் போன நிறத்திலும், நிழலுருவங்கொண்ட ரத்தக் காட்டேரி களைப் போல கருப்பு நிறத்திலும் காட்டி ஊர் சிரிக்கவைத்த ஓர் ஓவியத்தை மனதார வெறுக்கும் நாட்டுப்புறச் சிறுமியாயும், மையிருட்காட்டின் பின்னணியில் கண்களை விட்டு அகல மறுப்பதாக பிடிவாதத்துடன் பிரகாசித்துக்கொண்டிருக்கும் காதலனுடனான கூடல் பரவசத்தைத் தன்னுள் குற்றவுணர் வின்றி ஆனந்தமாக அனுமதித்துக்கொள்ளச் சுதந்திரமுள்ள, பல்கலைக்கழக வாசல்வரை சென்றுவந்த, படித்த, நகர்ப்புறப் பெண்ணாயும் இரண்டு பாத்திரங்களை ஒரே நேரத்தில் ஏற்றுக்கொள்ளவியலாத அளவிற்குப் பலவீனமுள்ளவராக, ஆண்மைக்குச் சவால்விடும் கம்பீரமான உருவமும், உடல் எடையும், மரணம் தன்னை நாற்புறத்திலிருந்தும் நெருக்கிக் கொண்டிருந்த வேளையிலும் நிச்சலனமாகச் சிரிக்கத் தெரிந்தவரும், மேலும் இவர்களுடைய காதல் கதையை ஒரு நோயின் சரித்திரமாகவேனும் நீங்கள் நுணுக்கமாகக் கேட்டுக்கொண்டிருந்தீர்களென்பது உண்மையானால், தனக்குள் எப்போதும் ஊறிக்கொண்டேயிருக்கும் கற்பனை யின் வண்ணங்களை வெளி முழுவதிலும் வாரியிறைத்துக் குதூகலத்தை நிரப்பும் குழந்தைத்தனமும் கொண்ட இந்தப்

பெண்மணியை உங்கள் முடிவு சித்தரிக்கிறது என்பதுதான் அதிலிருக்கும் பெருங்குறை, தன் உணர்வுகளை அடக்கிக்கொள்ள முடியாமல் வெடித்து, சுற்றியிருப்பவர்களனைவரையும் தன்னைப் பெருமையோடு ஏந்திக் கொள்ளும் கடல் நீராக மாற்றியதோடு தன்னையும் ஒரு பொன்மீனாக மாற்றிக்கொண்டுவிட்ட கதையையும், மரணத்தின் செந்துகள்கள் உதிர்ந்து கொண்டிருந்த விடுதி வளாகம் தேவாலயத் திடலாக மாறும்வண்ணம் தன்னைச் சிறுமியாக மாற்றிக்கொண்டுவிட்ட அதிசயத்தையும் இவர் உங்களுக்குச் சொல்லவில்லையென்று நினைக்கிறேன். நீ சொல்லும், எலினாரின் காதலனாக ட்ரிஸ்ட்ராமை மாற்றிய, அந்த நாட்டுப்புற நாடகக்கதையை நானும் அறிவேன், எலினார் ஒரு பொன்மீனாகவேகூட இருக்கலாம், எனில் ட்ரிஸ்ட்ராம் அவள் கண்களைக் கட்டி, அந்தப் பொன்மீனின் அலைச்சலின் பரப்பைக் குறுக்கிவிட்ட ஒரு தொட்டி, இதைச் சொல்வதற்காக அவர் என் மேல் வருத்தப்படலாம், ஆத்திரப் படலாம், ஆனால் நிகழ்ந்ததென்னவோ அதுதான், எலினார் தன்னை விட்டு விலகப் பெருந்தன்மையோடும் கருணையோடும் அனுமதித்தால் மட்டுமே அவர் அதற்கான பரிகாரத்தைச் செய்தவராவார். உங்களுடைய அணுகல்முறை சந்தேகம் மற்றும் பிரிவின் மேல் கட்டப்பட்டதாக இருக்கிறது, இதற்கு எதிர்முனையில் நம்பிக்கை மற்றும் இணைப்பு ஆகியவற்றை அடிப்படையாகக் கொண்ட வேறொர் அணுகலையும் நாம் உருவாக்கிப் பார்க்கலாம், என் பார்வையில் ட்ரிஸ்ட்ராம் எலினாருடைய, அதுவரையில் பரிகாசத்திற்கும் அலட்சியப்படுத்தலுக்குமே உட்பட்டதாயிருந்த உடலைக் காதலுக்கும் அவருக்கு விருப்பமானவருக்கு அதை வழங்குவதற்குத் தகுதியானதாயும் மாற்றியமைத்தவர், அவருடன், உங்கள் முடிவிற்குப் பின்னும், எலினார் தொடர்ந்து வாழ விரும்பும் பட்சத்தில், அவரே எலினாரின் உடல் என்பதாக நான் பார்க்கிறேன், எலினார் தன் கணவருடன் விருப்பமில்லாத வாழ்க்கையை வாழ்ந்திருந்தால் விஷயம் வேறு, ஆனால் அப்படியில்லாதபட்சத்தில் காதல் அவர் உடலின் கண்களைத் திறந்துவிட்டிருப்பதாகக் கொள்ள வேண்டுமே தவிர அடைத்துவிட்டதாக எடுத்துக்கொள்ளவே முடியாது, எலினாருடைய நோய் இதுவரையில் இரண்டு கோணங்களிலிருந்து மட்டுமே அணுகப் பட்டிருக்கிறது, ஒன்று, நோய்களை உடல்ரீதியான ஒவ்வாமையின் வெளிப்பாடுகளென்கிற பொதுவான நம்பிக்கையுடன் அணுகும் எதிர்முறை விஞ்ஞானத்தின் வழி, அங்கே இந்த நோய்க்கு மருந்து கிடையாதென்று தீர்ப்புச் சொல்லப்பட்டுவிட்டாகச் சற்று முன் நீங்களே சொன்னீர்கள், மற்றொன்று மனித மனத்தையே நோயாகவோ அதற்குரிய மருந்தாகவோ பார்க்கும் பார்வை, அங்கே இவர் நோய்க்குக் காரணம் இவருடைய கணவர்தான் என்று முடிவு தெரிவிக்கப்பட்டுவிட்டது, கடவுளின் அற்புதப் பரிசான அறிவைக் கொண்டு மனித இனம் அடைந்திருக்கும் இந்த விஞ்ஞான எல்லைகளை மறுத்துப் பேசுவதற்கு நான் கொஞ்சமும் அருகதையானவனன்று, ஆனால் ஒரு பிரச்சினைக்கான வழியை, இல்லையென்று சொல்லி அடைத்துவிடுவதற்கோ அல்லது பின்பற்றவியலாத வழியை சிபாரிசு செய்வதற்கோ, அவற்றுக்கு அவற்றின் கண்டுபிடிப்புகளின் பெயராலேயே, எந்த உரிமையும் கிடையாது என்பது தான் என் வாதம். இந்த இரண்டு வழிகளையுமே நீ மறுப்பதாயிருந்தால்

மூன்றாவது வழியொன்றைத் தெரியப்படுத்தும் பொறுப்பு உனக்கிருக்கிறது. விஞ்ஞானத்தின் இரண்டு வழிகளையும் நான் மறுக்கிறேன் என்று துவக்கத்திலிருந்தே நீங்கள் சொல்லிக்கொண்டிருப்பது எனக்கு வருத்தத்தை அளிக்கிறது, நான் சொல்வது இந்த, திரு மற்றும் திருமதி ட்ரிஸ்ட்ராமால் ஒத்துக்கொள்ள முடியாத இரண்டு வழிகளையும் இணைத்து மூன்றாவதான ஒரு புதிய வழியை நாம் ஏன் எலினாரின் மூலமாகவே கண்டுபிடித்துக் கொள்ள முடியாது. நீ பீடிகையிலேயே இருக்கிறாய். மன்னிக்கவும், நான் நேரடியாகவே சொல்லிவிடுகிறேன், எலினாரின் கதைக்குள், அவர் நோய்க்குக் காரணமாக ஒளிந்துகொண்டிருக்கும் உடல் ஒவ்வாமையை விளைவித்திருக்கக்கூடிய தாவரம் அல்லது பூச்சியினம், அல்லது மன ஒவ்வாமையை விளைவித்திருக்கக்கூடிய அவர் காதலர், இவர்களிரண்டு பேரைத் தவிர இன்னொரு நபரும் ஒளிந்துகொண்டிருப்பதை, அது நீங்கள் பழகியிருக்கும் சிந்தனைப் போக்கிற்கு வெகு தொலைவில் இருப்பதால், பிறப்பால் ஒரு பிரபுவும், படிப்பால் ஒரு விஞ்ஞானியுமான உங்களுக்கு இயல்பாகவே ஏற்பட்டுப்போன குருட்டுத்தனத்தால், கவனிக்காமல் விட்டுவிட்டீர்கள், நான் குறிப்பிடுவது, லிட்டில்போர்ட் கிராமத்தின் எல்லையில் இருக்கும் சாபக்காட்டில் மனிதன் தோன்றிய நாளிலிருந்து வசித்துக்கொண்டிருக்கும் திருவாளர் சாத்தானை, நான் கேட்கிறேன், ஏன் எலினாரின் கண்ணைப் பறித்தது சாத்தானாக இருக்கக் கூடாது. அடக் கடவுளே, மருத்துவச் சரித்திரத்தையும் மனிதச் சரித்திரத்தையுமல்லவா இந்தச் சிறுவன் பரிகாசம் செய்துகொண்டிருக்கிறான், நோய்களுக்குக் காரணம் சாத்தான் என்று நம்பும் மனிதர்களை ஹிப்போக்ரேட் மூடர்கள் என்று நிரூபித்து இரண்டாயிரத்து இருநூறு வருடங்களுக்கு மேலாகிறது உனக்குத் தெரியுமா. ஆனால் ஹிப்போக்ரேட்டிற்கு நானூறு வருடங்களுக்குப் பிறகு பிறந்த, மருத்துவரல்லாத கிறிஸ்து சாத்தானை நோயாளியின் உடலிலிருந்து வெளியேற்றிப் பன்றிகளின் உடலுக்குள் பாயச் செய்ததன் மூலம் அவர்களைப் புத்திசாலிகள் என்று நிரூபித்திருக்கிறாரே, கிறிஸ்துவின் அற்புதச் செயல்கள்மீது நம்பிக்கைகொள்ளும் யாரும் அந்த அற்புதங்களைச் சாத்தியப்படுத்தும் சாத்தானின் மீது எப்படி அவநம்பிக்கை கொள்ள முடியும், எலினாருடைய கிராமத்தவர்கள் நம்புகிறபடி, ஊரெல்லையி லிருக்கும் காடு சாத்தானின் உலகம், கடவுளின் தந்திரத்தால் ஆதியில் தான் இழந்துவிட்ட ஆதாமையும் ஏவாளையும் மீண்டும் தன்னுடன் இணைத்துக்கொள்ளச் சாத்தான் அங்கே காத்துக்கொண்டிருக்கிறான், அதனுள் நுழைபவர்கள் முதல் தாய் தந்தையரின் குழந்தைகள் அல்லர், மாறாக அந்தத் தாயும் தந்தையுமேதான், அவர்கள் பாவக்கனியின் விதையால் உருவானதாகச் சொல்லப்படும் அந்தக் காட்டிற்குள் நுழைந்ததுமே, அதற்கு வெளியேயிருக்கும், நமக்குக் கடவுளால் அருளப் பட்டிருக்கிற, இந்த உலகம் பற்றிய ஞாபகங்களிலிருந்து துண்டிக்கப் பட்டுவிடுகிறார்கள், திரும்பி வரும் வழியை மறந்துபோய் அங்கேயே சுற்றித்திரிந்துகொண்டிருக்கிறார்கள், லிட்டில்போர்ட் கிராமத்தின் இந்தப் புராணிகம்தான் அந்த நிலத்தின் பெண்ணான எலினாரின்முன் தொங்கிக்கொண்டிருக்கும் ஒளித்திரை, மதிப்பிற்குரிய நம் மருத்துவர் தனிமனிதனின் மனமே உலகைச் சமைக்கிறது என்கிறார், இருக்கலாம்,

அப்படியானால் நிலமே ஒரு தனிமனிதனின் மனதைச் சமைக்கிறது என்று நான் சொல்லுவேன், எலினாருடைய நிலம் நம்பிக்கைகளின் நிலம், அறிவின் நிலம் என்று சொல்லப்படும் லண்டன் நகர்ப்புறத்தின் பிரதிநிதியான ட்ரிஸ்ட்ராமின் பார்வையில் அதே இடம் மற்றெல்லாக் கிராமங்களின் எல்லையிலுமிருக்கும் மற்றெல்லாக் காடுகளையும் போல ஒரு சாதாரணக் காடாகவே தென்பட்டுக்கொண்டிருந்ததை அவர்கள் கதையே சொல்கிறது, அது அவர் தன் காதலியுடன் இணைவதற்கு வசதியான ஒரு படுக்கையறை, அவரும் அவருடன் கூடவந்த பெண்ணும் எலினார் ட்ரிஸ்ட்ராம் என்கிற இரண்டு புதிய காதலர்கள், எலினாரைப் பொறுத்தவரையிலோ அவர்களிருவரும் சிறுவயது முதலே தனக்குச் சொல்லப்பட்ட கதைகளுக்குள் வளர்ந்துகொண்டிருந்த ஆதிக் காதலர்கள், இதனால்தான் கூடலுக்குப் பின் ட்ரிஸ்ட்ராமால் மரக்கூட்டங்களிலிருந்து எளிதாக வெளியே வர முடிந்தது, எலினாரோ சாபக்காட்டிற்குள் தன்னைத் தொலைத்துக்கொண்டுவிட்டாள், ட்ரிஸ்ட்ராம் எலினாரைத் தன் நிலத்திற்குள், அறிவின் உலகத்திற்குள் திரும்பக் கூட்டி வந்துவிட்டதாக அவரும் நாமும் நம்பிக்கொண்டிருந்தாலும் உண்மையில் எலினார் சாபக்காட்டிற்குள், சாத்தானின் அரவணைப்பில்தான் இருக்கிறாள், இன்னும் சரியாகச் சொல்ல வேண்டுமானால் எலினார் இப்போது ஒரு கதைப் பிரஜை, அவளைத் தவிர மற்ற நாமெல்லோரும் அந்தக் கதைகளின் நிலத்திற்கு வெளியே, நிஜம் என்று சொல்லப்படும் நம்மை நகர அனுமதிக்காத, உறைந்துபோன இடத்திற்குள்ளும் காலத்திற்குள்ளும் இருக்கிறோம், எலினாரால் நம்மைப் பார்க்க முடியாது, நம்மாலும் எலினாரைச் சுற்றி அடர்ந்து வளர்ந்திருக்கும் கதைகளின் கானகத்தைத் தாண்டி மனதின் கண்களாலோ மருத்துவ விஞ்ஞானத்தாலோ கண்டுவிட முடியாது, ஒருவகையில் நாமும் எலினாரின் உலகில் குருடர்கள்தான். நான் என் கையிலிருக்கும், பழம் நறுக்கும் கத்தியால் உன்னைக் காயப்படுத்துவதற்குள் எலினாருக்குப் பார்வை திரும்பக் கிடைக்குமா கிடைக்காதா என்பதை நீ சொல்ல வேண்டும். எலினாரின் பார்வை நூறு விழுக்காடு திரும்பக் கிடைக்கும், அதற்கான மருந்தும் இருக்கிறது, ஆனால் அது இங்கே, இங்கேயென்றால் இந்த நிஜ உலகில், இல்லை, சாபக்காட்டிற்குள் இருக்கிறது, அதாவது கதைகளின் உலகில் இருக்கிறது, ட்ரிஸ்ட்ராம் விரும்பினால் தன் மனைவிக்காகக் கதைகளுக்குள் அந்த மருந்தைத் தேடிச் செல்ல முடியும். உண்மையில் நீ இங்கிருக்கும், சமூகத்தில் மதிப்பும் செல்வாக்கும் நிறைந்த அறிவுமுள்ள என் நண்பர்களை முட்டாள்களாக்கிக் கேலிசெய்துகொண்டிருக்கிறாய் என்பது எனக்குத் தெரிகிறது, ஏன் என்றுதான் எனக்குத் தெரியவில்லை, ஒருவேளை நீ பிலிப்பி ஜோஸப்பினுடைய ஒற்றனாக இருக்கலாம், அவர்தான் தன் உயிருக்காக மட்டுமல்லாமல் அரியாசனத்திற்காகவும்கூட அப்பாவி மன்னருக்கெதிராக மூன்றாம் சபை ராஜதுரோகிகளின் கால்களைப் பிடித்துக்கொண்டிருப்பவர், ஞானமும், பிரபுக்களுக்கேயுரிய தன்மான உணர்வுமற்றவர், நீங்கள் படையுதவி நாடிவந்த தூதுவர்கள் என்று எலினார் உங்களை எனக்கு அறிமுகப்படுத்தி வைத்ததையும் இணைத்துப் பார்க்கும்போது மூன்றாம் சபைக்கெதிரான பிரபுக்களையெல்லாம், பிற்பாடு அவர்களுக்கு மரண தண்டனையளிக்க வசதியாக, முட்டாள் களாகக் காட்டுவதற்காக, உங்கள் சமஸ்தானத்திற்கான உதவியை

உங்களுக்குக் கையூட்டாக மூன்றாம் சபை மூலம் மன்னரிடம் வற்புறுத்த பிலிப்பி உறுதியளித்திருக்கிறார் என்று என்னால் எளிதாகவே ஊகிக்க முடிகிறது, சொல், ஒரு நோய்க்குக் கதை எப்படி மருந்தாக முடியும். அது, ட்ரிஸ்ட்ராம் தேடிச்செல்வதாக இருந்தால், அந்தக் கதை எலினாருக்கு மருந்தைத் தருமா தராதா என்பதைப் பொறுத்ததன்று, மாறாக கதை அவளுக்கு மருந்து தருமென்பதை நாம் நம்புகிறோமா நம்பவில்லையா என்பதைப் பொறுத்தது, எங்களூரில் மன்னனொருவனின் மகளான ஒரு ரோகியை இசைவாணர் ஒருவர் தன் இசையால் குணப்படுத்தியதாகக் கதை இருக்கிறது, இன்னொரு மன்னர் தன் மகனுடைய சாவையும் தன் வாழ்வையும் இடம் மாற்றிக்கொண்டார், இவை புராணக் காலத்தில் நடந்தவையல்ல, சில பத்து வருடங்களுக்கு முன் நடந்தவை, தங்கள் சாவைத் தள்ளிப்போடக் கதைகளைச் சொல்லிக் கொண்டேயிருந்த பெண்களைப் பற்றியும், வேதாளங்களைப் பற்றியும் நீங்கள் அங்கே கேள்விப்பட முடியும், கதைகளை எப்போதும் எங்கள் படுக்கையறையிலும் தோள்களிலும் நாங்கள் சுமந்துகொண்டேயிருக்கிறோம், நாங்கள் அவற்றை நம்புகிறோம், கதைகளால் அற்புதங்களைச் சாதிக்க முடியுமென்று, கதைகளே புராணமென்று, கதைகளே உண்மையான சரித்திரமென்று, எங்களூரில் நோய்க்கு ஆட்பட்டவர்கள் தங்களைப் புராணக் கதைகளின் பாத்திரமாக மாற்றிக்கொண்டு நோயிலிருந்து தப்பி வெளியே வந்துவிடுவது சர்வ சாதாரணமாக நடக்கக்கூடிய ஒன்று, சின்னம்மையால் ஒருவன் துன்புற நேர்ந்தால் உடனே அவன் தன்னை மாரியம்மன் என்கிற, நோயின் கடவுளாகச் சிலநாட்களுக்கு மாற்றிக்கொண்டு விடுவான், அங்கே ஒவ்வொரு நோய்க்கும் கதைகள் உண்டு, அந்தக் கதையில் தேவர்கள் உண்டு, அரக்கர்கள் உண்டு, மருந்துக்கான போராட்டம் உண்டு, தோல்வியும் வெற்றியும் உண்டு. ஆனால் அவற்றுக்கு நிரூபணம் கிடையாது. ஆம், ஒத்துக்கொள்கிறேன், அவற்றுக்கு நிரூபணம் கிடையாது, காரணம் அங்கே எந்த அனுபவத்தையும் நிரூபித்துக்கொண்டிருப்பதில் அனுபவித்தவன் ஈடுபாடு கொள்வதில்லை, நீங்கள் சீனாவின் மருத்துவ முறைகளைக்கூடப் படித்துப் புறக்கணித்தவர் என்று எலினார் நேற்று சொல்லக் கேட்டேன், அப்படியானால் நீங்கள் மற்ற நாடுகளிலிருந்து முற்றிலும் வேறுபட்ட ஒரு வைத்திய முறையைப் பற்றிக் கேள்விப்பட்டிருக்க முடியும், அங்கே மருந்துக்காகத் தேர்ந்தெடுக்கப் படும் மூலிகைச் செடிகளிலிருந்து அவற்றின் நோய் தீர்க்கும் பகுதியை மட்டும் தனியான அமிலங்களாகப் பிரிக்கும் வழக்கம் கிடையாது, எங்கள் நிலங்களில் நோய் என்பது ஒரு வினா, ஓர் அனுபவம், எனவே மருத்துவமும் அதை அழிக்கும் ஒற்றை விடையன்று, மருந்துகளை உட்கொள்வதென்பது நோயைப் படிப்படியாகச் சாந்தி செய்யும் மற்றோர் அனுபவம், இங்கே அனுபவம்தானே தவிர அதைத் தரக்கூடிய வஸ்து முக்கியமன்று, ஏனெனில் எப்போதுமே எந்தவொரு வினாவிற்கும், நிரூபிக்கப்பட்டுவிட்ட, வஸ்துவாக மாற்றப்பட்டுவிட்ட, மருந்திற்கு அப்பாலும் அநேக விடைகள் இருக்கக்கூடும் என்பது எங்கள் நம்பிக்கை, அதனால்தான் பல சமயங்களில் நாங்கள் மருந்தை மட்டுமே நோய்க்கு நம்பியிருப்பதில்லை, அனுபவங்களைத் தரவல்ல பல கதைகளை, இசையை, ஆருடங்களை, ஆசீர்வதிப்புகளை, கல்லுருவங்களை நாங்கள்

தொடர்ந்து உருவாக்கிக்கொண்டேயிருக்கிறோம், இவற்றில் எதுவும் தனது மகத்துவத்தை ஒருபோதும் நிரூபித்துக்கொள்ள முன்னுவதில்லை, பின்பற்ற நினைக்கிறவர்களே நிரூபணத்திற்கான தேவையுள்ளவர்களா யிருக்கிறார்கள் (அவர்கள் இயேசுவின் கண்களைக் கட்டி, அவருடைய முகத்திலே அறைந்து, உம்மை அடித்தவன் யார், அதை ஞானதிருஷ்டியி னாலே கண்டு சொல்லும் என்று கேட்டார்கள்), பின்பற்றுதல் அனுபவத்தைப் பெருக்குவதாக நினைத்துக்கொண்டு அனுபவத்தைத் தந்ததாகச் சொல்லப்பட்ட வஸ்துவைப் பெருக்குகிறது, வஸ்துகளின் பெருக்கத்திற்காக இயந்திரங்களை நாடுகிறது, ஆனால் ஒரே வஸ்து ஒருபோதும் பலபேருக்கு ஒரேவிதமான அனுபவங்களைத் தருவதில்லை, அப்படியிருக்குமானால் உங்கள் மருத்துவச்சாலைகளில் ஒரேவிதமான காய்ச்சலுக்கு இவ்வளவு மருந்துகள் சாத்தியப்படுமா சொல்லுங்கள், நிரூபணம் உபயோகித்துத் தீர்ப்பதைத் தன் இலட்சியமாகக் கொண்டது, உபயோகம் லாபநட்டக் கணக்குப் பார்ப்பது, சுயநலம் என்பதன்று அதன் அர்த்தம், நோயாலோ பசியாலோ அறியாமையாலோ பாதிக்கப் பட்ட ஒரு பிரஜை அதனால் பலனடைகிறானா என்பதை நோக்கமாகக் கொள்ளும் நல்லவர்களின் கணக்கையும் சேர்த்துத்தான் நான் சொல்கிறேன், நிரூபணம் உங்களைப் போன்ற நல்ல மருத்துவர்களை உண்டாக்குகிறது, அனுபவமோ அந்த மருத்துவர்களையே உண்டாக்கும் விஞ்ஞானிகளை சிருஷ்டிக்கிறது, அவர்கள் எதையும் யாருக்கும் நிரூபிப்பதற்காகத் தங்களைக் கர்த்தாக்களாக்கிக்கொள்வதில்லை, அவர்களுக்குத் தங்கள் கண்டுபிடிப்பால் அதை உபயோகிக்கப்போகும் உலகம் சுகப்படப்போகிறதா, துக்கப்படப்போகிறதா, ஆமென்றால் எந்த அளவிற்கு, யாரால், எப்போது, எப்படி என்கிற கேள்விகளைப் பற்றின அக்கறை கிடையாது, அவர்களைப் பொறுத்தவரையில் சிருஷ்டிப்பதென்பது ஓர் அனுபவம், அதை அவர்கள் அனுபவிக்கிறார்கள், வெற்றி பெற்ற விஞ்ஞானி மட்டுமன்று, தோல்வியுற்ற விஞ்ஞானியும்கூட அதை அனுபவிக்கிறான், விஞ்ஞானி மட்டுமன்று, அடித்தவனுக்கு மறுகன்னத்தைக் காட்டச்சொன்ன தேவபுத்திரனும், போரென்றால் கொன்று குவி என்று சொல்லும் தேவனும் தாங்கள் சொல்லிக் கொண்டிருப்பதன் பலாபலன்களைப் பற்றி யோசித்த நிரூபணவாதிகளல்லர், அடுத்த அடிக்கு மறுகன்னத்தைக் காட்டுவது அடித்தவனை நிரந்தரப் பாவாத்மாவாக்கும் தந்திரமென்றோ, கொல் என்னும் கட்டளை கொல்லப்படுவதற்கும் கேட்பவனைத் தயார்படுத்துகின்றன என்றோ அவர்கள் யோசிப்பதில்லை, சொல்வதோர் அனுபவம், அதனால் சொன்னார்கள், சொல்லும் தருணமன்று, சொல்லப்பட்டதுதான் அனுபவம் என்று நினைத்தவர்களோ போர்களைப் பெருக்குகிறார்கள், அன்பை போதித்த நாடும் போரிடுகிறது, காரணம் நிரூபிக்கும் வெறி, எலினாரின் உடல் உங்கள் மருந்துகளை ஏற்றுத்தான் குணமாகிக் கொண்டிருக்கிறதென்பதை நீங்கள் எப்படி நிரூபிப்பீர்கள், அந்தப் பெண்மணி உங்கள் மருந்துகளை உட்கொள்கிற அதே வேளையில் இந்தப் பிரபஞ்சத்தின் பல்வேறு வியக்திகளிலிருந்து பல்வேறு அனுபவங் களை அவரையுமறியாமல் அந்த உடல் உள்வாங்கிக்கொண்டிருக்கக் கூடும், அதிலொன்று இவருடைய பார்வையை இவருக்குத் திரும்பக்

கிடைக்கச் செய்தது அல்லது மருந்துகளை உட்கொண்ட பின்னும் அது அவர் உலகைப் பார்ப்பதை அனுமதிக்கவில்லையென்பதை யார் கண்டு சொல்ல முடியும்.

அதுவரையில் சொக்க கெளடவின் எதிர்வாதத்தைக் கேட்டுக் கொண்டிருந்தவர்களில் ஓர் ஆங்கிலப் பெண்மணி எழுந்து கேட்டாள், சாபக்காட்டிலாவது இந்தப் பெண்ணுக்குக் கண்பார்வையை மீட்டுத் தரும் மருந்தை அவள் கணவனால் கண்டுபிடிக்க முடியுமா முடியாதா. கெளட சொன்னான், நான் முதலிலேயே சொன்னேன், மருந்து சாபக்காட்டிலன்று, சாதாரணக் காட்டைச் சாபக்காடாக்கிய கதைகளில் இருக்கிறது என்று, ட்ரிஸ்ட்ராம் எங்கே நுழைகிறாரென்பதைப் பொறுத்தது அவர் எதை அடைகிறாரென்பது. சரி, அப்படியே, அவர் கதைகளினுள்ளேயே நுழைந்து பார்க்கிறாரென்றே வைத்துக்கொள்வோம், தான் தேடிவந்த மருந்தை அவர் எப்படி, யாரிடமிருந்து அடையாளம் கண்டுகொள்வார். கதைகளுக்குள் நுழைந்த பிறகு நான் என்பது கிடையாது, கதைகள் மட்டும்தான் உண்டு, நாம் செய்ய வேண்டியதெல்லாம் கதைகள் சுழன்று சுழன்று ஒரு மருந்தாகத் திரண்டு நம் கைகளில் குழைந்து இறங்கும் அதிசயத்தைப் பார்த்துக்கொண்டிருப்பது மட்டும்தான். கெளடவின் இந்தப் பதிலால் மேலும் குழம்பிப்போன அந்தப் பெண்மணி தேவதைக் கதையொன்றைக் கேட்பதைப் போல இருக்கிறது என்று சொல்லிப் பெருமூச்சு விட்டுக்கொண்டே அமைதியானாள். ஆனால் இவற்றை நான் அற்புத நவிற்சியாகச் சொல்லவில்லை, ட்ரிஸ்ட்ராம் கதைக்குள் இறங்கத் தயாரென்றால் அவருக்கு உதவியாக உடன்வர நான் தயார் என்றான் கெளட. நம்ப முடியாததாகத்தான் இருந்தது, என்றாலுமே அவனுடைய பேச்சு அங்கிருந்த அத்தனை பேரையும் ஈர்த்துவிட்டிருந்தது. மேலும் அது அச்சத்தை ஒரு பாறையைப் போல மருத்துவர் நிகோலஸின் மனதில் இறக்கியிருந்தது. அவர் அதைக் கோபத்தால் மறைத்துக் கொள்ள முயன்றவராய் தன் வாடிக்கையாளர்களின் பக்கம் திரும்பி, தன் முடிவை அவர்களிருவரும் செயல்படுத்தப் போகிறார்களா இல்லையா என்பதுபற்றித் தனக்கு அக்கறையில்லையென்றும், ஆனால் அதை எலினாரின் நோய்க்கான தீர்வாக ஒத்துக்கொள்கிறார்களா அல்லது ஏதோ ஒரு கீழைத் தேசத்துக் காட்டுமிராண்டி சொல்வதைக் கேட்டுக்கொண்டு தன்னை நிராகரிக்கப்போகிறார்களா என்பதுதான் தனக்கு முக்கியம் என்றும் படபடப்புடன் வினவினார். அப்போது கண்ணாடி உடைந்தாற் போல அவர் முகமெங்கும் பரவிய கரியநிற ரேகைகளைக் கண்டு அங்கிருந்த அனைவருமே கவலைப்பட்டார்கள். கெளடவின் பேச்சை ஒரு விவாதத்திற்கான எதிர்விவாதம் அல்லது அங்கிருந்த எலினார் உள்ளிட்ட பெண்களின் மனதில் இடம்பிடிப்பதை மட்டுமே நோக்கமாகக் கொண்ட, இளவயதிற்கே இயல்பான விதண்டாவாதம் என்கிற அளவிலன்றி மற்றபடி, மருத்துவர் முகங்கருத்துப் போகுமளவிற்கு மேதாவித்தனமான பேச்சாக, எலினாரைத் தவிர, மற்ற யாரும் எடுத்துக்கொள்ளாததால் அவருடைய அச்சம் அவர்களை ஆச்சரியப்படுத்தியது. ஆனால் உணர்வு களின் கிளைகளை முகத்தில் கண்டமாத்திரத்தில் அதன் வேர்களை நோக்கி இறங்கிவிடத் தெரிந்த கெளடவின் மனதில் உடனே தான் அவ்வளவு பேசியிருக்கக் கூடாது என்கிற எண்ணம் எழுந்து உறுத்தத்

தொடங்கிவிட்டது. தன் பேச்சில் தானே மயங்கிப்போயிருந்த அவன் மருத்துவரின் முகத்தில் வலைபின்னிய சாவை நிதர்சனமாகக் கண்ணுற்ற கணத்தில் தன் தவறை உணர்ந்துகொண்டுவிட்டான். பிரபுக்களும் கோமான்களும் நேற்றுவரை தங்கள் பாக்கியமாகவும் உரிமையாகவும் கருதி அனுபவித்துக்கொண்டிருந்த அரசாங்கச் சலுகைகளும் வரிவிலக்குகளும் இன்று நடைபாதைக் கொல்லர்களாலும் விவசாயிகளாலும் குதிரை வண்டிக்காரர்களாலும் தச்சர்களாலும் மரணதண்டனைக்குரிய குற்றங்களாக மாற்றப்பட்டுக்கொண்டிருக்கிற ஒரு சூழ்நிலையில், தான் உயிர் வாழ்வதென்பது தன் பாண்டித்தியத்தை அடகுவைப்பதால் மட்டுமே சாத்தியமென்று நம்பியபடி, தலைக்கு மேல் கத்தி ஊசலாட, கண்ணில்படும் ஒவ்வொரு மனிதனின் கண்ணிலும் சொல்லிலும் தனக்கான அங்கீகரிப்பை எதிர்பார்த்து ஒரு பிச்சைக்காரனைப் போல மானசீகமாகக் கையேந்திக்கொண்டிருக்கும் ஓர் அப்பாவி வயோதிகரை, வாதத் திறமையை நாலு பேர் முன் நிரூபித்துக்காட்டிக் கரவொலி வாங்கிக்கொள்ளும், சுயநலமும் வக்கிரமும் நிறைந்த தன் வார்த்தைகள், எந்த அளவு மருளச் செய்திருக்குமென்று எண்ணிப்பார்த்த கணத்திலேயே சுயவெறுப்பும் அவன்மீது கவிந்துகொண்டுவிட்டது. அவருடைய, அவசரமும் பதற்றமும் பீடித்த, ஒவ்வொரு நிஷ்டூரமான வினாவின் மற்றும் மறுப்பின் பின்னேயும் ஒளிந்துகொண்டிருந்த, தன் பயத்தைப் பகிரங்கமாக வெளிப்படுத்திக் கௌரவத்தைச் சிதைத்துவிடாமல் தன்னை அந்த அளவோடு அவன் விட்டுவிட வேண்டுமென்கிற இறைஞ்சலைக் கேட்கவொட்டாமல் செவிகளைக் கட்டிப்போட்டுவிட்ட, பதில்களால் எதிராளியை வீழ்த்த முன்னும் மமதையும் சிறுபிள்ளைத்தனமும் தாமதமாகவே உடைந்து அவனை வருத்தின. நடந்து முடிந்த இந்தத் துயர நாடகம், அதன் பின்னணி தெரியாத, உணவகத்திலிருந்த அயலவர்களில் சிலபேரை நிகோலஸின் ஆதரவாளர்களாயும் சிலபேரை கௌடவின் சார்பாளர்களாயும், அனைவரையுமே தங்களுடைய திகிலூட்டும் பழம்நினைவுகளின் நோய்மையை அருகிலிருந்தவர்களின் மேல் வாரியிறைக்கத் துவங்கிய ஓட்டை வாயர்களாயும், ட்ரிஸ்ட்ராமை அந்த இந்தியர்கள் இங்கிதம் தெரியாத அசடர்கள் என்று முன்தினம் எலினாரிடம் தான் சொன்னது நிரூபணமாகிவிட்டதென்று குரூர மகிழ்ச்சி கொண்டவனாயும், கௌடவின் சகாக்களை, பிரான்ஸிலிருந்து நிரந்தரமாக வெளியேறவிருக்கும் அந்தக் கடைசி நேரத்தில் நேர்ந்துவிட்ட கசப்பான அனுபவத்தால் முகஞ்சுளித்தவர்களாயும், பொன்மீனும், கூட்டத்தை வேடிக்கை பார்க்கும் சிறுமியும், தொலைந்த பறவைகளையும் மீன்களையும் திரும்ப அழைக்கும் எந்திரங்களைக் கனவுகாண்பவளுமான எலினாரை, கௌட பேசவாரம்பித்த கணத்திலேயே அவன் சொற்களின் மீது மனச்சாய்வும் (உமக்கு முன்னே போய் உமது வழியை ஆயத்தம் பண்ணுவான் என்று எழுதிய வாக்கியத்தால் குறிக்கப்பட்டவன் இவன்தான்) நிகோலஸின் மீது வெறுப்பும் கொண்டவளாயும் ஆக்கியது. உணவகத்திலிருந்த அனைவரின் பார்வையும் தன்மீதே மொய்த்துக் கிடப்பதையும், தன் பொருட்டாக நிலவிய, பாதிப் பரிகாசத்திலும் பாதி அனுதாபத்திலும் தோய்ந்த, இறுதிச்சடங்கை நினைவுறுத்தும், இறுக்கமான மௌனத்தையும் தாங்கிக்கொள்ள முடியாதவராய், நிகோலஸ் வந்ததைப்

போலவே திடீரென்று எழுந்து, கௌட மீண்டும் அவரை வலிந்து விளித்து அவரையோ அவருடைய சிகிச்சைகளையோ சிறுமைப்படுத்தும் நோக்கம் தனக்குக் கிஞ்சித்தும் கிடையாது என்றும், எலினாரின் கண்பார்வை அவள் கணவனை இழக்காமலேயே திரும்பக் கிடைக்க வேண்டுமேயென்கிற நல்லெண்ணமேயல்லாது வேறெதுவும் தன்னை அப்படிப் பேசவைக்கவில்லையென்றும், அனுபவமோ நிரூபணமோ பிறிதொருவருக்கு நலத்தைக் கொடுக்குமென்றால் இரண்டில் எது பிரயோகிக்கப்பட்டாலும் உத்தமம்தானென்றும், தன் பேச்சு அவரைப் புண்படுத்தியிருந்தால் தன்னை மன்னிக்கும்படியும் கூறி அவரைத் திரும்ப அவருடைய உணவுக் கலத்தின்முன் அமர்த்திவைக்க முயன்றதை நிராகரித்துவிட்டு, ட்ரிஸ்ட்ராமையும் எலினாரையும் அதே நாளின் வேறொரு சமயத்தில் சந்திப்பதாகவும் சொல்லிவிட்டு, எலினாரைத் தவிர மற்ற ஐவருமே அவரை நிறுத்தும்விதம் தெரியாதவர்களாகச் சிலையாய்ச் சமைந்துபோய் உட்கார்ந்திருக்க, விடுதிக் கதவுகளைத் திறந்துகொண்டு வெளியேறிவிட்டார்.

அவர் தலையை வாசலில் கண்டதும் அவருக்காகவே சற்று தொலைவில் காத்திருந்த, ஆனால், அத்தனை விரைவில் வெளிப்படுவாரென்பதை எதிர்பார்த்திராததால், சற்று தாமதமாகவே அவர் வரவைக் கிரகித்துக்கொண்ட அகஸ்டினும் தன் இருப்பை உரக்க அறிவித்தபடி கூண்டு வண்டியையும் இழுத்துக்கொண்டு, பிரதான சாலையின் இரைச்சலும் பரபரப்பும் தன் மதிப்பிற்குரிய வாடிக்கையாளர்களையும், உள்ளே இயங்கிக்கொண்டிருந்த அரசாங்க அலுவலகங்களையும் அண்டி அவர்களுடைய தனிமையையும் ஏகாந்த மனநிலையையும் சிதைத்துவிடாதவண்ணம், பதினெட்டு வருடங்களுக்கு முன்னால் ஆயுதங்களாலும் நெருப்பாலும் சிதைக்கப்பட்ட வடுக்களோடேகூடத் திரும்பத் திரும்ப விடுதி நிர்வாகத்தால் எழுப்பப்பட்டுக்கொண்டேயிருந்த, ஆரஞ்சு மற்றும் ஒலிவ மரங்களும், ஏகாந்தமான புல்வெளியும், செயற்கை நீரூற்றுகளும், மத்தியகாலச் சிற்ப அற்புதங்களும் நிறைந்த தோட்டத்தின் வழியே வெளிப்புறத்தை நோக்கி விரைந்து போய்க்கொண்டிருந்த எசமானரைப் பின்தொடர முயற்சித்தான். ஆனால் நிகோலஸால் விடுதியை விட்டு வெளியேற முடியவில்லை. அதற்குள், வழியில் தென்பட்ட, நேற்றுவரை வாயிற்படிகளில்கூடத் தங்களுக்கு இடமளிக்காத கட்டிடங்களனைத்தையும் சூறையாடியபடி, எனினும் பின்னால் உடல்களைத் தொங்கவிட உபயோகப்படுமென்று முன்பே முடிவு செய்துவிட்டவர்களைப் போல விளக்குக் கம்பங்களையும், நிலவுடைமைச் சட்டங்களின் களிம்பேறிப்போன சரித்திரத்தைப் புத்தம்புதிதாகத் துலக்கியதாகப் பின்னாளில் குறிப்பிடப்படவிருக்கும் அந்த நாளின் விடியலை முன்பே எதிர்பார்த்தவர்களைப் போல ஸேன் கரையோரம் கித்தான் துணிகளுடனும் வண்ணக் கலவைகளுடனும் ஏராளமான தூரிகைகளுடனும் வந்து அமர்ந்துகொண்டிருந்த சித்திரக்காரர்களையும், காயப்படுத்தாமல் விட்டுவிட்டு, கிரீவ்ஸ் சதுக்கத்தினருகே வந்துவிட்ட ஆர்ப்பாட்டக்காரர்களின் பெரும் இரைச்சலும், திடீரென்று எழுந்த இடியையொத்த பெரும் சத்தமும், அவன் குரல் நிகோலஸை எட்டாதவண்ணம் அவனுக்கும் அவருக்கும் நடுவிலும், பாரீஸ்

மண்ணை நிகோலஸ் இனி என்றுமே பார்க்க முடியாதவண்ணம் அவருக்கும் அவருடைய ஆயுளுக்குமிடையிலும், கடக்க முடியாத பெரும் சுவராய் விழுந்துவிட்டது. ஆர்ப்பாட்டக்காரர்கள் தெ வில்லியின் மதிற்கதவை மீண்டுமொருமுறை தகர்த்தெறிந்துவிட்டார்கள். அவர்களை, லோவ்ரே நடைபாதைச் சாலையைப் புனித டெனிஸ் தெரு சந்திக்கும் முனையைத் தொட்டபோதே கவனித்துவிட்ட, அவர்களிடமிருந்து சில நூறு தப்படிகள் தொலைவில், லா ஃபோர்ஸ் சிறை வளாக வாயிலில் நிறுத்திவைக்கப்பட்டிருந்த ஜெர்மானியச் சிப்பாய்கள், பதினைந்தாம் லூயி சதுக்கத்திற்கப்பால் பாதை இடப்புறமாக வளைந்துவிட்டதாலும், ஏற்கெனவே துயிலரீஸ் அரண்மனைத் தோட்டத்தில் ரகசியமாகக் காத்துக்கொண்டிருந்த இன்னொரு குழு ராயல் பாலத்திலிருந்து சகாக்கள் கீழே இறங்கியவுடன் அவர்களுடன் இணைந்துகொண்டுவிட்டதாலும், வீதியின் படிகளும் திருப்ப விளிம்புகளும் அலங்காரத் துருத்தல்களும் விளம்பரப் பலகைகளும் ஸேன் நடைபாதையிலிருந்து பறித்தெடுக்கப்பட்ட கூழாங்கற்களால் எறிபட்டு மொண்ணையாகிக்கொண்டே வந்த நிலையில், தலைகளின் ததும்பலால் இடஞ்சிறுத்துப்போய்விட்ட சாலையில், சாமான்யர்களைத் தவிர மற்றபடி, தங்களுக்கு உதவும்விதமாக, கூட்டத்தை அதன் பின்புறமிருந்து விரட்டிவரும் காவலர்களையோ இராணுவத்தையோ பார்க்க முடியாத நிலையில், பற்றாக்குறைக்கு ஸேனின் மறுகரையில் கண்களுக்கு மறைவாயிருந்த தெ இன்வேலிடஸின் நாசத்தை நன்றாகவே உணரும்படியாகப் பாலத்தின் தெற்கு முனையிலிருந்து மேலும் மேலும் நண்பகல் வெயிலைப் பொருட்படுத்தாத கூட்டம் உற்பத்தியாகி அதைக் கடந்து வந்துகொண்டேயிருந்ததாலும், தலைமைக் காவலரின் உத்தரவின்பேரில், சிறைப் பிரதேசத்தை அடையும் முன்பே அதை எதிர்கொள்ளும் உத்தியுடன் கிரீவ்ஸ் சதுக்கத்தைக் குதிரைகளால் தாண்ட முயற்சித்தபோது, ஜாக்வெஸ் நெக்கரைத் திரும்ப அழைக்கும் வாசகங்களும், நெக்கர் மற்றும் ஆர்லியன்ஸ் கோமகனின் உருவப்படங்களும், தானியங்களின் கடந்த இரண்டு வருடத்திய விலைப் பட்டியலுடன் அவற்றின் சமீபத்திய விலையையும், பொறுக்கவியலாத விலையேற்றம் பார்ப்பவர்கள் மனதிலும் புத்தியிலும் உடனே பட்டு உறைக்கும்படியாக அறிவிக்கும் மிகப் பெரிய எழுத்துகளும், லூயியைப் பதவி விலகச்சொல்லும் கட்டளைகளும் வரையப்பட்ட பெரும் பதாகைகளுடனும், மூவர்ணக் கொடிகளுடனும், புதுப்பாலம் வழியே இன்னொரு கூட்டமும் நடைபாதைக்குள், சிப்பாய்களின் பின்புறமாக, இறங்கிவிட்டது. சிப்பாய்கள் கொடும் மிருகமொன்றின் கூண்டுக்குள் தவறி விழுந்துவிட்டதைப் போல பயந்துபோய்விட்டார்கள். சேனாதிபதி பிராக்ளியிடமிருந்து சுடும் ஆணையும் அப்போது வந்துசேரவில்லை. இரண்டு நாட்களுக்கு முன்பு பதினைந்தாம் லூயிச் சதுக்கத்தில் கலகக்காரர்களைச் சுட்டுக் கலைத்த ஆயுதபலத்தையும் மனோபலத்தையும் கூட்டத்தின் ஆகிருதியைக் கண்டு இழந்துவிட்ட அவர்கள் பாஸ்டிலுக்குள் ஏழு சிறைக் கைதிகளையும் அலங்காரத்திற்காக வைக்கப்பட்டிருக்கும் நான்கு பழைய பீரங்கிகளையும் தவிர வேறு ஆயுதங்கள் எதுவும் கிடையாதென்றும், நகரசபைப் பிரதிநிதிகள் பாஸ்டில் வளாகத்திலேயே லானேயைச் சந்தித்துப் பேசவிருப்பதால்

விஷமிகள் கலைந்து போய்விட வேண்டுமென்றும் தங்களுடைய உயிரை மிரண்டுகொண்டிருந்த குதிரைகளின் கடிவாளங்களோடும், வெறுமே உயர்த்திய துப்பாக்கிகளோடும் சேர்த்து இறுகப் பிடித்துக்கொண்டு கவனமாக வரவழைத்துக்கொண்ட சாதாரணக் குரலில் கூட்டத்திற்கு அறிவித்தார்கள். கூட்டம் சிப்பாய்களைப் பொருட்படுத்தாமலும், எந்தவோர் அசம்பாவிதமான அசைவாலும் வெளியே வழிந்துவிடக்கூடிய அபாயகரமான உணர்ச்சி விளிம்பை அவர்கள் அறியக் காட்டியபடியும், அவர்களைத் தாண்டி கிரீவ்ஸ் சதுக்கத்தை நோக்கி நகர்ந்துகொண்டிருந்தது. நூறடி உயரமும், முப்பதடி கனத்த சுவர்களும், எட்டுக் கோபுரங்களும், எழுபத்தைந்தடி அகல அகழிகளும் கொண்ட கோட்டை வெறும் ஏழு கைதிகளுக்காகவும், வேலை செய்யாத பீரங்கிகளுக்காகவும் மட்டும்தான் பராமரிக்கப்படுகிறது என்று எங்களை நம்பச்சொல்கிறாயா ரூடால்ஃப். அதைவிடு எட்வர்ட், உழவு மாடுகளையும் வண்டிக் குதிரைகளையும் வெளியே நிற்கவைத்துவிட்டு நாம் தொழுவங்களை வீடுகளாக்கிக்கொண்டிருக்க, செவிட்டுக் கடவுளர்களுக்கான தொழுகைகளை நிறைவேற்றிக்கொண்டிருக்கும் தேவாலயங்கள் உட்பட, காலாவதியான விஷயங்களுக்காக இவ்வளவு பெரிய இடங்கள் வீணாக்கப்பட்டுக்கொண்டிருக்கின்றன என்பதற்காகவே இவர்களை நாம் கொன்றாக வேண்டும். ஆனால் அவர்கள் சிப்பாய்கள் முதலில் துவங்க வேண்டுமென்று காத்திருந்தார்கள். முதல் பலியாக இருப்பதற்கு அவர்களில் ஒவ்வொருவரும் தயாராகவுமிருந்தார்கள். ஆண்கள் இராணுவக் கிடங்கில் அபகரித்த ஆயுதங்களைத் தலைக்கு மேல் உயர்த்திக் காட்டியும் பெண்கள் வெட்கமின்றிப் பாவாடைகளைத் தொடைகளுக்கு மேல் வழித்துக் காண்பித்தும் சிப்பாய்களைத் தங்கள் மேல் தாக்குதலைத் தொடங்கத் தூண்டினார்கள். சாலைகளிலும் கட்டிடச் சுவர்களிலும் மரங்களிலும் நதிக்கரை நடைபாதைகளின் தணிந்த தடுப்புத் தூண்களிலும் சதுக்கச் சிலைகளின் பீடங்களிலும் அவர்களில் ஒரு பகுதியினர் ஒட்டிக்கொண்டேவந்த, லூயிக்கும் முதலிரண்டு சபைகளுக்கும் எதிரான, மிக மோசமான வாசகங்களைக் கொண்ட சுவரொட்டிகளைக் கிழித்தெறியத் தக்க தருணத்தை ஜெர்மன் வீரர்களும், சிப்பாய்கள் சுவரொட்டிகளின் மீது கைவைக்கும் தருணத்தை அதை ஒட்டியவர்களும் எதிர்பார்த்துக்கொண்டிருந்தார்கள். கிரீவ்ஸ் சதுக்கத்தை ஊர்வலம் அடைந்தபோது, போன தடவையைப் போலவே இந்த முறையும், சதுக்கத்திற்குக் கிழக்கே, லா ஃபோர்ஸ் சிறைப் பிரதேசத்தை நோக்கி அவர்கள் போகக்கூடுமென்று எதிர்பார்த்த சிப்பாய்கள் அந்த முனையில் நியமிக்கப்பட்டிருக்கும் கூடுதல் காவலர்களும் இராணுவமும் கூட்டத்தை பாஸ்டிலை நோக்கி முன்னேறிச் செல்லவிடாமல் தடுத்து நிறுத்துமென்றும், அதே வேளையில் அவர்கள் திரும்பி நகர்ந்துவிட முடியாதபடி பின்புறத்திலிருந்து சுற்றிவளைத்துக்கொள்ளத் தங்களுக்கும் அவகாசம் கிடைக்குமென்றும் கிளர்ச்சியாளர்களைத் தங்களைத் தாண்டி முன்னேறிச்செல்ல அனுமதிப்பதைப் போல நடைபாதையோரம் சற்றே பின்வாங்கி ஒதுங்கிக்கொண்டார்கள். ஆனால் இரண்டு நாட்களுக்கு முந்தைய அதே அனுபவத்தால் பாடம் கற்றுக்கொண்டிருந்த கூட்டம் தெ வில்லியைத் தாண்டும் முன்பே, லா ஃபோர்ஸின் பின்புறம்

வழியாகப் பாஸ்டில் சிறை மைதானத்திற்கு நேராக இட்டுச்செல்லும் புனித அந்தோணி தெருவைப் பயன்படுத்திக்கொள்ளும் முனைப்புடன், சதுக்கத்தின் வடபுறம், கோயில் தெருவிற்குள் திரும்பிவிட்டது. இதைச் சிப்பாய்கள் எதிர்பார்க்கவில்லை. தாங்கள் ஏமாற்றப்பட்டுவிட்டதையும் ஊர்வலத்தின் மீதான கட்டுப்பாட்டை இழந்துவிட்டதையும் திடீரென்று தெரிந்துகொண்ட அவர்கள் பக்கவாட்டில் வெறிச்சோடிக்கிடந்த கிரீவ்ஸ் நடைபாதையில் சகாக்கள் இரண்டு பேரை, இருப்பதில் பாதிச் சிப்பாய்களைச் சதுக்கத்திற்கும், மற்றவர்களைச் சிறைச்சாலையின் புழக்கடை வாயில் வழியே அந்தோணி தெருவிற்கும் அழைக்கச்சொல்லி லா ஃபோர்ஸுக்கு அவசர அவசரமாக விரட்டினார்கள். ஆனால் அதற்குள் காரியம் மிஞ்சிவிட்டது. சிப்பாய்களின் அழைப்பு ஆர்ப்பாட்டக்காரர்கள் மத்தியில் அவர்கள் எதிர்பார்த்துக்கொண்டிருந்த தூண்டலைச் செவ்வனே நிறைவேற்றியதைப் போல கூட்டத்தில் சிலர் அப்போதே தங்கள்மீது தாக்குதல் தொடங்கிவிட்டதாக அலறத் துவங்கினார்கள். குறுகிய கோயில் தெருவை முழுக் கூட்டமும் ஒரே நேரத்தில் புகுந்து கடக்க முயற்சித்ததில் அதன் அடர்த்தியும் வேகமும் அதிகமாகிவிட, சிப்பாய்களின் துப்பாக்கி முனைக்கு நேராக, ஊர்வலத்தின் வெளி விளிம்பிலிருந்தவர்கள் ஒவ்வொருவரும் அதன் மையத்திற்குள் புகுந்து தங்களை மறைத்துக்கொள்ள முயற்சிக்க, அந்த அழுத்தத்தைத் தாங்க முடியாதவர்களாய் உள்ளேயிருந்தவர்கள் அவர்களை உந்தித் தள்ள, சினை மிருகத்தின் புழையைப் போல சில மணித்துளிகள் விரிந்தும் சுருங்கியும் திணறிய கூட்டம் கோயில் தெரு முனையில், எதிர்ப்பாளர்களின் கோபங்களின் வடிகாலாக இருக்கப் பல ஆண்டுகளாகவே விதிக்கப்பட்டுவிட்ட, தெ வில்லியின் மதிற்கதவின் மேல், வழக்கம்போல, படீரெனத் தெறித்துவிட்டது. கம்பிக் கதவுகளுக்குப் பின்னே, முன்னேற்பாடாகத் துப்பாக்கிகளுடன் நிறுத்தப்பட்டிருந்த கூடுதல் வாயிற்காப்பாளர்கள் அவர்களை மீண்டும் சாலைக்குத் திரும்பச்சொல்லி விரட்டவும், தங்கள் கைகளில் இருந்த துப்பாக்கி முனைகளை, வெளியிலிருந்த சிப்பாய்கள் எச்சரிப்பதைப் பொருட்படுத்தாமல், உள்ளே வந்து விழுந்தவர்களை நோக்கி உயர்த்தவும், இதனால் மேலும் சீண்டிவிடப்பட்ட கூட்டம் வெடியோசையைப் பொருட்படுத்தாமல், ஒவ்வொருவரும் தனக்குப் பின்னே திரண்டிருக்கும் நூற்றுப்பத்துத் தலைகளும் குரல்களும் கொடுத்துக்கொண்டிருந்த உற்சாகத்தின் பாதையில் கால்களை முன்னெடுக்க, கூட்டம் வளாகத்தின் மீது பாய்ந்து பரவியது (மகாகவிஞன் ஒருவனின் தடையற்ற கற்பனை அவன் எழுதுகோலின் வழியே பீறிட்டு காகித வெளியை நிரப்புவதைப் போல இருந்ததென்று பின்னாளில் அதில் நேரடியாகப் பங்குகொண்ட ஓர் அநாமதேயக் கவிஞன் நெப்போலியன் போனபார்ட்டின் அரசவையில் அந்தக் காட்சியை உரக்க வர்ணிக்கவிருக்கிறான்).

தங்களிடம் உதவி கேட்டுக் கெஞ்சிய காவலாளிகளின் குரலைச் செவியுற முடிந்ததென்றாலும் வெளியில் நின்ற சிப்பாய்களால் தங்களுக்கு முன் பிதுங்கிக்கொண்டிருந்த கூட்டத்தைத் தாண்டி அதன் முகப்பிற்குள் நுழைய முடியவில்லை. அதற்குள் ஊர்வலத்தின் வடிவமும் சிதைந்து

அதன் முகப்பும் முடிவும் குழம்பிப்போய்விட்டிருந்தன. மேலும் அவர்களுக்கு விடுதியைத் தாண்டி புனித அந்தோணி தெருவை நோக்கி விரைந்து முன்னேறிக்கொண்டிருக்கும் கூட்டத்தையா, தெ வில்லிக்குள் புகுந்த கூட்டத்தையா, எதைப் பின்தொடர்ந்து செல்வது என்பதைச் சரியாக முடிவு செய்ய அவகாசமும் கிடைக்கவில்லை. இந்தச் சமயத்தில் தான், வாதத்தால் தன்னை அவமானப்படுத்திய கௌடமீதும், அதை வேடிக்கை பார்த்துக்கொண்டிருந்தவர்கள்மீதும் அச்சமும் அதிருப்தியும் கொண்ட நிகோலஸ் விடுதியின் கட்டிடக் கதவைத் திறந்துகொண்டு தோட்டத்தில் வெளிப்பட்டார். வெளிப்பட்ட வேகத்திலேயே அவரும், அவரை நோக்கி வந்துகொண்டிருந்த அகஸ்டினும் கூட்டத்தைப் பார்த்துவிட்டு, முறையே மீண்டும் விடுதியினுள்ளும் தொழுவத்தை நோக்கியும் தலைதெறிக்க ஓடினார்கள். அகஸ்டின் ஒரு நொடியில் தெ வில்லி கலகச் சூழலினுள் வசமாக மாட்டிக்கொண்டுவிட்டது என்பதை யும், உள்ளே இனித் தாமதிக்க முடியாத விடுதிவாசிகள் விடுதியின் முன்புறமாகவும் ஓடித் தப்பிக்க முடியாது என்பதையும், தன் வாழ்நாளில் கண்டறியாத ஜனப்புயலின் அடர்த்தியும் மூர்க்கமும் விடுதியின் பாதுகாப்பு ஏற்பாடுகளையெல்லாம் தகர்த்துத் தவிடுபொடியாக்கிவிட வல்லவையென்பதையும், அந்தோணி தெரு குறுக்குச் சந்தைப் பார்த்து, காய்கறிகளையும் மளிகைப் பொருட்களையும் எடுத்துவரும் வண்டி களுக்காகத் திறந்திருக்கும், புழக்கடை வாசல் ஒன்றுதான் இனி அவர்கள் தப்பிச்செல்ல ஒரே மார்க்கமென்பதையும், முன்வாசல் எளிதாகத் திறக்கப்பட்டுவிட்டதானது ஆர்ப்பாட்டக்காரர்கள் பக்கவாட்டு வழிகளையும், புழக்கடைத் திறப்பையும் பற்றி யோசிப்பதைத் தாமதப் படுத்துமென்பதையும் ஊகித்துவிட்டவனாய்த் தன் எசமானரை எதிர்கொள்ளக் கூண்டுவண்டியைச் சடுதியில் அவிழ்த்துக் குதிரைகளைக் கட்டிடத்தின் பின்புறத்திற்கு ஓட்டினான். கலகக்காரர்கள் கட்டிடக் கதவை நெருங்குவதற்குச் சில நிமிடங்கள் முன்பாக அவர்கள் வரவைத் தொண்டை கிழிய அறிவித்தபடி உணவகத்திற்குள் தலைதெறிக்க ஓடிவந்த நிகோலஸ் உள்ளே உணவருந்திக்கொண்டிருந்தவர்களை, அவர்கள் தங்கள் கையிலகப்பட்ட உடைமைகளை எடுத்துக்கொண்டு வெளியேறும் பதைப்புடன் விரையும்படி, கல்லெறிபட்ட பறவைகளைப் போல அவரவர் அறைகளை நோக்கிச் சிதறடித்தார். அவர்களுடன், எலினாரைப் பாதி அழைத்துக்கொண்டும், பாதி இழுத்துக்கொண்டும் சிதறி ஓடிய ட்ரிஸ்ட்ராமின் பின்னால், தானும் அவர்களுடைய அறைக்கு, வெளியேயிருப்பவர்கள் தன்னைக் கொல்லத்தான் வந்துகொண்டிருப்பதா யும், சொக்க கௌடதான் அவர்களுடைய மனதில் தன் மீதான அலட்சிய எண்ணங்களை விதைத்து விடுதிக்கு வரவழைத்திருப்பதாயும், கலக வழிகளைக் கற்றுக்கொள்ளத் துயிலார் தோட்டத்திற்கு ரகசியமாக வந்து இறங்கும் பிரிட்டன் போக்கிரிகளைப் போலவே அந்த நால்வருக்கும் தேசியச் சட்டமன்றத்திற்கும் தொடர்பிருப்பதாக ட்ரிஸ்ட்ராம் அவர்களை அறிமுகப்படுத்தியபோதே தான் சந்தேகப்பட்டது சரியாய்ப் போய்விட்ட தென்றும், பிரெஞ்சுப் பிரபுக்களை ஒற்றறியவும், மேதைகளைப் பற்றின தவறான தகவல்களைச் சாமான்யர்களிடையே பரப்பி அவர்கள் செய்யவிருக்கும் கொலைகளின் மீது எழவிருக்கும் எதிர்ப்புகளை முன்பே

இல்லாமல் செய்துவிடவும், தங்கள் சமஸ்தானத்திற்காக அந்த இந்தியர்கள் தேடிவந்திருக்கும் படையுதவியைக் கையூட்டாகச் சாமான்யர்களின் புதிய நகரசபை பேரம் பேசியிருக்கிறதென்பது இப்போது நிரூபணமாகி விட்டதென்றும், பலவாறு புலம்பிக்கொண்டே ஓடினார். கௌடவும் அவனுடைய சகாக்களும் ஏற்கெனவே தயாராக வைத்திருந்த தங்கள் பயணப் பெட்டிகளை எடுத்துக்கொண்ட பின் கையறு நிலையில் தவித்துக்கொண்டிருக்கும் நண்பர்களையும் அழைத்துக்கொண்டு மேல்தளத் தாழ்வாரத்தின் பின்புறமிருந்து புழக்கடைப் பக்கத்தை நோக்கிக் கீழிறங்கும் அவசர வழியை உபயோகப்படுத்திக்கொள்ளும் எண்ணத்துடன் படிகளில் மேலேறிச் சென்றார்கள். இந்தச் சமயத்தில் கீழே ஆர்ப்பாட்டக்காரர்களும் மரவாயிற்கதவை உடைத்துக்கொண்டு விடுதியின் வரவேற்பறைக்குள் நுழைந்துவிட்டார்கள். மற்றொரு தினத்தைப் போலவே சுவர்களுக்குள் நெரிசல் பிதுங்கவாரம்பித்துவிட்டது. என்றாலும் இந்த முறை அனைவருக்குமே வெளியேற வேண்டிய பாதையைப் பற்றிய நிச்சயமிருந்ததால், ஓடுகிறவர்களின் கூட்டமும், தங்களைக் கண்டு வெருண்டு ஓடும் ஆடம்பரமான உடைகளையும், உயர்ந்த வகைச் செருப்புகளையும், தங்களைப் போல் வயல்வெளியிலும் உலைக்கூடத்திலும், நறுமணத் திரவியங்களால் வடிகட்டப்படாத, பனிக்காற்றையும் அனற்காற்றையும் குடித்துக் களிம்பேறிப்போயிராத நளினமான குரல்களின் அலறலுக்குரிய, சாயம் தீட்டிய உதடுகளையும், வஞ்சனையற்ற உடல்களையும் பார்த்து, துரத்தும் போதை தலைக்கேறியவர்களாய் அவர்களை உழவுக் குதிரைகளை விரட்டுவதைப் போல விரட்டிக்கொண்டே பின்னால் வந்தவர்களின் கூட்டமும், ஒரே திசையை நோக்கிச் சாய்ந்து குழப்பத்தைக் குறைத்து வேகத்தை அதிகப் படுத்தியது. ட்ரிஸ்ட்ராமையும் எலினாரையும் முன்னாலும், நிகோலஸையும் அய்யங்காரையும் அவர்களுக்குப் பின்னாலும் ஓட விட்டுவிட்டு, தாழ்வாரத்தின் மருங்குகளிலிருந்த அறைகளுக்குள்ளிருந்து ஆங்காங்கே வெளிப்பட்டு அவர்களுடன் சேர்ந்துகொண்டவர்களின் மோதலையும் வழிகாட்டலையும் பின்பற்றலையும் சமாளித்து நண்பர்களுக்கு வழியேற் படுத்திக்கொடுத்தபடி கௌடவும் ராமராவும் ஸ்டீபன் கேனாவும் நிலைமைக்குத் தக்கபடி அவர்களுக்கு முன்பின்னாகவும் சென்று படிகளில் சாடினார்கள். எலினாருக்கு, போனதடவை தனியே மாட்டிக் கொண்டபோது எழாத பயம், பின்புறமிருந்து தன்னை அவசரப்படுத்தும் மருத்துவரின் குரலாலும், இடைப்படும் நெரிசலுக்குள் சிக்கிக் கழன்று போகும்வண்ணம் தன் கரங்களை முன்னிருந்து இழுக்கும் கணவனின் பதற்றத்தாலும் பலமடங்காகப் பொங்கியெழ, அவள் தன்னை அன்று போல் தூக்கிச்செல்லும்படி கௌடவிடம் முறையிட்டுக்கொண்டே ஓடினாள். அவளுடைய அளப்பரிய உடல் எடையும், தன் பருத்த சரீரம் தன்னுடன் ஓடிவருபவர்களின் வழியை மறித்து அவர்களைத் தொந்தரவு செய்கிறது என்கிற எண்ணமும் அவள் கால்களிலிருந்து பலத்தை உறிஞ்சிக்கொண்டிருந்தன. அவர்கள் ஒருவழியாகப் பின்புறத் தோட்டத்தையடைந்து கூட்டத்தோடு கூட்டமாக அந்தோணி தெருவைப் பார்த்த வாசலை நோக்கி விரைய முயற்சித்தபோது அதற்கு மேல் தன்னால் ஓட முடியாது என்று முடிவுசெய்துவிட்ட எலினார்

நிகோலஸிடம் அகஸ்டினைக் கூப்பிடும்படி அலறினாள். அவனை அங்கே காத்திருக்கச் சொல்லும் வழக்கம் தனக்குக் கிடையாதென்பது அவளுக்கு நிச்சயமாகத் தெரியுமென்று நிகோலஸ் வெறுப்புடன் பதிலுக்குக் கத்தினார். அதற்குள் சற்று தொலைவில், கட்டிடத்தினுள் ளிருந்து மளமளவென்று சரிந்துகொண்டிருந்த தலைகளைக் கவனிக்க விடாமல், தங்களை வண்டியில் ஏற்றிச் செல்லும்படி அவனைக் கெஞ்சி யும் மிரட்டியும் வற்புறுத்திக்கொண்டிருந்தவர்களின் மேல் பார்வையைத் திருப்பிய ஏதோவொரு கணத்தில் எசமானரைத் தவறவிட்டிருக்கக் கூடுமோவென்கிற சந்தேகத்துடன் அலைபாய்ந்துகொண்டிருந்த அகஸ்டின் எலினாரின் குரலைக் கேட்டதும் பெருத்த நிம்மதியுடன் கூட்டத்தினுள் வண்டியை நகர்த்தியபடி அவர்களை நெருங்கி வந்து விட்டான். அதை எலினாரே எதிர்பார்க்கவில்லை. அவள், நான் அகஸ்டின் இங்கே இருக்க வேண்டுமென்று விரும்பியதைத் தவிர வேறெதையும் செய்துவிடவில்லை என்று சந்தோஷத்துடனும் வியப்புடனும் முணுமுணுத்தாள். ஆனாலும் அந்தச் சிறு சம்பவமானது நிகோலஸின் மனதில், தன் உயிர்க்கயிற்றை அறுத்துக்கொண்டிருந்த, கௌட உட்பட்ட எதிரிகளின் சதியிலிருந்து அகஸ்டினும் எலினாரும் சேர்ந்து தன்னைத் தப்பிக்கச் செய்துவிட்டதாயும், இழந்துபோய்விட்டதாக நினைத்துக் கொண்டிருந்த தன் கௌரவத்தை அது மீட்டுத் தந்துவிட்டதாயும், தன் வாழ்வை அந்தக் கணத்தில், அதற்கு மேல் வாழ்ந்து சாதிப்பதற்கு ஒன்றுமில்லையென்கிற அளவிற்கு, முழுமையாக்கி முடித்துவிட்டதாயும் ஓர் அபூர்வமான நிறைவை ஏற்படுத்திவிட்டது. அவர் தலைகொள்ளாப் பெருமிதத்துடன் வண்டியினுள் ஏறிக்கொண்டார். அவரைத் தொடர்ந்து வண்டிக் கதவை விரியத் திறந்து எலினாரை உள்ளே தூக்கி வீசிவிட்டு, ட்ரிஸ்ட்ராம் தானும் பாய்ந்து ஏறிக்கொண்டான். அவர்களிருவரும் ஏறியவுடன் நிகோலஸ் வண்டியை விரட்டும்படி அகஸ்டினுக்கு ஆணையிட்டார். அறிமுகமானவர்கள் என்கிற முறையிலும், வண்டிக்குள் ஏராளமாக இடமிருக்கிறதென்கிற நிச்சயத்திலும், சொல்லத் தேவை யில்லாமலே தங்களுக்கும் அதில் ஏறிக்கொள்ள அனுமதி உண்டு என்கிற நம்பிக்கையுடன் உள்ளே நுழைய முயற்சித்த நான்கு இந்தியர்களும் நிகோலஸின் இந்த ஆணையைக் கேட்டுத் திகைத்துப்போனார்கள். ஆனால் மற்ற நால்வரும் தங்கள் எசமானருடனோ அல்லது அவரது வாடிக்கையாளர்களுடனோ சம்பந்தப்பட்டவர்களென்று எலினாரின் தவிப்பையும் வெளியே இருந்தவர்களின் இருண்டுபோன முகத்தையும் கொண்டு கண்டுபிடித்துவிட்ட அகஸ்டின் வண்டியை நகர்த்துவதைத் தாமதப்படுத்திக்கொண்டே அவர்களை, தன் எசமானனின் குழந்தைத் தனமான கட்டளையைப் பொருட்படுத்தாமல், வண்டிக்குள் ஏறும்படி துரிதப்படுத்தினான். அவனுடைய திடீர் வரவின் மீதிருந்த அதிசயம் அவனை அதிகாரம் செய்யும் எண்ணத்தைப் பலவீனப்படுத்தியிருந்ததால் கௌடவைத் தவிர மற்ற மூன்று பேரும் வண்டிக்குள் ஏறுவதை, விருப்பமில்லையென்றாலும், நிகோலஸ் பொறுத்துக்கொண்டார். ஆனால் கௌட உள்ளே நுழைந்தபோது அதைப் பார்த்துக்கொண்டிருக்க முடியாமல் திடீரென்று யாரும் எதிர்பாராதவிதமாக, உணவுக்கூடத்து விவாதம் அப்போதுதான் புரைக்கேறிவிட்டதைப் போல ஆங்காரத்துடன்

கௌடவின் மார்பில் கைவைத்து மூர்க்கமாக அவனைத் தள்ளிவிட்டு விட்டார். தடுமாறிப்போய் பின்னே சரிந்த கௌடவின், பற்றிக்கொள்ள ஒரு பிடியைத் தேடி கணப்போது காற்றில் தத்தளித்த, கைகள் மறுகணம் தன் மார்பின் மீது பதிந்துகொண்டிருந்த நிகோலஸின் கைகளையே உறுதியாகப் பற்றிக்கொள்ள, அவன் தன்னோடு அவரையும் வண்டிக்கு வெளியே இழுத்துக்கொண்டே கீழே விழுந்தான். விழுந்த வேகத்தில் பிரிந்துவிட்ட கையால் நிகோலஸ் அவன் முகத்தின் மீது பலமாகக் குத்தினார். பிறகு அவசர அவசரமாகத் தன்னை விடுவித்துக்கொண்டு எழுந்தார். வண்டிக்குள் ஏறிக்கொள்வதற்காக அதை அணுகி நெருக்கத் தொடங்கிய கூட்டத்தினரை அவர்களுடைய இந்தச் சண்டை தூர விலகச்செய்து சில தப்படிகளுக்கு இட விஸ்தாரத்தை ஏற்படுத்தியது. வெளியே அவகாசம் குறைவாக இருக்கும் நேரத்தில் சிறுபிள்ளையைப் போல கோபப்பட்டு நேரத்தை வீணடித்துக்கொண்டிருப்பதாக, பழைய கோபத்தையும் மனதில் வைத்துக்கொண்டு, ட்ரிஸ்ட்ராம் நிகோலஸைக் கடுமையாகத் திட்டத் தொடங்கினான். எலினாரும் தன் பங்கிற்குத் தலையில் இடி விழுந்ததைப் போலவும், குரலால் பார்க்கும் ஜால வித்தையில் தேர்ந்தவளைப் போலவும் அவரைச் சபித்துக்கொண்டிருந் தாள். பார்த்தசாரதி அய்யங்கார் கௌட வலியுடன் தன் முகத்தைக் கரங்களால் மூடியபடி தரையில் புரண்டுகொண்டிருந்த காட்சியைச் சகித்துக்கொள்ள முடியாமல் மற்ற இருவரோடும் வண்டியிலிருந்து கீழே குதித்து நிகோலஸையும் கௌடவையும் நோக்கி ஓடிவந்து நிகோலஸைத் தாக்கினார். நிகோலஸூம் விடாமல் அய்யங்காரைக் கறுப்பு நாய் என்று கத்திக்கொண்டே திருப்பித் தாக்கினார். சுற்றிலும் நின்று பார்க்கவோ விலக்கி விடவோ அவகாசமின்றி ஓடிக்கொண்டிருந்தவர் களுக்கு மத்தியில் இரண்டு கிழவர்களும் புல்வெளியில் கட்டிப்பிடித்தபடி உருண்டார்கள். தன் முகத்தின் மேல் பாறையைப் போல கனத்துக் கொண்டிருந்த கடுக்கும் வலியுடன், சூழலைக் கைக்குள் பிடித்துக்கொள்ளும் திராணியையும் இழந்திருந்த கௌட ஸ்டீபனையும் ராமராவையும் அந்தச் சண்டையை நிறுத்தும்படி கூவி அழைத்தான். இந்தச் சமயத்தில், ஓடியவர்களைத் துரத்தியபடியே புழக்கடைக்குள்ளும் நுழைந்துவிட்ட எட்டுப்பத்து முரடர்கள் அவர்களைச் சுற்றி வளைத்துக்கொண்டுவிட்டார்கள். அவர்களுடைய வரவு கௌடவின் நண்பர்களால் நிறுத்தவியலாத இந்திய, பிரெஞ்சு துவந்த யுத்தத்தைத் தடுத்து நிறுத்தியது. வந்தவர்களைப் பார்த்து நின்றிருந்தவர்கள் செய்வதறியாது திகைத்துப் போயிருந்ததைப் போலவே வந்தவர்களும் நின்றிருந்தவர்களில் பிரான்ஸிற்குப் பழக்கப்படாத முரட்டுப் பட்டாடைகளையும், நெற்றித் திலகங்களையும், வேடிக்கையான ஆபரணங்களையும், முன்புறமாக நுனி வளைந்த வலிய காலணிகளையும் அணிந்த வேற்று நாட்டவர்களையும், வண்டியினுள் அலறியபடி தத்தளித்துக்கொண்டிருந்த பெண்ணையும், அவளைப் பிடித்து அழுத்தி புதிய ஆபத்தைத் தெரியப்படுத்த முயன்றுகொண்டிருந்த ஆடவனையும் மற்றும் ரத்தம் கசியும் மூக்குடன் நின்றுகொண்டிருந்த இளைஞனையும் பார்த்து, அவர்களில் யாரேனும் ஏற்கெனவே தங்களவர்களால் தாக்கப் பட்டிருப்பார்களோ என்கிற எண்ணத்தில் ஒருகணம் குழம்பிப்போய் நின்றார்கள். அவர்களுடனான உரையாடலைச் சாத்தியப்படுத்தக்

கூடியவராகத் தோற்றமளித்த ஒரேயொரு உள்ளூர்க்காரரோ, காலகாலமாக அவர்களைப் பொறாமையிலும், அச்சப் படுகுழியிலும் தள்ளிப் பொருமச் செய்து, இன்று வாழ்வா சாவா என்கிற விளிம்பில் கொண்டுவந்து நிறுத்தியிருக்கும் பிரபு குலத்தவராகக் காட்சியளித்தார். அவர்கள் அவரைத் தங்கள் பாஷை பேசத் தெரிந்த வேற்றுலகவாசியைப் போல பார்த்துக்கொண்டே அவர்கள் யார் என்று வினவினார்கள். நிகோலஸ் யாருடைய கூட்டத்தில் தன் உயிர் மதிப்பு வாய்ந்த ஒன்றாகக் கருதப்பட வேண்டுமென்று நினைத்துத் தன் மேதமையை, பரிதாபகரமாக, அவர்கள் கொல்ல விரும்பிய தன்னினத்தவர்களிடையே சற்று நேரத்திற்கு முன் விழலுக்கிறைத்த நீராக வீணே வெளிப்படுத்த முயன்றுகொண்டிருந்தாரோ, அந்தக் கூட்டத்தினரிடம் தன்னை பிரான்ஸின் பிரசித்திபெற்ற மருத்துவ னென்றும், பதினான்கு வருடங்கள் பழையதாகிப்போன, வேர் காணவிய லாத நோய்களைக்கூட மிக விந்தையான, மருந்துகளற்ற, புதியமுறை சிகிச்சை மூலம் குணப்படுத்த வல்லவனென்றும், மூவாயிரம் நூல்களைக் கரைத்துக் குடித்தவனென்றும் கூறித் தன்னை, சூழலை அசட்டை செய்யும் நீண்ட விவரங்களுடன் அறிமுகப்படுத்திக்கொண்டார். பிறகு தன் கருணையின் எல்லைக்குட்பட்டவர்களென்று கருதியதால், பொறுப்புடனும் பெருந்தன்மையுடனும், தன் வாடிக்கையாளர்களிருவரை யும், அதில் ஒரு நபர் அவர்களுடைய இரக்கத்திற்கு முழுத் தகுதி வாய்ந்த குருட்டுப்பெண்ணென்றும் கூறி, அறிமுகப்படுத்திவைத்தார். வண்டிக்காரர்களுக்குரிய முரட்டுக் குர்தாவை அணிந்தவனும் இருப்பவர் களிலேயே அதிக ரௌத்திரனாகத் தோன்றியவனுமான ஒருவன் (அவன் கண்டிப்பாக ஓர் இரும்புக் கொல்லனாக இருக்க வேண்டும்), மிகப் பணிவுடன், மிக அதிகமான நூல்களைப் படித்தவர் என்று நிகோலஸ் சொன்னதை அவருக்கே நினைவுபடுத்தி, அப்படியானால் அவர்தான் சாமான்யர்களின் புரட்சியை ஆதரித்து மக்களின் நண்பன் சஞ்சிகையை நடத்தும், அவர்கள் பார்க்க விரும்பிய, மருத்துவர், திருவாளர் ழீன் பால் மாரட்டா என்று நம்பிக்கையுடனும் நெகிழ்ச்சியுடனும் வினவினான். நிகோலஸ் உடனே ஒரு வேசிமகனின் பெயரால் அழைத்து அந்த நாட்டுப்புறத்தான் தன்னை அவமானப்படுத்திவிட்டதாயும், மாரட் ஒரு துரோகியென்பதைப் புரிந்துகொள்ளாமற்போனதற்காக அவர்கள் வெட்கப்பட வேண்டுமென்றும், துவக்கத்தில் லூயிக்கு ஆதரவாக எழுதுவதுபோல, பத்திரிக்கைக்கு அனுமதியும் அங்கீகாரமும் கிடைக்க வேண்டுமென்பதற்காக, எழுதிவிட்டு, பிறகு இவ்விதமாகத் தன் எழுத்தால் நாட்டில் குழப்பத்தை ஏற்படுத்தி, அங்கே நின்றுகொண்டிருப்பவர்களைப் போன்ற, விசுவாசமான, பணிவான, நல்ல வேலைக்காரர்களை அவர்கள் கடமைகளைச் செய்யவிடாமல் கலகத்திற்குத் தூண்டிக் கொலைகாரர் களாகவும் கொள்ளைக்காரர்களாகவும் ஆக்கிவைத்திருக்கிறானென்றும், அவனைக் கையைக் காலைக் கட்டி, வெடியுப்பு மருத்துவமனைக்கருகே, ஸேனின் ஆழம் அதிகமுள்ள பகுதியில் தூக்கியெறிய வேண்டுமென்றும் கோபத்துடன் கத்தினார். நிகோலஸின் இந்தப் பதில் மீண்டும், சூழலை மௌனமாக அவதானித்தபடி அவரருகே தன் மூக்கைத் திரும்பத்திரும்பத் துடைத்துக்கொண்டிருந்த கௌட அதைத் தற்காலிகமாக நிறுத்திவிட்டு, சுற்றியிருந்தவர்களின் முகங்கள் மாறுவதைக் கவனிக்கும்படி எச்சரிக்கை

செய்யும்விதமாக நிகோலஸின் கையைப் பிடித்து ரகசியமாக அழுத்துவதற்கு அவனைத் தூண்டியது. ஆனால் அதற்குள் அந்த முரடன் கண்ணிமைக்கும் நேரத்தில், இரண்டாவது தாக்குதலுக்கான சந்தேகத்திற்கு இடம் வைக்காதபடி, தன் கைச்சுத்தியால் நிகோலஸினுடைய வயதான மார்பில் ஓங்கித் தாக்கிவிட்டான் (உன் ஆத்துமாவையும் ஒரு பட்டயம் உருவிப் போகும்). நிலைமை பேசிப் புரியவைப்பதற்கான கட்டத்தைத் தாண்டிப் போய்விட்டதை நொடிக்குள் உணர்ந்துகொண்டுவிட்ட கௌட, மீண்டும் தலைக்குப் பின்னே அலறிப் பதற்றத்தை அதிகப்படுத்தத் துவங்கிய எலினாரின் கிறீச்சிட்ட குரலின் பின்னணியில் வேறு வழியின்றித் தன் ஸ்பானிய இரட்டைக்குழல் தீக்கற்றுப்பாக்கியினைக் கச்சையிலிருந்து உருவி எடுத்துக்கொண்டவனாக அதைத் தன் முன்னே நின்றிருந்தவர்களை நோக்கி நீட்டினான். கீழே சரிந்த நிகோலஸைத் தாங்கிக்கொண்ட ராமராவிடமிருந்து அவரை வண்டியினுள் இழுக்க ட்ரிஸ்ட்ராம் பிரயத்தனப்பட்டுக்கொண்டிருக்க, கௌடவின் கையில் இருந்த துப்பாக்கி சங்கேதப்படுத்திய ஆணையை உடனே ஏற்றவர்களாக அய்யங்காரும் ஸ்டீபன் கேனாவும் தங்களுடைய ஆயுதங்களையும் உருவிக்கொண்டு எதிரிகளைச் சந்திக்கத் தயாரானார்கள். தங்கள்முன் நீண்டிருந்த ஆயுதங்களைப் பார்த்துப் பதற்றமடையாத அந்த ரௌத்திரன் சிரித்த படியே, ஆயுதங்களைக் கீழே போடுங்கள், எங்களைக் கொல்ல முடியாது, மூட்டைப்பூச்சிகள் கடித்துக் கடித்து நாங்களும் மூட்டைப்பூச்சிகளாகி விட்டிருக்கிறோம் என்றான். ராமராவின் மூலமாக அதை ஆங்கிலத்தில் தெரிந்துகொண்ட கௌட துப்பாக்கியைத் தாழ்த்தாமல், அறிவேன், நாங்கள் ஆயுதங்களை நீட்டியது பேசுவதற்கான அவகாசம் வேண்டி உங்களைச் சற்றே தாமதப்படுத்தவேயன்றி தாக்குவதற்கன்று, உண்மையில் எங்கள் மண்ணில் நாங்களும் இதேபோல எங்கள்முன் நீட்டப்பட்டிருக்கும் இங்கிலாந்தின் பீரங்கிகள்முன் இதே வசனத்தைப் பேசிக்கொண்டு இதே விரக்திச் சிரிப்புடன்தான் நின்றுகொண்டிருக்கிறோம், நாங்கள் இங்கே வந்தது பிரான்ஸின் உதவியைக் கேட்பதற்காக, ஆனால் துரதிர்ஷ்ட வசமாக இங்கே நிலைமை வேறுவிதமாக மாறிவிட்டிருக்கிறது, இங்கே இரண்டு பிரான்ஸ்கள் இருக்கின்றன, ஒரு பிரான்ஸ் கையை விரிக்கப் போகிறதென்பது எங்களுக்குத் தெரிந்துவிட்டது, இன்னொரு பிரான்ஸ் படைகளையல்லாவிடினும் இரண்டு சேனைகளுக்குச் சமமான சில படிப்பினைகளுடன் எங்களை வழியனுப்பிவைக்கலாம், அல்லது அது எங்களைக் கொல்வதென்று முடிவுசெய்துவிட்டாலும் எங்களால் செய்யக் கூடியது ஒன்றுமில்லை, ஆனால் உங்களைப் போலவே ஒரு பெரிய இனத்தின் பிரதிநிதிகளாக, அவர்களைக் காத்திருக்கச் சொல்லிவிட்டு நாங்கள் உங்கள் நாட்டிற்கு வந்திருக்கிறோம், நீங்கள் திருப்பியனுப்ப விரும்பினால் அந்தக் கருணை வெறும் ஆறு உயிர்களுக்கானதாய் மட்டு மிராது என்றான். ராமராவால் உடனடியாக பிரெஞ்சில் மொழிபெயர்த்துச் சொல்லப்பட்ட கௌடவின் அந்தப் பேச்சு அவனெதிரே நின்றிருந்தவர் களின் வேகத்தை மட்டுப்படுத்துமா என்று மற்றவர்கள் யோசிப்பதற்குள் கட்டிடத்தின் முன்பக்கத்திலிருந்து, பாஸ்டில், பாஸ்டிலை நோக்கி விரைவாக, என்கிற முழக்கம் ஏகமான வெடியோசைகளின் பின்னணியில் எழுந்தது. அதைச் செவியுற்றதும் ரௌத்திரன் தன் சகாக்களிடம் உடனே

கோயில் தெருவைச் சுற்றிவரும் சகாக்களை வரவேற்க அந்தோணி தெருவைப் பார்த்து விடுதியின் புழக்கடை வழியாகவே வெளியேறிக் காத்திருக்கும்படி ஆணையிட்டான். பின் தன் சுத்தியலை கௌடவின் முன் தரையில் வீசிவிட்டு, ஊர்வலம் வந்துசேர்வதற்குள் அதே தெருவின் குறுக்குச்சந்து வழியே கிழக்குப்பக்கமாக வண்டியை விரட்டி, லா ஃபோர்ஸுக்கருகே கிரீவ்ஸ் நடைபாதையைப் பிடித்து, உடனே புனித லூயி தீவிற்குள் நுழைந்து ஸேனின் மறுகரைக்குப் போய்விடும்படி தோழமையுடன் அகஸ்டினிடம் சொல்லிவிட்டுத் தானும் தன் நண்பர்களின் பின்னே ஓடினான். கௌட உட்பட அனைவரும் மீண்டும் வண்டியில் ஏறிக்கொண்டார்கள். உள்ளே நிகோலஸ் கவலைக்கிடமாக வலியில் துடித்துக்கொண்டிருந்தார். ட்ரிஸ்ட்ராமால் சட்டைப்பொத்தான்கள் அவிழ்க்கப்பட்டு, அழுந்தத் தடவிக்கொடுக்கப்பட்டுக்கொண்டிருந்த மார்போடு, முழு உடுப்புகளுமே நனைந்து தெப்பமாகுமளவிற்கு மரணம் அவர் தலையிலிருந்து வியர்வையாகக் கொப்பளித்து முகத்தின் வழியே வழிந்துகொண்டிருந்தது. அவர் தன்னுடைய வைத்தியசாலைக்குத் தன்னை இட்டுச்செல்லும்படி முனகியதைக் கேட்ட, ஏற்கெனவே வெர்ஸைல்ஸுக்கே கிளம்பிக்கொண்டிருந்த மற்ற மூன்று நண்பர்களும், அது நல்ல யோசனையென்று உடனே ஒத்த குரலில் தெரிவித்தாலும் கௌட அவரிடம் பாரீஸிலேயே முதலுதவியோ முழுச் சிகிச்சையோ பெற ஏதாவது வழியிருக்கிறதா என்று வலி அடைத்துக்கொண்டிருந்த பிரக்ஞையைச் சிரமப்பட்டுப் பிளந்துகொண்டு காதருகே குனிந்து வினவி, இல்லை என்று வெட்க உணர்வு ஏற்படுத்திய கூடுதல் சங்கடம் முகத்தில் நெளிய அவர் தலையை அசைத்த பிறகே வண்டி வெர்ஸைல்ஸை நோக்கி விரைவதற்கு ஒப்புக்கொண்டான். அவனுடைய இந்தக் குணம் எலினாரிடம் அவன் முகத்தைப் பார்க்கும் ஆசையை அதிகமாகத் தூண்டியது.

ஸேனின் வடபுறத்தைக் கலவரம் இன்னும் முழுதாக அடையாததாலும், புனித லூயி தீவுப்பாலத்தின் வழியே அவர்கள் வந்துசேர்ந்த அதன் தென்கரையைச் சூறையாடிவிட்டு அது ஏற்கெனவே கடந்துபோயிருந்ததாலும், அந்தப் பகுதிகளில் தெருக்கள் வெறிச்சோடிப் போயிருந்தன. அந்த வெறிப்பின் மேடையில், ஜனங்களின் கோபத்தைத் தங்களுக்குச் சாதகமாகப் பயன்படுத்திக்கொண்ட போக்கிரிகளும், அவர்களின் நிழல்களைத் துரத்தியபடி ஜெர்மன் சிப்பாய்களும் இங்குமங்கும் அலையும் காட்சியை அரங்கேற்றிக்கொண்டிருந்தார்கள். புனித ஜாக்வெஸ் தெரு வழியாக, ஸேவ்ரெஸ் வீதியை நோக்கிப் பல இருண்ட குறுக்குச்சந்துகள் வழியாக அகஸ்டின் விரட்டிய குதிரைகள் நமதன்னை தேவாலய வளாகத்தைக் கடப்பதற்குள் வாயில் நுரைதள்ளித் தள்ளாடும்படி புனித மிஷேல் பாலம்வரையிலும் தேவாலயக் கட்டிடத்தின் இடிபாடுகளும் திருவுருவச் சிலைகளும் இறைந்துகிடந்தன. ஏற்கெனவே காற்றும் வெளிச்சமும் புகச் சிரமப்படும் குறுகியிருண்ட தெருக்களில் பிணவாடையும், கண்ணுக்குத் தெரிந்தும் தெரியாமலுமாக எரிந்துகொண்டிருந்த கூரைகளின் கரும்புகையும் கல்லைப் போல கனத்துக்கிடந்தன. காற்றோ, சிப்பாய்களையும் புரட்சிக்காரர்களையும் மட்டும் வீதிகளில் மோதிச் சாக விட்டுவிட்டு, தேவ விசுவாசிகளென்றும்

அரச விசுவாசிகளென்றும் தங்களை அழைத்துக்கொண்ட கனவான்கள் மற்றும் சீமாட்டிகளின் குடும்பங்கள் தங்கள் வீட்டுக்கதவுகளை இறுகச் சார்த்திக்கொண்டுவிட்டதால், யாருடைய சொத்தாகவும் இல்லாது போய், எரிக்கப்பட்ட வாகனங்களிலிருந்து அறுத்துக்கொண்டு, பயத்துடன் கழிவையும் சாலைகளில் இறைத்து அவற்றில் மேலும் பயங்கரத்தின் அடர்ந்த வண்ணத்தைப் பூசியபடி, எசமானர்களையும் லாயங்களையும் தேடி அலைந்துகொண்டிருந்த, இன்னும் சிலமணி நேரங்களில் முகம் தெரியாத அந்நியர்களால் நாட்டுப்புறக் கழனிகளுக்குக் கவர்ந்துசெல்லப்படவிருக்கிற, குதிரைகளின் கதறலையும், மற்றும் கோமகன்களுடனும் அவர்களுடைய வைப்பாட்டிகளுடனும் பழகிப்பழகி நாட்டு நாய்களைக்காட்டிலும் பலமடங்கு நினைவாற்றலையும் மோப்பத் திறனையும் நாகரிகத்தையும் வளர்த்துக்கொண்டுவிட்டவை என்று கோம்தே டி பஃவோனின் இயற்கையின் வரலாறு நூலில் புகழப்பட்டுவிட்ட ஒரே காரணத்திற்காக, புதிய பிரான்ஸின் மக்களால் தீண்டப்படாமல், சாக்கடைகளில் சில மாதங்களைக் கழித்த பின், கிரீவ்ஸ் சதுக்கத்தில், இரவோடிரவாக உயிரைக் கையில் பிடித்துக்கொண்டு ஸ்விட்சர்லாந்திலும் இங்கிலாந்திலும் ஸ்பெயினிலும் ஜெர்மனியிலும் அடைக்கலம் தேடி வெளியேறிப்போகும் கனவான்களின் உடைகளையும் ஆபரணங்களையும் செருப்புகளையும் வீட்டுச்சாமான்களையும் கொண்டு ஜாகோபியர்கள் பின்பொருநாள் மூட்டப்போகும் சொக்கப்பனையில் எரியூட்டப்படவிருக்கிற நாய்களின் ஊளையையும் தவிர மற்றபடி உயிர்ப்பின் வேறெந்த ஒலியாலும் இடையறுக்கப்படாமல் அக்கரையி லிருந்து எதிரொலித்த, உணவு மற்றும் ஆயுதம், என்கிற இரண்டே வார்த்தைகளால் நிரம்பிக் கிடந்தது. வளைந்த, குறுகிய, சரியாகப் பாவப்படாத கூழாங்கற்கள் அபாயகரமாகத் துருத்திக்கொண்டிருந்த, கழிவுநீர் கொப்பளிக்கும் வீதிகளினூடே, வேகம்பிடிக்க முடியாமல் முட்டிமோதியபடி போய்க்கொண்டிருந்த கூண்டுவண்டியை வழியெங்கும் சிதறிக்கிடந்த ஆயுதங்களும், ஆயுதங்களாகப் பயன்படுத்தப்பட்டு உடைந்த தொழிற்கருவிகளும், பக்கத்துக் கட்டிடத்தின் நிழலையே தன்னுடைய அஸ்திவாரமாக்கிக்கொண்டதைப் போல அதன்மீது நெருக்கியடித்துக்கொண்டு எழும்பியிருந்த சுவர்களின் மறைவுகளிலிருந்து திடீர்திடீரென்று எழுந்த, அதட்டல்களும் மிரட்டல்களும் அடிக்கடி இடறச்செய்துகொண்டிருந்ததால் ஏற்பட்ட மோசமான அதிர்வுகள் நிகோலஸின் வலியை மேலும் அதிகரிக்கச்செய்துகொண்டிருந்தன. சிப்பாய்களின் நடமாட்டம் அதிகமாயிருந்ததாலோ என்னவோ தெ வில்லியின் புழக்கடையில் மறித்ததைப் போல யாரும் வண்டியின் முன் ஆயுதங்களுடன் திடுதிப்பென்று வந்து நிற்கவில்லைதான். ஆனால் அவர்களை, வண்டியைக் கடத்திச்செல்லும் கலவரக்காரர்கள் என்று நினைத்து மறித்துக்கொண்டிருந்த சிப்பாய்களை, அவர்களால் நிறுத்தப் படும்போதெல்லாம், பதில் சொல்லும் பொறுப்பைத் தானெடுத்துக் கொண்டிருந்த ராமாராவ் கதவைத் திறந்து உள்ளே காட்டிய உடல் துடிக்கும் நோயாளியையும், குருட்டுப்பெண்ணையும்காட்டிலும் அதிகமாக அந்தப் பெண்ணின் முகத்திற்குச் சற்றும் பொருத்தமற்ற, பொன்நிறக் கூந்தலின் பிரகாசம் கணிசமான ஆனால் தேவையற்ற கேள்விகளைக்

கேட்டுத் தாமதிக்கத் தூண்டியதால் வண்டி பாரீஸின் எல்லையை அடைவதற்கே மூன்று மணிநேரத்திற்கு மேல் பிடித்தது. விளிம்பை நெருங்க நெருங்க, கிட்டத்தட்ட பாரீஸின் ஆளுகைக்குட்பட்ட எண்பது கிராமங்களுமே நகரத்தின் மையப்பகுதியை நோக்கி ஊர்வலமாகச் சென்றுவிட்ட நிலையில் அங்கே கலவரத்தின் தாக்கம் குறையத் தொடங்கி யிருந்தது. வீதிகளில் அங்குமிங்குமாகக் கண்ணில் பட்டுக்கொண்டிருந்த சில முதியவர்கள் மற்றும் கர்ப்பிணிப் பெண்களுக்கு, அவர்களுக்குத் துணையாக நிறுத்தி வைக்கப்பட்டிருந்த, சுவாச கதியில் மாற்றங்களை உண்டாக்கும் காற்றின் அதிர்வையும் அலைவையும் கொண்டு தொலைவில் நடக்கும் சம்பவத்தைக் கண்முன்னே நடப்பதைப் போல கண்டு சொல்லி விடச் சாமர்த்தியமுள்ள சான்ஸ்குலோத் கோமாளிகள் உரத்துச் சொல்லிக் கொண்டிருந்த வர்ணனைகள் காற்றுவாக்கில் வண்டியில் இருந்தவர்களின் கண்முன்னும் பதினெட்டுப் புரட்சிக்காரர்கள் பாஸ்டில் மதிற்சுவரிலேறிக் குதித்து மரப்பாலத்தை இறக்கிவிடும், அதன் பெருத்த கோபுரங்களின் கண்காணிப்புத் துளைகளிலிருந்து ராட்சசனின் மூச்சைப் போல வெடிகுண்டுப்புகை பீறிட்டுப் பரவும், கலங்கிய செங்கோலைப் போல அது உச்சியில் கலைந்து அந்தகாரம் கவிழும் காட்சிகளை அவற்றிலிருந்து விலக முடியாத பீதியுடன் நிகழ்த்தி குதிரைகளைச் சொடுக்கி விரையச் செய்துகொண்டிருந்தது. தெருக்கற்பிளவுகளின் நடுவே ஏற்கெனவே தயாராக ஊன்றப்பட்டுவிட்ட விடுதலை மரங்களினடியில், இரண்டு நாட்களுக்கு முன் ஆர்லியன்ஸ் கோமகனின் அரண்மனை வாசலில் முழங்கிய கேமிலி தெஸ்மோலின்ஸின் தொப்பியில் செருகப்பட்டிருந்ததைப் போன்ற, இன்னும் இரண்டு நாட்களில் குடியரசுக் கொடியின் நிறங்களாக மன்னரால் வேறு வழியின்றி அங்கீகரிக்கப்படவிருக்கிற, மூவர்ண இறகுகள் சொருகிய, நீண்ட, புனல்வடிவச் சிவப்புத் தொப்பிகளுடனும், தொளதொளத்து நீண்ட காற்சட்டைகளுடனும், பார்லி மதுவின் போதை யுடனும், சான்ஸ்குலோத்துகள் தங்களுடைய வெற்றி நடனத்தைத் தொடங்கிவிட்டிருந்தார்கள். நகரத்தை வண்டி முற்றாகத் தாண்டிய கணத்தில், அவர்கள் தங்கள் மாயக்குரலால், பாஸ்டிலைக் காவல் காத்துக்கொண்டிருந்த தளபதி லானேயின் எண்பத்திரண்டு பிரெஞ்சு வீரர்கள் மற்றும் முப்பத்திரண்டு சுவிட்சர்லாந்துச் சிப்பாய்களில் அறுவரைக் காவுவாங்கிக்கொண்டு தங்கள் தரப்பிலும் தொண்ணூற்றெட்டு பேரைப் பலி கொடுத்த பின் கோட்டையைக் கைப்பற்றி அதில் இருந்த ஏழு கைதிகளையும் விடுவித்துவிட்ட ஆர்ப்பாட்டக்காரர்கள் லானேயின் தலையையும் அவரை தெ வில்லிக்கு உடனடி விசாரணைக்காக அழைத்து வந்த வழியிலேயே வெட்டி ஈட்டி நுனியில் மாட்டிக்கொண்டு வெற்றி ஊர்வலத்தைத் தொடங்கிவிட்டார்களென்கிற செய்தியைக் கடைசியாக வண்டிக்குள் வீசியெறிந்தார்கள்.

கற்பனைச் சிசு

கேம்பிரிட்ஜ்ஷைர் வந்துசேர்ந்து பல மாதங்கள் வரை பாரீஸ் அனுபவங்கள், குறிப்பாக வெர்ஸைல்ஸின் அன்றிரவுச் சம்பவங்கள், ட்ரிஸ்ட்ராம் மற்றும் எலினாருடைய பயண நினைவுகளையும் ஐரோப்பாவெங்கும் ஒரேசமயத்தில் அரண்மனைகளிலும் பண்ணைகளிலும் அச்சத்தின் பனிப்புயலையும் சேரிகளிலும் நிலவறைகளிலும் சினத்தின் தீச்சுவாலைகளையும் கிளப்பிக்கொண்டிருந்த பாரீஸ் புரட்சியையும் பற்றிக் கேட்பதற்கும், அவள் போன அலங்காரத்துடனேயே திரும்பி வந்திருப்பது குறித்த ஆச்சரியங்களையும் அனுதாபங்களையும் தெரிவித்துக் கொள்வதற்கும் வெள்ளிவீதிக்கு வந்து குவிந்த உறவினர்கள் மற்றும் நண்பர்களுக்குச் சொல்வதற்கான சுவாரஸ்யமான கதைகளாயும், பரிசுப் பொருட்களெதையும் வாங்கிவர முடியாமற்போனதற்கான மறுக்க முடியாத காரணங்களாயும் உபயோகப்பட்டதைத் தவிர, வேறு விசேஷ அர்த்தங்க ளெதையும் அவர்களுக்குக் கொடுக்கவில்லை. (இல்லை சூஸன்னா, பூவேலைப்பாடுகள் செய்த மான்தோல் கைப்பை ஒன்றை உனக்காக வாங்கிவரும்படி நீ சொல்லியிருந்ததை நான் மறக்கவேயில்லை, அதேபோல் எலிஸா, உனக்கான வயலட் முகத்தூளையும், ஏக்னஸ் கேட்டிருந்த புறாத் தொப்பியையும் நான் என் பயணக்குறிப்பில் குறித்துக் கொண்டிருந்தேனென்பதைக் கர்த்தர் அறிவார், இவ்வளவு ஏன், எங்கள் லிட்டில்போர்ட் வீட்டில் களிம்பேறிக் கொண்டிருக்கும் லிம்பர்க்கின் நகலோவியத்திற்கு ஒரு நல்ல பிரெஞ்சு மரச்சட்டம் ஒன்றை வாங்கிவர வேண்டுமென்று என் தாயுமே எங்களைக் கேட்டுக்கொண்டிருந்தாள், அதற்காக நாங்கள் ஓர் இளைய சட்டத்தச்சன் ஒருவனைக் கூடப் பார்த்துவைத்திருந்தோம், அவன் தன் தகப்பனுக்குத் தர வேண்டிய குருதட்சணையை இன்னும் கொடுக்க வில்லையென்று அவனுக்குரிய தொழில் நிபுணத்துவப்

பட்டத்தை பாரீஸ் கலைக் கல்லூரி நிறுத்திவைத்திருந்தது, வணிகரீதியாக அவனால் தன் ஒரு படைப்பைக்கூடச் சந்தைக்குக் கொண்டுவர முடியவில்லையென்றாலுமே அவனுடைய பெயர் அதற்குள்ளாகவே பாரீஸில் பெரிய அளவில் பிரசித்தமாகியிருந்தது, நாங்கள் செய்த தவறு என்னவென்றால் இவற்றையெல்லாம் வாங்குவதற்கு எங்களுக்கு நிறைய அவகாசம் இருந்ததாக எண்ணிக்கொண்டிருந்துவிட்டதுதான், எங்கள் ட்ரினிடிஹால் வகுப்புத் தோழரும் லண்டன் நகரசபையில் இப்போது பணியாற்றிக்கொண்டிருப்பருமான லியோனார்ட் தனக்காக வாங்கி வரும்படி சொன்ன பின்னல் சிகையை சூறையாடப்பட்டிருந்த புனித ஜாக்வெஸ் தெருக் கடையொன்றின் வாசலில் இறைந்துகிடந்த பொருட்களினூடே நான் கேட்பாரற்றுக் கிடக்கப் பார்த்தபோது நாங்கள் ஏறிக்கொண்டிருந்த வண்டி தலைதெறிக்கும் வேகத்தில் பறந்து கொண்டிருந்தது, உண்மைதான் பிரிட்ஜெட், பாரீஸிலிருந்து வெர்ஸைல்ஸ் என்னவோ கூப்பிடு தூரத்தில்தான் இருக்கிறது, ஆனால் உயிரைக் கையில் பிடித்துக்கொண்டு ஓடிக்கொண்டிருப்பவர்களுக்கு இந்த மாதிரியான கணிதத் தர்க்கங்களெல்லாம் உதவாது, கொஞ்சம் யோசித்துப் பார் கேத்தரின், எலிசெபத், மரியா, மீனா, நீங்களும்கூடத்தான், மதியப் பொழுதில் தெ வில்லியின் பின்புறத் தோட்டத்தில் எங்களை ஏற்றிக் கொண்ட வண்டி வெர்ஸைல்ஸுக்கு மாலை இறங்கிக்கொண்டிருக்கும் வேளையில்தான் வந்துசேர்ந்ததென்றால், வண்டியில் அந்தப் பைத்தியக் கார, அடிபட்ட மருத்துவரையும் வைத்துக்கொண்டு, எங்களுடைய மனநிலையும் உடலசதியும் எப்படியிருந்திருக்குமென்பதை, எங்களுக்கோ ஊர் திரும்பி உங்கள் குரல்களையெல்லாம் கேட்கும் அவசரம், எங்கள்கூட வந்த இந்திய நண்பர்களுக்கோ அவர்களை அதிகாலையிலேயே தன்னைச் சந்திக்கச் சொல்லித் தகவலனுப்பியிருந்த அமைச்சரைச் சந்திப்பதற்குக் கிட்டத்தட்ட ஒரு முழுநாள் தாமதமாகிவிட்டதேயென்கிற கவலை, உண்மையில் அவர்கள் வெர்ஸைல்ஸை அடையும்வரை தங்கள் நாட்டிற்குத் திரும்பும் எண்ணமெதையும் கொண்டிருக்கவில்லை, பாரீஸின் தொடர்ந்த பதற்றநிலை காரணமாக வெர்ஸைல்ஸ் விருந்தினர் மாளிகையிலேயே தாங்கள் தங்கவைக்கப்படலாமென்றுதான் அவர்கள் கருதிக்கொண்டிருந்தார்கள், எப்படியிருந்தாலும் அனாதையும் கிழவருமான மருத்துவரின் உபாதையை இரண்டாம்பட்சமாக்கிவிட்டு எங்களுடைய வேலைகளை முன்னிறுத்திக்கொள்ள நாங்கள் யாருமே விரும்பவில்லை, அவரானால் வெர்ஸைல்ஸில் ஒரு நல்ல வைத்தியரை அவரைக் கவனிப்பதற்காகக் கூட்டிவருவதென்று நாங்கள் முதலில் பேசிக்கொண்டபோது தன்னைத் தவிர பிற படித்தவர்கள் யாவருமே ஜாக்கோபியக் கொலைகாரர்களின் ஆசை வார்த்தைகளுக்கும் பயமுறுத்தல்களுக்கும் சோரம் போய்விட்டார்களென்கிற பிரமையில் தனக்கு வைத்தியம் செய்ய எந்த மருத்துவருக்கும் அருகதை கிடையாதென்று அந்த வலியிலும் எங்கள் யோசனைகளைப் பிடிவாதமாக மறுத்துக் கொண்டேயிருக்கிறார் (உனக்குக் கிடைத்த இந்த நாளிலாகிலும் உன் சமாதானத்திற்கு ஏற்றவைகளை நீ அறிந்திருந்தாயானால் நல்லது), சொல்ல வெட்கமாய்த்தான் இருக்கிறது தோழிகாள், ஆனாலும் சொல்கிறேனே, அந்தச் சமயத்தில் அவர் சீக்கிரமாகப் போய்ச்சேர்ந்தால்கூடத்

தேவலையென்று நாங்கள் சலித்துக்கொண்டது உண்மைதான், எங்கள் நிலைமை அப்படி, இல்லையில்லை ரோஜர், வண்டி வெர்ஸைல்ஸை அடைந்த பிறகும் எங்களால் நிம்மதியாக மூச்சுவிட முடியவில்லை, வைத்தியசாலையை அடைந்தவுடன், எங்களுடைய இந்திய நண்பர்கள் மார்பில் அடிபட்டிருந்த மருத்துவரை உள்ளே கொண்டுசென்று அங்கிருந்த உயரமான ரணசிகிச்சை மேசையில் கிடத்துவதற்கு உதவிய பின் என்னையும் ட்ரிஸ்ட்ராமையும் மருத்துவருடைய உதவியாளனும் வண்டியோட்டியுமான பியரி அகஸ்டின் என்பவனையும் மருத்துவரைக் கவனித்துக்கொள்ள இருத்திய பின் இரவு கனிவதற்குள் வந்துவிடுவதாகச் சொல்லிவிட்டுத் தங்கள் வேலையைக் கவனிக்கப் போய்விட்டார்கள், ஆனால் மறுநாள் காலைவரை அவர்கள் வரவேயில்லை, விதியைப் பாருங்கள், இரண்டு நாட்களுக்கு முன்புவரையில் அந்த ரணசிகிச்சை மேசையில்தான் என்னைப் படுக்கவைத்து அந்தப் பரிதாபத்திற்குரிய நிகோலஸ் என் கண்களைப் பரிசோதித்துக்கொண்டிருந்தார், அதே மேசையில் தானே ஒரு நோயாளியாகப் படுக்கும்படியாகிவிட்டதேயென்கிற அவமானம் தாங்காமல்தானோ என்னவோ நண்பர்கள் வருவதற்குள் அவர் பரலோகம் போய்ச்சேர்ந்துவிட்டார். வாருங்கள் கால்ட்வெல், வீட்டில் அனைவரும் நலம்தானே, ஆமாம், கர்த்தர் அருளால் சேதம் எதுவுமில்லாமல் முழுதாக கேம்பிரிட்ஜ்ஷைர் திரும்பிவிட்டோம், உங்கள் மார்பு வலி எப்படியிருக்கிறது, இன்னும் அப்படியேதான் இருக்கிற தென்றால் நான் சொல்லும் மருந்தை வேண்டுமானால் பிரயோகித்துப் பார்க்கிறீர்களா, லினமென்டம் பெல்டோனா, லினமென்டம் ஓப்பியம், கற்பூரம், க்ளோர்ட்பார்ம், லைக்கர் அம்மோனியா வகையறாக்களை ஒரு குழிந்த செப்புப் பாத்திரத்தில் சரிவிகிதமாகக் கலந்து எடுத்துக்கொண்டு அதை (உங்கள் ஆசை நாயகியைக் கொண்டு) மார்பில் சூடுண்டாகத் தேய்க்கச் சொல்லுங்கள், ஓரிரு மணிநேரங்களில் சுவாசம் நிதானத்திற்கு வந்துவிடும், இவற்றோடுகூட டிஞ்சர் ஓப்பியத்தை நல்ல தண்ணீரிலும், கொனைன் மற்றும் ஜின் கொனைனை, நீங்கள் நடுக்கத்தில் கை தவறுதலாகத் தேன் குப்பியைக் கீழே தள்ளி உடைத்துவிட்டால், நீர்த்த கந்தகத் திராவகத்திலும் கலந்து புகட்டினால் விரைவான பலன் கிடைக்கும், இல்லையில்லை, நானொன்றும் இத்தனை வயதிற்கு மேல் புதிதாக மருத்துவம் படிக்கத் தொடங்கிவிடவில்லை, ஆனால் இந்த ஔஷதங்களைத்தான் என்னிடமும், பியரி அகஸ்டின் என்கிற ஒரு வண்டியோட்டியிடமும் மிக மோசமாக அடிபட்டிருந்த தன் மார்பின் மேல் பிரயோகிக்கும்படி பாரீஸில் அந்த மருத்துவர் கேட்டுக்கொண்டார், அவர் வலியில் முனகிய மருந்துகளின் பெயர்களை நாங்களிருவரும் இலையுதிரும் சப்தத்தைக்கூடக் கிரகித்துக்கொள்ளும் திறனை லிட்டில்போர்ட் கிழவியொருத்தியிடமிருந்து அப்பியாசித்து வைத்திருந்த எலினாரின் உதவியுடன் மிகுந்த பிரயாசைக்கிடையில் கிரகித்துக்கொண்டு அவற்றை இண்டுஇடுக்குகளிலிருந்து தேடியெடுத்து எங்களாலான சிகிச்சையைச் செய்துமுடித்தோம், ஆனாலும் பலனெதுவும் ஏற்பட வில்லையென்று வைத்துக்கொள்ளுங்கள், அவர் சில மணிநேரங்களுக் குள்ளாகவே இறந்துதான் போனார், இதற்காக நீங்களொன்றும் பயப்பட வேண்டாம், எங்கள் வைத்தியத்தில் குறையொன்றுமில்லையென்றும்

அந்த மருந்துகள்தான் தங்கள் சக்தியை இழந்துபோயிருந்தன என்றும் பின்பு, எங்களிருவரின் மீதும் கோபத்துடன் பாய்வதற்கு முன், தன் எசமானருக்கான விஸ்தாரமான ஒப்பாரிக்கிடையில் அந்த வண்டியோட்டி என்னிடம் சொன்னான், காரணம் எலினாருக்கு வைத்தியம் செய்யத் தொடங்கிய நாளிலிருந்தே அவர் தன்னையறியாமலேயே பிற நோயாளிகளும் நோய்களும் தன் கவனத்தில் குறுக்கிடுவதை அனுமதிக்க மறுத்துவிட்டதால், பல மருந்துகள் மர்மமான முறையில் இருட்டுப் பூச்சிகளைப் போல கண்காணாத மூலைகளை நோக்கி நகரத் துவங்கி விட்டதோடு தங்கள் மகத்துவங்களையும் நீர்க்கச் செய்துகொண்டு விட்டனவாம். ஓ, அந்த இந்தியர்களைப் பற்றி உனக்கொன்றும் தெரியாது அம்மா, நீ என்னை மட்டும் பெண்ணாகப் பெற்றிருந்து உன் மற்ற நான்கு குழந்தைகளையும் ஆண்மக்களாகப் பெற்றிருந்தால் அவர்கள் என்னை எப்படிக் கவனித்துக்கொள்வார்களோ அப்படிக் கவனித்துக் கொண்டார்கள், உண்மையில், நான் சொன்னேனே ரப்பர் முகத்தைக் கொண்டவனென்று, அந்தச் சொக்க கௌடவைத் தவிர மற்ற மூவருக்கும் மருத்துவரை அடியோடு பிடிக்கவில்லையெனினும் எனக்காக அவரைப் பொறுத்துக்கொள்ளவும் தங்களுடைய பயணத் திட்டங்களை என் பொருட்டாக மாற்றி வைத்துக்கொள்ளவும் அவர்கள் தயாராகத்தான் இருந்தார்கள், குருடியான என்னையும் வைத்துக்கொண்டு மிக மோசமான நிலையிலிருந்த மருத்துவரையும் ஒற்றை ஆளாக ட்ரிஸ்ட்ராமால் சமாளிக்க முடியுமாவென்று அன்று மாலை அவர்களும்தான் கவலைப்பட்டார்கள், காலையில் சாதாரண மக்களின் கலவரத்தைக் கண்ட பாதிப்பால் அவர்கள் மருத்துவருடைய வண்டியோட்டியைக் குறித்தேகூட விழிப்புடன் இருக்கும்படி எங்களை எச்சரித்துவிட்டுத்தான் போக மனமில்லாமல் வெளியே போனார்கள். ஆனால் அத்தை, அவர்களும்தான் என்ன செய்வார்கள், முன்தினம் ஆர்கண்ட் மார்க் மோன்ட்மோரினிடமிருந்து வந்த அழைப்புக் கடிதத்துடன் அவர்கள் வெர்ஸைல்ஸை அடைவதற்கு முன் அவருடைய இடத்தில் அயலுறவுத்துறை அமைச்சராக பால் ஃப்ரான்காய்ஸ் நியமிக்கப்பட்டுவிட்டார் என்கிற செய்தி நகருக்குள் நுழைந்தவுடனேயே பிரெஞ்சுச் சுவரொட்டிகள் மூலமாக (ராமராவ் என்கிற இந்தியருக்கு பிரெஞ்சு எழுதப் படிக்கத் தெரியும்) அவர்கள் தலையில் இடியைப் போல இறங்கிவிட்டிருந்தது, தெ வில்லி விடுதிக்கு வந்த அரண்மனைச் சிப்பந்தி அவர்களிடம் அழைப்புக் கடிதத்தைக் கொடுத்துக்கொண்டிருந்த அந்த இரவிலேயே ழாக் நெக்கரின் ஆராதகரான மோன்ட்மோரின் தன் குருவினுடைய கட்டாய வெளியேற்றத்தால் மனங்கசந்துபோனவராய்த் திடீரென்று தன்னுடைய பதவியையும் அரசாங்கக் குடியிருப்பையும் துறந்து வெளியேறிவிட்டிருக்கிறார், காலையிலிருந்த பரபரப்பில் செய்தித்தாளைப் பார்க்க வாய்ப்பே கிட்டியிராததாலும் தொடர்ந்து கூண்டுவண்டிக்குள் எங்களை அடைத்த படி பிரயாணித்துக்கொண்டேயிருந்ததாலும் இதுபற்றி எங்கள் யாருக்கும் எதுவும் தெரிந்திருக்கவில்லை, தன் பதவி விலகல் இரண்டரைக் கோடி மக்களின் உள்ளக் குமுறலுக்குச் செய்யும் சிறு மரியாதை என்று நம்பிச் செயல்பட்ட மோன்ட்மோரின் நான்கு இந்தியர்கள்மீதான அனுதாபத்தை முன்னிறுத்தித் தன் முடிவை மறுபரிசீலனை செய்வாரென்றோ,

அவர்களிடம் அவர் என்ன பேச வேண்டுமென்று உத்தேசித்திருந்தாரோ அதைப் பேசி முடிக்கும்வரை தன் முடிவை ஒத்திப்போடுவாரென்றோ, இல்லை அவருடைய வார்த்தைகளைப் புதிய அமைச்சர் வழிமொழிவா ரென்றோ நாம் எதிர்பார்க்க முடியுமா என்ன, மேலும் அயலுறவுத்துறை அமைச்சராவதற்கு இந்தியர்கள் மேல் அனுதாபம் இருக்க வேண்டுமென்று நிபந்தனையெதுவும் கிடையாதே, விதி இப்படித்தான் பெனடிக்ட், பல சமயங்களில் ஈவிரக்கமில்லாமல் நடந்துகொண்டுவிடுகிறது, இல்லை யென்றால் எங்களுடைய இந்திய நண்பர்களுக்குத் தேவைப்பட்ட அந்த ஒரு நாள் மட்டும் மோன்ட்மோரினின் இடத்தில் ப்ரான்காய்ஸை அது கொண்டுவந்து நிறுத்தியிருக்குமா, மறுநாள் அவர்கள் இந்துஸ்தானத்தை நோக்கிப் பயணப்பட்டவுடனேயே மோன்ட்மோரின் திரும்பப் பதவிக்கு வந்துவிடவில்லையா, கிளர்ச்சிகள் புரட்சியாக வெடித்துவிட்டதைக் கேள்விப்பட்டவுடனேயே, பதவியைப் பறித்துக்கொண்ட மூன்றாவது நாளே, நெக்கரை அவருடைய பிரதம சீடருடனேயே லூயி திரும்ப அமைச்சரவைக்கு அழைத்துக்கொண்ட கோமாளித்தனத்தைக் கண்டு தான் ஐரோப்பாவே சிரித்ததே. பாவம், அந்த இந்தியர்கள் எங்களை வழியனுப்பிய கடைசிக் கணம் வரையில் மோன்ட்மோரின் தங்களிடம் பேச விரும்பியது என்னவென்பதைப் பலவாறாகத் தங்களுக்குள் ஊகிக்க முயன்றபடியேதானிருந்தார்கள், ஒருவேளை எங்களை வழியனுப்பிவிட்டு அவர்கள் அவருடைய வசிப்பிடத்தைத் தேடிக்கூடப் போயிருக்கலாம் யார் கண்டது, இல்லையம்மா, அன்றிரவு அவர்கள் மோன்ட்மோரினைத் தேடித்தான் போனார்கள் என்றோ, அல்லது மருத்துவருடைய மரணத்தை முன்னூகித்துப் பொறுப்புகளை எடுத்துக்கொள்ளப் பயந்து வெளியி லெங்கோ சுற்றிக்கொண்டிருந்தார்களென்றோ நீ கற்பனை செய்து கொள்வதை நான் அனுமதிக்க மாட்டேன், உண்மையில் மருத்துவர் சாகுமளவிற்கு அடிபட்டிருக்கிறாரென்று நாங்கள் யாருமே நம்பவில்லை, மேலும் அந்த இந்தியர்கள் நடந்துகொண்டிருக்கும் காரியங்களைப் பற்றி மட்டுமல்லாது நடக்க வேண்டிய காரியங்களைப் பற்றியும் ஏககாலத்தில் சிந்திப்பதற்கும் அதற்கேற்பச் செயலாற்றுவதற்கும் தங்கள் சுல்தானிடம் பயிற்சி பெற்றவர்கள், பாரீஸை ரணகளமாக்கிக்கொண்டிருந்த அத்துமீறலின் பேரலையும் கடந்த காலத்தைப் போல வெறும் பயமுறுத்தல் களையும் தடியடிகளையும் துப்பாக்கிக் குண்டுகளையும் தற்காலிகச் சலுகைகளையும் தூவானத்தைப் போல கிளப்பிவிட்டுவிட்டுப் பின்பொரு நாள் மறுபடி கரையேறலாமென்று உள்வாங்கிச்செல்லும் வழக்கமான இயல்பைத் துறந்துவிட்டிருந்தது, எனவே சுவரொட்டிகளைக் கண்டதுமே மோன்ட்மோரின் தங்களிடம் எதைப் பேச விரும்பியிருந்தாலும் பால் ஃப்ரான்காய்ஸிடம் தாங்கள் கோரப்போவது பிரான்ஸை விட்டு உடனே வெளியேறுவதற்கான அனுமதியை மட்டும்தான் என்று அவர்கள் முடிவு செய்துவிட்டிருந்தார்கள், அந்த நல்லவர்கள் தங்களுடைய பயணத்திற்கும், மருத்துவச் சான்றிதழைதையும் நிகோலஸிடமிருந்து வாங்கிக்கொள்ள முடியாத எங்களுடைய நிலைமையை எடுத்துச்சொல்லி எங்களுடைய ஊர் திரும்புகைக்குமான அனுமதியை வாங்கிக்கொண்டு வந்துவிடும் உத்தேசத்துடன் மைத்ரே விடுதியில் செயல்பட்டுக்கொண்டிருந்த அமைச்சு அலுவலகத்திற்குத்தான் சென்றார்கள், அப்படித்தான் நானும்

உன் மருமகனும் நம்ப விரும்புகிறோம், வாழ்க்கை முழுவதும் நீ எதிர்கொண்ட துரதிர்ஷ்டங்கள் யார்மீதும் நம்பிக்கைகொள்ள முடியாதபடி உன் கண்களைத்தான் கட்டிவிட்டிருக்கின்றன. ஆ, ஹென்றி ஹவுஸ்மன், நீண்ட நாட்களுக்குப் பின் உங்களைச் சந்திப்பது மகிழ்ச்சி தருகிறது, என்ன செய்வது, நாங்களும் இந்தமுறை எப்படியும் என் மனைவிக்குக் கண்பார்வை கிடைத்துவிடுமென்கிற நம்பிக்கையுடன்தான் இத்தனை செலவு செய்துகொண்டு போனோம், கர்த்தர் கண் திறக்கவில்லை, போகட்டும், உங்களுடைய சரித்திர ஆராய்ச்சிகள் எப்படியிருக்கின்றன, சிலுவையில் அறையப்பட்டது யேசுதானா அல்லது அவருக்குப் பதிலாக அவருடைய பாரத்தைச் சிரோனிலிருந்து கொல்கொதாவிற்குச் சுமந்துவந்த சீமோனைத்தான் சவுக்கடிகளினாலும் ரத்தத்தினாலும் அடையாளம் தெரியாமல் முகமும் உருவமும் சிதைந்துபோய் மேற்கொண்டு ஆறாம் மணிநேரத்திலிருந்து ஒன்பதாம் மணிநேரம்வரைக்கும் பூமியை அந்தகாரமும் சூழ்ந்துகொண்டுவிட்ட நிலையில் பிலாத்துவினுடைய சிப்பாய்கள் சிலுவையில் அறைந்துவிட்டார்களா, உண்மைதான், அதற்கான முகாந்திரங்களை யேசு பிறந்தபோது ஏரோதுவின் சிப்பாய்கள் அவருக்குப் பதிலாகப் பிற குழந்தைகளைக் கொன்றுபோட்ட அதிகாரங்களிலும், மலையுச்சிக்கு அவரைக் கீழே தள்ளிக் கொன்றுவிட அழைத்துப் போன நாசரேத்தியர்களின் மத்தியிலிருந்து அவர் கடந்துபோய்விட்ட அதிகாரங்களிலுமே காண முடிகிறதுதான், என்றாலும் சிலுவையிலிருந்து தப்பித் தலைமறைவான யேசு மூன்றாம் நாள் தன் சீடர்களைச் சந்தித்துப் பகிர்ந்துகொண்ட ரகசியங்களைப் பற்றின ஆதாரங்கள் ஏதேனும் உங்களுக்குக் கிடைக்கத்தான் வேண்டும், ஆனால் ஹவுஸ்மன், இந்த மாதிரியான தவறுகள் தாங்கள் சர்வ ஜாக்கிரதையாக இருப்பதாக மனப்பால் குடித்துக்கொண்டிருக்கும் அரசர்களின் உத்தரவுகளிலும் சிப்பாய்களின் நிறைவேற்றுதல்களிலும்தான் அதிகமாக நிகழ்ந்துவிடுகிறதேயொழிய போர்க்கருவிகளைக் கையாளப் பயிற்சி பெறாத சாமானியர்கள் தாங்கள் வீழ்த்த வேண்டிய இலக்குகளைத் தவறவிடுவதே இல்லையென்பது மட்டும் நிச்சயம், பிரான்ஸில் இப்போது கோமகன்களின் வாழ்வின் மீது அந்தகாரம் அடர்ந்துபோயிருக்கிறதென்றாலும் அதைச் சாமானியர்களின் கண்களைக் கட்டிவிடும் துணியாகப் பயன்படுத்திக் கொள்ள அவர்களால் முடியாதிருக்கிறது பாருங்கள், அந்தப் புரட்சி நடந்து இத்தனைக் குறுகிய காலத்திற்குள் எத்தனைக் கொலைகள், எத்தனைப் பழிவாங்கல்கள், ஜாக்கோபியர்கள் நிலப்பண்ணையார்களுக்கு வருமானம் தந்துகொண்டிருந்த எல்லா வரிகளிலிருந்தும் உழவர்களுக்கும் நெசவாளர்களுக்கும் தச்சர்களுக்கும் விடுதலையளித்துவிட்டார்களென்பதையும் நீங்கள் கவனித்திருப்பீர்களே, அவர்களே நீதிமன்றங்கள் அமைத்து, சட்டம் படித்தவர்களைக் கொண்டல்லாமல், பாதிக்கப்பட்டவர்களையே நீதிபதிகளாக்கித் தங்களுடைய மாஜி எசமானர்களுக்குத் தீர்ப்புச் சொல்லிக்கொண்டிருக்கிறார்களாமே, நீங்கள் என்ன நினைக்கிறீர்கள், எங்களைப் பொறுத்தவரையில் பிரான்ஸை அந்தகாரம் சூழ்ந்துகொண்ட அந்த இரவிலேயே அது இப்படித்தான் நடக்கப்போகிறது என்பதை எங்களால் ஊகித்துக்கொள்ள முடிந்தது, அரண்மனையிலேயே, மரியே அன்டாய்னெட் பயத்தில் தன் பிரசித்திபெற்ற அலங்காரக்

கண்ணாடியறையின் ஆயிரமாயிரம் கண்ணாடிகளில் பிரதிபலிக்கும் தன் பிம்பங்களையே தனக்குத் துணைசெய்யும் மனிதக்கூட்டமாகச் சேர்த்துக்கொண்டு அதைவிட்டு வெளியே மறுத்துப் பிடிவாதம் பிடித்துக் கொண்டிருந்தாளாம், அதைச் சரித்திரம் பின்னாளில் எப்படி எழுதப் போகிறதென்றாலும், கடவுச் சீட்டுகளைப் பெற்றுக்கொள்வதற்காக வெளியுறவுத்துறை அமைச்சகத்திற்குச் சென்றிருந்த எங்களுடைய இந்திய நண்பர்கள் சொன்னது இதுதான், பாரீஸ் கலவரத்தைப் பற்றின முழு விவரங்களும் வேட்டையிலிருந்து ஒரு முயலைக்கூடப் பிடிக்க அதிர்ஷ்ட மில்லாமல் வெறுங்கையோடு அப்போதுதான் அரண்மனைக்குத் திரும்பி வந்திருந்த களைப்பில் இன்று விசேஷம் ஒன்றுமில்லை என்று நாட்குறிப்பில் எழுதிவிட்டுப் படுக்கைக்குச் செல்லத் தயாராகிவிட்டிருந்த லூயியின் முன் லியான்கோர்ட் கோமகனால் அதன் தீவிரத்தோடு ஒப்பிக்கப்பட்ட பிறகு (அப்படியானால் அது ஒரு வழக்கமான கிளர்ச்சியில்லையா என்று கேட்டிருக்கிறார் அந்த அப்பாவி அரசர், இல்லை அரசே, அது புரட்சி என்று பதில் சொல்லியிருக்கிறார் கோமகன்) அரசாங்க அலுவலர்கள் தெரு அல்லோலகல்லோலப்பட்டுக்கொண்டிருந்தாம், பாரீஸ் நகரசபையலுவலகம் கலவரத்தால் கால வரையறையின்றி மூடப்பட்டுவிட்டிருந்ததால் வெளியேற்றத்திற்கான அனுமதியை வேண்டி தலைநகரத்திலிருந்து நார்மன்ட், க்ளைடஸ்டேல் மற்றும் ஓல்டன்பர்ஜர் குதிரைகள் பூட்டப்பட்ட பிரபுக்களின் வண்டிகள் மைத்ரே விடுதியை நோக்கிப் படைபடையாக வந்து குவிந்துகொண்டிருந்தனவாம், இல்லை, நாங்கள் எதையும் எங்கள் கண்களால் பார்க்கவில்லை, நாங்களிருவரும்தான் ஒரு வைத்தியசாலையில் இரவு முழுவதும் ஒரு நோயாளியுடனும் அவருடைய அரைப் பைத்திய வண்டியோட்டியுடனும் சிறை வைக்கப் பட்டிருந்தோமே, இவ்வளவு பேரையும் காக்கவைத்துவிட்டு பால் ஃப்ரான்காய்ஸ் அவசரக்கூட்டத்திற்கு மன்னரின் அழைப்பின்பேரில் அரண்மனைக்குச் சென்றுவிட்டாராம், நேரம் ஆக ஆகக் கூட்டம் கட்டுக்கடங்காமல் பெருகிக்கொண்டிருந்ததால் அமைச்சர் விரைவில் வந்து நிலைமையைச் சீர்செய்துவிடுவாரென்று எங்கள் நண்பர்கள் உட்பட அனைவரும் எதிர்பார்த்துக்கொண்டிருந்திருக்கிறார்கள், ஆனால் மன்னருடைய அமைச்சரவைக் கூட்டம் சரியான நேரத்தில் துவங்கி முடியவில்லை, பயந்துபோய் ரகளை பண்ணிக்கொண்டிருந்த ராணியைச் சமாதானம் செய்துவிட்டு சபைக்கு வரவே தாமதமாகிவிட்டதென்று மன்னர் வெட்கமின்றி சொல்லிக்கொண்டதாக நாங்கள் பிற்பாடு கேள்விப்பட்டோம், எப்படியிருக்கிறது பாருங்கள், பிறகு உள்நாட்டுக் கலவரங்களை எதிர்பார்த்து நாக்கைச் சப்புக்கொட்டிக்கொண்டு காத்திருக்கும் பகை நாடுகள் சூழ்நிலையைத் தங்களுக்குச் சாதகமாகப் பயன்படுத்திக்கொள்வதைத் தடுத்துநிறுத்தும் திட்டங்களையும், நெக்கரையும் மோன்ட்மோரினையும் திரும்பப் பதவிகளுக்கு அழைக்கும் உபாயங்களையும், அந்நியப் படைகளை உடனடியாக பாரீஸிலிருந்தும் வெர்ஸைல்ஸிலிருந்தும் வெளியேற்றுவதாக அறிவிக்கும் தற்காலிகப் பின்வாங்கல்களையும், அடுப்புவரி மற்றும் தலைவரிகளை விலக்குவதோடு அவ்வரிகளால் வீடுவாசல்களை இழந்தவர்களுக்கு நஷ்டஈடும் அவர்களுடைய சமீபத்திய குற்றச்செயல்களுக்கு மன்னிப்பும் தரும்

தந்திர நடவடிக்கைகளையும் விவாதித்து முடித்துவிட்டு, பிரபுக்கள் மற்றும் கோமகன்களின் உயிர் மற்றும் உடைமைகளின் பத்திரம், தேவைப்பட்டால் அவர்களுடைய பாதுகாப்பான, அதிக நஷ்டப்படாத வெளியேற்றம், பிரான்ஸிற்கு வருகைதந்திருக்கும் வெளிநாட்டினரை உடனடியாகத் திருப்பியனுப்புவது போன்ற விஷயங்களுக்கு, அவர்கள் வந்துசேர நள்ளிரவிற்கு மேலாகிவிட்டதாம், இதற்கு மேல், தேவையான ஆணைகளையும், வெளியேற விரும்புகிறவர்களுக்குக் கடவுச்சீட்டுகளை, குறைந்த சோதனைச் சடங்குகளோடு, அந்த இடத்திலேயே விநியோகிக்கும் அதிகாரத்தையும், அதற்கான கூடுதல் அலுவலர்களையும் வாங்கிக் கொண்டு ஃப்ரான்காய்ஸ் அதிகாலையில்தான் தன் அலுவலகத்திற்கு வந்துசேர்ந்திருக்கிறார், விளைவாக எங்களுடைய நண்பர்கள், மோன்ட்மோரினுடைய அழைப்புக் கடிதம் மதிப்பிழந்துபோய்விட்ட நிலையில் அதைக் காண்பித்துப் புதிய விவாதங்களைக் கிளப்ப அவகாசமும் விருப்பமுமின்றி, வெளிநாட்டவர்களென்கிற தகுதியடிப்படையிலேயே அவர்களுக்கும் எங்களுக்குமான கடவுச் சீட்டுகளையும் சிறப்பு அனுமதிக் கடிதங்களையும் பெற்றுக்கொண்டு நாங்கள் தங்கியிருந்த வைத்தியசாலைக்கு வந்து எங்களை கலாய்ஸ் துறைமுகத்திற்கு வழியனுப்பிவைக்க மறுநாள் நண்பகலாகிவிட்டது, திருமதி மைஃபேன்வி வெர்ச்செய்னன், பார்த்து வருடங்களாகிவிட்டன, நன்றி, நாங்கள் நலமாக வந்துசேர்ந்தோம், நீங்கள்தான் பௌவிஸிலிருந்து வந்த புதிதில் பார்த்ததற்கு இப்போது மிக இளைத்திருப்பதாக இவர் சொல்கிறார், உண்மைதானா, பண்ணை வேலைகளையும் வீட்டு வேலைகளையும் உங்கள் கணவருடைய இறப்பிற்குப் பின் நீங்கள் ஒருவராகவே நிறைவேற்ற வேண்டியிருக்கிறது இல்லையா, வார்விக்ஷைரில் படித்துக்கொண்டிருக்கும் உங்கள் பிள்ளை நலமாக இருக்கிறாரா, வந்து பார்க்கிறாரா இல்லை அவருடைய காதல் விவகாரத்திற்குப் பிறகு உங்களை முழுவதுமாக மறந்துபோய்விட்டாரா, என்றாலும் திருமதி எய்னன், இந்த வயதான காலத்தில் நீங்கள் ஒரு நல்ல வேலையாளை உங்களுக்குத் துணையாக வைத்துக்கொள்வது நல்லது, வேலையாட்களைத் தேட இது உகந்த காலமன்று என்று நீங்கள் சொல்வதும் உண்மைதான், என்றாலும் தேடினால் நல்ல வேலையாள் யாரையாவது காணாமலிருந்துவிட முடியாது, ஆனால் திருமதி எய்னன், நீங்கள் தேடினாலும் இறந்துபோன அந்த பிரெஞ்சு மருத்துவர் நிகோலஸ் ரூரான்ட்டிற்குக் கிடைத்ததைப் போல ஒரு வேலைக்காரன் கிடைப்பானா என்பது சந்தேகம்தான், என் குருட்டுத்தனத்தைக் குறித்து எனக்கிருக்கும் மிகக் குறைந்த வருத்தங்களிலொன்று பியரி அகஸ்டின் என்கிற அந்த அபூர்வமான வண்டியோட்டியின் முகத்தை என்னால் கடைசிவரை பார்க்க முடியாமலே போய்விட்டதுதான், தன் எசமானருடைய இறப்பிற்காகப் பனிப்பாளங்களை மேலே வாரியிறைத்ததைப் போல அவன் எழுப்பிய சில்லிட்ட அழுகைக் குரலைத் தாண்டி இன்னும் என் காதுகளை வேறு ஒலிகள் வந்தடையவில்லை, அன்று காலையிலிருந்தே தொடர்ந்த பயணம், பட்டினி, ஏமாற்றம், தனிமை, வெளியே சென்றிருந்த நண்பர்களிடமிருந்து கெட்ட செய்தியை மட்டுமே எதிர்பார்த்துப் பழகி விட்ட பீதியுற்ற மனநிலை, நோயாளியைக் கையாண்ட களைப்பு என்று அத்தனையும் சேர்த்து மனிதரை அழுத்திவிட்டிருந்ததில் அந்த மோசமான

சூழ்நிலையிலும் மருத்துவரின் பிணத்தை முன்னால் வைத்துக்கொண்டு என் அழைப்பைப் பொருட்படுத்தாமல் அடிக்கடி அடக்க முடியாத தூக்கத்திற்குள்ளோ அல்லது மீண்டுவர முடியாத சிந்தனைகளுக்குள்ளோ மாட்டிக்கொண்டு மௌனமாகிவிடும் கெட்டப்பழக்கத்திற்கு அப்போது இவர் ஆட்பட்டிருந்தார், அந்த மௌனம் எனக்குள் திணித்த தனிமை யுணர்வை வண்டியோட்டி பியரியின் ஒப்பாரி பலமடங்கு அதிகப்படுத்திக் கொண்டிருந்தது, உண்மையைச் சொல்வதென்றால் திருமதி எய்னன், அப்போது நான் என் தந்தையார் சுட்டுக்கொன்று எங்கள் கிராமத்தின் எல்லையோரக் காட்டில் புதைத்த மாயச் சைத்ரீகனின் கல்லறைக்குள் அவனுடைய பிரேதத்திற்குத் துணையாக அமர்ந்திருந்தேன், அவன் என் தந்தை அவனைக் கொன்றதற்குப் பரிகாரமாக என்னை அவனுடன் உறவுகொள்ளச் சொல்லி இறந்தவர்களின் குரலில் அரற்றிக்கொண் டிருக்கிறான், ஒரு பிணத்தை முன்னால் வைத்துக்கொண்டு மரணத்தைத் தவிர வேறு எந்த விஷயத்தையும் பற்றிப் பேசிவிட முடியாதென்றாலும் நான் நாட்பட்ட பிணம் தூங்கும் கல்லறைக்குள் இல்லையென்பதை உறுதி செய்துகொள்ள யாராவது வேறெதையாவது பேச மாட்டார்களா வென்று தவித்துக்கொண்டிருந்தேன், அல்லது யாராவது அதை என் முன்னிருந்து அப்புறப்படுத்தியாக வேண்டும், ஆனால் திருமதி எய்னன், மருத்துவர் நிகோலஸின் பிணம் அப்புறப்படுத்தப்பட்ட விதம் அவர் இறந்ததைக்காட்டிலும் பலமடங்கு நம்பற்கரியதாயும் பரிதாபத்திற்குரியதா யும் இருந்தது, நீங்கள் உங்களை அப்போது என் நிலைமையில் சற்றே கற்பனை செய்து பார்க்கும்படி உங்களைக் கேட்டுக்கொள்கிறேன், உங்களுக்குக் கண் தெரியாது, உங்கள் முன், உங்களைச் சில காலமாவது தன் மகளாகப் பாவித்துப் பழகிக்கொண்டிருந்த ஓர் அனாதைக் கிழவர் பிணமாகக் கிடக்கிறார், அவர் உடலை நீங்கள் தக்க மரியாதையுடன் அடக்கம் செய்துவிட்டுப் போக வேண்டுமென்று உளமார விரும்புகிறீர்கள், ஆனால் அதுவோ அந்நிய தேசம், யாரையும் அங்கே உங்களுக்குத் தெரியாது, மேலும் பாரீஸிலிருந்து கலகத்தீ வெர்ஸைல்ஸுக்கும் பரவும் முன் பிரான்ஸை விட்டு வெளியேறியாக வேண்டிய நிர்பந்தமும் உங்களுக்கிருக்கிறது, இந்தச் சூழ்நிலையில் இறந்துபோனவரின் உடலை அவருடைய வெர்ஸைல்ஸ் நண்பர்கள் யார் கையிலாவது ஒப்படைத்து விட்டுப் பிரிந்துபோவது அவருடைய ஆத்மாவைச் சாந்திகொள்ளச் செய்யுமா செய்யாதா என்பதைப் பற்றி நீங்கள் உங்கள் கணவருடன், அவர் உயிருடன் இருப்பதாக வைத்துக்கொள்வோம், அவர் என்றும் தேவனோடு இருக்கட்டும், ஆலோசிப்பீர்களா மாட்டீர்களா, இது இறந்துபோனவரை எப்படி அவமானப்படுத்துவதாகும், ஆனால் திருமதி எய்னன், அந்த வண்டிக்காரன் அப்படித்தான் எடுத்துக்கொண்டுவிட்டான், நாங்கள் நன்றியற்றவர்களாக நடந்துகொள்வதாக அவன் எங்கள்மீது பகிரங்கமாகக் குற்றஞ்சாட்டிச் சண்டைபோடத் துவங்கிவிட்டான், அவனை நிந்திக்க முடியாது, தனக்குச் சோறிட்டவர்மீது அவன் கொண்ட விசுவாசமும் நாடெங்கும் கனவான்களைப் படுக்கையறைகளில் மட்டுமல்லாமல் அவர்களுடைய கல்லறைகளில்கூட நிம்மதியாக உறங்க விடுவதில்லையென்று கங்கணம் கட்டிக்கொண்டு திரியும் கலவரக் காரர்களின் மீதான அச்சமுமே அவனை அப்படிப் பேசச் செய்தது,

ஆனால் திருமதி எய்னன், அவன் எங்களுடன் அதைப் பற்றி விவாதித்திருக்க வேண்டும், அல்லது வெளியே சென்றிருந்த மற்ற நால்வரும் வரும்வரையில் பொறுத்திருந்திருக்க வேண்டும், அதுதானே விவேகம், அவன் அப்படிச் செய்யவில்லை, தானொரு கனவான் அன்று என்பதை அவன் அப்படித்தான் நிரூபித்தான், ட்ரிஸ்ட்ராம் இப்போதும் என்னால் அதைப்பற்றி முழுதாகப் பேச முடியவில்லை, நீங்களே சொல்லுங்கள். சொல்வதற்கு என்ன இருக்கிறது, திருமதி எய்னன், அழுதுகொண்டும் எங்களைச் சபித்துக்கொண்டுமிருந்த அந்த வண்டியோட்டி திடீரென்று எழுந்து ஒரு ரத்தக் காட்டேரியைப் போல கைகளை அகல விரித்துக் கொண்டு ரண சிகிச்சை மேசையில் கிடத்தப்பட்டிருந்த மருத்துவரின் உடலை நோக்கிப் பாய்ந்தான், ஒரு குழந்தையைத் தூக்குவதைப் போல அதைத் தன் கைகளில் அள்ளிக்கொண்டான், பிறகு கூரை விரிசல்களி னூடே புகை வெளியேறுவதைப் போல வழியில் நின்றிருந்த என்னை ஊடுருவிக்கொண்டு எலினாரின் அருகே சென்று அவளிடம் எதையோ முணுமுணுத்துவிட்டு வாசலை நோக்கி நடக்கத் தொடங்கிவிட்டான். களேபரமான சத்தங்களைக் கேட்டு என்ன நடக்கிறது என்று தெரியாமல் இவரிடம் விவரம் கேட்டுப் புலம்பிக்கொண்டிருந்த என் காதுகளில் திடீரென்று ஒலித்துத் தசைகளின் ஆழத்திற்குள் நேராகவே கத்தியைப் போல பாய்ந்து இறங்கி மறைந்துவிட்ட அவன் வார்த்தைகளைப் பிறகு என்ன முயற்சிசெய்தும் என்னால் ஞாபகத்தின் மட்டத்திற்கு மேலெழுப்பிக் கொண்டுவரவே முடியவில்லை. நான் அவனைத் தடுக்கக் குறுக்கே பாய்ந்தபோது எதிர்பாராதவிதமாக என் அடிவயிற்றில் அவன் பலமாக உதைத்துவிட்டான், அந்தத் தாக்குதலிலிருந்து மீண்டு நான் எழுந்திருப்பதற் குள் வாசலில் நிறுத்தப்பட்டிருந்த கூண்டுவண்டியின் கதவைத் திறந்து மருத்துவரின் உடலை அதனுள் எறிந்துவிட்டு வண்டியைக் கிளப்பிக் கொண்டு பாரீஸ் நெடுஞ்சாலைக்குள் கண்ணிமைக்கும் நேரத்தில் புகுந்து மறைந்துவிட்டான். அவன் சென்ற வேகத்தைப் பற்றி இவர் என்னிடம் விவரித்ததைக் கேட்ட பின் அந்தப் பிணத்தை எங்கே புதைத்தாலும் கண்ணியமான அடக்கத்திற்கு அந்தப் பிரபுவினுடைய உடல் அருகதையானதில்லையென்று ஜாக்கோபியர்கள் அதைத் தோண்டி யெடுத்து நாய்களுக்குப் போட்டுவிடுவார்களென்கிற பயத்தில் அந்த வெறிபிடித்த வண்டியோட்டி அதைக் காட்டிற்குள் கொண்டுசென்று தானே பிய்த்துத் தின்று தன்னுடலுக்குள்ளேயே புதைத்துக்கொண்டு விடுவானென்றே இன்றுவரை எனக்குத் தோன்றிக்கொண்டிருக்கிறது, ஹெலன், பாவிகளால் நிறைந்திருக்கிற இந்தச் சபிக்கப்பட்ட உலகைச் சேர்ந்த மனிதர்களால் அண்ட முடியாத, கடவுளின் தோட்டமாம் பைத்தியத்தின் நிலவெளிக்குள் சர்வ சுதந்திரமாக உலாவரும் என் அருமைச் சகோதரி, மற்ற யார் கேட்டாலும் பரிகசிக்கக்கூடிய விஷயங் களை நான் உன்னிடம் தனிமையில் சொல்லுவேன், பிரான்ஸ் பயணம் வெற்றியடையாததைப் பற்றியும், பிரயோசனமில்லாமல் சேர்ந்துபோன கடன்கள்பற்றியும் ட்ரிஸ்ட்ராமுக்குப் பெருத்த கவலையும் ஏமாற்றமு மிருக்கிறது, ஆனால் இவருடைய வற்புறுத்தலுக்காகவே பிரான்ஸுக்குக் கிளம்பினேனாதலால் கண்பார்வை திரும்பக் கிடைக்காமற்போனதுபற்றி என் மனது பெரிதாக ஏமாற்றமடைந்து அலட்டிக்கொள்ளவில்லை,

ஒருவேளை கண்பார்வை திரும்பக் கிடைத்திருந்தாலும் அது பெரிய சந்தோஷத்தை எனக்குக் கொடுத்திருக்குமென்றும் என்னால் ஊகிக்க முடியவில்லை, அதற்குக் காரணம் இருக்கிறது, என்னைப் பொறுத்த வரையில் இந்தப் பயணத்தையும் பிரான்ஸையும் ஒலிகளாகவும் தருணங் களின் ஸ்பரிசங்களாகவும் வாசனைகளாகவும் மட்டுமே நான் அறிந்து வைத்திருக்கிறேன், அந்தவகை அறிதல், காட்சிகளைப் பட்டவர்த்தனமாகத் தெரியக்காட்டி அவற்றின் பிரம்மாண்டத்திற்கு எல்லை வகுத்துவிடும் பார்வைப்புலனைப் போலன்றி, எண்ணற்ற விதமாகக் கலைந்து சேரும் கற்பனைகளைத் தூண்டிவிட்டுக்கொண்டேயிருக்கும் கதைத்தன்மையைக் கொண்டிருக்கிறது, கௌட இப்போது இங்கே இருந்திருந்தால் நான் சொல்வதைப் புரிந்துகொண்டிருப்பான், பாரீஸிலிருந்து வெர்ஸைல்ஸுக்கு வரும் வழி பூராவும் வண்டியிலிருந்த மற்றவர்கள் புரட்சியைப் பற்றியே பேசிக்கொண்டிருக்க அவன் மட்டும் இந்தியாவின் கதைகளைப் பற்றி விலாவரியாகவும் வியப்படையும்வண்ணமும் என்னிடம் பேசிக்கொண்டே வந்தான், அது குருடியான என் பதற்றத்தைத் தணிக்க அவன் எடுத்துக் கொண்ட முயற்சியாகவுமிருக்கலாம், இவர் காதுகளிலும் அவை விழுந்திருக்கக்கூடும், ஆனால் அவற்றை அவர் விரும்பவில்லையென்பதை, பிற்பாடு அவற்றைப் பற்றி நான் பேச எத்தனித்தபோதெல்லாம் அவர் அதைத் தவிர்த்துக்கொண்டேயிருந்ததைக் கொண்டு, நான் தெரிந்து கொண்டேன், என்னைப் பொறுத்தவரையில் பிரான்ஸ் ஒரு கதையுலக மென்றே கௌடவும் வாதிடுவான். முதலில் அது ஏன் பிரான்ஸாக இருக்க வேண்டுமென்றுகூட அவன் கேட்கக்கூடும், பிரான்ஸ் என்பது நிலைபெயராத கட்டிடங்களையும், ஸ்திரமான மனித முகங்களையும், பழகிப்போன மொழியையும், பிறிதொரு நிலவெளியில் செல்லுபடியாகாத நாணயங்களையும், பிரெஞ்சியர்களுக்கு மட்டுமேயான தேவைகளையும், அவற்றோடு மட்டுமே பொருத்திப்பார்த்துத் தங்களுக்குப் பொருந்தா தென்று பிறர் பொருட்படுத்தாதிருந்துவிடக்கூடிய புரட்சிகளையும் கொண்டிருக்கும் ஒரு நிஜவுலகம், என் கற்பனையின் பிரான்ஸ் பிரான்ஸ் என்று பொதுவாக அறியப்படுகிற நிலம் அன்று, இன்னொரு விதத்தில் நான் இதுநாள்வரையில் அறிந்திருக்கிற, அறியாதிருக்கிற எல்லா நிலவெளி களும்தான் அது என்றும் சொல்லலாம், அங்கே குறுகிய தேவைகளும், ஒரு நிலத்திற்கு மட்டுமே சொந்தமான புரட்சியும் கிடையாது, ஸ்திரமான காட்சியென்று எதுவும் கிடையாது, அங்கே, இவர் ஒப்புமைப்படுத்திச் சொன்ன கௌடவின் முகத்தைப் போல அனைத்தும் கலைந்து இணையும் நீர்க்குணம் கொண்டவை, நிகோலஸ் அதைத் தன் தந்தையர் நிலமாக உணரவேயில்லை, ட்ரிஸ்ட்ராம் அந்த பிரான்ஸுக்குப் பயணப்படவே யில்லை, கௌடவிற்கோ அதற்கான அவகாசம் கொடுக்கப்படவில்லை, உணர்ந்திருந்தால், பயணப்பட்டிருந்தால் அல்லது அவகாசம் கொடுக்கப் பட்டிருந்தால் ஒருவேளை என் கண்பார்வைக்கான மருந்தை அவர்களில் யாராவது அங்கேயே கண்டுபிடித்திருப்பார்கள், ஆனால் ஹெலன், நான் அதற்காக வருத்தப்படவில்லை, நான் என் காதுகளில் ஓதப்பட்ட பிரான்ஸ் என்கிற பெயரை என் மனதிலிருந்து அழித்துவிட்டேன், ஒலிகளாலும் வினோதமான ஸ்பரிசங்களாலும் வாசனைகளாலும் கட்டப்பட்ட, உருவமும் பெயருமற்ற, அது இனி என்னுள் மெத்த

வளரும், கற்பனையின் பிரத்யேகமான இடங்களாலும், சுழன்றுவரும் காலவெளியாலும் நிரம்பும், அதனுள்ளிருந்துகொண்டு நான் என் பிரியத்திற்குரிய ட்ரிஸ்ட்ராமையும் என் பொருட்டாக உள்ளே இழுத்துக் கொள்ளும் வல்லமையைப் பெறுவேன், ஏற்கெனவே வாக்குறுதியளித் திருக்கும் என் அருமை நண்பன் கௌடவும் அவரோடு இணைந்து கொள்வான், என் வாழ்நாள் முழுவதும் எனக்கான மருந்தைக் கதைகளின் நிலவெளியில் தேடித் திரியும் இரண்டு ஆண்களையும் அவர்கள் சுழற்றி விடும் காட்சிகளையும் மனப்புத்தகத்தில் எழுதி வாசித்துக்கொண்டிருப்பதே எனக்குப் போதுமானது, ஒருவகையில் சகோதரி, பார்வை கிடைக்காத விழிகளென்பதுதான் எனக்குரிய தேவகிருபையாக இருக்குமென்றுகூடத் தோன்றுகிறது (பிள்ளை பெறாத கர்ப்பங்களும் பால் கொடாத முலைகளும் பாக்கியமுள்ளவைகளென்று சொல்லப்படும் நாட்கள் வரும்).

என்றாலும் எலினாரோ ட்ரிஸ்ட்ராமோ தங்களைச் சந்தித்தவர்களிடம் பகிர்ந்துகொள்ளாத இரண்டு விஷயங்களும், அவை சம்பவங்களாகச் சொல்லுமளவிற்குத் தகுதியெதையும் கொண்டிருப்பதாக அவர்கள் நினைக்காததாலோ, அல்லது இரண்டுமே கேட்பவர் ஆட்சேபிக்கத்தக்க அனாசாரமான சம்பவங்களென்று நினைத்ததாலோ, இருக்கத்தான் செய்தன. ஒன்று, வெர்ஸைல்ஸில் அன்று இரவு, நிகோலஸின் உடல் பியரியால் வலுக்கட்டாயமாக அப்புறப்படுத்தப்பட்டதற்குப் பின், புலர்காலையில் இந்தியர்கள் வந்து வைத்தியசாலைக் கதவைத் தட்டுவதற்கு முன், வாய்த்த சில மணிநேர இடைவெளியில், அவர்களிருவரும் நிகழ்த்திய அசுரத்தனமான உடலுறவு. சிருங்கார உணர்வுகளைக் கிளர்த்திவிடும் இரவாயிருக்கவில்லைதான் அது. ஆனால் முடிவில்லாமல் நீண்டுகொண்டேயிருந்த அந்தப் பயங்கர இரவிலிருந்து வெளியேறுவதற்கு ஒருவர் கழுத்தை மற்றவர் சுற்றிலும் சிதறிக்கிடந்த மருத்துவ உபகரணங்களில் ஒன்றையெடுத்து அறுத்தெறிவதைத் தவிர வேறெந்த மார்க்கமும் இல்லையென்கிற விளிம்பிற்கு அவர்களைக் கொண்டுவந்து நிறுத்தியிருந்த தனிமையின் அழுத்தத்திலிருந்து தங்களைக் காப்பாற்றிக்கொள்ள அதைத் தவிர வேறு உபாயமொன்றும் அவர்களிருவருக்கும் தெரியவில்லை. மேலும் துக்கத்தின் கண்ணீர் சொட்டி விழும் காமத்தின் நிலத்தைப் பதினாறு வருடங்களுக்குப் பிறகு அந்த முறையும் அவர்கள் எதிர்பாராதவிதமாகத்தான் சென்றடைந் தார்கள். ஒளியும் இருளும் நிசப்தமும் பேதலிப்பும் கலந்த நடுங்கும் மஞ் சள் வண்ணத்தால் நிகோலஸுக்காக ஏற்றிவைக்கப்பட்டிருந்த மெழுகு விளக்கின் மெல்லிய வெளிச்சம் வரைந்துகொண்டிருந்த எலினாரின் உடலை அணைத்து அவளுக்குத் தைரியமளிப்பதற்காக அவளை நெருங்கிச்சென்ற ட்ரிஸ்ட்ராம் திடீரென்றுதான் அவள் கண்களில் பளபளத்துக்கொண்டிருந்த கண்ணீரில் தனக்குத் தைரியமளிக்கும் மருந்தைக் கண்டுகொண்டான். அவசர அவசரமாக அவன் அதைத் தன் நாவால் நக்கி உறிஞ்சியபோது அந்தத் தருணத்தில் அதைச் சற்றும் எதிர்பார்த்திராததால் முதலில் திடுக்கிட்டுப்போய் அவன் முத்தங்களை ஆட்சேபித்த எலினாரும் பிறகு தன்னை ஆறுதல்படுத்தத் தன் கணவனுடைய கைவிரல்கள் மட்டும் போதாதென்று அவனை இறுகக் கட்டிக்கொண்டு

அவனுடைய முழு உடலுக்குள்ளும் தன்னை ஒளித்துக்கொண்டுவிட்டாள். நீண்ட முதல் முத்தம் துவங்கிய சில வினாடிகளிலேயே உன்மத்தம் தலைக்கேறியவர்களாய் அவர்கள் தங்கள் உடைகளைக் கிழித்துப்போடாத குறையாகக் களைந்துகொண்டார்கள். பிறகு சற்றும் யோசிக்காமல் சற்று முன் நிகோலஸின் பிணம் கிடத்தப்பட்டிருந்த, இறப்பின் சில்லிப்பு இன்னும் நீங்கியிராத, ரணசிகிச்சை மேசையின் மீது ஒருவர் மேல் ஒருவராய்த் தங்களை வீழ்த்திக்கொண்டும், எந்த நேரத்திலும் இந்தியர்கள் அல்லது புரட்சிக்காரர்களால் தட்டப்பட்டுவிடக்கூடிய வாசற்கதவைத் திரும்பித் திரும்பிப் பார்த்துக்கொண்டும், காதல் சிறிதும் கலவாத அந்த காரியார்த்தமான புணர்ச்சியைப் பறவைகள் கலப்பதைப் போல வெறியுடனும் அவசரத்துடனும் துவக்கித் துவக்கிய வேகத்திலேயே முடித்துக்கொண்டார்கள். முடிந்த கணத்திலேயே தணலில் உதிர்ந்த நீர்த் துளியாய் லௌகீகக் கவலைகளின் வெம்மையின் மேல் அந்த அனுபவம் விழுந்து உலர்ந்து மறைந்தும்விட்டது. பிற்பாடு எலினாருக்கு அவளுடைய உடைகளை அணிந்துகொள்ள, வழக்கம்போல புணர்ச்சிக்குப் பின் அவள் உடலின் உபரிச் சதைக் கொத்துக்கள் கொடுக்கும் அசூயையின் மேல் கண்களை மூடிக்கொண்டு, ட்ரிஸ்ட்ராம் உதவி செய்தபோதும், காலையில் வைத்தியசாலைக் கதவைத் தட்டிய நண்பர்களிடம் பியரியின் அடாவடித்தனத்தைச் சொல்லி அங்கலாய்த்துக்கொண்டபோதும், அவர்களிடம் பிரியாவிடை பெற்றுக்கொண்டு அவர்கள் தயவில் கிட்டிய அனுமதிக் கடிதத்துடன் அவர்களே அமர்த்திக்கொடுத்த கூண்டு வண்டியிலேறி கலாய்ஸ் துறைமுகத்தை நோக்கிக் கிளம்பியபோதும், டோவர் துறைமுகத்தைக் கால்கள் உணர்ந்த கணத்தில் அந்த இடத்திலேயே பிரான்ஸ் அனுபவத்தின் சாரச்சுமைகளையெல்லாம் களைந்துவிட்டு வெற்றுப் பயணப் பெட்டிகளைப் போல வெறுமே சம்பவங்களின் ஞாபகங்களை மட்டுமே இங்கிலாந்திற்குள் கொண்டுசெல்லும் முடிவுடன் எலினார் கீழே விழுந்து மண்ணில் புரண்டு அழுது தன்னைத் தீர்த்துக்கொண்டபோதும் (எங்களில் ஒட்டின உங்கள் பட்டணத்தின் தூசியையும் உங்களுக்கு விரோதமாய்த் துடைத்துப்போடுகிறோம்), பிறகும், அவர்களிருவரும் விடைபெற்றுக்கொண்ட சற்று நேரத்திலேயே நான்கு இந்தியர்களும் கதவை வெளிப்புறமாகப் பூட்டிக்கொண்டு சாவியை யாரிடம் கொடுப்பதென்று தெரியாமல் அதையும் தங்களுடனேயே எடுத்துக்கொண்டு பிரான்ஸின் மாகாணங்கள் வழியாகவே தெற்கு முனையில் மார்சைல்ஸ் துறைமுகத்தையடைந்து மெடிட்டரேனியன் கடல்வழியே கெய்ரோவிற்கும் அங்கிருந்து செங்கடல் பாதையில் இந்துஸ்தானத்திற்கும் பயணப்படப் புறப்பட்டுப் போன பின், தொடர்ந்து பூட்டப்பட்டே கிடந்த கதவுகளால் சில மாதங்களில் வெர்ஸைல்ஸில் நிகழ்த்தப்பட்ட குரூர நாடகங்களின் துவக்கக் கேந்திரமாயும், இரவு நேரங்களில் புகையுருவங்களின் போதையேறிய முனகல்களைக் கசியவிட்டுக்கொண்டிருந்த சன்னல்களால் அருகிலிருந்த தேவாலய ஊழியர்களினுடைய மிருக உணர்வுகளைத் தூண்டிவிட்டுக்கொண்டிருக்கும் பிசாசுகளின் குடியிருப்பாயும் அக்கம்பக்கத்தவர்களால் பார்க்கப்பட்டு, மனிதர்களின் அணுக்கம் நின்றுபோய், அவர்களுடைய உலகத்தோடு தொடர்பற்ற மர்மத் தாவரங்கள் உள்ளேயும் புறத்தேயும் வளர்ந்து, அவற்றின்

அரத்தையொத்த பச்சையத்தால் அறுக்கப்பட்ட சுவர்கள் இற்றுப் பிளந்து, சில வருடங்களில் பாழடைந்து குட்டிச்சுவராகிப்போகவிருக்கிற நிகோலஸ் ரூரான்டின் வைத்தியசாலையில் நடந்தேறிய அந்தக் கடைசிச் சம்பவம் அங்கிருந்து வெளியேறிய ஐம்பதாவது நாள் திடீரென்று எலினார் தன் மாதாந்திர உதிரப்போக்கு நின்று ஐந்து நாட்கள் கடந்துபோயிருப்பதைக் கண்டுபிடிக்கும்வரை அவர்களுடைய நினைவிற்கு வரவேயில்லை. அதைக் கண்டுபிடித்த பிறகும்கூட எலினார் தன் உடல் பலவீனமே அதற்குக் காரணமென்றுதான் ஊகித்தாள். அப்படி ஊகித்துக்கொள்வதற்குப் போதுமான காரணங்களும் இருக்கவே செய்தன. ஏப்ரல் தொடங்கி ஜுலை வரையில் மேற்கொண்ட பயணமும் அலைச்சல்களும், உட்கொண்ட அமிலங்களும் தாறுமாறான உணவுகளும், (பிரான்ஸ் பயணத்தின் முதல் நாள் கலாய்ஸ் துறைமுகத்திலிருந்து வெர்ஸைல்ஸுக்கு வரும் வழியில் பேக்னால்ஸில் கொள்ளையடிக்கப்பட்ட மாவில் செய்ததென்றும், நாட்டுப்பற்றுள்ள யாவரும் அதை உறுதிப்படுத்துவதற்காகவே வாங்கி உண்ண வேண்டியவையென்றும், உடைந்த ஆங்கிலத்தில் பேசி ஒரு சிறுமி அவர்கள் தலையில் கட்டிவிட்ட, சில்லிட்டுப்போன பணியாரத் துண்டுகளையும், சிக்குவாடையடிக்கத் துவங்கியிருந்த ஓட்ஸ் பிட்டையும் தின்றுவிட்டு, அவற்றின் விலை எட்டு சோக்கள் என்று தெரிந்ததும் அதிகமான கசப்புச்சுவையாலும் குமட்டலாலும் கலங்கிப்போன வயிறு மீண்டும் டோவர் துறைமுகத்திற்குத் திரும்பிய நாள்வரையில் சரியாகவில்லை) உணர்ந்த கவலைகளும் பயங்களும் அவளுடைய ஏராளமான உடலில் தங்களுடைய தடங்களைத் தாறுமாறாய் எழுதிவிட்டிருந்தன. பிரான்ஸிலிருந்து இங்கிலாந்திற்குத் திரும்பும் வழியெங்கும் ஆங்கிலக் கால்வாய் முழுவதையும் நிரப்பிவிடுபவளைப் போலவும், எதிர்காலத்தில் தன் உடல் சேகரித்துக்கொள்ளவிருக்கும் சக்தியையும் சேர்த்து அப்போதே வெளியேற்றிவிட்டு விச்ராந்தியாகப் பரமபிதாவினடிக்குப் போய்ச் சேர்ந்துவிட விரும்புபவளைப் போலவும் அவள் தொடர்ந்து வாந்தியெடுத்துக்கொண்டேயிருந்தாள். டோவரைத் தோணி தொட்டபோது அவள் உடல் நிறமிழந்து, துடைக்கும் துணியைப் போல நாறித் துவண்டுபோயிருந்தது. கேம்பிரிட்ஜ்ஷைர் வந்துசேர்ந்த பிறகு அவளைப் பரிசோதித்த உள்ளூர் மருத்துவர் தந்த மருந்துகளை உட்கொண்டதில் சில நாட்களில் அவளால் வீட்டுவேலைகளைக் கவனிக்குமளவிற்கு முன்னேறி வர முடிந்ததென்றாலும் தன்னுடலில் மாதாந்திரச் சுத்திகரிப்பிற்காக வெளியேற்றுமளவிற்கு உபரி ரத்தம் மிச்சமிருப்பதாக அவள் நம்பவில்லை. எனவே முதல் நாற்பது நாட்கள் எலினாரைப் பெரிய கற்பனைகளெதுவும் மூழ்கடித்துவிடவில்லை. ஆனால் இரண்டாம் மாத முடிவில் ட்ரிஸ்ட்ராமின் கண்களில் வெளிப்படையாகவே தெரியுமளவிற்குத் தன் உடலும் முகமும் பதினெட்டு வருடங்களுக்கு முந்தைய பழைய பொலிவைத் திரும்ப அடைந்திருப்பதையும், உடல் பலவீனம் ஆயாசத்தை உண்டுபண்ணுவதற்குப் பதிலாக ஆச்சரியப்படும்படி கிளர்ச்சியை ஏற்படுத்துவதையும், ட்ரிஸ்ட்ராம் உலகிலேயே மிகக் கவர்ச்சிகரமான ஆணாயும், எப்போதும் நிர்வாணியாயும் தன் கண்களுக்குத் தோன்றிப் போதையூட்டிக்கொண்டிருப்பதையும், ஜீரண உறுப்புகள் களைத்துப்போகுமளவிற்கு உச்சந்தலைக்கும் உள்ளங்காலுக்குமாக

ரத்தஓட்டம் ஊறிக் குலுங்கிக்கொண்டேயிருப்பதாயும், (உன் சரீரம் முழுவதும் வெளிச்சமாயிருக்கும்) ஆனால் இவ்வளவு நல்ல சங்கேதங் களுக்குப் பிறகும் தன்னுடலிலிருந்து உதிரம் வெளியேறாதிருப்பதையும் கண்ட அவள், வருடங்களுக்கு முன்பே நல்ல விஷயங்களில் நம்பிக்கை யிழந்துவிட்டிருந்தபடியால், பயப்படத் தொடங்கிவிட்டாள். எனினும் வழக்கம்போல ட்ரிஸ்ட்ராம் மீதிருக்கும் வாஞ்சையால் அவனுக்கு மேற்கொண்டு சிரமம் கொடுக்கப் பயந்துகொண்டு மூன்றாவது சுழற்சிவரை காத்திருப்பதென முடிவுசெய்தாள். ஆனால் அவ்வளவு நாள் பயத்தை ரகசியமாக நீட்டித்துக்கொண்டிருக்க வேண்டிய அவசியமின்றி அப்போது கேம்பிரிட்ஜ்ஷைர் வந்திருந்த சாரா அவளுடைய எச்சிலை வெள்ளாட்டிற்குக் கொடுத்து அது வாந்தியெடுத்ததை உறுதியாக அறிவித்துவிட்டாள். எலினார் ட்ரிஸ்ட்ராமுடன் ஆவலும் அவநம்பிக்கையுமாக ரீஜென்ட் தெருவில் இருந்த, ட்ரிஸ்ட்ராமின் பழைய நண்பரும் மருத்துவருமான எட்வர்ட் மில்லைப் பார்க்க ஓடினாள். அவரும் அவளுடைய மூத்திரத்தை வைனில் கலந்துபார்த்து அது நீலநிறமாக மாறுவதை உறுதிப்படுத்தினார். தன் கர்ப்பத்தை உறுதிப்படுத்திக்கொள்ள மூன்றுமாத காலம் தாமதித்து வந்த பெண்ணைக் கண்டு ஆச்சரியப்பட்ட அவர் அவர்கள் கடைசியாக உறவுகொண்டது எப்போது என்று கேட்டபோது எலினார் தன் கணவனிடம் ஓடிவந்து சொன்னாள், ஆ, ட்ரிஸ்ட்ராம், அன்று மட்டும் பியரி நம்மைத் தனிமையில் விட்டுவிட்டுத் தன் எசமானருடைய உடலுடன் வெளியேறாமலிருந்திருப்பானேயானால் அந்த ஆசீர்வதிக்கப்பட்ட மீதியிரவு நமக்குக் கிடைக்காமலேயேயல்லவா போயிருந்திருக்கும். தன்மீது அபிமானமும் அக்கறையும் கொண்டிருந்த, தனக்குக் கண்பார்வையைத் திருப்பித் தர முடியாமலேயே உலகை நீத்துப்போய்விட்டதையெண்ணிப் புழுங்கிக்கொண்டிருந்த, நிகோலஸின் பரிசுத்த ஆவிதான் வைத்தியசாலையின் மேசையிலேயே தங்கியிருந்து ட்ரிஸ்ட்ராமின் சுக்கிலத்தில் கரைந்து தன்னுடலுக்குள் கருவாகப் பாய்ந்திருக்கிறதென்பதில் எலினாருக்கு எள்ளளவும் சந்தேகமிருக்கவில்லை. தான் கடைசிவரையில் பார்க்க முடியாமலே போய்விட்ட அந்த அனாதைக் கிழவருடைய முகத்தைத் தன் தந்தையின் முகமாகக் கற்பனைசெய்து பார்த்துக்கொண்டு அவள் நெகிழ்ந்துபோனாள். ட்ரிஸ்ட்ராமும்கூட பிரான்ஸ் பயணச்செலவு தன் போன பிறவிக்கடனுக்கான வட்டியென்று முடிவுசெய்து தன்னை வலுக்கட்டாயமாகத் தேற்றிக்கொண்டிருந்த நேரத்தில் அது ஓர்அதிர்ஷ்டத்தைக் கொண்டுவருமென்று கனவிலும் நினைக்கவில்லை. அவர்களிருவருமே, எலினாரின் மூத்திரம் கோதுமையை விட்டுவிட்டுப் பார்லியை வளரச்செய்ததால், பிறக்கப்போவது ஆண் குழந்தையென்று சாரா கணித்துச் சொன்னவுடன் அதற்கு நிகோலஸ் பேக்கர் என்று பெயரிடவும் முடிவுசெய்துவிட்டிருந்தார்கள். எலினாரின் கண்பார்வைக்கான ட்ரிஸ்ட்ராமின் பிடிவாதமான வைத்தியச் செலவுகள், அவள் மன்றாடிக் கேட்டுக்கொண்டதன்பேரில், தற்காலிகமாக நிறுத்திவைக்கப்பட்டு, மகப்பேறுக்கான வைத்தியச் செலவுகளாக மாற்றப்பட்டன. நெடுங்காலத்திற்குப் பிறகு வீட்டை இளக்கமும், கணவன் மனைவிக்கிடையே காமக்கிளர்ச்சியூட்டும் பரஸ்பர முகஸ்துதிகளும், ஜாக்கிரதையான கலவிகளும், காரணமற்ற திடீர் விருந்து

ஏற்பாடுகளும், பிரார்த்தனைகளும், பிறக்கப்போகும் குழந்தையின் நிறம், உருவம், சாயல், குரல், ஜென்மநட்சத்திரம், எடை ஆகியவை பற்றின அசட்டுக் கற்பனைகளும் நிறைத்து வழிந்தன. இப்படி ஓர் அதிர்ஷ்டப் பயணத்திற்காக எவ்வளவு வேண்டுமானாலும் கடன்வாங்கிச் செலவு செய்யலாமென்று இருவரும் படுக்கையில் அருகருகே ஓய்ந்து கிடக்கும்போது பேசிக்கொண்டார்கள்.

ஆனால் மருத்துவர் எட்வர்ட் மில் கணக்கிட்டுக் குறித்திருந்த நாள் கடந்துபோன பிறகும் எலினார் தன் குழந்தையைப் பிரசவிக்கவில்லை. கருத்தரித்த நாளை அவள் தவறாகச் சொல்லியிருக்கிறாளென்றும் அவள் தன்னிடம் பரிசோதனைக்காக வந்தபோதே அதுகுறித்துத் தான் சந்தேகப்பட்டதாகவும் தெரிவித்த மில் தன் ஊகம் சரியாக இருக்குமானால் அந்த வாரம் எலினாருக்குப் பிரசவவலியை ஏற்படுத்தாமலே கடந்துவிடும்பட்சத்தில் இன்னும் இரண்டரை மாதங்கள் கழித்துத்தான் அவள் பிரசவிப்பாளென்றும் திட்டவட்டமாகச் சொல்லிவிட்டார். எலினார் தான் சொன்னதில் தவறிருக்கச் சந்தர்ப்பமே இல்லையென்றும், தான் கருத்தரித்த நாள் ஜூலை பதினைந்தாம் தேதி அதிகாலை மணி மூன்றிலிருந்து நான்கிற்குள் என்றும், அந்த நாளுக்குப் பிறகு, மருத்துவரைப் பார்த்துத் தன் கர்ப்பத்தை உறுதி செய்துகொண்டு திரும்பிய நாள்வரையில், தன் கணவனுடன் தான் உறவுகொள்ளவேயில்லையென்றும் அடித்துச்சொன்னாள். ஆனால் மருத்துவர் சொன்னபடியே பிரசவத்திற்கான எந்த வலியையும் அவள் அந்த வாரத்தில் உணரவில்லை. பிரான்ஸிலிருந்து திரும்பிவந்த பிறகு ஏதோவொரு தினத்தில் பழைய துக்கங்களின் போதையால் தங்களை யறியாமலேயே தாங்களிருவரும் கலந்திருக்கக்கூடுமென்று ட்ரிஸ்ட்ராம் தனக்கே திருப்தியளிக்காத ஒரு காரணத்தைச் சொல்லி அவளைச் சமாதானப்படுத்த முயன்றான். மருத்துவரின் கணக்குப்படி எட்டாவதும், எலினாரின் கணக்குப்படி பன்னிரண்டாவதுமான மற்றொரு ஜூலை மாதம் நடந்துகொண்டிருந்தபோது அவள் பனிக்குடம் உடையும் வலியை எதிர்பார்த்துப் பல இரவுகளைத் தூங்காமலே கழித்து, அந்த உஷ்ணத்தினால் ஏற்பட்ட வயிற்றுவலியைப் பிரசவ வலியென்று தவறாகப் புரிந்துகொண்டு நான்கைந்து தடவைகள் வேளைகெட்ட வேளைகளில் அவர்முன் போய்த் தன் பருத்த வயிற்றைத் தூக்கிக்கொண்டு நின்றாள். இதைத் தொடர்ந்து கவனித்துக்கொண்டேயிருந்த, ஒரு யூதத் தாதி எலினார் உட்கொள்ள வேண்டிய மருந்துகளின் பட்டியலைக் கொடுத்து விட்டு மருத்துவர் அகன்ற பின் ட்ரிஸ்ட்ராமின் கைகளில் அவன் தன் மனைவியை அழைத்துக்கொண்டுபோய்ப் பார்க்க வேண்டிய பேயோட்டிகளின் பட்டியலொன்றைக் கருணையுடன் ரகசியமாகத் திணித்தாள். முகம் வெளிறிப்போன அவன் அவளைச் சந்திப்பதைத் தவிர்ப்பதற்காகவே எட்வர்ட் மில்லை விட்டுவிட்டு ஆடன்ப்ரூக் பொது மருத்துவமனையில் எலினாரின் பெயரைப் பதிவு செய்துகொண்டான். அந்த மருத்துவர்கள், மில்லும் எலினாரும் தனித்தனியே குறித்த கெடுவையெல்லாம் தாண்டிப் பிரசவமாகாமலே பதினெட்டாவது மாதமும் பூர்த்தியானபோது, அவளுடைய வயிற்றில் வளர்ந்திருப்பது சிசுவன்று மாறாக அதீதச் சில்லிப்பு ஈரல்குலையை நேரடியாகப்

பாதிப்பதால் வயிற்றில் உண்டாகக்கூடிய நோய்க்கட்டி என்று, அதைத் தவிர வேறெந்தக் காரணத்தையும் சொல்வதற்கு ஒயினைத் தொடர்ந்து நிறம்மாற்றிக்கொண்டேயிருந்த எலினாரின் மூத்திரம் இடந்தராததால், தெரிவித்துவிட்டார்கள். அதை நிரூபிப்பதற்காகவோ அல்லது அகற்றுவதற் காகவோ மருத்துவச்சாலையின் பரிசோதனைக் கூடத்திற்குள் அழைக்கப் பட்டபோது சற்றும் எதிர்பாராதவிதமாகத் தன் தோளைத் தாதிகளின் பிடியிலிருந்து பலவந்தமாக விடுவித்துக்கொண்ட எலினார் இனி எந்த மருத்துவச்சாலையின் சிகிச்சைக் கட்டிலின் மீதும் தான் ஏறிப் படுத்துக்கொள்ளத் தயாராயில்லையென்று அங்கே ஏற்கெனவே படுக்கையில் வரிசையாகக் கிடத்தப்பட்டிருந்தவர்களின் இருபது நோயுற்ற இதயங்கள் லயந்தப்பிப் படபடத்துக்கொள்ளும்வண்ணம் உரத்து அறிவித்துவிட்டு வீட்டிற்குத் திரும்பிவிட்டாள். கர்ப்பக் காலத்திற்கான இயற்கை விதிகளையும், வயிற்றில் நோயைத் தக்கவைத்துக்கொள்வதன் அபாயத்தையும் சொல்லி ட்ரிஸ்ட்ராம் எவ்வளவோ மன்றாடியும்கூட அவள் தன் வயிற்றில் இருப்பது சிசுவென்றே பிடிவாதமாக நம்பினாள். அது எப்போது வெளியே வர வேண்டுமென்று விரும்புகிறதோ அப்போது வெளியே வருவதையே தானும் விரும்புவதாகவும் சொல்லி விட்டாள். உண்மையில் எலினார் தன் வயிற்றில் உயிரின் இயக்கத்தை உணர்ந்தே இருந்தாள். தவிரவும் தீவிரமான எந்த நோய்க்கான அறிகுறியையும் அவளுடைய புறத்தோற்றத்தில் ட்ரிஸ்ட்ராமினால் பார்க்க முடியவில்லை. அதை மருத்துவர்களும் ஒத்துக்கொண்டார்கள். அவள் முகம் பளபளப்பும், அதீதக் கவர்ச்சியும், நிறைந்த பக்குவமும் கொண்டதாகத் தொடர்ந்து பிரகாசித்துக்கொண்டிருந்தது. உடலோ விகாரமாகப் பருத்த வயிற்றுடன், அதுவே ஒரு தகுதியைப் போல கையில் அள்ளிக்கொள்ளும் குழைவுடனும், கண்களை நிறைக்கும் முழுமையுடனும், உடைகளுக்கேற்பப் பிரதிபலிக்கும் நிலையற்ற நிறத்துடனும் சுடர்விட்டுக்கொண்டிருந்தது. நாட்கள் மாதங்களைத் தாண்டி வருடங்களைத் தொட்டபோது இரட்டை முலைகளுக்குக் கீழே மூன்றாவது முலையைப் போல தனியாகத் தொங்கிக்கொண்டிருந்த வயிற்றுடன் தெருவில் வெட்கமில்லாமல் அக்கம்பக்கத்தவர்களின் பார்வைகளுக்கும், கேலிப் பேச்சுகளுக்கும், பச்சாதாபங்களுக்கும் நடுவே நடமாட எலினார் பழகிக்கொண்டுவிட்டாள். துவக்கத்தில் அவளைக் கண்டித்தும் பிறகு கெஞ்சியும் வயிற்றில் இருப்பது என்னவென்று அறிந்துகொள்ளச் சொல்லி வற்புறுத்திக்கொண்டிருந்த சாராவும் மிஞ்சியிருக்கும் பைத்தியக்காரப் பெண்ணுக்கு ஒரு வழி பிறக்காமலும், அல்லது அவள் சாகாமலுமே தனக்கு வயதாகிக்கொண்டிருக்கும் மற்றொரு கவலையுடன் எலினாரின் பிடிவாதத்தையும் சேர்த்துச் சுமக்க வலுவின்றித் தன் அறிவுரைகளைக் கைவிட்டுவிட்டாள். பயப்படும்படியான அடையாளங்கள் எதையும் தெரியப்படுத்தாதவரையில் அவளுக்குள்ளிருப்பது எதுவாகயிருந்தாலும் விதி அதை அது விரும்புகிறபோது தெரியக் காட்டட்டும் என்று ட்ரிஸ்ட்ராமும் எலினாரின் யோசனையின்பேரில் மருத்துவச் செலவுகளை நிறுத்திக்கொண்டுவிட்டான். அவை நின்றபோது புதிய செல்வம் பழைய கலயங்களையும் சேர்த்துக் கொண்டுபோகும் என்று சொல்வதற்கொப்ப நடுவே தற்காலிகமாக நிறுத்தப்பட்டிருந்த, அவன்

தன் பதினாறு வருடகால உழைப்பு முழுவதையும் பணயம் வைத்துச் சூதாடிக்கொண்டிருந்த, எலினாரின் பார்வைக்கான மருத்துவச் செலவுகளும் திரும்ப அவர்களுடைய கவனத்திற்கு வராமலேயே நின்றுபோனது. அவளுடைய ஒவ்வொரு துரதிர்ஷ்டமும் ட்ரிஸ்ட்ராமின் மனதில் ஏற்றிவிட்டுக்கொண்டிருந்த குற்றவுணர்வின் சுமை மட்டும் குறையாமல் கூடிக்கொண்டே இருந்தது. சாபக்காட்டில் அவளைக் கலந்த முட்டாள்தனத்திற்குச் சற்றும் குறைவில்லாத முட்டாள்தனத்தைப் பிணம் கிடத்தப்பட்டிருந்த, சில்லிட்ட மேசையில் வைத்து அவளைச் சேர்ந்ததன் மூலம் தான் செய்துவிட்டதாக எண்ணி அவன் மனதிற்குள் புழுங்கினான். நிதானத்தையும் பராக்கிரமத்தையும் கடைப்பிடித்திருக்க வேண்டிய தன் வாழ்வின் அபூர்வமான கணங்கள் ஒவ்வொன்றையும் அவசரக்காரனாயும் சுயநலவாதியாயுமே வாழ்ந்து அவற்றைத் தன் கனவுகளுக்கு மாறாக வீணாக்கிவிட்டதாகவும், வாழ்நாள் முழுவதும் முட்டாள்தனங்களின் கசந்த குட்டையாகத் தேங்கி நாற வேண்டு மென்பதே தன் விதியாக ஆக்கப்பட்டுவிட்டதாகவும் எண்ணி வருந்தினான். எலினாரின் ஆறுதல் வார்த்தைகளை அவன் மனம் ஏற்க மறுத்தது. அவளைப் பார்க்கும்போதெல்லாம் வயிற்றிலிருந்து புறப்பட்டு நாவிற்கு மேலெழும்பிவரும் பழைய அமிலச்சுரப்பின் பிசுபிசுத்த பசைச்சுவை அவன் நிரந்தர மௌனியாகும்படி உதடுகளை இறுக்கமாக ஒட்டிவிட்டிருந்தது. அளவளாவல்களோடு கலவியும் அவர்களிடையே அறவே நின்றுபோயிருந்தது. தாய்மை நிரந்தரமாகப் படர்ந்த முகம் காமத்தின் வெம்மையால் மேலும் சிவந்து தணலாக ஜொலிக்க, சங்கேத உரையாடல்களாலும் சிலசமயம் வெட்கங்கெட்ட சரசப்பிரயோகங்களாலும் முயற்சித்தும் எலினாரால் தன் கணவனைத் தேற்றி உற்சாகமானவனாக்கித் தன்னருகே அழைத்துக்கொள்ளவே முடியவில்லை. அவள் எவ்வளவுக்கெவ்வளவு அவனை அண்டியிருக்க விரும்பினாளோ அவ்வளவுக்கவ்வளவு அவன் நிகோலஸ் பரிந்துரைத்தபடி அவள் தன்னைத் தொலைத்துவிட்டு அவளுடைய பழைய, ஏழ்மையைத் தவிர வேறு சுமைகளோ பாவங்களோ அற்ற, சுக்கிலத்தின் கறைபடியாத, கன்னி வாழ்வைத் திரும்பப் பெற வேண்டுமென்று கடவுளைப் பிரார்த்தித்துக்கொண்டிருந்தான்.

பகிர்ந்துகொள்ளப்படாத பிரான்ஸ் நினைவுகளிரண்டில் மற்றொன்று தெ வில்லி உணவகத்தில் சொக்க கௌட கதைகளைப் பற்றிப் பேசிய சம்பவம். அதை மற்றவர்களிடம் பிரஸ்தாபிக்காததற்குக் கணவனுக்கும் மனைவிக்கும் தனித்தனியே காரணங்கள் இருந்தன. எலினாருக்கு அது சொக்க கௌடவால் தனக்காக மட்டுமே பிரத்யேகமாக நிகழ்த்தப்பட்ட, சங்கேதச் சொற்களாலான, ரகசிய உரை என்கிற எண்ணமிருந்தது. பொம்மையைத் தூக்கிக்கொண்டு அலையும் குழந்தையைப் போல அவள் அந்த வார்த்தைகளை வேறு யாருக்கும் பகிர்ந்து கொடுக்கப் பிரியப்படாமல் தன் மனதிற்குள்ளேயே பதுக்கி வைத்துக்கொண்டும் தனியே இருக்கும்போதோ அல்லது ஹெலனுடன் இருக்கும் சந்தர்ப்பங் களிலோ மட்டும் அவற்றை வெளியே எடுத்துத் திரும்பத் தன் காதுகளில் ஒலிக்கச்செய்து கேட்டுக்கொண்டுமிருந்தாள். கௌடவின் வார்த்தைகள் உள்ளே இருப்பதால்தான் தன் குழந்தை வயிற்றிலிருந்து வெளியே வர

மறுக்கிறது என்கிற கற்பனையும்கூட அவளுக்கிருந்தது. எனவே அவள் அதை அங்கேயே இருக்கச் சந்தோஷமாக அனுமதித்தாள். மேலும் தன் கர்ப்பம் பிரசவிக்காததை முன்னிட்டு ட்ரிஸ்ட்ராம் கொண்டிருந்த கூடுதல் கரிசனத்தைப் பயன்படுத்திக்கொண்டு பல்கலைக்கழக நூலகத்தி லிருந்து மெகஸ்தனிஸ், பெரிப்ளஸ், ஆல்பருனி, டியூடலா பெஞ்சமின், யுவான் சுவாங், இபன் பதூதா, மான்டிகார்வினோ ஜான் உள்ளிட்ட பலருடைய இந்தியப் பயணக் குறிப்புகளையும் இந்தியப் புராணங்களின் மொழிபெயர்ப்புகளையும், ஸ்டீபன் கேனாவிற்கு இருந்த குதிரைகள் மீதான பாண்டித்தியத்தின் நினைவில் அந்த மிருகத்தைப் பற்றின ஏராளமான நூல்களையும் (இந்தப் புத்தகங்களின் பாதிப்பில், பாரீஸ் விஜயம் முடிந்து ஒரு வருடத்திற்குப் பிறகு, மருத்துவர் நிகோலஸின் வண்டிக்குதிரைக்குப் பியரி அகஸ்டினின் ஞாபகத்தையும் குழைத்து சென்டாவ்ர் என்று அவள் பெயரிட்டுச் சந்தோஷப்பட்டுக்கொண்டாள்), நிகோலஸின் நினைவாக தாமஸ் சிடென்ஹாமின் மருத்துவக் குறிப்பு களையும் எடுத்துவரச்செய்து அதை இரவு வேளைகளில் அவனையே படிக்கச்சொல்லிக் கேட்டுக்கொண்டிருக்கும் வழக்கத்தையும் உண்டாக்கிக் கொண்டாள். இதற்கு முதலில் ட்ரிஸ்ட்ராம் உடன்படவில்லையென்றாலும் தொடர்ந்து துரதிர்ஷ்டத்தையே சந்தித்துவந்த அவளுடைய, அதிக உபத்திரவமில்லாததாகத் தோன்றிய, அந்த ஆசையை மறுப்பது அநீதி யென்பதாகப் பட்டதால் வேறு வழியின்றி அதற்கு உடன்பட்டான். அவனைப் பொறுத்தவரையில் தெ வில்லி விவாதங்களைச் செவியுற்றுக் கொண்டிருந்த நேரத்திலேயே, தன் மனச்சாட்சியைத் தட்டியெழுப்பிவிட்ட நிகோலஸின் உரையை ஆதரிக்கவும், கௌடவின் வாதங்களை மறுக்கவும், தர்க்கங்களைத் தேடி அவன் மனம் அலைபாய்ந்துகொண்டிருந்தது. அது கிடைக்காதபோது பொருட்படுத்தத் தேவையில்லாத சிறுபிள்ளைத் தனமான கூச்சல் என்று அதைத் தன் நினைவுகளிலிருந்தே ஒதுக்கித் தள்ளிவிடவும் அது முனைந்தது. எலினாரிடம் அது ஆழமான பாதிப்பை ஏற்படுத்தியிருக்கிறதென்கிற காரணத்திற்காகவே அப்படியொரு சம்பவம் நடந்த தடமே தன் வாழ்க்கைப் புத்தகத்தின் பக்கங்களிலிருந்து அழிந்து விட்டால் நன்றாயிருக்குமென்று அவன் ஆசைப்பட்டான். ஆனால் எதிர்வாதத்தால் மடக்கப்படாத கௌடவின் பேச்சு புழக்கமற்ற வீட்டைத் தேடி அடைந்துகொள்ளும் பாம்பைப் போல ட்ரிஸ்ட்ராமின் மனதிற்குள் ஓசையின்றி நழுவி அவனுக்குத் தெரியாமலேயே அங்கே வசித்துக் கொண்டிருந்ததோடல்லாமல் சிலமாத காலம் சூதாடியைப் போல காகிதங்களின் பரப்பில் அவன் உருட்டி விளையாடிக்கொண்டிருந்த வாத்திறகுப் பேனாவின் கூர்முனைவழியே வேறுவேறு வார்த்தை வடிவங்களில் தன்னை வெளிப்படுத்திக்கொண்டுமிருந்தது (வெளியரங்க மாகாத இரகசியமுமில்லை, அறியப்பட்டு வெளிக்கு வராத மறைபொருளு மில்லை). அதைத் தெரிந்துகொள்ள முடியாதபடி எழுத்தைப் பணமாக்கும் வெறியும் அப்போது அவனைப் பிடித்து ஆட்டிக்கொண்டிருந்தது. பிரான்ஸ் பயணத்திற்காக முன்பின் யோசியாது அவன் வாங்கியிருந்த தொகைகளின் ஆகிருதி கடன்களுக்குப் புதியவர்களான கணவன் மனைவி இருவரையுமே தூங்கவிடாமல் வெருட்டிக்கொண்டிருந்த நாட்களாக அவை இருந்தன. பிறக்கவிருக்கும் குழந்தையைப் பற்றின

கற்பனைகள் ஊறும் சமயங்களிலெல்லாம் அதைப் பேணி வளர்ப்பதற்கான குறைந்தபட்ச எண்களையாவது குடும்பக்கணக்கு விட்டுவைக்குமா என்கிற பயத்தில் அவர்கள் இரவுகளில் ஒருவர் விழித்திருப்பதை மற்றவர் அறியாமல் தனித்தனியே திடுக்கிட்டுக்கொண்டிருந்தார்கள். கையிருப்பைக் கவனத்தில் கொள்ளாத கனவுகளும் எதிர்பார்ப்புகளும் வருங்காலத்தைப் பற்றிச் சிந்திக்க முடியாத அளவிற்கு அவன் கண்களைக் கட்டிப் போட்டிருக்கின்றனவென்று முன்பு எலினார் எடுத்துச்சொல்லியும் ட்ரிஸ்ட்ராமுக்கு உறைக்காமல்தான் போய்விட்டிருந்தது. கணக்கு வாத்தியார்களும், கவிதையெழுதுபவர்களும் லௌகீகத்தில் கோட்டை விட்டுவிடுவார்கள் என்கிற வழக்குச்சொல்லை அவன் நிரூபித்து விட்டானென்று அவர்களுடைய திண்டாட்டத்தைக் கையாலாகாமல் வேடிக்கைபார்த்துக்கொண்டிருந்த சாராவும் தன் பைத்தியக்காரப் பெண்ணிடம் சொல்லி அங்கலாய்த்துக்கொண்டாள். கடன் தவணை களால் அரிக்கப்பட்டுக் கரைந்துபோன ஊதியத்தின் ஒருபாதியை மீட்டுத்தரும் உபரி வருமானத்தை ட்ரிஸ்ட்ராம் கேம்பிரிட்ஜ்ஷைரின் மூலைமுடுக்குகளிலெல்லாம் தேடிச் சலித்துக்கொண்டிருந்தபோது நிகோலஸின் குற்றவுணர்வைத் தங்களுக்குச் சாதகமாகப் பயன்படுத்திக் கொள்ள பாரீஸில் அவர்கள் கையாண்டு வெற்றிகண்ட தந்திரத்தை பெம்ப்ரோக்ஹாலில் முயற்சித்துப் பார்க்கச் சொல்லி எலினார் அவனைத் தூண்டிவிட்டாள். விளைவாக, வகுப்புகளுக்கு வெளியே பாடங்களில் சந்தேகங்களோடு தன்னை அணுகும் மாணவர்களிடம் தன்னுடைய சேவைக்கான குறைந்தபட்சத் தொகையொன்றை சன்மானமாகத் தருவதைப் பற்றி அவர்கள் யோசிக்க வேண்டுமென்று ட்ரிஸ்ட்ராம் முதலில் வெட்கத்துடன் கேட்டுக்கொள்ளவாரம்பித்தான். பாடங்களைப் படிப்பிப்பதில் அவனுக்கிருந்த புலமையும், கல்லூரி வட்டாரத்தில் அவனுக்கிருந்த மதிப்பும் அவனே எதிர்பாராதபடி அவன் எறிந்த கல்லுக்கு அதிகமான பழங்களை உதிர்க்கத் துவங்கவே பிறகு தன் வேண்டுகோளை ஒரு நிபந்தனையாகவே உரிமையுடனும் கண்டிப்புடனும் மாணவர்கள்முன் வைக்கத் தொடங்கினான். இந்த உத்தி பண வரவை மட்டுமல்லாமல், கண் வைத்தியத்திற்கான செலவுகளை எப்போதுமே கடைசிப்பட்சமாகக் கருதியும், எந்த நிலையிலும் அவற்றைக் கைவிடத் தயாராகவுமேயிருந்த எலினார் எந்தக் கடனைத் திருப்பிக்கொடுப்பதற் காகவும் மகப்பேறு நிமித்தமான வைத்தியச் செலவுகளையும் வயிற்றில் இருக்கும் உயிருக்கு வலுவையும் புத்தியையும் ஊட்டக்கூடிய உணவுச் செலவுகளையும் குறைத்துக்கொள்ளத் தயாராக இல்லையென்று திட்டவட்டமாகவும் இரக்கமில்லாமலும் அறிவித்தபோது, அதை அவனும் முழுமனதுடன் ஒத்துக்கொண்டதால், பெம்ப்ரோக் மாணவர்கள் மூலமாகவே அறிமுகப்படுத்திக்கொண்ட, வெள்ளிவீதியைச் சுற்றியிருந்த, க்ளேர், அரசி, டார்வின், டௌனிங், எம்மானுவேல், அரசர் மற்றும் கார்ப்பஸ் கிறிஸ்டி கல்லூரிகளில் பயிலும் அவர்களுடைய நண்பர்களுக்குத் தனிப்பட்ட கணித வகுப்புகளைத் தன் இல்லத்தின் மாடியறையில் கணிசமான தொகைக்கு, பல்கலைக்கழக நிர்வாகத்திற்குத் தெரியாமல், நடத்திப்பார்க்கும் துணிச்சலையும் ட்ரிஸ்ட்ராமுக்குத் தந்தது. ஆறேழு மாதங்கள் கடுமையான முயற்சிகளுக்குப் பிறகு வழக்கமான ஊதியத்தோடு

வெளி வரவுகளையும் கூட்டக் கிடைத்த பவுண்டுகள் ஒருவழியாகக் கினியாக்களாகிக் கடன் பிடித்தங்களுக்கு முந்தைய மொத்த ஊதியத் தொகைக்கு அருகில் கொண்டுவந்துசேர்ந்தது. ஆனால் சில மாதங்களுக்குப் பிறகு, எலினாரின் பிரசவக் கெடு தாண்டிப்போய்க்கொண்டிருப்பதைக் காரணங்காட்டி வலியை உண்டாக்கக்கூடிய விலையுயர்ந்த மருந்துகளின் முடிவுறாத பட்டியல்களை ஆடன்ப்ரூக் மருத்துவமனை அவன் கைகளில் திணித்ததாலும், வெள்ளிவீதிக்கும் ட்ரம்பிங்டன் தெருவிற்கும் இடைவிடாமல் அலைய நேர்ந்ததன் காரணமாய்ப் பணிக்குச் செல்லாத நாட்களுக்காக இழந்த ஊதியத்தாலும், நடுவில் கொஞ்சக்காலம் தென்றல் வீசிய சம்சார சாகரத்தில் மீண்டும் பற்றாக்குறைப் புயலடிக்கவாரம்பித்து விட்டது. இந்தச் சமயத்தில்தான் தன்னிடம் மிச்சமிருப்பதாக நம்பிய கடைசித் திறமையையும் களத்தில் இறக்கிப்பார்த்துவிடும் முடிவுடன் ட்ரிஸ்ட்ராம் மனதின் இருண்ட மூலையில் பல வருடகால உறக்கத்தி லாழ்ந்துவிட்டிருக்கும் தன் நிழல் நண்பன் ஜூனியஸைத் தட்டியெழுப்பிப் பத்திரிக்கைகளுக்கு மறுபடி, பணத்திற்கு, விஷயதானம் செய்வதென்னும் பேராசையினுள், இது தன்னைப் பற்றின மிகை மதிப்பீடு என்பதையும், கூசவைக்கும் வக்கிரபுத்தியும் நம்பற்கரிய துணிச்சலும் இரவுப் பறவையின் உருவமும் கொண்ட ஜூனியஸ் ஒரு வருடத்திற்கு முன்பே அதிகப்பிரசங்கி யும் விதண்டாவாதியும் தனக்கென்று ஒரு ஸ்திரமான உருவத்தைக் கொண்டிராதவனுமான சொக்க கௌடவால் கொலை செய்யப்பட்டு விட்டான் என்பதையும் தெரிந்துகொண்டிராத நிலையில், விழுந்தான். எலினாரின் கண்பார்வைக்கான விளம்பரங்களைத் தேடும் வேலையை நிறுத்திக்கொண்ட பின் கிடைத்த அவகாசத்தைச் செய்தித்தாள்களில் எழுதுவதற்கேற்ற அரசியல் நிகழ்வுகளைத் தேடுவதற்கும், தாம்பத்யத்தால் நிரப்பப்படாத இரவுப் பொழுதுகளை அவற்றைப் பற்றி யோசிப்பதற்கும் பயன்படுத்திக்கொண்டான். வேலைத் திட்டங்களென்னவோ பிரமாதமாகத்தான் இருந்தன. ஆனால் பிரயத்தனங்கள், எழுத்தின் புதிர்வழிகளைப் பற்றிய சில தெளிவுகளையும், கொஞ்சம் மறக்க முடியாத அனுபவங்களையும் கொடுத்ததற்கு மேல், அவன் நினைத்தபடி வெற்றி பெறவில்லை. ஜூனியஸ் கடிதங்களை வெளியிட்ட காலத்திலேயே விஷயங்களைத் தன் மனத்தாலன்றிக் கைகளால் அவன் ஒருபோதும் எழுதிப் பார்த்தவனில்லையாதலால் சிந்தனையின் வேகத்தையும், அருவ வடிவத்தையும் எழுத்துருவாக்கும் ரசவாதத்தைச் சாதகத்தால் பழகிக் கொண்டிராத அவனுடைய புத்தியானது, தாள்களுடனும் மசியில் தோய்க்கப்பட்ட புதிய பறவை இறகுடனும் ஓரிரவிலேயே தன் எழுத்தால் மறுபடி இங்கிலாந்தை பாரீஸாகச் சுழற்றிவிடப்போகும் கற்பனையுடனும் மேசையின் முன் அவன் எழுத உட்காரும்போதெல்லாம், எழுத வேண்டுமென்று மனதில் நினைத்துக்கொள்வது ஒன்றாயும் எழுத்தில் வெளிப்படுவது வேறொன்றாயும் இருப்பதைக் கண்டு, குழம்பிவிட்டது. மேற்கு ஆப்பிரிக்காவிலிருந்து கொண்டுவரப்படும் அடிமைகளைக் கைமாற்றும் மனிதக் கிடங்குகளாகவே க்ளாஸ்கௌ, லிவர்பூல், பிரிஸ்டல் ஆகிய துறைமுகங்கள் மாறிப்போயிருக்கின்றன என்று அவன் தன் கட்டுரையைத் தொடங்கினால் அது தவறான ஊகங்களால் சிலசமயம் சரியான முடிவுகளுக்கும் சரியான அவதானிப்புகளின் வழியே தவறான

முடிவுகளுக்கும் ஒருவரால் செல்ல முடியுமென்கிற உபதேசத்துடன் முடிந்தது. தெ வில்லி உணவகத்தில் தன் கயமைத்தனத்தைத் தன்னை யறியாமலேயே கண்டுபிடித்துச் சொல்லிவிட்ட நிகோலஸின் பித்துக்குளித் தனம் பிரிட்டிஷ் துறைமுகங்களின் திருட்டுத்தனங்களைக் கண்டிப்பதற்கு எப்படிப் பொருந்திப் போகிறது என்பதை அவனால் புரிந்துகொள்ள முடியவில்லை. அதேபோல் பிரெஞ்சுப் புரட்சியின் மீதான இங்கிலாந்தின், ஆதாய நோக்கு கொண்டதும் தற்கொலைக்குச் சமானமானதுமான சாய்வையும் வில்லியம் பிட் அதை பிரான்ஸின் உள்நாட்டு விவகாரமாகக் குறைத்து மதிப்பிடுவதையும் பற்றின அவனுடைய விமர்சனம் பாதி வழியிலேயே தடம் மாறி கதைகளுக்குள் பயணம் செய்பவர்களின் தனியடையாளங்கள் அழிந்துவிடுகின்றன என்கிற வியாக்கியானத்திற்குள் சென்றுவிட்டது. புற்றீசல்களைப் போல கிளம்பியிருந்த, பிரிட்டன் பிரான்ஸ் நிலவறைச் செய்திக்குழுக்கள் மற்றும் அவர்கள் தங்களுக்குள் பரிமாறிக்கொள்ளும், இங்கிலாந்தின் எதிர்காலத்தைப் பாதிக்கக்கூடிய, ஆபத்தான திட்டங்கள் ஆகியவற்றின் மீதான அலசல் மனிதச் சாவுகள் அதிகரிப்பதில் குதிரைகளின் குளம்படிச் சத்தம் கொண்டுள்ள தொடர்பினைத் தர்க்கரீதியாக விளக்க முனையும் குறிப்பாயும், கள்ளத் தோணிகள் மூலமாக நார்ஃபோல்க்கிற்குக் கொண்டுவரப்பட்டு அங்கிருந்து மேற்கு யார்க்ஷைருக்கும், மேற்கு மிட்லாண்ட்ஸுக்கும் அமைச்சர்களின் துணையுடன் கடத்தப்படும் கீழைத் தேசத்துப் போதைப்பொருட்கள் மற்றும் அவை மாமன்றத்தில் எழுப்பிவிடும் பூகம்பங்கள் ஆகியவை பற்றின தாக்குதல் லண்டன் கற்பாலத்தின் முகப்பில் தொங்கவிடப்பட்ட குற்றவாளிகளின் உடல்களுக்கான நினைவஞ்சலியாயும், பிரிட்டனைத் தூங்கும் தேசமாக்குகிற ஜப்பானின் தேநீர்த் தியானத்தை மறுக்கும் பத்தியானது பழங்குடியினர் அணியும் விதவிதமான முகமூடிகளையும் அவற்றின் மாந்திரீக சக்திகளையும் விதந்தோதும் ஆராய்ச்சிக் கட்டுரையாயும் திரிந்துகொண்டேயிருப்பதைக் கண்டு ட்ரிஸ்ட்ராம் திகைத்துத்தான்போனான். இந்தக் கட்டத்தில் அவன் எழுதிய கட்டுரைகள் எதையும், அவற்றைத் தான் எழுதவில்லை யென்றே அவன் நம்பியதாலும், எனவே ஒருவேளை வாசிப்பவர்களிடையே அவை எழுப்பக்கூடிய எதிர்வினைகளுக்குத் தன்னால் பதில்சொல்ல முடியுமா என்கிற சந்தேகம் அவனுக்குள் தொடர்ந்து தோன்றிக் கொண்டேயிருந்ததாலும், பத்திரிக்கைகளுக்கு அனுப்பவில்லை. தன் சிந்தனையைத் தான் சிந்தித்த வழியிலேயே வெற்றிகரமாக எழுதிய காலமிருக்கும்போது கரங்கள் அவற்றைத் தாளில் பெயர்க்கத் திணறு கின்றன என்பதை அவனால் ஒத்துக்கொள்ள முடியவில்லை. மேலும் ஒருகாலத்தில் அவனுடைய சிந்தனைகளின் மொழிபெயர்ப்பாளனாக, தன்னுடைய வேலையாளாக இருந்த ஜூனியஸ் பிரான்ஸின் புரட்சிக்குப் பிறகு அவனைத் தன்னுடைய வேலையாளாக மாற்றிக்கொள்ளச் சதிசெய்கிறானோ என்கிற இன்னொரு சந்தேகமும் அவனை அரித்துக் கொண்டிருந்தது, போதத்திற்கெதிராகக் காகிதத்தில் தன்னிச்சையாக உருக்கொண்ட வாக்கியங்களைப் பலவந்தமாக அழித்துவிட்டுக் கட்டுரைகளை நேர்ப்படுத்த மேற்கொண்ட முயற்சிகளும் கைகூடவில்லை. விபரீதமான விளைவுகளை அவை ஏற்படுத்தின. பத்திகளின் முடிவுகள்

நேராவதற்குப் பதில் மிகச் சிக்கலான கேள்விகளாக வளைந்துகொண்டு விட்டன. ஏற்கெனவே எழுதப்பட்ட வார்த்தைகளில் ஏற்கெனவே ஏற்றப்பட்டிருந்த பதில்களின் தர்க்கம் விடுபட்டு அட்சரங்கள் தாறுமாறாக அந்தரத்தில் மிதக்கவாரம்பித்தன. எழுதியவற்றையெல்லாம் திரட்டிக் கிழித்தெறிந்தால் கிழித்துப்போடப்பட்ட கேள்விகள் குப்பைக்கூடையில் விழுவதற்குப் பதிலாக அவனுடைய நினைவுக்கூடையில் விழுந்து விடாப்பிடியாக அதில் ஒட்டிக்கொண்டதோடல்லாமல் கரப்பான் பூச்சிகளைப் போல ஆயிரம் மடங்காகப் பெருகவும் பெருகி இங்கிலாந்தின், பிரான்ஸின் மற்றும் அவன் இதுவரையில் அறிந்தேயிராத ஏதேதோ நிலப்பரப்புகளின் தலைவிதிக்கு, அவற்றைக் கிழித்துப்போட்டுவிட்டுத் தப்பித்துக்கொள்ள முயன்ற குற்றத்திற்காகவே, முழுப் பொறுப்பேற்றுக் கொள்ளுமாறு அவனை நிர்ப்பந்திக்கத் தொடங்கின. புலி வாலைப் பிடித்த கதையாக ட்ரிஸ்ட்ராம் எழுதும் விருப்பத்தை விடவும் விருப்ப மில்லாமல் எழுதுவதை ஏற்கவும் முடியாமல் திணறினான். ஓர் இரண்டு வருடகாலம் இந்த எழுத்துப் பிசாசு அவனைப் படாதபாடு படுத்திவிட்டுக் கடைசியில் எட்மண்ட் ப்ருக்கின் பிரெஞ்சுப் புரட்சியின் மேல் சில பிரதிபலிப்புகள் நூலை அவன் விமர்சிக்க முயன்றபோது அவனுக்குள் ஒளிந்திருந்த சொக்க கௌடவை வெளிப்படையாகவே அடையாளம் காட்டிவிட்டு ஒருவழியாக அவனை விட்டகன்றது.

வில்லியம் பிட்

பிரிட்டனின் மகத்தான ஆளுமையிலிருந்து அமெரிக்காவை விடுவிப்பதை எதிர்க்கும் வாக்கெடுப்பிற்கு ஆதரவாக எந்த நிலையிலும் என் கை உயர்ந்தேயிருக்கும் என்று மாமன்றத்தில் பேசிக்கொண்டிருந்தபோதே திடீரென்று மயங்கி விழுந்து மாண்டுபோன சாத்தம் பிரபுவைத் தூக்குவதற்குக்கூடச் சக்தியற்ற நோயாளியாய் பேந்தப்பேந்த விழித்துக்கொண்டு அவரைக் கையாண்டு கொண்டிந்தவர்களின் பின்னே இங்குமங்குமாகப் புலம்பியபடி தத்தளித்துக்கொண்டிருந்த கணத்தில்தான் அவருடைய மகனான பத்தொன்பது வயது வில்லியம் பிட்டின் மனதில் அதற்கு மூன்று வருடங்களுக்கு முன் கிட்டத்தட்டத் தன் தந்தையின் அப்போதைய ஸ்திதியிலேயே ட்ரினிடிஹால் வளாகத்தின் பின்புறத் தோட்டத்தில் வலிப்புக்கண்டு விழுந்துகிடந்த தன்னைத் தூக்கிச்சென்று நூலகக் கட்டிடத்தினுள் கிடத்திக் காப்பாற்றிய மூத்த மாணவனைத் தேடிக் கண்டுபிடித்து நன்றி சொல்ல வேண்டுமென்கிற வினோதமான விருப்பம் முளைவிட்டது. அதேகணம் துவங்கிப் பின்னர் ஒரு ஐந்து வருட காலம், தன் தகப்பனின் நண்பர்களெல்லாம் முகஞ்சுளிக்கும்வண்ணம் அமெரிக்காவின் விடுதலைப் பிரகடனத்திற்கு ஆதரவான கோஷங்களை எழுப்பும் வினோதனாய், மாமன்ற உறுப்பினர் தேர்தலில் வெல்ல மூத்த அரசியல்வாதிகள் வாயைப் பிளக்கும்படியான பேச்சுகளை இரவுபகலாகக் கண்விழித்து உற்பத்திசெய்துகொண்டேயிருக்கும் வேலைப்பிசாசாய், மாமன்ற உறுப்பினர் பதவிகளுக்கான தேர்வுகளில் அரண்மனையின் தலையீட்டையும் செல்வாக்கையும், பகிரங்கமாக, ஆனால் மன்னருக்கு உறுத்தாதபடி வாழைப்பழத்தில் ஊசியேற்றுவதைப் போல கண்டிக்கும் தந்திரசாலியாய், கூட்டத் தொடர்களின் கால அளவைக் கணிசமாகக் குறைக்கும் பிரேரணையைக்

கொண்டுவந்து அங்கத்தினர்கள் விலைபோகும் ஆபத்துகளைத் தவிர்க்கும் உபாயங்களைத் திட்டமிடும் சீர்திருத்தவாதியாய், பின்னர் எதிர்க்கட்சிகள் இடைவிடாது கொடுத்துக்கொண்டேயிருந்த இடைஞ்சல்களும், அடிக்கடி முடுக்கிவிடப்பட்ட கலவரங்களும், ஜார்ஜ் வாஷிங்டனின் விடுதலைப் பிரகடனமும், அதன் எதிர்பாராத வெற்றியும் (ஆனால் சாத்தம் பிரபுவின் மரணம் அதை ஏற்கெனவே முன்னறிவித்துவிட்டது என்றார்கள்) அமெரிக்கப் போருக்காக ஆங்கிலக் கிழக்கிந்தியக் கம்பெனியிடமிருந்து வாங்கியிருந்த இரண்டு மில்லியன் டாலர்களும் குடிமுழுகிப்போய்விட்ட கவலையும், அந்தக் கடன் பத்திரங்களைக் கேடயமாக உபயோகப்படுத்திக்கொண்டு நிறுவனம் நிகழ்த்திக்கொண்டிருந்த கள்ளக்கடத்தல்கள் மற்றும் குடியேற்ற நாடுகளில் அதன் அத்துமீறல்கள் ஆகியவையும் ஒன்றாகச் சேர்ந்து மன்னரை அமுக்கி அவரைப் பைத்தியமாக்கிப் படுக்கையில் தள்ளுவதற்குச் சில நாட்களுக்கு முன் புதிய மந்திரிசபையை அமைக்குமாறு அவர் விடுத்த அழைப்பை ஏற்று இருபத்துமூன்றே வயது கோமாளிப் பிரதம மந்திரியாய் மன்ற இருக்கையில் தானே அமர்ந்த நாள்வரை, இறக்கத்தில் உருளும் சகடமாய் வாழ்க்கை நில்லாமல் ஓடிக்கொண்டிருந்த நிலையில், மனச்சாட்சியின் சுவாசத்தைத் திணறச் செய்யுமளவிற்கு அதன் இடுக்குகளைப் பின்னி அடைத்துக்கொண்டுவிடும் பெருவிருட்சமாய் வேர்பிடித்து வளர்ந்துவிடவில்லையானாலும், நதியடிக் கூழாங்கல்லாய் அவ்வப்போது அவருடைய ஞாபகத்தின் கண்களில் தன் மங்கிய ஒளியைப் பிரதிபலித்துக்கொண்டிருந்த அந்த மாணவனின் முகம், பிரதம மந்திரியான அதிர்ஷ்டத்தைக் கொண்டாடிவிட்டுவந்த அன்று இரவில், போதையில், அலங்கார அறைக் கண்ணாடியில் பிரதிபலித்த, வியாதியாலேயே வளர்க்கப்பட்டிருந்த தன் சரீரத்தை உற்றுப் பார்த்துக்கொண்டிருந்தபோது கண்முன் ஊர்வலம்போன, பலமுறை அந்தச் சரீரத்தைச் சாவின் வாயில் விழுந்துவிடாமல் மீட்டு மாமன்ற இருக்கைவரை பத்திரமாகக் கொண்டுவந்து சேர்த்த, முகங்கோணாமல் அவரை வளர்த்த தாதிகள், நோய்ப் புலம்பல்களையும் வாந்தியையும் சகித்துக்கொண்ட பணியாளர்கள், காலநேரம் பார்க்காமல் மருந்துகளுடனும் பிரார்த்தனைகளுடனும் வந்து அவரைக் குணமாக்கத் தொடர்ந்து முயன்றுகொண்டேயிருந்த மருத்துவர்கள் மற்றும் அதிமேற்றிராணியார்கள், நோயையும் பிரபு மகனென்கிற தகுதியையுமே மதிப்பெண்களாக மாற்றிப் பரீட்சை வைக்காமலேயே லத்தீனிலும் கிரேக்கமொழியிலும் தனக்கு முதுகலைப் பட்டமளித்த பெம்ப்ரோக்ஹால் ஆசிரியர்கள் ஆகியோரின் வரிசையில் சேர்ந்துகொண்டு மனதின் ஆழத்திலிருந்து மெதுவாக மேலெழுந்து, பிறகு நிரந்தரமாகவே அதன் மேற்பரப்பில், கண்களை உறுத்தும்வண்ணம் மிதக்கவாரம்பித்துவிட்டது. அப்போது, வலிப்பினால் பேசும் சக்தி முழுவதையும் இழந்துவிட்டிருந்த இளைஞன் பிட்டிற்குத் தன்னைக் காப்பாற்றியவனிடம் தன்னை அறிமுகப்படுத்திக்கொள்ள வேண்டுமென்று தோன்றாமல் போய்விட்டது. அவனும் அதைக் கேட்டுக்கொள்ளவில்லை. நோயாளி கண்விழித்துத் தங்களைப் பார்த்துச் சோகையாய்ச் சிரிப்பதைக் கண்டதுமே ஆபத்தான கட்டத்தை அவன் தாண்டிவிட்டானென்பதைத் தெரிந்துகொண்ட அவனும் அவனுடன் நின்றிருந்த பருமனான பெண்ணும்

உடனே அங்கிருந்து அகன்றுபோனார்கள். அவன் ட்ரினிடிஹாலின் மாணவனாக இருக்கலாம், அல்லது தன்னைப் போலவே பல்கலைக் கழகக் கல்லூரிகள் ஏதாவதொன்றிலிருந்து அங்கே யாரையாவது சந்திப்பதற்காகவோ, நிகழ்ச்சியொன்றில் கலந்துகொள்வதற்காகவோ அல்லது பரீட்சையெழுதவோ வந்திருக்கலாம் என்கிற எண்ணத்தில், கிட்டத்தட்ட பத்தாயிரம் மாணவர்களின் மத்தியில், தேடச் சோம்பேறித்தனப்பட்டுக்கொண்டு, வருத்தம் ஏதுமின்றி அப்போது அவனைத் தொலைத்துவிட்ட வில்லியம் பிட் எட்டு வருடங்களுக்குப் பின், பிரதம மந்திரியான இரவிலிருந்து, அவனைத் தேடத் தொடங்கினார். ஏற்கெனவே அவருடைய வயதையும் பதவியையும் இணைத்துப்பார்க்க முடியாமலும், துறைகளை நோக்கி அவர் வீசியெறியும் புத்தம்புதிய கேள்விகளை எதிர்கொள்ள முடியாமலும் திணறிக்கொண்டிருந்த மாமன்ற உறுப்பினர்களைப் பெயரும் முகவரியும் சொல்லிக்கொள்ளும்படியான அடையாளமும் இல்லாத ஒரு பழைய மாணவனைப் பற்றிய அவருடைய தனிப்பட்ட உசாவல்கள் இன்னும் அதிகமாகத் திணறச் செய்தன. கல்லூரிப் படிப்பு முடிந்த கையோடு தேசத்தின் ஏதாவதொரு மூலைக்குத் தன் வாழ்க்கையைத் தேடிப் போயிருக்கச் சாத்தியமுள்ள அந்த மாணவனை அங்கே படித்தானென்கிற ஒரே அடையாளத்தை வைத்துக்கொண்டு தேடுவதென்பது வைக்கோற்போரில் ஊசியைத் தேடும் வேலையாகத்தானிருந்தது. அவனைப் பற்றிச் செய்தித்தாள்களில் விளம்பரம் கொடுத்துக் கேலியின் புழுதிக்குள் இன்னும் அதிகமாகத் தன்னை நுழைத்துக்கொள்ளும் சிறுபிள்ளைத்தனமான முயற்சியெதிலும் பிட் இறங்கிவிடவில்லையென்றாலுமேகூட, தன் மீதுள்ள அவநம்பிக்கையைத் துடைத்தெறியும் முடிவோடு மந்திரியான மறுவருடமே மாமன்றத்தைக் கலைத்துவிட்டு பொதுத்தேர்தலை அவர் அறிவித்தபோது, கேம்பிரிட்ஜ் பல்கலைக்கழகத்தை அவர் தன் தொகுதியாகத் தேர்ந்தெடுத்துக்கொண்டதற்குக் கல்லூரி நாட்களை விட்டு இன்னும் அதிக தூரம் விலகியிராத சிறுவனாயிருக்கும் அவருடைய பழைய நினைவுகளும், அது உந்திவிட்ட ரகசியத் தேடலும்தான் காரணம் என்கிற மாதிரியான வதந்திகள் மாமன்றத்திலும் அரண்மனையிலும் பரவத்தான் செய்தன. அதில் உண்மையிருக்குமோ என்று பிட்டின் மனமுமேகூடச் சந்தேகப்பட்டதால் அவர் அதற்குப் பதில் சொல்ல முயற்சிக்கவில்லை. கிடைப்பானென்கிற நம்பிக்கை அவருக்கே இருக்கவில்லையானாலும் வருடம் முழுவதும் உளவுத்துறையை ஏவி உள்ளூர்த் தலைமறைவுக் கிளர்ச்சிக்காரர்களையும், அமெரிக்க ஒற்றர்களையும், பிரெஞ்சுப் போக்கிரிகளையும், எசமானர்களைக் கொன்றுவிட்டுத் தப்பிவிடும் ஆப்பிரிக்க அடிமைகளையும், கிழக்கிந்தியக் கம்பெனியின் ரகசிய அங்கீகாரம் பெற்ற கடத்தல்காரர்களையும் தேடிக்கொண்டேயிருக்க வேண்டுமென்று விதிக்கப்பட்டுவிட்ட அரசியல் வாழ்க்கையின் கதியில் கூடுதலாக இந்தத் தனிப்பட்ட தேடலொன்றும் பெரிய லயப் பிசகைச் சேர்த்துவிடப்போவதில்லையென்கிற எண்ணத்தில் அவர் அதை நிறுத்தாமலிருந்தார். அவர் நம்பியபடியே அந்தத் தேடலில் அவர் வெற்றியடையவில்லைதான், ஆனால் தேடிக்கொண்டிருந்தவனைக் கண்டுபிடித்துவிட்டார். அவர் பிரதம அமைச்சர் பதவியை ஏற்ற ஒன்பதாம் ஆண்டு நம்பவே முடியாத வகையில் அது நிகழ்ந்தது.

பிரெஞ்சுப் புரட்சிக்குப் பிறகு அதற்கு ஆதரவான தன்னுடைய அறிக்கைகளால் அரசியல் எதிரிகளாகிப்போன பழைய நண்பர்களின் கடுங்கண்டனங்களுக்கு பிட் ஆளாகத் தொடங்கியதுமுதல் செய்தித் தாள்களின் பக்கங்களிலிருந்து அவருடைய கவனத்திற்குப் போக வேண்டியவற்றையும் அவர் பதிலளிக்கத் தகுதியானவற்றையும் அடிக்கோடிட்டுத் தரும் பொறுப்பை, அவருடைய அதிகாரபூர்வமான அலுவலக உதவியாளர்களுக்கப்பால், அவருடைய சகோதரி ஹெஸ்டரின் மகள் பதினைந்து வயது ஹெஸ்டர் லூஸி, தன் அன்னையின் அறிவுரைப் படி, பிரத்யேகமாகத் தானும் எடுத்துக்கொண்டிருந்தாள். அவள் ஒருநாள் டெய்லி யுனிவர்சல் ரிஜிஸ்டர் மற்றும் தி அப்சர்வர் ஆகிய தினசரிகளின் பக்கங்களோடு லண்டன் அப்சர்வரின் நான்காம் பக்கத்தில், அன்பும் விசுவாசமும் என்கிற தலைப்பில் வெளியாகியிருந்த எட்மண்ட பூர்க்கின் பிரெஞ்சுப் புரட்சிமீதான நூலுக்கான விமர்சனத்தை எழுதிய நபரின் பெயரை ஜூனியஸ் என்று வாசித்துவிட்டு, அதிலிருந்த ஒரு வரியைக்கூட அவளால் புரிந்துகொள்ள முடியவில்லையானாலும், தன் தாத்தா காலத்தில் ராஜத்துவேஷமான விஷயங்களை ரசாபாசமான ஆனால் பிரமிக்கத்தக்க மொழிப் புலமையுடன் ஹென்றி சாம்ஸன் வுட்ஃபாலின் வாராந்திரியில் எழுதி இங்கிலாந்து முழுவதையும் ஒரு மூன்று வருடகாலம் அசூயையிலும் பயத்திலும் மூழ்கடித்துக்கொண்டிருந்தவனென்று வீட்டுப் பெரியவர்களால் இன்றும் அடிக்கடி நடுக்கத்துடன் நினைவுகூரப்படும் மர்ம ஆசாமியின் பெயராயிற்றே இது என்கிற யோசனையில், சித்தப்பா அந்தக் கட்டுரையைப் படிக்க விரும்பினாலும் விரும்பாவிட்டாலும் அதை எழுதிய நபரின் பெயர் ஜூனியஸ் என்பதையாவது தெரிந்து கொள்ளட்டுமென்று அந்தப் பெயரை அடிக்கோடிட்டு வைத்தாள். அவள் எதிர்பார்த்தது வீண்போகவில்லை. ஜூனியஸ் என்கிற பெயர் உடனே வில்லியம் பிட்டின் எச்சரிக்கைப் புலன்களைக் கிளர்ந்தெழச் செய்துவிட்டது. அவர் பதற்றத்துடன் அந்தக் கட்டுரையை உடனே படிக்கவாரம்பித்துவிட்டார். அற்புதங்களாலன்று, மாறாக அற்புதங்களை நிகழ்த்தும் விதங்களாலேயே கடவுள்கள் வேறுபடுகிறார்கள் என்று ஆரம்பித்திருந்தது அதன் முதல் வரி, உலகத்தில் இருக்கும் எல்லாக் கடவுள்களின் கைகளிலும் மிகக் குறைந்த அளவிலான அப்பத்துண்டுகளும் அவர்கள் முன் ஆயிரக்கணக்கான பசித்த வயிறுகளும் எல்லாக் காலங்களிலும் இருந்துகொண்டேயிருக்கின்றன, ஒரு கடவுள் அந்த ஒற்றை அப்பத்தைத் தன் சக்தியால் ஆயிரம் அப்பங்களாகப் பெருக்கிச் சுற்றியிருப்பவர்களுக்கு வழங்கி அவர்களின் பசியை ஆற்றுகிறார், இன்னொரு கடவுள் தகுதியுள்ளவர் அந்த அப்பத்தை உண்ணட்டுமென்று கூறிச் சாதாரணர்களிலிருந்து சாகஸக்காரர்களை உருவாக்குகிறார், ஆயிரம் பசித்தவர்களுக்கு நடுவில் ஓர் அப்பத்திற்கு எந்த மதிப்பும் இல்லையென்று அதை நதிநீரில் கரைத்துவிட்டுத் தன்னையும் நதிக்குள் எறிந்துகொண்டுவிடும் பைத்தியக்காரக் கடவுளும் இருக்கத்தான் செய்கிறார், பிரபஞ்சமே தன்னுள் அடக்கம் என்று உபதேசிக்கும் ஒரு கீழ்த்திசைக் கடவுள் அந்த அப்பத்தைச் சற்றும் பசித்திராத தானே உண்டு சுற்றியிருக்கும் அனைவருக்குள்ளும் பசியாறிய திருப்தியை வரவழைக்கிறார், உணவு என்பது பசியை ஆற்றவல்லதான ஒரு வஸ்து

என்பது நிரூபணம், பசி என்பது உணவென்கிற வஸ்துவை விளைவிக்கும் விருப்பமென்பது அனுபவம், மொத்தத்தில் மிகச் சில அப்பங்களைக் கொண்டு பல லட்சம் மக்கள் பசியாறும்படியாக விதவிதமான வழிகளில் அவற்றைக் கையாளத் தெரிந்த கடவுள்களைத் தன் மக்களின்பொருட்டாக நிலவெளிகள் தொடர்ந்து உருவாக்கிக்கொண்டே இருக்கின்றன, அனுபவத்தின் வழியைக்காட்டிலும் நிரூபணத்தின் வழியில் அப்பங் களையும் பசித்தவர்களையும் இணைப்பதென்பது அதிகச் சிரமமானதும் அபாயகரமானதுமாக இருக்கிறதென்பதுதான் வழிகளுக்கிடையிலிருக்கும் வித்தியாசம், தன்முன் அமர்ந்திருந்த ஐயாயிரம் பேர்களின் பசியை ஆற்ற யேசுவிற்கு, ஒன்றன்று, ஐந்து அப்பங்கள் தேவைப்பட்டன, அதே விழுக்காட்டில் இன்று பிரான்ஸின் மொத்த மக்களின் வயிற்றையும் நிறைக்க வேண்டுமென்றால் ஜாக்கோபியர்களுக்குக் குறைந்தது இரண்டாயிரத்தைந்நூறு அப்பங்களாவது வேண்டும், திவாலாகிப்போன கருவூலத்தைத் திறந்து ஓர் அப்பத்திற்கான மாவைக்கூட அவர்களால் எடுத்துக்கொள்ள வாய்ப்பில்லாதிருக்கும் நிலையில் அப்பங்களைப் பெருக்கும் அதிசயம் கைகூடும்வரை ஆட்களைக் குறைக்கும் புதிய சாதூர்யத்தை அவர்கள் முயன்றுபார்க்க வேண்டியிருக்கிறது, மொத்தத்தில் பிரான்ஸில் புதிய கடவுள்கள் தோன்றியிருக்கிறார்கள் என்பதுதான் இப்போதைய யதார்த்தம், ஒரு கன்னத்திலறைந்தவனுக்கு மறுகன்னத்தையும் காட்டச்சொன்ன கிறிஸ்துவின் பெயரால் பாலஸ்தீனத்தில் அறுநூறு வருடங்களுக்கு முன் நூறு வருடப் போர்களை நடத்தியவர்களைப் போலவே அவர்களும் கிறிஸ்துவை மறுக்கப்போவதில்லை, கிறிஸ்து தன்னைக் கர்த்தரின் குமாரன் என்று சொல்லிக்கொண்டதைப் போல அவர்கள் தங்களைக் கிறிஸ்துவின் குமாரர்கள் என்று சொல்லிக் கொள்வார்கள், கிறிஸ்துவின் பலவீனம் எதுவோ, எதைக் கிறிஸ்துவால் வெற்றிகொள்ள முடியவில்லையோ, அதைத் தங்களுடைய பலமாயும் வெற்றிகொள்ள வேண்டிய இலக்காயும் எடுத்துக்கொள்வார்கள், யேசு தன் பாதை முழுக்க அன்பை விதைத்துச்சென்றார், அது மனங்களாகக் கனிந்து கொல்கொதா வரையில் அவரைத் தொடர்ந்து வந்தது, ஆனால் யேசுவால் விசுவாசத்தைத் தன் சீடர்களிடமிருந்துகூட வெல்ல முடிய வில்லை, கொந்தளிக்கும் கடலின் நடுவில் இருந்தும், ஒரு பெண்ணிடமிருந்து அவர் பெயரால் அவளைப் பீடித்திருந்த ஆவியை விரட்டக் கூடாமற்போன சீடர்களின் மத்தியில் இருந்தும், விசுவாசமில்லாத மாறுபாடான சந்ததியே, எதுவரைக்கும் நான் உங்களோடிருந்து உங்களிடத்தில் பொறுமையாயிருப்பேன் என்றும் அவர் கேட்டு அழவில்லையா, கடைசியில் புலர்காலைச் சேவல் கூவுவதற்கு முன் பேதுரு தன்னை மூன்றுமுறை மறுதலிக்கப்போவதையும், தான் காட்டிக்கொடுக்கப்படப் போவதையும் முன்பே சொல்லித் துயரத்தையே ஓர் அற்புதமாக மாற்றி அவர் தன் மனதைத் தேற்றிக்கொள்ளவில்லையா, அவர்களில் யாரும் தங்களுடைய மேய்ப்பரிடம் அன்பில்லாதவர்களென்று மெய்யாகவே விவிலித்தில் எங்கும் சொல்லப்படவில்லை, பேதுரு மனங்கசந்து அழுததும், யூதாஸ் நான்றுகொண்டு செத்ததுமே அதற்குச் சாட்சி, யேசு அன்பாயிருப்பவர்களெல்லோரும் விசுவாசமாயுமிருப்பார்களென்று நினைத்திருந்தார், அப்படி நினைத்ததாலேயே எதிரிகளுக்கும் இல்லாதவர்

களுக்கும் ரோகிகளுக்கும் தன் மக்கள் என்ன செய்ய வேண்டுமென்று சொன்ன அவர், தங்களுடைய நேசர்களுக்கு அவர்கள் செய்ய வேண்டியது என்னவென்பதைச் சொல்லாமல் இருந்துவிட்டார், அது அவருடைய பலவீனம், அன்பும் விசுவாசமும் ஒன்றே என்று நினைத்தது அவருடைய பலவீனம், ஆனால் அந்தப் பலவீனம் அவரிடம் இருந்திருக்காவிட்டால் இன்று பிரான்ஸில் புரட்சி தோன்றியிருக்காது, லூயியின் தனிப்பட்ட விரோதிகளையும் அரசியல் வாரிசுகளையும் போட்டியாளர்களையும் தவிர மற்றபடி பிரான்ஸ் மக்கள் அவரை வெறுக்கவில்லை, வெறுத்திருந்தால் தங்களுடைய புரட்சியை ஏற்றுக்கொள்ளும்படியும் சுதந்திரக்கொடியை பாரீஸ் நகரசபைக் கட்டிடத்தின் மீது உயர்த்தும்படியும் அவரையே வேண்டியிருக்க மாட்டார்கள், ஆனால் அவர்களால் அவரை விசுவாசிக்க முடியவில்லை, காரணம் விவிலியத்தில் விசுவாசத்தைப் பற்றின பாடங்கள் இல்லை, அது அன்பைப் பேசுவது, அன்பு பரந்தது, ஒரு குறுகிய இடத்திற்குள் அடைந்துகிடக்க விரும்பாதது, விசுவாசம் அன்பை அடிப்படையாகக் கொள்வதில்லை, அது பரஸ்பர உதவிகளையும், செய்ந்நன்றியையும் ஆதாரமாகக் கொண்டது, உன்னை நேசித்தவனையே நீயும் நேசித்தால் அதனால் உனக்கு என்ன பயன் என்கிறது விவிலியம், விவிலியத்தின் இந்தக் குறையைத்தான் தன் புரட்சியால் பிரான்ஸ் இன்று நிவர்த்தி செய்திருக்கிறது, அதற்கு அப்பத்தைப் பெருக்கும் அற்புதமாக இப்போது தேவைப்படுவது அன்பன்று, விசுவாசம், இதில் எங்கேனும் பிழை கண்டுபிடிக்கப்பட்டால் அதற்கான முழுப் பொறுப்பையும் மீண்டும் கிறிஸ்துவேதான் தன் தோளின் மீது சுமக்க வேண்டியிருக்கும், காரணம் அவர்தான் பசிக்குத் தீர்வு அப்பத்தை மெல்லுவதுதானென்று சொன்னவர், முன்னூறு வருடங்களாக வணிகச் சரக்குகளுடன் கிறிஸ்தவத்தையும் தன் கரைகளுக்குக் கொண்டுவரும் ஐரோப்பியக் கப்பல்களை வெறுப்புடன் வரவேற்றுக்கொண்டிருக்கும் இந்தியாவை இங்கே பிரான்ஸுடன் ஒப்பிட்டுப்பார்க்கலாம், அதன் சமயக் கதைகள் அன்பைவிட முக்கியமாக விசுவாசத்தைப் போதிப்பவை, இந்தியா போன்ற நாடுகளில் அன்பைப் பற்றின கதைகள் ஏற்றுக் கொள்ளப்படுவது துர்லபம், பேதுருவைப் போலவே சேவல் கூவுவதற்கு முன், உலகம் முழுக்க விரிந்த தன் அன்பால், தன் மனைவி மக்களை விசுவாசிக்க மறுத்து வெளியேறிய, அந்த மண்ணிலேயே பிறந்து வளர்ந்த, ஓர் இளவரசனையே அவர்களால் ஏற்றுக்கொள்ள முடியவில்லை, அவன் தன் வீட்டைத் துறந்த அந்தக் கணத்திலேயே இந்துஸ்தானத்தின் கதை நிலங்களிலிருந்தும் வெளியேற்றப்பட்டு கிழக்கே கடல்கடந்து துரத்தப்பட்டுவிட்டான், இந்திய நிலங்களில் விசுவாசம்தான் உணவாகப் பயிரிடப்பட்டு உட்கொள்ளப்படுகிறது, அன்பிற்காக அல்லாமல் செஞ் சோற்றுக்கடனுக்காகவே தங்களுக்குப் பிடித்தமில்லாத, தங்களால் நீதியென்று உணரப்படாத, செயல்களைச் செய்யும் தங்களுடைய நண்பர்களுக்காகவும் சகோதரர்களுக்காகவும் தங்களுயிரைத் தத்தம் செய்த வீரர்கள்தான் அங்கே கதாநாயகர்களாகப் போற்றப்படுகிறார்கள், அன்பு திருத்த முனைகிறது, விசுவாசம் உயிரைக் கொடுக்கிறது, யேசு மக்களின் அன்பர், தன் தந்தையின் விசுவாசி, அரசும் கடவுளும் நிலைத்திருக்க அன்பைவிட முக்கியமாக விசுவாசம்தான் தேவைப்படுகிறது,

விவிலியத்தின் கதைகளில் அரச விசுவாசம் எப்போதுமே இரண்டாம் பட்சமாகவே இருக்கிறது, அன்பு அரசனுக்கெதிராகக் கலகம் செய்யக் கூடியதென்பதுவும் தச்சன் மகனான கிறிஸ்துவின் வாழ்க்கை மூலமாகவே சொல்லப்பட்டுவிட்டது, எனவேதான் கிறிஸ்தவ மன்னர்களின் குருதி யுடன் மக்களின் விசுவாசமின்மை ஒரு பெருஞ்சாபமாகக் கர்த்தராலேயே தங்கள் மேல் இறக்கி வைக்கப்பட்டிருக்கிறதென்கிற சந்தேகம் விவிலியக் காலத்திலிருந்தே கலந்துவிட்டிருக்கிறது, அவர்கள் அன்பு வழியைப் பரப்புவதாகச் சொல்லிக்கொண்டு திரியும் குருமார்களையும் தேவாலயங் களையும் கண்டு இரத்தக் காட்டேரிகள் அஞ்சுவதைப் போல தங்களை யறியாமலேயே அஞ்சுகிறார்கள், போப்பின் கையால் எடுத்துக்கொடுக்கப் படும் கிரீடத்தைத் தலையில் சூடிக்கொள்வதை அருவருக்கிறார்கள், அதை மறுக்கத் தைரியமில்லாதவர்களாயுமிருக்கிறார்கள், போப்புகளும் மேற்றிராணியார்களுமோவெனில் மன்னர்களைத் தேவனுக்கெதிரானவர் களாகத் தொடர்ந்து காட்டிக்கொண்டிருப்பது மட்டுமே மக்களைத் தங்களுக்கு அணுக்கத்தில் வைத்துக்கொண்டு தேவாலயங்களின் செல்வாக்கை நிலைநிறுத்திக்கொள்ளும் வழியென்கிற நினைப்பிருக்கிறது, மன்னர்களுடைய பயமும் வெறுப்பும் சந்தேகமுமே கிறிஸ்துவினாலே அவருடைய சீடர்களுக்குக் கையளிக்கப்பட்ட நற்செய்தி என்றும் அவர்கள் நம்புகிறார்கள், சார்ட்ரெஸ் மேற்றிராணியார் தலைமையில் பிரான்ஸின் உண்மையான தேவவிசுவாசமிக்க மதகுருக்கள் என்று பெயரெடுத்தவர்களில் அநேகம் பேர் மூன்றாம் சபைக்கும் மன்னனைக் கவிழ்க்கும் இந்தப் புரட்சிக்கும் ஆதரவாக அணி திரண்டுவிட்டது இதைத்தானே காட்டுகிறது, உண்மையில் மன்னனுக்கெதிரான புரட்சியில் முதலில் ஆதாயமடையப்போவது மடாதிபதிகள்தான், லூயியின் மீதான அன்பின் விசுவாசமின்மையைத் தன்னைச் சிலுவையிலறைந்த மன்னர் குலத்தின் மேல், அவர்களை மன்னிக்கச்சொல்லி தன் தந்தையை வேண்டிக்கொண்ட தேவகுமாரன் தன் சீடர்கள் மூலமாகத் தீர்த்துக் கொண்ட ஆயிரத்தெண்ணூறு வருட வஞ்சமென்று நம்பவே அவர்கள் விரும்புவார்கள், நமதன்னை தேவாலயம் சூறையாடப்பட்டதில் அவர்களொன்றும் இறைவனுக்கெதிரான போக்கைக் காணப்போவதில்லை, காரணம் அது ஏற்கெனவே அரண்மனை மற்றும் அதன் செல்வாக்குப் பெற்ற உயர்குடிப் பிறப்பாளர்கள் மற்றும் அவர்களுடைய வைப்பாட்டி களின் மானசீகப் படுக்கையறையாக இருந்திருக்கிறது, ஐரோப்பியச் சரித்திரம் மக்களின் மீது தாங்களே அதிகாரம் செலுத்த அரண்மனை களுக்கும் தேவாலயங்களுக்குமிடையே நடக்கும் போட்டியால் எழுதப் பட்டதாக இருக்கிறது, துரதிர்ஷ்டம் என்னவென்றால் எட்மண்ட் பூர்க் நினைப்பதைப் போல இது கற்பிக்கப்பட்டதன்று, விதிக்கப்பட்டது, இந்திய மன்னர்கள் இம்மாதிரியான தவறுகளை ஒருபோதும் செய்வ தில்லை, அங்கே தெய்வங்கள், புத்தர் உள்பட, மன்னர் குலத்திலேயே பிறக்கின்றன, இது மன்னன் என்பவன் தெய்வாம்சம் பொருந்தியவனென்கிற எண்ணத்தை மக்கள் மனதில் விதைக்கப் பயன்படுகிறது, அதைச் சமயக் குரவர்கள் வழிமொழிகிறார்கள், அவர்கள் மக்களின் மீதான அதிகாரம் என்னும் இரண்டு பக்கமும் கூர்முனைகளைக் கொண்ட வாளைத் தங்களிடம் வைத்துக்கொள்ளப் பிரியப்படுவதில்லை, அதிமேற்றிராணியார்

களைப் போலன்றி அவர்கள் ராயனுக்குரியதையும் தேவனுக்குரியதையும் ராயனிடமே கொடுக்க மக்களுக்கு உபதேசிக்கிறார்கள், மன்னனுக்கு வரி செலுத்துதல் என்பது தெய்வத்திற்குக் காணிக்கை செலுத்துவதற்கு ஒப்பானது, அவனுடைய ஆட்சி முறையே தொல்கதைகளின் சாயல்கள் படிந்ததாக இருக்கும்படி கவனமான சட்டதிட்டங்கள் அவர்களால் அவனுக்காக உருவாக்கப்படுகின்றன, எனவே மக்கள் மன்னனுக்கெதிராகத் திரும்புவதென்பதை, அவன் எவ்வளவு கயவனாயிருந்தாலும், கனவிலும் நினைத்துப்பார்க்க முடியாது, ஒருவேளை இன்று கிழக்கின் நிலவெளிகளி னூடே ஊடுருவிக்கொண்டிருக்கும் மேற்கின் சகவாச தோஷத்தினால் காலப்போக்கில் அந்தச் சமூகத்தின் வெளிப்புற நடவடிக்கைகளில் மாற்றங்கள் நிகழலாம், ஆனால் அது ஒரு தருணமாகத்தானிருக்கும், காரணம் கிழக்கின் இதிகாசங்களும் வரலாறுகளும், கிறிஸ்தவத்தைப் போலன்றி, சுபாவத்திலேயே மன்னர்களைப் பற்றிப் பேசுபவை, ஒருவேளை காலப்போக்கில் கிழக்கிலிருந்தும் மன்னன் என்கிற பெயர் மறைந்துபோய்விட்டாலும்கூடக் கடவுள் என்கிற அம்சம் இருக்கும் வரையில் வேறெதாவதொரு பெயரில் மன்னனென்கிற அம்சமும் இருக்கத்தான் செய்யும், அவர்களால் அற்புதங்களை நிகழ்த்த முடியுமென்று, அல்லது அற்புதங்கள் நிகழும் நிலங்களை வென்றெடுக்க முடியுமென்று சொல்ல சமயக்குரவர்களும் மடாதிபதிகளும் இருப்பார்கள், அன்பை முன்னிலைப்படுத்தும், விசுவாசத்தை மறுக்கும் புரட்சிகள் விதிவிலக் காகவும் சிலசமயம் சற்று விஸ்தாரமாகவுமேகூட இந்தியாவிலும் நடந்திருக்கின்றன, ஆனால் அதை இன்றைய பிரான்ஸைப் போல ஒரு வாழ்நிலையாகச் சாமானியர்கள் மேற்கொள்ளும்படி அவர்கள் மேல் பாதிப்புச் செலுத்துமளவிற்கு அவை இதிகாசங்களாகவோ சரித்திரங் களாகவோ பதிவுசெய்யப்பட மாட்டா, அப்படிச் சரித்திரமாக்கப்படாதவை எதிர்ப்புகள் உருவான இனங்கள் அல்லது குழுக்களுக்குள் நாடோடிக் கதைகளாகவோ தொல்கதைகளாகவோ தங்கிவிடும், அவற்றைச் சொல்வதற்கென்றே அங்கே நிறைய கதைசொல்லிகள் இருக்கிறார்க ளென்கிறார் ஜார்ஜ் வில் தன் இந்திய நிலங்களின் கதை சொல்லும் தாவரங்கள் என்கிற சென்ற நூற்றாண்டுப் புத்தகத்தில், அவர்கள் நிகழ்ந்தவற்றை உள்ளே பொதித்துவைத்து அவற்றைத் தங்கள் இனம் அல்லது குழுக்கள் மட்டுமே புரிந்துகொள்ளக்கூடிய, தனிப்பட்ட வழக்குச் சொற்கள், பிரத்யேகமான விசித்திர நிகழ்வுகள், சம்பந்தப்படாதவர்கள் வெறுமே சிரித்துவிட்டு நகர்ந்துவிடும்படியான ஹாஸ்யம் முதலான அம்சங்களைச் சேர்த்துத் தங்கள் கதைகளை உருவாக்கிவிடுவார்களாம், பின்னொரு காலத்தில் அவர்களுடைய பரம்பரைகளாலோ, அல்லது குயுக்தியாக வாசிக்கும் பழக்கம்கொண்ட ஏதாவதொரு புத்திசாலியாலோ படிக்கப்படும்போது, நிலத்திற்குள் பொதித்துவைக்கப்பட்டிருக்கும் பழைய பொக்கிஷத்தைப் போல கதைகளுக்குள் பொதிந்துவைக்கப்பட்ட வரலாறு அவர்கள்முன் வெளிப்படுமாம், அதுவரையில் அந்தக் கதைகள் கதைகளாகவே காத்துக்கொண்டிருக்குமாம், அவர் சொல்கிறார், சரியாகச் சொல்ல வேண்டுமானால் கிழக்கே புரட்சி என்பதே வரலாற்றால் புறக்கணிக்கப்பட்டவர்கள் சொல்லும் கதைகள்தான்.

பா. வெங்கடேசன்

கட்டுரையைப் படித்து முடித்த வில்லியம் பிட்டால் அதை எழுதியது பழைய, வக்கிரபுத்தி கொண்ட, ஜூனியஸ்தான் என்று நம்ப முடியவில்லை. மொழியமைப்பில் அது அவனுடைய கடிதங்களை ஒத்திருந்தாலும் விஷயங்களை அலசும் கோணத்தில் பழைய பார்வையிலிருந்து முற்றிலும் வேறுபட்டிருந்தது. அவர் உடனே லண்டன் அப்சர்வரின் முந்தைய இதழ்களிலோ அல்லது வேறு சஞ்சிகைகளிலோ அந்தப் பெயரில் சமீபத்தில் கடிதங்களோ கட்டுரைகளோ வரத் தொடங்கி யிருக்கிறதா என்பதை விசாரிக்கச் செய்தார். இல்லையென்று பதில் வந்தது. எனவே கட்டுரையை எழுதிய நபர் அந்தப் பெயரைத் தேர்ந்தெடுத்தது மிகவும் தற்செயலானதே என்றும், அந்த ரோமானிய வீரனின் பெயர் மட்டுமே பழைய மர்ம ஆசாமியைப் போல புதிய கட்டுரையாளரையும் ஈர்த்திருக்கிறது என்றும் எண்ணி அவர் மனம் சமாதானமடைந்தது. என்றாலும் முன்னெச்சரிக்கையாக லண்டன் அப்சர்வர் அலுவலகத்திலிருந்து கட்டுரையாசிரியரின் முகவரியையும் அவருடைய குடும்பப் பின்னணியையும் கேட்டு வாங்கும்படி தன்னுடைய உதவியாளர்களுக்குக் கட்டளையிட்டார். அதன் நோக்கம் அந்த நபர் பழைய ஜூனியஸைப் போல தன்னை மறைத்துக்கொள்ளும் எண்ணம் கொண்டவரன்று என்பதை நிச்சயப்படுத்திக்கொள்வதற்காக மட்டுமே என்பதாக இருந்ததால் முகவரி கிடைத்துவிட்டதாகத் தெரிய வந்ததுமே பிரச்சினையின் பளுவும் வசீகரமும் கரைந்துபோய்விட, அதை எழுதிய ட்ரிஸ்ட்ராம் பேக்கர் என்பவர் பெம்ப்ரோக்ஹாலில் கணிதத்துறைப் பேராசிரியராக உத்தியோகத்திலிருக்கிறாரென்பதற்கு மேல், அவரைப் பற்றிக் கேட்டுக்கொள்ளும் பொறுமையில்லாதவராய்க் கோப்புகளில் அதைத் தைத்துவைக்கும்படி சொல்லிவிட்டு அத்தோடு அவரை மறந்தும் போய்விட்டார். பிறகு இரண்டு வருடங்கள் கழித்து, பிரான்ஸ் மன்னருக்கு மரண தண்டனை அறிவிக்கப்பட்ட நாளிலிருந்தே அவசரமானதும் ரகசியமானதும் முக்கியமானதுமான பணியொன்றை நிறைவேற்ற நம்பிக்கையான சில மனிதர்களை பிட் பிரிட்டன் முழுக்க வலைவீசித் தேடிக்கொண்டிருந்த சமயத்தில்தான் ட்ரிஸ்ட்ராமின் பெயர் லூஸியாலேயே பிட்டினுடைய கவனத்திற்கு மீண்டும் கொண்டுவரப்பட்டது. நிலவறைக்குப் போய்விட்ட கோப்பு திரும்ப அவருடைய மேசைக்குத் தருவிக்கப்பட்டது. முதல் தடவையாக அதில் கோர்க்கப்பட்டிருந்த விவரங்களை முழுவதுமாகப் படித்த பிட் அத்தனை நாட்களாக அதைப் படிக்காமலிருந்துவிட்ட தன் மடத்தனத்தை யெண்ணி வியப்பும் சலிப்புமடைந்தார். கோப்பினுள் ஒளிந்திருந்த ட்ரிஸ்ட்ராமின் மனைவி பருத்த சரீரமும், தனித்துவமுள்ள மஞ்சள் கூந்தலும் எத்துப்பற்களும் கொண்ட பெண்மணியென்கிற விவரங்கள் பதினான்கு வருடங்களாக அவர் தேடிக்கொண்டிருந்த அந்தப் பழைய மாணவனும் அவனருகில் நின்ற பெண்ணும் அவர்கள்தான் என்பதை அவருடைய உள்ளுணர்வுக்கு நிச்சயமாகவே அறிவித்துவிட்டன. அவர் மறுநாளே ட்ரிஸ்ட்ராமைத் தன்னைச் சந்திக்க வரச்சொல்லி அலுவலகச் சிப்பந்தி மூலமாக அழைப்பு அனுப்பினார்.

அழைப்பைக் காதில் கேட்டதுமே ட்ரிஸ்ட்ராமும் எலினாரும் தங்களுடைய பிரான்ஸ் பயணத்தின் துரதிர்ஷ்ட நிழல் இன்னும் தங்களை விட்டு முழுவதுமாக விலகவில்லையென்றே நினைத்துப் பயந்துபோனார்கள். அதற்கு ஆதாரமில்லாமலும் இல்லை. போர்பன் அரசக்குடும்பத்தின் கொடூரமான முடிவும் ஜாக்கோபியர்களின் குடியரசுப் பிரகடனமும் பிரான்ஸின் உள்நாட்டுக் குழப்பங்களையும் ஆட்சிமாற்றங்களையும் தனக்குச் சாதகமாகப் பயன்படுத்திக்கொள்ளத் தக்க தருணத்தை எதிர்பார்த்து அதற்காகவே புரட்சியை ஆதரித்துக் கொண்டிருந்த பிரிட்டனைத் திண்ணமாகவே ஏமாற்றிவிட்டதால் மாமன்றச் சீர்திருத்தங்களிலும் சாமானியர் சபையின் கோரிக்கைகளிலும் எதிர்க்கட்சிகளின் வலுவான எதிர்ப்புகளையும் மீறி அதிக ஈடுபாடு காட்டிவந்த வில்லியம் பிட் தடுமாறிப்போய் பிரெஞ்சுத் தூதரை இங்கிலாந்திலிருந்து திடீரென்று வெளியேற்றியதோடு, பிரிட்டன் பிரஜைகளனைவரையுமே கில்லெட்டினை பிரான்ஸிலிருந்து கள்ளத் தோணியிலேற்றி லண்டனுக்குக் கொண்டுவரக் காத்திருக்கிறவர்களாயும், புரட்சிக்காரர்களின் ரகசிய ஆதரவாளார்களாயும் கற்பனைசெய்துகொண்டு கடற்கரைக்குச் செல்கிறவர்களையெல்லாம் விசாரணையின்றிக் கைது செய்யவும், புரட்சி துவங்கிய காலக்கட்டத்திலிருந்து பிரான்ஸுக்குச் சென்று வந்தவர்களின் பட்டியலை உளவுத்துறை மூலமாக நகரசபையி லிருந்து கைப்பற்றவும் ஆலோசித்துக்கொண்டிருப்பதாகப் பத்திரிக்கைகள் தொடர்ந்து செய்திகளை வெளியிட்டுக்கொண்டிருந்ததால் அப்பாவித் தம்பதியர் இருவராலும் அதைத் தவிர வேறுவிதமான முடிவெதற்கும் வர முடியவில்லை. சிப்பந்தி அழைத்துவிட்டுப்போன அந்த ஒரே இரவிற்குள் பிரதமரின் அலுவலகத்தில் கேட்கப்படக்கூடியவையென்று ஆயிரத்திற்கும் மேற்பட்ட கேள்விகளையும் அதற்கு நூறாயிரத்திற்கும் மேற்பட்ட பதில்களையும் எலினார் கண்டுபிடித்தாள். அவற்றைச் சொல்லும்போது குரல் எத்தனை மாத்திரைகள் உயர்ந்தோ தாழ்ந்தோ யிருக்க வேண்டும், இக்கட்டான கேள்விகளை, குறிப்பாக பிரான்ஸுக்குச் சென்ற நோக்கமே நிறைவேறியிராதபோது அத்தனை சுளுவாக அங்கிருந்து வெளியேறி இங்கிலாந்து திரும்ப கடவுச்சீட்டுகளை அவர்களால் பெற முடிந்ததுமீதான சந்தேகங்களை எப்படித் தடுமாறாமல் எதிர்கொண்டு விளக்க வேண்டும், யாரைச் சந்தித்தது குறித்துச் சொல்ல வேண்டும், யாருடைய சந்திப்பைப் பற்றிச் சொல்வதை, சொல்வதன் ஒழுக்கு அறுந்துவிடாமல், கேட்பவருக்குச் சந்தேகம் வந்துவிடாமல், சாமர்த்திய மாகத் தவிர்த்துவிட வேண்டும், யாரைப் பார்த்துச் சிரிக்க வேண்டும், யாரிடம் கல்லைப் போல முகத்தை வைத்துக்கொள்ள வேண்டும், விரைவாக விசாரணைகளை முடித்துக்கொண்டு வெளியே வந்துவிடுவதற்கு என்ன காரணத்தைச் சொன்னால் நம்பும்படியாக இருக்கும், அவளும் அவர்களுடைய சந்தேகப் பட்டியலில் இருக்கிறாளா என்பதை யாரிடம் சூசகமாக விசாரித்துத் தெரிந்துகொள்ள வேண்டும் என்பது போன்ற விஷயங்களையும் யோசித்து யோசித்து இரவு முழுவதும் அவளுடைய வற்புறுத்தலின்பேரில் ஒத்திகை பார்த்துவிட்டே ட்ரிஸ்ட்ராம் மறுநாள் பிரதம மந்திரியின் அலுவலகத்திற்குக் கிளம்பிப் போனான். ஆனால் அங்கே அத்தனை ஆச்சரியங்கள் தனக்காகக் காத்துக்கொண்டிருக்குமென்று

அவன் கற்பனை செய்துகூடப் பார்க்கவில்லை. முதலில் நான்கு வருடங்களுக்கு முந்தின தன்னுடைய பிரான்ஸ் பயணம் சம்பந்தமான விசாரணைகளுக்காகத் தான் அழைக்கப்படவில்லையென்பதைத் தெரிந்துகொண்டவுடனேயே அவன் பிரதம மந்திரியை வேண்டி ஓர் அலுவலகன் மூலமாக அந்தச் செய்தியைத் தன் குருட்டு மனைவிக்குச் சொல்லியனுப்ப ஏற்பாடு செய்தான். இந்த ஆச்சரியத்திலிருந்து அவன் மீள்வதற்குள்ளாகவே பல வருடங்களுக்கு முன் ட்ரினிடிஹால் தோட்டத்தில் மயங்கிக்கிடந்து எலினாரின் தைரியத்தாலும் சமயோசித்தாலும் உடற்பலத்தாலும் காப்பாற்றப்பட்ட அந்தப் பூஞ்சை மாணவன்தான் தன் எதிரில் பிரதம மந்திரியாக நின்றுகொண்டிருக்கும் வில்லியம் பிட் என்கிற செய்தியும் அவன் காதுகளில் வந்து விழுந்தது. வியப்பையும் சந்தோஷத்தையும் பொறாமையையும் தாளமாட்டாமல் அவன், காலமானது எந்தக் கதவிற்குள் யாரை மூடிப் பின் எந்தக் கதவின் வழியாக அவரை என்னவாக உலகின்முன் வெளிப்படுத்துகிறது என்பதை மனிதர்கள் கொஞ்சமும் ஊகிக்க முடியாதபடி, சதா சாகஸச் செயல்களைக் கனவு கண்டு உருகிக்கொண்டிருப்பவனை அன்றாடப் பிரச்சினைகளுக்குள் முடக்கிப்போட்டும், நாளை இறந்துவிடுவானென்று கருப்பு உடைகளையும் சவப்பெட்டியையும் தயாராக வைத்துக்கொண்டு காத்திருப்பவர்களை ஏமாற்றிவிட்டு அவனை இருபத்து நான்கு வயதிற்குள் மேதகு பிரதம மந்திரியாக இன்னொரு கதவிற்குப் பின்னாலிருந்து வெளிப்படுத்தியும் விளையாடும் மிகப் பெரிய மந்திரவாதியாக இருக்கிறது என்று மனதிற்குள் சொல்லி மாய்ந்துகொண்டான். எலினார் செய்த உதவிக்காக பிட் தனக்கு நன்றி தெரிவித்துக்கொண்டிருந்ததுவேறு அவனைக் கூச்சப் படுத்திக்கொண்டிருந்த வேளையில் லண்டன் அப்சர்வரில் நிகழ்ந்திருந்த ஜூனியஸின் மறுபிரவேசம் அவனைப் பேச்சற்றே போகச் செய்துவிட்டது. வில்லியம் பிட்டின் கைகளில் அந்தப் பெயரைப் பிரத்யட்சமாகத் தன் கண்களால் பார்த்துக்கொண்டிருந்தபோதுகூட ஜூனியஸ் அந்தக் காரியத்தைச் செய்திருப்பானென்று அவனால் நம்ப முடியவில்லை. இரண்டு வருடங்களுக்கு முன் பூர்க்கின் ஆக்கத்தைத் தன் கட்டுரைக்குரிய கருப்பொருளாக அவன் எடுத்துக்கொண்டபோதே மிகப் பெரும் மாறுதலை நோக்கி எழுந்த பிரான்ஸின் புரட்சி கொடிய கொலைச் செயல்களுக்கான கடவுச்சீட்டாக மாறிக்கொண்டிருப்பது குறித்தும், கொள்ளை வியாதியாக மாறிக் கடல்கடந்து அது பிரிட்டனையும் பாதித்துவிடக்கூடிய அபாயத்தைக் குறித்தும் பதற்றமுறும் அந்நூலின் தொனியை மறுத்து, எந்தவொரு புரட்சி அல்லது மாற்றத்தின் தன்மைகளையும், அதன் வலுவை அல்லது வலுவின்மையைப் பரீட்சைசெய்து பார்க்க அதன் ஆதரவாளர்களுக்கு மட்டுமல்லாமல் எதிர்ப்பாளர்களுக்கும் உரிமையும் உத்வேகமும் இருக்குமாகையால், உடனடி விளைவுகளால் எடைபோட்டு அந்த மாற்றத்தைச் சரியென்றோ தவறென்றோ முடிவுகட்டிவிடுவது அவசரமான அல்லது உள்நோக்கம்கொண்ட அணுகுமுறையாகவே இருக்குமென்கிற ரீதியில் தன் கருத்துகளைப் பதிவு செய்துவிட வேண்டுமென்கிற உத்தேசத்தோடு, கூடவே, தன் விரல்களைத் தனக்கெதிராகவே தூண்டிவிட்டுக்கொண்டிருக்கிறானென்று அவன் எண்ணிக்கொண்டிருந்த ஜூனியஸையும் அந்தமுறை ஏமாற்றிப் பாடம் புகட்டிவிட வேண்டுமென்று

அதற்கான ஒரு திட்டத்தையும் யோசித்துவைத்திருந்தான். அதன்படி அவன், பூர்க் சொல்வதைப் போல பிரான்ஸில் அராஜகம் தலைவிரித்து ஆடிக்கொண்டுதான் இருக்கிறது என்றும், எசமானர்களை விசுவாச மின்மையின் ஆயுதங்களால் பழிவாங்குவதும், தேவாலயங்களை அன்பின்மையின் நெருப்பால் கொளுத்துவதும், விவிலியத்தைக் கிழித் தெறிந்துவிட்டு நாத்திகத்தைத் தங்களுடைய மதமாக எடுத்துக்கொள்வதும் புரட்சி விரும்பும் மாற்றத்தைக் கொண்டுவந்துவிடாது என்றும், மாறாக திருத்தங்களும் மன்னிப்புகளும் ஏற்றுக்கொள்ளுதல்களுமே மனிதகுலம் தொடர்ந்து தழைக்க உதவிசெய்யும் மாறுதல்களாக இருக்கும் என்றும், பூர்க் சொல்வதைப் போல மனிதன் ஒரு சமய விலங்கு, நாத்திகம் பகுத்தறிவிற்கு மட்டுமல்லாமல் மனிதனுடைய அந்த இயற்கையான விலங்குத் தன்மைக்கும் எதிரானது, மேலும் அது குறுகிய ஆயுள்கொண்டது என்றும், துரதிர்ஷ்டவசமாக இந்த நச்சரவம்தான் இப்போது பிரான்ஸின் நிலவெளியினூடே அன்பின் கால்களைத் தேடித் தீண்ட வளைந்து விரைந்துகொண்டிருக்கிறது என்றும் இப்படி அந்த நூலின் மேல் மறுப்பாக எழுத வேண்டுமென்று யோசித்துவைத்திருந்தவற்றிற்கு மாறாக, வேண்டுமென்றே, காகிதத்தில் அதற்கு ஆதரவான வாதங்களை, தன் கை ஒருகட்டத்தில், வழக்கம்போல, தான் எழுதுவதற்கு எதிரான, அதேசமயத்தில் தான் சிந்திப்பதற்குச் சாதகமான, கருத்துகளைத் தானே வரையவாரம்பித்துவிடுமென்கிற நம்பிக்கையுடன், தொடர்ந்து எழுதிக் கொண்டேபோனான், ஆறு ஏழு பத்திகள் எழுதிய பிறகு, பூர்னட்டின் ஒரு நூற்றாண்டுக்கு முற்பட்ட சிந்தனைகளை மேற்கோள்காட்டி (அங்கே (பிரான்ஸில்) பிரபுக்கள்முதல் பராரிகள்வரை அவர்கள் மேல் செலுத்தப் பட்ட சிந்தனாமுறையென்பது, மொத்தக் கிறிஸ்தவச் சமயத்தையும் சந்தேகப்படும் நிலைக்கு அவர்களே அவர்களைக் கொண்டுவந்து நிறுத்திக்கொண்டார்கள் என்பதுதான், ஒருமுறை அது நிகழ்ந்துவிட்ட பின், மேற்கொண்டு புறவயமாக அவர்கள் எந்த நிலையைக் கைக்கொண் டாலும் அவற்றில் அதிக வித்தியாசத்தைக் காண முடிவதில்லை) பிரான்ஸில் துவக்கத்திலிருந்தே நாத்திகம் அங்கே பின்னாளில் கட்டப்பட விருக்கும் இரக்கமற்ற எழுச்சிக்கான அடித்தளமாக, அந்நாட்டின் புத்திசாலிகளால், மக்களிடையே ஊட்டப்பட்டுக்கொண்டிருந்ததென்று நூலாசிரியர் எழுதியிருந்த பகுதிகளின் மேல், புரட்சியின் ஆயத்த நாட்களில் பிரான்ஸில் இருக்க வாய்த்தவன் என்கிற தகுதியுடன், தன் அபிப்பிராயங்களை மறைத்து, அதற்கு எதிரிடையான தர்க்கங்களை எழுத்தாக்க முயற்சித்துக்கொண்டிருந்ததபோது அவன் எதிர்பார்த்ததைப் போலவே, ஆனால் அவன் எதிர்பார்த்த வரிகளை எழுதாமல், அவன் விரல்கள், அற்புதங்களாலல்ல மாறாக அற்புதங்களை நிகழ்த்தும் விதங்களாலேயே கடவுள்கள் வேறுபடுகிறார்கள் என்கிற வார்த்தைகளை எழுதவாரம்பித்துவிட்டன. பிறகு எத்தனையோ இடங்களில் நிறுத்திக் கொள்ள வேண்டுமென்று அவன் எவ்வளவோ விரும்பியும்கூட அவை அந்த விருப்பத்திற்குக் கீழ்ப்படியாமல் முழுக் கட்டுரையையும் எழுதி முடித்த பிறகே ஓய்ந்தன. ஆனால் அந்தமுறை தன்னை ஆட்டிவைத்துக் கொண்டிருக்கும் குரல் சொக்க கௌடவினுடையது என்பதையும், அவனுடைய பேச்சுகளைச் சிறுபிள்ளைத்தனமானவையென்று புத்தி

மறுதலித்தாலும் பெண்களை வசீகரிக்கும், ஜுனியஸின் வக்கிரத்திற் கெதிரான, அவனுடைய குரலின் மென்மையும் கருத்துகளின் வன்மையும் தன்னுள் கிளப்பிவிட்டிருந்த பொறாமை அதையே போலி செய்யும்படி தன்னைத் தூண்டிவிட்டு அந்தக் குரலை தனக்குத் தெரியாமலேயே தன் விரல்களின் வழியே ஒலிக்கச் செய்துகொண்டிருக்கிறதென்பதை அவன் தெரிந்துகொண்டுவிட்டான். வெட்கமும் வேதனையும் அசூயையும் பிடுங்கித்தின்ன, எழுத்தாளனாகும் முயற்சியை அவன் அப்போதிருந்து நிரந்தரமாகவே கைகழுவிவிட்டான். ஆனால் அதற்கு முன் எழுதிய கட்டுரைகளைப் போலவே ஆசிய ஐரோப்பிய நிலங்களை ஒப்பிட்டு உளறிக்கொட்டிய அந்தக் கட்டுரையும் பத்திரிக்கையெதற்கும் அனுப்பப் படாமல் உடனே கிழித்தெறியப்பட்டுவிட்டதா என்பதை, இரண்டு வருடங்கள் கழித்து வில்லியம் பிட்டின் கைகளில் அதைப் பார்த்த வேளையில், அவனால் தனக்கே நிச்சயமாகச் சொல்லிக்கொள்ள முடிய வில்லை. பிரசவிக்காத கர்ப்பம், நிரம்பாத பணப்பை, வீடுகொள்ளாத புலம்பல்கள், தூங்க முடியாத இரவுகள், விசித்திரமான கனவுகள் (உயிருள்ள ஒரு முழுச் செம்மறியாட்டை விழுங்க முடியாமல் விழுங்கிக் கொண்டிருப்பதைப் போல ஒரு கனவு அவனைத் தொடர்ந்து பல இரவுகள் தூங்கவிடாமல் திடுக்கிட்டு எழப்பண்ணிக்கொண்டிருந்தது) என்று பலவிதமான பிரச்சினைகளின் சுழலுக்குள் அந்தக் கட்டுரையைப் பற்றின அவனுடைய ஞாபகங்கள் முற்றாகவே மூழ்கிப்போய்விட்டிருந்தன (மேலே நடக்கிற மனுஷருக்குப் பிரேதக் குழிகள் தெரியாதிருக்கிறது). மேலும் அவன் ஆச்சரியப்பட்டது, ஜுனியஸின் குறும்புகள் அவனுக்கு முன்பே பழக்கமானவையென்பதால், அனுப்பப்படாத கட்டுரை பிரசுரமாகியிருந்ததென்பதற்காக அல்ல, மாறாக ஜுனியஸ் தன் பெயரில் சொக்க கௌடவின் எழுத்தை வெளியிட்டுக்கொள்வான் என்பதைத்தான் அவனால் நம்பவோ செரித்துக்கொள்ளவோ முடியாமலிருந்தது. ஜுனியஸ் இன்னும் தன்னுள் இருக்கிறானா அல்லது சொக்க கௌடதான் ஜுனியஸின் முகத்தைத் தன் முகத்தின் மேல் கவிழ்த்துக்கொண்டு அவனைப் போல நடித்துத் தன்னை ஏமாற்றிக்கொண்டிருக்கிறானா என்று தெரிந்துகொள்ளவியலாமல் அவன் மிகவும் குழம்பிப்போனான். இந்தக் குழப்பத்தில் கட்டுரைமீதான பாராட்டுகளை எறிந்து வில்லியம் பிட் அவனை அதற்கு முழுப் பொறுப்பாளியாக்கியபோது அதை எழுதிய கையேயன்றிச் சிந்தனை தன்னுடையதன்று என்று ஒத்துக்கொள்ள முடியாத அளவிற்கு அவன் நாக்கு பலவீனப்பட்டுவிட்டது. தன் மௌனத்தால் அதை ஒத்துக்கொண்ட பிறகு, அவனைப் பேசவைத்துப் பரிசோதிக்கும் தந்திரத்துடன், அந்த ஆக்கம் முன்வைக்கும் விஷயங்களில் சிலவற்றைப் பற்றி அவனிடம் விவாதிக்க வேண்டுமென்று பிட் சொன்னபோதோ, மறுத்தால் வேறுவிதமான பிரச்சினைகளைச் சந்திக்க வேண்டியிருக்கலாமென்கிற பயம் சூழ்ந்துகொள்ளவே, அவனால் பின்வாங்கவும் முடியாமல் போய்விட்டது. இந்தச் சமயத்தில் கௌடவின் குரலைத் தன் குரல் வழியே, விருப்பமில்லாமலேயே, அவன் மீண்டும் கேட்டான். கட்டுரை பூர்க்கை விமர்சிப்பதாகச் சொல்லிக்கொண்டு ஆரம்பித்தாலும் அதில் நிலைக்கவில்லையென்றும், சரியாகச் சொல்வ தானால் அது பூர்க்கின் நூல்மீதான விமர்சனமே அன்று என்றும், பூர்க்

விவாதித்த விஷயங்களின் மீதல்லாமல் அவர் பிரயோகித்த சொற்களின் மீதே ட்ரிஸ்ட்ராமின் கருத்துகள் கிளைபிரிந்து செல்கின்றன என்றும், ஆகவே கட்டுரை அதன் தலைப்பை விட்டு வெகுதூரத்திற்கு விலகி யிருக்கிறது என்பதே தன் அபிப்பிராயமாக இருக்கிறதென்றும் பிட் அவனிடம் சொன்னார், ஆனால் திரு ட்ரிஸ்ட்ராம், அது அதனாலேயே என்னை வெகுவாக ஈர்த்தது, உண்மையில் நான் இப்போது கைது செய்வதற்காகத் தேடியலைந்துகொண்டிருக்கும் தாமஸ் பைனியின் புத்தகம்தான் பூர்க்கிற்குக் கச்சிதமான பதில் என்பது என்னுடைய கருத்து, என்றாலும் உங்கள் கட்டுரை அதில் விவாதிக்கப்பட்டிருந்த வேறு சில விஷயங்களுக்காக உங்களைத் தேடச்சொல்லி என்னை நிர்ப்பந்தித்தது, குறிப்பாக கடவுள்களைப் பற்றிய உங்கள் வியாக்கியானம், ரொட்டி பசியை ஆற்றும் வஸ்து என்கிற நிஜத்தின் மேல் (அதை நீங்கள் நிரூபணம் என்கிற வார்த்தையால் குறித்திருக்கிறீர்கள்), விவிலியத்தின் அற்புதங்கள் நிகழ்கின்றன என்பது அந்த வியாக்கியானத்தின் அடிநாதமாக இருக்கிறது, நிரூபணம் என்பது விஞ்ஞானத்தின் அடிப்படை, என்றால் சென்ற இரண்டு நூற்றாண்டுகளில் ஐரோப்பாவின் கணக்கற்ற வியத்தகு கண்டுபிடிப்புகள், அதன் தர்க்கங்களாக விவிலியத்திலேயே புதைந்து கிடக்கின்றன என்று அந்தக் கட்டுரை வாதிப்பதாக நான் என் சிந்தனையை விரித்துக்கொள்கிறேன், நான் சரியாகப் புரிந்து கொண்டிருக்கிறேனா. இன்று விஞ்ஞான உயிராக உயர்ந்துவரும் மனித இனம் உண்மையில் சமயத்தை அடிப்படையாகக் கொண்டே தன் அறிவைத் துவக்கியதென்பதால் கடவுள்கள் அற்புதங்களை நிகழ்த்துவதாகத் தோன்றினாலும் உண்மையில் அவை விஞ்ஞானத்தை அடிப்படையாகக் கொண்டவையென்பதே என் கட்டுரை, ஆனால் அது கிறிஸ்தவ மறைநூலுக்கு மாத்திரமே உரியதாக அதில் சொல்லப்படவில்லை, எல்லாச் சமயங்களிலுமே விஞ்ஞானமிருக்கிறது, விவிலியம் அவற்றை நிரூபித்துக் கண்டுபிடிப்புகளாக மாற்றிக்கொள்ளக்கூடிய மார்க்கத்தைத் தன்னுள் வைத்துக்கொண்டிருக்கிறது, புராதன மதங்கள் நிரூபணத்தை நோக்கித் தங்கள் வாதங்களைச் செலுத்தும் அக்கறை கொள்வதில்லை யென்பதுதான் அந்தக் கட்டுரையின் சாராம்சம். மிகச் சரி, இப்போது என் கேள்வி, விவிலியத்தில் மட்டும் ஏன் அனுபவம் தான் நிரூபிக்கப்படும் தர்க்கங்களை நோக்கிச் செல்ல வேண்டும், பிற சமயங்களில் அது தன்னை வெறும் அனுபவமாகவே நிறுத்திக்கொண்டுவிட முடிவுசெய்ய வேண்டும். அதற்கு அந்தந்தச் சமயங்கள் வளர்ந்த நிலவெளியின் தன்மை முக்கியக் காரணமாக இருக்கலாம், மனித இனம் சமயங்களாலானதென்றால் சமயங்கள் கதைகளாலானவை, கதைகள் நிலவெளிகளால் பாதிக்கப் படுபவை. நீங்கள் ஒரு சுழலில் சிக்கிக்கொள்கிறீர்கள், பூர்க் சொன்னபடி மனிதன் ஒரு சமய மிருகம், சமயங்கள் கதைகளாலானவையென்றால் கதைகள் மனிதர்களால் சொல்லப்பட்டவையல்லாமல் வேறென்ன. கதைகள் மனிதர்களால் சொல்லப்படுபவையல்ல, அவை நிலவெளிகளால் சொல்லப்படுபவை, நிலவெளிகள் காலம் என்னும் பக்கங்களில் கதைகளை அனாதி துவக்கம் முணுமுணுத்துக்கொண்டேயிருக்கின்றன, அவற்றின் கதைகள் அலையும் வெளியில் மனிதன்தான் குறுக்கிட்டுத் தன்னை நிலவெளியின் எழுதுகோலாக மாற்றிக்கொள்கிறான், உண்மையில்

மனிதனால் கதையெழுத முடியாது. இதுவும் விஞ்ஞானம்தானா. கண்டிப்பாக இதுவும் தர்க்கங்களின் மீது கட்டப்படும் விஞ்ஞானம்தான், ஆனால் இதை விளக்கச் சரியான வாதங்களை இந்தியா போன்ற ஆசியக் கண்டங்களின் தத்துவங்களிலிருந்துதான் நாம் எடுக்க முடியும். எனில் இருப்பவற்றிலேயே மிக மந்திரத்தன்மைகொண்ட கண்டுபிடிப்பு இதுவாகத்தான் இருக்க முடியும், நான் கேட்கிறேன், வேதாகமத்தை எழுதியவர்கள் மனிதர்களில்லையா. இல்லை வேதாகமத்தை, குறிப்பாகப் புதிய ஏற்பாட்டை, மனிதர்கள் நிலவெளியின் எழுதுகோலாயிருந்துதான் எழுதினார்கள், அதாவது அவர்கள் அதை அதன் வற்புறுத்தலுக்கு மாறாக வேறெப்படியும் எழுதியிருக்க முடியாது, விவிலியம் தர்க்கத்தை நோக்கிச் செல்ல வேண்டுமென்பது அது உலவும் நிலவெளியின் கட்டளை, அதன் கதைகள் பாலைவனங்களில், மலைகளில், உழைக்குமிடங்களில் நடக்கின்றன, இந்தியாவில் சமயக் கதைகள் காடுகளில், ஆற்றங்கரைகளில், செல்வம் கொழிக்கும் குடியிருப்புகளில் நடக்கின்றன, கிறிஸ்துவின் தொனி இல்லாமையை அடிப்படையாகக் கொண்டது, இல்லாமை தேடும் வேட்கை கொண்டது, அலைச்சலை அதாவது பயணங்களை வற்புறுத்துவது, பயணத்தைக் கருவாகக் கொண்ட சரித்திரங்களையும் கதைகளையும் கொண்டாடுவது, ஐரோப்பிய மண் விளைவித்ததைப் போன்ற விந்தைமிகு உலகங்களை அடைந்து கடக்கும் பிரம்மாண்டமான கப்பற்பயணங்கள் இந்திய, சீனக் கதைகளில் கிடையாது, அவை இருப்பை அடிப்படையாகக் கொண்டவை, இருந்த இடத்திலிருந்து அற்புதங்களைத் தங்கள் வசப்படுத்திக்கொள்பவை, அலைச்சல் அவற்றின் குணமன்று, ஐரோப்பா அலைந்துதிரிந்து சந்திக்கும் அத்தனை அற்புதங்களையும் ஒரு கீழைநாடு, அது சீனாவாகட்டும் ஜப்பானாகட்டும் இந்தியாவாகட்டும் தன் நிலவெளியின் மனதிற்குள்ளேயே, அவற்றைத் தேடி வெளியே செல்ல அவசியமில்லாதபடி, புதைத்துவைத்துக்கொண்டிருக்கிறது, அதனால்தான் மேற்கு நாடுகள் அனைத்தும் கிழக்கை நோக்கிப் பயணிக்கின்றன, குறிப்பாக இந்தியாவை நோக்கி, இந்தியாவிலோ உலகைச் சுற்றிவரும் பயணங்கள் கிடையாது, அவற்றுக்கான தேவையை அந்த நிலவெளி ஏற்படுத்தவில்லை, சுருக்கமாகச் சொல்லப்போனால் ஐரோப்பா இன்மையிலிருந்து இருப்பிற்குச் செல்கிறது, ஆசியா இருப்பி லிருந்து இன்மையைக் குறிவைக்கிறது, அனுபவத்திலிருந்து நிரூபணம், வஸ்துவிலிருந்து அதைக் கரைத்துவிட்ட அனுபவம், ஆயிரத்து எண்ணூறு வருட தொடர்ந்த பிரசங்கங்களுக்கும் போர்களுக்கும் உயிர்த் தியாகங் களுக்கும் பிறகும் யேசுவின் போதனைகளை உலகம் முழுவதிலும் ஊன்றச்செய்ய முடியவில்லையென்றால் அதற்குக் காரணம் யேசு என்பவர் ஒரு மனிதரோ கடவுளோ கடவுளின் குமாரனோ அல்ல, மாறாக ஒரு நிலவெளி என்பதுதான், ஒரு நாட்டு மண்ணின் சுவையும் மணமும் இன்னொரு நாட்டில் இருப்பது அபூர்வம் என்பதால்தான் வேறொரு மண்ணில் அதன் நிலவெளிக்கு இணக்கமில்லாத பிறிதொரு சமயத்தை வற்புறுத்த இயலுவதில்லை, ஏன், விவிலியமே ஐரோப்பா முழுவதிலும் ஒரேபோலவா வாசிக்கப்படுகிறது. யூதர்களுக்கும் கிறிஸ்தவர் களுக்கும் தனித்தனி விவிலியங்கள் இருப்பதில்லையா, ஹீப்ரூ விவிலியத் தின் இருபத்துநான்கு புத்தகங்களுடன் கூட இருபத்திரண்டு புத்தகங்களை

சீர்திருத்தக் கிறிஸ்தவர்களின் விவிலியமும், அதனினும் அதிகமான ஆறு புத்தகங்களை ரோமன் கத்தோலிக்கர்களின் வாசிப்பும் கொண்டிருக்க வில்லையா, மாத்யூ, மார்க், லூக்கா ஆகியோரின் நற்செய்திகளில் கதைசொல்லியாக வரும் கிறிஸ்து ஜானுடையதில் மட்டும் நீண்ட பிரசங்கியாக மாறுவது எவ்வாறு, ஒரே கிறிஸ்துவை மாத்யூ கெடுபிடியான சமய விதிகளின் சிற்பியாயும், மார்க் தன்னுடைய ரத்தத்தின் மூலம் ஜெருசலேமியர்களுக்கு நற்கதியளிக்கவந்த ரட்சகராயும், லூக்கா மொத்த மனிதகுலத்தின் மீட்பராயும், ஜானோ அவரை ஓர் அப்பழுக்கற்ற மனிதராயும் பார்ப்பதையும் நாம் அறிந்திருக்கிறோமே. பின் தேவகுமாரனின் விருப்பப்படி உலகம் முழுவதிலும் கிறிஸ்தவம் பரவுவதற்கு என்னதான் வழி. உலகம் முழுவதிலும் தன் போதனைகள் பரவ வேண்டுமென்று சிலுவையில் அறையப்படுவதற்கு முன்பிருந்த, சாதாரண, தச்சன் மகனும் ஜனங்களில் ஒருவருமான யேசு விரும்பினாரா என்பதே கேள்விக் குரியதுதான் திரு வில்லியம் பிட், அது அவரை உயிர்த்தெழச் செய்து கடவுளாக்கிய அவருடைய சீடர்களின் விருப்பம் என்பதுதான் என் கருத்து, என்னைக் கேட்டால் யேசு சிலுவையிலறையப்படுவதற்கு முன் சொல்வதைத் தன் இயல்பாகக் கொண்ட பிரசங்கியாயும், உயிர்த்தெழுந்த பின் கேட்பவரைக் கணக்கிலெடுத்துக்கொள்ளும் தன்னுடைய சீடர்களில் ஒருவராயும் இருந்தாரென்பேன். நீங்கள் என்ன சொல்லவருகிறீர்கள், யேசு உயிர்த்தெழுந்தாரா இல்லையா. அவர் உயிர்த்தெழுந்தது உண்மையா இல்லையா என்பதன்று, யேசு உயிர்த்தெழுந்தது உண்மையென்று நாம் நம்புகிறோமா இல்லையா என்பதுதான் முக்கியம், ஆடுகளோடு ஆடாய், மனிதர்களோடு மனிதனாய், நிதர்சனமான, அன்பின் வழிப்பட்ட, ஒரு வாழ்வை வாழ்ந்து மறைந்த அந்தச் சாமானியரின் பிரசங்கங்களுக்கு அவரை உயிர்த்தெழச் செய்வதன் மூலமாய் ஒரு பிரகடனத்தன்மை கிடைக்கிறது, பிரகடனம் தன் இருப்பை ஸ்தாபித்துக்கொள்ள வேறு வழியின்றிப் போர்களை ஏற்றுக்கொள்கிறது, அன்பின் பெயரால் கொலைகள் நிகழ்த்தப்படுகின்றன, அன்பின் பெயரால் நிலவெளிகள் சுரண்டப்படுகின்றன, அன்பின் பெயரால் இனங்கள் அழித்தொழிக்கப் படுகின்றன, போர்களை வெறுப்பவர்கள் பிரகடனத்தை ஏற்கும் கடவுள்களை வெறுக்கிறார்கள், தங்கள் அன்பிற்குரியவர்களை அற்புதங்கள் கடவுள்களாக்குவதை வெறுக்கிறார்கள், அதன் அர்த்தம் அற்புதங்களை நம்பாதிருத்தலென்பதன்று, வெறுமையிலிருந்து விதை முளைப்பதைப் போல, காற்றிலிருந்து நீர் உண்டாவதைப் போல, இருள் ஒளியை உண்டுபண்ணுவதைப் போல அற்புதங்கள் இயல்பாக நிகழ்வதை உண்மையான அன்பர்கள் விரும்புகிறார்கள், இறந்த உடலை உயிரோடு எழுப்பிய அற்புதம் அதை நிகழ்த்தியவனுக்கு வெகு இயல்பான ஒன்றாக இருக்கிறது, ஆனால் அவனே உயிர்த்தெழும்போது அது மாபெரும் அதிசயமாக ஆக்கப்பட்டுவிடுகிறது, அங்கிருந்து வரலாறுகள் தொடங்கி விடுகின்றன, மனதிற்கினிய கதைகள் அழித்தொழிக்கப்பட்டுவிடுகின்றன, உண்மையான சமயவாதி தன் சமயம் நிலவெளிகள் எழுதும் கதைகளின் தொகுப்பாக இருக்க வேண்டுமென்றே ஆசைப்படுகிறான், அவற்றின் போக்கைக் குறுக்கிட்டு வெட்டி எழுதப்பட்ட சரித்திரமாகத் தன் சமயம் இருப்பதை அவன் எப்போதுமே விரும்புவதில்லை. ஆனால்

நம் நிலவெளியின் பெருமையை, நமக்காகச் சிலுவையில் தொங்கியவனின் தியாகத்தை உலகமெல்லாம் அறியச் செய்ய வேண்டுமென்று ஓர் உண்மையான கிறிஸ்தவன் விரும்புவது தவறாகுமா ட்ரிஸ்ட்ராம். நிச்சயம் தவறாகாது, ஆனால் அது கதைகளின் பரிவர்த்தனை மூலமாகச் சாத்தியமாவதே நல்லது, ஏனெனில் கதைகள் இளக்கத்தன்மை கொண்டவை, வேறொரு கதையின் நிலவெளியைத் தன்னுள் ஓர் ஒட்டுச் செடியைப் போல அனுமதிப்பவை, உலகம் முழுவதும் ஒரே நிலவெளியாக இருக்க வேண்டுமென்னும் பேராசைக்கு எதிராக வேறுபட்ட நிலவெளி களில் தன் நிலவெளியின் அம்சத்தைக் கண்டு தன் தனித்தன்மையுடனே அவற்றுடன் கலக்க முயற்சிப்பவை, அதற்கேற்பத் தன் கதைகள் நெகிழ்வுறுவதைச் சந்தோஷமாக அனுமதிப்பவை, இந்தியாவால் புரிந்துகொள்ளப்படும் கிறிஸ்து இந்தியாவின் நிலவெளி உருவாக்கும் கிறிஸ்துவாகவே இருக்க முடியும், யேசு யேசு என்கிற பெயராலேயே அங்கேயும் அழைக்கப்பட வேண்டுமென்று எதிர்பார்ப்பதுகூட ஒருவகையில் பேராசைதான்.

ட்ரிஸ்ட்ராம் சொன்னவற்றின் தொடர்ச்சியாகவேதான் இருந்தது வில்லியம் பிட் அவனை அழைத்ததற்கான காரணமும். லீடன் தெரு ஆங்கிலக் கிழக்கிந்தியக் கம்பெனி வியாபாரிகளின் ஒருங்கிணைந்த நிறுவனம் நூறு வருடங்களுக்கு முன் துவங்கப்பட்டபோது அதற்கு அரசியார் பங்குத் தொகையையும் நிறையச் சலுகைகளையும் கடல்களுக்கப்பாலான அதிகாரத்தையும் அளித்ததற்கு, இந்தியா என்கிற மர்ம நிலத்தின் மீதான தீராத மயக்கத்தோடும், ஸ்பெய்னுடனும் பிரான்ஸுடனுமான தகராறுகளினால் இழந்துபோன கலாய்ஸ் மற்றும் நெதர்லாந்துக் கம்பளி வியாபாரத்தை ஈடுசெய்வதற்காக இங்கிலாந்தினுள் பருத்தி, பட்டு மூட்டைகளை இறக்குமதி செய்வதோடும்கூட, ஓர் உண்மையான கிறிஸ்துவ அரசின் கடமையாக டச்சு மற்றும் பிரெஞ்சு நிலங்களின் கிறிஸ்துவிற்குப் பதிலாக ஆங்கில மண்ணின் கிறிஸ்து ராஜ்ஜியத்தைக் கடல்கடந்து நிலைநிறுத்துவதும் ஒரு முக்கியமான காரணமாயிருந்தது, மேலும், ட்ரிஸ்ட்ராம் சற்று முன் சொன்னபடி, போர்கள் மூலமாக அல்ல, மாறாகப் பண்டங்கள் மற்றும் கதைகளின் பரிவர்த்தனை மூலமாக, ஆனால் அதிர்ஷ்டவசமாகவோ துரதிர்ஷ்ட வசமாகவோ இந்தியாவின் அரசியற்சூழல் கம்பெனியின் அதிகாரத்திற்கு அதிக இடம் கொடுத்துவிட்டது, பிளாஸியில் ராபர்ட் கிளைவ் நடத்திய போருக்குப் பின் கல்கத்தாவில் அதிகாரத்தை அது அடைந்தவிதமும் மொகலாய மன்னர்கள் அதன்மீது கொண்டிருக்கும் மயக்கமும் பங்குதாரர்களின் பேராசையைத் தூண்டிவிட்டு ஊழல்களின் உறைவிடமாக நிறுவனத்தை ஆக்கியிருக்கிறது, இந்தியாவில் வாங்கிவிற்க இங்கிலாந்திலிருந்து பண்டங்களையோ பணத்தையோ கேட்பதற்குப் பதிலாக அது படைகளையே அதிகமாகக் கேட்கிறது, பிரசங்கங்களின் மூலமாக இந்தியக் காட்டுமிராண்டிகளின் நிலத்தில் கிறிஸ்தவம் தழைக்க காலம் அதிகம் பிடிக்குமென்று அங்கே யேசுவின் ராஜ்ஜியத்தை வலுக்கட்டாயமாகவே பிரகடனப்படுத்திவிடும் யோசனை மன்னரின் மூளையையும் நெருடிக்கொண்டேதானிருக்கிறது, விளைவாக இப்போது

இந்தியா முழுவதும் போர்களின் நிலமாகியிருக்கிறது. இந்தியா எப்போதுமே சமாதானத்தின் நிலமாயிருந்ததில்லை என்பதுவும், அதன் சமஸ்தான எல்லைகள் சதா தங்களுக்குள் சண்டையிட்டுக்கொள்ளும் மன்னர்களால் சுருங்கியும் விரிந்தும் லட்சணம் கெட்டவையாகவே இருந்திருக்கின்றன என்பதுவும் ஏற்கெனவே அறியப்பட்டவைதான், எனவே பிரிட்டனின் பிரச்சினை இந்தியாவை வியாபார நிறுவனம் கைப்பற்றுவது தர்மமா இல்லையா என்பதன்று, மாறாகக் கைப்பற்றியிருக்கும் அந்தப் பெரிய நிலப்பரப்பைத் தொடர்ந்து என்னவாக வைத்திருப்பது என்பதுதான், இந்திய மன்னர்கள் மற்றும் அவர்களுடைய சாதிகளின் பிளவுக்கிடையில், கடந்த மூன்று நான்கு நூற்றாண்டு காலமாகப் போர்ச்சுக்கீசியர்களும் டச்சுக்காரர்களும் ஸ்பானியர்களும் மேற்கொண்டிருக்கும் முயற்சிகளால், பறவையிட்ட எச்சமாக யேசுவின் பெயர் அவர்களின் கவனத்திற்கு வராமலேயே வளர்ந்து செழித்துவிடக் கூடிய சாத்தியமிருக்கிறதென்றாலும் அதன் வேரைத் தீய்க்கும் அமிலத்துளியை ஆங்கிலக் கிழக்கிந்தியக் கம்பெனியே சொட்டிவிடுமோ என்கிற பயம் மன்னரைப் பீடித்துக்கொண்டிருக்கிறது, அது இங்கிலாந்தி லிருந்து தருவிக்கப்பட்ட படைகள் மூலமாக இந்தியாவின் அறியப்படாத பொக்கிஷங்களைச் சுரண்ட முயன்றுகொண்டிருக்கிறதேயன்றி அங்கே ஒரு கிறிஸ்தவ தேசம் ஏற்பட வேண்டுமென்பதில் அது அக்கறைகொண் டிருப்பதாக அதன் செயற்பாடுகளும், பிரிட்டன் அறிந்துகொண்ட தகவல்களும் நம்பிக்கையேற்படுத்தவில்லை, மாமன்றத்தில் சமர்ப்பிக்கப் பட்ட, கிளைவ் இந்தியாவில் சேர்த்த, சட்டத்திற்குப் புறம்பான சொத்துக் கணக்குகள் இதற்கோர் உதாரணம், இதைப் புரிந்துகொள்வதில்தான் அந்த வினோத நிலத்தின் குணாம்சத்தைப் பற்றின, ட்ரிஸ்ட்ராம் போன்றவர்களின் அறிவு பின்னணியாகப் பயன்படுகிறது, இந்தியாவின் கதைகள் மற்றும் புராணங்களின் மூலமாக அங்கே வளர்ந்திருக்கும் ஒட்டுமொத்தமான மெய்ஞ்ஞான மனப்பான்மை பொதுவாகவே பொருட்கள்மீது அதன் மக்களுக்கோர் அசட்டையை ஏற்படுத்தியிருக்கிறது என்பதை மார்க்கோபோலோ முதல் ஜான் டி மரிக்னொல்லி வரை சொல்லிச் சென்றிருக்கிறார்கள், பொருட்கள் அபரிமிதமாக அங்கே கொட்டிக்கிடப்பதுவும் அதன் கிடைப்பருமை மீதான ஓர் அலட்சியத்தை அந்த மக்களிடையே உருவாக்கியிருக்கலாம், எப்படியானாலும் இந்தியா வின் சமயங்கள் பற்றறுத்தலை அடிப்படையாகக் கொண்டிருக்கும்வரையில் இந்தியா பொருட்களை இழந்துகொண்டிருப்பதைப் பற்றிக் கவலைப் படாதென்று தெரிகிறது, பொதுவாக இந்தியாவில், அங்கே பாபருடைய படையெடுப்பிற்கு முந்தைய காலம்வரையில், போர்களுக்கே பொருள்கள் ஒரு காரணமாக இருந்ததில்லை, கீர்த்தியின் மீதான தணியாத தாகம்தான் இந்திய மன்னர்களை ஒருவருடன் ஒருவர் மோதவிட்டிருக்கிறது, அவர்கள் தாங்கள் பாடப்படுவதை விரும்பியவர்கள், இறவாப் புகழை அடைவதற்காக மகிழ்ச்சியுடன் உயிர்துறந்தவர்கள், நோயில் இறப்பவனைக்கூட மார்பில் கீறிக் காயமேற்படுத்தி அவன் போரில் இறந்ததாகத் தோன்றச் செய்த பின்பே புதைக்கும் வழக்கம் அங்கிருக்கும் இனங்களிலொன்றில் இருப்பதாக ஃபெர்குஸ்ஸன் தன் புத்தகத்தில் குறிப்பிட்டிருக்கிறார், ஆக இந்தியாவில் அதன் புதிர் நிரம்பிய புராதனச் சமயங்களே தொடர்ந்து

நிலவ அனுமதிக்கும்வரையில் தனக்கு லாபம் நிச்சயம் என்று நிறுவனம் நம்புகிறது, கிறிஸ்தவம் பரவினால் அதன் சாராம்சமான விஞ்ஞான மனப்பான்மையும் இந்தியாவின் காட்டுமிராண்டி மக்களிடையே கூடவே பரவி அவர்களின் செயல்களில் விழிப்புணர்வை ஏற்படுத்தி விடக்கூடிய சாத்தியமிருப்பதை அது தனக்குப் பாதகமாகவும் நினைக்கிறது. ஆனால் தன் ஆளுகைக்கு உட்பட்ட நிலங்களின் நல்வாழ்வின் காவலன் என்கிற முறையில் மன்னருக்கு ஒரு வியாபார நிறுவனத்தைக்காட்டிலும் அதிகமான பொறுப்புகளும் வேறு அக்கறைகளும் இருக்கின்றன, கிறிஸ்தவம் இந்தியாவில் பரவ வேண்டுமென்று பிரிட்டன் விரும்புகிறது, மட்டுமன்று, இந்தியாவின் அறியாமையைப் பயன்படுத்திக்கொண்டு நிறுவனம் அதைச் சுரண்டும் வேகமும், முறைகளும்கூட அதற்குக் கவலையளிக்கவே செய்கிறது, இங்கிலாந்திலிருந்து படைகளைத் தருவித்துக்கொண்டிருக்கும் நிலையில் இன்றிருந்தாலும் நிறுவனம் விரைவிலேயே தனக்கென்று சொந்தமாகப் படைகளை இந்தியாவிலேயே அதன் ஜனங்களைக் கொண்டே ஏற்படுத்திக்கொண்டு அரசுடனான வியாபார உடன்படிக்கையின் விதிமுறைகளை, அது ஆங்கில அரசுக்கு வாரி வழங்கியிருக்கும் கடன்பத்திரங்களைக் காட்டியே, தூக்கியெறிந்து விடும் தந்திரத்தையும் கையாளக்கூடுமென்றும் பிரிட்டன் எதிர்பார்க்கிறது, இதற்காகவே நான்கு வருடங்களுக்கு முன்பு பங்குதாரர்களின் மன்றத்தில், மக்கள் சபையின் எதிர்ப்பையும் மீறி, தேவையான மாற்றங்களைக் கொண்டுவரும் இந்தியச் சட்ட மசோதா அமலாக்கப்பட்டது, ஆனாலும் கிழக்கிந்தியக் கம்பெனி பிரிட்டனின் கையை மீறிப் போய்க்கொண்டிருக்கிறது என்கிற எண்ணத்தைத் தவிர்க்க முடியவேயில்லை, லாபத்திற்காக அத்து மீறிய, சட்டத்திற்குப் புறம்பான, பல காரியங்களை, அவை அரசுக்குத் தலைவலியைக் கொடுக்குமென்பதைப் புரிந்துகொள்ளாமல் அது நடத்திக்கொண்டிருக்கிறது, லூயியின் மரணம் உலக நாடுகள் பலவற்றிலும் குடியரசைப் பிரகடனப்படுத்தச் சொல்லி வற்புறுத்தும் பிரான்ஸின் குரலை ஓங்கியொலிக்கச் செய்திருக்கும் வேளையில், மறுக்கும் நாடுகளின் மீது யுத்தமும் யுத்ததர்மமும் தெரியாத நாட்டுப்புறத்தான்களைச் சிப்பாய் களாகக் கொண்டிருக்கும் பிரெஞ்சுக்காரர்களின் படைகள் பாயத் தயாராக நிறுத்தப்பட்டிருக்கும் நிலையில் பிரிட்டன் முன்னெச்சரிக்கையாக ஆஸ்திரியா, பிரெஷ்யா, ரஷ்யா, ஸ்பெயின், போர்ச்சுக்கீஸ் முதலிய நாடுகளுடன் கூட்டணிக்கான பேச்சுவார்த்தைகளை முடுக்கிவிட்டிருக்கிறது, குறிப்பாக போர்ச்சுக்கீஸிலிருந்து நம்பிக்கையான பதிலை அது எதிர்பார்த்துக்கொண்டிருக்கிறது. இந்த முக்கியமான நேரத்தில் இந்தியாவில் போர்ச்சுக்கீசியர்களின் வியாபாரப் போட்டியைச் சகித்துக் கொள்ள முடியாமல் கிழக்கிந்தியக் கம்பெனி அதை அழித்துவிட்டிருப்பதில் அந்த நாடு அதிருப்தியடைந்திருக்கிறது, பிரான்ஸுக்கு எதிராக பிரிட்டனுடன் அணி சேர்வதா அல்லது ஆங்கிலேயர்களுக்கெதிராக இந்திய மன்னர்களுக்குப் படையனுப்புவதா என்று தெரியாமல் போர்ச்சுக்கீசிய ராணியின் மகன் ஆறாம் ஜான் குழம்பிப்போயிருக்கிறான், அவன் உலைக்களத்து ஈ, மரியாவிற்குப் பைத்தியம்பிடித்துவிட்ட ஒரே காரணத்திற்காக அரசியலுக்கு வந்தவன், இம்மாதிரியான விஷயங்களில் யோசித்து முடிவெடுக்குமளவிற்கு அரசியல் அனுபவம் அவனுக்குக்

கிடையாது, எனவே அவன் எந்தப்புறம் சாய்வானென்பதையும் பிரிட்டனால் கணிக்கவியலாமலிருக்கிறது, இன்னொருபுறம் லாடன் தெரு அலுவலகக் கோப்புகள் பூராவற்றையும் நிந்தனைகளால் நிரப்பிக்கொண்டிருக்கும் திப்பு சுல்தான் தொடர்ந்து படையுதவிக்காக பிரான்ஸையும் துருக்கியையும் மன்றாடிக்கொண்டேயிருக்கிறானென்பது எல்லோருக்கும் தெரிந்த ரகசியம், புரட்சியை ஆதரிப்பதாக டாண்டனுக்கும் ரோபஸ்பியருக்கும் அவன் செய்தியனுப்பியிருப்பதோடு ஜாக்கோபியர்களை ஆதரிக்கும் அமைப்பொன்றைப் புரட்சியாளர்களின் நல்லுறவைப் பெறவேண்டி தன்னுடைய சமஸ்தானத்திலேயே துவக்க விருப்பதாயும்கூட பிரிட்டன் அரண்மனைக்குச் செய்திகள் வந்தவண்ணமிருக்கின்றன, உலக நாடுகளின் வரைபடம் தாறுமாறாக மாற்றியெழுதப் பட்டுக்கொண்டிருக்கும் இம்மாதிரியான ஓர் இக்கட்டான அரசியல் சூழலில் ஆங்கில வியாபாரிகள் இவற்றிலெதையும் பற்றிக் கவலைப்படாமல் தங்களுடைய பங்குகளின் உத்தரவாதத்திற்காக நிலைமையைச் சிக்கலாக்கி விட்டுக்கொண்டிருப்பதை பிரிட்டன் கவலையோடு பார்த்துக் கொண்டிருக்கிறது, கிளைவின் தவறான வழிகாட்டலில் கெட்டுப்போன அதிகாரிகள் ஈட்டியிருக்கும் கணக்கில் வராத இந்திய நிலங்களில் ஒப்பந்தப்படி விளைவிக்க வேண்டிய பயிர்களுக்குப் பதிலாக அபினிச் செடிகள் வளர்க்கப்பட்டு சீனாவிற்கும் ஜப்பானுக்கும் ஏற்றுமதி செய்யப் படுகின்றன, இவற்றை ஆதாரபூர்வமாக யாராவது நிரூபிக்காதவரையில் இந்தக் குற்றச்செயல்களின் மிக மோசமான பின்விளைவுகளை பிரிட்டனால் தவிர்க்கவே முடியாமல் போய்விடுமென்று மன்னர் அஞ்சுகிறார், விரைவிலேயே நிறுவனத்தின் இம்மாதிரியான நடவடிக்கைகளால் கீழைத் தேசங்கள் முழுவதும் ஆங்கிலேயர்களின் எதிரிகளாயும், அவர்களுடைய பகைநாடுகளிடமிருந்து அனுதாபத்தையும் உதவியையும் பெறக்கூடியவையாயும் கண்டிப்பாக மாறிவிடப்போவதை பிரிட்டன் கவலையோடு எதிர்பார்க்கிறது, ஆனால் ஒரே உத்தரவின் மூலம் நிறுவனத்தைக் கலைத்து அதை இந்தியாவிலிருந்து திருப்பி அழைத்துக் கொள்ளும் நடவடிக்கையையும் அதன் பங்குகளின் மீது அரசாங்கம் இட்டிருக்கும் பெருத்த மூலதனமும், இயக்குநரவையிலிருந்து அது பெற்றிருக்கும் போர்க்கடன்களும் அனுமதிக்க மறுக்கின்றன, எனவே இந்தியாவிலிருந்து நிறுவனத்தின் செல்வாக்கைக் கொஞ்சம்கொஞ்சமாகக் குறைக்கவும், தக்கத் தருணமொன்றில் ஏதேனும் ஒரு காரணத்தைச் சொல்லி அதை இந்திய மண்ணிலிருந்து அப்புறப்படுத்தவும் மன்னரின் ஆலோசனையின்பேரில் சில திட்டவரைவுகள், இப்போதில்லாவிட்டாலும் நீண்டகால நோக்கில் இந்தத் திட்டங்கள் நிச்சயம் பலனளிக்குமென்கிற நம்பிக்கையுடன், ரகசியமாகத் தயாரிக்கப்பட்டன, இதன் ஒரு பகுதியாகத் தான் நான்கு வருடங்களுக்கு முன் இந்தியச் சட்டம் நடைமுறைக்குக் கொண்டுவரப்பட்டு, அதன் மூலம் இரண்டு மாமன்ற உறுப்பினர்கள் மற்றும் நான்கு பங்குதாரர்களென்று மொத்தம் ஆறு பேர்களைக் கொண்ட ஆலோசனைக் குழுவொன்று பிரிட்டன் அரசின் பிரதிநிதியாக இந்திய வியாபார அலுவலகத்தில் நிறுத்தப்பட்டது, இப்போது அதன் அடுத்த கட்டமாக இந்தக் குழுவிற்கு உதவ ஒவ்வோர் அலுவலகத்திற்கும் தேர்ந்தெடுக்கப்பட்ட தணிக்கையாளர்களை அனுப்புவதென்று முடிவு

செய்யப்பட்டிருக்கிறது, இந்தத் தேவையையே இரண்டு வருடங்கள் தாமதமாகத்தான் பிட் உணர்ந்திருக்கிறார், காரணம், பிரான்ஸ் மன்னரின் தலை ஜாக்கோபியர்களின் கில்லெட்டினில் வைத்துத் துண்டாடப்பட்ட நாள்வரை இந்திய வாணிபம் சம்பந்தப்பட்ட விஷயங்களில் கவனம் செலுத்துமளவிற்கு எவ்விதத்திலோ அவகாசத்தை, ஆங்கிலேயக் கிழக்கிந்தியக் கம்பெனியின் ஆளுநராகப் பணியாற்றிவிட்டு லண்டன் திரும்பிய அவருடைய பாட்டனார் தன் பெருமையைப் பறைசாற்றிக் கொள்வதற்கென்றே பிரான்ஸ் மன்னரின் மணிமகுடத்திற்கு அளித்த விலைமதிப்பற்ற வைரத்தை அவருக்குக் கொடுத்தனுப்பிய நாடு என்கிற வாஞ்சையால், தக்க வைத்துக்கொண்டிருந்த அவருடைய பொறுப்புகளை மன்னரின் படுகொலைக்குப் பிறகு உலகம் முழுவதையும் தொற்றிக் கொண்ட பதற்றமும், போர்பற்றிய கவலைகளும் அதிகப்படுத்தியபோதுதான் கம்பெனியின் பிரச்சினைகளை அதற்காக நியமிக்கப்பட்ட குழுவிடமே ஒப்படைத்துவிட்டுக் கைகழுவிக்கொள்ளும் உத்தேசம் அவருக்குத் தவிர்க்கவியலாமல் உண்டானது, இருந்தாலும் மன்னர் கேட்டுக் கொண்டதற்கிணங்க, கடைசிக் கடமையாக, இந்தியாவிற்கு அரசின் சார்பில் அனுப்ப வேண்டிய தணிக்கையலுவலர்களை, கண்காணிக்கப் படுகிறோமென்கிற சந்தேகம் நிறுவனத்தின் அதிகாரிகளைப் பாதித்து வியாபாரத்தையும் பரஸ்பர நம்பிக்கைகளையும் முடக்கிவிடக் கூடாதென்கிற கவனத்துடன் ரகசியமாகத் தன் நேரடிப் பார்வையிலேயே தேர்ந்தெடுத்து அனுப்பும் பணியை அவர் ஏற்றுக்கொண்டார், இதற்காக ஆட்களைத் தேடிக்கொண்டிருந்தபோதுதான், அதற்குப் பல வருடங்களுக்கு முன்பே தன்னால் தேடப்பட்டுக்கொண்டிருந்த ட்ரினிடி கல்லூரி மாணவர் இரண்டு வருடங்களுக்கு முன்பே தன்னிடம் வந்துசேர்ந்து விட்டாரென்கிற விஷயமும், அதிர்ஷ்டவசமாக (தன் மனைவியின் கண் மருத்துவத்திற்காக பிரான்ஸ் சென்றதைத் தவிர மற்றபடி இங்கிலாந்தை விட்டு வெளித்தேசமெதற்கும் சென்றதில்லையென்று குறிப்புகளில் சொல்லப்பட்டிருந்தாலும்) அவர் இந்திய மக்களின் குணாதிசயங்களின் மீது அபாரமான பரிச்சயமுள்ளவரென்பதும் அவருக்குத் தெரியவந்தது, லண்டன் அப்சர்வர் கட்டுரை, இருபத்திரண்டு வருட நன்றிக்கடனைத் தீர்த்துக்கொள்ள விரும்பும் வில்லியம் பிட்டின் தனிப்பட்ட கரிசனத்திற்கும் மேலாக, பிரிட்டன் அரியணையின் நம்பிக்கைக்குரிய குடிமகன்களில் ஒருவனாகத் தேர்ந்தெடுக்கப்படுவதற்கான நியாயத்தையும் தகுதியையும் அவருக்கு வழங்கிவிட்டது, எனவே இந்தியாவிற்கு அனுப்பப்படும், இயக்குநர்களால் நியமிக்கப்படாத, நிறுவன ஊழியர்களில் ஒருவனாக ட்ரிஸ்ட்ராம், அவனை வில்லியம் பிட் நேரடியாகச் சந்திப்பதற்கு முன்னாலேயே தேர்ந்தெடுக்கப்பட்டுவிட்டான்.

கிரிஃபித் அப் ஓவைன்

மறுக்கப்பட்ட உதவியும், அனுப்பப்படாத கட்டுரையும் ஈட்டித்தந்த இந்தியப் பயண வாய்ப்பை மறுப்பதற்கு, ட்ரிஸ்ட்ராமுக்கு வெட்கவுணர்வையும், எலினாருக்கு, இங்கிலாந்திலிருந்து இந்தியாவிற்கும் இந்தியாவிலிருந்து இங்கிலாந்திற்குமான குறைந்தபட்ச மொத்தக் கடற்பிரயாண காலமே ஒன்றேகால் வருடங்களென்கிற கணக்கில், அவனை நீண்டகாலம் பிரிந்திருக்க வேண்டுமேயென்கிற தயக்கத்தையும் தவிர வேறெந்தக் காரணமும் இருக்கவில்லை. ட்ரிஸ்ட்ராமுக்கு அப்போது வயது முப்பத்தேழு நடந்துகொண்டிருந்தது. அவனுடைய வயதையும் பணியனுபவத்தையும் கணக்கில்கொண்டு நிறுவனத்தின் முதல் இரண்டு படிநிலைகளான எழுத்தர் மற்றும் உதவியாளர் பதவிகளைத் தாண்டி இளநிலைக் கணக்காயர்களின் வரிசையில் அவனை பிட் நேரடியாகவே சொருகியிருந்தார். வருடாந்திர ஊதியம் நாற்பது டாலர்கள். அவனுடன் சேர்க்கப்பட்ட மற்ற பன்னிரண்டு நபர்களும் அவ்விதமாகவே ஒப்பந்தமாகியிருந்தார்கள். தகுதிபெற்ற இரண்டு முக்கியஸ்தர்களின் உத்தரவாதக் கையெழுத்துடன்கூடிய பிணைப் பத்திரமெதையும் ட்ரிஸ்ட்ராமிடம் பிட் வற்புறுத்தவில்லை. அதற்குப் பதிலாக மற்றவர்களுக்கு அளிக்கப்பட்டிருந்த, நிறுவனத்தின் நற்பெயரையும் அசையாச் சொத்துகளையும் பயன்படுத்திக்கொண்டு இந்திய எல்லைக்குள் தனிப்பட்ட முறையில் வியாபாரம் செய்துகொள்ளும் உரிமை (இயக்குநர்களால் அதிகாரபூர்வமாகவே அனுமதிக்கப்பட்டிருந்தாலும் தன்னளவில் அதை ஒழுக்கக்கேடாகவே பிட் கருதிய காரணத்தால்) கொடுக்கப்படவில்லை. பணிக்காலத்தைப் பொறுத்தவரையில், இந்தியாவிலிருந்து நிறுவனத்தின் நடவடிக்கைகளைச் சீரமைக்கச் சாதகமான அறிக்கைகள், அல்லது பணியாளர்களின் மூப்பு, அல்லது அவர்களுடைய

மரணம் இவற்றில் எது விரைவாக நிகழுமோ அதுவரையில் பணி முடிந்ததாகக் கருதப்பட மாட்டாது, ஆனால் அறிக்கைகளின் எண்ணிக்கை வரையறுக்கப்பட்டதில்லை, நம்பகமான ஆதாரங்களோடு தயாரிக்கப்படும் ஒரேயொரு வலுவான அறிக்கையோடுகூட அவர்கள் இந்தியாவிலிருந்து பிரிட்டனுக்குக் கப்பலேறிவிட முடியும், சரியாகச் சொல்ல வேண்டுமானால் அவர்களனைவருமே ஒருவகையில் ஒப்பந்தப் பணியாளர்களே தவிர நிறுவனத்தின் நிரந்தரப் பணியாளர்களல்லர், மேலும் தங்களுடைய மெச்சத்தகுந்த படிப்பறிவைக் கொண்டு பைபிள் என்கிற, பிரம்மாண்டமான, உலகத்தின் பேரேட்டிலிருந்தே லாபநட்டக் கணக்குகளைத் துருவி வெளியே எடுத்துவிடும் வல்லமையுள்ள ட்ரிஸ்ட்ராம் மாதிரியான புத்திமான்களுக்கு இந்தியாவைப் போன்ற, விஞ்ஞானத்தின் சிக்கலான கேள்விகளின் முட்கள் இன்னும் முளைத்திராத நிலத்தில், பணியாற்றுவதொன்றும் அத்தனை வலி தரக்கூடியதாகவோ சுமையாகவோ இருண்டதாகவோ அல்லது சலிப்பூட்டக்கூடியதாகவோ இருக்காது என்று நிச்சயமாக நம்பலாம். அவர்கள் கணக்காயர்களாகச் செல்வதென்பது ஓர் ஏற்பாடு மட்டுமே என்றும் உண்மையில் அவர்களுடைய பணி கணக்குகளுக்கு வெளியே சிதறிக்கிடக்கும் உண்மைகளைத் தேடித் திரட்டுவதேயென்றும் பிரதம மந்திரி மன்னரின் சார்பில் அவர்களுக்குச் சொல்லியிருந்தார். அதற்கு உண்டான அடிப்படைப் பயிற்சிகள் அவர்களுக்குப் பணிக்களத்தில் அளிக்கப்படும், அதோடுகூட அவர்கள் பணியாற்ற வேண்டிய பிராந்தியத்தின் மொழியை அவர்கள் விரைவாகக் கற்றுக்கொள்ளவும், அந்த மொழிகளில் இயற்றப்பட்ட வினோதமான நூல்களை அவர்கள் மொழிபெயர்க்க விரும்பும்பட்சத்தில் லண்டனில் உடனே அவற்றைப் பதிப்பிக்கவும் ஏற்பாடுகள் செய்யப்படும். நீங்கள் உங்கள் பணிக்காலத்தை அலுவலகத்தைவிட அதிகமாக இந்தியாவின் புராதனக் கலாசாரத்தின் புகைசூழ்ந்த தெருக்களிலேயே கழிக்க வேண்டியிருக்கும் என்றார் பிட். கண்டிப்பாக அது உங்கள் வாழ்வில் மிகுந்த மனநிறைவைத் தரவிருக்கும் ஒரு காலக்கட்டமாக இருக்குமென்பதற்கு என்னால் உத்தரவாதமளிக்க முடியும். இவற்றைத் தவிர தனிப்பட்ட முறையில், எலினாரின், அவள் பிறரை, குறிப்பாகத் தன் கணவனை, சார்ந்தே இயங்க வேண்டிய ஸ்திதியை உத்தேசித்து, ட்ரிஸ்ட்ராமுக்கு அவர் சில அதிகப்படியான உதவிகளையும், தன்னுடைய பிரத்யேக நன்றிக்கடனைத் தீர்க்கும் கணக்கில், செய்வதற்குத் தயாராக இருந்தார். துரதிர்ஷ்டவசமாக நிறுவனத்துடன் ஒத்துக்கொண்டிருக்கும் விதிகளின்படி நான்காம் நிலைக் கணக்காயர்களைத் தவிர பிற நிலைப் பணியாளர்கள் யாரும் தங்கள் குடும்பத்தவர் எவரையும் தன்னுடன் பணிக்களங்களுக்கு அழைத்துச்செல்ல முடியாது, ஆனால் ட்ரிஸ்ட்ராம் இல்லாத குறையை உணராவண்ணம் அனைத்து வசதிகளையும் எலினாருக்கு அளித்துப் பாதுகாக்க வேண்டியது அவருடைய தனிப்பட்ட பொறுப்பு. இங்கிலாந்தின் நிலங்களில் விதியின் கதையாகப் பிரபலமாகிவிட்டிருக்கும் அந்தப் பிரசவிக்காத கர்ப்பத்திற்குச் சொந்தக்காரி விரும்பினால் அவளுக்கு உயர்ந்த சிகிச்சைகளையும், ஒரு நம்பகமான பணிப்பெண்ணையும் ஏற்பாடுசெய்து தர வேண்டியது மன்னரின் சார்பில் தன்னுடைய

கடமையாக ஏற்றுக்கொள்ளப்படும் என்றும் பிட் ட்ரிஸ்ட்ராமுக்கு உறுதியளித்தார். இல்லை உங்கள் திருமதி அதே வயிற்றோடு தன் சொந்தக் கிராமத்தில் தன் பெற்றோருடன் நீங்கள் வரும்வரை தங்கியிருக்கப் பிரியப்பட்டாலும் அதற்கான வசதிகள் செய்து தரப்படும்.

நிபந்தனைகள் மற்றும் சலுகைகளின் க்ஷரத்துகளைப் பற்றி ட்ரிஸ்ட்ராம் எலினாருடன் விவாதித்தபோது, அவன் எதிர்பார்த்ததைப் போலவே, முட்டிப் பெருத்துக்கொண்டிருந்த தன் கர்ப்பத்தை, அந்தச் சிசுவும் கர்த்தரும் விரும்புகிறவரை வெளியே வரவழைக்க யாரையும் அனுமதித்து மீண்டும் ஒருமுறை சாத்தானின் பிரஜையாகத் தன்னை நிரூபித்துக்கொள்ளத் தான் தயாராக இல்லை என்று கூறி எலினார் மருத்துவம் பார்த்துக்கொள்ள மறுத்துவிட்டாள். ஆனால் வீங்கிய வயிறு தந்த விகாரமான உடலுடனும், அது பரப்பியிருந்த கதைகளுடனும், சாபக்காடுபற்றிய பயங்களுடனும் தன் கிராமத்தில் நாட்களைக் கழிக்கவும் அவளுக்குச் சம்மதமில்லாதிருந்ததால், தாயையும் பித்துப்பிடித்த சகோதரியையும் துணைக்கு வரவழைத்துக்கொண்டு, அவன் இங்கிலாந்து திரும்பும்வரை கேம்பிரிட்ஜ்ஷைரிலேயே தங்கியிருப்ப தென்று முடிவுசெய்யப்பட்டது. தன்னுடைய அரசியல் வைரியாகிப்போன சார்லஸ் ஃபாக்ஸின் விஷப் பிரச்சாரங்களை முறியடிப்பதற்கு லீடன் தெரு வியாபார நிறுவனத்தின் செயற்பாடுகளைத் தன் ஆளுகைக்குள் கொண்டுவருவதையும் அதன் பொருட்டாகத் தனக்கு விசுவாசமான ஆட்களைத் தேடிப்பிடித்து அனுப்பிவைப்பதையும் தவிர பிரதம மந்திரிக்கு வேறு மார்க்கமில்லையென்பதால், அவருடைய வேண்டுகோளில் நல்லெண்ணத்தின் பெயராலேயே மறைமுகமான ஆணையும் வற்புறுத்தலும் கலந்திருப்பதையும், எப்படியும் தங்கள் பிரிவைத் தப்ப முடியாதென்பதையும் உணர்ந்துகொண்டிருந்த அவள் விதியுடன் மல்லுக்கு நிற்பதை விட்டுவிட்டு அதைக் கூடியவரை தனக்குச் சாதகமாகப் பயன்படுத்திக்கொள்வதுதான் விவேகம் என்று முடிவெடுத்திருந்தாள். தன்னுடன் மானசீகமாக நெருங்கிய உறவுகொண்டிருந்த இந்துஸ்தானத் திற்குக் கணவனுடன் கூடவே தன்னுடைய நினைவுகளை அனுப்பி வைப்பதென்பது ஒருவிதத்தில் ஏற்கெனவே அவளுக்கு அவன் பிரிவை ஈடுகட்டக்கூடிய ஆறுதலையும் அளித்திருந்தது. இதற்கு மேல் ட்ரிஸ்ட்ராமுக்கு அளிக்கப்பட்டிருந்த இரண்டு நாட்கள் அவகாசத்தில் பிரச்சினையைத் தொடர்ந்து கடைந்துகொண்டேயிருந்ததில் அதன் மேலும் சில சாதகமான அம்சங்களும் வெளியே மிதந்து வரத் துவங்கின. அவள் முதலில் தங்களுடைய நீண்டகாலக் கடன்களைச் சொல்லிப் பிரதம மந்திரியை வேண்டி உதவிப் பணமாகக் கணிசமான ஒரு தொகையையும், அரசாங்கம் இட்ட பணியை முடித்துவிட்டு ட்ரிஸ்ட்ராம் நாடு திரும்பிய பிறகு மீண்டும் பல்கலைக்கழகத்திலேயே விரிவுரையாளனாகவோ அல்லது, அவன் விரும்பினால், கிழக்கிந்தியக் கம்பெனியின் லண்டன் அலுவலகத்தில் மூத்த பணியாளனுடைய நிலையில் நேரடியாகவோ சேர்ந்துகொள்ளப் பரிந்துரைக்கும் கடிதமொன்றையும் அரசாங்க இலச்சினையுடன் (ட்ரிஸ்ட்ராம் திரும்பி வரும்போது நித்திய நோயாளியான பிட் உயிருடன் இருக்கிறாரோ இல்லையோ) அவரிடம் கேட்டுப் பெற்றுக்கொண்டு வரும்படியும்

அவனை வற்புறுத்தி அனுப்பிவைத்தாள். ட்ரிஸ்ட்ராமின் கோரிக்கைகளை வில்லியம் பிட் ஏற்றுக்கொண்டார். ஆனால் பணி தனிப்பட்ட முறையில் மன்னரின் விருப்பத்தின்பேரில் ஏற்பாடு செய்யப்பட்டிருந்த ஒன்றாதலால் அரசாங்கக் கடிதம் எதையும் கொடுக்கவியலாமலிருந்தது. அதற்குப் பதிலாக மன்னரின் தனிப்பட்ட, கையொப்பமிடப்பட்ட வாக்குறுதிகளும் காசோலைகளும் ட்ரிஸ்ட்ராம்வசம் ஒப்படைக்கப்பட்டன. கூடவே பெம்ப்ரோக்ஹால் ட்ரிஸ்ட்ராமின் பயணத்தைச் சிறப்பு விடுப்பாக ஒரு வருடத்திற்கு, பின்பு மறுபரிசீலனைக்கோ அல்லது கால நீட்டிப்பிற்கோ உட்பட்டதாக, பாவித்து அங்கீகரிக்கும்படி உத்தரவிடும் பிரத்யேகமான கடிதமொன்றும் வழங்கப்பட்டது. ஆனால் ட்ரிஸ்ட்ராம் தன் ஒப்புதலைச் சொல்லச் சென்ற நாளன்று எலினார் கொடுத்துவிட்ட ஹெலனின் பைத்தியத்திற்கான மருத்துவ உதவி விண்ணப்பத்தை, பணியாளரின் ரத்த உறவுகளைத் தவிர மற்ற பேருக்கு அவருடைய பணியின் பலன் கொடுக்கப்பட மாட்டாதென்கிற குறிப்புடன், பிரதம மந்திரியின் அலுவலகம் வருத்தத்துடன் நிராகரித்துவிட்டது. ட்ரிஸ்ட்ராம் உட்பட பதின்மூன்று பணியாளர்களுமே தங்களுடைய ஊதியத்திலிருந்து குடும்பத்திற்குச் சேர வேண்டிய பகுதியை நிறுவனத்தின் கல்கத்தா கிளை நிதிக் காப்பகத்தில் செலுத்திவிடுவதென்றும் அதை அவர்களுடைய குடும்பத்தினர் அல்லது அவர்களால் பரிந்துரைக்கப்படும் நபர்கள் நிறுவன இயக்குநர்களால் கையெழுத்திடப்பட்ட கேட்புறுதிச் சீட்டைக் கொண்டு இங்கிலாந்து வங்கியிலிருந்து பெற்றுக்கொள்வதென்றும் ஏற்பாடு செய்யப்பட்டிருந்தது.

நிபந்தனைகளும் அங்கீகரிப்புகளும் பேரங்களும் நிராகரிப்புகளும் ஓய்ந்த பிறகு, இறுதியில், பிரதம மந்திரியின் அலுவலகத்தில், இந்தியாவில் கணக்காயர் பணியை விரும்பி அவன் அனுப்பிய விண்ணப்பத்தையும் நேரடியாக அவனையும் கவனமாகப் பரிசீலித்த பின், இந்தியாவில் நிறுவனப் பணிக்காக அவன் பரிந்துரைக்கப்படுவதாகக் கோப்புகள் தயாரிக்கப்பட்டு, பணியாணை, பயணப்படி, ஊதியம், இதர வசதிகள் பற்றிய விவரமான குறிப்புகளுடன், அது ஓர், அரசாங்கம் விரும்பினால் நிரந்தரமாக்க வாய்ப்புள்ள, தற்காலிக வேலையென்கிற விதியையும் சேர்த்து, விநியோகிக்கப்பட்டது. லூயியின் மரண தண்டனை நிறைவேற்றப்பட்ட மூன்றாம் நாள், சட்டச் சடங்குகளெல்லாம் முடிந்து அடுத்த பதினைந்து தினங்களுக்குள் போர்ட்ஸ்மவுத்திலிருந்து மற்ற பன்னிரண்டு பேர்களுடன் இந்தியாவிற்குக் கப்பலேறுவதற்கான கடவுச்சீட்டும் கையளிக்கப்பட்டது. ஆனால், அடுத்த இரண்டாம் நாளே, பிராயணத்திற்காக வாங்க வேண்டிய பொருட்களையும் சந்தித்து விடை பெற்றுக்கொள்ள வேண்டியவர்களின் பட்டியலையும் எலினாரும் அவனும் சேர்ந்து தயாரித்து முடிப்பதற்குள், பிரான்ஸ் எந்த நேரத்திலும் போரை அறிவிக்கும் எத்தனத்திலிருப்பதாக வந்த தகவல்களின்பேரில் பயணம் திடீரென்று முன்தள்ளப்பட்டு, அறிவிக்கப்பட்ட தினத்திலிருந்து நான்காம் நாள் அவனை அவன் சகாக்களுடன் அயர்லாந்திற்குப் பயணப்படச் சொல்லும் ஆணை வந்துவிட்டது. போர்ட்ஸ்மவுத்திற்குப் பதிலாக அவர்கள் கார்க் துறைமுகத்திலிருந்து புறப்படும் அடுத்த குளிர்பருவக் கப்பலிலேறித் தங்கள் பயணத்தைத் துவக்கியாக வேண்டும். இந்த மாற்றத்தை

இருவருமே எதிர்பார்க்கவில்லை. இருபது வருட இல்லறத்தின் சாரம் முழுவதும் வரவிருக்கும் அந்தப் பதினைந்து நாட்களுக்குள்தான் இறங்கியிருக்கிறதென்றும், பிரிவதற்குள் முடிந்தமட்டிலும் அதை உறிஞ்சிக் குடித்துத் தங்களுடைய உடலையும் ஆத்மாவையும் நிரப்பிக்கொண்டுவிட வேண்டுமென்றும் அவர்கள் கட்டிக்கொண்டிருந்த மனக்கோட்டை இடிந்து விழுந்தது. திடீரென்று பிடுங்கப்பட்டுவிட்ட பத்து நாட்களின் வெற்றிடம் கண்முன் அதலபாதாளமாய் விரிந்துகிடக்க அவர்கள் மீதமிருக்கும் சொற்ப நாட்களின் மேல் நடந்து அதன் எல்லைக்குப் போகவே பயந்துகொண்டு, திட்டம் முழுவதையும் நிறுத்திவிட்டு, இரண்டு நாட்களைக் கண்ணீருடன் அருகருகாகப் படுத்துக்கிடந்தே கழித்தார்கள். அப்படியும் நகர்ந்துசெல்லும் நாட்களை நிறுத்த முடியாமற்போனதால் மூன்றாம் நாள் எழுந்து இரண்டு நாட்களைப் பிரயோசனமின்றிக் கழித்த குற்றவுணர்வுடன், திருத்தப்பட்ட ஆணைக்கேற்ப அவசர அவசரமாகப் புதிய திட்டங்களை வகுத்துக்கொண்டு செயல்படவாரம்பித்தார்கள். எலினாரின் யோசனையின் பேரில் மூன்றாம் நாள் ட்ரிஸ்ட்ராம் மட்டும் லிட்டில்போர்ட்டுக்குச் சென்று சாராவையும் ஹெலனையும் மூட்டை முடிச்சுகளுடன் கேம்பிரிட்ஜ்ஷைருக்கு அழைத்துவந்தான். சாராவுக்கு ட்ரிஸ்ட்ராம் அவன் இன்னும் பத்து வருடங்கள் கழித்தே கையில் பார்த்திருக்கக்கூடிய வருமானத்தை (தன் மகளுடைய அண்மையை விலையாகக் கொடுத்துத்தானெனினும்) இப்போதே பெற்றுவிட்டது குறித்து மகிழ்ச்சிதான். அவர்கள் தங்கள் அதிர்ஷ்டத்தின் எந்தப் பகுதியையாவது பிட்டு அதை ஹெலனின் பித்தைத் தெளிவிப்பதற்கு உபயோகப்படுத்திக் கொள்வதைப் பற்றிப் பின்னாளில் யோசிக்க வேண்டுமென்று நெகிழ்ச்சியுடன் ரகசியமாகப் பேசிக்கொண்டார்கள். நீண்ட பிரிவு சமீபித்துக்கொண்டிருக்கும் அந்த நெகிழ்ச்சியான வேளையில் தன் பிறந்தகத்தாரின் வருகை ட்ரிஸ்ட்ராமின் மனதில் என்னவிதமான ஏக்கங்களைக் கிளப்பிவிட்டிருக்குமென்பதைச் சரியாக ஊகித்துக் கொண்டிருந்த எலினார் பயணத்திற்குத் தேவையான பொருட்களைத் தயாரித்துவைக்கும் பொறுப்பைத் தானே ஏற்றுக்கொண்டு, நான்காம் நாள் அதிகாலையில், பயணக் களைப்பில் ஆழ்ந்து உறங்கிக்கொண்டிருந்தவனைத் தட்டியெழுப்பி, உடனே லண்டன் சென்று அவனுடைய தாய் தந்தையரைச் சந்தித்து விடைபெற்றுக்கொண்டுவரும்படி சொல்லி அனுப்பிவைத்தாள். ட்ரிஸ்ட்ராமும் செலவைப் பற்றிக் கவலைப்படாமல் பெர்ஷெரான் குதிரைகள் பூட்டப்பட்ட கூண்டுவண்டியொன்றை வாடகைக்கு அமர்த்திக்கொண்டு அன்று மதியமே கேனன் தெருவிற்குப் புறப்பட்டுப்போனான்.

மகனை உயிரோடு இழந்துவிட்ட விரக்தியிலும் கோபத்திலும் வாழ்வதில் ஈடுபாட்டையிழந்துவிட்ட ஜெரிமி தம்பதியினரால் சரியாகப் பராமரிக்கப்படாமல், ஆனால் தொடர்ந்த மனிதப் புழக்கத்தால் தயக்கத்துடன், அரைகுறையாகப் பாழடையத் தொடங்கியிருந்த அவனுடைய சிறுபிராயத்து வீடு இருபத்தியோரு வருடங்களுக்குப் பிறகு அவனை அதே பழைய வாசனையுடனும் அடர்ந்த நிறத்துடனும் உள்வாங்கிக்கொண்டது. ஜெரிமியின் கோபம் ஆறியிருக்கும் என்று அவன் எதிர்பார்க்கவில்லை. ஆனால் வயது பழுத்துப்போனதால்

அவர் தன் கோபத்தின் காரணத்தை மறந்துபோய்விட்டிருந்தார். ட்ரிஸ்ட்ராமைக் கனிவுடனும் துயரத்துடனும் வரவேற்ற மார்த்தாவிடம் அவர் தன் மகனுடன் தான் பேசாமலிருப்பதற்கு என்ன காரணம் என்று வினவினார். அவள் அவன் அவருக்குப் பிடிக்காத பெண்ணைக் காதலித்துத் திருமணம் செய்துகொண்டுவிட்டதால் அவர் அவன் மேல் கோபமாயிருக்கிறார் என்று அவருக்குச் சம்பந்தமில்லாத ஒரு கதையைச் சொல்லும் தொனியில் அதைத் தெரியப்படுத்தினாள். அவர் அந்தப் பெண்ணைத் தனக்கு ஏன் பிடிக்காமல் போய்விட்டது என்று தன் அடுத்த கேள்வியைக் கேட்டார். அந்தப் பெண் ஒரு கிழக்குச் சதுப்புநிலப் போக்கிரியின் குடும்பத்தைச் சேர்ந்த பெண் என்பதுதான் அதற்குக் காரணம் என்று மார்த்தா பொறுமையாகப் பதில் சொன்னாள். திரும்பவும் அவர் அந்தப் பெண்ணை ட்ரிஸ்ட்ராம் ஏன் காதலித்தான் என்று கேள்வி கேட்கத் துவங்கினார். அவர் தனக்கு ஒரு கால் கிடையாதென்பதையே அடிக்கடி மறந்துபோய் இரண்டு கால்களில் நிற்க முயன்று அவர் கீழே விழுந்துகொண்டிருப்பதாக மார்த்தா தன் மகனிடம் தெரியப்படுத்தினாள். தகப்பனின் மறதியும், கிழட்டுப் பெற்றோரின், வசதிகள் தந்துவிட முடியாத, உறவற்ற தனிமையும் அவன் மனதில் வழக்கம்போல குற்றவுணர்வை அதிகப்படுத்திவைத்தது. ஆனால் அவன் தன் தகப்பனிடம் தானே பேசி அவருடைய கோபத்தைத் தணிக்க விரும்புவதாகச் சொன்னபோது, உயிருக்குள் அவர் சேகரித்துவைத்துக்கொண்டிருந்த ஞாபகங்களையெல்லாம் காலம் பறித்துக்கொண்டுவிட்ட நிலையில், கோபம் ஒன்றுதான் அவரைச் சாகவிடாமல் காப்பாற்றிக்கொண்டிருக்கிறதென்று சொன்ன மார்த்தா தன் கணவனிடமிருந்து கோபத்தைப் பறித்துத் தன்னை ஆதரவற்றவளாக்கி விடாதிருக்கும்படி மகனை வேண்டிக் கேட்டுக்கொண்டாள். மகனும் தாயும் பழங்கதைகளைப் பேசிக்கொண்டிருப்பதையும், குத்தகையாள் ஒருவனிடம் விடப்பட்டிருந்த அவர்களுடைய ரொட்டிக் கடை ஆசனத்தில் சிலமணி நேரம் அவன் அமர்ந்து வியாபாரம் செய்வதையும், அன்று சிறப்பாகச் சமைக்கப்பட்ட சோள அப்பம் மற்றும் பொரித்த மீனுடன் பார்லி மது வகையறாக்களைத் தன்னுடன் மேசையில் அமர்ந்து ட்ரிஸ்ட்ராம் உண்ணுவதையும், நினைவுகளுடன் ஒட்டடையும் படிந்துபோயிருந்த பெரிய அறைகளையும், அவற்றில் பாதுகாத்துவைக்கப்பட்டிருந்த பிராயகால விளையாட்டுப் பொருட்கள், புத்தகங்கள் மற்றும் சிறுசிறு ஓவிய உபகரணங்களைப் பார்த்து அவன் கதறி அழுவதையும், அவற்றை முத்தமிடுவதையும், வீட்டின் பின்புறத் தோட்டத்தில் வாடிப்போயிருந்த தாவரங்களை ஒதுக்கித் தள்ளியபடியும், வயதான மரங்களின் மேல் தண்ணீர் ஊற்றியபடியும், பிறகு தானும் தன் மனைவியும் தங்கியிருந்த அறையையும் படுக்கைகளையும் தங்கள் உடுப்புகளையும் தூசி தட்டித் துப்புரவாக்கியபடியும் அவன் பொழுதைக் கழித்துக்கொண்டிருந்ததையும், மார்த்தா அவன் உடலைச் சற்றைக்கொருதரம் ரகசியமாகத் தொட்டுப் பார்த்தபடியேயிருப்பதையும், ஜெரிமி, ஞாபகங்கள் தீர்ந்துபோய் பொக்கை விழுந்துவிட்ட, உள்ளுடல் உறிஞ்சி இழுத்துவிட்டிருந்த, கண்களால் உற்றுப்பார்த்தபடியே மௌனமாக உட்கார்ந்திருந்தார். தாயும் பிள்ளையும் பேசிக்கொள்ளும் பழைய விஷயங்கள் எதுவும்

அவருக்குப் புரியவில்லை. எலினார் அவருக்கு ஒரு பேரனையோ பேத்தியையோ பெற்றுக்கொடுத்திருந்தால் ஒருவேளை அந்தக் குழந்தை அவருடைய கோபத்தையும் அதனால் அவர் தன் மிகை மூப்பையும் வென்றிருக்கக்கூடும் என்று மார்த்தா பெருமூச்சுடன் அவனிடம் தெரிவித்தாள். அதைத் துயரத்துடன் ஆமோதித்த ட்ரிஸ்ட்ராமும் ஆனால் அவள் வயிற்றில் இருக்கும் சிசுவோ அல்லது வேறு ஏதாவதோ எதற்காகக் காத்திருக்கிறது என்பதை யார் கண்டு சொல்வது என்று கூறி நெட்டுயிர்த்துக்கொண்டான். எலினாரின் துரதிர்ஷ்டத்தை மார்த்தாவும் கேள்விப்பட்டிருந்தாள். அவள் தன் மருமகளைப் பார்க்கவும் அவளுடன் பழகவும் விரும்பினாள். ஆனால் வீட்டைச் சுற்றி வளையமிட்டிருந்த தன் கணவனின் கோப வேலியைத் தாண்டி அவளால் வெளியே செல்ல முடியவில்லை. அன்றைய பொழுது முழுவதையும் ட்ரிஸ்ட்ராம் தன் தாய்தந்தையருடனே கழித்தான். இரவு விடைபெறும்போது மார்த்தா எலினாருக்கும் அவள் குடும்பத்தாருக்கும் நிறைய உணவுப் பொருட்களையும் பழங்களையும், அவனுக்கு அவனுடைய கடல் கடந்த பயணம் இனிதாகப் பூர்த்தியடையத் தன்னுடைய வாழத்துகளையும் ஒரு பையில் நிரப்பிக் கையில் கொடுத்துப் பிரிய மனமின்றி அனுப்பிவைத்தாள்.

ட்ரிஸ்ட்ராம் பாதி வழியைக் கடந்துகொண்டிருக்கும்போதே பிரான்ஸ் இங்கிலாந்தின் மீது போரைப் பிரகடனித்துவிட்டது. போர் அறிவிப்பால் கலைந்த தூக்கத்துடன் அவசர அவசரமாகத் தங்கள் மகன்களைத் தொழுவங்களுக்குள் மறைத்துவைத்துக்கொண்டிருந்த பெற்றோர்களின் கிராமங்களைக் கடந்து ட்ரிஸ்ட்ராம் மறுநாள், புறப்படும் தினத்தன்று, முற்பகலில் வெள்ளிவீதி வந்துசேர்ந்தான். இதற்குள் எலினார் தன் தாயையும் அக்கம்பக்கத்தவர்களில் சிலரையும் சேர்த்துக்கொண்டு புதிய உடைகள், ஒவ்வாமைக்கான மருந்துகள், வெள்ளைத் தாள்கள், மசி மற்றும் பருந்திறகுப் பேனா, படிப்புச் சான்றிதழ்கள், படுக்கைகள், போர்வைகள், தலையணைகள், மூக்குக்கண்ணாடி, கடவுச்சீட்டு, பொய்முடிச் சுருள்கள், சிலுவை நாதரின் திருவுருவச் சிலை உள்பட அனைத்துப் பொருட்களையும் வாங்கிச் சேகரித்து வைத்துவிட்டாள். ட்ரிஸ்ட்ராம் அவன் பங்கிற்கு அவள் கேட்டுக்கொண்டபடி ஒரு சிறிய முத்து மூக்குத்தியொன்றையும் (இந்தியப் பெண்களின் நகைப் பழக்கத்தைப் பற்றி அவள் நூல்களில் படித்திருந்தாள்), பயணத்தின்போது வாசிப்பதற்காக லண்டன் ராக்வெல் குழுமம் பதிப்பித்த, இந்தியாவின் புவிப்பரப்பு மற்றும் தட்பவெப்பத்தைப் பற்றின பல பயணிகளின் சமீபத்திய புத்தகங்களையும் வாங்கிக்கொண்டான் (ஆனால் கப்பலில் அவற்றைப் படித்தபோது, கற்றுக்கொள்ள வேண்டிய மொழி குறித்தோ, பழக வேண்டிய மனிதர்கள் குறித்தோ, உண்ண வேண்டிய உணவுகள் குறித்தோ தெளிவான ஒரு சித்திரத்தை அவற்றில் எதுவுமே கொடுக்காததோடு இந்தியாவைக் கப்பல் அண்டவே முடியாத தொலைவிற்குத் தங்களுடைய ஆயிரக்கணக்கான பக்கங்களால் விலக்கிவைப்பதைப் போல தோன்றியதாலும், இந்த விந்தையான உணர்வைப் பற்றி இந்தியாவிற்கும் இங்கிலாந்திற்கும் பலமுறை சென்றுவந்திருந்த கப்பல் மீகாமனை விசாரித்தபோது இந்திய வாழ்க்கையை யாரும் இங்கிலாந்திலிருந்து துவங்கிவிட முடியாதென்றும், அதில் வாழும் வித்தையை அதன் மண் அதை மிதித்த கணத்திலிருந்து

தானே தெரியப்படுத்துமென்றும் அவன் பதில் சொன்னதாலும் ட்ரிஸ்ட்ராம் அவற்றை கேனரித் தீவுகளில் கப்பல் எரிபொருளுக்காக நங்கூரமிட்ட வேளையில் பசியோடிருந்த காட்டு நாய்களின்முன் அட்டையில் வெண்ணையைத் தடவி வீசியெறிந்துவிட்டான்). கடைசியாக ஸேன் நதியோர நடைபாதை ஓவியன் ஒருவன் ஒன்றரை நாழிகைப் பொழுது செலவழித்து, எலினார் தன்முன் சலசலக்கும் நதியைப் பார்த்து ரசிப்பதைப் போல வரைந்த சித்திரத்தைப் பெட்டிக்குள் திருவிவிலியத்தின் மேல் வைத்துக்கொண்டவுடன் அவனுடைய பயணம் துவங்கிவிட்டது. எல்லா இல்லங்களிலும் நடப்பதைப் போலவே நெகிழ்வூட்டும் காட்சிகள் அந்த இல்லத்திலும் நடந்தேறின. எலினார் காலையிலிருந்தே தொடர்ந்து அழுதுகொண்டிருந்தாள். அவள் தன்னைப் பிரிந்துசெல்லும் கணவனைப் பார்க்க ஒரு கணமாவது தன்முன் வீழ்த்தியிருந்த ஒளிரும் வெண்திரையை அகற்றி உதவக் கூடாதா என்று சாபக்காட்டின் சாத்தானைக் கர்த்தருக்குத் தெரியாமல் நெஞ்சுருக வேண்டினாள். பல வருடங்களாகவே, கடைசியாகத் தன் கண்கள் சாபக்காட்டின் இருளில் மின்னக் கண்ட அந்தப் பதினேழு வயது வாலிபனின் முகத்தில், சாரா அதைச் செய்ய வெட்கத்துடன் மறுத்துவிட்டதால், தன்னையே வர்ணித்துக்கொள்ளச் சொல்லி அவனைத் தூண்டியும், அவன் குரலில் வருடந்தோறும் ஏறும் கனத்துடன் தசைகளின் இறுக்கத்தை ஊகித்துப் பொருத்தியும் தளர்த்தியும், நிர்வாணத்தின் உராய்வைத் தொடர்ந்து நினைவிலிருத்தியபடியும், இரண்டு மூன்று நரைமுடிகளுடன்கூடிய அடர்ந்த தலைமுடியையும், கண்களில் தன்மீதான அளவற்ற வாஞ்சையையும் குற்றவுணர்வையும் அப்பாவித்தனத்தையும் முகத்தில் மூப்பைத் தொட்டுவிடாத பக்குவத்தையும் அவள் தன் மனதில் தொடர்ந்து வரைந்துகொண்டேயிருந்தாள். அவன் புறப்படுவதற்கு முன் அந்த மனச்சித்திரத்தை ஒரேயொருமுறை நிஜ முகத்தோடு ஒப்பிட்டுப்பார்க்க வேண்டுமென்று விரும்பினாள். அதை நிறைவேற்றாமலேயே ட்ரிஸ்ட்ராம் மற்ற பன்னிரண்டு பயணிகளுடன் இந்தியாவிற்குப் புறப்பட்டான்.

பிரயாணம் ஆறுமாத காலம் நீடித்தது. பிரயாண காலத்தில் கப்பலின் மேல் விலகாத திரையெனப் படிந்துகிடந்த நாட்களினடியில் சதா கடலை வெறிக்கப் பார்த்துக்கொண்டிருப்பதென்பது அலுப்பூட்டக்கூடியதாயும், அட்லாண்டிக்கின் பிரம்மாண்டமான விரிவு பல சமயங்களில் எலினாருடனான முதல் புணர்ச்சிக்குப் பின் ட்ரினிடிஹால் வகுப்பறைகளில் உணர்ந்த வெறுமையையும், பாரீஸின் புனித ஹொனாரே வீதியில் உணர்ந்த பதற்றத்தையும் அவனை மீண்டும் அனுபவிக்கச் செய்வதாயுமிருந்தது என்பதைத் தவிர வேறு அசம்பாவிதங்களோ சொல்லிக்கொள்ளும்படியான சம்பவங்களோ எதுவும் நிகழவில்லை. அவன் அவனுடன் சென்ற பிற பயணிகளைக்காட்டிலும் கப்பற்பயணத்தின் அசௌகரியங்களை, அவனே ஆச்சரியப்படும் விதத்தில், தாங்கிக்கொள்ளக்கூடியவனாகவே இருந்தான். பெலோனா கிழக்கிந்தியக் கம்பெனியால் போரை உத்தேசித்து அவசரத் தேவையின் மேல் தற்காலிகமாக வாடகைக்கு எடுக்கப்பட்டிருந்த ஒரு சரக்குக் கப்பலாதலால் உப்புக்காற்றின் சாஸ்வதமான வாடையுடன் சேர்ந்துகொண்ட, சுத்தப்படுத்தப்படாத அறைகளிலிருந்து அழுகி மட்கும்

பொருட்களின் துர்மணத்தை ஒத்துக்கொள்ளாமல் ட்ரிஸ்ட்ராமையும் பிரான்ஸிஸ் புச்சனன் என்கிற ஒரு முப்பது வயது ஐரிஷ் மருத்துவனையும் தவிர்த்து மற்ற அனைவருமே கப்பல் முழுக்க வாந்தியெடுக்கவும் உணவை விஷம்போல் வெறுக்கவுமாக அல்லற்பட்டுக்கொண்டிருந்தார்கள். கடற்காய்ச்சல் அவர்களைத் தொடர்ந்து துன்புறுத்திக்கொண்டிருந்தது. தீவுகள் சமீபிப்பதை அறிவிக்கும் கடற்காக்கைகள் பாய்மரக் கொடியின் மேல் வந்தமரும்போதுகூட அவர்கள் அவை தங்கள் மேல் ஒவ்வாமையை எச்சமிட்டுவிடுமென்று பயந்து அறைகளுக்குள் புகுந்து கதவைத் தாழிட்டுக்கொண்டார்கள். தன்னுடைய இருபதாவது வயதிலிருந்து கடல் பயணங்களுக்குத் தன்னுடல் பழகிவிட்டதாகச் சொல்லிக்கொண்ட புச்சனன் ட்ரிஸ்ட்ராமும் கடல்பயணங்களுக்குப் பழக்கப்பட்டவனா என்று கேட்டபோது ட்ரிஸ்ட்ராம், இல்லை, ஆனால் கடலோடிகளின் வியாதிக்குப் பரிச்சயப்பட்டவன் என்று பதில் சொன்னான். தன்னுடைய உள்ளொடுங்கிக்கொள்ளும் இயல்பு காரணமாக அவன் சக பயணிகள் யாருடனும் அதிகம் பழகவில்லை. இரவு உணவுமேசையின்முன் எல்லோரும் கூடுவதும் பரஸ்பரம் தங்களை அறிமுகப்படுத்திக்கொள்வதும் தவிர்க்க முடியாததாயிருந்த, பயணத்தின் முதற்கட்டத்தில்கூட, ஹீப்ருவிலும் கிறிஸ்தவ இறையியலிலும் பட்டம் பெற்று க்ளாஸ்கௌ தேவாலய மதகுருவாகப் பணியாற்றிய பின் வில்லியம் பிட்டின் வேண்டுகோளைத் தட்ட முடியாமல் இந்தியாவிற்குக் கப்பலேறிய, அந்த நகரத்தின் புகையிலைப் பணக்காரர்களின் குடும்பத்தைச் சேர்ந்த, ஒற்றைக்கண் சைமன் என்பவர் பதின்மூன்று என்பது சாத்தானின் எண்ணாதலால் கர்த்தரைப் பதினான்காவது பயணியாகத் தங்களுடன் வரச்சொல்லி அழைக்கவும், தன் தாடியொன்றே தன்னைக் கிறிஸ்துவின் நேர் வாரிசாகப் பிறரை நம்பச்செய்யப் போதுமானதென்கிற அசைக்க முடியாத நம்பிக்கையுடன் ஒவ்வோர் இரவுச் சாப்பாட்டையும் தன் உபதேசங்களால் கடைசி விருந்தாக மாற்றவும் மேற்கொண்ட கடும் பிரயத்தனங்களால் சலிப்படைந்தவனாக (ஆனால் அது புனித ஹெலனா தீவுகளைக் கப்பல் அடைந்த வேளையிலிருந்த நிலைமை. மடகாஸ்கர் தீவில் கப்பல் நங்கூரமிட்டபோது அவன் எலினாருக்கு எழுதி, தங்களைக் கடந்து மேற்கு நோக்கிச் சென்ற கப்பலில் கொடுத்தனுப்பிவைத்த கடிதத்தில் குறிப்பிடப்பட்டபோது அவனையறியாமலேயே சைமன் ஒரு பொறுத்துக்கொள்ளக்கூடிய, கரிசனம் தேவைப்படுகிற, மனிதராக மாறியிருந்தார்) அவன் கூடுமானவரை அந்தச் சந்திப்புகளையும் தவிர்த்துவிட்டு எலினாரின் நினைவுகளுடனும் இந்தியாவைப் பற்றின கனவுகளுடனும் சாத்தியப்படும் நேரங்களிலெல்லாம் தன்னறைக்கே உணவை வரவழைத்துச் சாப்பிட்டுவிட்டுப் படுத்துக்கொள்ளும் பழக்கத்தை மேற்கொண்டான். இருந்தாலுமே கண்காணாமல் தொலைந்து போய்விடுமளவிற்கு பெலோனா ஒன்றும் நகரமில்லையாதலால் சூழ இருந்தவர்களைப் பற்றிய தகவல்களும், அவர்கள் தங்களுக்குள் பகிர்ந்துகொண்ட விஷயங்களும் விரும்பியோ விரும்பாமலோ அவன் காதுகளை வந்தடைந்துகொண்டுதானிருந்தன. இந்தியாவின் நரபலி வாங்கும் பழங்குடிகள், மையிட்டுக் குழந்தைகளைக் கடத்திச் செல்லும் மந்திரவாதிகள், மண்புழுக்களும் கம்பளிப் பூச்சிகளும் கரையான்களும்

ஊரும் புற்றுமண் படிந்த உடலுடன் தெருக்களில் நடமாடும் பரதேசிகள், நாகரீக வாசனையற்ற ஜனங்கள் ஆகியோர் மீதான பயங்களையும், வயதான பாம்புகள் கக்கிச் செல்வதாகக் கூறப்படும் ரத்தினக் கற்கள், மரத்தடி வேர்களில் மின்னுவதாகக் கூறப்படும் தங்கத் துகள்கள், பூதங்கள் பாதுகாக்கும் புதையல்கள் மற்றும் வயதையும் சாவையும் கடந்து காலமாகவே ஆகிப்போன கிழவர்கள் சொல்லும் கதைகள் ஆகியவற்றின் மீதான பிரமிப்பையும், அரசர்கள் மற்றும் தாசிகள் ஆகியோரின் வாழ்க்கைமுறை பற்றிக் கேள்விப்பட்டவற்றின் மீதான வக்கிரமான கற்பனைகளையும் அவர்கள் கப்பலின் மேற்தளம் முழுவதிலும் சிதறவிட்டுக்கொண்டேயிருந்தார்கள். அப்போதெல்லாம் தன்னை ஆற்றுப்படுத்திய வழியிலேயே மற்ற பன்னிரண்டு பேர்களிடமும் பேசி அவர்களை இந்தியப் பயணத்திற்குச் சம்மதிக்கவைத்திருந்த வில்லியம் பிட்டின் சாமர்த்தியத்தை நினைத்து ட்ரிஸ்ட்ராமால் ஆச்சரியப் படாமலிருக்க முடியவில்லை. ஏனெனில் அவனையும், கிரிஃபித் அப் ஒவைன் என்கிற டப்ளின் நகர நூலகப் பொறுப்பாளரையும் தவிர பிற பதினோரு பேரும் பிட்டின் கோரிக்கையை நிர்தாட்சண்யமாயும் பயமில்லாமலும் நிராகரிக்குமளவிற்கு நிறைந்த படிப்பும் அகம்பாவமும் மேன்மையான வாழ்நிலையும் சமூகச் செல்வாக்கும் கொண்ட கோமான்களாயிருந்தார்கள். மேலும், பிரதம மந்திரியின் நாணயத்தின் மேலும் நட்பின் மேலும் நம்பிக்கையிருந்ததால், தனக்கு விதிக்கப்பட்டிருந்த அதே, மத்தியதர மனிதனுக்கான கடினமான பணி விதிகளும் சொற்பச் சம்பளமும்தான் அவர்களுக்கும் விதிக்கப்பட்டிருக்குமென்றும் அவன் நிச்சயமாக நம்பினான். அப்படியிருக்குமானால், அவர்களை இத்தனை அச்சத்திற்கப்பாலும் ஆட்சேபிக்க வைக்காமல் இந்தப் பயணத்திற்குச் சம்மதிக்கவைத்தது எது என்று அவன் தன்னை அணுகி நட்புகொள்ள வலிந்து முயற்சித்துக்கொண்டிருந்த பெஞ்சமின் ஃபார்மர் என்கிற பௌவ்விப் பிரதேசப் பண்ணைக் குடும்பத்து இளைஞனைக் கேட்டபோது சாகசச் செயல்களின் மீதான ஈடுபாடுதான், வேறென்ன, என்று அவனிட மிருந்து பதில் வந்தது.

கப்பலில் தன்னுடன் வந்த யாரையும் சிநேகிதம் செய்துகொள்ளாததைப் பற்றி ட்ரிஸ்ட்ராம் ஒருபோதும் வருத்தப்பட்டுக்கொள்ளவில்லை. ஆனால் கிரிஃபித் என்கிற அந்த நூலகப் பொறுப்பாளருடன் மட்டும் அப்போதே நெருங்கிப் பழகியிருந்தால் வேலைச் சுமைகள் தோள்களில் கனத்துக்கொண்டிராத சாவதானமான பயணக்காலத்தில் புத்தகங்களின் குரல்களைக் குறித்த ஏராளமான பயனுள்ள தகவல்களைப் பல சுவாரஸ்யமான அனுபவ உதாரணங்களுடன் கேட்டுத் தெரிந்து கொண்டிருக்க முடியுமேயென்று பின்னாளில் வருத்தப்பட்டுக் கொண்டான். கிரிஃபித்துடனான ட்ரிஸ்ட்ராமின் நட்பு ஆறுமாதக் கடற் பிரயாணத்தில் வாய்க்காமல், மிகச் சரியாகக் கப்பலை விட்டு இறங்கிய நாளன்றே துவங்கி பிறகு ஒரு ஐந்துமாத காலம் நீடித்தது. கிரிஃபித்தின் வினோதமான புத்தக வாசிப்புப் பழக்கத்தை அறிந்துகொள்ளவும், அந்த வியப்பை நட்பாக மலர்த்திக்கொள்ளவும் காரணமாயிருந்தானென்கிற ஒரே காரணத்திற்காகவே ராமப்ப நாயக்கன் என்கிற, கழுத்தைச் சுற்றி ஒரு மாலையைப் போல வினோதமான மச்சத்துடன் மெட்ராஸ்

துறைமுகத்தில் இறங்கியதுமே அவர்கள்முன் எதிர்ப்பட்ட, நிறுவனத்தின் முன்னாள் துபாஷ் செய்ததாகத் தெரியவந்த தில்லுமுல்லுகளை மன்னித்துவிடவும் அவன் தயாராக இருந்தான். இந்த ராமப்ப நாயக்கன் அவர்களைத் தற்செயலாகச் சந்திப்பவனைப் போல சந்தித்துத் துறைமுகச் சுங்கச்சாவடிப் பொறுப்பாளரான ராபர்ட் வாக்கரின் துபாஷ் என்று தன்னை அறிமுகப்படுத்திக்கொண்டான். அவர்களுடைய வருகை முன்னறிவிக்கப்படாத ஒன்றாகையாலும், பணியாணை மூலமாக மட்டுமே தங்களை மெட்ராஸில் இருப்பவர்களுக்கு அறிமுகப்படுத்திக்கொள்ள வேண்டிய நிலையில் அவர்கள் இருந்ததாலும், தங்களை வரவேற்கவோ புனித ஜார்ஜ் கோட்டைக்குக் கூட்டிச்செல்லவோ யாரையும் எதிர்பார்க்க முடியாத சூழ்நிலையில், சரக்குகள் இறக்கப்படுமிடத்திலிருந்தும், அதிகாரிகளின் மேசையடியிலிருந்தும், ஒய்விடங்களின் மறைவிலிருந்தும் தங்களை உற்றுப்பார்த்துக்கொண்டிருந்த, கொலை வாள்களைப் போல வியர்வையில் பளபளத்துக்கொண்டிருந்த, கருப்பு உருவங்களின் மீதான பயத்தில் ராமப்ப நாயக்கனைக் கேள்வி கேட்காமல் உடனே தங்களுடைய வழிகாட்டியாக ஏற்றுக்கொள்ளக்கூடிய மனநிலையி லேயே கப்பலிலிருந்து இறங்கிய பயணிகளும் இருந்தார்கள். அவன் துறைமுகத்திற்குக் கலங்கள் வந்துசேரும் நாட்களில் வாசலில் தயாராக நிறுத்தப்பட்டுவிடும் நரிமேடு குத்தகைக்காரர்களின் இரட்டை மாட்டு வண்டிகளில் ஐந்தை வாடகைக்குப் பேசி அவற்றில் நான்கைக் குழுவினருக்கும் ஒன்றைப் பொருட்களுக்குமாய் அமர்த்திய பிறகு கோட்டைக்குச் செல்வதற்குண்டான குறைந்தபட்ச வாடகையையும் வண்டிக்காரர்களிடம் பேசி அவர்களை அனுப்பிவைத்தான். அவர்களும் அதிகச் சிரமமில்லாமல் கோட்டைக்குப் போய்ச்சேர்ந்தவுடன் அவனை மறந்துபோனார்கள். ஆனால் அவர்கள் போய்ச்சேர்ந்த நேரத்தில் கோட்டை அலுவலகத்தில் ஆளுநர் கார்ன்வாலீஸ் இல்லை. அவர் பெத்தநாயக்கன்பேட்டையில் இடங்கைப் பிரிவினரின் திருமண வைபவமொன்றில் அவர்கள் ஊன்றியிருந்த பந்தற்கால்களின் எண்ணிக்கை காளிதேவி செப்புப்பட்டயத்தில் பொறித்தளித்த அவர்களுக்கான ஆதி விதியை மீறி ஒன்று அதிகமாக அமைந்துவிட்டதென்று வலங்கைப் பிரிவினர் ஆட்சேபித்ததைத் தொடர்ந்து மூண்டுவிட்டிருந்த கலவரம் தலையாரியின் கையை மீறிச் சென்றுவிட்டதால் தானே நேரடியாகத் தலையிட்டு அவர்களைச் சமாதானப்படுத்திவைப்பதற்காகப் போயிருந்தார். அந்தப் பஞ்சாயத்து இரவு முழுவதும்கூட நடக்குமென்று சொன்ன அலுவலரிடம் நீண்ட பயணத்தால் துவண்டுபோயிருந்த பயணிகள் விருந்தினர்களுக்கான தங்கும் அறையைத் தங்களுக்கு ஒதுக்கித் தரச்சொல்லிக் கேட்டபோது முப்பது வருடங்களுக்கு முன் லல்லிப் பிரபுவின் தலைமையில் பிரெஞ்சுப் படைகளால் தரைமட்டமாக்கப்பட்ட அந்தக் கட்டிடம் இன்னும் பழுதுபார்க்கப்படாமலிருக்கிறது என்று நயமாகக் கூறி அவர் அவர்களை உள்ளே அனுமதிக்க மறுத்துவிட்டார். உண்மையில் வெளியே சென்றிருந்த தன்னுடைய உயரதிகாரிகளிடமிருந்து அனுமதியெதையும் பெற முடியாதிருந்த நிலையில் அந்நியர்களான அவர்களைக் கோட்டைக்குள் தங்கச்சொல்வதற்கு அந்த மத்தியநிலை அலுவலர் தயங்கினார். எதையும் விவாதிக்க முடியாத மன உளைச்சலுடன்

வெளியே வந்த பதின்மூன்று பேரையும் அன்றைக்கான தீர்வை வசூலைக் கருவூலத்தில் செலுத்த வந்ததாகச் சொல்லிக்கொண்டு வந்த ராமப்ப நாயக்கன் தற்செயலாகச் சந்திப்பதைப் போலவே திரும்பவும் சந்தித்தான். ஒவ்வொரு புதிய கப்பல்கள் வரும்போதும் அதில் வருபவர்கள் சந்திக்கக்கூடிய சாதாரணமான இடைஞ்சல்தான் அது என்றும், ஹாலண்ட் சகோதரர்களின் துபாஷான அவதானம் பாப்பையரின் ஊழல் வழக்கு வெள்ளையர்களைத் தங்களினத்தவரின் மீதே சந்தேகமும் அச்சமும் கொள்கிற அளவிற்குப் பாதித்திருப்பதாலேயே கோட்டையில் இப்படிக் கெடுபிடி அதிகமாகியிருக்கிறது என்றும் கூறித் தேற்றி மறுநாள் ஆளுநரைச் சந்திக்கும்வரை தானும் அவர்களோடேயே இருந்து அவர்களுக்குத் தேவையானவற்றைக் கவனித்துக்கொள்வதாய் உறுதி கூறியதோடு அதற்குச் சன்மானமாகக் கொடுக்கப்பட்ட இரண்டு வராகன்களையும் பெற்றுக்கொள்ள மறுத்துவிட்டான். சொன்னதோடு நிற்காமல் கோட்டைக்கு மேற்கே வடவாற்றின் கரையோரக் கரும்பு வயல்களினூடே மீண்டும் மாட்டு வண்டிகளில் அவர்களையிருத்தி எழும்பூர் கிராமத்திற்குக் கூட்டிச்சென்று அங்கே பருத்திச் செட்டியார் என்பவருடைய சத்திரத்தில் அவர்கள் தங்குவதற்கும் ஏற்பாடு செய்தான். அந்தச் சத்திரத்தை அதன் கிழக்கு, மேற்கு மற்றும் தெற்கு ஆகிய மூன்று பக்கங்களிலும் வடவாறு வளைத்துக்கொண்டிருந்தது. கிழக்கே அது திடீரென்று தென்கிழக்காய் வங்காளவிரிகுடாவை நோக்கித் திரும்பிப் பாயும் ஸ்திதியில் சத்திரத்தைச் சில பத்துத் தப்படிகள்வரை, கிட்டத்தட்ட அதன் கரையென்றே சொல்லும்வண்ணம், நெருங்கிவந்திருந்தது. ஆற்றின் மேற்புறம் பிராமணப் பயணிகளுடைய சந்தியாவந்தனக் காரியங்களுக்கும், கீழ்ப்புறம் மலஜலம் கழிப்பதற்குமாய் ஓலைத் தட்டிகளால் பிரிக்கப் பட்டிருந்தது. மற்ற இரு திசைகளிலும் ஆறு கண்ணுக்கெட்டிய தூரம்வரை கீழ்ப்பாக்கம், சேத்துப்பட்டு ஆகிய கிராமங்களின் கரும்பு மற்றும் நெல் வயல்களால் சத்திரத்திலிருந்து வெகுதொலைவிற்குப் பிரிக்கப்பட்டிருந்தது. அதற்குமப்பால், ஆற்றின் அக்கரையிலிருந்து சற்று தொலைவில் உயர்ந்து நின்ற புனித தோமையர்க் குன்றும் கோபுரமும் அவற்றுக்கப்பாலிருந்த காட்சிகளை மறைத்துக் கரைகட்டியிருந்தன. மெட்றாஸ் துபாஷிகள் கோட்டை ஆளுநர்களைக்காட்டிலும் நிறுவனத்தின் உள்விவகாரங்களிலும் தனிநபர் அரசியலிலும் அதிகமான பாண்டித்தியமும் செல்வாக்கும் கொண்டவர்களென்பதும் அவர்களை நம்பக் கூடாதென்பதும் இங்கிலாந்திலேயே சொல்லப்பட்ட அறிவுரைகளில் ஒன்றென்றாலும் அந்தக் கணம்வரையில் ராமப்ப நாயக்கனை நம்பாதிருப்பதற்கோ விலக்கி வைப்பதற்கோ பயணக் குழுவினருக்கு எந்தக் காரணமும் இருக்கவில்லை. அவன் கொண்டுவந்து சேர்த்திருந்த பருத்திச் செட்டியாரின் சத்திரம் கருங்கல்லும் காக்காய்ப்பொன் கலந்த சுண்ணாம்பும் கொண்டு கிட்டித்த, பளபளப்பும் மென்மையும் கூடிய சுவர்களுடனும், அமைதியான கிணற்றுடனும், சுகாதாரமானதாயும், மெட்ராஸில் அது மழைப் பருவமானாலும் வெள்ளையரைப் பொறுத்தவரை வருடம் பூராவுமே வியர்வையில் அவர்களை நனைக்கும் வெய்யில் நிலமாகவே இந்தியா தகித்துக்கொண்டிருந்த நிலையில், நல்ல, குளிர்ந்த, காற்றோட்டத்துடனும் மனதிற்கு இதம் தரும் விதத்தில்தான் அமைந்திருந்தது. அதன்

நடுவேயிருந்த திறந்தவெளி முற்றத்தைச் சுற்றி நாட்டோடுகள் வேயப்பட்டு, மரத்தூண்களால் தாங்கப்பட்ட, தாழ்வான, இருவர் மட்டுமே தங்கக்கூடிய இருண்ட அறைகள் ஆறு இருந்தன. ஒவ்வோர் அறையினுள்ளும், தங்குபவர்கள் பகிர்ந்துகொள்வதற்காகவென்று சற்று பெரிய தென்னம்பிரிக் கட்டில் போடப்பட்ட ஒரு பிரதான அறையும், தங்குபவர்களில் பெண்களிருந்தால் அவர்கள் குளிக்கவோ அல்லது சாமப் பொழுதுகளில் மூத்திரங்கழிக்கவோ உபயோகப்படும்விதத்தில் தென்புறச்சுவரின் கீழ்மூலையில் ஒரு துவாரத்தைக் கொண்டிருந்த துணையறை ஒன்றும் இருந்தது. அறைகளைக் கண்டதும் பிரயாண காலம் முழுக்கச் சகோதரர்களைப் போல பழகிக்கொண்டிருந்த அனைவரும் அபரிமிதமான களைப்புத் தூண்டிவிட்ட சுயநலத்துடனும் புதிய உலகமொன்றில் புகுந்துவிட்ட ஆர்வத்துடனும் இரண்டிரண்டு பேராகப் பாய்ந்து ஐந்து அறைகளை நிரப்பிவிட்டார்கள். கடைசியாக எஞ்சிய ஒற்றை அறையை நடுத்தர வயதைச் சுற்றிய வெவ்வேறு பருவங்களிலிருந்த ட்ரிஸ்ட்ராமும், ஒற்றைக்கண் சைமனும், கிரிஃபித் அப் ஒவைனும் தேர்ந்துகொள்ள வேண்டியதாகிவிட்டது.

சைமன் இந்த ஏற்பாட்டை ஒத்துக்கொள்ளவில்லை. அவர் கடற் பிரயாணம் நல்லபடியாகப் பூர்த்தியடையும்விதத்தில் பதினான்காவது பயணியாகத் தங்களுடன் கூடவந்த, நிறையும் எடையும் கொண்டவராயும் அதேசமயத்தில் சூக்கும உருக்கொண்டவராயுமிருக்கும் கர்த்தருக்கும் தனக்கும் ஒரு தனியறையை எப்படியாவது ஏற்பாடுசெய்து கொடுத்துவிடும்படி ராமப்ப நாயக்கனுக்கு ஆணையிட்டார். கிரிஃபித் தன்னுடன் எடுத்துவந்திருந்த இரண்டு மரப்பெட்டிகளின் அளவுவேறு அவற்றின் நடுவே இரவைக் கழிக்கும் எண்ணத்தை ஒரு துர்கனவாக்கிக் கொண்டிருந்தது. ராமப்ப நாயக்கன் ஒரு பாதிரியாருக்கு இருந்தாக வேண்டிய விட்டுக்கொடுக்கும் பண்பு பற்றிய சிறு வியாக்யானம் ஒன்றை முணுமுணுத்துவிட்டு பருத்திச் செட்டியாரிடம் அவர் தங்கிக் கொள்வதற்காகச் சத்திரத்தின் நுழைவாயிலுக்கருகில் ஒதுக்கப்பட்டிருந்த தனியறையை அன்று இரவு மட்டும் வாடகைக்குத் தர முடியுமா என்று கேட்டுப்பார்ப்பதற்காக ஓடினான். ஆனால் செட்டியார் அவன் வேண்டுகோளை மறுத்துவிட்டார். மற்ற ஐந்து அறைகளை நோக்கிப் பாய்ந்து சென்றவர்களும் வெளியே நடக்கும் நாடகத்தைப் பார்ப்பதற்காகக்கூடக் கதவைத் திறக்காமல் பிடிவாதத்துடன் ஒளிந்துகொண்டுவிட்ட நிலையில் சைமனுக்கு அந்த அறைக்கே மற்ற இருவருடன் செல்வதைத் தவிர வேறு வழியின்றிப்போய்விட்டது. மதபோதகர் என்கிற தகுதியால் அவரும், வயதில் மூத்தவர் என்கிற மரியாதை நிமித்தமாக கிரிஃபித்தும் கட்டிலைத் தங்களுக்குள் பகிர்ந்துகொள்ளும் தகுதியைப் பெற்றார்கள். ட்ரிஸ்ட்ராம் காய்ந்தும் துர்கந்தமின்றியுமிருந்த சிறிய அறையைப் படுக்கை விரிப்புகளால் நிரப்பி அதைத் தன் படுக்கையறையாக மாற்றிக்கொள்ளச் சம்மதித்தான். மெட்ராஸின் உஷ்ணம் தரையில் வெறும் விரிப்புகளின் மேல் படுத்துக்கொள்வதை ஒரு சகித்துக்கொள்ளக்கூடிய அனுபவமாகவே தன்னை உணரச் செய்யுமென்று நகைச்சுவையாகப் பேசி கிரிஃபித்தின் குற்ற உணர்வையும் ஆற்றுப்படுத்தினான். அவனுடைய அடக்கமும், படுக்கச் செல்வதற்கு முன் சிறிய அறையைத் தன்னுடைய பிரத்யேக

பிரார்த்தனைக்காகச் சற்றுநேரம் கொடுத்துவிட வேண்டுமென்று தன் ஒற்றைக்கண்ணைப் பயங்கரமாக உருட்டியபடியே சைமன் பிரகடனம் செய்தபோது அவர் தன் விருப்பம்போல் செய்துகொள்ளட்டும் என்று சிரித்துக்கொண்டே கூறிய பெருந்தன்மையும் ட்ரிஸ்ட்ராமின் மீதான நல்லெண்ணத்தைக் கிரிஃபித்திற்குள் விதைத்தது. அவர் அவனைப் பாராட்டிப் பேசியபோது சைமனுடைய பேச்சும் சைகைகளும் நிகோலஸ் ரூரான்ட் என்கிற ஓர் அப்பாவி பிரெஞ்சு மருத்துவரைத் தனக்குச் சதா நினைவுபடுத்திக்கொண்டேயிருப்பதாகவும் அதனால் அவரைத் தன்னால் வெறுக்க முடியவில்லையென்றும் ட்ரிஸ்ட்ராம் சொன்னான். கிரிஃபித்தை ட்ரிஸ்ட்ராமிடம் இப்படி நெருங்கிவரச்செய்ததோடுகூட கிரிஃபித்தின் இரங்கத்தக்க கதையை அன்றிரவே எதிர்பாராதவிதமாக ட்ரிஸ்ட்ராம் செவியுறவும் அதனால் அவனும் அவர்பால் ஈர்க்கப்படவும், ராமப்ப நாயக்கனுக்கு அடுத்தபடியாக, ஒற்றைக்கண் சைமனும் தன் அகம்பாவத்தால் காரணமாயிருந்தார். அவர் மட்டும் தன் பிரார்த்தனையை முடித்துவிட்டுப் படுக்கைக்கு ஆயத்தமானபோது ஏற்கெனவே காற்றோட்டமின்றியிருந்த அந்தச் சிறிய அறையின் அளவையும் புழுக்கத்தையும் கிரிஃபித்தின் மரப்பெட்டிகள் அதிகமாக்குவதாக அலுத்துக்கொண்டதோடு அவற்றைக் கட்டிலினருகிலிருந்து சற்று தொலைவாக நகர்த்த முயற்சித்து, குறைந்த இடத்தில் ஒன்றன்மேலொன்றாய் ஏகதேசமாக நிறுத்தப்பட்டிருந்த அவற்றை எதிர்பாராதவிதமாக கீழே சரித்துவிடாமலிருந்திருந்தால், கிரிஃபித் தன் வாழ்நாள் முழுவதற்குமான உடை வகைகளை டப்ளினி லிருந்து கொண்டுவந்திருக்கக்கூடுமென்று கார்க் துறைமுகத்தில் கப்பலேறிய நாளிலிருந்தே குழுவினர் அனைவரையும் ஏளனத்துடன் கிசுகிசுக்கவைத்த அந்தப் பெட்டிகளிலிருந்து பிதுங்கி அறையின் நாற்புறங்களிலும் மற்றும் கட்டிலினடியிலும் விசிறித் தெறித்த புத்தகங்களை ட்ரிஸ்ட்ராம் காணாமலே தூங்கியிருந்திருப்பான். பெட்டிகளைக் கீழே தள்ளிவிட்டதற்காக கிரிஃபித்தின் மன்னிப்பைக் கோரவும் மறந்துபோனவராய் சைமன் தன் நெற்றியில் சிலுவையை வரைந்துகொண்டும், தேவாலயத்தில் வேதாகமத்தை வாசிப்பதைப் போல எப்போதும் உச்சஸ்தாயியிலேயே நிறுத்திக்கொண்டிருந்த தன் குரலைச் சற்று தணித்துக்கொண்டும், புத்தகங்களைத் தன் உடைகளாயும் உணவாயும் உறங்கும் படுக்கை விரிப்பாயும் தன்னுடன் சுமந்து வந்திருக்கும் ஒருவரைக் காண சந்தோஷமாக இருக்கிறது என்றும், மணல் ஊற்றைத் தோண்டத்தோண்ட அதிலிருந்து நீர் பீறிட்டுப் பாய்வதைப் போல பயனுள்ள புத்தகங்களைப் படிக்கப்படிக்க மனிதர்க்கு அறிவென்னும் ஊற்று பொங்கிப் பிரவகிக்கிறது என்றும் சொல்வதற்கும் ட்ரிஸ்ட்ராமும் அதை ஆமோதிப்பதற்கும் பிறகு அவற்றின் எண்ணிக்கையைப் பற்றி அவர்களிருவருமே பிரமிப்புடன் கிரிஃபித்தை வினவுவதற்கான சந்தர்ப்பமும் உருவாகியிருந்திருக்காது. அப்படிக் கேட்டதன் மூலமாகப் பிறகு அன்றிரவு அவனுக்குள் வினோதமான கனவுகளைக் கிளர்த்திவிடும்விதத்தில் கிரிஃபித்தால் சொல்லப்பட்ட அவருடைய கதையைக் கேட்கும் வாய்ப்பும் அவனுக்குக் கிட்டாமல் போயிருக்கக்கூடும். கதையை முடித்துத் தூங்கச் செல்லும் முன் அவர்மீது அவன் உணர்ந்த அன்னியோன்னியத்தையும் அதனால் மெட்ராஸில் இருக்கும்வரை அவரும் அவனும் நண்பர்களாகவும்,

அதே சத்திரத்தின் அதே அறையில், சேர்ந்தே இருக்க வேண்டுமென்கிற அவாவையும் அவன் உணராதிருந்திருப்பான். குழுவின் மற்ற பயணிகளைப் போலவே, நிறுவனம் அமர்த்தித்தந்த, கோட்டையின் தென்புறம் கூவம் ஆறும் வடவாறும் இணையும் கழுத்துப் பகுதியில் கட்டப்பட்டிருந்த விருந்தினர் இல்லத்தில் தனித்தனி அறைகளை நோக்கி இருவருமே தங்களுடைய இழப்பை அறியாதவர்களாய்ப் பிரிந்துபோயிருப்பார்கள். பின்னாளில் நீலவேணியின் பாதையைப் புரிந்துகொள்ள முயற்சித்துக்கொண்டிருந்தபோது சரியான சந்தர்ப்பத்தில் கிரிஃபித்தின் முகம் அவன் நினைவில் பளிச்சிடுவதற்கான ஒரு காரணமும் உருவாகாமலே போயிருந்திருக்கும்.

கிரிஃபித்தைப் பொறுத்தவரையில் அவர் புத்தகங்களைத் தன் அறிவுப் பசிக்காகப் படித்தார் என்று சொல்வதைவிட அவற்றை அவர் தன் விளையாட்டுப் பொருள்களாக உபயோகப்படுத்திக்கொண்டிருந்தார் என்று சொல்வதுதான் உண்மையாயிருக்கும். புத்தகங்கள் கிரிஃபித்தின் துரதிர்ஷ்டம் பிடித்த விதியை அவருடைய பள்ளிப் பருவத்திலிருந்தே பிரதிநிதித்துவப்படுத்தத் துவங்கியிருந்தன. அவரும் புத்தகங்களின் மூலமாகத் தன் விதியை எப்போதும் சவாலுக்கு அழைத்துக்கொண்டிருப்பவராகவே இருந்தார். புத்தகங்களின் பக்கங்களை கிரிஃபித் தன் கைகளால் வெறுமே புரட்டுவதொன்றே அவை திகைத்துப்போய் அர்த்தங்களையிழந்து மௌனமாகிவிடப் போதுமானதாயிருக்கிறது என்று நண்பர்களும் ஆசிரியர்களும் அவருடைய தாயிடம் புகார் செய்தார்கள். கிரிஃபித் ஒருபோதும் அவற்றைப் பொருட்படுத்தவில்லை. அவரைப் பொறுத்த மட்டில் புத்தகங்களைத் தோல்வியுறச் செய்வதன் மூலம் அவர் தன் துயர்மிக்க நிஜவாழ்க்கையை வெற்றிகொள்வதான குரூரமான மகிழ்ச்சியை அடைந்துகொண்டிருந்தார். வேல்ஸிலிருந்து இரண்டு தலைமுறைகளுக்கு முன் லெய்ன்ஸ்டர் மாகாணத்திற்குக் குடிபெயர்ந்த குடும்பத்தவரும், பந்தயக்குதிரை வீரரும், சுந்தர புருஷருமான கிரிஃபித்தின் தந்தையை கிரிஃபித்தின் தாய் பெற்றோர்களை விரோதித்துக் காதல் கல்யாணம் செய்துகொண்டாள். அந்த வீரரோ கிரிஃபித்திற்கு நான்கு வயதாகும்போது கோரமான விபத்தொன்றில் குதிரையின் குளம்படிகளில் சிக்கி முகம் நசுங்கி இறந்துபோனார். இறந்துகிடந்த கணவரின் முகத்தைக் கடைசிவரை பார்க்கவே மறுத்துவிட்ட அந்தப் பெண்மணி பின்பு மகனின் முகத்தில் கணவனின் முகத்தை எப்போதும் தரிசித்தவளாக அவன் மேல் தன் உயிரையே வைத்திருந்தாள். அவள் மேல் தன் உயிரை வைத்திருந்த, அவளைவிட நான்கு வயது சிறியவனான, டேனியல் என்கிற அவளுடைய கல்லூரித் தோழன் பத்து வருடங்களுக்குப் பின், அவள் விதவையானவுடன், தன் காதலைச் சொல்லி அவளைத் தன்னுடன் வாழ வரும்படி அழைத்தான். தன்னுடைய இளமையும் அழகும் தான் பொருட் படுத்தியேயிராத ஒருவனுடைய யவ்வனப் பருவத்தின் முக்கியமான பத்து வருடங்களைத் தின்றிருக்கிறது என்பதை அதற்கு முன் கற்பனை செய்துகூடப் பார்த்திராத கிரிஃபித்தின் தாய் பலநாட்கள் தன் முடிவைத் தள்ளிப்போட்ட பின், காதலை அனுதாபம் வென்றபோது, அவனைத் திருமணம் செய்துகொள்ள ஒத்துக்கொண்டாள், தன் மகனின் மீது தான் கொண்டிருக்கும் அன்பிற்கு அவனால் எந்தக் குந்தகமும்

ஏற்படுவதைத் தன்னால் அனுமதிக்க முடியாது என்னும் நிபந்தனையுடனும், அப்படி ஏற்படும்பட்சத்தில் அது எந்த இரவாயிருந்தாலும் அந்த இரவுடன் அவனிடமிருந்து தன்னைத் துண்டித்துக்கொள்வதில் தனக்கு இம்மியளவும் தயக்கமிருக்காது என்னும் அறிவிப்புடனும். தன் காதலியின் அன்பிற்குப் பாத்திரமான எந்தப் பொருளானாலும் அதை உயிரினும் மேலாக மதித்துப் போற்றுவதையே தானும் காதல் என்று கருதுவதாக டேனியலும் கர்த்தர்மீது ஆணையிட்டுச் சத்தியம் செய்துகொடுத்தான். உண்மையில் அவன் தன் தாயின் மீது கொண்டிருந்த காதல் தான் அவள்மீது கொண்டிருந்த அன்பிற்குச் சற்றும் சளைத்ததாயிருக்கவில்லை என்பதைப் பள்ளிச் சிறுவனான கிரிஃபித் தன் கண்களாலேயே கண்டான். டோரோத்தியின் மேல், அதுதான் அவள் பெயர், கணவன் மகன் இரண்டு பேருமே போட்டிபோட்டுக்கொண்டு அன்பு செலுத்தினார்க ளெனினும் டோரோத்தி ஏந்தியிருந்த பிரியத்தின் தட்டென்னவோ தன் மகனின் பக்கமே தாழ்ந்ததாயிருந்தது. துவக்கத்தில், அதாவது புதுஉறவின் மோகம் தகித்துக்கொண்டிருந்த காலத்தில், இதைப் பெரிதுபடுத்திக் கொள்ளாத டேனியலை அவளுடைய இந்தப் பாரபட்சம் நாளாவட்டத்தில் உறுத்தத் துவங்கிவிட்டது. அவன் எவ்வளவு முயன்றும் டோரோத்தியின் மேல் ஒரு கணவனாகத் தன் ஆளுமையைச் செலுத்த முடியவில்லை. கிரிஃபித்திற்கு இறந்துபோன முதற்கணவனின் குடும்பப் பெயரான ஒவைன் என்னும் ஈற்றை மாற்றி அங்கே தன்னுடைய குடும்பப் பெயரான க்ளார்க் என்னும் ஈற்றைச் சேர்க்கும்படி அவன் டோரோத்தியை வற்புறுத்தியபோது அம்மாதிரியான, உலகவழக்கான நடப்புகளுக்கெல்லாம் வளைந்துகொடுக்காதது மகனின் மூலமாக ஆவியுலகத்திலிருக்கும் தன் முதற்கணவனுடன் தான் கொண்டிருக்கும் அன்பு என்று கூறி அவள் அவன் வாயை அடைத்துவிட்டாள். அவர்களிருவருக்கும் பிறக்கும் குழந்தைக்கு வேண்டுமானால் க்ளார்க் என்னும் இரண்டாவது குடும்பப் பெயரை வைக்கத் தனக்கு ஆட்சேபணை இல்லையென்றும், ஆனாலும், அப்போதுகூட, குழந்தை ஆணாக இருக்கும்பட்சத்தில் முதற்கணவனின் வில்லியம் என்கிற முதற்பெயரைத்தான் அதற்குச் சூட்ட எண்ணி யிருப்பதாகவும், தான் எப்போதும் உடன்படுவது டேனியல் தன் மேல் வைத்திருக்கும் காதலுக்குத்தானே தவிர அவனுக்கேயன்று என்றும் கூறி அவனை மட்டம் தட்டிவிட்டாள். டேனியல் உள்ளுக்குள் புழுங்கினான். கிரிஃபித்தைப் பார்க்கும்போதெல்லாம் இறந்ததற்குப் பின்னும் தன் காதலியைத் தன்னிடமிருந்து பிரித்துக்கொண்டிருக்க அவளுடைய முதற்கணவன் உருவாக்கியிருக்கும் சூழ்ச்சியே அவன் என்று கற்பனை செய்துகொண்டு அவனிடம் அன்பாகப் பேசுவதற்கே பயந்தான். இந்தப் பயம் சிறிது காலம் சென்ற பிறகு கொடிய வெறுப்பாக மாறியது. ஆனாலும் தன் வெறுப்பை வெளியே கொட்டி ஒரு கணமேனும் ஆசுவாசக் காற்றைச் சுவாசிக்க முடியாவண்ணம் டோரோத்தியின் அன்பு கிரிஃபித்தைச் சுற்றிப் பலமான காவலிட்டிருந்ததால் டேனியலால் அவனைச் சாதாரணமாகக்கூட கடிந்து ஒரு வார்த்தை சொல்லிவிட முடியவில்லை. அந்த நாட்களில் எட்டு வயதான கிரிஃபித் தன் தகப்பனை ஒரு சிதைந்த பிணமாகப் பார்த்த கடைசி நினைவுகளிலிருந்து இன்னமும் விடுபட்டிராதவனாயிருந்தான். அதனால் இரவுப் படுக்கையில்

துர்சொப்பனங்களைக் காணவும், உறக்கத்திலேயே சிறுநீர் கழித்து விடவுமான பலவீனமான மன உணர்வுகளுக்கு அவன் பழக்கப் பட்டிருந்தான். எனவே தாயன்பு அவனுக்கு அந்தச் சமயத்தில் மிகமிகத் தேவையென்று டோரோத்தி பின்னிரவில் கனவுகளழிந்த உறக்கவுலகின் ஆழத்திற்குள் அவன் அமிழ்ந்துசெல்லும்வரை அவனைத் தொட்டபடியே விழித்திருந்துவிட்டுப் பிறகே டேனியலுடன் படுக்கையைப் பகிர்ந்து கொள்ளச் செல்லும் வழக்கத்தை மேற்கொண்டிருந்தாள். இதனால் பல இரவுகள் தூக்கக் கலக்கத்தில் வலிந்து மேற்கொள்ளப்பட்ட அரைகுறைப் புணர்ச்சிகளில் கழிந்தன. அவசரகதியில் நிகழ்த்தப்பட்ட கலவிகளால் எந்த இனிய ஞாபகங்களாலும் பகலைப் பிரகாசிக்கச் செய்ய முடியவில்லை. டோரோத்திக்குத் தன் கணவனின் தவிப்பும் நிலையும் தெரிந்தேயிருந்தபோதிலும் தன்னைத் திருமணம் செய்துகொள்ள உத்தேசித்தபோதே அவன் இவ்விதமான சோதனைகளை யோசித்திருக்க வேண்டுமென்று சொல்லி அவள் தன்னைத் தேற்றிக்கொண்டாள். மட்டுமன்று, டேனியல் விரும்பினால் எந்த நேரத்திலும் தன்னை விலக்கிக்கொண்டு, அவனை விரும்பும் எந்தப் பெண்ணையும் திருமணம் செய்துகொள்வதற்குத் தன் சம்மதத்தைத் தரவும் அவள் தயாராகவே யிருந்தாள். ஆனால் தணற்துண்டைப் போல ஒளிர்ந்துகொண்டிருக்கும் அவளுடைய பெண்மை டேனியல் அவளை விட்டு அகன்று செல்வதைக் கற்பனைகூடச் செய்துபார்க்க முடியாதபடி அவளிடம் டேனியலைக் கட்டிப்போட்டிருந்தது. காதலியைப் பிரிய முடியாமலும் அவள் மகனை ஏற்க முடியாமலும் தவித்த அவன் பலநாட்கள் இடைவிடாத யோசனைக்குப் பிறகு கிரிஃபித்தின் மேல் தன் வெறுப்பைக் கொட்டித் தன்னைக் காலி செய்துகொள்ள ஒரு வழியைத் தற்செயலாகக் கண்டு பிடித்தான். அதன்படி அன்றாடம் புழங்கும் உரையாடல்களுக்கடியில் தனக்கும் கிரிஃபித்தின் உள்ளுணர்விற்கும் மட்டுமே புரியும்படியான சில பிரத்யேகச் சொற்களைக் கொண்டு இன்னோர் உரையாடலைக் கிரிஃபித்துடன் அவன் நிகழ்த்தத் தொடங்கினான். அது அப்பாவிக் கோபக்காரர்கள் பயன்படுத்தும் ஜாடையாகப் பேசுதல் என்பதிலிருந்தும், இரட்டையர்த்தத்தில் பேசுதல் என்பதிலிருந்தம் மிக விலகிய ஒன்றாக இருந்தது. அந்த வசனங்களை டேனியல் டோரோத்தியின் முன்னிலையில் கிரிஃபித்துடன் நிகழ்த்தியபோது தாய் மகன் இருவருக்குமே அவன் தங்களுக்குப் பொதுவான ஒன்றைச் சொல்கிறானென்றே நினைத்தார்கள். உண்மையில் அந்த வார்த்தைகளுக்கடியில் கிரிஃபித்திற்காகப் பிரத்யேக மாக உருவாக்கப்பட்ட இன்னோர் அர்த்தம் ஒளிந்திருக்கிறது என்பதை டோரோத்தியால் மட்டுமன்று, கிரிஃபித்தாலும்கூட அறிந்துகொள்ள முடியவில்லை. அந்த உள்பேச்சினூடே கவனமாக விரவப்பட்ட விசேஷமான சொற்கள் அவன் உணர்வுகளுக்குள் இறங்கித் தாங்க முடியாத வேதனையில் உழலும்வண்ணம் அதைக் குழப்பித் துன்புறுத்தியது. கிரிஃபித் பலசமயங்களில் தான் ஏன் வேதனைப்படுகிறோமென்பது தெரியாமலேயே வேதனைப்பட்டுக்கொண்டிருந்தான். பள்ளிக்குச் செல்லும்போது சகநண்பர்களைக் கவரும்வண்ணம் உயர்ந்த ரக வாசனைத் திரவியமொன்றை வருகிற கிறிஸ்துமஸ்ஸிற்கு பாரீஸிலிருந்து தருவித்து அவனுக்குப் பரிசளிக்கப்போவதாக டேனியல் சொல்லும்

போதோ, கிரிஃபித்தின் நண்பர்களிடம் அவன் சீக்கிரமாகவே உண்டு விட்டுப் படுக்கைக்குப் போய்விடும் ஒரு நல்ல பையன் என்று அவன் புகழ்வதைக் கேட்டுவிட்டு அவர்கள் சிரிப்பதைப் பார்க்கும்போதோ, அவனுடைய வளர்த்தியைக் காணத் தனக்கே பொறாமையாக இருக்கிறதென்று டேனியல் இரவுச் சாப்பாட்டின்போது டோரோத்தியிடம் வாஞ்சையுடன் சொல்லும்போதோ, தன் கையிலிருக்கும் ரொட்டியில் மொய்க்கும் ஈக்களை விரட்டுவதற்காக கிரிஃபித் கைகளை வீசும் அழகிற்காகவே பெண்கள் அவனை விரும்புவார்கள் என்று சொல்லி அவளைச் சிரிக்கவைக்கும்போதோ, அந்தப் புகழுரைகளைக் கேட்டுச் சந்தோஷப்படுவதற்குப் பதிலாகத் தன் மனம் ஏன் துக்கத்திலாழ்ந்துபோகிறது என்பதைப் புரிந்துகொள்ள முடியாமல் அந்தச் சிறுவன் திணறினான். டேனியலினுடைய அன்பின் தந்திரம் அவனைப் பல வழிகளில் தாழ்வுமனப்பான்மை கொண்டவனாக்கியது. முட்டாளாக்கியது. பயந்தவனாக, தன்னுள் ஒடுங்கிக்கொள்பவனாக மாற்றிக்கொண்டிருந்தது. தான் இவ்விதம் மாறிக்கொண்டிருப்பது தன் தாய்க்கு வேதனையைத் தந்துகொண்டிருப்பதை அவன் அறிந்திருந்தாலும் அதன் காரணத்தையும் தன்னை மாற்றிக்கொள்ளும் மார்க்கத்தையும் அறிந்துகொள்ள அவனுக்குச் சில வருடங்கள் தேவைப்பட்டன. யவ்வனம் மெல்ல அவன் தோள்களில் வந்தமர்ந்தபோது அதன் இயல்பான குறுகுறுப்பு இரண்டாவது தகப்பனின் ரகசிய உரையாடல்களைப் பழகிக்கொள்ளவும் பழக்கத்தைப் பயமின்மை யாக முன்னேற்றிக்கொள்ளவும் அவனைத் தூண்டிவிட்டது. கிரிஃபித் விரைவிலேயே வார்த்தைகளிலிருந்து சங்கேதங்களைப் பிரித்தறியப் பயின்றுவிட்டான். முதலில் கடும் பிரயத்தனத்துடனும் பிறகு கேட்ட மாத்திரத்திலும் டேனியலின் உரையாடல்களினடியில் ஒளிந்து கொண்டிருந்த உரையாடல்களைக் கண்டுபிடித்துவிடுவதென்பது ஒரு சுவாரஸ்யமான விளையாட்டாக மாறி பிறகு விடுபட்டு வெளியே வரவியலாத வெறியாக அவனுக்குள் வளர்ந்துவிட்டது. விளைவு, டேனியலின் நாசகாரப் பேச்சுகளிலிருந்து தன்னைத் தப்புவித்துக்கொள்ளும் முயற்சியில் கிரிஃபித் எந்த உரையாடலுக்கடியிலும் இன்னோர் உரையாடலைச் சந்தேகப்பட்டுத் தேடிக்கொண்டேயிருக்கும் கெட்டப் பழக்கத்திற்கு அடிமையானான். தாழ்வுணர்ச்சியும் பயந்த சுபாவமும் நிரம்பிய இயல்பால் தன்னுடன் நீண்ட நேரம் உரையாடும் நண்பர்களைச் சிறுவயதுமுதலே பெற்றிராத அவனுக்குத் தன் விளையாட்டுகளை நிகழ்த்த ஏதுவான கேந்திரமாய்ப் புத்தகங்கள் வாய்த்தன. கிரிஃபித் கணக்குவழக்கில்லாமல் புத்தகங்களை வாங்கிப் படிக்கத் துவங்கினான். தூங்கும் நேரம் தவிர மற்ற எல்லா நேரங்களிலும் கையில் புத்தகங்களுடனே அலைந்தான். புத்தகங்களும் அவனுடன் சளைக்காமல் பேசின. அப்படிப் பேசி விளையாடவந்த புத்தகங்கள் அனைத்தையும் கிரிஃபித் தன் வாசிப்பால் தோற்கடித்தான். எந்தப் புத்தகமானாலும், விஞ்ஞானம், சரித்திரம், நிலவியல், மொழி, சமயம், தத்துவம், சமையல், சித்திரம், கவிதை, வைத்தியம், பயணம் என்று அது எதைப் பற்றிப் பேசினாலும், அந்தப் பேச்சிற்கு நேரெதிரான பொருளையோ, அல்லது பேசிக் கொண்டிருப்பதற்குச் சம்பந்தமில்லாத வேறொரு விஷயத்தையோ, அல்லது வெளிப்படையாகப் பேச முடியாத ஒன்றைப் பற்றி அது

பேசிக்கொண்டிருப்பதையோ கண்டுபிடித்து அவன் அந்தப் புத்தகத்தை மௌனமாக்கினான். வகுப்பறையில் பாடப் புத்தகங்களுக்கு அவன் கொடுத்த விளக்கங்கள் நண்பர்களையும் ஆசிரியர்களையும் திடுக்கிடச் செய்தன. அன்பைக் குரூரமாயும், அழுக்கைப் புனிதமாயும், கண்ணீரை வஞ்சகமாயும், உண்மையைக் கதையாயும், கதையைச் சரித்திரமாயும் அவன் தன் வாக்குச் சாதுர்யத்தால் மாற்றி மாற்றி வாசித்துக் காட்டிய போது அவனுடைய படிப்புப் பழக்கத்தைத் துவக்கக் காலங்களில் அக்கம்பக்கத்தவர்களிடையே பேசிப் பெருமையடித்துக்கொண்டிருந்த டோரோத்தி கவலைப்படத் துவங்கினாள். கவலை அவள் உடலையும் அரிக்கத் துவங்கியது. அவள் விரைவிலேயே மருத்துவர்களால் கண்டு பிடிக்கவியலாத விசித்திரமான நோய்களால் பீடிக்கப்பட்டாள். கிரிஃபித் கொண்டுவந்து கொட்டியிருந்த, சமூகத்தால் விலக்கப்பட்ட, கடவுளுக் கெதிரான புத்தகங்களின் வார்த்தைக் காடுகளினுள் அடைபட்டிருந்த பைசாசங்கள் யாவும் அவனால் விடுதலை செய்யப்பட்டவையாகப் பயமின்றி வெளிப்பட்டு வீடெங்கும் சுற்றியலைந்தன. கிரிஃபித் தன் தாயிடம் அவற்றின் நல்ல குணங்களைப் பற்றி எவ்வளவோ எடுத்துச் சொல்லியும் அவளால் அவற்றை நம்ப முடியவில்லை. அவள் ஒவ்வொரு கணமும் பயத்தில் நடுங்கிக்கொண்டிருந்தாள். டேனியலைப் பொறுத்த வரையில் கிரிஃபித் வீட்டிற்குள் கெட்ட ஆவிகளைக் கொண்டுவந்ததன் மூலம் சீக்கிரமே தன் தாயால் வெறுக்கப்பட்டுவிடுவான் என்று எண்ணி அவனுடைய நடவடிக்கைகளை டோரோத்தியின் பார்வை படும்போது கண்டிப்பதைப் போல பாசாங்கு செய்துவிட்டுப் பிற சமயங்களில் அவனுடைய அழிவை நோக்கி முன்னேறிச் செல்லும்படி கண்டு கொள்ளாமல் விட்டுவிட்டான். ஆனால் டேனியல் மனப்பால் குடித்ததைப் போல தாய்க்கும் மகனுக்குமிடையே அவனுடைய தவறான வாசிப்புப் பழக்கத்தை முன்னிறுத்திப் பிரிவு ஏற்பட்டுவிடவில்லை. ஒவ்வொரு மனிதரின், ஒவ்வொரு புத்தகத்தின் உரையாடலுக்குள்ளிருந்தும் பேசுபவர் திடுக்கிடும்படியான இன்னோர் உரையாடலை உருவி எடுத்துக் கொண்டும், அப்படி உருவியெடுப்பதன் மூலம் பேசுபவருடைய ஆளுமை தன் மேல் படர்வதைத் தப்பித்துக்கொண்டுமிருந்த கிரிஃபித் நோயால் க்ஷீணித்துக்கொண்டுவந்த தன் தாயின் பேச்சுகளிலிருந்து மட்டும் இன்னொரு பேச்சை சிருஷ்டித்துக்கொள்ள முடியாமல் திணறினான். அடியில் இன்னோர் உரையாடலை உருவாக்காத நேரடியான வசனம் ஒன்று உலகில் இருக்க முடியுமென்பதை அவனால் நம்ப முடியாத அளவிற்கு அவன் குணம் கறைபட்டுப்போயிருந்த காலம் அது. அப்போது டோரோத்தி தன் பளிங்கைப் போன்ற துல்லியமான உரையாடல்களால் அவளையறியாமலேயே அவனுடன் விளையாடிக்கொண்டும் அதில் தொடர்ந்து ஜெயித்துக்கொண்டுமிருந்தாள். உலகம் அதுவரையில் போதித்துக்கொண்டுவந்த சகல நெறிகளிலிருந்தும் தன்னைத் துண்டித்துக் கொண்டுவிட்டதாகப் பெருமிதமும் தனிமையுணர்வும் கொண்டிருந்த கிரிஃபித் டோரோத்தியின் அன்பிலிருந்து விடுபடவியலாமலும், விடுபட விரும்பாமலும், டேனியலின் எதிர்பார்ப்பிற்கு மாறாக, தனக்கு முழுப் பாதுகாப்பை நல்கும் தோல்வியின் ஒரே புகலிடமென்று அவளை இறுகப் பிடித்துக்கொண்டான். தகப்பன் வீசும் வலைகளைக் கிழித்தெறிந்து

விட்டுத் தப்பிவிட இப்போது அவனால் இயலுமானாலும் தன் தாயின் சந்தோஷத்திற்காக அதனுள் வலிந்து மாட்டிக்கொள்ள விரும்பினான். டேனியலுடனான உரையாடல்களில் இன்னோர் உரையாடலைக் கலக்காமல் தன்னால் பேசவியலுமா என்பதையும் பரிசோதித்துப்பார்த்தான். ஆனால் டேனியலின் இரட்டை உரையாடல்களை எதிர்கொள்ளும் வலு தூய உரையாடலுக்கு இல்லாதிருந்தது. அவனைப் பற்றிப் பேசும் போது நேரடியான பேச்சானது அவனுடைய கெட்ட எண்ணங்களைத் தாயிடம் தெரிவித்து அவளை வருத்தி அவளுடைய நோய்களை மேலும் கூட்டிவிடுமென்று கருதியதால் கிரிஃபித் டேனியல்பற்றிய தன் அபிப்பிராயங்களை எப்போதும் இரண்டு அடுக்குகளாகவே தாயிடம் வெளிப்படுத்த நேர்ந்தது. டேனியலைத் தெரிவிக்கும் உரையாடல்களைக் காட்டிலும் டேனியலை உணர்த்தும் உரையாடல்களே சிறந்தது என்று அவன் நினைத்தான். ஆனால் டோரோத்தி மறைந்திருக்கும் உரையாடல் களை வாசிக்கப் பயந்து அவற்றைப் பழகிக்கொள்ளாமலேயே இருந்து விட்டாள்.

காலம் ஓடியது. படிப்பை முடித்த பிறகு டப்ளின் நூலகத்தில் புத்தகப் பொறுப்பாளராக வேலைக்குச் சேர்ந்த கிரிஃபித் அதோடு தன் வாழ்வின் நீண்ட நிகழ்வுகள் முடிவிற்கு வந்துவிட்டதாகவும், இனி வேலை வீடு புத்தகங்களென்று தன் உலகம் சுருங்கிவிடுமென்றும், டேனியல் என்னும் அறிந்த உபத்திரவத்தோடு தன் தாயின் அரவணைப்பில் அவளுடைய நோய்களுக்குச் சிகிச்சையளித்தபடி தன் காலம் ஓடிவிடு மென்றும், அவள் இறந்த அன்றே தானும், அதற்குப் பிறகு வாழ்வதற்கான காரணம் வேறெதுவும் தனக்கு இருக்குமென்று தோன்றாதபடியால், தற்கொலை செய்துகொண்டு தாயின் கையைப் பற்றியபடி ஆவிகளின் உலகிற்குச் சென்றுவிடலாமென்றும், தானும் ஓர் ஆவியான பிறகு தன் தாய் ஆவிகளைப் பார்த்துப் பயந்து நோயில் தன்னைக் கிடத்திக் கொள்ளும் பழக்கத்தை விட்டுவிடுவாளென்றும் அவன் முடிவு செய்து கொண்டான். ஆனால் டேனியல் அவனுடைய திருமணப்பேச்சை எடுத்தபோது அந்த எதிர்காலத் திட்டம் முழுவதுமாக மாறிவிட்டது. டேனியலினுடைய பேச்சில் வழக்கம்போல, வேறொரு பெண்ணை நடுவே கொண்டுவந்து நிறுத்தித் தன்னைத் தன் தாயிடமிருந்து பிரிக்கும் நயவஞ்சக எண்ணம் இருந்ததைக் கண்டுபிடித்த கிரிஃபித் திருமணத்திற்கு ஒத்துக்கொள்ள மறுத்துவிட்டான். அப்பாவி டோரோத்தி உண்மையான அக்கறையுடன் அதை அவனிடம் வற்புறுத்தியபோதும் அவன் இணங்கவில்லை. தன் வாழ்க்கையில் தன் தாயைத் தவிர இன்னொரு பெண்ணிற்கு இடமில்லையென்று அவன் அடித்துப் பேசிவிட்டான். பேச்சின் மேற்புறத்தை மட்டுமே வாசித்துப் பழக்கப்பட்டிருந்த டோரோத்தி அதைத் தன் மேல் தன் மகனுக்குள்ள வாஞ்சையென்று எடுத்துக்கொண்டு சந்தோஷமும் அவனுடைய எதிர்காலத்தின் மேல் வருத்தமும் ஒருங்கே அடைந்தாளாயினும் டேனியல் அதனடியில் ஓடிக்கொண்டிருந்த, கிரிஃபித்தின் தன்னுடனான விளையாட்டைப் புரிந்துகொள்ளாமலில்லை. அவன் பகல் முழுவதும் யோசித்த பிறகு தன் தோல்வியை வெளிப்படையாகவே கிரிஃபித்திடம் ஒத்துக்கொள்வதென்று

முடிவுசெய்தான். அன்று இரவு டோரோத்திக்கான பணிவிடைகளை முடித்த பின்பு டேனியல் கிரிஃபித்தை வீட்டின் பின்புறமிருந்த ஆரஞ்சுத் தோட்டத்திற்குள் அழைத்துச் சென்றான். அங்கே ஒரு கல்லிருக்கையில் அவனை அமர்த்திய பின் உரையாடல்களை இனம் பிரிக்கத் தெரிந்த அந்த இளைஞனுக்கு ஏன் அவனுக்கெதிரான தன் உரையாடல்களின் மூலமாக டோரோத்தியிடம் தான் கொண்டிருக்கும் மாறாத அன்பைச் சொல்லிப் புலம்பிக்கொண்டிருப்பது தெரியாமலே இருந்துவிட்டது என்று வினவினான். கிரிஃபித் இதைக் கேட்டுத் திடுக்கிட்டான். டேனியல் பேசினான், காதல் எப்போதும் தன் உரையாடலின்கீழ் இன்னோர் உரையாடல் இருப்பதை விரும்புவதே இல்லை, இன்னோர் உரையாடல் என்பது இன்னொன்றின் இருப்பைப் பற்றிய அறிவால் உண்டாவது, காதலுக்கோ தன்னைத் தவிர பிறிதொன்றைப் பற்றித் தெரியாது, அது எப்போதும் தன்னைப் பற்றியேதான் பேசிக்கொண்டிருக்கிறது, இந்த உலகம் முழுவதிலுமுள்ள காதலர்கள் அனைவரும் தங்களுக்குள் பேசிக்கொண்டிருப்பது காதலைப் பற்றி மட்டும்தான், அதனால்தான் எந்த தேசத்தில் எந்தப் பெண்ணுடன் பேசிக்கொண்டிருக்கும் எந்தக் காதலனும் இன்னொரு தேசத்தில் இன்னொரு பெண்ணைக் கொஞ்சிக்கொண்டிருக்கும் இன்னொரு காதலனைவிடக் கூடவோ குறையவோ தன் காதலைப் பேசிவிட முடிவதில்லை, நானும் அதையேதான் உன் தாயிடம் பேச விரும்பினேன், விரும்புகிறேன், ஆனால் துரதிர்ஷ்டவசமாக காதல் என்கிற ஒற்றை உணர்வைப் பேச இருவர் தேவைப்படுகிறது, இருவருக்கும் அதைத் தவிர மற்றதன்மீது முழுமறதியும் தேவைப்படுகிறது, அதன் குணத்தைத் தேவன் விசித்திரமாகத்தான் உருவாக்கியிருக்கிறான், காதலைப் பேச இன்னொருவர் கிடைக்காதபோது காதல் இரட்டை நாக்கு கொண்ட பாம்பாகிவிடுகிறது, விஷத்தைக் கக்கத் துவங்கி விடுகிறது, உரையாடல்களினடியில் உரையாடல்களைப் பின்னத் துவங்கி விடுகிறது, கிரிஃபித், இந்த உலகில் இரட்டை உரையாடல்களைச் சிருஷ்டிக்கிறவர்களெல்லோரும் காதலைப் பேச இன்னோர் ஆத்மா கிடைக்காதவர்களே, அவர்களுடைய விஷம் தோய்ந்த இன்னோர் உரையாடலை நீ பின்னும் கீறிப் பார்க்க முடிந்தால் கிட்டாத காதலின் குருதி அதிலிருந்து கசிவதை நீ கண்டுகொள்ள முடியும், உரையாடல்களைப் பிரிக்கத் தெரிந்த உனக்கு இரண்டாவது உரையாடலைக் களையும் மார்க்கமும் தெரிந்திருக்க வேண்டும், காதல் அதற்கொரு சிறந்த மருந்து, நானும் உன் அன்னையும் காதலைத் தவிர பிறிதொன்றைப் பேசாதிருக்க உதவிசெய், நீ காதலைப் பேச ஒரு பெண்ணைத் தேடிக்கொள்வதுதான் அந்த உதவியாக இருக்கும், காதல் எதையும் இழக்கச் செய்வதில்லையென்று, வயதில் சிறியவனான உனக்கு, நான் உறுதியளிக்கிறேன், காதலால் நீ உன் தாயை இழக்கப்போவதில்லை, மாறாக உன் தாய் டோரோத்தி மட்டும் இல்லையென்பதை நீ தெரிந்துகொள்வாய், எல்லாப் பெண்களும் பாலூட்டும் முலைகளைக் கொண்டிருக்கிறார்கள் கிரிஃபித்.

அத்தனை காலப் பழக்கத்தில் முதன்முறையாகத் தன் தாயின் கணவனுடைய வார்த்தைகளில் தன் புத்திசாலித்தனம் தோற்றுக் கொண்டிருப்பதை கிரிஃபித் உணர்ந்தான். என்ன முயற்சி செய்தும்

அவனால் அதனடியிலிருந்து வேறு அர்த்தம் தொனிக்கும் வார்த்தைகளைக் கண்டுபிடிக்க முடியவில்லை. அவன் தன் வியப்பை வெளிப்படையாகவே வெளிப்படுத்தியபோது டேனியல் அவன் தலையைத் தடவியபடி, உண்மைதான் மகனே, இப்போது நான் பேசிக்கொண்டிருந்தது காதலை யல்லவா என்றான். அன்று இரவு கிரிஃபித் படுக்கைக்குச் சென்று படுத்துக்கொண்டபோது தன் தாய்மீது தான் கொண்டிருந்த வாஞ்சையின் மேல் முற்றிலும் புதிய, பிரகாசிக்கும் நீல நிறமொன்று படர்ந்திருப்பதைக் கண்டான். சில நாட்களிலேயே அவனுடைய போக்கில் தெரியத் துவங்கிய மாற்றங்களை டோரோத்தி உணர்ந்துகொண்டாள். அவன் வீட்டில் இருக்கும் சமயங்கள் வெகுவாகக் குறையத் துவங்குவதையும், பதிலாக டேனியலுடன் தான் தனியே கழிக்கும் தருணங்கள் அதிகரிக்கத் துவங்கியிருப்பதையும் அவளால் கணக்கிட முடிந்தது. டேனியல் தனக்கு உணர்த்தியதைப் போலவே டேனியலுக்குள்ளிருக்கும், டோரோத்தியின் அன்பிற்காக ஏங்கித் தவிக்கும் டேனியல் என்கிற இன்னொரு மகனைத் தன் தாய் கண்டுகொள்ளும்படி செய்வது தன் கடமையென்று கிரிஃபித்தும் உணர்ந்திருந்தான். தன்னுடைய விலகலைத் தன் தாய் புண்படாவண்ணம் நிகழ்த்துவது எப்படியென்பதைச் சதா அவன் மனம் யோசித்தபடியேதான் இருந்தது. அதற்காக அவன் ஒன்றும் உடனே தன் திருமண ஏற்பாடுகளுக்குச் சம்மதித்துவிடவில்லை. அவன் முதலில் தான் முன்பு நையாண்டி செய்து மௌனியாக்கிவிட்டிருந்த உலகத்துடன் சமரசம் செய்துகொள்ள விரும்பினான். குறிப்பாக பெண்களைப் பார்க்க நேரும்போதெல்லாம் அவர்களுடனான உரையாடலை இரண்டாகப் பிரிக்காமல் அப்படியே தன் மனதில் வாங்கிக்கொள்ள அவன் கடுமையாக முயற்சிசெய்தான். துரதிர்ஷ்டவசமாக அவனுடைய பல வருடப் பழக்கத்தை அவனால் அவ்வளவு எளிதாக மாற்றிக்கொள்ள முடியாத அளவிற்கு அவனைச் சுற்றியிருந்த உலகை அவன் வாசிப்பு கறைப்படுத்தியிருந்தது. கிரிஃபித் தன் தாயைப் போல, தன் பார்வையைத் தோற்கடிக்கும் காதலின் மொழியைப் பேசித் தன்னைத் தன் நோயிலிருந்து விடுவிக்கும் ஒரு பெண்ணை எதிர்பார்த்துத் தவித்தான். அவன் மானசீகமாகத் தேர்வு செய்துகொண்டு அணுகும் ஒவ்வொரு பெண்ணின் வார்த்தைகளும் ஆனால் அவன் முன் உச்சரிக்கப்பட்ட கணத்திலேயே இரண்டாகக் கிழிந்து தொங்கிக்கொண்டிருந்தன. அவனுக்கு முன்பே அவர்களுடைய காதலை வேறு யாராவது ஓர் அதிர்ஷ்டக்கார ஆண் அடைந்துவிட்டிருந்தான். கிரிஃபித்திற்கான பெண் அவனுக்குக் கிடைக்கவேயில்லை. அவனுக்காக டேனியலும் டோரோத்தியும் சேர்ந்து தேடிய பெண்களின் வார்த்தை களிலும் வேறொரு காதலின் சாயை படிந்திருப்பதைக் கண்டுபிடிக்க முடிந்தபோது தன்னை அடிமையாக்கிவிட்டிருந்த பழக்கத்தைச் சபித்து அவன் தன் இரவுப் படுக்கையில், பக்கத்து அறையில் வயது முதிர்ந்துகொண்டிருந்த காலத்திலேயே தனித்திருக்க வேண்டுமென்று ஆசீர்வதிக்கப்பட்ட தம்பதிகளைத் தன் குரல் இடையூறு செய்துவிடாத கவனத்துடன், மௌனமாக அழுதான். (உங்கள் ஆறுதலை நீங்கள் அடைந்து தீர்ந்தது). முள்ளை முள்ளால் எடுக்கும் யோசனையுடனும், தன்னைக் கொன்றுகொண்டிருக்கும் தனிமையை வெற்றிகொள்ளும் வேட்கையுடனும் அவன் தான் முன்பு அர்த்தங்களை உருவியெடுத்துப் பொக்கையாக்கி

விட்டிருந்த புத்தகங்களை எடுத்து மறுபடி காதலுடன் படிக்கத் துவங்கினான். அவற்றின் வார்த்தைகளை அப்படியே ஏற்றுக்கொள்ளவும் முயன்றான். ஆனால் பரிதாபகரமாக இங்கும் அவனுக்குத் தோல்வியே கிடைத்தது. அவனால் ஏற்கெனவே பரிகசிக்கப்பட்டு அவமானப்பட்டுப் போயிருந்த புத்தகங்கள் அவனுடன் தங்கள் வரிகளால் பேச மறுத்து விட்டன. இதற்கிடையே தனக்குத் திருமணமாகும்வரை குழந்தை பெற்றுக்கொள்வதை ஒத்திப்போடுவதென்று தாயும் டேனியலும் மேற்கொண்டிருந்த முடிவைப் பேச்சுப்போக்கில் அறிந்துகொண்டபோது, கழிவிரக்கம் அதிகமாகப்போய், தன்னைப் புறக்கணித்துவிட்ட உலகத்தி லிருந்து தன்னை வெளியேற்றிக்கொள்ளவும் ஒருமுறை அவன் முயற்சி செய்தான். ஆனால் தாயின் நினைவு நிரந்தர வெளியேற்றத்தை நிறைவேற்றிக்கொள்வதிலிருந்து அவனைத் தடுத்துவிட்டது. ஆனாலும் குறைந்தபட்சம் அதையாவது வெற்றிகொண்டுவிடும் நாளை நோக்கி விடாது அவன் முயன்றுகொண்டிருந்தான்.

இப்படியே பதினெட்டு வருடங்கள் ஓடிவிட்டன, தேடலிலேயே எனக்கும் நரைகூடிவிட்டது, இந்தச் சமயத்தில்தான் என்னுடைய வினோதமான வாசிப்புப் பழக்கத்தைப் பற்றி டப்ளின் நூலக அதிகாரிகளிட மிருந்து கேள்விப்பட்டிருந்த வில்லியம் பிட் என்னை அவருடைய அலுவலகத்திற்கு அழைத்துவர ஏற்பாடு செய்தார், பாண்டித்தியமும் வெறுப்பும் அடைந்துபோய்க் கைவிட்டுவிட முயன்றுகொண்டிருந்த வாசிப்பு முறையை லீடன் தெரு நிறுவனத்தின் தில்லுமுல்லுக் கணக்குகளை அம்பலப்படுத்த உபயோகிக்கும்படி அவர் கேட்டுக்கொண்டபோது எனக்கு என் விதியை நினைத்து அழுவதா சிரிப்பதா என்று தெரியவில்லை, முதலில் நான் என்னை என் உலகிலிருந்து தனிமைப்படுத்திவிட்ட அந்தக் கெட்டப்பழக்கத்தை மீண்டும் ஏற்றுக்கொள்ள முடியாதென்று கூறி அவரிடமிருந்து விடைபெற்றுக்கொண்டு டப்ளின் திரும்பிவிட்டேன், ஆனால் யோசித்துப்பார்த்தபோது என் தாயிடமிருந்து என்னை நிரந்தரமாகப் பிரித்துக்கொள்ளத் துணிவில்லாத கோழையாக நானிருக்கும்பட்சத்தில் என் உயிர்ப்பின் மீதான திருப்தியை அவளுக்கு அளித்துவிட்டு உடலையாவது அவளிடமிருந்து பிரித்துக்கொள்ள ஓர் ஒத்துக்கொள்ளத்தக்க ஏற்பாட்டைக் கடவுள் அருளியிருக்கிறபோது அதை மறுப்பானேனென்று திரும்ப பிட்டின் அலுவலகத்திற்குச் சென்று இந்தியா செல்லும் பணியை ஒத்துக்கொண்டேன், தாயிடம் என் முடிவைத் தெரிவித்த கணங்கள் அதைப் பலவீனப்படுத்துமளவிற்கு நெகிழ்ந்துபோனவையாக இருந்தனவெனினும் என்னை நன்றியுடன் கவனித்துக்கொண்டிருந்த வேறொரு ஜோடிக் கண்கள் அவளைச் சமாளித்துச் சமாதானப்படுத்தி அனுமதி வாங்கும் தைரியத்தையும் நாவன்மையையும் எனக்குப் புகட்டி உதவின, நான் என்னுடன் முரண்டு செய்துகொண்டிருந்தும் என்னால் விட்டுவிட முடியாத புத்தகங் களையும் என் தாயைச் சமாதானப்படுத்தியதைப் போல என்றேனும் சமாதானப்படுத்திவிட முடியுமென்கிற நம்பிக்கையுடனும் வாஞ்சையுடனும் பயணப் பொருட்களுடன் பிரதானமாகக் கட்டியெடுத்துக்கொண்டேன், இந்தியாவின் புதிய நிலவெளி இங்கிலாந்தின் புத்தகங்களுக்கு நான்

இதுவரையில் கண்டுபிடித்திராத புதிய ஆறுதலான அர்த்தங்களை அளிக்கக்கூடுமென்றும் நான் ஆவலுடன் எதிர்பார்த்தேன், எவ்வாறேனும் கிழக்கிந்தியக் கம்பெனியின் கணக்குப் புத்தகங்களையல்லாமல் என்னுடைய வினோதமான வாசிப்புப் பழக்கத்தை வேறு புத்தகங்களின் பக்கங்களுக்கு இனி கொண்டு செல்வதில்லையென்பதும், வார்த்தைகளைச் சிநேகமாக்கிக் கொள்வதென்பதும்தான் இந்தியாவிற்குக் கிளம்பியபோது என்னுடைய முடிவாக இருந்தது என்று கூறித் தன் கதையை முடித்தார் கிரிஃபித் அப் ஒவைன்.

இதற்கு நெடுநேரத்திற்குப் பிறகு, கட்டிலில் அவனருகே படுத்துத் தூங்கிக்கொண்டிருந்த சைமன் பாதிரியார் திடீரென்று நடுச்சாமத்தில் அவரை எழுப்பி அவர் தன் வாசிப்புப் பழக்கத்தால் விவிலியத்தையும் பகைத்துக்கொண்டுவிட்டாரா என்று நடுங்கும் குரலில் வினவியிருக்கிறார். கிரிஃபித்தும் துயரத்துடன், ஆம், விவிலியமும் இப்போது நேரடியாக அதன் வார்த்தைகளால் என்னுடன் பேசுவதில்லை என்று கூறியிருக்கிறார். பிறகு, மீதமிருந்த இரவு முழுவதையும் சைமன் தூங்காமலே கழித்தாரென்றும் கட்டிலின் மேலேயே மண்டியிட்டுச் சன்னலின் வழியே புனித தோமையர் மலையுச்சியில் மின்னிக்கொண்டிருந்த கலங்கரை விளக்கைப் பார்த்துக் கைகூப்பியபடி கிரிஃபித்தின் பாவங்களுக்காக அவரை மன்னிக்குமாறும், அவர் வாயிலிருந்து சாத்தானின் சொற்களாக வெளிப்பட்ட கதையைச் செவியுற்ற பாவத்திலிருந்து தன்னையும் விடுவித்துக் கரைசேர்க்கும்படியும் தேவனைத் திரும்பத் திரும்ப வேண்டிக் கொண்டேயிருந்தாரென்றும் பின்பு கிரிஃபித் ட்ரிஸ்ட்ராமிடம் வேப்பேரி கிராமத்து வளையல் வியாபாரிகளின் தாழ்ந்த குடியிருப்புகளினூடே நடந்துபோய்க்கொண்டிருந்தபோது பாதி ஏளனத்துடனும் பாதி இரக்கத்துடனும் சொன்னார். இதற்கு முன்பே அவருடைய கதை தன்னைப் பாதித்த விதம்பற்றி ட்ரிஸ்ட்ராம் மறுநாள் காலையிலேயே அவரிடம் சொன்னான். அன்றிரவு அவன் டோரோத்தியை ஒரு மெலிந்த பெண்ணாயும் கிரிஃபித்தைக் கைக்குழந்தையாயும் கனவுகண்டான். தாய் குழந்தையின் களங்கமற்ற முகத்தையும் குழந்தை பெரியவர்களின் பக்குவப்பட்ட முகத்தையும் கொண்டிருந்தார்கள். பல்கூட முளைக்காத அந்தக் குழந்தை தாயிடம் ஏதோவொரு விஷயத்தைப் பற்றி, மூன்று விரல்களை மூடி இரண்டு விரல்களை நீட்டி, பேசிக்கொண்டிருந்தது. பெண்ணின் முகத்தில் குழந்தையின் பேச்சை ரசிக்கும் வாத்ஸல்யத்திற்குப் பதிலாக அதைப் புரிந்துகொள்ள முன்னும் தீவிரம் நிறைந்துகிடந்தது. அவள் கண்கள் பாதி மூடியும் பாதி திறந்தும் கிடந்தன. அவர்களின் பின்னே அவள் தலையளவிற்குப் பெரிய வண்டு ஒன்று சுவரில் ஊர்ந்துபோய்க்கொண்டிருந்தது. கண்மறைவாக அவர்களைச் சுற்றிப் பறந்துகொண்டிருக்கும் வேறேதோ பூச்சிகளின் சிறகுகள் எங்கிருந்தோ கசிந்துகொண்டிருந்த மெல்லிய வெளிச்சத்தில் இரவு முழுவதும் மின்னிக்கொண்டேயிருந்தன. பெரிய சம்பவங்களெதுவும் நடக்கவில்லையாயினும் அந்தப் பெண்ணின் கண்ணீரற்ற கண்களிலிருந்து ஒழுகிக்கொண்டிருந்த துயரம் முழுக் கனவையும் நிறைத்து வழிந்து மனதைக் கனக்கச் செய்துவிட்டதென்றான் அவன். கிரிஃபித் அதற்கு மறுமொழியாக அவன் கண்டது அவனுடைய

மனைவியும் அவனுமாகக்கூட இருக்கலாம் என்றார். ஆனால் காலை உணவாக முத்தியால்பேட்டையிலிருந்து பருத்திச் செட்டியார் தருவித்திருந்த நிலக்கடலைச் சுண்டலையும் ஆப்பத்தையும் குழம்புடன் சேர்த்து அவர்கள் பேசியதைக் கேட்டபடியே சுவைத்துக்கொண்டிருந்த ராமப்ப நாயக்கன் ட்ரிஸ்ட்ராமின் வர்ணனை, ஏர்னிங் துரையோடு தோமையர் கோவிலுக்குப் போன தருணங்களில் அவன் அங்கே பார்த்திருந்த, புனித லூக்கா சாமியார் வரைந்த, குழந்தை ஏசுவைக் கையிலேந்திக்கொண்டிருக்கும் மரியம்மையின் சித்திரத்துடன் அப்படியே ஒத்துப்போகிறதென்றும், சற்று யோசித்தால் ட்ரிஸ்ட்ராம் கனவில் கண்ட பெண் நீலநிற முக்காடும் சிவப்பு நிற முழுக்கைச் சட்டையும் உடுத்தியிருந்தாளென்பதை அவனால் நினைவிற்குக் கொண்டுவந்துவிட முடியுமென்றும் அடித்துச்சொன்னான்.

பிச்சையா பிள்ளை

மெட்ராஸ் வந்துசேர்ந்த மறுநாள் அவர்கள் ஆளுநர் சார்லஸ் கார்ன்வாலீஸைக் கோட்டையின் கிரேக்கப் பாணி விருந்து மண்டபத்தில் சந்தித்து அவருடைய பிரசங்கத்தைக் கேட்டுக்கொள்ள ஏற்பாடு செய்யப்பட்டிருந்தது. அமெரிக்கப் புரட்சியின்போதே, தேவையான அளவிற்கு, ஒரு திறமைசாலியான போர்த் தளபதியாயும் வில்லியம் பிட்டின் நண்பராயும் பிரிட்டன் முழுவதிலும் பிரபலமாகி விட்டிருந்த அவர் சுய அறிமுகத்தில் நேரத்தை வீணடிக்காமல் மெட்ராஸில் கம்பெனி நிர்வாகத்தின் அப்போதைய நிலைமையைப் பற்றி ஏற்கெனவே தயாரிக்கப்பட்டிருந்த உரையுடன் தன் பேச்சைச் சுருக்கமாக முடித்துக்கொண்டார். அது லண்டனில் அவர்கள் செவியுற்ற வில்லியம் பிட்டினுடைய பேச்சின் நீட்சியாகவேயிருந்தது (சில நாட்களுக்குப் பிறகு கார்ன்வாலீஸின் இந்தப் பேச்சிற்குப் பருத்திச் செட்டிச் சத்திரத்தில் வைத்து ராமப்ப நாயக்கன், பருத்திச் செட்டி மற்றும் ட்ரிஸ்ட்ராமின் முன்னிலையில், காஞ்சீவரத்திலிருந்து நாயக்கன் வரவழைத்திருந்த பனந்தேரியின் போதையுடன், கிரிஃபித் கொடுத்த திருகலான விளக்கங்கள் அவர்களனைவரையும் விலா நோகச் சிரிக்க வைத்துக்கொண்டிருந்தது. சமீபத்திய மைசூர்ப் போருக்கும் அதில் ஏற்பட்ட பொருட்சேதம் மற்றும் உயிர்ச்சேதத்திற்கும் நிர்வாக ஆளுநர் திப்பு சுல்தானையே காரணம் காட்டிப் பேசியதை ஒத்துக்கொள்ள, பிற்பாடு சக ஊழியர்கள் மூலமாகக் கேள்விப்பட்டவற்றிலிருந்தும் இயக்குநர் மன்றத்தின் வருடாந்திரச் சந்திப்பிற்காக பாரமஹாலிலிருந்து அனுப்பப்பட்டிருந்த கணக்கு அறிக்கைகளைச் சுயவிருப்பத் தின்பேரில் பெற்றுச் சென்று பார்வையிட்டதிலிருந்தும் கிரிஃபித் தொகுத்துக்கொண்டவற்றால், முடியாதிருந்தது. திப்பு சுல்தான் பெரிய புத்திசாலி என்பது அவர் கருத்து. போரை வலியச்சென்று எதிர்கொள்வதற்கு, இந்தியாவில்

வலுச்சண்டைக்கு இடப்பட்டிருக்கும் இன்னொரு பெயரான வீரம் என்பது வெறும் வெளிக்காரணம், உண்மையில் எதிரிப்படைகளை முந்திச்சென்று எதிர்கொள்பவனுக்குப் போரை நடத்த வேண்டிய நிலத்தைத் தேர்வு செய்துகொள்ளும் உரிமை கிடைத்துவிடுகிறது, திப்பு சுல்தான் தண்மையான தட்பவெப்பமும் மலைத்தொடர்களும் காடுகளும் நிரம்பிய ஓசூர், கெலமங்கலம், தளி முதலான பிரதேசங்களைப் பெரும்பாலும் தன் படைகள் கடந்துசெல்வதற்கான நிலங்களாக மட்டுமே உபயோகப்படுத்திக்கொண்டிருக்கிறான், பாரமஹாலில் அவன் போருக்காகத் தேர்வுசெய்த பாறைப் பரப்புகளிலும், மழைநீர் நிற்க முடியாத மேட்டுநிலங்களிலும், அவனால் எதிரிக்குப் பிரயோசனப்படாது அழிந்துபோக வேண்டுமென முடிவு செய்யப்பட்ட சிறுசிறு பாளையங் களிலும்தான் கம்பெனிப் படைகளால் அவனை எதிர்கொள்ள முடிந்திருக்கிறது, திப்பு ஓர் இடத்தில் எதிரிப்படைகளின் முன் தோன்று கிறானென்றால் அந்த இடம் போர்நிலம் ஆக வேண்டுமென்பது மட்டு மன்று, அதன் பின்னாலுள்ள பிரதேசங்கள் போர்நிலங்களாக ஆகக் கூடாதென்பதும் அதன் குறிப்பறிவிப்பாக இருந்திருக்கிறது, சென்ற போர்கள்வரை அவனுடைய இந்தத் தந்திரத்தைக் கம்பெனியின் பெரிய தளபதிகள் புரிந்துகொள்ளவேயில்லையென்பதுதான் கோப்புகள் காட்டும் பிரத்யட்சம், மைசூரிலிருந்து மெட்றாஸுக்குக் குடிபெயர்ந்த துபாஷிகள் சுல்தானைப் பற்றிக் கம்பெனி அரசாங்கத்திற்கு நிறையச் சொல்லி யிருக்கிறார்களென்றுதான் கேள்வி, ஆனால் தங்களுடைய கீழ்த்தரமான நடவடிக்கைகளுக்குத் துபாஷிகளை உபயோகப்படுத்திக்கொண்ட ஆளுநர்களில் யாருமே அவர்களுடைய இந்த உபயோகமான யோசனை களுக்குச் செவிசாய்க்கவில்லை, போர்த் திட்டத்திற்காகவும், சண்டையின் வரைபடங்களைத் தயாரிப்பதற்காகவும் மாதக்கணக்காகக் காலத்தையும் பொருளையும் மனித உழைப்பையும் விரயம் செய்த அவர்கள் உள்ளூர்க் குடிகளின் கதைகளைக் கணக்கிலெடுத்துக்கொண்டிருந்தாலேகூட திப்பசுல்தானிடம் செய்துகொண்ட உடன்படிக்கையில் இவ்வளவு அதிருப்தியைக் கம்பெனி சந்தித்திருக்காது, சண்டையில் கோழிகளை உயிராயுதங்களாக உபயோகப்படுத்தும் கிரீஸ் நாட்டுப் போர்த் தந்திரங்கள்பற்றி நன்கு அறிந்திருக்கும் ஐரோப்பியப் படைகள் அதை, உயிருள்ள கோழிகளின் ஆசனவாயைச் சுயமைதுனத்தின்போதும் விஷமுறிவுச் சிகிச்சையின்போதும் பயன்படுத்திக்கொள்ளும் சுல்தானின் வினோதப் பழக்கம்பற்றி, திருவல்லிக்கேணிக் கோயில் பிரகாரம் முழுவதிலும் பிராமணர்களின் மதியத் தூக்க வேளையில் எதிரொலித்துக் கொண்டிருக்கும், மலபார் மற்றும் கர்நாடக நாட்டுப்புறக் கதைகளுடன் இணைத்து யோசித்திருப்பார்களேயானால் அதிகச் செலவை வேண்டாத, சில உபயோகமான சண்டை உத்திகளை உருவாக்கிக்கொண்டிருக்க முடியும், திருவிதாங்கூர் ஆட்சிப் பகுதிகளில் சில தளபதிகள் நிலங்களைக் காயப்படாமல் திப்புவிற்கு விட்டுக்கொடுக்க துபாஷிகள் மூலமாகப் பணம் பெற்றதாகக்கூட வழக்குகளிருக்கின்றன, உண்மையில் கம்பெனியின் போர்கள் லாபத்தை நோக்கமாகக் கொண்டவையென்றால் ஏதாவதொரு காரணத்தைச் சொல்லி ஸ்ரீரங்கப்பட்டண உடன்படிக்கையை நிராகரித்து விட்டு வலியப்போய் பாரமஹாலின் மலைகளுக்குப் பின்புறம் சுல்தான்

மறைத்துவைத்துக்கொண்டிருக்கிற பொக்கிஷங்களான பாலகாட்டின் காடுகளைக் கைப்பற்றியிருக்க வேண்டும், அங்கிருந்து சந்தனத்தையும் குங்கிலியத்தையும் அகிலையும் தேன்மெழுகையும் அவுரிச் சாயத்தையும் தானியங்களையும் கம்பெனிப் பகுதிக்குள் கொண்டுவர தரகர்களுடனும் பஞ்சாரிகளுடனும் திருடர்களைப் போல, இயக்குநர்களுக்கே தெரிவிக்காமல், ரகசிய ஒப்பந்தங்கள் செய்துகொண்டிருப்பதை விட்டுவிட்டு உரிமையோடு அதன் அனுபவப் பாத்தியதையை எழுதி வாங்கியிருக்க வேண்டும், அதைச் செய்யாமல் பாறைகள் பிதுங்கி வெய்யில் புரட்டி எடுத்துக்கொண்டிருக்கும், நிலங்களைக் காட்டி சுல்தான் ஏமாற்றிவிட்டதாக இயக்குநர் மன்றத்திற்கு கார்ன்வாலீஸ் சமாதான அறிக்கைகளையும் அடுத்த போருக்கான முன்வரைவுகளையும் அனுப்பிக்கொண்டிருக்கிறார்). பிறகு ஒரு நான்கு மாத காலம், மருத்துவர் புச்சனனைத் தவிர (அவர் வந்துசேர்ந்த சில நாட்களிலேயே, வெல்லெஸ்லி பிரபுவின் பிரத்யேக வேண்டுகோளுக்கிணங்க, கல்கத்தாவிற்குக் கப்பலேறிப் போய்விட்டார்) மற்ற பன்னிருவருக்கும் கம்பெனிக் கணக்குகளிலும் வழக்கு விவகாரங்களிலும் தீவிரப் பயிற்சி அளிக்கப்பட்டது. மெட்றாஸ் வந்துசேர்ந்த இரண்டாம் நாளே அவர்கள் சென்று பணியாற்ற வேண்டிய பிரதேசங்களைக் கார்ன்வாலீஸ் முடிவுசெய்து அறிவித்துவிட்டிருந்தார். ட்ரிஸ்ட்ராம், கணிதத்துறையில் அவன் கொண்டிருந்த ஆளுமையையும் அனுபவத்தையும் கவனத்தில்கொண்டும், திப்பு சுல்தானிடமிருந்து சமீபத்திய உடன்படிக்கையின் மூலமாகப் பெற்றிருந்த பாரமஹால் நிலப்பகுதிகளின் வரி வசூலிப்பு உத்தேசங்கள் போருக்காகக் கம்பெனி செலவழித்த பகோடாக்களை நெருங்கிவர மறுக்கின்றன என்று தளபதி ரீட் திருப்பத்தூரிலிருந்து அனுப்பியிருந்த அறிக்கைகளை உத்தேசித்தும், ஜேம்ஸ் ஜார்ஜ் க்ரஹாம் என்கிற மாவட்ட ஆட்சித் தலைவரின்கீழ் பணியாற்ற ராயக்கோட்டைக்கு அனுப்பப்படவிருந்தான். கிரிஃபித்தும் பெஞ்சமின் ஃபார்மரும் முறையே கண்ணனூர் மற்றும் தெளிச்சேரி ஆட்சிப்பகுதிகளுக்கு, படைத்தளபதி ஜேம்ஸ் ஸ்டூவர்டினுடைய நிர்வாகக் கணக்குகளின் தணிக்கையர்களாக நியமிக்கப்பட்டிருந்தார்கள். ஒற்றைக்கண் சைமனின்முன் திண்டுக்கல் மற்றும் ராமநாதபுரம் ஆகிய இரண்டு இடங்களை அவரே தேர்வு செய்துகொள்ளும்படி கம்பெனி முன்வைத்தபோது, அவருக்கு அளிக்கப்பட்ட ஐந்து நாட்கள் அவகாசத்தில், ஜெஸுயிட் பாதிரியார் ஜான் டி பிரிட்டோ கட்டத்தேவரால் கொல்லப்பட்ட காலம் தொடங்கி ராமநாதபுரத்து மறவர்குல மன்னர்களுக்கும் கிறிஸ்தவப் பாதிரியார்களுக்குமான உறவில் ரத்தவாடையடித்துக்கொண்டிருக்கிறது என்று கம்பெனி ஊழியர்கள் பலர் அவரைக் கரிசனத்துடன் எச்சரித்த பின்னும், கிறிஸ்துவின் மீதும் அவரால் ஆசீர்வதிக்கப்பட்டவர்கள்மீதும் சிலுவையை ஏற்றுபவர்கள் எங்குதான் இல்லை என்று (கலப்பையின் மேல் தன் கையை வைத்துப் பின்னிட்டுப் பார்க்கிற எவனும் தேவனுடைய ராஜ்ஜியத்திற்குத் தகுதியுள்ளவன் அல்லன்) புனித தோமையர் மலையிருந்த திக்கைப் பார்த்துக்கொண்டே மிடுக்காக மொழிந்த அவர் ராமநாதபுரத்தையே தன்னுடைய பணியிடமாக ஏற்றுக்கொண்டார். மதுரை, திண்டுக்கல், கொச்சி, நெல்லூர், காரைக்கால், திருச்சிராப்பள்ளி, பனாரஸ், குண்டூர் பிரதேசங்கள் மற்ற எண்மருக்குப் பணிக்களங்களாகப்

பிரித்தளிக்கப்பட்டன. முத்தியால்பேட்டை மற்றும் பெத்தநாயக்கன் பேட்டை வெற்றிலை, புகையிலை வியாபாரிகளிடமிருந்தான கொள்முதல் கணக்குகளை ஆயும் பணி பயிற்சிக் காலத்தில் சைமனின் கைகளுக்கு வந்தது. ட்ரிஸ்ட்ராமின் பயிற்சிக்காலம் முழுவதும், பிரான்ஸிஸ் ஜோர்டன் நிலவாடகை அதிகாரியாக இருந்த காலத்தில் அவருடைய பரிந்துரையின் பேரில் கருப்பர் நகரத்திற்குள் தூய்மையை நுழைக்கவென்று அமலாக்கப் பட்டு, ஆனால் இருபத்தேழு வருடங்களாக வசூலிக்க முடியாமல் நிலுவையிலிருந்த தோட்டி வரிக் கணக்குகளைச் சரிபார்ப்பதிலும், தெருத் துப்புரவு வேலையை ஒப்பந்த அடிப்படையில் எடுத்துக்கொள்ளச் சம்மதித்துக் கடிதம் அனுப்பியிருந்த இரண்டு பிராமணர்களுடைய சொத்துப் பின்புலங்களைச் சேகரிப்பதிலும் கழிந்தது. அவனுக்கு உதவியாக அமர்த்தப்பட்ட வரதசேஷன் என்கிற தமிழ் பிராமணரே அவனோடு பாதிரியாரையும் சேர்த்து ஐந்து பேருக்கு, அலுவலக நேரம் முடிந்த பிறகு, தமிழையும் மைசூர்ப் பீடபூமியின் கீழ்ப்புற நிலங்களின் கலாசார அடிப்படைகளையும், அவற்றைப் புரிந்துகொள்ளும் செயற்பாட்டில் முக்கியமான தேவையாய் ஒருவேளை இருக்கக்கூடு மென்று ஓலைச்சுவடிகளை வாசிக்கும் முறைகளையும், கார்ன்வாலீஸின் ஏற்பாட்டின்பேரில், கற்றுக்கொடுத்துக்கொண்டிருந்தார். அதேபோல் கிரிஃபித்தின் பயிற்சிக்காக அவர் கைகளில் திணிக்கப்பட்ட, நாற்பது வருடங்களாக ஒத்திப்போடப்பட்டுக்கொண்டேயிருந்த திருவல்லிக்கேணிக் கோயில் தென்கலை வடகலை அய்யங்கார்களின் வழக்கு சம்பந்தப்பட்ட காகிதங்களை, அவருக்காகத் தோளில் சுமந்துகொண்டும், கூவம் ஆற்றின் குறுக்கே அக்கரைக்கும் இக்கரைக்குமாகப் பரிசலில் அவரைக் கூட்டிப் போய்வந்துகொண்டுமிருந்த, அச்சுதன்நம்பியென்கிற, ஸ்ட்ரிஞ்சர் லாரென்ஸ் காலத்தில் கொச்சியிலிருந்து சென்னைக்குப் பிழைக்கவந்த நம்பூதிரிக் குடும்பத்தைச் சேர்ந்த பிராமணர் கிரிஃபித் உட்பட மூன்று பேருக்கு மலையாளம் கற்றுக்கொடுக்கும் பணியை மேற்கொண்டிருந்தார். பணியாற்ற வேண்டிய பிரதேசங்களின் மொழியைக் கற்றுக்கொள்வதென்பது உள்ளூர் மக்களின் நம்பிக்கையையும் அபிமானத்தையும் பெற ஒரு விரும்பத்தக்க உத்தியென்பது நிர்வாக ஆளுநரின் அபிப்பிராயம் என்று பொதுவாகச் சொல்லப்பட்டாலும் உண்மையில் ஒரு வருடத்திற்கு முன் மெட்ராஸிலும் பாண்டிச்சேரியிலும் பரபரப்பையும் பதற்றத்தையும் உண்டாக்கிய, அவதானம் பாப்பையாவின் மோசடி வழக்கிற்குப் பிறகு மெட்றாஸ் துபாஷிகளிடம் அவர் முழுவதுமாக நம்பிக்கையிழந்து விட்டிருந்ததே இந்த மொழி வகுப்புகளின் துவக்கத்திற்குக் காரணம் என்று அச்சுதன்நம்பி கிரிஃபித்திடம் கூறினார். அவரேதான் தன்னைக் கம்பெனியின் அங்கீகரிக்கப்பட்ட துபாஷ் என்று துறைமுகத்தில் அவர்களிடம் அறிமுகப்படுத்திக்கொண்ட ராமப்ப நாயக்கன் ஒருதடவை கூடக் கோட்டைக்குள் நுழையாமல் வெள்ளையர் நகரத்தின் எல்லை யோடேயே கழன்றுகொள்வதையும், பருத்திச் செட்டியார் எத்தனைப் புழுக்கமாயிருந்தாலும் கழுத்தை மறைக்கும்வண்ணம் இறுக்கமான மேற்சட்டையுடனேயே எப்போதும் காட்சியளிப்பதையும் பற்றி கிரிஃபித் ட்ரிஸ்ட்ராமிடம் ஒருமுறை வியந்து பேசிக்கொண்டிருந்தபோது மூக்கை நுழைத்து இரண்டிற்குமே காரணமான ஒரே கதையைச் சொன்னார்,

உண்மையில் ராமப்ப நாயக்கனும் பருத்திச் செட்டியும் ஐம்பது வருடங்களுக்கு முன் வேதபுரீஸ்வரர் கோவிலை வெள்ளரிக்காய்ப் பட்டணத்தின் ஆளுநர் டூப்ளே ஆங்கிலப் படையெடுப்பைக் காரணம் காட்டி இடித்ததோடு இடிபாடுகளை அப்புறப்படுத்த மாடுகளுக்குப் பதிலாகக் கழுத்தில் சங்கிலிகள் பூட்டப்பட்ட உள்ளூர்வாசிகளைப் பயன்படுத்தவும் முனைந்தபோது துக்கமும் அவமானமும் தாங்காமல் அங்கிருந்து வெளியேறி மெட்றாஸ் பட்டணத்திற்குக் குடிபெயர்ந்த நெசவாளர் குடும்பங்களிலிரண்டைச் சேர்ந்தவர்கள், சொத்துகளோடு உள்ளூர்ச் செல்வாக்கையும் பிரெஞ்சுச் சீமையிலேயே விட்டுவிட்டு வந்துவிட்ட அவர்கள் மெட்ராஸில் இரண்டு தலைமுறைக்காலம் வறுமையிலும், மெட்றாஸ்வாசிகள் அவர்களை உழவெருதுகள் என்று கேலி செய்ததால், அவமான உணர்விலும் மிக அவதிப்பட்டார்கள், ஞாபகங்களின் வலி அவர்களுடைய தலைமுறைகளின் கழுத்துகளை ஒரு கருத்த சங்கிலித் தடமாகச் சுற்றிவளைத்துக்கொண்டிருந்தது, ஆனால் இந்த வலியே இடம்பெயர்ந்த குடும்பத்தவர்களின் வாரிசுகளைப் பிரியவொட்டாமல் இணைத்துவைக்கும் பசையாயுமாகியிருந்தது, பருத்திச் செட்டியும் ராமப்ப நாயக்கனும்கூட இப்படி அவமானத்தாலும் வாழ்க்கையை வெற்றிகொள்ளும் வைராக்கியத்தாலும் ஒட்டப்பட்ட இணைபிரியாத நண்பர்கள்தான், இவர்கள் தலையெடுத்தபோது அகதிகளுடைய குடியிருப்பு பறைச்சேரிப் பக்கமாக நகர்ந்துபோய்விடும் அபாயத்திலிருந்தது, இரண்டு நண்பர்களும் முத்தியால்பேட்டை மண்டியொன்றுக்குச் சொந்தமான, புலிக்காட்டிலிருந்த, வெற்றிலைக் கொடிக்காலைக் குத்தகைக்கு எடுத்து அவற்றை மண்டியின் காரகர்களாகவே திருவல்லிக்கேணி மயிலாப்பூர் பிராமணர்களுக்கு வீடுவீடாகச் சென்று விற்றுவிட்டுவரும் தொழிலில் தங்கள் வாழ்க்கையை ஆரம்பித்தார்கள், அப்போதே ராமப்ப நாயக்கன் பாம்பு ஏறிய வெற்றிலையைத் தணலில் காட்டிக் கசப்பை வடியச்செய்து தளிர் வெற்றிலையைப் போல ஆக்கி விற்றுவிடுகிற சாமர்த்தியசாலியென்று பெயரெடுத்திருந்தான், வாழ்க்கை இப்படிப் போய்க்கொண்டிருந்தபோது, தனக்கு வந்தால்தான் தெரியும் தலைவலியும் காய்ச்சலும் என்பதைப் போல, பிகாட் துரையின் காலத்தில் மெட்ராஸிலும் பட்டணங்கோயில், டூப்ளே சொன்ன அதே காரணத்தைக்காட்டி, இடிக்கப்பட்டது. அப்போதுதான் மெட்றாஸ் வாசிகளுக்குக் குடிபெயர்ந்தவர்களின் வலி உறைத்தது, அவர்கள் மேல் இரக்கமும் பிறந்தது, இந்த இரக்கத்தைப் பயன்படுத்திக்கொண்ட நண்பர்களிருவரும் அதுவரையிலான சேமிப்பு முழுவதையும் கொட்டி, ஒரு பேரிச்செட்டியின் சிபாரிசில் வண்ணார்ப்பேட்டை நெசவாளர் குடும்பங்களில் ஐந்தாறைக் கைக்குள் போட்டுக்கொண்டு, கம்பெனியுடனான துணி வியாபாரத்தை ஆரம்பித்தார்கள், நன்றாகப்போயிற்று, இருபது வருடங்கள் வாழ்ந்தவனும் இல்லை இருபது வருடங்கள் கெட்டவனும் இல்லையில்லையா, ஆனால் பணத்தைக் கண்டதும் தங்களைக் கேலி செய்தவர்களின் முகத்தில் கரியைப் பூசும் வெறி இருவருடைய மனதிலும் புகுந்து அவர்களைப் பிடித்து ஆட்டத் தொடங்கி விட்டது, தங்களுடைய செல்வாக்கு முழுவதையும் அடகுவைத்து, தாமஸ் ரம்பால்ட் துரையின் துபாஷாயும் மெட்ராஸின் விரல்விட்டு

எண்ணக்கூடிய கொழுத்த வியாபாரிகளில் ஒருவனாயுமிருந்த, வீரப்பெருமாளுடன் கூட்டுச்சேர்ந்தார்கள், அந்தக் கூட்டு வியாபார உலகைத் தாண்டி வேறு எங்கெல்லாமோ அழைத்துச்சென்றுவிடுமென்று தங்களுக்கு அப்போது சத்தியமாகத் தெரியாது என்றுதான் பின்பு அவர்கள் எல்லோரிடமும் சொல்லிக்கொண்டு திரிந்தார்கள், தஞ்சாவூர் ராஜாவிடமும், ஆற்காட்டு நவாபிடமும், தெலுங்கு ஜமீன்தார்களிடமும் கம்பெனியின் நிலக் குத்தகை பேரங்களில் ஏழு லட்சம் வராகன்களைக் கையூட்டாக வாங்கியது தொடர்பாக ஆளுநர் துரையுடன் வீரப் பெருமாளையும் அவருடன் தொடர்புகொண்டிருந்தவர்களையும் மக்கார்ட்னி பிரபு கச்சேரிக் கூண்டிலேற்றியபோது நீதிபதியின்முன் தாங்களிருவரும் குற்றமற்றவர்கள் என்று கதறியழுததைக் கண்டும், சாட்சிகளின் போதாமையைக் கொண்டும் சர்க்கார் அவர்களிருவரையும் விடுதலைசெய்துவிட்டது, கைகாரனான ராமப்ப நாயக்கனின் அழுகை அவனைக் குற்றவாளியாக்கிக் கூண்டிலேற்றிய மக்கார்ட்னி பிரபுவின் மனதிலேயே உறுத்தலை ஏற்படுத்தி அவனைச் சர்க்கார் துபாஷிகளில் ஒருவனாக ஏற்றுக்கொள்ளும்படி செய்துவிட்டது, என்றாலும் ஜனங்க ளிடையே தொலைத்துவிட்ட நல்ல பெயரை அவர்களிருவராலும் திரும்ப மீட்டுக்கொள்ள முடியவேயில்லை, நாயக்கனும் செட்டியாரும் உண்மையிலேயே குற்றவாளிகளா இல்லையா என்பதை எரிந்த கட்சி, எரியாத கட்சி கட்டிக்கொண்டு பேசி மாய்ந்தவர்கள் அப்போது ஏராளம், இந்தப் பேச்சு இரட்டைத் துரைகள் காலத்தில் ஓய்ந்து, இருவரும் சற்றே தலை நிமிர்ந்து நடக்கவாரம்பித்திருந்த வேளையில்தான் நெல்லூர் பிராமணர் அவதானம் பாப்பையா அவர்களை அணுகி எதையோ பேசி மயக்கிக் கிட்டத்தட்ட தன்னுடைய கையாள்களைப் போல ஆக்கிக்கொண்டுவிட்டார், பிற்பாடு இவரும் ஹாலண்டுத் துரைகளும் தஞ்சாவூர் ராஜாவிடமும் ஆரணி ஜாகீர்தாரர்களிடமும் ஆட்சியர்களை நியமனம் செய்யும் விஷயத்தில் ஏராளமான பரிசுகளையும் பகோடாக்களையும் வாங்கியதாக, கார்ன்வாலீஸ் துரையால் வழக்குப் பதியப்பட்டு, கம்பெனி மன்றத்தின்முன் குற்றவாளிகளாக நிறுத்தப்பட்ட போது மறுபடியும் நண்பர்களிருவரும் மாட்டிக்கொண்டார்கள், மறுபடியும், அந்த வழக்கிற்கும் தங்களுக்கும் சம்பந்தமில்லையென்று பார்ப்பவர்களிடமெல்லாம் அவர்கள் சொல்லிப் புலம்பிக்கொண்டிருந் தாலும் ஏற்கெனவே அவர்கள் மீதிருந்த சந்தேகத்தால் ஜனங்களிடத்தில் மட்டுமல்லாமல் நிர்வாக ஆளுநரிடத்திலும் நம்பிக்கையையோ இரக்கத்தையோ அவர்களால் சம்பாதித்துக்கொள்ள முடியாமல் போய் விட்டது, இந்த முறையும் சர்க்கார் சாட்சிகளின் போதாமை காரணமாக அவர்களை விடுவித்துவிட்டாலும் வழக்கு முடிந்த கையோடு துரை ராமப்ப நாயக்கன், பருத்திச் செட்டி இருவரும் இனி வெள்ளையர் பட்டணத்திற்குள் அனுமதியின்றிப் பிரவேசித்தால் தலையைக் கொய்து விடப்போவதாக உத்தரவு போட்டுவிட்டார், ஊருக்குள்ளும், நடுவே சற்று நிமிர்ந்திருந்த, அவர்களுடைய செல்வாக்கு மொத்தமாகச் சரிந்து விட்டது, வெள்ளரிக்காய் விற்கத்தான் இருவரும் லாயக்கு என்று அவர்களைப் பரிகசிக்காதவர்களும் காரியுமிழாதவர்களும் மெட்ராஸில் இல்லை, சிந்தாதிரிப்பேட்டையிலிருந்த அவர்களுடைய வீட்டைக்

கடந்துபோகிறவர்களும், அவர்களுடைய பெண்டாட்டி பிள்ளைகளோடு பேசிப் பழகுகிறவர்களும், இருவரையும் திருவிழா நன்கொடைகளுக்காக அணுகுகிறவர்களும் காணாமல் போனார்கள், பருத்திச் செட்டிக்கும் விரக்தியால் வியாபாரத்தின் மேல் பிறகு விருப்பம் போய் ஒருவிதமான துறவு மனப்பான்மை வந்துவிட்டது, சொந்த ஊருக்கே திரும்பப்போய்விடும் உத்தேசங்கூட நடுவில் அவர்களுக்கிருந்ததாகச் சொல்கிறார்கள், பிறகு அதை ஏனோ கைவிட்டுவிட்டு மிகுந்திருந்த சொற்ப சேமிப்பில் இருவரும் சேர்ந்து எழும்பூர் கிராமத்தில், ஒதுக்குப்புறமாக, இப்போது நீங்கள் தங்கியிருக்கும் சத்திரத்தைக் கட்டினார்கள், அவர்களைத் தெரிந்தவர்கள் யாரும் அதில் வந்து தங்கிச்செல்லும் வழக்கமில்லையாதலால் பருத்திச் செட்டி வரவுசெலவுகளைக் கவனித்துக்கொள்ள, ராமப்ப நாயக்கன் துறைமுகத்திற்கும் ராயபுரத்திற்கும் கப்பலிலும் கால்நடையாகவும் வந்து சேரும் தேசாந்திரிகளையும் அயலூர்க்காரர்களையும் ஒரு மூன்றாம் மனிதனைப் போல நைச்சியமாகப் பேசி அழைத்துக்கொண்டு வந்து தங்களுடைய சத்திரத்தில் தங்கவைத்துவிடும் வேலையை ஏற்றுக் கொண்டான், சத்திரமும் குறைசொல்ல முடியாதவகையில் கட்டப்பட் டிருப்பதால் வந்து தங்குகிறவர்களும் சொல்லிக்கொள்ளும்படியான அவசர வேலையெதுவும் இல்லாதபட்சத்தில் குப்பையும் கூலமுமாகப் பெருகிக்கிடக்கும் கருப்பர் நகரத்திற்குள் புகுவதற்கு அசூயைப் பட்டுக் கொண்டு ஆற்றங்கரையிலிருக்கும் பருத்திச் செட்டியின் சத்திரத்திலேயே தங்கிவிடுவார்கள், அவர்களுக்கான பலகார வகையறாக்களைக்கூட முத்தியால்பேட்டை வீரண்ணச் செட்டிக் கடையிலிருந்து வாங்கி வருவதாகச் சொல்லி தங்கள் பெண்டுகளைக் கொண்டே தயாரிக்கச்செய்து, ராமப்ப நாயக்கனின் வற்புறுத்தலின்பேரில், செட்டி அதிக விலைவைத்து விற்றுவிடுகிறார் என்று கேள்வி, அறை வாடகையும் மற்ற சத்திரங்களைக் காட்டிலும் கூடுதல்தான், ஆனால் எல்லாம் ஓரிரண்டு நாட்களுக்கு, விஷயம் வெளியே தெரியும்வரைதானே, கம்பெனிக்கு அவர்கள் செய்த துரோகத்தைத் தெரிந்துகொள்ளும் எந்த விசுவாசமிக்கப் பறங்கியரும் அங்கே தொடர்ந்து தங்குவதற்கு விரும்புகிறதில்லை, அதிக வாடகையும்கூட துரைமார்களின் வசதிக்குச் சரிதானென்றாலும் அந்தஸ்திற்கு அந்தச் சத்திரம் ரொம்பக் குறைச்சல் என்பதுதான் இங்கே பொதுவான அபிப்பிராயம்,

மோசடி வழக்குகளில் நேரடியாகவோ மறைமுகமாகவோ பங்கு கொண்டிருந்த உறுத்தலாலோ என்னவோ, அலுவலக ஊழியர்களில் யாரும் வெளிப்படையாகச் சொல்லவில்லையானாலும் அவர்களின் பேச்சில் பருத்திச் செட்டியின் சத்திரத்தை விட்டுவிட்டுக் கோட்டைக்குள் வந்துவிடும்படி கிரிஃபித்தையும் ட்ரிஸ்ட்ராமையும் வற்புறுத்தும் தொனி இருந்துகொண்டேதானிருந்தது. ஆனால் கடுமையான பயிற்சிக்கும் அலுப்பூட்டும் மொழி வகுப்புகளுக்கும் பிறகு அதே அறைகளையே தங்குமிடமாயும் வரிந்துகொள்ள, எவ்வளவு முயற்சிசெய்தும், மனது இடந்தராததால் ட்ரிஸ்ட்ராமும் கிரிஃபித்தும் பருத்திச் செட்டியின் சத்திரத்தைக் காலிசெய்யவில்லை. அவர்களிருவருடைய பூர்வீகத்தைப் பற்றித் தெரிந்துகொண்டுவிட்டதாக, நாகரீகம் கருதி, காட்டிக்கொள்ளவுமில்லை. அவ்வப்போது ராமப்ப நாயக்கன் கொண்டு

வந்துவிடும் பயணிகளைத் தவிர மற்றபடி ஆளின்றி வெறுமையாகவே இருக்கும் சத்திரச் சூழலும், முற்றத்தின் கரையில், அறைகளைத் தாங்கிக் கொண்டிருந்த மரத்தூண்களில் அவர் செதுக்கச் செய்திருந்த, மனிதத் தலையுடன் நெளியும் பாம்புருவங்களும், விரைத்த குறியைக் கையில் பிடித்தபடி குதிரைக்கால்களைத் தூக்கிக்கொண்டு நிற்கும் யாளிகளும், தண்ணீர்க்குடம் ஏந்திச்செல்லும், அபரிமிதமான அழகுள்ள பெண்களும், தூண்களின் அடிப்புறத்தில், கண்மறைவாக, கால்களை விரித்தபடி குந்தியிருக்கும் நிர்வாண அரக்கிகளின் கீழே மண்டியிட்டு நாக்கைத் துருத்தியபடி அமர்ந்திருக்கும் யட்சர்களும், ஆற்றின் சலசலப்பும், தொலைவில் தெரியும் மலைக்கோவிலிலிருந்து மனக்கண்ணில் பளிச்சிடும் புனித லூக்காவின் சித்திரமும் (ட்ரிஸ்ட்ராம் மெட்ராஸில் இருந்தவரை கிரிஃபித் எவ்வளவோ வருந்தியழைத்தும் அவன் அங்கே செல்வதற்குப் பிடிவாதமாக மறுத்துவிட்டான்), வடபுறத்தில் கோட்டைச்சுவர் மறிக்கும் எல்லைவரை விரிந்துகிடந்த எட்டுப் பேட்டைகளினுடைய தெருக்களின் சித்திரமும் அவர்களிருவருக்கும் சொந்தக் கவலைகளைப் பரிமாறிக்கொள்ளவும், குடும்பத்தினருக்குக் கடிதங்கள் எழுதவும், பிரிட்டனை விட்டுப் புறப்பட்டபோது தொடங்கித் தொடர்ந்துகொண்டிருந்த போரால் கைக்குக் கிடைக்காமலே தாமதப் பட்டுக்கொண்டிருந்த பதில் கடிதங்களுக்காகத் தனிமையில் கவலைப் படவும், கிரிஃபித் தனிப்பட்ட ஆர்வத்தில் அலுவலகத்திலிருந்து அள்ளிக் கொண்டுவரும் கர்நாடகா, மலபார், திருவிதாங்கூர் மற்றும் பாரமஹால் சமஸ்தானங்களின் கணக்குவழக்குகளையும் போர்க் குறிப்புகளையும் இடையூறின்றிப் படிக்கவும் தேவையான ஏகாந்தத்தைக் குறைவில்லாமல் வழங்கிக்கொண்டிருந்தன. இந்த ஏகாந்தமும், தன் தாய் மற்றும் மரத்தூண் சிற்பங்களைப் பற்றிய பேச்சும், மழைக்காலமும் கிரிஃபித்தின் இறுகிப்போன தனிமையை நெகிழ்த்தி, பேச்சைத் தொடர முடியாத நிறைந்த மௌனத்திற்கு அவரை நகர்த்தும் சமயங்களில், அவர் ட்ரிஸ்ட்ராமை இருளில் அணைத்துக்கொண்டு அவனுடைய உதடுகளிலும் உடலின் விசேஷமான இடங்களிலும் வெகுநேரம் ஆழ்ந்து முத்தமிடுமளவிற்கு உணர்ச்சிவசப்படுவதும் நிகழ்ந்தது. துவக்கத்தில் இதைக் கண்டு ட்ரிஸ்ட்ராம் சற்று பயந்தானானாலும், இரவு கவிந்துகொண்டிருக்கும் நேரத்தில், களைத்துப்போன நிலையில், சத்திரத்துக் கயிற்றுக் கட்டிலின் மீதல்லாது பிற நேரங்களில் அவர்கள் சந்தித்துக்கொள்வதையும் அளவளாவிக் கொண்டிருப்பதையும் வரதசேஷய்யரும் அச்சுதன்நம்பியும் துர்லபமாக்கிக்கொண்டிருந்ததற்கிடையிலும், அந்தக் குறைந்த அவகாசத்தில், ஒரு வினோத விலங்கின் கண்களால் பார்ப்பதைப் போல கிரிஃபித் தன்னைச் சுற்றிலும் நடப்பவற்றைப் பார்த்துப் புரிந்து கொள்ளும் விதமும் அதை வெளிப்படுத்தும் லாவகமும், (நகர்ப்புறத் தூய்மைக்காகக் கம்பெனி அரசு இவ்வளவு பிரயத்தனங்கள் எடுக்கும் போது உள்ளூர்க்காரர்கள் அதற்கு ஒத்துழைப்புத் தர வேண்டியது அவசியமல்லவா என்று அவன் நிலுவையிலிருந்த நாற்பத்து ஐந்தாயிரம் பகோடாக்கள் தோட்டி வரியை முன்னிறுத்திக் குறைபட்டுக்கொண்டால் முதலில் சன்னல்களை மூடிவைத்துக்கொண்டு மாமன்றக் கூட்டங்களை நடத்துமளவிற்கு தேம்ஸ் நதி விசிறியடிக்கும் கழிவு நாற்றத்தைப் போக்க

பிரிட்டன் அரசு முயற்சிக்கட்டும் என்பார் கிரிஃபித். மேலும் சுத்தம் என்பது ஆங்கிலேயர்களைப் பொறுத்தவரையில் அழுக்கும் துர்மணமு மின்றி இருப்பது, மெட்றாஸிலோ மாட்டுச்சாணமிட்டு மெழுகப்படாத தரைகளும், மோரில் சாணத்தைக் கரைத்துக் கோனார்களால் கணக்குப் பொட்டு இடப்படாத சுவர்களும், மாட்டு மூத்திரம் கலக்கப்படாத நீரும், அரிசி மாவு இறைபடாத முன்வாசல்களும் சுத்தமானவையாகவே அர்த்தம்கொள்ளப்படுவதில்லை, சுத்தம் என்பதற்கே ஆங்கிலேயர்கள் கொள்ளும் அர்த்தம் மெட்ராஸியர்களின் அர்த்தத்துடன் முரண்படு மானால் தெருக்களைத் துப்புரவு செய்வதற்கு அவர்கள் வரிவேறு கொடுப்பார்கள் என்று எப்படி எதிர்பார்க்க முடியும். அதேபோல் பார்த்தசாரதிக் கோயில் வழக்கை ஆராய்ந்தவரையில் பிரபந்தத்திற்குப் பிறகு சாற்றுமுறையாகச் சொல்ல வேண்டியது ஸ்ரீசைலேச தயாபாத்திரமா அல்லது ராமானுஜ தயாபாத்திரமா என்பதைவிட முக்கியம் வடகலை பிராமணர்களின் புதிய தோத்திரமான ராமானுஜ தயாபாத்திரத்தை ஒதுக்கிவிட்டுப் பழைய ஸ்ரீசைலேச தயாபாத்திரத்தையே சுவாமிக்கு உரிய சாற்றுமுறையாக அங்கீகரித்ததன் மூலம் கம்பெனி அரசு கருப்பர்களின் புத்தி முன்னேற்றத்தில் அதற்கிருக்கும் பயத்தை வெளிப்படுத்திக்கொள்கிறது என்பதைத் தெரிந்துகொள்வதுதான் என்பதே அவருடைய பார்வையாக இருந்தது. உடலால் மட்டுமே மெட்றாஸ்வாசிகள் ஐரோப்பிய ஞானத்தையும் மனதால் பழைய ஆசாரங்களையும் அனுசரித்துக்கொள்ள வேண்டுமென்று அரசு எதிர்பார்ப்பது அவர்களை ஆள்வதில் அதற்கிருக்கும் சுயநலத்தையும் தடுமாற்றத்தையுமே காட்டுகின்றன என்பார் அவர். இது வில்லியம் பிட்டின் வார்த்தைகளை ட்ரிஸ்ட்ராமின் நினைவிற்குக் கொண்டுவந்தது) சாமங்களைப் பொருட்படுத்தாத உரையாடல்களின் வழியே தொடர்ந்து அவனுக்குள் தூண்டிக்கொண்டேயிருந்த பிரமிப்பினால் அவரை மறுக்கும் சக்தியை இழந்துபோய்ப் பிறகு அவருடைய நெருக்கத்தை விரும்பவும் தொடங்கியிருந்தான். பருத்திச் செட்டியின் உடையலங்காரத்தைப் பற்றி, நண்பர்களிருவரின் கதையை அச்சுதன்நம்பியின் மூலமாகக் கேள்விப்படுவதற்கு முன்பே அவர் சுட்டிக்காட்டிய ஆச்சரியமும் அவர்பால் ட்ரிஸ்ட்ராம் வலுவாக ஈர்க்கப்பட ஒரு காரணமாயிருந்தது. செட்டியாரின் கழுத்தைச் சுற்றியும் மாலையைப் போன்றதொரு மச்சம் இருக்குமானால் அச்சுதன்நம்பி தங்களிடம் சொன்ன கதையின் மெட்றாஸ் காண்டத்தில் நிறைய சொந்தக் கற்பனைகளிருக்குமென்பது அவருடைய ஊகம். ஆனால் இவற்றிலெதையும் ருசுப்பித்துக்கொள்ள அவர்களிருவரில் ஒருவரும் ஒருபோதும் முயலவில்லை. அவர்களைப் பொறுத்தவரையில் பருத்திச் செட்டியின் சத்திரம், பிற்பாடு நெடுந்தொலைவிற்குப் பிரிந்து சென்றுவிட்ட காலத்தில்கூட, ஒருவரின் அருகிலேயே மற்றவர் இருப்பதாக உணரச் செய்யுமளவிற்கு அவர்களிடையே இறுக்கமான பிணைப்பு ஏற்படக் காரணமாயிருந்தது. அதுவொன்றே அவர்களுக்குப் போதுமானதாயுமிருந்தது.

அயர்வூட்டும் வகுப்புகளென்றாலும் தீபாவளி முடிந்ததும் புதிய குழுவின் அங்கத்தினர்கள் ஒவ்வொருவராக நிலமார்க்கமாயும் நீர்மார்க்கமாயும் தத்தமது பணியிடங்களை நோக்கிப் பயணப்படத்

தொடங்கியபோது புதிய நிலங்களின் மீதான அவர்களுடைய அச்சத்தைப் போக்கும்வண்ணம் உள்ளூர் பாஷைகளில் கணிசமான அளவிற்குப் பரிச்சயத்தை அவை வழங்கத்தான் செய்திருந்தன. இதற்காக அவர்கள், கிறிஸ்துமஸுக்குள் தன்னை பிரிட்டனுக்கு மன்னர் திரும்ப அழைத்துக்கொள்ளக்கூடுமென்று அரண்மனை வட்டாரத்தில் பேச்சு அடிபட்டதாகத் தெரிந்ததால் கைவசமிருக்கும் பணிகளை விரைவாக முடித்தாக வேண்டிய அவசரத்திலிருந்த கார்ன்வாலீஸிடம் நன்றி சொல்லிவிட்டுப் பிரியாவிடை பெற்றுக்கொண்டார்கள். கிரிஃபித் மலபார் புறப்படுவதற்கு ஒரு வாரத்திற்கு முன், சமீபத்திய போரில் இழந்திருந்த தலைகளாலும் வாகனாதிகளாலும் தளவாடங்களாலும் புதிதாகப் பெற்ற நிலப்பகுதிகளில் உருவாகியிருந்த எல்லைக்காவல் பற்றாக்குறையைச் சரிசெய்யவென்று தளபதி ரீட் அனுப்பியிருந்த வேண்டுகோள் கடிதத்தின்பேரில் இருநூறு சிப்பாய்களுடன் முப்பது குதிரைகளையும் இரண்டு பீரங்கிகளையும் மெட்றாஸ் ராணுவம் பாரமஹாலுக்குக் கிளப்பிக்கொண்டிருந்தபோது, அவற்றுடனேயே, அவனைத் தனியாக அனுப்புவதால் ஏற்படக்கூடிய பயணச் செலவு களையும் மற்றும் பணியிடத்திற்குப் போய்ச் சேருகிறவரை அவனுடைய பத்திரத்திற்குப் பொறுப்பேற்றுக்கொள்ள வேண்டிய கூடுதல் சுமையை யும் தவிர்த்துவிடலாமென்கிற யோசனையுடன், வாஸ்தவத்தில் கிளம்பு வதாக இருந்த நாளுக்கு மூன்று நாட்கள் முன்னதாகவே பெட்டிப் படுக்கைகளுடன் மெட்ராஸை விட்டுக் கிளம்ப ஆணையும், கிருஷ்ணகிரி ஆட்சியரைப் பார்த்து மேற்கொண்டு ஆணைகளைப் பெற்றுக்கொள்ள ஓர் அறிமுகக் கடிதமும் ட்ரிஸ்ட்ராமின் கைகளில் திணிக்கப்பட்டன. கேம்பிரிட்ஜ்ஷைரில் உணர்ந்ததைப் போலவே மெட்ராஸிலும் கையிலிருந்து திடீரென்று பிடுங்கப்பட்ட நாட்கள் அவற்றின் மதிப்பைப் பலமடங்கு உயர்த்திக்காட்டி ட்ரிஸ்ட்ராமைப் பதற்றத்திற்குள்ளாக்கின (ஆணை கிடைத்த அன்று இரவு அவனைச் சமாதானப்படுத்துவதற்கு கிரிஃபித் தன் நாக்கின் முழுத் திறமையையும் வெளிக்கொணர வேண்டியிருந்தது). ராமப்ப நாயக்கனும் பருத்திச் செட்டியுமேகூட இந்தத் திடீர் அறிவிப்பால் ஏமாற்றமும் பிரிவேக்கமுமடைந்தார்கள். மூன்றாம் நாள் மதியம் அவன் மெட்ராஸை விட்டுக் கிளம்பினான். அப்போது அவனை வழியனுப்ப மூவருமே, அவன் வேண்டுகோளின்பேரில், கோட்டைக்கு வரவில்லை.

புறப்பாடு இத்தனைக் கசப்பானதாக இருந்ததென்றால் பயணம் இதைவிட அதிகமான கசந்த அனுபவமாக இருந்தது. மெட்றாஸ் எல்லையைத் தாண்டிய கணத்திலிருந்து, வழியெங்கிலும், சிப்பாய்கள் செய்த துவம்சங்களை ட்ரிஸ்ட்ராமால் கண்கொண்டு பார்க்க முடிய வில்லை. செம்பரம்பாக்கம் கிராமத்தினுள் நுழைந்ததற்கும் ஏரிக்கரையில் முகாமிட்டுவிட்டு மறுநாள் காலையில் ஸ்ரீபெரும்புதூரை நோக்கிக் கிளம்பியதற்கும் இடைப்பட்ட ஒரே நாளிரவில், படையெடுப்புகளின்போது கால்நடைகளின் பாதுகாப்பிற்காக உபயோகப்படுமென்று ஆட்சியர் ப்ளேஸ் திருப்பதியிலிருந்து தருவிக்கப்பட்ட மூங்கில்களால் ஊரை வளைத்துக் கட்டியிருந்த கனத்த வேலியையும், ஏரியுடைப்பை எதிர்பார்த்து ஊரார் கட்டிக்கொண்டிருந்த கொடிகளையும் அவர்கள் முற்றிலுமாகச் சிதைத்துவிட்டிருந்தார்கள். மேலும் மழைக்காலத்தையொட்டி மலைப்

பகுதிகளிலிருந்து சமவெளிகளுக்கு இறங்கி வந்துவிட்டிருந்த, கழுதைகளை ஓட்டிக்கொண்டிருந்த வளையல்காரர்களோடு பேசியபடி ஸ்ரீபெரும்புதூர்த் தெருக்களில் அலைந்துகொண்டிருந்த, செஞ்சுக்கள் விற்றுக்கொண்டிருந்த தேன், மெழுகு, மான்கொம்பு, மயிற்பீலி, கரடி மற்றும் அணில்மயிர்க் குஞ்சம், புளி, விளாம்பழம் மற்றும் இனிய குரலில் பாடிக்கொண்டிருந்த அதிசயமான காட்டுப் பறவைகள் ஆகியவற்றைப் பழையதாகிப்போன துப்பாக்கிகளையும் துருப்பிடித்த வாட்களையும் குறுங்கத்திகளையும் நைந்த காலணிகளையும் தோற்பட்டைகளையும் பழைய தாமிரப் பதக்கங்களையும் பண்டமாற்றாகக் கொடுத்து வாங்கித் தங்களோடு ஓட்டிக்கொண்டு வந்திருந்த மாட்டுவண்டிகளில் சேகரித்துக்கொண்டார்கள். இதற்காகவே அவர்கள் பூவிருந்தவல்லி கிராமத்திலேயே ஒரு மாட்டு வண்டியை வாடகைக்குப் பேசி வண்டிக்காரனோடு அழைத்து வந்திருந்தார்கள். சிப்பாய்களில் பலபேர் அந்தத் தடங்களில் அடிக்கடி வந்துபோய்ப் பழக்கமுடையவர்களாயிருந்ததால் மெட்ராஸை விட்டுப் புறப்படும்போதே இவ்விதமான வியாபாரத்திற்கான தக்க முன்னேற்பாடு களுடனேயே வந்திருந்தார்கள். அவர்களிடமிருந்து பெற்ற பொருட்களை செஞ்சுக்கள் பொக்கிஷங்களைப் போல பசுக்களின் முதுகின் மேல் ஏற்றி வைத்துக்கொண்டதோடு சிப்பாய்களுக்குக் காட்டுப் பேரீச்சைச் சாராயத்தைத் தங்களன்பின் அடையாளமாயும் அளித்தார்கள். சகிக்க முடியாத துர்நாற்றமுடைய, ஆனால் கடும்போதையேற்றக்கூடிய இலுப்பைச் சாராயம், சில சில்லரைப் பண்டங்களுக்காகச் சிப்பாய்கள் ஆங்காங்கே எடுபிடி வேலைகளுக்காக வாடகைக்குப் பிடித்துக்கொண்ட உள்ளூர்க்காரர்களுக்கும் வழங்கப்பட்டது. வியாபாரம் முடிந்த பிறகு சிப்பாய்கள் செஞ்சுக்களின் கோவணங்களை அவிழ்த்துவிட்டும், மலை முகடுகளைப் போல நிமிர்ந்திருந்த செஞ்சுப் பெண்களின் முலைகளைத் தொட்டு, அதைக் கண்டு மோகித்துத்தான் ஆயர்பாடிக் கண்ணன் அவர்களைக் கணவாய்ப்பக்கம் தூக்கிக்கொண்டு சென்றானா என்று கேட்டும், திடீரெனத் துப்பாக்கிகளால் வானை நோக்கிச் சுட்டு ஆண் பெண் வித்தியாசமின்றி அத்தனை செஞ்சுக்களும் அமானுஷ்ய வேகத்தில் ஓடி அணில்களைப் போல மரங்களின் உச்சிக்குத் தாவியேறி அமர்ந்து கொள்வதைக் கண்டு களிக்கூச்சலிட்டும் அவர்களை அவமானப் படுத்தினார்கள். பெண்களை உபயோகப்படுத்திக்கொள்ளப் படையினர் முயன்றபோது அவர்களுக்கு உதவியாக அனுப்பப்பட்டிருந்த ஓரிரு துபாஷிகள் செஞ்சுக்களின் கோபத்தைப் பற்றிச் சொல்லி அவர்களை அடக்கிவைக்க வேண்டியிருந்தது. வழிநெடுக உட்புறக் கிராமங்களிலிருந்து ஊர்வலத்தை வேடிக்கைபார்க்கவந்த மக்களைச் சீறிவிழுந்து விரட்டி னாலும் அவர்கள் விற்றுக்கொண்டிருந்த தயிர், தேரி முதலியவற்றை ஏற்றுக்கொள்ளச் சிப்பாய்கள் தயங்கவில்லை. தன்னுடன் அப்போதைக் கப்போது பேசிக்கொண்டுவந்த இம்மானுவல் என்கிற சிப்பாயிடம் ட்ரிஸ்ட்ராம் இந்தக் காட்சிகளைப் பற்றிச் சொல்லிக் குறைபட்டுக் கொண்டபோது அவன் சிரித்துக்கொண்டே, அப்படியொன்றும் நீங்கள் இவர்களுக்காக இரக்கப்படத் தேவையில்லை அய்யா, தனியே ஓர் ஆங்கிலேயன் இவர்களுடைய சந்தையில் மாட்டிக்கொண்டானென்றால் அவனுடைய கதியையும் அவனிடம் இவர்கள் விற்கும் பொருட்களின்

விலையையும் நீங்கள் கற்பனை செய்துகூடப் பார்க்க முடியாது என்றான். என்றாலுமே ட்ரிஸ்ட்ராமின் மனம் சமாதானமாகவில்லை. வழிநெடுகக் காணநேர்ந்த சிப்பாய்களினுடைய நடவடிக்கைகள் யாவும் சாபக் காட்டினுள் எலினாரை வற்புறுத்திக்கூட்டிச்சென்ற காட்சியையே அவன் கண்முன் திரும்பத்திரும்பக் கொண்டுவந்துகொண்டிருந்தன. காஞ்சீவரத்தை அடையுமுன் அவர்கள் இரண்டாம் நாளிரவை வீரப்பெருமாள் பிள்ளைச் சத்திரத்திலும் அதன் சுற்றுப்புற மண்டபங்களி னடியிலும் தங்கிக் கழித்தார்கள். பிள்ளைக்குச் சர்க்காரிலிருந்த செல்வாக்கின் காரணமாகப் படைகள் இங்கே குறும்பெதுவும் செய்ய முயலவில்லை. ஆனால் மறுநாள் மாலை காஞ்சீவரத்தின் கருங்கற்துகள் நிலவெளியையடைந்ததும் வானரங்களைப் போல அவர்களுடைய சேட்டைகள் மீண்டும் வாலவிழ்த்துக்கொண்டுவிட்டன. பெரிய காஞ் சியை அவர்கள் அடைந்தபோது வானம் தூறத் தொடங்கவே அதன் எல்லையிலேயே, முகமதலியின் திவானால் வெட்டப்பட்ட குளத்தைச் சுற்றியிருந்த, மண்டபங்களில் தங்க முடிவுசெய்தார்கள். காஞ்சீவரம் அதன் சிக்கலான வீதிகளுக்குப் பழக்கப்பட்டவர்களுக்கு ஒரு பெரிய கேளிக்கை விடுதியென்று அப்போது ட்ரிஸ்ட்ராமிடம் இம்மானுவல் தெரிவித்தான். அதை உண்மையென்று நிரூபிப்பதைப் போல சிப்பாய்கள் தங்களைச் சுமைகளிலிருந்து விடுவித்துக்கொண்டதுமே உற்சாகம் அவர்களுடைய மதுக்குடுவைகளிலிருந்து பீறிட்டு வழியத் தொடங்கி விட்டது. கருடசேவை மண்டபத்தில் படைத் தளபதியுடன் ட்ரிஸ்ட்ராம் தங்கியிருந்தான். அவர் தன்னை அவனுக்கு அறிமுகப்படுத்திக்கொள்ளக்கூட மனமில்லாதவராய் ஆனால் அவனுக்குரிய மதுவை அவனுக்கு அளித்து விட்டுத் தணிந்த குரலில் தன்னுடைய ஏவலாளிடம் தன் தேவைகளைக் கட்டளைகளாகச் சொல்லிக்கொண்டிருந்தார். ட்ரிஸ்ட்ராமுக்கும் அவரிடம் வலியச்சென்று பேசப் பொதுவான விஷயங்களோ மனநிலையோ இல்லாதிருந்தது. அப்போது அதை ஒரு முக்கியமான விஷயமாகவும் அவன் நினைக்கவில்லை. படைகள் வந்து முகாமிட்டிருக்கும் தகவல் பரவியதுமே, எங்கேயும்போல காஞ்சீவரத்திலும், மண்டபங்களைச் சுற்றி உள்ளூர்வாசிகளின் கூட்டம் கூடிவிட்டது. ஆனால் சிப்பாய்கள் வழியில் செய்ததைப் போல இப்போது அவர்களைப் பார்த்து, போதை ரத்தத்தில் சகோதரத்துவத்தைக் கலந்துவிட்டிருந்ததால், முகஞ்சுளித்து விரட்டியடிக்கவில்லை. அவர்கள் தங்களுடன் மதுவைப் பகிர்ந்து கொள்ளும்படி, ஆண்களின் முதுகுகளுக்குப் பின்னே தங்களை ஜாக்கிரதையாக மறைத்துக்கொண்டு எட்டிப்பார்த்த பெண்களை வெட்கமின்றி அழைத்தபோது அவர்கள் எப்போதும் போலவே அப்போதும் திடுக்கிட்டு, பெரியவர்களின் சொற்படி கேளாமல் அங்கே வந்து நின்றதற்காக ஆண்களிடம் வசவுகளை வாங்கிக்கட்டிக்கொண்டு மனமில்லாமல் தயங்கித்தயங்கித் திரும்பிச்சென்றார்கள். சில லம்பாடிகளும் பறையர்களும் குடுகுடுப்பைக்காரர்களும் வளையல்காரர்களும் மட்டும் சிப்பாய்களினுடைய உபசரிப்பை ஏற்றுக்கொண்டு தைரியமாக அருகே சென்று கொஞ்சம் மதுவையும், சில அடி உதைகளையும் பெற்றுக்கொண்டு, கைகளிலும் வாய்களிலும் நெருப்பில் பாதி வெந்த மாமிசத் துண்டுகளை, சுற்றியிருந்தவர்களின் பொறாமைக் கண்களின் புழுக்கத்தில் மீதிப் பகுதி

வேகும்படி தொங்கவிட்டுக்கொண்டு திரும்பிவந்தார்கள். மாயத் தாவரங் களைப் போல, எப்போது என்று சொல்ல முடியாதபடி நாடோடிகள் மற்றும் வயதான பிராமண விதவைகள் ஆகியோருடைய சிறிய கடைகள், அவர்களைத் தாண்டி ஊருக்குள்ளிருந்த கடைவீதியை நோக்கிச் சிப்பாய்கள் செல்வதைத் தடுக்கும் வகையிலும், அவர்களைப் பார்க்கவந்து குழுமியிருந்த ஜனங்களின் கண்களைக் கவரும்வகையிலும், ஒன்றுக்குப் பத்தாகக் கொளுத்திவைக்கப்பட்ட காட்டாமணக்குச் சுளுந்துகளுடன் அந்தப் பிரதேசத்தை வெளிச்சக் காடாக்கியபடி மண்டபங்களைச் சுற்றிச் சடுதியில் முளைத்துவிட்டிருந்தன. அவர்கள் பரத்தியிருந்த மணிமாலைகளும் கரடி மயிர் தாயத்தும் பித்தளைச் சிலுவைகளும் சிறுசிறு பறவைகளும் முயல்களும் வெள்ளெலிகளும் கருப்பட்டிக் கழிவில் சமைத்த, பூச்சிகளேறிக்கொண்டிருந்த, காமாலை நிற மிட்டாய் களும் ஓலைவண்டிகளும் மரக்காற்றாடிகளும் மக்கிய நெய்வாடை மணத்துக்கொண்டிருந்த தின்பண்டங்களும் தோற்பைகளும் சுருக்குப் பைகளும் சித்திரச் சீலைகளும் மரப்பாச்சி பொம்மைகளும் சிப்பாய்களைக் கவர்ந்திழுக்கவே செய்தன. இவற்றுடன், கைக்கெட்டும்படியாகத் தங்கள் முலைகளைக் காட்டியபடி, கடைக்காரர்களாலும் பிராமணர்களாலும் விரட்டப்படும்போது தங்களை மறைத்துக்கொண்டபடியும் அவர்கள் வியாபாரத்தில் முனைப்பான சமயத்தில் திரும்பத் தோன்றியபடியுமிருந்த வேசிகளைக் கூட்டிக்கொண்டுபோய்ச் சில சிப்பாய்கள் மண்டபங்களின் பின்புறத்திலேயே ஈரத்தரையில் படுக்கவைத்து அவர்கள் வலியில் அலறும்படியாகவும், ஒவ்வாமையால் மல்லாந்துகிடந்த தங்களுடைய முகங்களின் மீதே வாந்தியெடுத்துக்கொள்ளும்படியாகவும், நீண்ட பயணம் மற்றும் மதுவின் சகிக்கவியலாத துர்மணத்தோடு ஆக்ரோஷமாய்ப் புணர்ந்துவிட்டுத் திரும்பிவந்தார்கள். சிலர் தங்களுக்கு முன்பே அறிமுக மாகியிருந்த, தங்களை எதிர்பார்த்து அலங்கரித்துக்கொண்டு காத்திருக்கக் கூடிய பிராமண விதவைகளைத் தேடி ஊருக்குள் போய்விட்டார்கள். சில சிப்பாய்கள் தங்கள் முன் கரணமடித்துக் காசு கேட்டுக்கொண்டிருந்த சிறுவர்களையும் அரவாணிகளையும் மறைவிடத்திற்கு வரும்படி வற்புறுத்திக்கொண்டிருந்தார்கள். நிறைய சிப்பாய்கள் வாயோரங்களிலிருந்து மதுவும் கோழையும் ஒழுக, மண்டபங்களுக்குள்ளும் குளத்துப்படிகளிலும் சிறுநீர் கழிக்கச்சென்ற புதர்களிலும் நினைவின்றி விழுந்துகிடந்தார்கள். சில சிப்பாய்கள் ஒரு குழுவாகச் சேர்ந்து லாம்பெத் ஹில் ஷெப்பர்டின் பிரபலமான அரைப் பென்னிப் பாட்டுப் புத்தகத்திலிருந்து ஓ, ஆண்களை நான் எப்படி வெறுக்கிறேனெனக் கைகளைத் தட்டியபடி பாடத் துவங்கி யிருக்க, (நான்கு மற்றும் இருபது வாத்தியக்காரர்களும் ஒரே வரிசையில், மேலும் இது என் மனைவியின் விடுமுறைநாள், எனவே நாங்கள் இருக்கிறோம் சந்தோஷமாய்) அவர்களைச் சுற்றிச் சில உள்ளூர்க் குடியர்கள் தாங்கள் அவ்வப்போது பார்த்திருந்த ஐரோப்பிய பாணியிலான நடனத்தைச் சற்றும் லயப் பொருத்தமற்றதாக நிகழ்த்திக்கொண்டிருந்தார்கள். வக்கிரங்களின் குதூகலம் தன் துர்மணத்தையும் கேட்கக் கூசும்படியான வார்த்தைகளையும் வெளியெங்கும் பீய்ச்சியடித்துக்கொண்டிருந்தது. சிலதுளி மதுவிற்காகவும் இறைச்சித் துண்டுகளுக்காகவும் சிதறும் நாணயங்களை எதிர்பார்த்தும் அந்த நிலத்தின் பூர்வகுடிகள் அவற்றைத்

தங்கள் வாய்களில் கவ்வி உறிஞ்சிக்கொண்டிருந்தார்கள். காஞ்சீவரத்திலிருந்து காவேரிப்பாக்கம்வரையில் ஊர்வலத்தோடு இந்த அருவருப்பூட்டும் களேபரங்கள் தொடர்ந்து வந்துகொண்டேயிருந்தன. மூன்றாம் நாளிரவில் அவர்கள் பாலாற்றங்கரையில் முகாமிட்டபோது நவாபின் மைத்துனர் ஆற்காட்டுக் கோட்டையில் தன் பரிவாரங்களுடன் முகாமிட்டிருப்பதாகத் தெரியவந்ததன்பேரில் அவை மட்டுப்பட்டிருந்தன. அன்றிரவும் தொடர்ந்து தூறிக்கொண்டேயிருந்த வடகிழக்குப் பருவ மழை ஆற்காட்டின் சுண்ணாம்பு நிலத்தை இளக்கிச் சூட்டைக் கிளப்பிவிட்டிருந்த தால் பலர் வயிற்று வலியில் அவதிப்பட்டுக்கொண்டிருந்ததும் ஒரு காரணம். ட்ரிஸ்ட்ராமும்கூட அஜீரணத்தால் முனகிக்கொண்டுதான் இருந்தான். மறுநாள் நவாபின் குத்தகை நிலமான வேலூர்ப் பள்ளத்தாக்கிலும் அவர்கள் தங்கள் வாலைச் சுருட்டியே வைத்துக்கொண்டிருந்தார்கள். தேரியும் பேரீச்சங்கள்ளும் தயிரும் அவற்றுக்குண்டான விலை கொடுத்தே அவர்களால் வாங்கப்பட்டன. சந்தைகளில் ஆற்றுமீன் விற்றுக்கொண்டிருந்த பஞ்சம்பந்தர்களைக்கூட ஹைதரலி அவர்களை உழவர்கள் என்று அழைக்கக் கட்டளையிடுவதற்கு முன்புவரை அவர்களுக்கிருந்த பறையர், பள்ளர், சக்கிலியர், தோட்டி என்கிற பெயர்களால் அழைக்க வேண்டாமென்று துபாஷிகள் சிப்பாய்களுக்கு அறிவுறுத்தியிருந்தார்கள். ஆற்காட்டைத் தாண்டியதும் சமீபத்திய போரின் அழிவுகள் பிரத்யட்சமாகத் தெரியும் பாலாற்றின் ரத்தம் காய்ந்த, அரைகுறையாயும் அவசரமாயும் புதைக்கப்பட்ட உடல்களின் எலும்புகள் விடைத்துக்கிடக்கும் கரையோரம் பள்ளிகொண்டானையும் அங்கிருந்து ஐந்தாம் நாள் முழுவதும் படைத் தலைவனின் ஆணையின்பேரில் மழையைப் பொருட்படுத்தாமலேயே நடந்து பாரமஹால் பிரதேசத்தின் நுழைவாயிலான ஆம்பூரையும் அவர்கள் அடைந்தார்கள். காஞ்சீவரத்திலிருந்து அதுவரை யில் அடக்கிவைக்கப்பட்டிருந்த படையின் குறும்புத்தனங்கள் ஆம்பூரை அடைந்ததும் மீண்டும் ஆரவாரத்துடன் வெடித்தன. மீண்டும் ஊருக்குப் புறத்தே பனைமரங்கள் வேலிகட்டியிருந்த மைதானத்தினுள் முகாமிட் டிருந்த சிப்பாய்களைப் பிச்சைக்காரர்களும் வேசிகளும் அலிகளும் சிறுவர்களும் வணிகர்களும் பயந்த பெண்களும் கூலிகளும் லம்பாடிகளும் சூழ்ந்துகொண்டு, அவமானப்படுத்தப்படுவதன் சலன உணர்வு சற்று மின்றிச் சிரித்துக்கொண்டும் கெஞ்சிக்கொண்டும் சிப்பாய்கள் ஊத்தை வாய் என்று சொல்லிக்கொண்டே தங்கள் கன்னத்தில் அறைந்துவிட்டு வலி உறைப்பதற்குள் தங்களை வாயில் முத்தமிட அனுமதித்துக் கொண்டுமிருந்தார்கள். சகிக்கவியலாத இந்தக் காட்சிகளிலிருந்து இரண்டு நாட்கள் விடுபட்டிருந்ததன் ஆசுவாசம் மீண்டும் அவை தீவிரத்துடன் துவங்கியபோது ட்ரிஸ்ட்ராமை மிகுதியான ஒவ்வாமைக்குள்ளாக்கியது. அவன் மேற்கொண்டு அவற்றைச் சகித்துக்கொள்ள முடியாமல், தொடர்ந்த மழையும் மாறும் தட்பவெப்பமும் தன் உடலை மோசமாக வருத்துகிறதென்றும், ஊருக்குள் சென்று ஏதேனுமொரு சத்திரத்தில் தங்கி இரவுப் பொழுதைக் கழித்துவிட்டுக் காலையில் அவர்களுடன் வந்து இணைந்துகொள்வதாயும் படைத் தலைவனிடம் சொன்ன பின், பயணப் பொருட்களை மட்டும் அவர்கள் தன் இருப்பை ஞாபகம் வைத்துக்கொள்வதற்காகக் கூடாரத்திலேயே

விட்டுவிட்டு, பணப்பையுடன் அங்கிருந்து வெளியேறினான். ட்ரிஸ்ட்ராம் முகாமை விட்டு வெளியேறு வதைப் பார்த்துவிட்டு இம்மானுவல் மூன்று நூற்றாண்டு காலமாகவே போர்களின் முக்கியக் கேந்திரமாயிருந்ததில் சீரழிந்து, பெரும்பகுதி இடிந்த கோட்டைகள், தீய்ந்துபோன வயற்காடுகள் மற்றும் மயானங் களினிடையே சுற்றியலையும் ஆவிகள் ஆகியவற்றின் வாழ்நிலமாக மாறிவிட்டிருந்த ஆம்பூர் கிராமத்தினுள் பயணிகள் நுழைவது துர்லபமாகை யால் சத்திரங்களைத் தேடுவது கடினமான வேலையென்று எச்சரித்துவிட்டு, அங்கே பறச்சேரியிலிருக்கிறவர்களைக் கிறிஸ்தவர்களாக்கி நல்வழிப் படுத்திக்கொண்டிருக்கும், தனக்குத் தெரிந்த ஒரு பிரெஞ்சு ஜெஸுயிட் பாதிரியார் வெள்ளாளர் தெருவின் பின்புறம் இருப்பதாயும், அவரைப் போய்ப் பார்க்கும்படியும் அவனுக்கு யோசனை சொல்லியனுப்பினான். ஆனால் அவன் சொன்ன ஜெஸுயிட் பாதிரியாரை ட்ரிஸ்ட்ராமால் விசாரிக்கப்பட்ட ஆம்பூர்க்காரர்கள் யாருமே அறிந்திருக்கவில்லை. நெடுநேரத் தேடலுக்குப் பிறகு களைத்துப்போன ட்ரிஸ்ட்ராம், ஏற்கெனவே இரவு தொடங்கி நெடுநேரமாகிவிட்டதாலும், அந்த முயற்சியைக் கைவிட்டுவிட்டு, சத்திரமென்பதை அறிவிக்கும் இலுப்பெண்ணெய்ப் பந்தத்துடனும் அகன்ற திண்ணைகளுடனும் உள்ளடங்கிய, தலையிலிடிக்கும் சிறிய நிலைப்படி வாயிலையும் கொண்டிருந்த ஓர் இருண்ட கட்டிடத்திற்குள் நுழைந்துவிடுவதென முடிவுசெய்தான். அதன் வாயிற்கதவை அவன் தட்டுவதற்கு முன் அவ்வழியே சென்று கொண்டிருந்த ஒரு கிழவர் அவனை வலிய அழைத்து அந்தச் சத்திரத்தில் தங்க வேண்டாமென்றும், அதன் சொந்தக்காரனான பிச்சையா பிள்ளை ஒரு மந்திரக்காரன் என்றும், இருட்டுச் சத்திரமென்கிற பெயரால் அறியப்படும் அந்த வினோதக் கட்டிடத்தைப் பற்றின கதைகளை அவன் மெட்ராஸிலேயே கேள்விப்பட்டிருக்கவில்லையென்றால் அது தன்னை ஆச்சரியப்படுத்துமென்றும், அதற்குள் நுழைந்தவர்கள் திரும்பவும் நிஜ உலகிற்குள் பிரவேசிக்க முடியாதென்றும் சொல்லி அவனைத் தடுக்க முயற்சித்தார். ஆனால் இம்மானுவலின் எச்சரிக்கை கிழவனாரின் எச்சரிக்கையைவிட முக்கியமானதாகப் பட்டதாலும், தொடர்ந்த, மனமும் உடலும் ஒத்துழைக்காத, ஐந்து நாள் பயணம் அவனைச் சாகுமளவு களைப்பிலாழ்த்தியிருந்ததாலும், இதற்கு மேலாக, முதியவரின் பேச்சைக் கேட்பதா விடுவதா என்று அவன் முடிவுசெய்வதற்குள் சத்திரத்தினுள்ளிருந்து பிச்சையா பிள்ளை என்று குறிப்பிடப்பட்ட அதன் உரிமையாளரே தற்செயலாகக் கதவைத் திறந்துகொண்டு வெளியே வந்துவிட்டதாலும், அவர் தலையைக் கண்டதும் கிழவனார் தலையைக் குனிந்தபடி தன் வழியே சென்று மறைந்துவிட்டதாலும், ட்ரிஸ்ட்ராம் தன்னிச்சையாக முடிவெடுக்கும் வலுவை இழந்தவனாய்த் தன்னை வரவேற்காமல் வெறிக்கப் பார்த்துக்கொண்டு நின்ற அந்த முதியவரின் மௌனத்தாலேயே வசீகரிக்கப்பட்டவனாகச் சத்திரத்தினுள் நுழைந்து விட்டான்.

மெட்றாஸ் பருத்திச் செட்டியின் சத்திரத்தைப் போலவே பிச்சையா பிள்ளையின் சத்திரமும் உட்புறம் நடுவில் விரிந்த ஒரு திறந்த முற்றவெளியைச் சுற்றித் தூண்களால் தாங்கப்பட்டிருந்த

சிறிய, உட்புறமாகச் சரிந்த, எட்டுப்பத்து ஓட்டுக்கூரையறைகளைக் கொண்டிருந்தது. அவை யாவுமே துப்புரவாயும் வைக்கப்பட்டிருந்தன. ஆனால் அவற்றினுள்ளிருந்து கசிந்துகொண்டிருந்த புழுக்கிய நெல் மணமும் குளிர்ச்சியும் அடையாக அப்பிக்கொண்டிருந்த இருளும் அவற்றிலெதிலும் யாத்ரீகர்கள் யாரும் நெடுங்காலமாகத் தங்கியிருக்கவில்லையென்பதைப் பகிரங்கமாகவே அறிவித்துக்கொண்டிருந்தன. ட்ரிஸ்ட்ராம் தாழ்வாரம் முடிந்தயிடத்தில் இடப்புறமாக இருந்த ஓர் அறையைத் தனக்காகத் தேர்ந்தெடுத்துக்கொண்ட பின்னும் அவன் அங்கே தங்குவானென்கிற நம்பிக்கை, வெளியே அவனுடன் பேசிக்கொண்டு நின்ற உள்ளூர்க் கிழவனைக் கவனித்திருந்ததால், பிச்சையா பிள்ளையெனப்பட்டவருக்கு ஏற்படவில்லையானாலும், அவர் வருடக்கணக்காகப் பழகியிருந்ததைப் போலவும் பயந்ததைப் போலவும் ட்ரிஸ்ட்ராம் தன் கனவிலும் பார்த்தறியாத, குறுகிய பெட்டி வடிவமொன்றைச் சிருஷ்டித்த, மங்கிய மற்றும் உதிர்ந்த வண்ணம் கொண்ட நான்கு புராதனச் சுவர்களையும், ஓரத்தில் கவிழ்த்துவைக்கப்பட்டிருந்த வெண்கலக் குவளையையும், நீர் நிரம்பிய வெண்கலச் செம்பையும், செரிக்க முடியாத இரையை அசைபோட்டுக்கொண்டிருக்கும் வயதான மிருகத்தைப் போல விதானத்தில் அசைந்து மெல்லிய காற்றுடன் தன் வயதையும் எண்ணெய்ப் பிசுக்கின் மணத்தையும் அறைக்குள் பரவச் செய்துகொண்டிருந்த பங்காவையும் (அதற்கெனவே அறைக்கு வெளியே அமர்த்தப்பட்ட ஒரு குறச் சிறுவனின் கை பிறகு இடைவிடாமல் இரவு முழுவதும் அதை ஆட்டிக்கொண்டிருந்தது), தெருவைப் பார்த்துத் திறந்திருந்த, அதனாலேயே துயரச் சித்திரமொன்றைத் தொங்கவிட்டதைப் போல ஆம்பூரின் சிதிலப்பட்டிருந்த தெருக்களையும் கரிந்த வீடுகளையும் உறவுகளின் ஞாபகங்கள் ஆறாமல் ஊளையிட்டுக்கொண்டேயிருந்த இரவையும் புலப்படுத்திய, கயிற்றுக் கட்டிலில் உட்கார்ந்த நிலையிலேயே வெளியே அவற்றைப் பார்க்க வசதியாகத் தாழ்வான உயரத்தில் அமைக்கப்பட்டிருந்த சன்னலையும், விந்து, சளி, குழந்தை மூத்திரம், இடறிக் கவிழ்ந்த பால், தண்ணீர், எப்போதோ அபூர்வமாகச் சிந்திய மது, உள்ளே தெறித்த மழைச்சாரல், இரண்டு முறை புண்ணியாவஜனம் செய்த மஞ்சள்நீர் என்று இன்னும் பலவற்றால் கலவையான ஒரு நிரந்தரக் கறையும், நிரந்தரப் பிசுபிசுப்புமாக, உடல்கள் விடுவித்துக்கொண்டு சென்ற களைப்பையும் பெருமூச்சுகளையும் ரகசியக் கதைகளையும் வஞ்சகத் திட்டங்களையும் அறையின் அமைதியே தன் மொழி எனப் பயணிகளிடம் முணுமுணுத்துக்கொண்டிருந்த கட்டிலையும், மழைச்சூழலை உதாசீனம் செய்துகொண்டிருந்த புழுக்கத்தையும், சுவர்களின் சுவாசிக்கச் சிரமப்படுத்தும் நெருக்கத்தையும், பிறப்புக்கு முந்தின நிர்மலமான கனவுகளைக் கிளர்த்துபவையாக ட்ரிஸ்ட்ராம் உணர்ந்ததால், அசூயை கொள்ளவில்லை. மாறாக, பல நாட்களுக்குப் பிறகு எலினாரின் இனிய, குற்றத்தின் நிறமுள்ள காதலின் ஞாபகங்கள் கலந்த, வயது கணக்கிடவியலாத, மிகத் தொன்மையான, பெருத்த அமைதி ஒன்று அவனைக் கவ்விக்கொண்டது.

துர்கனவையொத்த, சிப்பாய்களின் கேளிக்கைகளுக்குச் சாட்சியாக இருப்பதைத் தவிர்த்துவிட்டு நிம்மதியாகத் தூங்கும் விருப்பத்துடன்

இடம் தேடியலைந்த ட்ரிஸ்ட்ராம் உண்மையில் அன்றிரவு தூங்கவில்லை. ஆனால் தூக்கத்திற்கும் விழிப்பிற்குமிடையே ஊசலாடிக்கொண்டிருந்த அவனுடைய கண்முன்னே நடந்தேறிய காட்சிகளின் விசித்திரத் தன்மை அவன் உறக்கத்திலிருப்பதாயும் காட்சிகள் யாவும் அவனுடைய கனவுகளேயென்பதாயும் காட்டி அவனை நம்பச் செய்துவிட்டன. முதலில் மெல்லிய சாரலும் குளிர்ந்த காற்றும் சல்லாபிக்க, லிட்டில்போர்ட்டின் நினைவுகள் தூண்டப்படுமென்கிற நம்பிக்கையுடன் சன்னல் கதவுகளை விரியத் திறந்துவைத்துவிட்டுக் கட்டிலில் விழுந்த அவனுடைய நினைவுக் குளத்தின் ஆழத்திலிருந்து, கேனன் தெரு வீட்டில் துவங்கி ஆம்பூர்ச் சத்திரம்வரை பல இடங்களில் நெடுநேரம் அலைக்கழிந்த நினைவோட்டம் அடங்கிச் சமனப்பட்ட பின், தெ வில்லி விடுதி மிதந்து மெதுவாக மேலெழுந்தது. பிறகு, எப்போது என்று தெரிந்துகொள்ள முடியாத ஒரு தருணத்தில், அவன் அங்கே சந்தித்த நான்கு இந்தியர்களும், அறையின் உட்புறமாகப் பருத்திச் செட்டியின் சத்திரத் தூண்களில் அவன் பார்த்திருந்த சிற்பங்களைத் தங்கள் கைகளிலிருந்த உளியால் விடுதியறையின் கதவுகளில் செதுக்கியபடி வாயிலருகே தோன்றினார்கள். அறையினுள் பனிக்கட்டியைப் போல குளிர்ந்திருந்த கட்டிலொன்றில் எலினார் தன் மேல் அம்மணமாகப் படுத்திருப்பதையும் ட்ரிஸ்ட்ராம் கண்டான். விடுதியின் ஜன்னலை, கம்பிகளாக அதில் பொருந்தியிருந்தவைபோல, ஆம்பூர் மைதானத்தின் உயர்ந்த பனை மரங்கள் நெருங்கியிருந்தன. எலினார் ஜன்னலின் வழியே வெளியே வேடிக்கைபார்த்தபடி அவன் கண்களில் எதற்கென்று தெரியாமலும் நிற்காமலும் வழிந்துகொண்டிருந்த கண்ணீரைத் தன் பொன்வண்ணக் கூந்தலால் திரும்பத் திரும்பத் துடைத்து முத்தமிட்டுக் கொண்டிருந்தாள். அந்த முத்தத்தின் ஒலி மரக்கதவுகளில் இந்தியர்களுடைய உளிகளால் இடைவிடாமல் கலவிச் சிற்பங்களாகச் செதுக்கப்பட்டுக் கொண்டேயிருந்தது. ஒவ்வொரு முத்தமும் ஒரு வெடியொலியாக அறைக்குள் வெடித்துக்கொண்டிருந்தது. ஒருசமயத்தில் எலினார் கலவியி லிருந்து ட்ரிஸ்ட்ராமை மெல்லப் பிரித்துத் தனியே படுக்கவைத்துவிட்டுத் தணிந்த விடுதிச் சன்னலின் வழியாக வெளியேறியபோது, அவள் முத்தம் மட்டும் உளிச்சத்தமாக அறைக்குள்ளேயே தங்கிவிட்டதால், அவள் விலகிச் சென்றுவிட்டதை அவனால், வீதியில் அவள் உருவம் திரும்பத் தோன்றும்வரை அறிந்துகொள்ள முடியாமலே போயிருந்தது. ஸ்டீபன் கேனா அவனை விளித்து நீங்கள் போகவில்லையா என்று கேட்டான். ட்ரிஸ்ட்ராம் மட்டுமீறிய அசதியையும் துயரத்தையும் நிம்மதியையும் உணர்ந்தவனாய், இல்லை, நான் போகவில்லை என்று பதிலளித்தான். தெ வில்லியின் சன்னலுக்கப்பால் பாரீஸின் வீதிகளில் ஒரு தடித்தேவதையைப் போலவும், ஸேன் நதியின் மேல் பொன்மீனைப் போலவும் எலினார் தன் கைகளை அகல விரித்துச் சுழற்றியபடி, ஆடைகளின்றியே, மிதந்துகொண்டிருந்தாள். மொத்த பாரீஸும் அவளுடைய பரிவில், அவள் வயிற்றினுள், பத்திரமாகச் சுருண்டு ஒரு பிறக்காத குழந்தையாகப் பொருந்தியிருந்தது. எலினார் சன்னல் சட்டங்களைத் தாண்டி மறைந்துவிட முயற்சிக்கும் கணங்களிலெல்லாம் பார்வையால் அவளை, உளிச்சத்தம் கொடுத்துக்கொண்டிருந்த

அவளுடைய அருகாமைபற்றிய பிரமையுடனேயே, தொடர்ந்து கொண்டிருந்த ட்ரிஸ்ட்ராமின் தவிப்பு அதன் விளிம்பை இளக்கி வெளியை விஸ்தரித்துக்கொண்டே இருந்தது. பாரீஸின் தெருக்களில் ராணி மரியே அன்டாய்னெட்டின் பிறந்தகத்துச் சிப்பாய்கள் அங்கு மிங்குமாக ஓடிக்கொண்டிருந்தார்கள். எலினாரும் அவர்களுடன் ஓடிக் கொண்டிருந்தாள். யாரோ ஒரு சிப்பாய் அவளை டோரோத்தி டோரோத்தி என்று இடைவிடாமல் அழைத்துக்கொண்டிருந்தான். சிப்பாய்கள் அவளைச் சுட்டுவிடப்போகிறார்களென்று இந்தியர்கள் ட்ரிஸ்ட்ராமிடம் எச்சரித்தார்கள். இதைச் சொல்வதற்காக ஒருகணம் செதுக்குவதை அவர்கள் நிறுத்தியபோது ட்ரிஸ்ட்ராம் திடுக்கிட்டுப் படுக்கையை விட்டு எழுந்து எலினாரை, அவளுக்குப் பார்வை கிடையாது என்பதையும், பிறந்த மேனியாய் இருக்கிறாளென்பதையும், அவளை வேறு பெயரால் சிப்பாய்கள் அழைப்பதைத் தான் விரும்பவில்லை யென்பதையும் சொல்லி, உடனே அறைக்குள் திரும்பும்படி அழைத்துக் கூக்குரலிட்டான். ஆனால் எலினார் தான் இன்னும் தன் வயிற்றுக் குள்ளிருந்து வெளிவர விரும்பவில்லை என்று பதிலுக்குக் கத்தியபடி லோவ்ரே வீதியின் நீண்ட பரப்பில் தன் ஓட்டத்தைத் தொடர்ந்து கொண்டேயிருந்தாள். அவள் சிப்பாய்களிடமிருந்தன்று, மாறாகத் தன்னிடமிருந்து தப்பும் எண்ணத்துடன்தான் ஓடிக்கொண்டிருப்பதாக ட்ரிஸ்ட்ராம் நினைத்தான். அதற்கேற்றாற்போல் பாரீஸின் வானம் முழுவதையும் ஆம்பூரின் அனாதை நிலவும் சோகை மழையும் கவிந்து கொள்ள, சன்னல் வழியே தெரிந்த காட்சிகள் நீரின் ஆழத்தினுள் மூழ்கியதைப் போன்ற மௌனமும், அசைவுகளில் கடும் மந்தத்தன்மையும் கொண்டிருந்தன. ட்ரிஸ்ட்ராமுக்குப் படுக்கையில் அமர்ந்தபடியே வீதியில் திரியும் எலினாரை அரைகுறை நிலவொளியில் கண்களால் தொடர்வது சிரமசாத்தியமான காரியமாக இருந்தது. எனவே அவன் தன் விழிகளை இடுக்கித் திசைகளைப் பிடித்து, பார்வையைக் கூர்மை யாக்கிக் காட்சிகளை ஓர் உளியென ஊடுருவித் துளைத்து, எலினாரையும் சிப்பாய்களையும் தெ வில்லியின் கதவுகளில் சிற்ப உருவங்களாக நிறுத்தத் தலைப்பட்டான். ஆம்பூரின் துயரம் பாரீஸ் தெருக்களில் இடிந்த ஓட்டு வீடுகளாயும் மண் கோட்டைகளாயும் முளைத்தது. மேலும் அந்தக் காட்சி நிறங்களை இழந்து, வண்ணம் தீட்டாத மரக்கதவின் நிறங்கொண்டது. கதவு முழுவதும் இப்போது பல எலினார்களையும் சிப்பாய்களையும் நான்கு இந்தியர்களும் உளிகளால் செதுக்கவாரம்பித் தார்கள். ஒவ்வொரு சிப்பாயின் முன்பும், ட்ரிஸ்ட்ராம் உற்றுப் பார்க்கத் தொடங்குவதற்கு முன்புவரை பாரீஸின் தெருக்களில் நோக்கமெதுவும் அற்றவளைப் போல அலைந்துகொண்டிருந்த எலினார், பெண்மையை மறைக்குமளவிற்குப் புடைத்துத் தொங்கிக்கொண்டிருந்த விகார வயிற்றுடன், அவர்களோடு பொருதிக்கொண்டிருக்கும் தோற்றத்திற்கு மாறிக்கொண்டிருந்தாள். அவள் கைகளில் பாம்பின் நாக்கைப் போல நுனி பிளந்த, குரங்கின் விரல்களைப் போல வளைந்த, குருவியின் அலகைப் போல முள்முனைகொண்ட, கொசுவைப் போல கூர்மையான ரீங்காரத்தால் செவிப்பறையைப் பொத்தலிடக்கூடிய, ஆண்குறியைப் போல முனை மழுங்கிய, நீர்த்தடாகத்தைப் போல கண்களைக்

குருடாக்கும் பிரகாசத்தை வாரியிறைக்கக்கூடிய, ட்ரிஸ்ட்ராம் அதுவரையில் பார்த்திராத, வினோத வடிவமுடைய ஆயுதங்கள், அவன் கவனத்திற்குள் வராத தருணங்களில், முளைத்துக்கொண்டிருந்தன. தெ வில்லியின் அறைக்கதவு முழுவதும் பாரீஸின் கலவரம் மௌனச் சித்திரங்களாகச் செதுக்கப்பட்டுக்கொண்டிருக்க, முத்தத்தின் ஈரத் தன்மையை இழந்துவிட்ட உளியின் சத்தமே கலவரக் காட்சிகளை உருவாக்கி எலினாரையும் மரச்சிற்பமாக்கித் தன்னிடமிருந்து பிரித்துக் கொண்டிருப்பதாக முனகிய ட்ரிஸ்ட்ராம் ஒன்று ஓசையெழுப்பாமல் சித்திரங்களைச் செதுக்க வேண்டும் அல்லது தன்னையும் ஒரு சிற்பமாக எலினாரின் அருகில் செதுக்க வேண்டும் என்று இந்தியர்களிடம் ஆணையிடும் குரலில் சொன்னான். அவனுடைய குரல் அவர்களுடைய காதுகளில் விழுந்ததாகவே தெரியவில்லை. பல சிப்பாய்களுக்கெதிரான பல எலினார்களாகச் செதுக்கிக்கொண்டிருப்பதிலேயே அவர்கள் கவனமாக இருந்தார்கள். ட்ரிஸ்ட்ராம் குவிமையமற்ற பரந்த வெளியில் பார்வையை அலையவிடும்போதெல்லாம் எலினார், சன்னலுக்கு வெளியே, சிப்பாய்களுடன் ஆம்பூரின் கனத்த தூறலுக்குள் கரைந்து ஸேன் நதியின் துளிகளாக ஒழுகி ஓடிவிடும் அபாயத்தை உணர்த்தியபடி, அலைந்துகொண்டிருப்பவளாயும், அவனுடைய பார்வை அவள் மேல் நிலைக்கும்போதெல்லாம் தெ வில்லியின் கதவுகளில் பல நூறு சிற்ப எலினார்களாய் உறைந்துபோகிறவளாயும், உண்மையில் அவள் எங்கேயிருக்கிறாள் என்பதை அவன் கண்டுபிடிக்கவியலாதவண்ணம் இரண்டு இடங்களிலும் ஒரே நேரத்தில் இருந்தாள். ட்ரிஸ்ட்ராம் தன் பார்வையின் ஊடுருவலானது காட்சிகளை மேலும் விபரீதமாக மாற்றி விடக்கூடுமெனப் பயந்தவனாக எதையும் பார்க்காதிருக்க முயற்சித்தான். ஆனால் அதற்கு அதீதப் பிரயத்தனம் செய்ய வேண்டியிருந்தது. முதலில் அவனால் தன் இமைகள் மூடியிருக்கின்றனவா திறந்திருக்கின்றனவா என்பதையே உறுதியாகத் தெரிந்துகொள்ள முடியவில்லை. அவன் இந்தியர்களிடம் அவர்களுடைய உளிகளிலிருந்து அவளை விடுவித்துத் தன்னுடன் அனுப்பிவைக்கும்படி கைகளைக் கூப்பிக் கெஞ்சினான். அவர்களோ அவனை மரியாதையுடன் விளித்துத் தன்னைச் சிற்பமாகச் செதுக்கும்படி எலினார்தான் தங்களைப் பணித்துக்கொண்டிருக்கிறா ளென்று பதிலளித்தார்கள். இந்தப் பதிலால் கோபமடைந்த ட்ரிஸ்ட்ராம் ஆனால் அவளை நானல்லவா என் பார்வையால் உங்களுடைய சிற்பமாக உருவாக்கினேன் என்று கத்தினான். ஆம், ஆனால் அது வேறெப்படியாயும் மாற முடியாதென்கிற காரணத்தால் என்று இந்தியர்கள் பதிலளித்தார்கள். எனில் நானே என்னையும் உங்கள் உளிகளால் மரச்சிற்பமாக என் மனைவியின் அருகில் செதுக்கிக்கொள்வேன். முயன்றுபாருங்கள். ட்ரிஸ்ட்ராம் மரச்சிற்பங்களை மீண்டும் உற்றுப்பார்க்கத் துவங்கினான். ஆனால் அது அவன் நினைத்ததற்கு மாறாகக் கலவரக் காட்சிகளின் மேல், இந்தியர்களின் கைகளைக் கொண்டு அவர்கள் எலினார்களின் மேலும் சிப்பாய்களின் மேலும் நீண்ட செங்குத்தான வரிகளைப் பிறப்பிக்கும்வண்ணம், அடர்ந்த மழையைச் செதுக்கத் துவங்கிவிட்டது. சிற்பக்கதவு சிக்கலான களமாக மாறிக்கொண்டே வந்தது. அப்படிச் செய்ய வேண்டாமென்று ட்ரிஸ்ட்ராம் படுக்கையி

லிருந்தபடியே கதறினான். நாங்களில்லை ஐயா, நீங்கள்தான் உங்கள் பார்வையால் மழையைப் பிறப்பிக்கிறீர்கள் என்று உளிகளை நிறுத்த வியலாமல் உண்மையான வருத்தத்துடன் இந்தியர்கள் பதில் சொன்னார்கள். மழைக்கோடுகள் பலவாகி ஒன்றோடொன்று இணைந்து நிறமற்ற கோடுகளை உருவாக்கிக் காட்சிகளை மறைத்துக்கொண்டேயிருந்தன. சற்று நேரத்தில் கதவு முழுவதும் நீண்ட செங்குத்தான வரிகளைத் தவிர வேறெதையும் ட்ரிஸ்ட்ராமால் பார்க்க முடியவில்லை. அவை கதவினடியில் தேங்காமல் தரையையும் துளைத்தபடி உள்ளிறங்கிக் கொண்டிருந்தன. சற்று நேரத்தில் அந்த வரிகளும் அவற்றுக்கிடையில் செதுக்கப்பட்ட பிற மழைவரிகளுடன் இணைந்து மறைந்துபோயின. பிறகு ட்ரிஸ்ட்ராம் உற்றுப் பார்த்து உருவாக்க எந்தக் காட்சியும், எந்த ஞாபகங்களும் இல்லாமல்போய்விட்டது. காட்சிகளை அவனுடைய கருவியாக இருந்து செதுக்கிக்கொண்டிருந்த இந்தியர்களும் எலினாரும் சிப்பாய்களும் மறைந்துவிட்டார்கள். கடைசியாக மழையென்றும் மழைபெய்யும் வெளியென்றும் பேதமற்றுப்போன, அப்பழுக்கற்ற, சிற்பப் புடைப்புகள் உருவாக்கிய சிறு நிழல்கள் மழுங்கிக் கரைந்துபோன, வெளிறிய, மங்கலான சுய வெளிச்சத்தை விடிவிளக்கின் ஒளியைப் போல அவனுடைய தனிமையின் மேல் பரவவிட்டுக்கொண்டிருந்த ஆம்பூர் சத்திரத்தின் புராதனக் கதவுதான் அவன்முன் நின்றுகொண்டிருந்தது. அந்த வெளிச்சம்தான் அவன் விழித்துக்கொண்டிருக்கிறானென்பதையும் வெளியே பொழுது விடிந்துவிட்டதென்பதையும் அவனுடைய பிரக்ஞைக்குக் கொண்டுவந்தது. அதே கணத்தில் ஏனோ இரவு தெருவில் தன்னைச் சந்தித்த முதியவர் சொன்னதைப் போல சத்திரத்திற்குள் நுழைந்தபோது இருந்த உலகம் ஏற்கெனவே தன்னை விட்டுக் கழன்று போய்விட்டதென்கிற மாதிரியான ஒரு வினோத உணர்வும் சட்டென்று அவன் மேல் கவிந்துகொண்டது. இரவுக் கனவின் பாதிப்பிலிருந்து தன் மனம் விடுபட இன்னும் சற்று நேரமாகலாமென்று எண்ணியபடியே அவன் எழுந்து அறையை விட்டு வெளியே வந்தான். சத்திரத்தின் முன்பக்கம் இரவு முழுவதும் அவனுக்குப் பங்கா அசைத்துக்கொண்டிருந்த குறச் சிறுவனைத் தவிர வேறு யாரும் இருக்கவில்லை. சிறுவன் எசமானருக்காகக் காத்திருக்கும்படி வேண்டிக்கொண்டான். ஆனால் ட்ரிஸ்ட்ராமுக்குக் காத்திருப்பதற்கான அவகாசம் இல்லையென்று தோன்றியதால் அறை வாடகையையும் உபரியாகச் சில அணாக்களையும் அவனிடமே கொடுத்து வாடகையை மட்டும் பிள்ளையிடம் சேர்ப்பிக்கும் படி சொல்லிவிட்டுச் சத்திரத்தை விட்டு வெளியே வந்துவிட்டான். சத்திரத்தில் பிச்சையா பிள்ளையைச் சந்திக்க முடியாததை அவன் ஒரு பெரிய விஷயமாக அப்போது எடுத்துக்கொள்ளவில்லை. ஆனால் படிகளை விட்டிறங்கித் தெருவெளியில் பிரவேசித்த கணத்திலேயே அது உண்மையிலேயே முந்தின இரவில் தான் நடமாடிய தெரு இல்லை யென்பதைத் தெரிந்துகொண்டுவிட்டான். அது அதன் காற்றில் அவன் முன்பு உணர்ந்த புராதனமான, சிதிலமுற்ற, துயரத்தின் சாயலையும் தாண்டி, வார்த்தைகளாலும் உணர்வுகளாலும் காலத்தின் விரல்களாலும் எட்டிப்பிடிக்கவியலாத பாழ்வெளிக்குள் நீண்டதாய் இருந்தது. அதன் மருங்குகளில் இருந்த, வீடுகள் என்று பொதுவாக அறியப்பட்ட

கட்டிடங்கள், கூரையோ சுவர்களோ மனிதர்களோ இன்றி வெறிச்சோடிக்கிடந்தன. சாலையென்று அறியப்பட்டதன் மேல் மனிதர்களோ கால்நடைகளோ காணப்படாது தொலைந்துபோயிருந்தனர். அவ்வாறே, மரங்களென்று அறியப்பட்டவற்றிலிருந்து பறவைகளும், பகல் என்று அறியப்பட்டதிலிருந்து பிரகாசமும், மழை கடந்துசென்றிருந்த வெளி என்று அறியப்பட்டதிலிருந்து தண்மையும், குடியிருப்புகளினூடே அலைந்துதிரியும் காற்று என்று அறியப்பட்டதிலிருந்து குடிமணமும் அகன்றுபோயிருந்தன. இவற்றுக்குப் பதிலாக வானை, பார்வையைக் குத்தும் குட்டிச் சுவர்களின் பின்புறம் எங்கோ மறைவிலிருந்து எழும்பிச் சுழன்றுகொண்டிருந்த, கட்டிடமோ பிரேதமோ எரியும் நெடி, கருத்த வண்ணத்தில் பெருஞ்சாபத்தைப் போல கவிந்துகொண்டிருந்தது. தெருவெங்கிலும் ட்ரிஸ்ட்ராம் கனவில் கண்ட, எலினார் தன் கைகளில் ஏந்திக்கொண்டிருந்த, வினோத வடிவமுள்ள ஆயுதங்கள் இறைந்துகிடந்தன. அவன் பீதியுடன் படைகள் முகாமிட்டிருந்த பனை மைதானத்தை நோக்கி வெறிச்சோடியிருந்த தெருக்களினூடே பைத்தியத்தைப் போல தலைதெறிக்க ஓடினான். எதிர்பார்த்ததைப் போலவே மைதானத்தில் இரவு முழுவதும் எரிந்து முடித்து ஈரத்தில் புகைந்துகொண்டிருந்த வெற்றுக் கூடாரங்களையும், நிலம் முழுக்க இறைந்துகிடந்த ரத்தக்கறை படிந்த ஆயுதங்களையும், உடைந்த மதுக் குடுவைகளையும், கிழிந்த பரிசுப் பொருட்கள், உடைகள், காலணிகள், குதிரைச் சேணங்களையும், கழன்றுபோன ரதச் சக்கரங்களின் கடையாணிகளையும் தவிர வேறு எதையும் யாரையும் அவனால் பார்க்க முடியவில்லை. மேலும், குழப்பத்தையும், குழப்பத்தைத் தீர்த்துக்கொள்ள யோசிக்க முயன்றபோது மாபெரும் நம்பிக்கையின்மையையும் அவன் முன் விரிந்திருந்த அந்தக் காட்சி கொடுத்தது. மேற்கொண்டு யோசிக்கப் பயந்தவனாய் ட்ரிஸ்ட்ராம் திரும்ப வந்தவழியே சத்திரத்தை நோக்கி ஓடினான். இதற்குள் பிச்சையா பிள்ளையும் சத்திரத்திற்கு வந்துசேர்ந்திருந்தார். வாசலில் நின்றபடி, கைகளால் அடிக்கொருதடவை தலையிலடித்துக்கொண்டும் வெறிச்சிட்ட தெருவைப் பார்த்து மலங்கமலங்க விழித்துக்கொண்டுமிருந்த அவரைக் கண்டமாத்திரத்தில், அந்தப் பாழ்வெளியில் ஒரேயொரு மனிதத் துணையைக் கண்டுவிட்ட ஆசுவாசமும், அந்த மனிதனும் தன்னை ஏமாற்றியவனென்கிற கோபமும் ஒரே நேரத்தில் பீடித்துக்கொள்ள, அவரை நோக்கி மூர்க்கத்துடன் பாய்ந்த ட்ரிஸ்ட்ராம் அவருடைய கழுத்துத் துண்டைப் பிடித்துக் குரல்வளை நெறிபடும்படி முறுக்கிச் சத்திரத்தின் உட்புறமாக நெட்டித்தள்ளி நடைபாதையில் வீழ்த்தி, பருத்த தொப்பையின் மேல் ஏறி அமர்ந்துகொண்டு, கட்டுப்பாடிழந்துவிட்ட சுரப்பிகள் பெருக்கிய உமிழ்நீர் அவருடைய வெற்றுடம்பின் மேல் அருவியாய் வழிய, முகத்தில் தன் முஷ்டியினால், அவரை மூத்தவரென்றும் எண்ணிப் பார்க்காமல், சரமாரியாகக் குத்தினான். உன்னை அந்தக் கிழவன் மந்திரவாதியென்று சொன்னபோது நான் நம்பவில்லை, யார் நீ, இது என்ன இடம், நேற்றிரவு நான் வந்தடைந்த ஊர் எங்கே, நான் கூட வந்த படைகள் எங்கே.

கேள்விகள் பலவாயினும் பிச்சையா பிள்ளையால் அவற்றில் ஒரு கேள்வியைத் தவிர பிறவற்றைப் புரிந்துகொள்ளவோ ட்ரிஸ்ட்ராமுக்குப்

பதில் சொல்லவோ முடியவில்லை. அவனுடைய உடற்பளுவினடியில் திணறிக்கொண்டிருந்த சுவாசத்திற்கு நடுவில் அவர், உங்களவர்கள் எப்படி இருக்க முடியும் துரை, அவர்களைத்தான் மாதவராவ் ஓட ஓட மெட்ராஸுக்கே விரட்டிவிட்டாரே என்று பதில் சொன்னார். ட்ரிஸ்ட்ராமைச் சமாதானப்படுத்துவதற்குப் பதிலாக அந்தப் பதில் அவனை மேலும் கோபப்படுத்தத்தான் உதவியது. யார் மாதவராவ். திப்புவின் தளபதி மாதவராவ், உங்களுக்குத் தெரியாதா, ஏழுமலைதுர்க்கம் எல்லையில் அவரைத்தானே, பெத்த நாயக்கர் ஏதேனும் விஷமம் செய்வாரென்று, சிப்பாய்களுடன் காவலுக்கு நிறுத்திவைத்திருக்கிறார் சுல்தான், நேற்றிரவு உங்கள் படைகளின் அமளிதுமளிகளினூடே ஒரு சிப்பாய் தாசி என்று நினைத்து வேடிக்கைபார்க்கவந்த சுப்பிரமணியய்யர் பெண்ணைக் கையைப் பிடித்து இழுத்துவிட்டானாம், அய்யர் சுல்தானின் அப்பா காலத்திலிருந்து சமஸ்தானத்தில் வேலைபார்த்துச் செல்வாக்கோடு ஓய்வுபெற்றவர், விடுவாரா, இரவோடிரவாக மலையேறிக் கோட்டைக் கதவைத் தட்டி ராவைப் பார்த்து, பறங்கியான் தொட்டுக் கோத்திரம் அசிங்கப்பட்டுவிட்டது என்று புகார் சொல்லிவிட்டு வந்து விட்டார், ராவ் உடனேயே முன்னூறு பாராக்காரர்களை ஈட்டி, கதை, துப்பாக்கிகளோடு ஊருக்குள் திருப்பிவிட்டுவிட்டார், மூன்று மணிநேரம் ஒரே சண்டைக்களரி. போரா. இல்லை, சண்டையெல்லாம் முடிந்து இப்போதுதானே சமாதானக் கையெழுத்துப் போட்டார்கள், இது சும்மா, ஊருக்குள் நுழைந்து வம்பு செய்தவர்களை விரட்டிவிட்டார்கள், அவ்வளவுதான், யாரையும் கொல்லக் கூடாது என்று மாதவராவ் தன் படைகளிடம் முன்கூட்டியே சொல்லித்தான் அனுப்பியிருக்கிறார், ஆனால் உங்களவர்கள்தான் தப்பியோடும் அவசரத்திலும் ஆங்காரத்திலும், தடைகளையும் மறைவுகளையும் ஏற்படுத்த வேண்டியும், ஊருக்குள் புகுந்து ஏற்கெனவே சண்டை நிலமாகிப் பாழ்பட்டிருந்த வீதிகளையும் வீடுகளையும் கால்நடைகளையும் நாசப்படுத்திவிட்டார்கள், போகிற போக்கில் அக்ரஹாரத்தையும் கடைவீதியையும்வேறு துவம்ஸம் செய்து விட்டுப் போயிருக்கிறார்கள், குடிஜனங்களில் பத்துப் பதினைந்து பேரைப் பிணையாய் ஊரெல்லைவரை இழுத்துக் கொண்டுபோய் அடித்து நொறுக்கி அனுப்பியிருக்கிறார்கள், சண்டை தொடங்கியவுடனேயே ஊர்க்காரர்கள், வழக்கம்போல, தயாராகக் கட்டிவைத்திருந்த மூட்டைமுடிச்சுகளை எடுத்துக்கொண்டு பாலாற்றைத் தாண்டி ஆற்காடுப் பக்கமும், மேலே குடியாத்தத்தைப் பார்க்கவும் போய்விட்டார்கள், அவர்கள் திரும்புவதற்கு இன்னும் பத்துப் பதினைந்து நாட்கள் ஆகும், இந்தப் பிரச்சினையை ரீடு துரை எப்படிக் கையாளப்போகிறார் என்பதைத் தெரிந்துகொள்ளும்வரை அவர்கள் திரும்பி வர மாட்டார்கள், கோட்டைத் துரை சீரங்கப்பட்டணம் ஒப்பந்தப் பிரகாரம் பெத்த நாயக்கரைத் திரும்பத் தன் கைகளில் ஒப்படைக்கும்வரை ஏழுமலைதுர்க்கம் பாளையத்தை அவர் கையில் விட்டுவைத்திருந்ததால் அவர் துரைத்தனத்தாரிடம் சோரம்போகிறாரோ என்று சுல்தானுக்கு ஏற்கெனவே ஒரு சம்சயம் உண்டு, இந்தச் சம்பவம் அவர் காதுக்குப் போனால் நாயக்கர் பாடு திண்டாட்டம்தான், ஊருக்குள் பெண்டு பிள்ளைகளைப் பத்திரமாக வைத்துக் காப்பாற்றத் துப்பில்லையானால் எதற்கு உனக்குப் பாளையம், அதிலொரு கோட்டை

என்று தர்பாரில் கீழ்த்தலைகள் முன்னால் வைத்தே நாக்கைப் பிடுங்கிக் கொள்கிறமாதிரி கேட்டுவிடுவார். எனக்குப் புரியவில்லை, ஒப்பந்தப் பிரகாரம் ஆம்பூர் இப்போது பிரிட்டிஷ் ஆட்சிப்பகுதியல்லவா, அதன் நீதி பரிபாலனத்திற்கு சுல்தான் எப்படித் தன்னைப் பொறுப்பாளி யாக்கிக்கொள்ள முடியும். ஏன் முடியாது, உங்களவர்கள் எழுதி வாங்கிக் கொண்டது நிலங்களின் அனுபவப் பாத்தியதையையே தவிர, குடிகளின் அபிமானத்தையல்லவே, ஆம்பூர் உட்படப் பாரமஹாலின் எல்லைப்பகுதி ஜனங்களில் பாதிப் பேருக்கு இன்னும் தங்களுடைய ராஜா திப்பு சுல்தான்தான், சுல்தானும் பாரமஹாலைத் தன் இரண்டு பிள்ளைகளின் பொருட்டாக இழந்துவிட்டாலும் அதன் மக்களுக்குத் தன்னைத்தான் காவல் தெய்வமாக நினைத்துக்கொண்டிருக்கிறார், அதன் நல்லது கெட்டதுகளுக்குச் சந்தேகமில்லாமல் அவர்தான் பொறுப்பு, ஊரில் என்ன பிரச்சினையென்றாலும் நாங்களும் இன்னும் அவருடைய சர்க்காருக்குத்தான் தாக்கீது அனுப்பிக்கொண்டிருக்கிறோம்.

பிள்ளை பேசியதில் பாதி ட்ரிஸ்ட்ராமுக்குப் புரிந்தது. பாதியைப் புரிந்துகொள்ள அவன் விரும்பவில்லை. மேலும், பேசிக்கொண் டிருக்கும்போதே படைகளைப் பிரிந்துவிட்ட குற்றவுணர்வும் வியாக்கியானங்களின் மேல் நாட்டங்கொள்ள முடியாதபடி அவன் வயிற்றைப் புரட்டிக் கவலைப்படுத்திக்கொண்டிருந்தது. இவ்வளவு நடந்திருக்கும்போது தன்னை ஏன் அவர் எழுப்பியிருக்கக் கூடாது என்று அவன் பிள்ளையைப் பார்த்துக் கடுமையான குரலில் கேட்டபோது அவர் ஆச்சரியமும் பயமும் கலந்த குரலில் அப்போதே அறைக்கதவைத் தட்டி அவன் போகவில்லையா என்று தான் அவனைக் கேட்டதாயும், அவன் தான் அங்கேயே இருந்துகொள்ளப் போவதாய்க் கதவைத் திறக்காமலேயே பதில் சொன்னதால் அவன் விழித்துக்கொண்டுதானிருக்கிறானென்று நினைத்து மீண்டும் கதவைத் தட்டாமல் விட்டுவிட்டதாயும், காலையில் அங்கே சென்றபோதுகூட சன்னல் கதவுகள் திறந்துகிடப்பதைத் தான் பார்த்ததாயும், தவிரவும் இத்தனை அமர்க்களத்திலும் விடாமல் கேட்டுக்கொண்டிருந்த வேட்டொலியிலும் ஒருவர் நிம்மதியாகத் தூங்கிவிட முடியுமென்று தன்னால் இப்போதும் நம்ப முடியவில்லையென்றும் பதில் சொன்னார். ஜனங்களனைவரும் ஊரைக் காலிசெய்துவிட்டு ஓடியிருக்கும்போது அவர் மட்டும் எப்படி அங்கேயே தங்கிவிட்டிருக்க முடியும் என்கிற ட்ரிஸ்ட்ராமின் கேள்விக்கும், தன்னைத்தானே கொன்றுகொள்வதற்குத் தைரியமில்லாமல் இன்னொருவரை அதற்காக எதிர்பார்த்து வருடக்கணக்காகக் காத்துக்கொண்டிருக்கும் தான் ஏன் ஓட வேண்டும் என்பதாயும், தவிரவும் சத்திரத்தினுள் ஒரு பயணி அடைக்கலம் புகுந்திருக்கும்போது அவரை நிர்கதியாக விட்டுவிட்டுத் தான் மட்டும் ஓடித் தப்பித்துக்கொள்வதைப் பற்றித் தன்னால் எப்படி யோசிக்க முடியும் என்பதாயும் அவர் கைவசம் சில எதிர்க்கேள்விகள் பதில்களாக இருந்தன. பிள்ளையென்னவோ தன் பதில்கள் ட்ரிஸ்ட்ராமைச் சமாதானப்படுத்திவிடும் என்கிற நம்பிக்கையில்தான் தொடர்ந்து பேசிக்கொண்டிருந்தார். ஆனால் அது ட்ரிஸ்ட்ராமின் மனதில் திரும்பத் திரும்ப இரவுக் கிழவனின் வார்த்தைகளைத்தான் எதிரொலித்துக்கொண்டிருந்தது. இதற்குச்

சிலமணிநேரங்களுக்குப் பிறகு, ஆளரவமற்றுப்போயிருந்த ஊருக்குள் தேடி, மாட்டுவண்டியெதுவும் கண்களில் அகப்படாததால், பாலாற்றங்கரையில் புல் மேய்ந்துகொண்டிருந்ததென்று பிள்ளை சிரமப்பட்டுப் பிடித்துக் கொண்டுவந்திருந்த, சொந்தக்காரர்களால் கழித்துக்கட்டப்பட்ட, ஒரு மட்டக் குதிரையின் மேல், சிதறிப்போய்விட்ட சிப்பாய்களின் முகாம்களில் விட்டுவந்திருந்த உடைமைகளோடு கூடவே தன் அடையாளங்கள் அனைத்தையும் முற்றிலுமாகத் தொலைத்துவிட்டதால் மெட்றாஸுக்கே திரும்பப் போய்விடுவதென்கிற அவன் உத்தேசத்தை ஆம்பூரிலிருந்து திரும்ப மெட்றாஸுக்குப் போகும் தொலைவைக்காட்டிலும் கூப்பிடு தூரத்தில் தன் எல்லையைத் துவக்கவிருக்கும் பாரமஹாலுக்குள் நுழைந்து அவன் ஆஜராக வேண்டிய கிருஷ்ணகிரி அலுவலகத்தை நோக்கிச் செல்லும் தொலைவு மிகக் குறைவென்பதைச் சுட்டிக்காட்டி நிராகரித்ததோடு அந்தப் பிரதேசத்திற்குப் புதியவனான அவனுடன் திருப்பத்தூர்வரை வந்து வழிகாட்டவும் அவன்மீது கொண்ட இரக்கத்தினால் (பறங்கியர் களில் இத்தனை அப்பாவியை நான் பார்த்ததேயில்லை) பிள்ளை சம்மதித்ததன்பேரில், சில விவாதங்களுக்கும் விளக்கக் கோரல்களுக்கும் பிறகு அது அவனுக்குமே நல்ல யோசனையாகப் பட்டதாலும், அப்போதைக்கு அவரைத் தவிர வேறு மனிதத் துணையை நாடக்கூடிய சாத்தியங்கள் முற்றாகவே அற்றுப்போயிருந்ததாலும், சத்திரத்தைப் பூட்டிவிட்டு அதன் வெளிச் சுவரில் ஒரு கரித்துண்டால் தான் வாணியம்பாடிவரை சென்றிருப்பதால் இரண்டு நாட்கள் கழித்துத்தான் தன்னை மீண்டும் ஆம்பூரில் பார்க்க முடியுமென்று, நிச்சயமற்ற வாடிக்கையாளர் யாருக்காகவோ, ஒரு செய்தியையும் எழுதிவைத்துவிட்டுக் குழந்தையைப் போல குதூகலத்துடன் பின்னால் ஏறிக்கொண்ட (காளைகளைப் போல குதிரைகள் அவற்றைச் செலுத்துபவனிடம் எப்போதுமே விசுவாசமாயிருக்குமென்பது நிச்சயமில்லை துரை) பிச்சையா பிள்ளையுடன், வாணியம்பாடிக்குக் கொண்டுசெல்லும் புளியஞ்சாலையில், செர்வாண்டிஸின் கதாநாயகனாகத் தன்னை உணர்ந்தபடி, பயணப்பட்டுக்கொண்டிருந்தபோதும்கூட அவனுடைய மன உறுத்தல் அடங்கவில்லை. வழி நெடுக பிள்ளை எதையெதையோ பேசிக்கொண்டே வந்தாலும் மனம் அதில் ஒட்டவுமில்லை. ஆம்பூர் எல்லையைத் தாண்டிச் சில கல் தொலைவிற்குப் பிறகு, தூரத்தே சாமை வயல்களில் வேலை செய்துகொண்டிருந்த உழவர்களிடமோ வயற்புழுதியில் கிடைபோட்டுவிட்டுப் புளிய நிழலில் அமர்ந்து கதைபேசிக்கொண்டிருக்கும் இடையர்களிடமோ அது சம்பந்தமாக எதையாவது பேசிப்பார்க்கலாமென்று தோன்றினாலும் வயோதிகத்தைப் பாராமல் உடனே தன்னுடன் துணைக்கு வரச் சம்மதித்த அந்த மனிதரை அது புண்படுத்திவிடக்கூடுமென்கிற எண்ணத்தால் அவன் அதைச் செயல்படுத்தத் துணியவில்லை. கடைசியில் மிகுந்த தயக்கத்திற்குப் பிறகு, அவர்கள் வாணியம்பாடியை அடைய இன்னும் சில காத தூரமும், மீண்டும் ஓர் இரவு சுழன்று திரும்பச் சில நாழிகைகளும் மிச்சமிருந்தபோது, இருட்டுச் சத்திரத்தைப் பற்றித் தன்னிடம், மெட்றாஸ் வரை பரவியிருக்கிறதென்கிற குறிப்புடன், ஆம்பூர்க் கிழவன் சொன்ன தகவலைச் சொல்லி, முந்தின இரவிற்குப் பிறகு தனக்கும் அதில் நம்பிக்கை

ஏற்பட்டுவிட்டதாகவும் தெரிவித்த ட்ரிஸ்ட்ராம், தன்னைத் தவறாக நினைத்துக்கொள்ள வேண்டாமென்கிற கோரிக்கையுடன் அது உண்மையா என்று பிச்சையா பிள்ளையிடமே கேட்டுவிட்டான். அவனுடைய நெடிய மௌனத்திற்கான காரணத்தை அப்போதுதான் தெரிந்துகொண்ட பிள்ளை மேலுக்கு அவனைக் கேலிசெய்து சிரித்தாலும், அவனுடைய கேள்வி கிளர்த்திவிட்ட பழைய, துயர நினைவுகளால் பல நிமிடங்கள் மௌனமாகிவிட்டார். பிறகு ஒரு நீண்ட பெருமூச்சுடன், முந்தைய இரவுச் சம்பவங்களுக்கும் அதற்கும் எந்தச் சம்பந்தமும் இல்லையென்றாலும், அந்தப் பொல்லாத கிழவன் சொன்னதில் உண்மை இல்லாமலில்லை என்பதை ஒத்துக்கொண்டு, பயணக் களைப்புத் தெரியாமலிருக்கவும் தன்னுடைய வாடிக்கையாளனின் அவநம்பிக்கையைப் பெறுவதே ஒரு வியாபாரியின் மிகப் பெரிய கைமுதல் நட்டம் என்று வியாபார சாஸ்திரங்கள் சொல்வதன் மேல் அவர் கொண்டிருந்த நம்பிக்கையின் மேலும், சொல்லி ஆற்றிக்கொள்வதன் மூலமாக மட்டக் குதிரையைக் கூடுதலாகத் திணறச்செய்துகொண்டிருக்கும் தன் மனச்சுமையில் கொஞ் சத்தைக் கழற்றியெறிய அது ஒரு சந்தர்ப்பமாயிற்று என்றெண்ணியும், தங்க வந்த ஒரு குடும்பத்தால் தங்கள் சத்திரத்திற்கு அபகீர்த்தி ஏற்பட்ட பழைய கதையைச் சொல்லவாரம்பித்தார்.

இரண்டாம் பத்து

யார் முன்னும் உச்சரிக்கப்படக் கூடாதென்று நீலகண்ட சாஸ்திரி ஆதித் துயிலானிடம் சத்தியம் செய்து வாங்கிக்கொண்ட அற்புதச் சர்க்கத்தின் பின்கதை.

வன மோகினி

பலவருடங்களுக்கு முன்பு திருவண்ணாமலைக் கோயில் பிரகாரத்தில் பூக்கட்டிப் பிழைத்துக்கொண்டிருந்த ஒரு கணவனும் மனைவியும் கோவிலுக்குப் பக்கத்தில் இருந்த வீதியொன்றிலேயே வசதியாக வாழ்ந்துகொண்டிருந்தார்கள். பிரகாரத்தில் பூக்கட்டி விற்கிறவர்கள் பலபேரானாலும் அவர்கள் விற்கிற பூக்களுக்கு மட்டும் பிரத்யேக காந்தியும் தனியான வாசனையும் இருந்ததால் அவர்களுக்கு நிறைய வாடிக்கையாளர்களும் இருந்தார்கள். இருவரில் கணவன் கடையிலமர்ந்து பூக்கட்டி விற்கும் வேலையைச் செய்துகொண்டிருந்தான். மனைவி மலைக்காட்டிற்குள் சென்று பூக்களைப் பறித்துக்கொண்டுவரும் பொறுப்பை எடுத்துக்கொண்டிருந்தாள். அவள் காலையில் பூக்களைச் சேகரிப்பதற்காகப் புறப்படும் தன் இனத்தவர்களோடு சேர்ந்து புறப்பட்டுப் பாதிதூரம் போன பிறகு அவர்கள் வழக்கமாகப் போகும், மலையின் கிழக்குப்புற மிருந்த, பொதுவனத்திற்குச் செல்லாமல் தெற்குப்புற மிருந்த அடர்ந்த காட்டிற்குள் சென்றுவிடுவாள். அந்தக் காட்டின் மத்தியில், மனித சஞ் சாரம் அபூர்வமாகிப்போன சுழியொன்றில் அந்தப் பெண் ஒரு நந்தவனத்தைக் கண்டுபிடித்திருந்தாள். அங்கேதான் அவள் தன் கடையில் வைத்து விற்றுக்கொண்டிருக்கும் அற்புதமான மலர்கள் பூத்துக் குலுங்கிக்கொண்டிருந்தன. அவை அந்தப் பூக்கடையின் மேல் அபாரமான பிரேமையை ஊர்ப் பெண்களுக்கும், தம்பதிகளுக்கு அதிக லாபத்தையும் ஊட்டிக்கொண்டிருந்தன. அவர்களுடைய முன்னேற்றத்தைக் கண்டு மற்ற பூக்கடைக்காரர்கள் மனதிற்குள் பொறாமையால் புழுங்கினார்களெனினும் யாருக்கும் அந்தத் தென்புற வனத்திற்குச் சென்று பூப்பறித்து வரத் தைரியம் இல்லாதிருந்தது. காட்டிற்குள் திசை தவறி வந்துசேரும் ஆண்களைப் பூவாசத்தால் கவர்ந்திழுத்துச் சுகிக்கும் மோகினிகள்தான் அப்படிப்பட்ட, தகுதியற்ற

மனித இனம் சூடிக்கொள்ளக் கூடாத, தேவலோகப் பூக்கள் பூக்கும் வனங்களை வளர்த்துவைத்திருப்பதாக அவர்கள் கதைகளின் மூலமாகக் கேள்விப்பட்டிருந்தார்கள். அந்தத் தம்பதிகள் அப்பேற்பட்ட கதைகளைக் கேள்விப்பட்டதில்லை, அல்லது அவற்றை நம்பவில்லை. ஏனென்றால் அந்த வனத்தில் பூமியில் காணக்கிடைக்காத பூ ரகங்கள் என்று எதுவும் பூக்கவில்லை. சாதாரணமாக மனிதர்களின் பார்வைக்கும் கைக்கும் கிடைக்கும் பூக்கள்தான் அபூர்வமான வாசனையுடனும் பிரகாசத்துடனும் அங்கே பூத்துக்கொண்டிருந்தன. இவற்றிலும்கூட அந்தப் பெண் மற்ற கடைகளில் பெண்களைக் கவர்வதற்காக வைத்து விற்கப்படும் அசோகம், முல்லை, அலரி, கொன்றை, பாரிஜாதம், நீலோத்பலம், சம்பங்கி, கனகாம்பரம் முதலான பூக்களை அவற்றின் மணம் மனதில் துக்க நினைவுகளைத் தூண்டிவிடுமென்று பறிக்காமல் நித்தியமல்லி, பவழமல்லி, ஜாதிமல்லி, மரமல்லி, மகிழம், செண்பகம், கதிர்பச்சை, தவனம், கொடிசம்பங்கி, மன்மதபாணம், ஆம்பரம் முதலான, தேர்ந்தெடுத்த, மனதில் சுகமான எண்ணங்களையும், சிருங்கார உணர்வுகளையும் தூண்டிவிடக்கூடிய மலர்களை மட்டுமே விற்பதற்காகப் பறித்துக்கொண்டுவந்தாள். மொத்தத்தில் வனத்தைப் பற்றிய கதைகள் உண்மையோ பொய்யோ, அவள் பறித்துக்கொண்டுவந்து விற்கும் பூக்களால் ஊரே ரகசியப் பூவனமாகவும், அவற்றைச் சூடிக்கொள்ளும் ஒவ்வொரு பெண்ணும் மோகினியாகவும் ஆகி ஆண்களைக் கிறங்கடித்துக் கொண்டிருந்ததென்னவோ உண்மை. அவளுடைய சக பூக்காரிகள்கூட அவளிடம் பூக்களை வாங்கிவந்து படுக்கையறையில் ரகசியமாகச் சூடிக்கொள்வதை அவர்களுடைய கணவர்கள் விரும்பினார்கள். பூக்களைத் தேனீக்கள் மொய்ப்பதைப் போல பெண்களால் மொய்க்கப்படும் பேரழகு கொண்டவனான அவள் கணவனும் அவள் பறித்துக்கொண்டுவரும் சாதாரணப் பூக்கள் அவள் கைப்பட்டதும்தான் மகத்துவப் பூக்களாகிவிடுகின்றன என்று, பூவாசனை திகட்டிப்போய் திருவண்ணாமலையில் அந்தப் பூக்களைத் தலையில் சூடிக்கொள்வதைத் தவிர்த்துவிட்ட ஒரே பெண்ணான தன் மனைவியை அபூர்வப்பிறவியாகப் பாவித்து அவளைத் தன் தலையில் தூக்கிவைத்துக் கொண்டாடினான். பூக்காரப்பெண்ணும் தன் கணவனின் அழகைத் தன் பெண்மையின் அதிர்ஷ்டமாகவும், கடையின் கைமுதலாகவும் நினைத்துக்கொண்டாளே தவிர அவனைச் சுற்றிவரும் பெண்களைப் பற்றிக் கவலைப்பட்டாளில்லை. அவனும் அவளைத் தவிர, தன் கடைமுன் பூக்களை வாங்கிச்செல்லும் சாக்கில் தன்னைப் பார்ப்பதற்காகவும் வந்து குழுமும் வேறு பெண்கள் யாரையும் ஏறெடுத்தும் பார்க்காதவனாயுமிருந்தான். எனினும் அப்படி வரும் பெண்களில் பூனையினுடையதைப் போன்ற பச்சைநிற விழிகளையும், நிலவைப் போல மந்தகாசம் தரும் முகவிலாசத்தையும், எப்போதும் விரகத்தால் மதர்த்துப் பொங்கும் முலைகளையும், பாதங்களை மறைத்துத் தொடைகளை இறுக்கிக் காட்டும் உடையலங்காரத்தையும், எப்போது வருகிறாள் எப்போது செல்கிறாள் என்பதை யாருக்கும் உணர்த்தாத ரகசியப் பிரசன்னமும் கொண்டவளான ஒரு பெண் எப்போதாவது அவன் கவனத்தைக் கவர்பவளாகவே இருந்தாள். அவள் அந்தத்

224 பா. வெங்கடேசன்

தம்பதிகளின் பூக்கடைக்குள் ஒருபோதும் நுழைவதில்லை. கடைக்கு எதிரில், சற்று தொலைவில் நின்றுகொண்டு யார் துணையுமற்ற, துயரூட்டும் தனிமையில் நின்றபடி வெட்கமின்றி பூக்காரியின் கணவனையே நெடுநேரம் வைத்தகண் வாங்காமல் பார்த்துக்கொண்டிருப்பாள். அவளை விகல்பமின்றி அவனும் ஆச்சரியத்துடன் ஓரக்கண்ணால் பார்ப்பதுண்டு. அவள் சிலசமயம் இரங்கத்தக்க அபலையாயும், சிலசமயம் எரிச்சலூட்டும் மௌனியாயும், வேறு சிலசமயங்களில் பயமூட்டும் சாகசக்காரியாயும் அவன்முன் தோன்றினாள். ஆனால் மனைவியிடம் தீராக்காதல் கொண்டிருந்த அவன் மனதில் வெளிப்படையாகவே தன்னைப் பச்சைநிற விழிகளால் தெரிவித்துக்கொண்டிருந்த அவளால் காதலியாக மட்டும் காட்சியளிக்கவே முடியவில்லை. அவள் கண்களி லிருந்த ரகசியம் அவளைப் பற்றி மற்றவர்களிடம் விசாரிப்பதிலிருந்தும், மனைவியிடம் பிரஸ்தாபிப்பதிலிருந்தும் அவனை இறைஞ்சித் தடுத்துக் கொண்டிருந்தது. நாளின் எந்தப் பொழுதில் அவள் அங்கே வந்து சேர்கிறாள் என்பதையோ எந்த நிமிடத்திலிருந்து பார்ப்பது திகட்டிக் காணாமல்போகிறாள் என்பதையோ மட்டுமன்று, எப்போதிருந்து அவள் அப்படி அங்கே வந்து நின்றுகொண்டிருக்கும் தவத்தை மேற்கொண்டிருக்கிறாள் என்பதையும் பூக்காரியின் கணவனால் தெரிந்துகொள்ளவோ ஞாபகப்படுத்திக்கொள்ளவோ முடியவில்லை. ஒவ்வொரு சமயம் திருவண்ணாமலையென்று ஒரு தலம் உருவான நாளிலிருந்தே அவள் அந்த இடத்தில் தன்னைத் தன் திருஷ்டியால் பார்த்தபடி நின்றுகொண்டிருக்கிறாள் என்று அவனுக்குத் தோன்றும். மற்றொருசமயம் முந்தைய நாளில்கூட அவளைப் பார்த்த நினைவைத் தன்னுள் கூட்டிக்கொள்ள அவன் மிகச் சிரமப்பட்டுக்கொண்டிருப்பான். ஆனால் அவளுடைய வருகை தன் மனைவி காட்டின் மத்தியிலிருந்த பூவனத்தைக் கண்டுபிடித்த சிலநாட்களுக்குப் பின்பிருந்தே ஆரம்பித்திருக்க வேண்டுமென இந்தக் கதையைச் சொல்லும் சமயத்தில் தன்னால் ஊகிக்க முடிவதாக பின்பு அவன் என் தந்தையாரிடம் சொல்லியிருக்கிறான். அந்தப் பூனைவிழிப் பெண்ணுடைய வரவின் துவக்கத்தை அவனால் ஊகிக்க முடியவில்லையே தவிர அவள் எப்போதிருந்து தன் வருகையை நிறுத்திக் கொண்டுவிட்டாளென்பது அவனுக்குத் துல்லியமாக நினைவிருந்தது.

இந்த அதிர்ஷ்டக்காரத் தம்பதியினருக்குத் திருமணமாகிச் சில வருடங்களாகியும் குழந்தைப்பேறு இல்லாமலிருந்தது. கணவனுக்கு அது ஒரு பெரிய குறையாகத் தெரியவில்லை. அவன் தன் மனைவிதான் தனக்குக் குழந்தையென்று நினைத்து அவள் தனக்குச் செய்யும் பணிவிடைகளிலும், அந்தரங்கமான சமயங்களில் அவளுக்குத் தான் செய்யும் பணிவிடைகளிலும் திருப்தியடைந்துகொண்டிருந்தான். அவன் மனைவிக்கோ தன் பெண்மை தாய்மையாக முற்றிப் பழுக்காமல் கழிந்துகொண்டிருப்பதில் இருந்த வருத்தம் சொல்லி மாளாது. அவளுடைய அதிர்ஷ்டத்தைப் பார்த்துப் புழுங்கிக்கொண்டிருந்த சுற்றமும் பக்கமும்வேறு அவளைத் தூற்றுவதற்கு வேறு காரணம் கிடைக்காமல் அவளை மலடியென்று அழைத்துத் தங்கள் ஆற்றாமையைத் தணித்துக்கொண்டிருந்தன. பூக்காரப்பெண் சஞ் சலத்தாலும், அண்ணாமலையாரை வேண்டி தினமும் மேற்கொண்ட உபவாசவிரதத்தாலும் பூக்காம்பாக இளைத்துப்போனாள். உலகில் வாழ்ந்து

விட்டுப்போனதற்கு அடையாளமாக ஒரு மகனையோ மகளையோ கொடுக்காமலேயே தான் மூப்பெய்தி இறந்துவிடக்கூடுமோவெனப் பயந்துகொண்டு கோவிலில் மாதம் பதினைந்து நாட்கள் ஏழைகளுக்கு அன்னதானம் செய்தாள். அண்ணாமலையாருக்குத் தினமும் ஆறுகால பூசைச் செலவுகளை ஏற்றுக்கொண்டாள். பிறகு ஒருநாள் முன்னிரவில் உறங்கிக்கொண்டிருந்தபோது அண்ணாமலையார் ரிஷப வாகனத்தில் ஆரோகணித்தவராய் தன்முன் தோன்றுவதாகக் கனவுகண்டாள். அவர், உன் கணவனும் நீயும் இகவுலகச் சுகத்தை அள்ளித்தரும் பூவியாபாரத்தில் கொண்டிருக்கும் தீவிரம்தான் உன் கருப்பையினுள் விடப்படாத சுக்கிலமாக அவன் லிங்கத்தில் பதுங்கியிருக்கிறது, உனக்குத் தனபாக்கியம் வேண்டுமா அல்லது புத்திரபாக்கியம் வேண்டுமா என்பதை நீயே முடிவு செய்துகொள் என்று கூற, பூக்காரப்பெண்ணும் தாய்மை உணர்வால் உந்தப்பட்டவளாய் சற்றும் யோசியாமலும், பக்கத்தில் படுத்திருந்த கணவனைத் தன் கனவில் தேடிக் காணாததால் அவனைக் கலந்து ஆலோசிக்க அவகாசமில்லாமலும் தனக்குப் புத்திரபாக்கியம்தான் வேண்டு மென்று சொல்லிவிட்டாள். எனவே மறுமுறை நீ உன் கணவனுடன் கூடும்போது அவனுடைய சுக்கிலத்தின் வீர்யம் கடைப்பூக்களின் வாசம் முழுவதையும் திரட்டிக்கொண்டு உன்னுள் இறங்குமென்று ஈஸ்வரன் வரம்கொடுத்துவிட்டு மறைந்தார். கனவிலிருந்து விழித்தெழுந்த பூக்காரப்பெண் தன் கனவை வியந்தபடி அந்த இரவில் இன்னொருமுறை குளித்துத் தன்னைச் சுத்தம் செய்துகொண்ட பின் கணவனை எழுப்பி என்றுமில்லாத அளவுக்கு நீண்ட நேரம், கர்ப்பதானமொன்றையே மனதில் பிரார்த்தித்தவளாய் தினவு தீருமட்டும் திருப்தியாகக் கூடிப்பிரிந்தாள். அண்ணாமலையார் வரங்கொடுத்தபடியே அந்த இரவின் சுக்கிலம் அவள் வயிற்றில் பெண்குழந்தையாக ஜனித்துப் பேரழகியாகப் பத்து மாதம் கழித்து வெளியே வந்தது. தம்பதிகளுக்குச் சொல்லிமாளாத சந்தோஷம். தங்கவிக்கிரகம்போல் பெண்குழந்தை பிறந்திருப்பதை ஊர் முழுக்கப் பெருமைபேசிக்கொண்டு இருவரும் அகம்பாவத்துடன் திரிந்து களைத்தார்கள். பூக்காரப்பெண்ணின் கணவன் தான் அதுவரையில் பேசியிராத அந்தப் பெண்ணிடமும் தான் தகப்பனாகிவிட்டிருப்பதைத் தெரிவிக்க வேண்டுமென்று ஏனோ விரும்பினான். ஆனால் குழந்தை பிறந்த மறுநாளிலிருந்து, பிறகெப்போதுமே அவன் தன் கடைமுன் அந்தப் பூனைவிழியழகியைப் பார்க்கவில்லை. தன் குழந்தையின் பிறப்பிற்கும் அவள் வராமல் போனதற்கும் என்ன சம்பந்தமென்று ஓரிரு நாட்கள் அவளைப் பற்றிச் சிந்தித்த அவன் அவள் வருவதை நிறுத்திக்கொண்ட பிறகே தன்னைப் பேசவிடாது ஊமையாக்கிவைத்திருந்த அவளுடைய கண்களின் ஓயாத பேச்சிலிருந்து விடுபட்டவனாகச் சிலரிடம் அவளைப் பற்றி விசாரிக்கவும், ஓரிரவில் தன் மனைவியிடம் விலாவாரியாக அவளைப் பற்றிப் பரிவும் ஆச்சரியமும் தொனிக்கப் பேசவும் செய்தான். ஆனால் ஒருவருக்கும் அவளைப் பற்றின விவரங்கள் எதுவும் தெரியவில்லை. பூக்காரப்பெண் உள்பட அவர்களில் ஒருவருக்குமே அப்படி ஒரு பெண் அங்கே நின்றிருந்த நினைவு இருக்கவில்லையென்பதை அறிந்த அவன் ஆச்சரியப்பட்டான். பிறகு தங்கள் கடையில் ஒருநாள்கூட பூவாங்கிச் செல்லாத அந்த வினோத வாடிக்கைக்காரியின் மறைவால்

தங்களுக்கு நஷ்டமென்னவென்று அவர்கள் தங்களுக்குள் ஹாஸ்யமாகப் பேசிக்கொண்டு விரைவிலேயே அவளை மறந்துவிட்டார்கள்.

நஷ்டம் இருக்கவே செய்தது, ஆனால் அது திருவண்ணாமலையையே பீடித்த மொத்தப் பஞ்சத்தின் தவிர்க்க முடியாத ஒரு கூறு என்றே நாங்கள் அப்போது நினைத்தோம், என் மனைவி பிறகொருநாள் அது எங்களைப் பொறுத்தவரையில் அவள் கனவில் கண்ட ஈஸ்வரனார் கொடுத்த வரத்தின் இன்னொரு பக்கம் என்பதாகச் சொல்லி என்னைத் தேற்றினாள். ஆனால் உண்மையில் அது தணிக்க முடியாத விரகத்தின் சாபம் என்பதை நாங்களிருவருமே பதின்மூன்று வருடங்களுக்குப் பிறகு இந்த ஆம்பூர்ச் சத்திரத்தில்தான் கண்டுபிடித்தோம் என்று பூக்காரியின் கணவன் என் தகப்பனாரிடம் கண்களில் பெருகிய கண்ணீருடன் சொன்னான். பச்சைவிழிப்பெண் மறைந்து சில தினங்களுக்குப் பிறகு, அல்லது பூக்காரத் தம்பதிகளுக்குக் குழந்தை பிறந்து சில தினங்களுக்குப் பிறகு பூக்காரப்பெண் பறித்துக்கொண்டுவந்த பூக்களிலிருந்து யாராலும் கண்டுபிடிக்க முடியாத அளவிற்குப் பிரக்ஞைக்குள் சிக்காத துர்கந்தம் ஒன்று கிளம்பிப் பரவத் தொடங்கியது. அவற்றைச் சரமாகத் தொடுத்து வாங்கிச்சென்ற பெண்களும் ஏன் தங்கள் மனம் துக்கத்தில் திடீரென்று அமிழ்ந்துபோகிறதென்றும், ஏன் புருஷர்கள் தங்களைக் கூடவிரும்பாமல் விலகிச்செல்கிறார்களென்றும் காரணம் தெரியாமல் திகைத்துக்கொண்டிருந்தார்கள். முதலில் கோயில் பிரகாரத்தையும் பிறகு கடைவீதியையும் பின் பெண்களின் கூந்தலையும் ஆக்கிரமித்து விஷப்பூக்களின் துர்கந்தம் சிறிதுசிறிதாக நகரம் முழுவதையும் சுற்றி வளைத்துக்கொண்டு ஜனங்கள் மொத்தப் பேரையும் பிணங்களின் மத்தியில் இருக்கிறார்போல உணரச்செய்துவிட்டது. பூக்கள் பிரதான அலங்காரப் பொருள்களாய்த் திகழ்ந்த விழாக்களின்போது அவர்கள் அத்தனை பேரும் களியாட்டங்களில் விருப்பமில்லாதவர்களாக மாறிக் கொண்டிருந்தார்கள். கடவுளரின் திருவுருவப் படங்கள் தங்களை உக்கிரத்துடன் முறைத்துப்பார்ப்பதாக ஊர் முழுவதும் ஒரேவிதமான அச்சத்துடன் பேசிக்கொண்டாலும் அவர்களில் யாருக்கும் அந்தப் படங்களின் மேல் சார்த்தியிருக்கும், பூக்காரப்பெண்ணின் கடையிலிருந்து வாங்கிவந்த, பூக்களைக் கழற்றியெறிய வேண்டுமென்று தோன்றவேயில்லை. அவற்றின் துர்கந்தம் நாசியின் நுண்மையைக்காட்டிலும் ஆயிரம் மடங்கு நுண்மையைக் கொண்டிருந்தது. காரணம் அது நாசித்துளைகளின் வழியாக அவர்களின் புத்திக்குள் பிரவேசிப்பதாயிருக்கவில்லை. மாறாக அவர்கள் பார்த்திருந்த, கேட்டிருந்த பழைய சாவுகளின் மறந்துபோன சுவடுகளாக ஏற்கெனவே அவர்களின் ஞாபகத்தில் அது இருந்து பூக்களை அவர்கள் கண்கள் கண்டதும் புத்தியினுள் அவர்களின் பிரயாசையும் அறிதலுமின்றியே பாம்பைப் போல படமெடுத்தாடத் தொடங்குவதாயிருந்தது. அது படுக்கையறையிருந்த வீடுகளில் கணவர்களை வரவேற்பறைக்கும், படுக்கையறை இல்லாதிருந்த வீடுகளில் அவர்களை வீதிக்கும் துரத்திக்கொண்டிருந்தது. திருவண்ணாமலையில் சன்யாசிகள் பெருகத் தொடங்கிய காலம் அதுதான். அலிகளின் நகரமென்றும், மலடிகளின் நகரமென்றும் வேற்றூர்க்காரர்கள் பரிகாசத்துடனும், பச்சாதாபத்துடனும் சொல்லிச் சிரிக்குமளவிற்குத் திருவண்ணாமலையில்

அப்போது காதல் கசந்துபோய்விட்டிருந்தது. ஊருக்குள் இருக்கும் பெரிய தனவந்தர்களுக்கும்கூடப் பெண்கொடுக்கவோ, மாப்பிள்ளையாகவோ வேற்றூர்க்காரர்கள் பிரியப்படவில்லை. மன்னர் ஊரை ஏதோ தெய்வ சாபம் பீடித்திருக்கிறதென்று கோயில்களுக்கெல்லாம் குடமுழுக்குச் செய்துபார்த்தார். அதையொட்டி மலைமலையாகக் குவிக்கப்பட்ட பூக்களில் பாதிக்கும் மேலானவற்றை ஊரை நாசம்பண்ணிக்கொண்டிருந்த, நல்லவளான அந்தப் பூக்காரப்பெண்தான் இரவுபகல் பாராமல் வனத்திற்குச் சென்று பறித்துத் தொடுத்துப் பாதியை இலவசமாகவும் பாதியை நியாயமான விலைக்கும் கொடுத்தாள். இந்தக் குடமுழுக்குகள் முடிந்த பிறகு ஊரில் பருவம் தப்பியாவது பெய்துகொண்டிருந்த கொஞ்சநஞ்ச மழையும் நின்றுபோய்விட்டது. ஊரின் மேல் கவிந்திருந்த காரணம் புரியாத துக்கத்தைக் களையும் விதூஷகர்களை மன்னர் பல திசைகளிலிருந்து இறக்குமதி செய்ய, அவர்கள் நெல்லிக்காய் மூட்டையைப் பிரித்துக் கொட்டியதைப் போல நகரத்தின் மூலைமுடுக்குகளிலெல்லாம் ஜனங்களைச் சிரிக்கப்பண்ணுவதாகச் சொல்லிக்கொண்டு உருண்டு புரண்டு பார்த்து பயனில்லாமல், மன்னரின் பார்வையில் விழிக்கத் தைரியமில்லாமல் மலைக்காட்டிற்குள் தங்களை ஒளித்துக்கொண்டு கவலை தீருமட்டும் குடித்துச்செத்தார்கள். விமோசனத்திற்கு வழி சொல்லும் மடங்களுக்குப் பொன்னால் கூரைவேய்ந்து தருவதாகப் பிறகு மன்னர் அறிவித்துப்பார்த்தார். யாகங்கள் நடந்தன. ஆனால் எந்தப் பிரயோசனமும் இல்லை. எந்தப் பிரார்த்தனையும் பூக்களின்றி நடைபெறுவதாயில்லை. பூக்காரப்பெண்ணிடமன்றி வேறு யாருடைய பூக்களும் பிரார்த்தனைகளைப் பூரணமாக்குவதாக அவர்களால் எண்ணவும் முடியவில்லை. காலப்போக்கில் திருவண்ணாமலைப் பெண்களுக்குப் பூக்களின் மீதென்றில்லாமல் பொதுவாக வாசனாதிப் பொருட்களின் மீதே வெறுப்பு ஏற்பட்டுவிட்டது. எத்தைத் தின்றால் பித்தம் தெளியுமென்று அவர்கள் பிறகு மஞ்சள் தேய்த்துக் குளிப்பதையும், ஆபரணங்கள் அணிந்துகொள்வதையும், பட்டுச் சேலைகளை உடுத்திக் கொள்வதையும்கூடத் தவிர்த்து உலகிலேயே மிக எளிமையான பெண்களாகத் தங்களைத் தங்கள் மனதிற்கெதிராகக் காட்டிக்கொள்ள ஆரம்பித்தார்கள். இதனால் பெரும்பாலான வியாபாரங்கள் நசிவடையத் துவங்கிவிட்டன. வியாபாரிகளால் வரிகட்ட முடியவில்லை. மன்னராலும் வரி கேட்க முடியவில்லை. விளைவாக நல்ல திட்டங்களெதையும் செயல்படுத்த முடியாமல்போய்விட்டது. ஊரே பாழ்பட்டும்விட்டது. ஏற்கெனவே மழையற்ற வெம்மையால் வெடித்திருந்த வீதிகளில் முட்புதர் மண்டவும், அவற்றில் பாம்புகள் தைரியமாகப் புகுந்துகொள்ளவும் விதியானது. துர்கந்தத்தால் பரவிய, முன்னறிந்திராத நோய்களால் அகாலச்சாவுகளின் எண்ணிக்கை அதிகமானபோது நாட்டிற்குள் திருப்தியடையாத பெண்களின் ஆவிகளும் அதிகமாகி ஆண்களைத் தொந்தரவு செய்யவாரம்பித்தன. இப்படியாக ஒன்றன்று இரண்டன்று, பதின்மூன்று வருடங்கள் காரணம் புரியாத துயரத்தில் திருவண்ணாமலை ஆழ்ந்துகிடந்தது.

ஊரிலேயே மகத்துவ மலர்களுக்குக் கடையிலன்றித் தங்கள் வீட்டில் இடங்கொடுக்காதிருந்த ஒரே குடும்பமான பூக்காரப்பெண்ணும்

அவள் கணவனும், அந்தக் காரணத்தால் இல்லற வாழ்க்கையில் பிரிக்க முடியாத தம்பதிகளாகவே இன்னும் இருந்தார்களெனினும் ஊரைப் பீடித்த வறுமை பூக்காரப்பெண்ணின் குடும்பத்தையும் வாட்டவே செய்தது. வாங்குவோர் குறைந்துபோனதால் பூக்களை விற்கும் மனதிற்கியைந்த காலம் நசிந்துபோன பிறகு, ஊரில் பணங்கொடுத்து வேலைக்கு ஆள் வைத்துக்கொள்ளும் வசதியையும் தேவையையும் வியாபாரிகளும் இழந்திருந்ததால், கல்லுடைப்பது, சூளைகளில் நெருப்பிட்டுக் கற்களைத் தயாரிப்பது, சாலைகளைக் குத்தகைக்கு எடுத்துக்கொண்டு கவனிப்பாரற்று விழுந்துகிடக்கும் பிணங்களையும், அழுகல் குப்பைகளையும் அப்புறப்படுத்துவது போன்ற வறண்ட வேலைகளுக்குப் பூக்காரப்பெண்ணின் கணவன் மற்றவர்களுடன் போய்வரவாரம்பித்தான். பூக்காரப்பெண்ணோ அவ்வளவு வறட்சியிலும் காட்டின் நடுவிலிருந்த அந்த நந்தவனத்தில் மட்டும் மகத்துவப் பூக்கள் பூப்பது குறையாமலேயிருப்பது பற்றின ஆச்சர்யத்துடனும், அது தங்களுடைய நேர்மையையும் பக்தியையும் மெச்சி இறைவன் கொடுத்த வரமென்று நன்றியுடனும், ஊர் மீண்டும் தன் செழிப்பை எய்தும் காலத்தில் ஜனங்கள் தங்கள் கடையை மறந்துவிடலாகாதென்கிற அக்கறையுடனும் தொடர்ந்து அங்கிருந்து பூக்களைப் பறித்துவந்து கட்டி, அவற்றில் பெரும்பாலானவை ஆடுகளால்கூடத் தின்னப்படாது குப்பைக்கூடையில் கிடப்பதைப் பொருட்படுத்தாமல் விற்பனைக்கு வைத்து ஊரில் நாசத்தை நசியவிடாமல் பார்த்துக்கொண்டிருந்தாள். மெதுமெதுவாக பெருவாரியான ஜனங்கள் ஊரைக் காலிசெய்துவிட்டுக் கிளம்பிப் போய்க்கொண்டேயிருந்ததில் பதின்மூன்று வருடங்களுக்குப் பிறகு ஒருநாள் தனக்கு வேலை கொடுக்கவும், தன் பெண்ணைக் கன்னி கழிக்கவும் ஊரில் அருகதையான ஆட்கள் யாருமேயில்லையென்பதைக் கண்டு திடுக்கிட்ட அவள் கணவன் கடைசியாகத் தானும் தன் குடும்பத்துடன் ஊரைவிட்டு வெளியேறி வடக்கே சென்று பிழைப்புத் தேடிக்கொள்வதென்று முடிவு செய்துவிட்டான். அந்தப்படியே அவன் மனைவியும் அண்ணாமலையாரையும், தனக்கு வாழ்வளிக்கும் ரகசிய நந்தவனத்தையும் பிரிய வேண்டியிருப்பதையெண்ணித் துக்கித்தபடி, அரைமனதாக, வேறு வழியின்றி, வீட்டிலிருந்த தட்டுமுட்டுச் சாமான்களை விட்டுவிட்டு, வசதியாயிருந்த காலத்தில் வாங்கிச் சேர்த்துவைத்திருந்த விலைமதிப்புமிக்க ஆபரணங்களையும் பட்டுப்புடவைகளையும் போகும் வழியில் வேற்றூரில் விற்றுச் செலவுப்பணத்தை ஈட்டிக்கொள்வதற்காகக் கொஞ்சம் நல்ல, பெரிய பாத்திர பண்டங்களையும் கழுதைகளின் முதுகில் கட்டியெடுத்துக்கொண்டு மகளையும் அழைத்தபடி கணவனுடன் வடக்கு நோக்கி மலைகளைக் கடந்துசெல்லத் தயாராகிவிட்டாள். அங்கும் அவர்கள் முன்பின் யோசியாமல் பீடைத்திசையான வடமேற்கில் பயணப்பட்டு, முதல்நாள் இரவைச் செங்கத்தில் ஓர் உறவினர் வீட்டில் தங்கிக் கழித்த பிறகு, கிருஷ்ணகிரியை வந்தடைந்தபோது அங்கே ஹைதரலிக்கும் துரைத்தனத்தாருக்குமான தகராறு முற்றிய நிலையில் இருக்கவே மீண்டும் கிழக்கு நோக்கித் திரும்பி சிந்தாமணியில் இருக்கும் உறவினர்களுடன் சேர்ந்துகொள்வதென்று உத்தேசித்து, அந்த வழியில் ஆம்பூரை வந்தடைந்தார்கள். அந்த இரவையும், வயதுப்பெண்ணைக்

கூட வைத்துக்கொண்டிருப்பதால், கௌரவமான ஒரு சத்திரத்தில் தங்கிக் கழித்துவிட்டுச் செல்ல முடிவுசெய்த பூக்காரப்பெண்ணின் குடும்பம் இப்படியாகத்தான் என் தகப்பனாரால் பிரமாதமாகப் பராமரிக்கப் பட்டுக்கொண்டிருந்த எங்கள் சத்திரத்திற்கு வந்துசேர்ந்தது.

அப்போது துரை, நான் ஆறு வயதுச் சிறுவன். எங்கள் சத்திரத்திற்கும் வயது அப்போது ஆறுதான். நான் என் பெற்றோர்களுக்கு ஒரே பிள்ளையானதாலும், நெடுநாட்கள் தவமிருந்த அவர்களுடைய மூப்பு கூடிவந்துகொண்டிருந்த நாட்களில் நான் வரம்போல பிறந்தேனென்பதாலும், அபூர்வக்குழந்தையாக அவர்கள் எண்ணிக்கொண்ட, உண்மையில் பின்பு ஒரு பேயனாகவும் பைத்தியமாகவுமே ஊர் மக்கள் மனதில் பதிந்துபோன, நான் பிறந்த நிகழ்வை ஆம்பூர் எப்போதும் நினைவில் கொண்டிருக்க வேண்டுமென்று அவர் விருப்பப்பட்டதாலும் என் தகப்பனார் வழிப்போக்கர்களின் களைப்பைத் தீர்த்து இதமளிக்கும் இந்தச் சத்திரத்தைக் கட்டி அதற்கு என் பெயரையே, பிச்சையா பிள்ளைச் சத்திரம் என்று, சூட்டி மகிழ்ந்திருந்தார். தன் மனமகிழ்ச்சியின் எளிய வெளிப்பாடாகத்தான் அவர் அதைப் பாரமஹால் வட்டாரத்தில் அப்போது பிரபலமாயிருந்த, யாராலும் எளிதில் அண்ட முடியாத, பரமசிவம் பிள்ளையென்கிற கட்டிடக் கலைஞரைக் கொண்டு சிறப்பாகக் கட்டிமுடித்தாரெனினும் அதன் கீர்த்தியோ அவரே எதிர்பார்க்காதவகையில் மதறாஸ் வரையிலும் பரவிவிட்டிருந்தது. அதன் அறைகளினுள்ளும் தாழ்வாரங்களிலும் திண்ணையிலும் வரவேற்பறையிலும் அந்தக் கட்டிடக் கலைஞர் நட்சத்திரங்களின் மிக மங்கிய வெளிச்சம் மட்டும் மிதக்குமாறு விட்டுவிட்டு மிகத் தொலைவில் முத்துவிளக்குப் பிறைகளையும் பந்தத் தூண்களையும் விலக்கிவைத்து காற்று அவற்றின் ஒளியைக் கலைத்து குறியற்று அலைபாயச் செய்வதாக, பார்ப்பதற்காகவன்றி உணர்வதற்கான வெளிச்சத்தை மட்டுமே அவை கசிவிக்கும்படியாக ஆக்கி சத்திரத்தினுள் வசீகரமிக்க, மயக்கும் இருட்டை உருவாக்கிக்கொடுத்திருந்தார். ஊதிய நிலுவையைப் பைசல் செய்யவில்லையென்று அப்போது ஆற்காட்டு நவாபாயிருந்த முர்ட்டாசா அலியை அவருடைய சிப்பாய்களே விரட்டத் தொடங்கியபோது இரவோடிரவாக ஓடிவந்த அவருக்கு ஓரிரவு எங்கள் சத்திரத்தின் பாதுகாப்பான அந்த இருட்டுத்தான் அடைக்கலமளித்தது. அது நடந்து ஐம்பது வருடங்களுக்கு மேலாகிவிட்டது. மறுநாள் அலி சத்திரத்தை விட்டுக் கிளம்பும்போது தான் வஞ்சகமாகக் கொன்ற தன் மைத்துனனின் ஆவியால் கண்டுபிடிக்க முடியாத ஒரே இடம் எங்கள் சத்திரம்தான் என்றும், நெடுநாட்களுக்குப் பிறகு நிம்மதியான உறக்கம் முந்தைய இரவில் தனக்குச் சித்தித்தது என்றும் கூறி கைநிறையப் பொன்னை அள்ளிக்கொடுத்துவிட்டுப்போனார். இதற்குப் பிறகு வெகு விரைவிலேயே சத்திரத்தின் அசல் பெயர் மறைந்துபோய் இருட்டுச்சத்திரம் என்னும் பெயரே எங்கும் குறிப்பிடப்படும்படியாக அதன் இருட்டு பிரபலமடைந்துவிட்டது. அது தாயின் கர்ப்பத்தைப் போல கதகதப்பையும், கனவுகளற்ற ஆழ்ந்த நிம்மதியான உறக்கத்தையும், மிகப் பிரகாசமான ஆனால் தண்மையான விடியலையும் கண்ணில் காட்டுவதென்று பேசப்பட்டது. இவ்வளவு விமர்சையான எங்கள் சத்திரத்திற்கு

வந்துசேர்ந்த பூக்காரப்பெண்ணின் குடும்பத்திற்கு, அவர்கள் முகத்தைப் பார்த்ததுமே உத்தமமான குடும்பத்தைச் சேர்ந்தவர்களென்பதையும், விதிவசத்தால் அவர்களைத் தரித்திரம் பீடித்திருக்கிறது என்பதையும் தெரிந்துகொண்ட என் தகப்பனார், இருப்பதில் நல்ல அறையொன்றை, நீங்கள் நேற்றிரவு தங்கியிருந்தீர்களில்லையா, அந்த அறையைத்தான், தங்க ஏற்பாடு செய்துகொடுத்தார். இவர்கள் அறைக்குள் நுழைந்த சற்றுநேரத்திற்குப் பிறகு சத்திரத்திற்குள் பிரசன்னமான, பூனையைப் போல பச்சைநிற விழிகளைக் கொண்ட, தன்னை செங்கம் ஜமீனின் ஆசைநாயகியென்றும், கிருஷ்ணகிரி பாளையத்தாருக்கும் வேண்டப்பட்டவளென்றும், காஞ்சீவரம் சதிராடுவதற்காகத் தன்னைக் கூட்டிச்செல்லும் பல்லக்கையும் வேலையாட்களையும் வீதிமுனையில் காலைவரையில் சிரமபரிகாரம் செய்துகொண்டு தனக்காகக் காத்திருக்கச் சொல்லிவிட்டுவந்திருப்பதாகவும் சொல்லிக்கொண்ட ஒரு பெண் கைநிறைய பொன்னையும் விரித்துக்காட்டி, ஒரு நாள் தங்குவதற்கு வேண்டிய வாடகையை முழுக்கவும் முன்னதாகவே கொடுத்து, பூக்காரக் குடும்பம் தங்கியிருந்த அறையின் இடப்புறமிருந்த அறையையே வாடகைக்கு எடுத்துத் தங்கிக்கொண்டாள். மறுநாள் காலையில் மாயமாய் மறைந்துபோனதனாலேயே, அறை வாடகையைத் தங்குவதற்கு முன்பாகவே பைசல் செய்த அந்த விசித்திரப் பெண்தான் அந்த இரவின் துர்சம்பவத்திற்குக் காரணமென்று என்னால் இப்போதும் நம்ப முடியாத அளவிற்கு அவ்வளவு குழந்தைத்தனம் இருந்தது அவள் முகத்திலென்று, பின்னாளில் அவர் அரும்பாடுபட்டுப் பிரபலமாக்கிய சத்திரம் ஆவிகள் அலைந்துதிரியும் மர்மஉலகமாக மாறிப்போன துரதிர்ஷ்டத்தைத் தாங்காமல் நோய்ப்படுக்கையில் வீழ்ந்துகிடந்த ஒருநாளில் என்னிடமும் என் தாயாரிடமும் என் தகப்பனார் சொல்லி யிருக்கிறார். பிறகு அவர் அதிக நாட்கள் அந்தப் பயங்கரமான நினைவுகள் உடம்பினுள் தங்கி வெளியேற்றிய துர்நாற்றமடிக்கும் பச்சைநிறக் கோழையுடனும், மஞ்சள்நிறக் கண்ணீருடனும், பழுப்புநிறச் சுவாசத் துடனும் வாழ்வோடு மல்லுக்கட்டிக்கொண்டிராமல் சீக்கிரத்திலேயே சிவபதமெய்திவிட்டாரென்று வைத்துக்கொள்ளுங்கள். அவர் கொடுத்து வைத்தவர். நான்தான் அவர் விட்டுவிட்டுப் போய்விட்ட இந்தப் பாழாய்ப்போன இருட்டுச்சத்திரத்துடனும், கெட்டகனவையொத்த பழைய ஞாபகங்களுடனும், கணவனைப் பிரிந்து சதா அரற்றியபடியே இருந்து ஒருநாள் காணாமலே போய்விட்ட, எங்கோ என்றோ அனாதைப் பிணமாய்க்கிடந்து அழுகிக்கொண்டிருக்கும் சாத்தியமுள்ள என் தாயாரின் தெய்வீகக்களை பொங்கும் முகவிலாசத்தின் ஞாபகங்களுடனும், சாகமாட்டாமல் துக்கச் சுமைதாங்கியாய், ஊராரின் பழிப்பிற்கும் அலட்சியப்படுத்தலுக்கும் பரிகாசத்திற்கும் இலக்காய், ஏற்கெனவே புண்யாவஜன நீர் தெளித்து என் தகப்பன் பூக்காரப்பெண்ணுடைய குடும்பத்தவர்களின் ஆவிகளைச் சாந்திப்படுத்தியனுப்பிவிட்டதாக எவ்வளவோ மன்றாடிப் பார்த்த பிறகும் சத்திரத்தில் ஆவிகள் அலைவதாகக் கதைகட்டிக்கொண்டிருக்கும் ஊர்க்காரர்களின் வாய்க்கு அவலாகும் துரதிர்ஷ்டத்தோடும், என்னை உயிரோடு வைத்துக்கொண்டிருக்கிறேன். சரி விடுங்கள். கதைக்கு வருவோம். எங்கே விட்டேன். ஆம். தம்பதிகள்

சத்திரத்தில் தங்கினார்களா, அன்று இரவு ஒரே புழுக்கம். ஊர் மொத்தத்தையும், அதில் பாவிகள் நிறைந்துபோனார்களென்று எமதர்மன் பூலோகத்திலிருந்து பிய்த்தெடுத்து நரக நெருப்பில் போட்டு விட்டாற்போல அப்படியொரு மாயத் தகிப்பு. இத்தனைக்கும் அன்று காலையில் வெய்யிலொன்றும் பிரமாதமாகக் காயவில்லை என்று என் தகப்பனார் பின்னாளில் குறிப்பிடுவார். ஊர் பஞ்சகாலத்தில்கூட இப்படியொரு வெக்கையைக் கண்டதில்லை என்று கூறிப் பெருமூச்சு விட்டுக்கொண்டிருந்தது. சூட்டில் வீட்டுச்சுவர்களும் கூரைகளும் இளகி வடியத் தொடங்கிவிடுமோ, பற்றி எரியத் தொடங்கிவிடுமோ என்று பயந்து ஊரிலிருந்த உயர்சாதி ஆண்களும், இன்னும் குடிமக்களத்தனை பேரும் விரிப்புகளுடன் திண்ணைகளிலும் வீதிகளிலும் படுத்துக்கொள்ளக் குவிந்துவிட்டார்கள். வெளியிலும் புழுக்கம் பிரமாதமாகக் குறைந்து விடவில்லை. முழுநிலவு மத்தியானச் சூரியனைப் போல வெய்யிலை வாரியிறைத்துக்கொண்டிருந்தது. ஒருநாளுமில்லாமல் வெளி இப்படி அதிசயமாய்க் காய்கிறதேயென்று ஊரே வெக்கையைச் சுவாசிக்கப் பயந்து மூச்சைப் பிடித்துக்கொண்டு அவதிப்பட்டுக்கொண்டும், சுடுநீராய்க் கொப்பளித்த வேர்வையில் நனைந்துகொண்டுமிருக்கும்போது, பத்துப் பேர் வந்துபோய்க்கொண்டிருக்கக்கூடிய, திருட்டுக்குப் பாதுகாப்பாக மூடிய தாழ்வாரங்களைக் கொண்ட சத்திரத்தில் புழுக்கத்திற்குக் கேட்க வேண்டுமா. அறைக்குள் பங்கா தொங்கவிடப்பட்டிருந்ததற்குமேலும், பெண்கள் பனையோலை விசிறிகளை வேகவேகமாகத் தங்களைச் சுற்றி அசைத்துக்கொண்டிருந்ததற்குப் பின்னும், அறைவாசிகளின் ஒன்பது உடற்துளைகளின் வழியாகவும் உள்ளிருந்த ரத்தம் வேர்வையாக வழிந்து தரையைக் குளமாக்கியிருந்ததாகச் சத்திரத்தின் பணிப்பெண் பின்பொருநாள் என் தகப்பனாரிடம் தெரிவித்தாளாம். எந்த, ஆசை நிறைவேறாத பெண்ணின் விரகதாபம் இரவை அப்படிப் புழுக்கிக் கொண்டிருக்கிறதோவென்றும் ஊரார், அந்த இரவில் உலகம் எரிந்து அழியட்டுமென்றே ஈஸ்வரனார் திருவுளம் கொண்டுவிட்டதாகவும் பரஸ்பரம் சொல்லி அரற்றிக்கொண்டிருந்தவேளையில், பொதுவாக இரண்டு பேர் தங்குவதற்கான இட விஸ்தாரமே கொண்ட எங்கள் சத்திரத்தின் அறைக்குள் மூன்று பேராய்த் தங்கியிருந்த பூக்காரப் பெண்ணின் குடும்பம் அந்த இரவின் தகிப்பைத் தாங்க முடியாததாய் யோசித்து மூன்று பேரின் மூச்சுக்காற்று அறைக்குள் நிரம்பி அனலை அதிகமாக்கித் தங்களைப் பொழுது புலர்வதற்குள் பஸ்பமாக்கிவிடக் கூடுமென்றும் பயந்து, மூன்று பேரில் ஒருவர், புதிய ஊரின் காற்றை உடம்பு ஏற்றுக்கொள்ளாமல் போனாலும் போகலாமாகையால், வெளியில் படுத்துக்கொள்வது உசிதமில்லையென, வேறோர் அறையெடுத்துத் தங்கிக்கொள்வதென்று முடிவு செய்தது. அந்தப்படிக்கே பூக்காரப் பெண்ணும் அவள் மகளும் வசதியாக ஓர் அறையில் விலகி விசாலமாய்ப் படுத்துக்கொள்ள, அவள் கணவன் வெளியே வந்து அறையின் வலப்புறம் காலியாயிருந்த அறையைத் தான் மட்டும் உபயோகப்படுத்திக்கொள்ள என் தகப்பனாரிடம் வாடகைக்குக் கேட்டான். அவர்கள் வந்த நேரத்தில் அப்படி எதிர்பாராதவிதமாக காலநிலை மாறிப்போனதற்காக வருத்தம் தெரிவித்த அவரும் வேறு வாடிக்கையாளர்கள் யாரையும் அப்போதைக்கு

எதிர்பார்க்காததால் இலவசமாகவே அந்த அறையில் தங்கிக்கொள்ளும்படி கூறி அவனை அனுப்பிவைத்தார். அனலை வாரியிறைத்த இரவைத் தவிர பிற யாவும் அதனதன் கதியில் சுமுகமாகப் போய்க்கொண்டிருப்பதாகவே எல்லோரும் நம்பிக்கொண்டிருந்த வேளையில், பூக்காரப்பெண்ணின் கணவன் என் தகப்பனாரிடம் பிற்பாடு சொன்னபடி, சத்திரக்கதவை அகால வாடிக்கையாளர்களுக்கும், காற்றுக்குமாய் அகலத் திறந்துவிட்டு வரவேற்பறையிலேயே தரையில் விரிப்பை விரித்து என்னையும் அருகில் படுக்கப் போட்டுக்கொண்டு இரவைச் சத்திரத்திலேயே தூங்கிக்கழிக்கும் வழக்கமுள்ளவராயிருந்த என் தகப்பனாரோடு சந்தடிகள் ஓய்ந்துபோன மூன்றாம் ஜாமத்தில் அவன் படுத்துக்கொண்டிருந்த அறைக்கதவு மெதுவாகத் தட்டப்பட்டிருக்கிறது. உறக்கம் கலைந்து கதவைத் திறந்த அவனும் சத்திரத்தின் மிகப் பிரபலமான இருட்டினுள், தன் மனைவியின் உடலில் இன்னும் மிச்சமிருப்பதாக அவன் ஊகித்த, பல வருடங்களுக்கு முன் அவள் தன் உடலோடு ஒட்டிக்கொண்டிருந்த கூடையில் நிரப்பிக் கொண்டுவரும் மகத்துவ மலர்களின் வாசனை, மறந்துபோன சிருங்கார நினைவுகளைப் பீறிட்டெழச் செய்யும் அடர்த்தியுடன் கமழ அறை வாசலில் நின்றுகொண்டிருந்த பெண்ணுருவத்தை யோசிக்காமல் அந்த வினாடியிலேயே கட்டியணைத்தபடி உள்ளே இழுத்துக்கொண்டு விட்டிருக்கிறான். உள்ளே அந்தப் பெண் நுழைந்ததுமே அதுவரை நெருப்பாகக் கொதித்துக்கொண்டிருந்த அறை, கதகதப்பைத் தேடி அவளுடைய நிர்வாணத்தினுள் புகுந்துகொள்ளும் தவிப்பை அவனுள் அதிகரிக்கச்செய்யும்விதமாகப் பனியைப் போல சில்லிட்டுவிட்டதைக் கண்ட அவன் இதுவும் தன் மனைவியின் பெருமைதான் என்று எண்ணி அவளுடன் அந்தச் சாமம் முழுவதையும் கூடிச் சல்லாபித்துச் சந்தோஷமாகக் கழித்த பின், அவன் முன்பொருபோதும் அனுபவித்தறியாத சுகந்தத்தினுள்ளும் மென்மையினுள்ளும் ஈரத்தினுள்ளும் கதகதப்பினுள்ளும் விசாலப்பரப்பினுள்ளும் இருளினும் கரிய இருளினுள்ளும் மீண்டு வரவியலாத ஆழத்தினுள்ளும் அவனை மூச்சுத்திணற அமிழ்த்திச் சுகித்த அந்தப் பெண்ணுரு அவன் களைத்துப்போய் உறக்கத்திலாழ்ந்தபோது இருள் பிரியாத காலத்திலேயே அவனை விட்டு விலகி, தன்னுள் பீறிட்ட அவனுடைய ஸ்கலிதத்தைத் தரையிலேயே மூத்திரமாகப் பீய்ச்சிவிட்டுத் திருப்தியுடன் அறையைத் துறந்து, புழுக்கத்தில் உறக்கமற்றுத் தெருவிலும் திண்ணையிலும் புரண்டுகொண்டிருந்த எவருடைய பார்வையிலும் படாமல் சத்திரத்தை விட்டும் வெளியேறிப்போய்விட்டிருக்கிறது.

காலையில் தன் கணவனைத் துயிலெழுப்புவதற்காக அவன் அறைக்கு வந்த பூக்காரப்பெண் உட்புறம் தாழிடப்படாமல் வெறுமே சார்த்திவைக்கப்பட்டிருந்த கதவைத் திறந்தபோது, திறந்த கணத்திலேயே அறைக்குள் அடைபட்டிருந்த சில்லிப்பு ஒரு மிருகத்தைப் போல அவளைத் தள்ளிக்கொண்டு வெளியேறுவதையும், அறை முழுவதும் தனக்குப் பழக்கமான, ரகசிய வனத்தின் மணம் கமழ்வதையும், தன் கணவனின் சுக்கிலம் தரையில் கொட்டிக் கிடப்பதையும் தன் கண்களால் பார்த்திருக்கிறாள். பார்த்த கணத்திலேயே அவன் பல வருடங்களுக்கு முன் எப்போதோ சொன்ன பூனைக்கண் அழகியின் நினைவு அவள் புத்தியை எட்டிவிடவே, நடந்ததென்னவென்பதை அந்த, மதிநுட்பமுள்ள,

பரிதாபத்திற்குரிய பெண் ஊகித்தறிந்துகொண்டுவிட்டிருக்கிறாள். அந்த இரவில் நடந்தது மட்டுமன்று, பதின்மூன்று வருடங்களாய்த் திருவண்ணாமலையைக் கவிந்திருந்த சாபத்திற்கான காரணமும் தாங்க முடியாத அதிர்ச்சியுடன் நொடிப்பொழுதில் அவளுக்கு விளங்கி விட்டிருக்கிறது. முனிவர்களும் குலப்பெண்களும் பிராமணர்களும் நடமாடித்திரியும், அண்ணாமலையார் உறைகிற புண்ணியபூமி, அக்கம் பக்கத்தவர்கள் சொல்லச்சொல்லக் கேட்காமல் தான் கொண்டுவந்து கொட்டிய பூக்களாலும், தன் கணவனின் பேரழகாலுமா அத்தனை சீரழிவிற்கு உள்ளானதென்று எண்ணிப்பார்த்து அவள் மீண்டும் மீண்டும் திடுக்கிட்டு மிகுந்த மனக்கிலேசமடைந்திருக்கிறாள். தன் பெண்ணின் பொருட்டாகச் செல்வங்களை இழக்க வேண்டி வருமென்பதை அவள் பிறப்பதற்கு முன்பே அறிந்திருந்ததால் தன் குடும்பம் வறுமைப்படுவதைப் பற்றிக் கவலைப்படாமலும், மனத்திட்பம் குறையாமலுமிருந்த அந்த உத்தமி தன்னுடைய புத்திர பாக்கியத்திற்காகத் தன்னையுமறியாமல் ஓர் ஊரையே காவுவாங்கிவிட்டதாக எண்ணியெண்ணிக் குற்றஉணர்ச்சியில் மருகியும், அருவத்தைப் புணர்ந்த கணவன் இனித் தன்னிடம் திருப்தி யடையவும், தனக்குக் கிட்டவும் மாட்டானென்று தன்னை நிராதரவாய் உணர்ந்தும் மேற்கொண்டு உலகில் வாழப் பிடிக்காமல் கணவனை எழுப்பாமலேயே அறைக்குத் திரும்பித் தன் பெண்ணை எழுப்பி தகப்பன் அறைக்குச் சென்று அவனை எழுப்பிவரும்படி கூறிவிட்டு, அவள் வெளியே சென்றதும் கதவை உட்புறம் சார்த்தித் தாழிட்டுவிட்டு பங்காக் கொடியில் தன் புடவையைச் சுருக்கிட்டு அதில் தொங்கித் தன் உயிரை மாய்த்துக்கொண்டுவிட்டாள். அவள் கணவனை, அவனை எழுப்பச் சிரமப்பட்டு அழுதுகொண்டிருந்த அவள் பெண்ணோடு சேர்ந்து நானும் என் தகப்பனாரும் சிரமப்பட்டு எழுப்பி அவள் அறைக்குக் கூட்டிவந்து நெடுநேரம் தட்டியும் திறக்கப்படாதிருந்த கதவை உடைத்துத் திறந்தபோது உள்ளே தொங்கிக்கொண்டிருந்த பிணத்தைப் பார்த்து என் தகப்பனார் பெருங்கவலையடைந்துபோனார். தாயாரைப் பார்த்துவிட்டு அந்தப் பெண், இத்தனை வருடங்களுக்குப் பிறகும் என் நினைவுகளில் நேற்று நடந்ததைப் போலவே தோன்றிக் கண்ணீரை வரவழைக்கும்படியாக, கதறியழுதுகொண்டிருக்க, அவள் தகப்பனோ அந்த, முகங்காட்டாத, பெண்ணிருள் விரித்துக்காட்டிய யோனிப்புதரினுள் வேறெந்தக் காட்சியும் புலப்படாதபடி சிக்கிக்கொண்டு மலங்க மலங்க விழித்துக்கொண்டிருந்தான். அம்பலக்காரர்களை அழைத்து அவர்கள் மூலமாகப் பறையர்களையும் சத்திரத்தினுள் வரவழைத்துப் பங்காக்கொடியில் தொங்கிக்கொண்டிருந்த பிணத்தைக் கீழிறக்கி, அவளுடைய தகனக் கிரியைகளுக்கான ஏற்பாடுகளை என் தகப்பனார் தன் செலவிலேயே நடத்திக்கொண்டிருந்தபோது அவன் கொள்ளிவைக்கக்கூடத் தாமதிக்காமல் தன்னைக் கூடிய பெண்ணை உளறியபடியும், அவளை ஊர்ப்பெண்களிடம் தேடியபடியும் அலையவும் துவங்கியிருந்தான். எவ்வளவு முயற்சிசெய்தும் அவளைச் சுகித்த அறையைக் காலிசெய்யவும் பிடிவாதமாக மறுத்துவிட்டான். புத்தி பேதலித்துப்போன தகப்பனுக்குத் துணையாக அவன் பெண்ணும் தன்னைச் சத்திரத்திலேயே ஒரு பணிப்பெண்ணாக இருத்திக்கொள்ளும்படி என் தகப்பனாரை

வேண்டிக் கேட்டு அனுமதி பெற்றுக்கொண்டாள். தன் தாயிடமிருந்த விலையுயர்ந்த நகைகளையும் பாத்திர பண்டங்களையும் அவரிடம் பத்திரமாக வைத்திருக்கச் சொல்லிக் கொடுத்துவைத்துமிருந்தாள். அனாதரவாகிகிட்ட அந்தப் பெண்ணுக்கு ஒரு நல்ல வரனைப் பார்த்துக் கட்டிவைக்கும் தார்மீகப் பொறுப்பு தனக்கிருப்பதாக நம்பிய என் தகப்பனாரும் அவளுக்குச் சீதனமாக அவளுடைய குடும்ப நகைகளும் பண்ட பாத்திரங்களும் பின்னாளில் உபயோகப்படுமென்று அவற்றை ஒரு பெரிய பெட்டியில் போட்டு எங்கள் வீட்டின் புழக்கடைத் தோட்டத்தில் புதைத்துவைத்துவிட்டார். இது, நான் அப்போது சின்னப் பையனாதாலால், அவர் வாயால் சொல்லக்கேட்டதுதான். அவற்றை அவர் எங்கே புதைத்துவைத்திருக்கிறார் என்பது எனக்குத் தெரியாது. இன்றும் அது அங்கேயே, தோண்டி எடுக்கப்படாமல், மண்ணிற்குள் எங்கோ புதைந்துகிடக்கிறது. பாவப்பட்ட குடும்பத்தின் சொத்து கருவிகளில் பட்டால் அந்தக் குடும்பத்தின் துரதிர்ஷ்டம் அதனூடு நுழைந்து, அதன் வழியே அதை உபயோகிப்பவர்களுக்குள்ளும் புகுந்து, அவர்களையும் விளங்காதடித்துவிடுமென்று என் தகப்பனார் காலத்திற்குப் பின் நானும் எங்கள் தோட்டத்தைக் கொத்திப் பயிர்செய்யாமல் தரிசாகவே விட்டுவிட்டேன். சிறுவயதில் கண்ட காட்சிகள் பெண்கள்மீது இயற்கையாகவே ஆணுக்கு உண்டாகக்கூடிய மோகத்தை என்னுள் காயடித்துவிட்டதால் நானும் திருமணம் செய்துகொள்ளாமல் தனிக்கட்டையாகவே இருந்துவிட்டதாலும் புழக்கடைத் தோட்டத்தைக் கொத்திப் புழங்கக்கூடிய அவசியமும் இதுவரையில் ஏற்படவில்லையென்று வைத்துக்கொள்ளுங்கள். எந்தக் காரியத்திற்கும் பத்துக் காரணங்கள் உண்டென்று சொலவடை உண்டே.

போகட்டும். இந்தப் பெண் எங்கள் சத்திரத்திலேயே எடுபிடி வேலைகள் செய்துகொண்டு தன் தகப்பனையும் கவனித்துக்கொண்டிருந்ததாகச் சொல்லிக்கொண்டிருந்தேனில்லையா. அவளுடைய அக்கறையான கவனிப்பில் அவள் தகப்பன் மெதுமெதுவாக, தன்னைக் கூடிய பெண்ணை ஊர்ப்பெண்களிடம் தேடும் பெண்பித்திலிருந்து விடுபட முடியாதவனாயிருந்தாலும், ஓரளவு தன்னுடைய சுய நினைவுகளுக்குத் திரும்பிவந்தான். பூக்காரப்பெண் செத்து பல நாட்களுக்குப் பிறகு அவள் இறந்துபோனாளென்பது அவனுடைய புத்தியில் பொறிதட்டிய காலத்தில் என் தகப்பனார் மடியில் நான் உட்கார்ந்திருக்க, அவளோடு தான் வாழ்ந்த நாட்களையும், அவள் இறந்துபோகக் காரணமாயிருந்த அந்தப் பயங்கர இரவையும், அவன் என் தகப்பனாரிடம் சொல்லிச் சொல்லி அடிக்கடி தன் மகளின் தலையைத் தடவிக்கொடுத்தபடி அழுவான். என் தகப்பனார் அவனைத் தேற்றி அவர்களுக்குத் தானொரு நல்ல வழியைக் காட்டி வைப்பதாகக் கூறிவைத்திருந்தார். ஆனால் அதற்கு வாய்ப்பில்லாமலேயே போய்விட்டது. காரணம், பூக்காரப்பெண்ணின் கணவனுடைய மன்மதலீலைகள் நாளுக்குநாள் வளர்ந்துகொண்டே யிருந்ததுதான். என் தகப்பனார் எவ்வளவோ எடுத்துச்சொல்லியும், மிரட்டியும் நயந்தும் சொல்லிப் பார்த்தும், கண்களில் விளக்கெண்ணெயை ஊற்றிக்கொண்டு கண்காணித்தும்கூட எப்படியோ மாயமாக, முன்பொரு காலத்தில் ஏகபத்தினி விரதானாயிருந்த அவனுக்கும்,

அவன் மகளுக்குமாக கொடுக்கப்பட்டிருந்த ஒதுக்குப்புறமான அறைக்குள்ளிருந்து இருள் பிரியாத கடைசி சாமத்தில் தினம் ஒரு பெண் வெளிப்பட்டு உடைகளைச் சரிசெய்தபடி மதிற்சுவரேறிக்குதித்து மறைந்துகொண்டிருப்பதை, அவனுடைய தந்திரத்தின் மீதான ஆச்சரியத்துடனும் வேதனையுடனும் சத்திரத்தின் தூய்மை கெட்டுப் போய்க்கொண்டிருக்கிறதென்கிற கோபத்துடனும் அந்தக் கேவலமான கணத்தின் குறுக்கே அதைக் கண்டிப்பதற்காகக்கூடக் குறுக்கிட்டுத் தன்னை அசிங்கப்படுத்திக்கொள்ள விரும்பாத அருவருப்புடனும் என் தகப்பனார் மௌனமாகப் பார்த்துக்கொண்டிருப்பார். ஆனாலும் அவன் பெண்ணின் முகம் அவரால் அவனை ஒன்றும் செய்யவியலாதபடி கைளைக் கட்டிப்போட்டுவைத்திருந்தது. இருவருக்கு மட்டுமேயான ஓர் அறைக்குள், எந்த நேரத்திலும் தன் மகள் கெட்ட கனவொன்றால் அறையப்பட்டுத் தூக்கம் கலைந்து விழித்துப் பார்த்துவிடலாம் என்கிற அபாயத்திற்கும் அவளுக்கும் நடுவே அவன் தன் கையிலகப்பட்ட பெண்கள் அத்தனை பேரையும் படுக்கவைத்துப் புணர்ந்துகொண்டிருந்தான். இயல்பாகவே பேரழகனுமாகயிருந்ததால் பணச்செலவின்றியே அவனால் பெண்களை அடையவும் சாத்தியமாகியிருந்தது. அவன் எங்கள் சத்திரத்திலிருந்த சில மாதங்களிலேயே, கணவனை ஏமாற்றிவிட்டு வந்த மனைவி, பெற்றோர்களின் கண்களில் மண்ணைத் தூவிவிட்டு வந்த கன்னி, காவலர்களை ஏய்த்துவிட்டுவந்த வேசி, தெய்வங்களுடன் படுத்துச் சலித்துப்போன தாசி, நேர்ந்துவிடப்பட்ட பசவி, வயதைத் தொலைத்துக்கொண்டிருக்கும் கவலையில் ஆழ்ந்துகொண்டிருந்த மாது, புலைச்சி, பிராமணத்தி, ஓர் ஆங்கில மாது, கூன் விழுந்தவள், முலை தொங்கிப்போனவள், விகாரி, பைத்தியக்காரி, பூப்படையாமலேயே நடுவயதுவரையில் வளர்ந்துவிட்டவள், வாழாவெட்டி, விதவை, மலடி, பிரசவத்திற்காகத் தாய்வீடு வந்தவள், பிரசவித்த விழுப்பென்று தனியே படுக்கவைக்கப்பட்டவள், வீட்டு விலக்கான பெண், ராஜ குடும்பத்துப் பெண்களில் ஒருத்தி, அவள் அவசரமாகக் கூடிப் பிரிந்த பின் தன் குற்றஉணர்வைப் பகிர்ந்துகொள்வதற்காகத் தான் வெளியே காத்திருப்பதாகச் சொல்லி வெட்கமின்றி உள்ளே அனுப்பிவைத்த அவளுடைய பணிப்பெண், இளம்பிராயத்தை இன்னும் கனவில் கண்டபடி அதிலிருந்து விடுபடத் தெரியாமல் தவிக்கும் முதியவள், மூல நட்சத்திரத்தில் பிறந்தவள், முத்தமிடக்கூடத் தெரியாத சிறுமி, புதுமணப்பெண் என்று உலகத்திலிருந்த அத்தனை வகையான பெண்களையும் அரைகுறை வெளிச்சத்தில் தான் பார்த்ததில், பார்க்க முடியாத பெண்களைப் பற்றின, ஈரமும் வாசமும் ததும்பும் கற்பனைகள் தீர்ந்து, வாழ்க்கையே பாலைவனமாய்ப் போய்விட்டதாகச் சலிப்புடன் நோய்ப்படுக்கையிலிருந்தபடி என் தகப்பனார் என் தாயிடம் மெலிதான குற்றஉணர்வுடன் முனகுவதைக் கேட்டிருக்கிறேன். இவர்கள் இப்படி இரவுவேளைகளில் வருவதையும் தன் தகப்பனுடன் குறுகிய இடத்தில் கலந்துவிட்டுப்போவதையும், நாள் முழுக்க துயரங்களையும் வயதையும் அது மலர்த்திவிடும் பெண்மையையும் மறக்கவென்றே மேற்கொள்ளும் கடும் வேலைகளால் இரவில் கனவுகளுக்குள் விழுந்துவிடாமல் அயர்ந்து உறங்கிப்போகும் அந்தப் பெண் தன்

கண்களால் பார்க்கும் பயங்கரம் ஆண்டவன் புண்ணியத்தால் நடந்துவிடவில்லையே தவிர அரசல்புரசலாகத் தன் தகப்பனின் காமக்கூத்து அவள் கூனிக்குறுகிப்போகும்படியாகக் காதுகளின் வழியாக அவளுக்குத் தெரியவந்துகொண்டுதானிருந்தது. அவள் தன் தகப்பனின் புத்தி நேராக வேண்டுமென்று தினமும் தெய்வமாகிவிட்ட தன் தாயைப் பிரார்த்தித்துக்கொண்டிருப்பதாக என் தகப்பனாரிடம் சொல்லிப் புலம்பிக்கொண்டிருப்பதை நானே பலதடவை கண்டும் கேட்டுமிருக்கிறேன். பரம்பரைகளின் பிரார்த்தனையைப் பித்ருக்கள் நிறைவேற்றிவைப்பார்களென்பதைப் பிறகு சில நாட்களில் பூக்காரப்பெண் நிரூபித்தாள். அதேசமயத்தில் பிரார்த்திக்கப்படுபவையெல்லாம் தெய்வங்களாக இருக்க வேண்டிய அவசியமில்லையென்பதுவும் இந்த உலகிற்கு அவளால் நிரூபிக்கப்பட்டுவிட்டது. அதுபோலவே நிறைவேறும் பிரார்த்தனைகளெல்லாம் எதிர்பார்த்த சந்தோஷத்தையே கொடுக்குமென்னும் உலகவழக்கான நம்பிக்கையும் தவறென்பதையும் பூக்காரப்பெண்ணின் கதை உலகிற்கு உணர்த்திவிட்டது.

கண்ணில் பட்ட பெண்களிடமெல்லாம் தான் முன்போர் இரவில் புணர்ந்த பெண்ணின் மணத்தையும் ஆழத்தையும் தேடிக்கொண்டிருந்த பூக்காரப்பெண்ணின் கணவன் அந்தக் காரணத்தாலேயே ஒருமுறை கூடிப்பார்த்த பெண்ணை மறுமுறை கூட விரும்பாதவனாகயிருந்தான். இதனால் சீக்கிரத்திலேயே அவனுக்கு ஆம்பூரில் பெண்பஞ்சம் வந்துவிட்டது. அயலூர்களுக்குச் சென்று பெண்களைத் தேடும் யோசனையிலிருந்த அவன், ஆனால் சிருங்கார ஞாபகங்களும் நிறைந்த இருளும் தங்கியிருக்கும் எங்கள் சத்திரத்தின் அவனுடைய அறையை விட்டு வேறோரிடத்தில் தன் கலவியை நிகழ்த்த விருப்பமில்லாதவனாயுமிருந்ததால் விரைவிலேயே ஒரு தரகனுடன் பழக்கமேற்படுத்திக்கொண்டு வெளியூரிலிருந்து பெண்களை அழைத்துவர ஏற்பாடு செய்துகொண்டான். இதனால் அவனுக்குப் பணம் தேவைப்பட ஆரம்பித்தது. அவன் தன் பெண்ணை மிரட்டியும், தன்னால் பெண்சகவாசத்திலிருந்து விடுபட முடியவில்லையேயென்னும் கழிவிரக்கத்துடன் அழுதுகொண்டும், அவளுடைய ஊதியத்தைப் பிடுங்கிக்கொள்ளவாரம்பித்தான். என் தகப்பனாரிடம் அவள் கொடுத்து வைத்திருந்த பொக்கிஷத்தையும் அவரிடம் கேட்டு வாங்கித்தரும்படி தன்னைத் தொந்தரவுசெய்துகொண்டிருந்தானென்று அவன் இறந்த பிறகு அந்தப் பெண் வெறுப்புடன் அந்த நாட்களை என் தாயிடம் நினைவுகூர்ந்தாள். புணர்ந்து புணர்ந்து ஆண்மை பழுத்திருந்த அவனுடைய பேரழகில் தானும் சொக்கிப்போயிருந்த, பிறப்பிலேயே அலியென்று தன்னைச் சொல்லிக்கொண்ட அந்தத் தரகனும் அவனுக்கு மிகுந்த விசுவாசியாயிருந்து பட்டணம் வரையில் சிரமம் பார்க்காமல் அலைந்துதிரிந்து அவனுக்குப் பெண்கள் தேடிக் கொடுத்தபடியும், அவனும் அவர்களில் யாரிடமிருந்தும் மகத்துவமலர்களின் மணம் புறப்பட்டு வரவில்லையென்று வெறுத்தபடியுமிருந்தநாளில் சேர்வராயன் மலைக்காட்டு மலையாளிகளின் குலதெய்வக் கொடையில் தானொரு பெண்ணைக் கண்டதாகவும், அவள் உடலிலிருந்து எழுந்த வாசனையை வேறெந்தப் பூவிலிருந்தும் தான் நுகர்ந்து அனுபவித்ததில்லையெனவும், காட்டுத்தெய்வத்தின் கொல்லும் தன்மையுள்ள கொடூர அழகுடனும்,

விரிந்த அங்கையுடனும், மலர்ந்த முலைகளுடனும், அவனைப் போன்ற ஒரு பேரழகனன்றி பிற சாதாரண ஆண்கள் கண்ணெடுத்துப் பார்ப்பதற்கே அஞ்சும் அசாத்திய லட்சணங்களுடனும், தானே ஓர் அபூர்வமான பூவாய்த் திகழ்ந்த அந்தப் பேரழகியைத் தன் சாதூர்யத்தால் ஆம்பூர்ச் சத்திரத்திற்கு வரச் சம்மதிக்கவைத்துவிட்டதாகவும் தரகன் பூக்காரப்பெண்ணின் கணவனிடம் தெரிவித்தான். அவன் மிக மகிழ்ந்துபோய் தன் மகளை மிரட்டி வாங்கி வைத்திருந்த பணத்தில் மிகுதியானவற்றை அவனுக்குக் கொடுத்து அன்றிரவு அவளை அழைத்துவரும்படி சொல்லிவிட்டுக் காத்திருந்தான். தரகனும் தான் வாக்களித்தபடியே இரண்டாம் ஜாமத்தில் தானழைத்துவந்த அந்தப் பெண்ணைச் சத்திரத்தின் பின்புற மதிற்சுவரிலேற்றி மறுபுறம் குதிக்கச்செய்து அவனுடைய அறைக்கு அனுப்பிவைத்தான். அதுநாள்வரையில் இரவில் பெண்களின் முகங்களை இருட்டுச்சத்திரம் தெரியக் காட்டுவதில்லையென்றாலும், அவர்களோடு பகலில் முகம்பார்த்துப் பழகியே அறைக்கு வரச்செய்யும் வழக்கமுள்ளவனாயிருந்ததால் அவர்களுடைய முகங்களைப் பார்க்க முடியாதிருப்பதை அதிகமாகச் சட்டைசெய்யாதிருந்த பூக்காரப் பெண்ணின் கணவன் புதிய பெண்ணின் முகத்தை அதுவரையில் பார்த்திராததாலும், அவளைப் பற்றிய தரகனின் வர்ணனைகளிலேயே மனம் கிறங்கிப்போயிருந்ததாலும் அன்று தான் கூடும் பெண்ணின் முகத்தைப் பார்க்க வேண்டுமென்று விருப்பம் கொண்டிருந்தவனாக, அவள் வருவதற்கு முன்பாகவே முத்துவிளக்கை ஏற்றி அதன் சுடர் வெளியே கசியாதவண்ணம் உள்ளே தணித்துத் தயாராக வைத்திருந்தான். அந்த நிலையில் அந்தப் பெண்ணுருவம் உள்ளே நுழைந்து கதவைச் சார்த்திய கணத்திலேயே அறைக்குள் நிரம்பிய தண்ணென்ற குளிர்ச்சியும் மகத்துவப் பூக்களின் வாசனையும் அவனுக்குப் பரிச்சயமான உணர்வை உடனே கொடுத்துவிட்டன. திருவண்ணாமலைப் பகலில் தன் முகத்தைக் காட்டியும், ஆம்பூர் இரவில் அதை மறைத்தும் தன்னிடம் விளையாடிக் கலந்த, அந்தப் பெண்ணுருவம் கடைசியில் மனமிரங்கித் தன்னை மீண்டும் ஆட்கொள்ள வந்துவிட்டதென்கிற பரவசத்துடனும், இம்முறையாவது பலவருட மறதிக்குப் பின் ஒரு பெரும் அல்குல் சுழலாகவே தன் மனதில் பதிந்துபோன அவளுடைய திருமுகத்தைப் பார்த்துவிட வேண்டு மென்கிற தவிப்புடனும் அவன் தன்னை நெருங்கிவந்த அவளைச் சற்று தாமதிக்குமாறு வேண்டி அவசர அவசரமாக முத்துவிளக்கினுள் பதுக்கி வைத்திருந்த சுடரைத் தூண்டி மேலேற்றினான். பிச்சையா பிள்ளை சத்திரத்தில் வெளிச்சம்தான் விசனம் என்றொரு சொலவடை ஆம்பூர் வட்டாரத்தில் இன்றும் புழக்கத்திலிருக்கிறது. பூக்காரப்பெண்ணின் கணவன் அந்த விளக்கை ஏற்றி அவள் முகத்தைப் பார்க்க முயன்றிருக்கவே கூடாது. அவன் விளக்கின் மங்கிய முத்தொளியில் கண்ட பெண் பிரமாதமான அழகியாயிருந்தாள் என்பதில் சந்தேகமில்லைதான். ஆனால் அவள் அவன் எதிர்பார்த்ததைப் போல பச்சைவிழியழகியன்று, மாறாக சாட்சாத் அவன் மனைவியான, இறந்துபோன பூக்காரப்பெண்ணேதான். சித்திரகுப்தன் தன் பேரேட்டை மூடுமுன்னால் தானே அவசரப்பட்டு தன் ஆயுளை முடித்துக்கொண்டுவிட்ட அந்தப் பரிதாபத்திற்குரிய பெண் மிச்சக் காலத்தை ஆவியாக வாழ்ந்து கழிக்க விதிக்கப்பட்டு,

ஆவிகளுக்கேயுரிய மாய அழகும் அதீத காமமும் பூண்டவளாய், தன் மகளின் பிரார்த்தனையை நிறைவேற்றும் கருணையுடனும், பரஸ்திரீக்களை மறக்கச்செய்து, கணவனைத் தன் யோனிக்குழிக்குள்ளேயே சிறைவைத்துக்கொள்ளும் எண்ணத்துடனும் மலைச்சாதிப் பெண்ணின் உருவில் தரகனை வசப்படுத்திக்கொண்டு அங்கே வந்திருந்தாள்.

ஆனால் மனிதர்கள் ஆவிகளாகப் போன பிறகு உயிரோடு இருப்பவர்களுடைய மனப்போக்குகள் பற்றின ஞாபகங்களை மறந்து விடுகிறார்கள்போல. குறிப்பாக அற்பாயுளில் இறந்துபோன பெண்கள். முன்பொருமுறை சத்திரத்தின் இருளில் தன் மனைவியென்று நினைத்து ஒரு பரஸ்திரீயிடம் ஏமாந்துபோன அந்தப் பரிதாபத்திற்குரிய மனிதன் இந்தமுறை முத்தொளியில் பரஸ்திரீயை எதிர்பார்த்துத் தன் இறந்துபோன மனைவியின் முகம் வயிற்றைக்கவ்வும் புன்னகையோடும் பூவாசத்தோடும் வெளிப்படக் கண்டதில் அவள் எதிர்பார்த்தபடி சந்தோஷப்படுவதற்குப் பதிலாக பீதியிலும், உச்சபட்ச அழகின் திகட்டிப்போன அருவருப்பிலும் வெருண்டுபோனவனாய் அருகே படுத்திருந்த மகளை எழுப்பும் குழறலைத் தரைமுழுவதும் வடித்தபடி கீழே சாய்ந்துவிட்டான். வினோத ஒலிகளால் தாக்கப்பட்டு அலறிப்புடைத்துக்கொண்டு எழுந்த அந்தப் பெண் அவன் கைளிலிருந்து தவறி விழுந்தும்கூட விதிவசத்தால் அவிந்துபோகாத முத்துவிளக்கின் ஒளியில், கண்ணிமைக்கும் நேரத்தில் ஒரு சொப்பனத்தைப் போல தன்னைப் பார்த்துப் புன்னகைத்தபடியே தன் தாய் அறையை விட்டுக் காற்றாய் வெளியேறிப்போவதையும், தகப்பன் கைகால்கள் வெட்டி இழுத்துக்கொள்ள, சுயப்பிரக்ஞையற்று வெளியேற்றிய மலமூத்திர வெள்ளத்தில், வாயில் நுரைதள்ள விழுந்துகிடப்பதையும் கண்டு பயந்துபோய்க் கூச்சலிட்டு, என்னையும் என் தகப்பனாரையும் அலறிப்புடைத்துக்கொண்டு எழுந்து ஓடிவரச்செய்தாள். நாங்கள் அவனுக்குத் தண்ணீர் கொடுத்து, முத்துவிளக்கை ஊதி அணைத்து, ஆசுவாசப்படுத்தும் இருட்டை அறையினுள் நிரப்பி அவனை உறங்கவைக்க முயற்சிசெய்தோம். ஆனால் அந்த இரவில் மட்டுமன்று, தொடர்ந்து வலிப்பு நீங்காதவனாக மரணத்தோடு போராடிக்கொண்டிருந்த ஆறு நாட்களில் ஓர் இரவில்கூட அவன் பிறகு ஒரு கணமேனும் தூங்கவில்லை. மாயப்பெண்ணுருவைச் சந்திப்பதற்கு முன்புவரையிருந்த துல்லியமான அவனுடைய குணாம்சங்கள் அவனுள் திரும்பக் கூடிவிட்டிருந்தன. ஒருவழியாக அவன் தன் கடைசிக்காலத்தில் அவளுடைய பிடியிலிருந்து விடுபட்டுவிட்டான். அல்லது அவளுடைய பிடியிலிருந்து விடுபடுவது என்பதுதான் மரணமோ தெரியவில்லை. அவர்களுடைய வாழ்வின் மீது படிந்துபோன பூர்வஜென்மச் சாபங்களுக்குக் காரணமான அவனுடைய அழகு முற்றாகக் கரைந்துபோய், சாந்திதரும் அற்புதமான விகாரம் அவன் முகத்தில் குடிகொண்டுவிட்டது. அவனுடைய கண்ணோரங்கள் தன் மகளின் முகத்தையும், அதில் தன் மனைவியின் முகத்தையும் கண்டு தொடர்ந்து கண்ணீருடன் பீளையைப் பெருக்கியபடியேயிருந்தன. கடைவாயிலிருந்து நிற்காமல் ஒழுகிக்கொண்டிருந்த கோழை பூக்காரப் பெண் கலவியின் போது பரிமாறிக்கொண்ட, விஷத்தன்மை நீங்கிய கனிந்த உமிழ்நீரின் கருணையைக் கொண்டிருந்தது. அவனுடலிலிருந்து நோயின் நாற்றம் பார்ப்பவர்கள் தங்கள் சொந்தப் பாவங்களை நினைத்துக்

கசிந்து தங்களைச் சுத்தம்செய்துகொள்ளும்படியாக மனதையரிக்கும் அமிலத்தன்மை கொண்டிருந்தது. அவன் பலமாதங்களுக்கு முன் தன் மனைவியும் மகளும் தங்கியிருந்த வலப்பக்க அறைக்குத் தன்னைத் தூக்கிச்செல்லும்படி என் தகப்பனாரை வேண்டி, பிறகு அங்கேயே ஆறு நாட்கள் தன் பாவக்கழுவாயாக நோயை அமைதியாக ஏற்றுக்கொண்டு, ஏழாம் நாளைத் துவக்கிய புலர்காலையில் அதிக ஆர்ப்பாட்டம் எதுவும் செய்யாமல் இறந்துபோனான். அவனுடைய ஈமக்கிரியைகளையும் என் தகப்பனாரே ஏற்றுக்கொண்டார். தொடர்ந்து நிம்மதியற்ற நாட்களையே தந்துகொண்டிருந்தானாயினும் ஒரு தகப்பனாக அவன் தன் இருப்பால் தனக்கு மனத்தைரியத்தையும் வாழ்வில் ஒரு பற்றுதலையும் தந்துகொண்டிருந்ததாக எண்ணிக்கொண்டிருந்த அவனுடைய மகள் அவன் இறந்துபோன பிறகே அவன்மீது தன் மனம் கொண்டிருந்த அடங்காத வெறுப்பையும் அவன் இறப்பை அது சற்றும் குற்றவுணர்வின்றிக் கொண்டாடுவதையும் ஆச்சர்யத்துடன் உணர்ந்தாள். முன்பு வலிந்து வரவழைத்துக்கொண்ட தூக்கத்தால் தன் பார்வையி லிருந்து தவிர்த்துக்கொண்ட அவனுடைய அருவருப்பூட்டும் காம லீலைகளையெல்லாம் அந்த மரணம் அவளுக்குத் தெரியக்காட்டியது. அப்போது அழாத அழுகையையெல்லாம் சேர்த்துவைத்து அவள் அவன் பிணத்தின்முன் நின்று பேருவகை பொங்க அழுது தீர்த்தாள். அதைத் துக்கம் என்று தவறாக எடுத்துக்கொண்ட என் தகப்பனார் அவ்வளவு துர்சம்பவங்களைப் பார்த்துத் தாங்கிக்கொள்ளும் பக்குவம் இன்னும் வாய்த்திராத அந்தப் பதினான்கு வயதுச் சிறுமி ஏதேனும் விபரீதமான முடிவிற்கு வந்துவிடக் கூடாதேயென்று அவளை மிகச் சிரமப்பட்டுத் தேற்றித் தன் சுவீகாரப் புத்திரியாக ஏற்றுக்கொண்டு அவளை எங்கள் வீட்டிற்கே கூட்டிக்கொண்டுவந்து தங்கவைத்தார். அவளுடைய பரிதாபக் கதையைச் செவியுற்றிருந்த என் தாயாரும் அந்தப் பெண்ணைத் தன் சொந்த மகளைப் போலவே பாவித்துச் சீராட்டினாள்.

ஆனால் என்ன சீராட்டியென்ன, நல்லவற்றைப் பெற்றுக்கொள்வதற்கும் ஒரு கொடுப்பினை இருக்க வேண்டுமல்லவா, எங்கள் வீட்டிலேயே உண்டு உறங்கிக்கொண்டிருப்பதாகப் பேர்பண்ணிக்கொண்டிருந்தாலும் அந்தப் பெண் தன் பெரும்பாலான பொழுதுகளைச் சத்திரத்தில் தன் தாயோடு தானிருந்த அறையிலேயே செலவழித்துக்கொண்டிருக்கும் பழக்கமுள்ளவளாகத் தன்னை மாற்றிக்கொண்டிருந்தாள். அவளைத் தடுக்க மனமில்லாத என் தகப்பனாரும் அங்கிருக்கும் பொழுதையாவது அவள் மனச்சஞ்சலமில்லாமல் கழிக்கட்டுமென்று சத்திரத்தின் கணக்குவழக்குகளைப் பார்த்துக்கொள்ளும் பொறுப்பை மட்டும் தன்னிடம் வைத்துக்கொண்டு சத்திரத்தை மேற்பார்வையிட்டு, தங்குபவர்களின் வசதிகளைக் கவனித்துக்கொள்ளும் பொறுப்பை, இரண்டு உதவியாளர்களுடன் அவளிடம் ஒப்படைத்தார். குணத்தில் அவள் எப்படியானாலும் செயலில் அபார சூட்டிகை. என் தகப்பனார் கொடுத்த வேலைகளைப் பம்பரமாகச் சுழன்று செய்துமுடித்தாள். தன் தாயாலும் தகப்பனாலும் சத்திரத்திற்கு ஏற்பட்டிருந்த களங்கத்தைத் தன் கவனிப்பால் துடைத்துவிட முடியுமென்று அவள் நினைப்பதைப் போல இருந்தது சத்திரத்தின் மீதான அவளுடைய அதீதமான கரிசனம். கொஞ்

240 பா. வெங்கடேசன்

சநாள் விஷயங்கள் நல்லபடியாகவே போய்க்கொண்டிருந்தன. நானும் அக்கா அக்கா என்று அவள் பின்னாலேயே சுற்றிக்கொண்டிருந்தேன். என் தகப்பனார் அவளுக்குப் பூக்காரர் சாதியிலேயே வரன் பார்த்து முடிக்கும் முனைப்பிலிருந்தார். அந்தப் பெண் மட்டும் முன்பு அவள் பெற்றோர்கள் உயிர்விட்ட அறையிலேயே, தாய் தனக்களித்திருந்த வைரமோதிரத்தை விழுங்கிக் குடலறுபட்டுத் துடிக்கும் கோரத்துடன் தன்னை மாய்த்துக்கொள்ளாதிருந்தால் அடுத்த சில வாரங்களிலேயே அவள் வாணியம்பாடியிலிருந்து என் தகப்பனார் முடிவுசெய்திருந்த மாப்பிள்ளையைத் திருமணம் செய்துகொண்டு, எங்கள் வீட்டுத் தோட்டத்தில் புதைக்கப்பட்டிருந்த அவளுடைய குடும்பச் சொத்துகளுடன் புகுந்தவீடு சென்றிருப்பாள். என்ன செய்வது. விதிவசத்தால் வீட்டிலிருந்து சத்திரத்திற்கும் சத்திரத்திலிருந்து வீட்டிற்குமாக சதா அலைந்து கொண்டிருந்த அந்தப் பெண்ணுக்கு என் தகப்பனாரின் கவலையும் அக்கறையும் தோய்ந்த வாத்ஸல்யமிக்க கண்பார்வைக்கப்பால் தன் தகப்பனுக்குப் பெண்களைக் கூட்டிக்கொடுத்துக்கொண்டிருந்த அந்தப் பழைய தரகனுடன் எப்படியோ சிநேகம் ஏற்பட்டுவிட்டது. அவன் அவளை மறைவாகப் பலநாட்கள் சந்தித்து, அவள் தகப்பனின் காதல் லீலைகளைப் பக்குவமாக எடுத்துச்சொல்லிக் காமத்தின் மீது கொஞ்சம்கொஞ்சமாக அவளுக்கு வசீகரம் ஏற்படும்படி செய்து தன் வாடிக்கையாளர்களுக்கான ஒரு புதிய விபசாரியாக அவளைத் தயார்செய்துவிட்டான். அவனுடைய தேன் கசியும் பேச்சில் மயங்கிப்போன அந்தப் பெண்ணும் ஒருவனை மணந்துகொண்டு அவனுடன் கூடுவதற்காகவே தன் சரீரம் உருவாகியிருப்பதாகத் தன் தாய் நினைத்ததாலல்லவோ அவனால் வஞ்சிக்கப்பட்டதென்று தன் அழகிய உடலை வெறுத்து அதை அழித்துக்கொள்ள நேர்ந்ததெனவும், மீண்டும் தன் தாய் தன் சரீரத்தால் தகப்பனைச் சிறைப்படுத்தி அவனைத் துன்பச்சுழலுக்குள் இழுத்துக்கொள்ள வந்துவிட்டாளென்று பயந்தல்லவோ அவனும் தன் சரீரத்தின் மீதான கட்டுப்பாட்டை இழந்து நோயில் கிடந்து செத்தானெனவும், தாயும் தகப்பனும் துன்பங்களைப் பகிர்ந்து பெருக்குவதற்காகவே ஒரு பறவையாகவோ மீனாகவோ புழுவாகவோ மிருகமாகவோ திரிந்து செழித்துக்கொண்டிருந்திருக்க வேண்டிய காற்றை உடற்பைக்குள் அடைத்துத் தன்னைப் பெண்ணாகப் பெற்று வளர்த்தார்களெனவும் பலவாறாகச் சிந்தித்து, யாருக்கும் பத்தினியாக இருந்து அல்லற்படும்படி விதிக்கப்படாத பரத்தையொழுக்கத்தை மேற்கொள்ளச் சம்மதித்துவிட்டாள். அவள் ஒரு மேற்பார்வையாளராக என் தகப்பனாரால் நியமிக்கப்பட்டிருந்ததாலும், உண்மைகள் அந்தத் தரகன் மூலமாகப் பின்பொருநாள் வெளியாகும்வரை அவள்மீது அவர் துளிகூட சந்தேகம் கொண்டிராமலிருந்ததாலும் சத்திரத்தின் அறைகள் முழுவதும் அப்போது அவள் கட்டுப்பாட்டிலேயே இருந்தன. இரண்டு வருந்தத்தக்க சம்பவங்களால் சற்று பாதிக்கப்பட்டிருந்தாலும், எங்கள் சத்திரத்தில் வெளியூர்களிலிருந்து தங்க வருபவர்களின் எண்ணிக்கை, அவளுடைய சிரத்தையான பராமரிப்பால், அவர்கள் வருகையைப் பதிவுசெய்யும் பேரேட்டைத் தாண்டி என் தகப்பனாரின் பார்வை அவளைப் பின்தொடர முடியாத அளவிற்கு அதிகமாகவேதானிருந்தது. தவிரவும்

அவள் தாயும் தந்தையும் தங்களை மாய்த்துக்கொண்ட அறையையும் அவர் வாடிக்கையாளர்களுக்குக் கொடுக்காமல் பூட்டியே வைத்திருந்தார். பூட்டின் சாவியும் அந்தப் பெண்ணிடம்தான் இருந்தது. எனவே தரகனின் ஆலோசனைப்படி அந்த அறையிலேயே ஒரு நல்ல பௌர்ணமியன்று முதன்முதலாக ஒரு பக்குவமான மனிதனைக் கூடி காமத்தின் பல்வேறு நிலைகளை ஆரம்பப் பாடமாகக் கற்றுக்கொண்டு தன் பரத்தைமையைத் துவங்குவதென்று அவள் முடிவுசெய்தாள். அப்படி முடிவுசெய்த அன்றிரவில் தன் பெற்றோரின் நினைவு தன்னை மிக வாட்டுவதால் அவர்கள் உயிர்விட்ட அறையிலேயே தான் தூங்க விரும்புவதாகப் பொய்க்கண்ணீரைப் பெருக்கியபடி வஞ்சகமாக என் தகப்பனாரிடம் சொல்லி அவர் மனத்தை இளக்கி அனுமதி பெற்றுக்கொண்டு, வருபவன் தன் அழகையும், வாளிப்பான உடலையும் தான் எந்தெந்த லட்சணனிடம் எப்படியெப்படி உபயோகப்படுத்திக்கொள்ள வேண்டுமென்பதை எவ்வாறெல்லாம் உபதேசிப்பானென்றும் கற்பனைசெய்துகொண்டு உல்லாசமாகவும் ரகசியமாகவும் தன்னை அலங்கரித்தபடி அவற்றை அவன் பார்க்க வசதியாக ஒரு முத்துவிளக்கையும் ஏற்றி வைத்துவிட்டுக் காத்திருந்தாள். தரகன் தான் பார்த்து ஏற்பாடு செய்திருந்த, வேறொரு சத்திரத்தில் தங்க வந்திருந்ததாகத் தன்னை அறிமுகப்படுத்திக்கொண்ட, அந்த, அவன் முன்பின்னறிந்திராத ஆணை முந்தைய நாட்களின் வழக்கம்போலவே சத்திரத்தின் பின்புற மதிலில் ஏற்றிவிட்டான். அவனும் அதன் மறுபுறம் உள்ளே குதித்துச் சத்திரத்தினுள் காற்றைப் போல தவழ்ந்து தயாராகத் திறந்திருந்த அந்தப் பெண்ணுடைய அறைக்குள் நுழைந்து கதவைச் சார்த்திக்கொண்டுவிட்டான். பிறகு தரகன் மதிலுக்கு வெளியே தன் தரகுப் பணத்திற்காக இரவு முழுவதும் காத்திருந்தும் அவன் வெளியே வரவில்லை. முதலில் நேரம் ஆகஆகத் தன் வாடிக்கையாளனுக்கு, புதியவளாயினும் அந்தப் பெண் அவன் தன்னிடம் பேசியதற்கு மிக அதிகமாகவே பணம் தந்துவிட்டுப் போகும்வண்ணம் நீண்ட காமத்திளைப்பைக் கொடுத்துக்கொண்டிருக்கிறாளென்று எண்ணிச் சந்தோஷத்துடன் காத்துக்கொண்டிருந்த அந்தத் தரகன் பழையதாகிக்கொண்டிருந்த இரவின் கிழக்கே புலர்வின் ஒட்டடை படியத் தொடங்கியதும் ஏதோ விபரீதம் நிகழ்ந்திருக்கிறதென அச்சம்கொண்டான். வீதியில் ஆட்கள் நடமாட்டம் தொடங்கியவுடன் மேலும் அங்கிருக்க முடியாமல் தன் அயலூர் வாடிக்கையாளனைச் சபித்தபடியே பின் அகன்றுபோனான். விடிந்த பிறகு, சத்திரத்தின் ஸ்நான அறையிலேயே குளித்து பூஜைபுனஸ்காரங்களை முடித்துக்கொள்ளும் வழக்கமுள்ள என் தகப்பனார் அறைகளுக்குத் தன் கையாலேயே தூபமிடுவதற்காகக் கிளம்பிப் பூக்காரப்பெண்ணின் தாய் முன்பு தங்கியிருந்த அறையைக் கடக்க எத்தனிக்கையில் அது உட்புறம் தாழிடப்படாமல் ஒரு மயிரிழைப் பிளவாகத் திறந்திருப்பதைக் கண்டு, தன் வளர்ப்புப் பெண் இரவில் அந்த அறையில் தங்கியிருந்தாளேயென்கிற நினைவுகொண்டவராகக் கதவைத் தள்ளித் திறந்தபோது பதுங்கியிருந்த மிருகமொன்று வெளியே பாய்வதுபோல எலும்புக்குருத்தைச் சில்லிடவைக்கும் குளிர் அறையிலிருந்து அவரைத் தள்ளிவிட்டுவிட்டு மூர்க்கத்துடன் வெளியேறுவதையும், முத்துவிளக்கு ஏற்றி வைக்கப்பட்டிருப்பதையும், கட்டிலின் மேல் அந்தப்

பெண் குடலறுபட்ட ரத்தம் வாய்வழியாக வெளிப்போந்த நிலையில் பிணமாகக் கிடப்பதையும் கண்டு தூபக்கரண்டியைக் கீழேபோட்டுவிட்டு அலறிப்புடைத்துக்கொண்டு ஆட்களை அழைத்தபடி சத்திரத்திற்கு வெளியே ஓடிவந்துவிட்டார். அவர் அந்தமுறை காரியங்களாற்றும் தைரியத்தை அறவே இழந்துபோயிருந்தார். ஊரார்தான் அவற்றைப் பார்த்துக்கொண்டார்கள். மங்களகரமான எங்கள் சத்திரத்தின், மலர்மணத்தாலும் தூபவாசத்தாலும் துதிப்பாடல்களாலும் நிறைந்த அமைதியான காற்று முழுவதையும் பரிதாபச் சொற்களும் பிலாக்கணமும் குரூர திருப்தியை வெளிப்படையாகவே புலப்படுத்திய போலி ஆறுதல் வார்த்தைகளும் நிரப்பி அதைத் துர்கந்தம் வீசும் விஷவாயுவாக மாற்றிவிட்டுவிட்டன. பிறகு அந்தக் காற்றில் இரக்கமற்ற கற்பனைக் கதைகளும் கலந்துபோய் அது சத்திரத்தின் வாயிலிலிருந்து கசிந்து ஊரின் எல்லையைத் தாண்டி திசைகளெட்டிலும் பரவவும் தொடங்கிவிட்டது. நிஜமான பரிதாபத்துடனும் பழகிய பழக்கத்திற்காகவும் கொஞ்சக்காலம் விசுவாசமிக்க வாடிக்கையாளர்கள் வருகை தந்துகொண்டிருந்தாலும் ஒரு வியாபாரி தன் பரிதாபநிலையைக் காட்டி எவ்வளவு காலம் எத்தனை வாடிக்கையாளர்களை ஈர்த்துவிட முடியும். அது ஒரு பிச்சைக்காரனின் தொழிலல்லவா. நாட்கள் செல்லச்செல்ல எங்கள் சத்திரத்தின் பிரபலமான இருட்டு பேய்கள் குடியிருக்கும் காடாக அதை ஜனங்களின் மனதில் சித்திரப்படுத்திவிட்டது. வாடிக்கையாளர்கள் வருவதும் கொஞ்சங்கொஞ்சமாகக் குறைந்து பிறகு அபூர்வமாகி விட்டது. எப்போதாவது வரும் உங்களைப் போன்ற வெளியூர்க்காரர் களையும்கூடப் பிற சத்திரக்காரர்களோடு சேர்ந்து ஜனங்களும் பயமுறுத்தி உள்ளே வரவிடாமலடித்துவிடுகிறார்கள். நானும் இப்போது அவற்றைப் பற்றியெல்லாம் கவலைப்படுவதை நிறுத்திவிட்டேன். என் தகப்பனாரின் மரணத்தோடு வாடிக்கையாளர்களுக்காகக் கவலைமீதூரக் காத்திருந்த நாட்களும் முடிந்துவிட்டன. முன்பே சொன்னபடி சிறுவயதில் கண்ட கசப்பான சம்பவங்கள் என் மனதைப் பாதித்துவிட்டதாலோ என்னவோ குடும்பப் பொறுப்புகளிலும் எனக்கு நாட்டமில்லாமல் போய்விட்டது. இந்த ஊர்க்காரர்களின் பரிதாபத்திற்கு எதிராக வாழ்ந்துகாட்ட வேண்டு மென்கிற ஒரே காரணத்திற்காகவே தாயார் காணாமல்போன ஓரிரு வருடங்களுக்குப் பிறகு வீட்டைப் பூட்டிக்கொண்டு சத்திரத்திற்கே வந்து அங்கேயே நிரந்தரமாகத் தங்கவும் தொடங்கிவிட்டேன். வசதியான எங்கள் வீட்டை, அது நல்ல விலைக்கு வந்தும், அதன் பின்புறம் எங்கோ புதைத்துவைக்கப்பட்டிருக்கும் நகைகளை ஒருவேளை சுற்றிவரச் சாத்தியமுள்ள பூக்காரப்பெண்ணின் குடும்பத்தால் வாங்குபவர்களுக்கு ஏதேனும் தொல்லையேற்படக்கூடுமென்று விற்க மறுத்துவிட்டேன். பூர்வீகச்சொத்து பிச்சையெடுக்காமல் என் வாழ்க்கையை ஓரளவு கௌரவமாக நகர்த்திக்கொண்டிருக்கவும், சத்திரத்தை, அதில் தங்க வருபவர்கள் அரிதாகிவிட்டிருந்தாலும், பாழடைந்துபோய்விடாமல் அவ்வப்போது மராமத்துச் செய்துகொள்ளவும் போதுமானதாயிருக்கிறது. ஒருவேளை அந்தக் குடும்பம் வந்துசேர்ந்தநாள் முதலாகவே என் பிரியத்துக்குரியவளாயிருந்த அந்தப் பெண் மிகக் குரூரமாகத் தன்னை மாய்த்துக்கொண்டதற்கான காரணத்தை விதி என்றேனும் தெரியக்காட்ட

விரும்பும்போது நான் அங்கே இல்லாதுபோய்விடக் கூடாதென்று பயந்து தானோ ஒருவேளை சத்திரத்திலேயே நான் நிரந்தரமாகத் தங்கியிருக்க விரும்புகிறேனென்றும் அடிக்கடி நான் யோசிப்பதுண்டு. பிற்பாடு காவல்காரர்கள் துருவித்துருவி விசாரித்து விடியற்காலையில் ஜனங்களின் கண்களில் படும்படியாகச் சத்திரத்தின் பின்புற மதிலை விட்டு விலகி நழுவிக்கொண்டிருந்த தரகனைப் பிடித்து உதைத்துக் கேட்டபோது அவனுக்கும் அவன் கூட்டிவந்த நபரை இன்னாரென்று அடையாளம் சொல்லத் தெரியவில்லை. ஆனால் பின்பு என் தகப்பனார் அதிர்ச்சியால் நோய்ப்படுக்கையில் வீழும்படியாகத் தெரியவந்த அந்தப் பெண்ணின் வேசித்தொழில் அன்றிரவு அவளும் தரகனும் எதிர்பார்த்திருந்ததைப் போல துவங்கவேயில்லையென்பதுதான் வேடிக்கை. அவள் தன் படுக்கையில் ஆடை கலையாமலும், கன்னி கழியாமலுமேதான் தன்னைப் பிணமாக்கிக்கொண்டிருந்தாள். ஆகவே உள்ளே நுழைந்த அந்த மர்ம மனிதனால் அவள் பலவந்தப்படுத்தப்படவில்லையென்பது தெரிந்து, தொடர்ந்து அவனைத் தேடும் வேலையைக் காவலர்களும் சிலநாட்களுக்குப் பிறகு கைவிட்டுவிட்டார்கள். என்றாலும் அவன் யார், அவளைக் கலக்கவும் செய்யாமல் இரவு முழுவதும் அவன் அறைக்குள்ளேயே இருந்தானா அல்லது தரகன் உள்பட யார் கண்ணிலும் படாது உடனே வெளியேறிவிட்டானா, அவனுடன் அந்தப் பெண் என்ன பேசியிருப்பாள் அல்லது அவனிடம் அவள் தன் மனமுடைந்து போகும்படியாக எதைக் கண்டிருப்பாள், எதற்குமே பிறகு என்றுமே விடை கிடைக்காமலேயே போய்விட்டது. அல்லது விடையைக் கற்பனை செய்துகொள்ள முற்பட்ட ஜனங்கள் அதன் உக்கிரத்தைத் தாங்கிக்கொள்ள முடியாதென்றெண்ணி அதைத் தேடுவதையே தவிர்த்துவிட்டார்களோ என்னவோ, யார் கண்டது.

ஆனால் பிச்சையா பிள்ளை கதையை முடித்தபோது அதை, சொல்லப்பட்ட விதத்தாலன்றி மற்றபடி விடுவிக்க முடியாத முடிச்சுகளின் கதையாக, கிரிஃபித்தின் பொருள்கோள் முறைகளில் முன்பே தன் மனதைப் பறிகொடுத்திருந்த ட்ரிஸ்ட்ராமால் உணர முடியவில்லை. பிள்ளையின் கதையை கிரிஃபித் இருந்து கேட்டிருந்தாரானால் அவர் பூக்காரப்பெண்ணின் கதையை, மனைவிக்குத் தெரியாமல் வைப்பாட்டி வைத்துக்கொண்டு குடும்பத்தைச் சீரழித்த, அவளிடம் கையும்களவுமாகப் பிடிபட நேர்ந்துவிட்ட கணத்தில் அவள்முன் ஒரு கற்பனைப் பெண்ணையும், அவள் தற்கொலை செய்துகொண்டதை அறிந்த கணத்தில், அவர்களின் பூர்வீகத்தைப் பற்றி அறிந்திராத ஆம்பூர்வாசிகளின் முன், ஒரு மாயப்பூவனத்தையும் தந்திரமாகச் சிருஷ்டிக்கத் தெரிந்த, யாரும் சாதாரணமாகத் தினமும் கேள்விப்படக்கூடிய, ஒரு கயவனின் கதையாகவே பார்த்திருப்பார் என்று அவன் நினைத்தான். அவனும் அதை அவ்விதமாக எடுத்துக்கொள்ளவே விரும்பினான். எனவே, பிள்ளையின் தகப்பனாரோ பிள்ளையோ நினைத்திருந்தால் சத்திரத்தில் நடந்த சாவுகளை, அதைப் போன்ற, அதிகம் பொருட்படுத்தலுக்குள்ளாகாத ஆயிரம் அநாமதேயக் கதைகளில் ஒன்றாக மாற்றி, ஊராரின் நினைவுகளிலிருந்து அழித்திருக்க முடியுமென்றும், அதன் மூலம் சத்திரத்தின் பிரபல்யத்தையும் வருமானத்தையும் காப்பாற்றிக்கொண்டிருக்க முடியுமென்றும், இவற்றுக்கு

மேலாகப் பிள்ளையின் பெற்றோர்கள் தங்களுடைய சாவை இன்னும் சில வருடங்களுக்குத் தள்ளிப்போட்டிருக்க முடியுமென்றும் அவன் பிள்ளையிடம் தெரிவித்தான். ஆனால், இந்திய மனம் எப்போதும் கதைகளால் வழிநடத்தப்படுவதாக இருக்கிறது என்று தெ வில்லி உணவக விவாதத்தில் சொக்க கௌட சொன்னதற்கொப்ப, பிள்ளையின் மனம் அவரையுமறியாமலேயே, தன் கீழ்நடத்தையை விதியின் சூதாட்டமாக மாற்றிப் பூக்காரியின் கணவன் சொன்ன புரட்டுக் கதையை, இருட்டுச் சத்திரத்தின் பிரசித்தியின் மேல் அசூயை கொண்ட அவருடைய பங்காளிகளைப் போலவே, அவருக்கெதிராகவே, நம்ப விரும்பியிருக்கிறது. ட்ரிஸ்ட்ராமின் வாய் மூலமாக வெளிப்பட்ட கிரிஃபித்தின் வாதங்களைப் பிள்ளையால் புரிந்துகொள்ள முடியவில்லை. அவர் ஆசை நிறைவேறாமல் அற்பாயுளில் இறந்துபோன ஆத்மாக்கள் சாந்தியடையாமல் ஆவிகளாக உலவுவது உண்டா இல்லையா என்பதை அவன் நிச்சயமாகச் சொல்வதே தனக்குரிய பதிலாக இருக்குமென்று திரும்பத் திரும்ப வற்புறுத்தினார். நிகோலஸ் ரூரான்டை மடக்குவதற்காகச் சொக்க கௌட உபயோகித்த சமத்காரமான வார்த்தைகளை அதன் நேரெதிர் அர்த்தத்தில் பயன்படுத்தி அவரைச் சமாதானப்படுத்த நினைத்த ட்ரிஸ்ட்ராம், ஆவிகள் உண்டா இல்லையா என்பதன்று, மாறாக அவற்றின் இருப்பை நாம் நம்புகிறோமா இல்லையா என்பதுதான் முக்கியம் என்று பதில் சொன்னான். நம்பிக்கையென்பதோ அது நமக்கு என்ன கொடுக்க வேண்டுமென்று எதிர்பார்க்கிறோமோ அதைப் பொறுத்தது, உங்கள் கதை என்னுடைய இருப்பிற்கு ஏதும் பாதகமான விஷயங்களைக் கொடுத்துவிடாதென்றால் அதை நம்புவதில் எனக்கொன்றும் ஆட்சேபணையில்லை, ஆனால் மோகினிகளும் ஆவிகளும் உங்கள் சத்திரத்தில் உலவுவதாக ஊரார் சொல்லும் கதைகளை நீங்கள் நம்புவது உங்களுக்கே பலவருடங்களாக நஷ்டத்தைக் கொடுத்துக்கொண்டிருக்கிறதென்கிறபோது நீங்கள் அதை அவ்விதம் நம்ப வேண்டிய அவசியமில்லை, இருட்டுச் சத்திரம் ஆவிகள் உலாவும் கட்டிடமென்பது உண்மையாகவே இருந்தால்கூட அந்த உண்மையை வேறோர் உண்மையைக் கொண்டு பொய்யென்று உங்களால் நிரூபித்திருக்க முடியும், ஏனென்றால் உரையாடல்களுக்கடியில் இன்னோர் உரையாடல் ரகசியமாக எப்போதும் வெளிப்பார்வைக்குத் தெரியாவண்ணம் பதுங்கிக்கொண்டிருக்கும், ஒரு சம்பாஷணை, ஒரு கதை, ஒரு சம்பவத்தை ஆயிரம் பேர் ஆயிரம் விதமாக அர்த்தப்படுத்திக்கொள்ளக்கூடும், அந்த ஆயிரம் அர்த்தங்களும் தனித்தனியே முழு உண்மைகளாக இருக்கவும்கூடும், உண்மையென்பது பார்ப்பவர்களின், கேட்பவர்களின், படிப்பவர்களின், கால, இட மனவோட்டங்களைப் பொறுத்து மாறிக்கொண்டேயிருக்கிறது, புரிந்துகொள்ளவோ நம்பவோ முடியாத வினோதங்களும் மாயங்களும், தர்க்கத்தின் குறுக்கீடற்று, சகஜமாக நடக்கும் ஒரு கதைக்குத் தர்க்க வழிகளுக்குட்பட்ட மற்றொரு விளக்கமும் உண்டு என்பதுதான் நான் சொல்ல வருவது. ட்ரிஸ்ட்ராமின் விளக்கங்கள் ஒருவாறாகப் புரிந்தபோது அவற்றைக் கேட்டு ஆச்சரியப்பட்ட பிள்ளை அப்படியானால் அவனுடைய நாட்டில் கதைகளே கிடையாதா என்று கேட்டார். இருக்கின்றன என்று ஒத்துக்கொண்டான் ட்ரிஸ்ட்ராம். ஊர் எல்லையில் உலகின் முதற்பழம்

கனியும் மரம் ரகசியமாக வளர்ந்த காடு இருப்பதாகச் சொல்லும் கதைகளும், உங்கள் சத்திரத்தைப் பற்றி உள்ளூர்க் கிழவன் சொன்னதைப் போலவே அந்தக் காட்டிற்குள் நுழைந்தவர்கள் இந்த உலகிற்குள் திரும்ப முடியாது என்று நம்புகிறவர்களும், புரட்சிகளை நதியடியிலிருந்து தேவதைகள் முன்னறிவிக்கின்றன என்று வாதிக்கும் வண்டிக்காரர்களும் எல்லாத் தேசங்களிலும் இருக்கத்தான் செய்கிறார்கள், என் மனைவியே தன் குருட்டுத்தனத்தைக் கதைகளின் உலகில் நடப்பது என்றேதான் நம்பிக்கொண்டிருக்கிறாள். பிறகென்ன துரை, தங்களுக்கு ஆதரவாகவோ எதிராகவோ கதைகளை நம்புகிறவர்களுக்கான உண்மைகளையும் விதிகளையும் ஈஸ்வரன் உலகில் படைத்துத்தானேயிருப்பான், இன்னும் சொல்லப்போனால் கதைகளின் உலகில் இருப்பதென்பதே தனக்கெதிராய்த் தானே நிகழ்த்திக்கொள்ளும், சுயசாவையொத்த ருசிமிக்க அனுபவம்தானே. ஆனால் சொல்லப்படுவதிலன்று, சொல்வதைக் கேட்டுக்கொண்டிருப்பவனைப் பொறுத்துத்தான் சொல்லப்பட்டதில் கற்பனையோ நிஜமோ நுழைகிறது என்று நான் சொல்கிறேன், ஏன், என் மனைவி நுழைந்த அதே காட்டிற்குள் நானும்தான் அவளோடு உள்ளே நுழைந்தேன், நான் நிஜ உலகிற்குள் திரும்ப வந்துவிடவில்லையா என்று கேட்டான் ட்ரிஸ்ட்ராம். சரிதான் துரை, ஆனால் நீங்கள் திரும்பிவந்தது நிஜவுலகத்திற்குள்தான் என்பது உங்களுக்கு நிச்சயமாகத் தெரியுமா என்று பதிலுக்குத் திருப்பிக்கேட்டார் பிள்ளை. ட்ரிஸ்ட்ராம் பிள்ளையின் கேள்வி இப்படி அமையுமென்று எதிர்பார்க்கவில்லை. அதற்குப் பதில் சொல்லவும் அவனுக்குத் தெரியவில்லை. அதனாலும், பார்வை மங்கும் பொழுதில் அவர்கள் பரந்த பாரமஹால் நிலவெளியின் நுழைவாயிலான வாணியம்பாடிக்குள் நுழைந்த சமயத்தில் மறுபடி ஒரு மழைக்குத் தயாராகிக்கொண்டிருந்த வானமும், நந்திதுர்க்கத்தில் பெருகிக்கொண்டிருந்த நீர்வரத்தால் நிஜமாகவே பாலைப் போல வெண்நுரை ததும்ப ஓடிக்கொண்டிருந்த பாலாற்றின் குளிர்ச்சியைத் திசைகளெங்கும் விசிறியடித்துக்கொண்டிருந்த வடகிழக்குப் பருவக்காற்றும் பசியையும், சொல்லில் பிடிக்க முடியாதவோர் இசைமயமான துயரத்தையும், தூக்க மயக்கத்தையும் அவர்களிருவரின் உடலிலும் மனதிலும், மலைகளுக்கு நடுவே பொதிந்திருந்த கோட்டையைக் கண்கள் கண்டவுடனேயே, பிரவகிக்கச் செய்துவிட்டதாலும், பேச்சு இராத்தங்கல்பற்றின விசாரத்திற்குள் திசைமாறிச் சென்றுவிட்டதாலும் அத்தோடு அவர்களுடைய விவாதமும், இரண்டு பேரிடமும் எந்த மனச்சமாதானத்தையும் ஏற்படுத்தாமலேயே, அதன் முடிவிற்கு வந்துவிட்டது.

சத்யபாமா

வாணியம்பாடியில் தங்குவதற்காக ஒரு சத்திரத்தைத் தேடச்சொல்லிப் பிள்ளையிடம் ட்ரிஸ்ட்ராம் வேண்டிக்கொண்டான். அவர் அவன் மறுநாள் உதவியாட்சியரைச் சந்தித்துத் தன் விதியைத் தெரிந்து கொள்ளும்வரை கையிலிருக்கும் சொற்ப வராகன்களைச் சத்திரங்களுக்கே செலவழித்துக்கொண்டிருக்கத் தேவையில்லையென்றும், தன்னுடைய உறவுக்காரப் பெண்ணொருத்தியின் வீட்டில் அன்றிரவு அவர்கள் தங்குவதற்குத் தான் ஏற்பாடு செய்வதாகவும், அங்கே சென்றதும் பிள்ளைமார் வகுப்பைச் சேர்ந்த அவளுடைய வீடு ஓர் அக்ரஹாரத்தின் நடுவேயிருப்பதைப் பற்றி ஆச்சரியம் எதையும் வெளிப்படுத்தாமல், என்ன சொல்கிறார்கள் பிராமணர்கள் என்று மட்டும் அவளிடமோ அல்லது அவளுடைய கணவனிடமோ ஒரு கேள்வி கேட்டால் போதுமானது என்றும் சொல்லி, போகும் வழியிலேயே அதற்கான காரணத்தையும் தெரியப்படுத்தி அந்த வீட்டிற்கு அவனைக் கூட்டிச்சென்றார். சத்யபாமா என்கிற பெயரால் குறிப்பிடப்பட்ட அந்தப் பெண்ணின் மூதாதையர்களுக்குக் காலகாலமாகவே வாணியம்பாடிதான் தாய்நிலம். ராஜநாராயண சம்புவராயர் காலத்தில் அவர்கள் அரண்மனையில் மதிப்பிற்குரிய உத்தியோகத்தில் இருந்தவர்கள். அவர்களுக்குச் சொந்தமான விளைநிலம் ஆம்பூர் எல்லைவரை பரந்திருந்தது. வாணியம்பாடியில் அழகப்பெருமாள் கோயில் கட்டப்பட்டபோது பெயர் சொல்லிக்கொள்ளாமல் தாராளமாகப் பொருளுதவி செய்த பரோபகாரிகளுள் அவர்கள் முக்கியமானவர்கள். செல்வச் செழிப்பும் குலப்பெருமையும் தானதருமங்களும் தங்களுடைய பெயரைத் தாய்நிலத்தில் அங்கே வளரும் விருட்சங்களோடு சேர்த்துக் காலகாலத்திற்கு வளர்த்து நிறுத்துமென்று அவர்கள் நம்பினார்கள். இதே

பரோபகாரம் ஆற்காட்டு மண்ணில் அரச பரம்பரைகளைத் தொடர்ந்து சுழற்றிக்கொண்டேயிருந்த விதியின் சுழலுக்குள் சிக்கிக்கொண்டுவிடாமல் தங்களுடைய நிலங்களைக் காப்பாற்றிக்கொள்ள அவர்கள் கையாண்ட தந்திரமேயென்றும் ஒரு பேச்சு பாரமஹால் வட்டாரங்களில் புழங்காம லில்லை. வாணியம்பாடியில் அந்தக் குடும்பத்தின் கை தாழ ஆரம்பித்த பிறகுதான் அவர்கள் உபகாரிகளாயும் உதாரர்களாயும் ஊரார் கண்களுக்குத் தங்களைக் காட்டிக்கொள்ளவாரம்பித்தார்கள் என்பது அந்தப் பேச்சின் உட்கிடை. கண்டாரகுளி நாயக்கரின் துரோகச் செயலால் சம்புவராயரை ஆனைகொந்தி ராயர் கொன்றுவிட்டு ஆற்காட்டு அரியணையைக் கைப்பற்றியபோது அவர் ஆதரவில் இருந்த சத்யபாமாவின் முன்னோர்கள், செல்வத்திலில்லாவிட்டாலும், செல்வாக்கில் படிப்படியாகக் கீழிறங்கவாரம்பித்து சாதாரண உள்ளூர் பணக்காரர்களின் ஸ்திதிவரை சென்று நின்றார்கள். பணம் இருந்ததே தவிர ஊர்க்காரர்கள்மீதான கட்டுப்பாட்டை அவர்கள் அப்போது இழந்துவிட்டிருந்தார்கள். விளைவென்னவென்றால் நரசிங்கதேவ மகாராயரும், வீரப்பிரதாப சதாசிவராயருடைய திதியின் போது அவருடைய மூன்று மகன்களும் அழகப் பெருமாள் கோவிலுக்கு மான்ய நிலங்களைக் கைபோனபோக்கில் வழங்கி சாசனம் எழுதியபோது, அதில் வாணியம்பாடி பண்ணைக் குடும்பத்தின் பரம்பரை மனை யிருந்த நிலமும் சிக்கிக்கொண்டதை ஆட்சேபித்து அவர்களுடன் சேர்ந்து குரல் கொடுக்க உள்ளூரில் ஆளில்லாமல்போய்விட்டது. பலபேருடைய வயிற்றை நிரப்பிய அந்தக் குடும்பம் தன் பிரச்சினையைத் தீர்த்துக்கொள்ளத் தனியாகத்தான் களமிறங்க வேண்டியிருந்தது. கோயில் நித்யாகமப் பணிகளுக்காக வத்தலகுண்டிலிருந்து வல்லப பாண்டியர் அனுப்பிவைத்த பிராமணர்களுக்கான அக்ரஹாரம் அந்த நிலத்தில் அமைக்கப்பட்டபோது அவர்களுடைய வீடு அதன் நடுவேயிருப்பதாயும், அது தங்களுடைய ஆசாரத்தைக் கெடுத்துவிடு மென்றும், எனவே அங்கிருந்து அகன்று செல்லும்படியும் கூறி அவர்கள் இவர்களை வற்புறுத்தவாரம்பித்தார்கள். சத்யபாமாவின் முன்னோர்கள் வெள்ளக்குட்டையில் இருக்கும் தங்களுடைய நிலத்தை பிராமணர்கள் அக்ரஹாரம் அமைத்துக்கொள்ளக் கொடுத்துவிடுவதாகப் பேசிப்பார்த்தார்கள். பிராமணர்கள் சம்மதிக்கவில்லை. வெய்யிலைப் போல ஊமையாகக் காய்ந்து மனிதரைப் புழுக்கித் தண்டிப்பதில் வல்லவர்களாயிருந்த அந்த பிராமணர்கள் அந்த வீட்டைச் சுற்றியே அக்ரஹாரத்தை விடாப்பிடியாக எழுப்பி அதோடு இணைந்திருந்த ஊரின் பிற தெருக்களிலிருந்து அதைப் பிரித்துவிட்டதோடு தாங்களும் அதில் குடியிருந்தவர்களோடு பேச்சுவார்த்தையெதுவும் வைத்துக்கொள்ளாமல் அவர்களைத் தனிமைச் சிறைக்குள் தள்ளிவிட்டார்கள். இவ்வளவு நடந்ததற்குப் பிறகு இவர்களுக்கும் அது ஒரு மானப் பிரச்சினையாகி என்ன நடந்தாலும் நிலத்தையும் வீட்டையும் விட்டுக்கொடுப்பதில்லையென்று ஒரு வீம்பை மனதில் விதைத்துவிட்டது. ஒரு வேடிக்கையென்னவென்றால் சத்யபாமாவின் பாட்டனார் கையெடுக்கும்வரை, அமல்தாரிடமோ அல்லது பண்டிதரிடமோ சென்றால் பிராமணர்கள் தங்களுடைய சாதிப் பெருமையாலும், வலிந்து வரவழைக்கப்பட்டவர்களென்கிற

ஹோதாவிலும் தங்களை வென்றுவிடக்கூடுமென்று இவர்களும், அதிக வரி செலுத்துபவர்கள் என்கிற ஹோதாவில் பட்டேலிடமும் பட்வாரியிடமும் தங்கியிருக்கும் செல்வாக்கின் மூலம் பூர்வகுடிகள் வழக்கைத் தங்களுக்குச் சாதகமாகத் திருப்பிக்கொண்டு விடுவார்கள் என்று பிராமணர்களும் பயந்துகொண்டு யாரும் யார்மீதும் பிராது கொடுக்கத் துணியவில்லை. நிலவுரிமைக்கான மாறவர்மர் காலத்து சாசனங்கள் சத்யபாமாவின் முன்னோர்களிடமும் கெட்டியாக இருந்ததால் அவர்களை நிர்பந்தித்து வெளியேற்ற சமஸ்தானத்திற்கும் தைரியம் இருக்கவில்லை. அது அவர்களிருவருமே தங்களுக்குள் பிரச்சினையைப் போராடித் தீர்த்துக்கொள்ளட்டும் என்று விட்டுவிட்டது. இதற்குள் ராயர்கள் கைகளிலிருந்து வாணியம்பாடி மராட்டியர்களின் கைளுக்கு மாறி அங்கிருந்து டெல்லி சுல்தான்கள் கைகளுக்குப் போய், அவர்களுக்குப் பின் நவாபுகளிடம் வந்துசேர்ந்துவிட்டது. செஞ்சி ராஜா தேசிங்கின் வக்கீலுடன் சத்யபாமாவின் பாட்டனாருக்கு நட்பிருந்தது. எனவே அவர்மூலம் அப்போது ஆற்காட்டு ஆட்சியராயிருந்த உல்லாகானின் அரண்மனையுடன் பேசி பிராமணர்களின் அக்ரஹாரத்தை வேறிடத்திற்கு மாற்றிவிடலாமென்கிற எண்ணத்துடன் நவாபிடம் முதல் தடவையாகத் தங்களுடைய நிலத்தைத் தங்களுக்கு மீட்டுத் தரும்படி அவர் ஒரு வழக்கைத் தாக்கல் செய்தார். அவர் துரதிர்ஷ்டம், சரியாக வரி செலுத்த வில்லையென்று தேசிங்குடன் பகையாகி நெவாயத் தேசிங்கைக் கொன்றுவிட்டார். தேசிங்கின் வக்கீலையும் இனித் தன்னுடைய அரண்மனைப் பக்கம் தலைகாட்டக் கூடாது என்று எச்சரித்து புதுக்கோட்டைப் பக்கம் துரத்திவிட்டார். உல்லாகானுக்குப் பின்வந்த வாலாஜா குடும்பத்து ராஜாக்களுக்கு ஒருவரையொருவர் கொலை செய்துகொள்ளவே நேரம் சரியாக இருந்ததால் பிராதும் கிடப்பில் போடப்பட்டுவிட்டது. சத்யபாமாவின் பாட்டனார் சாகும்போது தன் பிள்ளைகளிடம் வழக்கைத் தொடர்ந்து நடத்தி வென்று வீட்டை ஊரின் மற்ற தெருக்களுடன் இணைந்திருக்கும்படி அக்ரஹாரத்தை இடித்துப்போட வேண்டுமென்று சத்தியம் வாங்கிக்கொண்டார். ராமச்சந்திரன் சத்யபாமாவைப் பெண்கேட்டு வந்தபோது அவனும் அந்த வழக்கை விடாமல் நடத்துவான் என்று உறுதி வாங்கிக்கொண்டுதான் அவள் தகப்பனும் பாக்கு வாங்கவே சம்மதித்தார். ராமச்சந்திரன் உள்ளூர்க் குவாஸியிடமோ பௌஜ்தாரிடமோ சென்றால் கால தாமதமாகலாமென்று ஐதரலி சமஸ்தானத்திற்கு இந்த வழக்கு விவரங்களைத் தெரியப்படுத்தினான். ஐதருக்குத் தன் அரசவையில் வேலை செய்யும் பிராமணர்களைத் தவிர பிற பிராமணர்கள் அனைவருமே பறங்கியரிடம் சோரம்போனவர்கள் என்கிற எண்ணம் உண்டாதலால் அப்போதே வழக்கு இவர்களுக்குச் சாதகமாக முடிந்துவிடக்கூடிய வாய்ப்புமிருந்தது. மறுபடியும் அவர்களுடைய துரதிர்ஷ்டம், ஐதர் புற்றுநோயால் இறந்துபோக, அவருடைய மகன் திப்பு சுல்தான் கடைசியாக நடந்த சண்டையில் தலைக்கே ஆபத்தான நிலையில், மூன்று லட்சம் பொன்னையும் இரண்டு மகன்களையும் பிணையாகக் கொடுத்துச் சீரங்கப்பட்டணத்தில் வைத்துச் செய்துகொண்ட உடன்படிக்கையில் பாரமஹால் கம்பெனிவசம் வந்துவிட்டது. திருமணத்திற்கு முன் ஐதர்

படையின் இரண்டாம் வரிசை ஒப்பந்தச் சிப்பாயாயும், சத்யபாமாவின் கணவனான பின் வாணியம்பாடி மிட்டாவாயும், மாமனார் காலத்திற்குப் பிறகு கம்பெனியின் தானிய வியாபாரியாயும் தன்னைத் தொடர்ந்து மாற்றிக்கொண்டிருந்த ராமச்சந்திரன் கும்பெனி சர்க்கார் வரி செலுத்துபவர்களுக்குக் கொடுக்கும் சலுகைகள் பிரசித்தமென்று மறுபடி தன் செல்வாக்கைப் பயன்படுத்தி க்ரஹாம் துரையின் கவனத்திற்கும் ஒரு பிராது எழுதிப்போட்டுவைத்தான். ஒப்பந்தத்தின் மூலம் புதிதாகக் கிடைத்த பிரதேசங்களை அளக்கவும் அவற்றின் சிக்கலான நிலவெளிகளைப் புரிந்துகொள்ளவுமே திணறிக்கொண்டிருந்த கம்பெனி அரசுக்குத் தனிப்பட்ட வழக்குகளைக் கவனிக்கும் அவகாசம் வாய்க்கவில்லை. ஆனால் அவனுடைய பிராது சர்க்காரின் கவனத்திலிருப்பதாயும் விரைவிலேயே அது விசாரிக்கப்பட்டுத் தீர்க்கப்படுமென்றும் ஒரு கடிதம் மட்டும் தவறாமல் வாணியம்பாடிக்கு அனுப்பிவைக்கப்பட்டுக் கொண்டிருந்தது. அந்தக் கடிதங்கள் சத்யபாமாவின் மூதாதையர்கள் தங்கள் வாணாளில் எப்போதுமே உணர்ந்திராத, விரைந்தோடிக்கொண்டிருக்கும் காலம்பற்றிய பிரக்ஞையையும் பதற்றத்தையும் அவள் மனதில் ஒவ்வொரு வரவின்போதும் சம்மட்டியைப் போல ஆணியடித்து இறக்கிக்கொண்டிருந்தன. ஆரம்பத்தில் இந்தக் கடிதங்களையே தங்களுக்குச் சாதகமான சர்க்காரின் தீர்ப்பாக எண்ணிச் சந்தோஷப்பட்டுக்கொண்டிருந்த சத்யபாமா, எனவே, நாளடைவில் அவற்றின் மீது சந்தேகமும் வெறுப்பும் கொள்ளத் தொடங்கியிருந்தாள். பறங்கியர்கள் இந்தியர்களைப் போலல்லாது வழக்குகளை விசாரிப்பதில் நூதனமான பல வழிமுறைகளைக் கையாளு கிறவர்களென்று எல்லாயிடங்களிலுமே பரவலாகப் பேசப்படுவதாயும் காலதாமதப்படுத்துவது என்பதேகூட அவர்கள் பாணி விசாரணையின் ஓர் அங்கமாகவேயிருக்குமென்றும் ராமச்சந்திரனும் சத்யபாமாவிற்கு விடாமல் எடுத்துச்சொல்லி அவளை ஆறுதல்படுத்த முயன்றுகொண்டிருந்தான். வேலூர்ப் பாளையத்திற்கு வியாபார நிமித்தமாக அடிக்கடி பயணங்களை மேற்கொள்ளும் சமயங்களில், சத்யபாமாவினுடைய பாட்டனார் காலத்திற்குப் பிறகு நெருக்கம் விட்டுப்போயிருந்தாலும், சொந்தம் பேணு என்கிற மூதுரையின்படி, அவளுக்குச் சிற்றப்பன் முறையுள்ளவரான பிச்சையா பிள்ளையை ஆம்பூரில் சந்தித்துக் குசலம் விசாரிக்க வரும் வழக்கத்தைக் கைக்கொண்டிருந்தவனான அவனுடைய வாய் மூலமாகவே வழக்கின் தற்போதைய நிலவரம்வரை அறிந்துவைத்துக்கொண்டிருந்த பிள்ளை ட்ரிஸ்ட்ராம் தன் சத்திரத்தில் அடைந்த கசப்பான அனுபவத்தைச் சரிக்கட்டிவிடும் எண்ணத்துடன் அந்த அறிதலை இப்போது தனக்குச் சாதகமாகப் பயன்படுத்திக்கொள்ள நினைத்தார்.

பிள்ளையின் எண்ணம் நிறைவேறியது என்பதென்னவோ உண்மைதான். ஆனால் அவர் நினைத்த வழியிலன்று. வீட்டின்முன் குதிரையிலிருந்து இறங்கிய கணத்தில், இடுப்பில் தன் இரண்டாவது குழந்தையைச் சுமந்தபடி, கணவனும் இன்னோர் ஆறு வயதுச் சிறுவனும் பின்தொடர, அவர்களிருவரையும் எதிர்கொள்ள வெளியில் வந்த சத்யபாமாவின் பேரழகால் தாக்கப்பட்டுவிட்ட ட்ரிஸ்ட்ராம் பெரும் மறதிக்குள்ளாகிப்போனான். பிள்ளை கேட்கச்சொன்ன கேள்வியை அவளிடம் கேட்காததோடு கூடுதலாகப் பிள்ளையிடமே திரும்பி,

பா. வெங்கடேசன்

திருவண்ணாமலைப் பூக்காரக் குடும்பத்தைத் தொடர்ந்து வந்து உங்கள் சத்திரத்தில் ஒருநாள் தங்குவதற்கு இடங்கேட்டாளென்று நீங்கள் சொன்ன அந்த வனமோகினி இந்தப் பெண்ணைப் போலதான் இருந்திருப்பாளென்றால் அவளுக்காக அந்தக் குடும்பமும், உங்கள் சத்திரமும், ஏன், ஆம்பூர் மொத்தமுமே பலியாவது சாலத் தகும் என்றும், அவள் ட்ராஜன் தேசத்தின் இளவரசியென்றும் உளறிக்கொட்டத் தொடங்கிவிட்டான். ட்ரிஸ்ட்ராமின் பேச்சால் குழம்பிப்போன பிள்ளை வேறு வழியின்றி அவனைத் தன்னுடைய நண்பன் என்று சத்யபாமாவிடமும் ராமச்சந்திரனிடமும் ஒருபக்கம் வாயால் அறிமுகப்படுத்திக்கொண்டே மறுபக்கம் கண்களால் அவனைப் போன வருடம் நில அளவைக்காக வந்திருந்த க்ரஹாம் துரையை நேரில் பார்த்து ராமச்சந்திரன் கொடுத்திருந்த பிராதை இரண்டாம் பேரறியாமல் விசாரிக்கச் சர்க்காரால் ஒரு சாதாரண வழிப்போக்கனின் வேடத்தில் அழுக்கு உடைகளுடன் அனுப்பிவைக்கப்பட்டிருக்கும் அதிகாரியென்பதாயும், அவனை மனங்குளிரக் கவனித்து அனுப்புவதில்தான் அந்தக் குடும்பத்தின் இரண்டரை நூற்றாண்டுகாலப் போராட்டம் அவர்களுக்குச் சாதகமாக முடியும் வழியிருக்கிறது என்பதாயும் ஜாடை காட்டி நிலைமையைச் சமாளித்துவைத்தார். அன்றிரவு சத்யபாமா சமைத்துப்போட்ட கேப்பை அடை, வெண்ணெய்க் கட்டி மற்றும் பாலாற்று மீன்குழம்பு ஆகியவையடங்கிய இரவுணவும், உணவிற்குப் பிறகு அவள் கையால் தயாரிக்கப்பட்ட தெனப் பிள்ளையின் கை மூலமாகக் அவனை வந்தடைந்த, கிராம்பும் கொட்டைப்பாக்கும் கற்சுண்ணமும் சேர்த்த தாம்பூலச்சுருளும் ட்ரிஸ்ட்ராமினுடைய ஒவ்வொரு வார்த்தையினுள்ளும் தங்களைத் தயாரித்தவர்களுக்குச் சாதகமான பூடகச் செய்திகளை ரகசியமாகத் தேடியபடியேயிருந்தன. அதைத் தெரிந்துகொள்ள பிள்ளை எந்த விதத்திலாவது தங்களுக்கு உதவுவாரா என்று அவரை ஓரக்கண்ணால் பார்த்தபடி அவனுடனான சம்பாஷணையைத் தம்பதிகளிருவரும் இரண்டாம் சாமம் வரையில் நீட்டித்துக்கொண்டிருந்த பின் ராமச்சந்திரன் ஒழித்துக்கொடுத்த, சாரல் மேலே படாத அளவிற்குத் தணிவாகச் சரிக்கப் பட்டிருந்த ஓட்டுச்சார்ப்புடன் சாரலின் குளிர்ச்சியைக் கூட்டி, ஒரு பெண்ணின் அரவணைப்பைக் கற்பனைக்கும், பயணக் களைப்பை மறந்த ஆழ்ந்த உறக்கத்தைக் கண்களுக்கும் தந்த அந்த வீட்டின் செஞ் சாந்து வண்ணம் மெழுகிய முன்திண்ணையும், மெட்றாஸிலிருந்து புறப்பட்ட நாள் துவங்கி இருட்டுச் சத்திரத்தில் கழிந்த முந்தின இரவு வரையில் ட்ரிஸ்ட்ராம் அடைந்திருந்த கசப்பான அனுபவங்களின் தீவிரத்தால், அவன் தன் வாழ்நாளில் அனுபவித்திராத சுவையையும் மணத்தையும் கிறக்கமூட்டும் போதையையும் கொண்டிருந்த விருந்தும், வெகு வினோதமான கனவுகளை விளைவிக்கும் மந்திரத்தன்மையையும் கொண்டனவாக, அப்படி ஓர் இரவை ஏற்படுத்திக்கொடுத்ததற்காக மறுநாள் கிருஷ்ணகிரிக்குச் செல்லும்வழியில் பிள்ளைக்குக் கண்ணீருடன் நன்றி சொல்லும்வண்ணம், அவன் வயிற்றையும் மனதையும் நிறைத்தன. அந்த நன்றியில் முக்கால் விழுக்காடு அவற்றைப் பரிமாறிய பெண்ணுருவைச் சந்திக்கும் வாய்ப்பை ஏற்படுத்திக்கொடுத்ததற்காகத் தனக்கு அவனால் திருட்டுத்தனமாகச் சொல்லப்பட்டது என்பதையும்

பிள்ளை சற்றே எரிச்சலுடன் அறிந்துகொண்டிருந்தார். உண்மையில் சத்யபாமா அத்தனை அழகியென்பதை ட்ரிஸ்ட்ராம் அவளைப் பற்றித் தன்னிடம் முணுமுணுத்த கணத்தில்தான் அவரே, அது இத்தனை காலமாகத் தன் கவனத்தில் படவேயில்லையேயென்கிற ஆதங்கத்துடனும், தனக்கு மகள் முறையாக வேண்டிய அந்தப் பெண்ணின் மேல் ஒருவினாடி தன்னுடைய பிரமசாரியம் நிலைதடுமாறிப்போகும்வண்ணம் ட்ரிஸ்ட்ராம் அவளைச் சிலாகிக்க உபயோகப்படுத்திய வெட்கமற்ற, பறங்கித்தனமான வார்த்தைகளின் மீது பொறாமை கலந்த அசூயையுடனும், சத்யபாமாவுக்கு இரண்டு குழந்தைகளையும் அடுக்களைப் பாத்திரங்களையும் கொடுத்து அவளுடைய பிதிரார்ஜிதங்களோடு சேர்த்து அவளுடைய உடல் மேலும் உரிமை பாராட்டிக்கொண்டிருக்கும் ராமச்சந்திரனுடைய கண்களிலாவது என்றாவது ட்ரிஸ்ட்ராம் சொன்னதைப் போல அந்த லட்சணம் ஒரு பலிகொள்ளும் குரூர சௌந்தர்யமாகத் தென்பட்டிருக்குமா என்கிற சந்தேகத்துடனும், ஒருவேளை சத்யபாமாவின் காந்திதான் பரசாதியரைத் தங்களருகில் அனுமதிக்காத அக்ரஹாரவாசிகளை அவளுடைய அண்மையிலிருந்து விலகவொட்டாமல் இழுத்துப் பிடித்து வழக்கை முடிவிலியாக நீட்டித்துக்கொண்டிருக்கிறதோ என்கிற வினோதமான கற்பனையுடனும் முதல் தடவையாகக் கவனித்தார். பழுத்துவிட்டிருந்த வயதும் மனமும், பிறன்மனையென்கிற எச்சரிக்கையுணர்வும் பிள்ளையை உடனே விகல்பமான எண்ணத் தொடர்ச்சிகளில் விழுந்துவிடாமல் அவரைத் தடுத்துக் கரையேற்றிவிட்டன. மாறாக ட்ரிஸ்ட்ராம்தான் அவள்மீது பதிந்த தன் பார்வையை, மறுநாள் அவர்களிடம் விடைபெற்றுக் கொண்டு கிளம்பிய தருணம்வரையில், திரும்பத் தன்னிடம் மீட்டுக் கொள்ளவியலாமல் திணறிக்கொண்டிருந்தான். கிருஷ்ணகிரி செல்லும் வழியெங்கும் காதல் நோய் அவனைப் பிள்ளையுடன் வேறெதையும் பேச விரும்பாத, அல்லது எதைப் பேசினாலும் அது சத்யபாமாவின் மீதான தன்னுடைய, ஆட்சேபகரமான மையலை வெளிப்படுத்திவிடுமென்கிற அச்சத்தால்கூட, மௌனியாக்கிவிட்டிருந்தது.

கிருஷ்ணகிரியிலும், ஆட்சியர் அலுவலகத்தில் பாரமஹாலின் ஆட்சியர் அலெக்ஸாண்டர் ரீடின் மூன்று செல்லப்பிள்ளைகளில் ஒருவரும் கிருஷ்ணகிரித் தாலுகாவின் உதவியாட்சியருமான ஜேம்ஸ் ஜார்ஜ் க்ரஹாம் அவன் அணிந்துகொண்டு வந்திருந்த, லண்டன் லெதர்ஸ் அண்ட் க்ளாத் குழுமத்தின் உயர்ந்த தரமுள்ள மூடுகாலணிகளின் கம்பீரமான வடிவமைப்புடன் சற்றும் பொருந்திப்போகாமல் கணுக்காலுக்கும் மேலே சில அங்குலங்கள்வரை ஏறிப்போயிருந்த தட்டுச்சுற்று வேட்டியையும், ஐரோப்பிய ரசனைக்குச் சவால்விடும், பழுப்பு நிறத்தில் அகலக் கட்டம் போட்ட, தேய்க்கப்படும் பழக்கமில்லாததால் துவைத்தலின் கசங்கல்கள் ஸ்திரமாகத் தங்கிப்போன, அரைக்கை பருத்திச் சட்டையையும், தோளில் வெய்யிலுக்கு நிழலாயும், வேர்வையைத் துடைத்துக்கொள்ளவுமென்று தொங்கிக்கொண்டிருந்த சிவப்புநிற சணல்நூல் துண்டையும் பார்த்து முகஞ்சுளித்து, ஓர் உயரதிகாரியைச் சந்திக்கவரும்போது அணிந்துகொண்டிருக்க வேண்டிய சம்பிரதாய உடைகளையோ அல்லது குறைந்தபட்சம் இங்கிலாந்தின் மீதான விசுவாசத்தையாவது காட்டும்விதத்தில், கொளுத்தும் வெய்யிலைப்

பொருட்படுத்தாது தன் சிப்பந்திகள் அணிந்துகொண்டிருக்கும், அதன் பாரம்பரிய உடைகளையோகூட அணிந்துகொண்டு வராமல் காட்டுமிராண்டித்தனமான உடைகளை அணிந்துகொண்டு அவன் தன்முன் வந்து நிற்பதானது பிரிட்டிஷ் அரசாங்கத்தால் நேரடியாக அனுப்பி வைக்கப்பட்டிருக்கிறோமென்கிற திமிர் அவன் மனதிலிருந்த மரியாதையை அழித்துவிட்டிருக்கிறது என்பதையே காட்டுகிறது என்று அவர் கடுமையாகப் பேசத் தொடங்கியபோது, முந்தின இரவில் வாணியம்பாடியில் தான் விருந்தினனாகத் தங்கியிருந்த உள்ளூர் இந்தியக் குடும்பத்தின் பெண்மணி படுக்கைக்குச் செல்லும் முன், இரவில் அழுக்கைத் தங்கவிட்டுவிட்டுத் தூங்கச் செல்வது வீட்டில் பீடையைக் கொண்டுவந்து சேர்க்குமென்று, அவளுடைய கணவனின் உடைகளை மாற்றுடையாகத் தன்னிடம் கொடுத்துவிட்டு, வேலூரில் அணிந்துகொண்டதற்குப் பின் மூன்று நான்கு நாட்களாகத் துவைக்கவோ மாற்றவோ படாமல் பயணப் புழுதியிலும் வியர்வையிலும் நனைந்து உப்புப் பாரித்துப்போய் உடலுடன் ஒட்டிப் புழுங்கி நாறிக்கொண்டிருந்த தன்னுடைய ஐரோப்பிய உடைகளைக் கழற்றச் செய்து அவற்றை இரவோடு இரவாகத் துவைத்துக் காயப்போட்டுவிட்டாளென்றும், இரவு முழுவதும் பெய்துகொண்டிருந்த மழை அந்தக் கனத்த பட்டுத் துணிகளிலிருந்த ஈரத்தைக் காயவிடாமலடித்துவிட்டதால் காலையில் கிருஷ்ணகிரிக்குக் கிளம்பியபோது கைகளால் தொட முடியாத அளவிற்கு அவை தொங்கும் தெப்பமாக மாறிவிட்டிருந்தனயென்றும், என்றாலும் போகும் வழியில் வெய்யிலில் காய்ந்துவிடுமென்று தான் அவற்றை அணிந்துகொள்ள முயன்றபோது இரவில் மழைத்துளிகளைப் பிடித்துக்கொண்டு வானத்திலிருந்து இறங்கியிருக்கக்கூடிய பிசாசுகள் உள்ளே சென்று ஈர உடைகளை அணிபவருடைய உடலைச் சுருங்கச் செய்துவிடுமென்றும், தங்கள் வீட்டில் கை நனைத்துவிட்டுச் செல்லும் அதிதிக்கு அம்மாதிரி ஏதும் அசம்பாவிதம் நிகழ்ந்துவிட்டால் அது தங்களுடைய குலப்பெயருக்குக் களங்கத்தைக் கொண்டுவந்துவிடுமென்றும் கூறி அவள் தன்னைத் தன் கணவனுடைய உடைகளையே திரும்பவும் அணிந்துகொள்ளச் செய்துவிட்டாளென்றும் பலவாறாகச் சொல்லி, கையில் கனத்துக்கொண்டிருந்த துணிப்பைக்குள் சுருட்டிவைக்கப்பட்டு ஊமத்தை வாடையடித்துக்கொண்டிருந்த தன் சொந்த உடைகளையும் வெளியே எடுத்துக்காட்டி நிலைமையைத் தெளிவுபடுத்த ஒருபக்கம் முயன்றுகொண்டிருந்தானென்றாலும் ட்ரிஸ்ட்ராம் அந்தக் கோமாளித் தனமான உடையலங்காரத்திற்காகவே அவனுடைய மொத்த இன அடையாளங்களையும் விசுவாசத்தையும் க்ரஹாம் மறுத்துப் பேசியதன் மேல் பதற்றமடைவதற்குப் பதிலாக ஆச்சரியப்படும் விதத்தில் சந்தோஷமேயடைந்தானென்பதோடு ஆட்சியர் அலுவலகத்தை விட்டு வெளியே வந்ததும் பெரியதொரு பராக்கிரமச் செயலைச் செய்யும் பெருமித உணர்வோடு கையியிருந்த துணிப்பையையும், அதனுள்ளிருந்த வஸ்துகளோடு, பிச்சையா பிள்ளை சொல்லச் சொல்லக் கேட்காமல் குப்பையில் வீசியெறிந்துவிட்டானென்றால் சத்யபாமாவால் வற்புறுத்தி அணிவிக்கப்பட்ட அந்த இந்திய உடைகளின் வழியே அவள் கைகளின் வருடக்கணக்கான புழக்கத்தையும் பிரத்யேகமான கஸ்தூரி மஞ்சள்

கறையையும் சமையல் மணத்தையும் கைரேகைகளின் தடங்களையும் அவன் ரகசியமாக ஸ்பரிசித்துக்கொண்டிருந்தானென்பதைத் தவிர அதற்கு வேறு காரணங்கள் கிடையாது.

இது இப்படியென்றால் முதல்நாள் வாணியம்பாடி வீட்டின் கொல்லைப்புறத்தில் கை கழுவப் போனபோது, அங்கே சத்யபாமா தன் அப்பன் பாட்டன்களுடன் சிறுவயதில் ஏறி பாளையங்களைச் சுற்றி வந்ததென்று காண்பித்த ஒரு பழைய, சிதிலமாகிப்போன கூண்டுவண்டி மற்றும் அதன் நிழலின் கீழ் அமர்ந்து இரையோடு இருளையும் சேர்த்து அசைபோட்டுக்கொண்டிருந்த ஒரு வெண்ணிற மிருகம் ஆகியவற்றின் ஞாபகமானது, பாரீஸ் நாட்கள் மற்றும் எலினாரின் கர்ப்பக் கவலை ஓங்கியிருந்த சமயத்தில் அவளுக்கு வாசித்துக்காட்டிக்கொண்டிருந்த புத்தகங்கள் ஆகியவற்றின் மங்கிய நினைவுச்சுவடுகளுடன் கலந்து, அன்று பிற்பகல் சரிந்து இருள் சூழத் தொடங்கிய வேளையில் அவனுக்குத் தன் பால்ய நண்பரான பல்குணம் முதலியார் என்பவரின் பெயரைக் கொடுத்துவிட்டுப் பிச்சையா பிள்ளை ஆம்பூரை நோக்கி விடைபெற்றுக்கொண்ட பின், அவர்களிருவரையும் அதுவரையில் சுமந்துகொண்டுவந்த மட்டக்குதிரையை அவர் கைகளிலேயே திரும்ப ஒப்படைத்துவிட்டு கிருஷ்ணகிரியிலிருந்து ராயக்கோட்டை செல்வதற்கு அவன் பேசி ஏற்பாடு செய்துகொண்ட ஒரு சாதாரண குதிரைவண்டிச் சவாரியை, பிரமிக்கத்தக்கவோர் அற்புதப் பயணமாக மாற்றிவிட்டது, வண்டிக்காரன் அரூபி. அவனுடைய குதிரைக்குச் சிலந்தியைப் போல எட்டுக் கால்கள், நாரையைப் போல மூடிய கண்களுக்குள்ளும் ஒளிரும் வெள்ளை நிறம், சிவிங்கியைப் போல உயரம், காண்டாமிருகத்தைப் போல மூக்கில் ஒற்றைக் கொம்பு, ராஜாளியைப் போல முதுகில் இரண்டு றெக்கைகள். அது இழுத்துச்செல்லும் வண்டியோ தேக்குக் கூண்டமைத்து, எஃகுச் சகடம் பொருத்தி, ஆரங்களில் மணிகட்டி, உட்புறத்தில் தொட்டால் தளும்பும் நீர் வண்ணமும், வெளிப்புறத்தில் புடைப்புப் பூச்சித்திரங்களும் வரைந்து, தாமரைப்பூண் பிடியுடன் பருத்த கதவமைத்து, இலவம்பஞ்சு இருக்கைகள் தைத்துக் கட்டப்பட்ட ரதம். பயணத்திற்கு ஆறு நிலைகள். குதிரையைக் கண்டவுடனேயே அதில் பயணம் செய்யும் கற்பனைகளைக் காண்பவனின் மனதிற்குள் வளர்க்கும் ஊக நிலை ஒன்று. (ஆர்தர் மன்னனின் போர்ப்புரவியான ல்லாம்ரே காயங்களால் மாசுபடாத, ஆனால் புழுதியால் துலக்கம்பெற்றுக்கொண்டிருக்கும் உடலின் வெண்ணிறம் நிலவைப் போல ஒளிவீச, உலகின் எத்தனை உயரமான மனிதனின் கண்மட்டத்திற்கும் புட்டத்தையே காட்டி நிற்கும் உயரத்தின் கம்பீரமிக்க எடையால் தட்தட்டென மண்ணில் பதிந்தும் பிறகு அது காற்றில் எழும்பித் தாழ்வதால் தடதடவென அதிர்வதுமான, இரண்டுக்கு ஒன்று, பிறகு நான்கிற்கு இரண்டு என்கிற ஒழுங்கிலமைந்த சதுஸ்ரநிலைக் குளம்பொலியை எழுப்பி சிருஷ்டிபரமான ஊக நிலையைத் தட்டியெழுப்ப வல்லது. மூச்சுக்காற்றால் முன்னால் நீளும் பாதையைத் தூர்த்துக்கொண்டும் வேகத்தால் காலடியிலிருந்து தெறித்து நிலத்தின் மேல் படரும் புழுதியைக் கொண்டு தடங்களை அழித்தபடியும் விரையும் அது யாருடைய தடத்தின் மேலாகவும் தன் பாதையை அமைத்துக்கொள்வதோ யார் தொடர்வதற்காகவும்

தன் காலடித் தடங்களை மண்ணில் விட்டுச்செல்வதோ கிடையாது.) வண்டிக்காரன் கதவைத் திறந்து பயணியை உள்ளே ஏற்றி அவனுடைய லௌகீகக் கவலைகள் உள்ளே புகுந்துவிடாமல் கூண்டின் கதவுகளை அறைந்து சார்த்தி வெளியே தாழிட்டுவிட்டு வண்டியை முடுக்கத் தொடங்கும் தூல நிலை இரண்டு. (குதிரைகள் ஆண்களையும் பெண்கள் பயணங்களுக்கு வெளியே வீசப்பட்ட கவலைகளையும் சுமந்து திரிய வேண்டுமென்பது அசுவங்களின் ராணியான எபோனா காலத்திய நிலங்களின் விதி. அவளுடைய ரதத்திற்குள் பெண்கள் நுழைய ஆதியிலிருந்தே அனுமதியில்லை.) மரங்களைச் சாடிச்செல்லும் வண்டி காற்றைக் கிழிக்கும் ஊளையினாலும், சிதறித் தெறிக்கும் சருகுகள் மற்றும் சுள்ளிகளின் உராய்வொலியாலும், மரக் கிளைகளைக் கூண்டு சீய்த்து எழுப்பும் கிறீச்சொலியாலும், உராயும்போது மேலிருந்து கூரையின் மேல் விழுந்து தெறிக்கும் பாம்புகளின் சீறல்களாலும், இரைதேடும் மிருகங்களின் தொலைதூரப் பசி முனகல்களாலும், பின்மாலைப் பறவைகளின் கெச்சட்டான்களாலும், சேய்மையிலெங்கோ மரத்தொகுதிகளைக் குறுக்காக வெட்டியபடி ஓடிக்கொண்டிருந்த பொன்னையாறு, சின்னாறு மற்றும் மார்க்கண்ட நதிகளும், சிறு நீர்ச்சுனைகளும் பள்ளத்தில் விழும் அதிர்வொலி, பாறைகளில் மோதிச் சுழிக்கும் ஆரவாரம், காற்றால் துவட்டப்படும் துள்ளல், மிருகங்களால் உட்கொள்ளப்படும் அலட்டல், உள்ளே ஜீவித்துக்கொண்டிருக்கும் மீன் முதலிய ஜந்துக்களால் குடையப் படும் கூச்சம் ஆகியவற்றாலும் சிருஷ்டிக்கப்படும் சப்த நிலை மூன்று. (ஸாலின் செல்லக் குதிரையான ஆர்வாக் தன் வேகத்தால் வெளிப்புற வெளிச்சத்தின் பிங்கல வண்ணத்தை ஒலிகளின் நிறமற்ற தைலத்தில் குழைத்து ரதக்கூண்டின் உட்புறத்தில், மூடிய இமைகளுக்குள் பிரதிபலிப்பதைப் போன்ற, மாறிக்கொண்டேயிருக்கும் அரூபச் சித்திரங்களை வரையும்.) சப்தங்கள் நின்றுபோய் கதம்பமான மணங்கள் பெருத்து அலையும் (மஞ்சளென்றால் அவித்த நெல்லின் பசியூட்டும் மணம், கருஞ்சிவப்பென்றால் பேரீச்சங்களின் கிறக்கமூட்டும் புளிப்பு வாடை, பச்சையென்றால் உடற்தூய்மைக்குப் பழக்கப்படாத மிருக பட்சியினங் களினுடைய காட்டுத்தோலின் வீச்சம்) அந்தர வெளியை நோக்கி விரைவின் உச்சத்தில் வண்டி மிதந்து எழும் ஆழ நிலை நான்கு. (மானுடக் கனவுகளின் லட்சியமான யூனிகானின் கால்கள் தரையின் கரடுமுரடான பரப்பில் பாவுவதில்லை. அவை எப்போதும் காற்றின் சமச்சீரான பரப்பில் எழும்பி நிலவை நோக்கியே துடித்துக்கொண்டிருப்பவை. காற்றின் திசைமாற்றத்தால் அதன் வெண்ணிறமான ஒற்றைக் கொம்பு வளியைக் கிழித்துக்கொண்டிருப்பதையும், விச்ராந்தியான உறக்கத்தால் அதன் விலாப்புறத்தில் முளைத்திருக்கக்கூடிய சிறகுகள் மெல்லிய, ஆனால் விசாலமான அலைவில் காற்றுடன் பொருந்தி ஒத்திசைந்த ஒரு லயத்தைத் தாலாட்டாக முழுப் பிரபஞ்சத்தின் மேலும் படர்த்திக்கொண்டிருப்பதையும் அறியலாம்.) தாறுமாறாகச் சுழலும் இரத்தவோட்டத்தாலும் மணங்களாலும் ஒலிகளாலும் தோற்திரையில் உருளும் வண்ணப் பிரதிபலிப்புகளாலுமன்றி பிரத்யட்சமாகக் கண்களால் பார்த்து அறியவியலாத பயணத்தை மரணத்திற்குப் பின்னான யாத்திரையோவென்று அஞ்சி திக்குமுக்காடிப்போய் இறங்கிவிடத்

தவிக்கும் பயணியை ஆசுவாசப்படுத்தும் விதமாக அடைய வேண்டிய இலக்கின் அண்மையில் வண்டி தரையிறங்கி சரளவோட்டத்தைக் கைக்கொள்ளும் இத நிலை ஐந்து. (ஹெர்குலிஸ் தன்னுடைய எட்டாவது பயணத்தில் பிடித்துவந்த டியோமெடீஸின் பெண் குதிரை ஒரு நரமாமிசப் பட்சிணி.) பயணம் முடிந்த பின் பாதையானது பிரத்யட்ச உலகிலிருந்து மறைந்து அதில் பயணித்தவனுடைய புத்திக்குள் நுழைந்துவிடும் ஏகநிலை ஆறு. (கனவுத்தின்னியான பாக்குவின் மாயப்பாதை மனித சஞ்சாரம் உருவாக்கும் தெருவெளிகளையும், தெருக்களால் பிணைக்கப்பட்டிருக்கும் வீடுகளின் வரிசையையும் வந்தெட்டும்போது அதன் பின்னங்கால்கள் உதைத்துத் தள்ளும் புழுதி வீதியில் விளையாடிக்கொண்டிருக்கும் சிறுகுழந்தைகளைப் புழுதித்திரையின் பின்னணியில், காற்றுவெளிக்குள், அது அந்தயிடத்தைக் கடந்துசெல்லும்வரை அமிழ்த்தியும் வெளிப்படுத்தியும் குதூகலப்படுத்தியவாறோ, தங்களை வீரர்களென்று பெண்டுகளிடம் மார்தட்டிக்கொண்டு திரிந்தபடியிருக்கும் ஆண்கள் வெருண்டு மருங்குகளை நோக்கிச் சிதற விரட்டியபடியோ, அல்லது வீடுகளின் வெளிப்புற ஜன்னல்களின் கதவுகள் தெறித்து விழும்படி அவற்றைத் தன் குளம்போசையால் அறைந்துதட்டி, அடுக்களைக்குள்ளோ, சூதகமணம் கமழும் தனியறைகளுக்குள்ளோ தங்களை அடைத்துக்கொண்டிருக்கும், எப்போதேனும் துந்துபி முழக்கிவரும் பாளையத்தாருக்கும் சுல்தானுக்கும் தனியறைகளைக் கள்ளப்பார்வை பார்த்துக்கொண்டே கணவர்களை நலம் விசாரிக்கும் ஜமீன்தார்களுக்கும் பிராமணர்களுக்கும்கூட ஜன்னல் வரை எழுந்துவரும் மரியாதையைக் கொடுக்க விரும்பாத பெண்களை விரைந்து முன்வாசல்களை நோக்கி ஓடிவரச்செய்தோ (சிங்கத்தலையையும் குன்றாத ஆண்மையையும் கொண்டிருக்கும் அழகிய குதிரைப்பெண்ணே, நீ எங்களை ஒதுக்கலாமா, நீ எங்கள் இனமில்லையா) அவர்களுடைய இரவுறக்கத்தின் புற்றுக்குள் பாம்பைப் போல தந்திரமாக நுழைந்துவிடும். அதன் வால் அதன் முதுகில் பயணித்தவனுடைய பகற்பொழுதினுள் துடித்துக்கொண்டிருக்கும். அவன் வெண்ணிற வெளிச்சத்தின் மேலேறிக் காற்றில் பயணம் செய்யும் கற்பனைகளினுள் அடிக்கடி இடறி விழுந்துவிடுவான். இரவும் தன் கரிய பெரிய, வண்டுகள் மொய்க்கும் கண்களால் அவனை வாத்ஸல்யத்துடன் பார்த்து அழைத்துக்கொண்டேயிருக்கும். மயிர்ப்பிரி அடர்ந்து தொங்கும் மதியப்பொழுதின் கழுத்தை அவன் தடவி முத்தமிடுவான். மாலைப் பொழுதின் சிவந்த நாசி அவன் காதுகளில் வினோதமான ஒலிகளைக் கனைத்துக்கொண்டேயிருக்கும். பாக்குவின் முதுகில் ஒருமுறை சவாரி செய்தவன் பிறகு அதிலிருந்து என்றென்றும் கீழிறங்குவதில்லை என்பார்கள்).

சத்யபாமாவினுடைய நிலவு முகம் சொந்தக் கவலைகள் மற்றும் சேய்மையின் அலைக்கழிப்பில் சிக்கி ட்ரிஸ்ட்ராமின் நினைவிலிருந்து தேயத் தொடங்கிவிட்டிருந்த நாட்களில்கூட, வாணியம்பாடி இரவின் பசியும் காமமும் களைப்பும் கவலையும் கலந்தவொரு கதம்பமான மணம் அதன் பிறகு அவன் தொடர்புகொண்ட எந்த மனிதர்களிலிருந்தும், எந்தச் சம்பவங்களிலிருந்தும் பூர்வ ஜென்ம நினைவைப் போல திரும்பத் திரும்ப எழுந்து எதற்கென்று தெரியாமலேயே, கெங்கம்மாவின்

பார்வையால் குத்தப்பட்டு ஓர் இரவில் ஸ்கலிதச் சீழாக வெளிப்படும்வரை, அவன் மனதை ஈரப்பஞ்சாக நனைத்துப் பலவீனப்படுத்திக்கொண்டு தானிருந்தது. சத்யபாமாவோடு ஒப்பிடும்போது கெங்கம்மாவை அழகியென்று சொல்ல முடியாது. ஆனால் தப்பிக்க அனுமதிக்காத அவளுடைய பார்வையின் ஆளுமை ட்ரிஸ்ட்ராமின் மனதிலிருந்த மோக வாதையை ஒரு நிரந்தர பயமாகப் பதிலி செய்துவைத்தது. பல்குணம் முதலியார் வீட்டுப் பணிப்பெண்ணான அவளை ட்ரிஸ்ட்ராம், ஆங்கிலேயர்களைப் பற்றி முதலியாரிடம் சரியாகவோ தவறாகவோ ஏற்பட்டுப்போயிருந்த மனப்பதிவால், முதல் சந்திப்பிலேயே, சத்யபாமாவை அவன் கண்கள் பார்த்த முதற்கணத்தோடு தவிர்க்கவியலாமல் ஒப்பிட்டுப்பார்த்துப் பெருமூச்சுவிட்டுக்கொள்ளும்படியாக, ஓர் அபத்தமான நிகழ்வாகத்தான் எதிர்கொண்டான். பதினெட்டு பத்தொன்பது வயது மதிக்கத்தக்கவளான அந்தப் பெண் ட்ரிஸ்ட்ராம் மீனவிலாஸத்திற்கு வந்துசேர்ந்த மறுநாளே முதலியார் அனுப்பிவைத்தாரென்று, மூடப்படாத கரிய பெரிய முலைகள் குலுங்க வெட்கமும் அவமானப்படுத்தப்பட்ட துக்கமும் சுண்டிவிட்ட முகத்துடன் ஒரு சவரக்கத்தி மற்றும் சவுக்காரக் கட்டிகளைத் தூக்கியபடி ட்ரிஸ்ட்ராமின் அறைக்குள் நுழைந்தாள். திடுக்கிட்டுப்போன ட்ரிஸ்ட்ராம் இங்கிலாந்தில் கூட அவ்விதமான ஒரு நடைமுறையைத் தான் அறிந்ததில்லையென்று பாதி லஜ்ஜையுடனும் பாதி அசூயையுடனும் சொல்லி அவளை அப்பால் போகும்படி விரட்டிவிட, அவளோ தானும் மண்சட்டியின் கரிபிடித்த அடிப்புறத்தைக் கத்தியால் சுரண்டி மழிக்கும் கலையை எசமானரின் ஆக்ஞைப்படி ரகசியமாயும் நேர்த்தியாயும் கற்றுத் தேர்ந்தவள்தானென்றும், தன்னுடையவையிரண்டும் படிக்காரத்திற்குப் பதிலாக அவனுடைய கன்னங்களின் மேல் உரசும்படி முகத்தை மழித்துவிட்டுத் திரும்பாவிட்டால் கனத்த மோதிரங்களணிந்த அவருடைய கைகளோடு, அவருடைய செல்ல மகள் விட்டுக்கொடுத்த நேரங்களில் அவருடன் உறவாடிக்கொண்டிருக்கும் பிரிச்சவுக்காலும் உடலெங்கும் அறைகளை வாங்க வேண்டியிருக்கும் என்றும் கூறி அழத் துவங்க, வேறு வழியில்லாமல் அவன் அவளை இழுத்துக்கொண்டுபோய் முதலியாரின் முன்னால் நிறுத்தி, பெண்களின் கையால் முகம் மழித்துக் கொள்ளும் பழக்கம் தனக்குக் கிடையாது என்றும் அதற்கு அவர் அந்தச் சிறுபெண்ணைக் காரணமாகப் பார்க்க வேண்டியதில்லையென்றும் கோபமாகப் பேசிவிட்டுத் திரும்பினான். முதலியாரும் பதறிப்போய் தங்களூரிலும் அந்தப் பழக்கம் துரைமார்கள் வருவதற்கு முன்புவரை கிடையாதென்றும் சொல்லப்போனால் பாரமஹால் துலுக்க சமஸ்தானமாக இருந்தவரையில், மார்பகங்களைக் காட்டிக்கொண்டு தயிர் விற்ற கோனார்ப் பெண்ணை சுல்தான் அங்கஹீனப்படுத்தித் துரத்திவிட்ட நாளிலிருந்து, எந்த சாதிப் பெண்ணாயிருந்தாலும் மார்க்கச்சையுடன்தான் வெளியே திரிந்து கொண்டிருந்தாளென்றும், என்றாலும் க்ரஹாம் அனுப்பி வைக்கும் வெள்ளைக்கார விருந்தாளிகள் எப்போதுமே இந்தியாவின் வஸ்துகள் அவை எதற்காக உண்டாக்கப்பட்டிருக்கின்றனவோ அதைத் தாண்டின சில உபயோகங்களையும், நினைத்துப்பார்க்கவே முடியாத விதங்களில்

எதிர்மறைகளுடன் பொருந்திக்கொள்ளும் ஆச்சர்யங்களையும் கொண்டிருப்பதாக உலகம் முழுவதிலும் பேசப்படுவ தால் அவற்றைத் தாங்களும் பரீட்சித்துப்பார்க்க விரும்புவதாகக் கூறி இவ்விதமான வினோதமான சுகங்களை அனுபவிக்கக் கேட்கிறார்க ளென்றும், ட்ரிஸ்ட்ராமும் ஒரு துரை வம்சமென்பதாலும் நாட்டைவிட்டு வெளியே வந்து மாதக்கணக்கில் ஆகிவிட்டிருக்கிறபடியால் அதிகம் பசித்திருப்பானென்று தானும் கருதியதாலும் அவனைக் கேளாமலேயே அப்படியொரு காரியத்தைச் செய்ய வேண்டியதாயிற்று என்றும் பலவிதமாகப் பேசி அவனிடம் மன்னிப்புக் கேட்டுக்கொண்டார். முதலியாரின் பேச்சு ட்ரிஸ்ட்ராமின் மனதில் சமாதானத்திற்குப் பதிலாக மேற்கொண்டு புதிய கவலைகளையே கிளறிவிட்டது. சத்யபாமாவைத் தன் கண்கள் சந்தித்த கணத்திலிருந்து அவற்றில் துடித்துக்கொண்டிருந்த காமம் அசிங்கமாக, பிறரறிய, வெளியே வழிகிறதோ என்றும், நினைவிற் கெட்டிய நாள்முதலாக, பலாக்கனிகளைப் போல, அதீதச் சதைத்திரள் பழுத்துத் தொங்கும் எலினாரின் பருத்த உடலைத் தவிர வேறொரு பெண்ணின் நிர்வாணத்தைப் பார்த்தறியாத தன் கண்களின்முன் சில நாழிகைப்பொழுது மின்னி மறைந்த கெங்கம்மாவின், ஓயாத உடலுழைப்பால் ஒரு கற்சிலையைப் போல் திரண்டிருந்த, மேனியின் வண்ணம் ஏற்கெனவே மனதில் கொழுந்துவிட்டு எரிந்துகொண்டிருக்கும் சத்யபாமாவின் உருவத்தின் மீது மரியாதையற்ற வண்ணங்களைத் தீட்டுமோவென்றும், இதற்கு மேலாக, இந்த விஷயத்தில் தான் இன்னும் பலவீனனாகும்படியாக, இனத்தால் ஐரோப்பியனும், அதிகாரத்தால் பின்பொருநாள் பட்டேல் அலுவலகக் கணக்குகள் உட்பட பாரமஹாலின் வரவுசெலவுப் புத்தகங்களத்தனையையும் ஆராயவிருக்கிறவனுமான தன்னைத் திருப்திப்படுத்துவதற்காக முதலியார் எந்த எல்லைவரை செல்வார் என்றும் யோசித்து அவன் பயந்துபோனான். ட்ரிஸ்ட்ராமின் பயங்களில் ஒருபாதி அவன் தன் முயற்சிகளை மீறித் தன்னுள் கிளைபரப்பி வளர்ந்துகொண்டிருந்த விகார எண்ணங்களை முன்னிட்டுத் தன்மீதே கொண்ட சுயவெறுப்பால் உண்டான மனப்பிரமையாக இருக்கலாம். ஆனால் பல்குணம் முதலியாரின் உபசரணைகள்மீதான அவனுடைய சந்தேகத்தை அப்படி வெற்றுக் கற்பனையென்று ஒதுக்கிவிட முடியாது. அவருடைய பறங்கி விசுவாசம், அதை ட்ரிஸ்ட்ராம் அவன் வழியில் மேற்கண்டவாறு ஊகிப்பதற்கு முன்பே, ராயக்கோட்டை முழுவதிலும் பிரசித்தமான ஒன்றுதான். துரைத்தனத்தாருடையது என்று ஒரு நாயைப் பிடித்து அவருடைய வீட்டிற்குள் அனுப்பினாலும் வெளியே வரும்போது அது தலையில் தங்கக் கிரீடத்துடனும் கழுத்தில் வைர அட்டிகையுடனும் வாயில், அவருடைய தட்டிலிருந்து உரிமையுடன் நேரடியாகவே கவ்விக்கொண்ட முழு இறைச்சித் துண்டுடனும்தான் வெளியே வரும் என்பது பாரமஹாலின் குடதிசை விடலைகளிடம் பொதுவாகப் புழங்கிக் கொண்டிருந்த சொலவடையாகவே இருந்தது. அவர்களிடம் கேட்டால் அதைப் பறங்கி விசுவாசம் என்று சொல்வதைவிட ராஜ விசுவாசம் என்று சொல்வதே சரியாக இருக்கும் என்பார்கள். அதாவது யார் ராஜாவோ அவர்களுக்கு விசுவாசி. ஏனென்றால் போன வருடம்வரை, அதாவது சீரங்கப்பட்டண உடன்படிக்கைவரை முதலியார் முஸ்லிம்

மன்னர்களைத் தவிர வேறு யாருடைய பெயரையும் தன் வாயினால் மரியாதையுடன் உச்சரித்து உள்ளூர்வாசிகள் கேட்டதில்லை. மாறாக, பதின்மூன்று வருடங்களுக்கு முன்புவரையில் ராயக்கோட்டையில் ஒரு சாதாரண விவசாயியாகவே அறியப்பட்டிருந்த தன்னைக் கும்பெனித் தளபதி பெய்லியை எதிர்த்து ஹைதரலி சண்டையிட்ட காலத்தில் அவருடைய படைக்கு ஆள்பிடித்துக் கொடுக்கும் காரகராக்கி பாரமஹாலின் பெரும் பணக்காரர்களில் ஒருவராயும் மாற்றியமைத்தது திருமணமாகி இருபத்துமூன்று வருடங்களுக்குப் பிறகு, தன்னுடைய நாற்பத்து நான்காவது வயதில் பிறந்த மீனா என்கிற அங்கயற்கண்ணியின் அதிர்ஷ்டமும், சுல்தானின் கருணையுமல்லாமல் (சண்டைக்கு அனுப்பப்பட்ட தளவாடங்களைக் கடத்தியும், சேதமுற்றுக் கைவிடப்பட்டு ராயக்கோட்டை துர்க்கத்தின் பக்கல்களின் பெரும்பெரும் பாறைகளைப் போல துருப்பிடித்து அனாதையாகக் கிடந்த பீரங்கிகளை ஏலத்தில் எடுத்தும், பெங்களூர் அரண்மனைச் சாலையில் விற்றுக் கிடைத்த அபரிமிதமான பகோடாக்களே அதில் பெரும்பகுதி அடக்கமென்பதால் சுல்தானின் ஏமாளித்தனம் என்பதையும் அதில் சேர்த்துக்கொள்ள வேண்டுமென்பது விடலைப் போக்கிரிகளின் வாதம்) வேறில்லையென்று தான் உளப்பூர்வமாக நம்பியதாலேயே, தன் இல்லத்திற்கு இந்துக்களின் சம்பிரதாயப்படி கடவுள் பெயரை வைக்காமல் இஸ்லாமியர்களின் வழக்கப்படி மீனவிலாஸம் என்று மனிதர்களுடைய பெயரை வைத்ததாகச் சொல்லிச் சொல்லி அப்போது அவர் நெகிழ்ந்துகொண்டிருந்ததைத்தான் கிரஹப்பிரவேச வைபவத்தின்போது காதுகள் புளித்துப்போகும்படி அவர்கள் கேட்டுக்கொண்டிருந்தார்கள். அதே நாவுதான் எட்டு வருடங் களுக்குப் பிறகு சமாதான உடன்படிக்கையின்பேரில் ராயக்கோட்டை பிரிட்டிஷாரின் கைக்கு மாறியபோது அந்த வீட்டை மற்ற ஜமீன்தார்களைப் போல, ஓட்டுச் சார்ப்பும், வானம்பார்த்த சதுர முற்றமும், கற்றூண்களும் துருத்திக்கொண்டிருக்கும் வழக்கமான உள்ளூர்க் கோட்டை வீடுகளின் சாயல்கொண்டதாகக் கட்டாமல் மெட்றாஸில் அப்போது பிரபலமாகிக் கொண்டிருந்த ஐரோப்பிய பாணி இல்லங்களைப் போல கட்டிடத்தை நாற்புறமும் வளைத்துச் செல்லும் கல்நடைபாதையும், சாலையிலிருந்து அதை நெடுந்தொலைவிற்குப் பிரித்துவைக்கும் பெரிய தோட்டமும், உட்பகுதியில் சிறிதும் பெரிதுமான பல அறைகளின் நடுவே அமைந்த பெரிய கூடமும், இதற்கெல்லாம் மேலாகப் பழக்கமில்லாத பழக்கமாக மாளிகையின் பின்புறம் வெளிவீடு என்றழைக்கப்பட்ட விருந்தினர்கள் தங்குவதற்கென்று பிரத்யேக வசதிகளுடன் ஒரு பகுதியையும் கொண்ட மாளிகையாக அப்போதே தான் கட்டிவைத்ததற்குக் காரணம் அது ரசனை சார்ந்த விஷயமென்பதற்கு மேல் துவக்கத்திலிருந்தே தானொரு கும்பெனி விசுவாசியென்பதைக் காட்டிக்கொள்ளவே என்று, அவருடைய தொலைநோக்கைக் கண்டு ஆச்சரியத்தில் பாரமஹாலின் மற்ற அசட்டுப் பணக்காரர்கள் வாயைப் பிளக்கும்வண்ணம், கூசாமல் வெளிப்படை யாகவே பிரகடனப்படுத்தியது. அப்போதிலிருந்தே மீனவிலாஸமும் வேலைப்பளுவிலிருந்து தங்களை விடுவித்துக்கொள்ள, தாய்மண்ணை நினைவுபடுத்திப் பிரிவுத்துயரைக் கண்ணீராக வெளிக்கொணர்ந்து மனச்சுமையைச் சற்றே குறைத்து அனுப்பும் குளிரும் மேகங்கள் திரண்டு

வருவதைப் போல அல்லது யானைகளின் படையெடுப்பைப் போல அல்லது கடலலைகளைப் போல அடுக்கடுக்காக நிலவெளியின் மேல் உயர்ந்தும் அடங்கியும் படிந்துகிடக்கும் கணக்கற்ற மலைத்தொடர்களும் அவற்றின் நடுவே கண்ணாடிப் பாளங்களாய்ச் சிதறிக்கிடக்கும் ஆறு மற்றும் ஏரி நீர்ப்பரப்புகளும் வைரக்கற்களாய்த் திடீர்திடீரெனப் பளீரிடும் கிரானைட் படிமங்களும் கணவாய்ப் பாதைகளும் காடுகளும் குறைந்த விலைக்குக் கிடைக்கும் புலைச்சாதி அடிமைகளும் நிரம்பிக் கிடக்கும் மைசூர் பீடபூமியின் மேற்குச்சரிவை நோக்கிக் கூப்பிடுதொலைவில், சனத்குமாரநதியின் மறுகரையில் துவங்கும் சுல்தான் சமஸ்தானத்து நடமாட்டங்களை வேவுபார்ப்பதாகப் பேர்பண்ணிக்கொண்டுவரும் கம்பெனியின் உயரதிகாரிகளுக்கும் எல்லைப்பகுதியில் நிறுத்திவைக்கப் பட்டிருக்கும் படைகளின் தளபதிகளுக்கும் ராயக்கோட்டையிலிருந்த கம்பெனி அலுவலகத்திற்கு நியமிக்கப்படும் வெள்ளையலுவலர்களுக்கும் மிக விருப்பமான ஓய்வில்லமாக மாறிவிட்டது. பெண்களின் புழக்கம் இருந்ததால் அந்நியர்களுடைய நடமாட்டத்தை வீட்டின் உட்பகுதிவரை ஊடுருவ விடாமல் வெளி வீட்டோடேயே, ஒரு படைவீரனின் சாகஸத்தோடு, முதலியார் கட்டுப்படுத்தி வைத்திருந்தாலும் அதில் கம்பெனி அவர்களுக்கு அதிகாரபூர்வமாக அனுமதிக்காத சிலபல சலுகைகளையும் வசதிகளையும்கூட மனைவி, மகளின் கண்களுக்கு மறைவாக அவர் ஏற்பாடுசெய்து கொடுத்திருந்தார். அந்தப் பசலி வருடத்தின் பட்டேலாக அவர் சர்க்காரால் நியமிக்கப்பட்டது இவ்விதமாகத்தானென்பது, அதை யாரும் அவர்முன் சொல்லும் தைரியத்தைக் கொண்டிருக்கவில்லையென்றாலும், ஊரறிந்த ரகசியமாகவேயிருந்தது. அது முதலியாருக்கும் தெரிந்தேயிருந்தது. ஆனால் ஊர்வாயைப் பற்றிக் கவலைப்பட்டுக்கொண்டிருந்தால் செல்வந்தராவது எப்படி. பறங்கிச் சர்க்காரின் பிடியிலிருந்து இந்த உலகத்தைப் பறித்துக் கொள்ளும் துணிச்சலும் வீரமும் கொண்ட சுல்தான்களும் பாளைய வம்சத்தவர்களும் தன்னுடைய கொள்ளுப்பேரன் காலம் வரையிலாவது தோன்றிவிட மாட்டார்களென்கிற உறுதியான நம்பிக்கை, சீரங்கப்பட்டண உடன்படிக்கை கார்ன்வாலீஸுக்குத் திருப்தியளிக்கவில்லையென்பதையும் விரைவிலேயே அதைச் சர்க்கார் மற்றொரு போர் அறிவிப்பின் மூலமாகப் பிரகடனப்படுத்துமென்பதையும் மீனவிலாஸத்திற்கு ஒருமுறை கிருஷ்ணகிரி உதவியாட்சியரோடு விஜயம் செய்திருந்த தர்மபுரி உதவியாட்சியர் தாமஸ் மன்றோ பேசிக்கொண்டிருந்ததைக் கேட்டுக் கொண்டதிலிருந்தும், தெற்கே பாஞ்சாலங்குறிச்சிச் சீமையையும்கூட வரிபாக்கியைக் காரணம் காட்டிக் கம்பெனி குறிவைத்திருக்கிறதென்று, ஒரே பெண்ணான சிவகாமசுந்தரியுடன் முதலியார் ஓசூரிலிருந்து ராயக்கோட்டைக்குக் குடிபெயர்ந்த பின், அவளை அடிக்கடி பார்த்து வரவும் சுபதினங்களைக் காரணம் காட்டிப் பேத்தி மீனாவுடன் வீட்டிற்கு அழைத்துச் சீராட்டியனுப்பவும் தோதாகத் தெற்கிலிருந்து மேலேறி மருமகனிடமிருந்து சற்றே மரியாதைப்பட்ட விலகலுடனிருக்கும்படியாக கெலமங்கலத்திற்குக் குடிவந்துவிட்டிருந்த மாமனார் மாமியாரையும் அப்படியே தங்களூர்ப் பெண்ணான சிவகாமசுந்தரியையும் பார்க்கவரும் அவர்களுடைய உறவுக்காரர்களின் மூலமாகக் கேள்விப்பட்டதிலிருந்தும்,

அவருக்கு இருந்தது. அதனாலேயே ட்ரிஸ்ட்ராம் க்ரஹாமின் கண்களில் தன்னைக் கடந்த சண்டையில் திப்புவால் சிறைபிடிக்கப்பட்ட போர்க் கைதிகளில் ஒருவனாயும், உடன்படிக்கையின்பேரில் பின்பு விடுவிக்கப் பட்டவர்களுடன் திருப்பியனுப்பப்படாமல் தந்திரமாக, இறந்து போனவர்களின் கணக்கில் சேர்க்கப்பட்டு, சுல்தானுடனான ரகசிய பேரத்தின்பேரில் ஒற்றனாக இருக்க ஒப்புக்கொண்டு, ஆனால் பயிற்சி யின்மையால் சரியாக ஒற்றறியத்தெரியாமல் கொத்தவாலிடம் மாட்டிக் கொண்டுவிட்டவனாயும் காட்டிய, தொடர்ந்த அலைச்சல்களாலும் உடைமைகளோடு அடையாளங்களையும் பறிகொடுத்துவிட்ட கவலை யாலும், தேய்ந்துபோய்விட்டிருந்த, ஏற்கெனவே ஒடிசலான அதே திரேகத்துடனும், குழிவிழுந்துபோயிருந்த கண்களுடனும், ஐரோப்பிய உடலுக்கும் நிறத்திற்கும் உயரத்திற்கும் சற்றும் பொருந்திவராத கோமாளித்தனமான முரட்டு இந்திய உடைகளுடனும், மழை மெலிதாயும் பனி கடுமையாயும் தூறிக்கொண்டிருந்த நிசியில், மீனவிலாஸத்தின் கதவைத் தட்டியபோது அங்கும் தானொரு காட்டுமிராண்டியாகவோ அடிமையாகவோ கைதியாகவோ அகதியாகவோ பிச்சைக்காரனாகவோ கருதப்பட்டு வீட்டின் சொந்தக்காரரால் வெளியே விரட்டப்பட்டுவிடுவதை எதிர்பார்த்து, மனதளவில் அதற்கும் தன்னைத் தயார்ப்படுத்திக்கொண்டே யிருந்தானானாலும் பிச்சையா பிள்ளையின் பேரைச் சொன்னதற்கு மேல் அவனோர் ஆங்கிலேயன் என்கிற ஒற்றைக் காரணமே பல்குணம் முதலியார் அவனை முழுமனதோடு உள்ளே அனுமதிக்கவும், தூக்கச் சடவைப் பொருட்படுத்தாமல் அவன் ஆம்பூரில் தங்கிய கதையையும், க்ரஹாமைச் சந்தித்த கதையையும் (ஆம்பூர்த் தங்கலைப் பற்றிக் க்ரஹாமிடம்கூட முதலிலேயே சொல்லியிருந்தால் சில விரும்பத்தகாத கேள்விகளையும் அதற்கு, திரும்பத்திரும்பத் தன்னைப் பொய்யனாயும் பைத்தியக்காரனாயுமே க்ரஹாம்முன் வெளிப்படுத்திக்கொண்டிருந்த பதில்களையும் தவிர்த்திருக்கலாமோ என்று, அந்த நிகழ்ச்சிகளை முதலியாரிடம் சொல்லிக்கொண்டிருந்த சந்தர்ப்பத்தில்தான் ட்ரிஸ்ட்ராமும் யோசித்தான். ஆம்பூரில் தனக்கு நிகழ்ந்தவற்றின் மீது தனக்கே முழு நம்பிக்கை ஏற்பட்டிராத நிலையில் அதை உதவியாட்சியர் திருப்தியுறும்வகையில் விளக்கிச்சொல்லத் தன்னால் முடியாதென்று அப்போது அவனுக்குத் தோன்றியது. தன்னை ட்ரிஸ்ட்ராமென்றும், வில்லியம் பிட்டால் இந்தியாவில் கம்பெனிக் கணக்குகளை ஆயும் பொருட்டாக அனுப்பப்பட்ட சிறப்பு அலுவலர்களில் ஒருவன் என்றும் சான்றளிக்கும் காகிதங்களை அவர் கேட்கும்போது அது தான் மறைத்து விட்ட விஷயங்களைப் பிதுக்கி வெளியே கொண்டுவந்துவிடுமென்பதோடு, அதைக் கேள்விகள் மூலமாக வெளிக்கொணர்வதானது தன்மீது கூடுதல் சந்தேகத்தைத்தான் அவர் மனதில் வளர்க்குமென்பதையும் அவன் பதற்றத்தில் யோசிக்கவில்லை. துரதிர்ஷ்டவசமாக அப்படித்தான் நடந்தது. ஆம்பூர்க் கலவரம் க்ரஹாமின் காதுகளை ஏற்கெனவே எட்டியிருந்தது. மாதவராவின் படைகள் ஆங்கிலச் சிப்பாய்கள் அத்தனை பேரையுமே ஆம்பூருக்கு மேற்கே வரவொட்டாமல் கிழக்கு நோக்கியும், வடக்கே கைலாசகிரிப் பக்கமாயும் விரட்டிவிட்டார்களென்று கலவரத்தை நேரில் பார்த்த ஒரு ஜெஸூயிட் பாதிரியார் மறுநாள் விசாரணைக்காக

அனுப்பப்பட்டிருந்த அதிகாரிகளிடம் தெரிவித்திருந்ததால் ட்ரிஸ்ட்ராம் மட்டும் மெட்றாஸை நோக்கிப் போகாமல் வாணியம்பாடிக்கு வந்தா னென்கிற விஷயமே அவரைப் பெரிதும் ஆச்சரியத்திற்குள்ளாக்கிவிட்டது. இதனால் அவர் தலைமை அலுவலகத்திலிருந்து ட்ரிஸ்ட்ராமிடம் கொடுத்துவிடப்பட்டிருக்கக்கூடிய அறிமுகக் கடிதத்தைக் கேட்டேவிட்டார். ட்ரிஸ்ட்ராம் அதை விரட்டப்பட்ட படைகள் தன் பிற உடைமைகளுடன் சேர்த்துத் திரும்ப மெட்றாஸுக்கே கொண்டுபோயிருக்கலாமென்று பதில் சொன்னான். இந்தப் பதிலில் தொனித்த நிச்சயமின்மை அதற்குப் பிறகு தொடர்ந்து நடந்த சம்பாஷணைகளிலும் வெறுப்பு மற்றும் ஏளனத்தின் துர்வாடையை அதிகரிக்கச் செய்ததேயன்றி குறைக்க உதவவில்லை. ட்ரிஸ்ட்ராம் படைகளுடன் தங்கியிருக்கவில்லை யென்பதையும், மெட்றாஸிலிருந்து நான்கு நாட்கள் சேர்ந்தே பயணம் செய்த படையதிகாரியின் பெயரையே அவன் அறிந்திருக்கவில்லை யென்பதையும் (அதைவிட மோசம் இம்மானுவேல் என்று, ஒரு கீழ்நிலைச் சிப்பாயின் பெயரை அந்த அதிகாரியின் பெயருக்குப் பதிலாகத் தன் கூற்றின் நம்பகத்தன்மையை முன்னிறுத்தி அவன் பரிந்துரைத்தது) படைகள் முகாமிட்டிருந்த மைதானத்தைச் சுற்றியிருக்கும் ஆறேழு தெருக்களையும் சிதிலமடைந்துபோன ஒரு மண்கோட்டையையும் தவிர வேறு கட்டிடச் சிக்கல்களேயில்லாத ஆம்பூரின் எளிய தெருக்களில் அன்றிரவு ஆயுதங்கள் மோதிய ஒலியும், துப்பாக்கிகளின் வேட்டுச்சத்தமும், சிப்பாய்கள் ஆரவாரித்த ஓசையும், பார்வைக்கெட்டிய தொலைவிலேயே இருந்திருக்கச் சாத்தியமுள்ள ஒரு சத்திரத்தில் தங்கியிருந்த தன்னை எழுப்பவில்லையென்றும், உடைமைகள் தொலைந்துபோனது குறித்து உள்ளூர் காவல் அதிகாரிகளிடம் முறையீடு எதையும் பதிவு செய்து கொள்ளத் தனக்குத் தோன்றாமல் போய்விட்டது என்றும் அவன் சொன்னதையும் அவரால் நம்பவோ ஏற்றுக்கொள்ளவோ முடியாதிருந்தது. ட்ரிஸ்ட்ராம் வலுவில் வந்துநின்று பேசிக்கொண்டிருக்கும் இடம் அவனுடைய புத்திசாலித்தனத்தையோ நகைச்சுவையுணர்வையோ பரீட்சித்துப்பார்க்க விரும்பும்பட்சத்தில் மோசமான எதிர்வினைகளையே அவனுக்குப் பரிசளிக்கும் நரகமாக மாறக்கூடியதென்று சொல்லி அவர் அவனை எச்சரிக்கவாரம்பித்துவிட்டார். ஆனால் இந்த எச்சரிக்கையை அவரே மறந்து, அந்தச் சண்டையில் தன் மனைவி பங்குகொண்டிருந்தாள் எனவும் அவள்தான் தன்னைச் சன்னலைத் தாண்டி வெளியே வரத் தேவையில்லையென்று சொல்லியிருந்தாளெனவும், அதைக் கனவு என்று அவர் மறுக்க முயற்சித்தபோது, தான் அவர்முன் நின்றுகொண் டிருப்பதும் அவர் தன்னைக் கேள்வி கேட்டுக்கொண்டிருப்பதும்தான் யாரோ செய்கிற கற்பனையாய்த் தனக்குத் தோன்றுவதாகவும் ட்ரிஸ்ட்ராம் சொன்னபோது தன்னையுமறியாமல் உரக்கச் சிரித்துவிட்டார். பள்ளிகொண்டானில், கோப்பையொன்றிற்குள் செங்குத்தாக நிறுத்தப் பட்ட வாளின் மேல், ஏழு பகல் ஏழு இரவுகள் பத்தியத்துடனிருந்து அரைத்த வாகைப்பருப்பின் விழுதைத் தடவி, அதைச் சூரியவெளிச்சத்தில் காயவைத்து, அதிலிருந்து வழியும் எண்ணெயை மாங்கொட்டையில் தடவி தண்ணீர் நிறைக்கப்பட்ட மண்பானையில் போட்டுச் சில நிமிட நேரத்தில் ஒரு மாஞ்செடியை வரவழைத்துவிடுகிற ஒரு பிராமணனை

நீங்கள் வழியில் சந்தித்திருக்கிறீர்களென்று எனக்குத் தோன்றுகிறது. க்ரஹாமின் சிரிப்பும் இந்த நையாண்டியும் ட்ரிஸ்ட்ராமுக்கு அவர் மேல் பிரமாதமான கோபத்தை உண்டாக்கியது. ஆனால் அவன் அவருடைய அந்தச் செய்கை தனக்கு ஏனோ அவர் மேல் பரிதாபத்தைத் தான் வரவழைக்கிறதென்று ஆயாசத்துடன் சொல்லிவிட்டு, மேற்கொண்டு எங்கே செல்வது என்பதை யோசிக்காமலேயே, அவருடைய அலுவலகத்தை விட்டு வெளியேறத் தயாராகிவிட்டான். ஆனால் அதற்குள், அதிர்ஷ்ட வசமாக, அவனுடைய இந்தக் கோபமே, அதுவரையில் அவர்களிருவருடைய சம்பாஷணையை, கிருஷ்ணகிரியின் தென்புறம் க்ரஹாமோடு சேர்ந்து தன் கைப்பணத்தையும் செலவழித்துக் கட்டவிருந்த புதிய நகரத்தின் திருத்தப்பட்ட வரைபடத்தையும் அதன் செலவுத் திட்டங்களையும் பற்றி விவாதிப்பதற்காக வந்திருப்பதை மறந்துபோனவராய் அருகிலிருந்து கேட்டுக்கொண்டிருந்த திவான் லட்சுமணராவின் புத்தியில், நம்புதலுக்கும் நம்பாமைக்கும் அப்பாற்பட்டு, ட்ரிஸ்ட்ராம் பொய் சொல்லவில்லையென்கிற உணர்வைப் பொறிதட்டச் செய்துவிட்டது. அவர் க்ரஹாமிடம் என்ன யிருந்தாலும் வந்திருப்பவன் வெள்ளையினத்தவனென்பதையும், அவனே வலுவில் அவரைச் சந்திக்க வந்திருக்கிறானென்பதையும், அவன்மீது குற்றச்சாட்டுகளெதையும் யாரும் கூறவில்லையென்பதையும் எடுத்துக்கூறி அவனுடைய வாதங்களைச் சற்று பரிவுடன் அணுகும்படி அவரைக் கேட்டுக்கொண்டார். இதற்குப் பிறகுதான் ஓங்கியிருந்த க்ரஹாமின் குரல் தணிந்தது. அவரும் அவனைத் தான் நம்பவே விரும்புவதாயும், ஆனால் அவனுடைய பொருத்தமற்ற ஆடையலங்காரமும், நான்கு நாட்களாக மழிக்கப்படாத முகமும், விளங்கிக்கொள்ள முடியாத பேச்சும், மிரளும் விழிகளும் அந்த விருப்பத்தைச் செயல்படுத்த முடியாவண்ணம் தன்னைத் தடுப்பதாயும், என்றாலும் மைசூர் உடையார் வம்சம் தொடங்கி அன்றுவரை, நிர்வாகத் துறையில் பழம் தின்று விதை போட்ட, பிஜப்பூர் ஷெரிஸ்தார் கிருஷ்ணராவின் வாரிசான லட்சுமணராவின் கணிப்பில் தவறிருக்க முடியாதென்பதாலேயே நம்ப அரிதான அவன் கதையை உண்மையென்று எடுத்துக்கொள்வதாயும் கூறிவிட்டு, ஆம்பூர் கலவரத்தைப் பற்றி அவருடைய அலுவலகம் சேகரித்துத் தயார் செய்திருக்கும் விவர அறிக்கைகளைச் சமர்ப்பிப்பதற்காக அன்று மாலை திருப்பத்தூருக்கும் அங்கிருந்து பிறகு மெட்ராஸுக்கும் புறப்படவிருக்கும் அஞ்சல் சிப்பந்தி திரும்பிவரும்போது அவனைப் பற்றின விவரங்களுடன் அறிமுகக் கடிதத்தின் நகலையோ அல்லது புதிய கடிதமொன்றையோ கோட்டையிலிருந்து பெற்றுவரத் தானே ஏற்பாடு செய்வதாயும், பத்து நாட்களுக்குப் பிறகு அவன் தன்னை வந்து பார்க்கலாமென்றும், சொன்னவை உண்மையாயிருக்கும்பட்சத்தில் அவனுடைய பணியாணை அன்றே அவனுக்கு வழங்கப்படுமென்றும் அறிவித்தார். பிறகு அவரே, பணிக்காலமும் அதற்கான ஊதியமும் விரயமாகாமலிருக்க ஒரு யோசனையையும் முன்வைத்தார். அதன்படி, ட்ரிஸ்ட்ராமைப் பற்றின விவரங்கள் கைக்குக் கிடைத்து அவற்றின் மேல் அவர் செயல்படத் தொடங்கும்வரையில், அவன் விரும்பினால், புதிய நகரத்தின் கட்டுமானப் பணிகளுக்காகவும் வடிவமைப்பு ஆலோசனைகளுக்காகவும், சர்க்கரையாலை மற்றும் பட்டுப்புழு சேகரிப்பு

மையங்களை நிறுவும் பணிக்காகத் தளபதி ரீடால் மேற்கிந்தியத் தீவுகளிலிருந்தும் வங்காளத்திலிருந்தும் திருப்பத்தூருக்கு வரவழைக்கப் பட்டிருக்கிற நிபுணர்களுடன் சேர்த்து கிருஷ்ணகிரிக்கும் தருவிக்கப் பட்டிருக்கிற பொறியியலாளர்களுடனும் மேற்பார்வையாளர்களுடனும் இணைந்து நிர்மாணப் பணிகளில் பங்குகொண்டு புத்தியும் படிப்பும் துருப்பிடித்துப்போய்விடாமல் சாணை தீட்டிக்கொண்டிருக்கலாம், ஆனால் இதற்கு அதிகாரபூர்வமான பணியாணையையோ சம்பளத்தையோ, குறுகியகால ஒப்பந்தப்பணி என்பதுகூட அவனுடைய பிரதானப் பணியாணையின் க்ஷரத்துக்களை முறித்துவிடக்கூடுமென்பதால், அவரால் தர முடியாது, இந்த ஏற்பாட்டில் அவனுக்கு விருப்பமில்லை யென்றால் கிருஷ்ணகிரியில் தங்கிப் பொழுதை வீணடித்துக்கொண்டிராமல் நேரே அவனுடைய பணியிடமாகவிருக்கிற ராயக்கோட்டைக்கே போய் விடலாம், ஆணை வந்துசேர்ந்தவுடனேயே பணியில் சேர்ந்துகொள்ளவும், க்ரஹாமை அவன் சந்தித்த நாளிலிருந்து அந்த நாள்வரையிலான காலத்தைப் பணிக்கால விடுப்பாகக் கோப்புகளில் பதிந்துகொள்ளவும் வசதியாக அங்கேயே அவனுடைய சொந்தப் பொறுப்பில் (அதற்கும் க்ரஹாமால் சிபாரிசுக் கடிதமெதையும், ட்ரிஸ்ட்ராம் உண்மையில் யாரென்பதில் அவருக்கு இன்னும் உறுதியேற்படவில்லையென்பதால், தர முடியாது) தங்க ஏற்பாடுகளைச் செய்துகொள்ள வேண்டியது, மெட்ராஸிலிருந்து அதற்குள் சான்றுகள் வந்துசேர்ந்துவிட்டால் அவனுடைய பணியாணையைப் பின்தேதியிலேயே கையெழுத்திட்டு அதை ராயக்கோட்டை பட்டேலின் அலுவலகத்திற்கு அனுப்பிவைக்க க்ரஹாமே தனிப்பட்ட முறையில் ஏற்பாடு செய்துவிடுவார், இதற்குள் ட்ரிஸ்ட்ராம் உள்ளூர்க் குடிகளுடன் நன்கு பழகி ஓர் அனுகூலமான வேலைச் சூழலை உருவாக்கிக்கொள்ளவும் இது உதவும், இதில் எதுவும் நடக்கவில்லையென்றால் ராயக்கோட்டைக்குக் கிழக்கே மறுபடி திரும்பிவராமல், மேற்கே சின்னாற்றைக் கடந்து, அதன் அக்கரையில் துவங்கிவிடும் திப்பு சுல்தானின் ராஜ்ஜியமான டெங்கனிக்கோட்டைக்குள் நுழைந்து அவன் தன் தலையைக் காப்பாற்றிக்கொண்டுவிட வேண்டியது, ஆங்கிலேயன் என்கிற ஒரே காரணத்திற்காகவும் திவானின் பரிந்துரையின்பேரிலுமே அவனுக்கு இந்தச் சந்தர்ப்பமளிக்கப்படுகிறது. க்ரஹாமின் பழிப்புரைகளைக்காட்டிலும் அவருடைய இரக்கமும் ஏளனமுமே ட்ரிஸ்ட்ராமை, தன்னை ஒரு பிச்சைக்காரனைப் போல உணரச் செய்ததால் அவன் ராயக்கோட்டை சென்று பணியாணைக்காகக் காத்திருக்கவே தான் விரும்புவதாகச் சொல்லிவிட்டு, லட்சுமணராவின் அறிவுரையின்பேரில் தன் உடைமைகளைத் தேடித் தரும்படி மாவட்ட நீதிபதிக்கு முகவரியிட்ட விண்ணப்பக் கடிதமொன்றையும் சம்பிரதாயமாக எழுதி அதை அவர் கைகளிலேயே ஒப்படைத்துவிட்டு வெளியேறினான். அதன் சுற்றுச்சுவருக்கு வெளியே குப்பைப்புல்லை மேய்ந்துகொண்டிருந்த மட்டக் குதிரையின் கடிவாளத்தைக் கையில் பிடித்தபடி அவனுக்காகக் காத்துக்கொண்டிருந்த பிச்சையா பிள்ளை மேற்கொண்டு அவனுடன் ராயக்கோட்டைவரை துணையாக வரவோ ஓர் அநாமதேயனாகவே அவன் அங்கே சில நாட்களைக் கழிக்க வேண்டியிருக்கிற நிலையில் வேற்று மனிதர்களுடன் அவனுக்குப் பரிச்சயம் ஏற்படும்வரையில்

அவனுடன் தங்கியிருக்கவோ இயலாத நிலையிலிருந்ததால் அதற்குப் பதிலாகப் பல்குணம் முதலியாரின் பெயரை அவனுக்குக் கையளித்தார்). அனுதாபத்தோடு கேட்டுக்கொண்டிருக்கவும், மறுநாள் காலையில் கெங்கம்மாவை அவனுடைய அறைக்கு அனுப்பிவைக்கவும் போதுமான தாக இருந்தது. அது ஓர் அசந்தர்ப்பவசமான சம்பவமாக நிகழ்ந்துபோன பிறகு வேறொரு ஹாஜம் வந்து வேலை செய்கிறானா இல்லையா என்பதே தெரியாதபடி வெண்ணையை வழிப்பதைப் போல ட்ரிஸ்ட்ராமின் முகத்தை மழித்துவிட்டுப் போனானென்றாலும் முதலியார் கெங்கம்மாவை ட்ரிஸ்ட்ராமை விட்டு விலக்கவில்லை. அதை விகல்பமாக நினைத்துக் கொள்ள வேண்டாமென்றும் தன்னுடைய பணியாட்களிலேயே அதிக நம்பிக்கைக்குரியவளும் விருந்தினர்களின் தேவைகளைத் தன் நெற்றித் திலகத்தைப் போல அறிந்தவளும் தன் மனைவிக்கு வலக்கையைப் போன்றவளும் செல்ல மகளின் தோழியுமான அவளைக் கொண்டு அவனைக் கவனித்துக்கொள்ளச் செய்வதுதான் தன் மனதிற்குத் திருப்தியைத் தருமென்றும் சொன்ன அவர் அவளுடைய பணியாற்றும் திறமையை விரைவிலேயே ட்ரிஸ்ட்ராம் தெரிந்துகொள்வான் என்றும் உறுதி கூறினார்.

கெங்கம்மா

முதலியார் கெங்கம்மாவைப் பற்றிச் சொன்னது உண்மைதான். ஆனால் அவளுடைய பணித் திறமையென்பது ஒளிவிடங்களைத் தேடித் தன்னைத் துரத்துமளவிற்கு அத்தனை குரூரமாக இருக்குமென்று ட்ரிஸ்ட்ராம்தான் எதிர்பார்க்க வில்லை. ரதமாக அலங்கரிக்கப்பட்டவொரு கூண்டுவண்டியில் எந்நேரமும் பயணித்துக்கொண்டிருப்பதான கற்பனையும், அற்புத வெண்புரவியாக சத்யபாமா பார்வையின் வெளியில் பறந்து திரிந்துகொண்டேயிருக்கும் காட்சியும் தன் விழிப்படலத்தின் மேற்பரப்பிலேயே நிரந்தரமாகத் தங்கிவிட்டதென்கிற பிரமையிலும் அதை இடையூறின்றித் தொடர்ந்து பார்த்துக்கொண்டேயிருக்க வேண்டுமென்கிற மட்டுமீறிய தவிப்பிலும் மீனவிலாஸத்திற்குள் நுழைந்த ஆரம்ப நாட்களில் ட்ரிஸ்ட்ராம் எந்த அளவிற்கு மூர்க்கமாகத் தன்னைப் பிறர் பார்க்கும் வாய்ப்புகளைத் தவிர்த்துவிட வேண்டுமென்று முயற்சி செய்தானோ அதே அளவிற்கு மூர்க்கத்துடன், மேல் சாதிக்காரர்களால் குட்டி என்று விகாரமாயும், முதலியாருடைய பங்காளிகளால் அவருடைய பணப்பெட்டியின் தங்கச்சாவியென்று ரகசியமாயும், அவருடைய நண்பரும் நாற்பத்தெட்டு வயதைத் தாண்டிக்கொண்டிருந்தவருமான வால்டன் ஷெஸ்லரால் கறவைப்பசு என்று விரசமாயும் அழைக்கப்பட்ட அந்தப் பணிப்பெண், சவரக்கத்தியுடன் தோன்றிய அந்தக் காலை நேரத்திற்குப் பிறகு அழைக்காமல் ட்ரிஸ்ட்ராமின்முன் ஒருபோதும் வந்து நிற்கவில்லையென்றாலும், எசமானரின் கட்டளைப்படி தொலைவிலிருந்தே தன் பார்வையால் அவனுடைய அசைவுகளை விடாமல் தொடர்ந்துகொண்டே யிருந்ததன் மூலம் அவனுடைய தனிமையைச் சிதறடித்து அவனை அவன் கற்பனைகளோடு சேர்த்தே தன் விழிகள் உருவாக்கும் காட்சியாக மாற்றியமைத்துக்கொண்டிருந்தாள்.

ட்ரிஸ்ட்ராம் மீனவிலாஸத்திற்குள் நுழைந்த சமயத்தில் அவருடைய மனைவி தன் மகளுடன் கெலமங்கலம் இரட்டைச்சாமி கோயில் கொடையில் கலந்துகொள்வதற்காக அங்கேயிருந்த தன்னுடைய பெற்றோர் வீட்டிற்குச் சென்றிருந்தாள். இருவரும் ராயக்கோட்டைக்குத் திரும்பச் சில நாட்களாகுமென்பதை முதலியார் மூலமாயும், அதுவரை தனியே இருக்கும் முதலியாருடைய உணவுத் தேவைகளைப் பல வருடங்களாக வீட்டோடேயே இருக்கும் ஒரு பேரிளம்பருவத்து பிராமண விதவை கவனித்துக்கொள்வாளென்பதைத் தனக்கு முகம் மழிக்க வாரமிருமுறை வந்துபோய்க்கொண்டிருந்த ஹாஜமின் மூலமாயும் ட்ரிஸ்ட்ராம் கேள்விப்பட்டான். ஸ்ரீரங்கப்பட்டணத்தைப் பூர்வீகமாகக் கொண்ட அந்த அம்மணியே ட்ரிஸ்ட்ராமுக்கான உணவையும் இரவுப் பாலையும், மைசூர்ப் பீடபூமியின் பிரத்யேகமான விஷப்பனியிலும் தொற்று நோயைக் கொண்டுவரும் மழைக்காலத்தின் ஈரடியிலும் நனைந்து சிலவேளைகளில் அவன் கடும் உடல்நோவால் அவதிப்பட நேர்ந்த போதெல்லாம் சுக்கும் வேப்பம்பூவும் பனைவெல்லமும் கலந்த கஷாய வகைகளையும் தயாரித்து அவற்றைப் புழக்கடையிலிருந்த அம்மியின் மேல் வைத்துவிட்டு, கூடவே அங்கிருந்த வெண்கலக் குவளையைத் தன் கையிலிருந்த உத்தரிணியால் இரண்டுமுறை தட்டி கெங்கம்மாவிற்கு அதை அறிவித்துவிட்டுத் தன்னை அவள் பார்வையிலிருந்து மறைத்துக் கொண்டுவிடும் பொறுப்பையும் எடுத்துக்கொண்டிருந்தாள். (மநுவின் நிர்தாட்சண்யமான விதிகளை நார்மடிப் புடவையாக நெய்து முண்டகம் செய்யப்பட்ட தன் தலையின் மேல் போர்த்துக்கொண்டிருந்த இந்தப் பெண்மணி இருண்ட உக்கிராண அறையையும் புழக்கடைத் தோட்டத்தையும் தாண்டி வேறெங்கும் நடமாடித் தன்னுடைய வைதவ்யத்திற்குப் பங்கம் விளைவித்துக்கொள்ள அஞ்சியதால் அவளை அவளுடைய சுவை மிகுந்த சமையலாலும் அதை மீனவிலாஸத்திற்கு வரும்போதெல்லாம் வஞ்சகமில்லாமல் வாய் நிறைய, அவள் காதுகள் கேட்கும்படி உரக்கப் புகழ்ந்துகொண்டேயிருந்த வால்டன் ஷெஸ்லரின் வார்த்தைகளாலுமல்லாமல் நேரடியாகத் தன் கண்களால் ட்ரிஸ்ட்ராம் கடைசிவரை சந்திக்கவேயில்லை). பெண்கள் நடமாட்டமில்லாத வீட்டிற்குள் முதலியாருடன் அளவளாவிக்கொண்டிருக்கும் சாக்கில் கூச்சமின்றி சற்றே சுதந்திரமாக நுழையவும் புழங்கவும், எனவே, ட்ரிஸ்ட்ராமுக்குத் தெரிவிக்கப்படாத அனுமதி கிடைத்திருந்தது. ஆனால் மீனவிலாஸத்தின் ஈரடுக்கு மாளிகை, அதன் விஸ்தாரமான கூடம், பக்க அறைகள், வருடங்களாகிப்போன ராகிச் சேமிப்பு வெளிப்படுத்திக்கொண்டேயிருக்கும் கரியயீருயிரகையாவியைச் சாந்தப்படுத்தவென்று ஏற்றப்பட்ட திரிகள் தொடர்ந்து எரிந்துகொண்டேயிருந்த பிரம்மாண்டமான பாதாளக் குதிர்கள், ஆவிகளின் இடையூறில்லாத வாசத்திற்காகவென்றே பெயரெழுதி சாணமும் மஞ்சளும் கலந்த கலவையால் வரைந்த முகங்கள் தொங்கும் முகப்புடன் பூட்டப்பட்டுப் புழக்கம் நிறுத்தப்பட்டிருந்த மூதாதையர்களின் ஓரிரு இருண்ட அறைகள், மரப்படிக்கட்டுகள் அழைத்துச்சென்று மந்திரப்பெட்டியை விரிப்பதுபோல சுவடிக்கட்டுகள், கணக்கு நோட்டுகள், வேட்டைத் துப்பாக்கி, மற்றும் தைப்புத் தேவைப்படும் பிரிச்சவுக்கு ஆகியவற்றுடன் விரித்துக்காட்டிய முதலியாரின் மாடியறை,

சாம்பிராணி வாசனையின் சுகமான போதைக்குள்ளும் மதியப் பனிக்கு இதமாகச் சாணக் கதகதப்பினுள்ளும் தங்களை அமிழ்த்தியபடி அசைபோட்டுக்கொண்டிருந்த எண்ணத் தொலையாத மாடுகளைக் கொண்ட பின்புறத் தொழுவம், பெரிய அறைகளின் அளவிலிருந்த பின்கட்டு வெந்நீரடுப்புகள் சதா பெய்துகொண்டேயிருந்த பனியின் சில்லிப்பில் குளிர்ந்து நமர்த்துப்போய்விடாவண்ணம் அவற்றினுள் செருகப்பட்டுக்கொண்டேயிருந்த விறகுகள் கக்கிய, கண்களைக் கரிக்கச்செய்யும் புகைக்குள் மாயக்காட்சியைப் போல தோன்றியும் அமிழ்ந்தும், சேற்றுப்புண்ணும் பித்தவெடிப்பும் பாளமாக்கி வைத்திருந்த பாதங்களுடன் பணியாட்கள் நடமாடிக்கொண்டிருந்த ஈரவெளி என்று எங்கே, நாளின் எந்தப் பொழுதில், காலடியெடுத்துவைத்தாலும் வைத்த கணத்தில் அங்கே அவனுக்கு முன்பே, அவற்றில் பாதியிடங்களில், பறைச் சாதியினள் என்பதால் புழங்க அனுமதிக்கப்படாத, கெங்கம்மாவின் பார்வை அவனை எதிர்பார்த்துக் காத்துக்கொண்டிருந்தது. மட்டுமல்லாமல் அவன் அந்த இடங்களை அடைந்த கணத்தில் புயலின் கண்ணைப் போல சுருங்கிச் சுழன்று அவன் செல்லவிருக்கும் அடுத்த இடத்தை நோக்கி நகர்ந்துகொண்டேயுமிருந்தது. தன் கால்களின் உத்தேசப் போக்கிடம் தனக்கு முன்பே அவளுக்குத் தெரிந்துவிடுகிறது என்பது ட்ரிஸ்ட்ராமுக்கு முதலில் கெங்கம்மாவின் சூட்சும உணர்வின் மீதான ஆச்சரியத்தை மட்டுமே கொடுத்துக்கொண்டிருந்தது. ஆனால் போகப் போக பூட்டிய அறைக்குள் மட்டுமல்லாது (அறைக்கான மாற்றுச்சாவி யெதையும், முதலியார் கெங்கம்மாவிடம் கொடுத்து வைத்திருக்கவில்லை யென்பதைச் சுற்றிவளைத்து விசாரித்துத் தெரிந்துகொண்ட பின்) யோசனைகளுக்குள்ளும்கூட அவளுடைய நடமாட்டம் துணிச்சலுடன் பகிரங்கமாயும் பதிவாகிக் கொண்டிருந்ததைக் கண்டபோது அவனுடைய ஆச்சரியம் மிரட்சியாக வளர்ந்து அவனைப் பெரிதும் நிம்மதியிழக்கச் செய்துவிட்டது. ராயக்கோட்டை மண்ணையும், அங்கேயே பல வருடங் களாகத் தங்கிவிட்டிருந்த கம்பெனிச் சிப்பாய்கள், சிப்பந்திகள், மதகொண்டப்பள்ளி தேவாலயத்தைச் சேர்ந்த ஓரிரண்டு போர்ச்சுக்கீசிய மேற்றிராணியார்கள் மற்றும் அதிமேற்றிராணியார்கள் ஆகியோரையும் பழகிக்கொள்வதற்காக ஊருக்குள்ளும், தன்னுடைய உடைமைகள் மற்றும் பணியாணை சம்பந்தமாக க்ரஹாமைப் பார்ப்பதற்காக (முக்கியமாகத் தானோர் ஒற்றனில்லையென்பதைத் தன் இருப்பின் மூலமாக அவருக்குத் தெரிவிப்பதற்காக. ஆனால் துரதிர்ஷ்டவசமாக அதற்குள் இங்கிலாந்திற்குக் கிளம்பிப்போய்விட்ட கார்ன்வாலீஸின் இடத்தில் புதிய ஆளுநராக நியமிக்கப்பட்டுவிட்ட ஹோபர்ட் ராபர்ட் கோமகனின் அலுவலகம் முந்தைய நிர்வாக அமைப்பின் பல அங்கத்தினர் களையும் ஊழியர்களையும் இடமாற்றம் என்கிற பெயரில் உள்ளேயும் வெளியேயுமாகப் புரட்டிவிட்டிருந்ததில் ட்ரிஸ்ட்ராமினுடைய கோப்புகள் அதற்கு மேல் முக்கியத்துவம் பெற்றுவிட்ட வேறுபல பிரச்சினைகளினடியில் அமிழ்ந்துபோய்விட்டிருந்தன. என்றாலும், தணிக்கையாண்டு நெருங்கிக் கொண்டிருக்கிற நிலையில் எப்படியும் பாரமஹாலின் முதலாமாண்டு இருப்புநிலையறிக்கை தயாரிக்கப்பட்டேயாக வேண்டுமென்பதும் அப்போது ராயக்கோட்டைக்காக நியமிக்கப்பட்ட அலுவலரின் விஷயம்

கோட்டையின் கவனத்திற்கு வராமல் போய்விடாது என்பதும் திவான் லட்சுமணராவின் அனுமானமாக இருந்தது.) கிருஷ்ணகிரிக்கும் அவன் சென்றுவிட்டு அறைக்குத் திரும்பும்போதெல்லாம் மாலைக் குளியலுக்கான வெந்நீர் குளியலறையில் அவனுக்கு உவப்பான பதத்தில் கலந்து வைக்கப்பட்டிருந்தது. மேலும் இது தான் அபரிமிதமாய் வியர்த்தும் சோர்ந்தும் போயிருப்பதாக அவன் வழியில் நினைத்துக்கொள்ளும் தருணங்களில் மட்டுமே நிகழ்வதாயும் இருந்தது. இதற்கு மேல், நீராடி முடித்து வெளியே வரும்போது, உட்புறம் தாழிட்ட அறையினுள், படுக்கையின் மேல் தயாராக வைக்கப்பட்டிருக்கும் சலவை செய்யப்பட்ட மாற்றுடைகளும் (முதலியாருடையவை) இரவு கழிப்பறைக்குச் சென்று வரும்போது படுக்கையினருகே காத்துக்கொண்டிருக்கும், விதவையின் யவ்வனக் கனவுகள் கரைந்த, சூடான தொழுவத்துப் பாலுமோவெனில் சுடுநீர் மாயத்தைச் சாதாரணமாக்கிக்கொண்டிருந்தன. உறக்கத்தில் அவனையறியாமலேயே அவனுடல் குளிரை உணரும் நேரங்களில் வேம்பு மணமடிக்கும் முரட்டுக் கம்பளிப்போர்வை அவன் மேல் கவிழ்ந்து கதகதப்பாக அணைத்துக்கொண்டது. இதையும் தன் கைகள் செய்யவில்லையென்பது நிச்சயமான பின் ட்ரிஸ்ட்ராம் குளியலறைக்குள் நிர்வாணமாகக் குளிக்கும் வீட்டுப் பழக்கத்தைக் கைவிட்டுவிட்டு முதலியார் கிணற்றடியில் நீராடுவதைப் போல லங்கோட்டை அவிழ்க்காமலே குளிக்கத் தொடங்கினான். அதுவோ சரியாக உடலைச் சுத்தம் செய்துகொண்ட திருப்தியைத் தராமல் நாள் முழுக்கப் புழுக்க உணர்வையும் மனச்சோர்வையும் தூண்டிக்கொண்டேயிருந்தது. மொத்தத்தில், கண்காணிக்கப்பட வேண்டிய ஒரு திருடனைப் போல தான் நடத்தப்படுவதான ஓர் எண்ணத்தையே கெங்கம்மாவினுடைய உறுத்தும் பணிவிடைகள் ட்ரிஸ்ட்ராமின் மனதில் எழுப்பின. மேலும் அவை வாணியம்பாடி வீட்டின் உள்ளடங்கிய, அற்புதமான விருந்தோம்பலை முரண் நிலையில் நினைவூட்டி, தொடர்ந்து அதன் நாயகியான அழகுதேவதையின் ஞாபகங்களையும் வேட்கையையும் பெருகச்செய்து அவனை அடிக்கடி நிலைகுத்திய கண்களுடன், பார்ப்பவர் களின் நமுட்டுச் சிரிப்புடன்கூடிய தலையீடு தேவைப்படும்வண்ணம், நின்றவிடத்திலேயே உறைந்துபோகச் செய்துகொண்டிருந்தன. தன் கண்களுக்கு மட்டுமே புலப்படுவதாக நினைத்துக்கொண்டிருக்கிற சத்யபாமாவின் உருவெளித் தோற்றத்தை கெங்கம்மா தன் பார்வையால் தூலமாகப் பிடித்துவிடப்போகிறாள் என்றெண்ணி ட்ரிஸ்ட்ராம் பதற்றமடைந்தான். இந்தப் பதற்றத்தைக் குறைத்துக்கொள்வதற்காக அவன் மனிதர்களின் முதுகுகளைத் தன் ஒளிவிடமாகத் தேடியலைய ஆரம்பித்தபோது பல்குணம் முதலியார் அங்கும் அவனுக்கு உதவுவதாக எண்ணிக்கொண்டு வால்டன் ஷெஸ்லரென்கிற உபத்திரவத்தை அவனுடன் இறுகப் பிணைத்துவிட்டார். கிழக்கிந்தியக் கம்பெனி திப்பு சுல்தானிடமிருந்து கைப்பற்றிய ராயக்கோட்டை தானியக் கிடங்கின் மேற்பார்வையாளரென்றும் ஆறேழு வருடங்களாகத் தன்னுடைய நண்பரென்றும் ட்ரிஸ்ட்ராம் மீனவிலாஸத்திற்கு வந்த இரண்டாம் நாளே முதலியாரால் அறிமுகப்படுத்தப்பட்ட அந்தச் சுயப்பிரதாபக்காரரை ட்ரிஸ்ட்ராம் கெங்கம்மாவின் பார்வையை ஒரு சிறையாக உணரும்வரை

பழக அருகதையுள்ள மனிதராகவே நினைக்கவில்லை. பதினோரு வருடங்களுக்கு முன் ஹைதரலியை எதிர்கொள்ளவென்றே நார்மன் மெக்லியாட்டின் தலைமையில் அனுப்பப்பட்ட ஸ்காட்லாந்து மேட்டுநில ராணுவத்தின் நாற்பத்திரண்டாவது படைப்பிரிவின் இரண்டாவது சிப்பாய் வரிசையின் பன்னிரண்டு அணுக்க முதன்மையர்களில் ஒருவராக இந்தியாவிற்கு வந்துசேர்ந்த இந்த ஷெஸ்லர் இரண்டு வருடங்களுக்குப் பின், அதாவது அலியின் இறப்பிற்குப் பிறகு, அவருடைய பொக்கிஷங்களை யெல்லாம் கொள்ளையிடுவதற்காக பம்பாய் ஆட்சி மன்றத்தின் உத்தரவின்பேரில் பெத்தனூர் மலைக்கோட்டையில் திப்பு சுல்தானோடு தளபதி மேத்யூ வேண்டாவெறுப்பாக நடத்திய போரில் பங்குகொண்டு சுல்தானால் தந்திரமாகச் சிறைப்பிடிக்கப்பட்டு என்றென்றைக்குமாகக் காணாமற் போனவர்களென்று கம்பெனி முடிவுசெய்துவிட்டிருந்தவர்களில் ஒருவர். பெத்தனூர்க் கோட்டைக்குள் எலிகளையும் தவளைகளையும் காலணிகளையும் சாப்பிட நிர்பந்திக்கப்பட்டதையும் இறந்துபோன சகாக்களின் உடல்கள் அழுகிப்போகும் முன் உயிரோடிருந்தவர்கள் ரகசியமாகப் பிணங்களிலிருந்து கொஞ்சம் சதைகளை அறுத்து எடுத்து வைத்துக்கொண்டதையும் அவர் கதையாகச் சொன்னபோது ட்ரிஸ்ட்ராமின் ரோமங்கள் குத்திட்டு நின்றதென்னவோ உண்மைதான். ஆனால் மூன்று வருடங்களுக்குப் பின் பெத்தனூரிலிருந்து சீரங்கப் பட்டணம் சிறைக்குக் கொண்டுவரப்பட்ட அவர் அங்கிருந்த சிறைக் காவலாளியை எப்படியோ நட்பாக்கிக்கொண்டு இறந்த உடல் ஒன்றைத் தன் பெயரில் கணக்கெழுத ஏற்பாடுசெய்துவிட்டு பெத்தனூர்ப் பயங்கரங் களின் எஞ்சிய ஒரே சாட்சியாகத் தப்பித்து மெட்றாஸ் வந்துசேர்ந்த தன்னுடைய சாமர்த்தியத்தை மெச்சவோ அப்போது திட்டமிடப்பட்டுக் கொண்டிருந்த போரில் தன்னைத் தளபதியாக நியமித்து திப்புவின் மீதான தன்னுடைய கோபத்தைச் சரியான வழியில் உபயோகப்படுத்திக் கொள்ளவோ சமர்த்தில்லாமல் எலியைத் தின்ற உடலின் ஆரோக்கியம் பற்றின சந்தேகத்தில் தானியக் கிடங்குக் காப்பாளராகத் தன்னைத் தள்ளிவிட்ட கம்பெனியின் நன்றி மறந்த செயலின் மீதான கண்டனங்களே அவருடனான உரையாடலின் பெரும்பகுதியை ஆக்கிரமித்துக் கொண்டிருந்ததால், ஆனால் ராயக்கோட்டை அதன் துர்க்கத்தின் உச்சியில் இருக்கும் இரண்டு சுனைகளுக்குள் மறைத்துவைக்கப் பட்டிருப்பதாகச் சொல்லப்படும் ராயர் வம்சத்துப் பொக்கிஷங்களைப் பற்றிக் கேள்விப்பட்டு அதை அடைவதற்காகவே தன் போர்த் தியாகங் களை முன்வைத்தும் பெத்தனூர் சண்டை சம்பந்தப்பட்ட கோப்புகளை மூடிவைத்து மூன்று வருடங்களுக்குப் பிறகு தன்னுடைய திடீர்ப் பிரசன்னம் அதில் சமர்ப்பிக்கப்பட்ட விவரங்களின் மீது லீடன்ஹால் இயக்குநர் மன்றத்திற்குப் பிடிவாதமான சந்தேகங்களை எழுப்பிவிடுமோ என்று கையைப் பிசைந்துகொண்டிருந்த கம்பெனி நிர்வாகத்தின் திகைப்பைப் பயன்படுத்திக்கொண்டும் ஷெஸ்லரே வற்புறுத்திக் கேட்டு வாங்கிக்கொண்ட பணியிடமென்று பின்பு ட்ரிஸ்ட்ராம் சந்தித்துப் பேசிய சில கம்பெனிச் சிப்பந்திகள் மூலமாகக் கேள்விப்பட்டதால், மேலும், ஷெஸ்லரே தன் வாயால் கிறிஸ்து அல்லது தாய்மண்ணின் மீதான விசுவாசத்தாலோ அல்லது விருப்பப்பட்டோ தான் படையில்

சேரவில்லையென்றும், மனைவியின் வருடக்கணக்கான காசநோயும் இரண்டு தறுதலை மகன்களின் ஊதாரித்தனமான செலவுகளும் பெண் மற்றும் குடிப்பழக்கத்தால் தான் உருவாக்கிவிட்டிருந்த கடன்காரர்களை எதிர்கொண்டாக வேண்டிய கட்டாயமும் ஏழ்மையுமே ஸ்காட்லாந்து இராணுவ அமைப்பில் புரையோடிப்போயிருந்த கையூட்டுப் பழக்கத்தை உபயோகப்படுத்திக்கொண்டு ஓர் அணுக்க முதன்மையராகப் புகுந்து கொள்ளத் தன்னை நிர்பந்தித்தது என்றும், பணமொன்றே தன் வாழ்வின் இலட்சியம் என்றும் குடிபோதையில் உளறிக்கொட்டியதால், பேசக் கிடைத்த இரண்டு சந்தர்ப்பங்களுக்குள்ளாகவே ட்ரிஸ்ட்ராம் அவரைக் கேட்டுக்கொண்டிருப்பதில் அருவருப்பும் சோர்வும் அடைந்துபோனான். இதற்கப்பாலும் அவன் அவரைச் சந்திக்க பிற்பகல் நேரங்களில் துர்க்கத்தின் மேற்குப்புற அடிவாரத்தில் அமைந்திருந்த ஆங்கிலேயக் குடியிருப்பிற்குத் தினசரி சென்றுவந்தானென்றால், வாரம் ஒருமுறை ராயக்கோட்டைக்கு வரும் தபால் சிப்பந்தி மூலமாக மெட்ராஸிலிருந்து ஷெஸ்லர் தருவித்து, சேர்த்து, நேர்த்தியாகத் தைத்தும் வைத்திருந்த மெட்றாஸ் கூரியர் செய்திப் பத்திரிக்கையின் தொகுப்புகளே அதற்குக் காரணம் என்று அவன் வெளியில் சொல்லிக்கொண்டிருந்தாலும், கெங்கம்மா மட்டுமே உண்மையான காரணம். உபசாரம் என்கிற பெயரில் தன் மேல் செலுத்தப்படும் அவளுடைய அடக்குமுறையைப் பொறுத்துக்கொள்ள முடியாமல், குரலையும் உயர்த்த முடியாத தன் கையறுநிலையை நொந்துகொண்டே அவன் தயங்கித்தயங்கி, தன்பொருட்டாக கெங்கம்மா மேற்கொள்ளும் சிரமங்கள் அதிகமென்று ஓரிருமுறை விநயமாகச் சொன்னபோதுகூட அந்தப் பெண், அவனுடைய இறைஞ்சல் தன் எசமானின் ஆணையாக ஒலிவடிவம் பெறும்வரையில் தன்னை அவன் பொறுத்துக்கொண்டுதான் ஆக வேண்டுமென்று பணிவுடனேயே தெரிவித்துவிட்டாள்.

வாஸ்தவத்தில், கெங்கம்மாவிற்குமே பொதுவாகப் பறங்கியர்களைப் பரவசமடைய வைக்கும் தன்னுடைய பணிவிடைகள் இந்த மனிதனை மட்டும் ஏன் பதற்றமடையச் செய்கின்றன என்பது புரியத்தான் இல்லை. அவளுமே, எப்போதும் சலிப்பான மனநிலையை வெளிப்படுத்தும், எதிலும் ஈடுபாடில்லாத அந்த விருந்தாளியைக் கவனித்துக்கொள்ளும் ஆயாசமான பணியிலிருந்து முதலியார் தன்னை விடுவித்துவிட்டால் பரவாயில்லையென்றும், அல்லது அவனே சீக்கிரம் வீட்டைக் காலிசெய்துகொண்டு வேறு இடத்திற்குப் போய்விட்டால் நல்லதென்றும் பாலேஸ்வரியம்மனை வேண்டிக்கொள்கிற நிலையில்தான் இருந்தாள். கெங்கம்மாவிற்குப் பதிலாக வேறொரு பணியாளைக் கேட்பதற்கு முதலியார் முதலிலேயே சொல்லிவிட்டிருந்த காரணங்கள் ட்ரிஸ்ட்ராமை அனுமதிக்கவில்லை. மேலும், வெளியிலிருந்து பார்ப்பவர்களின் கண்களுக்கு மிக அல்பமாகத் தென்படக்கூடிய ஒரு பிரச்சினையை முன்வைத்து, ஒரு பெண்ணுக்கு, அதிலும் ஒரு வேலைக்காரிக்கு, இன்னும் மோசமாக ஒரு பறைச்சிக்கு, பயப்படுபவனாகத் தன்னைக் காட்டிக்கொள்வதானது தன்னைப் பற்றின ஓர் அலட்சிய மனோபாவத்தை முதலியார் மனதில் உருவாக்கிவிடக்கூடுமென்றும், உத்யோகரீதியாகப் பிறகு அவரைக் கேள்விகள் கேட்கக்கூடிய சந்தர்ப்பங்களில் அந்தப் பிம்பம் தனக்கே பாதகமாகச்

செயல்படக்கூடுமென்றும், சில நாட்களில் இந்தவிதமான உபசாரம் தனக்குப் பழகிவிடாதாவென்றும் யோசித்து அவன் கெங்கம்மாவைப் பற்றி அவரிடம் பேசுவதைத் தவிர்த்துக்கொண்டிருந்தான். ஆனால் மனிதர்களின் மனவிகல்பங்களைச் சீண்டிப்பார்க்கும் குறும்புத்தனம் கெங்கம்மாவின் பார்வைக்கு இயல்பிலேயே வாய்த்திருந்ததால் நிலைமை இன்னும் மோசமாகத்தான் போய்க்கொண்டிருந்ததேயொழிய தணிந்த பாடாயில்லை. ஒருநாள் கெங்கம்மா கொண்டுவந்து வைத்துவிட்டுப் போன மாற்றுடைகளுக்கிடையே இருந்த ஒரு நீலநிறப் பட்டுச் சால்வை ட்ரிஸ்ட்ராமின் உடல் ஏனென்று தெரியாமலேயே நடுங்கவும், காய்ச்சலில் வியர்த்து வழியவும், மனம் முழுவதும் துக்க சாகரமாக அலைபாயவும் காரணமாய் அமைந்துவிட்டது. வெய்யில் உச்சிக்கு ஏறிக்கொண்டிருந்த சமயத்தில் வழக்கம்போல அறைக்கு வந்த முதலியார் அவனுடைய முகமும் உடலும் சோர்ந்துபோயிருப்பதைக் கண்டு உசாவியபோது தானே அதற்கான காரணத்தைத் தேடிக்கொண்டிருப்பதாக அவன் பதில் சொன்னான். அவனுடைய அன்றைய உபயோகத்திற்காக விலையுயர்ந்த நீலச்சால்வையைத் தேர்ந்தெடுத்தது, தானே அதைச் செய்திருக்கக்கூடுமென்றாலும் தானில்லையென்றும் காலையிலிருந்தே பனி அதிகமாக இருந்ததால் கெங்கம்மாவே தன் எண்ணத்தைப் புரிந்துகொண்டு அதைத் தெரிவு செய்திருக்கக்கூடுமென்றும் அவர் சொல்லிவிட்டுப் போன பின் அதைப் பற்றி நாள்முழுக்க யோசித்துக் குழம்பிப்போய்க் கடைசியில் அதன் தொடர்ச்சியாக, தான் காணக்கூடு மென்று பயந்துகொண்டேயிருந்த அந்தக் கனவை அவன் அன்றிரவுத் தூக்கத்தில் கண்டேவிட்டான். கெங்கம்மாவின் கரிய, பெரிய, வெறுப்பை உமிழும் விழிகளைத் துணிவுடன் நேருக்கு நேராகப் பார்ப்பதன் மூலம் அவற்றின் ஆக்கிரமிப்பை வெற்றிகொண்டுவிடலாமோ என்று அவனுக்குள் அதுவரையில் ஒரு யோசனையிருந்தது. ஆனால் நெருங்கிச் செல்லச்செல்ல எதிர்திசையிலிருந்து அவனை நோக்கி மிதந்து வந்துகொண்டிருந்த விழிகள் மட்டுமே பிரம்மாண்டமானவொரு தனியுயிராக வளர்ந்ததும் அவற்றின் ஆகிருதிக்குள் அவன் பொறிக்குள் மாட்டிக்கொண்ட எலியாக வெளியேற வழியில்லாமல் அலைபாய்ந்து கொண்டிருந்ததும்தான் யதார்த்தத்தில் நடந்தது. கெங்கம்மாவின் கண்மணி ஒரு கணமும் இமைக்காமல், ஓர் எண்ணெய்க் கிண்ணத்தைப் போல அவனுடைய உருவத்தையும், அவனுக்குள்ளிருந்த, இடக்கையால் அவன் மார்பைத் தடவியவாறே வலக்கையால் ஒரு தீராத பாத்திரத்திலிருந்து சோற்றைப் பிசைந்து சதா அவனுக்கு அமுதூட்டிக்கொண்டேயிருந்த இன்னொரு பெண்ணுருவத்தையும் பிசுபிசுப்பான நிர்வாணமாகப் பிரதிபலித்துக்கொண்டேயிருந்தது. அந்தப் பெண்ணுருவத்தின் மார்பகங்கள் சந்தேகமில்லாமல் கெங்கம்மாவி னுடையவைதானென்பது ட்ரிஸ்ட்ராமுக்குத் தெரியும். அப்போதெல்லாம், காட்சி நடைபெறும் அரங்கே கெங்கம்மாவின் விழிகள்தானென்றால் அதில் பிரதிபலிப்பதும் எப்படி அவளாக இருக்க முடியும் என்கிற ரீதியில் அவன் அவற்றை வலிந்து யோசிக்க முற்படுவான். யோசனைகள் கனவுலகின் தாங்கவொண்ணாத அதீதக் காட்சிகளைச் சிதைக்க வல்லவையென்பது ஜூனியஸாயிருந்தபோது அவனுக்கிருந்த சிந்தனை.

அதில் உண்மையுமிருந்தது. ஒருவேளை கெங்கம்மாவாகவே இருந்திருக்க வாய்ப்புள்ள அந்தப் பெண்ணுருவத்தை அவனுடைய யோசனைகள் அதே கொங்கைகளுடனேயே, சரஞ்சரமாகத் தொங்கும் வாலும் நீண்ட குதிரை முகமும் கொண்ட வேறொரு பெண்ணாக மாற்றிக்கொள்ள அவனுக்கு உதவத்தான் செய்தன. அவள் மிக மெதுவாகவும் மௌனமாகவும் காற்றுவெளியில் ஒரு பறவை பறப்பதைப் போல சீரான மிதப்பில் உயர்ந்தும் தாழ்ந்தும் காலாதீதமாய் அவன் மேல் அலைந்துகொண்டிருந்தாள். அவளுடைய உரசலில் தொற்றிக்கொண்ட வனப்பூக்களின் வாசனையும் மதுரமான பெண்நீரின் காமச்சுவையையும் எலினார் தன் குடும்பக்கதையைச் சொன்ன லிட்டில்போர்ட் இரவிலிருந்து ட்ரிஸ்ட்ராமின் உடல்மீது அவனேயறியாவண்ணம் வியர்வையைப் போல பீறிட்டு வழிந்துகொண்டேயிருந்தது. சிறுமி எலினார் பத்திரப்படுத்தி வைத்திருந்த, மாயச்சைத்ரீகனின் ஓவியத்தில் ஒரு நிழலுருவமாகச் சந்தித்த, தன் காதலனுடன் கைகோர்த்தபடி வனத்திலலையும் அந்த அழகியை, பின்பொருநாள் எங்கேனும் நேரில் சந்திப்போமென்று அவன் மனம் அவனையறியாமலேயே ரகசியமாக எப்போதும் நம்பிக்கொண்டுமிருந்தது. அவள்தான் அவனை எலினாருடன் கூடும்படி தன் மடிக்கு அழைத்தவள். அவள்தான் திருவண்ணாமலைக் காட்டை விட்டு அவனைப் பின்தொடர்ந்து ஆம்பூர் சத்திரத்திற்குள் ஓரிரவு நுழைந்தவள். அவள்தான் அவனுக்கு வாணியம்பாடியில் அமுது படைத்தவள். அவளேதான் ஒரு வெண்புரவியாகி அவனைப் புரட்டிப் புணர்ந்துகொண்டிருக்கிறவள். ஆணவத்துடன் அவன் முகத்தின் மீது அவள் பீய்ச்சியடிக்கும் மூத்திரத்தின் கிறக்கமூட்டும் உப்பு மணம். போக நிலைகளுக்கேற்ப வடிவத்தை ஒரு பாம்பைப் போல மாற்றிக்கொண்டேயிருக்கும் அவளுடைய சரஸ சாகசம். தொண்டைக்குள் நீண்டு மணக்கும் தாம்பூலத்தை ஒரு கொல்லும் விஷத்துளியைப் போல துப்பிவிட்டு மீளும் நாக்கு. அவள் சத்யபாமாவென்று ட்ரிஸ்ட்ராமுக்கு உறுதியாகவே தெரிந்திருந்தது. ஆனால் சத்யபாமாவின் ஒற்றைச் சாயலைக்கூட அவளுடைய உருவமோ அசைவோ சிரிப்போ கொண்டிருக்கவில்லை. அதேபோல அவளைப் பின்னிக்கொள்ள முன்னும் தன்னுடைய கைகளையும் கால்களையும் அவர்களருகில் அமர்ந்து, பழக்கப்பட்ட ஒரு சடங்கைச் செய்வதைப் போல நிதானமாக, ஆனால் விடாமல் தொடர்ந்து பிரித்துவிட்டுக் கொண்டேயிருக்கும் ஆணும் ராமச்சந்திரன்தானென்று தெரிந்தாலும் அவனிடமும் சத்யபாமாவின் கணவனுடைய சாயல் கொஞ்சமும் இல்லை. அவனுடன்தான் ஆஸ்திரிய நாட்டு ஓவியன் உறைந்த நதியின் பின்னணியில் சிருஷ்டித்த வனமோகினியின் உடல், (எலினார் சொன்னாள், அவன் எங்களைத்தான் வரைந்திருந்தானென்றாலும் அதில் இருந்தது எங்கள் குடும்பமன்று) அவள் கதையை ட்ரிஸ்ட்ராம் கேள்விப்பட்ட இரவிலிருந்து, ஒரேசமயத்தில், லிட்டில்போர்ட் கிராமத்தின் எல்லையிருந்து திருவண்ணாமலைவரை வெளியேறும் வழிகளற்று நீண்டு கிடந்த சாபக்காட்டினுள்ளும், அவனுடைய குறுக்கீடால் சுதந்திரமாகச் செயல்பட முடியாத ட்ரிஸ்ட்ராமின் நிர்வாணத்தி னுள்ளும் முழு சுவாதீனத்துடன் அலைந்துகொண்டிருந்தது. அந்த உடலின் அபரிமிதமான எடையை ட்ரிஸ்ட்ராம் இன்று நேற்றன்று,

பல வருடங்களாக, ஒவ்வோர் இரவும் மூச்சுத்திணறத் தாங்கிப் பழக்கப்பட்டிருக்கிறான். அது ஒரு கம்பீரமான ஆணின் ஆகிருதியுடன் மட்டுமே பொருந்திப்போகக்கூடிய எடை. மேலேயிருந்து தன் முழு உக்கிரத்துடன் அது அவன் மேல் இயங்கியபோதெல்லாம் ட்ரிஸ்ட்ராம் அடியில் தன்னை ஒரு பூவாக மலர்த்திக்கொண்டுவிடுவதைத் தவிர வேறெப்படியும் அதை எதிர்கொள்ள முடிந்ததில்லை. ஒருவேளை அந்த எடையேதான் ஆணாக மாறி அருகிலிருந்து தன்னை எதிர்வினை கொடுக்கவிடாமல் பின்னே இழுத்துக்கொண்டிருந்ததோ என்றும் அவன் யோசித்திருக்கிறான். ட்ரிஸ்ட்ராமின் ஜாஜ்வல்யமான சிந்தனைகள் (யோசனைகள் எப்போதுமே கனவுநிலை சிருஷ்டிக்கும் அற்புதங்களுக்கு எதிரானவை) அவனைப் புணர்ந்துகொண்டிருந்த பெண்ணுருவத்தை அமைச்சர்கள் மற்றும் கோமகன்களின் கைகளில் சிக்கவைத்துக் காலப்போக்கில் வெறும் வண்ணத் தீற்றலாகச் சிதைக்கத் துவங்கின. அவன் மேலிருந்து குறைந்துகொண்டேவந்த அவளுடைய சுமை அருகிலிருந்த ஆணையும் எப்போதென்று சொல்ல முடியாதபடி ஒருநாள் காற்றில் கரைத்துவிட்டிருந்தது. ட்ரிஸ்ட்ராம் அவளும் முற்றிலுமாகக் கரைந்துபோவதற்குள் தன்னைத் தீர்த்துக்கொண்டுவிடும் வெறியுடன், வெவ்வேறு காரணங்களை உருவாக்கிக்கொண்டு, அவளுடைய யோனித் துளையை நீலநிறச் சால்வையாய் விரிந்துகிடந்த நிலங்கள்தோறும் தேடியலைந்தான். விரைத்த லிங்கம் முடிவின்றிக் கனவின் பாழ்வெளியைத் துழாவிக்கொண்டேயிருந்தது. ஆனால் காற்றில் கரைந்துபோய்விட்ட அவளுடைய அல்குலை அவன் தன் உதடுகளாலன்றி லிங்கத்தால் ஸ்பரிசிக்கவே முடியவில்லை. அது கண்ணாடியைப் போல துல்லியமான வண்ணத்துடன் மதனநீராகத் திரண்டு வாணியம்பாடி வீட்டுத் திண்ணையில் விரக வாதையில் விரிந்துகிடந்த அவன் உதடுகளின் மேல் மழைநீரின் ஒற்றைச் சொட்டாக உதிர்ந்து விழுந்தது. ட்ரிஸ்ட்ராமுக்குச் சொப்பன ஸ்கலிதமாகி, விழிப்பும் கண்டு, விழித்த கணத்தில் அன்று தன்னுடைய இருபதாவது திருமணநாள் என்பதும், அதைத்தான் காலையிலிருந்தே நீலநிறப் பட்டுச்சால்வையைத் தன் கண்ணில் காட்டி கெங்கம்மா தனக்கு நினைவுபடுத்த முயன்றுகொண்டிருந்திருக்கிறாள் என்பதும், தன் விசுவாசமின்மையையும் அதன் விளைவாக உண்டான மறதியையும் அவளுடைய குறும்புத்தனத்தின் விரல்கள் நிமிண்டிக் கொண்டிருந்த வலியே அன்று பூராவும் தன் மனதைத் துயரப்புழுதியாக எழும்பி நிறைந்திருந்தது என்பதும் புத்தியில் உறைத்துவிட்டது. திடுக்கிட்டுப்போன அவன் உடனே படுக்கையை விட்டு எழுந்துசென்று அறைக் கதவின் தாழை நீக்கி அதை விரியத் திறந்தான். அவன் எதிர்பார்த்ததைப் போலவே மூடியிருந்த கதவுகளை உற்று நோக்கியபடி இருளுக்குள் நின்றிருந்த பெண்ணுருவமொன்று கண்ணிமைக்கும் நேரத்தில் வெளிச்சத்தைக் கண்ட வௌவாலைப் போல கைகால்களை விகாரமாக உதறியபடி ஒளிவிடத்தைத் தேடிக் கரைந்துபோனது.

இன்னொரு சம்பவம். இது பல்குணம் முதலியார் தன் மாமனார் வீட்டிலிருந்து மனைவியையும் பெண்ணையும் அழைத்து வருவதற்காகவும் முதல் அழைப்பிற்கு உரியவரென்கிற முறையில் இரட்டைச்சாமி கோயில் கொடையின் நிறைவுநாள் நிகழ்ச்சிகளில்

தலைக்கட்டாகக் கலந்துகொண்டு சிறப்பிக்கவும் இரண்டு நாட்கள் கெலமங்கலம்வரை சென்றுவரக் கிளம்பியபோது, பிரஸ்தாப இரவுக்குப் பிறகு சென்ற நூற்றாண்டின் மஸ்ஸாஷுசெட் நெருப்புக்குத் தப்பிவிட்ட சூனியக்காரிகளில் ஒருத்தியாகவே தன் கண்களில் தென்படத் தொடங்கிவிட்டிருந்த கெங்கம்மாவினுடைய பணிவிடைகளின் கீழ் இருக்கப் பயந்துகொண்டு ட்ரிஸ்ட்ராம், கெலமங்கலம் திப்புவின் சமஸ்தானம் என்றும், அந்தக் கணம்வரையில் தன்னை யாரென்று ருசுப்பித்துக்கொள்ளும் அடையாளங்களைத் தொலைத்துவிட்டு ஓர் அருவ மனிதனாக அலைந்துகொண்டிருக்கும் அவன் கம்பெனி எல்லையைத் தாண்டி அப்பால் செல்வதென்பது வலிந்துசென்று உரலில் தலையைக் கொடுக்கும் வேலையென்றும், அதற்கு அனுமதி வழங்கக் கண்டிப்பாக க்ரஹாம் மறுத்துவிடுவாரென்றும், சூலகிரிக் கணவாய்க்குள் ராயக்கோட்டைக் கணக்கன் ஒருவன் நுழைந்து சுல்தானின் காவலர்களால் சுடப்பட்டு இறந்துபோன சம்பவம் கற்றுக்கொடுத்திருக்கும் பாடத்தால் ஆட்சியரிடம் அவனே பேசினால்கூடத் தன்னினத்தவனென்பதைத் தவிர மற்றபடி அவருக்குச் சற்றும் முன்பரிச்சயமில்லாத அவன் அவர் பெயரைச் சொல்லிக்கொண்டு எதிரியின் சமஸ்தானத்தில் காலடி எடுத்துவைப்பதையும் அவனையறியாமலேகூட ஏதேனும் ஆபத்துகளில் மாட்டிக்கொண்டுவிட மாட்டானென்பதற்குத் தனிப்பட்ட முறையில் பொறுப்பெடுத்துக்கொள்வதையும் அவர் விரும்பவே மாட்டாரென்றும், இதைத் தாண்டி, அனுமதி பெறாமலே அவன் பொன்னையாற்றைக் கடந்தது தெரிந்தால் தன்னையும் துரை தவறாக நினைத்துக்கொள்ள நேருமென்றும், அவர் எவ்வளவோ சொல்லியும் கேட்காமல் பிடிவாதமாயும் அவருடைய தன்மான உணர்வைச் சீண்டிவிடும் விதமாயும் பலவகையில் பேசி (ஆபத்துகளுக்குப் பயப்படும்பட்சத்தில் முதலியார் கெலமங்கலத்திற்குச் செல்லும் பாதையை மட்டும் அவனுக்குக் காட்டிவிட்டால் போதும், இரவோடிரவாக அவன் தனியாகவே புறப்பட்டுக் கால்நடையாகவேகூட கெலமங்கலத்திற்குச் சென்று விடுவான், பிரச்சினையேதும் ஏற்பட்டால் அவன் எல்லை தாண்டிச் சென்றதற்கும் தனக்கும் சம்பந்தமில்லையென்றும், தனக்கே அதுபற்றித் தெரியாதென்றும் கூறி அவர் தயங்காமல் ஒதுங்கிக்கொண்டுவிடலாம்) அபாயகரமான கெலமங்கலம் பயணத்தை மேற்கொண்டுவிட்டு அதிர்ஷ்டவசமாக யாரிடமும் மாட்டிக்கொள்ளாமல் (முதலியார் தன்னுடைய விருந்தினர்களை அவர்களுடைய விதிக்கு ஒப்புக்கொடுத்துக் கைகழுவிவிடுமளவிற்குத் தானொரு கோழையன்று என்றும் தான் தயங்கியது இப்போதுதான் சண்டை முடிந்து புகையடங்கியிருக்கும் சூழலில் மறுபடி தன்னால் ஏதேனும் பிரச்சினை வந்துவிடக் கூடாதேயென்கிற பொறுப்புணர்விலன்றி மற்றபடி தன் செல்வாக்கைச் சுண்டிப்பார்க்க அது ஒரு வாய்ப்பாக அமையுமென்றால் அதற்குத் தானும் தயாராகவே இருப்பதாயும் சொல்லிவிட்டு, சொன்ன கையோடு சிலமணிநேரப் பயணச் சலிப்பைத் தீர்க்கும் தின்பண்டங்கள், இரண்டு நாட்களுக்கு இரண்டு ஆண்களுக்கு அதிகமான மாற்று உடைகள், நண்பர்களையும் பங்காளிகளையும் சந்திக்கும் கணத்தில் கொடுத்தாக வேண்டிய கௌரவப் பரிசுப்பொருட்கள், பணியாட்களுக்கும் குத்தகைக்காரர்களுக்கும்

மணியக்காரர்களுக்கும் கணக்குப்பிள்ளைகளுக்கும் கூத்தாடிகளுக்கும் இறைக்கவென்று ஒரு தடயம் துட்டுக்கள், மூன்று கண்டகம் தானியங்கள், சக்கரங்கள், பழங்கள், மட்டத்துண்டுகள், சேலைகள் இவற்றை ஏற்பாடு செய்த அதே லாவகத்தோடும் அகங்காரத்தோடும் வேகத்தோடும் நல்லூர், ஹுடேதுர்க்கம், அஞ்செட்டிதுர்க்கம், ஜக்கரி வராஹஹள்ளி ஆகிய ஹோபாலிகளின் மிட்டாக்களுக்கும் பெருந்தனக்காரர்களுக்கும் ஓலையனுப்பி அங்கே முகாமிட்டிருக்கும் சுல்தானின் எல்லைக் காவலாளிகளுக்குக் கொடுக்க வேண்டியதைக் கொடுத்து அந்தப் பிரதேசங்களை ட்ரிஸ்ட்ராம் அனுமதியின்றிக் கடந்துசெல்வதைக் கண்டுகொள்ளாமல் கண்யாகத் திருப்பிக்கொள்ள அவர்களைச் சம்மதிக்கச் செய்வதற்கும், அவன் ராயக்கோட்டை திரும்பும்வரை தங்கள் உத்தியோகத்தை மட்டுமல்லாமல் உயிரையும் பாதுகாத்துக்கொள்ளும்பொருட்டு அந்நியர்களுடைய நடமாட்டங்களை வேவுபார்ப்பதற்காக அவர்கள் நியமிக்கக்கூடிய காவலனே ட்ரிஸ்ட்ராமின் பாதுகாவலனாய்த் தொலைவிலிருந்தபடியே செயல்படுவதற்கும், இந்த ஆபத்தான கூடுதல் சேவைக்கான ரகசிய சன்மானத்தை முதலியாரிடம் ஒற்றர்கள் மூலமாக அவர்கள் பிறகு பெற்றுக்கொள்வதற்கும் வேண்டிய ஏற்பாடுகளைப் பிரமிக்கத்தக்க வேகத்தில் செய்து முடித்திருந்தார்) மீண்டும் மீனவிலாஸத்திற்கு வந்துசேர்ந்த மூன்றாம் நாள் நடந்தது. அன்றுதான், ஆளரவமற்றுப் போயிருந்த பின்னிரவைப் பசியால் ஒரு பெருச்சாளியைப் போல குடைந்துகொண்டிருந்த அவன்முன் (வழக்கம்போலவே, தாழிட்ட கதவுகளை லட்சியம் செய்யாமல், தூண்டி விடப்பட்டிருந்த அகலின் புகைந்த வெளிச்சம் பிரதிபலித்த அவனுடைய நிழலிலிருந்தே அரேபிய தேசத்து விளக்குப் பூதமாய்) வெளிப்பட்ட கெங்கம்மா துணிவுடன் அவனைத் தன் இருப்பிடத்திற்கு அழைத்தபோது, தனக்கும் அவளுக்குமான துவந்தம் முடிவிற்கு வந்துவிட்டதென்பதையும், அப்போது மட்டுமன்று, இனி எப்போதுமே அவளுடைய அழைப்பைத் தன்னால் தட்ட முடியாதென்பதையும் ட்ரிஸ்ட்ராம் தெரிந்துகொண்டான்.

அதற்குக் காரணம் இருந்தது, கெலமங்கலம் பயணம் கெங்கம்மா வின் மேல் அவனுக்குள் ஒரு கனிவை ஏற்படுத்தியிருந்தது. அதற்கும் காரணம் இருந்தது, கெங்கம்மாவின் பார்வையொன்றே, நிம்மதி யின்மையையும் விரும்பத்தகாத மனிதர்களுடனான பழக்கங்களையும் துர்சொப்பனங்களையும் நோக்கி அவனைத் துரத்திக்கொண்டிருந்ததற் கப்பால், இரட்டைச்சாமி கோயில் இறுதிநாள் நிகழ்ச்சிகளில் தாண்டவ ராயன் புராணத்தின் பதினான்காம் சர்க்கமான கோணய்யன் கானக விஜயக் கதையைக் கூத்தாகக் காணும் அதிர்ஷ்டத்தையும், பாரமஹாலின் வாழும் அதிசயங்களில் ஒன்றான துயிலார் இனப் பூசாரி ஒருவனைப் பற்றி அறிந்துகொள்ளும் வாய்ப்பையும் அவனுக்கு ஏற்படுத்தித் தந்திருந்தது. அதை அவனே எதிர்பார்க்கவில்லை. கெலமங்கலம் போவதற்கு கெங்கம்மாவின் மீதிருந்த வெறுப்பும், புலியின் வாய்க்குப் பயந்து தப்பிக் கிணற்றில் விழுந்த கதையாக, அவளைத் தப்பிக்க ஷெஸ்லரிடம் மாட்டிக்கொண்ட சலிப்புமே காரணங்களாயிருந்ததால் இரட்டைச்சாமி கோயில் கொடைபற்றியோ அங்கு நடக்கவிருக்கும் கூத்துபற்றியோ அவன் பிரமாதமான கற்பனைகளெதையும் கொண்டிருக்கவில்லை. பல்குணம்

முதலியாரேகூட அவன் பார்த்துப் பிரமிக்கவோ ரசிக்கவோ குறைந்தபட்சம் பொழுதைப்போக்கவோகூட திருவிழாவில் விஷயங்களிருக்குமென்று நினைக்கவில்லை. முப்பத்து மூன்று வருடங்களுக்கு முன் ஹைதரலியின் தளபதியான மக்துனியலியால் ராணுவ முக்கியத்துவம் வாய்ந்த இடமாகக் கண்டுகொள்ளப்பட்ட நாளிலிருந்து கடைசியாக நடந்து முடிந்த சண்டைவரையில், ஹொசூர்துர்க்கம், அஞ்செட்டிதுர்க்கம், ரத்னகிரி, நீலகிரி முதலான மலையரண்களின் நடுவிலும், மேலே தாலகாட், கீழே பாரமஹால் ஆகிய இரண்டு பிரதேசங்களின் சந்திப்புப் புள்ளியாயும், மைசூர் சமஸ்தானத்தின் மிக முக்கியமான பண்டகச் சந்தையாயும் இருக்கும்படி வாய்த்துவிட்ட துரதிர்ஷ்டங்களுக்காகவே சுல்தான்களின் படைகளாலும், ஆங்கில, பிரெஞ்சுப் படைகளாலும் மாற்றிமாற்றி அலைக்கழிக்கப்பட்ட கெலமங்கலம் கடைசியில் போன வருடச் சண்டையின்போது கார்ன்வாலீஸால் முற்றிலுமாக எரிக்கப்பட்டுவிட்ட பின் அங்கிருந்து விரட்டப்பட்டு அகதிகளாய் வெளியேறிப் பாரமஹால், தாலகாட்டைத் தாண்டி மதுரைவரைகூட, வெகுதூரம் கீழிறங்கிப்போய்விட்ட ஜனங்கள் அச்சமும் கடன்சுமையும் நீங்கித் தங்கள் மண்ணுக்கு இன்னும் திரும்பி வரத் துவங்கியிராத நிலையில் இரட்டைச்சாமி கோயில் வைபவம் மற்ற வருடங்களைப் போல அத்தனை விமர்சையாக நடக்காதென்பதுதான் அனைவருடைய அபிப்பிராயமாகவும் இருந்தது. அந்த வருடக் கொடை கெலமங்கலத்தின் மொத்தக் குடிகளாலல்லாது, பறங்கிச் சிப்பாய்களுடனும் பஞ்சாரிகளுடனும் சேர்ந்து தங்களுடைய நெடுங்காலப் பழியையும் வலியையும் தீர்த்துக்கொள்வதற்கென்றே முன்னாள் பண்ணையாட்கள் சிப்பாய்களின் பின்னே சூறையாடியதுபோக எஞ்சியிருந்த தங்களுடைய கரிந்த கட்டிடங்களையும், நிலவறைச் சேமிப்புகளையும், பறையர்களோ வெட்டியான்களோ சேரியமைப்பதற்குள் சொந்த நிலங்களையும், படையெடுப்பில் இறந்துபோன பங்காளிகளினுடைய நிலங்களையும், எஞ்சியிருந்தவர்கள் போகிற அவசரத்தில் ராமநாயக்கன் ஏரிக்குள்ளும் பட்டாளம்மன் கோயில் தோட்டத்தினுள்ளும் பேய்கள் உலாவும் ஊரெல்லைக் கோயில்களின் பீடங்களினடியிலும் எறிந்துவிட்டுப் போன பொக்கிஷங்களையும் மீட்டுக்கொள்வதற்காகவும், சிதறிப்போய்விட்ட அடிமைகளையும் அந்த நிலத்தின் காவல் தெய்வத்தின் பெயரால் திரும்பச் சேகரித்துக்கொள்ள வேண்டுமென்பதற்காகவும், தாசில்தார்களையும் ஊதாரிகளையும் ஷெரிஸ்தார்களையும் இழுத்துக்கொண்டு, உடன்படிக்கை கையெழுத்தான கையோடு அவசர அவசரமாகக் கெலமங்கலத்திற்குத் திரும்பிவந்த, அங்கே தங்களுடைய பிதிரார்ஜிதங்களையும் சுயார்ஜிதங்களையும் வைத்திருந்த, முதலியாரின் மாமனார் சதாசிவ முதலியார் உள்ளிட்ட மிராசுகளாலும் ஜமீன்தார்களாலுமே கலந்து பேசி ஏற்பாடு செய்யப்பட்டிருந்தது. எனவே கெலமங்கலம் விஜயம் அந்த வருடம் கருமாதிக்குச் சென்றுவந்த உணர்வைத்தான் கொடுக்கப்போகிறது என்று பல்குணம் முதலியார் வெளிப்படையாகவேதான் சொல்லிக்கொண்டிருந்தார். அவர் சொன்னதைப் போலவே, பள்ளியின் பெருந்தனக்காரர்கள் தளி, ராயக்கோட்டை, ஆனேகல், டெங்கனிக்கோட்டை, ஒசூரிலிருந்து மட்டுமல்லாமல் மேற்கே சென்னப் பட்டணத்திலிருந்தும், கிழக்கே

மெட்றாஸிலிருந்தும், தெற்கே மதுரையிலிருந்தும் வியாபாரிகளையும் தேர்ந்த தரகர்களையும் அழைத்துவந்து உண்டாக்கியிருந்த மாட்டுச்சந்தையிலும், மலைக்காடுகளிலிருந்து தானாகவே வந்துசேர்ந்த லம்பாடிகள் வீதியோரங் களில் விரித்திருந்த ஓலை, துணி, மரம் மற்றும் சோழிகளாலான பொம்மையங்காடிகளிலும், உப்புப்பொதியைச் சுமந்துகொண்டிருந்த அவர்களுடைய அலங்கரிக்கப்பட்ட கழுதைகளின் முன்னும், உரத்த குரலில், ராகமற்ற ராகத்தில், தாண்டவராயன் புராணத்தையும் அவருடைய மகனான கோணய்யனின் திருவிளையாடல்களையும் கதைப்பாடல் களாகப் பாடிக்கொண்டிருந்த தாசரிகளைச் சுற்றியும், சேலை துணிமணிகள் மற்றும் குங்குமம் உள்ளிட்ட மங்கலப் பொருட்களையும், இரட்டைச்சாமி கோவிலில் கழிக்க வேண்டிய செம்பினாலான நேர்த்தியுறுப்புகளையும், உப்பிடப்படாத பணியாரங்களையும் விற்றுக்கொண்டிருந்த சிறுசிறு கூடாரங்களிலும், வழக்கமாகக் கூடும் கூட்டமின்றி, வியாபாரிகளின் எண்ணிக்கையே அதிகமாகத் தோன்றும்படி சனங்கள் மிகக் குறைவாகவே இருந்தார்கள். முரசடிப்பவனும் முடுக்கிவிடப்பட்ட தோரணங்கட்டிகளும் மிகச் சிரமப்பட்டு, வழமையை விட்டுவிடக் கூடாதென்கிற காரணத்திற் காகவே, தயங்கித் தயங்கி ஊருக்குள் நுழைந்துகொண்டிருந்த துயிலார் களை உற்சாகப்படுத்த முயன்றுகொண்டிருந்தார்கள். சத்தமென்னவோ பெரிதாகத்தான் இருந்ததென்றாலும் அந்த மங்கலச் சூழலுக்குப் பகலின் நிறத்திலும் தாவரங்களின் உடலிலும் கட்டிடங்களின் மேலும் நிலத்தினடியிலும் நிரந்தரமாகத் தங்கிவிட்ட அழிவின் அடையாளங் களை வந்தவர்களின் கண்களுக்கு மறைவாகப் பின்புறம் தள்ளிவிடும் வலுவில்லாததால் மயானத்தின் தனிமை ஒவ்வொருவரின் கற்பனையையும் நிறைத்துப் போர் ஞாபகங்களையே அவர்கள் வலியுடன் முனகும்படி செய்துகொண்டிருந்தது. கொம்புகளின் முழக்கத்திற்கும் புத்தாடைகளின் சரசரப்பிற்கும் குழந்தைகளின் ஆரவாரங்களுக்கும் கீழே சாவுச் சடங்கின் மௌனம் நீரடித் தாவரமாக அசைந்துகொண்டிருந்தது. முதலியார் கொண்டுவந்து குவித்திருந்த பரிசுப்பொருட்கள் வாங்குவாரின்றித் தேங்கிக்கிடந்தன. சதாசிவ முதலியாரையோ, மிகவும் சிரமப்பட்டு அதிக சன்மானம் தருவதற்கு ஒப்புக்கொண்டு விழாவிற்குத் தன்னுடைய உபயமாகத் தருமபுரியிலிருந்து அவர் வரவழைத்திருந்த கூத்தாடிகளின் கோணய்யன் பராக்கிரமக் கூத்தைப் பார்ப்பதற்கு ஆட்களிருக்குமா என்கிற கவலை, அவர்முன் பரிமாறப்பட்டிருந்த பணியாரங்களையும் கொழுக்கட்டைகளையும் வேப்பம்பூப் பச்சடியையும் நெய்ச்சோற்றையும் பால் பாயசத்தையும் அவருக்கு மிகப் பிரியமான இஞ்சி ஊறுகாயையும் சாப்பிடாமல் அவற்றை வெறிக்கப் பார்த்துக்கொண்டே யிருக்கும்படி செய்திருந்தது. அவர் வீட்டிலும் ட்ரிஸ்ட்ராமுக்குச் சொல்லிக்கொள்ளும் படியான, காத்திரமான அனுபவங்கள் ஏதும் கிடைக்கவில்லை. மாட்டிறைச்சி உண்பவனும் குவளையில் வாய்வைத்து நீரருந்துபவனும் வீட்டிற்குள் எச்சிற் துப்புபவனும் கோவிலினுள் காலணிகளணிபவனும், இதற்கெல்லாம் மேலாகப் படை நடத்திக் குடிகெடுத்த பறங்கியினத்தவனுமான ஒருவனைத் தன் மருமகன் விருந்தாளியாகக் கூட்டிவந்திருப்பதுபற்றிய அதிருப்தி சதாசிவ முதலியாரின் முகத்தை, அவர் ட்ரிஸ்ட்ராமைப் பார்க்கும்போதெல்லாம்,

திரிந்துபோகச் செய்துகொண்டிருந்தது. சீக்கிரமே தன் மருமகன் பட்டேலாகப் பொறுப்பேற்றிருக்கும் ராயக்கோட்டைச் சரகத்தின் கணக்குவழக்குகளை ஆராயப்போகிற அதிகாரியாக ஆகவிருக்கிறவன் அவன் என்று தெரியவந்திருந்ததன்பேரில் வேறு வழியின்றி அவர் அவனைச் சகித்துக்கொண்டிருந்தார். சிவகாமசுந்தரியம்மாள் கணவரின் சொற்படித் தகப்பனை ரகசியமாக அதட்டி அடக்கிவிட்டு பறங்கி விருந்தாளியின் மனம் கோணிவிடாதபடி அவனைப் பலவிதங்களிலும் உபசரிக்கப் பரிதாபகரமாக முயன்றுகொண்டிருந்தாள்.

வீட்டில்தான் இப்படியென்றால் அன்று காலை படையல் வழிபாட்டிற்காக கெலமங்கலத்திலிருந்து இரண்டுகல் தொலைவிலிருந்த சின்னட்டி நதிக்கரைக்கு வண்டி கட்டிக்கொண்டு கிளம்பிய முதலியார் குடும்பத்துடன் அவனும் புறப்பட்டுப்போய் இரட்டைச்சாமி கோவிலின் முன் இறங்கியபோது, ஏகதேசமாக அறுபதடிக்கு அறுபதடி என்கிற கணக்கில் கட்டப்பட்டிருந்த, தட்டையான, மேற்புற விளிம்பில் துருத்திக்கொண்டிருந்த சில மூளிச் சுதைச் சிற்பங்களல்லாது வேறெந்த வேலைப்பாடுகளுமற்ற, கொடைக்கென்றே அவசர அவசரமாகத் தீற்றப்பட்ட மட்ட ரகமான சுண்ணாம்பு மற்றும் செங்கற்காவிப் பட்டை களையும், மாடக் குழிகளில் பட்டப்பகலிலும்கூட காற்றில் அணைந்துவிடக் கூடாதென்கிற கவலையுடன் ஏற்றிவைக்கப்பட்டிருந்த, பிசுக்கு ஓர் உபரிப் பரிமாணமாய் ஏறிப்போன, கருத்த ஆச்சட்டி விளக்குகளையும் கொண்ட, ஒரு சிறுவன் ஏறித் தாண்டிவிடக்கூடிய சிறிய, சதுர மதிற்சுவரினுட்புறம் மைதானத்தின் நடுவே, பரந்தவொரு புங்கை மரத்தின்கீழ், உடைபட்ட தேங்காய்களாயும் கழற்றியெறியப்பட்ட பூமாலைகளாயும் கழித்து வீசப்பட்ட திருஷ்டிக் கயிறுகள், பிண்டப் பலகாரங்கள் மற்றும் படையல் பொருட்களாயும் சேர்ந்திருந்த மலைபோன்ற மங்கலக் குப்பையினுள் பதுங்கியிருந்த, கம்பித் தடுப்புகளிட்ட சிறிய ஒற்றையறையாக அவன்முன் வெளிப்பட்ட அந்தத் தலம் அவனை மேலும் ஏமாற்றமும் அங்கே வந்ததையெண்ணி பெரும் சலிப்பும் அடையச் செய்துவிட்டது. (அவன் அதைத் தன் கண்களால் பார்ப்பதற்குச் சிலமணி நேரங்களுக்கு முன்பாகவே, மீனவிலாஸத்தின் விதவைச் சமையற்காரியிடமிருந்து முறையாகச் சங்கீதம் கற்றுக்கொண்டிருந்த மீனாவின் பக்குவமடைந்த குரலால் சதாசிவ முதலியாரின் வீட்டில் வைத்துச் சொல்லப்பட்ட இரட்டைச்சாமி கோவிலின் ஐதீகங்களை மனதில்கொண்டு, மெட்றாஸில் இருந்த நாட்களில் ஓரிரு முறை திருவல்லிக்கேணியிலும் மயிலாப்பூரிலும் பார்த்திருந்ததைப் போன்ற, மந்திர உச்சாடனங்கள் ஒலிக்கும் விஸ்தாரமான பிரகாரங்களையும், உயர்ந்த கோபுரத்தையும், கூடை கூடையாக மேலே எறியப்பட்ட மாலைகளுக்குள்ளும் மலர்களுக்குள்ளும் மூழ்கிக் காணாமற்போயிருக்கும் ஒரு பெரும் நிலப்பரப்பைத் தன் கைகளை நீட்டி அரவணைத்துக்கொண்டபடி புன்னகைக்கிற ஏராளமான துணைக் கடவுளர்களின் பளபளக்கும் கருங்கற்சிலைகளையும் கொண்டவொரு கோவிலாகக் கற்பனை செய்துவைத்திருந்தான். அவனை ஒரு வேண்டாத விருந்தாளியாகப் பாவித்துக்கொண்டு குழைந்த முகங்களோடு அலைந்துகொண்டிருந்த முதலியார் வீட்டு மனிதர்களுக்கிடையில், செந்தாமரையிதழ்களையொத்த நிறமும், ஒட்டடைக்குச்சியைப் போன்ற

உடல்வாகும், குடுமியாகப் பின்தள்ளி முடியப்பட்டிருந்த பொன்னிறக் கூந்தலும், சமீபத்திய கவலைகளால் ஒட்டியிருந்த கன்னங்களும், உடுத்தத் தெரியாமல் உடுத்தப்பட்டுக் கால்களைத் தட்டிக்கொண்டிருந்த பருத்தி வேட்டி மற்றும் சட்டையுமாக, காற்றில் அலைக்கழிக்கப்படும் சிலந்திக்கூட்டைப் போல, தனக்கென்று ஒதுக்கப்பட்டிருந்த அறையினுள் அமர்ந்து சன்னலின் வழியே மலங்க மலங்க வெளியே வேடிக்கை பார்த்துக்கொண்டிருந்த அவனுடைய உருவம் மீனாவின் பதின்மூன்றாம் பிராயத்துக் கண்களில் ஒரு பெரிய உயிருள்ள ஆலியாகப் படவே அவன்பால் உடனே ஈர்க்கப்பட்டுவிட்ட அந்தச் சிறுமி தகப்பனின் அனுமதியுடனும் சரசரக்கும் புத்தாடையுடனும் சர்வாபரணபூஷிதையாக உரிமையுடன் அவன் மடியிலேறி அமர்ந்துகொண்டு, வெளிவீட்டிற்கு அடிக்கடி வந்து தங்கிவிட்டுப்போகும் துரைகளும் சிலசமயங்களில் அவர்களுடன் கூடவே வந்து தங்கும் துரைச்சானிகளும் வற்புறுத்திச் சொன்னதன்பேரில் வேதக் கோயில் குருமார்கள் ராயக்கோட்டையில் திறந்துவைத்திருக்கும் பள்ளிக்கூடத்தில் கும்பெனியால் மெட்றாஸிலிருந்து வரவழைக்கப்பட்டிருந்த உபாத்தியாயர்களிடமிருந்து எண்சுவடியையும் வேதத்தையும், அக்ரஹாரத்துத் திண்ணையில் துளசி அய்யரிடமிருந்து அரிச்சுவடியையும் ஓலையெழுத்தையும் தான் கற்றுக்கொள்வதைப் பற்றியும், வீட்டிற்கு வந்த பிறகு தானே உபாத்தியாயராயிருந்து அவற்றையெல்லாம் ஒன்றுவிடாமல் தன் தோழியும் தன்னைவிட ஆறுவயது மூத்தவளுமான கெங்கம்மாவுக்குச் சொல்லித்தந்து அவளையும் எழுத்துக்கூட்டி வாசிக்கத் தெரிந்தவளாய் ஆக்கியிருக்கும் சாமர்த்தியத்தைப் பற்றியும், இவற்றோடுகூட, அடுத்த வருடம் தனக்குக் கணவனாக வரவிருக்கிற தன் அம்மான் மகனின் அசட்டுத்தனங்களைப் பற்றியும், கோவிலுக்குச் செல்வதற்கான பூசனைப் பொருட்களின் தயாரிப்பில், பெரியவர்களின் வாய்களையடைக்க, அவ்வப்போது பங்குகொண்டபடியே, அவனிடம் ஓயாமல் வாய் வலிக்கப் பேசிக் கொண்டேயிருந்ததற்கிடையில் இரட்டைச்சாமி கோவிலைப் பற்றியும் சொல்லி ட்ரிஸ்ட்ராமின் கற்பனைப் பையை, ஒரு சிறிய ஏமாற்றத் துரும்பு பட்டாலும் வெடித்துவிடுமளவிற்கு, ஊதிப் பெரிதாக்கி விட்டாள். அவள் சொன்னாள், இரட்டைச்சாமியென்பது ஒற்றைக் கடவுளில்லை, முன்புறம் தாண்டவராயனாயும் முதுகுப்புறம் அவருடைய மகன் கோணய்யனாயும் நின்றுகொண்டிருக்கும் இரண்டு கடவுள்கள், தாண்டவராயன் வாகனங்களின் அதிபதி, துயிலார் இனத்தின் கடவுள், செவிடபாடி ஈஸ்வரனின் பெருமைமிகு வாகனமான நந்தியின் அவதாரம், பெண்கள் பார்க்கக் கூடாத, எரிக்கும் முகத்தையுடையவர், கோவிலில் அவர் முகம் எப்போதும் தலையிலிருந்து மீசைவரை பட்டுத் துணியால் மூடப்பட்டேயிருக்கும், சற்று குனிந்துபார்த்தால் முகம் தெரியக்கூடுமென்றாலும் கீழே விழுந்து கும்பிடுவோர்கூட எழுந்திருக்கும் சமயங்களில் அப்படிப் பார்க்க முயற்சி செய்ய மாட்டார்கள், முக்காட்டிற்குக் கீழிருந்து வெளிப்படும் முகத்தின் மிகுதிப் பகுதியைக் கன்னம் வரையில் நீண்டு சுருட்டிவிடப் பட்டிருந்த மீசை அடைத்துக்கொண்டிருக்கும், அதற்குக் கீழே மிகச் சிறிதளவேயாக உதடுகளும் நாடியும் தெரியும், அவ்வளவுதான், அதற்குள்

தாண்டவராயனின் முகம் முடிந்துவிடும், தன் இடக்கையைத் தொடை மேல் பதித்தபடியும் வலக்கையில் கொடிபோன்ற ஒரு கழியைப் பிடித்து அதை உயர ஏந்தியபடியும் கால்களை அகட்டி நிலத்தில் அழுந்த ஊன்றி அவர் கம்பீரமாக நின்றிருப்பார், கல்கழியோடு சேர்த்து மூங்கிலாலான, ஐந்து நீண்ட பட்டுக் கயிறுகள் தொங்கவிடப்பட்ட, குதிரை விரட்டும் பிரிச்சவுக்கு ஒன்றும் அவர் கைகளில் உபரியாகச் செருகப்பட்டிருக்கும், சாபத்தால் ஒரு வண்டியோட்டியாகச் சனத்குமார நதிக்கரையில் அவதரித்த தாண்டவராயன் சுவாமி பல வருடங்களுக்கு முன் தீயவர்களின் உலகமாகத் திரிந்துபோய்க்கிடந்த பாலகாட் மற்றும் பாரமஹால் நிலங்களில் நல்ல குடிகளைப் பிறப்பிக்கும் கருணையுள்ளத்தால் தன் உடலையே பிய்த்து, அங்கங்களை தளி, கெலமங்கலம், ஓசூர், டெங்கனிக்கோட்டை, ராயக்கோட்டை, கிருஷ்ணகிரி, சூலகிரி, ஆனேகல், பாகலூர் உள்ளிட்ட முப்பத்திரெண்டு இடங்களில் எறிந்து அந்த நிலங்களை எரித்துவிட்டுப் புதிதாக உண்டாக்கினார், அந்த நாளிலிருந்து சின்னட்டி நதியில் உப்பு, அப்பம் இரண்டும் தாண்டவராயனின் மார்பாயும், எள்ளுருண்டை கண்ணாயும், எள்ளுப் பொங்கல் நாக்காயும், அரிசிமாவு பல்லாயும், கொழுக்கட்டை கைகளாயும், மொனகரம் கால்களாயும், அதிரசம் அவருடைய லிங்கமாயும் படைக்கப்படுகிறது (அப்பம் உங்களுக்காகக் கொடுக்கப்படுகிற என்னுடைய சரீரமாயிருக்கிறது, பாத்திரம் உங்களுக்காகச் சிந்தப்படுகிற என்னுடைய ரத்தத்தினாலாகிய புதிய உடன்படிக்கையாயிருக்கிறது), பிரசாதங்களை யாரும் உண்ணவோ திரும்ப வீட்டிற்கு எடுத்துச் செல்லவோ மாட்டார்கள், படையலான பின் தாண்டவராயனின் கோபம் குளிரட்டுமென்று அவற்றைக் கொண்டுபோய் நதியில் கரைத்துவிடுவார்கள், நதிநீர் பட்சணங்களைக் கரைத்து அவற்றை மீண்டும் மாவாக்கி சுவாமியினுடைய உடலாக ஒன்றுசேர்த்துக் கைலாயத்தில் கொண்டுபோய்ச் சேர்ப்பித்துவிடுகிறதென்பது ஐதீகம், கோணய்யனின் சிலை தகப்பனைப் போலன்றி அவனுடைய முழு முகத்தையும் காட்டியபடி தாண்டவராயனுடைய முதுகின் மேலேயே, அவர் அவனை எப்போதும் சுமந்துகொண்டு திரிவதைப் போல, செதுக்கப்பட்டிருக்கும், கோணய்யனின் சௌந்தர்யம் வருடக்கணக்காகக் கல் மேல் ஏறிப்போயிருந்த களிம்புப் படலத்தையும் தாண்டி பார்ப்பவர்கள் சொக்கிப்போகும்படி எப்போதும் வெளிப்பட்டுக்கொண்டிருப்பது, கோணய்யன் துயிலாரினத்தவனில்லை, மரகதாம்பிகையம்மனால் தாண்டவராயனுக்கு வழங்கப்பட்ட தத்துப்பிள்ளை, சக்தியினுடைய விருப்பப்படி மாயையால் கட்டப்பட்டிருந்த தாண்டவனாருடைய கண்களைப் புத்திர சோகத்தால் நனைத்துக் கழுவித் திறந்துவிடும் உத்தேசத்துடன் பூலோகத்தில் எட்டு வயதுவரை இருந்து, பிறகு அவரைப் பிரிந்து கைலாயம் சென்றுவிட்டவன், இந்த உலகத்தில் இருக்கிற குழந்தைகளெல்லாம் மகா புத்திசாலியும் பராக்கிரமசாலியுமான அவனுடைய கதையைத் தெரிந்துகொண்டு அவனைப் பின்பற்ற வேண்டுமென்பதற்காகவே சக்தி அவனைப் படைத்தாள் என்று, இதுநாள் வரையில் ஏட்டில் எழுதப்படும் வழக்கமில்லாத தாண்டவராயன் புராணத்தில், அவன் பூவுலகைவிட்டுக் கைலாயம் செல்லும் சர்க்கத்தில் சொல்லப்படுகிறதாம், கடல் நிலமாயும், ஆகாசம் பூமியாயும், பகல்

இரவாயும், ஆண் பெண்ணாயும் இரண்டிரண்டாகப் பிரிந்துகிடக்கும் இந்த உலகத்தின் எந்த மூலையும் தங்களுடைய அருட்பார்வையிலிருந்து விட்டுப்போய்விடக் கூடாதென்பதற்காகக் கோவிலில் இந்த இரண்டு கடவுள்களுடைய சிலைகளும் எதிரெதிர் திசைகளைப் பார்த்தபடி அமைக்கப்பட்டிருக்கின்றன, இதனால் இரட்டைச்சாமி கோவிலின் இரண்டு வாசல்களுக்குக் குணவாசல் குடவாசல் என்பதன்றி முன்வாசல் பின்வாசல் என்கிற பெயர்கள் கிடையாது, எந்த வாசலிலிருந்தும் ஆட்கள் வரலாம், வெளியேறலாம், மேற்கையும் ஆண்களையும் இரவையும் பரிபாலிக்கும் பொறுப்பு தாண்டவராயன் சுவாமிக்குரியது. கோணய்யனுக்குரிய திக்கும் மனிதரும் பொழுதும் முறையே கிழக்கும் பெண்களும் பகலுமாம். அவன் மலடிகளுக்குப் பிள்ளைச் செல்வத்தையும் பிள்ளைகளுக்கு ஆயுளையும் சக்தியின் அருளால் கொடுக்க வல்லவன்).

மனதைச் சலிப்பிற்குள்ளாக்கும் விஷயங்கள் அத்துடன் முடிந்து விடவில்லை. கோவிலின்முன் ஏமாற்றத்தோடு இறங்கிய ட்ரிஸ்ட்ராம் இன்னும் அதிகமாகச் சூள்கொட்டும்படியாக, மெட்றாஸ் கோயில்களின் பிரகாரங்களில் மிதக்கும் உல்லாசச் சூழலுக்கும்கூட முற்றிலும் அந்நிய மான விதத்தில், சண்டைக் காலத்தில் சிதறடிக்கப்பட்ட பிறகு ஏறக்குறைய ஒரு வருடகாலம் கழித்துச் சந்தித்துக்கொண்ட உறவினர்கள், அண்டை அயலார்கள், நண்பர்கள், காதலர்கள் ஆகியோரின் இருநூறு முன்னூறு குசலங்களும் குலாவல்களும் பெருக்கிக்கொண்டிருந்த அன்பு, பசலை மற்றும் ஆற்றாமையின் கண்ணீர் நதியும் உடல் சில்லிடும்படி அவனைச் சுற்றி வளைத்துக்கொண்டுவிட்டது. எண்ணெய் தண்ணீரிலிருந்து பிரிந்துகிடப்பதைப் போல சப்தத் துகள்களோடு ஒட்டாமல் மௌனமாக அலைந்துகொண்டிருந்த காற்றும் மிக நெருக்கமான ஒருவர் அருகே நின்றுகொண்டிருப்பதான உணர்வையும் அதேசமயத்தில் பல வருடங் களாக அவரைப் பிரிந்தேயிருக்கும் ஏக்கத்தையும் ஏககாலத்தில் உண்டாக்கி இனம் புரியாதவொரு துக்கத்தை மணற்படுகையில் கால்களை ஊன்றிய கணத்திலேயே அவன் மனமும் உணரும்படி செய்துவிட்டிருந்தது. வேர்களைப் பீடமாக்கிப் புதிய அடுப்புகள் புகைந்துகொண்டிருந்த மரங்களின் கிளைகளில் பிள்ளைகளிடமிருந்தும் கர்ப்பிணிப் பெண்களிட மிருந்தும் வெளியேற்றப்பட்ட பேய்களும் நோய்களும் நேர்த்திக் கயிறுகளையும் மரப்பொம்மைகளையும் தூளிகளையும் கம்பளிக் கிழிசல்களையும் பிடித்துத் தொங்கிக்கொண்டிருந்தன. கோவிலின் நேர் பின்புறம் ரகசியம்போல ஓடிக்கொண்டிருந்த சின்னட்டியாற்றில் குளித்துக் கரையேறிக்கொண்டிருந்தவர்கள் நண்பகலிலும் இறங்கிக்கொண்டிருந்த பாலகாட் பிரதேசத்தின் பிரத்யேகப் பனியில் நடுங்கியவர்களாயும், அதற்குப் பழக்கப்பட்ட அலட்சியத்துடன் படையல் பொருள்களைக் கைகளில் ஏந்தியவர்களாயும் ஈரத்துணியோடும் குடும்பத்தோடும் கோவிலை நோக்கிக் கருமாதியை முடித்துவிட்டுச் செல்கிறவர்களைப் போல மௌனமாகச் சென்றுகொண்டிருந்தனர். இங்கேதான் ட்ரிஸ்ட்ராம், விக்கிரகத்திற்கும் பூசைப் பொருட்களுக்கும் மட்டுமே இடமிருந்த கோயில் கட்டிடத்தின் அருகே வந்ததும் தாண்டவராயன் சன்னதியின் முன் தாமதிக்காமல் நேரே குடவாசலை நோக்கிப்போய் கோணய்யன் சன்னதியின்முன் காத்திருந்த, சிறுமிகளையும் மூதாட்டிகளையும்

தவிர்த்த, மற்ற பூப்படைந்த பெண்களுக்கான நேர்த்திக் கடன்களை நிறைவேற்றவும், குணவாசலின்முன் நின்றுகொண்டிருந்த ஆண்களுக்காகத் தாண்டவராயனுக்குரிய சிறப்புப் பூசனைகளை இடையிடையே தொடர்ந்து நிகழ்த்திக்கொண்டேயிருக்கவும், இரண்டு வாசல்களுக்கும் மாறிமாறித் தாவியபடி, சிலைகளின்முன்னும் தன்முன்னும் பணிபவர்களின் முகத்தின் மேல் விரல்களின் நடுவே புகைந்துகொண்டிருந்த சுருட்டை ஆழ இழுத்துப் புகையை ஊதியும், நீட்டிய உள்ளங்கைகளில் திருநீற்றை வீசியெறிந்தும் அனுப்பிக்கொண்டிருந்தவனும், பின்னாளில் அவனுடைய நண்பனாக ஆகப்போகிறவனுமான துயிலாரினப் பூசாரியை முதன் முதலாகச் சந்தித்தான். துரதிர்ஷ்டவசமாக அன்று அதுவும்கூட ஒரு கசப்பான ஆரம்பமாகவே அமைந்துபோனது. முதலியார் குடும்பம் வண்டிகளிலிருந்து இறக்கப்பட்ட, இரண்டு கடவுள்களுக்குமான மாலைகள், கோடித்துணிகள், பட்சணப் பொருட்கள் இவற்றுடன் அவனை நெருங்கியபோது கையிலிருந்த சுருட்டை அழிக்கம்பிகளுக்கிடையே சொருகிவிட்டு அவர்கள் கொடுத்த படையல்களைச் சுவாமிக்கும் பிறகு கோணய்யனுக்கும் சாற்றிக் கற்பூரம் காட்டிவிட்டு, அதை முடித்த கையோடு அந்த வருடம் கொடை மிக மந்தமாக நடந்துகொண்டிருப்பதைச் சொல்லி, ஊர்த் தலைக்கட்டுகள் என்கிற முறையில் அவர்களிடம் வருத்தப்படத் தொடங்கிய, இளவயதினனாயும், அருகில் இருந்த சிற்பத்தைப் போலவே நெற்றியிலும் கருத்துத் திரண்டிருந்த மேனி முழுவதிலும் திருநீற்றை வரைந்துகொண்டிருந்தவனாயும், ஆங்காங்கே புண்களிலிருந்து கசிபவைபோல குங்குமத் தீற்றல்கள் உடல் மேல் சிவந்து ஜொலிக்கயிருந்தவனாயும், நெற்றியில் கந்தகம், அஞ்சனக்கல், வெள்ளி, செம்பு, தங்கம், காரீயம் ஆகியவற்றைச் சேர்த்து உருக்கிச் செய்த மையால் விபூதிப்பட்டையின் நடுவே செங்குத்தான, கண்போன்ற வடிவமொன்றைத் திலகமாக இழுத்துக்கொண்டிருந்தவனாயும், நீண்ட கூந்தல் முழுவதையும் பின்னே தள்ளிக் கொண்டையாகச் சுருட்டிவிட்டுக் கொண்டிருந்தவனாயும் காட்சியளித்த அந்தப் பூசாரி, அவன் உடலிலிருந்து கிளம்பிக்கொண்டிருந்த விநோதமான பழுத்த வாடை ட்ரிஸ்ட்ராமை முகஞ்சுளிக்கச்செய்த அதேவேளையில் அவனுடைய உயரத்திற்கும் நிறத்திற்கும் பூனைக்கண்களுக்கும் பொருந்திவராத உடையலங்காரத்துடன் முதலியாரின் அருகே ஒரு கட்டியங்காரனைப் போல நின்றுகொண்டிருந்த ட்ரிஸ்ட்ராமைக் கவனித்தவுடன் அவனைப் பார்க்கையில் தனக்கு தர்மபுரி சுக்ரீவனின் ஞாபகம் வருவதாகச் சொல்லிவிட்டு (தர்மபுரி சுக்ரீவன் ஒரு கூத்தன். கோணய்யன் பராக்கிரமக் கூத்தில் தன்னுடைய பன்னிரண்டாவது வயது தொடங்கி இருபத்தைந்து வருடங்களாகப் பால கோணய்யனாகவே வேடங்கட்டிக்கொண்டிருந்த அவன் தன் வயதைக் குறைத்துக் காட்டக் கையாண்ட உபாயம் பாரமஹால் முழுவதும் பிரசித்தம். சண்டையின் இரண்டாம் வருடம் சத்தியமங்கலத்தில் தளபதி ஃப்ளாய்டின் உதவிக்காக தாமஸ் மன்றோ திப்புவுடன் நடத்திய இரண்டு நாள் சண்டை துவங்குவதற்கு முந்தின இரவில் படைகள் முகாமிட்டிருந்த வெளியிலேயே அவருடைய பிரத்யேக விருப்பத்திற்கிணங்க அவன் முதல்நாள் பாரதப்போரைக் கூத்தாக நடத்திக்காட்டி அவரை வியப்பில் ஆழ்த்தினான். எடுத்துப் படிக்க

அவகாசமில்லாமல் தன் சட்டைப்பைக்குள்ளேயே வருடக்கணக்காகக் கிடக்கும் ஷேக்ஸ்பியரை முழுவதுமாகப் படித்துவிட்ட உணர்வை அந்தக் கூத்து தனக்குத் தந்ததாகச் சொல்லி அவன் திறமையை மெச்சிப் பேசிய மன்றோ அதற்குச் சன்மானமாகச் சில சக்கரங்களையும் ஒரு மூட்டை நெல்லையும் அவனை எடுத்துக்கொள்ள அனுமதித்தபோது சுக்ரீவன் அவற்றை வேண்டாமென்று சொல்லிவிட்டு அதற்குப் பதிலாக மன்றோவின் அரைக்காற்சட்டை ஒன்றைக் கேட்டு வாங்கிக்கொண்டான். அதென்னவோ தனியாகப் பார்ப்பதற்குக் கரப்புடுப்பைப் போல நன்றாயும் விஸ்தாரமாயும்தான் இருந்தது. அடுக்குப் பார்க்கும்போது கூட அண்ணாவியுட்பட சபையோரும் அதில் வித்தியாசமாக எதையும் கண்டுபிடிக்க முடியவில்லை. மேலும் பறங்கி உடுப்புக்குப் பல உடம்பு என்கிற சொலவடையும் அப்போது பாரமஹால் வட்டாரத்தில் புழங்கிக் கொண்டிருந்தது. அதாவது அந்த உடுப்பை யார் அணிந்துகொண்டாலும் அவர்களுக்கென்றே தைக்கப்பட்டதைப் போல உடலோடு கச்சிதமாகப் பொருந்திக்கொண்டுவிடுமாம். ஆனால் மொரப்பூர் அம்மன் கொடையில் சுக்ரீவத் துயிலான் அந்தச் சொலவடையைத் தகர்த்துவிட்டான். அங்கே நடந்த கூத்தில் இடுப்புக்கு மேலே பாரம்பர்யமான தோள் சுட்டி, பட்டுச்சட்டை, தங்காபரணங்கள் இவற்றுடன் முதல் தடவையாக இடுப்புக்குக் கீழே அந்த வட்டுடுப்பை அணிந்துகொண்டு, தொடைகள் தெரிய பிரவேசத் தருவைப் பாடியபடி ஒரு சிறுவனாக அவன் களரிக்குள் நுழைந்த காட்சி அவன் கோணய்யன் என்பதையும் மறந்து குமரிப் பெண்களை வெட்கங்கொள்ளவும், மூதாட்டிகளைக் கண்களை மூடிக்கொள்ளவும், தலையிலடித்துக்கொள்ளவும், மொத்த சனங்களையும் சிரித்து விழவும் பண்ணிவிட்டது. உடுப்பு அவன் வயதைக் குறைத்ததோயில்லையோ, ஆனால் அப்படியொரு கருமத்தை அணிந்து கொள்ளத் தோன்றிற்று என்பதொன்றே அவன் ஒரு வளர்ந்த மனிதன் என்கிற நினைப்பைக் கூத்துப் பார்ப்பவர்களுடைய மனதிலிருந்து அழித்துவிடப் போதுமானதாயிருந்தது என்று எரிந்த கட்சியொன்று அவன் காதுபடவே பேசிக்கொண்டது. என்றாலும் பறங்கியானுடைய உடுப்பு மாயத்தைப் போல அவனுடைய வயதை நிஜமாகவே பல வருடங்கள் கீழே இழுத்துவிட்டதென்னவோ உண்மைதான் என்று பேச எரியாத கட்சியொன்றும் கூடவே உருவாகியிருந்ததால், மேலும் தன் அலங்காரம் கேலிக்கிடமாகக்கூடியபட்சத்தில் அதைத் தன் ஆட்டத்தால் சரிக்கட்டிவிட முடியுமென்கிற நம்பிக்கை சுக்ரீவனுக்கும் இருந்ததால், அவன் துணிந்து அந்த உடுப்பையே பட்டுத்துணி வைத்து ஒட்டுத் தைத்து ஜிமிக்கி, பூவேலை பார்த்து பார்வையை அதிகமாக உறுத்தாதபடிக்கு, கோணய்யன் பாத்திரத்திற்குரிய நிரந்தரக் கூத்துடுப்பாய் மாற்றிக்கொண்டுவிட்டான். அதைத்தான் அன்றிரவு சின்னட்டியாற்றங்கரையில் நடக்கவிருந்த கூத்திலும் அவன் அணிந்துகொள்ளவிருந்தான்) பெண்கள் இருக்கிறார்கள் என்கிற இங்கிதம் சிறிதும் இல்லாமல் பெரிதாகச் சிரிக்கவும் தொடங்கி விட்டான். அதுவரையில் மருமகனுக்குப் பயந்துகொண்டு ட்ரிஸ்ட்ராமைச் சகித்துக்கொண்டிருந்த சதாசிவ முதலியாரும் சந்தர்ப்பம் கிடைத்ததென்று அவனுடன்கூடச் சேர்ந்துகொண்டுவிட்டார்.

பூதகை

அவர்களிருவருடைய சிரிப்பாலும் சிவந்துபோன ட்ரிஸ்ட்ராமின் முகத்தை நேராக்க பல்குணம் முதலியார் பிறகு மிகச் சிரமப்படவேண்டியிருந்தது. மைசூர் சமஸ்தானத்தின் செல்ல மிருகமான புலியை ஒரு சிறுவன் பிடித்துக் கட்டுவதாக நடிக்கப்படும் கோணய்யன் பராக்கிரமக் கூத்தை அதன் பழமை கருதி மட்டுமே தன் ஆட்சிப் பகுதிகளில் அனுமதித்திருக்கும் சுல்தான் அதில் புதிதாக நுழைக்கப்பட்ட பறங்கி உடை கூத்தைப் பார்த்தவர் மனதில் விரும்பத்தகாத அர்த்தங்களைத் தோன்றச்செய்து துரோகிகளை உருவாக்கியதோ வென்று சண்டைக்குப் பிறகு சந்தேகப்படுவதாயும், பாரமஹாலை இழந்ததற்கு இந்தவிதமான அனர்த்த நிகழ்வுகளும் ஒரு காரணமாயிருந் திருக்குமோவென்று நினைத்து அவர் வருந்துவதாயும், வயதைக் குறைக்கப் பறங்கியானின் உடுப்பை அணிந்துகொள்ளும் சுக்ரீவத் துயிலானின் உதாரணத்தை மற்ற கூத்தாடிகளும் பின்பற்ற நினைக்கும்பட்சத்தில் எதிர்காலத்தில் கோணய்யன் கூத்தை மைசூர், பாலகாட் பகுதிகளில் தடைசெய்துவிட உத்தேசித்திருக்கிறாரென்றும் தான் கேள்விப்பட்டதாகச் சொல்லி பேச்சை அவர் திசைதிருப்பிவிட்டார். மேலும், பொருந்தாக் குறையாக இருந்தாலும் கோணய்யன் சுவாமி உடம்பினுள் இறங்கச் சன்னதம் கொள்ளும் தைரியமும் சுத்தமும் வேறொரு கூத்தாடிக்குக் கைவரும்வரையில் அறுபது வயதானாலும் சுக்ரீவன் உட்பட ஜவளகிரிக்கு மேற்கிலும் கிழக்கிலுமிருக்கும் ஆறேழு துயிலான்களைத் தவிர வேறு யார்தான் பால கோணய்யனாக வேடங்கட்டி ஆட முடியும். பல்குணம் முதலியாரின் பேச்சைக் கேட்டதும் பூசாரி ட்ரிஸ்ட்ராமின் மீதிருந்த கவனத்தை மட்டுமல்லாமல் வேடிக்கை மனநிலையையும் சேர்த்தே இழந்துவிட்டான். பாரமஹாலை இழந்த பிறகு சுல்தான்மீது எல்லைப் பள்ளிகளின் மீதான சந்தேகம் வைசூரியைப் போலதான்

படர்ந்துவிட்டதென்றும், ஸ்வப்னஹள்ளியைப் பற்றிக்கூட, அது கும்பெனிப் படைகளின் நடமாட்டத்திற்கு இடம் கொடுத்திருக்கிறதாக அவருக்கு எப்படியோ தவறான செய்தி போயிருக்கிறதென்றும், டெங்கனிக்கோட்டை, ரத்னகிரி, சர்ஜாபுரம் ஆகியவற்றைப் போல ஸ்வப்னஹள்ளியும் சுல்தானின் கோபத்திற்கு ஆளாகிவிட்டால் பிறகு அந்தச் சனங்களுக்குச் சமூகத்திடம் வருவதைத் தவிர வேறு கதியில்லையென்றும், ட்ரிஸ்ட்ராமை அவர் கூட்டிக்கொண்டு வந்திருப்பதையும் அவனிடம் ஸ்வப்னஹள்ளிவாசியான தான் சிரித்துப் பேசிக்கொண்டிருப்பதையுமேகூட ஓர் ஒற்று வேலையென்று திரித்து சுல்தானிடம் சொல்ல அங்கேயே எந்த மாறுவேடமிட்ட சிப்பாய் திட்டமிட்டுக்கொண்டிருக்கிறானோ என்றும் சொல்லி, ட்ரிஸ்ட்ராமை விட்டுவிட்டு அவனைச் சமாதானப்படுத்தும் முயற்சியில் முதலியார்களிருவரும் இறங்கியாக வேண்டிய விதத்தில், பலவாறாகப் புலம்பவும் தொடங்கிவிட்டான். அவனுடைய புலம்பல் உடன்படிக்கைக்குப் பின்னும், தாமஸ் மன்றோவின் அதிருப்தியென்னும் விசிறியால் விசிறப்பட்டதாய், இரண்டு சர்க்கார்களுக்குமிடையே கனன்று கொண்டிருந்த மௌனப் பகையின் ஆழத்தை ட்ரிஸ்ட்ராம் ஏகதேசமாக உணரவும் பூசாரியின் மேல் பரிதாபங்கொள்ளவும் காரணமாயமைந்தது. வழிபாடு முடிந்து அவர்கள் கெலமங்கலத்திற்குத் திரும்பிக்கொண்டிருந்த வழியில் முதலியாரிடமிருந்தும் சிவகாமசுந்தரியம்மாளிடமிருந்தும் ட்ரிஸ்ட்ராம் பூசாரியைப் பற்றிச் சில ஆச்சரியகரமான தகவல்களைத் தெரிந்துகொண்டான். அதென்னவென்றால், ஸ்வப்னஹள்ளியிலிருந்து வருடத்திற்கு ஒருமுறை கொடைக்காக இரட்டைச்சாமி கோவிலுக்கு கெலமங்கலம் குடிகளால் மாலை மரியாதைகளுடன் அழைத்துவரப்படும், விகல்பங்களால் மூப்படைந்துவிடாத மனதிற்குச் சொந்தக்காரனான அந்தப் பூசாரி பார்வைக்கு முப்பது முப்பத்தைந்து வயதிற்கு மேல் மதித்துவிட முடியாத, ஸ்திரீகளின் உடற்தினவுகளால் அரைபட்டுப் பொடிந்துவிடாத, வாளிப்பான உடலையும் தொங்காத முகச்சதையையும் கொண்டவனாய்த் தோற்றமளித்தாலும் உண்மையில் ஒரு தொண்டுக் கிழவனாம், மைசூர் சமஸ்தானச் சரித்திரத்தின் நான்காவது தலைமுறையைப் பத்தடி தூரத்தில் நிற்கும் பெண்ணின் கூந்தலிலிருந்து உதிரும் மயிர் தரையில் விழுந்து கொண்டிருப்பதைப் பார்க்கும் அதே வெறுப்புடனும் அசூயையுடனும் பார்வைக் கூர்மையுடனும் பார்த்துக்கொண்டிருக்கும் அவனுடைய வயது ஏறக்குறைய இருநூறாம், அவன் மட்டுமன்று, முன்காலத்தில், குரங்குக்கும் மீனுக்கும் பிறந்த மச்சவல்லபனின் வழித்தோன்றல்கள் என்று தங்களை அழைத்துக்கொள்ளும், துயிலார்கள் அனைவருமே சகஜமாக முன்னூறு வருடங்கள்வரையில் உடலையும் உயிரையும் பழுக்காமல் வைத்துக்கொள்ளும் ரகசியம் தெரிந்தவர்களாய் இருந்திருக்கிறார்கள், காலப்போக்கில் பிற சாதி மனிதர்களுடன் பழகிப் பழகி அந்த இனத்தவர்களின் ஆயுளும் சிறுத்துக்கொண்டேபோய்விட்டதென்றாலும் இப்போதும் பூசாரியைப் போன்ற சில துயிலார்கள் அபிரகாதம் என்கிற, சாவைத் தள்ளிப்போடும், இரண்டு சர்க்காராலும் தடைசெய்யப் பட்டிருக்கும், ரகசியக் குளிகையைச் செய்யும் முறையைப் பயின்றுதான் வருகிறார்கள், அபிரகாதம் அதை உட்கொண்டவனின் உடலுக்குள் சேர்ந்துகொண்டிருக்கும் காலத்தை அழுகிய பழத்தின் மணமாக மாற்றி

வெளியேற்றிக்கொண்டேயிருக்கும், அது தலைமுடியை நரைக்கவோ வயதைப் பழுக்கவோ விடாது, துயிலார்கள் தாங்களே விரும்பினால்தான் மரணம் தங்களை அணுக அனுமதிப்பார்கள் என்றும், மங்களூர்ப் பக்கம் ஒரே ஜமீன் குடும்பத்தின் மூன்று தலைமுறைகளுக்குப் பணியாளனாய் ஒரே துயிலான்கூட இருப்பானென்றும் இங்கே நிறைய கதைகள் உண்டு, எள்ளுப் பேரன்கள் தர்ப்பணம் செய்கையில் நினைவு வைத்துக்கொள்ளவென்று தங்களுக்குப் பிடித்த பண்டங்களின் பெயர்களையெல்லாம் சில பிராமணர்கள் தங்கள் தலைமுறையின் இளந்துயிலானிடம் ரகசியமாகச் சொல்லிவிட்டுச் சாகும் வழக்கம்கூடச் செவிடபாடியில் இருந்திருக்கிறது, முதலியாரின் தகப்பனார்கூட பூசாரியை ட்ரிஸ்ட்ராம் இப்போது எப்படிப் பார்த்தானோ அப்படியே தன் சிறு வயதிலிருந்து பார்த்துக்கொண்டிருந்திருந்தாராம், தானும் அவரை அதேவிதமாகப் பார்த்துக்கொண்டிருந்ததாக அவர் அவருடைய சிறுவயதில் அவருடைய பாட்டனார் சொல்லக் கேட்டிருக்கிறார், ஸ்வப்னஹள்ளி பூசாரியின் வயதைக்கூட மனிதர்கள் அவர்களுடைய அற்ப சக்திக்கும் குறைப்பார்வைக்கும் எட்டிய காலத்திலிருந்து கணக்கிட்டுத் திருப்திப்பட்டுக்கொள்கிறார்களே தவிர அவனுடைய உண்மையான வயது அனுமானங்களின் தூண்டிலுக்குள் அகப்படாமல் காலத்தின் உள்ளே வெகு ஆழத்தில் நீந்திக்கொண்டிருக்கிறது என்பதுதான் பொதுவான நம்பிக்கை, இருநூறு வயது சாத்தியமானால் முன்னூறு வயது சாத்தியமில்லையாயென்ன, ஆனால் அதையெல்லாம் கற்பனை செய்யப் புகுந்தால் புகுந்தவர்களைப் பிரமையடித்துவிடும், அவர்கள் பிறகு நிஜத்திற்குத் திரும்பி வர மாட்டார்கள், அனாதிக்குள் தொலைந்துபோய்விடுவார்கள், துலுக்க வமிசம் தலையெடுக்கும்வரையில் மைசூர் உடையார்கள் பூசாரியைப் பார்க்க ஸ்வப்னஹள்ளிக்கே வந்துபோவதுண்டு, என்றாலுமே அந்தச் செல்வாக்கைப் பணமாக்கிக்கொள்ள அவன் என்றுமே முயன்றதில்லை, ஒரேயொரு சமயம் மட்டும் உடையார் காலத்திலேயே முத்தியால்மடு முத்துச்சடைநாதர் கோவிலைச் சற்று பெரிதாகப் பிரகாரம் அமைத்துக் கட்டி அதன் மேற்கு மூலையில் தன் குலதெய்வமான தாண்டவராயனுடைய சிலையையும் பிரதிஷ்டை செய்து முடிக்கும் கனவிற்காகக் கொஞ்சம் பொன் கேட்டிருக்கலாமேயென்று அவன் முதலியாரிடம் சொல்லி வருத்தப்பட்டுக்கொண்டானாம், ஆட்சி மாற்றங்களுக்கும் தொடர்ந்த போர்களுக்கும் நடுவில் அது கனவாகவே தங்கிவிட்டது, இந்த வினோதங்களையெல்லாம் தாண்டி ஆற்காடு, கோயமுத்தூர் மற்றும் திண்டுக்கல் என்று மூன்று திசைகளிலும் சிதறிக்கிடந்த, புலையர்களைக்காட்டிலும் தாழ்ந்த சாதியினராய் ஒருகாலத்தில் துவேஷிக்கப்பட்ட துயிலாரினத்தவர்களையெல்லாம் தன் தகப்பனுடன் சேர்ந்து ஒன்றுதிரட்டிச் சங்கம் அமைத்து அவர்களை மூன்றாம் வர்ணத்தவரின் நிலைக்கு உயர்த்தியவன் அவன், இந்திய நிலத்தின் புராணங்களை மட்டுமல்லாமல் பறங்கிப் புராணங்களையும் பற்றித் தெரிந்துகொண்டிருப்பவனும்கூட, அத்தனை நல்லவனும், நாலும் தெரிந்தவனுமான அவனை ஸ்வப்னஹள்ளிமீதான சுல்தானின் கோபம்பற்றிய கவலையிலிருந்து ட்ரிஸ்ட்ராமின் அலங்காரம் கொஞ்ச நேரமாவது வெளியேற்றிச் சிரிக்கச் செய்தது குறித்து உண்மையில் அவன் சந்தோஷப்பட்டுக்கொள்ள வேண்டுமேயல்லாது வருத்தப்படலாகாது.

முதலியார் குடும்பத்தின் மூலமாக ட்ரிஸ்ட்ராம் கேள்விப்பட்டவை பூசாரியின்பால் அவனுக்குள் சுரந்துகொண்டிருந்த பரிதாபத்தைப் பரிவாயும் மரியாதையாயும் முன்னேற்றிக்கொள்ள உதவிசெய்தன. அவன் பூசாரியுடன் பேசவும், அவனுடலிலிருந்து வீசிக்கொண்டிருந்த, தடைசெய்யப்பட்ட மணத்தைத் திரும்ப ஒருமுறை நுகர்ந்து பார்க்கவும் விரும்பினான். ஆனால் அன்று இரவு கூத்தரங்கில் அவனைப் பார்க்கும் வாய்ப்புக் கிடைத்தபோதும் பூசாரி பேசும் மனநிலையிலோ சிரிக்கும் ஆசுவாசமான சூழலிலோ இருக்கவில்லை. கூத்தைத் தொடக்குவதற்கான பூர்வாங்க வேலைகளில் அவன் மும்முரமாயிருந்தான். முதலியார்களேகூட அவனைக் கூப்பிட்டுப் பேச முயலாமல் முன்வரிசையில் ஊரின் பெரிய தலைக்கட்டுகளோடு விருந்தினர்களுக்குமாகச் சேர்த்துப் போடப் பட்டிருந்த ஆசனங்களைத் தேடிப் பெண்டு பிள்ளைகளுடன் போகத் தொடங்கிவிட்டதால், காவலர்களிடம் வீணான சந்தேகங்களை உண்டாக்கும்விதமாகத் தங்களைவிட்டுப் பிரிந்து செல்வதோ யாரிடமும் தனியாக நின்று பேசுவதோ கூடாதென்று பல்குணம் முதலியார் கண்டிப்பாகச் சொல்லியிருந்ததாலும், ட்ரிஸ்ட்ராமும் வேறு வழியின்றி அவர்களைப் பின்தொடர்ந்து செல்ல வேண்டியதாகிவிட்டது. மேலும், சதாசிவ முதலியார் ஆசுவாசப் பெருமூச்சுவிடும்படி, கூத்தைப் பார்க்கக் குவிந்துவிட்டிருந்த எதிர்பாராத கூட்டமும், நதிக்கரையில் அது உருவாக்கிக்கொண்டிருந்த ஆரவாரமான சூழலும், பிறகு நடந்த கோணய்யன் பராக்கிரமக் கூத்தும் பூசாரியைப் பற்றின சிந்தனைகளைப் பின்தள்ளிவிட்டுவிட்டு அவன் விலகி வெகுதொலைவிற்கு வந்துவிட்ட பல பழைய நாட்களை அவனுக்கு மிக அருகில் இழுத்துக்கொண்டுவந்து சேர்த்துவிட்டதாலும் பிறகொருநாள் ஸ்வப்னஹள்ளி எரிக்கப்பட்ட இரவில், பூசாரி பயந்தபடியே, அவனை ஓர் அகதியாகப் பார்க்கவிருக்கிற நாள்வரை அவனுடன் பேசும் சந்தர்ப்பம் தள்ளிப்போடப்பட்டது. கோவிலின் பக்கலில், சில பத்தடிகள் தொலைவில், மரங்கள் விலகியிருந்த விஸ்தாரமான வெளியில் அமைக்கப்பட்டிருந்த வட்டக் களரியைச் சுற்றி வேலிகளாயும் விளக்குத்தூண்களாயும் நின்றிலங்கிய மூங்கிற்கம்பங்களில் தொங்கிக்கொண்டிருந்த காடைவிளக்குகளின் தாமரைத்திரி வெளிச்சத்திலும், பார்வையாளர்களின் மத்தியில் ஆங்காங்கே குத்தி நிறுத்தப்பட்டிருந்த வாழைக்குற்றிகளின் மேல் தேங்காய்ப் பத்தை எரிந்து சிதறடித்துக்கொண்டிருந்த, சுகந்தமான எண்ணெய் வாடையுடன்கூடிய, பிரகாசத்திலும், பகல்பொழுது முழுவதிலும் கவ்விக்கொண்டிருந்த தன் துயரம் ததும்பிய மௌனத்தைத் துறந்துவிட்டு, தரையைப் பார்க்க முடியாதபடி வந்து குவிந்து தத்தமது சாதி எல்லைக்குள் பரிச்சயமான மற்றும் வசதியான இடங்களைத் தேடியலைந்துகொண்டிருந்த ஜனக்கூட்டத்தால் கோவிலுக்குள்ளிருந்த சிலைகள் சற்றைக்கொருதரம் ஏற்றப்பட்ட கற்பூரவொளியில் மின்னி மறைந்துகொண்டிருந்தபோதெல்லாம் வலுவாகத் தீண்டப்பட்ட காண்டாமணியொலி அதிர, உற்சாகம் பொங்கும் கூக்குரல்கள் மற்றும் அழைப்பொலிகளால் நிறைந்து அமளிதுமளிப்பட்டுக்கொண்டிருந்த சின்னாற்றங்கரை அவனுக்கு அவனுடைய கல்லூரி நாட்கள் முழுவதும் ஒரு தரித்திரம் பிடித்த தேவதையாகவே தன் கண்களில் தென்பட்டுக்கொண்டிருந்த எலினாரைப்

பொன்மீனாய்க் காட்டித் திகைக்கச்செய்த ஒளஸ் நதிதீரத்தை நினைவிற்குக் கொண்டுவந்து கண்களைப் பனிக்கச் செய்திருந்தது. பெரிய வேலியைப் போல அந்தப் பிரதேசத்தைச் சுற்றிவளைத்துத் தாவளமிறக்கியிருந்த வில்வண்டிகளும் கூண்டுவண்டிகளும், இடையிடையே குரல்கொடுத்துக் கவனத்தைத் திருப்பாமல் நீண்டநேரம் அசைபோடுவதற்கென்று தங்கள்முன் குவிக்கப்பட்டிருந்த வைக்கோல், கொள்ளுப்புல் ஆகியற்றின் மீதே குளிருக்கு இதமாகப் படுத்தபடியும் அவற்றை மௌனமாக அசைபோட்டபடியும் சூழலின் பரபரப்பை அவதானித்தபடி கிடந்த கால்நடைகளும், ஏற்கெனவே ஆற்றங்கரையை மூச்சுத் திணறுமட்டும் நிரப்பிவிட்டதைப் போல தளும்பிக்கொண்டிருந்த வண்டிகளுக்கிடையிலும் ஜனநெரிசலுக்கிடையிலும் மேலும்மேலும் நுழைந்து தங்களைச் சொருகிக்கொண்டேயிருந்த வண்டிகளும் ஜனங்களும் லிட்டில்போர்ட் நிலவெளியிலலைந்த நாளை ட்ரிஸ்ட்ராமின் கண்முன் திரும்பவும் நடித்துக்கொண்டிருந்தன. மரத்தை ரசிக்கும் அனுபவத்தை மரத்தைக்காட்டிலும் மரத்தின் சித்திரம் பலமடங்கு அதிகமாகத் தருமென்று நானூறு வருடங்களுக்கு முன் இஸ்தான்புல் ஓவியச்சாலையொன்றில் ஒருமுறை அறிவிக்கப்பட்டதைப் போல கெலமங்கலம் மண்ணிற்கேயுரிய கருத்த மனிதர்களும் பிரத்யேக மணங்களும் அந்நியமான பாஷைகளும் அனாதிகாலந்தொட்டுத் தங்கள் காய்தலுவத்தலற்ற பொழிவால் திசைகளை இணைத்துக்கொண்டிருந்த பனி மற்றும் நிலவின் கருப்பு வெள்ளை வண்ணத்தில் தோய்ந்த இங்கிலாந்துக் கிராமமொன்றின் மனிதர்களாயும் மணமாயும் பாஷையாயும் தீட்டப்பட்டுக்கொண்டிருந்தன. சங்கோஜ குணமுள்ளவர்களாயும் பெண்களுடன் பழக வெட்கப்படுபவர்களாயும் குருட்டுத் தைரியமுள்ளவர்களாயும் கொலைவெறிகொண்ட சடங்குகளை நிகழ்த்துபவர்களாயும் அதேசமயத்தில் பெரியோர்களும் முக்கியஸ்தர்களும் கடவுள்களும் இருக்குமிடங்களில் பணிவுள்ளவர்களாயும் இருப்பவர்க ளென்று அறியப்பட்ட இந்துஸ்தானத்துச் சனங்களும் தங்களுடைய, கற்பிக்கப்பட்ட, குணங்களத்தனையையும் இரவு நேரத்தின் கேளிக்கையில் தாம்பூலச்சுவாசத்தில் சிக்குண்டு வெளியேற வழியின்றிச் சில்லிப்பை இழந்து புழுக்கத்தில் கனத்துப்போயிருந்த காற்றில் (எலினார் தன் வெட்கத்தைப் பறக்கவிட்டதைப் போலவே) பறக்கவிட்டுவிட்டிருந்தார்கள். மொத்தத்தில் வித்தியாசங்கள் அழிந்துபோயிருந்த இரவாக அது இருந்தது. விறைப்பாக அமர்ந்திருந்த முக்கியஸ்தர்களையும், கோணய்யனின் பிள்ளைவரமளிக்கும் சக்தி பிரபலமாகத் தொடங்கிய பின் தயக்கத்துடன் புதிதாக இரட்டைச் சாமி கோவிலுக்கு வரத் தொடங்கியிருந்த சில பிராமணக் குடும்பங்களையும் தவிர பிற ஜனங்களிடம் ஆண் பெண் வேறுபாடு அற்றுப்போயிருந்தது. வசவுகளுக்கும் வாழ்த்துக்களுக்குமிடையிலான பேதம் அழிந்திருந்தது. புழுதித் தரைகளும் மரக்கொம்புகளும் ஒரே மட்டத்தில் இருப்பவையாகப் புட்டங்களைத் தாங்கிக்கொண்டிருந்தன. இருளும் சந்திர வெளிச்சமும் முயங்கிக் கலந்துபோயிருந்தன. பகலின் விழிப்பு இரவின் உறக்கத்தினுள் ஊடுருவியிருந்தது. பார்வைகளும் வார்த்தைகளும் மொழியை அலட்சியப் படுத்திக்கொண்டிருந்தன. முதியவர்களின் நரைத்த மீசையையும் பெண்களின் மேல் விழுந்த அவர்களின் ஓரக்கண் பார்வைகளையும் அவர்களின் முன்னாலேயே இளைஞர்களும் யுவதிகளும் பழித்துக்

கேலிசெய்துகொண்டிருந்தார்கள். அனைத்துக் கட்டுப்பாடுகளையும் உடைத்துக்கொண்டு வெடிக்க முன்னிக்கொண்டிருந்த அந்தத் தளும்பலைக் கோவிலின் கிழக்குப்புறமும் போடப்பட்டிருந்த சாதியெல்லை வட்டங்கள் கட்டுக்குள் நிறுத்திவைக்கப் பெரும் பிரயாசை எடுத்துக்கொண்டிருந்தன. கோணய்யன் சன்னதியிலிருந்து சற்று தொலைவில் ஆற்றங்கரையோரமாகப் பெண்கள் தங்களைச் சுதந்திரமாகக் கழித்துக்கொள்ளத் தானாகவே உருவாகியிருந்த திடலுக்குள்ளிருந்து இருளுக்கும் தனிமைக்கும் பாம்புகளுக்கும் பயந்துகொண்டு அவர்கள் தங்களை அரைகுறையாகத் திருத்தியபடி வெளியே வரும் காட்சியைப் பார்க்காமல் விழிகளைத் திருப்பிக்கொள்ளக் கிழவர்களும், குலவட்டத்திற்கு வெளியே பிற வட்டங்களுக்குள் மின்னிய காதற்பெண்களின் அசைவுகளால் தூண்டப்பட்ட வேட்கையுடன் இளைஞர்களும் கூண்டிலடைபட்ட புலிகளைப் போல இங்குமங்கும் அலைந்து கொண்டிருந்தார்கள். பிரிக்கப்பட்டதாலேயே ஒவ்வொரு சாதி வட்டமும் எதிர்ச் சாதியைச் சேர்ந்த எதிர்பாலர்களை வஞ்சகமாகக் கவர்ந்திழுக்கும் காமக்காடாக மாறியிருப்பதாக ட்ரிஸ்ட்ராமுக்குத் தோன்றியது. அந்த வகையில் எனவே, சூழலின் குதூகலமும்கூடத் தன் லட்சணத்தைப் பறிகொடுத்துக் கொஞ்சம் துக்கத்துடன் கலந்து அதன் கறாரான அகராதிப் பொருளை இழந்துதான்போயிருந்தது. ஓர் இரவுப் பறவையைப் போல அவ்வளவு நெரிசலின் ஆழத்தில் தனிமையும், தோழமையினடியில் இயலாமை தூண்டிவிட்ட பெருங்கோபத்தின் சாயலும் சூழலின் ஆரவாரக் கிளையின் மேல் மௌனமாக உட்கார்ந்திருந்தன.

கூத்தினுள்ளும், அதில் பின்னர் நடக்கவிருக்கிற சம்பவங்களை முன்பே சுருக்கமாகச் சொல்லிச்செல்லும் கதைசொல்லியாயும் ஜமீன்தாரின் ரதசாரதியாயும் பின்பாட்டுக்காரனாயும் அண்ணாவியாயும் கானகத்திலலையும் கோணய்யனின் தனிக்குரலாயும் நிமிடத்திற்கு நிமிடம் கூடுவிட்டுக் கூடுபாய்ந்து கொண்டேயிருந்த கட்டியக்காரனும், கையில் இருந்த செங்கோலின் ஒற்றை உதறலால் கூத்துக் களரியைக் கண்ணிமைக்கும் நேரத்தில் மாடமாளிகைகளும் கூடகோபுரங்களும் பொன் விதானங்களும் உயர்ந்த உப்பரிகைகளும் நந்தவனங்களும் நீரூற்றுகளும் பலவண்ணப் பட்சிகளும் கைக்கடக்கமான சிறுவிலங்குகளும் நிறைந்த ஒரு நகரமாக்கி கெலமங்கலம் பாளையத்தை மன்னரின் பிரதிநிதியாகப் பரிபாலிக்கும் பூங்காவனச் செட்டியாரும், சக்தியாயும் செட்டியாரின் மனைவியாயும் அரக்கப் பெண்ணான பூதகையாயும் தன்னைப் பேய்மையிலும் பெண்மை மிளிரப் படமெழுதிக்கொண்டுவந்த ஆண் கூத்தர்களும், பூசாரியின் நையாண்டி பொய்யாகும்படியும் திப்பு சுல்தானின் பயம் நியாயமானதென்று எண்ணும்படியும் கோணய்யனென்கிற எட்டு வயதுச் சிறுவனுக்குள் தன்னைக் குரலாயும் அடவாயும் புகுத்திக் கொண்டிருந்த சுக்ரீவத் துயிலானும், அவன் ஒரு காவிநிறத் துண்டுத் துணியைப் பசுவாயும் பிறகு அதையே ஒரு வரிப்புலியாயும் மாற்றித் தரதரவென்று இழுத்துக்கொண்டுபோன விந்தையும், பூதகையின் வயிற்றிலிருந்து வெளிவரும் பாளையக்குடிகளும், மும்முறை வெடித்த கோட்டை வெடிகளும், ஊர் வண்ணானால் துவைக்கப்பட்ட வேட்டி ஒரு வெள்ளைத் திரையாகச் சாணான்களின் கைகளிலிருந்து

அறுந்து விழுந்தபோதெல்லாம் கூடவே உதிர்ந்துகொண்டேயிருந்த கதைகளுமாகச் சேர்ந்து உருவாக்கிய மாயக்காட்சிகள் ட்ரிஸ்ட்ராம் திடுக்கிடும்படி ஒரு கற்பனைப் பயணத்தில் அவனைக் காலாதீத வெளியில் மூச்சுத் திணற அலைக்கழித்துக்கொண்டிருந்தன. குறிப்பாக, தன்னை ஜெயிக்க வந்த கோணய்யன் தன் காலடியிலேயே விழுந்து வணங்கும்படியாகக் கூத்தில் வெளிப்பட்ட பூதகையின் உரையாடல்கள் சத்யபாமாவால் தொடங்கிவைக்கப்பட்ட மனவலைச்சலுக்கு வேறொரு பரிமாணத்தைக் கொடுத்தபோது கெங்கம்மாவைப் பற்றின அவனுடைய அபிப்பிராயங்களில் இயல்பாகவே மென்மை கலந்துகொண்டது. ஆனால் கூத்தைப் பார்த்துக்கொண்டிருந்தபோதோ, அதைப் பற்றி முதலியார் குடும்பத்துடன் சிலாகித்துப் பேசிக்கொண்டோ அல்லது மௌனமாகச் சிந்தித்துக்கொண்டோ இருந்தபோதோ, பிறகோ, அல்லது ராயக்கோட்டைக்கு வந்துசேர்ந்த இரவில் பயணக் களைப்பு மேலிட கெங்கம்மா கொண்டுவந்து தந்த பாலை அருந்திவிட்டுப் பாயில் விழுந்தபோதோகூட ட்ரிஸ்ட்ராம் தன்னுள் உண்டாகியிருந்த அந்த மாற்றத்தைத் தெரிந்துகொள்ளவில்லை. அதற்கு அவனுக்கு மூன்று இரவுகளும் இரண்டு பகல்களும் தேவைப்பட்டன. அந்த அவகாசத்தில் அவன் பசிதாகமும் கனவுகளும் மனிதக் குறுக்கீடுமின்றித் தன் வாழ்நாளிலெப்போதுமே தூங்கியிராத தூக்கத்தைத் தூங்கினான். நான்காம் நாள் புலர்வதற்குச் சிலமணி நேரங்கள் முன்பாக அப்படித் தூங்கிய பிரக்ஞையுமின்றி, புளித்தவாடை பீறிடும் கடும் தலைவலியுடனும் சிறுகுடலைப் பெருங்குடல் தின்னும் பசியுடனும் அவன் விழித்தெழுந்த சமயத்தில் குடிகளத்தனை பேரையும் ஆட்டிப்படைத்துக்கொண்டிருந்த பயங்கரமான சாக்கனவுகள் அடங்கி பாரமஹால் தன்னுடைய பழைய, போருக்கு முந்தின, ஒரு கடைக்கோடிக் கிராமத்திற்கேயுரிய, பின்னிரவுத் தூக்கத்தைக் கொஞ்சங்கொஞ்சமாய்த் திரும்பப் பெற்றுக்கொண்டிருந்த ஆரம்ப நாட்களாய் அவையிருந்ததால் ராயக்கோட்டை முழுவதுமே சாமப்பொழுதின் போதையை அளவுக்கதிகமாய் மாந்திக்கிடந்தது. மீனவிலாஸமும், வீட்டுப் பெண்கள் வந்துவிட்டிருந்ததால் தன் தேவையை எந்த நேரத்திலும் கூச்சமில்லாமல் சொல்லிப் பெற்றுக்கொள்வதற்கு (அந்தச் சுதந்திரம் அவனுக்கு உண்டு என்று சிவகாமசுந்தரியம்மாள் அவனிடம் முழுமனதோடு சொல்லியிருந்தாலும்கூட) அவனை அதுவரை அனுமதித்துவந்த பிரமசாரியச் சூழலை இழந்துவிட்டிருந்தது. யாரையும் எழுப்பத் தைரியமில்லாமல், பசியையும் பொறுக்க முடியாமல் அறைக்குள் பண்டமேதேனும் உண்ணக் கிடைக்கிறதாவென அவன் தேடித் தவித்துக்கொண்டிருந்த நேரத்தில் அறைக்குள் பிரவேசித்த கெங்கம்மா வழக்கமில்லாத வழக்கமாக அவன் கண்களை நேருக்குநேராகப் பார்த்துச் சிரித்ததோடல்லாமல், அவனுக்குப் பசியெடுக்குமென்பது தனக்குத் தெரியுமென்றும், அவனுக்குரிய கூழ் தயாராக இருக்கிறதென்றும் கூறி அவனைத் தன்னிருப்பிடத்திற்கு அழைத்தபோதுதான், ஆளரவமற்ற அந்த அகாலத்தில் அவள் குரலையும் சிரிப்பையும் கேட்ட கணத்தில், ட்ரிஸ்ட்ராம் பூதகையின் குரலைத் திரும்பவும் கேட்டுத் தன்னுடல் சிலிர்த்துக்கொள்கிறது என்பதையும், ஸ்காட்லாந்து நகரத்துக் குழலூதியின் பின்னே சென்ற குழந்தைகளைப்

போல கெங்கம்மாவைப் பின்தொடர்ந்து செல்லத் தன் கால்கள் தன் அனுமதியின்றியே தயாராகிக்கொண்டிருக்கின்றன என்பதையும் தெரிந்துகொண்டான். உண்மையில் கெங்கம்மாவின் பிரவேசத்தைப் போலவே தாண்டவராயன் கதையின் பதினான்காம் சர்க்கமான கோணய்யன் கானக விஜயமுமே கூத்து நடைபெற்றுக்கொண்டிருந்த இரவிலும் தலைமுறைகளுக்கு முந்தின வேறொரு காலத்திலும் ஒரே நேரத்தில் சுழன்றுகொண்டிருந்த ஒரு மாயச் சகடமாய்த்தான் நிகழ்ந்துகொண்டிருந்தது. காட்டுக்குள்ளிருக்கும் கோணய்யன் விடிந்துவிடப்போவதைப் பற்றிக் கவலைப்படும்போதெல்லாம் அது ராகுகாலம் துவங்குவதற்குள் கொடை பூர்த்தியாக வேண்டுமென்பதையும் சேர்த்தே தன் கவனத்தில் கொண்டதாயிருந்தது. தாண்டவராயனின் கோபத்தைப் பற்றிக் கட்டியங்காரனிடம் ஒரு காட்சியில் குறிப்பிட்டுப் பேசிய கதை செட்டியார் மூலப் புராணத்தில் கோணய்யன் கானக விஜயம் முடிந்து பல சர்க்கங்களுக்குப் பின்பே நிகழவிருக்கும் தாண்டவராயனின் உடலொறுப்பு நிகழ்வையே அதற்கு உதாரணமாய்ச் சொன்னார். பூதகையை அடக்கிவிட்டு, புலியின் வாலென்று அறியாமலேயே அதைப் பிடித்துப் பின்புறமாக இழுத்தபடி கோணய்யன் காட்டைவிட்டு வெளியே நடக்கும்போது பின்முன்னாகவும் முன்பின்னாகவும் சுழன்று சுழன்று சுக்ரீவத் துயிலான் வைத்த அடவுகளால் களரியும் காலமும் சுழன்று பல ஊழிகளினூடே விரைந்து கெலமங்கலம் பாளையத்தின் எல்லையையும் தாண்டி பாரமஹால் முழுவதையும் தன் சாதாளிக்குள் வளைத்து அடக்கியது. நீலவேணியுடனும் தாண்டவராயனுடனும் கோணய்யன் விளையாடிக் களித்த சனத்குமார நதிதீரத்தில் காட்டின் நடுவே தகப்பனின் முதுகோடு பிரிக்க முடியாதபடி இணைந்து அவன் சிலையாக எழுந்தருளிய கோவிலாய் எழுந்தது. அவன் அந்த இரவில் காட்டில் தன்னை வழிமறித்த பேய்களுக்கு இட்ட பலகாரங்கள் அவனுக்குப் பெண்கள் இடும் படையல்களாயின. அவன் உண்ண வாய்க்காத பட்சணங்களை அந்தப் பெண்களும் உண்ண மறுத்து அவற்றைப் பறவைகள் மற்றும் விலங்குகளின் உருவில் தங்களை ஒளித்துக் கொண்டிருக்கும் பேய்களுக்கு இட்டுத் தங்களுடைய அன்றாடங்களின் மேல் அவை கவனங்கொள்ளாதபடி அவற்றின் பார்வையைத் திசை திருப்பித் தங்களைத் தப்புவித்துக்கொண்டார்கள்.

கோணய்யன் தன் கால்நடையில் சுழற்றிவிட்ட காலச் சக்கரத்தின் விஸ்தாரமான விளிம்பில் குடிகள் அவன் அருளோடும் காவலோடும் வனங்களுக்குள் பயணங்களைத் தொடர்ந்து மேற்கொண்டனர். வனங்களைக் கடந்துபோகும் யாரும் கோணய்யன் நினைவாயும் பூதகை தொடர்ந்து எல்லை தெய்வமாகவே இத்தி மரவுருவில் நிற்கும்விதமாயும் சேவல்களை நேர்ந்து விட்டுவிட்டுப் போனார்கள். கள்வர்களாலும் தொடப்படாத சேவல்கள் பாளையத்தின் எல்லையில் கணக்கற்ற எண்ணிக்கையில் கூவிக் கூவி நட்ட நடுச் சாமங்களிலும் பகலைப் பாவனை செய்துகொண்டேயிருந்தன. சேவல்கள் கூவுவது நின்றுவிட்டால் எத்தனை யுகங்களுக்கப்பாலும் மரங்கள் பிசாசுகளாக மாறிவிடும். ஏனென்றால் இரவுநேரத்தில் காட்டைக் கடந்துசெல்லும் ஜனங்களையெல்லாம் பிடித்து விழுங்கிவிடுபவளென்று சொல்லப்படும்

பூதகை கதைப்படி பகல் நேரத்தில்தான் மரவுருவமாக இருக்கிறாள். (கொடியவளான அந்தப் பூதகை மனித உருவாக வந்து மக்களைக் கொடுமைப்படுத்தவில்லை, மிருக உருவாக வந்து பிள்ளைகளைக் கொன்று தின்னவில்லை, காற்றுருவாக வந்து கோட்டை கொத்தளங்களை இடித்துச் சாய்க்கவில்லை, ஆனால் அந்த ராட்சசி நிழலுருவாக வந்துதானே பாளையத்தின் மேல் படுத்துக்கொண்டுவிட்டாள், ஊருக்கு வெளியிலே, ஊரெல்லையிலே, உத்தனப்பள்ளிக்குப் போகும் ரஸ்தா மேல், நாயக்கனார் ஏரிக்கு மேற்கே இருக்கிற கெலமங்கலம் பாளையத்தோடே காட்டில் அவள் ஒரு பெரிய இத்தி மரமாய் நின்றுகொண்டு, செவிடபாடி தேசத்திலே, ராமநாயக்கர் ஏரியின் கீழே அமைந்திருக்கக்கூடியதான கோட்டை மாரியம்மாவின் கோயில் கொடையையும் அங்கே வெகு வினோதமாய் நடக்கும் கூத்தையும் பார்க்க வடக்கே பெங்களூரு, மைசூரிலிருந்தும், கிழக்கே மெட்றாஸுப் பட்டணத்திலிருந்தும், தெற்கே தஞ்சாவூர், மதுரைப் பட்டணங்களிலேயிருந்தும், இன்னும் மலைகளுக்கும் சமுத்திரங்களுக்கும் அப்பாலேயிருக்கிற பறங்கித் தேசங்களிலிருந்தும் துரைச்சனங்களுட்பட சகல ஜனங்களும் சாரிசாரியாக வந்து கூடுகிறதைப் பார்த்துவிட்டு, ஆஹா நாமும் போய் அம்மனருளைப் பெற்றுக்கொண்டு வர வேணுமென்கிற ஆசையினாலேயும் பக்தியினாலேயும் வளமான கெலமங்கலம் பாளையத்தை விட்டு கட்டுச்சோறு கட்டிக்கொண்டும், குழந்தைகளும் பெண்களும் பட்டுச்சீலை சுற்றிக்கொண்டும், புருஷர்கள் மனம் மகிழ நகைநட்டுக்களைப் போட்டுக்கொண்டும், மாட்டுவண்டிகளிலும் கால்நடையாயும் செவிடபாடி என்றழைக்கப்படுகிற, அந்த, செவிடநாதர் கோயில் கொண்டுள்ள புண்ணியப் பட்டணமாம் ஓசூருக்குப் புறப்பட்டுச் செல்கிறபோது அந்தச் சனங்கள் பாளையத்துடைய மேற்புறமான காட்டைத் தாண்டினவுடனே, ஈரேழு பதினாலு லோகங்களிலும் அண்ட சராசரங்களிலும் தன் கிளைகளையும் விழுதுகளையும் விரித்துக் கொண்டும், வானத்தைத் துளைத்துச் செல்லும்படியாக வளர்ந்து கொண்டும் இருந்த ஆலமரத்தைப் பார்த்து, சரி, இதனடியிலே தங்கி இளைப்பாறிவிட்டுப் பிறகு காட்டைக் கடந்துசெல்லுவோமென்று தங்களுக்குள்ளே பேசிக்கொண்டு தன் அடியை வந்தடைந்தவுடனே, ஆஹா, இவ்வளவு இரை இன்று நமக்குக் கிடைத்திருக்கிறதா என்று எண்ணிக்கொண்டு, சரி இதை நாம் விட்டுவிடக் கூடாது என்று முடிவுகட்டியவளாய், கூட்டம் தன்னை அணுகிய தேசாலத்திலே அவர்கள் அந்த மரத்தடியிலே தங்கிப் போகவேணுமென்று நிச்சயமாய் எண்ணுகிற வகைக்குத் தன் கிளைகளையும் இலைகளையும் வேகமாய் அசைத்துக் கனத்த பாறையைப் போல காற்றையுண்டுபண்ணி, பெண்டு பிள்ளைகளுடைய உடம்புகளில் மோதிப் பெரிய அசதியை உண்டாக்கி, மரத்தை அண்டினவர்களெல்லோரும் துவண்டுபோய், அசதியை உண்டாக்கினதே அந்த மரம்தான் என்று தெரியாமல், அங்கேயே தங்கிக் கொடையையும் கூத்தையும் மறந்து குறட்டைவிட்டுத் தூங்கவுமாக இருக்கிறபோது, ராத்திரியானதும் சுபாவமாகத் தன் உருவத்தைப் பெற்றுவிட்ட பூதகை இன்று நமக்கு நல்ல வேட்டையென்று குடிகள் பூராவையும் விழுங்கி ஏப்பம் விட்டுவிட்டாள், சனங்களெல்லாமோ அடிமரமாயிருக்கக்கூடிய அந்தப் பொல்லாத அரக்கியின் வயிற்றுக்குள்

தாங்கள் விழுங்கப்பட்டதுகூடத் தெரியாமல் தூங்கிக்கொண்டிருக்காள், பின்னும் அவ்வளவு பேரை விழுங்கிவிட்ட அரக்கி, இன்னும் கொழுப்பு வைத்துத் தன் கிளைகளோடேயும் விழுதுகளோடேயும் ஏற்கெனவே உயரவாக்கில் வளர்ந்துகொண்டிருந்தவள் அகலவாக்கிலும் வளர்ந்து பெருகத் தொடங்கினதாலே, கிளைகளும் விழுதுகளும் தாங்கள் வளர்வதற்கு முட்டுக்கட்டையாக இருந்ததென்று பாளையத்தின் கட்டிடங்களையும் கோபுரங்களையும் இடித்துத் தள்ளி, ஏரித் தண்ணீரையெல்லாம் உறிஞ்சி, பாளையத்தை நாசம் பண்ணி) அவளுடைய ஆக்கிரமிப்பால் வெறிச்சோடிப் போய்க்கிடந்த (மான்களும் புறாக்களும் மயில்களும் தாராக்களும் மற்றும் பெண்களும் ஆண்களும் ரெண்டுங்கெட்டான்களும் தேவர்களும் முனிவர்களும் பொற்கொல்லர்களும் புரோகிதர்களும் காணாமலாகியும், ஊற்றுகளும் பூக்களும் வறண்டும், எங்கும் ரெத்த நெடியும் பிணவாடையும் பச்சை மாமிசத்தின் நாற்றமுமடித்துக்கொண்டும், ஊழிக்காலத்தைப் போல தகித்துக்கொண்டிருக்கும் காலை நேரத்தை உடையதாயும், கலைந்துபோன நல்லதொரு கனவைப் போலவும், கூத்து முடிந்த களரியைப் போலவும்) கெலமங்கலம் பாளையத்தை நாயக்கமன்னருக்குக் கிஸ்தி கட்டும் ஜமீனாக கவனித்துக் கொண்டிருந்த செண்பகம் செட்டியார் (இந்திரசபைக்கு ஒப்பான ஆலோசனை சபையும், அதில் சதிர்க்கச்சேரி பண்ணும் சதிராட்டக்காரிகளும், செண்டை, கெண்டை, துந்துபி, கொட்டு, நாகசுரம், முகவீணை, முழக்குயென்கிற, இன்னும் பறங்கிப் பீப்பீயுள்பட பல தாளக்கச்சேரிகள் செய்யும் வித்துவான்களும், மந்திரி பிரதானிகளும், சேவுகர்களும், வாயில் காப்போன்களும், அடப்பக்காரர்களும், பரிசாரகர்களும், விவிஷகர்களும், அய்யமார்களும், ராச்சியக்காரர்களும், ஊதாரிகளும், தொப்பிக்காரர்களும் ரொம்பிய மாடமாளிகையும், கூடகோபுரமும், கோட்டை கொத்தளங்களும், பொக்கிஷமும், ஜன பரிபாலனத்திற்காக எடுக்கயெடுக்கக் குறையாத சொர்ண திரவியங்களும் ரொம்பி வழியும் அரமணைக்குச் சொந்தக்காரரான செம்பகஞ் செட்டியார், திக்கும் திசையும், திக்குத்திசையெட்டும், வானலோகமும், பாதாளலோகமும், கைலாசமும், வைகுந்தமும், பிரம்மப்பட்டணமும் இன்னும் அட்சரலோகமும் புகழ, ஈரேழு பதினான்கு புவனங்களுக்கும் தெரியும்படி தேவர்களோடே பிரதிநிதியாய் அவர்களாளுகைக்குக் கட்டுப்பட்டுப் பிரமாதமானபடிக்குப் பரிபாலனம்) நகருலா வருகிறபோது பார்த்து, தன்னுடைய ஜமீன் (பூலோக சொர்க்கம், ரோஜா புஸ்பங்களிலிருந்தும் மல்லிகை முல்லை இருவாட்சி பிச்சி கனகாம்பரம் மருக்கொழுந்து சம்பங்கி பாரிஜாதப் புஸ்பங்களிலிருந்தும் விசேஷமாய்ப் பாலும் தேனும் பெருகி ஓடும் நாயக்கர் பூமி, அதிசயமாய் ஆஞ்சநேயரும், கெங்கம்மாவும் கொலுவிருந்து மாதம் மும்மாரி கெடாமல் ஏரி குளத்திலும், சமுத்திரம் அலையடிக்கும் நாயக்கரேரியில் நீர் வற்றாமல் வயிறு காயாமல் சாதிசனங்கள் ஒத்திருந்து உபகாரமாய் ஜீவிதம் பண்ணிக் காலங்கடத்தும்படியாக அருள்செய்யும் தாண்டவராயனும் நின்று காவல் காக்கும் கெலமங்கலம் பாளையம்) நாசமாகிக் கிடப்பதைக் கண்டு காரணம் புரியாமல் (கொள்ளைநோய் வந்து ஒரேயிரவில் ஜீவராசிகளைக் கவர்ந்துகொண்டுவிட்டதோ, அல்லது பிறன் மனைவியை யாரும் கைதொட்டு இழுத்துத் தெய்வக் குற்றமாகி

விட்டதோ, அதுவுமல்லது தீட்டுப்பெண் யாரும்தான் கோவிலுக்குள் தெரியாமல் நுழைந்துவிட்டாளோ) தன் ரதசாரதியைக் கேட்க அவன் பூதகையைப் பற்றி அவருக்குச் சொல்கிறான் (பாலுந்தேனும் பெருகி ஓடக்கூடிய, மலைகளில் பகலிலும், மேகங்களில் ராத்திரியிலும் பாரிஜாதப் புஸ்பங்கள் பூக்கக்கூடிய, வரம்பெற்ற கெலமங்கலம் பாளையத்திலே, இப்போது, ஸ்ரீராமபிரான் கைவில்லால் மாரிலே துளையிட்டுக் கொல்லப்பட்ட கொடியவளாம் தாடகைக்கு அவளுடைய பூர்வாசிரமத்திலே தங்கையாக இருந்திருக்கக்கூடிய பூதகை என்கிற பெயரைக் கொண்டுள்ள ராட்சசியானவள் புகுந்துகொண்டிருக்கிறாள்). மனங்கலங்கிப்போன செட்டியார் (சனங்கள் இல்லாமல் ஒரு ராஜாவோ அவன் சார்பாய் சமீன்தாரோ பாளையத்தைப் பரிபாலிக்கயியலுமா, அவாளுடைய பிரபுத்தனம்தான் செல்லுபடியாகுமா, சனங்களற்ற பாளையம் சீக்கிரமே எருக்குங்கள்ளியும் முளைத்துத் தகனக்காடாகி விடாதா) ரதசாரதியிடம் மேலும் பலவாறாகப் பூதகையின் வழிகளைப் பற்றிக் கேட்டு (சாலையிலே திரிந்து அங்கே துள்ளி விளையாடக்கூடிய ரெத்தின மோகனமான பிள்ளைகளை யெல்லாம் வாரி வாயில் போட்டுக்கொள்கிறாளோ, அல்லது சேரியிலே புகுந்து பறைச்சனம் முழுசையும் தனக்கு அடிமையாக்கிக்கொண்டுவிடுகிறாளோ, இல்லை யானால் செட்டித்தெருவிலே நுழைந்து அங்கிருக்கக்கூடியதான சுஷுதை, கபிலை, ரோகிணி, காமதேனு என்பதாகப்பட்ட, நான்குவிதமான சாதிப் பசுக்களின் பாலையெல்லாம் உறிஞ்சிக் குடித்துத்தான்விடுகிறாளோ, அதுவுமில்லையானால் அக்கிரகாரத்திலே புகுந்து பிராமணர்களின் கழுத்தைத் திருக்கி ரத்தத்தைக் குடித்துவிடுகிறாளோ) அவளைக் கொல்வதற்கு வழியொன்றும் தோன்றாமல் கடைசியில் இருவரும் தெய்வத்திடம் (ஈரேழு லோகங்களைக் காப்பவனும், சுப்பிரமணியனின் அண்ணனான தொந்திக் கணபதியின் தகப்பனும், பூலோகக் கைலாயமாம் ஓசூர்ப் பட்டணத்தின் கிழக்கே அமைந்திருக்கக்கூடியதான மலையிலே குடிகொண்டு சனங்களைப் பரிபாலித்து வருபவருமான, செஞ்சடைக் கடவுளை, சொக்கநாதரை, வேண்டியிறைஞ்சிக் கண்ணீர் மல்கி அபயங் கேட்பதைத் தவிர வேறு மார்க்கமில்லை) சரணடைகிறார்கள்.

இதற்கிடையில் சிவபத்தினியான மரகதாம்பிகை தன் மகனான கோணய்யனின் (எந்தையும் தாயும் கிருதயுகத்தில் சந்தோஷமாகக் கூடியிருந்த ஒரு தினத்திலே அவர்களுடைய சிருங்காரத்தின் அடையாள மாய் அவதரித்த, கந்தனுக்கும் கணபதிக்கும் பின்பிறந்த புத்திரனை) கீர்த்தியையும் பராக்கிரமத்தையும் சமயோசிதத்தையும் உலகத்தார் தெரிந்துகொள்ளும்படியான திருவிளையாடல்களைச் சிவன் நிகழ்த்திக் காட்ட வேண்டுமென்று (சிவனுடைய சாபத்தால் மண்ணுலகில் வண்டிக் காரனாய்ப் பிறக்கும்படி விதியான நந்திதேவனுடைய வளர்ப்பு மகனாக கோணய்யன் என்கிற நாமதேயத்துடன் கொடுத்துவிட்டதால், அவள் புத்திரசோகம் தாளாதவளாயிருந்தாள்) நெடுங்காலமாய்ச் சொல்லிக் கொண்டேயிருக்கிறாள். சிவபெருமானும் அதற்கு இப்போது சமயம் வந்ததென்றும் (அட சக்தி, நீ புத்திர சோகத்தால் மாரிலே பால்கட்டி வாடிக் கொண்டிருக்கிற காலத்திலே, இதோ இந்தக் கீர்த்திபெற்ற கெலமங்கலம் பாளையத்திலே, பூதகை என்கிற ராட்சசியானவள்,

அவள் ஒரு பெண்ணானதாலே, கந்தன், கண்ணன், இந்திரன் ஆகிய யாராலும் சம்ஹரிக்கப்பட மாட்டாமல் அட்டகாசஞ் செய்துகொண் டிருக்கிறாளென்று இந்த மனுஷாள் சொல்கிற படிக்கு, அவளை அடக்க ஒரு சந்தர்ப்பமாய், அதே சமயத்திலே உன் விருப்பபடியே உன் புத்திரனின் புஜபல பராக்கிரமம் வெளிப்படவுமாய், கோணய்யனைக் கொண்டு அந்தக் கொடிய அரக்கியின் கொட்டத்தை அடக்குவதென்று யாம் சித்தங்கொண்டுள்ளோம்) பூதகையை ஒடுக்கி பாரமஹாலை சுபிட்ச மடையச் செய்ய வல்லவனான, ஆனால் எட்டு வயதே நிரம்பிய பாலகனான கோணய்யனை எப்படிக் காட்டிற்குள் வரச் செய்யலா மென்றும் யோசித்துக் கடைசியில் செண்பகம் செட்டியிருடைய மனைவியின் செல்லப் பசுவைக் (குழந்தைக்குக் குழந்தையாய், கண்ணுக்குக் கண்ணாய், கண்ணுக்கு இமை மூடியிட்டுக் காக்கிறதைப் போல காத்துவந்த பசுவை, தினமும் காலையிலே குளிப்பாட்டி, சாம்பிராணி காட்டி, குங்குமமிட்டு, பட்டுச் சொக்காயுடுத்தி, வண்ணக்கொம்புகள் தந்து, குங்கிலியமும் கற்பூரமும் காட்டி, அஃதெப்படியென்றால் அந்தப் பசுவின் சாணி நாறாது, கோமியம் கரிக்காது, கடைவாய் ஒழுகாது, கண்கள் மருளாது, பற்கள் வரிசை தப்பாது, தின்னதை மறுபடி அசைபோடாது) காட்டிற்குள் ஓட்டிக் காணாமலடித்துவிடுகிறார் (கோணய்யன் கானக விஜயக் கதையின் பிரகாரம் இந்தப் பகுதி, சிவபெருமான் சக்தியின் புத்திரபாசத்தை மனதில் கொண்டு தானாகவே எடுத்த முடிவு. ஆனால் கூத்தில் இதே முடிவு கட்டியங்காரனின் தந்திரத்தால் எடுத்த முடிவாக மாற்றப்பட்டிருந்தது. அதன்படி செம்பகஞ் செட்டியாரும் கட்டியக்காரனும் நெடுங்காலம் ஈஸ்வரனை வேண்டி மனமுருகிப் பிரார்த்தித்தும் அவர் அவர்களுடைய பிரார்த்தனைக்குச் செவி சாய்க்காததால் சிவனைக் கருணையாலல்லாது கோபத்தால் தன்முன் தோன்றச்செய்யும் உத்தியுடன் கட்டியங்காரன் அவரைத் துதித்துப் பாடுவதற்குப் பதிலாக அவருக்கும் சக்திக்கும் கிருதயுகத்தில் நடந்த நடனப்போட்டியைப் பற்றிப் பேசி, அந்தப் போட்டியில் சின்முத்திரை காட்ட முடியாமல் தோற்ற சக்தி அதற்குப் பழியாகப் பின் பலமுறை அதைக் காட்டி ஈஸ்வரனைத் தன் பிடிக்குள் கட்டிவைத்திருப்பதாய் அவரைக் கேலிசெய்து பாட, சக்தி அதைச் செவியுற்று, சுவாமி, பூலோகத்தில் யாரோ ஒரு குசும்பன் நம்மைக் கேலிசெய்து பேசுகிறாற்போலிருக்கிறதே, உங்கள் காதுகளில் விழவில்லையா என்று கேட்க, சிவபெருமானும் கோபத்துடன் கட்டியங்காரன் முன்னால் தோன்றித் தன் நெற்றிக்கண்ணைத் திறக்க முயற்சிக்க அவன் அவரிடம் மன்னிப்புக் கேட்டுக்கொண்டு கெலமங்கலத்தின் பிரச்சினையைத் தெரியப்படுத்துகிறான். அவரும் மனமிரங்கி சக்தியுடன் கலந்தாலோசித்து ஆவன செய்வதாகக் கூறி அவனை அனுப்பிவிட்டு செட்டியார் வீட்டுப் பசுவைக் காட்டிற்குக் கடத்தும் யோசனையைப் பூதகணங்களைக் கொண்டு செயற்படுத்துகிறார். இதைப் பின்னாளில், சீரங்கப்பட்டணத்திற்குப் போய்க்கொண்டிருந்த வழியில் ட்ரிஸ்ட்ராமுக்குச் சொன்னது ஸ்வப்னஹள்ளி பூசாரி). பசுவைக் காணாத செண்பகம் செட்டியாரின் மனைவி தன்னுடலை உத்தரத்தில் தொங்கவிட்டுக்கொள்ளப்போவதாய் ஆர்ப்பாட்டம் செய்து (கைச்சூடு பட்டால் மடு சுருங்கிப்போகுமென்று

கண்ணால் பார்த்தே பால் கறந்து காப்பாற்றிவந்த கபிலையைக் காலைக்குள் என் கண்களில் காட்டியாகவேணும்) பாவுள்ளுக்குள் சென்று உள்ளே தாழிட்டுக்கொண்டுவிடுகிறாள். பாளையம் பூதகையால் குட்டிச்சுவராகிக் கிடக்கிறதென்கிற கவலையோடு காணாமல்போன பசுவைப் பற்றின கவலையும் சேர்ந்துகொள்ள (கபிலையின் அழகில் மயங்கி அதைக் காமதேனு என்று நினைத்து ஆகாய மார்க்கமாக உலாவரும் தேவர்கள் ஓட்டிச் சென்றிருப்பார்களோ, அல்லது, பின்னொருக்கால் பூதகைதான் அதைப் பிடித்து விழுங்கியிருப்பாளோ, அது மேய்ச்சலிலிருந்து பத்திரமாகத் திரும்பிவந்ததைத் தன் கண்களால் பார்த்ததாக என் பாரியாள் சொல்கிறாளென்றாலும் அவள் மாடுகளோடு சேர்த்து அவற்றுடைய நிழலையும் மாடென்று எண்ணிவிடும் பார்வைக் கூர்மையுடையவளாதலால் அவள் பேச்சையும் நம்புவதற்கில்லையே, ஈஸ்வரா, வீட்டுப்பசு காணாமல்போனால் சுபிட்சமும் காணாமல் போய்விடுமே) செட்டியார் பலவாறாகக் கலங்கி, ரதசாரதியிடம் வடக்கே அச்செட்டிப்பள்ளியிலும் மேற்கே தேவரப்பட்டத்திலும் தெற்கே பாளையங்கோட்டையிலும் கிழக்கே ஹுடேதுர்க்கக் காட்டிலும் மாட்டைத் தேட ஆட்களை அனுப்பும்படி சொல்ல, ரதசாரதி இப்போது பாளையத்திலேயே நான், நீங்கள், எசமானியம்மாள் ஆக மூன்றே பேர்தான் உயிரோடு இருக்கிறோமென்று பதில் சொல்கிறான். செட்டியார் சின்னட்டியாற்றங்கரையில் குடிசை போட்டுக்கொண்டிருக்கும் வண்டிக் காரன் தாண்டவராயனை (அவனை எந்த பூதகையையும் விழுங்க முடியாது) கையோடு அழைத்துவர ரதசாரதியை ஏவிவிடுகிறார். அவனோ தாண்டவராயன் ஓசூர் கோட்டைமாரியம்மன் கோயில் கொடையில் சவாரிகள் நிறையக் கிடைக்குமென்று அங்கே போயிருக்கிறானென்று அவனுக்குப் பதிலாக அவனுடைய மகனும் எட்டாம் பிராயத்தினனுமான கோணய்யனைக் கூட்டிக்கொண்டு வந்து செட்டியார்முன் நிறுத்துகிறான். கோணய்யனின் வடிவழகைப் பார்த்துப் பிரமித்துப்போகும் செட்டியார் (புலிக்குப் பிறந்தது பூனையாகப் போய்விடாதென்பதைப் போல, என் ஈசனே, இவன் முகத்தில் கொஞ்சும் குழந்தைத்தனத்தையும் நடையில் புலப்படும் துள்ளலையும் கையில் இருக்கும் வேய்ங்குழலின் துளைகளி லிருந்து ஒழுகும் மழலை வாயமுதையும் மீறி இந்தப் பச்சிளம் பாலகனை பார்க்கிறபோதே இவன் அரிய பல வீரதீர பராக்கிரமச் செயல்களைச் செய்ய வல்லவன்போல தோணுகிறதே) என்றாலும் தாண்டவராயனின் கோபத்திற்குப் பயந்துகொண்டு அவனைத் திரும்பிப்போய்விடும்படி சொல்ல, அவனோ தன் தகப்பனைத் தேடிவந்தவர்களுடைய குறைகளைக் களைவது தன்னுடைய கடமையென்று (என் பிதாவுக்கடுத்தவைகளில் நான் இருக்க வேண்டியதென்று அறியீர்களா) அப்படிப் போக மறுத்து விடுகிறான். செட்டியார் அவனுடன் வாதம்புரிந்தும், (கண்ணால் பார்க்கும்போதே மனதால் ஊகிக்கத்தக்க பராக்கிரமும் புத்திச் சாதுர்யமும் கொண்ட தெய்வப்பிள்ளையாக நீ தெரிந்தாலும் ஒரு பசுவைக்கட்டி இழுத்துவரும் புஜபலம் கொண்டிராத சிறுவனென்பதை நீயே உணரவில்லையா. பசுவைக் கட்டிக்கொண்டு வர புஜபலம் தேவை யில்லையே சுவாமி, பசு எதைத் தேடி இங்கிருந்து காணாமல்போயிற்றோ அந்த வஸ்து தன் புஜபலத்தாலா பசுவை உங்கள் தொழுவத்திலிருந்து

இழுத்துச்சென்றது. கானகத்திற்குள் கொடியமிருகங்கள் இருக்குமென்று நீ பயப்படவில்லையா. குறிப்பான சில கணங்களைத் தவிர காடு பொதுவாக யாரோடும் விரோதம் கொள்வதில்லை என்று காட்டை யறிந்தவர்கள் சொல்லி நீங்களும் கேள்விப்பட்டதில்லையா. அந்த மொழி மிருகபட்சியினங்களுக்கல்லவா பொருந்தும். மனிதனும் ஒருவகையில் மிருகம்தானே. ஏற்கெனவே கருப்பு நிறமான எங்கள் வீட்டுக் கோமளத்தை இந்த அமாவாசை இரவில் நீயெப்படித் தேடுவாய். பசுவை நான் பிடிக்க அது பசு என்பது என் மனதிற்குச் சமாதானமானால் போதுமானது, நான் எதைப் பசுவென்று நினைக்கிறேனோ அது என் கைகளில் பசுவாகிவிடும், இதற்குப் பார்வையும் வெளிச்சமும் தேவை யில்லை) பயமுறுத்தியும், (நீ கல்லும் முள்ளும் அடர்ந்து இருக்கிறதாகப்பட்ட அந்தக் கடும் வனத்துக்குள் புகுந்துபோகிறபோது அங்கே பலபட்டறையான விஷஜந்துக்களும் கொடியமிருகங்களும் திகைப்பூண்டு முதலிய வினோத மான, வழிதப்பிப் போகச் செய்யக்கூடியதான, தாவர வர்க்கங்களும் இருக்குமே) அவனைத் திருப்பியனுப்ப முயற்சிசெய்தும் முடியாமல்போகவே கடைசியில் ஊரெல்லைக் காட்டில் காத்துக்கொண்டிருக்கும் உயிராபத்தைப் பற்றிச் சொல்கிறார் (கொடிய எந்த மிருகத்திடமிருந்தும் உன்னைத் தப்பிவித்துக்கொள்ளும் உடற்பலமும் மனோபலமும் பெற்றவன் நீயென்பதை உன்னோடு பேசியபோதே நான் அறிந்துகொண்டே னென்றாலும், அந்த அடர்ந்த வனத்திலே எப்போதும் தங்கியருக்கிறதாகப் பட்ட இருட்டையும் அடர்த்தியையும், தன்னுடைய விழுதுகளாலும் கிளைகளாலும் தண்டுகளாலும் பட்டைகளாலும் இலைகளாலும் பொந்துகளாலும் அகலத்தாலும் உயரத்தாலும் மணத்தாலும் குணத்தாலும் நூறு மடங்கு அதிகமாகும்படி செய்துகொண்டிருக்கக்கூடிய ஓர் ஒற்றை ஆலமரத்திடமிருந்து மட்டும் உன்னை நீ எப்படிக் காப்பாற்றிக்கொள்ளுவாய்). விழுதுகளும் கிளைகளும் உள்ளது எந்த உலகத்தில் ஒரு மரமாக இல்லாமல் போகுமென்று ஆச்சரியப்படும் கோணய்யன் (நான்கு கால்களும் வாலும் உள்ளதை மிருகமில்லையென்றும், இறக்கைகள் உள்ளதைப் பறவையில்லையென்றும், செவுள்களால் சுவாசிப்பதை மீனில்லையென்றும், வாயால் உயிர்க்காற்றை உறிஞ்சுவதை வௌவாலில்லையென்றும் சொல்வதைப் போலல்லவா இருக்கிறது நீங்கள் சொல்வது) பூதகையைப் பற்றி விரிவாகச் சொல்லும்படி ரதசாரதியைக் கேட்டுக்கொள்ள அவன் பூதகையை, செட்டியார் எதிர்பார்த்ததற்கு மாறாக அவள் மேல் கோணய்யனுக்குப் பிரியம் வரும்வகையில் தவறாக வர்ணித்துவிடுகிறான் (இரவில் தூணைப் போல கொழுத்த கைகால்களும், பானையைப் போல பெருத்த தொந்தியும், ஊழிக்காலத்தினுடைய இருட்டையெல்லாம் தேக்கி வைத்துக்கொண்டதைப் போல பெண்குழியும், விஷத்தைப் பீய்ச்சியடிக்கும் முலைகளும், சிம்மம் போலவும் இடியைப் போலவும் காதுகளைச் செவிடாக்கி மனிதர்களைத் தன் சத்தத்தாலே கொல்லும் குரலுமுடைய அரக்கியாயும், பகலிலோ இந்த உலகத்தையே தன் நிழலில் அரவணைத்து குளிர்ந்த காற்றையும் நீரூற்றுகளையும் உற்பத்தி பண்ணக்கூடியதான தன்னுடைய குடைபோன்ற, இந்த வானம் எப்படி உலகம் முழுவதையும் குடைபோல கவிந்து குளிர்ச்சியை உண்டுபண்ணுகிறதோ, எப்படி நதியானது தன்னுள்

இருக்கப்பட்டதான உயிர்களனைத்தின் மேலும் தன் பிரவாகத்தைக் கவிழ்த்தி மூடிக்கொள்கிறதோ, அப்படிக் கிளைகளால் தன் நிழலை அண்டிவருபவர்களை அரவணைத்து, அவர்கள் அதனடியில் தாங்கள் வந்த வேலைகளையும் தங்கள் கடமைகளையும் தாங்களிருக்கக்கூடிய இடம் பொருள் ஏவல்களையும் மறந்து தன் தாய்தந்தையரை, பெண்டு பிள்ளைகளை மறந்து கடைசியில் தான் யாரென்பதையும் மறந்து அதனடியில் படுத்து நித்திரைபோய்விடும்படியாகச் செய்துவிடக்கூடிய பெரிய இத்திமரமாயும் நின்றுகொண்டிருக்கிறாள், அவள் கைகளின் கிளைகளில் கொஞ்சிக்கொண்டிருக்கக்கூடிய கிளிகளின் சௌந்தரியமும், உடலின் மரப்பட்டைகளின் மேல் ஓடித் திரிந்துகொண்டிருக்கக்கூடிய அணில்களின் சோபையும், தொடைகளின் வேரடியில் தங்கி நெளிந்து கொண்டிருக்கக்கூடிய புழு பூச்சி வர்க்கத்தின் சாந்த வடிவமும், பார்வையின் இலைகளைப் பூக்கள் என்று நினைத்து அதில் தேனருந்தக் கூடுகிற வண்ணத்துப்பூச்சிகளின் ஜாஜ்வல்யமும், சிரிப்பின் பசுமையில் பட்டுத் தெறிக்கக்கூடிய பகல்பொழுதின் வெளிச்சத்தைச் சூரியன் என்று நினைத்துச் சந்தோஷங்கொண்டு, மேலே பறந்துசெல்லாமல், அங்கேயே தங்கிவிடும் சாரங்கபட்சிகளின் மயக்கும் குரலிசையும், அதைப் பார்க்கப் பார்க்க ஒரு தேவலோகம்போல காணுமடா தம்பீ). தேரோட்டியின் பேச்சால் தூண்டப்படுகிற (மண்ணுலகில் எங்குமே பார்க்கக் கிடைக்காத ஓர் அதிசயமாய் இருக்கும்போலிருக்கிறதே அந்த அரக்கியின் மடி) கோணய்யன் பின்வாங்குவதற்குப் பதிலாக, பூதகையைச் சந்திப்பதற்காகவேணும் தன்னைக் காட்டிற்கு அனுப்பச்சொல்லி, செட்டியார் எவ்வளவோ சமாதானஞ்சொல்லியும் (பூதகை தன்னுடைய மடியில் வைத்திருக்கக்கூடிய சுகம் அங்கே கிடப்பவனை மரணமாகிய நித்திரைக்குள் இழுத்துச்சென்றுவிடுவதால் இருபத்தெட்டு வகை நரகத்திற்குரியவையான, தொகையால் முப்பத்தாறாயும், குணத்தால் எண்பதாயும், கதியால் அறுநூறாயுமிருக்கும் பாவ அம்சங்களைக் கொண்டதாயிருக்கிறது) அவற்றைக் காதில் வாங்கிக்கொள்ள மறுக்கிறான் (ஆலமரமாயிருக்கும் அரக்கியின் மடியே அதில் படுத்துத் தூங்கிவிட்டால் அரக்க லோகமாயும், தூங்காமல் கடந்துபோய்விட்டால் தேவலோகமாயும் மாறிமாறித் தெரியுமென்றால் பூதகை எப்படித் தன் பாவங்களுக்குப் பொறுப்பேற்க முடியும், பகலில் அவளைக் கடந்து போகிறவர்களுக்கு நிழலையும் பழங்களையும் தந்து அவர்களை அவள் சந்தோஷப்படுத்த வேண்டுமென்பது எப்படி அவளுடைய இயற்கையோ அப்படியே இரவில் அரக்கியாகித் தன் பசிக்கான பண்டங்களைத் தேடியலைய வேண்டுமென்பதும் அவள் விதி, அப்படியிருக்க, பகலில் அவள் மடியில் தங்கிவிட்டுக் கடந்து போய்விடாமல் மனுஷாளுக்குரிய தாமத குணத்தால் தூங்கிவிடுபவர்களல்லவா அவளை அரக்கியாக இரவில் மாற்றிக் கொண்டிருக்கிறார்கள், அவள் ஆலமரமாக இருக்கும்போதே அவளைத் தாண்டி அப்புறம் செல்பவர்கள் அவளிடமிருந்து தப்பித்துக்கொள்வதன் மூலமே அவளை நல்லவளாக மாற்றிவிடலாமே). செட்டியார் அது சாத்தியமேயில்லையென்கிறார் (பகலில் அந்த மரத்தை நெருங்கினாலே மனிதர்கள் தூங்கிவிடுவார்கள் என்றிருக்கையில் யார் அதை எவ்விதம் கடந்துசெல்வது, இரவில் தாண்டலாமென்றாலோ அந்த விருட்சம்

உயிருள்ள ராட்சசியாகிவிடுமே). கோணய்யன் தன்னிடம் அதற்கோர் உபாயமிருப்பதாயும் (பூதகி இரண்டு வடிவினளாக இருக்கிறாள், அரக்கி, மரம் என்கிற இரண்டு வடிவினளாக, அதேபோல் அங்கே பொழுதும் இரண்டாக இருக்கிறது, இரவு, பகல் என்பதாக, பகலுடன் மரமும் இரவுடன் அரக்கியும் பொருந்தும்போது குடிகள் விழுங்கப்படுகின்றன என்றால் சராசந்தனைக் கொல்ல கண்ணபிரான் தருப்பையைக் கிள்ளி மாற்றிப் போட்டுக் காட்டியதைப் போல, நாளின் பொழுதையும் பூதகியின் உருவத்தையும் மாற்றிப் போட்டுவிட்டால் போகிறது) தன்னைக் காட்டிற்கு அனுப்பும்போது கூடவே கையிலொரு சேவலைக் கொடுத்துவிட வேண்டுமென்றும் செட்டியாரிடம் சொல்கிறான். சேவல் பகலின் பறவையாதலால் அதைக் கக்கத்தில் மறைத்துக்கொண்டு வனத்திற்குள் செல்ல வேண்டுமென்பதும், பூதகையை நெருங்குகிற சமயத்தில் சேவலை அழுத்தி அதைக் கத்தச் செய்ய வேண்டுமென்பதும், சேவலின் குரலானது காட்டினுள்ளே இருக்கக்கூடிய மரங்களிளெல்லாம் துயின்றுகொண்டிருக்கும் பட்சியினங்களை எழுப்பிக் குரல் கொடுக்கச் செய்துவிடுமென்பதும், அப்படிப் பறவைகளெல்லாம் எழுந்து குரலெழுப்பி இரை தேடத் தயாராகிவிடுகிற சமயமானது பூதகையின் மனதில் பொழுது புலர்ந்து விட்டதென்கிற நினைப்பை உண்டுபண்ணிவிடுமென்றும், அந்த நினைப்பே அவளை மறுபடி மரமாக மாற்றிவிடுமென்பதும், பகலெல்லாம் மரப்பொந்திற்குள் தூக்கிவிடுவதும் இரவில் விழித்துக்கொள்ளும்போது அது அரக்கியின் வயிறாக மாறிவிடுவதால் வெளியேற முடியாமல் அல்லலுறுவதுமாக இருக்கும் ஜனங்கள் அந்த வேளையில் அவளிடமிருந்து தப்பித்து வெளியே வந்துவிடுவார்களென்பதும் அவனுடைய உபாயமாக இருக்கிறது. கோணய்யன் சொன்னதைக் கேட்டு மிகுந்த சந்தோஷமடையும் செட்டியார் மேலும் சில கேள்விகளைக் கேட்டுத் தன் சந்தேகங்களை நிவர்த்தி செய்துகொண்ட பின் (வெறும் சேவலுடைய குரலும் பட்சி களுடைய குரலும் மட்டுமே வனத்திற்குள் பகலைக் கொண்டுவந்துவிட முடியுமா, இதை அவள், அந்தப் பூதகை, யோசிக்க மாட்டாளா. சுவாமி, நான் பகலைக் கொண்டுவருவதாகச் சொன்னது வனத்திற்குள் அன்று, பட்சிகள் முதலான குறையறிவுப் பிராணிகளின் மனத்திற்குள், சரிதானா, பட்சிகளுடைய குரல் மட்டுமே பகலைக் கொண்டுவந்துவிட முடியுமா என்று யோசிக்கிற ஜென்மம் மனித ஜென்மம் மட்டும்தான் இல்லையா. ஆமாம், அவன்தானே ஆறறிவு உள்ளவன். ஆக, நீங்கள் ஒரு மனிதனா யிருப்பதால் இதை யோசித்திருக்கிறீர்கள், ஆனால் பூதகை ஒரு ராட்சசி, அவள் இப்படி யோசிக்கிறவளாயிருந்தால் மரமாயும் ராட்சசியாயும் மாறும் அவலத்திற்கே ஆட்பட்டிருக்க மாட்டாளில்லையா, மேலும் அந்த பூதகை மனுஷியைப் போல உருவத்திலே இருப்பது இரவுநேரத்தில் தானல்லவா, பகலிலே அவளோர் ஓரறிவு மட்டுமேயிருக்கக்கூடிய மரம், அப்படியானால் அவள் பகலையே அறிந்தவளில்லையென்பதுதானே அர்த்தம், எனவே பூதகையை ராட்சசியாக மாற்றுவதும், மறுபடியும் மரமாக மாற்றுவதும் அவளாக உணர்ந்துகொள்ளச் சாத்தியப்பட்ட பகலும் இரவும் இல்லை, மாறாகப் பகல் மற்றும் இரவின் நிமித்தங்கள் மட்டும்தான், அப்படியாகத்தானே சுவாமி, என் அய்யன் அருளால், நிமித்தங்களால் பொழுதை அறிந்துகொள்ளும் பூதகையின்முன் பகலின்

குறிகளை உண்டாக்கி இரவின் அடையாளங்களை உடைத்து அவளை மறுபடி மரமாக மாற்றிவிடலாமென்கிறேன், மேலும் ஒன்று சொல்ல வேண்டும், நீங்கள் சொன்னவைகளைக் கொண்டு யோஜித்துப் பார்க்கும் போது பூதகை கொஞ்சம் அசட்டுப்பிறவிபோலவும் தெரிகிறது, அப்படியாகப்பட்டவர்களை ஏமாற்றுவது ரொம்பச் சுலபம்) பசுவையும் தேடிப்பிடித்து, பூதகையையும் கொன்றுவிட்டு மீண்டுவிடுவானென்கிற நம்பிக்கையுடன் (நாளை காலையில் பசுவுடன் காட்டிலிருந்து திரும்பி வரும்போது, நீ அரக்கியின் வயிற்றிலிருந்து விடுவித்து அனுப்பும் கெலமங்கலம் பாளையத்தின் ஜனங்கள் உன்னை வரவேற்க இங்கே காத்திருப்பார்கள்) அவனைக் காட்டிற்கு அனுப்பச் சம்மதித்து (ஈஸ்வர சித்தப்படி நடக்கட்டும்) ரதசாரதியிடம் கோணய்யனைப் பயணத்திற்கு வேண்டிய பட்சணங்கள், கொழுக்கட்டைகள், பணியாரங்கள் முதலான வற்றுடன், தாகத்திற்கு சுக்கு வெல்லம் கரைத்த பானகத்தையும், கைக்கு ஒரு சேவலையும் தந்து கானகத்தின் எல்லைவரை கொண்டுபோய் விட்டுவரும்படி ஆணையிடுகிறார்.

கோணய்யன் பலகாரங்களையெல்லாம் ஒரு மூட்டையாகக் கட்டிக்கொண்டு பசுவைத் தேடி பேய்களலையும் காட்டிற்குள் (கூளி, பைசாசம், பிரேதம், யக்ஷம், பூதம், வேதாளம், பூர்வம், முனி என்று காட்டில்தான் எத்தனை வகையான பேயினங்கள், இதோ ஒன்று என்னைப் பார்த்துப் பல்லைக்காட்டி இளிக்கிறது, அதோ ஒன்று நாக்கைத் தொங்கப்போட்டு எச்சில் வடிக்கிறது, தூரத்தில் ஒன்று தன் தொப்பையைத் தடவிக்கொண்டு நிற்கிறது, அருகிலொன்று உலக்கைபோன்ற கைகளை நீட்டி என்னை வா வா என்று விளையாடக் கூப்பிடுகிறது, ஒரு குறளி தணல்போல சிவந்த கண்களை உருட்டி விழித்து என்னைப் பயமுறுத்தப் பார்க்கிறது, வானத்துக்கும் பூமிக்குமாக எழுந்து வழியை அடைத்துக் கொண்டு நிற்கிறது ஒரு கூளி, ஒன்றுக்குக் கால் குட்டை, ஒன்றுக்கு நெற்றியில் மட்டும் ஒற்றைக்கண், ஒன்றுக்குக் காது மர விழுதைப் போல தோள்வரை தொங்குகிறது, ஒரு குட்டிபூதம் சும்மா நிற்க முடியாமல் குதித்துக்கொண்டேயிருக்கிறது, வேடிக்கையாயும் விபரீதமாயும் திரிகிற இந்தப் பேய்க்கணங்களிலொன்று என்னை ஏமாற்றி விழுங்கிவிடுவதற்கு வசதியாகச் சாமம் என் கண்களை அழுத்துவதற்குள் நான் பசுவைத் தேடிக் கண்டுபிடித்தாக வேண்டுமே) நெடுந்தூரம் சென்றுவிடுகிறான். ஆனால் பசுவோ, அவன் வனத்திற்குள் அழைக்கப்பட்டிருப்பதன் நோக்கம் அதுவன்றென்பதால், அவன் கண்களுக்குத் தென்படவே போவதில்லை. பதிலாக, பேய்களின் அரசியான பூதகைதான் அவன் முன் விஸ்வரூபிணியாக (ஹா, எவ்வளவு பயங்கரமாயிருக்கிறது இவள் நின்றுகொண்டிருக்கும் காட்சி, வானை முட்டும் உயரமும், மேனி முழுவதிலுமிருந்து சடைசடையாய்த் தொங்கும் வேர்களும் கிளைகளும் விழுதுகளும், அவற்றினிடையில் பயமின்றி அலைந்துகொண்டிருக்கும் புலி, சிங்கம், சிறுத்தை, கரடி, காட்டெருமை, முள்ளம்பன்றி, யானை, பூனை, யாளி, நரி, ஓநாய் முதலான கொடிய மிருகயினங்களும், கத்திரிவிரியன், கண்ணாடிவிரியன், பெருவிரியன், ரத்தவிரியன், குறுவிரியன், புல்விரியன், சலவிரியன், தரவீகரசர்ப்பம், மண்டலிசர்ப்பம், ராஜமந்தசர்ப்பம், நிர்விஷசர்ப்பம், வைகரஞ்சஸர்ப்பம், கருவழலை,

சாரை, கண்குத்தி, குக்கிடம், கொம்பேறிமூர்க்கன், சாணாரமூர்க்கன், புடையன், சவுடி, மண்ணுளி இன்னும் பல்லிலும் படத்திலும் கண்ணிலும் வாலிலும் சுவாசத்திலும் சீறலிலும் பெருவிஷத்தையும் சில்விஷத்தையும் அடைத்துவைத்திருக்கும் பலவிதமான பாம்பு வர்க்கங்களும், எண்துவாரங்களினுள்ளும் கூடுகட்டிக் குஞ்சுபொரித்து அறிதுயில் கொண்டிருக்கும் கூகை, வௌவால், சாகுருவி, கல்லாந்தை, மண்ணாந்தை, கடுக்கன், அண்டரண்டமாகிய அநேக இரவுப் பறவைகளும், மரப்பட்டையைப் போல காய்ந்து கருத்துக் கிடக்கும் உடலின் மேல் ஊர்ந்துகொண்டிருக்கும் கருந்தேள், செந்தேள், வாதத்தேள், பித்தத்தேள், மரத்தேள், நட்டுவாக்கலி, நண்டு, நத்தை, ஓணான், மண்டூகம், பல்லி, சிலந்தி, கட்டெறும்பு, செங்காலன், பேய்க்காலன், முயிற்றெறும்பாகிய எறும்பு வர்க்கங்களும், இலைகளும் பழங்களும் முளைத்துக் கிடக்கும் கைகால்களும், குழந்தைகள் வீறிட்டு அழும்படி வாய்க்குள்ளிருந்து வளர்ந்து கடைவாயைக் கிழித்துக்கொண்டு நீளும் பற்களும், தாடைவரை தொங்கும் நாக்கும், கோயில் மணியைப் போல அசையும் காதுகளும், கர்ப்பஸ்திரீயின் வயிற்றைப் போல புடைத்திருக்கும் சிவந்த விழிகளும், மழை மேகத்தைப் போல தாழ்ந்து தொங்கிக்கொண்டிருக்கும் முலைகளும், அவள் சிரிப்பும் குதிப்பும் நடையும் உடையும் பேச்சும் மூச்சும் பார்வையும் கார்வையும் ஓட்டமும் ஆட்டமும், முனிகளில் சாத்தனும், பூதங்களில் கூஷ்மாண்டமும், ராக்ஷஸுக்களில் பைசாசமும், பேய்களில் ரத்தக் காட்டேரியும், பிசாசுகளில் மோகினியும், அசுரர்களில் வேதாளமும் இவள் காலடியில் பணிந்து கிடக்கும் காட்சியும்) பிரசன்னமாகிறாள். அவள் கோணய்யனின் வடிவழகையும் குழந்தையுருவத்தையும் கண்டுவிட்டு அவனை விழுங்க மனமின்றி (பசுவைத் தேடிவந்திருக்கும் இந்தச் சிறுவனே ஒரு பசுங்கன்றைப் போலதானிருக்கிறான், இவனை முழுதாக விழுங்கினாலும் என் வயிற்றின் ஓரம்கூட நிறையாது) அவனைத் தன் கண்பார்வையை விட்டுத் தொலைதூரம் போய்விடும்படி எச்சரிக்கிறாள். கோணய்யன் ஒரு பெண்ணின் உயிரைக் காப்பாற்ற வேண்டி தானொரு பசுவைத் தேடிக்கொண்டிருப்பதாயும் அவளைக் கடந்து அப்பால் செல்ல தன்னை அனுமதிக்க வேண்டுமென்றும் சொல்லி அகன்றுபோக மறுக்கிறான். கோர வடிவும் குழந்தையுள்ளமும் புத்திசாதுர்யமும் கொண்டவளான பூதகை ஞானதிருஷ்டியால் கோணய்யன் வந்திருக்கும் காரணத்தைத் தெரிந்துகொண்டுவிடுகிறாள். எனவே தன்னைப் பார்த்துப் பயந்து ஓடும் மனிதர்களையே அதுவரையில் பார்த்திருந்த தன்னுடைய இறுகிப்போன மனதை இளங்கன்றாகிய அவனுடைய பயமற்ற வார்த்தைகள் நெகிழச்செய்வதாகக் கூறிவிட்டு அதற்கு மேல் அவன் தன்னுடைய கேள்விகளுக்குப் பதிலளித்தால் (வஸ்துகள் உண்டாவதெவ்விதம், கற்பனை எப்போது வார்த்தையைத் தொடுகிறது. பயம் எப்போது உண்டாகிறது, வார்த்தை என்ன செய்கிறது, மரணமடையாதவன் என்ன செய்கிறான், மரணத்தின் குணமென்ன, யாரை மரணம் அணுகுவதில்லை, வார்த்தையாகாத கற்பனை என்னவாயிருக்கும், பிறக்காத சிசு யாருக்குப் பிரயோசனமாகும்) தன்னைத் தாண்டிச்செல்ல அனுமதிப்பதோடு தன் வயிற்றினுள் இருக்கும் ஜனங்களையும் விடுதலை செய்துவிடுவதாக நிபந்தனை விதிக்கிறாள். கோணய்யன்

சம்மதித்து எல்லாக் கேள்விகளுக்கும் விடையளிக்கிறான் (கற்பனை வார்த்தையாகும்போது வஸ்துகள் உண்டாகின்றன, பயம் கற்பனையைத் தொடும்போது கற்பனை வார்த்தையைத் தொடுகிறது, அனுபவத்தின் உக்கிரம் அனுபவிப்பவனை விஞ்சும்போது மரணத்தைப் பற்றின பயம் உண்டாகிறது, வார்த்தை அனுபவத்திற்குப் பெயரிட்டு ஸ்தூலமாக்கி அதன் மகிமையை வடியச்செய்து தன்னுடைய அடிமையாக்கிக்கொள்வதன் மூலம் மரணத்தைத் தள்ளிப்போடுகிறது, மரணிக்காதவன் பயங்கரமான வஸ்துகளை உருவாக்குகிறான், மரணம் பரமானந்தம், மரணமில்லையேல் அனுபவமில்லை, அனுபவத்தின் உச்சத்தில் தன்னையிழந்து பாம்பு சட்டையை உரிப்பதைப் போல அதுவரையிலான சலித்துப்போன வாழ்க்கையை உரித்துவிட்டு புதிய வேறொரு பிறவியை வாழும் தைரியமில்லாதவன் மரணத்தின் அழகை அனுபவிப்பதில்லை, வார்த்தையாகாத கற்பனை ஒரு பிறக்காத சிசு, சிசு மனிதனானால் பலருக்குப் பிரயோசனப்படலாம்தான், ஆனால் சிசு பிறப்பதென்பது முற்றிய பின் வெளியேறுதலென்னும் இயற்கையாலன்றி பிரயோசனம் கருதியன்று). கேள்விகளும் பதில்களும் பூதகையென்பவள் இத்தி மரம் தன் வேரடியில் விரித்துவைத்திருக்கும் அபூர்வமானதோர் உலகின் அழகில் தன்னையிழக்கத் தைரியமற்றவர்களின் கோரக் கற்பனையென்பதை சூசகமாக வெளிப்படுத்துகின்றன. முடிவில் பூதகை தான் முக்தியடையும் நேரம் வந்துவிட்டதையறிந்து மனமகிழ்ச்சியுடன் கோணய்யனுடைய உபாயத்திற்கு உடன்பட்டு (நந்தீஸ்வரரின் அவதாரமாகிய தாண்டவராய சுவாமியின் தத்துப்புத்திரனும் சக்தியின் மைந்தனுமான கோணய்யன் அறிந்திருக்க முடியாத வெற்றியின் பாதைகளை வேறு யார்தான் அறிந்துவிட முடியும், ஒரு சின்னப் பறவையை அழுத்தி அண்டசராசரங்களையும் தன் கிரணத்தால் ஆளும் சூரியனின் பொழுதை வசப்படுத்திவிடலாமென்று ஆசைப்பட்ட உன் குழந்தைத்தனம் என் முலைக்காம்புகளைச் சப்புகிறது, அதே குழந்தைமைதான் இதுவரையில் என் வயிற்றையும் கெலமங்கலத்தின் ஜனங்களாகயிருந்து நிரப்பிக்கொண்டிருந்தது, எனவே உன் வேண்டுகோளை ஏற்று இந்த நடுநிசியில் சேவலின் குரலை முன்னிறுத்தி பகலின் திரையை என் மேல் போர்த்துக்கொண்டு நானும் ஒரு குழந்தையாய், எதையும் அறியாத மரமாய், காடாய், வார்த்தைகளைத் தப்பிய கற்பனையாய் மாறச் சித்தமாயிருக்கிறேன், உன் தகப்பனாரை மிக விசாரித்ததாகவும் அவரிடம் என் வந்தனங்களையும் தெரிவித்துவிடு, என்னுள் துயின்றுகொண்டிருக்கிறவர்களும் சந்தோஷமாக வெளியேறிச் செல்லட்டும், அவர்கள் என் அம்சத்தைக் கொண்டிருக்கவும், நான் பயப்பட வேண்டியவளன்று என்பதை வெளியிலிருப்பவர்களுக்குச் சொல்லவும் கடன்பட்டவர்களாயிருக்கட்டும், என் மடியில் துயில வருபவர்களை நான் என்னுள் குழந்தைகளாகவே கர்ப்பந்தரிப்பேன், அவர்கள் திருப்தியுறும்வரை கல்பகோடி வருடங்களானாலும் என்னுள் பிறக்காத சிசுவாகவே தங்கியிருக்கலாம், முதிர்ந்த பின் முற்றிலும் புதிய பிறவிகளாக வெளியேறியும் செல்லலாம், ஆனால் குழந்தை, அவர்கள் வார்த்தைகளின் அகங்காரத்தைத் தரையில் பீய்ச்சிவிட்டே என்னுள் புகுந்துகொள்ளக் கடவர்கள், என் யோனி அறிவென்னும் சுக்கிலத்தை ஏற்பதில்லை, அதை மூத்திரமாக்கித் துப்பிவிடும், நான் வனத்தின் கடவுள்,

இதை நானும் நீயும் சம்பாஷித்துக்கொண்ட இந்தக் கதை பின்வரும் சந்ததிகளுக்குக் கூறட்டும், இனிமேற்கொண்டு இந்தக் காட்டின் வழியே என் மடியில் தங்கி இளைப்பாறிச்செல்ல விரும்புபவர்களும், இரவில் என் அழகின் உக்கிரத்தைத் தாள முடியாத பலவீனமுள்ள பயணிகளும் உன் பணிவின் குரலை எனக்கு ஞாபகப்படுத்தும் சேவலொன்றை என் காலடியில் வேண்டுதலாகச் செலுத்தி என்னை வணங்கிவிட்டுச் செல்லட்டும், இது பஞ்சபூதங்களாலான இந்த உலகம் உள்ளவரை சாசனமாய் நீடித்துமிருக்கட்டும்) நிரந்தர விருட்சமாகிறாள்.

பூதகையிடமிருந்து ஜனங்களை விடுவித்து வெளியேற்றிய பின் கோணய்யன் பசுவைத் தேடும் படலம் மீண்டும் தொடர்கிறது. மறுபடியும் குட்டிச்சாத்தான்கள் அவனைச் சூழ்ந்துகொள்கின்றன. வேறு வழியின்றி அவன் தன் தோள் மூட்டையிலிருந்த செட்டியார் வீட்டுச் சுவைமிகுந்த பலகாரங்களை அள்ளி (அப்பமும் அதிரசமும் சுய்யனும் போளியும் முறுக்கும் புட்டும் மொனகரமும் பணியாரமும் புளிச்சோறும், ஆஹா, ஒவ்வொன்றும் எப்படி நெய்யும் தேனும் வழியச் சமைக்கப்பட்டிருக்கின்றன, பார்க்கப் பார்க்க நிரம்ப ஆசையாகிறதே) பூதக் கூட்டத்தின் முன்னே வாரி இறைத்துவிட்டு (பெண்களுக்கு மலர்கள் மேலும் தேவர்களுக்கு மனுஷப் பிறவிகள் மேலும் சாரங்கப் பட்சிக்குச் சூரிய கிரணத்தின் மேலும் இச்சையுண்டாவதைப் போல சிறுவனான எனக்கும் பட்சணங்களின் மேல் விருப்பமுண்டாவது சுபாவமானதுதான், ஆனால் பூதங்கள் உண்ணுகிற பொழுதான இந்த அகாலத்தில் உண்பவன் தானும் பூதமாகிப்போவான் என்று புராணங்களிலே சொல்லப்பட்டிருக்கிறபடியால் இப்போது நான் எதையும் சாப்பிடலாகாது, பானகத்தையேனும் பிறகு அருந்துவதற்காக என்னோடு எடுத்துவைத்துக்கொள்ளலாமென்றாலோ பட்சணங்களின் ருசியைத் தெரிந்துகொண்டுவிட்ட அசுரப் பிறப்புகள் கருப்பட்டியின் மணத்தையும் மோப்பம் பிடித்து என் பின்னாலேயே வந்துவிட்டால் என்ன செய்வது, சரி வேறு வழியில்லை, அதையும் அவற்றின் முன் தரையில் கொட்டிவிட வேண்டியதுதான், ஊருக்குத் திரும்பியதும் பசுவைப் பிடித்துத் தந்ததற்கான சன்மானமாக நிறைய பலகாரங்களைச் செய்து தரும்படி நாம் செட்டியார் வீட்டம்மாளைக் கேட்டுக்கொள்ளலாம், இந்தாருங்கள் பிசாசுகளே, இந்தாருங்கள், வந்து இந்த அருமையான பதார்த்தங்களை ருசிபாருங்கள்) அவை பட்சணங்யாகத் தின்றுகொண்டிருக்கும் நேரத்தில் (ஆ, எத்தனை பயங்கரமாக இருக்கிறது இந்த ராட்சஸர்களெல்லாம் பட்சணங்களை நோக்கிப் பாயும் காட்சி, ஒன்றின் மேல் ஒன்று விழுந்து புரள்கிறது, பட்சணங்களுக்காக அவை போடும் சண்டையைப் பார்க்கச் சகிக்கவில்லை, அவற்றினுடைய கூக்குரலும் இடியைப் போல என் காதுகளைச் செவிடாக்குவதாக ஒலிக்கிறது, முறுக்குகளையும் சீடைகளையும் அவை பாரமஹால் முழுவதும் கேட்கும்படி பற்களால் உடைத்துத் தின்னுகின்றன, நெஞ்சு முழுவதும் வழியும்படி பானகத்தை வாயில் கவிழ்த்துக்கொள்கின்றன, அவைதான் இடும்பியின் புத்திரனைப் போல எலும்புகளையும் சதைகளையும் கடிக்கும் நினைவில் எவ்வளவு கோரமாக மாவுப் பட்சணங்களைச் சப்புக்கொட்டிச் சாப்பிடுகின்றன) மெதுவாக அவற்றின் நடுவிலிருந்து நழுவி வெளியே தப்பி வந்துவிடுகிறான்.

வனவுயிர்களுக்குத் தப்பியோடியும் கல்லிலும் முள்ளிலும் பாறையிலும் பள்ளத்திலும் அலைந்ததில் விரைவிலேயே நாவறட்சியும் பசியில் கண்மயக்கமும் ஏற்பட்டுவிடுகிறது. பசுவும் கிடைத்தபாடில்லை. கடைசியில் பசுவைத் தேடுவதைத் தள்ளிப் போட்டுவிட்டு வெகுநேரம் சுற்றி ஒரு நீர்நிலையைத் தேடிக் கண்டடைகிறான் (ஒருவேளை அது, தாகத்தால் ஜீவனற்றுப் போகுமளவிற்கு இந்தக் கானகத்தின் மையிருட்டிலே அலைந்து தவித்துக்கொண்டிருக்கிறவனான இந்தச் சிறுவனுடைய பிரமைதானா, இல்லை, நான் காண்பது உருவெளியன்று, நிஜமாகவே சற்று தொலைவிலே ஒரு சுனை இருக்கிறாற்போலதான் தெரிகிறது, அதன் சத்தம் சலசலவென்று என் காதுகளை நிறைக்கிறது, சரி, மேற்கொண்டு சந்தேகப்படாமல் நாம் அங்கே சென்று நம் தாகவிடாயைத் தீர்த்துக்கொள்வோம், ஆஹா, தாயே, ஈஸ்வரி, சக்தி, உன்னருளால் நான் சாகாமல் தப்பித்தேன், தாகத்தால் நா வறண்டு இந்தக் காட்டிலேயே உயிரை விட்டு இங்கே இருக்கக்கூடிய கழுகுகளுக்கும் நரிகளுக்கும் இரையாகிக் கிடக்காமல் தண்ணீரை என் கண்களில் காட்டி என்னைப் பிழைக்கச்செய்துவிட்டாய், இதோ உன் அருளால், அம்மா, இந்தச் சுனையை அருந்தி என் தாகத்தைத் தீர்த்துக்கொண்டு பசுவைத் தேடச்செல்வேன்). அதன் கரையில் மண்டியிட்டு அமர்ந்து குனிந்து கைகளால் நீரை அள்ள முனையும்போது அவனுக்கு மிக அருகில் இருக்கும் புதரொன்றிலிருந்து சுனையில் அவனைப் போலவே நீரருந்த வந்த ஒரு புலி மனித வாடையைக் கண்டுவிட்டு உறுமுகிறது. முதலில் அதையும் தன்னுடைய பிரமையென்று நினைக்கும் கோணய்யன் (பசுவின் நினைவு ஆவலுடன் நீரை நான் உறிஞ்சி அருந்திய சத்தத்தோடு கலந்துபோய் என் காதுகளிலேயே அதன் அரற்றலாகக் கேட்கிறதோ, ஆனால் எனக்கோ தாகசாந்தி உண்டாகவில்லையே, மேலும் கானகத்தின் மையிருட்டிலும் கடுங்காற்றின் ஊளைச்சத்தத்திலும் மனிதர்கள் இம்மாதிரியான மாயத் தோற்றங்களையும் குரல்களையும் காண்பதும் கேட்பதும் உண்டென்று நீலவேணி குட்டிராயன்பள்ளிக்குச் சவாரி போய்விட்டுவந்த அனுபவத்தை என்னிடம் சொல்லிக்கொண்டிருந்தபோது சொன்னதுண்டு) இரண்டாம் முறையும் புலியின் குரலைச் செவியுறும்போது பசி மயக்கத்தில் அது பசுவின் சத்தம்தானென்று நினைத்துக்கொண்டு தாகத்தையும் தண்ணீரையும் மறந்துபோனவனாகக் குரல் வந்த திசையை நோக்கி நடந்து இருளில் சுனையோரமாக மண்டிக்கிடந்த புதர்க்காட்டுக்கு வெளியே நீட்டிக்கொண்டிருந்த புலியின் வாலைத் தூக்கிப்பார்த்து அதைக் குழப்பத்துடன் தடவி (ஒரேசமயத்தில் பெண்களின் கூந்தலைப் போல துவண்டதாயும், கந்தநாயனாரின் கை வேலைப் போல உறுதியாயும் இருந்து என் கால்களை இடறச்செய்த இந்தப் பொருள் என்னவாக இருக்க முடியும், இருட்டில் எதையும் என்னால் பார்க்க முடியவில்லையே, மரத்தின் வேரா, பாம்பா, கயிறா, கழியா, அல்லது பேய்களால் குதறப்பட்ட மிருகமெதாவதொன்றின் குடலா, செடியா, தாமரைப்பூத்தண்டா அல்லது என்னுடைய லிங்கமேதானா, அல்லது இதுவும் என்னுடைய மனப்பிராந்தியா) ஒருமுறை கிள்ளிப்பார்க்க, வலி தாங்காத புலி மீண்டும் உறுமிக்கொண்டே அவன் பிடியிலிருந்து துள்ளித் தப்பியோட முயற்சிக்கிறது. புலியையோ புலியின் உறுமலையோ

முன்பின் பார்த்தோ கேட்டோ அறிந்திராத சிறுவனான கோணய்யன் அது பசுதான் என்றே முடிவுசெய்து ஆனந்தத்தில் கூத்தாடியபடி அதைத் தன்னிடம் பணிந்துபோகுமாறு (அஹா, அஹா, கருங்குடஞ் சுட்டே, கடைசியில் நீ இங்கேயா இருக்கிறாய், நான் உன்னை எங்கெல்லாம் தேடிக்கொண்டிருக்கிறேன் தெரியுமா, எங்கே, செட்டியார் வீட்டம்மணியைக் கவர்ந்த உன் திருமுகத்தைக் காட்டு பார்ப்போம், காட்ட மாட்டாயா, அவ்வளவு திமிரா உனக்கு, சரி போ, நீ காட்டினாலும் என்னால் உன் முகத்தை இப்போது பார்க்க முடியாது, அடர்ந்த இந்த அடவியின் மையிருட்டும் பசியும் என் கண்களுக்குத் திரை போட்டிருக்கின்றன, ஆனால் பசுவே, உன் வால் என் கைகளில் மாட்டிக்கொண்டுவிட்டது, நீ உன்னை நான் அடையாளம் கண்டுவிடக் கூடாதென்பதற்காக முகத்தை எதிர்ப்பக்கமாகத் திருப்பிக்கொண்டும், புதர்களில் தலையை நுழைத்துக்கொண்டும், இரண்டு நாட்களாகச் செட்டியார் சம்சாரத்தால் கழுவிவிடப்படாத உன் சாணிக்குண்டியை என் பக்கமாகக் காட்டிக்கொண்டு நின்றாலும் நான் உன்னைக் கண்டுபிடித்துவிட்டேன், நீ இப்போது உன் மூக்கணாங்கயிற்றை எனக்குத் தா) செல்லமாய்க் கடிந்துகொள்கிறான். புலி அவனுக்கு ஒத்துழைப்புத் தர மறுப்பதோடு வாலோடு அவனையும் சேர்த்துப் புதருக்குள் வலுவாக இழுக்கிறது. நயந்து பேசியும் மிரட்டியும் (ஒரு பசுவிற்கு இத்தனை மூர்க்கமா, எனக்குப் பிரமாதமான கோபம் வருகிறது, ஆனாலும் காமதேனுவின் அம்சமாயிற்றே என்பதற்காகச் சினத்தைப் பொறுத்துக் கொள்கிறேன், கோமளமே, கொடிய மிருகங்கள் உலாவும் ஆபத்தான வனம் இது, பணிந்துபோ, மூக்கணாங்கயிற்றைத் தா, உன்னைப் பத்திரமாக உன் வீட்டிற்கு நான் அழைத்துச்செல்கிறேன்) அதைத் தன் வழிக்குக் கொண்டுவர முயலும் கோணய்யன் முடியாமற்போகவே பிரமாதமான கோபமுண்டாகி (ஒரு பெண்ணாகிய உனக்கு இவ்வளவு துடுக்கா) அதன் முதுகில் செல்லமாகவும் அதேசமயத்தில் அதன் முரண்டு அடங்கும் விதமாகவும் வெறுங்கையால் பலமாக ஓர் அறைவிடுகிறான். அடித்தவன் தெய்வாம்சம் பொருந்தியவனாகையால் அந்த ஒற்றை அறையில் புலி தன் முகத்தை அவனுக்கு திருப்பிக்கொடுக்கக்கூட திராணியற்றுப்போய்க் கல்லாய்ச் சமைந்துவிடுகிறது. வலி அதன் திமிரை மேக்கரித்து அதை மூச்சுத் திணறும்படி செய்துவிடுகிறது. அதன் உடலும் துவண்டு தொங்கிவிடுகிறது. கோணய்யனும் இப்போது பசுவிடம் அதன் மூக்கணாங்கயிற்றைக் கேட்டுக்கொண்டு நிற்காமல் அதன் வாலைப் பிடித்துப் பின்புறமாகவே அதைத் தரதரவென்று இழுத்தபடி காட்டைவிட்டு வெளியேறி வந்துவிடுகிறான். அவன் கெலமங்கலத்தையடையும்போது சிவனின் திருவுளப்படி தெருவில் அவனை வரவேற்க யாருமில்லாததால் (வெற்றி வீரனாகப் பவனிவரும் உன் மகனுடைய ஆகிருதி பகலையிரவாக்கி எண்திசைகளிலும் விசிறியடித்துக்கொண்டிருக்கும் பிரகாசத்தையும் எக்காளத்தையும் ஞானவான்களின் கண்களுக்கு மட்டுமே புலப்படக்கூடிய தெய்வாம்சத்தையும் சாதாரண மனிதக்கண்கள் பார்த்தால் கருத்துப் போய்விடுமாதலால் அவர்கள் தங்கள் வீடுகளையே அரக்கியின் மடியாக்கிக்கொண்டு விடியும்வரை தூக்கத்தில் விழுந்து கிடக்கட்டும்) அவன் இழுத்துக்கொண்டுவருவது புலியென்பதைச் சொல்லுவாரும்

இல்லாமற்போய்விட்டிருக்கிறார்கள். செண்பகம் செட்டியாருடைய அரண்மனையின் முன் வந்து நிற்கும் கோணய்யன் அவர்களை அழைத்து நெடுநேரம் உரக்கக் கூவியும் யாரும் எழுந்துவராததால், தாமதிக்க அவகாசமின்றி (பொழுது விடியப்போகிறது, நம் தகப்பனாரும் நீலவேணியும் இந்நேரம் வந்துவிட்டிருப்பார்கள், அவர்கள் நதிக்கரையில் என்னைக் காணாமல் தேடுவார்கள்) அவனே செட்டியார் வீட்டுத் தொழுவத்திற்குள் புகுந்து புலியை அங்கே கட்டிப்போட்டுவிட்டுத் தன்னிருப்பிடத்திற்குத் திரும்பிவிடுகிறான். பொழுது புலர்கிறது. தொழுவத்தில் கோணய்யன் கொண்டுவந்து கட்டியிருக்கும் தன் பிரியத்திற்குரிய பசுவைக் காண்பதற்காக ஓடோடி வந்து வாசலைத் திறக்கும் செட்டியாரின் மனைவி அங்கே பசுவிற்குப் பதிலாக கோணய்யனின் விரல்கள் கருத்த வரிகளாக உடலில் பதிந்திருக்க வலி தாளாமல் அரைமயக்க நிலையில் கயிற்றால் கட்டப்பட்டுக் கிடக்கும் புலியைப் பார்த்துவிட்டு அலறும் அலறல் ஜனங்கள் அத்தனை பேரையும் அவர்களுடைய நீண்ட உறக்கத்திலிருந்து எழுப்பி அரண்மனைக்கு அழைத்து வந்துவிடுகிறது. அவர்களெல்லோரும் அடித்துப் புரண்டு ஓடி வந்து புலியைப் பார்த்து அதிசயப்பட்டு, இரவைப் பகலாயும், அரக்கியைக் காவல் தெய்வமாயும், தீரச்செயலைக் குழந்தை விளையாட்டாயும், புலியைப் பசுவாயும் மாற்றும் பராக்கிரமங்கொண்ட கோணய்யனைப் போற்றிக் கொண்டாடுகிறார்கள். அவனுடைய தகப்பனும் நந்தீஸ்வரரின் அவதாரமுமாகிய தாண்டவராயனை அழைத்து அவன் கால்களில் வீழ்ந்து பணிகிறார்கள். கோணய்யன் கானகவிஜயம் சக்தியின் விருப்பப்படி இனிதே முடிவடைகிறது (அவள் தன் மகனின் பெருமையை உலகத்தார் அறியும்படி திருவிளையாடிய சிவனை இனி இன்னும் அதிகமாகக் காமுறுவாள்). சிவகணங்கள் ஒளித்துவைத்த கருத்த பசுவும் விளையாடல் முடிந்ததென்று செட்டியார் மனைவியிடம் வற்றாத பாலையும் வளமான ஆயிரத்தெட்டு கன்றுகளையும் ஈனும் பூலோகக் காமதேனுவாகத் திருப்பியளிக்கப்படுகிறது. நாடும் வீடும் நலம் பெறுகிறார்கள் (தாண்டவராயன் கதையின் பதினான்காம் சர்க்கமான கோணய்யன் பராக்கிரமத்தைக் கூத்தாக நடித்தவர்களுக்கும் பார்த்த ஜனங்களுக்கும் சர்வ மங்களமும் உண்டாகும். ஈஸ்வரனுக்கும் ஈஸ்வரிக்கும் சோபனம். சிவசக்தி புத்திரர்களான, மயில் மேல் பவனிவரும் கந்தனுக்கும் மூஞ்சூறு வாகனரான தொப்பை கணபதிக்கும் சுபமங்களம். அவர்களுடைய சகோதரனும் நீலவேணியின் நண்பனுமான கோணய்யனுக்கு ஜெயமங்களம். தாண்டவராயன் சுவாமி திருவடிகள் போற்றி. அவர் பாதகமலங்களில் ஆயிரம் சரணம். சுபம் சுபம் சுபம்).

ராமஞ்சேரி பறையர்

கூத்துப் பார்த்த மூன்றாவது நாள், விடிவதற்கு ஒரு சாமம் இருந்த வேளையில், ஒருவேளை பிராமணர்கள் எழுந்துவிடக்கூடுமென்கிற யோசனையுடன் சில நிமிடங் களுக்கொருமுறை தெருவில் தன் நடமாட்டத்தை ஊளை யிட்டு அறிவித்தவாறே நடந்துபோய்க்கொண்டிருந்த கெங்கம்மாவைப் பின்தொடர்ந்து சென்றுகொண்டிருந்த நேரத்தில் தான் ட்ரிஸ்ட்ராம் பலவருடங்களுக்கு முன் தன் பின்னே லிட்டில்போர்ட் தெருக்களைத் தாண்டி ஊரெல்லையை நோக்கி வந்துகொண்டிருந்த எலினாரின் மனதில் அப்போது ததும்பிக்கொண்டிருந்திருக்கக்கூடிய எண்ணங்களை, தன்னை அவளாகக் கற்பனை செய்துகொண்டதால், முதல்தடவையாக அறிந்துகொண்டான். நடையின் முடிவில் சாபக் காட்டின் துரதிர்ஷ்டவசமான கதைகளைப் பிரத்யட்சமாகவே கண்டுவிடக்கூடுமோவென்கிற பயம் உள்ளே கனத்துக் கொண்டிருந்தாலும் அதை மீறி முதன்முதலாக ஒரு புதிய அனுபவத்தை எதிர்கொள்ளவிருக்கும் எதிர்பார்ப்பும் வேட்கையும் காட்டைப் புகலிடமாக்கிக்கொள்வதினின்றும் தங்களைத் தடுத்துக்கொள்ள முடியாதபடி அவள் மனவலுவை இப்படித்தான் சிதைத்துப் போட்டிருக்கும். தமக்கைகளின் திருமணச் செலவிற்கும், தந்தையின் இறப்பிற்கும், எஞ்சியிருந்த இரண்டு பெண்களால் ஊர்நடுவே உண்டாகியிருந்த பழிக்கும் கேலிக்கும் பிறகு ஏழ்மையின் சேற்றில் ஊறியூறி லிட்டில்போர்ட்டின் சதுப்பு நிலங்களைப் போலவே விகாரமாக உப்பிக்கிடந்த தன் உடலை, ஒரு கிழவனுடைய, பெண்ணுடலை மலர்த்தும் யவ்வனத் தந்திரங்களை மறந்துபோய்விட்ட, உலர்ந்த விரல்களாவது தொட்டு காதலாலில்லாவிடினும் ஒரு பாலூட்டியின் மிருகவியற்கையின்பாற்பட்டாவது ஈரங்கசியும்படி செய்து அதற்கு இன்னும் உயிரும் உணர்ச்சிகளும் இருக்கின்றனவென்பதைத் தனக்கே

அறிவிக்கக்கூடுமாவென்று நினைத்துக்கொண்டிருந்த வேளையில் அழகும் இளமையும் துடிப்பும் பொருந்தியவொரு வாலிபனின் உடல் அதைத் தன்னுடன் இணைத்துக்கொள்ள, இரக்கத்தினாலல்லாது மோகத்தினாலேயே, அழைத்துச் சென்றுகொண்டிருக்கிறதென்னும் நனவை நம்ப முடியாத ஆச்சரியத்தில் அவள் உடல் புலன்களின் ஒத்திசைவை இழந்து இப்படித்தான் நடுங்கிக்கொண்டிருந்திருக்கும். வயதில் சிறியவளாயினும் எலினார் ஏழ்மையிலிருந்தும் உடலுழைப்பிலிருந்தும் பெண்ணாய்ப் பிறந்துவிட்ட துரதிர்ஷடத்திலிருந்தும் கற்றுக்கொண்ட படிப்பினைகளால் ட்ரிஸ்ட்ராமிடம் இல்லாத மனப்பக்குவமும் நிதான புத்தியும் வாய்க்கப்பெற்றவள்தான். அவள் மனதிலேயே ஓர் ஆணின் இரக்கமும் ஆதரவான அழைப்பும் சுயமறதியையும் ஆட்டுக்குணத்தையும் கொடுத்துவிட்டிருந்ததென்றால் எப்போதும் உணர்வுகளின் அலைக்கழிப்பிலேயே இருக்கச் சிறுவயதிலிருந்தே பழக்கப்பட்டுப்போயிருந்த ட்ரிஸ்ட்ராமின் மேல் கெங்கம்மாவின் அழைப்பு ஏற்படுத்தியிருக்கக்கூடிய பாதிப்புகளைப் பற்றிக் கேட்க வேண்டியதில்லை. அவள் அழைத்த வேளையையும் (பனி விழுந்து கொண்டிருந்த புலர்பொழுது), அழைத்த விதத்தையும் (உங்களுக்குப் பசிக்குமென்பது எனக்குத் தெரியும்), குரலிலிருந்த குழைவையும் சிரிப்பையும், அறையினுள் நிகழ்ந்த அவளுடைய திடீர்ப் பிரசன்னத்தால் தூண்டப்பெற்ற பூதகையின் நினைவுகளையும் சேர்த்து ட்ரிஸ்ட்ராம் அந்த அழைப்பிலிருந்து கெங்கம்மாவே ஊகித்திராத சிருங்கார அர்த்தங்களைத் தோண்டியெடுத்துக்கொண்டிருந்தான். ஆனால் அப்படி எலினார் மேல் தன்னுடைய அழைப்பு அப்போது ஏற்றியிருந்திருக்குமென அவன் நினைத்த அதேவிதமான அச்சத்தையும் உடல் நடுக்கத்தையும் எதிர்பால் குரலின் அழைப்பை மறுக்க முடியாத பலவீனத்தையும், கூடவே, வயிற்றிலிருந்து எழுந்த கடலோடிகளின் நோய்மணத்தையும் தானுமே அனுபவித்த பின்னும் கீழ்த்திசைச் சாபங்களின் விளைநிலங்களென்று அறியப்படும் சேரிப்புறங்களிலொன்றை நோக்கி, அவனும் எலினாரும் புணர்வதற்கொரு மறைவைத் தேடியலைந்த அதேபோன்றவொரு நிலவெரிக்கும் வேளையில், தன்னை, பாதங்கள் தரையைத் தொடும் ஒவ்வொருமுறையும் அதிர்வில் ஒரு குழந்தையின் மருண்ட விழிகளைப் போல அதிர்ந்து தளும்பும் கெங்கம்மாவின் வளமான பிருஷ்டங்களின் பின்னே உந்தித் தள்ளிக்கொண்டிருந்த உணர்வை, காதல் என்கிற வார்த்தையால் குறித்துக்கொள்ள அவனுடைய ஆணென்கிற அகங்காரம் சம்மதிக்க மறுத்தது. அல்லது அது ஒரு பெண்ணின் கிலிகொள்ளச் செய்யும் கற்பனைகள் மலிந்த மனவுலகிற்குள் புகுந்து பார்க்க அத்தனை வருடங்களுக்கப்புறமும் அவனை முழுவதுமாக அனுமதிக்கவில்லை. அதனாலேயே அவன் காதல்வயப்பட்ட அந்த லிட்டில்போர்ட் ஸ்திரீயைப் போல, நல்லதற்கோ கெட்டதற்கோ, விளைவுகளைப் பற்றின சிந்தனைகளை உள்ளே நுழையவிட மறுக்கும் பரவசத்திற்குள் தன்னை முற்றிலுமாகத் தொலைத்துக்கொண்டுவிட இயலாதவனாயுமிருந்தான் (அவ்விதமாகத் தொலைந்துபோவதற்கு சத்யபாமாவின் அழகொன்றே காரணமாக இருக்க வேண்டுமென்பதில் அவன் மனம் பிடிவாதமாக இருந்ததும் ஒரு காரணமாக இருக்கலாம்). இயலாமை கோணய்யன் பராக்கிரமக்

கூத்தின் காட்சிகளை, பயங்கரமான வஸ்துகளை உருவாக்குபவர்களான, மரணத்திற்குத் தன்னை ஒப்புக்கொடுக்க மனமற்ற சுயநலமிகளில் ஒருவனாயும், அல்லது கோணய்யனிடம் தன் வாலைக் கொடுத்துவிட்டு அவன் பின்னே இழுபட்டுப் போய்க்கொண்டிருக்கும் புலியாகக் கூத்தில் உருவகிக்கப்பட்ட கந்தல் துணியாயும் தானேயிருந்து, திரும்ப நடித்துக்கொண்டிருப்பதான பிரமையை அவன் மனதில் தோற்றுவித்தது. பெண்மை, காதல், சரணாகதி, அல்லது மரணம், இந்த நான்கில் ஏதோவொன்றைப் பின்தொடர்ந்து செல்லுவதான இவ்விதக் கிலியூட்டும் கற்பனைகளின் கிணற்றுக்குள் விழுந்துவிடாமல் தப்பித்து நிஜவுலகத்தினுள் தன்னைத் தக்கவைத்துக்கொள்ள ட்ரிஸ்ட்ராம் கடைசியில் வயிற்றுப் பசியையே கயிறாக இறுகப் பிடித்துக்கொண்டு, அதை கெங்கம்மாவிடம் சொல்லும் பாவனையில், அதன் பொய்மையை உடனே இனங்கண்டு அவள் தன் முகத்தைத் திருப்பாமலேயே சிரித்துக்கொள்ளும் வண்ணம், (மனுஷன் அப்பத்தினாலே மாத்திரமல்ல, தேவனுடைய ஒவ்வொரு வார்த்தையினாலும் பிழைப்பான்) தனக்கே உரக்க அறிவித்துக்கொண்டும் பறையர் குடியிருப்பான ராமஞ்சேரிவரை நடந்து வந்துவிட்டான்.

ஆனால் வேப்பிலை மற்றும் பிரண்டைத் தோரணங்களின் வெளிப்புறம் வைசூரிக் கொப்புளங்களை உண்டாக்கும் அனல் மூச்சோடு கெங்கம்மனும், வேலியின் உட்புறம் நிலத்தின் தகிப்பை யெல்லாம், ஒன்றன் மேல் ஒன்றாக அணிவிக்கப்பட்டிருந்த மூன்று சேலைகளையும் தாண்டி, மாமனாரின் பார்வையில் பட்டுவிட்ட தன் அம்மணத்திற்குள் எரியும்படி இழுத்துக்கொண்டு கண்களால் பனியைக் குளிரக் கொட்டிக்கொண்டிருந்த பாலேஸ்வரியம்மனும் காவல்கொண்டிருக்க, கம்பெனி ராணுவத்தின் எல்லைப் படைகள் முகாமிட்டிருந்த பேட்டைக்கும், நத்தத்தின் கடைசி வீடுகள் தங்கள் புழக்கடைகளைக் காற்றுக்கு உலர்த்திக்கொண்டிருந்த வயற்பிரதேசத்திற்கும் இடையில், மூச்சுத் திணறும் நெருக்கமும், கழிவின் துர்கந்தமும், பீரங்கி வண்டிகள் கடந்துபோவதற்கான பாதையை உண்டாக்குவதற்கென்று பொறியியலாளர்களால் திரும்பத் திரும்ப இடிக்கப்பட்டு பின் எடுத்துக்கட்டி கடைசியில் விரக்தியடைந்து அப்படியே விடப்பட்டுவிட்ட, அரைகுறையான, நாணற்புல் வீடுகளும், சாம்பலும் எலும்புகளும் இறைந்துகிடக்கும் பொதுக் கிணற்றடியும், கிராமத்து வீடுகளின் பழையதாகிப்போன பலகாரங்களின் புளித்த நாற்றமும், வாய்க்கரிசியின் துக்கமும், பதத்திற்காக ஆங்காங்கே சுண்ணாம்பு நீரில் ஊறிக்கொண்டிருந்த மிருகத் தோலின் மக்கிய உப்பு வீச்சமும், வயற்கருவிகளின் இரும்பு மணமும், ஆண்டை வீட்டுப் பெண்களின் பெருந்தன்மையைச் சேலையாக உடுமாற்றுக்கு உலர்த்திக்கொண்டிருந்த கயிற்றுக் கொடிகளும், கூரையிடுக்குகளின் வழியே உள்ளே இறங்கி வீடுகளின் உட்புறத்தையும் வெளிப்புறத்தையும் வித்தியாசமின்றிச் சூழ்ந்து அவற்றைப் பார்வையிலிருந்து கரைத்துக்கொண்டிருந்த மூடுபனியும் நிரம்பிய, வீதியென்றோ மருங்குகளென்றோ தன்னை ஒழுங்குபடுத்திக் கொள்ளாமல், மரத்திலும் செடியிலும் சேராது ரெண்டுங்கெட்டானாய் வளர்ந்திருந்த பெயர் தெரியாத வறண்ட ஈரிலைத் தாவரக் கூட்டம் அதன் போக்கில் பாதிநிலத்தை ஆக்கிரமிக்கக் கொடுத்துவிட்டு மீதி நிலத்தில் உருவாக்கப்பட்டிருந்த ராமஞ்சேரி தன் எல்லைக்குள்

அவன் பிரவேசித்ததுமே பசியின் கொழுகயிற்றை அறுத்து அவனை அவன் விருப்பமின்றியே மீண்டும் நடுக்கமூட்டும் கற்பனைகளின் பாழ்கிணற்றிற்குள் தள்ளிவிட்டுவிட்டது. கெங்கம்மாவின் குடிசையை அடைந்ததும் தலைதட்டும் உயரத்தில் நாணற்புல் கூரையமைத்துக் கட்டப்பட்டிருந்த அதன் வாசலில் மறைப்பாகச் சார்த்தப்பட்டிருந்த ஓலைத்தட்டியின் இருபுறமும் திண்ணைகளென்கிற பெயரில் புடைத்துக் கொண்டிருந்த இரண்டு களிமண் திண்டுகளிலொன்றில் ட்ரிஸ்ட்ராமை உட்காரும்படி வேண்டிக்கொண்ட பின் படலைச் சற்றே நகர்த்திக்கொண்டு அவள் உள்ளே சென்று தற்காலிகமாக மறைந்தாள். மறைந்த கணத்தில், அந்த அகாலவேளையிலும், நாய்களின் இடைவிடாத குரைப்பிற்கு மேல், அவனுடைய பின்புறம் திண்ணையில் மோதிப் பறையறைவித்ததைப் போல, தோள்களிலும் இடுப்பிலும் கழுத்திலும் தலையிலும் கால்களிலும் கைகளிலும் காய்த்துத் தொங்கிக்கொண்டிருந்த குழந்தைகளுடன், வெளுத்த துணிகளை அணிந்துகொள்ள அனுமதிக்கப்படாத உடல்களைச் சுற்றிக் கட்டிக்கொண்டிருந்த உடுப்புகளின் மயங்கிய வண்ணங்கள் கண்களைக் கரிக்க, சிலந்திப் பூச்சிகளைப் போல சில கரியநிற மனித உருவங்கள் அவனை நெருங்கி வந்து மொய்த்துக்கொண்டன. அவற்றில் ஒன்றிரண்டு உருவங்கள் அது தங்களுடைய பிரதேசமென்கிற தைரியத்துடன் அவனைத் தொட்டுப்பார்க்கவும் தங்கள் கைகளை நீட்டி அவனுடலை எட்டிப்பிடித்தன. அவர்களுடைய குரல்களோ அதற்கு முன்பே அவனைத் தீண்டி அவனுடலின் சிவந்த நிறத்தை நக்கத் தொடங்கிவிட்டிருந்தன. மருண்டுபோன ட்ரிஸ்ட்ராம் தன்னைக் கம்பெனிச் சிப்பாயாயும் ராமஞ்சேரியைக் காஞ்சீபுரமாயும், தன்னை நிகோலஸ் ரூராண்டாயும் ராமஞ்சேரியைப் பாரீஸாயும், தன்னை ஜூனியஸாயும் ராமஞ்சேரியை இரவோடிரவாக அந்த ரகசிய மனிதனை ஒரு குண்டுப் பெண்ணைக் கொண்டு தீர்த்துக்கட்டிய ஔஸ் நதிக்கரைக் கிராமமாயும் காட்டும் கற்பனைகள் உள்ளுக்குள் தலைதூக்க திண்ணையிலிருந்து பதற்றத்துடன் எழுந்து ஓலைக் கதவை மரியாதைக்காக ஒருமுறை அவசரமாகத் தட்டிவிட்டுப் பின் அனுமதிக்குக் காத்திராமலேயே குடிசையினுள் நுழைந்துவிட்டான். உள்ளே அவனுக்கான கூழைக் கொடுக்கும் முன் இருப்பதில் சற்று சுமாரான ஆடையை உடுத்திக்கொள்வதென்று முடிவு செய்தவளாய் கெங்கம்மா தன் முந்தைய நாள் உடுப்புகளை விழுத்துக் கொண்டிருந்தாள். மீனவிலாஸத்தில் போலல்லாமல் அது அவனுக்காக ஆயத்தப்படுத்தப்பட்ட கோலமில்லையாதலால் அவள் அவனைத் திடீரென வீட்டினுள் கண்டதும் திடுக்கிட்டுப்போனாள். ட்ரிஸ்ட்ராமோ அவளுடைய தொப்புட்சுழியிலிருந்து புறப்பட்டு, சஸ்ஸெக்ஸ் மாகாணத்துத் தேவாலயத்தின் மத்திகாலத்துச் சித்திரமொன்றில் தீட்டப்பட்டிருக்கும் ஈடன் தோட்டத்து மரத்தைப் போல, கால்களைப் பரப்பியபடியும், தீயைக் கக்கியபடியும் அவளுடைய மார்பகங்களைப் பற்றிப்பிடிக்க நெளிந்து மேலேறிக்கொண்டிருக்கும், பச்சை குத்தப்பட்ட ட்ராகன் மிருகமொன்றின் உருவத்தைப் பார்த்துவிட்டு அவளைவிட அதிகமாகத் திடுக்கிட்டுப்போனான்.

அவன் துரதிர்ஷ்டம், அந்தச் சித்திரத்தைப் பார்த்துப் பயந்து போய் அவன் தலையைத் திருப்பிக்கொண்ட திசை இன்னும்

தவறான திசையாக இருந்தது. அங்கேதான் அறையின் மூலையில் விரிக்கப்பட்டிருந்த பாயொன்றில் தொழுநோயால் பீடிக்கப்பட்ட, கெங்கம்மாவின் தாய் கிடத்தப்பட்டிருந்தாள். ட்ரிஸ்ட்ராம் குடிசைக்குள் இன்னொரு நபரை எதிர்பார்க்கவில்லை. கெங்கம்மாவிற்கு ஒரு தாய் இருக்கிறாளென்று அவனிடம் யாரும் இத்தனை நாட்களில் எதுவும் சொல்லவில்லை. அவளுக்கு ஒரு தாயோ தந்தையோ அல்லது வேறு உறவோ இருக்கக்கூடுமென்று அவனும் அதுவரையில் யோசித்திருக்கவில்லை. அவளும் அவன் மீனவிலாஸத்திற்குள் நுழைந்த நாளிலிருந்தே அவளுடைய அணுகலை அனுமதிக்காது தன்னைச் சுருட்டிக்கொள்ளும் முனைப்பிலேயே இருந்ததால் தன்னைப் பற்றி எதையும் சொல்லிக்கொள்ளும் வாய்ப்பைப் பெறவில்லை. இதற்கெல்லாம் மேலாக மூலையில் கிடந்த அந்தப் பெண்ணைப் போன்றதொரு கோரவுருவத்தை ட்ரிஸ்ட்ராம் அதுவரையில் தன் கனவில்கூடப் பார்த்ததில்லை. இந்தக் காரணங்களால் அவன் அதற்கு மேல் அடுக்கடுக்கான அதிர்ச்சிகளின் பொழிவைச் சமாளிக்க முடியாதவனாக வாய்விட்டு அலறிவிட்டான். அந்தப் பெண்மணி ஆண் பெண் என்கிற வித்தியாசமழிந்துபோய் சுருங்கிப்போன உடலவயவங்களுடன், ஓர் ஒற்றைச்செல் உயிரியைப் போல, கழிவுநீர்க் குட்டையைப் போல, அந்தக் குட்டையைக் குனிந்து பார்க்கும் யாரும் அதன் அழுக்குப் பரப்பில் தன் ஆதிப் பரிமாணம் பிரதிபலிக்கக் கண்டு தன்னையே அருவருத்துக் கொள்ளும்படியாக, தரையில் தேங்கிக்கிடந்தாள். அவன் உள்ளே நுழைந்த அரவம், அவனுடைய அலறல் சத்தம் மற்றும் கெங்கம்மாவின் குரல் ஆகியவற்றால் நெம்பப்பட்ட அவளுடைய விழிகள் முன்பு ஏதோ ஒரு காலப்பரப்பில் குத்திட்டு நின்ற நிலையிலிருந்து இடம் பெயர்ந்து, உயர்ந்து, ட்ரிஸ்ட்ராமின் மேல் நிலைத்தபோது அவன் தன் மேனி முழுவதிலும் ஊசியால் குத்தப்படுவதைப் போன்ற வேதனையில் நிற்கவியலாத பலவீனனாகிவிட்டான். அவளுடைய தலை முழுக்கச் சொட்டையாகியிருக்க மரவிழுதுகளைப் போல பிரிப்பிரியாய்க் கொஞ்சம் தலைமயிர் மட்டும் அங்கங்கே தொங்கிக்கொண்டிருந்தது. புருவமயிர்களோ, உறுப்புகளைத் தனித்தனியாக அடையாளங்காட்டும் மேடுபள்ளங்களோ இன்றி முகம் நெய் தடவிய சோற்றுருண்டையைப் போல, மருந்தாலா அல்லது அது நோயின் வெளித்தோற்றமா என்று அடையாளம் கண்டுகொள்ள முடியாததொரு வெண்ணிறப் பளபளப்புடன் மொண்ணையாகத் திரண்டிருந்தது. கழுத்து ஒரு குச்சியைப் போல மேற்புறம் மண்டையோட்டினுள்ளும், கீழ்புறம் மார்பினுள்ளும் இரண்டு முனைகளில் செருகப்பட்டிருந்தது. கழுத்துக்குக் கீழே போர்வையால் அவள் போர்த்தப்பட்டிருந்தாள். கெங்கம்மா ட்ரிஸ்ட்ராமைத் தயைகூர்ந்து வாசலுக்குச் செல்லும்படி குரல் கம்ம வேண்டிக்கொண்டாள். ட்ரிஸ்ட்ராம் நீளக்குறைவான போர்வையின் கீழ்விளிம்பிலிருந்து வெளியே துருத்திக்கொண்டிருந்த அவள் தாயின் கால்களும் அவளுடைய கழுத்தைப் போலவே ஒரு குச்சியாகக் காட்சியளிக்கும்வண்ணம் விரல்களற்றிருந்ததைப் பார்த்துவிட்டுத் தவிர்க்கவியலாமல் போர்வையால் மறைக்கப்பட்டிருந்த உடலின் மற்ற அவயவங்களையும் அதை முன்னிறுத்தி ஊகித்தபடி கெங்கம்மாவின்

வற்புறுத்தலுக்கு அவசியமின்றியே குடிசைக்கு வெளியே பாய்ந்துவிட்டான். வெளியே கலையாமல் நின்றிருந்த கூட்டம் அவனைத் திரும்பக் கண்டதும் மகிழ்ச்சி ஆரவாரம் செய்தது. ட்ரிஸ்ட்ராம் தன்னை ஒரு காட்சிசாலை மிருகமாக உணர்ந்து அவர்களை அங்கிருந்து அகன்று செல்லும்படி உரத்த குரலில் திகிலுடன் மீண்டும் மீண்டும் அலறினான். ஆனால் அவர்கள் கலைந்து செல்லவில்லை. இதற்குள் தன்னைச் சுதாரித்துக்கொண்டு குடிசைக்கு வெளியே வந்த கெங்கம்மா தானும் தன் பங்கிற்கு அவர்களை அங்கிருந்து அகன்று செல்லும்படி பாதிக் கெஞ்சலாயும், பாதி உரிமையுடனும் தனித்தனிப் பெயர்களால் அவர்களை விளித்துக் கேட்டுக்கொண்டாள். சேரிவாசிகள் அவர்களிருவரையுமே சட்டை செய்யவில்லை. ஒரு பெண் ட்ரிஸ்ட்ராமைப் பற்றி கெங்கம்மாவிடம் சிரத்தையாக விசாரிக்கத் தொடங்கினாள். காலைப்பொழுது முழுவதுமே தாறுமாறாகக் கலைக்கப்பட்டுவிட்டதாக உணர்ந்த ட்ரிஸ்ட்ராமின் வயிற்றிலிருந்த பசியின் தடயங்களைப் பயம், அருவருப்பு, சினம், துக்கம், குழப்பம் ஆகிய உணர்வுகள் காணாமலடித்துவிட்டிருந்ததால் எதற்காக அங்கே வந்தோமென்பதையே மறந்துபோனவனாக, அவசரப்பட்டு வீட்டிற்குள் உள்ளே நுழைந்து கெங்கம்மாவையும் கலவரப்படுத்தி விட்ட குற்றவுணர்வும் வெட்கமும் வேறு அவளுடைய அம்மணம் நினைவிற்கு வருந்தோறும் கூடிக்கொண்டேயிருக்க, புலர்வின் முதற்கீற்று தீட்சண்யமாக மண்ணில் கோலமிடத் தொடங்கிய வேளையில் தெருவிலிறங்கி விடுவிடுவென்று திரும்பிப்பார்க்காமல் நடக்கத் தொடங்கி விட்டான். ஆனால் புத்தி மறந்துவிட்டிருந்தாலும் வயிறு பசியை நினைவு வைத்திருந்ததால் அவனால் அதிக தூரம் நடக்க முடியவில்லை. அவன் தள்ளாடுவதைப் பார்த்துவிட்டு கெங்கம்மா குடிசையினுள் பாய்ந்துசென்று சட்டியில் இருந்த கூழை ஒரு தூக்குப் பாத்திரத்தில் சரித்துக்கொண்டு அதில் ஒரு சுக்கைத் தட்டிப்போட்டு இரண்டு மிளகாய்க் கீற்றுகளுடன் காய்ந்த மீன் துண்டங்களில் ஒரு கையையும் கொஞ்சம் வெங்காயங்களையும் அள்ளி முந்தானையில் முடிந்துகொண்டு அவனைப் பின்தொடர்ந்து ஓடினாள். பாலேஸ்வரியம்மன் கோயில் வாசல்வரை அவனை விரட்டிக்கொண்டே வந்த பறைச் சிறுவர்கள் கொஞ்சங்கொஞ்சமாகத் தயங்கிப் பின்னடைந்துவிட்ட எல்லையில் அவனைப் பிடித்த பின் பரிதாபச் சிரிப்புடனும், உண்மையான வருத்தத்துடனும் ஆங்கிலேயர்கள்மீதான இயல்பான பயத்துடனும் பழக்கிய மிருகத்தைக் குழந்தைக்கு அறிமுகம் செய்துவைக்கும் வித்தைக் காரனின் தொனியில் அவன் பயந்துவிட்டானா என்று வினவினாள். அவர்கள் மிகவும் நல்லவர்கள், யாருக்கும் எந்தத் தீங்கும் செய்யத் தெரியாது அவர்களுக்கு, சேரிக்கு வெளியே சுழலும் உலகத்தினுள் அவர்கள் அதிகம் புழங்கியதில்லையாகையால் அங்கிருந்து வருபவர்களை அவர்கள் அதிசயங்களைப் பார்ப்பதைப் போல பார்க்கிறார்கள். ட்ரிஸ்ட்ராமின் காதுகளில் கெங்கம்மாவின் சமாதானப் பேச்சு விழவில்லை. மாறாக, கதைகளின் காட்டிலிருந்து நீங்கள் வெளியே வந்துவிட்டீர்களென்பது உங்களுக்கு நிச்சயமாகத் தெரியுமா என்று கேட்ட பிச்சையா பிள்ளையின் குரல்தான் அவன் காதுகளில் திரும்பத்திரும்ப ஒலித்துக்கொண்டேயிருந்தது. அவன் முன்பின் அனுபவித்திராத

போதைக்குள் இருந்தான். அந்தப் போதை பசியுடன் கூடவே அவனுடைய முப்பத்தேழு வருட வாழ்க்கையில் நடந்த அத்தனை நிகழ்வுகளையும் அந்தப் புலர்காலைப் பொழுதின் கனவுத் தன்மையதான சம்பவங்களோடு இணைத்து அந்தக் கணங்களை அவ்விதமாக அறிந்துகொள்வதற்காகவே அதுவரையில் உயிரைத் தக்க வைத்துக்கொண்டிருந்ததான பிரமையை அவனுக்குள் வலிந்து புகுத்திக்கொண்டிருந்தது. அவன் ஏன் பராக்கிரமச் செயல்களைச் செய்யும் பேராசையுடன் வளர்ந்தான், ஜான் வில்க்ஸின் பத்திரிக்கையால் வழிநடத்தப்பட்ட இங்கிலாந்தின் போக்கிரிகள் அவனை எப்படிக் கவர்ந்தார்கள், எலினாரைக் காணும்வரை தன்னுள்ளிருந்து காமத்தைத் தூண்டிக்கொண்டிருந்துவிட்டு ஜூனியஸ் ஏன் அவளைக் குருடியாக்கியதும் தன்னை மறுபடி பாவபுண்ணியங்களுக்குப் பயப்படும் பழங்கிறிஸ்தவனாக்கிவிட்டுக் காணாமல்போய்விட்டான், எலினார் ஒரு வெகுளியாயும் குருடியாயுமிருந்து யாரைப் பிரதிநிதித்துவப்படுத்தினாள், ஆஸ்திரியச் சைத்ரீகனின் வினோதமான கருப்புவெள்ளைச் சித்திரத்தில் உறைந்துபோயிருந்த குடும்பம் எலினார் சொன்னதைப் போல அவளுடையதன்றென்றால் பின் யாருடையது, கரும்பறவையின் நிழல் மரண அறிவிப்பைப் போல தரையில் வீழும் நிலவெளியை வரைந்த சைத்ரீகனுடைய கற்பனை அவனுடைய புதைபட்ட சாவிலிருந்து காடுகளாய் விரிகிறதா, அல்லது காடுகள் புதைபட்ட சாவிலிருந்து எழும் கருப்பு மனிதர்கள்தான் கரும்பறவையின் நிழலாய் நிலவெளிகளில் வீழ்கிறார்களா, லிட்டில்போர்ட் என்ன நிறம், பாரீஸ் என்ன நிறம், மெட்றாஸ் என்ன நிறம், ஆம்பூர் என்ன நிறம், எங்கேயிருக்கிறது சாபக்காடு, மேலும் கூடுதலாக அந்தக் காட்டினுள் நுழைபவர்களை நிஜவுலகிற்குள் திரும்பவிடாமல் தன்னுடைய பிரஜைகளாக்கிக்கொள்ளும் சாத்தான் யார், அது ஆணா பெண்ணா, பெண்தான், அவளுக்குத் தனியாகத் தெரியும் அவயவங்கள் கிடையாது, புருவமயிரோ, தலைமயிரோ கிடையாது, விரல்கள் கிடையாது, உடல் கிடையாது, கெங்கம்மாவின் திரண்ட மார்புகளேகூட மொண்ணையான அந்த முகத்தை இரண்டாகப் பெருக்கிக் காட்டும் கண்ணாடிப் பிரதிபலிப்பேயன்றி வேறில்லை, அது தன் கருத்த காம்புக்கண்களால் அவனை எந்த நேரமும் உற்றுப்பார்த்து எல்லையற்ற காலவெளியென்னும் சிலுவையில் ஆணியறைந்து நிறுத்திவிடுகிறது, போர்வையால் மூடப்பட்டிருக்கும் அந்த உடல் சேலையால் மூடப்பட்டிருக்கும் இவளுடலேயாக உள்ளே மெழுகைப் போல உருகி வழிகிறது, முலைகளனைத்திற்கும் சாத்தானின் முகம் இருக்கிறது, மார்த்தாவின் மறந்துபோன முலைகள், எலினாரின் கைகொள்ளாத முலைகள், ஹெலனின் பால்கட்டிப்போன முலைகள், டோரோத்தியின் நோயுற்ற முலைகள், திருவண்ணாமலை வனமோகினியின் விஷ முலைகள், பூக்காரியினுடைய பெண்ணின் யாராலும் தொடப்படாமலேபோன முலைகள், பூதகையின் அரக்க முலைகள், சத்யபாமாவின் கள்ளத்தனத்தைப் பெருக்கும் முலைகள், கெங்கம்மாவின் ட்ராகன் ஊர்ந்து ஏறும் முலைகள், சாத்தான் ஒரு பெண்ணாகத் தன் முகத்தைச் சாபக்காட்டின் ஒவ்வொரு மரத்திலும் ஒட்டவைத்துக் காத்திருக்கிறது, கருப்பு மரங்கள் எப்போதும் தங்களை மரங்களாகக் காட்டிக்கொள்ளாமலேயே அவனைச் சூழ்ந்துகொள்கின்றன,

வேடிக்கைபார்க்கின்றன, கேலி செய்து சிரிக்கின்றன, அவனை நெருக்கித் தள்ளிச் சாத்தானின் முன் கொண்டுவந்து நிறுத்துகின்றன, சாத்தான் தன் கைகளில் வெண்ணிறத்தில் ஒளிரும் உடல்களைத் திரையாகப் பிடித்துக் கொண்டு கெக்கலிக்கிறது, கருப்புக்காட்டிற்குள் வெண்ணிற உடல்கள். ட்ரிஸ்ட்ராம் கெங்கம்மாவின் கையில் இருந்த பாத்திரத்தை வாங்கித் திறந்து அவள் கொண்டுவந்திருந்த மற்ற உபகரணங்களின் ஒத்திசைவான சுவை தேவைப்படாமலே கூழை வாயில் கவிழ்த்துக்கொண்ட பிறகு மிச்சப் பசிக்கு அந்த இடத்திலிருந்து நகர்ந்துவிட்டால் பேதலிப்பிலிருந்தும் நகர்ந்துவிடலாமென்னும் மனப்பாலைக் குடித்துக்கொண்டே ஊரை நோக்கி விரைந்தான். அவன் தலை மறைந்ததும் குடிசைக்கு ஓடிவந்த கெங்கம்மாவும் தாய்க்கு ஆற்ற வேண்டிய பணிகளையும் தன் சொந்த வேலைகளையும் விரைந்து முடித்துக்கொண்டு உடனே மீனவிலாஸத்திற்குத் திரும்பிவிட்டாள்.

சேரியை விட்டு வெளியேறிய ட்ரிஸ்ட்ராம் கெங்கம்மாவை அங்கே சந்திப்பது புத்தியைச் சுழற்றிக்கொண்டிருக்கும் யோசனைகளுக்குள்ளேயே திரும்பத் தன்னைத் தள்ளிவிடுமென்று யோசித்து, மீனவிலாஸத்திற்கு மட்டுமில்லாமல் ராயக்கோட்டையை விட்டே விலகியிருக்கும் வெளியுலகில் சற்றுநேரம் உலவித் தன்னை ஆசுவாசப்படுத்திக்கொண்ட பின் திரும்பும் யோசனையுடன் ஆங்கிலேயக் குடியிருப்பிற்குச் சென்றான். ஷெஸ்லரின் ஜாகையில் அவனுடைய சொந்தக் குழப்பங்களைச் சற்றே மறக்கடிக்கக்கூடிய விஷயங்களை மெட்றாஸ் கூரியர் தன் புனே தேசத்துப் பழுப்புநிறக் காகிதங்களில் வைத்திருந்தது (தளபதி ரீடும் தாமஸ் மன்றோவும் இணைந்து ஸ்ரீரங்கப்பட்டண உடன்படிக்கையில் கம்பெனி சக்கையாக ஏமாற்றப்பட்டுவிட்டதாயும், உடன்படிக்கையின் மூன்றாம் க்ஷரத்தில் கண்டுள்ளபடி சேலத்திற்கும் நாமக்கல்லுக்கும் இடையில் குறிப்பிடப்பட்டிருக்கிற கூஷ் என்கிறவொரு பிரதேசத்தை சுல்தான்தான் நேரில் வந்து காட்ட வேண்டுமென்றும், கேவலம் எட்டாயிரம் பகோடாக்களுக்காக ஒரு மன்னன் அயலவர்களும் சமாதான விரும்பிகளுமான ஆங்கிலேயர்களுக்கு நம்பிக்கைத் துரோகம் செய்திருப்பது கண்டிக்கத்தக்கது என்றும், மேலும் நிலக் குத்தகை வசூலிக்கும் உரிமையைத் தன் மாமனிடமிருந்து பறித்துக்கொள்ளும் நோக்கத்துடன் புரட்சிக்காரனாக மாறிக் குடகுக் காடுகளில் பதுங்கிக்கொண்டிருக்கும் கம்பெனி சர்க்காரின் எதிரி வர்மராஜாவுக்கு ஆதரவளித்து குடகு நாயர்களின் ஆதரவைப் பெறும் திட்டம் எதுவும் தன்னிடமில்லையென்று சுல்தான் பகிரங்கமாக அறிவித்தாக வேண்டுமென்றும் பேசியிருந்தார்கள். திப்பு சுல்தான் தரப்பிலிருந்து இதற்கான பதிலெதுவும் மெட்றாஸ் கூரியரில் பதிவாகவில்லை. பதிலாக, ஜமீன்தார்களை உச்சியில் கொண்ட தன்னுடைய கூம்பு வடிவ வரிவசூலிப்பு முறையைக் கைவிட்டுவிட்டு ரயத்துவாரி முறையைக் கம்பெனி சர்க்கார் கொண்டுவந்து விசுவாச மிகுந்த தன்னுடைய முன்னாள் பிரஜைகளின் மீது மிகுந்த கவலையையும் கடன் சுமையையும் திணித்திருப்பதாய் எல்லையோரக் கிராமங்களி லிருந்து தனக்கு முறையீடு வந்துள்ளது என்றும், மலையாளக் கரையோரங்களில் தன் ஆட்சியின்போது நிலவுரிமையாளர்களாய் அறிவிக்கப்பட்ட மாப்பிள்ளாக்களை விரட்டிவிட்டு அவர்களுடைய

நிலங்களை அபகரித்துக்கொள்ளும்படி நாயர்களைக் கம்பெனி சர்க்கார் தூண்டிவிட்டுக்கொண்டிருப்பதானது விரைவில் அது விரும்பும் பலன்களுக்கு மாறான பலன்களையே கொடுக்குமென்றும் சுல்தானின் முக்கிய மந்திரிப் பிரதானியான பூர்ணய்யா காட்டமாக ஒரு பிரெஞ்சுப் பத்திரிக்கை நிருபருக்குப் பேட்டியளித்திருந்தார். தன் காலடி படும் நிலமெதையும் இங்கிலாந்து போர்நிலமாகவே மாற்றிக் கொண்டிருக்கிறதென்பதற்கு அதன் அண்டை நாடான பிரான்ஸே உதாரணம், பிரான்ஸிலும் மாக்ஸிமிலியன் ரோபஸ்பியரியின் தலைமையில் ஜனநாயகவாதிகளான ஜாகோபியர்கள் அரியணையைக் கைப்பற்றிக்கொண்டதை எதிர்த்து தாவ்லானில் நடக்கும் நேர்மையற்ற கிளர்ச்சிகளைப் பிரிட்டன் பின்னாலிருந்து நெய்யூற்றி வளர்க்கிறது, காயம்பட்ட பிரெஞ்சுத் தளபதிக்குப் பதிலாக தாவ்லானுக்கு அனுப்பப் பட்டிருக்கும் நெப்போலியன் போனபார்ட்டின் பிரிட்டனுக்கு எதிரான முழக்கங்கள் இந்தியாவிற்கும் அப்படியே பொருந்துவன என்பதில் இரண்டாவது கருத்து இருக்க முடியாது). ஆனால் மூன்று நாட்களாகப் பசிதாகமின்றி தான் தூங்கிக்கொண்டிருந்த விஷயத்தை ட்ரிஸ்ட்ராம் ஷெஸ்லரிடமிருந்து முதன்முதலாகக் கேள்விப்பட்ட கணத்தில் (அப்படி ஒரு தூங்குமூஞ்சி கும்பகர்ணன் என்கிற பெயரில் முன்னொரு காலத்தில் இருந்ததாக இந்துஸ்தானத்துக் கதைகளிலொன்றில் கேள்விப்பட்டிருக்கிறேன், அவன் ஒரு லங்காவாசியென்றுதான் நான் இதுநாள்வரையில் நினைத்துக்கொண்டிருந்தேன், ஆனால் ட்ரிஸ்ட்ராம் அவன் லண்டன்வாசியென்பதை இப்போது உங்கள் மூலமாகத்தான் தெரிந்துகொண்டேன்) குழப்ப வேதாளம் மீண்டும் மரமேறிக்கொண்டு விட்டது. மூன்று நாட்கள் ஒருவன் பசிதாகமின்றித் தூங்க முடியுமா என்ன, அப்படியே தூங்கியிருந்தாலும் நான் இறந்துவிட்டதாக நினைத்துக்கூட யாரும் என்னைப் புரட்டிப்பார்க்கவாவது முயற்சிக்கவேயில்லையா. ட்ரிஸ்ட்ராம் அது தான் கெலமங்கலத்திலிருந்து திரும்பிவந்த மறுநாள்தான் என்றும் ஷெஸ்லர் ஏதோ காரணத்திற்காகத் தன்னை முட்டாளாக்கி வேடிக்கைபார்க்கிறாரென்றும் மெட்றாஸ் கூரியரின் முகப்புத் தேதியைச் சுட்டிக்காட்டி அசட்டுத்தனமாக வாதாடினான். ஷெஸ்லர் அதிர்ச்சி யடைந்து, வெளிவந்து மூன்று நாட்களுக்குப் பிறகே சிறிய பாளையமான ராயக்கோட்டைக்கு வந்துசேரும் ஒரு செய்தித்தாளின் தேதி இப்படியொரு சாட்சியாய் மாறிப்போனது மிகுந்த துரதிர்ஷ்டவசமானது என்றும் (என்னை உங்களுக்கு நியாயாதிபதியாகவும் பங்கிடுகிறவனாயும் வைத்தது யார்), தெருவிலிறங்கினால் தான் சொல்வது உண்மையா பொய்யா என்பதை ட்ரிஸ்ட்ராமே தெரிந்துகொள்வானென்றும், அவனுடைய வாதப்படி அது அவன் கெலமங்கலத்திலிருந்து திரும்பிவந்த மறுநாள் காலைதானென்றால் அவன் இப்போது மீனவிலாஸத்தின் தாழம்பூப் பாயிலிருந்தே இன்னும் விழித்தெழவில்லையென்றும், தன்னுடன் பேசிக்கொண்டிருப்பது அவனுடைய, ஒருவேளை பலிக்கக்கூடிய, கனவாகவேயிருக்குமென்றும் சொல்லிவிட்டுச் சோர்வுடன் முகத்தைத் திருப்பிக்கொண்டுவிட்டார். ட்ரிஸ்ட்ராமின் காய்ச்சல் பலமடங்கு அதிகமாகிப் பறைத் தீட்டைப் போல பத்தடிக்குள் நின்றிருப்பவர்களைத் தீண்டிப் புழுக்கும்வண்ணம் உடல் நெருப்பாகத் தகிக்கத் தள்ளாடிய

படியே, துணைக்கு வருவதாகச் சொன்ன ஷெஸ்லரையும் பயத்துடன் மறுத்துவிட்டு, திரும்பத் திரும்ப நுழைந்து வெளியேறிய சேனைகளின் பலவந்தத்தால் கன்னித்தன்மையின் பச்சையமும் ஈனும் உரமும் சிதைந்துபோய்விட்ட, ராயக்கோட்டையின் புராதனமான, பனி போர்த்திய வீதிகளின் வழியே, அழிவெனும் நிஜத்திற்கும் வாழ்வெனும் கனவிற்குமிடையே முப்பது வருடகாலம் பந்தாடப்பட்டுக் கடைசியில் காலவெளியிலிருந்து தன்னை முற்றாகவே கழற்றிக்கொண்டுவிட்ட அவற்றின் ஸ்திதியைத் தன் மனநிலையுடன் ஒப்பிட்டுக்கொண்டே, நேராக இருப்பிடம் போய்ச் சேராமல் ஷெஸ்லரைப் பார்க்கச்சென்ற தன் மடமையை நொந்துகொண்டுமே, சாம்ராஜ்ஜியங்களுக்கிடையிலான சமாதான உடன்படிக்கைகளை நம்பித் தன் பழைய வாழ்க்கையை வாழ எழுந்து வந்துவிட்ட போர்க்காலத்துப் பிணமொன்றைப் போல நடந்து, சூரியன் உச்சிக்கு ஏறிக்கொண்டிருந்த வேளையில், மீனவிலாஸம் வந்துசேர்ந்தான். வீட்டின் முன்புற வராந்தாவின் பக்கலிலிருந்த குளிர்ந்த செங்கலோட்டுத் திண்ணைத் திண்டின் மீது சாய்ந்தபடி பேரேடு எழுதிக் கொண்டிருந்த பல்குணம் முதலியார் அவன் தலையைக் கண்டதும் எழுந்துவந்து அவனை வரவேற்கிற பாவனையிலும் அதேசமயத்தில் பறைத் தீட்டுடன் வராந்தாவை நோக்கி நேரே வந்துவிடாதபடி (பசியால் தவித்துக்கொண்டிருந்த அவனைத் தன் குடியிருப்பிற்குக் கூட்டிச்சென்ற விவரத்தை அவர் கெங்கம்மாவிடம் கேட்டுத் தெரிந்துகொண்டிருந்தார்) தந்திரமாக அவனைத் தடுத்துக்கொண்டும் வெளிவீட்டிற்குச் சென்று குளித்துவிட்டுக் காத்திருக்கும்படியும் சிற்றுண்டி உடனே கெங்கம்மாவிடம் கொடுத்தனுப்பப்படுமென்றும் சொல்லி அவனை அப்பால் தள்ளிவிட முயன்றார். ஆனால் உணவு என்கிற வார்த்தையைக் காதுகள் கேட்ட கணத்திலேயே ட்ரிஸ்ட்ராமின் நாவையும் நாசியையும் ராமஞ்சேரி எல்லையில் தன்னினைவின்றி வாங்கி வாயில் கவிழ்த்துக்கொண்ட கூழின் மணமும் சுவையும் வயிற்றிலிருந்து எழுந்து ஒரு துப்பாக்கிக் குண்டைப் போல புளித்த நிறத்தில் பொத்தலிட்டுவிட்டது. வறுத்த தானியத்தின் ரத்தநிறமும், அரைபட்ட பச்சைத் தானியங்களின் ஸ்கலிதப் பதமும் விரல்களில் பிசுபிசுக்கும் கொழகொழப்புடன் மீண்டும் எழுப்பிய, அழுகிப்போன முகத்தின் நினைவழுத்தத்தைத் தாளாது, வயிற்றுக்குள்ளிருந்த பதார்த்தத்தை அது ஈஷிக்கொண்டிருக்கும் குடலோடு சேர்த்தே வாய்வழியாக வெளியே தள்ளிவிட முயற்சிப்பவனைப் போல, கண்கள் சிவந்து புடைத்துக் கண்ணீரை வெள்ளமாய்ப் பீய்ச்ச திண்ணையின் கீழே மண்டிக்கிடந்த மல்லிகைப் புதரின் மீது அவன் தன் உடல் முழுவதையும் சாய்த்து ஓங்கரிக்கத் தொடங்கிவிட்டான். முதலியார் வேறு வழியின்றி குப்புற விழுயிருந்த அவனைத் தொட்டுத் தூங்கிக்கொள்ள வேண்டியதாகிவிட்டது. சத்தத்தைக்கேட்டு வெளியே வந்த சிவகாமசுந்தரியம்மாளும் ட்ரிஸ்ட்ராமிருந்த கோலத்தைப் பார்த்துவிட்டுப் பாதிப் பரிதாபமும் பாதி அருவருப்பும் மேலிடத் தலையிலடித்துக்கொண்டே விதவைச் சமையற்காரியிடம் பத்திய உணவொன்றைச் சமைக்கும்படி சொல்லிவிட்டு, கணவரின் ஆணைப்படி தண்ணீர் கொண்டுவந்தாள். ட்ரிஸ்ட்ராமிடமிருந்து குரல்தான் பலமாக வெளிப்பட்டதேயொழிய அவன் வயிற்றிலிருந்த

கெங்கம்மாவினுடைய தாயின் முகம் பிடிவாதமாகவே உள்ளேயிருந்து வெளியே வர மறுத்துவிட்டது. முதலியார் தன் மனைவியின் கைகளிலிருந்து வாங்கிக் கடத்திய செம்புக்குவளையிலிருந்த தண்ணீரில் பாதியைக் கொப்பளித்துவிட்டுப் பாதியை பெரும் மிடறுகளாக விழுங்கிய பின் அவன் தம்பதியினரின் சங்கடத்தை லட்சியம் செய்யாமல் ஆயாசத்துடன் திண்ணைக்குச் சென்று தூணில் சாய்ந்துவிட்டான். அவன் நிலையைக் கண்ட முதலியாரும் தொலைவாக நின்று அவர்களைக் கவனித்தபடி தான் அழைக்கப்படுவதற்காகக் காத்துக்கொண்டிருந்த கெங்கம்மாவை அருகே வரச்சொல்லி அவனைக் கைத்தாங்கலாகக் கூட்டிச்சென்று அவனுடைய அறையில் விட்டுவிட்டு வரும்படி பணித்துவிட்டு கூடவே அவள் அதைச் சுதந்திரமாகச் செய்வதற்கு உதவியாகத் தன் மனைவியையும் அழைத்துக்கொண்டு வீட்டினுள் சென்றார்.

ட்ரிஸ்ட்ராமின் அகங்காரம் கெங்கம்மாவினுடைய உதவியை மறுக்கத் தான் விரும்பியது. உடலோ அதற்கு நேரெதிராக, அவள் தன் கையை எடுத்துத் தோளின் மேல் போட்டுக்கொள்வதையும், ஸ்தனங்களால் மார்பின் பக்கவாட்டை முட்டுவதையும், தொடைகளால் தன்னுடையவற்றைத் தொட்டு உரசுவதையும் தவிர்க்கவியலாமல் பலவீனத்துடன் அவள் தோள்களை இறுகப் பற்றியபடி தொங்கிக்கொண்டிருந்தது. அவன் வாந்தி நாற்றமடிக்கும் குரலில் ஓர் ஆண் பணியாளனை கெங்கம்மாவின் இடத்தில் தனக்காக நிறுத்தும்படி அங்கே இல்லாத முதலியாரை இறைஞ்சினான். தன் முகம் கெங்கம்மாவின் முகத்திற்கு வெகு அருகே இருப்பதை அவனால் அந்த நிலையிலும் சுவாதீனமாக ஏற்றுக்கொள்ள முடியவில்லை. அவ்வளவு நெருக்கத்தில். அதைத் திரும்பிப்பார்க்க அவனுக்குத் தைரியம் வரவில்லையாயினும், புருவத்திலும் இமைகளிலும் அடர்த்தியாயும், மேலுதடுகளின் மேற்புறத்திலும் கன்னங்களின் வெளி விளிம்புகளிலும் உற்றுப்பார்த்தால் மட்டுமே புலப்படக்கூடிய அளவில் மிக மெல்லியதாயும் வளர்ந்த மயிர்ப்படுகையைக் கொண்டிருந்த அவள் முகம் விலகிக் கவனிப்பதினின்றும் கூடுதலான அழகையும், பிரத்யேகமான லட்சணத்தையும், சத்யபாமாவின் நிலவு முகத்தை மறைக்கும் மேகமாக அது அமைந்துவிடுமோவென்று அவன் அஞ்சும்படி, இயல்பாகவே தன்னை அவன் பார்வைக்குச் சுடர்த்திக்கொண்டிருந்தது. இருளில் கெங்கம்மாவைத் தொடர்ந்து சென்றது பசியாலன்று என்பதைத் தாமதமாகத் தெரிந்துகொண்டதைப் போலவே தன் கால்கள் தடுமாறுவதும், உடற்சுமை தன் விருப்பமின்றியே அவள் மேல் தொய்ந்து அழுத்துவதும் காய்ச்சலினால் அன்று என்பதையும் இவ்விதமாக ட்ரிஸ்ட்ராம் தாமதமாகவே தெரிந்துகொண்டான். அதைப் பற்றி கெங்கம்மா என்ன நினைக்கிறாள் என்பதை அவள் முகமோ சுவாசமோ நடையின் லயமோ, உடலசைவுகளோ தானறியக் காட்டவில்லையென்பது அவன் வாதையை இன்னும் அதிகப்படுத்தவும் செய்தது. அவள் மிக இயல்பாக, வியக்கும்படியான உடற்பலத்துடன் அவனைத் தாங்கியபடி வெளிவீட்டிற்கு அவனை இட்டுச்சென்று, மூங்கிற்பாயை விலக்கிவிட்டு, தயாராகப் போடப்பட்டிருந்த தாழம்பாயில் அவனைப் படுக்கவைத்தாள். அதையும் சேர்த்து அறைக்குள் ஏற்கெனவே செய்யப்பட்டிருந்த ஏற்பாடுகள் வழக்கம்போலவே ட்ரிஸ்ட்ராமை

வியப்புறச் செய்தன. குளிர்க்காற்றுப் புகாவண்ணம் விதானத்தை ஒட்டியிருந்த ஜன்னல் சார்த்தித் தாழிடப்பட்டிருந்தது. காய்ச்சலில் கொதித்துக்கொண்டிருக்கும் பாதங்கள் குளிர்ந்த செங்காவித் தரையில் பட்டுச் சில்லிப்பில் கொப்புளம் கண்டுவிடாதபடி கனத்த சாக்குத் துணிகள் தரை முழுவதும் விரிக்கப்பட்டிருந்தன. திடீரென்று அவன் வாந்தியெடுக்க விரும்பினால் குளியலறைவரை செல்ல அவசியமில்லாதபடி வெண்கல எச்சிற்படிகமொன்றும் தலைப்பக்கம் வைக்கப்பட்டிருந்தது. கட்டிலின் அருகில் இருந்த முக்காலியில் சுக்கு விழுதும் பனங்கற்கண்டும் கலக்கப்பட்ட, தொண்டைக்கு இதமளிக்கும் பானகமும் மிதமான சூட்டில் ஒரு வெள்ளிச் சொம்பில் வைக்கப்பட்டிருந்தது. படுக்கையில் அசதியுறும் கைகால்களையும் உடலையும் புரட்டிப்போட்டுக்கொள்ளவும், இதமான மேடுபள்ளங்களை உண்டாக்கிக்கொள்ளவும் கூடுதலாக இரண்டு தலையணைகள் போடப்பட்டிருந்தன. ட்ரிஸ்ட்ராம் வெளியேறத் தயாராகிவிட்ட கெங்கம்மாவிடம் குழறிய குரலில், தனக்குக் காய்ச்சல் என்பது தனக்கே இப்போதுதான் தெரியும் என்று கூறினான். கெங்கம்மா சிரித்து, ஆனால் காலையில் சேரியை விட்டு வெளியே வரும்போதே அவன் முகம் களையிழந்துபோயிருந்ததை தான் கவனித்ததாயும், அந்த அறிகுறி காய்ச்சலுக்குத்தான் என்பதையும் அப்போதே தெரிந்துகொண்டுவிட்டதாயும், அவன் குடித்த கூழில்கூட சுக்கைத் தட்டிப் போட்டேதான் கொடுத்ததாயும் பதில் சொன்னாள். அதனால்தான் நீங்கள் பறங்கிக் குடியிருப்பிற்குச் செல்வதைப் பார்த்த கையோடு இங்கே வந்து அறையைத் தயாராக்கி வைத்துவிட்டேன், நான் எதிர்பார்த்தபடியே காய்ச்சலில் விழுந்துவிட்டீர்கள், நான் நினைக்கிறேன், ஒருவேளை துரை, சேரிச் சனங்களையும் வறுமை அவர்களுடலின் மேல் பச்சை குத்தியிருந்த விகாரக் கோலத்தையும் பார்த்து நீங்கள் கிலியடித்துப் போய்விட்டீர்களோ.

கெங்கம்மாவின் கேள்வியானது, காய்ச்சலுக்கான ஏற்பாடுகளை அவள் செய்துவைத்திருப்பாளென்பதை, அவள் தன் முகத்தைப் பார்த்துத் தெரிந்துகொண்டதைப் போலவே தானும், முன்பே தெரிந்துகொண்டுதான் வலிந்து காய்ச்சலை வரவழைத்துக்கொண்டோமோ என்கிற சந்தேகத்தை ட்ரிஸ்ட்ராமின் மனதில் எழுப்பியது. அவன் மீண்டும் அந்த நினைப்பு ஏற்படுத்திய துணுக்குறும் வலியுடன் அவளுடைய முந்தானை பலவீனமாக மறைக்க முயன்ற முலைகளைப் பார்ப்பதைத் தவிர்க்க விரும்பிக் கண்களை மூடிக்கொண்டான். ஆனால் அவனுடைய இமைகளின் உட்புறம் ட்ராகனின் தீ நாவால் நக்கப்படும் கெங்கம்மாவின் நெடிய உடல் ஏற்கெனவே பெரிதாக வரையப்பட்டுவிட்டிருந்தது. ஆம், பயந்துதான் போனேன் என்று அவளுக்குப் பதில்சொல்லிவிட்டுக் கண்களைத் திறந்துகொண்டான் அவன். நானும் வறுமையைப் பார்த்திருக்கிறேன், லண்டனில், லிட்டில்போர்ட்டில், பாரீஸில், கேம்பிரிட்ஜ்ஷைரில், வறுமை எங்கேதான் இல்லை, மேலும் இருப்பவர்ளைப் போலன்றி இல்லாமை பேதப்படுவதில்லையென்றும், உலகமெங்கிலும் வறுமை ஒரே நிறமானதென்றும் சொல்லப்படுவதையும் நான் கேட்டிருக்கிறேன், அது உண்மையாயுமிருக்கலாம், ஆனால் கெங்கம்மா, வறுமையுடன் உறவாடுகிறவர்கள் அவர்கள் புழங்கும் நிலங்களின் தன்மையை ஒட்டி

பேதப்படத்தான் செய்கிறார்களென்று எனக்குத் தோன்றுகிறது, இந்தத் தன்மை புராணிகங்களால் உருவாவதென்றும் பாரீஸில் நாங்கள் சந்திக்க நேர்ந்த உங்கள் தேசத்துப் படைவீரனொருவன் சொல்லி நான் கேட்டிருக்கிறேன், சில இடங்களில் வறுமை பராமரிக்கக்கூடிய வஸ்துவாய் இருக்கிறது, என் மனைவியின் சொந்த ஊரில் ஏழைப் பைத்தியக்காரிகளின் கண்கள்கூட அழகான சிசுக்களைப் பார்த்தபடியிருக்கின்றன, மழைக்கு ஒழுகும் வீட்டில்கூட வெள்ளிச் சட்டமிடப்பட்ட கடவுளின் சித்திரமும் மெழுகுவர்த்திகளும் அந்த வீட்டிற்கு ஒரு தேவாலயத்தின் களையைக் கொடுத்துவிடுகின்றன, அந்த வறுமையின் வெளிப்புறத்திலிருந்து அவர்கள் அப்போது மாணவனாயிருந்த என்னை நெருங்கி வந்தபோது அது ஒரு குழு நடனமாக மாறிப்போய்விட்டிருந்தது, அந்த நடனத்தில் ஒப்பனை கிடையாது, பாவனை உண்டு, உரத்த கர்ஜனைகள் கிடையாது, தணிவான கிசுகிசுப்பு உண்டு, ஒருவிதத்தில் அது வறுமையின் மேல் வசீகரத்தைக்கூட ஏற்படுத்திவிட வல்லதாயிருந்தது, பாவம் செய்வதைக்கூட அழகானதாக மாற்றும் நிறைவான வறுமை அது, அந்த நிலத்தில் இல்லாமையின் பின்னணியிலிருந்த அழகுணர்ச்சிதான் என் மனைவியைப் பேரழகியாக எனக்குக் காட்டியது, பிறகு கெங்கம்மா, சில தேசங்களில் வறுமை கம்பீரமான ஆகிருதியைக் கொண்டதா யிருக்கிறது, பாரீஸென்று ஒரு தூரதேசம், அதில் வறுமை தன் கையில் ஆயுதங்களை ஏந்திக் கொண்டிருந்தது, இங்கிலாந்தின் கிராமத்தைப் போலல்லாது ஒரு பெரிய நகரத்தின் நட்டநடுவே தேவாலயங்களையும் அரண்மனைகளையும் மருத்துவச்சாலைகளையும் ஊடுருவியபடி பெருமிதத்துடன் நடமாடிக்கொண்டிருந்தது, வெறுப்பையும் கனிவையும் ஒருங்கே கொண்டிருந்த ஆச்சரியமான வறுமையாக அது இருந்தது, விழிகளைத் திருப்பாமலேயே ஒருவரை அச்சத்திற்குள் வீழ்த்தும் தொன்மத்தின் குணத்தையும் கொண்டிருந்தது, அதில் வீழ்ந்துதான் எங்களுக்கு அறிமுகமான ஓர் அப்பாவி மருத்துவப் பிரபு புத்தி பேதலித்து இறந்துபோனார், அங்கே வறுமை ஒரு போர் வியூகம், மெட்ராஸ் வெய்யிலைப் பற்றி அங்கே நான் தங்கியிருந்த சத்திரத்தின் சொந்தக்காரர் ஒருமுறை சொன்னார், அது தன்னுடன் உரையாடுபவர்களை மட்டுமே உயிரோடு விட்டுவைத்திருக்குமாம், தன்னையஞ்சி நிழலைத் தேடி ஓடுபவர்களை அது எரித்துவிடுமாம், பாரீஸில் நான் பார்த்த வறுமை மெட்ராஸ் வெய்யிலை ஒத்தது என்பேன், அது தனக்குள்ளேயே சுருண்டுகொள்ளும் கோழைகளை நசுக்கி அழிக்கும் வலுவும் ஆகிருதியும் உக்கிரமும் கொண்டது, சொன்னால் நம்ப மாட்டாய், அந்த உக்கிரத்தின் உச்சியில் அது பீதியை மட்டுமில்லாமல் அற்புதமான நகைச்சுவைக் காட்சிகளையும்கூட அரங்கேற்றும் முரண்நகைக் குணத்தைக் கொண்டிருந்தது, இன்னும் சொல்லப்போனால் அதனுள் இல்லாதவர்களைக் குற்றவுணர்வு கொள்ளச் செய்யுமளவிற்கு அந்த வறுமை ஒளிபொருந்தியது. இன்னொரு வறுமையைப் பற்றிக் கேள், அது மிகத் தனிமையானது, கூட்டமாக அணி திரளாதது, மிகுந்த பயமும் மனப்புழுக்கமும் பணவேட்கையும் கொண்டது, தன் இல்லாமையை வெளிக்காட்டிக்கொள்ள வெட்கப்படுவது, அதேசமயத்தில் மனைவியிடம் அவளுடைய கர்ப்பமா கண்ணா என்று வெட்கமின்றிப் பேரம் பேசுவது,

அதன் இயல்பிலேயே வீட்டினுள் இருக்க முடியாமல் வீதிக்கு வரவும் தைரியமில்லாமல் அருவமாக அலைந்து திரிவது, வகுப்புகளையும் மாணவர்களையும் தன் இல்லாமையை அயலவர்களின் பார்வையிலிருந்து மறைக்கும் திரைகளாய்த் தன்முன் தொங்கவிட்டுக்கொண்டிருப்பது. தன்னைக் காட்டிக்கொள்ளாமலிருப்பதாலேயே பிரதமர் உட்பட அதிகார பீடங்களைத் தன்வசம் இழுத்துக்கொள்ளும் கவர்ச்சி கொண்டது, காரியவாதமும் சுயநலமும் கோழைத்தனமும் கொண்டது, ஆனால் அழகிய பெண்ணே, இங்கே கண்டதைப் போல ஒரு வறுமையை நான் மாயாஜாலக் கதைகளில்தான் கேள்விப்பட்டிருக்கிறேன், ஐரோப்பாவில் வறுமை ஓர் எண்ணம், உடல் அதை அறிவிக்கும் ஒரு புத்தகம், புத்தகத்தைப் படிப்பவன் அதைப் பற்றி யோசிக்கிறான், சாதகமாகவோ பாதகமாகவோ அதோடு உரையாடுகிறான், ஆனால் இங்கே வறுமை உடலாகவே இருக்கிறது, உடலைத் தவிர அதனுள்ளே வேறு எதுவுமே இல்லை, ஒரு மரத்தைப் போல, ஒரு புழுவைப் போல இல்லாமையின் வெளியில் உடல்கள் தன்னினைவற்று வளர்கின்றன, இயங்குகின்றன, உதிர்கின்றன, அவற்றை யாரும் படிப்பதாகவோ அவற்றோடு உறவாடுவதாகவோ தெரியவில்லை, உடல்கள், உடல்கள், வெறும் உடல்கள், உணவுக்காகக் குட்டையில் வளர்க்கப்படும் மீன்களைப் போல இந்த உடல்கள் எண்ணங்களுடன் இழையக்கூடிய உடல்கள் வளையவரும் உலகம் என்று சொல்லப்படுவதற்குச் சற்றும் சம்பந்தமில்லாத இன்னோர் உலகத்தில் கூட்டம் கூட்டமாக நெளிந்துகொண்டிருக்கின்றன, அவற்றை யாரும் பொருட்படுத்த முனையாதிருப்பதைப் போலவே அவையும் யாரையும் தங்களைப் பொருட்படுத்தும்படி கட்டாயப்படுத்துவதில்லை, நீ சேரியில் வைத்துச் சொன்னது உண்மைதான், அவை தங்களைத் தவிர வேறுவகையான உடல்களை வேற்றுலக மிருகத்தைப் பார்ப்பதைப் போல பார்த்து ஆச்சரியப்படுகின்றன, தேங்கிய குட்டையின் அழுக்குப் பாசத்தைப் போல அந்நியர்களின் உத்தேசங்கள் நல்லவையா கெட்டவையா என்றுகூடத் தெரியாமலேயே அவர்களைச் சுற்றி அப்பாவித்தனமாய்ச் சூழ்ந்துகொள்கின்றன, அவற்றைத் தன்பால் ஈர்ப்பவர்கள் ஒன்று என்னைப் போல அவற்றைக் கண்டு வெருண்டு ஓடுகிறார்கள், அல்லது ஏமாற்றிச் சந்தோஷப்படுகிறார்கள், இதற்கப்பால் அவைகளுலகத்தின் வெளியில் இருக்கும் பிரகாசமான உடல்களுக்கும் அவற்றுக்கும் எந்தச் சமமான உரையாடலும் கிடையாது, இந்தியாவிற்கு நான் வந்திறங்கிய நாள்முதலாக இந்த உடல்களுடன் எனக்குப் பரிச்சயம் ஏற்பட்டுக்கொண்டிருக்கிறது, மெட்ராஸ் துறைமுகவாசலில், எழும்பூர்ச் சத்திரத்தில், பாரமஹாலுக்கு வரும் வழியில், ராமஞ்சேரித் திண்ணையில், அவை துயரம் மற்றும் அறியாமையின் கருத்த நிறங்கொண்டவை, உள்ளீடற்றவை, கம்பீரம் இழந்தவை, வியாதியால் சீரழிந்துகொண்டிருப்பவை, அவற்றைப் பார்க்கும்போதெல்லாம் என் அடிவயிறு கலங்குகிறது, என்னுடைய பால்யகாலக் கயமைத்தனத்திற்குப் பலியான எலினாராகத் தோன்றி அவர்கள் என்னை வெருட்டுகிறார்கள், நான் தப்பி ஓட வேண்டும், ஆனால் அவர்கள் என்னை விடுவதாயில்லை, மாறாக உற்றுப்பார்ப்பதன் மூலம் என்னை ஒரு கதையாக மாற்றப் பார்க்கிறார்கள், கெங்கம்மா, கதைகளில் அந்த உடல்களுக்கு ஒரேயொரு பெயர்தான் உண்டு, சாத்தான்,

நீ உன் தாயென்று அறிமுகப்படுத்திய அந்த உருவத்தைப் பார்த்ததும் அதுவரை நான் கற்பனை செய்துகொண்டிருந்த சாத்தானுடைய உடலை நான் பிரத்யட்சமாகத் தொட்டுவிட்டேன், அவளுடைய கண் இப்போதும் என்னை வாரிச் சுருட்டித் தனக்குள் இழுக்கிறது, என் மனைவியின் சொந்த ஊரான லிட்டில்போர்ட்டின் எல்லையே இப்படி இழுக்கப்பட்டுக் காணாமற்போனவர்களின் கதைகளால் உருவானதுதான், இதுவரையிலான இந்திய நாட்கள் முழுவதிலும் என்னைச் சுற்றிவளைத்து விழுங்கக் காத்துக்கொண்டிருந்த உடல்களின் ஒட்டுமொத்தப் பிரதிநிதியாக உன் தாயின் உருவம் என்னைத் தன்னுடைய பிரஜையாக மாற்ற முனைகிறது, எலினார் ஏற்கெனவே அதன் பிரஜையாகிவிட்டாள், நான் மீண்டும் மீண்டும் தப்ப முயற்சிக்கிறேன், ஆனால் கெங்கம்மா, நான் இருப்பது கதைகளுக்கு வெளியில்தானா, நாட்கள் செல்லச் செல்ல நான் பலவீனனாகிக்கொண்டிருக்கிறேன், இன்று அல்லது நாளை. மீண்டும் அவற்றின் மத்தியில் ஒரு பிரவேசம், மறுபடி அந்த உடல்களின் முன் ஒரு நிற்றல், அதற்குப் பிறகு எலினாரைப் போல நானும் குருடனாகிவிடுவேன், இந்த உலகத்திற்கும் எனக்குமான உறவு முற்றிலுமாகத் துண்டிக்கப்பட்டுவிடும், நான் சாத்தானின் பிரஜையாகிவிடுவேன், ஓ, எனக்குப் பயமாக இருக்கிறது, கெங்கம்மா, நீ அந்த உடல்களில் ஒன்று, என் பார்வையிலிருந்து அகன்று போய்விடு, தயவுசெய்து போய்விடு, நீ என்னை எப்போதும் உற்றுப்பார்த்துக்கொண்டிருக்கும் வறுமை, என்னைத் தப்பவிடாமல் சூழ்ந்திருக்கும் காடு, உன் முலைகள் உருகி வழியும் உன் தாயின் முகம், உன் தொப்புள் சுழி என்னைக் குற்ற உணர்வின் சிலுவையிலறையும் இரண்டு விழிகள், கெங்கம்மா, நான் உன்னைப் பார்க்க விரும்பவில்லை, என்னால் உன் கண்களைப் பார்க்க முடியாது, தயவுசெய்து அகன்றுபோ, என்னை விழுங்கும் உன் உடலாம் இந்த அறையிலிருந்தும் தப்பித்து வெட்டவெளியில் நிற்க என்னை அனுமதி, தயவு செய், கெங்கம்மா, என்முன் நிற்காதே, என்னைப் பார்க்காதே, போ, போய் விடு.

ட்ரிஸ்ட்ராம் தன் பிதற்றல்களுக்கிடையே பெரிதாக அழத் தொடங்கி விட்டான். ஆனால் கெங்கம்மா போகவில்லை. அவன் அழுகையைக் கண்டு கலவரப்படவுமில்லை. அவள் முதலில் அது நல்ல பகல் நேரமென்பதைப் பொருட்படுத்தாமல் அறைக்கதவை நோக்கிச் சென்று அதை உட்புறம் தாழிட்டுவிட்டு, தன் உடைகளையும் களைந்துவிட்டு ட்ரிஸ்ட்ராமின் உடலை ஒட்டிப் பாயில் படுத்துக்கொண்டாள். பிறகு தன் கைகளையும் கால்களையும் செலுத்தி அவனைத் தன்னுள் வளைத்து இழுத்துக்கொண்டாள். நீங்கள் விழுங்கப்படும் தருணத்தை எதிர்பார்த்துக் கொண்டிருக்கிறீர்களென்றால் துரை, அந்தத் தருணம் இதுவாகவே இருக்கட்டும்.

ட்ரிஸ்ட்ராமினுடைய ஜுரம் மூன்று நாட்கள் இடைவிடாமல் காய்ந்தது. முதல்நாள் அவனை அமைதிப்படுத்தித் தூங்கவைத்துவிட்டுச் சென்ற கெங்கம்மாவும் அந்த மூன்று நாட்களும் மீனவிலாஸத்திற்கு வேலைக்கு வரவில்லை. அவளும் தன் வீட்டில் அனலாகப் பொரியும் காய்ச்சலுடன் சுருண்டு கிடக்கிறாள் என்று அந்த நாட்களில் வேளை

தப்பாமல் அவனுக்குக் கஷாயமும் பத்தியக் கஞ்சியுடன் துவையலும் கொண்டுவந்து கொடுத்துவிட்டு, பேச்சுத் துணையாயும் கூடவேயிருந்த மீனா (அவ்வப்போது அவனை வந்து பார்த்து நலம் விசாரித்துவிட்டுச் சென்றுகொண்டிருந்த முதலியார் ஒரு வேலைக்காரனை அவனுடைய தேவைகளுக்காக அமர்த்தித் தருவதாகச் சொன்னதை, காலங்கடந்த உதவியென்று, ட்ரிஸ்ட்ராம் பிடிவாதமாக மறுத்துவிட்டிருந்தான்) தகவல் சொன்னாள். இந்தத் தகவல் சாபக்காட்டினுள் அழைத்துச்சென்ற மறுநாள் காலை எலினாரை அவள் வீட்டுப் புழக்கடையில் கண்ட கோலத்தை நினைவிற்குக் கொண்டுவந்து அவனை நிம்மதியிழக்கச் செய்தது. எலினாரைப் போலவே கெங்கம்மாவும் தன் குடிசையின் பின்புறம் முகத்தைத் தண்ணீரால் கழுவிக் கொண்டிருக்கிறாள். தன் அருகில் வந்து நிற்கும் அவனை நிமிர்ந்துபார்த்து அவளும் பலவீனமாகச் சிரிக்கிறாள். அவள் கண்களும் விகாரமாகச் சிவந்தும் புடைத்துமிருக்கின்றன. பொருட்களைச் சரியாகப் பார்க்க முடியாதபடி ஓர் ஒளிப்படலம் மதியநேரத்து நீர்த் திவலைகளைப் போல விழிகளுக்குள் மின்னிட்டுக்கொண்டிருப்பதாயும், அந்த வெண்ணிற ஒளிப்படலம் நேரம் ஆக ஆக அதிகரித்துக் கொண்டேயிருப்பதாயும் அவளும் தன் உறுத்தும் கண்களைக் கசக்கிக்கொண்டே அவனிடம் சொல்கிறாள். மருட்சி நோயை அதிகமாக்கிவிட்டால் கெங்கம்மாவின் நோவு தீர்ந்து அவள் வேலைக்குத் திரும்பிவிட்டாளென்கிற தகவல் கிடைக்காதவரை காய்ச்சலும் கற்பனைகளும் தன்னைவிட்டு விலகாதென ட்ரிஸ்ட்ராம் திடமாக நம்பினான். இருதலைக்கொள்ளி எறும்பு போலாகியிருந்தது அவன் நிலைமை. ஒருபுறம் அவன் அவளை உடனே பார்க்க விரும்பினான். மறுபுறம் காய்ச்சல் குணமாகி கால்கள் நடக்கும் சக்தியைப் பெற்றுவிடும்பட்சத்தில் ராமஞ்சேரிக்குச் செல்வதும், வாழ்நாள் முழுவதும் மீண்டு கரையேறவே முடியாத மேலுமொரு குற்றவுணர்ச்சிக்குள் தான் விழுந்து கிடக்கும்படியாக கெங்கம்மாவையும் ஒரு குருடியாய் அவள் வீட்டுப் புழக்கடையில் பார்ப்பதும் தவிர்க்க முடியாததாகிவிடுமென்கிற பயத்தில் கெங்கம்மா திரும்ப வந்து தன் நெற்றியைத் தொட்டு எழுப்பும்வரை (எனக்குச் சித்தமுண்டு, சுத்தமாகு) தன் பலவீனம் தன்னை விட்டு அகலாதிருக்க அருள் செய்யும்படி கர்த்தரைப் பிரார்த்திக்கவும் செய்தான். ஆனால் மூன்றாம் நாள் நண்பகல்வரை காய்ந்து கொண்டிருந்த அவன் உடல் முதலியார் வீட்டு பிராமண விதவை மீனா மூலமாகக் கொடுத்தனுப்பிக்கொண்டிருந்த கைமருந்துகளால் பிறகு அவன் விரும்பியோ விரும்பாமலோ நான்காம் நாள் பகல் சரியத் தொடங்கிய வேளையில் இயல்பு நிலைக்குத் திரும்பத் தொடங்கிவிட்டது. அவனைப் பார்ப்பதற்காக வந்த ஷெஸ்லரிடம் வழக்கமான சலிப்புடனில்லாமல் எதையாவது பேசிக்கொண்டிருக்கும் மனநிலையும் திரும்பியிருந்தது. பிரிவேக்கத்தின் மந்தகாசத்தை மனதிலிருந்து கிளர்த்திவிட்டுக்கொண்டிருந்த, பனி விழத் துவங்கிய மாலைப்பொழுதைப் பூரணமாக அனுபவிக்கவென்று அவர் அருந்தியிருந்த மது சுவர்களின் நடுவே அடைந்துகிடக்க அவரை அனுமதிக்காததால், (மேலும் சிவகாமசுந்தரியம்மாளுக்குத் தெரிந்தால் முகத்தைச் சுளிப்பாள்) ட்ரிஸ்ட்ராம் விரும்பினால், மேலும்

அவனுக்குச் சக்தியிருக்குமானால், வெளியே சென்று குளிர்ந்த காற்றில் சற்று உலாவவும் அப்படியே தன் குடியிருப்பிற்குச் சென்று இரவு உணவை அங்கேயே முடித்துக்கொள்ளவும் அவனை அழைத்தார். தன் விருப்பத்திற்கெதிராகச் சேரியை நோக்கிச் செல்லத் துடித்துக்கொண்டிருந்த கால்களின் கவனத்தைத் திருப்ப அது ஒரு நல்ல வழியாயிருக்குமென்று தோன்றியதால் ட்ரிஸ்ட்ராமும் அவருடைய அழைப்பை ஏற்று உடனே கிளம்பிவிட்டான். முதலியார் ஸ்வப்னஹள்ளியிலிருந்து ஒரு முக்கியமான தகவலை எதிர்பார்த்துக்கொண்டிருப்பதாகச் சொல்லி தன்னால் வர முடியாமலிருப்பதற்கு வருத்தம் தெரிவித்து அவர்களை அனுப்பிவைத்தார்.

ட்ரிஸ்ட்ராமின் களைப்பும் ஷெஸ்லரின் போதையும் குடும்பங்களை விட்டுப் பிரிந்து வெகுதொலைவு வந்திருந்த அவர்களிருவரையுமே அதிகபட்சமான தனிமையை உணரச் செய்துகொண்டிருந்ததால் இருவருமே மனிதப் புழக்கத்தினுள்ளும் சந்தடிகளுக்குள்ளும் சற்றுநேரம் தங்களைத் தொலைத்துக்கொண்டுவிட விரும்பி ராயக்கோட்டையில் அன்று கூடியிருந்த வாரச்சந்தையைத் தங்களுடைய வெளியாகத் தேர்ந்தெடுத்துக்கொண்டார்கள். சுயமாகச் சமைத்துக்கொள்ளும் வழக்க முள்ளவரான ஷெஸ்லருக்குச் சந்தையைப் பயன்படுத்திக்கொள்ள வேண்டிய மளிகைச் சாமான்களின் தேவையும் இருந்தது. பேசுவதற்கும் அவருக்கு விஷயப்பஞ்சம் இல்லாதிருந்தது. துர்க்கத்தின் அடிவாரம் தொடங்கி பஞ்சலிங்கேஸ்வரர் கோயில்வரை அவருக்கு ஏற்கெனவே அறிமுகமாகியிருந்த பல வணிகர்கள் கூடாரமிட்டிருந்தார்கள். அவர்கள் அத்தனை பேருமே அவருடன் மட்டுமல்லாது காலகாலமாக உள்ளூர்ச் சந்தைகளுடனும் வாடிக்கையாளர்களுடனும் விடாது உறவு கொண்டிருப்பவர்கள்தானென்றாலும் சமீப காலங்களில் சந்தைக்குக் கொண்டுவரப்படும் விற்பனைப் பண்டங்கள் அந்த உறவைப் பலப்படுத்துவதற்குப் பதிலாக அவர்களுடன் பேரம் பேசும் சந்தோஷமான, சகஜமான மனநிலையை ஜனங்கள் இழந்துபோகும்படி கண்களுக்குப் புலப்படாத ஒரு மாயச்சுவராக இருவருக்குமிடையில் எழும்பி நின்றுகொண்டிருக்கின்றன என்று ட்ரிஸ்ட்ராமிடம் ஷெஸ்லர் சொன்னார். போதை தூண்டிவிட்ட மிகைநவிற்சிக்கப்பாலும் அவர் சொன்னதில் உண்மை இருக்கத்தான் செய்தது. தொடர்ந்த போர்களின் தாக்கம் சிறிய பாளையங்களின் சந்தைகளில் விற்கப்படும் பண்டங்களின் தன்மையையும் வகைமைகளையும் கணிசமான அளவில் மாற்றி விட்டிருந்ததோடுகூட அவற்றை உருவாக்கிய கலைஞர்களின் காலமறிந்த புத்திசாலித்தனம் வாங்குபவர்களை அவற்றின் மதிப்பின் மேல் அதிகாரம் செலுத்தவிடாது தடுத்துக்கொண்டிருந்தன. தானியங்களும் மணிகளும் துணிகளும் வீட்டு உபயோகப் பாத்திரங்களும் உழவுக் கருவிகளும் விற்றுக்கொண்டிருந்த கொட்டகைகளில் அகதிகளாய்த் தொலைந்துபோன உறவினர்களை உத்தேசித்த நினைவுப் பரிசுகளும் (திருகாணியைக் கழற்றிய கணத்தில் பதினாறு இதழ்களாக விரிந்து இதழுக்கொரு நிறக் குங்குமம் நிரப்பப்பட்டிருக்கும் வெண்கலச் சிமிழ்கள், வெள்ளியாலான கனத்த புதிர்ப்பட்டகங்கள், உள்ளங்கைகளுக்குள் அழுத்தி இரண்டுமுறை வேகமாக உருட்டி உராய்ந்தால் குளிருக்கு இதமாக வெப்பத்தைக்

கைகளுக்குக் கடத்தும் உலோகக் காய்கள், உணவை முன்னே வைத்தால் கையை நீட்டி எடுத்துக்கொள்ளும் காந்தப் பொம்மைகள், சிறு பெட்டியைத் திறந்த மாத்திரத்தில் கண்களின் வழியே ஒளியையிறக்கி முகத்தை விஷநீலமாக்கும் வினோதக் கற்கள்), ராணுவத்திலிருந்த கணவர்களை உத்தேசித்த காப்புப் பொருட்களும் (காவல் கடவுள்களின் மண்ணுருவங்கள், சங்குத்துண்டு கோர்க்கப்பட்ட கருப்புக் கயிறுகள், சிறு ஆலிகள்) ஏராளமாய் விற்கப்பட்டுக்கொண்டிருந்தன. போலிப் பதக்கங்களும் தொப்பிகளும் சிப்பாய் பொம்மைகளும் மரத்துப்பாக்கிகளும் கவண்களும், கடற்சோழிகளையும் குந்துமணிகளையும் கண்ணாடிக் குண்டுகளையும் குழிப்பலகைகளையும் சித்திரப் பலகைகளையும் மணமக்கள் பொம்மைகளையும் காணாமலடித்துவிட்டிருந்தன. கழைக்கூத்தாடிகள் இழுத்துவரும் கண்ணேறு கழிக்கும் தாயத்திற்கான ரோமம் தரும் கரடிகள், வணங்குவதற்கான அனுமார்க் குரங்குகள், சண்டையிடும் கீரி, பாம்புகள், ஆண்மையை அதிகரிக்கச் செய்யும் கடுந்தைலம் தரும் மயில்கள், மயிர் வளர்ச்சியை உண்டுபண்ணும் ரத்தத்திற்கான முயல்கள், சிறுமிகள் செல்லமாக வளர்ப்பதற்கான வெள்ளெலிகள், ஒரு பைசாவுக்கு ஆசீர்வாதமும் ஒரு துட்டுக்குச் சவாரியும் தரும் யானைகள் ஆகியவை குறைந்து இரட்டைத்தலையும் மூன்று கால்களும் மூன்று கண்களும் கொண்ட, சங்கிலியால் பிணைக்கப் பட்ட, வினோதமான மனிதப்பிறவிகள் அவர்களின் பின்னே அதிகமாகத் தென்படத் தொடங்கியிருந்தார்கள். வாயிலிருந்து நெருப்பைப் பீய்ச்சி யடிக்கும் சேஞ்சிகளின் நடமாட்டம் வங்காளத்துப் பீரங்கிகளின் ஊர்வலத்திற்குப் பிறகு வெகுவாகக் குறைந்துபோய்விட்டிருந்தது. கிடைப்பருமையின் காரணமாகவே கிழக்குத் தொடர்ச்சி மலைகளுக்கு அப்புறமிருந்து லம்பாடிப் பெண்களால் கடத்திக்கொண்டுவரப்பட்டிருந்த பிரெஞ்சுச் சுருட்டுகளுக்கும் மலபார் புகையிலைக்கும் கூர்க் தேசத்துத் தேயிலைக்கும் அங்கே உலாவிக்கொண்டிருந்த டச்சுக்காரர்கள், போர்ச்சுக்கீசியர்கள் மற்றும் ஆங்கிலேயர்கள் ஆகியோர் மத்தியில் நல்ல கிராக்கியிருந்தது. பெண்களுக்கான துணிகளின் நிறத்தில் மென்மை குறைந்து அழுத்தமான வண்ணங்கள் கூடியிருந்தன. பெரும்பாலும் அவை புலிக்கொடியையோ யூனியன் ஜாக் கொடியையோ ஏதோவொரு விதத்தில் பூவேலைகளுக்குள் புகுத்தி பசலை பீடித்த பெண்களும் சில சமயங்களில் போர்ச்சுக்கீசிய கன்யாஸ்திரீகளும்கூட வாங்கிச் செல்லும்படி அவர்களைக் கவர்ந்திழுத்துக்கொண்டிருந்தன. கொத்தவாலின் அதட்டலைப் பொருட்படுத்தாமல், தாண்டிச் செல்வோரின் கால்களுக்கிடையில் பயமின்றித் தங்களுடல்களைக் கிடத்திக்கொண்டிருந்த கால்கைகளையிழந்த பிச்சைக்காரர்கள் உள்ளூரில் பிரபலமாயிருந்த முன்னாள் சிப்பாய்களின் பெயர்களைத் தங்களுடைய விற்பனைப் பண்டமாக்கிக்கொண்டிருந்தார்கள். தாசரிகளின் நாவிலிருந்துகூட, பாலேஸ்வரி தன்னை மாய்த்துக்கொண்ட துயரக் கதையும் கோணய்யன் காற்றுப் புலியைக் கட்டிப்போட்ட கதையும் தாண்டவராயன் காட்டிற்குள் அலைந்த கதையும் ஒழிந்துபோய், அந்த இடத்தை ஒசூர்க் கோட்டையைக் கம்பெனி பீரங்கிகளின் இலக்கிற்கு

நேராய்க் கட்டினானென்று திப்புவால் தலை துண்டிக்கப்பட்ட கும்பெனிப் பொறியாளன் ஹாமில்டன் கதையும் எல்லை தாண்டிய மூன்று ஆங்கிலேயர்களை ஒசூர்ச் சனங்கள் நாய்களோடு சேர்த்து மரத்தில் கட்டித் தொங்கவிட்ட கதையும் மக்துனியலி ஹைதரலியைக் காப்பாற்றச் சென்ற பராக்கிரமக் கதையும் க்ரை துரை பொன்னையாற்றின் குறுக்கே படைகள் கடக்கப் பாலமமைத்த கதையும் வங்காளத்திலிருந்து தளவாடங்களைத் தூக்கிக்கொண்டு வந்த நூறு கம்பெனி யானைகள், அரிசி மூட்டைகளைச் சுமந்துகொண்டு வந்த அறுநூறு மெட்ராஸ் மாட்டுவண்டிகள், சாராயப் பீப்பாய்களை இழுத்துக்கொண்டுவந்த நூறு மராத்திய எருதுகள், மற்றும் கும்பெனித் தளபதிகளின் தனிச் சொத்துகளைத் தோள்களில் சுமந்துகொண்டுவந்த இரண்டாயிரம் மலபார்க் கூலிகள் ஆகியோரின் படையூர்வலக் காட்சியும் கமருதீன்கானின் கோயமுத்தூர்ச் சண்டையும் ஆக்கிரமித்துக்கொண்டிருந்தன. ஷெஸ்லர் ஒரு வாரக் குடியானவனிடம் கொஞ்சம் காய்கறிகளையும், ரொட்டிக்கான தானியங்களையும் உப்பையும் ஒரு லம்பாடியிடமும், இந்தியாவிற்கு வந்த பிறகு மேற்கொண்ட வழக்கத்தில் கிறிஸ்துவினுடைய படத்திற்கு அணிவிக்கவென்று இரண்டு முழம் மல்லிகைப் பூவை ஒரு குறும்பரினப் பெண்ணிடமும் வாங்கிக்கொண்டார். பிறகு அவர் திடீரென்று அவர்களிருவரின் பின்னே தன் கையிலிருந்த அணிகளின் விலையைச் சொல்லிப் புலம்பிக்கொண்டேவந்த ஓர் இருளனிடம் பேரம்பேசி பச்சை, சிவப்பு, நீலம், மஞ்சள் எனப் பல நிறங்களில் அற்புதமான கற்களை வெள்ளி நரம்பில் கோர்த்துக் கட்டியிருந்த கழுத்து மாலைகளில் இரண்டை இரண்டு பகோடாக்களுக்கு வாங்கி அவற்றில் ஒன்றை ட்ரிஸ்ட்ராம் மறுத்தும் விடாமல் தன்னுடைய நினைவுப் பரிசென்று அவன் கைகளில் திணித்துவிட்டார். அவ்வகைப்பட்ட மாலைகளில் ஒன்றைத் தனக்கு ஊதியம் வரத் துவங்கியதும் எலினாருக்காக வாங்கிவிட வேண்டுமென்று அதைப் பார்த்த கணத்திலிருந்தே ட்ரிஸ்ட்ராமும் நினைத்துக்கொண்டுதானிருந்தான். அதைத் தன் காமத்தைத் தன் முகத்திலிருந்தே கண்டுகொண்ட பல்குணம் முதலியாரைப் போலவே ஷெஸ்லரும் தன் முகத்திலிருந்து வாசித்துவிட்டாரா என்று எண்ணி ஆச்சரியப்பட்டுக்கொண்டே கூச்சத்துடன் வாங்கிச் சட்டைப்பைக்குள் போட்டுக்கொண்டான். உண்மையில் ஷெஸ்லர் அப்போது இருந்த நெகிழ்வான மனநிலையில் சந்தையையே விலைக்கு வாங்கி ட்ரிஸ்ட்ராமன்று, தன்கூட வந்திருக்கக்கூடிய ஒரு பிச்சைக்காரனாயிருந்தாலும், அவன் கைகளில் திணித்துவிடத் தயாராகத்தான் இருந்தார். அவர் வாய் ஓயாமல் பேச்சை வழியவிட்டுக்கொண்டேயிருந்தது. தன் வாழ்க்கையில் சந்தித்த ஏராளமான பெண்களின் பட்டியலையும் தனித்தனியாக அவர்களுடைய அங்க லட்சணங்களையும் கேட்பவனின் குறி விறைத்துக்கொள்ளும் படியாக அவர் நீட்டித்துக்கொண்டேபோகத் தலைப்பட்டபோது தன் இரவுத் தூக்கத்தையெண்ணிக் கவலைகொண்ட ட்ரிஸ்ட்ராம் அவருடைய போதை ஏற்படுத்தியிருந்த நெருக்கத்தைப் பயன்படுத்திக்கொண்டு ராயக்கோட்டை துர்க்கத்தின் உச்சியில் இருக்கும் சுனைகளினடியில் மறைந்திருப்பதாகச் சொல்லப்படும் சொர்ணப் புதையல்களையும்,

ஷெஸ்லருக்கு ராயக்கோட்டையில் பணியாற்றச் சந்தர்ப்பம் கிடைத்ததையும் இணைத்து அரசல்புரசலாகத் தான் கேள்விப்பட்டவற்றைப் பற்றி அவரிடம் வினவினான். ஷெஸ்லர் அதை மறுக்கவில்லை. மட்டுமல்லாமல் தன்னுடன் சேர்ந்து பல்குணம் முதலியாரும் கொஞ்சக்காலம் அந்தப் புதையலுக்காக அலைந்துகொண்டிருந்ததையும், அந்த அலைச்சல் பலனெதையும் கொடுக்காததோடு முதலியாரின் தலைக்குக் கத்தியைக் கொண்டுவந்து சேர்த்ததையும் அவர் அவனுக்கு ஒரு சுவாரஸ்யமான கதையாக எடுத்துச்சொன்னார், ஸ்ரீரங்கப்பட்டணம் சிறையில் அவர் சினேகம் செய்துகொண்ட சிறைக்காவலாளி ரத்னகிரியைப் பூர்விகமாகக் கொண்டவனாம். அவன் மூலமாகத்தான் முன்னால் கர்நாடகத்தில் முஸ்லிம் மன்னர்களின் படையெடுப்பின்போது ராயக்கோட்டை துர்க்கத்தின் வில்லுச்சுனைக்கடியிலும் மஞ்சள்சுனையின் ஆழத்திலும் ராயக்கோட்டை ராஜவம்சத்தின் கடைசி ராயர் வீசியெறிந்துவிட்டுப் போனதாகச் சொல்லப்படும் தங்க ஆபரணங்களடங்கிய பேழையைப் பற்றி அவர் கேள்விப்பட்டிருக்கிறார்.

வால்டன் ஷெஸ்லர்

ஷெஸ்லர் மேலும் சொன்னார், ஊர்க்காரர்கள் புளுபுளுத்துக்கொண்டிருப்பதைப் போல ராயக்கோட்டை யானது சொர்ணப் புதையலை மனதில்கொண்டு கம்பெனியை மறைமுகமாகப் பயமுறுத்தி நான் விரும்பி வாங்கிக்கொண்ட பணியிடமன்று, ஆனால் தானியக் கிடங்குக் காப்பாளனாக இங்கே நியமனம் பெற்றபோது விரைவிலேயே ஒரு பெரும் பணக்காரனாகிவிடலாமென்று நான் கனவு கண்டதென்னவோ உண்மைதான், தங்கம் எனக்குத் தேவையாக இருந்தது, பெத்தனூர் மற்றும் ஸ்ரீரங்கப் பட்டணம் சிறைச்சாலைகளில் நான் அனுபவித்திருந்த சித்திரவதைகளும், படைத்தலைவனாகும் எதிர்பார்ப்பு பொய்த்துப் போனதும் சேர்ந்து ஊர் திரும்பும் அவஸ்தையை என் மனதில் அபரிமிதமாக ஏற்றிவிட்டிருந்த காலமாய் அது இருந்தது, அந்த வேட்கையை இப்போது, பாரமஹால் பள்ளத்தாக்கின் விசேஷமான துர்க்கங்களும், ஸ்காட்லாண்டை நினைவுபடுத்தும் சீதோஷ்ணமும், முதலியாரின் நட்பும், கெங்கம்மா உள்ளிட்ட இந்துஸ்தானத்துக் கறுப்புப் பெண்களின் உடல் ரகசியங்களும், அடிமைகளும், விசேஷமான தருணங்களில் தவிர மற்றபடி மனதை ரொம்பத் துன்புறுத்தாதபடி வடியச் செய்துவிட்டன என்று வைத்துக்கொள்ளுங்கள், ஆனால் அப்போது எவ்வளவு சீக்கிரம் முடியுமோ அவ்வளவு சீக்கிரம் தங்கத்தைச் சேர்த்துக் கொண்டு ஊர் திரும்பும் முனைப்பில் நான் இருந்தேன், வந்துசேர்ந்த புதிதில், சிறைக்காவலாளி என்னிடம் குறிப்பிட்டிருந்த அடையாளங்களை வைத்துக்கொண்டு துர்க்கத்தின் உச்சிக்குத் தனியாகச் செல்வதும் அங்கே மணிக்கணக்காகச் சுனைகளை உற்றுப் பார்த்துக்கொண்டு கோட்டை வாயிலில் உட்கார்ந்திருப்பதுமாகவே என் காலம் கழிந்துகொண்டிருந்தது, அப்போது ஒப்பந்தம் கையெழுத்தாகிச் சில வாரங்கள்தான் ஆகியிருந்தது,

பா. வெங்கடேசன்

அதன் ஏழாம் க்ஷரத்தை முன்னிறுத்தி சுல்தானின் விசுவாசிகள் நிர்வாக மாறுதல்கள் என்கிற பெயரில் மெட்றாஸ் ராஜதானியிலிருந்து கர்நாடகத்திற்குத் துரத்தப்பட்டுக்கொண்டிருந்தார்கள், இந்தச் சூழ்நிலையில் புதிய ஆட்கள் ஊருக்குள் வருவதும், போவதும், அசந்தர்ப்பவசமான இடங்களில் அந்நியர்கள் நின்று வானத்தைப் பார்த்தபடி யோசித்துக்கொண்டிருப்பதும் சகஜமான காட்சிகளாயும் ஆகியிருந்ததாலும், நான் ஒரு கம்பெனிச் சிப்பந்தியென்பதாலும், சுனைப்பக்கம் நான் சென்றுவருவது குறித்து உள்ளூர்க்காரர்கள் யாருக்கும் சந்தேகம் ஏற்படவில்லை, அல்லது சந்தேகங்கொள்ளுமளவிற்கு யாரும் விஷயங்களைப் பற்றின தெளிவுடன் அப்போது இல்லை, ஆனால் ஓரிரு வாரங்களுக்குப் பிறகு புதையலைத் தேடும் வேலை தனியாளாகச் செய்யக்கூடியதன்று என்பதும், அதிர்ஷ்டத்தையும் ரகசியத்தையும் உள்ளூர்க்காரர் யாராவது ஒருவருடன் பகிர்ந்துகொள்ள முன்வந்தாலன்றி அதை அடைவது துர்லபம் என்பதும் எனக்கே தெரிந்துவிட்டது, அப்போது பல்குணம் முதலியார் தன்னையும் தன் குடும்பத்தையும் ராயக்கோட்டையிலேயே தக்கவைத்துக்கொள்ளப் பிரம்மப்பிரயத்தனம் செய்துகொண்டிருந்தார், இரண்டாவது சண்டைக்குப் பிறகு முஸ்லிம் சர்க்காரின் நம்பத் தகுந்த காரகர்களுள் ஒருவராக அறியப்பட்டிருந்த அவர் பாரமஹாலின் ஏனைய ஜமீன்தார்களைப் போலவே திப்பு சுல்தானின் வெற்றிமீது மிகுந்த நம்பிக்கை வைத்திருந்தார், ஒருவேளை போர் சுல்தானுக்குப் பாதகமாகவே முடிந்துவிட்டாலும் மைசூர்ப் பெண்ணின் யோனிவாசலென்று அழைக்கப்படும் பாரமஹாலைத் தன்னிடம் தக்கவைத்துக்கொள்வதற்கு அவர் என்ன விலை வேண்டுமானாலும் கொடுப்பாரென்று அவரையொத்த அனைவருமே திடமாக நம்பிக் கொண்டிருந்தார்கள், கம்பெனியுடன் பேரம் பேசும் திட்டங்கள் எதையும், எனவே, அவர்களில் யாருமே யோசித்து வைத்திருக்கவில்லை, சுல்தான் பாரமஹாலை விட்டுக்கொடுத்துவிட்டு ஓசூரைத் தன்னிடம் தக்கவைத்துக்கொண்டதும், என்னயிருந்தாலும் மலைக்குப் பின்புறம் உள்ளவர்களை அவர் மாற்றாந்தாய்ப் பிள்ளைகளாகத்தான் கருதிவந்திருக் கிறாரென்கிற எண்ணம் பெருந்தனக்காரர்களை மனங்கசந்துபோகச் செய்துவிட்டது, அதோடுகூடவே என்ன செய்ய வேண்டுமென்பதை யோசிக்க விடாத பெருந்திகைப்பிலும் ஆழ்த்திவிட்டது, தளபதி அலெக்ஸாண்டர் ரீடானால் போர் முடிந்த கையோடு பாரமஹால் முற்றுகையில் தன்னுடைய பங்காளியாயிருந்த தளபதி கௌடியின் கைக்குப் போகவிருந்த அதன் ஆட்சிப் பொறுப்பை, மன்றோ, க்ரஹாம் மற்றும் மெக்லியாட் ஆகிய மூன்று திறமைமிக்க உதவியாளர்களுடன் சேர்த்தே தனக்குரிய சன்மானமாக கார்ன்வாலீஸின் கைகளிலிருந்து பிடுங்கிக்கொண்டதோடு தன் திறமையை நிரூபித்தாக வேண்டிய நிர்பந்தத்தில் அவசர அவசரமாக முன்னாள் கர்நாடகத்தின் ஜமீன்தார் களுக்கு நஷ்டஈடு என்கிற பெயரில், அவர்களுடைய உயிருக்கான உத்தரவாதத்தைப் பெருங்கணக்காகக் கழித்துக் காட்டிவிட்டு மிகுதிக்கு ஓர் அல்பத் தொகையைக் கையில் கொடுத்து மைசூருக்குள் விரட்டிக் கொண்டேயிருக்கிறார், இந்தப் பின்னணியில்தான் நான் பல்குணம் முதலியாரைச் சந்தித்துப் புதையலைத் தேடுவதைக் குறித்துப் பேசினேன்,

ராயக்கோட்டையில் தன் குடும்பம் நீடித்திருக்குமென்கிற நிச்சயமே இல்லாதிருந்த அந்த நிலையிலும் ஒப்பந்தத்தின் ஆறாம் க்ஷரத்தின்படி சுல்தான் கம்பெனிக்கு எழுதிக்கொடுத்துவிட்டிருந்த கோட்டைகளில் எஞ்சியிருக்கக்கூடிய துப்பாக்கிகள் மற்றும் பீரங்கிகளின் எண்ணிக்கையும் மதிப்பும் கம்பெனி சுல்தான்வசம் திருப்பிக்கொடுத்துவிட்ட கோட்டை களினுள் இருக்கக்கூடிய தளவாடங்களின் எண்ணிக்கைக்கும் மதிப்பிற்கும் சமமாக இல்லையென்று குற்றஞ்சாட்டுவதற்காகவே நடந்துகொண்டிருந்த கணக்கெடுப்பின்போது கழித்துக்கட்டப்பட்ட இரும்புச் சாமான்களையெல்லாம் ஒரு பினாமி பெயரில் ஏலத்தில் எடுத்து விற்றுப் பணமாக்க முயற்சி செய்துகொண்டிருந்த அவருடைய வியாபாரபுத்தி சொர்ணப்புதையலை எடுக்கும் முயற்சியில் அவர் என்னுடன் கூட்டுச் சேர்ந்துகொள்வார் என்கிற நம்பிக்கையை எனக்குக் கொடுத்திருந்தது. (ஷெஸ்லரின் கதை இந்த இடத்தை அடைந்தபோது ட்ரிஸ்ட்ராமும் அவரும் சந்தையிலிருந்து திரும்பி அவருடைய குடியிருப்பிற்கு வந்துசேர்ந்திருந்தார்கள். கெலமங்கலத்திலிருந்து திரும்பி வந்த பிறகு கிட்டத்தட்ட ஒருவார காலமாக சுவையான உணவெதையும் உண்ண வாய்க்காமல் வெறும் சுக்குக் கஷாயத்தையும் உப்பிடப்படாத மரக்கறியுணவையும் மட்டுமே சாப்பிட்டு நாக்குச் செத்துப்போயிருந்த ட்ரிஸ்ட்ராம் அப்போது நல்ல பசியிலிருந்தான். வெகுநாட்களாக உறுத்திக்கொண்டிருந்த விஷயங்களையும் ஊர் நினைவுகளையும் மனதைத் திறந்து கொட்டித் தீர்த்துக்கொள்வதற்கு வாய்ப்பாக அற்புதமான ஒரு மாலைநேரமும் கூடவே கேட்பதற்கு ஓர் ஆங்கிலேயனும் கைக்குக் கிடைத்திருந்த சந்தோஷத்திலும் மிதப்பிலும் ஆழ்ந்து போயிருந்த ஷெஸ்லரும் அவனுடைய முகவாட்டத்திலேயே அதை அறிந்துகொண்டு வீட்டினுள் நுழைந்ததுமே பல நாட்களுக்குப் பிறகு மனதிற்குப் பிடித்த ஒரு நண்பருடன் உணவருந்தும் சந்தர்ப்பம் கிடைத்திருப்பதாயும் அதைச் சாதாரணமானதாகக் கடந்துவிடத் தான் அனுமதிக்கப்போவதில்லையென்றும் கூறிவிட்டுத் தடபுடலான ஏற்பாடுகளைச் செய்யத் தொடங்கிவிட்டார். படிக்கும் மேசையில் இருந்த நூல்களையும் செய்தித்தாள்களையும் தன்னுடைய அலுவலகக் கோப்புகளையும் எடுத்துக் கீழே வைத்துவிட்டு (நான் மட்டுமாக இருந்தால் அதன் ஒரேயொரு மூலை எனக்குப் போதுமானது, இந்தியர்களின் உணவுண்ணும் பழக்கம் இடவசதியை அவ்வளவாகப் பொருட்படுத்துவதில்லை) அதைக் கூடத்தின் நடுவே ட்ரிஸ்ட்ராமின் துணையுடன் இழுத்துப்போட்டு அதன் மேல் ஒரு வெள்ளைத் துணியையும் அழகாக விரித்த பின் இரவு உணவிற்கென்று அவர் மாலையே தயாரித்து வைத்துவிட்டு வந்திருந்த கன்றிறைச்சியை (கெங்கம்மா கொடுத்தது) உலோக வாணலியிலிட்டு அதன் மேல் மீண்டும் கொஞ்சம் எண்ணெயைப் பெய்து சுடப்பண்ணி ஒரு பெரிய கோளவடிவத் தட்டில் வைத்து அதை மேசையின் மத்தியில் முதல் பந்தியின் பிரதான உணவாக அவர் வைத்தார். அதன் இடப்பக்கத்தில் உருளைக்கிழங்குக் களியும் வலப்பக்கத்தில் மாம்பழத் துண்டங்களும் (பப்பாளியென்கிற ஒரு பழவகையை இந்த ஊர்க்காரர்கள் அறிந்திருப்பதாகவே தெரியவில்லை) சிறுசிறு பாத்திரங்களில் வைக்கப்பட்டன. தட்டின் மேற்பக்கம் அவித்த

முட்டைகளும் அடிப்பக்கம் பொரித்த ஆற்றுமீன் துண்டங்களும் (இதுவும் கெங்கம்மா சமைத்தே கொண்டுவந்து கொடுத்திருந்தது) நிரம்பிய இரண்டு பெரிய வட்டில்களையும் அவர் கொண்டுவந்து வைத்தார். விருந்தின் லட்சணம் கெட்டுவிடக் கூடாதென்பதற்காகவே கடைசியில் தக்காளியையும் மிளகையும் கொஞ்சம் சோம்புடன் சேர்த்து ரசமாகப் பண்ணி இரண்டு கிண்ணங்களில் விட்டுவைத்த பின் இரண்டாம் பந்திக்கான அரிசியுணவை விறகடுப்பின் எரிச்சலில் வைத்துவிட்டு கூடத்திலேயே தன் கூந்தலின் முடிச்சைப் பிரித்து சிறிதே வாசனைத் தூளை அதில் தூவி இரவுணவிற்கான அலங்காரத்தை எளிமையாக முடித்துக்கொண்ட பின் அவர் ட்ரிஸ்ட்ராமை மேசைக்கு அழைத்தார் (உணவைப் பரிமாறுவதற்காக கெங்கம்மாவை அழைத்திருக்கலாம், ஆனால் மேசையின்முன் அவள் அணிந்தாக வேண்டிய மார்க்கச்சு, காலுறை, மேலங்கி, பாவாடை, கழுத்துப்பட்டை, காலணிகள் முதலான பொருட்களை என்னால் கொடுக்க முடியாதே). பதார்த்தங்களிலிருந்து எழுந்த மணம் அவருடைய நளபாகத்தின் சுவையை நாவிற்கு உணர்த்தி உமிழ்நீரைச் சுரக்கச் செய்வதாக இருந்தது. ட்ரிஸ்ட்ராம் முறைப்படி பிரதான உணவுத்தட்டின் மேற்புறம் போடப்பட்டிருந்த கால்மணையில் ஷெஸ்லரால் அமர்த்திவைக்கப்பட்டாலும், உட்கார்ந்ததும் வெட்கமில்லாமல் தன் எதிர்ப்புறத்திலிருந்த மீன்துண்டங்களையும் உருளைக்கிழங்குக் களியையும் தன் விருப்பமாகத் தேர்ந்தெடுத்துக்கொள்வதாக அவரிடம் கூறினான். எனவே ஷெஸ்லர் முட்டைகளையும் பழத்துண்டங்களையும் எடுத்துக் கொண்டார். ரசத்தைக் குடித்து முடித்துக் கிண்ணங்களைக் கீழே வைத்த பின் இங்கிலாந்து மற்றும் தொலைவில் இருக்கும் தங்கள் குடும்பங்களின் நல்வாழ்விற்கான மதுவையும் அவர்கள் காலி செய்தார்கள் (அப்பம் உங்களுக்காகக் கொடுக்கப்படுகிற என்னுடைய சரீரமாயிருக்கிறது, பாத்திரம் உங்களுக்காகச் சிந்தப்படுகிற என்னுடைய ரத்தத்தினாலாகிய புதிய உடன்படிக்கையாயிருக்கிறது). இவ்வளவிற்குப் பிறகே ஷெஸ்லரிடம் மீதிக் கதையைக் கேட்கும் நிதானத்தை ட்ரிஸ்ட்ராம் திரும்பப் பெற்றான். சமையல் தயாரிப்புகளையும் அவை நிகழ்ந்து முடிந்த வேகத்தையும் கவனித்துப் பிரமித்துப்போய்விட்டிருந்த அவன் மனதிலிருந்து ஷெஸ்லர் வெறும் சவடால் பேர்வழியென்கிற எண்ணம் மறைவதற்கு இந்தச் சம்பவம் ஒரு வாய்ப்பாக அமைந்தது). நான் எதிர்பார்த்திருந்தபடியே முதலியார் எனக்கு உதவத் தயாராக இருந்தார், ஆனால் புதையலில் பாதி என்கிற கணக்கிற்கு மேல் கூடுதலாக இரண்டு உதவிகளையும் நான் செய்தாக வேண்டுமென்று அவர் நிபந்தனை விதித்தார், முதல் உதவி அவரை அணுகும் முன்பே நான் ஊகித்திருந்த ஒன்றுதான், அவர் குடும்பம் தொடர்ந்து ராயக்கோட்டையிலேயே நீடிக்க நான் எப்படியாவது ஏற்பாடு செய்ய வேண்டும், இதற்கு அவர் போர் முடிந்த பிறகன்று, போர்க்காலத்தின்போதே கம்பெனியின் விசுவாசியென்கிற பிம்பமொன்றைக் கம்பெனி அதிகாரிகளின் மனதில் உருவாக்க வேண்டும், ஏனென்றால் உடன்படிக்கையின் எட்டாம் க்ஷரத்து அப்படிப்பட்டவர்களை அவர்களுடைய நிலங்களிலேயே தங்க அனுமதிப்பதோடு மட்டுமல்லாமல் சுல்தானின் கோபத்திலிருந்து அவர்களுடைய பாதுகாப்பிற்கும் உத்தரவாதமளிக்கிறது, நான் இந்த

உதவியைச் செய்வதற்கு ஒத்துக்கொண்டபோதே பல வருடங்களுக்கு முன் ஒருமுறை முதலியார் வியாபார விஷயமாக மெட்றாஸ் சென்றிருந்த போது வெள்ளையர் வீதியில் அவர் பார்த்து மலைத்துப்போன ஆங்கிலேயர்களின் வீடுகளிலொன்றை முன்மாதிரியாகக் கொண்டு ஒரு தேர்ந்த கட்டிடக் கலைஞரின் மேற்பார்வையில் கட்டப்பட்ட மீனவிலாஸத்தின் வெளிவீடு இனி அவர் பெண் மீனா மாலை வேளைகளில் துளசி அய்யரிடமிருந்து பாடங்கேட்கும் பாடசாலையாகப் பயன்படாதென்றும், அவள் இனி அதற்காக அக்ரஹாரத்திற்குத்தான் செல்ல வேண்டுமென்றும், வெளிவீட்டை ராயக்கோட்டைக்கு வந்து செல்லும் கம்பெனி அதிகாரிகளின் தங்குமிடமாக அறிவித்துவிட வேண்டுமென்றும் அவரிடம் பேசி, சிவகாமசுந்தரியம்மாளின் பலத்த ஆட்சேபத்திற்கிடையில் (மீனவிலாஸத்தையே பறிகொடுப்பதற்கு அதன் ஒரு பகுதியை விட்டுக்கொடுப்பது எவ்வளவோ மேலென்பதை அந்த அம்மணிக்குப் புரியவைப்பதற்குள் முதலியார் பட்டபாடு கண்களில் நீரை வரவழைக்கக்கூடியது) பேசிச் சம்மதிக்க வைத்துவிட்டேன், கையில் இருக்கும் வெண்ணையாக கெங்கம்மா என்னும் கறவைப்பசுவும் அப்போது அவரிடம் இருந்தது, சபலஸ்தர்களும் குடும்பங்களை விட்டுப் பிரிந்து வந்திருப்பவர்களும் இந்தியப் பெண்களின் சிருங்கார வித்தைகளைப் பற்றி போக்கிரியும் சௌந்தர்ய உபாசகனுமான சொ்ரி வின்னரைப் பட விளக்கங்களுடன் எழுதச்செய்து ராயல் லண்டன் பதிப்பகம் வெளியிட்ட நூல்களைப் படித்துப்படித்து ஏராளமான கனவுகளைத் தங்களுக்குள் வளர்த்துக்கொண்டு அலைபவர்களுமான ஆங்கிலேயர்களை மீனவிலாஸத்தின் பக்கம் கவர்ந்திழுக்க அவளை உபயோகித்துக்கொள்வதைப் பற்றி முதலியாரிடம் நான் யோசனை தெரிவித்தபோது அவர் முதலில் பிடிவாதமாகவே மறுத்துவிட்டார், அவர் சிவகாமசுந்தரியம்மாளைச் சம்மதிக்கவைக்கக் கையாண்ட அதே சாம பேத உபாயங்களைப் பிறகு நானும் அவரிடமே கையாண்டு அந்த ஏற்பாட்டிற்கு அவரைச் சம்மதிக்கவைத்தேன்.

கர்த்தர் அருளால் எல்லாம் நல்லபடியாகவே நடந்து முடிந்தது, மீனவிலாஸம், அது சுல்தானின் ஆட்சிக்குள்ளிருந்தபோதே ஆங்கிலேயர்களின் தலைமையைக் கனவு கண்டு பின்னாளில் அவர்களை வரவேற்கவே முதலியாரால் எழுப்பப்பட்ட மாளிகையென்கிற பிம்பத்தை இளைஞர்களும் ஆடம்பரப் பிரியர்களுமான அந்த, அலெக்ஸாண்டர் ரீடின் இரண்டு செல்லக் கொடுக்குகளின் மனதில் உருவாக்க நான் அதிகச் சிரமம் எடுத்துக்கொள்ள வேண்டியிருக்கவில்லை, தாமஸ் மன்றோவைச் சமாளிப்பது கொஞ்சம் கஷ்டம்தான், அவன் கட்டுப்பெட்டி, உடம்பிற்குள் கதகதப்பையும் பெண் கனவுகளையும் ஏற்றும் வசந்தகாலத்தின் மாலைவேளைகளில், தனிமை ஞானத்தைப் பிறப்பிக்கும் தாய் என்று சொல்லப்படுவது உண்மையானால் இன்னும் சில வருடங்களில் நான் சாலமனைப் போலவோ ராபின்ஸன் க்ரூஸோயைப் போலவோ ஒரு ஞானியாவேன் என்று தன் தகப்பனுக்குக் கடிதமெழுதி மெழுகுவர்த்தி வெளிச்சத்தை வீணடித்துக்கொண்டிருக்கிறவன், ஆனால் அதிர்ஷ்டவசமாக அவன் கிருஷ்ணகிரி ஆட்சிப் பொறுப்பை ஜேம்ஸ் ஜார்ஜ் க்ரஹாமிடம் ஒப்படைத்துவிட்டு தர்மபுரியைத் தன் கண்காணிப்பில் எடுத்துக்கொண்டு

அங்கே சென்றுவிட்டான், எல்லைப் படைகளின் அமைப்பையும் வசதிகளையும் மேற்பார்வையிட ராயக்கோட்டைக்கு வந்த க்ரஹாமை முதலியார் சந்திக்கவும் துர்க்கத்தின் அடிவாரத்தில் கூடாரமிட்டுத் தங்குவதற்குப் பதிலாக (அந்த நேரத்தில் ஆங்கிலேயேக் குடியிருப்பு இன்னும் அங்கே கட்டடப்பட்டிருக்கவில்லை) மீனவிலாஸத்தில், பட்டுப் பாயில் அவன் உறங்குவதற்கு ஒருமுறை சம்மதித்தால் தானொரு கம்பெனி விசுவாசியென்பதை நிரூபிப்பதற்கு அது சந்தர்ப்பமாக அமையுமென்று கூறி அவர் அவனை அழைக்கவும் நான் ஏற்பாடு செய்தேன், முதலில் க்ரஹாம் இந்த ஏற்பாட்டிற்கு வேண்டாவெறுப்பாக, என்னுடைய வற்புறுத்தலின்பேரில்தான் சம்மதித்தான், ஆனால் கெங்கம்மாவின் அழகு பிறகு அங்கே செல்வதில் அவனுக்கிருந்த, சட்டத்தைப் பற்றிய தயக்கத்தையும், கறுப்புப் பெண்களின் உடலாரோக்கியம் பற்றிய அச்சத்தையும் போக்கிவிட்டது, கெங்கம்மாவைத் தன்னுடன் வந்துவிடும்படி ஒருமுறை போதையில் அவன் அழைத்தானென்று கூட நான் முதலியார் மூலமாகக் கேள்விப்பட்டேன், ஆனால் இதற்குச் சம்மதித்தால் அவளுடைய தாய் ஒரு தொழுநோய்க்காரி என்பது அவனுக்குத் தெரிந்துவிடுமென்றும் பிறகு கெங்கம்மா மீது அவனுக்கிருக்கும் அபிமானம் குறைந்துபோய்விடக் கூடுமென்றும் யோசித்து நாங்கள் தந்திரமாக அவனிடமே பேசி இந்த விஷயத்தில் அவன் அதிகம் வற்புறுத்தாதபடிக்குப் பார்த்துக்கொண்டுவிட்டோம் (கிணற்று நீரை வெள்ளமா கொண்டுபோய்விடும்), க்ரஹாம் ஓர் ஓட்டைவாயன், மீனவிலாஸத்தில் தங்குவதன் சுகத்தைப் பற்றி அவன் தன் சகாக்களிடம் பகிர்ந்துகொள்ளத் தொடங்கியதும் முதலியாரும் நானும் எதிர்பார்த்தபடியே அங்கே கம்பெனி அதிகாரிகளின் வரத்தும் தங்கலும் அதிகப்படத் தொடங்கியது, ஒருவழியாக முதலியார் பாரமஹாலுக்கு வெளியே அனாதையாகத் துரத்தப்படவிருந்த அபாயமும் நீங்கியது, இதற்குப் பிறகுதான் முதலியார் சொர்ணப் புதையலைப் பற்றி மேற்கொண்டு பேசவே என்னை அனுமதித்தார், அதோடுகூட தன்னுடைய இரண்டாவது நிபந்தனையையும் எனக்குச் சொன்னார், அதன் ஒரு பகுதியாக ராயர் வம்சத்துப் பொக்கிஷங்களைப் பற்றின மேலதிகமான விவரங்கள் இருந்தன, அப்போதுதான் நான் அதுவரையில் நினைத்துக்கொண்டிருந்ததைப் போல ஸ்ரீரங்கப்பட்டணச் சிறைக்காவலாளி எனக்குச் சொன்ன தகவல்கள் ஒன்றும் பிரம்ம ரகசியமில்லையென்பதை நான் தெரிந்துகொண்டேன், நான் அவற்றை ரகசியமென்று நினைத்துக்கொண்டு யாரிடமும் அவற்றைப் பற்றிச் சொல்லாதிருந்ததால் யாரும் என்னிடம் அவற்றைப் பற்றிச் சொல்லும் சந்தர்ப்பமும் ஏற்படவில்லை அவ்வளவுதான், உண்மையில் சுனைகளினடியில் தங்கநகைப் பேழைகளிருப்பது ராயக்கோட்டையில் சிறுவர் முதல் பெரியவர்வரை எல்லோருக்குமே தெரிந்த கதைதான், என்றாலும் துர்க்கத்தின் உச்சிப்பாறையிலிருந்து குதித்துத் தற்கொலை செய்துகொண்ட ஜகதேவராயருடைய மருமகள் பாலேஸ்வரியின் ஆவி அவளுடைய குடும்பச்சொத்தை வெளியார் யாரும் அபகரித்துக்கொண்டு போய்விடாமல் காவல் காத்துக்கொண்டிருப்பதால், அதற்கு முயற்சி செய்த ஓரிரு போக்கிரிகளும் சுனைக்கரையிலேயே ரத்தம் கக்கிச்

செத்துப்போய்விட்டிருந்ததால், சுனையிருக்கும் தெற்குப்பக்கமாக ஊர்க்காரர்கள் மட்டுமல்லாமல் உள்ளூர்க் கோட்டைக் காவலாளிகளுமே தங்கள் பார்வையைக்கூட மேய விடுவதில்லையாம், இது எனக்குத் தெரிந்திராத புதிய கதை, இதைப் பற்றிச் சிறைக் காவலாளி என்னிடம் எதுவும் சொல்லியிருக்கவில்லை, ஒருவேளை அதைச் சொல்லிவிட்டால் புதையலைத் தேடுவதில் எனக்கு ஆர்வம் குறைந்துவிடுமென்றும், அதை எனக்குச் சொன்ன ஒரே காரணத்திற்காகவே நான் அவனுக்குத் தருவதாக ஒத்துக்கொண்டிருந்த, உடலை வருத்தாமல் கிடைக்கக்கூடிய, காலேயரைக்கால் பங்கு அதிர்ஷ்டத்தைக் கைநழுவ விடுவானேனென்றும் அவன் நினைத்துக்கொண்டு சும்மாயிருந்துவிட்டிருக்கலாம், முதலியாருடைய நிபந்தனை என்னவென்றால், அவருக்காக உயிரையே கொடுக்கக்கூடிய அடிமைகள் அவர் பண்ணையில் ஏராளமாய் உண்டென்றாலும் பாலேஸ்வரியம்மனின் சாபம் அவர்களை மட்டுமல்லாமல் முன்னும் பின்னுமாக அவர்களுடைய மூன்று சந்ததிகள்வரை ஊடுருவக்கூடிய சக்தி பெற்றதாகையால், அவர்களில் யாரும் சுனைக்குள் இறங்கிப் புதையலைத் தேடிப்பார்க்கச் சம்மதிக்க மாட்டார்களாதலால் அதற்குத் தேவைப்படும் ஆட்களையும் நான்தான் தேடிக் கண்டுபிடித்துக்கொள்ள வேண்டும், அதற்கான செலவுகள், அதிகாரம், ஒருவேளை அவர்கள் அந்த முயற்சியில் மாண்டுபோனால் அவர்களுடைய குடும்பத்தைப் பராமரிக்கும் பொறுப்பு ஆகிய இந்தவிதமான பொறுப்புகளையெல்லாம் முதலியார் ஏற்றுக்கொள்ளுவார், உள்ளூர் ஆட்களை இதற்குச் சம்மதிக்க வைப்பதென்பது அவரால் முடியாத காரியம், ஆட்களுக்கு நான் எங்கே போவது, ஆனால் எனக்கொரு யோசனை இருந்தது, பாரமஹால் கைக்கு வருவதற்கு முன்பிருந்தே அதனுடைய நிலவளம், ஜனங்களுடைய பழக்க வழக்கங்கள், இனவகைகள் ஆகியவற்றைப் பற்றின தகவல்களை ஒற்றர்களைக் கொண்டு திரட்டிவைக்கும் பழக்கத்தைக் கம்பெனி மேற்கொண்டிருந்தது, இனம் மொழி கலாசாரம் கடவுள்கள் போர்முறைகள் என்று எந்தவகையிலும் நமக்கு முற்றிலும் புதிய நிலமான இந்துஸ்தானத்தில் அதன் நெளிவுசுளிவுகளையெல்லாம் உள்ளங்கைரேகைபோல அறிந்த மன்னர்களோடேயே மோதுவதற்கு இந்தவிதமான சேகரங்களெல்லாம் மிக அவசியமென்பதை உங்களுக்குச் சொல்ல வேண்டிய அவசியமில்லையில்லையா, திப்புவைச் சந்திக்க மெட்ராஸிலிருந்து பெத்தனூரை நோக்கி முன்னேறிக்கொண்டிருந்த வழியில் இந்தக் குறிப்புக ளனைத்தும் தளபதிகளும் அணுக்க முதல்வர்களாகிய நாங்களும் படித்தாக வேண்டிய கட்டாயப் பாடமாகவும் ஆக்கப்பட்டிருந்தது, இந்தத் திரட்டலில் இருளர் இனத்தைச் சேர்ந்தவர்களைப் பற்றின குறிப்புகளும் அடக்கம், இரவை ஆளுபவர்கள் என்கிற பொருளில் இருளர்கள் என்று அழைக்கப்படும் இந்தப் பழங்குடியினர் மரமேறுவதிலும் கவணெறிவதிலும் மோப்பம் பிடிப்பதிலும் வல்லவர்கள், நீர்த்திரையை ஊடுருவிப்பார்க்கவும் நீருக்கடியில் நெடுநேரம் மூச்சடக்கியிருக்கிப் பதுங்கியிருக்கவும் சக்திகொண்டவர்கள், இவற்றைக் காட்டிலும் முக்கியமாகத் தங்களுடைய குலதெய்வமான இருளக்கண்ணியைத் தவிர வேறெந்தப் பேய்க்கும் அஞ்சாத நெஞ்சுரம் வாய்த்தவர்கள், இவர்கள் சுபாவமாகக் குடியிருக்கும் காடுகளில் ஜவளகிரி வனமும்

ஒன்று, ஜவளகிரி ஜமீன்தார் பல்குணம் முதலியாரின் நண்பர், நான் என்ன செய்தேனென்றால், முதலியாரை ஜவளகிரி ஜமீன்தாருக்கு லிகிதம் எழுதி அவராளுகைக்கு உட்பட்ட ஜவளகிரிக் காட்டிலிருந்து நான்கைந்து இருளர்களைப் பிடித்து ராயக்கோட்டைக்கு அனுப்பிவைக்கும்படி கேட்டுக்கொள்ளச் செய்தேன், ராயக்கோட்டை உள்ளிட்ட பல பாளையங்களில் கோட்டைகளின் பழைய காவலாளிகள் தங்களைத் தயார்ப்படுத்திக்கொண்டு மைசூரை நோக்கி வெளியேறுவதற்கான கால அவகாசம் அப்போது தீர்ந்துகொண்டிருந்தது, அவர்களுடைய இடத்தை இட்டு நிரப்ப அந்தந்தப் பாளையத்து மணியக்காரர்களே கம்பெனி ஊழியர்களின் மேற்பார்வையில் உள்ளூரிலிருந்து ஆட்களைத் தேர்ந்தெடுத்துக்கொள்ளச் சொல்லி கோட்டையிலிருந்து ஆட்சியர்களுக்கு ஆணை வந்துசேர்ந்திருப்பதைக் குறிப்பிட்டு, இந்தச் சந்தர்ப்பத்தைப் பயன்படுத்திக்கொண்டு யானைப்பலமும், குருட்டுத்தைரியமும் மிக்க இருளர்களைத் தன்னுடைய பங்களிப்பாகக் கம்பெனிப் பணிக்குக் கொடுப்பதன் மூலம் தன்னுடைய மதிப்பையும், தான் விரைவில் எதிர்பார்த்துக்கொண்டிருக்கிற பட்டேல் அதிகாரத்தையும் ஆங்கிலேயர்களிடையே உறுதி செய்துகொள்ளத் தனக்கு உதவும்படி அந்த லிகிதத்தில், ஜவளகிரி ஜமீனுக்குச் சந்தேகம் எழுந்துவிடாதபடி, ஒரு காரணத்தையும் என்னுடைய யோசனையின்பேரில் முதலியார் எழுதிவைத்தார். (ட்ரிஸ்ட்ராம் முதற்பந்தியைத் தின்றுதீர்த்ததும் ஷெஸ்லர் தன் கதையைச் சற்றே நிறுத்திக்கொண்டு பாத்திரங்களையும் அந்தப் பந்திக்கான மேசைவிரிப்பையும் அப்புறப்படுத்திவிட்டு புதிய வெள்ளை விரிப்பொன்றை மீண்டும் விரித்து வட்டிலிலிருந்து சோற்றையிறக்கி உலைப்பாற்றி ஆனால் சூடு ஆறும் முன் புளித்துவையலுடன் சேர்த்துப் புரட்டி புதிய வேறொரு தட்டில் அதை அவனுக்கும் தனக்குமாகப் பரிமாறினார். மீண்டும் பரஸ்பர உடல்நலத்திற்கான மதுவை (இரண்டாம் பந்திக்கான முந்திரித் தேறல் இங்கே சுல்தான்கள் மட்டுமே பருகக்கூடிய மிக விலையுயர்ந்த பானமாயிருக்கிறது, அத்தனை விலைகொடுத்து அதை மலைகளுக்கு அந்தப் புறத்திலிருந்து கடத்திவர எனக்கு வசதியில்லை) காலி செய்த பின் எலுமிச்சை ஊறுகாயையும் கன்றிறைச்சியின் மிச்சத்தையும் அதோடுச் சேர்த்துப் புரட்டி நல்ல காரத்துடன், லண்டன் கல்லறைத் தெரு ஞாபகங்களும் கண்களில் நீரைத் துளிர்க்கச்செய்ய ட்ரிஸ்ட்ராம் வயிறார உண்டான். ஷெஸ்லர் அதிகம் சாப்பிடவில்லை. அவர் அருந்தியிருந்த மதுவின் அளவு அவர் வயிற்றை முழுவதுமாக நிரப்பியிருந்தது. அவர் ஜீரணத்திற்கான மதுவை ட்ரிஸ்ட்ராமின் கோப்பையில் அது தீரத்தீர ஊற்றியபடியும், கடைசிப் பந்திக்கான உலர்ந்த பழங்களையும் கொட்டைகள், மிட்டாய்கள், மற்றும் ஷெர்பத் முதலானவற்றைத் தயாரித்தபடியும், அங்கிருந்த பதார்த்தங்களிலொன்றையெடுத்துப் பரிமாறுவதைப் போல தன்னுடைய புதையல் வேட்டைக் கதையை அவன்முன் பரிமாறினார்) ஜவளகிரி ஜமீன்தாரால் அனுப்பப்பட்ட ஐந்து இருளர்கள் ஆறாம் நாள் முதலியாரை வந்து சந்தித்தார்கள், அவர்களில் ஒருவனை முதலியார் முன்னெச்சரிக்கையாக என்னிடம் அனுப்பாமல் தானே பிடித்துவைத்துக்கொண்டார், நான் ஏனென்று கேட்டபோது அவர் பதில் சொல்லவில்லை, மணியக்காரரிடம் அவருக்கிருந்த

செல்வாக்கைப் பயன்படுத்தி அவர்களை அவர் என் பார்வைக்கு அனுப்பிவைக்க, கோட்டைக்காவல், சண்டையில் சேதமடைந்துபோன சாலைகள் மற்றும் ஏரிகளைப் பழுதுபார்த்தல் உள்ளிட்ட பணிகளுக்கான ஆட்களைத் தேர்வுசெய்து அமர்த்திக்கொள்ளத் தற்காலிகமாக எனக்குக் கொடுக்கப்பட்டிருந்த அதிகாரத்தைப் பயன்படுத்தி நான் அந்த நான்கு இருளர்களையும் பரீட்சை செய்துவிட்டதாயும், அவர்கள் துர்க்கத்தின் மேல் இருந்து கோட்டையைக் காவல்காக்கத் தகுதியானவர்கள்தா னென்றும், போர்க்காலப் பணிச்சட்ட விதிகளின்படி உள்ளூர்ப் பெருந்தனக்காரர்களில் ஒருவரும் கம்பெனி விசுவாசியுமான பல்குணம் முதலியாரின் சிபாரிசும் நன்னடத்தைக்கான அவருடைய உத்தரவாதமும் பெற்றவர்கள்தானென்றும் ஓர் அறிக்கையைத் தயார்செய்து கிருஷ்ணகிரிக்கு அனுப்பி பொதுப்பணித்துறையின் ஒப்புதலையும் பெற்றுவிட்டேன், பழைய காவலாளிகள் ஒருவாரகாலம் பகல்நேரத்தில் அவர்களுக்கு கில்லெதாரின் மேற்பார்வையின்கீழ் காவற்பயிற்சி அளிக்க வேண்டுமென்பதும், இரவுநேரத்தில் அதன் பிரகாரம் இவர்கள் கோட்டைக்காவலை மேற்கொள்ள வேண்டுமென்பதும் சர்க்கார் ஆணையில் கண்டிருந்தது, பகல்நேரத்தில் சமயம் கிடைக்கும்போதெல்லாம் சுனைப்பக்கம் சென்று அதை ஆராயச் சாதகமான அம்சங்களை நோட்டமிட்டுக்கொள்வதென்பதும், இரவுநேரத்தில் இருவர் காவல் காக்க இருவர் சுனைக்குள் மூழ்கிப் பொக்கிஷங்களைத் தேடுவதென்பதும் நாங்கள் பேசிவைத்துக்கொண்டது, இருளர்களுக்குத் தங்கத்தின் மதிப்புத் தெரியாதென்பது நான் அறிந்துவைத்துக்கொண்டிருந்த மற்றொரு நூற்குறிப்பு, அவர்கள் இருளக்கண்ணியின் சக்தியை பாலேஸ்வரிக்குத் தெரியப்படுத்த வேண்டுமென்கிற சவாலொன்றிற்காகவே இரவுநேரத்தில் பனிக்கட்டியாய் உறைந்துகிடக்கும் மஞ்சள் சுனைக்குள்ளும் வில்லுச் சுனைக்குள்ளும் தங்களை மூழ்கடித்துக்கொள்ள சந்தோஷத்துடன் சம்மதித்திருந்தார்கள்.

திட்டம் என்னவோ சரியாகத்தான் வேலை செய்தது, ஆனால் இருளக்கண்ணியின் சக்திதான் பதிவிரதைகளின் தெய்வமும் மானஸ்தியுமான பாலேஸ்வரியின் சக்தியின்முன் நிற்க முடியாமல் தோற்றுப்போய்விட்டது, பொக்கிஷங்களைத் தேடிச் சுனைக்குள் மூழ்கிய இருளர்கள் இரண்டு பேரும், காலைவரை சகாக்கள் வெளியே வரக் காணாமல் அவர்களைத் தேடி நீருக்குள் பாய்ந்த மற்றுமிரண்டு இருளர்களும், ஆக நான்கு பேருமே திரும்ப வெளியே வரவேயில்லை, அவர்களுடைய திறமைகளைப் பற்றிக் கம்பெனிக்கு நானும் தேவைக்கதிக மாகவே எடுத்துச்சொல்லியிருந்ததால் அவர்களுடைய மறைவும் உடனே கோல்காரனின் கவனத்திற்கு வந்துவிட்டது, அவர்கள் சுனைக்குள் மூழ்கியிருப்பார்கள் என்கிற சந்தேகம் முதலில் யாருக்கும் ஏற்பட வில்லைதான், ஓடிப்போய்விட்டார்களென்றே ஓர் அறிக்கையை எழுதி விஷயத்தைக் காதும் காதும் வைத்தமாதிரி முடித்துவிடத்தான் நானும் பயந்துபோயிருந்த முதலியாரும்கூட முயற்சி செய்தோம், ஆனால் பிரச்சினை அவ்வளவு எளிதாக முடிந்துவிடவில்லை, இரண்டு நாட்களுக்குப் பிறகு, இருளர்களின் மறைவால் பணிக்காலம் நீட்டிக்கப் பட்ட பழைய கோட்டைக் காவலாளிகள் துர்க்கத்தின் உச்சிக்குச்

சென்றபோது தெற்கு திசையிலிருந்து ஈரத்தில் நனைந்த நடுக்கத்துடன் சில அமானுஷ்யமான குரல்கள் எங்கள் குடும்பங்கள் எங்கே என்று அவர்களை விசாரித்துக் காவலில் கவனம் வைக்க முடியாதவண்ணம் இரவு முழுக்க ஓலமிடுவதாயும் மறுபடி மேலே செல்வதற்குத் தங்களால் ஆகாதென்றும், மைசூருக்கே திருப்பியனுப்பித் தங்கள் உயிரைக் காப்பாற்றும்படியும், ஒப்பந்தப்படி மைசூரின் பிரஜைகளான தங்களுக்கு ஏதாவதொன்று ஆகிவிட்டால் சுல்தான் மறுபடி ஒரு போருக்குத் தயங்க மாட்டாரென்றும் காலையில் வந்து சொல்லிவிட்டார்கள், சுனைக்குள்ளிருந்துதான் ஓலக்குரல் கேட்கிறதென்கிற விஷயம் ஊருக்குள் பரவியதும் ஜனங்களையும் கிலி பிடித்துக்கொண்டுவிட முதலியாரும் நானும் எதிர்பார்த்தேயிராத வழியில் பிரச்சினை பெரிதாகிவிட்டது, எங்களுடைய திட்டமும் மெதுமெதுவாக வெளியே கசியவாரம்பித்துவிட்டது, லட்சுமணராவ் முதலியாரை கிருஷ்ணகிரிக்கே கூப்பிட்டனுப்பிக் கேள்வி மேல் கேள்வி கேட்டுக் குடைந்தெடுத்துவிட்டார், யார் அந்த இருளர்கள், எதற்காகக் கோட்டைக் காவலுக்காக உள்ளூரிலிருந்து ஆட்களைத் தேடாமல் ஜவளகிரியிலிருந்து அவர்கள் வரவழைக்கப்பட்டார்கள், பேய்களால் காவல் காக்கப்படுகிறதென்று நம்பப்படும் சுனைக்குள் அவர்களுக்கு என்ன வேலை, க்ரஹாம் உட்பட பல ஆங்கில அதிகாரிகளைக் கைக்குள் போட்டுக்கொண்டு கம்பெனி சர்க்காருக்குள்ளாகவே இருந்துகொள்ள முதலியார் வேண்டிக்கொண்டதற்குக் குடும்பமும், பூர்வீகச் சொத்துகளும் மட்டும்தான் காரணமா அல்லது அதற்கு மேல் சுல்தானின் சதித்திட்டம் ஏதாவது இருக்கிறதா, முதலியார் நிஜமாகவே ரொம்பவும்தான் பயந்துபோய்விட்டார், பயத்தில் அவர் என்னைக் காட்டிக்கொடுத்துவிடுவாரோ என்று நானும் பயந்து போய்விட்டேன், தேனெடுக்காவிட்டாலும் பரவாயில்லை, தேனீ கொட்டாமலிருந்தால் போதுமென்கிற நிலைமைக்கு வந்துவிட்டோம் நானும் அவரும், ஆங்கிலேயன், கம்பெனி ஊழியன், மதிப்பிற்குரிய ஸ்காட்லாந்து மேட்டுநில ராணுவத்தின் முன்னாள் அணுக்க முதல்வன் ஆகிய என்னுடைய இந்தத் தகுதிகளைக் கடைசித் துருப்புச்சீட்டாகப் பயன்படுத்தி, லட்சுமணராவ் புதிய நகரத்தின் திறப்பு விழாவிற்காக மாவட்டத் தலைமை சார்பாக ஆளுநரை அழைக்க மெட்றாஸ் போயிருந்த சமயம் பார்த்து நான் க்ரஹாமிடம், அந்த இருளர்கள் உண்மையான விசுவாசத்துடன்தான் முதலியாரால் கோட்டைக் காவலுக்கு அனுப்பப்பட்டார்கள் என்றும், போன இடத்தில் புதையலைப் பற்றிக் கேள்விப்பட்டு அவர்கள் சுனைக்குள் மூழ்கி அதன் ஆழத்தில் சிக்கி உயிரை விட்டிருக்கலாமென்றும், குரங்குப் பிறவியான மனிதனுடைய மனமும் புத்தியும் எந்த நேரத்தில் எப்படித் தாவுமென்பதை ஆண்டவனைத் தவிர வேறுயாராலும் கணித்துச்சொல்ல முடியாதாகையால் அவர்களுடைய அந்தச் செயலுக்கும் முதலியாருக்கும் எந்த விதத்திலும் சம்பந்தமிருக்க முடியாதென்றும் பேசி அவனை ஒருவழியாகச் சமாதானப்படுத்தி விஷயம் கச்சேரிக்குப் போய் ரீடுக்கும் அவர் மூலமாகக் கோட்டைக்கும் அறிவித்தாக வேண்டிய அறிக்கையாக மாறிவிடாமல் தடுத்துவிட்டேன், க்ரஹாமுக்கும் தான் புதிதாகப் பொறுப்பேற்றுக்கொண்ட தாலுகாவில் இம்மாதிரியான அமானுஷ்யமான பயங்கள் உருவாகி நெளிவது

தெரிந்தால் தன் கீர்த்திக்கு ஹானியேற்படக்கூடுமென்கிற தயக்கமிருந்ததால், திவான் திரும்பி வந்த பிறகு அவரைக் கலந்துபேசி அவருடைய ஆலோசனையின்படி, ஜனங்களிடையே ஏற்பட்டிருக்கும் பீதியைப் போக்கும் பொறுப்பை முதலியார் ஏற்றுக்கொள்வதாக இருந்தால் அவரைப் பிரச்சினையிலிருந்து விடுவித்துவிடுவதில் தனக்கும் ஆட்சேபணையில்லையென்று சொல்லிவிட்டான், (இதைக்கூட தன்னை மனதில் வைத்துக்கொண்டேதான் கூறியதாகத் தன்னிடம் க்ரஹாம் சொன்னாரென்று கெங்கம்மா தன்னிடம் தெரிவித்ததாக முதலியார் பின்பொருநாள் என்னிடம் சொன்னார்), முதலியார் இந்த ஏற்பாட்டிற்குச் சம்மதித்துவிட்டு ராயக்கோட்டை திரும்பியதும் முதல் வேலையாக துர்வாசர் குகையில் பதுங்கிக்கொண்டிருந்த பைராகிகளில் ஒருவனை வீட்டிற்கு வரவழைத்து அவனிடமிருந்து வாங்கிய மந்திரித்த எலுமிச்சம்பழங்களைக் கோட்டைக்கு அனுப்பாமல் தன்னிடமே தக்கவைத்துக்கொண்டிருந்த ஐந்தாவது இரவாளனை அழைத்து அவன் கையில் கொடுத்து அன்றிரவு அவன் துர்க்கத்தின் மேல் ஏறிச் செல்லும்படியும், சுனைகளிலிருந்து குரல்கள் அவர்களுடைய குடும்பங்களைப் பற்றிக் கேட்கும்போது அவர்கள் வேலூர்க் கோட்டையில் ராஜாவிடம் ஒய்வூதியம் வாங்கிக்கொண்டு சௌக்கியமாக இருக்கிறார்கள் என்று பயப்படாமல் சொல்லிவிட்டு எலுமிச்சம்பழங்களையும் சுனைகளில் எறிந்துவிட்டுக் கீழிறங்கும்படியும் யோசனை சொல்லி அனுப்பிவைத்தார், உண்மையில் புதையல் என்று ஒன்று இருக்குமானால் அதை அடைவதற்கு முழுத் தகுதியும் உள்ளவர்தான் அவர், கோழைத்தனத்தில் மட்டுமல்லாமல் தந்திரத்திலும் நரியின் குணம் அவருக்கு இருந்தது (எதிராளியானவன் உன்னை அதிகாரியினிடத்திற்குக் கொண்டுபோகிறபோது வழியிலேதானே அவனிடத்திலிருந்து விடுதலையாகும்படி பிரயாசைப்படு), மறுநாள் காலை துர்க்கத்திலிருந்து கீழே இறங்கிவந்த அந்த இரவாளன் தான் அவ்விதமே பதில் சொன்னதாயும் அதற்குப் பிறகு அந்தக் குரல்கள் அடங்கிவிட்டன என்றும் முதலியாரிடம் தெரிவித்தான், ஊரார் இதை நம்பினார்களென்று இதுவரையில் எனக்குத் தோன்றவில்லை, ஆனால் தனியே துர்க்கத்தின் மேலேறிச் சென்ற அந்த இரவாளன் உயிருடன் கீழே இறங்கியதொன்றே அவர்கள் தொடர்ந்து அந்த இடத்தில் பயமின்றிப் புழங்கப் போதுமான சாட்சியாக இருந்தது, தன் கௌரவத்தைக் காப்பாற்றிய அந்த இரவாளனுக்கு முதலியார் தானிய மூட்டைகளிலிரண்டையும் சில வராகன்களையும் கொடுத்தபோது அதை வாங்கிக்கொள்ள மறுத்துவிட்டு அவன் மௌனமாக அழுதுகொண்டே தெருக்களில் ஓடி மறைந்த காட்சி என் மனதைவிட்டு இன்றளவும் நீங்காமலிருக்கிறது.

நிலவு உச்சியை நோக்கி விரைந்துகொண்டிருந்த நேரத்தில் ஷெஸ்லரின் கதை முடிந்தபோது விருந்தும் திருப்திகரமாக முடிந்திருந்தது. அவர் கடைசியாகக் கொடுத்த பிரெஞ்சுச் சுருட்டை நன்றியுடன் மறுத்துவிட்டு ட்ரிஸ்ட்ராம் அதற்குப் பதிலாகப் புகையிலை வாசனை பிடிக்காத பெண்கள் இரவுப் பொழுதைக் கழிக்க வரும் சமயங்களில் மெல்லுவதற்காக அவர் வாங்கிவைத்திருந்த காய்ந்த வெற்றிலைகளைக் கேட்டு வாங்கி அவற்றுடன் சீவலையும் சிறிது குல்கந்தையும் கலந்து

சத்யபாமாவின் நினைவுகளுடன் வாயில் தரித்துக்கொண்டான். உண்டவுடன் கிளம்புவது நாகரீகமில்லையென்று பிறகு அவன் ஷெஸ்லரின் அழைப்பை ஏற்று அவருடன் அவர் வீட்டின் வெளித்திண்ணைக்கு வந்து சற்றுநேரம் அமர்ந்துகொண்டபோது தன் கதையின் அனுபந்தமாக அவர் தோல்வியில் முடிந்துபோன புதையல் வேட்டையின் பின்விளைவுகளை அவனுக்கு இப்படிச் சொன்னார், புதையல் ஆசை நிகழ்த்திய அசம்பாவிதங்களின் விளைவுகளிலிருந்து சட்டரீதியாக நாங்கள் தப்பித்துக்கொண்டதும் இந்தத் திட்டத்தில் கடைசிவரை என்னை நேரடியாகச் சம்பந்தப்படுத்திக்கொள்வதைத் தவிர்த்துவிட்டிருந்த நான் மனவுறுத்தலிலிருந்தும் என்னைக் கழற்றிக்கொண்டுவிட்டேன், முதலியாரைத்தான் குற்றத்தின் எச்சசொச்சங்கள் மேலும் கொஞ்சக்காலம் அவரை அலைக்கழித்துக்கொண்டிருந்தன, மலையை விட்டுக் கீழிறங்கிவிட்ட அந்த நான்கு இரவாளரினப் பேய்கள் முன்பு சுனையின் நீர்ப்பாதைகளுக்குள் சிக்கிக்கொண்டபோது அவற்றின் நினைவுகளிலிருந்து அவை மனிதர்களாயிருந்தபோது நடமாடிய தரைத்தடங்களின் ஞாபகங்கள் அழிந்துபோய்விட்டிருந்ததால் தங்களிடத்திற்குத் திரும்பிப்போகத் தெரியாமல் பூவத்திப் பாதையிலேயே சுற்றிச்சுற்றி வந்துகொண்டிருக்கின்றன என்றும் அவை இரவுவேளைகளில் அந்த வழியே பயணம் செய்பவர்களிடம் தங்களுடைய குடும்பங்களைக் காட்டச்சொல்லி வழிமறித்து வற்புறுத்துகின்றன என்றும் இயலாதவர்களின் கழுத்தைக் கடித்து ரத்தத்தை உறிஞ்சிவிடுகின்றன என்றும் சில நாட்களுக்குப் பின் ஒரு புதுக்கதை கிளம்பிப் பரவியது, முதலில் இப்படிச் செத்தவர்களில் இந்தியர்கள் யாரும் கிடையாது என்பதை விசேஷமாக யாரும் கவனிக்கவில்லை, இந்தச் சமயத்தில் முதலியாரை அவர் விரும்பிய பட்டேல் உத்தியோகமும் வந்தடைந்திருந்தது, அவர் ஜனங்கள் மனதிலிருந்து பணத்தாசை பிடித்தவனென்கிற தன்னுடைய பழைய பிம்பத்தை அழித்துவிட்டுத் தர்மவான் என்கிற புதிய பிம்பத்தைப் பதிக்கத் தன்னாலானவரை போராடிக்கொண்டிருந்தார், பறைச்சனங்களுக்கும் அகதிகளுக்கும் தன் நிலங்களிலும் சர்க்கார் நிலங்களிலும் பணிவாய்ப்புகளை ஏற்படுத்தித் தந்தும், உணவுச்சாலையுடன்கூடிய தர்மச்சத்திரங்களை நடத்தியும், மலையாளிகள், போயர்களின் திருமணங்களுக்குப் பொருளுதவி செய்தும், லம்பாடிகளுடன் பேசி ஊருக்குள் அவர்களுடைய அச்சுறுத்தும் பிரவேசங்களைக் கட்டுப்படுத்தியும் தன்னாலான நல்லதைச் செய்து மனச்சாட்சியின் உறுத்தலைத் தணிக்கவும் முயன்றுகொண்டிருந்தார், ஆனால் என்ன முயற்சி செய்தும் சூரியன் உச்சியை விட்டுக் கீழிறங்கத் தொடங்கிய பிறகு ராயக்கோட்டை கிருஷ்ணகிரிச் சாலை ஆளரவமற்று ஓய்ந்துபோய்விடுவதை, இந்தியர்களுடைய பேய்களெல்லாம் அவர்களுடைய மனப்பிராந்திகளன்றி வேறில்லையென்றும், கிறிஸ்துவைத் தவிர வேறு கடவுளில்லையென்பதால் சாத்தானைத் தவிர வேறு பேய்களும் உலகில் இருக்க முடியாதென்றும் நம்பும் கம்பெனி சர்க்காரிடம் பிரச்சினையை எடுத்துச்சொல்லி அவர்கள் உதவியுடன் பலமுறை மாலை வேளைகளிலும் இரவு நேரங்களிலும் வலுக்கட்டாயமாக மனித நடமாட்டங்களை நிகழ்த்திக்காட்டிய பிறகும், அவரால் தடுத்து நிறுத்த

முடியவில்லை, ஒவ்வொருமுறையும் பயணிகளுடன், அவர்களேயறியாமல் மாறுவேடத்தில் கூட வரும் சிப்பாய்களையும் காவலர்களையும் பேய்கள் எளிதாக அடையாளம் கண்டுகொண்டுவிடுகின்றன என்றும், மேலும் எத்தனை நாட்களுக்குத்தான் அவர்கள் இப்படித் தங்களுக்குத் துணையாக வந்துகொண்டிருக்க முடியுமென்றும், சுல்தான் இருந்தால் தங்களை இப்படிச் சாகவிட்டு வேடிக்கைபார்த்துக்கொண்டிருப்பாரா என்றும் வேர்க்க விறுவிறுக்க பாதையைக் கடந்துவந்து பகலின் எல்லையைத் தொட்டுக்கொண்டிருந்த ஜனங்கள் சர்க்காரைக் கேள்விகேட்கத் தொடங்கிவிட்டார்கள், வெறிச்சோடிப்போன பூவத்திப் பாதையைத் தன் மறுமை வாழ்வின் உருவகமாக எண்ணி நிம்மதியிழந்துபோன முதலியார் ஒவ்வொருநாளும் அந்த வருத்தத்தில் செத்துச்செத்துப் பிழைத்துக்கொண்டிருந்தாரென்றால், அந்தப் பாதைபற்றிய நம்பிக்கை, அது உண்மையோ பொய்யோ, மதியவேளையிலிருந்து காலப்போக்கில் முன்னால் நகர்ந்து பகல்பொழுதிற்குள்ளும் நுழைந்துவிடுமானால் பூவத்திப் பாதையில் கள்ளியும் கருவேலமும் முளைத்து, பிரிட்டிஷ் சமஸ்தானத்தின் மேற்கெல்லையும் அதன் காவல் கோட்டையுமான ராயக்கோட்டை மெதுமெதுவே பாரமஹாலை விட்டு விலகி எளிதில் அணுக முடியாத பாலகாட் நிலத்திற்குள் சென்றுவிடவும், அதுவே பிறகு கிருஷ்ணகிரிக்குள் எதிரிகளின் தடையற்ற பிரவேசத்தை வருந்தியழைக்கும் வாயிலாக மாறிவிடவும் சாத்தியங்களுண்டேயென்று யோசித்து உண்மையிலேயே அந்தப் பாதையில் பேய்கள் ஏதும் உலாவுகிறதா என்பதைக் கண்டுசொல்ல க்ரஹாம் ஏற்பாடு செய்த பத்துப்பதினைந்து சிப்பாய்களின் இரண்டு வாரகால சிறப்புப் பாரா அவருக்கு மேலுமொரு தலைவலியைக் கொண்டுவந்தது, பாரா முடிந்து சிப்பாய்கள் குடைச்கச்சேரிக்குச் சமர்ப்பித்த அறிக்கையில், உண்மையில் நாங்கள் கிருஷ்ணகிரி ராயக்கோட்டைச் சாலையில் இந்த நாட்களில் பேய்களெதாலும் வழிமறிக்கப்படவில்லை, ஆனால் அதன் காற்றில் பொருள் விளங்காத முணுமுணுப்புகளையும், பிடரியைத் தீய்க்கும் கண்காணிப்பின் உஷ்ணத்தையும் ஒவ்வொரு மதியப்பொழுதிற்கும் பிறகு, மறுநாள் காலைவரை உணர்ந்துகொண்டேதானிருந்தோம், இந்தக் குரல்களுக்கும் பார்வைகளுக்கும் உருவம் உண்டு என்பதுதான் எங்களுக்குக் கவலையளிக்கக்கூடிய விஷயமாக இருந்தது, பேய்க்கதைகளினடியில், அந்தச் சாலையின் வெறிச்சிடலைப் பயன்படுத்திக்கொண்டு வேறு குற்றங்கள் நடக்கின்றனவா என்பதை நாம் கண்டுபிடித்தாக வேண்டுமென்று நாங்கள் அரசை வற்புறுத்த வேண்டியிருக்கிறது, மேலும் இதுவரையில் அவற்றால் கொல்லப்பட்ட நான்கைந்து துரதிர்ஷ்டசாலிகள் அனைவரும் ஆங்கிலேயர்கள் என்பதையும், ஆம்பூர், புலிக்கோடு ஆகிய இடங்களில் சமாதானத்திற்குப் பின்னும் சுல்தானுடைய படைகள் லூட்டிகளிலீடுபட்டு மாட்சிமை பொருந்திய மன்னராட்சியின் அமைதிக்குப் பெரும் பங்கம் விளைவித்துக்கொண்டிருப்பதாக அவ்வப்போது நமக்கு வந்துகொண்டிருக்கும் தகவல்களையும் இந்தயிடத்தில் இணைத்துப் பார்த்தோமானால் ராயக்கோட்டைப் பாதையின் பேய்க்கதைகளுக்குப் பின்னால் சுல்தானின் முன்னாள் காரகரான பல்குணம் முதலியாரின் குறும்பு ஏதும் இதில் உண்டா என்பதும் அந்தச் சாலையை முழுநேரப்

புழக்கத்திற்குக் கொண்டுவரும் முயற்சியில் அவர் நம்முடன் ஒத்துழைப்பது தன் மேல் சந்தேகம் வராமலிருக்க அவர் அரங்கேற்றும் நடிப்பா என்பதும் தெரிந்துவிடும் என்று சொல்லியிருந்தார்கள், விளைவாக, திவானும், அரசாங்க வக்கீலும், நீதிபதியும் குடைக் கச்சேரியில் வைத்து மேற்கொண்ட தொடர்ந்த விசாரணைகளால் முதலியார் மிகவும் மனம் புண்பட்டுப்போய்விட்டார், அந்த நேரத்திலும் அவர் என்னை அந்தப் பரிதாபக் காட்சிகளுக்குள் இழுத்துவிட்டுத் தன் மேலிருந்த பழியைப் பங்கிட்டுக் குறைத்துக்கொள்ளவோ அல்லது தனிப்பட்ட முறையிலேனும் என்னைச் சந்தித்துத் தன்னை இப்படியொரு சிக்கலில் மாட்டிவிட்டதற்காகப் பழித்துரைக்கவோ முயலவேயில்லை, அத்துணை பெருந்தன்மை அவருக்கிருந்தது, பேய்ப்பாதை விவகாரத்தில் நிஜமாகவே அவருக்கு, அவர்தான் அதன் காரணகர்த்தா என்றாலும், நேரடியான சம்பந்தம் எதுவும் இருக்கவில்லையென்பதால் விசாரணைகளில் பெரிய பலன்களேதும் கிடைத்துவிடவில்லை, சில நாட்களுக்குப் பிறகு பூவத்திக் காட்டின் அடர்த்தியைப் பயன்படுத்திக்கொண்டு ரகசியமாக அதிகரித்துக்கொண்டிருந்த கள்வர்களின் நடமாட்டமே பேய்களின் நடமாட்டமாக ஊர் மக்களிடையே பரவயிருக்கிறது என்றும், ஆங்கிலேயர்கள் எல்லோருமே அதிகாரிகளென்றும் பணக்காரர்களென்றும் நம்பும் அந்தப் புராதனக் கள்வர்கள் பாதையை வெறுங்கையோடு கடக்க எத்தனிக்கும் ஆங்கிலேயக் கடைநிலைச் சிப்பந்திகளைக்கூட வழிமறித்து மிரட்டியும், அது வெளியே தெரியக் கூடாதென்பதற்காகச் சிலவேளைகளில் கொன்றும்விடுகிறார்களென்பதை ஆட்சியர் அலுவலகமும் ஆஹாவென்று தெரிந்துகொண்டது, இந்தக் கண்டுபிடிப்புகளிலெதுவும் பழைய பேய்களின் இருப்பை மறுக்கும் வாதங்களைக் கொண்டிராததால் உள்ளூர்க்காரர்கள் யாரும் பூவத்திக் காட்டிற்குள் நுழைந்து அந்தக் கள்வர்களைக் கண்டுபிடிக்கச் சிப்பாய்களோடு ஒத்துழைக்கத் தயாராக யில்லை, சாதித் தலைவர்களைச் சந்தித்துப்பேசி அவர்கள் மூலமாகப் பிரச்சினையைத் தீர்த்துக்கொள்ளலாமென்றால் மிருகங்களோடு மிருகங்களாக ஒளிந்திருந்தபடி பயணிகளைக் கண்காணித்துக் கொண்டிருந்த கள்வர்களின் குற்றப்பரம்பரை எதுவென்பதைக் கண்டுபிடிக்கவேனும் கானகத்தினுள் புகுந்து பார்ப்பதற்கு, புதிய நிலமான பாரமஹால் பள்ளத்தாக்கு சரித்திருந்த வனங்களின் சுழிகளையும் முடிச்சுகளையும் அப்போதுதான் குழந்தை நடைபழகுவதைப் போல அறிய முயன்றுகொண்டிருந்த, கம்பெனி அரசாங்கத்திற்கும் தைரியமிருக்கவில்லை, என்றாலும் முதலியார் விசாரணைகளிலிருந்து விடுவிக்கப்பட்டுவிட்டார், துர்க்கத்துச் சுனைகள் பற்றிய பேச்சைப் பிறகு அவர் எடுக்கவேயில்லை, சொர்ணப் புதையலின் மீதான ஆசையை நானும் ஒழித்துக் கட்டிவிட்டேன், தங்கத்தைத் தர மறுத்துவிட்டாலும் பாலேஸ்வரி நட்பென்கிற செல்வத்தை எங்களுக்குத் தந்தாளென்று நினைத்து, அதையே புதையல் வேட்டையில் எங்களுக்குக் கிடைத்த வெற்றியாயும் நினைத்து நாங்களிருவரும் சந்தோஷப்பட்டுக்கொள்வதோடு நிறுத்திக்கொண்டுவிட்டோம்.

ஷெஸ்லர் சொன்ன கதை ட்ரிஸ்ட்ராம் ராயக்கோட்டை வருவதற்குப் பல மாதங்களுக்கு முன்பே நடந்து முடிந்துவிட்டதென்றாலும் அவர்

அதைச் சொல்லி முடித்தபோது அந்தக் கதையில் ஏதோவொரு விதத்தில் தான் நேரடியாகச் சம்பந்தப்பட்டிருப்பதான உணர்வை அது அவனுக்குத் தந்தது. அவன் இருட்டுச் சத்திரத்தின் கதையைப் புரிந்துகொண்டதைப் போலவே புதையல் வேட்டைக் கதையையும் கிரிஃபித்தின் பார்வையில் பார்த்துத் தன் மனத்தோலின் எந்த இடத்தை ஷெஸ்லரின் வார்த்தைமுள் குத்தி அதை வருத்திக் கொண்டிருக்கிறதென்பதைக் கண்டுபிடித்துவிட விரும்பினான். ஆனால் வாணியம்பாடிக்குள் நுழைவதற்கு முன்பு இருந்ததைப் போன்ற, சிந்தனைகளைச் சுதந்திரமாகப் பல விஷயங்களின் மேல் மேய அனுமதிக்கும் நிர்மலமான ஸ்திதியில், அவன் மனம் அப்போதும் இருக்கவில்லை. காரணம், விருந்தின்போதும் பிறகும் பல சமயங்களில் பேச்சினூடே ஷெஸ்லர் அடிக்கடி குறிப்பிட்டுக்கொண்டேயிருந்த கெங்கம்மாவின் பெயர். அது அவனுடைய உடல்நிலைபற்றின பழைய பயத்தை அவனுள் மறுபடி கிளப்பிவிட்டுவிட்டிருந்தது. எந்தத் திசையைத் தவிர்ப்பதற்காக அவன் அந்த மாலைப்பொழுதைத் தனக்கு அறவே பிடிக்காத ஷெஸ்லருடன் கழித்தால் பரவாயில்லையென்று முடிவெடுத்தானோ அந்தத் திசையை நோக்கியே விருந்து முடிந்து அவரிடம் விடைபெற்றுக்கொண்டு தெருவிலிறங்கியதும் அவன் கால்கள் அவனை வலிந்து இழுத்தன. கோட்டைத் தெருவை அடையும்வரை எப்படியோ தன்னைச் சமாளித்துக்கொண்டுவிட்ட அவன் அதன் துவக்கத்திலேயே தயங்கிநின்று தெருவின் கடைசியில் இருக்கும் மீனவிலாஸத்தைச் சற்றுநேரம் உற்றுப் பார்த்துக்கொண்டேயிருந்தான். பிறகு வழியில் ஆங்காங்கே அவனை நெருங்கியும் விலகியும் நடமாடிக்கொண்டிருந்த வழிப்போக்கர்கள் திடுக்கிட்டுத் திரும்பிப்பார்க்கும்படியாகத் திடீரென்று திரும்பி பதைக்கும் மனதோடு ராமஞ்சேரியை நோக்கிச் சென்று விட்டான். அகாலநேரத்தில் தன் குடிசைவாசலில் வந்து நின்ற அவனைக் கண்டு கெங்கம்மா ஆச்சரியப்படவில்லை. தன் வீட்டுக் கதவைத் தட்டக்கூடியவர்கள் என்று அவள் எதிர்பார்த்துக்கொண்டிருந்த சிலபல ஆண்களில் ட்ரிஸ்ட்ராமும் ஒருவனாகத்தான் இருந்தான். பெண் தன் முலைகளையும் உதடுகளையும் ஒருமுறை சுவைக்கத் தந்த பின் பார்வையிலிருந்து தன்னை முற்றாக மறைத்துக்கொண்டுவிடுவது ட்ரிஸ்ட்ராமைப் போன்ற ஒரு பலவீனமான ஆணுக்கு எத்தனை பெரிய தவிப்பைத் தருமென்பதை அவள் அறிந்தேயிருந்தாள். மேலும் தன்னுடைய காய்ச்சலை, கருத்த ஜனங்கள்பற்றின பயத்தையும் பொருட்படுத்தாது, சேரியை நோக்கித் தன்னை அழைத்துச் செல்ல ஒரு நல்ல கைக்கழியாக அவன் பயன்படுத்திக்கொள்வான் என்பதும் அவளறியாததாயிருக்க வில்லை. எனவே அவள் மூன்று நாட்களுக்கு முன் அவன் அங்கே வந்திருந்தபோது அவனை நெருங்கியும் தொட்டும் விரட்டியடித்த பறையர்களிடம்கூட அவன் பயந்துபோனதைப் பற்றி எடுத்துச்சொல்லி கிணற்றடியிலும் தோல் பட்டறையிலும் பாலேஸ்வரியம்மன் கோயில் முன்பும் குழுமியிருந்த அவர்கள் தங்கள் பார்வையாலன்றி உடலால் அவனை அணுகவோ தொடரவோ முயற்சிக்காதபடி தடுத்து அவன் வரும் பாதையைக்கூடச் சுத்தம் செய்துவிட்டிருந்தாள்.

ஆனால் சம்பவங்கள் நடப்பதற்கு எப்போதும் பலருக்குப் பொதுவான ஒற்றைக் காரணமே இருப்பதில்லை. ட்ரிஸ்ட்ராம் வந்ததிலிருந்து

அவளுடைய காய்ச்சலின் தன்மைகளைப் பற்றி தேவைக்கு அதிகமாகவே பயத்துடன் விசாரித்துக்கொண்டிருந்ததும், தன்னுடைய கண்களைப் பற்றி, கேட்பவர்கள் மனதில் தள்ளாமையை ஏற்படுத்தும், அதீத அக்கறையுடன் வினவியதோடு அகல்விளக்கைத் தன் முகத்திற்கருகே உயர்த்திப் பிடித்து இமைகளைப் பிதுக்கி மண்ணில் ஊசியைத் தவறவிட்டவனைப் போல விழிகளின் உட்பக்கத்தை உற்றுப்பார்த்து ஆராய்ந்ததும் அவள் மனதின் சிருங்காரக் கற்பனைகளை அழித்துக் கலக்கத்தை உண்டாக்கவே, நோயுற்ற தன் தாயின் தூக்கம் கலைந்துவிடாமல் பேசிக்கொண்டிருக்கலாமென்று அவனை உடைவேலிக்கப்பால் ராணுவம் முகாமிட்டிருக்கும் வயற்புறத்தைப் பார்த்து விரிந்திருந்த சேரியின் பின்பக்கம் கூட்டிச்சென்று அவன் தன்னை அப்படிக் கவனிப்பதற்குக் காரணமென்னவென்று வினவினாள். ட்ரிஸ்ட்ராம் பல வருடங்களாகத் தன் மனதில் கல்போல தங்கிக் கனத்துக்கொண்டிருந்த தன் கயமைத் தனத்தின் கதையை முதன்முறையாகக் கெங்கம்மாவிடம் அவள் கேள்வியை முன்வைத்துக் கொட்டித் தீர்த்துக்கொண்டான். சிறுவயது முதலே அவன் தன்னுள் வளர்ந்துக்கொண்டிருந்த தீரச்செயல்களின் மீதான ஆசையை, அதை வெளிப்படுத்தவியலாமல் பிள்ளைப்பாசத்தால் மார்த்தா அவனைக் கட்டுப்படுத்திவைத்திருந்ததை, அந்தக் கட்டுப்பாடே அதை மீறுவதே பெரியதொரு சாகஸச் செயலென்று நினைக்கும் மனோபாவத்தை அவனுள் வளர்த்துவிட்டதை, அதற்கு எலினார் என்கிற அப்பாவிப் பெண் பலியான பரிதாபத்தை, தன் தோள் மேல் ஏற்றப்பட்டுவிட்ட குற்றவுணர்வென்னும் சிலுவையை இறக்கிவைப்பதற் காகவே அவளைக் கூட்டிக்கொண்டு அவள் பார்வையை மீட்டுக்கொண்டு வரும் மருத்துவச்சாலைகளைத் தேடி அவன் அலைந்ததை, பாரீஸில் நடந்த கலவரத்தை, அதன் விளிம்பில், பிணம் கிடத்தப்பட்ட கட்டிலின் மேல் அவளுடன் உறவுகொண்டு அவளைக் கர்ப்பவதியென்று நினைக்க வைத்து ஏமாற்றி, மற்றொரு பாவத்தைச் செய்த குற்றவுணர்வையும் அவன் தன் மேல் இழுத்துப்போட்டுக்கொண்ட பரிதாபத்தை, கடைசியில் அவனுடன் இணைந்த மறுநாளே தான் காய்ச்சலில் விழுந்துவிட்டதை அறிந்ததும் அதைத் தன் மனைவியினுடைய கண்நோயுடன் ஒப்பிட்டுக் கற்பனை செய்துகொண்டு அவன் நிம்மதியிழந்து தவித்த கதையைத் திறந்த வாய் மூடாமல் கேட்டுக்கொண்டிருந்த கெங்கம்மா பார்வை மங்கும் அந்த நேரத்தில் அத்தனை தூரம் நடந்துவந்து தன்னை அவ்வளவு அக்கறையாக அவன் விசாரித்ததெல்லாம் பயத்தினாலும் சுயநலத்தாலும் காரியார்த்த குணத்தாலுமேயன்றி அன்பினாலும் நிஜமான அக்கறையி னாலுமல்ல என்று அறிந்து அவனுடைய அண்மையின் மேல் சலிப்பும் தன் கற்பனைகளின் மேல் அசூயையுமடைந்தாள். அவனுக்குக் குழந்தையில்லாமலிருப்பது இயற்கைதான் என்று அவளுக்குத் தோன்றியது. மூன்று நாட்களுக்கு முன் மீனவிலாஸத்தில் நீங்கள் காய்ச்சலில் பிதற்றிக்கொண்டு கிடந்தபோது நான் கதவைக் சார்த்திவிட்டு வந்து உங்களருகில் வந்து படுத்துக்கொண்டது உங்களுக்கு நினைவிருக்கிறதா என்று அவள் ட்ரிஸ்ட்ராமைக் கேட்டாள். இருக்கிறது என்று பதில் சொன்னான் ட்ரிஸ்ட்ராம். அதன் பிறகு நடந்தவை. என் உடல் அதை நினைவு வைத்திருக்கிறதேயன்றிப் புத்தியில் அந்த நினைப்பு இருப்பதாக

எனக்குத் தெரியவில்லை கெங்கம்மா, காய்ச்சல் என்னை அப்போது அரைப்பிரக்ஞை நிலையில் வைத்திருந்தது, ஏதோ கனவில் நடப்பதைப் போல என் நினைவின்றியேதான் நான் உன் இழுப்புக்கு வளைந்து கொடுத்துக்கொண்டிருந்ததாக ஓர் உணர்வு, ஞாபகத்தின் பார்வை ஏனோ இப்போதும் பஞ்சடைத்துத்தான் போயிருக்கிறது. உண்மையில் துரை, அன்று உங்களுடைய புலன்களும்கூட உங்கள் வசத்திலில்லை யென்பதை நானே கவனித்துக்கொண்டுதானிருந்தேன், நீங்கள் அழுது கொண்டேயிருந்தீர்கள், பல சமயங்களில் நானே என்னை வேறொரு பெண்ணாக உணருமளவிற்கு உங்கள் மனைவியின் பெயரை முனகிக் கொண்டுமிருந்தீர்கள், உங்கள் பிதற்றலையும் நடுக்கத்தையும் அமைதிப் படுத்துவதற்கு நான் மிகவும் சிரமப்பட வேண்டியிருந்தது, அதற்கு முன் என்னிடம் உடல்களைப் பற்றிப் பேசிக்கொண்டிருந்தீர்கள், நானும் உங்களுக்கு எதையாவது பதிலாகச் சொல்ல வேண்டுமென்று அப்போது விரும்பினேன், ஆனால் தெளிவாகத் தொடங்கிய உங்கள் பேச்சு பிதற்றலாக மாறிக்கொண்டிருந்ததால் உங்களை அமைதிப்படுத்த எனக்கு என் உடலைப் பயன்படுத்துவதைத் தவிர வேறு வழி தெரியாமல் போய் விட்டது, உங்கள் கதையைக் கேட்ட பின் இப்போது நான் அந்தப் பதிலைச் சொல்லுவதற்கான சந்தர்ப்பம் வாய்த்திருப்பதாக எனக்குத் தோன்றுகிறது, என்னைச் சற்றுப் பேச அனுமதியுங்கள், அவகாசம் நிறைய இருக்கிறது, துரை, உங்கள் உடலிலும் மனதிலும் மூன்று நாட்களுக்கு முன் கனன்றுகொண்டிருந்த நோயின் வாதையை என்னுள் முழுமையாக வாங்கிக்கொள்ளுமளவிற்கு அன்று நான் உங்களைப் பூரணமாக அனுபவித்தேன், அதற்கு என் காய்ச்சல் சாட்சி, ஆனால் நீங்கள் அன்று, அது சரியான காரணமாயிருந்தாலும், என்னைப் பூரணமாகக் கலக்கவில்லை, சரியாகச் சொல்ல வேண்டுமானால் என் உடலால் நான் உங்களை அறிந்துகொண்ட அளவிற்கு உங்கள் உடலால் நீங்கள் என்னை அறிந்துகொள்ளவில்லை, நான் சொல்வது சரிதானே. சரிதான் கெங்கம்மா, பெண் தன்னைத் திருப்திப்படுத்த வேண்டுமென்று நினைக்குமளவிற்கு ஓர் ஆண் தானும் அவளைத் திருப்திப்படுத்த வேண்டுமென்று நினைக்கத்தான் வேண்டும், அதுதான் புணர்ச்சியின் விதி, உன் தவிப்பு எனக்குப் புரிகிறது, நான் அன்று எப்படி நடந்து கொண்டிருக்க வேண்டுமோ அப்படி நடந்துகொள்ளாததற்காக இப்போது வெட்கப்படுகிறேன். சொல்வது எதையும் வேறொன்றாகப் புரிந்துகொள்வது உங்கள் இயல்பா அல்லது அப்படி உங்களுக்கு யாராலாவது கற்பிக்கப் பட்டிருக்கிறதா என்று எனக்குத் தெரியவில்லை, நான் புணர்ச்சியின் விதிகளைப் பற்றிப் பேசத் தொடங்கவில்லை, உடலை உடலால் அறிந்து கொள்வதென்று நான் சொன்னது என்னுடைய காமத்தை நீங்கள் உங்களுடைய சிசினத்தால் தணிக்க வேண்டுமென்கிற அர்த்தத்தில் இல்லை, துரை, நான் சொன்னது உடலால் மனதை அறியும் கலையைப் பற்றியது, உங்களுக்கு நான் உணர்த்த விரும்புவது உங்கள் மனைவியோடு கலந்தபோதும் உங்கள் உடலால் நீங்கள் அவளை அறிந்துகொள்ளவிடாமல் இப்படித்தான் அகங்காரமென்கிற காய்ச்சல் உங்களைப் படுத்திக் கொண்டிருந்திருக்கிறது என்பதை, அந்தக் காய்ச்சல் காதலையோ காதலின் பரிசான குழந்தைப்பேற்றையோ கருக்கொள்ளச் செய்யும்

ஈரம் வற்றிப்போன மலட்டுத்தன்மை கொண்டது என்பதை, அன்று நீங்களும் முழுப் பிரக்ஞையுடன் என்னைக் கவர்ந்திருந்திருப்பீர்களேயானால் துரை, இன்று இங்கே நீங்கள் இவ்வளவு பதற்றத்துடன் ஓடி வந்திருப்பதற்கு நான் கற்பனை செய்துகொண்டது மட்டும்தான் காரணமாக இருந்திருக்கும், உடலால் அறியப்படாத எதையும் மனதாலும் அறிய முடியாது, இதைத்தான் அன்று நான் எங்கள் தேசத்தின் வறுமையைப் பற்றின உங்கள் வருத்தங்களுக்குப் பதிலாகச் சொல்ல விரும்பினேன், உடல்கள் உரையாடிக்கொள்ளாத ஒரு நாட்டில், உடல்களை அற்பமாக மதிக்கும் ஒரு மண்ணில், மனம் தன் சக்தியை நிரூபித்துவிடவே முடியாது, இந்த மண் இங்கே பிறந்து வளரும் ஒவ்வோர் உடலுக்குள்ளும் ஒரேவிதமான மனதைத்தான் ஊட்டி வளர்க்கிறது, மண்தான் மனங்கள் மூலமாகப் புராணங்களையும் கதைகளையும் கடவுள்களையும் உருவாக்கியிருக்கக்கூடும், உங்கள் நாட்டிலும் அப்படித்தான் இருக்க வேண்டும், இல்லையா துரை, எங்கள் நாட்டிலும்கூட இங்கேயிருக்கக்கூடிய கோடானுகோடி மனங்கள் இங்குள்ள மலைகளை ஒரேவிதமாகத்தான் கற்பனை செய்கின்றன, நதிகளில் ஒரேவிதமான பரவசத்தோடுதான் நீராடுகின்றன, குளிரை ஒரேவிதமான செல்லத்தோடுதான் ஏற்றுக்கொள்கின்றன, குழந்தைகளை ஒரேவிதமான வாஞ்சையோடுதான் கொஞ்சுகின்றன, கண்களை ஒரேவிதமான பிரமிப்போடுதான் ருசிக்கின்றன, மலத்தைக் கண்டால் ஒரேவிதமான அசூயையோடுதான் முகத்தைச் சுளித்துக் கொள்கின்றன, பறவைகளை ஒரேவிதமான ஏக்கத்தோடுதான் பார்த்துப் பெருமூச்சுவிடுகின்றன, ஆணும் பெண்ணும் ஒரேவிதமான சல்லாப வேட்கையைத்தான் கொண்டிருக்கிறார்கள், முதியவர்கள் ஒரேபோலதான் இரக்கமின்றிக் கைவிடப்படுகிறார்கள், நீரை ஒரேவிதமான தாகத்தோடு தான் எல்லோரும் பருகிறார்கள், புழுக்களைக் கொல்வதிலும் பூக்களைக் கசக்குவதிலும் எல்லார் மனமும் திடுக்கிடத்தான் செய்கிறது, வானத்திற்கு மேலேயிருக்கும் உலகத்தை எல்லோர் மனமும்தான் கற்பனை செய்கிறது, பெண்டு பிள்ளைகளைக் காப்பாற்ற எல்லோரும்தான் பாடுபடுகிறார்கள், எல்லோர் வயிறும் உணவைத் தேடி அலைகிறது, எல்லோர் மனமும் சுவையைத் தேடி அலைகிறது, எல்லோர் கண்ணும் அழகைத் தேடி அலைகிறது, எல்லோர் கால்களும் முட்களைத் தவிர்த்து நடக்கவே விரும்புகின்றன, ஆனால் துரை எங்கள் ஊரில் மனம் நினைப்பதை வெளிப்படுத்த சில உடல்களுக்கு மட்டும்தான் உரிமையிருக்கிறது, சில உடல்கள்தான் நான் அன்று உங்களைத் துய்த்ததைப் போல இந்த மண்ணை முழுப் பிரக்ஞையோடு அனுபவிக்கின்றன, திருப்தியுறுகின்றன, பொலிகின்றன, அவற்றைத் தவிர பிற உடல்களெல்லாம் காய்ச்சலில் தன் நினைவற்றுப் பிதற்றிக்கொண்டிருக்கும்படி கைவிடப்பட்டுவிடுகின்றன, உடல்கள் வஞ்சிக்கப்படும் நாடு இது துரை, ஊமையாக்கப்பட்ட வாய்கள், குருடாக்கப்பட்ட கண்கள், தீட்டுப்பட்ட உடல்கள் இறைந்து கிடக்கும் நிலம், அன்று நீங்கள் ஒப்பிட்டதைப் போல நீங்கள் பார்த்த தேசங்களின் வறுமையுடன் இதை அவ்வளவு எளிதாக ஒப்பிட்டுவிட முடியாது, இதற்குப் பெயர் வறுமை இல்லை, ஏழ்மை, வறுமை பருவ காலத்தைப் போல மாறக்கூடியது, வறுமையால் உடல் ஒடுங்குவதில்லை, பொருளில்லாதபோது அது தேடலின் வேட்கையால் தூண்டிவிடப்பட்டு

இயங்கத் தொடங்கிவிடுகிறது, மண் தன் கதையை மாற்றி எழுத நினைக்கும்போது அங்கே உடல்கள் அணிதிரண்டுவிடுகின்றன, உடல்களுடன் உரையாடுகின்றன, அல்லது விவாதிக்கின்றன, அது வாய்ப்பேச்சாலா அல்லது ஆயுதத்தாலா என்பதைப் பொறுத்து நீங்கள் சொன்னதைப் போல பின்பொருநாள் அதற்குப் புரட்சியென்றோ போரென்றோ பெயரிடப்படுகிறது, பெயரன்று முக்கியம், அவை வறுமையைப் பெருமிதத்தோடும் பெருந்தன்மையோடும் ஏற்றுக்கொள் கின்றன என்பதுதான் முக்கியம், அல்லது அவை அவற்றை இடம் மாற்றிக்கொள்ளக்கூடும், ராஜா பிணங்களை எரிப்பவனாகிறான், அல்லது உங்கள் கதையில் வரும் ராஜாவைப் போல வெட்டுக்கத்திக்குப் பலியாகிறான், ஏழை ஒருபிடி அவலைக் கொடுத்துச் செல்வந்தனாகிறான், அல்லது உங்கள் கதையின் ஏழையைப் போல புரட்சி செய்து ஆட்சியைப் பிடித்துக்கொள்கிறான், உடல்கள் பெருமிதத்தோடு சிறை செல்கின்றன, உடல்கள் ஆரவாரத்தோடு அரியணை ஏறுகின்றன, உடல்கள் வெட்டுப்படச் சம்மதிக்கின்றன, ஒரு மண்ணின் ஆன்மாவைச் சுமக்கும் புராணங்களினுடைய தொன்மையைச் சுமந்து திரியும் கம்பீரம் எந்த ஸ்திதியிலும் ஒவ்வொர் உடலிலும் மிளிர்கிறது என்று மீனா எனக்குப் படிக்கக் கொடுத்த மண்மண்டலம் என்கிற ஒரு பழைய ஓலைச்சுவடியில் கண்டிருந்தது, அது துரைமார்களில் தாழ்வுணர்ச்சியும் உயரக்குறைவும் கொண்டவர்களை நான் இதுவரையில் பார்த்ததேயில்லை என்பதைப் போல உண்மை, இங்கே அப்படியில்லை, இங்கே வறுமைக்குப் பதிலாக ஏழ்மைதான் மலிந்திருக்கிறது, ஏழ்மை பொருளின்மையால் ஏற்படுவ தில்லை, பொருளின்மையால் உடலை ஒடுக்க முடியாது, ஏழ்மை உடலை ஒடுக்குகிறது, உடல்களைக் கேவலப்படுத்துகிறது, பறவையைக் கண்டால் பிரமிக்கவும் மலத்தைக் கண்டால் சுளிக்கவும் இங்கே சில முகங்களுக்கு உரிமையில்லை, இந்த மண்ணின் மனதையும் அதன் அற்புதமான கதைகளையும் கடவுள்களையும் உடல்கள் கூறுபோட்டுப் பிரித்துக்கொண்டிருக்கின்றன, எப்போதும் தன்னுடையது பிறனுடையது என்கிற பிரக்ஞையுடனே உடல்கள் இயங்குகின்றன, உடல்கள் கூடி முயங்குவதில்லை, உடல்கள் பிணைவதில்லை, உடல்கள் புணர்வதில்லை, உடல்கள் முழுவதுமாகத் தங்களைத் தருவதில்லை, இரண்டு உடல்கள் சந்திக்கும்போது ஓர் உடல் காய்ச்சலில் வீழ்த்தப்பட்டு விடுகிறது, பெருச்சாளியைப் போல கண்மறைவாக ஓடிப் பதுங்க நிர்ப்பந்திக்கப்பட்டு விடுகிறது, அழுகி ஒழுகுகிறது, முழுமையான சம்போகம் இங்கே கிடையாது, ஆணும் பெண்ணும் அறிந்துகொள்வதில்லை, ராஜனும் குடிகளும் அறிந்துகொள்வதில்லை, அய்யரும் பறையனும் அறிந்து கொள்வதில்லை, துரைகளும் இந்தியர்களும் அறிந்துகொள்வதில்லை, ஏழ்மை ஸ்திரமாக இருக்கிறது, யாரும் யாருக்கும் எந்தப் பருவத்திலும் தன் இடத்தை விட்டுத்தரவோ புதிய உலகை ஸ்பரிசிக்கவோ புதிய உடல்களைப் புணரவோ விரும்புவதில்லை, தனித்தனியான உடல்கள், அவை அணிதிரள்வதில்லை, கம்பீரம்கொள்வதில்லை, அவை சரித்திர மெங்கிலும் விதிக்கப்பட்டிருக்கும் தாழ்வுணர்ச்சியில் புழுங்கிப் புழுப் பிடித்து நெளிகின்றன, கழிவுக் குட்டைகளில் உழன்று நாறுகின்றன, பிறிதொரு பெண்ணின் தூமை ரத்தத்தை வெட்கமில்லாமல் கட்டிக்

கொண்டு திரிகின்றன, உடல்களுக்கு இங்கே மதிப்பில்லை, அவை கொல்லப்படுவதில்லை, கொல்லுதல் கொல்லப்படும் உடலுக்குப் பெருமை சேர்க்குமென்பதால், அவை அவமானப்படுத்தப்படுகின்றன, சவரக்கத்தியின் திறமையைச் சோதிக்க முலைகளைக் கொடுக்கும்படி நிர்பந்திக்கப்படுகின்றன, உங்களுக்கு ஒரு விஷயம் தெரியுமா, என் வீட்டுக்கதவை நீங்கள் தட்டிய கணத்தில் அது அதோ எதிரே தெரியும் ராணுவ முகாமிலிருந்து யாரோ ஒரு முகந்தெரியாத, மேகநோய் பீடித்த மனிதனாயும் இருக்கக்கூடுமென்றுதான் நான் எதிர்பார்த்தேன், இந்தச் சேரியில் எத்தனை வீட்டுக் கதவுகள் ஒரு முலை மேல் புருஷனையும் இன்னொரு முலை மேல் வேசி மகன்களான சிப்பாய்களில் ஒருவனையும் போட்டுக்கொண்டு இருட்டில் அழுதபடி தொடையிடுக்கை ரணமாக்கிக் கொண்டிருக்கும் பெண்களின் அவமானத்தை யாருக்கும் தெரியாமல் மறைத்துக்கொண்டிருக்கின்றன, அல்லது மறைப்பதாக பாவனை செய்து கொண்டிருக்கின்றன, யார் சண்டையிட்டாலும் யார் ஜெயித்தாலும் வெற்றியின் சுரோனிதத்தைப் பீய்ச்சியடிக்கும் சாக்கடைகளாக ஆக சேரிப் பெண்களின் யோனிகள்தானே விதிக்கப்பட்டிருக்கின்றன, அதில் ஒரு பெரிய வேடிக்கை என்னவென்றால் துரை, சண்டையில் ஆயிரம் பேர்களை வெட்டி வீழ்த்திவிட்டதாக மார்தட்டிக்கொள்ளும் இந்தச் சிப்பாய்களில் ஒருவனுக்குக்கூட சேரியைத் தாண்டி ஊருக்குள் நுழையும் தைரியம் கிடையாது, அங்கே இன்னும் சிவந்த தொடைகளும் ஆரோக்கியமான யோனிகளும் இருக்கின்றன, வெட்கமோ பயமோ அறியாதது என்று சொல்லப்படும் காமத்திற்குக்கூட உடல்களைப் பிரித்தே இழிவுபடுத்தும் பிரக்ஞையிருக்கிறதென்றால் மனம் மனம் என்று பேசும் இங்கே பேதங்களின் மீதான பிரக்ஞை எந்த அளவிற்கு ஊறிப் போயிருக்கிறது பாருங்கள், உண்மையில் இங்கே யாரும் மனங்களைப் பற்றிப் பேசவில்லை, பேசிப்பேசி இவர்கள் உருவாக்கி வைத்திருப்பவையெல்லாம் பின்னமுற்ற உடல்களைத்தான், இவர்கள் நாவைக் கத்தரிக்க வேண்டும், கத்தரித்து எல்லோருக்குமாகக் கற்பனை களைப் பகிர்ந்தளித்துக் கொண்டிருந்த இந்த மண்ணின் ஆதி மனதை, அதன் மௌனத்தை இங்கே கொண்டுவர வேண்டும், அதை இவர்கள் உருவாக்கி வைத்திருக்கும் உடல்கள் மூலமாகவேதான் செய்தாக வேண்டும், உடல்களைத் தட்டியெழுப்ப வேண்டும், உடல்களைக் காதலிக்க வேண்டும், உடல்களை வித்தியாசமழிந்துபோகும்படி இழைக்க வேண்டும், காய்ச்சல்களின் அவஸ்தைகளின்றிப் புணர வேண்டும், உடலின் மூலமாகவே மனதை அறிய முடியுமென்று உணர வேண்டும், உடல்களைத் திரட்ட வேண்டும், உடல்களிலிருந்து நோய்களை விரட்ட வேண்டும், இந்த மண்ணின் மனதைப் போல இதன் உடல்களும் மண்ணின் பிரதிநிதிகளாக வேண்டும், ஆ, துரை அவை எத்தனை புதிய உலகங்களைக் கற்பனை செய்யும், எத்தனை புதிய பறவைகளைப் பறக்கவிடும், எத்தனை புதிய நிலவுகளை ஒளிரச் செய்யும், எத்தனை புதிய குழந்தைகள், எத்தனை புதிய பூக்கள், எத்தனை புதிய கடல்களையும் நதிகளையும் அவை நிரப்பும், எத்தனை புதிய பெண்கள், எத்தனை புதிய கதைகள், மனம்தான் சகலமும் என்று நம்பி உபதேசித்துவிட்டுப்போன பரதேசிகளெல்லோரும் பாவம் எவ்வளவு பரிதாபமானவர்கள்,

அவர்களும்கூட இவர்களின் பேச்சுக்குள் சிக்கிக்கொண்டவர்கள்தான் துரை, உண்மையில் உடல்கள்தான் சகலமும், நீங்கள் அன்று சொன்ன தேசங்களில் அதுதான் நடந்திருக்கிறது, இங்கே அது நடக்க இன்னும் எத்தனை காலம் ஆகுமோ தெரியவில்லை, இங்கே அடக்கப்பட்ட உடல்களை எழுந்திருக்க முடியாத அளவிற்குத் தாழ்வுணர்ச்சி பீடித்துக் கொண்டிருக்கிறது, உடல்கள் நிகழ்த்திய உன்னதங்கள் மறைக்கப் பட்டிருக்கின்றன, இவர்கள் தங்களுக்குச் சரித்திரம் கிடையாதென்று நம்பிக்கொண்டிருக்கிறார்கள், பிராமணனின் பங்காளியான ஆதிப்பறையனின் கதை இவர்களிலேயே எத்தனை பேர்களுக்குத் தெரியும், மீனா ரகசியமாகக் கொண்டுவந்து கொடுத்த யோகராஜாக்களின் கதைச்சுவடியில் இருக்கிறது, இவர்களுடைய சரித்திரம் இவர்களுக்குத் தெரிய வேண்டும், இவர்களுடைய கதைகளிலிருந்துதான் அந்தச் சரித்திரம் தோண்டியெடுக்கப்பட வேண்டும், அல்லது இவர்களே இவர்களுக்கான சரித்திரமொன்றை சிருஷ்டித்துக்கொள்ள வேண்டும், நீங்கள் சொன்ன தேசத்தில் உடல்கள் புதிய சரித்திரமொன்றைத் தங்களுக்கென்று உருவாக்கிக்கொள்ளவில்லையா, அதைப் போல, எதாவது நடக்க வேண்டும் துரை, அதுவரையில் கெங்கம்மாக்களின் உடல்கள் தரும் அற்புதமான கேளிக்கையை அனுபவிக்கவே முடியாத மலட்டுப் பிதற்றல் களும், அவர்களுடலைச் சின்னாபின்னப்படுத்தித் தினவைத் தீர்த்துக் கொள்ளும் போர் வெறியும்தான் இந்த நிலமெங்கும் இறைந்து கிடக்கும்.

பா. வெங்கடேசன்

செல்லி

போரும் புரட்சியைப் போல உடல்களின் எழுச்சிதானே கெங்கம்மா. போர் எப்படி உடல்களின் எழுச்சியாக இருக்க முடியும், இரண்டிலுமே களத்தில் முதற் பலியாவது கீழ்நிலை மக்கள் என்பதன்றி, இரண்டிலும் ஆயுதங்கள் புழங்குவதாகவேயிருந்தாலும் புரட்சி என்பது போரினின்று வேறுபட்ட ஒன்றாகத்தான் இருக்க முடியும், நான் என் இரண்டாவது வயதிலிருந்து போரைப் பார்த்துக் கொண்டிருக்கிறேன், அங்கே களத்தில் பொருதும் உடல்களை உருவாக்குவது ஆணையிடும் ஒற்றைக்குரல், ஆனால் துரை, வார்த்தையழிந்த மனதைப் பிரநிதித்துவப்படுத்தும் உடல்கள் பொருதுவதில்லை, அவை பொருந்திக்கொள்ளத்தான் முயற்சிக்கும், முழக்கங்களால் தூண்டப்படும் உடல்களுக்கு உணர்ச்சி கிடையாது, அவை பீரங்கிகளைப் போல, துப்பாக்கி களைப் போல, ஏவுகணைகளைப் போல, உலக்கைகளைப் போல இலக்கைச் சென்று தாக்கும் இயந்திரங்களேயன்றி வேறில்லை, முழக்கங்கள் உருவாவதற்கு முன்பே உடல்கள் இணைய வேண்டும், இணைந்த உடல்களே பிறகு தங்களுக்கான முழக்கங்களை உருவாக்கிக்கொள்ள வேண்டும், அதுதான் புரட்சி என்பதாக இருக்கும், பிரெஞ் சுக்காரர்களின் தேசமொன்றில் நீங்கள் பார்த்ததாகச் சொன்ன புரட்சி அப்படித்தான் நடந்திருக்க வேண்டும் இல்லையா, போர் மனிதனின் பேராசையென்றால் புரட்சி மண்ணின் விருப்பமாக இருக்கும், ஜனங்களனைவருமே மண்ணின் பிள்ளைகளாதலால் ஒவ்வோர் உடலின் அழிவிற்கும் தன்னைப் பொறுப்பாளியாக்கிக்கொள்ளும் பெருந்தன்மை புரட்சி எனப்படுவதற்கு இருக்க வேண்டும், அப்போது அதன் முழக்கத்தில் மெய்யான ஆண்மை யிருக்கும், பிடிவாதமிருக்கும், அரக்கத்தனம் இருக்காது, கலவரத்தின் உச்சியில்கூட அதற்குச் சம்பந்தமற்ற உங்களை யும் உங்கள் மனைவியையும் நண்பர்களையும் உயிரோடு

விட்டுவைக்கும் பரிவு உங்களை நீங்கள் தங்கியிருந்த விடுதியின் பின்புறத் தோட்டத்தில் சந்தித்த புரட்சிக்காரர்களுக்கு இருந்தது என்று நீங்கள் சொல்லவில்லையா, போர் புரட்சியைப் போல அழிவுகளுக்குத் தன்னைப் பொறுப்பாளியாக்கிக்கொள்வதில்லை, அது ஒரு கிழட்டு வேதாளம், அதற்கு யுத்தகளம் என்றோ ஊர்ப்புறம் என்றோ வித்தியாசம் கண்டுபிடிக்கும் பார்வைக் கூர்மை கிடையாது, அது தன்னுடைய சகல அட்டூழியங்களுக்கும் தன்னைச் செலுத்தும் தலைமையைப் பொறுப்பேற்றுக்கொள்ளச் செய்துவிட்டுக் குற்றவுணர்ச்சியிலிருந்து தன்னை விடுவித்துக்கொண்டுவிடுகிறது, விளைவாக அரக்கத்தன்மை அதன் இயல்பாகிவிடுகிறது, நீங்கள் சொன்ன புரட்சியின் கதைக்குப் பதில் கதையாக நானும் போரால் சீரழிந்த ஒரு பெண்ணின் அவலக் கதையைச் சொல்கிறேன் கேளுங்கள், அவள் பெயர் செல்லி, அழகான பெண், மிகவும் துடுக்கான பெண்ணும்கூட, இந்தக் கதை துவங்கும்போது அவளுக்கு வயது பதினான்கு, ஹொலையர்களான அவளுடைய மூதாதையர்கள் மூன்று தலைமுறைகளுக்கு முன் மைசூரிலிருந்து சண்டையின் காரணமாகக் குடிபெயர்ந்து கர்நாடகத்திற்குள் நுழைந்து பாலாற்றின் கரையில் தங்களுக்கான குடியிருப்பைத் தேடித்தேடி செங்கல்பட்டுவரை வந்து அங்கே தெய்யரூரில் இப்போது இருக்கும் ஏழு பறைச்சேரிகளில் ஒன்றை உருவாக்கி சந்ததிகளைப் பெருக்கினார்கள், அந்தத் தகுதியினடிப்படையில் செல்லியின் தகப்பன் பரம்பரைப் பணிக்காரனாகச் சேரி மக்களால் அங்கீகரிக்கப்பட்டிருந்தான், மிகுந்த இரக்க சுபாவமும் பறைச்சனங்கள்மீது மிகுந்த அபிமானமும் கொண்டவனாக இருந்ததால் அவன் அவர்களிட மிருந்து தண்டத்தொகை வசூலிக்க மறுத்து தேசாயிச் செட்டிகளின் பகையைச் சம்பாதித்துக்கொண்டான், ஒரு முரசுப் பறையன் ஏற்கெனவே தங்கள் கட்டுப்பாட்டில் இருக்கும் கோட்டைப் பறையர்களின் அபிமானத்தைச் சம்பாதித்துக்கொண்டிருப்பதைத் தாங்கிக்கொள்ள முடியாத செட்டிகள் அவனை அவமானப்படுத்தி அடக்கிவைக்க ஒரு நல்ல சந்தர்ப்பத்தை எதிர்பார்த்துக்கொண்டிருந்தார்கள், அதற்குப் பல வருடங்கள் அவர்கள் காத்திருக்க வேண்டியிருந்தது, பிறகு ஒரு மாசி மாதம், பறையர்களுக்கென அறிவிக்கப்பட்ட தினத்தில் மற்ற எல்லாச் சாதியினரும் கதவுகளைப் பூட்டிக்கொண்டு வீட்டினுள் அடைந்து கிடந்தபோது அக்ரஹாரத்தினுள் நுழைந்து தோழிகளோடு சேர்ந்து வெறிச்சோடிப்போயிருந்த திண்ணைகளின் மேலும் தூண்களின் மேலும் ஏறி விளையாடிக்கொண்டிருந்த செல்லி அந்த நேரம் பார்த்துத் தெரியாத்தனமாக வீட்டிலிருந்து வெளியே வந்துவிட்ட உலகநாதன் என்கிற ஒரு பிராமண இளைஞனைப் பயமுறுத்திக் கையைப் பிடித்து இழுத்துச் சேரிக்குள் கூட்டி வந்துவிட்டாள், விஷயத்தைப் பற்றிக் கேள்விப்பட்ட கையோடு தேசாயிகள் அதை முனுசீப்பிடம் தெரிவித்து பணிக்காரனின் குடும்பத்தைத் தண்டிக்கச்சொல்லிப் பிராது கொடுத்தார்கள், ஸ்ரீபெரும்புதூர் நாராயணருடைய விக்கிரகத்தைத் துலுக்கப் படையெடுப்பின்போது மறைத்துவைத்துக் காப்பாற்றித் தந்தமைக்குப் பரிசாக பறையர்களுக்கென்றே அறிவிக்கப்பட்ட அந்தத் தினத்தன்று அவர்களுடைய கண்களில் படும்வண்ணம் அஜாக்கிரதையாக இருந்தது பிராமணர்களுடைய தவறேயன்றி அது பறையர்களுடைய குற்றமாகக்

கணக்கில் எடுத்துக்கொள்ளப்பட மாட்டாது என்று முனுசீப் அவர்களிடம் கூறிவிட்டார், மூக்கறுபட்ட செட்டிகள் பிராமணர்களிடம் வந்து அவர்களுடைய ஆசாரத்தை அவர்கள் காப்பாற்றிக்கொள்ளப்போகும் அழகைத் தாங்கள் பார்ப்பதற்குக் காத்திருப்பதாகச் சொல்லி எரியும் நெருப்பில் நெய்யை வார்த்தார்கள், முதலில் அந்தணப் பையன் சேரிக்குள் நுழைந்துவிட்ட விஷயத்தைப் பிறரறியாமல் மறைத்துவிடவே முயற்சி செய்த பிராமணர்கள் செட்டிகளின் கழுகுக் கண்களில் அது பட்டுவிட்டது என்றான பின்னும் வாளாயிருந்தால் மற்ற சாதியினருக்கும் அக்ரஹாரத்திற்குள் நுழைந்துபார்க்கும் துணிவு வந்துவிடுமென்று பயந்துகொண்டு உலகநாதனை மீண்டும் வீட்டினுள் சேர்த்துக்கொள்ளும் பட்சத்தில் அவனுடைய குடும்பத்தையே சாதிவிலக்கம் செய்துவிடுவதாக ஒத்த குரலில் சொல்லிவிட்டார்கள், கல்யாணம் ஆகும் வயதில் மூன்று பெண்களை வைத்திருந்த உலகநாதனுடைய பெற்றோர் வேறு வழியின்றி அவனை வீட்டைவிட்டு வெளியேறச் சொல்லிவிட்டார்கள், தேசாயிச் செட்டிகள் ஒரு பிராமணப் பையனின் வாழ்க்கையைக் கெடுத்த பணிக்காரனின் குடும்பம் விண்ணமங்கலத்திற்குப் போவது உறுதி என்று சபித்து அந்த அளவில் சந்தோஷப்பட்டுக்கொண்டார்கள், ஆனால் அக்ரஹாரத்தின் எல்லையில் தரையில் விழுந்து புரண்டு உலகநாதன் ஒரு குழந்தையைப் போல கதறியழுத காட்சியைப் பார்த்துவிட்டு மனங்கலங்கிப்போன செல்லி தன் பாவத்திற்குப் பிராயச்சித்தமாய் அவனைத் தானே கல்யாணம் செய்துகொள்ளப் போவதாய்த் தன் தாய்தகப்பனிடம் கண்டிப்பாகக் கூறிவிட்டாள், பிராமணச்சாதியிலிருந்து விலக்கம் பெற்றுவிட்டதால் அவனைச் சேரிக்குள் சேர்த்துக்கொள்ளப் பறைச்சனங்களும் மறுப்பேதும் சொல்லவில்லையாதலால் செல்லிக்கும் உலகநாதனுக்கும் செட்டிகளின் புண்ணியத்தால் திருமணம் நடந்து முடிந்தது, செல்லியின் தந்தை அவர்களிருவரையும் பக்கத்துச் சேரியில் தனிக்குடித்தனம் வைத்தார்.

உலகநாதன் நவாபின் அரண்மனையில் பகல்நேரத்தில் சப்தாராயும் இரவுநேரத்தில் அடப்பக்காரனாயும் வேலை செய்துகொண்டிருந்தான், இந்த வேலை அவனுடைய தகப்பனார் தன்னுடைய அரண்மனைச் செல்வாக்கை உபயோகப்படுத்தி அவனுக்குப் பெற்றுத் தந்ததேயன்றி உலகநாதனுக்கு அவன் குடும்பத்தையும் பணியிடத்தையும் தவிர வேறு உலகமே தெரியாது, ஒரு சப்தார் வழக்கமாகக் கையில் வைத்துக்கொண்டாக வேண்டிய சவுக்கைத் தொடுவதற்கே அவன் பயப்படுவான், அவ்வளவு அப்பாவி, ஆனால் அவன் தாம்பூலத்தின் பொழுதான இரவின் அரசன், விதவிதமான தாம்பூலச்சுருள்களைத் தயாரிப்பதில் அவனைப் பசவிகளும் லவணர்களும்கூட மிஞ்ச முடியாது, வெற்றிலை நரம்புகளின் போக்கையும் பின்னலையும் கொண்டே அதை யார், எப்போது, எந்தச் சேர்மானங்களுடன் சேர்த்துத் தரித்துக்கொண்டால் என்னென்ன பலன்களை அடையலாம் என்பதை அவன் சொல்லிவிடுவான், கனவுகளற்ற தூக்கத்திற்கு, வயிற்றைச் சுத்தம் செய்யும் ஜீரணத்திற்கு, மணிக்கணக்கான சம்போகத்திற்கு, (உலகநாதன் மடித்துத் தரும் தாம்பூலம் சுரக்கச் செய்யும் எச்சிலுக்காகவே வயது முதிர்ந்த காலத்திலும் தன்னைத் தேடி அந்தப்புரத்திற்குப் பெண்கள் அவர்களாகவே வந்துசேர்கிறார்கள்

என்று நவாப் பெருமையுடன் சொல்லிக்கொண்டிருந்தார்) முகத்திற்குப் பொலிவைத் தரும் வண்ணத்திற்கு, சிந்திக்கும்போது இசைவாக மென்றுகொண்டிருப்பதற்கு, தவற விட்டுவிட்ட உணவுவேளையை ஈடு செய்வதற்கு, பறங்கி விருந்தாளிகளை உபசரித்து கிஸ்தி சம்பந்தமான தாமதங்களைப் பொருட்படுத்தாதவண்ணம் அவர்களைச் சந்தோஷப் படுத்தி அனுப்பிவைப்பதற்கு என்று தேவைக்கேற்றபடி நூற்றுக்கணக்கான விதங்களில் அவன் கை தாம்பூலச் சேர்க்கைகளைக் கற்றுவைத்திருந்தது, பொருந்தாத வேளைகளில், பொருந்தாத நபர்களால் தரித்துக்கொள்ளப்படும் தாம்பூலம் என்னென்ன விரும்பத்தகாத விளைவுகளைக் கொடுக்கும் என்கிற அறிவும் உலகநாதனுக்குப் பூரணமாக இருந்தது, இந்த அறிவையும் பல சமயங்களில் தன் சில்லரை எதிரிகளை எதிர்கொள்ள நேரும்போது நவாப் தவறாமல் பயன்படுத்திக்கொண்டிருந்தார், ஒருமுறை அவரே தன்னையறியாமல் இந்த வகையான தீய விளைவிற்குப் பலியாகிவிட்ட சம்பவமொன்றும் உண்டு, அவரைக் காண வந்திருந்த இராமநாதபுரம் சேதுபதி தஞ்சாவூர் அரசர் துல்ஜாஜியின் கொட்டத்தை அடக்கும்படி தூண்டிவிட்டதை ஏற்றுக்கொண்டு தஞ்சாவூர்மீது படையெடுத்து கும்பெனியின் அதிருப்தியை அவர் சம்பாதித்துக்கொண்டதற்கு சேதுபதியும் அவரும் தனித்து உரையாடிக்கொண்டிருந்தபோது உலகநாதன் நவாபிற்கு மடித்துக்கொடுத்த வெள்ளரிவிதைத் தாம்பூலத்தை சேதுபதியும் சேதுபதிக்குக் கொடுத்த பேரீச்சஞ்சக்கைத் தாம்பூலத்தை நவாபும் பேச்சு சுவாரஸ்யத்தில் மாற்றிப் போட்டுக்கொண்டதே காரணம் என்று அரண்மனையில் எல்லோருமே நம்பினார்கள், (ஏனென்றால் அப்படித்தான் நவாப் நம்பினார்), குலப்பெண்ணுக்கு நெற்றித் திலகத்தைப் போல நல்ல நாளுக்கு உலகநாதனின் தாம்பூலச்சுருள் என்பது அப்போது அரண்மனையில் புழங்கும் சொலவடையாகவே இருந்தது, அந்தப்புரப் பெண்களோ உலகநாதனின் கைமணத்திற்காக மட்டுமல்லாது அவனுடைய, பெண்களினுடையதையொத்த, உருண்டு திரண்ட பின்புறத்தைப் பார்த்துக்கொண்டேயிருப்பதற்காகவுமே சப்தார் வேலைக்குச் சற்றும் பொருத்தமில்லாத அவனை நவாப் அந்த வேலையில் தொடர்ந்து வைத்துக்கொண்டு அவன் பின்னே நடந்து போய்க்கொண்டிருந்தார் என்று பேசிக்கொண்டார்கள், உலகநாதனின் கைப்பக்குவத்தையும் அவனுடைய அழகையும் முன்வைத்து அவனை ஒரு பெண்ணுடன் ஒப்பிட்டு அரண்மனையில் அனைவருமே இவ்வாறாகக் கேலிசெய்து பேசிக்கொண்டிருப்பதுண்டு, அது உவமானமில்லை, மாறாக உண்மைதானென்பதையும் அதனாலேயே அது உலகநாதனின் மனதை ரகசியமாக ரணப்படுத்திக்கொண்டிருந்தது என்பதையும் அவர்களில் யாருமே கடைசிவரையில் தெரிந்துகொள்ளவில்லை, உலகநாதன் மெய்யாகவே ஓர் இரண்டுங்கெட்டான்தான், செல்லிக்கே அது ஒரு வருடத்திற்கப்புறம்தான் தெரியவந்தது, சோபனதினம் முதலாகவே அவள் இரவு நேரங்களில் உலகநாதனை நெருங்கும்போதெல்லாம் அவன் தன்னால் அவளைக் கூட முடியாது என்பதை அவள் தெரிந்துகொண்டு விடாதபடிக்கு அவளிடம் சல்லாபமாகப் பேச்சுக் கொடுத்துக்கொண்டே அபினி கலக்கப்பட்ட தாம்பூலச்சுருளைக் கொடுத்து அவளைத் தூங்கப் பண்ணித் தப்பித்துக்கொண்டிருந்தான், சிறுமியான செல்லியும் அந்தச்

சுருளின் சுவையில் மயங்கி, அதை வாயில் போட்டு மென்றுகொண்டிருக்கும் பழக்கத்திற்கும் அடிமையாகிப்போய் கணவனைக் கூடும் எண்ணத்தையே தற்காலிகமாக மறந்துபோய் விட்டிருந்தாள்.

எத்தனை நாட்களுக்குத்தான் உண்மையை மறைத்துவிட முடியும், ஒரு வருடத்திற்குப் பிறகு செல்லியின் பிறந்த வீட்டில் மெதுமெதுவாக அவளுடைய பிள்ளைப்பேறு சம்பந்தமான பேச்சுகள் அடிபடத் தொடங்கின, செல்லி அவளுடைய பெற்றோருக்கு ஒரே பெண், தங்களுக்குக் கொள்ளியிடப்போகும் அவளுடைய குழந்தையை எடுத்துக் கொஞ்ச அவர்களுக்கு அதிக ஆர்வம் இருப்பது இயற்கைதானே, தாய் தந்தையரின் வற்புறுத்தலுக்குப் பிறகே செல்லியும் உலகநாதனுடன் கூடும் விருப்பத்தை அடிக்கடி அவனிடம் ஜாடைமாடையாக வெளிப்படுத்தத் தொடங்கினாள், சில நாட்கள் களைப்பாயிருக்கிறதென்றும், சில நாட்கள் அவள் ஒரு வெட்கங்கெட்டவள் என்று கேலிசெய்து அவளுடைய முனைப்பை அடக்கியும், சில நாட்கள் அதிகமான அபினியைத் தாம்பூலச்சுருளில் கலந்து கொடுத்தும், சில நாட்கள் காமசாத்திரம் சொல்கிறபடி மாதவிலக்கான பெண்ணை ஏழு நாட்கள்வரை கூடுவது பாவமென்று தட்டிக்கழித்தும் சில மாதங்களைக் கடத்திய பின் செல்லி ஓரிரவில், போதையில், ஆனால் அந்தப் போதையை அன்று வழக்கமான உறக்கமாக மாற்றிக்கொள்ளப் பிடிவாதமாக மறுத்து அதைத் தன் காமத்தைத் தூண்டும் மதுரசமாக ஜீரணித்துக்கொண்டு, உடைகளையும் கழற்றிவிட்டு, பொங்கித் ததும்பிய தன் அழகை அறை முழுவதிலும் அமிர்தமாகச் சிதறவிட்டபடியே உலகநாதனை விளையாட்டாகத் துரத்தி அவனுடைய ஆடைகளையும் களைய முற்பட்டபோது அவன் வேறு வழியின்றி அழுதுகொண்டே தானொரு பேடியென்பதை அவளிடம் சொல்லிவிட்டான், செல்லியால் தன் காதுகளையே நம்ப முடியவில்லை, அவள் தலையில் இடிவிழுந்ததைப் போலாகிவிட்டது, யவ்வனப் பருவத்துடனும், வாரி வழங்கத் தயாரான நிறைந்த பெண்மை யுடனும், அரண்மனை உத்தியோகம் பார்க்கும் ஓர் அழகான ஆண் துணையுடனும், அதற்கேற்ற கனவுகளையிணைத்துக்கொண்டு இல்லற வாழ்க்கையில் காலடி எடுத்துவைக்க வந்த அவள் தன்னுடைய பெற்றோரையோ கணவனென்று கூட்டி வந்தவனையோ குற்றம் சொல்லித் தன் ஆற்றாமையைக் கொஞ்சமேனும் தணித்துக்கொள்ளக்கூட வழியின்றித் தன்னுடைய சிறுபிள்ளை விளையாட்டால் தனக்குத் தானே வரவழைத்துக்கொண்ட வினையை எண்ணி அந்த அப்பாவியின் காலடியிலேயே விழுந்து கதறியழுதாள், உலகநாதனால் அவள்கூடச் சேர்ந்து அழத்தான் முடிந்தது, ஆனால் அழுதுபுரண்டு எதை மாற்றிவிட முடியும், செல்லி தன் மனதை ஒருவழியாகத் தேற்றிக்கொண்டு, உறவுக்காரர்களெல்லோரும் அவளை மலடி என்று ஒதுக்கிவைத்தபோது அதை ஏற்றுக்கொள்ள முடியாமலும், கணவனைக் காட்டிக்கொடுக்க மனமில்லாமலும் அவமானத்தில் கூனிக்குறுகியவளாய் பல்லைக் கடித்தபடி நாட்களைக் கடத்திப்பார்த்தாள், ஆனால் பெண்களின் முகத்தைப் பார்த்தே அவர்கள் கன்னி கழிக்கப்பட்டுவிட்டார்களா இல்லையா என்பதைக் கண்டுபிடித்துவிடும் பழுத்த கிழவிகள் செல்லியினுடைய

முகத்தையும் பார்த்து அவளுடைய தாம்பத்ய வாழ்க்கையைப் பற்றிய தங்களுடைய சந்தேகத்தைச் சேரிக்குள் அசைபோடத் தொடங்கியபோது, வேறு வழியின்றி அவள் விதியை மாற்ற முடியாதெனினும் குறைந்தபட்சம் அவமானப்படுவதையாவது தவிர்க்கலாமே என்கிற எண்ணத்துடன் உலகநாதனை நச்சரித்து, சன்மானமாகக் கொஞ்சம் வராகன்களை நவாபிடம் கேட்டு வாங்கிக்கொண்டு அடப்பக்கார உத்தியோகத்தை விட்டுவிட்டு வரும்படி செய்தாள்.

அப்போது ஹைதரலி கும்பெனிக்காரார்களுடன் நடத்திய முதல் சண்டை முடிந்து எட்டு வருடங்கள் கழிந்திருந்தன, சண்டையின் முடிவில் செய்துகொண்ட ஒப்பந்தப்படி, அதற்கு ஆறு வருடங்களுக்குப் பின் அவர் மராட்டியர்களுடன் நடத்திய சண்டையின்போது அவருக்கு உதவ பறங்கியர்கள் படையனுப்பவில்லையென்று அவர் மிகுந்த கோபத்தி லிருந்தார், எந்த நேரத்திலும் அடுத்த சண்டை தொடங்குவதற்கான பதற்றமும் எதிர்பார்ப்பும் அதற்கான ஆயத்தங்களும் இரண்டு பக்கங்களிலும் தொடங்கியிருந்தன, வந்தவாசி, திண்டுக்கல், திருவண்ணாமலை, சேலம், கிருஷ்ணகிரி ஆகிய பட்டணங்களில் புதிய ஆயுதசாலைகள் உண்டாக்கப்பட்டுக்கொண்டிருந்தன, கும்பெனி ராணுவத்திற்காக அவர்களுடைய கடல்கடந்த தேசத்திலிருந்து தருவிக்கப்பட்ட படைகளும், சுல்தானுக்கு உதவியாகத் துருக்கியிலிருந்தும் பிரெஞ்சுத் தேசத்திலிருந்தும் அழைக்கப்பட்டிருந்த படைகளும் கப்பலிலிருந்து இறங்கி அவரவர்களுக்குச் சொந்தமான பாளையங்களுக்குள் சாரிசாரியாக ஊர்வலம் போய்க்கொண்டேயிருந்தனர், போரில் சேளாக்களாகப் பணிபுரிய விருப்பமானவர்களை அழைக்கும் குடிமகனின் தண்டோரா எல்லாத் திசைகளிலும் கேட்டுக்கொண்டிருந்தது, பாரமஹாலுக்குள்ளும், கீழ்ப்புறமிருந்து மைசூருக்குள்ளும் நுழையும் கணவாய்களினருகே கோட்டைக்காவல்கள் அதிகப்படுத்தப்பட்டிருந்தன, கில்லெதார்களுக்கு இரட்டிப்புச் சம்பள உயர்வு அறிவிக்கப்பட்டிருந்தது, அதை அவர்கள் காவலிருக்கும் கோட்டையின் உள்புறமிருக்கும் குடிகளே தங்களிடையே வசூலித்துக் கொடுத்தாக வேண்டும், இப்படியொரு சூழ்நிலையில் இரண்டு கழுதைகளின் மேல் பொதிகளை ஏற்றிக்கொண்டு ஆற்காடு சூபாவை விட்டுக் கிளம்பிய உலகமறியாத செல்லிக்கும் உலகநாதனுக்கும் வெள்ளைப்படைகள் நகர்ந்துசெல்லும் இடங்களுக்கெல்லாம் தங்கள் எருதுகளை ஓட்டியபடி கூடவே அலைந்துகொண்டிருக்கும் நாடோடி லவணர்களின் சிநேகம், உலகநாதனுடைய தாம்பூலச்சுருள்களின் மகிமையால், கிடைத்துவிட்டது, லவணர்களின் அண்மையை செல்லி அவர்களிடமிருந்து விலகிக்கொண்ட நாள்வரையில் தன் வயிற்றில் ஒரு நிரந்தரக் கலக்கமாகவேதான் உணர்ந்துகொண்டிருந்தாள், அவர்கள் ஓட்டிவரும் மிருகங்களின் முதுகுகளில் தொங்கவிடப்பட்டிருக்கும் மூட்டைகளில் இருப்பவையென்று பொதுவாக அறியப்பட்டிருக்கும் தானியங்களுக்கும் உப்பிற்கும் பதிலாகப் பலசமயங்களில் அவற்றினுள் ராணுவத் தளவாடங்களையும், ரகசியப் போர்த்திட்டங்களையும், போருக்கு வெளியே வஞ்சகமாகக் கொல்லப்பட்ட உடல்களின் பாகங்களையும் அவள் தன் கண்களால் அடிக்கடி பார்க்க நேர்ந்தது, கும்பெனிப் படை லவணப் பெண்களைத் தங்களுடைய ஒற்றர்களாகப்

பயன்படுத்திக்கொண்டிருந்தது, லவணச்சி லகு (காற்று) வடிவினள் என்கிற, பதற்றத்தையேற்படுத்துகிற ஒரு புகழுரை வேறு அப்போது புழக்கத்திலிருந்தது, வேறு சனங்கள் லவணர்களைக் கண்டு பயந்து விலகிப்போனார்கள், ஒருவிதத்தில் அந்த விலக்கம் அவர்களுடன் சேர்ந்துகொண்ட செல்லிக்குத் தன் கணவனின் பொருட்டாகத் தேவைப்படத்தான் செய்தது, ராணுவப் பயிற்சி முகாம்களின் அருகே தண்டு இறக்கிய பின் லவணர்கள் ஊருக்குள் சென்று தானியங்களையும் உப்பையும் உணவையும் சேகரித்துவந்து அவர்களுக்குப் பட்டுவாடா செய்யும் வேலையில் ஈடுபடும்போதெல்லாம் செல்லியும் அவர்களுடன் சேர்ந்து ஊருக்குள் செல்லும்படி உலகநாதனைத் தூண்டினாள், ஆனால் உலகநாதன் மறுத்துவிட்டான், அதற்கு நியாயமான காரணமுமிருந்தது, பொதுவாக வியாபாரத்தின் அம்சங்களான சேகரித்தல், விற்றல் என்கிற இரண்டில் பின்னதை லவணர்களில் பெண்களே கையிலெடுத்துக்கொண்டிருந்தார்கள், படைவீரர்களைச் சந்திக்கப் பெரும்பாலும் ஆண்கள் வருவதில்லை, அவர்களுடைய அழுக்கு முகங்களைச் சிப்பாய்களும் பார்க்க விரும்புவதில்லை, ஆண்கள் பொதுவாக வண்டி மிருகங்களை வசக்கவும், வேட்டைக்குச் சென்று படைகளுக்கும் தங்களுக்குமான இறைச்சியைத் தரும் மிருகங்களையும் பெரிய வௌவால்களையும் அடித்துக்கொண்டு வரவும், உப்பையும் தேனையும் சேகரிக்கவும், இரவுகளில் வழிப்பறிக்கான வாய்ப்புகளை எதிர்பார்க்கவுமான வேலைகளைச் செய்துகொண்டிருக்க, பெண்கள்தான் வெற்றிலைக் காவியேறிய தங்கள் பற்களை, முலைகளைத் திறந்து காட்டுவதைப் போல வசீகரமாக வெளிப்படுத்தி சிப்பாய்களைக் கவர்ந்து வியாபாரத்தை முடித்துக்கொண்டு வருவார்கள், லவணரினத்தின் ஆண்களைப் போல முரட்டுத்தனமான வேலைகளுக்கு மனதாலும் உடலாலும் பழக்கப்பட்டிராத பிராமணனும் பிறவிப் பேடியுமான உலகநாதனின் மாறுபட்ட உடலியல்பு ஊருக்குள் செல்லும் பெண்களுடன் கூடச் சேர்ந்து செல்வதற்கும் அவனை அனுமதிக்கவில்லை, செல்லி தன் உயிரை மாய்த்துக்கொள்ளப்போவதாய் பயமுறுத்தியும்கூட அவளிடம் ஒரு நாயைப் போல நன்றியும் வாஞ்சையும் வைத்திருந்த அவன் அதற்கு ஒத்துக்கொள்ள முடியாதவண்ணம் வெட்கம் அவனைத் தடுத்துவிட்டது, அதற்குப் பதிலாக, சாகும் நிலையிலிருப்பவனைக்கூட மெல்லுவதற்குத் தூண்டும் அபூர்வமான சுவையையும் மணத்தையும் கொண்ட தாம்பூலச்சுருள்களைத் தயாரித்துத் தருவதற்கும், அதை செல்லி மற்ற பெண்களுடன் சேர்ந்துபோய் விற்றுவிட்டு வருவதற்கும் அவன் முழுமனதுடன் ஒத்துக்கொண்டான், தன் உடலமைப்பின் எல்லைக்குட்பட்ட எந்த வேலையானாலும் அதை செல்லிக்காகச் செய்துமுடிக்க அவன் தயாராகவே இருந்தான், வேறு வழியின்றி செல்லி பிறகு தன்னுடைய பிறந்த வீட்டுச் சீதனமான கழுதைகளை ஓட்டியபடி படை முகாம்களுக்கும் ஊர்களுக்குமாக அலைந்து தாம்பூலச்சுருள்களை விற்றுவரும் வேலையில் ஈடுபட்டாள், விற்பனை மோசமானதாய் இல்லை, பஞ்சாரிகள் பொதுவாகத் தங்கள் இனத்தினுள் பிறரை அனுமதிப்பதில்லையென்றாலும் செல்லியின் வயதையும், மந்தகாசம் கொஞ்சும் முகத்தையும், அவளுடைய பரிதாபக் கதையையும் கேட்டு

(அவள் செங்கல்பட்டில் தன் கணவன் நடத்திக்கொண்டிருந்த பஞ்சுக்கடை தீயால் நாசமாகிப்போய்விட்டதால் கடன்காரர்களைச் சந்திக்க முடியாமல் ஊரைவிட்டு வெளியேறிவிட்டதாக அவர்களிடம் பொய்க்கதை யொன்றைச் சொல்லியிருந்தாள்) பரிதாபப்பட்டு அவளைத் தங்களுடனே தொடர்ந்து இருத்திக்கொண்டிருந்தார்கள், மேலும் திருமணம் முதலான வைபவங்களின்போது, தேடத் தேவையில்லாதபடி, புரோகிதம் செய்யவும், பொம்மை மாப்பிள்ளையாக மணவறையில் அமர்ந்து பெண்களிடம் கிள்ளுகளை வாங்கிக்கொள்ளவும் அவர்களுக்கு உலகநாதனைப் போன்றவொரு பிராமணன் தேவைப்பட்டான், செல்லியைப் பொறுத்த மட்டில், அச்சத்தாலோ அசூயையாலோ லவணர்களை அணுகும் வேற்றின ஆண்கள் மிகவும் சொற்பம் என்பதால், அவளையும் ஒரு லவணப் பெண்ணென்றே நினைத்துக்கொண்டிருந்த சிப்பாய்களால் அவளுக்குப் பிரச்சினையேதும் வரவில்லையென்பது அவர்களுடைய சுற்றத்தால் அவளுக்குக் கிடைத்த கூடுதல் நன்மையாயிருந்தது, அவளும் தன் விதியையும், வீணாகும் இளமையையும் நினைத்து அடிக்கடி நொந்துகொண்டே, லுங்கா, டர்டானாலும், சோழி ரவிக்கையாலும், குதிரை மயிர்ச் சங்கிலிகளாலும், அதிலொன்றில் தொங்கவிட்டுக்கொண்ட வெள்ளி ஹசாலியாலும் (சங்கிலிகளை அணிந்துகொள்வதில் சிறுவயது முதலே செல்லிக்கு விருப்பம் கிடையாது, வளையல்கள்மீதுதான் அவளுக்குத் தீராத மோகம், ஆனால் அவளைச் சேர்த்துக்கொண்டிருந்த சிமவத் கோத்திர லவணர்களுக்கோ வளையல்கள் அணியும் வழக்கம் இல்லாமலிருந்தது, முன்பொரு காலத்தில் எப்போதோ ஒரு லவணக் கல்யாணத்திற்கு வளையல்கள் வாங்கச்சென்று காணாமலே போய்விட்ட தங்களுடைய மூதாதையன் அவற்றைக் கொண்டுவந்து தருவதற்காக அவர்கள் காத்திருந்தார்கள்) தன்னை அலங்கரித்துக்கொண்டு, சீவப் படாத தலையுடன் தன்னாலியன்ற அளவு வெற்றிலைக் காவியேறிய பற்களைக் காட்டி வாடிக்கையாளர்களைச் சிரிக்கச் செய்யும் லவணப் பெண்ணாக வேடங்கட்டிக்கொண்டிருந்தாள், துவக்கத்தில் இந்த உடைகளும் அணியாபரணங்களும் பழக்கவழக்கங்களும் அலைந்து திரியும் வாழ்க்கையும் நகரமொன்றில் நிலையாக இருந்து பழக்கப்பட்டு விட்டிருந்த அவளுக்குத் திகைப்பையும், கற்றுக்கொள்கையில் மனச்சங்கடத்தையும் கொடுத்தனவென்றாலும் விரைவிலேயே அவள் அவற்றைப் பழக்கிக்கொண்டுவிட்டாள், சதா சண்டையையும் காயங்களையும் மரணத்தையும் இரத்தத்தையும் விதவைகளையும் அனாதைகளையும் சதித்திட்டங்களையும் பற்றின உரையாடல்களாலும், உடல்களை வெட்டிச் சாய்க்கும் ஆயுதங்கள், அழகிய கோட்டைக் கட்டிடங்களையும் வாழ்விடங்களையும் பிளந்துபோடும் பீரங்கிகள் மற்றும் உயிர்களை மிதித்துத் துவம்சம் செய்யும் விலங்கினங்கள், காதைச் செவிடாக்கும் சங்கொலிகள் ஆகியனவற்றாலும் நிறைந்துகிடக்கும் ராணுவப் பயிற்சிக் கூடாரங்களினூடே உலாவியுலாவி அவளுக்கு லவணர்களைப் போலவே உடல்கள் மீதான கவனமும் கூச்சமும்கூட மரத்து அற்றுப்போய்விட்டது, பிறகு மனிதவியல்பின்படியே செல்லி அவற்றை விரும்பவும் தொடங்கிவிட்டாள், பயிற்சிக் களங்களில் தன் விற்பனைப் பொருட்களோடு கூடாரங்களினுள் காற்றைப் போல

தடையேதுமின்றி நுழைந்து வெளியேறிக்கொண்டிருந்த காலங்களில் அவள் காதுகளில் விழுந்த, களத்தில் இறந்தவர்களைப் பற்றின கதைகள் அவள் மனதைக் கிளர்த்தின, அவை சொல்லப்பட்ட, கதைகளையும் கனவுகளையும் மட்டுமே அனுமதிக்கும் இரவு நேரங்களும், சொல்லிக்கொண்டிருந்தவர்களின் குரல்கள் மட்டுமே கேட்கும்படியாகத் திரையிட்டிருந்த இருட்டும், தங்களின் பராக்கிரமக் கதைகளைத் தாங்களே கேட்டு ரகசியமாகக் கண்ணீர் உகுக்கும் ஆவிகளினுடைய விசும்பலும் சேர்ந்து அந்தக் கதைகளுக்கு மனதை மயக்கும் அசரீரித் தன்மையைக் கொடுத்திருந்தன, நடுகற்களுக்கும் புதைகுழிகளுக்கும் முன்னின்று சிப்பாய்கள் அவற்றுக்குத் தந்த மரியாதைகளையும் அவள் பிறகு ரசித்துப் பார்க்கத் தொடங்கினாள், அழுகிப்போன வெட்டுக்காயங்கள் நிறைந்த சகாக்களின் உடல்களை அவர்கள் கண்டு மயங்குவதும், அவற்றை வெறியுடன் முத்தமிடுவதும், காயப் பிளவுகளைப் பெண்ணுறுப்பாகப் பாவித்து அவற்றை ஏந்திய நண்பனைப் பல பேர் முன்னிலையிலேயே புணர முற்படுவதும், அவ்விதமான காயங்களைத் தங்களுடல்களும் ஏந்த வேண்டுமென்று கடவுள்களை உரக்கப் பிரார்த்தனை செய்வதும் அவளை வெகுவாக ஆச்சரியப்படுத்தித் தங்கள்வசம் ஈர்த்தன, முழுமையையும் அழகையும் போற்றும் வாழ்க்கைக்கு எதிராக ஊனத்தையும் அவலட்சணத்தையும் போற்றும் மரணத்தை அவள் மெதுமெதுவாக விரும்பத் தொடங்கினாள், அவள் சேர்ந்திருந்த நாடோடிக் கூட்டத்திற்கு இந்தக் காட்சிகளெல்லாம் பழக்கமானவைதானென்பதால் செல்லி தான் கண்டும் கேட்டும் உணர்ந்தவைகளைப் பற்றி அவர்களிடம் பகிர்ந்துகொள்ள முற்பட்டபோது அவர்கள் அவற்றைப் பெரிதாக விரும்பிக் கேட்கவில்லை, லவணர்களைப் போல அல்லாமல் செல்லி தன் அன்பான சுற்றத்தார்களிடையே வீடு, உறவு, நட்பு என்று சிறுவயது முதலே வாழ்ந்து பழக்கப்பட்டவள், இனத்தால் வேறுபட்டவள், எனவே போரும் சாவும் அவர்களுக்குக் காலங்காலமாய்க் கொடுத்துவந்த வணிகரீதியான அர்த்தத்திலிருந்து முற்றிலும் வேறானதோர் அர்த்தத்தை அவள் பெற்றுக்கொண்டிருந்தாள், உலகநாதன் அவளைப் புரிந்து கொண்டானெனினும் அவனால் அவளுடைய பரவசத்திற்கு ஈடுகொடுக்க முடியவில்லை, உடலால் திருப்திப்படுத்த முடியாத கணவனைப் பெருந்தன்மையுடன் ஏற்றுக்கொண்ட செல்லியால் மனதாலும் அவன் தன்னைத் திருப்திப்படுத்தவியலாத ஊனனாயிருப்பதைப் பொறுத்துக் கொள்ள முடியவில்லை, எதற்கும் பிரயோசனப்படாத அவனுடைய வாழ்க்கை, அவன் பெயரை ஏந்திச்செல்லும் வாரிசும் இல்லாத நிலையில், ஒருநாள் முடிந்துபோகும்போது, ஒருவேளை அவனுக்கு முன்பே தானும் இறந்துவிட நேர்ந்தால், அவன் உடலை, அது உயிரோடு உலாவிக் கொண்டிருந்த காலத்தில் செய்த சில நல்ல காரியங்களை நினைத்தேனும் எடுத்துச்சென்று குழியில் புதைக்க ஆட்கள் யாருமின்றி நடுவீதியில் நாய்களுக்கு இரையாக வீசியெறியப்பட்டுவிடுமேயென்று நினைத்து அவள் கவலைப்பட்டாள், அந்த அப்பாவி மனிதனுக்கு ஒரு நல்ல சாவைப் பரிசாகத் தரவும் அவள் விரும்பினாள்.

ஊனத்தைப் போற்றும் போர்க்களத்தைவிடச் சிறந்த பரிசு வேறு என்னவாக இருக்க முடியும், தொப்பூரில் முகாமிட்டிருந்த பறங்கி

ராணுவத்தின் கூடாராங்களினருகே லவணர்களின் குழு தண்டாக்களை அமைத்துக்கொண்டபோது எனவே செல்லி உலகநாதனை ஒரு சேளாவாகவாயினும் கும்பெனிச் சிப்பாய்களுடன் சேர்ந்துகொள்ளும்படி வற்புறுத்தத் தொடங்கினாள், உலகநாதன் பயந்துபோனான், ஒரு பிராமமணனுடைய வேலை போரின் விதிகளை வரையறுப்பதேயன்றி படையில் சேருவதில்லை, உடலுழைப்பாளிகளின் இனத்தவளான செல்லி கொண்டிருக்கும் அதே நினைவோட்டத்தைச் சாணக்கிய விதி தெரிந்த பிராமமணனான அவனும் கொண்டிருக்க வேண்டுமென்பது கட்டாயமில்லையே, கிடைக்காத புலனின்பத்தை உள்ளுக்குள் அடக்கி வைத்துக்கொண்டிருந்த செல்லியின் மனப்புழுக்கம் உலகநாதனின் மறுப்பால் கடுங்கோபமாக வெளிப்பட்டது, தன்னைப் பலவந்தமாகத் திருமணம் செய்துகொண்டதோடு அரண்மனை உத்தியோகத்தையும் விட்டுவிடச் செய்து இப்படி ஊரூராக அலைக்கழித்துக்கொண்டிருக்கும் செல்லி தன் பலவீனத்தையும் அதன் மேல் அவள் செலுத்திக்கொண்டிருக்கும் இரக்கத்தையும் முன்வைத்துத் தேவைக்கதிகமான அதிகாரத்தைப் பிரயோகித்துத் தன்னை அடிமையாக்கப் பார்க்கிறாளென்கிற எண்ணம் உலகநாதனையும் மிரட்டியது, விளைவாக, சண்டையிலும் வாக்குவாதத் திலுமே நாட்கள் கடந்தன, உலகநாதன் மசிவதாயில்லை, செல்லியும் விடுவதாயில்லை, தன்னைப் போன்றவொரு பிறவி தன்னுடன் இருப்பதை அவள் அவமானமாக நினைக்கிறாளென்றும், விஷம் கலந்த பாலைக் கொடுத்தோ அல்லது தூங்கும்போது தலையில் கல்லைத் தூக்கி போட்டோ தன்னைக் கொன்றால் அந்தப் பாவம் தன்னை நரகத்திற்குக் கொண்டுபோய்ச் சேர்க்குமென்கிற பயத்தால்தான் அவள் தன்னைப் படையில் சேர்ந்து போருக்குப் போகச் சொல்கிறாள் என்றும், தன்னை அடிக்கும் தாயிடமே குழந்தை தன் வலியைச் சொல்லி முறையிடுவதைப் போல, உலகநாதன் செல்லியிடம் தன் சந்தேகத்தைச் சொல்லி அழுதான், செல்லியால் அவனுடைய வாதத்தில் இருந்த நியாயத்தை மறுத்துப் பேச முடியவில்லை, எனவே அவள் அவனை வற்புறுத்திக்கொண்டிருப்பதைவிட சிப்பாய்களைக் கொண்டு அவனை பலவந்தமாக போருக்குள் இழுத்துக் கொள்ளச் செய்வதைப் பற்றி யோசிக்கலானாள், அது ஒன்றும் புதியது மில்லை, எதிர்பாராதவிதமாகப் படையில் ஆட்சேதம் ஏற்பட்டுவிடும் சமயங்களிலோ, தன்னார்வலர்களின் எண்ணிக்கை எதிர்பார்த்த அளவிற்குத் திரண்டு வராதபோதோ ஏற்கெனவே பயிற்சி பெற்றிருக்கும் சிப்பாய்களின் உதவியாளர்களுக்குப் பதவிஉயர்வு கொடுத்து முதல் அணிச் சிப்பாய்களாக்கிப் பற்றாக்குறையைச் சரிசெய்துகொண்டு, அவர்களுடைய இடத்திற்குப் படை எந்தக் கோட்டைக்கு வெளியே முகாமிடுகிறதோ அந்தக் கோட்டையிலிருந்து விலகி எழுப்பப்பட்டிருக்கும் சேரிப்புறங்களிலிருந்து ஆட்களைப் பயமுறுத்தி இழுத்துவந்து ஏணிகளையும் உலக்கைகளையும் தூக்கிச்செல்லுபவர்களாகவோ, தோட்டாக்களும் அம்புகளும் நிரம்பிய கோணிப்பைகளைச் சுமந்து செல்லும் சேளாக்களாகவோ படையில் அமர்த்திக்கொள்வதென்பது போர்க்காலங்களில் நடக்கக்கூடியதுதான், இதனாலேயே படைகள் முகாமிட்டிருப்பது தெரிந்தாலே அந்த நிலங்களைச் சுற்றியுள்ள சேரிகளைப் பறையர்களும் சக்கிலியர்களும் இரவோடிரவாகக் காலிசெய்துவிட்டு

வேறு நிலங்களுக்குச் சென்றுவிடுவார்கள், (கைவிடப்பட்ட சேரிகளில் அமைக்கப்படும் அக்ரஹாரங்களை விட்டு அதிர்ஷ்ட தேவதை வெளியே செல்வதில்லையென்று நம்பும் பிராமணர்களேகூட போர்க்காலங்களில் சேரிகளைப் பற்றிச் சிலசமயம் படையினருக்குத் துப்புச் சொல்வதுமுண்டு), எனவே செல்லி அடுத்தமுறை களத்திற்குத் தாம்பூலச்சுருள்களுடன் செல்லும்போது, மற்ற மனைவிகளைப் போல் இல்லாமல் தன் கணவனைப் போருக்கு அனுப்புவதற்குத் தான் தயாராக இருப்பதாய்ப் பேசி, நேரே தண்டாவுக்கு வந்து அவனை அழைத்துச்செல்லும்படி சிப்பாய்களிடம் கேட்டுக்கொள்வதென்று முடிவு செய்தாள், கணவன் போரில் இருக்கிறான் அல்லது இறந்தான் என்கிற செய்தி தன் நிம்மதி யற்ற நாடோடி வாழ்க்கைக்கு முற்றுப்புள்ளி வைத்துவிடுவதாயும், கதைகளில் சொல்லப்படுவதைப் போல இறந்துகிடக்கும் உலகநாதனின் மார்மீது விழுந்து மனநிறைவோடும் பெருமிதத்தோடும் தானும் உயிரை விட்டுவிடுவதாயுமான அபத்தமான கற்பனைகளிலும் மிதந்தாள், போர், அது நிகழ்ந்துகொண்டிருக்கும்போதன்று, அதன் ஆயத்த நிலையிலேயே அவள் நினைத்திருந்ததைப் போல அவ்வளவு கபடமற்ற பாதைகளையோ, அதன் இயல்பான கொதிநிலைக்கு வெளியேயிருக்கும் பாமரர்கள் எளிதாக ஊகித்து விடுமளவிற்கு தெளிவான விடைகளையோ கொண்டதல்ல என்பதை அந்த அப்பாவிப் பெண்ணுக்கு, அவள் தன் திட்டத்தை வேறு யாருடனும் பகிர்ந்துகொள்ளவில்லையாதலால், யாரும் சொல்லவில்லை, அவள் முடிவு அவள் கற்பனை செய்த விடுதலைக்குப் பதிலாக வேறொரு விதமான, வலிமிகுந்த விடுதலையை அவளுக்குக் கொடுத்தது.

சிப்பாய்களிடம் பேசுவதென்று முடிவு செய்த அன்று தானே அருகிலிருந்து கலவைகளை முடிவுசெய்து உலகநாதனைத் தயாரிக்கச் சொல்லிப் பெற்றுக்கொண்ட அதியற்புதமான தாம்பூலச்சுருள்களுடன் ராணுவ முகாமுக்குச் சென்ற செல்லி இளைஞனான ஒரு வெள்ளைப் படையதிகாரியைச் சந்தித்து அவனுடைய மனமும் பேச்சும் சுருள் களின் சுவையில் மயங்கியிருந்த சமயத்தில் தன் கோரிக்கையை மனத்துணிவோடு அவன்முன் வைத்தாள், போரைக் கண்டால் ஜனங்கள் அஞ்சி ஓடுவார்களென்பதே யதார்த்தத்தில் நடக்கக்கூடிய ஒன்றாக இருக்கும்போது ஒரு பெண் தன் கணவனைச் சாகக் கொடுக்கத் தயாராக இருக்கிறாளே என்று வியந்துபோன அந்த அதிகாரியும் செல்லியை விரிப்பில் உட்காரச்செய்து பரிவோடு அவளைப் பற்றி விசாரிக்கத் தொடங்கினான், அந்த அன்பின் கூர்மை செல்லியின் மனதில் அத்தனை வருடங்களாகப் புரையோடிக்கிடந்த அவமானம் மற்றும் துயரத்தின் கொப்புளத்தைக் குத்திச் சீழை வெளிப்படுத்திவிட்டது, தாம்பூலச்சுருள்களைப் பகிர்ந்துகொள்வதற்காக துரை அவருடைய சகாக்களுக்கு அழைப்புவிடுத்திருப்பதாயும், சரக்கு முழுவதையும் விற்றுத் தீர்ப்பதற்குத் தனக்கு இன்னும் சற்று அவகாசம் தேவைப்படுகிறதென்றும் தன்னுடன் வந்த பெண்களிடம் சொல்லி அவர்களை அனுப்பிவிட்டு அந்த வெகுளிப்பெண் தன் அன்பான பெற்றோர்களிடமும் ஆதரவான உறவினர்களிடமும் அடைக்கலம் கொடுத்த நண்பர்களிடமும்கூடச் சொல்ல வெட்கப்பட்டு மறைத்துவிட்ட தன் கதை முழுவதையும், தன் கணவனுக்குப் பெருமை தரக்கூடிய சாவு ஒன்றை விரும்பிய

காரணத்தால், அந்தப் பறங்கியதிகாரியிடம் கொட்டித் தீர்த்து விட்டாள், தோழனிடம்கூடத் தன் ஏழ்மையைப் பேசக் கூடாதென்று இங்கே ஒரு பழம்பாடல் உண்டு, செல்லியின் கதை அவள் அதிலிருந்து அந்த அதிகாரி எதை எடுத்துக்கொள்ள வேண்டுமென்று விரும்பினாளோ அதற்கு நேர்மாறான விஷயங்களை அவனிடம் கொண்டுபோய்ச் சேர்த்தது, ஒன்று, செல்லி அவர்கள் தொடுவதற்குத் தயங்கும் லவணச்சியில்லை, மாறாகக் காமத்தினவு கொண்ட உடல்களைச் சுமந்துகொண்டு அலைபவர்கள் என்று மேற்சாதியினரால் குறிப்பிடப்படுகிற பறைச்சாதியைச் சேர்ந்தவள், இரண்டு, அவள் கணவன் ஒரு கையாலாகாதவன், மூன்று, கணவனின் குறையையே வெளியே சொல்லத் தயங்கி ஊரைவிட்டு வெளியேறி வந்துவிட்ட அவளை என்ன செய்தாலும் அதை வெளியே சொல்லவோ தன்பேரில் தப்பில்லை என்று நிரூபிப்பதற்காகக் கொதிக்கும் எண்ணெய்ச் சட்டிக்குள் கைவிட்டு வடையை எடுக்கவோ அவள் நிச்சயம் முன்வர மாட்டாள், நான்கு, சாதியில் மட்டுமல்லாது, வசதியிலும் அவள் ஏழை, ஏழை சொல் அம்பலமேறாது, ஐந்து, போர்க்களத்தில் எந்த நேரத்திலும் சாவை எதிர்பார்த்துக் காத்திருக்கும் தன்னைப் போன்ற வீரர்களின் சில்லரைச் சந்தோஷங்களுக்காகச் சில தியாகங்களைக் குடிமக்கள் செய்யத்தான் வேண்டும், அதைச் சட்டமும் மறைமுகமாக அங்கீகரித்து வைத்திருக்கிறது, ஆக செல்லியின் பேச்சு அதிகாரியின் மனக்கண்களைத் திறந்துவிடுவதற்குப் பதிலாக அவனுடைய ஆண்மையின் மதகைத் திறந்துவிட்டுவிட்டது, அவன் இளமை பூரித்து நிற்கும் உடலும், அதை எந்த வினாடியிலும் யாரையும் அழைத்து உபயோகித்துக் கொள்ளத்தக்க அழகும், ஆனால் பெட்டியினுள் பூட்டிய நகையாக அதைத் தீண்டக்கொடுக்காமல் வைத்துக்கொண்டிருக்கும் துரதிர்ஷ்டமும் வாய்த்தவளான அந்தப் பறைப்பெண் கண்டிப்பாகக் கண்களைப் பறிக்கும் ஐரோப்பியக் கவர்ச்சியும், தினவைத் தீர்க்கப் போதுமான ஆண்மையும், பட்டுப்போன்ற அவளுடைய நாவால் நக்கி மருந்திடத் தகுந்த விழுப்புண்களையும் கொண்ட தன்னுடன் ஓர் இரவைக் கழிக்க உடனே சம்மதித்துவிடுவாளென்றும், ஒருவேளை அதற்காகவேகூட அவள் தன் கணவனைப் படையில் சேர்க்கும் சாக்கில் தன்னை வந்து சந்தித்திருக்கக்கூடுமென்றும், அப்படியிருக்கும் பட்சத்தில் அவளை அவள் தன் வாழ்நாள் முழுவதும் நினைத்துச் சந்தோஷமும் ஏக்கமும் அடையும்வண்ணம் திருப்திப்படுத்தி அனுப்ப வேண்டியது தன் கடமையென்றும் நினைத்துக்கொண்டுவிட்ட அந்தப் பாவிப் பறங்கியான், படைக்களத்தில் ஒருவனைச் சேர்த்துக்கொள்வதற்கெனப் பட்டியலிடப்பட்டிருக்கும் விதிமுறைகளைப் பற்றி அவளிடம் விரிவாகப் பேச வேண்டுமென்று கூறி, இரவில் தனியாக வந்து தன்னைப் பார்க்கும்படி சொல்லி அவளையனுப்பிவிட்டு, தன் ஏற்பாட்டைப் பற்றித் தன் சகாக்களிடம் பிரஸ்தாபித்து அவர்களில் நான்கு பேரையும் கூடாரத்தில் கூட்டி வைத்துக்கொண்டு செல்லிக்காகக் காத்திருந்தான், வெளுத்ததெல்லாம் பாலென்று நம்பிய செல்லியும் அன்று இரவு லவணர்கள் அனைவரும் பங்கியடித்துவிட்டுத் தூங்கியான பின் தனியாகக் கிளம்பி அந்த அதிகாரியைப் பார்ப்பதற்காகப் போனாள், அங்கே மார் முட்டக் குடித்துவிட்டு அவளுக்காகக் காத்திருந்த

கயவர்கள் அவள் வந்ததும் அவளை உள்ளே வரச்சொல்லி உடலின் மேடுபள்ளங்களைத் தெளிவாகக் காட்டும் லவணயின உடைகளுடன் தரைவிரிப்பில் உட்காரப்போன அவளைப் போதையும் காமமும் நுரைக்கும் போலி மரியாதையுடன், கீழிருந்து பார்ப்பதற்கு வசதியாக, உயரமான மேசையொன்றின் மேல் ஏற்றி அமர்த்தினார்கள், பிறகு மீண்டும் மீண்டும் அவள் சாதியைப் பற்றியும், அவளுடைய இரங்கத்தக்க கணவனைப் பற்றியும் மாற்றிமாற்றிக் கேள்விகளைக் கேட்டு பலவீனமான புள்ளிக்கு அவளை இயல்பாகவே கொண்டுவந்து சேர்க்கும் வார்த்தை வியூகத்தை அமைத்தார்கள், அதற்குப் பிறகு நடந்தவற்றைச் செல்லியின் சொற்களில் கேட்டால்தான் அதன் பயங்கரம் உங்களுக்குப் புலப்படும், போர் சிப்பாய்களுக்கு அவர்கள் தங்களுடைய எதிரியைச் சுற்றிவளைத்து வீழ்த்தக் களத்தில் உபயோகப்படுத்தும் அதே தந்திரங்களை அதற்கு வெளியிலிருப்பவர்களிடமும்கூட உபயோகப்படுத்தத் தூண்டும் போதையைப் புகட்டிவிடுகிறது போலும், அது அவ்வாறுதானென்றால் அந்தத் தந்திரங்கள் மிகவும் கீழ்த்தரமானவையும்கூட, மட்டுமன்று, போர் உடல்களின் மென்மைபற்றின பிரக்ஞையை அதன் உறுப்பினர்களுடைய மனத்திலிருந்து உறிஞ்சி எடுத்துவிடுகிறது, நான் நடப்பது என்ன என்று புரிந்துகொள்வதற்குள் அந்தப் போக்கிரிகள், அதில் கூலிக்கு வாங்கப்பட்ட, வெட்கங்கெட்ட ஒரு தெலுங்குச் சிப்பாயும் இருந்தான், அமைத்த வியூகத்தின் ஆழத்திற்குள் நான் சென்றுவிட்டேன், பிறகு என்னால் அதை உடைத்துக்கொண்டு வெளியே வர முடியாமலே போய்விட்டது, எதிரியின் வியூகத்திற்குள் மாட்டிக்கொண்டுவிட்ட ஒரு சிப்பாய் தான் உடனே கொல்லப்படுவதையே நிச்சயமாக விரும்புவானாயிருக்கும், ஆனால் அவனை வளைத்துக்கொண்டுவிட்டவர்கள் அவனை அப்படிச் சாக அனுமதிப்பதில்லை, அந்தக் குரூர நாடகத்தின் உச்சக்கட்டத்திற்கு அவனை நகர்த்துவதற்குள் அவர்கள் அவனைச் சீண்டி விளையாடுகிறார்கள், தன்னைக் குத்திக் கொல்லும் இரக்கமிக்க ஒரு வாளைத் தேடி அவனை அங்குமிங்குமாக அலைக்கழித்துத் தவிக்கவிடுகிறார்கள், அவன் அவமானத்தில் கூசிப்போவான், கடவுளைப் பிரார்த்திப்பான், அல்லது சபிப்பான், ஆனால் அவரை நினைத்துக்கொள்வதிலிருந்து அவனால் தப்பிக்க முடியாது, அவனைச் சுற்றிவளைத்துக்கொண்டிருக்கும் உடல்களுக்கு அவனுடைய சாவல்ல முக்கியம், அது ஒற்றை வாட்செருகலில் நிகழ்ந்துவிடக்கூடியது, அவர்களுக்கு வெற்றிதான் முக்கியம், உடலை வெற்றிகொள்வது என்பது அதைப் போர்த்தியிருக்கும் ஒவ்வொரு கவசத்தையும் நிதானமாகக் களைந்து நிர்வாணப்படுத்துவது, அதன் மென்மையான பிரதேசங்கள் முழுவதையும் நகங்களின் கூர்நுனிகளால் குத்திக்கிள்ளி அது சுருங்குவதையும், சிவந்து துளிர்ப்பதையும் பார்த்துக் கைகொட்டி ரசிப்பது, போர்வெறி மூச்சுத் திணறத் துரத்துகிறது, அது விபசாரிகளை உண்டு பண்ணுகிறது, அவமானப்படுத்துகிறது, இவற்றையெல்லாம் நிகழ்த்திக் களைத்துப்போன பிறகே அது வாளைத் தன் இரையினுள் செருகச் சம்மதிக்கிறது, போர்க்களம் ஆண்மையின் நிலமன்று, அது காதலுடனும் பெண்மையுடனும் குழந்தைமையுடனும் பூக்களுடனும் தானியங்களுடனும் உழவர்களுடனும் நல்வாழ்வுடனும் உறவாடத் தெரியாதவர்கள், உறவுவாடுவதை மறப்பதற்கென்றே பயிற்சி

யளிக்கப்பட்டவர்கள், தங்களுடைய கோழைத்தனத்தை மைதுனம் செய்து வெளியேற்றிக்கொள்ளும் சாக்கடை, போர்க்களம் என் கணவனுக்கான நிலமென்று நான் நினைத்ததில் தவறில்லைதான், ஆனால் அது மரணத்தின் புனிதத்தைக் கொண்டுவருமென்று கற்பனை செய்தது தவறு, போர் மரணத்தைப் பெருமைப்படுத்துவதாகச் சொல்லுவதெல்லாம் பொய், போர் சாவின் அழகைச் சிதைத்துச் சீரழிக்கிறது, அதைச் சிறுமைப்படுத்துகிறது, களத்தில் வீழ்ந்து கிடக்கும் உடல்களின் காயங்கள் அவமானத்தையும், சாவிலும் தீராத சினத்தையும் ஏந்தியவை, செல்லி கூடாரத்திலிருந்து நடைப்பிணமாக வெளியேறினாள், அவள் திரும்ப யார் கண்களிலும் பட்டுவிடாமல் தன் கூடாரத்திற்குத் திரும்பியபோது பெண்ணுடலின் காயங்களுக்கு அர்த்தம் தெரியாத உலகநாதன் அவளுடைய கிழிந்துபோன உடலைக் கண்டு பதைத்துப் போனவனாக அவளை விசாரித்தபோது ஆண்பிள்ளைத்தனத்தின் அருவருப்பூட்டும் அகங்காரத்தைக் கடவுளிடம் கேட்டுப் பெற்றுக்கொள்ளாத அவன் எவ்வளவு பாக்கியவான் என்றும், அவனுடனான தன் வாழ்வும் அவனுடைய தூயவுயிரும் எத்தனை அதிர்ஷ்டமும் மகத்துவமும் வாய்ந்தவை என்றும் எண்ணிப்பார்த்துக் கதறியழுத அவள் அவனிடம் எதையும் ஒளிக்காமல் நடந்தவற்றையெல்லாம் சொல்லித்தீர்த்துவிட்டாள், அவள் சொன்னவற்றைச் சொல்லொணா வேதனையோடும், அவளுடைய உடல் வாதையை மறக்கடிக்கும் இரக்கத்தோடும் கேட்டு உலகநாதன் அவளைத் தேற்றினான், கணவனென்கிற முறையில் ஓர் ஊனமுற்ற ஆணாகவே தன்னைப் பார்த்துப் பழக்கப்பட்டுவிட்டிருந்த அவளுக்கு ஒரு சகோதரனாக, நிறைந்த அழகுள்ளவனாகத் தன்னை ஏன் பார்க்கத் தோன்றாமல் போய்விட்டது என்று பேச்சின் நடுவே அவன் அவளைக் கேட்டபோது செல்லி அவனை இறுகக் கட்டிக்கொண்டு மேலும் அழுததாகச் சொல்லுவாள்.

எனினுமே பிறகு அதிக நாட்கள் இருவரும் சேர்ந்திருக்கவில்லை, காரணம் எதிர்பார்க்கக்கூடியதும் ஏற்றுக்கொள்ளக்கூடியதும்தான், செல்லி மானபங்கப்படுத்தப்பட்ட விஷயம் ரகசியமாகவே இருந்துவிடவில்லை, அவள் விழிகளில் தொலைவை நோக்கிய வெறிச்சிடலையும், உதடுகளில் அருவருப்பின் நிரந்தரச் சுழிப்பையும் கண்டோ அல்லது பிறகொருநாளும் அவள் ராணுவ முகாம் இருக்கும் திசையை நோக்கிப் பிடிவாதமாகவே வர மறுத்துவிட்டதைக் கொண்டோ அவளுடைய குழுவினர் அன்றிரவு நடந்ததை ஒருவாறாக ஊகித்துக்கொண்டுவிட்டனர், அதை அவர்கள் தங்கள் நாயக்கிடம் சொல்ல அவன் அவளிடமே வந்து அதைப் பற்றிக் கேட்டபோது செல்லியின் மனதிலும் உண்மையை மறைக்கக்கூடிய பலம் மிச்சமிருக்கவில்லை, லவணர்கள் செல்லி விரும்பினால் பயிற்சிக் களத்திற்குச் சென்று அவள் அடையாளம் காட்டும் ஐந்து சிப்பாய்களைக் கொன்றுவிட்டு இரவோடிரவாகக் காட்டிற்குள் தப்பிச்சென்றுவிட தங்களால் முடியுமென்று அவளிடம் தெரிவித்தார்கள், அல்லது ஊடி வித்தையால் தொலைவிலிருந்தே அந்தப் படைக்களம் முழுவதன் மீதும் குட்டிச்சாத்தானை ஏவிவிட்டுவிடலாம், ஆனால் செல்லி தன் பொருட்டாகப் புதிய தலைவலிகளையும் துர்தேவதைகளின் நட்பையும் அவர்கள் இழுத்துவிட்டுக்கொள்ளத் தேவையில்லை என்று கூறி

அவர்களைத் தடுத்துவிட்டாள், பிறகு எல்லோருமே அந்தச் சம்பவத்தை ஒரு துர்கனவாக நினைத்து மறந்துபோனார்கள், செல்லியும் அதை அப்படி நினைத்து மறந்துவிடத்தான் முயன்றாள், ஆனால் பிரச்சினை தருமராஜாவைத் தொடர்ந்த நாயாக, கவனத்தில் குறுக்கிடாமல் அவளைத் தொடர்ந்து வந்துகொண்டிருந்தது, ஓரிரு மாதங்களுக்குப் பிறகு அவள் தான் கருவுற்றிருப்பதை அறிந்துகொண்டாள், அவளுக்கு அந்த அறிதல் அதன் காரணத்தின் மீதான அருவருப்பையும் மீறி உவகையைக் கொடுத்தது, உலகநாதனோ இதைக் கேட்டுத் திடுக்கிட்டுப்போனான், தானொரு குறையுள்ள கணவன் என்பதற்காக அல்லாமல் தன் மனைவி வஞ்சகத்திற்கு இரையான வெகுளிப்பெண் என்பதற்காகவே, அவள் தாம்பூலச்சுருள்களை விற்கும் சாக்கில் தன் உயிரை விலைபேசச் சென்றவள் என்பதையும் மறந்து, செல்லியை மன்னிக்கத் தயாராக இருந்த அவனால் இந்த அதிர்ச்சியைத் தாங்கிக்கொள்ள முடியவில்லை, அது பாவத்தின் சின்னம் என்றும், ஐந்து பேர்களுடைய குழந்தையென்றும் கூறி அவன் தாய்மை செல்லியின் முகத்தில் பூரிப்பின் ரேகைகளைப் பதிக்கத் தொடங்கும் முன் அதைக் கருவிலேயே அழித்துவிடச் சொல்லி அவளை வற்புறுத்தத் தொடங்கினான், உண்மையில் அதுநாள் வரையில் வெளியார் பார்வைக்கு மலடியென்றே தன்னைக் காட்டிக்கொண்டிருந்த செல்லி இப்போது சூல் தரிப்பதானது தானொரு பேடியென்பதைக் காட்டிக்கொடுக்கக் கூடியதாக அமைந்துவிடுமென்பதை நினைத்துத்தான் அவன் பயந்தான், நியாயமான பயம்தான், ஆனால் செல்லி தன் கருக்குழியினுள் நீர்வஞ்சிக் கழியைச் சொருகிக்கொள்ள நிர்தாட்சண்யமாக மறுத்துவிட்டாள், அவளுடைய மலட்டுப் பட்டத்தையே தன்னுடைய நிழலாகக் குடைபிடித்தபடி வாழ்ந்து பழகிவிட்ட, உயிராசை கொண்ட கோழையும் நல்லவனுமான உலகநாதன் ஏளனப் பார்வைகளின் வெக்கையில் தன் உடல் பொசுங்கும் காட்சியைக் கற்பனை செய்து மருகினான், விளைவாக முன்பொருமுறை நிகழ்ந்ததைப் போலவே இடைவிடாத வாதப்பிரதிவாதங்களிலும் மன்றாடல்களிலும் ரகசியக் கோபங்களிலும் கண்ணீர் உகுத்தல்களிலும் நாட்கள் கழிந்தன, இயலாமை வன்மமாகப் படமெடுத்து அவளை ஒரு விபசாரி என்று உலகநாதனின் நாவு தீண்டிய பிறகு இனி சேர்ந்து வாழ்வது துர்லபம் என்கிற முடிவிற்கு இருவருமே வந்துசேர்ந்தார்கள், உலகநாதன் தன்னுடைய தகாத வார்த்தைகளுக்காக செல்லியிடம் மன்னிப்புக் கேட்டுக்கொண்ட பின், மகிமைமிக்க தாம்பூலச்சுருள்களை உருவாக்கும் வித்தையைச் சில காலம் அவளுடன் இருந்து அவளுக்கு நன்றாகக் கற்றுக்கொடுத்துவிட்டு, பிறகு பிரியாவிடை பெற்றுக்கொண்டு, இரக்கமுள்ள லவணர்களின் குழு அவளைக் கைவிட்டுவிடாது என்கிற நம்பிக்கையுடன், திருப்பதிக்குச் சென்று சந்நியாசம் மேற்கொள்ளும் நோக்கத்துடன் அவளை விட்டு நீங்கினான், பிறக்கவிருக்கும் தன் குழந்தையைப் பற்றின கனவுகளுடன் செல்லி தன் நாடோடி வாழ்க்கையை மேலே தொடர்ந்தாள்.

இதுதான் துரை, தாம்பத்திய வாழ்க்கைக்கு இன்றியமையாததெனக் கூறப்படும் ஆண்மையை இழந்த ஒருவனுடன்கூட வாழத் தயாராக இருந்த அன்பின் மலரை, உயிர்களை உதிர்த்து வீழ்த்தும் போரின் வெம்மை தீய்த்து அழித்துப்போட்ட கதை, புரட்சி அரங்கேற்றும்

காட்சிகளில் இவ்வகைப்பட்ட குரூரம் உண்டா சொல்லுங்கள். அதைப் பிறகு பேசிக்கொள்ளலாம் கெங்கம்மா, பிரிந்துபோன இருவரில் கதை பிறகு யாரைத் தொடர்ந்து செல்கிறது, உலகநாதனையா, செல்லியையா. சந்தேகமில்லாமல் செல்லியைத்தான், ஏனென்றால் அவள்தானே இந்த ராமஞ்சேரிக்கு வந்துசேர்ந்து எனக்கு இந்தக் கதையைச் சொன்னவள், எந்தக் காரணத்திற்காக அவள் நாடோடி வாழ்க்கையைத் தேர்ந்தெடுத்தாளோ அந்தக் காரணம் இல்லையென்று ஆன பின் தன் இனத்துடன் சென்று சேர்ந்துகொள்ளும் ஆசை அவளை அரிக்கத் தொடங்கிவிட்டது, அதேசமயத்தில் வாழ்க்கையைத் தொலைத்துவிட்ட ஒரு துரதிர்ஷ்டசாலியாக, தன் பெற்றோர்களின் மனம் பரிதவிக்கும்படி அவர்களைத் திரும்பச் சந்திப்பதையும் அவள் விரும்பவில்லை, ஏதாவது ஒரு சேரியில் பறையினமே தாய்தந்தையாக இருந்து தன்னை ஏற்றுக் காப்பாற்றுமென்கிற நம்பிக்கையுடன் அவள் அதற்கான சந்தர்ப்பத்தை எதிர்நோக்கிக் காத்திருந்தாள், உலகநாதன் அவளைப் பிரிந்த சமயத்தில் அவர்கள் குழு தங்கள் முகாமைக் குறித்த காலத்திற்கு முன்பாகவே தொப்பூரிலிருந்து மாற்றிக்கொண்டு கிழக்குமலைத் தொடர்களின் ஓரமாகவே வடக்கு நோக்கி நகர்ந்து பெண்ணாகரத்தில் தண்டு இறக்கியிருந்தது, செல்லி காட்டிற்குள் செல்லும் ஆண்களோடும், ஊருக்குள் செல்லும் பெண்களோடும் உடன்சென்று அவர்களுடைய சேகரிப்புகளுக்குச் சில்லரை உதவிகளைச் செய்தும், உலகநாதனிடமிருந்து கற்றுக்கொண்டிருந்த தாம்பூலச்சுருள்களின் தயாரிப்பிலீடுபட்டும் (அவற்றை விற்பதற்காக அவள் ராணுவக் கூடாரங்கள் இருக்கும் திசைப்பக்கம்கூடப் போகவில்லை) இரண்டு வயிறுகளைக் கழுவிக்கொண்டாள், ஐந்து பேர்களின் பிள்ளை அபிமன்யுவாகப் பிறக்கட்டும் என்று லவணர்கள் கூட்டம் ஆறுதல் சொல்லி இரக்கத்துடனும் அக்கறையுடனும் அவளைக் கவனித்துக்கொண்டது, கூதிர்காலம் தொடங்கியபோது பெண்ணாகரத்திலிருந்து பாரமஹால் பள்ளத்தாக்கை நோக்கிச் செல்வது உவப்பானதாக இருக்காதென்று அவர்கள் கீழ்நோக்கி நகர்ந்து சங்கரிதுர்க்கத்திற்கு வந்துசேர்ந்தார்கள், அங்கே செல்லி தன் குழந்தையை ஒரு புதர் நடுவே பிரசவித்தாள், கூட்டம் வாழ்த்தியதைப் போல குழந்தை ஆணில்லை, பெண், லவணர்கள் அதற்குக் கம்பா (புதர்) என்று பெயர் வைத்து, கொம்புக் கொலுசையும் காதணிகளையும் அணிவித்துச் சந்தோஷப்பட்டார்கள், கம்பாவின் பிறப்பிற்குப் பிறகு, மனதில் திடம் குறையவில்லையானாலும், செல்லியின் உடல் மிகவும் நைந்து பலவீனமாகப் போய்விட்டிருந்தது, வயிற்றில் வளர்ந்துகொண்டிருந்த உயிரின் மகத்துவத்தினால் வெளிப்படாமல் உள்ளேயே அடங்கியிருந்த, சிப்பாய்களில் யாரோ ஒருவன் கொடுத்த நோய் மெல்லத் தன் இருப்பை வெளிப்படுத்த ஆரம்பித்தது, ஓர் இரண்டு வருடகாலம் இந்த நோயோடேயே செல்லி சங்கரிதுர்க்கத்திலிருந்து ஈரோட்டிற்கும், ஈரோட்டிலிருந்து கரூருக்கும் பிறகு அங்கிருந்து திருச்சிராப்பள்ளிக்குமாக நகர்ந்து கொண்டிருந்த குழுவினரோடு தானும் தன் கம்பாவை முதுகுத் தூளியில் தூக்கிச் சுமந்தபடி நகர்ந்து கொண்டிருந்தாள், விரைவில் நிகழவிருக்கும் போரை உத்தேசித்து அப்போது எல்லா இடங்களிலுமே காவல்களும் கெடுபிடிகளும்

அதிகமாகியிருந்தன, ஆற்காட்டுச் சூபாக்களில் நவாபின் ஆடம்பர வாழ்க்கைக்குமாகச் சேர்த்து பண்டங்களின் மீதான வரி விலைக்கு இருமடங்காக விதிக்கப்பட்டிருந்தது, காடுகள் ராணுவத்தினருக்காக ஆயத்த நிலையில் இருந்தன, பிரயாணம் கடினமான வழிகளிலும் கடும் பற்றாக்குறையிலும் கழிந்தது, தானியங்களை வாங்கி விற்பது, சில்லரைத் திருட்டுக்களிலீடுபடுவது, காடுபடு பொருட்களைச் சேகரிப்பது என்று உணவிற்கு வகை செய்யக்கூடிய எல்லா வழிகளும் அடைபட்டுப்போயிருந்தன, செல்லி போரையும் சிப்பாய்களையும் எவ்வளவுக்கெவ்வளவு வெறுத்தாளோ அவ்வளவுக்கவ்வளவு அவளைப் பராமரித்துக்கொண்டிருந்த லவணர்கள் போரை ஆர்வத்துடன் எதிர்பார்த்துக்கொண்டிருந்தார்கள், ஹைதரலியிடமிருந்து போர் அறிவிப்பு வந்தபோது அவர்கள் திருச்சிராப்பள்ளியிலிருந்து இன்னும் கீழிறங்கி மதுரைக்குச் செல்ல உத்தேசித்திருந்தார்கள், அவர் செங்கண்மா கணவாய் வழியாக அப்போதைய கிழக்குக் கர்நாடகத்திற்குள் புக உத்தேசித்திருக்கிறாரென்கிற செய்தியை ஒற்றர்கள் அரண்மனைகளுக்குச் சொன்ன அதே நேரத்திலேயே, எறும்புகள் இனிப்பை மோப்பம் கொள்வதைப் போல தங்களுடைய பிழைப்பிற்கான வழிகளை, அவை எத்தனைத் தொலைவில் எத்தனை ரகசியமாக வைக்கப்பட்டிருந்தாலும் அறிந்துகொண்டுவிடும் இயல்பூக்கம் கொண்டவர்களான லவணர்கள் மதுரையை நோக்கிய தங்களுடைய பயணத்தை ரத்து செய்துவிட்டுத் திருவண்ணாமலையை நோக்கித் திரும்பிவிட்டனர், பயிற்சிக் களத்திலேயே தன் வாழ்க்கை முழுவதும் நினைத்து நொந்துகொள்ளும்படியான அனுபவத்தைச் சந்தித்திருந்த செல்லி போர்க்களக் காட்சிகளை எண்ணி அஞ்சி நடுங்கினாள், அங்கே சுற்றிவளைத்துக் கொல்லப்படும் ஒவ்வொரு சிப்பாயும் அவளுக்கு நேர்ந்த பயங்கரத்தையே நினைவுபடுத்துவான், லவணர்களுடன் சேர்ந்துகொண்ட நாள் முதலாகவே அவள் வயிற்றினுள் தங்கிவிட்டிருந்த கலக்கம் இப்போது பல மடங்காகப் பெருகி காற்றிலும் உணவிலும் ஒவ்வாமையை ஏற்படுத்தி அவளைத் துன்புறுத்தியது, ஆனால் போக்கிடம் வேறில்லாத அவளால் குழுவின் வேகத்துடன் நிற்காமல் போய்க்கொண்டிருப்பதைத் தவிர வேறெதையும் செய்யவியலவில்லை, அவளுடைய கவலையையும் பயத்தையும் கண்ட லவணப் பெண்கள் அவளிடம் சிரித்துச் சொல்வார்கள், உன்னை மானபங்கப்படுத்திய சிப்பாய்களின் மரணமும், உன் யோனிக்குள் பீய்ச்சியடித்த சுக்கிலத்தின் அதே வேகத்துடனும் வெப்பத்துடனும் அவர்களுடைய ரத்தம் மண்ணில் சிதறும் காட்சியும் உன் வயிற்றை எப்படித்தான் குளிர்விக்காமல் போய்விடும்.

ஹைதரலி பறங்கியருடன் நடத்திய அந்த இரண்டாவது சண்டை நான்கு வருடங்கள் நீடித்தது, போரை லவணர்கள் கொண்டாடிய விதம் செல்லியை அதிரச் செய்துகொண்டேயிருந்தது, அவர்கள் திருவண்ணாமலையை நெருங்கியதுமே மெட்றாஸ் பக்கமிருந்தும் விசாகப்பட்டணத்திலிருந்தும் ஏற்கெனவே அங்கே வந்து குவிந்து விட்டிருந்த காம்தட் மற்றும் சாவனப் பிரிவுகளைச் சேர்ந்த பஞ்சாரியர் களோடு இணைந்துகொண்டு நூற்றுக்கணக்கில் இருந்த கால்நடைகளின் எண்ணிக்கையைப் பத்தாயிரக்கணக்கில் பெருக்கிக்கொண்டுவிட்டனர்,

கண்களெட்டு மட்டும் ஆயுதங்கள் மோதும் பரபரப்பிற்கு நடுவே கணவாயின் புற்பரப்பில் அவை சாவதானமாக மேய்ச்சலுக்கு விடப்பட்டிருந்த காட்சியானது போர்க்காட்சிகளைவிட அதிகமான பயத்தை செல்லியின் மனதில் வளர்த்தது, மூன்று குழுக்களும் சேர்ந்து தங்களுடைய இணைவினைக் கள்ளும் இறைச்சியும் அருந்திக் கொண்டாடிய பின் வேலைகளைப் பற்றி விவாதித்து அவற்றைத் தங்களிடையே பகிர்ந்துகொண்டன, ஒரு பகுதியினர் பறங்கித் தளபதிகளைப் பார்த்து உளவறியும் வேலையைப் பெற்றுவரப் பிரிந்து சென்றுவிட, மீதமிருந்தவர்கள் களத்தினுள் தயங்காமல் புகுந்து வெட்டிச் சாய்க்கப்பட்டவர்களின் உடல்களிலிருந்து நகைகளையும், சேதமுறாத ஆயுதங்களையும் பிய்த்தெடுத்துக்கொண்டும், எரிந்துகொண்டிருந்த ஊர்களுக்குள் புகுந்து அங்கேயிருந்தவர்கள் வெளியேறும் முன்பே அவர்களுடைய வீடுகளிலும் கிடங்குகளிலும் திரிந்துகொண்டிருந்த எலிகளை விரட்டிக் கொன்றுவிட்டுத் தானியங்களை வாரிக் கோணிகளில் கட்டிக் கால்நடைகளின் மேல் ஏற்றி அவற்றைக் களத்தில் விற்பனைக்காகக் கொண்டுசென்றும், இரவுகளில் மூட்டை முடிச்சுகளுடன் தங்களை அகதிகளாகத் தாண்டிச்செல்லும் அதே குடிகளைப் பார்த்துப் பங்கிப் போதையுடன் பரிகாசப் பாடல்களைப் பாடிக்கொண்டும், போரின் திசையில், அது சீக்கிரம் முடிந்துவிடக் கூடாதென்று தேவதைகளைப் பிரார்த்தித்தபடி, எருதுகளின் மேலேறிச் சென்றவண்ணமிருந்தார்கள், செல்லி தன் நான்கு வயது கம்பாவின் பிஞ்சு மனதில் போரும் கொள்ளைகளும் நிர்மூலமும் மரணமும் ஏற்படுத்திவிடக்கூடிய பாதிப்புகளையெண்ணி அவளுக்காகவாவது அந்தச் சூழலை விட்டு விரைவாக வெளியேறிவிட வேண்டுமென்று தவித்தாள், ஆனாலுமே சண்டையின் மூன்றாவது வருடம்வரை அவளுடைய தவிப்பைப் பிடிவாதமாய் மாற்றும் சம்பவம் எதுவும் நடக்கவில்லை, மூன்றாவது வருடம், லவணர்களுக்கும் அவர்களுடைய கூட்டாளிகளுக்குமாகச் சேர்த்து ஒரு பெரிய கொள்ளையைத் திட்டமிட்டார்கள், அப்போது நரசிங்கம்பேட்டையில் சுல்தானும் அவருடைய பிரதம தளபதியான பூரணய்யரும் பழமனேர் கணவாய்க்காக நிஜாமின் படையுடன் கடுமையாக மோதிக்கொண்டிருந்தார்கள், செஞ்சியிலிருந்து புறப்பட்டு தெலுங்கர்களின் உதவிக்காகக் கும்பெனிப் படைகளும், நவாபின் படைகளும் வந்துவிட்டிருந்தன, ஹைதரலியால் கொல்லப்பட்ட பெய்லி என்கிற தளபதியின் இடத்தை ஈடுசெய்வதற்காக கல்கத்தாவிலிருந்து, பின்னாளில் இங்கே பிரசித்தமான சண்டைக்காரராக அறியப்பட்ட அயர்கூட் என்பவரையும் கும்பெனியின் தலைமைச் செயலகம் அனுப்பிவைத்திருந்தது, சண்டை பல நாட்களாக நடந்துகொண்டிருந்தது, உருண்ட தலைகளுக்கும் சிந்திய ரத்தத்திற்கும் காலியான சாராயப் பீப்பாய்களுக்கும் கணக்கு கிடையாது, உலக்கைகளால் கோட்டைக் கதவுகள் இடிபட்டவண்ணமாயிருந்தன, இரவிலும் பகலிலும் அலறல்கள் ஓயவேயில்லை, பிணந்தின்னும் மிருகங்களுக்கும் பறவைகளுக்கும் நடுவே லவணர்களும் சளைக்காமல் மரணத்தின் மேல் வட்டமிட்டுக் கொண்டிருந்தார்கள், அப்போதுதான் ஒருநாள் இரவு பூரணய்யர் தன் படைகளிடம் துருக்கியிலிருந்து சுல்தானுக்குப் பரிசாக அளிக்கப்பட்ட

தென்று கொண்டுவரப்பட்டிருந்த ஒரு பெரிய பேழையைத் திறந்து காட்டிக்கொண்டிருந்ததையும், அதில் பொன்னும் வைரமும் ஜொலித்துக் கொண்டிருந்ததையும் பார்த்துவிட்டு ஒரு லவணப்பெண் அந்தப் பேழையைப் போர்ச் சந்தடியினுடே இரண்டாம் பேரறியாமல் பாதுகாப்புடன் கோலாருக்குக் கடத்திக்கொண்டுசெல்ல சில வீரர்களை மட்டுமே அவர் அனுப்பவிருக்கிறாரென்கிற செய்தியுடன் அதைத் தண்டாவில் வந்து சொல்லிவிட்டாள், நாயக்கும் இதர பஞ்சாரிகளும் உடனே கூடிப்பேசி அவர்களில் ஒரு குழு அந்த வீரர்களை வழிமறித்துப் பேழையை அபகரித்துக்கொண்டு அப்படியே பழமனேர் சந்தியின் வழியே சிராவை நோக்கிப் போய்விடுவதென்றும், முதியவர்கள், பெண்கள், ஊனமுற்றவர்கள் மற்றும் நான்கு வயதிற்குட்பட்ட சிறுவர்களை அழைத்துக்கொண்டு மற்றவர்கள் பாரமஹாலுக்குள் நுழைந்து ஹூடேதுர்க்கம் கணவாய் வழியாக மைசூருக்குள் நுழைந்து, ஓசூர், பெங்களூர், சிவகெங்கை வழியாக மேலேறி, போதுமான அளவு சுற்றுவழிகளில் காலந்தாழ்த்திவிட்டு ஆறு மாதங்களுக்குப் பிறகு சிராவுக்கு வந்து தங்களைச் சந்தித்து கொள்ளையடித்ததைப் பகிர்ந்துகொள்ள வேண்டியது என்றும் திட்டமொன்றைத் தீட்டிவிட்டார்கள், அதன்படி சுமார் இருநூறு பேர்களடங்கிய ஒரு கூட்டம் சிப்பாய்கள் செல்லும் சாலைப் பாதைக்கு இணையாகக் காட்டினுள்ளேயே பயணப்பட்டு சித்தூருக்கும் பழமனேருக்கும் நடுவே கணவாயின் வடப்புற வாயிலில் இருக்கும் மைக்லி கிராமத்தினருகில் பதுங்கிக்கொள்வதற்காக அன்றிரவே புறப்பட்டுச்சென்றது, செல்லி பாரமஹாலுக்கு அனுப்பப்பட்டவர்களோடு சேர்த்து அனுப்பப்பட்டாள், அவளுக்குக் குற்றங்கள் அனுமதிக்கப்படும், அல்லது கண்டுகொள்ளாமல் விடப்படும் சண்டைக்களத்திற்கு வெளியே நிகழ்த்தப்படவிருக்கிற இந்தவகையான குற்றம் சர்க்கார்களால் எப்படிப் பார்க்கப்படும் என்கிற விவரம் எதுவும் தெரியவில்லை, ஒருவேளை சுல்தானின் சிப்பாய்கள் லவணர்களை வென்று அவர்கள் மூலமாகவே அவர்களுடைய குழுவினர்களாகிய தங்களையும் தெரிந்து கொண்டுவிட்டால் தன்னுடைய நிலையும் தன் குழந்தையினுடைய நிலையும் என்ன என்று எண்ணி அவள் கவலைப்பட்டாள், கொள்ளையில் வெற்றி பெற்றாலுமேகூட பிறகு தங்களை ஆதரிப்பவர்களான பறங்கியர்கள் இருக்கும் திசைக்குத் திரும்பாமல் சுல்தானின் ராஜ்ஜியத்திற்குள்ளாகப் பெருச்சாளிகளைப் போல பதுங்கிக்கொண்டிருக்க அவர்கள் முடிவு செய்தது ஏனென்பதையும் அவளுடைய, சாகஸங்களுக்குப் பழக்கப்படாத மூளையால் புரிந்துகொள்ள முடியவில்லை. (அவ்வளவு பெரிய கொள்ளையை அவர்கள் நிகழ்த்தியது தெரிந்தால், வெள்ளையர்கள் அவர்களுக்கு அற்பப் பரிசுகளைக் கொடுத்துவிட்டு, பழியையும் அவர்கள் மேல் சுமத்திவிட்டு, கொள்ளையடித்தவற்றைத் தங்களிடமே தக்கவைத்துக் கொண்டுவிடுவார்கள், மேலும் பதுங்குவதற்குச் சிறந்த இடம் தலையாரியின் வீடு என்று சொல்வதற்கொப்ப சுல்தானின் பொக்கிஷத்தைக் கொள்ளையடித்த பின் மைசூர்க் காவலர்களின் மூக்கிற்கடியிலேயே அவர்கள் சுற்றிக்கொண்டிருப்பார்கள் என்று யாரும் எதிர்பார்க்கவும் மாட்டார்கள் என்பதால்தான் அவர்கள் சிராவிற்குச் செல்ல உத்தேசித்தார்கள் என்பதை அவள் பின்பு, பாரமஹாலுக்குப்

போகிற வழியில் குழுவினரிடம் கேட்டுத் தெரிந்துகொண்டாள்), அவர்கள், போரில் சம்பந்தப்படாத, சாதாரண உப்பு வியாபாரிகளைப் போல சுல்தானியச் சிப்பாய்களின் கண்முன்னே கால்நடைகளை மேய்த்தபடியே நடந்து பாரமஹாலுக்குள் நுழைந்து நான்காம் நாள் ஹுடேதுர்க்கம் கணவாய்க்கருகே தண்டு இறக்கி ஓய்வெடுத்தார்கள், வழி முழுவதிலும் கொள்ளைக்காகப் பிரிந்து சென்றிருந்த நண்பர்களைப் பற்றினதாகவே அவர்களுடைய பேச்சு நீண்டுகிடந்தது, அவர்கள் இந்நேரம் மைக்லியை அடைந்திருப்பார்கள், பழமனேர்க் கோட்டையை நோக்கிச் செல்லும் காட்டுப் பாதையினுள் மறைந்திருந்து, சிப்பாய்கள் கண்களில் பட்டதும் ஆயுதங்களுடனும், கேட்பவார்களின் செவி வழியே நுழைந்து மூச்சை நிறுத்திவிடக்கூடிய கடுமையான ஓலத்துடனும் வழிமறித்திருப்பார்கள், எதிர்பாராத இந்த வழிமறிப்பே சிப்பாய்களைத் திடுக்கிடச் செய்து அவர்களிடமிருந்து பாதி தைரியத்தைக் காவிக்கொண்டிருக்கும், இருந்தும் சுல்தானின் உத்தரவை நிறைவேற்ற முடியாமற்போய் அவ்வளவு பெரிய செல்வத்தைக் கொள்ளை கொடுத்துவிட்டுத் திரும்பினால் எப்படியும் தங்கள் தலை மண்ணில் உருளத்தான் போகிறது என்கிற நிச்சயத்தினால் வருவது வரட்டுமென்று அவர்கள் லவணர்களை முடிந்த அளவு மெச்சும்படியாகவே எதிர்கொள்வார்கள், இந்நேரம் கடுமையான சண்டை நடந்துகொண்டிருக்கும், சிப்பாய்களுடைய மலபார்த் துப்பாக்கிகளைச் சந்திக்கிற அளவிற்கு வலுக்கொண்டவையல்ல லவணர்களின் நாட்டுத் துப்பாக்கிகளென்றாலும் தங்களுடைய அதிகமான எண்ணிக்கையால் அந்தப் பலவீனத்தை அவர்கள் சரிக்கட்டிவிடுவார்கள், அதேசமயத்தில் சிப்பாய்கள் மனதிலும் சண்டையைவிட அதிகமாகப் பேழைக்கும் அதனுள்ளிருக்கிற பொக்கிஷத்திற்கும் எந்தவிதமான சேதமும் வந்துவிடக் கூடாதென்கிற கவலையும் பயமுமே அதிகமாக இருக்குமாதலால் (பூரணய்யருக்குச் சண்டையின் வெற்றி தோல்விகளைப் பற்றியோ சிப்பாய்களின் தியாகங்களைப் பற்றியோ கவலையில்லை, அவருக்குச் சண்டையின் முடிவுதான் எப்போதுமே முக்கியம்) அவர்களே விரும்பினாலும் அவர்களுடைய முழுக்கவனமும் சண்டையில் இராது, எப்படியும் தங்களிடமிருந்து ஒரு சாராரைக் குழப்பத்தின் நடுவே பேழையைத் தூக்கிக்கொண்டு நகர்ந்துவிட அனுமதித்து ஒப்பீட்டளவில் ஏற்கெனவே குறைந்ததாயிருக்கும் ஆள்பலத்தை மேலும் குறைத்துக்கொண்டு விடுவார்கள், லவணர்களைப் பொறுத்தவரையில் அவர்களுடைய ஒரே பிரச்சினை, சண்டையின் சந்தடி ஊர்மக்களின் கவனத்தை ஈர்த்து அவர்களை அழைத்து வருவதற்குள் (லவணர்களை எந்த ஊர் சனங்களும் நண்பர்களாகப் பாவித்ததில்லை) கொள்ளையை முடித்துக்கொண்டு அந்த இடத்தை விட்டு நகர்ந்துவிட வேண்டும் என்பதுதான், வனசங்கரியின் அருளிருந்தால் அவர்கள் அதைப் பறங்கியர் களுக்கும் சுல்தானின் சிப்பாய்களுக்குமிடையிலான போர் என்று நினைத்துத் தங்களைத் தங்கள் வீட்டினுள்ளேயே பதுக்கிக்கொண்டு இன்னும் இறுக்கமாகக் கதவுகளைத் தாழிட்டுக்கொண்டுவிடவும் வாய்ப்பிருக்கிறது, ஆக எந்த வகையில் பார்த்தாலும் வெற்றி வாய்ப்பு அதிகமிருப்பது லவணர்களின் பக்கத்தில்தான், அவர்கள் இந்நேரம் பொக்கிஷப் பேழையைக் கைப்பற்றியிருப்பார்கள், வெள்ளையர்களின்

உத்தரவின்பேரில்தான் இந்தக் கொள்ளையை அவர்கள் நடத்தியதாக மைசூர்ச் சிப்பாய்கள் எண்ணி அதை அந்தவிதமாகவே பூரணய்யரிடம் போய்ச் சொல்லும்படியாக, ஆம்பூர்க் கணவாய் வழியே திரும்ப நரசிங்கம்பேட்டைக்கே திரும்புவதாகப் போக்குக் காட்டிவிட்டு, குடியாத்தம்வரை இறங்கி, பிறகு பாலாற்றின் கரையோரமாகத் திரும்ப மேலேறிப் பழமனேருக்குள் சென்று, இந்நேரம் தாங்கள் திட்டமிட்ட வழியைப் பிடித்துவிட்டிருப்பார்கள், அவர்கள் இந்நேரம் மல்பாகலை அடைந்திருப்பார்கள், அவர்கள் இந்நேரம் சாதாரணமாக மனிதர்கள் புக அஞ்சும் கோலார்க் காடுகளுக்குள், ஒருவேளை பூரணய்யர் அவர்களை விரட்டிப் பிடிக்கவென்று அனுப்பியிருக்கக்கூடிய படைகளின் கண்களில் மண்ணைத் தூவிவிட்டு, தங்களை மறைத்துக்கொண்டிருப்பார்கள், அவர்கள் ஹெைசாக்கோட்டையைக் கடக்க இன்னும் ஓரிரண்டு நாட்களாகும், பிறகு தேவனஹள்ளி, நந்திதுர்க்கம், இரண்டு வருடங்களுக்கு முன் சிராவில், பஞ்சத்தில் சாகக்கொடுத்துவிட்டு வந்த நண்பர்கள் மற்றும் உறவினர்களின் எலும்புகளை இன்னும் ஆறு மாதங்களில் தேடியெடுத்து நல்ல முறையில் அவற்றை கோசி மற்றும் மானியம்மன்களுக்குப் படையலிட்டுப் புதைத்து அவர்களுடைய ஆத்மாவைக் குளிரச் செய்து விடலாம், அதை ஒரு விழாவாகக் கொண்டாடுவதற்குப் போதுமான பொன்னையும் வைரங்களையும் அவர்கள் இந்நேரம் கழுதைகளில் உப்புப்பொதிகளைப் போல ஏற்றியபடி வந்துகொண்டிருப்பார்கள்.

லவணர்கள் எதிர்பார்த்தபடியே அவர்களுடைய கொள்ளைக் குழு தோற்கவில்லை, ஆனால் அவர்கள் சொர்ணப் பேழையைக் கைப்பற்றவுமில்லை, ஒருவாரகாலப் பயணத்திற்குப் பிறகு ஹுடேதுர்க்கம் கணவாயருகே அவர்கள் புலிகள் உள்ளே நுழைய முடியாத சதுரத்தை வரைந்துகொண்டு தண்டாக்களை விரித்த மறுநாளே மைக்லிக்குச் சென்றிருந்த குழுவிலிருந்து அனுப்பப்பட்ட ஒரு பஞ்சாரி அவர்களைத் துரத்திக்கொண்டு வந்து கொள்ளைக் குழு கோயம்புத்தூரை நோக்கித் திரும்பிவிட்டதாகச் சொல்லிவிட்டான், மைக்லியில் அவர்கள் எதிர்பார்த்தபடி நடந்திருக்க வேண்டியது பெருஞ்சண்டைதான், ஆனால் நடந்ததோ கடுமையான வாக்குவாதம், சிப்பாய்களில் ஒருவன்கூட கொள்ளைக் குழுவை எதிர்த்து ஒரு குறுங்கத்தியைக்கூட உயர்த்தவில்லை, அவர்களிடம் பேழையைக் காப்பாற்றும் தீவிரத்தையும் கொள்ளையடிக்கச் சென்றவர்களால் பார்க்க முடியவில்லை, மாறாக அதை இவர்களிடம் இழந்துவிடப்போகிறோமென்கிற துயரம்தான் அவர்களுடைய முகங்களில் கப்பிக்கிடந்தது, முதலில் அவர்கள் தாங்கள் சுமந்துகொண்டிருந்த பேழையைத் தரையில் இறக்கிவைக்கவே மறுத்துவிட்டார்கள், ஒவ்வொரு லவணனும் ஒவ்வொரு சிப்பாயின் கழுத்தில் கத்தியை வைத்து அழுத்திய பிறகு, அச்சத்தாலன்று, மாறாகப் பேழைக்குள் இருக்கும் புனித வஸ்துவைக் காபிர்கள் கையாளவிட்டு அதற்கு அவமானத்தை உண்டாக்கிவிடக் கூடாதென்கிற அக்கறையாலேயே அவர்களுடைய பலவந்தத்திற்குத் தாங்கள் பணிந்துபோவதாகச் சொல்லிக்கொண்டே அவர்கள் பேழையைச் சுமந்த நிலையிலேயே நிலத்தில் முழந்தாழிட்டு அமர்ந்தார்கள், காவலாக நின்றிருந்த சிப்பாய்களிலிருந்து ஒருவன் அதன்முன், லவணர்களுடைய அவசரத்திற்குச் செவிசாய்க்காமல், உரத்த

குரலில் குர்ஆனிலிருந்து ஸூரத்துல் முஃமினூனின் சில வசனங்களை தூஆ செய்துவிட்டு, எழுந்து ஒரு கையால் தன் வாயை மூடிக் கொண்டு குலுங்கியழுதபடியே மூடியைத் திறந்தான், உள்ளேயிருந்தது நரசிங்கம்பேட்டையில் சிப்பாய்களின் முன் திறந்து காட்டப்பட்ட விலைமதிப்புமிக்க கற்களும் தங்கமும் அல்ல, மாறாக இறந்துபோன ஒரு மனித உடல், அதைப் பார்த்ததும் லவணர்களுக்குப் பெருத்த குழப்பமும் ஏமாற்றமும் சினமும் உண்டாகிவிட்டது, தங்களைப் போலவே சிப்பாய்களும் கொள்ளைத் திட்டத்தைத் தெரிந்துகொண்டு தங்களை ஏமாற்றுவதற்காக ஏதேனும் நாடகமாடுகிறார்களோ என்று அவர்கள் சந்தேகப்பட்டார்கள், உடல்கள் பழுத்த பழங்களைப் போல உதிர்ந்து விழும் போர்க்களத்திலிருந்து எதற்காக அந்த உடல் இத்தனை ரகசியமாகத் தூக்கிச்செல்லப்படுகிறது என்று அவர்களில் பாதிப் பேர் சிப்பாய்களைப் பார்த்துக் கோபத்துடன் கேட்டனர், அதற்குள் இறந்துகிடந்த மனிதரை அடையாளம் தெரிந்துகொண்டுவிட்ட மீதிப் பஞ்சாரிகள் நிற்கப் பலமில்லாதவர்களாகத் தள்ளாடியபடி தங்களுடைய நண்பர்களை அவர்கள் அவசரத்தில் அத்துமீறிவிடாமல் தடுத்து, சிப்பாய்களைப் பேழையுடன் தங்கள் வழியே செல்லும்படி கூறி மரியாதையுடன் வழிவிட்டு நின்றனர், மேலும் வெள்ளையர்களிடம் இதைப் பற்றி வனசங்கரியின் மேல் ஆணையாகத் தாங்கள் சொல்வதில்லையென்று சத்தியமும் செய்துகொடுத்தனர், சிப்பாய்கள் அங்கிருந்து அகன்ற பிறகே, திடீரென்று மாறிவிட்ட சூழலைக் கண்டு திகைத்துப்போய் நின்றிருந்த மற்றவர்களிடம் அவர்கள் தங்கள் செய்கைக்கான காரணத்தைச் சொன்னார்கள், பெட்டிக்குள் பிணமாகக் கிடந்த உடல் மாமன்னர் ஹைதரலிகான் பகதூருடையதாம்.

போர்க்களத்தில் புற்றுநோயால் திடீரென்று இறந்துபோன சுல்தானை அப்படி ரகசியமாக, அவருடைய பூர்வீகமான கோலாருக்குக் கொண்டு செல்லும்படி பணிக்க பூரணய்யருக்கு ஆயிரம் காரணங்கள் இருந்திருக்கக் கூடும், சுல்தான் இறந்த சுவடே தெரியாமல், வடமலையாள தேசத்தில் போரை நடத்திக்கொண்டிருந்த அவருடைய மூத்த புதல்வரான திப்பு சுல்தான் அதை முடித்துவிட்டு வந்து கர்நாடகத்தில் படைகளுக்குத் தலைமையேற்கும்வரை, ஆற்காட்டுச் சூபாக்களில் பிறகும் சண்டை தொடர்ந்து நடந்துகொண்டுதானிருந்தது, லவணர்களும் ஒரு பெரிய உயிரின் முடிவின் முன் தங்களுடைய ஏமாற்றம் ஒன்றும் பொருட்படுத்தத் தக்க விஷயமில்லையென்று அடுத்த கூடாரங்களைப் பற்றிப் பேச முனைந்துவிட்டார்கள், ஆனால் லவணன் வந்து சொன்ன கதை கூட்டத்திலொருத்தியாக உட்கார்ந்து அதைக் கேட்டுக்கொண்டிருந்த செல்லியைத்தான் கடுமையாகப் பாதித்துவிட்டது, அவளுடைய உடலை ஒரு பேழையாக்கிக்கொண்டு உள்ளே கிடந்த நோய் அவள் அதைக் கேட்ட கணத்தில் துர்ஆவியைப் போல பூதாகரமாக எழுந்துவிட்டது, ஒரேயிரவில் அவளுடைய கையிடுக்குகளிலும் தொடையிடுக்கிலும் காதுமடல்களின் பின்புறத்திலும் பிருஷ்டப் பிளவினுள்ளும் தேமல்களும் செந்நிறமான கொப்புளங்களும் தோன்றிவிட்டன, பறங்கிச் சிப்பாய்களின் கூடாராங்களினுள் கிடத்தப்படுகிற பெண்களின் உடல்களுடன் பேழைக்குள் கிடத்தப்படும் இந்திய மன்னர்களின் உடல்கள் எந்தவிதத்தில்

ஒப்புமை கொண்டிருக்கின்றன என்று அவள் லவணர்களைக் கேட்டு நச்சரிக்கவாரம்பித்துவிட்டாள், நாடோடிகளுடன் மீண்டும் நிலங்களின் மேல் அலைந்துதிரிவதற்கு வேண்டிய மனமும் உடற்பலமும் திடீரென்று அவளிடமிருந்து வடிந்து ஒழுகிவிட்டிருந்தது, கொள்ளைக்காகச் சென்றிருந்த லவணர்கள் சிராவிற்குச் செல்லும் திட்டத்தைக் கைவிட்டுவிட்டுப் பழையபடியே கும்பெனிப் படைகளைப் பின்பற்றி கோயம்புத்தூரை நோக்கிச் செல்லவிருப்பதாய்த் தெரியவந்ததன்பேரில் ஹுடேதுர்க்கத்தில் தண்டு இறக்கியிருந்தவர்களும் மைசூருக்குள் நுழையும் எண்ணத்தை மாற்றிக்கொண்டு கோயம்புத்தூர் சென்று அவர்களுடன் இணைந்துகொள்ளப் புறப்பட்டபோது செல்லி அவர்களிடம் தன்னுடைய உண்மையான கதையை எடுத்துச்சொல்லி தன்னை அந்தப் பகுதியில் இருக்கும் பறைச்சேரி ஏதாவதொன்றில் கொண்டுபோய் விட்டுவிட்டு அவர்கள் தங்கள் வழியைப் பார்த்துச் செல்லட்டுமென்று வேண்டிக்கொண்டாள், அவளுடைய புலம்பல் களால் ஏற்கெனவே அவளைச் சகித்துக்கொள்ள முடியாத நிலைக்குச் சென்றிருந்த லவணர்களும் பெரிய மனதுடன், சண்டைக் காலங்களில் கணவாய்ப்புறங்களில் ஆயுதங்களின் நடமாட்டம் அதிகமாக இருக்கு மென்று, அருகேயிருந்த ராயக்கோட்டைக்கு அவளை அழைத்துவந்து ராமஞ்சேரிப் பணிக்காரரைச் சந்தித்து, அவளும் அவரைப் போன்றவொரு பணிக்காரனின் பெண்தானென்பதையும், அவளால் இரண்டாவதாகச் சொல்லப்பட்ட கதையையும் எடுத்துச்சொல்லி, சில வருடங்கள் நாடோடிப் பெண்ணாக இருந்த அவளை மீண்டும் பறைப் பெண்ணாக மாற்றிச் சேரியில் விட்டுவிட்டுப் போனார்கள், அதன் பிறகு இன்றளவும், கொள்ளைக்காரர்கள், கொலைகாரர்கள் என்று பறங்கியர்களாலும், துரோகிகள், நாட்டுப்பற்றில்லாதவர்கள், பிணத்தைக்கூடக் கொள்ளையடிப்பவர்கள் என்று சுல்தானாலும், ஆக இரண்டு சர்க்கார்களுக்குமே வேண்டாததாய்ப் போய்விட்ட அந்த இரக்கமுள்ள லவணக்கூட்டம் நெடிய கிழக்குமலைத் தொடர்களைக் கடந்து வரும்போதெல்லாம் ராமஞ்சேரிக்கு வந்து செல்லியைப் பார்த்து நலம் விசாரித்துவிட்டுப் போகத் தவறுவதில்லை. செல்லி இன்றும் இதே ராமஞ்சேரியில்தான் இருக்கிறாளா. ஆமாம், அவளும் அவளுடைய பெண்ணும் இங்கேதான் இருக்கிறார்கள், அந்தப் பெண்ணுக்கு இப்போது பதினெட்டு வயதாகிறது, தன் இனத்தோடு திரும்பச் சேர்ந்துகொண்டதுமே தாயின் மடியைச் சேர்ந்துவிட்ட சந்தோஷத்தையும், தந்தையின் தோளில் கவலைகளை ஒப்படைத்துவிட்ட நிம்மதியையும், தன் குறும்புத்தனம் மிக்க சிறுபிராயத்தையும் கண்டுபிடித்துவிட்ட செல்லி இனி தானொரு பறைச்சியாகவே இருந்து சாக வேண்டுமென்று முடிவு செய்து லம்பாடிகள் தன் மகளுக்கு இட்ட கம்பா என்கிற பெயரை, அவர்கள் அவளை வந்து சந்திக்கிற வேளையில் மட்டுமே கூப்பிடுவதற்கான மாற்றுப் பெயராகத் தன்னுடனேயே ரகசியமாக வைத்துக்கொண்டு, பணிக்காரன் அவள் பெயரைக் கேட்டபோது கெங்கம்மா என்று சொல்லிவிட்டாள், அவளுடைய அழகினால் கவரப்பட்டோ அல்லது அவள் மேல் பரிதாபப்பட்டோ சேரியிலேயே சில இளைஞர்கள் தாங்களே அவளை முதல் தாரமாகவோ இரண்டாந்தாரமாகவோ சமூகத்தின்

அனுமதியுடன் திருமணம் செய்துகொள்ளவும் அவள் குழந்தையைத் தங்களுடைய குழந்தையைப் போல வளர்க்கவும் முன்வரத்தான் செய்தார்கள், ஆனால் தன்னை விழுங்கிக்கொண்டிருந்த நோயைப் பற்றி நன்கு அறிந்துகொண்டிருந்த செல்லி அவர்களை ஏமாற்ற விரும்பாமல் அவர்களுடைய தருமொழிகளை அன்புடன் மறுத்துவிட்டாள், ராமஞ் சேரியில் தனியே குடியமைத்துக்கொள்வதற்கான ஆரம்பத் தேவைகளில் பாதியை லவணர்கள் சீதனமாகக் கொடுத்துவிட்டுச்சென்றிருந்த எருதுகளை விற்றுக் கிடைத்த பணத்தால் சமாளித்தபின் மிகுதிப் பணத்தை அவள் பல்குணம் முதலியாரிடம் கடனாக வாங்கிக்கொண்டாள், அதை அவருடைய பாகாயத்தில் மாதம் இரண்டு பணத்திற்குக் கூலியாக வேலை செய்து கழித்துவிடவும் ஒத்துக்கொண்டாள், ஆனால் நடமாடுவதற்கான சக்தியை மட்டுமே மிச்சம் வைத்துவிட்டு அவளுக்குள் முற்றிக்கொண்டுவந்த நோய் வேலைக்குச் செல்வதினின்றும் அவளைத் தடுத்துவிட்டது, வறுமையின் காரணமாக அந்தத் தேமல்களைச் சாதாரணச் சூட்டுக் கொப்புளங்கள் என்று அவள் சொன்னதை நம்பி, பணிக்காரனின் சிபாரிசின்பேரில் அவள் மீது சுல்தானியப் பணத்தில் சில பத்துக்களை முதலீடு செய்துவிட்டிருந்த பல்குணம் முதலியார் இதனால் கோபமடைந்து, பண்ணைக்கே அவளை வரவழைத்து அவள் தன் வியாதியை மறைத்துத் தன்னை ஏமாற்றிவிட்டதாயும், அவளுக்குப் பணங்கொடுக்கும்படி தன்னிடம் பரிந்துரைத்த பணிக்காரன் இப்போதும் அவளுக்குச் சாதகமாகவே பேசி தன்னை ஏமாற்றிவிடக்கூடுமென்பதால் அவளை அவில்தாரின்முன் கொண்டுபோய் நிறுத்தி தான் இழந்த பணத்திற்கு ஈடாக அவளை மரத்தில் கட்டிவைத்து புளிய விளாரினால் அடிக்கும் தண்டனையைத் தீர்ப்பளிக்கச்செய்து அவள் பெண்ணையும் அனாதையாக அலையவிட்டுவிடப் போவதாயும் பலவிதமாய்ப் பேசிப் பயமுறுத்தி, பணத்தைத் திருப்பித் தரும்வரை கெங்கம்மாவை அடமானமாகத் தன்னிடம் அவள் வைத்திருப்பதாக எழுதி வாங்கிக் கொண்டுவிட்டார், அந்தப் பெண்ணுக்கு வேலை செய்யும் வயது வரும்வரை அவர் சார்பாக அவளைப் பத்திரமாகப் பார்த்து வளர்த்து, பிறகு அவரிடம் ஒப்படைக்க வேண்டியது செல்லியின் பொறுப்பு எனவும், அதற்கான அத்தியாவசியச் செலவுகளுக்கான மேலும் கொஞ்சம் பணத்தை முதலியாரே அவளுக்குக் கடனாகத் தருவாரென்றும், அந்தக் கடனையும் சேர்த்து அவள் பெண்ணே அவர் பாகாயத்தில் வேலை செய்து அடைத்தாக வேண்டுமெனவும் பணிக்காரன் முன்னாலேயே பேசி முடிவு செய்யப்பட்டது, அப்போது கம்பா என்கிற கெங்கம்மாவுக்கு வயது ஐந்து, செல்லிக்கு வயது இருபத்துமூன்று, முதலியாருக்கு அப்போதுதான் ஒரு பெண் குழந்தை பிறந்திருந்தது, அதன் பெயர் மீனா.

மேலும் நான்கு வருடங்கள் ஓடின, செல்லி ராயக்கோட்டைக்கு வந்து தங்கிய அடுத்த வருடம் சண்டை முடிந்தது, இளைய சுல்தானும் வெள்ளைத்துரைகளும் மங்களூரில் பேசிச் சமாதானம் செய்து கொண்டார்கள், முதலியார் மீனவிலாஸத்தைப் பாரமஹாலே மூக்கில் விரல்வைக்கும்வண்ணம் கட்டினார், நோயின் காரணமாக நிலத்தில் வேலை செய்வதினின்றும் ஒதுக்கப்பட்டுவிட்ட செல்லி முதலியார் கடனாகக் கொடுத்துவந்த சொற்பப் பணத்திலும், சுடுகாடுகளுக்குச்

சென்று எலும்புகளைச் சேகரித்து, சேர்வராயன் மலைச் சரிவுகளில் வெள்ளையர்களுக்குச் சொந்தமாயிருந்த காப்பித் தோட்டங்களுக்கு அவற்றை அனுப்பும் தரகர்களிடம் விற்றும், பாலக்காட்டுப் பகுதிகளிலும் சேலத்திலுமிருந்த சர்க்கரை ஆலைகளுக்குத் தேவைப்பட்ட வரட்டிகளை மிருகக் கழிவுகளைக் காயவைத்துத் தட்டி விற்றும் கிடைத்த வருமானத்திலும் வாழ்க்கையை ஓட்டினாள், பாலேஸ்வரியின் புண்ணியத்தில் மாரண்டஹள்ளியிலிருந்த பண்டாரஞ்சாமித் தேவாலயத்திலிருந்த வேதக்காரர்கள் அவளுடைய வியாதிக்கு இலவசமாக வைத்தியம் செய்துகொண்டிருந்ததால் அந்தச் செலவு அவளைத் தொந்தரவு செய்யாமலிருந்தது, (இருந்திருந்தாலும் தன் பெண்ணுக்காக செல்லி அதை விட்டுக்கொடுத்திருப்பாள்), ஆனால் வியாதி குணப்படவில்லை, அசுத்தத்தில் தொடர்ந்து புரண்டாக வேண்டிய நிர்பந்தம் கெங்கம்மாவோடு சேர்த்து செல்லியின் நோயையும் வளர்த்து, பல்குணம் முதலியாரின் செல்லப்பெண்ணான மீனாவின் விருப்பப்படி அவள் தன் வீட்டிலிருந்த விதவைச் சமையற்காரியின்முன் அமர்ந்து அலங்காரம் பாடி சுருதிப் பெட்டியின் சட்ஜமச் சாவியைத் தன் நான்கு வயதுப் பிஞ்சுவிரல்களால் அழுத்திய அதேநாளில், உயிரைக் கையில் பிடித்துக்கொண்டேனும் தன் மகளுக்காக நடமாடிக்கொண்டிருந்த அவளை ஒரேயடியாகப் படுக்கையில் தள்ளிவிட்டது, ஒன்பது வயதான கெங்கம்மா எனவே ஒப்பந்தப்படி பண்ணையடிமையாக முதலியாரின்முன் போய் நின்றாள், முதலியார் முதலில் கெங்கம்மாவைத் தன் புஞ்சையில்தான் வேலை செய்வதற்கு அனுப்ப முடிவு செய்திருந்தாரெனினும் அவளைப் பார்த்ததுமே அவளைத் தன் விளையாட்டுத் தோழியாக அறிவித்துவிட்ட மீனாவின் பிடிவாதத்தினால் பிறகு கெங்கம்மா அவருடைய வீட்டு வேலைக்காரியானாள், மகளுடன் பழகும் கெங்கம்மாவின் மேல் அவளுடைய தாயின் நோயை முன்னிறுத்தி முதலியார் அசூயை கொண்டுவிடாமல் இருப்பதற்கும், அவளை மீனவிலாஸத்தின் எல்லைக்குட்பட்ட பகுதிகளில் சுதந்திரமாக உலாவ அனுமதிப்பதற்கும் வேதக்காரர்களுடைய பிரச்சாரம் உதவி செய்தது, காலைநேரத்தில் கிறிஸ்துவ வேதத்தைப் பாடிக்கொண்டு சேரிக்கு வந்து குழந்தைகளைக் குளிப்பாட்டிவிட்டுப் போகும் போர்ச்சுக்கீசிய கன்னியாஸ்திரீகள் பெருநோய் ஒட்டுவாரொட்டியன்று என்று அப்போது செய்துகொண்டிருந்த பிரச்சாரம், அம்மைக்கு அடுத்த படியாகக் கும்பெனி சர்க்காரைப் பயமுறுத்தும் இந்துஸ்தானத்தின் வியாதிகளில் ஒன்றான இந்தப் பெருநோயைப் பற்றின பயத்தை மக்கள் மனதிலிருந்து அகற்றி, அவர்களை நெருங்கிவரச் செய்து, சமஸ்தானம் முழுவதையும் நோய்க்காடாக்குவதற்காகவே, வியாபாரப் போட்டியில் தோற்றுப்போன போர்ச்சுக்கீசியர்கள் தங்களுடைய பாதிரிமார்களை உபயோகப்படுத்திக்கொண்டிருப்பதாய் வசைபாடிக்கொண்டும், அடிக்கடி பெருவியாதிக்காரர்களைப் பேய்பிடித்தவர்களோடு ஒப்பிட்டுப் பேசுவதன் மூலம் அவர்களை உயிரோடு எரித்துவிடும் எண்ணத்தை மறைமுகமாக ஜனங்களின் மனதில் விதைத்துக்கொண்டுமிருந்த மெட்றாஸ் சர்க்காரின் தந்திரங்களையும் மீறி, நோயாளிகளின் மேல் ஜனங்களின் மனதில் பரிவைச் சுரக்கச்செய்திருந்தது, மறுபக்கம்

செல்லியும் ஒருவகையில் தன் நோயைக் கடவுள் தனக்களித்த வரமாகவே நினைத்துக்கொண்டாள், அந்த நோய் அவளையும் அவள் பெண்ணையும் அண்ட நினைக்கும் உள்ளூர்க் காமாந்திரர்களிடமிருந்து அவர்களைப் பாதுகாக்கும் கேடயமாகப் பயன்படத்தான் செய்தது, ஐந்து கயவர்கள் பங்குபோட்டுக்கொண்ட உடல் கடைசிவரை தன் கணவனுக்குப் பயன்படாமல் போய்விட்டதே என்கிற ஏக்கமும் செல்லியினுடைய மனதிலிருந்து இன்றுவரை நீங்காமலேயிருக்கிறது, ஆண்களில் ஒருபாதியினர் அதிர்ஷ்டக் கட்டைகளாகவும் மறுபாதியினர் பிடுங்கித் தின்கிறவர்களாகவும் இருக்கிறார்கள் என்று அவள் அடிக்கடி தன் மகளிடம் சொல்லி வருத்தப்பட்டுக்கொள்வாள், ஆண்பிறப்பின் மீதான அச்சமும் வெறுப்பும் அருவருப்பும்தான் தன் தாயின் உடலுக்குள் வியாதியாகத் தேங்கிப்போயிருக்கிறது என்று அப்போது கெங்கம்மாவும் நினைத்துக்கொள்வாள், செல்லி தன் நோயையெண்ணிக் குரூர மகிழ்ச்சியடைந்தாள், தன்னுடலில் ஒவ்வொரு கொப்புளம் தோன்றும்போதும், உடலின் பாகங்கள் சிறிது சிறிதாகக் கழன்று விழுந்து விகாரப்படும்போதும் அவள் தன்னுள்ளிருக்கும் ஆண்களின் கசடு மலத்தைப் போல பிதுங்கி வெளிவந்து விழுவதாகக் கற்பனை செய்துகொண்டு தன்னுடலைத் தானே பார்த்து வஞ்சம் பொங்கப் பரிகாசம் செய்துகொண்டும், காயங்கள் வலியால் சிவந்துபோகும்படி அவற்றை ஓங்கி அறைந்துகொண்டுமிருப்பாள், தன்னைப் போலவே அழகாய்ப் பிறந்துவிட்ட தன் மகள் (ஐந்து பேர்களுக்குப் பிறந்தவளான கெங்கம்மாவின் முகத்தில் அவர்களில் ஒருவனுடைய சாயல்கூட இல்லையென்றும், மாறாக பெண்மையின் நளினமும் நாணமும் மிளிரும் தன் கணவனின் முகச்சாயல்தான் அவளுக்கு வாய்த்திருக்கிறது என்றும் செல்லி அவளிடம் சொல்லியிருக்கிறாள்) தன்னுடைய நிலையை அடைந்துவிடாமல் அந்த அழகை ஆண்கள் தொடவியலாத நெருப்பைப் போல பாதுகாத்து அதன் வெப்பத்தால் அவர்களுடைய விரகதாபத்தைக் கிளறி காதலால் அவர்களுடைய நெஞ்சங்களைத் தீய்த்து அழிக்க வேண்டுமென்று அவள் கனவு கண்டாள், அவள் கட்டுப்பாட்டிலிருந்த கெங்கம்மாவும் தன் பதினேழாம் பிராயம்வரை, அதாவது மூன்றாவது சண்டையும் தொடங்கி நடந்துமுடிந்து திப்பு சுல்தான் ராயக்கோட்டையைக் கும்பெனியிடம் இழக்கும்வரை ஆண்களுடன் பழகியதேயில்லை, சுடுகாடுகளில் சுற்றி எலும்புகளைப் பொறுக்கிக்கொண்டு திரிந்தபோதுகூட அவள் தன் தாயின் முந்தானையைப் பிடித்தபடியேதான் வளையவருவாள், ஆனால் ஒவ்வொரு மூலை முடுக்கையும் பார்வையால் துழாவித் துழாவி ரகசியங்களின் வசீகரத்தை அழித்துப் போட்டுக்கொண்டேயிருக்கும் குரூரர்களாகிய ஆண்களின் போர்நிலமாகிய இந்த உலகத்தில் ஒரு பெண், அதிலும் தாழ்ந்த சாதியினள், தன் அழகை அகல்விளக்கின் சுடரைப் போல கையால் தொட முடியாத ஜ்வாலையாகப் பாதுகாத்துக் கொண்டிருப்பதென்பது சாத்தியமான காரியம்தானா சொல்லுங்கள், மூன்றாவது சண்டைக்குப் பிறகு ராயக்கோட்டைக்குள் கும்பெனிச் சிப்பந்தியாக நுழைந்து முதலியாரின் நண்பராயும் ஆகிவிட்ட ஷெஸ்லர் கிழவனின் கழுகுக் கண்களில் கெங்கம்மாவின் அழகு பட்டுவிட்டது, சுல்தானின் படைக் காரகராகயிருந்த முதலியாரை ராயக்கோட்டையை

விட்டுக் கிளப்பும் யோசனையில் துரைமார்கள் இருந்த நேரம் அது, அதைத் தடுக்கும் முயற்சியில், பன்னிரண்டு வருட காலம் தன்னுடைய உப்பைத் தின்று வளர்ந்தவள் என்கிற நன்றியுணர்ச்சி உள்ளவளாக, அல்லது மீனாவுக்காகவாவது, கெங்கம்மா தனக்கு உதவியே ஆக வேண்டுமென்று முதலியார் ரகசியமாக, கால்களில் விழாத குறையாக அவளைக் கெஞ்சிக் கேட்டுக்கொண்டார், ஓர் ஆண் காலில் விழுவதானது தற்கொலை செய்துகொண்டுவிடலாமா என்று யோசிக்கச் செய்யுமளவிற்கு அருவருப்புணர்ச்சியைப் பெண் ஜென்மத்தின் மனதில் உண்டாக்கிவிடுகிறது, கெங்கம்மா வேறு வழியின்றித் தற்கொலைக்கு நிகரான அந்த முடிவை எடுக்க வேண்டியதாகிவிட்டது, அப்போது தொடங்கி இன்றளவும், முதலியார் தன் நிலபுலங்களிலிருந்து வெளியேற்றப்படும் ஆபத்தைக் கடந்து வந்துவிட்ட பிறகும், கெங்கம்மா தன் தாயின் கனவுகளைச் சிதைத்துவிட்டு அவருக்கு உதவி செய்து கொண்டேதானிருக்கிறாள், செல்லியின் நோயை எண்ணி அவளை அணுகாமல் எட்டியிருந்த உள்ளூர் ஆண்களின் பயத்தையே தனக்குச் சாதகமாகப் பயன்படுத்திக்கொண்ட முதலியார் கெங்கம்மாவைத் துரைத்தனத்தார்களுக்கென்றே பிரத்யேகமாகப் பிறந்தவள் என்று கூறி அவர்களுக்கு அறிமுகப்படுத்திவைக்கிறார், அவர்களும் அவர்கள் கேள்விப்பட்ட வினோதக் கதைகளின், பழக்கவழக்கங்களின், தந்திர வித்தைகளின் நிலமான இந்தியாவின் ஏதாவதோர் அற்புதத்தையாவது அவள் தன் உடலின் மூலம் நிகழ்த்திக்காட்டிவிட மாட்டாளாவென்று அவளை எப்படியெப்படியெல்லாமோ பயன்படுத்திக் கொண்டிருக்கிறார்கள், புராணங்களும் கதைகளும் சரித்திரமும் இந்த தேசத்தின் அதிசயமான பரிசுப் பொருட்களில் ஒன்றாகத்தானே பெண்ணையும் வரிசைப் படுத்தியிருக்கின்றன, ஆண்களின் சகவாசமே கூடாதென்று தன் மகளை மடிக்குள் பொத்திப்பொத்தி வளர்த்த செல்லி சுரோனித நாற்றத்துடன் கெங்கம்மா வீட்டுக்குள் நுழையும்போதெல்லாம் அவளைக் காணக் கூசிக் குறுகிக்குறுகிக் கடைசியில் கரப்பான் பூச்சியைப் போல சிறுத்துப்போனாள் நோயுற்ற காலத்தில்கூட கம்பீரமாக இருந்த அவள் உடல் அவள் மகளின் கண்முன்பே எங்கோ அசைந்துசெல்லும் வண்டி விளக்கைப் போல மிகத் தொலைவிற்குள் சென்றுவிட்டது, கெங்கம்மா கதவைத் திறக்கும்போதெல்லாம் வெளிச்சத்தைக் கண்டதும் பூச்சிகள் பொந்துகளைத் தேடி விரைவதைப் போல தன் சுருங்கிப்போன உடலைப் போர்வைக்கடியிலும் சாமான்களுக்கிடையிலும் தட்டிமறைப்பின் பின்பும் விரட்டிக்கொண்டேயிருந்த அவள் பிறகு அவற்றையே தன் நிரந்தர வாழ்விடங்களாகவும் ஆக்கிக்கொண்டுவிட்டாள், மகள் உள்ளேயிருக்கும் சமயங்களில் அவள் அந்தப் பதுங்குமிடங்களை விட்டு வெளியே வருவதில்லை, வேலைகளை முடித்துவிட்டு கெங்கம்மா குடிசையை விட்டு வெளியே வந்தவுடன் போர்வையின் மடிப்புகளிலிருந்து தன் நாணலைப் போன்ற அவயவங்களைச் சுருக்கியும் நீட்டியும் சோற்றை நோக்கி ஊர்ந்துசென்று பாத்திரத்தின் விளிம்பில் வாயை வைத்து அவற்றை அவள் நக்கி சாப்பிடுவதை கெங்கம்மா தட்டிப்பின்னலின் இடைவெளிகளிலிருந்து பார்த்துக் கதறி அழுகிறாள், அவள் உடல் முழுக்க நோய், முழுக்க ஆண்கள், அவர்கள்தான் அவள் மகளின் மீதும்

பரவிக்கொண்டிருக்கிறார்கள், அவர்கள்தான் போர்களில் ஈடுபட்டு, மேல்சாதிப் பெண்களை மட்டுமே பதிவிரதைகளாக இருக்க அனுமதிக்கும் சமஸ்தானங்களை மீட்டெடுக்கிறார்கள், பாதுகாக்கிறார்கள், துரதிர்ஷ்டம் பிடித்த பெண்களைக் கவர்ந்திழுப்பதற்கான வியூகங்களத்தனையையும் போர்களை நடத்திக் கற்றுக்கொள்கிறார்கள், எத்தனை வாக்குறுதிகள், எத்தனை பரிசுகள், எத்தனை தந்திரங்கள், பின்னாளில் மீனவிலாஸத்தின் வெளிவீட்டில் வைத்து துரைமார்கள் கெங்கம்மாவின் காலடியில் ரகசியமாகக் கொண்டுவந்து கொட்டிய பரிசுப்பொருட்களில் சிலவற்றை முதலியார் தன் கண்களால்கூடப் பார்த்திருக்க மாட்டார், அதைவிடக் கேவலமானவை போதையில் சிலர் கதவு உட்புறம் தாழிடப்பட்டிருக்கும் தைரியத்தில் தங்களையே ஒரு பரிசுப்பொருளாய் அவள் காலடியில் கிடத்திக்கொண்டு மண்ணில் புரண்ட காட்சிகள், அந்தவிதத்தில் தன் தாயின் கனவை கெங்கம்மா நிறைவேற்றிவிட்டாள் என்றுதான் சொல்ல வேண்டும், துரை, இருபத்தைந்து வருடங்களாக விடாமல் இந்த மண்ணில் நடந்துகொண்டேயிருக்கும் போர் மட்டும் ஒருவேளை அப்படி நடக்காமலிருந்திருக்குமேயானால், அதைப் பார்த்தும் கேட்டும், அதில் பங்குகொண்டும் பலியாகியும் ஜனங்கள் தொலைத்துவிட்ட மனிதத்தன்மை அப்படித் தொலையாமல் மிச்சமிருந்து செல்லியை அந்தச் சிப்பாய்களிடமிருந்து காப்பாற்றியிருந்திருக்குமா இல்லையா, அப்படிக் காப்பாற்றியிருந்தால் செல்லியின் வாழ்க்கை அவளை மிகவும் விரும்பிய, அவளுடைய துணிவையும் கருணையையும் மிகவும் மதித்த அவளுடைய ஆண்மையற்ற கணவனோடு ஆரோக்கியமாயும் சந்தோஷமாயும் கழிந்து முடிந்திருக்குமா இல்லையா, இதைவிடச் சிறப்பாக, அவளைப் போலவே ஆண்களிடம் சிக்கிச் சீரழியும்படி விதிக்கப்பட்டுவிட்ட கெங்கம்மா என்கிற ஒரு பெண்ணும் இந்த உலகத்தில் பிறக்காமலே போயிருந்திருப்பாள்தானே, கதைகளில் சொல்லப்படுவதைப் போல அவளுடைய உயிர் ஏதேனும் ஒரு பறவையாகவோ மிருகமாகவோ புழு பூச்சியாகவோ உருவமெடுத்து மனிதப் புழக்கமற்ற வனாந்திரங்களில் கவலையின்றித் திரிந்து கொண்டிருக்கும், ஓ, துரை, ஆண்மையற்ற ஆணாயிருப்பதும், பிறக்காத உயிராயிருப்பதும் எத்தனை அதிர்ஷ்டவசமானதாயிருக்கும், எத்தனை மகிழ்ச்சிகரமானதாயிருக்கும் அந்த வாழ்க்கை.

சர்க்கார்

முதலியாரின் எசமானம் கெங்கம்மாவுக்கு அவள் விரும்பாத பல விளைவுகளை ஏற்படுத்திவிட்டிருந்தாலும் மீனாவின் களங்கமற்ற நட்பு அவற்றை ஓரளவிற்காவது ஈடுசெய்யும் வகையில் அவளுக்குச் சில நன்மைகளைச் செய்திருந்தது. மீனாவின் உதவியுடன்தான் கெங்கம்மா விளையாட்டாகவே அகரமுதலியை மீனவிலாஸத்தின் புழக்கடைக் கிணற்றடியிலோ தொழுவத்திலோ அல்லது வெளிவீட்டினுள்ளோ உட்கார்ந்து படிக்கக் கற்றுக் கொண்டாள். கல்வி மனித மனதில் ஏற்படுத்தும் பாதிப்பு களையும் மாற்றங்களையும் பற்றித் தெரியாதவரல்லர் பல்குணம் முதலியார். அந்தப் பாதிப்புகளுக்குத் தன்னிடம் வேலைபார்க்கும் கீழ்ச்சாதியினர் ஆட்படுவதை விரும்பக் கூடியவரும் அல்லர். ஆனால் கெங்கம்மா பிறப்பால் ஒரு பறைப்பெண் என்பதாலேயே அவளுடைய கற்றுக்கொள்ளும் திறமையையும், கிரகித்துக்கொள்ளும் ஆற்றலையும் அவர், அவற்றைப் பொருட்படுத்தித் தடைசெய்யுமளவிற்கு, சரியாக எடைபோடத் தவறிவிட்டார். பெற்றவரென்கிற நிலையி லிருந்து அவர் கண்களுக்கு இன்னும் குழந்தையாகவே தென்பட்டுக்கொண்டிருந்த மீனா இன்னொருவருக்குத் தான் கற்றதைச் சொல்லித் தருமளவிற்குப் படிப்பில் துறைபோனவளென்கிற ரீதியில் யோசிக்கவும் அவருக்குத் தோன்றவில்லை. தன் குலத்தின் தாழ்மையின் மீது முதலியாருக்கிருந்த நம்பிக்கையையும் அலட்சியத்தையும் தனக்குச் சாதகமாகப் பயன்படுத்திக்கொண்ட கெங்கம்மா மீனாவிடமிருந்தே பாலபாடங்களையும் எண்கணிதத்தையும் கற்றுக்கொண்டதோடு, பிரிச்சவுக்குத் தொங்கும் மீனவிலாஸத் தின் மாடியறையிலிருந்தும்கூட புத்தகங்களையும் ஓலைச்சுவடி களையும் அவளைக் கொண்டே அவருக்குத் தெரியாமல் கொண்டுவரச் செய்து, முதலில் எழுத்துக் கூட்டியும் பிறகு வேகமாயும் அவற்றைப் படித்துப் புரிந்துகொள்ளுமளவிற்குத்

தன் திறமையை வளர்த்துக்கொண்டுவிட்டாள். ராயக்கோட்டையை ஆங்கிலேயர்களின் கைகளில் திப்பு சுல்தான் தத்துக்கொடுத்திராத, அதன் விளைவாக முதலியாருடைய இருப்புக்குக் கம்பெனி எடுத்த முடிவுகளால் ஆபத்து வந்திராத, ஆண்களோடு, குறிப்பாக ஆங்கிலேயர் களோடு நேரடியான தொடர்பு இன்னும் அவளுக்கு ஏற்பட்டிராத, அந்தக் காலக்கட்டத்தில், அதாவது ஒரு வருடத்திற்கு முன்புவரை, மீனாவைப் போலவே, நிச்சலனமான குழந்தை மனதுடனேயே, உலகத்தைத் தன் விரிந்த கண்களால் ஒரு பெரிய பொம்மையாகப் பாவித்து விளையாடிக்கொண்டிருந்த கெங்கம்மாவின் ஒரே லட்சியம் அப்போது முதலியாரின் தனியறையில் இருக்கும் பெரிய சால்மர அலமாரிகள் இரண்டில் ஒரு பூட்டப்பட்ட அலமாரியினுள்ளிருப்பதாகச் சொல்லப்பட்ட பழைய சுவடிப் புத்தகமொன்றைக்கூட அவருக்குத் தெரியாமல் எடுத்துப் படித்துவிட வேண்டும் என்பதுவும், அவருடைய மர எழுதுகோலில் மசியைத் தொட்டு ஓர் எழுத்தையாவது எழுதிப்பார்க்க வேண்டும் என்பதுவுமாகவே இருந்தது (மீனாவின் எழுத்துப்பயிற்சி ஓலைச்சுவடிகளிலும் கெங்கம்மாவின் எழுத்துப் பயிற்சி மணலிலுமாகவே நடந்துகொண்டிருந்தன). பேட்டையின் மேற்பக்கம், துர்க்கத்தின் சரிவுக் குடியிருப்புகளிலிருந்த பறங்கியர்கள் பலரது வீடுகளிலும் எப்படியாவது ஒரு சிறிய அலமாரியும் அதனுள் சில புத்தகங்களும் இருந்துகொண்டே யிருப்பதையும் பிறகு அவள் பல சமயங்களில் பார்க்க நேர்ந்தது. குறிப்பாக ஷெஸ்லர் கிழவனின் வீட்டு அலமாரியை நிறைத்து வழிந்த மெட்றாஸ் கூரியர் தைப்புகள். கெங்கம்மா இவர்களைப் போலவே நிறைய புத்தகங்களைத் தனக்குச் சொந்தமாகத் தன் குடிசையிலும் ஓர் அலமாரி செய்து அதில் வாங்கிச் சேர்த்து வைத்துக்கொள்ள வேண்டு மென்று கனவுகண்டாள். மீனாவும் அது ஒன்றும் பெரிய விஷயமில்லை யென்று சொல்லிவந்தாள், புத்தகங்கள் குட்டி போடும் இனத்தைச் சேர்ந்தவை, ஒரு புத்தகத்தை வாங்கி வீட்டில் வைத்துவிட்டால் போதும், பிறகு சில மாதங்களிலேயே வீடு ஒரு புத்தகப் பண்ணையாகப் பெருகி விடும். ஆனால் பறைப்பெண்ணான கெங்கம்மாவால் தனக்கு ஒரு முதல் புத்தகத்தைக் கொண்டுவந்து தரும் யாரையும் கண்டுபிடிக்க முடியவில்லை (பிறகுமேகூட அவளுடைய நட்பிற்காகச் சில நகைகளைப் பரிசாக அளிக்க முன்வந்த ஆங்கிலேயக் கனவான்களும் அவளுக்கு ஒரு புத்தகத்தைக் கொண்டுவந்து தர, அதன் பாதிப்புகளைப் பற்றின பயமும் கவலையும் அவர்களுக்கிருந்ததால், சம்மதிக்கவேயில்லை). இப்படியே பல மாதங்கள் சென்ற பின், இரண்டு வருடங்களுக்கு முன்பு, செல்லியைப் பார்ப்பதற்காக ராமஞ்சேரிக்கு வந்த லவணர்களில் ஒருவன் பறைப்பெண் ஒருத்திக்குப் பிடித்திருந்த பேயை ஓட்டும் சிறு சடங்கு ஒன்றை அவர்கள் கேட்டுக்கொண்டதற்கிணங்க நடத்தியபோது பேய்ப்பெண்ணின் உச்சந்தலையைத் தொட வேப்பிலை அல்லது மாவிலைக்குப் பதிலாக, முரட்டுத்தனமான கையாளலால் கிழியத் தொடங்கியிருந்த ஒரு புத்தகத்தை உபயோகிப்பதை கெங்கம்மா பார்த்துவிட்டாள். அது கிழக்கே சந்திரகிரியில் கிறிஸ்தவப் பேய்களை ஓட்டுவதற்காக வேதக்காரர் ஒருவர் தன் கையில் ஏந்தியிருந்த மந்திரப் புத்தகம் எனவும், அதைக் கொண்டு அவர் பேய்பிடித்திருந்த ஒருவனின்

தலையைத் தொட்டவுடனேயே அவன் சுகமடைந்து நிறுத்த முடியாமல் சிரிக்கத் தொடங்கிவிட்டதைக் கண்டுவிட்டு, ஊர்ஊராக அலையும் வாழ்க்கையில் விதவிதமான பேய்களின் தொல்லையால் உபத்திரவப்பட்டுக் கொண்டிருக்கும் தங்களுடைய உபயோகத்திற்காக அதைக் கொடுத்து உதவும்படி அவர்களுடைய பூசாரி அதை அவரிடம் கேட்டு வாங்கி வந்ததாயும் அவர்கள் சொன்னார்கள் (அது பிறகு பல இடங்களில் தன் பேயோட்டும் பணியைச் சரிவரச் செய்ய மறுத்ததைக் கண்டு அதை அவன் அவரிடமிருந்து திருடிக்கொண்டுதான் வந்திருக்க வேண்டு மென்றும் அவர்களுக்கு ஒரு சந்தேகம் இருந்தது). கெங்கம்மா அந்தப் புத்தகத்தை அவனிடமிருந்து வாங்கிப் புரட்டினாள். அது ஒரு வேதாகமம் என்பது, அதே போன்றவொரு புத்தகத்தை அவள் மாரண்டஹள்ளி தேவாலயத்துப் பாதிரிமார்கள் தங்கள் கைகளில் கொண்டுவருவதைப் பார்த்திருந்ததால், அவளுக்குத் தெரிந்தது. புத்தகங்களையோ சுவடி களையோ அதுவரையில் கண்களால் பார்த்தேயிராத நாடோடிகளான லவணர்கள் பிறந்த குழந்தையின் அழுகையைப் போல தங்கள் நாவுகளில் இயல்பாகக் குடியேறி, ரேகையைப் போல கைகளுக்குள்ளேயே வசப்பட்டு வளர்ந்தவொன்று என்று அவர்கள் அதுகாறும் நினைத்துக்கொண்டிருந்த தெலுங்கு பாஷையானது, அப்படியொரு பாஷை இந்த உலகத்தில் இருக்கிறது என்பதையே தாங்கள் இத்தனை காலமாய் அறிந்திருக்க வில்லையென்று சொல்வதைப் போல அந்தப் புத்தகத்தின் பக்கங்களில் சுருண்டும் வளைந்தும் நெளிந்தும் லிபி வடிவில் தோன்றி அவர்களை வெருட்டியிருந்ததால் அவர்கள் அதை மந்திரப்புத்தகம் என்றும், அந்தப் புத்தகத்தின் ஸ்பரிசத்தால் மனிதவுடல்களிலிருந்து வெளியேற்றப்பட்ட பேய்கள்தான் அந்தப் பழுப்புநிறக் காகிதங்களில் அந்தவிதமாக அடைந்து கிடக்கின்றன என்றும் அதனால்தான் அது அத்தனை கனமாக இருக்கிற தென்றும் அதைப் பற்றிக் கேட்பவர்களிடமெல்லாம் சொல்லிக்கொண் டிருந்தார்கள். கெங்கம்மாவுக்கும் அந்தப் புத்தகத்தில் அச்சிடப்பட்டிருந்த தெலுங்கு எழுத்துகள் எதிலும் ஓர் அட்சரம்கூடப் புரியவில்லைதான். என்றாலும் அவள் அந்தப் புத்தகத்தைத் தன் வீட்டில் வைத்துக்கொள்ள விரும்பினாள். அதிலிருந்து எழுந்த அச்சு மசியின் வாசனை தன்னை ஒரு பூவின் சுகந்தத்தைப் போல மயக்குவதாக லவணப் பூசாரியிடம் அவள் சொன்னபோது, இருநூறு லவணர்களுக்கு நடுவில் அந்தப் புத்தகத்தைக் கையிலெடுத்து ஆட்டியபடி தன் மகிமையைத் தானே புகழ்ந்து பேசிக்கொண்டிருந்த அவன் அவளை முறைத்துப் பார்த்துவிட்டு இனியொருமுறை தன்னிடம் அவள் அப்படிப் பேசினால் கழுதையாகும்படி சபிக்கப்பட்டுவிடுவாளென்று கடுமையாகச் சொல்லிவிட்டான். கெங்கம்மா பிறகு அவனிடம் அதைப் பற்றிப் பேசவில்லை. இரண்டு மூன்று நாட்கள் பூவத்திக் காடுகளினுள் தண்டு இறக்கி செல்லியோடு, நோய் தந்துகொண்டிருந்த வாதையை அவள் சற்று மறந்து சிரிக்கும் வண்ணம், அளவளாவிவிட்டு, ஊருக்குள் தங்களுடைய உப்பு வாணிபத்தை யும் கவனித்துவிட்டு அவர்கள் கிளம்பவிருந்த நாளுக்கு முந்தின இரவில் செல்லியின் ஆக்ஞைப்படி கெங்கம்மா அவர்களை வழியனுப்பிவிட்டு வருவதற்காகக் காட்டிற்குச் சென்றாள். இது லவணர்களின் ஒவ்வொரு வருகையின்போதும் செல்லி வழக்கமாக செய்யக்கூடிய உபசாரச்

சடங்குதான். ஆனால் அந்த முறை கெங்கம்மா என்கிற கம்பாவுக்குத்தான், அவள் மனதில் அப்போது கள்ளம் தோன்றிவிட்டிருந்ததால், காட்டில் நடந்த ஆட்டபாட்டங்களில் மற்ற தடவையைப் போல மனம் ஒன்ற வில்லை. அவள் கண்கள் பூசாரியின் கையில் இருந்த புத்தகத்தையும் அவனுடைய நடமாட்டத்தையுமே இமைக்காமல் நோட்டமிட்டுக் கொண்டிருந்தன. அன்று இரவு ஆண்பெண் வித்தியாசமின்றி லவணர்கள் அனைவருமே பங்கியடித்துவிட்டுப் போதையில் தங்களை மறந்து உறங்கிக்கொண்டிருந்தபோது அவள் துணிந்து பூசாரியின் தண்டாவை நோக்கிச் சென்று தூக்கத்திலும் அவன் தன் மார்போடு இறுகப் பிடித்து அணைத்துக்கொண்டிருந்த அந்தப் புத்தகத்தை அவன் விரல்களைப் பிரித்து எடுத்துக்கொண்டு யாரிடமும் சொல்லிக்கொள்ளாமல் திரும்ப ராயக்கோட்டைக்கு வந்துவிட்டாள். இது ஒரு வேகத்தில் அவள் செய்த தவறுதான். வீட்டிற்கு வந்த பிறகே, விடிந்ததும் அந்தப் புத்தகத்தைக் காணாமல் பூசாரி தேடத் தொடங்குவான் என்பதும், அது காணாமல் போயிருப்பதையும், அதைப் பற்றி முன்பே ஆர்வத்துடன் விசாரித்த கம்பா தங்களை வழியனுப்பாமலே புறப்பட்டுப்போயிருப்பதையும் இணைத்து அவளுடைய திருட்டுத்தனத்தைக் கண்டுபிடித்திருப்பான் என்பதும் அவள் புத்தியில் உறைத்தது. அவள் லவணர்களில் ஒருவன் வந்து திருட்டுப் பெண்ணைப் பெற்றிருக்கும் செல்லிக்கும் அவர்களுக்கு மான உறவு அன்றோடு அறுந்துபோய்விட்டதென்று நாயக் சொல்லச் சொன்னதாக அறிவிக்கப்போவதையும், கவலையில் செல்லியினுடைய நோய் மேலும் கோரமாகப் பரவப்போவதையும் எதிர்பார்த்துப் பயந்து கொண்டிருந்தாள். ஆனால் தண்டாவிலிருந்து யாரும் வரவில்லை. அவர்கள் புறப்பட்டுப்போய்விட்டார்களென்கிற தகவல்தான் அவள் தோழிகள் மூலமாக அவளை வந்தடைந்தது. அந்தக் கணத்தில் திடீரென்று கெங்கம்மாவுக்குள் பூசாரி அந்த இரவில் தூங்கவில்லையென்றும், தான் தண்டாவுக்குள் நுழைந்ததையும் விரல்களைப் பிரித்துப் புத்தகத்தைக் களவாடிக் கொண்டதையும் அவன் அறிந்தேதானிருந்தான் என்றும், ஏதோ காரணத்திற்காக அவன் நேரடியாகத் தருவதற்குத் தயங்கி இந்த வழியில் அந்தப் புத்தகத்தைத் தனக்குப் பரிசாகக் கொடுக்க விரும்பினான் என்றும் ஒரு யோசனை மின்னல் வெட்டி இறங்கியது. பிறகு அவளுக்கு அந்தப் புத்தகத்தின் மீதிருந்த வினோதமும் வாஞ்சையும் இன்னும் பல மடங்கு அதிகமாகிவிட்டது. அப்போதிருந்து, அவள் தன்னால் என்றுமே படிக்கப்படாத ஒரே புத்தகமான அந்தத் தெலுங்கு வேதாகமத்தைத் தன் குடிசையின் விளக்குப் பிறையருகில் வைத்து மிகப் பத்திரமாய் பாதுகாத்துவந்தாள். வாய்ப்பு கிடைத்திருக்குமானால் அந்தப் புத்தகத்தைப் படிப்பதற்காகவே அவள் தெலுங்கைக்கூடக் கற்றுக்கொண்டிருந்திருக்கக் கூடும். ராயக்கோட்டையில் தமிழையும் கன்னடத்தையும் தவிர தெலுங்கர் களும் நிறைய பேர் இருக்கத்தான் செய்தார்கள். அவர்கள் ஹைதராபாத் நவாபின் கழுகுக் கண்களிலிருந்து தன் மகளைக் காப்பாற்றுவதற்காக நன்னல் சர்க்காரை விட்டு வெளியேறிய ஜெகதேவராயரோடு இருநூற்றுப் பதினாறு வருடங்களுக்கு முன் தாங்களும் வெளியேறி தெற்கே வந்து பாரமஹாலை உருவாக்கி, அதன் நிலவெளியெங்கும் சிதறிப் பரவிய தெலுங்குக் குடும்பங்களில் சிலவற்றின் வம்சாவளிகள்தான். என்றாலும்

அவர்களிலும் யாருக்குமே தங்கள் பாஷையைப் பேசவேயன்றி எழுதிப் படிக்கத் தெரிந்திருக்கவில்லை. மிகச் சமீபமாகத்தான் ஒருமுறை சேலம் தேவாலயத்திற்கு, நூற்றறுபது வருடங்களுக்கு முன் ராபர்ட் டி நோபிலியுடன் நடந்த சம்வாதத்தில் தோற்றுப்போய் மூக்கறுபட்ட பிராமணர்கள் தங்கள் இலக்கியங்களிலிருந்தும் வேதங்களிலிருந்தும் மேற்கொண்டு புதிய வாதங்களைத் திரட்டிவிட்டதாக நினைத்துக்கொண்டோ, அல்லது கிறிஸ்தவத்திற்கு ஐரோப்பியர்களைவிட அதிகமாக ஆதரவு கொடுத்துக் கொண்டிருந்த சலபதி நாயக்கர் இப்போது உயிரோடில்லையென்கிற தைரியத்திலோ, சேலத்தில் கிறிஸ்துவின் நற்செய்திகளுக்கு எதிராகக் கிளப்பியுள்ள துர்ப்பிரச்சாரங்களுக்கு முகங்கொடுக்கும் வழிமுறைகளைப் பற்றி விவாதிக்கவும், பறையர்களின் இறையியல்பற்றின அதிகாரபூர்வமான ஆராய்ச்சியின் பொருட்டும், மூான் டி பிரிட்டோ ஜவ்வாது மலையிலிருந்து துவங்கி தர்மபுரிவரை நடந்து நடந்து ஒரே வருடத்தில் பத்தாயிரம் பாகன் சாதியினரைக் கிறிஸ்துவின் விசுவாசிகளாக மாற்றி உடையார் வம்சாவளிகளின் கோபத்தைச் சம்பாதித்துக்கொண்ட பிறகு அச்சத்தில் தேங்கிப்போய்விட்டிருந்த சுவிசேஷ யாத்திரைகளை, இப்போது பாரமஹால் மெட்றாஸ் சர்க்காரோடு இணைக்கப்பட்டுவிட்ட நிலையில், சுல்தானின் கோபங்களைப் பற்றின பயமின்றி மீண்டும் மேற்கொள்ளும் திட்டங்களை வகுத்துக்கொள்வதற்கும் கல்கத்தா, பம்பாய் உள்ளிட்ட பல மாகாணங்களிலிருந்து வந்திருந்த இருபது இருபத்தைந்து மேற்றிராணியார்கள் தாழ்ந்த சாதியினருக்கான துவக்கப் பள்ளிக்கூடமொன்றை அமைப்பதற்கான சாத்தியக் கூறுகளை அவதானிப்பதற்காக ராயக்கோட்டைக்கு வருகை தந்திருந்தபோது, அவர்களுடைய வழிகாட்டியாயும் துபாஷாயும் வந்திருந்த ஒரு தெலுங்குப் பாதிரியாரை தன் புத்தகத்துடன் வழிமறித்த கெங்கம்மா அதைத் தனக்கு வாசித்துக் காண்பிக்கும்படி கேட்டுக்கொள்ள, அவளுக்கு உதவி செய்யத் தனக்குச் சமயமில்லை என்று உண்மையான வருத்தத்துடன் மறுத்துவிட்ட அவர் அந்தப் புத்தகம் விசாகப்பட்டினத்தில் ராயல் அச்சகம் என்கிற ஓர் அச்சு யந்திரசாலையில் அச்சிடப்பட்டிருக்கிற லூக்கா என்கிற இறைத் தூதரின் சுவிசேஷம் என்பதையும், அதை லத்தீன் பாஷையிலிருந்து லூயி அலெஜான்டிரோ என்பவர் இறையற்புதங்களைச் சரியான முறையில் இந்தியர்கள் விளங்கிக்கொள்வதற்கான அநேக உள்ளூர் உபகதைகளுடன் மொழிபெயர்த்திருக்கிறார் என்பதையும் மட்டும் சொல்லி அவள் தலையை வருடிக்கொடுத்துவிட்டுப் போனார். பல மாதங்களுக்குப் பின் ட்ரிஸ்ட்ராமுடன் ராமஞ்சேரியின் பின்புற வெளியில் அமர்ந்து இந்தக் கதைகளையெல்லாம் சொல்லிக்கொண்டிருந்தபோது கெங்கம்மா கண்கலங்கச் சொன்னாள், வேதக்காரரின் அந்த வருடலொன்றே புத்தகத்திலுள்ள அத்தனை விஷயங்களையும் படித்து முடித்துவிட்ட உணர்வை எனக்குத் தந்துவிட்டது.

இந்தத் தகவல்களையெல்லாம் கெங்கம்மா கூறியிருக்காவிட்டால்கூட அவளுக்குப் புத்தகங்கள்மீதும் வாசிப்பின்மீதுமிருந்த ஈடுபாட்டை செல்லியின் கதையை அவள் தேவையான இடைநிறுத்தங்களுடனும், சுயபார்வையிலமைந்த பொருள் விளக்கங்களுடனும் ஆற்றொழுக்காகக் கூறிச்சென்ற விதத்திலிருந்தே ட்ரிஸ்ட்ராம் நிச்சயமாகத் தெரிந்து

கொண்டிருந்திருப்பான். தாய் என்பதைவிடவும் கூடுதலாக, ஒரு பெண்ணாகவே, செல்லியின் வேதனைமிக்க அனுபவங்களைச் சரியான விதத்தில் உள்வாங்கிக்கொள்ளும் பக்குவத்தைக் கல்வி கெங்கம்மாவுக்குக் கொடுத்துத்தானிருந்தது. அதனாலேயே அவள் செல்லியைப் போலல்லாது துரதிர்ஷ்டங்களின் மேல் நிலைதடுமாறித் தன்னைச் சரித்துக்கொண்டுவிடாமலும் இருந்தாள். கெங்கம்மாவின் நெடிய பேச்சு அவள் மேல் மரியாதை கலந்த பிரமிப்பை ட்ரிஸ்ட்ராமின் மனதிலும் ஏற்படுத்திவிட்டிருந்தது. ஆனால் அவன் அதை வார்த்தைகளால் வெளிப்படுத்தத் தயங்கினான். காரணம், எந்த வார்த்தைகளால் அவளையும் அவள் கதையையும் பற்றி எந்த அபிப்பிராயத்தைச் சொன்னாலும் அது அவனுடைய அறியாமையிலும் மனக்கசத்திலும் தோய்ந்த உளறலாகவே வெளிப்பட்டுவிடக்கூடுமென்று நினைத்து அவன் பயந்தான். அறிவென்னும் உரைகல்லில் சாணை தீட்டப்பட்டிருந்த, கனவுகளைக்கூடத் துளைத்துப் பார்த்துவிடும், கெங்கம்மாவினுடைய விழிகளின் கூர்மை அதையும் எளிதாகவே கண்டுபிடித்து, திருவண்ணாமலை பூக்காரக் குடும்பத்தின் கதைக்குப் பிறகு பிச்சையா பிள்ளை சொன்னதைப் போன்றவொரு திடுக்கிடும் வாசகம் எதையேனும் (உதாரணமாக, உங்கள் புகழுரை அருவருக்கத்தக்க ஒரு பரிசுப்பொருளாக என் கால்களின் கீழே மண்ணில் சகதியில் புரண்டுகொண்டிருக்கிறது என்கிற ரீதியில் ஏதாவது, இது, நீங்கள் கதைக்கு வெளியில்தான் இருக்கிறீர்கள் என்பது உங்களுக்கு நிச்சயமாகத் தெரியுமா என்கிற பிள்ளையின் கேள்விக்குச் சற்றும் இளைத்த தீவிரத்தைக் கொண்டதாக இருக்காது) அவன் காதுகள் கேட்கச் சொல்லி அவனை மேலும் பலவீனனாக்கிவிடவும்கூடும். சந்தித்த நாள் தொடங்கியே தன் தீட்சண்யத்தால் அவனைச் சிறுமைப்படுத்திக்கொண்டேயிருந்த கெங்கம்மாவின் பார்வைக்கப்பால் இப்போது அவளுடைய குரலும்கூட, அதற்கு அபிப்பிராயம் சொல்ல அவன் தகுதியானவன் அல்லன் என்கிற தாழ்வுணர்ச்சியை ஏற்படுத்திவிடும்போலிருந்ததால் அந்த அபாயத்திலிருந்தாவது தன்னால் தப்பிக்க முடியுமா என்பதை முயற்சி செய்து பார்த்துவிடும் தவிப்புடன், ஓர் அரசன் தன்னைவிடப் புத்திசாலியான கவிஞனை அங்கீகாரத்தால் அடக்கிவைத்துக்கொள்ள நினைப்பதைப் போல, வயதில் அவளைவிட ஏறக்குறைய இருபது வருடங்கள் மூத்தவன் என்கிற தகுதியையும் கூட்டிக்கொண்டு ட்ரிஸ்ட்ராம் திடீரென்று சந்தையில் ஷெஸ்லர் தனக்குப் பரிசாகக் கொடுத்த மணிமாலையை எடுத்து அதை, நீ உன் தாயின் கதை மூலமாகக் கேட்ட கேள்விகளுக்கு என்னால் இப்படித்தான் பதில் சொல்ல முடிகிறது, என்று சொல்லிக்கொண்டே கெங்கம்மாவின் கழுத்தில் அணிவித்தான். பரிசின் மதிப்பையும், அவளுடைய ஸ்தனங்களை உரசிக்கொண்டிருந்த ஆண் மார்பின் அணுக்கத்தையும் தன் கதை சொல்லும் திறமைக்குக் கிடைத்த சரியான அங்கீகாரமாக கெங்கம்மாவும் எடுத்துக்கொண்டிருக்கலாம்தான். ஆனால் அவளோ ட்ரிஸ்ட்ராமின் கைகள் கழுத்தை விட்டு அகன்ற கணத்திலேயே மாலையைக் கழற்றிவிட்டாள். மட்டுமன்று, அவன் மேற்கொண்டு வாயைத் திறக்கும் முன், கண்ணிமைக்கும் நேரத்தில் அருகிலிருந்த கிணற்றுக்குள் அதை வீசியெறிந்தும்விட்டாள். ட்ரிஸ்ட்ராம் அதிர்ந்துபோனான். அவன் பயந்தது சரியாகப் போய்விட்டது. அது

தனக்காக வாங்கப்பட்டதில்லையென்று கெங்கம்மா ஊகித்திருந்தால் அது சரியானதும் நியாயமானதும்தான். ஆனால் எலினாருக்குக் கொண்டு போகும் உத்தேசத்துடன்தான் தானே அதை ஷெஸ்லரின் கைகளிலிருந்து வாங்கினோமா அல்லது இதை வாங்கும்போதே கெங்கம்மாவின் கழுத்தைத் தன் மனம் தன்னையுமறியாமல் கற்பனைசெய்துகொண்டிருந்ததா என்பதை ட்ரிஸ்ட்ராமாலேயே அப்போது யோசித்தபோது தெரிந்து கொள்ள முடியவில்லையென்பதுதான் பரிதாபம். அடுத்த கணம் நான் என்ன செய்யப்போகிறேன், அல்லது அடுத்த கணம் எனக்கு என்ன நிகழப்போகிறதென்பதை ஊகித்துக்கொள்ள சமீபகாலமாக நான் மிகவும் சிரமப்படுகிறேன் என்பதையும், என் புலன்கள் என் வசத்திலில்லையென்பதையும் தவிர வேறெதையும் என் செய்கைக்குச் சமாதானமாக என்னால் சொல்ல முடியவில்லை என்று அவன் கெங்கம்மாவிடம் புலம்பினான். ஒருவேளை யாராக இருப்பதற்காக நான் இந்தியாவிற்கு அனுப்பப்பட்டேனோ அவனாக இன்னும் என்னை அடையாளப்படுத்திக்கொள்ளவில்லையென்கிற கவலையேகூட யார் முன்னிலையிலும் நானே என்னை இரங்கத்தக்கவனாகக் கற்பனை செய்துகொள்வதற்குக் காரணமாக இருக்கலாம், அதை உடைத்துக் கொள்வதற்காக நான் செய்த சிறு யத்தனம்கூட கிணற்றில் தூக்கி எறியப்பட்டுவிட்டது, மகிழ்ச்சி, உன்னை வந்து பார்க்க வேண்டு மென்று கோட்டைத் தெருவை என் கால்கள் தொடும்வரை நான் எண்ணிப்பார்க்கவில்லை, இந்த மாலையை உனக்குத்தான் கொடுக்க எண்ணியிருந்தேனா என்பதும் எனக்குத் தெரியாது, பரிசுப் பொருட்களைப் பற்றி நீ உன் கதையில் பேசியபோது இதை உனக்குக் கொடுக்க வேண்டுமென்று எனக்குத் தோன்றியிருக்கலாம், ஆனால் உன் உடலின் மூலமாக இந்தியாவின் மாயாஜாலங்களை அறியவந்தவர்கள் உன் காலடியில் சமர்ப்பித்ததாக நீ சொன்ன வெறுப்பூட்டும் தந்திரங்களில் ஒன்றன்று இது, அதை மட்டுமாவது நீ புரிந்துகொள்ள வேண்டும் (துரதிர்ஷ்டவசமாக ட்ரிஸ்ட்ராமின் இந்தச் சமாதானமுமே அதில் பொய்மையின் விழுக்காட்டை கெங்கம்மா உடனே கண்டுகொள்ளும்படி அபத்தமாகத்தான் வெளிப்பட்டது). அவள் தன்னுடைய தவிர்க்க முடியாத செய்கைக்காக அவனிடம் மன்னிப்புக் கேட்டுக்கொண்டாலும் இப்படிச் சொன்னாள், பெண்களைச் சென்றுசேரும் அருகதையை, கஞ் சாச் சுருட்டின் நாற்றமடிக்கும், இம்மாதியான பரிசுப் பொருட்கள் இழந்து விட்டன. ட்ரிஸ்ட்ராம் களவு நேரத்தில் பிடிபட்டுவிட்ட புதுத் திருடனின் மனநிலையுடன் (மேலும் சில தெளிவற்ற சந்தேகங்களுடனும்கூட) விடியும் நேரத்தில் மீனவிலாஸத்திற்கு வந்துசேர்ந்தான்.

இதற்கு இரண்டு நாட்களுக்குப் பிறகு, அதாவது ட்ரிஸ்ட்ராம் மீனவிலாஸத்தில் தங்க வந்து முப்பத்தேழாம் நாள், ஆம்பூரில் தொலைந்து போன அவனுடைய உடைமைகள் கோட்டை அலுவலகத்திலிருந்து திரும்பக் கொண்டுவரப்பட்டுவிட்ட செய்தி கிருஷ்ணகிரி சவுகியிலிருந்து அவனை வந்தடைந்தது. அன்றேதான் ஸ்வப்னஹள்ளியை எரிப்பதற்குத் திப்பு சுல்தான் முடிவு செய்துவிட்டதாயும், அதற்கான நாளைக்கூடக் குறித்துவிட்டதாயும், அப்படியிருக்கிற பட்சத்தில் ஸ்வப்னஹள்ளியிலிருந்து வெளியேறும் அகதிகளைப் பாரமஹாலுக்குள் அழைத்துக்கொள்வதற்கான

வழிமுறைகளையும் செலவினங்களையும் பற்றிப் பேசுவதற்காக பல்குணம் முதலியார் வேறு சில ஹோபாலிகளின் பட்டேல்களோடுகூட கிருஷ்ணகிரிக்கு அழைக்கப்பட்டார். கெலமங்கலத்தில் சந்தித்த இருநூறு வயதுப் பூசாரியின் வாழ்விடம் என்கிற முறையில் தன்னை ஏதோவொரு விதத்தில் அணுக்கமாக உணரச் செய்திருந்த ஸ்வப்னஹள்ளியின் விதியைப் பற்றின அந்தத் துயரச் செய்தியாலோ, அல்லது மெட்றாஸில் தொடங்கி கிருஷ்ணகிரி ஆட்சியர் அலுவலகத்தில், திவான் லட்சுமணராவ் குறுக்கிடுவதற்கு முந்தைய கணம்வரையில், தனக்கேற்பட்ட தொடர்ந்த கசப்பான அனுபவங்கள் உட்பட, தானொரு சாட்சியாய் நின்றுபார்க்க நேர்ந்துகொண்டிருந்த, கம்பெனி நிர்வாகத்தின் இரக்கமற்ற அணுகு முறைகளின் பாதிப்பாலோ, பொருட்கள் திரும்பக் கிடைத்த செய்தி ட்ரிஸ்ட்ராமின் மனதில், அவனே ஆச்சரியப்படும்படி, பெரிய சந்தோஷம் எதையும் உண்டாக்கவில்லை. மாறாக அவற்றைத் தொலைத்த கணத்திலிருந்து அவன் உணர்ந்த மர்மங்கள், ஸ்பரிசித்த காதல்கள், கற்பனை செய்துகொண்ட அதிசயப் பயணங்கள், அனுபவித்த பயங்கள், கேட்டுக்கொண்டிருந்த கதைகள் ஆகிய அனைத்தும் அவன் மனதுடன் கொண்டுவிட்டிருந்த நெருக்கத்தையும், ஞாபகங்களின் திரட்சி அவன் மனதில் தோற்றுவித்த ஒரு சாகஸப் பயணத்தின் அனுபவத்தையும், செரிமான உறுப்புகள் தொடர்ந்து எழுப்பிக்கொண்டிருந்த கடலோடிகளின் நோய் மணத்தையும் அவனுடைய உடைமைகளைத் திரும்பக் கொடுப்பதற்குத் தண்டத் தொகையாக கிருஷ்ணகிரி சவுகிதாரின் கடிதம் கேட்டதைப் போல அவன் மனது அலட்டிக்கொண்டிருந்தது. சௌகியில் காண்பிக்கப்பட்ட தன்னுடைய பெட்டியைத் திறந்து உள்ளே இருந்த வற்றைச் சோதிப்பதற்கே சலித்துக்கொண்ட அவன் ஸேன் நதியைப் பார்த்தபடி அதன் கரையில் அமர்ந்திருக்கும் எலினாரின் உருவச் சித்திரத்தை மட்டும் வெளியிலெடுத்து அது பழுதடையாமலிருக்கிறது என்பதை உறுதிசெய்துகொண்ட பின் எழுத்தர் சொன்னயிடத்தில் கையெழுத்திட்டுப் பெற்றுக்கொண்ட கையோடு அவற்றை முதலியார் ஏற்பாடு செய்திருந்த மாட்டுவண்டியொன்றில் ஏற்றி மீனவிலாஸத்திற்கு அனுப்பிவிட்டு ஸ்வப்னஹள்ளி அகதிகளைப் பாரமஹாலுக்குள் அழைத்துவருவது சம்பந்தமான விவாதங்களுக்காக ஹஸூர் வளாகத்தில் பிரத்யேகமாகக் கூட்டப்பட்டிருந்த சந்திப்பு மன்றத்திற்கு வந்துசேர்ந்தான். ஆம்பூர்க் கலவரம் தொடர்பாக சர்க்கார் எடுக்கவிருக்கும் நிலைப்பாடு களையும், (அந்தக் கலவரத்தால் நேரடியாகப் பாதிக்கப்பட்டவனென்கிற முறையில் ட்ரிஸ்ட்ராம் தனிப்படக் கேட்டுக்கொண்டதற்கிணங்க லட்சுமணராவ் பிறகு அவனிடம் சொன்ன தகவல்களின்படி ஆம்பூர் விஷயத்தை அடக்கியே வாசிக்க வேண்டுமென்பது புதிய ஆளுநரான ஹோபார்ட் ராபர்ட்டின் அபிப்பிராயம், உள்ளூர் பெண்ணை அதுவும் உயர்சாதிப் பெண்ணைப் படுக்கைக்கு வரச் சொல்லியழைத்துக் குடிபோதையில் படையினர் செய்த பிரச்சினையால் உண்டான கலவர மென்பதால் மாதவராவைக் கம்பெனி விசாரணைக்கு அனுப்ப சுல்தான் ஒத்துக்கொள்ள மாட்டார், சிறுபடையை அனுப்பி அவர்களை அடக்குவ தென்பது சாத்தியந்தானென்றாலும் ஜனங்களுடைய ஆதரவு இந்த விஷயத்தில் கம்பெனிப் படைகளுக்குக் கிடைக்காது, ஏற்கெனவே

ஆற்காடு சூபாக்களில் செல்வாக்குள்ள, அங்கேயே பிறந்து வளர்ந்தவரான மாதவராவின் மேலுள்ள பிரியத்தாலும், கம்பெனிப் படைகள்மீது இப்போதிருக்கும் அவநம்பிக்கை மற்றும் வெறுப்பாலும் உள்ளூர்வாசிகள் உளவு வேலைகளுக்கும், படைகளுக்கான உணவுப்பொருள் பட்டுவாடாவிற்கும் ஒத்துழைக்க மாட்டார்கள், எனவே ஆம்பூர் விஷயத்தைப் பெரிதுபடுத்துவது, அங்கிருந்து விரட்டப்பட்ட படையினருக்கு அது மனவருத்தத்தை அளிக்குமென்றாலும், விரும்புகிற பலனைக் கொடுக்காது, பாரமஹாலுக்குப் படைகளை மீண்டும் ஆம்பூர் வழியாக அனுப்புவதே மீண்டும் பிரச்சினையை உருவாக்கலாமென்பதால் அவர்களை திருவண்ணாமலையைச் சுற்றி பாரமஹாலின் தெற்குத் திறப்பின் வழியாக உள்ளே கொண்டுவருவதைப் பற்றிக்கூட, அது அதிக காலவிரயத்தையும், பணவிரயத்தையும், சிப்பாய்களினிடையே ஊக்கக் குறைவையும் ஏற்படுத்தக் கூடியதென்றாலும், சிந்தித்துத்தானாக வேண்டும், திருவண்ணாமலையில் இருக்கும் சதுப்புநிலக் காலாட்படைப் பிரிவை அப்படியே பாரமஹாலுக்குத் திருப்பிவிட்டுவிட்டு மெட்றாஸி லிருந்து அனுப்பப்படும் படையாக திருவண்ணாமலையில் தக்கவைத்துக் கொள்ள அனுமதி தரும்படி ஆளுநரிடம் பேசிப்பார்க்கலாம், ஆனால் திருவண்ணாமலையின் கனிமச்சகதி நிலங்களிலும், கோடை சீதோஷ்ணத் திலும் பயிற்சி பெற்றுவிட்ட படைகளை மேற்கு பாரமஹாலின் மலைத் தொடர்களுக்குள்ளும் பனிக்குள்ளும் அனுப்பிவிட்டுப் புதிய படைகளை மீண்டும் அந்தப் பிரதேசத்திற்குப் பழக்கும் திட்டமும்கூட செலவும் காலமும் அதிகம் பிடிக்கக்கூடியதாகவே இருக்குமென்று ஆளுநரால் நிராகரிக்கப்பட்டுவிடச் சாத்தியமிருக்கிறது, மாவட்டத் தலைவர்கள் அவரவர்களுடைய பிரச்சினையை அவரவர்களேதான் தீர்த்துக்கொள்ள வேண்டுமென்று கார்ன்வாலீஸின் விடைபெறும் வைபவத்தில் வைத்தே அவர் முகத்திலடித்தாற்போல் சொல்லிவிட்டார், அவருக்குப் படைத்துறை சார்ந்த அதிகாரிகளை மாவட்ட ஆட்சியர்களாக கார்ன்வாலீஸ் நியமித்ததிலேயே சம்மதம் கிடையாது, இதையுமே அவர் சட்டமாக்கு வதற்காக யோசித்துக்கொண்டிருக்கிற நிலையில், ஆம்பூர்ப் பிரச்சினையை அவர் முடிவிற்காகக் கொண்டுசெல்வது ரீடினுடைய பதவிக்கே ஆபத்தாக முடிந்துவிடவும் சாத்தியமிருக்கிறது, ஸ்ரீரங்கப்பட்டினம் உடன்படிக்கையில் தான் ஏமாற்றப்பட்டிருப்பதாக கார்ன்வாலீஸ் பகிரங்கமாகவே இயக்குநர் மன்றத்தில் ஒத்துக்கொண்டிருப்பதால், அதைத் தந்திரமாக உடைக்க ஏதாவதொரு காரணத்தை லீடன்ஹால் அலுவலகம் தேடிக்கொண்டுதான் இருக்கிறதென்றாலும், பிரான்ஸுக்கு அடுத்தபடியாக இங்கிலாந்தின் மிகப் பெரிய போர் நிலமென்று அறியப்படும் மைசூர் சமஸ்தானத்தை எவ்வளவுக்கெவ்வளவு சீக்கிரமாகப் பிடிக்குள் கொண்டுவர முடிகிறதோ அவ்வளவுக்கவ்வளவு பாஞ்சாலங்குறிச்சி, சிவகெங்கை போன்ற சிறிய பாளையக்காரர்களின் மனதில் கிலியை ஏற்படுத்திப் பணியச் செய்வது சுலபந்தானென்றாலும், ஆம்பூர்க் கலவரத்தை அதற்குப் பயன்படுத்திக் கொள்ளக்கூடிய சாத்தியங்கள் மறுபரிசீலனைக்குரியவை, அதற்கு ஒரு பெரிய போரைக் கிளறிவிடக்கூடிய அளவிற்கு மகத்துவமிருக்கிறதா, அல்லது அந்தச் சிறிய தணல் துண்டை ஊதிப் பெரிதாக்க முடியுமா என்பதில் தனிப்பட்ட முறையில் ரீடுக்கே சந்தேகமிருந்தது, ராஜதானியில்

என்ன முடிவாகப்போகிறதென்று தெரியவில்லை, என்றாலும் சீக்கிரமாகவே, இந்துஸ்தானம் முழுவதும் எதிர்பார்த்துக்கொண்டிருக்கிற இன்னொரு பெரிய போருக்குக் கம்பெனி தயாராகிக்கொண்டிருக்கிறது என்பதும் அதில் பாரமஹால், அதன் பூகோளத்தை முன்வைத்து, ஒரு முக்கியமான இடத்தைப் பெறப்போகிறது என்பதும் நிச்சயம், அப்படியிருக்கும்பட்சத்தில் இங்கே இப்போதிருந்தே படை பலத்தை ஸ்திரப்படுத்திக்கொள்வதுதான் புத்திசாலித்தனம், மலைகளும் பாறைகளும் சதுப்பு நிலங்களும் நிறைந்த, திப்புவின் செல்லப் பிரதேசமான பாலகாட்டை ரகசியமாகப் பரிச்சயப்படுத்திக்கொள்ள கம்பெனிப் படைகளுக்கும் ஒற்றர்களுக்கும் போதுமான கால அவகாசம் தேவை) பாரமஹாலின் வடக்கு மற்றும் மத்திய தாலுக்காக்களுடன் ஒப்பிடும்போது மெக்லியாட் பொறுப்பேற்றுக்கொண்டிருக்கும் தென்திசைத் தாலுக்காக்களில் நிலவாடகை மிக அதிகமாக இருப்பதாகச் சொல்லி வந்த அறிக்கைகளையும் பற்றி (தாலகாட்டில் மட்டும்தான் அது நஞ்சை நிலங்களுக்கு எண்பத்தைந்து முதல் தொண்ணூற்றொன்று விழுக்காடும் புஞ்சை நிலங்களுக்கு நாற்பத்து நான்கு முதல் ஐம்பத்திரண்டு விழுக்காடுமாக, மெக்லியாடின் அதீதமான கடமையுணர்வால், விதிக்கப் பட்டிருந்தது) விவாதிப்பதற்காக மன்றோவுடனும் வருவாய்த்துறையின் உயரதிகாரிகளுடனும் அலெக்ஸாண்டர் ரீடைச் சந்திக்க க்ரஹாம் திருப்பத்தூருக்குச் சென்றிருந்ததால் அவருடைய ஆணைப்படி திவான் லட்சுமணராவ் கூட்டத்தைத் தலைமை தாங்கி நடத்தினார். ட்ரிஸ்ட்ராம் அதிகாரபூர்வமாக ஓர் அரசுப் பணியாளனென்று அங்கீகரிக்கப்படுவது மேலும் இரண்டு நாட்கள் தள்ளிப்போடப்பட்டதென்றாலும், ஸ்வப்னஹள்ளி அழிக்கப்படும்பட்சத்தில் அங்கிருந்து வெளியேறும் ஜனங்களில் திறமையும் உடற்பலமும் விவசாயத்திலும் நெசவிலும் அனுபவமும் கொண்ட ஆட்கள் பாலகாட் அல்லது பெங்களூர் பகுதிகளுக்குள் சிதறிவிடாமல் அணைத்து பாரமஹாலின் பயிரிடப்படாத நிலங்களை நோக்கி அழைத்து வருவதுபற்றி அவர்கள் விவாதிப்பதை ஒரு பார்வையாளனாக நின்று கவனிக்க திவான் அவனுக்கு அனுமதி கொடுத்திருந்தார். முத்தியால்மடு அருவியிலிருந்து எழும் சாதகமான ஈரக்காற்றின் தயவில் ஸ்வப்னஹள்ளிவாசிகள் முசுக்கொட்டை பயிரிடுவதில் தங்களுக்கு நிகர் கிடையாது என்கிற கர்வம் கொண்டவர்கள் என்றும், ஆகவே டெங்கனிக்கோட்டை, கெலமங்கலம் பகுதிகள் அழிக்கப்பட்டபோது சேர்த்துக்கொண்ட அகதிகளைவிட அதிகக் கூலியை அவர்கள் சர்க்காரிடமிருந்து எதிர்பார்க்கக்கூடுமென்றும் ஊகங்கள் முன்வைக்கப்பட்டன. ஆனால் பாரமஹாலின் மூன்று ஆட்சியர்களும் தளபதி அலெக்ஸாண்டர் ரீடின் தலைமையில் கொஞ் சங்கொஞ்சமாகப் புகுத்திக்கொண்டிருக்கும் புதிய, குத்தகை முறை விவசாயத்தின் தட்டைப் பார்வைக்கு ஈடுகொடுத்து தாசில்தாரின் தீர்வைத் தாக்கீதுக்குப் பதில்சொல்ல முதலியார் உள்பட ஆம்பூர், சிங்காரப்பேட்டை, தர்மபுரி, பெண்ணாகரம், புலிக்கோடு ஆகிய தாலுகாக்களின் ஹோபாலிகளிலிருந்து வந்திருந்த பட்டேல்கள் அத்தனை பேருக்குமே கூடுதல் மனித உழைப்பு தேவையாக இருந்தது. ஸ்வப்னஹள்ளி அகதிகளை அதிகக் கூலியைக் காரணம் காட்டி மைசூர் சமஸ்தானத்திற்

குள்ளேயே திருப்பிவிடுவதும், சுல்தானின் மேல் அவர்கள் அடையவிருக்கும் வருத்தத்தையும் கோபத்தையும் கடும் உழைப்பாயும், புதிய அரசிற்கான தார்மீக ஆதரவாயும் மாற்றிக்கொள்ளக் கிடைக்கும் வாய்ப்பை நழுவவிட்டுவிடுவதும் கம்பெனி சர்க்காருக்குத்தான் நஷ்டமாய் முடியும், போட்டி சாதாரணமாய் இருக்காது என்பதும் அது அவர்களுடைய விலையைக் கணிசமான அளவிற்கு உயர்த்துமென்பது உண்மைதான், திப்புவின் கஜானாவில் கணிசமான செல்வத்தைச் சேர்த்துக்கொண்டிருக்கும் பட்டுநெசவுக்கு ஆள் சேர்ப்பவர்களும், இந்த மாதிரியான நிகழ்வுகளை எதிர்பார்த்தே மலைத்தொடர்களுக்கு அந்தப்புறமிருக்கும் தளி, தேவரக்கோட்டை, பூதிக்கோட்டை, டெங்கனிக்கோட்டை, பாகலூர் பாளையம், பேரிகைப் பாளையம் போன்ற எல்லைப்பகுதிகளில் பாளையக்காரர்களால் நிரந்தரமாக அமர்த்தப்பட்டிருக்கும் தரகர்களும் காரகர்களும் ஸ்வப்னஹள்ளிவாசிகளின் சொந்தக்காரர்களும், பாலகாட் முழுவதிலும் நிரம்பிக்கிடக்கிறார்கள். உண்மைதான், ஆனால் வெளியேறுபவர்கள் தாங்கள் அகதிகள் என்பதை, அவர்கள் விரும்பா விட்டாலும் ஒத்துக்கொண்டுதானே ஆக வேண்டும், அகதிகள் தங்களுக்கு விருப்பமானவற்றைத் தேர்வு செய்ய உரிமையற்றவர்கள் என்பதும் அவர்களுக்குத் தெரிந்தே இருக்குமென்று நாம் நம்புவோம், ஸ்வப்னஹள்ளி வாசிகள் கர்வம் பிடித்தவர்களானாலும் சுல்தானின் கோபத்திற்கு ஆளானவர்கள், பாலகாட்டிற்குள்ளோ அல்லது பெங்களூருக்குள்ளோ, அவர்கள் எவ்வளவு நெருக்கமானவர்களாயிருந்தாலும் அவர்களை வரவேற்க அங்கிருப்பவர்களுக்குத் தைரியம் இருக்காதென்பதையும் நாம் கணக்கிலெடுத்துக்கொள்ளலாம், மேலும் நம் எதிரியின் மேல் அடங்காத வெறுப்பையும் பழிவாங்கும் உணர்வையுமே தூண்டிவிடச் சாத்தியமுள்ள ஸ்வப்னஹள்ளி அழிப்பு அங்கிருந்து வெளியேறும் ஜனங்களை இயல்பாகவே மெட்ராஸ் அல்லது ஹைதராபாத் மாகாணங் களை நோக்கித்தான் தள்ளிவிட வேண்டும், அழைத்து வரப்படும் அத்தனை பேரையும் கூலிகளாக அமர்த்திக்கொள்ள வேண்டிய அவசியமு மில்லை, ரீடினுடைய கடைசி கவுல்நாமாவின் ஒன்பது மற்றும் பத்தாவது க்ஷரத்தின்படி, வருகிறவர்களில் விருப்பமும் குறைந்தபட்சக் கைமுதலும் இருப்பவர்களுக்குப் பஞ்சார் ஜமீன்களைச் சாகுபடிக்குக் கொடுத்து குத்தகை வசூலித்துக்கொள்ளவும், அதற்கான பீஜாவரி தானியங்களை ஹசூருக்கு விண்ணப்பித்துத் தக்காவியாகப் பெற்றுக்கொள்ளவும் பட்டேல்களுக்கு ஏற்கெனவே வசதிகள் இருக்கின்றன, அவர்கள் அவற்றைப் பயன்படுத்திக்கொள்ள வேண்டும், இந்த ஏற்பாடு நமக்கு ஆதாயத்தையும் வருகிறவர்களுக்கு கௌரவத்தையும் கொடுப்பதாயு மிருக்கும், பழைய சர்க்காரின் நில வாடகை முறைக்குப் பழக்கப்பட்டிருக்கும் அவர்கள் குத்தகை முறையைப் புரிந்துகொள்ள ஆரம்பத்தில் கொஞ்சம் சிரமப்படக்கூடும், ஆனால் நாளடைவில் அதன் சாதகமான அம்சங்களை அவர்கள் புரிந்துகொண்டுவிடுவார்கள், சாகுபடிக்கு உபயோகப்படும் தாழ்ந்த சாதியினரோடுகூட கொஞ்சம் பிராமணர்களையும் வெள்ளாளர் களையும் சாணார்களையும் அவர்கள் நம் தலையில் கட்டப்போவதைத் தவிர்க்க முடியாது, ஆனால் அவர்களை நாம் அதிகம் பொருட்படுத்த வேண்டியதில்லை, அவர்கள் அதிகம் வற்புறுத்தத் தேவையின்றி

தாங்களாகவே தங்களை நம்மிடம் ஒப்புக்கொடுத்துவிடுவார்கள். உள்ளூர் முதலாளிகளிடம் பேரம் பேசவும், பட்டுத்தரத்தில் கூலிகள் நம்மை ஏமாற்றிவிடாமலிருக்கும்படியாக மேற்பார்வை பார்க்கவும் சாணார்களை உபயோகப்படுத்திக்கொள்ளலாம், தெற்கு பாரமஹாலில் மெக்லியாட் உருவாக்க உத்தேசித்திருக்கும் புதிய கஸ்பாக்களுக்கு வெள்ளாளர்கள் உபயோகப்படுவார்கள், கம்பெனியின் நம்பிக்கைக்குரிய ஹர்க்கார்களாக வேலைசெய்ய பிராமணர்களும் இப்போது தேவைப்படுகிறார்கள், மேலும் அவர்களைக் கொஞ்சநாள் ஹஜூரில் வைத்துப் பயிற்சி அளித்தோ மானால் பிறகு கோட்டைக்கு அனுப்பிவிடலாம், இவர்களைத் தவிர மற்ற குடிகளையெல்லாம் குத்தகைச் சாகுபடிக்கு உபயோகப்படுத்திக் கொள்ள நிறைய இடமிருக்கிறது, எப்படிப் பார்த்தாலும் ஸ்வப்னஹள்ளி அகதிகள்மீது முதலீடு செய்வது லாபகரமாகவே இருக்கும் என்றுதான் தோன்றுகிறது. சரிதான், உடன்படிக்கையின்போது ஐரோப்பிய முட்டாள் களால் சரியாக மதிப்பீடு செய்யப்படாமல் விட்டுப்போய்விட்ட பாரமஹாலின் பஞ்சார் ஜமீன்கள் பற்றின ஏமாற்றமும் வருத்தமும் இயக்குநர் மன்றத்திற்கு நிறைய இருக்கிறது. அது வெறுப்பாக வளர்ந்து அவர்கள் தரும் சொற்ப மானியத்தையும் நிறுத்திவிடுவதற்கு முன்னர் நாம் நம்மைத் தயார் செய்துகொள்ள வேண்டும், போன இரண்டு வருடமும் பழைய சர்க்காரின் புராதன மதிப்பீட்டு முறைகளிலேயே நிலங்களை அளந்து வரி விதித்ததில் ஒன்றரை லட்சம் பகோடாக்கள் நில வருவாயில் துண்டு விழுந்தாயிற்று, மைசூர் சர்க்காராயிருந்தபோது வசூலிக்கப்பட்ட ஐந்தரை லட்சம் நம் கைக்கு வந்தவுடன் மட்டும் எப்படி நான்கு லட்சம் பகோடாக்களாகக் குறையுமென்று கோட்டையில் நாக்கைப் பிடுங்கிக்கொள்ளும்படியாகக் கேள்வி கேட்டு அனுப்பி வைத்தார்கள், பாரமஹால் கொள்முதலில் லாபம் காண்பிக்கிறவரையில் மைசூர் சமஸ்தானத்தைக் கைப்பற்றும் யோசனையைக் கம்பெனி தள்ளிப்போட்டுக்கொண்டேதானிருக்கும். அதற்குள் சுல்தான் பிரெஞ் சுப் படைகளையும் துருக்கிப் படைகளையும் அவருக்கிருக்கும் ஒற்றைத் துறைமுகமான மலபார் கடற்கரை வழியாகச் சமஸ்தானத்திற்குள் கொண்டுவந்துவிட்டாரென்றால் பிறகு என்றென்றைக்கும் கம்பெனி மைசூரை அதன் வியாபார ஸ்தலமாக உருவாக்குவதுபற்றிக் கற்பனைகூட செய்ய முடியாது.

கூட்டம் நடந்துகொண்டிருக்கும்போதே ஸ்வப்னஹள்ளி ஜனத் தொகையையும், உத்தேச அகதிகளின் எண்ணிக்கையையும், பஞ்சார் ஜமீனின் மொத்தப் பரப்புடன் சமன் செய்து தோராயமான ஒரு கணக்கைத் தயாரித்து விட்டிருந்த ஓர் ஆங்கிலேய வருவாய்த்துறை அலுவலர் பத்து சதவீத லாபம் கிடைக்க வேண்டுமென்றால் மிளகையும், பதினைந்து சதவீத லாபமென்றால் சந்தனத்தையும், இருபத்தைந்து சதவீத லாபத்தை எதிர்பார்த்தால் பட்டையும் பஞ்சார் ஜமீன்களிலும், பாரமஹால் காடுகளிலும் சாகுபடி செய்யக்கூடிய நானூற்றைம்பது பேர்களையும், உள்ளூர் விவசாயக் குடிகளில் ஐம்பது பேர்களையும் கொண்டு பாரமஹாலிலிருந்து பெற முடியுமென்று அறிக்கை சமர்ப்பித்தார். ஸ்வப்னஹள்ளியிலிருந்து வெளியேறப்போகும் மொத்த ஜனத்தொகை யில் நமக்குக் குறைந்த பட்சமாகக் கிடைப்பது நான்கிலொரு பங்காக

இருக்க வேண்டுமென்று வரையறுத்துக் கொள்ளலாம், இதற்கே எப்படியும் தரகுப் பணமாயும், தக்காவியாயும், கையூட்டாயும் முன்னூறிலிருந்து நானூறு பகோடாக்கள்வரை செலவாகும் என்று முதலியார் பேசினார். தொகையை இரு மடங்காக்குங்கள் என்றார் லட்சுமணராவ். க்ரஹாமிடம் அனுமதி வாங்க வேண்டியது என் பொறுப்பு, எந்தெந்த ஹோபாலிகளுக்கு எத்தனை ஆட்கள் வேண்டுமென்பதை நீங்கள் உங்களுக்குள் பேசி முடிவு செய்துவிட்டுச் சொல்லுங்கள், பிரித்துக்கொள்ளும்போது தனி மனிதர்களையும் குடும்பங்களையும் சம அளவில் எடுத்துக்கொள்ளுங்கள், அடுத்த பசலி வருடத்தில் பஞ்சார் ஜமீன்களைச் சர்க்கார் நிலங்களாக அறிவிக்கும்போது அகதிகளைச் சம்பள ஊழியர்களாக உங்களுக்கு வழங்க ஏற்பாடுகளைச் செய்துவிடலாம், குறைந்தது அறுநூறு திடகாத்திரமான மனிதர்களையாவது அவர்களுடைய குடும்பங்களுடன் நாம் பாரமஹாலுக்குள் அழைத்து வந்தேயாக வேண்டும், ஐரோப்பியர்கள் அதிகம் போக வேண்டாம், ஸ்வப்னஹள்ளி கிழக்குத் தொடர்ச்சி மலைகளின் மேற்கெல்லைக்கப்பாலிருப்பதால் பல்குணம் முதலியார் இந்த வியாபாரத்திற்குத் தலைமை தாங்குவதாகப் பொறுப்பேற்றுக்கொண்டிருக்கிறார், அவருடன் அமீன் சர்க்கரைச் செட்டியார், கணக்குப்பிள்ளை ராமசாமி அய்யர், ராயக்கோட்டை கர்ணம் ஆகியோர் செல்லட்டும், நம் தரப்பிலிருந்து வால்டன் ஷெஸ்லர், அவர் போன சண்டை நடந்துகொண்டிருந்தபோதே கெலமங்கலம் மற்றும் பேரிகைப் பாளையங்களுக்குள் இதே காரணத்திற்காக உள்ளே புகுந்து பயிற்சிபெற்றவர், சன்மான விரும்பிகளை அவர்கள் முகத்தைப் பார்த்தே அடையாளம் கண்டுகொண்டுவிடும் சாமர்த்தியமும் அவருக்கு நிறைய உண்டு, சமஸ்தானத்திற்குள் நுழையத் தேவையான தஸ்தக்குகள் முறைப்படி இன்னும் இரண்டு நாட்களில் அவர்களுக்கு வழங்கப்படும், ஆட்களைச் சிதற விட்டுவிடக் கூடாது, சொத்தைகளாகவும் இருந்துவிடக் கூடாது, அது முக்கியம். எல்லாம் சரிதான், ஆனால் போன வருடம் முதலீடு செய்த உழவுக் கருவிகளுக்கும், லாங்ஷயரிலிருந்து தருவித்த நெசவுத் தறிகளுக்கும் கோட்டையிலிருந்து பட்டுவாடா செய்யப்பட்ட இரண்டாயிரம் பகோடாக்களையே நாம் இன்னும் திருப்பிச் செலுத்தியிராத நிலையில் மேலும் கொள்முதல்களுக்குக் கம்பெனி அனுமதியளிக்குமா. வேறு வழியில்லை, இறக்குமதி செய்யப்பட்ட கருவிகளிலிருந்து நூறு சதவீதம் உபயோகத்தைப் பெறுவதற்காகத்தான் இந்தக் கொள்முதல் என்று கேட்டு வேண்டுகோள் கடிதம் தயாரித்து அனுப்பிவிடலாம், கடிதம் எப்படி அமைய வேண்டுமென்பதை க்ரஹாம் வந்ததும் நான் பேசிவிட்டுச் சொல்கிறேன், அப்படியே ரீட் அவர்களிடமும் இதைப் பரிந்துரைக்கும்படி கோரி ஒரு தனிப்பட்ட கடிதம் தயாரித்துவிடலாம், இரண்டிலும் துல்லியமான விவரங்களுடன் கூடிய திட்டக் கணக்கறிக்கை ஒன்றும் இணைக்கப்படட்டும், இப்போதைக்குக் கஜானாவில் இருக்கும் பணத்தை உபயோகித்துக்கொள்வோம், அடுத்த ஊதியத் தேதிக்குள் கோட்டையிலிருந்து பணத்தைத் தருவித்துக் கொடுக்க வேண்டியது என் பொறுப்பு, கொச்சிக்கு நாம் அனுப்பிவைத்த பட்டு நூலுக்கான நிலுவைப் பணத்தைக் கேட்டு அந்த அலுவலகத்திற்கும் உடனே ஒரு கடிதம் எழுதுங்கள், கடிதங்கள் இன்றே அனுப்பப்பட வேண்டும்,

நமக்குச் சமயம் அதிகமில்லை, அதிகம் போனால் இரண்டு மாத கால அவகாசம் கிடைக்கலாம், அதற்குள் பட்டேல்கள் கூடிப் பேசி உங்கள் ஒப்புதலை நாளை மாலைக்குள் சர்க்காருக்குத் தெரிவித்துவிடுங்கள்.

ஸ்வப்னஹள்ளி அழிப்பிற்குக் காரணம் அங்கே முளைவிட்டிருப்பதாகச் சுல்தான் சந்தேகப்படும் கம்பெனிப் படைகளின் ரகசிய நடமாட்டம் என்பதாகத் துயிலார் பூசாரி மூலமாக முதலியாரும் ட்ரிஸ்ட்ராமும் கெலமங்கலத்தில் வைத்துக் கேள்விப்பட்டிருக்க, அது, ஹைதராலும் பிறகு அவருடைய மகனாலும் திரும்பத் திரும்ப பலவந்தமாகப் பறிக்கப் பட்டுக்கொண்டிருக்கிற தன்னுடைய பாளையத்தை அடிமைப் பிடியிலிருந்து மீட்டுத் தன் வசம் திரும்ப ஒப்படைக்கும் பேரத்தில் கம்பெனிக்கு அடுத்த போரில் முழு ஒத்துழைப்புக் கொடுப்பதாக ஒத்துக்கொண்டிருக்கும் பேரிகைப் பாளையம் ராஜாவின் ஒற்றர்களுடைய நடமாட்டம் என்று ஷெஸ்லர் அவர்களுக்குத் தகவல் சொன்னார். ஆங்கிலேயர் என்கிற முறையிலும் மாஜி படைவீரரென்கிற தகுதியிலும் ஆட்சியர் அலுவலகத்தில் நுழைந்து இந்தவிதமான தகவல்களைத் திரட்டும் வழிகளை ஷெஸ்லர் அறிந்துவைத்திருந்ததால் அவர் சொன்ன வற்றை உண்மையென்றே நம்ப வேண்டியிருந்தது. மேலும் உளவறிவதற்கு ரகசிய பேரங்களினடிப்படையில் நண்பர்களாக்கிக்கொண்ட பாளையக் காரர்களுடைய ஒற்றர்களைப் பயன்படுத்திக்கொள்வதல்லாது, பூசாரி சொன்னபடி தன்னுடைய ஒற்றர்களையே நேரடியாக அனுப்பி வம்பை விலைக்கு வாங்கிக்கொள்ளும் தைரியம் கம்பெனிக்கும் இருக்காதுதான். ஆனால் சொக்க ராஜாவைச் சுல்தான் துரோகியென்று சந்தேகப்படும் பட்சத்தில் அவர் தரைமட்டமாக்க வேண்டியது பேரிகைப் பாளையத்தை யல்லவா என்று கேட்டான் ட்ரிஸ்ட்ராம். போர் விளையாட்டில் காய்களை அத்தனை எளிதாயும் ஒருபக்கப் பார்வையிலும் நகர்த்திவிட முடியாது என்று பதில் சொன்னார் ஷெஸ்லர். உண்மைதான் என்று ஒத்துக்கொண்டார் முதலியார். முதலில் சொக்க ராஜா ஒரு சுத்த வீரர், அதோடு மன்னர்களைத் தன்வசம் இழுத்துக்கொள்ளும் தந்திரம் தெரிந்தவர், நஞ்சராஜாவை எதிர்க்க ஹைதரையும், ஹைதரிடமிருந்து தப்பிக்க தளபதி ஸ்மித்தையும் பயன்படுத்திக்கொண்டவர், ஸ்மித் தளபதியாயிருந்த காலத்தில் கிருஷ்ணகிரி, டெங்கனிக்கோட்டை, ரத்னகிரி போன்ற தொலைதூர நகரங்களெல்லாம்கூட பேரிகைப் பாளைத்தின் கீழ்தானே வந்துவிட்டிருந்தன, அவரைப் பகிரங்கமாகத் தண்டிக்க வேண்டுமானால் சுல்தான் பாளையத்தின் மீது படையெடுத்துத்தான் வர வேண்டும், கம்பெனியுடனான முரண்பாடுகள் முற்றிக்கொண்டிருக்கும் சூழ்நிலையில் உள்ளூர்ப் போர்களில் சக்தி விரயம் செய்ய அவருக்கு மனமிருக்காது. சொக்க ராஜா கம்பெனி சர்க்காரோடு நல்ல உறவை வளர்த்துக்கொண்டிருப்பவரென்பதும், அவர்மீது கை வைத்தால் ஆயுதத்தை முதலில் கையிலெடுத்தவர் என்கிற குற்றச்சாட்டைத் தன்மீது திணிக்க கம்பெனி காத்துக்கொண்டிருக்கிறதென்பதும் சுல்தானுக்குத் தெரியும், அவர் ஏற்கெனவே இதே குற்றச்சாட்டிற்காக முப்பது லட்சம் வராகன்களையும், பிணையாகத் தன் இரண்டு மகன்களையும் கம்பெனிக்குக் கொடுத்து அனுபவப்பட்டவர், ஒரு தவறை இன்னொரு முறை செய்வது சுல்தான்களுடைய குணமன்று, அவர்கள் என்ன

விரும்புவார்களென்றால் எதிரியை நேரடியாகச் சென்று தாக்கி அவனை நிர்மூலமாக்கி அவனுடைய மக்களையும் எதிரிகளாக்கிக்கொள்வதற்குப் பதில் அவன் தன் ஆட்களை நடமாடவிட்டிருக்கும் நிலங்களில் சிலவற்றை நிர்மூலமாக்குவதன் மூலம் அவனுடைய மனதில் பயத்தை விதைத்து அந்தப் பயத்தை ஆண்டுகொண்டிருப்பதை. ஸ்வப்னஹள்ளியின் தேஷ்முக் துபாஷ்கள் மூலமாகக் கையூட்டு பெற்றுக்கொண்டு பேரிகைப் பாளையத்தாரின் ஒற்றர்களுக்கு இடம் கொடுத்திருப்பதாக அரண்மனைக்குத் தகவல் போயிருந்தால், கிழக்குத் தொடர்ச்சி மலைக் கணவாய்களின் ஓரத்திலமைந்த முக்கியமான ஊர்களில் ஒன்றான அதை அவர் தன்னுடைய இலக்காகத் தேர்ந்தெடுத்துக்கொண்டதை யாரும் ஆச்சரியமாகப் பார்க்க முடியாது. ஆனால் ஒற்றர்களின் நடமாட்டம் அங்கே இருக்கிறதென்பது உண்மைதானா. அது தெரிய வில்லை, சொக்க ராஜாவுக்கு இதில் எந்த சம்பந்தமும் இல்லாமலும் இருக்கலாம்தான், ஆனால் அதை உண்மையென்று சுல்தான் நம்புகிறார், அதுதானே முக்கியம், போர்க்காலங்களில் இம்மாதிரியான அத்துமீறல் களும், ரகசியப் படைக் குவிப்பும், ஒற்றறிதல்களும் சகஜம்தான், இங்கேகூட சுல்தானின் ஒற்றர்கள் இல்லையென்று நாம் உறுதியாகச் சொல்லிவிட முடியாது, ஏன் க்ரஹாமே ட்ரிஸ்ட்ராமைச் சுல்தானின் ஒற்றனென்று சந்தேகப்படவில்லையா. மெய்தான், தவிரவும் ஸ்வப்னஹள்ளி மக்களின் மீது சந்தேகம் கொள்வதற்கு திப்புவிற்கும் காரணம் இல்லாமலில்லை, அங்கே இருந்த ஒரு சிவன் கோயில் பூசாரி, கொஞ்ச நாட்களுக்கு முன் திடீரென்று கிறிஸ்துவைத் தழுவி தேவாலய ஊழியனாக மதகொண்டப் பள்ளியில் இருக்கும், ராபாட் டி நோபிலி வழிவந்த ரோமன் கத்தோலிக்க இறைப்பணிக் குழுவினருடன் சேர்ந்துவிட்டான், சுல்தானுடைய தயவிலிருக்கும் பிரெஞ்சுக்காரர்களுக்கு அவரால் விரும்பப்படாத இவ்விதமான மதமாற்றங்களை நிகழ்த்தும் தைரியம் கிடையாதாகையால் இது எல்லையோரத்துப் பகை ராஜாக்களின் உதவியுடன் அங்கே ரகசியமான ஊடுருவல்களை அவ்வப்போது நிகழ்த்தும் ஆங்கிலேயர்களின் வேலையாகத்தான் இருக்க முடியுமென்பது சுல்தானின் ஊகம், அப்போ திருந்தே சுல்தானுக்கு ஸ்வப்னஹள்ளியின் மீது சந்தேகமும் கோபமும் இருந்துதான் வந்ததென்று கேள்வி. விசித்திரமாயிருக்கிறதே, ஒரு தனி மனிதனுடைய மதமாற்றத்திற்கு எப்படி ஊர் முழுவதும் பொறுப்பேற்க முடியும். கிறிஸ்துவைத் தழுவிய அந்த மனிதன் தனியனன்று ட்ரிஸ்ட்ராம், ஒரு மாஜி ஜெண்டுப் பூசாரி, பூசாரிகளும் அர்ச்சகர்களும் இந்துஸ்தானத்தில் தனியர்களாகக் கருதப்படுவதில்லை, இங்கே மட்டுமன்று, உலகெங்கிலுமே இறைத் தூதர்கள், அவர்கள் எந்தக் கடவுளின் பிரதிநிதிகளாக மக்களின் முன் தங்களை வெளிப்படுத்திக்கொள்கிறார்களோ அந்தக் கடவுளை நம்பும் அத்தனை ஜனங்களின் பிரதிநிதிகளாகத்தான் கடவுளின் முன்னும் அறியப்படுகிறார்கள், ஒரு பூசாரி என்பவன் அவன் பக்தனாக இருக்க ஒப்புக்கொண்ட கடவுளைப் பற்றிப் பூரணமாக அறிந்தவனாகக் கருதப் படுகிறான், அவரைப் பற்றின எல்லாச் சந்தேகங்களும் தீர்ந்தவனாகப் பார்க்கப்படுகிறான், அவனுக்கும் கடவுளுக்கும் தகர்க்க முடியாத பிணைப்பு இருக்கிறது, சுருக்கமாகச் சொன்னால் பூசாரியோ அர்ச்சகனோ போதகனோ, அவன் பிரதிநிதியாக இருக்கும் கடவுளை வணங்கும்

மக்களுக்கு ஒரு தேர்ந்தெடுக்கப்படாத தலைவன், அவன் ஜனங்களின் கூட்டுக்குரல், இந்துஸ்தானத்தின் மன்னர்கள் இதை நன்றாகப் புரிந்து கொண்டவர்கள், அவர்களும் சரி, குட்டிப்பிரபுக்கள், ஜமீன்தார்கள் என்று யாரானாலும் சரி, முக்கியமான பிரச்சினைகளுக்காக ஜனங்களைச் சமயத்தலைவர்கள் மற்றும் அவர்களால் ஆசீர்வதிக்கப்பட்ட கோயில் பூசாரிகள் மூலமாகவேதான் அணுகுகிறார்கள், இது தெரிந்தேதான் திப்பு ஒரு முஸ்லிமாக இருந்தும்கூட இந்து மடங்களுடன் நம்பகமான, இணக்கமான, தொடர்புகளை ஏற்படுத்திக்கொண்டிருக்கிறார், ஆங்கிலேயர்களுக்குத் தெரியாத வழிமுறை இது, ஏனென்றால் ஐரோப்பாவில் இப்படியான நிலை கிடையாது, அங்கே மன்னர்கள் மக்களைத் தாங்களே நேரடியாக அணுக முயற்சிக்கிறார்கள், ஜனங்களோ நடுப்பகல் சூரியனைப் போன்றவர்கள், அவர்களை வெறுங்கண்ணால் நிமிர்ந்துபார்க்க முடியாது, எண்ணெய்க் கிண்ணத்தின் வழியாகத்தான் பார்க்க முடியும். ஆச்சரியம், இதே விதமான பேச்சைப் பல வருடங்களுக்கு முன் பிரான்ஸில் ஓர் இந்தியனுடைய வாயாலேயே சொல்லக் கேட்டேன், அவன் இந்தியாவில் மக்களின் புரட்சி என்பது கதைசொல்லல்தான் என்றான். சரியாகத்தான் சொல்லியிருக்கிறான், கதைகள் இங்கே அவரவர்க்கான கடவுள்களுடன் பிணைக்கப்பட்டிருக்கின்றன, எத்தனை லட்சம் கதைகள் உண்டோ, இங்கே அத்தனை லட்சம் கடவுள்களும் உண்டு, ஒரு பூசாரி மக்களைப் பொறுத்தவரை இந்தக் கதைகளில் ஒரு பாத்திரமாகவேதான் இருக்கிறான், அவனால் பறக்க முடியும், கடவுளோடு பேச முடியும், ஜனங்களுடைய முறையீடுகளை அவர் செவிகளுக்குக் கடத்த முடியும், அரசியல் விதிப்படி ஜனங்கள் தங்கள் அரசனாகவும் எசமானனாகவும் யாரை வேண்டுமானாலும் ஏற்றுக்கொண்டிருக்கலாம், ஆத்மார்த்தமாக அவர்கள் தலைவனாக ஏற்றுக்கொள்வது இந்த, கடவுளின் பிரதிநிதிகளைத்தான், ஒரு பூசாரி மதம் மாறுகிறானென்றால் கடவுள் மட்டுமில்லை, அவனுடைய கதைகளும் மாறிவிட்டன என்று அர்த்தம், பிறகு அவனால் தன் புதிய கதைகளின் மூலமாக ஸ்வப்னஹள்ளியை பெத்லஹேமாகவோ கல்வாரியாகவோ நாசரேத்தாகவோ மாற்றிவிட முடியும், அப்படி மாறிவிட்டால் ஸ்வப்னஹள்ளிவாசிகளும் யூதர்களாக மாறிவிடக்கூடும். வாஸ்தவம்தானே, கடவுளைப் பற்றின சந்தேகங்கள் இல்லாதவனென்று அறியப்படும் பூசாரியே கடவுளை மாற்றிக்கொண்டானென்றால் இன்னும் அவரைப் பற்றிய கேள்விகளை மிச்சம் வைத்திருக்கும், அதனாலேயே பாமரர்களாயுமிருக்கும், ஜனங்களைப் பற்றிக் கேட்க வேண்டுமாயென்ன. இதனால்தான் திப்புவே மதமாற்றத்தை ஆதரிப்பதில்லை, அவன் அப்பா கொஞ்சம் மதப்பற்றுள்ளவராயிருந்தார், அங்கொன்றும் இங்கொன்றுமாக ஜனங்களை முஸ்லிம்களாக மாற்றி அல்லாவின் ராஜ்ஜியமாக இந்தியாவைக் கொண்டுவர வேண்டுமென்பதான கனவுகளும் அவருக்கு இருந்தது, ஆனால் பிறவி பிராமணனும் அவருடைய மந்திரிப் பிரதானியுமான பூரணய்யாவையே மதமாற்றத்திற்கு வற்புறுத்தி, பிறகு தன் தாயின் உபதேசத்தைக் கேட்ட பின், மதமாற்றமென்றால் அது முதலில் மதத் தலைவர்களிடமிருந்தே துவங்க வேண்டுமென்பதையும், ஜனங்களினுடைய ஆத்மாவின் தலைவர்களாகத் தங்களை ஆசிர்வதித்திருக்கும் தங்களுடைய

கடவுள்களைக் கைவிட்டுவிட்டுப் பிறிதொரு கடவுளின் வேலைக்காரார் களாகத் தங்களைத் தாழ்த்திக்கொள்ள அவர்களுக்கு எந்த அவசியமு மில்லை என்பதையும், மதத்தலைவர்களின் உத்தரவோ அனுமதியோ இன்றி மக்களை நேரடியாக மதமாற்றத்திற்குட்படுத்துவதென்பது விரும்பாத பெண்ணுடன் உறவுகொள்வதைப் போல வெறும் புறவயமான திருப்தியையே தரும் என்பதையும் புரிந்துகொண்டு அம்மாதிரியான வழிமுறைகளைக் கைவிட்டுவிட்டார், உண்மையில் சிவன் கோயில் பூசாரிக்குப் பதில் ஸ்வப்னஹள்ளி கிராமம் முழுவதுமே கிறிஸ்துவைத் தழுவியிருந்தால்கூட அவர் கலங்கியிருக்க மாட்டார், கம்பெனி ஏற்படுத்திவைத்திருக்கும் பள்ளிக்கூடங்களின் மீதும், தேவாலயங்களின் மீதும் அவருக்கு லவலேசமும் அக்கறையோ, அவை மக்களைக் கைப்பற்றிக்கொண்டுவிடுமென்கிற பயமோ கிடையாது, இங்கிலாந்து கனவு கண்டுகொண்டிருப்பதைப் போல இந்திய ஜனங்கள் முழுவதும் ஒருநாள் கிறிஸ்தவர்களாகிவிட்டதாக புள்ளிவிவரங்கள் கூறினாலும் மதத்தலைவர்களையும் பூசாரிகளையும் வைத்துக்கொண்டு தன்னால் அந்தப் புதிய கிறிஸ்தவர்களின் ஆன்மாவுக்குள்ளிருக்கும் பழைய ஜெண்டுக் கடவுள்களின் பக்தர்களை ஒரு பிரச்சினையுமின்றி ஆண்டுவிட முடியும் என்று நம்புகிறவர் அவர், அதனால்தான் ஸ்வப்னஹள்ளி பூசாரியின் மதமாற்றம் அவரைக் கோபத்திற்குள்ளாக்கிவிட்டது, ஐரோப்பாவில் அரியணைகள் நகரும்போது கடவுள்கள் நகர வேண்டிய அவசியமிருப்பதில்லை, இந்தியாவில் கடவுள்கள் நகர்ந்தால் அரியணை களும் நகர்த்தப்பட்டுவிடும், இத்தனைக்கும் அந்த முன்னாள் பூசாரி மதமாற்றம் தன்னுடைய தனிப்பட்ட விஷயமென்று பகிரங்கமாகவே அறிவித்துவிட்டான், அதை உறுதி செய்யும் விதமாகத் தேவாலயம் எவ்வளவோ வற்புறுத்தியும் கிறிஸ்துவைப் பிரச்சாரம் செய்ய அவன் மறுத்தும்விட்டான், பரிசுத்த ஆவியின் ஊழியனாக்கிக்கொண்டதோடு தன்னைக் கட்டுப்படுத்திக்கொண்டுவிட்டான், இதில் துயரமும் வேடிக்கையும் என்னவென்றால் அவனுடைய இந்த அறிவிப்பே சுல்தான் எதிர்பார்த்த பிரச்சினையை மௌனமாக்குவதற்குப் பதிலாகப் பரபரப்பைக் கூட்டுவதாக ஆக்கிவிட்டது, பூசாரியின் வினோதமான கட்டுப்பாடு தேவாலயத்திலேயே, கிறிஸ்து சிலுவைக்குத் தன்னை ஒப்புக்கொடுத்துக்கொண்ட தியாகத்திற்கு ஈடாக, பிரபலமாகிவிட்டது, வெளிப்படையாக ஸ்வப்னஹள்ளியில் யாரும் பிறகு கிறிஸ்தவத்திற்கு மாறியதாகச் செய்திகள் எதுவும் இல்லையானாலும் மதகொண்டப்பள்ளி தேவாலயத்திற்கு வந்து பூசாரியைத் தரிசித்துவிட்டுச் செல்லும் ஸ்வப்னஹள்ளிவாசிகளின் எண்ணிக்கை கவலைப்படும் அளவிற்கு உயர்ந்திருக்கிறதென்று கம்பெனிக் கோப்புகளுக்குக்கூட தகவல் கிடைத்திருக்கிறது, உண்மையில் தேவாலயங்களையும் பாதிரிமார்களையும் கம்பெனி தன்னுடைய பிரச்சாரத்திற்காகவும் வியாபாரத்திற்காகவும் (வியாபாரத்திற்காக என்றால் கிறிஸ்தவர்களை அதிகப்படுத்தியல்ல, மாறாக கிறிஸ்துவின்மீதான பிரச்சாரத்தை மட்டுப்படுத்திக்கொண்டு இன்னும் இந்தியாவில் மீதமிருக்கும் சமஸ்தானங்களைக் கைப்பற்றும் காலம் வரையிலாவது ஜனங்களை, பொருள் நாட்டத்தை மறுக்கச் சொல்லும் அவர்களுடைய பழைய கடவுள்களின் மீது நம்பிக்கை

யுள்ளவர்களாக விட்டு வைத்திருக்கும்படியாக), மேலும் போர்க் காலங்களில் மக்களின் ஆதரவைத் திரட்டும் துடைப்பங்களாகும்படி வற்புறுத்தியும் உபயோகப்படுத்திக்கொள்கிறது என்பதும் யாவருக்கும் தெரிந்த செய்திதான், ஸ்வப்னஹள்ளியில் தேவாலய மண் உதிர்ந்து கிடப்பதென்பது கம்பெனிப் படைகளின் காலடிப் புழுதியாக அது பின்பொருநாள் எழுந்து உயரப்போவதன் அறிகுறியென்றும், அதற்கான ஏற்பாடுகள் பாளையக்காரர்களின் உதவியோடு ரகசியமாக நடந்து கொண்டிருக்கின்றன என்றும் சுல்தான் சந்தேகப்படுவதைத் தவறென்றோ, பூச்சிகளால் அரிக்கப்பட்டுவிட்ட மரத்தை வெட்டித் தோப்பைப் பாதுகாக்க நினைக்கும் தோட்டக்காரனைப் போல, ஸ்வப்னஹள்ளியை அழித்துத் தன்னுடைய சமஸ்தானத்தை மதமாற்றத்தின் அரிப்பிலிருந்து காக்க நினைக்கும் அவருடைய எத்தனத்தை அவசரச் செயலென்றோ சொல்லி விட முடியாது. சரி, நீங்கள் சொல்கிறபடியே சுல்தானின் பயம் ஸ்வப்னஹள்ளியை அழிக்கும்படி அவரைத் தூண்டியிருக்கிறதென்று வைத்துக்கொண்டாலுமேகூட அதற்காக அவர் அதன் குடிகளையல்லவா கொன்றொழித்திருக்க வேண்டும், வெறும் வாழ்விடங்களை மட்டும் அழித்து அவர்களை அகதிகளாக அலைய விட்டுவிடுவதென்பது அவர் நோக்கத்தை எப்படி நிறைவேற்றும். ஒரு போரை வெளியே இருந்து பார்ப்பவனின் ஊகங்கள் வேறு, போரை வகுப்பவனின் தீர்க்கதரிசனம் வேறு ட்ரிஸ்ட்ராம், திப்புவின் நோக்கம் எதிரியின் ஒளிவிடம் ஒன்றைத் தாக்கித் தகர்க்க வேண்டுமென்பதேயொழிய தன் மக்களைக் கொன்று குவிக்க வேண்டுமென்பதன்று, அவரைப் பொறுத்தவரையில் ரகசியப் பேரங்களின் மூலம் கம்பெனி தெரிவு செய்திருக்கும் ஒளிவிடங்கள் என்பது இப்போது இரண்டு, ஒன்று ஸ்வப்னஹள்ளி நிலம், இன்னொன்று மதம், நிலத்தைப் பொறுத்தவரையில் அது வேற்று மதப்பயிர்கள் இனியெப்போதும் வளராதபடி தீயிட்டுப் பொசுக்கப்பட்டுவிடும், மதத்தைப் பொறுத்தவரையில் கிறிஸ்தவம் ஒரு நோயாகப் பரவிக் கொண்டிருப்பதாகச் சுல்தான் சந்தேகப்படும் ஒரு கணிசமான ஜனத் தொகையைப் பல்வேறு நிலங்களினூடே சிதறடிப்பதன் மூலம் அதன் பரவலையும் அவரால் சிதறடிக்க முடியும், ஸ்வப்னஹள்ளியிலிருந்து வெளியேறும் ஜனங்களை உடனே கவர்ந்து தங்கள் நிலங்களுக்குக் குறைந்த கூலிக்கான அடிமைகளாகக் கூட்டிச்செல்ல ஏராளமான நிலக்கிழார்களும் அவர்களுடைய தரகர்களும் காத்திருப்பார்கள், இந்த நிலப்பிரபுக்கள் அவர்களுடைய ஜெண்டு அல்லது முசல்மான் மதத் தலைவர்களின் கட்டுப்பாட்டில் இருப்பவர்களாக இருப்பார்கள், அவர்கள் ஸ்வப்னஹள்ளிவாசிகளுக்கு அடைக்கலம் கொடுக்கும்போது எழுதப்படாத ஒப்பந்தமாக அவர்களுடைய பழைய கடவுளும் அவர்களுடனே தங்கிவிடும்படி ஏற்பாடுகள் செய்யப்பட்டுவிடும், இவர்களைத் தாண்டி பிரிட்டிஷ் எல்லைக்குள் கொண்டுவரப்படும் அகதிகளும் இருக்கத்தான் செய்வார்கள், அவர்கள் கிறிஸ்தவர்களாகிவிடும் அபாயமும் இருக்கத்தான் செய்யும், ஆனால் ஒப்பீட்டளவில் இப்போது அதன் எண்ணிக்கை மிகக் குறைவாகவே இருக்கும், முதலில் இம்மாதிரி நிலங்களிலிருந்து வெளியேறும் மக்களை, அது பிரிட்டிஷ் சர்க்காரிலிருந்தானாலும் சரி, மைசூர் சமஸ்தானத்திலிருந்தானாலும் சரி,

பகைவனுடைய நிலத்திற்குள் பிரவேசிக்க வழிவிடுவதென்பதே திப்புவின் கோபத்தைக் கிளறும் செயல்தான், அவர்களை உடனே தன் சமஸ்தானத்தின் பரப்பிற்குள்ளாகவே இழுத்து உறிஞ்சிக்கொண்டுவிட வேண்டுமென்பதே அந்தந்த நிலங்களின் தேஷ்முக்குகளிடமிருந்தும் ஜமீன்தார்களிடமிருந்தும் குறுமன்னர்களிடமிருந்தும் சுல்தானோ, கம்பெனியின் ஆளுநரோ எதிர்பார்க்கும் விசுவாச நடவடிக்கையாக இருக்கும், இந்துஸ்தானத்தின் ஜனங்களைப் பொறுத்தவரையில் அவர்கள் காலகாலமாகவே போர்களைப் கொண்டாடப் பழக்கப்படுத்தப் பட்டிருப்பவர்கள், இந்நாட்டின் பழங்கதைகள், புராணங்கள், வரலாறுகள் என்று எதை எடுத்துக்கொண்டாலும் அவை போரை ஒரு திருவிழா மனப்பான்மையுடனேயே விவரித்துச்செல்வதைப் பார்க்க முடியும், போரில் கொல்லப்பட்ட ஒருவனுடைய சாவு இங்கே வாழ்வாயும், போரில் கொல்லப்படாமல் வாழ்பவனின் வாழ்வு சாவாயும் பார்க்கப் படும், போரில் சண்டையிட்டவன், போரில் ஒற்றறிந்தவன், போர் நிலத்தில் வியாபாரம் செய்தவன், போரைப் பாடியவன், போரை வேடிக்கைபார்த்தவன், போர் நிலத்திற்கு அண்மை நிலத்தில் குடியிருந்தவன், போர் முழக்கத்தைச் செவியுற்றவன் என்று தங்களைப் போரோடு ஏதாவதொரு விதத்தில் சம்பந்தப்படுத்திக்கொள்வதைப் பெருமையாகக் கருதும் மனப்பான்மை கொண்டவர்களாகவே இலக்கியங் களால் வளர்க்கப்பட்டிருக்கும் இந்நிலத்தின் மக்கள் போர் நிமித்தமாகச் சொந்த நிலத்தைவிட்டு அகதிகளாக தாங்கள் வெளியேற்றப்படுவது குறித்து நாம் எதிர்பார்க்குமளவிற்கு வெட்கமோ கோபமோ கொள்வ தில்லை, அவர்களைப் பொறுத்தவரையில் இந்த வெளியேற்றமும், உடைமைகளின் அழிவும் அரசனால் நிறைவேற்றப்படும் ஒரு தொற்று நோய்த் தடுப்பு நடவடிக்கை, அவ்வளவுதான், அதற்கு மேல் அதில் விசனப்படவோ, அதைப் பொருட்படுத்தவோ பெரிதாக எதுவும் கிடையாது, அவர்கள் அந்நிய நிலங்களில் இனி படப்போகும் அவதியும் அவமானமும் பசியும் சாவும் அந்நியனுக்கெதிரான போர் என்கிற ஓர் ஒட்டுமொத்த நடவடிக்கையை முன்னிறுத்தி அவர்கள் பெருமையோடு சுமந்துதிரிய வேண்டிய ஒரு சிலுவை, போர் முடிந்த பிறகு, அல்லது அரசனின் கோபம் தணிந்த பிறகு, அவர்கள் மீண்டும் தங்கள் சொந்த நிலங்களுக்குத் திரும்பிவிடலாம், அவர்கள் இழந்த உடைமைகளுக்கும் உறவுகளுக்கும் வாழ்வுக்கும் ஈடாக அனுபவங்களைக் கதைகள் என்ற பெயரில் பிறகு தங்கள் வாழ்நாள் முழுவதும் பெருமையோடு சுமந்து கொண்டு திரிவார்கள், மன்னன் கூடுதலாகச் சில சலுகைகளையும் வேறு நிலங்களை அழித்து இங்கிருந்து இவர்களை அண்டிவரும் அகதிகளையும் இவர்களுக்கு அளிப்பான், காயமானது வலியேதுமின்றி சுகமான ஞாபக வடுக்களாக மாற்றப்பட்டுவிடும். போரைவிடக் குரூரமானதாக இருக்கிறதே போருக்கு வெளியேயிருக்கும் குடிகளுக்கு நிகழும் அனுபவங்கள். போர் என்பது ஒரு குறிப்பிட்ட காலத்தில் குறிப்பிட்ட காரணங்களுக்காக மட்டும் நடக்கக்கூடியதன்று ட்ரிஸ்ட்ராம், இருபத்தைந்து வருடங்களாகக் கம்பெனிக்கும் மைசூர் ராஜதானிக்கும் இடையே நிகழ்ந்துகொண்டிருக்கும் போர்களுக்கான உடல்களும் மனங்களும் இதைப் போல நூறு மடங்கு அதிகமான வருடங்களில்

தொடர்ந்து தயாரிக்கப்பட்டுக் கொண்டேயிருந்திருந்தாலொழிய இப்போது இந்தச் சண்டையாக திப்பு சுல்தானால் நடத்திவிட முடியாது, இங்கு மட்டுமன்று, எங்குமே போரின் விதியென்பது அப்படித்தான், அப்படிப் பார்த்தால் இந்த உலகமே ஒரு பெரும் போருக்கான பயிற்சிக் களம் மற்றும் போர்க்களம் என்கிற இரண்டு பெரும் நிலப்பரப்புகளாகவன்றி வேறெதாகவும் பரந்துகிடப்பதல்ல.

மனித வியாபாரத்திற்காக ஸ்வப்னஹள்ளி செல்ல வேண்டியவர்களின் பட்டியலில் ட்ரிஸ்ட்ராம் எந்தத் தகுதியிலும் சேர்த்துக்கொள்ளப்பட வாய்ப்பில்லையானாலும் அவன் அங்கே சென்று அதைப் பார்க்க விரும்பினான். குறிப்பாக அவனுடைய உள்ளங்கவர்ந்த துயிலாரினப் பூசாரியின் விதியை. கெலமங்கலம் பயணத்தைப் போலவே பல்குணம் முதலியார் தனக்காக இதையும் சாத்தியமாக்கித் தர வேண்டுமென்று அவன் அவரைக் கேட்டுக்கொண்டான். முதலியாரும் ஷெஸ்லரும் தர்மசங்கடத்தில் நெளிந்தார்கள். கெலமங்கலம் பயணம் முதலியாருடைய தனிப்பட்ட விஷயம். அங்கே சென்றதற்கான காரணமும் வேறு. அதுவும் ஸ்வப்னஹள்ளிக்கு ட்ரிஸ்ட்ராமை அழைத்துச்செல்வதும் ஒன்றன்று. உண்மையில் சற்று இடைஞ்சலானதும் குழப்பமானதுமான வேலையாக அது இருக்கும். வியாபாரத்தில் கவனத்தைச் செலுத்தவே பொழுது சரியாக இருக்கும். சமஸ்தானத்துக் குட்டிப் பிரபுக்களின் தரகர்களுடன் போட்டியிட்டுத்தான் பாரமஹால் பக்கம் அவர்களுக்கான ஆட்களைப் பிடித்து வர வேண்டியிருக்கும். சச்சரவுகளும் சில சமயம் கைக்கலப்புகளும்கூட அங்கே நிகழ வாய்ப்பிருக்கிறது. இந்த அமளியில் கடவுச்சீட்டு இல்லாமல் ஓர் ஆங்கிலேயனையும் அழைத்துச்சென்று அவனைப் பாதுகாத்துக்கொண்டிருப்பதென்பது அசாத்தியமானதும் ஆபத்தானதுமான வேலை. படைச் சிப்பாய்களால் முழுக்க முழுக்கச் சுற்றிவளைக்கப்பட்டிருக்கும் அந்த நிலவெளியில் அவர்கள் கண்களிலிருந்து ட்ரிஸ்ட்ராமை ஒளித்து நிறுத்திவிடலாமென்று எண்ணுவதும் குழந்தைத்தனம். அவனைப் பார்க்க நேரும் அந்தக் கணத்திலேயே சௌகிக்குத் தகவல் மின்னலைப் போலப் பறந்து சென்றுவிடும். கெலமங்கலத்தில் அவனுக்கு ஏதும் நேர்ந்திருந்தால் அது அவர்களுடைய தவறு. ஸ்வப்னஹள்ளியில் அசம்பாவிதம் ஏதும் நேர்ந்தால் அது அவர்களுடைய தண்டனைக்குரிய குற்றமாகிவிடும். முதலியார் ஸ்வப்னஹள்ளிக்கு ட்ரிஸ்ட்ராமை அழைத்துச்செல்ல முதலில் மறுத்துவிட்டார்.

ஸ்வப்னஹள்ளி அகதிகள்

காணாமல்போன உடைமைகளும் பணியாணையும் ட்ரிஸ்ட்ராமின் கைகளுக்குக் கிடைக்காத நிலையும் அதனால் மீனவிலாஸத்தில் அவனுடைய தங்கலும் மேலும் சில நாட்களுக்குத் நீடித்திருக்குமேயானால் ஸ்வப்னஹள்ளி பயணத்தில் தன்னையும் சேர்த்துக்கொள்ளும்படி பல்குணம் முதலியாரை வற்புறுத்தும் மனநிலையும் அவனிடம் தொடர்ந்திருக்கக்கூடும். ஆனால் புதிதாக வென்றெடுக்கப்பட்ட பாரமஹால் மாவட்டத்தின் மூன்றாண்டுக் கணக்குகளை ஆராய்ந்து நேரடியாக இயக்குநர் மன்றத்திற்கும் இங்கிலாந்து அரியணைக்கும் அறிக்கை தயாரித்து அனுப்பவிருக்கிற சிறப்பு ஆய்வாளனென்று ஜேம்ஸ் ஜார்ஜ் க்ரஹாம் அவனை அதிகாரபூர்வமாக அறிவிக்கவிருக்கும் நாள் குறிக்கப்பட்ட வுடனேயே எதிர்பார்ப்பும் ஆர்வமும் மற்ற விஷயங்களில் அவனுடைய ஈடுபாட்டைக் கணிசமாகக் குறைத்துவிட்டன. வில்லியம் பிட்டும் அவனும் பேசிக்கொண்ட வழியில் தன் பணியை எதிர்கொள்வதற்கான ஆயத்தங்களில் அவன் மும்முரமாக இறங்கிவிட்டான். கிருஷ்ணகிரியிலிருந்து திரும்பிய அன்றே முதல் வேலையாக முதலியாரிடம் தனக்கு ஒரு வீடு பார்த்துத் தரும்படி கேட்டு அவர் மூலமாக, பணிக்காலம் முடியும்வரை வெள்ளையர் குடியிருப்பிலேயே ஒரு வீட்டைத் தங்குமிடமாயும் தஃப்தராயும் உபயோகப் படுத்திக்கொள்ள அனுமதியுண்டென்றாலும், அதையும், தன்னுடைய அறைத் தோழனாக வந்து தங்குவதற்கு ஷெஸ்லர் விடுத்த அழைப்பையும், வேண்டாமென்று மறுத்துவிட்டு, தளபதி கௌடியின் முற்றுகையின்போது கோட்டையை அவர் கைகளில் ஒப்படைத்துவிட்டு கர்நாடகத்திற்கு ஓடிப்போய்விட்ட பழைய கில்லெதாரின் ஈஸ்வரன் கோயில் (வஜ்ர நாதேஸ்வரர் கோயில்) தெரு வீட்டிற்குப் பெட்டி படுக்கைகளுடன் குடியேறினான். தினமும் காலையில் மீனவிலாஸத்திற்கு வரும் வழியிலும்

மாலையில் ராமஞ்சேரிக்குத் திரும்பும் வழியிலும் அங்கே வந்து சமையல் உட்பட்ட வீட்டு வேலைகளைக் கவனித்துவிட்டுச்செல்வதற்குக் கெங்கம்மாவை அனுப்பிவைப்பதாய் முதலியார் ஒத்துக்கொண்டிருந்தார். இரண்டாம் நாள் கிருஷ்ணகிரிக்குச் சென்று, பிட்டின் லண்டன் அலுவலகத்தில் அவருடன் அவன் விவாதித்ததை அவனுக்கே தன் அறிவுரையாகத் திருப்பியளித்த க்ரஹாமின் இனரீதியான அன்புடன் (ஆம்பூரில் படையினரின் கண்களிலிருந்து தொலைந்ததைப் போல வேறெங்கும் மறுபடி உங்களைத் தொலைத்துக்கொண்டுவிடாதீர்கள் ட்ரிஸ்ட்ராம், தேவனைத் தவிர, பணி உட்பட, வேறெதிலுமே தன்னைத் தொலைத்துக்கொள்வதென்பது கிறிஸ்தவனும் ஆங்கிலேயனுமாய் இருக்க ஆசீர்வதிக்கப்பட்டவனுடைய இயல்பிற்கு முரணானது, நாம் தட்டும் கதவுகள் திறக்கப்படுமென்றும் கேட்கும் பொருட்கள் கொடுக்கப்படு மென்றும் நமக்கு நிச்சயமாகச் சொல்லப்பட்டிருப்பதால் உடலார்ந்த அலைச்சலும் உறுதியான மனதுமே நாம் கைக்கொள்ள வேண்டிய தர்மங்கள், ஆங்கிலேயேன் சஞ்சலமற்ற புத்தி உள்ளவன், கனவின் தர்க்கம் தெரிந்தவன், அதனாலேயே அதை நிஜமாக மாற்றும் வித்தையை யும் அறிந்தவன், மனவெளியில் அலைவதும், மாயக் காட்சிகளுக்குள் தொலைந்துபோவதும், கனவுக்குள் இருக்கப் பிரியப்படுவதும் கீழைத் தேசத்தவர்களுடைய குணம், நாம் இவர்களை ஆள்கிறவர்கள், இவர்களிடையே கிறிஸ்துவின் ராஜ்ஜியத்தை உண்டாக்க வேண்டுமென்று விதிக்கப்பட்டு வந்திருப்பவர்கள், இவர்களிடமிருந்து விலகியிருக்கும் போதுதான் அது சாத்தியப்படும், இந்த தேசமே ஒருவிதமான கனவுலகம் தான், அசட்டையாக இருந்துவிட்டோமென்றால் இது சிருஷ்டித்துக்காட்டும் வினோதங்களின் சுழலுக்குள் நாமே மாட்டிக்கொண்டுவிடுவோம்) தன் பணியாணையை வாங்கிக்கொண்டு அவன் ராயக்கோட்டை திரும்பு வதற்குள் கர்ணத்தின் வீட்டில் காப்பாற்றிவைக்கப்பட்டிருந்த பழைய கணக்குச் சுவடிகளும், பேரேடுகளும் ஈஸ்வரன் கோயில் தெருவிற்கு வந்துசேரும்படி முதலியாரால் ஏற்பாடுகள் செய்யப்பட்டுவிட்டிருந்தன. அன்று க்ரஹாமினுடைய ஆணைப்படி ராயக்கோட்டைக்கு வந்த தாசில்தார், அந்தத் தாலுகாவின் பட்டேல், கர்ணம், கணக்குப்பிள்ளை முதல் மணியக்காரர்கள், அடிவாலாக்கள், அமில்தார்கள், ஊதாரிகள் வரை அனைவரையும் அவனுக்கு அறிமுகப்படுத்திவைத்துவிட்டு, தன்னுடைய அலுவலகத்தில் வைத்து நிர்வகிக்கப்பட்டுக்கொண்டிருந்த கடைசி இரண்டு வருடக் கணக்குப் புத்தகங்களையும் அவனிடம் ஒப்படைத்துவிட்டுத் திரும்பிய கணத்திலிருந்து, க்ரஹாமின் அறிவுரைக் கெதிராக, ஞாபகத்திற்கெட்டாத காலம் துவங்கி சுல்தானுடைய காலம் வரையில் பரம்பரைக் கணக்கர்களால் காப்பாற்றிக் கொண்டுவரப்பட்டிருந்த, காய்ந்த வேப்பிலைத் துகளின் கசந்த வாசமடிக்கும் நில வருவாய்க் கணக்கு விவரங்களுக்குள் தன்னை விருப்பத்துடனேயே தொலைத்துக் கொண்டுவிட்ட ட்ரிஸ்ட்ராம் நாற்பத்திரண்டு நாட்களுக்குப் பின், ஸ்வப்னஹள்ளி அழிபட இன்னும் ஐந்தாறு நாட்களே மீதமிருந்த நிலையில் ஒருநாள், அவனும் தங்களுடன் ஸ்வப்னஹள்ளி வருவதற்குத் தேவையான ஏற்பாடுகளைச் செய்துவிட்டதாகப் பல்குணம் முதலியார் வந்து சொன்னதைக் கேட்டுத்தான் மீண்டும் நிஜவுலகிற்குள் தன்னை

மீட்டுக்கொண்டான். அதுவரையில், வீணாகக் கழிந்துபோன நாட்களை ஈடுகட்டும் வெறிகொண்டவனைப் போல, அவனுடைய பேச்சும் யோசனையும் கேள்விகளும் விவாதங்களும் பேரேடுகளின் எண்களுக்குள் பாடம்செய்யப்பட்டுக்கிடந்த ராயக்கோட்டைப் பாளையத்தின் யதார்த்தத்தின் மீதே மையங்கொண்டிருந்தன. கெங்கம்மாவின் கவனிப்புக் கூட, மீனவிலாஸத்தில்போலவே அந்த நாட்களிலும் அது அவன் மேல் படர்ந்து அவனை விடாமல் தொடர்ந்துகொண்டேயிருந்ததுதானென்றாலும், முன்பைப் போல உறுத்தாமலும் பின்பைப் போல கிளர்த்தாமலும், மாலை நேரத்து நிழலைப் போல அவனுடைய கவனத்தின் பின்புறம் விழுந்துவிட்டிருந்தது. முதலியார் உட்பட, அவனைச் சந்திக்க வந்த வெளியார்களின் கண்களுக்குத் துவக்கத்தில் அவனுடைய கவனம் முழுவதும் கணக்குகளின் தர்க்கங்களின் மீதும், எண்களின் துல்லியத்தின் மீதுமே கவிந்திருந்ததாகவே தோன்றியதால், மேலும் கம்பெனி சர்க்காரின் முதல் வருடத்தில் வடக்கு பாரமஹாலின் பதினான்கு தாலுகாக்களுக்கும் பட்டேலாக பொறுப்பேற்றுக்கொண்டிருந்த கானுராமின் ராயக்கோட்டைத் தாலுகா கணக்கில் நிலுவையிலிருந்த தீர்வைப் பணத்தோடு சேர்த்து தான் பொறுப்பேற்றுக்கொண்ட கிராமங்களுக்கான கந்தாயங்களையும் கர்ணத்தின் உதவியோடு வசூலித்து அவற்றைக் கச்சேரியில் அணா நிலுவையில்லாமல் செலுத்தி தாசில்தாரிடம் ரசீதுகளையும் பெற்றுக் கோப்புகளில் ஒன்று விடாமல் பொதிந்து வைத்திருந்த பல்குணம் முதலியாரும், அவரையும் சேர்த்து கிராம அதிகாரிகளுக்கு வழங்கப்பட்டு, ஆனால் அவர்களால் பெற்றுக் கொள்ளப்படாமல் விட்டுவைக்கப்பட்டிருந்த, இனாம் நிலங்களுக்கு ஈடான ரொக்கத் தொகை அந்த வருடத்திய பேரிஸில் எத்தனை விழுக்காடு என்பதற்கான கணக்கீடுகளை அன்வாருத்தீன் கர்ணமும், சுல்தானின் ஆட்சிக் காலத்திலிருந்த சேலம் ஜில்லாவின் இருபத்தியேழு தாலுகாக்களைத் தளபதி அலெக்ஸாண்டர் ரீட் பொறுப்பேற்றுக்கொண்ட கையோடு முப்பத்தாறு ஜில்லாக்களாக உயர்த்தியதோடு பாரமஹாலையே தன் மூன்று செல்லப் பிள்ளைகளின் நிர்வாக வசதிக்காக வடக்கு, மத்திய மற்றும் தெற்கு பாரமஹால்களாகப் பிரித்து, அதில் பதினான்கை க்ரஹாமின் கைகளில் கொடுத்த காலத்தில் அதிகமாகிப்போன சோதனைச் சாவடிக் கட்டணங்கள் ராயக்கோட்டையில் உற்பத்தியான எந்தெந்த விளைபொருட்களிலும் கைவினைப் பொருட்களிலும் விலை உயர்வை வற்புறுத்தின என்கிற விவரங்களைக் கணக்குப்பிள்ளை ராமசாமி அய்யரும் தங்கள் விரல் நுனிகளிலேயே வைத்திருந்ததால், ஆய்வாளரின் எந்தச் சந்தேகத்தையும் எதிர்கொண்டுவிட முடியுமென்கிற பலமான நம்பிக்கையுடனிருந்த அவர்கள் ட்ரிஸ்ட்ராம் அவற்றைப் பற்றிய கேள்வி எதையும் எழுப்பாமல், தளபதி ரீட் பாரமஹால் தாலுகாக்களில் முதன்முறையாக சிபாரிசு செய்த ஐந்து வருட நிலக் குத்தகை முறையை முன்னெடுத்துச்செல்வதில் மன்றோவுக்கும், மன்றோவினுடைய செல்வாக்கால் மற்ற இரண்டு உதவியாளர்களுக்கும் இருந்த தயக்கமும், அந்தத் தயக்கத்தினாலேயே ஒரே தாலுகாவின் சில கிராமங்களைச் சரயக் குத்தகைக்கும் வேறு சில கிராமங்களைப் பழைய வருஷக் குத்தகை முறைக்கும் மதிப்பிட்டு நில வாடகை வசூலிப்பில்

உண்டாக்கியிருந்த கணிசமான ஏற்றயிறக்கங்களைப் பற்றியும், இந்தக் குழப்பங்களால் பயந்துபோன உள்குடிகள் கைவிட்டுவிட்ட பல பட்டுக்கட்டு நிலங்கள் நாளது தேதிவரை நகரி நிலங்களாகவே கிடப்பதைப் பற்றியும் கேட்டபோது, சர்க்காரின் முடிவுகளுக்குத் தாங்கள் எப்படி பொறுப்பேற்கவும் பதில் சொல்லவும் முடியுமென்று தெரியாமல் குழம்பிப் போனார்கள். அதுபோலவே வணிகப் பயிர்களை விளைவிக்கும் நிலங்களுக்குப் புதிய சர்க்கார் அறிவித்திருக்கும் பதினாறில் ஒரு பங்குத் தீர்வைச் சலுகையால் ராயக்கோட்டையைச் சுற்றியிருந்த பல மலைக் கிராமங்களின் சரிவுகள் முசுக்கொட்டை, மொரீஷியஸ் பருத்தி, கருமிளகு, காபி, இலவங்கம், ஏலம், சந்தனம் ஆகியவற்றை மெட்றாஸ் மற்றும் திருவாங்கூர்த் துறைமுகங்களுக்கு ஏற்றுமதி செய்யும் தனியார் பண்ணைகளாக மாறிப்போயிருப்பதுபற்றிய அவனுடைய கேள்விகளுக்கும் அவர்களால் சரியாகப் பதில் சொல்ல முடியவில்லை. ட்ரிஸ்ட்ராமின் கவனம் உண்மையில் எண்களை அவற்றுக்கு உரிய பற்று வரவுப் பக்கங்களில் சரியாகப் பொருத்துவதில் இல்லையென்பதை உணர்ந்தபோது முதலியாருக்கே அவனுடைய பார்வையின் மீது சற்றே அச்சம் தோன்றி விட்டது. அதை அவர் தன் ஆங்கிலேய நண்பருடன் பகிர்ந்துகொள்ளவும் செய்தார். முதலியாருடைய இடத்தில் நின்று ட்ரிஸ்ட்ராமின் கேள்விகளை எதிர்கொள்ள எத்தனித்த ஷெஸ்லருடன் ட்ரிஸ்ட்ராம் கடுமையான விவாதங்களை நிகழ்த்தினான். ஓர் ஆங்கிலேயராக அவரால் சந்தேகங் களைக் கண்ணிகளாகக் கோர்த்து தான் அடைய நினைக்கும் இலக்கின் திசையைப் புரிந்துகொள்ள முடியாது என்றான் அவன். ஒரு வருடம் தானியங்களைப் பயிரிட்டு சக்தியை உறிஞ்சிக்கொண்ட பின் மீண்டும் சினைகொள்ளும் பக்குவத்தை அடைவதற்காக நிலத்தைத் தரிசாக விட்டுவிட்டு வேறொரு நிலத்தைச் சாகுபடிக்காகத் தேர்ந்தெடுத்துக் கொள்ளும் பரம்பரைப் பழக்கமும், விருப்பமான நிலங்களைத் தேர்ந்தெடுக்கும் உரிமையும் ரீடின் ஐந்து வருடக் குத்தகைத் திட்டத்தால் வழக்கொழிந்துபோய்க்கொண்டிருப்பதைத் தாமஸ் மன்றோவும் ஜார்ஜ் க்ரஹாமும் நன்றாகவே உணர்ந்திருக்கிறார்கள். ஆனால் அவர்கள் தவறு செய்வதாயும் தனக்குக் கீழ்படிய மறுப்பதாயும் ரீடே கடுமையான அதிருப்தியில் இருக்கிறாரே ட்ரிஸ்ட்ராம், எனக்குமே அவருடைய வருத்தம் நியாயமானது என்றுதான் தோன்றுகிறது, சுல்தானுடைய தற்குறிக் கங்காணிகளிடமிருந்தும், முரட்டு அடிவாலாக்களிடமிருந்தும் பாரமஹால் விவசாயிகளைக் கம்பெனி சர்க்கார் காப்பாற்றியிருக்கிறது, நில மதிப்பீட்டு முறைகளிலும் அதனடிப்படையில் தீர்வையை நிர்ணயிப்பதிலும் நிறைய நல்ல மாற்றங்களைச் செய்திருக்கிறது, ஹாலந்திற்கு அகதியாய்ப் போன ரிச்சர்ட் வெஸ்டன், அவருடைய ஆத்மா தேவனுக்கருகில் எப்போதும் இருக்கட்டும், மீண்டும் திரும்பி வந்தபோது கற்றுக்கொண்டுவந்து பிரசித்தம் செய்த பயிர்ச் சுழற்சி முறையால் இங்கிலாந்து பெற்ற பலன்களை நீங்கள் அறியாதவராய் இருக்க முடியாது, பரிசோதனை முயற்சிகளின்போது ஏற்படும் நஷ்டங்களைப் பெருந்தன்மையுடன் ஏற்றுக்கொண்டு வெற்றி பெற்ற முறைகளை மட்டுமே குடியேற்ற நிலங்களில் அமல் செய்து அந்த நிலங்களின் குடிகளுடன் நாமும் ஆதாயத்தைப் பகிர்ந்துகொள்ள

நினைக்கும் இங்கிலாந்தின் நேர்மையை நீங்கள் இந்தியாவிற்குள் இறங்கிய நாளிலிருந்து பெற்றுக்கொண்டிருப்பதாக முன்பொருமுறை சொன்ன சில கசந்த அனுபவங்களை மட்டுமே முன்வைத்துத் தவறாகப் புரிந்து கொள்கிறீர்கள் என்று எனக்குப் படுகிறது. ஷெஸ்லர், உள்ளூர் மக்களைப் போல நீங்களுமே இங்கிலாந்தையும் கிழக்கிந்தியக் கம்பெனியையும் ஒன்றாக வைத்துப் புரிந்துகொள்வது எனக்கு ஆச்சரியத்தையும் துயரத்தையும் அளிக்கிறது, இரண்டும் வேறுவேறு, தயவுசெய்து அந்த நிலைப்பாட்டிலிருந்துகொண்டு பேச நீங்கள் முயற்சிக்க வேண்டும், உங்களுடைய பல குழப்பங்களுக்கு அதுவே காரணமாயுமிருக்கலாம். ஷெஸ்லர் சொல்வது வாஸ்தவம்தானே துரை, சரயக் குத்தகையால் சர்க்காருக்குக் குறைந்தபட்சம் ஐந்து வருடங்களுக்காவது நிலையான தீர்வைப் பணம் கைக்குக் கிடைப்பதென்பது உறுதியாக்கப்பட்டுவிடுவதோடு நகரி நிலங்களின் பெருக்கமும் குறைக்கப்பட்டுவிடுகிறதே. வருடக் குத்தகைக் காலங்களில் நகரி நிலங்கள் பெருகின என்பது இட்டுக்கட்டப் பட்ட கதை, அது நிலச்சுழற்சி முறையின்பாற்பட்டது, இங்கிலாந்திலும் அந்த முறை விவசாயம் இருக்கத்தான் செய்தது, அங்கே பயிர்ச்சுழற்சி முறையை அறிமுகம் செய்த ரிச்சர்ட் வெஸ்டன் ஒரு பண்ணை முதலாளி என்பதை ஷெஸ்லர் வேண்டுமென்றே சொல்லாமல் விட்டுவிட்டார், வேலியிடப்பட்ட நிலப்பரப்பைக்கொண்ட, வெஸ்டனைப் போன்ற, இங்கிலாந்தின் பண்ணையார்களுக்குப் பயிர்ச் சுழற்சிமுறை தேவைப் படுவது இயற்கைதான், காரணம் அங்கே நீராவி இயந்திரங்கள் கண்டு பிடிக்கப்பட்ட பின் அபரிமிதமாகப் பெருகிவிட்ட தொழிற்சாலைகளின் தேவையும் வேகமும் நிலங்களின் விளைச்சலுக்கான பருவகாலங்களையும் துரிதப்படுத்திக்கொண்டிருக்கின்றன, ஆனால் இந்தியாவில் நிலைமை வேறு, இங்கே தொழிற்சாலைகளும், பங்குக் கம்பெனிகளும், அவற்றின் தேவைகளுக்காக உலகமெங்கும் வியாபாரத் தலங்களை உருவாக்கும் அவசியமும் எப்போதுமே இருந்ததில்லையென்பதுதான் நான் என் மனைவியுடன் சேர்ந்து படித்துத் தெரிந்துகொண்டது, இங்கே வாழ்க்கை யின் வேகம் வேறு வகையானது, நிலச்சுழற்சி முறை இந்த வாழ்க்கைக்கு ஒரு லட்சியத்தைக் கொடுக்கிறது, குத்தகை முறை இங்கே உண்டாக்கக்கூடிய குழப்பங்களையும் பிரச்சினைகளையும், தன் சகாக்களின் மேல் ஆளுமை செலுத்தக்கூடியவரான மன்றோ இந்துஸ்தானத்தின் பாஷைகளிலும் கதைகளிலும் நல்ல பரிச்சயமுள்ளவர் என்பதாலோ என்னவோ, ரீடின் மாணவர்கள் சரியாகத்தான் அவதானித்திருக்கிறார்கள். ட்ரிஸ்ட்ராம் நீங்கள் என்ன சொல்ல வருகிறீர்கள், தொழிற்புரட்சிகளும் மாற்றங்களும் இந்தியாவிற்குத் தேவையில்லாத ஒன்று என்கிறீர்களா. கண்டிப்பாக இல்லை, ஆனால் தொழிற்புரட்சியென்பதையும் மாற்றம் என்பதையும் பனியாந்தைகளைப் பயமுறுத்தி விரட்டக்கூடிய சீழ்க்கையொலியை வெளியிடும் நீராவி எந்திரங்களுடன் மட்டுமே இணைத்துப்பார்க்கவும், பிறரையும் அப்படியே பார்க்கும்படி கட்டாயப்படுத்தவும் நாம்தான் பழக்கப்படுத்தப்பட்டிருக்கிறோம் என்பதுதான் என் வருத்தம், தொழிற் சாலைகள் தோன்றுவதற்கு முன்பே தொழிற்சாலை மனோபாவத்தையும், அந்தவிதமான சூழ்நிலைக்கே பொருந்தும் சட்டதிட்டங்களையும், நில மதிப்பீட்டு முறைகளையும், ஐரோப்பாதான் கண்டுபிடிப்புகளின்

மொத்தக் குத்தகை நிலமென்பதைப் போல, லீடன்ஹால் இயக்குநர் மன்றத்தின் பேய்ப் பசிக்கு ஈடுகொடுப்பதற்காக, அவசர அவசரமாக இங்கே புகுத்த வேண்டிய அவசியமில்லையென்கிறேன் நான், தேவையும் பக்குவமும் கனிந்துவரும் காலக்கட்டங்களில் தனக்கான தொழில் முறைகளையும் கண்டுபிடிப்புகளையும் இலக்கியங்களையும் ஒவ்வொரு நிலமும் உருவாக்கிக்கொள்ளத்தான் செய்கிறது, போரென்றால் ஏவுகணை களையும், கல்வியென்றால் பூஜ்ஜியத்தையும், விளையாட்டென்றால் சதுரங்கத்தையும், மருத்துவமென்றால் ஆயுர்வேதத்தையும் இந்தியாவின் சமஸ்தானங்களும் கிராமங்களும் காடுகளும் கண்டுபிடித்துக்கொள்ள வில்லையா, கண்டுபிடிப்புகள் அனைத்துமே ஷெஸ்லர், மண்ணின் ஆன்மா என்கிற ஒற்றைச் சரட்டில் வேறுவேறு துறைகளென்னும் மலர்களை இணைத்து மாலையாகக் கோர்க்கப்பட்டவை, ஆன்மா என்பதோ, அது விரும்பியோ விரும்பாமலோ, நிலத்தின் பழங்கதைகள் மற்றும் கடவுள்களின் குரலாக இருக்கிறது, நிலம் கலப்பைகளோடுகூட கதைகளாலும் பண்படுத்தப்படுகிறது, அதனாலேயே ஒரு நிலத்தின் மீது போதுமான முன்தயாரிப்பு எதுவுமின்றிப் புதிய முறைகளையோ வேற்றுநிலத்தின் கண்டுபிடிப்புகளையோ திணிப்பதென்பது அதன் கடவுள்களை அனாதைகளாக அலையவிடுவதற்கு ஒப்பானதாக இருக்கிறது. உங்கள் வாதத்தை அப்படியே எடுத்துக்கொண்டாலும் கிறிஸ்துவே உலக நாயகர் என்கிற செய்தியைப் பரப்புவது என்பதும் இங்கிலாந்தினுடைய கடல் கடந்த வாணிபத்தின் ஒரு நோக்கம்தானே ட்ரிஸ்ட்ராம். அதில் எனக்கும் மாற்றுக் கருத்து கிடையாது ஷெஸ்லர், ஆனால் கிழக்கிந்தியக் கம்பெனியின் பங்குதாரர்களைத் தவிர்த்து இங்கிலாந்தின் சில மனச்சாட்சியுள்ள அமைச்சர்களும் மன்னருமே இங்கே கொண்டுவர விரும்புவது யாரையென்றால் இந்துஸ்தானத்திற்கான கிறிஸ்துவை, இங்கிலாந்தின் கிறிஸ்துவையன்று, அவர்கள் உலகம் முழுவதையும் இங்கிலாந்தாக மாற்றுவதற்குப் பதிலாகப் பல தேசங்களின் தனித்தன்மைகளை இங்கிலாந்து சுவீகரித்துக்கொள்ள வேண்டுமென்று எதிர்பார்க்கிறார்கள், கடவுள்களத்தனை பேரையும் கிறிஸ்துவால் பதிலீடு செய்வதற்குப் பதிலாக ஒவ்வொரு கடவுள்களினுள்ளும் உறைந்திருக்கும் கிறிஸ்துவை உலகத்தார் கண்டுகொள்ள வேண்டுமென்று விரும்புகிறார்கள், அப்படியான ஒரு கிறிஸ்துவை அந்தந்த நிலத்தின் கதைகளிலிருந்துதான் எழுப்பிக் கொண்டுவர முடியும். இந்த நிலத்தின் கதைகள் இங்கே உருவாக்கியிருக்கும் ஆன்மா என்று எதைச் சொல்வீர்கள். நிறைய, உதாரணமாக ரகசியங்களைக் கொண்டாடும் மரபு, வெளியரங்க மாகாத ரகசியமில்லை என்கிறது பைபிள், ரகசியங்களே கிடையாது என்கிறார் ஷேக்ஸ்பியர், பௌதிக விஞ்ஞானத்தின் அடிப்படை அது, இந்தியாவின் ஒரு பிரபலமான சாமியாரோ தேடாதே, தேடினால் கிடைக்காமற்போவாய் என்கிறார், உலகம் முழுவதும் அறிந்த பின்னும் அறிவின் அறியாமை எஞ்சி நிற்கும் என்பதில் இந்தியர்களுக்கு அசாத்திய நம்பிக்கையிருக்கிறது, இந்துஸ்தானம் உள்பட கீழைத் தேசங்களின் கதைகள் யாவுமே மரத்தைப் பற்றியிருக்கும் கொடிகளைப் போல அறியப்படாத ரகசியங்களையே பின்னிக்கொண்டு படர்கின்றன, ரகசியங்களிலிருந்து கசியும் ஒளியையும் மணத்தையும் துய்ப்பதேயன்றி

அதைத் துருவிக்கொண்டு உள்ளே இறங்குவதை இவர்கள் விரும்புவதில்லை, மலைகளினிடையிலும், வனங்களுக்குள்ளும் தங்களை மறைத்துக்கொண்டு வெளியுலகத்தின் கண்களில் படாமல் தங்களுடைய கடவுள்களோடும் சைத்தான்களோடும் வாழ்ந்துகொண்டிருக்கும் இந்தியாவின் பழங்குடிகள் இவ்வகையான அறியப்படாத ரகசியங்களுக்கு ஓர் உதாரணம், என்றால், ஷெஸ்லர், இந்த இரண்டு வருடக் கணக்குப் புத்தகங்களில், மதிப்பீட்டிற்கும் தீர்வை விதிப்பிற்கும் உட்படுத்தத் தக்கவையாகச் சேர்க்கப்பட்டிருக்கிற, அதற்கு முந்தின ஏடுகளெதிலும் எப்போதுமே காணப்படாத, புதிய நிலப்பரப்புகளின் பெயர்கள் நமக்கு அறிவிப்பது என்னவென்றால், பாரமஹால் நம் கைக்கு வந்துசேர்ந்த இந்தக் குறுகிய காலத்திற்குள்ளாகவே அலெக்ஸாண்டர் ரீட் கம்பெனி மீதான தன் அதீத விசுவாசத்தை முன்வைத்து நடத்தி முடித்திருக்கும், இந்துஸ்தானத்தையே வியப்பிலாழ்த்தி யிருக்கிற, மாபெரும் நில ஆய்வு இந்த நிலப்பரப்பின் ஆழத்திற்குள் காலகாலமாக மறைந்துகிடந்த பல பூர்வகுடிகளின் ரகசியங்களுக்குள் பலவந்தமாக நுழைந்து, அவற்றை அம்பலப்படுத்தி, அங்கே காலகாலமாக உறைந்திருந்த கடவுள்களை அவர்களுடைய நிலங்களிலிருந்து விரட்டி யடித்து, அவர்களுடைய நிர்வாணத்தைப் பலபேரறியக் காட்டி அவர்களை அவமானப்படுத்தியிருக்கிறது என்பதுதான், விஞ்ஞானமும் மதமும் வேறுவேறல்ல, அந்த அர்த்தத்தில் ஒரு நிலத்தின் கண்டுபிடிப்புகளை இன்னொரு நிலத்தின் மீது திணிப்பதென்பதும் அந்நிலத்தின் மக்களை மதமாற்றம் செய்வதென்பதும் ஒன்றேதான், அவர்கள் அப்படி மாறுகிறவனை அவனுடைய பழைய கடவுளிடமிருந்து பிரித்துவிடுவது மட்டுமன்று, மாறுகிற கடவுளைப் புரிந்துகொள்வதிலிருந்தும் அவனைத் தடுத்துவிடுகிறார்கள், விளைவாக அவன் புறத்தே புதிய கடவுளை விட்டுவிட முடியாமலும் அகத்தே பழைய கடவுளை மறக்க முடியாமலும் குழம்பிவிடுகிறான், சுய சிருஷ்டிகளைச் சாத்தியப்படுத்தும் பழைமையின் வேர்களை இழந்தும், அந்நியச் சிருஷ்டிகளைப் புரிந்துகொள்ள முடியாமலும் தடுமாறுகிறான், இந்தக் குழப்பமும் தடுமாற்றமும்தான் வெற்றிகரமான வியாபாரமாகக் கிழக்கிந்தியக் கம்பெனிகளை இயக்கிக் கொண்டிருக்கிறது.

ட்ரிஸ்ட்ராமின் வாதங்களுக்கு பல்குணம் முதலியார் தன் கருத்து களாக எதையும் கூறவில்லை. ஆனால் ஷெஸ்லர் தன் வாதங்களால் கிளறியெழுப்பிவிட்ட பல கருத்துகளைக் கொண்டு ட்ரிஸ்ட்ராம் வில்லியம் பிட்டுக்கு அனுப்ப வேண்டிய முதல் வரைவறிக்கையைத் தன் மனதில் முழுதாகத் தயாரித்துவிட்டான். அதை, கம்பெனி இயக்குநர்களின் பார்வையில் அதன் நிர்வாக உத்திகள் பற்றிய அவதானிப்பாயும் வில்லியம் பிட்டின் கண்களுக்கு அதன் உள்ளார்ந்த, பிரச்சினைக்குரிய நோக்கங்கள் பற்றிய சமிக்ஞைகளாயும், இந்தியாவைப் பொறுத்தவரையில் அதன் நிர்வாகப் பொறுப்பை இங்கிலாந்தின் அரியணையே நேரடியாகக் கம்பெனியின் கையிலிருந்து எடுத்துக்கொள்வதும், வெளிச்சத்தைக் கண்டால் குகைக்குள் பதுங்கும் மிருகங்களைப் போல வெளியாரின் கண்களுக்குத் தங்களுடைய வாழ்முறைகளை வெளிக்காட்டிக்கொள்ளக் கூச்சப்படும் இந்திய மக்களை அவர்களுடைய ரகசியங்களோடும் கடவுள்களோடும் வாழ அனுமதிப்பதொன்றே அடிப்படையில் மூர்க்க

குணம் கொண்டவர்களான அவர்களிடம் எதிர்ப்பு மனோபாவம் தோன்றிவிடாமல் தணித்துவைக்கும் தந்திரமாயிருக்குமென்றும், அமெரிக்காவின் காடுகளைக் கையகப்படுத்திய காலக்கட்டங்களில் செய்த தவறுகளையும் அதனால் பெற்ற படிப்பினைகளையும் பிரிட்டன் மறந்துவிடக் கூடாது என்றும் அவருக்கு, வார்த்தைகளாலன்றித் தன் தொனியின் மூலம் மட்டுமே தெரிவிக்கும், எச்சரிக்கையாயும் ஒரே நேரத்தில் அமையும்படி எழுதுவதற்கான வாக்கிய அமைப்புகள் குறித்து அவன் சிந்தித்துக்கொண்டிருந்தபோதுதான் ஸ்வப்னஹள்ளி செல்வதற்கான அழைப்பு முதலியாரிடமிருந்து வந்துசேர்ந்தது (பிறகு, கணக்குகளின் தன்மையை ஆராய்ந்த வேகத்தில் வெளிக் கிளம்பிய இவ்வகைப்பட்ட சிந்தனைகள் அவற்றை எழுதுவதற்குக் கால தாமதமானபோது ட்ரிஸ்ட்ராமின் மனதிலிருந்து வடிந்துவிட, அவன் தான் எழுத வேண்டுமென்று நினைத்திருந்த அந்தக் கடிதத்தை வில்லியம் பிட்டுக்கு எழுதவேயில்லை. அந்த அறிக்கை எழுதப்பட்டு, இங்கிலாந்தின் பிரதம மந்திரியால் ட்ரிஸ்ட்ராம் விரும்பிய விதத்திலேயே புரிந்துகொள்ளப்பட்டு, மன்னரின் கவனத்திற்கும் முறைப்படி கொண்டுசெல்லப்பட்டிருந்தால், ஒருவேளை, அதற்கு அறுபது வருடங்களுக்குப் பிறகு வேலூர்க் கோட்டையிலிருந்து துவங்கிய தொடர்ந்த பிரச்சினைகளையும், எடுக்க வேண்டியதாகிவிட்ட, அவசரமும் அரைகுறையுமான முடிவுகளையும் ஒருவேளை இங்கிலாந்து தவிர்த்துவிட்டிருக்கக்கூடும், அதற்கு முன் இந்தியாவில் கம்பெனி ஆட்சியைப் பற்றி அச்சத்துடன் எழுதப்பட்ட ஒரே கடிதம், எழுத்து வடிவம் பெறாமலே போய்விட்ட ட்ரிஸ்ட்ராமின் அந்தக் கடிதம்தான்). ட்ரிஸ்ட்ராம் அந்த அழைப்பை எதிர்பார்க்கவில்லை. முதலியாரும் அவன் முறைப்படி மலையைக் கடப்பதற்கான தஸ்தக் எதையும் ஆட்சியர் அலுவலகத்திலிருந்து வாங்கிவிடவுமில்லை. ஆனால் திருப்பத்தூரிலிருந்து க்ரஹாம் கிருஷ்ணகிரி திரும்பியதும் ஸ்வப்னஹள்ளி பயணம் சம்பந்தமாக அவருடன் பட்டேல்களும் கர்ணம்களும் கடைசியாக நிகழ்த்திய சந்திப்பில் அவர் அவர்களுடைய காவலுக்காக ஒரு பிரிட்டிஷ் சிப்பாயையும் அழைத்துக்கொண்டு செல்ல அனுமதி உண்டென்று சொன்ன கணத்தில் ட்ரிஸ்ட்ராமின் விருப்பத்தைத் தன்னால் நிறைவேற்றிவிட முடியுமென்கிற நம்பிக்கை தனக்குள் உண்டாகிவிட்டதாக அவர் அவனிடம் சொன்னார். ஒரு சிப்பாய்க்கு கர்நாடகத்திற்குள் பிரவேசிப்பதற்கான தஸ்தக் ஒன்றை வாங்கிக்கொண்டு அந்தப் பெயரில் ட்ரிஸ்ட்ராமை ஸ்வப்னஹள்ளிக்கு அழைத்துச் செல்வதென்பது அவருடைய யோசனையாக இருந்தது. இது ஆபத்தை விலை கொடுத்து வாங்கும் வேலையென்பதாக ஷெஸ்லர் அபிப்பிராயப்பட்டாலும் அவருக்குமே முதலியாருடைய செல்வாக்கில் நம்பிக்கையிருந்ததால், (கெலமங்கலம் பயணத்தைப் போலவே இந்த முறையும், மாஜி உள்ளூர்க்காரர்களான எல்லைச் சாவடிக்காரர்களையும், சௌகிதார்களையும் அவரால் சமாளித்துவிட முடியும்தான்) மேலும் ஸ்வப்னஹள்ளி சம்பவங்களை நேரே காணக்கூடிய வாய்ப்பு ஏற்படுமானால் அது ட்ரிஸ்ட்ராமினுடைய இந்துஸ்தானத்தைப் பற்றிய அபிப்பிராயங்களில் ஏதேனும், கம்பெனி சர்க்காருக்கு ஆதரவான மாற்றங்களை ஏற்படுத்தக்கூடுமென்று அவர்

நம்பியதாலும், அவனுடைய வருகையை அவர் சந்தோஷமாகவே அங்கீகரித்தார். எதிர்பாராததென்றாலும் ட்ரிஸ்ட்ராமின் வயிற்றில் பழைய கடலோடிகளின் நோய் மணத்தை எழுப்பக்கூடிய ஏற்பாடாக இது அமைந்துவிட்டது. அவன் மூன்று நாட்கள் தனக்கு வயிற்றுப்போக்கு இருப்பதாகக் கூறி விடுப்பு எடுத்துக்கொள்ளவும், பால் வின்ட்டர் என்கிற போலிப் பெயரை உவகையுடன் தாங்கிக்கொள்ளவும் தயாராகிவிட்டான். சிவகாமசுந்தரியம்மாளுக்கு இந்த விஷயம் தெரிந்தபோது அவள் தன் கணவர் ஒரு பைத்தியக்காரர் என்று அங்கலாய்த்துக்கொண்டதோடு தன் அபிப்பிராயங்களை மறைத்துக்கொண்டுவிட்டாள். மீனா, அவள் ஏற்கெனவே தன் தோழியின் பொருட்டாகச் சில சில்லரைத் திருட்டுத்தனங்களைத் தன் தகப்பனுக்குத் தெரியாமல் செய்து அதன் கிளர்ச்சியை அனுபவித்துக்கொண்டிருந்தவளாகையால், அவனுடைய இந்தப் பயணத்தை ஆரவாரத்துடன் வரவேற்றதோடு திரும்பி வந்தவுடன் அந்த அனுபவங்களைத் தனக்குக் கதையாகச் சொல்ல வேண்டுமென்றும் அவனுடன் பேசி ஒப்பந்தம் செய்துகொண்டாள். ஸ்வப்னஹள்ளிக்கு ட்ரிஸ்ட்ராம் செல்வற்கு வெளிப்படையாக எதிர்ப்பும் கவலையும் தெரிவித்தவர்கள் முதலியாரையும் ஷெஸ்லரையும் தவிர்த்து அவர்களுடன் அங்கே செல்லவிருந்த சர்க்கரைச் செட்டியார், ராமசாமி அய்யர், அன்வாருத்தீன் ஆகியோரும் பிறகு கெங்கம்மாவும்தான். மற்ற மூவரிடமும் முதலியார் பேசி அவர்கள் வாயை அடைத்துவிட்டார். கெங்கம்மாவிடம் ட்ரிஸ்ட்ராம் விஷயத்தைச் சொன்னதும் அவள் முகம் மரணச் செய்தியைச் செவியுற்றதைப் போல இருண்டுபோய்விட்டது. தன் பத்திரத்தை அதிகாரபூர்வமாக இல்லாவிட்டாலும், நண்பன் என்கிற முறையிலேனும் தன்னுடன் வருகிறவர்கள் கவனித்துக்கொள்வார்கள் என்று அவன் கூறியது அவளைத் தைரியப்படுத்தவில்லை. அவள் அது அவன் நினைத்துக்கொண்டிருப்பதைப் போல அத்தனை வெளிப்படையானதில்லை என்று முணுமுணுத்தாள். பிறகு அவள் வேறெதையும் பேசவில்லை. அவள் முகம் திரும்ப சகஜ நிலைக்கு மீளவுமில்லை. அவள் தொண்டையில் மாட்டிக்கொண்டிருந்ததாகத் தெரிந்த வார்த்தைகளின் முள் அவள் விழிகளைப் பிதுங்கச் செய்கிறதென்பது ட்ரிஸ்ட்ராமுக்குத் தெரிந்தேயிருந்தாலும், அவை அவளிடமிருந்து வெளிப்படும்பட்சத்தில் தன் முடிவை மறுபரிசீலனை செய்யவோ மாற்றிக்கொள்ளவோ தன்னை நிர்பந்திக்குமளவிற்கு வலிவும் உண்மையும் கொண்டவையாக இருக்குமென்று அவனுக்குத் தோன்றியதாலும், அந்தப் பலவீனத்திற்கு ஆளாவதை அவன் விரும்பாததாலும் கெங்கம்மாவைப் பேசும்படி அவன் நிர்பந்திக்கவில்லை. தான் பேசித் தீர்த்துக்கொள்ள விரும்புகிறவற்றை கெங்கம்மா வெறுமே செவிமடுத்துக்கொண்டிருந்தால் போதுமானது என்று முடிவாகச் சொல்லிவிட்டான். இது நடந்தது ஸ்வப்னஹள்ளி பயணத்திற்கு இரண்டு நாட்களுக்கு முன்பு. பிறகு முதலியார் அவனுடைய வேண்டுகோளின்படி கெங்கம்மாவை அடுத்த இரண்டு நாட்கள் அவனுடைய குடியிருப்பின் பக்கம் போகவே அனுமதிக்கவில்லை. ட்ரிஸ்ட்ராம் ஷெஸ்லரை உணவிற்காகத் தயவுபண்ணிக்கொண்டு கெங்கம்மாவைச் சந்திப்பதை வேண்டுமென்றே தவிர்த்துவிட்டான். இது உட்பட, பாதுகாப்பான பயணத்திற்கான ஏற்பாடுகள் அனைத்தும்

முதலியாரின் நேரடி மேற்பார்வையில் கவனமாகவே செய்து முடிக்கப்பட்டிருந்தன. ராயக்கோட்டையிலிருந்து பொழுது புலரும் முன்பே, பால் வின்ட்டர் என்கிற ட்ரிஸ்ட்ராம், மற்றும் இரணியன் என்கிற கூனனும் தனக்குத்தானே பேசிக்கொள்ளும் பழக்கமுடையவனுமான முதலியாரின் பிரத்யேக வண்டிக்காரன், ஆனால் அவனை எல்லோரும் முதலை என்றுதான் அழைத்தார்கள், ஆகிய இருவரையும் சேர்த்து மொத்தம் ஏழு பேர்களுக்கான தஸ்தக்குடன் அந்தக் குழு, கெலமங்கலத்தில் முதலியார் முன்பே தகவல் தெரிவித்துச் செய்திருந்த ஏற்பாட்டின்படி, அவருடைய மாமனார் வீட்டில் பகலுணவை முடித்துக்கொண்டு கிளம்பி, தளியின் காட்டுப்பாதையில் பயணத்தின் பெரும்பகுதி நேரத்தைச் செலவழித்துவிட்டு, இருளும் மலைப்பனியும் நன்றாகக் கவிந்துகொண்டுவிட்ட பின்மாலைப் பொழுதில் ஸ்வப்னஹள்ளிக்குப் பத்திரமாகப் போய்ச்சேர்ந்தது. முதலியார், அன்வாருத்தீன், ராமசாமி அய்யர், சர்க்கரைச் செட்டியார் ஆகிய நான்கு மரியாதைப்பட்ட உள்ளூர்க்காரர்களுக்கும் முதலியாரின் இரட்டை மாட்டுவண்டி ஏற்பாடு செய்யப்பட்டிருந்தது. வண்டியில் ஐவர் உட்கார்ந்துகொள்ள இடமில்லையென்பதற்கு மேல் சக்கரங்களின் மேல் நெடுநேரம் பயணம் செய்வது உடல் நோவையும் தூக்கத்தையும் தரக்கூடியதென்பதாலும், ட்ரிஸ்ட்ராமுடன் மனம்விட்டுப் பேசிக்கொண்டிருக்கும் வாய்ப்பை ஏற்படுத்திக்கொள்ள விரும்பியதாலும் ஷெஸ்லர் ஒரு ஷைரிலும், காவல் சிப்பாயின் உடுப்பையும் பெயரையும் அணிந்துகொண்டிருந்த ட்ரிஸ்ட்ராம் அந்த அலங்காரத்திற்குப் பொருந்த வேண்டுமென்பதற்காகவே, முதலில் தன் சவாரிக்கென்று தேர்ந்தெடுக்கப்பட்ட ஷைரை, அதன் மேலிருந்த மையலில் மற்ற மட்டக் குதிரைகள் அனைத்தையும் கொன்றுகுவிக்கும் வெறியை ஒருகாலத்தில் எட்டாம் ஹென்றியின் மனதில் வளர்த்ததென்று, மறுத்து ஷெஸ்லர் உபயோகப்படுத்திக்கொள்ளக் கொடுத்துவிட்டு, ஒரு பிரெஞ்சுக் கோச்சிலும் தனித்தனியே மாட்டு வண்டியை அதன் பின்புறமாய்த் தொடர்ந்து சென்றார்கள். சௌகிகளிலும், முதலியார் வராகன்களை வாரியிறைத்ததாலும், தஸ்தக்கில் குறிப்பிடப்பட்டிருந்த மனிதத் தலைகளின் எண்ணிக்கையும் எதிரே நின்றிருந்தவர்களின் எண்ணிக்கையும் ஒத்துப்போய்விட்டதாலும், பிரச்சினையேதும் எழவில்லை. ஆனால், இத்தனை முன்தயாரிப்புகளோடு ஸ்வப்னஹள்ளிக்குப் புறப்பட்டுச்சென்ற ட்ரிஸ்ட்ராம், அங்கே தனக்குக் கிடைக்கவிருப்பது சின்னட்டியாற்றங்கரைக் கூத்தில் கிடைத்ததைப் போன்றவொரு பரவசமான அனுபவமாய் இருக்கப்போவதில்லையென்பதை முன்பே தெரிந்துகொண்டிருந்தாலும்கூட, ஆனேகல்லிலிருந்து அதன் நேர் மேற்கேயிருக்கும் சென்னப்பட்டணத்தை, மலைக்குடிகளையும் லம்பாடிகளையும் சுல்தானின் படைப் பொறியாளர்களையும் தவிர வேறு யாரும் நேராகச் சென்று அடைந்துவிட முடியாதபடி இயற்கை அரண்களாய் எழும்பியிருந்த மலைக்கூட்டங்களின் நடுவே, பள்ளத்தாக்கில் அமைந்திருந்த அந்த இரக்கத்திற்குரிய கிராமம் எரிக்கப்படும் காட்சியின் பார்வையாளனாய், பாதுகாப்பான தொலைவிலிருந்து அதைப் பார்ப்பதற்கு வசதியாகச் சரிவுகளின் மேல் ஏறி நின்றுகொண்டிருந்த வியாபாரிகளின் கூட்டத்துடன் சிலமணி நேரங்களுக்குப் பிறகு மலைத்துப்போய் நின்றிருந்தபோது,

கெங்கம்மாவை மேலும் இரண்டு நாட்கள் தன்னைச் சந்தித்துப் பேச அனுமதித்திருந்தால் மனதைப் பதறச்செய்த காட்சிகளைக் காணும் துர்பாக்கியத்திலிருந்து தன்னைத் தப்புவித்துக்கொண்டிருந்திருக்கலாமே என்று நினைத்து வருத்தப்பட்டுக்கொள்ளத்தான் செய்தான்.

ஸ்வப்னஹள்ளியை அவர்கள் அடைந்தபோது அங்கே அவர்களுக்கு முன்பே அதிகாரிகளும் வியாபாரிகளும் உறவினர்களும் தரகர்களும் மெட்றாஸ் வராகன்களைச் சுல்தானியப் பணமாக மாற்றிக்கொடுக்கும் ஷ்ராஃகளுமாய் நூற்றுக்கணக்கில் தங்களுடைய விதவிதமான வண்டிகளுடனும் பணப்பைகளுடனும் வந்து குழுமி விட்டிருந்தார்கள். முதலியாருடைய தரகர்களும் அவர்களின் நடுவே அலைந்துகொண்டிருந்தார்கள். நெரிசல் தாள முடியாததாய் இருந்தது. அவர்களுக்கும் எரிக்கப்படவிருக்கிற கிராமத்திற்கும் நடுவே மண்கோட்டை உயர்ந்திருந்தது. கோட்டைச் சுவருக்கான அவசியமின்றி மரங்கள் மதில்களைப் போல நெருக்கமாக அடர்ந்து கிடந்த, ஊரின் பின்புறக் காட்டுப் பகுதிகளில் அழிவை எத்தனைத் தொலைவிலிருந்தும் மோப்பம் பிடித்து வந்து மொய்த்துக்கொண்டுவிடும் பஞ்சாரிகளின் கூட்டமொன்று காட்டு விலங்குகளைப் போல அவர்களுடைய தருணத்திற்காக எருதுகளுடன் காத்துக்கொண்டிருந்தது. கோட்டைக்கு வெளியேயிருந்தவர்கள் அத்தனை பேருமே மேற்புறத் திறப்பின் வழியாக உள்ளே பார்க்குமளவிற்கு உயரமான சரிவுகளையே தேர்ந்தெடுத்துக்கொண்டிருந்ததால் கோட்டையின் வெளிப்புறத்திற்கும் மலையடிவாரத்திற்கும் இடைப்பட்ட நிலம் ஆட்களின்றி வெறுமையாய்க் கிடந்தது. சில மணிநேரங்களுக்குப் பிறகு கோட்டைக் கதவுகளைத் திறந்துகொண்டு அகதிகளாக வெளியேறிய ஸ்வப்னஹள்ளிவாசிகளை அவர்கள் அந்த வெற்றிடத்தில்தான் எதிர்கொண்டார்கள். அப்போது மழைநீர் வடிந்து குட்டையாகத் தேங்கியதைப் போல சரிவுகளெல்லாம் வெறிச்சோடிப்போக தரகர்களின் கூட்டம் முழுவதும், அகதிகளில் பாதிப் பேர் கோட்டைக் கதவுகளையே தாண்டி வெளியே வர முடியாதபடி சுவரோடு சேர்த்து, அவர்கள் மேல் விழுந்து மொய்த்துக்கொண்டது. அந்த நெரிசல் ஏற்படுத்திய குழப்பம் அப்போது ஏற்கெனவே நடக்கத் துவங்கிவிட்டிருந்த துயர நாடகத்தில் மேலும் சில அவலக் காட்சிகளைச் சேர்ப்பதாக இருந்தது. பெண்கள் தங்கள் குழந்தைகள் கைநழுவிப் போய்விட்டதாக ஊளையிட்டுக்கொண்டிருந்தார்கள். சிலர் தங்களுடைய உடைமைகள் தரகர்களாலேயே திருடப்படுவதாகப் பிலாக்கணம் வைத்தார்கள். திறமைக்கு ஏற்ற நிலமும் ஊதியமும் தலைமையும் எது என்பதை யோசிக்கவிடாமல் தரகுக் கும்பல் தங்களுடைய உடலையும் புத்தியையும் நெரிப்பதாக முறையிட்டார்கள். கோட்டைக்குள் எரிந்து கொண்டிருந்த நெருப்பு அதன் உச்சகதியைத் தொட்டு, தன் வெம்மையால் வெளியேயிருந்தவர்களையும் தீண்டி அந்தப் பிரதேசம் முழுவதையும் அழிவின் வெளிச்சத்திலும், அதை இடைவெட்டிக்கொண்டு பாய்ந்த கரும்புகையின் இருண்ட துயரத்திலும் மாற்றி மாற்றி அலைக்கழிக்கத் தொடங்கியிருந்த அந்த வேளையில் யாரோ ஒரு பெண் திடீரென்று தன் குழந்தையைத் தொட்டிலிலேயே மறந்து விட்டுவிட்டு வந்துவிட்டதாகச் சொல்லிக் குரலெழுப்பினாள். அதைத் தொடர்ந்து ஏற்பட்ட ஓலமும்,

ஆயிரம் பல்லிகள் சேர்ந்து குரலெழுப்பியதைப் போல எழுந்த சூள்கொட்டல்களும் வார்த்தைக்குள் பிடிபடாத பயங்கரத்தை அங்கே தோற்றுவித்தன. அந்தப் பெண், என் குழந்தை, என் குழந்தை என்று வீறிட்டதைக் கேட்டு, அவர்களை அணுகிக்கொண்டிருந்த தரகர்களே சில கணங்கள் ஸ்தம்பித்து நின்றுவிட்டிருந்தார்கள். அவள் தன் வீட்டின் அடையாளத்தைச் சொல்லி, அதைச் சலித்துக்கொண்டிருந்த சிப்பாய்களிடம் தன் குழந்தையை மீட்டுத் தரும்படி வேண்டி உரக்கக் கத்தினாள். ஆனால் அந்தக் கதறல் அவர்களிடம் எந்தப் பாதிப்பையும் ஏற்படுத்தவில்லை. ஏற்படுத்தியிருந்தாலும் உதவி செய்யக்கூடிய சூழ்நிலையில் அவர்களும் அப்போது இல்லை. தங்களுக்கிடப்பட்ட பணி முடிந்துவிட்டதை ஃபெமிதாருக்கு அறிவிக்கச்செல்லும் அவசரத்தில் அவர்களிருந்தார்கள். மேலும் ஊர் எரிக்கப்படப்போகிறதென்பதும், இந்தவிதமான குழப்பங்கள் உருவாகக்கூடுமென்பதும் முன்பே அறிவிக்கப்பட்டுவிட்ட பின்னும் சிறுசிறு குழுவாக வெளியேறி நெரிசலைத் தவிர்த்துக்கொள்ள அவர்களுக்குக் கிடைத்திருந்த மூன்று மாத கால அவகாசத்தைப் பயன்படுத்திக்கொள்ளாதது அவர்களுடைய குற்றம் என்று தங்களை நோக்கிக் குரலெழுப்பியவர்களைப் பார்த்து இரக்கத்துடன் கடிந்துகொண்டார்கள். அவர்கள் கடிந்துகொண்டதில் நியாயமில்லாமலில்லைதான். ஆனால் பிறந்து வளர்ந்து விளையாடி கல்யாணம் செய்து சந்ததிகளைப் பெருக்கி வாழ்ந்த மண்ணைவிட்டு, சுல்தானின் அறிவிப்பு வந்தவுடனேயே பெருந்தனக்காரர்களும் அதிகாரிகளும் பிராமணர்களும் மானிய நிலங்களை விட்டுவிட்டு மற்றெல்லா மதிப்புமிக்க உடைமைகளையும் எடுத்துக்கொண்டு வேறு ஹோபாலிகளிலிருந்த தங்கள் கூட்டாளிகளை நோக்கிச் சென்றுவிட்ட பிறகு, மீதமிருந்த உள்குடிகள் ஸ்வப்னஹள்ளி முதுபெரும் கிழவியொருத்தியின் வடிவத்துடன் தங்களுடைய கைகளைப் பிடித்துக்கொண்டு தன்னை நிராதரவாக்கிவிட்டுச் செல்ல வேண்டாமென்று கெஞ்சுவதாக மரத்தடிகளிலும் வயற்புறங்களிலும் குளக்கரையிலும் கோவிலிலும் கூடிப் பேசிப்பேசி பிரமையை வளர்த்துக்கொண்டிருந்ததால், அது எரிவதையும், நிற்க முடியாமல் நெருப்பு தங்களை விரட்டியடிப்பதையும் நேரில் கண்டாலொழிய அதன் பற்றுதலிலிருந்து தங்கள் கைகளை விடுவித்துக்கொள்வதில்லையென்கிற முடிவோடு, வெளியேற மனமின்றித் தாமதித்துக்கொண்டிருந்தார்கள். கூரையின் மேல் முதல் தீப்பந்தம் வந்து விழும்வரை போராடிப் பார்த்துவிடுவது என்பது அவர்களுடைய எண்ணமாயிருந்தது. ஒருகட்டத்தில், தலைவர்கள் யாரும் தங்களுக்காகப் பேசும் சாத்தியம் இல்லையென்றானதும் ஸ்ரீரங்கப்பட்டணம் கச்சேரிக்குத் தங்கள் சார்பாக துயிலார்ப் பூசாரியை அனுப்பிப்பார்க்க வேண்டுமென்றும் அவர்கள் விரும்பினார்கள். இதைச் சொன்னவன் பூசாரிதான். சிப்பாய்கள் ஊருக்குள் தோன்றுவதற்குச் சற்று முன் கிடைத்த நெடிய அவகாசத்தில் முதலியாரைச் சந்தித்து அவர் அங்கேயே தனக்காகக் காத்திருக்க வேண்டுமென்று கேட்டுக்கொள்வதற்காகக் கோட்டைக்கு வெளியே வந்த அவனைக் கண்டதுமே, கெலமங்கலத்தில் விரும்பியதைப் போலவே, அவனுடன் சில வார்த்தைகளைப் பரிமாறிக்கொள்ள வேண்டுமென்று ட்ரிஸ்ட்ராம் விரும்பினான். ஆனால் பூசாரி அப்போதும் அவனிடம் பேசும்

மனநிலையில் இல்லை. அவன் வந்ததும் வராததுமாக ராமசாமி அய்யரின் கால்களில் விழுந்து எங்களுக்கு ஏன் இப்படியெல்லாம் நடக்கிறது என்று கேட்டுக் கதறியழவாரம்பித்துவிட்டான். அய்யர் அவர்களுக்கு மட்டுமா அப்படி நடக்கிறது என்று கேட்டு அவனைத் தேற்ற முயற்சித்தார், முப்பது வருடங்களாக இதே பாடுதானே, அவர்களில்லாவிட்டால் இவர்கள், ஸ்வப்னஹள்ளி இல்லாவிட்டால் டெங்கனிகோட்டை, இல்லையானால் பாகலூர், கெலமங்கலம், ராயக்கோட்டை, சுல்தான்கள் இல்லையானால் துரைத்தனத்தார், சமாதானக் காலங்களில் போர் உண்டுபண்ணி வைத்து விட்டுப்போகும் பஞ்சம், நெருப்பில்லையானால் வேறேதாவது வழி, அலைந்துகொண்டேயிருக்க வேண்டுமென்று விதியிருக்கும்போது அதை மாற்றவா முடியும். ஆனால் அய்யரால் கடைசிவரை பூசாரியைச் சமாதானப்படுத்த முடியவில்லை. தான் கற்றுவைத்திருந்த சாஸ்திரங்களில் இவ்வகையான துக்கங்களை ஆற்றுவதற்கான ஆயத்த வார்த்தைகள் இல்லையென்பதைப் போல அவர் பேசுவதற்குத் திணறினார். பூசாரிக்கோ ஸ்வப்னஹள்ளி எரியப்போகிறது என்பதைவிட, சுல்தானுக்கு அவருடைய பரமவிசுவாசிகளான ஊர்க்காரர்கள் மேல் சந்தேகம் வந்து விட்டதே என்பதில்தான் அதிக வருத்தமிருந்தது. அவன் மட்டுமன்று, நட்டநடுயிரவில் தங்கள் சமஸ்தானத்துச் சிப்பாய்களாலேயே அகதிகளாக வெளியேற்றப்பட்டுக்கொண்டிருந்த ஸ்வப்னஹள்ளிவாசிகள் அத்தனை பேருக்குமே நிலம் எரிந்துகொண்டிருப்பதன்மீது ஏக்கமும் துக்கமும் இருந்ததே தவிர கோபமோ பயமோ ஏற்படவேயில்லையென்பது ட்ரிஸ்ட்ராமின் மனதில் ஆச்சரியத்திற்குரிய விஷயமாகப் பின்பு பல நாட்கள் உறுத்திக்கொண்டேதானிருந்தது. அவர்கள் மட்டுமல்லாமல் உட்புறம் குதிரைகளில் சுற்றிக்கொண்டிருந்தவர்கள், சரிவுகளில் காத்துக்கொண்டிருந்தவர்கள் என்று யாராக இருந்தாலும் அவர்கள் அந்தப் பொழுதை நிச்சயித்துக்கொண்டிருந்த கட்டளைகளுக்காகவோ இழப்புகளுக்காகவோ ஆதாயங்களுக்காகவோ கவலைப்படுவதற்கு மேல், முப்பது வருடங்களாக வெவ்வேறு நிலங்களின் மீது ஒரு கொடுங்கனவைப் போல திரும்பத்திரும்பத் தோன்றிப் பழகிப்போய்விட்ட அந்த ராட்சச வெளிச்சத்தை ஒரு பொருட்டாகவே நினைக்கவில்லை. நேற்றில்லாவிட்டால் இன்று, இன்றில்லாவிட்டால் நாளை, அகதிகளுடைய இடத்தில் இவர்களும், சரிவின் மீது அவர்களும் இடங்களை மாற்றி நின்றுகொள்ள மாட்டார்கள் என்பதும் நிச்சயமில்லையென்று அவர்களுக்குத் தெரிந்திருந்ததால் குடிசைகளையும் விளைந்த நிலங்களையும் கருக்கி விழுங்கியபடி, யாக குண்டத்திலிருந்து எழுவதைப் போல பள்ளத்தாக்கிலிருந்து உயர்ந்தெழும்பி அலைபாய்ந்துகொண்டிருந்த பெருந்தீ யாருடைய கவனத்தையும் ஈர்க்கும் திராணியற்றதாயிருந்தது. வெளியேயிருந்தவர்களிடம் அவர்கள் பொருட்படுத்திப் புலம்பியதெல்லாம் சுல்தானுடைய நம்பிக்கையைப் பெற முடியாமல்போன துரதிர்ஷ்டத்தையேயன்றி உடைமைகள் பறிபோன அவலத்தைப் பற்றியில்லை. இரண்டாவது சண்டையில்கூட ஹைதரலி ஸ்வப்னஹள்ளியின் அடர்ந்த காடுகளை ராணுவக் கேந்திரமாகப் பயன்படுத்திக்கொள்ளும் முனைப்பில் அங்கே அவ்வளவு படைகளை நிறுத்திவைத்திருந்தார், எழுநூறு வீடுகளையும் நான்கே நான்கு தெருக்களையும் வைத்துக்கொண்டு அவருடைய அத்தனை ஆயிரம்

சிப்பாய்களையும் உள்ளூர்க்குடிகள் இரண்டு நாட்கள் உபசரித்து, ஜெயிக்க வேண்டுமென்றும் வாழ்த்தி அனுப்பிவைத்தார்கள், சுல்தானுக்கு அதெல்லாம் எப்படித் தெரியாமல் போகும், பறங்கிச் சிப்பாய்களையும் பாகலூர் ஒற்றர்களையும் நாங்கள் ஒளித்துவைப்போமென்றும், அந்நியனிடம் சோரம் போவோமென்றும் அவர் எப்படி நம்பலாம் என்று, ராமசாமி அய்யரிடம் பதில் இருப்பதைப் போல, அல்லது அவரேதான் சுல்தான் என்பதைப் போல பூசாரி திரும்பத்திரும்பத் தன் கேள்வியைக் கேட்டுக்கொண்டேயிருந்தான். அவனுக்கு ஸ்ரீரங்கப்பட்டணத்திற்குச் சென்று ஸ்வப்னஹள்ளி மக்களுக்காகப் பேசுவதில் பயமொன்றும் கிடையாது. காலம் என்பது ஞாபகங்களின் மலக்கிடங்கானால் அதற்குள் ஒரு பன்றியைப் போல அலைந்துதிரிபவன் அவன். சுல்தான் மறந்து போன அவருடைய தந்தையின் காலத்தை அவருடைய ஞாபகத்திற்குள் திரும்பக் கொண்டுவருவது அவனுக்கு ஒரு கடினமான வேலையே இல்லை. ஹைதரின் காலமென்ன, உடையார் அல்லது அதற்கும் முந்தின ராயரின் காலத்தையேகூட அவன் தன் கதைகளால் மீட்டெடுத்துவிட முடியும். பூசாரி கதைகளைப் பற்றியல்ல, கதைகளைக் கேட்பவர்களைப் பற்றித்தான் கவலைப்பட்டான். சுல்தான் அதை நம்ப வேண்டுமே. நம்புகிறவர்களாலல்லவா கதைகள் உண்மையாகின்றன. மீண்டும் கண்முன் நடக்கின்றன. கிராமத்தை நோக்கிக் கீழிறங்கிச் செல்லும் முன் அவன் தன் வயதானது அகதிகளின் ஞாபகங்களாலும் அடிமைகளின் ஞாபகங்களாலும்தான் கூடிக்கொண்டிருக்கிறதென்றும், அலைச்சலிலேயே தொலைந்துபோனவர்களுடைய நடமாடும் கதையாகத் தான் மாறிப்போயிருப்பதாயும், காலத்தின் சுமையையும் நினைவுகளின் கனத்தையும் தன்னால் தாங்கிக்கொள்ள முடியத்தானில்லையென்றும், சாகாவரம் என்பது தங்களினத்திற்கு இடப்பட்ட சாபம் எனவும் சொல்லி அங்கலாய்த்துக்கொண்டான் (அந்த அங்கலாய்ப்பு ட்ரிஸ்ட்ராமின் மனதில் திடீரென்று இரட்டைச்சாமி கோவிலின்முன் இறங்கியதும் மனதில் கவிந்து அவனைக் குழப்பிய இனம்புரியாத துக்கத்தின் காரணத்தை அறிந்துகொண்டுவிட்ட பிரமையை ஏற்படுத்துவதாக இருந்தது). கச்சேரிக்குச் சென்று பேசுவதில் பூசாரிக்கு இருந்த தயக்கத்தைப் புரிந்துகொண்ட பிறகு ஒவ்வொரு ஸ்வப்னஹள்ளிவாசியும் தன் வாதத் திறமையால் சிப்பாய்களின் இரக்கத்தை ஜெயித்துத் தன் மண்ணைக் காப்பாற்றிவிடப்போவதாக உறுதியெடுத்துக்கொண்டான். அதற்காகவே அவர்கள் அந்த இரவில் தன் மனைவி குழந்தைகளுடனும் பாத்திர பண்டங்களுடனும் நம்பிக்கையையும் கையில் இறுகப் பிடித்துக்கொண்டு சிப்பாய்களின் வரவிற்காகக் காத்திருந்தார்கள். இரக்கப்படுவதற்கான உரிமை ஏற்கெனவே சிப்பாய்களிடமிருந்து பறிக்கப்பட்டு விட்டிருக்கு மென்பதும் அவர்களை ஜெயிக்க முடியாதென்பதும் எப்படி ஒவ்வொரு ஹோபாலிகள் அழிக்கப்படும்போதும் உறுதிப்படுத்தப்பட்டுக்கொண்டே யிருந்ததோ அப்படியேதான் ஒவ்வொரு எரிக்கப்படும் நிலத்தின் மக்களும் அப்படியொரு அசட்டு நம்பிக்கையுடன் கடைசிக் கணம்வரை நிலத்தின் மேல் காலூன்றி நின்றுகொண்டிருக்கும் காட்சியும் உறுதிப் படுத்தப்படுவதாயிருந்தது.

நிலவு உச்சிக்கு ஏறியிருந்த சமயத்தில் முத்தியால்மடுப் பாதையின் வழியாகக் கிராமத்திற்குள் தீப்பந்தங்களுடனும், மட்டக்குதிரைகளின் முதுகுகளில் கட்டித் தொங்கவிடப்பட்டிருந்த, எண்ணெய் நிரப்பப்பட்ட தோற்பைகளுடனும் சிப்பாய்கள் நுழைந்த பிறகு ஏற்கெனவே நிச்சயிக்கப் பட்டிருந்த வழியில் சம்பவங்கள் பிசகின்றி நடந்தன. அவர்கள் ஜனங்களின் முறையீடுகளையும் வாக்குவாதங்களையும் காதில் வாங்கிக்கொள்ள மறுத்துவிட்டார்கள். விரைவாகக் கோட்டையை விட்டு வெளியேறித் தங்களுக்கு ஒத்துழைப்புக் கொடுப்பது நல்லது என்றும் தண்டனையை நிறைவேற்ற உத்தேசித்திருக்கும் கணத்தில் அவர்கள் அங்கே நின்றிருந்தால் உயிரிழப்புகளுக்குத் தாங்கள் பொறுப்பேற்க முடியாது என்றும் சொல்லி கூட்டத்தை அங்கிருந்து அகற்றுவதிலேயே குறியாயுமிருந்தார்கள். சில பெண்கள் தங்கள் குழந்தைகளைத் தலைக்கு மேலே தூக்கி சிப்பாய்களின்முன் ஆட்டி அவற்றின் முகங்களுக்காகவாவது தங்களுடைய வசிப்பிடங்களை விட்டுவிட்டு அகன்று செல்லும்படி அவர்களை வேண்டிக்கொண்டதைத் தொலைவிலிருந்து பார்த்துக்கொண்டிருந்த ட்ரிஸ்ட்ராமின் காதுகளில் ஷெஸ்லர் வட்ட அரங்கொன்றில் நிகழ்த்தப்பெறும் ஒரு புராதன கிரேக்கத் துன்பியல் நாடகத்தைப் போல மேலே நின்றுகொண்டிருந்த தங்களுடைய கண்களின்முன் அந்தக் காட்சி நிகழ்ந்துகொண்டிருப்பதாக, வெளியேறியவுடன் களைந்துவிடும் நோக்கத்தோடு தருவித்துக்கொண்ட, காட்சிக்குரிய துக்கபாவத்துடன் கிசுகிசுக்க, ஆனால் அதே காட்சியைப் பிறகொருநாள் கெங்கம்மாவிடமும் மீனாவிடமும் கதையாகச் சொல்லும் போது ட்ரிஸ்ட்ராம் சொல்லுவான், சிப்பாய்களும் ஜனங்களும் ஒருவரை யொருவர் எதிர்கொள்ளும் அதேபோன்றதொரு காட்சியை நான் பல வருடங்களுக்கு முன்பும் ஒருமுறை பார்த்திருக்கிறேன், ஆனால் அவர்கள் பாரீஸ் புரட்சிக்காரர்களைப் போல தொழிற்கருவிகளை ஆயுதங்களாக மாற்றிக் கைகளுக்குள் மறைத்துவைத்துக்கொள்ளும் வித்தையை அறிந்திருக்கவில்லை, அறிந்திருந்தால் அன்று அங்கே சம்பவங்கள் வேறு விதமாக நிகழ்ந்திருக்கும், சுல்தானின் பிரஜைகள் பாரீஸின் ஜனங்களையோ, பாரீஸின் புரட்சிக்காரர்கள் இந்த இந்தியக் கருப்பர்களையோ பரஸ்பரம் அறிந்தவர்களல்லர், ஆனால் பாரீஸின் சிப்பாய்கள் திப்புவின் ராணுவத்தையும், திப்புவின் தூதுவர்கள் பிரெஞ்சுப் படைகளையும் நன்கு அறிந்திருக்கிறார்கள், தெ வில்லி விடுதி வாயிலின்முன் குதிரைகளில் ஆரோகணித்துக்கொண்டிருந்த ஆஸ்திரியச் சிப்பாய்கள் தங்கள் இடுப்புகளில் மறைத்துவைத்திருந்த அதேவிதமான இரட்டைக்குழல் துப்பாக்கிகள் இந்தியச் சிப்பாய்களிடமும் இருந்தது, உலகம் ஆயுதங்களாலேயே உடல்களை அறிந்துகொள்வதாக இருக்கிறது, குழந்தைகளையோ ஆயுதங்களாகப் பயன்படுத்த முடியாது, அவற்றைத் தூக்கி மண்ணில் மண்டை மோத வீசி சிப்பாய்களைத் தடுத்து நிறுத்த மனமும் வராது. சிப்பாய்கள் ஊருக்குள் தோன்றிய கணத்திலிருந்தே, வெளியே ஆயிரக்கணக்கான மனிதர்களால் நிறைந்திருந்த மலைச்சரிவை, கடவுளை நோக்கி முறையிட்ட ஒரு பெண்ணின் அலறல் திரும்ப அதை சுயவுணர்விற்கு மீட்டுக்கொணரும்வரை, ஊழிக்காலந்தொட்டே மனிதவொலியை அறிவித்திராததைப் போன்ற கனத்த மௌனம்

தொற்றிக்கொண்டிந்தது. வாதங்களும் இறைஞ்சல்களும் பயன் தரவில்லை யென்றானதும் ஊர்ச்சனங்கள், நடக்கவிருக்கும் கொடுமைக்குத் தனித் தனியாக ஒவ்வொருவரும் தன்னையே பொறுப்பாளியாய் உணர்ந்ததைப் போல, ஒருவர் முகத்தை ஒருவர் பார்க்கவும், ஒருவர் மற்றவரோடு பேசவும் வெட்கப்பட்டுக்கொண்டு, குனிந்த தலையுடன், பின்னால் திரும்பிப்பார்க்கும் தெம்பும் விருப்பமும் அற்றவர்களாய்த் தெருக்களையும் வீடுகளையும் அவர்கள் சந்தோஷமாய் இருந்த நாட்களில் ஏதோ ஒரு காரணத்தால் முக்கியமானவையாயிருந்து இப்போது தேவையற்ற சுமையாகிவிடுமென்று கைவிடப்பட்டு, பூட்ட அவசியமின்றி திறந்தே கிடந்த வீடுகளுக்குள் இறைந்து கிடந்த உடைமைகளையும் கடந்து, தேவையான சுமைகளை மட்டும் தலை மேல் தூக்கிக்கொண்டும், கால்நடைகளின் மேல் சுமத்திக்கொண்டும் கோட்டையின் வெளிவாயிலை நோக்கி பாடையின் பின்னே செல்வதைப் போன்ற துக்கத்துடன் நடக்கத் தொடங்கினார்கள். முதல் மனிதன் கோட்டைக் கதவில் தன் கையை வைத்ததும் சிப்பாய்களில் ஒருவன் தன் கையிலிருந்த தீப்பந்தத்தை அருகிலிருந்த வீட்டுக்கூரையொன்றின் மேல் வீசியெறிந்தான். தொடர்ந்து மற்ற சிப்பாய்களும் ஸ்வப்னஹள்ளியின் தெருக்களினுள் தங்கள் குதிரைகளைப் பிரித்து விரட்டியபடி கூரைகளுக்கு நெருப்பிட்டு அதன் மேல் எண்ணெயையும் வாரியிறைத்தார்கள். மாயத் தாவரமொன்றைப் போல உடனே நெருப்பின் கதிர் உயரே முளைத்துச் சிலிர்த்தபடி வளரத் தொடங்கி, அதன் கிளைகள் அருகில் இருந்த கூரைகளைத் தாபத்தோடு இழுத்து வளைத்துக்கொண்டன. வேர்கள் கூரையைப் பிளந்துகொண்டு வீடுகளுக்குள் சொட்டின. கிரகணப் பாம்பைப் போல தீ தெருக்களில் நெளிந்து வீடுகளைக் கவ்வியது. சற்று முன் இருண்டு கிடந்த ஸ்வப்னஹள்ளியின் வீதிகளெங்கும் செந்நிற ஒளி கசியத் தொடங்கி விரைவிலேயே அவற்றை ஒளியுருவாக்கியது. பொருட்கள் வெப்பத்தில் விறைத்து வெடிக்கும் ஓசை பின்புறம் திரும்பிப்பார்க்காமல் வெளியேறிக்கொண்டிருந்தவர்களின் நடையில் தடுமாற்றத்தை உண்டுபண்ணியது. தெரு நடுவிலும் பக்கல்களிலும் வளர்ந்திருந்த மரங்களைத் தீயின் நாவு தீண்டிச் சுட்டபோது தயாராக இல்லாத பறவைகள் மிரண்டுபோய் பெருங்கூச்சலுடன் இலைமறைவுகளுக்குள்ளிருந்து வெளிப்பட்டுத் திசையறியாமல் இருளில் பறந்து தொலைந்தன. கூரைகளின் மேல் நெருப்பைக் கண்டதுமே சிப்பாய்களின் விரட்டலைப் பொருட்படுத்தாது கிராமத்தினுள் நுழைந்து நிலங்களை ஆக்கிரமித்துக்கொண்ட பஞ்சாரிகள் வீடுகளையும் தானியங்களையும் உடனே சூறையாடத் தொடங்கிவிட்டார்கள். அழிவின் மகத்தான சோகத்தை அந்த நாடோடிகள் பெருங்கூச்சலுடன் கொண்டாடிக்கொண்டிருப்பதைக் காணப் பொறுக்காமலும், முற்றிலும் பயனற்றுப்போய்விட்டதென்று தெரிந்த பின்னும் பந்தத்தை அறுத்துக்கொண்டுவிட முடியாமலும், கோட்டையை விட்டு வெளியேறிக் கொண்டிருந்த ஊர்க்காரர்கள் அவர்களைத் திருடர்கள் என்றும், போக்கிரிகள் என்றும், எரியும் கொள்ளியிலிருந்து கிடைத்ததைப் பிடுங்கும், குழந்தைகளின் கழுத்தைக்கூட அறுக்கத் தயங்காத கொலைகாரர்க ளென்றும் பொருமிக்கொண்டே தங்கள் நிலங்களை விட்டு உடனே

விலகிச்செல்லும்படியும், அவர்களை விரட்டும்படி சிப்பாய்களை வேண்டியும் கத்தினார்கள். ஆனால் பஞ்சாரிகளோ சிப்பாய்களோ இருவருமே அவர்களுடைய முறையீட்டைப் பொருட்படுத்தவில்லை. அலட்சியத்தைக் கண்டு மனம் பொறுக்காத ஒரு பெண் திடீரென்று இரவையும் நெருப்பையும் கிழிக்கும் கூர்மையான குரலில் எங்களை ஏன் கைவிட்டாய் கடவுளே என்று வானத்தைப் பார்த்துக் கத்தினாள். அதுவரையில் காட்சிகளின் குரூர வசியத்தினுள் சிக்கி, வந்த வேலையையும் மறந்து உறைந்துகிடந்த பார்வையாளர்களின் பிரக்ஞையை அந்தக் குரல் ஒரு சவுக்கைப் போலச் சொடுக்கி உயிர்ப்பித்தது. அடுத்த கணம் மாபெரும் இரைச்சல் ஒன்று ஜன சமுத்திரத்திலிருந்து எழுந்து அந்தரத்தில் வெடித்தது. அவர்கள் கிடுகிடுவென்று மேட்டிலிருந்து கீழேயிறங்கி விடியலுக்குள்ளிருந்து புறப்பட்டு வருகிற வேற்றுலகவாசிகளைப் போல நெருப்பின் பின்னணியில் நகர்ந்து முன்னே வந்துகொண்டிருந்த அகதிகளை நோக்கிப் பாய்ந்தார்கள். அதேநேரத்தில் பெண்ணின் குரலால் பொத்தலிடப்பட்டுவிட்ட துக்கக் கொப்புளத்தின் வாதை தாளாமல் சிலர் திடீரென்று எரிந்துகொண்டிருந்த தங்கள் நிலத்தை நோக்கி, தீயை அணைத்துத் தணிக்க விரும்புகிறவர்களைப் போல கைகளை அகல விரித்தபடியும், அல்லது அதை விழுங்கிச் செரித்துவிடப்போகிறவர்களைப் போல பலமாக, மார்பைத் துளைக்கும்படி கைகளால் தங்களை அறைந்துகொண்டும் திரும்பி ஓடத் தொடங்கினார்கள். அதற்குள் கோட்டைக் கதவுகள் சார்த்தப்பட்டுவிட்டன. என்றாலும் அவர்களைப் பிடித்து நிறுத்த இன்னும் நிதானம் தவறாத சிலர் அவர்கள் பின்னே ஓடினார்கள். குழந்தைகள் சரியாகச் சுமக்கப்படாமல் நிலை தடுமாறிக் கீழே விழுந்து கதறத் தொடங்கின. மார்புக் கச்சையைக் கிழித்து பால் கசியத் துவங்கிய முலைகளைக் காட்டிக்கொண்டு காணாமற்போன குழந்தைகளைத் தீக்குள் தேடுகிறேனென்று ஓட முயன்ற பெண்களின் வெறியைத் தணிக்க ஆண்கள் அவர்களின் கன்னங்களில் மாறி மாறி அறைந்தார்கள். கூட்டம் சமனிலை பிறழ்ந்து திசைகளை நோக்கிச் சிதறியது. ஜனங்களின் அழுகையையும், தங்களிடம் அவர்கள் வெளிப்படுத்திய பயனற்ற முறையீடுகளையும் காதுகளில் வாங்கியபடி, அவர்களுக்கு ஆதரவாகத் தேர்ந்த வார்த்தைகளால் பஞ்சாரிகளின் அட்டூழியங்களைக் கடிந்துகொண்டே தரகர்கள் கைக்கு அகப்பட்டவர்களில் தங்களுக்குத் தேவையானவர்களைப் பழக்கப்பட்ட பார்வையாலும் கைகளாலும் எடைபோட்டுத் தேர்ந்தெடுத்து அவர்களுடைய கைகளிலும் தோள் பைகளிலும் அவசர அவசரமாக, வழிச்செலவுக்கான சில வெள்ளிகளைத் திணித்த பின் அவர்கள் வந்து சேர வேண்டிய ஹோபாலிகளைப் பற்றிச் சொல்லி, சந்தித்துப் பேச வேண்டிய புதிய எசமானர்களையும் அடையாளம் காட்டி, கடுக்காய் மசியால் அவர்களுடைய இடது புறங்கைகளின் மேல் பிரத்யேக அடையாளங்களையும் வரைந்துவிட்டு அடுத்த அகதியை நோக்கி நகர்ந்துகொண்டேயிருந்தார்கள். அவர்களுடனேயே கீழிறங்கி வந்திருந்த நிலக்கிழார்கள் மரியாதைப்பட்ட தொலைவில் தங்களை நிறுத்திக்கொண்ட பின், தரகர்கள் தேர்ந்தெடுக்கும் ஆட்களை உடனே பார்வையால் பரிசீலித்து, ஆமோதித்து, அந்தக் கணத்திலேயே அவர்களைத் தனியாகப் பிரிந்து நிற்கும்படி அதிகாரம் செய்யத் தொடங்கினார்கள்.

முதலியாருடைய குழுவினரும் ஷெஸ்லரையும் ட்ரிஸ்ட்ராமையும் மட்டும் மேட்டிலேயே காத்திருக்கச்சொல்லிவிட்டுத் தரகர்களின் பின்னே கூட்டத்தினுள் நுழைந்து தங்களுக்கான ஆட்களைத் தேர்ந்தெடுப்பதில் முனைந்தார்கள். அத்தனை கூட்டத்திலும் பல்குணம் முதலியாருக்கென்று தனிச் செல்வாக்கு இருக்கத்தான் செய்தது. அவர் தன் கையால் சுட்டிக்காட்டிய மனிதனை வேறு யாரும் உரிமை கொண்டாடக் கடைசிவரை முன்வரவேயில்லை. தங்களை அழைத்துச்செல்ல வந்தவர்களைக் கண்டவுடனேயே பின்புறம் எரிந்துகொண்டிருக்கும் பழைய வாழ்வைக் குறித்து இனிப் புலம்பிப் பயனில்லையென்று ஒதுக்கிவிட்டு அகதிகள் தங்கள் புதிய விதிக்கான பேரத்தைத் துவக்கிவிட்டிருந்தார்கள். வெள்ளிப் பணமும், சென்றுசேர வேண்டிய இடங்களின் அடையாளங்களும் போதாதென்றும், அவர்கள் ஒதுக்கிவிட்ட தங்கள் குடும்பத்தார்களில் வயதானவர்களைச் சற்று குறைந்த வெள்ளிகளுக்குத் தங்களுடனேயே வாங்கிக்கொள்ள வேண்டுமென்றும், சிறுவர்களுக்குப் பணம் தரப்படாமலிருப்பது அநியாயமென்றும் முறையிட்டபடி புதிய எசமானர்களின் பின்னே அவர்கள் அலைந்தார்கள். பதில் சொல்லும் கால அவகாசமற்ற மிட்டாதார்கள் அடுத்த மனிதனை வசப்படுத்திக் கொள்ள முயன்றுகொண்டிருக்கையில் கைகளில் அடையாளமிடப்பட்ட பாளையங்களுக்குரிய கர்ணங்கள் அவர்களுக்குப் பதில் சொல்வதாகக் கூறி அவர்களைத் தங்கள் பக்கமாகச் சேகரித்துக்கொண்டிருந்தார்கள்.

இந்த அமளியின் நடுவே, முதலியார் பரபரவென்று தன் வசம் இழுத்துப்போட்ட மனிதர்கள் ஓர் இருநூறு பேர் இருக்கலாம் என்று கண்ணளவில் கணக்குப் போட்டுக்கொண்டே ஷெஸ்லருடன் வேடிக்கை பார்த்தபடி ட்ரிஸ்ட்ராம் நின்றுகொண்டிருந்த இடத்தை நோக்கி, நெருப்பு முழுக் கிராமத்தையும் பற்றிக்கொள்ளும்வரை கோட்டைக்குள்ளேயே சுற்றியலைந்துகொண்டிருந்த சிப்பாய்களிலிருந்து ஒரு ஐந்தாறு பேர் பிரிந்து வெளியேறிக் கூட்டத்தின் நெரிசலுக்குள் சிக்கிக்கொள்ளாமல் தங்கள் குதிரைகளை விரட்டியபடியே சரிவின் மேல் ஏறிவந்தார்கள். அவர்களில் ஒருவன் தன் இடுப்புக் கச்சையிலிருந்து கைத்துப்பாக்கியொன்றை உருவியெடுத்துக்கொண்டு ட்ரிஸ்ட்ராமைப் பார்த்துத் தன்னிடம் வரும்படி சைகை செய்தான். ட்ரிஸ்ட்ராம் அருகே சென்றதும் அவனை யாரென்றும் கேட்டான். ட்ரிஸ்ட்ராம் அதற்கு முந்தைய கணம்வரையில் ராயக்கோட்டைக்கு அழைத்துச்செல்லப்படவிருக்கும் தலைகளை எண்ணிக்கொண்டிருப்பதிலேயே லயித்துவிட்டிருந்ததாலும், இப்படியொரு குறுக்கீட்டை எதிர்பார்க்காததாலும் திடீரென்று சிப்பாய் அவன் பெயரைக் கேட்டதும் தான் ஏற்றுக்கொண்டிருந்த வேடத்தை முற்றிலும் மறந்துபோனவனாக, நான் ட்ரிஸ்ட்ராம் என்று, அவனுடைய மூன்றாவது பிறந்தநாளில் ஜெரிமி பேக்கரால் உச்சரிக்கப்பட்டதற்குப் பிறகு அந்தப் பெயர் அந்தச் சிப்பாயின் முன்புதான் திரும்பச் சொல்லப் படுவதைப் போல, தன்னினைவற்றவனாய் உச்சரித்துவிட்டான். அவன் சொன்னதைக் கேட்டு முகம் வெளுத்துப்போன ஷெஸ்லர் அந்தப் பெயர் உடனே சிப்பாய்க்கு மறந்துபோய்விட வேண்டுமேயென்கிற பிரார்த்தனையுடன் அவர்களுக்கிடையே குறுக்கிட்டு ட்ரிஸ்ட்ராம் என்பது அவனுடைய ஒட்டுதலற்ற குணத்தினால் அவனுக்கு அவன் நண்பர்களால்

சூட்டப்பட்டிருக்கிற செல்லப்பெயர் என்றும், உண்மையில் அவன் பெயர் பால் வின்ட்டர் என்றும், ஒரு காவல் சிப்பாயான அவனுக்கான தஸ்தக் கீழே வியாபாரத்திற்காக இறங்கிச்சென்றிருக்கும் தன் நண்பரிடம் இருக்கிறது என்றும் அவசரமாகப் பேசினார். அதே வேகத்தில் தன்னையும் யாரென்று அவர்களிடம் அறிமுகப்படுத்திக்கொண்டார். உடனே வேறொரு சிப்பாய் திரு பால் வின்ட்டர் ஒரு சிப்பாயானால் எந்தச் சண்டையில், எந்த நிலத்தில், எந்தப் படைப்பிரிவின் கீழ், யாருக்காகப் போரிட்டிருக்கிறார் என்பதை அவர் சொல்ல வேண்டுமென்று போலி மரியாதையுடன் கேட்டுக்கொண்டான். இந்தக் கேள்விக்கும் ஷெஸ்லரே முன்வந்து, பிரசித்தி பெற்ற பெண்ணாகரம் கோட்டை முற்றுகையின்போது எழுபத்து நான்காவது ஐரோப்பியப் படைப்பிரிவில் தளபதி மாக்ஸ்வெல்லின் தலைமையின் கீழ் கோட்டையின் இரண்டாம் சுற்றுச் சுவரில் ஏணிகள் வருவதற்கு முன்பே தாவியேறி கார்ன்வாலீஸிடமிருந்து பாராட்டுதல்களையும் விருதையும் பெற்ற சிப்பாய்களுள் ஒருவன் அவன் என்று பதில் சொன்னார். அதற்கு மேல் சிப்பாய்கள் ஷெஸ்லரைப் பேச அனுமதிக்கவில்லை. ட்ரிஸ்ட்ராமைத் தன்னருகில் வரச்சொன்ன சிப்பாய், அப்படியானால் குயில் கூட்டிலிருந்து கண்டெடுத்த காக்கை முட்டை என்றால் என்ன என்று அவனிடம் கேட்டான். அது பிடிபட்ட சுல்தான் படையைச் சேர்ந்த வீரர்களை எப்படி நடத்துவது என்பது குறித்துக் கம்பெனிப் படைவீரர்கள் தங்களுக்குள்ளேயே பரிமாறிக்கொள்ளும் ஒரு சங்கேத வாக்கியம். சிப்பாய்கள் எதிர்பார்த்தபடியே ட்ரிஸ்ட்ராமுக்கு அதைப் பற்றித் தெரியவில்லை. பிறகு அவர்களுக்கிடையே உரையாடல் பின்வரும்விதமாய் நடந்தது, உன்னைப் பார்த்தால் எங்களுக்குச் சந்தேகமாக இருக்கிறது, நீ ஓர் ஒற்றனாயிருக்கலாம். இருக்கலாம், ஆனால் யாருடைய ஒற்றன் என்பதில் எனக்குமே சந்தேகமிருக்கிறது, கிருஷ்ணகிரியில் சில நாட்களுக்கு முன் ஜேம்ஸ் ஜார்ஜ் க்ரஹாம் என்னைச் சுல்தானின் ஒற்றன் என்றார், இப்போது நீங்கள் என்னைக் கம்பெனி ஒற்றன் என்கிறீர்கள். க்ரஹாம்தான் ஸ்வப்னஹள்ளியில் ஒளிந்துகொண்டிருக்கும் ஒற்றர்களைத் தந்திரமாகத் திருப்பி ஓட்டிக்கொண்டுவருவதற்கான உபாயங்களுடன் உன்னை அனுப்பிவைத்ததா. இல்லை, வேடிக்கை என்னவென்றால், திரு க்ரஹாம் அவர்களுக்கு நான் இங்கே வந்திருக்கும் விஷயமே தெரியாது. பிடிபட்டுக்கொண்டவர்களுக்குப் போனமுறை பொறுப்பேற்றுக்கொண்டதற்குக் கிடைத்த பாடத்தால் இப்போது இம்மாதிரியான வேறு தந்திரங்களைக் கும்பெனி யோசிக்கிறது போலும், ஆனால் மனிதர்களின் குணாம்சத்தையும் பிரபஞ்சத்தின் இயக்கத்தையும் குர்ஆனின் பக்கங்களைப் போல அறிந்துவைத்திருக்கும் மேன்மை தங்கிய சுல்தான் இதைப் போல ஆயிரம் தந்திரங்களைப் பார்த்தவரென்பதை நீங்கள்தான் அறிந்துகொள்ளவில்லை, வீண் பேச்சு எதற்கு, பொழுது புலர்ந்துகொண்டிருக்கிறது, பெண்ணாகரத்தில் மாக்ஸ்வெல்லுடன் சேர்த்து ஆக்னியூ, வாலேஸ், மெக்கென்ஸி மற்றும் எய்ட்டன் ஆகியவர்களையும் ஒருசேர எதிர்கொண்டு அவர்களைக் காயப்படுத்தி விரட்டிய எங்கள் ஃபெமிதார் தன் அன்பான எதிரிகளில் ஒருவனுடன் ஒரு சந்தர்ப்பத்திலாவது தனித்துப் பேச வேண்டுமென்று மிகவும் விருப்பப்பட்டுக்கொண்டிருந்தார், அவர் உன்னைப் பார்த்தால்

மிகவும் சந்தோஷப்படுவார், அவருடன் சற்றுநேரம் உரையாடிவிட்டுத் திரும்பிவிடலாம், கிளம்பு. நண்பர்களே, சிப்பாய் என்று நான் அவரைக் குறிப்பிட்டது, நீங்கள் சந்தேகப்படுவதைப் போல, பொய்தான், ஆனால் அதில் உள்நோக்கம் எதுவும் கிடையாது, அவர் பெயர் ட்ரிஸ்ட்ராம் பேக்கர், அவர் தன்னுடைய சொந்த விடுப்பில், தனிப்பட்ட முறையில். தன் இரக்கமுள்ள மனதின் வற்புறுத்தலால், ஸ்வப்னஹள்ளி எரிக்கப் படும் கொடுமையைக் காண வேண்டுமென்கிற அவாவினாலன்றி, ஒற்றறிவதற்காகவோ இங்கே நடக்கும் கொடுமைகளைக் கண்டு அவற்றை விலாவரியாக எடுத்துச்சொல்லி மெட்றாஸ் மாகாணத்து இந்தியர்களைத் திப்புவின்பால் வெறுப்பும் கம்பெனி சர்க்காரிடம் அபிமானமும் உள்ளவர்களாக்கும் உத்தேசத்துடனோ, துக்கத்தால் கசிந்து கனமாகிப்போயிருக்கும் ஸ்வப்னஹள்ளிவாசிகளைக் கிறிஸ்தவர்களாக, இந்த இடத்திலேயே அவர்களுடைய நல்வாழ்விற்கு உறுதியளித்து, மதம் மாற்றும் திட்டத்துடனோ இங்கே வந்தவரல்லர், குருதியைத் தவிர வேறெந்த உபயோகமான தகவலையும் அவருக்குள்ளிருந்து நீங்கள் வெளியே கொண்டுவர முடியாது, எங்களுடைய அனுமதிக்கப்பட்ட வியாபாரமும் கிட்டத்தட்ட முடிந்துவிட்டதைப் போல தெரிகிறது, தரகர்களும் எங்களுடைய குழுவினரும் ஏறி வந்துகொண்டிருக்கிறார்கள், நாங்கள் கிளம்பிவிடுவோம், நீங்கள் இவரைக் கையும் களவுமாகப் பிடித்து விட்டதாகவே வைத்துக்கொண்டாலும்கூட இதுவரை இவரால் எந்தப் பாதகமான நிகழ்வுகளும் இங்கே நடந்துவிடவில்லையாதலால் இந்த அப்பாவியை நீங்கள் விட்டுவிட வேண்டும், தேவனின் ஆசி என்றும் உங்களோடிருக்கட்டும். ஷெஸ்லர், நீங்கள் தேவைக்கு அதிகமாகப் பேசி அவர்கள் மேலும் அதிகமாக என்னைச் சந்தேகப்படுவதற்குக் கூடுதலான ஊகங்களைத் தந்துகொண்டிருக்கிறீர்கள், நீங்கள் பேசாமலிருப்பதே எனக்குச் செய்யும் பெரிய உதவியாக இருக்கும், நான் உங்களுடன் வரத் தயார் என் சிப்பாய் நண்பர்களே, எங்கே இருக்கிறார் உங்கள் ஃபெமிதார்.

பல்குணம் முதலியார்

வேறொரு சமயமாயிருந்தால் சுல்தான் சர்க்காரின் எல்லைக்குள் அனுமதியின்றி நுழைந்த வெள்ளையனை சிப்பாய்கள் விசாரணைக்காகக் கொண்டுசெல்லும்வரை விசுவாசமிக்க ஸ்வப்னஹள்ளி ஜனங்கள் வேடிக்கை பார்த்துக் கொண்டிருந்திருக்க மாட்டார்கள். ஒசூர் தாலுகாவிற்குள் இப்படித் தவறிப்போய் நுழைந்துவிட்ட இரண்டு பறங்கியர்களின் கால்களைக் கட்டித் தலைகீழாக நாய்களோடு சேர்த்து புளிய மரக்கிளையில் அந்த ஊர்க்காரர்கள் தொங்கவிட்ட சம்பவம் எட்டு வருடங்களுக்குப் பிறகும் கூட பாலகாட், பாரமஹால் மாவட்டங்களில் நேற்று நடந்ததைப் போலப் பேசப்பட்டுக்கொண்டிருந்தது. காரியம் கைமீறிப் போய்விட்டதென்று தெரிந்தவுடன் ஷெஸ்லர் விஷயத்தை முதலியாருக்கு உரக்க அறிவித்து, அதை அவர், பெருகிக்கொண்டிருந்த களேபரத்திற்குள், உயரே சிப்பாய்களின் குதிரைகள் நின்றுகொண்டிருந்த காட்சியுடன் இணைத்துப் புரிந்துகொண்டு, கூட்டத்தைச் சிரமப்பட்டு விலக்கியபடி மேலே வருவதற்குள், தாமதிக்க நேரமில்லையென்று, ட்ரிஸ்ட்ராம் ஏறிவந்த பிரெஞ்சு கோச் குதிரையிலேயே அவனைக் கரங்களைப் பிணைத்து அமர்த்திக் கூட்டிக்கொண்டு சரிவின் மறுபக்கமாகக் கீழிறங்கி வெகுதூரம் வந்துவிட்ட சிப்பாய்கள் இன்னும் சற்று நேரத்தில் ஸ்வப்னஹள்ளிக்கு அப்பால் மூன்று காத தொலைவில் அமைக்கப்பட்டிருந்த கூடாரமொன்றில் சந்திக்கவிருக்கிற அவர்களுடைய ஃபௌஜ்தாருமே, போலி தஸ்தக்குடன் ஓர் ஆங்கிலேயன் எல்லை தாண்டி வந்திருப்பதைத் தெரிந்துகொண்டபோது, குற்றம் சாட்டப்பட்டவர்களை, குற்றம் ருசுப்பிக்கப்படாத பட்சத்தில், தானே நேரில் சென்று அவர்களுடைய இடத்திலேயே பூர்வாங்க விசாரணைகளைத் தொடங்கிவைக்கும் வழக்கமான நடைமுறையை மேற்கொள்வதற்குப் பதிலாக,

அவனை அங்கேயே விசாரிக்க வேண்டிய முறையில் விசாரித்து, உண்மையை வரவழைத்து, தயங்காமல் அவன் கைகால்களைக் கட்டி எரிந்துகொண்டிருக்கும் ஒரு வீட்டிற்குள் உருட்டிவிட்டுவிட்டு வந்துவிடும்படி சொல்லி விஷயத்தைக் கைகழுவிவிடும் மனநிலையில்தான் இருந்தான். அதற்கான காரணங்களில் ஒன்று, அவன் தலைமையின்கீழ் எரியூட்டப்பட்டுக்கொண்டிருந்த, அவன் பிறந்து விளையாடி வளர்ந்த ஊரான ஸ்வப்னஹள்ளிக்குள் தன் வாழ்நாளில் திரும்ப ஒருபோதும் காலடி எடுத்துவைப்பதில்லையென்பதாகப் பல வருடங்களுக்கு முன் அவன் அதைவிட்டு வெளியேறிய சமயத்தில் மேற்கொண்டிருந்த சபதம். அவனுடைய பால்யகாலத் தோழனும், சிவன் கோயில் பூசாரியுமான விபூதி ஒரு கிறிஸ்தவனாக மதம் மாறிவிட்டானென்றும், அதற்குப் பறங்கியர்களின் ரகசிய ஊடுருவல் ஒரு காரணமாக இருக்கலாமென்றும், அதனால் ஸ்வப்னஹள்ளியைத் தொடர்ந்து கண்காணிக்கும் ஏற்பாடுகளைச் செய்ய வேண்டுமென்று ஹவில்தாரிடமிருந்து அவனுக்கு ஆணை வந்தபோதுகூட அவன், அது தன்னை மறுபடி ஸ்வப்னஹள்ளிக்குள் நுழைய நிர்பந்திக்குமென்று, அந்தப் பொறுப்பை வேறு யாரிடமாவது ஒப்படைக்கும்படி கேட்டுக்கொண்டு அதிலிருந்து விலகி வந்துவிட்டான். அதேசமயத்தில் ஸ்வப்னஹள்ளியின் முடிவு நெருங்கிவிட்டதென்பதைத் தெரிந்துகொண்ட கணத்திலிருந்தே விசாரணைகளின் போக்கின் மேல் தன் காதுகளை விரியத் திறந்துவைத்துக்கொண்டு அந்த நாளுக்காகக் காத்துக்கொண்டுமிருந்தான். என்றாலுமே விபூதியின் மதமாற்றத்திற்குப் பிறகு ஒற்று வேலைகளுக்காகச் சிறப்பு நியமனம் செய்யப்பட்டிருந்த சௌகிதார்கள் மதகொண்டப்பள்ளியிலும் ஸ்வப்னஹள்ளியிலும் உள்ளூர் ஊதாரிகளையே (இதில் சில தோபாஸ்களும், அவர்களுக்கு தேவாலயங்களில் இருக்கும் செல்வாக்கின் காரணமாக, அடக்கம்) தங்களுடைய ரகசிய காரகர்களாக நியமித்துவிட்டு, அவர்கள் மூலமாக விபூதியின் அன்றாடங்களையும், அவனைச் சந்திக்கவென்று வந்துபோகிறவர்களுடைய தோராயமான பட்டியலையும் கண்காணிப்பதிலேயே, தொடர்ந்து நிகழ்ந்துகொண்டிருந்த போர்களுக்கிடையில் இரண்டு வருடங்களைப் பொறுமையாகச் செலவிட்டுவிட்டுக் காத்திருந்த பின்னும் சொல்லிக் கொள்ளும்படியான துப்புகள் எதுவும் அவர்களுக்குச் சிக்கவில்லை. மூன்றாம் வருடத் தொடக்கத்தில் அவர்கள் பூசாரியின் மத மாற்றத்தால் விசேஷமான பின்விளைவுகள் எதுவும் இல்லையென்று கூறிக் கோப்புகளை மூடிவைத்துவிடலாமா என்றுகூட யோசிக்கத் தொடங்கி விட்டிருந்தார்கள். வன்ம உணர்வில் புழுங்கிக்கொண்டிருந்த அந்த ஃபௌஜ்தாரோ ஸ்வப்னஹள்ளி எரிந்து சாம்பலாகும் காட்சியைக் காணும் தன்னுடைய நீண்டநாள் கனவு பலிதமாகாமலேயே போய்விடுமோ என்று கவலைப்பட்டுக்கொண்டிருந்தான். இந்த நிலையில்தான் அந்தப் பாவப்பட்ட கிராமத்தின் தெருவொன்றில் ஓரிரவில், யாராலுமே புரிந்துகொள்ள முடியாத, உண்மையில் எந்தக் கீழ்த்தரமில்லாத ஒரு வரிசையிலும் இசையாக்கிவிட முடியாத, வினோதமான வார்த்தைச் சேர்க்கைகளைக் கொண்ட, ஒரு வியாசத்தைத் தன்னுடைய தேய்ந்து போன சப்ளாக் கட்டையின் உதவியுடன் மிகச் சிரமப்பட்டு கதைப் பாடலாக மாற்றப் பிரயத்தனப்பட்டுக்கொண்டிருந்த ஒரு தாசரியின்

கையிலிருந்து சந்தேகத்தின்பேரில் பறிமுதல் செய்யப்பட்ட ஒரு துண்டுக் காகிதத்தில் இந்துஸ்தானத்துக் கதைகளில் புழங்கும் பாரம்பரிய வார்த்தைக் கோர்ப்புகளுக்குச் சற்றும் சம்பந்தமில்லாதவையும் பரிச்சய மில்லாதவையுமான விளிப்புகளும் வினையெச்சங்களும் பெயர்ச் சொற்களும் வாக்கிய அமைப்புகளும் காணக்கிடைத்தன என்று அவனை விசாரிப்பதற்காக அமில்தாரிடம் அழைத்துவந்திருக்கிறார்கள் என்கிற செய்தி ஃபெமிதாருடைய செவிகளில் தேனாகப் பாய்ந்தது. துண்டுச்சீட்டில் எழுதப்பட்டிருந்தது என்ன என்பது ரகசியமாகவே வைத்துக்கொள்ளப்படுமென்று கச்சேரி விசாரணை மன்றம் அறிவித்து விட்டாலும் அது எதைப் பற்றிப் பேசுகிறது என்கிற ஊகங்கள் வெளியே கசிவதை அதால் தடுக்க முடியவில்லை. அதைப் பற்றி அது கவலைப்படவு மில்லை. கூண்டுவண்டியொன்றில் ஏறி ஒரு பிரதேசத்திலிருந்து இன்னொரு பிரதேசத்திற்குப் பயணப்படும் ஒரு மனிதனுடைய அதீதமான கற்பனையோட்டத்தைத் துவக்கமும் முடிவுமில்லாமல் நீளச் சொல்லிக் கொண்டே செல்கிறதென்று பரவலாகச் சொல்லப்பட்ட அந்தப் பனுவலின் உட்கருத்தை அலசிஆராய அமில்தாரால் அமர்த்தப்பட்ட, மைசூர் சமஸ்தானத்தின் தலைசிறந்த பிராமண உபன்யாசகர்கள் யாவருமே எந்தவொரு புராணத்தின் திரிக்கப்பட்ட விள்ளலாக எடுத்துக்கொண்டு வாசித்தாலும் அதைத் தன்னுடன் பொருத்திக்கொள்ளும் ஒத்திசைவான ஓட்டத்தைப் பாரம்பரியக் கதைகளெதிலும் தங்களால் கண்டுபிடிக்க முடியவில்லை என்று கையை விரித்த பிறகு, குழுவினர் முக்கிய மந்திரியான பூர்ணய்யரின் மூலமாக சுல்தானின் அரண்மனையிலிருந்த பிரெஞ்சுப் பண்டிதர்கள் சிலருடைய உதவியை நாட, அவர்கள் அந்த வியாசத்தைத் துபாஷ்கள் மூலமாக மொழிபெயர்த்து அறிந்துகொண்டு அது உள்ளூர்ப் போர்ப்படைகள் முன்னேறிச்செல்லும் சில சுரங்கப்பாதைகளைப் பற்றி எதிரிகளுக்கு அறிவிக்கும் ஒரு ரகசியக் குறிப்பாக இருக்க நிறைய வாய்ப்பிருக்கிறது என்று அறிவித்துவிட்டார்கள். இதற்கிடையில் அந்தக் கதைத்துணுக்கு தன்னுடைய தாயின் கர்ப்ப வழியிலேயே தனக்குக் கிடைத்த பூர்வீகச் சொத்து என்று விடாமல் புளுகிக்கொண்டிருந்த அந்தத் தாசரி, அவனை மதகொண்டபள்ளி தேவாலயத்தின் வெளி முற்றத்தில் விபூதியோடு பார்த்ததாக ஊதாரிகள் வந்து அடையாளம் சொன்னவுடன் வேறு வழியின்றி, அதை வேதக்காரர்களுடன் சேர்ந்து பரதேசத்துப் பாடங்களைக் கற்றுக்கொண்டு கிறிஸ்தவ வேதத்தைத் தவிர பிற பாடங்களை, திருச்சபைக் குழுவால் தேவாலயத்தினுள்ளேயே ஸ்தாபிக்கப்பட்டிருக்கும் திண்ணைப்பள்ளியில், குழந்தைகளுக்குச் சொல்லிக்கொடுக்கும் உபாத்தியாயனாகப் போர்ச்சுக்கீசிய மடாதிபதி களால் நியமிக்கப்பட்டிருந்த அந்தப் பழைய சைவப் பூசாரிதான் தனக்குச் சொல்லித்தந்தானெனவும், பனுவல் நன்றாகவும் புதுமையாகவும் இருந்ததால், நாவிற்குப் பழக்கப்பட்டு வழுக்குத்தன்மை பெற்ற பின், தன் யாசகக் கதைகள் எதிலாவது, இசையுருவாக ஆங்காங்கே வெட்டியும் ஒட்டியும் மாற்றிச் சேர்த்துக்கொள்ளலாமென்று அதை எழுதிக்கொண்டு வந்ததாயும் ஒப்புக்கொண்டுவிட்டான்.

வியாசம் கிறிஸ்தவனாக மதம் மாறிய முன்னாள் பூசாரியால் கொடுக்கப்பட்டதென்பதாயும், அதன் உட்கிடை பறங்கிப் படைகளுக்கோ,

மராத்தியப் படைகளுக்கோ அல்லது ஆந்திரத் துரோகிகளுக்கோ சாதகமான சமிக்ஞையாக இருக்காலாமென்பதாயும், அதை ஸ்வப்னஹள்ளியிலேயே பூசாரியுடன் ரகசியமாகச் சிநேகம் செய்துகொண்டு அவனை மதம் மாற்றிவிட்ட எதிரிகளின் செவிகளுக்குக் கொண்டுசெல்ல அப்பாவியான கிழட்டுத் தாசரி உபயோகப்பட்டிருக்கிறானென்பதாயும் விசாரணை மன்றம் ஊகிக்க சாட்சிகள் இடம் தந்ததும் பிரஸ்தாப தாசரியைத் தவிர்த்து பாலகாட், பாரமஹால், தாலகாட் மற்றும் திண்டுக்கல் வரையிலும், மேலும் கிழக்கே ஆம்பூர், வாணியம்பாடி வரையிலும் அலைந்துகொண்டிருந்த தாசரிகளில் அறுபத்தியாறு பேர், அவர்கள் இந்தத் தாசரியைச் சந்திக்கவேயில்லையென்று சத்தியம் செய்தார்களெனினும், சந்தேகத்தின்பேரில் காரகர்களால் ரகசியமாகக் கடத்திக்கொண்டுவரப்பட்டுக் காவலில்வைத்து விசாரிக்கப்பட்டார்கள். விபூதியைச் சந்திப்பதற்காக விசாரணைக் குழு மதகொண்டப்பள்ளிக்குச் சென்றபோது தேவாலய நிர்வாகம் அதற்கு அனுமதி தர மறுத்துவிட்டது. பூர்ணய்யாவின் பிரத்யேக வேண்டுகோளின்பேரில் பிறகு அந்த எழுத்து திருச்சபையின் புண்ணியத்தால் கிடைத்த ஐரோப்பியக் கல்வியின் மூலம் இந்தியப் பாரம்பரியத்தைப் புதிய கண்ணோட்டத்தில் பார்க்கும் பார்வை கைவரப் பெற்றிருக்கிற விபூதியின் சொந்தக் கற்பனையில் உதித்ததுதான் என்றும், ஒரு பௌர்ணமி இரவில் மதகொண்டப்பள்ளித் தெருக்களில் தன் யாசகப் பாடலைப் பாடிக்கொண்டிருந்த தாசரியின் இனிமையான சாரீரத்தால் கவரப்பட்ட விபூதி அவனை வரவழைத்துத் தன்னுடைய கற்பனையை ஸ்வப்னஹள்ளியில் அரங்கேற்றிப் பாடும்படி வேண்டிக்கொண்டது அது அவன் பிறந்த ஊர் என்கிற வாஞ்சையினாலேயேயன்றி வேறு காரணங்களினாலில்லையென்றும், கிறிஸ்துவின் தடுமாற்றமில்லாத விசுவாசியாகத் தன்னை அர்ப்பணித்துக்கொண்டுவிட்ட அவனுடைய அந்தக் கற்பனையில் வேறு மறைபொருளோ, நாச நோக்கமோ கிடையாது என்றும் அவன் சார்பாக நிர்வாகம் கர்த்தர் மேல் ஆணையிட்டு விளக்கப் பத்திரமொன்றை எழுதிக்கொடுத்தது. விசாரணைக் குழுவிற்கு இந்த வாதங்களில் நம்பிக்கையேற்படவில்லை. என்றாலும் வழக்கை இதற்கு மேல் அவர்களால் கொண்டுசெல்ல முடியவில்லை. ஒருபுறம், சிருங்கேரி மடத்துடன் சுல்தானுக்கு ஏற்பட்ட சமீபத்திய நட்பிற்குப் பிறகு கோயில்கள் மற்றும் தேவாலயங்களுக்குள் மத சம்பந்தமற்ற நோக்கங்களுடன் நுழைவது குறித்த சர்க்காரின் விதிகள் கடுமையாக ஆக்கப்பட்டிருந்தன. மறுபுறம் கிறிஸ்தவம் சுல்தானின் பகைவர்களான ஆங்கிலேயர்களுக்கும் நண்பர்களான பிரெஞ்சுக்காரர்களுக்கும் பொதுவான சமயமாய் இருந்தது. இவற்றைத் தவிர, மதகொண்டப்பள்ளி தேவாலயத்தின் போஷகர்கள் தத்துவ நாதர் ராபர்ட் டி நோபிலியின் சீட மரபினரான போர்ச்சுக்கீசியர்களேயன்றி ஆங்கிலேயர்கள் இல்லையென்கிற வாதமும் தேவாலயத்திற்குள் பலவந்தமாக நுழைந்து அதன் நிழலுக்குள் பதுங்கிக் கொண்டிருக்கும் விபூதியை வெளியே இழுத்து உண்மைகளை அறிந்து கொள்வதற்கான துணிச்சலை அவர்களுக்குத் தர மறுத்தது. எனவே இறுதியில், இரண்டு சர்க்கார்களின் பரஸ்பரச் சந்தேகங்களினாலும் தூஷணைப் பிரகடனங்களினாலும் அரசியல் வானம் திரும்பக் கருக்கத்

தொடங்கியிருப்பதாக இந்துஸ்தானம் முழுவதுமே உணர்ந்துகொண்டிருந்த அந்தச் சூழ்நிலையில் விசாரணையை வதந்திகளுக்கு இடமளிக்கும்விதத்தில் வீணே வளர்த்துக்கொண்டிராமல் சடுதியில் முடித்துக்கொள்வதே நல்லதென்கிற முடிவுடன், சந்தேகத்தின் பலனை நீதிமன்றம் விசாரணைக் குழுவிற்கு ஆதரவாக எடுத்துக்கொண்டு ஸ்வப்னஹள்ளி மக்களைக் கொஞ்சக் காலத்திற்கு ஊரைவிட்டு வெளியேறியிருக்க ஆணையிட்டு விட்டு அந்த நிலத்தை எரித்துத் தூய்மைப்படுத்தும்படி சர்க்காரிடம் பரிந்துரைத்துவிட்டது. விசாரணை நடவடிக்கைகளிலிருந்து அதுவரையில் தன்னை விலக்கிக்கொண்டிருந்த அந்த ஃபெமிதார் தீர்ப்பு வெளியான மறுநாளே பக்ஷியைச் சந்தித்து ஸ்வப்னஹள்ளியை எரித்தழிக்கும் பொறுப்பைத் தானே எடுத்துக்கொள்வதாகச் சொல்லி அனுமதியும் பெற்றுவிட்டான் (பூமியின் மேல் அக்கினியைப் போட வந்தேன், அது இப்பொழுதே பற்றி எரிய வேண்டுமென்று விரும்புகிறேன்). குறிக்கப்பட்ட நாளன்று, உதவியாக அனுப்பப்பட்ட படைகளுடனும் அளவற்ற உற்சாகத்துடனும் அங்கே சென்ற அவன் அப்போதும் அதன் மண்ணில் கால்வைக்க மனமின்றி, அதன் எல்லையிலேயே, வனத்தின் வெளிப்புறத்தில், நெருப்பு உயர்ந்தெழும் காட்சியைத் தொலைவிலிருந்தே காண்பதற்கு வசதியாக ஓர் உயரமான சரிவின் மேல் தன் கூடாரத்தை அமைத்துக்கொண்ட பின் படைகளை மட்டும் அவர்களுக்குத் தேவையான உத்தரவுகளையும் காலக்கெடுவையும் கொடுத்து ஊருக்குள் அனுப்பி வைத்தான். இதைத்தவிர, அனுமதியின்றி ஸ்வப்னஹள்ளிக்குள் நுழைந்த ஆங்கிலேயனை அவன் காண விரும்பாததற்கான மற்றொரு காரணம், புகழ்பெற்ற தார்வார் கில்லெதார் பதேருல் ஜமான்கான் கொல்லப்பட்ட பின் படைத்தளபதியாக மைசூருக்கு வந்துசேர்ந்த அவருடைய மகனான பங்கர் சாகிபின் தலைமையின்கீழ் நடந்த பெண்ணாகரம் சண்டையின்போது போர் நிறுத்த அறிவிப்பைப் பொருட்படுத்தாது குடிகளைக் கொன்றுவிட்டு, ஆயத்தமின்றியிருந்த வீரர்களையும், தர்மபுரி ஹவில்தாரும் தன்னுடைய நலம் விரும்பியுமான முகமத் ஃபகீருதீனையும் கைதிகளாகப் பிடித்துக்கொண்டுபோன பிரிட்டிஷ் நரிகள் எந்த வகையிலும் இந்தியர்களின் கச்சேரியொன்றில் நிறுத்தப்பட்டு நேர்மையான முறையில் விசாரிக்கப்படத் தகுதியானவர்கள் அல்ல என்கிற அளவிற்கு அவர்களை அவன் (பெண்ணாகரம் கோட்டையிலிருந்து தப்பிச்சென்ற மிகுதிப் படைகளுடன், மறைந்துகொண்டிருந்த பாலக்கோடு காடுகளின் வழியே கையாலாகாமல் பார்த்துப் பொருமிக்கொண்டிருந்த ஏழாம் நாளே, எழுபத்து நான்காவது படையணி கடந்துபோய்க்கொண்டிருந்த சிங்காரப்பேட்டை, காவேரிப்பட்டணம் பாதைகளுக்கு நேரெதிர் காட்டுப் பாதைகளில் அட்டைப் பூச்சிகளையும் எறும்புத் தின்னிகளின் தொந்தரவையும் பொறுத்துக்கொண்டு நடந்து ராயக்கோட்டையின் வழியே மேற்புறத்திலிருந்து கிருஷ்ணகிரியை அடைந்து கோட்டையின் பின்புறமாக உள்ளே நுழைந்து, அங்கே காத்துக்கொண்டிருந்த படைகளுடன் சேர்ந்துகொண்டு, மழைச் சகதிக்குள் வழுக்கும் ஏணிகளைப் பயன்படுத்தத் தெரியாமல் தடுமாறிக்கொண்டிருந்த குண்டன் வாலேஸ் உள்பட நாற்பத்தேழு வெள்ளைச் சிப்பாய்களைப் படுகாயப்படுத்தியும், அசடர்களான ஃபோர்ப்ஸ் மற்றும் லாமண்ட் என்கிற இரண்டு படை

முகவர்களைத் தன் சகாக்களுடன் சுற்றிவளைத்துக் கொன்றும் தன் பழியைத் தீர்த்துக்கொண்டுதான் ஸ்ரீரங்கப்பட்டணம் திரும்பினானென்றாலும்) வெறுத்தானென்பது. ஆனால் இந்த இரண்டு காரணங்களையும் மீறி, கையுங்களவுமாகப் பிடிபட்டுக்கொண்ட அந்த வெள்ளையனின் பெயர் பால் வின்ட்டர் அல்ல, மாறாக ட்ரிஸ்ட்ராம் பேக்கர் என்று சிப்பாய்கள் சொன்னதும் கிளர்ந்தெழுந்த மனதுடன் அவன் தன் வெறுப்பையும் பிரதிக்ஞையையும் மறந்துபோனவனாக கைதியைத் தன்னிடம் உடனே அழைத்துக்கொண்டு வரும்படி அவர்களுக்கு உத்தரவிட்டதோடல்லாமல் அவன் கூடாரத்திற்கு வந்துசேர்ந்துவிட்டானென்ற செய்தி காதுகளையெட்டியதும் சுற்றியிருந்தவர்கள் வியப்பிலும் பயத்திலும் ஒருவரையொருவர் குழப்பத்துடன் பார்த்துக்கொள்ளும்வண்ணம் பணிவுடனும் குழந்தையின் ஆர்வத்துடனும் இரண்டு கைகளையும் ஆரவாரமாக அகல விரித்தபடி அவனை வரவேற்கக் கூடாரத்திற்கு வெளியேயும் தானே விரைந்துவந்துவிட்டான், ட்ரிஸ்ட்ராம் உண்மையிலேயே இது நீங்கள்தானா, நான் கனவெதுவும் காணவில்லையே, என்னைத் தெரிகிறதா.

ஆனால் பயத்தினாலும் அருவருப்பினாலும் பலமாகத் தாக்கப்பட்டிருந்த ட்ரிஸ்ட்ராம் அப்போது அரை மயக்க நிலையிலிருந்தான். ஸ்வப்னஹள்ளியின் வடபுறத்தை அடையக் கோட்டையைச் சுற்றிக்கொண்டு செல்லும் வெளிப்பாதையைத் தேர்ந்தெடுப்பதற்குப் பதிலாக அவனை அழைத்துக்கொண்டு சென்ற சிப்பாய்கள் அதைக் குறுக்காகக் கடந்து விடும் எண்ணத்துடன் அதற்குள் நுழைந்தபோது, தொலைவிலிருந்து பார்க்கையில் ஊரார் அனைவரும் வெளியேறிவிட்டதைப் போன்ற வெறிச்சிட்ட தோற்றத்துடன் எரிந்துகொண்டிருந்த வீடுகள் சிலவற்றினுள் எடுத்துச்செல்லப்படாதிருந்த உடைந்த கட்டில்களிலும் தரையிலும், சொந்த நிலத்தை விட்டு வெளியேற விருப்பமில்லாமல் வாரிசுகளை இறைஞ்சித் தங்கள் சாவை விரும்பியே பெற்றுக்கொண்ட முதியவர்களின் பிணங்கள் கருகிக்கிடந்ததை அவன் கண்கள் கண்டன. பிறகு அவனைத் தொடர்ந்த உருவெளித் தோற்றங்களின் பிடியிலிருந்து, அவர்கள் கிராமத்தைத் தாண்டி ஃபெமிதார் தங்கியிருந்த கூடாரத்தை அணுகிக்கொண்டிருந்த நேரத்திலும்கூட, தன்னை அவனால் விடுவித்துக்கொள்ள முடியவில்லை. அவனுக்கு முன்னும் பின்னுமாகச் சென்றுகொண்டிருந்த குதிரைகளின் கால்கள் தானே நகர்ந்து இடம்பெயரும் கரிந்துபோன கட்டில் கால்களாக அவன்முன் தோற்றங்கொண்டுவிட்டன. வெளியேறியவர்களின் உடைமைகளில் ஒன்றாக இருக்கக் கொடுத்துவைக்காதவை அவை, அல்லது அவையேதான் அவர்களை அகதிகளாக ஸ்வப்னஹள்ளியை விட்டு வெளியேற்றின, திப்புவின் சமஸ்தானத்திலும் பிரிட்டிஷ் ராஜ்ஜியத்திலும் மாறிமாறி பராரிகளாக, அடிமைகளாக, கூலிகளாக இனி அலைந்துகொண்டிருக்கப்போகிறவர்களுக்குப் பயணிக்கக் கிட்டாத, அவர்களுடைய மூதாதையர்கள் வலிந்து பெற்றுக்கொண்ட மரணத்தின் திசையில், அல்லது ஸ்ரீரங்கப்பட்டணத்தின் திசையில், அல்லது ஸ்ரீரங்கப்பட்டணம் என்னும் மரணத்தின் திசையில், பிணமான உடல்களைச் சுமந்தபடி அவை நகர்ந்துகொண்டிருக்கின்றன, இன்னும்

அவை காட்டைத் தாண்டவில்லை, அல்லது வேறொரு காட்டிற்குள் அவை புகுந்துகொண்டிருக்கக்கூடும், மெல்லிய வனம், அல்லது எரித்துப் பொசுக்கப்பட்டுவிட்ட காடு, வெய்யில் கடுமையாகக் காய்ந்துகொண்டிருக்கிறது, அல்லது நெருப்பு இன்னும் உக்கிரமாகக் கொழுந்துவிட்டு எரிந்துகொண்டிருக்கிறது, ஆயுதங்களேந்திய மனிதர்கள் சூழ ஸ்வப்னஹள்ளியிலிருந்து ஸ்ரீரங்கப்பட்டணத்திற்குச் செல்லும் மலைப்பாதையின் நடுவே ஏதோ ஒரு வனத்தில் ட்ரிஸ்ட்ராம் நிற்கிறான், அல்லது அது தெ வில்லி விடுதியின் பின்புறத் தோட்டம், அதன் விளிம்பில் வெண்திரை தொங்கும் குருட்டுக் கண்களுக்குள் அவனைப் பார்த்துச் சிரிக்கும் மனிதன் ஒருவனை உருவாக்கி உயிர் பெறச் செய்வது எலினார், அல்லது பிரகாசிக்கும் கரிய கண்களைக் கொண்ட கெங்கம்மா, இருவருமே ட்ரிஸ்ட்ராமைப் பார்ப்பதில்லை, அல்லது ட்ரிஸ்ட்ராமின் கண்கள் வழியே அவர்கள் அந்த மனிதனைப் பார்க்கிறார்கள், அவன் பிரான்ஸின் புரட்சிக்காரர்களை விலகச்சொல்கிறான், அல்லது மைசூர் சிப்பாய்கள் விலகி அவன் ட்ரிஸ்ட்ராமை வந்தடைய வழிவிட்டு நிற்கிறார்கள், அவன் ட்ரிஸ்ட்ராமைப் பார்த்து என்னைத் தெரிகிறதா என்று கேட்கிறான், அல்லது நீ யூதரின் ராஜாவானால் உன்னை இரட்சித்துக்கொள் என்று பரிகாசம் பண்ணுகிறான், ட்ரிஸ்ட்ராமுக்கு அவனை அடையாளம் தெரிகிறது, அல்லது அதுவும் அவனுடைய பிரமைகளின் தொடர்ச்சியாக நீள்கிறது. என்றாலுமே ட்ரிஸ்ட்ராம் தெரிகிறது என்றுதான் பதில் சொன்னான். பிறகும் இது அவன்தானா என்றும் என் மனம் சந்தேகப்படுகிறது, சுல்தானின் தூதுக் குழுவில் ஒருவனாக, பாரீஸின் பதற்றம் மிகுந்த நாட்களில் நான் கண்ட அந்தத் துடியான இளைஞன் தன் முகத்தின் மேல் அப்போது மாற்றி மாற்றிப் பொருத்தியும் விலக்கியும் சிருஷ்டித்துக்கொண்டேயிருந்த பல்வேறு முகங்களின் குழப்பமான காட்சி, அவனுடைய விடுதிப் பேச்சை நினைவு கூரவும், என் மனைவியுடன் அதைப் பற்றி விவாதிக்கவுமான பல சந்தர்ப்பங்கள் பிறகு வாய்த்ததென்றாலும்கூட, நீரலைப் பிம்பத்தைப் போல அவனுடைய நிஜ முகத்தை நினைவின் சுவரின் மேல் அலைக்கழித்து ஓர் ஓவியமாக அது அங்கே பதிவாவதைத் தடுத்துக்கொண்டிருக்கிறது, மேலும், என் தேசத்து மக்களும் அந்நியர்களுடைய பீரங்கிகளின் முன்தான் நின்றுகொண்டிருக்கிறார்கள் என்று சொல்லிப் புரட்சிக்காரர்களைச் சற்று நேரம் யோசிக்க வைத்த அந்த தைரியசாலியான தூதுவனையும், யாருடைய பெயரால் தன்னையும் தன்னுடன் வந்தவர்களையும் கொலை செய்யப்படுவதிலிருந்து அன்று அவன் தப்புவித்துக்கொண்டானோ அந்த மக்களையே அகதிகளாக விரட்டியடித்து, ஊரை எரித்து, அவர்களுடைய அவலத்தின் தகிப்பினூடே, தன்னை அடையாளம் தெரிகிறதாவென்று கேட்டுக்கொண்டு ஒரு பேயனைப் போல குரூரமாகச் சிரித்தபடி நிற்கும் இந்த ஃபெமிதாரையும் எவ்வளவு முயற்சி செய்தும் ஒரே மனிதனாக இணைத்துப்பார்க்க என் மனம் மறுக்கிறது.

ட்ரிஸ்ட்ராமைச் சந்தித்ததில் தனக்குண்டான ஆச்சரியமும் சந்தோஷமும், சூழ்நிலை காரணமாக, தன்னைக் கண்டதிலும், மீண்டுமொரு முறை உயிராபத்திலிருந்து தன்னாலேயே காப்பாற்றப்பட்டிருப்பதிலும்,

ட்ரிஸ்ட்ராமுக்கு ஏற்படவில்லையென்பதை அறிந்தபோது சொக்க கௌட மிகுந்த மனவருத்தமடைந்தான். தொலைந்துபோன உடைமைகளை கிருஷ்ணகிரி சௌகியில் திரும்பக் கண்டபோதும் சரி, கிட்டத்தட்ட பறிபோய்விட்ட உயிர் நம்பற்கரிய வகையில் மீட்கப்பட்டுவிட்டதென்பதை அறிந்தபோதும் சரி, தன் மனம் சந்தோஷப்படாமல் ஏன் சலிப்பும் அவநம்பிக்கையும் அடைந்தது என்று நினைத்து ட்ரிஸ்ட்ராமும் தனக்குள்ளேயே ஆச்சரியப்பட்டுக்கொண்டான்தானென்றாலும் அந்த உணர்வுகளை அவனால் தவிர்க்க முடியவில்லை. அவனுடைய குத்தலான பதில் ஓரிரு மணி நேரங்களுக்குப் பிறகு கௌடவும் அவனும் ஸ்வப்னஹள்ளிக்குத் திரும்பவராமல் கீழிறங்கி ஜவளகிரிக்குள் நுழைந்து டெங்கனிக்கோட்டை வழியே ரத்னகிரிக்குச் செல்லும் காட்டுப்பாதையை நோக்கித் தத்தம் குதிரைகளில் பயணித்துக்கொண்டிருந்தபோதுகூட, அவனுடைய இந்தியப் பயணத்தைப் பற்றியோ, எலினாரின் கண்களைப் பற்றியோ சம்பிரதாயமாகவேனும் உசாவ முடியாதபடி சொக்க கௌடவின் வாயைக் கட்டிவிட்டிருந்தது. இருவராலுமே கொண்டாடப்பட்டிருக்க வேண்டிய அந்த, நான்கு வருடங்களுக்குப் பின்னான, நம்பற்கரியதுமான சந்திப்பு வெறுப்பின் காரணமாக நன்றி என்கிற வார்த்தையைக்கூட ட்ரிஸ்ட்ராமின் வாயிலிருந்து வரவழைக்க முடியாத அளவிற்குப் பலவீனப்பட்டுப்போயிருந்தது. அவர்கள் கடந்துகொண்டிருந்த கிராமங்களுக்குள் கும்பல் கும்பலாகப் புகை வாடையடிக்கும் மூட்டைமுடிச்சுகளுடன் தரகர்களின் பின்னே நுழைந்துகொண்டிருந்த ஸ்வப்னஹள்ளிவாசிகளைக் கண்டபோதெல்லாம் ட்ரிஸ்ட்ராம் தன்னை வெறுப்புடன் உற்றுப்பார்ப்பதையும் கௌட மிகுந்த தர்மசங்கடத்துடன் உணர்ந்தான். ஸ்வப்னஹள்ளி எரிக்கப்பட்டதில், அது எரிபட வேண்டுமென்கிற தனிப்பட்ட விருப்பத்திற்கப்பால், அவனுடைய நேரடிப் பங்கு அதிகமில்லையென்பதையும் ஸ்வப்னஹள்ளி மக்களை அகதிகளாக்கியதுகூட அந்நியப் பீரங்கிகளின் முன்பிருந்து அவர்களை அப்புறப்படுத்தும் பணியின் ஓர் அங்கம்தான் என்பதையும் அவன் ட்ரிஸ்ட்ராமுக்குப் புரியவைக்க வேண்டுமென்று விரும்பினான். ஆனால், கோட்டைகளை நோக்கிக் குண்டுகளை வீசும் பீரங்கிகளை மட்டுமன்று, ஏழைகளை நோக்கிப் பணத்தை வீசும் பீரங்கிகளையும், பக்தர்களை நோக்கிக் கடவுள்களை வீசும் பீரங்கிகளையும்கூட ஐரோப்பியர்கள் கண்டுபிடித்துவைத்திருக்கிறார்கள் என்றும், குண்டுகளை வீசும் பீரங்கிகளின் முன் நிற்கத் தயாராக இருக்கும் அதேவேளையில் நாங்கள் பணத்தையும் புதிய கடவுள்களையும் வீசும் பீரங்கிகளிடமிருந்து எங்களை அப்புறப்படுத்திக் கொள்வதென்பதும் சண்டையின் ஓர் அத்தியாயம்தான் என்றும், ஸ்வப்னஹள்ளிக் குடிகள் விரைவிலேயே தங்களுடைய இழந்த வாழ்க்கையை, அவற்றுக்குரிய நஷ்டஈட்டுடனேயே திரும்பப் பெறுவார்கள் என்றும் பேசியபோது, இழந்த ஞாபகங்களையும் வடுக்களையுமின்றி, இழந்த வாழ்க்கையையும் கட்டில்களின் மேல் கருகிக்கிடந்த முதிய உறவுகளையும் ஒருபோதும் அவர்களால் திரும்பப் பெற முடியாது என்று ட்ரிஸ்டராம் துவக்கத்திலிருந்த அதே வெறுப்புடனும் ஏளனத்துடனுமே பதிலளித்தான். ஸ்வப்னஹள்ளி மக்கள் அந்நியர்களிடம் சோரம் போய்விட்டார்களென்று சந்தேகப்பட்டுத்தான் சுல்தான் அதை

எரித்தழிக்க ஆணையிட்டாரென்றால் அங்கிருந்து ஓர் ஆங்கிலேயச் சிப்பாயையாவது உங்களால் கண்டுபிடிக்க முடிந்ததா என்றும் அவன் கேட்டான். கெளட சிரித்துக்கொண்டே அவனை நோக்கித் தன் சுட்டு விரலை நீட்டி, ஓர் ஆங்கிலேயனைத்தான் பிடித்துவந்தார்களே எங்கள் சிப்பாய்கள் என்றான். கெளட, நான் ஒரு தற்செயல். அது உங்கள் பார்வையிலிருந்து, எங்கள் பார்வையில், எரியும் ஸ்வப்னஹள்ளியிலிருந்து செய்தி எதையோ கொடுக்க அல்லது பெற்றுச்செல்லவென்று கம்பெனியால் அனுப்பப்பட்டு, திருட்டுத்தனமாக உள்ளே நுழைந்த ஒரு வெள்ளை ஒற்றன் நீங்கள் இல்லையா, ஒன்றை நீங்கள் புரிந்துகொள்ள வேண்டும் ட்ரிஸ்ட்ராம், நாங்கள் ஸ்வப்னஹள்ளியை எரித்தது அங்கே ஒரு பத்திருபது பறங்கியர்களைக் குடிசைகளுக்குள்ளிருந்தோ காட்டுக்குள்ளிருந்தோ அல்லது பெண்களின் முந்தானைகளுக்குள்ளிருந்தோ பிடித்துச் சிறைப்படுத்திவிடலாமென்பதற்காக அல்ல, ஸ்வப்னஹள்ளி அந்நியர்களின் ஒளிவிடமாக ஆகிக்கொண்டிருப்பதாக, உளவாளிகளின் பிரதேசமாக மாறிக்கொண்டிருப்பதாக, கிடைத்த தகவலை, அது உண்மையோ வதந்தியோ, முளையிலேயே கிள்ளியெறிந்துவிட வேண்டுமென்பதற்காக, மெட்றாஸ் சர்க்கார் சீரங்கப்பட்டணம் உடன்படிக்கையை முறித்துக்கொள்ள என்ன காரணம் கிடைக்குமென்று தேடிக்கொண்டிருக்கிறது என்பது எங்களுக்குத் தெரியும், மூன்று கோடி தங்க நாணயங்களையும் பாரமஹாலையும் விலையாகக் கொடுத்துத்தான் பாலக்காட்டையும், சீரங்கப்பட்டணத்தையும் நாங்கள் மீட்டுக்கொண்டிருக்கிறோம், ஸ்வப்னஹள்ளி கர்நாடகத்தின் நுழைவாயில், மத்தூர் நதியைத் தாண்டி சீரங்கப்பட்டணத்தை எதிரிகள் தொடுவதை அசாத்தியமாக்கிக்கொண்டிருக்கும் மலையெல்லை, அதன் இருப்போடு ஒப்பிடும்போது கோபாலதுர்க்கம் கோட்டையேகூட சற்று பலவீனமானதுதான், எல்லைப் பகுதிகளில் ஒரு புற்றைப் போல ஓசையெழுப்பாமல் வளர்ந்துவிடும் எதிரிகளின் நடமாட்டத்தையோ, அம்மாதிரியான பேச்சுகளையோ உடனே ஒடுக்காவிட்டால் பிறகு அவர்களைச் சமஸ்தானத்திற்குள் தடையின்றி அனுமதிக்கும் தவறை நாங்கள் தவிர்க்க முடியாமல் செய்ய நேரிடும், அம்மாதிரியான தடுப்பு நடவடிக்கைளிலொன்றுதான் ஸ்வப்னஹள்ளி எரிப்பு, இங்கே சந்தேகத்தை ருசுப்படுத்திக்கொள்ளுதல், தீர விசாரித்தல் போன்ற, செயல் முடக்க நடவடிக்கைகளுக்கு இடமே கிடையாது, போர்க் காலங்களில் தகவல்களைக் கையாள்வதில் இரண்டே விதிகள்தான் உண்டு ட்ரிஸ்ட்ராம், ஒன்று தகவல்களை விளைவிக்காமலிருப்பது, இன்னொன்று அவற்றை உடனே அழித்துவிடுவது, நடுவே சந்தேகம், வதந்தி, உண்மை என்று எந்த வடிவிலும் தகவல்களை உயிரோடு வைத்துக் கொண்டிருப்பது நம்மை அழித்துவிடக்கூடிய நச்சுப் பாம்பாக அது வளர உதவி செய்துவிடும், ஜீரணிக்கக் கஷ்டமென்றாலும் போர்க்காலங்களின் இரும்பு விதி இதுதான். இல்லை இது சர்க்கார் உளவுத் துறையின் இயலாமையையும் சோம்பேறித்தனத்தையும் மூடிமறைக்க அப்பாவி மக்களைப் பலிகடாவாக்கும் தந்திரம். போர்க் காலங்களில் எதிரிகளின் முன் நிற்கும் கடமை சிப்பாய்களுக்கு இருப்பதுபோலவே சில மறைமுகக் கடமைகள் போரிலிருந்து விலகியிருக்கும் மக்களுக்கும் இருக்கின்றன

ட்ரிஸ்ட்ராம், அவற்றில் ஒன்று, தங்கள் மேல் சந்தேகத்தின் நிழல் படியாமல் பார்த்துக்கொள்வது, இதற்காக நாம் எதிரிகளைக் குற்றம் சொல்லிப் பயனில்லை, அவர்களுடைய பெயர்கள் தங்கள் நிலத்தில் உச்சரிக்கப்படுவதைக்கூட அனுமதிக்காதவண்ணம் சந்தேகங்களுக்கு அப்பாற்பட்டவர்களாய்த் தங்களை நம்பியிருக்கும் சர்க்காருக்கு விசுவாசத்தைக் காட்டிக்கொள்ள வேண்டியது குடிகளின் சொந்தப் பொறுப்பு, அதன் பாதகமான விளைவுகளுக்கு அவர்கள் அரசனைக் குற்றம் சொல்ல முடியாத வகையில் ராஜாங்கமே அபத்திரமான நிலையில் இருக்கிறதென்பதை அவர்கள் உணர்ந்துதானாக வேண்டும், அவர்களுடைய மற்றொரு கடமை, போர் சமயத்தில் கண்ணில்படும், காதில் கேட்கும் எந்த விஷயத்தையும் அவர்களும் சந்தேகப்பட்டேயாக வேண்டுமென்பது, ஸ்வப்னஹள்ளி மக்கள் சுல்தானுடைய இந்த இரண்டு குறைந்தபட்ச எதிர்பார்ப்புகளையும் நிறைவேற்றவில்லையென்பதுதான் இன்றைய துக்க நிகழ்வுக்குக் காரணம், போர், புரட்சி, திருத்தம், மாற்றம் என்பவற்றையெல்லாம் எதிரிகளுடன் மட்டுமன்று, நம்மவர்களுடனும் போராடித்தான் நிகழ்த்தியாக வேண்டியிருக்கிறது.

சொக்க கௌடவின் பேச்சு ட்ரிஸ்ட்ராமின் வெறுப்பைக் குறைத்து விடவில்லை. அதேசமயத்தில் அவன் சொன்னவற்றில் இருந்த அரசியல் நியாயங்களை அவனால் மறுக்கவும் முடியவில்லை. டெங்கனிக்கோட்டையில் மதிய உணவை முடித்துக்கொண்டு ரத்னகிரிக்கு இட்டுச்செல்லும் பாதையில் அவர்கள் தங்கள் பயணத்தைத் தொடர்ந்தபோது கௌட ஸ்வப்னஹள்ளி எரிக்கப்பட்டதற்கான மேலும் சில காரணங்களை (அவை பிறருடன் பகிர்ந்துகொள்ளக் கூடாத ரகசியங்களென்று அறிவிக்கப்பட்டிருந்தனயென்றாலும், அவன் மனதில் அழியாத சித்திரமாய்ப் பதிந்தும், அவன் மேனியில் இன்னும் ஓர் இனிய சுமையாகக் கனத்துக்கொண்டுமிருந்த எலினாருடைய கணவனின் நம்பிக்கையையும் தோழமையையும் பெறுவது அப்போது அவனுக்கு வேறெதையும்விட முக்கியமானதாயிருந்ததால்) ட்ரிஸ்ட்ராமிடம் சொல்லிக்கொண்டே வந்தான், காலதாமதம் வீண் வதந்திகளை வளர்க்கும் என்று சொல்லி விசாரணையைச் சர்க்கார் திடீரென்று முடிவிற்குக் கொண்டுவந்து விட்டாலும் அதன் பின்புலத்தில் ஸ்வப்னஹள்ளிப் பூசாரியால் எழுதிக் கொடுக்கப்பட்ட வியாசம் போர் சம்பந்தப்பட்டது என்கிற முடிவிற்கு நியாயாதிபதிகள் வர ஏதேனும் பலமான காரணம் இருக்க வேண்டுமென்று எனக்குத் தோன்றிக்கொண்டேதான் இருந்தது, அரண்மனையிலிருந்து விசாரணையை நிறுத்திக்கொள்ளும்படி தகவல் வந்துவிட்டதென்றால் அதைப் பற்றி இனி யாரும் பேசக் கூடாதென்பது அதன் மறைமுகமான எச்சரிக்கை என்பது எல்லோருக்கும் தெரிந்த ஒன்றுதானென்றாலும் வழக்கில் என் பிறந்தவூரின் விதி சம்பந்தப்பட்டிருந்ததாலும், வழக்கை முடிவிற்குக் கொண்டுவந்ததில் என்னுடைய நலம் விரும்பியான அரண்மனை நூலகர் பார்த்தசாரதி அய்யங்காருக்கு (அவரை நீங்கள் முன்பே பாரீஸில் சந்தித்திருக்கிறீர்கள், நினைவிருக்கிறதா, தெ வில்லி கலவரத்தின்போது பறங்கிப் பெண்ணான எலினார் என்னால் காப்பாற்றப் பட்ட சம்பவத்தைத் தனக்கு உவப்பற்ற ஒன்றாகச் சொல்லிச் சலித்துக் கொண்டவர், உங்களிருவரின் நன்றிகளை ஏற்கவும் மறுத்தவர்), ஒரு

முக்கியப் பங்கு இருந்தது என்பதாலும், தீர்ப்பின் பின்னணியைத் தெரிந்துகொள்வதற்கு எனக்கு உரிமையும் வாய்ப்பும் இருப்பதாக நான் நம்பினேன், அய்யங்கார் முதலில் என்னுடைய வேண்டுகோளைக் கேட்டுவிட்டு, அவர் என்மீது கொண்டிருந்த அன்பினாலும் அக்கறையி னாலும், இந்தத் தேடலிலிருந்து விலகிப்போய்விடும்படி என்னை வேண்டிக்கொண்டார், ஆனால் நான் ஸ்வப்னஹள்ளிவாசிகளின் யோக்யதையைப் பற்றித் தெரிந்துகொள்ள வேண்டுமென்பதில் பிடிவாதமாக இருந்ததால் பிரச்சினைக்குரிய அந்தத் துண்டுக் காகிதம் படைகள் முன்னேறிச் செல்லக்கூடிய சில ரகசிய வழிகளைப் பற்றிய வார்த்தை வரைபடம்தான் என்பதையும் அது எப்படித் தனக்குத் தெரிய வந்ததென்பதையும் என்னிடம், அதை வேறு யாரிடமும் நான் பகிர்ந்துகொள்ளக் கூடாதென்கிற நிபந்தனையுடன், அவர் சொன்னார், நிபந்தனையை மீறி நான் அந்த அதிசயத்தை இப்போது உங்களிடம் சொல்லிக்கொண்டிருக்கிறேனென்பது ஒருபுறம் இருக்க, சொன்னாலும் யாராவது அதை நம்புவார்களா என்பதிலேயே, அவர் சொன்னதைக் கேட்டபோது, எனக்குச் சந்தேகம் தோன்றிவிட்டது, கிழட்டுத் தாசரியின் நாவிலும், மதகொண்டப்பள்ளி தேவாலயத்தின் நிழலிலும், ஸ்வப்னஹள்ளி ஜனங்களின் நடமாட்டத்திலும், இறக்குமதி செய்யப்பட்ட ஐரோப்பிய ஏடுகளிலும் சௌகிகள் மாய்ந்து மாய்ந்து தேடிக்கொண்டிருந்த, விபூதியென்கிற அந்த மாஜிப் பூசாரியினுடைய கற்பனையின் மூலவூற்று கடைசியில் எங்கள் மூக்கு நுனியில், சுல்தானின் படிப்பறையிலேயே, பிதிர் சஞ்சார மார்க்க போதினி என்கிற ஒரு போர் விதிகளைப் பற்றின ஏட்டில் இடம்பெறும் சிறு பகுதியாக அய்யங்காருடைய கண்களுக்குக் காணக்கிடைத்தது என்பதுதான் அந்த அதிசயம், ஸ்வப்னஹள்ளிப் பிரச்சினைக்குப் பிறகு இப்படி ஒரு நூல் இருப்பதே வெளியே தெரிந்து விடக் கூடாது என்பதற்காகத்தான், விபூதியின் வியாசத்தை பிராமணர்கள் பழம்புராணங்களுடன் ஒப்பிட்டுப்பார்த்தார்கள் எனவும், அது ஒரு சூசகமான ஒற்றுச்செய்தி என்பதை பிரெஞ்சுப் பண்டிதர்கள் கண்டு பிடித்ததார்கள் எனவும் பேச்சுகள் அரண்மனை வட்டாரங்களில் வேண்டுமென்றே பரப்பப்பட்டனவாம், உண்மையில் பார்த்தசாரதி அய்யங்கார் கண்டுபிடித்துச் சொல்லும்வரை அந்தப் பழஞ்சுவடியை வேறு யாரும் படித்ததில்லையென்பதும் ஒரு கூடுதல் விந்தை, ஒருவேளை சுல்தானுடைய தந்தையாரான ஹைதரலிகான் பாதுஷா இப்போது உயிரோடு இருந்திருந்தால் அப்படி ஓர் ஏடு அரண்மனை நூலகத்தி லிருப்பதையும் அதில் இப்படியொரு பகுதி இடம்பெற்றிருப்பதையும் காலதாமதமின்றி உடனே சொல்லியிருக்கக்கூடும், காரணம், அய்யங்கார் சொன்னபடி, பிதிர் சஞ்சார மார்க்க போதினியென்கிற அந்த ஏடு ஹைதரலியால் படிக்கப்பட்டு, பின்பு இப்போதைய சுல்தானால், அவருடைய மற்ற திட்டங்களைப் போலவே, நூலகத்தின் மூன்றாமறைக்குச் சில வருடங்களுக்கு முன்பு மாற்றப்பட்டுவிட்டிருந்தது, அரண்மனை நூலகத்தில் மூன்று பகுதிகள் உண்டு, பொதுவாக எல்லோரும் வந்து இருந்து ஏடுகளைப் படித்துக் குறிப்பெடுத்துகொண்டு போகவென்று எப்போதும் திறந்திருக்கும் ஓர் அறை, இங்கே இலக்கியம், விஞ்ஞானம், மதம், பூகோளம், சட்டம், பொதுவொழுங்கு உள்ளிட்ட பல துறை

நூல்கள் அடுக்கப்பட்டிருக்கும், பரதேசங்களின் ஜன பரிபாலனம் பற்றின அபூர்வமான விஷயங்களடங்கிய பல புத்தகங்களையும், பரதேசத்துப் பயணிகள் மற்றும் தூதர்களின் அனுபவங்களை, அவர்களைப் பிரத்யேகமாக வரவழைத்து, உபசரித்து, சொல்லச் சொல்லிக் கேட்டு, துவிபாஷிகள் மூலமாக எழுதிச் சேர்த்து வைத்திருக்கும் ஏடுகளையும் இந்த அறையில் நான் உட்பட அரசாங்கப் பணியாளர்கள் அனைவருமே பார்த்திருக்கிறோம், எல்லோருக்குமான அறிவையும், எல்லோருக்குமான வார்த்தைகளையும் கொண்டவை இந்த, முன்னறையிலுள்ள, ஏடுகள், இதற்குப் பின்புறம் இருப்பது சுல்தானுடைய பிரத்யேக படிப்பறை, இங்கேயும், இதற்கடுத்த அறையிலும் சுல்தானையும், நூலகரையும், செவிட்டூமையான ஒரு ஹ¬லே சாதித் தோட்டியையும் தவிர வேறு யாரும் நுழைய அனுமதி கிடையாது, மதங்கள் மீதான தீர்க்கமான விமர்சனங்களை முன்வைக்கும் பல ஏடுகளும். சம்போகம் சம்பந்தமான, சாதாரணமாக யாரும் கற்பனை செய்தே பார்க்க முடியாத கலவி நிலைகளைப் படங்களுடன் சொல்லி விளக்கும் புராதன ஏடுகளும், முன்பு புழக்கத்திலிருந்து பின்பு கலாசார மோதல்களிலும், வளர்ச்சியிலும் அகப்பட்டுக் காணாமலேபோய்விட்ட, மனித வர்க்கத்தின் வினோதமான பழக்கவழக்கங்கள், சடங்குகள், சம்பிராதயங்கள் ஆகியவற்றைப் பற்றிப் பேசும் அபூர்வமான குறிப்புகள் அடங்கிய, தங்கப் பூணிட்ட கெட்டியட்டைகளுக்குள் பொதித்து தைக்கப்பட்ட ஏடுகளும், சுல்தானின் அந்தப் படிப்பறையில் சேகரித்துவைக்கப்பட்டிருக்கின்றன என்று அய்யங்கார் என்னிடம் அடிக்கடி ஓர் அழகிய பெண்ணை வர்ணிக்கும் பரவச உணர்வுடன் கண்கள் வானைப் பார்த்துச் சொருகிக்கொள்ள சொல்லுவார், அந்த நூல்களை ஒழுங்குபடுத்துவது, தூசிதட்டுவது, பூச்சிகளரிக்காதவண்ணம், மூக்கைச் சுளிக்கச் செய்யும் காடி மணத்தை எழுப்பாத, செம்பரட்டை விதைப் பொடியைத் தூவுவது போன்ற காரியங்களைக்கூட அய்யங்காருடைய மேற்பார்வையின் கீழ்தான் அந்தத் தோட்டி செய்ய வேண்டுமாம், ஒரு கடைநிலைச் சேவகனின் வேலை என்று தோன்றாத அளவிற்கு அது சுல்தானுக்கு மிகப் பிடித்தமான பணியாக இருந்தது என்பார் அவர், சில சமயங்களில் சுல்தானே ஆசை ஆசையாக அந்த வேலைகளைத் தோட்டியின் கையிலிருந்து பிடுங்கிச் செய்வதுண்டாம், அந்த அறையில் கமழும் தூபத்தின் மணத்தையும், ஏடுகளின் வாசனையையும், படிப்பதற்கான வெளிச்சத்தையும், அதே சமயத்தில் கவனக்குவிப்பை இயல்பாகவே கொண்டுவரும் தனிமையின் அடர்ந்த சாயல் படிந்த இருட்டையும் அளவான விகிதத்தில் உள்ளே அனுமதிக்கும் சாளர அமைப்புகளையும் அய்யங்கார் சிலாகித்துப் பேசுவார், சுல்தான் பிரிட்டிஷ் ராஜ்ஜியம் மட்டுமல்லாது இந்துஸ்தானமே பார்த்து வியக்குமளவிற்கு நிஜாம், மராத்தி, மற்றும் மலபார் சமஸ்தானங்களையும் நடுங்கச்செய்யும் புத்திமானாயும் பராக்கிரமசாலியாயும் இருப்பதற்கு இந்தப் படிப்பறையும் அவர் அதில் புதிய பணக்காரன் வராகன்களைச் செலவழிப்பதைப் போல கணக்கின்றிச் செலவிடும் காலப்பொழுதும்தான் காரணம் என்பார் அவர், சுல்தானின் படிப்பறையை அடுத்து நூலகத்தின் மூன்றாமறை இருக்கிறது, இந்த அறையில்தான் மிகமிகப் பழையவையும் சேதமுற்றவையுமான

ஆயிரக்கணக்கான ஏடுகள் கட்டிவைக்கப்பட்டிருக்குமாம், இப்படியாகப் பட்ட ஏடுகளைப் பல திசைகளிலிருந்தும் கண்டுபிடித்துத் திரட்டிக் கொண்டு வருவதற்கென்றே ஒரு குழு இருக்கிறது, வழக்கொழிந்துபோன, செல்லரித்த, நானாவித விஷயங்களைப் பற்றியும் பேசும் பல அபூர்வமான ஏட்டுச்சுவடிகள் இந்த அறை முழுவதும் இறைந்து கிடக்கும் என்பார் அய்யங்கார், ஒரு நூலகராக அவருடைய முக்கியமான வேலைகளில் ஒன்று இந்த ஏடுகள் அத்தனையையும் படித்து அவற்றைப் பொது வாசிப்பிற்குத் தகுதியான ஏடுகளென்றும், சுல்தானின் வாசிப்பிற்கு மட்டுமே தகுதியான ஏடுகளென்றும் பிரித்து அவருக்குக் கீழ் உதவியாளர் களாக நியமிக்கப்பட்டிருக்கும் மாணவர்களைக் கொண்டு பிரதியெடுக்கச் செய்து முன்னிரு அறைகளுக்கும் கடத்துவது, இந்த இரண்டு பிரிவுகளைத் தவிர அந்த அறையிலேயே தங்கிவிடும் மூன்றாவது பிரிவு ஒன்றும் அங்கே உண்டாம், காலாவதியாகிப்போன, படிக்கத் தேவையில்லாத, விஷய கனமற்ற ஏடுகளென்று ஒரு வரிசை, படித்தால் துர்சகுனங்களையும், குலநாசத்தையும் கொண்டுவரும் மாந்தீரிக ஏடுகளென்று ஒரு வரிசை, இதற்குப் பிறகு சுல்தானின் தகப்பனார் சேகரித்துவைத்துப் படித்து பழையதாகிப்போன ஏடுகளின் வரிசை, ஹைதர் வாசித்த பல ஏடுகளைத் தற்காலச் சிந்தனைகளுக்கு ஒத்துவராதவை என்று அவருடைய மகன் ஒதுக்கிவிட்டாரென்றாலும் தந்தையின் ஞாபகார்த்தமாக அவை செல்லரித்துப்போகாமல் பின்னறையில் பாதுகாக்கப்பட்டுக் கொண்டிருக்கின்றனவாம், இப்படி, ஹைதரின் படிப்பறையிலிருந்து நகர்ந்து அவருடைய மகனின் பழைய ஏடுகளின் காப்பறைக்குள் சென்றுவிட்ட பல ஏடுகளில் ஒன்றுதான் ஸ்வப்னஹள்ளியை அழித்த பனுவல் இடம்பெறும் பிதிர் சஞ்சார மார்க்க போதினி, சுல்தானின் படிப்பறையிலிருந்துகொண்டு அவருடைய பார்வைக்கே அகப்படாமல் பல வருடங்களாக இருட்டுக்குள்ளேயே கிடந்த இந்தப் பழைய ஏட்டின் மற்றொரு பிரதியை எங்கோ படித்து அதன் விஷயங்களைத் தெரிந்து வைத்துக்கொண்டிருந்த அந்த மாஜி சிவன் கோயில் பூசாரி விபூதி (எத்தனையோ வழிமுறைகளில் விசாரித்துப்பார்த்தும் அரண்மனையுடனோ அரண்மனை நூலகத்துடனோ அவன் தன் வாழ்வில் ஒரு முறையேனும் சம்பந்தப்பட்டிருந்ததாக ஒரு தகவல் துரும்பைக்கூட ஒற்றர்களால் பெறவே முடியவில்லை) புதுப் பெண்டாட்டி மோகத்தைப் போல பறங்கிப் படிப்பின் வாசனையில் மயங்கி அதில் தன் பங்கிற்கு ஏராளமான இடைச்செருகல்களையும் செய்து தாசரியின் கையில் தன்னுடைய சொந்தக் கற்பனையென்று கொடுத்திருக்கிறான், வாஸ்தவத்தில் இந்த இடைச்செருகல்கள்தான் தாசரியின் நாவைக் கடித்து அவன் கையில் அந்த வியாசத்தின் இருப்பை ஒற்றர்களுக்குக் காட்டிக்கொடுத்திருக்கிறது, இத்தனை விஷயங்களுடன், வண்டிப் பயணமொன்றைப் பற்றிய ஒருவிதமான கற்பனைச் சித்திரம்தான் அந்த வியாசம் என்று பரவலாகப் பேசப்படுவது ஓரளவிற்கு உண்மைதான் என்பதுவரை விஷயங்களை என்னிடம் சொன்ன அய்யங்கார் அதில் அப்படி என்னதான் எழுதப் பட்டிருந்தது என்பதை மட்டும் நான் எவ்வளவு வற்புறுத்தியும், தன் தொழில் தர்மத்தைக் காரணம் காட்டி, சொல்ல மறுத்துவிட்டார், ஆர்வத்தைக் கிளறும் தகவல்களுக்குப் பிறகு அவர் இப்படி வியாசத்தின்

வாசகங்களைப் பற்றிச் சொல்வதற்கு மறுத்துவிட்டதானது ஓரிரு மாதங்கள்வரையில் அதைக் கண்டுபிடித்தாக வேண்டுமென்கிற வேட்கையை எனக்குள் பிரவகிக்கச் செய்துகொண்டிருந்தது, ஆனால் அவரிடமிருந்து பெற முடியாத விவரங்களை ஹைதரலிகான் காலத்தில் உத்தியோகத்திலிருந்து இப்போது ஓய்வுபெற்றுவிட்ட நூலகர்களிடமிருந்து பெற்றுவிட முடியுமா என்று நான் முயற்சிசெய்து பார்த்தபோது அவர்களுக்கு மூப்பினால் ஏற்பட்டுப்போயிருந்த ஞாபக மறதியின் காரணமாயும், பிரஸ்தாப நூல் நூலகத்தின் இரண்டாமறையில் வைக்கப் பட்டிருந்த பிரத்யேக ஏட்டுச்சுவடியாகவே இருந்துவிட்டதாலும், கூடுதலாக, சிலர் தங்களுடைய பழம்பெருமையைப் பறைசாற்றிக்கொள்ள இது ஒரு சந்தர்ப்பமாயிற்று என்று என்னிடம் அதைப் பற்றித் தெரிந்ததைப் போல நடிக்கவும், சிலர் வேறு நூல்களின் மீதான தங்களுடைய பாண்டித்தியத்தையும் ஞாபகத்தையும் நான் விசாரித்த நூலின் மீது திணிக்கவும், நூலின் பெயராலும், என் கேள்விகளாலும் கிளறிவிடப்பட்ட கற்பனைகளுடன் வேறு சிலர் அதே பெயரில் தங்களுடைய சொந்தக் கற்பனையை என்முன் விரித்து அதுதான் பிதிர் சஞ்சார மார்க்க போதினியென்று என்னை நம்பவைக்கவும் முயற்சித்ததாலும், அது ஒரு போர் நூலென்றும் பயண நூலென்றும் பழங்கதைகளின் தொகுப்பு என்றும் ஜோதிடச் சுவடி என்றும், பலவிதமான, குழப்பமான அபிப்பிராயங்களைத் தவிர என்னால் வேறு உபயோகமான தகவல்கள் எதையும் பெற முடியவில்லை, அதைப் பற்றிப் பரவலாக விசாரிப்பது, பிறப்பால் ஸ்வப்னஹள்ளிக்காரனும், விபூதியின் பால்ய சிநேகிதனுமான என் மேல் சந்தேகத்தையும், அதனால் உயிருக்கு ஹானியையும் கொண்டு வரும் என்று அய்யங்கார் என்னைத் தொடர்ந்து எச்சரித்துக்கொண்டே யிருந்ததால் (அவர் சொன்னார், தண்டனையின் தீவிரம் அதைத் தெரிந்துகொள்ள முயற்சிப்பவனுடைய விதியையும் மறைமுகமாக நிச்சயித்துவிட்டிருக்கிறது) அந்த வழியில் என்னால் தொடர்ந்து இயங்கவும் முடியவில்லை, மேலும் முடிந்துபோன விஷயத்தைப் பற்றிக் கிளறுவானேன் என்று எனக்கும் இரண்டு மாதங்களுக்குப் பிறகு இந்த அலைச்சலின் மீது சலிப்பு ஏற்பட்டுவிட்டது, கிடைத்த தகவல்களே போதுமென்ற திகட்டலும் உண்டாகிப்போனது, அதிகம் போனால் இதெல்லாம் ஓர் ஆர்வத்தின்பேரில் நாமே வலிந்து மேற்கொள்ளும் தேடல்கள்தானே, இதற்காக உயிரைப் பணயம்வைத்து மெனக்கெடுவானேன் என்று என் மனம் சோம்பியிருக்கவும் கூடும், இதற்குள் ஸ்வப்னஹள்ளியைச் சுத்திகரிக்கும் பொறுப்பு என் கைக்கு வந்துவிட்டதால், அதன் ஜனங்களுக்குத் தொடர்ந்து சர்க்காரின் ஆணையைச் சொல்லி உடலாலும் மனதாலும் அவர்களை வெளியேற்றத்திற்கு ஆயத்தப்படுத்தும் வேலையி லேயே, அந்த மண்ணை மிதிப்பதில்லையென்று நான் கொண்டிருந்த சபதத்தால், தொலைவிலிருந்தே அந்த வேலைகளைச் செய்து முடிக்கும் வழிகளை வேறு யோசித்துக்கொண்டே இருக்க வேண்டியிருந்ததில், மூன்று மாதகாலம் என் முழுக்கவனமும் அதிலேயே செலவழிந்துவிட்டது. விசாரணைக்காகக் கொண்டுவரப்பட்ட தாசரிகள் அப்புறம் என்னவானார்கள். அவர்களை மூன்று நாட்களுக்கு முன்தான் விசாரணைக் கூடத்திலிருந்து விடுவித்தோம், ஸ்வப்னஹள்ளியில்

அகப்பட்ட கிழவனைத் தவிர வேறு யாருக்கும் அந்த வியாசத்துடனோ பூசாரியுடனோ எந்தத் தொடர்புமில்லையென்பதை உறுதிசெய்துகொண்ட பின். ஏன் கெளட, ஸ்வப்னஹள்ளியில் பிடிபட்ட அந்தத் தாசரி அரைகுறையாகவேனும் அந்தப் பனுவலை நாவால் உச்சரித்துப் பார்த்திருக்கும் பட்சத்தில், அல்லது விபூதி சொல்ல அதைக் காதால் கேட்டிருக்கும் பட்சத்தில் அவன் ஞாபகத்திலிருந்தே சில நாட்களுக்குப் பிறகு அந்தப் பிரச்சினைக்குரிய வியாசம் விரும்பத் தகாத இடங்களில், குறிப்பாக மலைகளின் மறுபக்கமிருக்கும் அந்நிய சர்க்கார் நிலங்களில் பரவிவிடாதா, நடவடிக்கை பலனளிப்பதாக இருக்க வேண்டுமென்று எதிர்பார்க்கிற பட்சத்தில் நீங்கள் அந்தத் தாசரியைக் கொன்றிருக்கவோ, குறைந்தபட்சம் அவன் நாவையாவது அறுத்தெறிந்திருக்கவோ! அல்லவா வேண்டும். தனிமனிதன் நினைப்பதுபோலில்லை ட்ரிஸ்ட்ராம் சர்க்கார் நினைப்பது, எதிரியிடம் மரணத்தையும் நண்பனிடம் மரணத்தின் மீதான பயத்தையும் விதைப்பதுதான் உண்மையில் சிறந்த தண்டனை, தாசரி இந்தியப் பிரஜை, சுல்தானின் பிரஜை, அவனைக் கொல்வது அவருடைய பிற குடிகளுக்கு அவர் மேல் வெறுப்பை உண்டாக்கிவிடக்கூடும், சர்க்காரைப் பொறுத்தவரையில் மரணம் ஒரு முடிவில்லை, அது, அதற்கு அடுத்த பக்கத்தில் என்ன இருக்கிறது என்று வாசிப்பவனை அறியத் தூண்டும் ஒரு வினோதச் சர்க்கம், தாசரியின் உயிரோ குரலோ ஒடுக்கப்பட்டுவிட்டால், விபூதியின் வியாசம் பற்றின சுவாரஸ்யமும் அதன் மீதான ஊகங்களும் கதைகளும் பன்னூறாகப் பெருகிவிடும், நிஜமான ஒரு பனுவலுக்குப் பதிலாக கற்பனையான பல பனுவல்கள் அதே பெயரில் சுல்தான் சர்க்காருக்குப் பாதகமான வார்த்தைகளை நாடு முழுக்க விதைத்துவிடும், தெரிந்துகொள்கிறவனைக்காட்டிலும் கற்பனைசெய்கிறவனுக்கு அதிகமான விடைகள் கிடைக்கின்றன என்பார்களில்லையா, மரணத்தின் மீதான பயம் அப்படியில்லை, அது அந்தத் தாசரியின் உடலையோ உயிரையோ சேதப்படுத்தாது, ஆனால் அதனுள்ளிருக்கும் முந்தைய ஞாபகங்கள் முழுவதையும் என்றென்றைக்கு மாக அழித்துவிடும், அவன் ஒருபோதும் தான் அறிந்ததைத் தன் நாவால் உச்சரிக்க மாட்டான், ஏறக்குறைய இதுவும் நீங்கள் சொன்னதைப் போல அவன் குரல்வளையைக் கட்டிவிட்ட மாதிரிதான், அவன் மட்டுமன்று, ஆட்சேபணைக்குரிய தகவல்களைச் செவியுற்றவர்களின் விதியாக இனி சீரங்கப்பட்டணம் விசாரணைக்கூடத்தைப் பார்த்துவிட்டுத் திரும்பிய தாசரிகள் அத்தனை பேருமே ஜனங்களின்முன் நடமாடிக் கொண்டிருப்பார்கள், பயம்தான் கதையின் முடிவு, அதன் பின் வாசிப்பதற்குப் பக்கங்கள் எதுவும் கிடையாது, பயத்தைப் படிப்பவர்கள் ஏட்டை மூடிவிடுகிறார்கள். ஆனால் ஸ்வப்னஹள்ளி எரிக்கப்பட்டதன் மூலமாக பாரமஹாலின் கிழக்கெல்லை வரையில் கவனத்திற்குரியதாக ஆகிவிட்டிருக்கும் விபூதியின் வியாசத்தில் உண்மையிலேயே தனக்குச் சாதகமான குறிப்புகள் எதுவும் கிடைக்கக்கூடுமென்று கம்பெனி நம்பும்பட்சத்தில் அதைப் பெறுவதற்கு அதற்கு வேறு வழிகள் இல்லாமலா போய்விடும். அந்தச் சாத்தியங்களையும் மறுக்க முடியாதுதான், விபூதி, மேலும் அவன் இப்போது உங்கள் மதத்தினன், ஆனால் அவனுமே அந்த ஆட்சேபத்திற்குரிய பனுவலைத் திரும்ப உச்சரிக்க மாட்டானென்று

சுல்தானுக்கு மடம் உத்தரவாதமளித்திருக்கிறது. அது வழக்கு முடியும் வரைதானே, தவிரவும் சுல்தான் மறைத்துவிட்டாலும்கூட அந்த வியாசம் அவரை ஏதோ ஒருவகையில் இடைஞ்சல் செய்கிறதென்றால் கம்பெனி அதை எப்படி அவனிடமிருந்து வரவழைக்காமலிருக்க முடியும். வாஸ்தவம்தான், ஆனால் சுல்தானோ கம்பெனியோ விபூதியைப் பேசவைப்பது அல்லது மௌனித்திருக்கச்செய்வதென்பது ஒருபுறம் இருக்கட்டும், ஒரு முறை வாயைத் திறந்து உச்சரித்ததற்கே தன் சொந்த ஊரைப் பாழடித்து, உறவுகளையும் நட்புகளையும் அகதிகளாக அலையும் படி செய்துவிட்ட, தன்னுடைய அந்தக் கற்பனையை (அதில் என்ன இருந்தாலும் நாசமாய்ப் போகட்டும்) திரும்ப யாரிடமாவது சொல்லி இன்னோர் அழிவை உண்டுபண்ண விபூதியே பிரியப்படுவானா. ஏன், அதே காரணத்திற்காகவே, ஏற்கெனவே உங்கள் சர்க்காரில் ஒரு துரோகியென்று அறிவிக்கப்பட்டுவிட்ட அவன் இரவோடிரவாக மலைகளைத் தாண்டி பிரிட்டிஷ் ராஜ்ஜியத்திற்குள் நுழைந்து, அதைக் கம்பெனிக்குச் சொல்லி தன் மக்களை விரட்டியடித்த சுல்தானை வஞ்சம் தீர்த்துக்கொள்ளப் பிரியப்படலாமில்லையா.

ட்ரிஸ்ட்ராமின் இந்த வார்த்தைகளைக் கேட்ட கௌட திடுக்கிட்டுப் போய் ஆழ்ந்த யோசனைக்குள் இறங்கிவிட்டான். அப்போது அன்றைய தினத்தின் கடைசிச் சூரியன் திடீரென்று மலை முகடுகளின் பின்புறமும், முகத்தைப் பார்த்துக்கொள்ள முடியாத இருள் எதிர்பாராதபடி அவர்களிருவரின் நடுவேயும் விழுந்தன. அவர்கள் ரத்னகிரியைத் தாண்டிச் சின்னாற்றங்கரைக்கு வந்துசேர்ந்திருந்த சமயமாய் அது இருந்தது. இனி சரக்குப் பரிவர்த்தனைக்காக வியாபாரிகளின் சங்கம் இரண்டு சர்க்கார்களையும் வேண்டி அனுமதி பெற்று ஏற்பாடு செய்திருந்த, பயணிகளுக்காகக் காத்துக்கொண்டிருந்த பரிசல்களிலொன்றில் ஏறி ட்ரிஸ்ட்ராம் அக்கரை போய்ச் சேர்ந்துவிடலாம். அங்கிருந்து துவங்கும் ஹூடேதுர்க்கம் வனப்பாதையின் வெளிப்புறத்தைச் சுற்றிக்கொண்டு அங்கிருந்து தெற்கு வடக்காக மூன்று காத தொலைவே இருக்கும் ராயக்கோட்டையையும் இரவோடிரவாகவே அடைந்துவிடலாம். ஆனால் ட்ரிஸ்ட்ராமை வழியனுப்ப கௌடவோ விருப்பமில்லாதிருந்தான். அவனுக்கு ட்ரிஸ்ட்ராமிடம் சொல்ல வேண்டிய விஷயங்கள் இன்னும் மீதமிருந்தன. அவன் தன் கையை நண்பனை நோக்கி அசைப்பதற்குப் பதிலாகத் தன் காற்சட்டைப் பைக்குள் நுழைத்து, ட்ரிஸ்ட்ராமை சிப்பாய்களிடமிருந்து விடுவித்த பின் சமஸ்தான எல்லைவரை அவனைப் பாதுகாப்பாகக் கொண்டுவிட்டுவிட்டு வருவதற்காகக் கிளம்பியபோதே கூடாரத்திலிருந்து எடுத்துக்கொண்டுவந்திருந்த, ராஜதானிகளின் அங்கீகரிக்கப்பட்ட தூதுவர்களும் ஹர்க்கராக்களும் வணிகர்களும் மற்றும் முக்கியப் பிரமுகர்களும் சௌகிகளைக் கடந்துசெல்லும்போது கழுத்தில் அணிந்துகொள்வதையொத்த, சிறிய, வாயினுள் அதக்கிக்கொள்ளும் சிறிய குளிகையின் அளவையும் வடிவத்தையும் கொண்டிருந்த, போலி உலோகப் பதக்கமொன்றை வெளியிலெடுத்து அதை ட்ரிஸ்ட்ராமிடம் கொடுத்தான். என்னைப் போன்ற ஒற்றர்களுக்கு இம்மாதிரியான அனுமதித் தகடுகளைத் தயாரித்துக்கொள்ள பக்ஷிகளின் மறைமுகமான அனுமதி உண்டு, ஆனால், ஒற்று வேலையின் ஒரு பகுதிதான் இதுவென்றாலும்

அதிகாரிகள் அதில் தங்களைத் தொடர்புறுத்திக்கொள்ள மாட்டார்கள், பிடிபட்டால் எதிரிகளைத் திருப்திப்படுத்த அதை உபயோகப்படுத்தும் ஒற்றர்களின் தலைகளைத் தயங்காமல் வாங்கியும்விடுவார்கள், சொந்தப் பொறுப்பில்தான் நாங்கள் இவ்வகை வழிகளைத் தேர்ந்துகொண்டாக வேண்டும், அது எங்கள் தலையெழுத்து. ஆனால் கௌட, இதை நான் வாங்கிக்கொள்வது சுல்தானியச் சிப்பாய்கள் என்னை ஓர் ஒற்றனென்று சந்தேகப்பட்டதை உண்மையாக்கிவிடுமே. அருமை ட்ரிஸ்ட்ராம், மனவுறுத்தல்களுக்குச் செவிசாய்ப்பதற்கான தருணமன்று இது, சிப்பாய்களிடமிருந்து நான் உங்களைக் காப்பாற்றிவிட்டதென்னவோ உண்மைதானென்றாலும் மரணாபத்திலிருந்து நீங்கள் இன்னும் விடுபடவில்லை.

ஆனால் வஞ்சகத்தின் வலையொன்றில் தான் சிக்கியிருக்கும் விஷயம் ட்ரிஸ்ட்ராமுக்குமே தெரிந்துதானிருந்தது. தெரிந்துமா ஸ்வப்னஹள்ளிக்கு முதலியார் கும்பலுடன் தனியாக வந்தீர்கள் என்று கௌட ஆச்சரியத்துடன் கேட்டபோது அவன் சொன்னான், இன்று காலை சூரியன் உதயமாவதற்கு முன்புவரையில் நான் ஸ்வப்னஹள்ளிக்குக் காட்டிக்கொடுக்கப்படுவதற்காகவே அழைத்துச்செல்லப்படுகிறேன் என்கிற விஷயம் எனக்குமே தெரியாதுதான், ஆனால் எரிந்துகொண்டிருந்த பெருநெருப்பின் பின்புலத்தில் உன்னுடைய சிப்பாய்கள் நான் பால் வின்ட்டர் இல்லையென்று அறிவித்த அந்தக் கணத்திலேயே நான் அதை முன்பே ஊகித்து ஸ்வப்னஹள்ளிக்குச் செல்லாமல் என்னைத் தப்புவித்துக்கொண்டிருந்திருக்கலாமென்கிற ஞானம் எனக்கு ஏற்பட்டுவிட்டது, மேலும் அதை ஊகித்துக்கொள்ள நிறைய சந்தர்ப்பங்கள் நான் ராயக்கோட்டைக்கு வந்துசேர்ந்த நாளிலிருந்தே எனக்குக் கிடைத்துக் கொண்டிருந்தன என்பதையும் அப்போதுதான் அறிந்துகொண்டேன், குரல்களுக்குள்ளும் வரிகளுக்குள்ளும் ஒளிந்திருக்கும் தீய ஆவிகளை வெளிப்படுத்தும் வித்தையொன்றை என் மெட்றாஸ் நண்பர் ஒருவர் எனக்கு ஓரளவு கற்றுக்கொடுத்திருந்தும் நான் அதைப் பிரயோகித்தபோது துரதிர்ஷ்டவசமாக காலம் கடந்துவிட்டிருந்தது. வரிகளுக்குள் ஒளிந்திருக்கும் தீய ஆவிகள், ட்ரிஸ்ட்ராம், நீங்கள் கவிதையியலில் இறைச்சி என்றழைக்கப்படும் விஷயத்தைப் பற்றி வேறோர் வழியில் பேசிக்கொண்டிருக்கிறீர்கள் என்று நினைக்கிறேன், உங்களிடம் நண்பர்களைப் போல நடித்துக்கொண்டிருந்தவர்கள் தங்களுடைய உரையாடல்களில் மறைமுகமாக உங்களுக்கான எச்சரிக்கையைப் பொதிந்து வைத்திருந்தார்களென்று நீங்கள் சொல்ல வருகிறீர்களென்றால் அது இங்கே ஏற்கெனவே புலவர்களால் பயிலப்பட்டுவரும் ஒரு சாதாரண உத்திதான். நீ குறிப்பிடும் இறைச்சி பற்றிய அறிவு எங்கள் தேசத்திலும் கவிதையில் பயிலப்பட்டுக்கொண்டுதானிருக்கிறது கௌட, உதாரணமாக நீ சொன்ன விபூதியின் வியாசத்தின் உட்கிடையாக விசாரணை மன்றம் கண்டுபிடித்தது இறைச்சி சம்பந்தப்பட்ட விஷயத்தைத்தான், ஆனால் கிரிஃபித் என்கிற என் நண்பர் பயின்றுகொண்டிருந்த முறை இதிலிருந்து முற்றிலும் வேறானது, உரையாடலுக்குள் இறைச்சியை வைத்துப் பேசுபவன் அதன் வெளிப்பொருள், உட்பொருள் என்கிற இரண்டுக்குமே தானே பொறுப்பாளியாக இருக்கிறான் என்பதுதான் இறைச்சியியலின்

அடிப்படை, ஆனால் கிரிஃபித் உரையாடல்களிலிருந்து கண்டுபிடிக்கும் செய்திகளுக்கு அதைப் பேசிக்கொண்டிருப்பவன் பொறுப்பேற்றுக் கொள்ளவே முடியாது, அது அவனுடைய பிரக்ஞையின்றியே வார்த்தைகளிலிருந்து வெளிப்படுவது, அவனே விரும்பினாலும் அதை அவனால் தடுத்து நிறுத்த முடியாது, காரணம் அந்தப் பொருளை, அதைப் பொருள் என்றுகூடச் சொல்ல முடியாது, அது அவனுக்குள்ளிருந்து பேசும் வேறொரு குரலைப் பற்றி எதிரில் இருப்பவனுக்கு அடையாளம் காட்டும் ஒருவிதமான சமிக்ஞை, அவ்வளவுதான், அதை வார்த்தை களுக்குள் வைப்பவன் அவனன்று, மாறாக அவனுடைய இறந்துபோன மூதாதையர்களின் ஆவிகள், இந்த ஆவிகளைக் கண்டுபிடிக்கத்தான் கிரிஃபித் எனக்கு ஓரளவிற்குக் கற்றுத்தந்தார் என்கிறேன், அந்த வகையில் தான் என்னை ஸ்வப்னஹள்ளிக்கு அழைத்துவந்த பல்குணம் முதலியார் என்கிற ராயக்கோட்டை பட்டேலும், ஷெஸ்லர் என்கிற சர்க்கார் தானியக்கிடங்குக் காப்பாளரும், கெங்கம்மா என்கிற ஒரு பணிப்பெண்ணும் தங்களையறியாமலேயே தங்களுடைய செயல்கள் மூலமும் பேச்சுகளின் மூலமும் என்னைத் தங்கள் பாதையிலிருந்து விலகிச்செல்லும்படி சொல்லிக்கொண்டே இருந்திருக்கிறார்கள், நான் மட்டும் சற்று ஊன்றிக் கவனித்திருந்தால் அந்தச் சமிக்ஞைகளைத் தெளிவாகப் பிரித்தறிந்து கொண்டிருந்திருக்கலாம், மேலும் அந்தச் சமயத்தில் அவர்களுடைய உரையாடல்களின் மறைபொருளில் என்னைப் பயமுறுத்தும் நோக்கமும் இருந்திருக்கவில்லை, ஆனால் தங்களுடைய அசைவுகள் அப்படியொரு செய்தியை வெளிப்படுத்திக்கொண்டிருக்கின்றன என்பதை அவர்களே அறிந்துகொண்டிராத நிலையில் நான் அதைப் புரிந்துகொள்வதற்கான அழுத்தம், அவர்கள் என்னைக் கொலை செய்ய வேண்டுமென்று முடிவு செய்திருக்கக்கூடிய கணம்வரையில், எனக்குக் கிடைக்காமல்போய்விட்டது. சற்று புரியும்படியாகச் சொல்லுங்கள் ட்ரிஸ்ட்ராம். சொல்கிறேன் கௌட, ராயக்கோட்டைக்கு வந்துசேர்ந்த நாள் முதலாகவே நான் தங்கியிருந்த பல்குணம் முதலியாரின் வீட்டு வேலைக்காரப் பெண்ணான கெங்கம்மா விருந்தோம்பல் என்கிற பெயரில் என் நடவடிக்கைகளை விடாமல் கண்காணித்துக் கொண்டிருப்பதற்காகவும், அவர்களுடைய, ஆட்சேபத்திற்குரிய ஏதோவொரு செயலின் எல்லைக்குள் நான் பிரவேசித்துவிடாமல் என்னைச் சேய்மையிலேயே வைத்திருப்பதற்காகவும், அமர்த்தப்பட்டிருந்தாள், ஆனால் அதை ஓர் அன்புத் தொல்லையென்று கருதிக்கொண்டிருந்த நான் அது அப்படியில்லை என்பதை ஸ்வப்னஹள்ளி யில் வைத்துத்தான் தெரிந்துகொண்டேன், அந்தப் பெண் கெங்கம்மா நான் ஸ்வப்னஹள்ளிக்குப் புறப்படுகையில் என்னைப் போக வேண்டா மென்று தடுத்ததை இணைத்துப்பார்த்து இதை நான் பிறகு புரிந்துகொள்ள வேண்டியிருந்தது, ஸ்வப்னஹள்ளியில் எனக்கு ஆபத்து ஏதேனும் ஏற்படுகிற பட்சத்தில் என்னுடைய நண்பர்கள் என்னைக் கைவிட்டுவிட மாட்டார்கள் என்று நான் அவளிடம் சொன்னபோது அவள் அது அத்தனை வெளிப்படையானதில்லை என்று சொல்லிப் பெருமூச்சு விட்டுக்கொண்டாள், அப்படியானால் நான் கொலை செய்யப்படப் போகிறேனென்பது அவளுக்கு முன்பே தெரியும், எனில் முதலியாரின் குற்றங்களில் அவளுக்கும் பங்கிருக்கிறது, எனில், அந்த வழியில்

அவளுடைய விடாப்பிடியான உபசரிப்புகளையும் ஒரு கண்காணிப்பாக நான் புரிந்துகொள்வதில் தவறேதுமிருக்க வாய்ப்பில்லை அல்லவா. கெங்கம்மா முதலியாரின் கையாளாக இருக்கிற பட்சத்தில் கொலைத் திட்டத்தை ஏன் உங்களிடம் சொல்லி உங்களை ஸ்வப்னஹள்ளிக்குச் செல்வதிலிருந்து தடுக்க அவள் முயற்சிக்க வேண்டும், மேலும் அவள் அதை ஏன் உங்களிடம் சூசகமாகச் சொல்ல வேண்டும், மெய்யாகவே உங்களைக் காப்பாற்றும் விருப்பமிருந்தால் அவள் அதைப் பகிரங்கமாகவே சொல்லியிருக்கலாமே. சிந்தனைகளைச் செயற்படுத்தும் வழிகள் அத்தனை செப்பமானவையல்ல கௌட, கெங்கம்மாவின் தாய் வாழ்க்கைக்காகப் போராடிக்கொண்டிருந்தபோது ஏதோ ஒரு வழியில் முதலியாருடைய உதவி அவர்களுக்குக் கிடைத்திருக்கிறது, பிரிட்டிஷாரால் சுல்தான் சமஸ்தானத்திற்குள் அவர் தன்னுடைய சொத்துகளையெல்லாம் விட்டுவிட்டுத் துரத்தப்படவிருந்த காலகட்டம்வரையில் அவர் மீனா என்கிற தன் செல்ல மகளின் விருப்பத்திற்காகவேனும் கெங்கம்மாவுக்கு ஒரு நிறைவான பெதும்பைப் பருவத்தை அளித்திருக்கிறார், பிறகு தனக்கு உதவி செய்யும்படி, அவள் தானே தன் உடலை வேறு வழியின்றி அவர் அழைத்துவரும் அந்நியர்களுக்குப் பரிமாறும்வண்ணம், தாழ்மை யுடனேயே அவளைக் கேட்டுக்கொண்டுமிருந்திருக்கிறார், கெங்கம்மா அறிவாற்றலும் செயல்திறனும் மிக்க ஒரு பெண், ஆனால் ஒரு பறையினப் பெண்ணின் ஆற்றல்களை இங்கே யாரும் கவனத்தில் எடுத்துக்கொள்வ தில்லை, முதலியாரோ ஏதோவொரு விதத்தில் அவளுடைய திறமைகளுக்கு அவரையறியாமலேயே இன்றுவரை மதிப்பளித்துக்கொண்டிருக்கிறார், கெங்கம்மாவிற்கு இதனால் முதலியார் மேல், அவர் தன் ரகசியங்களை அவளை நம்பி ஒப்படைக்கும் அளவிற்கு ஒரு வெறுப்புக் கலந்த விசுவாசம் இருக்கிறது, அதேசமயத்தில் அவளை ஒரு லாகிரி வஸ்துவாக உபயோகப் படுத்த மறுத்ததோடு அவளைக் கண்டு பயந்து ஒளிந்துகொண்டுமிருந்த முதல் மனிதனான என் மேலும் அவளுக்கு ஒருவிதமான நன்றியுணர்வும் பரிவும் இருந்திருக்கிறது, கௌட, அவள் என்னைக் காப்பாற்ற விரும்பினாள், அதேசமயத்தில் தன் எசமானனைக் காட்டிக்கொடுக்கவும் அவள் விரும்பவில்லை, எனவேதான் முதலியாரின் சதித் திட்டத்தை அவளால் என்னிடம் இறைச்சிக் குறிப்பாகவன்றி பகிரங்கமாகச் சொல்ல முடியவில்லை. சரி ட்ரிஸ்ட்ராம், அந்த முதலியாரும் ஷெஸ்லர் என்று உங்களால் குறிப்பிடப்பட்ட உங்களினத்தவரும் உங்களைக் கொலை செய்ய ஏன் முயற்சிக்க வேண்டும், எந்த விதத்தில் அவர்களுக்கு நீங்கள் உபத்திரவமாக இருந்தீர்கள். அதுதான் எனக்குத் தெரியவில்லை கௌட, முதலியார் பராமரித்துக்கொண்டிருக்கும் வரி வசூலிப்புக் கணக்குகளை ஆராய்ந்தவரையில் அவர் ஏய்ப்பு வேலைகள் எதையும் செய்திருப்பதாக எந்தக் கணக்கும் எனக்குச் சொல்லவில்லை, அவர் வசூலித்த வரிகளுக்கும் தாசில்தாரிடம் ஒப்படைத்த நிலுவைகளுக்கும் போதுமான வரவுச் சிட்டைகள் இருக்கின்றன, எண்கள் பிரமாதமாக ஒன்றுடன் ஒன்று பொருந்திப்போகவும் செய்கின்றன, இதைத் தவிர அவர் தனக்குமுன் பட்டேலாக இருந்தவர் கச்சேரிக்குச் செலுத்தாமல் வைத்திருந்த நிலுவைகளைக்கூடச் சேர்த்துக் கட்டிக் கணக்கை நேர் செய்திருக்கிறார், இந்தக் கணக்குகளை ஆராய்வதற்காகத்தான் நான் இங்கே அனுப்பப்

பட்டிருக்கிறேன் என்பதுவும் முதலியாருக்குத் தெரியும், என் பணி இன்றோடு முடிந்துவிட்டதாகச் சர்க்கார் அறிவித்துவிடும் பட்சத்தில் முதலியாரைப் பற்றி நல்லவிதமான அறிக்கையொன்றைச் சமர்ப்பிப்பதோடு தான் அதை நிறைவு செய்வேனென்று இப்போதும் என்னால் நிச்சயமாகச் சொல்ல முடியும், பிறகு அவர் என்னிடம் பகைகொள்ள என்ன காரண மிருக்கும் என்று நானும் திரும்பத் திரும்ப யோசித்துப்பார்க்கிறேன், விடையொன்றும் புலப்படவில்லை, ஆனால் ஸ்வப்னஹள்ளியிலிருந்து உன் கூடாரத்திற்கு வந்துகொண்டிருக்கும் வழியில் அனாதையாக விடப் பட்டு, வலியைக்கூட உரக்கக் கூவாமல் ரகசியமாக எரிந்துகொண்டிருந்த முதியவர்களின் உடல்களை நான் பார்க்க நேரிட்டபோது எனக்கென்ன தோன்றிற்றென்றால் என்னையுமறியாமல் ஏதோவொரு விதத்தில் முதலியாருடைய ஏதோவொரு குற்றச் செயலின் மத்திய பாகத்தை என் பேச்சாலோ செயலாலோ அவருக்கு என்னிடத்தில் பயம் உண்டாகும் வண்ணம், நான் தொட்டுவிட்டிருக்கிறேன் என்று, அதுவும் மிகச் சமீபமாகத்தான், ஏனென்றால் துவக்கத்தில் ஸ்வப்னஹள்ளிக்கு என்னைக் கூட்டிக்கொண்டு செல்ல, அதனால் ஏற்படும் ஆபத்துகளை முன்வைத்து, முதலியார் மறுத்துவிட்டிருந்தார், நானும் அதைப் பற்றிப் பிறகு பேசவேயில்லை, பிறகு அவரே முயற்சித்துத் திருட்டுத்தனமாக என்னை அங்கே அழைத்துச்செல்ல ஏற்பாடுகளைச் செய்துவிட்டார், முதலியார் மறுத்ததற்கும் அழைப்பு விடுத்ததற்குமிடையில் நான் அவருடைய குற்றம் எதையோ என்னையுமறியாமல் கண்டுபிடித்திருக்கிறேன், அது என்னுடைய இருப்பைத் தன்னுடைய ஆபத்தாக உணரும்படி அவரை வற்புறுத்தியிருக்கிறது, ஆமாம், இதை இப்படித்தான் யோசிக்க முடிகிறது, துவக்கத்தில் முதலியார் என்னைத் தன் வழியிலிருந்து விலக்க மட்டுமே முயற்சித்திருக்கிறார் என்பதும் உறுதியான விஷயம்தான், ஏனென்றால் ராயக்கோட்டைக்கு வந்த சில நாட்களுக்குப் பிறகு அவர் என்னைத் தன் மாமனாரின் கிராமமான கெலமங்கலத்திற்கு அழைத்துப்போய் பத்திரமாகத்தான் கூட்டிவந்தார். நீங்கள் கண்காணிக்கப்பட்டிருக்கிறீர்கள் என்பதையும், காட்டிக்கொடுத்து உங்களைக் கொலை செய்ய முயற்சித் திருக்கிறார்கள் என்பதையும் தெரிந்துகொண்டதைப் போலவே உங்களைத் தங்களுடைய வழியிலிருந்து விலக்க மட்டும்தான் அவர்கள் முயற்சித்துக் கொண்டிருந்தார்கள் என்பதையும் ஸ்வப்னஹள்ளியில்தான் தெரிந்து கொண்டீர்களா. ஆமாம், சம்பந்தமற்றவை போல கூறப்பட்டுக்கொண்டே வரும் பலப்பல வார்த்தைக்கூறுகள் ஒரு கதையின் முடிவில் புதிய விளக்கங்களைப் பெறுவதைப் போல இன்று காலை சாவுக்கு முகத்தைக் காட்டிக்கொண்டு நின்ற அந்தச் சில மணிநேரங்களுக்குப் பிறகுதான் முன்பு நடந்த பல சம்பவங்கள் என்னிடம் சொல்லிக்கொண்டிருந்தது என்ன என்பது ஒன்றன்பின் ஒன்றாக என் புத்திக்குள் உறைக்கவாரம்பிக்கிறது, முதலியார் என்னை கெலமங்கலத்திற்கு அழைத்துச்சென்றார் என்று சொன்னேனல்லவா, அங்கிருந்து திரும்பிவந்த பிறகு நான் வெளியுலகு பற்றின பிரக்ஞையற்றவனாகத் தொடர்ந்து மூன்று நாட்கள் தூங்கிக் கொண்டிருந்தேன், அதாவது தூங்க வைக்கப்பட்டேன், அந்த மூன்று நாட்களில் நான் தங்கியிருந்த, பல்குணம் முதலியாரின் மாளிகையான மீனவிலாஸத்தில் நடந்த எந்தவொரு விஷயமும், அப்படி ஏதாவதொன்று

436 பா. வெங்கடேசன்

அங்கே நடந்திருக்குமானால், எனக்குத் தெரியச் சந்தர்ப்பமேயில்லை. அப்படியொரு தூக்கத்தை நீங்கள் சந்தேகப்படவில்லையா. சந்தேகப் பட்டேன், ஆனால் விடை தெரியாததாலும், உடனடியாகப் பாதகமான விளைவுகள் எதையும் அது கொண்டுவராததினாலும் சந்தேகத்தைப் பின்தொடர்ந்து செல்வதை விட்டுவிட்டேன், ஆனால் கௌட, ஒரு வேடிக்கை என்னவென்றால் அதையுமேகூட கெங்கம்மா எனக்குப் பின்பொருமுறை தெரியப்படுத்தத்தான் செய்திருக்கிறாள், அதுவும் அவளையறியாமலேதான், அவள் எனக்குச் சொன்ன ஒரு கதையில் செல்லி என்கிற அவளுடைய தாய் ஒரு பிராமணப் பேடியை மணம் புரிந்துகொண்டு, கஷ்டப்பட்டு, லவணர்களின் கூட்டத்தில் சேர்ந்து நாடோடியாய்த் திரிந்து, கடைசியில் தன் இனத்திற்கே திரும்பவந்து விடுகிறாள், இந்த செல்லியை, அவள் தன்னை அணுகுவதிலிருந்து விலக்கி மயக்கத்தில் வைப்பதற்காக அவளுடைய கணவன் அபின் கலந்த தாம்பூலச்சுருளைத் தயாரித்துக் கொடுப்பான் என்று ஒரு தகவல் கதையில் வருகிறது, என் மேல் பரிவுகொண்ட கெங்கம்மாவின் மனம் அபின் கலந்த பண்டம் தன்னை மறந்த உறக்கத்தைக் கொடுக்கும் என்கிற இந்தச் செய்தியை எனக்குச் சூசகமாகத் தெரிவிப்பதற்காகவே செல்லியின் கதையைத் தன்னையறியாமலேயே தேர்ந்தெடுத்துக் கொண்டதோ என்று எனக்கு இப்போது சந்தேகமாக இருக்கிறது, ஏனெனில் இந்தச் செய்தியோடு கெலமங்கலம் சென்றுவிட்டு வந்த அன்று இரவு எனக்குக் கெங்கம்மாவின் கையால் கொடுக்கப்பட்ட பாலின் சுவையையும் மணத்தையும் நினைவிற்குக் கொண்டுவந்துபார்த்தால் அதில் அபின் கலந்திருக்க நூற்றுக்குத் தொண்ணூற்றொன்பது விழுக்காடு வாய்ப்பிருக்கிறது, இதைத் தவிர, செல்லி தன் கணவனால் பெற முடியாத கர்ப்பத்தை வேறு சிலரால் பலவந்தமாகப் பெற்றுக்கொள்ள நேர்ந்ததை நான் என்னையுமறியாமல் முதலியாருக்கு விருப்பமற்ற வழிகளில் ஆபத்தான ரகசியங்களைப் பற்றிய அறிவைப் பெற்றுவிடக்கூடும் என்பதற்கான எச்சரிக்கையாயும், செல்லியின் கணவன் தன்னால் பெறப்படாத குழந்தை சாவுக்கு ஒப்பான அவமானத்தைத் தனக்குப் பெற்றுத்தருமென்று அவளிடமிருந்து நாகரிகமான முறையில் பிரிந்து சென்றதை எனக்கு ஆபத்தை விளைவிக்கக்கூடிய, குற்றங்கள் பற்றின அறிவைச் சேகரித்துக்கொள்வதைத் தவிர்த்துவிட்டு முதலியாரை நட்புடனேயே பிரிந்து அப்பால் சென்றுவிடுவதே என் உயிரைக் காப்பாற்றிக்கொள்ளும் வழியாக இருக்குமென்பதற்கான குறிப்பாயும் கெங்கம்மா தன் கதைக்குள் பொதிந்துவைத்திருந்தாள் என்றும்கூட நான் புரிந்துகொள்ளச் சாத்தியங்கள் இருக்கத்தான் செய்கின்றன, அன்று மட்டும் நான் சற்று யோசித்திருந்தேனேயானால் கெங்கம்மா சொன்ன செல்லியின் நீண்ட கதையிலிருந்த எனக்கான இந்தக் சமிக்ஞைகளை நான் அன்றே கண்டுபிடித்திருக்கலாம், அப்போது என் மனதில் அவளுடைய பேச்சும், அவளுக்கு நான் பரிசாகக் கொடுத்த நகையை அவள் கழற்றி அருகிலிருந்த கிணற்றுக்குள் வீசியெறிந்துவிட்ட செய்கையும் சில புகைமூட்டமான சந்தேகங்களை எழுப்பிக்கொண்டு தானிருந்தன, மேலும் அன்று நானுமே எதையும் சந்தேகப்படும் மனநிலையில்தான் இருந்தேன், அதற்கு இரண்டு காரணங்களிருந்தன,

ஒன்று கெங்கம்மா குடியிருக்கும் ராமஞ்சேரிக்கு வருவதற்கு முன்பு நான் ஷெஸ்லருடன் கடைத்தெருவில் உலாவிவிட்டு மீனவிலாஸத்திற்குத் தான் திரும்பிக்கொண்டிருந்தேன், ஆனால் கோட்டைத் தெருவின் முனையை நான் அடைந்த கணத்தில், அதன் மறுகோடியிலிருந்த அந்த வீட்டின் முகப்பில் அச்சுறுத்தும் சில மனித நிழல்களை என் கண்கள் கண்டன, அதே கணத்தில் அந்த வீட்டை நோக்கிச் செல்வது ஆபத்து என்கிற எண்ணமும் திடீரென்று என் மனதில் எழுந்தது, நான் யாரும் என்னைப் பார்ப்பதற்கு முன் ராமஞ்சேரியை நோக்கித் திரும்பி நடந்து விட்டேன், ஆனால் அந்த வினோத உணர்விற்கு எந்தக் காரணமும் இல்லையென்றும், அந்த நேரத்தில் நான் இருந்த பலவீனமான உடல்நிலை யின் காரணமாகவே அப்படிப்பட்ட மாயத் தோற்றங்கள் என்முன் தோன்றின என்றும் நான் நினைத்ததால் அதைப் பற்றி தொடர்ந்து யோசிப்பதைத் தவிர்த்துவிட்டேன், அதே நாளிலேயே நான் என் உள்மனதின் குரலைப் பொருட்படுத்தாதிருந்துவிட்ட இன்னொரு சம்பவமும் நடந்தது, மீனவிலாஸத்திற்குத் திரும்புவதற்கு முன் நான் ஷெஸ்லரின் அழைப்பிற்கிணங்கி அவர் வீட்டிற்கு விருந்தினனாகச் சென்றிருந்தேன், தன் கையால் சமைத்த ருசிமிக்க இரவு உணவை ஆடம்பரமான மேசையின் மேல் பரிமாறிக்கொண்டிருந்த வேளையில் ஷெஸ்லர் அவரும் முதலியாரும் ராயக்கோட்டை மலையின் உச்சியில் இருக்கும் இரண்டு சுனைகளுக்கடியில் இருப்பதாக நம்பப்படும் ஒரு சொர்ணப் புதையலைத் தேடியலைந்து அதற்காக நான்கு அப்பாவி மலைக்குடிகளைப் பேய்களின் கைகளில் சாகக்கொடுத்த பிறகு மனந்திருந்திய கதையை எனக்குச் சொன்னார், அந்தக் கதையை அவர் முடித்த சமயத்தில் அதில் நான் ஏதோவொரு விதத்தில் சம்பந்தப் பட்டிருப்பதான உணர்வு என்னுள் எழத்தான் செய்தது, என்றாலும், வழக்கம்போலவே, அதையும் நான் பெரிதாகப் பாராட்டிக்கொள்ளவில்லை, இப்போது அந்தச் சம்பவத்தை அசைபோடும்போது என்ன தோன்றுகிற தென்றால் ஷெஸ்லர் வலிந்து தன்னையும் முதலியாரையும் ஒரு மாஜி அயோக்கியர்கள் என்று என்னிடம் தெரியப்படுத்திக்கொண்டதற்குக் காரணம் (மிகவும் அவசியம் ஏற்பட்டாலொழிய தங்களுடைய தனிப்பட்ட வாழ்க்கைக் கதைகளைப் பற்றியும் துயரங்களைப் பற்றியும் மற்றவர்களிடம் பிரஸ்தாபிக்கும் பழக்கம் பொதுவாக ஆங்கிலேயர்களுக்குக் கிடையாது) அதை ஒப்புக்கொள்ளுமளவிற்குத் தங்களை நேர்மையுள்ளவர்களாகக் காட்டிக்கொள்வதன் மூலம், இப்போது தாங்கள் அப்படியில்லையென்று என்னை நம்ப வைக்கத்தானோ என்று, பாவ மன்னிப்புக் கேட்டுக் கொள்ளும் ஒருவன் அப்படிக் கேட்கிறானென்கிற ஒரு காரணத்தாலேயே பரிசுத்தவானாகிவிடுகிறான் என்பதுதானே திருமறை வாக்கு.

நீங்கள் பேசுவதைக் கேட்கக் கேட்க எனக்குக் குலை நடுக்கம் ஏற்படுகிறது ட்ரிஸ்ட்ராம், இப்போது என்ன செய்யப்போகிறீர்கள், நீங்கள் தெரிந்துகொண்டவற்றை முன்வைத்து முதலியார், ஷெஸ்லர் மற்றும் கெங்கம்மா ஆகியவர்களின் நடவடிக்கைகளை ரகசியமாகவாவது கண்காணிக்கும்படி சர்க்காரிடம் கேட்டுக்கொள்ளப் போகிறீர்களா. அது எப்படி முடியும் கௌட, நான் இப்போது உன்னிடம் சொன்ன எந்த

ஊகத்திற்கும் ஸ்தூலமான சாட்சிகள் எதுவும் கிடையாது, அது ஒருபுறம் இருக்க, தார்மீகரீதியாகவே அது சரிதானா, ஏன் நான் சொன்னவை அனைத்தும் என்னுடைய கற்பிதங்களாகவே இருக்கக் கூடாது, ஏன் நான் என் எதிரிகள் என்று நினைப்பவர்கள் உண்மையிலேயே பழியேதும் அறியாதவர்களாக இருக்கக் கூடாது, முதலியாருடைய விருந்தோம்பலும், ஷெஸ்லருடைய கசிவும் ஏன் கபடமற்ற மனங்களின் வெளிப்பாடுகளாகவே இருந்திருக்கக் கூடாது, காலையில் என்னைப் பற்றி உங்கள் சிப்பாய்களுக்குத் தகவல் சொன்னது யார், முதலியாரா அல்லது ஷெஸ்லரா. இருவருமே இல்லை, ஒரு தரகன், ஆனால் அவன் முதலியாரால் நியமிக்கப்பட்டவன்தான். பார், அந்தத் தரகன் ஏன் முன்பே பால் வின்ட்டர் என்கிற ஒரு சிப்பாயை அறிந்தவனாயிருந்து, என்னைக் கண்டதும் நான் அவனில்லையென்பதைத் தெரிந்துகொண்டு, சில வெள்ளிக் காசுகளுக்கு ஆசைப்பட்டு முதலியாருக்கே தெரியாமல் என்னை உன் சிப்பாய்களிடம் காட்டிக்கொடுத்திருக்கக் கூடாது, கோட்டைத்தெரு முனையிலிருந்து மீனவிலாஸத்தின் வாசலில் நான் பார்த்த மர்ம நிழல்களுக்கு முதலியார் எப்படிப் பொறுப்பேற்க முடியும், அவர் என்னை அந்த நேரத்தில் வர வேண்டாமென்று கட்டளையெதுவும் இட்டிருக்கவில்லையே, ஒருவேளை இதெல்லாம் என் கற்பிதங்களாகவே இருந்து இதனடிப்படையில் நான் முதலியாரையும் ஷெஸ்லரையும் கண்காணிக்கும்படியோ விசாரணை செய்யும்படியோ க்ரஹாமை என் அரண்மனைச் செல்வாக்கைப் பயன்படுத்தித் தூண்டிவிடும்பட்சத்தில் முதலியார் மனைவியின் மனமும், சிறு குழந்தையான மீனாவின் மனமும் என்ன பாடுபடும், அப்போது நான் உண்ட வீட்டிற்கு இரண்டகம் செய்தவனென்கிற தீராத பழியைப் பெற்றுவிட மாட்டேனா. அடக் கடவுளே, எதிரிகள் என்ன குற்றம் செய்கிறார்கள் என்று தெரிந்தால் ஒன்று அவர்களைக் கையுங்களவுமாகப் பிடித்துத் தண்டித்துவிடலாம், அல்லது சந்தடியில்லாமல் அந்த வட்டத்திலிருந்து விலகியாவது வந்துவிடலாம், எங்கே பொறிகள் பதுக்கப்பட்டிருக்கின்றன என்று தெரிந்துகொள்ள முடியாத பாதையில் தொடர்ந்து நடந்துபோய்க்கொண்டேயிருக்க உத்தரவிடப்பட்ட ஒரு முன்வரிசைச் சிப்பாயைப் போல நீங்கள் அவர்களுடன் நெருங்கவும் முடியாமல் விலகவும் இயலாமல் பழகிக் கொண்டேயிருக்க விதிக்கப்பட்டிருப்பதை நினைத்தால் எனக்குக் கவலையாயிருக்கிறது ட்ரிஸ்ட்ராம், எந்த ஆபத்திலிருந்தும் உங்களைக் காப்பாற்றுவதாய் நான் எலினாருக்கு, இறந்துபோன, இரக்கத்திற்குரிய மருத்துவர் நிகோலஸ் உள்பட தெ வில்லி உணவகத்தில் அமர்ந்திருந்த பலரையும் சாட்சியாக வைத்து வாக்குக் கொடுத்திருக்கிறேன், ஆனால் இப்போது இந்த எல்லைக்கு அப்பால் இருந்துகொண்டு எப்படி உங்களை என் கவனிப்பில் நிறுத்திக்கொள்வதென்று தெரியாமல் குழப்பமடைகிறேன், ட்ரிஸ்ட்ராம், குற்றத்தின் வாசனையை உணர்ந்த கணமே நீங்கள் நான் கொடுத்த பதக்கத்தைப் பயன்படுத்தி பிரிட்டிஷ் சர்க்காரின் எல்லையிலிருந்து வெளியேறி மைசூருக்குள் நுழைந்துவிடுவதாக எனக்கு வாக்குக் கொடுக்க வேண்டும், உங்களவர்களுடைய துணையைப் பெறப் போதுமான ஆதாரங்களைத் திரட்டுவதற்கு உங்களுக்கு அவகாசம்

கிடைக்குமா என்று எனக்குச் சந்தேகமாக இருக்கிறது, எனவே என் வேண்டுகோள், எதிரிகளைக் கையாளுவதற்கு முன்னால் உங்களை நீங்கள் பாதுகாப்பான தொலைவில் நிறுத்திக்கொள்ள வேண்டும், மைசூர் எல்லைக்குள் நீங்கள் நுழைந்த கணமே எங்கேயிருந்தாலும் உங்கள்முன் தோன்றிவிட வேண்டியது என்னுடைய பொறுப்பு.

சொக்க கௌடவின் பதக்கமும் உறுதிமொழியும் ட்ரிஸ்ட்ராமின் அச்சமடைந்திருந்த மனதிற்கு ஆறுதலையும் தைரியத்தையும் அளிக்க வல்லனவாக இருந்தன. பாரீஸ் விஜயத்தின் பிரதான நோக்கம் வெற்றி யடையவில்லையாயினும் அது முற்றிலும் வியர்த்தமான பயணமன்று என்று எலினார் வாதிட்டுக்கொண்டேயிருந்தது எத்தனை உண்மை என்று ட்ரிஸ்ட்ராம் வியப்புடன் எண்ணிக்கொண்டான். பிறகு கௌடவிற்கு நன்றி கூறிவிட்டு அவன் தன் குதிரையுடன் பரிசலொன்றில் ஏறி அக்கரைக்குப் பயணமானான். கௌட தன் குதிரையை ரத்னகிரியிருந்த திசையை நோக்கித் திருப்புவதற்கு முன் ட்ரிஸ்ட்ராமிடம் தான் அவனுக்களித்த உலோகப் பதக்கத்தை உயிராபத்து ஏற்பட்டிருப்பதாக அவன் உணர்கிற சமயத்தில் மட்டுமே பயன்படுத்த வேண்டுமென்று கேட்டுக்கொண்டான். ட்ரிஸ்ட்ராமும் அவ்வண்ணமே செய்வதாக அவனுக்கு வாக்களித்தான். பதக்கத்தைக் கையில் வாங்கிய கணத்திலிருந்தே அவனுடைய நாசி அடிவயிற்றிலிருந்து எழுந்த கடலோடிகளின் நோய் மணத்தை அவனுடைய சம்மதமின்றியே சுவாசிக்கத் தொடங்கிவிட்டது.

மூன்றாம் பத்து

ட்ரிஸ்ட்ராம் அறிந்திராத, நீலகண்ட சாஸ்திரியின் பிறிதோர் நூல் சொல்லும் வெண்ணந்தக நோய்க்கான மருந்தின் இறுதி விதி

விபூதி

ட்ரிஸ்ட்ராம் ராயக்கோட்டையை அடைவதற்குச் சில மணி நேரங்களுக்கு முன்புதான் மற்றவர்களும் ஊர் திரும்பியிருந்தார்கள். சிப்பாய்களின் பின்னே அவன் சென்று கொண்டிருப்பதைப் பார்த்தபடி கைகளைப் பிசைந்து கொண்டிருந்தார்களேயொழிய அப்போது அவர்கள் யாருக்குமே என்ன செய்ய வேண்டுமென்பது தெரியவில்லை. ஆனால் முதலியாரின் செல்வாக்கோ அவர்களுடைய இறைஞ்சல்களோ அவனை இழுத்துச்செல்கிறவர்களின் மனதை, அதுவும் பறங்கியர்கள் விஷயத்தில், மாற்றிவிடாது என்பது மட்டும் சொந்தத் துயரங்களைக்கூட சில நாழிகைப் பொழுது மறந்துபோய் அந்த நாடகத்தை வேடிக்கை பார்த்துக்கொண்டிருந்த ஸ்வப்னஹள்ளிக் குடிகள் உட்பட யாவருக்குமே நன்றாகத் தெரிந்தவொன்றாயிருந்தது. பயனொன்றுமில்லையென்றாலும் ட்ரிஸ்ட்ராமின் தலை கோட்டையினுள் சென்று மறைந்தவுடனேயே ஊரைப் பார்க்கப் புறப்பட்டுவிடுவதானது ஏதோ அவனை அப்படிச் சிப்பாய்களிடம் விட்டுக்கொடுப்பதற்கென்றே மொத்தக் குழுவும் புறப்பட்டு வந்ததைப் போன்ற தோற்றத்தைக் கொடுக்கக்கூடுமென்கிற குற்றவுணர்ச்சியை ஒவ்வொருவருக் குள்ளும் எழுப்பியதால் ஊர் திரும்புவது பற்றிய பேச்சை யார் முதலில் எடுப்பதென்கிற தயக்கத்திலேயே அவர்கள் ஸ்வப்னஹள்ளிக்கு வெளியில் இருந்த மேட்டின் மேல், மற்ற தாலுகாக்களிலிருந்து வந்திருந்த வியாபாரிகளும் தரகர்களும் ஜமீன்தார்களும் தாங்கள் கைப்பற்றியிருந்த அகதிகளோடு மெல்ல மெல்ல நிலவெளியில் கரைந்து மறைந்துவிட்ட பின்னும், பள்ளத்தாக்கில் புகைந்து அடங்கிக்கொண்டிருந்த நெருப்பைப் பார்த்தபடி நண்பகல்வரை, தங்கள் வசமிருந்த அகதிகளைத் தரகர்களுடன் ராயக்கோட்டைக்கு அனுப்பிவைத்துவிட்டுக் காத்துக்கொண்டேயிருந்தார்கள். ஏதாவதோர் அதிசயம் நடந்து ட்ரிஸ்ட்ராமின் தலை மீண்டும்

கோட்டைக்கு வெளியே தனியாகத் தங்கள்முன் தென்பட்டுவிடாதா என்கிற நைப்பாசையும் அவர்களை அவ்விதம் தாமதிக்கச் செய்திருந்தது. ஆனால் சிப்பாய்களுடன் சென்றுகொண்டிருந்தபோது, அனுமதியின்றி உள்ளே நுழைந்த தவறைத் தவிர (அதுவே மன்னிக்க முடியாத குற்றம்தான் என்றாலும்) ஏற்கெனவே ரத்தம் ஆறாகப் பெருகியோடிக்கொண்டிருக்கும் இந்திய மண்ணில் ஒரு குருதித் துளியையேனும் கூடுதலாகச் சிந்தச் செய்யும் நாச நோக்கம் எதையும் தன் ஸ்வப்னஹள்ளிப் பிரவேசம் கொண்டிருக்கவில்லையென்பது உண்மையானால், பாரமஹாலின் கடவுள்களான தாண்டவராயனோ, இருளக்கண்ணியை வெற்றிகொண்ட பாலேஸ்வரியம்மனோ தன்னைக் காப்பாற்றட்டும் என்று தான் மனமுருக வேண்டிக்கொண்டதாயும், அப்படி வேண்டிக்கொண்ட சிறிது நேரத்திற்கெல்லாம் குதிரையிலிருந்து திடீரென்று கீழே விழுந்து, வலிப்புக் கண்டவனைப் போல கைகால்களை உதைத்துக்கொள்ளத் தொடங்கிவிட்ட ஒரு சிப்பாய் மனிதர்களால் புரிந்துகொள்ள முடியாத ஏதோவொரு பாஷையைத் தன் வாயிலிருந்து பச்சைநிறக் கோழையுடன் சேர்த்து வெளித்தள்ளத் தொடங்கிவிட்டதாயும், ஆவிகளின் பாஷைகளைப் புரிந்துகொள்ளும் பயிற்சியைப் பரம்பரை பரம்பரையாகத் தன் முன்னோர்களிடமிருந்து பயின்றுவந்திருந்த, கார்கோடக சாதியைச் சேர்ந்த இன்னொரு சிப்பாய் உடனே ஃபெமிதாரின் கூடாரத்திலிருந்து வரவழைக்கப்பட்டு அதற்குப் பொருள் விளக்கம் கண்டு சொல்லுமாறு பணிக்கப்பட்டபோது, அவன் அந்த மொழி ஜெகதேவராயர் காலத்தில் புழக்கத்திலிருந்து, பிறகு மறைந்துபோய்விட்ட சில காட்டுவாசி களுடைய, லிபி வடிவம் பெறாத மொழியென்றும், அவர்கள் இவர்கள் ஸ்வப்னஹள்ளியிலிருந்து பிடித்துக்கொண்டு வந்திருக்கும் தன்னை முன்பொரு பிறவியில் அவர்களுடைய இனத்தவனாயிருந்து சாபத்தால் மாட்டு மாமிசம் தின்னும் பறங்கிச் சாதியில் பிறக்கச் சபிக்கப் பட்டவனென்று அடையாளம் காட்டுவதாயும், தன்னை உடனே விடுவிக்காவிட்டால் ஏற்கெனவே ஆவிகளாய் ஆக்கப்பட்டுவிட்ட அவர்களுடைய கோபம் மேலும் தூண்டப்பட்டு மைசூர் முழுவதையும் அழித்துவிடுமென்பதாயும் சிப்பாயின் உடலுக்குள் புகுந்துகொண்டு அறிவிக்கிறார்களென்றும் அவனுடைய உளறலை மொழிபெயர்த்துச் சொல்ல, பயந்துபோன சிப்பாய்கள் தன் கட்டுகளை அவிழ்த்துவிட்டுவிட்டு மிகுந்த மரியாதையுடனேயே ஃபெமிதாரின்முன் அழைத்துச் சென்றதோடு, வழியில் நடந்தவற்றையும் அவனுக்குத் தெரியப்படுத்தியதாயும், அவனும் அதைக் கேட்டு மிகுந்த ஆச்சரியத்துடன் மேற்கொண்டு என்ன செய்யலா மென்று சுற்றியிருந்தவர்களிடமே கேட்க, அவர்கள் ஏற்கெனவே இறங்குமுகத்திலிருக்கும் மைசூர் சமஸ்தானத்தின் ஸ்திதி துர்தேவதை களின் கோபத்தால் மேலும் இறங்கிச் சீரழிய வேண்டாமென்கிற யோசனையுடன் தன்னை எச்சரித்துத் திருப்பியனுப்பிவிடும்படி சொல்ல, அப்படியே அவன், தன் தலையை மைசூர் சமஸ்தானத்தின் எல்லைக்குள் திரும்ப எங்காவது கண்டால் இந்தவிதமான நிகழ்வுகளுக்கு இடங்கொடுக்காமல் பார்த்தயிடத்திலேயே அதைத் துண்டித்துவிடப் போவதாக எச்சரித்துவிட்டுத் தன்னை விடுவித்துவிட்டதாயும், தன்னைத் தங்களுடைய இனமென்று அடையாளங்கண்டுகொண்ட, அழிந்துபோன

காட்டுவாசியினங்களின் ஆவி வழியிலேயே சுற்றிக்கொண்டிருந்து தங்களுடன் திரும்பவந்துசேர்ந்துகொள்ளும்படி வற்புறுத்தக்கூடுமென்கிற பயத்தில் ஸ்வப்னஹள்ளிப் பாதையைத் தேர்ந்தெடுக்காமல் ரத்னகிரியைச் சுற்றிக்கொண்டு ராயக்கோட்டைக்கு வந்துசேர்ந்ததாயும் ட்ரிஸ்ட்ராம் சொன்ன கதையை, அவன் பிடிபட்டுக்கொண்ட விஷயத்தை க்ரஹாமிடம் எப்படித் தெரிவிப்பதென்றும், எந்த அவசர நடவடிக்கையின் மூலமாக அவர், விசாரணையென்கிற பெயரில் சுல்தானின் சிப்பாய்கள் அவனைச் சித்திரவதை செய்து கொல்வதற்கு முன்பாக, ஸ்ரீரங்கப்பட்டணத்திற்குச் செய்தி தெரிவித்துக் காப்பாற்றப்போகிறாரென்றும், ஸ்வப்னஹள்ளிக்கு திருட்டுத்தனமாக அவனை அழைத்துச்சென்றதற்கு என்னென்ன காரணங்களை, கிராமப் பொறுப்பாளிகளென்கிற தங்களுடைய அந்தஸ்தை விட்டுக்கொடுக்காமல், க்ரஹாமுக்குச் சொல்ல வேண்டியிருக்குமென்றும், மீனவிலாஸத்தின் பின்வீட்டில் குழுமி ஆலோசித்துக்கொண்டிருந்த, வண்டிக்கார முதலை உட்பட்ட ஆறு பேர்களுடன், அதன் சுற்றுச்சுவருக்கு வெளியே, அவர்களுக்கு முன்பே ராயக்கோட்டைக்கு வந்துசேர்ந்திருந்த அகதிகளாலும், அவர்களை அழைத்துவந்து முதலியாருடைய மிராசில் தங்கவைத்துப் பார்த்துக்கொண்டிருந்த தரகர்களாலும் பரப்பப்பட்டுவிட்ட செய்தியின் வசீகரத்தால் தூக்கத்தைத் தொலைத்துவிட்டு வந்து குழுமியிருந்த, துரைத்தனத்தாருடையது என்று ஒரு நாயைப் பிடித்து அவருடைய மாளிகைக்குள் அனுப்பும் உத்தேசத்தை வெகுகாலமாய்க் கைக்கொண்டிருந்த, ராயக்கோட்டையின் குறும்புக்கார இளைஞர்களும், அவன் உயிரோடு திரும்பிவிட்டானென்று அவனை வழியில் சந்தித்துப் பேசிய பாராக் காவலன் வந்து செய்தி சொன்னவுடன் அலறிப் புடைத்துக் கொண்டு ஈஸ்வரன் கோயில் தெருவிற்கு விரைந்துசென்று அவன் வாயால் சொல்லக் கேட்டபோது, அந்த அதிசயத்தை நம்ப முடியாமல் திகைத்துப்போனார்கள். அதைச் சொன்னது ஒரு பறங்கியானென்பது அவர்களுடைய அவநம்பிக்கைக்கு ஒரு பிரதான காரணமாயிருந்தது. அதே சமயத்தில் அந்தக் கதையைத் தவிர வேறெந்த வழியிலும் அவனுடைய விடுதலையை அவர்களால் கற்பனைசெய்து பார்க்கவும் முடியாதிருந்தது. ஸ்வப்னஹள்ளி சம்பவத்திற்குப் பிறகு முதலியார் மற்றும் ஷெஸ்லரின் நடவடிக்கைகளைக் கவனிப்பதற்கென்றே பிரத்யேகமான பார்வையைத் தன் கண்களின் மீது பொருத்திக்கொண்டிருந்த ட்ரிஸ்ட்ராம் அவர்களுடைய முகங்களின் மீது தன் கதை படர்த்திச்சென்ற இருட்டைப் பார்த்துத் தனக்குள் சிரித்துக்கொண்டான். ஆனால் வழக்கம்போல, கெங்கம்மாவின் துருவல் பார்வையிலிருந்துதான் அவனால் தப்ப முடியவில்லை. அவள், சந்தடிகள் அடங்கி தலைக்கட்டுகள் ஆட்சித் தலைவரின் கேள்விகளுக்குப் பதில் சொல்லும் பொறுப்பிலிருந்து விடுபட்டுவிட்ட நிம்மதியுடனும், விடலைகள் முதலியாரின் அதிகாரத்தைக் கேள்விக்குள்ளாக்கவிருந்த இன்னொரு வாய்ப்பும் கைநழுவிப் போய்விட்டதென்கிற சலிப்புடனும், அவரவர் இருப்பிடங்களுக்குத் திரும்பிச்சென்ற பிறகு, அவனுடைய கற்பனையின் அதீதம் தன் வாழ்வில் அனுபவித்தறியாத கேளிக்கையுணர்வைத் தனக்குள் எழுப்புவதாகக் கூறி விழுந்து விழுந்து சிரித்துவிட்டுக் கேட்டாள், பரதேசமொன்றில் உங்களைச் சந்தித்து நிலங்களின் தன்மை கதைகளால் உருவாவதென்று சொன்ன

அந்த மைசூர்ச் சிப்பாயை ஸ்வப்னஹள்ளியில் சந்தித்தீர்களா. ஆனால் அந்தக் கேள்வியைவிட அதிகமாக ட்ரிஸ்ட்ராமை ஆச்சரியப்படுத்தியது அவனுக்கான இரவுணவு முன்பே சமைக்கப்பட்டு பரிமாறுவதற்குத் தயாராக இருந்தது என்பதுதான். அவன் கெங்கம்மாவிடம் கேட்டான், நான் திரும்பி வருவேனென்பது உனக்கு முன்பே தெரியுமா. அதற்கு கெங்கம்மா சிரித்துக்கொண்டே பதில் சொன்னாள், உங்களுக்கான இரவுணவை நான் இங்கே சமைத்து வைத்திருக்கும்போது அதை உண்ண வராமல் நீங்கள் எப்படி வேறோரிடத்தில் இறந்துவிட முடியும்.

மைசூர் சர்க்காரில் தனக்கொரு நண்பனிருக்கும் ரகசியம் பகிரங்கப் படுத்தப்படுமானால் அது தன்னுடைய எதிரிகள் மூலமாக எப்போதாவது தனக்குப் பாதகமான விளைவுகளைக் கொண்டுவரக்கூடுமென்று ட்ரிஸ்ட்ராம் பயந்தான். ஆனால் அதை கெங்கம்மாவிடம் சொன்னபோது முன்னெச்சரிக்கையுடன் ஏற்கெனவே தன்னை ஒரு சுல்தானிய ஒற்றனென்று சந்தேகப்பட்ட ஆட்சித் தலைவருடைய சந்தேகத்தை இந்தத் தகவல் மேலும் பலப்படுத்தித் தன்னை இக்கட்டில் மாட்டிவைத்துவிடுமென்று தான் அஞ்சுவதாக மாற்றிச் சொல்லி, அவள் அந்த ரகசியமாகவே காப்பாற்றிவர வேண்டுமென்று கேட்டுக்கொண்டான். கெங்கம்மாவும் தான் அதை வேறு யாரிடமும் சொல்லப்போவதில்லையென்று அவனுக்கு உறுதியளித்தாள். என்றாலுமே துரை, நீங்கள் தப்பி வந்ததைப் போன்ற அதிசயம் கதைகளில் மட்டும்தான் நடக்கும். அவள் அவனிடமிருந்து விடைபெற்றுக்கொள்ளும் முன் ட்ரிஸ்ட்ராம் அவளிடமிருந்து இன்னோர் உதவியையும் கேட்டான், ஸ்வப்னஹள்ளியில் அவனுக்கு நேர்ந்த வற்றின் மீதான பேச்சு ஓய்ந்து பரபரப்பு அடங்கிய பிறகு ஒருநாள், விரைவிலேயே, மீண்டும் ஒரு தடவை எல்லையைக் கடந்து சுல்தான் சமஸ்தானத்திற்குள் செல்ல அவன் முடிவு செய்திருக்கிறான், இந்த முறை தனியாக, அவனுடன் துணையாகக் கெங்கம்மா வர வேண்டும். அவன் சொன்னதைக் கேட்டு கெங்கம்மா குழம்பினாள். சுல்தான் சர்க்காரில் அவன் எங்கே செல்ல உத்தேசித்திருக்கிறான். மதகொண்டப்பள்ளியில் இருக்கும் போர்ச்சுக்கீசியத் தேவாலயத்திற்கு. எதற்கு. மாஜிப் பூசாரி விபூதியைப் பார்த்து அவன் எழுதித் தாசரியின் கையில் கொடுத்துவிட்ட வியாசத்தில் என்ன எழுதியிருக்கிறது என்பதைத் தெரிந்துகொள்வதற்கு. ஆனால் அது சர்க்காரால் தடைசெய்யப்பட்ட செயல், மேலும் அவன் ஒரு பறங்கியான், தவிரவும் அதைத் தெரிந்துகொள்ள வேண்டிய தேவை அவனுக்கு இப்போது என்ன வந்தது. சொக்க கௌட சொன்ன கதையைக் கேட்டதிலிருந்து மனதை உறுத்திக்கொண்டேயிருக்கும் ஒரு விஷயத்தை அவன் உறுதி செய்துகொள்ள வேண்டியிருக்கிறது, அது என்ன என்பதை இப்போது சொல்ல முடியாது, ஆனால் அந்த வியாசத்தைப் படித்துப்பார்க்க வேண்டியது சில உண்மைகளைத் தெளிவுபடுத்திக்கொள்ள அவசியமானதாயிருக்கிறது. சரி கெங்கம்மா எதற்காக அங்கே தேவைப் படுகிறாள். சில சில்லரை உதவிகளுக்காக, என்ன மாதிரியான உதவிகளென்பதை அந்தச் சமயத்தில் பேசிக்கொள்ளலாம் (ஆனால் கெங்கம்மாவினுடைய பார்வையிலிருந்து கண நேரம்கூட தன்னுடைய அசைவுகள் தப்பிவிட முடியாது என்று விதிக்கப்பட்டிருக்கும்போது திருடனையே காவலுக்கு வைக்கும் தந்திரமாக அவளைத் தன்னுடைய

திட்டங்களுக்குப் பகிரங்கச் சாட்சியாகவே கூட்டிக்கொண்டு சென்று விடுவதென்பது புத்திசாலித்தனமான செயலாயிருந்துவிடாதா). அவனுக்கே எல்லையைக் கடக்க அனுமதியில்லாதபோது அவளையும் தன்னுடன் எப்படி அவன் கூட்டிச்செல்லப்போகிறான். அது அவனுடைய பொறுப்பு, இப்போது தேவை கெங்கம்மாவினுடைய சம்மதம் மட்டும்தான். ட்ரிஸ்ட்ராமினுடைய சிப்பாய் நண்பனின் துணை எல்லைகளைக் கடப்பதற்குரிய இடர்ப்பாடுகளையும் அவனிடமிருந்த அச்சத்தையும் களைந்திருக்கிறது என்பதை அவன் பேச்சிலிருந்து தெரிந்துகொண்ட கெங்கம்மா அவனுக்காக அந்த உதவியைச் செய்வதற்குத் தான் தயாராகவே இருப்பதாகச் சொல்லிவிட்டுச் சென்றாள். சென்றவள் பிறகு அவளுக்கே உரிய குழந்தைத்தனமான ஆர்வத்துடன், ராயக்கோட்டைக்கு வந்துசேர்ந்திருந்த ஸ்வப்னஹள்ளி அகதிகளை ராமஞ்சேரிக்கும் அதன் பின்புறமிருந்த ராணுவ முகாமிற்கும் இடைப்பட்ட அனாதி பாஞ்சரில் குடியமர்த்துவதற்கான ஏற்பாடுகளை முதலியாரின் உத்தரவின்பேரில் மற்ற வேலையாட்களுடன் சேர்ந்து செய்துமுடிக்கக் கிடைத்த வாய்ப்பைப் பயன்படுத்திக்கொண்டு, அவர்களுடன் பேசி, மாஜி சிவன் கோயில் பூசாரியைப் பற்றின தகவல்களைக் கேட்டுத் திரட்டிக்கொள்வதில் ஈடுபட்டுவிட்டாள். ட்ரிஸ்ட்ராமும் ஆங்கிலக் குடியிருப்புகளிலிருந்த தன்னினத்தவர்களைச் சந்தித்து மதகொண்டப்பள்ளி தேவாலயத்தின் கட்டிட அமைப்பைப் பற்றிய விவரங்களை விசாரித்துக்கொண்டிருந்தான். இதற்கிடையே வரிக் கணக்குகளை ஆராய்ந்துபார்க்கும் சொந்த வேலையையும் கண்களில் விளக்கெண்ணெயை ஊற்றிக்கொண்டு தலைக் குடைச்சலுடன் அவன் செய்து முடிக்க வேண்டியிருந்தது. ஆனால் அவற்றிலிருந்து முதலியாருக்கோ மற்ற பெருந்தனக்காரர்களுக்கோ பாதகமான எந்த ஆதாரங்களையும் அவனால் கண்டுபிடிக்க முடியவில்லை. கணக்குகள் அக்கறையுடனும் வெளிப்படையாயும் பேரேடுகளில் பராமரிக்கப்பட்டிருந்தன. என்றாலுமே சந்தேகமும், தன்னுடைய எந்தச் சொல் முதலியாருக்குள் தூங்கிக்கொண்டிருக்கும் பாம்பின் வாலை மிதித்து அதை சீறச்செய்துவிடுமோ என்கிற அச்சமும் பேச்சில் திக்கலையும், பதப் பிரயோகங்களில் தேர்வையும், பார்வையில் மருட்சியையும் புகுத்தி, முதலியாரையும் ஷெஸ்லரையும் ரகசியமாகக் கண்காணிக்கும் புத்தியையும், சர்க்கரைச் செட்டியார், ராமசாமி அய்யர், அன்வாருத்தீன் ஆகியோரிடம் உத்தியோகரீதியிலான உரையாடல்களின்போது அந்த இருவரையும் பற்றிய எச்சரிக்கையான கேள்விகளைக் கேட்டு தகவல்கள் எதையாவது பெற முயற்சிக்கும் தந்திரத்தையும் வளர்த்துவிட்டிருந்தது. இதைத் தவிர அவன் ராயக்கோட்டைத் தெருக்களில் அலைந்துகொண்டிருந்த சிலபல இளைஞர்களைச் சந்திக்கும் பழக்கத்தையும் வளர்த்துக்கொண்டு முதலியார்மீதான அவர்களுடைய வெறுப்பைத் தனக்குச் சாதகமான பதில்களாக்கிக்கொள்ளவும், இந்த விஷயம் முதலியாருக்குத் தெரியவரும் பட்சத்தில் தன்னைக் கொல்வதற்கான மாற்று வழிமுறைகளைப் பற்றி அவர் மீண்டும் யோசிக்கத் தொடங்கிவிடலாமென்கிற பயத்துடனேயே, முயன்றுகொண்டிருந்தான். இத்தனையையும் தாண்டி ஸ்வப்னஹள்ளி சம்பவம் முதலியார், ஷெஸ்லர் ஆகிய இருவரின் அணுகல்களிலும் உபசரிப்பிலும் எந்த வெளிப்படையான

மாற்றத்தையும் கொண்டுவரவில்லையென்பதும் அவனுடைய கவலையை அதிகரிக்கச்செய்வதாயிருந்தது. சொல்லப்போனால் அவன் உயிரோடு திரும்பிவந்து, முதலியாருடைய, பால் வின்ட்டர் என்கிற பெயரில் அவர் போலி தஸ்தக் தயாரித்தது உள்ளிட்ட, சில்லரைக் குற்றங்களையெல்லாம் ஹூஸூர் அறியும்வண்ணம் வெளியே எழும்பிவிடாமல் ராயக்கோட்டை மண்ணிலேயே புதைத்துவிட்டது குறித்து அவர்கள் இருவருமே அவன்பால் கூடுதல் நன்றியுணர்வும் நட்புணர்வும் கொண்டவர்களாகவே தங்களைத் தொடர்ந்து வெளிப்படுத்திக்கொண்டிருந்தார்கள். இரண்டாம் நாள் காலையில் ஸ்வப்னஹள்ளியிலிருந்து வந்துசேர்ந்திருக்கும் அகதிகளைப் பார்வையிட்டு, நகரி நிலங்களை அவர்களுக்கும், அவர்களைப் பிற ஹோபாலிகளின் தேவைகளுக்கும் பிரித்துக்கொடுக்கவென்று திவான் லட்சுமணராவுடன் ஜேம்ஸ் ஜார்ஜ் க்ரஹாம் தானே நேரடியாக ராயக்கோட்டைக்கு வந்தபோது அப்படியொரு சம்பவமே நடக்கவில்லை யென்பதைப் போல சூழல் அதன் சாதாரணத்துவத்திற்குத் திரும்பி விட்டிருந்தது. இந்த அமைதியினூடேதான் ட்ரிஸ்ட்ராம் முதலியாருடைய குற்றச் செயலின் தீய்ந்த வாடையை முதன்முதலாக வெளிப்படையாகவே சுவாசிக்கச் சந்தர்ப்பமும் கிடைத்தது.

அகதிகள் கூட்டத்தை முதலியாரால் பிரத்யேகமாக ஏற்பாடு செய்யப்பட்டிருந்த ஹவ்தரின் மீது வீற்றிருந்தபடியே பார்வையிட்டு விட்டு க்ரஹாம் அவர்களில் பதர்கள் அதிகமிருப்பதாயும், குடியேற விரும்பும் நிலங்களைத் தேர்ந்தெடுத்துக்கொள்ள அவர்களையே அனுமதித்திருந்தால்கூட இதைவிட அதிகமான, காத்திரமான உடலுழைப்பாளிகள் வடக்கு பாரமஹாலுக்குக் கிடைத்திருப்பார்க ளென்றும், சத்தியமங்கலத்திலிருந்து போர்க்காலத்தில் குடிகள் வெளியேற்றப்பட்டபோது மன்றோவுக்கும் மெக்லியாடுக்கும் கிடைத்த அகதிகள் இதைவிடக் குறைந்த கொள்முதல் பணத்தில் இதைவிட அதிகமான திடகாத்திரர்களாயுமிருந்தார்கள் என்றும் குறைபட்டுக்கொண்டார். பணியாட்களின் புத்திசாலித்தனத்தை வெளிப்படையாகப் பாராட்டுவது தலைமையின் பலவீனத்தை வெளிப்படுத்திவிடுமென்கிற ஐரோப்பிய நிர்வாகச் சிந்தனையின் குரல்தான் அது என்பதை முதலியார் மற்றும் திவான் உட்பட அவரைச் சுற்றியிருந்த எல்லா அதிகாரிகளுமே அறிந்திருந்ததால் யாரும் தங்களுடைய செயலுக்கு நியாயம் கற்பிக்க மெனக்கெடவில்லை. உடல் வலிவும் யவ்வனமும் கூடிய இருபாலரும் அந்தக் கூட்டத்திலும் இருக்கத்தான்செய்தார்கள். அவர்கள் பொருட்டாகத் தவிர்க்கவியலாமல் அவர்களுடன் அழைத்துவரப்பட்டிருந்த அவர்களுடைய குடும்பத்தவர்களின் எண்ணிக்கைதான் க்ரஹாமின் கண்களை உறுத்தும் விதத்தில் அதிகமாயிருந்தது. குடும்பஸ்தர்களைக் குறைத்துக்கொண்டு பிரமசாரிகளையும் கன்னிப் பெண்களையும் இன்னும் அதிகமாகத் தருவித்திருக்கலாமென்று அவர் ஷெஸ்லரிடம் சலிப்புடன் கூறியபோது ஷெஸ்லர் இந்தியாவில் மணமாகாத ஆண்களும் பெண்களும் முழுமனதோடு பொறுப்புகளில் தங்களைப் பிணைத்துக்கொள்ளும் பக்குவமுடையவர்களாய் இருப்பதில்லையென்றும், வேலைச்சுமை அதிகமென்றாலோ வேலை பிடிக்கவில்லையென்றாலோ கூலி குறைவென்று அபிப்பிராயப்பட்டாலோ அவர்கள் சொல்லிக்கொள்ளாமலேயே,

வேலைகளை அப்படியே விட்டுவிட்டு பாலக்காட்டை நோக்கி ஓடிப்போய்விடத் தயங்க மாட்டார்களென்றும், மேலும் ராணுவக் கூலிகளாயும் ஹர்க்கராக்களாயும் தேர்வுசெய்யப்படுபவர்கள் தன்மான உணர்வு மரத்துப்போனவர்களாயும் அதனால் உயிராசை கொண்டவர்களாயுமிருக்க வேண்டியது அவசியமென்று கருதியே சற்று அதிகமானாலும் குடும்பஸ்தர்களைக் கூடுதலாகத் தேர்வு செய்ய வேண்டியிருந்ததென்றும், ஆனால் அதிகமாகத் தோன்றும் குடும்பங்களின் எண்ணிக்கையை ஈடுகட்டும்வகையில் இரண்டு ஆட்களின் வேலையைத் தனியாளாகச் செய்து முடிக்கக்கூடிய வலுவும் சமயோசிதமும் படைத்த காளைகளையும் கன்னிகளையும் தரகர்கள் ஸ்வப்னஹள்ளியில் அத்தனை போட்டி, பரபரப்பு மற்றும் அவசரத் தேர்வின் கட்டாயப்படுத்தல் இவற்றுக்கிடையில் இழுத்துக்கொண்டுவந்து சேர்க்கத்தான் செய்திருக்கிறார்களென்பதை ஆட்சித்தலைவர் பார்க்க முடியுமென்றும் கூறி அவரைச் சமாதானப்படுத்த முயற்சித்தார். மேற்கொண்டு தன்னுடைய அந்த வாதத்தை க்ரஹாம் தன் கண்களால் நேரிலேயே காணட்டுமென்று அகதிகளுடைய கூட்டத்தைத் தற்காலிகமாகக் கலைத்து ஆண்களைத் தனியாகவும், பெண்களைக் கைக்குழந்தைகளுடன் தனியாகவும், உடலுழைப்பை நல்கவியலாத முதியவர்கள் மற்றும் எட்டு வயதிற்குட்பட்ட சிறுவர்கள் ஆகியோரைத் தனியாகவும் அவர் தன் உதவியாளர்களைக் கொண்டு வரிசை பிரித்து நிறுத்தி வைத்தபோது, மூன்றாவது பிரிவில் எண்ணிக்கை குறைவாயும், இன்னும் சில வருடங்களில் அபரிமிதமான மனித உழைப்பைத் தரவிருக்கிற சிறுவர்களின் எண்ணிக்கை அதிகமாயும் இருப்பதைக் கண்டு திருப்தியடைந்தவராக க்ரஹாம் அவர்களை அவர்களுடைய ஜாதிவாரியான எண்ணிக்கையைக் கொண்டும், வயதுவாரியான எண்ணிக்கையைக் கொண்டும், அவர்களுக்குப் பழக்கமான தொழில்களின் எண்ணிக்கையைக் கொண்டும், பால்வாரியான எண்ணிக்கையைக் கொண்டும் பிரித்து அவற்றைக் கொண்டு தயாரிக்கப்பட்ட தனித்தனியான அட்டவணைகளையும், பறக்குடிகளைக் குடியமர்த்துவதற்கான இடங்கள், குடும்பத்திற்கு ஒரு குழி புஞ்சை மற்றும் இரண்டு காணி நஞ்சைக்கும் உடனே வாரப் பணிகளைத் துவக்க அவர்களுக்குத் தேவையான தக்காவிக்குமான விண்ணப்பங்கள், மற்றும் ராயக்கோட்டைக்கென்று ஒதுக்கப்படும் பறக்குடிகள் விளைவிக்கத் தயாராயிருக்கும் நிலங்களின் மொத்தப்பரப்பு ராயக்கோட்டை ஆயக்கட்டின் நான்கில் ஒரு பங்கிற்குச் சமமாகவோ அல்லது அதிகமாகவோ இருந்தால் அவர்களுக்குச் சர்க்கார் அரிநஸ்திக் கணக்கில் அறிவித்தாக வேண்டிய சலுகைகள் ஆகியவை பற்றின விவரங்களையும் அன்று மாலைக்குள் ஹஜூருக்குச் சமர்ப்பிக்கும்படி உத்தரவிட்டார். ராமசாமி அய்யரிடம், அவர் ஷெஸ்லரின் உதவியுடன் தயாரித்து வைத்திருந்த, மனித உழைப்பைக் கொடுக்கக்கூடிய தலைகளின் மொத்த எண்ணிக்கையைக் கேட்டபோது அவர் எழுபது பகோடாக்களுக்கு நூற்று எழுபது தலைகள் என்று பதில் சொன்னார் (அகதிகளில் ஒருவனாயினும் துயிலாரினப் பூசாரியை மட்டும் மொத்த எண்ணிக்கையோடு சேர்க்காமல், அவனுடைய சமூகச் செல்வாக்கையும், அதிசயிக்கத்தக்க வயதையும், கிராம தேவதைகளிடம் அவன் கொண்டுள்ள

நட்பையும் முன்னிறுத்தி, ஆட்சியரைக் கேட்காமலேயே அவனை பாலேஸ்வரியம்மன் கோயில் பூசனைகளைக் கவனித்துக்கொள்ளவென்று தான் நியமித்திருப்பதாய் முதலியார் சொல்லி அங்கேயே க்ரஹாமிடம் அதற்குச் சிறப்பு அனுமதியைப் பெற்றுக்கொண்டார்). க்ரஹாம் அகதிகளில் குடும்பங்களுடன் சேர்த்து எழுபது பேரை ராயக்கோட்டைக்கு வைத்துக்கொண்டு மீதம் நூறு பேரைக் கிருஷ்ணகிரிக்கும் வாணியம்பாடிக்கும் ஆம்பூருக்குமாகப் பிரித்து அனுப்பிவைக்கும்படியும், அந்தத் தாலுகாக்களின் பெயர்களை ராயக்கோட்டையின் வருவாய்க் கணக்குப் பேரேட்டில் பற்று வைத்துக்கொள்ளும்படியும் தாசில்தாருக்கு உத்தரவிட்டுவிட்டு, ட்ரிஸ்ட்ராமிடமும் உபசாரத்திற்காகப் பணிகள் எப்படிப் போய்க்கொண்டிருக்கின்றன என்று வினவிவிட்டு, ராமசாமி அய்யர் சொன்ன தொகையைக் கொண்டு மேலும் முப்பது தலைகளை வாங்கியிருக்கலாமென்று பகிரங்கமாகவே முணுமுணுத்துக்கொண்டே, கடைசிவரை யானை மேலிருந்து கீழே இறங்காமலேயே, திரும்பிச்சென்றார். அதுவரையில் அங்கே நடந்துகொண்டிருந்த சர்க்கார் சம்பிரதாயங்களை அசுவாரசியமாக வேடிக்கைபார்த்துக்கொண்டிருந்த ட்ரிஸ்ட்ராமை க்ரஹாமின் இந்தக் கடைசி முணுமுணுப்பு திடுக்கிடச்செய்துவிட்டது. காரணம் அவர் மனக்கணக்காகச் சொன்ன மனிதத் தலைகளின் மொத்த எண்ணிக்கை ஸ்வப்னஹள்ளியில் சிப்பாய்கள் அவனைப் பிடித்துக்கொண்டு போவதற்குச் சற்று முன்பு அவன் தன் கண்களால் அளவிட்டுக்கொண்டிருந்த முதலியார் தரப்பு அகதிகளின் மொத்த எண்ணிக்கைக்கு ஒன்று குறையாமல் சமமாயிருந்தது. இருநூறு. க்ரஹாமின் தலை மறைந்த பிறகு கலைந்த அதிகாரிகளின் கூட்டத்தோடு அவன் தானும் அவசரஅவசரமாகக் கலைந்து தன் இருப்பிடத்திற்குத் திரும்பியவுடன் முன்தினம் அவனுடைய வேண்டுகோளின்பேரில் அவன்முன் சமர்ப்பிக்கப்பட்ட, ராமசாமி அய்யரின் ஸ்வப்னஹள்ளி கொள்முதல் கணக்கை மீண்டும் ஒருமுறை நன்கு ஆராய்ந்தான். அதில் எந்தத் தவறையும் அவனால் கண்டுபிடிக்க முடியவில்லை. அன்று காலையில் அவன் பார்த்ததைப் போலவே அப்போதும் அது சரியான பற்று வரவுகளைக் கொண்டிருப்பதாகவே இருந்தது. என்றாலும், தன் ஞாபகசக்தி தன்னைக் கைவிடவில்லையென்றால் ஸ்வப்னஹள்ளியிலிருந்து ராயக்கோட்டைக்கு வந்துசேர்ந்திருக்க வேண்டிய அகதிகளின் எண்ணிக்கை இருநூறு. க்ரஹாமின்முன் நிறுத்தப்பட்டவர்களுடைய எண்ணிக்கையோ நூற்றெழுபது. என்றால் வியாபாரத்தில் சம்பந்தப்பட்ட பணம் மற்றும் மனிதர்கள் என்கிற இரண்டு காரணிகளில் ஒரு கணக்குச் சரியாக எழுதப்பட்டிருக்கும்பட்சத்தில் குழப்பம் அல்லது மோசடி மற்றொன்றில் நடைபெற்றிருக்க வேண்டும். அதாவது தரகுக் கூலி கொடுத்து அழைத்துக்கொண்டுவரப்பட்டவர்களில் முப்பதுபேர் ராயக்கோட்டைக்கு வராமல், ஸ்வப்னஹள்ளியிலும் இல்லாமல் வேறெங்கோ ஓர் ஆக்கூட்டில் நடமாடிக்கொண்டிருக்க வேண்டும். முப்பது பேர் எங்கே என்கிற கேள்வியை யாரிடம் கேட்பது என்று அவனுக்குத் தெரியவில்லை. தலைக்கட்டுகளைக் கேட்டால் அவர்கள் அகதிகளின் எண்ணிக்கை நூற்றெழுபதுதான் என்று அடித்துப் பேசிவிடக்கூடும். மறைந்துபோன முப்பது பேர்களிடமிருந்து

கிடைக்கக்கூடிய ஏதோவொரு ஆதாயத்தில் ஸ்வப்னஹள்ளிக்குச் சென்ற அந்த ஐந்து தலைக்கட்டுகளுக்கும் பங்கிருக்கலாம். அல்லது முதலியாரின் செல்வாக்கும் ஷெஸ்லரின் துரைத்தனமும் மற்ற மூவரையும் பயமுறுத்திப் பேசவிடாமலும் செய்துவிடலாம். மேலும் கண்ணளவில் அவன் கண்ட அகதிகளின் எண்ணிக்கையை இருநூறு என்று நிரூபிப்பதற்கு நினைவாற்றலைத் தவிர வேறெந்த ஆதாரமும் அவனுக்குக் கிடையாது. இருநூறு பேர்களைத் தேர்ந்தெடுத்துவிட்டு, ட்ரிஸ்ட்ராம் சிப்பாய்களின் பின்னே சென்றிருந்த சமயத்தில், சர்க்கார் கவுல்நாமாவின்படி அகதிகள் விளைவிக்க முன்வரும் நிலங்களின் அளவைப் பொறுத்து அவர்களில் ஒருவன் பட்டேலாக நியமிக்கப்படுவதற்கான வாய்ப்பைத் தடுத்துநிறுத்தும் முன்யோசனையுடன் முப்பது தலைகளை வேண்டாமென்று முதலியார் கழித்துக்கட்டிவிட்டு வந்திருக்கக்கூடிய சாத்தியத்தையும் மறுக்க முடியாது. அப்படியிருக்கும்பட்சத்தில் முதலியாரிடமோ, முதலியரைப் பற்றி மற்றவர்களிடமோ அகதிகளின் எண்ணிக்கையைப் பற்றி விவாதிப்பது வீணாண மன வருத்தங்களை உண்டுபண்ணுவதாக ஆகிவிடும். ட்ரிஸ்ட்ராம் தன் சந்தேகங்களை யாருடன் பகிர்ந்துகொள்வது, தெளிவுறுவதற்கு யாரை அணுகிக் கேட்பது என்று தெரியாமல் பித்துப்பிடித்தவனைப் போல கண்ணில் தென்படுபவர்களையெல்லாம் எதிரிகளாகக் கண்டு, உள்ளுக்குள் பயந்தபடி அலைக்கழிந்துகொண்டிருந்தான். அவன் கண்களில் அச்சத்தின் சோகை நிறத்தைக் கண்டுவிட்டு பல்குணம் முதலியார், அவனுக்கு ஆட்சேபணையில்லையென்றால் துயிலார்ப் பூசாரியை அடுத்த சில நாட்களில் அவனுடைய இருப்பிடத்திற்கு வரச்செய்து ஒரு தாயத்தை மந்திரித்து வலக்கையில் கட்ட ஏற்பாடு செய்வதாகச் சொன்னார். அகதிகளின் எண்ணிக்கையைப் பற்றின விவரம் பூசாரிக்கு ஒருவேளை தெரிந்திருக்கலாமென்கிற எண்ணம் உடனே புத்தியில் பொறிதட்ட ட்ரிஸ்ட்ராம் அதற்கு உடனே ஒப்புக்கொண்டான்.

ஆனால் துயிலார்ப் பூசாரி ட்ரிஸ்ட்ராமை வந்து சந்திப்பதற்குள் பத்து நாட்கள் கடந்துவிட்டன. அதற்குள் ஸ்வப்னஹள்ளியின் மாஜி சிவன் கோயில் பூசாரியான விபூதியென்பவனைச் சந்திக்கும் வாய்ப்பே ட்ரிஸ்ட்ராமுக்கு எதிர்பாராதவிதமாகக் கிட்டிவிட்டது. அந்த வாரத்தின் இறுதியில் வரயிருந்த உயிர்த்தெழும் தினம் அவனுக்கு அந்த வாய்ப்பை நல்கியது. மதகொண்டப்பள்ளி தேவாலயத்தில் விமர்சையாக நிகழ்த்தப் படும் மிகப் பிரபலமான விழாக் கொண்டாட்டங்களில் கலந்து கொண்டு தேவகுமாரனின் அருளைப் பெற்றுச்செல்ல மெட்றாஸ் ராஜதானியின் ஆங்கிலேயர்களுக்கும், மைசூர் சர்க்காரின் பிரெஞ் சியர்களுக்கும், மதம் மாறிய கிறிஸ்தவர்களுக்கும், தோபாஸ்ஸுகளுக்கும் வாய்ப்பளிக்கும்விதமாக இரண்டு சர்க்கார்களிலுமே விழா முடியும் நாள்வரை எல்லைக் காவல்கள் தளர்த்தப்படுவதாக அறிவிக்கப்பட்டு, யாத்ரீகர்கள் மதகொண்டப்பள்ளிக்குச் சென்றுவருவதற்கான தற்காலிக, சிறப்பு அனுமதிச் சீட்டுகளும், வாகன வசதிகளும் ஆரவாரமாக ஏற்பாடு செய்யப்பட்டுக்கொண்டிருந்ததைப் பயன்படுத்திக்கொண்டு ட்ரிஸ்ட்ராம் தனக்கும், தனக்குப் பணியாளாக வருவாளென்று சொல்லி கெங்கம்மாவிற்கும் இரண்டு அனுமதிச் சீட்டுகளைச் சௌகியில் மனுச்செய்து பெற்றுக்கொண்டுவிட்டான். கெங்கம்மாவை

ட்ரிஸ்ட்ராமுடன் அனுப்புவதற்கு முதலில் சற்று தயங்கிய முதலியார் பிறகு அவளோடு தன்னுடைய வில் வண்டியையும் முதலையையும் சேர்த்தே அவனுடைய உபயோகத்திற்காகக் கொடுத்தார். முதலை அனுப்பப்படுவதன் காரணத்தை ட்ரிஸ்ட்ராமால் கலங்கலாக ஊகிக்க முடிந்தது. என்றாலும் அவனை மறுப்பது முதலியாருடைய மனதில் சந்தேகத்தை ஏற்படுத்துமென்கிற யோசனையில் அவருடைய உபசரணையை ஏற்றுக்கொண்டான். பாரமஹாலிலிருந்து பெரும்பாலான கிறிஸ்தவர்கள் பிரிந்துபோன தங்களுடைய உறவுகளைச் சந்தித்து அளவளாவவும் ஆவலுடனும், புனித சனியன்று நிலுவையிலிருக்கும் ஞானஸ்நானங்களை நிகழ்த்தி முடித்துக்கொள்ளும் உத்தேசத்துடனும் புனித வெள்ளியன்றே வண்டி கட்டிக்கொண்டு, கைகளில் வண்ணச் சித்திரங்கள் வரையப்பட்ட முட்டைகளுடனும் முயல்களுடனும் அல்லி மலர்களுடனும் மெழுகுவர்த்திகளுடனும் மதகொண்டப்பள்ளியைப் பார்க்க சாரிசாரியாகக் கிளம்பிப்போய்க்கொண்டிருந்தார்கள். சாவடிகள் காணிக்கைப் பொருட்களைச் சுமக்க முடியாமல் இற்று முனகின. தேவாலயத்தில் உயிர்த்தெழும் ஞாயிறுக்கு முந்தின இரண்டு நாட்களும் சிறப்புப் பாராயணங்களும் விருந்துகளும் சென்றுபோன வருடங்களைப் போலவே, ஏற்பாடு செய்யப்பட்டிருந்ததால், கூடுதலாக, மேற்கு ஜெர்மனிக் கிராமமொன்றில் பத்து வருடங்களுக்கொருமுறை நிகழ்த்தப்படும், பிரசித்திபெற்ற, இயேசுவின் துன்பங்கள் நாடகத்தையொத்த ஒரு பனுவல் சேலம் தேவாலயத்தைச் சேர்ந்த மேற்றிராணியார் ஒருவரால் முதன்முதலாக சனி நள்ளிரவு தேவனின் வருகையை எதிர்பார்த்து விளக்குகள் அணைக்கப்படும் கணம்வரையில் நடிக்கப்படவிருந்ததாலும், ஞாயிறன்று அதிகாலையில் ட்ரிஸ்ட்ராமும் கெங்கம்மாவும் மதகொண்டப்பள்ளிக்குக் கிளம்பியபோது அநேகமாக அத்தனை கூட்டமும் பாராக் காவலர்களின் கடும் கண்காணிப்பால் நிரம்பியிருந்த பாதைகளிலிருந்து வடிந்துபோயிருந்தது. ராயக்கோட்டை எல்லையை வில்வண்டி கடந்து, பார்க்க யாருமற்றுப்போயிருந்த அந்த வெறிச்சிட்ட பாதைகளைத் தொட்டதும் முதலை கெங்கம்மாவிடம் காட்டிய குழைவும், அவள் அவனிடம் காட்டிய அசட்டையும் வெறுப்பும் ட்ரிஸ்ட்ராமின் மனதில் ஆச்சரியத்தையும் அச்சத்தையும் அதேசமயத்தில் முதலையின்பால் பரிதாபத்தையும் ஏற்படுத்தியது. முதலை எவ்வளவோ சொல்லிப்பார்த்தும், ட்ரிஸ்ட்ராமும் தனக்கு ஆட்சேபணையில்லையென்றும், முதலியாருக்குத் தெரியாதென்றும் எடுத்துச்சொல்லியும் கெங்கம்மா வண்டியினுள் ஏறி ட்ரிஸ்ட்ராமின் அருகே அமர்ந்துகொள்ள, அப்படி அமர்ந்துகொள்வது முதலையின் குழைவைப் பிடிவாதமாயும் பின் பயமுறுத்தலாயும் மாற்றிவிடுமென்று (ஒரேயொருமுறை அவளுக்கு அந்த அனுபவமும் இருந்தது. கணநேரத் தொடுகைதானென்றாலும் அவளுடைய முலைக்காம்பைச் சுற்றிப் படர்ந்துபோன அவனுடைய விரல்கள் செய்த காயமும் வலியும் ஆறுவதற்கு நெடுநாட்கள் பிடித்தது), பிடிவாதமாக மறுத்துவிட்டாள். அவள் வண்டியின் படிகளிலேயே காலைக் குறுக்கியபடி அமர்ந்துகொண்ட பின், ஆனால் அதைப் பற்றிப் பெரிதாக அலட்டிக்கொள்ளாமலும், முதலையின் கெஞ்சலைச் சட்டை செய்யாமலும் விபூதியைப் பற்றி அகதிகளிடமிருந்து

திரட்டிய, பாதி உண்மையும் பாதி கற்பனையும் கலந்த தகவல்களை ட்ரிஸ்ட்ராமிடம் உற்சாகமாகச் சொல்லவாரம்பித்துவிட்டாள், நிறைய பேர் நினைத்துக்கொண்டிருப்பதைப் போல அந்த மாஜிப் பூசாரி ஒரு ஜங்கம் இல்லையாம், மாறாக தெற்கத்தி பிராமண குலத்தைச் சேர்ந்தவனாம், ஆனால் ஹைதரலியின் அரசாங்கத்தில் ஏதோ செல்வாக்கான வேலையிலிருந்த அவன் தந்தை அவனைப் பிரசவிக்கும்போது வலியில் இறந்துபோய்விட்ட தன் மனைவியின் பிரிவைத் தாங்கிக்கொள்ள முடியாமல் உலக வாழ்க்கையையும் உத்தியோகத்தையும் வெறுத்துக் குழந்தையுடன் ஊரூராகச் சுற்றியலைந்து நடுவிலெங்கோ பசவண்ணரின் போதனையில் ஈர்க்கப்பட்டு, லிங்கதீட்சை வாங்கிக்கொண்டு, கடைசியில் ஸ்வப்னஹள்ளிக்கு வந்து, அதை ஆனேகல்லிலிருந்து பிரிக்கும் முத்தியால்மடு அருவியின் அழகில் மயங்கி, அந்தக் காட்டின் கரையோரமாகவே, நடுவில் ஓரளவிற்குப் பிரபலமாகி இப்போது பூசனைகளின்றிப் பாழடைந்துபோய்விட்ட சிறு சிவன் கோவிலையும், அதனருகே ஒரு குடிசையையும் அமைத்துக்கொண்டு தன் பிற்காலத்தைக் கழிக்கத் தொடங்கிய நாளிலிருந்தே ஜனங்கள் அவரை ஒரு ஜங்கமாகவேதான் அறிந்திருந்தார்களாம், அவர் பிறப்பால் பிராமணர் என்பதுகூட யாருக்கு எப்படி எப்போது தெரியவந்தது என்று யாருக்கும் தெரியாதாம், பசவரின் தீவிர பக்தராகி, முத்தியால்மடுவில் நீராடவரும் நபர்களின் கழுத்திலெல்லாம் லிங்கதாராவைக் கட்டி சிவமார்க்கத்தைப் போதிக்கத் தொடங்கிவிட்டிருந்த அவரை பசவரோடேயே இணைத்துப்பார்த்து அவர் ஒரு பிராமணர் என்று அவர்கள் ஊகித்துக்கொண்டிருக்கலாம், அல்லது அவருடைய நிறமும் முகமும் அப்படியொரு ஊகத்தை அவர்களுக்குத் தந்திருக்கலாம், அல்லது அவரே ஒருநாள் யாருக்கோ அபூர்வமாகத் தன் கதையைச் சொல்லி பூர்வாசிரமத்தில் தானொரு பிராமணன் என்பதைத் தெரியப்படுத்தியிருக்கலாம், ஆனால் தகப்பனுக்கு சிவன் மேலிருந்த பக்தி அவருடைய மகனாகிய விபூதிக்கு அவனுடைய சிறுபிராயத்திலிருந்தே இருந்து யாரும் பார்த்ததில்லையாம், மாறாக அவனுக்கு அப்போதிருந்தே கிறிஸ்துவின் மீதுதான் ரகசியமான பிரியம் இருந்துவந்ததாம், பிறப்பால் பிராமணனும் வளர்ப்பால் ஜங்கமுமான அவனைப் பின்னாளில் ஒரு கிறிஸ்தவனாக மாற்றுமளவிற்கு அந்தப் பிரியம் வலுக்கொண்டதாயிருக்குமென்று யாரும் எதிர்பார்க்கவில்லையானாலும் அவன் அப்படி மாறியபோது, சர்க்கார்தான் அதில் குயுக்தியாக ஏதோ அர்த்தத்தைக் கற்பித்துக்கொண்டதேயொழிய ஊர்க்காரர்கள் யாருக்கும் அதில் எந்தவித வியப்பும் ஏற்படவில்லையாம், சொல்லப்போனால் அவனைத் தந்தைக்குத் தந்தையாயும் தாய்க்குத் தாயாயும் இருந்து பேணி வளர்த்த அவனுடைய தகப்பனார் உரிய காலத்திற்கு முன்னரே சிவபதமெய்துவதற்கு விபூதியினுடைய இந்த யேசுப் பைத்தியமும் ஒரு காரணமென்று பறக்குடிகளில் சிலர் சொல்கிறார்கள், வேறு சிலர் விபூதியினுடைய பைத்தியம் கிறிஸ்துவின் மீதன்று மாறாக ரோமானிய பிராமணரான தத்துவநாதர்மீதுதான் என்றும், அவர்மீது விபூதிக்கு மையல் ஏற்படுவதற்குக் காரணமே தீவிர சிவபக்தரான அவனுடைய தந்தைதான் என்றும் சொல்கிறார்கள், அஃதெப்படியென்றால் விபூதியினுடைய தந்தை பண்டித பிராமணர்களின் வம்சத்தில் வந்தவராம், மனைவியின்

இறப்பிற்குப் பிறகு அவர் பசவண்ணரின் மானசீக சிஷ்யராக மாறி தீட்சை பெற்றுக்கொண்டு ஸ்வப்னஹள்ளிக்கு வந்து குடியேறியபோது பரம்பரைப் பண்டித ரத்தமானது முன்பொரு காலத்தில் சாளுக்கிய மன்னனை மொய்த்துக்கொண்டிருந்த சமணர்களைப் பசவண்ணர் வாதிட்டு வென்றதைப் போல அப்போது பிரபலமாகிக்கொண்டிருந்த கத்தோலிக்கக் கிறிஸ்தவத்தை தானும் வெற்றிகொள்ள வேண்டுமென்கிற லட்சியத்தைக் கைக்கொள்ளும்படியும், அதற்கேற்ற செம்மையான வாதங்களைத் தொகுத்து ஒரு நூலாக இயற்றும்படியும் அவரைத் தூண்டிவிட்டதாம், அந்த வாதங்களைக் கட்டியெழுப்புவதற்குப் பலமான ஓர் அடித்தளம் வேண்டுமென்பதற்காக அவர் நூற்றைம்பது வருடங்களுக்கு முன் சேலம் சலபதி நாயக்கர் அரசவையில் குழுமியிருந்த பிராமணர்களைப் பார்த்துக் கேட்ட கேள்விகளைத் தொகுத்துத் தத்துவநாதர் நோபிலி அய்யர் மதுரையில் வெளியிட்டிருந்த வினாவிடை நூலினுடைய நான்கு பாகங்களின் சம்ஸ்கிருத மொழிபெயர்ப்போடு அவருடைய மற்ற நூல்களான ஆத்தும நிர்ணயம், ஞானவுபதேச காண்டம் மற்றும் தூஷண திக்கரம் ஆகியவற்றையும் தேடிப்பிடித்து பசவருடைய உபதேசங்களோடு பொருத்திப் படிக்கத் துவங்கினாராம், படித்தவற்றைக் கொண்டு தன்னுடைய சொந்த நூலை அவரால் சாதிக்க முடிந்ததா என்பதுபற்றி யாருக்கும் எதுவும் தெரியவில்லை, ஒருவேளை அதைப் பற்றி தெரிந்தவர்கள் இருந்திருந்தாலும் அவர்கள் ஸ்வப்னஹள்ளி நெருப்பில் விருப்பத்துடனே எரிந்துபோய்விட்டார்கள், அகதிகளாக வெளியேறிய, சற்று பிந்தின பரம்பரையினருக்குத் தெரிந்ததெல்லாம் நோபிலியினுடைய நூல்கள் அவற்றைத் தருவித்த பிராமண ஜங்கமே எதிர்பாராதபடி, தடைசெய்யப்பட்ட நூல்களைப் போலவே, அவருடைய மகனை ரகசியமாகக் கவர்ந்துவிட்டன என்பதுதான், அந்த நூல்களைப் பற்றி அவன் அடிக்கடி நண்பர்களிடம் விதந்தோதிப் பேசுவதையும் அவர்களில் பெரும்பாலானோர் தங்களுடைய காதுகளாலேயே கேட்டிருக்கிறார்கள், பசவருடைய சமணருக்கெதிரான வாதங்களில் அவருக்கு ஐநூறு வருடங்கள் பிந்தியவரான நோபிலியின் பிராமணருக்கெதிரான வாதங்களில் பயின்றுவரும் ஐரோப்பியத் தர்க்கம் இழையோடுகிறது என்று சொல்லுமளவிற்கு அவனுடைய நோபிலிப் பித்து வளர்ந்துசென்றதாம், (ஏற்கெனவே பசவருக்குச் சிரியன் கிறிஸ்தவர்களுடன் நட்பு இருந்ததென்றும், அவருடைய எழுத்துகளில் அவர்களுடைய தாக்கம் இருந்ததென்றும் சொல்கிறவர்களைத் தேடி அலைந்துகொண்டிருக்கிற லிங்காயத்துகள் விபூதியின் இந்தக் கூற்றைச் செவியுற நேர்ந்தால் அவனைக் கண்டயிடத்திலேயே வெட்டிக் கொன்றுவிடுவார்கள்.) விபூதிக்குத் தன் தந்தை பசவரைப் போலவே பிராமண தர்மத்தை விட்டுவிட்டு ஜங்கமாக மாறியது பிடிக்கவில்லையென்றும், ஒரு பறங்கியாகப் பிறந்து பிராமணராக இறந்த நோபிலியைப் பின்பற்றியதன் மூலம் அவன் தான் பிறந்த குலத்தின் தர்மத்தை சுற்றிவளைத்து வேறொரு வழியில் கடைப்பிடிக்க முயன்றுகொண்டிருந்தான் என்றும், தேவாலயத்தில் சேர்ந்த பின்னும் அவன் தன்னை ஒரு கிறிஸ்தவனாக அறிவித்துக்கொள்ளாததற்குக் காரணம் மீண்டும் தன்னை ஒரு பிராமணனாக அறிவித்துக்கொள்வதற்கு மற்ற பிராமணர்கள் இடங்கொடுக்க மாட்டார்கள் என்பதும், மனதால்

பிராமணனாகவே இருக்க நோபிலியின் சீடர்களிடமிருந்து தனக்கு மனப்பூர்வமான அனுமதியிருக்கும் என்று அவன் நம்பியதுமே காரணம் என்றும் சொல்லுகிறவர்களும் இருக்கிறார்கள், காரணம் எதுவாயிருந்தாலும் விபூதியினுடைய கிறிஸ்தவத்தின் மீதான காதல் வளர்ந்து கடைசியில் அவன் தன் வாழ்க்கையையே அந்த மடத்திற்கு அர்ப்பணிப்பவனாக ஆனதற்குக் காரணம் வெளியாட்களோ சதிச் செயல்களோ இல்லை என்பதுதான் உண்மை, ஆனால் அவனுடைய மதமாற்றத்தைப் பற்றி யார் யாரிடமோ விசாரணைகளை மேற்கொண்ட சர்க்கார் ஆட்கள், கொஞ்சம் முரண்பாடுகளையுடையவையாக இருந்தாலும், அதன் உண்மையான காரணங்களை அறிந்திருந்த ஸ்வப்னஹள்ளி மக்களை மட்டும் சாட்சிகளாக ஏற்றுக்கொள்ளக் கடைசிவரை மறுத்துவிட்டார்கள், ஒற்றர்களின் நடமாட்டம்பற்றின தன்னுடைய சந்தேகத்தை ருசுப்பித்துக்கொள்ள வழியில்லாமலும், அதேசமயத்தில் சந்தேகத்தை அழித்துக்கொள்ள முடியாமலும் மேலிடம் திணறியபோது, வேண்டுமென்றே விபூதியின் மதமாற்றத்தை ஒரு சாக்காகப் பயன்படுத்திக்கொண்டு அதற்கான முழுப் பொறுப்பையும் அது ஸ்வப்னஹள்ளி நிலத்தின் மீதே சுமத்தி அதைப் பலிவாங்கிவிட்டது என்பதுதான் அந்தவூர்க் குடிகளினுடைய அபிப்பிராயமாயும் வருத்தமாயும் இருக்கிறது.

ஆனால் கெங்கம்மா கேட்டுக்கொண்டு வந்து சொன்ன கதையைச் சில மணி நேரங்களுக்குப் பின் விபூதியின் அறையில் அவனுடைய வலப்பக்கக் காது மடலிலிருந்து வழிந்துகொண்டிருந்த குருதியைத் துடைத்து மருந்திட்டுக்கொண்டே அவனிடம் சொல்லி அதெல்லாம் உண்மைதானா என்று ட்ரிஸ்ட்ராம் கேட்டபோது அவன் தன் வலியையும் பொருட்படுத்தாது கடகடவென்று நெடுநேரம் சிரித்து முடித்த பின் விரக்தியின் ரேகைகள் பின்னலிட்ட முகத்துடன் அவற்றை மறுத்தான். இந்த இரண்டு வருடகாலத்தில் இந்தத் தேவாலயத்தின் ஐரோப்பிய மேற்றிராணியார்களுக்கான பிரத்யேக நூலகத்தில் இருக்கும் பல தேசத்து நூல்களை, அவற்றின் பதவுரைகளை வாசிக்கக் கேட்டும், பலவற்றின் உள்ளூர் மொழிபெயர்ப்புகளை நேரடியாகவே படித்தும் ஓரளவு பரிச்சயப்படுத்திக்கொண்ட பின் அவற்றின் சாராம்சமாக என்னால் கிரகித்துக்கொள்ள முடிந்த அநேக விஷயங்களிலொன்று, இந்துஸ்தானத்தில் ஜனங்களுடைய லௌகீக வாழ்க்கைதான் ஆமையைப் போல மிகமிகச் சலிப்பூட்டும் விதத்தில் மாற்றங்களை நோக்கி நகர்கிறது, அவர்களுடைய கற்பனைகள் சிருஷ்டிக்கும் மாற்றங்களோ இணைசொல்ல வேறொன்றில்லாத வேகத்தில் பறப்பதாக இருக்கிறது, ஸ்வப்னஹள்ளியை விட்டு நான் பிரிந்து வந்துவிட்ட இந்தக் குறுகிய காலக்கட்டத்தில் பாழடைந்துபோன என் வரலாற்றின் மீது அவர்களுடைய கற்பனையின் பாசி எப்படி அடர்ந்துபோய்விட்டது, முதலில் ஹைதரலிகானின் ராணுவத்தில் சபேதாராக இருந்த என் தகப்பனார் அவரை விட்டுப் பிரிந்து வந்ததற்குக் காரணம் என் தாயின் மரணத்தாலேற்பட்ட விரக்தியில்லை, மாறாக ஸ்வப்னஹள்ளியை எரித்த வியாசம் இடம்பெற்றிருக்கும் பிதிர் சஞ்சார மார்க்க போதினியென்னும் நூலை முன்னிறுத்தி அவருக்கும் சுல்தானுக்குமிடையே ஏற்பட்ட மனத்தாங்கல், அந்த நூல் எங்களுடைய பரம்பரைச் சொத்து, ஏனென்றால் அதை இயற்றியவர் நீலகண்டப்

பண்டிதர் என்னும் பெயருள்ள எங்கள் முன்னோர்களில் ஒருவர், அவர் அதை ஒரு ஜோதிட நூலாக எழுதவாரம்பித்து, எழுதுகிற போக்கில் அவருக்குள்ளிருந்து விழித்துக்கொண்டுவிட்ட சிருஷ்டிபர யோகத்தால் வியாபாரம், மருத்துவம், பயணம், கிரக சஞ்சாரம், சரசம், கணிதம் உள்ளிட்ட பல சாஸ்திரங்களைப் பற்றிச் சொல்லும் ஒரு களஞ்சிய நூலாக எழுதி முடித்தார், பல்லாண்டு காலமாக எங்கள் குடும்பத்தில் வைத்துப் பேணிக் காப்பாற்றப்பட்டுக்கொண்டிருந்த அந்தப் பிதிர் சஞ்சார மார்க்க போதினியின் ஒரே பிரதி என் தகப்பனாரின் பிராய காலத்தில் ஏதோவொரு சந்தர்ப்பத்தில் என் பாட்டனாரான ஆலால சுந்தரம் என்பவரால் அவருடைய நண்பரும் திப்பு சுல்தானின் பாட்டனாருமான முகமதலிகானின் கைகளுக்கு மாற்றப்பட்டுவிட்டது, ஆலால சுந்தரம் சிவபதமெய்திய பிறகு எங்கள் குடும்பத்திற்கும் சுல்தான் குடும்பத்திற்குமிடையேயிருந்த நட்பை முன்னிறுத்தி என் பாட்டியான தைலாம்பாள் தன்னுடைய செல்வாக்கால் என் தந்தையை மைசூர் படையில் சிப்பாயாகச் சேர்த்துவிட்டார். பிறகு பல வருடங்கள், என்னுடைய பிறப்புவரை அந்த நூலைத் திரும்பப்பெற வேண்டுமென்கிற எண்ணமோ அதற்கான அவசியமோ தனக்கு ஏற்படவில்லை என்று என் தந்தையார் என்னிடம் கூறியிருக்கிறார். ஆனால் என் தாய், என் தமக்கைகள் இருவரும் திருமணமாகிப் புக்ககம் போன பிறகு மூப்பு ஏற்படுத்தும் தனிமைபற்றிய பயத்தில் தன்னுடைய நாற்பதாவது வயதில் (அப்போது என் தகப்பனாருக்கு வயது ஐம்பத்திரண்டு) தங்களுக்குத் துணையாக என்னைக் கருவுற்ற காலத்தில் ஒருநாள் தன் வயிறு ஓர் அறையாக மாறுவதாயும் அதில் ஒரு வனாந்திரம் முளைப்பதாயும் அதனுள் ஓர் அந்தணர் தன் சுவடியைத் திரும்ப வாங்கித்தருமாறு அங்கேயில்லாத என் தந்தையைக் கெஞ்சிக் கதறியழுதுகொண்டே நிர்வாணமாக அப்படியுமிப்படியுமாக ஓடி அலைவதாயும் கனவு கண்டு அந்தக் காட்சியின் அதீத உக்கிரம் தாளாமல் பிரசவகாலத்திற்கு இரண்டு மாதங்களிருக்கும்போதே குழந்தையை வெளித்தள்ளும் வலியேற்பட்டு, என்னைப் பிரசவித்ததும் பேயைக் கண்டவள் போல அலறியபடி விழுந்து இறந்துபோனாள், மனைவியின் சாவை முன்வைத்து என் பிறப்பை எப்படிப் புரிந்துகொள்வது என்று தெரியாமல் குழம்பிய என் தகப்பனார் அவள் தன் கனவில் கண்டதாகச் சொன்ன அந்தணர் தன்னுடைய முன்னோனான நீலகண்டப் பண்டிதரேதானென்றும், அவருடைய நூலில் இந்தச் சம்பவத்திற்குத் தர்க்கரீதியான விடையைச் சொல்லும் கிரக சுழற்சிகளின் கணிதம் இருக்குமென்றும், மேலும் கைகளை விட்டுப்போன தங்கள் குடும்பத்தின் ஞானச்சொத்தைத் திரும்பப் பெற வேண்டுமென்று தன் குல முதல்வனுடைய ஆவி விரும்புகிறதென்றும் தான் நம்புவதாயும் எனவே பிதிர் சஞ்சார மார்க்க போதினியைத் தனக்குக் கொடுத்துதவும்படியும் பாதுஷாவிடம் கேட்டபோது பாதுஷா தகப்பன் மூலமாகத் தன் கைகளுக்குக் கிடைத்த அந்த நூலுக்குப் பதிலாக ஒரு ஜாகீரை என் தந்தையின் பெயருக்குச் சாசனம் எழுதிக்கொடுப்பதாயும் ஆனால் அந்தச் சுவடிக்கட்டுகளைக் கொடுப்பதற்கில்லையென்றும் நிர்தாட்சண்யமாகச் சொல்லிவிட்டார், எந்தப் பொருளின் பெருமையுமே அதை இழந்த பிறகுதான் நாம்

பா. வெங்கடேசன்

தெரிந்துகொள்கிறோமில்லையா, பிதிர் சஞ்சார மார்க்க போதினி உரிய நேரத்தில் தன் கைகளில் இருந்திருக்குமானால் பிதிர்க்களின் ஆசீர்வாதத்தையா அல்லது சாபத்தையா தன் மனைவி வயிற்றில் சுமந்துகொண்டிருந்தாள் என்பதைத் தன்னால் கண்டுபிடித்து ஒருவேளை என்னை விட்டுக்கொடுத்தேகூட அவளைச் சாவிலிருந்து காப்பாற்றியிருக்க முடியுமோவென்று எண்ணி வருந்திய என் தந்தை அந்த ஏட்டை சுல்தான் வம்சத்திடம் தாரைவார்த்துவிட்ட தன் பாட்டனாரின் மடமையை எண்ணியும் மிக விரக்தியடைந்து தன் பதவியை எழுதிக்கொடுத்துவிட்டுக் கைக்குழந்தையாக இருந்த என்னையும் தூக்கிக்கொண்டு சில வருடங்கள் தக்காணத்தின் குறுக்காக, காவிரி நதியின் போக்கிலேயே மைசூரிலிருந்து தஞ்சாவூர் வரையில் நாடோடியாக அலைந்துதிரிந்த பின் எங்கும் அமைதியைக் காணாமல் ஸ்வப்னஹள்ளிக்கு வந்துசேர்ந்து அதன் மலைகள் சூழ்ந்த ஆழ்ந்த அமைதியில் மனதைப் பறிகொடுத்தவராக அங்கேயே தன் பிற்காலத்தைக் கழித்தார்.

இரண்டாவதாக, அகதிகள் வாயால் நீங்கள் கேட்டறிந்தபடி, நோபிலி அய்யரின் நூல்களிலிருந்து ஒரு வாக்கியத்தைக்கூட முழுதாக என் தந்தையார் தன் வாழ்நாளில் படித்ததில்லை, ஆனால் அந்த நூல்களை நான் படித்தேன் என்பது உண்மைதான், பிராமணராயிருந்த என் தந்தையார் பூணூலைக் கழற்றியெறிந்துவிட்டுத் தன் கழுத்தில் லிங்கத்தைக் கட்டிக்கொண்டதையும், நான் அந்த லிங்கத்துடனேயே தேவாலயத்திற்குள் அடைக்கலம் புகுந்துகொண்டதையும் இணைத்து ஊரார் பின்னாளில் செய்த கற்பனை இது, அப்போது அறியாச் சிறுவனாயும் தாயற்றவனாயுமிருந்த என் மனதில் கிறிஸ்துவின் மீதான அபிமானத்தை ஊட்டியது எனக்கு நெருக்கமாயிருக்கக்கூடிய ஒரே நபரான என் தந்தையைத் தவிர வேறுயாராகவும் இருக்க முடியாது என்கிற ஊகமும், அவர் ஒரு நூலை எழுத முயன்றுகொண்டிருந்தார் என்கிற ஞாபகமும் அவர்கள் மனதில் இப்படியொரு கற்பனையை நிஜத்துடன் கலந்துவிட்டிருக்கின்றன, என் தந்தையார் ஸ்வப்னஹள்ளிக்கு வந்த புதிதில் ஒரு நூலை எழுத முயன்றுகொண்டிருந்தது உண்மைதான், வாஸ்தவத்தில் நல்லதொரு நூலை சிருஷ்டிக்கத் தேவையான இயற்கைச் சூழலையும், பால்ய வயதின் ஞாபகங்களைக் கிளறிவிடும் ஏகாந்தத்தையும் கொண்டிருந்தது என்கிற காரணத்திற்காகத்தான் அவர் ஸ்வப்னஹள்ளியைத் தன் இறுதிப் புகலிடமாகத் தேர்ந்தெடுத்தாரென்று சற்று முன் சொன்னேன், ஆனால் அவர் எழுத உத்தேசித்திருந்தது கிறிஸ்தவத்திற்கு எதிரான வாதங்களைக் கட்டியெழுப்பும் சமய வியாக்கியான நூலையன்று, மாறாக பிதிர் சஞ் சார மார்க்க போதினியின் இன்னொரு பிரதியை, ஹைதரலியால் தன் முன்னோர்களின் ஞானச்சொத்தை இழந்து, பின் தன் உயிருக்குயிரான மனைவியையும் பறிகொடுத்த சோகத்தில் மனம் வெறுத்துப்போய் கால்போன போக்கில் அலைந்துகொண்டிருந்த காலக்கட்டத்தில் அவர் மனதில் ஒரு வைராக்கியம் சுழன்றுகொண்டிருந்தது, தன்னால் மேலோட்டமாக ஏற்கெனவே ஒருமுறை வாசிக்கப்பட்டிருக்கும் நீலகண்டப் பண்டிதரின் நூலிலிருந்து தன் நினைவிலிருக்கும் பகுதிகளை வைத்துக்கொண்டு மீதிப் பகுதிகளைக் கற்பனைசெய்து மீண்டும் ஏன் அதை முழுவதுமாக எழுதிவிட முடியாதென்று அவர் யோசித்தார்,

முன்பு, தன் மனைவியின் உடல்நிலைபற்றின விசாரமும், பிறக்கவிருக்கும் மகவின் ஜாதகம்பற்றின சந்தேகமும், மன்னரளித்த ஏமாற்றத்தின் மீதான கிலேசமும் சேர்ந்த ஒரு பதற்றமான மனநிலையில், தொடர்ந்த, சிக்கலான, சிந்தனைப் பின்னல்களின் வாயிலாகத் தன் முன்னோன் வந்தடைந்த கணித சூத்திரங்களை நினைவிற்குக் கொண்டுவர முடியாத மறதிக்குள் ஆழ்ந்துபோய்விட்டிருந்த அவர் ஊரூராய் அலைந்த காலத்தில் தன்னை லௌகீக விசாரத்தில் அழுத்திய பழைய பொறுப்புகளிலிருந்து தான் விடுபட்டுவிட்டதான ஒரு பிரமையை அடைந்திருந்தார், நாடோடி வாழ்க்கையும் உடலியக்கத்திலிருந்து சிந்தனையைப் பிரித்துத் தனியாக உலவவிடும் வித்தை சித்தித்துவிட்டதாக அவரை நம்பச் செய்திருந்தது (இந்த இடத்தில் கெங்கம்மா குறுக்கிட்டு, விபூதி சொல்வது தனக்குப் புரியவில்லை என்றாள், ஒரு நாடோடிக்குத் தன் அலைச்சல் வழியே கிட்டும் அனுபவங்கள் கிரகங்களின் அலைச்சல்பற்றின சிக்கலான கணக்குகளை நினைவிற்குள் திரும்பப் புகுத்திவிட வல்லவையென்று அவர் நம்பினாரா. இல்லை என்றான் விபூதி, மாறாக, தன் முன்னோன் சிந்தித்த அந்தக் கணக்குகளைத் தானே புதிதாகச் சிந்தித்துவிட முடியுமென்று அவர் நம்பினார். பிறகு ட்ரிஸ்ட்ராம் விபூதி சொல்வதைப் புரிந்துகொண்டு கெங்கம்மாவுக்கு அதை விளக்கினான், ஒரு பிரச்சினையைப் பற்றிய சிந்தனையோட்டம் என்பது அந்தப் பிரச்சினையின் மையத்திலிருப்பவனுக்குச் சித்திப்பதில்லையென்பதும், பிரச்சினைகளிலிருந்து தன்னைத் துண்டித்துக்கொள்கிறவனுக்கே பிரச்சினையின் மையம் தெளிவாகப் பிடிபடுகிறது என்பது தீர்வுகளின் அடிப்படை விதிகளிலொன்று, ஒரு குழந்தை பாடுவதான பாடலொன்றைக் குழந்தைமையிலிருந்து வெளியேறி வந்துவிட்ட ஒருவனால்தான் பாட முடியும் என்பது இதற்கோர் உதாரணம், உடலால் பிரச்சினைகளுக்குள்ளிருக்கும்போது மனதால் அதற்கு வெளியில் நாம் இருக்கிறோம், மனதால் சிந்தனைகளுக்குள்ளிருக்க வேண்டுமானால் உடலால் அதற்கு வெளியில் வந்துவிட வேண்டும், நீலகண்டப் பண்டிதர் பிதிர் சஞ்சார மார்க்க போதினியைச் சிந்தித்தபோது அவர் மனைவியைப் பேறுகாலச் சாவிலிருந்து காப்பாற்ற வேண்டுமென்கிற லௌகீகப் பிரச்சினை அவருக்கு இருந்திருக்காது, மாறாக, பிரசவம், கிரகங்கள், மரணம் போன்ற பிரபஞ்சரீதியான இயக்கங்கள்பற்றிய, விலகிய சிந்தனையாக அது அவரை வழிநடத்தியிருக்கும், தன் மனைவியின் சாவுக்குப் பிறகு கிட்டதட்ட விச்ராந்தியாகிவிட்ட விபூதியினுடைய தந்தையும் தன் நினைவில் இருக்கும் ஏட்டின் பகுதிகளைத் துணையாகப் பிடித்துக்கொண்டு நீலகண்டப் பண்டிதரின் கற்பனைத் தடத்திற்குள் நுழைந்துவிட முயற்சித்திருக்கிறார், ஈரத் தரையைத் தொடும் ஒரு நீர்த்துளி உடனே ஈரத்தோடு கலந்துவிடுவதைப் போல நினைவில் இருக்கும் வார்த்தைகளின் வழியே அவை எந்த எண்ணக்கோர்வைகளின் லிபி வடிவமாக உருவாயினவோ அந்த சிந்தனைப் பாதையின் ஒரு முனையையேனும் அவரால் தொட முடிந்துவிட்டால் பிறகு அந்தப் பாதையில் கற்பனை அதுவாகவே அவரை வழிநடத்திக் கொண்டுபோய்விடும், சிந்தனையின் முடிவற்ற தர்க்கப்பாதை தானே வரிந்துகொள்ளும் தற்காலிகச் சாவடிகள்தானே கணக்கும் விஞ்

ஞானமும் மொழியும், எனவே அதே பாதையில் தொடர்ந்து செல்வதன் மூலம் தான் பறிகொடுத்துவிட்ட அதே ஏட்டுச்சுவடியைத் திரும்பக் கைப்பற்றிவிட முடியுமென்று அவர் நம்பியிருந்தாரென்றால் அதில் ஆச்சரியப்பட ஒன்றுமில்லை, விஞ்ஞானி, ஜோதிடன், கணக்குப் பண்டிதன், தத்துவாசிரியன், சரித்திர வல்லுநன், சட்ட நிபுணன், ஓவியன், கவிஞன், கூத்துக்கலைஞன், மருத்துவன், பரிசாரகன், சிற்பி என்று பலவாகப் பிரிந்துகிடப்பதாக நம் கண்களுக்குத் தோன்றும் பல ஆயிரக்கணக்கான வித்தைகளின் பின்னேயிருந்து அவர்களை இணைத்து உயிர்பெறச் செய்துகொண்டிருப்பது ஒரே ஒரு சரடுதான், அதன் பெயர் கற்பனை), ஆனால் எழுத்தில் ஒரு சிருஷ்டியை உருவாக்கத் தேவையான துறவு மனநிலையைத் தான் அடைந்துவிட்டதாக என் தந்தை கட்டிக்கொண்டிருந்த மனக்கோட்டை (அதைத் தனக்கே தெரியப்படுத்திக் கொள்ள வேண்டுமென்கிற அவருடைய குழந்தைத்தனமான விருப்பத்தின் ஒரு வெளிப்பாடுதான் அவர் பெற்ற லிங்கதீட்சை) அந்த முயற்சியில் அவர் ஈடுபட்டபோது தவிடுபொடியாகிப்போனது, நினைவிருக்கும் பகுதிகளையெல்லாம் அவசர அவசரமாகச் சில ஓலைச்சுவடிகளில் எழுதிவைத்துக்கொண்டதோடு அவருடைய மனோபலம் சரிந்துவிட்டது, தன் முன்னோனின் ஆவியைத் தன்னுள் கொண்டுவர அவரால் கடைசிவரை முடியாமலும் போய்விட்டது, காரணம் அவர் நம்பிக் கொண்டிருந்ததைப் போல மனைவியின் நினைவுகளிலிருந்து அவர் கடைசிவரை விடுபட்டு வெளியே வரவேயில்லையென்பதுதான், தனிப்பட்ட கவலைகளிலிருந்து வெளியேறிவிட்டதாகத் துவக்கத்தில் நினைத்துக்கொண்டிருந்தது தவறு என்பதை இடைவிடாத, வியர்த்தப் பிரயத்தனங்களுக்குப் பிறகே அவர் அறிந்துகொண்டார், அவளுடைய மரணம் அவரை மன்னன் மேல் வெறுப்புக்கொள்ளச் செய்தது, அவளுடைய மரணம் ஒருவகையில் அவர் தன் வேலையைத் துறக்கும்படி தூண்டியது, அவளுடைய மரணம் அவரை நாடோடியாக அலையும்படி ஆக்கியது, இறுதியில் அவளுடைய மரணமேதான் அவருடைய வலக் கையில் விபூதிச் சம்புடமாயும், இடக்கையில் குழந்தையாயும் சிவனின் பிச்சையோடாகக் கனத்துக்கொண்டிருந்தது, சுருக்கமாகச் சொல்லப்போனால் அவர் தன் உடல்ரீதியான வெளியேற்றங்களாலும் அலைச்சல்களாலும் மனைவியின் மரணச்சடங்கைத்தான் திரும்பத் திரும்ப நிறைவேற்றிக்கொண்டேயிருந்தார், சிந்திப்பதற்காக விரிந்த வானை நோக்கும்போதும், எழுதுவதற்காக ஏடுகளின் முடிவற்ற வெளியை வெறிக்கும்போதும் தன் நாசி தகனக்காட்டின் நெடியை நுகர்கிறதென்றும், கண்கள் மனைவியின் சடலத்தைப் பார்க்கின்றன என்றும், செவிகள் கர்ண மோட்ச காண்டத்தைச் செவியுறுகின்றன என்றும், உடல் மூங்கிற்பாடையை வலம்வருகிறதென்றும் அவர் என்னிடம் சொல்லிச் சொல்லிப் புலம்புவதைச் சாகும்வரை நிறுத்தவில்லை, ஒரு கற்பனையின் நிமித்தமானது தனிப்பட்ட உயிரின் மீதான வாஞ்சையாகவோ அல்லது வன்மமாகவோ இருக்கும்போது அந்த வாஞ்சை அல்லது வன்மம் எழுதுபவனைச் சுயநலவாதியாக்கி அவன் கைகளைச் சாய்த்து முடக்கிவிடுகிறது என்பதுதான் கடைசியில் தன் முன்னோனின் ஏட்டைத் தன் சொந்தத் துக்கத்தைப் பிள்ளையார்

சுழியாகப் போட்டுக்கொண்டு எழுதத் தொடங்கிய என் தகப்பனாருடைய மதியீனத்திற்குக் கிடைத்த படிப்பினையாக இருந்தது, ஆண்டவனருளால் அந்தத் துரதிர்ஷ்டமே அவருடைய அதிர்ஷ்டமாகவும் இருந்தது, அவர் பிதிர் சஞ்சார மார்க்க போதினியை மீண்டும் எழுத முயற்சிப்பதாகத் தெரிந்தாலோ, எழுதிவிட்டார் என்று அறிந்தாலோ, அல்லது குறைந்த பட்சம் எழுதக்கூடுமென்று ஊகித்திருந்தாலேகூட அவருடைய உயிருக்கு சுல்தான்களால் ஆபத்து வந்திருக்கக்கூடும், இதில் என்ன வேடிக்கை யென்றால் என் தகப்பனாராலேயே மன்னன் ஏன் அதைப் பிறர் படிப்பதைத் தடைசெய்தானென்பதற்கான காரணத்தைக் கடைசிவரை தெரிந்துகொள்ள முடியவில்லை.

மூன்றாவதாக, நீங்கள் கேள்விப்பட்டபடி நான் கிறிஸ்தவத்தைத் தழுவியவனில்லை,இதை ஜங்கம வழக்கப்படி மழுங்கச் சிரைக்கப்பட்டிருக்கும் என் தலையும், சிவதாரையில் கோர்த்த ஸ்ரீசைலத்துக் கடப்பைக் கல்லில் செதுக்கப்பட்ட லிங்கத்தைத் தொங்கவிட்டுக்கொண்டிருக்கும் கழுத்தும், திருநீற்றுப் பட்டைகள் துலங்கும் என் மேனியும், இதோ இங்கே சுவரில் சாற்றிவைக்கப்பட்டிருக்கும் மகரதோரணம், பகலதீவட்டி, சுவேதக்ஷரம், நந்திதுவஜம் மற்றும் வியாசஹஸ்தம் ஆகியனவுமே உங்களுக்குச் சொல்லும், மேலும் தத்துவநாதரின் சிஷ்யப் பரம்பரையால் உயர்த்தி எழுப்பப்பட்ட தேவாலயங்கள் கிறிஸ்தவர்களை மட்டுமே உள்ளே அடைக்கலமாக அனுமதிக்கும் குறுகிய பார்வையைக் கொண்டவையுமில்லை, இதை நானும் இந்த மடாதிபதிகளும் எவ்வளவோ எடுத்துச்சொல்லியும் சர்க்காரும் ஜனங்களும் புரிந்துகொள்ள மறுக்கிறார்கள், சுல்தானின் நிலைமையை என்னால் புரிந்துகொள்ள முடிகிறது, இரண்டு வருடங்களுக்கு முன் மெட்றாஸ் வந்திறங்கிய அபே துபாய்ஸ் என்கிற அந்த அதிமேற்றிராணியார் இந்துக்களையும் முஸல்மான்களையும் கிறிஸ்தவர்களாக்கும் பணியை நடத்திக்கொண்டே, கோவிலூரிலிருந்தும் கடகத்தூரிலிருந்தும் கிறிஸ்தவர்களை மைசூருக்குக் கடத்திச்சென்று அவர்களை முஸல்மான்களாக மாற்றினார் என்று திப்பு சுல்தானைச் சாடி மதப்பணியில் அரசியலைக் கலக்கப்போக, அப்போதிருந்தே கிறிஸ்தவ மடாலயங்களுக்கும் கம்பெனி சர்க்காருக்கும் உள்ள உறவின் மீதான சந்தேகமும் அச்சமும் சுல்தானைப் பற்றிக்கொண்டுவிட்டது, ஏற்கெனவே கொலைத்தொழில் புரியும் சிப்பாயாக இருந்து பிறகு தன்னை ரோம் நகரத்தில் பிறந்த பிராமணன் என்று அறிவித்துக்கொண்டே மைலாப்பூரில் தன் உயிரைவிட்ட நோபிலியின் கதையும், சலபதி நாயக்கர் காலத்திற்குப் பிறகு சேலத்திலிருந்து துவங்கி மைசூர் பீடபூமியெங்கும் அவருடைய சீடர்களால் பரவிய அவருடைய செல்வாக்கும், ஐரோப்பிய தேவாலயங்களில் போரை ஊக்குவிக்கும் அரசியல் பிரசாரங்களும், ராணுவத்தில் வேற்றுக் கடவுள்களைக் காவுகொள்ளும் சுயமதப் பீற்றல்களும் நடப்பது சகஜம் என்று அவரை நம்பச் செய்துவிட்டன, என்னைப் பொறுத்தவரையில் ஒருவன் மதம் மாற வேண்டுமானால் அவன் அந்தக் கடவுளின்பால் அறிவின் குறுக்கீடின்றி ஈர்க்கப்பட்டிருக்க வேண்டும், நான் பிறப்பால் பிராமணன், ஒரு பிராமணனால் எந்தவொரு விஷயத்தையும் புத்தியைக் கலக்காமல் யோசிக்கவே முடியாது, அதனால்தான் மாற்றுக் கடவுள்களை எளிதில் உணர்ச்சிவசப்படும் குணமுள்ளவர்களான

நான்காம் வர்ணத்தவர்களிடம் மட்டுமே போதகர்களால் கொண்டுசெல்ல முடிகிறது, அப்படியிருக்கும்போது நான் எப்படிக் கிறிஸ்துவின்பால் ஈர்க்கப்பட முடியும், மேலும் நான் ஈர்க்கப்பட்டது பிராமண தர்மத்தைத் தழுவிக்கொண்டிருந்தாரென்பதற்காக நோபிலி அய்யரிடமுமன்று, என்னைக் கவர்ந்ததெல்லாம் நோபிலியினுடைய எழுத்து நடை, நான் அதன் மாயத்தைச் செவிவழியே ஸ்பரிசித்தது ஏறக்குறைய பத்து வருடங்களுக்கு முன்பு, என்னுடைய பதினெட்டாவது வயதில், அப்போது என் தந்தை என்னுடைய திருமணம் பற்றிய யோசனைகளில் இருந்தார், அது அந்த வருடத்தில் என்னுடைய சிறுவயதுத் தோழியொருத்திக்கு ஏற்பட்டுப்போன அவலத்தைக் கண்டு பேதலிப்பிற்குள்ளாகியிருந்த என் புத்தியை அந்த நினைவுகளிலிருந்து விலகச் செய்து நேர்ப்படுத்துமென்று அவர் நம்பினார், எனக்கோ நான் ஒருவேளை அவர் நினைத்தபடியே குணமடைந்து அவளை மறந்துவிடுவேனோ என்கிற பயத்தினால் திருமணத்தில் நாட்டமில்லாதவனாயிருந்தேன், இந்தச் சமயத்தில்தான், என் தந்தை எங்கள் குடிலுக்கு வரவழைத்திருந்த ஓர் ஏழை பிராமணப் பெண்ணின் தாய்தந்தையர்களின் கண்களில் மாப்பிள்ளையாகப் படுவதைத் தவிர்ப்பதற்காக நான் அருவிக்கரைக்குச் செல்லாமல் சேரிப்புறத்தில் சுற்றிக்கொண்டிருந்தபோது, கோவிலூர் தேவாலயத்தின் புனருத்தாரணத்திற்கு வந்திருந்த அருட்தந்தையொருவர் தத்துவநாதரின் கிறிஸ்தவச் சித்தாந்தங்களின் சுருக்கம் என்கிற சம்ஸ்கிருத நூலிலிருந்து சில பகுதிகளை ஸ்வப்னஹள்ளியின் சேரிப் பகுதிகளில் கன்னடத்தில் மொழிபெயர்த்து வாசித்துக் காட்டிக்கொண்டிருந்ததைக் கேட்க நேர்ந்தது, பண்டிதச் செருக்கும் பிரிவின் வலியும், ரத்தமும் நரம்புமாகப் பாய்ந்து கொண்டிருந்த என் உடலுக்குள் சென்று அந்த வார்த்தைகள் செய்த ரசவாதத்தை இப்போது என்னால் வார்த்தைகளில் வர்ணிக்க முடியாது, எனக்கு மட்டுமன்று, சிருஷ்டிகளையெல்லாம் செய்யுள் வடிவத்தின் இலக்கண எல்லைகளுக்குட்பட்டே சிந்தித்துப் பழகியிருக்கும் எந்த இந்திய மனதிற்கும் நோபிலி அய்யருடைய எழுத்தின் பேச்சுவழக்கிலமைந்த ஆற்றொழுக்கான நடை அதிர்ச்சியையும் ஆச்சரியத்தையும் பொறாமையை யும் காதலையும் கொடுக்கத்தான் செய்யும், அந்த நடை ஒரு நாடோடியின் வாழ்க்கையைப் போல கட்டற்ற சுதந்திரத்தைக் கொண்ட அலைச்சலின் தூய லிபி வடிவம் என்று எனக்குத் தோன்றியது, அன்று மாலை அந்த அருட்தந்தை மதகொண்டப்பள்ளி தேவாலயத்திற்குத் தங்குவதற்காகத் திரும்பியபோது நான் அவரைப் பின்பற்றிச் சென்று அவரால் வாசிக்கப்பட்ட வியாசங்கள் எனக்குள் ஏற்படுத்திய அதிர்வுகளைப் பற்றிச் சொன்னேன், அவர் அவை தத்துவநாதர் மதுரைச் சிறையில் அடைக்கப்பட்டிருந்தபோது எழுதப்பட்டவையென்றும், அதை அவருடன் சிறையறையைப் பகிர்ந்துகொண்ட கைதியொருவன் திருடி எடுத்துவந்து படித்துப்பார்த்துவிட்டு மனந்திருந்தி தன் பாவங்களை மன்னிக்குமாறு பரமபிதாவிடம் வேண்டித் தன் ஆவியைப் பன்றிகளின் மேல் பாயச் செய்துவிட்டுத் தன்னுடலை ஒரு குளத்தில் மூழ்கடித்துக்கொண்டு விட்டான் என்றும், அவன் அபகரித்துக் கொண்டுவந்திருந்த கிறிஸ்தவ சித்தாந்தச் சுருக்கமும், நமதன்னையின் வாழ்க்கைச் சரித்திரமும் கடந்த நூற்று நாற்பது வருடங்களில் பல கைகளுக்கு மாறி கடைசியாகத் தன்

கைகளை வந்தடைந்ததாயும், இன்றும்கூட அந்த இரண்டு நூல்களையும் நோபிலியின் மதவிளக்கச் செயல்முறைகளில் நம்பிக்கையும் பிடித்தமும் இல்லாத, சுயநலமிக்க ஐரோப்பிய மேற்றிராணியார்கள் கைப்பற்றி அழித்துவிட வேண்டுமென்று தேடியலைந்துகொண்டுதானிருக்கிறார்கள் என்றும் முன்னுரையாகச் சொல்லிவிட்டு அன்றிரவு முழுவதும் என் கண்களில் கண்ணீர் கசிந்து பெருகும்வண்ணம் நமதன்னையின் வாழ்க்கைச் சரித்திரத்தையும் அன்போடு எனக்கு வாசித்துக் காண்பித்தார், அன்றிலிருந்து நான் தத்துவநாதருடைய எழுத்துகளின் ரசிகனானேன், அந்த எழுத்துகளைப் பற்றிச் சிந்திக்கச் சிந்திக்க, என் தந்தைகூட நீலகண்டப் பண்டிதரின் சிந்தனையோட்டத்தை, அவரைப் போல செய்யுள்களின் பாதையைத் தேர்ந்தெடுக்காமல் நோபிலியின் பேச்சு நடையைப் பின்பற்றி, ஒருவேளை அவரைவிட விரைவாகவே, எளிதாகச் சென்றடைந்துவிடலாம் என்கிற எண்ணம் எனக்குள் வலுப்பெறத் தொடங்கியது, என் தந்தையின் மரணத்திற்குப் பிறகு அது என்னுடைய லட்சியமாயும் ஆனது, அவர் தோற்ற இடத்தை அய்யரின் மொழிநடையை மட்டுமே ஒரு வாகனமாகப் பயன்படுத்தி வென்றுவிடலாமென்று நான் நினைத்தேன், அதைத் தவிர ஒரு மகன் தன் தந்தைக்காற்றும் உதவி வேறொன்றாக இருக்கவும் முடியாதென்றும் எனக்குத் தோன்றவே நோபிலியின் நூல்களையும் அந்தவிதமான எழுத்து நடையை வற்புறுத்திச் சாத்தியப்படுத்தும் ஐரோப்பியச் சிந்தனைகளையும் தொடர்ந்து பயில்வதற்காக இரண்டு வருடங்களுக்கு முன் இந்த மதகொண்டப்பள்ளி தேவாலயத்தில் என்னை ஓர் ஊழியனாகச் சேர்த்துக்கொண்டேன், மடாதிபதிகள் என்னைச் சந்தோஷமாக வரவேற்றதோடு தேவாலயத்தின் படிப்பறையையும் எனக்காக விரியத் திறந்துவிட்டார்கள், அவர்களைப் பொறுத்தவரையில் அவர்களுடைய குருநாதரின் சிந்தனைகள் ஏதோவொரு விதத்தில் இந்திய நிலத்தை உழுது வேதாகமத்தின் விதைகளை விதைக்க வேண்டும் அவ்வளவே, மாணவர்களால் படியெடுக்கப்பட்டு கைப்பிரதிகளாகவே தேவாலயத்தில் பாதுகாப்பாக வைக்கப்பட்டிருக்கும் (நீங்கள் கேள்விப்பட்டதைப் போல அவை எந்தப் பரோபகாரியின் தயவினாலும் அச்சகசாலைப் புத்தகங்களாக இன்னும் ஆகவில்லை) தத்துவநாதரின் நூல்களோடுகூட இந்த இரண்டு வருடங்களில் படிப்பறையிலிருந்த ஐம்பது விழுக்காடு நூல்களின் வாசகங்களையும் சேர்த்து என் மண்டைக்குள் சேமித்து வைத்துக்கொண்ட பின், அவற்றின் தாக்கத்தால் பிதிர் சஞ்சார மார்க்க போதினியின் ஞாபகத்திலிருந்து முன்பு என் தந்தையார் எழுதிவைத்திருந்த நீலகண்டப் பண்டிதரின், ஒரு வினோதப் பிரயாணம் பற்றிய, செய்யுள் வடிவிலமைந்த ஒரு வியாசத்தைப் பேச்சுவழக்கில் மாற்றி அதில், அதோடு பொருந்தக்கூடிய சில பறங்கிப் புராணங்களின் வினோத மிருகங்களையும் இணைத்துப் பரிசோதனை முயற்சியாக நான் இயற்றியதுதான், பின்பு கிழட்டுத் தாசரியால் எடுத்துச்செல்லப்பட்டு ஸ்வப்னஹள்ளியை எரித்தழித்த வியாசம்.

அகதிகள் சொன்னார்களென்று கெங்கம்மா மூலமாகக் கேள்விப்பட்ட விபூதியின் கதைக்கும், விபூதியின் வாயாலேயே கேட்டுத் தெரிந்துகொண்ட கதைக்கும் இருந்த இடைவெளி ட்ரிஸ்ட்ராமை ஆயாசங்கொள்ள வைத்தது.

அவன் கெங்கம்மா சொன்ன கதையின் மேல், மதகொண்டப்பள்ளிக்கு வரும் வழியிலேயே யோசித்துவைத்திருந்த, யாரும் அணுகவியலாமல் மடத்து நிர்வாகத்தால் பாதுகாப்பாக வைக்கப்பட்டிருப்பவன் என்று சொல்லப்பட்ட விபூதியைத் தந்திரமாகச் சந்திக்க உண்டான மார்க்கங் களையும், சொல்ல வேண்டிய பொய்களையும் மறுபரிசீலனைக்கு உட்படுத்தியாக வேண்டிய கட்டாயத்திலிருந்தான். நமதன்னை தேவாலயத்தின் அமைப்பைப் பற்றி அவன் ராயக்கோட்டையிலேயே சேகரித்திருந்த தகவல்களில் குழப்பம் எதுவும் இருக்கவில்லை. அவர்கள் சொன்னபடியே கோவிலின் பின்புறம், உடையார்களின் காலத்தில் அதன் பராமரிப்புச் செலவுகளுக்கென தேவாதாயமாகக் கொடுக்கப்பட்ட தோப்பிற்குள்தான் ஆலய ஊழியர்கள் மற்றும் மேற்றிராணியார்களின் குடியிருப்பும், சிறுவர்களுக்கான வேதப் பள்ளிக்கூடமும் இருந்தன, அந்த எல்லைக்குள் பொதுமக்கள் புகுந்து தியானிப்பதற்கும், பிரார்த்தனை செய்வதற்கும், கற்பதற்கும் உகந்த அமரிக்கையான சூழலைக் குலைப்பதற்கு அனுமதி மறுக்கப்பட்டிருந்தது. விபூதியின் குடிசையும் அந்த அமைதிக்குள்தான் இருந்தது. மதகொண்டப்பள்ளி எல்லையில் துவங்கி அதன் முன்புற மைதானம்வரையிலும் நீண்டு அதற்கப்பாலும் பிரார்த்தனைக் கூடத்திற்குள் அலையடித்துக்கொண்டிருந்த உயிர்த்தெழும் நாளின் ஜன சமுத்திரத்தின் ஆரவாரத்திலிருந்து முற்றிலுமாகத் தன்னைத் துண்டித்துக்கொண்டிருந்த பின்புற மரக்கூட்டங்களினுள் நுழையும் திட்டத்தையும் ட்ரிஸ்ட்ராம் வண்டியிலேயே யோசித்துவைத்திருந்தான். ஆனால் வண்டியைச் செலுத்திக்கொண்டிருந்த முதலை தன் காதுகளைப் பின்புறமாகவே திறந்துவைத்திருப்பானென்று அவனுக்குத் தோன்றியதால் ஊரை அடையும்வரை அவன் கெங்கம்மாவிடம், அவள் சொல்லிக்கொண்டுவந்த விபூதியின் கதையை ஆமோதித்து மேலும் சொல்லும்படி அவளைத் தூண்டிக்கொண்டிருந்ததைத் தவிர வேறு எதையும் பேசவில்லை. சர்க்கார் ஊழியர்கள், ஐரோப்பியர்கள் மற்றும் முக்கியஸ்தர்களின் தனி வழிபாட்டிற்காகக் கூட்டத்திலிருந்து மூங்கில் கழிகளால் பிரிக்கப்பட்டு தனியாக ஒதுக்கி ஒழுங்கு செய்யப்பட்டிருந்த சிறப்பு வரிசையில் அவர்களிருவரும் வந்துசேர்ந்துகொண்ட பிறகே அவன் தன் திட்டத்தை அவளிடம் சொன்னான். அதன்படி, ஆலய வளாகத்தினுள் அவர்கள் நுழைந்த கணத்திலேயே கெங்கம்மா மட்டும் பிரார்த்தனைக் கூடத்திற்குள் நுழையாமல் வரிசையிலிருந்து விலகி அதற்கும், தொலைவில் தோப்பைத் துவக்கும் எல்லைக்கும் இடையில் வெறிச்சிட்டிருக்கும் செம்மண் மைதானத்தைக் கடந்து, பின்புறத்தை நோக்கிச் சென்று அதன் நுழைவாயிலில் நிறுத்தப்பட்டிருக்கும் காவலாளியைச் சந்தித்துவிட வேண்டும், அங்கே அவள் தன்னை ஸ்வப்னஹள்ளி அகதிகளில் ஒருத்தியென்றும், நோபிலி அய்யரின் வாழ்க்கையை ஆராய்ந்து, அவரைப் பற்றியும், அவரை நன்கு வாசித்தவர்களைப் பற்றியும் ஆய்வுக்கட்டுரையொன்றை எழுதுவதற்காக ஆசியவியல் சங்கத்தின் சார்பாக வங்காளத்திலிருந்து புறப்பட்டு அய்யர் அலைந்த இடங்கள் முழுவதிலும் தானும் அலைந்துகொண்டிருந்த ஓர் இத்தாலியப் பயணி விபூதியைப் பற்றிக் கேள்விப்பட்டு அவரைச் சந்திப்பதற்குத் தன் உதவியை நாடிவந்திருப்பதாயும் சொல்லி

ட்ரிஸ்ட்ராமை நோக்கி அந்தக் காவலாளியின் கழுத்துத் திரும்பும்படி செய்துவிட்டால் போதும், மற்றவற்றை ட்ரிஸ்ட்ராம் பார்த்துக்கொள்வான். மேலும் முன்னெச்சரிக்கையாக அவன் கெங்கம்மா வரிசையை விட்டு விலகிய நேரத்தில் அவளுடைய கையைப் பிடித்திழுத்து அதற்குள் கொஞ்சம் வராகன்களையும் பொதித்துவைத்து அனுப்பியிருந்தான். கடைசியில் அவன் சொல்லச் சொன்ன பொய்யைவிட அதிகமாக அந்த வராகன்கள்தான் காவலாளி தன் கவனத்தை அவன் பக்கம் செலுத்த உதவி செய்தன. அவன் கெங்கம்மா கைகாட்டிய திசையில், தொலைவில், வரிசையிலொருவனாக நின்றுகொண்டிருந்த ட்ரிஸ்ட்ராமின் மேல் தன் பார்வையை நிலைநாட்டியதும் ட்ரிஸ்ட்ராம் தன் காற்சட்டைப் பையிலிருந்து கௌட அவனுக்குக் கொடுத்திருந்த உலோகப் பதக்கத்தை யெடுத்து அவன் கண்களில் படும்படி அதைத் தலைக்கு மேல் தூக்கி அசைத்துக் காண்பித்தான். எட்டப் பார்வைக் குறையால் அவதிப்பட்டுக் கொண்டிருந்த அந்த, மடக்கல்லைச் சேர்ந்த, படிப்பறிவற்ற, நடுத்தர வயதுக் காவலாளியின் கண்களுக்கு அந்த வஸ்து சரியாகப் புலப்படாததால் ட்ரிஸ்ட்ராமைத் தன்னருகே வரும்படி அவன் தன் கையை அசைத்து அழைத்தான். ட்ரிஸ்ட்ராம் அவனருகே சென்று அதைக் காட்டிய போதும் அவனால், முக்கியஸ்தர்களுக்கான, அம்மாதிரியான அனுமதிப் பதக்கங்களைப் பார்த்துப் பழக்கப்பட்டவனல்லனாதலால், அது இன்னதென்று தெரிந்துகொள்ள முடியவில்லை. ஆனால் அதன் ஒருபுறம் புலிச் சின்னமும் இன்னொருபுறம் புனித ஜார்ஜின் சிலுவையும் பொறிக்கப்பட்டிருந்ததைக் கண்டுவிட்டு, அது தன்னை எந்த எல்லைகளின் மறுபுறத்திற்குள்ளும் பிரவேசிக்க அனுமதிக்கும் கல்கத்தா சம்ஸ்கிருதச் சங்கத்தின் அனுமதிப் பட்டயம் என்று அந்தப் பயணி சொன்னதை நம்பி, மேலும் இத்தாலியர்களை ஆங்கிலேயர்களிடமிருந்து துல்லியமாகப் பிரித்துக்காட்டும் கூரிய நாசியைப் பற்றிய போதுமான அறிவும் அவனுக்கு இருக்கவில்லையாகையால், வந்தவனிடம் ஆயுதம் எதுவும் இல்லை யென்பதையும், ஏதேனும் அசம்பாவிதம் நிகழுமானால் அவனுடைய ஒடிசலான தேகத்தையும், அந்தப் பெண்ணையும் ஒருவனாகவே தன்னால் சமாளித்துவிட முடியுமென்பதையும், ட்ரிஸ்ட்ராமின் உடலைத் தொட்டுச் சோதித்து உறுதிசெய்துகொண்ட பின் அவர்களிருவரையும் உள்ளே அனுமதித்தான்.

ஆனால் இத்தனை எச்சரிக்கையான முயற்சிகளையும், சில வராகன்கள் செலவையும் தோப்பிற்குள் நுழைந்த சில நிமிடங்களுக் குள்ளாகவே ஒரு தேவையற்ற, அபத்தமான நாடகமாக ட்ரிஸ்ட்ராமும் கெங்கம்மாவும் உணர்ந்தார்கள். விபூதியின் இருப்பிடத்தை அவர்கள் அணுகிக்கொண்டிருந்தபோதே உட்புறம் தாழிடப்பட்டிருந்த அந்தக் குடிசையினுள் ஏற்கெனவே விபூதியுடன், அச்செட்டிப்பள்ளி ஹேபாலி யின் எல்லையை நோக்கி விரிந்த தோப்பின் பின்புறமிருந்த பாம்புக்கள்ளி வேலியைச் சிதைத்துக்கொண்டு, காவலாளியின் அனுமதியின்றியே நுழைந்திருந்த இன்னொரு நபரும் இருந்தான். உடல்கள் பொருதும் ஓசை கதவிடுக்கிலிருந்து கசிந்து ட்ரிஸ்ட்ராமின் காதுகளை எட்டி அவன் கெங்கம்மாவை எச்சரிப்பதற்குள் அவள் கதவைத் தட்டி விபூதியை அழைத்துவிட்டாள். கிணற்றுக்குள் கல் விழுந்ததைப் போல அவளுடைய

அழைப்பின் ஒலி தோப்பின் நிசப்தத்தால் உடனே சூழப்பட்டு, எழுந்த தடயம் தெரியாமல் அதன் ஆழத்தில் அடங்கிவிட்டது. தன்னுடைய தவறை கெங்கம்மா உணர்ந்துகொண்ட அதே கணத்தில், அவர்கள் சற்றும் எதிர்பாராத வகையில், வெண்பனிபோல நரைத்துச் சடைசடையாகத் தொங்கும் தலை முடியும், தொப்புள்வரை நீண்ட தாடியும், முழங்கால்களைத் தொடும் காவியுடையுமாக, அறுபது வயதென்று ஊகிக்கத்தக்க ஓர் உருவம் குடிசையின் கதவுகளைப் படாரென்று திறந்துகொண்டு வெளிப்பட்டது. அதே வேகத்தில் குறுக்கே நின்றிருந்த ட்ரிஸ்ட்ராமின் மேல் விழுந்து அவனையும் கெங்கம்மாவையும் பக்கவாட்டில் உருட்டித் தள்ளிவிட்டுத் தோப்பின் பின்புறத்தை நோக்கி ஓடி அதன் அடர்ந்த இருட்டுக்குள் பாய்ந்து மறைந்துவிட்டது. கண்ணிமைக்கும் நேரம். வயதுக்கு மீறிய அந்த வேகத்தைப் பார்த்துப் பிரமித்துப்போன ட்ரிஸ்ட்ராம் அந்த உருவத்தின் பின்னே தானும் ஓட எத்தனித்தபோது கெங்கம்மா அவசரஅவசரமாக அவனைத் தடுத்துநிறுத்தி குடிசையினுள் இருப்பவனின் கதியைப் போய்ப் பார்க்கும்படி ஏவினாள். குடிசைக்குள், வாசலுக்கு நேரெதிர் சுவரில், சன்னலுக்குக் கீழே போடப்பட்டிருந்த கட்டிலின் மீது விபூதி அவனுடைய மொட்டைத்தலையைச் சுற்றித் தேங்கத் துவங்கியிருந்த ரத்தக் குளத்தின் நடுவே வலியில் முனகியபடி அரைப்பிரக்ஞை நிலையில் மல்லாந்துகிடந்தான். மடத்தின் கட்டுப்பாடுகளை அனுசரித்து, ஒரு பிரமசாரியின் அறையென்று தோன்றாதபடிக்குக் கடும் ஒழுங்கை அனுசரிப்பதாயிருக்குமென்று பார்த்தவுடன் எண்ணச் செய்யும் அந்த அறைக்குள் சற்று முன்புவரை அதனதன் இடத்தில் கச்சிதமாக அடுக்கிவைக்கப்பட்டிருந்திருக்கக்கூடிய துணிமணிகளும் புத்தகங்களும் சிரட்டைக் கோப்பைகளும் பனந்தாள் தட்டுகளும் பிரப்பம்பாய் விரிப்பும் தரையில் தாறுமாறாய் இறைந்துகிடக்க, இன்னொரு மூலையிலிருந்த பலசுமர அலமாரிக்கு வெளியே, அதனுள்ளிருந்த சுவடிக்கற்றைகளும் காகிதக்கற்றைகளும் வீசியெறியப்பட்டு, நடந்து முடிந்த அசம்பாவிதத்தின் பதற்றத்தைக் குறையவிடாமல் இன்னும் தக்கவைத்துக்கொண்டிருந்தன. ரத்தத்தைப் பார்த்ததும் அலறத் தொடங்கிவிட்ட கெங்கம்மாவை ட்ரிஸ்ட்ராம் வாயைப் பொத்தி அடக்கிவிட்டு (நம்மைக் காட்டிக்கொள்ள இதுவன்று நேரம்) விழுந்துகிடந்தவனை நோக்கி ஓடிச்சென்று அவனுடைய பின்தலையை உயர்த்திக் காயங்களைத் தேடினான். பயப்படும்படியான அடி எதுவும் பட்டிருக்கவில்லை. கூரிய ஆயுதத்தின் அசட்டையான வீச்சால் கிழிந்துபோயிருந்த அவனுடைய வலக்காதின் மேல்மடலிலிருந்து மட்டுமே ரத்தம் வெளியேறி துணிவிரிப்பையும் அவனுடைய கழுத்தையும் நனைத்துக்கொண்டிருந்தது. ரத்தத்தைக் கண்டு பயந்துபோய்த்தான் விபூதி அரை மூர்ச்சை நிலையில் அரற்றிக்கொண்டிருந்தான். ட்ரிஸ்ட்ராம் கெங்கம்மாவை ஏவி பக்கத்திலிருந்த மற்றோர் அறையிலிருந்து தண்ணீர் கொண்டுவரச் செய்து அதை விபூதியின் முகத்தில் இரண்டுமுறை அடித்துத் தெளித்த பின் மீதத்தை அவன் தலையை நிமிர்த்தி வாயிலும் கொட்டினான். தண்ணீரின் ஸ்பரிசம் விபூதியின் பிரக்ஞையைத் தட்டி நேராக்கியது. அவன் சில வினாடிகள் ட்ரிஸ்ட்ராமையும் கெங்கம்மாவையும் பார்த்து மலங்கமலங்க விழித்துக்கொண்டிருந்த பின்,

பிரக்ஞை திரும்பியவுடன் மீண்டும் உறைக்கத் துவங்கிவிட்ட வலியால் கோணிக்கொண்ட முகத்துடன் அவர்களுக்கு நன்றி சொன்னான். ட்ரிஸ்ட்ராமும் கெங்கம்மாவும் சிறிது நேரத்திற்குப் பிறகு அந்த இடத்தை விட்டு வெளியேறியபோது இந்த நன்றியறிதலென்கிற தர்மசங்கடத்தை விபூதிக்குக் கொடுத்துத்தான் அவர்கள் அவனைத் தேடிவந்ததற்கான பலனைக் கையில் எடுத்துக்கொண்டு செல்ல முடிந்தது.

தான் காப்பாற்றப்பட்டிருப்பதை நம்ப முடியாத ஆச்சரியத்திலேயே வந்தவர்களை யாரென்றும், அவர்கள் தன்னைக் காண வந்த காரண மென்னவென்றும் முதலிலேயே கேட்டுக்கொள்ள மறந்துபோன விபூதி (தாசரியிடம் தான் கொடுத்தனுப்பிய வியாசத்தைப் பற்றிக் கேட்டுத் தன்னைக் கொல்லவோ அல்லது தாக்கவோ வந்த கிழவனையும் அவனுக்கு அடையாளம் தெரியவில்லை (விசாரணைக்காலத்தின்போது பல பேர் என்னைச் சந்திக்க முயன்றுகொண்டிருந்தார்கள், ஆனால் அவர்களில் யாருக்குமே அந்தக் கிழவன் இப்போது வந்து என்னைச் சந்தித்த வழியைத் தேர்ந்தெடுக்கும் யோசனை ஆண்டவன் புண்ணியத்தில் அப்போது வரவில்லை, தீர்ப்பு வெளியாகிப் பிரச்சினை தீர்ந்துவிட்டதாக எல்லோரும் நினைத்துக்கொண்டிருக்கும் நேரத்தில் இப்போது ஏன் அவன் என்னைத் தேடிவந்தானென்பதும் தெரியவில்லை, ஆனால் நான் உயிரோடிருக்கும்வரை பிரச்சினையும் உயிரோடிருக்குமென்று யாரோ நினைக்கிறார்கள் என்பது மட்டும் அவனுடைய வரவால் உறுதிப்படுகிறது). ஆனால் அவனை மிக நெருக்கமாகப் பலமுறை பார்த்திருந்த உணர்வு அவருடைய குரலைக் கேட்டுக்கொண்டிருந்தபோது தனக்கேற்பட்டதாக அவன் சொன்னான்). நெடுநேரம் அவர்களுடன், காயத்திற்கான அவர்களுடைய சிகிச்சைகளையும் ஏற்றுக்கொண்டே, தன் கதையைப் பற்றிப் பேசிக்கொண்டிருந்த அவன் ஐரோப்பிய நூல்களின் தாக்கத்தால் எழுதப்பட்ட தன்னுடைய வியாசத்தைப் பற்றிச் சொன்னவுடன் அதுதான் சமயமென்று அதைப் பற்றிய கேள்விகளுக்கு ட்ரிஸ்ட்ராம் தாவியபோதுதான் திடீரென்று விழித்துக்கொண்டவனாய் அவர்களைப் பற்றி விசாரிக்கவாரம்பித்தான். ஆனால் அப்போது ட்ரிஸ்ட்ராம் அவனைச் சந்திப்பதற்கு முன் கேள்விப்பட்ட அவனுடைய கதையைக் கொண்டு தன் மனதில் உருவாக்கிவைத்திருந்த ஆசியவியல் சங்கப் பொய் தன் வெற்றியை எந்த அளவிற்குச் சாத்தியப்படுத்தும் என்கிற யோசனையிலிருந்தான். கேள்விப்பட்ட கதையின்படி விபூதி நோபிலி மேற்கொண்டிருந்த, ஆசாரங்களால் பூணூலிடப்பட்ட வாழ்க்கை முறையால் கவரப்பட்ட ஒரு மாஜி பிராமணன், ஆனால் விபூதியின் சுயபுராணத்தின்படி அவன் அவருடைய எழுத்துகளின் ரசிகன், ஐரோப்பியச் சிந்தனைகளின் தர்க்கங்களைப் பரிச்சயப்படுத்திக்கொள்ள அதை ஓர் ஏணியாகப் பயன்படுத்திக்கொண்டவன், அதற்கு மேல் நோபிலியுடன் உணர்வார்ந்த பற்றுதல் எதையும் கொண்டிராதவனாய்த் தன்னைத் தன் பேச்சின் மூலமாய்க் காண்பித்துக்கொண்ட அவனை நோபிலியின் வாழ்க்கையை எழுதுவதற்காகச் சுற்றியலைந்துகொண்டிருக்கிறவன் என்கிற பொய் எத்தனைதூரம் ஈர்த்து, பிரச்சினைக்குரிய வியாசத்தைத் தன்னிடம் கொடுக்கவோ, அதைப் பற்றிப் பேசவோ அனுமதிக்குமென்பதை ட்ரிஸ்ட்ராமால் கணிக்கவியலவில்லை. எனவே அவன் தன்னுடைய

காலமறிந்த உதவியால் விபூதியின் மனம் நெகிழ்ந்திருந்த அந்தச் சந்தர்ப்பத்தைப் பயன்படுத்திக்கொண்டு தன்னைப் பற்றின உண்மையான விவரங்களை, அப்படிச் சொல்வது தன் மேல் கூடுதலான அபிமானத்தை விபூதியின் மனதில் சுரக்கச் செய்யுமென்கிற நம்பிக்கையுடன், சொல்லிவிட்டான். வந்திருப்பவனும் பிரச்சினைக்குரிய வியாசத்தைக் குறிவைத்தே வந்திருக்கிறான் என்பதைத் தெரிந்துகொண்ட கணத்திலேயே விபூதியின் முகம் வாடிவிட்டது. சற்று முன் வந்து அதைப் பற்றி விசாரித்து, தன்னைத் தாக்கிவிட்டு, தன் தந்தை எழுதிவைத்திருந்த நீலகண்டப் பண்டிதரின் சிந்தனைகளையும் அபகரித்துக்கொண்டு போய்விட்ட கிழவன் சுல்தானின் ஒற்றனாயிருக்கக்கூடுமெனில், அவனிடமிருந்து தன்னைக் காப்பாற்றிய ஆணும் பெண்ணும் மைசூர்ப் பேரரசைத் தங்கள் வலையில் வீழ்த்த உதவும் எந்தவொரு சிறுதுரும்பையும் அசட்டையின் காற்றில் பறக்க விட்டுவிடாமல் பற்றிக்கொள்வதற்காக முப்பது வருடகாலமாகக் காத்துக்கொண்டேயிருக்கும் கும்பெனியின் கையாள்களாக ஏன் இருக்கக் கூடாதென்கிற சந்தேகமும் அவனுக்கு வந்துவிட்டது. நான் யாருக்கும் அந்தச் சிந்தனைகளை இனி தெரியப்படுத்துவதில்லையென்று என்னைப் போஷித்துவரும் இந்தத் தேவாலயத்திற்கும் அதன் மூலமாக சர்க்காருக்கும் வாக்கு கொடுத்திருக்கிறேன், அந்த வாக்குறுதியைத் தொடர்ந்து காப்பாற்றுவதென்றும் முடிவு செய்திருக்கிறேன், அதுமட்டுமில்லை, ஹைதரலியின் காலத்திற்குப் பிறகு பிதிர் சஞ்சார மார்க்க போதினி என்கிற நூலைப் பற்றிய ஞாபகங்கள் அரண்மனையிலிருந்து அழிந்து விட்டதென்றுதான் நானும் என் தந்தையும் நம்பினோம், ஆனால் மெய்யான புதுமை எப்போதுமே அரியணைகளுக்குத் தலைவலியை உண்டாக்கிக்கொண்டுதானிருக்குமென்பதை நான் மீண்டும் எழுதிப்பார்த்த அந்த நூலின் ஒரு சில வாக்கியங்களே மெய்ப்பித்துவிட்டன, அது சிப்பாய்களுக்குச் சந்தேகத்தையும், ஹைதரின் மகனுக்குத் தகப்பனின் ஞாபகத்தையும், பயத்தையும் கொடுத்துவிட்டது, விளைவாக பழைய நாட்கள் திரும்பிவிட்டன, அன்று சிதையின் ஞாபகங்களுடன் நாடோடியாகத் திரிந்த என் தந்தையின் ஆவி இன்று பல நூறு அகதிகளாகப் பெருகி மைசூர் ராஜ்ஜியத்திலும், கம்பெனி சர்க்காரிலும் நிம்மதியற்று அலைந்துதிரிகிறது, அது இன்னுமொருமுறையும் சாபம் பிடித்த என் முன்னோனின் நூல்மீதான ஏக்கத்தால் பீடிக்கப்பட வேண்டுமா, இன்னுமொருமுறை அந்த ஆவி மேலும் சில நூறு மனிதர்களாகத் தன் நிம்மதியான வாழ்வுக்குள்ளிருந்து வெளியே துரத்தப்படுவதற்கு நான் காரணமாகிவிடக் கூடாது, என்னைக் காப்பாற்றிய உங்களையும் தாசரியாக்கித் திரும்ப ஓர் அழிவைத் துவக்கும் சாத்தானாக நான் மாறிவிடக் கூடாது.

விபூதியின் சிந்தனையோட்டத்தைப் புரிந்துகொண்ட ட்ரிஸ்ட்ராம் அவன் மறுத்துவிடும்பட்சத்தில், அந்தக் கபட சன்னியாசியைப் போலன்றித் தங்களுடைய எதிர்வினை சிறிதும் வருத்தமின்றி அவனிடமிருந்து விடைபெற்றுக்கொள்வதாகத்தானிருக்குமென்று அவனிடம் சொல்லி விட்டு கிளம்பத் தயாரானான். அதற்கு முன் தன்னுடைய அதிர்ஷ்டத்தை யும் ஒருமுறை பரீட்சித்துப்பார்த்துவிட கெங்கம்மா விரும்பினாள். சிருஷ்டிகளை வயிற்றில் சுமக்கும் பேற்றை இயற்கையாகவே கைக்கொண்ட

பெண்ணினத்தைச் சேர்ந்தவளென்கிற முறையில், அர்த்தம் எதுவாயினும் கருக்கொண்டுவிட்ட சிருஷ்டியை வெளிப்படுத்தாதிருக்க அதைப் படைத்தவனுக்கே உரிமையில்லையென்பதுதான் விபூதியினுடைய வாதங்களுக்கெதிரான அவளுடைய பணிவான ஆட்சேபணையாக இருக்கிறது, அவள் கேட்டுக்கொள்வதெல்லாம், தன் குடும்பத்தவருக்கு ஒரு பல்லறிவுக் களஞ்சியமாயும், அவனுடைய தந்தைக்கு, கர்ணனுடைய ஆயுதங்களைப் போல, தேவைப்பட்ட நேரத்தில் பயன்படாமல்போய்விட்ட ஒரு ஜோசிய ஏடாயும், மன்னர்களுக்கு அவர்கள் அஞ்சுகிற போர்த் தந்திரங்களெவற்றையோ பற்றிப் பேசுகிற ஏடாயும் மாறிமாறித் தெரிகிற அந்த நூலின் வாசகங்கள் ஏதாவதொரு மனிதனுக்கு, அதன் இருப்பையும் மேதமையையும் நியாயப்படுத்துகிற, உலக நன்மையைப் பேசுகிறதான ஓர் அர்த்தத்தைக் கொடுத்துவிடவிருக்கிற சந்தர்ப்பத்தை விபூதி தடுத்துக்கொண்டிருக்கிறானென்கிறரீதியிலும் அவன் அதை யோசித்துப்பார்க்க வேண்டும் என்பதைத் தவிர வேறெதையுமில்லை, அப்படி அந்த வியாசத்தின் வாசகங்களை அர்த்தப்படுத்தி வாசிக்கும் ஒரு மனிதனின் கைகளில் அது கிடைத்துவிடுமானால் பல பத்து வருடங்களாய் அரண்மனை நூலகத்தின் ஏதோ ஓர் இருண்ட மூலையில் தூசி துப்பட்டைகளுக்கு நடுவே கிடந்து சீரழியும் அவனுடைய முன்னோனின் பிரமிப்பூட்டும் ஞானம் உலகிற்குத் தெரியவரலாம், அவனுக்கும் அவனுடைய சந்ததிகளுக்கும் கிடைத்திருக்க வேண்டிய நியாயமான பிரசித்தமும் செல்வமும் இவற்றுக்கு மாறாகக் கிடைத்த அலைச்சல்களுக்கும் தனிமைக்குமான பிராயச்சித்தமும் திரும்பக் கிடைக்கலாம், இன்றில்லாவிட்டால் நாளை, தானே தன்னுடைய சிந்தனைகளின் நடமாடும் புத்தகமாகித் தேவாலயத்திற்குள் பதுங்கியிருக்கும் விபூதியைக் கொல்ல வேண்டுமென சுல்தானின் அரசாங்கமோ, விலைக்கு வாங்கிவிட வேண்டுமென பறங்கியர்களோ முடிவெடுத்திருக்கும்பட்சத்தில் அதற்கு முன் அந்தச் சிந்தனைகளுக்குள்ளிருக்கும் நல்லதொரு பொருளைக் கண்டடைந்துவிடும் ஒரு மனிதரின் கைகளில் அந்த வியாசத்தை ஒப்படைத்துவிடுவதென்பது அவனுடைய கடமையென்றேகூட அவளுக்குச் சொல்லத் தோன்றுகிறது, வருடங்களுக்கு முன் ஒருமுறை ஒரு போதகர் அப்போது சிறுமியாயிருந்த அவள் தலைமீது கைவைத்தபோது, சரீரத்தைக் கொலைசெய்து அதன் பின்பு அதிகமாக ஒன்றும் செய்யத் திராணியில்லாதவர்களுக்குப் பயப்படாதிருங்கள் என்றொரு வாக்கியம் அவள் மனதினுள் ஒரு மின்னலைப் போல ஓடி மறைந்ததையும் அவள் அந்தத் தருணத்தில் எண்ணிப்பார்க்கிறாள்.

கெங்கம்மாவினுடைய வார்த்தைகள் மெய்யாகவே விபூதியைக் குழப்பித்தான்விட்டன. தேவாலயம் தன் வாக்குறுதியின் மேல் அவனைக் காப்பாற்ற விரும்புகிறது, வந்தவர்களோ அவனைப் பிரத்யட்சமாகவே காப்பாற்றியிருக்கிறார்கள். தான் இப்போது யாருக்கு நன்றியுள்ளவனாய் இருக்க வேண்டுமென்பதை அவனால் முடிவுசெய்ய இயலவில்லை. உயிராபத்தான இந்த விளையாட்டில் இதற்குக் கொஞ்சமும் சம்பந்த மில்லாத அந்த இருவருக்கும் உண்டாகியிருக்கும் விருப்பத்தின் மீதான

தன்னுடைய ஆச்சரியத்தையும் வெளிப்படுத்தாமலிருக்க அவனால் முடியவில்லை. தனக்குச் சம்பந்தம் உண்டோ என்கிற சந்தேகம்தான் தன்னை இங்கே கட்டியிழுத்துவந்து அவன் முன் நிறுத்தியிருக்கிறது என்று ட்ரிஸ்ட்ராம் அதற்கும் பதில் சொன்னான். அதற்கு மேல் விபூதிக்கு விளக்கங்களெதுவும் தேவைப்படவில்லை. அவன் செய்ந்நன்றி கொன்ற பாவத்திற்குள் விழுந்துவிடப் பயந்தான். அரைகுறை மனதுடன் தன் கற்பனையை, அது யாருக்கும் எந்தத் தீங்கையும் கொண்டுவந்துவிடக் கூடாதென்கிற பிரார்த்தனையுடனும், பிறிதொருவருக்கு அது சொல்லப்படக் கூடாதென்கிற நிபந்தனையுடனும், தன்முன்னே நின்றிருந்தவர்கள்முன் ஒப்பிக்கவும் சம்மதித்தான். ஆனால் அவனுடைய பிரார்த்தனை, நிபந்தனை இரண்டுமே அவற்றை அவன் யார்முன் வைத்தானோ அவர்களால் நிறைவேற்றப்படவில்லை. அந்த வியாசம், அதன் விதிப்படி, அதைக் கேட்டுக்கொண்டிருந்தவர்களை மேலும் மேலும் ஆபத்தான பிரயாணங்களுக்குள் தள்ளிச்சென்றது.

நீலவேணி

வண்டிக்காரன் அரூபி, அவனுடைய குதிரைக்குச் சிலந்தியைப் போல எட்டுக் கால்கள், நாரையைப் போல வெள்ளை நிறம், சிவிங்கியைப் போல உயரம், காண்டாமிருகத்தைப் போல மூக்கில் ஒற்றைக் கொம்பு, ராஜாளியைப் போல முதுகில் இரண்டு றெக்கைகள், அது இழுத்துச்செல்லும் வண்டியோ தேக்குக் கூண்டமைத்து, எஃகுச் சகடம் பொருத்தி, ஆரங்களில் மணிகட்டி, உட்புறத்தில் தொட்டால் தளும்பும் நீர் வண்ணமும், வெளிப்புறத்தில் புடைப்புப் பூச்சித்திரங்களுமாய், தாமரைப்பூண் பிடியுடன் பருத்த கதவமைத்து, இலவம்பஞ்சு இருக்கைகள் தைத்துக் கட்டப்பட்ட ரதம், பயணத்திற்கு ஆறு நிலைகள், குதிரையைக் கண்டவுடனேயே அதில் பயணம் செய்யும் கற்பனைகளைக் காண்பவனின் மனதிற்குள் வளர்க்கும் ஊக நிலை ஒன்று, ஆர்தர் மன்னனின் போர்ப்புரவியான ல்லாம்ரே காயங்களால் மாசுபடாத, ஆனால் புழுதியால் துலக்கம்பெற்றுக்கொண்டிருக்கும் உடலின் வெண்ணிறம் நிலவைப் போல ஒளிவீச, உலகின் எத்தனை உயரமான மனிதனின் கண்மட்டத்திற்கும் புட்டத்தையே காட்டி நிற்கும் தன் உயரத்தின் கம்பீரமிக்க எடையால் தட்தட்டென மண்ணில் பதிந்தும் பிறகு அது காற்றில் எழும்பித் தாழ்வதால் தடதடவென அதிர்வதுமான, இரண்டுக்கு ஒன்று, பிறகு நான்கிற்கு இரண்டு என்கிற ஒழுங்கிலமைந்த சதுஸ்ரநிலைக் குளம்பொலியை எழுப்பி சிருஷ்டிபரமான ஊக நிலையைத் தட்டியெழுப்ப வல்லது, மூச்சுக்காற்றால் முன்னால் நீளும் பாதையைத் தூர்த்துக்கொண்டும் வேகத்தால் காலடியிலிருந்து தெறித்து நிலத்தின் மேல் படரும் புழுதியைக் கொண்டு தடங்களை அழித்தபடியும் விரையும் அது யாருடைய தடத்தின் மேலாகவும் தன் பாதையை அமைத்துக்கொள்வதோ யார் தொடர்வதற்காகவும் தன் காலடித் தடங்களை மண்ணில் விட்டுச் செல்வதோ

கிடையாது, வண்டிக்காரன் கதவைத் திறந்து பயணியை உள்ளே ஏற்றி அவனுடைய லௌகீகக் கவலைகள் உள்ளே புகுந்துவிடாமல் கூண்டின் கதவுகளை அறைந்து சார்த்தி வெளியே தாழிட்டுவிட்டு வண்டியை முடுக்கத் தொடங்கும் தூல நிலை இரண்டு, குதிரைகள் ஆண்களையும் பெண்கள் பயணங்களுக்கு வெளியே வீசப்பட்ட கவலைகளையும் சுமந்து திரிய வேண்டுமென்பது அசுவங்களின் ராணியான எபோனா காலத்திய நிலங்களின் விதி, அவளுடைய ரதத்திற்குள் பெண்கள் நுழைய ஆதியிலிருந்தே அனுமதியில்லை, மரங்களைச் சாடிச்செல்லும் வண்டி காற்றைக் கிழிக்கும் ஊளையினாலும், சிதறித் தெறிக்கும் சருகுகள் மற்றும் சுள்ளிகளின் உராய்வொலியாலும், மரக்கிளைகளைக் கூண்டு சீய்த்து எழுப்பும் கிறீச்சொலியாலும், உராயும்போது மேலிருந்து கூரையின் மேல் விழுந்து தெறிக்கும் பாம்புகளின் சீறல்களாலும், இரைதேடும் மிருகங்களின் தொலைதூரப் பசி முனகல்களாலும், பின்மாலைப் பறவைகளின் கெச்சட்டான்களாலும், சேய்மையிலெங்கோ மரத்தொகுதிகளைக் குறுக்காக வெட்டியபடி ஓடிக்கொண்டிருந்த நதிகளும், சிறு நீர்ச்சுனைகளும் பள்ளத்தில் விழும் அதிர்வொலி, பாறைகளில் மோதிச் சுழிக்கும் ஆரவாரம், காற்றால் துவட்டப்படும் துள்ளல், மிருகங்களால் உட்கொள்ளப்படும் அலட்டல், உள்ளே ஜீவித்துக் கொண்டிருக்கும் மீன் முதலிய ஜந்துக்களால் குடையப்படும் கூச்சம் ஆகியவற்றாலும் சிருஷ்டிக்கப்படும் சப்த நிலை மூன்று, ஸாலின் செல்லக் குதிரையான ஆர்வாக் தன் வேகத்தால் வெளிப்புற வெளிச்சத்தின் பிங்கல வண்ணத்தை ஒலிகளின் நிறமற்ற தைலத்தில் குழைத்து ரதக்கூண்டின் உட்புறத்தில், மூடிய இமைகளுக்குள் பிரதிபலிப்பதைப் போன்ற, மாறிக்கொண்டேயிருக்கும் அரூபச் சித்திரங்களை வரையும், சப்தங்கள் நின்றுபோய், மஞ்சளென்றால் அவித்த நெல்லின் பசியூட்டும் மணம், கருஞ்சிவப்பென்றால் பேரீச்சங்கள்ளின் கிறக்கமூட்டும் புளிப்பு வாடை, பச்சையென்றால் உடற்தூய்மைக்குப் பழக்கப்படாத மிருகப் பட்சியினங்களினுடைய காட்டுத்தோலின் வீச்சம் என்று கதம்பமான மணங்கள் பெருத்து அலையும் அந்தரவெளியை நோக்கி விரைவின் உச்சத்தில் வண்டி மிதந்து எழும் ஆழ நிலை நான்கு, மானுடக் கனவுகளின் லட்சியமான யூனிகானின் கால்கள் தரையின் கரடுமுரடான பரப்பில் பாவுவதில்லை, அவை எப்போதும் வெளியின் சமச்சீரான பரப்பில் எழும்பி நிலவை நோக்கியே துடித்துக்கொண்டிருப்பவை, காற்றின் திசைமாற்றத்தால் அதன் வெண்ணிறமான ஒற்றைக் கொம்பு வளியைக் கிழித்துக்கொண்டிருப்பதையும், விச்ராந்தியான உறக்கத்தால் அதன் விலாப்புறத்தில் முளைத்திருக்கக்கூடிய சிறகுகள் மெல்லிய, ஆனால் விசாலமான அலைவில் காற்றுடன் பொருந்தி ஒத்திசைந்த ஒரு லயத்தைத் தாலாட்டாக முழுப் பிரபஞ்சத்தின் மேலும் படர்த்திக்கொண்டிருப்பதையும் அறியலாம், தாறுமாறாகச் சுழலும் ரத்தவோட்டத்தாலும் வாசனைகளாலும் ஒலிகளாலும் தோற்திரையில் உருளும் வண்ணப் பிரதிபலிப்புகளாலுமன்றி பிரத்யட்சமாக, கண்களால் பார்த்து அறியவியலாத, அந்தப் பயணத்தை அஞ்சித் திக்குமுக்காடிப்போய் இறங்கிவிடத் தவிக்கும் பயணியை ஆசுவாசப் படுத்தும்விதமாக, அடைய வேண்டிய இலக்கின் அண்மையில் வண்டி

தரையிறங்கிச் சரளவோட்டத்தைக் கைக்கொள்ளும் இத நிலை ஐந்து, ஹெர்குலிஸ் தன்னுடைய எட்டாவது பயணத்தின்போது பிடித்துவந்த டியோமெடீஸின் பெண் குதிரை ஒரு நரமாமிசப் பட்சிணி, பயணம் முடிந்த பின் பாதையானது பிரத்யட்ச உலகிலிருந்து மறைந்து அதில் பயணித்தவனுடைய புத்திக்குள் நுழைந்துவிடும் ஏகநிலை ஆறு, கனவுத்தின்னியான பாக்குவின் மாயப்பாதை மனித சஞ்சாரம் உருவாக்கும் தெருவெளிகளையும் தெருக்களால் பிணைக்கப்பட்டிருக்கும் வீடுகளின் வரிசையையும் வந்தெட்டும்போது அதன் பின்னங்கால்கள் உதைத்துத்தள்ளும் புழுதி வீதியில் விளையாடிக்கொண்டிருக்கும் சிறுகுழந்தைகளைப் புழுதித்திரையின் பின்னணியில், காற்றுவெளிக்குள், அது அந்தயிடத்தைக் கடந்துசெல்லும்வரை அமிழ்த்தியும் வெளிப்படுத்தியும் குதூகலப்படுத்திக்கொண்டோ, தங்களை வீரர்களென்று பெண்டுகளிடம் மார்தட்டிக்கொண்டு திரிந்தபடியிருக்கும் ஆண்கள் வெருண்டு மருங்குகளை நோக்கிச் சிதற விரட்டியபடியோ, அல்லது வீடுகளின் வெளிப்புற ஜன்னல்களின் கதவுகள் தெறித்து விழும்படி அவற்றைத் தன் குளம்போசையால் அறைந்து தட்டி, சமையலறைக்குள்ளோ சூதகமணம் கமழும் தனியறைகளுக்குள்ளோ தங்களை அடைத்துக்கொண்டிருக்கும், எப்போதேனும் துந்துபி முழக்கிவரும் பாளையத்தாருக்கும் சுல்தானுக்கும் தனியறைகளைக் கள்ளப்பார்வை பார்த்துக்கொண்டே கணவர்களை நலம் விசாரிக்கும் ஜமீன்தார்களுக்கும் பிராமணர்களுக்கும்கூட ஜன்னல்வரை எழுந்துவரும் மரியாதையைக் கொடுக்க விரும்பாத பெண்களை, சிங்கத்தலையையும் குன்றாத ஆண்மையையும் கொண்டிருக்கும் அழகிய குதிரைப்பெண்ணே, நீ எங்களை ஒதுக்கலாமா, நீ எங்கள் இனமில்லையா என்று புலம்பியபடி விரைந்து முன்வாசல்களை நோக்கி ஓடிவரச்செய்தவாறோ, அவர்களுடைய இரவுறக்கத்தின் புற்றுக்குள் பாம்பைப் போல தந்திரமாக நுழைந்துவிடும், அதன் வால் அதன் முதுகில் பயணித்தவனுடைய பகற்பொழுதினுள் துடித்துக்கொண்டிருக்கும், அவன் வெண்ணிற வெளிச்சத்தின் மேலேறி காற்றில் பயணம் செய்யும் அதீதக் கற்பனைகளினுள் அடிக்கடி இடறி விழுந்துவிடுவான், இரவு தன் கரிய, பெரிய, வண்டுகள் மொய்க்கும் கண்களால் அவனை வாத்ஸல்யத்துடன் பார்த்து அழைத்துக்கொண்டேயிருக்கும், மயிர்ப்பிரி அடர்ந்து தொங்கும் மதியப்பொழுதின் கழுத்தைத் தடவி அவன் முத்தமிடுவான், மாலைப்பொழுதின் சிவந்த நாசி அவன் காதுகளில் வினோதமான ஒலிகளைக் கனைத்துக்கொண்டேயிருக்கும், பாக்குவின் முதுகில் ஒருமுறை சவாரி செய்தவன் பிறகு அதிலிருந்து என்றென்றும் கீழிறங்குவதில்லை.

விபூதி தன்னுடைய கற்பனையென்று ஒப்பித்த வியாசத்தை மதகொண்டப்பள்ளியில், உயிர்த்தெழும் வைபவத்தின் மதியப்பொழுதில் ட்ரிஸ்ட்ராமும், ஒரு மாதத்திற்குப் பிறகு ராயக்கோட்டையில், வேறோர் தருணத்தில் அதையே ட்ரிஸ்ட்ராமின் வாயால் துயிலார்ப் பூசாரியும் கேட்க நேர்ந்தபோது, அதன் முதல் வாக்கியத்தைச் செவியுற்ற கணத்திலேயே, அவர்கள் இருவருமே, திகைத்துப்போய் நின்றுவிட்டார்கள். வனத்தின் வழியே வண்டிப் பயணத்தை மேற்கொள்ளும் ஒரு மனிதனுடைய வினோதமான கற்பனையென்றும், அதில் ஐரோப்பியப்

புராணிகம் சார்ந்த பெயர்கள் இடம்பெற்றிருந்தன என்றும் தான் கேள்விப்பட்டதாய் சொக்க கௌட ஸ்வப்னஹள்ளியிலிருந்து திரும்பும் வழியில் தெரிவித்திருந்ததிலிருந்தே விபூதியின் வியாசம் இதுவாகத் தான் இருக்குமோவென்கிற ஓர் உள்ளுணர்வு ட்ரிஸ்ட்ராமின் மனதை அரித்துக்கொண்டேயிருந்ததுதானெனினும், அந்த அரிப்பைத் தவிர்த்துவிட வேண்டும், அல்லது அதை ஊர்ஜிதம் செய்துகொள்ள வேண்டுமென்கிற தவிப்புடன்தான் அவனும் மதகொண்டப்பள்ளிப் பயணத்தை மேற்கொண்டானெனினும், கிருஷ்ணகிரியிலிருந்து ராயக்கோட்டைக்கு வரும் வழியில் சத்யபாமாவின் பேரழகு தன்னுள் பிரவகிக்கச் செய்துகொண்டிருந்த கற்பனை அட்சரம் பிசகாமல் விபூதியின் வாயிலிருந்து அவனுடைய சுவாசத்தைப் போல தங்குதடையின்றி வெளிப்பட்டுக்கொண்டிருந்ததைப் பார்த்தபோது, அது, அவனுடைய சுதாரிப்பையும் மீறி, முதலியாருடைய உத்தரவின்பேரில் மறுநாள் ராமஞ் சேரியிலிருந்து பாலேஸ்வரியம்மன் கோவிலைத் தாண்டி வந்துகொண்டிருந்த கெங்கம்மாவின் கையைப் பிடித்தபடி ஈஸ்வரன் கோயில் தெருவிற்கு வந்த துயிலார்ப் பூசாரி அங்கே மழிக்கப்படாத முகமும் வாரப்படாத தலையும் மாற்றப்படாத உடைகளும் சுத்தம் செய்யப்படாத உடலுமாய்த் தரையில் அவன் படுத்துக் கிடந்த அலங்கோலத்தைக் கண்டதும் தான் நினைத்ததைவிட மோசமாகவேதான் காட்டேரிகளின் பிடியில் அவன் சிக்கியிருப்பதாக (ட்ரிஸ்ட்ராம் மதகொண்டப்பள்ளியிலிருந்து திரும்பிய அதே நாளில் அவனைச் சந்தித்திருப்பானேயானால் அவனையே ஒரு காட்டேரி என்றும் பூசாரி சொல்லியிருக்கக்கூடும்) கெங்கம்மாவிடம் சொல்லிப் பரிதாபப்பட்டுக்கொள்ளுமளவிற்கு அவனுடலிலிருந்த ரத்தம் முழுவதையும் உறிஞ்சி அதைப் பிரேதத்தைப் போல வெளுக்கச்செய்துவிட்டது. யாருடனும் பகிர்ந்துகொள்ளப்படாத தன்னுடைய கற்பனையை, எதிரே நிற்பவனுடைய விழிப் பாவையின் மீது அது துலக்கமாக எழுதப்பட்டிருப்பதைப் போல, தன் கண்களை உற்றுப் பார்த்தபடியே விபூதி சொல்லிக்கொண்டிருக்கிறானென்கிற வியப்பு மட்டுமன்று, அந்தக் கற்பனையின் ஊற்றுக்கண்ணாயிருந்த தன்னுடைய பிறன்மனைக் காதல் மீனவிலாஸத்தில் நுழைந்த இரவில் முதலியாரின் பார்வையாலும், திருமண நாளின் இரவில் கெங்கம்மாவின் பார்வையாலும் வெளிப்படுத்தப்பட்டதைப் போலவே விபூதியாலும் மனங்கூசும்விதமாகப் பகிரங்கப்படுத்தப்படுகிறதென்கிற உணர்வால் ஏற்பட்ட வெட்கமும் அதிர்ச்சியும், சத்யபாமாவை விபூதியும் எப்போதோ சந்தித்துத் தன்னைப் போலவே காதல்வயப் பட்டிருக்கக்கூடுமோவென்கிற சந்தேகம் கிளப்பிவிட்ட ஆற்றாமையும் (சத்யபாமா இன்னொருவன் மனைவியாக இருப்பது விதி, ஆனால் இன்னொருவனின் காதலியாக அவள் இருக்கவே முடியாது) சேர்ந்தேதான் அவனுடைய திட சித்தம் குலையும்படி செய்துவிட்டன. விபூதி படித்து முடித்த பின் அவனிடமிருந்து ஆமோதிப்பையும் பாராட்டுகளையும் எதிர்பார்த்து அவன் முகத்தை ஏறிட்டு நோக்கிய, அதிகம் புரியாவிட்டாலும் ஒரு வளமான வியாசத்தைச் செவிமடுத்த திருப்தியுடனிருந்த கெங்கம்மாவும், அதைத் திரும்ப ஒருதரம் தானே குரலெடுத்துச் சொன்னபோது அதன் அர்த்த பரிமாணம் உபகற்பனைகளுக்கு இடங்கொடுத்து

மென்மேலும் விரிவடைந்து செல்வதாக உணர்ந்து தன் மேதமையைத் தானே மனதிற்குள் மெச்சிக்கொண்டிருந்த விபூதியும், பயந்துபோய் ஒருவரையொருவர் பார்த்துப் பேந்தப்பேந்த விழிக்கும்வண்ணம், அதைப் பற்றிய தன்னுடைய குறைந்தபட்ச அபிப்பிராயத்தையேனும் கூறும் அடிப்படை நாகரிகத்தைக்கூட கடைப்பிடிக்க மறந்துபோனவனாய் அவன் வாணியம்பாடி சத்யபாமாவை விபூதி சந்தித்தது எப்போதென்றும், திருவண்ணாமலையிலிருந்து பஞ்சம் பிழைக்கவந்த ஒரு பூக்காரக் குடும்பம் தற்கொலை செய்துகொண்ட காலத்திலிருந்தே தன்னுள் வந்து தங்குபவனை யதார்த்தவுலகில் மீண்டும் கால்வைக்க அனுமதிக்காமல் கதவுகளை இறுகச் சார்த்திக்கொண்டுவிடுகின்றன என்று ஊராரால் நம்பப்படும் ஆம்பூர்ச் சத்திரத்தின் அறைகளுக்குள் எழுப்பப்பட்டுக் கொண்டேயிருக்கும் மாயவுலகங்களின் பிரஜைதானே அவன் என்றும் (எனில் நாங்கள் சற்று தாமதமாக வந்து அந்தக் கிழவன் உன்னைக் கொன்றுபோட அனுமதித்திருக்க வேண்டும்) அவர்கள் நின்றுகொண்டிருப்பது மதகொண்டப்பள்ளி தேவாலயம்தான் என்பது அவனுக்கு நிச்சயமாகத் தெரியுமா என்றும் கேள்வி மேல் கேள்வியாகக் கேட்கத் தொடங்கிவிட்டான். பெண்மையை உணரத் தொடங்கும் வயதை எட்டிய நாள் முதலாகவே ஸ்வப்னஹள்ளியை விட்டு வெளியேறிச் செல்லும் சந்தர்ப்பம் எதையும் பெற்றிராத, குறிப்பாக சத்யபாமா என்கிற, வாணியம்பாடி மிராசுக் குடும்பமொன்றின் பெண் வாரிசைப் பற்றி அதுவரையில் கேள்விப்பட்டேயிராத விபூதி ட்ரிஸ்ட்ராமினுடைய கண்களிலிருந்து பீறிட்டுக்கொண்டிருந்த ரௌத்திரத்தையும் பேதலிப்பின் சாம்பல் வண்ணத்தையும் பார்த்ததுமே சற்று முன் ஈசனிடம் தான் வைத்த பிரார்த்தனை நிராகரிக்கப்பட்டது என்பதை உணர்ந்துகொண்டு விட்டான். என் கற்பனை இந்த முறையும் விரும்பத்தகாத விளைவை உண்டுபண்ணிவிட்டதைப் போலிருக்கிறதே, இதற்காகத்தான் தேவாலயம் என் வாயைத் தன் அன்புக் கட்டளையால் பூட்டி வைத்திருந்ததுபோலும். ஆனால் இன்னொருவனுடைய கற்பனையைத் திருடி அதைத் தலைக்குக் கத்திவரும் நேரத்திலும் தன்னுடையதுதானென்று பிதற்றிக்கொண்டு திரியும், கர்த்தருக்கு விசுவாசமற்ற அயோக்கிய பிராமணா, அதையும்கூட சர்க்காரின் மிரட்டலுக்குப் பயந்துதான் பிறர்முன் வெளிப்படுத்த அஞ்சிக்கொண்டிருந்தாயேயன்றி, நீ உன் கயவாளித் தனத்தை உன் கற்பனையென்பதாகப் பகிர்ந்துகொள்ளவும், அதைக் கேட்டுப் பிறர் அடையும் வியப்பின் மீது கர்வம்கொண்டு திரியவும் விருப்பம் கொண்டவன்தான், உடைமைக்காரன் கண்டுபிடிக்கும் முன் முந்திக்கொண்டு அந்த வியாசத்தை உன்னுடையதென்று நிரூபித்துக் கொள்ள வேண்டுமென்பதற்காகவே அதை அவசரஅவசரமாக ஒரு கிழட்டுத் தாசரியிடம் கொடுத்து வெளியுலகில் பிரபலப்படுத்த நீ முயன்றாய், உன் துரதிர்ஷ்டம் நானோ உன்னைப் பற்றி என் நண்பன் வாயால் சொல்லக் கேட்டபோதே, தனிமைப்படுத்தப்படும் எல்லாப் பண்டிதர்களையும் போலவே நீயும் உன்னிடம் இருப்பதாக நீயாகவே கற்பனை செய்துகொண்டிருக்கும் உன் மேதாவிலாஸத்தைக் கண்டுகொண்டு உன்னை மெச்சும் மனிதர்களை எதிர்பார்த்து ஏங்கிக்கொண்டிருந்தாய் என்பதையும், கூட்டமாகச் செல்லாமல் ரகசியமாயும், தனி மனிதனாயும்

வந்து உன்னைச் சந்தித்தால், உன்னுடைய பலவீனத்தைப் பயன்படுத்தி, உன்னிடமிருந்து இந்த வியாசத்தை எளிதில் வெளிக்கொண்டுவந்து, உன் திருட்டுத்தனத்தையும் அம்பலப்படுத்திவிடலாமென்பதையும் தெரிந்து கொண்டுவிட்டேன்.

தன்னுடைய பேச்சுகள் அனைத்துமே பேசிக்கொண்டிருக்கிறபோதே எழுந்த தன்னுடைய அந்தக் கணத்தின் உணர்ச்சி வேகம்தான் என்பதை ட்ரிஸ்ட்ராம் நன்கு அறிந்திருந்தாலும் சத்யபாமாவின் மீதான தன் உரிமையைப் பறிகொடுக்க நேர்ந்துவிடுமோவென்கிற பயத்தில் அவன் அவற்றை விபூதியின் மூளைக்குள் கூர்வாளாக மாற்றிமாற்றிச் சொருகுவதற்குத் தயக்கமோ வெட்கமோ கொள்ளவில்லை. கடைசிவரை அவன் எதற்காகத் தன்மீது பாய்கிறான் என்பதற்கான தெளிவான காரணத்தை விபூதியும் தெரிந்துகொள்ளவில்லை. தெரிந்துகொள்ள விரும்பவுமில்லை. நீலகண்டப் பண்டிதரின் வியாசத்தை இடைச்செருகல்களுடன் தன்னுடையதாக விஸ்தரித்து எழுதியதைத்தான் அந்தப் பறங்கி இன்னொருவன் கற்பனையைத் தான் திருடிக்கொண்டிருப்பதாகக் குறிப்பிடுகிறான் என்று நினைத்துக்கொண்டுவிட்ட அவன் தனக்கு உரிமையான தன் குடும்பச்சொத்தைத் தன் விருப்பம்போல அனுபவிக்கவும், சுய சம்பாத்தியத்தைப் போலவே அதைச் செலவழிக்கவும் தனக்குப் பூரண உரிமை உண்டென்று அவனிடம் வாதாட நினைத்தான். ஆனால் தொடர்ந்து ட்ரிஸ்ட்ராமின் குரல் உயர்ந்துகொண்டே போவதைக் கண்டவுடன் கலவரமடைந்துபோன அவனால் அந்தக் கூச்சல் பக்கத்துக் குடில்களில் தங்களுடைய பகல்நேரத்துப் பிரார்த்தனைகளை நிறைவேற்றிக்கொண்டிருக்கும் மேற்றிராணியார்களின் கவனத்தை ஈர்த்துத் தன்னை இக்கட்டில் மாட்டிவிடுவதற்குள் அவனை அழைத்துக்கொண்டு குடிசையை விட்டு வெளியேறிவிடும்படி பதற்றத்துடன் கெங்கம்மாவிடம் வேண்டிக்கொள்வதைத் தவிர வேறெதையும் பேச நாவெழாமல் போய்விட்டது. அற்பப் புகழுரைகளுக்கு ஆசைப்பட்டுத் திருட்டுத்தனமாக உள்ளே நுழைந்தவர்கள் என்னைப் பார்க்கவும் பேசவும் தடைசெய்யப்பட்ட வியாசத்தைத் தெரிந்துகொள்ளவும் அனுமதித்து எனக்கு அடைக்கலம் தந்த தேவாலயத்தின் புனிதத்தின் மேல் புழுதிபடியச் செய்துவிட்டேன், இதற்கு இந்தப் பைத்தியக்காரன் விரும்பியதைப் போல அந்தக் கிழவன் என்னைக் கொல்லவே நான் அனுமதித்திருந்திருக்கலாம்.

விபூதியின் குடிசையிலிருந்து வெளியே வந்து கெங்கம்மாவின் தோள்களைப் பற்றியபடி, அவர்களை உள்ளே அனுமதித்த காவல்காரன் மற்றும் ஆலய வளாகத்தை நிறைத்துக்கொண்டு உயிர்த்தெழுந்த தேவகுமாரனைத் தரிசிப்பதற்காக வரிசையில் சென்றுகொண்டிருந்த பக்தர்கள் ஆகியோரின் திகைத்த பார்வை பின்தொடர, ஊரெல்லையிலேயே நிறுத்திவைத்துவிட்டு வந்திருந்த வில்வண்டியை அடையும்வரை ட்ரிஸ்ட்ராம் தன் பித்துக்குளித்தனத்திலிருந்தும் கோபத்திலிருந்தும் விடுபடாதவனாகவேயிருந்தான். முதலையின் மீது அவன் கொண்டிருந்த எச்சரிக்கையுணர்வையும் அந்த மனநிலை மழுங்கடித்துவிட்டிருந்ததால் கெங்கம்மா அவனுடைய திடீர்க் கோபத்திற்கான காரணத்தைக் கேட்டபோது, அதற்காகவே காத்திருந்தவனைப் போல, விபூதி

தான் எழுதியதாகச் சொல்லிக்கொண்ட அந்த வியாசம் முழுக்க முழுக்கத் தன்னுடைய கற்பனையென்றும், அந்த அற்புதக் குதிரையும் மாயானுபவத்தைத் தரும் வண்டிப் பயணமும் வாணியம்பாடியில் தன்னைத் தன் பேரழகின் சிறைக்குள் வீழ்த்திய சத்யபாமா என்கிற பெண் மற்றும் அவளுடனான சம்போகத்தின் உருவகங்கள் என்றும் சொல்லித் தன் ஆற்றாமை முழுவதையும் கொட்டித்தீர்த்தான். கெங்கம்மாவால் அவன் சொன்னவற்றை நம்ப முடியவில்லை, கண்களில் பிரத்யட்சமாகக் கொப்பளித்துக்கொண்டிருந்த காதலின் வெறியைக் கண்டபோது அவன் பொய் சொல்கிறானென்றும் எடுத்துக்கொள்ள முடியவில்லை. ஆனால் அவன் விபூதியைப் பார்த்துக் கேட்ட கேள்விகளிலிருந்த நியாயத்தையும் அபத்தத்தையும் மட்டும் அவளால் நன்றாகப் புரிந்துகொள்ள முடிந்தது. ஒருவனுடைய ரகசியக் கற்பனை இன்னொருவனால் எழுதப்படுகிறது என்கிற விஷயத்தைக் கேள்விப்பட்டபோது அவளும் குழப்பத்தையும் ஆச்சரியத்தையும் அடையத்தான் செய்தாள். ஆனால் அந்த வினோதமான பிரச்சினையில் சம்பந்தப்படாத மூன்றாம் மனுஷியென்கிற சலுகையைப் பயன்படுத்திக்கொண்டு அவள் உணர்ச்சிவசப்பட்டு மனதைப் புண்ணாக்கிக்கொண்டிருப்பதற்குப் பதிலாக, தர்க்கரீதியாக அதற்கான சாத்தியங்களை ஒவ்வொன்றாக யோசித்துப்பார்க்கலாமே என்று ட்ரிஸ்ட்ராமுக்கு யோசனை சொன்னாள். சத்யபாமாவும் விபூதியும் கொள்ளும் உறவு நிலைகளைத் திரும்பத்திரும்பக் கற்பனையில் கண்டு மனம் திடுக்கிட்டுக்கொண்டேயிருந்ததால் அதிலிருந்து தன்னைத் திசைதிருப்பிக்கொள்ள ஒரு வழியாயிற்று என்றெண்ணி ட்ரிஸ்ட்ராமும் அதற்குச் சம்மதித்தான். ஒரு கரு குறிப்பிட்ட காலக் கெடுவிற்கு மேல் உள்ளே தங்கவியலாமல் அதைச் சுமந்துகொண்டிருக்கும் பெண்ணின் உடலைக் கிழித்துக்கொண்டு வெளிப்பட்டுவிடுவதைப் போல ஊற்றுக்கண் பிறன்மனை விருப்பத்திலிருந்து உண்டானதாயிருந்தாலும் மெச்சத்தகுந்த கற்பனையென்கிற அளவில் அந்தக் கற்பனை ட்ரிஸ்ட்ராம் அறியாமலேயே தூக்கத்தில் அவனுடைய உளறலாகவேகூட, அதை உடனே கேட்டுப் பெரும்பான்மையானவர்களின் காதுகளுக்குக் கடத்தத் தெரிந்த யார் முன்பாவது, அவன் வாய் மூலமாகவே வெளிப்பட்டிருக்கலாம், ஏதோவொரு சுற்று வழியில் அது விபூதியின் காதுகளையும், சொன்னவனைத் தொலைத்துவிட்ட ஒரு வாய்மொழிக் கதையாக, வந்தடைந்திருக்கலாம், அவன் அதன் நயத்தில் மயங்கி அதைத் தன்னுடையதென்று சொந்தங்கொண்டாட விரும்பியிருக்கலாம், ட்ரிஸ்ட்ராமைப் போலவே விபூதிக்கும் சத்யபாமாவைப் போல, தனக்குச் சொந்தமாக்கிக்கொள்ள முடியாத, வேறு ஏதோ ஒரு பெண்ணைப் பார்க்கும் வாய்ப்பும் அதைத் தொடர்ந்து காட்டுப்பாதையில் வண்டிப் பயணமொன்றும் கிடைத்திருக்கலாம், எழுத்தில் வெளிப்படும் வகை தெரியாமல் உள்ளேயே அமுங்கிக்கிடந்த அந்த அனுபவம் பின்னாளில் தேவாலயத்தில் புகலிடமும் ஐரோப்பிய நூல்களில் பரிச்சயமும் கிடைத்தவுடன் இப்படியொரு கற்பனையாக வெளிப்பட்டிருக்கலாம், விபூதி சொல்லிக்கொண்டிருந்த அவனுடைய சுயபுராணத்திலேயே தகப்பனுடனான அலைச்சல்களின் கதைகளுடன் கூடவே கைகூடாத காதலின் கதையொன்றும் உள்ளே பொதிந்திருந்ததைக் கவனத்தில்

எடுத்துக்கொண்டால், ஒன்றேபோல காணும் சம்பவங்களில், முன்பின் பரிச்சயமற்ற இருவருக்கு, அச்சசலாக ஒரேவிதமான அனுபவம் ஏற்படுவதென்பது, அபூர்வம்தான் என்றாலும், அசாத்தியம் என்று சொல்லிவிட முடியாது, வியாசத்தில் இருக்கும் ஐரோப்பியத் தொல்கதைகளோடு சம்பந்தப்பட்ட பெயர்களைத் (அதில் ஒரு பெயர் கீழைப் புராணத்தோடும் சம்பந்தப்பட்டது) தவிர்த்துவிட்டால், எஞ்சிய பகுதிகள் ஸ்ரீரங்கப்பட்டணத்து நூலகத்தில் இருக்கும் பிதிர் சஞ்சார மார்க்க போதினியின் ஓர் அங்கம் என்று சர்க்கார் சொல்லியிருப்பதோடு பிரஸ்தாப வியாசம் ட்ரிஸ்ட்ராம் அதைக் கற்பனை செய்வதற்கு முன்பும், விபூதி அதை ஐரோப்பிய இடைச்செருகல்களோடு எழுதுவதற்கு முன்புமே, ஏதோவொரு பிராமணப் பண்டிதனால் ஏற்கெனவே எழுதப்பட்டுவிட்டது என்பதையும், அந்தப் பண்டிதன் விபூதியின் முன்னோன் என்பதையும் பொருத்திப்பார்த்தால் விபூதி தன் முன்னோர்களின் ஞாபகத்திலிருந்து அதைப் பிதிரார்ஜிதமாகப் பெற்று எழுதினான் என்பதைப் பொய்யென்று ஒதுக்கிவிட முடியாது, அதே சமயத்தில் ட்ரிஸ்ட்ராம் ஏன் பூர்வாசிரமத்தில் தானொரு பிராமணப் பண்டிதனாய் இருந்து எழுதிய நூலின் வாசனையை ஞாபகத்தில் கொண்ட ஓர் ஆங்கிலேயனாக இந்தப் பிறவியில் பிறந்து தன் பரம்பரையின் கடைசிக் கொழுந்தைச் சந்தித்தாக வேண்டிய ஊழ்வினைப்படி இந்தியாவிற்கு வந்து விபூதியைச் சந்தித்தவனாய் இருக்கக் கூடாது, பின் ஏன்தான் தன்னை இந்துஸ்தானத்தின் பழங்குடிகளில் ஒருவனென்று ஒரு சிப்பாய் மூலமாக அவர்களினத்தைச் சேர்ந்த ஆவிகள் அறிவித்ததாகத் திடீரென்று ஒரு கதையைச் சொல்லும்படி ராயக்கோட்டை ஊரார்களின்முன் விதி அவனுடைய தலைக்குள் ஒரு யோசனையைப் புகுத்தியிருக்க வேண்டும், பிரஸ்தாப வியாசத்தை விபூதிதான் எழுதினான் என்பது அது ஏற்படுத்திய விளைவுகளால் இப்போது ஜெகப் பிரசித்தம், ஆனால் அதை ட்ரிஸ்ட்ராம் கற்பனை செய்தான் என்பதை அறிந்தவர் அவனைத் தவிர வேறு யாரும் கிடையாது, எனில் விஷயம் இப்படியுமிருக்கலாம், வாணியம்பாடியில் அவன் சத்யபாமாவைச் சந்தித்த பின் ஏற்பட்ட மோக வாதையையும், அதன் பின் அந்த மனநிலையோடு ஒத்திசைந்ததாகவே அனுபவிக்கக் கிடைத்த ஒரு வண்டிச் சவாரியையும் அவற்றில் கலந்திருந்த குற்றவுணர்ச்சியின் காரணமாக வெளியே யாரோடும் பகிர்ந்துகொள்ள முடியாமல் மனதிற்குள்ளேயே அழுத்தி வைத்தபடி அவன் இத்தனை காலமாகத் தவித்திருக்கிறான், இப்போது விபூதியின் இந்த, வினோதப் பயணம் பற்றிய வியாசத்தைச் செவியுற்றதும் அதன் ஏதோவோர் அட்சரத்தின் இசைமையில் திரும்பவும் சத்யபாமாவைக் கண்ட உணர்வையும் அவளை ஒரு குதிரையாக்கித் தன் காமத்தின் தேரில் பூட்டிப் புணர்ந்த திருப்தியையும் அவன் அடைந்திருக்கிறான், சத்யபாமாவின் மீது அவன் மனதிற்குள் வரித்துக்கொண்டுவிட்ட சொந்தம் அவள் சார்ந்த உருவகங்களையும் தன்னையன்றி வேறொருவன் கற்பனை செய்திருக்க முடியாது என்கிற பிரமையை அவனுக்குள் ஏற்படுத்தியிருக்கிறது, அதாவது விபூதியின் வியாசத்தால் அவன் தன்னுடைய பழைய நாட்களிலொன்றைத் திரும்ப வாழுமளவிற்குப் பாதிக்கப்பட்டிருக்கிறானேயொழிய உண்மையில் முன்பு ஒருபோதும்

அதை அவன் கற்பனை செய்யவில்லை, இடைச்செருகல்களோடு கூடிய இப்படியொரு வியாசத்தை ட்ரிஸ்ட்ராம், விபூதி இருவருமேயல்லாமல் வேறொரு மூன்றாவது நபர் கற்பனை செய்து எழுதி நூலாக வெளியிட்டிருக்கலாம், அது எப்போதோ இந்த இருவர் கைகளிலுமே தனித்தனியே வாசிக்கக் கிடைத்திருக்கலாம், பிறகு காலப்போக்கில் அதை வாசித்த நினைவுகள் மறந்துபோய், வாசித்ததன் சாராம்சம் மட்டும் மனதில் தங்கிவிட, ட்ரிஸ்ட்ராம் சத்யபாமாவைக் கண்டபோதும், விபூதி தன் முன்னோனின் நூலைப் பற்றிக் கேள்விப்பட்டபோதும் அவர்களறியாமலேயே அவர்களுக்குள்ளிருந்து கிளர்ந்தெழுந்த அந்த மூல நூலின் வாசகங்களை இருவருமே தங்களுடைய கற்பனையென்றெண்ணி மயங்கியிருக்கலாம், ட்ரிஸ்ட்ராம் சத்யபாமாவின் அழகில் மயங்கி அவள் அணிவித்துவிட்ட இந்திய உடைகளின் பொருட்டாகத் தன்னுடைய ஐரோப்பிய உடைகளைக் குப்பையில் வீசியெறிந்தவன், அதற்குப் பிறகும், தொலைந்துபோன தன் உடைமைகள் திரும்பக் கிடைத்த பிறகுகூட, அவற்றின் மீது அலட்சியம் காட்டியவன், விபூதியோ நோபிலியின் வசன நடையில் மயங்கி தன் முன்னோர்களின் சிந்தனா முறையான செய்யுள் வடிவத்தைக் கைவிட்டுவிட்டு வெளியேறியவன், எனில் சொந்த நிலத்தின் வடிவங்களிலிருந்து நழுவி பிறிதொரு நிலத்தின் வடிவங்களைப் பேண முயற்சி செய்யும் யாருக்குமே இவ்விதமான சிந்தனைக் குழப்பங்களும், ஒரேபோன்ற மாயத் தோற்றங்களும் ஏற்படுவது, கொள்ளை நோயைப் போல, ஒரு பொதுவான பிரச்சினையாக இருக்கக்கூடுமோ, விபூதியிடம் வியாசத்தை எழுதிப் பெற்றுக்கொண்ட அந்தக் கிழட்டுத் தாசரி அதை அவன் விரும்பியபடி ஸ்வப்னஹள்ளியில் அரங்கேற்றுவதற்குப் பதிலாக முதலில் ராயக்கோட்டையில் வைத்தே பாடத் தொடங்கியிருக்கலாம், ஸ்வப்னஹள்ளியைப் போல ராயக்கோட்டையின் மேல் சர்க்காரின் சந்தேகப் பார்வையெதுவும் விழுந்திருக்கவில்லையாதலால், தாசரிகளின் பொதுவான பொழுதும், போர்க்காலங்களில் தவறவிட்டிருந்த உறக்கத்தையெல்லாம் ஈடுசெய்யும் விதத்தில் ராயக்கோட்டைவாசிகள் அத்தனை பேராலும் கடந்த இரண்டு வருட காலமாகத் தூக்கத்திலேயே கழிக்கப்பட்டுக்கொண்டிருந்ததுமான மூன்றாம் ஜாமத்தில் அவனால் பாடப்பட்டிருக்கக்கூடிய அந்தப் பனுவல் யாரிடமும் விசேஷமான கவனத்தைப் பெறாமல் காற்றோடு கரைந்து போயிருக்கலாம், அதேசமயம் அதுவே புதிய நிலத்தின் மேல் தூக்கம் பழகாமல் புரண்டுகொண்டிருந்திருக்கக்கூடிய ட்ரிஸ்ட்ராமின் தூக்கமும் விழிப்புமற்ற மயக்க நிலைக்குள் புகுந்து அவனுடைய கனவுகளிலொன்றின் மேல் ஆடையாகப் படிந்துபோயிருக்கலாம், இப்போது விபூதியின் குரலில் அதை அவன் மீண்டும் தன் காதுகளால் கேட்டதும் மனம் தூக்கத்திலாழ்ந்துவிட, கனவின் கண்கள் விழித்துக்கொண்டு அந்தப் பனுவலை (ஆனால் தன்னுடையதென்று) அடையாளம் கண்டு கொண்டிருக்கலாம், இறுதியாக, பிரஸ்தாப வியாசத்தை எழுதியது விபூதியில்லை என்று நிரூபிப்பதில், அந்த வியாசத்தில் அவனுக்கிருக்கும் உரிமையை வேண்டுமென்றே ரத்து செய்வதில், தனிப்பட்ட ஆதாயம் எதையோ ட்ரிஸ்ட்ராமின் மனது கணக்கிட்டு வைத்திருக்கிறது, இதில் திப்பு சுல்தானுக்கு ஏதோவொருவிதத்தில் தலைவலியாயிருக்கும் அந்த

வியாசத்தை அடைவதில் ஈடுபாடு கொண்டிருக்கக்கூடிய கம்பெனி சர்க்காருக்கும் பங்கிருக்கிறது.

கெங்கம்மாவின் தாட்சண்யமற்ற ஊகங்களுட்பட இத்தனை வழிகளை விவாதித்த பின்னும், அந்தச் சாத்தியங்களை மறுக்கும் வாதங்களும் அவை ஒவ்வொன்றினுள்ளும் பொதிந்திருந்ததை உணர்ந்தேயிருந்ததால், வண்டி ராயக்கோட்டையை அடைந்தபோது ட்ரிஸ்ட்ராம் தன் திகைப்பிலிருந்தும் குழப்பத்திலிருந்தும் விடுபடாதவனாகவே அதிலிருந்து இறங்கினான். கெங்கம்மா அவனிடம் அந்த இரவை அவனால் அமைதியாகத் தூங்கிக் கழித்துவிட முடிந்தால் புலரும் சமயத்தில் அதுவரை சிந்தித்திராத புதிய சாத்தியமேதாவது அவன் புத்தியில் பளிச்சிடக்கூடுமென்றும், தானும் மேற்கொண்டு அதைப் பற்றி யோசித்துப்பார்ப்பதாயும் சொல்லிவிட்டு விடைபெற்றுக்கொண்டாள். ஆனால் ட்ரிஸ்ட்ராம் மறுநாள் காலையில் புதிய சாத்தியத்திற்குப் பதிலாகப் புதிய மனிதொருவரைத்தான் கண்டுபிடித்தான். இரவு முழுவதையும் தனக்குத்தானே பேசிக்கொண்டும், தன்னுடன் தானே சண்டையிட்டுக் கைகால்களை உதைத்துக்கொண்டும், புரண்டு புரண்டு பருத்தி விரிப்புகளைக் கசக்கியபடியே கழித்த அவன் புலர்ந்ததும் அலுவலகப் பணிகளில் தன்னைக் கரைத்துக்கொண்டு அவற்றில் தான் தேடிக்கொண்டிருக்கும் வேறு பிரச்சினைகளின் கனத்தை மதகொண்டப்பள்ளி ஞாபகங்களின் மேல் அழுத்தி அவற்றைப் புதைத்துவிடும் யோசனையுடன் கண்ணாடியின்முன் நின்றபோது அதனுள் தன்னை லிட்டில்போர்ட் கிராமத்தவர்களால் வஞ்சகமாகச் சுட்டுக்கொல்லப்பட்டு சாபக்காட்டின் உறைபனி எல்லையில் புதைக்கப்பட்ட ஓவியனென்று அறிமுகப்படுத்திக்கொண்டு, முன்பின் பார்த்திராத ஒரு வெளுத்துப்போன உருவம் நின்றுகொண்டிருந்ததைக் கண்டு இன்னும் அதிகமாக மிரண்டுபோனான். கிட்டத்தட்ட அதே கணத்தில்தான் அவனுடைய ஞாபகம் கிரிஃபித் அப் ஒவைனையும் திரும்பக் கண்டுபிடித்தது. வெருட்டிக்கொண்டிருக்கும் குழப்பத்தை முழு நம்பிக்கையுடன் பகிர்ந்துகொள்ளக்கூடிய ஒரே நபரான அவருடைய தலையீடின்றித் தன்னுடைய பிரச்சினை தீரவோ, மனவழுத்தம் வடியவோ போவதில்லையென்கிற முடிவுடன், பேரேடுகளைத் திறக்கும் யோசனையைத் தள்ளிப்போட்டுவிட்டு, அப்போதே மேசையின் மேல் காகிதங்களையும் மசிப்புட்டியையும் எடுத்து வைத்துக்கொண்டு அவன் அவருக்கு ஒரு கடிதத்தை எழுதத் தொடங்கிவிட்டான். தன் இரங்கத்தக்க நிலையின் முழுப் பரிமாணமும் வெளிப்படும் விளிப்புடன் அந்தக் கடிதத்தைத் துவக்கி (எனதன்பு கிரிஃபித், ஒரு பெண்ணினுடையதைப் போல பயத்தில் படபடத்துக்கொண்டிருக்கும் என் இருதயம் உங்களை இவ்வாறு அழைப்பதன் மூலம் ஆறுதலையும் உங்கள் உதடுகளின் கதகதப்பையும் சிறிதளவாவது உணர்ந்து திருப்தியுறுவதால் உங்களை இவ்வாறே அழைக்க என்னை அனுமதியுங்கள்) வழக்கமான விசாரிப்புகளுக்குப் பிறகு (ஆனால் சம்பிரதாயத்திற்காகக்கூட நான் இங்கே நலமாயிருப்பதாகச் சொல்ல எனக்கு மனம் வரவில்லை, எனக்கு ஒருவேளை சிறிதளவாவது ஆறுதலைத் தந்திருக்கக்கூடிய எலினாரின் கடிதங்களும் இன்னும் என் கைகளுக்கு வந்துசேரவில்லை, என் கடிதங்களே அவளிடம் போய்ச்சேர்ந்திருக்காதென்றும் நான் எண்ணிக்கொள்கிறேன், பிரிட்டனும்

பிரான்ஸும் தூண்டிவிட்ட போர் வெறி ஐரோப்பா முழுவதையும் ஆட்டிப்படைத்துக்கொண்டிருக்கும் இந்த நேரத்தில் தனிப்பட்டவர்களின் காதல் உணர்வுகளுக்குத் தூதுபோய்க்கொண்டிருக்கும் சேவைகளில் அரசாங்கங்கள் அசட்டையாக இருப்பதைக் காதலர்கள் பொறுத்துக் கொள்ளத்தான் வேண்டியிருக்கிறது) முன்பு வெறும் உணர்வுருவமாக இருந்து, விபூதியின் வாயிலிருந்து வெளிப்பட்ட பிறகு அட்சரமட்சரமாக அவன் மனதில் பதிந்துபோய்விட்டிருந்த நீலவேணியின் பாதையை (இது ட்ரிஸ்ட்ராம் கிரிஃபித்திற்குக் கடிதமெழுதி அனுப்பிய ஒரு மாதத்திற்குப் பிறகு பூசாரி அந்த வியாசத்திற்கு உரியதென்று தெரியப்படுத்திய அந்த வியாசத்தினுடைய தலைப்பு) ஒரு காகிதத்தில் பிரதியெடுத்து, அந்தக் கடிதத்துடன் இணைத்து, ஆனால் வாணியம்பாடியில் சத்யபாமாவைச் சந்தித்ததுமுதல், ஸ்வப்னஹள்ளி எரிக்கப்பட்டது உட்பட, மதகொண்டப்பள்ளியில் விபூதியைச் சந்தித்ததுவரையிலான சம்பவங்கள் எதையும் பற்றிக் குறிப்பிடாமல் (இந்த வியாசத்தின் ஆச்சரியப் படுத்தக்கூடியதும் அச்சுறுத்தக்கூடியதுமான பின்னணி உங்களை உங்களுடைய அன்பனான எனக்குச் சாதகமான யோசனைகளுக்குள் தள்ளிவிட்டுவிடக்கூடுமோவென்று நான் அஞ்சுவதால் அவையெதையும் பற்றி நான் உங்களுக்கு இங்கே சொல்லப்போவதில்லை) அவருடைய, கிஹாத்தேதனமான, ஆவிகளை வெளிக்கொண்டுவரும் வாசிப்பை உபயோகித்து (நீங்கள் அறவே மறந்துவிட விரும்புவதாகச் சொன்ன ஒரு வித்தையை நட்பின்பேரில் உங்கள் மேல் திணிப்பதற்காக நீங்கள் என்னை மன்னிக்க வேண்டும்) அந்த வியாசத்தினுள்ளிருந்து ஒலித்துக் கொண்டிருக்கும் குரல் யாருடையது (அவன் ஓர் ஆங்கிலேயனா, இந்தியனா) என்பதை மட்டும் தனக்குத் தெரியப்படுத்தி உதவும்படி கேட்டுக்கொண்ட அவன் கையோடு அந்தக் கடிதத்தை கிருஷ்ணகிரி தாசில்தார் அலுவலகத்திலிருந்து தினமும் புறப்பட்டு வந்து தன்னைச் சந்தித்துவிட்டுப்போகும் ஹர்க்காராவின் கைகளில் ஒப்படைத்த பின்தான் தன்னுடைய சகஜபாவத்திற்கு ஓரளவு திரும்பினான். கடிதத்தை முடித்து அதை உறையிலிட்ட சற்றுநேரத்திற்கெல்லாம் துயிலார்ப் பூசாரி அவனைப் பார்க்க வந்தபோது அவனை வரவேற்றுப் பேசும் மனநிலையும் அவனை வந்தடைந்திருந்தது.

பூசாரிக்கு ட்ரிஸ்ட்ராமும் கெங்கம்மாவும் மதகொண்டப்பள்ளிக்குப் போய்விட்டு வந்தார்களென்பது கெங்கம்மா சொல்லித் தெரியுமேயொழிய அங்கே அவர்கள் விபூதியைச் சந்தித்த விவரம் எதுவும், மறுநாள் அவனைச் சந்திக்க வந்தபோது, தெரியாது. தெரிந்திருந்தால் அவன் அப்போதே ட்ரிஸ்ட்ராமிடம் அந்த வியாசத்தைத் தன்னிடம் சொல்லச் சொல்லி வற்புறுத்தியிருந்திருப்பான். தாய்நிலத்தை எரித்து அதன் மக்களை அகதிகளாக விரட்டியடித்த அந்தப் பொல்லாத வியாசத்தைத் தெரிந்துகொள்ள வேண்டுமென்று அவன் விரும்பியதற்கு, அதை வெறுத்தான் என்பதைத் தவிர வேறு எந்த காரணமும் அப்போது இருந்திருக்கவில்லைதான் (பின்னால்தான் அது தாண்டவராயனின் திருவுளம் என்பது தெரியவந்தது). இருட்டில் கள்வனொருவனால் கொலைபடப்போகிற ஒருவன், எந்தப் பிரயோசனமுமில்லையென்று தெரிந்தாலும், சாவதற்கு முன் தன்னைக் கொல்லப்போகிறவனின்

முகத்தை ஒருமுறை பார்க்க விரும்புவதற்கு ஒப்பான விருப்பம்தான் அது. மேலும், அப்படியே அவன் கேட்டிருந்தாலும், ஏற்கெனவே குழப்பத்திலிருந்தவனும் தன்னுடைய சொந்தப் பிரச்சினைகள் எதையும் பற்றிப் பூசாரியிடம் தெரிவிக்கும் உத்தேசமெதையும் கொண்டிராதவனா யிருந்தவனுமான ட்ரிஸ்ட்ராம் அதை அவன் முன் திரும்ப ஒருமுறை சொல்லச் சம்மதித்திருப்பானா என்பதும் சந்தேகம்தான். ஆனால் கிரிஃபித்திற்குக் கடிதம் எழுதி முடித்த பின் அவன் மனதில் எழுந்த ஆசுவாசம் கெலமங்கலத்தில் வைத்துச் சந்தித்துக்கொண்ட நாள்முத லாகவே பேசிப் பழக வேண்டுமென்கிற ஆவலை மனதில் வளர்த்து விட்டிருந்த பூசாரியின் வரவால் மேலும் அதிகமாகி, அபூர்வமானதொரு பாதுகாப்பு உணர்வை அவன் மனதில் ஏற்படுத்தியதென்னவோ உண்மை. எனவே, தன்னுடைய பொலிவிழப்பிற்கும் கண்களில் உலர்ந்துகொண்டிருந்த பிரேதக் களைக்கும் காரணம் என்னவென்பது அவனுக்கும், பூசாரியின் ஆக்ஞைப்படி பூண்டும் மிளகும் சேர்க்கப்படாத, அவனுக்குரிய பத்திய உணவைச் சமைத்துக்கொண்டிருந்த கெங்கம்மாவுக்கும், தெரிந்தே யிருந்தாலும், தன்மீது மந்திரங்களைப் பூசாரி சுருட்டு நாற்றத்துடன் உச்சரிப்பதையும் திருநீற்றை முகத்தில் ஊதுவதையும் வேப்பிலையால் தன் உடல் முழுவதையும் வருடியும் இலந்தை முள்ளால் உச்சந்தலை, செவிகளின் பின்புறம், கையிடுக்கு, மற்றும் நாபி ஆகியயிடங்களில் பாவனையாகத் துளைகளிடுவதையும் ட்ரிஸ்ட்ராம் மறுப்பேதும் சொல்லாமல் அனுமதித்துக்கொண்டேயிருந்தான். பூசாரி அவனருகே நின்றுகொண்டிருப்பதையே ஒரு நம்ப முடியாத நிகழ்வைப் போல எண்ணி அவன் மனம் நெகிழ்ந்துகொண்டிருந்தது. என்றாலும் இருவரும் தனியே சந்தித்துக்கொள்வது அதுவே முதன்முறையாதலால் ஸ்வப்னஹள்ளி அகதிகளைப் பற்றின பொதுவான தகவல்களையும் (இன்று உட்குடிகளுக்குச் சமமான அந்தஸ்துடன் வரவேற்கப்பட்டிருக்கும் பறக்குடிகள் இதுவே சுல்தானின் சமஸ்தானமாயிருந்தால் அடிமைகளாக அல்லவா இங்கே விற்கப்பட்டிருப்பார்கள், இதற்கே கம்பெனி சர்க்காருக்கு அவர்கள் தங்கள் வாழ்நாள் முழுவதும் நன்றிக்கடன் பட்டவர்களாயிருக்க வேண்டுமா, வேண்டாமா) மலையைத் தாண்டினால் கெலமங்கலத்தில், அதுவும் மைசூர் சமஸ்தானத்திலேயே, துயிலார் இனத்தின் கடவுளாகிய தாண்டவராயனின் கோயில் இருக்கும்போது அவன் ஸ்வப்னஹள்ளியி லிருந்து விரட்டப்பட்ட சந்தர்ப்பத்தைப் பயன்படுத்திக்கொண்டு அங்கே சென்றுவிடாமல் பாலேஸ்வரியின் கோவிலுக்குப் பூசாரியாக வந்துசேர்ந்த காரணத்தையும் பற்றிப் பேசியதற்கு மேல் (இரட்டைச்சாமி கோவிலில் வருடம் பூராவும் பூசனைகள் செய்வது மரபில்லை, தன் உடலைப் பிய்த்துத் தூர எறிந்து கொடியவர்களைச் சாம்பலாக்கிய தைமாதப் பௌர்ணமி தினத்தை மட்டுமே விழாவாகக் கொண்டாடி தனக்குத் தனக்குத் தாகசாந்தி செய்ய வேண்டுமென்பதுதான் தாண்டவராயனின் கட்டளை, தவிரவும் பாலேஸ்வரியினுடைய சக்தியும் இரக்கமும் ராயக்கோட்டை வட்டாரத்தில் வேறெந்தப் பெரிய தெய்வங்களுடைய கடாட்சத்திற்கும் குறைந்ததுமில்லை, முன்னொரு காலத்தில் ராஜ குடும்பத்துப் பெண்ணாயிருந்து, தாண்டவராயனைப் போலவே குடிமக்களுக்காகச் செத்து மடிந்த பாலேஸ்வரி பஞ்சத்திலிருந்து

சனங்களைத் தன் சாவால் மீட்டவள், இருநூறு வருஷங்களுக்கு முன் ஜெகதேவராயர் குடும்பத்துக்கு மருமகளாக வாழ்க்கைப்பட்ட அவளைப் புகுந்த வீட்டில் உள்ளங்கையில் வைத்துத் தாங்கினார்கள், அவளும் தனக்களிக்கப்படும் சலுகைகளைப் பயன்படுத்திக்கொண்டு ஜனங்களுக்குத் தன்னாலான எல்லா உதவிகளையும் புகுந்த வீட்டிலிருந்து வாங்கிக் கொடுத்துக்கொண்டிருந்தாள், ராயக்கோட்டை கடைவீதி இப்போது இருக்குமிடத்தில்தான் அவர்களுடைய அரண்மனை இருந்தது, அந்த அரண்மனை உப்பரிகையில் நின்றுகொண்டு பாலேஸ்வரி தினமும் ஜனங்களுக்குக் காட்சி கொடுப்பது வழக்கம், ஜனங்களும் அவளைப் பார்க்கத் திரண்டுவருவார்கள், வருபவர்கள் வீதியிலிருந்தே தங்கள் குறைகளை உரக்கச் சொல்லி அவளிடம், உன் மாமனாரிடம் அதைக் கேட்டு வாங்கித்தா, இதைக் கேட்டு வாங்கித்தா என்று முறையிட்டுவிட்டுப் போவார்கள், அவளும் அவர்கள் சார்பாகத் தன் மாமனாரிடம் பேசி அவர்களுக்கு வேண்டியது கிட்டும்படி பார்த்துக்கொள்வாள், பாளையத்தார் முகத்தை எப்போதோ ஒரு தடவையே பார்க்கும் நிலையிலிருந்த ஜனங்களுக்கு நினைத்த நேரத்திலெல்லாம் கண்முன் வந்து நிற்கும் இந்த வெகுளிப்பெண் தேவதையாக மாறிப்போனாள், கேட்டு வாங்கித்தா பெண்ணே என்கிற வசனம் அந்தக் காலத்தில் ராயக்கோட்டையிலும், பிறகு ராயக்கோட்டைக்கு வெளியில் மைசூர் பீடபூமி முழுவதிலும் பரவி வெகு பிரசித்தமான சொலவடையாக மாறிவிட்டிருந்தது, குறிப்பாகக் காதலர்களுக்கு மத்தியிலும், கணவன் மனைவிக்கிடையிலும் அவர்களுடைய அந்தரங்க உரையாடலாக அது படுக்கையறைகளில் உச்சரிக்கப்பட்டு வந்தது, ஊடல்கொண்ட மகளிரைச் சமாதானப்படுத்த வேண்டுமென்றால், கேட்டு வாங்கித்தா பெண்ணே என்று அவள் கணவனோ காதலனோ சொன்னால் போதும், உடனே அந்தப் பெண் உப்பரிகையின் மேல் நின்று கையசைக்கும் இளவரசியாகத் தன்னைக் கற்பனை செய்துகொண்டு தன் உடலை அவனுக்குத் தாராள மாகத் திறந்துகொண்டுவிடுவாள், இப்படியிருக்கையில் பாரமஹாலில் அந்தக் காலத்தில் பெரும் பஞ்சம் ஒன்று வந்தது, மக்கள் சோற்றுக்கில்லாமல் அவதிப்பட்டார்கள், ஆறேழு வருடங்களாக மழையின்றி வானம் பொய்த்துக் காய்ந்தது, கால்நடைகளும் பயிர்களும் வற்றிச் சுருங்கிக் கடைசியில் மடிந்து விழுந்தன, செல்லமாக வளர்த்த கால்நடைகள் செத்துவிழுவதைப் பற்றிக் கவலைப்படாமல், அவற்றைத் தங்கள் கைகளால் கொல்லத் தயங்கிக்கொண்டிருந்த சொந்தக்காரர்கள் உடனே அவற்றின் உடலைக் கூறுபோட்டு அந்த வேளை உணவாகச் செரித்துக் கொண்டுவிடுமளவிற்கு ஜனங்களின் மனமும் பாலைவனமாக வறண்டு போய்விட்டிருந்தது, அவர்களெல்லோரும் உப்பரிகைப் பெண்ணிடம் வந்து வழக்கம்போல தங்கள் துக்கத்தை முறையிட்டு, உன் மாமனாரிட மிருந்து எங்கள் சுபிட்சத்தைக் கேட்டு வாங்கித்தா பெண்ணே என்று சொல்லிவிட்டுப்போனார்கள், பாலேஸ்வரியும் சளைக்காமல் அவர்களுக்கு வேண்டியதை வாங்கிக் கொடுத்துக்கொண்டேயிருந்தாள், ஆனால் பஞ்ச காலத்திற்கு எவ்வளவு கொடுத்தால் போதும், வானம் பார்த்துக் கொடுப்பதும், மனுஷாள் பார்த்துக் கொடுப்பதும் ஒன்றாகிவிடுமா, பாலேஸ்வரி கொடுத்தது பூராவும் யானைப் பசிக்குச் சோளப்பொரியாகப்

பஞ்சநிலத்தின் பசித்த வாய்க்குள் விழுந்து காணாமல் போய்க் கொண்டிருந்தது, ராயரும் கிரஹலட்சுமியான தன் மருமகள் சிணுங்கிவிடக் கூடாதேயென்று இருப்பதையெல்லாம் வாரிக்கொடுத்துக் களைத்துப் போய்விட்டார், தன்முன் பாலேஸ்வரி நம்பிக்கை சுடர்விடும் முகத்துடன் வந்து நிற்கும்போதெல்லாம் அவருக்குக் கைகால்கள் உதறத் தொடங்கி விட்டன, இந்த விளையாட்டுப் பெண்ணுக்கோ பொக்கிஷ அறைக் கணக்குகளைப் பற்றிய கவலையோ கவனமோ கிஞ்சித்தும் இல்லாதிருந்தது, அவள் சதா அவர் முன்னால் பொம்மையை வேண்டி நிற்கும் குழந்தையைப் போல செல்லமாகக் கெஞ்சியபடி உப்பரிகையிலிருந்து பற்றியெடுத்த ஊர்க்குறைகளைச் சொல்லிக்கொண்டு நிற்பதும், மாமனார் தன் மனதிலிருப்பதைச் சொல்ல முடியாமல் மௌனமாக எடுத்துக் கொடுக்கும் சொர்ணத்தை உப்பரிகையிலிருந்து ஜனங்களின் மத்தியில் விட்டெறிவதுமாக விளையாடிக்கொண்டிருந்தாள், ஒருநாள் காலை தூக்கத்திலிருந்து விழித்தபோது அன்று மருமகள் தன்முன் வந்து நின்றால் கொடுப்பதற்கு அரண்மனையில் சொர்ணம் எதுவும் மிச்சமில்லையென்பதை ராயர் தெரிந்துகொண்டுவிட்டார், அவர் தன் அறையைவிட்டு வெளியே வராமல் கதவைச் சார்த்திக்கொண்டே சிந்தித்து, கடைசியில் தன்னிடம் இனி உதவிகளுக்கான விண்ணப்பங்களை எடுத்துக்கொண்டு வந்து நிற்காமல் கருணை காட்ட வேண்டுமென்று ஊர்ச் சனங்களைப் போல தானும் அதை ஓர் உப்பரிகைக் கோரிக்கையாக மருமகளின்முன் வைத்துவிடுவது என்று முடிவுசெய்தார், அதன்படியே, வாயிற்கதவைத் திறந்தால் மருமகளைத் தன்னிடம் இரப்பவளாக எதிர்கொள்ள நேருமென்று, அறையின் பின்புறக் கதவைத் திறந்து உப்பரிகையின் வழியாக வெளியேறி அறைகளை இணைக்கும் வராந்தாவின் வழியே பூனையைப் போல நடந்துசென்று, பாலேஸ்வரியினுடைய அறையின் பின்புறமாக, அவள் சனங்களை உயரத்திலிருந்து சந்திக்கும் உப்பரிகைக்கு வந்து, தன் கவலையின் மீதான கவனத்திலும், மருமகள் தன்னிடம் எதையாவது வேண்டுவதற்கு முன் தான் அவளிடம் தன் குறையைச் சொல்லி முறையிட்டுவிட வேண்டுமேயென்கிற அவசரத்திலும், முன்பின் யோசிக்காமல், அந்நியர்பற்றின பயமின்றி உட்புறம் தாழிடப்படாதிருந்த அறைக்கதவைத் தள்ளித் திறந்துவிட்டார், திறந்தவருடைய பார்வை கூசிப்போகும்வண்ணம் தனிமையின் ஏகாந்தத்தில் அறை முழுவதும் வியாபித்திருந்த பாலேஸ்வரியின் அம்மணம் அவர் கண்களில் வெடித்து விட்டது, ஒரு வினாடி அவரும் கதவைத் திரும்பச் சார்த்தத் தோன்றாதவராக அவளழகில் தன்னையிழந்து ஸ்தம்பித்து நின்றுவிட்டார், கணவனின் எச்சிற்தடங்களைப் போக்கிப் பற்குறிகளைத் தெளிவாகத் துலங்கச்செய்யும் சமத்காரமான குளியலை முடித்துவிட்டு, தன் அம்மணத்தை, கண்ணாடியில் தெரியும் தன்னுடைய பிம்பத்தைக் கணவனாக வரித்துக்கொண்டு, தானே கண்கொட்டாமல் பார்த்துக்கொண்டிருந்த பாலேஸ்வரி உப்பரிகைக் கதவு திறக்கப்பட்ட வினாடியில் வெய்யிலைக் கண்ட வௌவாலைப் போல நாராசமாகக் கிறீச்சிட்டுக்கொண்டே மறைவைத் தேடித் தெறித்து ஓடினாள், அவளுடைய அலறலால் சுயபிரக்ஞைக்குத் திரும்பிய மன்னரும் தன் செய்கைக்கு மன்னிப்புக் கேட்டபடியே தலையிலடித்துக்கொண்டு உடனே வந்த வழியே திரும்பித் தன் அறையைச்

சென்றடைந்துவிட்டார், ராயர் பரம்பரையின் ஒழுக்கத்தில் மாறாத களங்கத்தை ஏற்படுத்திவிட்ட அந்தச் சில நொடிகளை ஆழச் சுழித்த பின் காலம் அதன் ஸ்திதியில் திரும்பவும் சாதாரணமாகச் சுழலவாரம்பித்து விட்டது, ஆனால் தன் நிர்வாணத்தின் பிரகாசத்தைப் பற்றி நன்கு தெரிந்துவைத்திருந்த பாலேஸ்வரிதான் இனி மாமனாரின் முகத்தில் எப்படி விழிப்பது என்றெண்ணி மருகத் தொடங்கிவிட்டாள், தன் உடலின் மின்னலிடும் வெளிச்சம் அதை ஒருமுறை கண்டவனின் கண்களில் பின் வேறெதையும் பார்க்கவியலாதபடி ஒரு வெண்திரையாகக் கவிந்துகொண்டுவிடுமென்பதை அவள் அறிவாள், குருடன் காற்றைத் தன் கைக்கழியாகப் பிடித்துக்கொள்ள அலைவதைப் போல அவளைத் தேடிக்கொண்டேயிருக்கும் கணவன் எத்தனையோ முறை அதை ஊர்ஜிதப்படுத்தவும் செய்திருக்கிறான், பாலேஸ்வரி உப்பரிகை வழியே தன்னைப் பார்க்கக் காத்திருக்கும் ஜனங்களின் கண்களின் முன் தன்னை மீண்டும் அம்மணமாக உணர்ந்து அறையை விட்டு வெளியே வர அஞ்சி உள்ளேயே தன்னை அடைத்துக்கொண்டு கிடந்தாள், அவளுடைய திடீர் மௌனத்திற்குக் காரணம் தெரியாத கணவனுடன் அவளால் எதையும் முகம் திருப்பிப் பேச முடியவில்லை, உப்பரிகைக் கோரிக்கைகள் அரண்மனை வெளியெங்கும் கேட்பாரற்று இறைந்துகிடந்தன, கேட்டு வாங்கித்தா பெண்ணே, கேட்டு வாங்கித்தா பெண்ணே, காத்துக் காத்துச் சலித்துப்போன ஜனங்கள் இளவரசியைப் பற்றின ஊகங்களுடனும், தங்கள் வாழ்வின் அந்திம தசை பற்றின நிச்சயங்களுடனும் மௌனமாக இருப்பிடங்களுக்குத் திரும்பிப்போனார்கள், மறுபுறம், சொல்லவும் முடியாமல், மெல்லவும் முடியாமல் குற்றவுணர்வில் எரிந்து வெம்பிக் கொண்டிருந்த மன்னர் ஒரு தடவையேனும் மருமகளின் முகத்தைப் பார்த்து வார்த்தைகளில் சகஜத்தையும், கண்களில் மன்னிப்பையும் காட்டிப் பேசிவிட முடியாதா என்று துடித்துக்கொண்டிருந்தார், அவர் இப்போது அவள் எதைக் கேட்டாலும் கொடுத்துத் தன்னுடைய அந்தக் கணநேரப் பாவத்திற்குப் பிராயச்சித்தம் தேடிக்கொள்ளத் தயாராக இருந்தார், ஆனால் அதே காரணத்திற்காகவே பாலேஸ்வரி திரும்ப அவர்முன் தன்னைக் காட்டிக்கொள்ளவேயில்லை, அவள் கணவனுடைய செவிகளில் அவளுடைய மழலைக் குரல் திரும்ப விழவில்லை, உப்பரிகைக் கதவுகளும் பிறகு என்றென்றும் யார் பார்வைக்கும் திறக்கப்படவுமில்லை, அழுது அழுது தன் மேனி முழுக்கப் பதிந்து மீளாத மாமனாரின் பார்வையைக் கண்ணீரால் அழித்துவிட நாள் முழுக்கப் பிரயத்தனப்பட்டுக் கொண்டேயிருந்த அவள் அது இனி ஒருபோதும் முடியாதென்று தெரிந்ததும், இரவானதும், கதவைத் திறக்கப் பயந்துகொண்டு உட்புறம் இறுகத் தாழிட்டுக்கொண்டிருந்த மாமனாரின் அறையையும், அவளுடைய மௌனத்தின் காரணம் தெரியாமல், தனிமையில் தன் மனதைச் சற்று தேற்றிக்கொள்ள அவளை அனுமதித்த பின் பிரச்சினையென்னவென்பதைப் பேசிக்கொள்ளலாமென்று எண்ணி வேறோர் மஞ்சத்தில் தூங்கிக் கொண்டிருந்த கணவனையும் நமஸ்கரித்துத் தாண்டி, அந்நியனின் கண்களால் உறிஞ்சப்பட்டுவிட்டபோதே தன் உடல் ஸ்தூல ஸ்திதியிலிருந்து கரைந்து இல்லாததாகிவிட்டதை ப்போல ஏவலாட்களின் கண்களில் படாமல் மாயமாய் நழுவி, அரண்மனைக்கு வெளியே வந்து,

ராயதுர்க்கத்தின் உச்சிப்பாறைக்கு ஏறி, தன் அம்மணத்தின் மீது ஒட்டிக் கொண்டுவிட்ட மாமனாரின் கண்கள் அதன் அலங்கோலத்தைப் பார்த்துக் கசந்து அந்த ஞாபகத்தை உதிர்த்துவிட வேண்டுமென்று சிவனை வேண்டிக்கொண்டு, அங்கிருந்து தன் உடலை ஆங்காரத்துடன் அடிவாரத்தை நோக்கி வீசியெறிந்துவிட்டாள், அவள் விரும்பியபடியே அது பார்ப்பவர்களுடைய ஞாபகத்தின் கண்கள் அதன் முந்தைய வனப்பை என்றென்றுமாக மறந்துபோகும்படி உள்ளோடும் உதிரமும், நிணமும் வெளியே தெறிக்கத் தரையில் மோதி மாமிசப் பிண்டங்களாகச் சிதறி அவள் ஆன்மாவை அமைதிப்படுத்தியது, பாலேஸ்வரியின் உடல் மண்ணில் மோதிய இடம்தான் ராமஞ்சேரியின் எல்லையாக இருக்கிறது, ராயக்கோட்டை துர்க்கத்தின் மற்ற எல்லாப் பாறைகளும் அவள் பாதங்களும், இரக்கமும், கிளிப்பேச்சும் சுற்றியலைந்த இடங்களாகக் கிடக்கின்றன, ஊகங்களுக்கு இடந்தந்துவிடக் கூடாதென்கிற விசனத்துடன் பாலேஸ்வரி இறந்த காரணம் பிறகு ஜெகதேவராலேயே அரண்மனையின் முன்வாசலில் கிடத்தப்பட்டிருந்த அவளுடைய உருக்குலைந்து கிடந்த பிரேதத்தின்முன் கதறக்கதற வெளிப்பட்டபோது அவள் கணவனும், முரசுப் பறையன் மூலமாக ராஜ குடும்பத்தில் நிகழ்ந்த இறப்பைப் பற்றிக் கேள்விப்பட்டு தகனத்திற்கு முன் ஒருமுறை அவளுடைய புகழுடலைப் பார்த்துவிட வேண்டுமென்று தொலைத் தேசங்களிலிருந் தெல்லாம் விரைந்து வந்து குழுமிவிட்டிருந்த ஜனங்களும், பாலேஸ்வரியி னுடைய மானவுணர்வின் உயர்வையெண்ணி மெய்சிலிர்த்து, அவள் பாதம்பட்ட மண்ணை முந்தானைகளிலும் மேற்சட்டைகளிலும் முடிந்து கொண்டுபோனார்கள், ஜனங்களுக்குக் கொடுப்பதற்கு எதுவுமில்லை யென்று ராயர் நினைத்ததை, அவர் உப்பரிகையின் வழியே வந்து தன்னிடம் முறையிடுவதற்கு முன்பே தன் கற்பின் மகிமையால் மனதில் வாசித்துவிட்ட பாலேஸ்வரி மன்னனுக்கு அடுத்தபடியாக மகேசன்தானே யென்று அவரிடம் சென்று தங்களுக்காகப் பேச ஒரு சந்தர்ப்பத்தை ஏற்படுத்திக்கொள்ள வேண்டுமென்றுதான் மாமனாருக்கும் தனக்கு மிடையே அப்படியொரு அசம்பாவிதத்தை நாடகமாக நடத்தியிருக்கிறாள் என்று கூறி அவர்கள் ராயரையும் தேற்றினார்கள், மன்னரும் அவர் மகனும் பிறகு என்ன ஆனார்கள் என்பதைக் கதை சொல்லவில்லை, அவர்கள் பின்பு அரண்மனையை விட்டு வெளியே வரவேயில்லையென்பது மட்டும் நிச்சயம், பாலேஸ்வரி இறந்த வருடத்தில் மலைத்தொடரின் இருபுறங்களிலுமே அபூர்வமான மழை பெய்தது, அதன் நீர் எந்தக் காலத்திலுமில்லாத சுவையுடனும் உயிர்ப்புடனும் பீடபூமியின் மண்ணை நனைத்துக் குளிர்வித்தது, உப்பரிகையின் வழியே கசிந்த அன்பு உடைகளின் வழியே கசியும் வனப்பைப் போல வாங்குபவரின் பசியை ஆற்றாது மேலும் தூண்டிக்கொண்டேயிருக்குமென்றுதானோ அந்தப் பெண் பெருவெளியில் பாய்ந்து தங்களுக்காக ஈசனிடமே பசியடங்கும் சுபிட்சத்தைக் கேட்டு வாங்கிக்கொடுத்துவிட்டாளென்று ஜனங்கள் நடுகல்லில் அவளைத் தெய்வமாக எழுப்பினார்கள், அவள் பாறையிலிருந்து பாய்ந்த நாளான வைகாசிப் பூராடத்தில் அவளுக்கு விழா எடுக்கப்படுகிறது, அவளுடைய சிதைந்த உடல்தான் ராமஞ்சேரியைக் காவல் காத்தபடி நிற்கிறது, பாலேஸ்வரி ஒரு கன்னிகழிந்த பெண், ஆனால் சனங்களுக்கோ

அவள் குழந்தை, அவர்களுக்காக அவள் எப்போதும் சிவனிடம் பேசிக் கொண்டேயிருக்கிறாள், அதற்காகத்தான் அந்தப் பரம்பரையினுடைய குலதெய்வமான சிவனையும் லிங்கமாக அவள் கோவிலின் இடப்புறத்தில் சிறியதொரு சன்னதியில் எழுந்தருளப் பண்ணியிருக்கிறது) அன்று அவனும் பூசாரியும் அதிகமாக வேறெதையும் பேசிக்கொள்ளவில்லை. குறிப்பாக அவனிடம் ட்ரிஸ்ட்ராம் கேட்க வேண்டுமென்று நினைத்துக் கொண்டிருந்த, ஸ்வப்னஹள்ளியிலிருந்து ராயக்கோட்டைக்கு அழைத்து வரப்பட்ட அகதிகளின் எண்ணிக்கையைப் பற்றி.

ஆக, சுல்தான் சர்க்காரால் எங்குமே படிக்கப்படக் கூடாதென்று தடைசெய்யப்பட்டிருந்த வியாசத்தை ட்ரிஸ்ட்ராம் மனப்பாடமாகச் சொல்வானென்பதையும், அது யாருடைய கற்பனையென்பது குறித்து அவனுக்கு மனக்குழப்பம் இருக்கிறது என்பதையும் பூசாரி தெரிந்து கொள்வதற்குள் ஒரு மாதகாலம் கடந்துவிட்டிருந்தது. அதையும் அவன் தற்செயலாகத்தான் தெரிந்துகொண்டான். உயிர்த்தெழும் வைபவத்திற்காக ட்ரிஸ்ட்ராம் தனக்குத் துணையாகக் கெங்கம்மாவையும் கூட்டிக்கொண்டு மதகொண்டப்பள்ளிக்குச் செல்வதற்கு நாலைந்து நாட்கள் முன்புவரை கெங்கம்மா விபூதியைப் பற்றி ஆர்வத்துடன் தங்களிடம் விசாரித்துக் கொண்டிருந்தாள் என்று தன்னூர்க்காரர்கள் மூலமாகப் பேச்சுவாக்கில் கேள்விப்பட்ட பிறகுதான் அவனுக்கு அதை ட்ரிஸ்ட்ராம் திப்பு சமஸ்தானத்தின் பரம வைரிகளின் கூட்டத்தைச் சேர்ந்தவன் என்பதுடனும் வியாசத்தின் மீதான தடையுத்திரவு பறங்கியர்களை இயல்பாகவே அதன்பால் வலிந்து இழுக்கும் கவர்ச்சிகொண்டதாக ஆக்கியிருக்குமென்பதுடனும் மதகொண்டப்பள்ளியிலிருந்து ட்ரிஸ்ட்ராம் திரும்பிவந்ததற்கு மறுநாள் அவனைச் சந்தித்தபோது அவன் முகத்தில் கண்ட ரத்தசோகையுடனும் இணைத்து, விஷயம் அப்படியிருக்குமோ என்கிற ரீதியில் யோசிக்கத் தோன்றியது. இதற்குள் ட்ரிஸ்ட்ராமுக்கும் அவனுக்குமிடையிலான நட்பும் பொருட்படுத்தத்தக்க விதத்தில் பலப்பட்டுவிட்டிருந்தது. ட்ரிஸ்ட்ராம் பாலேஸ்வரியம்மன் கோவிலுக்குச் சென்றும், பூசாரியைத் தன் ஜாகைக்கே வரவழைத்தும், சாதாரணமாக எப்போதுமே ஆங்கிலேயர்கள்மீது சந்தேகமும், அவர்களைக் கண்டால் ஒதுங்கும் குணமும் கொண்டவனான அவனுடன் வலிந்தே நட்பை வளர்த்துக்கொண்ட பிறகு அவர்களிருவரும் ஏறக்குறைய தினமும் ஒரு வேளையாவது சந்தித்து எதையாவது கதைத்துக்கொண்டிருக்குமளவிற்கு நண்பர்களாகிவிட்டார்கள். பேரீச்சங்கள்ளின் காடிச் சுவையையும், உலர்த்தப்பட்ட புகையிலைச் சுருட்டின் பச்சை நெடியையுமே அனுபவித்துப் பழக்கப்பட்டிருந்த பூசாரி தன் வாழ்நாளில் முதன்முறையாக ட்ரிஸ்ட்ராம் ஷெஸ்லர் மூலமாக வரவழைத்த (இந்தச் சுருட்டைப் பற்றிக்கொள்ளும் பாவனையே சுல்தான் உட்பட இங்கே எந்த இந்தியனுக்கும் கைவராது ட்ரிஸ்ட்ராம்), நெருப்பில் வாட்டப்பட்ட பிரெஞ்சுப் புகையிலைச் சுருட்டுகளின் நறுமணத்தையும் க்ரஹாமின் அலுவலகத்திலிருந்து அவ்வப்போது அவன் எடுத்துக்கொண்டுவந்து பரிமாறும் ஸ்காண்டிநேவிய உருளைக்கிழங்கு மதுவின் ஐரோப்பியக் கசப்பையும் ருசித்து அதிசயித்துக் கொண்டிருக்க, முன்பு கெங்கம்மாவின் பார்வையிலிருந்து தப்பிக்கத் தற்புகழ்ச்சிக்காரரான ஷெஸ்லரிடம் அடைக்கலம் தேடியதைப்

போலவே இப்போது ஷெஸ்லரைச் சந்திப்பதிலிருந்தும் முதலியாரால் மீனவிலாஸத்திற்கு அழைக்கப்படுவதிலிருந்தும் தப்பிக்கப் பூசாரியைத் தேடி ட்ரிஸ்ட்ராம் ஓடிக்கொண்டிருந்தான். பூசாரியும் குறைவில்லாமல் அவ்வப்போது சிறுசிறு ஆச்சரியங்களைக் கொடுத்து அவனைத் தன்வசப்படுத்திக்கொண்டிருந்தான். உதாரணமாக, காலவெளியின் எந்தத் திசையிலும் தடங்கலின்றிச் சஞ்சரிப்பவன் என்று பரவலாக அறியப்பட்டிருக்கும் அவன் ட்ரிஸ்ட்ராம் அவன் பெயரைக் கேட்டபோது தனக்கு ஒரு பெயர் தன்னுடைய சிறுவயதில் வைக்கப்பட்டிருக்கத்தான் வேண்டுமென்றும், ஆனால் அதீத ஆயுள் நீட்சியில் அந்தப் பெயர் மறதியின் புதைசேற்றுக்குள் மூழ்கிப்போய்விட்டதென்றும் சொன்னது. இன்னோர் உதாரணம், அவன் சுடுகாட்டுப் பிணங்கள் எரிக்கப்படும்போது அவற்றின் உடலிலிருந்து உருகி வழியும் தசைச்சாற்றை வழித்தெடுத்துவந்து மை தயார்செய்து தன்னைச் சந்திக்க வருகிறவர்கள் பிறகு என்றுமே தன்னை விட்டு அகலாதபடிக்கு அவர்களுடைய பார்வைக்கும் கைகளுக்கும் எட்டாத நடுமுதுகுத்தண்டிலோ அல்லது புறங்காலிலோ ரகசியமாகத் தடவிவிடுவானென்று கெங்கம்மா தன்னை எச்சரித்திருப்பதாக ட்ரிஸ்ட்ராம் அவனிடமே சிரித்துக்கொண்டே சொன்னபோது, களிம்பைத் தடவ மறைவிடங்களைத் தேடுவதாகச் சொன்னதைத் தவிர மற்றபடி அவள் சொன்னதில் தவறொன்றுமில்லையென்றும், ட்ரிஸ்ட்ராமின் உள்ளங்கையில் தடவப்பட்டிருக்கும் களிம்பை அவனால் பார்க்க முடியாதென்றும் சிரிக்காமல் சொன்னது. பூசாரியின் பூடகத்தன்மை கொண்ட இந்தவிதமான பதில்களும் புதிய மது மற்றும் புதிய புகை ஆகியவற்றின் மீதான அவனுடைய ஆச்சரியமும் ஸ்வப்னஹள்ளி மக்களின் காவலனாகத் தன்னை வரிந்துகொண்டிருக்கும் அவன் அங்கிருந்து அழைத்துவரப்பட்டவர்களின் எண்ணிக்கையில் மோசடி யேதும் நடந்திருக்குமானால் உடனே மனதின் சிருஷ்டியான காலத்தைக் கைவசப்படுத்திக்கொண்டிருக்கும் தன் சக்தியால் அறிந்து முதலியாரைத் தடுத்திருக்க மாட்டானா என்றும், அவ்விதமாக அவன் நடந்துகொண்டதற்கான அடையாளமேதும் இல்லாதிருந்ததால் அகதி களாக வந்தவர்களின் எண்ணிக்கை வெறும் நூற்றெழுபதாகத்தான் இருக்க வேண்டுமென்றும், தன்னுடைய காமாலைக் கண்களுக்குத்தான் அதில் குற்றத்தின் மஞ்சள் நிறம் தென்படுகிறதென்றும், பூசாரியின் வாயாலேயே அதை ஒருமுறை கேட்டு உறுதிப்படுத்திக்கொண்டுவிட்டால் பிறகு முதலியாரிடமும் ஷெஸ்லரிடமும் ஓரளவிற்காவது அச்சமும் சந்தேகமுமின்றிப் பழக முடியுமேயென்றும் எண்ணிக்கொண்டு ட்ரிஸ்ட்ராம் அவனிடம் ஒரு சந்தர்ப்பத்தில் அதைப் பற்றிக் கேட்டபோது அவன் தயங்காமல் இருநூறு என்றான். பிறகு ட்ரிஸ்ட்ராமிடமே அவன் எதற்கு அதைக் கேட்கிறான் என்றும் உசாவினான். இது அவனுடைய வயது மற்றும் மகத்துவங்களைப் பற்றிப் பிரபலமாகப் புழங்கும் நம்பிக்கைகளின் மேல் ட்ரிஸ்ட்ராமுக்குச் சந்தேகத்தை ஏற்படுத்திவைத்ததென்றாலும் அவன் அவற்றைப் பற்றிப் பூசாரியிடம் எதையும் பிரஸ்தாபிக்கவில்லை. பூசாரியோ அவனுடைய முன்னோர்களோ, குலவழக்கப்படியோ அல்லது வேண்டுமென்றேயோ, தனிப்பட்ட பெயர்களால் தாங்கள் அழைக்கப் படுவதை நிறுத்தி, அதனால் பாட்டனிடமிருந்து தகப்பனையும்,

தகப்பனிடமிருந்து மகனையும் வேறுபடுத்தி அடையாளங்காணும் பழக்கத்தைக் குடிகளிடமிருந்து படிப்படியாக அகற்றி, ஒருகட்டத்தில் பூசாரியென்கிற தொழிற்பெயரை மட்டுமே கொண்டு முன்பு வாழ்ந்து மறைந்தவர்களை ஞாபகப்படுத்திக்கொள்ள இயலாத நிலையில் ஜனங்களை இன்றைய பூசாரியும் அவன் தகப்பனும் பாட்டனும் ஒருவனேதான் என்கிற பிரமைக்கும் வயதைக் கடந்தவனென்கிற நம்பிக்கைக்கும் மறதிக்கும் ஆட்படுத்திவிட்டிருக்கலாமென்று அவன் தனக்குள் யோசித்துக்கொண்டான். கதைகளை அறியும் ஆவலும், அவற்றைச் சொல்லும் திறனுமே அறிவின் பூரணத்துவம் என்பதாக மதிக்கப்படும் இந்தியாவைப் போன்ற கீழைத் தேசங்களில் சரித்திரத் தேர்ச்சியே இல்லாத, ஆனால் வாய்மொழியாகச் சொல்லப்பட்டுவரும் ஆதிக்கதைகள் அனைத்தையும் தன் வம்சாவளியிலிருந்து கேட்டுத் தெரிந்துகொண்டிருக்கும் யாருமே வயதைக் கடந்த அதிசயப் பிறவியென்று பெயர் வாங்கிவிட முடியுமென்று அவன் கெங்கம்மாவிடம் பூசாரியைப் பற்றின தன் அபிப்பிராயத்தை (வெறும் அபிப்பிராயமாக மட்டுமே) வெளிப்படுத்தியபோது அவள் சொன்னாள், சரித்திரம் என்பது நிகழ்ந்த வற்றின் தொகுப்பானால் துரை, அதில் மறக்கப்பட்டவற்றுக்கும் இடமுண்டு என்று நம்புபவர்களும் இருக்கத்தானே செய்வார்கள், பூசாரி சில வருடங்களுக்கொருமுறை தன் வயதை, பாம்பு தன் சட்டையை உரிப்பதைப் போல, கழற்றியெறிவதைப் பார்த்த சிலர் இங்கேகூட இருக்கிறார்கள், அது மிகவும் ரகசியமானதும், காணச் சகியாததுமான காட்சியாக இருக்குமாம், தாண்டவராயன் விரும்பினால் பூசாரி ஒரு காலம் என்பதை நீங்களும் உங்கள் கண்களால் என்றாவது காணக்கூடும்.

ஆனால் ஜனங்களின் நம்பிக்கைகள்மீது இந்தவிதமான அர்த்தக் கற்பிதங்களுக்குப் பிறகும் (அல்லது இவையேகூட) பூசாரியின் தோற்றத்திற்கு இன்னும் அதிகமான மறைமெய்ம்மையைத் தந்து ட்ரிஸ்ட்ராமைத் தொடர்ந்து அவன்பால் கவர்ந்திழுத்துக்கொண்டுதானிருந்தன. இந்தக் கவர்ச்சி சில சாதகமான பலன்களையும் தந்துகொண்டிருந்ததால் அவன் அதை மகிழ்ச்சியாகவே அனுபவித்துக்கொண்டிருந்தான். குறிப்பாகப் பூசாரியின் வினோத உலகத்தையும் கதைத்தன்மை கொண்டதாகவே வெளிப்படும் அவனுடைய சம்பாஷணைகளையும் பழகிக்கொள்ளத் தொடங்கிய பின் துவக்க நாட்களில் அவனை வெகுவாக வெருட்டிக்கொண்டிருந்த, அவன் கைவசம் ஏற்கெனவேயிருந்த, வியாசத்தின் மாயத்தன்மை ஒளி மங்கி அதன் பிடி அவனை விட்டுத் தளர்ந்துகொண்டிருந்தது. அதோடு கிரிஃபித் அப் ஓவைனுக்குக் கடிதமெழுதித் தன்னுள் அவன் வலிந்து எழுப்பிக்கொண்டிருந்த விடுதலையுணர்வும் சேர்ந்துகொண்டிருந்திருக்கக்கூடும். மேலும் தன் கற்பனையைத் தன் காதுகளாலேயே வேறொருவனுடைய கற்பனையாகக் கேட்டு அதிர்ந்துபோன அந்த நாளும் அவனை விட்டுத் தொலைவாக விலகிச்சென்றுகொண்டேயிருந்தது. அல்லது பலவீனமானவையென்றாலும் போதுமான அளவு அந்த அதிசயத்தைப் பற்றி கெங்கம்மாவுடன் பேசித் தீர்த்துவிட்டதான திகட்டலுணர்வை மனம் அடைந்துவிட்டிருந்ததாலோ என்னவோ, காரணம் எதுவாகயிருந்தாலும் சம்பவம் நடந்து ஒரு மாதகாலத்திற்குப் பிறகு பூசாரி ட்ரிஸ்ட்ராமிடம் வினயமாக, அவன்

மதகொண்டப்பள்ளிக்குச் சென்ற காரணத்தையும் அங்கிருந்து தேவனுடைய ஆசீர்வாதத்திற்குப் பதிலாக எடுத்துக்கொண்டு வந்திருக்கும் ரகசியத்தையும் பற்றி தான் ஊகித்து வைத்திருப்பவை சரிதானென்றால் அதைப் பற்றித் தெரிந்துகொள்ள அவன் தன்னையும் அனுமதிக்க வேண்டுமென்று கேட்டுக்கொண்டபோது அது அவ்வளவு தயக்கத்துடனும் குழைந்தும் கேட்டுப் பெற்றுக்கொள்ள அருகதையுள்ள விஷயம் என்கிற உணர்வே, அதன்மீதான முதல் ஆச்சரியத்தின் அடிக்கசடு மட்டும் மனதினுள் எஞ்சி நிற்க, அகன்றுவிட்டிருந்தது. வேதாகமத்திலிருந்து நூற்று முப்பத்தாறாவது சங்கீதத்தை ஒப்பிக்கும்படி பணிக்கப்பட்ட மாணவனைப் போல அவன் பூசாரியிடம் அந்த வியாசத்தை வெளிப்படுத்தும் முன் தான் அதைத் தேடிச்சென்ற கதையையும் அங்கே பெற்ற அனுபவத்தையும், நிகழ்ந்த புதிதில் அது தன்னை ஒரு பேயைப் போலப் பற்றி ரத்தத்தை உறிஞ்சிக்கொண்டிருந்ததையும் பற்றி ஒரு பீடிகையாகச் சொன்னபோது அவற்றையெண்ணித் தன்னைத்தானே எள்ளலுடன் விளித்துச் சிரிக்கக்கூட அவனால் முடிந்தது. பூசாரிக்கும் அந்தக் கதை கொண்டிருந்த ஆச்சரியத்தின் கனம், அதை ட்ரிஸ்ட்ராம் விவரித்த முறையால் குறைந்து, சிரித்து அனுபவிப்பதற்குரிய விஷயமாகவேதான் முதலில் தெரிந்தது. ஆனால் ட்ரிஸ்ட்ராம், அதில் விபூதியென்கிற ஒரு வியக்தி நுழையவேயில்லையென்கிற தோரணையுடனும் பிரிவாற்றாமையினால் அதிகமாகிப்போனதைப் போல தோன்றிய, சத்யபாமாவின் மீதான புதுப்பிக்கப்பட்ட காதலுணர்வுடனும், அந்த வியாசத்தை, அது தனதேயான தென்கிற உரிமையுடன் சொல்லவாரம்பித்ததும், அதன் முதல் வாக்கியம் வெளிப்பட்ட கணத்தில், பாம்பின் காதுகளில் இடி விழுந்ததைப் போல அது, நியாயமாக அடைந்திருக்க வேண்டிய அதிர்ச்சியைத் தாண்டி ஆயிரம் மடங்கு அதிக உக்கிரத்துடன், அவனைச் சென்று தாக்கிய போது, அப்படிச் சிரித்துத் தன் சுதாரிப்பைத் தான் இழந்திருக்கக் கூடாதென்று எண்ணி அவன் மிகவும் வருத்தப்பட்டுக்கொண்டான். மீதப் பகுதிகளைக் காதுகள் கேட்டுக்கொண்டிருந்த நேரம் முழுவதும் அவன் மனம் அந்தக் கற்பனை தன்னுடையதென்று சொல்லிக்கொண்டு விபூதியும் தன்னுடன் போட்டிக்கு நிற்கிறான் என்று ட்ரிஸ்ட்ராம் சிரித்துக் கொண்டே சொன்னதைத் திரும்பத் திரும்ப எண்ணி வெறுப்புடன் உள்ளுக்குள் அசைபோட்டுக்கொண்டிருந்தது. செலவழிக்கப்படாத பணம் திருடர்களுக்குச் சொந்தமாகும் என்கிற பழமொழிதான் எத்தனை உண்மையானது, ட்ரிஸ்ட்ராமும் விபூதியும் தங்களுடையதென்று மாற்றி மாற்றிச் சொந்தம் கொண்டாடிக்கொண்டிருக்கும் அந்த வியாசம் உண்மையில் துயிலார்களின் வேதமான தாண்டவராயன் திவ்ய சரித்திரத்தில் இடம்பெறுவதான நீலவேணியின் பாதையென்கிற அற்புதமான சர்க்கத்தின் ஒரு பகுதி, இந்தச் சர்க்கத்தில்தான் சாபத்தால் ஒரு சாதாரண வண்டிக்காரனாகப் பூலோகத்தில் அவதரித்த தாண்டவராயன் மணலில் பதிந்த தன் வண்டிச்சக்கரத்தின் தடத்தால் மேற்கே கன்னட தேசத்தையும் கிழக்கே திராவிட தேசத்தையும் வரைகிறார், நிலத்தின் மீது அழுந்தி, தெய்வக் குதிரையான நீலவேணியின் வட்டக் குளம்படிகள் உண்டாக்கிய தடங்களிலிருந்து ஊர்கள் இந்தச் சர்க்கத்தில்தான் தோன்றுகின்றன, நீலவேணியின் மகத்துவத்தால் ஜனங்களின் மனதில் அரசனுக்கிணையான ஸ்தானத்தையும் பிறகு அவர் கைப்பற்றுகிறார்,

ஆனால் பாரதத்தில் கர்ணமோட்சத்தைப் போல, காளிதாசனுடைய சரமகவியைப் போல, நீலவேணியின் பாதை மனித உதடுகளால் உச்சரிக்கப்படவோ, செவிகளால் கேட்கப்படவோ கூடாதென்பது ஆதியிலிருந்தே இருந்துவரும் ஒரு நம்பிக்கை, காரணம், கதையில் தாண்டவராயன் ஒரு தெய்வப்பிறவி என்பதை விளக்கும் இந்தச் சர்க்கம் வரிசைக்கிரமமாக, அவருடைய வளமையான நாட்களை வியாக்யானம் செய்யும் ஆரம்ப அத்தியாயங்களில் இடம்பெறுகிற ஒன்றில்லை, மாறாக, தன் பிள்ளையையும் பெருமையையும் பறிகொடுத்துவிட்டு நிர்கதியாக நிற்கும் அவர் துரோகிகளை எசமானர்களென நினைத்துத் திரிந்த தன் தவறை எண்ணிப் பிற்காலத்தில் வருந்தும்போது அந்தத் துயரப் புண்ணிலிருந்து வன்மத்தின் வலியைக் கிளறிவிடும் வேலாக, சென்றுபோன வளமான நாட்களின் நினைவுகளால் கொதிக்கும் பெருமூச்சாக, தாண்டவனார் சரித்திரத்தைப் பூர்த்திசெய்யும் கடைசி சர்க்கமாகத்தான் அது இடம்பெறுகிறது, இதற்குப் பிறகே தாண்டவராயன் கெலமங்கலத்திற்குள் நுழைவதும் தன்னை அழித்துக்கொள்வதுமான சர்க்கங்கள் பிறப்பதால் நீலவேணியின் பாதை கருடபுராணத்தில் விளக்கப்படும், பிரேதங்களின் பயணத்திற்கு ஈடான, ஆறு நிலைகளைக் கொண்ட, வாழ்வின் இறுதிப் பயணத்தையே சூசகமாகக் குறிக்கிற தென்பதும், மேலோட்டமாக வாசிக்கும்போது ஒரு ரசமான பயண அனுபவத்தை விளக்கும் வியாசமாகத் தோன்றினாலும் அடியில் பெரும் தெய்வத் துக்கத்தின் சாரத்தை உள்வாங்கிக்கொண்டிருக்கும் அட்சரங்கள் என்பதால் அந்தச் சர்க்கத்தை நாவால் உச்சரிப்பதும் காதால் கேட்பதும் தீவினையைக் கொண்டுவருமென்பதும் பரம்பரை நம்பிக்கை, நீலவேணியின் பாதையைச் சொல்லாமல் விட்டுவிடுவதென்பது தாண்டவராயன் கதை சொல்லப்படத் தொடங்கிய, ஞாபகத்திற்கெட்டாத காலத்திலிருந்தே, ஒரு சடங்காகவே கடைபிடிக்கப்பட்டு வருகிறது, ஏற்கெனவே, தாண்டவராயன் சரித்திரமே ஏட்டில் எழுதப்படாத வாய்மொழிக் கதையாகவே புழக்கத்தில் இருந்துவரும் கதையானதால் (சிவபிரானின் வாகனமும் அவருக்கு ஏடு படித்துக் காட்டுபவருமாயிருந்த நந்திதேவரின் அவதாரமான தாண்டவராயன் தன் கதை எழுதப்படுவதை விரும்பவில்லை, ஏடுகளின் பரப்பில் எழுத்தாணியால் நீலவேணியின் பாதையை வரைந்தால் அது அட்சரங்களின் அசைவற்ற ஸ்தூலப்பரப்பில் சிறைப்பட்டுவிடுமென்று தன் கதை வாய்ப்பாடமாகவே சொல்லப்பட வேண்டுமென்று ஞானவானான அவர் ஈஸ்வரனிடம் வரம் வாங்கி யிருந்தார், ஆணிகள் அவரை வஞ்சித்த பண்டிதர்களுக்கும், எச்சில் அவருக்கு அடைக்கலமளித்த பாமரர்களுக்கும் எழுதுகோலாக இருந்ததால் தாண்டவராயன் தன் கதை ஆணிகளால் சுத்தமாகக் கீறப்படாமல் எச்சிலால் தீட்டுப்பட்டதாகவே இருந்துவர வேண்டுமென்றும் அறிவித்தார்) யாராலுமே உச்சரிக்கப்படாத நீலவேணியின் பாதை தாசரிகள் மற்றும் துயிலார்களின் வாய்ப்புழக்கத்திலிருந்தே விடுபட்டு மறைந்தும் போய்விட்டது, உண்மையில் தாண்டவராயன் கதை புழக்கத்தில் இருக்கும் எந்தவொரு பிரதேசத்திலும் ஜனங்களுக்கு அதில் இப்படி ஒரு சர்க்கமிருப்பதே தெரியாதுதான், நீலவேணியின் பாதை தூர்ந்துபோய்க் காலம் பலவாகிவிட்டது.

ராதா

தாண்டவராயன், துயிலார்களின் ஆதித் தந்தை, நீலவேணியின் எசமானன், சக்தியின் மகனான கோணய்ய னால் அப்பா என்று காதுகுளிர அழைக்கப்பட வரம் பெற்றவன், பீடபூமியின் காவல் தெய்வம், கண்களால் கெலமங்கலத்தையும், காதுகளால் ராயக்கோட்டையையும், கைகளால் தளியையும், கால்களால் ஓசூரையும், நாவால் டெங்கனிக்கோட்டையையும், மார்பால் பாகலூரையும், புஜங்களால் சூலகிரியையும் ஆட்சி செய்பவன், மலைத் தொடர் இருபுறங்களிலும் சரிந்திருப்பதைப் போல திராவிடம் மற்றும் மைசூர் நிலங்களின் மேல் தன் ஆகிருதியைச் சரித்திருப்பவன், சனத்குமார நதியாயும், செவிடநாதர் கொலுவீற்றிருக்கும் பகோடா மலையாயும் உயர்ந்திருப்பவன், காடுகளில் பாதையாய், ஊர்களில் தெருக்களாய், மனதில் எண்ணமாய் வழிகாட்டிக்கொண்டிருப்பவன், பெண்களின் பேரச்சம், அகம்பாவிகளின் சாபம், அக்கினியின் சகோதரன், வயதற்றவன், திரேத யுகத்திலிருந்து துவாபர யுகத்தையும், துவாபர யுகத்திலிருந்து கிருத யுகத்தையும், கிருத யுகத்திலிருந்து கலி யுகத்தையும் இளமை மாறாமல் கடந்துவந்தவன், கட்டை பிரமசாரி, ஞானவான், ரோஷக்காரன், சொல் பொறுக்காத மானஸ்தன், வினோத நீதிமான், வாசனைகளின் அதிபதி, சப்தங்களின் உற்பத்திக் கேந்திரம், காட்சிகளின் கற்பனை, பொழுதுகளின் பிரம்மன், சிவனின் வாகனமும் கந்தவேளின் காரியஸ்தனும் கணபதியின் நண்பனும் சக்தியின் விளையாட்டுத் தோழனுமான நந்தீஸ்வரரின் அவதாரம், உமையம்மை தடாதகையாகி சிவனைப் பிரிந்திருந்த கல்பகாலத்தின் விரகம் தகிக்க எம்பிரானுடன் இன்னோர் கல்பகாலம் பிரியாது கூடியிருப்போமென்று தனித்திருக்கிற வேளையில், உலகப் பரிபாலனம் நின்றுபோய், பஞ்சமும் தரித்திரமும் பூலோகத்தைப் பீடித்ததால், ஜனங்கள் நெறியிழந்தவர்களாய் தகப்பனையும் சகோதரனையும்

தாயையும் அடித்துப் பிடுங்கியும் பிச்சையெடுத்தும் திருடியும் வயிற்றைக் கழுவிக்கொள்ளவும், அரசர்கள் மண்ணாசையால் போர்களில் மனதைச் செலுத்தி உட்குடிகளையும் பரக்குடிகளையும் கொலை செய்து ரத்தத்தால் ஆட்சிபுரியத் துவங்கவும், நாட்டில் சாதுக்கள் குறைந்து போக்கிரிகள் அதிகமாகவும், தாவரங்கள் கருகிப் பாறைகள் மிகவும், பஞ்சத்தைக் குடித்துப் புழுக்கள் பெருகி பாம்புகள் நிறையவும், மனிதர்கள் அருகி மிருகங்கள் அநேகம் கண்களில் படவும், காட்டினுள் ஜனங்களும், நாட்டினுள் மிருகங்களும் இடம் மாறி ஊடுருவவுமாக ஆனதைக் கண்டும், பேய்களும் அரக்கரும் சந்தோஷமாயிருப்பதைப் பொறுக்காமலும், தேவர்கள் எல்லோரும் பிரம்மனிடமும் விஷ்ணுவிடமும் சென்று அபயம் தாருங்களென்று முறையிட, சிவபெருமான் பள்ளியறையை விட்டு வெளியே வராததாலே சுடலைப் பிணங்கள் எரிபடாமல் உயிரோடிருப்பவர்களைக் காட்டிலும் பிணங்களின் தொகை மிகுதியா யுயர்ந்து உடலழுகியும் ஆன்மா அமைதியுறாமலும் பிண்டச் சோற்றுக்கு வந்த பஞ்சத்தினால் கண்டச் சோற்றுக்கும் பஞ்சம் வந்ததென்று, வந்தவர் களோடு அவர்களிருவரும் திருக்கயிலாயம் செல்ல, ஆனால் பள்ளியறைக் கதவைத் தட்டவும் சிவசிருங்காரத்தைக் கலைக்கவும் தைரியமற்றவர்களாய் அவர்கள் வாயிலிலேயே தயங்கி நிற்க, நந்தீஸ்வரர் உலக நன்மையின் பொருட்டாய் அந்தப் பாவத்தைத் தான் ஏற்றுக்கொள்வதாய்ச் சொல்லிக் கைலாயத்தின் பள்ளியறைத் திருக்கதவுகளைத் திறந்துவிட்டார், அப்போது நல்ல பாம்பும் சாரைப் பாம்பும்போல கூடியிருந்த அம்மையையும் அப்பனையும் அவர் பிறந்தமேனியாய்க் காணும்படியானது, பார்வதி வெட்கத்தாலும் அவமானத்தாலும் சூடுண்டவளைப் போல உடல் சுருங்கி ஸ்தனங்களையும் யோனியையும் கைகளால் பொத்திக்கொண்டு கண்ணீருடன் தலைகுனிந்தாள், அதைக் கண்ட சிவபெருமான் மீண்டுமோர் கல்ப காலம் அவள் தன்னைப் பிரியக்கூடுமென்று அஞ்சி கோபத்தால் வெட்கமற்றவராய் உடுத்திக்கொள்ளாமலேயே தன் விஸ்வரூபத்தைக் காட்டி ருத்ர தாண்டவமாடி, ஒரு வாகனத்திற்குரிய லட்சணத்துடன் எசமானனுக்காக வாயிலில் காத்திருக்க வேண்டிய நந்தீஸ்வரர் தன் நிலை மறந்து பள்ளியறைக்குள் நுழைந்து சம்போகத்தை அம்பலப்படுத்தியதால், தேவ வாகனமாயிருக்கும் தகுதியை இழந்து அரக்கக் குலத்திற்கும், நர ஜென்மங்களுக்கும் வண்டியோட்டும் சாரதி யாகப் போவாரென்றும், சிவசம்போகத்தை எட்டிப்பார்த்த அவரைப் பெண்கள் இனிக் கண்ணெடுத்துப் பாராது ஒழிவார்களென்றும், அவருடைய முகத்தைப் பார்க்கும் யுவதிகளின் காமமும் கர்ப்ப வாசலும் சூடுண்ட மலராகக் கருகிப்போகும்படியாக அவர் ஒரு குரூபியாக இருப்பாரென்றும் சாபமிட்டார், சாபத்தை எதிர்பார்த்தே கதவைத் திறந்த நந்தீஸ்வரர் அப்படியே ஆகட்டுமென்று மனவருத்தமின்றிச் சிரித்த முகத்துடன் ஏற்றுக்கொண்டார், அவருடைய தைரியத்தையும் கருத்தையும் அறிந்த உமை தவறு தங்கள்மீதும் இருப்பதை உணர்ந்து, முன்னைக்காட்டிலும் அதிக வெட்கத்தையும் அவமானத்தையும் அடைந்து, ஆனாலும் சிவ சாபத்தை எப்படி மாற்ற முடியுமென்றும் யோசித்து, நந்தீஸ்வரர் வேண்டும் வரத்தைக் கேட்கச் சொன்னாள், குரூபியானாலும் யுகங்களைத் தாண்டி நீளும் இளமையையும், வாணாளில்

யார் கண்களாலும் பார்க்கப்படாமல் மூடியே கிடக்கவிருக்கும் தன் உடல் முக்திக்குப் பிறகு கோடி சூரியப் பிரகாசத்துடன் அனைவரும் பார்க்க ஜொலித்து, தேசங்களின் சுபிட்சமாய்ப் பெருக வேண்டுமென்றும், பிரம்மனின் மகோன்னதப் படைப்பாயும், சக்தி சொரூபமாயும் இருக்கக்கூடிய பெண்ணினத்தின் ஸ்பரிசமும் சகவாசமுமற்று பூலோகத்தில் வீணே கழியவிருக்கிற தன் வாழ்வின் பயங்கரமான தனிமையை ஈடுசெய்ய ஒரு துணையையும், பிறப்பால் தானே ஒரு ரிஷபமானதால், காளை மாட்டைத் தன் வாகனமாகச் செய்துவிடாமல் தானொரு தேரோட்டியாக, தனக்கொரு குதிரையையும் நந்தீஸ்வரர் வரமாகக் கேட்டார், அம்மையும் மகிழ்ந்து, அதோடு தன் தோழனின் சாபத்திற்குத் தானும் ஒரு காரணமென்கிற குற்றவுணர்வில் புழுங்கி, தனக்குத் தானே ஒரு சாபத்தை ஏற்றுக்கொண்டு தன் மனதைச் சாந்தி செய்துகொள்ள எண்ணியவளாய், அவர் சாபத்திற்குக் காரணமான தன் நிர்வாணத்தை அவர் மீண்டும் திருக்கயிலாயம் வந்துசேரும்வரை மூடுவதில்லையென்றும், அவருடலைப் பெண்கள் பார்க்கும்வரையிலும் தன்னுடலைத் தன் கணவனும் பார்க்க வியலாதபடி ஆக்கிக்கொள்வதென்றும் முடிவுபண்ணி, விழுத்துப் போட்டிருந்த தன் சேலையைப் போர்வையாக்கி நந்திதேவருடைய குரூபத்திற்கு மறைப்பாயும், இளமைக்குக் காப்பாயும் கொடுத்தும், கயிலாய வாசல் திடுமெனத் திறந்து தடைப்பட்ட சம்போகத்தால் நிதம்ப மேட்டிலேயே விழுந்து தங்கிவிட்ட சிவ சுக்கிலத்தைத் திரட்டி அதை மதி நுட்பமும் புஜ பராக்கிரமும் கொண்டவொரு சிசுவாக்கி நந்திதேவரின் தனிமைக்குத் துணையாகக் கொடுத்தும், சரச வியர்வையை வழித்து நூறு விரலளவு உயரத்தையும், வெண்முத்தின் நிறத்தையும், நாகபந்தம், விருத்தம், நெடுவீதியாகிய ஓட்டநிலைகளையும், சிரசில் இரண்டும் நாபியில் நான்கும் நெற்றியில் ஒன்றும் உதட்டில் ஒன்றும் இவற்றுடன் அவருடைய சாப விமோசன காலத்தை விரைவாகக் கொண்டுவரட்டுமென்று கண்டத்தில் இரண்டும் ஆகப் பத்துச் சுழிகளையும் கொண்டதான ஒரு சியாமகன்னத்தைச் சிருஷ்டித்துக் கொடுத்தும் அவரை வழியனுப்பிவைத்த பின், தன் கருணையில் பாதியை அர்த்தநாரீஸ்வரரிடம் கொடுத்து உலக நன்மையைக் கவனித்துக் கொள்ளும்படி அவரை வேண்டிக்கொண்டு தனியறைக்குள் சென்று தன்னைப் பூட்டிக்கொண்டாள், நந்திதேவரும் ஆதி யுகத்தில் யமனுக்கும், திரேத யுகத்தில் துருவுக்கும், துவாபர யுகத்தில் கும்பகர்ணனுக்கும், கிருத யுகத்தில் திருதராஷ்டிரனுக்கும் சாரதியாயிருந்து, சாப காலத்தின் நான்கில் மூன்று பங்கைக் கழித்த பிறகு யுகவாரம்பத்தில் ஒரு வயதும் யுக முடிவில் ஒரு வயதுமாய்க் கூடி ஏழு வயதான உமையின் குழந்தையுடன் கலியுகத்தை வந்தடைந்தார், முக்தியைத் தரும் துன்பங்களை எதிர் கொள்ளவும், தன் கீர்த்தியையும் அவயவங்களையும் தானியங்களாக விதைக்கவும் ஏற்ற நிலத்தைத் தேடியலைந்து கடைசியில் சனத்குமார நதிக்கரையை அமைதியும் வனப்பும் கூடிய பூலோக சுவர்க்கமாகக் கண்டு அங்கே தாண்டவராயன் என்னும் பெயரோடு ஒரு வண்டிக் காரனாகத் தன் சாபத்தின் இறுதி நாட்களை வாழத் துவங்கினார், மரகதப் பெண்ணான சக்தியின் வியர்வையிலிருந்து பிறந்த சியாமகன்னம் நீலவேணியென்றும், அவள் கையில் திரட்டிய சுக்கிலம் குளிர்ந்து

உருவான குழந்தை ஏழு வயதுச் சிறுவனாக, அவனைப் பார்ப்பவர் அவன் அழகில் முருகனோ என்றும், பலத்தில் வீரபாகுவோ என்றும், ஞானத்தில் அகத்தியனோ என்றும் வியந்து அவன்மீது கண்ணேறிட்டு விடாதிருக்கும்படி, கோணய்யனென்றும் பெயர்கொண்டு தாண்டவராயன் கூட இருந்தார்கள், தறுவையும் திருதனையும் கும்பகர்ணனையும் இடங்களினூடாக அல்லாது காலத்தினூடாக அழைத்துக்கொண்டுசென்று அவர்களை முக்தியுறச் செய்த அற்புதமான ரதமும் ஒரு கூண்டுவண்டியாகி அங்கே அய்யனுடைய கீர்த்தியை அறிவித்தபடியிருந்தது, மூன்று யுகங்களில் தங்கமாயிருந்த அதன் சுவர்கள் கலியுகத்தின் நச்சுக்காற்றில் கருத்து உறுதிமிக்க தேக்குமரக் கூண்டாகியிருந்தன, யுகங்களின் போர்கள் ஆரங்களாகி அதன் சக்கரங்களை வடிவமைத்திருந்தன, கைலாயத்தின் குளிர்ந்த காற்றைத் தாண்டவனார் அந்த வண்டியினுள் பிடித்து அடைத்திருந்தார், அது அவருடைய இளமைப் போர்வைக்குள் அணைப்புண்டு கிடந்ததைப் போல ஆறு புறங்களிலும் மூடிய கூண்டு வண்டியினுள்ளிருந்து தப்பிவிடாதிருந்தது, அதோடு அந்தக் காற்றானது வண்டியின் சுவர்களைச் சதா முட்டிமோதி அவற்றை விலகச்செய்து வண்டியின் உட்பரப்பில் கைலாயத்தையொத்த வெளியை மாயமாய் சிருஷ்டித்திருந்தது, வானத்தின் விஸ்தாரமும் தண்மையும் நிரம்பிய அந்தக் கூண்டுவண்டியில் ஒரே நேரத்தில் நூறு பேர் அமரவும், சயனிக்கவும் இடமிருந்தது, எனவே தாண்டவனாருடைய வண்டியில் சவாரி செய்யும் பாக்கியத்தைப் பெறவென்றும், அவரைத் துன்புறுத்தி முக்தியடையச் செய்யவென்றும் ஆதியில் விதிக்கப்பட்டிருந்தபடி அவரைச் சுற்றி ஜனங்கள் பெருகினார்கள், சனத நதிக்கரையில் அவர் குடிகொண்ட இடம் கெலமங்கலம் என்னும் பெயருடைய பட்டண மாயிற்று, அப்புறமும் அவர் கீர்த்தி கைலாயத்தின் காற்று வண்டிச்சுவர்களை முட்டுவதைப் போல அந்தச் சிறு பட்டணத்தை முட்டிப் பெரிதாக்கவே அவருடைய கருணையின் எல்லைக்குள் மேலும் நிலவெளிகள் பெருகி மைசூரின் கிழக்கு நிலமும் பாரமஹாலும் பாலகாடும் உண்டாயின, திரேத துவாபர கிருத யுகங்களின் காலம் இறுகி நிலம் உண்டானது, தாண்டவரின் வண்டிக்குள் நுழைபவன் புறப்படும் இடத்திற்கும் போய்ச்சேரும் இடத்திற்கும் இடைப்பட்ட வழி வெகு விநோதமாக ஆனது, அது வாசனைகளாலும், பட்சி மிருக வர்க்கத்தின் குரல்களாலு மானது, அவை பூலோக உற்பத்திகளாயிருக்கவில்லை, அதனுள் பயணிப்பவன் அதை வேறெங்கும் அறிந்திருக்கவுமில்லை, ஆறு புறங்களிலும் மூடியிருந்த, சன்னல்களற்ற தாண்டவரின் கூண்டுவண்டி யினுள் எப்போதும் குடியிருந்த குளிர்ந்த இருளிலிருந்து சுயமாகக் கசியும், புலன்கள் அறியவியலாத, உமையுடலின் மரகதப் பச்சையொளி அவனை அறிதுயிலில் ஆழ்த்தி அவன் கனவில் தெய்வங்கள் நடமாடிய யுகங்களின் நாட்களை விரித்தது, ஆகவே அவன் ஏறுமிடத்தையும் இறங்குமிடத்தையும் மட்டுமே நிஜமென்று அறிந்தவனாயிருந்தான், இப்படியாக நீலவேணி நிற்கும் பட்டணங்கள் நிஜமானவையாயும், ஓடிக் கடக்கும் பட்டணங்கள் யாத்ரீகனின் கற்பனையாயுமிருந்தன, அது முன்பு நின்ற ஊர்களைப் பிறிதொருமுறை கடக்கும் போதும், முன்பு கடந்த ஊர்களில் எப்போதாவது நிற்கும் போதும் அவை

உருவெளியாயும் பிரத்யட்சமாயும் மாறிமாறித் தோன்றின, இப்படியாகப் பீடபூமியின் ஒவ்வொரு பட்டணத்திற்கும் ஒரு கற்பனை உருவமும் ஒரு நிஜ உருவமும் உண்டாகியிருந்தது, முப்பத்தாறு பட்டணங்களைக் கொண்ட பீடபூமி இதனால் எழுபத்திரண்டு பட்டணங்களைக் கொண்ட பெரிய ராஜ்ஜியமாக விரிந்திருந்தது, பட்டணங்களின் எந்த ஊரிலுமிருப்பவர்கள் முன் ஒரே நேரத்தில் தாண்டவனார் தன் கூண்டுவண்டியுடனும் நீலவேணி மற்றும் கோணய்யனுடனும் உரையாடிய படி சவாரிக்குத் தயாராக நின்றிருந்தார், அவர் அப்படி நின்றிருப்பதைப் பார்த்தவர்கள் இருந்தார்களேயொழிய அவர் வண்டி போகும் அழகைப் பார்த்தவர்களில்லை, அது எப்போதும் புறப்படும் இடத்தில் மறைந்து மறைந்த கணத்திலேயே சேருமிடத்தில் தோன்றிக்கொண்டிருப்பதாகவே இருந்தது, அதன் வழிகளை உள்ளிருந்து உணர முடிகிறதேயன்றி வெளியிலிருந்துங்கூட மனுஷக் கண்களால் பார்க்க முடிகிறதில்லை, தாண்டவனாரை யாரும் சவாரிக்கு அழைப்பதில்லை, அவரும் அவருடைய நீலவேணியும் யாரையும் சுமந்துசெல்பவர்களல்ல, கூட்டிச் செல்பவர்கள், பயணிகள் புறப்படும் வேளையையும், போய்ச் சேர வேண்டிய இடங்களையும் அவர்களுக்கு முன்பே தாண்டவனார் அறிந்திருந்தார், ஏனெனில் பயணத்திற்கான காரணங்களையும் அவரே தான் அவர்கள் மனதில் உற்பத்தி செய்தார், ஆகவே எவரும் அவரை அழைக்கும் முன் அவர்கள்முன் அவர் ஏற்கெனவே நின்றிருந்தார், தாண்டவனார் நிச்சயிக்கும் வேளையில், அவர் நிச்சயித்த இடங்களுக்கு, அவரால் நிச்சயிக்கப்பட்ட பாதைகளின் வழியே ஜனங்கள் தங்கள் பிடிமானத்திலில்லாத காரணங்களுக்காகப் போய்வந்துகொண்டிருந் தார்கள், அப்படியாக தாண்டவராயன் ஒரு வண்டிக்காரனென்கிற போர்வையில் பட்டணங்களின் அதிபதியாயிருந்தார், நீலவேணியோ யுகாந்திரங்களின் தடங்களை நிலமெங்கும் இழுத்துக்கொண்டு பறந்தது, அதன் விலாப்புறத்தில் இறக்கைகள் இருப்பதாக வண்டியிலிருந்து இறங்கியவர்கள் சத்தியம் செய்தார்கள், அது மனிதக்குரலில் பேசுவதாயும் பட்டணங்களில் பேச்சிருந்தது, அதன் அழகைக் கண்டு மோகிக்காத ஆணும் பொறாமைப்படாத பெண்ணும் இல்லை, அதனுடலில் படிந்த புழுதிமண்ணின் நடுவே நடுப்பகல் சூரியன் எப்போதும் வெண்ணிறத்தில் ஒளிர்ந்துகொண்டிருந்தது, அதைப் பார்த்தவர்கள் பின்பு அதற்கப்பால் பிறிதொன்றைப் பார்ப்பதில்லை, கால்கள் லட்சணப் பூரணத்திற்காகவே யன்றி நீலவேணியின் செவ்விளிம்பு கட்டிய குளம்புகளின் தடம் மண்ணில் பதிந்து பார்த்தவரும் இல்லாதிருந்தார்கள், அதன் சுவாசம் ஜனங்கள் அதுவரையில் அறிந்திராத மலர்களின் வாசனைகளைப் பட்டணங்களில் பரவச்செய்திருந்தது, அதனுடலின் ஜொலிப்போ ஜனங்கள் அறிந்திராத உலோகங்கள் நிலத்திற்குள் இன்னுமிருப்பதை அவர்களுக்கு உணர்த்திக் கண்டுபிடிப்புகளின் மீதான அகம்பாவத்தைத் தணியச்செய்திருந்தது, அது எதை உண்டாலும் புல், எங்கே நின்றாலும் பட்டணம், எதை அருந்தினாலும் நீர், எதைக் கடந்தாலும் பாதை, குதிரைகளின் வேகத்தைக் கொண்டு அஸ்வலட்சணத்தால் வகுக்கப்பட்ட கவரிதகம், ஆக்ரந்திகம், வல்கிதம், ரேசிதம், புலிதம் என்கிற ஐந்து பயண நிலைகளைத் தாண்டி ஆறாவதாகச் சஞ்சலகம் அல்லது கல்பாரோகம் எனும் பொருள்படும்,

சொப்பனமயப்பட்டதான ஏகநிலையொன்றை நீலவேணிதான் தன் தனித்துவமான இயக்கத்தால் முதன்முதலாக சிருஷ்டித்தது. எனவேதான் இத்தனையதிசயமான, கற்பனையின் கண்களால் மட்டுமே கண்டு அதிசயிக்கத்தக்க, துயிலார்களின் கதைச் செல்வமாம் நீலவேணியின் பாதையைக் கைகளால் எழுதிய பாவத்தைச் செய்ததோடல்லாமல் அதனிடையே பறங்கிச் சொற்களையும் கலந்து அதன் தூய்மையை விபூதி கெடுத்துவிட்டானென்கிற பூசாரியின் ஆற்றாமை ட்ரிஸ்ட்ராம் என்ன முயன்றும் ஆற்றுப்படுத்தவியலாததாகப் பெருகிக்கொண்டேயிருந்தது. ஸ்வப்னஹள்ளியை எரித்தது சுல்தானின் ஆணையோ, அவர் சந்தேகப் பட்டதைப் போல ஊர்க் குடிகளின் நம்பிக்கைத் துரோகமோ அல்ல, மாறாக அந்த நிலத்தின் மேல் தாசரியின் வாயால் ஒருமுறையேனும் வியப்புடன் முணுமுணுக்கப்பட்டிருக்கக்கூடிய நீலவேணியின் பாதையின் வெக்கைதான் என்பதே, ட்ரிஸ்ட்ராமின் மூலமாக விஷயங்களைக் கேள்விப்பட்ட பிறகு, அவனுடைய நிச்சயமான நம்பிக்கையாகயும் இருந்தது. ஸ்வப்னஹள்ளியின் விதி மதகொண்டப்பள்ளியில் விபூதியால் அதன் எழுத்து வடிவம் தாசரியின் கையில் கொடுக்கப்பட்டபோதே தாண்டவனால் நிச்சயிக்கப்பட்டுவிட்டது, சுல்தானும் அவர் படையும் அந்தத் திருவுளத்தை நிறைவேற்றுவதற்கு உபயோகப்பட்ட கருவிகள், அவ்வளவுதான்.

ஸ்வப்னஹள்ளியை எரித்த வியாசத்தின் மீது பூசாரி கொடுத்த புதிய தகவலும், அதற்கு அவன் கொடுத்த விளக்கமும் ட்ரிஸ்ட்ராமின் மனதில் எவ்வகையான தாக்கத்தை ஏற்படுத்தியிருக்கும் என்பதை இங்கே விவரிக்க வேண்டியதில்லை. ஆனால் அந்தத் தாக்கம் மிகச் சொற்பக் காலத்திற்குத்தான் அவன் மனதில் நீடித்திருந்தது. தன்னுடைய மானசீகச் சண்டையை விபூதியுடனேயே தொடர்ந்து நடத்திக் கொண்டிருந்ததன் மூலம் நீலவேணியின் பாதையென்கிற வினோதமான கற்பனையில் அந்நியனான தன்னுடைய பங்கையும் உரிமையையும் பொருட்படுத்தவே பூசாரி மறுத்துக்கொண்டிருந்தான் என்கிற மனக்குறை கொடுத்துக்கொண்டிருந்த எரிச்சலுக்கப்பாலும், தகவல்களில் எத்தனை குழப்பமிருந்தாலும், அந்தத் தலைப்பிலிருந்த கவர்ச்சியொன்றே அவன் சொல்வது உண்மையாயிருக்கலாமென்கிற நம்பிக்கையை ட்ரிஸ்ட்ராமின் மனதில் விதைக்கப் போதுமானதாயிருந்தது. மேலும் எட்டாக் காதலின் ரகசிய உருவகம் என்கிற நிலையிலிருந்து படிப்படியாக விலகி, சுல்தானுக்கு ஒற்றுச் செய்தி, விபூதியின் முன்னோர்களுக்கு ஆரூடம், விபூதிக்கு அவனுடைய இலக்கிய ஞானத்தின் உரைகல், பூசாரிக்குச் சாவு என்று அந்த வியாசம் அதன் இருப்பு பகிரங்கமாக அறிவிக்கப்பட்ட நாளிலிருந்து அத்தனை குறுகிய காலத்திற்குள் கடந்துவிட்டிருந்த அர்த்தத் தொலைவையெண்ணி அவனுள் வளர்ந்த வியப்புணர்வும் அதன்மீது அதுகாறும் கொண்டாடிக்கொண்டிருந்த உரிமையிலிருந்து அவனை விலக்கித் தள்ளிக்கொண்டிருந்ததால் கடைசியாக அதைப் பற்றி, அது தாண்டவராயன் சரித்திரத்திலிருந்து மறைந்துபோன ஒரு சர்க்கம் என்பதாகக் கேள்விப்பட்டபோது, ஓரிரு நிமிட அதிர்ச்சிக்குப் பிறகு, உத்தியோகரீதியாகக் குற்றத்தின் தோற்றுவாயைத் தேடிச்செல்லும் விசாரணையாளனொருவனின் விட்டேற்றியான

மனநிலை அவனை வந்தடைந்துவிட்டது. ஆர்வமும், வயிற்றிலிருந்து எழும்பத் தொடங்கியிருந்த கடலோடிகளின் நோய் மணமுமே அந்த மனநிலையை அவனிடம் தொடர்ந்து தங்கச்செய்துகொண்டிருந்த காரணிகளாயுமிருந்தன. எனவே மதகொண்டப்பள்ளியில் நிகழ்ந்ததைப் போன்ற ரசாபாசமான நாடகமெதையும், பூசாரி பேசி முடித்ததும் கெங்கம்மா பயந்துகொண்டிருந்ததைப் போல, அவன் அங்கே நடத்தத் தொடங்கிவிடவில்லை. நெடுங்காலத்திற்கு முன்பே வழக்கொழிந்து போய்விட்ட ஒரு சர்க்கத்தைப் பற்றிப் பூசாரிக்கு மட்டும் எப்படித் தெரியுமென்று அவன் கேட்டபோது பூசாரி வழக்கம்போல, அவனுக்கே உரித்தான பாணியில், அம்மாதிரியான மறக்கப்பட்டுவிட்ட அநேக விஷயங்களினடியில் சிக்கிக்கொண்டுதானே தன் மூப்பு மரணமாகப் பழுக்காமல் அழுகிக்கொண்டிருக்கிறது என்று பதில் சொன்னான். ஒரு மாதகாலப் பழக்கத்தில் அவனிடமிருந்து இவ்விதமான, மாந்திரீகத் தன்மையதான பதில்களையன்றி எந்த விஷயத்திற்குமே புத்திபூர்வமான, நேரடியான விளக்கங்களெதையும் கேட்டுப் பெற்றுவிட முடியாதென்பதை ட்ரிஸ்ட்ராம் தெரிந்துகொண்டேயிருந்ததால் அவன் திரும்பவும் கெங்கம்மாவிடமே தன் குழப்பங்களின் மீது சிறிது வெளிச்சத்திற்காக அடைக்கலம் தேடினான். பாரமஹால் முழுவதும் சிறு குழந்தைகள் வாயால்கூட சரளமாகப் பேசப்பட்டுவரும் தாண்டவராயன் சரித்திரத்தில் சொல்லப்படாமல் விட்டுப்போன ஒரு சர்க்கமும் இருக்கிறதென்கிற விஷயம் கெங்கம்மாவுக்கே ஆச்சரியமாகத்தான் இருந்தது. அவள் ட்ரிஸ்ட்ராமுடன் மதகொண்டப்பள்ளியிலிருந்து திரும்பிவரும் வழியில் யோசித்து வைத்திருந்த சாத்தியங்களிலொன்றை இன்னும் சற்று விரிவாக்கி முன்வைத்தாள், அதாவது, தாண்டவராயன் கதையிலும் பிதிர் சஞ்சார மார்க்க போதினியிலும் ஒரே சர்க்கம் இடம்பெறும் வாய்ப்பும், மிகச் சமீப காலம்வரையில் நீச சாதியினராய்க் கருதப்பட்ட துயிலார்களின் கடவுளால் தடைசெய்யப்பட்டிருந்த அந்தச் சர்க்கம் விதியை மீறி பிராமணனொருவனால் ஏட்டில் எழுதி வைக்கப்படும் சாத்தியமும் உண்டென்றால் பிதிர் சஞ்சார மார்க்க போதினியே ஏன் அந்தப் பெயரில் எழுதப்பட்ட தாண்டவராயன் கதையின் எழுத்து வடிவமாக இருக்கக் கூடாது. இந்த யூகமும்கூட, எப்படிப் பார்த்தாலும், துயிலார்கள் அல்லது சுல்தான்களால் ரகசியமாகவே காப்பாற்றப்பட்டுவந்திருக்கும் நீலவேணியின் பாதை இதற்குச் சற்றும் சம்பந்தமற்ற தன் கற்பனைக்குள் நுழைந்தது எப்படியென்கிற, மிஞ்சி நிற்கும் இன்னொரு கேள்விக்குப் பதில் சொல்லப் போதுமானதில்லைதானென்றாலும் கெங்கம்மா யோசிக்கிறபடி பிதிர் சஞ்சார மார்க்க போதினியும் தாண்டவராயன் சரித்திரமும் ஒன்றுதானென்றால் அதில் எஞ்சி நிற்கும் அந்த இன்னொரு கேள்விக்கும் கண்டிப்பாக விடையிருக்குமென்று ட்ரிஸ்ட்ராம் நம்பினான். பிரச்சினைக்குள் பூசாரியின் பிரவேசம் இப்படியாக ட்ரிஸ்ட்ராம் யோசிப்பதற்கு முன்பாகவே அவனுடைய அடுத்த சாகஸப் பயணத்தை முடிவுசெய்துவிட்டது. ஸ்ரீரங்கப்பட்டணம். அந்தப் பயணத்தைத் தனியாக மேற்கொள்ள வேண்டுமென்பதே முதலில் அவனுடைய யோசனையாக இருந்தது. ஆனால் கெங்கம்மா சொன்னதைப் பிறகொருநாள் பூசாரியிடம் பிரஸ்தாபித்துக்கொண்டிருந்தபோது அந்த ஊகத்தால் கவரப்பட்ட அவன்

தானும் அவனுடன் ஸ்ரீரங்கப்பட்டணத்திற்குச் செல்ல வேண்டுமென்று முடிவுசெய்துவிட்டான். ட்ரிஸ்ட்ராம் தன் பயணத் திட்டத்தில் பூசாரியை எதிர்பார்க்கவில்லை. அதைப் போல பூசாரியும் புறப்படுவதற்கு மூன்று நாட்களுக்கு முன் அவர்களுடன் வந்துசேர்ந்துகொண்ட மூன்றாவது நபரை எதிர்பார்க்கவில்லை.

அந்த மூன்றாவது நபர், விபூதி ஓர் ஆபத்தான பேர்வழி என்று மைசூர் சர்க்கார் நம்பியதால் (அது ஓர் ஆரூட வியாசம் என்று தேவாலயத்தின் பாதுகாப்புக்குள்ளிருந்துகொண்டு விபூதி தன்னிலை விளக்கம் கொடுத்துக்கொண்டிருந்தாலும், சுல்தான்களின் சர்க்கார்களை அச்சுறுத்த வல்லதும் கும்பெனிக்காரர்களின் மோப்பப் புலன்களைக் கூர்மையாக்க வல்லதுமான அந்த எழுத்துகளை ஏதோவொரு நோக்கத்துடன் முன்பு யாத்தவனின் ஆதாரக் கற்பனையும், அந்தக் கற்பனையை அளித்த அவனுடைய காலத்தின் வாசனையும் அவனுடைய ரத்தப் பரம்பரைகளாய் மீண்டு வருமென்று அரண்மனையைச் சேர்ந்த சாத்திர வல்லுநர்கள் நம்பினார்கள் (குலத்தளவேயாம் குணம்), எனில் அந்த வியாசத்தின் அசல் அர்த்தத்தை அதை முதலில் எழுதியவனின் சந்ததியொருவனால் திரும்பக் கொண்டுவர முடியும், இன்னும் ஆயிரம் பேர்களால் செவிமடுக்கப்பட்டாலும், அதனூடாக இன்னும் ஆயிரமாயிரம் பாஷ்யங்களாக அது பெருகிவிட்டாலும், மூலகர்த்தாவின் கோத்திர வாசனையைச் சுமந்துகொண்டு திரிபவனையன்றி வேறொருவனால் அந்தக் கற்பனையின் ஆதார சம்பவத்தை மறுபடி நிகழ்த்திவிட முடியாதென்றால் நீலகண்டப் பண்டிதரின் கடைசிக் கொழுந்தான விபூதியின் சாவு இப்படி நிகழ வேண்டுமென்பது பல காலங்களுக்கு முன்பாகவே தீர்மானிக்கப்பட்டுவிட்டது, ஆட்சேபகரமான அந்த வியாசம் கதையாகச் சொல்லப்படுவதையோ கேட்கப்படுவதையோ தடைசெய்ய வேண்டுமென்கிற எண்ணமோ எதிர்காலம்பற்றிய பயத்தால் உருவாவது, ஏதோ ஒரு சமாதானக் காலத்தில் எங்கோ ஒரு நிலவெளியில் யாரோவொரு தாசரியால் அது பாடப்பட்டிருக்குமானால் இப்போதுள்ள கவனயீர்ப்பை அது பெற்றிராமலேகூடப் போயிருக்கலாம், காவலர்களின் சந்தேகமோ, பிதிர் சஞ்சார மார்க்க போதினியின் மீதான ஞாபகமோ அக்கறையோ எழாமலேயும் அமுங்கியிருக்கலாம், இந்திய நிலவெளியில் புழங்கும் ஆயிரக்கணக்கான புராணங்களையும் இதிகாசங்களையும் வாய்மொழிக் கதைகளையும் நம்பிக்கைகளையும் பழமொழிகளையும் போலவே அந்தக் கற்பனையும் ஒரு சாதாரண உபன்யாசமாக, தனித்துவமற்று, இந்துஸ்தானத்தின் நிலவெளிகளில் கரைகாணவியலாததாக விரிந்துகிடக்கும் கோடானுகோடிக் கதைகளின் சாகரத்தில் ஒரு துளியாகக் கரைந்துபோயிருக்கக்கூடும், ஆனால் ஒரு போர்ச்சூழலில், சந்தேகோபஸ்தான வியாசமாக சரியாகவோ தவறாகவோ ஊகிக்கப்பட்டு ஸ்வப்னஹள்ளியின் அழிவிற்கும் எதிரிகளின் கவனயீர்ப்பிற்கும் காரணமாகிவிட்ட பிறகு அது இப்போது ஓர் அரசாங்க முக்கியத்துவமுள்ள விஷ வஸ்து, விபூதியுட்பட அதை வாசிக்கிற, கேட்கிற ஒவ்வொருவனும் அந்த ஞாபகத்தோடும் தடைசெய்யப்பட்ட பொருள் விளைவிக்கிற போதையோடும் இணைத்தே அதைப் புரிந்துகொள்ள முயற்சிப்பான், இந்த ஞாபகமும் போதையும் கனியக்கனிய இன்னொரு

பரம்பரை இப்போது அரசாங்கம் அஞ்சுகிற நோக்கத்தைவிடவும் மோசமான அர்த்தமொன்றை மெதுமெதுவாக அதற்குள் புகுத்தி வாசிக்க ஆரம்பித்துவிடக்கூடும், காலந்தோறும் புழக்கித் தேய்த்தும் வேறோர் அர்த்தத்திற்குள் பொருத்தியும் வெற்றிடத்தில் பதில் சொற்களை இட்டும் ஏடுகளுக்குப் பலப்பல உரைகளை அணிவித்துக்கொண்டேயிருக்கும் பண்டிதர் கூட்டத்திலிருந்து யாரேனும் ஓர் எதிர்காலப் புரட்சிக்காரன் அல்லது கும்பெனி விசுவாசி அந்த அர்த்தத்தைக் கொண்டு சுல்தான் சர்க்கார் தன் சந்ததிக்கு நிகழக்கூடுமென்று அஞ்சும் அந்த விளைவை அதே வியாசத்திலிருந்து கிணற்றுப் பூதத்தைப் போல எழுப்பிவிட்டுவிடக்கூடும், இப்போதே, மூன்று வருடங்களுக்கு முன் பிணைக்கைதிகளாய் மெட்றாஸுக்கு அழைத்துச்செல்லப்பட்ட மொஹேயுதீனும் மாய்ஸுதீனும் அங்கே அவர்களுக்குத் தங்க மோதிரங்களையும், மரகதப் பொம்மைகளையும் பரிசாகக் கொடுத்துக் கவனித்துக்கொண்ட மேடம் கார்ன்வாலீஸை, அவள் ஏதோ முலைப்பால் ஊட்டியவளைப் போல, அம்மா என்று சொல்லிக்கொண்டிருக்கிறார்களென்று சுல்தானுக்கு மகா கோபம், பறங்கியர்களை இந்தியாவை விட்டுத் துரத்துவதொன்றே இனித் தன்னுடையதும் தன் சந்ததியினுடையதுமான வாழ்க்கை லட்சியமாக இருக்கும் என்று ஹைதரலியிடம் குரான்மீது ஆணையிட்டுக் கொடுத்திருக்கிற அவர் எதிர்காலச் சுல்தான்களாகிய தன் குழந்தைகள் ஏதோ ஒரு சந்தர்ப்பத்தில், ஏதோ ஒரு கட்டுக்கதையிலிருந்து திரிக்கப்பட்ட வியாக்யானத்தால் குழம்பியோ சமாதானமாகியோ கும்பெனிக்கு மைசூர் சமஸ்தானத்தைச் சாசனம் எழுதிக்கொடுத்துவிடக்கூடிய சாத்தியங்களையெல்லாம் எதிர்பார்த்துக் கவலைப்படுவதைத் தவறென்று சொல்லிவிட முடியாது, நம்பிக்கைக் கரையின் எந்த ஒரு மூலையில், எவ்வளவு சின்னதான, அற்பமாகவும் அபத்தமாகவும் தோன்றக்கூடிய, உடைப்பு இருப்பதாகத் தோன்றிவிட்டாலும் அதைப் பொருட்படுத்தாமல்போனால் போர் வெள்ளம் பாய்ந்துவிடக்கூடிய அபாயம் இம்மாதிரியான காலக்கட்டத்தில் இருந்துகொண்டேதானிருக்கும், சரியோ தவறோ, சந்தேகத்திற்கு உட்பட்டுவிட்டதென்றால் அதன் காரணயிருப்பை அழித்துவிடுவதுதான் சர்க்காருக்கான உத்தரவாதம் என்பது போரின் சுவாச விதி, அது ஏடாயிருந்தாலும் சரி, மனிதராயிருந்தாலும் சரி), அதேசமயத்தில் அவன்மீதான குற்றமெதுவும் நிரூபிக்கப்படாததால், ஏற்கெனவே ஸ்வப்னஹள்ளியின் முடிவு குடிகள் மத்தியில் கிளப்பி விட்டிருந்த உணர்வோதங்களும் இன்னும் தணிந்திராத நிலையில், அவனை மீண்டும் விசாரணைக்கு வற்புறுத்துவதோ தண்டிப்பதோ ஜனங்களின் மனதில் கசப்புணர்வை ஏற்படுத்திவிடக்கூடுமென்றும் அது அஞ்சியதால், அவனுடைய விதியைச் சட்டத்திற்கு வெளியே நிச்சயிப்பதற்கென, அதைத் தன்னுடைய சொந்தப் பொறுப்பில் செய்து முடிக்க வேண்டுமென்கிற நிபந்தனையுடன், அதனால் தேர்ந்தெடுத்து அனுப்பப்பட்டவன். திறமைசாலிதானென்றாலும் முதன்முறை அவனால் அந்த முயற்சியில் வெற்றிபெற முடியவில்லை. உயிர்த்தெழும் வைபவத்தன்று தேவாலயத்தின் முன்புறக் கூட்டத்தின் மீதே குவிந்துகிடந்த மட நிர்வாகத்தின் கவன விலகலைப் பயன்படுத்திக்கொண்டு ஒரு கிழட்டுப் பண்டாரத்தின் வேடத்தில் ஆலய வளாகத்தின் பின்புறக் குடிசைக்குள்

நுழைந்து விபூதியின்வசம் இருந்த ஏட்டுச்சுவடிகளின் மிச்சங்களைக் கைப்பற்றிக்கொண்ட பின் அவன்மீது தாக்குதலைத் தொடங்கியபோது எதிர்பாராதவிதமாக ட்ரிஸ்ட்ராமின் வரவு நிகழ்ந்துவிட்டது. அவனைத் தள்ளிக்கொண்டு வெளியே ஓடியபோதே பிரதான மந்திரி பூர்ணய்யர் ஊகித்தபடி மைசூர் சர்க்காரின் சந்தேகத்திற்குள்ளான வியாசத்தின் இருப்பு பிரிட்டிஷாரை ஆர்வங்கொள்ளச் செய்துவிட்டதெனவும், ட்ரிஸ்ட்ராமை மதகொண்டப்பள்ளிக்கு, தன்னைப் போலவே வேறேதோ கள்ளக் காரணத்தைச் சொல்லிக்கொண்டு, அனுப்பிவைத்திருப்பது மெட்ராஸ் சர்க்காரின் வேலைதான் எனவும் அவன் எண்ணிவிட்டான். எனில் எந்த உருவத்தினுள்ளிருந்தாலும் தன்னைத் தன் கண்களைப் பார்த்தே கண்டுபிடித்துவிடும் மூன்று நபர்களில் ஒருவனான விபூதி தான் தாக்கப்பட்ட அதிர்ச்சியிலிருந்து விடுபட்டு தன்மீதான ஞாபகத்தை மீட்டுக்கொள்வதற்குள் அவனைத் தீர்த்துவிடுவது மட்டுமல்லாது அவனிடமிருந்து ஆட்சேபத்திற்குரிய விவரங்கள் உயிரைக் காப்பாற்றியவன் என்கிற முறையில் வழியில் குறுக்கிட்ட அந்த ஆங்கிலேயனின் புத்திக்கு இடம் மாற்றப்பட்டிருக்கலாமென்கிறபட்சத்தில் அவனையுமேகூட தான் விரைவிலேயே சந்தித்தாக வேண்டியிருக்குமென்றும் அவன் முடிவு செய்துகொண்டான். ஆனால் தவறிப்போன கொலை முயற்சி விபூதியிடம் தூண்டிவிட்டிருக்கக்கூடிய எச்சரிக்கையுணர்வு மழுங்கும் வரையில் மறுபடியும் அவனைச் சந்திக்கப்போவதென்பது தெரிந்தே ஆபத்தில் மாட்டி க்கொள்கிற முட்டாள்தனமாகிவிடுமென்பது உளவுப் படையின் அறிவுரையாக இருந்ததால் அடுத்த முயற்சிக்கு அவன் தன்னைத் தயார்ப்படுத்திக்கொள்ள ஒரு மாதகாலம் காத்திருக்க வேண்டியதாகிவிட்டது. இந்த அவகாசத்திற்குள், விபூதி, தன் கண்களை நினைவிற்குக் கொண்டுவந்திருந்தாலும் வராவிட்டாலும், தன் பெயரைச் சொல்லியோ அல்லது சொல்லாமலோ, தன்னைக் கொல்ல வந்தவனைப் பற்றித் தேவாலய நிர்வாகத்திடம் நிச்சயமாக முறையிட்டிருப்பா னென்றும், அதன் காரணமாக மடத்தின் பின்புறத் தோப்பில் காவல் இரட்டிப்பாக்கப்பட்டிருக்குமென்றும் அவன் எதிர்பார்த்தான். ஆனால் ஆலய வளாகமென்னவோ, இரண்டாம்முறை அவன் அதனுள் நுழைந்தபோதும், அச்செட்டிப்பள்ளியின் எல்லையைப் பார்த்துத் திறந்துகிடந்த தன் தோப்புடன் அதே பழைய அமைதியினுள்தான் தன்னைத் தக்கவைத்துக்கொண்டிருந்தது. சம்பவம் நடந்து ஈரொரு நாட்களிலேயே, ட்ரிஸ்ட்ராமிடம் சுமைகளைக் கொட்டித் தன்னை வெறுமையாக்கிக்கொண்டுவிட்டதால், பழையபடி வேலைசெய்யத் தொடங்கிவிட்ட விபூதியின் நினைவாற்றல் வந்தவன் யாரென்பதை அவன் புத்திக்குச் சொல்லிவிட்டது. ஆனால் அவன் தேவாலய நிர்வாகத்திடம் எந்த முறையீட்டையும் பதிவு செய்யவில்லை. பாதுகாப்பு ஏற்பாடுகளெதையும் கோரவுமில்லை. மேலும் அவன் அந்த நாளிலிருந்தே வேடதாரியின் மறுவருகைக்காக ஆவலோடு காத்திருக்கத் தொடங்கினான். ஒரு மாதமும் சில நாட்களும் கடந்த பின் நெஞ்சுவரை அடர்ந்து தொங்கும் கருத்த தாடியும் சடை முடியும் கமண்டலமும் கபால ஓடும் மரச் செருப்பும் காவி உடையும் தோளில் தொங்கும் காவடிப் பையுமாக அவனுடைய அந்த அன்பான எதிரி ஒரு காபாலிகனின் வேடத்தில் குடிசையினுள்

நுழைந்தபோது முதல் தடவையைப் போல அவன் அவனை எதிர்த்து நிற்கும் முயற்சிகளெதையும் மேற்கொள்ளவில்லை. மேலும், அவன் கண்களில் பால்யத்தின் ஈரத்தைத் தன் கண்கள் பார்த்துவிட்டதை, அப்படிப் பார்த்துவிட்டதாகக் காட்டிக்கொண்டால் பிறகு அவன் தன் வாழ்நாள் முழுவதிலும் மனச்சாட்சியின் உறுத்தலிலிருந்து தப்பிக்க முடியாமல் புழுங்கிச் சாகக்கூடுமென்கிற சந்தேகத்தில், காட்டிக் கொள்ளவுமில்லை. தன்னைக் காப்பாற்றும் எந்த வாதங்களையும் அவன் அந்தக் காபாலிகனின், தலையறுபட்ட குதிரையின் பாய்ச்சலால் இடறப்பட்டு இறந்துபோன ஆர்மீனியக் கிறிஸ்தவ நண்பனின் நினைவாக அவன் பாதுகாத்து வைத்துக்கொண்டிருந்த, உபயோகப்படுத்தப்படாத நேரங்களில் கொலைகளுக்கு ஈடான போதையைத் தரவல்ல நுணுக்கமான சம்போகச் சிற்பங்கள் செதுக்கப்பட்ட மரப்பிடியும் வெண்கலப்பூணும் பொருத்திய, பாரீஸ் தேசத்துக் குறுவாளின்முன் கேடயமாக உபயோகப் படுத்திக்கொள்ள முயலாமல் அமைதியாகவே, அனாவசியக் கண்ணீர் எதுவுமின்றி, அதைக் குரல்வளையில் சொருகி தன்னைக் கொலைசெய்ய அவனை அனுமதித்தான் (பிதாவே, இவர்களை மன்னியும், தாங்கள் செய்கிறது இன்னதென்று அறியாதிருக்கிறார்களே).

வேலை முடிந்த பின் காபாலிகன் வந்த வழியே திரும்பிச்செல்லாமல், ஏற்கெனவே திட்டமிட்டிருந்தபடி, அவனையறியாமலேயே சாட்சிகள் ஏதேனும் உருவாகியிருக்கிறபட்சத்தில் அவற்றின் அனுமானங்களைத் திசைதிருப்பும் தந்திரத்துடனும், அப்படியே முதல் தடவை தன் வழியில் குறுக்கிட்ட ஆங்கிலேயனைச் சந்தித்துவிடும் நோக்கத்துடனும், சிறுவயதிலேயே வீட்டைவிட்டு ஓடிப்போய் குகைகுகையாக அலைந்து திரிந்த இமயமலைச் சாரலைவிட்டு இருபது வருடங்கள் கழித்து, சில மாதங்களுக்கு முன் ஒருநாள் கனவில் தோன்றிய தன் தாயின் வேண்டுகோளுக்கிணங்கி இன்னும் சில நாட்களில் நிகழவிருக்கிற அவளுடைய ஈமச்சடங்குகளைச் செய்து அவள் ஆன்மாவைச் சாந்தியுறச்செய்யும்பொருட்டாக இறங்கி மதுரையை நோக்கிச் சென்றுகொண்டிருக்கிறவன் என்று தன்னைச் சொல்லிக்கொண்டு பிரிட்டிஷ் எல்லைக்குள் நுழைந்து (காவி உடைக்குள் பொய் ஒளிந்திருக்க முடியாதென்று எல்லா சர்க்கார்களுமே நம்புகின்றன, நான் அந்த நம்பிக்கையைப் பயன்படுத்திக்கொண்டேன்) புகையிலையும் கள்ளும் வாசனைகொள்ளும் எந்த இடத்தையும் நோக்கி இழுத்துச்சென்றுவிடும் பழக்கமுள்ள கால்கள் தன்னை அங்கே இட்டுவந்துவிட்டன என்றும், தன்னைத் தனக்கு விருப்பமானவற்றைக் கொடுத்து உபசரித்து அனுப்புவது பறங்கியர்களுடைய கடமையென்றும் சொல்லிக்கொண்டு ஈஸ்வரன் கோயில் தெரு வீட்டிற்கு, ட்ரிஸ்ட்ராமின் வேண்டுகோளுக்கிணங்க பூசாரி அவனுக்கு தாண்டவராயன் கதையைப் போதையின் லஹரியுடன் சொல்லிக்கொண்டிருந்த சமயத்தில், கலியுகத்தில் தாண்டவராயன் தன் குதிரையுடனும் தத்துப்புத்திரனுடனும் சாபவிமோசனத்தைச் சமீபிக்கும் நாட்களை வாழத் தொடங்கிய கட்டத்தில் கதை பாதியில் நின்றுபோகும்படி, வந்துசேர்ந்தான். வந்தவன் ரகசியங்களின் புதைமணல் என்று அறிந்தவர்களின் வட்டாரத்தில் பெயர் பெற்றிருந்த துயிலார் பூசாரியை அங்கே சந்திக்க நேருமென்றோ, விபூதியின் குடிசையில்

நிகழக்கூடுமென்று கடைசிவரை தான் எதிர்பார்த்துக்கொண்டிருந்த, ஆனால் நிகழாமலே போய்விட்ட, கலவரச் சூழலைச் சற்றும் எதிர்பாராதவிதமாக ராயக்கோட்டையில் எதிர்கொள்ள நேருமென்றோ, ட்ரிஸ்ட்ராமுடன் நடத்த வேண்டுமென்று நினைத்துக்கொண்டிருந்த கடுமையான விவாதங்களுக்குப் பதிலாக, பல வருடங்களுக்குப் பிறகு தன் சொந்த வாழ்க்கையின் மீதான, வெட்கக்கேடான, வாதப்பிரதி வாதங்களிலேயே பலவந்தமாகத் தான் ஈடுபட வேண்டியிருக்குமென்றோ சற்றும் எதிர்பார்க்கவில்லை. பூசாரியைப் பார்த்தவுடனேயே அவன் அச்சத்துடன், வேளை சரியில்லை என்று வந்த வேகத்திலேயே கதவை நோக்கிப் பின்வாங்க முயன்றான். ஆனால் அதற்குள் அவன் பயந்தபடியே அவனுடைய மருண்ட கண்களை நேருக்கு நேராகச் சந்தித்துவிட்ட பூசாரி, சொக்க கௌட, துரோகி, என்று உரக்க உறுமிக்கொண்டே புலியைப் போல அவன் மேல் பாய்ந்துவிட்டான். கண்ணிமைக்கும் நேரத்தில் வன்மம் அவனுடைய மேனி முழுவதிலும் ஆண்டாண்டு காலமாய்த் தங்கியிருந்த இளமை அவசியமற்ற ஒப்பனையைப் போல கழன்று விழ அவயவங்களை உலர்ந்த பழமாகச் சுருட்டி உள்ளொடுக்கும் வயோதிகமாக விஷத்தின் நிறத்தில் முழுவேகத்துடன் பரவிவிட்டது. எண்ணத் தொலையாத வயதுகள் பூச்சிக் கூட்டத்தைப் போல உடற்துவாரங்களின் வழியே பொறுக்கவியலாத துர்மணத்துடன் வெளிப்பட்டு அவனிடமிருந்து தப்பின. தலையில் மின்னற்கீற்றைப் போல நரை சரேலெனப் பாய்ந்து இறங்கியது. அவன் வாயோ நினைவுச்சுமைகளின் அழுத்தம் தாளாது கிணற்றுக்குள்ளிருந்து ஒலிப்பதைப் போன்ற காலாதீதமான குரலில் பொருள் விளங்காத ஏதோவொரு மொழியில் எங்கெங்கோ எவ்வெக்காலங்களிலோ நடந்த நிகழ்வுகளையெல்லாம் உளறிக்கொட்டியது. அகர முதலிகள் தோன்றி வார்த்தைகளாகிப் பொருள் கொண்டு பொருளைப் பொருளால் மறுத்து பேபல் கோபுரமாய்ப் பெருகிப் பின் அவையே ஆண்டவனுமாகித் தங்களைச் சிதறடித்துக்கொண்டிருந்த துயரக் கதைகளாய் இருக்கக்கூடும் அவை (தாண்டவராயன் விரும்பினால் பூசாரி ஒரு காலமாக மாறுவதை நீங்களே உங்கள் கண்களால் பார்ப்பீர்கள்). அவற்றின் மேல் குருதி கசிய வேதங்களும் உபதேசங்களும் ஒன்றையழித்து மற்றொன்றாக, ஒன்றன் மேல் இன்னொன்றாக, குரல்களும் லிபியும் குழம்பிப் புதைய, எழுதப்பட்டும் வாசிக்கப்பட்டும் பச்சை நிறத்தில் பெருகி வழிந்திருக்கும், அவை எழுதப்பட்டு எழுதப்பட்டு உருவிழந்துபோகும், பொருளிழந்துபோகும், பெரும் இரைச்சலின் உச்சியில் அவை மௌனித்துவிடும், அனைத்தும் நிசப்தமாகிவிடும், மரணத்தின் நிசப்தம், தரையிலிருந்து வெகு உயரே விலகி சிலுவையில் தொங்கிக்கொண்டிருக்கும், காதுகளை எட்ட முடியாமல் குரல்கள் தோற்றுக் கீழே அலையும், நிசப்தம், வானுக்கு வெகு அருகே நெருங்கிவிட்ட சிலுவையின் உச்சி ஸ்பரிசிக்கும் நிசப்தம், ஏன் என்னைக் கைவிட்டீர் பிதாவே.

சொக்க கௌட என்கிற பெயரும் பூசாரியின் கோபமும் வெளிப்பட்ட கணத்தையும் விதத்தையும் ட்ரிஸ்ட்ராம் எதிர்பார்க்கவில்லையே தவிர அவையிரண்டுமே விரைவிலேயே நிகழப்போகிறதென்பதை அவன் ஓரளவு முன்பே ஊகித்துத்தான் வைத்திருந்தான். ஸ்ரீரங்கப்பட்டணத்திற்குச்

செல்ல வேண்டுமென்று முடிவான நாளிலிருந்தே, பதினான்காவது வயதிலிருந்து அதையே தன் வாழ்விடமாகக் கொண்டிருந்தவனும் அவனுடைய நண்பனுமான சொக்க கௌடவினுடைய பெயரை, தான் அந்த வியாசத்தின் மூலத்தைத் தேடும் முயற்சியைக் கைவிட்டுவிட்டதாக அவன் ஏற்கெனவே சொல்லியிருந்தானென்றபோதிலும், ட்ரிஸ்ட்ராமின் மனம் இடைவிடாமல் உச்சரிக்கத் தொடங்கிவிட்டிருந்தது. பிதிர் சஞ் சார மார்க்க போதினியைக் கண்களால் காண வேண்டுமென்பது அவனுடைய விருப்பமாக இருந்ததேயொழிய, ஸ்ரீரங்கப்பட்டணம் மற்றும் சுல்தான் அரண்மனையின் உட்புறம் ஆகியவைபற்றிய அறிவு அவனுக்குக் கிஞ்சித்தும் கிடையாதாதலால் அந்த விருப்பத்தைச் சாத்தியப்படுத்தும் செயல்திட்டத்தை அவனால் உருவாக்கிக்கொள்ள முடியவில்லை. பூசாரி உட்பட, ஸ்ரீரங்கப்பட்டணத்தை அறிந்த, அல்லது தசரா சமயங்களிலோ ரமலான் நாட்களிலோ அங்கே யாத்திரை சென்றுவிட்டு வந்து ஹேபாலிகள் முழுவதும் பொறாமையின் வெக்கையால் தகிக்கும்வண்ணம் அதன் கோலாகலத்தையும் வண்ணத்தையும் கதைகதையாகச் சொல்லிக்கொண்டேயிருக்கும் (அந்த நாட்கள் முழுவதிலும் தன்மீது பிரதிபலித்து ஒட்டிக்கொண்டுவிட்ட ஸ்ரீரங்கப்பட்டணத்துக் கேளிக்கைகளின் நிறங்களைத் துடைத்துக்கொள்ள வானத்திற்கு அடுத்த பருவத்தின் மழையைவிட்டால் வேறு துவாலை கிடையாது) உள்ளூர்க்காரர்களிடமிருந்து அவன் கொஞ்சங்கொஞ்சமாகத் திரட்டிக்கொண்ட தகவல்களின் மொத்தமும்கூட (தசராவின்போது ஸ்ரீரங்கப்பட்டணத்துச் சாலைகளில் பாட்டைகளை யார் தேடுவார்கள், வாயிற்புறமும் புழக்கடையுமிருக்கும் வீடுகளத்தனையும் ஜனங்களுடைய பாதைகளாக மாறியிருக்கும்போது) ஒரு வரைபடமாக அவற்றை மாற்றிக் கொள்ளும் முழுமையைக் கொண்டிராததாகவே இருந்தது. பஞ்சாரி களையும் பரதேசிகளையும் தவிர, பொதுவாக மற்ற அனைவருக்குமே, மலைத்தொடரின் அந்தப்புறமேயிருக்கும் சுல்தானின் தலைநகரம், காவிரியின் அபரிமிதமான நீரோட்டத்தையும் பீடபூமியின் அடர்ந்த காடுகளையும் சிறுசிறு மலைகளையும் (ஆட்சி மாறிய பிறகு இதில் எல்லைச் சௌகிகளும் சேர்ந்துகொண்டுவிட்டன) தாண்டி, கடக்க முடியாத தொலைவிற்குள் நிர்மாணிக்கப்பட்டிருக்கும் ஒரு கனவுப் பட்டணமாகவே இருக்குமென்று (அங்கே இரவுகளில் சுல்தானுக்குக் கதைகள் சொல்லி தண்டனையிலிருந்து தங்கள் கணவர்களை மீட்டுக்கொள்ளும் பேரழகிகளும், பட்டணத்திற்குள் புதிதாகப் பிரவேசிப்பவர்களை மயக்கி அழைத்துச்சென்று தங்களுடையதைத் திறந்து காட்டி அதன் பெயர் என்னவென்று கேட்டு அவன் எந்தப் பெயரைச் சொன்னாலும் அது இல்லை என்று சொல்லி, இறந்துபோகும்வரை அவன் கன்னத்தில் அறைந்துகொண்டேயிருக்கும் மூன்று சகோதரிகளும் இருக்கிறார்கள்) கெங்கம்மா அவனிடம் சொன்னாள். அதிகபட்சமாக அவனுக்குக் கிடைத்த தகவலென்றால் அது, நூலகம் என்பது அரண்மனை வளாகத்தின் கிழக்குப்புற மதிற்சுவருக்கும், மகாராஜாவின் படுக்கையறைக்கும் நடுவேயிருக்கும் ஒரு பெரிய காரைக் கட்டிடம் என்பதும், அதற்கு நேர் வெளிப்புறம், மதிலுக்கு அப்பால் காவிரியாறு ஓடுகிறது என்பதும்தான். இது கெங்கம்மாவின் தூண்டுதலின்பேரில்

மீனவிலாஸத்தின் விதவைச் சமையற்காரியிடமிருந்து மீனா கேட்டுத் தெரிந்துகொண்டுவந்து சொன்ன செய்தி.

எனவே கௌடவின் துணையை விரும்பியது மட்டுமன்று, எலினாரின் மானசீகக் கதாநாயகனான அவன் அவளுக்கு வாக்களித்திருந்தபடி தனக்குத் தேவைப்படும் நேரத்தில் தானாகவே தன்முன் வந்து நிற்பான் என்றும் ட்ரிஸ்ட்ராம் திடமாக நம்பினான். அதைப் போலவே, தன்னுடன் பூசாரியும் வரவிருப்பதாக முடிவான நாளிலிருந்தே, ஸ்வப்னஹள்ளி எரிப்பைத் தலைமை தாங்கி நடத்திய அதே ஃபெமிதார்தான் ஸ்ரீரங்கப்பட்டணத்தில் தங்களையும் வழிநடத்திச் செல்லவிருக்கிறான் என்பதையும் அவன் தன்னுடைய சிநேகிதன் என்பதையும் அவன் நல்லவிதமாக எதிர்கொள்ள மாட்டான் என்கிற கணிப்பும் அவனுக்குள் இருந்துகொண்டேயிருந்தது. வீட்டிற்குள் கௌட பிரவேசித்த கணத்திலேயே அது நூற்றுக்குநூறு சரியான அவதானிப்பு என்பது நிரூபிக்கப்பட்டும்விட்டது. எனவே அவன் தன்முன் நிகழத் தொடங்கிவிட்ட பயங்கரத்தைக் கண்டுச் செயலற்றவனாய்ச் சமைந்து நின்றுவிடாமல் கௌடவின் மீது பாய்ந்த பூசாரியையும், பின்வாங்க முயன்று, அதற்கு வாய்ப்பில்லை என்று தெரிந்துவிட்டதால் தாக்குதலை எதிர்கொள்வதைத் தவிர வேறு வழியில்லாமல் போய்விட்ட நிலையில் பூசாரிமீது தானும் பாய்ந்துவிட்ட கௌடவையும், அந்தக் குழப்பத்திலும் அவனுடைய சுதாரிப்பின் வேகத்தை மனதிற்குள் வியந்துகொண்டே, குறுக்கே புகுந்து பெரும் பிரயத்தனத்துடன் பிரித்து இருவரையும் அறையின் இரண்டு மூலைகளை நோக்கித் தள்ளிவிட்டு நிகழவிருந்த துவந்தத்தைத் தடுத்து நிறுத்தினான். அணையிடப்பட்ட வேகம் மனச்சுவரை ஆங்காரத்துடன் முட்டிமோத, விலகி விழுந்த பூசாரியும் கௌடவும் உடனே ஒருவரையொருவர் வார்த்தைகளால் கடுமையாகத் தாக்கிக்கொள்ளத் தொடங்கிவிட்டார்கள். கௌட, அவன் ஒரு பெண்ணுக்காக நூறு பெண்களை நிர்கதியாக அலைய விட்டுவிட்ட பாதகன், தாய்க்குப் பண்டுவம் பார்த்துத் தன்னை ஊட்டி வளர்த்த மனிதர்களை அகதிகளாக அலைய விட்டுவிட்ட அரக்கன், அய்யோ கடவுளே, அதில் எத்தனை சிறுமிகளை எத்தனை காமாந்தகர்கள் பசவிகளாக்கவும், தேவடியாள்களாக்கவும் போகிறார் களோ, உண்ட மண்ணுக்கு இரண்டகம் நினைத்த துரோகி, அவர்கள் உன் சகோதரிகளில்லையா, நீ அவர்கள் பார்க்க வளர்ந்தவனில்லையா. ஆம், அவர்கள் என் சகோதரிகள், தேவடியாள்களாயும் பசவிகளாயும் மாறும்போது என் சகோதரிகள், இல்லையென்றால் அவர்கள் அத்தனை பேரும் அரக்கிகள், பைசாசங்கள், மோகினிகள், இதயமும் பெண்மையும் அற்றவர்கள், ஆமாம் வெறிபிடித்த பூசாரி, நான் தேவடியாள்களின் சகோதரன்தான். திப்பு சுல்தான் ஸ்வப்னஹள்ளியை எரிக்கக் காரணம் நீலவேணியின் பாதை என்றும், அது ஒரு பிராமணனுடைய நூலில் இருக்கிறதென்றும் சொல்லப்படுவதெல்லாம் பச்சைப்பொய், துரை, இந்தக் கயவன் தாண்டவராயன் கதையிலிருந்து மறைந்துபோன சர்க்கத்தை எந்த வழியிலோ தெரிந்துவைத்துக்கொண்டிருந்த இவனுடைய பால்ய நண்பனான விபூதியுடன் கூட்டுச்சேர்ந்துகொண்டு, அதைத் தந்திரமாக ஒரு துண்டுச் சீட்டில் எழுதி, அதில் பறங்கிச் சொற்களைக் கலந்து, தாசரியைக் கொண்டு அதை வெளியே பரவச் செய்து, பிறகு

அதில் ஒற்றுச் செய்திகள் இருப்பதாக வதந்திகளையும் பரப்பிவிட்டு, ஏற்கெனவே சுக்ரீவக் கூத்தன் பறங்கியுடுப்புகளை அணிந்துகொண்டு கூத்து நடத்துகிறானென்று கோணய்யன் கூத்தையே சந்தேகக்கண்ணோடு பார்த்துக்கொண்டிருந்த, மேலும் ஃபதேஹல் முஜாஹிதீனில் ஜியா அலி அபீதின் அவருடைய ஆணையின்பேரில் எழுதிய வாசகங்களைக் கொண்டு ராணுவச் சங்கேதங்களைக் கவிதையுருவிலும் எழுத முடியு மென்று நம்பிக்கொண்டுமிருக்கும் சுல்தானின் மனதில் சந்தேக விஷத்தைக் கலந்து, அவரை ஸ்வப்னஹள்ளியின்பால் துவேஷம் கொள்ளச்செய்து அதை அழித்திருக்கிறார்கள், இருவரும் தங்களுடைய இருபது வருட வஞ்சத்தைத் தீர்த்துக்கொண்டிருக்கிறார்கள். துயிலார்களின் பழங்கதையி லிருந்து மறைந்துபோன சர்க்கமா, அப்படியொரு கதையிருக்கிறதா, பிரமாதம், அப்படியானால் கேட்டுக்கொள், பூசாரி, நான் விபூதியைச் சந்தித்து வருடங்கள் பலவாகிவிட்டன, மேலும் சர்க்காருக்கு ஆட்சேபகர மான வியாசத்தை எழுதியவனென்கிற முறையில் அவனுமே எனக்குப் பகைவன்தான், நீலவேணியின் பாதையென்பதுதான் பிரச்சினைக்குரிய வியாசத்தின் மூலமென்றால், மேலும் அதைப் பற்றி உனக்கும் தெரிந்திருக்கிறதென்றால், துரோகிகள் என்று ஊர்ஜிதப்படுத்தப்பட வேண்டியது நீயும் விபூதியுமேயன்றி நானில்லை, ஒரு துயிலானான உன்னைத் தவிர வேறு எந்த வழியில் அந்த வியாசத்தைப் பற்றி விபூதி அறிந்துகொண்டிருக்க முடியும். ஏன், அதை உன் தங்கையே விபூதிக்குச் சொல்லியிருக்கக் கூடாதா, அவளும் அந்த பிராமணனும் நெருங்கிய சிநேகிதர்களாகத்தானே இருந்தார்கள், மேலும் அவள் பிறக்கும்போதே பிரபஞ்ச ரகசியங்களைத் தன்னுள் நிறைத்துக்கொண்டு பிறந்தவள், அவளறியாத சுழற்சியைக் காலம் கொண்டதில்லை, அவளுடைய அவல முடிவை முன்னிறுத்தித்தான் நீயும் அவனும் நீலவேணியின் பாதையை அந்நியருக்கு ஒற்றுச்சொல்லும் துரோக வியாசமாக வேண்டுமென்றே மாற்றியிருக்கிறீர்கள், மனச்சாட்சியுள்ளவனும், பத்தினிக்குப் பிறந்தவனுமாயிருந்தால் ஆயிரம் ஜனங்களின் வாழ்க்கையைக் குடித்து ரத்த தாகத்தைத் தீர்த்துக்கொண்ட நீ இதை உண்மையென்று ஒத்துக்கொள்வாய். நரிப் பூசாரி, விபூதியுடன் எனக்கிருந்த நட்பு நாங்கள் ஆனேகல்லிலிருந்து சீரங்கப்பட்டணத்தை நோக்கிக் கிளம்பிய அன்றே முடிவிற்கு வந்துவிட்டது, என் தங்கைமீது அவனுக்கிருந்த நேசமும், அவள் சீரழிந்துபோனதில் அவன் கொண்ட துக்கமும் அவனுடைய தனிப்பட்ட விஷயங்கள், அதனுடனோ, நீ நீலவேணியின் பாதை என்று கதைத்துக்கொண்டிருக்கும் அந்த வியாசத்துடனோ, சுல்தானின் தீர்ப்புடனோ எனக்கு எந்தச் சம்பந்தமும் கிடையாதென்பதை என் தாயின் பத்தினித்தனம் அறியும், என் தங்கை பிரபஞ்ச ரகசியங்களை அறிந்தவளென்றும், தாண்டவராயன் கதையிலிருந்து மறைந்துபோன சர்க்கத்தை அவள் கர்ப்பச் சிசுவாயிருந்தபோதிருந்தே அறிவாளென்றும் சொல்வதெல்லாம் அந்தக் குழந்தையைச் சீரழித்த உன்னுடைய இழிநடத்தையை நியாயப்படுத்துவதற்காகவே அவளை ஒரு தெய்வப் பெண்ணாகக் காட்டி, மனித சமுதாயத்திலிருந்து அவள் பிரிந்து வாழக் கருவிலிருந்தே விதிக்கப்பட்டிருந்தவள் என்று ஸ்தாபிக்க நீ செய்யும் தந்திரம், அவளுக்கு அப்படிச் சக்தியெல்லாம் கிடையாது, நீலவேணியின்

பாதையென்கிற வியாசத்தைப் பற்றி அவள் ஏதும் அறிந்ததுமில்லை, சொன்னதுமில்லை, அவள் சாதாரணமான, பலவந்தமாகச் சீரழிக்கப்பட்ட மனிதப் பெண், பூசாரி, ஆனால் ஸ்வப்னஹள்ளி எரிந்ததற்கும் எனக்கும் சம்பந்தமிருக்கிறது, காரணம் அதை எரித்த நெருப்பு தாண்டவராயன் விதித்ததன்று, அது என் வயிற்றின் நெருப்பு, என் வாழ்வின் நெருப்பு, என் தந்தையின் தொடைகளைப் பொசுக்கிய அவருடைய மகளின் விரல்கள் கொண்டிருந்த விரகத் தீயின் நெருப்பு, ஸ்வப்னஹள்ளியின் நெருப்பு என் பிரார்த்தனை, என் கட்டளை, என் பேறு, நான்தான் தாண்டவராயன், பூசாரி, நான்தான் எரித்தேன் அந்த, இரக்கமற்ற மனிதப் பதர்கள் உலாவும், பெண் குழந்தைகளின் வாழ்வை எரிக்கும் சுடுகாட்டை, பக்ஷியிடம் இறைஞ்சி அந்தப் பொறுப்பை நானேதான் வலுவில் பெற்றுக்கொண்டேன், எங்கள் குடும்பத்தை அவமானப்படுத்தி வெளியில் தள்ளிய அந்த நிலத்திலிருந்து நீங்களனைவரும் அகதிகளாக வெளியேறுவதைப் பார்க்கவே என் உயிரையும் தக்கவைத்துக் கொண்டிருந்தேன், இந்த நிலமெங்கும் தங்களுடைய சொத்துகளையும் அகம்பாவங்களையும் பெருமை பீற்றிக்கொள்ளும் பீடைபிடித்த சடங்குகளையும் அசட்டுக் கதைகளையும் மூடநம்பிக்கைகளையும் நெருப்பில் எரியக் கொடுத்துவிட்டு அவர்கள் பராரிகளாக, அந்நியர்களாக, பிச்சைக்காரர்களாக, அடிமைகளாக, பெண் தரகர்களாக, வேசிகளாக அலையட்டுமென்று முன்பொருநாள் தன் அறுந்த அவயவங்களால் தீர்ப்பளித்த துயிலார்களின் கடவுள் நான்தான் பூசாரி, நான்தான், இனி நீ என்னைக் கொன்றாலும் பாதகமில்லை, நான் சந்தோஷமாகச் சாவேன், என் விருப்பம், என் தாயின் கனவு, பூர்த்தியாகிவிட்டது, உங்களைக் கொல்வதன்று என் லட்சியம், சாவு உங்களை ஒரே நொடியில் இல்லாதவர்களாக்கி அமைதிப்படுத்திவிடும், நீங்கள் அலைய வேண்டும், வாழ்வு முழுவதும் ஒரு சிறுமிக்கு இழைத்த கொடுமைக்குச் சுமைகளோடு கூடிய நிச்சயமற்ற அலைச்சலால், அவமானப்படுதலால், ஏவப்படுதலால், படுக்கைக்கு அழைக்கப்படுதலால் பதில் சொல்லிக்கொண்டே இருக்க வேண்டும், நான் எதற்கும் காரணகர்த்தா இல்லை பூசாரி, ஆனால் நான் இதை விரும்பினேன், இதைத்தான் பிரார்த்தித்தேன், என் தாய் பத்தினியென்பது என் விருப்பம் நிறைவேறியதால் நிரூபணமாகிவிட்டது, சொல் பூசாரி, என் அவயவங்களை நான் அறுத்துக்கொள்ளட்டுமா, ஸ்வப்னஹள்ளியின் தீ என் ஒவ்வோர் அவயத்திலும் கனன்றுகொண்டு தானிருக்கிறது, சொல், நான் சாகட்டுமா. தாண்டவராயனின் அதே வார்த்தைகள், தாண்டவராயனின் அதே கேள்வி, தாண்டவராயா இவற்றை மறுபடி கேட்பதற்காகவா என்னை ஊழிக்காலமாகச் சாகாமல் வைத்திருந்தீர், துரை, தனிப்பட்ட துக்கத்திற்காக ஓர் ஊரையே அழிப்பதென்பது மனிதாபிமானமுள்ள செயலா, உலகத்தைக் காக்கத் தன்னைச் சிலுவைக்கு ஒப்புக்கொடுத்த கடவுளின் ஜனங்கள்தானே நீங்கள், சொல்லுங்கள். வஞ்சமும் கருணையும் பிறனை அழிக்கும் முனையாகக் குவியக்கூடிய ஒரு வாளின் இரண்டு பக்க விளிம்புகள் தானென்று சொல்லுங்கள் ட்ரிஸ்ட்ராம், என்னுடையது மனிதாபிமானமற்ற விருப்பமென்றால் தாண்டவராயனை இவர்கள் வணங்கவே கூடாது, அவனும் தனிப்பட்ட துயரத்திற்காக ஊரை அழித்த கடவுள்தானே.

பழித்துப்பேசாதே, கடவுளும் நீயும் ஒன்றா. கடவுள் என்பதும் மனிதன் என்பதும் அரக்கன் என்பதும் வெறும் பதவிகள், பூசாரி, யார் வேண்டுமானாலும் அவற்றுக்குப் போட்டியிடலாம். தெய்வக் குற்றத்திற்கு ஆளாகி மகளைப் பறிகொடுத்த இவன் தந்தையின் அதே ஆணவம் இவன் பேச்சிலும் தெறிக்கிறதா இல்லையா, துரை, கேளுங்கள், இதோ நிற்கிறானே, இந்த சொக்க கௌட, இவனுடைய அப்பன் பாட்டன் முப்பாட்டன்களெல்லாம் ஸ்வப்னஹள்ளியைச் சேர்ந்தவர்கள், அந்த நிலத்தில் பாடுபட்டு அதை வளமாக்கித் தாங்களும் செழித்திருந்தவர்கள், இவனும் ஸ்வப்னஹள்ளியில் பிறந்தவன்தான், இவன் அழித்த ஸ்வப்னஹள்ளி இவனுடைய பிள்ளைப்பசிக்கு மண் தந்து வளர்த்த நிலம். ஸ்வப்னஹள்ளியை என் சொந்த ஊரென்று கூறாதே நீசப் பூசாரி, என் சொந்த ஊர் சீரங்கப்பட்டணம், அதுதான் என்னை மனிதனாக்கிய தீவு, பன்னிரண்டு வயதிற்குப் பிறகு நான் முலைப்பால் குடித்து வளர்ந்த மண், எங்கள் அவமானத்தைத் துடைத்து எனக்கு வசதியையும் கௌரவத்தையும் தந்த கோட்டை, பத்துப் பேர் கண்கள் மொய்க்கிறதென்று கூசித் தன் மாராப்பை இழுத்துவிட்டுக்கொள்ளும் பதற்றத்தில் தலைமீதிருந்த தயிர்ப் பானையைத் தினமும் கீழே தவறவிட்டு உடைத்துக் கொண்டிருந்த இடைச்சியின் முலைகளை அறுத்தெறிந்து அந்தச் சித்திரவதையிலிருந்து அவளை விடுவித்து அவளுக்குப் பொன்னாபிஷேகம் செய்து வாழவைத்த, பெண்ணைப் பொக்கிஷமாய்ப் பாதுகாக்கும் சுல்தானின் பட்டணம், அதுதான் என் தாய் நிலம். ஆனாலும் உன் அருமைத் தங்கையுடனும் நண்பனுடனும் நீ கழித்த பால்ய நாட்களைக் கொண்டுவருமா சீரங்கப்பட்டணம், சின்னப்பயலே, துரை, இந்த கௌட பிறந்து மூன்று வருடங்களுக்குப் பிறகு இவனுக்கு ஒரு தங்கை பிறந்தாள், அழகென்றால் அந்தக் குழந்தை அப்படி ஓர் அழகு, பிறந்த பத்தாம்நாள் தீட்டுக்கழிப்பின்போது முதன்முதலாக ஊருடன் கூடிப்போய் அவளைப் பார்த்தபோது நானே பிரமித்துப்போனேன், நெருப்பைப் போல சிவந்து பிரகாசித்த தேகமும், கருத்துச் சுருண்டு பின்னாளில் தரையைக் கூட்டிச்செல்லவிருக்கும் அத்தனை நிஜத்தையும் அப்போதே அறிவித்துக் கொண்டிருந்ததைப் போல வளர்ந்திருந்த தலை முடியும், ஆழ்ந்து அகண்ட கண்களும், ரத்தக்கீற்றாகப் பழுத்திருந்த உதடுகளுமாய், அவளைப் பார்த்த மாத்திரத்திலேயே அவள் மனிதப் பெண்ணன்று என்று எனக்குத் தெரிந்துவிட்டது, வருத்தம்தானென்றாலும் அவள் ஒருவனுக்குத் தாலி கட்டிக்கொண்டு தன் அழகைக் குடத்திலிட்ட விளக்காக்கி மனிதகுலம் அறியாமல் மறைந்துபோகப்போகிறவளில்லை என்பதையும் என் மனம் அப்போதே அறிந்துகொண்டிருந்தது, என்ன செய்வது, துரை, அழகோ ஞானமோ அதீதமாக வாய்த்துவிடும்போது அதைக் காவுகொடுத்துத்தான் பிறப்பைப் பூரணமாக்கிக்கொள்ள வேண்டுமென்பது பரமேஸ்வரனுடைய மனோரதமாக இருக்கிறது, உங்கள் கடவுளுக்கும் தாண்டவராயனுக்குமே அதுதானே விதியாக இருந்தது. ஆஹா, எவ்வளவு அழகாக உங்கள் ஊர்க்காரர்களினுடைய நீசத்தனத்தை வார்த்தை ஜோடனைகளால் ஆண்டவன் சித்தமாக ஆக்குகிறாய். நான் ஆக்கவில்லை, பின் ஏன் அவள் அவ்வளவு அழகாகப் பிறக்க வேண்டும், பின் ஏன் அவளுடைய காதுகுத்தும் வைபவத்தின்போது

இரண்டு வருட காலமாகப் பொய்த்திருந்த வானம் இடிந்து விழுவதைப் போல பொழிந்து மண்ணின் முலையை நெகிழ்த்திப் பச்சைப் பாலைப் பிதுக்க வேண்டும், பின் ஏன் அவள் தன் ஒன்பது வயதிற்குள் பசவண்ணரின் உபதேசங்கள் முழுவதையும் யாரையும் குருவாகக் கொள்ளாமலேயே செவிடபாடிக் கோயில் தேரின்போது உபன்யாசிக்க வேண்டும், சொல் கௌட, பின் ஏன் பன்னிரண்டு வயதில் உன் மேல் ஈஸ்வரனின் அருளால் அந்தப் பொல்லாத வைசூரிக் காய்ச்சல் வந்து இறங்க வேண்டும். அருளன்று அது, விதி, சாபம். ஏதோ ஒன்று, துரை, இருபது வருடங்களுக்கு முன்னால் அந்தப் பயங்கரம் நடந்தது, இவனுக்கு வைசூரி கண்டுவிட்டது, தன் பரம்பரையின் கீர்த்தியிலும் ராணுவச் செல்வாக்கிலும் மெத்த அகம்பாவியாயிருந்த இவன் தந்தை பெரியவர்கள் பேச்சைக் கேட்காமலும், அம்மனுடைய விளையாட்டிற்குப் பணிந்து போகாமலும், மைசூர்ப் படை முகாம்களில் அப்போது பிரபலமாகத் தொடங்கியிருந்த, பிரெஞ்சுச் சிப்பாய்கள் உபயோகிக்கும், அனாசாரமான, மிருகக் கொழுப்புகளால் தயாரிக்கப்பட்ட பறங்கி மருந்துகளையும் களிம்புகளையும் இவன்மீது பிரயோகித்து அம்மனின் கோபத்திற்கு ஆளாகிவிட்டார், வெக்கை அதிகமாகி நாக்கிலும் கண்ணுள்ளும் ஆசனவாயுள்ளும், நாசித்துவாரத்திலும்கூட கொப்புளங்கள் வெடித்துப் பெருகிவிட்டது, நான் போய்ப் பார்த்தபோது வாசலில் வேப்பிலை இல்லை, சந்தனப் பத்து போடப்பட்டிருக்கவில்லை, மஞ்சள் வேட்டி விரிக்கப்பட்டிருக்கவில்லை, துளசித் தீர்த்தம் கொடுக்கப்பட்டிருக்கவில்லை, இவனைச் சுற்றி மாமிச நெடி, கேட்டால் இவனுக்குள் நோய் எதிர்ப்புச் சக்தியை வளர்க்கிறோமென்றார்கள், நரகலுக்குள் கிடப்பதைப் போல இவன், கிடத்தப்படக் கூடாத இலவ மெத்தையில் நாராகக் கிடக்கிறான், நான் இவன் தந்தையின் அரக்கத்தனத்தை ஏசிவிட்டுத் திரும்பிவிட்டேன், நானும், விபூதியினுடைய தந்தையும், இன்னும் இரண்டு பெரிய மனிதர்களுடன் பஞ்சாயத்துத் திண்ணையில் இதைப் பற்றிப் பேசிக் கொண்டிருந்தபோது இவனுடைய தந்தை பட்டுத்தெரிந்துகொள்ளும் ஜாதி என்று விபூதியின் தகப்பனார் சலிப்புடனும் வருத்தத்துடனும் கூறியது எனக்கு இன்னும் நினைவிருக்கிறது, விபூதிக்கும் அப்போது இவன் வயதுதான், அல்லது ஓரிரண்டு வயது முன்பின்னாக இருக்கலாம், இவன், இவன் தங்கை, விபூதி எல்லோரும் சேர்ந்துதான் தங்கள் விளையாட்டுகளால் ஸ்வப்னஹள்ளியைத் துவம்சம் செய்துகொண்டிருப்பார்கள், நான் பார்க்க வளர்ந்த பிள்ளை, இன்று என்னையே அடிக்குமளவிற்குப் போயிருக்கிறான். உங்கள் வஞ்சகம் அப்படி. உன் தகப்பனுடைய பொறுப்பற்றதனத்திற்கு என்னைக் குற்றம் சொல்லாதே சின்னப்பயலே, கேளுங்கள் துரை, நாங்கள் எதிர்பார்த்தபடியே இவனுக்கு உள்நாக்குவரையில் கொப்புளம் வெடித்து மூச்சுத் திணறும் அளவிற்குப் போய்விட்டது, இதற்கப்புறம்தான் தன் ஒரே ஆண் மகவு கணவனின் பிடிவாதத்தால் தெய்வக் குற்றத்திற்கு ஆளாகிச் சிரமப்பட்டுக் கொண்டிருப்பதைக் கண்கொண்டு பார்க்கச் சகிக்காமல் இவன் தாய், அந்த உத்தமி, அவளைக் கோபத்தில் குறைத்துப் பேசிய என் நாக்கு அழுகிப்போகட்டும், அவள் தன் கணவன் தடுத்தும் கேட்காமல் வேப்பிலையையும் சந்தனத்தையும் அரைத்துப்போட்டும் இவனையும்

வேம்புப் படுக்கையில் கிடத்தியும் ராப்பகலாகக் கண்விழித்துத் துளசித் தீர்த்தம் புகட்டியும் கணவன் கொண்டுவந்து வைத்திருந்த பறங்கி மருந்துகளைத் தூக்கி எறிந்து வீட்டைக் கங்கை நீரால் துலக்கியும் அம்மனின் கோபத்துடன் போராடத் தொடங்கினாள், ஆனால் அப்போது நிலைமை கைமீறிப்போய்விட்டிருந்தது, பையன் பிழைப்பதற்கு அம்மன் தானே குளிர்ந்து கனிவதைத் தவிர வேறு வழியில்லையென்று ஆகிவிட்டிருந்தது, அவளோ இவன் அப்பனின் அலட்சியத்திற்குத் தண்டனையாயும் மருந்துகளால் கறைபட்டுவிட்ட தன் கருணைக்கு விலையாயும், உயிரைக் கோராத தன் இரக்கத்தால், உடலொன்றைக் காவுகொடுக்கச் சொல்லிவிட்டாள், கெலமங்கலம் கெங்கையம்மன் கோயில் பூசாரி ஏற்கெனவே இவன் பெற்றோருக்கு ஒரு பிள்ளைதான் என்று சன்னதத்தில் சொல்லியிருந்தான், ஆத்திரத்தில் இவன் அப்பன் அம்மன் ஏறியிருந்த அந்தப் பூசாரியைக் கன்னத்திலறைந்து அந்தப் பாவத்தைவேறு தேடிக்கொண்டிருந்தான், ஆனால் இவன் தாய் கணவன் என்ன சொல்லியும் கேட்காமல் இவனுக்காக இவன் தங்கையைக் கோவிலுக்குத் தரச் சம்மதித்துவிட்டாள். அவளா சம்மதித்தாள், சதிகாரப் பூசாரி, என் தங்கையை, அந்தச் சிறு குழந்தையை, அவள் பிறந்த கணத்திலிருந்து அவளைப் பார்த்து எச்சிலை வழியவிட்டுக்கொண்டிருந்த நீங்கள் எல்லோரும்தான் கழுகுகளைப் போல் எங்கள் குடும்பத்தைச் சூழ்ந்துகொண்டு அவள் தன் உடலை ஊருக்கு அர்ப்பணித்தாலன்றி என் உடலை அம்மனின் விளையாட்டிலிருந்து மீட்டெடுக்க முடியாதென்று திரும்பத் திரும்பச் சொல்லி அவள்மீது அழுந்தியிருந்த என் தந்தையின் பிடியை நெகிழ்த்தி அவளைப் பசவியாக்கச் சம்மதிக்கவைத்தீர்கள், ஐயோ, ட்ரிஸ்ட்ராம், அதைத்தான் அவர்கள் எப்படிக் கொண்டாடினார்கள், வழியெங்கும் எவ்வளவு தோரணங்கள், எவ்வளவு வாத்தியங்கள், எவ்வளவு புரோகிதர்கள், எவ்வளவு மந்திரங்கள், அவள் அழுகிறாள், கதறுகிறாள், தனக்கு என்ன நடக்கிறதென்று தெரியாமல் குழம்பியும், ஊரார் அத்தனை பேர் மனதிலும் இருந்த மொத்த வக்கிரங்களின் அடையாளமாகத் தன் கையில் திணிக்கப்பட்ட மதன வாளை நுனி நாக்கால் நக்கக் கட்டாயப்படுத்தப்பட்டதில் மருண்டும்போய் என் தந்தையைத் தன்னைக் கையிலெடுத்துக்கொள்ளச் சொல்லி அழைக்கிறாள், ஹைதர் படையின் முன்வரிசையில் ஒரு ஹவில்தாராக ஆயிரம் எதிரிகளின் வாளுக்குப் பதில் சொன்ன அந்த வீரரோ இந்தப் பெருச்சாளிகளின் சடங்குகளுக்கு முகங்கொடுக்க முடியாத கோழையாக வீட்டினுள் அழுதபடி முடங்கிக்கொள்கிறார், சின்னஞ்சிறு பெண் ட்ரிஸ்ட்ராம் அவள், ஒன்பது வயதுச் சிறுமி, அவளைப் புணர்ந்து சீரழிக்க அலைந்தார்கள் இவர்கள். வாயை மூடு கௌடா, உன் தங்கையை நான் தோள் மேல் சுமந்திருக்கிறேன், உனக்குத் தெரியும், அவள் என் மகளைப் போல, ஆனால் அம்மன் விருப்பம் அதுவாயிருக்கும்போது நாம் சொல்வதற்கு என்ன இருக்கிறது, எங்களைக் குற்றம் சொல்கிறாயே, உன் உடலைப் படாதபாடு படுத்திக்கொண்டிருந்த அம்மனின் விளையாட்டு அந்தச் சிறுமி பெண்ணாகரம் லெக்ஷ்மிநாராயணர் கோவிலுக்குப் பசவியாக அர்ப்பணிக்கப்பட்டதும், மூன்றே நாட்களில் இறங்கி வடிந்துபோனதா இல்லையா. அதைத்தான் நான் பாழும் விதி

என்று சொன்னேன், அது ஏன் அப்படி இறங்கியது, அது ஏன் உங்கள் வெறியாட்டங்களை நீங்கள் இன்னும் உரிமையோடு அந்தக் குழந்தையின் மேல் நிகழ்த்த உங்களை அனுமதிக்கும்வண்ணம் அடுத்தநாளே என்னை விட்டகன்றது, அந்தக் கிழட்டு பிராமணன் உன் தங்கையின் அரும்பும் முலைக்காம்பு தேனைப் போல தித்திக்குமாவென்று என்னிடமே தைரியமாகக் கேட்டதைக் கையாலாகாமல் கேட்டுக்கொண்டிருக்கும்படி நான் ஏன் உயிர் பிழைத்தேன், ட்ரிஸ்ட்ராம், சில சமயம் இறைவன்தான் மனிதர்கள் மேல் எவ்வளவு மூர்க்கத்தனமாக நடந்துகொண்டுவிடுகிறான், இவற்றையெல்லாம்விடக் கொடுமை, அவளை நாங்கள் பார்க்கவே கூடாதென்று தடைவிதிக்கப்பட்டு அவள் கோயில் பெண்ணாகி ஆண்களின் உடல் பழகிப்போய் அதிலேயே ஒரு குரூரச் சுவையும், பழிவாங்கும் உணர்வும் ஏறிப்போய், தேசத்திலேயே மிகுந்த சரசமும் வன்மமும் காமமும் துக்கமும் கதைகளும்கொண்ட தாசியென்று பேரெடுத்த சில வருடங்களுக்குப் பிறகு, நான் எந்த வேடத்திற்குள்ளிருந்தாலும் என்னை என் கண்களைக் கொண்டே கண்டுபிடித்துவிடும் சாமர்த்திய முள்ளவளான அவள், புத்திரப் பாசத்தால் திருட்டுத்தனமாக நள்ளிர வொன்றில் ஒரு முசல்மான் வியாபாரியைப் போல மாறுவேடமிட்டு அவளைப் பார்க்கச் சென்ற என் தந்தையை அடையாளம் கண்டுகொள்ளத் தெரியாமல் அவரைத் தன் புது வாடிக்கையாளனென்று நினைத்துக் கொண்டு அவருடைய தொடையில் கைவைத்துவிட்டாள், ட்ரிஸ்ட்ராம், சூட்டுக்கோல் பட்டதைப் போல கருகிச் சிவந்துபோன அவளுடைய விரல் தடங்கள் அடித்தொடையில் அம்மைக் கொப்புளங்களாய்க் கனல, துவைத்த வேஷ்டியின் மேல் வந்து விழுந்த என் தந்தை பிறகு எழுந்திருக்கவேயில்லை, ஆண்களின் வாசனையிலிருந்து பெற்றவனின் உடல் மணத்தைப் பிரித்துப்பார்க்க முடியாத அளவிற்கு நுண்ணுணர்வு மரத்துப்போகும்படி அவளுடைய உணர்ச்சி நரம்புகளை இப்படிக் காயடித்த, அதை ஒரு விழாவாக வெட்கமின்றிக் கொண்டாடிக் கூத்தடித்த, ஸ்வப்னஹள்ளியும் அதன் அரக்கர்களும் எரிந்தழிந்துபோக வேண்டுமா வேண்டாமா, சொல்லுங்கள், ட்ரிஸ்ட்ராம், நீங்களும் பல தேசங்களைப் பார்த்தவர்தானே, உலகத்தில் வேறெங்காவது இந்த தேசத்தில் நடப்பதைப் போன்ற வக்கிரங்கள் நடப்பதுண்டா. அவரை என்னடா கேட்பது, ஒவ்வொரு தேசத்திற்குமென்று ஒவ்வொருவிதமான நம்பிக்கைகளும் ஆசாரங்களும் இருக்கத்தான் இருக்கின்றன, யாரும் யாருக்கும் அறிவுரை சொல்லவோ, யாரும் தன்னையே இகழ்ந்து கொள்ளவோ தேவையில்லாத அளவிற்கு ஈஸ்வரன் நல்லது கெட்டது களுக்கான வித்தியாசத்தை உத்தேசமாகத்தான் வைத்திருக்கிறான்.

தன் தங்கைக்கு இழைக்கப்பட்ட அநீதியை முன்னிறுத்தி, தாமதமாகவேனும், ஸ்வப்னஹள்ளி பழிவாங்கப்பட்டுவிட்டதென்பதில் கௌட கொண்டிருந்த திருப்திக்கு இணையான திருப்தியை (நீலவேணியின் பாதையைப் பற்றி முன்பே அறிந்திருந்தால் நிச்சயமாக, அதிலும் பல வருடங்களுக்கு முன்பே, அதை எரித்த குற்றச்சாட்டிற்கு என்னை நான் பெருமையோடு பொறுப்பாளியாக்கிக்கொண்டிருந்திருப்பேன், விபூதிக்கு அவனையறியாமலேயே கிடைத்த அந்த மகத்தான வாய்ப்பு துரதிர்ஷ்டவசமாக எனக்குக் கிட்டாமல், முடிக்கப்பட்ட

ஸ்வப்னஹள்ளியின் கதைக்கு வெறுமே திதி செய்யும் புரோகிதனாக மட்டுமே விதி என்னைத் தள்ளி நிறுத்திவைத்துவிட்டது) ஸ்வப்னஹள்ளி எரிக்கப்பட்டதற்குப் பழியாக கௌட தன் வாழ்க்கையின் எந்தச் சர்க்கம் தன் ஞாபகத்திலிருந்தே ஒழிந்துபோக வேண்டுமென்று தந்தையின் இறப்பிற்குப் பிறகு தாயுடன் ஸ்வப்னஹள்ளியை விட்டு வெளியேறி ஸ்ரீரங்கப்பட்டணத்திற்குப் போய்ச்சேர்ந்தானோ, அந்தக் குரூரச் சர்க்கத்தின் இரக்கமற்ற பக்கங்களை ஒரு மூன்றாம் மனிதனின் முன், அதிலும் ஒரு பறங்கியானின்முன், மீண்டும் புரட்டி அவனை அவமானத்தால் கூசிப்போகச் செய்துவிட்டதில் பூசாரி அடைந்திருந்தான். ஸ்வப்னஹள்ளியின் தழலை வயிற்றில் சுமந்துகொண்டு அதன் குடிகள் அகதிகளாய் பீடபூமியெங்கும் திரிந்துகொண்டிருக்கிற ஊழையெண்ணிப் பூசாரி அடைந்திருந்த துக்கத்திற்கு இணையான துக்கத்தை, ஒற்றுச்செய்தியென்று தீர்மானிக்கப்பட்டுவிட்ட வியாசத்தோடு விபூதிக்கும் அவனுடைய முன்னோனுக்குமிருப்பதாக அறியப்பட்ட தொடர்பிற்கப்பால் துயிலார்கள் சம்பந்தப்பட்ட வேறொரு கதையும் இருக்கிறதென்பதைத் தெரிந்துகொள்ளாமலேயே (அதனுள் ஐரோப்பிய இடைச்செருகல்களை நிகழ்த்திய பறங்கி மனோபாவமே ஒரு விசாரிக்கப்பட வேண்டிய குற்றம்தான் என்றாலும்) சர்க்கார் அவசரப்பட்டு அவனைக் கொன்றுவிட்டதேயென்கிற பச்சாதாபத்தில் கௌடவும் அடைந்திருந்தான். ட்ரிஸ்ட்ராமோ அவர்களிருவரும் சேர்ந்து உண்டுபண்ணியிருந்த கசந்த சூழலுக்கப்பால், பரஸ்பர எதிரிகளாயிருந்த நண்பர்களின் வாய்களிலிருந்து ஆத்திரத்தில் சுயகட்டுப்பாட்டை இழந்த நிலையில் பெருகிக்கொண்டிருந்த வார்த்தைகளை மிதவையாக்கிக்கொண்டு தொலைவான வேறு சில விஷயங்களை இணைத்துப் பயங்காட்டும் தன்னுடைய சொந்தக் கற்பனைகளின் பரப்பில் சண்டையின் துவக்கத்திலிருந்தே மிதக்கத் தொடங்கியிருந்தான். பூசாரியின் மீது கௌட பாய்ந்த காட்சியின் மேல், ஒரு போர் வீரனின் ரத்தத்தில் தொடர்ந்த பயிற்சியின் மூலம் கலந்துவிட்ட தற்காப்பு உணர்வு என்று அந்த வேகத்தை அப்போது வியந்துகொண்டிருந்த ட்ரிஸ்ட்ராமின் கண்முன், விபூதி சுல்தான் சர்க்காருக்கு எதிரியென்றால் தனக்கும் எதிரிதானென்று கௌட பூசாரியிடம் பிரகடனப்படுத்திய கணத்திலேயே, மதகொண்டப்பள்ளி தேவாலயத்தின் பின்புறம் ஒரு பண்டாரக் கிழவன் அவனைத் தள்ளிவிட்டுவிட்டு வேலியை நோக்கிப் பாய்ந்த காட்சியை ஞாபகத்திலும், ஒரு காபாலிகன் மீண்டும் அதே குடிசைக்குள் புகுந்து விபூதியைக் கொன்றுவிட்டு வெளியேறும் காட்சியைக் கற்பனையிலும் கச்சிதமாகப் பொருத்தி அவனைத் திடுக்கிடச் செய்திருந்தது. கௌட தன்னைச் சந்திக்க வந்தது வெறுமே நலம் விசாரித்துவிட்டுப்போவதற்காக மட்டுமாயிராமல், பரவுதல் அஞ்சப்பட்ட வியாசம் பிரிட்டிஷாரின் கைகளில் சிக்குவது குறித்த மைசூர் சர்க்காரின் கவலையை முன்வைத்துத் தன்னை எச்சரித்துவிட்டுப்போவதற்காகவும் இருக்கலாமென்று அவன் ஊகித்துவிட்டதில் தன்முன்னே நடந்துகொண்டிருந்த வாக்குவாதத்தி லிருந்து அவனுடைய பாதிக் கவனம் விலகிவிட்டது. மீதிக் கவனத்தை மதகொண்டப்பள்ளியில் விபூதியைப் பார்த்துத் தான் கேட்ட அதே கேள்வியையொத்த, நீலவேணியின் பாதை ஏன் ஒரு பெண்ணால்

விபூதிக்குச் சொல்லப்பட்டிருக்கக் கூடாது என்கிற, பூசாரியின் கேள்வி பறித்துக்கொண்டுவிட்டது. அந்தப் பெண்ணின் மேல் பூசாரி ஏற்றிக் கொண்டிருந்த மிகை நவிற்சி இருட்டுச் சத்திரத்தினுள் நுழைந்த கணத்திலிருந்து தொடர்ந்த நிகழ்வுகளின் சேகரமாகத் தன்னுள் அடைத்துக்கொண்டிருந்த குழப்ப மதகின் புத்திக்குப் புலனாகாத ஏதோவொரு கண்ணைத் திறந்துவிட்டுவிட்டதான உணர்வைக் கொடுத்து அவனைப் பரபரப்படையவும் செய்திருந்தது. தன்னளவில் தன்னுடைய அந்தரங்கக் கற்பனையின் மூலவூற்றாக இருந்ததும் சத்யபாமா என்கிற பெண்ணின் அழகுதானென்கிற எண்ணமே (அவளையுமே, பிறன்மனையென்கிற வேலி, பிற கைகள் தொட்டு அறியவியலாத தொலைவிலும், அதனாலேயே அவளை ஓர் அதிமானிடப் பெண்ணாக்கி ஆண்மனம் கற்பனை செய்துகொள்ளும் பிரபஞ்ச ரகசியங்களனைத்தையும் பரிகாசப் புன்னகையோடு ஏற்றுக்கொள்ளும் காலபீடத்தின் உயரத்திலும்தானே ஏற்றி வைத்திருந்தது) தனக்குள் அந்தக் கிளர்ச்சியை ஏற்படுத்தியிருக்கலாம் என்கிற ரீதியில் யோசித்தாலுமேகூட மறைந்தும் தெரிந்தும் அழைக்கும் ஒரு தூரத்து வெளிச்சத்தைப் போல நிலைதடுமாறச் செய்துகொண்டிருந்த பூசாரியினுடைய கேள்வியின் வசீகரத்தில் தனக்கு மூர்ச்சை போட்டுவிடக்கூடுமென்று அவன் அஞ் சியதால் அந்தச் சூழலிலிருந்தே தன்னை விடுவித்துக்கொண்டுவிடும் தவிப்புடன், மேலும் எதிர்பார்ப்பில் கனத்துக்கொண்டிருந்த கௌடவின் கேள்விகளை விரைவாகவே வெளியே எதிர்கொண்டு தன்னைச் சற்றாவது ஆசுவாசப்படுத்திக்கொள்ளவுமான முனைப்புடனும், அவன் பூசாரியை, விரோதியைத் தொடர்ந்து பார்ப்பதால் உண்டாகும் பொருமல் கிழிந்துபோன அவன் இளமையை மேலும் நையச் செய்துகொண்டிருக்க அனுமதிக்காமல் இருப்பிடத்திற்குச் சென்று ஓய்வெடுத்துக்கொள்ளும்படி சொல்லி வெளியே அனுப்பிவைக்க முயன்றான். ஆனால் பூசாரி அவ்வளவு சுலபமாக வெளியேறிவிடவில்லை. கும்பெனி சமஸ்தானத்திற்குள் ஒற்றுவேலைக்காகவோ, அல்லது ஸ்வப்னஹள்ளியில் பிடிபட்டு எவ்விதமோ தன்னிடமிருந்து தப்பித்துக்கொண்டுவிட்ட பறங்கியானை, தன் உத்தியோகத்தைக் காப்பாற்றிக்கொள்ளும் பொருட்டாக, தேடிப்பிடித்துத் தீர்த்துக்கட்டவோ மாறுவேடத்தில் நுழைந்து எதிர்பாராதவிதமாகத் தன்னிடம் மாட்டிக்கொண்டுவிட்டவனென்று அவன் முதலில் எண்ணிக்கொண்டிருந்த, பறங்கியர்களின் துர்கனவாம் திப்பு சுல்தானின் அதிவிசுவாசியான சொக்க கௌட, பாலுக்கும் காவல் பூனைக்கும் தோழன் என்பதைப் போல, பறங்கியதிகாரியான ட்ரிஸ்ட்ராமுக்கும் என்ன மாயத்தாலோ நண்பன் என்பதையும், ட்ரிஸ்ட்ராம் கௌடவைத் தன் ஸ்ரீரங்கப்பட்டணப் பயணத்திற்கு உதவி செய்யும்படி கோருவானென்பதையும் ஊகித்துவிட்டிருந்தான். கௌட அதற்குச் சம்மதிக்கும்பட்சத்தில் பயணத்திட்டத்திலிருந்து தன்னைக் கழற்றிவிடச்சொல்லி ட்ரிஸ்ட்ராமை அவன் வற்புறுத்துவானென்கிற பயமும் அவனுக்கு இருந்தது. அவன் அதை வெளிப்படையாகவே ட்ரிஸ்ட்ராமிடம் கூறவும் செய்தான். வேறு வழியின்றி ட்ரிஸ்ட்ராம் தன் தவிப்பைக் கட்டுப்படுத்திக்கொண்டு தன் விருப்பத்தை கௌடவிடம் பிரஸ்தாபித்தான். நீலவேணியின் பாதையைப் போலவே இந்தப்

பயணத் திட்டமும் கௌடவிற்குப் புதிய தகவலாயும், அதிர்ச்சியைக் கொடுப்பதாயுமிருந்தது. தன் சுயநலத்திற்காக, அந்நியனானாலும் அப்பாவியான தன் நண்பனை எல்லையைத் தாண்டும் ஆபத்தான பிரயாணத்தை மறுபடியும் மேற்கொள்ளத் தூண்டி சுல்தானின் கழுவிற்கு அவனை இரையாக்கத் துணிந்திருக்கிறானென்று கூறிக் கொண்டே அவன் மீண்டுமொருமுறை பூசாரியின் மேல் பாயத் தயாராகி விட்டான். ட்ரிஸ்ட்ராம் நீலவேணியின் பாதையை விபூதியிடமிருந்து கேள்விப்படுவதற்கு முன்பே வேறொரு சூழலில் தானே அதைக் கற்பனை செய்துவிட்டிருந்த கதையைக் கௌடவிடம் சொல்லி, அந்தக் கற்பனையுட்பட, நீலவேணியின் பாதை இடம்பெறுவதாக நம்பப்படும் மூன்று களங்களில் பிதிர் சஞ்சார மார்க்க போதினி மாத்திரமே எழுதப்பட்ட, ஸ்தூலமான வடிவத்தைக் கொண்ட பனுவலாக இருப்பதால், ஸ்ரீரங்கப்பட்டணத்திற்குச் செல்லும் யோசனையை முதலில் வெளிப்படுத்தியது, சொக்க கௌடவையும் பார்த்தசாரதி அய்யங்காரையும் மனதில்கொண்டு, தான்தான் என்பதையும் தெரியப்படுத்தினான். கௌட பார்த்தசாரதி அய்யங்கார் அதைத் தேடுவது குறித்துத் தன்னிடம் எச்சரித்தவற்றை அவனுக்குத் திரும்ப ஒருமுறை எடுத்துச்சொல்லி அந்தத் திட்டத்தைக் கைவிடுவதைப் பற்றி யோசிக்கும்படி அவனை வற்புறுத்தினான். ஆனால் அதற்குள், கௌடவின் பேச்சு ட்ரிஸ்ட்ராமை மனம் மாறச் செய்துவிடுமென்று பயந்துபோன பூசாரி அவன் மறுமொழி சொல்வதற்கு முன்பாகவே, துயிலார்களுடைய குலதெய்வத்தின் ஆணையை மீறி எழுத்தில் வடிக்கப்பட்டுவிட்ட நீலவேணியின் பாதை இடம்பெறுவதாகச் சொல்லப்படும் பிதிர் சஞ்சார மார்க்க போதினி உண்மையில் என்ன என்பதைத் தெரிந்துகொள்ள வேண்டுமென்பது தன்னைப் பொறுத்த வரையில் இப்போது தாண்டவராயனின் கட்டளையாகிவிட்டது எனவும், தெரிந்தோ தெரியாமலோ அதில் சம்பந்தப்பட்டுவிட்ட மற்ற இருவரும் அதற்கு உதவி செய்ய மறுக்கும்பட்சத்தில் உடனே வெளியே சென்று சுல்தானின் ஒற்றனொருவன் எல்லையைத் தாண்டி கும்பெனி எல்லைக்குள் பிரவேசித்திருக்கும் விஷயத்தையும், எந்த வகையிலோ அந்த ஒற்றனும் கும்பெனித் துரையும் நண்பர்களாக இருக்கும் ரகசியத்தையும் சர்க்காருக்கு அறிவித்து இருவரையுமே கொலைக்களத்திற்கு அனுப்ப தான் தயங்கப்போவதில்லையென்றும், இப்போது அவர்களிருவரின்முன் இருப்பது, ஒன்று ஸ்ரீரங்கப்பட்டணப் பயணம் அல்லது தன்னை அங்கேயே கொலைசெய்து இரண்டாம்பேரறியாமல் புதைத்துவிடுவது என்கிற இரண்டில் ஒரு தேர்வுதான் என்றும் பாதி மிரட்டலாயும் பாதி இறைஞ்சலாயும் சாடினான். கௌட அவனுடைய இரண்டாவது தருமொழியை ஏற்றுக்கொள்ளலாமென்று ட்ரிஸ்ட்ராமுக்கு ஆலோசனை சொன்னான், ஒரு கல்லில் இரண்டு மாங்காயாக, எலினாருக்கு நான் கொடுத்திருக்கும் வாக்குறுதியைக் காப்பாற்ற முடியாமற்போகும் ஒரு சூழ்நிலை உருவாவதைத் தடுத்துக்கொள்வதற்கும், என் குடும்பத்தைச் சீரழித்தவர்களில் ஒருவனை என் கையாலேயே பழிவாங்குவதற்கும் இப்போது கிடைத்திருப்பதைப் போன்ற இன்னொரு சந்தர்ப்பம் என் வாழ்வில் இனி கிடைக்காமலே போகலாம். ஆனால் ட்ரிஸ்ட்ராம்

ஸ்ரீரங்கப்பட்டணத்திற்குச் செல்வதால் தன்னுடைய குழப்பங்களுக்கும் விடை கிடைக்குமென்று தானும் நம்புவதாகச் சொல்லவே, மேலும் பிரச்சினைக்குரிய வியாசத்திற்கு அங்கே கிடைத்த புதிய விளக்கங்கள் ட்ரிஸ்ட்ராம்மீதான கௌடவினுடைய கோபத்தையும் சற்றே வடியச் செய்திருந்ததால், அவனுக்கு அவர்களை ஒத்துக்கொள்வதைத் தவிர வேறு வழியில்லாமல் போய்விட்டது. அரைகுறை மனதுடன் அவன் பார்த்தசாரதி அய்யங்காரைச் சந்தித்து அவரால் என்ன செய்ய முடியுமென்பதைக் கேட்டுத் தெரிந்துகொள்வதாயும், அன்றிலிருந்து மூன்றாவது நாள் ட்ரிஸ்ட்ராமும் பூசாரியும் கிளம்பி, வழக்கமான கணவாய்களைப் பயன்படுத்தாமல், ராயக்கோட்டையிலிருந்து பெண்ணாகரத்திற்குக் கீழிறங்கி, அங்கிருந்து காட்டுப்பாதை வழியாகக் காவிரியைக் குறுக்காகக் கடந்து அதன் மேற்குக் கரைக்கு வந்துவிடும்படியும், ஆலம்பாடியில் தான் அவர்களுக்காக அரண்மனைப் பிரவேசத்திற்கான சாத்தியாசாத்தியங்களுடன் காத்திருப்பதாயும் உறுதிகூறினான், என் வார்த்தையை நான் காப்பாற்றுவேன் என்கிற நம்பிக்கை உங்களுக்கிருக்குமானால் அங்கே நான் சொல்லும் எந்த முடிவானாலும், அது வந்த வழியே நீங்கள் திரும்பிச்செல்ல வேண்டுமென்பதாகவே இருந்தாலும், அதற்கு நீங்கள் கட்டுப்பட வேண்டும்,

கோணய்யன்

சொக்க கௌட வந்துவிட்டுப்போன அதே வாரத்தில் காவேரிப்பட்டணத்தில் நடக்கவிருந்த மயானக் கொள்ளைக் கொடையில் பங்கேற்பதற்காக துயிலார்ப் பூசாரி அழைக்கப் பட்டிருந்தான். எனவே ராயக்கோட்டையை விட்டுப் புறப்படுவதற்கு வேறு காரணங்களைத் தேடி யோசித்துக் கொண்டிராமல் அவனும் ட்ரிஸ்ட்ராமும் மூன்றாம் நாள் மாலை கெங்கம்மாவைத் தவிர மற்ற எல்லோரிடமும் காவேரிப்பட்டணம் செல்வதாகவே சொல்லிவிட்டு ஸ்ரீரங்கப் பட்டணத்தை நோக்கிக் கிளம்பினார்கள். ஸ்வப்னஹள்ளியி லிருந்து ட்ரிஸ்ட்ராம் உயிரோடு மீண்டுவந்ததற்குப் பிறகு அவனுடைய எந்தப் பயணமும் தங்களைக் கவலையிலாழ்த்தத் தான் செய்கிறதென்று பல்குணம் முதலியாரும் ஷெஸ்லரும் உரிமையோடு அவனிடம் அங்கலாய்த்துக்கொண்டாலும், ஏற்கெனவே கெலமங்கலம் பயணத்திற்குப் பிறகு அவன் இம்மாதிரியான விழாக்களில் அதிக ஈடுபாடு உள்ளவனாகத் தன்னைக் காட்டிக்கொண்டிருந்ததாலும், காவேரிப்பட்டணம் கும்பெனி சர்க்காரின் எல்லைக்குள்ளேயே இருந்தது என்பதாலும் பயணத் திட்டத்தை மறுபரிசீலனை செய்யும்படி அவனை அவர்கள் அதிகம் வற்புறுத்தவில்லை. மேலும் ஒருவேளை எல்லையைக் கடக்கும் யோசனை எதுவும் அவர்களுக்கு இருந்தால்கூட தஸ்தக் முதலான பிரச்சினை களைத் தன் உதவியில்லாமல் பறங்கியானான ட்ரிஸ்ட்ராமும் அகதியான பூசாரியும் சமாளித்துவிட முடியாதென்றும் முதலியார் உறுதியாக நம்பியதால் அவர்கள் மேல் அவருக்குச் சந்தேகமும் ஏற்படவில்லை. உண்மையில் ஸ்ரீரங்கப் பட்டணத்தினுள் நுழைவதற்கான சாத்தியங்களை பார்த்தசாரதி அய்யங்காரோடு கலந்துபேசி ஆவன செய்வதாக உறுதியளித்த சொக்க கௌட, ஆனால் அனுமதி சம்பந்தப்பட்ட தன் பிரச்சினைகளைப் பூசாரி தானேதான் பார்த்துக்கொள்ள வேண்டுமென்று நிர்தாட்சண்யமாகச்

சொல்லிவிட்டிருந்ததால், அதன்பொருட்டாகவாவது வேறு வழியின்றி முதலியாரிடம் தங்களுடைய திட்டத்தைச் சொல்லி உதவிகோரும் யோசனை முதலில் ட்ரிஸ்ட்ராமுக்கும் இருக்கத்தான் செய்தது. ஆனால் பூசாரி தன்னுடைய பத்திரத்தைப் பற்றிக் கவலைப்படத் தேவையில்லை யென்று முதலிலேயே சொல்லி மனதிற்கொவ்வாத அந்தக் காரியத்தில் ஈடுபடுவதிலிருந்து அவனை விடுவித்துவிட்டிருந்தான் (சொன்னபடியே அவன் தன் பொருட்டான சிரமம் எதையும் ட்ரிஸ்ட்ராமுக்கு, அவர்கள் கௌடவைச் சந்திக்கும்வரை, கொடுக்கவுமில்லை. ஆலம்பாடி எல்லையில் சௌகிதார்கள் ட்ரிஸ்ட்ராமிடம் முன்பு கௌட கொடுத்துவைத்திருந்த அனுமதிப் பதக்கத்தை வாங்கிச் சோதித்துக்கொண்டிருந்தபோதும் சரி, பின்னர் கஞ்ஜம் கிராமத்தின் நுழைவாயிலில் காவலர்கள் சொக்க கௌடவுடன் ட்ரிஸ்ட்ராமைப் பக்கப் பார்வையால் கவனித்தபடியே ஜாக்கோபைன் சங்கத்தைப் பற்றிப் பேசிக்கொண்டிருந்தபோதும் சரி, அவர்கள் யாருடைய கண்களிலும் அவர்களிருவரைத் தவிர மூன்றாவதாக இன்னொரு மனித உருவம் அங்கே நின்றுகொண்டிருந்ததைக் கவனித்ததற் கான சிறு சலனத்தைக்கூட ட்ரிஸ்ட்ராமால் பார்க்க முடியவில்லை). முதலியார் வழக்கம்போல ஏற்பாடு செய்து தர முனைந்த வில்வண்டியையும் முதலையையும் விநயத்துடன் ஒதுக்கிவிட்டு ட்ரிஸ்ட்ராம் அவரிடமிருந்து அவர் வெகு அபூர்வமாக வேட்டைக்குச் செல்லும் தருணங்களிலும் எப்போதாவது மீனா விளையாட்டுச் சவாரிக்கு விருப்பப்படும் சமயங் களிலும் உபயோகப்படுமென்று கௌடியிடம் கோட்டையை ஒப்புக் கொடுத்துவிட்டு மைசூருக்கு ஓடிப்போன பழைய கில்லெதாரிடமிருந்து சிதைந்த உலோகப் பதக்கங்கள், தோற்கச்சைகள் மற்றும் ஒரு புராதன துருக்கி தேசத்துக் கட்டாரித் துப்பாக்கி ஆகியவற்றுடன் மலிவான விலையில் வாங்கி பசுக்களுடன் சேர்த்துத் தொழுவத்தில் கட்டிப் போட்டிருந்த ஒரு பாடலத்தை மட்டும் கேட்டு வாங்கிக்கொண்டான். புறப்படும் நாளன்று அதிகாலையிலேயே பயணத்தைத் துவக்கி நண்பகலுக்குள் கிருஷ்ணகிரி ஹசூரைச் சென்றடைந்துவிடுவது என்று அவர்கள் முதலில் யோசித்துவைத்திருந்தார்கள். ஆனால் அதற்குள் செல்லியின் பழைய நண்பர்களான லவணர்களுடைய எதிர்பாராத வரவு அவர்கள் பாதையில் குறுக்கிட்டது. கும்பெனி சர்க்காரால் வளர்ப்புப் பிராணிகள் என்று செல்லமாகக் குறிப்பிடப்படும் அவர்க ளுடைய வருடாந்திரத் தண்டாக்கள் பயணத்தின் முந்தின நாள் பின்னிரவில், நல்லூரின் எல்லைப்புறத்தில், மழைக்காலக் காளான்களைப் போல ஆரவாரத்துடன் முளைத்த சிலமணி நேரங்களிலேயே, விடியும் சமயத்தில்தான் ட்ரிஸ்ட்ராமின் வசிப்பிடத்திலிருந்து ராமஞ்சேரிக்குத் திரும்பிவந்திருந்த கெங்கம்மா தலைக்குத் தண்ணீர் ஊற்றிக்கொள்ள வேண்டுமென்பதைக்கூட மறந்துபோனவளாய் ஈஸ்வரன் கோயில் தெருவிற்கே திரும்பவும் ஓடிச்சென்று கடல்போல் பரந்த லவணர்களுடைய கால்நடைக் கூட்டங்களையும் அவற்றின் உடல் மேல் மைதிலி கிராமத்தின் பிராமணப் பெண்களிடமிருந்து கையகப்படுத்திக்கொண்டுவந்த சீயக்காய் மற்றும் வேம்புச் சாற்றைக் கொண்டு அடர்ந்த வண்ணங்களில் வரையப் பட்டிருக்கும் வினோத மிருக வடிவங்களையும் வேடிக்கைபார்த்துக் கொண்டிருக்கவும் மலைகளுக்கு அந்தப்புறமிருக்கும் தேசங்களின்

வினோதப் பழக்கவழக்கங்களையும் கடல்களின் இரைச்சலைத் தங்கள் தொனியாகக் கொண்ட கதைகளையும் அவர்களிடம் கேட்டு அளவளாவிக் கொண்டிருக்கவும் (அது ஒரு திகட்டாத அனுபவமாயிருக்கும்) தன்னுடன் உடனே வருமாறு அவனை அழைத்தாள். எப்படியும் மூன்று வார காலமாவது ஓரிடத்தில் தண்டா இறக்கி நிறுத்தும் பழக்கமுள்ளவர்களான அவர்களைத் தன்னுடைய பயணத்தை முடித்துவிட்டுவந்து நிச்சயம் சந்திப்பதாக ட்ரிஸ்ட்ராம் அவளுக்கு வாக்களித்தான். என்றாலுமே, சுல்தான் சர்க்காரின் சந்தேகத்திற்கும் வெறுப்பிற்கும் உள்ளானவனும் ஸ்வப்னஹள்ளியின் மாஜி சிவன் கோயில் பூசாரியுமான விபூதி என்னும் பெயரையுடைய ஒரு ஜங்கம் முன்விரோதம் ஏதேனும் இருக்கலாமென்று ஊகிக்கத்தக்கவிதத்தில் அடையாளம் தெரியாத மர்மக் காபாலிகனொருவ னால் (பசவண்ணரைப் போலவே காபாலிகர்களின் ஆதி குருவிற்கும் கிறிஸ்தவத் தொடர்பு இருந்திருக்கலாமென்று அந்தக் கிறுக்கன் இவனிடம் எதையேனும் உளறிவைத்தானோ என்னவோ) மதகொண்டப்பள்ளி தேவாலயத்தின் பின்புறத் தோப்பினுள் கத்தியால் குத்தப்பட்டுக் கிடந்தா னென்கிற செய்தியை அவன் கொலையுண்டதற்கு ஏழு நாட்களுக்குப் பிறகு, மெட்றாஸ் ராஜதானியில் நில மதிப்பீட்டில் நூற்றுக்கு முப்பது பணமாக இருந்த தோட்டிவரி சர்க்கார் நிலங்களில் வாடகைக்கு வியாபாரத் தலங்களை உருவாக்கிக்கொண்டிருந்த கொத்தவால் சாவடி வியாபாரிகளிடமிருந்து அதற்கு எழுந்த எதிர்ப்பையும் அவர்கள் வைத்திருந்த மாபெரும் நிலுவையையும் உத்தேசித்து வருடாந்திர நில வாடகையில் ஐந்து விழுக்காடாகக் குறைக்கப்பட்டதற்குப் பறையர்களிட மிருந்து எழுந்திருந்த முணுமுணுப்புகள்பற்றிய மெட்றாஸ் கூரியரின் விவரிப்புகளுக்கு அடுத்தபடி, சாவதானமான ஒரு பெட்டிச்செய்தியாக, மாவட்டங்களின் ஹஸூர்களுக்கு இனி மேல்தான் தெரியப்படுத்தப்பட விருப்பதற்கு நான்கு நாட்களுக்கு முன்பே, இருள் பிரிந்திராத அதிகாலை யில் உப்புப் பொதிகளைச் சுமந்த கழுதைகள் தெருக்களுக்குள் வந்திருக்கும் செய்தியோடு சேர்த்து வீடுகளுக்கு வெளியே கோலமிட வந்த பெண்களுக்குத் தெரியப்படுத்தியபடியே லவணர்கள் கடந்து சென்றபோது, கௌட வந்துவிட்டுப்போன நாள் முதற்கொண்டே, ஊரெல்லைக் காட்டிற்குள் எலினாரைக் கூட்டிச்சென்று அவளுடைய இருபத்தியொரு வருடக் குருட்டு நோய்க்குக் காரணகர்த்தாவாக ஆனதைப் போலவே, மதகொண்டப்பள்ளி தேவாலயத்தின் பின்புறத் தோப்பிற்குள் சென்று விபூதியைச் சந்தித்து அவனுடைய சாவிற்கும் ஏதோவொரு விதத்தில் தானொரு காரணமாகிவிட்டோமோவென்கிற உறுத்தலால் பீடிக்கப்பட்டு விட்டிருந்த ட்ரிஸ்ட்ராமினுடைய பாதையின்முன் அது ஒரு பெரும் பாறையாக விழுந்து அவனுடைய பயணத்தைத் தற்காலிகமாகத் தடுத்து நிறுத்திவிட்டது. கௌட ராயக்கோட்டைக்கு வந்துவிட்டுப்போனதற்கு மறுநாள் கெங்கம்மாவிடம் அவன் அந்த உணர்வைப் பகிர்ந்துகொண்ட போது, விபூதியிடம் சுமுகமாக விடைபெற்றுக்கொள்ளாமல் மனத்தாங்க லுடன் அவன் பிரிந்துவந்த சம்பவமானது அவனுடைய திடீர் இறப்பால் ஒரு தீநிமித்தமாக, சாக்குருவியின் முன்னறிவிப்பாக, குணம் மாறித் தோன்றி அவனுக்குள் அந்தவிதமான மனப்பிராந்திகளை உண்டு பண்ணுகிறது என்றும் விபூதியின் மரணத்திற்கு அவனுடைய விதியைத்

தவிர வேறு யாரும் பொறுப்பெடுத்துக்கொள்ள முடியாதென்றும் கூறி அவள் அவனுடைய காய்ச்சற்தன்மைகொண்ட புலம்பல்களை நிறுத்த முயன்றாள் (இதற்காக அவள் மீண்டும் ஓரிரவு அவனுக்குத் தன் மார்புகளைச் சுரக்க கொடுக்க வேண்டியிருந்தது). அதற்கு முன்பே, ட்ரிஸ்ட்ராமே கௌடவுடன் விபூதியினுடைய சாவைப் பற்றியும், அவனைச் சட்டவிரோதமாகத் தான் சென்று சந்தித்துவிட்டுவந்தது பற்றியும் பூசாரியை வெளியே அனுப்பிவிட்டு விவாதித்துக்கொண்டிருந்த விடத்தில், கௌட மட்டும் உயிர்த்தெழும் நாளன்று கிழட்டுச் சன்னியாசி யின் உருவில் தோன்றி தேவாலயத்தின் புண்ணியத்தில் அஞ்ஞாதவாசத்தை மேற்கொண்டிருந்த விபூதியின் மனதில் மரணத்தைப் பற்றிய நிச்சயத்தை விதைத்திருக்காவிட்டால் தன்முன், பின்பு நீலவேணியின் பாதையென்ப தாகப் பூசாரியால் அறிவிக்கப்பட்ட அந்த வியாசம், ஒப்பிக்கப்பட வாய்ப்பில்லாமலேகூடப் போயிருந்திருக்கலாமென்றும் அந்த வகையில் கௌடவே அவனையறியாமலும் சுல்தான் சர்க்கார் மேல் அவன் கொண்டிருக்கும் விசுவாசத்திற்கெதிராயும் அதன் பொருட்டாக அவன் மேற்கொண்டிருந்த கொலைப் பணியின் நோக்கத்திற்குப் பாதகமாயும் தடைசெய்யப்பட்ட வியாசத்தைப் பற்றித் தெரிந்துகொள்வதற்கு ஆங்கிலேயனான தனக்கு உதவியிருக்கிறான் என்றும், ஓர் அப்பாவியின் மனதில் அச்சம் மரத்து எதிர்ப்புணர்வாக வலுப்படுமளவிற்கு அவனைத் துரத்தித் துரத்தி விரக்தியின் விளிம்பிற்குத் தள்ளிவிடுவதென்பது எதிரியின் பலவீனத்தைத் தனக்குச் சாதகமாகக் கையாளும் போர்த்திறம் தெரியாத கிழக்கத்தியச் சுல்தான்களின் முட்டாள்தனம் என்றும், ஒரு நல்ல, ஆனால் சாதாரணமான சொல் விளையாட்டு என்கிற ஸ்திதியிலிருந்து அந்த வியாசத்தைப் பலவந்தமாக நகர்த்திக்கொண்டுபோய் பெரிதாகப் பொருட்படுத்தப்படும் ஆபத்தான ஒற்றுச் செய்தியாக்கி, அதனாலேயே அதை யாத்த தன் முன்னோனின் மேதமையை விபூதி அதீதமாக உணரும்படியும் செய்துவிட்டதாலேயே ஒருவேளை தான் கொலை செய்யப்பட்டுவிட நேர்ந்தால் சமஸ்தானங்களையே நடுங்கச் செய்யும் தன் பரம்பரையின் சிருஷ்டிபரம் வெளியுலகிற்குத் தெரியாமல் காற்றோடு கரைந்து போய்விடக்கூடுமென்று அவன் கவலைப்பட்டு அப்படியெதுவும் நடப்பதற்கு முன் இன்னொருவருடைய புத்திக்குள் அதைப் பத்திரமாக வைத்துப் பூட்டிவிடுவதென்றும் முடிவுசெய்து கடைசியில் மதகொண்டப் பள்ளி தேவாலய நிர்வாகத்தைப் போலவே அன்றும் கொலைகாரப் பரதேசியிடமிருந்து தன் உயிரைக் காப்பாற்றியவன் ஒரு ஐரோப்பியனாகவே இருக்கக் கண்டு மனம் வெதும்பிப்போய் வேறு வழியின்றி அந்த இனத்திடமே தன் நன்றியறிதலை முன்வைக்க முடிவுசெய்து அதைக் கொட்டித் தன்னைத் தீர்த்துக்கொள்ள முடிவு செய்திருந்தானென்றால் அதில் ஆச்சரியப்படுவதற்கோ குற்றம் காண்பதற்கோ எதுவுமில்லையென்றும் பலவாறாக விவாதித்து, விபூதி விஷயத்தில் சுல்தான் சர்க்காரும் கௌடவும் அவசரப்பட்டுவிட்டார்களென்று சொல்லி அவனைப் பேச விடாமல் செய்துவிட்டானென்றாலும் மனதின் நிர்மலமான கண்ணாடிப் பரப்பில் மேலே காணவியலாதபடி சுயவெறுப்பு ஏற்படுத்திவிட்ட கீறல் பிற விஷயங்களைக் காணவிடாத அவலட்சணமாக அவன் பார்வையைத் தொடர்ந்து உறுத்திக்கொண்டேதானிருந்தது. உண்மையில் அந்த இரண்டு

நாட்களில் விபூதியின் மரணத்தை முன்னிறுத்தி, எந்தவொரு கிழட்டு மேற்றிராணியாரின் முன்பும் ஒத்துக்கொள்ளப்பட்டு பாவம் செய்தலின் களங்கமற்ற சந்தோஷத்தைக் களங்கப்படுத்திவிடாதென்று முன்பு எலினாருக்கு உறுதியளிக்கப்பட்டுவிட்ட, தன்னுடைய இருபத்தியொரு வருடப் பழைய குற்றத்திற்கான பாவமன்னிப்பையும் ரகசியமாக நிகழ்த்திக்கொண்டுவிடவும், காலம் கடந்தேனும் அதற்காக ஒருமுறை வாய்விட்டு அழுது தன்னை வடித்துக்கொள்ளவும் ஏதுவாய், விபூதிக்காகத் துக்கம் கொண்டாடும் ஓர் ஆன்மாவை ட்ரிஸ்ட்ராமின் மனம் எதிர் பார்த்துக்கொண்டேதானிருந்தது. கொலையாளியான கௌடவிடமேகூட அந்த ஆன்மா ஒளிந்திருக்கலாமென்றும் அவன் முதலில் நம்பினான். அந்த நம்பிக்கையுடனேயேதான் பூசாரியுடனான வாய்ச்சண்டையிலும் விருப்பமற்ற பழம் நினைவுகளிலும் தன் விருப்பமின்றியே ஈடுபட்டுச் சக்தியைப் பறிகொடுத்துவிட்டிருந்த கௌட விபூதியைக் கொலைசெய்த அதே குருதிக் கறைபடிந்த குறுங்கத்தியுடன்தான் அவனைச் சந்திக்க வந்திருந்ததாக ஒத்துக்கொண்ட பிறகு மீண்டுமொரு வாக்குவாதத்திற்குத் தயாராக இல்லாத பலவீனத்தில், மேலும் நீலவேணியின் பாதையை சத்யபாமாவின் அழகோடு இணைத்து அவன் சொன்ன நம்ப முடியாத கதையை நம்ப விரும்பியதாலும், விபூதியை அவன் அணுகியதைக் குறித்த ஆட்சேபணைகளில் ஈடுபட்டுக் காலவிரயம் செய்ய விரும்பாமல் அவன் சொன்னபடியே சுல்தானுடைய சர்க்காரில் பரபரப்பைத் தூண்டிவிட்ட வியாசம் ஒரு திருமணமான பெண்ணின் அழகால் தூண்டப்பட்ட தன்னுடைய கற்பனையாகயிருக்குமோ என்கிற சந்தேகம் ஸ்வப்னஹள்ளியிலிருந்து ரத்னகிரிக்குத் திரும்பிக்கொண்டிருந்த சமயத்திலேயே அவனுக்கு உதித்திருக்குமானால் அதை அப்போதே, எலினாரின் விருப்பப்படி அவனுக்காக எந்த உதவியையும் செய்யத் தயாராக இருந்த தன்னிடம், அவன் சொல்லியிருந்திருக்க வேண்டுமென்றும், அப்படிச் சொல்லியிருந்தால் யாராலும் அறிந்துகொள்ளப்படக் கூடாத தென்று அறிவிக்கப்பட்டுவிட்ட அந்த வியாசம் அதைப் பற்றி முன்பின் அறிந்தேயிராத, மேலும் ஓர் ஆங்கிலேயனுமான, அவன் வாயிலிருந்து சரளமாக வெளிப்பட்டதை முன்வைத்தே அது அத்தனை ரகசியத் தன்மையும் புராதனமும் கொண்டதில்லையென்பதை சர்க்காருக்குத் தெரியப்படுத்தி அதன் முக்கியத்துவத்தைக் குறைத்து விபூதியின் சாவை நிகழவிடாமல் தடுத்திருக்கலாமென்றும், ட்ரிஸ்ட்ராமேகூட கும்பெனி சர்க்காரிடமே இதைப் பற்றிச் சொல்லி முறைப்படியே தன் சந்தேகத்தைத் தீர்த்துக்கொண்டிருக்கக்கூடிய வழிகளை அவசரப்பட்டுக் கோட்டைவிட்டு விட்டானென்றும் கூறித் தன் அதிருப்தியை மட்டுமே முன்வைத்தபோது அந்தக் குற்றச்சாட்டுகளைத் தந்திரமாக ட்ரினிடிஹால் வகுப்பறைகளின் வாடையடிக்கும் தன்னுடைய தர்க்கவாதத்தால் பொருட்படுத்த அவசிய மற்றவையாக மாற்றிவிட்டு மீண்டும் மீண்டும் கொலையுண்டவனின் பால்ய சிநேகிதன் என்கிற ஞாபகத்தையே கௌடவிடம் தூண்டிவிட்டு விட்டகுறை தொட்டகுறையாக அவன் மனதினுள் புதைந்துகிடக்குமென்று தான் நம்பிய, விபூதியினுடைய மரணத்தின் மீதான உணர்வுபூர்வமான ஒரு சொல்லையாவது தன் மனநிலைக்குச் சாதகமாக வெளிக்கொணர்ந்து விட அவன் தன்னாலான முயற்சிகளையும் மேற்கொண்டான். ஆனால்

ஸ்ரீரங்கப்பட்டணத்து ராணுவப்பள்ளியின் முதல்நிலை மாணவர்களுள் ஒருவனான சொக்க கௌட கழிவிரக்கத்தின் பள்ளத்தாக்கை நோக்கிய ட்ரிஸ்ட்ராமினுடைய துரத்தல்களுக்குப் பிடிகொடுக்கவேயில்லை. குற்றவுணர்வின் விசும்பலோ பச்சாதாபத்தின் தழுதழுப்போ அவனுடைய பேச்சில் எங்குமே தென்படவுமில்லை. அவனுக்குத் தன் பறங்கி நண்பன் தன்னிடமிருந்து எதை எதிர்பார்க்கிறான் என்பது தெரிந்தேயிருந்தது. கடைசியில் அவன் விடைபெற்றுக்கொள்ளவிருந்த தருணத்தில் சொன்னான், விபூதிக்கும் என் தங்கைக்குமிடையேயிருந்த சிநேகம் எத்தனை இறுக்கமானதென்பது எனக்குத் தெரியும் ட்ரிஸ்ட்ராம், விபூதியினுடைய இருப்பு எங்கோ பசவியாக ஆண்களின் உதடுகளால் மேயப்பட்டுக்கொண்டிருக்கும் அவளுடைய தாபமாகி பல காலமாக அவளை உடலாலும் மனதாலும் நிம்மதியிழக்கச் செய்துகொண்டிருந்தது என்று நான் எப்போதுமே நம்பிக்கொண்டிருந்தேன், பால்ய சிநேகிதனுடைய, தன்னைத் துய்க்காத உடலின் நினைவு எந்த ஆணாலும் தணித்துவிட முடியாத விரகத்தீயாக அவளுடலை எரித்துக்கொண்டிருந்தது, அதன் ஜ்வாலை அலிகளைக்கூடக் கவர்ந்திழுத்து அவளுடைய இரவுகளை அவமானப்படுத்திக்கொண்டிருந்தது, என் தாயின் ஆசைக்கிணங்க என் தங்கையினுடைய பழைய உடைகளுக்குள் என் உருவத்தைக் குறுக்கி நுழைத்துக்கொண்டு என்னை அவளாக நடிப்பித்துக் காட்டும் போதெல்லாம் நான் அவளுடைய அந்த, பால்யத்தின் ஞாபகங்களுக்குள்ளும் யவ்வனத்தின் வெம்மைக்குள்ளும்தான் கூடுபாய்ந்துகொண்டிருந்தேன், அவற்றை வெளியே பாவனை செய்ய முடியாத அவித்தையில் உடைகளின் இறுக்கத்தைச் சொல்லி மூச்சுத் திணறிக்கொண்டுமிருந்தேன், அது விபூதியின் நிமித்தமாக உண்டாகி அவளைத் துன்புறுத்திக்கொண்டிருந்த காதல்நோய் என்பதும், அதே நோய்தான் விபூதியையும் கடைசிவரை பிரமசாரியாகவே வைத்திருந்தது என்பதும் எனக்குத் தெரியும், எனில், நியாயமாகவோ அநியாயமாகவோ, ஸ்வப்னஹள்ளியைப் போலவே விபூதியினுடைய உடலும் அழிந்துபோனது என்கிற செய்தி குஷ்டத் தோலைப் போல அவளுடைய தேகத்தின் மீது படர்ந்து மினுங்கிக்கொண் டிருந்திருக்கக்கூடிய பசலையின் அசிங்கமான ஜொலிப்பைத் தணித்து, ஆண்களின் அணுக்கத்தை நிறுத்தி, அவளை இனிமேலாவது அமைதிப் படுத்தும், விபூதியின் சாவு எந்தவொரு காரணத்தின்பாற்பட்டதானாலும் அது என் சகோதரியினுடைய ரகசிய விருப்பம், அவளின், உடல்களின் ஆக்கிரமிப்பிலிருந்து விடுபட்ட சுதந்திரத்தையும் நன்றியறிதலையும் நான் அந்தக் கொலையை நிகழ்த்தியபோது உணர்ந்தேன், நண்பா, விபூதியும் அதை அப்படித்தான் உணர்ந்திருப்பான், நிச்சயமாக.

கௌட மட்டுமன்று, விபூதியை அறிந்தவர்கள் அனைவருமே அவனுடைய துர்மரணம் தவிர்க்கவியலாத விதி என்றேதான் நம்பினார்கள். அடிமாட்டின் கதியைப் போல, மதம் மாறிய கணத்திலேயே அவர்களுடைய வாஞ்சையிலிருந்து தொலைந்துபோய்விட்ட அவனுடைய இறப்பு யாருடைய இரக்கத்தையும் சம்பாதிக்காத அனாதைச் சாவாக, ஓர் உலர்ந்த செய்தியாகவே ராயக்கோட்டையில் லவணர்கள் மூலமாகப் பரவியது. மாஜி ஸ்வப்னஹள்ளிவாசியான

அவனுடைய விதி அந்தவூர் அகதிகளின் உரையாடல் வெளியில் தன் உணர்வொழுக்கிற்குப் பயன்படும் உருக்கமான காட்சிகள் எதையேனும் விளைவிக்கும் என்கிற நிச்சயத்துடன் ட்ரிஸ்ட்ராம் தன் புறப்படலை அன்று பிற்பகல்வரை தாமதப்படுத்திவிட்டு அவர்களுடைய குடியிருப்புகளினூடே அலைந்துகொண்டிருந்தபோதும் அவர்களில் ஒருவர்கூட அந்தச் சாவைப் பற்றித் தங்களுக்குள்ளோ அவனிடமோ பெரிதாகப் பிரலாபிக்க முன்வரவில்லை. நடக்க வேண்டியவை யாவும் ஈஸ்வரன் கிருபையில் சரியாகவே நடந்துகொண்டிருக்கின்றன என்றார் ஒரு முதியவர் ஸ்வப்னஹள்ளியிருக்கும் வடதிசையை வெறிக்கப் பார்த்தபடி. செய்தியைக் கேள்விப்பட்ட கணத்திலேயே, ட்ரிஸ்ட்ராமைப் போலவே, கௌடவின் அறைப் பேச்சுகளை நினைவிற்குக் கொண்டுவந்து அவன்தான் அந்தக் கொலையைச் செய்திருக்கக்கூடுமென்பதை ஊகித்துவிட்ட பூசாரியும் பாதகர்களுடைய முடிவு இப்படித் தங்களுக்குள்ளேயே அடித்துக்கொண்டு சாக வேண்டுமென்பதாகத்தான் இருக்கும் என்று சொல்லி, அவனை நினைத்தோ அல்லது பசவியாக்கப்பட்ட சொக்க கௌடவின் தங்கையை நினைத்தோ உகுத்த இரண்டு சொட்டுக் கண்ணீருடன் சற்று அங்கலாய்த்துக்கொண்டதற்கப்பால், ட்ரிஸ்ட்ராம் கிருஷ்ணகிரி ஹசூரை அடைந்து தன் பயணத்தைப் பற்றி (காவேரிப் பட்டணத்திற்குச் செல்வதாக) க்ரஹாமிடம் அறிவித்துவிட்டுத் திரும்பிய பின், இரவுப்பொழுதில், குதிரையில் மல்லாபுரத்தை நோக்கி அவர்கள் விரைந்து சென்றுகொண்டிருந்த வழியிலெங்கும், அவன் எவ்வளவோ துருவிக்கேட்டும், அதைப் பற்றி மறுபடி ஒரு வார்த்தைகூடப் பேசவேயில்லை. வேறொரு சூழலாயிருந்தால் அவன் அதைப் பற்றிய தன்னுடைய உண்மையான உணர்வுகளைச் சற்றே விஸ்தாரமாக வெளிப்படுத்த முன்வந்திருப்பானோ என்னவோ. ஆனால் அந்த வேளையில் அவனை அதில் அதிக சிரத்தையெடுத்துக்கொள்ள அனுமதிக்காதபடி அவன் புத்தியை வேறு விஷயமொன்று ஆக்கிரமித்துக்கொண்டிருந்தது, துயிலார்களின் கற்பனையான நீலவேணியின் பாதையைப் பிதிர் சஞ் சார மார்க்க போதினியென்கிற பிராமண ஏட்டின் பெயரால் தன்னுள் மறைத்துவைத்திருக்கும் சுல்தானின் நூலகத்தை நோக்கி, அது தன்னுடைய சரஸக் கற்பனையென்கிற சம்சயத்துடன் பறங்கியானான ட்ரிஸ்ட்ராமும், மீறப்பட்டுவிட்ட தாண்டவனின் ஆதியாணை என்கிற முடிவுடன் தானும் இரு வேறு புள்ளிகளிலிருந்து, அணுகிக்கொண்டிருப்பதை அவன் மனம் முதலிலிருந்தே விரும்பாதிருந்தது, அவன் ஸ்ரீரங்கப்பட்டணத்தை அடைவதற்கு முன் ட்ரிஸ்ட்ராமின் பார்வையைத் தன் நோக்கத்தை நோக்கி வளைத்துவிட வேண்டுமென்று விரும்பினான். இந்திய நிலங்களில் கதைகளுக்கிருக்கும் முக்கியத்துவம் ஏற்கெனவே பல சந்தர்ப்பங்களில் பல பேரால் தனக்கு அறிவுறுத்தப்பட்டிருப்பதாக (குறிப்பாகப் பிச்சையா பிள்ளையின் கேள்வி) ஏற்கெனவே, அவர்களிருவருடைய நட்பு பலப்பட்டு வந்த கடந்த ஒரு மாத காலத்தில், ட்ரிஸ்ட்ராம் அடிக்கடி அவனிடம் சொல்லியிருந்ததால், வழியெங்கும் அவன் கவனம் முழுவதும் விபூதியின் மரணத்தையோ வேறு விஷயங்களைப் பற்றியோ பேசிக்கொண்டிருப்பதைத் தாண்டி தாண்டவராயன் கதையை ட்ரிஸ்ட்ராமின் மனதில் ஆழப்

பதியும்படி எடுத்துச்சொல்லி, நீலவேணியின் பாதை தேடப்பட்டுக் கடவுளின் ஆணைப்படி அழிக்கப்பட வேண்டியதன் அவசியத்தை அவன் தெரிந்துகொள்ளும்படியும், அந்த முயற்சியில் தனக்கு உதவி செய்வதற்காகவே அந்தப் பயணத்தை மேற்கொண்டிருப்பதான உணர்வை அவன் தானாகவே அடையும்படியும் செய்வதிலேயே குவிந்திருந்தது. இந்தப் பிரயத்தனத்தில் அவன் சன்னதம் கொண்ட தருணங்கள் கதையை வசனத்திற்கும் அதன் மூலப் பாடல் வடிவத்திற்கும் மாற்றிமாற்றி அலைக்கழித்தபோது அது அவன் விரும்பியபடியே ட்ரிஸ்ட்ராமை வேறு சிந்தனைகளிலிருந்து பறித்தெடுத்துத் தன்னிடமே தக்கவைத்துக்கொள்ளும் வேகத்தைக் கொண்டதாயுமிருந்தன. எனவே தன்னுடைய ரகசியத் துக்கத்தைப் பகிர்ந்துகொள்ள இன்னொரு குரலைக் கடைசிவரை கண்டடையாமலேயே போய்விட்ட ட்ரிஸ்ட்ராம் வேறு வழியின்றித் தன் முன்னோனின் பண்டிதம் சுல்தானின் நூலகத்தில் தூங்குகிறதென்று நம்பிய விபூதியினுடைய ஆத்ம சாந்தியையும் சேர்த்து வேண்டியதாகவே பிதிர் சஞ்சார மார்க்க போதினியைத் தேடிய தன் பயணம் அமையட்டுமென்று கிறிஸ்த்துவிடம் பிரார்த்தனை செய்து கொள்வதோடு தன்னைத் தேற்றிக்கொண்டான். (ஆமென்).

சக்தியின் சரச வியர்வையிலிருந்து பிறந்த குதிரையே அத்தனை மகத்துவம் உடையதாயிருந்ததென்றால் அவள் கைகளால் சிவ சுக்கிலத்தைத் திரட்டி வனைந்த மனிதக் குழந்தையின் சிறப்பைப் பற்றிக் கேட்க வேண்டுமா, குரூபியாய் அவதரித்த தாண்டவனைப் பார்க்காத பெண்களெல்லாம் கோணய்யனின் அழகில் மயங்கி அவனை அள்ளியெடுத்துக் கொஞ்சினார்கள், அவன் கண்ணனைப் போல பெண்களின் லட்சியக் குழந்தையாக இருந்தான், எந்த வீட்டினுள்ளும் எந்த நேரத்திலும் நுழையவும் வஸ்துகளைக் கைப்பற்றவும் அவனுக்கு உரிமை இருந்தது, அவன் நீலவேணியோடு பரிமாறிக்கொள்ளும் பேச்சுகளைக் கைப்பற்றுவதில் ஸ்திரீகளுக்குமே அபாரப் பிரேமை யிருந்தது, ஏனெனில் நீலவேணி அவர்களின் பொறாமைக்குப் பாத்திரமான பெண் ஜென்மமாயிருந்தாள், வண்டியில் சவாரிசெய்யும் ஆண்கள் அதன் படிகளில் கால்வைத்து ஏறும் பாணியிலிருந்தும் உட்காரத் தேர்ந்தெடுக்கும் மூலைகளிலிருந்துமே அவர்களுடைய அகபுற லட்சணங்களைக் கணிப்பவளாயும், அதை கோணய்யன் மாத்திரமே அறிந்த பரிபாஷையில் அவனுக்குச் சொல்பவளாயும் இருந்தாள், கோணய்யனுக்குப் பட்டணங்களில் இருக்கும் அத்தனை ஆண்களின் அம்மணமும் ஆயுசும் அத்துப்படி, அதை அவனுடன் பேசித் தெரிந்துகொள்ளும் பெண்கள் ஆண்களைத் தேர்ந்தெடுக்கவும், நிராகரிக்கவும் வலுப் பெற்றவர்களாகியிருந்தார்கள், குரூபியான தாண்டவராயனின் அண்மை நீலவேணியின் மீது சவாரிசெய்யும் விருப்பத்தைத் தடுத்திருந்ததைப் போலவே தூமையைக் கசியவிடும் பெண் ஜென்மங்களை நீலவேணி சுமக்க அனுமதிப்பதைத் தாண்டவராயனும் தகுதிக் குறைவாக நினைத்ததால் பெண்கள் நீலவேணியின் பாதையை ஸ்தூலமாக அனுபவித்து அறியாதவர்களாயிருந்தாலும் கோணய்யனின் விவரணைகளால் அதை மனதால் முற்றிலும் அறிந்தவர்களாயும், கற்பனையால் மேலும் உருப்பெருக்கித் தீர அனுபவிப்பவர்களுமா

யிருந்தார்கள், அவர்கள் கோணய்யன் மூலமாகவே நீலவேணியின் மொழியைக் கற்றுக்கொண்டார்கள், ஆனால் அதன் எசமானன் மீதிருந்த அச்சத்தால் ஒருபோதும் அதனுடன் நேரடியாகப் பேச அச்சப்பட்டார்கள், கோணய்யனை ஸ்பரிசித்து நீலவேணியின் கைகளால் தொட்டார்கள், கோணய்யனைப் பார்த்து நீலவேணியின் பாஷையில் ஆண்களைக் கேலிசெய்து சிரித்துக்கொண்டார்கள், அவற்றில் நீலவேணியின் ஹேஷ்யங்களை உறுதிசெய்யும் சம்பவங்கள் இருந்தன, கோணய்யன் நீலவேணியிடம் அவற்றைச் சொல்லிச்சொல்லிச் சிரித்தான், நீலவேணியும் கோணய்யனை உரசியுரசி பெண்களையும் அவர்களுடைய பாஷைகளையும் அறிந்துகொண்டது, பெண்களுக்கென்று, மனிதகுலத்திற்குப் பொதுவான, லிபிகளால் கறைப்படாத, கற்பனையான பரிபாஷை ஒன்றிருக்கிறதை நீலவேணியும் கோணய்யனும் பாரமஹாலின் பன்னிரண்டு தேசத்துப் பெண்களும் சேர்ந்து கண்டுபிடித்தார்கள், மனிதருக்கும், மனிதரல்லாத மிருக, பட்சி, தாவரயினங்களுக்கும் பொதுவான அந்தப் பாஷையோ எப்போதும் ஆண்களைக் கேலிசெய்துகொண்டேயிருந்தது, பெண்களின் உலகில் கோணய்யன் ஒருவனே ஆணாயிருந்தான், அந்த ஆண் எப்போதும் முலைப்பாலால் நீராட்டப்பட்டு, யோனியால் தலை துவட்டப்படும் ஒரு குழந்தை, நதிப்படுகைகளில் தாண்டவராயன் கோணய்யனுடனும் நீலவேணியுடனும் ஆரவாரமாகப் பேசிச் சிரித்தபடி குளித்துச் சிதறடித்த நீர் தானியங்களாக ஒவ்வொரு வீட்டின் குதிர்களையும், ஒவ்வொர் உயிரின் வயிற்றையும் நிரப்பியது, அவன் குரல் வருடத்தின் எந்தப் பருவத்திலும் வறட்சி பாரமஹாலை அண்டிவிடாதபடி ஒரு போர்வையாக அதன் மேல் விரிந்து படர்ந்திருந்தது, தாண்டவன் சக்தியின் சேலையைத் தன் உடல்மீது கண்கள் மட்டும் தெரியச் சுற்றியணிந்தபடி கூண்டுவண்டியின் முகப்பில் நின்றுகொண்டு சுழன்றோடும் தானியங்களின் நிலமாகவே அதைப் பாரமஹாலெங்கும் விரட்டிக்கொண்டிருக்கிறார், அவர் வண்டியோட்டி மட்டுமன்றுவே, பட்டணங்களின் நியமிக்கப்படாத காவல்காரனுமல்லவா, பன்னிரண்டு பட்டணங்களின் ராஜாக்கள் பொறாமையையும் நிம்மதியான உறக்கத்தையும் ஒருசேர அடையும்படி அவர் ஊர்களைப் பரிபாலிக்கிறார், அவற்றில் கொலைகளில்லை, கொள்ளைகளில்லை, அவருடைய குரூபத்தை மறைத்திருக்கும் அம்மையின் சேலையே பெண்களின் அழகையும் மறைத்திருப்பதால் காமுகர்களின் கண்களில் அவர்களுடைய அம்மணம் தென்படுவதில்லை, அப்படிச் சேலையின் வழியே தாண்டவனின் குரூபம் பெண்களின் அம்மணமான போது அவர் கருணையின் முலைப்பால் பெருகி வழியும் ஆணாகிறார், அது பட்டணங்களின் மீது சுரக்கும்போது சுபிட்சம் யுகங்களின் எல்லையை அறுத்தெறிகிறது, கலியுகம் கிருதயுகமாகி, கிருதயுகம் துவாபரயுகமாகி, துவாபரயுகம் திரேதாயுகமுமாகிறது, பெண்களின் கேலியால் துலக்கப்பட்ட புருஷர்கள் புராணத்தன்மை பெறுகிறார்கள், காலத்தின் எல்லைகளைக் கரைத்துவிட்ட தாண்டவனும் சாபத்தின் நினைவையும் தன் பூர்வாசிரமத்தையும் அடியோடு மறந்துபோய் ஊராரின் கற்பனையில் பொங்கும் மகோன்னத சுபிட்சத்தின் கர்த்தராகத் தன்னிரு மிருக, மனிதக் குழந்தைகளுடன் முக்தியைப் பற்றின நினைவின்றி இப்படியாக நாட்களைக் கழித்துக்கொண்டிருக்கிற வேளையிலே சாபச்

சரித்திரத்தின் இறுதிச் சர்க்கம் உடைகளை விழுத்துப்போட்டுவிட்டுத் தன்னை அறைக்குள் அடைத்துக்கொண்டுவிட்டிருந்த உமையின் மனதில் தன் குழந்தையை மார்புற அணைத்துக் கொஞ்சும் ஆசையையும், தோழனுடன் பேசி அவனுடைய அனுபவங்களைக் கேட்டு மகிழும் விருப்பத்தையும், சகியின் பாராமுகத்தினால் வாடிப்போயிருந்த ஈசனின் மனதில் பொறுமையின்மையையும், காமத்தையும், நந்திதேவர் மீதான கரிசனத்தையும், சாபம் தீர்க்கப்பட வேண்டிய காலம் நெருங்கிவிட்ட தென்கிற பிரக்ஞையையும் தூண்டியது, அவர் தன் அர்த்தநாரியிடம் அவள் விருப்பமென்னவென்று கேட்க அவளும், மகனும் தோழனும் முக்தியடைந்து சாபவிமோசனம் பெறும் முன் அவர்களுடைய பராக்கிரமத்தையும் துயரத்தையும் பூவுலகில் என்றென்றும் பிரசித்தப்படுத்தும்படியான சவால்களும் கஷ்டங்களும் அவர்களைச் சூழ வகைசெய்ய வேணுமென்று கேட்டுக்கொண்டாள், சிவனும் கோணய்யன் கூட இருக்கும்வரை தாண்டவனுக்கு முக்தியைப் பற்றின நினைவு திரும்பாதாகையால் முதலில் கோணய்யனுடைய பெருமைகளைப் பூலோகத்திற்குத் தெரியக் காட்டி அவனை திருக்கைலாயத்திற்கு அழைத்துக்கொள்வதென்று முடிவுசெய்து தன் பூதகணங்களை ஏவி இரண்டு திருவிளையாடல்களை நிகழ்த்தினார், அந்த இரண்டில் ஒன்று கோணய்யன் காற்றுப்புலியைக் கூண்டிலடைத்தது.

அஃதெப்படியென்றால் எம்பெருமான் தன் பூதகணங்களிலொன்றை அழைத்து அதை ஒரு கொடும் புலியாக்கி, மலைத்தொடரின் மேற்கிலும் கிழக்கிலும் ராயருடைய பட்டணங்களிருந்த நாளையிலே அதை அங்கே அனுப்பி வைத்தார், அந்த மாயப்புலியும் மனிதர்களின் கண்களுக்குப் புலப்படாதபடி தன் சொரூபத்தைக் காற்று வடிவாகச் சமைத்துக்கொண்டு குடிகளின் கால்நடைகளையெல்லாம் களவாடித் தின்றுதீர்த்தது, பெரிய பாதங்களால் வயல் முழுக்க நடந்து பயிர்களைத் துவம்சித்தது, இடியைப் போல உறுமி அச்சத்தை விஷ மழையாக நிலங்களின் மேல் வர்ஷித்தது, தேசம் முழுவதிலும் அதன் பாதச்சுவடுகளைக் குழிகுழியாகப் பார்த்தவர்களிருந்தார்களேயொழிய, ராயரின் ஆலோசனையின்படி பாளையக்காரர்கள் அத்தனை பேரும் புலியை உயிருடனாவது அல்லது சவமாகவாவது இழுத்து வருபவர்களுக்கு அவர்களுடைய இரண்டு தலைமுறைக்குப் போதுமான பொன்னைப் பரிசாகத் தருவதாக அறிவித்தபோது, அதைக் கண்ணால் கண்டவர்களும், அது தோன்றி மறையும் திக்குகளை அறிந்தவர்களும் தேசத்திலெங்காவது இல்லாதிருந்தார்கள், புலியைக் கண்டுபிடித்துக் கொண்டுவரும்படி வீட்டுப் பெண்களால் வற்புறுத்தப்பட்டு காட்டுக்குள் நுழைந்தவர்களும் கண்ணில் படும் புலிகளையெல்லாம் வீட்டு மிருகங்களாகக் கண்டு கண்ணில் படாத புலியைத் தேடி அலைந்துகொண்டிருந்தார்கள், உழுவதற்கும் உரமிடுவதற்குமாக வளர்ந்துகொண்டிருந்த கால்நடைகளோ மாயப்புலியாகக் காற்றில் கரைந்து நாடு எதிர்கொள்ளவிருக்கும் பஞ்சத்தை முன்னறிவித்துக்கொண்டிருந்தன, பிறகு ராயரே பரிசுத் தொகையை இரட்டிப்பாக்கி, பக்கத்துத் தேசத்தவர்களெல்லாம் கிறுக்கர்களின் சமஸ்தானம் என்று சொல்லி நகைக்கும்படி, நாடு முழுவதிலும் பார்வைக்குப் புலப்படாத எதையோ காற்றில் தேடித்தேடிப் பொம்மைகளைப் போல தலையை இடவலமாயும் மேல்கீழாயும் ஆட்டியபடியே சாலைகளின்

மேல் நடந்து போய்க்கொண்டேயிருக்கும் அரைக்கிறுக்குப் பிடித்த குடிமகன்களை ஏராளமாக உண்டாக்கிவிட்டார், லட்சியத்தின் பிம்பத்தை நீரில் கண்டு லட்சியத்தின் மேல் அம்பெய்த அர்ச்சுனனைப் போல புலி இருப்பதான அடையாளங்களைக் கண்டு புலியின் இடத்தை அடைய சில அரைப்புத்தியுள்ள பெண்கள் முயற்சி செய்தபோது புலியைப் பற்றின ரகசியக் கதைகளும் கூடவே தங்களுடைய அபாயகரமான தடங்களை நிலவெளியில் பதிக்கத் தொடங்கின, அது குழந்தைகளை ஒன்றும் செய்வதில்லையென்றும், திருமால்வாடியில் அது வருவதாக நம்பப்பட்ட வழியில் யாரோ ஒரு பெண் மறதியாகப் போட்டுவிட்டு வந்துவிட்ட ஒரு கைக்குழந்தை அவள் வீட்டிற்கு வந்துசேர்வதற்கு முன்பே தொட்டிலில் சேர்க்கப்பட்டுவிட்டதற்குக் காரணம் மாயப்புலிதானென்றும் ஒரு கதை அப்போது நிலவியது. சென்னப்பட்டணத்தில் தூய வெண்ணிறமுள்ள பசுக்கள் தாங்களாகவே முன்வந்து புலியைத் தேடிப்போய் அதன் வயிற்றினுள் தங்களைக் கரைத்துக்கொண்டுவிடுகின்றன என்றும், வெள்ளைப் பசுக்களின் கண்களுக்கு மாத்திரம் புலியின் உருவம் தெள்ளெனத் தெரிகிறதென்றும் இன்னொரு கதையும் மலையைக் கடந்துவருபவர்களால் சொல்லப்பட்டது, ஜக்கசமுத்திரத்தில் அதிகாலைப் பொழுதிலும் பின்மாலைப் பொழுதிலும் மயங்கிக் கிடக்கும், கருத்த மேகங்கள் வரியிட்ட செந்நிற வானத்தில் தன்னுடலைக் கரைத்தபடி அது எங்கேனும் ஓசை எழுப்பாமல் வந்து இறங்குகிறதா என்று வானத்தை உற்றுப்பார்த்துக் கண்டுபிடிக்க முயன்ற பெண்களுடைய வீட்டுப் புழக்கடைப் பக்கமாக அது நுழைந்தும் அவர்களுடைய கண்களுக்குத் தன்னை அவர்களுடைய புருஷனாயும், புருஷனுடைய கண்களில் தன்னை அவர்களுடைய பெண்டுகளின் கள்ளப்புருஷனாயும் காட்டிக் குழப்பத்தை ஏற்படுத்தி வீடுகளில் சச்சரவை உண்டாக்கித் தன்மீதான கவனத்தைத் திசைதிருப்பிவிட்டுவிடுகிறதெனவும்கூட கதைகள் நடமாடிக் கொண்டிருந்தன. இதன் விளைவாக, துவங்கிவிட்டிருந்த வயிற்றுப் பஞ்சத்தோடு ஆண்கள் அத்தனை பேரும் ஒருவரையொருவர் தன் மனைவியின் கள்ளப்புருஷர்களாயும் பெண்கள் தங்கள் கணவர்களை அந்நியர்களாயும் பார்க்கும் புத்திப் பஞ்சமும் வந்துதொலைந்தது, பிறகு ராயர் தன் பரிசுத் தொகையை மூன்று மடங்காக உயர்த்தி கூடவே தன்னுடைய நேரடி ஆளுகைக்குட்பட்ட சமஸ்தானங்களிலொன்றான சூலகிரியைப் பரிசாகத் தருவதாயும் அறிவித்தார்.

மன்னருடைய பரிசுத் தொகையாலும், புலியைப் பற்றின பீதியாலும் நாடு இந்தவிதமாக அல்லோலகல்லோலப்பட்டுக்கொண்டிருந்த சமயத்தில் தாண்டவராயனும் அவனுடைய இரண்டு பிள்ளைகளும் நிச்சலனமான ஸ்திதியில் எப்போதும்போல் நதிநீராடியும் கூடிக்குலாவியும் உண்டுகளித்தும் ஆனந்தமாக, அதற்கும் தங்களுக்கும் சம்பந்தமில்லாதவர்களாய் இருந்துவரும் ஒருநாளில் தாண்டவராயன் கோணய்யனைப் பார்த்து மாயப்புலியை இத்தனை வீரர்களும் அறிவாளிகளும் நிறைந்த தேசத்தில் எவனாகிலும் பிடிக்க முடியாமல் திணறுவதன் காரணமென்ன என்று கேட்டார், அதற்குக் கோணய்யன் நீலவேணியின் உடலை வைக்கோலால் தேய்த்துவிட்டுக்கொண்டே, வெவ்வேறு காலங்களில் உறங்குபவர்கள் வெவ்வேறு இடங்களில் விழித்தெழுகிறார்கள் என்பதை மனிதர்கள்

புரிந்துகொள்ளாததே காரணம் என்று பதில் சொன்னான், தகப்பனும் பிள்ளையும் இப்படிப் பேசிக்கொண்டிருப்பதைக் கால் கழுவும்பொருட்டுத் தற்செயலாக ஆற்றங்கரைக்கு வந்துசேர்ந்த ராயரின் மந்திரி மறைந்திருந்து கேட்டுவிட்டு இதென்ன இந்தச் சிறு குழந்தை இப்படிப் பேசுகிறதே என்று அதிசயப்பட்டு கோணய்யன் சொன்ன பதிலைத் திரும்பப்போய் மன்னரிடம் அப்படியே ஒப்பித்தார், மன்னரும் அந்தப் பதிலை இரண்டு நாட்கள் சிந்தித்த பிறகும் அதன் உட்பொருள் விளங்காமல் காவலர்களை அனுப்பி தாண்டவனையும் கோணய்யனையும் சபைக்கு வரவழைத்தார், வந்ததும் அவர்களை வரவேற்று உபசரித்து இரண்டு நாட்களிரவில் தன்னைத் தூங்கவிடாது அலைக்கழித்த வாசகத்தைச் சொன்னவனின் மழலையைக் கண்டு மேலும் அதிசயப்பட்டு அவன் தன் தகப்பனிடம் ஏன் அந்த வாசகங்களைச் சொன்னான் என்று கேட்டார், புறப்படுமிடமென்றும் போய்ச் சேருமிடமென்றும் இரண்டு ஸ்தூலமான லட்சியங்களை அடைய கற்பனையான பாதையை நீலவேணி எப்போதும் தேர்ந்தெடுப்பதைத் தான் அறிந்திருக்கிறபடியால் அதைச் சொன்னதாகக் கோணய்யன் மறுமொழி பகன்றான், ராயர் இன்னுங்கூடுதலாகக் குழப்பமுற்று புரியும்படியாக இதை விளக்க வேண்டுமென்று வேண்டிக்கொண்டார், கோணய்யனும் நீலவேணியின் விநோதப் பாதையை அறிய விரும்புபவன் கூண்டு வண்டியிலேறிக்கொண்டு அதனுலகிற்குள் புகுந்துவிட வேண்டுமென்பதே விதியாக இருப்பதைப் போல, கண்ணுக்குப் புலப்படாத நேரங்களில் வேறோர் உலகிலிருக்கும் புலியைக் காண நிஜவுலகை விடுத்துச் செல்ல வேண்டுமென்பதைத்தான் நான் என் தகப்பனிடம் சொல்லிக்கொண்டிருந்தேனென்று தன் உரையாடலின் அர்த்தத்தை விளக்கினான், மன்னர் திடுக்கிட்டு ஆனால் நீலவேணி கடக்கும் பாதைகளின் துவக்கத்திலும் முடிவிலும் ஸ்தூலமான இரண்டு இடங்கள் இருப்பதாலல்லவோ ஜனங்கள் அதில் ஏறியிறங்கச் சம்மதிக்கிறார்கள், புலியின் உலகிற்குள் பிரவேசிக்க நிஜவுலகை விடுப்பவன் மீண்டும் ஒரு நிஜத்தில் கால்கொள்வதற்கு உத்தரவாதமென்ன இருக்கிறது என்று விசனத்துடன் கேட்டார், பழக்கமான முகங்களையும் இடங்களையும் நிஜமென்றும், பழக்கப்படாத முகங்களையும் இடங்களையும் கற்பனையென்றும் மனிதர்கள் புரிந்துகொள்ளப் பழக்கப்பட்டுவிட்டார்கள், பழக்கப்பட்ட மனிதர்களையும் இடங்களையும் பரந்தாமனின் கற்பனையென்று தெரிந்துகொள்ளும்போதுதான் தன்னை ஞானியாயும் கதை சொல்லியாயும் பராக்கிரமசாலியாயும் மனிதன் உணர முடியும், இதைக் கேட்ட, எதிரிகளையும் பெண்களையுமே தன் பராக்கிரமத்தை அறிவிக்கும் முரசுகளாகப் பாவித்துப் பழக்கப்பட்டிருந்த மனிதஜென்மங்களில் ஒருவரான ராஜன் தானும் புலியின் மாயவுலகிற்குள் நுழையப் பயந்துகொண்டு ஜனங்கள் அவதிப்படுவதை கோணய்யனிடம் எடுத்துச்சொல்லி அதைப் பிடிக்க வேறு மார்க்கமுண்டா என்று கேட்டார், கோணய்யனும், இடங்களைக் காலத்தை மயக்கியும், காலத்தை உறக்கத்தைக் கொண்டும், உறக்கத்தை ஒரு பொறியாயும் சிருஷ்டித்தால் மாயப்புலியைப் பிடிக்கலாம் என்றான், நிஜ உலகை விடுத்து மாய உலகிற்குள் மனிதர்கள் செல்ல விரும்பாதபோது நிஜ உலகிற்குள் மாய உலகை சிருஷ்டித்துக்கொள்வதும் பராக்கிரமச் செயல்தான், மன்னர்

அந்த வழியைச் சொல்லும்படி கேட்க கோணய்யன் சொல்வான், நிஜத்தில் தோன்றாத மாயப்புலியைப் பிடிக்க மாயத்தில் தோன்றாத நிஜத்தை நாம் சிருஷ்டிப்பதென்பது பராக்கிரமம், ஞானம் மற்றும் கதைகளின் இன்னொரு லட்சணம் என்றான், அதைக் கேட்ட மன்னர் சந்தோஷப்பட்டு, அப்படியானால் அதை உடனே முயற்சிசெய்து புலியைப் பிடித்து தேசத்தைப் பீதியிலிருந்தும் பஞ்சத்திலிருந்தும் மீட்டுத் தரும்படி கோணய்யனை கேட்டுக்கொண்டார், கோணய்யனும் அதற்குச் சம்மதித்து புஜபராக்கிரமத்திற்கு அந்தப் பாதையில் அவசியமேதுமில்லாததால் பாடை கட்டுவதில் தேர்ச்சியுற்றவர்களான வெட்டியான்கள் பத்துப் பேரை நீண்ட மூங்கில் கழிகளுடனும், மூங்கில் பிளாச்சுகள் மற்றும் பிரிக்கயிற்றுச் சுருளுடனும் தன்னுடன் அனுப்பிவைக்கும்படி ராயரை வேண்டினான், அவரும் கேள்விகளேதும் கேட்காமல் கோணய்யன் கேட்டுக் கொண்டபடி ஆட்களையும் வலுவான மூங்கிற்கழிகளையும் கயிற்று மூட்டைகளையும் கொடுத்தனுப்பினார், நீலவேணியின் எஜமானனாக, கலியுகத்தைச் செழிப்பாக்கி அனுபவித்துக்கொண்டிருந்த, தன் பூர்வாசிரமத்தை மறந்து மந்தபுத்தியைக் கொண்டிருந்த தாண்டவராயன் தன் குழந்தையை வெகு ஆச்சர்யத்துடன் பார்த்துக்கொண்டிருக்க, சனத நதிக்கரை மேல், இப்போது இரட்டைச்சாமி கோயில்கொண்டிருக்கும், வனத்தின் முகப்பையே தன் நிலமாகத் தேர்ந்தெடுத்த கோணய்யன் வெட்டியான்களைப் பிணத்தைப் பாடையுடன் கட்டும் பாசம் மற்றும் நாபி வகை முடிச்சுகளைப் பயன்படுத்தி பெரிய மூங்கில் கூண்டொன்றைக் கட்டும்படி பணித்தான், அந்தக் கூண்டின் வடிவமோ யாரும் எங்கும் எப்போதும் கண்டிராதவொரு விநோதம்,

அவர்கள் நதிக்கரையில் அறுபதடிக்கு அறுபதடி விஸ்தாரமுள்ள மணற்பரப்பைச் சதுரமாகக் குறித்துக்கொண்டார்கள், அந்தச் சதுரத்தின் மேற்புறம் பத்தடிகளையும் கீழ்புறம் பத்தடிகளையும் விட்டுவிட்டு அறுபதடி நீளமும் நாற்பதடி அகலமுள்ள பெரிய செவ்வகக்கூண்டொன்றை வடக்குத்தெற்காக மூங்கில்களை உடைத்துக் கட்டினார்கள், அந்தக் கூண்டை நீளவாக்கில் மேற்புறம் இருபதடிகளும் கீழ்புறம் இருபதடிகளும் இருக்கும்படி சமமாக மேலும் மூங்கில்களால் வகிர்ந்து, அதை அறுபதடி நீளமும் இருபதடி அகலமுமான இரண்டு கூண்டுகளாகப் பிரித்தார்கள், இதைத் தயார்செய்த பிறகு சதுரப்பரப்பின் கிழக்குத் திசையில் இரண்டு புறங்களிலும் முப்பதடிகள் பிரித்து நடுவிலிருந்து துவங்கி நான்கு வரிசை மூங்கில் குழாய்களால் அறுபதடி நீளத்திற்கு, அடிப்புறம் அறுபதடி அகலமிருப்பதாக, மேற்கு நோக்கி இறங்கயிறங்க விரிந்துகொண்டே செல்லும்படியான, வடக்குத்தெற்காக ஏற்கெனவே கட்டப்பட்டிருந்த இரண்டு செவ்வகக் கூண்டுகளின் நடுப்பகுதியை குறுக்காக வெட்டிச்செல்லுமாறும், மேலிருந்து பார்ப்பதற்கு வாளால் செருகப்பட்ட உடலொன்று தரையில் விழுந்துகிடப்பதைப் போல பொறியின் லட்சணம் தோன்றுமாறும் முக்கோண வடிவில் மூன்று கூண்டுகளை அமைத்தார்கள், இவ்விதமான அமைப்பினால் அவர்களுக்கு மூங்கில் குழாய்கள் ஒன்றையொன்று குறுக்கு நெடுக்காக வெட்டி உண்டாக்கிய பதினாறு அறைகளைக் கொண்ட இரண்டு பெரிய கூண்டுகள் கிடைத்தன, அந்தக் கூண்டுகளின் உயரம் பதினைந்தடியாக

இருந்தது, ஓரடிக்கு ஒரு மூங்கிற்கழியென்று பதினைந்து கழிகளால் அவற்றின் சுவர்கள் எழுப்பப்பட்டிருந்தன, மேற்புறம் மூடியிராமல், அதன் வழியே வானம் மறைக்கப்படாமல் தெரிகிறபடிக்கு அது இருந்ததால் உள்ளே நுழைபவருக்குக் கூண்டுக்குள் இருப்பதான அடைபட்ட உணர்வு உண்டாகாது, இந்த அமைப்பைச் செய்த பிறகு கோணய்யன் முக்கோணக் கூண்டின் உச்சியிலிருந்து துவங்கிய மூன்று கூண்டுகளில் தென்புற அறையில் துவங்கிப் பதினாறு கூண்டுகளையும் எண்களால் குறித்துக்கொள்ளும்படி பணியாட்களை வேண்டினான், அவர்களும் அவ்விதமே நடந்துசெல்லும் பாதையாக வரும்படி அவற்றை எண்களால் குறித்துக்கொண்டார்கள், அந்தப்படிக்கு உச்சியில் இருக்கும் முக்கோண அறையானது எண் ஒன்றால் குறிக்கப்பட்டது, அங்கிருந்து மேற்காக நகர்ந்தால் அடுத்த அறை இரண்டு, அதற்குத் தென்புறமிருக்கும் அறை மூன்று, மூன்றாவது அறையின் மேற்குப்புறமிருப்பது நான்கு, அதன் வடதிசையில் எண் ஐந்து, அங்கிருந்து மீண்டும் மேற்குப்புறம் இறங்கினால் ஆறு, ஆறுக்கு வடப்புறம் ஏழு, ஏழுக்கு வடப்புறம் எட்டு, எட்டிலிருந்து கிழக்காக மேலேற ஒன்பது, ஒன்பதின் வடக்குத் திசையில் பத்து, பத்திலிருந்து மறுபடி கிழக்காக மேலேறப் பதினொன்று, பதினொன்றாவது அறையின் தென்புறம் பன்னிரண்டாவது அறை, அதற்குக் கிழக்கே பதின்மூன்றாவது அறை, அதன் தென்திசையில் பதினான்காவது அறை, பதினான்கிலிருந்து மேற்காக இறங்கினால் பதினைந்தும், அங்கிருந்து பின்னும் மேற்கே இறங்கினால் பதினாறும், அவ்விதமாக முக்கோணத்தின் வடக்கு உச்சியிலிருந்து மேற்கு நோக்கி நேராக நடந்தால் வரும் அறைகள் பதின்மூன்று, பன்னிரண்டு, ஒன்பது, எட்டு என்பதாயும், நடு உச்சியிலிருந்து நடந்தால் வரும்படி அறைகள் பதினான்கு, பதினைந்து, பதினாறு, ஏழு என்பதாயும், தென்புற உச்சியிலிருந்து நடந்தால் வருபவை ஒன்று, இரண்டு, ஐந்து, ஆறு என்பதாயும் இருந்தன, அவ்வாறே செவ்வகத்தின் வடக்கு மூலையின் கிழக்குப்புற அறையிலிருந்து தெற்காக நடந்தால் வருபவை பதினொன்று, பன்னிரண்டு, பதினைந்து, இரண்டு, மூன்று என்றபடியும், மேற்குபுற அறையிலிருந்து தெற்காக நடந்தால் வருபவை பத்து, ஒன்பது, பதினாறு, ஐந்து மற்றும் நான்காம் அறைகள் என்றபடியுமிருந்தன, இதற்குப் பிறகு கோணய்யன் வெட்டியான்களைக் கொண்டு வெளியிலிருந்து பதின்மூன்று, பதினான்காம் அறைகளின் வழியே கூண்டுகளுக்குள் நுழையும்படி தனித்தனியே கிழக்குத்திசையைப் பார்த்து இரண்டு சிறிய வாசல்களை அமைக்கச் செய்தான், பிறகு ஒவ்வொரு கூண்டிலிருந்தும் குறிப்பிட்ட சில கூண்டுகளுக்குள் நேர்பாதையில் செல்லும்படி சிறுசிறு திறப்புகளையும் கட்டச்செய்தான், அவற்றுக்குக் கதவுகள் கிடையாது, முக்கோணத்தின் உச்சியிலிருந்து அதன் அடிப்பகுதியை நோக்கிச் செல்லும் கூண்டுகளின் நுழை வழி குறுகலாயும் வெளியேறும் வழி சற்று அகலமானதாயுமிருக்கும், அப்படியானால் அடிப்பகுதியிலிருந்து உச்சியை நோக்கித் திரும்பும்போது நுழையும் வாசல் அகலமாயும் வெளியேறும் வாசல் குறுகலாயுமிருக்கும், ஆனால் செவ்வகக் கூண்டின் ஒரு புறமிருந்து இன்னோர் அறைக்குச் செல்லும் வாசல்கள் ஒரே அளவினதாகவே இருக்கும், இந்த வரிசையில் வாசல்கள் அமைக்கப்பட்ட கூண்டுகளும் வாசல் முறைகளும், கூண்டின்

வெளிப்புறத்தைப் பூஜ்யமென்று வைத்துக்கொண்டால், பூஜ்யத்திலிருந்து பதின்மூன்றுக்கு, பதின்மூன்றிலிருந்து பன்னிரண்டுக்கு, பிறகு ஒன்பதுக்கு, ஒன்பதிலிருந்து பன்னிரண்டுக்கு, பிறகு ஒன்பதுக்கு, ஒன்பதிலிருந்து பதினாறுக்கு, பதினாறிலிருந்து பிறகு ஐந்துக்கு, ஐந்திலிருந்து இரண்டுக்கு, இரண்டிலிருந்து பதினைந்துக்கு, பதினைந்திலிருந்து பதினான்கிற்கு, பிறகு பதினான்கிலிருந்து மீண்டும் பூஜ்யத்திற்கு என்றபடி அமைந்திருக்கும், வாசல்கள் இல்லாமல் முழுவதும் மூடப்பட்டிருக்கும் அறைகள் ஒன்று, மூன்று, நான்கு, ஆறு, ஏழு, எட்டு, பத்து, பதினொன்று, பின்னும் வாசல்களற்ற அறைகளில் கோணய்யன் ஒன்று, நான்கு, எட்டு, பதினொன்று ஆகிய அறைகளைத் தேர்தெடுத்து அவற்றில், கூண்டின் மேற்புறம் மீதமுள்ள ஐந்தடிச் சுவர் அரண்களாய் அமையும்படி, பத்தடி உயரத்தில் பெரிய பரண்களை நெருக்கமான பிளாச்சுகளைக் கொண்டு கட்டச்செய்தான், அந்தப் பரண்களின் முப்புறங்கள் மூங்கிற்சுவர்களால் மறைக்கப்பட்டும், கூண்டின் உட்புறம் பார்த்த திசைகள் விரியத் திறந்து மிருந்தன, அப்படியானால் நான்கு அறைகளின் வாசல்களிருக்கும் திசைகள் அறை ஒன்றுக்கு மேற்கு, அறை நான்கிற்கு வடக்கு, எட்டிற்குக் கிழக்கு, பதினொன்றிற்குத் தெற்கு.

இவ்விதமாக அந்த வினோதமான பொறியைச் சிருஷ்டித்த பிறகு கோணய்யன் ஒரே உயரமும், ஒத்த சுழி லட்சணங்களும், ஒரேபோல மடு பெருத்தவையும், கொம்பு கொண்டவையுமான நான்கு ஜோடி கரிய நிற வெள்ளாடுகளைக் கொண்டுவரச்செய்து, நான்கு பரண்களில் நிறைய இலை தழைகளையும் பிண்ணாக்கையும் நிரப்பிவிட்டு அவற்றின் மேல் ஏற்றச்செய்தான், இறுதியாகப் பரண்களின் உட்புறம் அவற்றின் வெளியிலிருந்து இலைதழைகளைப் போடுமளவிற்கு சிறிய சன்னல்களையும் செய்துமுடித்த பிறகு அவன் தன் தகப்பனிடம் மாயப்புலியைப் பிடித்தாயிற்று என்றும் இனி குடிஜனங்கள் அதைப் பற்றிய அச்சமின்றி நிம்மதியாகத் தூங்கலாமென்றும் ராஜனிடம் சொல்லிவிட்டு வரும்படி வேண்டியனுப்பினான், தாண்டவனும் கோணய்யன் சொன்னதை அப்படியே போய் ராயரிடம் சொல்ல, அப்போதே அவரும் தன் மந்திரி பிரதானிகளுடனும் பரிவாரங்களுடனும் பிடிபட்டுவிட்ட புலியைப் பார்க்கச் சனத நதிக்கரைக்கு வருமிடத்து, பொறி வெகு விநோதமாயிருப்பதையும், உள்ளே மிருக நடமாட்டமின்றி வெறுமையாயிருப்பதையும் கண்டு இதென்னவிதம் என்று விளக்கும்படி கோணய்யனைக் கேட்டுக்கொள்ள அவனும், அரசே, வெட்டியான்களைக் கொண்டு மரணமென்றும் தூக்கம் விளைவிக்கிற அகாலத்தின் முடிச்சுகளால் நான் இங்கே சிருஷ்டித்திருப்பது சுழலும் எண்களையும், உடலைப் பலவிதமாக உருட்டி நுழைக்கவும் வெளியேற்றவுங்கூடிய வெவ்வேறு வடிவங்களிலான வாசல்களையும், மயக்கமொன்றையே அனுபவமாகச் சிருஷ்டித்து மறைவதைக் காட்டியும், தெரிவதை மறைத்தும் குழப்பும் தொலைவுகளையும், பரந்த பாதைகளையுமே அவற்றில் பயணப்படுபவன்முன் லட்சணமாகக் கொண்ட, யமபட்டணத்திற்கு இட்டுச்செல்லும் சாவுப்பாதையின் மாதிரி என்று சொன்னான், மன்னர் பின்னும் விளங்காமல், எனில் இது நரகமோ சொர்க்கமோ என்று கேட்டார், கோணய்யன் நரகமென்பதும் சொர்க்கமென்பதும் துன்ப நிலையிலோ

இன்ப நிலையிலோ இறந்தவர்கள் தங்கிவிடும் இலட்சியங்கள் என்பதை நினைவில் கொண்டால் அரசே, இது இலட்சியங்களைக் காட்டியும் விலக்கியும் உயிர்களைத் தொடர்ந்து அலையச்செய்துகொண்டேயிருக்கும் பாதை மட்டுமே என்பதை நீங்கள் தெரிந்துகொள்வீர்களென்றான், மன்னன் ஆச்சர்யத்தில் மூழ்கியவனாக இதுதான் சாவின் பாதையென்றால் உணர்விருக்கும்போதே அதன் கதியில் ஒருமுறை நடந்துபார்த்துவிட எனக்கும் ஆவல் மேலிடுகிறதென்றார், கோணய்யனும் போஜன் தான் உயிருடனிருக்கும்போதே தனக்குச் சரமகவி பாடும்படி காளிதாஸனைக் கேட்டபோது அவனடைந்த சஞ்சலத்தைத் தானுமடைந்து, என்றாலும் ராயரின் வேண்டுகோளுக்குச் சம்மதித்து, ஆனால் மிருகத்திற்காக அமைக்கப்பட்ட அதில் மனிதனென்கிற பிரக்ஞையோடு நுழைபவன் தன் ஆறாவது புத்தியின் குறுக்கீட்டால் சாவின் பாதையை உணர மாட்டானென்று அரசரைத் தியானத்தின் மூலம் தன்னை ஒரு புலியாகப் பாவித்துக்கொண்டு பொறிக்குள் நுழைந்துபார்க்கும்படி வேண்டினான், ராயரும் அந்தப்படியே தியானித்துத் தன்னை ஒரு புலியாகப் பாவித்துக்கொண்டு கிழக்குப்பக்கமிருந்த வாசலின்முன் போய்நின்றபோது அந்தப் புலியின் கண்களில் பதின்மூன்றாம் அறையின் வாசல்வழியே பொறியின் மேற்குக் கடைசியில் எட்டாம் அறைப் பரண்மீது கட்டப்பட்டிருந்த இரண்டு கொழுத்த வெள்ளாடுகள் துலக்கமாகத் தெரிந்தன, இரையைக் கண்ட புலியும் சந்தோஷமாக உறுமியவாறே அதை நோக்கிப் பாய, பன்னிரண்டு மற்றும் ஒன்பதாம் அறைச் சுவர்கள் அதன் வேகத்தைக் கட்டுப்படுத்தி, அவற்றிலிருந்து தன்னை வெளியேற்றிக்கொள்ளும் முனைப்பில் அதன் கவனத்தை ஆடுகளிலிருந்து சிதறச்செய்தன, புலி ஒன்பதாம் அறையில் வந்து நின்ற போது எட்டாமறைப் பரணுக்கு வெகு அருகிலும் வெகு கீழே தரையிலும் அது நின்றிருந்ததால் சேய்மையிலிருந்தபோது, கண்மட்டத்திலிருப்பதைப் போலிருந்த, பரணின் தோற்றம் உயர்ந்து ஆடுகளை அதன் பார்வையிலிருந்து மறைத்துவிட்டது, ஆனால் அதே ஆடுகள் இப்போது புலியின் பார்வைக்குக் கிடைமட்டத்தில், தொலைவில், நான்காம் அறைப் பரணின் மேல் தழைகளை மேய்ந்துகொண்டிருந்தன, வாசல்களின் வடிவபேதத்தால் கவனம் கலைந்துபோயிருந்த புலி இன்னும் தன் லட்சியத்தை அடைய வில்லையென்று நினைத்து எட்டாம் அறைப் பரணை மறந்து நான்காம் அறையை நோக்கிப் பாய்ந்தது, அப்படிப் பாய்ந்தபோது முன்னைப் போலவே வாசல்களின் வடிவஹத்தியிருக்குமென்று நினைத்துத் தன்னுடலைப் பிழிந்துகொண்டு வெளியேற எத்தனித்தபோது அதற்கு அவசியமில்லாமல் அவை ஒரே அளவினதாக, எளிதாக, அதன் உடல் புகுந்து வெளியேறும்படி விசாலமாக அமைக்கப்பட்டிருந்ததால் மீண்டும் குழம்பித் தன் கவனத்தைச் சிதறவிட்டுவிட்டது, எனவே நான்காம் அறை முன்பிருந்த ஐந்தாம் அறையில் அது போய் நின்றபோது மீண்டும் ஆடுகள் அதன் பார்வையிலிருந்து உயர்ந்து மறைந்துவிட்டன, மீண்டும் ஆடுகளைக் காணாது குழம்பிப்போன அந்த மிருகம் சினத்துடன் உறுமியபடி சுற்றுமுற்றும் பார்க்க, அவை மறுபடி அதன் பார்வைக்கு நேரெதிரே, தொலைவில், ஒன்றாம் எண் அறைப் பரணில் தழைகளை மேய்ந்துகொண்டிருந்தன, தன் லட்சியம் இன்னும்

தொலைவில்தானிருக்கிறதென்று அந்த மாயப்புலி தளராமல் மறுபடியும் அறைகளின் வழியே இரையை நோக்கிப் பாய்ந்தபோது சற்று முன் அதன் வேகத்தைத் தடுத்து நிறுத்தாமல் அதைக் குழப்பிய வாசல்கள் மீண்டும் படிப்படியாக முக்கோணத்தின் உச்சியை நோக்கிச் சுருங்கி அதனுடலைப் பிழிந்து வெளியேற்றி அதன் ஞாபகத்தை முந்தின பாதையின் குணத்தோடு இணைக்காமல் குழப்பிவிட்டுவிட்டன, எனவே இந்த முறையும் ஆடுகள், இரண்டாம் அறைக்குப் புலி போய்நின்றபோது, அதன் பார்வையிலிருந்து மறைந்து பக்கவாட்டில், தொலைவில், பதினொன்றாம் அறைப் பரணில் தோன்றிவிட்டன, ஏற்கெனவே மூன்று முறைகள் ஏமாற்றப்பட்டுவிட்ட புலி குழப்பத்தால் இப்போது தன் வேகத்தை இழந்துபோனது, வாசல் களின் வடிவம் இப்போது என்னவாக இருக்குமென்று புத்திக்கு எட்டாத நிலையில், சற்று முந்தின வாசல்களில் நுழைந்ததைப் போலவே விசாலமாயும் சீராயுமிருந்ததால், பின்னும் குழப்பமுற்று, கவனங்கலைந்து அவநம்பிக்கையுடனும் பயத்துடனும் அது பன்னிரண்டாமறைக்கு வந்து நின்றபோது வழக்கம்போல் அதன் கண்களிலிருந்து ஆடுகள் காணாமல் போயிருந்தன, தானொரு பொறியில் அடைக்கப்பட்டுவிட்டதாக எண்ணங் கொண்ட புலி ஆக்ரோஷத்துடன் இரையை மறந்துபோய் மூங்கில் தடுப்புகளை உடைக்க முயன்றபோது அதற்குத் தேவையில்லாதபடி அதன் கண்களுக்கெதிரே இப்போது பதினான்காம் அறையின் வழியே ஆற்றங்கரையை நோக்கி வெளியேறும் வாசல் திறந்தேயிருந்தது, எதிரியை எதிர்பார்த்துப் போருக்குத் தயாராகிவிட்டிருந்த புலி யாதொரு தடையுமின்றி பொறியை விட்டு வெளியேறி சுதந்திரமாக வெட்டவெளியில் தான் நிற்க அனுமதிக்கப்பட்டிருப்பதைக் கண்டதும் பின்னும் குழப்பமும் சந்தோஷமுமடைந்து பின்னே திரும்பிப் பார்க்கையில் பதின்மூன்றாம் அறைவாசல் வழியே தயாராக ஆடுகள் பரணில் தழை மேய்ந்துகொண்டிருந்ததைக் கண்டு தடுக்க யாருமற்ற தைரியத்துடன் தன் பழைய பலத்தைத் திரட்டிக்கொண்டு மீண்டும் பன்னிரண்டு மற்றும் ஒன்பதாம் அறைகளின் வழியே எட்டாம் அறையை நோக்கிப் பாய, மீண்டும் பழைய கதை முதலிருந்து துவங்கிவிட்டது, தியானத்தால் புலியாகியிருந்த ராயர் அது கலையும்வரை இம்மாதிரியாகப் பலமுறை சுற்றியலைந்து கொண்டேயிருந்தார், பிறகு ஒருவாறாக சித்தம் தெளிந்து திரும்பக் கோணய்யனிடம் வந்து அவனைப் பலவாறாக வாழ்த்தி, ஆனால் எப்போதாவது ஆத்திரத்தில் புலி கூண்டுச்சுவரை உடைக்க முயற்சித்துவிடாதா என்று கேட்க கோணய்யனும், புலி தன் உடல் பலத்தைப் பரீட்சித்துக்கொள்ளும் வாய்ப்பு பொறியின் கதவுகளைத் திறந்துவிட்டதன் மூலம் அடைக்கப்பட்டுவிட்டதால் அது எதிரியை எதிர்கொள்ளும் மனபலத்தையும் இழந்துவிடுகிறது, வெளியேறும் வழியை அடைத்துவிடாதவரையில் பொறியில் சிக்கிக்கொண்ட உணர்வை மனிதனேகூட அடைய மாட்டான், வெளியேற முயற்சிக்கவும் மாட்டான், உயர்திணையான மனிதனைக்கூட அடிமைகொள்ள மன்னா, அது ஒரு தந்திரம் என்று மறுமொழி பகர்ந்தான், கோணய்யன் அமைத்துவைத்த வினோதப் பொறியில் அடைப்பட்ட புலியை யாரும் கண்ணால் பார்க்கவில்லையென்றாலும் வெள்ளாடுகளின் அபயக்குரலை அவர்கள் இரவுகளில் கேட்டார்கள், ஆனால் காலையில் அவை உயிருடன்

பத்திரமாகவே தங்கள் இரையை ருசித்துக்கொண்டிருந்தன, சன்னல் வழியே அவற்றுக்கான இரையைத் தினமும் கொடுக்க ஏற்பாடும் செய்யப் பட்டிருந்தது, அவையும் அவற்றை உண்டு இணையுடன் கூடி குட்டிகளைப் பெற்றுக்கொண்டு தினமும் இரவில் உறங்கவியலாத கிலியைத் தவிர மற்றபடி சந்தோஷமாயிருந்தன, ஊருக்குள் கால்நடைகள் களவுபோவது நின்றுபோனது, பட்டணங்களின் மேல் அச்சத்தை வர்ஷித்த மாயப்புலியின் உறுமல் நாளாவட்டத்தில் வெறும் முனகலாகத் தேய்ந்துபோனது, வெட்டியான்களால் இறுகக் கட்டப்பட்ட எஃகையொத்த சாவுப்பாதை ராயர் காலத்திற்குப் பிறகும் ஆவிகளை அலைக்கழிக்கும் பொறியாக, பழுதுபடாமல் சனத நதிக்கரையில் இருந்தது, பின்னாளில் தாண்டவன் பாரமஹாலை அழித்த பிறகும்கூட கோணய்யனின் நினைவாக அந்தப் பொறியின் தடங்கள் ஆற்றுமணலில் பதிந்து நிலைத்திருந்தன, அழிவுக்குப் பின்னால் வந்த துயிலார்கள் கற்களைப் புலியாயும் ஆடுகளாயும் பாவித்துக்கொண்டு ராயர் முயன்றதைப் போல சாவுப் பாதையில் நடந்துநடந்து மரணம்பற்றிய அச்சத்தைப் போக்கிக்கொண்டார்கள், காலங்கள் பின்னும் கடந்தபோது சாவின் பாதையில் உயிருடன் இருக்கும் போதே நடக்க விரும்பிய பராக்கிரமசாலிகள் யாவருமே கோணய்யனின் மாயப்பொறியை மண்ணில் வரைந்து கற்களால் தங்களுடைய தற்காலிகச் சாவை சிருஷ்டித்துப் பார்த்துக்கொண்டார்கள், வெட்டியான்களின் பாடைக்கழிகளும் முடிச்சுகளும் சாகஸக்காரர்களின் நிலங்களெங்கிலும் மணல் கோடுகளாக விரிந்து கிடக்கிறது.

பூதகணத்தைக் காற்றுப்புலியாக்கி அனுப்பி கோணய்யனின் புத்திபலத்தை உலகறியச் செய்த பிறகு ஈசனானவர் தன்னில் பாதியாயிருந்த சக்தியின் அம்சத்திடம் இனி கோணய்யனின் உடலைச் சுக்கிலமாகச் சுருக்கி மண்ணுக்குள் விதையாய் அமிழ்த்தி அவன் கீர்த்தியைத் திரும்பவும் காமமாகத் தன்னுள் பெற்றுக்கொள்ள வழியென்னவென்று கேட்க அவளும் தன் குழந்தையின் ஞானத்தை நிரூபித்ததைப் போலவே அவனுடைய புஜபராக்கிரமத்தையும் நிரூபிக்க இன்னொரு திருவிளையாடலை அவர் நடத்தியருள வேண்டுமெனவும், புத்தியால் மட்டுமன்றி கோணய்யன் சரீரத்தாலும் ஸ்திரீகளின் மனதில் அவர்களுடைய லட்சியமாக நிறைந்த பிறகு தானே அவனைத் தன்னிடம் கூட்டிக்கொள்வதாயும் சொன்னாள், அந்தப்படிக்கே சிவபெருமானும் ராயரின் பிரதிநிதியாய் கெலமங்கலம் பாளையத்தைப் பரிபாலித்துக்கொண்டிருந்த பூங்காவனச் செட்டியாரின் தொழுவத்திலிருந்து அவருடைய மனைவிக்கு மிகப் பிரியமான காராம்பசுவைக் காட்டுப்புல்லின் வாசத்தைக் காட்டி வனத்தினுள் இழுத்துவிட்டு பூதகணங்களில் இன்னொன்றை இன்னொரு புலியாக கோணய்யன் பசுவைத் தேடிவரும் வழியில் புதரொன்றில் ஒளிந்துகொண்டிருக்கும்படி அனுப்பிவைத்தார், அவர் திருவுளப்படியே செட்டியார் கேட்டுக்கொண்டதற்கிணங்க அமாவாசையிருளில் பசுவைத் தேடி அடவிக்குள் புகுந்த கோணய்யன் சக்தியின் கோர அம்சமான பூதகையை வழியில் கண்டு அவளைக் கொல்ல எண்ணும்போது அது முடியாமல் அவளுடன் வாதஞ்செய்து கர்வபங்கப்பட்டு உளந்தூய்மையாகி அவளைப் பணிந்து அவள் தன் வயிற்றினுள் அடக்கிக்கொண்டிருந்த ஜனங்களைக் கர்ப்பக் குழந்தைகளைப் போல பிரசவித்து, அந்த

நிலத்திலிருந்த காம குரோத கர்மங்களைக் களைந்த பின் சிவகணமான புலியின் வாலைப் பிடித்துப் பசுவென்று இழுத்துவந்து தன் புஜபலத்தையும் நிரூபித்தான், (அந்தக் கதையைத்தான் கோணய்யன் கானக விஜயக் கூத்தாக கெலமங்கலத்தில் ட்ரிஸ்ட்ராம் முன்பே பார்த்துக் களித்தான்), இரண்டு புலிகளைத் தன் புத்தியாலும் புஜத்தாலும் வெற்றிகொண்டதால், உமையின் திருவுளப்படியும் சிவனின் திட்டப்படியும், கோணய்யனின் புகழ் திசைகளெட்டிலும் கொடிகட்டிப் பறந்தது, கர்ப்பஸ்திரீகள் பிரசவிக்கும் முன் தங்கள் குழந்தைகளிடம் கோணய்யனின் அம்சம் இருக்கவேண்டி அவனை வரவழைத்துக் கண்குளிரப் பார்த்துக்கொண்டார்கள், பிறகு கண்களை மூடிக்கொண்டு, வேறெதையும் பார்க்காமல், அவன் நினைவாகவேயிருந்து, விருப்பங்களையும் பிரார்த்தனைகளையும் சுக்கிலமாகத் திரட்டி நன்மக்களைப் பெற்றெடுத்தார்கள், தாண்டவரும் தன் பங்கிற்கு, ராயர் வாக்களித்தபடி கொடுக்கவந்த பொன்னையும் மண்ணையும் வேண்டாமென்று மறுத்து பிள்ளையின் பெருமையைத் தன் பெருந்தன்மையாலும் சன்யாச குணத்தாலும் துலக்கி மேலும் மிளிரச்செய்தார்.

அனைத்தும் இவ்விதமாக, சந்தோஷமாக, இருந்துவரும் நாளில் காற்றுப்புலியின் பொருட்டாக மேற்கொண்ட பராக்கிரமச் செயல்களால் அப்போது உண்டாகியிருந்த புகழின் போதை கோணய்யனைத் தன்னை மறந்து நரவாழ்வின் மீது மீளவியலாத விருப்பத்தையும் அகந்தையையும் மேலோங்கச் செய்யுமேயென்கிற யோசனையுடன் ஈசனின் இரண்டாவது விளையாடலின்போது உமை தன் அம்சமாய் உண்டாக்கியனுப்பியிருந்த பூதகையின் ஞாபகம் கோணய்யனின் பருவத்திலிருந்த மழலையைப் பறித்து, அவன் மனதில் தாயேக்கத்தை உண்டாக்கித் துன்புறுத்தத் தொடங்கியது. அது அந்நாள்வரையில் நீலவேணியுடனும் தகப்பனுடனும் விளையாட்டாயும் அன்னியோன்னியமாயும் பேசிக்கொண்டிருந்த அவனை வாய்பேசாத மௌனியாயும் ஆக்கிவிட்டது, அவன் எப்போதும் பசுக்களின் மடுவையும், பெண்களின் ஸ்தனங்களையும் வெறிக்கப் பார்த்தபடி தன் பொழுதுகளைக் கடத்தவாரம்பித்தான், தேசமெங்கும் அலையும் ஜீவராசிகளின் உடலிலிருந்து எழும் கர்ப்ப நிணத்தின் சுகந்தம் தன் மேலிருந்து மட்டும் எழவில்லையென்கிற வருத்தம் அவனைத் தாழ்வு மனப்பான்மை கொண்டவனாக்கி அவனுடைய பால்யத்தை அரித்துத் தின்றது, தாண்டவனார் எவ்வளவோ வற்புறுத்திக் கேட்டும் அவன் தன் மனதிலுள்ள குறையை, குரூபியான தகப்பன் அதைக் கேட்டால் வருத்தப்படுவானென்று நினைத்து, வெளிப்படுத்தாமல் தன்னுள்ளேயே வைத்துக்கொண்டு புழுங்கினான், அவனோடு விளையாடும் குழந்தைகள் திரும்பத் தாய்முலை தேடிப் போக முடிகிறதென்பதாலேயே தன் பெருமைகளையெல்லாம் தூசிக்குச் சமமாக ஆக்கக்கூடிய குரூரமான திருவிளையாடல்களை நிகழ்த்திக்கொண்டிருக்கின்றனவென்று அவன் நினைத்து உளங்கசந்தான், எப்படிச் சாத்தியமென்று தெரியாவிட்டாலும் தன் தாயைக் கண்டு, தற்பிரக்ஞையுடனே கர்ப்பத்திற்குள் புகுந்து அவளுடைய நிணத்தை அதன் வாசனையுடனும் நிறத்துடனும் தன் மேல் பூசிக்கொண்டாலன்றித் தன்னால் இனி வாய்பேச முடியாதென்றும் அவன் பலவாறாக எண்ணித் தவித்துக்கொண்டிருந்த வேளையில்

கெங்கம்மன் கோவிலின் வருடாந்திரக் கொடையைச் சிறப்பாகக் கொண்டாடப்பட வேண்டுமென்று ஊர்மன்றத்தில் முடிவுசெய்யப்பட்டு, அதற்கான ஏற்பாடுகள் விமர்சையாக நடைபெறத் தொடங்கின, ஊரெங்கிலும் மாவிலைத் தோரணங்களும் கொடித் தோரணங்களும் பூந்தோரணங்களும் மணித்தோரணங்களும் பொன் தோரணங்களும் கட்டித் தொங்கவிடப்பட்டு அவற்றின் கீழிருந்த நிலமெங்கும் மஞ்சளும், பசுஞ் சாணமும் தெளித்துத் தூய்மையாக்கப்பட்டு, குப்பைக்கூளங்கள் அகற்றப்பட்டு, தெருவிலேயே சோறிட்டு உண்ணலாம்போல அவை அத்தனை தூய்மையாக, அரிசிமாக் கோலங்களாலும், செம்மண் கோலங்களாலும், வண்ணப்பொடிக் கோலங்களாலும், புஷ்பக் கோலங்களாலும் அலங்கரிக்கப்பட்டன, வீடுகளில் பத்து நாட்களும் வெள்ளரிசிச் சோறு பொங்கி மணக்கவென்று கஜானாவிலிருந்து ராயர் தானமாகத் தான்யங்களையும் பொன்னையும் வாரி வழங்கினார், பாரமஹாலின் பன்னிரண்டு கோட்டைகளிலிருந்தும், மைசூர் ராஜதானியின் பதினாறு பட்டணங்களிலிருந்தும் பாளையக்காரர்களும் குறுநிலமன்னர்களும் உடையார்களும் கௌடக்களும் மந்திரி பிரதானிகளும் ஜனங்களும் விழாவிற்கு அழைக்கப்பட்டு கெலமங்கலத்திற்கு வந்து குழுமிவிட்டார்கள், அவர்களைத் தங்கவைக்க சனத்குமார நதிக்கரையின் மேல் அவரவர் வர்ணத்திற்கேற்ப பட்டாலும் பருத்தியாலும் கம்பளியாலும் தோலாலும் நெய்த விரிப்புகளைக் கொண்டு கூடாரங்கள் அமைக்கப்பட்டும், அவற்றில் நெய்யாலும் எண்ணெயாலும் கொழுப்பாலும் எரியும் பந்தங்கள் ஏற்றப்பட்டும் பாளையம் ஒளிவெள்ளமாய்த் திகழ்ந்தது, மலைகளுக்கு அந்தப்புறமிருந்த கண்காணாத தேசங்களில் எந்தத் தேசத்திலிருந்தாலும் அங்கிருந்து சித்திரை மாதத்தில் கெலமங்கலத்திற்கு வந்துசேர்ந்துவிடும் செப்பிடு வித்தைக்காரர்களும் மந்திரவாதிகளும் கழைக்கூத்தாடிகளும் பொம்மலாட்டக்காரர்களும் வட்டுச்சுற்றுவோரும் கூத்துக்காரர்களும் உபன்யாசகர்களும் வாத்தியக்காரர்களும் எந்திரங்களைக் கொண்டு தரைக்கு மேல் மூன்றடி உயரத்தில் பறக்கும் மாயமும் எதிரே நிற்பவர்களை நகரச் செய்துவிட்டு அவர்களுடைய ஞாபகங்களை மட்டும் வெண்ணிறப் புகையால் உறையச்செய்து கண்முன்னே நிறுத்திக்காட்டும் தந்திரமும் தெரிந்த விஞ்ஞானிகளும் அங்கே வந்து கூடியிருந்தார்கள், இன்னும் பலிக்காகப் பதினாயிரம் கால்நடைகளும், நேர்ச்சிக்காக முப்பத்திரண்டாயிரம் விதவிதமான அலகுகளும், பாலுக்காக அறுபத்து நான்காயிரம் பசுக்களும், விநோத சவாரிகளுக்காக நூற்றிருபத்தெட்டாயிரம் குதிரைகளும் கெலமங்கலத்தைச் சுற்றியிருந்த நிலவெளியில் தயாராக நிறுத்தப்பட்டிருந்தன, தாண்டவராயனும் பட்டுத்துணியும் வெற்றிலை பாக்கும் சரிகைத் தலைப்பாகையும் சந்தனச் செருப்பும் சன்மானமாகத் தரப்பட்டு, கொடைக்கு வரும் ஜனங்களையும், பார்த்துவிட்டுத் திரும்பும் ஜனங்களையும் பிற பட்டணங்களிலிருந்து கெலமங்கலத்திற்கும், கெலமங்கலத்திலிருந்து பிற பட்டணங்களுக்கும், திருவிழா நிகழ்வுகளிலேயே மிகச் சிறப்பு வாய்ந்ததும், எண்திசைச் சனங்களும் எதிர்பார்த்துவருவதும், ஆண்களின் லட்சியமும், பெண்களின் கற்பனையுமான, கண்களுக்குப் புலப்படாத நீலவேணியின் மாயப்பாதையினூடே சவாரிசெய்து களிக்கும் விநோதானுபவத்தைத் தர அழைக்கப்பட்டிருந்தார், அவரும்

கோணய்யனுமாகச் சேர்ந்து நீலவேணியை நெற்றிச்சுட்டிகளாலும் பதக்கங்களாலும் பட்டுத்துணிகளாலும் மணிக்குஞ்சங்களாலும் அலங்கரித்துக் கண்களுக்கு மையிட்டும், நெற்றிக்குத் திலகமிட்டும், அதன் வெண்ணிற உடல் துலங்க கரும்புள்ளிகளால் திருஷ்டிப் பொட்டிட்டும், வாலூடே பட்டுநூலைப் பின்னலாய்த் தொங்கவிட்டும் அலங்கரித்தார்கள், தேசமெங்கிலும் காணக் கிடைக்காத அதிசயமான அவர்களுடைய கூண்டு வண்டியையும் எண்ணெய் வண்ணத்தால் படமெழுதி, அலங்கரித்து, சக்கரங்களில் மணி கட்டி, படிகளில் பட்டு விரித்து, ஆசனங்களில் மலர் தூவி, உள்ளே சாம்பிராணிப் புகை காட்டி சவாரிக்குத் தயாராக்கினார்கள்,

ஜனங்களனைவரும் இவ்விதமாகக் கொடைக்குத் தயாராக, குதூகலமாக இருந்த நாளில் கோணய்யன் மட்டும் மனக்குறையோடு இருந்தான், அவன் கெலமங்கலத்தில் ஏற்கெனவே இருந்த குழந்தைகளும் தாயார்களும் வெளியிலிருந்து வந்துசேர்ந்திருந்த கூட்டத்தால் பத்து நூறு மடங்காகப் பெருகியிருப்பதைக் கண்டு தாயின் நினைவு ஆற்றாமல் ஏங்கினான், குழந்தைகளிடம் மட்டுமின்றி ஆண்களும் பெண்களும் பட்டணத்தையும் மிருகங்களையும் ஆசையாசையாக அலங்கரிப்பதிலும், தங்களையும் அலங்கரித்துக்கொள்வதிலும்கூடத் தாய்மை மிளிர்ந்து கோணய்யன் மனதைப் பொறாமையிலும் ஏக்கத்திலும் ஆழ்த்தியது, பெண்கள் அவனைக் கொஞ்சியபோதிலும், அவனுக்காக முலைகளைத் திறந்தபோதிலும், மையும் நறுஞ்சாந்துமிட்டு அலங்கரித்தபோதிலும் அவனுக்குத் திருப்தியுண்டாகாமல் அவற்றில் பாரபட்சமிருப்பதாக நினைத்து மருகினான், அவர்களுடைய அங்கைகள் அவனை லட்சியக் குழந்தையாக்கி அவனுடைய பிம்பத்தை மட்டுமே இந்திரியத்தின் வழியே தம்முள் அனுமதிக்குமளவு சுயநலம் கொண்டிருந்தனவேயன்றி அவனையே தம் குழந்தையாக உள்ளே புதைத்துக்கொள்ளுமளவு விரிந்தவையாயிருக்கவில்லை, கோணய்யன் உடலால் கொடைக்கான தயாரிப்புகளில் தன்னைச் செவ்வனே ஈடுபடுத்திக்கொண்டிருந்தானேயொழிய ஏக்கத்திலும் வன்மத்திலும் புழுங்கிக்கொண்டிருந்த மனதைக் காரியங்களில் ஒன்றிணைக்க அவனால் முடியாதிருந்தது, கொடைநாள் நெருங்க நெருங்க தயாரிப்புகளின் வேகம் உச்சகதியை நோக்கிச் செல்லவும், அவற்றிலெங்கும் அமுதூட்டலின் பரிவும் ஆசையும் வலியிறக்கமும் பசிநிறைவும் பீய்ச்சியடிக்கவும், காட்சிகள் அனைத்தின் மேலும் கர்ப்ப நிணமும், முத்தங்களின் எச்சிலும் வடிந்து ஜொலிக்கவும், அதிலெதையும் உள்வாங்க முடியாமல், சிறுவனான கோணய்யன் அவற்றைத் தன்னுள்ளிருந்து வெளியேற்றும் தவிப்பில் பிரசவ வேதனையை அனுபவித்தான், பெண்ணாகத் தன்னை மாற்ற முயலும் தாய்மையின் ஆரவாரமிக்க குரூரத்தைத் தாங்கிக்கொள்ள வியலாமல் இங்குமங்கும் ஓடித் தவித்தான், மரங்களில் ரத்தம்வர முட்டிக்கொண்டான், நீலவேணியை அடக்குவதற்காகத் தகப்பன் கட்டிவைத்திருந்த பிரிச்சவுக்கையெடுத்துத் தன்னை ஆசைதீர அடித்துக் கொண்டான், பற்களால் தன் கையைக் கடித்து ரத்தநாளங்களை முலைக்காம்புகளை உறிஞ்சுவதைப் போல உறிஞ்சினான், கடைசியில் அம்மையின் கருணையால் அவள் மடியைச் சேரும் தருணம்

கூடி, கொடைக்கு முன்னாளிரவில், தயாரிப்புகளின் அயர்ச்சியும், கொண்டாட்டத்தை முற்றாக அனுபவிக்கத் தோதான முன்தயாரிப்புமாகக் குடிகளனைவரும் இறந்தவர்களைப் போலச் சாலைகளிலும் அறைகளிலும் திண்ணைகளிலும் மண்டபங்களிலும் நதிக்கரையிலும் அப்படியப்படியே உடலைக் கிடத்தி உறங்கிக்கொண்டிருக்க, பிசாசைப் போல இரவைச் சுற்றி அலைந்துகொண்டிருந்த கோணய்யன் கெங்கம்மன் கோவிலைக் கடக்கும் வழியில் அதன் வாசலைச் சேவல்கள் கூவாத உறக்க வனத்தின் நடுவே அண்டசராசரங்களையும் தன்னுள் அடக்கிப் பாதுகாக்கும் பூதகையின் வயிறாகக் கண்டு கணமேனும் தயங்காமல் அதனுள்ளே புகுந்துவிட்டான், அங்கே கைலாயத்திலிருந்தும் சிவனிலிருந்தும் தொலைவாகத் தன் கருவறைக்குள் தன்னையே வைத்துப் பூட்டிக்கொண்டிருந்த அம்மை, என் தோழன் போர்த்துக்கொண்டிருக்கும் போர்வையாகிய சேலைத் துணியாலன்றி வேறெதாலும் மூடவியலாத என் அம்மணத்தைத் தொன்று நிகழ்ந்ததனைத்துமறியாத அறிவிலிகளான ஜனங்கள் தங்களறியாமையால் அலங்கரிக்கக் கதவைத் திறக்கும் முன், தாண்டவனும் முக்தியின் பாதையில் உன் பின்னே வந்து சேர வேண்டுமென்று விதியிருப்பதால், வா என்று சொல்லிக் கைளை விரித்து அவன் உடலை த்வஜஸ்தம்பத்தின் அடியிலேயே உதிர்த்துவிட்டு அமைதியுறாத ஆன்மாவாக யுகாந்திரமாய்த் துடித்துக்கொண்டிருந்த சிவ சுக்கிலத்தை மீண்டும் தன் கைகளினுள் அடக்கிக்கொண்டாள், அந்த நல்லவேளையிலே அய்யன் தாண்டவரும், சொக்க ராக்கினையால் சொர்ப்பனங்கள் பலகண்டார், வேற்கம்பு குத்திட்டு வேழங்கள் சாய்கிறதும், பச்சை வாழைகள் பட்டுக் கருகுறதும், பசுமஞ்சள் தான்மாறி பச்சைரெத்த மாகிறதும், குமருமார் கைவிட்டுக் குருதிகள் வழிகிறதும், காக்கைதான் வலயிடமாய் கருங்குருவி யிடவலமாய், தூவியறுபட்டு மயில்கள் துடிக்கிறதும், றெக்கையறுத்துப் புறாக்கள் ரெம்பியழுகிறதும், விருட்சங்கள் கனியுதிர்த்து விருதாவாய்க் காய்கிறதும், நட்டாஞ் சாமத்தில் நாரியர்க ளழுகிறதும், கூந்தலை விரித்தந்தக் கூதியர்க ளழுகிறதும், மார்பிலடித்துக்கொண்டு மங்கையர்க ளழுகிறதும், பிலாயிலை யுதிர்ந்தாற்போல் பிணங்கள் விழுகிறதும், நொண்டிநாய் திரிகிறதும் நோவுபிணி கிளைக்கிறதும், அறிதுயிற்போதி லிதுபோ லாவேசம் பலகண்டு, இந்த வகைக் கய்யன் ராப்போது கழிந்ததப்போ, சாமத்தில் திடுக்கிட்டுச் சதிராகத் தானெழுந்து, பிள்ளையைக் காணாமல் பேதலித்து அய்யனுந்தான், தன்பிள்ளை காணாமல் தாண்டவரும் வெளியேறி, ஆறுநல்ல பிம்பத்தில் அம்புலிதான் காணுமென்று, அதையு மழைத்துவந்து அழகுப்பொன் விளக்காக்கி, கோல விளக்காக்கிக் குடிசையிலே வைப்பமென்று, ஆற்றுக்குச் சென்றானோ அழகன் மறைவாக, நித்திரைதான் போகாமல் நீலியை யுடனழைத்து, மறைவாயெங்கேனும் மலங்கழிக்கச் சென்றானோ, ஊர்தேடித் தாய்மார் உறங்கமடி போனானோ, உற்றசிறார் தம்முடனே உறவாடப் போனானோ, என்பிள்ளை இன்முகத்தை எங்கும் காணாமல், கோணய்யன் தன்முகத்தைக் கோலவெளி காட்டாமல், ஆவேசங் கண்டு அல்லற் படலானேன், என்றே தாண்டவரும் ஏறித் தெருவிறங்கி, செட்டித் தெருதேடி செறிவாகத் தானடந்து, அய்யர் தெருதேடி அதிவிரைவாய்த் தானடந்து, பள்ளர் தெருதேடி பறத்திமார் வீதிவந்து, தன்னாற்றங் கரைவிட்டுத் தனித்து

வழிநடந்து, முத்துப்பந்தலின்கீழ் மூதாக்கள் கனவோரம், விருப்பமுடன் சின்னவர்கள் விளையாடு மைதானம், எங்குந்தேடி இளையவனைக் காணாமல், பூருவத்திலிட்ட விதி பூமகனைக் காட்டாமல், கண்ணே கோணய்யா கருத்தில் வளர்கதையே, மாசி மரகதமே மருளில்லாப் பசும்பொன்னே, எங்கு போனாய் நீ எந்தவழி தானேகி, நானோ யிங்கிருக்க நல்லநீலி துணையிருக்க, நிசிநல்ல வேளையிலே நீபோன தெந்தவிதம், ஒற்றைச் சடைமுனிகள் ஒருகோடி யலையுமடா, அந்தமுனிக ளுனைக்கண்டால் அடித்துரத்தம் கொள்ளுமது, அந்த முனியைவிட்டு அப்புறமே போனாக்கால், காட்டேரிக் கொம்பனுண்டு கடுகிரத்தம் கொள்ளுமது, சின்னவனே நீயிப்போ சிரித்த முகங்காட்டிட்டால், முத்துமுகம் காட்டிட்டால் முழுச்சிரிப்பு கேட்டிட்டால், பவளத் தேர்தருவேன் பட்சணங்கள் பலதருவேன், பட்டணம் போகும்வழி பஞ் சவர்ணக் கிளிதருவேன், வாடா யென்மகனே வாடாத மல்லிகையே, தாவியொளிந்திருந்து தவிக்க மனம் வைக்காமல், தேடியொளிந்திருந்து தேம்ப மனம் வைக்காமல், ஊர்ப்பெண்கள் மடிவிடுத்து உடனே வாயிங்கே, என்றே தாண்டவரும் எங்கும் நடைநடந்து, எங்கும் நடைநடந்து எங்கேயும் காணாமல், வீதிகளைவிட்டு விலகித் தனிவழிபோய், கெங்கம்மன் கோவிலுக்குக் கெதியாகத் தான்வந்து, சன்னதிக்குள்ளெட்டிச் சாங்கியமாய்ப் பார்த்திருக்க, சன்னதியுள்ளிருந்து சாந்தியொளி வரக்கண்டு, மரகதப்பச்சையொளி மறைவாகக் கசிந்துவர, பொன்போல் ஒளியொன்று போகாமல் எதிர்நின்று, குறுங்கத்தி கீறியொரு குருதி துளிர்த்தாற்போல், கீற்றுப் பதமாயொரு கிரணத்தைத் தான்பார்த்து, இதுவென்ன வதிசயமாய் இந்தவொளி வரலாச்சு, அதையுந்தான் பார்ப்பமென்று அவர்பெரிய தாண்டவரும், கூடந்தாண்டிவந்து கோணய்ய னுடல்கண்டார், தூண்கள் தாண்டிவந்து துயின்றவுடல் கண்டார், கோலங்கள் நடுவே கோலமகன் கிடந்தவிதம், பந்தல்கள் நடுவே பாலகன் கிடந்தவிதம், ஒளியாய் தாய்மடிபோய் உடலொடிந்து கிடந்தவிதம், பார்த்துப் பரிதவித்துப் பதறி யுடலெடுத்து, சேர்த்து அணைத்தெடுத்துச் செங்குருதி கண்ணீராய், அருவியாய் நீர்சொரிய அய்யனு மங்கமர்ந்து, தாயார் சித்தமென்று தரியாமல் தானுரைப்பார், நல்லவுடல் சேர்த்து நாயகனும் ஏதுரைப்பார், சன்னதிக்குள் நீவந்து சயனிக்கக் காரணமோ, தாயார் கோவிலுக்குள் தனியிருக்கக் காரணமோ, என்னதனால் இங்குவந்தாய் எப்படிநீ யிறந்துபட்டாய், பூவால் வளையலிட்டு பொன்னால் பதக்கமிட்டு, ராஜாக்கள் அடையாத ஞானம் பலதந்து, திருஷ்டி மையிட்டுத் திருகாகப் பேர்வைத்து, கண்ணேறு வாராமல் காட்டில் நடைபழக்கி, திரேதா காலத்திலுனக்குத் தீரவம் புலிகாட்டி, துவாபரா காலத்தில் துடியா யச்சோதட்டி, கிருதாயுகத்திலல்லோ கண்பொத்தி விளையாடி, கலியுகத்தில் வளர்ந்த கண்ணே நீ கண்மூடின தெந்தவிதம், உனக்கு நீலி துணையிருக்க நீள்பாதை போகுங்கால், உனக்குப் பாம்பு துணையிருக்க படுகாடு போகுங்கால், உனக்கு நீருந் துணையிருக்க நீந்திவிளை யாடுங்கால், மன்னர் பார்த்துநீ மலைபோல் நடைநடந்து, மாதரார் கண்பார்த்து மழலைகள் பேசி, நாரணர் ரூபம்போல் நீ நாலுவிதங் காட்டியதும், கண்ணன் ரூபம்போல் நீ காரியங்கள் செய்ததுவும், குறும்புகள் பண்ணியதும் உன்னைக் குமருகள்

கொஞ்சியதும், செகத்தார் துணையிருக்க நீ செத்தொழிந்த தெந்தவிதம், உனக்குத் துணையுண்டு யென்னுறுதுணைக்கு யாருண்டு, சகலையறியேன் சதிரான பெண்ணறியேன், உற்றார் நானறியேன் ஊரறியேன் பேரறியேன், ஏன்போனாய் பாலகனே எனைவிட்டு வானுலகம், கொன்றாரறியாரோ கொழுந்தே யென்பாட்டை, நீசரறியாரோ நீலவேணி தன்பாட்டை, அம்மன் அறியாளோ நான் அனாதையாவனென்று, வயது இருவாறு வடிவமோ பேரழகு, பேரழகு வடிவங்கள் பின்வீழ்ந்து படலாமோ, கண்கள் பேராழி கருத்தும் அதுபோலே, கருத்துகள் மேலந்தக் கரையான்கள் படலாமோ, நாசி மிகக்கூர்மை நல்லவாய் தேனமுது, தேனமுது வீணாகிச் சிந்திடுமோ வெறுந்தரையில், தேகம் கருங்காலி தேனே நீ நல்லவுயிர், நல்லவுயிர் தானிறக்க நாதனுக்குச் சம்மதமோ, பேர்பெரிய ராசாவே பெற்றவனே உன்னை, மற்றவர் கேட்டக்கால் மறுமொழிக ளேதுசொல்வேன், பெற்றவள் கேட்டக்கால் பேசி யெதுசெய்வேன், என்றே தாண்டவரும் ஏங்கியே தானழுதார், அழுதா ருத்தமரு மாற்றுவாரில்லாமல், மயிரை விரித்தல்லவோ மார்மே லறைந்துகொண்டார், அடித்து விழுந்தழுதார் அய்யோ சிவனேயென்று, மயிரை விரித்தலறி மண்டையிட்டுத் தான்மோதி, அனாதைநானென்றுசொல்லி அடித்துக்கொண்டார் மார்மீதில், இவ்விதமாயொரு சாமம் இரவதிலே கழிந்துபட, சித்தந் தெளிந்துபின்பு சிந்தை கூராக்கி, சுற்றிலுந்தான் பார்த்துச் சுயமுடன்தான் சிந்தித்து, அன்பனிறந்தவோர் அவலம் புறமிருக்க, பின்னுஞ் சன்னதியில் பிணம்வீழ்ந்த கதைசொன்னால், திருநாள் முச்சூடும் தீட்டாச்சு தென்றுசொல்லி, வேற்றாள் தமுக்கடித்து வேண்டா தனசொல்லி, கொடையை நிறுத்தியல்லோ குந்தகம் விளைத்திடுவார், கோலமழித்துக் குலநாசம் செய்திடுவார், ஊருக்குள் பிணமிருக்க உபசாரம் எதுக்கென்று, வந்தோரை விரட்டி வாய்த்துடுக் காய்ப்பேசி, முத்துப் பந்தலது முழுவதும் தான்பிரித்து, பச்சைப் பந்தலது பாராமல் தான்பிரித்து, வீதியிறைத்திடுவார் விருதாக்கள் செய்திடுவார், கோட்டையிடித்திடுவார் கொலுநாசஞ் செய்திடுவார், கொலுவைக் காணாமல் குழந்தைக ளழுங்கண்ணீர், குழந்தைக ளழுங்கண்ணீர் குளமாகத் தான்தேங்கி, மக்கள் அழுதகண்ணீர் மடுகரையைத் தானுடைத்து, குடிகள் அழுதக்கால் குவலயந்தான் தாங்காமல், பூரணி கோவிலுக்குப் பூசனைகள் போகாமல், பலிகள் போகாமல் பாதியிலே நின்றுவிடும், வானம் வெளுத்துவிடும் வான்மேகம் கலைந்துவிடும், நல்ல மழைபொய்த்து நாசங்க ளாகிவிடும், பூண்டு முளைத்துவிடும் புல்லும் கருகிவிடும், கொடைநல்ல வொருநாளில் குமரன் விழுந்தயிடம், வேற்றார் அறியாமல் விலக்கிச் சிறையெடுப்பேன், மற்றார் அறியாமல் மறைவாகத் தீயிடுவேன், பூருவத்திலிட்டவிதி போகட்டுமென்னோடு, என்னோடு எந்தன்விதி என்றுசொல்லித் தாண்டவரும், புத்திரன் கோணய்யன் பூவுடலைத் தெண்டனிட்டு, பாதந்தொட்டுப் பரிவுடனே கும்பிட்டு, உடலைத் தூக்குகிறார் உகுத்தகண் ணீரோடே, மாற்றாரறியாமல் மறைத்தகண் ணீரோடே, மைந்தன் சவத்தோடே மண்டபத்தைத் தாண்டிவந்து, துய்யதொரு கோயில் தூணுகள் தான்தாண்டி, பறத்தித் தெருவந்து பள்ளர் குடியேகி, செட்டித்தெருவப்பால் சீக்கிரமே அய்யர்குடி, அத்தனையுந் தாண்டி அதிவிரைவாய்த் தானடந்து, காகம்போனதுபோல் கண்களுக்குத்

தோணாமல், தனித்து வழிநடந்து தன்குடிசை வந்தேகி, நாளைக்குச் சனங்களெல்லாம் நல்லதொரு வைபவத்தில், சேர்ந்து இருக்கையிலே சிதையிடுவே னென்மகனை, குலங்களறியாமல் கொள்ளிவைப்பே னென்றுசொல்லி, (மரித்தோர் தங்கள் மரித்தோரை அடக்கம் பண்ணட்டும், நீ போய் தேவனுடைய ராஜ்ஜியத்தைக் குறித்துப் பிரசங்கி) சவத்தைக் குளிப்பாட்டி சந்தனப் பொட்டிட்டு, துப்பட்டிசோமன் துரிசுடனேயணிவித்து, சேணப்பணிதிகளுஞ் சிறப்புடனே தான்செய்து, கண்கள் சோராமல் கருத்துக் கலையாமல், சவத்தை உயிர்ப்பிக்கும் சாத்திரம் தெரிந்தாற்போல், பிணத்தைக் கட்டிப் பிடிக்குள் அணைத்தபடி, அந்த ராப்பொழுதில் அழுதுவிழித்திருந்தார், அய்யன் அழுதவொலி அரவத்தில் கேட்டந்த, பெண்ணாள் நீலவேணி பெருந்துக்கம் தானடைந்து, கனைத்துக் கத்தாமல் காற்றுவழி போக்காமல், குரலையடக்கிக் குமுறிடுவா ளன்னேரம், எந்த னுயிர்த்தோழன் எம்பெருமான் கோணய்யன், இறந்தே போனபின்னும் ஏன்வாழ்வேன் நானுமினி, என்றே நினைத்து ஏங்கிக் காலுதைத்துக், கிறங்கிக் கல்போலே கிடந்தாள்கா ணவ்விரவில்.

தாண்டவராயன்

அந்த நடுச்சாமம் அப்படியாய்ப் போனதன் பின், நல்லரவ மூர்ந்ததுபோல் நடுச்சாம மிறங்கிப்போய், அர்த்தநல்ல சாமந்தாண்டி அய்யர்கள் எழுந்திருந்து, தலைக்கோழி கூவுமுன்னே தலைகுளித்து நீராடி, வேதங்கள் பண்ணுறதும் வேகத்தீ வளர்க்கிறதும், ஆகங்கள் பண்ணுறதும் ஆகுதிகள் ஊற்றுறதும், அந்தநாள் முடிந்ததென்று அடுத்தநாளைத் துடக்கிவைத்தார், அந்தநல்ல சத்தங்கேட்டு அரிசனங்கள் எழுந்திருந்து, தலையை நீராட்டித் தங்கச் சீப்பெடுத்து, செப்புச் சீப்பெடுத்து சீராகத் தலைகோதி, பட்டுச் சீலைகட்டி பரிவட்டந்தானுங்கட்டி, அரிபிளவு வெற்றிலையை அள்ளி மிகவெடுத்து, தாம்பூலம் உண்டாக்கித் தப்பாமல் வாய்சிவந்து, சந்தனங்கஸ்தூரி சவ்வாது தான்பூசி, உடுகரை வரிந்து உருமாலும் மேல்போர்த்து, தங்கக்கொலுசிட்டுத் தனியாக வளையணிந்து, அந்தக் கைகளுக்கு ஆயிரம் வளையலிட்டு, ஸ்திரீகள் கைகளுக்குச் சிறப்பான ஓலையிட்டு, குமருகளுக் காலிலை குழந்தைக்கு அரசிலை, தங்க மேகலைகள் தகவென்று தானணிந்து, விடியவொருசாமம் மீந்திருந்த வேளையிலே, கூட்டம் புறப்பட்டுக் குணதிசை தான்பார்த்து, சாமம் கரையாமல் சரியாக வெளுக்காமல், இருட்டுக் கலையாமல் இருக்கவே மிகக்கலங்கி, (அப்பொழுது ஏறக்குறைய ஆறாம் மணி நேரமாயிருந்தது. ஒன்பதாம் மணி நேரம்வரைக்கும் பூமியெங்கும் அந்தகாரமுண்டாயிற்று. சூரியன் இருளடைந்தது. தேவாலயத்தின் திரைச்சீலை இரண்டாகக் கிழிந்தது) ஏதய்யா இன்றிந்த இரவு புலராமல், உத்தனஹள்ளிதிசை உதிக்காமல் கெதிக்காமல், இருண்டே கிடப்பதற்கு என்னகா ரணமென்பார், அப்போது பூசாரி அவனுமே யேதுசொல்வான், இன்று ஒருசாமம் இடந்தப்பி விடியுமென்று, உத்தன ஹள்ளிவிட்டு ஊடேதுர்க்கம் நரைக்குமென்று, அய்யமார் பஞ்சாங்கம் அப்போதே சொல்லிற்று, ஆதலால் குடிசனங்கள் அச்சப்பட வேண்டாம்,

இன்னுமொரு நாழிகையில் இடப்பக்கம் விடிந்துவிடும், கொடைகள் நடக்கட்டும் குணதிசை விடிந்துவிடும், என்றே பூசாரி இசைவாகத் தான்பேச, கெதியாய் எழும்பியவர் கெங்கம்மன் கோவிலுக்கு, கம்பரிசி மாவிடித்துக் கருப்புக்கட்டி தான்கலந்து, களிபோலே தான்கிளறி கனமாக வுண்டைசெய்து, பூசணிப் பழம்போலே போதவே தானுருட்டி, நாற்பது கலமரிசி நலமாகப் பொங்கலிட்டு, ஆட்டுக்கிடாநூறு அளவாகச் சமைத்துவைத்து, முட்டையிடுங்கோழி மூவாயிரஞ் சுட்டுவைத்து, மதுக்குடங்கள் நூறு வரிசையுடன் தானுமங்கே, எழுநூறு வண்டியிலே இதமுடனே தான்போட்டு, வண்டிதனை நடத்தி வரிசையாய்க் கொண்டுசென்று, கெங்கம்மனுக்கபிஷேகம் கெதியாகத் தான்முடித்து, பின்னுந் திசைபார்க்கப் பின்னிரவு அகலாமல், ஆனதொருபாறைபோ லிரு ளசையாமலிருக்கக்கண்டு, தமக்குள் மிகவஞ்சி தலைக்குருவைத் தானழைத்து, காரணம் கேட்டிடுவார் காணாத பகல்பற்றி, அரண்மனைக் குருவும் அப்போது விளம்பிடுவார், அஞ்சற்க மனிதர்காள் அம்மை துணையுண்டு, சாத்திரப் பழியில்லை சாங்கியந் தப்பவில்லை, நேர்ச்சைக் குறைவில்லை நேரக் கெடுதலில்லை, நூல்கள் ஏதொன்றும் நுணக்கங் குறிக்கவில்லை, ஆதலால் அஞ்சற்க அதுதானே விடியுமென்றார், கிழக்கு வெளுத்துக் கிரணங்கள் தோன்றுமென்றார், என்றாலுஞ் செங்கிழக்கே ஈஸ்பரனார் ஆக்கினையால், அன்று மப்போதும் அதற்கடுத்த பத்தாநாள், தாண்டவ னார்வழக்கு தடம்வந்து சேரும்வரை, தாரகை மறையவில்லை தவக்கோழி கூவவில்லை, அம்புலி மறைந்து அழற்கதிரோன் தோன்றவில்லை, ஆழிசூழுலகமும் அண்டச ராசரமும், துய்யவுலகமும் தூர்ந்தவொரு கிணற்றைப்போல், இருட்டிக் கிடந்தவித மேதும்புரியாமல், தலைக்குரு சொன்னபலன் தப்பியா போகுமென்று, வேதியர் சொன்னபலன் வீணேயோ யொழியுமென்று, நாட்டார் நடைநடந்து நல்லதொரு கோலமிட்டு, கெங்கம்மன் சன்னதிக்குக் கெதிகள் பலசெய்து, இட்ட பயிர்களெல்லாம் இடமுடனே கருகாமல், பூண்டுஞ் செடிகளும் பூமியுந்தான் வறளாமல், பூமிவறண்டு புனல்வற்றிப் போகாமல், தழைமாரி செழிப்பித்துத் தாயே தரணுமென்று, கண்ணில் நீர்பெருக்கிக் கதியுடனே சேவித்து, அந்த நல்ல நாட்டார் ஆடுறதும் பாடுறதும், மதுவைக் கவிழ்த்தியங்கே மாந்திக்குடிக்கிறதும், பெண்ணைக் கலந்துநல்ல பேதமைகள் செய்கிறதும், சாந்தணி மண்டபத்தில் சாங்கியங்க ளோதுறதும், சித்துளி நாய்களுடன் சிறுவேட்டையாடுறதும், சொக்கட்டான் பத்தியங்கள் சோழிவிளையாடுவதும், காசையிறைத்துக் கடுஞ்சண்டை தானடித்து, சாவடியில் சரம்வரைந்து சதுரங்க மாடுறதும், ராட்டினஞ் சுற்றுறதும் ரகளைகள் செய்கிறதும், சந்தைகள் போடுறதும் சகலங்கள் விக்கிறதும், குமருக்குப் பூவாடை குழந்தைக்குச் சிற்றாடை, சுமங்கிலிப் பெண்டணியச் சுண்டு விரல்மெட்டி, பருகூருப் பாய்களென்ன பலவிதமாய்ச் சேலையென்ன, அம்மை நேர்ச்சைக்கோ அலகுகள் நூறுவிதம், கூரான ஈட்டிகுத்தி கூடநல்ல உரலிழுத்து, பட்சியலகு தொங்கி பாரக்கா வடிசேர்த்து, வருவா ரிதிகாச வானரங்கள் வந்தாற்போல், அப்படிக்குச் சூழ்ந்திருந்த அரியபல நாட்டார், எட்டுத் திசைதொட்டும் எண்ணாத பலநாட்டார், எண்களத்து மன்னவரும் எதிர்வார சேவகரும், மல்லச் செட்டிகளும் மலுக்கர் துலுக்கர்களும், மராட்டியர் கன்னடியர்

வங்கர்கலிங்கர்களும், கொங்கர் தெலுங்கர் கோளாள வமுசங்களும், மண்டியிட்டு வாய்திறந்து வகையாய்க் களியுருண்டை, எடுத்துப்போட்டு இன்பமுடன் தான்சுவைத்து, நெல்லரிசிச் சோறும் நேராய்க்கிடாக் கறியும், சுட்டுவைத்தகோழி சுகமாக மூவாயிரம், இத்தனையுந்தின்று இனிய மதுக்குடங்கள், நூறையுமப்போது நுகர்ந்தே அரைநாழி, ஆடிச் சலித்துபின்னே அங்குமிங்கும் பார்த்து, தேடிச் சலித்துபின்னே திகுவென்று கண்சிவந்து, மீறிக் குடித்தகுடி மிகமூர்க்கந் தூண்டிவிட, தேடிக் குடித்தகுடி திக்குப் பிரமையடிக்க, எட்டுத் திசைநாட்டார் எடுத்துக் குரல்கொடுப்பார், வாரும் நந்தேசம் வந்தவழி திரும்பிடுவோம், போதுங்கெல மங்கலத்தார் செய்திட்ட வதிசயங்கள், நாட்டில் இல்லாத நியாயங்கள் செய்தார், தேடியெமையழைத்துத் தெருநாய்போல் நடத்திட்டார், வருந்தியழைத்து வகைமோசம் பண்ணிட்டார், இவர் விருந்தைமதித்தகதை விதமாகப் பேசின மேல், தேசத்தார் முகஞ்சுளிப்பார் திக்குகள் கைகொட்டும், குவலயஞ் சிரித்துவிடும் குண்டிவழித்தபடி, அதிதிகள்சாப மிவர்மே லகலாமற் கனக்குமினி, போவோம் வாருமய்யா போதுமிந்த லட்சணங்கள், என்றே யெழுந்திருந்தார் எட்டுத்திசை நாட்டாரும், அவர் புறப்பட்ட விதம்பார்த்துப் பூங்காவனச் செட்டி, அலறியோடிவந்து அடிபணிந்து தெண்டனிட்டு, மேனிநடுங்கி மெய் விதுவிதுத்து, வந்தவுறன்முறைக்கு வகையா யாசனமிட்டு, விசனம் மிகவூற வினயமா யென்னகேட்பான், ஏனிந்தக் கோபமய்யா எங்கு குறைகண்டீர், சோறுங் கறியும் சுகமான பனங்கள்ளும், சத்திரஞ் சாவடியும் சதுரான பஞ்சணையும், சதுரங்கக் கச்சேரி சப்பர மாடங்கள், சந்தைகள் மந்தைகள் சலக்கிரீடை மண்டபங்கள், அத்தாணி மண்டபங்கள் அத்தனையு மாக்கிவைத்து, நிலாப்போல் மண்டபங்கள் நிழலுக்குப் பூப்பந்தல், சொன்னால் சேவுகம் சொறிய மயிலிறகு, காலுக்குக் கீழடுமை கைக்குமே லடுமையென்று, பூதலத்தி லில்லாத புதுமைகள் பண்ணிவைத்தோம், வேறெங்கு மில்லாத வேடிக்கை செய்துவைத்தோம், இத்தனையுஞ் செய்தபின்னும் இவ்விதமாயப் பேசுகின்றீர், வேறென்ன வேண்டுகிறீர் விருந்தாரே எம்மிடத்தில், அதிதி முகஞ்சுளித்தால் அரனார் சாபம்போல், விருந்து கசந்தெழுந்தால் வீண்சாபம் சேருமென்பார், கெங்கம்மன் கொடையில் கெதியில்லையெனும் வார்த்தை, சொன்னாற்பின் னென்னாளும் சோறிறங்க மாட்டாது, சோபனப் பிராப்தி சுகசாவு கிட்டாது, எட்டுநல்ல சந்ததிக்கும் ஏழ்மைகள் சேர்ந்துவிடும், கேளும் நாட்டாரே வேறென்ன உம்மாசை, திரவிய மழிந்தாலும் திருப்திகள் பண்ணிவைப்போம், உதிரம் அறுத்தேனும் உபசாரஞ் செய்துவைப்போம், என்றே செட்டி இதமாகக் கேட்டிடவே, நாட்டார் குரல்கனைத்து நயமாக யேதுசொல்வார், உங்களூர் வண்டியோட்டி உருவில்லாச் சாரதி, மாயத் தடங்காட்டும் மகத்துவக் குதிரைக்காரன், எங்களூர்ச்சீமையி லேந்தஅவன் பேர்கேட்டோம், பேர் சொன்னார் பூமியிலே பிரபலமாய்த் தேசமெங்கும், ஊரைக் கடந்தவர்கள் உத்தமன் என்றார்கள், மலையைக் கடந்தவர்கள் மாயவன் என்றார்கள், மிருகங்களி லதிசயமாம் நீலவேணி யெனும்புரவி, விண்ணுலகம் பாய்ந்தாலும் மேகத்தைப் பாய்ந்தாலும், கல்லு நெகிழ்ந்தாலும் கல்லணையுஞ் சாயாமல், மின்னற்பொழுதுக்குள் மிகுதொலைவு செல்லுமென்றார், அந்த நல்லப் புரவிக்கு அறிந்ததொரு

எசமானன், பெண்கள் முகமறியா பெயர்நல்லத் தாண்டவனாம், அவன்கூண்டு வண்டி அஞ்சுலோகஞ் செல்லுமென்றார், அந்த நல்லவூர்வலத்தை அதிதிக்கு மறைத்துவைத்து, ஏலாததைக் கொடுத்து ஏமாற்றப் பார்க்குகிறீர், அஞ்சுலோகஞ் செல்லும் அதிசய வண்டியேறி, ஈஸ்வரனார் வாகனம்போ லிக்கணமே சுற்றவேணும், சண்முகனார் வாகனம்போற் சாடிப் பறக்கவேணும், கெருடவா கனம்போல கெதியாய்ப் போகவேணும், ஆதலால் நாட்டாரே அந்தநல்ல தாண்டவனை, ஊருப் பழிக்கஞ்சும் உத்தமர் நீரென்றால், கடுகியழைத்துவந்து காட்டிடு மெங்கள்முன்னே, விருந்தோர் காத்திருக்க விருசா யழைத்துவாரும், இல்லையென் றீராகி லிப்போதே கிளம்பிடுவோம், பாரிலே யும்பாங்கைப் பறையடித்துச் சொல்லிடுவோம்.

வந்தோ ரிந்தவிதம் வக்கணையாய்க் கேட்டதுமே, அந்தப்பூங் காவனச்செட்டி அடுமையைத் தானழைத்து, ஆரடா அடுமை அயனாக வோடிப்போய், ஆற்றங் கரைக்குடிசை அதிலுறங்கும் சாரதியை, எழுப்பி யிவர்காண ஏறில்லாக் குதிரையுடன், கணமேனுந் தப்பாமல் கண்முன் னழைத்துவா, நல்லதென்று சொல்லி நாடியங்கே தானோடி, உத்தமர் தன்குடிசை உள்புறமா யடைத்திருக்க, அடுமைப் பறையனவன் ஆற்றுக்குத் தானோடி, தாழிட்ட கதவுகண்டு தவங்கி வெளிப்புறத்தில், ஏங்கிக் குரல்கொடுத்து ஏழையவன் கூப்பிடுவான், அப்பனே தாண்டவா அருமையுள்ள ராசாவே, ஊரார் காத்திருக்க உறங்குதியோ இந்நேரம், கடமை பலயிருக்கக் கண்ணுறக்கங் கொள்ளுதியோ, இலங்கையோயிந்த வூர்நீயும் இராவணன் தம்பியோ, துயிலைக் கலையப்பா துரிசாகவே நீயும், திறந்து வரவேணும் திடலுக்கே யிப்போது, செட்டி ஆணையிட்டுச் செப்பும் படியுரைத்தார், எனவே தப்பாது என்னுடனே வரவேணும், அடுமைச் சொற்கேட்ட ஆதிநந்தி யேதுசொல்வார், கதவைத் திறந்தக்கால் கடுவாசம் வீசுமென்று, தாழைத் திறக்காமல் தாண்டவனு மேதுசொல்வார், கவுளி நக்கிற்றோ கரப்பு நக்கிற்றோ, புரண்டு படுத்தக்கால் புற்றரவம் ஊர்ந்திற்றோ, கெட்டியிழுக்குதப்பா கெதிமயக்கங் கொள்ளுதப்பா, பீளை தள்ளுதப்பா பின்னங்கால் செருகுதப்பா, தாண்டி நடக்கையிலே தள்ளாட்டங் காணுதப்பா, மாறி நடக்கையிலே மயக்கங்கள் காணுதப்பா, நாட்டார் திடலுக்கு நான்வரக் கூடுதில்லேன், இன்றைக்குப் பத்தாம்நாள் இனிதே நான் வருவேன், போய்ச்சொல்லு யிச்சேதி பூங்காவனச் செட்டியிடம், என்ற தாண்டவர்க்கு எதிர்வார்த்தை பேசாது, கருத்த பறையடுமை கச்சேரிக் கோடிவந்து, தாண்டவனார் சொன்னவிதம் தப்பாமல் தானுஞ்சொல்வான், அந்த மொழிகேட்டு நாட்டார் அதிரச் சிரித்தார்கள், மண்ணாளுஞ் செட்டிக்கு மதிப்புப் பொன்னாலே, பாராளுஞ் செட்டிக்குப் பவிசும் பொன்னாலே, பத்துநாள் தவணையிட்டான் பாவியந்த வண்டியோட்டி, கேட்டு மொருமரம்போல் கேடின்றி யிவர்நிற்பார், நாங்களா யிருந்திருந்தால் நான்றுகொண்டு செத்திடுவோம், என்றே யேசிடுவார் ஏளனங்கள் செய்திடுவார், புல்லர் சொற்கேட்டுப் பூங்காவனச் செட்டி, அந்தமொழிகேட்டு ஆக்கரித்துப் பற்கடித்து, விழிகள் மிகச்சிவந்து மீசை மேல் கைபோட்டு, சேவுகரை யழைத்தந்த சின்னவனும் மேதுசொல்வான், வண்டிக்காரப் பயலுக்கு வாயுந் துடுக்காச்சோ, மன்ன ரணுக்கத்தாலிந்த மமதை

வந்ததுவோ, துய்யப் பணிமறந்தான் துரும்புபோற் குலமுடையான், குலத்துத் தர்மந்தனைக் குழிதோண்டிப் புதைத்தான், பத்துநாட் சென்று பாங்குடனே வருவமென்றால், பத்தாநாள் வருமளவும் பரதேசத்தா ரிங்கிருப்பாரோ, தன்தடத்தில் மான் தானே வருமென்று, வேங்கை யிருந்தகதை வேறெங்குங் கேட்டதுண்டோ, என்னவிதம் பேசுகிறான் யார்கொடுத்தா ரித்துணிவு, இப்படிப் பேசிச்செட்டி இருபுருவந் தானெரித்து, செட்டி விழிசிவந்து சேவுகரைத் தானழைத்து, இட்டு வாங்களடா இடமான சாரதியை, பறித்து அழைத்துவந்து பாடங்கள் பண்ணிவைப்போம், கண்கொட்டும் நாழிகையில் காரியம் முடியவேணும், என்றே யவன்சொல்ல எதுசெய்தார் சேவுகரும், அஞ்சு சேவுகர்கள் அடித்து விழுந்துகொண்டு, அவர்மே லிவர்விழுக அலம்பலமா யோடிப்போய், ஆற்றுக்கு மேற்புறத்தில் அழகான வாகையடி, வாகையடியில் வசித்திருக்கும் தாண்டவக்கோன், தாண்டவன் குடிசைபோய் தாழிட்ட கதவுதொட்டு, அய்யா வாருமென்றார் அந்தநல்லச் சேவுகர்கள், செருக்குமக்குப் பிடித்ததாய்ச் செட்டி சினந்திட்டார், பலநாட்டார் முன்னிலையில் பார வைதிட்டார், எங்களையுந் நில்லாது ஏவிவிட்டார் இந்தயிடம், வருகுவையோ மாட்டாயோ வடிவிலொன்றுசொல்லும், இதஞ் சொல்லி யெமையனுப்பும் செட்டி யிட்டகெடு தாண்டிடுமுன், என்றே துடித்தார்கள் எரிதழலில் நின்றார்போல், அப்போது தாண்டவனார் அவருந்தா னேதுசொல்வார், பிடிதாழை நீக்கினால் பிணவாடை யடிக்குமென்று, கதவைத் திறக்காமல் காபந்து பண்ணிவைத்து, அரவம் ஊர்ந்தாற்போல் அய்யரவா யிருக்குதப்பா, அதுவன்றி யெவரையும் அவமதிக்கு மெண்ணமில்லை, பத்துநாள் வேண்டாம்கேள் பதமாயோ ரைந்துநாள், தவணை கொடுக்கச்சொல்லும் தவறாமல் வந்திடுவேன், இன்றுவரக் கூடுதில்லை யென்றே சொல்லுரைத்தார், அடுமைச் சேவுகர்கள் அப்படியே வந்துசொல்ல, அந்த மொழிகேட்டுச் செட்டி அடங்கக்கூத்தாடி, ஆஹா அவன்கெருவம் அப்படிப் பேசலாச்சா, எடடா சவுக்கையந்த இழிமகனைக் கொன்றிடுவேன், கொன்று அவன்கொழுப்பை குலத்தார்க்குக் கூறிடுவேன், குடலைப் பிளந்தேயவன் குருதியைக் குடித்திடுவேன், மண்டை யோட்டைநல்ல மாலையா யணிந்திடுவேன், என் கால்களவன் குடிசைக்கு ஏறியே செல்லுமானால், அவனுயிர் தப்பாது அம்மன் மேல் ஆணையென்றான், செட்டி சினம்பார்த்து தேசத்தார் பதைபதைத்து, கொடைநல்ல வோர்நாளில் கொலைவிழுக லாகாது, ஆறப் பொறுமைய்யா அதுநல்ல வுத்தமரே, நாங்கள் பார்க்குகிறோம் நல்லவிதம் பேசுகிறோம், தாண்டவனைத் தானழைக்கத் தந்திரங்கள் பண்ணுகிறோம், என்றுசொல்லி நாட்டார் ஏதுசெய்வா ரொருசூழ்ச்சி, தாண்டவன் மானஸ்தன் தவறுஞ் சொற்பொறாதான், கலங்கவொரு குளத்தில் கல்லெறிந்தாற்போல, சிறுபேடைக் கூட்டத்தில் சிதறக்கல் லெறிந்தாற்போல், தயவோடனைவருமாய் தாண்டவன் மனக்குளத்தில், சொல்லால் கல்லெறிவோம் சோதனைகள் செய்திடுவோம், வாருமென்று சொல்லி வகையாய் நாட்டவரும், ஆற்றங்கரையேகி அங்குநல்ல கால்பதித்து, திறக்காத கதவின்முன் திறமுடனே யேதுசொல்வார், நல்லது தாண்டவா நலமுள்ள சாரதியே, அப்பனே தாண்டவா அருமையுள்ள சாரதி, பேரும் உனக்கெங்கும் பெரிய பெயராச்சு,

மூர்த்தியுங் கீர்த்தியும் முடுக்கெல்லாம் பெயராச்சு, அப்படிக்கு நீ அந்தச்சொல் பொய்க்காமல், வார்த்தை மாறாமல் வழுநாவுந் தவறாமல், பாக்கும் வெற்றிலையும் பாங்குடனே தலப்பாவும், பட்டும் சரிகையும் பவளப்பூ வட்டிகையும், வண்டியோடே வருவதற்கு வகைப்பணமென்று சொல்லி, வாங்கிய கைக்குமுன் வாய்க்கும் நடுவே, தூரந் துலைவாகித் துந்திரவு மிகப்பண்ணி, நாக்கின் மேல் விழுந்தபல் நகராதென்றுசொல்லி, பேசினவுன்பேச்சு பெரும்பொய்க ளென்றாச்சு, பறக்கு மொருவண்டி பாங்குடனே நீலவேணி, பந்தத்திற் கொருபிள்ளை பரமன்தந் தாருனக்கு, நீ—ஊருக்குச் செய்வையென்று உபகாரங் கூடுமென்று, ஈஸ்வரனார் தந்தவிதம் ஈயாக் கஞ்சனானாய், வண்டிக்காரன் தருமம் வழக்கொழிந்து போனதென்றால், வருணங்கள் மாறிவிடும் வருமழையும் பொய்த்துவிடும், ராமருக் கோர்வில் ராயனுக் கோர்சொல், என்று இருந்ததெல்லாம் இறந்ததொரு காலமாச்சு, இனி—வான மிருண்டுவிடும் வாய்த்த மழை கலைந்துவிடும், சாந்தி யழிந்துவிடும் சத்துருக்கள் தோன்றிவிடும், வேறென்ன நாங்கள் வெகுமதிகள் உனக்குரைக்க, நாங்க ளூர்நாட்டார் நயமாக அயலரிடம், பேரும் பின்னமாகி பிறிதா யிசையிழந்து, மானம் மிகக்கெட்டு மரியாதை தானொழிந்து, பேசி யனுப்பிவைக்கப் பின்னுஞ் சம்மதமோ, உபசார வகையிழக்க உத்தமனே சம்மதமோ, தக்கவொரு வார்த்தைசொல்லும் தாமசங்கள் செய்யாமல், நிற்கவோ போகவோ நிமித்தங்கள் சொல்லுமென்றார், அவர்வார்த்தைகேட்டு தாண்டவனார் அலறிக் கண்கலங்கி, திகைத்துக் கிறுகிறுத்துத் தீயைமிதித்தாற்போல், எழுந்து இருபுறமும் ஏலாது பரபரத்து, உள்பூட்டுத் திறவாமல் உத்தமரு முள்ளொடுங்கி, இருதலைக்கொள்ளி யெறும்புபோலாயிற்றே, என்னுடைய கெதியென்று எண்ணி மனம்பதைத்து, பூருவத்திலிட்டவிதி போகாது தீருமட்டும், கதியைத் துலைக்கவல்லேன் காவேரி நீந்தவல்லேன், விதியை விலக்கி வெல்வாரொருவருண்டோ, ஆதலினால் ஈஸ்வரனார் ஆக்கினைப்படி நடக்கட்டுமென்று, அய்யா நாட்டாரே அருமையுள்ள யென்சனமே, தாவு தீர்ந்ததென்று தாமதித்தேனல்லாமல், ஊரை யிளைப்பிக்கும் ஊகஞ் சிறிதுமில்லை, மாற்றார் பரியாசம் மண்ணேறப் பொறுக்கவில்லை, மக்கள் என்மக்கள் மண்ணும் அதுபோலே, மாதா விசனப்பட மகன்பொறுத் திருப்பானோ, ஆதலினால் நாட்டாரே அருமையுள்ள யென்சனமே, பத்து நாள் வேண்டாம் அதில் பாதிக் கெடு வேண்டாம், அச்சப்பட வேண்டாம் அரைச்சணத்தில் நான்வாரேன், பரியைப் பூட்டி நல்ல பாங்குடனே நான்வாரன், நீங்கள் போயிருங்கள் நிமிசத்தில் வருவேனென்றார், நிமிசத்தில் வருவேனென்றார் நீதமுடன் அவர் கலைய, அவரை யனுப்பிவிட்டு அய்யன் தனியிருந்து, தூங்குவதே போலிருந்த துடிமகனைக் கண்பார்த்து, அரனே ரெத்தினமே அருமையுள்ள சித்திரமே, பொன்னே பூந்தாதே புகழுடைய கோணய்யா, உன்னை எரித்து உனதாவி சாந்தியுற, பிடிசாம்பலெடுத்து பிண்டம் பலசெய்து, குதிகா லெலும்பெடுத்து குளிரநல்ல நீரெடுத்து, ஆற்றிலுன் னெலும்பை அருமையாய்த் தான்கரைத்து, அங்கம் கரைத்தல்லோ அன்பான நீரில்விட்டு, கெங்கையிலே போட்டு கிலேசமெல்லா முள்ளடக்கி, மூதாக்கள் சீர்பாதம் மொய்ம்புடனே சேரென்று, மாதாக்கள் தன்னுடனே வாழ்ந்து யிருவென்று, தண்ணீர் கடன்கழித்து சாஸ்திரமுந் தான்முடித்து,

சிக்கெனவே தானம்பண்ணி சிவனாரைத் தெண்டனிட்டு, கருமாதிகள் செய்து காராளா உன்னாவி, கைலாசம் செல்லக் கடன்கழிக்கக் கூடாமல், கூப்பிட்டோ ருடன்பின்னே கூசாமல் நான்செல்ல, எந்தவொரு பிறவியி லிடர்செய்தே னேழையர்க்கு, ஆருக்குக் கெடுதி அறியாமல் செய்துவைத்தேன், உன்னையெரிக்காமல் ஊர்போகுமிப்பாவி, கைலாசம் போவேனோ கடுநரகம் போவேனோ, என்னை அனுசரித்தே யெனக்கருள் செய்யப்பா, என்றுபல சொல்லி ஏங்கித் தாண்டவரும், நின்றவொருபுறமாய் நீல வேணியைத் தானழைத்து, அப்போது தாண்டவரும் ஆனபுரவிதனை, அன்போடு தானழைத்து அரிய புரவியைத்தான், அல்லித்தண்டை சலங்கைகளும் அரைமணியுங்கலகலென, சல்லி துவண்டாடச் சகலாத்து மேல்விரித்து, கல்லணையும் தானிருக்கி கடிவாளம் தான்பூட்டி, அங்குவடி கடிவாளம் அசையாமல் தான்போட்டு, முன்கட்டுவாருகளும் முகமட்டுந் தானிறுக்கி, வடம்போல் லெட்சணமமாம் வண்டியில் தான்பூட்டி, மூத்தார் படம்வரைந்து முன்னே பந்தல்கட்டி, ஆரத்தில் மணிகட்டி அச்சாணிப் பழுஞ்சொருகி, ஏறவே மின்னல்போல் எழுத்துகள் தான்பதித்து, புஷ்பகவி மானம்போல் புகழ்பெரிய வண்டியதில், ஆசனங்களிட்டு அதில்நல்ல பட்டிட்டு, வேண்டிய நாக்காலி விதம்பெரிய முக்காலி, தேக்குநல்ல ஆசனங்கள் தெரிவாகத் தான்நிரப்பி, ரட்சகராந் தாண்டவரும் ரகசியமா யென்னசெய்வார், ஆருமறியாமல் அதிசயமா யென்னசெய்வார், தான்வந்து சேரும்வரை தனித்தவுடல் கிடந்தக்கால், வேங்கை வனமிருகம் விதமான காட்டேரி, ஒற்றைச் சடைமுனிகள் ஓசையெழுப்பாமல், மாயமா யுள்புகுந்து மைந்த னுடல்மொய்த்து, உடலைக் கிழித்துவந்து உதிரங் குடிக்குமென்று, பிணத்தை யெடுத்துப்போய் பிய்த்துத் தின்னுமென்று, வாரி உடலெடுத்து வர்ணமுக முத்தமிட்டு, சேர்த்து அணைத்தெடுத்துத் திருமார்பை முத்தமிட்டு, தீரவழுதுபின் திருமனம் மிகத்தேற்றி, பிரேதந் தனையெடுத்துப் பின்புறமே வண்டியேறி, ஆசனங்கள் அசைத்தெடுத்து அதன்கீழே உடலையிட்டு, (அவன் இயேசுவின் சரீரத்தைக் கேட்டு அதை இறக்கி மெல்லிய துப்பட்டியிலே சுற்றிக் கன்மலையில் வெட்டப்பட்டதும் ஒருக்காலும் ஒருவனும் வைக்கப்படாததுமாயிருந்த ஒரு கல்லறையிலே வைத்தான்) ஆருக்கும் தெரியாமல் அங்கே மறைப்புவைத்து, பத்திரங்கள் பண்ணியபின் பாங்குடனே அங்குவடி, சுற்றிப்பிடித்துச் சுருதிகள் தான்சேர்த்து, உள்ளம் அரித்திருக்க ஊர்ப்பாடல் வாய்பாட, எண்ணெய்கச்சை வரிந்துகட்டி இருபுறமுஞ் சுங்குவிட்டு, மாதுளம்பூச் சல்லடங்கள் வகையாகத் தான்தொடுத்து, துத்தியப்பூ அங்கிகளும் சோடுவச்சிரசீறாவும், வர்ணகச்சை வரிஞ்சிகட்டி வகையுடனே சுங்குவிட்டு, கருப்பூர மையிட்டு கருவங்கி தான்போர்த்தி, பெண்டுகள் பாராமல் பெருவங்கி போர்த்தியங்கே, மகனுடலை உள்ளேயிட்டு மைதானந் தேடிவந்தார்.

நீலியைக் கண்டசனம் நில்லாம லார்ப்பரித்து, ஆள் மேல் ஆள்விழுந்து அரிய ரதமேறி, இலைகண்ட நாய்களாய் ஏறிடுவார் வண்டியினுள், வேடிக்கை களுக்கெல்லாம் விதமான லட்சியமாம், நீலியைச்சுற்றி நில்லாமற் கூட்டமிட்டார், திரண்டாரப்போது திசைகளுந்தெரியாமல், கண்டுமந்த நீலவேணி கனவெள்ளிப் பரிக்குதிரை, கால்களால் தரையுதைத்துக் கனகோபம் கொண்டிடுமாம், நெற்றியால் நிலம்முட்டி

நில்லாமல் சுற்றிடுமாம், சரட்டுப்புரட்டென்று சகலரையு முதைத்திடுமாம், அங்குவடி யறுந்துவிழ அதில்நல்ல மணியுதிர, அல்லித்தண்டை சலங்கைகளும் அரைமணியு மறுந்துவிழ, சல்லி துவண்டாடச் சகலாத்து கிழிந்துபட, கல்லணையும் தானிளகிக் கடிவாள முங்கழன்று, முன்கட்டுவாருகளும் முடிச்சோ டேயவிழ்ந்துவிழ, தரையிற்புரண்டு நீலி சண்டித் தனங்கள்செய்து, வெறிநாய்போ லூளையிட்டு வியக்க வழுதிட்டு, தெருவில் ஓடிநல்ல தெய்வப் பரிநீலி, கல்லிலும் முள்ளிலும் கடுகியே தானோடி, கால்களுடைத்திடுமாம் கவிழ்த்துக் கிடத்திடுமாம், மலைமேலிருந்து நல்ல மலைப்பாறை யுருண்டதுபோல், தட்டித் தடங்கெடுத்து வண்டியைத் தானுருட்டிச் சென்றிடுமாம், அதன் குஞ் சவால் தடமெங்கும் குலைந்து கிடந்திருக்க, பீளையு மெச்சிலும் பிச்சென்று பாசிபோல், நடப்போர் கால்வழுக்க நடுவீதி யொழுகிவர, அதன் காணாத் துயரங்கள் கண்டுமந்தத் தாண்டவரும், ஏலாத் துயரத்தோ டெடுத்துப் பொன்கோலை, வீசிப் பிரிச்சவுக்கை விதமுடனே தான்முறுக்கி, காலால் முடுக்கிக் கனவேகம் தான்கூட்டி, வேகம் போடியென்று விட்டார் புரவிதனை, மேற்கு நல்லவாசலிலே விட்டார் புரவிதனை, அது சாவைக் குறித்ததுபோல் சாடியே தானோடி, ஆனைத் திரளிலே ஆளிசிங்கம் பாய்ந்தாப்போல், செந்நாய்த் திரளிலே செவ்வேங்கை பூந்தாப்போல், முண்டியடித்துவெகு மூர்க்கமாய்த் தானோடி, வண்டிக் குடைசாய்த்து வடங்கள் பிடிவிட்டு, ஆரங் கழன்று அச்சாணி தானுருவி, தடத்தைக் குலைத்து தான்கவிழச் செய்து, நடைமிகுந்த பரியேறி நாட்டிலே போனவர்கள், கையற்று விழுந்ததுவும் காலற்று விழுந்ததுவும், நீலி துயரத்தை நின்றுசொல்லக் கூடுங்கால், நாவால் சொல்லவொரு நல்லோசை மங்கிவிடும், ஊமைத் துயரத்தை உணர்த்தவொரு சொல்லின்றி, ஏடால் சொல்ல எழுத்தாணி சாய்ந்துவிடும், எமனேறும் வாகனமாய் எதிரில்லா நீலவேணி, இப்படித்தானே இருக்குமந்தவேளையிலே, ஆசனங்களுக்கடியில் அறியாம லிட்டவுடல், நாளும்பொழுதும்பட நலங்கெட்ட தம்மானை, ஆக்கினை கண்டாற்போ லழுகியே வரலாச்சு, அழுகிக் கரைந்தசவம் அதுநல்ல பூமியிலே, நாளுமோர் நிமித்தமாய் நாட்டாரை வாட்டிடுமாம், கால்விரலும் கணுக்காலும் கரணையுள்ள முழங்காலும், முக்காலுமழுகிடுமாம் முதலாம் நாளையிலே, அப்போது அவனியிலே ஆனசிறு மதலையெல்லாம், அசீரணமாகி அவங்கழிக்கத் தொடங்கிடுமாம், அதன்மேலிருதொடையும் அழகுள்ள சிசினமும், ஈராம்நா ளியல்புடனே இருந்தழுகத் தொடங்கிடுமாம், அந்நாளில் பாலகரும் அம்மை முலைமறுக்க, தேங்கி யிருந்தபால் தேன்கூடுபோல் கனத்து, மடுவில் நின்றபால் மாங்காய்கள் போல்கனத்து, சுவாசந் தறிகெட்டுச் சுணங்கிடுவா ரன்னையர்கள், மேல்சுவாசங் கெட்டு மெத்தத் திகைத்திடுவார், கீழ்சுவாசங் கெட்டுக் கிறுகிறுத்து வீழ்ந்திடுவார், அவர்–மடுகட்டிக்கொண்டதென்று மதகோரம் விட்ட முலை, குளிர யிட்டமுலை குளம்போல் பெருகிவந்து, முன்கைகள் வெம்பிய மூணாம் நாளையிலே, பால்கவுச்சிதேடி பதமாய்ப் புழுவைத்து, கொசுவும் குறும்புழுவும் குளங்களில் தான்பெருகி, வாய்க்கு நீரின்றி வாடிட்டார் குடிசனங்கள், நாலாம் நாளையிலே நல்லபுஜம் தானழுக, புழுக்கள் மொய்த்தநீர் புண்ணியந் தானுங்கெட்டு, கொசுக்கள் மொய்த்தநீர்

கோவிலுக்கு ஆகாமல், புதுசாகத் தீர்த்தம் பிரியமுடன் தான்தேடி, ஆகாசகெங்கை அடைவுடனே தான்தேடி, குளங்களைவிட்டுமவர் குளிரநல்ல ஆறுவந்து, ஆனதொரு நேரம்போய் அரிய காலந்தப்பி, கும்பத்தில் சேந்தியநீர் குறிக்கவந்து சேராமல், ஆற்றில் அள்ளியநீர் அந்தநேரம் வாராமல், முகூர்த்த நேரங்கள் முன்னே தான்கடந்து, அர்த்த நல்லபூசை கெட்டு அவக்குறிக ளுண்டாகும், ஐந்தாந் திருநாளில் அழகுமகன் மார்பு, தாமரைப் பூத்தரை மேலே விழுந்ததுபோல், மண் மேல் பூவிழுந்து மகத்துவம் கெட்டதுபோல், அழுகி யுடல்சிதைய அவனியோர் தூக்கமெல்லாம், சீதாவைப் பறிகொடுத்த சிரிராமர் நிம்மதிபோல், துருபதியைத் தோற்ற தொல்தருமர் புன்னகைபோல், காட்டுக்குள் வெய்யோன் காணாமற் போனதுபோல், சொற்பனப் புதர்களுக்குள் துருசாய்த் தான்மறைய, ஆவேசங் கண்டுமவர் அலறியங்கே தானெழுந்து, தாங்கண்ட சொற்பனங்கள் தகுந்த விதம்பேசி, ஊரா ரிமைமூடாமல் உறக்கங்கள் கெட்டலைந்தார், ஆறாம்நாள் காதிரண்டும் அவ்விதமாய்த் தான்கெட்டு, முத்துப் பந்தல்களை மூளத் தீயெரிக்கும், ஏழாம்நாள் பல்லும் இளசான தலைமயிரும், ஏதுமாகாமல் இதமான முகமழுக, குளத்துத் தவளைகளும் குறும்பொந்து வயலெலியும், குளத்திற் றங்காமல் குறும்பொந்தி லிருக்காமல், தத்தி ஊர்நடுவே தாமாகச் செத்துவிழும், வாரு நிணஞ்சதையும் வகையுடனே எட்டாம்நாள், செல்லுகள் தானரிக்க திருக்கோயில் மதிலிடியும், கோட்டைச் சுவரும் கொடிநல்ல உத்தரமும், பந்தடிக்குங் கூடங்களும் பளிங்குமா மண்டபமும், எறும்பேறு மண்டபமும் எழிலான கூடங்களும், சித்திரமணிவாசற் றிருமதிலு மிடிந்துவிழ, தூண்களோடிடிந்துவிழ துல்லிதங்கள் பாழாக, ஒன்பதா நாளன்று உடல்கரைந்து கோணய்யன், புதைப்பாரும் எரிப்பாரும் இல்லாதிப் பூவுலகில், வந்த சுவடின்றி வாழ்ந்தவோர் தடமின்றி, பூருவத்து விதிப்படியே பூவுடலம் காணாமல், காற்றாய்த் தான்கரைந்து கைலாசம் போய்ச்சேர, அன்று தென்மூலை அரக்குப்போல் நிறங்கருத்து, ஊசிபோல் காலூனி உக்கிரமாய் இடியிடித்து, சங்கம் போல்முழங்கி சரஞ்சரமாய் நீர்விட்டு, பாரதம் முடித்திட்ட பாவனையாய் பெருமாரி, ஏரிகள் குளங்கள் எங்குஞ் சிவப்பாக, ரெத்த நிறங்கொண் டிறங்கியதே பூதலத்தில், சண்டப்பிரசண்டமுடன் சலதாரை போல்பொழிய, மலசலத்தைப் போலமழை மறித்து நெடியடிக்க, மூச்சடக்கி யெட்டுநாட்டார் முடுகித் தடம்விட்டு, திருநாள் முடியுமுன்பே திருடரைப்போல் தானழுவி, எல்லைக்கு அப்புறத்தே ஏகிவிட்டார் விருசாக, பத்துநாள் கொடையும் பாங்காக இந்தவிதம், கருமாதிபோற்சென்று கழிந்தவிதம் தானுரைத்து, கெதித்த விதந்தெரியாமல் கெலமங்கலம் பாளையத்தார், சலித்துப் பலபேசி சஞ்சலங்கள் கொண்டிருக்க, விண்ணுலகந் தனையாளும் வெய்யோனுந் தானுமப்போ, மலையைவிட்டெழுந்து மாயவனாம் கதிரோனும், பத்துநாள் பாரதம் பாங்குடனே முடிந்ததென்று, வெய்யக் கதிரெறிந்தான் விதமா யிருள்கலைய, குணதிசை பார்த்தெழுந்து குவித்தானே கிரணங்களை, கிழக்கு வெளுத்து கிரமமுடனே பகல்கண்டு, கூட்டங்கள் கலைந்துமவர் குணமுடனே யில்சேர்ந்தார், சோபனங்கள் முடிக்கிறதும் சோலைகள் செய்கிறதும், சந்தைகள் கூட்டுறதும் சரப்பணிதி வாங்குறதும், யந்திரங்கள் கட்டுறதும் யாத்திரைகள் போகிறதும், அந்த

வொருவருசம் ஆகாதென்றுசொல்லி, மற்றோர் கொடைமுடித்து மறுவருசம் செய்வமென்று, எல்லவரு மில்சேர்ந்து இன்பமுட னிருக்கையிலே.

கொற்றவனார் திருப்பாதம் கோணய்யன் சேர்ந்ததறியாமல், கொடைநல்ல வோர்நாளில் குமரனை மறந்தமென்று, பத்துத் திருநாளும் பாலகனைக் காணமென்று, மடந்தைகளெல்லோரும் மனதிலே மிகவெண்ணி, வெய்யில் கண்டுமப்போ வெளியில் தானோடி, பகலைக் கண்டுமவர் பதைத்துத் தான்பார்த்து, புருஷா ளிடஞ்சொல்லிப் புறப்பட்டு ஊர்வெளியில், தங்கத் தூரியிலே தானுறங்கும் மதலைகளை, தூங்குங் குழந்தைகளைத் தூரியிலே விட்டுவிட்டு, தரியாமல் தான்பிறந்த சக்தித் திருமகனை, தேடிப் பெண்களெல்லாம் தெருவிலே தானிறங்கி, படர்ந்த ஸ்தனங்களிலே பால்கட்டிக் கொண்டதென்று, ஊர்கள் முச்சூடும் ஊர்வல மாய்வாரார், அவன்–கோலமழிக்காமல் குறைவாச லாச்சுதென்று, தெருக்க ளெல்லாமும் திரண்டே தான்வாரார், செட்டி மார் வீதிகளும் சீரானவக் கிராரமும், பள்ளர் தெருவும் பறச்சேரியுந் தான்கடந்து, கோணய்யன் பேர்சொல்லிக் கூவிக்குரலெழுப்பி, எங்குங் காணாமல் ஏங்கி மனம்வாடி, கண்கொண்ட பேர்களைக் கவனமுடன் சாரித்து, எதிர்கொண்ட பேர்களிடம் இணக்கமுடன் வழிகேட்டு, ஊருஞ் சேரியும் ஊர்வலமாய்த் தான்கடந்து, சனத நதிக்கரைக்குத் தனித்து வழிநடந்து, தாண்டவனா ரகம்நோக்கித் தப்பாம லோடிவரார், அப்போ தென்னசெய்வார் அவர்நல்ல தாண்டவரும், பெறாமற் பிள்ளைவாங்கிப் பெயரிட்டுத் தூரிகட்டி, கண்ணாக வளர்த்ததெல்லாம் காற்றோடு போச்சுதென்று, சந்தனக் கட்டையிட்டு சாஸ்திரங்கள் தானோதி, நெய்யிலே பந்தமிட்டு நேராகத் தீவளர்த்து, மகனை யெரிக்காமல் மண்ணோடு தீய்த்தனென்று, அஸ்தி கரைக்காமல் அழுகவிட்டேனென்று, கலங்கி மிகயேங்கிக் கண்ணீருக ளுகுத்து, மாடவிளக்கேற்றி யவர் மந்திரங்கள் செபித்திருந்தார், முத்துவிளக்கேற்றி முணுமுணுத்துக் கொண்டிருந்தார், அப்போது பெண்மயிலார் அவரில்லந் தான்சேர்ந்து, அய்யன்முகம் பாராமல் அருகம் புதரொளிந்து, உள்தாழைத் தட்டாமல் உரக்கக் குரலெழுப்பி, கோணய்யன் போனயிடம் குறிக்கவே சொல்லுமென்றார், பெண்ணாலே தானுமக்குப் பிறப்பிக்கப்படாத, புத்திரனைக் காட்டுமென்று புலம்பினா ரப்போது, அந்தமொழிகேட்டு அய்யனுந் திடுக்கிட்டு, நடந்ததைச் சொல்லவோர் நாக்குப் புரளாமல், மாண்டதைச் சொல்லவோர் மனதுந் துணியாமல், பரதேசம்போனான் பாலக னென்று சொன்னார், சிவனாரைச் சேவிக்கச் சிலதுலைவு போனானென்றார், கங்கையில் ஸ்நானமிட காசிக்குப் போனானென்றார், மழு கைக்கொண்ட மாயவனார் காலடிக்கு, தூராதிதூரங்கள் துதித்துவரப் போனானென்று, தூரங்கள் துலைவாகத் தொடர்ந்தேகிப் பலகாலம், சென்றதன் பின்போர்நாள் செல்வனுந் தான்வருவான், பின்னும் மடந்தைமார் பின்னங்கள் தெளியாமல், தாழைத் திறவாத தாண்டவரை உத்தரித்து, அந்த நல்லவுத்தமராம் ஆதிநந்தி யீஸ்பரரை, செறிவாகச் சேவித்து சேமங்கள் சாரித்து, பின்திரும்பிப் போகையிலே நீலவேணி நின்றதிசை, தையலார் கண்டு தயவாக வேபார்த்து, பரிகளிலோ ரரசியா யுனைப் பரிவாகத் தான்வளர்த்து, கண்ணுக்குள் மணிபோ லுனைக்காத்து ரட்சித்து, மனுஷியைப் போலே மந்திரங்கள்

தந்திரித்து, போற்றி வளர்த்தமகன் போனயிடம் தெரிந்தையாகில், ஈஸ்வரர்மே லாணையிட்டோம் இப்போதே சொல்லுயென்றார், கடுகி மறைந்தவிதம் காணாமல் சொல்லுயென்றார், மாதரார் மொழிகேட்டு மாட்சியுள்ள வெண்பரியாம், தனக்கோர் எதிரில்லாத் தன்மையுள்ள நீலவேணி, உள்ளே தோல்சிலிர்த்து உன்மத்தமாய் மூச்சுவிட்டு, காலால் தரையுதைத்துக் கடுங்கூச்சல் தானெழுப்பி, முனியைக் கண்டதுபோல் முன்சுற்று பின்சுற்று, பேயைக் கண்டதுபோல் பெரிதாகச் சுற்றிவந்து, நிலத்தில் நில்லாமல் நெடுவலம் வந்தந்த, நிகரில்லாத் தெய்வப் புரவியாம் நீலவேணி, முன்னே காலுயர்த்தி முன்பாறை மேல்வைத்து, பின்காலை யுதைத்தல்லோ பெருவண்டி சாய்த்ததுகாண், வாசி யுதைத்தரதம் வசமாகத் தரைவீழ்ந்து, சாய்த்த பொன்னுரதம் சட்டச் சடவென்று, சாரத் தரைமேலே சதிர்த்தேங்கா யுருண்டதுபோல், செம்பாறை மேலே சிறுமழைதான் பெய்ததுபோல், பந்தல் வலஞ்சரிய பதாகை யிடஞ்சரிய, கொண்டல் முன்துவள கோலங்கள் சிதறிவிட, கதவுகள் தான்பிளந்து கவனமுள்ள ஆசனங்கள், தேக்குமுக் காலிகள் தெரித்திருக்க மண்மீதில், ஆக்கா லாசனங்கள் அக்கல் சுக்காக, சரிந்தே யுருண்டதுகாண் சாராயக் குடியனைப்போல், அப்போது மங்கையரும் அவருந்தா னேதுசெய்வார், கையழுகி காலழுகி கனியிதழுந் தானழுகி, முழுசாய்க் கரைந்தபின்னும் மோகனங் குலையாமல், சிவிகை யுள்கிடந்த சிறுமகன் வதனத்து, முத்துப் பல்பார்த்து முதிராத மயிர்பார்த்து, அப்போது ஆதிசிவ னருளாலே மங்கையர்கள், நடந்தவித மறிந்து நடுங்கி முகஞ்சிவந்து, குழந்தாய் கோணய்யா கோவிந்தன் போலழகா, நாங்கள்–தரிக்காமல் பெற்ற சருக்கரையே கற்கண்டே, மாயிரு ஞாலத்தில் வாய்க்காத ரத்தினமே, நீடிய பூமியிலே நிதம் பிறக்கும் கோடியுயிர், அத்தனைக்கு மண்ணாவே அழகுடைய மகனேநீ, கூற்றோடு போனாயோ கோலவழி காட்டாமல், காற்றோடு போனாயோ கருத்தாலே சொல்லாமல், மதலைகள் கேட்டா லுந்தன்மழலை யெங்கென்று, குழந்தைகள் கேட்டா லுந்தன்குஞ்சிரிப் பெங்கென்று, ஏதடா சொல்வமிந்த ஏந்திழையாரென்று, கேசத்தைப் பார்த்தழுது கைகளா லடித்துக்கொண்டு, முட்டியழுது மவன் முத்துப்பல் பார்த்தழுது, ஐயோ திருவுளமோ ஆதிசிவனே யென்று, கையைநெரித்துக் கத்திச் சலித்திளைத்தார், தாண்டவனார் தானிருக்குந் தயவான திசைபார்த்து, நெய்ப்பந்தம் தானெடுக்கும் நிருபனைப் பறிகொடுத்து, உய்யவோர் வழியுண்டோ உத்தமரே யுமக்கென்று, கொள்ளியிட மகனிருக்குங் கொடுப்பினை போனதன்பின், கயிலாய முந்தனுக்குங் கதிக்குமோ வென்றுசொல்லி, எல்லவரும் மனதிரங்கி ஏகாந்த வாசலின் மேல், உள்பூட்டுத் திறவாத உத்தமனார் சன்னதியில், மயங்கி விழுந்தரற்றி மாலைப் பொழுதெழுந்து, சிந்தின மூக்கோடே சிவனாரைச் சேவித்து, அழுத கண்ணோடே அரஹரா யென்றுசொல்லி, இலுப்பை யெண்ணையிட்டு இரவுக் குறிப்பொழுதில், சனத நதிமூழ்கி தலைக்கு நீராட்டி, சிவசிவா வென்றுசொல்லி திருநீறு தான்சாற்றி, வீடுகள் போய்ச்சேர்ந்தார் விரும்பியே அந்நேரம்.

போய்ச்சேர்ந்த பாவையரை புருஷர்கள் பார்த்து, ஏதடி பெண்மக்காள் இழவுக்குப் போனாற்போல், நஞ்சுதின்று நஞ்சறுக்கும் நடுச்சாம வேளையிலே, தலைக்கு முழுகித் தாமசித்து வீடுவந்தீர்,

உள்ளதைச் சொல்லுமென்றார் உருவிய கத்தியுடன், அகோ யென்புருஷா ஆனவார்த்தை கேளுமினி, மாயப் பரியோட்டும் மகத்துவச் சாரதியாம், தாண்டவனார் புத்திரன் தங்கமகன் கோணய்யன், முலைப்பால் வாய்மணக்கும் முத்துப் பல்லழகன், சென்று மறைந்தான் சிவலோகம் போய்ச்சேர்ந்தான், முந்தியிருந்தயிடம் முத்தாரந் தான்பெய்து, செல்லங் கொஞ்சியவச் சிறுவன் போனதற்கு, துக்கங் காத்துப்பின் துரிசாய் வந்தமென்றார், அதுகேட்டு புருஷர்கள் ஆக்கரித்துப் பறகடித்து, கிரமமாய்ச் சொல்லுமந்தக் கீழ்சாதித் துயிலான், தாண்டவன் மகன் தானிறந்த தெப்போது, எந்த விதமெரித்தான் எப்போது பால்விட்டான், தீக்கடனும் நீர்க்கடனும தீர்த்ததுந்தா னெந்தநாள், நீர்க்கடன் தீர்க்கவில்லை நிசமாய்த் தீக்கடன்கள், ஏதுஞ் செய்யவில்லை எலும்பைக் கரைக்கவில்லை, பாலகன் செத்துப் பத்துநாள் தானாச்சு, பிணத்தையெடுத்து பின்வண்டி தானேற்றி, சவத்தையெடுத்துத் தன்வண்டி மேலேற்றி, ஆசனங்களுக் கடியிலதை அடைவாகத் தான்மறைத்து, திருநாள் கெடுமென்று தீட்டுக் காவாமல், செல்ல மகனுடலைச் செல்லரிக்க விட்டிருந்தார், கனிந்த மகனுடலைக் காற்றரிக்கப் போட்டிருந்தார், என்னசொல்ல எல்லவையும் ஈஸ்பரனார் விளையாட்டு, அவரவர் விதியின்படி யல்லாமல் எதுநடக்கும், தாண்டவன் தலையெழுத்து மப்படியே தானாச்சு, மாதரார் மொழிகேட்டு மதிமயக்கந் தானடைந்து, கண்கள் மிகச்சிவந்து கடும்புருவம் தானெரித்து, தேர்வலத்திற் காகுமென்று தேசமெங்கும் நாமிறைத்த, புஷ்பங்க ளத்தனையும் புற்பிணம் கொண்டதுவா, மற்றுந் திருநாளில் மரணமெதும் நேர்ந்தக்கால், மாதாவுக் காகாதென்று மட்டியனவ னறியானோ, பிணத்தை மறைத்துப் பெருந்தீங்கு செய்திட்டான், வந்தவொரு நாட்டாரை வண்டியி னுள்ளேற்றி, சாவுத் தீட்டைச் சகலருக்கும் கொடுத்திட்டான், கீழ்சாதிப் புத்தியைக் கிரமமாய் காட்டிட்டான், தேர்போன தடமெங்கும் தெருப்பாடை போயிற்றென்று, ஓவென் றலறுவார் ஓயாமல் பழியுரைப்பார், கட்டுங்கள்மரத்தோ டந்தக் கண்டார வோளியையென்பார், அந்தப்படிக்கு நாட்டார் அடியாளைத் தானனுப்பி, கொத்தாக முடிபிடித்துக் கொண்டாங்க ளவனையென்றார், அவர்—ஆற்றுக்குச் சென்று ஆனதொரு தாழுடைத்து, குடிசையைப் பேர்த்தெறிந்து கொடுமைகள் பலசெய்து, நீலநல்ல வேணியை நில்லாது தானுதைத்து, ஆதிநந்தி யீஸ்பரராம் அந்தநல்ல தாண்டவரை, அய்யா சாரதியே ஆண்டவரே காருமென்று, போலித் தெண்டனிட்டு பொல்லா தனசொல்லி, ஏளனங்கள் செய்து எச்சிலுந் தானுமிழ்ந்து, (அவர் புறஜாதியாரிடத்தில் ஒப்புக்கொடுக்கப்பட்டு பரியாசமும் நிந்தையும் அடைந்து துப்பப்படுவார்) கையோ டொருகால் கயிற்றால் தானிறுக்கி, தலையிலடித்துத் தடுமாறி விழப்பண்ணி, கல்லாலடித்துக் கடுங்காயங் கள்செய்து, துப்பட்டி யைக்கிழித்துச் சுயவுருவை வெளிக்காட்டி, சாணியைக் கரைத்தந்தச் சுவாமியின் மேலூற்றி, தரித்த பெண்கண்டு தன்கெர்ப்பம் கலைந்தோட, தடத்தி லிழுத்துவந்தார் தப்பாமல் கச்சேரிக்கு, அந்த மரத்தடியில் அசையாமற் கட்டி, பொந்திப் பசியோடே பொருக்கச் சிறைவைத்து, தாகந் தீர்க்காமல் தனியிரண்டு நாள்வைத்து, செகதேவ ரரமணையில் தீரப் பிராதுசொல்ல, திருமகனார் பார்த்துத் தீர்ப்பார் வழக்கையென்று, கயிறோ டிழுத்தவரை கடியநகர் வலம்வந்து, ஜக்கரிக்கு ஒருகாதம் சரிவான அஞ்செட்டி, அப்பா லிருகாதம் அழகான

சிறுநல்லூர், நல்லூ ரவர்கடந்து ராயக்கோட்டைவந்து, எட்டு மாளிகைகள் எறும்பேறா மண்டபங்கள், அத்தாணி மண்டபங்கள் அந்தப்புர நந்தவனம், முத்துப் பாசிவிற்கும் முன்கடையி லோர்வீதி, பிச்சியிரு வாட்சிவிற்கும் பின்கடையி லோர்வீதி, அந்த வீதிதொட்டு அழகாக வலம்வந்து, நல்லவரை இழுத்தந்த நாடு வலம்வந்து, கோட்டை கொத்தளமாம் கொலுவிருக்கும் மண்டபமாம், கோட்டை யுச்சியிலே கொலுவிருக்கும் செகதேவர், ஆசார வாசல்வந்து அடிவணங்கித் தெண்டனிட்டு, காண்டா மணியைக் கனமுடனே தானடித்து, தென்ன வரையழைத்துத் தீர்ப்புகள் சொல்லுமென்றார், அந்தப்படி செகதேவர் அருமையுள்ள தாண்டவரை, ஏறிட்டுப் பார்த்து எக்காளந் தான்செய்து, சொல்லுடா வண்டிக்காரா சூதில்லா தோர்வார்த்தை, மெய்யாக யிவர்திருநாள் மேதினியில் குறைவுபட, ஆருக்குந் தெரியாமல் அதிக ரெகசியமாய், பிணம்வைத்து வண்டியோட்டி பிழைமோசஞ் செய்தையென்று, திருநாளின் நடுவே தீட்டைக் கலந்தையென்று, உரைத்தா ரிவர்வார்த்தை உண்மையோ சொல்லுயென்றார், எல்லோ ரின்பத்தையு மெண்ணியே யிருப்பது, சாவுச் சடங்கைச் சாதிக்குஞ் செயலாகி, விடுகையில் மன்னவரே வேறென்ன செய்வனென்று, விடுத்தார் தாண்டவரும் விருசா யொருவார்த்தை, (உங்களில் ஒருவனுடைய கழுதையாவது எருதாவது ஓய்வு நாளிலே துரவிலே விழுந்தால் அவன் அதை உடனே தூக்கிவிடானோ) பிள்ளை யிறந்ததைப் பிறரறியச் சொல்லாமல், மேவி மறைத்ததுவும் மெத்தப் பிழையிலையோ, நாட்டா ரவர்விழிகள் நல்லவோ ருறக்கத்தில், மூடிக்கிடக்கையிலே முந்திநான் மறைத்ததுவும், பெண்டுகள் கண்பட்டுப் பிரபலமாய்த் தெரிந்து, காரணங்க ளெட்டாமலவர் கடும்புத்தி யுறங்குறதும், போகாது கூடவரும் பூருவத்தி லிட்டவிதி, அதுகேட்ட மன்னவரும் அதம்பினார் மனங்கலங்கி, சாஸ்திரிமாரின்றித் தகனச் சடங்கின்றி, தீக்கடனும் நீர்க்கடனும் தீர்க்காத குறையாவி, சாந்தி களடையாமல் சன்னதங் கொண்டலைந்து, தோட்டிபோ லுருக்காட்டி சொர்ப்பனஞ் சாதித்து, நாட்ட வரைத்துரத்தி நல்லரத்தந் தான்குடித்து, தேசங்க ளெண்பதையும் திடுக்கிடவே செய்யுமென்றால், காரணனே யதில் கணிசமன்றோ உன்பங்கு, வேந்த னுரைகேட்ட விருத்தனு மேதுசொல்வார், நிருபனைச் சேர்த்தெடுத்து நித்தமிரு முலைகொடுத்த, கெலமங்கலந் தாயார்க்குங் கெதியான பங்குண்டு, இவ்வாறா யிருவரும் இணைபேசி யிருக்கையிலே, மன்னன் திருநாவில் மாயவனா ராக்ஞைப்படி, அப்போது சனியன் அடைவாகப் போயமர, (அப்பொழுது பன்னிருவரில் ஒருவனாகிய ஸ்காரியோத்தென்னும் மறுபேர் கொண்ட யூதாசுக்குள் சாத்தான் புகுந்தான்) வழக்கைத் தீர்க்கவந்த வள்ளலும் ஏதுசொல்வார், கொடையைக் கெடுத்துக் கோள்களைத் தடம்பிழற்றி, வருமழையைத் தடுத்து வகைமோசஞ் செய்திட்ட, சாரதிக்குக் கழுவேற்றம் சட்டந்தா னென்றாலும், காற்றுப் புலியடக்கி கான்பூதக் கூத்தடக்கி, நாட்டுக்கு நாலுவிதம்–அவன்–நல்லன செய்ததையும், எண்ணத்திற் பழுதில்லை யென்பதையுந் தானெண்ணி, முதற் பிழைபொறுக்க முடிவான சாஸ்திரங்கள், அறியாப் பிழைபொறுக்க அறிவார்ந்த சாஸ்திரங்கள், முந்திச் சொன்னதை முன்வைத்துத் தாண்டவனை, நூறு கசையடிகள் நோகத் தான்கொடுத்து, ஊருக்கு அப்புறத்தே ஓட்டிவிடு மென்றுரைத்தார்.

உத்தாரஞ் சொல்லியவர் உத்தமரைக் களங்கொண்டு, கட்டளைப் படியே காலோடு தான்பிணைத்து, சபுதாரை யழைத்துச் சவுக்கங்கள் நூறுபண்ணி, சவுக்கத்துக் கோரடி சரியாகத் தாருமென்றார், சவுக்கத்துக் கோரடி சர்ப்பம்போல் தான்சீறும், தீநாக்குப் போலேயது தீண்டிவிடும் சத்தியரை, புளியஞ் சவுக்காலே புன்மையுள்ள சவுக்கடிகள், உள்குருதி வெளிக்குருதி உக்கிரமாய்ப் பெருகிவர, பேச்சுமூச் சில்லாமற் பிணம்போலு மானவரை, சுக்குப்பொடிகாதிற் சொரிந்தூதி யெழுப்பி, தோலுக் கொருநூறு துவண்டிடவே தானடித்து, மேனி புண்ணாக மெத்தவே தான்கொடுத்து, தண்டனைக ளிவ்விதமாய்த் தாரணியோர் நிறைவேற்றி, பஞ்சவர்கள் வனம்புகப் பாரதம் நடந்ததுபோல், நித்தியரைத் தானுமந்த நீலவேணி யுடன்சேர்த்து, வண்டி யுடன்சேர்த்து வனத்தினிற் றள்ளிவிட்டார், அந்தநல்ல வனத்தினிலே அலையுகிறார் ஆதிநந்தி, பொந்தி பசியெடுக்கப் பேய்த்தாகம் நாவரட்ட, கண்கள் சிவந்து கடைக்கண் நீர்சொரிய, மாசுபடா மேனியெலாம் மாறு பிடித்திழுக்க, தூசுபடா மேனியெலாம் சூரிமுள்ளூ பிடித்திழுக்க, வெள்ளி வனக்காட்டில் வெள்ளிமுள்ளுந் தானிழுக்க, வீசிய கைகளிலே விதமான சோரிவர, காரை படர்ந்தவனம் கருங்களாப் பூர்க்குவனம், சூரை படர்ந்தவனம் சுண்டக்காய் காய்க்குவனம், குன்று மலைகளிலே கொடும்புலிகள் சூழும்வனம், கொடும்புலிகள் சூழ்வனத்தில் கூசிமெள்ளத் தாண்டவரும், அய்யோ மகனே ஆருயிரே கோணய்யா, உனக்கு–பாடையிடாக் கொடுமைக்குப் பட்டேன் கஷ்டமென்று, சிவனே யெனப்புலம்பி திகைத்து விழுந்திருந்தார், மகனே யெனப்புலம்பி மயங்கி விழுந்திருந்தார், அந்த வனந்தனி லவரலையுங் கொடுமையெலாம், வங்கொடுமை யத்தனையும் வளமுலைமார் தான்பார்த்து, சிவசிவா யென்றமுது சிந்தித்துப் புருஷர்களை, தண்டனையை நிறுத்துமென்று தயவுடனே கேட்டிட்டார், ஊருக்கு வுபகார முத்தேசித் தோரையெலாம், பார வனந்தனிலே பாய்ச்சுவதே வழக்கென்றால், புத்தென்ற நரகத்தில் போய்விழுவீர் நீரென்றார், அந்தமொழி கேளாமல் அகந்தையோ டாண்மக்கள், (ஸ்திரீகளினுடைய வார்த்தைகள் அவர்களுக்கு வீண்பேச்சாகத் தோன்றினதினால் அவர்கள் இவர்களை நம்பாதிருந்தார்கள்.) பேசிய பெண்டுகளைப் பேர்த்துப் பல்லுடைத்து, எத்தி யிகழ்செய்து எதிரோடே சுவர்முட்டி, அறைக்குள் தானடைத்து அகத்தோடே யுள்பூட்டி, வனத்திற்குள் தாண்டவரை வகையாக வோட்டிவிட்டு, இல்லக் கதவடைத்து இனிதமுடன் வாழ்ந்திருந்தார், அறையினுள் மங்கையர்கள் ஆவதொன்று மியலாமல், சிவனாரைச் சிந்தித்துச் சிறுவனத்தை யுள்வளர்த்து, மங்கையர்க் கொருமரமாய் மனதினுள் வனஞ்செய்து, துளசிக் காட்டினுள் தூங்காத வனஞ்செய்து, உக்கிராண வறையின்பின் உசிதமாய்த் தோட்டமிட்டு, அந்தநல்ல வனத்தினுள் ஆதரவாய்த் தாண்டவரை, பேடை யடைகாத்துப் பிறந்ததொரு குஞ்சைப்போல், அடைக்கலந் தந்திருந்தார் ஆனசிவ னருளாலே, (தேவையானது ஒன்றே. மரியாள் தன்னை விட்டெடுபடாத நல்ல பங்கைத் தெரிந்துகொண்டாள்) பெண்கள் வனமதிலே பிச்சிப் பூப்பூக்கும், அன்னமுடன் தாராவும் அங்கிருந்து பேசிவரும், வர்ணக் கிளிகள் வாய்திறந்து பேசிவரும், மயிலினங்கள் குயிலினங்கள் மாடப்பு றாவினங்கள், வெய்யில் மறைந்துவரும் மேகமது சூழ்ந்தாற்போல்,

பருந்துடன் பட்சிகளும் பக்கமே யோடிவரும், சிறந்தவொரு பட்சிகளும் செங்கனிகள் கொண்டுவரும், அந்த வனந்தனிலே அடைவாகத் தாண்டவரும், கடிய வனம்விட்டுக் காரிகையர் மனவனத்தில், புகுந்து அரனருளால் பூம்பதமாய் வாழ்ந்திருந்தார். (ஸ்திரீகள் சொன்னபடியே கண்டார்கள்).

கண்டங் குழையாமல் கருகிமுகம் வாடாமல், மேனி கெடாமல் மெய்விதிர்ப்பு இல்லாமல், நல்லவனங்கண்டு நாதர் அலைகிறதை, கண்டுமே நாட்டவர்கள் கவனத்தோ டேதுசெய்வார், அருச்சுனன் விட்டவில்லு அரியதொரு கருணன் மேல், புண்ணாய்த் தைக்காமல் பூமாலை யானதுபோல், தண்டித்து விட்டவனம் தாங்கும் வனமாகி, ஆதிசேஷன் படர்ந்ததுபோல் ஆதரவாய்த் தான்நிழற்றி, தருமமுடன் சாரதியைத் தாங்குகிற வதிசயத்தை, கேட்டால் கீர்த்தியுள்ளோர் கெலமங்கல நாட்டாரை, அவசரப் புத்தியென்பார் அடாத செயலரென்பார், பார்த்தால் பாரிலுள்ளோர் பாரமஹால் நாட்டாரை, சிந்திக்கத் தெரியாத சின்னப் பயல்களென்பார், கத்திக்குத் தப்பிய கிடாவொரு கன்றைப்போல, பழிக்குத் தப்பிப் பாவியவன் வண்டியோட்டி, பாரிலோர் புண்ணியன்போல் பாங்காக வுலவுவனேல், திருடர் நாமென்று தீர்த்திடுவார் எல்லவரும், என்றே மிகவெண்ணி யேதுசெய்வார் நாட்டார்கள், அந்த வுத்தமர் மேல் அலருக ளுருவாக்கி, மெத்தப் பொய்க்கதைகள் மேதினியில் பரப்பிவிட்டார், அந்தப் போக்கிரிகள் அவர்தம் புண்ணியத்தால், சந்தி மறைவோரம் சகலருமறியாமல், துப்பட்டி தான்போர்த்திச் சும்மாடால் முகமறைத்து, அபினி சாராயம் அரிகஞ் சா வகையறாக்கள், துருசாய்த் தான்விற்கும் துன்மார்க்க ரனைவோரும், தடத்தில் பெற்றபெயர் தாண்டவன் என்றாச்சு, கோட்டைக் கன்னமிட்டுக் கொல்லை வழியேகி, நஞ்சுதின்று நஞ்சறுக்கும் நட்டநடுச் சாமத்தில், புருஷரைக் கொலைசெய்து பொண்களைக் கற்பழிக்கும், கள்வர் பழியெல்லாம் கர்த்தர் மேல் வந்ததுகாண், எதிரிக் குளவுசொல்லி இரண்டகம் நினைப்போரை, தாண்டவ ரினமென்றே தனியாக வகுத்திட்டார், கானகக் கொடும்புலியைக் கைக்குள் போட்டடக்கி, ஊருக்குள் ளேவும் உன்மத்த னவனென்றார், மழையைத் தடுப்பவனும் மாதரைக் கொல்பவனும், கிழக்கை மறைப்பவனும் கீழான தரகனும், தெற்கை யெஞ்சவிட்டுத் திசைகளை யழிப்பவனும், குழந்தைச் சொர்ப்பனத்தில் குருதியைக் கலப்பவனும், கீழ்ப்படித லில்லாதவனும் கிறுக்கான புத்தியனும், வேந்த ரருந்தும்பாலில் விஷத்தைக் கலப்பவனும், பொய்யனும் புரட்டனும் பித்தனும் திருடனும், சதுர்நல்ல வேதத்தைச் சந்திக்குக் கொண்டுவந்து, பெண்களைப் படியென்று பேசித் திரிபவனும், புலையர்கள் தம்மனதில் புதுச்சிவிகை மீதேறும், பொல்லாத விருப்பத்தைப் போதிக்கிறவனும், தாண்டவ னென்றேயவர் தவறாமல் வகைசெய்தார். (அக்கிரமக்காரரில் ஒருவனாக எண்ணப்பட்டார் என்ற எழுதியிருக்கிற வாக்கியம் என்னிடத்தில் நிறைவேற வேண்டியதென்று உங்களுக்குச் சொல்லுகிறேன்) வையக முண்டான வரம்பில்லா நாள்முதலாய், தோன்றிய குற்றமெல்லாம் தொகுத்துச் சொல்லியவர், அத்தனைக்குங் காரணம் அழகில்லா வண்டியோட்டி, என்று கதைபரப்பும் இழிவுகளைத் தான்பார்த்து, புருஷரைக் கடியாமல் புலம்பியே மங்கையர்கள், மழுவைக்

கைக்கொண்ட மாயவரை மனதிலெண்ணி, சிவாய நமவென்று திருநீறு தான்பூசி, கதைக்குக் கதையொன்றை நாம் காட்டிடவே வேணுமென்று, மனதில் தானினைந்து மந்திரமாய்த் துயிலாரை, கனத்த வனத்திற்குள் கதைசொல்லுந் துயிலாரை, நினைவாற் கருத்தரித்து நீங்காமல் வந்தித்து, பெண்ணார் தம்மனதில் பிறப்பித்தார் துயிலாரை, (ஸ்திரீயே, உன் பலவீனத்திலிருந்து நீ விடுதலையாக்கப்பட்டாய்) அவர்கானக் குறவர்கள் கருமந்திபோ லழகர்கள், பாதுகை யணியுமொரு பழக்கமில் லாதவர்கள், பாரவனந்தனி லவர் பார்க்காத இடங்களில்லை, குரங்கு புலிசிங்கம் கூர்தந்த யானைகளும், தாராவும் பட்சிகளும் தாழ்ந்த முதலைகளும், சீலர்க ளவருடனே சீறாம லிருந்துவரும், வில்லுகள் தரியாமல் வேட்டைக்குப் போகாமல், அழிந்த பட்டணங்கள்மே லடர்ந்த வனந்திரிந்து, சிதைந்த பட்டணங்கள்மேற் கிளைத்த வனந்திரிந்து, பட்டணங்க ளழிந்தகதை பாங்காகத் திரட்டிவந்து, மன்னர்கள் மாண்டகதை மாண்புறவே யறிந்துவந்து, விருட்ச வேர்சொல்லும் வீரர்கள் கதைகேட்டு, வனத்தி லுலவுமந்த வாள்வீர ராவியுடன், இணக்கமா யிருந்துமவ ரிறந்த கதைகேட்டு, நாட்டா ருறங்கும் நடுச்சாம நேரத்தில், கோட்டா னுறங்கும் கும்மிருட்டுக் காலத்தில், ஆரும் பார்க்காத அர்த்தநல்ல சாமத்தில், உள்பூட்டுத் தான்பூட்டி யுறங்குங் கதவுகள்முன், முச்சந்தி வலம்வந்து முன்னிருகால் தெண்டனிட்டு, தம்பூரா மீட்டித் தயவாகத் தான்பாடி, அந்த முதற்கதைகள் ஆதிப் பூருவங்கள், அஞ்சு யிதிகாசங்கள் அறியாப் புராணங்கள், நாலு வருணங்களோடே நாட்டார் வமிசங்கள், சொல்லுவ தவர்தொழிலாம் தொற்கால முதலாக, இந்த விதக்கதைகள் இங்கிதமா யொருநூறு, தேன்போற் குரலெடுத்துத் தெரியவே தான்பாடி, திண்ணைமே லில்லத்தார் திரணமுடன் வைத்திருக்கும், தனியொரு வாசல்முன் தட்டத்தில் வைத்திருக்கும், மீந்த கறிச்சோறு மிகுதியான பணியாரம், தின்ற மிச்சங்கள் திரட்டி யெடுத்துவந்து, கபால வோடுதனில் கனிவாக அதையிட்டு, வெய்யோன் முளைக்குமுன் விடியற்பொழுதுகளில், பாரவனமேகி பங்கிட்டுத் தான்புசித்து, நீதி குலையாமல் நீதமுடன் வாழ்ந்திருந்தார், அவ–றறிந்தகதை தாரகைபோல் ஆத்தகதை சமுத்திரம் போல், முகங்கள் கிடையாது மூப்புக் கிடையாது, வயதை யறியாத வானவராம் துயிலார்கள், மலைக்கு முக்காதம் மறைவான பாரமஹால், மலைக்கு இப்புறத்தே மைசூருப் பட்டணமாம், மைசூரில் பாட்டிருக்க மலைதாண்டி யுடல்நிறுத்தி, தொலைவான தூரங்கள் துடிப்போதில் தான்கடக்கும், மாயங் கள்கற்ற மாதிகராம் துயிலார்கள், முப்பத்தாறு ராச்சியங்கள் மூவா யிரம்தெருக்கள், மூவாயிரம் தெருமுன்னும் முந்திக் கதைசொல்லும், துயிலார் பலரல்ல துரிதமா யொருவனென்றே, நூற்றுக் கணக்கல்ல அவர் நூதனமாய் ஒன்றென்றே, எங்கும் பேச்சிருக்கு மெல்லவரின் ராச்சியத்தில், அந்தப் புகழுடைய ஆதித் துயிலாரை, பெண்கள் சமைத்தவன மேகித் தாண்டவரும், அன்பாய்ச் சந்தித்து அவரோடிருந்துவந்தார், இரந்த பண்டங்க ளிவர்வந்து கொடுக்கிறதும், நீலவேணியை யவர் நீதமுடன் தான்பூட்டி, மாயரத மோட்டும் மகத்துவங் காட்டுறதும், கட்டியணைக்கிறதும் கதைகள் பேசுறதும், கள்ளுஞ் சாராயமுங் கலந்து குடித்தங்கேயவர், ஆப்த சிநேகிதரா யடவியுள் ளிருக்கையிலே, பெண்க ளிஷ்டப்படிப் பெருமையுள்ள துயிலார்கள்,

பதினெட்டுப் பட்டணங்கள் பதிவாகத் தானேகி, எத்தர் கதைகளுக் கெதிராய்க் கதைபோட, கதைக்குக் கதையொன்றைக் காரணமாய்ப் பேசலுற்றார், அந்தக் கதைப்படிக்கே அருமையுள்ள தாண்டவரும், ஆதியிலே நந்தியாய் அவனிபுக ழீசருக்கு, சேவுகங்கள் செய்து சிவகண மாயிருந்து, சிவசம் போகத்தை சிந்தியாம லேகலைத்து, மெத்தவொரு சாபத்தால் மேனி யுடல்மாறி, குமருகள் காணாத குரூப வுடல்சமைந்து, கனகவுமைமாது கெதித்த தன்வியர்வை, வழித்துச் செய்தவொரு வாசி நீலியுடன், நிதம்ப மேட்டிலொரு நித்திலம் போறபடர்ந்த, சுக்கிலத் திற்பூத்த சுந்தரன் தன்னோடு, புஷ்பகவி மானமென்றே பூதலத்திற் பேரெடுத்த, அரிய ரதமோட்டும் அர்ச்சுனராய்த் தான்பிறந்து, கூண்டு வண்டியோட்டும் குலத்திலே தான்பிறந்து, யயாதி ராசனைப்போல் யவ்வனங் குலையாமல், யுகங்கள் தாண்டி யுமுதிரஞ் சுண்டாமல், குலத்திற் கோற்பிள்ளை கோணய்யப் பேரழகன், கானுறைப் புலியோடுங் காற்றுப் புலியடக்கி, நீலி தன்னோடும் நிருபன் தன்னோடும், அவர்களிருவரொடு மன்புட னிருக்கையிலே, ஆதிபராசக்தியவ னாயுள் முடிந்ததென்று, பதின்மூன்று வயதென்று பரமனிட்ட கட்டளை மேல், எட்டானைப் பலமுடையான் இயல்புடைய கோணய்யன், உயிரைத் தான்வாங்கி யுதிர்த்த வுடலெடுத்து, சவம் விழுந்ததென்றால் சன்னதிகள் பூட்டுமென்று, திருநாள் நின்று திருக்கோல மழியுமென்று, பலிகள் போகாமல் பாதியிலே நிற்குமென்று, நல்ல மழைபொய்த்து நாசங்க ளாகுமென்று, அய்யன் தன்னுடலை ஆசனத்திற் கடியிலிட்டு, கடுகி வண்டியோட்டி காபந்து பண்ணிவைக்க, சன்னதிகள் முச்சூடும் சவத்தீட்டா யாச்சுதென்று, உத்தமரைப் பிடித்துவந்து உதைத்து வதைசெய்து, நாட்டா ரெல்லவரும் நல்லவனந் துரத்திவிட, அப்போ பெண்களெல்லாம் அரகரா வென்றுசொல்லி, கோணய்யன் தகப்பனுக்குக் கொடுமைக ளதிகமென்று, நடுக்கூறு வனத்திற்குள் நந்த வனஞ்செய்து, திடுக்கிடும் வனத்திற்குள் திருச்சோலை கள்செய்து, அய்யனைக் காருமென்று அரனாரை வேண்டி, பெண்க ளருளாலே பெருமையுள்ள தாண்டவரும், நாகங் குடைபிடிக்க நற்பாம்பு தாலாட்ட, வாயுராசன் வழிதூர்க்க வருணராசன் தீர்த்தமிட, சிறந்தவொரு பட்சிகளும் செங்கனிகள் கொண்டுவர, வனராசன் போலே வாழ்ந்திருந்த வந்நாளில், தண்டிக்க விட்டயிடம் தங்கவன மானதென்றால், செங்கோல் வளைந்ததென்றும் செந்நீதி புரண்டதென்றும், அவனி யோர்பழிக்க அதுவேது வாகுமென்று, நாவுங் கூசாமல் நடுக்கங்கள் கொள்ளாமல், சேரப் புகழழித்து – அவர் – செப்பிய பழிச்சொற்கள், அரும்பச்சை மரத்தி லம்புவந்து துளைத்தாற்போல், புவனத்தார் தம்மனதில் போய்த் தைத்ததென்று, துயிலார்கள் சொன்னகதை துய்யநல்ல மாடம்போய், நீரிற் பாலைப்போல் நித்தமொரு பேச்சாகி, நாடுநகரம்போய் நல்லபட் டணங்கள்போய், காடுவனமேகி கருமலைகள் தாண்டிப்போய், சாமத்திற் சொன்னகதை சடுதியில் போயெட்டி, பெண்மக்க ளாக்கினையாய் பெரிதாகத் தான்பரவும். (இவன் கலிலேயா நாடுதொடங்கி இவ்விடம்வரைக்கும் யூதேயா தேசமெங்கும் உபதேசம் பண்ணி ஜனங்களைக் கலகப்படுத்துகிறான்).

அந்தக் கதைகேட்டு அவனியெலா மனமுருகி, அப்படியா யென்கிறதும் அடசிவனே யென்கிறதும், இப்படியும் நடந்ததா யெனச்சொல்லி

மாய்கிறதும், முற்றின கலியென்று முகத்தைக் கடுக்கிறதும், கேட்டந்த புருஷர்க்குக் கிலேசமெத்த வுண்டாகி, தமக்குள்ளே ஆள்விட்டுத் தனியாகக் கூட்டமிட்டு, வந்த மனுஷரெல்லாம் வகையுடனே யேதுசொல்வார், சும்மாக் கிடந்தசங்கை ஊதிக்கெடுத்த கதைபோல், சாரதியை வனமோட்டிச் சங்கடத்தை வாங்கினோம், அவன் வனமுள்ளூ யேறி வருந்தியிறக்காமல், ஆனைபுலியடித்து அலறிச் சாகாமல், துருசா யாள்சேர்த்து துடர்ந்து கதைசொல்லி, தண்ணீரில் சருக்கரை தானே கரைவதுபோல், சனத்திற்குள் ளிரக்கமாய்க் கரைகிறா னென்றுசொல்லி, இதற்கென்ன செய்வமென்று ஏங்கிப் பலயெண்ணி, என்ன வுபாயமென்று எல்லவரும் யோசித்து, நல்லூர் தாண்டிப்போய் நல்லதொரு ராயக்கோட்டை, அரண்மனை போய் ஆசாரவாசல் தொட்டு, ரதங்கொண்டுபோய் ராயரைத் தான்பார்த்து, சனங்கள் முகம்பார்த்துச் செகதேவர் குறைகேட்க, சிறுமதிக் கூட்டத்தவர் சிணுங்கியே யேதுசொல்வார், கோட்டையறுகாதமும் கூளங்கள் முக்காதமும், தேன்போல் நதிபாயும் டெங்கனிக் கோட்டைமுதல், சென்னிபோ லுயர்ந்தமலை செவிடபாடி யீறாக, சனத நதியோடும் நல்லதொரு வளநாடு, ராயர் பெருங்கருணை ரெட்சிக்கும் பொன்னாடு, நூறு குளமிருக்கும் நூதனமாய்த் தருமபுரி, பாரவளமிருக்கும் பாரமஹால் ராச்சியத்தில், நல்ல வனந்தாண்டி நாடிருக்கும் எல்லைக்குள், அந்தத் தடந்தன்னில் ஆரொருவர் போனாலும், கண்டவிடங்களெல்லாங் கள்ள ருபத்திரவத்தால், உழவு நடவுமில்லை உபத்திரவந் தன்னாலே, கொல்லரிட முடிப்புக் கொடுக்கப் பயமாச்சுதென்றார், கெதித்த தடத்தின் மேல் காடிருக்கும் வனமெல்லாம், கள்ளச் ஜனம்நிறையக் கண்ட விடமாச்சுதென்றார், அந்த மொழிகேட்டு ராயர் ஆக்கரித்துப் பற்கடித்து, எக்காள மிட்டு எரிபறந்து கண்சிவந்து, பதறி யெழுந்திருந்து பட்டாவை யுருவிக்கொண்டு, தன்னரசுநாட்டுத் தனிக்காட்டுக் கள்ளருக்கு, யாராந் தலைவன் யாமறியச் சொல்லுமென்றார், துரத்திவிட்ட சாரதி துயிலா ருடன்சேர்ந்து, சாதங்கறி வாங்கவரும் சக்கிலியைக் கூட்டிவைத்து, வருவோர் போவோர்களை வழிப்பறிகள் செய்யுகிறான், வடக்கே கன்னடியர் வடகிழக்கே கௌட நாடு, கிழக்கே துலுக்கர்களாம் கீழெல்லை நாயக்கர், மேற்கே வனமெங்கும் மெத்தநல்ல சக்கலியர், தூர மலைதாண்டி துலக்கமாக வுடையார்கள், நாலுதிசைக் கம்மாளர் நடுவிருக்கும் ராயர்கோட்டை, திசைகளைத் தானழித்துத் திருடுகிறான் காசுபணம், விடுதிகளில் படுத்துறங்கும் வியாபாரி சும்மாட்டில், பொன்னூசிகொண்டு போதவே தைத்திருக்கும், ஐம்பொற் பணிதிகளையவ ரறியாமற்சுருட்டுகிறான், ஆபரணஞ் சூடிவரும் ஆரணங்கு மங்கையர்க்கு, கெடுவா னவனால்வரும் கேடுகளோ யேராளம், முந்தி பிடிக்கிறதும் முத்தங்கள் கேட்கிறதும், கானக் குறமயிலே கலந்திருப்பம் வாடியென்று, வார்த்தை பசப்புறதும் வந்துவட்ட மடிக்கிறதும், சொல்ல நாக்கூடுதில்லை சுந்தரரே அபயமென்றார்.

நாட்டார் மொழிகேட்டு நல்லமன்னர் செகதேவர், அந்த மொழிகேட்டு அவருமே யேதுசொல்வார், கெங்கம்மா ளருள்பெற்ற கெதியான ராச்சியத்தில், கள்ளர்பய மிருக்குதென்றால் காசினியிற் பழியாகும், சேனைதளத்தோடே நீர் சேவுகரைக் கூட்டிப்போய், சதுரங்கச் சேனையெனுந் தளத்தோ டனைவோரும், துய்யிருள் சாமத்தில் துடர்ந்

தோடிக் கள்ளர்களை, தீரச் சாடியிங்கே சீக்கிரமா யழைத்தாரும், என்றே சொல்மொழிந்தா ரியல்பான மன்னவரும், வேந்தர் கட்டளையை விசமத்தால் சொல்திரித்து, பூச்சிக் குணமுடையான் பூங்காவனச் செட்டி, தானொன்று மனதிலெண்ணித் தந்திரமா யேதுசொல்வான், துயிலார் குடிசைகளை தூசுபொடி தவிடாக்கி, தீயிட்டுக் கொளுத்தி சீவனை யழியுமென்று, மன்னர் அறிவித்தார் மனதிலே கொள்ளுமென்றான், அந்த மொழிகேட்டு ஆனைபடை சேனைகளும், தாண்டவர் நீலியுடன் தனியான வனம்விட்டு, கவளமது போடாமல் கனதொலைவா யப்போது, புரவிதனை மேய்க்கப் போயிருந்த வேளையிலே, கூவென்று ஓடிப்போய் குடிசைகளை யெரித்துவிட்டார், ஆனையின் மேல் பேரிகை யதிர முழக்கி, குதிரையின் மேல் டங்கா கூடவே தான்முழக்கி, ஆனைகளை யோட்டிப்போய் அந்தநல்ல துயிலாரை, அம்பு வில்வளைத்து அக்குச் சிக்காய்த் தான்குவித்தார், குதிரைமேலேறிக் கூராயுதந் தரித்து, வீசினார் துயிலாரை வீச்சுக்கொரு தலையுருள, ஈட்டிக்கோலாலே எறிந்தார்கள் துயிலாரை, எழுந்த துயிலார்க ளினமேலே தீமூட்டி, ஓடுந் துயிலார்கள் உடல்மேலே யெரியூட்டி, மெய்சோர்ந்து விழுவாரும் விதிவசமோ யென்பாரும், ஆதிசிவனுக்கு அபயமென்று விழுவாரும், அரசநீதிக்கொரு அழிவுவந்து நேர்ந்ததென்றும், இன்று முடிந்ததுகா ணெங்கள் கதைகளென்றும், சொல்லிப் புலம்பியவர் துடித்து விழுந்தார்காண், சதுர வனந்தன்னைச் சாம்பற் காடாக்கி, சேர யெரியூட்டிச் சேனைகள் போனதன்பின், மேய்ச்சல் முடித்து மீளத் திரும்பியவர், ஆதிநந்தியீஸ்வரராம் அந்தநல்ல தாண்டவரும், பார வனமுழுதும் பாழாய்க் கிடந்தநிலை, பார்த்துத் திடுக்கிட்டுப் பதறி யுடல்சோர்ந்து, ஞான பெலத்தாலே நடந்தவைகள் தானறிந்தார், என்பொருட்டா கவன்றோ யிவர்மாண்டா ரிங்கென்று, தலையி லடித்தழுது அவர் தவங்கிமயக்கமிட்டு, ஒருமகனை யெரிக்காமல் ஒளித்துக் காத்தபிணம், இத்தனைச் சனங்களை எரியூட்டக் கொடுத்ததென்றும், ஆனதொரு மன்னவர்க்கும் ஆதரவில் பட்சமென்றால், எங்கே போவாரிவர் எரிதழலே யல்லாமல், என்றுஞ் சினங்கொண்டு எரிபறந்து கண்சிவந்து, உக்கிரக் கோலெடுத்துக் கொடியநல்ல தாண்டவரும், இறைகாணாச் சிறுபுலிபோ லெழுந்துமே தாண்டவரும், மூங்கில் முறிந்துவிழ முதுகரடி யலறிவிழ, சோலையிலே போய் சுற்றியங்கே பார்த்திடவே, ஆரையுங் காணாமல் ஆக்கரித்துப் பற்கடித்து, கோபம் பொறுக்காமல் குத்தினார் கல்லுகளை, கல்லுமிருதுண்டாய் கடுகு பொடியாக, பரியை மிகப்பிடித்துப் பதறியே யப்போது, கல்லணையுந் தானிறுத்தி கர்த்தனே தஞ்சமென்று, அங்குவடிமதியால் அப்புரவிமேற் றாண்டி, சிற்றாலைப் பதிநோக்கித் திருப்பினார் புரவிதனை, மீட்டினார் புரவிதனை விண்ணுலகந் தான்பறக்க, பறந்த புரவியது பாங்காக வருகையிலே, சிற்றாலைப் பதிநோக்கிச் சீக்கிரமாய் வருகையிலே, நாடு நடுநடுங்க நாலுதிக்குந் தானதிர, செந்தூள் கருந்தூள் செங்கதிரைத் தான்மறைக்க, அண்ட முகடதிர ஆக்கரித்துத் தானோடி, பாயுந் தடமுற்றும் பற்றிப் பொறிபறக்க, சாடுந் தடமெரிய தங்கப்பூப் பூத்தாற்போல், தங்கக் கோலெடுத்துத் தாண்டவனார் பாயுந்தடம், பார்த்துக் குதம்பையர்கள் பாடிக் குலவையிட்டு, தீர்த்தந் தெளித்துத் திருவிளக்குத் தானேற்றி, நெய்யால் திரியிட்டு நேர்ச்சியுடன்

விளக்கேற்றி, வெள்ளம் புரண்டாற்போல் விரைகிறா ரவர்பின்னே, நாகந் திரண்டாற்போல் நடக்கின்றார் வீதிகளில், மகவுகள் அழுதரற்ற மங்கையர்கள் பின்தொடர, (திரள்கூட்டமான ஜனங்களும் அவருக்காகப் புலம்பி அழுகிற ஸ்திரீகளும் அவருக்குப் பின்னால் சென்றார்கள்) தெய்வச் சாரதியும் திருவீதி வலம்வந்து, நல்லவனம்விட்டு நாடுபதியேகி, சிற்றாலைப்பட்டணத்தில் சிறந்த மதில்புகுந்து, ஆடரங்கமாளிகையில் அடவுடனே யோடிவந்து, தாழப் பரிகலங்கள் தயவுடனே மந்திரிகள், தளகர்த்தர் சேனை தயவுடனே சூழ்ந்திருக்கும், நாடகச்சாலைவிட்டு சாம்பனச் சாவடியில் வந்து, ஆனைமதகரியா் அரசாளுமண்டபத்தில், எதிர்வார சேவுகரும் எண்களத்து மன்னவரும், மல்லகச் செட்டிகளும் மலுக்கர் துலுக்கர்களும், மராட்டியர் கன்னடியர் வங்கர்கலிங்கர்களும், சமந்த மலைப்படையும் சாலப் பரிக்காலாளும், எல்லவருஞ் சூழ்ந்திருக்கும் ஏகாந்த மண்டபத்தில், வெள்ளிக் குடைபிடிக்க வெண்சா மரைவீச, சந்திரகாந்திப் பாவாடை சம்ப்ரமுடன் போட்டுநிற்க, மன்னவர்கள் வந்து வணங்கிக் கப்பங்கட்ட, நாடு வணங்கிநிற்கும் நல்லசெக தேவனார்முன், அந்த வனம்விட்டு ஆசாரவாசல்போய், தண்டனிட்டுத் தொழுது தாண்டவரும் கேட்கலுற்றார், என்ன மன்னர்நீர் எதுசெய்தீர் துயிலார்க்கு, சொல்லே துணையென்று சோறுகறி யேந்தி, கதைசொல்லிப் பிழைத்தவரைக் கள்ள ரென்றுசொல்லிநீர், நல்ல மனுஷர்களை நாசங்கள் செய்தீர்நீர், நாசங்கள் செய்யவில்லை நல்லவரைக் கொல்லவில்லை, திருடர் அவரென்றே தீர்ப்பளித்தார் வெகுநாட்டார், அந்தச் சொற்படிக்கே ஆக்கினைகள் செய்துவைத்தேன், அப்படியே யிருந்தாலும் அவரை யழைத்துவந்து, தீரவி சாரியாமல் தீயிட்டுக் கொளுத்தியதேன், குடிகளைக் கொளுத்துங்குணம் கொடுத்தது யாருமக்கு, அந்த மொழிகேட்டு அரசருந் திடுக்கிட்டு, (அப்பொழுது பிலாத்து ஆசாரியர்களையும் ஜனங்களையும் நோக்கி இந்த மனுஷனிடத்தில் நான் ஒரு குற்றத்தையும் காணவில்லை என்றான்) புரவியி லாளனுப்பிப் பூங்காவனச் செட்டியை, அங்கே ஆளனுப்பி அவசரமாய் வரவழைத்து, ஏது நடந்ததங்கு என்செய்தீர் வனத்திலென்றார், அந்த நிலைபார்த்துச் செட்டி அறியவே யூகித்து, சற்றும் பதறாமல் சாங்கியமா யேதுசொல்வான், தீரவி சாரியென்பதைத் தீயிட்டுக் கொளுத்தென்றேன், சொல்லொன்று தடுக்கிற்று சொல்லவே றொன்றுமில்லை, குலத்தி லிழிந்தவர்கள் குறைந்ததிலும் நட்டமில்லை, செட்டி சொற்கேட்டு சீரான மன்னவரும், அஞ்சு படையிருக்கும் அவரைப் பகைகொள்ள, மனமுந் துணியாமல் மந்தியைப் போல்விழித்து, இவர் சொன்னவழக்கிற்கு என்சொல்ல நானென்றார், அந்த மொழிகேட்டு ஆக்கரித்துச் செட்டியவன், பூங்காவனச் செட்டியுமே பூடகமா யேதுசொல்வான், அய்யோ யென்மன்னா அதிசயமா யீதிருக்கு, குழம்பிக் கலங்குறீ ரொரு குதிரைக்கா ரனிடம், கலங்கி விழிக்கின்றீர் கடைச்சாதிக் காரன்முன், தவளை குதித்ததினால் தண்ணீர் கலங்கிடுமோ, முடிவேந்தர் தீர்ப்பென்று முன்பின்னே யெண்ணாமல், ஆசார வாசல்வந்து அழும்புகள் செய்தயிவன், காலோடு கையறுத்துக் கழுகுக் கிரைபோட்டிடலாம், எனினும்—உம்மத்த னானயிவ னுபகாரம் முன்செய்த, காலத்தை நினைத்துக் கருணையோ டொன்றுசெய்யும், கோபங்கள் செய்தயிவன் குற்றத்தை மிகப்பொறுத்து, மாயச் சாரதியைநீ ருன்மாளிகைக்கோ ரடுமையாய்,

ஏவல் கள்செய்ய யேற்றதொரு சேவுகனாய், சோறும்நீரும் தந்திவனைச் சொந்தமாக்கிக் கொள்ளும், மற்றுள்ள வாசியையென் மாளிகைக்கு ஓட்டி, கடலையும்வெல்லமும் காறாம்பசு நெய்யும், கோதுமைச் சீரகமுங் குளுமையாய் நான்போட்டு, பரிகளிலோ ரரசியாய்ப் பார்த்திடுவே னென்றுசொன்னான்.

அடுமை யென்றுமவன் அட்சரஞ் சொல்லியசொல், (அவனைச் சிலுவையில் அறையும், சிலுவையில் அறையும்) செப்பூசிகொண்டு செவியில் பிடித்தாப்போல், உடுக்கூசிகொண்டு வுட்செவியில் விட்டாப்போல், கேட்டுதே யப்போது கீச்சென்று அவர்செவியில், திடுக்கென்றெழுந்தார் தாண்டவனா ரப்போது, சரேலென்றெழுந்திருந்தார் சனங்களின்நாயகரும், அடித்தெண்ட னைத்துறந்து ஆங்காரமா யெழுந்து, காலால் நிலமுதைத்துக் கனத்த தரைவாங்கி, கோலால் நிலமடித்துக் கூற்றைப்போல் வாங்கி, தீப்போல் கண்சிவந்து தேவரவ ரேதுசொல்வார், எதிரில்லா நீலவேணி யென்றவொரு வெண்புரவி, தனக்கு யெசமானனென்றே தாரணியோ ரறிந்தயென்னை, மனுசனுக் கடுமையென்றான் மனதிலே கல்லுடையான், இங்கிதஞ் சற்றுமிலா யிழிந்தவொரு வேசிமகன், திருடன் போக்கிரியென்று திரித்துகதை சொன்னவரும், அடுமையென் றென்பெயரை யறியவே நேர்ந்ததில்லை, இந்தச் செட்டியதை இவ்வித மாயுரைக்க, மகனைப் போக்கி மானத்தையு மிழக்குங்கால், என்சாபம் தீருமென்றோ திருவுளங் கொண்டீரென்று, அங்கம் படபடத்து அரனாரை மனதிலெண்ணி, கையால் நிலமடித்துக் காத்திரமாய்க் கேட்கலுற்றார், அப்போ நிலம்நடுங்கி ஆமாமென்று சொல்லி, அஞ்சு பூதங்களு மக்கினியுங் குலவையிட்டு, தாமரை பூத்ததுபோல் தகித்தே யக்கினியும், சுற்றி வளைத்தவரைச் சுடட்டுமா யென்றதுகாண், அக்கினியைக் கண்டுமவர் அடிவணங்கித் தெண்டனிட்டு, தீத்தேவன் சொற்கேட்டுத் திருவுளத்தில் வேறெண்ணி, ஆதிநந்தி யீசுவரர் அவருந்தா னேதுசொல்வார், வாரா யக்கினியே வார்த்தைசொல்லக் கேளுமினி, அடுமை யெனுஞ்சொல் லிவர்க்கு அமுதம்போலாச்சு, பெண்ணை யடுமைகொண்டார் பிறசாதி யடுமைகொண்டார், தாயை யடுமைகொண்டார் தனயர்களை யடுமைகொண்டார், என்னவகை செய்தேனும் ஏவலுக்கே மனுஷர்களை, கொள்ளுங் குணம்படைத்தார் கூசாமற் சொல்விடுத்தார், அடுமையா யிருப்பதினு மத்தனை வலியுண்டோ, அரவப் புற்றுக்குள் அக்கினியே கைவிடுதல், மான மிலாச்சோறு மண்ணோடே யொன்றென்று, புகழிலாச் சோறு புழுதியோ டொன்றென்று, சாகவுளங் கொண்டாரைச் சங்கடங்க ளெண்ணாமல், சாகவும் விடாத சாத்திரங் கள்செய்து, சேர்த்து மனுஷர்களைச் சேவுகங் கொள்ளுமொரு, திட்டங்க ளமைத்தாரைத் தீய்த்தழித் தொழிக்காமல், உடனே யுயிர்பறித் தவர் உய்ய வகைசெய்யாமல், முடவர்போ லவர்தன் முதுநாள் வரும்வரையில், ஏவலுக்கு ஆளின்றி ஏங்கி யிரந்தலைந்து, தமக்குள் ளடித்துத் தடநாய்போற் சண்டையிட்டு, ஒருவரை யொருவர்கொன்று உலுத்தர்க ளழியமற்றும், அந்த வுலுத்தருக்கு அரும்பாலு மின்சொல்லும், அரிபிளவு வெற்றிலையும் அப்பால் யோனியமுதும், தந்த நிலங்களும் தணிவான கால்நடையும், வீட்டுப் பெண்டுகளும் விதமான புத்திரரும், அந்தப் பாவங்களை அலசிப் போக்கவொரு, புண்ணிய தீர்த்தங்கள் போதாது யென்பதனால், நெருப்பே நீர்சென்று நிசமான புல்லரையும்,

காமாந் தகரையும் கடுஞ்சொற் காரரையும், துரோகி தரகரையும் துன்மார்க்கச் செல்வரையும், பெண்டுகளை யகத்தினுற் பெட்டியி லடைத்தாற்போல், பூட்டியே வைத்திருந்த புல்லர்தன் னாவியையும், விருட்சத்தை வெட்டி விற்ற செல்வரையும், தெய்வத்தை நிந்தித்துத் திரிந்த மூடரையும், சொர்ணத்தைப் புதைக்குஞ் சுயநலக் காரரையும், இறந்தோர்க் கன்னமும் எள்ளும் நீர்க்கடனும், சேர்க்காத புத்திரர் செய்ந்நன்றி யறியார்கள், புலருமுன் னெழாதவர் புன்நிசியி லுண்போர், பெண்பித்தர் பேயர் பெரிய தொருகுடியரையும், உபாத்தியாயஞ் செய்ய வூதியங் கொண்டவர்கள், நதியைப் பிரிப்பவர்கள் நதிநீரில் சலங்கழிப்போர், கோபுரந் தாழக் கோட்டைகள் கட்டுவிப்போர், சுற்றி மதிலெழுப்பிச் சுற்றத்தை யிழிவுசெய்வோர், நிலத்தை விலையிடுவோர் நீருக் கணையிடுவோர், தாம்பூலத்தை யண்ணாந்து துப்பி யவமதிப்போர், என்று யிவர்விடுத்து இன்னபிற வுத்தமரை, அணைத்து ஆதரித்து ஆனசொர்க்கம் சேருமென்றார், (நான் பூமியிலே சமாதானத்தை உண்டாக்க வந்தேன் என்று நினைக்கிறீர்களோ, சமாதானத்தையல்ல, பிரிவினையையே உண்டாக்க வந்தேன் என்று உங்களுக்குச் சொல்லுகிறேன்) நல்லவர்க ளில்லாமல் நாதாவே யிவ்வுலகை, ஆதரவு யில்லாம லக்கினியாற் சூழ்ந்து, எரித்து அழியுமென்றார் எல்லவரும் பார்த்திருக்க, அந்த மொழிகேட்டு அக்கினியுந் திடுக்கிட்டு, நல்லோரைச் சூழ்ந்து நாவா லுடல்தீண்ட, தருமத்தி னீரந் தடுக்குமே யென்றுசொன்னார், முன்பு யென்மகனை முற்றவேநீர் சூழாமல், அவனுடலை யெரித்து ஆதியொரு தானியமாய், மீண்டும் நிலஞ்சேர்ந்து மீளவொரு வகையின்றி, தகிக்காமல் போனகுறை தான்நீங்க யிப்போது, அவனுடலாய்ப் பாவித்து அரிந்தே னென்னுடலை, அவிசாக யதைக்கொண்டு அணைத்துக்கொள் ளுத்தமரை, என்றுசொல்லித் தாண்டவரும் ஏகமா யேதுசெய்வார்.

தெய்வீகப் பாதைகளும் தேவலோகப் புரவிகளும், இருண்டவிவ் வுலகிலினி யில்லா தொழியுமென்று, (வான பரியந்தம் உயர்த்தப்பட்ட கப்பர்நாகூமே நீ பாதாள பரியந்தம் தாழ்த்தப்படுவாய்) நீலியை அருகழைத்து நீதமுடன் தலைகொய்து, முண்டத்தை நிலத்தின் மேல் முழுசாகத் தானெறிந்தார், எறிந்த வுடலின் மேல் ஏறியே யக்கினியும், வானத்தைத் தொட்டெரிய வளமா யதில்புகுந்து, பள்ளரும் அடப்பரும் பறையர்வண் ணார்களும், அலிகளும் மாதிகரும் அர்த்தமுள்ள குக்குலமும், இனியொருபோதும் எசமான னென்றொருசொல், இல்லாமற் போகவென்று இன்பமுடன் தீசேர்ந்து, விருப்ப முடன்சேர்ந்து விறகா யெரிந்திருந்தார், அந்தத் தீயெரிந்து அம்பலத்தில் பத்தாம்நாள், சாதியைக் கருவறுத்துச் சருமத்தைச் சுத்திபண்ணி, சேர அவராவியைச் சிவபதத்தில் சேர்த்ததுகாண், அப்புறமுந் தாண்டவனார் அழகுநல்ல சிசினத்தை, அறுத்துத் திசையெறிய அதுபோய் விழுந்தயிடம், பெண்டுக ளெல்லவரும் பெருமாளே யென்றுசொல்லி, அத்தா னென்றசொல் அறுகவே யென்றுசொல்லி, ஆழத் தீப்பாய அந்த நல்லமேனிதொட்டு, பற்றித் தீயெரிந்து பாரமுலைதொட்டு, கூதிப்புறந் தொட்டுக் கூந்தல்மேலேறி, கருக்கி யழித்ததுகாண் கயல்விழியார் கூட்டத்தை, மங்கைய ரெரிந்தபின்னே மற்றுமுள்ள தாண்டவரும், கண்களைப் பிடுங்கியந்தக் கடுநிலத்தின் மேலெறிய, சொல்முதிராக் குழந்தைகளும்

சொர்ப்பனத்து வடிவழகும், பால்குடி மறவாத பச்சிளம் பாலகரும், தகப்ப னெனுஞ்சொல் இனிதரியாமற் போகுமென்றும், கொள்ளிக் கொடுப்பினையைக் கொள்ளார் தீயரென்றும், விளையாட்டுப் போலந்த விதிக்குள்ளே போய்ச்சேர்ந்தார், பின்னே தன்செவியைப் பிரியமுடன் தாண்டவரும், தொட்டுப் பறித்தெடுத்துத் துலைவாக வீசிவிட்டார், வீசிய காதுகளில் விருசாகத் தீப்பற்றி, அந்தத் தீதொட்டு அன்னையர்கள் மனம்நொந்து, எங்கள் புத்திரரை இயல்பாக வளர்க்காத, விஷத்தை நிரப்பி வைத்திருந்தோ மிருஸ்தனத்தை, என்று கைக்கொண்டு இருமார்பில் சேர்த்தடித்து, தாயென் றவர்வாயால் தானழைக்கப் பொறாமல், முலைகளை யறுத்துக்கொண்டு முன்னே போய்விழுந்தார், (எருசலேமின் குமாரத்திகளே, நீங்கள் எனக்காக அழாமல் உங்களுக்காகவும் உங்கள் பிள்ளைகளுக்காகவும் அழுங்கள்) அண்டுவா ரில்லாம லாக்கினைகள் செய்தபின்னே, நில்லாமல் தாண்டவர் நிருதர்கள் தானொழிய, கைரேகை தானுருவிக் கழற்றியே யெறிந்தார்காண், ரேகை யழித்துநல்ல றெக்கையுள்ள தேவதைகள், தேவுக ளிவருலகிற் தேறாதொழிக வென்று, காவோ மிவரையென்று கருகவே தீப்புகுந்தார், நாசியைத் தானறுத்து நல்லவ ரிட்டயிடம், தாவியே யனல்பற்றித் தானியங்க ளழிந்ததடா, பின்னும் பல்லுடைத்துப் பிரபலமா யெறிந்தயிடம், பசுவுங் கால்நடையும் பையவே வேகுதடா, உதிரத்தால் நீர்த்தேவு உள்பாதம் பட்சிராசி, முழங்காலால் விருட்சங்கள் முழுநாக்கால் பூச்சியினம், ஆனபிற வற்புதங்க ளனைத்தையு மெரியூட்டி, மூச்சால் வெளிசுட்டு மூர்க்கர் கொத்தளங்கள், உலுத்தர் நிலைபுரள உள்கூடந் தானெரித்து, கூடாரச் சாவடியும் கொலுவிருக்கும் மாளிகையும், ஆடரங்க மாளிகையும் அக்கினிகள் சூழ்ந்திடவே, தாருடனே வாழைகளுந் தலைசாய்த்து வெந்திடவே, யாத்திரையுஞ் சோலைகளும் பகல்காண முத்தங்களும், மூர்க்கமுள்ள கன்னியர்கள் மூண்டு விளையாடும், வேதங்க ளோதிவரும் விதமான மாளிகையும், ஆருக்கு மில்லாம லனல்கொண்டு வேகுதடா, (உன்னையும் உன்னிலுள்ள உன் பிள்ளைகளையும் தரையாக்கிப் போட்டு உன்னிடத்தில் ஒரு கல்லின் மேல் ஒரு கல்லிராதபடிக்குச் செய்யும் நாட்கள் உனக்கு வரும்) வாழவோர் மாளிகையும் வளமான தானியமும், ஏவலுக் கோராளும் ஏறிடப் பெண்டுகளும், பிரதா பம்பகிரப் பிரபலமா யடுமைகளும், இல்லா நகர்தன்னி லிருக்க மிகவஞ்சி, நீங்கிப் புறமொதுங்கி நீசர்கள் பிடிசுவர்முன், ஏங்கி யிடமொதுங்கி யெரிகொண்ட வாசல்முன், விதைத்தது தப்பாமல் வீரியமாய் முளைத்ததென்று, அய்யோ போச்சுதென்று அடிவயிற்றி லடித்துக்கொண்டு, திரிந்த நாட்டாரைத் தீயும் புறமொதுக்கி, ஆனதொரு சோரி அமிலப்புண் காய்ச்சல்கள், பெருந்தாகம் பேய்ப்பசி பெயரறியாப் பஞ்சங்கள், ஆனதொரு தீவினைக ளத்தனையும் பெறவென்று, ஆக்கினை செய்தபின்னும் அமைதிக ளடையாமல், மூதுரை களேடாகி மூடருடன் தான்பேசி, ஆகாத மானுடர்முன் அருஞ்சொல்லை வீணடித்து, காட்டிலே நிலவைப்போல் காய்ந்தோம் நாமென்று, முயங்கி மிகவழுத மூதாக்கள் அமைதியுற, அத்தனை யேடுகளும் ஆமென்று எரிபடவே, நெஞ்சை யறுத்தெடுத்து நேர்த்திக்குப் பலியிட்டார், (பிதாவே, உம்முடைய கைகளில் என் ஆவியை ஒப்புவிக்கிறேன்.) தன்னைப் பலியிட்டுத் தாரணியைச் சுத்திபண்ணி, கயிலாயம் சேர்ந்திட்டார் கனிவுடனே தாண்டவரும்.

நல்லவர் போனபின்னே நாதியின்றி எல்லவரும், நாட்டார் கள்புலம்பி நலங்கள் மிகக்குலைந்து, சிவசிவா வென்றழுது சிரமேற் கைக்கூப்பி, புந்தி கெட்டலைந்தோம் புரிந்தோமென்று சொல்லி, நெஞ்சுக்கு உப்பப்பம் நேர்கண்ணு எள்ளுருண்டை, நாவுக்குப் பொங்கல் நல்லபல் லரிசிமா, கைக்குக் கொழுக்கட்டை காலுக்கு மொனகரம், லிங்கமா யதிரசமும் நேர்படவே யுண்டுபண்ணி, பூவலகு புள்ளலகு போதவே தான்குத்தி, பச்சிலைகள் வைத்துப் பரிவாகத் தூபமிட்டு, எல்லாருங்கூடி யினிதாகத் தெண்டனிட்டு, கைகட்டி நின்றார்கள் கனமான நாட்டாரும், அப்போ தரனாரும் அன்பாய் மனமகிழ்ந்து, ஆதிநந்தி யீஸ்வரரை அவர்க ளறியக்காட்டி, தாண்டவ ராயறுத்தவுடல் தப்பாமல் நிலம்வீழ்ந்து, அன்று எறிந்தவுடல் ஆறிக் குளிர்ந்துபின், காடு வனமாகி கல்நிலத்தில் வளந்தோன்றி, முன்னாடு தானழிந்து மூத்த பகையொழிந்து, உறுப்புக் கொன்றாக உள்நாடு தான்தோன்றி, புண்ணியர்கள் நிறைந்து பூப்போலப் பூக்குமென்றார், அப்படியே பாரமஹால் அதிசயமாய்ப் பிழைத்தெழுந்து, நாட்டுக்குள் நன்னாடாய் நல்லோர் திருநிலமாய், இந்நாள் பட்டணமா யிப்புவியில் வளர்ந்ததுகாண், தாண்டவ ரோடவர்மகனும் தங்கினார் பூமியிலே, பிள்ளை வரங்கொடுக்கப் பிரபலமாய்க் கோணய்யனும், ஆண்களின் தேவென்று ஆதரவாய்த் தாண்டவரும், இரட்டைச் சாமியென்றே யியல்பான பேர்விளங்க, இன்னுஞ் சொல்லுமென்று இந்தக் கதை கேட்டவர்கள், இதோயிதோ வென்று இனிதமுடன் சொன்னவர்கள், ஆலிலை போற்றழைத்து அறுகுபோல் வேரோடி, மூங்கில்போல் சுற்றம் முசியாமல் வாழ்ந்திருக்க, ஆன வருள்செய்வா ராதிநந்தி யீஸ்வரனார், கிளைமேற் கிளைதழைத்து கீர்த்தி மிகப்பெருகி, வாழ வழிசெய்வார் வளமுடனே யுத்தமரும், தாண்டவ ரருள்பெற்றுத் தாரணியி லுயர்வடைந்து, வாழிமிகவாழி வையகமும் வாழியவே.

சுல்தான்கள்

வருடங்களுக்கு முன் திப்பு சுல்தானின் ரகசியத் திட்டத்தின்படி காவேரிபுரம் அமில்தாரான திருமலையய்ய ரால் தந்திரமாக விருந்துக்கு வரவழைக்கப்பட்டுத் தூக்கிலிடப் பட்ட ஆலம்பாடி பாளையக்காரர் அருளப்ப நாயுடுவின் ஆவி என்றாவது ஒருநாள் தன்னைக் கொலைசெய்த பிராமணனின் வரவை அந்த வழியாக எதிர்பார்த்துத் தான் கொலை செய்யப்பட்ட அறையிலேயே தங்கியிருக்கிற தென்று நம்பப்பட்டதால் சிக்கக்காவல் சத்திரத்தில் வழிப்போக்கர்களின் நடமாட்டம் அதிகமிருக்காது என்கிற நிச்சயத்தில்தான் சொக்க கௌட ட்ரிஸ்ட்ராமையும் பூசாரியையும் அங்கே வரச்சொல்லியிருந்தான். சொன்னபடி அவர்களிருவரும் ராயக்கோட்டையிலிருந்து புறப்பட்ட மூன்றாம் நாள் ஆலம்பாடிக்கு வந்து சேர்வதற்கு முதல் நாளிரவிலேயே அவனும் அங்கே வந்துசேர்ந்துவிட்டிருந்தான். அவனுடன் பார்த்தசாரதி அய்யங்காரும் வந்திருந்தார். பாரீஸில் சந்தித்துப் பழகிய பறங்கி மனிதன் இந்தியாவிற்கு வந்திருக்கிறானென்றும், கௌடவிற்குத் தான் மறுத்து விட்டிருந்த அதே உயிராபத்தான விருப்பத்துடன் ஸ்ரீரங்கப் பட்டணத்திற்குள் அவனும் நுழையவிருக்கிறானென்றும் கேள்விப்பட்ட கணத்திலேயே அவர் ட்ரிஸ்ட்ராமிடம் பேசி அந்நியனும் மைசூர் சமஸ்தானத்தின் அரசியல் எதிரிகளினினத்தவனுமான அவன் சுல்தானின் தலைநகரத் திற்குள் பிரவேசிப்பதென்பது முன்பொருநாள் பாரீஸில் கையில் உலைக்களச் சுத்தியுடன் அவர்களை வழிமறித்த முரடர்களின்முன் வெட்டவெளியில் நிராயுதபாணியாக நின்றதற்குச் சற்றும் குறைந்த பிரயத்தனமாயிராது என்பதை அறிவுறுத்தி அவனைத் திருப்பியனுப்பிவிட வேண்டுமென்கிற முடிவுடனும், இந்தச் சந்திப்பிற்குச் சிக்கக்காவல் சத்திரம்தான் தோதான இடமென்பதாலும், தானும் அவனுடன் ஆலம்பாடிக்கு வரப்போவதாக அறிவித்துவிட்டார்.

எதிர்பார்த்தபடியே அவர்கள் அந்தச் சத்திரத்தில் பிரவேசித்த நாளில் அதன் பீர்க்கங்கொடிகள் மேலேறிப் பின்னிக்கொண்டிருந்த தட்டோட்டுக் கூரை வேய்ந்த முப்பத்தாறு அறைகளில் அவர்களுடையதைத் தவிர்த்த பிற முப்பத்தைந்து அறைகளும் ஆட்களின்றி வெறுமையாகவேதான் கிடந்தன. ஓடப்பட்டி வனப்பகுதியில் பூசாரிக்குப் பழக்கமான ஓர் இருளர் சாதிக் குடும்பத்தினரின் பொறுப்பில் குதிரையை விட்டுவிட்டு அங்கிருந்து ஊத்தமலை நதிக்கரைக்குக் கால்நடையாகவே வந்துசேர்ந்த பின் ஆற்றைப் பரிசல் மூலமாகக் கடந்து கர்நாடக எல்லையிலிருந்து கன்னட எல்லையை நோக்கி முன்னேறிக்கொண்டிருந்த ட்ரிஸ்ட்ராம், பூசாரி ஆகிய இருவருக்கும்கூட, காவேரியில் நீர்வரத்து குறைந்திருந்ததால், பிரத்யேகமான சங்கடங்கள் எதுவும் ஏற்படவில்லை. போதாததற்கு தாண்டவராயன் கதையும் பிரயாணக் களைப்பைத் துடைத்தவண்ணம் வழி முழுவதும் அவர்களைத் தொடர்ந்து வந்துகொண்டிருந்தது. கெலமங்கலம் நதிக்கரையில் கோணய்யன் கானக விஜயக் கூத்தாக ட்ரிஸ்ட்ராமுக்கு அறிமுகமான அந்தப் புராணம் மதகொண்டப்பள்ளியில் சில துயரங்களை ஏற்படுத்திவிட்டு வசனமும் பாடலுமாக ராயக்கோட்டையிலிருந்து பெண்ணாகரம்வரை நீண்டு சென்ற பாதையில் சொல்லப்பட்டு ஆலம்பாடிக் கரையில் ஒருவழியாக அதன் முடிவிற்கு வந்தபோது திருவண்ணாமலை பூக்காரக் குடும்பத்தின் கதையை அவனுக்குச் சொன்ன பிச்சையா பிள்ளையைப் போல பூசாரி ட்ரிஸ்ட்ராமிடம் கதை குறித்த கேள்விகளெதையும் கேட்டு அவனுடைய மனத் தடுமாற்றத்தை வெளிப்படையாக்கும் முயற்சியெதிலும் இறங்க வில்லை. ட்ரிஸ்ட்ராமும் தன்னபிப்பிராயமாக எதையும் அப்போது கூற முயற்சிக்கவில்லை. கதை முடிந்தபோது அவர்களிருவரையுமே பெருத்த மௌனம் ஆட்கொண்டுவிட்டிருந்தது. பூசாரி எதிர்பார்த்தபடியே கதை ட்ரிஸ்ட்ராமினுடைய ஸ்ரீரங்கப்பட்டணப் பிரயாணத்திற்குப் புதிய பரிமாணமொன்றை அளித்ததென்பதென்னவோ வாஸ்தவம்தானென் றாலும் அதன் பகுதிகள் இடையிடையே வெளிப்படுத்திய பிரத்யேகமான சமிக்ஞைகளின் சிதறலை ஒன்றுதிரட்டி மனம் பொருட்படுத்திக் கொண்டிருந்த விதம் அவனுக்கு ஸ்தூலமாகப் பிடிபடவில்லை. கிழக்குத் தொடர்ச்சி மலையின் இருபுறங்களிலுமே நன்கு அறியப்பட்ட கடவுளான தாண்டவராயனைப் பற்றிய சொக்க கௌடவின் அபிப்பிராயங்கள் ஒருவேளை தனக்குள் உறுத்திக்கொண்டிருக்கும் குழப்பமான உணர்வுகளை இழை பிரித்துப் புத்திபரமாக அறிந்துகொள்ள உதவக்கூடுமென்கிற நம்பிக்கையில், ஸ்ரீரங்கப்பட்டணத்தை அடையுமுன் வழியிலெங்காவது அதைப் பற்றி அவனுடன் விரிவாகப் பேச வேண்டுமென்று பரிசல் ஆலம்பாடிக் கரையை அடைந்த நேரத்தில் அவனுக்கொரு எண்ணமும் இருக்கத்தான் செய்தது. ஆனால் சத்திரத்தில் கௌடவோடு கூடவே பார்த்தசராதி அய்யங்காரைக் கண்டதும் அந்த எண்ணத்தைச் செயற் படுத்தும் வாய்ப்பு அடைபட்டுப்போய்விட்டது. காரணம், சத்திரத்தில் அவர்கள் இருட்டும் பொழுதிற்காகக் காத்திருந்த சிலமணி நேரங்கள் முழுவதையும் பயன்படுத்தி அவனைத் தடுத்து நிறுத்த அய்யங்கார் மேற்கொண்ட முயற்சிகள் தோல்வியடைந்த பிறகு (எலினாரைப் பற்றியும் அவனைப் பற்றியும் (வேண்டா வெறுப்பாக) குசலம் விசாரித்த கையோடே

அய்யங்கார் தன் பிரலாபத்தை, முன்பே ஒத்திகைபார்த்துத் தயாராக வைத்திருந்த தர்க்கங்களைக் கொட்டிப் புலம்பத் தொடங்கிவிட்டா ரென்றாலும்கூட (பட்டணத்தில் இப்போதெல்லாம் காவல் முன்புபோல் இளக்கமானதாக இல்லை, போன சண்டைக்குப் பிறகு வழக்கமான பாராக்காரர்களுக்கும் காவலர்களுக்கும் பதிலாக, சுல்தானிடம் பிரத்யேக அனுமதி வாங்கிக்கொண்டு தளபதி மீர் சாதிக் தானே முன்னின்று, சண்டையில் நேரடியாக ஈடுபட்ட சிப்பாய்களில் பல பேரை அந்த யிடத்தில் நியமித்துவிட்டிருக்கிறார், காவல் வேலைகளுக்கும் ஒற்று வேலைகளுக்கும் பேர்போனவர்களென்று காவல்துறை அமைச்சர் சாமா அய்யங்கார் கோயமுத்தூர் பக்கத்திலிருந்து தனக்குத் தெரிந்த சில பேரைச் சிபாரிசு செய்திருந்தும் அவர்களையெல்லாம் அரண்மனைக் காவலுக்கு நியமித்துவிட்டு அந்த முசல்மான் இப்படிச் செய்துவிட்டதோடு ஏசாப்புகளையும் முசல்மான்களாகவே தேர்ந்தெடுத்து நியமித்திருக்கிறா ரென்று பூர்ணய்யருடைய அபிமானியான பாச்சாராவ் சுல்தானிடம் சொல்லிக் குறைபட்டுக்கொண்டதாகச் சொல்லப்பட்டாலும்கூட (மீர் சாதிக்கை மடக்குவதற்காகவே கூர்க் பௌஜ்தாரான நாகப்பய்யாவை ஸ்ரீரங்கப்பட்டணத்திற்கு மாற்றலில் கொண்டுவரும் யோசனைகூட அறிவுரைக்கப்பட்டதாகக் கேள்வி) மீர் சாதிக்கின் திட்டம் நிஜமாகவே புத்திசாலித்தனமான ஒன்று என்பதை அனைவருமே ஒத்துக்கொள்ளத்தான் செய்தார்கள், சண்டைக்கு முற்பட்ட காலத்தில் ராஜ்ஜியத்திற்குள் ஊடுருவும் கும்பெனி ஒற்றர்களைப் பாராக் காவலர்கள் இனம் கண்டுகொள்ள முடியாத அளவிற்கு ராஜதானியின் நண்பர்களான பிரெஞ்சுக்காரர்களுக்கும் எதிரிகளான பறங்கியர்களுக்கும் பொதுவான கிறிஸ்தவ மண்ணின் நிறமும் உடற்கூறுகளும் அவர்களைக் குழப்பிக் கொண்டிருந்தன என்பது அனைவருக்கும் தெரிந்த விஷயம்தான், அவர்களென்று நினைத்து இவர்களைப் பிடித்துக்கொண்டுவிடுவதும், இவர்களென்று நினைத்து அவர்களை விட்டுவிடுவதுமாய் அநேக நேரங்களில் கேலிக்கூத்தாகப் போய்க்கொண்டிருந்த இந்த நாடகத்தை எப்படி நிறுத்துவது என்பது பூரணய்யருக்கே அப்போது தலைவலியாகத் தான் இருந்தது, ஐரோப்பியர்களிலிருந்து பறங்கியர்களைப் பிரித்தறிவதற் கென்றே தவுலதாபாத் அருகில் சுல்தான் தன் பிரத்யேகக் கண்காணிப்பில் காவலர்களுக்கான பயிற்சி வகுப்புகளை நடத்தலாமா என்று யோசித்துக் கொண்டிருந்த சமயத்தில்தான் மீர் சாதிக் போர்க்களத்தில் எதிரியின் உடலோடும் குருதியோடும் கட்டிப்புரண்டு ஒரு மனைவியைப் போல அருகாமையும் ஸ்பரிச சம்பந்தமும் கொண்டிருக்க வாய்ப்புள்ள சிப்பாய் களால் சாதாரணர்களின் பார்வையிலிருந்து தப்பிவிடும் வாசனைகள், உடலசைவுகள், சுவாச வேகம் ஆகிய நுண்மையான வேறுபாடுகளைக் கொண்டு பறங்கியர்களைச் சட்டென்று அடையாளம் கண்டுகொண்டுவிட முடியுமென்கிற யோசனையை முன்வைத்தார், வேலைச்சுழற்சி முறையின் பிரத்யேகமான பலாபலன்களை அறிந்தவர் அவர் (அதனாலேயே பல பேருடைய வெறுப்பையும் சம்பாதித்துக்கொண்டவர்), அவருடைய யோசனை சாதாரணமானது இல்லையென்பதை நாங்களே விரைவில் தெரிந்துகொண்டோம், சிப்பாய்கள் காவலர்களாக நியமிக்கப்பட்ட பின், போன சண்டை முடிந்ததிலிருந்து இதுவரையில், பதினான்கு

பறங்கி ஒற்றர்களில் எட்டு பேர் கோயில் தெருவிலிருந்தே புதிய காவலர் களிடம் பிடிபட்டு பெய்லியை அடைத்திருந்த அதே சிறைச்சாலைக்கு அனுப்பப்பட்டிருக்கிறார்கள், இதுவும் உடன்படிக்கைக்குப் பிறகு அரசியல் கைதிகளெல்லோரையும் மறுகரைக்கு அனுப்பிவிட்டு ஓய்ந்த பின் நடந்தது, எதற்கு இது சொல்லப்படுகிறதென்றால், பறங்கியான் ஒருவன் எந்த வேடத்திலும் பட்டணக் கோட்டைக்குள் பிரவேசிப்பது என்பது இப்போது அத்தனை எளிதான காரியமன்று, அதிலும் நீங்கள் நுழைய உத்தேசித்திருக்குமிடம் சுல்தானின் அரண்மனை, முன்பு பிடிபட்டார்களென்று நான் சொன்ன பதினான்கு ஒற்றர்களில் மீதம் ஆறு பேரைக் காவலர்கள் அரண்மனைச் சாலையிலிருந்துதான் பிடித்தார்கள்) அரண்மனைக்குள் நுழையும் கனவை வெளிப்படையாகவே தன் கண்களில் தேக்கிவைத்திருந்தபடி ட்ரிஸ்ட்ராமோடு கூட வந்திருந்த, பண்டாரத் தோற்றத்திலிருந்த, பூசாரியின் முகத்தைப் பார்த்த கணத்திலேயே தன் முயற்சி வியர்த்தம் என்பது தெரிந்துவிட்டதால் வார்த்தைப் பிரயோகங்களில் செலுத்த வேண்டுமென்று உத்தேசமாக நிர்ணயித்துக்கொண்டிருந்த வற்புறுத்தும் வேகத்தை அவர் இழந்து விட்டிருந்தார். எனவே வேறு வழியின்றி அந்த இரவே ஆலம்பாடியை விட்டுக் கிளம்பிய அவர்கள் குழு ஸ்ரீரங்கப்பட்டணத்தை நோக்கிச் செல்லும் மார்க்கம் முழுவதையும் பட்டணத்தின் வரைபடம், அரண்மனை யின் கட்டிட அமைப்பு, பிதிர் சஞ்சார மார்க்க போதினியைப் பற்றின அய்யங்காருடைய சொந்த அபிப்பிராயங்கள், நூலகத்திற்குள் நுழையும் மார்க்கங்கள் என்று இவற்றைப் பற்றிய வாதப் பிரதிவாதங்களினூடாகவே கடந்துசெல்லும்படி ஆகிவிட்டிருந்தது. கோட்டைக்குள் நுழைந்த பின் தென்புறக் கோட்டை வாயிலையொட்டிய, பட்டணத்தின் கடைவீதியில் இருக்கும் கௌடவின் வீட்டில் அவனுடைய வயதான தாயின் அனுமதி யுடன் தங்குவதென்று முதலில் யோசித்துவைத்திருந்ததை நீண்ட வாதப்பிரதிவாதங்களுக்குப் பின் மாற்றிக்கொண்டு, கடந்த சண்டைக்குப் பின் சுல்தானின் வரவும் படைகளின் நடமாட்டமும் ஏறக்குறைய நின்றுபோய்க் கைவிடப்பட்டுவிட்ட கஞ்ஜம் கிராமத்தில் தன் படிப்பிற்குத் தேவையான அமைதியை விரும்பி துலுக்கக் குயவர்கள் குடியிருப்பை ஒட்டியும் ஒட்டாமலும் அய்யங்கார் தனியாக அமைத்துக்கொண்டிருந்த ஜாகையில் ட்ரிஸ்ட்ராமையும் பூசாரியையும் தங்கவைப்பதென்று முடிவானது. அந்நியர்கள் அரண்மனை நூலகத்தினுள் புகுவதும் பிதிர் சஞ்சார மார்க்க போதினியை வாசிக்க நினைப்பதும் தடைசெய்யப்பட்ட ஒன்று என்றால், அதில் அத்தனை ஆபத்து இருக்கிறதென்றால், தங்களிருவரையும் அய்யங்கார் கஞ்சத்திலேயே தங்கவைத்துவிட்டு, நூலகத்தின் போஷகர் என்கிற முறையில் ஏடுகளுக்கிடையில் சுவாதீனமாக நடமாடவும் அவற்றைக் கையாளவும் வாய்ப்புள்ள அவரே ஏன் அந்த ஏட்டை ஒரே ஓர் இரவுக்கு எப்படியாவது வெளியே எடுத்து வந்துவிட முயற்சி செய்யக் கூடாது என்று பூசாரி கேட்டான். அய்யங்கார் அதற்குச் சாத்தியமே இல்லை என்று கூறி அதை மறுத்துவிட்டார். பார்ப்பதற்கு சில நூறு ஏட்டோலைகளே எழுதப்பட்டிருப்பதாகத் தோன்றும் அந்தச் சுவடி படிக்கப் படிக்கத் தீராத பக்கங்களைக் கொண்டது, கிரகங்களின் பாதையைப் போலவும், ஜனன மரணத்தைப் போலவும் அது சுழல்

வடிவமாக எழுதப்பட்டிருப்பது, ஒருவர் அதிலிருந்து குறிப்புகள் எடுத்துக் கொள்ளலாம், சில பகுதிகளைத் தேர்ந்தெடுத்துப் படித்துச் சுவைக்கலாம், ஆனால் உங்கள் ஆயுளில் பாதியைக் கேட்கக்கூடிய அசாத்தியமான அந்த நூலின் பக்கங்களை ஒரேயிரவில் படிப்பதென்பதோ, அதை வெளியில் மறைத்து எடுத்து வருவதென்பதோ சிரமசாத்தியமான காரியம். அதென்ன நிகண்டா, அகராதியா. இரண்டும் இல்லை, சொல்லப் போனால் நீலகண்டப் பண்டிதரே அதை ஒரு சுவாரஸ்யமான கதையைப் போலதான் எழுதியிருக்கிறார், இந்த உலகில் எங்கோ எப்போதோ யாராலோ மறைத்து வைக்கப்பட்டிருக்கும் புதையல்களின் நிலமொன்றைத் தேடியலையும் ஒரு சிறு குழு அந்தக் கதையில் வருகிறது, அவர்கள் அலையும் பல்வேறு நிலப்பகுதிகளையடக்கிய உலகம்தான் அந்த ஏட்டுச் சுவடிகளின் பக்கங்கள் என்றும், புதையல் என்பது அது தன்னுள் மறைத்துவைத்திருக்கும் நூலர்த்தம் என்றும் பண்டிதரே ஏட்டின் முகப்பில் தன்னுரையாகச் சொல்கிறார், அட்சரங்களின் பொருள் என்கிற புதையலைத் தேடி லிபி வடிவமென்னும் நிலத்தின் வழியே அலைபவன் அதைக் கண்டடையவே முடியாது என்பது அதன் மறைக் குறிப்பு, இதற்காக வேண்டுமென்றே ஏடு முழுவதையும் கணிதம், விஞ்ஞானம், ஜோதிடம், வைத்தியம் போன்ற தர்க்கத் துறைகள் சார்ந்த குறிப்புகளாலும் காரண காரியங்களாலும் அவர் நிரப்பிக் குழப்பிக்கொண்டே போகிறார், இவை ஒன்றைத்தொட்டு ஒன்றாகத் தங்களுக்குள் சுருண்டுகொண்டே யிருக்கின்றன, வாசிப்போ திரும்பத் திரும்ப புறப்பட்ட இடத்திற்கே வந்துவிடக்கூடியதாக, இன்னும் துவங்கியேயிராத பயணமாக முடிந்து கொண்டிருக்கிறது, இதில் பயப்படுவதற்கும் ஒன்றுமில்லை, நீலகண்டர் பிராமணராதலால் ஞானம் என்பதைப் பற்றி வேதங்கள் அவருக்குக் கற்பித்ததைப் பிரமிக்கும்படியாக எழுதிப் பார்த்திருக்கிறார் அவ்வளவுதான், ஞானம் என்பது உலகத்திற்கு வெளியில் இருக்கிறது என்பதும், உலகம் உடல்களாலானது என்பதும், தர்க்க வாதங்களே உடல்களாக இயங்கு கின்றன என்பதும் அவர் பார்வை, உடலைத் தாண்டிய மனமும் செயலைத் துறந்த தரிசனமும் வார்த்தைகள் பயனற்றுப்போன மௌனமும் ஞானத்தின் இருப்பிடங்கள், உண்மையில் தர்க்கபூர்வமாக வடிவமைக்கப் பட்ட வார்த்தைகளைக் கொண்டு உறவாடும் மனிதனின் அன்பையும் பகையையும்காட்டிலும் அவனைத் தவிர பிற ஜீவராசிகளனைத்தின் உறவும் குரோதமும் ஞானத்திற்கு வெகு அருகிலிருக்கும் நிலையான பித்தின் மூர்க்க சுபாவம் நிறைந்தவை, ஆனாலும் ஞான நிலையின் தூய அனுபவத்தை, அல்லது அந்த அனுபவமாகவே தாங்களிருப்பதைத் தர்க்க உலகத்திலில்லாததால் மனிதனைத் தவிர பிற உயிர்கள் உணர்வ தில்லை, தன்னை உணரவும் நிறைந்த ஞானத்தின் போதையைச் சுகிக்கவும் மனிதன் தர்க்கத்தை உதற வேண்டியிருக்கிறது, அதேசமயத்தில் உதறுவதற்கும் துண்டித்துக்கொள்வதற்கும் பொருட்படுத்தாதிருப்பதற்கும் அவனுக்கு வார்த்தைகளின், உடல்களின், ஸ்தூல இருப்பு தேவைப்படுகிறது, இது ஒரு சுழல், மனிதப் பிறவியை எப்போதும் பெரிய சாதனைகளை நோக்கித் தள்ளும் உந்து சக்தி எதுவென்றால், சரித்திரங்களை உருவாக்குகிற, மனதிற்கும் உடலுக்குமான அல்லது உணர்வுக்கும் செயலுக்குமிடையிலான, இடைவிடாத போர், இதைத்தான் பிதிர் சஞ்சார மார்க்க போதினி

தன் ஆக்கத்தின் சாராம்சமாக முன்வைக்கிறது, தன்னை வாசிப்பதை நிறுத்தும்படி தன் வார்த்தைகளின் மூலமாகவே அது வாசகனுக்குச் சொல்கிறது, உடலாகிய தன் பக்கங்களின் மேல் அலையும் வியர்த்தத்தைச் சொல்லிச்சொல்லி உடனே தன்னை மூடி வைத்துவிட்டு வெளியேறும்படி படிப்பவனை வரிக்கு வரி இறைஞ்சுகிறது, நிலத்தின் அழுக்குக் கால்களில் ஒட்டிக்கொள்ள அனுமதியாத ஒரு ஞான மார்க்கம்தான் முக்தியின் பாதை என்கிறது, இதன் விளக்கச் சர்க்கத்தில்தான் அந்த, பிரச்சினைக்குரிய, வெண்ணிறக் குதிரையொன்றின் மாயப் பாதை உருவகமாக வருகிறது. ஆனால் இது ஒரு ஜோதிட நூல் என்றல்லவா வெளியே அறியப்பட்டிருக்கிறது. ஆம், தன்னை ஒரு ஜோதிடச் சுவடி என்றுதான் பிதிர் சஞ்சார மார்க்க போதினி தன் தலைப்பிலேயே அறிவித்துக்கொள்கிறது, தன்னையும் தன் உறவினர்களான பிராமணப் பண்டிதர்களையும், நாகூர் அரங்கநாதர் ஆலயம் கிறிஸ்தவர்களால் இடிக்கப்பட்ட காலத்தில், தலைக்கோட்டைக்கு அழைத்துவந்து பிரமதேயமும் தந்து ஆதரித்த, விஜயநகர சாம்ராஜ்ஜியத்தின் அந்திமக்கால மன்னர்களுள் ஒருவரான இராமராயருடைய ஆக்ஞைக்கிணங்க அது உண்மையிலேயே ஜோதிடத்தைப் பற்றிச் சொல்லும் நோக்கத்தோடுதான் துவங்கப்பட்டதென்றும், நூலை முடித்த பின் எழுதப்பட்ட தன் முன்னுரையில் நீலகண்டப் பண்டிதர் சொல்கிறார், ஆனால் அவருடைய பாண்டித்யமும் குல குணமும் அவற்றை அஸ்திவாரமாகக் கொண்டு இயங்கும் பிராமண வாழ்க்கை முறைகளும் அவர் எழுத்தைக் கொஞ்சங்கொஞ்சமாக வேறு திசைக்குத் திருப்பிவிட்டிருக்கின்றன என்பதை ஏட்டைப் படிக்கும்போது நம்மால் புரிந்துகொள்ள முடிகிறது, உடல்களின் இயங்கு முறையை நிமித்தங்களைக் கொண்டு வரையறுக்கும் உத்தேசத்தோடு துவங்கும் எழுத்து உடல் இயங்குவதன் லட்சியமே நிமித்தங்களைப் புரிந்துகொள்வதுதான் என்று சொல்கிற எல்லைக்குச் சென்றுவிடுகிறது, காரிய சித்திக்காகக் கிரக நிலைகளை மன்னனுடைய விருப்பப்படி ஆராயப் புகுந்த நீலகண்டப் பண்டிதர் கிரக சஞ்சாரங்களுடன் ஒன்றி பிரபஞ்ச வெளியில் கலந்துவிடுவதென்பதுதான் காரியம் என்று தன்னையுமறியாமல் தன்னுடைய செய்தியை அதில் கலந்துவிடுகிறார், அவர் உண்டாக்க நினைத்த சுழலுக்குள் அவரே சிக்கிக்கொண்டுவிடுகிறார். சரிதான், ஆனால் நானறிந்தவரையில் ஜோதிடத்தில் மிகுந்த நம்பிக்கை கொண்டவர்களென்று அறியப்படுகிற, மெக்காவின் ஹுசன் தொடங்கி இன்றைய சுல்தான் வரையிலுமான சூஃபி ஷாரிஃபான்களின் பரம்பரையிலேயே ஒருவர் காலத்தில் செல்வாக்கோடு நூலகத்தின் இரண்டாமறையில் இருந்திருக்கிற பண்டிதரின் நூல் அவர் மகனின் காலத்தில் மூன்றாமறைக்கு தூசு படியச் சென்றுவிட்டது ஏனாம், பொதுவாக வேதங்களைப் போலவே ஜோதிட நூல்களும் பழையதாவதில்லை என்று சொல்வார்களே. வேதம், புராணம், ஜோதிடம் என்றில்லை பூசாரி, எந்த நூலானாலுமே அதைப் பழையதாக்குவதற்கும் புதியதாவே வைத்திருப்பதற்குமான விஷயங்கள் அந்த நூலை ஆக்கியோனின் ஆளுமையிலிருந்து பிறப்பவையல்ல, மாறாக அதை வாசிப்பவனின் பணிவிலிருந்து பிறப்பவை, இது ஆம்பூரில் ஒரு வயோதிகச் சத்திர உரிமையாளரால் எனக்குச் சொல்லாமல் சொல்லப்பட்ட ரகசியம். அது நூறு சதவீதம் உண்மையும்கூட ட்ரிஸ்ட்ராம்,

சுல்தானின் புண்ணியத்தில் ஒரு நூலகனாக ஆயிரக்கணக்கான நூல்களை வாசிக்க எனக்குச் சந்தர்ப்பம் கிடைத்திருக்கிறது, ஒரு நூல் என்றைக்கும் புதிதாக இருக்க வேண்டுமானால் அதற்கு இரண்டு முக்கியமான அம்சங்கள் இருந்தாக வேண்டும், ஒன்று அந்த நூல் ஒரு லட்சியத்தை, அதை அடைவதற்கான பாதைகளைப் பற்றிப் பேச வேண்டும், இரண்டாவது, எந்த நிலையிலும் அது அந்த லட்சியத்தைப் பிரத்யட்சமாக வரையறுத்துக் காட்டிவிடக் கூடாது, வேடிக்கையென்னவென்றால் இந்த இரண்டு லட்சணங்களையும் ஒரு நூலுக்குக் கொடுப்பவன் அந்நூலின் ஆசிரியன் அன்று, மாறாக அதன் வாசகன். அதெப்படி, நூலாசிரியன்தானே லட்சியத்தை வாசகன் கண்டுபிடிக்க முடியாதபடி மறைத்துவைத்துத் தன் நூலை ஆக்குகிறான், மேலும் மறைத்துவைப்ப தென்பதைத் தள்ளிவைத்துவிட்டுப் பார்த்தாலும், லட்சியம் என்பதைப் பற்றி நூலில் எங்குமே வரையறுக்காமலிருக்கும்போது, அட்சரங்களின் மேல் சவாரி செய்தே நூல் என்னும் நிலத்தைக் கடக்க முயன்றுகொண் டிருக்கும் வாசகன் எப்படி அந்த லட்சியத்தைக் கண்டுபிடித்து அதைப் பழையதாக்க முடியும். ஒரு நூலில் மறைத்துவைக்கப்பட்ட, அல்லது சொல்லாமல் விடப்பட்ட, நூலாசிரியனின் லட்சியத்தை வேண்டுமானால் ஒரு வாசகன் கண்டுபிடிக்கத் தவறிவிடக்கூடும், ஆனால் அதே நூலில் குறுக்கும் நெடுக்குமாக அலைந்துகொண்டிருக்கிற, அதே ஆசிரியன் வகுத்த ஆயிரக்கணக்கான லிபி வடிவங்களின் பாதைகளில் அலைந்து அலைந்து, அந்த அலைச்சலிலேயே அவன் தனக்கான வேறொரு லட்சியத்தை, லட்சியம் என்று அங்கே எதுவும் ஸ்தூலமாக வரையறுக்கப் பட்டிராத காரணத்தாலேயே, கண்டடைந்துவிட முடியுமல்லவா. ஓஹோ, சரிதான், விஷயமென்னவென்றால் நான் இன்னும் இறந்த காலங்களின் மாணவனாகவே இருந்துகொண்டிருக்கிறேன், எதிர்காலத்தின் ஆசிரியனாக முடியவில்லை, நீங்கள் சொல்லுகிறபடி பார்த்தால் ஒரு நூலினுள்ளிருந்து ஸ்தூலமாக ஒரு பொருளை வெளியே எடுக்கிறவரையில் அது புதிதாக இருக்கிறது, எடுத்தவுடன் பழையதாகிவிடுகிறது, இந்தப் பொருள் நூலாசிரியன் வெளிப்படையாகவோ மறைமுகமாகவோ சொல்லும் அல்லது சொல்லாமல் விட்டிருக்கும் அதே பொருளாக இருக்க வேண்டு மென்கிற அவசியமில்லை, சரிதானா சுவாமி. சரிதான், இன்னும் சரியாகச் சொல்ல வேண்டுமானால் ஒரு நூலின் ஆயுள் என்பது அதற்குத் தப்பான அர்த்தங்களைக் கற்பித்துக்கொண்டேயிருக்கும் வாசிப்பால்தான் நீண்டுகொண்டேயிருக்கிறது, தனக்கான லட்சியத்தை அதில் கண்டடைந்துவிட்டதாக நம்பும் ஒவ்வொரு வாசகனும் அதன் மேல் தன் பயணத்தை முடித்துக்கொண்டு லிபிகளின் நிலத்தைப் பழையதாக்கிவிடுகிறான், அந்த லட்சியம் தேவைப்படாத இன்னொரு வாசகன் தொடர்ந்து அதிலிருந்து பிரியும் அட்சரங்களின் பாதைகளில் தனக்கான வேறொரு லட்சியத்தைத் தேடிப் பயணப்பட்டு நூலைப் புதிதாக வைத்திருக்கிறான், கதைகள் எப்போதும் புதிதானவையாக இருப்பதற்கும், சரித்திரமும் விஞ்ஞானமும் காலத்தால் பின்னடைந்து கொண்டேயிருப்பதற்கும் காரணம் முன்னவை பாதைகளையும் பின்னவை லட்சியங்களையும் பற்றிப் பேசுவதுதான் என்பது ஒரு பொதுவான புரிதல், ஜோதிடம், தத்துவம், வேதம், புராணம் ஆகியவை

புனிதப்பொருள்கள் என்று சொல்லப்பட்டிருப்பதற்குக் காரணம் அவற்றிலிருந்து இறுதி லட்சியம் என்று எதையுமே யாருமே கண்டடைந்து அவற்றைப் பழையதாக்கிவிடக் கூடாது என்பதற்காகத்தானென்றும் சொல்லலாம், சில நூல்களைப் பெண்களும் சூத்திரர்களும் தொடக் கூடாதென்று சொல்வதுகூட உடலைப் பிரதானப்படுத்தியும் உடல்களைத் தொடர்ந்து உற்பத்தி செய்துகொண்டுமிருக்கும் இந்த இரண்டு இனங்களும் அந்த நூல்களைப் பழையதாக்கிவிடுவார்களென்கிற அச்சத்தில்தான். ஆனால் யாரோ ஒரு கலகப் பிரியன் அந்த நூல்களுக்குப் பாதகமான நோக்கத்தை அதன் வார்த்தைப் பாதைகளில் பயணித்தே கண்டடைந்து அதைப் பழையதாக ஆக்கித்தான்விடுகிறான், தத்துவங்கள் பழையதாகிக் கொண்டிருக்கின்றன, விஞ்ஞானம் புதியதாகிக்கொண்டிருக்கிறது. வாஸ்தவம்தான் கௌட, பிதிர் சஞ்சார மார்க்க போதினியைப் பொறுத்த மட்டில் இப்படி ஒரே சமயத்தில் வெளியே தன்னை ஒரு ஜோதிட நூலாயும் உள்ளே ஒரு வேத உரையாயும் காட்டிக்கொண்டிருந்த அந்த நூலிலிருந்து ஹைதர் உருவியெடுத்த, அவருக்கான அர்த்தம்தான் அதை அவர் காலத்தில் புதியதாயும் அவருடைய மகனான திப்பு சுல்தானின் காலத்தில் காலாவதியானதாயும் ஆக்கியது. சுவாரஸ்யமாக இருக்கிறது. சுவாரஸ்யம்தான் ட்ரிஸ்ட்ராம், காரணம் ஒரு ஜோதிட நூலாகவோ ஞான நூலாகவோ அதை வாசிக்கத் துவங்கியிருக்கக்கூடிய ஹைதர் சாஹேப் உடலை உதாசீனம் செய்வதென்கிற அதன் சாராம்சத்தைத் தன் பாதையாக வரிந்துகொண்டு முன்னேறி அதை ஒரு போர் நூலாக வாசித்துவிட்டார், உடலை ஒதுக்குவது என்பது அவருக்கு உடலை ஒறுப்பது என்பதாகப் பட்டிருக்கிறது, அந்த ஏட்டின் ஒவ்வொரு வரியும் போர் சாஸ்திரத்தின் பொக்கிஷமென்று அதற்குப் பாஷ்யமெழுத அவர் உத்தேசித்திருந்தாரென்றுகூட நான் அவருடைய தாயார் சொல்லிக் கேள்விப்பட்டிருக்கிறேன். திண்டுக்கல் பௌஜ்தாராக நஞ்சராஜாவின் ஆளுமையிலிருந்த அவர் அதிலிருந்து தன்னைத் துண்டித்துக்கொண்டு மைசூர் அரியணையைக் கைப்பற்றும் வாய்ப்புகளைப் பரிசோதித்துப் பார்க்கவென்றே இக்கேரி மற்றும் பெத்தனூர் நாயக்கர்களுடனும் கடப்பை மராத்தியர்களுடனும் நிகழ்த்திய துவக்க காலப் போர்களின்போது சில படை நிலைகளையும் வியூகங்களையும் அமைப்பதற்கான எண்ணப் பொறிகள் பிதிர் சஞ்சார மார்க்க போதினியிலிருந்துதான் அவருக்குக் கிடைத்தன என்பார் அந்தப் பெண்மணி. சமாதானத்தையும் அமைதியையும் மௌனத்தையும் விரும்பும் ஒரு நூலுக்குப் போர் சாஸ்திரமென்ற அர்த்தத்தைக் கற்பிப்பது அந்நூலுக்குச் செய்யும் துரோகமில்லையா. தர்மப்படி வேண்டுமானால் அப்படி இருக்கலாம், ஆனால் தர்மங்களின் விதிகளும் தர்மங்களின் லிபி வடிவங்களும் ஆச்சரியகரமாக அடிப்படையிலேயே முரண்பட்டவை, மேலும் நீலகண்டப் பண்டிதரே ஏன் ஒரு போர் நூலாக அதன் நோக்கத்தை மறைமுகமாகக் கற்பித்து அதை உருவாக்கியிருக்கக் கூடாது, அதை எழுதச் சொன்னவன் ஒரு மன்னன், அவன் ஏன் தனக்குப் புரியக்கூடிய, தன் எதிரிகளால் புரிந்துகொள்ள முடியாத, ஒரு நடை பாணியில் நீலகண்டரைத் தனக்கான ஒரு போர் சாஸ்திரத்தை உருவாக்கித் தரும்படி கேட்டிருக்கக் கூடாது, அந்த மறைக்கப்பட்ட வழியை அதிர்ஷ்டவசமாகவோ துரதிர்ஷ்டவசமாகவோ

ஏன் நெடுங்காலம் கழித்து அதே ராஜ ரத்தம் உடலுக்குள் ஓடும் ஹைதரலி கண்டடைந்திருக்கக் கூடாது, மன்னன் என்பது பல உடல்களைக் கொண்ட ஒரே தலை என்று ஒரு பழமொழியே இருக்கிறதே. எப்படியோ ஒரு ஜோதிட நூல் ஞான நூலாக எழுதப்பட்டு போர் சாஸ்திரமாக வாசிக்கப்பட்டுவிட்டது. ஆமாம், ஆனால் ட்ரிஸ்ட்ராம், நானும் அதை ஹைதரின் காலத்திலேயே வாசித்திருக்கிறேன், அவர் அதை அப்படி வாசிப்பதற்கான எல்லா லட்சணங்களையும் கொண்ட நூல்தான் அது. சரி, அப்படிப் பார்த்தாலும்கூட ஒரு போர் சாஸ்திரமென்கிற வகையில் பிதிர் சஞ்சார மார்க்க போதினி திப்புவுக்கும் பயன்படக்கூடிய ஒரு நூலாகத்தானே இருந்திருக்க வேண்டும், அதை ஏன் பின் அவர் கரையான்கள் அரிக்கக் கிடப்பில் போட்டுவிட்டார், அந்த நூலின் மேல் திப்புவின் வாசிப்பு வேறொன்றாக இருந்ததா. இல்லை, ஆனால் விஷயம் இன்னும் மோசம், பெரிய படிப்பாளியான திப்பு சுல்தான் பிதிர் சஞ்சார மார்க்க போதினியை ஸ்வப்னஹள்ளி எரிப்பிற்கு முன்புவரை வாசித்ததேயில்லை, அந்த நூல் அவர் தந்தைக்கு மிகப் பெரிய பொக்கிஷமாயிருந்ததாலேயே அதைப் பற்றிய அவருடைய அளவுக்கு மீறின பிரஸ்தாபம் இவரைக் கிட்டத்தட்ட அந்தச் சுவடி முழுவதையும் ஏற்கெனவே பலமுறை படித்து முடித்துவிட்டதைப் போன்ற உணர்வுக்கு ஆளாக்கி விட்டுவிட்டது என்கிறார்கள், ஆனால் அதுவுமே பதின்மூன்று வயதுவரை அன்று, அதற்கு முன்பு திப்பு சாஹேப் ஓர் இளவரசராக, போர்க் கலைகளின் பாலபாடங்களைக் கற்றுக்கொள்ள வேண்டிய சிறுவனாக, தன் மார்புக்குள் அடங்கிய செல்லக் குழந்தையாக, தகப்பனாரின் கண்களுக்குத் தெரிந்ததால், மன்னர்களுக்கான மிக முன்னேறிய தந்திரங்களையும் வியூகங்களையும் பாதைகளையும் முடுக்கிவிடும் முழக்கங்களையும் தண்டனை தர்மங்களை யும் சாதகமான கிரக சஞ்சார நிலைகளையும் எதிரியைச் சந்திப்பதற்கேற்ற நிலவெளி அமைப்புகளையும் படைகளின் விகிதாச்சாரப் பிரிவுகளையும் பற்றிப் பூடகமாகப் பேசும் பிதிர் சஞ்சார மார்க்க போதினியைப் புரிந்து கொள்ளும் பக்குவம் புத்திரனுக்குக் கூடவில்லையென்பது ஹைதர் பெருமானுடைய எண்ணமாக இருந்திருக்கலாம், தக்க வயது வரும்போது அவனுக்கு உபயோகமானதாயும் மிகப் பிரியமானதாயும் அந்த ஏடு இருக்கப்போகிறதென்றும் அவர் எண்ணிக்கொண்டிருந்திருக்கலாம், ஆனால் அந்தச் சுவடிகள் ஒருவேளை சாதித்திருக்கக்கூடிய தன்னம்பிக்கையையும் சண்டைச் சாதுர்யங்களையும் அதை வாசிப்பதற்கு முன்பாகவே, ரத்தத்தில் கொண்டிருப்பவன் தான் என்பதை இளையவர் பொழியலூர்ச் சண்டையில் பிரத்யட்சமாகக் காட்டிவிட்டார், பதின்மூன்று வயதில் கும்பெனிப் படைகளை ஓட ஓட விரட்டியடித்துத் தன் குழந்தை வேடத்தைக் கலைத்துக்கொண்டுவிட்ட அவர் சண்டைகள் பற்றிச் சுயமாகத் தனக்கென்று அபிப்பிராயங்களை உருவாக்கிக்கொள்ள ஆரம்பித்திருந்த காலக்கட்டத்தில்தான் பிதிர் சஞ்சார மார்க்க போதினியைப் பற்றிய தகப்பனாரின் புகழுரை அவர் காதுகளில் விழுகிறது, ஆனால் அப்போது அந்த நூலை வாசிக்கவோ, அதன் விஷய கனத்தை உள்வாங்கவோ தேவையான மனநிலையைத் திப்பு கடந்துவிட்டிருக்கிறார், இருநூறு வருடங்கள்வரையில் தாக்குப்பிடித்த

நீலகண்டப் பண்டிதரின் அந்தப் பல பொருள் காட்டும் மாய ஏடு அதற்கு மேல் காலவோட்டத்தின் வேகத்திற்குத் தாக்குப்பிடிக்க முடியாமல் பழையதாகி, படிக்கத் தேவையில்லாத பழங்கதையாயும் ஆகிவிட்டது, சுல்தான் ஒருவேளை பிதிர் சஞ்சார மார்க்க போதினியை, இப்போது முயற்சிப்பதைப் போல, அப்போதே படிக்க முயற்சித்திருப்பாரே யானால் அவருக்கு அது ஜோதிடம், மெய்ஞானம், போர் ஆகிய விஷயங் களைத் தாண்டி வேறொரு நூலாக அர்த்தப்பட்டு தன் புதுமையை இழக்காமல் இன்னும் சில காலம் வாழ்ந்திருந்திருக்கக்கூடும்தான், துரதிர்ஷ்டவசமாகத் தகப்பனாரால் அந்த ஏடு ஒரு போர் நூலாகவே அவருக்கு அறிமுகப்படுத்தப்பட்டு, அந்தக் கோணத்திலேயே அவரால் சதா சிலாகிக்கப்பட்டும்விட்டது, போர் நூல் என்கிற வகையில் அதைத் தாண்டி வெகுதூரம் போர் முறைகளும் போர் நிலங்களும் விரிந்துவிட்டன என்றும், களத்தில் தன் மார்புக் கவசத்திற்குள் வைத்துத் தகப்பனார் வாசித்துக்கொண்டிருந்த அதன் பக்கங்களைத் தெரிந்துகொள்ளாவிட்டாலும் எதிரியைத் தன் சங்கற்பம் ஒன்றினாலேயேகூட ஜெயிக்க முடியும் என்றும் சுல்தானின் மனதில் பொழியலூர்ச் சண்டையும் அதன் வெற்றியும் எண்ணங்களை விதைத்திருந்ததால், மேலும் ஏவுகணைகளின் இயங்கு முறைகளைத் தாண்டி எதையாவது பேசாதவரையில் எந்த சாஸ்திரத்தின் எழுத்துமே தனக்கு அறிவுறுத்தும் தகுதியைக் கொண்ட தில்லையென்றும் அவர் நம்பியதால், ஓர் ஒற்றுச் செய்தியென்கிற புதிய விளக்கத்துடன் விபூதியின் வியாச பூதமாகப் பல வருடங்களுக்குப் பிறகு வெளிக்கிளம்பிய நாள்வரையில் பிதிர் சஞ்சார மார்க்க போதினியை அவர் சட்டை செய்யவேயில்லை, தவிரவும் திப்பு சுபாவத்திலேயே ஒரு புதுமை விரும்பி, நிர்வாகத்திலும் சரி, பழக்கவழக்கங்களிலும் சரி, உடைகள் விஷயத்திலும் சரி, தினமும் புதிதுபுதிதாக விஷயங்களைச் சேர்ப்பதிலும், முந்தின நாள் புதிதாக இருந்தவற்றை அச்சமோ தயக்கமோ இன்றி மறுநாள் புலரும் முன்பே தூக்கியெறிந்துவிடுவதிலும் ஓர் அலைச்சலும் தேடலும் மிகுந்த மனதை அவருக்குக் கடவுள் கொடுத்திருக் கிறார், அவர் போற்றிப் பாதுகாக்கும் பழைய விஷயங்களென்றால் அது நண்பர்களையும் உறவினர்களையும் தவிர, பெண்களுட்பட, வேறெதுவும் கிடையாது, ஏற்கெனவே குர்ஆனின் ஸூராக்களைத் தவிர (ஒரு மனிதனின் பக்குவமடைந்த நாற்பதாவது வயதில் தொடங்கி இருபத்துமூன்று வருடகாலம் அதே நபராலேயே எழுதி முடிக்கப்பட்டவை என்கிற ஒரு காரணம் போதும் அவற்றைக் காலம் பழையதாக்கப்பட முடியாத சிரஞ்சீவித் தன்மை கொண்டவையாக மாற்றுவதற்கு என்று அவற்றை அவர் சிலாகித்துப் பேசுவதைக் கேட்க வேண்டும்) பிற பழைய நூல்களின் மேல் அவ்வளவாகப் பிரியமில்லாதிருந்த திப்பு சாஹேப் தகப்பனாரின் திருப்திக்காகப் படிக்கிறேன் படிக்கிறேனென்று மேசை மேலேயே விரித்துவைத்துக்கொண்டிருந்த நீலகண்டப் பண்டிதரின் சுவடிக்கட்டு அதன் மேல் வந்து விழுந்த, பெரியவரின் காலத்திற்குப் பிறகு பிரான்சுக்கும் துருக்கிக்கும் பெர்ஷியாவுக்கும் சென்றுவந்த தூதுக் குழுக்களின் மூலமாக அவர் தருவித்துக் கண்ணாடி அலமாரிகளில் அடுக்கிவைத்திருந்த உலக அளவிலான நூல்களின் கனம் தாங்காது கொஞ்சங்கொஞ்சமாக உள்ளே போய் கடைசியில் நூலகத்தின்

மூன்றாவது அறைக்குள் தன்னை நிரந்தரமாகப் புதைத்துக்கொண்டுவிட்டது, ஆனால் பெரியவர் காலத்திலேயே, அவருடைய பிரலாபத்தினாலேயே, தூண்டப்பட்டு பலமுறை பிதிர் சஞ்சார மார்க்க போதினியின் பல பகுதிகளைப் படித்திருந்த எனக்கு ஸ்வப்னஹள்ளி தெருவில் சந்தேகோபஸ்தாகப் படிக்கப்பட்டதென்று பூரணய்யரும் நானும் உள்பட இரண்டொரு அதிகாரிகளின் முன் அந்த வியாசம் வாசிக்கப்பட்ட கணத்திலேயே அது ஒரு போர்ப் பாடத்தின் பகுதியென்பது தெரிந்து விட்டது, சுல்தானே தன் தகப்பனாரின் வாயால் அதைக் கேட்டிருக்கக்கூடிய வாய்ப்புகள் இருந்திருக்கலாம்தானென்றாலும்கூட ஈடுபாடில்லாத விஷயங்களின் மேல் மறதியைச் சுமத்திக்கொள்வது மனித இயல்புதானே, நான் அந்த வியாசம் காதில் விழுந்த மறுநாளே அவரிடம் சொல்லி மூன்றாம் அறையில் பழைய குப்பைகளுக்கு நடுவே புதையுண்டுபோயிருந்த நீலகண்டப் பண்டிதரின் நூலைத் தோண்டி எடுக்கச்செய்தேன், அப்புறம் நடந்ததுதான் உங்களுக்குத் தெரியுமே, சொல்லப்போனால் இதுவெல்லாம் போர்க்காலத்தின் நடைமுறைப் பிரச்சினைகள்தான், ஆனால் இந்தச் சண்டைகளோடு சற்றும் சம்பந்தப்படாத சாதாரண கிரகஸ்தராக எனக்குப் பாரீஸில் அறிமுகமான ட்ரிஸ்ட்ராமுக்கும், கௌட நேற்றுப் பூரா வர்ணித்ததில் நேரில் பார்க்கும் முன்பே வருடக்கணக்காகப் பழகிய உணர்வை எனக்குத் தந்துவிட்ட இந்தத் துயிலார்ப் பூசாரிக்கும், அந்தச் சுவடிகள் படிக்கத் தேவைப்படுகின்ற காரணம்தான் என்னை ஆச்சரியத்திற்குள்ளும் அச்சத்திற்குள்ளும் தள்ளிக்கொண்டேயிருக்கிறது, எங்களுடைய பரம வைரிகளான பறங்கியர்களின் கவனத்திற்குப் போய்விடக் கூடாதென்கிற எச்சரிக்கையுணர்வுடன் யாராலும் படிக்கப் படக் கூடாதென்று சுல்தானால் தடைசெய்யப்பட்டிருக்கும் நீலவேணியின் பாதை உண்மையில் ஓர் ஆங்கிலேயனான தன்னுடைய கற்பனையேதான் என்று ட்ரிஸ்ட்ராம் நம்புவதாயும், கிரக சஞ்சாரங்களை உருவகமாகக் காட்ட வேண்டுமென்று ஏதோ ஒரு தெலுங்கு ராஜா கட்டளையிட்ட, நிஜத்தில் சரீரத்தைத் துறப்பதொன்றே மனிதப் பிறப்பின் நோக்கமென்று சொல்லும் மெய்ஞான நூலென்று நீலகண்டப் பண்டிதர் நம்பி எழுதிய, ஆனால் போர் சாஸ்திரங்களின் பேரகராதியென்பதாக ஹைதர் சாஹேபால் வாசிக்கப்பட்டுக்கொண்டிருந்த, பிதிர் சஞ்சார மார்க்க போதினியென்கிற அந்தப் பாழாய்ப்போன ஏட்டுச்சுவடியிலிருக்கும் ஒரு வியாசம் உண்மையில் இங்கே பல காலமாகப் புழக்கத்திலிருக்கும் நாட்டார் கதையொன்றின், படிக்கப்படக் கூடாதென்று கடவுளாலேயே தடைசெய்யப்பட்டுவிட்ட ஒரு சிறு பகுதியென்றும், விதிவசத்தால் ஸ்வப்னஹள்ளி மண்ணின் மேல் ஒரு சாபத்தைப் போல கிழட்டுத் தாசரியால் தெரியாத்தனமாக முணுமுணுக்கப்பட்டுவிட்ட அந்த வியாசத்தை ஒரு பிராமணனுடைய போர் சாஸ்திர நூலில் ஏற்கெனவே இருந்ததாகச் சொல்லித் தன் கிராமத்தின் கிறிஸ்தவாபிமானத்திற்குச் சுல்தான் தண்டனை கொடுத்துவிட்டாரென்றும் பூசாரி சாதிப்பதாயும் கௌட சொன்னான், ராஜ்ஜிய பரிபாலனத்திற்கான சர்க்கார்களின் நடவடிக்கைகளில் கவனத்திற்கு வராமலேயே தனிப்பட்ட அப்பாவிகள் சிலருடைய வாழ்வு சிக்கிச் சிதைந்துபோவதென்பது எங்குமே நடக்கக் கூடியதுதான், யானைகள் நடக்கும்போது புற்கள் மிதிபடுவது தவிர்க்க

முடியாதென்பதைப் போல, அதேசமயம் சுல்தானுடைய விசுவாசமிக்க பிரஜைகள் என்கிற அளவில் அவர் ஒரு மதத் துவேஷியல்லவென்பதையும், ஸ்வப்னஹள்ளியில் அந்த வியாசத்தைத் திறந்துவைத்துக் கொண்டு திரிந்த தாசரியோ அதை அவனுக்கு எழுதிக்கொடுத்த, பின்னாளில் ஒரு ஜங்கமாய் மாறிப்போன, விபூதியென்கிற மாஜிப் பிராமணனோ முற்றிலும் அப்பாவிகளல்லவென்பதையும், சர்க்காரின் தீர்ப்பைச் சந்தேகிக்கும் தனி மனிதர்களான உங்களுக்கு நிரூபிக்க வேண்டிய கடமையும் அவருடைய விசுவாசிகளான எங்களுக்கு இருக்கிறது, ஆனால் ட்ரிஸ்ட்ராம், நீங்கள் ஏன் நீலவேணியின் பாதை என்று உங்களால் குறிப்பிடப்படுகிற அந்த வியாசம் பிதிர் சஞ்சார மார்க்க போதினியில் கடவுள் மேலாணையாக இருக்கிறது என்கிற என் வார்த்தையை நம்பி அதன்மீது உங்களுடைய முடிவுகளை எடுத்துக் கொள்ளக் கூடாது, இத்தனை ஆபத்தான பயணத்தை மேற்கொள்வதை விட்டுவிட்டுத் திரும்பிச் சென்றுவிடக் கூடாது. இது நம்பிக்கை சம்பந்தப் பட்ட விஷயமில்லை அய்யங்கார், நீங்கள் இவ்வளவு தூரம் சொன்ன பிறகு நீலகண்டப் பண்டிதரின் ஏட்டில் அதன் இருப்பைப் பரிசோதித்துப் பார்க்க வேண்டிய அவசியமும் இல்லைதான், ஆனால் பாருங்கள், அதைப் பார்க்கும் சாக்கில் இப்போது எதிர்பாராதவிதமாக, சரியாகவோ தவறாகவோ எங்கள் தேடலில் குறுக்கிட்டுவிட்ட அந்தப் பிராமணருடைய ஏட்டில் எழுதப்பட்டிருக்கக்கூடிய வேறு சில வியாசங்களையும் படித்துப் பார்க்கும் வாய்ப்பு எனக்குக் கிட்டுமல்லவா, மேலும் நூல் என்பது தொடர்ந்த சிந்தனைச் சரட்டில் கோர்க்கப்பட்ட பலவேறு வியாசங்கள் மற்றும் விவாதங்களின் தொகுப்பு என்பது அதன் விதியென்பதற்கொப்ப நீலவேணியின் பாதை பிதிர் சஞ்சார மார்க்க போதினியில் எந்தச் சூழலின் பின்புலத்தோடு அல்லது எந்தச் சூழலின் பின்புலமாக வைக்கப் பட்டிருக்கிறதென்பதும்கூட நான் தொடர்ந்து வேறு ஒரு கோணத்தில் பிரச்சினையைச் சிந்திக்க உதவி செய்யக்கூடும், இருட்டின் வண்ணமான கருப்பைக் கொண்டே ஒளியின் உருவகமான விழிகளையும் வரைய முயலும் ஓவியனைப் போல பிறிதொரு நூலின் வாசகங்களைக் கையாண்டே ஒரு நூலாசிரியன் தன் கற்பனையால் அதற்கு நேரெதிரான அர்த்தத்தை அதே வாசகங்களுக்குத் தன் நூலில் வழங்கியிருப்பானென்றால் மூல நூலிலிருந்து அதைத் திருடிய குற்றத்தை அவன் மேல் சுமத்த முடியாது என்பதும்கூட நூல் விதிதானே, எழுதுகிற யாருக்கும் லிபிகள் பொதுவானவை, சிந்தனைகள் மட்டுமே தனிப்பட்டவர்களுக்குச் சொந்தம் இல்லையா, மேலும் தகப்பனாருடைய வார்த்தைகள் மூலமாக மட்டுமே அதைப் போர் சாஸ்திரமாக அறிந்து தன்னுடைய வாசிப்பின் மூலம் அதை வேறொரு நூலாக மாற்றிப் புதுப்பித்திருக்கக்கூடிய வாய்ப்பை உங்கள் சுல்தான் இழந்துவிட்டதைப்போல உங்கள் வார்த்தை களால் மட்டுமே பிதிர் சஞ்சார மார்க்க போதினியை அறிந்துகொள்வதன் மூலம் எங்களுடைய வாசிப்பைத் தவறவிட்டுவிடக் கூடாதென்று நாங்கள் எண்ணுவதையும் நீங்கள் தவறென்று சொல்ல மாட்டீர்களென்று நம்புகிறேன். துரை, உங்களுடன் கூட வருகிறேனென்பதனால் உங்களுடைய அபிப்பிராயங்களெல்லாமே என்னுடைய அபிப்பிராயமாக இருக்க வேண்டுமென்கிற கட்டாயமெதுவும் இல்லைதானே, நீலவேணியின்

பாதை சுல்தானுடைய நூலகத்தில் இருக்கும் சுவடிக்கட்டில் எந்தப் பின்புலத்தில், எந்த அர்த்தத்தில் எடுத்தாளப்பட்டிருந்தாலும் அது திருட்டுதான், மேலும் லிபி வடிவத்தை மறுத்திருக்கும் தாண்டவராயன் கதையேதான் தந்திரமாகப் பிதிர் சஞ்சார மார்க்க போதினியென்கிற நூற்தலைப்பில் அந்தப் பிராமணனால் எழுதப்பட்டுவிட்டது என்பது என் சந்தேகமாயிருக்கும்போது நான் அதை என் கண்களால் பார்த்தேயாக வேண்டுமென்பது நியாயமானதும் தவிர்க்கவியலாததுமல்லவா. சரி, ஒரு பேச்சுகாக நீலகண்டரின் ஏட்டில் நீலவேணியின் பாதை இல்லை என்று வைத்துக்கொள்வோம், அப்போது உங்கள் நிலைப்பாடு என்னவாக இருக்கும். அப்படியிருக்கிறபட்சத்தில் ராயக்கோட்டைக்குத் திரும்பிய வுடனேயே என்னுடைய முதல் வேலை சுல்தான் சர்க்காருக்கெதிராக பாரமஹால் முழுவதும் சிதறிப்போய்விட்ட ஸ்வப்னஹள்ளிக்காரர்களையும், சேலம், திண்டுக்கல்லிலிருந்து இந்தப்பக்கம் மெட்றாஸ்வரையில் இறைந்து கிடக்கும் அத்தனை துயிலார்களையும் இணைத்துக் கலகமொன்றைத் துவக்கி நியாயம் கேட்பதாயும், அதற்குத் தடை வருமானால் கூட்டத்தோடு பறங்கி மதத்தைத் தழுவிப் பறங்கிச் சர்க்காருக்கு ஆதரவாகப் போய்விடுவது என்பதாயும்தான் இருக்கும், பண்டிதரினுடைய ஏட்டில் அது இருக்கிற பட்சத்தில் அதைத் திருட்டு பிராமண பண்டிதர்களுக்கு எதிரான பிரச்சாரமாக மாற்றிக்கொள்வேன், எப்படியிருந்தாலும் தாண்டவராயனால் தடைசெய்யப்பட்ட எழுத்துகள் பிரச்சாரிக்கப்பட்டதற்கான தண்டனையை, யாராயிருந்தாலும் அவர்கள் அனுபவித்துத்தான் ஆக வேண்டும். என்னைப் பொறுத்தவரையில் என் கற்பனை சுல்தானின் நூலகத்தில் இல்லையென்றானால் பிறகு அது எனக்கும் பூசாரிக்குமான தனிப்பட்ட பிரச்சினை, ஏனென்றால் அந்தக் கற்பனையைப் பற்றித் தெரிந்த ஒரே ஆள், கொலை செய்யப்பட்ட விபூதிக்குப் பிறகு, பூசாரி ஒருவர்தான். கடவுளே, நல்லவேளையாக அந்த வியாசம் கண்டிப்பாக அங்கே இருக்கிறது, நீங்கள் எப்படித் திப்புவின் நூலகத்திற்குள் நுழைந்து அதைப் படிக்க முடியுமென்பதுதான் பிரச்சினை. நானூறு காதங்களுக்கும் ஓர் இரவு ஒரு பகலுக்கும் அப்பாலிருந்து நம்மைச் சிறிது சிறிதாக நெருங்கிக்கொண்டிருக்கும் அந்த நூலகம் சுல்தானின் அரண்மனையாகிய லால் மஹால் வளாக மதிலின் உட்புறம், அங்கே விரிந்து கிடக்கும் முன்புறத் தோட்டத்தின் முடிவில் பதினாறு படிகளுடன் உயர்ந்திருக்கும் மேடைமீது நிற்கும் அரண்மனையை நோக்கி நீண்டு செல்லும் இழைக்கப்பட்ட கருங்கற்கள் பதித்த நடைபாதையின் இடப்புறம், தோட்டத்தின் மறுகோடியில் வடப்புற மதிலின் உட்புறச் சுவரை ஒட்டியிருந்த கல் வராந்தாவின் முடிவில், அவ்வப்போது படிக்கும் மேசைகளின் மேல் தேள்களை உதிர்த்துக்கொண்டிருக்கும் குளிர்ச்சிக்கான நாட்டு ஓடுகளும் பெர்ஷிய தேசத்து வண்ணக் கண்ணாடிக் கதவுகளோடு கூடிய இரண்டு சன்னல்களும் பதிக்கப்பட்ட, ஆளரவம் எட்டிவிட முடியாத ஆழத்தில் ஆயுள் கைதிகளின் கைவண்ணத்தால் உருவாகிச் செழித்த மா மற்றும் மாதுளை மரங்களின் நிழலுக்குள் தன்னைப் பொதித்துக்கொண்டிருக்கும் ஒரு தணிந்த கட்டிடமாக இருக்கிறது, அதற்குள் நுழைபவர்களால் பொதுவாகப் பறவைகளின் கீச்சொலியையும் அணில்கள் மற்றும் குரங்குகளின் சப்புக்கொட்டல்களையும் தவிர

வேறெந்த ஒலியையும் கேட்க முடியாது, கற்பாதைக்கும் வடக்கு மதிலுக்கும் நடுவே பழ மரங்களோடு கூடவே அடர்ந்த மலர் வனமும் வளர்க்கப்பட்டிருப்பதால் பாதையின் இறுதிவரை சென்று மஹால் நிறுவப்பட்டிருக்கும் பீடத்தின் மீதேறி அதன் முகப்பு வாயிலை நெருங்கிப் பின் இடப்புறம் திரும்பிப் பீடத்தின் மீதே அரண்மனைச் சுவரையொட்டிய கற்பரப்பில் சில நூறு அடிகள் நடந்து மீண்டும் இடப்புறம் திரும்பி வராந்தாவினுள் இறங்கி நூலகத்தை அடையும் மார்க்கத்தையன்றி, பாதையின் நடுவிலிருந்து விலகி தோட்டத்தைக் குறுக்காகக் கடந்து அதன் பாதைக்கு இணையாக மஹாலின் பீடம்வரை செல்லும் வராந்தாவில் நடந்து நூலகத்தை அடைவதற்கான வழியும் அங்கே கிடையாது, அதுவேகூட மந்திரி பிரதானிகளுக்கும் விருந்தினர்களுக்கும் பிரத்யேகப் பார்வையாளர்களுக்குமான வழியேயன்றி ஜனங்களில் யாரும் நூலகத்தினுள் நுழைய அதை மன்னர் திறந்துவைத்த நாள்முதலாகவே அனுமதிக்கப்பட்டதில்லை, பொதுவழியைத் தவிர சுல்தான் நூலகத்தினுள் நுழைய தனக்கென்று ஒரு சிறப்பு வழியையும் அரண்மனைக்குள்ளிருந்தே அமைத்துக்கொண்டிருக்கிறார், அரண்மனைக் குள் நுழைந்தவுடன் வலப்புறமாக, வலப்புறத்தே உக்கிராண அறையையும் உணவறையையும் மற்றும் விருந்தினர்களுக்கான சிறப்புத் தங்குமறைகளை யும், இடப்புறத்தே சுல்தானின் சொந்த வியாபாரத்திற்கான கொள்முதல் சரக்குகளின் வைப்பறைகளையும் மருங்குகளாகக் கொண்டு தர்பார் மண்டபத்திற்குச் செல்லும் பாதை நீண்டு செல்கிறது, இந்த வைப்பறை களைத் தாண்டி தர்பார் மண்டபத்திலிருந்து அவர் தன் படுக்கையறைக்குச் செல்லும் பாதை அமைக்கப்பட்டிருக்கிறது, படுக்கையறைக்குள் அதன் வலப்பக்கச் சுவரில் அமைக்கப்பட்டிருக்கும் இன்னொரு கதவைத் திறந்தால் ஒரு மருங்கால் மஹாலின் வெளிச் சுவரோடும் மறு மருங்கால் அரண்மனைப் பெண்களின் குடியிருப்பான ஜெனானாவுடனும் இணைக்கப்பட்டிருக்கும் சலவைக் கற்களினாலான இன்னொரு சிறிய வராந்தா, படுக்கையறையிலிருந்து ஜெனானவை நோக்கித் திறந்தவெளியில் நீளும் அந்த வராந்தாவின் மறுகோடியில் நூலகத்தின் உட்புறமாகக் கட்டப்பட்டிருக்கும் சுல்தானின் பிரத்யேக வாசிப்பறையும், அந்நியர் கண்களுக்குத் தட்டுப்படாத அநேக அபூர்வ நூல்களின் சேகரிப்புக் கேந்திரமுமான இரண்டாமறையின் வாசற்கதவு அமைக்கப்பட்டிருக்கிறது, மாட்வான்லின்னின் கடற்பயணங்கள், சீதியாலி கபுதினின் இருபத்தெட்டு கடற்பயணங்கள், அயினியக்பரி, மார்ட்டின் லூதரின் பிரச்சாரங்கள், புத்தர் உறங்கும் தீவு, ஹிலி, இபன் பதூதாவிற்கும் ஹுனாவுர் இந்தியர் களுக்கும் நடந்த சண்டை, ரிக் வேதத்தின் மூன்றாம் மண்டலம், திரக்தீரவான் என்னும் துறவிகளின் கனவு அல்லது நடக்கும் மரம், அடிமைப் பெண், ஹஸ்ரத் ஆயிஷா பெருமாட்டி, வியாச பாரதம், கொயில் தேசத்தின் அபூர்வப் பறவைகள், சகுன மிருகங்கள், தேசங்களின் சரித்திரம், அரேபிய சங்கீதக் கீர்த்தனைகள், ழீன் அன்டோயின் கேலண்ட் பெருமகனாரின் பிரெஞ்சு மொழிபெயர்ப்பில் அராபிய இரவுக் கதைகள், சுல்தான் ஹரவ்ன் அல் ரஸ்ஜித்தின் ராஜ்ஜியத்தில் நடந்த அதிசய சம்பவங்கள், பெர்ஷியாவின் காதல் கீதங்கள், பிரபஞ்ச உற்பத்தி ரகசியம், அகஸ்தியரின் நயன விதி, பிரான்ஸ் தேசத்து எழுச்சியில் யேசுவின்

பங்கு, தம்மபதம், கிழக்கின் வினோதக் கதைகள், கவிதையெழுதுதலின் நானூறு விதிகள், தேசங்களின் பாவினங்கள், நானூற்றியெழுபது மதங்கள், சந்திர மண்டலப் பயணங்கள், சந்திரவுலகத்தின் அரசாங்கம், கோடையின் கடைசி விருப்பம் மற்றும் வேதாகமம் என்றழைக்கப்படும் ஆனந்த ஹாஸ்யம், சொப்பன பலன்கள், சொப்பனவுலகின் யதார்த்தம், காணக் கூடாதவற்றைக் காண மேற்கொண்ட பயணங்கள், தம்பிரான் வணக்கம், கால தந்த்ரம், சரஸ சம்ஹிதை, கருட புராணம், பத்மஸம்பவரெழுதிய பௌத்த தாந்திரீகம், சித்த ஜலந்தரியெனும் மாந்திரீக நர்த்தகி, பத்ம புராணம், ஸ்ருத பஞ்சமீ கதை, தான்சேனின் கீர்த்தனங்கள், சாலும் லூனாவும், அர்த்த சாஸ்திரம், இந்தியாவிற்கான கும்பெனிச் சட்டங்கள், சாணக்கிய தந்திரம், கௌமுகி கதைகள், பெர்ஷியாவெனும் ஆரியர்களின் நிலம், தொழுகையின் நியமங்கள், மசூதிகளின் தத்துவ சாஸ்திரம், ஜாகோபைன் என்னும் குடியரசுத் தத்துவம், ஷா நாமா, கலீலா மற்றும் திம்னாவின் கதைகள், நிஸாமியின் கவிதைகள், லைலாவும் மஜ்னுவும், கமால் அதின் பிஃஸாதின் அபூர்வச் சித்திரங்கள், ஒட்டோமான் ராஜ்ஜியத்துச் சித்திர விற்பன்னர்கள், ஜார்டனஸின் இந்தியா, டெகாமெரான் தேசத்துத் தற்குறிக் கதைகள், அம்பர்கிரிஸ் தயாரிக்கும் பதினான்கு முறைகள், ழீன் ஜாக்வெஸின் கதைகளும் சம்பாஷணைகளும், குர்ஆன், பெர்ஷியக் கடிதங்கள், வினோத ரஸ மஞ்சரி, இந்துஸ்தானத்துச் சிறு புராணங்கள், ஸெவில் நகர நாவிதன், மனு தர்மம், ஃபிகாரோவின் திருமணம், அமீர் குஸ்ரு யாத்த சூஃபிக் கவிதைகள், அக்கமகாதேவியின் கவிதைகள், மீராபாயின் செய்யுள்கள், கஜல் க்வாஸிதா மற்றும் மார்ஸியா, லால் தேத் என்னும் காஷ்மீரக் கவிதாயினி, ராம சரித மானஸம், கபீரின் கடவுள் யார், வால்மீகி ராமாயணம், ஏவுகணைகளின் தத்துவம், ஹஜ்ஜின் திசை, நபிகள் நாயகத்தின் ஜீவித சரித்திரம், காமந்தகம், அல்லாவின் நான்கு வேதங்கள், திருமறையிலக்கணம், புதையல்களைக் கண்டுபிடிக்கும் சம்பிரதாயங்கள், தான்ய வியாபார தர்மம், ஹிந்துஸ்தானத்து ராஜாக்களின் பரம்பரை வரிசை, தத்வார்த்த சூத்திரமும் ராஜ வார்த்திகமும், அசுவ லட்சண சாஸ்திரம், வியூக சாஸ்திரம், தண்டனை சாஸ்திரம், சிறைச்சாலை தர்மங்கள், கப்பல் நிறைய முட்டாள்கள், கமல விலாஸத்துப் பெண்கள், கொக்கோகம், தக்காணத்துப் பட்டு நெசவு முறையின் ரகசியங்கள், புலிகளின் குணாதிசயங்கள், பொழியலூருக்குச் செல்லும் வெற்றியின் மார்க்கங்கள், அமெரிக்காவில் சுதந்திரப்போர், ஹஸன் ஷாரிஃபிலிருந்து ஹைதரலிகான் வரையிலான பெருமகனார்களின் வம்சாவளிச் சரித்திரம், போன சண்டையைக் கார்ன்வாலீஸினுடைய சுயபிரஸ்தாபமாக மட்டுமே பார்த்து எழுதி தளபதி டைரோன் போன வருடம் லண்டனின் வெளியிட்ட புத்தகம்கூட, மொத்தத்தில் நூலகத்தின் இரண்டாமறைக்குள் நுழையும் யாரும், அவர்கள் இசையிலும் இலக்கியத்திலும் எளிதில் தோய்ந்துவிடக்கூடிய நொய்ந்த மனதையுடையவர்களாயிருந்தால், அது காரைச் சுவர்களாலான அரண்மனைக் கட்டிடத்தின் ஒரு பகுதியன்று என்பதையும் மாறாக சுல்தானின் கண்முன்னே எப்போதும் விரிந்துகொண்டேயிருக்கும் கனவு என்பதையும் எளிதில் உணர்ந்துகொண்டுவிட முடியும், ஆனால் இதை நூலகத்தின் இரண்டாமறையின் வாயில் சுல்தானுடைய படுக்கை

யறையின் புழக்கடை வாசல் என்பதாகத்தான் பெண்கள் புரிந்துகொள்ளப் பழக்கப்படுத்தப்பட்டிருக்கிறார்கள், அல்லது நூலகத்தின் பின்புறம் என்பதே ஒற்றையடிப்பாதையால் மெலிதாகப் பிரிக்கப்பட்ட சுல்தானின் படுக்கைறைதான் என்பதாய் வைத்துக்கொள்ளுங்கள், ஜெனானாவை வெளியார்களின் கண்களிலிருந்து மறைத்துக்கொண்டிருந்த நூலகச் சுவரில் அதன் கீழ்க்கோடியிலிருக்கும் இரண்டாமறைக் கதவைத் தவிர வேறு திறப்புகளோ சன்னல்களோ கிடையாது, வண்ணச் சுண்ணமும் ஜரிகைத் தோரணங்களும் தாம்பூல மணமும் சுவரோவியங்களும் கஸலிசையுமாக பிராமணப் பெண்களின் துயரத்தோடு காமமும் வழிந்து கொண்டேயிருக்கும் ஜெனானாவின் வாசல்கள் எப்போதும் லால் மஹாலின் உட்புறத்தைப் பார்த்தேயிருக்கின்றன, முன்புறத் தோட்டத்தி லிருந்து ஒருவரால் பார்க்க முடிவதெல்லாம் அந்தக் குடியிருப்பின் பின்புறச் சுவரையன்றி வேறெதுவுமாயிருக்காது, அரண்மனைப் பெண்கள் ஜெனானாவிலிருந்து மஹாலினுள் நுழைய தனியான வழி சுல்தானின் படுக்கையறையைத் தாண்டியே இருக்கிறது, இரவு அலுவல்களுக்கும் ஜெனானாவில் ராணிகளுடனான அளவளாவல்களுக்கும் இளவரசர் களுடனான சந்திப்புகளுக்கும் பிறகு பளிங்கு நடைபாதையின் வழியே நடந்து நூலகத்தின் இரண்டாமறையைத் திறந்து நெடுநேரம்வரை நூல்களை வாசித்துக்கொண்டிருப்பதென்பது சுல்தானின் வழக்கம், வாசித்து முடிந்ததும் அப்படியே கதவைத் திறந்துகொண்டு யாருடைய கவனத்தையும் ஈர்க்காமல் அவர் தன் படுக்கையறைக்குச் சென்றுவிடுவார், உண்மையில் தன்னுடைய மாட்சிமை பொருந்திய பிரவேசம் நூலகத்தின் பொது அறையில் இருக்கும் மற்றவர்களைத் தொந்தரவு செய்யக் கூடாது என்பதற்காகத்தான் இந்த ஏற்பாடு, என்றாலும் நூலகத்தின் இரண்டாமறைக்கு அதன் பின்புறத்திலிருந்து சுல்தானை உள்ளே அனுமதிக்கும் கதவைத் தவிர அங்கிருந்து அவசியப்பட்ட நேரத்தில் பொது அறைக்குள்ளும் அவர் பிரவேசிக்க வசதியாக இரண்டாவதாக இன்னொரு கதவும் உண்டு, ரகசியக் கதவில்லையென்றாலும் அரண்மனைத் தோட்டத்தைப் பார்த்திருக்கும் நூலகத்தின் பிரதான வாசல் வழியாக நுழைபவருக்கு இடப்புறமாக அதிகமாகக் கவனத்தைக் கவராதபடி உள்ளே தள்ளிச் சுவரோடு சுவராகப் பதிக்கப்பட்டிருக்கிறது அது, அபூர்வமானதும் அந்தரங்கமானதும் அவசரமானதுமான சந்திப்புகளை சுல்தான் ஏற்பாடு செய்யும்போது அதிகாரிகளைப் பொது அறையில் வைத்துச் சந்திக்க இந்த வழி உபயோகப்படுகிறது, இந்த இரண்டாமறையை யும், முதலறை எனக் குறிக்கப்பட்ட, நுழைந்தவுடன் நான் அமர்ந்திருக்கும் பிரதான வாசிப்பறையையும் தவிர, அதன் பின்புறம், கோட்டைச் சுவரை நெருங்கிச் செல்லும், சற்றே இருண்ட, இடப்புறமாகத் திரும்புகிற சிறிய நடைபாதையின் முனையில் ஒரு காட்சியறையும் இருக்கிறது, இதில் சுல்தானுக்கு அயல் தேசங்களிலிருந்து வந்த பரிசுகளும், அவர் வென்று கொண்டுவந்து குவித்திருந்த அபூர்வப் பொருட்களும், பறங்கியர் களைக் கோபப்படுத்திய, மன்றோவைப் புலி கடித்துக் குதறும் பொம்மையோடிணைந்த பிரபலமான காற்றிசைக் கருவியும் பார்வைக்கு வைக்கப்பட்டிருக்கின்றன, தீவின் மேற்கே பிரியும் காவிரி மீண்டும் கிழக்கே கூடும் முனையில் சுல்தானின் கோடை இல்லம் நான்கு

வருடங்களுக்கு முன் கட்டப்படும்வரை ஓவியக் கூடமாயும் அதன் பின்புறமிருக்கும் ஜெனானாப் பெண்களின் இதயங்களை நனைத்துத் தூண்டுதல்கொள்ளச் செய்யும் கவிதைகளைச் சிருங்கார ராகங்களாக்கி வர்ஷிக்கும் அரண்மனைப் பாடகர்களின் அரங்கமாயும் அந்த அறை உபயோகப்படுத்தப்பட்டது, சில வருட காலம் அந்தப் பெருமையை அங்கிருந்து பறித்துத் தன் வசப்படுத்திக்கொண்டிருந்த கோடை இல்லத்தைச் சண்டைக் காலத்தில் கார்ன்வாலீஸ் பிடித்துத் தன்னுடைய தற்காலிக வசிப்பிடமாக மாற்றிப் புழங்கிவிட்டுப் போன பின் அத்தனை செலவழித்துக் கட்டப்பட்ட அந்தக் கட்டிடவற்புதத்தில் போய்த் தங்கி இளைப்பாறும் வழக்கத்தை சுல்தான் அறவே நிறுத்திவிட்டதையொட்டி (அது ஷைத்தான்களின் மூத்திரப்பிறையாகிவிட்டது என்பார் அவர்) மீண்டும் அது தன் பழைய அந்தஸ்தைப் பெறவாரம்பித்திருக்கிறது, முதலறையையும் இந்தக் காட்சியறையையும் ஒன்றன்பின் ஒன்றாகத் தாண்டினால் பிறகு முப்பது நாற்பது தப்படிகளுக்கு நீளுகிற, எந்தக் கைதேர்ந்த திருடனாலும் எளிதில் அறுத்துவிட முடியாத பருமனும் உறுதியும் கொண்ட கம்பிகளால் மேற்புறம் கூரையிடப்பட்ட, கல்பாவிய சிறிய திறந்தவெளி முற்றத்தின் மறுகோடியில் பழையதாகிப்போன சுவடிகளையும் பயன்படாத நூல்களையும் துருப்பிடித்த ஆயுதங்களையும் செல்லரித்த ஆவணங்களையும் போட்டுவைக்கும் நூலகத்தின் மூன்றாமறை இருக்கிறது. இங்கிருந்துதான் அய்யங்கார் பிதிர் சஞ்சார மார்க்க போதினியைக் கண்டெடுத்து சுவடிகளை இரண்டாமறைக்கும், ஆனேகல்லை மோட்சத்திற்கும், அதன் ஜனங்களைப் பர தேசங்களுக்கும் அனுப்பிவைத்தாராக்கும். அரண்மனை வளாகத்தின் வாயில் மேற்கு திசை நோக்கியது, அது அமைந்திருக்கும் ராஜவீதியில் பலத்த காவல் இருக்குமென்பதைச் சொல்ல வேண்டியதில்லை, உள்ளேயிருக்கும் நூலகம் அரண்மனையிருக்கும் கிழக்கு திசைக்கும் முன்புறத் தோட்டத் திற்கும் முகங்காட்டிக்கொண்டிருக்கிறது, அதிலும் காவலாளிகள் நடமாட்டத்திற்குக் குறைவிருக்காது, அதற்கு மேற்புறமிருக்கும் ஜெனானாவிற்குள் அந்நியர்கள் நுழைவதென்பது சிங்கத்தின் வாய்க்குள் தலையைக் கொடுப்பதற்குச் சமமென்பது ஜனங்களனைவருக்கும் தெரிந்த ரகசியம், நூலகத்தின் பின்புறம் வளாகத்தின் மதிற்சுவர், அதன் வெளிப்புறம் எந்த நேரத்திலும் ராணுவத்தின் கண்காணிப்பிலிருக்கும் பட்டணத்தின் உட்புறக் கோட்டைச்சுவர், அதற்கு வெளியே இயற்கையகழியாகக் காவேரியின் பிரவாகம். ஏன் அய்யங்கார், சுல்தான்தான் இப்போது ஊரிலில்லையே, விதான் செளதாவின் முன்புறம் பழத்தோட்டங்களைக் கைதிகளைக் கொண்டு உருவாக்கும் பூர்வாங்கப் பணிகள் இன்னும் பூர்த்தியாகவில்லை என்றும், எனவே அவர் பெங்களூரிலிருந்து பட்டணம் திரும்ப ஒரு வாரகாலம் பிடிக்குமென்றும் பூர்ணய்யர் அலுவலகத்தில் வைத்துக் கேள்விப்பட்டேனே, அப்படியானால் அவருடைய படிக்கும் அறை காலியாகத்தானே இருக்கும். ஆனால் அந்த அறைக்குக் காவலுண்டே கெளட, பகலில் அரசு அலுவலர்களும் மந்திரி பிரதானிகளும் சுல்தானும் அவர் குடும்பத்தினரும் மட்டுமே உபயோகப்படுத்திக்கொள்ளும் அந்த நூலகத்தில் பொது ஆட்கள், அதிலும் வெளியாட்கள், நுழையவே முடியாது, எனவே பகல் நேரத்தில்

ட்ரிஸ்ட்ராமும் அவருடைய நண்பரும் வருவதென்பது துர்லபம், இரவுநேரத்தில் ஒருவேளை அறைக்குள் நுழைந்துவிட வாய்ப்பிருப்பதாகவே வைத்துக்கொண்டாலும் சுவடிகளையும் காகிதங்களையும் தவிர வேறு விலையுயர்ந்த பொருட்களெதுவும் இல்லையென்பதால் ஆளற்ற பொழுதுகளில் பூட்டப்பட்டிருக்கும் அந்த அறையின் விளக்குகள் ஏற்றப்படாமல் இருண்டுதான் இருக்கும், யாரும் எதையும் தேடி எடுக்கவோ படிக்கவோ முடியாது, திருட்டுத்தனமாக நுழைபவர்கள் கைகளில் விளக்குடன் நுழையவும் சாத்தியமில்லை, அப்படியே விளக்குடன் நுழைந்து அறைக்குள் அதை ஏற்றிக்கொண்டாலும் ஒன்று இரவு முழுவதும் அது எரியாது, இரவு முழுவதும் அது எரிவதற்கு வேண்டிய விஸ்தாரமான ஏற்பாடுகளைச் சுமந்துகொண்டு அரண்மனைக்கு வெளியே ரகசியமாகப் பிறர் கவனத்தைக் கவர்ந்துவிடாதபடிக்கு நுழையும் தருணத்திற்காகக் காத்திருக்கவும் முடியாது, இரண்டு, திரி எரியும்போது எழும் புகை நெடி காற்றுப்போக்கியின் வழியாக அறைக்கு வெளியே கசிவதையும் அதைக் காவலாளி மோப்பம் பிடித்துவிடும் அபாயமிருப்பதையும் உங்களால் தடுக்கவே முடியாது, விளக்குடன் நுழைந்து ஏட்டைக் கையிலெடுத்துவிட்டாலும், இரவெல்லாம் அதில் கருத்தையூன்றினாலும் நான்கிலொரு பாகத்தைக்கூட உங்களால் படித்துக் கடக்க முடியாது, கடந்த நான்கைந்து நாட்களாகத் தொடர்ந்த பயணத்தி லேயே இருக்கும் நீங்கள் மங்கலான வெளிச்சத்தில் பொடிப்பொடியான, அயர்ச்சியூட்டும் பண்டிதரின் எழுத்துகளைத் தனித்தனியாக வாசிக்க அவகாசம் குறைவென்பதால் மூன்று பேர் ஒருவர் மேல் ஒருவர் முட்டிக் கொண்டு ஒரே வேகத்தில் வாசிப்பீர்களென்பதும், படிக்கத் துவங்கிய மாத்திரத்தில் களைப்பில் உங்களையுமறியாமல் தூங்கிவிட மாட்டீர்க ளென்பதும் நிச்சயமுமில்லை, இதற்கெல்லாம் மேலாக ஒருவர் நுழையும் சாத்தியமே மிக அரிதாக இருக்கும் நிலையில் மூவர் நுழைந்து மறுபடி யாருமறியாமல் வெளியேறுவதென்கிற பேச்சுக்கு இடமேயில்லை. என்ன அய்யங்கார், நாம் பார்க்காத ரகசிய அறைகளா, நுழையாத இருட்டுச் சுரங்கங்களா, காரிய சித்திக்கு வழியில்லாமலிருக்காது, கொஞ்சம் யோசிக்க வேண்டும் அவ்வளவுதான், முதலில் பிரச்சினைகளை இவ்வளவு விஸ்தாரமாகச் சொன்னாலே யாரும் மலைத்துப்போய்விட மாட்டார்களா, பிரச்சினைகளைச் சொல்லும்போதும் துக்கச் செய்தியைச் சொல்லும் போதும் காதலியிடம் பேசும்போதும் வார்த்தைகளைச் சுருக்க வேண்டு மென்பது ஒற்றர்களுக்கும் தூதர்களுக்கும் காதலர்களுக்குமான பாலபாட மில்லையா, உங்கள் பேச்சு உங்களுக்கு வயதாகிவிட்டதென்பதைத் தவிர வேறு எந்தப் பிரச்சினையையும் பொருட்படுத்தும்படி சொல்ல வில்லை, நோக்கம் நல்லதாயிருக்கும்போது அதற்குக் கடவுளின் அனுக்கிரகமும் நிச்சயம் இருக்கத்தான் செய்யும், இப்போதென்ன, நம் முன்னிருக்கும் பிரச்சினைகள், ஒன்று காவல், இரண்டு இருட்டு, மூன்று எண்ணெய்ப் புகை வாடை, நான்கு ஏட்டின் பக்க விஸ்தீரணம், ஐந்து நபர்களின் எண்ணிக்கை இவ்வளவுதானே, இவற்றைக் கையாளத் தேவையானவை கொஞ்சம் யோசனை, கொஞ்சம் விட்டுக்கொடுத்தல்கள், நீங்கள் சொன்னதை இப்போது நான் சொல்லிப்பார்க்கிறேன், ட்ரிஸ்ட்ராம், நாம் எளிதானதிலிருந்து ஆரம்பிப்போம், முதலில் சுவடியின் அளவைப்

பொறுத்தவரையில் நமக்கு நீலகண்டப் பண்டிதரின் நூலை முழுதாகப் படிக்கும் உத்தேசமில்லையென்பதைத் தெளிவுபடுத்திக் கொள்வோம், கிடைக்கும் அவகாசத்தைப் பொறுத்துப் பரவலாயும் அதேசமயம் படிக்கும் பகுதிகளை ஆழமாயும் படித்து மனதில் வைத்துக்கொண்டோ மானால் போதும், நீலவேணியின் பாதையும் அது பிதிர் சஞ்சார மார்க்க போதினியில் பொருத்தப்பட்டிருக்கும் சூழலும் நமக்கு முக்கிய மானவை, அதைத் தவிர வேறு பகுதிகள் நமக்குக் கிடைக்கும் அவகாசத்தைப் பொறுத்தது, சரிதானா, அடுத்ததாக நபர்களின் எண்ணிக்கையைப் பொறுத்தவரையில் நான் நூலகத்தினுள் நுழையும் வாய்ப்பை விட்டுக்கொடுக்கத் தயாராயிருக்கிறேன், நான் பட்டணவாசி யென்பதாலும், பிரஸ்தாப வியாசத்தின் முக்கியத்துவம் என்னைப் பொறுத்தவரையில் விபூதியின் மரணத்தோடு தீர்ந்துபோய்விட்ட தென்பதாலும், இன்றில்லாவிட்டாலும் என்றோ ஒருநாள் பண்டிதரின் ஏட்டை வாசிக்க எனக்குச் சந்தர்ப்பம் கிடைக்கலாமென்று நானே நம்புவதாலும், அதை வாசிப்பது எனக்கு இப்போது அவசரமான, அவசியமான காரியமில்லை, மீதமிருக்கும் உங்களிருவரில் பூசாரிக்குத் தேவைப்படுவது அதிலிருக்கக்கூடுமென்று அவன் நம்புகிற, ஸ்வப்னஹள்ளியை எரியூட்டிய, துயிலாரினத்தின் ஆதிக்கதை, ஆனால் ட்ரிஸ்ட்ராம் தேடுவதோ பிரிட்டிஷ் சர்க்காரால் தெரிந்துகொள்ளப்படக் கூடாததென்று மறைத்துவைக்கப்பட்டு, ஆனால் ஒரு பிரிட்டிஷ்காரனின் கற்பனையேயென்கிற சந்தேகத்திற்குள்ளாகியிருப்பதால் ஒருவகையில் இன்றைய சர்க்கார்களின் நிலைப்பாடுகளை நிர்ணயிக்கக்கூடிய ஒரு சமகாலக் கற்பனையை, இறந்தவர்களுக்கான ஒப்பாரியைக்காட்டிலும் உயிரோடிருப்பவர்களுக்கான யாசகம் அதிக முக்கியத்துவம் கொண்டது என்பதை யாரும் மறுக்க மாட்டீர்கள்தானே, மேலும் நான் இவ்வளவு மெனக்கெட்டு உங்கள் இருவரையும் பட்டணத்தை நோக்கி அழைத்துச் செல்வதற்குக் காரணம் ட்ரிஸ்ட்ராமின் கோரிக்கைதானே தவிர பூசாரியினுடைய ஹேஷ்யங்களல்ல, எனவே யாராவது ஒருவர் மட்டுமே நூலகத்தினுள் நுழைய முடியுமென்கிறபட்சத்தில் அது ட்ரிஸ்ட்ராமாகவே இருக்கட்டும். இதை நான் ஒத்துக்கொள்ள முடியாது, துரைக்கு அவருடைய கற்பனை பிதிர் சஞ்சார மார்க்க போதினியில் ஒரு பகுதியாக இருக்கிறது அல்லது இல்லை என்கிற அறிதல் மட்டுமே போதுமானது, அதை, சற்று முன் அய்யங்கார் சொன்னதைப் போல, பிறிதொருவர் உறுதி செய்துவிடுவதே அவரைத் திருப்திபடுத்திவிடக்கூடும், அவரைப் பொறுத்தவரை இப்போது அவருக்கு முக்கியம் நீலகண்டப் பண்டிதரின் நூலில் வேறு சில, படிக்கச் சாத்தியமுள்ள, பக்கங்கள், ஆனால் என் நிலை அப்படியல்லவே, நான் பிரத்யட்சமாக, முன்பொரு காலத்தில் நான்காம் வர்ணத்தவர்களாயிருந்த துயிலார்களின் கதை அல்லது கதையில் ஒரு பகுதி பிராமணனொருவனின் சுவடிக்குள் இருக்கும் வஞ்சகத்தைப் பார்க்க வந்தவன், நான் பிறர் சொல்வதில் திருப்தி கொள்கிறவனாயிருந்தால் சர்க்கார் அறிவிப்பைக்காட்டிலும் கூடுதலான நம்பிக்கையை வேறு யார் எனக்குக் கொடுத்திருக்க முடியும், நான் நீலவேணியின் பாதையை என் கண்களால் பார்த்தாலன்றி பின்பொரு நாள் ராஜத் துவேஷியாக மாறி சுல்தானுக்கெதிரான பிரச்சாரங்களை

என்னால் முடிந்த அளவு பரப்பியபடி பித்துப்பிடித்து அலைந்துகொண்டிருப்பதை யாராலும் தடுக்க முடியாது. பூசாரி சொல்வதில் நியாயமிருக்கிறது கௌட, ஒருவகையில் எனக்குப் பண்டிதரின் ஏடு தேவைப்படுவது என்னுடைய பராக்கிரமச் செயல்களின் மீதான சொந்த விருப்பத்தை நிறைவேற்றிக்கொள்வதற்கு, அதற்கு வேறு வழிகள்கூட இருக்கலாம், ஆனால் பூசாரிக்கு அப்படியில்லை, அவர் முன்பொரு காலத்தில் அரசாங்கத்தின் பொறுப்பற்ற நடவடிக்கையால் தீயிலெரிந்து சாம்பலான அப்பாவித் துயிலார்கள் மற்றும் இப்போதும் அதேவிதமான கொடுமையாலேயே தங்கள் உடைமைகளை நெருப்பிற்குத் தாரைவார்த்து விட்டு அகதிகளாக நிலவெளிகளில் அலையச் சபிக்கப்பட்டுவிட்ட ஸ்வப்னஹள்ளி ஜனங்கள் ஆகிய இரண்டு மக்கள் கூட்டத்தினுடைய நியமிக்கப்படாத பிரதிநிதி, பிரிட்டிஷ் சர்க்காரின் பிரதிநிதியாக நானோ சுல்தான் சர்க்காரின் விசுவாசியாக நீயோ இருப்பதைக்காட்டிலும் இது சந்தேகமில்லாமல் முக்கியமானதுதான், ஒருவிதத்தில் இப்போது பூசாரி அந்த மக்களுடைய தாண்டவராயன், சுல்தானுடைய குற்றமும் சந்தேகத்தின்பேரில் அப்பாவிகளை எரித்ததாக மட்டுமல்லாது, பழைய தீட்டுப்பட்ட இனமொன்று அழிக்கப்பட்ட அநீதியை இன்றுவரை காலத்தின் முன் முறையிட்டுக் கொண்டிருக்கும் ஒரு நாட்டார் புராணத்தின் பகுதியை பிராமணர்களின் கற்பனையென்று சொல்லி அபகரித்து அவர்களை ஊமைகளாக்கிவிட்டிருக்கிற பழியாயும் அவர் மேல் ஏறிக் கனத்துக்கொண்டிருக்கிறது, எரிக்கப்பட்ட இனங்களின் கேள்விகளை அதிகாரத்தால் இப்போது நீங்கள் எழவொட்டாமல் செய்துவிட முடியும்தான், ஆனால் அவற்றுக்குப் பதிலளிக்காமல் விலக்கிய கறை படிந்திருப்பதைப் பின்பொரு நாள் சரித்திரங்களையும் கதைகளையும் இணைத்து வாசிக்கத் தெரிந்த யாராவதோர் அறிவாளி உங்கள் ஆட்சியின் மேல் கண்டுகொள்ளத்தான் செய்வான், அப்போது அந்தக் கறையோ யாராலும் கழுவிப் போக்க முடியாத நிரந்தர மருவாகக் கெட்டிதட்டிப்போயிருக்கும், உங்கள் சுல்தான் எந்தச் சந்ததிகளை எங்களவர்களின் ஆதிக்கத்திலிருந்து விடுவித்துப் பேண வேண்டுமென்று இத்தனைப் பிரயத்தனங்கள் செய்கிறாரோ அந்தச் சந்ததிகள் பின்பொரு நாள் நாங்களே ஆட்சியில் இருந்திருக்கலாம் என்றெண்ணி அவரைப் பழிக்கக்கூடிய அபாயம் இருக்கிறது, கௌட, பூசாரியைத் திருப்தி செய்ய வேண்டியது நம் கடமை, பரந்த நிலங்களில் தங்கள் வாழ்வையும் உடைமைகளையும் கனவுகளையும் எரியக் கொடுத்துக்கொண்டேயிருக்கும், அரசு எந்திரத்திற்கும் அதன் போர்ப் பிரகடனங்களுக்கும் வெளியே, ஆனால் அவற்றைச் சார்ந்தே வாழ விதிக்கப்பட்டிருக்கும் சாதாரணர்களுக்கு நாம் செய்யும் சிறு பாவக்கழுவாயாயும் அது இருக்கும், மேலும் நீலவேணியின் பாதை திப்புவின் நூலகத்தில் இருக்கக் கூடாதென்றே நானும் பூசாரியும் விரும்புவதால் வேறு யார் சொல்வதைக்காட்டிலும் பூசாரியின் வார்த்தையில்தான் எனக்கான உண்மையிருக்குமென்றும் நான் நம்புகிறேன், இவற்றையெல்லாம்விட முக்கியமான இரண்டு நடைமுறைக் காரணங்களில் ஒன்று, உருவம், குரல், நடை, பாவனை யாவற்றிலுமே அந்நியனான என்னைக்காட்டிலும் பூசாரியால் உள்ளூர்க்காரர்களின் கவனத்தை அதிகம் ஈர்த்துவிடாதபடி பட்டணத் தெருக்களில்

வளைய வரவோ, அரண்மனைக்குள் நுழையவோ முடியும், இரண்டு, ஓரளவிற்கு சுவடி வாசிப்பில் எனக்குப் பழக்கமுண்டென்றாலும் உங்களளவிற்கு என்னால் ஓலைச்சுவடிகளின் எழுதுமுறையைப் பின்பற்றி வேகமாக வாசிக்க இயலாது, நான் படித்துக் கிரகித்துக்கொள்வதைக் காட்டிலும் மும்மடங்கு அதிக வேகத்துடன் பூசாரியால் சுவடியின் பக்கங்களைப் புத்திக்குள் கவர்ந்துகொள்ள முடியும், என்னுடைய வேண்டுகோள், படிக்கும் பக்கங்களின் அளவைச் சற்று சுருக்கிக்கொண்டு பூசாரி தான் படிக்கும் பகுதிகளில் முக்கியமானவையென்றோ வினோத மானவையென்றோ நினைக்கும் பகுதிகளைக் காகிதங்களில் அப்படியே பிரதியெடுத்துக் கொண்டுவந்துவிட்டால் போதுமானது, அவரால் தான் வாசித்தவற்றை அப்படியே ஒப்பிக்க முடியுமென்றாலும், எழுதும் நேரத்தில் கூடுதலாகச் சில பகுதிகளைப் படித்துவிட முடியுமென்றாலும், எனக்காக அவர் இந்த உதவியைச் செய்தால் போதுமானது, காரணம், எவ்வளவு கச்சிதமாக இருந்தாலும் வாய்மொழியாகச் சொல்லப்படும்போது குரலிலோ உச்சரிப்பிலோ ஏற்றயிறக்கங்களிலோ உணர்ச்சி வேகத்திலோ சொல்பவருடைய உத்தேசம் நுழைந்து மூல பாடத்தின் நோக்கத்தைத் திரித்துவிடக்கூடுமென்பது என் எண்ணம். நன்றி துரை, உங்களுடைய பெருந்தன்மை என் மனதை நெகிழச் செய்கிறது, ஆனால் நூலகத்தினுள் பிரவேசிக்கும் சந்தர்ப்பம் உங்களுக்குக் கொடுக்கப்படவில்லையானால் பின் சொக்க கௌடவுக்கும் அய்யங்காருக்கும் இந்தத் திட்டத்தின் மீதுள்ள அக்கறை குறைந்துவிடும் அல்லது தீர்ந்தேவிடுமென்கிற ஐயம் எனக்கிருப்பதாலும், இந்தத் திட்டத்தை முதலில் விரும்பி மொழிந்த உங்களை விட்டுவிட்டுத் தனியாகச் செல்வதை நானே விரும்பவில்லை யென்பதாலும் நீங்கள் கண்டிப்பாக என்னுடன் வருகிறீர்கள், அதைச் சாத்தியமாக்கும் பொறுப்பு என்னுடையது, அதோடு கௌட பட்டியலிட்ட தடைகளின் எஞ்சிய இரண்டு பகுதிகளான இருட்டு மற்றும் எண்ணெய்ப் புகைபற்றிய பிரச்சினைகளுக்கான தீர்வையும் நான் என் பொறுப்பிலேயே எடுத்துக்கொள்கிறேன், ஆனால் அவற்றைப் பற்றி விவாதிப்பதற்கு முன் நாம் நூலகத்தின் அமைப்பைப் பற்றிப் பேசிக்கொண்டிருந்ததைத் தொடர்ந்தாக வேண்டியிருக்கிறது, நீங்கள் யாரும் தவறாக நினைக்கவில்லை யென்றால் அதில் நான் ஒன்று சொல்ல வேண்டும், அய்யங்காரும் கௌடவும் இதுவரையில் மாறிமாறி விளக்க முயன்றுகொண்டிருந்த நூலகத்தின் வரைபடம், அது எத்தனை துல்லியமானதாகவேயிருந்த போதிலும், நமக்குத் தேவைப்படாது என்பது என் அபிப்பிராயம், துரை உள்பட மாதவூதியம் வாங்கும் அரசாங்க உத்தியோகஸ்தர்களான நீங்கள் மூவருமே அந்த ஸ்தானத்திலிருந்து வஸ்துகள் எப்படிப் பார்க்கப் பட வேண்டுமென பயிற்றுவிக்கப்பட்டிருக்கிறீர்களோ அப்படியேதான் திப்புவின் அரண்மனையையும் நூலகத்தின் அமைப்பையும் பார்த்துக் கொண்டிருக்கிறீர்கள் என்று எனக்குப் படுகிறது, போரைப் பிரகடனித்து விட்டு பலரறிய பகிரங்கமாகக் கோட்டையின் மதிற்கதவை உடைத்து அதனுள்ளே தன் ஆயிரமாயிரம் சகாக்களோடு பிரவேசிக்கக் காத்திருக்கிற ஒரு சிப்பாய்க்கோ அல்லது அவனுடைய படைத் தலைவனுக்கோவல்லவா பாதைகளின் நீளவகலங்களையும் காவலர்களின் எண்ணிக்கையையும் மதிற்சுவர்களின் பலத்தையும் பற்றிய கணக்கறிக்கைகள் வேண்டும்,

துரையும் நானுமோ யார் கண்ணிலும் படாமல் உள்ளே நுழைவதற்காகக் காத்திருக்கும், ஏறக்குறைய, இரண்டு திருடர்கள், எங்களுக்குத் தேவைப் படுவது ஆட்கள் புழக்கமில்லாத முடுக்குகளையும் இருட்பொந்துகளையும் பற்றிய விவரங்களைத் தவிர வேறெதுவாகவாவது இருக்குமா, உங்களுடைய விவாதங்கள் எல்லாமே அரண்மனை ஒரு வெற்றிகொள்ள முடியாத இடம் என்கிற பிரசாரத்தையும் அதன் மேல் நம்பிக்கை வைத்து இயங்கிக் கொண்டிருக்கிற பணியாளர்களாலும் அதன் நேர்மையான குடிமக்க ளாலும் ஒரு வேத பாராயணத்தைப் போல உச்சரிக்கப்பட்டுக்கொண்டே யிருக்கிற சர்க்கார்ப் பிரகடனங்களின் வார்த்தைகளில்தான் வெளிப்பட்டுக் கொண்டிருக்கின்றன, என்னைப் பொறுத்தவரையில் அலுவலகங்களுக்குப் பதிலாக ரகசியச் சுரங்கங்களைப் பற்றியும், தோட்டங்களுக்குப் பதிலாகக் கழிப்பறைகளைப் பற்றியும், ஜெனானாக்களுக்குப் பதிலாகச் சிறைக்கூடங் களைப் பற்றியும், வீதிகளுக்குப் பதிலாகச் சேரிகளைப் பற்றியும், காவலர்களுக்குப் பதிலாகக் கன்னக்கோல் திருடர்களையும் பற்றி அய்யங்கார் பேசினால் நல்லது என்பேன், உதாரணமாக எனக்குத் தெரிந்தவரை உடையார்கள் ஆட்சியை ஒழித்துவிட்டு மைசூர் அரியணை யின் அதிகாரியாகத் தன்னை ஹைதரலிகான் பிரகடனப்படுத்திக் கொண்ட காலத்திலேயே அரண்மனையிலும் மாளிகைகளிலும், குறிப்பாக ஜெனானாவிலும், வழக்கத்திலிருந்த மலக்குடுவைகளையும், அதைத் தூக்கிக்கொண்டே விருந்து மண்டபங்களில் எசமானர்கள் மற்றும் அவர்களுடைய மனைவி மக்களின் பின்னே திரிந்தபடி தவித்துக்கொண் டிருக்கும் கீழ்சாதிச் சேடிகளையும் ஒழித்துவிட்டுத் தனிக் கழிப்பறைகளை உபயோகப்படுத்திக்கொள்ளும் முறை கட்டாயப்படுத்தப்பட்டுவிட்ட தென்றாலும் திப்பு சுல்தான் பிரெஞ்சுப் பொறியியலாளர்களின் ஆலோசனையோடு முதலில் லால் மஹாலிலும் பிறகு நகரம் முழுவதிலும் பாதாளச் சாக்கடைகளைத் தோண்ட உத்தரவிடும்வரை தீவின் வடக்கு மற்றும் தெற்கு விளிம்பில், நதிக்குச் சமீபமாக அமைந்திருந்த குடியிருப்பு களில் ஓட்டைக் கழிப்பறை முறையும் உட்பக்கக் குடியிருப்புகள் மற்றும் அக்ரஹாரங்களில் எடுப்புக் கழிப்பறை முறையுமே வழக்கத்திலிருந்தது, ஹைதரலி ஸ்ரீரங்கநாதரின் தீவிர பக்தர் என்பதும் அதற்கு ஒரு காரணமா யிருக்கலாம், ஆனால் பாதாளச் சாக்கடைகள் அறிமுகப்படுத்தப்பட்ட பின், சமஸ்தானம் முழுவதிலுமில்லையென்றாலும், தலைநகரமும் விஸ்தீரணத்தில் சிறியதும் அபரிமிதமான நீர்வளம் உடையதுமான ஸ்ரீரங்கப்பட்டணத்திலாவது மேற்சொன்ன இரண்டு கழிப்பறை முறை களுமே, கோயில் பிராமணர்களுடைய கடுமையான ஆட்சேபணைகளையும் அவர்கள் கொண்டுவந்த ஜீயருடைய சிபாரிசையும் பொருட்படுத்தாமல், அப்புறப்படுத்தப்பட்டுவிட்டன, நான் எதைத் தெரிந்துகொள்ள விரும்புகிறேனென்றால் அரண்மனையிலிருந்து புறப்படும் பாதாளச் சாக்கடைகளின் வழிப்போக்கும் அவற்றின் வாயும் எது, மற்றும் தூர்க்கப் பட்டுவிட்ட இரண்டு முந்தைய பாணிக் கழிப்பறைகளின், முக்கியமாக ஓட்டைக் கழிப்பறைகளின், குறிப்பாக நதிப்படுகைக்கு வெகு சமீபமாக யிருக்கிறதென்று அய்யங்காரால் குறிக்கப்பட்ட லால் மஹால் நூலகத்தில் வாசிப்பவர்களின் வசதிக்காக முன்பு ஏற்படுத்தப்பட்டு இப்போது மூடப்பட்டுவிட்டிருக்கச் சாத்தியமுள்ள ஓட்டைக் கழிப்பறையின்,

இப்போதைய நிலை என்ன. லால் மஹாலிலிருந்து வெளியேறும் பாதாளச் சாக்கடைகளின் வழி சிக்கலானதுதான், அவையும் பட்டணத்தின் மற்றெல்லாத் திசைகளிலிருந்தும் புறப்பட்டு வந்துசேரும் சாக்கடைகளின் மையத்தில் இணைந்து பிறகு தீவின் மேற்கு கோடியில், சிறைச்சாலைக்குப் பின்புறமாக, காவிரியின் மிக ஆழமும் சுழலுமிருக்கும் பகுதியில் திறந்துவிடப்பட்டு விடுகிறது, புழக்கம் கைவிடப்பட்டுவிட்ட ஓட்டைக் கழிப்பறைகளைப் பொறுத்தவரை பூசாரி ஊகித்தபடியே, பட்டணம் முழுவதிலும் அமல்படுத்தியதைப் போலவே, அரண்மனை நூலகத்திலும் அவற்றுக்குப் பதிலாக வேறோரிடத்தில், பிரதான வாசிப்பறையிலிருந்து காட்சியறைக்கு இட்டுச்செல்லும் நடைபாதையின் இடதுகோடியில், கழிவுகளைக் கரைத்து வெளியேற்றும் ஒரு நீர்க்கழிப்பறையும் தனியாக அப்போதே உருவாக்கப்பட்டுவிட்டது, ஆனால் நீரை வெளியேற்றும் புழையமைப்பு இல்லாதிருப்பதாலேயே வெளிப்பார்வைக்குச் சாதாரண மாகத் தோன்றும் ஓட்டைக் கழிப்பறை முறையின் கட்டுமானம் அதை முழுவதுமாகத் தூர்த்து அடைத்துப்போடுமளவிற்கு எளிமையானதன்று, குறிப்பாகக் கோட்டையின் வெளிப்புறமிருக்கும் நதிப்படுகையிலிருந்து குறைந்தபட்சம் ஆறு அல்லது ஏழடி உயரத்திலிருக்கும்படி அதன் மறுபுற மிருக்கும் கோட்டையின் உட்பக்க வீடுகளின் பின்புறம் அமைக்கப் பட்டிருக்கும் கழிப்பறையினுள்ளிருந்து வெளியே வந்துவிழும் கழிவு காய்ந்ததும் உரமாக அள்ளிப்போக வருகிறவர்களோ, அவற்றை உடனே உட்கொண்டு சுத்தமாக்கிவிட்டுச்செல்வதற்காக அவர்களால் வளர்க்கப் படும் பன்றிகளோ நடமாடுவதற்கு வசதியாக, அதேசமயம் நதியில் நீராடுபவர்களின் பார்வையில் படாதிருக்கும்படியாயும், கோட்டை மதிலின் அஸ்திவாரத்தின் மேல் சுவரைத் துளைத்து ஒரு ரகசியச் சுரங்கத்தைப் போலவோ குகையைப் போலவோ அமைக்கப்பட்டிருக்கும் ஆழ்ந்த பள்ளங்களை அவற்றின் விதானமாக இருக்கும் கழிப்பறைத் தளத்தின் வெளிப்பக்கம்வரை மண்ணடித்து உயர்த்தித் தூர்ப்பது என்பது அந்த அமைப்பை உருவாக்குவதைக்காட்டிலும் பல மடங்கு பொருட் செலவை ஏற்படுத்தும் வேலை, அதேசமயத்தில் கோட்டைக்கு உள்ளே யிருப்பவருடைய உதவியின்றி இந்தக் கழிவுப்புழைகளுக்குள் வெளியிலிருந்து ஒருவர் நுழைவதென்பதும் வியர்த்தப் பிரயத்தனம்தான், மேலும் இந்த அமைப்பைத் தூர்க்காமல் விட்டுவைப்பதில் ஒரு ராணுவ நோக்கமு மிருக்கிறது, போன சண்டையின்போது படுகையில் பதுங்குக் குழிகளைத் தோண்டிக்கொண்டிருந்த கும்பெனிப் பொறியாளர்களினுடைய புத்திசாலிப் பணியாளர்களில் பலரைக் கோட்டையின் வெளிப்புறமிருந்து பார்ப்பதற்குக் கட்டத் தெரியாமல் கட்டப்பட்டுவிட்ட பாதாளச் சாக்கடைகளின் புழை வாய்களைப் போல காட்சிதரும் இந்தப் பள்ளங்கள் ஒரு பொறியைப் போல செயல்பட்டு உள்ளே கவர்ந்திழுத்து அவர்களுடலைக் காவற்சிப்பாய்களின் ஆயுதங்களுக்கு உணவாகத் தந்துகொண்டிருந்தன, கோட்டைக்குள் இந்தச் செயற்கைக் குகைகளின் மேற்புறமிருக்கும் கழிவுப்புழை எல்லாயிடங்களிலுமே அடைக்கப்பட்டு, அந்த அறை பல வீடுகளில் வீட்டு விலக்கான பெண்களின் தனியறையாயும், வளர்ப்பு மிருகங்களுக்கான கொட்டகையாயும், பைத்தியங்களை அடைத்துவைக்கும் சிறையாயும், முண்டைகள் நார்மடிகளைத் தீட்டுப்

படாமல் உலர்த்திக்கொள்ள உதவும் கொடியாயும் இப்போது பயன்பட்டுக் கொண்டிருக்கின்றன, லால் மஹாலைப் பொறுத்தவரையில் ஒரு பெரிய தளக்கல்லால் கழிவுப்புழை அடைக்கப்பட்டுவிட்ட அந்த அறைதான் இப்போது காலாவதியாகிவிட்ட பழைய நூல்களையும் ஏட்டுச்சுவடி களையும் போட்டுவைத்திருக்கும் மூன்றாமறை. அப்படிச் சொல்லுங்கள் சுவாமி, துரை கேட்டீர்களில்லையா, அந்த அறையின் கழிவுப்புழைதான் உங்களையும் என்னையும் அரண்மனை நூலகத்தினுள் அனுமதிக்கவிருக்கிற நுழைவாயில், எத்தனை பெரிய தனவந்தர்களின் கட்டிடங்களானாலும் அவற்றில் கழிப்பறைக்கும் சமையலறைக்கும் அவற்றைப் புழங்குபவர் களுக்கும் கொடுக்கப்படும் மிகத் தரந்தாழ்ந்த அந்தஸ்தும் பாராமுகமும் புறத்தே ராணுவத்தால் கெட்டிக்கப்பட்டிருக்கும் காவல்களை உடைக்க எதிரிகளுக்குச் சாதகமான கருவிகளென்பதைக் காலம் அதிக நட்டத்தில் அவர்களுக்குச் சொல்லிக்கொடுக்கப் போகிறது, கெளட, அய்யங்கார் போன்ற அரண்மனை விசுவாசிகளுக்கு அதை முன்னறிவிக்கும் நிமித்தங் களாக நானும் நீங்களும் இருக்க வேண்டுமென்பது தாண்டவனுடைய சித்தம். அடக் கடவுளே, கோட்டைக் காவலில் இப்படியொரு பலவீன மிருக்கிறது என்பது எப்படி யாருக்குமே தெரியாமல் போய்விட்டது. இதில் பெரிதாகக் கவலைப்பட ஒன்றுமில்லை நண்பர்களே, நான் முன்பே சொன்னபடி இது வெறும் கன்னக்கோல் திருடர்களுக்கும், சாகத் துணிந்த அசட்டு ஒற்றர்களுக்குமானதே தவிர பெரிய படைகளுக் கான திறப்பு இல்லை, காவல் சம்பந்தப்பட்ட விஷயமும் இல்லை. (ஐஸ்வர்யவான் தேவனுடைய ராஜ்ஜியத்தில் நுழைவதைப்பார்க்கிலும் ஒட்டகமானது ஊசியின் காதிலே நுழைவது எளிதாயிருக்கும்). உண்மை தான், அய்யங்கார், தெ வில்லியில் எலினாரைக் கலவரக்காரர்களிடமிருந்து காப்பாற்ற அவர்கள் கண்களில் சாதாரணமாகத் தட்டுப்படாத விடுதி நிலவறையொன்றிற்குள் அவளைத் தூக்கிக்கொண்டு நான் ஓடிய சம்பவம் இப்போது என் நினைவிற்குவருகிறது. ஆனால் உள்ளே நுழைவதற்கான வழியைச் சொல்லுமளவிற்குத்தான் என்னுடைய சாமர்த்தியமே தவிர நானோ துரையோ தொழில்முறைத் திருடர்களில்லையென்பதாலும் கதவுகளையும் பூட்டுகளையும் சப்தமெழுப்பாமல் உடைத்துத் திறக்கும் பழக்கமற்றவர்களாதலாலும் நூலகத்தின் உட்புறம் நாங்களிருவரும் தடையின்றி நடமாட ஏற்பாடு செய்வது இன்னும் அய்யங்காரின் கையில்தான் இருக்கிறது, நூலக அறைகளின் திறவுகோல்கள் நூலகரென்கிற முறையில் அவரிடம்தானே இருக்கும், அவற்றைப் பற்றி அவர் கொஞ்சம் விரிவாகச் சொல்ல வேண்டும். சொல்கிறேன், அவை மொத்தம் எட்டு, அனைத்தும் நூலகத்தின் பிரதான வாசற்கதவின் பிரம்மாண்டமான சாவியோடு சேர்த்து ஈரானிய ரத்தினக்கற்கள் பொறிக்கப்பட்ட கண்களை யுடைய ஒரு புலியின் முகத்தைத் திருகு மறையாகக் கொண்ட செப்பு வளையமொன்றில் கோர்க்கப்பட்டிருக்கும், நாள் முடிந்த பின் உள்ளறை களைப் பூட்டிக்கொண்டேவந்து கடைசியில் பிரதான வாயிலையும் பூட்டித் திறவுகோல்களைக் காவலாளியின் கையில் கொடுப்பதோடு என் கடமை முடிந்துவிடுகிறது, இரண்டாமறையின் வெளிப்புறமிருந்து சுல்தான் உள்ளே நுழையத் தேவையான சாவி அவரிடமே இருக்கிறது, யாரும் இல்லாதபோதும் அவர் நூலகத்தினுள் நடமாடுவதற்காக இந்த

ஏற்பாடு, இரண்டாமறைக்கும் சுல்தானின் பிரத்யேகப் பாதைக்கும் இடையில் இருக்கும் கதவுக்கு உட்புறத் தாழ்ப்பாள் கிடையாது, அதே போல அந்த அறைக்கும் பொது நூலகத்திற்குமிடையில் இருக்கும் கதவுக்கு வெளிப்புறத் தாள் கிடையாது, புதுமை விரும்பியான சுல்தான் சில வேளைகளில் அந்தப்புரத்திலிருந்து பெண்களை அழைத்துக்கொண்டு வந்து பிதிர்க்களின் ராஜ்ஜியமான படிப்பறையில் அவர்களுடன் கூடுவதுண்டு என்று கேள்வி, இதை யாரும் ஊர்ஜிதம் செய்ததில்லை யானாலும் அறையைத் துப்புரவு செய்யும் பெண் சில காலைப் பொழுது களில் ஜெனானாவின் வழியாக அறையினுள் நுழையும்போது பெண் மணமும் வியர்வைப் புழுக்கமும் அங்கிருந்து வெளியேறிச் செல்வதைத் தான் உணர்ந்ததுண்டு என்று என்னிடம் சொல்லியிருக்கிறாள், அந்தச் சமயங்களில் அறையினுள் நூற்றுக்கணக்கானவர்கள் ஒரு பெரிய விருந்தைக் கொண்டாடிவிட்டுச் சென்றதைப் போன்ற களைப்பும் வெறுமையும் சோபையும் குடிகொண்டிருக்குமாம், இந்தப் பெண் அறையின் மறுபுறத்திலிருந்து கதவைத் திறந்ததும் அவளுடைய பணிகளை நான் மேற்பார்வையிடுவதற்கு வசதியாக இன்னொரு கதவின் உட்புறத்தாழை நீக்கிவிட வேண்டும், அவள் அறையைச் சுத்தம் செய்து கொண்டிருக்கும் வேளையில் சுல்தான் படித்துவிட்டு மேசையில் இறைத்துப்போட்டிருக்கும் நூல்களை மீண்டும் அலமாரிகளில் அவ்வவற்றுக்குரிய இடங்களில் வைத்தும், அவர் குறிப்புகளெடுத்துவிட்டு வைத்திருக்கும் காகிதங்களை அங்கிருக்கும் கோப்புகளில் பொருத்தியும், தொடர்ந்த கையாளலில் தையல் விட்டுப்போய்விட்ட நூல்களையெல்லாம் மீண்டும் தைத்துக் கிட்டிப்பதற்காக வெளியே நூலகருடைய இருக்கைக்குப் பின்புறமிருக்கும் அலமாரிகளுக்கு அவற்றைக் கொண்டுவந்தும், முகப்பில் சுல்தானால் பெருக்கற்குறியிடப்பட்ட நூல்களை முதலாமறைக்கு மாற்றியும், புதிய நூல்களை அலமாரிகளில் எண்களிட்டுப் பொருத்தியும் அறையைச் சீராக்கும் பணியை நான் செய்துகொண்டிருப்பேன், துப்புரவுப் பணி முடிந்ததும் பணிப்பெண் அறையின் வெளிப்புறச் சாவியை என்னிடம் கொடுத்துவிட்டுப் பொது நூலகத்தினுள் பிரவேசிப்பதற்காக மற்றொரு கதவின் வழியே உள்ளே போய்விடுவாள், நான் அறையின் அந்தக் கதவை உட்புறமும், ஜெனானாவைப் பார்த்திருக்கும் கதவின் இரட்டைப் பூட்டுகளை வெளிப்புறமும் பூட்டி விட்டு நடைபாதை வழியே நடந்து அரண்மனையின் உட்புறத்திற்கு வந்து, அங்கிருந்து வெளியேறி மீண்டும் முகப்புத் தோட்டத்தின் வழியே நூலகத்தின் பிரதான வாயிலை அடைந்து அதனுள் நுழைவேன், வரும் வழியிலேயே சுல்தானின் படுக்கையறைச் சுவரின் வெளிப்புறம் இந்துக்கள் சம்பிரதாயப்படி அமைக்கப்பட்டிருக்கும் சிறு மாடப்பிறையில் இரண்டாமறைச் சாவியை வைத்துவிட்டு வந்துவிடுவேன், பிறையிலிருக்கும் இந்தச் சாவி எந்தக் கணத்திலும் சுல்தானின் நம்பிக்கைக்குரிய ஜெனானா வின் பெண்களால் மாறிமாறிக் கவனிக்கப்பட்டுக்கொண்டேயிருக்கும், இரண்டாமறையின் பாதுகாப்பு ஓர் உயர்நிலை அலுவலகரின் பொறுப்பில் இருக்க வேண்டுமென்பதற்காயும், பிரதான நூலகம் துப்புரவு செய்யப்படும் போது கிளம்பும் தூசி மற்றும் புழுதிக்கு நடுவே நிற்காமல் நூலகர் சற்று நேரம் வெளியேறும் அவகாசத்தை வீணாக்காமல் பிரயோசனமாகப்

பயன்படுத்திக்கொள்ள வேண்டுமென்பதற்காயுமே இந்த ஏற்பாடு, ஒருவேளை ட்ரிஸ்ட்ராமும் அவருடைய நண்பரும் கழிப்பறைப் புழையின் வழியே மூன்றாமறைக்குள் புகுந்துவிட்டால் அங்கிருந்து முதலாமறையை அடைய மூன்று கதவுகளைத் திறந்தாக வேண்டும், மூன்றாமறையின் கதவு ஒன்று, இது வெளிப்புறம் பூட்டப்பட்டிருக்கும், கழிப்பறையாக அது உபயோகப்பட்டுக்கொண்டிருந்தபோது இருந்த உட்புறத் தாழ்பாள் நீக்கப்பட்டுவிட்டது, நுழைபவர்களைக் கம்பிக்கூரை வேயப்பட்டிருக்கும் முற்றத்திலிருந்து காட்சியறையையொட்டியிருக்கும் நடைபாதைக்கு அனுமதிக்கும் கதவு இரண்டு, அதற்கு முற்றத்தைப் பார்த்த தாழ் கிடையாது, அது உட்புறமாகப் பூட்டப்பட்டிருப்பது, மூன்றாவதாக நடைபாதையின் மறு கோடிவரை வந்து முதலாமறைக்குள் நுழையும் கதவு, இதற்கும் உட்தாழும் பெரிய அடித்தண்டாவும் மட்டுமே உண்டு, வெளிப்பூட்டு கிடையாது. எல்லாப் பூட்டுகளின் சாவிகளும் கோர்த்த அந்தப் புலிமுக வளையம் நாள் முழுவதும் என் கைகளில்தான் இருக்கும், நாள் முடிந்ததும் நான் தாழ்களிடுவதையும் பூட்டுக்களைப் பூட்டுவதையும் நூலகத்திற்கு வெளியே நிறுத்தப்பட்டிருக்கும் காவலாளி தானும் ஒருமுறை இழுத்துச் சரிபார்க்கும் வழக்கமும், புதிய நூல்களும் காட்சியறையில் வைப்பதற்காகச் சுல்தான் அனுப்பிவைக்கும் விலையுயர்ந்த பரிசுப் பொருட்களும் வந்து இறங்கியிருக்கும் தருணங்களில் நானாக வேண்டிக் கொள்வதின்பேரில் தவிர, பொதுவாகக் கிடையாது. ரொம்பச் சரி, எனவே அய்யங்கார் நாளை மாலை மட்டும் பணியை முடித்துவிட்டுச் செல்லும்போது நூலகத்தின் கடைசி மூன்று கதவுகளைப் பூட்டப்போவ தில்லை, அதோடு பழைய ஓட்டைக் கழிப்பறையின் புழையை மூடி யிருக்கும் கனத்த கல்லையும் நானும் துரையும் நுழைவதற்கு வசதியாக நகர்த்திவைக்கப்போகிறார், கூடவே சுல்தானின் படிப்பறையில் குவிந்திருக்கும் ஏராளமான சுவடிகளிலிருந்து பிதிர் சஞ்சார மார்க்க போதினியை மட்டும் நாங்கள் தனியாக அடையாளம் கண்டுகொள்ள ஏதுவாக அதன் மேல் ஏதேனும் ஓர் அடையாளத்தை, அது ஒரு மெல்லிய செந்நிறப் பட்டுக்கயிறென்று வைத்துக்கொள்வோமே, அதைச் சுற்றி வைத்துவிட்டு வருவார். நல்ல ஏற்பாடுதான், கைவிடப்பட்டுவிட்ட மூன்றாமறையின் பக்கம் பொதுவாக யாரும் வருவதில்லையென்பதும், அதனுள் குப்பையாகக் குவிந்துகிடக்கும் பழஞ்சுவடிகளின் ஸ்திதிபற்றி நூலகத்தின் போஷகரென்கிற முறையில் அய்யங்காரைத் தவிர வேறு யாரும் கவலைப்படுவதில்லையென்பதும், எனவே திரும்ப அவற்றைப் பழைய நிலையில் பொருத்திவைக்க வேண்டுமேயென்றுகூட அவர் கவலைப்பட வேண்டிய அவசியமிருக்காதென்பதும் நம் ஏற்பாட்டிற்குச் சாதகமான விஷயங்களாய் இருக்கும். ஆனால் மறுநாள் அறையைத் துப்புரவு செய்ய வரும் பணிப்பெண் அது உட்புறம் தாழிடப்படாம லிருப்பதைக் கண்டால் என்னைச் சந்தேகப்பட மாட்டாளா கௌட. மறந்துவிட்டேன் என்று சொல்லிவிட்டால் போகிறது, தவறுதலும் மறத்தலும் மனிதர்க்கு சகஜம்தானே சுவாமி. இருக்கலாம், ஆனால் மைசூர் சமஸ்தானத்தில் மறதி மன்னிக்கக்கூடிய தவறுகளின் பட்டியலில் தான் இருக்கிறது என்று உனக்குத் தெரியுமா, மேலும் தங்களுடைய பலவீனங்களை வேலையாட்கள் அறிய வெளிப்படுத்தக் கூடாதென்பது

உத்தரவிடுகிறவர்களுக்கான அரிச்சுவடிப் பாடமாயிற்றே. அப்படிப் பார்த்தால் அந்தத் துப்புரவுப் பெண்ணும் வெளியே சொல்லப்படக் கூடாத இரண்டாமறையின் ரகசிய வாசனைகளை உங்களிடம் சொல்லிப் பகிர்ந்துகொள்கிறவள் என்று சற்று முன் நீங்களே சொல்லியிருக்கிறீர்களே அய்யங்கார், எனவே உங்களுடைய தவறைக் கொண்டு தனக்கெதுவும் ஆதாயத்தையோ உங்கள் மீதான மறைமுக அதிகாரத்தையோ தேடிக் கொள்ள அவள் முனைய மாட்டாளென்று நம்முடைய நல்லெண்ணத்தின் மேலாகவும் நட்பின் பெயராலும் நம்பிக்கொள்ள வேண்டியதுதான். என்னவோ போங்கள், கும்பெனி அலுவலரும் ஆங்கிலேயருமான ட்ரிஸ்ட்ராம் ஒருவேளை தன் முயற்சியில் தோல்வியுற்றுப் பிடிபட நேர்ந்தால் ஏற்படக்கூடிய மிக மோசமான விளைவுகளைப் பற்றியும், ஸ்ரீரங்கப்பட்டணத்தின் இரண்டு சிறைக்கூடங்களைப் பற்றியுமான என் அச்சம் இன்னும் தீரத்தான் இல்லை, தன் தளபதியான பெய்ர்டின் இரும்புச் சங்கிலிகளைத் தானே சுமந்து செத்த படைத்தலைவன் லூக்காஸ் ஸ்காட்லாண்டின் டனோட்டர் சிறைக்கோட்டையைத் தன் கனவில் கண்டு எழுப்பிய மரணவோலங்கள் ஸ்ரீரங்கப்பட்டணவாசிகளின் இரவுகளை விட்டுப் பதினான்கு வருடங்களுக்குப் பிறகும், இன்னும் விலகிச்செல்லவில்லை, பட்டணத்தினுடைய பாரீஸை நினைவுபடுத்தும் நகர அமைப்பின் பல கூறுகளில் ஒன்றான அதன் இரண்டு சிறைச்சாலை களும் பாஸ்டில் சிறைச்சாலைக்குக் கொஞ்சமும் குறைந்த சித்திரவதையைக் கொடுப்பவையல்ல என்பதை நண்பர்கள் தெரிந்துகொள்ள வேண்டும், நரகம் என்பதுதான் அதைக் குறிக்கச் சரியான ஒரே வார்த்தை, ஒரு நூலுக்காக இவ்வளவு உயிருக்கு ஆபத்தான வேலையில் ட்ரிஸ்ட்ராம் இறங்கியேயாக வேண்டுமா என்பதை அவர் மறுபடி யோசித்துக் கொள்ளட்டும். ஆனால் எலினாருடைய பிரார்த்தனைகளும் கெங்கம்மாவி னுடைய காத்திருப்பும் சத்யபாமாவினுடைய நினைவுகளும் பூசாரியி னுடைய துணையும் என்னோடு இருக்கும்வரை நீங்கள் அஞ்சும்படியான ஆபத்துகளெதுவும் என்னை நெருங்காதென்றே நான் நம்புகிறேன் அய்யங்கார், அப்படியே ஒருவேளை பிடிபட நேர்ந்துவிட்டாலும் எங்கள் வாயிலிருந்து உங்களிருவரைப் பற்றிய ஒரு வார்த்தைகூட வெளியே வராது, பிடிபடும் துரதிர்ஷ்டமொன்று வருமானால் நாங்கள் தப்பியோட முயற்சிப்பதற்குப் பதிலாக நூலகக் கதவுகளின் தாழ்பாள்களையும் பூட்டுகளையும் உடைத்து வைப்பதையே முதலில் செய்வோமென்பது உறுதி, அவரவர் வேதங்களில் தெய்வங்கள் வேறுவேறென்றாலும் சைத்தான்களும் அவர்களுடைய சித்து வேலைகளும் ஒன்றுதானென்பதைச் சுல்தான் அதன் மூலம் உறுதிசெய்துகொள்ளட்டும்.

பூசாரி

சிவசமுத்திரம் அருவி அதற்கப்பால் இருந்த காடுகளை மனிதர்கள் ஊடுருவ முடியாத அடர்த்தியும் மிருகப் புழக்கமும் கொண்டதாக ஆக்கிவைத்திருந்ததால் அவர்கள் அங்கே காவிரியை மறுபடி பரிசலில் குறுக்காகக் கடந்து அனக்கோியையும் அங்கிருந்து லால்பாக்கின் காவல் கண்களை விட்டு நன்கு விலகியிருக்குமாறு லக்கானியாற்றின் வடவுச்சியைச் சுற்றிக்கொண்டு கார்ன்வாலீஸ் முன்பு தன் படைகளை நடத்திய தடத்திலேயே நடந்து லாட வடிவத்தில் கீழிறங்கி நதியை மீண்டும் தாண்டி கைவிடப்பட்டுப் பாழடைந்துகொண்டிருந்த கோடையில்லத்தின் பின்புறமாக, இரவு நன்றாக இறங்கி ஊரும் அடங்கிப்போய்விட்டிருந்த நேரத்தில் கஞ்ஜம் கிராமத்திற்குள் பிரவேசிக்க வேண்டி யிருந்தது. அனக்கோியிலிருந்து கஞ்ஜம் வருவதற்குள் இரண்டு முறை காவலர்களால் தடுக்கப்பட்டுக் கேள்வி கேட்கப் பட்டார்களாயினும் அய்யங்காரும் கௌடவும் தங்களிட மிருந்த பணியடையாள வில்லைகளையும், உடன்படிக்கையில் சலாமாபாத், காளிக்குவாபாத் போன்ற நாணயச் சாலைக ளிருந்த தாலகாட் மற்றும் கொங்குப் பகுதிகளில் பல கும்பெனி வசம் ஒப்புக்கொடுக்கப்பட்டுவிட்ட பிறகு அடையாள வில்லைகளாயும் பயன்பட்டுக்கொண்டிருந்த அஹ்மாதி வராகன்களையும், போன வருட மத்தியில் பிரான்ஸில் படுகொலை செய்யப்பட்டவரும் சுல்தானின் நண்பருமான மாக்ஸிமிலியன் ரோபஸ்பியரியின் லண்டன் ஆதரவாளர்களில் ஒருவனென்றும் நெப்போலியனின் நுழைவிற்குப் பின் ஜாக்கோபைன் சங்கத்தின் எதிர்காலம் பற்றிப் பேசுவதற்காக அதன் தலைமறைவுத் தலைவர்களால் சுல்தானைச் சந்திக்க அனுப்பிவைக்கப்பட்டிருப்பவன் என்றும் தன்னைப் பற்றித் தெரிவித்துக்கொண்ட ட்ரிஸ்ட்ரா முடன் தாங்கள் கொண்டிருந்த நெருக்கத்தையும், அவன் கைகள் நடுங்கிக்கொண்டிருப்பதாகத் தோன்றியபோது

அவனிடம் கெளட கொடுத்துவைத்திருந்த போலி அனுமதிப் பதக்கத்தைத் தாங்களேயும் எடுத்துக் காண்பித்து அவனை நெருங்கிப்பார்க்கும் அபிப்பிராயத்தையும் மேற்கொண்டு கேள்விகள் கேட்கும் முனைப்பையும் அவர்கள் கைவிட்டுவிட்டு விலகிச்செல்லும்படி செய்து நிலைமையைச் சமாளித்துவிட்டார்கள். ட்ரிஸ்ட்ராமின் முதுகிற்குப் பின்னே அமர்ந்திருந்த பூசாரியைக் காவலர்கள் எந்தக் கேள்வியும் கேட்கவில்லை. அவனைக் குறித்து எந்தப் பிரயத்தனத்தையும், அவனுடைய வேண்டுகோளின் பேரிலேயே, நண்பர்கள் யாரும் எடுத்துக்கொள்ளவுமில்லை. மொத்தத் திட்டத்தையும் கெளடவின் ஆலோசனைப்படி ஐந்து பகுதிகளாகப் பிரித்துக்கொண்டு விவாதிக்கத் தொடங்கிய ஆரம்பப் பொழுதுகளில் நுழைவை அசாத்தியமானதாகக் காட்டிய லால் மஹால் நூலகத்தின் காவலும் பிதிர் சஞ்சார மார்க்க போதினியின் பக்க விஸ்தீரணமும் பேசப்பேச நெகிழ்ந்து கொடுத்துக்கொண்டே வந்ததையொட்டி அதன் தர்க்கரீதியான அணுகுமுறையிலும் ட்ரிஸ்ட்ராமின் வாக்குறுதியின் மேலும் திருப்தியடைந்தவராக பார்த்தசாரதி அய்யங்காரும் கஞ்ஜத்தை நெருங்கிக்கொண்டிருந்த சமயத்தில் ஓரளவு தைரியத்தைக் கைக்கொண் டிருந்தார். திட்டத்தில் எஞ்சியிருந்த மற்ற மூன்று பகுதிகளான ட்ரிஸ்ட்ராமின் நுழைவு, இருட்டு, எண்ணெய்ப் புகை ஆகியவை பற்றிய பிரச்சினைகளைத் தீர்க்கும் பொறுப்பைத் தானே ஏற்றுக்கொள்வதாக மேகதாட்டை அவர்கள் தாண்டிக்கொண்டிருந்த சமயத்தில் அறிவித்திருந்த பூசாரி மட்டும் அவற்றைப் பற்றி விவாதிக்க அவர்கள் அவனை அழைத்த போது அந்த மூன்றில் ஒன்று பகல் நேரத்தில் உச்சரிக்கப்படக் கூடாத தென்றும் மற்ற இரண்டையும் வெளிச்சத்தில் விவாதிப்பது தன்னை அவர்களுடைய ஏளனப் பேச்சுகளுக்கும் அதனால் ஆர்வயிழப்பிற்கும் உள்ளாக்குமென்றும் கூறி மறுத்துவிட்டான். துவக்கத்திலிருந்தே பூசாரியின் முகத்தை ஓர் ஓந்தியைப் பார்ப்பதைப் போல பார்த்து முகத்தைச் சுளித்துக்கொண்டேயிருந்த சொக்க கெளட பிள்ளைப் பிராயத்தில் அவனுடன் நெருங்கிப் பழகியவனென்கிற முறையில் அவன் முன்வைக்க விருக்கிற வழிகள் அப்பாலைத் தன்மையைக் கொண்டவையாய் இருக்கப் போகின்றன என்று அறிவித்ததோடு அவன் அவற்றை இரவில் தெரிவித்து அதன் பிறகு அதன் சாத்தியாசாத்தியங்களை விவாதிக்கத் தொடங்குவ தென்பது கால விரயத்திற்கு வழிவகுக்கும் என்றும் கூறி பூசாரியின் முடிவிற்குக் கடுமையாக ஆட்சேபம் தெரிவித்தான். ஆனால் பூசாரி தன் தீர்மானத்தில் பிடிவாதமாக இருந்துவிட்டதால் அய்யங்காரின் இருப்பிடத்தை அடையும்வரை பேச்சை ஒத்திப்போடுவதைத் தவிர அவர்களுக்கு வேறு வழியெதுவும் புலப்படாமல் போய்விட்டது. அடைந்த பிறகுமேகூட, பிரத்யட்சமாக நடத்திக்காட்டினாலன்றி அவர்கள் தன் உத்தேசத்தை அங்கீகரிக்க மாட்டார்களென்று கூறிக்கொண்டே அவன் குதிரையிலிருந்து இறங்கியும் இறங்காததுமாக அய்யங்காரிடம் ஒரு பழைய எண்ணெய்ப் புட்டியைக் கேட்டு வாங்கிக்கொண்டு புழக்கடைப் பக்கம் போய்விட்டான். புதியவனான அவன் அவ்வாறு அசட்டுத் தைரியத்துடன் வெளியே திரிய முற்படுவதைக் கண்டு அச்சத்துடன் அய்யங்காரும் அவன் பின்னே ஓடினார். பூசாரியின் இந்தச் செய்கைகள் கெளடவின் சினத்தை இன்னும் அதிகமாகக் கிளறிவிட்டன. அவன்

பூசாரியை வாய்க்கு வந்தபடி திட்டித்தீர்த்தான். அவனுடைய தாமதிப்பும் நடவடிக்கைகளும் அவனால் தெரிவிக்கப்படவிருக்கிற யோசனைகளைப் பற்றிய எதிர்பார்ப்பையும் மயக்கத்தையும் யாரிடமும் ஏற்படுத்தத்தான் செய்யும் என்று ட்ரிஸ்ட்ராம் கூறிச் சிலாகித்துக்கொண்டபோது பூசாரியினுடைய ஞானம் என்று மற்றவர்கள் நம்புவதெல்லாம் அவனுடைய படிப்பறிவும், வினோதமான வஸ்துகளையும் கதைகளையும் அவற்றின் மூலாதாரங்களை மறைத்து ஜனங்கள்முன் தன்னுடைய சொந்த ஞானமாகப் பரிமாறத் தெரிந்த தந்திரமுமேயல்லாமல் வேறில்லை என்றும் குரோதத்துடன் மொழிந்தான், பூசாரியொன்றும் ஞானியன்று, ஆனால் புத்திசாலி, மதி பாதி மாயம் பாதியென்கிறார்போல தன் அறிவை எப்படி அச்சமூட்டும் மந்திர வித்தைகளாயும் ஜனங்களின் வியப்பாயும் மாற்றுவது என்பதைத் தெரிந்துவைத்திருப்பவன், ரகசியங்கள் தான் அவனுடைய பெரிய பலம், அவையோ ஸ்வப்னஹள்ளி எரிப்பிற்கு முன்புவரையில் அவனுடைய வீட்டின் நிலவறையொன்றில் அவன் மறைத்துவைத்துப் பாதுகாத்துக்கொண்டிருந்த அரிய ஏட்டுச்சுவடிகளுக்குள் புதைந்துகிடந்தன, வெகு அபூர்வமானவையும் வினோதமானவையும் தீர்க்க வாசகங்களைக் கொண்டவையுமான அந்த ஏட்டுச்சுவடிகளில் தொன்றுதொட்டு இவ்வுலகில் நடந்த நிகழ்வுகளனைத்தும் குறித்துவைக்கப் பட்டிருந்தன என்று பின்னாளில் பசவியாக்கப்பட்ட என் தங்கையிடம் அவனே பலமுறை கூறியிருக்கிறான், ஒரு சிறிய குடிசைக்குள் அப்படியொரு பகுதி இருக்குமென்று கற்பனை செய்துகூட பார்க்கப்பட முடியாத அந்த நிலவறையை யாரும் அண்டவியலாதபடி கண்களுக்குப் புலப்படாத மாய அரண்களையும் அவன் எழுப்பி நிறுத்தியிருந்தானென்றும், அந்த அரண்களினூடே நகரும் வழிகளுக்கும் தாண்டவராயன் கதைக்குள் காற்றுப்புலியை கோணய்யன் பிடித்த சர்க்கத்திற்கும் அநேக ஒற்றுமை களைத் தான் கண்டதாயும் ஒருவேளை பூசாரியே அந்தச் சர்க்கத்தைத் தானே யாத்துப் பிற்காலத்தில் அதை ஓர் இடைச்செருகலாக்கி ஜனங்க ளிடையே உலவவிட்டிருக்கலாமென்றும் அவள் என்னிடமும் எங்களுடைய விளையாட்டுத் தோழனான விபூதியிடமும் சொல்லி யிருக்கிறாள், சுல்தான் தன் நூல்களின் வைப்பறைகளைச் சுற்றி எழுப்பி நிறுத்தியிருக்கும் ஸ்தூல ரூபமான மண்ணரண்களைக் குழந்தையின் கைகளை விலக்குவதைப் போல விலக்கி வெற்றிகொள்ளலாமென்று ஒரு தேர்ந்த திருடனின் சாதுர்யத்தோடும் தன்னம்பிக்கையோடும் தைரியத்தோடும் அவன் இயம்புவதை நீங்கள் இந்தக் கோணத்திலிருந்துதான் பார்த்துப் புரிந்துகொள்ள வேண்டும், பூசாரியின் நூலார்வத்திற்கும் ஒரு காரணத்தை என் தங்கையே ஊகித்துச் சொல்லியிருக்கிறாள், உலகத்தில் இதுவரையில் நடந்த அத்தனை சம்பவங்களையும் இரவு நேரத்துக் கதைப்பாடல்களாக்கி உயிர்ப்பித்து எழுப்பும் வல்லமையுள்ளவர் களாயிருந்த துயிலார்களுக்குத் தங்களுடைய சொந்த வரலாறு மட்டும் மறந்துபோகுமென்று பூர்வ காலத்தில் பேராசையால் ஆயுளை அதிகரிக்கச் செய்யும் நெல்லிக்கனிகளைத் தேடி அவர்கள் வனத்தினுள் புகுந்தபோது வனதேவதை ஒருத்தி அவர்கள் மேல் சாபமிட்டாளென்றும், அந்தக் கணக்கில் துயிலார்கள் தங்களுடைய சுய வரலாற்றை விலையாகக் கொடுத்துத்தான் நீண்ட ஆயுளைப் பெற்றுக்கொண்டார்கள் என்றும்

அவர்களைப் பற்றிய ஆதிக்கதை ஒன்று இங்கே புழக்கத்திலிருக்கிறது, ஆனால் பின்னாளில் தன்னுடைய மாயாகிருதியைத் தக்கவைத்துக்கொள்ள பூசாரி அவனும் அவன் தகப்பனுமாகச் சேர்ந்து நூறு வருடங்களுக்கு முன்புவரை நாலாம் வர்ணத்தவராய் அறியப்பட்டிருந்த துயிலார்களைக் கடைத்தேற்றப்போவதாகச் சொல்லிக்கொண்டு துவக்கிய சங்கத்தின் அங்கத்தினர்கள் மூலமாக நீண்ட ஆயுள் என்பது தன்னைக் காட்டிற்குள் வைத்துப் பராமரித்த துயிலார்களுக்கு தாண்டவராயன் ஆதியில் அளித்த வரமென்றும் மேலும் அது ஸ்திரீகளின் புதிய, வலி மிகுந்த கற்பனைகள் ஒவ்வொன்றும் தமக்குள் காலத்தாற்கொள்ளும் இடைவெளியேயன்றி வேறில்லையென்றும் சமஸ்தானங்களில் வேறொரு கதையைப் பரப்பி விட்டான், இது யாருக்குமே புரியாத ஒரு விளக்கம், ஆனால் இதைச் சொல்லித்தான் அவர்கள் தங்களை மேல்வர்ணத்தவர்களுக்கு இணையாக உயர்த்திக்கொள்ளப் பிரயத்தனப்பட்டுக்கொண்டிருக்கிறார்கள், அதாவது தாண்டவராயன் கதைப்படி பெண்களின் கற்பனையில் பிறந்த துயிலார்கள் அவ்வக் காலத்திய ஸ்திரீகளின் கற்பனைகள் பூர்த்தியாகிற போது, அல்லது அடுத்த காலத்து ஸ்திரீகள் முதிய பெண்களுடைய எதிர்காலக் கற்பனைகளுக்கு நிஜவடிவம் கொடுக்க முற்படும்போது, தங்களுடைய ஒரு தலைமுறையின் ஆயுளை முடித்துக்கொள்கிறார்களாம், அதாவது ஒவ்வொரு துயிலான் பிறக்கும்போதும் ஸ்திரீகளினுடைய புதிய கற்பனைகள் காலத்தின் தொன்மையிலிருந்து தங்கள் கண்களைத் திறந்துகொள்கின்றனவாம், இந்தச் சமத்காரமான பிரச்சாரமும் அதற்குத் துணைபோகும் யவ்வனத்தின் அதிசயமும்தான் பூசாரியின் அசாதாரண மான, ஆனால் யாரும் முயன்றால் சாத்தியமாக்கிக்கொள்ளக்கூடிய, நூலறிவைக் காலங்கடந்த ஞானமாயும், கண்கட்டு வித்தைகளைப் பகவத் பிரசன்னமாயும் ஜனங்கள்முன் காட்டிக்கொண்டிருக்கிறது, ஸ்திரீகளின் பிறப்பும் துயிலார்களுடைய ஆயுளும் தாண்டவராயன் கதையும் இணைந்து உருவாக்கும் மதிமயக்கத்தையேற்படுத்துகிற வாதங்களின் அநாதி வண்ணமும் பூசாரியினுடைய ஒவ்வோர் அசைவின் மேலும் தன் மாயத்தன்மையைப் பிரதிபலித்து ஜனங்களின் கண்களைக் கட்டிப்போட்டிருக்கிறது, அவன் அதை உபயோகித்துக்கொண்டு பாரமஹால் வட்டாரத்தில் ஒரு தெய்வப்பிறவியாகத் தன்னைச் சித்திரித்துக்கொண்டிருக்கிறான் (ஜனங்கள் என்னை யார் என்று சொல்லுகிறார்கள் என்று கேட்டார். அதற்கு அவர்கள் சிலர் உம்மை யோவான்ஸ்நானன் என்றும் சிலர் எலியா என்றும், வேறு சிலர் பூர்வகாலத்துத் தீர்க்கதரிசிகளில் ஒருவர் உயிர்த்தெழுந்தார் என்றும் சொல்லுகிறார்கள் என்றார்கள். நீங்கள் யார் என்று என்னைச் சொல்லு கிறீர்கள் என்று கேட்டார். பேதுரு பிரதியுத்தாரமாக நீர் தேவனுடைய கிறிஸ்து என்றான்), அதேசமயம் சாபத்தால் மறக்கடிக்கப்பட்டுவிட்ட துயிலார்களுடைய இன வரலாற்றைத் தேடி அவன் ரகசியமாகப் பிசாசைப் போல பறந்து பறந்து பற்பல நூல்களைச் சேகரித்துப் படித்துக் கொண்டுமிருக்கிறானென்று என் தங்கை எங்களிடம் சொல்லுவாள், பிதிர் சஞ்சார மார்க்க போதினியைத் தன் சொந்தக் கண்களாலேயே காண வேண்டுமென்பதில் அவன் ஏன் இத்தனைப் பிடிவாதமாக இருக்கிறான் என்பதற்கான காரணமும் இப்படித்தான் பார்க்கப்பட

வேண்டும், பாரமஹால் முழுவதிலுமே அபூர்வமான ஏட்டுச்சுவடிகள் வீடுகளின் பரண்களிலிருந்து தேள்கள் உதிர்வதைப் போல உதிர்வதொன்றும் அதிசயமான விஷயமில்லைதான், ஆனால் அவற்றைப் பூசாரியைப் போல சரியான வழியில் தனக்கிசைவாக உபயோகிக்கத் தெரிந்தவர்களைப் பார்ப்பதுதான் அரிதான விஷயம், சண்டைக்குப் பிறகு பிரெஞ்சு அரசும் துருக்கி ராஜாவும் சுல்தானுக்கு எழுதியிருந்த கடிதங்களின் குவியல்களைத் தேடிக் கும்பெனிக்காரர்கள் கிருஷ்ணகிரியிலிருந்த வீடுகளின் பரண்கள் முழுவதையும் உலுக்கித் தலைகீழாகக் கவிழ்த்திக் கொண்டிருந்தபோது கிடைத்த பல மிக அரிதான ஏட்டுச்சுவடிகளை அப்போதே வீட்டுச் சொந்தக்காரர்களை அச்சுறுத்தியும் அடிமாட்டு விலை பேசியும் வாங்கி லண்டனுக்குக் கடத்திக்கொண்டுபோய்விட்டார்கள், இவற்றில் எதுவுமே சுல்தானின் வசம் அந்தப் பாளையம் இருக்கும்போது வெளியே வரவேயில்லை, அவ்வளவுதான் ஜனங்களின் விசுவாசம், அவர்கள் ஓர் இந்திய மன்னனின் ஆட்சியின்கீழ் இருக்கத் தகுதியற்றவர்கள் தான், ஆனால் சூலகிரி பாளையக்காரருக்குப் பிறகு பல்குணம் முதலியார் இந்த விஷயத்தில் இன்னோர் அரிதான நபர் என்றும் மீனவிலாஸத்தின் மாடியறையும் அங்கிருக்கும் ஒரு திறக்கப்படாத அலமாரியும் பலவிதமான கதாரூபங்களில் ராயக்கோட்டை இளைஞர்களிடையே புழக்கத்திலிருக்கிறது என்றும் சொல்லக் கேள்வி, பூசாரியைப் பொறுத்தமட்டில் அவன் கொடை நாட்களில் சிறப்பு அழைப்புகளின்பேரில் சமஸ்தானங்களுக்குச் செல்லும்போதெல்லாம் ஊரார் வீட்டுப் பரண்களில் அனாமத்தாகக் கிடக்கும் பழைய ஏடுகளை நைச்சியமாகப் பேசி வாங்கியும், அவை இருந்தால் அவற்றில் கூறப்பட்டிருக்கும் அமங்கல வார்த்தைகளின் சக்தி வீட்டில் துர்நிமித்தங்களை உருவாக்கும் என்று கூறிப் பயமுறுத்தியும் அவற்றைத் தானே எரித்துவிடுவதாகச் சொல்லித் தந்திரமாக அபகரித்து ஸ்வப்னஹள்ளிக்குக் கொண்டுவந்துவிடுவானாம், நம்பிக்கைத் துரோகங் களையும் ஏமாற்றுதல்களையும் அச்சுறுத்தல்களையும் நியாயமான வியாபார உத்திகளாக்கும் ஒரே வஸ்து நூல்கள்தான் என்று அவன் என் தங்கையிடம் அடிக்கடி கூறிச் சிரிப்பதுண்டாம், நிஜத்தோடு கற்பனையைக் கலந்து கேட்பவர்களைப் பிரமிக்கச் செய்வதில் அவன் சமர்த்தனாயிருப்பதற்கு அவனுக்கு அவனுடைய வயதும் ஒத்துழைக்கிறது, பூசாரி காலங்கடந்த பிராயத்தினன் என்பது, துரதிர்ஷ்டவசமாக, உண்மை யான ஒன்றாகயிருக்கிறது, அவன் வயது இருநூறைத் தாண்டியதாக இருக்குமென்று தாராளமாகச் சொல்லலாம், முப்பத்தைந்து வயதிற்குப் பிறகு மூப்பை நோக்கி நீளத் தொடங்கும் உடலின் நாடி நரம்புகளை இவனுடைய மூதாக்களைப் போலவே இவனும் தன் கட்டுப்பாட்டிற்குள் வைத்துக்கொண்டிருக்கிறானென்று துயிலார் சங்கத்தின் உறுப்பினர்கள் சொல்லிக்கொண்டு திரிவதை நானே நம்புகிறேன், ஒருகாலத்தில் துயிலார் இனம் முழுவதுமே நீண்ட ஆயுளைக் கொண்ட மனிதர்களின் இனமா யிருந்தது என்றும், சாதிக் கலப்பால் பிறகு அதில் பூசாரியையும் அவனுடைய பாட்டன் பூட்டன்களைப் போலவுமான மிகச் சில வைராக்கியர்களைத் தவிர பிறர் அந்தச் சக்தியை இழந்துபோனார்களென்றும் அவர்கள் சொல்கிறார்கள், ஸ்வப்னஹள்ளியில் எங்கள் குடும்பம் குடியிருந்த காலத்தில் அந்த ஊரில் அதற்கு முற்பட்ட மூன்று

தலைமுறைகள் பூசாரியை முப்பத்தைந்து வயதினனாகவே அறிந்திருந்தன என்று சொல்லிக் கேட்டிருக்கிறேன், அதற்கு முந்தைய தலைமுறையில் யாரேனும் அவனைக் குழந்தையாகவோ சிறுவனாகவோ பார்த்திருக்கக் கூடும், ஆனால் யார் அதைச் சொல்ல இப்போது உயிரோடு இருக்கிறார்கள், நாளடைவில் பூசாரியைப் பற்றிய உண்மையான தகவல்கள் பரம்பரைகளின் ஞாபகங்களிலிருந்து அழிந்துபோய் அவனை ஒரு நடமாடும் காலமாயும், பிரத்யட்சப் புராணிகமாயும் மாற்றிவிட்டுவிட்டன, அவனுடைய காலத்திற்கு முன்புவரை துயிலார்களின் ஆயுள் மீதான ஜனங்களின் வியப்பு ஒருபோதும் அவர்களுடைய வர்ணத்தின் மீது மேல்வர்ணத்தவர்கள் சமரசம் செய்துகொள்ளும் தெய்வீக சக்தியாகப் பார்க்கப்பட்டதே யில்லையென்பதை நாம் தெரிந்துகொண்டோமானால் பூசாரியின் வாக்குச் சாதூர்யம் எப்படிப்பட்ட சக்தி வாய்ந்தது என்பதையும் நாம் எளிதாகவே ஊகித்துக்கொண்டுவிடலாம், நீரில் கரைக்கப்பட்ட கந்தகத்தையும் பாஸ்பரஸையும் அவன் குடிக்கிறானென்பதும் ஜடிதச் செடியின் வேரைக் கன்னங்களுக்கிடையில் அடக்கிக்கொள்கிறான் என்பதும் தெரிந்த உண்மைதானென்றாலும் அவற்றைத் தன் உடலினுள் முதிராத யவ்வனமாக மாற்றிக்கொள்வதற்கான ரசவாதத்தை அவனும் அவனுடைய முன்னோர்களும் எங்கிருந்து கற்றுக்கொண்டார்கள் என்கிற ஜனங்களுடைய வியப்பைத்தான் அவன் தன் பலமாக மாற்றித் தக்கவைத்துக்கொண்டிருக்கிறான், இம்மாதிரி ஆயுளைத் தக்கவைத்துக் கொள்ளவும் இளமையை நீட்டித்துக்கொள்ளவுமான வழிமுறைகள் ஜோகிகள் எழுதி வைத்திருக்கும் ரகசிய ஏடுகளிலிருப்பதாகச் சொல்வார்கள், அதை முன்பு எப்போதோ எப்படியோ அவர்களிடமிருந்து துயிலார்கள் தங்கள் வழக்கப்படி அபகரித்துக்கொண்டிருந்திருக்க வேண்டும், மறைக்கப்பட்ட புதையல்களுக்காக ஆவிகளோடு பழக்கம் வைத்துக்கொண்டிருப்பவரென்று நம்பப்படுகிற பல்குணம் முதலியாருக்குப் பூசாரி மீதிருக்கும் நட்புக்கூட ஆயுளை நீட்டிக்கும் ஜடித ரசாயனத்தின் வாய்ப்பாட்டை என்றாவது ஒருநாள் அவனிடமிருந்து நைச்சியமாகப் பேசிக் கைப்பற்றிவிடும் ஆசையினால்தான் என்றும்கூட ராயக்கோட்டை இளைஞர்கள் வட்டாரத்தில் ஒரு பேச்சிருக்கிறது என்பது அங்கே அடிக்கடி போய்வருகிற எனக்குத் தெரியும், கடைசியில் தூங்காத இரவுகளின் சொந்தக்காரர்கள் என்று பொருள்படும்படியான துயிலார் என்கிற பெயரைக் கொண்ட இனத்தின் சாதிக் கலப்படமில்லாத கடைசிக் கொழுந்துகளில் ஒருவனாயும், தாண்டவராயன் கதையின் அர்த்த பேதங்களையும், அதன் சொல்லப்படாத பகுதிகளையும் அறிந்தவனாயும் தன்னைச் சனங்களின் மத்தியில் தன் சங்கத்தின் துணையோடு பிரபலப்படுத்திக்கொண்டிருக்கும் இந்தப் பூசாரியின் அத்தனை சுவடிகளையும் அவன் என் தங்கைக்குச் செய்த அநியாயத்திற்குப் பரிகாரமாக அவன் குடிசையோடு சேர்த்து அந்த இரவில் எரித்து நான் என் பழியைத் தீர்த்துக்கொண்டேன், மாந்திரீகங்களாலான அவனுடைய உயிர்நிலை அவன் மறைத்துவைத்திருந்த சுவடிகளில்தான் மறைந்திருந்தது என்பதை எங்கள் தலைமுறையில் அறிந்திருந்த ஒரே உயிர் என் தங்கைதான், அவள்மீது அளப்பரிய வாஞ்சை வைத்திருந்த இந்தப் பூசாரி யாரும் அனுமதிக்கப்படாத தன் வீட்டிற்குள் அவளை மட்டும்

அனுமதித்திருந்தான், நான் ஒத்துக்கொள்ளவில்லையென்றாலும்கூட அவள் ஒரு தெய்வப்பிறவியென்று அன்று அவன் ராயக்கோட்டையில் உங்கள் வீட்டில் வைத்துச் சொன்னதற்குக் காரணம் அவள் அவன் தன் சுவடிகளின் வைப்பறையைச் சுற்றி எழுப்பியிருந்த மாய அரணைத் தன் குழந்தைமையால் தகர்க்கத் தெரிந்தவளாயிருந்தாள் என்பதால்தான் என்று எனக்குத் தெரியும், ஸ்திரீகளின் கற்பனையிலிருந்து பிறந்தவர்கள் என்று தங்களைச் சொல்லிக்கொள்ளும் துயிலாரினத்தவனான அவன் அவளைப் பசவியாக்கி ஊரைவிட்டு வெளியேற்றியதைக் காலத்தை யனுசரித்த தர்மங்கள் ஆயிரம் நியாயப்படுத்தினாலும், அதற்கான ரகசியக் காரணம் அவன் கண்கூடாகக் கண்டுபிடித்த அவளுடைய அந்தத் தெய்வத்தன்மைதானென்பதைத் தவிர வேறெதுவுமாய் இருக்க முடியாது, இத்தனைக்கும் அவள் அவன் வீட்டில் சுவடிகளையும், அவை அடுக்கிவைக்கப்பட்டிருக்கும் நிலவறையையும் தன் கண்களால் கண்டபோது அவற்றை என்னவென்றே புரிந்துகொள்ள முடியாத சிறுமியாகத்தானிருந்தாள், ஆனால் மேலும் சில வருடங்கள் ஸ்வப்னஹள்ளியிலேயே இருந்திருப்பாளாயின் அவள் தானும் தன்னைப் போலப் பூசாரியும் சாதாரண மனுஷ ஜென்மங்கள்தான் என்பதை நிரூபித்துத் தன் செல்வாக்கிற்குத் தரையில் கால்பாவக்கூடிய மனித யத்தனங்களை மட்டுமே நம்பியிருக்க வேண்டிய நிலைக்கு அவனைக் கொண்டுவந்துவிட்டிருப்பாள் என்பது நிச்சயம், என் தங்கை மட்டுமன்று, அவள் அதை ஒரு கதைபோல விரித்துச் சொல்லுவதைத் திறந்த வாய் மூடாமல் கேட்டுக்கொண்டிருந்த நானும் விபூதியுமேகூட அந்த வயதில் அதிலிருந்து எதையும் ஸ்தூலமாகக் கிரகித்துக்கொள்ளவியலாத சிறுவர்களாய்த்தானிருந்தோம், நான் வளர்ந்து பக்குவமடைந்த பின்னாளில், அதுவும் ஸ்வப்னஹள்ளியிலிருந்து வெளியேறி இங்கே சீரங்கப்பட்டணத்திற்கு வந்துசேர்ந்த பல வருடங்களுக்குப் பிறகுதான் பூசாரி தன்னிடம் காட்டியதாயும் விளக்கியதாயும் ஒப்புக்கொண்டதாயும் என் தங்கை என்னிடமும் விபூதியிடமும் முன்பு சொல்லிக்கொண்டிருந்த வற்றின் பொருளும், அவனுடைய வீட்டில் கண்டதாக அவள் சொன்ன ஏட்டுச்சுவடிகளின் பெயர் வரிசைகளும் எனக்குக் கொஞ்சங்கொஞ் சமாகப் புரியத் தொடங்கின, என் ஞாபகசக்தி சரியாக இருக்குமானால் இவற்றில் அய்யங்கார் சுல்தானின் வாசிப்பறையில் இருப்பதாகச் சொன்ன நூல்களில் சிலவற்றின் பெயர்கள்கூட அடக்கம், போதி தர்மரின் கடல்வழிப் பயணம், இந்தியர்கள் அகஸ்டஸுக்குத் தந்த பரிசுப் பொருட்களின் விவரங்கள், குங்கன்னா பு–லோவின் வைரப் பள்ளத்தாக்குகளிலிருந்து மரகதக் கற்களைக் களவாடும் முறைகள், தெற்கின் எட்டுப் பு–லோக்கள், சம்பாவில் யானை பிடிக்கும் முறை, ஜார்டனஸ் துறவியின் கருத்துப்படி இந்தியாவில் மதமாற்றத்திற்கான வாய்ப்பு, மாலத்தீவுப் பெண்களின் சிகையலங்கார வகைகள், வெய்யூவன் தேசத்து முத்துச் சலாபம் என்று இப்படி நிறைய, ஆனால் அப்போது ஸ்வப்னஹள்ளி நினைவுகள் என் மனதிலிருந்து மங்கிப்போய் அதன் மீதான வெறுப்பும் ஒரு தூர ஞாபகமாக மனதின் வெகு ஆழத்தினுள் பதுங்கிவிட்டிருக்கவே அனைத்திற்கும் காரணம் விதி என்பதான ஓர் அபிப்பிராயத்தில் பலப்பல சமயங்களில் பலப்பல சம்பவங்களின்

கடைசலுக்குட்பட்டு என்னுள்ளிருந்து தன்னிச்சையாகவே மிதந்து பிரக்ஞையின் மேல்மட்டத்தில் தரைதட்டிய பூசாரியைப் பற்றிய அறிதல்களை நான் பெரிதாகப் பொருட்படுத்தவில்லை, ஆனால் கடவுள், அவர் எந்த மதத்தைச் சேர்ந்தவராகவே இருக்கட்டும், தன் குழந்தைகளின் மரணத்திற்கு அதற்குக் காரணமாயிருந்தவர்களைப் பழிவாங்குவதில் எப்போதும் விருப்பமுள்ளவராகவேயிருக்கிறார், வருடங்களுக்குப் பிறகு, அரசர்களைப் பழிவாங்க மார்டின் லூதருடைய நூலைப் பாரீஸ் தெருக்களில் பராரிகள் உபன்யாசிக்க அருள் செய்ததைப் போல ஸ்வப்னஹள்ளித் தெருக்களில் விபூதியின் மூலமாக அவர் நீலவேணியின் பாதையை அந்தக் கிழட்டுத் தாசரி முணுமுணுக்க அருள் செய்தார், என் பழி தீர்ந்தது, என்ன, அதே சம்பவம் ஸ்வப்னஹள்ளியிலிருந்த தன் நூல்களின் வைப்பறையை எரித்தழித்த சுல்தானுடைய நூலகத்தின் அரண்களைத் தானும் தகர்ப்பதன் மூலம் அவரைப் பழிவாங்க வேண்டுமென்கிற எண்ணத்தைப் பூசாரியின் மனதிலும் வளர்த்துவிட்டது.

பூசாரியின் மீதான கௌடவின் பழிப்புகளில் தங்கைக்கு நேர்ந்த சீரழிவை முன்னிறுத்தித் தன் மனதிற்குள் அவன் வளர்த்துக் கொண்டிருந்த வன்மமும் பூசாரியின் குடிசைக்குள் நுழைவதற்கு அனுமதிக்கப்பட்டிருந்தவளென்று சொல்லப்பட்ட அந்தப் பெண்ணின் பேதைப் பிராயமும் கணிசமான அளவிற்குத் தங்களுக்குச் சாதகமான கற்பனைகளைச் சேர்த்திருக்கக்கூடுமென்றும் ஆகவே பூசாரியின் வாயாலேயே அவற்றைக் கேட்க வாய்ப்பு கிடைக்காதவரை கௌடவின் கூற்றுகளனைத்தையும் அப்படியே உண்மையென்று எடுத்துக்கொள்ள வேண்டியதில்லையென்றும் ட்ரிஸ்ட்ராம் அப்போது தன் மனதில் எண்ணிக்கொண்டான். பூசாரியும் பிறகு ஒருபோதும் அவனைப் பற்றிப் பூங்காவனச் செட்டியாரும் கெங்கம்மாவும் கௌடவும் ஸ்வப்னஹள்ளி அகதிகளும் அவ்வப்போது சொல்லிக்கொண்டிருந்த கதைகளை மறுக்கவோ அல்லது அங்கீகரிக்கவோ செய்யும் சுயபுராணமெதையும் சொல்லித் தன்னைப் பற்றிய ஸ்திரமான சித்திரத்தை மனதில் வரைந்துகொள்ள ட்ரிஸ்ட்ராமிற்குச் சந்தர்ப்பமெதையும் கொடுக்கவில்லையானாலும் கௌட சொன்னவற்றில் உண்மையின் விழுக்காடே அதிகமிருக்கும் என்று ட்ரிஸ்ட்ராம் முடிவுசெய்துகொள்ளத்தக்க சந்தர்ப்பங்கள் அடிக்கடி வந்துகொண்டுதானிருந்தன. அவர்கள் பேசிக்கொண்டிருந்த நேரத்தில் அய்யங்கார் வீட்டின் புழக்கடை வாசலுக்கும் அதற்குச் சற்று தொலைவிலிருந்த முஸ்லிம் குயவர்களின் குடியிருப்பிற்குமிடையே சேர்ந்திருந்த நதிக்கரை வண்டலில் அடர்ந்து வளர்ந்திருந்த கோரைப் புதர்ப் பகுதியிலிருந்து அய்யங்காரின் வேண்டாவெறுப்பான உதவியுடன் நூற்றுக்கணக்கான மின்மினிப் பூச்சிகளைப் பிடித்து அவற்றைத் தான் கொண்டுசென்ற கண்ணாடிப் புட்டிக்குள் சேகரித்துக்கொண்ட பூசாரி (புட்டியை ஒருதுணியில் சுற்றித் தோள்பைக்குள் வைத்துக்கொண்டுவிட்டால் பிறகு யார் கவனத்தையும் அது கவரப்போவதில்லை, இதை நாளை இரவு நூலகத்திற்குப் போகிற வழியில்கூடச் செய்துகொண்டிருக்கலாம்தான், ஆனால் இன்றைய பொழுதைப் போல அவகாசமும், அமைதியான, பூச்சி பிடிப்பவர்களை வேடிக்கைபார்க்கும் ஆட்கள் யாருமற்ற அனாதிச் சூழலும்

நாளைக்குக் கிடைக்குமோ கிடைக்காதோ, மேலும் அடைக்கப்படும் மினுக்கிட்டாம் பூச்சிகள் எப்படியும் மூன்று நாட்கள்வரை உயிருடன் இருக்கும், ஜதைகளாகப் பார்த்தே பிடித்து உள்ளே விட்டிருப்பதால் இரண்டு நாட்கள்வரை வெளிச்சத்தைக் கசியவிடும் பரபரப்பையும் அவை கைவிடாதிருக்கும், அதற்குள் நாங்கள் எங்கள் வேலையை முடித்துக்கொண்டுவிடுவோம்) பிறகு வீட்டிற்குள் நுழைந்து எண்ணெயும் திரியும் புகையும் இல்லாமல் எரியும் விளக்கு இதுதானென்று அந்தப் புட்டியை அவர்கள்முன் வைத்தபோதும், ட்ரிஸ்ட்ராமைத் தன்னுடன் அழைத்துச்செல்ல உதவப்போகிறதென்று சொல்லியபடி தன் சொக்காய்ப் பைக்குள்ளிருந்து நெற்றிப் பொட்டின் அகலத்திலும் அரையங்குல கனத்திலுமிருந்த ஒரு தகரக்குப்பியை எடுத்துத் திறந்து அதனுள்ளிருந்த கரிய நிற, களிம்பு போன்ற வஸ்து ஒன்றை நீட்டியபோதும், அவன் விரித்த இரண்டு வழிகளுமே கௌட சந்தேகப்பட்டதைப் போலவே மற்றவர்களால் மறுத்துப் பேச முடியாத முரட்டுத்தனத்தையும் புராதனத்தையும் மாயத்துவத்தையும் கொண்டிருக்கத்தான் செய்தன. ஆனாலுமே விளக்காக மின்மினிப் பூச்சிகளை உபயோகப்படுத்திக்கொள்ளும் அவனுடைய யோசனையின் மீது, அவற்றின் அலைவு இரண்டடி தொலைவுவரை மேசையின் மேலிருந்த வஸ்துகளைப் பிரபலமாகத் தெரியக் காட்டியபடி துடித்துக்கொண்டிருந்ததைப் பார்த்த பிறகும்கூட, யாருக்கும் நம்பிக்கை ஏற்படவில்லையானாலும் அதை மறுக்கவும் காரணமெதையும் கண்டுபிடிக்க முடியாமல் திணறிக்கொண்டிருந்த கௌடவிடமிருந்து நகாய மை என்று பூசாரியால் குறிப்பிடப்பட்ட அந்தக் களிம்பு அது அடைக்கப்பட்டிருந்த சிறிய குப்பியை அவன் திரும்பத் தன் சொக்காய்ப் பைக்குள் போட்டுக்கொள்ளும் முன்பாகவே பெருத்த ஆட்சேபணையைக் கிளப்பிவிட்டுவிட்டது. அவன் தன் தலையில் இடி விழுந்ததைப் போல சந்தர்ப்பமேயில்லை என்று அலறினான். பதிலுக்குப் பூசாரியும் அந்த நிலை ஒவ்வொரு பிணத்தினுடைய பூர்வ வாழ்க்கையையும் பாவத்தின் வேர்கள் துளைத்திருக்குமென்கிற நிதர்சனத்தை ஒத்துக்கொள்ள அஞ்சுகிறவர்களுக்கு என்று கோபமாகவே பதில் சொன்னான். மரபார்ந்த நம்பிக்கைகளோடு பிணைக்கப்பட்ட நகாயம் என்கிற நிலத்தடித் தாவரத்தைப் பற்றி பூசாரியினளவிற்கே கௌடவிற்கும் விவரங்கள் தெரிந்திருந்ததால் (இடங்கள் பற்றின மயக்கத்தையும் மனிதர்கள்மீதான மறதியையும் ஏற்படுத்துகிற சக்தியைக் கொண்ட ஒருவகைக் களிம்பை (பாண்டவர்கள் அரக்கு மாளிகைக்குள்ளிருந்தபோது அழைப்பின்பேரில் உள்ளே நுழைந்த துரியோதனன் நீரைத் தரையென நினைத்துத் தடுமாறி விழுந்தது திரௌபதி தன் கண்களில் இட்டுக்கொண்டிருந்த நகாய மையின் சக்தியால்தான்) தயாரிக்கப் பயன்படும் காய்களைக் காய்க்கிற இந்த நகாயத்தைத் தேடியலைந்துதான் சித்தர்களில் பாதிப் பேர் வாழ்வின் நிலையாமையைத் தெரிந்துகொண்டார்கள் என்பார்கள், காரணம், நகாயம் அழுகிய பிணங்களின் உடலிலிருந்து வளர்வது, மண்ணில் வளரும் தாவரங்களத்தனையுமே பிணமாகி மக்கிப் போனவற்றை உரங்களாகக் கொண்டு வளர்ப்பவைதான், ஆனால் நகாயம் நேரடியாகவே மட்கும் பிணங்களின் திசுக்களில் இலை தண்டாயும், மலர் காயாயும் வேர் பிடித்து வளர்வது, அது மண்ணுக்கு வெளியே வளரக்கூடியதுமில்லை,

நீருக்குள் பூத்துக் காய்க்கும் தாவரங்கள் இருப்பதைப் போல இருட்டை உண்டு அழுகலை சுவாசித்து மண்ணை ஊடுருவி ரகசியத்தைக் காயாகக் காய்க்கும் செடி நகாயம், மேலும் எல்லா இறந்த உடல்களும் நகாயத்தைக் கிளைப்பதுமில்லை, உயிருடனிருக்கும்போது தங்கள் ரத்தத்தில் பல பட்டறையான நிலங்கள், மனிதர்கள், காலங்கள் மற்றும் பால்களின் உறவுகள் கலந்துகொள்ள அனுமதிக்கிற பரதேசிகளும் வேசிகளும் அலிகளும்தான் சாவுக்குப் பின் நகாயமாகிறார்கள், இன்னொரு முறையில் சொல்வதானால் நகாயம் உயிருடனிருக்கும்போது எதோடும் தங்களை அடையாளப்படுத்திக்கொள்ள இயலாமல் தவிப்பவர்களுடைய துக்க நீக்கம், புதைபட்ட உடலிலிருந்து நகாயம் வளர்ந்திருப்பதென்பது உயிருடனிருந்தபோது அந்த மனித ஜென்மத்தி னுடைய அலைச்சலையும் சோரத்தையும் அந்தரங்கத்தையும் அதையறியா தவர்களுக்கு அம்பலப்படுத்தும் அடையாளம் என்பது பொதுவான நம்பிக்கையென்பதால் யாரும் மண்ணைத் தோண்டிப் பார்த்து நகாயத்தின் இருப்பையோ இன்மையையோ ஊர்ஜிதப்படுத்திக்கொள்ள முனைவதில்லை) அவர்களுக்கிடையே பிரமாதமான வாக்குவாதம் மறுபடி ஆரம்பித்துவிட்டது. நகாய இனம் ஒழிந்துவிட்டது என்பதில் கௌட உறுதியாக இருந்தான். நகாயக் களிம்பைக் கையில் வைத்திருப்பதாக பூசாரி சொல்லுவதெல்லாம் கட்டுக்கதை, ஏமாற்று வேலை, நகாயம் ஒரு புராண காலத்துச் செடி, அந்த யுகத்தில்தான் அதன் தேவையும் அதற்கான நிலமும் கதையுமிருந்தது. ஆனால் அந்தியூர்ப் பாளையத்தருகே பிரபலமான அந்தக் கிறிஸ்தவப் பாதிரியார் இறந்த பிறகு கவனக்குறைவாக குறைந்த ஆழத்தில் புதைக்கப்பட்டுவிட்ட அவருடைய உடலை மோப்பம் பிடித்து ஒரு நரி வெளியே இழுத்துப் போட்டுவிட்டு ஓடியபோது அதில் வினோதமான செடியொன்று வேர்விட்டு வளர்ந்திருந்ததைப் பார்த்துவிட்டு அவருடைய வருடாந்திர நினைவு நாளைக் கொண்டாடத் தேவாலயம் மறுத்துவிட்டதையும் அவர் தங்கள் மடத்தின் உண்மையான ஊழியரில்லையென்று தலைமை மேற்றிராணியார் அப்போதே அறிவித்துவிட்டதையும் எதிர்த்து இறந்துபோனவரின் குடும்பத்தினர் சில வருடங்களுக்குமுன் திவான் கிரிமிரே சாயபுவின் கச்சேரிக்குக் கொண்டுவந்த வழக்கைப் பற்றிச் சொல்ல உன்னிடம் என்னயிருக்கிறது என்று பூசாரி கேட்டவுடன் அவன் வாய் தற்காலிகமாக அடைபட்டது. மேலும் நகாயக் களிம்பின் மீதான வாதப் பிரதிவாதங்களின் மேல் பெரிதும் ஈர்க்கப்பட்டுவிட்ட ட்ரிஸ்ட்ராமும் அது புராண காலத்துத் தாவரம் என்றே வைத்துக்கொண்டாலும் கதைகளின் மூலமாகப் பிரச்சினைகளுக்குத் தீர்வு உண்டு என்று தெ வில்லி உணவகத்தில் நிகோலஸுக்கு எதிராக வாதாடி கனவான்களின் கரகோஷத்தையும் பெண்களின் காதலையும் கௌடவே பெற்றிருக்கிறானென்பதை அவனுக்கு நினைவூட்டி அவனைச் சமாதானப்படுத்த முனையவே அறிவை ஆராதிக்கிற ஐரோப்பிய இனத்தவனும் தன்மீது அசைக்க முடியாத நம்பிக்கைகொண்ட நண்பனுமானதால் தனக்கு ஆதரவாகப் பேசுவானென்று தான் எதிர்பார்த்த ட்ரிஸ்ட்ராமும் இப்படிப் பேசத் தொடங்கியவுடன் தொடர்ந்து வாதிப்பதில் அவனுக்கு சலிப்பும் ஏற்பட்டது. ஆனால் நகாய விதைக் களிம்பைக் கண்களில் இட்டுக்கொண்டால்

அந்த நபர் ஓரிடத்தில் ஒளிந்திருப்பதை யாராலும் கண்டுபிடிக்க முடியாது என்றும், ஆனால் அதற்காக உருவத்தை மாயமாய் மறையச் செய்துவிடும் சக்தியைக் கொண்டது என்று யாரும் அதைத் தவறாக அர்த்தம் செய்துவிடக் கூடாது என்றும், நகாயம் தன்னைக் களிம்பாக்கிக் கண்களில் இட்டுக்கொள்கிறவனுடைய மனதிலிருக்கும் எண்ணங்களை உறிஞ்சி அவனுடைய பார்வையாக மாற்றிவிடும் சக்தி கொண்டதும் அப்போது அவன் பார்க்கிற வஸ்துவை அவனுடைய எண்ணமாக மாற்றிவிடும் வல்லமை கொண்டதுமான ஒன்று என்றும், பிறகு அதே வஸ்துவைப் பார்க்கிற யாரும் நகாய மையை இட்டுக்கொண்டவனின் எண்ணத்தையே தங்கள் பார்வையாகவும் பெறுகிறார்கள் என்றும், துரியோதனன் அரக்கு மாளிகையில் தரையென நினைத்து நீர்ப்பரப்பில் கால் வைத்து ஏமாந்துபோனானென்றால் உண்மையில் அவன் தடுக்கி விழுந்தது மயனின் பௌதீக சிருஷ்டியின் மேலன்று, மாறாக நகாயத்தைத் தன் கண்களிலிட்டுக்கொண்டு நீர்ப்பரப்பைத் தரையென வரிந்துகொண்டிருந்த திரௌபதியின் கற்பனை சிருஷ்டியில், அந்த நேரத்தில் துரியோதனனில்லை, அர்ச்சுனனே அங்கே வந்திருந்தாலும் அவன் கண்களுக்கும் அது நீர்த்தொட்டியாகவேதான் தென்பட்டிருக்கும், அதனால்தான் துரியோதனனைப் பார்த்து திரௌபதி சிரித்த நேரத்தில் அவளுடைய கணவர்களின் நடமாட்டம் பாரதத்தில் பிரஸ்தாபிக்கப் படவில்லை என்றும், தன் பின்னே ஒளிந்துகொண்டிருக்கும் ஒருவனை மறைத்துக்கொண்டு நிற்கும் ஒரு சுவர், அல்லது அது அவனைத் தன் பின்னே உட்காரவைத்துக்கொண்டு குதிரையில் செல்லும் ஒடிசலான உருவங்கொண்ட ஒரு பறங்கித் துரையின் முதுகாகவே இருந்தாலும் அது நகாயத்தின் சக்தியால் மறைந்துகொண்டிருப்பவனுடைய எண்ணத்தையே தன் சுயவொளியாகப் பரப்பும்போது அதைப் பார்க்கிற மூன்றாம் மனிதனுடைய கண்களுக்கு அது யாரையும் ஒளித்து வைத்திராத வெட்டவெளியாகவே தோன்றும் என்றும், அதே சமயத்தில் நிஜமாகவே அவன் ஒரு வெட்டவெளியில் நிற்கும்போது அங்கே அவனுடைய பார்வையை வாங்கவும் எதிரிக்குக் கொடுக்கவுமான பொதுவான வஸ்து இல்லையாதலால் தன்முன் ஒரு மறைவிடத்தை உருவாக்கிக் கொள்ள நகாயம் அவனுக்குப் பயன்படாது என்றும் கூறி நகாயத்தின் செயற்றிறனை அய்யங்காருக்கும் ட்ரிஸ்ட்ராமுக்கும் பூசாரி விளக்க முனைந்தபோது அவன் மறுபடி அவர்களுடைய பேச்சில் குறுக்கிட்டு, கடந்த இரண்டு நாட்களில் அவர்கள் எதிர்கொண்ட சௌகிகளில் காவலர்கள் ட்ரிஸ்ட்ராமின் பின்னே அமர்ந்திருந்த பூசாரியைப் பொருட்படுத்தாமலிருக்க அவனுடைய பரதேசிக் கோலம்கூட ஒரு காரணமாக இருக்கலாம் என்றும், அவன் சொல்வதைப் பார்த்தால் ட்ரிஸ்ட்ராம் ஒளிந்துகொள்வதும் பிடிபடாமல் தப்பிப் பிழைப்பதும் அவனுடைய சொந்த முயற்சியிலும் அதிர்ஷ்டத்திலும்தான் இருக்கிற தென்று தனக்குத் தோன்றுகிறதென்றும், கடலில் விழுந்துவிட்டவன் கரை சமீபித்துவிடுமென்கிற நம்பிக்கையொன்றையே துடுப்பாகக் கொண்டு விடாப்பிடியாக நீந்துவதைப் போல களிம்பிருக்கிறதென்கிற நம்பிக்கை சில துணிகரமான முயற்சிகளில் இறங்க ட்ரிஸ்ட்ராமை ஊக்குவிக்குமென்பதற்கு மேல் அதற்கு விசேஷ சக்தியெதுவும் இருப்பதாக

நம்ப வேண்டியதில்லையென்றும், அய்யங்கார் சொன்னபடி நூலகத்தினுள் நுழையும் வாய்ப்பு ஒருவனுக்குத்தான் இருக்கிறதென்றால் வீணாக அதில் விஷப் பரிசோதனைகள் செய்துபார்க்க வேண்டாம் என்றும் கடைசியாகத் தன் வாதங்களை முன்வைத்தான். அதை ட்ரிஸ்ட்ராம் காதில் வாங்கிக்கொள்ளவேயில்லையென்று தோன்றியபோது பூசாரி தன் கையில் வைத்திருக்கும் மை நிஜமாகவே நகாயத்திலிருந்துதான் உருவாக்கப்பட்டதென்றால் தன் கண்களிலும் அந்த மையைப் பூசிவிட்டுத் தன்னையும் ஏன் அவர்களுடன் அழைத்துச்செல்லக் கூடாதென்றும் அறைகூவல் விடுத்தான். ஆனால் பூசாரி அதற்கெல்லாம் மசியவில்லை. கேட்பவர்களுக்கெல்லாம் பூசிவிட அது ஒன்றும் சந்தனமில்லை என்று அவனும் கொக்கரித்தான். என் நெடிய வயது முழுவதையும் அர்ப்பணித்துப் பைராகிகளையும் குடுகுடுப்பைக்காரர்களையும் ஜோகிகளையும் சிநேகிதித்துப் பிணக் குழிகளைத் தோண்டித் தோண்டிச் சேர்த்த நகாய விதைகளின் மொத்தமே என் கையிலிருக்கும் இந்தச் சின்னக் குப்பியளவுதான், அதை மொட்டைச் சவால்களுக்காகவெல்லாம் பிரயோகித்து வீணாக்கிக்கொண்டிருப்பதற்கில்லை, அதிலும் என் மக்களை அகதிகளாக்கிய உனக்குத் தரும் உத்தேசம் எனக்குக் கிஞ் சித்தும் கிடையாது.

கடைசியில் பூசாரியும் கௌடவும் வழக்கம்போல வாதிட்டுக் களைத்த முனையில் முடிவு ட்ரிஸ்ட்ராமின் கைகளில் விடப்பட்டுவிட்டபோது அவன் பூசாரியை நம்பி அவனுடன் செல்லப்போவதாக அறிவித்துவிட்டான். அந்தக் களிம்பை நான் நம்புகிறேனா இல்லையா என்பது முக்கியமன்று, அதைப் பூசாரி நம்புகிறார், பூசாரியை நான் நம்புகிறேன். அதற்குப் பிறகு அவர்களிடையே மேற்கொண்டு விவாதங்கள் எதுவும் நிகழவில்லை. ஆண்டவன் மேல் பாரத்தைப் போட்டுவிட்டுக் காரியங்களைக் கவனிப்பது என்று அவர்கள் முடிவு செய்தார்கள். அப்படியாக அந்த இரவு கழிந்த பின் மறுநாள் ட்ரிஸ்ட்ராமும் பூசாரியும் அதிகமாக வெளியார் கண்களில் தென்பட்டுக்கொண்டிருக்கும் சந்தர்ப்பங்களைத் தவிர்க்கும் முகமாகப் போதுமான உணவுத் தயாரிப்புகளுடன் அவர்களை வீட்டினுள்ளேயே இருத்தி அய்யங்கார் தன் வீட்டை வெளிப்புறமாகப் பூட்டிக்கொண்டு லால் மஹாலுக்குப் போகும் வழியில் திறவுகோலையும் கௌடவின் கையில் கொடுத்துவிட்டு, நூலகத்திற்குப் போய்ச் சேர்ந்ததும் மூன்றாமறையின் அடைசல்களுக்கிடையே ஓலைச்சுவடிகள் மற்றும் காகிதங்களின் மட்கும் வாடைக்கும் குளிர்ச்சிக்கும் பாம்புகள் வந்து அடைந்துகொள்வதாயும் அவற்றில் சிலவற்றைத் தானே நேரில் கண்டதாயும் கூறி பணியாளர்களைக் கொண்டு அங்கே சிதறிக்கிடந்த பழைய நூற்குப்பைகளை எடுத்துச் சுவரோரமாக அடுக்கச்செய்து தளத்தில் பாம்புகளின் நடமாட்டம் துலக்கமாகத் தெரியும்படி அறையை ஒழுங்குபடுத்திவிட்டு (அவருடைய அதிர்ஷ்டம் அங்கே நிஜமாகவே ஒரு பாம்பு ஒளிந்துகொண்டுமிருந்தது), பணியாளர்கள் அகன்றதும் தானே தனியனாக அறையின் மூலைத் தளத்திலிருந்த பழைய கழிவுப்புழையின் மேல் கவிழ்த்தியிருந்த துருப்பிடித்த கனத்த இரும்புத் தகட்டைச் சிரமப்பட்டுச் சிற்றுளியால் ஓசையெழுப்பாமல் சுரண்டி தளத்துடன் அதன் விளிம்பை இடைவெளியின்றிப் பிணைத்திருந்த காரைக் கலவை

முத்திரையைப் பேர்த்தெடுத்துவிட்டுத் தன்னுடைய அந்தப் பாவச் செய்கைக்காக ரங்கநாதரிடமும் சுல்தானிடமும் மானசீகமாக மன்னிப்பும் கேட்டுக்கொண்டபடி படிப்பகத்திற்குத் திரும்பிவந்து அன்றைய பொழுதை சஞ்சலிக்கும் மனதுடன் கழித்து முடித்தார். அவர் வீட்டில் தேடிக் கிடைத்த சில பழைய ரப்பர் விரிப்புகளையும் சாக்குத் துணிகள் கொஞ் சத்தையும் பத்திரமாக எடுத்துவைத்துக்கொண்ட பின், கழிந்த நான்கு நாட்களின் பிரயாணக் களைப்பைத் தீர்த்துக்கொள்ளவும், கழியவிருக்கிற இரவின் விழிப்பை முன்னதாகவே சேமித்து வைத்துக்கொள்ளவுமாக அன்றைய பொழுது முழுவதையும் உறக்கத்திலேயே கழித்துவிட்டு மாலையில் எழுந்த ட்ரிஸ்ட்ராமையும் பூசாரியையும் பகற்பொழுதில் உத்தியோக ரீதியாக மதிற்புறத்துக் காவல் சிப்பாய்களைச் சந்திக்க நேர்ந்தபோது அவர்களுடைய க்ஷேமலாபங்களையும் ஊதிய உயர்விற்கான பேச்சுவார்த்தைகள் கடந்த சண்டையிலேற்பட்ட கடுமையான பொருளிழப்பிற்குப் பிறகு, அதைச் சொல்லி வரிகளை ஏற்றவும் சுல்தான் விரும்பாத நிலையில், பல மாதங்களாக நிலுவையிலிருப்பதையும் பற்றி சகஜமாக விசாரித்துக்கொண்டே எதற்கும் இருக்கட்டுமென்று பேச்சோடு பேச்சாக, அதே சமயத்தில் தான் சொல்வது அவர்கள் கவனத்தில் பாலின் மேல் ஆடையைப் போல பட்டும் படாமலும் படிந்திருக்கும்படி தணிந்த சொற்களில் கோட்டையின் வெளிப்புறச் சுவர்களின் மராமத்துப் பணிகளுக்கான தேவையை அவதானிப்பதற்காகக் காவற்துறை சில பிரெஞ்சுப் பொறியாளர்களை முடுக்கிவிட்டிருக்கிறது என்று அவர்கள் காதுகளில் முணுமுணுத்துவிட்டு, அப்படியே தன்னுடைய பிரெஞ்சு நண்பன் ஒருவனுடைய காற்சட்டை மற்றும் சொக்காய்களில் ஒரு ஜதையை இரவல் வாங்கிக்கொண்டு எழுத்து மங்கும் வேளையில் கஞ்ஜம் வந்துசேர்ந்த சொக்க கௌட சந்தித்து இந்தியனும், பரதேசிக் கோலத்தவனும், நகாயவிதைக் களிம்பின் துணையின் மேல் அசைக்க முடியாத நம்பிக்கை வைத்திருந்தவனும், தன் பகைவனுமான பூசாரியை அவனிஷ்டப்படியே விட்டுவிட்டு ட்ரிஸ்ட்ராம் தேவையில்லை என்று சொல்லியும் கேட்காமல் தன்னுடைய திருப்திக்காகத் தான் கொண்டுவந்திருந்த உடைகளாலும் சிறிய ஒப்பனைகளாலும் அவனை ஒரு தோராயமான பிரெஞ்சுக்காரனாக மாற்றிய பின், வெள்ளை மசூதியில் நாளின் இறுதித் தொழுகைக்கான அழைப்பு ஒலித்து ஓய்ந்த கையோடு அவர்களிருவரையும் அழைத்துக்கொண்டு ஏற்கெனவே முடிவு செய்துவைத்திருந்த பாதைகளினூடே சந்தேகமெழாதவண்ணம் நிதானமாக நடந்து கஞ்ஜம் கிராமத்தின் வடவிளிம்பையும் பிறகு அங்கிருந்து நதிக்கரையோரமாகவே முன்னேறி பெங்களூர் மைசூர் சாலையையும் அடைந்து காவிரிப் பாலத்தைத் தொட்டு அதற்கு மேல் தன்னால் அவர்களுடன் வர முடியாது என்பதையும் தெரிவித்து விட்டு நரிக்குறவர் கூட்டத்தின் தற்காலிகக் கூட ாரங்களைக் கடந்து கோட்டைச் சுவரை அணுகக்கூடிய வழியை அங்கிருந்தே காட்டிய பின் ட்ரிஸ்ட்ராமையும் போதிய அளவு எச்சரித்துவிட்டு அவர்களிடமிருந்து விடைபெற்றுக்கொண்டு மீண்டும் கஞ்ஜத்திற்குத் திரும்பி அன்றிரவு கோட்டைக்குள்ளிருக்கும் தன்னுடைய ஜாகைக்குச் செல்லாமல் அய்யங்காரின் வீட்டிலேயே தங்கி அவருடன் சேர்ந்து நண்பனுடைய பத்திரமான திரும்புதலுக்கான பிரார்த்தனைகளுடன் காத்திருக்கலானான்.

கௌடவின் தலை மறைந்த பின் ட்ரிஸ்ட்ராமும் பூசாரியும் காட்டுத் தேன் நிரப்பப்பட்ட குப்பிகளை நெடுந்தொலைவிற்கு வரிசையாக அடுக்கி வேலை செய்துகொண்டிருந்த நாடோடிக் குறவர்களின் இயல்பான கூர்ந்த கவனத்தை ஈர்த்துவிடாமலும், கோட்டையின் மேற்புறம் நாற்பதடி உயரத்திலிருந்த காவற்கூண்டிலிருந்து ஒருவேளை அவர்களைக் கவனிக்கக்கூடிய காவலர்கள் அங்கிருந்தே அவர்களைச் சந்தேகப்பட்டு விசாரிக்க இடம் தராமலும் கௌட முன்பே சொல்லிவிட்டுப்போயிருந்தபடி ஒரு பிரெஞ்சுப் பொறியாளனைப் போலவும் அவனுக்கு உதவியாக அனுப்பப்பட்ட உள்ளூர்ப் பணியாளனைப் போலவும் இயல்பாக நடந்து கூடாரங்களுக்கு அப்புறமிருந்த காவிரிப் படுகையின் மேல், அதன் அக்கரையிலிருந்த மகம்மத் களக்காப்பரணுக்கு நேர் தென்கிழக்காக தொண்ணூறு பாகைக் கோணத்தில் கௌட அடையாளம் சொன்ன இடத்திற்கு வந்துசேர்ந்தார்கள். அங்கிருந்து கோட்டைச் சுவரின் பக்கம் சற்றே கண்களை இடுக்கி நோட்டமிட்டால் புதைகுழியில் மூழ்கி விட்டவனின் கைகளைப் போல கடைசி மேகங்களுக்கு மேல் தன் கிரணங்களைப் பலவீனமாக நீட்டிக்கொண்டிருந்த மாலையொளியின் மங்கிய பிரதிபலிப்பில் தன்னைத் தெரியக் காட்டிக்கொள்ளும் தொலைவில் முன்புறம் மண்டியிருந்த முட்புதர்களுக்கும் அந்தயிடத்தைத் தங்களுடைய வெட்டவெளிக் கழிப்பறையாக்கிக்கொண்டிருந்த குறவர்களின் மலச் சக்கைகளுக்குமப்பால் நூலகக் கழிப்பறையின் வெளிப்புறப் பள்ளம் இருந்தது. ட்ரிஸ்ட்ராமும் பூசாரியும் உடலின் மேல் ஒட்டியிருந்த ஒன்றிரண்டு அசிரத்தையான தூரத்துப் பார்வைகளும் சலிப்புற்று உதிர்ந்து விழும்வரை நதியின் நீரோட்டத்தைத் தொழில் முறையில் அவதானிப்பவர்களைப் போலவும், ஒழிந்த நேரத்தில் தாங்களும் அங்கே மலங்கழிக்க இடந்தேடுபவர்களைப் போலவும் பாசாங்கு செய்து பல மணித்துளிகளைக் கடத்திக்கொண்டிருந்த பிறகு முற்றிலும் தனியாக விடப்பட்டுவிட்டதாக உணர்ந்துகொண்ட கணத்தில் கையோடு கொண்டுவந்திருந்த ரப்பர் விரிப்புகளைக் கால்களில் சுற்றி முடிச்சிட்டுக்கொண்டு சற்றும் தாமதிக்காமல் முட்புதர்களைக் கைகளால் விலக்கியபடி அந்தப் பள்ளத்தை நோக்கித் தாவிவிட்டார்கள். குகை போன்ற அதன் அமைப்பு தன்னுள்ளிருப்பவர்களை அந்தப் பக்கம் இயற்கையுபாதைகளுக்காக வரக்கூடியவர்களின் பார்வையிலிருந்து முற்றிலுமாக மறைக்குமளவிற்கு ஆழம் கொண்டதாயிருக்கவில்லைதான். ஆனால் மறைவை அடைந்ததுமே பூசாரி தன் தோள்பையிலிருந்து நகாய விதைக் களிம்பை எடுத்து ட்ரிஸ்ட்ராமினுடைய புருவத்தின் மேல் தடவிவிட்டுவிட்டுத் தனக்கும் பிரயோகித்துக்கொண்ட பின் அதைப் பற்றின கவலையை விட்டொழித்துவிட்டு உள்ளே நுழையும் மார்க்கத்தில் முழுக் கவனத்தையும் செலுத்தும்படி அறிவித்தான். அவர்களிருவரும் சதா ஈரம் கசியும் நதிப் படுகையில் உலர்ந்து மட்கப் பிடிவாதமாக மறுத்துப் பிசுபிசுத்துக்கொண்டிருந்த மனிதக் கழிவுகள், மழித்து எறியப்பட்ட அந்தரங்க முடிக்கற்றைகள், விந்துக் கறைபடிந்த லங்கோடுகள், அவசர விரிப்பாக உபயோகிக்கப்பட்ட, பிணங்களிலிருந்து உருவியெடுத்த சேலைக் கந்தல்கள், தூமை ரத்தம் தோய்ந்த துணிக்குவியல்கள் ஆகியவற்றின் பிடிமானமற்ற புதைகுழிக்குள் கால்களை மிதப்பாகப்

பதித்துக்கொண்ட பின் பூசாரி வெளியிலெடுத்துக் கொடுத்த வினோத விளக்கின் ஒருபுறத்தைச் சாக்குத் துணியால் போர்த்தி வெளியார்களின் கவனத்தை ஈர்க்காதபடி மறைத்துக்கொண்டு மறுபுறத்தால் குகையின் அடர்ந்த இருட்டிற்குள் வரையறுக்கப்பட்ட தன் பரப்பை விசுவாசமாக ஒளிர்த்திக்கொண்டிருந்த அதன் பலவீனமான (ஆனால் அந்தப் பலவீனமேதான் உள்ளேயிருந்த இருவரின் மேலும் ரகசியத்தைப் போர்த்தி மறைத்தபடியுமிருந்தது) மற்றும் சதா நகர்ந்துகொண்டேயிருந்த ஒளிப் புள்ளிகளின் உதவியுடன் (அவை குகையின் மேற்சுவரில் சிருஷ்டித்த நிழலொளிச் சித்திரத்தின் வசீகரத்திலிருந்து ட்ரிஸ்ட்ராம் தன்னைப் பலவந்தமாக விடுவித்துக்கொள்ள வேண்டியிருந்தது) கூர்ந்து கவனித்துத் தலைக்கு மேலிருந்த கழிப்பறைப் புழையை ட்ரிஸ்ட்ராம் அடையாளம் கண்டுபிடித்தான். ஒன்றேகாலடி அகலமும் இரண்டடி நீளமுமான அந்தக் கோள வடிவப் புழையின் மேற்புறம் மட்டும் இரும்புப் பலகையால் அடைபட்டிருந்த நிலையில் அதன் மூன்றாமறைத் தளத்திற்கு இணையான கீழ்பகுதி தலைகீழாகத் தொங்கவிடப்பட்ட பெரிய மட்கலத்தைப் போல தன் வாயை அவர்களை நோக்கிப் பிளந்துவைத்திருந்தது. பிறகு முதலில் ட்ரிஸ்ட்ராம் பூசாரியை மின்மினிக் குப்பியை இன்னும் சற்று உயர்த்திப் பிடித்துக்கொள்ளச் சொல்லிவிட்டுக் கைகளை அந்த வாயினுள் நுழைத்து அதன் மறுமுனையிலிருந்த அடைப்பைப் பக்கவாட்டில் நகர்த்தப் பிரயத்தனம் செய்தான். ஆனால் தகட்டின் கனம் அவனுடைய மெலிந்த கைகளின் பலத்தோடு மல்லுக்கு நிற்கவே அவன் சில மணித்துளிப் போராட்டத்திற்குப் பின் விளக்கைக் கைமாற்றிக்கொண்டு அந்த வேலையைப் பூசாரியிடம் கொடுத்தான். வாகான பிடியெதுவும் கிடைக்காமல் கல்லை உயரத் தூக்கி நகர்த்த வேண்டியிருந்ததோடு குதிகாலில் நின்றபடி உடலை உந்தி எக்கித் தொட வேண்டிய அளவிற்கு அது நல்ல உயரத்திலுமிருந்ததால் முயற்சி அதிக வலியையும் சோர்வையும் கால அவகாசத்தையும் நிர்பந்திக்கக்கூடியதாயிருந்தது. எனவே பூசாரியும்கூடச் சிரமப்பட்டானென்றாலும் தோல்வியுறவில்லை. பலகையும் தளமும் இணைந்திருந்த விளிம்பு ஒரு சிறு விரிசலாக, அந்தப் பிளவிற்குள் கை விரல்கள் நுழைந்து பற்றிக்கொள்ள ஏதுவாக நகர்ந்த கணத்தில் வேலை எளிதாகிவிட்டது. பிறகு அவன் பலகையைப் பக்கவாட்டில் தன் முழுச் சக்தியையும் செலவழித்து நகர்த்திவிட்டான். திறந்த துவாரத்தின் வழியே மிக மங்கலாக உயரே அதை மூடியிருந்த கட்டிடத்தின் ஓட்டுக்கூரை தெரிந்தவுடன் அவன் ட்ரிஸ்ட்ராமை முதலில் அதனுள் நுழைய அனுமதித்ததோடு கழிவுகள் அப்பியிருந்த அவனுடைய கால்களை லஜ்ஜைப்படாமல் பிடித்து உந்தி மேலே ஏறுவதற்கு உதவியும் செய்தான். தான் ஏறியவுடன் ட்ரிஸ்ட்ராம் தன்னுடைய கால் கழிவுகள் ஒட்டிக்கொண்டிருந்த பூசாரியின் கைகளைப் பிடித்து மேலிழுத்து அவனையும் மேலேற்றிவிட்டான். ட்ரிஸ்ட்ராமின் மெலிந்த உடல் புழைக்குள் நுழைந்து வெளியேறுவதில் பிரச்சினை எதுவும் இருக்கவில்லை. ஆனால் பூசாரியின் கம்பீரமான சரீரம் அதனுள் தன்னைப் புகுத்திக்கொள்ள மிகவும் சிரமப்பட்டுவிட்டதோடு பலாத்காரம் செய்யப்பட்ட விளிம்புகள் குதறிய வன்மத்தில் அவனுக்கு ரத்தச் சிராய்ப்புகளும் ஏற்பட்டன.

மூன்றாமறையின் உட்பக்கம் போய் விழுந்ததும் இருவரும் கால்களில் அணிந்திருந்த ரப்பர் விரிப்புகளையும், கைகளைத் துடைத்துச் சுத்தப்படுத்திக்கொண்ட பின் சாக்குத் துணிகளையும், கழிவுப்புழையின் வழியாகவே கீழே எறிந்துவிட்டு எழுந்து உள்ளே அப்பிக்கொண்டிருந்த தாகத் தெரிந்த இருள் கண்களுக்குப் பழகும்வரை பொறுத்திருந்த பின் விளக்கொளியைக் கொண்டு சுவடிக்கற்றைகளிலோ நூலடுக்குகளிலோ பயன் தீர்ந்துபோன வேறு பல எழுதுபொருள் குப்பைகளிலோ கால்கள் இடறி ஓசையெழுப்பிவிடாமல் கவனமாக, வேர்வையைக் கீறிவிட்ட புழுக்கத்துடன் நடந்து அறையின் கதவை நோக்கிச் சென்று வெளிப்புறத்தில் தாழிடாமல் விடப்பட்டிருந்த அதன் எண்ணெயிடப்படாத கீல்கள் இரவுப் பூச்சிகளுக்கு இயைந்த மிக மெலிதான ஓசையை மட்டுமே எழுப்பும்வண்ணம் மெல்லத் திறந்து ஒரு கீறலாக உருவாக்கிக்கொண்ட இடைவெளியில் பார்வையை ஓட்டி அறைக்கு வெளியே இருபதடி உயரப் பக்கச்சுவர்களுடன் நீண்டிருந்த முற்றத்தை நோட்டமிட்டு அதன் திறந்த கம்பிக்கூரையின் வழியே கோட்டைச் சுவரின் காவற்பாதையில் நிகழும் பாராக் காவலின் சுழற்சி நேரத்தைப் பொறுமையாகக் கவனித்து அது சராசரியாக இரண்டு நிமிடங்களுக்கு ஒருமுறை காவலனின் உருவத்தைக் கண்களில் காட்டுவதாக அமைந்திருப்பதைக் கணக்கிட்டுக்கொண்ட பின் முற்றவெளியில் நீர் நிரப்பப்பட்டுக் குறுக்கே நிறுத்திவைக்கப்பட்டிருந்த சிறியதொரு கற்சட்டியையும் கயிற்றுக் கொடியில் உலர விடப்பட்டிருந்த துடைப்புத் துணிகளையும் குறுக்கும் நெடுக்குமாக ஓடிக்கொண்டிருந்த பெருச்சாளிகளையும் ஓடினால் பாதங்கள் மோதிச் சப்தமெழுப்பக்கூடிய கருங்கற்றரையையும் மேலும் சிறிதுநேரம் அவகாசம் எடுத்துக்கொண்டு அவதானித்து முடித்த பின் கோட்டை மதிலின் மேல் காவலனின் தலை மறையும்வரை காத்திருந்துவிட்டு பூசாரியின் ஆணையின்பேரில் முதலில் ட்ரிஸ்ட்ராம் (ஒருவேளை முற்றத்தைக் கடப்பதற்குள் காவலன் திரும்பிவிட்டானென்றால் பதற்றப்படாமல் அவன் கற்தொட்டியின் பின்புறம் சென்று நின்றுகொண்டால் போதும், மேலிருப்பவனின் பார்வையிலிருந்து அவனை மறைக்கும் வேலையை நகாயவிதைக் களிம்பு செய்துவிடும்) மனதின் பதற்றம் உடலைத் தொற்றிக் கால்களை விரைவுபடுத்திவிட அனுமதித்துவிடாமல் பூனையைப் போல மிக மெதுவாக நடந்துசென்று முற்றத்தின் மறுகோடியை அடைந்து அதன் சுவரோடு சுவராக ஒட்டி இருளில் பதுங்கி நின்றுகொண்ட பின் காவலாளியின் தலை மறுபடி ஒருமுறை தெரிந்து மறையும்வரை மூன்றாமறையினுள்ளேயே காத்திருந்த பூசாரியும் அதே வழியிலும் இரவு உயிர்களைக் கலவரப்படுத்தி அரவமெழுப்ப அனுமதித்துவிடாத அதே வேகத்திலும் நடந்து முற்றத்தைக் கடந்து ட்ரிஸ்ட்ராமுடன் சென்று சேர்ந்துகொண்டவுடன் முற்றத்தை அடுத்திருந்த பரிசுப் பொருள் களின் வைப்பறைக்குள் நுழையத் தயாராக அய்யங்காரால் தாழ் நீக்கி வைக்கப்பட்டிருந்த கதவையும் அங்கிருந்தே தள்ளித் திறந்து உள்ளே நுழைந்து அதைத் திரும்பச் சார்த்திக்கொண்டு அதுவரை அசைவுகளில் ஒட்டிக்கொண்டிருந்த ரகசியத்தையும் மந்தகதியையும் உதறிவிட்டு விரைவாக நீண்ட நடைபாதையில் முன்னேறிச் சென்று அதன் மறுகோடியில் இருந்த இடப்புறக் கதவையும் திறந்துகொண்டு பிரான்ஸ்

மற்றும் இங்கிலாந்தின் பல்கலைக்கழக நூலகங்களின் ஐந்திலொரு பங்கு செவ்வக விஸ்தாரமும் அழகிய விதானங்களும் மேசை நாற்காலிகளும் ஆரவாரமான நுழைவாயில்களும் இருளோடு பதுங்கிக்கொண்டிருந்த மர உத்தரங்களும் அதற்கு மேல் ஓட்டுக் கூரையும் விதானமும் பக்கச் சுவர்களும் சந்தித்துக்கொள்ளும் விளிம்பில் அமைந்திருந்த சிறிய ஆனால் துடைத்துத் துலக்கப்பட்டுக் காகிதங்களிலிருந்தும் பனையோலைக் கீற்றுகளிலிருந்தும் கிளம்பும் புழுக்க மணத்தை வெளியேற்றுவதற்காக எப்போதும் விரியத் திறந்தே வைக்கப்பட்டிருந்த மரச்சன்னல்களும் மங்கலாகத் துலக்கம் பெறும்படி தன்னுள் கவிந்திருந்த இருளின் அடர்த்தியில் பூசாரியின் கையிலிருந்த மின்மினிப் பூச்சிகளின் பிரகாசத்தை அதிக வலுகொண்டதாக மாற்றிய நூலகத்தின் பிரதான வாசிப்புத் தலமான முதலாமறைக்குள் பிரவேசித்தார்கள். நூலகத்தின் சுவரோரமாக நிறுத்திவைக்கப்பட்டிருந்த, பிரெஞ்சு பாணியில் மரச்சட்டமிடப்பட்ட கண்ணாடிக் கதவுகளைக் கொண்ட புத்தக அலமாரிகளும், வலுவும் மூன்றரையங்குலப் பருமனும் கொண்ட, பித்தளைப் பூணிட்ட புலிமுகக் கைப்பிடிகளுடன் கூடிய, அரண்மனைத் தோட்டத்தைப் பார்த்திருந்த தேக்குமர வாயிற்கதவும் (அது குரல்வளையைக் கிழித்துக்கொண்டு வெளியேறும் தீவிரமான அலறலைத் தவிர பிற உதிரிச் சப்தங்களெதையும் உள்ளிருந்து வெளியே கடத்தாது) அவற்றை ஆண்டுகொண்டிருந்த மன்னர்களின் பரம்பரை உடல்வாகுக்கேற்ப வடிவமைக்கப்பட்டிருந்ததால் ட்ரிஸ்ட்ராமினுடைய ஐரோப்பிய உடலின் கழுத்துவரைதான் அவற்றின் உயரம் இருந்தது. விதானத்திலிருந்து தொங்கவிடப்பட்டிருந்த கண்ணாடிச் சரவிளக்குக் கொத்துடன்கூட சுவர்களிலும் பிரத்யேகமான அலங்காரத் துருத்திகளில் திறந்த விளக்குகள் சிறு சங்கிலி முனைகளில் தொங்கிக்கொண்டிருந்தன. புத்தக அலமாரிகளில் தங்கச் சரிகையிட்ட விளிம்புகளும் வண்ணச்சித்திரங்களும் கஃபிக் பாணியில் எழுதப்பட்ட நூற்தலைப்புகளும் பூண்ட கெட்டியட்டைகளால் பிரமிக்கும்படி அலங்கரிக்கப்பட்டிருந்த கைப்பிரதிகளாயும் அச்சிடப்பட்ட நூல்களாயும் குர்ஆன்களும் குர்ஆன்களின் விளக்கங்களும் துதிப் பாடல்களும் சூஃபி கவிதைகளும் வம்சாவளிச் சரித்திரங்களும் நீதித்துறை விளக்கங்களும் அறிவியற் கண்டுபிடிப்புகளின் வினோதங்களும் தத்துவங்களும் வானியலும் கணிதமும் வேதியியலும் மொழியியலும் அகராதிகளும் வரலாறும் கடிதங்களும் நூற்றுக்கணக்கில் அடுக்கி வைக்கப்பட்டிருந்தன. தரை முழுக்கப் பதிக்கப்பட்டிருந்த தட்டோடுகளில் தொடர்ந்த புழக்கத்தால் பளபளப்பும் மிருதுவும் வழுவழுப்பும் ஏறியிருந்ததைக்கூட ஒளிப்பூச்சிகள் காட்டத் தவறவில்லை (கண்கள் காணுகிறவற்றின் மீதான வியப்பைப் பூசாரி கிசுகிசுப்பான குரலில் வெளிப்படுத்தியபோது அந்தத் துலக்கம் தன் மனதில் காலாதீதமான ஏக்கத்தைக் கிளறிவிடும் சில, புலன்களுக்கெட்டாத, உணர்வுகளையன்றி தெளிவான காட்சிகளெதையும் புலப்படுத்தவில்லையென்று ட்ரிஸ்ட்ராம் குழப்பத்துடன் பதில் சொன்னான்).

அவர்களிருவரும் அதிக நேரம் முதலாமறையில் தாமதிக்காமல் நூலக அறையைக் குறுக்காகக் கடந்து அதன் வெளிவாயிற்கதவின் வலப்புறமிருந்த இரண்டாமறையை நோக்கிச் சென்றார்கள். தள்ளியதும்

திறந்துகொள்ளும் விதத்தில் உட்புறம் தாழிடப்படாதிருந்த அந்த அறையினுள், அதன் கதவின் மேலும் அய்யங்காருடைய அச்சத்தை ஸ்பரிசித்தபடி, உள்ளே பிரவேசித்ததும் முதுகின் பின்புறம் கதவைத் திரும்பச் சார்த்திக்கொண்டார்கள். முன்னறையின் விஸ்தாரத்தில் பாதியளவே இருந்த அந்த அறையின் உத்தரத்தை ஒட்டித் தெரிந்த, நீள் செவ்வகமான, மெல்லிய, மூடிய இமைகளுக்குள் தெரியும் நீருருவைப் போன்ற சன்னல், வெளிப்புறத்திலிருந்து அதன் எதிரே காற்றின் அலைவிற்கு வழிசெய்யும் அறைவாசல் பூட்டப்பட்டிருந்ததால், ஒளியையோ காற்றையோ உள்ளே சிறிதேனும் அனுமதிக்கும் உத்தேச மற்றதாய் ஒரு மங்கிய சித்திரத்தைப் போல இருளினுள் பம்மிக் கொண்டிருந்தது. அறையினுள் நுழைந்ததும் வாயிலின் வலப்புறத்தில் முன்னறையைப் போன்றே சுவரோரமாக நிறுத்தப்பட்டிருந்த அதே வடிவிலான புத்தக அலமாரி ஒன்றின் மேல் நீலகண்டப் பண்டிதரின் சுவடிப்புத்தகத்தை அவர்கள் கண்டுகொள்வதற்கு எளிதாக அய்யங்கார் அந்தத் திசையில் அவர்கள் திரும்பியிருந்தால் உடனே கண்களில் படும்படியாகவும் அதே சமயம் அது அப்படித் தனியாக வைக்கப்பட் டிருப்பதானது துப்புரவுப் பெண்ணின் கவனத்தை ஈர்த்துவிடாதபடிக்கும் வேறு சில சுவடிக் கட்டுகளுக்கு நடுவே பத்திரமாகப் பொதிந்துவைத்திருந்தா ரெனினும் பூசாரி வலிந்து ட்ரிஸ்ட்ராமைத் தன் கையோடு இழுத்துக் கொண்டு அறை முழுவதிலும் நிறுத்திவைக்கப்பட்டிருந்த அலமாரிகளி னருகே மின்மினிக் குடுவையைக் கொண்டு சென்று உருட்டி உள்ளே இருந்த ஏடுகளை உற்றுப்பார்த்து பல மணித்துளிகளைச் செலவழித்த பிறகே சிவப்புப் பட்டு நூல் அடையாளமாகச் சுற்றப்பட்டிருந்த அவர்களுடைய லட்சியத்தைக் கண்டுபிடிக்க அவனை அனுமதித்தான் (கௌடவின் கதையை மீண்டும் ஞாபகத்திற்குக் கொண்டுவரும் விதத்தில் சுவடியை அடையாளம் காண முயற்சிக்கும் சாக்கில் அவன் அங்கே அடுக்கப்பட்டிருந்த, அய்யங்கார் முன்பு பரவசத்துடன் பட்டியலிட்ட, நூல்களின் பெயர்களை அளப்பரிய காதலுடன் வாசிப்பதிலேயே அக்கறை காட்டியதாக ட்ரிஸ்ட்ராமுக்குத் தோன்றியபோது அவன் எரிச்சலுடன் பூசாரியைக் காலம் கடந்துகொண்டிருப்பதைச் சொல்லி எச்சரிக்க முயற்சிக்கையில் அவன் சொன்னான், அய்யங்கார் சொன்னது சரிதான் துரை, நான் இப்போது இன்னொருவருடைய கனவிற்குள் தவறுதலாக நுழைந்துவிட்டவனைப் போலதான் தடுமாறிக்கொண் டிருக்கிறேன்). ஸ்திரீகளைத் தேவதைகளாகவே பார்க்கப் பழகிவிட்டவொரு காமாந்தகனைப் போல ஸ்வப்னஹள்ளியின் அழிவிற்கும் சர்ச்சைக்கும் கற்பனைகளின் குழப்பமான சேர்க்கைகளுக்கும் காரணமான அந்தச் சுவடிக்கட்டின் மிகச் சாதாரணமான இருப்பையும் வடிவத்தையும் ஒத்துக்கொள்ள முடியாத வியப்புடன் ட்ரிஸ்ட்ராம் பூசாரியுடன் சேர்ந்து அதை அறையின் நடுவே இடப்பட்டிருந்த பெரிய மர மேசைக்குக் கொண்டு வந்தான். ஒளிக் குடுவையை அதன் நடுவில் வைத்த பின் தன்னைவிட அதிகமான வேகத்துடனும் லாவகத்துடனும் சுவடிகளைப் பூசாரியால் கையாள முடியுமென்று தான் நம்புவதாகக் கூறிக்கொண்டே, கௌடவின் கதையை மனதில் வைத்துக்கொண்டு, அதைப் பூசாரியிடமே ஒப்படைக்கவும் செய்தான். பூசாரியும் நூல்கள் விஷயத்தில் அவன்

நினைத்ததைக் காட்டிலும் அதிக விற்பன்னனாகத்தான் இருந்தான். இருபக்கத் துளையமைப்பையும், மார்க்கண்டேயன்–பாவனாவின் திருமணக் காட்சியைப் புடைப்புச் சித்திரமாகச் செதுக்கியிருந்த கனத்த செப்புத் தகட்டாலான மேற்சட்டத்தையும் கொண்டிருந்த அந்தச் சுவடிக்கட்டை வாங்கி உத்தேசமாகப் பிரித்து சீதாளவோலைகளின் மணத்தை ஆழ்ந்து முகர்ந்துபார்த்துவிட்டு அவற்றின் மேல் தன் பார்வையை ஒருமுறை ஓட்டிய ஓரிரு மணித்துளிகளிலேயே அவனுடைய தேர்ந்த பார்வை மொத்தம் நாற்பத்தாறு சர்க்கங்களைக் கொண்ட அதன் மொத்தத் தொகையில் நயன புஷ்பம், சகுனப் பிராப்தி, நித்ய ரோகம், அக்னி பந்தம், அற்புத மார்க்கம், துக்க சம்பத்து, கதா மோட்சம், ராஜ லட்சணம் ஆகிய கடைசி எட்டு சர்க்கங்களில் மட்டும் லிபி வடிவங்களின் நெட்டுக்கோடுகளினுள் மஞ்சளின் சேகரம் சீராக இல்லாததைக் கவனித்து அந்தக் பக்கங்கள் முழுவதும் அட்சரங்களைக் கோடுகளாகக் கீறும் மடக்கெழுத்தாணியிலும், மீதம் முப்பத்தெட்டு சர்க்கங்களைக் கொண்ட முதற்பகுதியின் பக்கங்கள் அவற்றைப் புள்ளிகளின் இணைவாக உருவாக்கும் குண்டெழுத்தாணியிலும் எழுதப் பட்டிருக்கின்றன என்பதையும், மடக்கெழுத்தாணி உபயோகப்படுத்தப் பட்ட பகுதியில் கூந்தற்பனையோலைகளுக்குப் பதிலாக நாட்டுப் பனையோலைகள் பயன்படுத்தப்பட்டிருப்பதையும், மேலும் அந்த ஓலைநறுக்குகளில் பல சரியாக வாரப்படவில்லையென்பதையும் கண்டுபிடித்துவிட்டன. சன்னதம் கொண்டவனைப் போல பல மணித் துளிகள் கண்களை மூடியபடி மௌனமாக சமைந்து நின்றுவிட்ட அவன் பிறகு ட்ரிஸ்ட்ராமிடம் அந்தச் சுவடிப் புத்தகத்தின் பக்கப் பெருக்கத்திற்கேற்ப நீண்டோ மாறியோ இருக்கச் சாத்தியமுள்ள கால நீட்சியோடுகூட அது ஆரம்பிக்கப்பட்ட நோக்கமும் முடிக்கப்பட்ட நோக்கமும், துவங்கப்பெற்ற இடமும் முடிக்கப்பட்ட இடமும், கடவுற்றுதி செய்த மன நிலையும் மங்களப் பாவெழுதிய மன நிலையும் வேறுவேறானவை என்றும், துவங்கியபோது தன் நூல்மீது நீலகண்டப் பண்டிதர் வைத்திருந்திருக்கக்கூடிய உத்தேசக் கனவுகளும் திட்ட வரையறைகளும் அதன் பின்பகுதியில் ஏதோ காரணத்தினால் மறுபரிசீலனைக்கோ அல்லது நிராகரிப்பிற்கோ அதன் காரணமாகப் பதற்றத்திற்கோ உள்ளாகியிருக்கலாமென்று அந்தப் புத்தகத்தைத் தாங்கிக் கொண்டிருக்கும் தன் கைகளின் நடுக்கம் தனக்கு உணர்த்துகிறதென்றும் அறிவித்தான். மேலும் புத்தகத்தின் திடீர் வடிவ மாற்றம் அதன் இறுதிச் சர்க்கங்கள் எழுதப்பட்டிருக்கும் பகுதிகளில் இருப்பதால் ராஜாக்களும் பிராமணர்களும் கற்றுக்கொடுக்கப்பட்ட நூல் வாசிப்புப் புத்தியுடன் அதை வாசித்தபோது கடந்துபோன அத்தியாயங்களின் மேல் அவர்களுக்கு உண்டாகியிருக்கக்கூடிய மறதியை ஊடுருவி நூல் பூராவுமே ஓர் அலைக்கழிப்புத் தன்மையைக் கொண்டிருக்கிறதென்கிற உணர்வைத் தந்திருக்கலாமென்றும், ஆனால் எடுத்துக்கொண்ட பொருளில் வெளிப்படையான மாற்றங்களெதையும் நீலகண்டர் செய்திருக்காத போதிலும் பின்பகுதியின் சொல்லல் முறையில் ஏற்பட்டிருக்கக்கூடிய மாற்றத்தையே புத்தகத்தின் தோற்றத்தில் ஏற்பட்டிருக்கும் மாற்றம் அறிவிப்பதாகத் தனக்குப் படுகிறது என்றும், தன் ஊகம் தவறாக

இருக்கக்கூடிய சாத்தியங்களையும் ஒருபுறம் ஒத்துக்கொண்டே, சொன்னான். சொல்லிக்கொண்டிருந்தபோதே பண்டிதரின் நூலைத் தங்களுக்குக் கிடைத்திருக்கும் கால அவகாசத்தில் எப்படி வாசித்து முடிக்கவேண்டுமென்பதையும் அவன் புத்தி தீர்மானித்துக்கொண்டுவிட்டது. ஒன்று, நூலின் உள்ளடக்கம் என்ன சொல்கிறது என்பதை அவதானிக்கத் தேவையான அதிகப் பக்கப் புரட்டல்களையும் விஷயக் கோர்வையையும் தவிர்த்துவிட்டு கடைசி நான்கிலொரு பாகத்திற்கும் முதல் மூன்று பாகங்களுக்குமிடையேயான வேற்றுமைகளையே நீலகண்டப் பண்டிதர் தெரிவிக்கும் நூற்செய்தியாகப் புரிந்துகொள்ள முயற்சிப்பது, இரண்டு, புத்தகத்தின் இரண்டு பகுதிகளையும் ஒரே நேரத்தில் வாசிப்பது. எனவே அவன் சற்றும் யோசிக்காமல் சுவடிக்கட்டைப் பிணைத்திருந்த நாராசத்தை உருவி பட்டுக் கயிற்றைப் பிரித்துச் சோழியாலான கிளிமூக்கையும் அவிழ்த்துவிட்டு புத்தகத்தையே இரண்டாக வகிர்ந்து, ஸ்வப்னஹள்ளி விவகாரத்திற்குப் பிறகு அவசர அவசரமாயும் அரைகுறையாயும் காப்பெண்ணெய் கண்டிருந்த அந்த ஓலை நறுக்குகளின் பிற்பகுதியைத் தன் கையில் வைத்துக்கொண்டு முற்பகுதியை மீண்டும் கயிற்றில் கோர்த்துக் கிளிமூக்கில் முடிச்சிட்டு ட்ரிஸ்ட்ராமின் கைகளில் கொடுத்து தோராயமாகப் பக்கங்களைத் தேர்ந்தெடுத்து கிசுகிசுப்பான குரலில் அவற்றில் எழுதியிருப்பதைத் தன் காதுகளிலும் விழுமாறு வாய்விட்டு வாசிக்கும்படி வேண்டிக்கொண்டான். இந்த வழியில் பூசாரி உற்றுக் கவனித்துக் கிரகித்துக்கொண்டபடி கடைசி எட்டு சர்க்கங்களில் பண்டிதரின் மொழியமைதி பிற முப்பத்தெட்டு சர்க்கங்களின் மொழியமைதியிலிருந்து பெரிதும் வேறுபட்டிருந்தது, இது நூலின் உருவ அமைதியைக் குலைத்துவிடக்கூடுமோ என்று அவர் கொஞ்சமும் கவலைப்பட்டதாகத் தெரியவில்லை, மாறாக இந்த வேறுபட்ட நடையை முதலிலிருக்கும் பகுதிகளின் தொடர்ச்சியாகக் காண்பிக்க அவற்றில் தன் மொழிப் பிரயோகத்தைப் பாத்திரங்களின் பிராந்தியப் பேச்சு வழக்கைப் போல மாற்றி இடையிடையே முதற்பகுதிகளில் கடைப்பிடிக்கப் பட்ட நடையை ஆசிரியக் கூற்றாக உள்ளே சொருகி நெருடலை உற்றுக் கவனித்தாலொழிய வாசிப்பின் ஒழுக்கைத் தடைசெய்யாதபடி சாமர்த்திய மாக நீக்கியிருந்தார், இரண்டு பகுதிகளிலுமே சிக்கலான தத்துவங்களையோ, கிரக ஸ்தானங்களின் இருப்பு நிலைகளைத் தர்க்கரீதியாகக் குறிக்கும் கணக்குகளையோ அல்லது தேற்றங்களையோ விளக்குவதற்கு அற்புதக் கதைகள் பல பயன்படுத்தப்பட்டிருந்தனவென்றாலும் முதற்பகுதியில் சொல்லப்படும் கதைகளுக்கும் இறுதிச் சர்க்கங்களில் விஸ்தாரம் பெறும் கதைகளுக்குமிடையே அவற்றின் காட்சி ரூபங்களில் நுணுக்கமான வித்தியாசங்கள் புகுந்துகொண்டிருந்தன, முதற்பகுதிக் கதைகளின் அற்புதக் காட்சிகளை அவை நூலாசிரியன் எந்தச் சிக்கலான தத்துவத்தை விளக்குவதற்காகப் பயன்படுத்தப்பட்டிருக்கின்றனவோ அந்த நோக்கத்திற் காக மட்டுமன்றி காட்சிகளுக்கேயுரிய சுதந்திரமான இயக்கத்தைக் கொண்ட தனிக் கதைகளாயும் ஒருவன் வாசித்து இன்புறலாம், ஆனால் இரண்டாவது பகுதியில் அவை அவற்றை உருவகங்களாக்கும் ஆசிரியனின் மூல நோக்கத்துடன் இறுகப் பிணைக்கப்பட்டிருந்தன (தேவனுடைய ராஜ்ஜியத்தின் ரகசியங்களை அறியும்படி உங்களுக்கு அருளப்பட்டது

மற்றவர்களுக்கோ அவர்கள் கண்டும் காணாதவர்களாக கேட்டும் உணராதவர்களாக இருக்கத்தக்க உவமைகளாகச் சொல்லப்படுகிறது), உதாரணமாக ட்ரிஸ்ட்ராம் தேர்ந்தெடுத்து வாசித்த முதற்பகுதிக் கதையொன்றில் மாயக் குரல்களோடு பேசும் பழக்கத்தைக் கொண்ட மன்னனொருவனின் உபகதையை (அசுவ லாயத்தினையொட்டித் தன் சயன ஸ்தலத்தையமைத்துக்கொண்டிருக்கும் ராஜாவின் குணமாவன, இவன் மிருக ஜாதிகளுக்கேயியல்பாயுள்ள தூரதிருஷ்டியில் பிரஸன்ன மாகும் விரோத ஜனங்களின் அணுக்கத்தை அவற்றின் சுவாச கந்தத்தை நுகர்வதால் தானும் அனுபவித்து அந்தப்புறத்தின் மேலும் வனக்கிரீடையின் மேலும் போஜன சாலையின் மேலும் படிப்பகத்தின் மேலும் சிந்தனை செல்லாதவனாய் எப்போதும் நக்ஷத்திரங்களை அண்ணாந்து நோக்கி ராசி மண்டலத்தில் அவற்றினிடையேயேகிச் செல்லும் சந்திரனின் தினப்படி ஸ்தானத்தை மனதிலெண்ணி கற்பனை கல்லைப் பிளக்கு மென்பதற்கொப்ப ஒன்பது வகை வியூகங்களை வானத்தில் அமைத்து, க்ரௌஞ்ச வியூகத்தையும் சர்வதோபத்ர வியூகத்தையும் விசேஷமா யுண்டுபண்ணி,வழிநடத்தியபடி பித்தனைப்போல திரிந்துகொண்டிருப்பான், ஊனமுற்ற மகா ஸர்ப்பமானது எறும்புகளால் உபாதையுறுவதைப் போல அவனைப் பித்தமாகிய விநாசம் அரித்துத் தின்னும், அவன் தன் சயனக் கட்டிலின் தனிமையைச் சேர்ந்தவிடத்து தாரகா தேவதைகள் அவனுடைய செவிகளில் தங்களுடைய சஞ்சரிப்பைச் சொல்லத் தொடங்கிவிடுகிறார்கள், அவனும் வீணையின் சிருங்கார நாதத்திற்குப் பதிலாக அப்படியாகப்பட்ட தேவதாகணங்களுடைய முணுமுணுப்பைக் கேட்டபடியே சயனிக்கப் பழகிக்கொண்டுவிடுகிறான், சில மார்க்கங்களில் அந்தத் தேவதைகளின் கைளிலேயே வீணையிருப்பதையும், அது எப்போதும் போர்ப் பரணியின் ரௌத்ர சங்கீதத்தை வெளியிட்டுக் கொண்டிருப்பதையும் அவனால் பிரஸித்தியாக்கிக்கொள்ள முடிகிறது, அதன் ஆரோகணத்தோடு ராஜா தன்னுடைய யோசனையைச் சேர்த்துச் செலுத்த முடியாமல் தோற்கும் காலங்களில் அவனுக்கு மூர்ச்சையும் வலிப்புமுண்டாகும்) மனிதர்களின் யதார்த்த உலகில் தங்கள் சுழற்சியின் விதிகளால் குறுக்கீடு செய்யும் கிரகங்களின் சஞ்சாரப்போக்கை ஒரு சாதாரணனுக்கு விளக்க முயலும் உருவகக் கதையென்றும், வெற்றியை உத்தேசிக்கும் கர்ம வீரனொருவனுக்கு இருந்தாக வேண்டிய பித்துநிலையை அற்புத நவிற்சியில் சொல்லும் ஒரு தேவதைக் கதையென்றும் இரண்டு விதமாகவும் படித்துக்கொள்ளலாம், ஆனால் பூசாரியின் பார்வையில் பட்ட பிற்பகுதிக் கதையொன்றில் வாளால் அறுத்துக் கொலை செய்யப் பட்ட ஒருவன் திரும்ப உயிரோடு எழுந்துவந்து தன்னைக் கொன்றவர்களின் குடும்பத்தினரிடம் தன் தாகத்திற்குத் தண்ணீர் தரச்சொல்லிக் கேட்பதாக இடம் பெறும் சம்பவத்தைக் கொன்றவர்களின் மனச்சாட்சி அவனுடைய அமைதியுறாத ஆன்மாவின் மேல் கொண்டிருக்கும் அச்சம்தான் அப்படி உருவகமாகச் சொல்லப்படுகிறது என்பதாகவன்றிக் கதையின் உலகில் நடைபெறும் உண்மையென்று எடுத்துக்கொண்டால் இறந்தவன் பிழைப்பது எப்படியென்கிற தர்க்கரீதியான கேள்வி, இறந்தவனைப் பிழைக்கச் செய்யும் முனிபுங்கவர்களோ அவர்களுடைய அற்புதச் செயல்களோ கதையிலெங்கும் பிரஸ்தாபிக்கப்படாத நிலையில், நூலின்

நம்பகத் தன்மையைக் கேள்விக்கும், சிலபோது கேலிக்கும், உள்ளாக்கும், பின்னும் முதற்பகுதியின் பலயிடங்களை ட்ரிஸ்ட்ராம் வாசித்துக்கொண்டே போகுமிடத்து அவற்றில் இருட்டு என்பது அஞ்ஞானத்தையும், உணவு என்பது ஆசுவாசத்தையும், மிருக பட்சியினங்கள் அற்புதத்தையும், கதைகள் வாத்ஸல்யத்தையும், அக்னி காமத்தையும், காலம் மரணத்தையும், நிலம் போரையும், பூடகம் அங்கதத்தையும், கிரகங்களின் சுழற்சி முடிவிலியையும், ஸ்திரீகள் ஸ்தூலவுலகையும் குறிக்கும் விதத்திலேயே பலயிடங்களில் பயின்றுவந்தன, ஆனால் பிற்பகுதிச் சர்க்கங்களிலோ அதே இருட்டானது ஜனங்களுடனும், உணவானது வெளியேறுதலுடனும், மிருகங்கள் ஊழ்வினையுடனும், கதைகள் வெற்றியுடனும், நெருப்பு நிர்கதியுடனும், காலம் பெயர்களுடனும், நிலம் சத்தியப் பிரமாணங் களுடனும், பூடகம் அதிகாரத்துடனும், கிரகங்கள் பார்வையுடனும், ஸ்திரீகள் ரகசியங்களுடனும் இணைத்து ஆளப்பட்டிருந்தன, மேலும் முக்கியமாகக் கடைசி எட்டு சர்க்கங்கள் முதல் முப்பத்தெட்டு சர்க்கங் களைப் போல கோர்வையாயும் தர்க்கபூர்வமாயும் எடுத்துக்கொண்ட லட்சியத்தைப் பற்றிச் சொல்ல முனையாமல் அனுபூதி நிலையிலும் தொடர்பறுந்த வார்த்தைகளிலும் முடிவற்ற வாக்கியங்களைக் கோர்த்துக் கொண்டே செல்வதிலும் அடிக்கடி வாசகப் பிரக்ஞையின்றி அவற்றின் அழகைத் தானே மயங்கிப் பின்பற்றுவதிலும் மூழ்கியிருந்ததையும் பூசாரி ட்ரிஸ்ட்ராமின் கிசுகிசுத்த குரலின் பின்னணியுடன் சேர்த்துக் கண்டு பிடித்தான். இந்த இரண்டாம் பகுதியில்தான், அற்புத மார்க்கம் என்கிற சர்க்கத்தின்கீழ், நீலவேணியின் பாதை அதன் மூலப்பாடலின் வடிவமும், ட்ரிஸ்ட்ராம் மற்றும் விபூதியின் விதேசி இடைச்செருகல்களு மின்றி வசன நடையில், ஆனால் மூலத்தின் வர்ணனையழகுகளைக் கொஞ்சமும் சிதைத்துவிடாத கவனத்துடன், இடம்பெற்றிருந்தது.

பார்த்தசாரதி அய்யங்கார்

திருமணம் நடந்தபோது பார்த்தசாரதி அய்யங்காருக்கு வயது பதினாறு. அவரைக் கட்டிக்கொண்ட திருமொழியென்கிற குணவதிக்கு வயது ஆறு. தாய் இறந்துபோய் ஓர் இரண்டு வருட காலம் உத்தரத்தைப் பார்த்தபடி எதையோ யோசித்துக்கொண்டேயிருந்த தந்தை ஒரு நாளிரவு சொல்லாமல் கொள்ளாமல் வீட்டைவிட்டு வெளியேறிப் போய்விட்ட பின் வசுமதியென்கிற தன் விதவைத் தமக்கையின் ஆதரவிலேயே வளர்ந்து அவளுடைய சிபாரிசிலேயே அரண்மனை உத்தியோகத்தையும் பெற்றுக் கொண்ட அய்யங்கார் அவளுக்கு எந்த விதத்திலாவது தன் நன்றியறிதலை வெளிப்படுத்த வேண்டுமென்று நினைத்த தாலும், வாலிபத்தில் வேறெந்தப் பெண்மீதும் விசேஷ அபிமானமெதையும் வளர்த்துக்கொள்ளாததினாலும் திருமொழியை மணந்துகொள்வதற்கு ஆட்சேபம் எதுவும் சொல்லவில்லை. ஆனாலும் அவர்களுடைய ஜாதகத்தில் சூரியனும் குருவும் கேந்திர கோணம் பெற்றிருந்ததாக நம்பிக்கை வைத்து அவர்களை இணைத்துவைத்த வசுமதிக்கு திருமொழி பூப்படைந்த வருடம் பழையதாகித் தள்ளிப் போய்க்கொண்டேயிருந்தும் அவளுடைய மாதாந்திரக் குளியல் தள்ளிப்போவதற்குக் காரணம் அவர்களிருவருக்குமிடையில் தன் தம்பியின் ரகசியப் பெண்ணாபிமானம் எதையோ முன்னிறுத்தி உண்டாகியிருக்கும் பிணக்குத்தான் என்பதாக ஓர் எண்ணம் இருந்தது. திருமொழியிடம் அவர்களுடைய தாம்பத்யத்தைப் பற்றி ஜாடைமாடையாகப் பேசிப் பார்த்த போது அவள் அதெல்லாம் குறையொன்றும் இல்லாமல் தினப்படி நடந்துகொண்டிருக்கிறது என்றுதான் சொன்னாள். வசுமதிக்குத் திருப்தி உண்டாகவில்லை. ஹிந்து தர்மம் இப்படித் தர்க்க வாதங்களால் திருப்தி கொள்ளாதவர்களுடைய மனம் சமாதானமடைவதற்காகத் தெய்வ குற்றம் என்கிற ஒரு ஈஸ்வர சித்தாந்தத்தையும் தன் வசம் வைத்திருந்ததால்

அவள் அவர்களிருவரையும் தனியே கோயில் தலங்களைச் சென்று தரிசித்துவிட்டுவருமாறு வற்புறுத்தினாள். ஹைதருக்கும் கும்பெனிக்கும் உக்கிரமாகச் சண்டை நடந்துகொண்டிருந்த அந்த வருடங்களில் தன்னை நீண்ட விடுப்பில் அனுப்ப சிரஸ்தார் ஒத்துக்கொள்ள மாட்டாரென்றும் தன்னுடைய மனச்சாட்சியே அதற்கு இடங்கொடுக்கவில்லையென்றும் சொல்லி அய்யங்கார் அதைத் தட்டிக்கழித்தார். அதில் விகல்பம் எதுவும் இல்லையென்றபோதிலும், அவருடைய நடத்தைமீதான வசுமதியின் சந்தேகம் அந்த மறுப்பால் அதிகப்பட்டது. ஒரு தமக்கையாகத் தன் அன்பு முழுவதையும் தம்பியின் மேல் கொட்டத் தெரிந்துகொண்டிருந்த அவளால் ஒரு மாமியாராகத் தன் மருமகனிடம் எந்த அளவிற்கு இடைவெளியைத் தக்க வைத்துக்கொள்ள வேண்டுமென்பதை அக்கம்பக்கத்தவர்களைப் பார்த்தும் கற்றுக்கொள்ளத் தெரியவில்லை. அவளுடைய நச்சரிப்பைத் தாங்க முடியாமல், அதே சமயத்தில் வேலைகளை விட்டுவிட்டு ஊர் சுற்றவும் மனமில்லாமல், அய்யங்கார் திருமணமாகிப் பதினாறு வருடங்களுக்குப் பிறகு, திருமொழியின் வயிற்றில் கருவை உருவாக்கும் சக்தியைத் தன் சுக்கிலத்திற்குள் செலுத்தும் வேறெந்தப் பரிகாரத்தையாவது உள்ளூரிலேயே நடத்திப்பார்ப்பதற்கு ஒத்துக்கொண்டார். வசுமதியும் சந்தோஷமாகி தானே அலைந்துதிரிந்து மேலக்கோட்டை நாராயண சுவாமி கோயில் மடத்திலிருந்து ஒரு நல்ல புரோகிதரை வரவழைத்து பித்ருக்களைச் சந்தோஷப்படுத்தும் சடங்குகளைக் காவிரிக்கரையில் வைத்துப் பிரமாதமாக நடத்துவதற்கு ஏற்பாடுகளைச் செய்தாள். காவிரி இரண்டு கரைகளையும் அணைத்தபடி கண்கொள்ளாத விரிவுடன் ஓடிக்கொண்டிருந்த ஒரு பருவத்தில் வெள்ளத்தை முன்னிட்டுத் தற்காலிகமாக அடைக்கப்பட்டிருந்த யானை வாயிலைக் காவலாளியின் துணையுடன் திறந்து உபயோகப்படுத்திக்கொள்வதற்கு அவர்கள் சிறப்பு அனுமதியும் வாங்கிக்கொண்டார்கள். காவலாளி ஒரு முஸ்லிம். நிறைந்த படிப்பினாலும் உத்தியோக நிமித்தமான அயலூர்ப் பிரயாணங்களாலும் விசாலப்பட்ட புத்தியை உடையவராயிருந்த அய்யங்காருக்கு அதில் ஆட்சேபணையெதுவும் இருக்கவில்லை. ஆனால் வசுமதியின் பார்வையை இந்தத் துலுக்கத் தீட்டு வெகுவாகப் பாதித்தது. முதல் குளியலைத் தனியாக முடித்த பின் சங்கல்பத்தைப் பூர்த்திசெய்துவிட்டுத் தர்ப்பணத்திற்குத் தயாராக மனைவியுடன் சேர்ந்து நதியில் இன்னொரு முழுக்குப் போடுவதற்காக அய்யங்கார் மறுபடி கோட்டைக் கதவைத் திறக்கச்சொல்லி நதியின் மேல் பிரவேசித்தபோது அவருடைய அனுமதியுடனேயே திருமொழியின் கைகளைப் பிடித்து நீரில் அவள் தன் தலையை நனைத்துக்கொள்ள உதவுவதற்குத் தன் கைகளில் போதுமான வலுவும் பயிற்சியும் கொண்டவனாயிருந்த காவலாளி முன்வந்தபோதும் அப்படி நடந்தால் பரிகாரம் செய்பவருடைய லக்கினத்தில் ஏழாம் வீட்டிக்குரியவனும் செவ்வாயும் ஆறாம் வீட்டில் வந்து கூடிக்கொள்வதைத் தன்னால் தடுக்க முடியாதென்று புரோகிதர் கூறிவிட்டதால் தன் தம்பியினுடையதைத் தவிர வேறு யாருடைய கைகளையும் திருமொழி பிடித்துக்கொள்வதற்கு அவள் பிடிவாதமாக ஆட்சேபம் தெரிவித்துவிட்டாள். தன் உதவியை மறுப்பது சிறப்பு அனுமதியின் க்ஷரத்துகளுக்குப் புறம்பானது என்பது தெரிந்தும் பிராமணக்

குற்றம் நமக்கெதற்கு என்று காவலாளியும் அவர்களைப் பிறகு அதிகம் வற்புறுத்தாதிருந்துவிட்டான். அவனுடைய கையை அய்யங்காரும் அய்யங்காருடைய கையை திருமொழியுமாகப் பிடித்துக்கொண்டு நதிக்குள் இறங்கினார்கள். யானை வாயிலோடு ஒட்டி அமைந்திருந்த படிகளில் இரண்டைத் தாண்டியதும் இருவரும் நீருக்குள் ஒரு தடவை தலையைத் தாழ்த்தியபோது முகத்தில் சுளீரென்று அடித்த நீர்ப் பிரிகளை ஒதுக்கிவிட்டுக்கொள்ள திருமொழிக்கு ஒரு கை மீதமிருந்தது. ஆனால் அவளிடம் வலக்கையையும் காவலாளியிடம் இடக்கையையும் கொடுத்துவிட்டு மூழ்கிய அய்யங்காருக்கு அலையடித்த வேகத்தில் நிதானம் தப்பியபோது முகத்தை வழித்து சுவாசத்தைச் சீர்ப்படுத்திக்கொள்ளக் கை கிடைக்கவில்லை. சில அடிகள் வெள்ளத்தோடு நகர்ந்துவிட்ட அவர் தன்னைச் சுதாரித்துக்கொள்ளும் மிருகவியல்புடன் இரண்டு கைகளையுமே பலமாக உதறினார். பயிற்சி பெற்ற காவலாளியின் கை அந்த உதறலை எதிர்பார்த்துச் சமாளித்துவிட்டது. ஆனால் திருமொழியின் கை உதறலின் வேகத்தைத் தாங்க முடியாமல் பூமாலை கழல்வதைப் போல அவர் விரல்களை விட்டுக் கழன்றுகொண்டுவிட்டது. அடுத்த கணம் வசுமதியின் அபயக் குரலும் காவலாளியின் எச்சரிக்கை அலறலும் அந்தப் பிரதேசத்தையே கிடுகிடுக்கச் செய்துவிட்டன. நடந்தது என்ன என்பதைப் புரிந்துகொள்வதற்குள் அய்யங்கார் திருமொழியைக் காவிரிக்குக் காவுகொடுத்துவிட்டார். உணர்ச்சிவசப்பட்டு வெள்ளத்திற்குள் தானும் பாய முயற்சித்த அவரைக் காவலாளி பெரும் பிரயத்தனமெடுத்து அடக்கிக் கரைக்குக் கொண்டுவந்து சேர்த்தான். காரியம் கைமீறிப்போய்விட்டதென்று தெரிந்தும் பிறகு சேனையாட்கள் பத்துப் பதினாறு செம்படவர்களைக் கூட்டிக்கொண்டு மேகதாட் வரையில் அய்யங்காரின் மனைவியைச் சல்லடைபோட்டுத் தேடிப்பார்க்க ஆணை பிறப்பிக்கப்பட்டது. பிரயோசனமில்லை. திருமொழி போனவள் போனவள்தான். அவளுடைய சடலம்கூடக் கரையோரப் புதர்களெதிலும் காணக் கிடைக்கவில்லை.

காவிரியில் குளிப்பதையும், அதில் நீரெடுத்துக் கர்மங்கள் செய்வதையும், பாதாளத்தில் உடல்கள் அழுந்தி அழுகிக்கிடக்கும் அதன் கரையில் நின்று சூரியனைத் தொழுவதையும் அய்யங்கார் அன்று கைவிட்டவர்தான். செருப்புடனோ அல்லது சாணமிட்டுக்கொண்டே செல்லும் குதிரைகளில் ஏறியோ மிதித்துக் கடக்கும் சந்தர்ப்பங்களைத் தவிர பிற நேரங்களில் அதுயிருந்த திசைப்பக்கம்கூட அவர் திரும்பிப்பார்க்கப் பிரியப்படவில்லை. தன்னில் மூழ்கியெழும் யாரிடமிருந்தும் அவர்களறியாமலே அவர்களுக்கு விருப்பமான ஏதாவதொன்றை நதி பறித்துக்கொண்டு ஓடிவிடுவதாக அவருடைய பார்வை திருகிக் கொண்டுவிட்டது. எல்லாத் தாய்மார்களையும் போலவே புத்திர சோகத்தில் படுக்கையில் விழுந்ததோடு துலுக்கனிடம் கையைக் கொடுத்த தம்பியின் ஆசாரஹத்திதான் காவிரியைக் கோபப்படுத்தித் தன் மகளை விழுங்கிவிட்டது எனவும், எனவே அவரும் அவள் சாவுக்கு ஒருவகையில் காரணம் எனவும் அய்யங்காரைச் சாகும்வரையில் கொட்டித் தீர்த்து விட்டு வசுமதி போய்ச்சேர்ந்தபோது அவள் உடலைத் தகனம் செய்ததற்குப் பின் கூட குளியலும் பிண்டக் கரைப்பும் அய்யங்கார் வீட்டின்

புழக்கடைக் கிணற்றில்தான் நடந்தது. பிராமணனாயிருந்துகொண்டு நதி ஸ்நானத்தை மறுப்பதென்பது வேதங்களைப் பழிப்பதற்குச் சமமென்று கௌட உட்பட அவர் மேல் அக்கறைகொண்ட எத்தனையோ பேர் எவ்வளவோ சொல்லிப்பார்த்தும் ஆறாத காயத்துடன் மரத்துப்போகாத வலியும் தன்னை ரணப்படுத்திக்கொண்டேயிருக்கும்வரை தன்னால் நதியோடு உறவாட முடியாது என்று கூறி அந்த அறிவுரைகளுக்குக் காதுகொடுக்க மறுத்துவிட்ட அவர் பிறகு காக்கைப் பார்ப்பான் என்றும் நதிப்பெண்ணின் சக்களத்தி மகன் என்றும் ஊராரால் ஏளனமாக விளிக்கப்பட்டபோதிலும் அதையெல்லாம் பொருட்படுத்தாது காவிரிக்குப் பாராமுகமாகவே இருபத்தி ரெண்டு வருடங்களைக் கழித்துவிட்டு ட்ரிஸ்ட்ராமும் பூசாரியும் அவருடைய இல்லத்திற்கு விஜயம் செய்ததற்கு மறுநாள் சில மணி நேரங்களுக்கு மட்டும் அதைக் கைவிட்டார். அன்றும்கூட, நண்பர்களுக்காக சுல்தானின் நூலகத்தை ஏற்பாடு செய்துவிட்டு கோட்டையிலிருந்து வெளிப்பட்டு மைசூர் பெங்களூர் சாலையைத் தாண்டிய சமயத்தில் எப்போதும்போல எதிரே தெரிந்த காவிரியின் மட்டுப்பட்ட, சாந்தமான ஓட்டத்தின் மேல் அவர் பார்வை எதேச்சையாக விழ நேரிட்ட கணத்தில் கண்களில் சுரக்கத் தொடங்கிவிட்ட கண்ணீர் அதனுடன் அவர் இளமையில் கொண்டிருந்த நேசத்தின் திடீர் ஞாபகத்தால் விளைந்ததில்லை. மாறாக மனிதர்களோடுகூட அப்போது நதியுமே தன்னைப் பார்த்து ஏளனமாகச் சிரிப்பதாயும், சுல்தானின் நம்பிக்கையைக் காவுவாங்கிவிட்டு ஓடிக்கொண்டிருக்கும் ஒரு வஞ்சக நதியாகத் தன்னையும் அந்தச் சிரிப்பால் அது குறிப்பதாயும் கற்பனை செய்துகொண்டதால் உண்டான வலியால் துளிர்த்தது. மார்பைப் பிடித்தபடியே வீட்டிற்கு வந்துசேர்ந்த அவர் அன்று இரவு முழுவதும் கௌட எத்தனை முயற்சித்தும் சமாதானமடையாமல் தன்னை ஒரு பாவியென்று இகத்தில் தன் தமக்கை சொன்னதும், பரத்தில் சித்திரகுப்தன் குறிக்கப்போவதும் நூற்றுக்கு நூறு சரியென்று திரும்பத் திரும்பச் சொல்லிக் குளிர்க்காய்ச்சல் கண்டவனைப் போல புலம்பிக்கொண்டேயிருந்தார். இதனால், அதாவது கோட்டைக்குள் நுழைந்திருக்கும் இருவரும் தங்களுக்கும் எந்தப் பிரச்சினைகளையும் உண்டாக்கிக்கொள்ளாமல், சுல்தானுடைய கீர்த்திகோ சொத்துகளுக்கோ களங்கத்தையும் ஏற்படுத்திவிடாமல் திரும்பிவந்து, வந்த சுவடு தெரியாமல் ஊருக்குத் திரும்பிச் சென்றுவிட்டதாகத் தெரியும்வரையில் அவருடைய புலம்பலை நிறுத்த முடியாதென்பதில் கௌடவிற்கு நிச்சயமேற்பட்டுவிட்டிருந்ததால், அமாவாசையான மறுநாள் விடிவதற்கு இரண்டு ஜாமங்கள் மீதமிருக்கும்போது அவர் திடீரென்று படுக்கையை விட்டு எழுந்து கையில் பஞ்சபாத்திரம், கூர்ச்சம், பவித்ரம், தர்ப்பை, எள்ளு சகிதமாக குதிரையையும் அவிழ்த்துக்கொண்டு தன்னையும் தன்னுடைய மாதாந்திர தர்ப்பணத்தைச் செய்துமுடிக்க காவிரிக் கரைக்கு வரும்படி அழைத்தபோது, அச்சம் சென்றவர்கள் திரும்பி வீட்டிற்கு வந்து சேரும்வரையில் காத்திருக்கும் பொறுமையை அவரிடமிருந்து பறித்துக்கொண்டுவிட்டிருந்ததென்பதும், எத்தனை சீக்கிரமாக முடியுமோ அத்தனை சீக்கிரமாக அவர்களை வழியிலேயே சந்தித்து அசம்பாவிதம் எதுவும் நடந்துவிடவில்லையென்பதைத்

தெரிந்துகொண்டுவிட வேண்டுமென்கிற தவிப்பே அவரைக் கோட்டைக்கு மிகச் சமீபமாயிருக்கிற நீராடல் தலமான காவிரிப் பாலத்துப் படித்துறையை நோக்கித் துரத்திக்கொண்டிருந்தது என்பதுமே அந்தப் புறப்பாட்டின் உண்மையான காரணங்களாயிருந்தபோதிலும், இருபத்திரண்டு வருட வைராக்கியத்தைப் பின்தள்ளிவிடும் பலம் அவருடைய குற்றவுணர்விற்கு இருந்தது என்கிற அனுமானத்துடன் அய்யங்கார் மேல் அனுதாபம் மேலிட அவர் பின்னே குதிரையில் ஏறி அமர்ந்துகொண்டதோடு, படித்துறைக்குப் போய்ச்சேர்ந்தபோது நீரோரத்துத் தர்ப்பைப் புதர்களின் மேல் இறந்துபோன மூதாதைகளுக்காக ஏற்கெனவே எள்ளிறைத்துக்கொண்டிருந்தவர்களின் கவனத்தை அவருடைய அதிசயப் பிரசன்னத்தோடுகூட நிலைகொள்ளாத பரபரப்பும் ஈர்த்துவிடாமலிருக்க வேண்டுமேயென்கிற கவலையுடன், நால்வருமாகச் சேர்ந்து ஈடுபட்டது மிக ஆபத்தான வேலையில்தானென்றாலும் அதைப் பற்றி இப்போது வருந்திப் பிரயோசனமில்லையென்றும், கோட்டைக்குள் ட்ரிஸ்ட்ராம் சம்பந்தப்பட்ட பிரச்சினை ஏதேனும் எழுந்திருந்தால் அது முந்திய நாளிரவே அவர்கள் காதுகளைக் கண்டிப்பாக வந்து எட்டியிருக்குமென்றும், அப்படியெதுவும் வெடித்து அவர்களை எழுப்பியிராத பட்சத்தில் நண்பர்கள் பாதுகாப்பாக இருக்கிறார்களென்றுதான் அர்த்தமென்றும், அய்யங்கார் வயதின் காரணமாக அதிகமாகக் கவலைப்பட்டுத் தன்னை வருத்திக்கொள்கிறாரென்றும் தர்க்க வாதங்கள் பலவற்றை எடுத்துச் சொல்லி அய்யங்காரையும், அந்தரங்கத்தில் தன் மனதையுமேகூட, சமநிலைப்படுத்தவும் தொடர்ந்து பிரயத்தனப்பட்டுக்கொண்டிருந்தான்.

ஆனால் பல சமயங்களில் தர்க்கத்தை உள்ளுணர்வு முந்திக்கொண்டு தான் விடுகிறது. அர்க்யம் விடும் சாக்கிலும், கௌடவிற்கான மந்திரங்களை நேர்த்தியாக உச்சரிக்கும் தோரணையிலும் நேரத்தைக் கடத்தியபடி மகம்மத் களக்காப்பரணுக்கு எதிர்ப்புறத்திலிருந்த கோட்டையின் வெளிப்புற மதிலைக் கவலையுடன் கவனித்துக்கொண்டேயிருந்த அய்யங்காரின் கண்களில் குறவர் குடியிருப்பிற்கு அப்பாலிருந்து ட்ரிஸ்ட்ராம், பூசாரி இருவரின் தலைகளும் தென்பட்டவுடனேயே கௌடவின் எச்சரிக்கையைப் பொருட்படுத்தாமல் ஓடிச்சென்று அவர்களை எதிர்கொண்டழைத்து கைக்கொருவராய் இருவரையும் பிடித்துக்கொண்டு போன காரியம் முடிந்ததா என்று குழந்தையைப் போல ஏக்கத்துடனும் ஆவலுடனும் கேட்டபோது ட்ரிஸ்ட்ராம் வெளிறிப்போன முகத்துடன் அய்யங்காருடையவற்றிற்குப் பதிலாக சொக்க கௌடவின் கண்களைப் பார்த்துக்கொண்டே, சொல்லுக்கும் செயலுக்கும் இடையிலிருக்கும் பள்ளம் பல சமயங்களில் மனிதர்களால் தாண்ட முடியாத அளவிற்கு அகண்டதாயிருக்கிறது என்று, முதல் நாளிரவிலிருந்து அவர் கற்பனை செய்துகொண்டேயிருந்ததும், கேட்கப் பயந்துகொண்டேயிருந்ததுமான பதிலைத்தான் சொன்னான். மாட்டிக் கொள்ள நேரும்பட்சத்தில் தப்பியோட முயற்சிப்பதற்குப் பதிலாக நூலகத்தின் பூட்டுகளை உடைத்துத் தங்களைத் திருடர்களைப் போல காட்டிக்கொண்டு எதிர்ப்பைக் காட்டாமல் சரணடைந்துவிடுவது என்பதாக முன்பு அவருக்குக் கொடுத்த வாக்குறுதியை அவர்களால் காப்பாற்ற முடியாமல் போயிருந்தது என்பதுதான் அந்தப் பதிலின்

உட்கிடை. பற்றாக்குறைக்குப் பூசாரி வேறு நூலகத்தின் இரண்டாமறையில் கலவியின் வாசனையடிப்பதாக வேலைக்காரி தன்னிடம் சொல்வதுண்டு என்று அய்யங்கார் சொன்னதை அவருக்கே நினைவூட்டி அது உண்மைதானென்றாலும் சுல்தானுடைய காதல் லீலைகளல்ல அதற்குக் காரணம் என்றும், ஆனால் அதை அவருடையதுதானென்று அய்யங்கார் நம்பியதாலும் அவ்விதமாகவே தங்களிடமும் சொல்லியிருந்ததாலும் பெரும் தவறு ஏற்பட்டுவிட்டதென்றும் சொல்லி அவருடைய குழப்பத்தையும் குற்றவுணர்ச்சியையும் பெரிதாகத் தூண்டிவிட்டுவிட்டான். அய்யங்கார் மூர்ச்சை போடும் நிலையை அடைந்துவிட்டார். பூசாரியைத் தவிர மற்ற இருவருமே தங்களைக் கைத்தாங்கலாக யாராவது அழைத்துச்சென்றால் நல்லது என்கிற நிலையை அடைந்துவிட்டிருந்ததாகத் தெரிந்ததாலும், பெரிதாக ஏதோ தவறு நடந்துவிட்டிருக்கிறது என்பதையும் எனினும் நண்பர்களிருவரும் வெளியே வந்துவிட்டிருப்பதால் அந்தத் தவறு தற்காலிகமாக மறைக்கப்பட்டிருக்கிறது என்பதையும் ஊகித்துவிட்டதாலும், தானும் சற்றே கலவரமடைந்துவிட்டாலும்கூட கௌட சில நிமிடங்களில் அவனுக்கேயுரிய நிதானத்தைக் கைக்கொண்டு அந்தச் சூழ்நிலையில் அய்யங்காரின் ஜாகைக்குச் செல்வது நல்லதன்று என்கிற முடிவுடன் அவர்கள் மூவரையும் அழைத்துக்கொண்டு குதிரையையும் ஒரு கையில் பிடித்தபடி பாலத்தின் வழியே காவிரியைக் கடந்து மறுகரையிலிருந்த மசூதியையும் அதற்கப்பாலிருந்த சிபால்டு காப்பரணையும் தாண்டிப்போய் பட்டணத்தின் எல்லையோர முள்வேலித் தடுப்பருகே மறைவாக ஓரிடத்தில் அமர்த்திய பின் நடந்தவற்றை விபரமாகச் சொல்லும்படி ட்ரிஸ்ட்ராமை வேண்டிக்கொண்டான். அய்யங்கார் அமைத்துக்கொடுத்திருந்த வழி தன்னையும் பூசாரியையும் எந்தத் தடங்கலுமின்றி நூலகத்தின் இரண்டாமறைவரை கொண்டுசென்றுவிட்டதால் நடுயிரவு வரையில் பிதிர் சஞ்சார மார்க்க போதினியின் பக்கங்களை முன்னும் பின்னுமாக மாற்றி மாற்றித் தன்னை வாசிக்கச் செய்து அதன் கடைசி எட்டு அத்தியாயங்களின் சொற்களுடனும் வாக்கிய அமைப்புகளுடனும் அவற்றைப் பொருத்தி, நூலின் உருவாக்கத்தில் நீலகண்டப் பண்டிதருக்கு ஏற்பட்டிருக்கக்கூடுமென்று ஊகித்த தடுமாற்றத்தை உறுதிப்படுத்திக் கொள்ள பூசாரி மேற்கொண்ட முயற்சிகளும் தன்னுடைய பிரத்யேக வாசிப்பும் செவ்வனே போய்க்கொண்டிருந்தன என்றும், அதற்கே வெகுநேரம் பிடித்ததென்றாலும், மேலும் வாசிக்கத் தொடங்கிய கொஞ்ச நேரத்திலேயே நீலவேணியின் பாதை நூலின் நாற்பத்து மூன்றாம் சர்க்கமாக இருப்பதைக் கண்டுபிடித்துவிட்டாலும், அதற்கு மேலும் டப்ளின் நகர நூலகப் பொறுப்பாளரும் தன்னுடைய நண்பருமான கிரிஃபித் அப் ஓவைன் என்பவர் பொதுவாகத் தான் மேற்கொள்வதாகச் சொல்லும் வாசிப்பு முறையையொத்த ஒருவிதமான நூதனமான வாசிப்பைப் பூசாரி பண்டிதரின் இரட்டைப் புலமையின் மேல் பிரயோகித்துப் புரிந்து கொள்ளவும் தனக்கும் அதை விளக்கிச்சொல்லவும் நெடிய அவகாசம் இருக்கத்தான் செய்தது என்றும் சொன்ன ட்ரிஸ்ட்ராம் ஆனால் நடுச்சாமத்திற்குப் பிறகு ஜெனானாவைப் பார்த்த அந்த அறையின் இன்னொரு வாயிலின் வெளிப்புறப் பூட்டினுள் திறவுகோலொன்று எச்சரிக்கையுடன் நுழைந்து எழுப்பிய ஒலி திட்டம் முழுவதையும்

பாழாக்கிவிட்டது என்கிற பீடிகையுடன் நூலகத்தினுள் நடந்த எதிர்பாராத சம்பவத்தைப் பற்றி சங்கோபங்கமாக விவரிக்கத் தொடங்கினான்.

சுல்தானைத் தவிர வேறு யாரும் எந்தச் சமயத்திலும் அந்த அறையை உபயோகிப்பதில்லையென்றும், வஸ்துகளையும் அவற்றின் பயன்களையும் தொடர்ந்து பார்வையின் வித்தியாசமான கோணங்களில் வைத்துக்கொண்டேயிருப்பதன் மூலம் புழக்கச் சலிப்பைத் தவிர்த்துக் கொண்டேயிருக்கும் உந்துதலில் படிப்பறையை அகாலத்தில் தன் காதற்கூடமாயும் உபயோகப்படுத்திக்கொள்ளும் பழக்கமுள்ளவராக அறியப்பட்ட அவரோ அப்போது ஊரிலில்லையென்றும் அய்யங்கார் உறுதியாகவே சொல்லியிருந்ததால் அந்த நேரத்தில் அறைக்குள் மனிதக் குறுக்கீட்டை நாங்கள் சற்றும் எதிர்பார்க்கவில்லை, எனினுமே பூட்டுத் திறக்கப்படும் சத்தத்தைக் கேட்டவுடனேயே சுவடியை மேசை மேல் வைத்துவிட்டுச் செவிப்புலன்களைக் குவித்துக்கொண்டே பரஸ்பரம் கைகளைப் பற்றியபடியும், இரண்டாமறையிலிருந்து வெளியேறி முதலறையின் அலமாரிகள் எதன் பின்னாவது ஒளிந்துகொள்ளவோ அல்லது மின்மினிகளின் வெளிச்சத்தை உபயோகப்படுத்திக்கொண்டு வந்த வழியே நூலகத்தின் பின்புற நடைபாதைக்கு விரைந்து பாய்ந்துவிடவோ கிடைக்கக்கூடிய வாய்ப்பைக் கணக்கிட்டபடியும் நாங்களிருவரும் ஆபத்தை எதிர்கொள்ளத் தயாராகிவிட்டோம், அந்த வாயிற்புறத்திற்கு இரண்டு பூட்டுகள் என்று அய்யங்கார் சொன்னதாக எனக்கு ஞாபகம், எனவே தப்பிக்கும் நிர்பந்தம் ஏற்படும்பட்சத்தில் முதல் பூட்டில் சாவி நுழைந்திருக்கிற கணத்திலிருந்தே கிடைக்கும் அவகாசத்தைப் பயன்படுத்திக்கொள்ள வேண்டியிருக்குமென்று நான் கணக்கிட்டேன், இரண்டு பூட்டுகள் திறக்கப்பட வேண்டும், வளையங்களிலிருந்து அவை விடுவிக்கப்பட வேண்டும், பூட்டுகளும் திறவுகோல்களும் பிறகு அருகில் இருக்கும் பிறையில் வைக்கப்பட வேண்டும், தாழ்களுடன் அடித்தண்டாவும் நீக்கப்பட வேண்டும், திறக்கும் நபரின் கையில் விளக்கோ தீப்பந்தமோ இருந்தாலும் உள்ளேயிருக்கும் இருட்டுக்கும் வஸ்துகளின் ஸ்திதிக்கும் கண்கள் பழக வேண்டும், அல்லது தொழிற் பழக்கத்தால் அனிச்சையாகவே கூர்மையடைந்திருக்கும் புலன்களால் அறையினுள் அந்நிய நடமாட்டம் குறித்து அந்த நபர் ஏற்கெனவே சந்தேகம் கொண்டிருந்தாரென்றால் உள்பக்கமிருந்து எதிரிகளின் தாக்குதலை எதிர்பார்த்துக் கதவை விரியத் திறப்பதற்குத் தயங்கிச் சற்று தாமதிக்கலாம், உள்ளே மனிதப் புழக்கமிருக்கிறதென்பது நிச்சயமாகும்வரை தன் சகாக்களை உதவிக்கு அழைப்பதானது அந்த ஊகம் வெறும் பிரமையென்றாகிறபட்சத்தில் தன்னைக் கேலிக்குள்ளாக்கக் கூடுமென்று எண்ணி நடமாட்டத்தைக் கூட்டாமலும் அவர் எங்களுக்கு நேரமளித்து உதவி செய்யக்கூடும், இந்த விதமாகவெல்லாம் நான் யோசித்துக்கொண்டிருக்க, பூசாரியோ நாங்கள் அறைக்குள் நுழையும்போதே கதவை உட்புறம் தாழிட்டுக் கொண்டிருந்ததால் இப்போது நகாய மையைப் புருவங்களின் மேல் பிரயோகித்துக்கொண்டு மரஅலமாரிகள் ஒவ்வொன்றிற்குமிடையே இருக்கும் இடைவெளியினுள் உடலைச் சற்றே பொருத்தி நின்று கொண்டால் போதுமானதென்றும், சிறியதென்றாலும் தங்களுடைய இருப்பை உள்ளே நுழைபவனுடைய கண்களுக்குக் காட்டாமல் நகாயம்

மறைத்துவிடுமென்பதால் உட்புறம் தாழிடப்பட்ட முன்வாயிற்கதவும் அறையின் இருப்பைக் களங்கப்படாததாகவே வருபவர்முன் வெளிப்படுத்துவதாக அமைந்துவிடுமாதலால் அவர் மேற்கொண்டு தாமதிக்காமல் உடனே திரும்பிப்போய்விடச் சாத்தியமிருக்கிறது என்றும் எனக்கு யோசனை சொன்னார், ஆனால் வருபவர் வெறும் காவலாளியாயிருந்தால் மட்டுமே அந்த யோசனை சாத்தியமாகும், மாறாக அது சுல்தானின் விந்தையான பழக்கவழக்கங்களைத் தங்களுடைய காதல் லீலைகளை நிறைவேற்றிக்கொள்ளச் சாதகமாகப் பயன்படுத்திக்கொள்ளும் ஜெனானாவின் கள்ளக் காதலர்களில் யாராவதாயிருந்தால் அதே யோசனை எங்களை மேலும் சிக்கலில் மாட்டிவைத்து விடுவதாகவே அமையும், அப்போது வருபவர்கள் தங்கள் விடாயைத் தீர்த்துக்கொண்டு வெளியேறுகிறவரையில் நாங்கள் பொறுமையாகக் காத்துக்கொண்டிருக்க நேரிடும், அதுவே நாங்கள் வெளியேறியாக வேண்டிய கால அவகாசத்தைத் தாண்டி நீள்வதாக அமைந்துவிட்டாலோ ஏதாவதொரு கட்டத்தில் வலுக்கட்டாயமாக நாங்கள் எங்களை வெளிப்படுத்திக்கொண்டாக வேண்டியிருக்கும், இதற்கு மேலாக ஆண் பெண் சங்கமத்தை ஒளிந்திருந்து பார்ப்பதானது, வேறு வழியில்லைதானென்றாலும், எந்தக் கடவுளின் சட்டப்படியும் மிகக் கொடிய குற்றங்களில் ஒன்று என்பதும், அந்தக் காட்சி ஒருவேளை பூசாரி தன் ஆயுளையும் சக்திகளையும் உடனே இழக்கும்படி செய்துவிடுமென்கிற அவருடைய பிரத்யேக பயமும் ஒருபுறமிருக்க, அதன் பரவசத்தைத் தாங்கிக்கொள்ளும் ஸ்திதியில் என்னை அது வைத்திருக்குமா என்கிற சந்தேகம்வேறு என்னையும் நிம்மதியிழக்கச் செய்துகொண்டிருந்தது, இவ்வளவிற்கு அப்பாலும் தர்பார்த் தூண்களில் பசித்த புலிகளைக் கட்டிப்போட்டு வளர்த்துக்கொண்டிருக்கும் சுல்தானுடைய நூலகத்தை இம்மாதிரியான விஷயங்களுக்கு உபயோகப்படுத்திக்கொள்ளும் துணிவு பணியாட்கள் யாருக்கும் வந்துவிடாது என்கிற நிச்சயமும் எங்களுக்கு இருந்ததால் வரும் நபர் தன் உள்ளுணர்வால் உந்தப்பட்டு அறையைப் பார்வையிட வரும் பாராக் காவலாளியென்றே முடிவுசெய்துகொண்டு பூசாரி கொடுத்த மையைப் புருவத்தின் மேல் தீற்றிக்கொண்ட பின் அலமாரிகளுக்கிடையேயிருந்த இடைவெளிகளை நோக்கி நாங்கள் நகர முயன்றோம்.

உண்மையில் இத்தனை எண்ணங்களையும் யோசனைகளையும் பகிர்ந்துகொண்டு செயற்படுவதற்கு எங்களுக்கு அரை நிமிடத்திற்கும் குறைவான அவகாசம்தான் தேவைப்பட்டது, ஆனாலும் அதற்குள் கதவு திறந்துவிட்டது, பிறகு நடந்ததென்னவென்றால் அய்யங்காரும் அவருடைய வர்ணனைகளின் வழியே நாங்களும் சுல்தான் சர்க்காரும் எது நடக்காது என்று உறுதியாக நம்பிக்கொண்டிருந்தோமோ அது, ஆம், உள்ளே நுழைந்தது ஒரு பெண், நிலவற்ற இருளென்றாலும் திறந்த கதவின் வழியே அவளுடைய பின்புலத்தில் தெரிந்த திறந்தவெளி நடைபாதையின் மேல் கசிந்துகொண்டிருந்த நட்சத்திரங்களின் ஒளியில் அவளொரு கன்னிப் பருவத்தினள் என்பதையும், அவளுக்குப் பின்புறமிருந்து அவள் மேல் ஓர் ஆணின் நிழல் விழுந்துகொண்டிருக்கிறது என்பதையும் என்னால் பார்க்க முடிந்தது, அவள் தன் கைகளில் வெளிச்சத்திற்கான சிறு

தீபத்தைக்கூட ஏந்திக்கொண்டிருக்கவில்லை, காதல்தான் அவர்களுடைய நோக்கமென்றால் அது ஒரு புத்திசாலித்தனமான ஏற்பாடுதான், இருட்டில் அவள் முகத்தை என்னால் பார்க்க முடியவில்லை, ஆனால் கதவைத் திறந்தவள் பெண் என்பதைத் தெரிந்துகொண்ட கணத்திலேயே அவளையும் அவள் பின்னே உள்ளே நுழையத் தயாராக நின்றுகொண்டிருந்த ஆணையும் நான் நன்றாக அறிவேனென்பதைத் தெரிந்துகொண்டு விட்டேன், மரத்திலிருந்து நெற்றிப்பொட்டின் மேல் வந்து விழும் ஒரு பழம்கூட சித்தார்த்தனை புத்தனாக்கிவிடுமென்றால் இதிலொன்றும் ஆச்சரியம் இருக்க முடியாதுதான் இல்லையா, அல்லது அதை ஞானமென்பதை வினோதமான வழிகளிலேயே சாத்திய மாக்குகிற மண்ணில்தான் இத்தகைய ஆச்சரியங்கள் நிகழக்கூடுமா தெரியவில்லை, பூசாரி என்னை அந்தச் சமயத்தில் அலமாரிகளிருந்த திக்கை நோக்கிக் கையைப் பிடித்து இழுத்ததாகப் பிறகு கழிப்பறைப் பள்ளத்தில் பதுங்கிக்கொண்டிருந்தபோது சொன்னார், ஆனால் அப்படி இழுக்கப்பட்ட உணர்வு எதையும் நான் அடைந்திருக்கவில்லை, காரணம், மேற்சொன்ன தெரிதலோடு, அறையினுள் கப்பியிருந்த இருளோடும், அதில் கீறலிட்ட மங்கிய வாயிலொளியோடும், இரவின் மோனத்தோடும், எதிர்பாராதவிதமாகப் பிரசன்னமான பெண்ணின் நிழலுருவோடும், ஊகமாக மட்டுமே அறிய முடிந்த ஆணின் இருப்போடும் கலந்து என்னைச் சுற்றியிருந்த புத்தக அலமாரிகளின் வரிசைகள் பெரும் விருட்சங்களின் வடிவை எடுத்துக்கொண்டுவிட்டதான பிரமையுடன் என்னை அங்கே வரவழைத்தது பிதிர் சஞ்சார மார்க்க போதினியோ அல்லது நீலவேணியின் பாதையோ அல்ல என்கிற உண்மையும் மின்னலடித்ததைப் போல எனக்குப் புரிபட நான் அப்போது அந்தத் திடீர்த் தெளிவின் பிரகாசத்தில் புத்தி குருடாகிப்போய்த் திகைத்து நின்றுகொண்டிருந்தேன், எனக்கு முன்னே நாடக வடிவில் அங்கே நிகழ்ந்துகொண்டிருந்தது இருபத்திரண்டு வருடங்களாக நானும் எலினாரும் தேடிக்கொண்டிருந்த, எங்கள் இல்லற வாழ்வின் தீராத கேள்விக்கான, நாங்கள் அதுவரையில் யோசித்தேயிராத பதில், அல்லது அந்தக் கேள்வியின் மறுபக்கம், கௌட, அய்யங்கார், அங்கே தங்களைத் தணித்துக்கொள்ளத் தோதான தனிமையையும் இருளையும் தேடி உள்ளே நுழைந்தவர்கள் தெ வில்லி உணவகத்தில் வைத்து நான் உங்களிடம் விவரித்த, முன்பொருநாள் சாபக்காட்டிற்குள் நுழைந்த, அதே பழைய காதலர்கள், இன்னும் சில வினாடிகளில் அவர்களுக்கு நிகழப்போவது அவர்களை அவர்களுடைய வாணாள் முழுவதும் அலைக்கழிப்பில் தவிக்கவிடப்போகிறது என்பதையும் நான் அறிவேன், கடவுள் தங்களுக்களித்த புனிதத் தனிமையில் தாங்களிருப்பதான நினைப்பில் அவர்களிருவரும் தங்கள் கனவுகளைப் பகிர்ந்துகொள்ளத் தயாராகிக்கொண்டிருக்கிறார்கள், கனிவு ததும்பும் கிசுகிசுப்பான உரையாடல்களிலும், பட்டும் படாததுமான விரல் தொடுகைகளிலும், உதடுகளின் முதல் இணைவு தந்த நுட்பத் தூண்டலிலும், அவனிடம் தன்னை ஒப்பாகப் படைத்துவிட்ட ஏகாந்த உணர்விலும் அவள் ஏற்கெனவே போதுமான அளவு இளகியிருக்கிறாள், முதன்முதலாகப் பெண்ணிதழைச் சுவைத்த வியப்பும், தன்னை சாகஸச் செயல்களிலிருந்து

விலக்கிக் கட்டுப்படுத்திக்கொண்டிருக்கும் புனித அதிகாரத்திற்கெதிரான பாவத்தைச் செய்து அதைச் சிதறடிக்கவிருக்கிறோம் என்கிற எண்ணமும் உடலை நடுங்கச் செய்துகொண்டிருக்க அவனும் மரணத்தையொத்த அந்த வழியில் தன் வல்லமையைத் தனக்கே நிரூபித்துக்கொள்ளும் தவிப்புடன் அந்த நாடகத்திற்குத் தயாராகிக்கொண்டிருக்கிறான், ஆனால் கடவுளே, தங்களுடைய குறுக்கீட்டால் நோக்கம் பாழாகிப்போன கோபத்துடனும் அச்சத்துடனும் வேறு சிலரும் அதே இருளில் பதுங்கிக்கொண்டிருக்கிறார்கள் என்பது அவர்களுக்குத் தெரியாது, பிதிர்க்களின் சாபமாகிய நூல்களின் காட்டிற்குள் கண்களைக் கட்டிப்போடும் நீலவேணியின் மாயக் கூண்டுவண்டியின் பாதையில் சுழன்றுகொண்டிருக்கும் அந்த வேறு சிலர் அவர்கள் தங்களை நெருங்கிவரும் சந்தர்ப்பத்தை எதிர்பார்த்துக் காத்திருக்கிறார்கள், முதலில் உள்ளே நுழையும் அந்த அறியாப் பெண் அதற்கு இரையாகப்போகிறாள், அவள் கண்களில் என்றென்றும் வெள்ளை நிறம் ஒரு திரையாகத் தொங்கிக்கொண்டிருக்கும்படி அவர்களுடைய கோபம் அவள் மேல் இறங்கவிருக்கிறது, என் கைகளைப் பிடித்து எத்தனை பலமாக இழுத்தும் நான் அசைய மறுத்துவிட்டதால் வேறு வழியின்றித்தான் தன் கைளிலிருந்த வெண்ணொளிப் பூச்சிகளின் விளக்கை அந்தப் பெண்ணின் தலை மேல் ஓங்கி அடித்து உடைத்து அவளைத் தரையில் வீழ்த்த நேரிட்டுவிட்டதாயும், அவளை அடித்த கணத்தில்தான் அடிக்கும் எண்ணமும் தன்னுள் முளைத்து வளர்ந்ததாயும் பிறகு பூசாரி சொன்னாலும்கூட உண்மையில் அது இருபத்தியொரு வருடங்களுக்கு முன்பே நிச்சயிக்கப்பட்டுவிட்ட சம்பவம்தான், அவர் அடித்ததிலும் நான் அசையாமல் சமைந்து நின்றதிலும் இல்லை அதன் நிமித்தம், அந்தப் பெண் சற்றும் எதிர்பாராதவிதமாகத் தன் தலை மேல் ஒளிப்பிரவாகம் இறங்கிப் பிரக்ஞையைக் குருடாக்கித் தன்னைச் சாய்த்தபோது என்ன நினைத்திருப்பாள், தானும் தன் காதலனும் நிகழ்த்தவிருந்த, அல்லது அதற்கு முன் பல காலமாக நிகழ்த்திக்கொண்டிருந்த, பாவத்தின் சம்பளம் இறுதியில் ஒளியின் சிலுவை மேல் இதோ தீர்க்கப்பட்டுவிட்டதென்றா, எனினும் அந்த இனிக்கும் பாவத்தைச் செய்ததற்காகக் கடவுளிடமிருந்து பெற்றுக்கொண்ட தண்டனையை மறுதலிக்கும் நோக்கத்துடன் எந்த மேற்றிராணியாரின் முன்பும் ஒருபோதும் தன் காதலன் மண்டியிட்டு மன்னிப்புக் கேட்டுவிடக் கூடாதென்றா, உள்ளே இருந்து தன்னைத் தண்டித்தது நூல்களாகிய விருட்சங்களின் வடிவில் காற்றாயும் ரகசிய லிபிகளாயும் காலாதீதமாய் முணுமுணுத்துக்கொண்டிருந்த மூதாதையர்களின் சாபமென்றா, அதனால்தான் அது யதார்த்தத்தின் இருண்ட குருடாக இல்லாமல் கதைகளின் ஒளிரும் வெண்திரையாக அவளைப் பீடித்துக்கொண்டதா, எனில் மருத்துவர் திரு நிகோலஸ் ரூரான்ட் அவர்களே, புரட்சிக்காரர்களின் நன்மதிப்பைப் பெற நீங்கள் உங்கள் நோயாளிக்காகக் கண்டுபிடிக்க முயன்ற மருந்தை இனியென்றுமே உங்களால் கண்டுபிடிக்கவே முடியாது என்பதை ஒத்துக்கொண்டு இனியாவது உங்கள் ஆத்மாவை சாந்தி செய்துகொள்ளச் சம்மதிப்பீர்களா, அவள் கீழே விழுந்ததும், பிச்சையா பிள்ளை கேட்டதைப் போல, கதைகளின் வைப்பறையான சாபக்காடெனும் நூலகத்திற்கு

வெளியேயிருந்த ஆண் அதனுள் நுழைந்து ஆராய்ந்துபார்க்கவோ, தாக்கியவர்களை எதிர்கொள்ளவோ தைரியமற்றவனாக, சாமர்த்தியமாகத் தப்பித்துக்கொண்டுவிட்டானா, ஆனால் அதையெல்லாம் கவனிக்க அவகாசமின்றி அவளை வெண்ணொளியால் வீழ்த்தியவர்கள் அரவமெழுப்பாமல் லிட்டில்போர்ட்டுக்கு எதிர்திசையில், சாபக்காட்டின் மறுபக்கமிருக்கும் சுல்தானுடைய நூலகத்தின் முதலாமறையை நோக்கி ஓடுகிறார்கள், கௌட, ஒருவன் திரும்பிப்பார்க்காமல் தலைதெறிக்க நடைபாதைகளின் வழியாயும், திறந்தவெளி முற்றத்தின் வழியாயும் ஓடிக் கழிப்பறையினுள் தஞ்சமடைகிறான், இன்னொருவன் நிலைமையை ஆராயவோ, தாக்குதலின் அதிர்வு கோட்டையின் எந்தெந்தக் காவற்றளங்களை நோக்கிப் பாயுமென்பதை அவதானித்துக்கொள்ளவோ முன்னே ஓடியவனோடு சேர்ந்துகொள்ளாமல் சற்று தாமதிக்கிறான், ஒருவேளை பின்னே நின்றிருந்த ஆண் ஓடிச்சென்று மற்ற காவலாளிகளை உஷார்படுத்திவிட்டால் கோட்டையின் வெளிப்புறத்தில் காவலர்களின் நடமாட்டம் அதிகரித்துவிடக்கூடுமென்கிற முன்னெச்சரிக்கையிலும், அப்போதைக்குக் கழிவுப்புழையின் கீழிருக்கும் பள்ளமே, நகாயக் களிம்பின் உபயத்துடன், நல்ல மறைப்பாகச் செயற்பட முடியுமென்கிற நம்பிக்கையிலும் நானும் பூசாரியும் பிறகு அங்கேயே விடிவதற்காகக் காத்திருந்தபடி பதுங்கியிருந்துவிட்டு வெளியே வந்தோம், பூசாரிக்கு இந்தப் பயணம் துரதிர்ஷ்டவசமாகப் பாதியில் முடிந்துபோனது குறித்து பெரும் மன வருத்தம்தான், ஆனால் என்னைப் பொறுத்தவரையில் இந்தத் தோல்வி நான் தெரிந்துகொள்ள வேண்டியதை எனக்குத் தெரிவித்துவிட்டது, இத்தனை வருடங்களுக்குப் பிறகு இது எதற்காகத் தெரிவிக்கப்பட்டது, இந்தத் தெரிதலுடன் அடுத்து நான் என்ன செய்ய வேண்டும், இதையெல்லாம் இப்போது என்னால் யோசிக்க முடியவில்லைதான், ஆனால் நான் சந்தோஷமாகவே திரும்பிச்செல்வேன், என்ன, நாங்கள் செய்துவிட்டு வந்திருக்கும் தவறைப் பற்றிய உறுத்தல்தான் என்னை நிம்மதியிழக்கச் செய்துவிடும்போல் இருக்கிறது, அய்யங்காருக்கு நாங்கள் கொடுத்த வாக்குறுதியை எங்களால் காப்பாற்றவியலாமல் போய்விட்டது குறித்து நான் மிக வருத்தப்படுகிறேன், அவர் இதை எப்படி எதிர்கொள்ளப்போகிறாரென்று எனக்குத் தெரியவில்லை, இத்தனை நேரத்திற்குப் பிறகும் சூழலில் எந்தச் சலனமும் இல்லாததைப் பார்க்கும்போது உள்ளே என்ன நடந்திருக்குமென்பதையும் என்னால் ஊகிக்க முடியவில்லை, இந்த அமைதி இந்நேரம் அதிகரித்திருக்க வேண்டிய பரபரப்பைக் காட்டிலும் அதிகமான கிலியைத் தருவதாக இருக்கிறது, அருகதையில்லையென்றாலும், பூசாரியின் சார்பாகவும் நான் அய்யங்காரிடம் மன்னிப்பையும், நாங்கள் இப்போது என்ன செய்ய வேண்டுமென்பதற்கான ஆலோசனையையும் கேட்டுக்கொள்ளத்தான் வேண்டும்.

அந்தப் பெண் அவர்கள் அவளை அடித்துப்போட்டுவிட்டு வந்த பிறகு அவளுடைய காதலனால் தூக்கிச் செல்லப்பட்டிருக்கலாமென்றும், அல்லது அடி பலமாகப் படாமல் முகத்தில் பட்ட குளிர்ந்த காற்றால் சற்று நேரத்திலேயே பிரக்ஞை திரும்பி அவளே எழுந்து தலை தப்பியதென்று அவனோடு திரும்பிச்சென்றிருக்கக்கூடுமென்றும், எப்படியிருந்தாலும்

அவள் தலையில் ஏற்பட்டிருக்கும் புதிய காயத்துடன் நூலகத்தின் தரையில் சிந்தியிருக்கக்கூடிய ரத்தக் கறையையும், சிதறிக் கிடக்கும் கண்ணாடித் துண்டுகளையும், பறந்தவை போக இறந்துகிடக்கும் மிஞ்சிய மின்மினிப் பூச்சிகள் சிலவற்றையும், அவசரத்தில் ட்ரிஸ்ட்ராமும் பூசாரியும் மேசை மேலேயே விட்டுவிட்டு வந்திருக்கக்கூடிய நீலகண்டப் பண்டிதரின் ஏட்டுச்சுவடியையும் இணைத்து காலையில் அறையைத் திறக்கும் நூலகரோ துப்புரவுப் பெண்ணோ நூலகத்திற்குள் அவர்களிருவரும் நுழைந்திருப்பதைக் கண்டுபிடித்துவிடும் ஆபத்தைத் தடுப்பதற்காக இரவோடிரவாக அவளோ, அல்லது அவர்களிருவரும் சேர்ந்தோ அறையைத் துப்புரவு செய்து (ட்ரிஸ்ட்ராமும் பூசாரியும் செய்து விட்டு வந்திருக்க வேண்டிய வேலை) அதைப் பழைய ஸ்திதியில் மாற்றிவைத்துவிட்டுப் போயிருக்கும் சாத்தியமுமிருக்கிறது என்றும், அதனால்தான் விடிந்து இத்தனை நேரமாகியும் சுல்தானின் படிப்பறை திறந்து கிடப்பதையோ பெண்ணொருத்தி அதன் வாசலிலேயே மயங்கி விழுந்து கிடப்பதையோ பார்த்துவிட்ட ஜெனானாப் பெண் யாருடைய அலறலாலாவது சூழல் அமளிதுமளிப் பட்டுக்கொண்டிருக்காமல் அமைதியாக இருக்கிறது என்றும் கௌட ஊகித்தான். என்றாலுமே அய்யங்கார் பணிக்குக் கிளம்பிப்போன பின்தான் உண்மையில் என்ன நடந்தது என்பது தெரியவரும், ஒருவேளை அந்த ஆணும் பெண்ணும் தங்கள் தலைக்கு வரவிருக்கிற ஆபத்தை முன்னூகித்துத் தாங்களே முந்திக்கொண்டு சௌகிக்குச் சென்று சுல்தானில்லாத வேளையில் நள்ளிரவில் அவருடைய படிப்பறையில் ஆட்கள் நடமாடும் ஓசை கேட்டதாயும், என்னவென்று பார்க்கப் போனயிடத்தில் கள்வர்கள் தங்களைத் தாக்கிவிட்டு ஓடிவிட்டதாயும் சொல்லி ரகசிய விசாரணை களுக்கும் துப்புத் துலக்கல்களுக்கும் இந்நேரம் அவர்களைத் தூண்டி விட்டிருக்கும் ஆபத்தும் இருக்கத்தான் செய்கிறது, சந்தேகத்துடன் அங்கே சென்றவன் ஒரு பெண்ணை ஏன் தன்னுடன் கூட்டிக்கொண்டான் என்று சாமா அய்யங்கார் அவனையே திருப்பிக் கேட்பாரென்பதால் ஆனால் அதற்கான வாய்ப்புக் குறைவு என்றாலும் அய்யங்கார் தலைக்கு மேல் ஊசலாடிக்கொண்டிருக்கும் கத்தி விலகிவிட்டதாக எண்ணி யாரும் நிம்மதியடைந்துவிட முடியாது. பூசாரி அந்தப் பெண்ணைத் தலையில் தாக்கியதும், அதை ட்ரிஸ்ட்ராம் எலினாருக்குச் சாபக்காட்டில் ஏற்பட்ட அசம்பாவிதத்துடன் ஒப்பிட்டுப் புரிந்துகொள்ள முயற்சித்ததும் கௌடவின் மனதிற்கு அறவே ஒப்பவில்லை. மறைந்திருக்கும் எதிரிகளால் ஒரு பெண் தாக்கப்பட்டு உடனடியாகப் பிரக்ஞையிழப்பதற்கும் ட்ரிஸ்ட்ராம் பாரீஸில் சொன்ன அவர்களுடைய காதல் கதையின்படி சாபக்காட்டிற்குச் சென்றுவந்து பத்து நாட்களில் எலினார் கொஞ் சங்கொஞ்சமாகத் தன் பார்வையை இழப்பதற்கும், அவர்களிருவரையும் தாக்கிய வஸ்து அல்லது நோய் ஒரு மினுமினுக்கும் வெண்ணிற மர்மம் என்பதைத் தவிர, வேறென்ன ஒற்றுமை இருக்க முடியும். எப்படியோ, போனவர்களிருவரும் அவலை நினைத்துக்கொண்டு உரலை இடித்துவிட்டு வந்திருக்கிறார்கள். ஆனால் அவன் தன் அதிருப்தியை ட்ரிஸ்ட்ராமிடம் வெளிப்படையாகச் சொல்லவில்லை. அதன் மேல் எழும் வாதப் பிரதிவாதங்களை நீட்டித்துக்கொண்டு போகும் கால

அவகாசமும், மனநிலையும் யாருக்கும் இல்லவும் இல்லை. அவர்கள் அனைவரையுமே அய்யங்காரின் விதியின் மீதான அச்சமும், அது எதுவாயிருந்தாலும் உடனே எதிர்கொண்டு நிச்சயமின்மையில் உழலும் சித்திரவதையிலிருந்து தங்களை மீட்டுக்கொண்டுவிட வேண்டுமென்கிற தவிப்புமே முதன்மையாகப் பீடித்துக்கொண்டிருந்தது. அய்யங்காரின் நிலைமை தெரியும்வரை, குறைந்தபட்சம் அன்று மாலை வரையிலாவது, அவருடைய வீட்டிலில்லாவிட்டாலும், பட்டணத்தைச் சுற்றியிருக்கும் எத்தனையோ குன்றுகளிலொன்றின் இடுக்கிலோ, முட்புதர்களின் நடுவிலோ, நதி நீருக்கடியிலோகூட மறைந்திருந்து பார்த்துவிட்டுப் போக வேண்டுமென்றே ட்ரிஸ்ட்ராம் பிரியப்பட்டான். அய்யங்காருக்கு உயிருக்கோ அல்லது மானத்திற்கோ பங்கம் ஏற்படக்கூடியபட்சத்தில் தானே முன்வந்து சுல்தான் சர்க்காரிடம் தன்னை ஒப்புவித்துக்கொள்ளவும் அவன் தயாராக இருந்தான். ஆனால் கௌடவும், அதிர்ச்சியிலிருந்து விடுபட்டு மெதுவாக வெளியே வந்துகொண்டிருந்த அய்யங்காரும் தங்களுடைய பிரச்சினையைத் தங்களாலேயே சமாளித்துக்கொள்ள முடியுமென்றும், ஆங்கிலேயனான ட்ரிஸ்ட்ராமின் தலையீடு, பிரான்ஸிலிருந்து வந்த ஜாக்கோபைன் சங்கத்து உறுப்பினனென்கிற அறிமுகத்துடன் கடந்த இரண்டு நாட்களில் அவனைத் தங்களுடன் சேர்த்துப் பார்த்திருந்த சௌகிதார்களால் அவன் அடையாளம் கண்டுகொள்ளப்பட்டுவிட்டால், அய்யங்காரின் விசுவாசத்தைக் கேள்விக்கிடமாக்கிவிடக்கூடுமென்றும், கரையில் நின்று உதவியெதையும் செய்வதற்கு வாய்ப்பில்லாதபடி பிறகு கௌடவையும் அது பிரச்சினையின் சுழலுக்குள் சிக்க வைத்துவிடுமென்றும் கூறி அவர்களிருவரையும் தாங்கள் கொண்டுவந்திருந்த குதிரையில் ஏறி உடனே வந்த வழியே திரும்பிப் போய்விடும்படி கண்டிப்பாகக் கூறிவிட்டார்கள். ட்ரிஸ்ட்ராமுக்கு அவனுடைய கைகளிலிருக்கும் போலி அனுமதிப் பதக்கம் எல்லையைவிட்டுச் சிக்கலில்லாமல் வெளியேற உதவி செய்யும், பூசாரி தன் நகாயக் களிம்பைக் கண்களின் மேல் பூசிக்கொண்டு குதிரையின் புட்டத்தின் பின்னே ஒளிந்துகொண்டு போய்ச் சேரட்டும், அந்தச் சூழ்நிலையில் அது ஒன்றுதான் ட்ரிஸ்ட்ராமும் பூசாரியும் அவர்களிருவருடைய உதவிக்கும் செய்யக்கூடிய கைம்மாறாக இருக்க முடியும். உயிர் பிழைத்தால் பிறகொருநாள் அவர்கள் மீண்டும் ஒருவரையொருவர் சந்தித்துக்கொள்ளலாம். நண்பர்களின் வார்த்தைகளைக் கேட்டதும் ட்ரிஸ்ட்ராமின் முகம் தொங்கிப்போய்விட்டது. என்றாலும் அவர்களுடைய ஆணைக்குப் பணிந்து புறப்படுவதைத் தவிர அவனுக்கு அப்போது வேறு வழியெதுவும் புலப்படவில்லை. அய்யங்காரின் நிலைமையை நினைத்துப் பூசாரிக்கும் சிறிது வருத்தம் இருந்ததே தவிர மற்றபடி கௌடவின் கோபம் அவனைக் கொஞ்சமும் பாதிக்கவோ அவமானப்படுத்தவோயில்லை. கோட்டையிலிருந்து வெளியே வந்ததும் அய்யங்காரைத் திகிலில் ஆழ்த்திய முதல் சில வாக்கியங்களைப் பேசிய பிறகு தன்னுடைய அபிப்பிராயமாக எதையும் சொல்லாமல் யோசனைக்குள் மூழ்கியவனாய் அவர்கள் பேசுவதை வேடிக்கைபார்த்துக்கொண்டிருந்த அவன் குதிரையில் ஏறி ட்ரிஸ்ட்ராமின் பின்னே அமர்ந்துகொண்டதும் அய்யங்காரைப் பார்த்துத் தான் கூறுவதைச் சற்று பொறுமையாகக் காதில் வாங்கிக்கொள்ளும்படியும், ஒருவேளை பின்னால் அவருக்கு

அது உபயோகப்படலாமென்றும் சொல்லிவிட்டுப் பின்வருமாறு பேசினான், நான் அந்தப் பெண்ணின் தலையிலடித்ததுமே துரை பயத்தில் ஓடத் தலைப்பட்டுவிட்டார், என்னுடைய காரியத்தைச் சரிவரச் செய்துவிட்டேனா என்று பார்ப்பதற்காக நான் அப்படி உடனே ஓடிவிடாமல் சற்று தாமதித்தேன், அந்தத் தாமதத்தில் உடைந்த கண்ணாடிப் புட்டியிலிருந்து வெளிப்பட்டுத் திறந்திருந்த கதவின் வழியே ஜெனானாவை நோக்கிக் கூட்டமாகப் பறந்து வெளியேறிக்கொண்டிருந்த மின்மினிப் பூச்சிகள் இறைத்த மங்கிய ஒளியிலும் கூடுதலாக நட்சத்திரங் களின் வெளிச்சத்திலும் அந்தப் பெண்ணின் பின்னே நின்றிருந்த ஆண் அவளுடைய திடீர்ச் சரிவினாலும், கண் மட்டத்தில் மிதந்து தன்னை நெருங்கிவந்த வெளிச்சப்புள்ளிகளைக் கண்டு உண்டான குழப்பத்தினாலும் நடந்தது என்னவென்பதைத் தெரிந்துகொள்ளும் அவாவுடன் அறையை நோக்கி முன்னுக்கு நகர்ந்துவந்ததையும், குட்டை உருவினனாயினும் உயர்ந்த, பரந்த புஜங்களையுடைய, கருத்த தேகத்தவனாக, முப்பது முப்பத்திரண்டு வயது மதிக்கத்தக்க இளைஞனாக அவன் இருந்ததையும், செவ்வண்ண இடுப்புக்கச்சையை அவன் அணிந்திருந்ததையும், அது அவனுடைய பணியிடத்தையும் பணித்தகுதியையும் குறிக்கும் சர்க்கார் அடையாளமாயிருக்க வேண்டும், நான் பார்த்தேன், காதலி தாக்கப்பட்டிருக்கிறாளென்பது பிரக்ஞையில் உறைத்தவுடன் அவன் உள்ளே நுழையாமல் எச்சரிக்கையாகத் தயங்கி நின்ற சில கணங்களைப் பயன்படுத்திக்கொண்டு நகாய மையின் உதவியுடன் அலமாரிகளின் இடைவெளிக்குள் பதுங்கி வெளியே ஓடிவருவதற்குள் என் கவனத்தைக் கவர்ந்த இன்னொரு விஷயம் அந்த மனிதன் தன்னுடைய வலதுகண்ணை ஒரு துணியால் கட்டிக்கொண்டு இடதுகண்ணை மட்டுமே பார்ப்பதற்கு உபயோகித்துக்கொண்டிருந்தானென்பது, சுவாமி, சர்க்கார் காரியாலயங்களில் பெண் சகவாசமிருப்பதாகச் சந்தேகப்படும்படி நடந்துகொள்ளும் ஒற்றைக்கண்ணன் யார், அல்லது யாருடைய கண்களிலாவது சமீபத்தில் ஏதேனும் அடிபட்ட சம்பவம் நடந்திருக்கிறதா, அல்லது பீளையின் வாசத்தால் ஈர்க்கப்பட்டு மொய்க்கும் குதிரை ஈக்களின் கடியால் கண்கள் வலுவாகப் பாதிக்கப்படும்வண்ணம் சதா மிருகங்களுடன் புழங்கும் பணிக்கு சுல்தானால் விதிக்கப்பட்டிருக்கும் பணியாளன் யாரையாவது நீங்களோ உங்கள் சிஷ்யப்பிள்ளையோ அறிந்திருக்கிறீர்களா.

பூசாரியின் கேள்விகள் பதிலை எதிர்பார்த்துக் கேட்கப்பட்டவை யில்லையென்பதாலும், அவன் சொன்ன தகவல்கள் எந்த விதத்தில் பிரச்சினையைத் தீர்க்க உபயோகப்படுமென்று அய்யங்காருக்கும், ட்ரிஸ்ட்ராமுக்குமே தெரியாததனாலும் (படிப்பறையை அந்தக் காதலர்கள் முன்பிருந்த ஸ்திதியிலேயே வைத்துவிட்டு அகன்றிருந்தால் யாருக்கும் யார் மேலும் சந்தேகமே வரப்போவதில்லை. மாட்டிக்கொண்டிருந்தாலோ யாரென்று தேடி அலைய வேண்டிய அவசியமில்லாதபடி பகிரங்க மாகவே அவர்களிருவரும் பிடிபட்டுவிடப்போகிறார்கள்), தவறு செய்து விட்டோமென்கிற மன உறுத்தலைச் சமன் செய்துகொள்வதற்காகப் பூசாரி தேவையில்லாத விவரங்களைச் சொல்லி நேர விரயம்வேறு செய்துகொண்டிருக்கிறானென்று கௌட சிடுசிடுத்ததாலும் பிறகு

அந்தக் கேள்விகளை அவர்களிடமே விட்டுவிட்டு ட்ரிஸ்ட்ராமும் பூசாரியும் ராயக்கோட்டையை நோக்கிப் புறப்பட்டுப் போனார்கள். அவர்களிருவரையும் வழியனுப்பிவைத்த கையோடும் பதைக்கும் மனத்தோடும் அய்யங்காரும் (அவர் தன் ஆயுள் முழுவதும் நதியை வெறுக்க மீண்டும் ஒரு காரணத்தைக் கண்டுவிட்ட விரக்தியோடு), சொக்க கௌடவும் கஞ்ஜத்திற்குத் திரும்பிக் காலைக்கடன்களை முடித்துவிட்டு வழக்கத்தைவிட முன்னதாகவே லால் மஹாலை நோக்கி விரைந்து சென்று வாயிற்காப்போனிடம் திறவுகோல்களை வாங்கி நூலகத்தின் கதவுகளைத் திறந்து இரண்டாமறைக்குள் புகுந்து பார்த்தபோது முதல் பார்வைக்கு அது கௌடவின் ஊகப்படியே சில மணி நேரங்களுக்கு முன் நடந்த இரவுச் சம்பவங்களின் தடயம் எதுவுமின்றி அப்பாவிக் காதலர்களால் துடைக்கப்பட்டு வைக்கப் பட்டிருப்பதாகத்தான் தன்னைக் காட்டிக்கொண்டது. சரி, தலைக்கு வந்தது தலைப்பாகையோடு போனதென்று அவர்களும் பரஸ்பரம் நிம்மதிப் பெருமூச்சு விட்டுக்கொண்டு தத்தம் பணியிடங்களை நோக்கிப் போனார்கள். அந்த ஆணும் பெண்ணும் யாராயிருந்தாலும் இனி அவர்களைத் தேடவோ அஞ்சவோ தேவையில்லை, மேலும் பணிப்பெண் உட்பட யாரேனும் படிப்பறைகளுக்குள் வருவதற்குள், அடுத்த சில நிமிடங்களுக்குள்ளாகவே, நூலகத்தையும் அய்யங்கார் எப்போதும் தான் விட்டுச்செல்லும் ஸ்திதிக்கு மாற்றிவைத்துவிட முடியும். ஆனால் கௌட விடைபெற்றுக்கொண்டு போன கொஞ்ச நேரத்திலேயே மேசையின் மேல் வைக்கப்பட்டிருந்த பிதிர் சஞ்சார மார்கப் போதினியை (தங்களைத் தாக்கியவர்கள் திருடர்கள் என்கிற சந்தேகம் தாக்கப்பட்டவர்களுக்கு வந்திருந்தால் அவர்கள் நூலைத் திருடுவதற்காக வந்ததாகச் சந்தேகப்பட மாட்டார்கள், எனில் பண்டிதரின் நூலை மேசை மேலேயே விட்டுச்சென்றிருப்பது சுல்தானாகத்தான் இருக்கக்கூடும், அதை அதனிடத்தில் வைப்பது புதிய தடயமொன்றை உருவாக்கிவிடவும் கூடும்) திரும்பக் கிளிமூக்கில் கோர்த்து மீண்டும் அதனுடைய பழைய வரிசையில் அடுக்கிவைக்கும் உத்தேசத்துடன் அதைக் கையிலெடுத்த அய்யங்கார் சுவடிக்கட்டின் பருமனும் எடையும் குறைந்திருப்பதாகத் தோன்றவே சந்தேகப்பட்டுப் பிரித்துப் பார்த்துத் திடுக்கிட்டுப்போனார். நூலின் கடைசி எட்டு சர்க்கங்கள் களவாடப்பட்டிருந்தன. ஏற்கெனவே பண்டிதரின் நூலாக்கத்தின் மேல் பலத்த சந்தேகமும் ஆர்வமும் அதை ஆராயும் வேலை தாண்டவராயன் தனக்கிட்ட கட்டளையென்கிற எண்ணத்தில் மிதமிஞ்சிய கடமையுணர்வும் கொண்டிருந்த பூசாரி நீலவேணியின் பாதை இடம் பெற்றிருந்த சர்க்கத்தையும், அதன் இருப்பை நியாயப்படுத்தும் சூழலைச் சமைத்துக் கொடுத்துக்கொண்டிருந்த, மேலும் பண்டிதரின் நடையும் பாணியும் மாற்றம் கண்டிருந்த, மற்ற ஏழு கடைசிச் சர்க்கங்களையும் சரிவரப் படிக்க முடியாதபடி எதிர்பாராதவிதமாக ஏற்பட்டுவிட்ட தடங்கலால் ஏமாற்றமுற்றிருந்த நிலையில், ட்ரிஸ்ட்ராம் அறையை விட்டு முதலில் வெளியேறியதும் கிடைத்த சில நிமிடத் தனிமை திடீரென்று அந்தத் தடங்கலையே சாதகமாகப் பயன்படுத்திக்கொள்ளும் எண்ணத்தை அவனுக்குள் தூண்டிவிட, அந்த எட்டுச் சர்க்கங்களையும் ஏற்கெனவே சுவடிக்கட்டிலிருந்து பிரித்துத் தனியே வைக்கும்படி

தன்னுள்ளிருந்து தூண்டியதும் தாண்டவராயனுடைய சித்தமேயன்றி வேறிலையென்றும் தோன்ற, வெளியேறும் முன் அவன் ஒரு வேகத்தில், கண்ணிமைக்கும் நேரத்தில், தனியே கிடந்த அந்த ஓலை நறுக்குகளை அள்ளித் தன் தோள்பைக்குள் திணித்துக்கொண்டுவிட்டிருந்தான். அது அய்யங்காரின் வேலைக்கும் உயிருக்கும் உலைவைக்கக்கூடிய நம்பிக்கைத் துரோகம் என்பதைப் புத்தி அவனுக்குத் தாமதமாகத்தான் சொன்னது. அப்போது அந்த ஓலைச்சுவடிகளைத் திரும்ப எடுத்த இடத்திலேயே வைத்துவிட்டுவரும் வழியும் அவகாசமும் அடைபட்டுப்போயிருந்தது. அவனுடைய உள்மனமும், அவன் எத்தனை முறை அதைக் கடிந்து கொண்டும், எந்த நன்றியறிதலுக்காகவும் கிடைத்தற்கரிய அந்த வாய்ப்பை நழுவவிட அவனை அனுமதிக்கவில்லை. தான் செய்த காரியத்தின் மேல் அவனுக்குக் குற்றவுணர்வு எதுவுமில்லையென்றாலும் அதை நண்பர்களிடம் சொல்லி அவர்களுடைய வருத்தத்திற்கும், குறிப்பாக கௌடவின் கோபத்திற்கும், ஆளாவதையும் அவனால் நினைத்துப்பார்க்க முடியவில்லை. நூலகத்திற்குள் நடந்த சம்பவங்களை ட்ரிஸ்ட்ராம் கௌடவிடமும் அய்யங்காரிடமும் விளக்கிக்கொண்டிருந்தபோதெல்லாம் இந்தப் பிரச்சினையை எப்படிச் சமாளிப்பது என்கிற யோசனையிலேயே மூழ்கியிருந்த அவன் கடைசியில் இரவில் தங்கள் வழியில் குறுக்கிட்ட அப்பாவிக் காதலர்களிருவரையும் தாண்டவராயன் தனக்கிட்ட கடமையை நிறைவேற்றித் தரும் புனிதப் பலிகளாக வரிந்து கொள்வதென்று முடிவு செய்துகொண்டு, தன்னுடைய செயல் அய்யங்காருடைய கவனத்திற்கு வருகிறபோது அவர் அந்த இரக்கமற்ற வழியைப் பயன்படுத்திக்கொண்டுவிடுவாரென்கிற நம்பிக்கையுடன், அந்த மனிதனுடைய அங்க அடையாளங்களை, நண்பர்களுடைய விருப்பமின்மையையும் பொருட்படுத்தாமல் அவர்களுடைய காதுகளில் போட்டுவிட்டுப்போய்விட்டான். பூசாரியினுடைய திட்டப்படியே ஏட்டுச்சுவடியின் பாதிச் சர்க்கங்களைக் காணவில்லையென்கிற அபயக் குரலுடன் அய்யங்கார் கௌடவைத் தேடி ஓடிவந்தவுடன், ஸ்வப்னஹள்ளி விவகாரத்திற்குப் பிறகு சுல்தானின் கவனத்திற்கு அடிக்கடி வந்துபோய்க்கொண்டிருக்கும் நீலகண்டப் பண்டிதரின் நூலின் பாதிப் பகுதி, அதிலும் சர்ச்சைக்குரிய நீலவேணியின் பாதை இடம்பெற்றிருக்கும் கடைசிப்பகுதி, திருட்டுப்போய்விட்டது என்று தெரியவந்தால் நூலகப் பொறுப்பாளரென்கிற முறையில் முதலில் கடுமையான விசாரணைக்கு உட்படுத்தப்படுவது அய்யங்காருடைய விசுவாசமாகத்தான் இருக்கும் என்பதையும், திருடனுக்குத் தேள் கொட்டிய கதையாக நண்பர்களையும் காட்டிக்கொடுக்க முடியாமல், ஓலைகள் தொலைந்ததற்கான விளக்கமெதையும் சொல்லவும் தெரியாமல் அய்யங்கார் வசமாக மாட்டிக்கொண்டுவிடுவாரென்பதையும் இருவரும் தீர விவாதித்து, வேறு வழியின்றி, பூசாரியை மனதாரச் சபித்துக் கொண்டே அவன் கொடுத்துவிட்டுச் சென்ற தகவல்களை உபயோகப் படுத்திக்கொள்வதென்று முடிவு செய்தார்கள். அதன்படி அன்று முழுவதும் அவர்களிருவரும் அரண்மனைக் காரியாலயங்கள் பூராவிலும் சுற்றியலைந்து பொக்கிஷதாரரான கிருஷ்ணாராவின் உதவிக்காக நஜபார் நாணயச் சாலையிலிருந்து தற்காலிகப் பணியிட மாற்றத்தில்

பட்டணத்திற்கு வந்திருக்கும் கப்பேரர் சாதி இளைஞன்தான் பூசாரியால் குறிப்பிடப்பட்ட அந்த ஒற்றைக்கண்ணன் என்பதைக் கண்டுபிடித்தார்கள். கௌடவின் யோசனைப்படி அய்யங்கார் தானே முந்திக்கொண்டு சௌகிக்குச் சென்று சாமா அய்யங்காரிடம் அரண்மனை நூலகத்திலிருந்த, படிக்கத் தடைவிதிக்கப்பட்ட நூலிலிருந்த முக்கியமான சர்க்கங்கள் களவாடப்பட்டிருக்கின்றன என்றும், முந்தின நாள் மாலை தான் வீட்டிற்குக் கிளம்பும்போது புதிதாகப் பட்டணத்துப் பொக்கிஷச் சாலைக்கு வந்திருக்கும் ஆஞ்சனேயப்பா என்பவன்தான் நூலகத்தின்பக்கம் சந்தேகப் படும் விதத்தில் சுற்றிக்கொண்டிருந்தானென்றும் ஒரு குற்றச்சாட்டைப் பதிவுசெய்துவிட்டுத் திரும்பினார்.

அடுத்த சில தினங்களில் இந்தத் திருட்டு ஸ்ரீரங்கப்பட்டணத்தைத் தாண்டி இந்தப்பக்கம் பெங்களூர், அந்தப்பக்கம் மைசூர் வரையில் பரபரப்பாகப் பேசப்பட்ட ஒரு வழக்காகிவிட்டது. அடுத்த வாரத்திலோ பத்திரிக்கைச் செய்தியாயும் முன்னேறிவிட்டது. மெட்றாஸ் ராஜதானி யின் புதிய செய்தியிதழான தி ஹர்க்காரா இந்தியா முழுவதையும் திருடிக்கொண்டிருப்பதாகக் கும்பெனி சர்க்காரின் மேல் ஆத்திரப் படும் திப்பு சுல்தான் தன் மூக்கிற்கடியிலேயே போதுமான அளவிற்குத் திருடர்களை வைத்திருக்கிறாரென்று நையாண்டி செய்து எழுதியிருந்தது. திருடப்பட்ட வஸ்து தொன்மை மதிப்பு வாய்ந்ததும், கடந்த சில மாதங்களுக்கு முன் ஸ்வப்னஹள்ளி தீக்கிரையானதற்குக் காரணமானது மான ஒரு முக்கியமான நூல், அதைத் திருடிய, ஆஞ்சனேயப்பா என்கிற, பெல்லாரியைப் பூர்வீகமாகக் கொண்ட ஆணும், அவன் வற்புறுத்தி உடந்தையாக்கிக்கொண்ட கரியம்மா என்கிற அவனுடைய உறவுக்காரப் பெண்ணும் நூலகத்தின் பொறுப்பாளரான பார்த்தசாரதி அய்யங்கார் என்பவர் கொடுத்த தகவலின்பேரில் மறுநாளே பிடிபட்டுவிட்டார்கள், சென்றயிடத்தில் கீழே விழுந்து மண்டையை உடைத்துக்கொண்டிருக்கும் கரியம்மா அது சுல்தானுடைய உப்பிற்குத் தானிழைத்த துரோகத்திற்குக் கடவுள் கொடுத்த தண்டனையென்று நினைத்து பயத்தில் சுயநினைவை இழந்துவிட்டவளாய் சன்னதம் ஏறித் தன் முன்னோர்களின் பெயர்களையும் எல்லை தெய்வங்கள்மீதான துதிப்பாடல்களையும் சதா பிதற்றியபடி கண்கள் சொருகி வாயில் நுரை தள்ளக் கிடப்பதால் அவளிடமிருந்து விசாரணையாளர்களால் பிரயோசனமாக எதையும் கேட்டுத் தெரிந்துகொள்ள முடியவில்லை, ஆனால் ஆஞ்சனேயப்பா தன்மீது சுமத்தப்பட்ட குற்றத்தை மறுக்காமல் ஒப்புக்கொண்டதோடு, தானொரு கும்பெனி ஒற்றனென்றும், கும்பெனி கேட்டுக்கொண்டதற்கிணங்கவே ஸ்வப்னஹள்ளி எரிப்பிற்குப் பிறகு பிரபல்யத்திற்கும் விவாதத்திற்கும் உள்ளான பிதிர் சஞ்சார மார்க்க போதினி உண்மையில் மைசூர் ராஜதானியின் ரகசியச் சுரங்கங்கள், ஆயுதக் கிடங்குகள், வரைபடங்கள் ஆகியவற்றின் விவரங்களடங்கிய கையேடாக இருக்கக்கூடுமோவென்கிற எதிர்பார்ப்பில் அதைக் கவர்ந்துவருவதற்காகக் கூலி கொடுக்கப்பட்டவனென்றும் தெரிவித்திருக்கிறான் (ஆனால் இதைக் கும்பெனி சர்க்கார் உறுதியுடன் மறுத்திருக்கிறது), மேலும் இதற்காக ஜெனானாவின் சேடிப் பெண்களில் ஒருத்தியும் தன் முறைப்பெண்ணுமான கரியம்மாவை நெடுநாட்களாக நயவஞ்சகச்

சொற்களால் கரைத்தும் பயமுறுத்தியும் தன் திட்டத்தை நோக்கிக் கொஞ்சங்கொஞ்சமாக இழுக்க முயன்றுகொண்டிருந்ததாயும், ஆனால் அவள் தனக்கு வசப்படுவதற்குப் பதிலாகத் தன் அதீத பயமுறுத்தல்களால் பைத்தியமாகிவிட்டதாயும் வாக்குமூலம் கொடுத்திருக்கிறான், ஏட்டைக் கவரும்வரை மனதிலிருந்த தைரியம் அது கைக்குவந்த பிறகு தன்னை விட்டு நழுவி விட்டதாலும், சுவடி திருடப்பட்ட விஷயம் நினைத்ததற்கு மாறாக உடனே கண்டுபிடிக்கப்பட்டுவிட்டதாலும் தானும் பயந்துபோய் அந்த ஓலை நறுக்குகளை ரகசியமாக எரித்துவிட்டதாயும் ஒத்துக்கொண்ட அந்தக் குற்றவாளி தர்பார் தூண்களில் கட்டிவைக்கப்பட்டிருக்கும் புலிகளால் தான் குதறப்படவிருப்பது பற்றியோ அல்லது ஏதோவொரு கண்காணாத பொட்டல் சூபாவில் ஆயுள் முழுக்க மல்பெரிச் செடிகளை வளர்க்க விதிக்கப்படப்போவது பற்றியோ தனக்கு எந்த சஞ்சலமும் இல்லையென்றும், ஆனால் சுமக்க முடியாத குற்றத்தின் பளுவைச் சுமந்து புத்தி பேதலித்துக் கிடக்கும் கரியம்மாவை, அவள் இந்தக் குற்றத்திற்கு உடந்தையாக இருக்க ஒருபோதும் தன்னுடன் மனப்பூர்வமாக ஒத்துப்போயிராத அப்பாவியென்பதால், மன்னித்து விடுதலை செய்ய வேண்டுமென்றும் ஆஞ்சி சாமய்யாவின் சிபாரிசோடு சுல்தான் கச்சேரிக்கு மனுச் செய்திருக்கிறான், சாமா அய்யங்காரும் தனக்குப் பதவியுயர்வை வாங்கித் தரத்தக்க, சத்தான ஒரு வழக்கைத் தந்ததற்காக அவனுக்குத் தன் நன்றியைத் தெரிவித்துக்கொள்ளும் விதத்தில் தன்னுடைய சிபாரிசுக் கடிதத்தில், துரோகத்திற்குப் பலியாகிவிடாமல் ராஜ விசுவாசத்தால் தன்னைப் பைத்தியமாக்கிக்கொண்டுவிட்ட கரியம்மாவிற்கு சிகிச்சையளித்துக் குணப்படுத்தவும், பரிசுகளையும் நல்லதொரு எதிர்காலத்தையும் அவளுக்கு வழங்கவும் சுல்தான் உத்தரவிட்டருள வேண்டுமென்று வேண்டிக்கொண்டிருக்கிறாரென்று கேள்வி, திருட்டைக் கண்டுபிடித்து அதை கப்பேரர்களின் முரட்டுத் தனத்திற்கு அஞ்சாமல் சர்க்காரின் கவனத்திற்கும் உடனே கொண்டுவந்த பார்த்தசாரதி அய்யங்காருக்கும் பரிசுகளும் பாராட்டுகளும் வழங்கப் பட்டிருக்கின்றன, அவருக்கு உத்தியோக உயர்வும் கிடைக்குமென்று எதிர்பார்க்கப்படுகிறது, அரண்மனை வளாகத்தில் காவல் பலப்படுத்தப் பட்டிருக்கிறதென்றும், வழக்கமான புழக்க வழிகளை மாற்றியமைக்க வும் உத்தரவிடப்பட்டிருக்கிறதென்றும் ஆஞ்சி சாமய்யாவின் அலுவலகத்திலிருந்து செய்திகள் கிடைத்திருக்கின்றன, அரண்மனைப் பொக்கிஷதாரருக்கும் இந்தத் திருட்டுக்கும் சம்பந்தம் ஏதும் இல்லை யென்பதையும் நிரூபிக்க வேண்டுமென அவருக்கு சுல்தான் தரப்பிலிருந்து ஆணையும் பிறப்பிக்கப்பட்டிருக்கிறது, அமைச்சர்கள் மட்டத்திலிருந்து கீழ்நிலைப் பணியாளர்கள்வரை இடமாற்ற உத்தரவுகளும் அமல் செய்யப்படக்கூடுமென்று நம்பப்படுகிறது, என்றாலும் இந்த மாற்றங் களைச் செய்யவே மறைமுகமாக சுல்தானை வற்புறுத்தி பிறகு இவற்றைத் தனக்குச் சாதகமாக உபயோகப்படுத்திக்கொள்ளும் சதித் திட்டத்துடனேயேதான் கும்பெனியானது உயிருக்கும் தண்டனைகளுக்கும் தங்களைத் தயாராக்கிக்கொண்ட துரோகிகளை ஏவி இப்படியொரு போலித் திருட்டு நாடகத்தை அரங்கேற்றியிருக்கிறதா என்பதைத் தீர விசாரித்துத் தெரிந்துகொண்ட பிறகே ஆலோசனைகளும் ஆணைகளும்

நடைமுறைப்படுத்தப்படுமென்றும் தெரிகிறது, உலகமெங்கிலுமிருந்து அறிவுச் செல்வங்களான நூல்களைத் திருடுவது, அவற்றைத் தன்னாட்டில் வைத்து உரிமை கொண்டாடிக்கொள்வது, இத்தகைய கீழ்த்தரமான செயல்களை நிறைவேற்றுவதற்கு சமஸ்தானத்து விசுவாசிகளைக் கூலி கொடுத்து ஒற்றர்களாக மாற்றுவது போன்ற நடவடிக்கைகளால் கும்பெனி சர்க்கார் நிஜாம், மராத்தியர் மற்றும் மலபார் சமஸ்தானம் போன்ற சர்க்கார்களைத் தவிர்த்துப் பிற சுரணையுள்ள ராஜாக்களினுடைய பகையைத் தொடர்ந்து வளர்த்துக்கொண்டிருப்பதாயும், ஸ்ரீரங்கப்பட்டண ஒப்பந்தத்தை மீறி ஒற்றர்களை மைசூர் சமஸ்தானத்திற்குள் உலவச் செய்வதன் மூலம் உடன்படிக்கையின் சாராம்சமான சமாதான நோக்கத்தைப் பலவீனப்படுத்திக்கொண்டிருப்பதாயும் தளபதி மீர் சாதிக் சர்க்கார் சார்பாகக் கும்பெனி அரசைக் கண்டித்து அறிக்கை விடுத்திருக்கிறார், இவ்விதமான அயோக்கியத்தனங்களை மூடிமறைப்பதற்காகவே குடகிலிருக்கும் நிலங்களை சேலத்தில் தேடிக்கொண்டு, ஒப்பந்தத்தில் பட்டியலிடப்பட்டிருக்கும் தாலுகாக்கள் காணாமல்போயிருப்பதாக வதந்திகளைக் கிளப்பி சுல்தானின் நேர்மைக்குக் களங்கத்தையும், சீரங்கப்பட்டண ஒப்பந்தத்தை மீறப் பொய்க் காரணங்களையும் அது புனைந்து கொண்டிருப்பதாயும் அவர் அதன்மீது குற்றஞ்சாட்டியிருக்கிறார், போரைத் தூண்டியதாக சுல்தான்மீது குற்றஞ்சாட்டி மூன்று கோடிப் பொன்னைத் தண்டமாக வசூலித்த கும்பெனியும் ஒப்பந்தத்தை மீறியதென்கிற அபவாதத்தின்கீழ் தன் பொக்கிஷத்தைக் காலி செய்துகொள்ளாமலிருக்க விரும்பினால் இது மாதிரியான விஷமத்தனங்களை நிறுத்திக்கொள்ள வேண்டுமென்றும் அவர் பிரிட்டிஷாரை எச்சரித்திருக்கிறார் (இதன் மூலம் தனக்கும் கும்பெனியதிகாரிகளுக்கும் தொடர்பிருக்கிறதென்று பரவலாக சீரங்கப்பட்டணத்திலேயே கிளம்பியிருக்கும் வதந்திகளுக்கு ஒரு முற்றுப்புள்ளியை வைத்துவிட இந்தச் சந்தர்ப்பத்தை மீர் சாதிக்கும் பயன்படுத்திக்கொள்கிறாரோ என்று புத்திசாலிகள் சந்தேகப்படுகிறார்கள்).

நூலகத் திருட்டு விவகாரம் சர்க்கார்களுக்குள் புகைச்சலை உண்டுபண்ணுமளவிற்குப் பெரிதாக்கப்படுமென்பதை பார்த்தசாரதி அய்யங்காரும் சொக்க கௌடவும் எதிர்பார்க்கவில்லை. அவர்கள் இந்த நாடகத்தில் வெகுதூரம் பின்னுக்குத் தள்ளப்பட்டுவிட்டார்கள். எனவே பலிகடாவாக்கப்பட்ட அப்பாவிகளுக்காகக் கடவுளிடம் பிரார்த்தனை செய்துகொள்வதற்கப்பால் வேறெதையும் செய்யவியலாதவர்களாக அவர்கள் நடப்பதை வேடிக்கை பார்த்துக்கொண்டிருந்தார்கள். ஆஞ்சனேயப்பா தன் மேல் சுமத்தப்படும் குற்றச்சாட்டை மறுப்பானென்று எதிர்பார்த்து அதற்கான வாதங்களைத் தயாரித்துக்கொண்டிருந்த அவர்கள் இருவருக்குமே திருட்டுப்பழியை அவன் மறுக்காமல் ஏற்றுக்கொண்டது குழப்பத்தையும், அது அப்படித்தான் நடக்குமென்பதைப் பூசாரி முன்பே கணக்கிட்டு வைத்திருந்தானென்பது ஆச்சரியத்தையும் தந்தது. ஒருகட்டத்தில் பிதிர் சஞ்சார மார்க்க போதினியின் ஒரு பகுதியைத் திருடி பிறகு பயத்தில் அதை எரித்துவிட்டது ஆஞ்சனேயப்பாதானென்று மற்றவர்களுடன் சேர்ந்து தாங்களும் நம்பத் தொடங்குவதிலிருந்து தங்களை விடுவித்துக்கொள்ளவே அவர்கள் பெரும் பிரயத்தனத்தை

மேற்கொள்ள வேண்டியதாகிவிட்டிருந்தது. உண்மையில் தன் காதலியுடன் தனிமையைத் தேடி இரண்டாமறைக்குள் நுழைந்த விஷயம் வெளியே தெரியுமானால் அரண்மனைக் கட்டிடத்தைக் கீழ்த்தரமான நடவடிக்கைகளுக்காக உபயோகப்படுத்திக்கொண்டதும் அதற்காக அரண்மனைப் பெண்டுகளிருந்த, அந்நியர் பிரவேசம் தடைசெய்யப்பட்ட பகுதிக்குள் நுழைந்ததுமான குற்றம், அல்லது நூலகத்தினுள் திருடுவதற்காக நுழைந்த குற்றம், இந்த இரண்டிலொரு பழி தன்மீது சுமத்தப்படுமென்பதை ஆஞ்சனேயப்பா எதிர்பார்ப்பானென்பதைப் பூசாரி அவனைப் பார்த்த கணத்திலேயே தெரிந்துகொண்டுவிட்டிருந்தான். அப்படிப் பிடிபட்டுவிட நேரும்பட்சத்தில் புரட்டாசி மாதத்துத் தெருநாய்களைப் போல தன்னையும் தன் காதலியையும் கண்டு பார்ப்பவர்கள் காறியுமிழும்வண்ணம் காமாந்தகனாக அறியப்பட்டு மானமிழந்து உயிர்விடுவதையும், கரியம்மாவின் பெண்மை ஊர்வாயில் சிக்கிச் சின்னாபின்னமாக்கப்படுவதையும் காட்டிலும் ஒரு ராஜதுரோகியாகத் தன்னை ஒத்துக்கொண்டு தண்டனையை ஏற்றுக்கொள்வதன் மூலம் தன்னை நம்பி வந்த அந்தப் பெண்ணையாவது காப்பாற்றிவிடலாமென்று, இருவரும் சாவதற்குப் பதில் ஒருவர் தப்பித்துக்கொள்ளும் வழியை, புத்திசாலியாயிருக்கும்பட்சத்தில், அவன் யோசிப்பானென்பதும் நூலகத்தில் அவள் பின்னே அவன் கையைப் பிசைந்தபடி தவித்துக்கொண்டிருந்த காட்சியைப் பார்த்ததும் அவனுக்குத் தெரிந்துவிட்டது. மொத்தத்தில் திஹர்க்காராவைத் தொடர்ந்து மெட்றாஸ் கூரியரிலும் ஒரு மூன்றாம் பக்கச் செய்தியாக இரண்டாவது வாரத்தில் அந்தச் சம்பவம் வெளிவருவதற்கு முன்பே அது அப்படித்தான் ஜனங்களால் பார்க்கப்படவிருக்கிறது என்பதைத் துயிலார் பூசாரி அறிந்திருந்தான். ஆனால் மனைவியையும் சுல்தானின் நம்பிக்கையையும் காவுகொண்ட நதியாகத் தன்னை வரிந்துகொண்டு குற்றவுணர்வில் புழுங்கிக்கொண்டிருந்த பார்த்தசாரதி அய்யங்காரை ஆஞ்சனேயப்பா மற்றும் அவன் காதலிக்கு அவர்கள் குழு இழைத்த அநீதி மேலும் மோசமாகப் பாதித்துவிடலாமென்றோ அந்தப் பாதிப்பு பணியின் மீதும் வாழ்வின் மீதும் நிரந்தரமாகவே வெறுப்புற்றுவிடும் நிலைக்கு அவரைத் தள்ளிச்சென்றுவிடச் சாத்தியமுண்டு என்றோ அவன் யோசித்திருக்கவில்லை. சர்க்கார் பரிசுகளை வாங்கிக்கொண்டு வீட்டிற்குப்போன மறுதினத்திலிருந்து பணிக்குவர மறுத்துவிட்டு இரண்டு மாத காலம் காவேரிக் கரையிலேயே அமர்ந்து அதன் ஓட்டத்தை உற்றுப்பார்த்தபடி தொடர்ந்து விசித்து விசித்து அழுதுகொண்டிருந்த அய்யங்கார் ஒருநாளிரவு தன் தகப்பனைப் போலவே யாரிடமும் சொல்லிக்கொள்ளாமலும் கூப்பிடக் கூப்பிட என்னவென்று கேளாமலும் ஸ்ரீரங்கப்பட்டணத்தை விட்டு வெளியேறி மைசூரிருந்த திசையைப் பார்த்து நடந்துபோய்க்கொண்டிருந்ததாக இரவுக் காவலர்கள் மூலம் கிடைத்த கடைசித் தகவலுக்குப் பின் அவர் என்னவானார் என்பதை எவ்வளவு முயற்சித்தும் சொக்க கௌடாவாலும் தெரிந்துகொள்ள முடியவில்லை. அவன் ஆஞ்சனேயப்பாமீது பிராது கொடுத்துவிட்டு வந்த கணத்திலிருந்தே அய்யங்காரின் கண்களிலிருந்த ஞானத்தின் ஒளி அணைந்துவிட்டதைக் கண்டு பயந்துபோய் விபரீதம் ஏதும் நடப்பதற்கு முன் பூசாரியைப் போய்ப் பார்த்துக் கன்னத்தில்

அறைந்து அவன் திருடிக்கொண்டுபோன நூலின் இறுதிச் சர்க்கங்களை மீட்டுக் கொண்டுவந்துவிட்டால் அதைக் கொண்டு பின்பு நடக்கவிருக்கிற துயரச் சம்பவங்களைத் தடுத்து நிறுத்திவிட ஏதேனும் வழிகளைத் திட்டமிட்டுக்கொள்ளலாமென்கிற யோசனையுடன் மறுநாளே அவருக்குத் தைரியம் சொல்லிவிட்டு ராயக்கோட்டையை நோக்கிக் கிளம்பிவிட்டான். அவன் வந்து சொல்லும்வரை நீலகண்டப் பண்டிதரின் நூலின் சில சர்க்கங்கள் பூசாரியினுடைய பழைய தோள் பைக்குள் ஒளிந்துகொண்டு தன்னுடனேயே ராயக்கோட்டைக்கு வந்துசேர்ந்திருக்கின்றன என்பது ட்ரிஸ்ட்ராமும் அறியாத ரகசியமாகவேயிருந்தது. ராயக்கோட்டை திரும்பிய பின் வழக்கம்போல ஷெஸ்லரின் வீட்டிற்கு ஒருநாள் போயிருந்தால் அங்கே மெட்றாஸ் கூரியரைப் பார்க்கும் வாய்ப்புக் கிடைத்து, அதன் மூலம் பூசாரியின் சில்மிஷத்தையும் ஒருவேளை அவன் அறிந்துகொண்டிருக்கக்கூடும். துரதிர்ஷ்டவசமாக அந்த வாய்ப்பும் அவனுக்குக் கிடைக்கவில்லை. ராயக்கோட்டை திரும்பிய அன்றே, எல்லை கடந்து எதிரியின் ராஜ்ஜியத்திற்குள் (ஒரு முறையன்று, மூன்று முறைகள்) சென்றுவந்த குற்றத்திற்காக அவன் கும்பெனி சர்க்காராலேயே கைதுசெய்யப்பட்டு ஆட்சித் தலைவர்முன் கொண்டுபோய் நிறுத்தப்பட்டு விட்டான்.

ட்ரிஸ்ட்ராம்

வரி வருமானம் அதிகமுள்ள தாலுகாக்களைக் கண்டு பேராசைப்பட்டு அவசர அவசரமாக ஸ்ரீரங்கப்பட்டண உடன்படிக்கையில் கையெழுத்திட்டதற்குப் பதிலாக, சற்று தாமதித்து, வரைபடத்தில் பொறுமையாகக் கண்களை ஓட்டி, அரசியல் முக்கியத்துவமுள்ள இடங்களைத் தேர்ந்தெடுத்திருந்தால் பாலக்காட்டைக் கும்பெனி இழந்திருக்காது என்றும், தெற்கு பகுதியிலிருக்கும் சத்தியமங்கலம் போன்ற, குறைந்த காவற்கோட்டைகளைக் கொண்ட மையக் கேந்திரங்களைக் கண்காணிப்பதற்கு நில வரியிலிருந்து கிடைக்கும் வருமானத்தைவிட அதிகமாக ராணுவத்திற்கும் உளவுப் படைக்கும் பணத்தைச் செலவழித்துக்கொண்டிருக்க வேண்டிய நிர்பந்தம் தாலுகா ஆட்சியர்களுக்காவது இல்லாதிருந்திருக்கும் என்றும் தர்மபுரிக்குத் தான் பொறுப்பேற்றுக்கொண்ட தினத்திலிருந்தே புலம்பிக்கொண்டிருந்தவரும், அதை லண்டனில் தன் நண்பர் கீய்க்கின் மூலமாக லைஃப் இதழில் வெளியிட்டுச் சினத்தைத் தீர்த்துக்கொண்டவரும், அலெக்ஸாண்டர் ரீடின் இன்னொரு செல்லப்பிள்ளையுமான தாமஸ் மன்றோ சட்டத்துறையைவிட அதிகமாகத் தன்னுடைய ஆட்சிப் பகுதிகளின் பாதுகாப்பிற்கு உள்ளூர்க் கூலிகளையே நம்பினாரென்றால் அதில் புத்திசாலித்தனமில்லாமலில்லை. ஊத்தமலை நதியைக் கடந்து ட்ரிஸ்ட்ராமும் பூசாரியும் ஆலம்பாடிக்குக் கரையேறியதுமே அவர்களை அக்கரை சேர்த்த பரிசலோட்டி அவர்களுடைய பரிபாஷைகளின் மேல் தனக்குச் சந்தேகமாக இருக்கிறது என்று மிகுந்த விசுவாசத்துடன் பெண்ணாகரம் சிரஸ்தாரிடம் போய்ச் சொல்லிவிட்டுத்தான் மறுவேலை பார்த்தான். அடுத்த சில மணி நேரங்களிலேயே அந்தத் தகவல் தர்மபுரி ஹவில்தாரான சுப்பய்யரையும் எட்டிவிட்டது. அவரும் காலம் தாழ்த்தாமல் உடனே துப்புச் சொன்னவனையே வரவழைத்துச்

சென்றவர்களுடைய அங்க அடையாளங்களை விவரிக்கச் சொல்லி விசாரணையைத் துவக்கிவிட்டார். பரிசலோட்டிக்கு ட்ரிஸ்ட்ராமைச் சரியாகச் சொல்லத் தெரியவில்லை (துரைமார்களெல்லாருமே ஒரே மாதிரியான மூக்கும் முகமும் நிறமும் உயரமும் பேச்சும் சிரிப்பும் கொண்டவர்களாயிருக்கிறார்கள்). ஆனால் மூன்று வருடங்களுக்கு முன்பு பாப்பாரப்பட்டிக் கொடையின்போது துயிலார் சங்கத்தின் சார்பாக சிறப்பு விருந்தினனாக அழைக்கப்பட்டிருந்த பூசாரியைப் பற்றிய தன்னுடைய ஞாபகங்களைத் தெளிவாக சுப்பய்யருடன் பகிர்ந்துகொள்வதற்கு அவனுக்குப் பூசாரியின் முகத்தைக்காட்டிலும் அதிகமாக அவன் ட்ரிஸ்ட்ராமுக்குப் பாடிக் காட்டிக்கொண்டிருந்த தாண்டவராயன் கதைப்பாட்டு உதவி செய்தது. மேலும் அவர்களிடம் இரண்டு மூன்று நாட்களுக்குத் தேவையான உடுமாற்றுத் துணிகளடங்கிய சிறு பைகளைத் தவிர வேறெதுவும் இருப்பதற்கான தடயங்களெதையும் பார்க்க முடியாததால் அவர்கள் காதுங்காதும் வைத்தாற்போல அக்கரை சென்றுவிட்டுத் திரும்பிவிடும் உத்தேசத்துடன்தான் எல்லையைக் கடந்திருக்க வேண்டும். ஆனால் இந்த ஊகங்களெல்லாம் துப்பறிவதில் வல்லவரான சுப்பய்யருக்குத் தேவைப்படவில்லை. இருவரில் ஒருவன் துயிலார் சாதிப் பூசாரி என்கிற தகவல் மட்டுமே அவருக்கு மேற்கொண்டு என்ன செய்ய வேண்டுமென்பதைத் தீர்மானிக்கப் போதுமானதாயிருந்தது. ட்ரிஸ்ட்ராம் குழுவினர் சிவசமுத்திரம் நீர்வீழ்ச்சியின்கீழ் மாற்று வழியில் தங்கள் பாதையைத் தேர்ந்தெடுத்துக்கொண்டிருந்த அதே நேரத்தில் அவர் தர்மபுரி துயிலார் சங்கத்துடன் உபயத் தொடர்புகளை ஏற்படுத்திக்கொண்டிருந்த அரியநாத சுவாமி கோவிலின் தர்மகர்த்தாவைப் பிடித்து அவர் மூலமாகப் பூசாரியைப் பற்றிய மேல் விவரங்களை அறிந்துகொண்டு அவற்றைக் கச்சேரியின் மூலம் அதிகாரபூர்வமான விசாரணைக்கு வேண்டுகோள் விடுக்கும் அலுவலகக் கடிதமாக மாற்றி கிருஷ்ணகிரி சரகத்துக்கு அனுப்பியும் வைத்துவிட்டார். அங்கே திவான் லட்சுமணராவின் உத்தரவின்பேரில் உடனே ராயக்கோட்டை சென்ற இருவரடங்கிய குழு பூசாரியைத் தவிர அவனோடு உடன் சென்ற ஆங்கிலேயனைப் பற்றிய விவரங்களையும் சேர்த்தே சேகரித்துவிட்டதோடு ஏற்கெனவே ராயக்கோட்டை துர்க்கத்தின் உச்சிச் சுனைகளில் மூழ்கிக்கிடந்த இரண்டு இருளர்களின் சாவு வழக்கில் சம்பந்தப்பட்டு பிறகு ஆட்சியரின் தனிப்பட்ட தலையீட்டின்பேரில் அரைகுறை மனதோடு விடுவிக்கப்பட்டவரான பல்குணம் முதலியார் பூசாரியைப் பிரத்யேக வேண்டுகோளின்பேரில் தன்னுடைய ஹோபாலியிலேயே தக்கவைத்துக்கொண்டதற்கும், க்ரஹாமின் முன்னிலையில் அறிமுகத்தின் போதே ஒரு சந்தேகத்திற்குரிய அநாமதேயனாக வந்துநின்ற ட்ரிஸ்ட்ராமுக்குத் தன்னுடைய ஜாகையிலேயே அடைக்கலம் கொடுத்துத் தங்கவைத்திருந்ததற்கும், இப்போது தன்னுடைய குதிரையையே அவர்களுடைய பயணத்திற்காகக் கொடுத்து அனுப்பியிருப்பதற்கும் அவர்களைச் சர்க்காருக்கு எதிராக உபயோகப்படுத்திக்கொள்ளும் காரணங்கள் எதுவும் பின்னணியாக இருக்குமாவென்பதை விசாரித்துத் தெரிந்துகொள்வதற்காக அவரையும் கச்சேரிக்குக் இழுத்துக்கொண்டு வந்துவிட்டார்கள். காவேரிப்பட்டணம் மயானக் கொள்ளைத்

திருவிழாவில் பங்கு பெறப்போவதாகச் சொல்லிவிட்டுச் சென்ற நண்பர்கள் தனக்கு நம்பிக்கைத் துரோகம் செய்திருக்கிறார்கள் என்கிற அறிதல்கூட முதலியாரை அவ்வளவாக அதிர்ச்சியடையச் செய்யவில்லை. மாறாக அந்தச் செயல் குழிப்பிணத்தைத் தோண்டி ஒப்பாரி வைத்த கதையாக மட்கிப்போன சர்க்கார் கோப்புகளைக் கிளறித் தன்னுடைய பழைய குற்றத்தின் துர்மணத்தை மீண்டும் எழுப்பச் செய்துவிட்டதேயென்கிற அச்சத்திலும் கோபத்திலும்தான் அவர் நிதானத்தையிழக்குமளவிற்குப் பலவீனப்பட்டுப்போய்விட்டார். ஷெஸ்லர் தன்னினத்தவர்களின் குயுக்திகளைப் பற்றிச் சொல்லி அவரைத் தேவையான அளவு எச்சரித்தே அனுப்பிவைத்திருந்தபோதிலும் அடுக்கடுக்காகத் தன்மீது வீசப்பட்ட கேள்விக் கணைகளின் தாக்குதல்களையும், அந்தஸ்திற்குக் குறைவான முறையில் நடத்தப்படுகிறோமென்கிற உறுத்தலையும் தாங்கிக்கொள்ள முடியாதவராக அவர் மஹாராஜாக்கடை அடிவாரத்திலிருந்த குடைக் கச்சேரிக்குள் நுழைந்த அரைமணித் தியாலத்திலேயே உணர்ச்சிவசப்பட்டவராக ட்ரிஸ்ட்ராமின் பழைய எல்லை கடந்த பயணங்களைப் பற்றித் தேவைக்கதிகமாகவே உளறிக் கொட்டி விட்டார். ட்ரிஸ்ட்ராம்தான் சட்டத்திற்குப் புறம்பான வழிகளில் கெலமங்கலத்திற்கும் ஸ்வப்னஹள்ளிக்கும் கூட்டிச் செல்ல அவரை வற்புறுத்தினான், இரண்டு தடவைகளிலுமே அவனுடைய வற்புறுத்தல் கள்ளங்கபடமற்ற, குழந்தைத்தனமான, ஒரு வேடிக்கைபார்க்கும் மனநிலையால் இயல்பாக நிகழ்ந்த ஒன்று என்றேதான் அவரும் மெய்யாகவே நம்பினார், மேலும் சிறப்புத் தணிக்கையாளன் மற்றும் துரைத்தனத்தான் என்கிற அவனுடைய தகுதி வேறு ஓரளவிற்கு மேல் மறுத்துப் பேசும் வல்லமையை அவரிடமிருந்து பறித்துக்கொண்டிருந்தது, ஆனால் இப்போது அவன் நடந்துகொண்டிருக்கும் விதத்தை வைத்துப் பார்க்கையில் ஸ்வப்னஹள்ளி விஜயத்தின்போது சுல்தானுடைய ஆட்களால் அவன் பிடிபட்டு மீண்ட கதையேகூட ஏன் அவனும் அவர்களும் சேர்ந்து நடத்திய நாடகமாயிருந்திருக்கக் கூடாது என்கிற சந்தேகத்தை அவருக்குள்ளுமே கிளப்புவதாகத்தான் இருக்கிறது, மூன்றாம் முறையாகவும் உதவி செய்யும்படி அவரை வற்புறுத்துவது இயலாது என்பதைப் புரிந்துகொண்டதாலேயே இந்தமுறை தன்னுடைய குற்றத்திற்கு உடந்தையாக அவரை விட்டுவிட்டு அவரிடம் அடைக்கலம் புகுந்திருக்கும் பூசாரியையும், அவருடைய குதிரையையும் அவன் தந்திரமாகப் பயன்படுத்திக்கொண்டிருக்கக்கூடும், எதற்காகத் தொடர்ந்து இந்த முயற்சிகள் நடந்துகொண்டிருக்கின்றன என்பதுபற்றிக் கடவுள் மேலாணையாக அவருக்கு எதுவும் தெரியாது, அவர் ஓர் அப்பாவி, குற்றமற்றவர்.

ட்ரிஸ்ட்ராம் கச்சேரிக்குக் கொண்டுவரப்படும்போது தவறாமல் அவனுடன் ஆஜராகிவிட வேண்டுமென்கிற உத்தரவுடன் முதலியார் ராயக்கோட்டைக்குத் திருப்பியனுப்பப்பட்டார். கெங்கம்மா ட்ரிஸ்ட்ராமுடன் அவனுடைய உதவிக்காக மதகொண்டப்பள்ளிப் பயணத்தின் போது அனுப்பி வைக்கப்பட்டவளென்பது, அந்தப் பயணம் சர்க்காரிட மிருந்து வேண்டிப் பெற்ற முறைப்படியான அனுமதியுடன்தான் நடந்ததென்றாலும் மற்ற மூன்று பயணங்களின் பின்னணியில் அதன்

நோக்கமும் சந்தேகத்திற்குரியதாகிறதென்பதால், ஒரு முக்கியமான விபரமென்றாலும், அவன் ராயக்கோட்டையிலிருந்து வெளியேறிய இரண்டாம் நாளே தன் தாயின் நண்பர்களான லவணர்களுடன் சில நாட்களைக் கழிக்க வேண்டுமென்று முதலியாரிடம் அனுமதி பெற்றுக் கொண்டு நல்லூருக்குப் போய்விட்டிருந்த அவளை அழைத்துவந்து பூர்வாங்க விசாரணைக்கு உட்படுத்த வேண்டிய அவசியமிருப்பதாக விசாரணையாளர்கள் நினைக்கவில்லையென்றாலும் கிணறு வெட்ட பூதம் புறப்பட்ட கதையாக ஒரு குற்றத்தை விசாரிக்கப்போய் பல குற்றங்கள் அடுக்கடுக்காக வெளியே வரத் தொடங்கியதைக் கண்டதும் கிருஷ்ணகிரிக் கச்சேரி அமளிதுமளிப்பட்டுத்தான்விட்டது. முதல் சந்திப்பின்போது ட்ரிஸ்ட்ராமுக்காகப் பரிந்துபேசி அவனை க்ரஹாமின் விசாரணைகளிலிருந்து விடுவித்த சம்பவம் இப்போது தன்மீதான அதிருப்தியாக அவர் மனதில் உருவெடுக்குமோ என்கிற கவலையில் லட்சுமணராவ் ட்ரிஸ்ட்ராம் ஓர் ஆங்கிலேயன், தஸ்தாவேஜுகளின்படி குறைந்தபட்சம் அந்தக் கணம்வரையிலாவது நேரடியாக இங்கிலாந்து அரியணையால் நியமிக்கப்பட்டு வந்திருக்கும் சிறப்பு அதிகாரி, என்கிற பழைய பல்லவியையே பாடி விஷயத்தைத் தலைவரின் காதுகளில் போட்டுவிட்டுத் தன்னை ஒதுக்கிக்கொண்டுவிட நினைத்தார். ஆனால் அந்தவிதமான அணுகுமுறைகளெல்லாம் கம்பெனி இயக்குநர்களின் வருடாந்திரக் கேள்விகளுக்குப் பதில்சொல்லும் சமயத்தில் உதவிக்கு வராது என்பதை நன்றாகவே தெரிந்துவைத்திருந்த க்ரஹாம் உடனே ட்ரிஸ்ட்ராமைக் கைதுசெய்யும் உத்தரவைப் பிறப்பிக்குமாறு (விளைவுகள் என்னவாயிருந்தாலும் அவற்றைப் பிறகு சந்தித்துக்கொள்ளலாம்) அவரிடமே பந்தைத் திருப்பியனுப்பிவிட்டார். ஆணையை வாங்கிக் கொண்டு ஹசூரை விட்டு வெளியே வந்ததும் லட்சுமணராவ் தன் பழைய தவறைச் சரிசெய்துவிடும் தவிப்புடன், ட்ரிஸ்ட்ராமும் பூசாரியும் கர்நாடக எல்லைக்குள் நுழைந்தவுடனேயே காவலர்கள் அவசரப்பட்டு அவர்களைக் கைதுசெய்துவிட வேண்டாமென்றும், கும்பெனி எல்லைக்குள் அவர்கள் தொடர்புகொள்ளும் நபர்களைப் பற்றிய அறிதல்களும் வழக்கிற்கு முக்கியமானவையென்பதால் ஊத்தமலைக்குள் நுழைந்ததிலிருந்து அவர்களை ரகசியமாகப் பின்தொடர்ந்தபடியிருந்தாலே போதுமானது என்றும், தங்களுடைய இருப்பிடத்தை அடையும்வரை அவர்களிருவரையும் சுதந்திரமாக நடமாட அனுமதிக்கலாம் என்றும், கைதுசெய்யும்போதுகூட பூசாரியையும் ட்ரிஸ்ட்ராமையும் தனித்தனியே அவரவர்களுடைய இருப்பிடங்களில் வைத்தே அதை நிறைவேற்றினால் உசிதம் என்றும் சுப்பய்யருக்குத் தகவல் தெரிவித்து மதியூகத்துடன் ஏற்பாடுகளைச் செய்துவிட்டார். இதனால் நான்கு இரவுகள் மற்றும் ஐந்து பகல்களுக்குப் பிறகு ட்ரிஸ்ட்ராமும் பூசாரியும் ஆலம்பாடியிலிருந்து மீண்டும் பரிசலிலேறி ஊத்தமலைக்குத் திரும்பிக்கொண்டிருந்தபோது பயண நேரம் முழுவதும் கூண்டிலடைக்கப்பட்ட மிருகத்தைப் பார்ப்பதைப் போல தங்களை அடிப்பார்வையாகப் பார்த்துக்கொண்டிருந்த பரிசலோட்டிகளின் முகங்களின் மேல் ஆச்சரியமடைந்தபோதிலும் சந்தேகப்படவில்லை. ஏழு இரவுகள், எட்டு பகல்களுக்குப் பிறகு அவர்கள் ராயக்கோட்டையை அடைந்தபோது அதற்கு முன்பே வழியிலெங்கும் கவனத்தை ஈர்க்கும்

படியான சம்பவங்களெதையும் அவர்கள் நிகழ்த்தவில்லையென்கிற தகவல் இதற்கென நியமிக்கப்பட்டிருந்த சிறப்புச் சௌகிதார்களின் காதுகளுக்குப் போய்விட்டிருந்தது. விளைவாக, தன்னுடைய ஜாகையின்முன் பூசாரிக்கு விடைகொடுத்துவிட்டு வாயிற்கதவைத் திறப்பதற்காகத் திறவுகோலில் கைவைத்த கணத்தில் அவனுடைய வரவிற்காக வாசலில் காத்திருந்த கிருஷ்ணகிரி சௌகிதார் அவன்தான் ட்ரிஸ்ட்ராம் என்பவனா என்பதைக் கேட்டு உறுதி செய்துகொண்ட பின் சர்க்காருடைய அனுமதியில்லாமல் மூன்று முறை எல்லையைக் கடந்துசென்ற குற்றத்தைச் செய்திருப்பதாக பல்குணம் முதலியார் கொடுத்திருக்கும் வாக்குமூலத்தின் மேல் அவன் கைதுசெய்யப்பட்டிருப்பதை அறிவித்தான். அதேவேளையில் பாலேஸ்வரியம்மன் கோயில் வளாகத்தில் நிறுத்திவைக்கப்பட்டிருந்த அவனுடைய சகாவால் பூசாரியும் அதே குற்றத்திற்காகக் கைதுசெய்யப்பட்டான். இருவருடைய உடைமைகளும் உடனே சோதனையிடப்பட்டு ட்ரிஸ்ட்ராமிடமிருந்து போலி அனுமதிப் பதக்கம் கைப்பற்றப்பட்டது. பூசாரியின் பையிலிருந்த பழைய ஓலைச்சுவடிகள் பயணத்தின்போது பொழுதைக் கழிப்பதற்காக வாசிக்க எடுத்துச்செல்லப்பட்ட அவனுடைய பிதிரார்ஜிதச் சொத்து என்கிற கூற்று சௌகிதாரால் ஏற்றுக்கொள்ளப்பட்டதோடு அவற்றைத் திரும்ப அவற்றினிடத்தில் வைத்துவிட்டு வருவதற்கும் பூசாரி அனுமதிக்கப்பட்டான். கோவிலினுள் நுழைந்த அவன் கண்ணிமைக்கும் நேரத்தில் பாலேஸ்வரியம்மன் விக்கிரகம் நிறுத்தப்பட்டிருந்த பீடத்தைச் சற்று நகர்த்தி அடியிலிருந்த குழிக்குள் அந்தச் சுவடிக்கட்டுகளை ஓசைப்படாமல் பதுக்கிவைத்துவிட்டுத் திரும்பினான். விசாரணைகள் ரகசியமாகவே நிகழ்த்தப்பட வேண்டுமென்று சம்பந்தப்பட்ட அனைவருக்கும் உத்தரவாகியிருந்ததால் அந்த இரவுவரை தனக்கேயுரிய வழக்கமான, புராதனத் தூக்கக் கலக்கத்துடேனேயே அன்றாடத்தைத் தொடர்ந்துகொண்டிருந்த ராயக்கோட்டை நள்ளிரவிலானாலும் ட்ரிஸ்ட்ராமும் பூசாரியும் முதலியாரும் சௌகிதார்களால் கச்சேரிக்கு அழைத்துச் செல்லப்படுகிறார்களென்கிற செய்தியைத் தன் சொப்பனத்தின் ஒரு பகுதியாகவே கண்டு திடுக்கிட்டு விழித்துக்கொண்டுவிட்டது. ஈஸ்வரன் கோயில் தெருவிலும், மீனவிலாஸத்தின் முன்பும், பாலேஸ்வரியம்மன் கோயில் வாசலிலும் சௌகிதார்களின் விரட்டலைப் பொருட்படுத்தாமல் கும்பல் கும்பலாக ஆட்கள் சேரத் தொடங்கிவிட்டார்கள். குறிப்பாக இளைஞர்கள். மீனவிலாஸத்தின் முன் சேர்ந்துகொண்டிருந்த அவர்களுடைய முதலியாரைக் குறித்த பகிரங்கமான எள்ளலையும் வசவுகளையும் பூசாரியை அழைத்துக்கொண்டு மீனவிலாஸம் சென்று முதலியாரிடம் செய்திசொல்லி அவரையும் தயார்ப்படுத்தி வைப்பதற்காக அங்கே வந்திருந்த சௌகிதாரால் ஒற்றையாளாக நின்று கட்டுப்படுத்த முடியவில்லை. அவன் முதலியாரிடமே விண்ணப்பித்து அவருடைய கையாட்களையே அந்தப் பணிக்காக உபயோகப்படுத்திக்கொள்ள வேண்டியதாயிருந்தது. முதலியார் பூசாரியின் முகத்தைப் பார்க்கப் பிடிக்காமல் நின்றுகொண்டிருந்தார். பூசாரிக்கும் சௌகிதாரை முன்னே வைத்துக்கொண்டு முதலியாரை நேருக்கு நேராக எதிர்கொள்ளும் தைரியம் இல்லாமலிருந்தது. மேலும் தன் கைப்பையைச் சௌகிதார்

சோதனையிட்டுக்கொண்டிருந்த நேரம் தொடங்கியே விசாரணையின்போது சொல்ல வேண்டியவற்றைப் பற்றிய யோசனையிலேயே அவன் இருந்தான். காவேரிப்பட்டணம் மயானக்கொள்ளைக் கொடையில் கலந்துகொள்ள அவனுக்கு விடுக்கப்பட்ட அழைப்புதான் அவனுடைய ஒரே பிடிமானம், அதன் பொருட்டாகவே, அதைத் தானும் பார்க்க வேண்டுமென்று விருப்பப்பட்ட ட்ரிஸ்ட்ராமைத் தான் அங்கே அழைத்துக்கொண்டு சென்றதாயும் சொல்ல வேண்டும், போனயிடத்தில் சீரங்கப்பட்டணம் பத்மநாபசுவாமி தன் கனவில் தோன்றி உடனே தன்னைப் பார்க்கவருமாறு ஆணையிட்டதாலும், அடிப்படையில் ஒரு நாடறிந்த பண்டாரமான தனக்குக் கடவுள்களை ஜனங்களிடமிருந்து பிரித்துவைக்கும் சர்க்கார் எல்லைகளைப் பற்றின அக்கறையோ ஞாபகமோ கவலையோ தர்மப்படி இருக்க வேண்டியதில்லையென்பதாலும் அப்படியே கால்போன போக்கில் கிளம்பி ரெங்கநாதரைத் தரிசிக்கப் போய்விட்டதாயும் சொல்லிப் பார்ப்பது, தன்னுடன் சீரங்கப்பட்டணத்திற்கும் வருவதாகச் சொன்ன துரையைத் தோளிலொன்றும் சுமந்துசெல்லப்போவதில்லையென்பதாலும், சாவடிச் சோதனைகளின்போது தனக்கு உதவும் வகையில் சிறப்பு அனுமதிப் பதக்கமொன்றை அவர் தன் கையில் வைத்துக்கொண்டிருந்ததாலும், அது சர்க்காரால் முறைப்படி அளிக்கப்பட்டதென்றே தானும் நம்பியதாலும், துரையொருவருக்கு ரெங்கநாதரின் மகிமைபற்றிச் சொல்லிப் புண்ணியம் தேடிக்கொள்ள ஒரு வாய்ப்பு கிடைத்ததென்று அப்போது தோன்றியதாலும் ட்ரிஸ்ட்ராமைத் தன்னுடன் அழைத்துச்சென்றதாயும் மேலும் புளுகுவது, இதற்கு மேல் ட்ரிஸ்ட்ராம் தன்னுடன் வந்ததன் உண்மையான நோக்கமென்ன என்பதைப் பற்றித் தனக்கு எதுவும் தெரியாது என்றும் சொல்லிவிட்டு, மேற்கொண்டு நடப்பதைத் தாண்டவராயனுடைய திருவுளத்திற்கு விட்டுவிட்டுப் பேசாமல் வேடிக்கைபார்த்துக்கொண்டிருப்பது.

முதலியாரின் வாக்குமூலமும், பூசாரியின் யோசனைகளும் இந்தவிதமாயிருக்க, லட்சுமணராவின் திட்டப்படி கைதாகும்வரை மூவருமே தனித்தனியாகவே பிரித்து நிறுத்தப்பட்டிருந்ததால், யோசனைகள் எதையும் பகிர்ந்துகொள்ள முடியாத தவிப்புடன் ஈஸ்வரன் கோயில் தெருவிலிருந்து மீனவிலாஸத்தை நோக்கிச் சௌகிதாருடன் வந்துகொண்டிருந்த ட்ரிஸ்ட்ராமின் மனதிலும் முதலில் ஸ்ரீரங்கப்பட்டணப் பயணத்தை நியாயப்படுத்தும் வாதங்கள் கிட்டத்தட்ட பூசாரி யோசித்துக் கொண்டிருந்த அதே வழியில்தான் ஊடாடிக்கொண்டிருந்தன. அதாவது மற்ற இரண்டு பயணங்களைப் போலவே சீரங்கப்பட்டணப் பயணமும் தன்னுடைய ஆர்வக்கோளாறினால் ஏற்பட்ட பிழையேயன்றித் தனக்கும் தன்னை அந்த இடங்களுக்கு அழைத்துச் சென்றவர்களுக்கும் பிரிட்டிஷ் சர்க்காருக்குத் துரோகம் செய்யும் எண்ணம் எள்ளளவும் கிடையாது என்பதாக. ஆனால் பூசாரிக்கு இல்லாத பிரத்யேகச் சிக்கல்கள் அவனுக்கு இருந்தன. கெலமங்கலம் மற்றும் ஸ்வப்னஹள்ளிப் பயணங்களின் மேல் ஒருவேளை நியாயாதிபதிகள் ஏற்றுக்கொள்கிற விதத்தில் அமையக்கூடிய அவனுடைய பதில், போலி அனுமதிப் பதக்கம் அவனிடமிருந்து கைப்பற்றப்பட்டிருக்கிற நிலையில் சீரங்கப்பட்டணப் பயணத்தை நியாயப்படுத்துமா என்பது சந்தேகம்தான், அந்தப்

பதக்கமும் (அதை ஏன் ஊத்தமலையில் கரையேறிய கணத்திலேயே நதியில் வீசியெறியாமல் பத்திரப்படுத்திக் கொண்டுவந்தான்) முன்பு ஸ்வப்னஹள்ளியில் சுல்தானுடைய சிப்பாய்களால் பிடிபட்டுத் தப்பித் தாமதமாக ராயக்கோட்டை வந்துசேர்ந்த சம்பவம் முதலியாரால் தெரியப்படுத்தப்பட்டிருக்குமானால் அதுவும், எதிரி நாட்டு ஒற்றன் ஒருவனுடன் (அல்லது பலருடன்) அவனுக்கு இருந்திருக்கக்கூடிய தொடர்பை மீனாவைக்கூட எளிதாக ஊகிக்கச் செய்துவிடும், பிறகு கெலமங்கலம் பயணத்திற்கும் மதகொண்டப்பள்ளிப் பயணத்திற்கும், இந்தக் கேலிக்கூத்தின் துவக்கக் காட்சிகளில் மெட்றாஸிலிருந்து ஆம்பூர்வரை கூடவே வந்துகொண்டிருந்த பிரிட்டிஷ் தளபதியின் பெயரையே தெரிந்து கொள்ளவில்லையென்றும், ஆம்பூர்க் கலவரத்தின்போது சத்திரத்தில் தூங்கிக்கொண்டிருந்துவிட்டுக் கைப்பொருள்களையும் தான் யாரென்கிற அடையாளத்தையுமே பறிகொடுத்துவிட்டதாயும் சொல்லிக்கொண்டு க்ரஹாமின்முன் போய் நின்றதற்கும் தங்களுக்குச் சாதகமான அர்த்தங்களை இப்போது ஏற்றிக்கொள்வது அவர்களுக்குச் சிரமமான காரியமாயிராது, பொய்சொல்லி இத்தனைச் சிக்கல்களை உருவாக்கிக்கொள்வதற்குப் பதிலாகப் பேசாமல் நீலவேணியின் பாதையைப் பற்றியும் அது இடம் பெற்றிருப்பதாகச் சொல்லப்பட்ட பிதிர் சஞ்சார மார்க்க போதினியைப் பற்றியும் அவற்றைத் தேடிச்சென்றதற்கான காரணத்தையும் சொல்லிவிடலாமென்றோலோ எல்லையைத் தாண்டியதற்கான அந்த உண்மையான காரணம் க்ரஹாமிடம் முன்பு சொன்ன உண்மைகளைக் காட்டிலும் அதிகமான அதீதத் தன்மைகொண்டனவாக, கேட்பவர்களின் மனதில் அவநம்பிக்கையையும் அவனுடைய சித்தசுவாதீனத்தின் மீதான சந்தேகத்தையும் அதிகப்படுத்திவிடுவதாக, கண்டிப்பாக அமைந்துவிடும், முக்கியமாக க்ரஹாம் இந்த முறை இவ்விதமான கதைகளை அவனிடமிருந்து கேட்டுக்கொள்வதற்குத் தயாராக இருக்கப்போவதில்லையென்பது நிச்சயம். எனவே எதிர்கொள்ள வேண்டிய கேள்விகளின் எண்ணிக்கையைப் பொறுத்து, புலியா கிணறா என்கிற கதையாக, இந்த இரண்டு பதில்களில் ஒன்றைத் தேர்ந்தெடுத்துக்கொள்வதைத் தவிர வேறு வழியில்லை என்றே துவக்கத்தில் ட்ரிஸ்ட்ராம் எண்ணிக்கொண்டிருந்தான்.

ஆனால் மீனவிலாஸத்தை அடைந்த வேளையிலோ, மேற்கண்ட இரண்டு வாதங்களையுமே அவன் தன் மனதிலிருந்து அழித்துவிட்டு அதற்குச் சற்று நேரத்திற்கு முன்புவரை அவனே தன் கனவிலும் ஊகித்திருந்திராத மூன்றாவது பதிலொன்றை வெற்றிகரமாகத் தயாரித்து முடித்திருந்தான். அந்தப் பதிலைத் தன் அறையிலிருந்து கண்டெடுத்த கிரிஃபித் அப் ஒவைனின் கடிதமாக, அதுவே நியாயாதிபதிகளின்முன் தான் தெரிவிக்கவிருக்கிறவற்றை ஆமோதிக்கும் சாட்சியாயிருக்கப் போகிறதென்கிற தீர்மானத்துடன், கையோடேயே கொண்டும் வந்து விட்டிருந்தான். கிரிஃபித்தின் கடிதம் அவன் ஸ்ரீரங்கப்பட்டணத்திற்குப் புறப்பட்டுச்சென்ற மறுநாளே ஹர்க்காராவால் அவனுடைய இல்லத்தில் சேர்ப்பிக்கப்பட்டுவிட்டிருந்தது. அவனில்லாத சமயத்தில் அவனுடைய அறையைத் தினப்படி சுத்தம் செய்து வைத்திருக்கும் பணியை ஏற்றுக் கொண்டிருந்த கெங்கம்மா அதை வாங்கி மேசையின் மேல் பத்திரமாக வைத்துவிட்டுச் சென்றிருந்தாள். கடிதம் இரண்டு மாதங்களுக்கு முன்

ட்ரிஸ்ட்ராம் வினவியிருந்த கேள்விகளுக்கான விடையை விஸ்தாரமாகப் படர்ந்திருந்தது. தூண்டலையேற்படுத்தும் நெகிழ்வான விளிப்புடன் (பெண்ணினுடையதைப் போன்ற சிவந்த உதடுகளையும் வாளை மீனையொத்த மெல்லுடலையும் கொண்ட என் இனிய ட்ரிஸ்ட்ராம் பேக்கர்) கடிதத்தைத் துவக்கியிருந்த கிரிஃபித், மாப்பிள்ளா இனத்தவரிடமிருந்து கைப்பற்றிக்கொண்ட பின் மேற்கு கடற்கரையின் மிக முக்கியமான நீர்ப்படைக் கேந்திரமாகிவிட்ட, அதனாலேயே மராட்டியம், மைசூர் மற்றும் திருவிதாங்கூர் சமஸ்தானங்களிலிருந்து ஏவப்படும் ஆயுதங்களின் நிரந்தர இலக்காகவே மாறிப்போயிருக்கிற, கண்ணனூரின் பதற்றம் மிக்க அரசியற்சூழல் அவர் உட்பட அங்கு செல்லும் யாரையுமே எந்நேரத்திலுமே காலப் பற்றாக்குறையில் வைத்திருக்கிறதென்று ஒரு சம்பிரதாயமான துவக்கத்தைக் கொடுத்த பின், இந்தப் பரபரப்பிற்கு நடுவேயும் ட்ரிஸ்ட்ராம் எழுதியனுப்பியிருந்த விந்தையான வியாசம் தான் அதை ஒருமுறை மேலோட்டமாக வாசித்தபோதே அதனுள்ளிருந்து வெளிப்பட்டுத் தன் மேல் பாய்ந்து ஆக்கிரமித்துக்கொண்டுவிட்ட, அதைச் சொல்லிக்கொண்டு செல்லும் குரலின் ஆகர்ஷணத்தாலும், தான் யாரென்பதை எவ்வாறேனும் அடையாளம் கண்டுகொள்ளும்படி தன்முன் நிற்பவரை மன்றாடிக் கேட்டுக்கொள்ளும் அதன் பரிதவிப்பாலும் தனக்காக நேரத்தை ஒதுக்கும்படி தன்னைத் தூண்டத்தான் செய்தது என்கிற பீடிகையுடனும், சிற்சில நாட்கள் இடைவெளியில் அதை மீண்டும் மீண்டும் வாசிக்க நேர்ந்தபோது, வாசிக்கப்படுகிற சூழலுக் கேற்றவாறு வெவ்வேறு விதமான அர்த்தங்களை வாசிப்பவனுக்குக் கொடுத்துக்கொண்டேயிருக்கிற பனுவலாக அதை யாத்த நபரால் கற்பனை செய்யப்பட்டிருக்கிறது என்பதைத் தன்னால் கண்டுகொள்ள முடிந்தது என்கிற பாராட்டுரையுடனும் (ஆனால் அது நீங்களில்லை யென்பதை அறிந்தபோது என்னருமை ட்ரிஸ்ட்ராம், என் மனதின் நாவு ஏமாற்றத்தின் கசப்பையும் சுவைக்கத்தான் செய்தது), அந்தவகையில் பொருள்கொள்ளுதல் என்பதே ஒருவகையில் கால இடச் சூழலால் கட்டுப்படுத்தப்பட்ட தன் குறையறிவுடன் வாசகன் நூல்களின் மேல் நடத்துகிற ஓர் எதேச்சையதிகாரமாயிருக்கலாமோ என்கிற சந்தேகத்தை முதன்முறையாகத் தன் மனதில் அந்த வியாசம் தோற்றுவித்ததால் தன்னுடைய பாஷ்யங்கள் அவற்றை விளைவித்த புறச் சூழல்களோடேயே கடிதத்தில் விளக்கப்பட்டிருக்கின்றன என்கிற ஒப்புதலுடனும், எனவே ட்ரிஸ்ட்ராம் தன் கடிதம் முழுவதையும் நிராகரித்துவிட்டு அந்த வியாசத்தின் வியாபகம் விளைவிக்கும் பிரத்யேகமானதோர் அனுபவத்தில் தன்னைக் கேள்வி கேட்காமல் மூழ்கடித்துக்கொண்டால் மட்டுமே அதன் உண்மையானதும் முழுமையானதுமான பொருளை அவனால் பெற முடியுமென்கிற எச்சரிக்கையுடனும், பட்டகைப் பயணத்தின் மீதான (ஒரே நேரத்தில் பல நிலங்கள், காலங்கள், புராணிகங்கள், பாலினங்கள் ஆகியவற்றின் இயங்கு நிலைகளின் வழியே ஊடுருவிச் செல்லும் யாத்திரை என்கிற பொருளில் கிரிஃபித்தின் கடிதம் முழுவதிலும், நீலவேணியின் பாதை என்கிற பெயரை அவர் அறிந்திராததால், நீலவேணியின் பாதை இந்தப் பெயரில்தான் குறிப்பிட்டிருந்தது) தன்னுடைய வெவ்வேறு விதமான வாசிப்புகளையும் அவற்றின்

முடிவுகளையும் கொடுத்திருந்தார். இந்த வாசிப்புகளில் ஒன்று ஆச்சரியகரமாக பார்த்தசாரதி அய்யங்கார் கண்டுபிடித்துச் சொன்ன ஹைதரலியின் வாசிப்பாயும் இருந்தது. ஒரு போர்க்கலைச் சாத்திரமாகப் பட்டகைப் பயணம் தனக்கு அர்த்தப்பட்ட நாளின்போது இங்கிலாந்தின் புனித அரசாட்சியிலிருந்து தங்களைத் தப்புவித்துக்கொள்ளும் ஒரே லட்சியத்திற்காகவே கடற்கரைக் குப்பங்களின் நாற்றமடிக்கும் மீன் வலைகளுக்குள்ளாகத் தங்களை மறைத்துக்கொண்டு உயிரெஞ்சியிருக்கும் அலி ராஜாவின் பழைய முஸ்லிம் ஆதரவாளர்களால் வரவழைக்கப்பட்டுப் பின்பு ஏதோ திட்ட மாற்றத்தால் கைவிடப்பட்டிருக்கக்கூடுமென்கிற சந்தேகத்தை ஆட்சியர் அலுவலகத்திற்கு உண்டாக்கும் வகையில் தெளிச்சேரியில் கரைதட்டி நின்றுகொண்டிருந்த போர்ச்சுக்கீசியக் கப்பலொன்று ஏற்படுத்திய பரபரப்பில் கண்ணனூர் அல்லோலகல்லோலப் பட்டுக்கொண்டிருந்ததாக அவர் குறிப்பிட்டிருந்தார். அந்தச் சந்தேகத்தை ஊர்ஜிதப்படுத்தக்கூடிய பழைய தஸ்தாவேஜுகள், கடிதங்கள், பிரமாணப் பத்திரங்கள் ஆகியவற்றிலிருந்து அன்றைக்கு அது நிகழுமென்று சங்கேதப் படுத்தக்கூடிய வாசகங்களைக் கூட்டி அள்ளி ஆட்சியரலுவலகத்திற்குச் சமர்ப்பித்துவிட்டு இருப்பிடம் சேர்ந்த பிறகு ட்ரிஸ்ட்ராம் அனுப்பியிருந்த வியாசத்தை வாசிக்க நேர்ந்த இரவில் அதில் குறிப்பிடப்பட்டிருந்த ஆறு பயண நிலைகள் இந்தியா, சீனா மற்றும் ஜப்பான் போன்ற, பௌத்த சமயம் செல்வாக்குப் பெற்றிருக்கும் நிலப்பகுதிகளில் அந்தச் சமயத்தைத் தங்களுடைய பாதிப்பிற்கு உட்படுத்தியிருக்கக்கூடிய சிலபல பழங்குடியினக் குழுக்களிடையே (போத்துவர்கள், அல்லது சாகர்களா தெரியவில்லை) இருந்துவருவதாக டப்ளின் நூலகத்தில் முன்பு எப்போதோ ஏதோவொரு நூலில் படித்த (நிச்சயமில்லாவிட்டாலும் அது என் கல்லூரி நாட்களாயும், அந்த நூல் அயர்லாந்து பில்லிகூனியக்காரன் வின்செண்ட் கால்மென் எழுதி வெளியிட்ட தேசங்களின் சிதைந்த ஆத்மாக்களாயும் இருக்கலாம்) கிரகங்களின் சஞ்சார நிலைகளின் மீதான நம்பிக்கைகள்பற்றிய குறிப்புகளுடன் அவை, ஸ்காட்லாந்தின் ஜேம்ஸ் தாம்ஸன் மற்றும் இந்துஸ்தானத்தின் காளிதாஸன் ஆகியோர் தங்கள் கவிதைகளில் பருவகாலங்களைக் கையாண்டிருக்கும் செய்நேர்த்தியுடன் கச்சிதமாக பொருந்திப்போவதை அவரால் கண்டுபிடிக்க முடிந்ததாம். அந்தப் பழங்குடிகள் பருவங்களை இயந்திரங்களின் காலத்தைப் போல ஆறாகப் பிரித்தறிவதற்குப் பதிலாக அவற்றை ஒன்றன்மேலொன்றாக வழுக்கிச்செல்லும் தன்மையுடைய, சூரியனுக்கு அருகில் சென்றுமீளும் கிரகங்களின் சுழற்சியடிப்படையில் வேகம் (கோடை), மந்தம் (கூதிர்), மிதப்பு (மழை) என்கிற மூன்று வகைத் தட்பவெப்பங்களாகவே வகைப்படுத்திப் புரிந்துகொண்டிருந்தார்கள், ஆனால் ஒவ்வொரு பருவகாலமும் தனக்குள்ளேயே, முரண்பட்ட குணாம்சத்தைக் கொண்ட இன்னொரு பகைப் பருவத்தை உள்ளடக்கிதாயிருந்தது, வேகப் பருவமென்றால் அதனுள் மிதப்பு ஒரு பகைப் பருவமாக உள்ளுறைந்திருக்கும், அதேபோல் மந்தப் பருவத்தின் உக்கிரத்தைக் கட்டுக்குள் வைக்க அதற்கிணையாக வேகம் வேலை செய்யும், மிதப்புப் பருவத்தில் மந்தமுமிருக்கும், ஆனால் ஒரு பருவத்தின்போது அதனுள்ளிருந்து அதன் பகைப் பருவமாக ஆட்சி செய்யும் மற்றொரு பருவம்

தன்னுடைய காலத்தின்போது அதைத் தன் பகைப் பருவமாகத் தன்னுள்ளிருந்து ஆட்சி செய்ய அனுமதிக்காது, உதாரணமாக வேகப் பருவத்திற்குள் மிதப்பு இருக்கலாம், ஆனால் மிதப்புக் காலத்திற்குள் வேகம் இருக்காது, ஆக மொத்தமிருக்கும் மூன்று பருவ காலங்களும் ஒன்று இன்னொன்றிற்குள் அதன் உக்கிரத்தைத் தணித்து குடிகளின் ஜீவிதத்திற்கு உதவிசெய்யும் வகையில் அதை மிதமாக்கிக்கொடுக்கும் பகைப் பருவங்களாக, ஆறு நிலைகளில் செயல்படுவனவாக இருக்கும், இந்தப் பிரிவு பனி, நெருப்பு, நீர், மலர் என்பன போன்ற புறத்தே தோன்றும் மாற்றங்களைக் கொண்டு பருவகாலங்களை ஓர் அடையாளமாக விளக்க முயலும் பௌதீக விஞ்ஞானத்திற்கெதிராக, மனிதர்கள் உள்ளிட்ட முதுகெலும்புள்ள உயிர்களின் உடலிலும் உணர்விலும் நடத்தையிலும் ஆரோக்கியத்திலும் சீதோஷ்ணங்கள் உண்டாக்கும் வேதி மாற்றங்களைக் கொண்டு காலத்தை ஒரு குணாதிசயமாக விளக்குவதாயும் அமையும், அடிப்படையில் கால்நடை மேய்ப்பவர்களாயும் கால்நடைகளைக் கவர்பவர்களாயுமிருந்த அந்தப் பழங்குடியினத்தவர் வேகப் பருவத்தில் கோள்களின் பாதை சூரியனைவிட்டு அதிகபட்சத் தொலைவில் விலகி யிருக்கும்போது போரிட்டு மடியும் வெறியும், இலக்கை அடையும் தாகமும், ரத்த மணமும் மனிதயினத்தை அரித்துக்கொண்டிருக்குமென்றும், கிரகங்கள் சூரியனுக்கு அருகில் சுழலும்போது அவை தம்மைத் தாமே சுற்றிக்கொள்ளும் வேகம் (பகைப் பருவங்களுக்கிடையேயான துவந்தம்) குறைவதால் அந்தப் பருவகாலங்களில் போரிடும் முனைப்பு மனிதர் களிடையே குறைவாகவே காணப்படும் என்றும் (களவாடுதலும் களவு கொடுத்தலும் பெருமளவு குறைந்து காணப்படும் இந்தக் காலக்கட்டத்தில் தான் இந்தச் செயல்களுக்கான சட்ட வரையறைகள் உருவாக்கப்படும்), அவை தொலைவிலிருந்து சூரியனை அணுகும் பாதைக்கு வந்துசேர்ந்து கொண்டிருக்கும் காலங்களில் போர்வீரன் திருமண பந்தத்தில் ஈடுபட லாகாது என்றும், சூரியனிடமிருந்து பிரிந்துசெல்லும் மார்க்கத்தில் விரையும் காலங்கள் போர்க் கைதிகளைத் தண்டிப்பதால் உண்டாகக்கூடிய தோஷத்திலிருந்து குடிகளின் தலைவனை விடுவிக்கும் என்றும் நம்பி னார்கள், ஆக, பட்டகைப் பயணத்தை யாத்த நபர் மேலே விவரிக்கப்பட்ட பழங்குடிகளைப் பற்றிய பரிச்சயம் உள்ளவரானால் அவர் கிரகங்கள்பற்றிய அவர்களுடைய அறிவை மேலும் பிரித்தாராய்ந்து அதனுள்ளிருக்கும் காலநிலை பற்றிய அனுமானங்களைச் சுத்திகரித்து ஒரு போர் சாத்திரமாக அதைத் தன்னுடைய வியாசத்திற்குள் சுவீகரித்துக்கொண்டிருக்கும் ஒரு சிறந்த ராஜதந்திரி என்பதில் சந்தேகமேயில்லை. மொத்தத்தில் பட்டகைப் பயணத்தில் பழங்குடியினருகே உரிய, பிரகிருதியுடனான அதீத உறவு, ஒரு படை முன்னேறிச் செல்ல வேண்டிய பாதைகளாக, படையெடுப்பின் ஒவ்வொரு நிலையிலும் போரிலீடுபடுபவர்கள் தங்கிச்செல்ல வேண்டிய நிலப் பகுதிகள் (வனங்கள், வயல்கள், நீர்நிலைகள், எதிரிகளின் குடியிருப்புகள் ஆகியவற்றின் குணாம்சங்கள்), கைப்பற்ற வேண்டிய திரவிய வகைகள் (தானியங்கள், கள் வகைகள், பெண்கள், காதலிகளுக்காக இனிய குரலில் பாடும் பறவையினங்கள், மற்றும் போர்கள் முடிந்த பின்னும் அவற்றைத் தன் கற்பனையில் கண்டுகொண்டேயிருக்கும், எந்தக் கணத்திலும் சண்டைக்கு ஆயத்தமாகவே இருக்கத் தெரிந்த,

எதிரி நாட்டு வீரர்கள்) எச்சரிக்கை கொள்ளத் தகுந்த கண்ணியமைப்புகள் (மூடிய அமைப்புகள், உயரே மிதக்கும் வலைப் பொறிகள், கண்ணிமைக்கும் நேரத்தில் கடந்துசென்றுவிடும் மாயாவிகள், பேயுருக்களைத் தோன்றச் செய்து வெருட்டும் தந்திரசாலிகள்), நிலப் பகுதிகளுக்கேற்பக் கைக்கொள்ள வேண்டிய வேக நிலைகள் (ஊகம், தூலம், சப்தம், ஆழம், இதம், ஏகம்) ஆகியவற்றைப் பற்றிய துல்லியமானதொரு வரைபடத்தைச் சங்கேதமாகக் குறிக்கும் ரகசியப் பனுவலாக, மிகத் திறமையாக மாற்றப்பட்டிருக்கிறது என்று வியந்து எழுதியிருந்த கிரிஃபித் பத்திகூடப் பிரிக்காமல் கடிதத்தின் அடுத்த வரியிலேயே, அதே பட்டகைப் பயணம் புனித தாமஸ் காலத்திற்குப் பிறகு அறிதுயிலில் வீழ்ந்துகிடந்து ஆயிரத்து முன்னூறு ஆண்டுகளுக்குப் பின் திடீரென்று ஓர் அசுர விருட்சத்தைப் போல மலபாரையொட்டிய கடற்கரைப் பகுதிகளில் இப்போது வளர்ந்து எழுந்து நிற்கும் கிறிஸ்தவ மதமாற்றக் காட்சிகள் படகரை மீனவர் சமுதாயத்தின் மீது மாப்பிள்ளாக்களின் கோபத்தை ஏவிவிட்ட சமீபத்திய மாதமொன்றில் தெளிச்சேரிக் குப்பத்தில் ஒரு குடிசையில் ஹவில்தாருடன் சென்று தங்க நேர்ந்த சமயத்தில் மீன்கொழுப்பில் நனைக்கப்பட்ட திரியின் வெளிச்சத்தில் தன்னால் படிக்கப்பட்டபோது வடிவமைப்பால் மகாபாரதக் கதையின் இறுதிக் காட்சியையே தன் செய்தியாக வெளியிடுவதாகத் தன்னைக் காட்டிக்கொண்டது என்று குறிப்பிட்டிருந்தார். அந்த இறுதிக் காட்சியும், எல்லா உலகப் புராணிகங்களையும் போலவே, ஒரு போர் நிலத்தில்தான் நிகழ்ந்தது, அங்கும் பட்டகைப் பயணத்தில் வருவதைப் போன்ற, ஆனால் ஒன்றுக்குப் பதிலாகப் பல குதிரைகள் பூட்டப்பட்ட, ஒரு ரதம் நின்றது, அதனுள்ளிருக்கும் விஜயன் போர் செய்ய மறுத்து ரதத்திலிருந்து தன்னைக் கீழே இறங்க அனுமதிக்குமாறு ரதசாரதியான கண்ணனை வேண்டினான், கண்ணன் அனுமதியளிக்க மறுத்துவிட்டதோடு சன்னல்கள் வழியே விஜயன் காணும் வெளியுலகக் காட்சிகளே அவன் சிந்தையைத் தடுமாறச் செய்வதாகச் சொல்லி ரதத்தின் கதவுகளையும் அதன் வழியே விஜயனுடைய கண்களையும் தன் வாக்கினால் இறுக மூடிவிட்டான். பட்டகைப் பயணத்தில் காட்டப்பெறும் கூண்டுவண்டி கண்ணனால் மூடப்பட்ட இந்த ரதத்தின் உருவகமேயன்றி வேறில்லை என்பதாக கிரிஃபித்தின் கடிதத்தில் கண்டிருந்தது. இழந்துபோன பார்வைக்குப் பதிலாக சாரதியின் வார்த்தைகளையே தன் பார்வையாகத் தேர்ந்துகொள்கிற விஜயனைப் போலவே கூண்டுவண்டியில் பயணிப்பவனும் அதன் சாரதி வனையும் ஒரு புத்தம் புதிய, அற்புத உலகத்தைப் பார்க்கிறான், கண்ணனுடைய வார்த்தைகள் ரத்த உறவுகளை முன்னிறுத்தும் இந்தியப் பழங்குடி நிலத்தின் மீது புதிய தலைவிதியை, உலக மதங்களின் ஏனைய கடவுளர்களால் உருவாக்கப்பட்டதைப் போலவே, எழுதிச்செல்வதாக உருப்பெற்றது, வால்மீகியினுடைய இதிகாசத்தின் மூலம் கண்ணனின் முந்தைய பிறவியான ராமனால் வலியுறுத்தப்பட்ட அறம் என்பதற்கான விளக்கங்களை விஷ்ணுவினுடைய இன்னோர் அவதாரமென்று தன்னைக் காட்டிக்கொள்ளும் கண்ணனே கேலி செய்தும், கேள்வி கேட்டும் நிராகரிக்கிறான், இந்தக் கேலிகளும் கேள்விகளுமே தளும்பும் வண்ணக் கோலங்களாக, யுக மாற்றத்தின் தீவிர மணமாக, அந்நாள்வரை

உறவுகளைப் பேணும் நினைவுப் பாதைகளினூடே தங்களுடைய ஆளுமையை மனிதயினத்தின் மேல் செலுத்திக்கொண்டிருந்த பெண்கள் நுழைவதற்கு அனுமதி மறுக்கப்பட்ட ஆண்களின் போர் நிலமாக, கூண்டுவண்டியாக, வானத்தினூடே பாய்ந்து செல்லும் மாயப் பயணமாக, அன்றைய விஜயன் அல்லது பட்டகைப் பயணத்தின் இன்றைய யாத்ரீகனுடைய கண்ணீர் கசியும் மூடிய கண்களுக்குள் உருப்பெறுகிறது என்பது கிரிஃபித்தின் துணிபு. பட்டகைப் பயணத்தின் விவரணை முழுவதிலும் அடைப்புக்குறிகளுக்குள் விரவிவரும் பலவகைக் குதிரை களைப் பற்றிய பெயர்ப் பட்டியல், அவை யாவும் உலகின் வெவ்வேறு நிலப் பகுதிகளில் காலகாலமாகப் புழக்கத்திலிருக்கும் புராணிகங்களின் கற்பனைப் பாத்திரங்கள் என்கிற வகையில் மிக முக்கியமாக எடுத்துக் கொள்ள வேண்டிய ஒரு சூசகச் செய்தி என்றும் அவர் தன் கடிதத்தில் குறிப்பிட்டிருந்தார். வியாசத்தில் இடம்பெறும் புரவியோ அந்தப் பிற குதிரையினங்களின் அற்புதப் பண்புகளனைத்தையும் ஒருசேரப் பெற்றவோர் அபூர்வப் பிறவியாகக் காட்டப்படுகிறது, இது இந்தியப் புராணிகங்களின் சாராம்சமாகச் சொல்லப்படும் தரிசனம் அல்லது விஸ்வரூபம் என்பதோடு ஒப்பிடத் தகுந்த காட்சி என்பது அவருடைய பார்வையாக இருந்தது. தன்னுடைய வார்த்தைகளாலாகிய மாய ரதத்தில் விஜயனை ஏற்றி அழைத்துச் செல்லும் கண்ணனுடைய உபதேசங்களின் இறுதிச் சாரமும் அனைத்தும் நானே என்பதாகவே இருக்கிறது. புராணிகத்தின் சாரதியான கண்ணன் ஒரு தெய்வப்பிறவி யென்பதையும் பட்டகைப் பயணத்தின் சாரதி ஓர் அரூபியென்பதையும் ட்ரிஸ்ட்ராமின் கவனத்திற்குக் கொண்டுவந்திருந்த கிரிஃபித் இந்த அமானுடத் தோற்றம் அவர்களிருவருடைய வசனங்களிலுமே பதில்களை மறுக்கும் ஆளுமையை ஏற்றுவதற்காக இரண்டு பனுவல்களிலும் கையாளப்பட்டிருக்கின்றன என்று எழுதியிருந்ததைப் படித்தபோது வியாசம் முழுவதிலுமே ஒரு மாயக்குரல் உள்ளே பயணிப்பவன் காணும், அல்லது அவன் காண வேண்டிய, காட்சிகளைப் பற்றிய வர்ணனைகளை அவனுக்குப் பதிலாக அதை வாசிப்பவனுக்குத் தெரியப்படுத்திக் கொண்டேயிருப்பதுவும், நீலவேணியின் பாதை மேற்குலகின் ஆளுமை இந்திய மண்ணில் வலுக்கத் தொடங்கியிருக்கும் சிக்கலான காலக்கட்டத் தில், பரத கண்டம் என்றழைக்கப்படும் இந்துஸ்தானத்திற்கேயுரிய, தனித்துவம் வாய்ந்த, புராணிகங்களை மீண்டும் ஜனங்களின் மனதில் அழுத்திச்சொல்லி அவர்கள் கண்களிலிருந்து புற மதங்களின் ஆக்கிர மிப்பை மறைத்துவைக்கும் நோக்கத்துடன் இயற்றப்பட்ட ஒரு சமயப் பனுவலாக வாசிக்கப்படச் சாத்தியங்களுண்டு என்பதுவும், லிங்காயத்தாக மாறிய விபூதியைச் சந்தித்த அன்றுகூடத் தனக்குத் தோன்றாமல்போயிற்றே என்று எண்ணி ட்ரிஸ்ட்ராம் கிரிஃபித்தின் மேதமையை ஆச்சரியத்துடன் சிலாகித்துக்கொண்டான். ஆனால் அவனைப் போல தன் வாசிப்பை அத்துடன் நிறுத்திக்கொள்ளத் தயாராக இல்லாத கிரிஃபித்தோ மதுரையிலிருந்து தன்னைத் திருமணம் செய்துகொள்வதாகக் கூறி ஏமாற்றி மலபாருக்குக் கூட்டிவந்து குடித்தனம் வைத்த ஒரு நாயர் சாதியைச் சேர்ந்த வாலிபன் இரண்டு மாதங்களுக்குப் பிறகு தன்னை அங்கேயே நிர்கதியாக விட்டுவிட்டு எங்கோ ஓடிப்போய்விட்டான்

என்று சொல்லி அழுதுகொண்டே ஒருநாள் தன் அலுவலகத்தின்முன் வந்து நின்ற பிராமணப் பெண்ணொருத்தியின் குரலில் யவ்வனப் பருவத்தில் தன் தாயின் கணவனால் தன் மேல் திணிக்கப்பட்ட, குரல்களையும் லிபிகளையும் இரண்டாகப் பிளக்கும் பார்வை நோயைத் தீர்க்கக்கூடிய, காதலின் நெக்குருக்கும் எளிமையை முதன்முதலாகச் செவியுற்ற நாளன்று (அவளைச் சமாதானப்படுத்தி கர்நாடகத்திற்குத் தபால்களைச் சேர்க்கப் புறப்பட்டுக்கொண்டிருந்த ஹர்க்காராவின் குதிரையில் ஏற்றி அவளுடைய சொந்தவூருக்கே அனுப்பிவைத்துவிட வேண்டுமென்கிற என்னுடைய உத்தேசத்தைச் செயல்படுத்தும் தைரியம் இன்றுவரை எனக்கு வராததால் அவளை என் வீட்டிலேயே பணிப் பெண்ணாகத் தக்கவைத்துக்கொண்டிருக்கிறேன், மேலும் தெரிவிக்கப் படாத காதலின் மிகுவொழுக்கால் உண்மையில் நான்தான் அவளுடைய ஏவலாளனாக என்னைத் தாழ்த்தி வைத்துக்கொண்டு, அதனால் கிடைக்கும் சுகத்தையும் அனுபவித்துக்கொண்டிருக்கிறேன்) பட்டகைப் பயணத்தினுள்ளிருந்து எழுந்து தன்னுடன் உரையாடிய குரலுடன் ஒப்பிடுகையில் மேற்கண்ட தன்னுடைய இரண்டு வாசிப்புகளுமே இகழ்ச்சிக்குரிய அதிமேதாவிகளின் வாசிப்பாகக் கருதிப் புறங்கையால் ஒதுக்கிவிடத்தக்கவை என்று அவர் குறிப்பிட்டிருந்தார். மேலும் அந்த இரண்டைக்காட்டிலும் வியாசத்தின் இறைச்சியுடன் அதிக நெருக்கமும் இளக்கமும் கொண்டதாக, அதன் லிபியுருக்களின் பின்னே வெகு ஆழத்தில், சாதூர்யப் புத்தியின் காமாலைக் கண்களுக்குச் சிக்கிவிடாத புகை வடிவத்தில், தீனமான முறையீட்டையும், கையறு நிலையின் துயரத்தையும் கசிய விட்டுக்கொண்டிருப்பதாகத் தன் காதுகளில் ஒலித்த அந்தக் குரலை ட்ரிஸ்ட்ராமால் கேட்க முடியவில்லையென்பதைத் தன்னால் நம்ப முடியவில்லையென்றும் எழுதியிருந்தார். கிரிஃபித்தைப் பொறுத்தவரையில் அந்தக் குரல் ஒரு பெண்ணினுடையது. வியாசத்தில் குறிப்பிடப்படும் பெண் குதிரைகள், பனுவல் முழுவதிலும் தொடரும் ஆணுடனான ஒரு பெண்ணின் சம்போக அசைவுகளுடன் ஒப்பிடத்தக்க வேக நிலைகள், பெண்ணுடலின் வளர்ச்சி நிலைகளுடன் ஒப்பிடத்தக்க நதி நீரின் பாய்ச்சல் கதிகள், தாலாட்டு, உணவுத் தயாரிப்புகள், வீடுகளின் உள்ளறைகள், கவலையைச் சுமந்தபடி அதனுள் நடமாடித் திரியும் பெண்கள், ஆண்களின் மீதான அவர்களுடைய எள்ளல்கள் என்று திரும்பத் திரும்ப வரும் அனைத்து வர்ணனைகளுமே ஒரு பெண்ணின் இருப்பை அந்தப் பனுவலில் மறைமுகமாக வலியுறுத்திக்கொண்டேயிருக்கும் காட்சி ரூபங்கள்தான், மேலும் வெளிப்படையாகவே அந்தப் பயணத்தில் பங்குகொள்வதில் தனக்குள்ள விழைவையும் பெண்ணாகப் பிறந்து விட்டதால் அதற்கான கொடுப்பினை தனக்கு இல்லையென்பதையும் அந்தப் பெண்ணின் குரல் வாசிப்பவரிடம் அறிவித்துக்கொள்வதை முன்னிறுத்தி அந்த வகையில் பட்டகைப் பயணம் என்பதே தனக்கு மறுக்கப்பட்ட ஏதோ ஓர் அனுபவத்தை அற்புதத்தன்மை கொண்ட ஒரு கதையாக மாற்றி தன்முன்பிருக்கும் நபர் ஒருவருக்குச் சொல்லும் பெண்ணின் கற்பனையேயன்றி வேறில்லையென்றும் கிரிஃபித் பொருட்படுத்திக்கொண்டிருந்தார். இந்தப் பார்வையுடன் சற்று கூர்ந்து கவனித்தாலே அந்தப் பெண் என்ன இயல்பினள் என்பதையும்

கண்டுபிடித்துவிட முடியுமென்பதும் அவரால் உறுதியாகச் சொல்லப் பட்டிருந்தது. உலகின் பல்வேறு புராணிகங்களில் நிலவும் கதாபாத்திரங் களைத் தொகுத்துக் கொடுத்திருப்பதன் மூலம் கல்வியறிவுள்ளவளாயும், அவற்றின் இயக்கங்களைத் தன் பனுவலில் வேறொரு சூழலில் பொருத்தி ஆட்டுவிப்பதன் மூலம் கலைகளில் ஈடுபாடுள்ளவளாயும் அவள் தன்னைக் காட்டிக்கொள்கிறாள் என்றும், சமவெளிகளிலும் வனப்பகுதி களிலும் தென்படும் தாவரங்கள், நீர் நிலைகள், மிருகப் பட்சியினங்கள் ஆகியவற்றைப் பற்றிய குறிப்புகளும், அறைகளினுள் அடைபட்டுக் கிடக்கும் பெண்களின் மீதான கரிசனத்தில் தோய்ந்த குறிப்புகளும் அவள் காற்றைப் போல கட்டற்றுத் திரியும் அல்லது திரிய விரும்பும், இயற்கையோடு சினேகம் கொண்ட, ஒரு நாட்டுப்புறப் பெண் என்பதைக் குறிப்பாலுணர்த்துகின்றன என்றும், பயணம் துவங்குமிடமும் முடியு மிடமும் (அது ஒரு நகரத்தின் குடியிருப்புப் பகுதிகளில் தொடங்கிப் பிறிதொரு நகரத்தின் குடியிருப்புப் பகுதிகளில் முடிகிறது) யாத்ரீகனுடைய பயணத்திற்கு முன்பான மன நிலையும் பயணத்திற்குப் பின்பான மனநிலையும் (நிகழவிருப்பதைக் கற்பனையில் காணும் ஊக நிலை மற்றும் நிகழ்ந்ததை மனதில் அசைபோட்டு ஏங்கும் ஏக நிலை) ஒரு சுழல் வடிவத்தில் எழுதப்பட்டிருப்பதானது அவள் தன் விருப்பத்திற்கு மாறாகத் தப்பிக்கவியலாத ஏதோவொரு தளையில் சிக்கிக்கொண் டிருக்கிறாளென்பதையும், சாதாரணக் குதிரைவண்டிப் பயணத்தை ஓர் அற்புத நிகழ்வாக மாற்றியெழுத முயற்சிப்பதானது பிரச்சினைக்குரிய தீர்வை அசாதாரணமான வழிகளில் தேடிக்கொண்டிருக்கிறாள் என்பதையும் உணர்த்துவதாக இருக்கிறது என்றும் எழுதியிருந்த கிரிஃபித் இறுதியாகப் பட்டகைப் பயணம் முழுவதிலும் மூடுண்ட வண்டிக்குள் மட்டுமல்லாமல் அதன் வெளிப்புறத்திலும், அரூப வண்டியோட்டி, மூடிய இமைகளை ஊடுருவக்கூடிய குதிரையின் வெண்ணிறம், கைகளால் தொட்டுணரக்கூடிய விதத்தில் புடைப்புச் சிற்ப வேலைப்பாடுகளால் நிரம்பிய வண்டியின் அலங்காரச் சுவர்கள் என்று பார்வை சார்ந்த வர்ணனைகள் புறமொதுக்கப்பட்டிருப்பதையும், பயணத்தின் ஒவ்வொரு நிலையிலும் மனம், நாசி, செவி ஆகிய புலன்களின் வழியாகவே வண்ணங் களும் பாதைகளும் உருக்கொள்வதையும் முக்கியமாகக் குறிப்பிட்டு அவற்றின் வழியே அந்தப் பெண்ணின் உருவத்தைக்கூடத் தன்னால் தோராயமாக மனக்கண்ணில் வரைந்துவிட முடிகிறது என்கிற குறிப்புடன் தன் கடிதத்தை இப்படி முடித்திருந்தார், வியாசத்தை அந்தப் பெண் எழுதிக்கொண்டிருக்க முடியாது, அதை யாருக்கோ சொல்லிக்கொண் டிருப்பதுதான் அவளால் சாத்தியமாகிற வேலையாக இருக்கும், காரணம் அவள் பார்வைப் புலனை ஒரு பொருட்டாக மதியாதவள், அல்லது பார்வையைப் பறிகொடுத்தவள், ட்ரிஸ்ட்ராம், அவளை நீங்கள் நன்கு அறிவீர்கள்.

வெளிப்படையாகச் சொல்லப்பட்டிருக்காவிடினும், கடிதத்தைப் படித்து முடித்த கணத்திலேயே கிரிஃபித்தினுடைய கடைசி வாசிப்பு அவர் தன் அலுவலக வாசலில் சந்தித்ததாகச் சொன்ன பிராமணப் பெண்ணை மட்டுமல்லாமல் மெட்றாஸ் பருத்திச் செட்டியார் சத்திரத்தில் வைத்து அவருடன் அவன் பரிமாறிக்கொண்ட அவனுடைய சொந்தக்

கதையின் நாயகியையும் மனதில் கொண்டே நிகழ்ந்திருக்கிறது என்பதை ட்ரிஸ்ட்ராம் தெரிந்துகொண்டுவிட்டான். தன் கண்டுபிடிப்பை ஊர்ஜிதப் படுத்துவதற்காக நீலவேணியின் பாதையிலிருந்து அவரால் மேற்கோள் காட்டப்பட்டிருந்த வாசகங்கள் மூச்சுத் திணறச் செய்யுமளவிற்கு உண்மையின் வலுக்கொண்டவையாயும், பிரான்ஸ் பயணத்திற்குப் பின் வெவ்வேறு காலக்கட்டங்களில் வெவ்வேறு இடங்களில் நிகழ்ந்தவை யனைத்தையும் கண்களுக்குப் புலப்படாதவகையில் அதுவரையில் தன் கற்பனையின் ஒற்றைச் சரடால் ஒரு பூமாலையைப் போல கோர்த்துக் கொண்டிருந்த எலினார் என்னும் கதைசொல்லியின் இருப்பை முகத்திலடித்தாற்போல அவன் கண்களில் புலப்படுத்தும் தெளிவைத் தன்னகத்தே கொண்டவையாயும் இருந்தன. ஒரே கற்பனை வெவ்வேறு இட, கால மற்றும் சூழல்களில் பிறந்து வளர்ந்த, ஒருவருக்கொருவர் சம்பந்தமேயில்லாத, மூன்று நபர்களின் மனதில் ஒரே விதமாகவே தோன்றி வளர்கிறதென்றால் அது அவர்களைத் தன்னுடைய சிருஷ்டிகளாக்கிக் கதை பின்னிக்கொண்டிருக்கும் சிருஷ்டிகர்த்தாவின் மனோரதமாகவன்றி வேறெதுவாக இருக்க முடியும், பின் நீங்கள் கதைக்குள்ளிருந்து வெளியே வந்துவிட்டீர்களென்பது உங்களுக்கு நிச்சயமாகத் தெரியுமா என்று பிச்சையா பிள்ளை ட்ரிஸ்ட்ராமை ஏன்தான் கேட்டார், எலினாரின் ஆக்ஞை என்று சொல்லிக்கொண்டு ஸ்வப்னஹள்ளியில் சொக்க கௌடவின் திடீர் பிரசன்னம் எப்படித்தான் நடந்திருக்க முடியும். கிரிஃபித்தின் வாசிப்பு எலினாருடைய இருப்பை நீலவேணியின் பாதைக்குள் சுட்டிக்காட்டிய அதேநேரத்தில் அவரையறியாமலேயே ட்ரிஸ்ட்ராம் யாரென்பதையும் சேர்த்தே வெளிப்படுத்தியிருந்ததால் அதுநாள்வரையில் தன் செயல்களிலும் எண்ணங்களிலும் தன்னைச் சுற்றி நிகழ்ந்துகொண்டிருந்தவற்றிலும் விரவிக் கிடந்த தன்னைப் பற்றிய அவளுடைய சமிக்ஞைகளை உள்வாங்கிக்கொள்ளாமல் இருந்துவிட்ட மெத்தனத்தை எண்ணி அவன் வெட்கமும் வேதனையும் அடைந்தான். தானொரு ரத்தமும் சதையுமற்ற வார்த்தை உயிரி என்பதும், தன்னுடைய உணர்வுகளும் (முக்கியமாக சத்யபாமா என்னும் பேரழகியின் நினைவில் அவ்வப்போது கிளர்ந்தெழு கின்ற பரவச அனுபவம்), கெங்கம்மாவுடனான காத்திரமான உடற்துய்ப்பு களும், இருட்டுச் சத்திரத்தில் கண்ட வினோதக் கனவுகளும் மட்டுமல் லாமல் (ஆம்பூர்ச் சத்திரத்தின் வாசலில் தன்னைச் சந்தித்த கிழவன் அந்தச் சத்திரத்தின் அறைகளுக்குள் நுழைந்தவர்கள் திரும்பவும் நிஜவுலகிற்குள் திரும்ப முடியாதென்று தன்னை எச்சரித்த சம்பவமும் இடையே ஒரு மின்னற்கீற்றாய் அவன் மனதினுள் ஓட அவன் ஒருவேளை தான் இன்னும் பிச்சையா பிள்ளையினுடைய சத்திரத்தின் பங்கா அசையும் சன்னல் தன் உறக்கத்தின் மீது வரைந்துகொண்டிருக்கும் வினோதக் கனவுகளிலிருந்து விடுபடவில்லையோ என்றும் சந்தேகப்பட்டு அதை உறுதி செய்துகொள்வதற்கான வாசிப்புச் சாத்தியங்கள் எதையும் நீலவேணியின் பாதையிலிருந்தே கண்டெடுக்க முடியுமா என்பதையும் ராயக்கோட்டையிலிருந்து கிருஷ்ணகிரிக்குச் செல்வதற்குள் யோசித்துக் கொண்டுவிட வேண்டுமென்றும் அவன் அப்போது முடிவு செய்து கொண்டான். நிகழ்ந்துகொண்டிருப்பவை யாவும் தன்னுடைய

கனவுகள்தானென்றால் குறைந்தபட்சம் அவற்றைத் தூக்கத்தில் நிகழ்த்திக் கொண்டிருப்பவனென்கிற வகையில் தான் ஒரு நிஜம் என்பதையாவது உறுதிப்படுத்திக்கொள்ளலாமே என்று ஒரு நைப்பாசை அவனுக்கிருந்தது. மீனவிலாஸத்திலிருந்து பல்குணம் முதலியாரின் வில் வண்டியிலேயே அவர்களனைவரும் ஊர்க்காரார்கள் (முதியவர்கள் பிரார்த்தனைகளுடனும், போக்கிரி இளைஞர்கள் ஏளனத்துடனும்) திரளாக வழியனுப்ப கிருஷ்ணகிரியை நோக்கிப் பயணப்பட்டபோது சௌகிதார்களின் இருப்பு அவர்கள் மூவரும் பரஸ்பரம் உரையாடிக்கொள்வதைத் தடுத்து விட்டிருந்ததால் வழியெங்கும் அதை கிரிஃபித்தின் வழியில் யோசிக்க அவகாசமும் இருந்தது. என்றாலும் ஆம்பூர்ச் சத்திரத்தின் அடையாள மெதையும் நீலவேணியின் பாதையிலிருந்து பிரித்தெடுக்க அவனால் கூடவில்லை. அல்லது அந்த நீண்ட அவகாசத்தையும் குறுகியதாகவே காட்டுமளவிற்கு இருட்டுச் சத்திரத்தின் தடயங்கள் நீலவேணியின் காலடிப் புழுதிக்குள் ஆழப் புதைந்துகிடந்தன) மறுநாள் ஜேம்ஸ் ஜார்ஜ் க்ரஹாமினுடைய நீதிமன்றத்தின் விசாரணைகளும் தீர்ப்பும் கொடுக்க விருக்கிற வாதைகளுமேகூட தனக்குச் சொந்தமில்லாத, இன்னொரு நபரின் கற்பனை என்பதுமான உண்மை அவனை வியப்பிற்குள்ளும் விடுதலையுணர்விற்குள்ளும் தள்ளிக்கொண்டிருந்தது. உண்மையான ட்ரிஸ்ட்ராம் ஒரு சாகஸக்காரனாகும் சிறுவயதுக் கனவுகளோடு புத்தகங்களையும் கோப்புகளையும் சுமந்தபடி பெம்ப்ரோக்ஹாலுக்குச் செல்வதும் அலுப்பூட்டக்கூடிய அதே பாடங்களை விரிவுரையாற்றிவிட்டுத் திரும்புவதுமான அன்றாடத்தைச் செய்துகொண்டிருக்க, பார்வையற்ற எலினாரோ அவனுடைய கனவுகளைப் பிரித்துக் கற்பனைகளாக்கித் தன்னுடைய மானசீகக் காதலனான சொக்க கௌடவின் சொந்த நிலமான இந்தியாவிற்கு, அவன் தன் கணவனுக்குத்துணையிருப்பானென்கிற நம்பிக்கையுடன், அனுப்பிவைத்திருக்கிறாளென்பதைத்தான் கிரிஃபித்தின் மூன்றாவதும் முக்கியமானதுமான வாசிப்பு தகுந்த நேரத்தில் வெளிப்படுத்தியிருக்கிறது, இந்தியாவிற்கும் பிரிட்டனுக்குமிடைப்பட்ட பாதைகளில் சதா தங்களுடைய வியாபாரக் கப்பல்களைச் செலுத்திக் கொண்டேயிருக்கும் கிழக்கிந்தியக் கம்பெனியின் அலுவலகர்களும் அதிகாரிகளும் இறக்குமதி செய்துகொண்டிருக்கும் சரக்குகளோடு அவர்கள் இந்தியாவில் நடந்துகொண்டிருக்கும் போர்கள்மீதான கம்பெனி இயக்குநர்களின் கவலையையும், ஜனங்களின் ஆர்வத்தையும் டாலர்களாக்கிக்கொண்டுவிடும் பேராசையோடு புத்தகங்களாக எழுதி வெளியிட்டுக்கொண்டிருக்கும் கணக்கற்ற ஆவண நூல்களிலிருந்தும், தொடர்ந்து மொழிபெயர்ப்புகளாக வெளிவந்துகொண்டேயிருக்கும் இந்திய நிலவெளியின் வியப்பூட்டும் கதைகள், புராணிகங்கள் ஆகியவற்றின் வழியாயும் வாசித்து அறிந்துகொள்ள முடிகிற, பிரதம மந்திரி வில்லியம் பிட் உள்ளிட்ட பல நிஜ மற்றும் கற்பனை ஆளுமைகளை ட்ரிஸ்ட்ராம் சந்திக்கவும் அவள் வழிவகுத்திருக்கிறாள், ட்ரினிடிஹாலின் பின்புறத் தோட்டத்தில் ஒரு நோயாளியாக மயங்கி விழுந்துகிடந்த மாணவர் வில்லியம் பிட்டின் இந்தியா சட்டமும், அவசர அவசரமாக அவர் மேற்கொண்டிருக்கும் சுங்கவரிச் சீர்திருத்த நடவடிக்கைகளும் ஒரு தகுந்த சந்தர்ப்பமாக இந்தப் பயணத்தை அவன் மேற்கொள்ளச்

சாத்தியமாகும் வழிகளை அவளுக்குத் தந்து உதவியிருக்கின்றன, இந்தச் சந்தர்ப்பத்தை எதிர்பார்த்து அவள் பிரான்ஸிலிருந்து அவர்களிருவரும் திரும்பிவந்து மீண்டும் கேம்பிரிட்ஜ்ஷைர் மண்ணை மிதித்த தினத்திலிருந்தே காத்துக்கொண்டிருந்திருக்கக்கூடும், அவளுடைய கண்நோயை முன்வைத்து தெ வில்லி உணவகத்தில் மருத்துவர் நிகோலஸ் ரூராண்டிற்கு சொக்க கௌட ஓர் இந்தியனின் பார்வையிலிருந்து சொன்ன பதில்கள் புரையோடிய முள்ளைப் போல நாட்கள் செல்லச் செல்ல அவனுடைய வாதங்களைப் பிடிவாதமாக மறுக்கும் மனநிலையைக் கொண்டிருந்த ட்ரிஸ்ட்ராமையே வெகுவாகப் பாதிக்கத் தொடங்கினவென்றால் விடுதியின் உட்புறம் நடந்த கலவரத்தின்போது தன்னைத் தொட்டுத் தூக்கிச்சென்ற அக்கறையிலும் (அப்படித் தொட நேர்ந்ததற்காகத் தன்னிடம் நினைத்து நினைத்து மன்னிப்புக் கேட்டுக்கொண்டிருந்த அவனுடைய வெகுளித்தனத்தைப் பிறர்முன் திரும்பத் திரும்பப் பிரஸ்தாபித்துக்கொண்டிருப்பதில் எலினார் ஒருபோதும் வெட்கமோ சலிப்போ கொள்கிறதேயில்லை), பின்னர் அதன் பின்புறத் தோட்டத்தில் ஆயுதமேந்திய முரட்டுப் புரட்சிக்காரர்களை எதிர்கொள்ள நேர்ந்தபோது அவன் வெளிப்படுத்திய துணிகரச் செயல்களிலும் மனதைப் பறிகொடுத்திருந்த எலினாரை அவன் சொன்னபடியே லிட்டில்போர்ட் கிராமத்துச் சனங்களின் கதைகளின் வழியே உருவாகி நின்றிருக்கும் சாபக்காட்டிலிருந்து தான் பெற்ற நோய்க்கான மருந்து கதைகளின் உலகத்தில்தான் கிடைக்குமென்று நம்ப வற்புறுத்தியிருந்தாலோ, அந்த நம்பிக்கை இப்படியொரு கதையைக் கற்பனை செய்ய அவளைத் தூண்டியிருந்தாலோ அதில் ஆச்சரியப்படுவதற்கு எதுவுமில்லைதான், கதைகளை எடுத்துக் கொடுத்துக்கொண்டேயிருக்கும் சொந்தத் துயரங்களுக்கும் வினோதச் சம்பவங்களுக்கும் அவள் வாழ்விலும்தான் பஞ்சமிருந்ததா என்ன, பெருநகரமாக மாறிக்கொண்டிருக்கும் இங்கிலாந்தின் ஒருபுறம் அரசாங்கத்திடமிருந்து சாலை வழிகளைக் குத்தகைக்கு எடுத்திருக்கும் நிலச்சுவான்தார்களின் ஆக்கிரமிப்பை எந்நேரமும் எதிர்பார்த்தபடி ஔஸ் நதியின் சதுப்பு நிலச் சேற்றுக்குள் தன்னை அமிழ்த்திக்கொண்டிருக்கும் லிட்டில்போர்ட்டையும் தன் அண்டை வீட்டுக்காரர்களையும் அனாதைகளாக விட்டுவிட்டு கேம்பிரிட்ஜ்ஷைருக்குக் குடிவந்த குற்றவுணர்வல்லவா அவளை வியாபாரிகளின் மத்தியிலிருந்து கற்பனைகள் ஒழிந்துபோய்க்கொண்டிருக்கும் மெட்றாஸில் தன் கதையை நிகழ்த்தாமல் மலைகளுக்குள்ளும் வனங்களுக்குள்ளும் நதி நீருக்குள்ளும் கதைகளை ஒளித்துவைத்துக்கொண்டிருக்கும் ராயக்கோட்டையை நோக்கி ட்ரிஸ்ட்ராம் பயணிக்கும்படி செய்திருக்கும், ராயக்கோட்டையிலும் மாயத் தூரிகைகளைக் கோப்பிங் நகரத்திலிருந்து திருடிக்கொண்டு லிட்டில்போர்ட்டிற்கு வந்து குண்டடிபட்டுச் சாபக்காட்டின் புதரடர்ந்த நிலத்திற்குள் புதைந்துபோன ஆஸ்திரியா தேசத்து நாடோடிச் சைத்ரீகனைப் போல துர்க்கத்து உச்சியிலிருப்பதாகச் சொல்லப்பட்ட புதையல்களைக் கண்டுபிடிப்பதற்காக ஜவளகிரிக் காட்டிலிருந்து வந்து சுனைகளின் ஆழத்தில் புதைந்துபோன இருளரினத்து அப்பாவிகள் இருக்கவில்லையா, அல்லது ஔஸ் நதிக்கரையில் நிகழ்த்தப்பட்ட, யாருடைய கண்களிலிருந்தும் மறைக்கப்பட்டுவிட்ட கடலின்

ஆழத்திலிருந்து தன் வாழ்வுக்கான பொருளைத் தேடித் தெரிந்துகொண்ட பொன்மீனைப் பற்றிய நார்ஃபோல்க் தேசத்துத் தெருக்கூத்துத்தான் விருட்சத்தின் மடியில் மறைந்துபோன ஜனங்களைத் தேடிக் காட்டிற்குள் நுழைந்து பூதகையிடம் கருணையின் பொருளைக் கற்றுக்கொண்ட கோணய்யனின் கதையாக கெலமங்கலம் நதிக்கரையிலும் நிகழ்த்தப் படவில்லையா, பாரீஸ் விஜயத்தில் அவளுக்குக் கிடைக்காத கதைக் கருக்களா, பிரான்ஸ், பிரிட்டன், இந்தியா ஆகிய மூன்று நாடுகளின் பாமரர்களையும் ஒரே நேர்கோட்டில் இணைக்கும் பெருநகரங்களைப் பற்றிய அவர்களுடைய அச்சம், இவர்களில் தங்கள் அச்சத்தைக் கோபமாக வெளிப்படுத்துவதில் முந்திக்கொண்ட பிரான்ஸின் புரட்சிக் காரர்கள், நிகோலஸ் போன்ற கோமகன்களின் பயம், சத்திரங்களின் சுழல் வழிகள், கூடுவிட்டுக் கூடுபாயும் வித்தை தெரிந்த இந்தியச் சிப்பாய்கள், மன்னர்களின் கோபத்தாலும் சந்தேகத்தாலும் பற்றி எரியும் கிராமங்கள், பிணங்களைச் சுமந்துசெல்லும் கூண்டுவண்டிகள், முகத்தைக் காட்ட மறுக்கும் வண்டியோட்டிகள், சகுனங்களை அறிவிக்கும் நதிகள், கல்லறைகளில் தீர்த்துக்கொள்ளப்படும் உடற்தினவுகள், பிரசவிக்காத கர்ப்பங்கள் (சாபத்தால் ராஜாவின் காது கழுதைக் காதான கேலிக்கூத்தை வெளியே சொல்லி ஆற்றிக்கொள்ள முடியாமல் ரகசியங்களின் சுமையையே தன் கர்ப்பமாகச் சுமந்துகொண்டு திரிந்த ஒரு பெண் பிறகு மண்ணில் குழிதோண்டி அதனுள் தன் குரலை வடியவிட்டுத் தன் அவஸ்தையைத் தீர்த்துக்கொண்ட இந்துஸ்தானத்துக் கதையொன்றை எலினார் பிரான்ஸிலிருந்து இங்கிலாந்திற்குத் திரும்ப வந்துசேர்ந்த புதிதில் ராபர்ட் கார்டனரின் மொழிபெயர்ப்பில் படித்திருந்தாள்), நீதி விசாரணைகள், கழுத்துகள் துண்டாடப்படும் மேக்ஸிமிலியன் ரோபஸ்பியர் தண்டனைகள், சொந்த மண்ணை விட்டுத் தப்பியோடும் அகதிகள், ஆடுகள் புலிகளை ஏமாற்றும் வினோதப் பொறிகள், ஆனால் இவற்றை எலினார் ஒன்றுக்கு ஒன்று என்ற விகிதாச்சார அடிப்படையில் இணைக்கவில்லையென்பதுதான் இந்தக் கதை முழுவதிலும் விரவிக் கிடக்கும் அவளுடைய இருப்பைத் தெரிந்துகொள்ளவிடாமல் மறைக்கும் அற்புதம், அப்படி நடந்திருந்தால் அது அந்தப் பேராசை கொண்ட ஆங்கிலக் கனவான்களின் ஆவணப் பதிவாக ஆகியிருக்குமே தவிர நாட்டுப்புறப் பெண்ணொருத்தியின், குறிப்பிட்ட அர்த்தத்திற்குள் இறுக மறுகும் சாகஸக் கதையாக மாறியிருக்காது என்பது உண்மைதான், எலினார் தனக்கு நிகழ்ந்தவற்றின் மேல் தன் கற்பனையைப் புரட்சிக்குப் பின் எரிந்துகொண்டிருந்த கட்டிட மருங்குகளின் நடுவே ஸேன் நதியின் மேல் நீருடன் உறவுகொண்டும் கொள்ளாமலும் துயரத்துடன் மிதந்து சென்ற ஓர் எளிய படகாக மாற்றி அமைத்துக்கொண்டிருக்கிறாள், தன் நோய்க்கான மருந்தைத் தொலைவிலேயே மறைத்துவைத்திருக்கும் நிஜவுலகின் வரிசைக் கிரமமானதும் கலைக்க முடியாத குணவியல்புகளைக் கொண்டதும் தர்க்கரீதியான தொடர்ச்சியை உடையதுமான சம்பவங்களி லிருந்து அவற்றில் பங்குகொண்டவர்களைப் பிரித்து வேறோர் வரிசையில் இணைசேர்க்கிறாள், ஏமாற்றுக்காரனான மாயச் சைத்ரீகனை அப்பாவி இருளனோடு, கோழையும் வயோதிகருமான மருத்துவர் நிகோலஸை ஈடிணையற்ற வீரனும் சிறுவனுமான கோணய்யனோடு, புரட்சிக்

காரர்களால் தீயிட்டுக் கொளுத்தப்படும் பாரீஸின் அழிவை ஜனங்களை அகதிகளாக்கி அலையவிடும் சுல்தானின் கோபமாக, சாபக்காட்டைப் புத்தகசாலையாக, தங்கள் குடும்பத்தின் சுபிட்சத்தை நிர்மூலமாக்கிய துர்சகுனமென்று கருதப்பட்ட மாயச் சைத்ரீகனுடைய ஓவியத்தைத் தன் பைத்தியக்காரத் தங்கையின் பெட்டியிலிருந்து திரும்ப எடுத்து ட்ரிஸ்ட்ராமுடனான தன்னுடைய புதிய வாழ்வுக்கான நல்நிமித்தமாய் மாற்றிக் காட்டியதைப் போலவே, மேலும் ஔஸ் நதிதீரத்தில் அவள் நடித்துக்காட்டிய பொன்மீன் கடலின் விஸ்தாரத்தையும் நீர்த்தொட்டியின் காட்சித் தன்மையையும் அழகின் மீதான தன் தீராத விருப்பத்தால் ஒரே நேரத்தில் இணைக்க விரும்பியதைப் போலவே, தீயவற்றினிடத்தில் நல்லவற்றையும் நல்லவற்றின் மேல் தீயவற்றையும், இரண்டுமே தங்களின் நிறத்தை அழித்துக்கொள்ளும்வண்ணம் தன் கதையின் உலகத்தில் இடம் மாற்றி வைக்கிறாள், அந்த இடமாற்றத்தின் வெகுளித்தனம் பித்துநிலை கொண்டது, பைத்தியங்களால் மட்டுமே புரிந்துகொள்ளக்கூடியது, எனில் எலினாரால் சொல்லப்பட்டுக்கொண்டிருக்கும் ட்ரிஸ்ட்ராமின் சாகஸக் கதையைக் கேட்டுக்கொண்டிருப்பவள் இறந்துபோன தன் குழந்தையைத் தொலைதூரத்து வெறித்த பார்வையால் தேடிக்கொண்டே யிருக்கும் ஹெலனைத் தவிர வேறு யாராய் இருந்துவிட முடியும், அல்லது புத்தியை ஸ்தூலக் காட்சிகளால் இறுகச்செய்யும் பார்வைப் புலனைத் தொலைத்துவிட்ட ஒரு நபர், எலினார் ஹெலனிடம் இதைத் தான் சொல்லியிருப்பாள், அவளைப் பொறுத்தவரையில் பிரான்ஸை ஒலிகளாயும், தருணங்களின் ஸ்பரிசங்களாயும், வாசனைகளாயும் மட்டுமே அவள் அறிந்துவைத்திருப்பதாக, அந்த வகை அறிதல் காட்சி களைப் பட்டவர்த்தனமாகத் தெரியக்காட்டி அவற்றின் பிரம்மாண்டத்திற்கு எல்லை வகுத்துவிடும் பார்வைப்புலனைப் போலன்றி, எண்ணற்ற விதமாகக் கலைந்து சேரும் கற்பனைகளைத் தூண்டிவிட்டுக்கொண்டே யிருக்கும் கதைத்தன்மையைக் கொண்டிருப்பதாக, பாரீஸிலிருந்து வெர்ஸைல்ஸுக்கு வரும் வழி பூராவும் வண்டியிலிருந்த மற்றவர்கள் புரட்சியைப் பற்றிப் பேசிக்கொண்டிருந்தபோது கௌடவும் எலினாரும் மட்டும் இந்தியாவின் கதைகளைப் பற்றி விலாவரியாகவும் வியப்படையும் வண்ணமும் பேசிக்கொண்டே வந்தது இப்போது ட்ரிஸ்ட்ராமின் நினைவிற்கு வருகிறது, அவனுடைய காதுகளிலும் அவை விழத்தான் செய்தன, அப்போது அது பார்க்க முடியாத குறையால் அதிகப்படும் தன் மனைவியினுடைய பதற்றத்தைத் தணிக்க கௌட எடுத்துக்கொண்ட முயற்சி என்றே அவன் நினைத்தான், கௌட பிரான்ஸையே ஒரு கதையுலகமென்று அப்போது குறிப்பிட்டான், முதலில் அது ஏன் பிரான்ஸாக இருக்க வேண்டுமென்றுகூட அவன் கேட்பதாகவே ட்ரிஸ்ட்ராமுக்கும் அப்போது தோன்றியது, பிரான்ஸ் என்கிற பெயர் குறிப்பது நிலைபெயராத கட்டிடங்களையும், ஸ்திரமான மனித முகங்களையும், பழகிப்போன மொழியையும், பிறிதொரு நிலவெளியில் செல்லுபடியாகாத நாணயங்களையும், பிரெஞ்சியர்களுக்கு மட்டுமேயான தேவைகளையும், அவற்றோடு மட்டுமே பொருத்திப்பார்த்துத் தங்களுக்குப் பொருந்தாதென்று பிறர் பொருட்படுத்தாதிருந்துவிடக்கூடிய புரட்சி களையும் கொண்டிருக்கும் ஒரு நிஜவுலகத்தை, ஆனால் கௌடவின் உபதேசங்கள் மூலமாக எலினார் தன் மனதில் வரிந்துகொண்ட

பிரான்ஸ்ஸோ பிரான்ஸ் என்று பொதுவாக அறியப்படுகிற நிலமா யிருந்திராது, அல்லது அது அவள் இதுநாள்வரையில் அறிந்திருக்கிற, அறியாதிருக்கிற எல்லா நிலவெளிகளின் உருவகமாய் இருந்திருக்கலாம், அங்கே குறுகிய தேவைகளும், ஒரு நிலத்திற்கு மட்டுமே சொந்தமான புரட்சியும் கிடையாது, ஸ்திரமான காட்சியென்று எதுவும் கிடையாது, ஒருமுறை ட்ரிஸ்ட்ராம் கௌடவின் முகத்தைப் பற்றிச் சொன்னதைப் போல அந்த நிலத்தில் அனைத்தும் கலைந்து இணையும் நீர்க்குணம் கொண்டவை, மருத்துவர் நிகோலஸ் ரூரான்ட் அதைத் தன் தந்தையர் நிலமாக உணரவில்லை, ட்ரிஸ்ட்ராம் பயணப்பட்டது அந்த பிரான்ஸை நோக்கி இல்லை, கௌடவிற்கோ அதற்கான அவகாசம் கொடுக்கப்பட வில்லை, உணர்ந்திருந்தால், பயணப்பட்டிருந்தால், அவகாசம் கொடுக்கப் பட்டிருந்தால் ஒருவேளை எலினாரின் கண்பார்வைக்கான மருந்தை அவர்களில் யாராவது அங்கேயே கண்டுபிடித்திருப்பார்கள், எனவேதான் தன் பைத்தியக்காரத் தங்கையைச் சாட்சியாக முன்னிறுத்தி, தன் காதுகளில் ஓதப்பட்ட பிரான்ஸ் என்கிற பெயரை மனதிலிருந்து அழித்துவிட்டு, ஒலிகளாலும், வினோதமான ஸ்பரிசங்களாலும், வாசனைகளாலும் கட்டப்பட்ட, உருவமும் பெயருமற்ற, ஒரு நிலத்தை அவள் தன் கற்பனையில் உருவாக்கிக்கொண்டாள், அந்த நிலம் அவளுள் இந்தியா என்கிற பெயரில், அனைத்து நிலங்களினுடைய புராணிகங்களின் வினோதங்களையும் தன் கதைகளுக்குள் அடக்கிக்கொண்டிருக்கும் ஐரோப்பியர்களின் கனவு நிலமாய், மெத்த வளர்ந்தது, ஒரு குருடியின் கற்பனையில் உருவான பிரத்யேகமான இடங்களாலும், சுழன்றுவரும் காலவெளியாலும் நிரம்பியது, அதனுள்ளிருந்துகொண்டு எலினார் தன் பிரியத்திற்குரிய ட்ரிஸ்ட்ராமைத் தன் பொருட்டாக உள்ளே இழுத்துக் கொண்டாள், ஏற்கெனவே வாக்குறுதியளித்திருக்கும் அவளுடைய அருமை நண்பன் கௌடவையும் அவனோடு இணைத்துவைத்தாள், வாழ்நாள் முழுவதும் அவளுக்கான மருந்தைக் கதைகளின் நிலவெளியில் தேடித்திரியும் இரண்டு ஆண்களையும் அவர்கள் சுழற்றிவிடும் காட்சி களையும் மனப்புத்தகத்தில் கற்பனையின் எழுதுகோலால் எழுதத் துவங்கினாள், அவள் தன் பைத்தியக்காரச் சகோதரியிடம் சொல்லிக் கொண்டிருப்பாள், ஒருவகையில் ஹெலன், பார்வை கிடைக்காத விழிகளென்பதுதான் எனக்குரிய தேவக்கிருபையாக இருக்குமென்றுகூடத் தோன்றுகிறது என்று, அது வேறோர் இடத்தில், வேறொரு சூழலில் புனித லூக்காவால் சொல்லப்பட்ட சுவிசேஷ வாக்கியத்தின் (பிள்ளை பெறாத கர்ப்பங்களும் பால் கொடாத முலைகளும் பாக்கியமுள்ளவை யென்று சொல்லப்படும் நாட்கள் வரும்) அர்த்தம் கலைக்கப்பட்ட சம்பாஷணை, ஆ, புனித லூக்கா, ஒரு குழந்தை தன் தாயின் பாவாடை நுனியைப் பிடித்துக்கொண்டிருப்பதைப் போல் மாயச் சைத்ரீகனின் ஓவியத்தில் தன் சகோதரி கேத்தரினின் அழகையும் வனப்பையும் மறைத்தபடி எலினார் தன்முன்னே உயர்த்திப் பிடித்துக்கொண்டிருந்த வேதாகமத்தின் மஹாவாக்கியங்களை எழுதியவன், ட்ரினிடிஹால் நாட்களின் காலைநேரப் பிரார்த்தனை வகுப்புகளின்போது அவள் கண்களில் கண்ணீரைத் துளிர்க்கச் செய்த சுவிசேஷி, எலினாரின் விருப்பப் பிரசங்கி, ட்ரிஸ்ட்ராமின் வாதங்களுக்கு மேலுமொரு சாட்சி, புனித லூக்கா, எலினாரின் கற்பனைகளைக் கூர்ந்து கவனிக்க முடிந்தால்

தாண்டவராயன் கதை

அவை அவள் எப்போதும் வாய்க்குள் முணுமுணுத்துக்கொண்டிருக்கும் லூக்காவினுடைய வார்த்தைகளையே அடித்தளமாயும் அவை சொல்லிச்செல்லும் புராணிகத்தைக் கதைகளின் இயல்புப்படி கலைத்துப் போட்டும் அதன் மேல் கட்டப்பட்ட பேபல் கோபுரமாகவே இருப்பதை ட்ரிஸ்ட்ராம் காணக்கூடுமாயிருக்கும், தாமதமாகவேதானென்றாலும் திப்பு சுல்தானின் நூலகத்திலாவது இந்த இழைகளெல்லாம் அவன் புத்திக்கு இன்னும் சற்று தூலமாகப் புலப்பட்டிருந்தால் சாபக்காட்டின் உருவகமாக எலினார் உருவாக்கிக்காட்டிய அந்த அறையைவிட்டு அவன் வெளியே ஓடி வந்திருக்கவே மாட்டான், மாறாக அறையினுள் நுழைந்த காதலர்கள் இருவரையும் துணிச்சலுடனும் அனுதாபத்துடனும் எதிர்கொண்டு லிட்டில்போர்ட் எல்லையில் எலினாரைப் புணர்ந்த இரவில் கவனத்திற்கொள்ளாமல் தவறவிட்டுவிட்ட கணங்களை மீண்டும் ஒருமுறை வாழ்ந்து பார்த்திருப்பான், அதன் மூலம் ஔஸ் நதிக்கரையில் பொன்மீனாக நடித்துத் தன்னுள் பொதிந்திருந்த ரகசியங்களை அவனிடம் திறந்து காண்பித்த எலினாரைப்போலவே அவள் கண்களைக் குருடாக்கிய, முகமறியாத எதிரிகளின் வேடத்தைத் தானே ஏற்று நடித்துச் சாபக்காட்டின் இரகசியங்களைத் தானும் எலினாருக்கு அப்போதே அறிவித்திருப்பான், யார் கண்டது, அவளுடைய குருட்டு நோய்க்கான மருந்தும் நீலகண்டப் பண்டிதரின் நூலினுள் பொதிந்துகிடக்கும் கதைகளினூடேயே எங்கே யாவது கிடைத்திருக்கவுங்கூடும், அந்தப் பொன்னான சந்தர்ப்பம் கை நழுவித்தான் போய்விட்டது, ஆனால் தன்னை எழுதிக்கொண்டிருக்கிறவள் எலினார்தானென்றால் அவள் ஏன் அப்படி ஒரு ஞானத்தைக் கைக்கொள் வதற்குத் தன்னை அனுமதித்து அதன் மூலம் தன் கதையையும் அது சொல்லப்பட்டுக்கொண்டிருக்கும் நோக்கத்தையும் அங்கேயே பூர்த்தி செய்துகொள்ளத் தவறிவிட்டாள், தன்னுடைய சிருஷ்டி தன்னை மீறிச் சிந்திப்பதைத் தாங்கிக்கொள்ளும் மனத்திண்மை (அது ஒரு சுயசாவை நிகழ்த்திக்கொள்வதற்கு ஒப்பான துணிச்சல்) எலினாருக்கு இல்லையா, அது இல்லாதவளாயிருந்தால் ஸ்ரீரங்கப்பட்டணப் பயணத்திற்கு முன்பே கிரிஃபித்திற்குக் கடிதம் எழுதி அவர் மூலமாகத் தன்னைப் பற்றிய உண்மைகளை அந்த இரவில் அறிந்துகொள்வதற்கு ட்ரிஸ்ட்ராமை எப்படி அவள் அனுமதித்திருக்க முடியும், ஒருவேளை ட்ரிஸ்ட்ராம் கைதுசெய்யப்பட்டிருக்கும் இந்தச் சூழல்தான் இப்படியொரு காட்சியை அரங்கேற்ற உகந்த சந்தர்ப்பம் என்று அவள் நினைத்திருக்கலாம், அல்லது பிரான்ஸ் பயணத்திற்குப் பிறகு கடன் தொல்லைகளிலிருந்து விடுபடவும், எலினாரின் மருத்துவச் செலவுகளை எதிர்கொள்ளவுமான பணத் தேவைகளுக்காக ஜூனியஸின் கடிதங்களை மறுபடி எழுதிப்பார்க்க முயன்றபோது ட்ரிஸ்ட்ராமுக்கு நேர்ந்ததைப் போல, எழுத்தின் வேகம் அவளுடைய பிரக்ஞையின் அனுமதியின்றி, அவளே எதிர்பாராத விதத்தில், அவளை இந்தக் கணத்திற்கு அழைத்து வந்திருக்கவும்கூடும், ஆதிப் பெற்றோர்களிருவரும் அறிவின் கனியை உண்ணவிருப்பதை அவர்களைத் தன் வார்த்தைகளால் சிருஷ்டித்த தேவனே அறிந்துகொள்ளக் கூடாமற் போகவில்லையா. அல்லது பிரஜாபதி தான் சிருஷ்டித்த பிரபஞ்சவுயிரிகளின் தயவை எதிர்பார்த்துத் தானே ஒரு நோயாளியாகப் பின்பு அவர்கள்முன் விழுந்துகிடக்கவில்லையா.

எலினார்

கிரிஃபித்தின் கடிதத்தைப் படித்து முடித்ததற்கும் வாசலில் காத்துக்கொண்டிருந்த சௌகிதாரோடு சென்று சேர்ந்துகொண்டதற்கும் இடைப்பட்ட சில நாழிகைப் பொழுதிற்குள்ளாக மனதில் குதிரைப் பாய்ச்சலாக ஓடி முடிந்த இப்படியான அறிதல்களை மறுநாள் தன்னை விசாரிக்கவிருக்கிற நியாயாதிபதிகள் நம்புவார்கள் என்று ட்ரிஸ்ட்ராம் எதிர்பார்ப்புகளெதையும் வளர்த்துக்கொள்ள வில்லை. ஒரு மனிதன் தன்னைத் தன் மனைவியின் கற்பனை என்று நம்புவதோடு மற்றவரையும் நம்பச்சொல்லி வற்புறுத்துவதை யாரும் ஏற்றுக்கொள்ள முடியாதுதான், ஆனால் உண்மையில் நடந்துகொண்டிருப்பது என்ன வென்றால், அவர்கள் தங்களை நிஜம் என்று நம்பிக்கொண்டு, தாங்களும் கதைகளுக்குள்ளேயே இருக்கிறோமென்பது தெரியாமல் கதைகளுக்கெதிரான வரலாறுகளை உருவாக்க முயன்றுகொண்டிருக்கிறார்கள் என்பதுதான், முன்பு ஒரு மனிதன் இருந்தான், ஆணின் விந்துவாக அன்றி தேவனின் வார்த்தையாகவேதான் அவன் தன் தாயின் கர்ப்பத்தில் சேர்ந்தான், தானொரு வார்த்தை என்பதைத்தான் அவன் பிறகு காடுகளிலும் மலைகளிலும் பிரசங்கித்துக்கொண்டுமிருந்தான், அவனையும்கூடத்தான் யாரும் நம்பவில்லை, நம்பினால் ஏதாவதொரு கணத்தில் தங்களையும் ஒரு மகத்தான கற்பனையென்று அவன் நிரூபித்து விடுவானென்று பயந்து, சொன்னவனைக் கொன்றாலன்றி அவனுடைய வார்த்தையைக் கொல்ல முடியாது என்பதை யோசிக்காமல், அவனைப் பேசவிடாமல் சிலுவையிலேற்றிக் கொல்ல முயற்சித்தார்கள், அவனோ மீண்டும் ஆகுக என்கிற சொல்லினால் உயிரோடு எழுப்பப்பட்டான், தோல்வியுற்றவர்கள் கடவுளின் சொல்லை அழிக்க, பேபல் கோபுரத்தைக் கட்டிய அதே தந்திரத்துடன், நிஜவுலகின் மொழியால் அவர் கற்பனையைத் தந்திரமாக

அர்த்தப்படுத்தினார்கள், அவன் தன்னைப் பற்றிச் சொன்னதை நிஜத்தைப் பற்றிச் சொல்வதாகத் திரித்து வாசித்து அவற்றை நூல்களிலேற்றிப் போர்களையும் வரலாறுகளையும் உருவாக்கினார்கள், கடவுளின் வார்த்தைத் தந்திரமாக அவர் குழந்தைகளாலேயே ரத்தமும் சதையும் கொடுக்கப்பட்டு வரலாற்றின் சிலுவையிலும் அறையப்பட்டுவிட்டது, முன்பொரு காலத்தில் இன்னொரு நிலப்பரப்பில் இன்னொரு மனிதன் இருந்தான், அவனும் சாபத்தின் வார்த்தையால்தான் உருவானான், வார்த்தையுருவினன் என்பதைச் சொல்வதற்காகத் தன் மேனி முழுவதையும் போர்வையால் கவிழ்த்துக்கொண்டு அலைந்தான், தன் பிரசங்கமாகத் தன் மகனையும் குதிரையையும் நிலவெளியில் நடமாடவிட்டான், தன்னை ஒரு வார்த்தையாக துயிலார்களின் கதையில் வைத்து அதை ஜனங்களின்முன் பாடச் செய்தான், கதைகளின் ரசவாதத்தில் தாங்களும் கற்பனையாகிவிடக் கூடுமென்று சனங்கள் அவனையும் தங்களுலகிலிருந்து வெளியேறத் தீர்ப்பெழுதிச் சந்தோஷப்பட்டுக்கொண்டார்கள், காலத்தைத் தாண்ட வேண்டுமென்று ஆசைப்படும் மனிதவுயிர் எப்போதும் அது உடலாலன்று, மாறாக வார்த்தையால்தான் சாத்தியம் என்பதை ஒத்துக்கொள்ள மறுக்கிறது, வார்த்தைகளுக்கு உடல் கொடுத்து அதைச் சாவோடு பிணைத்துவிட விரும்புகிறது, ட்ரிஸ்ட்ராமும் ஆகுக என்கிற வார்த்தையின் குழந்தைதான், அவன் யேசுவையும் தாண்டவராயனையும் போல இந்த உலகிற்கு ஏதாவது நற்செய்திகளைக் கடவுளிடமிருந்து கொண்டுவந்ததாகத் தெரியாதவரையில் அவனை அவர்கள் நிஜமென்றேதான் சந்தேகப்படுவார்கள், துரதிர்ஷ்டவசமாக எந்த தேவகுமாரனும் இதுவரை கடவுளிடமிருந்து எந்த நற்செய்தியையும் யாருக்கும் கொண்டுவரவில்லை, ஏனென்றால் உலகம் முழுமைக்கும் பொதுவான ஒரு நற்செய்தி என்பதைக் கடவுள் சாத்தியப்படுத்தவில்லை, நற்செய்தி என்பது கடவுளின் செய்தியன்று, அது மனிதனின், கடவுளுக் கெதிரான கற்பனை, கடவுளின் குமாரர்களைத் தீர்ப்பெழுதிச் சிலுவையி லறையவும், விரட்டி அலைக்கழிக்கவும் மனிதன் கண்டுபிடித்த, மாசுபடிந்த, நிஜவுலகின் மொழி, கடவுளின் நற்செய்தியென்று ஒன்று உண்மையாகவே இருக்குமென்றால் அது அவன் தன்னை, நற்செய்திக ளென்னும் பாவக்கனியை உண்ணுகிற ஒரு செயல் மட்டும் மறுக்கப்பட்ட, தொடர்ந்த பயணங்களால் நீட்டிக்கப்படும் முடிவற்ற பாதைகளின் வழியே அவருடைய மகத்தான அதிசயங்களை வேடிக்கை பார்த்தபடியும், கற்பனைகளால் அவற்றைப் பெருக்கியபடியும், அனுபவித்தபடியும் காலங்களைத் தாண்டும் அவருடைய ஆகுக என்கிற வார்த்தைதான் என்பதை உணர்வது என்பதைத் தவிர வேறொன்றாக இருக்க முடியாது, அலகிலா விளையாட்டு என்பதைத் தவிர சிருஷ்டிக்கு சிருஷ்டி என்பதைக் கேவலப்படுத்தும் லட்சியம் என்கிற போலியிறுதி கிடையாது, லட்சியம் சிருஷ்டியை, சிருஷ்டிப்பதை, சிருஷ்டிகர்த்தாவைக் கொன்றுவிடுகிறது, எலினாரின் கற்பனைக்கும் குருட்டுத்தனத்தைப் போக்கும் மருந்து லட்சியமில்லை, அது ஒரு நிமித்தம், விளையாட்டைத் துவக்குவதற்கான காரணம், மருந்தைத் தேடிக்கொண்டு போகும் வழியில் அதன் இருப்பைத் தெரியப்படுத்திக்கொண்டிருப்பவையாக அவள் காட்டி மறைத்துக் கொண்டிருக்கும் புதிர்களை விடுவித்தபடி, ஆடுகளைத் தேடும் காற்றுப்

புலியைப் போல, போய்க்கொண்டேயிருப்பது, எலினாரின் நோய்க்கான மருந்து இருக்குமிடம் ஏழு கடல்கள் தாண்டி ஏதோ ஒரு தீவில் ஏதோ ஒரு பூட்டிய நிலவறையில் ஒரு பூதத்தின் பாதுகாப்பில், அந்த நிலவறையின் கதவைத் திறக்கும் ஏழு சாவிகளையும் ஏழு கடல்களில் முக்குளித்து எடுத்தாக வேண்டும், ஒவ்வொரு முக்குளிப்பும் மூழ்குபவனை மரணத்தின் விளிம்புவரை கொண்டுசென்றுவிடும் ஆபத்து நிறைந்தது, எனில் நான் இதுவரை இரண்டு சாவிகளைக் கைப்பற்றியிருக்கிறேன், ஒன்று, சீரங்கப்பட்டணத்தில் வெளியான ரகசியம், எலினாரின் நோய்க்குக் காரணம் ஏன் மனிதர்களாயிருக்கக் கூடாது என்கிற சிந்தனைப் பொறி, இரண்டு, கிரிஃபித் விடுவித்த ரகசியம், நான் யாரென்கிற உண்மை, கம்பெனி விரும்பினால் இப்படி ஓர் அபூர்வமான சிருஷ்டிகர்த்தாவின் கற்பனையைக் கண்முன்னே நடமாடவிட்டு என்ன நடக்கிறதென்று வேடிக்கை பார்த்துக்கொண்டிருக்கலாம், அல்லது துரோகியென்று தீர்ப்புச் சொல்லி தூக்கிலிட்டுக் கொன்று அவனை நிஜமாக்கித் தன் சட்டப் புத்தகங்களின் க்ஷரத்தில் இன்னொரு சான்றுச் சம்பவமாகப் பாடம் பண்ணிவிடலாம், ட்ரிஸ்ட்ராம் உயிருடனிருக்கும்வரை இங்கே நடந்துகொண்டிருப்பதெல்லாம் ஒரு முடிவற்ற கதை, அவன் இறக்கும் கணத்தில் அது காலத்தின் பக்கங்களில் பாடப்படுத்தப்பட்டுவிட்ட வரலாறு, அவன் பதில்கள் நிராகரிக்கப்படும்பட்சத்தில் எலினாருடைய கற்பனையின் நீட்சியென்றே அதையும் ஏற்றுக்கொள்வதேயல்லாமல் வேறு உபாயங்களைத் தேடி அவன் போகப்போவதில்லை (உமக்கு விருப்பமானால் இந்தப் பாத்திரம் என்னைவிட்டு நீங்கும்படி செய்யும், ஆயினும் என்னுடைய சித்தத்தின்படியல்ல, உம்முடைய சித்தத்தின் படியே ஆகக்கடவது). எனவே கடிதத்தைப் படிப்பதற்கு முன் யோசித்துவைத்திருந்த முதலிரண்டு பதில்களின் நம்பகத்தன்மையின் மேல் அவன் கொண்டிருந்த தடுமாற்றம், சாபக்காட்டில் தொடங்கித் தன்னுடைய காதல் கதையை, இங்கிலாந்து அரியணையால் நேரடியாக நியமிக்கப்பட்ட சிறப்பு அதிகாரியான அவனை விசாரிக்க லட்சுமணராவின் அலுவலகத்திற்கு அதிகாரம் கிடையாது என்பதால் குடைக் கச்சேரியிலிருந்து சௌகிக்கு வரவழைக்கப்பட்ட நீதிபதியின்முன் விசாரணைகளை மேற்கொள்ளத் தானே நேரில் வந்திருந்த ஜேம்ஸ் ஜார்ஜ் க்ரஹாம் உட்பட, சௌகியில் கூடியிருந்த உள்ளூர் நீதிபதி, க்ரஹாமினுடைய சப்தார், இரண்டு சௌகிதார்கள், லட்சுமணராவ், முதலியார், பூசாரி இவர்களோடு சாட்சிக்காக அழைத்துவரப்பட்டிருந்த ராயக்கோட்டை கர்ணம் அன்வாருத்தீன், கணக்குப்பிள்ளை ராமசாமி அய்யர், அமீன் சர்க்கரைச் செட்டி ஆகியோர்முன், விலாவரியாகச் சொல்லிக்கொண்டிருந்த சமயத்தில் அவனிடமிருந்து விலகிப்போயிருந்தது. பதில்கள் நிராகரிக்கப்படும்பட்சத்தில் எலினாருடைய கற்பனையின் நீட்சி யென்றே அதையும் ஏற்றுக்கொள்வதேயல்லாமல் வேறு உபாயங்களைத் தேடிப்போவதில்லையென்கிற தெளிவான முடிவிலும் அவன் இருந்தான்.

ஆனால் அவனுடைய விளக்கங்கள் அவன் நம்பியதைப் போல எல்லோராலும் முற்றிலுமாக நிராகரிக்கப்பட்டுவிடவில்லை. க்ரஹாமைப் பொறுத்தவரையில் திப்பு சுல்தானின் அரண்மனைக்குள் அவர்களுடைய அனுமதியின்றி ட்ரிஸ்ட்ராம் தனியாளாக (தன்னோடு

பூசாரியும் அரண்மனைக்கு வந்தானென்பதைச் சொல்ல வேண்டிய அவசியமில்லையென்று பூசாரியோடு கலந்தாலோசிக்காமலேயே ட்ரிஸ்ட்ராமாக முடிவு செய்துகொண்டிருந்தான்) நுழைந்துவிட்டு வந்திருக்கும் சாகஸத்தையே அவரால் நிஜமென்று ஒத்துக்கொள்ள முடியவில்லை. அவனை முதல் தடவை இதே கிருஷ்ணகிரியில் அவருடைய அலுவலகத்தில் தன் கைப்பொருள்களையெல்லாம் பறிகொடுத்துவிட்டு வந்துநின்ற ஒரு பரதேசியாகச் சந்தித்தபோதே அவர்களிருவரும் உரையாடிக்கொண்டிருப்பது வேறு யாராலோ கற்பனை செய்யப்பட்டுக்கொண்டிருக்கும் ஒரு காட்சியாகவே தனக்குத் தோன்றுவதாக அவன் கூறியதை நினைவுகூர்ந்து அப்போதே தான் சந்தேகப்பட்டபடி ராயக்கோட்டைக்குள் நுழைந்தபோதே அவன் மனதில் திப்பு சுல்தானுக்குச் சாதகமான ஏதோவொரு திட்டம் இருந்தது என்கிற உணர்வு தன் மனதில் மீண்டும் உதிப்பதாகச் சொல்லி, ட்ரிஸ்ட்ராமிடமிருந்து கைப்பற்றப்பட்ட போலி தஸ்தக்கையும் ஸ்வப்னஹள்ளியில் அவன் கைதுசெய்யப்பட்டு சுல்தானியச் சிப்பாய்களால் தனியே அழைத்துச்செல்லப்பட்டு விசாரணைக்கு நிறுத்தாமலேயே விடுதலை செய்யப்பட்டதையும் முன்வைத்து, ட்ரிஸ்ட்ராம் எனப்பட்ட ஒரு நபர் உண்மையாகவே பிரதம மந்திரி வில்லியம் பிட்டால் தேர்ந்தெடுக்கப்பட்ட சிறப்பு ஆய்வுக் குழுவினரோடு இந்தியாவிற்கு அனுப்பப்பட்டிருக்கிறாரென்பது காகிதங்களால் ஊர்ஜிதப்படுத்தப்படும் பட்சத்தில், அவரை அந்தக் காகிதங்கள் மூலமாக அல்லாமல் நேரடியாக அறிந்தவர் யாருமில்லையென்கிற நிலையில், அவர் ஏன் மெட்றாஸி லிருந்து பாரமஹாலுக்கு வரும் வழியில் ஆம்பூர்க் கலவரத்தைப் பயன்படுத்திக்கொண்ட ஓர் ஒற்றனால் தீர்த்துக்கட்டப்பட்டிருக்கக் கூடாது என்றும் பின் ட்ரிஸ்ட்ராம் என்கிற பெயரில் அந்த ஒற்றனே வினோதமான கதைகளைக் கூறிக்கொண்டு தன் அனுமதியுடனேயே ராயக்கோட்டைக்குள் நுழைந்து கணக்குகளை ஆய்வுசெய்யும் சாக்கில் லூட்டிகளுக்குச் சாதகமான சந்தர்ப்பங்களையும், கம்பெனி அரசின் மீதான குடிகளின் சில்லரை அதிருப்திகளையும் சுல்தானுக்குக் கடத்திச் சொல்லும் பணியைச் செய்துகொண்டிருந்திருக்கக் கூடாது என்றும் கேட்டு அவனுடைய விளக்கங்களைப் பொய் என்று தீர்ப்பளித்துவிட முனைந்த அவர் துரதிர்ஷ்டவசமாக முதல் சந்திப்பில் தன் சுபாவமான இரக்கவுணர்வும் திவானின் பரிந்துரைப்பும் அறிவின் கண்களைக் கட்டிப்போட்டுவிட்டதாயும், அந்தப் பேச்சு கையறு நிலையிலிருக்கிற ஒருவனிடமிருந்து தனக்கு உதவிசெய்கிற கொழுகொம்பைப் பற்றிக் கொள்ள வேண்டுமென்கிற தவிப்பில் வெளிப்பட்டுக்கொண்டிருந்த உணர்ச்சிவசப்பட்ட உளறல் என்கிற எண்ணத்தில், அப்படியானால் அந்தக் கற்பனை யாருடையது என்கிற கேள்வியை அப்போதே கேட்கத் தான் தவறிவிட்டதாயும், கேட்டிருந்தால் ட்ரிஸ்ட்ராம் எலினார் என்கிற லிட்டில்போர்ட்டைச் சேர்ந்த ஒரு பெண்ணைப் பற்றி இப்போதைப் போலவே அப்போதும் சொல்லியிருக்கக்கூடுமென்றும், அதைக் கொண்டே அவன் உடலுக்குள் திப்புவின் உப்பு ரத்தமாக ஓடுவதை அப்போதே தன்னால் கண்டுகொண்டிருந்திருக்க முடிந்திருக்குமென்றும், காரணம், ட்ரிஸ்ட்ராம் தன்னுடைய குற்றங்களுக்குக் காரணகர்த்தா என்று

சொல்லிக்கொண்டிருக்கும், ஆயிரம் காத தொலைவுகளுக்கு அப்பால் இருக்கும் எலினார் என்கிற அப்பாவிக் குருடியின் சொந்தக் கிராமமான, போக்கிரிகளைக் குடிசனங்களாகக் கொண்ட லிட்டில்போர்ட் உள்ளிட்ட ஃபென்லாந்துச் சதுப்பு நிலங்களின் முக்கிய அடையாளமும் கம்பெனியின் பரம வைரியான திப்புவின் ராஜதானியாம் மைசூரின் அடையாளமும் வரிப்புலிகள்தானென்பதையும், அது ஒன்றே தன் பொய்யின் மாளிகை தவறான அடித்தளத்தின் மேல் கட்டப்பட்டுவிட்டது என்பதற்கான சாட்சியாய் அமைந்துவிடுமென்பதையும் ட்ரிஸ்ட்ராம் யோசியாமல் கோட்டைவிட்டுவிட்டானென்றும் வெறுப்புடன் சொன்னபோது ட்ரிஸ்ட்ராம் சற்றும் யோசியாமல் அவருடைய இந்தக் கண்டுபிடிப்பே நடந்துகொண்டிருப்பவை யாவும் எலினாரின் கற்பனை என்பதை மேலும் உறுதிப்படுத்தும் முக்கியமான சாட்சிகளாக இருப்பதை அவர் கவனிக்கவில்லையா என்று கேட்டதும் திடுக்கிட்டுப்போய், அவன் சொல்லிக்கொண்டிருக்கும் கதை அதற்கெதிரான எந்த வாதத்தில் யார் கால்வைத்தாலும் அதையும் அவர்களையும் தன்னுடைய கற்பனை யின் அம்சங்களாகவே உள்வாங்கிக்கொண்டுவிடும் சுழற்தன்மை கொண்டதாயிருக்கிறதென்று கலங்கி, அவனுடைய விளக்கங்களை நிராகரிக்க முயலாமல் அவற்றின் போக்கிலேயே சென்றாலொழிய உண்மையின் கரையைத் தன்னால் தொட முடியாதென்றும் முடிவு செய்துகொண்டார். அந்தக் கோணத்திலிருந்து ட்ரிஸ்ட்ராமிடம் கேட்க அவரிடம் கேள்வியுமிருந்தது. அதன்படி ட்ரிஸ்ட்ராமைப் பொய்யனென்று சொல்வதற்குப் பதிலாக ஆம்பூர்ச் சத்திரத்தில் தன் உடைமைகளையும் அடையாளங்களையும் பறிகொடுத்துவிட்டுத் தனியனாக்கப்பட்டு விட்ட அவனை ஹெர்குலிஸின் மகள் ஆண்ட காலந்தொட்டே ஐரோப்பிய யாத்ரீகர்களின் பயண வழிகளைக் காந்தத்தின் இரு துருவங்களைப் போல கவர்வதும் விலக்குவதுமான வெருட்டும் கனவுகளின் வரைபடமும், சன்னியாசிகளுடைய அலைச்சல்களின் உருவகமென்று நம்பப்படுவதுமான இந்தியாவென்னும் மாயநிலத்தின் விகாசம் அச்சமூட்டி புத்தி பேதலித்துப்போகச் செய்திருக்கலாமென்று சொல்லலாம், அந்தப் பேதலிப்பு தன்னையே ஒரு பொய் என்று கற்பனை செய்துகொள்ளவும் அவனைத் தூண்டியிருக்கலாம், இந்த நிலையில் அவன் உண்மையா கற்பனையா என்கிற குழப்பத்தின் மேல் வாதிடுவதைவிட முக்கியம் அவன் இங்கிலாந்தின் விசுவாசியா துரோகியா என்பதைத் தெரிந்துகொள்வது, தான் சுல்தானின் ஒற்றனல்லன் என்பதை நிரூபித்துக்கொள்ள அவனுக்கிருக்கும் ஒரே வழியும் சத்யபாமாவென்கிற பெண்ணைப் பார்த்துவிட்டு வந்த கணத்திலிருந்து தன்னை அலைக்கழித்துக்கொண்டிருந்தது என்று அவன் சொன்ன, சுல்தான் சர்க்காரால் ஆங்கிலேயர்களின் நிலத்தில் உச்சரிக்கப்படக் கூடாதெனத் தடைசெய்யப்பட்டிருக்கும், கிறிஸ்தவத்திற்கு மதம் மாறிய பழைய ஜங்கமால் வெளியிடப்பட்ட, அந்த வியாசத்தை இப்போது அத்தனை பேர் முன்னிலையில் ஒப்பிப்பதையன்றி வேறில்லை, உண்மையில் விசாரணைக்கு முன்பே, யாருடைய வற்புறுத்தலும் இன்றி நீலவேணியின் பாதையைத் தன்னுடைய நண்பரும் ஆங்கிலேயருமான கிரிஃபித் அப் ஒவைனுடைய பார்வைக்கு அவன் அனுப்பிவைத்திருக்கிறானென்பதே

அவன் இனத் துரோகியில்லையென்பதை நிரூபிக்க அனுகூலமான சாட்சியாகியிருக்கிற நிலையில் எல்லையைக் கடந்துசென்ற குற்றங்கள் தனியே சாவகாசமாக விசாரிக்கப்பட்டு ஒருவேளை அவை விசுவாசத்தின் பேரிலேயே நிகழ்த்தப்பட்டவை என்கிற நல்லெண்ணத்தின் அடிப்படையில் அவன் மன்னிக்கப்படுவதற்குக்கூடப் பரிந்துரை செய்ய முடியும்.

ஆனால் தாண்டவராயன் புராணத்தின் சாபச் சர்க்கமான நீலவேணியின் பாதை பல பேரறிய சபையில் ஒப்பிக்கப்படுவதற்குப் பூசாரி பலமாக எதிர்ப்புத் தெரிவித்தான். சுல்தான்களின் காலத்திற்குப் பல நூறு வருடங்களுக்கு முன்பே அந்தச் சர்க்கத்தின் மேல் கடவுளால் தடை விதிக்கப்பட்டிருக்கிறது என்கிற தகவலைச் சிலகாலம் முன்னதாக அவன் வாயால் அறிந்துகொண்டிருந்தால் கண்டிப்பாகத் தன் நண்பருக்கு அதை எழுதியனுப்பும் யோசனையைத் தானும் கைவிட்டிருக்கக்கூடுமென்று ட்ரிஸ்ட்ராம் திரும்பத் திரும்பக் கூறியும்கூட பூசாரி அதை ஏற்றுக்கொள்ள மறுத்துவிட்டான். அவனுடைய கோபம் நீலவேணியின் பாதையை ட்ரிஸ்ட்ராம் தொடர்ந்து அயலவர்களின் கவனத்திற்குக் கொண்டுவந்து அதைப் பகிரங்கப்படுத்திக்கொண்டேயிருக்கிறான் என்பதால் மட்டுமன்று, கூடவே தண்டனையைப் பற்றிய அச்சத்திலும் அதிலிருந்து தப்பிக்க முன்னும் சுயநலத்திலும் முன்பின் யோசியாமல் ஒருகாலத்தில் கடைச் சாதியாயிருந்து பிறகு தங்களுடைய சரித்திரச் சிறப்புகளை முன்னிறுத்திச் சங்கமமைத்துச் சிறிது சிறிதாக மேலெழும்பி வர்ணாசிரமத்தின் ஏணியில் முன்னேறிக்கொண்டிருக்கும் துயிலாரினத்தின் கற்பனை வளங்களையும், ஆதார நம்பிக்கைகளையும் சேர்த்தே அவன் முட்டாள்தனமாகச் சிதைத்துக்கொண்டிருக்கிறான் என்கிற ஆங்காரத்திலுமே தீயைப் போல கனன்று எழுந்தது. சக்தியின் மகனான கோணய்யனின் இறந்த வுடலைக் கிடத்திக்கொண்டு பாரமஹாலின் திசைகளெங்கும் அதற்கு நேரவிருக்கும் இறுதித் தீர்ப்பின் முன்னறிவிப்பாய்ப் பத்து நாட்கள் வானத்தைவிட்டு அகன்று செல்லாத இரவுப் பொழுதைத் துயரத்தால் சுழற்றிக்கொண்டிருந்த தாண்டவனாரின் கூண்டு வண்டியும் நீலவேணியும் ஏதோவொரு பறங்கித் தேசத்தின் அழுக்குப் பிடித்த தெருக்களினூடே சில வருடங்களுக்கு முன்னால் அலைந்து திரிந்துகொண்டிருந்த நிஜங்களின் நிழல்களேயன்றி வேறில்லை என்றும், தாண்டவனார் உடலின் ஒவ்வோர் அவயவத்தாலும் ஒவ்வொரு நிலமாகப் பற்றியெரிந்த பாரமஹாலின் ஊழித் தீ அந்த அயல் தேசத்தின் புரட்சிக்காரர்கள் தங்கள் கைகளால் இட்ட நெருப்பின் உருவகமேயென்றும், சித்திரவதை செய்து பூங்காவனச் செட்டியின்முன் மிலேச்சர்களால் கொண்டுவந்து நிறுத்தப்பட்ட அய்யன் தாண்டவன் அவர்களுடைய கடவுளான யேசு கிறிஸ்துவின் பதிலி என்றும், இத்தனையையும் கற்பனை செய்த நபரும் பறங்கியர் வேதத்தை உபாசிக்கும் ஒரு பறங்கிப் பெண்தான் என்றும் ட்ரிஸ்ட்ராம் கூறியதை அவனால் தாங்கிக்கொள்ளவே முடியவில்லை. ட்ரிஸ்ட்ராம், அவன் மேல் தான் வைத்திருந்த, இனத்தையும் அந்தஸ்தையும் கடந்த நட்பிற்கும் உரிமைக்கும் நம்பிக்கைக்கும் துரோகம் செய்துவிட்டதாயும், பறங்கிப் புத்தியைக் காட்டிவிட்டதாயும் சொல்லி அவன் தான் நின்றுகொண்டிருந்த இடம், சூழல், தன்முன் நின்றுகொண்டிருந்த ஆளுமைகள் ஆகிய எதையும் பொருட்படுத்தாமல் சன்னதம் கொண்டவனைப் போல

நெற்றியிலிருந்து வியர்வை ஆறாகப் பெருகப் பெருங்குரலெடுத்துப் புலம்பவும் தொடங்கிவிட்டான், ட்ரிஸ்ட்ராம் ஒரு சுல்தான் சமஸ்தானத்துக் கைக்கூலி என்பதாக க்ரஹாம் துரை சந்தேகப்படத் தேவையேயில்லை, படைகளாலும் பதவிகளாலும் பணத்தாலும் இந்தியாவைக் கைப்பற்றப் பிரம்மப்பிரயத்தனப்பட்டுக்கொண்டிருக்கும் கும்பெனியின் மந்தகதியை அவனுடைய சமத்காரம் அபாரமாகக் கேலி செய்கிறது, ஒரு தேசத்தை வெற்றிகொள்வதென்பது அதன் கட்டிடங் களையோ நிலங்களையோ அரியாசனங்களையோ கைப்பற்றுவதற்குப் பதிலாக அதன் புராணங்களையும் நம்பிக்கைகளையும் சரித்திரத்தையும் சுவடிகளையும் இவற்றை அடித்தளமாகக் கொண்டு எழுப்பப்பட்டிருக்கும் அந்தக் குடிகளின் கலாசாரத்தையும் களவாடுவதே என்கிற ரகசியத்தை ட்ரிஸ்ட்ராமை இந்தியாவிற்கு அனுப்பிவைத்திருக்கிற சீமைத்துரைகள் உரைக்கும்படியாகவே உபதேசித்திருக்கிறார்கள் என்பதை அவனுடைய பேச்சு தெரியப்படுத்துகிறது, ஆகவே அவன் இங்கிலாந்தின் விசுவாசி யென்பது நூறு விழுக்காடு நிரூபணமாகியிருக்கிறது, புத்திசாலித்தனமும் நரித்தனமும் கலந்த கற்பனைதான் அதுவென்றாலும் தாண்டவராயன் கதை பல நூறு வருடங்களுக்கு முன்பு தெய்வங்களும், தெய்வங்களை நேரில் சந்தித்துப் பேசும் உத்தமர்களும் இந்த மண்ணில் சாதாரணமாக உலவிக்கொண்டிருந்த ஒரு காலக்கட்டத்தில் பாரமஹாலில் தோன்றிய ஓர் அவதாரத்தின் கதை, நல்ல புத்திரர்களின், நல்ல பெற்றோர்களின் இலக்கணங்களை உலகம் தெரிந்துகொள்வதற்காக வாழ்ந்து மறைந்த இரு உன்னதப் பிறவிகளின் கதை, அன்பு, வீரம், ரகசியம், வைராக்கியம், பெண்மை, சாவு, வாழ்வு, அசிங்கம், அழகு ஆகியவற்றின் மீது அதுநாள்வரையில் குடிகள் கொண்டிருந்த பாரம்பரிய நம்பிக்கைகளை அசைத்துப் புதிய விதிகளைத் தியாகத்தால் அவர்களுக்குச் சமைத்தளித்த கதை, பச்சை ரத்தத்தின் வாடையாலும், மரணத்தின் வெறுமையாலும் நிரம்பியிருக்கும் கதை, புத்தி சாதுர்யத்தின் கதை, பல்வேறு உணர்வு நிலைகளின் மோதல் களம், நெல்லைச் சீமைக்கு நல்லதங்காள் போல, கொங்குச் சீமைக்கு அண்ணன்மார் போல, மதுரைச் சீமைக்கு மதுரை வீரன் போல, வேலூர்ச் சீமைக்கு தேசிங்கு ராசாவைப் போல, பாரமஹாலுக்குத் தாண்டவராயன், அவன் கதை பாரமஹாலினுடைய கனவுகளின், அபிலாஷைகளின், லட்சியங்களின், இயலாமைகளின், ஏக்கங்களின், கோபங்களின் கதை, இவையாவும் இந்த மண்ணுக்கேயுரிய பிரத்யேக அடையாளங்களையும் ருசியையும் சுமந்துகொண்டிருப்பவையும்கூட, பாரமஹாலின் விளைச்சலுக்கும் உழைப்பிற்கும் வேண்டுமானால் சுல்தான்களுடன் கும்பெனி ராணுவம் போட்டியிடலாம், ஆனால் இந்த நிலத்தினுடைய கதைகளின் ருசியை அந்நிய மண்ணின் ருசியாகவோ, அக்ரஹாரத்துப் புழுதியின் ருசியாகவோ ஒருபோதும் மாற்றவே முடியாது, கதைகளால் விளைப்பிக்கப்படும் தானியத்தின், பச்சை இறைச்சியின், ருசியும், ரத்தத்தின் மணமும், அகதிகளின் கண்ணீர் மற்றும் வஞ்சத்தின் கவிச்சியும் யார் எந்தத் தேசத்தின் கலங்களில் வைத்து உண்டாலும் கரிக்கவே செய்யும், அங்கே ஒரு பிராமணன் தாண்டவனால் தடைசெய்யப்பட்ட நீலவேணியின் பாதையை வெட்கமில்லாமல் தன்னுடைய மூதாதையின் கற்பனையென்று

பிதற்றிக்கொண்டிருக்கிறான், இங்கே ஒரு பறங்கியான் தாண்டவராயன் புராணமே ஒரு குருட்டுப் பறங்கிப் பெண்ணின் கற்பனையென்று சொந்தம் கொண்டாடிக்கொள்கிறான், சண்டாளர்களே, இங்கிருக்கும் ஆதிச் சனங்களுக்கென்று பின் எதைத்தான் மிச்சம்வைக்கப்போகிறீர்கள்.

பூசாரியின் கோபத்தை ட்ரிஸ்ட்ராம் தானுமே முழுமனதோடு அங்கீகரித்ததோடு அவனுடைய ஒப்புதலின்றித் தன் நாக்கை அறுத்தாலும் நீலவேணியின் பாதையைப் பிறர்முன் வெளியிடப் போவதில்லையென்றும் பகிரங்கமாகவே அறிவித்தாலும் (நீலவேணியின் பாதையைச் சொல்ல மறுத்துவிட்டாலும்கூட ட்ரிஸ்ட்ராம் தன்னிடம் இருக்கும் கிரிஃபித்தின் கடிதத்தையாவது நீதிபதியின்முன் சமர்ப்பிக்கும்படி ஜேம்ஸ் ஜார்ஜ் க்ரஹாம் அவனைக் கேட்டுக்கொண்டார். அவன் இங்கிலாந்து அரண்மனையால் நேரடியாக நியமிக்கப்பட்ட அதிகாரியாகவே இருக்கலாமென்கிற அச்சமும் தயக்கமும் அவனைத் தன் வழியில் விசாரிக்கும் தவிப்பிலிருந்து அவரைத் தள்ளியே நிறுத்திக்கொண்டிருந்தது) கிரிஃபித்தின் கடிதத்தைப் படித்த பிறகு நீலவேணியின் பாதையைப் பற்றித் தெரிந்துகொண்டாலொழிய அதன் வாசகங்களை முழுமையாகப் புரிந்துகொள்ள முடியாதென்கிற முடிவிற்குத்தான் அவர்களால் வர முடிந்தது. மேலும் ட்ரிஸ்ட்ராமை நோக்கிய கிரிஃபித்தின் விளிப்பு அவர்களுக்குள் ஒவ்வாமையையும் கிளப்பிவிட்டது. அஃதைப் பற்றி நீதிபதியோ க்ரஹாமோ அவனை ஒன்றும் கேட்கவில்லையென்றாலும்கூட அவனுடைய நடவடிக்கைகளில் குற்றத்தின் வாடையிருக்கலாம் என்பதற்குக் கடவுளுக்கெதிரான, சாத்தானியத் தன்மைகொண்ட அந்த விளிப்பும் அதன் பின்னே ஈடன் தோட்டத்துப் பாம்பின் சுவாசத்தைப் போல சீறிக்கொண்டிருக்கும் காமத்தின் ரகசியமும் தேவைப்பட்டால் பின்னர் ஒரு முக்கியமான சாட்சியாய் அமையக்கூடுமென அவர்கள் எண்ணிக்கொண்டனர். எனவே கடிதம் ட்ரிஸ்ட்ராமிடம் திரும்ப ஒப்படைக்கப்படும் முன் அலுவலக எழுத்தரைக் கொண்டு படியெடுக்கப் பட்டு அதில் ட்ரிஸ்ட்ராமின் கையொப்பமும் பதிக்கப்பட்ட பின் பத்திரப்படுத்தப்பட்டது. ட்ரிஸ்ட்ராமின் மனைவியைப் பிரிந்த தனிமையை கிரிஃபித் கடிதத்தின் துவக்கம் க்ரஹாமின் புத்தியில் உறைக்கச் செய்தபோது அவர் தன்னிடம் அப்போதைக்கு மிச்சமிருந்த ஒரு கேள்வியையும் அவனிடம் கேட்டார், ட்ரிஸ்ட்ராம் சொன்னபடி அவனை இந்தியாவிற்கு அனுப்பிவைத்திருப்பது வில்லியம் பிட் அன்று, மாறாக அவருடைய சட்ட நடவடிக்கைகளைச் செய்தித்தாள்களில் பார்த்து அவற்றைத் தன் கற்பனைக்கு உபயோகப்படுத்திக்கொண்ட எலினார்தானென்றால் அவள் ஏன் ட்ரிஸ்ட்ராமை இத்தனை ஆயிரம் காதங்களுக்கும் இத்தனை காலத்திற்கும் அப்பால் தனியாக அனுப்பிவைக்க வேண்டும், கடவுச்சீட்டோ, களைப்பை ஏற்படுத்தும் சம்பிரதாயங்களோ தேவைப்படாத கற்பனைப் பயணத்தில் அவளும் அவனோடு கலந்து கொண்டு தனக்கான மருந்தைத் தேடியெடுக்கும் சாகஸத்தில் ஈடுபட்டிருக்க லாமே. ஆனால் துரதிர்ஷ்டவசமாக ட்ரிஸ்ட்ராமிடம் இதற்கான பதிலும் தயாராயிருந்தது, எலினாருடைய வினோதமான வெண்ணிற அந்தகத்திற்கு பாரீஸில் வைத்தியம் பார்க்கச்சென்ற மருத்துவர் நிகோலஸ் ரூரான்ட் ஔஷதமெதையும் கண்டுபிடிக்கவில்லையாயினும் வலுவான காரண

மொன்றை அவரளவில் கண்டுபிடித்துத்தானிருந்தார், அவருடைய கூற்றுப்படி எலினார் குருடியேயல்லள், மாறாக மாயச் சைத்ரீகனின் வரவிற்குப் பிறகு அவள் மிகவும் வெறுத்த வெண்ணிற ஒளியைச் சாபக்காட்டில் நிகழ்ந்த ட்ரிஸ்ட்ராமுடனான சம்போகம் அதன் உச்சக் கட்டப் பரவசமாக அவளை உணரச் செய்தபோது அதை வெறுப்பதா விரும்புவதா என்கிற குழப்பத்தில் அவள் மனம் விழுந்துவிட்டது, அந்தக் குழப்பம்தான் அவள் கண்களின் முன் வெண்ணிறத் திரையாகத் தொங்கிக்கொண்டிருக்கிறது, அது நீங்க வேண்டுமானால் அவளுடைய இயல்பிற்கு மாறாகத் தன் காதலால் அந்த வெண்ணொளியை விரும்புவதற்கு அவளை வற்புறுத்திக்கொண்டேயிருக்கும் அவளுடைய கணவன் அவளை விட்டு விலக வேண்டும், அவள் மீண்டும் பழைய லிட்டில்போர்ட் கன்னியாக மாற வேண்டும், சொக்க கௌடவின் வாதங்களால் ஈர்க்கப்பட்டு கதைகளின் மூலமாகத் தன் அந்தகத்திற்கான மருந்தைத் தேடத் தொடங்கியபோது எலினார் தந்தைக்கு நிகரான அன்பைத் தன் மேல் பொழிந்துகொண்டிருந்த, மிக இரங்கத்தக்க முறையில் கொலை செய்யப்பட்ட மருத்துவரின் கண்டுபிடிப்பையும் உதாசீனம் செய்துவிட இயலாத பலவீனத்தில் அதையும் தன் கதையில் சேர்த்துக்கொண்டுவிட்டிருக்கிறாள், அல்லது தன்னுடைய, காதலுக்கு முந்தைய பழைய கன்னி வாழ்க்கையைத் திரும்ப ஒருமுறை வாழ்ந்து பார்க்கும் ஆவலை நிகோலஸின் உரை அவளுக்குள் விதைத்திருக்கவும் வாய்ப்பிருக்கிறது, காதலின் சாதுர்யங்களும் தந்திரங்களும் அனுபவப்பட்ட பின் எந்தப் பெண் தன்னுடைய கன்னிமையின் காலங்களைத் திரும்ப வாழும் ஏக்கச் சிலுவையைச் சுமக்காதவளாய் இறந்துபோகிறாள். அதற்காக எலினாரை விட்டுக்கொடுக்கவும் அவன் தயாராக இல்லை. கிரிஃபித் கடிதத்தினுடைய வாசகங்களால் அதைப் படித்த கணத்திலிருந்து தூண்டிவிடப்பட்டுக்கொண்டேயிருந்த மனவெழுச்சி நீலவேணியின் பாதை மட்டுமன்று, மாறாக தாண்டவராயன் கதை மொத்தமுமே ஒரு பெண்ணின், அதிலும் ஒரு குருட்டுப்பெண்ணின் கற்பனையென்பதற்குச் சாதகமான வாதங்களை அவனுள் தொடர்ந்து சுரக்கச் செய்துகொண்டேயிருந்தது. பொது விஷயங்களில் கலந்து கொள்வதற்குப் பெண்கள் அனுமதிக்கப்படுவதில்லை என்கிற எலினாருடைய கல்லூரிக்கால வருத்தம்தான் பிரான்ஸில் அவள் பார்த்து ரசித்த பிரமசாரி மருத்துவர் நிகோலஸ் ரூராண்டின் கூண்டுவண்டியைப் பற்றிய ஞாபகங்களோடு இணைந்து ஆண்களை மட்டுமே அனுமதிக்கும் அதிசய வண்டியொன்றைப் பாரமஹால் மண்ணில் சிருஷ்டித்திருக்க வேண்டும் என்கிற முடிவில் அவன் உறுதியாக இருந்தான், இருந்தும் மார்த்தா, சாரா போன்ற பெண்களுக்கு நடப்புகளைப் பற்றிய ஞானத்தை நிறைந்த வயல்களின் தானிய மணம் உள்ளிட்ட பிரகிருதியின் வியாபகம் ஆண்களறியாமல் புகட்டிக்கொண்டேயிருக்கிறது, உண்மையில் பெண்களே அவதாரங்களை அடையாளம் கண்டுகொள்கிறார்கள் என்கிற ரகசியத்தை லூக்காவின் வாசகங்களைக் கொண்டு (இந்த ஸ்திரீயைப் பார்க்கிறாயே, நான் உன் வீட்டில் பிரவேசித்தேன் நீ என் கால்களுக்குத் தண்ணீர் தரவில்லை, இவளோ கண்ணீரினால் என் கால்களை நனைத்துத் தன் தலைமயிரினால் அவற்றைத் துடைத்தாள், நீ என்னை முத்தஞ் செய்யவில்லை, இவளோ

நான் உட்பிரவேசித்தது முதல் என் பாதங்களை ஓயாமல் முத்தஞ் செய்தாள்), அல்லது பெண்களே அவதாரங்களைச் சிருஷ்டிக்க வல்லவர்க ளென்பதை யேசுவின் கல்லறையை ஆண்களை முந்திச்சென்று பார்த்து அவர் உயிர்த்தெழுந்தாரென்று அறிவித்த கலிலேயா தேசத்துப் பெண்களை முன்னிறுத்தி தன் கதையில் தாண்டவராயனுக்காக மாய வனத்தை உண்டுபண்ணிய பெண்களால் வண்டிக்காரனென்கிற நிலையிலிருந்து அவரை அவதார நிலைக்கு மேலெழுப்பியதன் மூலமாக, அவளால் சொல்ல முடிந்திருக்கிறது, தனக்குப் பிறக்காத குழந்தையை யாராலும் சொந்தம் கொண்டாட முடியாத கடவுளின் குழந்தையாகப் படைத்து என்றென்றும் தன் வயிற்றினுள்ளேயே தங்கிவிடும்படி இறுதியில் அவனைத் தன்னுடன் அழைத்துக்கொள்ளும் சக்தியாயும் பூதாவாயும் அவளே தன் கதையில் உலாவுகிறாள், கணவனுடைய கனவுகளைத் திரட்டித் தன் சிருஷ்டியாக்கி இந்தியாவிற்கு அனுப்பிய எலினாரின் கற்பனையை சிவனின் சுக்கிலத்தைத் திரட்டிக் குழந்தையாக்கிப் பூலோகத்திற்கு அனுப்பிய சக்தியின் உருவகமாயும் பார்க்க முடியும், பெண்ணால் ஆகக்கூடிய காரியங்கள் இவையென்று தாண்டவராயன் புராணம் சொல்லுவது இவற்றைத்தானென்றால் அந்தப் பெண் ஒரு குருடியென்பதை நிரூபிக்க இதைவிட அதிகமாகக் கதை பூராவிலும் இறைந்துகிடக்கும் தடயங்களைக் கண்டுகொள்ள கிரிஃபித் அப் ஒவைனின் கடிதம் உதவுகிறது, தாண்டவராயன் கதையே பார்க்கப்படாத வற்றால் உருவாகும் பரந்த பிரபஞ்சத்தையும், பார்ப்பதனால் உண்டாகும் சிக்கல்களையும் பற்றிச் சொல்லும் கதைதான், நீலகண்டப் பண்டிதரேகூடத் தன்னுடைய நூலைப் படிக்காமல் உடனே வெளியேறிவிடும்படி அதை வாசிக்கத் தொடங்குபவனை வேண்டிக்கொள்கிறாரென்பது இங்கே குறிப்பிடத்தக்கது, பார்க்கப்படாதபோது தேசங்கள் அதிகார வேட்கையின் ஊற்றுக்கண்ணான தனித்துவ போதையை இழந்துவிடுகின்றன, சுழலும் உலகம் தனித்துவம் கொண்டவையாக சம்பவங்களை சிருஷ்டிப்பதில்லை, அப்படி சிருஷ்டிக்குமானால் அது சுழல்வதை நிறுத்திவிட்டதென்று பொருள், சம்பவங்கள் சுழன்று கொண்டிருக்கின்றன, வரலாறும் சுழன்று கொண்டேயிருக்கிறது, ஏதோ ஓரிடத்தில், ஏதோ ஒரு காலத்தில், ஏதோ ஒரு நபரைப் பார்த்துக் கேட்கப்படும் கேள்விகளுக்கான பதில்கள் இன்னொரு காலத்தில், இன்னொரு இடத்தில் அவற்றுக்குச் சம்பந்தமே யில்லாத, அவற்றை நேரடியாகச் செவியுற்றேயிராத அந்நியர்களால் அந்தக் கேள்விகளைக் கேட்கவே கேட்காத நபர்களைப் பார்த்து மொழியப்பட்டுக்கொண்டிருக்கின்றன, ஒரு முனையிலிருக்கும் மனிதர்கள் தங்களுடைய கேள்விகளுக்கான பதில்கள் கிடைத்து விட்டன என்பதையோ, இன்னொரு முனையிலிருப்பவர்கள் பதில்களுக்கான கேள்விகள் வேறோரிடத்தில் கேட்கப்பட்டுக் கொண்டிருக்கின்றன என்பதையோ அறிவதில்லை, ஆனால் இந்த இரண்டையும் தன் கண்களால் பார்த்தேயிராத, கேட்பவர்களையும் சொல்பவர்களையும் என்றுமே சந்தித்திராத கதைசொல்லி மிக எளிதாக அவர்களைத் தன் கற்பனையால் இணைத்துவிடுகிறான் (விடுகிறாள்), பாராமையின், அறியாமையின், செவியுறாமையின், எண்ணாமையின் மிகப் பெரிய சக்தியிது, இதை எலினார் இது என்று அறியாமலேயே உணர்ந்திருக்க

வேண்டும், அவள் சொன்ன ஒரு கதையில் அவளுடைய சொந்த ஊரான லிட்டில்போர்ட்டுக்கு வந்துசேர்ந்த மந்திரவாதி ஓவியன் ஒருவன் தன் தூரிகையைத் தூவிகளற்ற ஓர் ஒற்றைக் கண்ணாக்கித் தன் கைகளில் வைத்திருந்தானாம், சுழலும் உலகம் காட்சிகளைக் சுழற்றிக்கொண்டேயிருப்பதாலேயே ஒருகணம் பார்க்கப்படுபவதை மறுகணம் பார்க்கப்படாததாக, அல்லது அதன் தலைகீழாக, அழகற்ற வற்றின் மேல் அழகையும், லட்சணங்களின் மேல் குரூரத்தையும் ஏற்றி, மறதியையும் ஞாபகத்தையும் மனித மனங்களில் அழித்தழித்து உருவாக்கும் இயல்பைச் சாதகமாக்கி இரண்டையும் இணைத்து உருவாக்கும் கற்பனைப் படைப்புகளால் மனிதன் உலகத்தைப் பேரளவினதாக விஸ்தரித்துக்கொண்டே போகிறானென்னும் இயற்கையை நிராகரித்து அந்த மாயச் சைத்ரீகன் தன் உள்ளங்கையில் வைத்துக்கொண்டே அலைந்த ஒற்றைக் கண்ணால் காட்சிகளை நிதர்சனமாகப் பார்க்க மனிதனுக்குத் தன்னால் உதவ முடியுமென்றும் கூவிக்கொண்டே யிருந்தானாம், தன் குடும்பம் அவன் தான் சொன்னதை நிரூபிக்கத் தேர்ந்தெடுத்துக்கொண்ட முதல் பலியாக ஆனது என்று எலினார் குறிப்பிட்டாள், அந்த மந்திரவாதி தன் கையிலிருந்த வெண்ணொளி உமிழும் ஒற்றைக் கண்ணை ஒருமுறை இமைத்து அவளுடைய குடும்பத்தவர்கள் அனைவரையுமே சுழலும் காலத்தின் கதியிலிருந்து விலக்கித் தன் ஓவியப் பரப்பின் மேல் நிரந்தரமாக உறைந்து நிற்கும்படி செய்துவிட்டான், அவர்கள் அதில் சிலுவையிலறையப்பட்ட பிணவுருக்க ளாக நிறுத்தப்பட்டுவிட்டார்கள், அது ஒரு படம்தான், ஆனால் நிச்சயம் அது ஓர் ஓவியமன்று, ஓவியமென்றால் அதில் தூரிகையின் ஏதோவொரு பிசகினால், அந்தப் பிசகு சிருஷ்டிக்கு மிக அவசியம், ஏனென்றால் எந்தவொரு காட்சி திரைச்சீலைக்குக் கலைஞனால் மாற்றப்படும்போதும் அந்தச் சித்திரத்தின் ஆதாரம் ஆண்டவனின் சிருஷ்டி, சீலையிலிருப்பதோ கலைஞனின் சிருஷ்டி, மூலத்திலிருந்து ஓவியத்திற்கு இந்த இரண்டையும் மறைத்து வெளிப்படுத்தும் ஒரு சுழல்வு இருக்கிறது, அதற்கு தூரிகை ஒரு கணத்தின் ஆயிரத்திலொரு பங்குப் பொழுதில் மூலத்தின் ஏதோ வொரு தத்ரூபத்தைத் திரித்துப் பிசகை நிகழ்த்திவிடுகிறது, தத்ரூபமன்று, பிசகுதான் சிருஷ்டி, அதுதான் படைப்பின் விதி, ஆனால் அந்த மந்திரவாதியின் பார்வையில் உறைந்துபோயிருந்த காட்சியோ கிஞ் சித்தும் பிசகின் சிருஷ்டிபரமான அழகைக் கொண்டதன்று, மாறாகத் தத்ரூபத்தின் குரூரத்தையும் சவத் தன்மையையும் கொண்டது, அந்தக் குற்றவுணர்ச்சியால்தானோ என்னவோ அவன் தன் ஓவியத்தில் நிஜத்தின் வண்ணங்களை அழித்து அதை வெளிறச் செய்திருந்தான், மந்திரவாதியின் மீதான பயத்தினால் அவனால் வரையப்படுவதற்காக வெளியில் வந்து நிற்க மறுத்துக்கொண்டிருந்த எலினாரின் சகோதரி எடித் வீட்டுக்குள்ளிருந்து பலவந்தமாக இழுக்கப்பட்டபோது கவனப் பிசகாகக் கலைந்துபோய் விட்டிருந்த உடைகளின் வழியே தெரிந்த அவளுடைய மறைவிடங்களையும் அவனுடைய குறும்புக் கண்கள் பார்த்துவிட்டிருந்தன, எலினாரின் வார்த்தைகளிலேயே சொல்ல வேண்டுமானால், கூச்ச சுபாவியான எடித்தேகூட அந்தக் கணத்திற்கு முன்பும் பின்பும் கண்ணாடிமுன் தன்னை அப்படிப் பார்த்துக்கொண்டதில்லை, அல்லது அவ்வாறு

நேரக்கூடிய கணங்கள் காலத்தின் கதியில் வேகமாகச் சுழன்று நகர்ந்து விடுகின்றன, பார்ப்பவர் கண்களிலிருந்தும் அந்த விகாரம் நகர்ந்து மறைந்துவிடுகிறது, ஆனால் மாயச் சைத்ரீகனின் கையிலிருந்த காகிதத்திலோ அது பார்ப்பவர்களின் நினைவுகளிலிருந்து அழிக்கவே முடியாதபடி நிலைத்துவிட்டது, ஓவியத்தில் எடித்தை அப்படிப் பார்த்த அவளுடைய காதலனுடைய பெற்றோர்கள் அவள் சில ரகசியமான தருணங்களில் இரத்தக் காட்டேரியாகத் தன்னை மாற்றிக்கொள்ளக்கூடிய சூனியக்காரியென்றும், உடலழகைக் கண்காட்சியாக்க விருப்பங்கொண்ட வேசி என்றும் நினைத்துவிட்டார்கள் என்று எலினார் சொன்னாள், இந்தச் சம்பவத்தை ஒரு துர்சகுனமாகக் கொண்டு தொடர்ந்து தன் குடும்பத்திற்கு நேரத் தொடங்கிய பல இன்னல்களால் எலினார் பார்வை என்பதையே ஒரு வெண்ணிற ஒளிப்பாய்ச்சலாகக் கற்பனை செய்து கொண்டும், பார்த்தல் என்பதையே தன்னையுமறியாமல் வெறுத்தவளாயும் மாறிப்போயிருந்திருக்கலாம், எனவேதான் தாண்டவராயன் புராணம் முழுவதிலுமே பார்வைக்கு இலக்காவதன் ஆபத்து நீக்கமற நிறைந்திருக்கிறது, குருட்டுத்தனத்தின் சுகத்தை எலினார் தாண்டவராயன் கதையின் மூலமாகத் தனக்குத்தானே சொல்லிச் சொல்லி அனுபவித்துக்கொள்கிறாள், தாண்டவராயன் கதையைக் கூர்ந்து வாசித்தால் அது சிவனின் வாகனமான நந்தி கடவுளர்களின் கலவியைப் பார்த்துவிட்டதால் உண்டாகும் விளைவுகளிலிருந்து துவங்கித்தான் தாண்டவராயனைப் பெண்கள் பார்க்க முடியாதென்னும் சாபத்தின் மேல் நிலைகொள்கிற தென்பதைத் தெரிந்துகொள்ள முடியும், முகத்தைக் காட்டாமலேதான் அவர் பெண்களுடைய அன்பிற்குப் பாத்திரமாகிறார், கோணய்யனுடைய பராக்கிரமங்கள் இரண்டுமே பார்வைப் புலனை நிராகரிப்பதன் மூலம் நிகழ்பவை, கானக விஜயத்தில் அவன் புலியைப் புலியென்று தெரிந்து கொள்ள முடியாத தற்காலிக அந்தகத்தினால்தான் அதைப் பசுவென்று நினைத்து வாலைப் பிடித்து இழுத்துவந்து குடிகள் மத்தியில் பராக்கிரமசாலி யாக அறியப்படுகிறான், அவன் வெட்டியான்களைக் கொண்டு உருவாக்கிய விநோதப் பொறிக்குள் சிக்கிக்கொண்ட இன்னொரு புலியும் கண்களுக்குப் புலப்படாத காற்றுருவத்தையே கொண்டதாக இருக்கிறது, நீலவேணியின் பாதை சவாரி செய்பவனால் ஒருபோதும் பார்க்கப்பட முடியாதது, கதை நடைபெறும் கிராமத்தின் பெண்கள் வெளியுலகத்தைப் பார்க்க, நீதிகூறும் சபைகளில் ஆண்களுடன் நின்று நிகழ்பவற்றைக் கவனிக்க, தங்கள் கருத்தைச் சொல்ல அனுமதி மறுக்கப் பட்ட குருடிகள், எனவேதான் தாண்டவராயனுக்குப் புகலிடம் கொடுக்கும் காடாக அவர்களுடைய கற்பனை விஸ்வரூபமெடுக்க முடிகிறது, தர்க்கம் பேசித் திரியும் ஆண்களாலோ அந்த வனத்தை ஒருபோதும் பார்க்க முடிவதில்லை, இறந்துபோன கோணய்யனை தாண்டவராயன் ஜனங்களின் கண்களுக்குத் தெரியாமல் மறைக்கும்போது தான் அவருடைய சாபவிமோசனப் படலம் தொடங்குகிறது, கெங்கம்மன் கொடை நடக்கும் பத்து நாட்களும் நிகழ்பவற்றைக் குடிகள் அறியா வண்ணம் உலகத்தை இருள் சூழ்ந்துகொள்கிறது, தாண்டவராயனின் கீர்த்தியைப் பாரமஹால் ஜனங்கள் கண்களாலன்றிக் காதுகளாலேயே, இரவு நேரங்களில் அடைக்கப்பட்ட கதவுகளுக்குப் பின்புறமிருந்து

துயிலார்களால் உபன்யாசிக்கப்படும் கதைகளின் மூலமாக, அறிந்து கொள்கிறார்கள், பார்வையில் ஜனங்களை விழுங்கும் ஆலமரமாக நிற்கும் பூதா கோணய்யன் தன் புறக்கண்ணை மூடி அகக்கண்ணைத் திறந்த பிறகுதான் தாயாக மாறுகிறாள், கதாபாத்திரங்கள் ஒலியாலும் மணத்தாலும் சகுனங்களாலும்தான் பிரபஞ்சத்தின் இயக்கத்தைப் புரிந்துகொள்கிறார்கள், கோணய்யனைப் பற்றிய வர்ணனைகள் பார்வை யுடன் சம்பந்தப்பட்டவையில்லை, அவனை கெலமங்கலம் பாளையத்துப் பெண்கள் சேஷ்டைகளாலும் பரிவினாலுமே தங்கள் குழந்தையாய் உணர்கிறார்கள், அவன் தாண்டவராயன் உள்பட யாருடைய குழந்தையா யும் பார்க்கப்படாததனாலேயே எல்லோருடைய குழந்தையாயுமாக ஆக முடிகிறது, அவனுடைய அசல் தாயான சக்தியோ அவனைப் பார்க்க முடியாமல் பிரிந்தேயிருந்துதான் கதையை நடத்துகிறாள், தாண்டவராயன் கதை பார்வையை உதாசீனப்படுத்துகிறது, அந்தகத்தைக் கொண்டாடுகிறது, இதை எலினார்தான் எழுதினாள் என்பதற்கு இதைவிட ஆதாரங்கள் வேறென்ன வேண்டும்.

வாதப் பிரதிவாதங்களின் சுழலுக்குள் சிக்கிக் குழம்பிக்கொண் டிருந்தவர்களில் ராமசாமி அய்யரையும் பல்குணம் முதலியாரையும் தவிர மற்றவர்கள் அனைவருமே ஆட்சித் தலைவருடைய அபிப்பிராயம் என்னவோ அதையே தங்களுடைய முடிவாயும் சுவீகரித்துக்கொண்டு விடுவதென்கிற உத்தேசத்திலிருந்தார்கள். எண்களோடு உறவாடி புதிர்வழி களுக்குப் பழக்கப்பட்டிருந்த ராமசாமி அய்யரைப் பொறுத்தவரையில் அவருடைய மனம் ட்ரிஸ்ட்ராமின் பக்கமே சாய அவாவியது. நந்திதேவர் கலியுகத்தில் தாண்டவராயனாகப் பிறப்பெடுத்து நர ஜென்மங்களுக்கு வண்டியோட்டும் முன் ஆதி யுகத்திலும் திரேத யுகத்திலும் துவாபர யுகத்திலும் பிறகு கிருத யுகத்திலும் அவருக்கு எஜமானர்களா யிருந்தவர்களென்று கதையின் துவக்கத்தில் அறியப்படும் நால்வரில் யமன், கும்பகர்ணன் இருவரும் மரணம் மற்றும் உறக்கமென்கிற, அந்தகத்திற்கு மிக நெருக்கமான குணவியல்பை உடையவர்கள், தறு, திருதராஷ்டிரன் இருவரும் பிரத்யட்சமாகவே அந்தகர்கள், மேலும் ட்ரிஸ்ட்ராம் தேடிச்சென்றதாகச் சொல்லும் நீலகண்டப் பண்டிதர் என்பவரின் நூல் தமிழைத் தவிர வேறு ஏதேனும் ஒரு மொழியில் ஆக்கப்பட்டதாயிருந்தால் தமிழைத் தவிர வேறு அந்நிய பாஷையெதையும் அறியாத ட்ரிஸ்ட்ராமால் அதைப் படித்திருக்க முடியாது, அந்த நூல் தமிழில்தான் எழுதப்பட்டிருக்கிறதென்றால் தமிழ் தெரியாத சுல்தானுடைய நூலகத்தில் அது இருந்திருக்க வாய்ப்பே கிடையாது, அவருடைய தகப்பன் காலத்திலிருந்தே அது சீரங்கப்பட்டண அரண்மனையில் படிக்கப்பட்டுக்கொண்டிருந்ததென்றால் இன்னும் விசேஷம், ஹைதருக்கு எழுதப்படிக்கவே தெரியாது, எனில் நீலகண்டப் பண்டிதர் என்பவரும் அவர் எழுதிய பிதிர் சஞ்சார மார்க்க போதினியென்கிற சுவடி நூலும் ஸூஃபி ஷாரிஃபான்களின் பரம்பரையைப் பற்றி அரைகுறையாகத் தெரிந்து வைத்துக்கொண்டிருக்கும் ஒரு நபரின் கற்பனையாகத்தான் இருக்க முடியும், அது ட்ரிஸ்ட்ராமினுடைய கற்பனையா அல்லது குருடியான அவன் மனைவியினுடைய கற்பனையா என்பது வேறு விஷயம். ஆனால் தாண்டவராயன் கதை ஒரு குருட்டுப் பெண்ணால்

கற்பனை செய்யப்பட்ட கதையென்பதை ஒத்துக்கொண்டால் ட்ரிஸ்ட்ராம் ஒரு கற்பனை மனிதன் என்பதையும் ஏற்றுக்கொள்ள வேண்டியிருக்குமே என்று நினைத்து அய்யர் தன் கருத்தைச் சபையில் வெளியிடாமல் தன்னருகே இருந்த பல்குணம் முதலியாரிடம் மட்டும் அதை ரகசியமாகச் சொல்லிவைத்தார். தற்குறிகளும் பரபாஷைகளில் பாண்டித்தியம் இல்லாதவர்களுமான அரசர்களின் அரண்மனை நூலகங்களில் அந்நிய மொழி நூல்கள் இருப்பதும் அவற்றை மொழிபெயர்த்துச் சொல்ல விசேஷ நூலகர்களும் துவிபாஷர்களும் இருப்பதும் ஒன்றும் ஆச்சரியமல்ல என்றும், திப்புவின் நூலகத்தைப் பற்றித் தெரியாவிட்டாலும் அவருக்குத் தமிழ் தெரியுமென்பது மைசூர் ராணுவத்துடன் தொடர்பிருந்த காலத்திலிருந்தே தனக்குத் தெரியுமென்றும் ராமசாமி அய்யருக்கு முதலியார் அப்போதே பதில் சொல்லிவிட்டாலும் அய்யருடைய கிசுகிசுப்பைச் செவியுறுவதற்கு முன்னதாகவே ட்ரிஸ்ட்ராம் சொல்லிக்கொண்டிருந்த கதையை ஆச்சரியத்துடன் திறந்த வாய் மூடாமல் கேட்டுக்கொண்டிருக்கவும் அவற்றை அப்படியே ஏற்றுக்கொள்ளவுமான மனநிலைக்கு அவர் வந்துவிட்டிருந்தார். அதையொட்டி அவனிடம் கேட்கவென்று அவரிடமும் சில கேள்விகள் இருந்தன. ஆனால் எதைக் குறித்தும் அவருக்கு ஆலோசனை சொல்ல ஷெஸ்லர் அங்கே வந்திராத நிலையில் தன்னுடைய சந்தர்ப்பத்திற்காகக் காத்திருந்ததற்கு மேல் சௌகியில் அவர் தன் அபிப்பிராயமாக எதையும் வாயைத் திறந்து கூறவில்லை. அந்தச் சந்தர்ப்பமோ, அடிநுனியைக் கண்டுபிடிக்கும் பிடியெதையும் கொடுக்காமலேயே விசாரணை தன்னுடைய அதிகபட்ச நேரத்தை விழுங்கிக்கொண்டிருப்பதாக எண்ணிய க்ரஹாம் ஸ்ரீரங்கப்பட்டண உடன்படிக்கையில் சேலத்திற்கும் நாமக்கல்லுக்குமிடையில் இருக்கிறதென்று அட்சர ரூபமாய்க் கண்டிருந்த கூஷ் தாலுகா நிஜத்தில் எங்குமேயில்லாமல் மறைந்துபோன தாவா குறித்து இயக்குநர் மன்றத்திற்குச் சமர்ப்பிக்க வேண்டிய அறிக்கையின் இறுதி வடிவத்தை முடிவு செய்வதற்காக அன்றே திருப்பத்தூர் செல்ல வேண்டியிருப்பதைக் கவனத்தில் கொண்டு இரண்டு நாட்களுக்கு விசாரணையைத் தள்ளிப்போடலாமென்றும், அதற்குள் தானும் ட்ரிஸ்ட்ராமைப் பற்றிய மேல் விவரங்களை மெட்றாஸிலிருந்து பெற முயற்சிப்பதாயும் சொல்லிவிட்டு, வழக்கமான விசாரணைக் கைதிகளைப் போல அவனைச் சிறையிலடைப்பது பின்னால் சிக்கல்களை உருவாக்கக்கூடுமென்கிற எச்சரிக்கை உணர்வுடன், வாதங்களின் சாராம்சம் இறுதி வடிவத்திற்கு வரும்வரையில் அவனை ஆயுதமேந்திய காவலனொருவனுடைய கண்காணிப்பில் அவனுடைய ராயக்கோட்டை வீட்டிலேயே தங்கியிருக்க அனுமதிப்பதென்றும், ஆனால் கணக்குப் புத்தகங்களை ஆய்வது உள்ளிட்ட அரசாங்கப் பணிகளை அவன் தற்காலிகமாக நிறுத்திக்கொள்ள வேண்டுமென்றும் ஆணைகளைப் பிறப்பித்துவிட்டுக் கிளம்பியபோது, அவருக்குக் கிடைத்துவிட்டது.

ராயக்கோட்டையிலிருந்து கிருஷ்ணகிரிக்குப் புறப்பட்டுச் சென்ற அத்தனை பேரும் பிற்பகல் சரிந்து இரவாகிக்கொண்டிருந்த சமயத்தில் திரும்ப ஊர் வந்துசேர்ந்தார்கள். பூசாரியைப் போன்ற விட்டேற்றிகளை எல்லையைத் தாண்டிச் சென்ற குற்றத்தின்கீழ் கைதுசெய்வதோ தண்டிப்பதோ புதிய அரசாங்கத்திற்கு அவன் சார்ந்திருக்கும்

சாதியினரின் உணர்வைக் கிளறி தேவையில்லாத தலைவலிகளைக் கொண்டுவரலாமென்பதாலும், ஸ்ரீரங்கநாதர் கோவிலுக்குச் சென்றதைத் தவிர வேறு விஷயங்களில் அவன் மூக்கை நுழைத்தான் என்பதற்கான ஆதாரங்களோ, அவனுக்கே பெரிய அரசியல் பின்புலங்களோ இல்லையென்பதாலும், ட்ரிஸ்ட்ராமின் வாக்குமூலங்களின் மீது அவன் கொண்டிருக்கும் காத்திரமான முரண்பாடுகள் அவனுக்கும் இவனுக்குமிடையில் பெரிய திட்டங்களை அடிப்படையாகக் கொண்ட ரகசிய உறவெதுவும் இருக்கக்கூடிய சாத்தியங்களை மறுப்ப தாலும், முக்கியமாக ஸ்வப்னஹள்ளியை எரித்து அதன் மக்களை அகதிகளாக்கியவரென்கிற முறையில் சுல்தான் சர்க்கார்மீது அவனுக்குப் பகையுணர்வையன்றி விசுவாசமெதுவும் இருக்க முடியாதென்கிற அனுமானத்தின் அடிப்படையிலும் அவனுடைய வாக்குமூலத்தை மட்டும் குறித்துக்கொண்டு அவனை விடுவித்துவிடும்படியும் உத்தரவாகியிருந்தது. வழியிலும் சௌகிதார்களின் முன்னிலையில் முதலியார் ட்ரிஸ்ட்ராம் பூசாரி மூவரும் ஜென்ம வைரிகளைப் போல எதிரும்புதிருமாகவே வேடிக்கைபார்த்தபடி பயணப்பட்டுக்கொண்டிருந்தார்களெனினும் முதலியாருடைய யோசனை பூராவும் ட்ரிஸ்ட்ராமைத் திரும்பச் சந்தித்துத் தன் சந்தேகங்களைத் தீர்த்துக்கொள்ளும் வழிகளின் மீதே வட்டமிட்டுக்கொண்டிருந்தது. அதற்கு முன் எச்சரிக்கையாக, மீனவிலாஸத்தைச் சென்றடைந்த கையோடு ஆளனுப்பி ஷெஸ்லரைக் கூட்டிவரச் செய்த அவர் கிருஷ்ணகிரிச் சௌகியில் நடந்தவற்றை அவரிடம் விலாவரியாக எடுத்துச்சொன்னார். அந்த மாஜி ராணுவ அதிகாரி ஆச்சரியத்தில் வாயைப் பிளந்துவிட்டார். ட்ரிஸ்ட்ராம் ராயக்கோட்டைக்கு வந்துசேர்ந்து இத்தனை நாட்களில் தன்னுடைய தனிப்பட்ட வாழ்க்கைக் கதையைப் பற்றித் தங்களிருவரிடமுமே பிரஸ்தாபித்ததில்லையென்பதையும் அவர்களிருவரும் ஆச்சரியத்துடன் பரஸ்பரம் பகிர்ந்துகொண்டார்கள். தானொரு கற்பனையுரு என்றும், தன்னை சிருஷ்டித்து நடத்திக்கொண்டிருப்பது ஒரு குருட்டு உலகம் என்றும் ட்ரிஸ்ட்ராம் முதலியார் முன்னிலையிலேயே துணிச்சலாக க்ரஹாமிடம் சொல்கிறானென்றால், மேலும் எங்கோ கண்ணனூரிலிருக்கும் தன்னுடைய நண்பரின் மாந்திரீக வாசிப்பு என்கிற பெயரில் யாருக்கும் சந்தேகமெழாதவண்ணம் இரண்டு மூன்று குழப்பமான ஹேஷ்யங்களை உருவாக்கி இந்தக் கதையைச் சொல்லிக்கொண்டிருக்கும் குரல் ஓர் ஆதிவாசியினுடையது என்கிற சமிக்ஞையை க்ரஹாமுக்கும், பெண்ணி னுடையது என்கிற திசைதிருப்பலை முதலியாருக்கும் ஒரே நேரத்தில் கடத்திவிடும் எதிர்பார்க்கவே முடியாத புத்திசாலித்தனம் அவனிடம் இருக்கிறதென்றால், இன்னும் ஸ்வப்னஹள்ளிச் சிப்பாய்களிடமிருந்து தன்னைக் காப்பாற்றியது தன்னுடைய பழைய நண்பனான ஒரு சுல்தான் சர்க்காரின் ஒற்றன் என்று இப்போது ஒத்துக்கொண்டிருக்கும் அவன் ஆனால் அது பூர்வகுடியினன் ஒருவனுடைய ஆவியென்று தங்களிடம் பொய் சொல்லியிருக்கிறானென்றால், அவனை ஜெகதேவராயர் காலத்தைச் சேர்ந்தவனாயும் கற்பனை செய்யும் நரித்தனமும் அவனுக்குச் சாத்தியமாகியிருக்கிறதென்றால், நிச்சயமாக ட்ரிஸ்ட்ராம் நீலகண்டப் பண்டிதர் எழுதிய இன்னொரு நூலைப் பற்றி முன்பே அறிந்திருக்க

வேண்டும், பல வருடங்களுக்கு முன்பே திப்பு சுல்தானின் நூலகத்திலிருந்து யாருடைய கவனத்திற்கும் வராமலேயே களவாடப்பட்டுவிட்ட, அவ்வளவாகப் பிரபலமில்லாத, துயிலார் சரித்திரமென்கிற அந்த நூலைப் பற்றிய விவரங்கள் அதை எப்போதோ வாசித்த ஞாபகத்தைத் தக்கவைத்துக்கொண்டிருக்கும் வெகுசிலரில் எவனாவது ஒருவனால் ஸ்வப்னஹள்ளியில் காணாமல்போய்விட்ட சிலமணி நேர அவகாசத்தில் அவனுக்குச் சொல்லப்பட்டிருக்க வேண்டும், துயிலார் சரித்திரத்தை எழுதிய அதே ஆசிரியன்தான் பிதிர் சஞ்சார மார்க்க போதினியை எழுதியவனுமென்பதையும், அதன் ஒரு சர்க்கம் பண்டிதரின் சந்ததி ஒருவனால் தாசரியிடம் ஸ்வப்னஹள்ளியில் பாடப்படுவதற்காகக் கொடுக்கப்பட்டது என்பதையும் தெரிந்துகொண்டேதான் ஒருவேளை அவனிடம் அந்த இரண்டாவது நூலைப் பற்றிய துப்பு எதுவும் கிடைக்கலாமென்கிற உத்தேசத்துடன் முதலியாரிடம் தெரிவிக்காமலேயே உயிர்த்தெழும் வைபவத்திற்குப் போவதாகப் பொய் சொல்லிவிட்டு மதகொண்டப்பள்ளிப் பயணத்தையும் அவன் மேற்கொண்டிருந்திருக்க வேண்டும், நூல் திருடப்பட்டுவிட்டது என்பதை அறிந்திருக்க வாய்ப்பில் லாத அந்த பிராமணன் திப்புவின் நூலகத்திலேயே அது இருப்பதாகவும் தகவல் சொல்லியிருக்க வேண்டும், பிறகு ட்ரிஸ்ட்ராம் பூசாரியைச் சிநேகம் செய்துகொண்டு அவனிடம் அவனுடைய இனத்தைப் பற்றிய, வெளியே சொல்லப்படாமல் மறக்கடிக்கப்பட்டுவிட்ட, இன்னொரு சரித்திரம் சுல்தானின் நூலகத்திலிருப்பதாகச் சொல்லி அவனையும் கூட்டிக்கொண்டு மறுபடியும் முதலியாருக்குத் தெரிவிக்காமலேயே பட்டணத்திற்குக் கிளம்பிப்போயிருக்கிறான், இதெல்லாம் இப்படித் தான் நடந்ததென்றால் ட்ரிஸ்ட்ராம் கைதானதும், முதலியார் முன்னிலையி லேயே அவன் க்ரஹாமால் விசாரிக்கப்பட்டதும் ஒரு நாடகம், உண்மையில் அவன் ராயக்கோட்டையின் கணக்குப் புத்தகங்களை ஆராயவந்தவனல்லன், மாறாக மாஜி குற்றவாளிகளான முதலியார் மற்றும் ஷெஸ்லரின் நடவடிக்கைகளை வேவுபார்க்கக் கும்பெனி சர்க்காராலேயே அனுப்பப்பட்டிருக்கும் ஓர் உளவாளி, சீரங்கப்பட்டண உடன்படிக்கையின் ஏழாவது மற்றும் எட்டாவது க்ஷரத்துகளின்படி சுல்தானின் மாஜி விசுவாசிகளாயிருந்து இப்போது கம்பெனி சர்க்காரின் பிரஜைகளாய் மாறியிருக்கும் பெருந்தனக்காரர்களின் பாதுகாப்புக்கான விதிகளை வரையறுக்கும் முன் அவர்களை வடிகட்டும் ரகசியத் திட்டத்தின் ஓர் அங்கம், அவனுக்கும் சர்க்காருக்கும் இருக்கும் உறவை மற்றவர்கள் கண்களிலிருந்து மறைக்கத்தான் இங்கிலாந்து அரியணையால் கம்பெனியின் ஊழல்களைக் கண்டுபிடிக்க நேரடியாக நியமிக்கப்பட்ட சிறப்பு அதிகாரியென்கிற பொய்ப்பிரசாரம் பரப்பி விடப்பட்டிருக்கிறது, ஸ்வப்னஹள்ளி, மதகொண்டப்பள்ளி மற்றும் சீரங்கப்பட்டணம் ஆகிய மூன்று எதிரி நிலங்களுக்கும் ஏதோ பக்கத்தி லிருக்கும் நல்லூருக்குள் நுழைவதைப் போல சென்று திரும்ப அவனால் முடிந்திருக்கிறதென்றால் அது சர்க்கார்களின் சம்மதமில்லாமல் சாத்தியப்பட்டிருக்கக்கூடிய விஷயமேயில்லை, இந்தக் கோணத்திலிருந்து அவனிடமிருந்து கைப்பற்றப்பட்டதென்று சொல்லப்படும் போலி அனுமதிப் பதக்கம் உண்மையிலேயே போலியானதுதானா என்பதுகூட

தெளிவுபடுத்திக்கொண்டாக வேண்டிய மர்மம்தான், ஆனால் எப்படிப் பார்த்தாலும் ஸ்வப்னஹள்ளிப் பயணத்திற்கு முன் துயிலார் சரித்திரம் என்கிற நூலைப் பற்றி அவன் அறிந்துகொண்டிருக்க வாய்ப்பிருந்ததாகத் தெரியவில்லை, அப்படியிருக்க அந்தப் பயணத்தை மேற்கொள்ள வேண்டுமென்றும், அதில் தன்னை சுல்தான் சிப்பாய்கள் கைதுசெய்வதைப் போல ஒரு நாடகத்தை நடத்தித் தனியே பிரிந்துசென்று விவரங்களைச் சேகரித்துக்கொள்ள வேண்டுமென்றும் அவனுக்குத் தோன்றியது எப்படி என்பதுதான் புத்திக்குப் பிடிபடாத விஷயமாய் இருக்கிறது, ஒருவேளை இதற்கான முகாந்திரங்களை அவன் கெங்கம்மாவிடமிருந்து பெற்றுக் கொண்டிருக்கக்கூடுமா, அவள் ஒரு நாயைப் போல மோப்பசக்தி அதிகம் கொண்டவள்தான், மேலும் அவளைத் தன் சகோதரியைப் போல பிடித்துவைத்துக்கொண்டிருக்கும் மீனாவிடமிருந்து அவள் அரைகுறையாக எழுதப்படிக்க வேறு கற்றுக்கொண்டிருந்தாள், அது ஏதோ சிறுபிள்ளைகளின் விளையாட்டு என்கிற எண்ணத்திலும், பறைச்சியின் பாடம் எதுவரை செல்லும் என்கிற அலட்சியத்திலும் முதலியார் அதை ஒரு பொருட்டாக ஒருபோதும் எடுத்துக்கொண்டதில்லை, இப்போதோ எதையுமே அப்படிச் சாதாரணமாய் விட்டுவிட முடியாத அளவிற்குச் சம்பவங்கள் விபரீதமான அர்த்தங்களை எடுத்துக்கொண்டு நிற்கின்றன, ஆனால் கெங்கம்மாவுக்குத் துயிலார் சரித்திரம் என்கிற நூலைப் பற்றி எதுவும் தெரியாதென்பதுதான் சரியான ஊகிப்பாக இருக்கும், தெரிந்திருந்தால், அது ட்ரிஸ்ட்ராமுக்கும் சொல்லப்பட்டிருந்தால் அவன் ஸ்வப்னஹள்ளிக்குப் போக வேண்டிய அவசியமே வந்திருக்காதே, இந்த ஆதார முடிச்சை அவிழ்க்காதவரை முதலியாரும் ஷெஸ்லரும் கேள்விகளின் தொடக்கப் புள்ளியிலேயேதான் நின்றுகொண்டிருக்க வேண்டும், அதாவது ட்ரிஸ்ட்ராம் தன்னைப் பற்றிச் சௌகியில் அறிவித்துக்கொண்டவையனைத்தும் உண்மைகள்தான், அவன் ஒரு கற்பனைதான். ஆனால் ட்ரிஸ்ட்ராம் ஓர் உளவாளி என்கிற ஊகத்தைக் காட்டிலும் அவன் தன்னைப் பற்றித் தானே அறிந்திராத ஓர் அப்பாவிக் கற்பனை மனிதன் என்கிற ஊகம்தான் ஷெஸ்லரையும் முதலியாரையும் அடிக்கடி தூக்கிவாரிப்போடச் செய்துகொண்டிருந்தது. ட்ரிஸ்ட்ராம் மறுமுறை க்ரஹாமைச் சந்திப்பதற்குள் அவனைப் பார்த்துப் பேசிவிட வேண்டுமென்கிற முதலியாரின் தவிப்பு தவிர்க்க முடியாத ஒன்றாகவே ஷெஸ்லருக்கும் தோன்றியதால் உடனே அதற்கான ஏற்பாடுகளைச் செய்துவிடுவது என்று இருவரும் முடிவு செய்துகொண்டார்கள். முதலியார் முதலையைக் கூப்பிட்டு அன்று நள்ளிரவிற்கு மேல் இரண்டாம் பேரறியாமல் ட்ரிஸ்ட்ராமை அவனுடைய ஜாகையிலிருந்து மீனவிலாஸத்திற்குக் கூட்டிவந்துவிடுமாறு ஆணையிட்டுவிட்டு ஷெஸ்லரையும் பின்வீட்டிலேயே தங்கியிருக்குமாறு கேட்டுக்கொண்டார். முதலியாரின் ஆக்ஞைப்படி ஊரடங்கியிருந்த நடுச்சாமத்தில் ஈஸ்வரன் கோயில் தெருவிற்குப் போன முதலை அங்கேயிருந்த காவலாளியிடம் ட்ரிஸ்ட்ராமை முதலியார் அவருடைய இடத்தில் வைத்துப் பார்த்துப் பேச விரும்புகிறாரென்றும், எனவே அவனைக் கூட்டிச்செல்லத் தன்னை அனுமதிக்க வேண்டுமென்றும், விடிந்ததும் மற்றொரு காவலாளி வந்து அவனுடைய இடத்தை மாற்றிக்கொள்வதற்கு முன்பாகவே அவனை

மறுபடி வீட்டிற்குக் கொண்டுவந்து சேர்த்துவிடுவது தன்னுடைய பொறுப்பு என்றும் சொல்லி முதலியார் தரச் சொன்ன ஐந்து சுல்தானியப் பணத்தையும் அவனிடம் கொடுத்தான். ஜக்கரியைச் சேர்ந்தவனான காவலாளிக்கு முதலியாரின் குணமும் செல்வாக்கும் நன்றாகத் தெரியுமாதலால் அவனால் முதலையின் மறைமுகமான வற்புறுத்தலைத் தட்ட முடியவில்லை. மேலும் பேறுகாலத்தை நெருங்கிக்கொண்டிருக்கும் மனைவிக்கு நிறைய பழங்கள் வாங்கிக்கொடுக்க வேண்டுமென்று அவனுக்கு வெகுநாட்களாக நிறைவேறாத ஓர் ஆசையும் இருந்தது. ஆனாலும் ட்ரிஸ்ட்ராமுக்குக் காவல் கொடுப்பதற்காகவே சிறப்பு நியமனம் செய்யப்பட்டிருக்கும் தனக்கு அவனில்லாத பொழுதில் வேலையும் இல்லை என்று கூறி அவர்களுடன் கிளம்பி மீனவிலாஸம் வருவதற்குத் தன்னையும் அனுமதிக்க வேண்டுமென்று அவன் முதலையைக் கேட்டுக்கொண்டான். அதனால் பெரிய நஷ்டம் ஒன்றும் இல்லையென்று தோன்றவே முதலையும் அதற்கு ஒத்துக்கொண்டான்.

குட்டு வெளிப்பட்டுக் கைதான கணம் முதலாகவே முதலியாரை இக்கட்டில் மாட்டிவைத்துவிட்ட செயலுக்காக அவரிடம் மன்னிப்புக் கேட்க வேண்டுமென்ற தவிப்பிலும், ஆனால் கோபத்தில் நான்கு பேர் முன்னிலையில் எதையேனும் தாறுமாறாகப் பேசி அவர் தன்னை அவமானப்படுத்திவிடக்கூடுமென்கிற தயக்கத்திலும், வெறுப்பில் இனி அவர் தன் முகத்தில் விழிக்கவேகூட விரும்ப மாட்டாரோ என்கிற சந்தேகத்திலும், தானே வலியச் சென்று அவரைத் தனியாகச் சந்தித்துப் பேசிவிட வேண்டுமென்று ட்ரிஸ்ட்ராமுமே நினைத்துக்கொண்டுதா னிருந்தானென்றாலும் காவலாளியைச் சரிக்கட்டிவிட்டு, உட்பக்கம் தாழிட்டுக்கொள்ளக் கூடாதென்கிற உத்தரவின்பேரில் வெறுமே சார்த்தப் பட்டிருந்த வாயிற்கதவைத் தட்டாமலேயே திறந்துகொண்டு உள்ளே நுழைந்த முதலை தூங்கப் பிடிக்காமல் மெழுகுவர்த்தியின் வெளிச்சத்தில் கிரிஃபித்தின் கடிதத்தைத் திரும்பத் திரும்பப் படித்துக்கொண்டிருந்த அவனை உடனே கிளம்பி மீனவிலாஸத்திற்கு வரும்படி அழைத்தபோது பொழுதின் அகாலத் தன்மையைக் கருதி அச்சத்தில் அவன் முதலில் தயங்கினான். ஆனால் அழைப்பை நிராகரிக்கும் உரிமை தனக்குக் கொடுக்கப்படவில்லையென்பது முதலை நின்றுகொண்டிருந்த தோரணையிலேயே தெரிந்துவிட்டதால் அவன் பின்னால் சர்க்கார் காவலனும் பின்தொடரக் கிளம்பிச் செல்வதைத் தவிர அவனுக்கு வேறு வழியிருக்கவில்லை.

வீட்டின் வெளி வராந்தாவிலேயே ட்ரிஸ்ட்ராமுக்காக ஷெஸ்லருடன் காத்துக்கொண்டிருந்த முதலியார் அவன் வந்துசேர்ந்தவுடன் முதலையைக் காவலனோடு வாசலிலேயே தங்கியிருக்குமாறு பணித்துவிட்டு அவனை வரவேற்ற பின் அவர்கள் மூவரும் புழக்கடை வீட்டிற்குச் சென்றார்கள். ட்ரிஸ்ட்ராம் எதிர்பார்த்தபடியே அவன் தன்னிடம் சொல்லாமல் விபூதியைப் பார்க்க மதகொண்டப்பள்ளிக்கும், இப்போது சீரங்கப் பட்டணத்திற்கும் சென்றதன் மூலம் அவன்மீது தான் வைத்திருந்த நம்பிக்கைகளைச் சிதைத்துவிட்டானென்றும் அதோடு தன்னையும் அவனுடைய முந்தைய குற்றங்களைப் பற்றிச் சர்க்காரிடம் சொல்லும்

துரோகியாக மாற நிர்பந்தித்துவிட்டானென்றும் முதலியார் வருத்தத்துடன் குற்றம் சாட்டினார். ஆனால் தீர்த்துக்கொள்ள வேண்டிய சந்தேகங்கள் ஏராளமாக இருந்ததாலும், புலரும் பொழுது நெருங்கிக்கொண்டிருந்ததாலும் அதற்கான சமாதானங்களைச் சொல்லுவதற்கு அவர் அவனை அனுமதிக்கவில்லை. ட்ரிஸ்ட்ராமோ அந்த ஒரு குற்றச்சாட்டை எதிர் கொள்ளும் பொருட்டு, இறுக்கமான விசாரணைகளுக்கு நடுவிலும், நாள் முழுவதும் யோசித்துத் தயாரித்துக்கொண்டுவந்திருந்த பதில்களைத் தவிர முதலியாரின் வேறெந்தக் கேள்விகளுக்கும் பதில் சொல்லவில்லை. துயிலார் சரித்திரம் உட்பட அவர் சொல்லுகிற ஒவ்வொரு தகவலுமே தனக்குப் புதியவையென்று அவன் சாதித்தான். மேலும் இப்படியொரு நூல் இருக்கிற விஷயம் துயிலார் பூசாரிக்குத் தெரியுமா என்றும் அவன் அவரைப் பார்த்துக் குற்றஞ்சாட்டும் தொனியில் கேட்டான். ஸ்வப்னஹள்ளியிலிருந்து திரும்பிவந்த பிறகு ட்ரிஸ்ட்ராமால் சொல்லப் பட்டிருந்தாலொழிய பூசாரிக்கு அந்த நூலைப் பற்றித் தெரிய வாய்ப்பில்லை, நினைவாற்றலை விலையாகக் கொடுத்து ஆயுளை வாங்கிக்கொண்டவர்கள் என்கிற பெயர் துயிலார்களுக்கு உண்டு. ஆனால் முதலியார் ட்ரிஸ்ட்ராமினுடைய அறியாமையை நம்பத் தயாராகயில்லை. பிறகெப்படி அவனால் தன்னை ஒரு கற்பனை மனிதனென்றும், அந்தக் கற்பனையை நெய்துகொண்டிருக்கும் நபருக்குக் கண் தெரியாதென்றும், அவருக்குப் பார்வை போன இடம் ஓர் ஊரெல்லைக் காடு என்றும், அந்தக் காடோ பாவத்தின் முதல் கனி விழுந்த இடமென்றும் க்ரஹாமின்முன் சொல்ல முடிந்தது. தன்னைத் தன் குருட்டு மனைவியின் கற்பனை என்று பிரகடனப்படுத்திக்கொண்டதற்கும் முதலியார் குறிப்பிடும் துயிலார் சரித்திரத்திற்கும் என்ன சம்பந்தமென்பதைத் தன்னால் விளங்கிக் கொள்ள முடியவில்லை என்று ட்ரிஸ்ட்ராம் மீண்டும் பிடிவாதம் பிடித்தான். உண்மையில் அப்படியொரு நூல் இருக்குமானால் அந்த நூலும் எலினாரின் கற்பனைக்கு அப்பாற்பட்ட பிறிதொன்றாக இருக்க முடியாதென்பதும் அதன் இருப்பு கதையில் இதுவரையில் எங்குமே பிரஸ்தாபிக்கப்படாத நிலையில் அவளுடைய அறிவின் எல்லைக்குள் மட்டுமே சுற்றிவர அனுமதிக்கப்பட்டிருக்கும் வார்த்தையுருவான தன்னால் மட்டும் எப்படி அதைப் பற்றித் தெரிந்துகொள்ள முடியு மென்பதும் அவனுடைய கேள்வி. இதையெல்லாம் அவர்கள் பேசிக் கொண்டிருக்கும் காலத்திலும் இடத்திலும் பிரசன்னமாகாமல் தன்னுடைய யோசனையால் நெய்துகொண்டேயிருக்கும் ஒரு மூன்றாம் நபருடைய இருப்பை உண்மையென்று ஏற்றுக்கொண்டால் மட்டுமே அவர்களிருவராலும் புரிந்துகொள்ள முடியும். துரதிர்ஷ்டவசமாக அவர்களுக்கோ அதில் மறுப்பு ஏதுமில்லை. ஆனால் அந்த நபர் எலினாரன்று என்பதும், அது எலினாரன்று என்பது ட்ரிஸ்ட்ராமுக்கும் தெரியுமென்பதும்தான் விவாதத்திற்குள்ளாகியிருக்கும் பிரச்சினை. தாண்டவராயன் புராணத்தின் கதை மடிப்புகளில் புதைந்துகிடக்கும் தங்கள் அவல வாழ்வின் துயரச் சரடைத் தனியே உருவியெடுத்துப் புரிந்துகொண்டு தங்களை மீட்க வருவானெனத் துயிலார்களால் கற்பனை செய்யப்பட்டுக்கொண்டிருந்தவனென்று இருநூறு வருடங்களுக்கு முன் நீலகண்டப் பண்டிதர் துயிலார் சரித்திரத்தில் குறிப்பிட்டிருந்த

மனிதன் தான்தானென்பதையும், தாண்டவராயன் கதை துயிலார்கள் இயற்றிய புராணம் மட்டுமல்லாமல் அவர்களினத்தினுடைய சங்கேத சரித்திரமேதானென்பதையும், துயிலார் சரித்திரத்தில் பிரஸ்தாபிக்கப் பட்டிருக்கும் கொடுக்கு மூங்கில் உமிழும் பச்சையொளியால் உண்டாகக் கூடிய குருட்டுத்தனத்திற்கான விஷமுறிவு வைத்தியம் பிதிர் சஞ்சார மார்க்க போதினியில் காணக்கிடைக்கிறது என்கிற விபரத்தையும் மூலச் சுவடியைத் தவிர வேறு படிகள் எடுக்கப்படாததும் சுல்தானின் நூலகத்திலிருந்து அபகரிக்கப்பட்டுவிட்டதுமான துயிலார் சரித்திரத்தைப் படிக்காமல் அவனால் எப்படித் தெரிந்துகொண்டிருக்க முடியும், மேலும் பிதிர் சஞ்சார மார்க்க போதினியை அவனும் பூசாரியும் நூலகத்திலேயே விட்டுவிட்டு வந்துவிட்டதாகச் சொன்னாலும் துயிலார் சரித்திரத்தைப் பற்றித் தெரிந்துகொண்டிருக்கும்பட்சத்தில் அதை அவர்கள் கண்டிப்பாக அபகரித்துக்கொண்டே வந்திருக்க வேண்டும், ஆனால் ட்ரிஸ்ட்ராமோ தானோர் அப்பாவி என்பதைத் தவிர வேறு எந்தப் பதிலையும் தராமல் தொடர்ந்து ஒரு முட்டாளைப் போலவே பேந்தப் பேந்த விழித்துக்கொண்டிருக்கிறான், அவன் எலினாரின் நிகழ்காலக் கற்பனையென்கிற வழியில் பிரச்சினைகளை அணுகினாலும் அல்லது துயிலார்கள் எதிர்பார்த்துக்கொண்டிருந்த வருங்கால மனிதன் என்றே எடுத்துக்கொண்டாலும் முடிவென்னவோ கொடுக்கு மூங்கில் விளையும் காடும், அதனுள் வஞ்சகமாக அழைத்துச் செல்லப்பட்ட மனிதர்களும், அவற்றின் புதிர்களை விடுவிக்கும் மார்க்கமுமாகவே இருக்கிறது. பொழுது வேறு விடியலை நோக்கிச் சரிந்துகொண்டிருந்த நிலையில் என்ன செய்வது என்று தெரியாமல் குழம்பிக்கொண்டிருந்த முதலியாருக்கும் ஷெஸ்லருக்குமோ ட்ரிஸ்ட்ராம் நிஜமாகவே தவறான வழியில் பயணப்பட்டுத் தன்னையறியாமலேயே சரியான இலக்கைத் தொட்டுவிட்ட ஒரு பித்துக்குளியென்பதே உண்மையென்றாலும் அவனிடம் இப்போது பேசிய பேச்சுகளும், கேட்கப்பட்ட கேள்விகளும் இனி மேல் செயல்பட வேண்டிய வழிகளைக் குறித்தான அவனுடைய புலன்களை நிச்சயமாகக் கூர்தீட்டிவிட்டிருக்குமென்பதால் அவனை மறுபடி வெளியே அனுப்பி என்னதான் நடக்கிறதென்பதைப் பார்த்து விடும் துணிச்சலும், ஏற்கெனவே ஒருமுறை கும்பெனி சர்க்காரின் அணுகுமுறைகளுக்கு அனுபவப்பட்டுவிட்டதால், இல்லை. கடைசியில் அவர்களிருவரும் க்ரஹாம்முன் ஏற்கெனவே சொல்லப்பட்டுவிட்ட தகவல்களை ட்ரிஸ்ட்ராமைக் கொண்டே எப்படிச் சரிக்கட்டுவது என்பதைப் பற்றித் தங்களுக்குள் பேசி விவாதித்து ஒரு முடிவிற்கு வரும்வரையில் மீனவிலாஸத்தின் பின்வீட்டிலேயே தங்கி அவனுடைய துவக்க நாட்களை மீண்டும் வாழ்ந்து பார்த்துக்கொண்டிருக்கும்படி அவனைக் கேட்டுக்கொண்டார்கள். பிறகு அவர்களுக்கிருந்த பதற்றத்தில் இதுவும், பின்வீடு பணியாட்கள் மற்றும் விருந்தினர்களின் கண்களில் அடிக்கடி படக்கூடிய இடமாக இருப்பதால் வீட்டின் மேல்தளத்திலிருக்கும் முதலியாரின் தனியறையில் அவனைத் தங்கவைக்கும் முடிவாக மாறிற்று. மாடியறைக்கு ட்ரிஸ்ட்ராமைக் கூட்டிக்கொண்டுபோய் விட்ட கையோடு அங்கிருந்த வேட்டைத் துப்பாக்கியையும் பிரிச்சவுக்கையும் கைகளில் எடுத்துக்கொண்ட முதலியார் அவனிடம் விடைபெற்றுக்கொள்ளும்

முன் இரண்டு காரியங்களைச் செய்தார், முதலாவதாக, திருப்பத்தூர் சென்றிருக்கும் க்ரஹாம் திரும்பி வருவதற்குள் கிடைக்கக்கூடிய இரண்டு நாட்கள் அவகாசத்தை அவரும் ஷெஸ்லரும் முழுவதுமாய் உபயோகப் படுத்திக்கொள்ள வேண்டியிருக்கிறதென்றும், ஆகவே தான் மறுபடி வந்து சொல்லும்வரை அறையைவிட்டு வெளியேறவோ, அரவமெழுப்பி அவனுடைய இருப்பை வெளியாட்களுக்குக் காட்டிக்கொள்ளவோ முயற்சிக்க வேண்டாமென்றும் அவனை வேண்டிக்கொண்டார். அதன் பொருள், புத்திசாலியான அவன் வீணாகக் கலவரக் காட்சியெதையும் அரங்கேற்றித் தன்னைத் தர்மசங்கடத்திற்கு உள்ளாக்கிவிட மாட்டா னென்கிற தன்னுடைய நம்பிக்கை பொய்யாகும்பட்சத்தில் அதன் விளைவுகளை எதிர்கொள்ள முடியுமென்கிற தைரியத்தில்தான் கைகால் களைப் பிணைக்காமல் அவனைச் சுதந்திரமாக அறைக்குள் நடமாட அனுமதித்து அவர் வெளியே செல்கிறாரென்பதை அவன் நினைவில் இருத்திக்கொள்ள வேண்டும். இரண்டாவதாக, கிட்டத்தட்ட அறையை விட்டு முழுவதுமாக வெளியேறிவிட்ட அவர் திரும்பிவந்து அங்கிருந்த இரண்டு சால்மர அலமாரிகளில், மரத்தட்டில் அடுக்கிவைக்கப்பட்டிருந்த நூல்களத்தனையும் வெளியே தெரியும்வண்ணம் கண்ணாடிக் கதவுகளைக் கொண்டிருந்த அலமாரியைத் தவிர்த்துவிட்டு, மரக்கதவோடு பெரிய பூட்டொன்றும் பொருத்தப்பட்டிருந்த மற்றோர் அலமாரியைத் திறந்து அதன் நடுத்தட்டில் வைக்கப்பட்டிருந்த பெரியதொரு சுவடிக்கட்டை எடுத்து மௌனமாக அவன்முன் வைத்துவிட்டு, இலுப்பையெண்ணை விளக்கையும் பிரகாசமாகத் தூண்டிவிட்டார். அதன் பொருள், இது ஒரு கனவான்களின் உடன்படிக்கை, நான் என்னிடமிருக்கும் நீ தேடிக் கொண்டிருப்பதை உனக்குக் காட்டிவிட்டேன், உன்னிடமும் அதே நேர்மையை எதிர்பார்க்கிறேன். பிறகு, ட்ரிஸ்ட்ராம் அந்தச் சுவடிகளை ஆச்சரியத்துடன் புரட்டத் தொடங்கிய நேரத்தில் மாடியறையை வெளிப்புறமாகப் பூட்டிவிட்டுக் கீழிறங்கி ஷெஸ்லருக்கும் விடைகொடுத்து அவரைப் பின்வீட்டிற்கு அனுப்பிவைத்துவிட்டு முதலையைத் தனியே அழைத்து வாசலில் ட்ரிஸ்ட்ராமுக்காகக் காத்துக்கொண்டிருக்கும் சர்க்கார் நாயைக் கொன்று பிணத்தை யார் கண்ணிலும் படாமல் எங்காவது தூக்கிச்சென்று புதைத்துவிட்டு வந்துவிடும்படி உத்தரவிட்ட பின் படுக்கைக்குப் போனார். அந்த நாள் அவ்விதமாக முடிந்தது.

மீதம் எட்டு

துயிலார்கள் மறந்துபோன அவர்களுடைய ஆதிக்கதை

ஆலால சுந்தரம்

இவர் உபாத்தியாயத்தையும் புரோகிதத்தையுமே தொழிலாகக் கொண்டிருந்த பிராமணக் குடும்பத்தில் பிறந்திருந்தும்கூட பிராயம்முதலாகவே சாஸ்திரோக்தமான காரியங்களில் பிடிப்பில்லாதவராயிருந்தாராம். தேவபாஷை ஏனோ தனக்கு மட்டும் பல்லையுடைக்கும் அரக்க பாஷை யாக இருந்ததென்று என்னிடமும்கூட எப்போதாவது சொல்லி இவர் சிரித்துக்கொள்வதுண்டுதான். குருகுலங்களில் தன் மகனை அமர்த்திவைக்க மாமா எடுத்துக்கொண்ட பிரம்மப்பிரயத்தனங்களெல்லாம் வியர்த்தமாகும்படி பாதிப் பாடத்தில் சொல்லாமல் கொள்ளாமல் வகுப்புகளிலிருந்து வெளியேறிவிடுகிறவராயும், சில சமயம் கனபாடிகளைத் தன் குருவென்றே ஒத்துக்கொள்ளாமல் முரண்டுபிடிப்பவராயும் இருந்திருக்கிறார். பாடசாலையிலும் இருக்கப் பிடிக்காமல் அகத்திற்கும் திரும்பிவரப் பயந்துகொண்டு கௌரீபிதனூர், தேவனஹள்ளி, ஹொசகோட்டா முதலான பக்கத்துப்பக்கத்து ஊர்களிலிருந்த சிற்றப்பா, பெரியப்பா, அத்தை ஆகியோர் வீடுகளுக்கு இவர் ஓடிப்போய்விடுவதும் அங்கே அவர்கள் தகப்பனாருக்குச் சார்பாகப் பேசத் தொடங்கியமட்டில் அல்லது திரும்ப இவரை ஊருக்குப் புறப்பட்டுப்போகும்படி வற்புறுத்தியமட்டில் அப்படியாகப்பட்டவர்களின் இல்லத்திலும் தங்காமல் வெளியேறி பராரியைப் போல வீதிகளிலும் காடுகழனிகளிலும், மழையிலும் வெய்யிலிலும் நனைந்தும் காய்ந்தும் சித்தம்போக்கு சிவம்போக்காகச் சுற்றிக்கொண்டிருந்துவிட்டு நாள்பட தாழ்வுணர்ச்சி யுடன் தலையைக் குனிந்தபடி அகத்திற்குத் திரும்ப வந்துசேர்வதுமான நாடகம் எங்கள் கல்யாணத்திற்குப் பின்னும்கூடப் பல தடவைகள் நடந்தேறியிருக்கிறது. (அந்த பிள்ளை வளர்ந்து ஆவியிலே பலங்கொண்டு இஸ்ரவேலுக்குத் தன்னைக் காண்பிக்கும் நாள்வரைக்கும் வனாந்திரங்களிலே இருந்தான்), பதினேழாம் பிராயம்வரை

இப்படிக் கழிந்தபோது இவரைத் துன்மார்க்கனென்றும் பண்டிதர்கள் வம்சத்தில் பிறந்த தற்குறியென்றும் யக்ஞோபவீதத்தை உதாசீனஞ் செய்யும் பாஷாண்டியென்றும் வெறுத்துவந்த மாமாவிடம் மாமி நல்ல வார்த்தையாகப் பேசி சமாதானப்படுத்தி இவருக்கு ஒரு கால்கட்டைப் போட்டுவிட்டால் பொறுப்பு தானாக வந்துவிடுமென்று சொல்லி கல்யாண ஏற்பாட்டைச் செய்தார்கள். ஆனால் திராவிட தேசத்திலிருந்து பெரும் மலைத்தொடரால் ஆழமாகப் பிரிக்கப்பட்டிருந்த இந்தப் பட்டணத்தில் கல்யாண வயதில் பெண்பிள்ளைகளிருக்கும் தமிழ் பிராமணக் குடும்பங்களின் எண்ணிக்கை மிகக் குறைவாகவேயிருந்ததாலும் அவர்களில் இவருடைய குணத்தை அறிந்துகொண்டிருந்த யாரும் இவருக்குப் பெண் கொடுக்க முன்வராததாலும் தொட்டபல்லப்பூரிலிருந்து நூறு யோஜனை தூரமிருந்த கோலாரில் பிரசித்திபெற்ற துலுக்கரான இப்ராஹீம் சாஹேபின் வீட்டிலிருந்து பூதிக்கோட்டிற்கு வாழ்க்கைப் பட்டுப்போன அவருடைய மூத்த சகோதரியின் மூலமாக என்னைப் பற்றிக் கேள்விப்பட்டு எங்களகத்திற்கு வந்து பெண் கேட்கும்படியாயிற்று. ஏழைப் புரோகிதரான என் தகப்பனாருக்கு ஐந்தாவது பெண்ணாகப் பிறந்த என்னுடைய கன்னிகாதானத்திற்கான சீர்வரிசைக்கு வக்கில்லா மல் என் மாதாபிதாக்கள் அப்போது கையைப் பிசைந்துகொண்டு தானிருந்தார்களென்றபடியால் இவரைப் பற்றிய எல்லா விவரங்களையும் மாமாவும் மாமியும் மறைக்காமல் சொன்ன பிறகும் என்னை இந்த அகத்திற்கு மாட்டுப்பெண்ணாக அனுப்பிவைக்க மறுப்பதற்கு அவர்களுக்குக் காரணம் எதுவும் கிடைக்காமலிருந்தது, நானும் இங்கே வாழ்க்கைப்பட்டு வந்துசேர்ந்தேன்.

ஆனால் மாமி நம்பியதைப் போல கல்யாணம் இவருடைய ஒரு கால்விரலைக்கூடக் கட்டிப்போட்டு இவரை வீட்டோடு இருக்க வைத்துவிடவில்லை. பரதேசியாய் திடீர்திடீரென்று தொலைந்து போய்க்கொண்டிருப்பதும் சில நாட்களுக்குப் பின் திரும்பவும் பிரசன்னமாகிக்கொண்டிருப்பதுமான இவரியல்பில் எந்த மாற்றமும் இல்லாமலுமேதான் முதலிரண்டு வருஷகாலம் கழிந்துபோனது. மாமாவும் மாமியும் நான் இவரைத் தலையணை மந்திரம் ஓதியோ அல்லது இவர் வெளியே கிளம்பும்போது கண்ணீரும் கம்பலையுமாக குறுக்கே விழுந்து தனக்கு ஒரு வழி சொல்லிவிட்டுப்போகும்படி வற்புறுத்தியோ அதுவுமல்லது இவர் மறுமுறை தொலைந்துபோனால் திரும்பி வரும்போது என்னைப் பிணமாய்த்தான் பார்க்க முடியுமென்று மிரட்டியோ என் முந்தானையில் முடிந்துகொண்டுவிட வேண்டுமென்று எதிர்பார்த்தார்கள். இவருக்கோ வீட்டிலுள்ளவர்களில் ஒருத்தியாக, தனக்கு நெருங்கிய உறவினளாக என்னை ஒத்துக்கொள்வதில் ஆட்சேபணையெதுவும் இல்லையென்பதற்கப்பால் மோகிக்கத் தகுதியான ஒரு ஸ்திரீஜென்மமாகப் பார்க்க, ஈஸ்வரனின் விளையாட்டால், தோன்றவில்லை. இவருடைய ஆண்பிள்ளைத்தனத்திற்குச் சவால்விட்டு இவரைத் தூண்டி அந்த உக்கிரத்தின்முன் என்னை நிரூபித்து என்னுள் அவரைச் சிறைப்படுத்திக்கொள்ள வேண்டுமென்கிற முனைப்பு, நான் அப்போது சிறுபெண்ணானதால், சுயகெர்வம் காரணமாக எனக்குமில்லை. அந்தவிதமான பசப்புகளெல்லாம் பிறர் பார்த்து

எள்ளி நகைக்கக்கூடிய அசட்டுத்தனமான சம்பவங்களாகவே இருக்கு மென்று எனக்குத் தோன்றிக்கொண்டேயிருந்தபடியால் என்னை வற்புறுத்த வேண்டாமென்று மாமா மாமியிடம் ஒரு சமயம் நானே இதம்பதமாக ஆனால் கண்டிப்பாகச் சொல்லிவிட்டேன். மேலும் பிறந்தகத்தில் பிரஸித்தமான என் அழகு தன் மகனைத் துளிகூடச் சலனப்படுத்தவில்லையென்பதில் அவர்களுக்குமே உள்ளூர ஒரு பெருமையிருந்து அதை மேலும்மேலும் நிரூபித்துக்கொள்ளவே என்னைத் தூண்டிவிடுகிறார்களோ என்றுகூட எனக்கொரு சம்சயம் அப்போது இருந்தது. எனக்கோ இவரைத் தவிர புக்ககத்தில் கவனித்துச் செய்தாக வேண்டிய காரியங்களும் ஏராளமாகயிருந்தன. இங்கே வந்தபோது எனக்குப் பன்னிரண்டாம் பிராயம் நடந்துகொண்டிருந்தது. காலையில் எழுந்ததிலிருந்து இவருக்கும், மாமனார், மாமியார், கொழுந்தன்கள், கொழுந்திகள், ஓர்ப்படிகள் என்று பன்னிரண்டு பேர் கொண்ட குடும்பத்தில் ஒவ்வொருவருடைய விருப்புவெறுப்புகளுக்கேற்ப மூத்த மாட்டுப்பெண்களுடன் சமையற்கட்டிலும் புழக்கடையிலும் தொழுவத் திலும் ஆற்றங்கரையிலும் பாவுள்ளிலும் வேலைவேலையென்று ஓடிக்கொண்டேயிருக்க வேண்டுமேயல்லாது பெரியவர்களுக்குமுன் புருஷாளைப் பார்த்துப் பல்லையிளித்துக்கொண்டு நிற்கப்படாதென்றும் பெரியவளான காலத்திலிருந்து சொல்லிக்கொடுக்கப்பட்டிருந்த பாடங் களைச் செவ்வனே பூர்த்திசெய்து நல்ல மருமகளென்கிற பெயரை வாங்க வேண்டுமென்கிற லட்சியத்தையல்லாது வேறெதையும் மனதில் கொண்டிருக்கக் கூடாதென்றும் நான் மறுவீட்டிற்கு அழைக்கப் பட்டிருந்த நாளில் என் தாயாரும் தமக்கைகளும் எனக்கு நிறைய புத்திமதிகளைச் சொல்லித்தான் அனுப்பியிருந்தார்கள். மற்றதெல்லாம் நடக்கிறவேளையில்தானே நடக்கும். அந்தவிதமே நானும் பிறந்தகத்திற்கு நல்ல பெயரை வாங்கித்தர வேணுமேயென்கிற கவலையிலேயே காரியங்களுக்குள் உழன்றுகொண்டிருந்தேன். இதற்கு மேலாக நான் வாழ்க்கைப்பட்டு வந்த புதிதில் நடந்த ஒரு வினோதமான அசம்பாவித மும் நான் கிருஹலெட்சுமியென்பதை நிரூபித்தேயாக வேண்டிய கட்டாயத்தில் என்னைக் கொண்டு தள்ளியிருந்தது.

அஃதென்னவென்றால் நான் இங்கே வந்த முதல் வாரத்தில் ஒருநாளிரவு அகத்திற்குள் திருடன் புகுந்துவிட்டான். இவன் அசலானல்லன், இவர்களகத்திலேயே பல வருடங்களாய், பரம்பரை பரம்பரையாய் தொழுவக்காரர்களாய் வேலைபார்த்துக்கொண்டிருந்த ஒரு துயிலார் சாதி மனுஷன்தான். அவனுக்கும் அவனுடைய ஒரே மகனுக்கும் தொழுவத்திலேயே இருக்க இடமும் கொடுத்து மூன்றுவேளை அன்ன ஆகாரமுமளித்து என் புக்ககத்தார் தங்கள் குடும்பத்திலொருத்தனைப் போல போஷித்துக்கொண்டிருந்தார்கள். அப்படியாகப்பட்ட அந்தத் துயிலான் விசேஷம் நடந்து முடிந்த வீட்டில் திரவியம் அதிகமாயும், ஜாக்கிரதை குறைவாயும் இருக்குமென்றெண்ணி விதிவசத்தால் மதியீனப்பட்டுப் புழக்கடைச் சுவரில் கன்னமிட்டுவிட்டான். நடுச்சாமத்தில் மலஜலங்கழிக்க எழுந்திருக்கும் பழக்கமுள்ள என் மூத்த ஓர்ப்படி எதிர்பாராதவிதமாக அவனைக் கண்டுவிட்டு சத்தம்போட்டு அகத்திலுள்ளவர்களையெழுப்பிவிட்டாள். எல்லோரும் போய் அவனைக்

கையும் களவுமாகப் பிடித்தும்விட்டோம். திருமணம் ஆவதற்கு முன்பும், ஆன புதிதிலும் வெகு அபூர்வமாகவே இரவுப்பொழுதுகளை வீட்டில் கழிக்கும் பழக்கமுள்ளவராயிருந்த இவரும் அன்று விதிவசத்தால் அகத்தில்தானிருந்தார். அன்று மட்டும் அவர் அப்படி இல்லாதிருந்திருந்தால் இப்போது இந்தக் கடுதாசை எழுதிக்கொண்டிருக்கும் அவசியமே எனக்கு நேர்ந்திருக்காது. பிடிபட்ட கள்வனை வீட்டிலுள்ளவர்களனைவரும் நன்றி கெட்டவனென்றும், யோக்யதாம்சத்திற்குப் பேர்போனவர்களும் அதனாலேயே நீண்ட ஆயுளால் அனுக்கிரஹிக்கப்பட்டவர்களுமான துயிலார்களின் சாதிப்பெருமைக்குக் கொள்ளிவைக்க வந்தவனென்றும் பலவாறாக ஏசி நியாயமாக அவனைத் தலையாரியின்முன் கொண்டுபோய் நிறுத்துவதுதான் சரியாக இருக்குமென்றும், ஆனால் சிறுவனான மகனை நினைத்தும் அவனுடைய அப்பன் பாட்டன்களுடைய விசுவாசத்தை மனதில்கொண்டும் அவனை ஒன்றும் செய்யாமல் விட்டுவிடுவதாயும், இனி அவன் அந்த வீட்டிலுள்ளவர்களின் முகத்திலேயே விழிக்கக் கூடாதென்றும் சொல்லி அவனை வெளியே விரட்ட முயற்சித்தார்கள்.

அப்போதுதான் அந்தச் சம்பவத்தில் நான் சொன்னதைப் போலேயொரு வினோதம் முளைத்தது. பிடிபட்ட துயிலான் காயம்பட்ட மிருகம் உடலைச் சிலுப்பி வலியை விசிறியடித்துக்கொள்வதைப் போல தன் சினத்தை அவன் நிறுத்திவைக்கப்பட்டிருந்த முற்றவெளி பூராவிலும் சிதறடித்தபடியே இவர்கள் யாருடைய தாட்சண்யமும் தனக்குத் தேவையில்லையென்றும் உண்மையில் தன்னைப் பிடித்துவைத்துப் பழித்துக்கொண்டிருக்கும் என் புக்ககத்தவர்கள்தான் தங்களுடைய பரம்பரைப் பொக்கிஷமொன்றைத் திருடி மறைத்துவைத்திருக்கும் கள்வர்களென்றும் கர்ச்சித்தான். மேலும் அவன் இவர்களிடமிருந்த தங்களுடைய சொத்தை எப்படியேனும் திரும்ப அடைய வேண்டுமென்பதற்காகவே, நீலகண்டப் பண்டிதரின் மகனும் ஸ்திரீலோலனுமான பஞ்சாட்சரமய்யரென்கிற வெட்டையின் காலந்தொடங்கி இவர்களுடைய ஆறு பரம்பரைகளைத் தங்களுடைய மூன்று பரம்பரைகளால் தொடர்ந்து வந்துகொண்டிருப்பதாயும் சொன்னான். என் மாமனாரின் பாட்டனாரான ராமனாத சாஸ்திரிகளின் மனைவி அவருடைய மூன்று குழந்தைகளில் மூத்தவரும் இவருடைய பாட்டனாருமான இரண்டாம் நீலகண்டரைத் தன்னுடைய முதுமைக் காலத்தில் கருத்தரிப்பதற்கு முன் மலடியென்று ஓர்ப்படிகளால் ஏளனத்திற் குள்ளாகி அவமானம் தாங்காமல் கணவரைத் தூண்டிவிட்டுப் பாகம் பிரித்துக்கொண்டு மங்களூரிலிருந்து தொட்டபல்லப்பூருக்கு வந்து குடியேறிய காலத்தில் அவர்களுடனேயே அவனுடைய தகப்பனும் அப்போது சிறுவனாயிருந்த அவனையழைத்துக்கொண்டு இங்கே வந்துசேர்ந்ததற்குக் காரணமும் அவர்கள் பிரித்துக்கொண்டிருந்த ஆர்ஜிதங்களுக்குள் ஒன்றாக ஒளிந்துகொண்டிருந்த தங்களுடைய பரம்பரைச் சொத்து இவர்களுடைய பாகத்தோடு சேர்ந்துவிட்டிருந்தது என்கிற சந்தேகத்தால்தானாம். அதோடு தன் சாதியைச் சேர்ந்த மற்ற சகாக்களில் சிலரும் இவர்களுடைய மற்ற பந்துக்களின் வீடுகளில் இதே நிமித்தமாகக் கன்னமிடச் சமயம் பார்த்துக் காத்துக்கொண்டுதானிருக்கிறார்களென்றும் அந்தத் துயிலான் சொன்னான். கதை நம்பும்படியாக இல்லைதானெனினும் துயிலான் அவற்றைச் சொன்னவிதம் எங்களெல்லோரையுமே தர்மசங்கடத்திற்

குள்ளாக்கிவிட்டது. மாமா சுதாரித்துக்கொண்டு அவன் அப்படி விடாமல் தொடர்ந்து வந்துகொண்டிருக்குமளவிற்கு அவர்களுக்குச் சொந்தமான வஸ்துதான் என்னவென்று அவனிடம் கேட்டபோது அவன் அது ஒரு வஸ்து அல்லவென்றும் மாறாக என் புக்ககத்தின் ஐஸ்வர்யத்தில் ஒரு பங்கு துயிலார்களுக்குச் சொந்தமென்று இவர்களுடைய முன்னோரான நீலகண்டப் பண்டிதரால் எழுதிக்கொடுக்கப்பட்டிருக்கும் சாஸனப் பத்திரமென்றும் பதில் சொன்னான். இது இன்னும் அதிகமாக எங்களைத் திடுக்கிடச் செய்துவிட்டது. ஆர்ஜிதத்தை மாற்றிக்கொடுக்கும் சாஸனப்பத்திரம் ஒத்துக்கொண்டவன் கையிலிருக்காமல் எழுதியவனிடமே இருப்பதாக யாராவது கேள்விப்பட்டிருக்கிறார்களா. என்றாலும் இவர் அவன் இப்படிக் கேள்வி கேட்காமல் இதை ஏன் அவன் எங்களிடமோ எங்களுடைய முன்னோர்களிடமோ முன்பே சொல்லிப் பெற்றுக்கொண்டிருக்கவில்லையென்று கேட்டார். அவன் அப்படிக் கேட்டால் பிராமணர்களும் ஐஸ்வர்யத்தின் மேல் பற்றுள்ளவர்களுமான அவர்கள் ஒருவேளை அதைத் தன்னிடம் தராமல் எரித்துவிடுவார்களோவென்று தானும் தன் தந்தையும் பயந்து கொண்டிருந்ததாயும் எனவே கன்னமிட்டு அதை வெளியிலெடுத்து விட்டுப் பிறகு அதைக் காட்டித் தங்களுடைய செயலுக்கு நியாயம் கற்பித்துக்கொள்ளலாமென்று பல வருடங்களுக்கு முன்பே திட்டமிட்டு வைத்திருந்ததாயும் பதில் சொன்னான். நியாயஸ்தரும் பிறர் பொருளுக்கு ஆசைப்படாதவருமான என் மாமனார் உடனே இவர் உள்பட அனைவரையும் அகம் முழுக்கத் தேடி இருநூறு வருஷங்களுக்கு முன் ஜெகதேவராய மஹாராஜா பாரமஹால் நிர்மாணத்தின்போது நீலகண்டப் பண்டிதருக்கு எழுதிக்கொடுத்தது உள்பட உள்ளேயிருக்கும் சாஸனப்பத்திரங்களத்தனையையும் வெளியே கொண்டுவந்து போடும்படி ஆக்ஞாபித்தார். அவர்களும் அந்தப்படிக்கே செய்து அவற்றிலெதுவும் துயிலாருக்குப் பண்டிதர் எழுதிக்கொடுத்த பிரமாணப் பத்திரமாயிருக்கவில்லையென்பதை அந்தத் துயிலான்முன் நிரூபித்தார்கள். நாங்கள் இவ்விதம் பணிந்துபோவதைக் கண்டு அவன் அதிகத் தைரியம் கைவரப்பெற்றவனாய் நாங்கள் உள்ளே மேலும் பத்திரங்களை மறைத்து வைத்திருக்கலாமென்று தான் சந்தேகப்படுவதாகச் சொன்னான். இதைக் கேட்ட இவரும் அவன் சொன்னதில் நியாயமிருப்பதாகச் சொல்லி துயிலான்தீட்டு புலைத்தீட்டைக்காட்டிலும் பதினைந்தடி குறைவென்று வீட்டார் ஆட்சேபித்ததையும் மீறி, தீட்டுப்பட்டவர்களால் திருடர்களென்று ஏசப்படுவதைக்காட்டிலும் புரோகிதர்களிடம் தீட்டுப் பட்டவர்களென்று பேர் வாங்குவதொன்றும் மோசமில்லையென்று அவனை அகத்தினுள் நுழைந்து அவனுக்கு விருப்பப்பட்ட இடங்களைச் சோதித்துப்பார்த்துக்கொள்ளும்படி முடிவு சொன்னார். அந்த வார்த்தையின்பேரில் துயிலானும் எல்லாயிடங்களையும் துருவிப்பார்த்து எங்கு தேடியும் அப்படியொரு பிரமாணப் பத்திரத்தைக் காணாமல், கடைசியாகப் பரண் மேல் இருந்த பழைய வெண்கலத் தவலையொன்றைக் கண்டு அதிலேதாவது மறைத்துவைக்கப்பட்டிருக்குமாவெனக் கேட்க, இவர் அதையும் கீழிறக்கச்செய்து அதனுள்ளும் பார்த்துக்கொள்ளும்படி அவனிடம் சொன்னார். அந்தத் தவலையினுள்ளும் வருடக்கணக்காகப்

படிக்கப்படாமல் மட்கிப்போயிருந்த பழைய ஏட்டுச்சுவடிகளைத் தவிர பிரமாணப் பத்திரமெதையும் அவனால் காண முடியவில்லை. அந்தத் துயிலான் எனவே அது இவர்களுடைய மற்ற பந்துக்கள் எவருடைய அகத்திலாவது இருக்குமோவென்று தன்னைத்தானே கேட்டுக்கொண்டும், தங்களுடைய மூன்று பரம்பரையின் அலைச்சல் அன்றோடு முடிவிற்கு வந்ததென்றும் சொல்லி ஏமாற்றத்துடன் தன் மகனைக் கூட்டிக்கொண்டு அன்றிரவே எங்களை விட்டுக் கிளம்பிப்போய்விட்டான்.

எங்களுடைய கல்யாண வைபவம் நிறைவாக முடிந்த சந்தோஷம் கரையுமுன்பே நிகழ்ந்துபோன இந்தச் சம்பவத்தின் பாதிப்பு பிறகு பல வாரங்களுக்கு என் புக்ககத்தை விட்டு அகலாமலேயேயிருந்தது. நான் உள்ளே நுழைந்த நேரம்தான் பல வருடங்களாகக் குடும்பத்திலொருவனாகயிருந்த ஒரு பிரஜையை வெளியேறச் செய்துவிட்டதென்று யாரும் என்னை நோக்கிக் கைகாட்டிவிடுவார்களோவென்று நான் சதா கவலைப்பட்டுக் கொண்டிருந்தேன். அப்படியெதுவும் நடக்கவில்லையென்றாலும் முதல் சில மாதங்களுக்கு என் தைரியம் முழுவதையும் பறித்துக்கொண்டிருந்த இந்தக் கவலையில் இவர் வீட்டிலிருந்தாலும் காணாமல்போய்விட்டாலும் அது எனக்கு ஒரேமாதிரியாகவே இருந்தது. மேலும் எனக்கென்னவோ இப்போது நினைக்கும்போது, கல்யாணமாகி இரண்டு வருடங்களுக்குப் பிறகுதான் சாமிநாதனுக்குப் பாலூட்டும் பிராப்தம் எனக்கு வாய்த்ததென்றாலும், அதற்கு முன்பே, புக்ககம் புகுந்த நாள் முதற்கொண்டே, என் மனம் இவரையே ஒரு பிள்ளையாகக் கருதத் தலைப்பட்டுவிட்டிருந்தது என்றும், தாய் தகப்பன்களை ஹிம்ஸித்த அவருடைய சேஷ்டைகளை நான் மானசீகமாக ரஸித்துக்கொண்டிருந்தேனென்றும்தான் தோன்றுகிறது. பதினைந்திருபது நாட்கள் எங்கே சுற்றிக்கொண்டிருந்தாரென்கிற விவரத்தையே தெரிவிக்காமல் புழுதியப்பிய மேனியுடனும், திரியாகத் தொங்கும் குடுமியுடனும், சடைபிடித்த தாடியுடனும், ஊத்தை வாயுடனும் இவர் அகத்திலுள்ளவர்களெல்லோரும் அந்தத் தினங்களின் பாதிப்பை உடனே உணரக்கூடிய வகையிலே வாசலில் வந்து நிற்கும்போதுகூட காலையில் புரோகிதத்திற்கோ ஸத்ஸங்கத்திற்கோ கிளம்பிப்போனவர் மாத்யான்னிகத்திற்குத் திரும்பிவந்திருக்கிறாற்போலதான் எனக்குப் படும். மாமா மாமியின் தொணதொணப்புகளிலிருந்து இவரை விடுவித்து எண்ணெய் ஸ்நானம் செய்துவிடுவதற்காகப் புழக்கடைப் பக்கம் கூட்டிச் செல்வதைப் பார்த்துவிட்டு புத்திரன் ஓர் அழுக்குப் பன்றியென்றால் மருமகள் ஓர் ஊமைக்கோட்டானாக இருக்கிறாளேயென்று அகத்துப் பெண்கள் பரிவும் கோபமும் மேலிடத் தங்களுக்குள் பேசிக்கொள்வதை என் காதுகள் கேட்கத்தான்செய்யும். அவர்களுக்கு என்ன வருத்தமென்றால் தேய்த்துக் குளிப்பது, பற்களைச் சுத்தப்படுத்திக்கொள்வது, தட்டிலிருப்பதை எடுத்துச் சாப்பிடுவது, படுக்கையை அமைத்துக்கொள்வது போன்ற அத்தியாவஸ்ய வேலைகள் கட்டாயப்படுத்தக்கூடிய சொற்பப் பொறுப்பு களையும் நான் வாங்கிக்கொண்டு இவரை இன்னும் கெடுத்து எடையற்ற பறவையாக்கிப் பறக்கவிட்டுவிட்டேனாம். ஆனால் எனக்கென்னவோ இந்த வார்த்தைகளைக் கேட்கும்போதெல்லாம் என் வாழ்க்கை மேல் பயமும், சொன்னவர்கள் மேல் கோபமும் வருவதற்குப் பதிலாக, இவர் மேல் அதிகப் பிரியமும், அதனாலேயே அவர்கள் மேல் மரியாதையும்தான்

கூடிக்கொண்டிருந்தது. என்னைப் பொறுத்தமட்டில் பிக்கல்பிடுங்கல்களும், அன்றாடம் பசியும், எலியும் பூச்சிகளும் ஓடும் பொந்துவீடும் ஒழிந்துபோய் அன்பும் ஐஸ்வர்யங்களும் நிறைந்த வீடொன்று என் எஞ்சிய நாட்களைக் கழிக்க இவர் பொருட்டாக எனக்குக் கிடைக்க தெய்வானுக்கிரகமிருக்கிறது. அதற்கு மேல் எதையும் வேண்டுவது பேராசையாகப் போய்விடும். இந்தவிதமான எண்ணத்தால் அபூர்வமாகச் சிலபோது தனியே இவருடன் இருக்கச் சாத்தியப்படும் சமயங்களில் இவருடைய படுக்கைக்குக் குறுக்காயும் மரியாதைபட்ட இடைவெளியிலும் பாயை விரித்துப் படுத்தபடி அகத்து விஷயங்களைப் பேசிக்கொண்டிருக்கும்போதோ அல்லது இவர் பேசுவதைக் கேட்டுக்கொண்டிருக்கும்போதோகூட இரவும் நெருக்கமும் கிளர்த்தும் சிருங்கார உணர்வுகளை ஏதுவாகக் கொண்டு இவர் அப்படி எங்கேதான் செல்கிறாரென்று கேட்கவோ, அப்படிச் செல்ல வேண்டாமென்று பேசி எல்லாரையும் போல அறிவுரை சொல்லவோ நான் முனைந்ததில்லை. இதற்கு மேலாக என்னுடன் ஏகாந்தத்தில் பேசிக்கொண்டிருக்கும் சமயங்களில் இவர் அதில் முழுமனதுடனேயே தன்னை ஈடுபடுத்திக்கொண்டிருந்தாரென்கிற திருப்தியே எனக்குப் போதுமானதாயுமிருந்தது. என்னுடன் பேசுவது காடு வெளிகளில் பறவைகளைப் பார்த்தபடி திரிவதற்கொப்பான அனுபவத்தைத் தனக்குக் கொடுக்கிறதென்று இவர் என்னிடம் சொல்வதுமுண்டு. ஒரு பெண்ணுக்கு இதைவிட சந்தோஷம் வேறென்ன வேண்டும். அந்தப் பறவைகளைப் பாவக்கறை படிந்த மனிதக்கையால் பிடித்துப்பார்க்க முயல்வது அவற்றின் மீது அம்பெய்யும் பாவத்திற்கொப்பானதென்றும் இவர் என்னிடம் சொல்லிக்கொண்டிருப்பார். இவருக்கு என்னை மிகவும் பிடிக்கிறதென்று எனக்குத் தெரிந்தது. எனக்கும் இன்னும் சுரக்கவே துவங்கியிராத மார்பில் எங்கே பால்கட்டிக்கொண்டுவிடுமோ என்று பயப்படுமளவிற்கு இவர் மீது வாஞ்சையிருந்தது. தான் வெளியே திரிந்துவிட்டு வருவது, அது என்னை வருத்தப்படவைக்கிறது என்று என் சார்பாக எல்லோரும் சொல்லிக்கொண்டேயிருந்தாலும், எனக்கு ரஸமாய்த்தானிருக்கிறதென்பதையும் எப்படியோ தெரிந்துவைத்துக் கொண்டிருந்தார். காரணம், எத்தனை நாட்கள் கழித்து வரும்போதும், எங்கே புரண்டுவிட்டு வரும்போதும், இவர் வாயிலிருந்து புலாலின் வாடையையோ, உடலில் பரஸ்திரீகளின் வாசத்தையோ என் நாசி நுகர்ந்ததில்லை, நடையில் போதையின் தடுமாற்றத்தை என் கண்கள் கண்டதில்லை, பேச்சில் குணப்பிசகான ஓர் அட்சரத்தைக்கூட செவிகள் கேட்டதில்லை, பாவுள் பெட்டியிலிருந்து ஒரு வராகன் குறைந்ததாக யாரும் புகார் செய்ததில்லை, தன்னுடைய இடுப்பு வேட்டியிலும் எந்த ஏழை அயோக்கியனிடமோ சூதாடிக் கெலித்த பாவப்பணத்தை இவர் முடிந்துகொண்டு வந்ததில்லை. இதற்கெல்லாம் மேலாக இவருடலிலிருந்து ஒருமுறைகூட பூணூல் காணாமல்போயிருந்ததேயில்லை. இவர் திரும்பி வந்து எனக்குச் சொல்லும் கதைகளில் காட்சியுறும் நிலவெளிகளில் மனித சஞ்சாரமே இல்லாதிருப்பது அவருடைய குணாதிசயங்களைப் பற்றித் தெரிந்துகொள்ள எனக்கு மிகவும் உதவியாயிருந்தது. வெகு அபூர்வமாக, என் சாந்தஸ்வபாவத்தை சிலாகித்துக்கொள்ளும் சில பொழுதுகளைத் தவிர மற்றபடி இவர் பொதுவாகவே மனிதர்களைப்

பற்றிப் பேசுவதை வெறுப்பவராயிருந்தார். அப்படி இவர் வெறுத்தது, அதில் என்னை மட்டும் சேர்க்காமல் விட்டுவிட்டதாலோ என்னவோ, ஏனோ எனக்கும் நிரம்பப் பிடித்திருந்தது.

நாட்கள் கடந்தபோது வேத பாடங்களை முறையாகப் படித்துத் தேறவில்லையென்பதற்காகவே ஓர் அந்நியனாகப் பந்துக்களால் மதிக்கப்பட்டு ஒதுக்கிவைக்கப்பட்டிருந்த இவர் சாஸ்திரங்களைக் கற்றுக்கொள்வதில் விருப்பமில்லாதவராக இருந்தாரே தவிர அவற்றை வசப்படுத்திக்கொள்ள முடியாத அளவிற்குத் தற்குறியோ புத்தியீனரோ அல்லர் என்பதையும் நான் தெரிந்துகொண்டேன். இராப்போதுகளில் கசியும் மெல்லிய முணுமுணுப்பாக யாராலும் கவனிக்கப்படாமல் இவருக்குள் புதையுண்டிருந்த அறிவும் ரசனையும் விருப்பங்களும் கொஞ் சங்கொஞ்சமாக என் செவியுறலால் தீண்டப்பட்டு வெளியே வந்தன. சம்ஸ்கிருதத்தின் மீது இவருக்கு ஏனோ ஓர் ஒவ்வாமை இருந்தது, மாறாகத் தமிழிலும் தெலுங்கிலும் அவற்றிலியற்றப்பட்டிருந்த மிகச் சிக்கலான கவிதைகளையும் பாக்கணக்குகளையும்கூட எளிதாகப் புரிந்துகொள்ளவும் அனுபவிக்கவும் பகிர்ந்துகொள்ளவும் அவர் எங்கிருந்தோ யாரிடமிருந்தோ தொடர்ந்து கற்றுத் தேர்ந்துகொண்டேயிருந்தார். தான் ரஸித்தவையென்று இவர் மூன்றாம் பேருக்குக் கேட்காமல் இருளில் என் செவிகளினருகே பாடிக்காட்டிய சைவப் பதிகங்களும், சித்தர்களின் புலம்பல்களும் மாமாவும் மாமியும் வளர்க்கத் தவறிவிட்ட இவருடைய வேறு திறமைகளைப் பளீரென வெளிக்காட்டுவனவாக என்னை வந்தடைந்தன. முக்கியமாக இவருடைய பேச்சுகளில் இசையைப் பற்றிய வியாக்யானங்களும் சிலாக்கியமும் அதிகமாயிருக்கும். சாஸ்திரிய சங்கீதம் வெறுமே மிருகபட்சியினங்களின் குரல்களை மட்டும் ராகங்களாக இனங்கண்டுகொண்டதோடு தன்னைச் சுருக்கிக்கொண்டுவிட்டதென்பது இவருடைய அபிப்பிராயமாகயிருந்தது. நீரின் இசையை ஒலிக்கும் ராகங்களைப் பின்பொருநாள் தானே கண்டுபிடிக்கப்போவதாக இவர் என்னிடம் தெரிவித்திருந்தார். தைலா, மழைநீர் மண்ணில் மோதும்போது தேவ காந்தாரி, உலோகங்களின் மேல் வீழும்போது கம்பீர நாட்டை, இலைகளிலிருந்து வடியும்போது ஆபேரி, தண்ணீரோடேயே கலக்கும்போது மோகன கல்யாணி என்பதெல்லாம் சரிதான், ஆனால் நதியின் சலசலப்பிலிருந்து, குளத்தின் அலம்பலிலிருந்து, அருவியின் இரைச்சலிலிருந்து இசையைப் பிழிந்தெடுத்த ஞானஸ்தர்கள் நீர் உயிரமுதமாக அருந்தப்படும்போது, உடலைச் சுத்திகரிக்கும்போது, உலையில் கொதிக்கும்போது என்னென்ன ராகங்களில் மனித உடலுடன் கலக்கிறதென்பதை ஏன் கண்டுபிடிக்காமல் விட்டுவிட்டார்கள். மாறாக சைவப் பதிகங்களில் நீரின் இசைமை இருப்பதாக இவர் கண்டுபிடித்து வைத்திருந்தார். பறவைகள் பாடுவதனைத்தும் பதிகங்களையன்றி வேறெதையுமில்லை என்பார். திருமூலரை இவருக்கு நிரம்பப் பிடிக்கும். பிறகு ஏதோவொரு நாளில் பசவண்ணர் என்பவரைப் பற்றியும் தெரிந்துகொண்டிருந்தார். அவரைப் பற்றிப் பலயிரவுகள் என்னிடம் நிறையப் பேசியிருக்கிறார். வள்ளலின் பொக்கிஷப் பேழையைப் போல இவரிடமிருந்து விஷயங்கள் சுரந்துகொண்டேயிருப்பதைக் கேட்க எனக்கு அப்படித்தான் ஆச்சரியமாயிருக்கும். விசேஷமென்னவென்றால் அவை இவர் அவற்றைக் கற்று அறிந்தாரானால் உண்டாகக்கூடியவொருவிதமான

மரத்த தன்மையைக் கொண்டிராததாகவுமிருந்தன. முன்பின் அறிந்தேயிராத வினோதங்களைப் பற்றி இவர் பேசும்போதும் அவை என்னைச் சலிப்புறச் செய்ததேயில்லையென்பதே அதற்குப் பிரத்யட்சமான சாட்சி. இவர் பேசியவையனைத்தும் ஆத்மார்த்தத்தின் பரவசத்தையும், அசட்டுத்தனத்தின் பிரவாகத்தையும் கொண்டிருந்தன. அந்த வேகத்தில் என்னையும் அலைக்கழித்துக்கொள்வது எனக்கு சந்துஷ்டியைக் கொடுப்பதாகவேயிருந்தது. வினாவிலேயே இவர் பேசுவது அறிவையன்று, கலையை என்பதை நான் தெரிந்துகொண்டுவிட்டேன். மனிதர்களிட மிருந்தும் சாஸ்திரங்களிடமிருந்தும் விலகியொதுங்குவது இவருக்கு அவை பிடிக்காததினாலல்ல, மாறாக இவர் மனம் இயல்பாகவே அசாதாரணத்தை விரும்பக் கற்றுக்கொண்டிருக்கிறதனால் என்பதையும், நிஜத்தில் மனிதர்களின் உலகம் இவர் அவாவும் உன்னதத்திற்கு உயர்ந்துசெல்ல விருப்பமற்றோ அருகதையற்றோ சோம்பிப்போயிருக்கிறதென்பதே இகவுலகத்துடன் இவர் ஒவ்வாமைகொள்ளக் காரணமென்பதையும் நான் உணர்ந்துகொண்டுவிட்டிருந்தேன். இவர் சிற்பங்களைப் பற்றியும் கட்டிடங்களைப் பற்றியும்கூடப் பேசத்தான் செய்தார். மரங்களின் கட்டிட அமைப்புபற்றி மூன்று இரவுகளுக்குப் பேசிக்கொண்டேயிருக்க விஷயமிருந்தது. அலங்காரத்திலும் இவருக்கு விருப்பமிருந்தது, அழுக்கை விரும்பியே தான் அணிவதாயும் புழுதியின் மணமும் நிறமும் தன்னை மிகவும் மயக்குவதாயும் இவர் என்னிடம் விதந்தோதிப் பேசுவார். நாளாவட்டத்தில் திரவியம் தேடிக் கடல்கடந்து சென்றுவிட்டுத் திரும்பிய மீகாமனைப் போல என்னிடம் புதிய புதிய விஷயங்களைப் பகிர்ந்து கொள்வதற்காகவே இவர் அதிகமாக வெளியே சென்றுவரவாரம்பித்தார். இதில் மாமா மாமியுட்பட அனைவருக்கும் வருத்தம்தானென்றாலும் அவரை மறுத்துப்பேச முடியாத, அவர்மீதான என்னுடைய மயக்கத்திற்கு என்னைப் பொறுப்பாளியாக்கிக்கொள்ள எப்போதுமே என்னாலேயே முடியாமல்தானிருந்திருக்கிறது.

இப்படியாக இரண்டு வருடங்கள் கழிந்த பிறகு, இவருக்கு இருபத்தியெட்டு வயதும் எனக்குப் பத்தொன்பது வயதும் நடந்து கொண்டிருந்தபோது ஒருநாளிரவு இவர் வனாந்திரங்களை விட்டு வெளியேறிக் கட்டிடங்களைக் கட்டிக்கொள்ளத் தொடங்கியது மனிதர் களின் தவறென்றும், எவ்வளவு திட்டமிட்டுக் கட்டப்பட்ட அரண்மனை களையும் கோட்டை கொத்தளங்களையும்விட மகத்தான வாழும் சூழலை ஒரு காடு தர முடியுமென்றும், ஒரே நேரத்தில் எல்லாத் திசைகளிலும் திறந்துகிடப்பதென்பது அதனாலேயே திசைகளின் அரணாக அல்லது திசைகளே அரண்களாகக் கூம்பியிருப்பதுமாகுமென்கிற காட்டின் தத்துவத்தை அறிந்துகொண்டவனும் அதை உபயோகிக்கத் தெரிந்தவனும் சுவர்களினுள் புதைந்து தன் உடல் அழுகி நாறும்படி தன்னை மூடிக்கொள்ள மாட்டானென்றும், ரகசியம் என்பது வனத்தின் விகாசத்தால் பொலிவு பெறுகிறதேயன்றி சுவர்களால் பிளக்கப்படுவது வக்கிரமும் தந்திரமுமாகவே இருக்க முடியுமென்றும் பேசிக்கொண்டிருந்தபோது எனக்குத் திடீரென்று இப்ராஹீம் சாஹேபின் மூத்த சகோதரியும், சிரா நவாபின் படைத்தளபதியான நாதிம் ஸாஹேபின் இரண்டாம் தாரமாக பூதிக்கோட்டிற்கு வாழ்க்கைப்பட்டு வந்திருப்பவளுமான

எங்களூர் பெண்ணின் நினைவு வந்தது. அந்தப்படிக்கு நான் இவருடைய பேச்சில் குறுக்கிட்டு, நாளை என்னோடு நான் அழைத்துச்செல்லும் இடத்திற்கு உங்களால் வர முடியுமா என்று கேட்டேன். கல்யாணம் ஆனதிலிருந்து புக்ககத்தின் வாசற்படியைக் கடந்தேயறியாதவளான என்னுடைய அழைப்பு தன் அலைச்சலின் இன்னொரு கதியைத் தொட்டு விட்டதைப் போல தன்னை உணரச்செய்வதாகச் சொல்லி அதையும் சிலாகித்துக்கொண்ட இவர் எங்கேயென்றுகூடக் கேட்காமல் உடனே வேறெந்த யோசனையுமின்றி அதற்குச் சம்மதித்துவிட்டார். பிறகு நாங்கள் அதை எப்படி அகத்திலுள்ளவர்களிடம் தெரியப்படுத்திச் சம்மதம் பெறுவதென்பதைப் பற்றி அன்று இரவு முழுவதும் உற்சாகத்துடன் பேசி ஆலோசித்தோம். பார்யாள் பர்த்தாவை வெளியே அழைப்பதும் யவ்வனம் கழியும்வரை சதிபதிகளாக இருவரும் வீதியில் சேர்ந்து நடமாடுவதும் அக்ரஹாரத்தில் சம்பிரதாயமில்லையாதலால் இவர்தான் தன்னுடன் வெளியே வரும்படி என்னை வற்புறுத்துவதைப் போல பெரியவர்கள் முன்னிலையில் நடிக்க வேணுமென்றும், நானோ அதில் விருப்பமில்லாதவளைப் போலவும், சம்பிராதயங்களை மீறுவதற்கு அஞ்சுபவளைப் போலவும் பாவனை செய்வதென்றும், அப்போது இவருடைய தனிப்பட்ட சுபாவத்தை அறிந்திருக்கும் பெரியவர்கள் வேறு வழியின்றி இவரோடு என்னை வெளியே செல்ல அனுமதித்து விடுவார்களென்றும் நாங்கள் பேசி முடிவுசெய்துகொண்டோம். அக்ரஹாரத்தைத் தாண்டும்வரை எனக்கு முன்னே இவர் நடந்து செல்வாராம், அக்ரஹாரத்தைத் தாண்டிய பின் நான் இவருக்கு வழிகாட்டுவேனாம். பின் வழக்கம்போல, அதுவே விகல்பத்தின் தீண்டலறியாத எங்களுடைய கடைசி இரவென்பதை அறியாது, நாங்கள் நித்திரை போனோம்.

மறுநாள் முந்தின இரவில் பேசிக்கொண்டதைப் போலவே ஸம்பவங்கள் நடந்தேறின. எங்கள் திட்டத்தையறியாத என் அப்பாவிப் புக்ககத்தார்கள் இவருடைய பாஷாண்டித்தனம்தான் இதற்கெல்லாம் காரணமென்றெண்ணித் தலையிலடித்துக்கொண்டு நாங்களிருவரும் ஒன்றாக வெளியில் செல்ல எங்களை அனுமதித்துவிட்டார்கள். இவர் வெளியே வருவதற்கென்று தன்னை விசேஷமாக அலங்கரித்துக்கொள்வதற்கு முகஞ்சுணுங்கினார். நானும் இவரை வற்புறுத்தாததோடு அப்படியிருக்கத் தேவையில்லையென்றும் சொல்லிவிட்டேன். இவருடைய இயல்பையும் உற்சாகத்தையும் அந்தச் சிறுபயணம் எந்தவிதத்திலும் பாதித்துவிடக் கூடாதென்பதில் இவரைவிட எனக்குத்தான் மிகுந்த கவனமிருந்தது, மேலும் இவர் தன் அலங்காரத்தில் என்றைக்குமில்லாமல் விசேஷ அக்கறை எடுத்துக்கொள்வாரேயானால் அது மற்றவர்களுக்குச் சந்தேகத்தைக் கொடுக்குமென்பதும் நான் இவரை இவருடைய வழக்கமான தாடிமீசையுடனும், ஜடாமுடியுடனும்கூடிய பரதேசிக் கோலத்துடனேயே வெளியே அழைத்துச்செல்வதென முடிவுசெய்ததற்கு ஒரு காரணமா யமைந்தது. ஆனால் என்னைப் பொறுத்தமட்டில் நான் என்னுடைய அலங்காரத்தைப் பகிரங்கமாகவே, இவர் வாயாலேயே வீட்டார்முன் சொல்லவைத்து, வேண்டாவெறுப்புடனும் வற்புறுத்தலின்பேரிலுமே

அதைச் செய்துகொள்பவளைப் போல இருப்பதிலேயே மிக விலை யுயர்ந்ததும் கண்ணைப் பறிக்கும் வண்ணங்கொண்டதுமான பட்டு வஸ்திரத்தாலும் அளவான ஆனால் நிறைவான நகைகளாலும் விநோத மான தலைப்பின்னலாலும் என்னைப் பூட்டிக்கொண்டேதான் கிளம்பினேன். இருவரும் தயாரான பின் இவர் தான் போகுமிடத்தை நன்கு அறிந்தவரைப் போல மிடுக்காக முன்னாலும் நான் பெருங் குழப்பத்திலிருப்பவளைப் போல இவர் பின்னால் தலைகுனிந்து தரையைப் பார்த்தபடியும் அகத்தை விட்டு வெளியேறினோம். பின்பு பேசிவைத்திருந்தபடியே அக்ரஹாரத்தைத் தாண்டியதும் நான் இவர் முன்னே சென்று பட்டணத்தின் பல தெருக்களையும் கடைவீதிகளையும் கோயில்களையும் தாண்டி பூதிக்கோட்டிலிருந்த அந்தத் துலுக்கப் பெண்ணின் இல்லத்தை நோக்கி வேகமாயும் உல்லாசமாயும் இவரை வழிகாட்டி அழைத்துக்கொண்டு சென்றேன். ஏனென்றால் இங்கேயே பிறந்து இருபத்தியெட்டு வருஷகாலத்தைக் கழித்தவரென்றாலும் இந்தப் பட்டணத்தின் பாதைகளிலும் கட்டிடங்களிலும் ஒருபோதும் புழங்கிப் பழக்கமில்லாத வேற்று மனுஷராகவேயிருந்துவந்ததனால் வனாந்திரங்களின் வழியற்ற வழிகளிலும் சிடுக்குகளிலும் பின்னல்களிலும் காற்றைப் போல நுழைந்தும் ஊடுருவியும் வெளியேறத் தெரிந்துவைத்திருந்த இந்த மனுஷருடைய கால்களைப் பட்டணத்தின் பாதைகளும், என் நடையின் விரைவும், வாகனாதிகளின் குறுக்கிடல்களும், மாளிகைகளின் உயரமும் வெருட்டித் தடுமாறச்செய்திருந்தன. இப்படியாக, மரங்களற்ற சில வீதிகளை நேரடியாகச் சுட்டெரிக்கும் சூரியனின்கீழ் கடப்பதற் குள்ளாகவே இவர் தனக்குப் பயமாயிருக்கிறதென்று சொல்லி இரண்டு வருடத் தாம்பத்தியத்தில் முதல் தடவையாக, ஆனால் எந்தவித விசேஷப் பிரக்ஞையுமின்றி, ஒரு குழந்தையைப் போல ஓடிவந்து என் கையைப் பிடித்துக்கொண்டுவிட்டார். தோற்றத்திலும் அலங்காரத்திலும் எள்ளளவும் பொருத்தமற்ற இந்தத் தம்பதிகளை விநோதமாகப் பார்த்தபடி சாரட்டுகளிலும் பல்லக்குகளிலும் காவடிகளிலும் கடந்துபோய்க் கொண்டிருந்த சீமான்களின் கேலிச் சிரிப்பால் அந்தப் பிடி என் முகத்தில் வெட்கத்தின் வலியைப் படர்த்தும்வண்ணம் என் கையை மேலும் பலமாக இறுக்கிக்கொண்டுமிருந்தது. சிறிதும் விகல்பமற்ற சம்பவம்தானெனினும் இவருடைய எதிர்பாராத அந்த முதல் தீண்டல் என்னை ஆழமாகச் சலனப்படுத்திவிட்டது. சந்தோஷ அதிர்ச்சியில் நாங்கள் எங்கே போய்க் கொண்டிருக்கிறோமென்பதையே நான் மறந்துவிட்டேன். அந்தக் கணத்தில் என் மனதிலிருந்ததெல்லாம் கரத்தைப் பற்றிய கையோடு இவர் என்னை எங்கே கூட்டிச்செல்வதானாலும் என் திட்டத்தை ஸ்தலத்தி லேயே தக்ஷணமே உதறிவிட்டு இவருடன் சென்றுவிட என்னுடல் தயாராயும் மனம் ஏங்கியபடியுமிருக்கறதென்று இவரிடம் சொல்லியழ வேண்டுமென்கிற ஒரே எண்ணம்தான். அப்போதே சதாசிவம் என் வயிற்றில் ஜனிக்கத் தொடங்கிவிட்டான். ஒரு தேனடையைப் போல இனித்துப் பழுத்துத் தொங்கிக்கொண்டிருந்த இந்த சுகானுபவத்தை எட்டு வருஷங்களுக்குப் பிறகு இங்கே இப்படிப் பகிரங்கப்படுத்திக்கொள்வதில் எனக்கு லஜ்ஜையெதுவும் இல்லை.

இப்படியான அனுபவங்களுடன் நாங்களிருவரும் பூதிக்கோட்டிலிருந்த, மைசூர் ராஜாவின் முக்கிய தளபதியான முகம்மதலி நாயக்கினுடைய, பெரும் தூண்களையும் அலங்கார வளைவுகளையும் பளபளக்கும் வண்ணத்தில் பறக்கும் உடையார் வம்சக் கொடியை முகப்பாகக் கொண்ட அலங்கார வாயிலையுமுடைய மாளிகையை அடைந்தோம். அதன் பெயர் சாய்தானி மஹல். நாயக்கிற்கு மூன்று ஆண் மகவுகளைக் கொடுத்துவிட்டு இளவயதிலேயே இறந்துபோன அவருடைய மூத்த தாரத்தின் நினைவாகப் பெயரிடப்பட்டது. நான் என்னைப் பற்றியும் எனக்கும் தளபதியின் இரண்டாந்தாரத்திற்கும் (ஈஸ்வரா, அவள் பெயர் என்ன) இடையிலிருந்த நட்பைப் பற்றியும் வாயிற்காப்போனிடம் சொல்லி அவன் அனுமதித்த பின் அதனுள்ளே போனோம். இந்தக் கட்டம் வரையில் இவரைக் கொண்டுவந்து நிறுத்துவதுதான் அப்போதைக்கு என்னுடைய உத்தேசமாயிருந்தது. பிறகு வந்த நாழிகைகளில் என்னுடைய வேலை நடப்பவற்றை வேடிக்கைபார்த்துக்கொண்டிருப்பதைத் தவிர வேறெதுவுமாய் இருக்கப்போவதில்லை. ஏனென்றால் பூதிக்கோட்டிற்கு வாழ்க்கைப்பட்டுச் சென்ற ஓரிரு வருடங்களுக்குப் பிறகு தன் தம்பியைப் பார்க்க கோலார் வந்திருந்த நாயக்கின் இரண்டாம் தாரம் ஒருமுறை தன் அகத்திற்கு வர வேண்டுமென்கிற அழைப்போடு புக்ககத்துப் பெருமைகளைப் பற்றி என்னிடம் அடுக்கிவிட்டுச்சென்ற வியப்பூட்டும் வர்ணனைகள் உண்மையானால் அரண்மனைக்குள் நுழைந்த கணத்தி லேயே நான் இவரை அங்கே கூட்டிவந்ததன் காரணத்தை இவர் தானே தெரிந்துகொண்டுவிடுவாரென்று நம்பித்தான் அவரை நான் அங்கே அழைத்துப்போனேன். கட்டிடங்களை வெறுத்துப் பேசிக்கொண்டிருந்த அவரை முதல் பார்வையிலேயே அந்த மாளிகை ஈர்க்கவில்லையானால் பிறகு அங்கே இருந்து ஆகப்போவது ஒன்றுமில்லையென்றும் அப்படியான பட்சத்தில் உடனே அவரையழைத்துக்கொண்டு அதை விட்டு வெளியேறிவிட வேண்டுமென்றும் எண்ணியிருந்தேன். ஆனால் ஈஸ்வர கிருபையால் அந்தப் பெண் பொய்யாக எதையும் என்னிடம் கூறியிருக்க வில்லை. சாய்தானி மஹலின் உட்பக்கம் கொண்டிருந்த விஸ்தாரம் எங்களை மலைத்துப்போய் நிற்கும்படி செய்துதான்விட்டது. மேலும் உள்ளே நுழைந்தவுடனேயே இவர் தன் செவிகள் பறவைகளிடமும் வண்டுகளிடமும் மட்டுமே கேட்டுப் பழகியிருந்த நீரின் இசையைச் செவியுறுவதாயும் என் காதுகளில் முணுமுணுத்தார். அந்த இசையை நானும் கேட்டேன். அதோடுகூட அப்போது அவருடைய கண்மணிகளின் அலைவில் அவர்முன் நிழலாடும் கற்பனையுருக்களையும் என்னால் பிரத்யட்சமாக என் கண்களால் காண முடிந்தது. அஃதென்னவென்றால் எங்கள்முன் நறுமணத் திரவியத்தில் தோய்க்கப்பட்ட பட்டுச் சால்வை யொன்று மிதமான காற்றில் தவழ்வதைப் போல நீலநிறத்தில் அந்தச் சங்கீதம் மிதந்துகொண்டிருந்தது. அதுவே அங்கே பார்வைக்கு வைக்கப் பட்டிருந்த பரிசுப் பொருட்களாயும், வெற்றிச் சின்னங்களாயும், புகழ்ப் பதாகைகளாயும், வண்ணச் சித்திரங்களாயும் பலவாக உருப்பெற்று விருந்தாளிகளறை முழுவதையும் நிறைந்திருந்தது. அமர்வதற்காகத் துலுக்கச் சம்பிரதாயப்படி இடப்பட்டிருந்த உயரக்குறைவான இலவம் பஞ்சு மேடைகளும், சாய்மானத் திண்டுகளும், அடர் செவ்வண்ணத்

தரைவிரிப்புகளும், மெல்லிய உருதுச் சொற்கள் நதியினுள் கூழாங் கற்களைப் போல உருளும் அந்த மந்தகாச ராகங்களின் ஈரத்தில் முற்றாக நனைந்துகிடந்தன. ஆங்காங்கே இடைவெளியில் வெளிப்பட்ட வெண்பளிங்குத் தரையும், பளிங்குச் சுவர்களும்கூட அதில் தோய்ந்து பளபளத்தபடி ஒரு சிறு முணுமுணுப்புகூட அவற்றின் மோனத்தைக் கலைத்துவிடுமோவென்று அஞ்சுமளவிற்கு அமைதியில் மூழ்கியிருந்தன. இந்த அமைதிக்குப் பங்கமேற்படுத்தாதவண்ணம் நல்ல உயரத்தில் உயரே கூம்பியிருக்கும்படியான அமைப்புக் கொண்ட விதானத்தையொட்டி யிருந்த வட்டவடிவ உப்பரிகைச் சன்னல்களில் பொருத்தப்பட்டிருந்த வண்ணமயமான கண்ணாடிகளின்வழியே சூரிய வெளிச்சம் வடிகட்டப் பட்டு உறுத்தாத பிரகாசத்துடன் ராகமாலைகளை நினைவுபடுத்தும் பன்னிறப் பிரதிபலிப்புகளாக இல்லத்தினுள் பிரவகித்துக்கொண்டிருந்தது, உயர்ந்த வெண்ணிறத் தூண்கள் பச்சைநிறப் பட்டுத்துணிகளால் பாதி தெரிந்தும் பாதி தெரியாமலும் சுற்றப்பட்டு விதானத்தின் ஆரத்தைத் தாங்கும்படி ஆங்காங்கே நின்றிருந்தன. இந்தத் தூண்களினிடையில்தான் அறையின் ஒரு மூலைச்சுவரினையொட்டிச் சற்று விலக்கமாக அமைக்கப்பட்டிருந்த மேடையொன்றின் மீது மூன்று பேர் அமர்ந்து தங்கள் கண்களைப் பாவப்பெருக்கில் மூடியபடி எங்களிருவரையும் சிக்கவைத்துச் சுழற்றிக்கொண்டிருந்த இசை நதியின் ஊற்றைத் தங்கள் கைகளிலிருந்த, நான் முன்பின் பார்த்திராத, ஒரு நரம்பு வாத்தியத்தின் மூலமும் அந்த மாளிகையின் சுவர்களைப் போன்றே பளபளப்பானதும் மென்மையானதும் நிறங்கூடியதுமான ஏதோவொர் உருதுப் பாடலின் மூலமும் பெருக்கிகொண்டிருந்தார்கள். ஒரு கண்ணாடியைப் போல அச்சமேற்படுத்தும் துல்லியத்தில் பிரகாசித்துக்கொண்டிருந்த அந்தச் சூழலில் எங்களை அங்கிருந்த ஒரு விரிப்பின் மேல் அமர்ந்து காத்திருக்கும் படி சொல்லிவிட்டுச் சென்ற சேவகனும் தூண்களினிடையில் மறைவதும் வெளிப்படுவதுமாய்க் கூடத்தின் ஒரு திசையிலிருந்து இன்னொரு திசைக்குப் போய்வந்துகொண்டேயிருந்த இன்னும் பல சிப்பந்திகளும்கூடத் தங்களுடைய ஒரு சிற்றசைவுகூட அங்கே நிறைந்து ததும்பிக்கொண்டிருந்த சாந்திமயமான சூழலின் ஒரு திவிலையையேனும் அசர்ந்தர்ப்பவசமாகச் சிதறச்செய்துவிடக் கூடாதென்கிற எச்சரிக்கையுணர்வுடனேயே அதன் லயத்தோடு மிக இயைந்து, அதனுள்ளே மூழ்கி, அதன் ஒரு துளியின் நீந்தலாகவேதான் தங்களுடைய நடமாட்டத்தை அமைத்துக்கொண் டிருந்தார்கள். உண்மையிலேயே அது நானே சற்றும் எதிர்பாராததும் அற்புதமானதுமானவொரு கணம்தான். இவர் ரோமாஞ்சனமாகி நிற்பதைக் கண்டேன். நன்றி தைலா, கட்டிடங்களினுள்ளும் காடுகளை வளர்க்க முடியுமென்பதை உன் வழிகாட்டலால் நான் தெரிந்துகொண்டேன்.

நான் அடைந்த சந்தோஷத்தை வார்த்தைகளால் விவரிக்க முடியாது. இப்படி இவர் வாயால் சொல்லிக் கேட்க வேண்டுமென்று விரும்பித்தானே இவரை நானே அதுவரையில் கண்ணால் பார்த்திராத சாய்தானி மஹலுக்கு அந்தப் பெண்ணின் பேச்சை மட்டுமே நம்பி அழைத்துச்சென்றேன். இப்போது கேட்டும்விட்டேன். பெருமிதத்திலும் கர்வத்திலும் அதற்குப் பிறகு அங்கேயிருப்பதும், அங்குள்ளவர்களைப் பார்த்து அளவளாவிவிட்டு

வருவதும்கூட எனக்கு இரண்டாம்பட்சமாகிப்போனது. மனதிலும் கண்களிலும் பொங்கிப் பிரவகித்துக்கொண்டிருந்த ஆனந்த பாஷ்யத்தின் வேகம் அடங்குவதற்குள் அவரையழைத்துக்கொண்டு அகத்திற்குத் திரும்பிவிட வேண்டுமென்றுதான் நான் தவியாய்த்தவித்தேன். ஆனால் அத்தனைத் தூரம் வந்துவிட்டு அந்த அகத்துக்காரர்களைச் சந்திக்காமல் பேசாமல் எப்படித் திரும்பிப்போவது என்று அவர்களுக்காகக் காத்திருக்க வேண்டியதாயிருந்தது. ஈஸ்வர சித்தம் இப்படித்தான் நாம் நினைக்காத வழிகளில் காரணகாரியங்களை ஸம்பவித்து நம் திகைப்பை வேடிக்கை பார்த்து ரஸிக்கிறது.

நாங்கள் காத்திருக்கத் தொடங்கிய சற்று நேரத்திற்குள்ளாகவே அந்தப் பெண் அவர்கள் வழக்கப்படி கோஷாவையணிந்துகொண்டு, வெகு அபூர்வமாக அப்போது இல்லத்திலிருந்த தன் கணவரான நாதிம் ஸாஹேபுடனும் மூத்தாளினுடைய மூன்று பிள்ளைகளுடனும் வரவேற்பறைக்கு வந்து எங்களிருவரையும் நலம் விசாரித்து உள்ளே கூட்டிச்சென்றாள். திரும்பிச்செல்லும் அவசரத்தில்தான் நானிருந்தேனே யொழிய அவர்களிடம் பேசும் விருப்பம் எனக்கு இல்லாமலில்லையாதலால் நாங்கள் அங்கே தங்கியிருந்த அளவில் பொழுதை நன்றாகவும் முழு மனதுடனுமே இவருடன் அனுபவித்துக் கழித்தேன். முகத்தைக் காட்டாமல் மூடி மறைத்துக்கொள்ளும் துலுக்கச் சம்பிரதாயம் இவருக்குப் புதியதாயிருந்தது. குரலை மட்டும் வெளிப்படுத்திவிட்டுச் சரீரத்தை மறைத்துக்கொண்டிருந்த அந்தப் பெண்ணின் முகத்தை (அவளுக்கு மிக இனிய சாரீரம்வேறு) காட்டுக்குள்ளிருந்து கூவும் கோகிலத்தைத் தேடுவதைப் போல உற்றுற்றுப் பார்த்து அவளுடைய கணவரும் பிள்ளைகளும் நானும் என்ன நினைத்துக்கொள்வோமென்கிற பிரக்ஞையேதுமின்றி தேடிக்கொண்டேயிருந்தார். முகங்காட்டாத அந்தக் குரல் வரவேற்பறையில் தவழ்ந்துகொண்டிருந்த இசையின் தொடர்ச்சியை இவருக்கு நினைவுபடுத்தியிருக்க வேண்டுமென்று நான் அப்போது ஊகித்துக்கொண்டிருந்தேன். ஆனால் பிறகொருநாள் அவளும் மூத்தாளைப் போலவே அல்பாயுசில் இறந்துபோன அன்று அந்த ஸம்பவத்தை நாங்களிருவரும் பரஸ்பரம் நினைவுகூர்ந்தபோது அவள் தன் குரலைக் கோஷாவுக்குள்ளிருந்து மட்டுமல்லாமல் அவள் தொட்டுப் புழங்கிக்கொண்டிருந்த வஸ்துகள் எல்லாவற்றிலிருந்தும் எழப்பண்ணிக்கொண்டிருந்ததாகத் தனக்குத் தோன்றியதாலேயே தான் அப்படி அவளுடைய உதடுகளைக் கண்டுவிடத் துடித்துக்கொண்டிருந்ததா யும், அந்த வினோத அலங்காரம் தன்னிடம் வியப்பையெழுப்புவதற்குப் பதிலாகப் பரிச்சய உணர்வையே உண்டாக்கியதாயும் இவர் என்னிடம் சொன்னார். அந்தப் பெண்ணையன்று, தன் உடல் முழுவதையும் துணியால் மறைத்துக்கொண்டிருக்கும் அதேபோன்றவொர் உருவத்தை அதற்கு முன்பே நான் எங்கோ பார்த்திருக்கிறேன், இந்த ஜென்மத்திலில்லையென்றால் பூர்வ ஜென்மமொன்றில், என் கண்களாலில்லையென்றால் என்னைத் தன் சுக்கிலத்திற்குள் வைத்துக் கர்ப்பந்தாண்டிக் கர்ப்பமாகக் கடத்திக் கொண்டுவந்துகொண்டே யிருந்த என்னுடைய முன்னோன் எவனோ ஒருவனுடைய கண்களால்,

உருவத்தை மறைக்கும் கருப்புத்துணி, கருப்புத்துணிக்குள் மறையும் உருவம், உருவமற்ற குரல், அறிமுகப்படுத்திக்கொள்ள மறுக்கும் பரிச்சயம், வினோதம்தான் தைலா, அந்த உணர்வால் நான் என் வழக்கமான அலைச்சலின் களைப்பிற்குள் மூழ்கிப்போனேன், என் கைகளைத் கூப்பி நமஸ்கரித்தபடியே அந்தக் கருப்புத்திரையின் மத்திய பாகத்தில் தளர்வாகப் பின்னப்பட்ட சல்லாச் சன்னலின்வழியே என்னைத் தன்னை அடையாளம் கண்டுகொள்ளச்சொல்லி ஒரு விளையாட்டைப் போல சவால்விட்டுக்கொண்டிருந்த அந்தக் குரலைப் பார்க்க முயற்சித்தபோதெல்லாம் கண் மறைவாயிருந்த உதடுகளின் நகைச்சுழிப்பு சிறு சுருக்கங்களாகக் கண்களின் விளிம்பில் ரேகையோடிருந்த கோலத்தை நான் காண நேர்ந்தது, அது என் உடலிலோடிக்கொண்டிருந்த முன்னோன் எவனோ ஒருவனுடைய ரத்தத்தின் செவிகள் மட்டுமே அறிந்திருந்த அந்த உருவத்தின் வேறொரு யுகத்து அவதார விகாசத்தை ஒரு மின்னலென என் அகவிழியின்முன் விசிறியடித்துப் புத்தியைத் திகைக்கச்செய்துகொண்டிருந்தது, ஓரோர் சமயம் துணியால் தன்னைப் போர்த்துக்கொண்டிருந்த அந்த உருவம் ஓர் ஆணென்றும் அவனுடைய பெயர்கூட எனக்குத் தெரியுமென்றும் அது என்னுடைய நுனிநாவில்தான் துடித்துக்கொண்டிருந்ததென்றும்கூட எனக்குத் தோன்றியது. அப்போது மட்டுமில்லை, பிறகு சாய்தானி மஹலுக்குச் சென்றுவரும் பழக்கம் அதிகமாகி அது எங்கள் வீட்டாருடைய நிம்மதியைக் கெடுத்துக்கொண்டிருந்த காலத்தில்கூட இவர் அந்தத் திரையலங்காரத்தின்வழியே ஆதி ஞாபகம் எதையோ திரும்ப மீட்டுக்கொள்வதற்காகத்தான் அங்கே வந்து கோஷாவைத் திரும்பத்திரும்ப ஆச்சரியத்துடன் உற்றுப்பார்த்துக்கொண்டேயிருந்ததாயும், ஆனால் அப்போதும் இவருடைய ஆர்வம் தன் முகத்தைப் பார்ப்பதில் இருக்கவில்லையென்றும் அந்தப் பெண்ணே என்னிடம் சொன்னாள். ஒருமுறை பார்வையின் குறுகுறுப்புத் தாளாமல் அவளே திரையை விலக்கித் தன் முகத்தைக் காட்டிவிட முன்வந்தபோது இவர் அதைப் பார்க்க மறுத்துத் தன் கண்களைப் பொத்திக்கொண்டுவிட்டதோடு பதற்றம் மேலிட மாளிகையை விட்டும் உடனே வெளியேறிவிட்டாராம்.

தளபதியின் குடும்பம் இவருடைய பார்வையை வித்தியாசமாக எடுத்துக்கொண்டுவிடக் கூடாதேயென்று நான் அன்று முழுவதும் பயந்துகொண்டேயிருந்தேன். நல்லவேளையாக அப்படியெதுவும் நடக்கவில்லை என்பது ஒருபுறமிருக்க சாய்தானி மஹலில் இவரைப் பாதித்தது தளபதியின் இரண்டாந்தாரத்தினுடைய குரல் மட்டுமில்லையென்பதும் அப்போது என்னுடைய சம்சயமாகயிருந்தது. மாளிகைக்குள் நுழைந்த கணத்திலிருந்தே உருகிக் கசியத் தொடங்கியிருந்த இவருடைய மனம் அற்புதமான இசை மற்றும் ஜாஜ்வல்யமான வண்ணங்கள் ஆகியவற்றின் பின்னணியில் உறவுகளால் வெறுத்தொதுக்கப்படும் தன்னுடைய பாஷாண்டிக் கோலத்தின் மீது சற்றும் அசூயைகொள்ளாத அவளுடைய பரிவான உபசரணையிலும் இளகி ஏதேதோ பால்ய ஞாபகங்களுடன் அதைப் பிணைத்துப்பார்த்து நெகிழ்ந்துபோயிருக்க வேண்டும். அவள் மட்டுமன்று, மனிதருலகில் எதிர்பார்க்கவே முடியாதவொன்று என்று

இவர் நிச்சயித்துக்கொண்டுவிட்டிருந்த பரிவையும் அன்பையும் உபசரணையையும் அந்தக் குடும்பம் முழுவதுமே அன்று எங்கள்முன் வாரித்தான் கொட்டியது. இவரைவிட ஏழெட்டு வருடங்கள் மூத்தவரான முகம்மதலி நாயக் இவருடைய அழுக்ககலாத கைகளைத் தயக்கமெதுவுமின்றிப் பற்றியிழுத்தபடி இல்லத்தின் அறைகளையும் தொழுகையிடத்தையும் ஜாதிக்குதிரைகள் அலைபாய்ந்துகொண்டிருந்த லாயத்தையும் பர்ணசாலையையும் தோட்டத்தையும் நீரூற்றுகளையும் உப்பரிகைகளையும் தளவாடச் சாலையையும் படிப்பறையையும் சுற்றிக்காண்பித்தார். அன்று முழுவதும் சுற்றிப்பார்க்கும்படியான விஸ்தீரணத்தைக்கொண்டிருந்த சாய்தானி மஹலின் படிப்பறையிலிருந்த சுவடிகளையும் நூல்களையும் பார்த்து இவர் இன்னும் பிரமித்துப்போனார். அவற்றிலிருந்து எழுந்த பல தேசங்களின் ஞானிகளும் கவிஞர்களுமான மூதாதையர்களின் குரல்கள் அவ்வறை முழுவதும் நீக்கமற நிரம்பி நல்வார்த்தைகளை முணுமுணுத்தபடியிருந்தன. நூல்களை அறிவதும் காட்டை அறிவதும் ஒன்றுதான் என்று தளபதி இவரிடம் சொன்னார். சாதாரணமாகத்தானென்றாலும் இந்த வார்த்தை இவருடைய மனதில் பசுமரத்தாணிபோல பதிந்துபோனது. இதோடு இன்னொரு புத்தியும் அன்று நண்பகல் விருந்து உபசரணையின்போது (புலால் உணவை விரும்பிச் சாப்பிடும் பழக்கமுள்ள அந்த வீட்டவர்கள் அன்று நாங்கள் பிராமண அதிதிகளென்று தனிப் பாண்டங்களில் சைவ உணவையும் பழங்களையும் சமைத்திருந்தார்கள்) கிடைத்தது. உணவு மேசையின்முன் அமர்ந்து பிஜப்பூர் சுல்தான்களுடைய ராணுவத்திலும் கர்நாடக நவாபுகளின் படைகளிலும் இரண்டு தலைமுறைகளாகத் தளபதிகளாய் ஊழியம்செய்து தேவனஹள்ளி முற்றுகையிலும், சிரா யுத்தத்திலும் வெற்றி தேடித்தந்து இப்போது மைசூர் உடையார் சமஸ்தானத்தின் செல்வாக்குமிக்க குடும்பங்களில் ஒன்றாக விளங்கிக்கொண்டிருந்த தங்கள் பரம்பரையின் மூதாதையர் மக்காவிலிருந்து முன்னூறு வருடங்களுக்கு முன் இந்தியாவை நோக்கி நகர்ந்துவந்த கதையையும், முற்றிலும் வித்தியாசமான கலாசாரப் பின்புலம்கொண்ட தேசத்தின் கலை இலக்கிய சமூக மரபுகளால் வளர்க்கப்பட்டிருந்த தங்கள் வமிசம் இந்துஸ்தானத்தின் மரபோடு இயைந்து வளர்ந்தவிதம்பற்றியும், உள்ளார்ந்த கொடுக்கல் வாங்கல்களின் மூலமாகத் தன்னைத் தகவமைத்துக்கொண்டதுபற்றியும், சுவையாகப் பேசிக்கொண்டிருந்த தளபதி தன்னுடைய அந்த மாளிகையே இந்திய ரசனையில் தோய்ந்த அரபு மனதின் வெளிப்பாடுதானென்று சொல்லவும் அதை ஒரு வாய்ப்பாக எடுத்துக்கொண்ட இவர் ஒரு முஸ்லிம் இல்லமான அந்தக் கட்டிடம் அதை முன்பின் அறிந்திராதவனும் வேற்று மதத்தினனுமான தனக்கும் எப்படியோ முன்பே பரிச்சயப்பட்ட உணர்வைக் கொடுக்கிறதென்று சிலாகிக்க, தளபதி உடனே ஒரு பிராமணனென்கிற முறையில் வேதங்களின் க்ஷரத்துகள்மீது தனக்கிருக்கும் சில சந்தேகங்களை இவர் தீர்த்துவைக்க வேண்டுமென்று கேட்டுக்கொண்டபோது இவர் வெட்கத்துடன் தலையைக் குனிந்துகொண்டுவிட்டார். இவருக்குப் பதிலாக நானே வேதப்படிப்பில் ஏனோ இவருக்குப் பிடித்தமில்லாமலிருக்கிறதென்று பதில் சொன்னேன். ஆச்சர்யப்பட்டார்களெனினும் அப்போது யாரும் அதைப் பற்றிப்

பேசவில்லை. ஆனால் உண்டு எழுந்து தாம்பூலம் தரித்துக்கொள்ளும் இடத்தை நோக்கி நாங்கள் நகர்ந்தபோது தளபதி தனிமையில் இவர் கையைப் பற்றியிழுத்து, எனினும் நண்பரே, ஒவ்வொரு குலத்தவனும் தன் குலம்சார்ந்த அறிவைப் பூரணமாகக் கொண்டிருப்பானென்றே உலகம் நம்புகிறது என்று சொல்லிவிட்டு நகர்ந்துசென்றுவிட்டாராம். இந்த வார்த்தை தன்னைச் சுரீரென்று தாக்கியதாயும், அதுவரை அங்கே பேசிக்கொண்டிருந்தவற்றில் தனக்கு அந்நியமான பல விஷயங்களையும்கூட ஏற்கெனவே கேட்டுவிட்டிருந்ததான உணர்வை அந்தத் தாக்குதலில் தான் அடைந்ததாயும் இவர் என்னிடம் பின்பு சொன்னார். இதனால்தானோ என்னவோ உணவுவேளைக்குப் பிறகு இவர் மௌனியாகிவிட்டார். யாரும் இவரைப் பேசும்படி கட்டாயப்படுத்தவுமில்லை. பிறகு நாங்கள் அவர்களிடம் விடைபெற்றுக்கொண்டு புறப்பட்டோம். அகத்திற்குத் திரும்பும் வழியில் நான் எங்கள் வீட்டாரிடம் நாங்களிருவரும் புத்திர பாக்கியம் வேண்டி கோவிலுக்குப் போய்விட்டு வந்ததாகச் சொல்ல வேண்டுமென இவரிடம் பேசிக்கொண்டேவந்தபோதும் இவர் தலையசைப்பைத் தவிர வேறெதையும் பதிலாகத் தரவில்லை. இவர் மனம் கலைக்கப்பட்டிருக்கிறதென்பதையும் தன்னுடைய அதுநாள் வரையிலான பழக்கவழக்கங்களை விசாரணைக்கு ஆட்படுத்திக் கொண்டிருக்கிறதென்பதையும் அறிந்துகொண்ட நானும் மேற்கொண்டு இவரிடம் எதைப் பற்றியும் கேட்கவில்லை. சாய்தானி மஹலில் தொடங்கிய கனத்த மௌனம் அன்று இரவுவரை இவரிடமிருந்து விலகிச்செல்லவில்லை. பிறகு இரவு நாங்களிருவரும் தனித்துவிடப்பட்டபோது இருட்டில் என் கைகளைத் தொட்டவர் அந்தத் துலுக்கக் குடும்பம் இன்று நம்மிடம் பேசியதத்தனையும் இரண்டு வருஷகாலமாக ஒவ்வோரிரவிலும் நீ என்னைச் செவிமடுத்துக்கொண்டிருப்பதான பாவனையுடன் உன் மௌனத்தால் எனக்குச் சொல்லிக்கொண்டிருந்தவைதானே என்று கேட்டார். (எதைப் பார்க்க வனாந்திரத்திற்குப் போனீர்கள், காற்றினால் அசையும் நாணலையோ). முதல் தடவையாக இவர் குரல் தழுதழுத்திருப்பதை நான் கேட்டேன். எனக்குப் பதில் சொல்லத் தெரியவில்லை. எனவே அப்போதும் இவர் பேசியதைக் கேட்டுக்கொண்டிருப்பதைத் தவிர வேறெதையும் நான் செய்யவுமில்லை. ஆனால் கேட்பதையும் சில சமயங்களில் பேசுவதாகக் காட்டும் விந்தையான அனுபவங்களைத் தருணங்கள் தானே நிகழ்த்திக்கொண்டுவிடும்போல. அதற்கு மேல் இவருமே வேறெதையும் பேசவில்லை. அந்த இரவிலேயே நான் சதாசிவத்தைக் கருத்தரித்தேன்.

என்மீது சரீரரீதியான ஈர்ப்பை மட்டுமன்று, சாய்தானி மஹலை நோக்கி அன்று நான் திட்டமிட்டு நடத்திய சிறுபயணம் இவருடைய போக்கில் நான் எதிர்பார்க்காத வேறு சில மாறுதல்களையும் கொண்டு வரத்தான்செய்தது. அதற்கப்புறமும் இவருடைய அலைச்சல்கள் நிற்கவில்லைதான். ஆனால் அவற்றின் கதியும் பாதையும் மாறிவிட்டிருந்தன. தனிமையிலும் வனாந்திரங்களிலும் இவர் கொண்டிருந்த வேட்கை சாய்தானி மஹல் படிப்பறையின்பக்கம் திரும்பிவிட்டது. என்னை வலிந்து அழைத்துக்கொண்டு அடிக்கடி அங்கே போய்வரவாரம்பித்தார்.

நான் என் தோழியுடன் அளவளாவிக்கொண்டிருக்கையில் இவர் படிப்பறைக்குள் நுழைந்து ஏடுகளில் ஆழ்ந்துவிடுவார். அந்த அறையில் இவர் எங்களகத்தைக்காட்டிலும் அதிக சுவாதீனத்துடனும் பேரவாவுடனும் புழங்குவதை நாதிம் ஸாஹேப் தடுக்கவில்லையென்பதோடு பல சமயங் களில் நூற்பொருள்கள்பற்றி இவருடன் விவாதித்தும் புதியவுலகங்களைத் திறந்துவிடும் நூல்களையும் வினோதமான பொருள்களைப் பற்றிப் பேசும் பழஞ்சுவடிகளையும் இவருக்கு அறிமுகப்படுத்தி இவரை மென்மேலும் வாசிப்பின் போதையில் ஆழ்ந்துபோகும்படி ஊக்கப்படுத்திக்கொண்டே யிருந்தார். பலநாள் திருடன் ஒருநாள் பிடிபடுவானென்பதற்கொப்ப நாங்களிருவரும் அந்தத் துலுக்கக் குடும்பத்தில் உண்டு உறவாடிவிட்டு வருகிறோமென்பதை மாமாவும் மாமியும் பிறகொருநாள் கண்டுபிடித்து விட்டார்கள் தானென்றாலும் பௌத்திரப்பிராப்திக்குக் காரணமே போகத்தில் கரைகண்டவர்களான அந்தச் சாதியாருடன் எங்களுக்கு ஏற்பட்ட சகவாசம்தானென்றும், ஊருக்கெல்லாம் சுவடியைத் தூக்கிக்கொண்டு உபதேசஞ்செய்யப்போகும் பிராமணன் பிறசாதிச் சனங்களால்தான் தனக்கான மார்க்கத்தை அறிய வேண்டுமென்பது சங்கரர் காலத்திலிருந்தே இருந்துவரும் ஈஸ்வரசித்தம்தானேயென்றும், மேலும் இந்தப் பழக்கம் குலப்பெருமையைக் குழிதோண்டிப் புதைக்கும்படி கஞ்சாப் பக்கிரிகளுடனோ பிச்சைகாரர்களுடனோ செப்பிடு வித்தைக்காரர்களுடனோ அமையாமல் பட்டணத்தின் முக்கியஸ்தர்களிலொருவரான மாட்சிமை தங்கிய தளபதியவர்களுடைய குடும்பத்துடனாக இருந்தவரையில் அதைப் பற்றி அதிகம் கவலைப் படுவதற்கொன்றுமில்லையென்றும், இதற்கெல்லாம் மேலாக இந்தக் குடும்பத்திற்கு மாட்டுப்பெண்ணாக என்னைச் சிபாரிசுசெய்தவளே அந்தத் துலுக்கப் பெண்தானேயென்றும் நினைத்து அவர்கள் எங்களைக் கடிந்துகொள்ளும் ஆரம்பப் பழக்கத்தைப் பிறகு கொஞ்சங்கொஞ்ச மாகக் குறைத்துக்கொண்டுவிட்டார்கள். நானும் சில நாட்களுக்குப் பிறகு அன்றாட வேலைகளின் சுமையாலும், நோக்கம் நிறைவேறிவிட்ட திருப்தியாலும், சம்பாஷிக்கக்கூடிய விஷயங்கள் தீர்ந்துபோய்விட்டதான சலிப்பிலும் இவருடன் பூதிக்கோட்டிற்குத் துணையாகச் செல்வதற்கு முகஞ்சுணங்கியபோது முன்போல என்னை வற்புறுத்தாமல் இவர் தான் மட்டும் தனியாகவே அங்கே போய்விட்டுவரும் பழக்கமும் இவரிடம் வந்துசேர்ந்தது. சாய்தானி மஹலில் அழகிய பெண்கள் கோஷாவுக்குள் உலாவுகிறார்களென்பது தொட்டபல்லப்பூர் முழுவதும் பிரசித்தமென்பதால் இவர் இப்படித் தனியாக அங்கே சென்றுவருவதுபற்றி அக்ரஹாரத்தில் காரசாரமான வாதப்பிரதிவாதங்களும், எங்கள் குடும்பத்திலுமேகூட படித்துக்கொண்டிருக்கும் சுவடிகளைப் பாதியில் விட்டுச்செல்ல மனமின்றிச் சிலயிரவுகள் இவர் அந்த அகத்தின் படிப்பறையிலேயே தங்கிக்கொள்ளத் தன்னையனுமதிக்குமாறு ஒரு பிச்சைக்காரனைப் போல எங்கள்முன் இரந்துகொண்டு நிற்பதன்மீதான, பொருட்படுத்தத் தேவையில்லாத முணுமுணுப்புகளும் தர்மசங்கடமான மௌனங்களும் எழுந்தபோதும் இவர் தன்னைச் சுற்றியிருக்கும் சூழல் எதையும் உணர்ந்தாரில்லை. அது வளர்ந்த குழந்தையான அவருடைய குணயியற்கைதானே. காலையில் தனியாகவோ என்னுடனோ அங்கே

செல்வதும் பிறகு தக்க பணியாட்களின் துணையுடன் என்னைத் திருப்பியனுப்பிவைக்க ஏற்பாடுகளைச் செய்துவிட்டு நூல்களுக்குள் நுழைந்துகொண்டுவிடுவதும் வாடிக்கையாகவே நடக்கத் தொடங்கி விட்டிருந்தது. தளபதியவர்கள் இவருக்கு ஒரு நல்ல சிநேகிதராயும் குருவாயும் ஆகிவிட்டிருந்தாலும் வேலைப்பளு மிகுதியானதால் இவர் விரும்பும் சமயங்களிலெல்லாம் கூடயிருக்க முடியாதவராயிருந்தார். மீண்டும் இவரிடம் அவர் வந்துசேரும் நாட்களில் அவரிடம் கேட்பதற்காக வைத்திருக்கும் ஆயிரமாயிரம் கேள்விகளை இவர் என்னிடம் நாள்பூராவும் சொல்லி ஒத்திகைபார்த்துக்கொண்டிருப்பதும் ஒரு நகைப்பிற்கரிய பழக்கமாகிப்போனது. எங்களகத்தில் என் மாமனாரின் கைகளிலும் வாயிலும் எப்போதும் புழங்கிக்கொண்டிருக்கும் ரிக்கையும் சாமத்தையும் இவர் அந்தத் துலுக்கரகத்தின் படிப்பறையிருந்துதான் ஆசையோடு எடுத்துப் படித்து ரசிக்கப் பழகிகொண்டார். நூல்களின் பழக்கம் இவரை வெறிகொண்டவராக்கித் தனக்குள் ஆழ அமிழ்த்திக் கொண்டேயிருக்கின்றதென்று தெரிந்தும் என்னால் எதுவும் செய்ய வியலாதிருந்தது. அதுயென்ன கெட்ட சகவாசமா நிறுத்தச்சொல்லிக் கடிந்துகொள்வதற்கு. இந்த நிலையில்தான் சதாசிவத்திற்கு இரண்டு வயது நடந்துகொண்டிருந்தபோது அந்தப் பெண் திடீரென சுகவீனப்பட்டு யாரும் எதிர்பாராதவிதமாகத் தளபதியையும் அவருடைய மூன்று மகன்களையும் நிராதரவாக விட்டுவிட்டு இறந்துபோனாள். புத்திர பாக்கியம் இல்லாமலேயே போய்ச்சேர்ந்த அவள் வாழ்ந்த தடமே இதோ சில வருடங்களுக்குப் பின் இந்த மண்ணில் எங்கும் இல்லாமல் மறைந்துபோய்விட்டது. ஆனால் அவளுடைய இறப்பு அவளையும் இவரையும் இணைத்துப் பேசிக்கொண்டிருந்த பிராமணர்களின் வாயை அடைத்துப்போட்டது. காரணம் அதற்குப் பிறகும் சில மாதகாலம் இவர் சாய்தானி மஹலுக்குப் போவதும் பைத்தியம்பிடித்தாற்போல நூல்களின் நடுவே விழுந்துகிடப்பதும் நிற்காமல் தொடர்ந்துகொண்டுதானிருந்தது.

ஆனால் நீடிக்கவில்லை. இரண்டாம்தாரம் இறந்த சில மாதங்களுக்குப் பிறகு மகன்களின் வற்புறுத்தலின்பேரில் நாயக் அவளுடைய இளைய தங்கையையே மூன்றாம்தாரமாகத் திருமணம் செய்துகொண்டார். அந்தப் பெண் தமக்கையைப் போல அதிதிகளை வரவேற்கும் சுபாவங்கொண்டவளாயில்லை. அவள் இவர் அகாலங்களில் சாய்தானி மஹலின் வாயிற்கதவுகளைத் தட்டிக்கொண்டு வந்து நிற்பதையும் அதன் உள்ளறைகளில் உதாசீனம் செய்யப்பட்ட வளர்ப்பு மிருகத்தைப் போல நடமாடிக்கொண்டிருப்பதையும் விரும்பவில்லை. விளைவு, காடுகளைப் போலவே நூல்களும் மனிதர்களின் பிடிக்குள் அடங்காதவையென்பதையும், வாசிப்பு ஏராளமாக மிச்சமிருக்கையில் படிப்பறை நூல்களோ தீரத் தொடங்கிவிட்டிருப்பதையும் தான் கண்டு கொண்டதாக இவர் என்னிடம் புலம்பத் தொடங்கியிருந்த காலக் கட்டத்தில் அந்தப் பெண்ணின் புண்ணியத்தால் வீட்டாரின் முகச்சுளிப்பு இவருடைய நடையில் தயக்கத்தையுண்டுபண்ணி மஹலை நோக்கிய இவருடைய போக்குவரத்தை இவரேயறியாதவண்ணம் குறைக்கத் தொடங்கிவிட்டிருந்தன. கிட்டத்தட்ட இதே சமயத்தில் தளபதியும்

உடையாரின் ராணுவத்திலிருந்து விலகி சிரா நவாபான அப்துல் ரஸுல்கானுடைய படையில் நானூறு சிப்பாய்களுக்கும் இருநூறு குதிரைகளுக்கும் தளபதியாகப் புதுப் பதவி பெற்று அந்தச் சேவையில் ஓய்வில்லாமல் மும்முரமாயிருந்ததால் இவருடைய விலக்கத்தைக் காலத்தே கவனித்து விரிசலைச் செப்பனிட அவகாசம் இல்லாதவராயிருந்தார். அவர் ஊரிலில்லாத சமயங்களில் சிலபோது மாலை வெளிச்சம் மிச்சமிருக்கும் பொழுதிலேயே மஹலை விட்டு வெளியேறிச் செல்லும்படி, அவர்கள் ஒருபோதும் இதை இவரிடம் பகிரங்கமாகச் சொன்னதில்லையானாலும், அங்கிருப்பவர்களுடைய முகபாவம் இவரை நிர்பந்தித்தபோது அவமானவுணர்வும் அதன் காரணமாகவே பழைய தேடலின் வெறியும் தன்னை உக்கிரமாக அலைக்கழிக்கத் தொடங்கிவிடுவதாயும், காடுகளில் அலைந்த தன்னுடைய கேள்விகள் படிப்பறை நூல்களைத் தாண்டிய விகாசம் கொண்டவையாக மாறித் தன்னையே வெருட்டுவதாயும் கூறிக் கொஞ்ச நாட்கள் என்னிடம் புலம்பிக்கொண்டேயிருந்த இவர் ஒருநாள் சாய்தானி மஹலை நோக்கிச் செல்வதற்குப் பதிலாக உடைகளை வேண்டுமென்றே கிழித்துக்கொண்டு தன்னுடைய பழைய பரதேசிக் கோலத்தில் சத்தமாக அழுதபடியே காட்டின்முன்போய் நின்றிருக்கிறார். ஆனால் அதுவோ நகரத்தின் சாலைகளுக்குப் பழகிப்போன கால்களை உள்ளே அனுமதிக்க மறுத்துத் தன் வழியை இவர்முன் அடைத்துக் கொண்டுவிட்டிருக்கிறது. இவர் அங்கேயே நாள் முழுவதும், அன்றிரவு மாமாவைத் துணைக்கு அழைத்துக்கொண்டு நான் சென்று திரும்ப அகத்திற்கு அழைத்துக்கொண்டு வரும்வரை, மல்லாந்து படுத்தபடி காடே காடே உன் வழியெங்கே என்று கேட்டுப் புலம்பிக்கொண்டிருந்தார். இந்தச் சம்பவம் புத்தி சுவாதீனத்தை மிகவும் பாதித்துவிட மண்டை முழுவதும் தெறித்துக்கொண்டிருந்த கேள்விகளின் உக்கிரத்திலிருந்து தப்பித்துக்கொள்ளத் தன் கைகளுக்குக் கிடைத்த ஒரே வடிகாலாக என்னை வெறிகொண்டவரைப் போல உபயோகித்துக்கொண்டிருந்த நாடகமும் சில நாட்கள் நடந்தேறியது. அப்போதெல்லாம் ஒரு பெருநூலின் தீராத பக்கங்களென என்னை மூச்சுத்திணறப் புரட்டி வன்மத்துடன் சம்போகிப்பார். நானும் மனம் சமாதானமடையுமளவிற்குப் படித்துக்கொள்ளட்டுமென்று இவருடைய ஊமைக் கேள்விகளுக்கு அதே வேகத்துடன் என்னுடலால் பதில்கொடுத்துக்கொண்டேயிருப்பேன். அப்போதெல்லாம் இவரை அலைக்கழித்துக்கொண்டிருந்த ஒரே பலவீனமென்னவென்றால் அலைந்தும் படித்தும் புணர்ந்தும் முயற்சி பண்ணிக்கொண்டேயிருந்த இவரால் காடும் நூலும் பெண்ணும் அனுபவங்களால் விஸ்தாரப்பட்டுக்கொண்டேயிருப்பவர்களேயன்றி பதில்களாகச் சிறுத்துப்போகிறவர்களல்லர் என்பதை மட்டும் கடைசிவரை ஒத்துக்கொள்ளவே முடியவில்லையென்பதுதான். துரதிர்ஷ்டவசமாக இந்த மூன்றும்தான் இவரை அரைப்பைத்தியமாக்கிக்கொண்டுமிருந்தன. சம்போகம் அதனியல்பின்படி எங்களிருவரையுமே விடைகளைக் கானல்நீராகக் காட்டிக்காட்டி மேலும்மேலும் தேடலின் ஆழத்திற்குள்தான் இட்டுச்சென்று கொண்டிருந்தது. கௌரியும் கோமதியும் பிறந்தார்கள். ஈஸ்வரக் கிருபையில் என் புக்ககத்தில் பெருகியிருந்த சொத்தும் அண்ணன் தம்பிகளுக்குள்ளிருந்த ஒற்றுமையும் இவரைப் பொருள் தேடும்

கட்டாயத்தினுள் தள்ளவில்லை. விருட்சங்களின்முன் புழுதியில் இவர் விழுந்துகிடந்த சம்பவத்திற்குப் பிறகு இவரை வெளியலனுப்பப் பயந்த நான் வேறு வழியின்றி சாய்தானி மஹலுக்குச் சென்று தளபதியவர்களைக் கண்டு இவருடைய நிலையை எடுத்துச்சொல்லி அவ்வப்போது சில நூல்களை இரவலாகப் பெற்றுவந்து இவரிடம் கொடுப்பதென்று முடிவுசெய்து அதை என் மாமனாரிடமும் சொன்னேன். ஆனால் அகத்திற்கு வந்த பெண்ணை மதியாதார் தலைவாசலை மிதிக்கச்செய்து மானபங்கமேதேனும் ஏற்பட்டுவிட்டால் பிறகு சம்பந்திகளுக்குப் பதில் சொல்ல வேண்டுமேயென்கிற அச்சத்தில் மாமா நான் அங்கே தனியாகப் போவதற்கு என்னை அனுமதிக்க மறுத்துவிட்டார். பதிலாக இந்த இக்கட்டிலிருந்து தற்காலிகமாகவேனும் மீள்வதற்குத் தன்னளவில் ஒரு யோசனையையும் முன்வைத்தார். இந்த யோசனையின்பேரில்தான் நான் கல்யாணமாகி வந்த புதிதில் வீட்டிற்குள் கன்னமிட்டு நுழைந்த வேலைக்காரத் துயிலான்முன் தங்களுடைய களங்கமின்மையை நிரூபிப்பதற்காகப் பரண்மீதிருந்து இறக்கிவைத்த வெண்கலத் தவலையை நாங்கள் மீண்டும் கீழேயிறக்கி அதனுள்ளிருந்த பழைய ஏட்டுச்சுவடிகளைத் தூசிதட்டி வெளியே எடுத்தோம்.

அந்தக் காட்சி இப்போது நடப்பதைப் போல இன்னும் என் கண்முன் அப்படியே நிற்கிறது. இவர் சமீபகாலப் பழக்கமாகிவிட்டிருந்தபடி தன் வாய்க்குள்ளாக எதையோ முணுமுணுத்தவாறே லங்கோடுடன் தன்னறைக்குள் படுத்துக்கிடக்கிறார். நான் தவலைக்குள்ளிருந்து வெளியே யெடுத்த சுவடிகளைச் சுமக்க முடியாமல் சுமந்துகொண்டுபோய் சுவாமிக்குச் சார்த்துவதைப் போல இவர்முன் இறக்கி வைக்கிறேன். புதிதாகப் பிடிபட்ட காட்டு மிருகத்தைப் போல இவர் தன்முன் குவிந்துகிடந்த சுவடிகளைப் பார்த்தவாறே, ஆனால் அவற்றைத் தொடாமல், தன் உடலை உள்ளுக்குள் சுருக்கி அந்தக் குவியலிலிருந்து தன்னை அச்சத்தோடு விலக்கியபடியும், முணுமுணுப்பை நிறுத்தாமலும் சிறிதுநேரம் அசைவற்றுக்கிடக்கிறார். பிறகு நம்பலாமென்பதைப் போல தலையை மேலும்கீழுமாக ஆட்டியவாறே மூஞ்சூரைப்போல மூக்கை உறிஞ்சியுறிஞ்சி ஓலைகளின் பழுத்த வாடையையும் காப்பெண்ணெய் மணத்தையும் உள்ளிழுக்கிறார். அந்த மணம் இவர் கால்களில் இவரை எழுப்பி நிறுத்துகிறது. பிறகு சுவடிக்கட்டுகளைக் காணாததைக் கண்டவர் போல நடுங்கும் கரங்களுடனும் அளப்பறிய வாஞ்சையுடனும் வேகவேகமாக, ஒவ்வொன்றாக, எடுத்து நூற்தலைப்புகளையும் சில சுவடிகளின் பாயிரத்தையும் உரக்க வாசிக்கிறார். அன்றுதான் பிதிர் சஞ் சார மார்க்க போதினியென்கிற பெயரும் அதை இயற்றிய இவருடைய கோத்திர முதல்வரான நீலகண்டப் பண்டிதரென்பவரின் பெயரும் என் காதுகளில் முதன்முறையாக ஒலிக்கிறது. அதோடு வேறு சில நூற்பெயர்களையும்கூட இவர் வாசிக்கத்தான்செய்தார். அவற்றின் பெயர்களை இங்கே பட்டியலிடும் அவசியமும் அவகாசமும் எனக்கில்லை. ஆனால் துயிலார் சரித்திரச் சுவடி அவர் கைகளுக்கு அகப்படாமல் குவியலின் அடியில்தான் அப்போது கிடந்தது என்பதும், முதல் தடவை வாசிக்கப்பட்ட சில பெயர்களில் அந்தப் பெயர் இல்லையென்பதும்

மட்டும் நிச்சயம். ஏனென்றால் அப்போது அந்தப் பெயரை நான் கேட்டிருந்தேனேயானால் இப்போது காலந்தவறி ஊகித்துக்கொள்கிற விஷயங்களை நான் அப்போதே அனுமானித்துக்கொண்டிருந்திருப்பேன். பிறகெப்போதான ஒருநாள் இவர் அந்த நூலைச் சுவடிக் குவியலி லிருந்து கண்டெடுத்திருக்கக்கூடும். அதுவரையில் இவர் வாசிக்கிற சந்தோஷத்தைத் திரும்ப கண்டடைந்துவிட்டவரைப் போல உற்சாகமாகத்தானிருந்தார். சாய்தானி மஹலுக்குப் போகாமலிருப்பதை அவரால் சுலபமாக ஏற்றுக்கொள்ளவும் முடிந்தது. ஆனால் இந்த உற்சாகம் நீண்டநாள் நீடிக்கவில்லை. இவரைப் பற்றிய கவலைகள் படிப்படியாகக் குறைந்து குடும்பத்தவர்கள் அக்கடாவென்று சாய்ந்து கொண்டதற்கு ஒரு மாத காலத்திற்குப் பிறகு இவர் போக்கில் திடீரென்று மாற்றங்கள் தென்படத் தொடங்கின. யானையைப் போல நிலைகொள்ளாமல் அசைந்தபடியேயிருக்கும் குணமுள்ளவரும், கிலேசமிருக்கும் பொழுதுகளைத் தவிர பிற காலங்களில் உரத்துப் பேசும் சுபாவமுள்ளவரும், ரகசியங்களற்ற வெள்ளை மனதினருமான இவர் நிரந்தர மௌனியாயும், அறையையும் சுவடிகளின் அண்மையையும் விட்டுக் கணமேனும் விலகியிருக்கப் பிரியப்படாதவராயும், குழந்தைகளின் மேல் அச்சப்படும்படியான வாத்ஸல்யத்தையும் மனைவியின் மேல் காமத்தை உதிர்த்துவிட்டவொரு சந்தேகத்திற்குரியதான பிரியத்தையும் பெற்றோரிடம் சலிப்பையேற்படுத்துமளவிற்கு அளவுகடந்த மரியாதையையும் காட்டுகிறவராயும், மந்தயியல்பினராயும், சதா எதையோ நினைத்து அழுதுகொண்டேயிருப்பவராயும் மாறிப்போனார். நாள்கணக்காக, மாதக்கணக்காக, ஏடுகளைத் திரும்பத்திரும்பப் புரட்டிக்கொண்டேயிருந்ததைப் பார்த்தபோதெல்லாம் நானும் மற்றவர்களைப் போல அரைகுறை புத்திஸ்வாதீனத்தோடு வெளியே தப்பித்துச் செல்லாமலிருக்கிறவரைக்கும் உத்தமம் என்றுதான் நினைத்துக் கொண்டிருந்தேன். நடுவே தளபதியின் மூன்றாந்தாரமானவள் தன் பங்கிற்கு இரண்டு வருடங்களுக்கொன்றாக இரண்டு ஆண் மகவுகளைப் பெற்றபோது அந்த வைபவத்திற்கு அழைப்பின்பேரில் நாங்கள் சென்றுவிட்டுத்தான் வந்தோமெனினும் அப்போது இவர் பழைய படிப்பறைக்குள் நுழைந்து பார்க்க வேண்டுமென்றுகூட என்னிடம் விருப்பம் தெரிவிக்கவில்லை. ஒருகாலத்தில் அவருக்கு மிகவும் பிடித்தமான இடமாக அந்த மஹலும் அந்த அறையும் இருந்ததென்பதை யாருமே நம்ப முடியாத அளவிற்கு அவருடைய போக்கு மாறிப்போய்விட்டிருந்தது. போன சுருக்கோடு நாங்கள் அகத்திற்குத் திரும்பிவிட்டோம். இந்த மாற்றங்களெல்லாம் துயிலார் சரித்திரத்தை வாசிக்க நேர்ந்த பிறகுதான் இவருக்கு நேர்ந்திருக்க வேண்டும். ஆனால் அப்போது இது எனக்குத் தெரியாதே. இப்போதும் நீலகண்டப் பண்டிதரின் அந்த இரண்டாவது நூலைப் பிறகொருநாள் நான் என் கண்களால் காண நேர்ந்தபோது பண்டிதர் எப்போதோ துயிலார் சாதியைச் சேர்ந்த குருடனொருவனுக்குப்பட்ட நன்றிக்கடனைத் தீர்க்கும்பொருட்டாக அதை எழுதிவைத்திருக்கிறாரென்பதற்கு மேல் அதில் ஆர்ஜிதங்களை எழுதிக்கொடுப்பது பற்றிய விவரணைகளோ அல்லது உறுதிமொழியேதாவதோ அதுவுமல்லது அதையொத்த

பகுதிகளோ இருப்பதாக, நான் இதையெழுதுவதற்கு முன் அந்தச் சலிப்பைத் தரும் நூலின் மேல் மேலோட்டமாகக் கண்களை ஓட்டிய அளவில், என்னால் கண்டுபிடிக்க முடியத்தானில்லை. பிதிர் சஞ்சார மார்க்க போதினியில் அந்த விவரங்களிருக்கலாமென்றும் என்னால் சந்தேகிக்க முடியவில்லை.

இந்த நிலையில்தான் இவர் மறுபடி இப்படியொரு புதுப் பிரச்சினையைக் கிளப்பியிருக்கிறார். போனவாரம் தளபதிக்கு ஆறாவதாயும் ஆண் குழந்தை பிறந்திருக்கிறதென்றும் அதன் புண்ணியாவஜனத்திற்கு நாங்கள் வந்து சிறப்பிக்க வேணுமென்றும் சாய்தானி மஹலிலிருந்து பணியாள் வந்து அழைத்துவிட்டுப் போன பிறகு அன்று இரவு முழுவதும் உறங்காமல் எதையோ யோசித்துக்கொண்டேயிருந்தவர் மறுநாள் காலை திடீரென்று அவரறையில் கிடந்த அத்தனை சுவடிகளையும் கட்டாகக் கட்டி மறுபடி அந்தப் பழைய வெண்கலத் தவலையில் போட்டு அதன் வாயைச் செப்புத் தகட்டால் அறைந்து மூடி வெளியே எங்களுடைய பெயரையும் பொறிக்க ஏற்பாடு செய்யுமாறு எனக்குக் கட்டளையிட்டுவிட்டார். நூற்சுவடிகளில் இவர் என்னத்தைப் படித்தாரென்பது எனக்குத் தெரியவில்லை. இவரிடம் கேட்கவும் முடியாது. ஆனால் தன் முன்னோரெழுதிய நூல்களுட்பட அத்தனைச் சுவடிக்கட்டுகளையும் தன் நண்பருடைய குழந்தைக்குப் பிறந்தநாள் பரிசாகக் கொடுத்து துயிலார் சம்பந்தப்பட்ட ஏதோ விபரத்தால் தன்னுள் ஆறாத வலியை ஏற்படுத்திக்கொண்டேயிருக்கும் பண்டிதரின் நூற்சுவடிகளைத் தன்னிடமிருந்து நிரந்தரமாகத் தொலைத்துக்கொள்வதென்று இவர் முடிவுசெய்துவிட்டாரென்பது மட்டும் நன்றாகத் தெரிகிறது. இந்தத் திடீர் மாற்றமும் நல்லதுக்கா கெட்டதுக்காயென்பது ஈஸ்வரனுக்குத்தான் வெளிச்சம். இன்னும் என்னென்ன நடக்கவேணுமென்று அவன் திருவுளத்திலிருக்கிறதோ தெரியவில்லை. ஆனால் நாளை மதியத்திற்குப் பிறகு இந்தச் சுவடிகளனைத்தும் எங்கள் சொந்தமாகயிருக்கப்போவதில்லையென்பது நிச்சயம். மாமாவும் மைத்துனர்களும் பெற்ற குற்றத்திற்கும் உடன் பிறந்த தோஷத்திற்கும் உயிரோடிருக்கும்வரையில் இவரை வைத்துச் சோறுபோடுவதைத் தவிர மற்றபடி இவர் விஷயத்தில் தலையிடத் தங்களுக்குப் பிரியமில்லையென்று பட்டவர்த்தனமாகவே சொல்லி விட்டார்கள். எனக்கோ சரஸ்வதி கையை விட்டுப் போகும்போது மஹாலெட்சுமியையும் அழைத்துக்கொண்டு போய்விடுவாளென்று சொல்லுவார்களேயென்று தோன்றிக்கொண்டேயிருக்கிறது. இதை இவரிடம் சொல்லவும் பயமாயிருக்கிறது. என் கவலைகளையும் பயத்தையும் பகிர்ந்துகொள்ள வேறுயாரும் எனக்கு இல்லாத நிலையில் முகமறியாத ஓர் ஆத்மாவை என் துணையாக சிருஷ்டித்துக்கொள்வதைத் தவிர வேறு வழியெதுவும் எனக்குத் தோன்றவில்லை. எனவேதான் என் மனோவியாகூலத்தையும் அதன் விஸ்தாரமான பின்னணியையும் இந்தக் கடுதாசியாக எழுதிக்கொண்டிருக்கிறேன். பெண்பிள்ளைகளின் சுவடியெழுத்துகள் மாயாவிகளுடன் தொடர்பு கொண்டவையென்று சின்னவயதில் நான் அவற்றை எழுதப்படிக்கக் கற்றுக்கொண்டபோது

யாரோ சொன்னது என் நினைவிற்கு வருகிறது. அந்த மாயாவி யாரென்பதை நான் இப்போது அறிந்திலேன். ஆனால் சாய்தானி மஹலில் என்றாவது நீலகண்டப் பண்டிதரின் துயிலார் சரித்திரம் அந்த மாயாவியால் படிக்கப்படக்கூடும். அப்போது அதோடு இவருக்குத் தெரியாமல் கிளிமூக்கில் நான் கோர்த்துவைக்கப்போகிற இந்தக் கடுதாசும் அதன் கண்களில் படக்கூடும். அந்த யாரோ ஒரு புண்ணியவான் துயிலார் சரித்திரமென்கிற அந்த நூலை வெறுமே ஒரு சரித்திர நூலாக மட்டும் வாசிக்காமல் இவர் அதிலிருந்து எந்தெந்த சம்பவங்களின் பின்னணியிலிருந்து எதையோ கண்டு தொடர்ந்து அழுதுகொண்டே யிருக்கிறாரோ அதே விஷயத்தை அதே சம்பவங்களின் பின்னணியி லிருந்து பார்த்துக் கண்டுபிடித்துக்கொள்ள என் இந்தக் கடுதாசு அவருக்கு உபயோகப்படும். அப்போது நிஜமாகவே இவருடைய துயரத்திற்குக் காரணம் அந்த வேலைக்காரத் துயிலானுக்கு நாங்கள் எங்களையறியாமல் செய்த துரோகமாகவேயிருக்கும்பட்சத்தில் அந்த யாரோ ஒரு புண்ணியவான் அந்த நூலை, அதிலிருக்கும் விஷயத்தை, தக்கதொரு துயிலானிடமோ, அல்லது மன்னரிடமோ ஒப்படைத்து அவர்களுக்குரிய நியாயத்தைக் கிடைக்கச் செய்துவிடுவார். நாங்களில்லாத ஒரு காலத்திலும் அந்த நியாயம் எங்கள் ஆத்மாவை தேவதாலோகத்திற்குக் கொண்டுசெல்லும் பிண்டமாக எங்கள் வயிற்றில் வந்து விழுந்துவிடும். அப்படி நம்பித்தான் என் சக்திக்கு மீறிய இத்தனைப் பெரிய கடுதாசை எழுதி இங்கே முடிக்கிறேன். நம்பிக்கைதானே அற்புதங்களை சிருஷ்டிக்கிறது.

பா. வெங்கடேசன்

நீலகண்டப் பண்டிதர்

சிவமயம். பாயிரம். எந்நன்றி கொன்றார்க்கு முய்வுண்டா முய்வில்லை செய்ந்நன்றி கொன்றவர்க்கென்கிற வாக்குப்படி ஞானத்தையிச்சித்தலையும் உஞ்சவிருத்தியை வரித்தலையுமே தர்மமாய்க் கொள்ள வேணுமென்று விதிக்கப்பட்டிருக்கும் பிராமண ஜென்மம் எக்காலத்தும் தன் ஜீவனோபாயத்தைக் கொடையால் போஷிக்கும் ராஜாவுக்கும் பிராணனைத் தான்யங்களால் போஷிக்கும் புலையனுக்கும் நன்றிக்கடன் பட்டிருக்க வேண்டுமென் பதே தெய்வ சங்கல்பமாய் இருந்துவருவதால் நாகூர்ப் பட்டணத்தைச் சட்டைக்காரர்கள் த்வம்ஸம் செய்த காலத்தே இந்நூலாசிரியனின் குடும்பத்தை ஆதரிச்சுக்கொண்டுவந்து தலைக்கோட்டையில் குடிவைத்துக் காபந்துபண்ணிய ராமராயரைத் துலுக்க ராஜாக்கள் தலையை வெட்டி வேல்கம்பில் குத்திக் கோஷமிட்டு ஊர்வலமாய்ச் சுற்றிவந்த நாளில் முன்பு அவருடைய அதிகாரத்தின்பேரிலியற்றத் தொடங்கியிருந்த பிதிர் சஞ்சார மார்க்க போதினியுடன் அந்தப் பட்டணத்தை விட்டு இரவோடிரவாகப் பெயர்ந்து பெண்டாட்டி பிள்ளைகள் சுற்றமுற்ற பந்துக்களென்று முன்னூறு பேராய் நதிக்கரை தாண்டி ஜெகதேவராயருடைய கனவுப்பட்டணமாம் பாரமஹாலுக்குப் பண்டிதர்கள் வேணுமென்கிற விக்ஞாபனத்தின்பேரில் பட்டாவர்த்தியினாம் பெற்றுக் குடியேறியபின் சின்னாட்கள் கழிந்து அங்கே துயிலார் சகவாசத்தால் இவனுக்குத் தீட்டு உண்டாச்சுதென்று சுயசாதியார்கள் ஆட்சேபித்ததனாலும், பரஸ்திரீகள் சகவாசத்தால் சீமந்த புத்திரன் வெட்டைநோய்கண்டு அலைகிறானென்கிற வருத்தத்தின்பேரில் அபூர்வமாய்க் கிடைத்த ஒற்றை வராகனை பசியிலும் செலவழியாமல் இடுப்பில் முடிந்துகொண்டலையும் பரம தரித்திரனைப் போல பார்வையை விட்டு நீக்காமல் கண்ணுக்குள் பூட்டி வளர்த்த இரண்டாவது புத்திரனை மித்ர நிமித்தம் இறப்பித்த

துக்கத்தால் பார்யாளுடைய நச்சரிப்பையும் தாளாது பாரமஹாலை விட்டும் நீங்கி உடையார் இங்கே எழுந்தருளப்பண்ணியிருக்கும் ஸ்ரீகிருஷ்ணன் கோவிலுக்குக் கனபாடிகள் வேணுமென்று சுற்றுக்குவிட்ட லிகிதத்தையனுசரிச்சு ஜெகதேவருடைய சிபாரிசுடன் மங்களூர்ப் பட்டணத்திற்குப்போய்ப் பார்யாளுடனும் வெட்டைப் பிள்ளையுடனும் லௌகீகத்தையனுசரிச்சுக் கொண்டிருக்கும் காலத்தில் ராயராஜாவுக்காக இயற்றவாரம்பித்த நூலில் மிகுதியைச் சிறிது காலத்திற்குத் தள்ளிப்போட்டு விட்டுப் பிரஸ்தாபத் துயிலானுக்குண்டான நன்றிக்கடனைக் கழிக்கும் பொருட்டாய் இந்தத் துயிலார் சரித்திரத்தையெழுதி முடிக்க வேணுமென்று சங்கல்பம் உண்டானதினால் தெய்வானுக்கிரகத்தை முன்னிறுத்தி இந்தப் பாயிரத்தையெழுதினன்.

அது எப்படியுண்டாச்சுதென்றால் சீமந்தப் புத்திரன் இப்படி வெட்டையாயினனே, இதற்கென்ன மருந்தைத் தேடுவமென்று இவன் ராப்பொழுதுகளில் நித்திரையையொழித்துச் சுவடிகளைப் படிக்கிறதும் தாவர ஜங்கமங்களில் சாற்றைத் தேடுகிறதுமாய் விசாரத்துடன் காலந்தள்ளிக்கொண்டிருக்கையிலோர்நாள், அசலார்கள் பார்த்துப் பொறாமையுறும்படிக்கும் தத்தம் ஸ்திதியைக் குறைவாய்க் கற்பித்துக் கொண்டு புருஷாளுடன் சண்டையிட்டுக்கொள்ளும்படிக்கும் பகட்டாகத் தங்களை அலங்கரிச்சுக்கொண்டு மண்டபங்களிலும் பிரகாரங்களிலும் போயுட்கார்ந்து நிர்மால்யமான காற்றில் தங்கள் மனப்புழுக்கத்தைக் கலந்து சுயதுக்கங்களின் ஜலப்புழையாக அவற்றை மாற்றிவிட்டுப்போகும் சோம்பேறி மனுஷஜென்மங்களுக்காக பிராமணப் பண்டிதர்களால் உபன்யாசிக்கப்படும் புராணங்களைப் போலல்லாமல் வீடுகளுக்குள்ளே தங்களையிருத்திப் பூட்டிக்கொண்டு பந்துக்களிடம் சொல்லியாற்ற மாட்டாத, ஸ்திரீ ஜென்மத்திற்கே பாத்யதைப் பட்டதான, அநேகவிதமான கிலேசங்களையும் அபிலாசைகளையும் பரம ரகஸ்யங்களையும் கண்ணீராயும் புரளல்களாயும் பெருக்கி அர்த்தஜாமங்களில் தலையணைகளோடும் விரிப்புகளோடும் மட்டுமே இரண்டாம்பேரறியாமல் அவற்றைப் பகிர்ந்துகொள்ளும் மாதரசிகளின் புலம்பல்களையும் சொல் வராத பாலகர்களின் சிணுங்கல்களையும் சாந்தப்படுத்தி மனோரதத்தின் வசீகரத்திற்குள் அவர்களையிட்டுச்சென்றும் ஆச்சர்யபூர்வமான அதன் தர்க்க சாத்தியங்களை அவர்களுக்குக் காட்டியும் மறுநாளுதயத்தின் மேல் நம்பிக்கையுடன் அவர்களெல்லோரும் மிச்சயிரவை உறங்கிக் கழிக்க ஆசிர்வதிக்கும் மஹாவற்புதமான கதைகளை, மனுஷாளுடைய துக்கங்களுக்கு மருந்தாக மட்டுமல்லாமல், போகத்தின்போது இசையாயும் பிரச்சினைகளுக்கு உத்தாரமாயும் தரித்திரனுக்குப் பிரசாதமாயுங்கூடத் துணையாயிருக்கும்படியாகக் கற்பனைசெய்து, அந்தக் கதைகளை, அவற்றையெடுத்துச் சொல்லும் சாரீரத்தைப் பகல் முழுவதிலும் கானகத்திலமர்ந்து போஷித்துக்கொள்ள உதவக்கூடிய பதார்த்தங்களைச் சமைத்து மட்பாண்டங்களிலிட்டு நிஷ்களங்கமான பின்னிரவுகளையும் இணையுந்தடையுமற்ற சல்லாபப் போதுகளையும் இவையெல்லாம் சீக்கிரத்தில் முடிந்துவிடாத காலநீட்சியையும் விரும்பும் வீட்டாரெல்லோரும் நித்திரை போகும் முன் நாய்நரிகளண்டாத உயரத்திலொரு திண்ணையின் மேல் வைத்துவிட்டுக்

கதவையடைத்துக்கொண்ட பின் எடுத்து உண்டுவிட்டு நாரதரின் தேவகானத்தைப் போல இனிய சாரீரத்தில் இசைத்துச்செல்லும் அந்தகர்களான துயிலார்களிலொருவன் தன் வீட்டுவாசலைக் கடக்கையில் தாண்டவராயன் புராணத்தின் அதிரம்மியமானதொரு ஸர்க்கமான நீலவேணியின் பாதையென்னும் குதிரைச் சவாரி மகாத்மியத்தைப் பற்றி உபன்யாஸித்துச்சென்றதைச் செவியுற்றான். அஃதெப்படியென்றால் குருடர்களான துயிலார்கள் தங்கள் கதைகளை ஏடுகளிலெழுதிவைத்துப் படிக்காமல் துள்ளுமியல்பினதான ராகதாளங்களுடனும் இதம்பதமான சொல்லிணைகளுடன் பாதி வசனமாயும் மனதிற்பாடி நெட்டுருப் போட்டு அபினிப்பிரியன் அதனைப் பருகா முன்பே வாசத்தால் தன் நாபியை நிரப்பிக்கொள்கிறதைப் போல வார்த்தைகளைக் குருதியிலேற்றிக் கொள்ளும் பழக்கமுடையவர்களாயிருந்தபடியினாலே அவற்றைக் காலக்ஷேபம் செய்யும் சமயங்களில் லிபியுருவற்ற அட்சரங்கள் ஈஸ்வர சித்தத்தால் அவர்கள் வாயிலிருந்து காளிதாஸன் காளியின்முன் கவி பாடியதைப் போல கட்டற்றுப் பாய்ந்து இலக்கற்ற கற்பனைகளாயும் மூலக்கதையின் இழையைத் தேய்த்துத் துலக்கும் கிளைக்கதைகளாயும் பெருகிக்கொண்டேயிருந்தன. இதனாலே கதையைச் சொல்லிமுடித்ததும் மீண்டுமொருமுறை அந்தவிதமான வேகங்கொண்ட சொற்செட்டுகள் அதிகாலைச் சொப்பனத்தைப் போல அதைப் பாடியவர்களுடைய ஞாபகத்தினுள்ளே திரும்பச் சிக்காத அபூர்வமான வஸ்துகளாகிக் காற்றோடு கலந்து தொலைந்துபோகும்படியாகிக்கொண்டிருந்ததால் அவர்கள் என்ன செய்வோமென்று யோசனைபண்ணி இரண்டிரண்டு பேராக நகரத்திற்குள் சென்று இந்தவிதமான அதிவினோத வம்சாவளிக் கதைகளையும் புராணிகங்களையும் ஒருவன் தன்னை மறந்து வெளிப்படுத்துங்காலையில் இன்னொருவன் அதைக் கேட்டு மனனம் செய்துகொண்டு நான்காம் ஜாமத்தில் வனத்திற்குத் திரும்பியவுடனே அவற்றைத் தம் இனத்தவருக்குச் சொல்லிப் பகிர்ந்துகொண்டு விடுமியல்பையும் இப்படிப் பகிர்ந்துகொண்ட கற்பனைகளை மறுநாளிரவிலிருந்து ஏனைய துயிலார்களும் பாடி அதோடு சுயதரிசனத்தையும் கூடக்கலந்து பிரசித்திபண்ணிவிடும் பழக்கத்தையும் அப்பியாசித்துக் கொண்டார்கள். இதனால் கலைமகளின் தரிசன கடாக்ஷத்திற்கு ஆட்படுந்தருணங்களில் தோன்றும் மகோன்னதமான அனுபவங்கள் பிரக்ஞை திரும்பியவுடனே உதிர்ந்துபோய்விடாமல் காப்பாற்றப்பட்டு வழிவழியாகச் சந்ததிகளுக்குக் கடத்தப்படுவதாயிருந்தது. இவ்விதமான பழக்கமுடையவர்களிலொருவனும் துயிலாரினத்தின் தலைவனுமான அந்த மனுஷன் ஈஸ்வர சங்கல்பத்தாலே ஏதோவொரு காரணமுண்டாகி அன்றிரவு தனியனாகவே ஊருக்குள் பிரவேசித்துப் பாடிய பாடலைக் கேட்டு இந்நூலாசிரியன் ஆஹா, ஒரு ஸாதாரணமான வண்டிப்பயணத்தை ஸமத்காரமாக எழுபெரும் தத்துவநிலைகளுக்குள் பகுத்தும், ஒவ்வொரு நிலையிலுமோர் ரஸானுபவத்தைப் பொதித்துவைத்துத் தன்னையே சாரதியாயும் அவனால் செலுத்தப்படும் மிருகமாயும், தன்னையே ரதமாயும் அதிலேறியேகும் யாத்ரீகனாயும், தன்னையே பாதையாயும் அது தொடங்கி முடியும் ஸ்தலங்களாயும் பாவித்தும், சன்னதமுண்டானவனின் தடையற்ற வசனப் பிரவாகத்துடன் இந்தத் துயிலான் உபன்யாசித்துச்

செல்லும் வியாஸமானது கதை சொல்வதில் விற்பன்னர்களான தாசரிகளிடத்தும் நான் கேட்டறியாதவொரு வார்த்தைப் பொக்கிஷமாயிருக்கிறதேயென்றும், கவிஞனும் நூலாசிரியனுமான நான் என்னுடைய அந்திமக்காலம்வரையில் முயன்றாலும் இப்படியொரு அபூர்வமான கற்பனையை எழுத மாட்டேனேயென்றும் தனக்குள்ளே பேசி அதிசயப்பட்டு தூக்கத்தில் நடக்கும் வியாதியஸ்தனைப் போல் எழுந்து கதவைத் திறந்துகொண்டு வீட்டை விட்டு வெளியேறி அவன் பின்னே வீதிகளையும் வரப்புகளையும் கிராமங்களையுந்தாண்டி நடந்துபோயினன். அந்தப்படிக்கு இவர்களிருவருமாய் ரெண்டாம் ஜாமம்வரை நடந்து பேகேப்பள்ளியென்கிற கிராமத்தையடைந்தபோது துயிலான் இவனுடலின் மேல் யக்ஞோபவீதம் உரசியெழும் ஒலியையும் திரேகத்திலிருந்து வீசும் விபூதியின் வாஸனையையுங்கொண்டு இவனுடைய அண்மையை யூகிச்சுத் தந்திரமாய், பண்டிதர்கள் இராப்பொழுதிலொரு கூகையைப் போல திரியும் கடைச்சாதியினராக மாறியிந்தவிதம் காடுமேடுகளில் அலைய விதிக்கப்பட்டனரென்று ஏளனமாய்க் கூறித் தன் கதையை முடித்த மாத்திரத்தில் பரவசம் தாங்காமல் இந்நூலாசிரியன் அகங்காரத்தைக் கைவிட்டு ஹோவென்று கதறியபடி பிடாரனின் கால்களில் சங்கரர் விழுந்து சேவித்ததைப் போல அந்த நாலாம் வர்ணத்தவனின் பாதங்களில் அவன் பதறிப் பின்னே நகரும்வண்ணம் சாஷ்டாங்கமாய் விழுந்து நமஸ்கரித்து அவற்றைத் தன்னிரு கைகளாலும் பற்றிக்கொண்டு முத்தமிட்டு (என்னிலும் வல்லவர் ஒருவர் வருகிறார், அவருடைய பாதரட்சைகளின் வாரை அவிழ்க்கிறதற்கும் நான் பாத்திரன் அல்லன்) என்னமாயுமக்கு வாய்த்ததிந்த ஞானம், அதையெனக்குச் சொல்லுமென்றான். அதற்கந்தத் துயிலான் இவனைத் தன் பாதங்களினின்றும் விடுவித்துயெழுப்பி நிறுத்தி, தகிப்பிலிருக்கும் பதார்த்தத்தை அகப்பை எளிதாய்க் கிளறுவதைப் போல துயரத்திலிருப்பவர்களைக் கற்பனையென்னும் அகப்பை எளிதாய்க் கிளறிப் பக்குவப்படுத்துகிறது என்று சொல்லித் தன் மார்போடு வாரியணைத்துக் கொண்டு மூடிய கதவுகளின் பின்னே கசிந்துருகும் பாரமஹால் பட்டணத்தின் அத்தனை ஆன்மாக்களையும் ஒற்றையுருவமாக நீரென் கண்முன்னே கட்டியிழுத்துவந்து எங்களினத்தை உம்முடைய அடக்கத்தால் கௌரவித்துவிட்டீரென்று சிலாகித்துப் பேசினான். அன்றிலிருந்து கற்றாரைக் கற்றாரே காமுறுவரென்கிற மூதுரைக்கேற்ப இவர்களிருவரும் பிராண சிநேகிதர்களாயினர்.

பிறகு லோகவிசாரங்களைப் பற்றிப் பேசிக்கொண்டே இருவரும் நடந்து வந்துகொண்டிருக்கிறபோது இந்நூலாசிரியன் மட்டும் மகாபண்டிதனென்றும் பிறவிக் கவிஞனென்றும் பாவிலக்கணத்தைக் கரைத்துக் குடித்தவனென்றும் தேசத்தாரால் மெச்சப்படும் என் ஞானதிருஷ்டிக்குச் சாத்தியமேயில்லையென்று தோன்றக்கூடியதான வார்த்தையற்புதங்களைப் படிப்பறிவு சற்றுமற்றவனான இந்தத் துயிலான் கேட்பார் வெளிப்படாத தனிமையில், யாருக்கும் நிரூபிக்கத் தேவையற்ற விட்டேற்றியானதொரு வெளியில் சர்வ அலட்சியமாகப் பாடிக்கொண்டு திரிவதையெண்ணி என் மனம் வியக்கிறதென்றால் சற்றைக்கு முன் காவியாம்சம் நிறைந்த காட்சியொன்றைப் பாடினோமென்கிற

கர்வமுமின்றி உடனே இயல்பாகப் பிற விஷயங்களை நோக்கி நகர்ந்து வந்துவிட்ட இவனுடைய சாதாரணம் அந்த வியப்பைப் பன்மடங்காக உயர்த்துகிறதென்று யோஜித்துத் தன் மனதிலொரு கபடத்தை உத்தேஸித்துக் கொண்டவனாயும், பிராமணோத்தமனான தனக்கு அந்தயெண்ணம் உதித்ததையெண்ணி வெட்கமடைந்தேனும் அதைத் தவிர்க்கும் மார்க்கத்தையறியாதவனாயும் துயிலானிடம் என்ன சொல்வானென்றால், அக்கினியிலிடப்படும் அவிசானது எப்படித் தன் சுயவடிவத்தையிழந்து புகையுருக்கொண்டு வானேகி வர்ணங்களின் உற்பத்திக் கேந்திரமாயும் அதே ஸமயத்தில் தன்னளவில் வர்ணமற்ற யோகியாயும் விளங்கும் ஸ்ரீமந்நாராயணனையடைகிறதோ அதேபோல ஞானத்தாலென் பிராமண ஸ்திதியையழித்து என்னை உன்வசப்படுத்திக்கொண்ட நண்ப, நீ இப்போது பாடிய வியாசமானது பிரகிருதியில் தன்னை முழுவதும் இழந்துவிடச் சம்மதிக்காத அறிவைச் சம்பாதித்துக்கொண்டுவிட்ட பண்டிதனெவனாலும் எந்நாளிலும் பாடக்கூடாத ஒரு காவிய ரெத்தினம், சமத்காரங்களால் அண்டவியலாத, அதேபொழுதில் விஞ்ஞானம், வைத்தியம், போர், நீதி, கவிதையென்பதாகப்பட்ட பலவிதமான சாஸ்திரங் களுக்குள்ளும் ஏககாலத்திலியங்கும் சிருஷ்டியின் பல அம்சங்களைத் தன்னுள்ளே கொண்டது, இப்படிப்பட்ட ஒரு வியாசம் ராஜஸபையில் ரஸிக சிரோன்மணிகள் கூடியிருக்கும் கொலுமண்டபத்தில் அவர்கள் வெட்கித் தலைகுனியும்படியாகவும் பொற்குவியல்களின் மேலும் படாடோபமாகப் பாடப்பட வேண்டியதேயல்லாமல் இப்படியொரு அனாதிக் காலத்தில் கேட்க ஆட்களற்ற அனாதி வெளியில் வெளிப்பட விதிக்கப்பட்டதன்று, ஆனால் நான் செய்த பேறால் இதை வேறுயாரும் செவியுறுவதற்கு முன் என் செவிகள் தீண்டிவிட்டன, இது பகவானின் அனுக்கிரகமன்றி வேறில்லையென்று என் மனதில் வரிந்துகொண்டு உன்னிடம் இப்போது ஓர் உதவியை யாசிக்கப்போகிறேன், இதைக் கேட்டு நீ முகஞ்சுளிப்பாயோ அல்லது என்னை அல்பனென எண்ணுவாயோ என்றான்.

அப்போது சார்த்திய கதவுகளின் பின்னேயிருந்துகொண்டு உபன்யாசங்களைக் கேட்கும் செவிகள் இருக்கின்றனவென்று அறிந்திருந்தும் முன்னெப்போதும் யாரிடமிருந்தும் தங்கள் கதைகளுக்கு இத்தனை ஸ்தூலமானதும் ஆத்மார்த்தமானதுமான பாராட்டுதல்களைப் பெற்றறிந்திராதவனான அந்தத் துயிலான் இவனுடைய பணிவைக் கண்டு மெத்தவும் சந்தோஷமாகி மந்தஹாஸப் புன்னகையையுதிர்த்துத் தன் சக்திக்குட்பட்ட எந்த உபகாரத்தையும் செய்வதாக வாக்களித்தவுடன் இந்நூலாசிரியன் தன் மனதில் திடத்தை வரவழைத்துக்கொண்டு சிநேகிதனின் கரங்களைப் பற்றி தான் சிலவருஷகாலமாய் எழுதிக் கொண்டிருக்கும் பிதிர் சஞ்சார மார்க்க போதினியென்கிற, பல்துறை யிலக்கண நூலொன்றில் போர் மற்றும் வான சாஸ்திரமாகிய இரண்டு சாஸ்திரங்களுக்கு ஒரே சமயத்தில் பாஷ்யமெழுதக்கூடிய ஸர்க்கமாக சற்று முன் உபன்யாசிக்கப்பட்ட வசனகாவியத்தை உபயோகித்துக்கொள்ளத் தன்னையனுமதிக்க வேண்டுமெனவும், அப்படி அதைக் கையாள்கையில் பிரஸ்தாப சாஸ்திரங்களின் விதிகளோடு ஒப்புமித்துப் புரிந்துகொள்ள

வேண்டி அதை ஸாதகத் த்வனிக்குச் சிதைத்து மாற்ற வேண்டியிருந்தால் அந்த எண்ணத்தை மனவுறுத்தலின்றி நிறைவேற்றிக்கொள்ளும் வகையில் நீலவேணியின் பாதையென்னும் அந்தச் சிறு வியாஸத்தைத் தன்னுடைய சொந்தக் கற்பனையாகத் தனக்கே தாரைவார்த்துத் தந்துவிட வேண்டுமென்றும், அதாகப்பட்டது துயிலார்களுடைய வழக்கப்படி அந்தக் கற்பனையை ஸஹாக்களுடன் பகிர்ந்துகொள்ளும் வழக்கத்தை விடுத்து அதை அவன் அந்த நள்ளிரவின் உறக்கத்திலேயே தனக்குப் பாத்யதைப்பட்டதாக விட்டுச்சென்றுவிட வேண்டுமென்றும், அந்தப் பிரத்யேகப் பகுதி இனியொருபோதும் யாராலும் பிதிர் சஞ்சார மார்க்க போதினியின் ஓரங்கமாகவன்றி தாண்டவராயன் புராணத்திலொரு பாடமாக உலகத்தாரால் அறியப்படக் கூடாதென்றும், ஒருவேளை அதன் முந்தைய கற்பனை வடிவங்கள் இதற்குள் பாடப்பட்டிருந்தால் அதையும் தலைவனென்கிற முறையில் தன்னினத்தாரிடம் பேசி அவர்களால் அது இனியெங்கும் யாராலும் பாடப்படாதிருக்கும்படி செய்தருள வேண்டுமென்றும் வரங்கேட்டான்.

சிநேகிதன் பேசியதைக் கேட்ட மஹானுபாவனான அந்தத் துயிலான் இரவின் நிசப்தமும் தனிமையின் ஏகாந்தமும் பரவஸத்தையுண்டாக்கும் ரஸமான சிருஷ்டிகளை மட்டுமல்லாமல் ரோகத்தினுபாதையை ஏற்படுத்தும் துர்புத்தியையும் மனிதர்களின் மனதில் கிளறிவிட வல்லவையென்கிற மூதுரை உண்மையாயிற்றே என்றெண்ணிப் பெருமூச்செறிந்து, மேலும் எந்த விசேஷமுமில்லாமல் பூர்வபீடிகையாகவே உரைக்கப்பட்டுக்கொண்டிருந்தவொரு ஸாதாரண கற்பனை கவிதானுபவத்தைக் கரைத்துக் குடித்தவனென அறியப்பட்ட பிராமணப் பண்டிதனொருவனை இத்தனை தூரம் பாதித்திருக்கிறதென்றால் எந்தச் சொல் யாரை எப்படித் தாக்குமென்கிற ரகசியம் வாணி மட்டுமே அறிந்த ரகசியமன்றோவென்றும் நினைத்து மனதிற்குள் வியந்து, பின்னும் தன்னினத்திற்குள்ளேயே உழன்றுகொண்டிருந்த கற்பனை வேறோரிடத்தில் ஒரு ஞானஸ்தனால் லிபியுருவாகச் சுவடியில் பதியப்படவிருக்கிறதென்றாலும் கதையென்கிற ஸ்தானத்திலிருந்து உயர்ந்து விஞ்ஞானங்களை அறியவுதவும் கருவியாய் மாறுமென்றாலும் அப்படியொரு லோகோபகாரமாய் அது இருந்துவிட்டுப் போகட்டுமே, சொன்னவனைக்காட்டிலும் சொன்னதல்லவா முக்கியமென்றும் பலவாறாய் யோசித்துத் தன்னைச் சமாதானப்படுத்திக்கொண்டு துயிலார்களின் கற்பனையான நீலவேணியின் பாதையை நட்பின் அடையாளமாக மேலும் அதுவொன்றும் பெரிய தானமல்லவென்கிற கூச்சவுணர்வுடனும் பிராமணனான இந்நூலாசிரியனுக்கு இவனுடைய சொந்தக் கற்பனையாக உபயோகித்துக்கொள்ளட்டுமென்று இரவையும் நிலவையும் நக்ஷத்திர தேவதைகளையும் சாட்சியாக வைத்து வரப்புநீரைக் கைகளில் விட்டுத் தாரைவார்த்துக்கொடுத்தான். அன்றிலிருந்து நீலவேணி யின் பாதை துயிலார்களால் பாடப்படக் கூடாத பாப ஸர்க்கமாயிற்று.

பின்னும் நடந்த வினோதங்கள் வருமாறு. துயிலானும் இவனும் பின்னொருநாள் மறுபடி சந்தித்து அநேக விஷயங்களைப் பேசி ஸந்தோஷமாய் பேசியிருப்போமென்று ஒப்பந்தம் செய்துகொண்டு

தத்தம் இருப்பிடங்களை நோக்கிப் பிரிந்து சென்றபோது இவன் தன் செவிகளில் இன்னும் வீணையின் மதுரநாதமென ரீங்காரித்துக் கொண்டிருந்த நீலவேணியின் பாதையின் சுகானுபவத்தை வீட்டிற்குச் சென்றால் சுயதுக்கத்திலும் லௌகீகப் பிரலாபங்களிலும் தொலைத்து விடுவோமோவெனப் பயந்தும் அந்தக் கற்பனையை எப்படி விஸ்தரிச்சுத் தன்னுடைய நூலில் சேர்த்துக்கொள்ள அருகதையுள்ளதாய் மாற்றலா மென்கிற யோஜனையிலும் சொந்தவூருக்குப் போக மனமில்லாமல் வேணுமென்றே காலந்தாழ்த்தி மார்க்கத்தைத் தவறவிட்டுத் தன்னைத் தொலைத்துக்கொண்டு நட்டநடுயிரவில் அலைக்கழிந்து கடைசியில் கல்யாணமாகிப் பலவருடங்களாகியும் புத்திர பாக்கியமில்லாதிருந்த ஒரு பிராமணத் தம்பதிகளின் வீட்டுக்கதவைத் தட்டித் தன்னை இன்னாரென்று எடுத்துச்சொல்லி இரவுப்போதிலங்கே தங்கிச்செல்லத் தனக்குத் திண்ணையில் இடமளிக்கும்படி வேண்டிக்கொண்டான். அந்தத் தம்பதிகள் தலைக்கோட்டையிலிருந்து பாரமஹாலுக்குக் குடிபெயர்ந்த முன்னூறு குடும்பங்களிலொருவரென்பதாலும் பாரமஹாலெங்கும் பிரசித்தமாயிருந்த இந்நூலாசிரியனுடைய கீர்த்தியை முன்பேயறிந்திருந்ததாலும் இவனை வரவேற்று இவன் வேண்டாமென்று சொல்லியுங்கேட்காமல் அகாலத்தில் அடுப்பையேற்றி வெந்நீர் வைத்து பலகாரம்பண்ணி உபசரித்து இவன் தாம்பூலந்தரித்துக்கொண்ட பின் பாவுள்ளையும் ஒழித்துக்கொடுத்து அதற்குள்ளே படுத்து அன்றிரவை நிம்மதியாகத் தூங்கிக் கழிக்கும்படி அனுப்பிவைத்தார்கள். இவனும் தன் ஏகாந்தத்தைக் கலைத்துவிடாத உபசரிப்பில் மகிழ்ந்து வயிறும் மனமும் நிறைந்ததென்று கூறி அவர்களை வாழ்த்திய பின் அறையிலிட்டிருந்த பாயில் தலையைச் சாய்த்துக் குறட்டைவிட்டுத் தூங்கினான். இவ்வண்ணமே பர்த்தாவும் சுகமாக நித்திரைபோன பின் அதிதியின் அகாலப் பிரசன்னத்தால் தூக்கம் கலைந்துபோன அந்த ஸ்திரீ மாத்திரம் குறட்டைச் சத்தத்தைச் செவியுற்று அதன் சப்தஜாலங்களை ரஸித்துக் கணவருக்குத் தெரியாமல் உள்ளுக்குள் சிரித்தபடிக்கும் மறுநாள் காரியங்களைப் பற்றிச் சிந்தித்தபடிக்கும் விரிப்பில் படுத்துக்கிடந்தாள். அங்ஙனமாயிருந்தபோது பட்சிகளின் இரைச்சல் செவியில் விழவே சரி, பொழுது புலர்ந்தாயிற்று, முகமலம்பிக்கொண்டு கோலமிடப் போவமென்றெண்ணி புழக்கடைப்பக்கம் போனவள் அங்கே எலுமிச்சையும் நாரத்தையும் இலைகளையசைக்காமலும், உதயகாலப் புஷ்பங்கள் மொட்டவிழ்க்காமலும், பட்சியினங்கள் சிறகடிக்காமலும், இவற்றினசைவாலுற்பத்தியாகும் உஷத்காலத்தின் குளிர்ந்த காற்று வீசத் துவங்கியிராமலும், கூகை கூடடையாமலும், ஹஸ்த நக்ஷத்ரம் இன்னும் நடுவானில் பிரகாசித்துக்கொண்டுமிருந்ததால் அது இரவுதானென்பது நிச்சயமாகிப் பேய்களுக்கல்லவோ அகாலத்தில் இப்படியாகப்பட்ட பிரசன்னங்கள் காணுமென்று மிரண்டு பட்சிகள் கூவுமொலி என் காதுகளில் விழுந்தது கனவோ நனவோயெனும் தடுமாற்றத்துடன் வீட்டினுள் திரும்ப நுழைந்தபோது அந்த இரைச்சலானது பாவுள்ளிலிருந்து வரக்கேட்டு நிலைதடுமாறித் தனக்குள் இவ்விதம் சொல்லிக்கொள்வாள், ஒரு பரபுருஷன், அதிலும் அதிதி, உறங்கிக்கொண்டிருக்குங்காட்சியை குலஸ்திரீகள் எட்டிப்பார்க்கலாகாதென்று சாஸ்திரங்கள் சொல்லி யிருந்தாலும் இம்மாதிரியான மாயவொலிகளை எழுப்பியபடி

இந்த அதிதி உள்ளே என்ன செய்துகொண்டிருக்கிறாரென்பதைக் காணும் ஆவல் என்னுள் பீறிட்டெழுகிறதே என்ன செய்வேனென்று யோஜித்து மேலும் பண்டிதனுருவில் வந்திருக்கும் பைசாசமாகவோ கள்ளனாகவோ இருக்கக்கூடுமோவென்கிற சம்சயத்தால் ஆபத்துக்குப் பாவமில்லையென்கிறபடி உள்ளே எட்டிப்பார்ப்பதில் தவறில்லையென்று முடிவுபண்ணி அது அகத்துக்காரியின் கடமையுமாகிறதன்றோவென்று மனதில் சங்கல்பித்துக்கொண்டும், அயர்ந்து உறங்கிக்கொண்டிருக்கிற புருஷனைப் பிறகு எழுப்புவோமென்று பாவுள்ளறைக் கதவிடுக்கின்வழியே உள்ளே பார்த்தபோது அங்கே பாத்திர பண்டங்களும் பழந்துணிகளும் தான்ய மூட்டைகளும் எலிகளும் கரப்பான்களும் எறும்பு வர்க்கங்களும் இருந்தவிடத்தில் ஸ்வப்பனம்போலொரு பிரம்மாண்டமான மாயவனம் உற்பத்தியாகி அர்த்த ராத்திரியில் கோடி சூர்யப் பிரகாசமாயிருக்கக் கண்டு திடுக்கிட்டுப்போனாள். அதன் நீளமென்ன அகலமென்ன, அதிலே வளர்ந்து செழித்துக்கிடந்த மரவகைகளென்ன, அவற்றினூடே தாவிப் பாய்ந்து விளையாடிக்கொண்டிருந்த மிருக ராசிகளென்ன, சலசலவென்று ஓடிக்கொண்டிருக்கும் நதியென்ன, வண்ணமயமாகப் பூத்திருக்கும் பூக்களென்ன, அவற்றின் புத்தம்புதிய வாசமென்ன, மரங்களிலிருந்து உதிர்ந்துகொண்டேயிருக்கும் கனிவர்க்கங்களென்ன, அவற்றினுச்சியிலிருந்து பாடும் பட்சியினங்களின் மனதை உருக வைக்கும் கனிந்த குரல்களென்ன. இத்தனையற்புதங்களுக்கு நடுவே ஆதியந்தமில்லாமல் நீண்டுகொண்டேயிருந்த பாதையொன்றில் இந் நூலாசிரியன் பிருஷ்ட மேட்டின் நக்ஷத்ர மச்சத்தைச் சர்க்கரையின் மேல் எறும்பு ஊர்வதைப் போல அவள் தெளிவாகப் பார்க்குமளவிற்குத் தன் பின்புறத்தைக் காட்டியபடி அரைஞாணேனுமில்லாத நிர்வாணியாய் மேல்பூரா பறவைகளின் எச்சம் இறைந்துகிடக்க அணில், முயல், புறா, மயில், தாரா, பசு முதலான சாகபட்சிணிகளைத் தோள் மேலேயிட்டுக் கொண்டும், சிம்ஹம், யானை, சிறுத்தை, காண்டாமிருகம் போன்ற மாம்ஸபட்சிணிகளையுரசி அவற்றின் மோவாயைப் பிடித்துக் கொஞ்சிக்கொண்டும் உஷத்காலத்திலே வானில் சஞ்சரிக்கும் தேவாதிகளைப் போல உல்லாஸமாய் நந்தவனத்தின் கண்காணவியலாத மறுகோடியை நோக்கி நடந்துபோய்கொண்டேயிருந்ததையும், அப்படிப் போகப்போக அவனுடைய அம்மண சரீரம் தன்னை நோக்கிக் கிட்டே வந்தபடியேயிருந்ததையும் பார்த்து (இவர் என்னுடைய நேசகுமாரன், இவருக்குச் செவிகொடுங்கள் என்று மேகத்திலிருந்து ஒரு சத்தமுண்டாயிற்று, அந்தச் சத்தம் உண்டாகையில் இயேசு ஒருவரே காணப்பட்டார்) அதற்கு மேல் அந்த மாயாஜாலத்தின் வியக்தியைத் தாள மாட்டாமல் அந்த மாதரசி வெலவெலத்துப்போய் அலறிப்புடைத்துக்கொண்டு ஓடிவந்து (அந்த மேகத்திற்குள் பிரவேசிக்கையில் சீஷர்கள் பயந்தார்கள்) வெளியே சயனித்துக்கொண்டிருந்த புருஷனை உலுக்கி, எழுந்துவந்து இந்தவதிசயத்தைப் பாருமென்றாள். அவனும் இது அவளுடைய பிரமையோ கனவோவென்று முணுமுணுத்தபடி தூக்கக் கலக்கத்துடனேயே எழுந்து சென்று பாவுள்ளை அணுகிக் கதவுத்துவாரத்தின் வழியே பார்த்து பயத்தில் சலம் பிரிந்துபோக திரும்ப ஒருமுறை உள்ளே பார்க்கத் திராணியில்லாமல் யாரையெழுப்பி இதைச் சொல்லுவமென்று

பார்யாளுடன் கூடி யோசித்து துவாரத்தின் வழியே பீறிட்ட பிரகாசத்தையும் வாசனையையும் சப்தஜாலங்களையும் மரணாவஸ்தையுடன் புலன்களாலே அனுபவித்தபடி முன்கட்டிலேயே விடியுமட்டும் உட்கார்ந்து காலத்தைக் கழிச்சுக்கொண்டிருந்தார்கள். அந்தயிரவு அப்படிக் கழிந்த பின் மறுநாள் உஷத்காலத்திலே இந்த அதிதியெழுந்து எதுவுமே நடக்காததைப் போல வழக்கமான முகவிலாசத்துடன் பாவுள்ளைத் திறந்துகொண்டு வெளியே வந்து உதயத்திற்குள் சந்தியை முடிக்க வேண்டுமேயென்கிற அக்கறையில்லாமல் காலைக்கடன்களையெல்லாம் வீட்டிற்குப் போய்ப் பார்த்துக்கொள்வதாகச் சொல்லிவிட்டு ஊத்தை வாயோடும் படுக்கை விழுப்போடும் முந்தைய நாளிரவு நண்பனுடன் அளவளாவிய விஷயங்களை ரஸம் நிறைந்த கனியை முழுசாக உண்டவன் பின்னும் திருப்தியடையாமல் கைகளை நக்குவதைப் போல மனதில் அசைபோட்டுக்கொண்டே தன்னூர் போய்ச்சேர்ந்தான். பின் இரவில் நடந்த அதிஸயமெல்லாம் இவனுக்கெப்படித் தெரியுமென்றால் இவன் இந்தண்டை போனதும் தம்பதிகளிருவரும் அவசரஅவசரமாக ஓடிச்சென்று பாவுள்ளைத் திறந்துபார்த்து அங்கே அறை அதே பழைய அடைசல்களோடும் ஜந்துக்களோடும் முன்னிலுங்கூடுதலான அருவருப்பைத் தந்தபடியுமிருந்ததைக் கண்டு, நான்காம் ஜாமத்தில் நாம் கண்டது உண்மையென்றால் அதற்குச் சாட்சியாய் ஓர் இலையேனும் இங்கே உதிர்ந்துகிடக்கவில்லை, ஸ்வப்னமென்றால் இரண்டு பேர் ஒரே கனவைக் காண்பதும் ஸாத்தியமில்லையேயென்று குழம்பிப்போய் அந்தக் குழப்பத்தோடேயே பாரமஹால் முழுவதும் காட்டுத்தீயைப் போலப் பரவிச் செல்லுமாறு அதைக் கண்ணில் கண்டவர்களிடமெல்லாம் சொல்லிப் பரப்பினார்கள். இப்படியாக இந்தக் கதையைச் செவிமடுக்காதவர் தேசத்திலில்லையென்றான பின் கடைசியில் ஒருநாள் இந்நூலாசிரியனின் காதுகளையுமெட்டியபோது இவன் அந்த ஸதிபதிகளிருவரும் பொய் சொல்லவில்லையென்பதற்கு என் உள்தொடையில் என்னைப் பெற்றவளும் எனக்கு வாழ்க்கைப்பட்டவளும் மட்டுமேயறிந்த நட்சத்திர வடிவமான மச்சமே சாட்சியாயிருக்கிறது, ஆனால் நானோ அவர்களிருவரும் கண்டதாகச் சொல்லும் அதியற்புதமான நந்தவனத்தின் ஓர் இலைத்துணுக்கைக்கூட என் கனவில் காணக் கொடுத்துவைக்காமல் அதேயிரவில் என் வாழ்நாளிலொருபோதும் தூங்கியிராத தூக்கத்தைத் தூங்கினேனென்று தனக்குள்ளே சொல்லி நெட்டுயிர்த்துக்கொண்டான்.

அந்த நாளிலேயிருந்து பிறத்தியார் தனக்குத் தெரியாமலேயே தன்னை தேவனைப் போலேயும் தானிருந்தயிடத்தைச் சொர்க்கத்தைப் போலேயும் கண்டது துயிலானின் கதையைக் கேட்ட நாழிகையில் தன்னை ஆக்கிரமித்துக்கொண்டிருந்து நித்திரையின்போதும் உள்ளேயமிழாமல் அந்தரத்திலே எழும்பித் தளும்பிக்கொண்டிருந்த பரமானுபவத்தைத்தானே தவிர வேறொன்றையில்லையென்று மனதில் நிச்சயித்துக்கொண்டு இந்நூலாசிரியன் அந்தத் துயிலானிடத்தில் மட்டுமில்லாமல் சாமப்போதுகளில் தெருக்களிலலைந்துகொண்டிருந்த அந்தகர்களும் உபன்யாசகர்களுமான அவனுடைய ஸகாக்களிடமும்

அதிகப்படியான வாத்ஸல்யத்தையேற்படுத்திக்கொண்டான். அதோடும் கூட பரஸ்திரீகளின் சகவாஸத்தால் வெட்டையாகிப்போன சீமந்தப் புத்திரனின் நோயை நினைத்துக் கழியும் தனிமைப்பட்ட இரவுகளுக்குத் துணையாயும் துயரங்களுக்கு ஆறுதலாயும் வைத்திய சாதகத்தின்போது அபூர்வமான யோஜனைகளைத் புத்திக்குள் புகட்டும் ஞானவூற்றாயும் அவர்களுடைய புராணங்கள் தனக்கு அனுபவப்படுவதாகச் சொல்லி பின்னிரவுகளில் ஊர்க்காரர்களெல்லாம் கதவுகளை இறுகச் சார்த்திக் கொண்டிருக்க இவனோ பகிரங்கமாகவே தன் வீட்டுக்கதவுகளைத் திறந்துவைத்தும், அந்த நாலாம் வர்ணத்தவர்களை உள்ளே அனுமதித்தும் அக்ரஹாரத்துக்காராளின் முகச்சுளிப்பிற்கும் (இவர் தீர்க்கதரிசியாயிருந்தால் தம்மைத் தொடுகிற ஸ்திரீ இன்னாளென்றும் இப்படிப்பட்டவளென்றும் அறிந்திருப்பார், இவள் பாவியாயிருக்கிறாளே) பயமுறுத்தலுக்குமாளானான். இப்படியாகச் சில காலம் கழிந்தது. பிறகொருநாள் பேச்சுவாக்கில் இவன் தன் சிநேகிதர்களிடம் அவர்களுடைய அந்தகத்தைப் பற்றி விசாரிக்க அவர்களும் அது பிறவிநோயன்று என்று அங்கலாய்த்துக்கொள்ளவும் அது என்னவிதமென்று பார்ப்போமென்று சங்கல்பித்துக்கொண்டு எட்டு வயதே நிரம்பியவனும் திடகாத்திரனும் அதிபுத்திசாலியும் பசுபதியென்கிற நாமகரணமிடப்பட்டவனுமான தன்னுடைய இரண்டாவது புத்திரனையழைத்து துயிலார்களைப் பின்தொடர்ந்துபோய் வனத்திற்குள் புகுந்து அங்கே என்ன நடக்கிற தென்பதைப் பார்த்துவரும்படி உத்தரவிட்டு அனுப்பிவைத்தான். அந்தச் சிறானும் அவ்விதமே அடவிக்குள் புகுந்து துயிலார்களின் கிராமமிருக்கும் வனத்தின் ஹிருதய பாகத்திலோடும் பொன்னை நதிதீரத்தில் நக்ஷத்திரங்களைப் போல் இரவிலே ஒளியையுமிழும் அதிசயமான தாவர வர்க்கங்களைக் கண்டு ஆச்சரியப்பட்டு மறுநாள் வெளியே வந்து தகப்பனிடம் சொன்னான். வைத்தியனும் கவிஞனுமான தகப்பன் துயிலார்களிடம் அதைப் பற்றிக் கேட்க பலகாலத்திற்கு முன்பே அந்தகர்களாகிவிட்டவர்கள் அதையறிந்துகொள்வது எந்தவிதமென்று அவர்களும் பதிலுக்குக் கேட்டதும் அதீதப் பிரகாசங்களுக்கும் நரஜென்மங்களுடைய பார்வைக்கும் ஆகாதேயென்று ஊகித்து மறுநாளும் பசுபதியை வனத்திற்குள் அனுப்பிவைத்து ஒளிரும் தாவரத்தின் தண்டொன்றை வேரோடு பிடுங்கி வெய்யிலிலிட்டுக் கொண்டுவரும்படி சொல்லியனுப்பினான். பசுபதியும் அவ்விதமே எடுத்துக்கொண்டு வந்து தகப்பனிடம் ஒப்படைத்த ஏழாம் நாள் தானுமோர் அந்தகனாகிப்போனான். இதனால் இந்நூலாசிரியனுடைய பார்யாளும் அக்கம்பக்கத்தவர்களும் தந்தைக்குரிய ஸ்தானத்திலிருந்து மூத்த புத்திரனைக் கவனித்து வளர்க்காமல் நோய்க்குப் பலியாக்கியதோடு இப்போது இரண்டாமவனையும் கூடாநட்பால் குருடாக்கினானென்று தூற்றவும் இவன் ஏதடாயிப்படியாயிற்றென்று அவன் கொண்டுவந்த தண்டை பரீக்ஷைபண்ணியும் பழஞ்சுவடிகளோடு ஒப்பிட்டும் அதன் பூர்வாசிரமத்தைத் தேடிப்பார்த்தபோது அந்தத் தண்டு மஹாபாரத காலத்தில் தேவவிருட்சமாயிருந்ததும், யாராலும் வெல்ல முடியாதவரென அறியப்பட்டவரும் ஸ்ரீராமசந்திர மூர்த்தியின் பரமபக்தருமான ஆஞ்சநேய முனியையே பீமன் திரௌபதிக்காகப் பாரிஜாதத்தைத்

தேடிக்கொண்டு வரும் வழியில் வாலைக் குறுக்கேயிட்டுக்கொண்டு குருடராகி விழுந்துகிடக்கும்படி செய்த காரணத்தால் பீமஹனும யுத்தத்திற்குப் பிறகு தன்னுடைய அகந்தைக்குத் தண்டனையாகப் பூலோகத்தில் சாதாரண புல்பூண்டு இனங்களுக்கிடையே பிறந்து வளரவும் அபூர்வமாகச் சிந்தும் மரகதவெளிச்சத்தை மனுஷாள் யாரும் பார்த்து ரஸிக்க முடியாதபடிக்குக் கண்பார்வைக்கு மறைவாகவே வளர்ந்து அழியவும் ஹனுமனால் சபிக்கப்பட்டுவிட்டதுமான, கொடுக்கு மூங்கிலெனப்படும் அபூர்வமான தாவரயினத்தைச் சேர்ந்ததென்பதைக் கண்டுபிடித்ததோடு மேற்கொண்டு ஆபஸ்தம்ப கோத்திரத்து சிஷ்ய பரம்பரையில்வந்த நளமுனி பாஷ்யமெழுதிய வினோதரஸத் தாவர மஞ் சரியிலும் மேல்விவரங்களைச் சோதிக்க அவரெழுதியிருந்த பிரகாரம் கைலாயத்தைப் போலே அதீதமாய்ப் பனி பொழியும் சீதோஷ்ணத்தில், வனத்தின் ஹிருதயத்தினுள், இலை மற்றும் கிளைகளினிடுக்குகளில் பட்டுக் கசியும் சூர்யப்பிரகாசத்தை மட்டுமே தாங்கயேதுவானதாய், ரகஸ்யத்தின் கேந்திரமான இருளுடன் பழக்கத்தையும் பிறந்த குழந்தையின் உதடுகளைப் போல மென்மையான தண்டுகளையும் கொண்ட கொடுக்கு மூங்கில் பூக்கவும் பூக்காது, காய்க்கவும் காய்க்காது, ஏழெட்டடி உயரம்வரை சாதாரண மூங்கிலைப் போல புதர்களின் ரூபத்தில் மண்டி வளரும் இந்த மலட்டுத் தாவரவர்க்கம் கணுக்களிலிருந்து கழுகின் மூக்கைப் போல நீண்டதும் நுனி கூர்ந்து வளைந்ததுமான நடுநரம்புகளைக் கொண்ட, உள்ளங்கையகல இலைகளை மட்டுமே வளர்ப்பிக்கும், இந்த இலைகளும் பழுக்குங்காலத்தில் நடுநரம்பைக் கணுவிலேயே விட்டுவிட்டு இருபுற மடல்களை மட்டுமே கீழேயுதிர்க்கும், கணுவில் துருத்திக்கொண்டிருக்கும் நரம்புகள் இலைகள் பழுத்து உதிர்ந்த பின்னும் வாடாமல் ஜீவித்து நாளாவட்டத்தில் பருமனுங்கனமுங்கூடி தாய்மரத்தை வீழ்த்திவிட்டுத் தாங்களே சுயமாக நிலத்தில் வேர்பரப்பி வளர்ந்து புதிய கொடுக்கு மூங்கில்களாகும், இந்தத் தண்டுகளின் வடிவ விசேஷத்தாலேதான் கொடுக்கு மூங்கிலெனவும் இது பெயர் பெற்றது, இதன் குணவிசேஷமென்னவென்றாலோ மற்றெல்லாச் செடிகளும் நீரை உணவாயும் ஒளியை சுவாசமாயும் உட்கொள்ளும் இயல்பினவாதலின் இது மட்டும் நீரோடு ஒளியையும் தன் உணவாயும் காற்றை சுவாசமாயும் உட்கொள்வதாயிருந்தது, இதையொட்டி இன்னொரு கர்ணபரம்பரைக் கதையும் இதற்கு உண்டு, ஒருகாலத்தில் நதிகளுக்கு அதிபதியான ஒரு தேவதை வனத்தின் ஹிருதய பாகத்திற்குள் பிரவேசித்தபோது தன்மீது மோதும் சூர்யப்பிரபையை அதிகமாகப் பிரதிபலிக்கும் துல்லியத்தையும் இலகு குணத்தையும் பெற்றதோடு அதன் அழகையும் அமைதியையும் தண்மையையும் ரகஸ்யத்தையும் பார்த்து ப்ரீதி மிகக் கொண்டவளாகி அதைப் பிரிந்து அப்பால் செல்ல மனமில்லாமலும் பள்ளத்தை நோக்கி நில்லாமல் ஓடிக்கொண்டேயிருக்கும் தன் விதியை மாற்றவியலாமலும் சூர்ய வெளிச்சம் பிரதிபலிக்கும் தன் நீர்த்திவலைகளில் கொஞ்சத்தையெடுத்து ஒரு தாவரமாக்கி அங்கேயே வளரும்படி இறைத்துவிட்டுப் போனாளாம், அந்தத் தாவரம்தான் கொடுக்கு மூங்கிலாம், அப்படியாகப்பட்ட கொடுக்கு மூங்கிலின் தண்டுகளுக்குள் நதியின் ஜலப்ரவாகம் மட்டுமல்லாமல் ஒளிப்ரவாகமும் சேர்ந்தே

ஜீவரஸமாகச் சுழன்றுகொண்டிருக்கும், ஜீரணித்துக்கொண்ட ஒளி இலை மடல்களையுதிர்த்துவிட்ட நரம்புகள் தாய்மரத்தின் கணுவிலிருந்து சம்போகத்திற்குத் தயாரான புருஷனுடைய லிங்கத்தைப் போல ஆறங்குல நீளத்திற்குத் துருத்திய வடிவாய் அதை வீழ்த்தக் காத்துக்கொண்டிருக்கும் பருவத்தில் அவற்றின் நுனிகளில் திறந்திருக்கும் நுண்ணிய சுவாசத் துவாரங்களின் வழியே ஸ்கலிதத்தின் பிசுபிசுப்பைக் கொண்டதும் அன்னை பராசக்தியின் மேனிவண்ணமான மரகதப்பச்சையின் நிறத்தில் வைரங்களைப் போல மின்னுவதுமான பொட்டொளியாகக் கசிகிறது, கற்பனாவாதிக்குப் பிரியமான இந்த மினுமினுப்பை விஞ் ஞானி ஒளியென்று எண்ணிவிடவுமாகாது, இது சூர்யப்பிரபையைத் தன்னில் உள்வாங்கிக்கொண்டிருக்கும் மிகமிகச் சிறியதோர் நீர்த்துளியே யன்றி வேறில்லை, பச்சை நிற இரத்தப்பொட்டு, இந்தத் துளியைக் கையால் நசுக்கினால் பாலிலிருந்து நீரைமட்டும் பிரித்தெடுக்கும் அன்னப்பட்சியினைக்காட்டிலும் அதிகமான நுண்ணுணர்வை வேண்டும் சில்லிப்பையும் பிசுபிசுப்பையும் கைவிரல்களுக்கிடையே ஆராய்ச்சியாளன் உணரலாம், கைபட்டவுடனேயே செடியின் ரத்தமாகிய இந்த நீரில் பிரதிபலிக்கும் துளி வெளிச்சம் இருளோடு கலந்துவிட ஒற்றியெடுக்கப்பட்ட கணத்திலேயே முட்கண்ணின் நுனியில் மற்றொர் ஒளிப்பொட்டுப் பூத்துவிடும், ஆகவே பொதுவாக இதைப் பார்க்க நேருமெவரும் வெய்யிலை யெப்படி விரல்களால் தொட முடியாதோ அப்படியே இதனொளியையும் தொட முடியாதென்று எண்ணிக்கொள்வார்கள், இதைச் செவியுற்று ஜனங்கள் கூட்டமாக வந்தாலோ அப்போது முன்பொரு காலத்தில் நதியின் தேவதையை மயக்கிய கானகத்தின் அமைதி உடைக்கப்பட்டு ரகஸ்யமும் அம்பலமாகிவிடுமாதலால் கொடுக்கு மூங்கிலும் மீண்டும் நீர்த்திவலைகளாகவே மாறி நதிநீருடன் கலந்து காணாமல்போய்விடுமாம்.

இனி இந்த வினோதச் செடியின் ஒளிரும் சக்தியை மனுஷாளின் பார்வையைப் பறிக்கும் விஷமாக மாற்றும் வண்டைப் பற்றிச் சொல்லத் தொடங்குவோம், மனித திருஷ்டிக்கு அகப்படாத கடலின் ஆழங்களும் மலைகளின் சிகரங்களும் தீவுகளின் நிலப்பரப்புகளும் வானத்தின் மறுபக்கமும் பிரபஞ்சத்திலே அனேகமுண்டு, கொடுக்கு மூங்கிலையொத்ததான பிரத்யேகத் தாவரங்களிருப்பதைப் போலவே அறியவராத பூச்சியினங்களும் அந்த அதிசயங்களிலடக்கம், அப்பேற்பட்ட பூச்சிகளிலொன்று கண்ணீ (கண்–ஈ) என்றழைக்கப்படுகிற பெரியதொரு வண்டு, இதன் பெருமையென்னவென்றால் நாகாஸ்திர வித்தையைக் கற்றுக்கொள்ள அந்தணனுருவில் மறைந்திருந்த கர்ணனின் தந்திரத்தைப் பரகசியப்படுத்துவதற்காகப் பரசுராமரின் துடையைத் துளைத்தது இந்தத் தும்பிதானென்பார்கள், இதன் குணரூப விசேஷங்கள் வருமாறு, கருநீல நிறத்தது, எருமையின் தலையையொத்த வடிவினது, பிறந்த குழந்தையின் உள்ளங்கையளவு அகலநீளமும் காற்றைப் போல எடையின்மையும் மரத்தை அரங்கொண்டு அறுக்குங்கணக்கில் சிறகுகளைக் காற்றிலுரசிக்கொண்டு பறக்கும் அசாத்திய வேகமும் பறக்கையில் கொப்பளிக்கும் நீரில் வானவில் தோன்றுவதைப் போல சிறகடிப்பிலிருந்து வர்ணஜாலங்களைத் திக்குகளை நோக்கி விசிறியடிப்பதும் இதனடையாளம், மோப்பம், ருசி, கூடல், பார்வை ஆகிய காரியங்களத்தனையையும் கண்ணாலேயே

நடத்திக்கொள்ளுமியல்பானதால் கண்ணீயென்னும் காரணப் பெயரால் அழைக்கப்பட்டது, மற்ற தும்பியினங்களைப் போல மலர்களிலிருந்து தேனைப் பருகுவதற்குப் பதிலாக அவற்றின் நிறங்களையே பருகிப் பசியாற்றிக் கொள்ளும், தேனின் மணத்தை மோப்பத்தால் தொலைவிலிருந்தும் தேனிருக்கும் மலரைத் திருஷ்டியால் அருகிலிருந்தும் கண்டுபிடிக்கும் மற்ற மூன்றறிவுயிர்களின் குணவியல்பிற்கு மாறாகப் பூக்களைப் பார்த்த பிறகே அவற்றின் மணத்தை இந்தத் தும்பி மோப்பங்கொள்வதாயிருக்கிறது, பெண்ணீ சூலுற ஆணீயின் அருகே பறந்து செல்லும்போது பார்வையால் மோதிக்கொள்வதேயதிகமென்பது பூச்சியினங்களைப் பற்றிய பொதுவான அறிவுள்ளவர்கள் கிரகித்துக்கொள்வதற்கே சிரமசாத்தியமான உண்மை, இந்தமாதிரியான குணவிசேஷங்கள்தான் இந்த வண்டை இன்னொரு வினோத வஸ்துவான கொடுக்கு மூங்கிலை நோக்கி, இனம் இனத்தோடே வெள்ளாடு தன்னோடேயென்பதற்கொப்ப, ஈர்த்திருக்கிறது, மற்ற தும்பியினங்களுக்கும் வண்ணத்துப்பூச்சிகளுக்கும் வெறும் ஒளிப்பொட்டாக மட்டுமே கண்ணில் படும் கொடுக்கு மூங்கிலின் ரத்தத்துளி வாஸ்தவத்தில் எறும்பின் கூர்ந்த புலனால்கூட உணர முடியாத மிக நுண்மையான சுவைத்தேனையும், புளிப்புச் சுகந்தத்தையும் தன் பச்சைநிற ஒளியோடு கசியவிட்டுக்கொண்டிருக்கும் ஒரு வினோத மலரென்பதை இந்தக் கண்ணீ மட்டுமே பார்வையால் மோப்பம் பிடித்திருக்கிறது, பசுவின் ரத்தம் பாலென்றால் செடியின் ரத்தம் தேனாகத்தானிருக்க வேண்டுமென்கிற தர்க்கத்திற்கப்பால் கொடுக்கு மூங்கிலினுடைய முள்தண்டின் நுனிமீது கண்ணீ மட்டுமே அமர்ந்துசெல்வதற்கு வேறெந்தப் பிரத்யட்சமான காரணத்தையும் இயற்கையன்னை நாமறியக் காட்டவில்லை, மேலும் இந்தச் சிந்தனை மார்க்கத்தில் செல்வது இந்த விசேஷப் பூச்சி கொடுக்கு மூங்கிலின் ஜீவரஸத்தை விஷமாக மாற்றும் செயலுக்குரிய தர்க்க மார்க்கத்தில் நாம் பயணப்படவும் ஏதுவாயிருக்கிறபடியால் இதையிப்படியே எடுத்துக்கொள்கிறோம், ஒருக்கால் கண்ணீயே கொடுக்கு மூங்கிலென்கிற தாவரயினம் தோன்றியதற்குப் பின் தோன்றிய தும்பியாயிருக்கலாமென்றும் நமக்கொரு சம்சயமுண்டு, ஆதியிலே அதுயேதோவொரு சாதாரண வண்டாய் ஒளியைக் கசியவிடும் முள்ளின் மேலேயமர்ந்திருக்கும், அப்படியமர்ந்த வண்டின் தேனுறிஞ் சுமுறுப்பின் வழியே கொடுக்கு மூங்கிலின் பொட்டொளி காற்றில் கரைந்துவிடாமல் நேராகவே உடலினுள் சென்றிருக்கும், அப்படிச் சென்ற ஒளியாகப்பட்டது அதன் பார்வைப்புலனை மகத்துவமுடையதாகச்செய்து பிற புலன்களின் செயற்பாடுகளை மந்தப்படுத்தியிருக்கும், காலப்போக்கில் ஒளியோடிணைந்த ரத்தத்தோடேயே திரும்பத்திரும்பச் சூலுற்றும் கள்ளின் போதையால் திரும்பத்திரும்பக் கொடுக்கு மூங்கிலையே சரணடைந்தும் அந்த வண்டினம் இன்றிருக்கும் விஷந்தோய்ந்த கொடுக்கையுடைய கண்ணீயாக மாறியிருக்கும், நதிதேவியின் அம்சமான தங்களாலும் மண்ணுலகில் வேறெந்தச் சாதாரண உயிர்களுடனும் சிநேகங்கொள்ள முடியாதென்பதால் தனிமையைப் போக்குந்துணையாகக் கொடுக்கு மூங்கில்களெனும் ஆதி நீர்த்திவிலைகள் தாங்களே ஏற்படுத்திக்கொண்ட தோழர்கள்தான் இந்தக் கண்ணீக்களென்று காவியாம்ஸத்துடனும்கூட இதைச் சொல்லிப்பார்த்துக் கொள்ளலாம், ஏனென்றால் இவ்விரு

உயிர்வர்க்கத்தின் இணைவு பிரத்யேகமானதும், விளைவு மனிதவர்க்கம் அறியாததுமாகவல்லவோ இருக்கிறது.

ஆக, கொடுக்கு மூங்கிற்தண்டின் நுனியில் துளிர்க்கும் ரஸம், ரத்தம், ஒளி, தேன் அல்லது சிருஷ்டி வினோதத்தின் ஏதோவோர் அம்சம் கண்ணீயின் குருதியிலோடிக்கொண்டிருக்கும் ஏதோவொரு சக்தியின் அளவை முறித்து, முறிக்கப்பட்ட அந்தச் சக்தி முழுவதையும் தன்னம்சமாக, பார்வை ரூபமாக, மாற்றிவிடுகிறது, இப்படி கொடுக்கு மூங்கிலின் அம்சமாகவே பறந்துகொண்டிருக்க விதிக்கப்பட்டிருக்கும் கண்ணீ மனுஷாளைக் கடிக்கும்போது விஷமாக்கப்பட்ட ரத்தம் அவாளுடைய ரத்தத்தோடு கலந்து ரஸவினையேற்பட்டு விஷமுறிவைப் பெற்றுவிடுகிறது, அதாவது கண்ணீ மனிதனைக் கடிக்கும்போது கொடுக்கு மூங்கிலின் அம்சம் முறிந்து அதன் அசல் ஸ்திதிக்குத் திரும்பிவிடுகிறது, துரதிர்ஷ்டவசமாக இங்கேயப்போது இரண்டு காரியங்கள் நடக்கும், ஒன்று, விஷமுறிவு நடப்பது வண்டின் உடலுக்குள்ளாக இல்லாமல் அதன் கொடுக்கின் மூலம் விஷத்தைத் தன்னுள் வாங்கிக்கொள்ளும் மனுஷனின் திரேகத்திற்குள், இரண்டு, இந்த விஷமுறிவு அசாத்தியமான வேகத்தில் நடக்கிறதென்பது, இந்த வேகத்தைத்தான் மனுஷாளால் தாக்குப்பிடிக்க முடியாமற்போய் அவனுடைய கண்பார்வையைப் பறித்துவிடும் நஞ்சாகிவிடுகிறது, வாஸ்தவத்தில் இதைப் பார்வையிழப்பு என்று சொல்வதுகூடப் பிசகென்போம், மற்றயெல்லா இந்திரியங்களின் சக்தி முழுவதையும் சுருட்டிப் பார்வையாக மாற்றிவைத்திருந்த கொடுக்கு மூங்கிலின் விஷம் அதிவிரைவாய் அதையிழந்து பிறபுலன்களின் சக்தியை விடுவிக்கும்போது அந்தப் புலன்கள் அமானுஷ்யமான கூர்மையைப் பெற்றுவிடுகின்றன, நாசியானது அருகருகேயிருக்கும் இரண்டு பாறாங்கற்களின் உப்பு மணத்தைக் கொண்டு அவற்றின் கடினத்தைத் துல்லியமாகப் பிரித்தறியவும், செவியானது பல காதங்களுக்கப்பாலிருந்து தன்னை நினைத்து முனகும் உறவின் குரலைத் தெளிவாகக் கேட்கவும், வாய் அணுவினும் சிறியவொரு பதார்த்தத்தின் சுவையைக்கூட காற்றிலிருந்தே நக்கிச் சுவைக்கவும், உடல் காற்றின் வீசு திசையையும் வேகத்தையும் அடர்த்தியையும் இன்மையையும் வைத்துப் பாதைகளைக் கண்ணால் பாராமலேயே கணித்துவிடும் ஸ்பரிச உணர்வையும் அடைந்துவிடுகின்றன, இதே போக்கில்தான் இயற்கையாகவே வஸ்துகளைச் சுற்றிச் சுடர்விடும் பிரகாசத்தால் அவற்றையறியும் கண்ணும் அவற்றை அப்படித் தோற்றப்படுத்தும் மிக நுண்ணிய ஒளித்துகளைக்கூடப் பிரகாசமாகப் பார்க்கும் கூர்மையை அடைந்துவிடுகிறது, பொருளின் நிழலை நிழலாகக் காட்டும் நிழலின் சுடரைக்கூடப் பன்மடங்கு பெரிதாகக் காட்டும் பூதக்கண்ணாடியின் தன்மையை இந்த ஸமயத்தில் பார்வை பெற்றுவிடுகிறது, இத்துணை கூர்ந்த திறனைப் புலன்களுக்கு ஈஸ்வரன் நரஜென்மத்தையொத்த மஹாகிருதிகளுக்கு வேண்டுமென்றேதான் கொடுக்கவில்லை, ஐந்தறிவிற்குக் கீழ்ப்பட்ட மற்ற உயிரினங்கள் பஞ்சேந்திரியங்களின் பலனை வஸ்துகளின் ஸ்தூல இருப்பின் மூலமாக மட்டுமே அனுபவிக்க முடியுமாதலால் அவற்றுக்கு அவற்றின் மீது கூர்ந்த புலனுணர்வு அவஸ்யமாயிருக்க மனுஷ ஜாதிக்கும் அதற்கடுத்தபடியாயுள்ள மிருக ஜாதிக்கு ஓரளவிற்கும்

வஸ்துகளைக் கற்பனையிலேயே சிருஷ்டித்துக்கொள்ளவும் அனுபவிக்கவும் மனம் என்கிற ஒன்றை பகவான் கொடுத்திருக்கிறபடியினாலே வண்டுகளுக்கும், எறும்பு, ஸர்ப்பங்களுக்கும் தேவைப்படும் கூர்ந்த அவதான சக்தி இதுகளுக்குத் தேவையில்லாமலிருக்கிறது, தேவையில்லை யென்பது மட்டுமில்லை, அது மனுஷனுக்கு இடைஞ்சலுங்கூட, அஃதெப்படியென்றால் பல காதங்களுக்கு அப்பால் ஒரு கௌளி தன் பாதங்களின் பிடிப்பு விலகித் தரையில் விழும் சப்தமோ, எங்கோவொரு சயனஸ்தலத்தின் தாழ்ப்பாளினுட்பக்கம் பூட்டப்படும் ரகஸ்ய அரவமோ, ஒரு தாரகையின் ஒளி தரையில் மோதிச் சிதறும் துணுக்கொலியோ, ஒரு பெரிய குடுத்தனத்தின் அங்கத்தினர்களுக்கு நடுவேயிருந்து தன் பெண்டாட்டியைப் பின்புறமாக எழுந்து வாவென்று அழைக்கும் புருஷனின் அரற்றலோ இடைவிடாமல் ஒருவன் காதுகளில் வந்து மோதிக்கொண்டேயிருக்குமானால் அவனால் நிம்மதியாக இரவில் உறங்கவோ பகலில் காரியங்களைப் பார்க்கவோ முடியாமற்போகுமல்லவா, அல்லது இரவோடிரவாகக் கழுவிக் கழிவுகளோடு கலந்துவிட்ட சுக்கிலமும் சுரோனிதமும் பின்னும் காற்றின் அணுக்களுடன் வினைபுரிந்து கிளப்பும் துர்மணம் நாசியை உறுத்திக்கொண்டேயிருந்தால் அவனாலெப்படி நிச்சலனமாக சுவாமியைப் பூக்களைக் கொண்டு அர்ச்சிக்க முடியும், இன்னும், மட்கிய பிரேதங்களின் சதையை அரிசியினுள் மாமிசமாகச் சுவைப்பவனால் மீண்டுமொருமுறை சோற்றை அருவருப்பில்லாமல் கையால் பிசைய இயலாமற்போகுமே, இதனால்தான் மனுஷப் பிறவிக்குள் இந்திரியங்களின் ஆதிக்கத்தை மட்டுப்படுத்தி மனதின் ஆதிக்கத்தை ஈஸ்வரன் அதிகமாகக் கொடுத்திருக்கிறாரென்றறிக, பிரகிருதியின் இந்த இயற்கைக்கு விரோதமாகக் கண்ணீ கொடுக்கு மூங்கிலின் விஷத்தால் மனிதர்களுடைய புலன்களை அதீதமாகக் கூர்மைப்படுத்திவிடும் ஸமயங்களில் அந்தச் சக்தி பிறவுறுப்புகளில் தன் பாதிப்பை அதிகமாக உணரச்செய்யாமல் பார்வைப் புலன் மேல், அது மிகுந்த மென்தன்மையுடையதாதலால், உடனே தன் வேகத்தை உணர்த்திவிடுகிறது, விளைவாக, சாதாரணமாய் பார்ப்பதற்குயேதுவாக வஸ்துகளிலிருந்து பெற்றுக்கொள்ள வேண்டிய பிரதிபலிப்பைக்காட்டிலும் பன்மடங்கு அதிகமான பிரதிபலிப்பைப் பார்வை கறக்கவாரம்பிக்கிறது, இந்த அதீத வெளிச்சம் மரத்தில் மறைந்தது மாமத யானையென்று சொன்னாற்போல வஸ்துவையே மறைக்குமளவிற்கு விழிகளில் பிரகாசித்து வெளிச்சத்தை மாத்திரமே வஸ்துவாகப் பார்க்குமளவிற்கு அதைத் தாக்கிவிடுகிறது, வஸ்துகளின் வெளிச்சமானது அவையிருக்கும் இடம் கசியவிடும் இயல்பொளியோடும் அவற்றினிருப்பைப் பார்வைக்குக் கடத்தும் காற்றினூடு கலந்திருக்கும் அணுவளவான வேறு பல தூசித் துகள்களின் இயல்பொளியோடும் கலந்து பெரிய திரையாகக் கண்முன் விழுந்து காற்றைத் துளைத்துச் செல்லும் பார்வையின் ஊடுருவலை அடைத்துவிடுகிறது, சூரியனைப் பார்க்கும் ஒருவன் முதற்கணத்தில் சூரியனையும் அடுத்த கணத்திலிருந்து அதன் பிரகாசத்தையும் மட்டுமே பார்க்கும்படியாகிவிடுவதைப் போல வஸ்துகள் கசியவிடும் மெல்லிய பிரகாசமே பார்வைக்குத் திரையாகிவிடுகிறது, எனவே இது பார்க்க முடியாதபடி இருட்டிக்கொண்டுவிடும் உலக வழக்கான

அந்தகமாயமையாமல் அதீதமான கூர்மையைப் பார்வைக்குள்ளேற்றும் விசித்திரமான வெண்ணிறக் குருட்டு வியாதியாயமைகிறது.

நோயின் காரணம் இதுவானால் இதற்கான பரிகாரம் வழக்கமான மருந்துகளில் இருக்கயெப்படி வாய்ப்புண்டாகுமென்று நளமுனி கேட்டு ஆனால் தானெழுதிவருவது தாவர சாஸ்திரமாதலால் அதற்கான நூல்விதி இந்நோயைத் தீர்க்கும் வைத்தியத்தைப் பற்றி இங்கே பிரஸ்தாபிக்கத் தன்னையனுமதிப்பதில்லையென்று சொல்லி அந்த அளவோடு நிறுத்திக்கொண்டுவிட இந்நூலாசிரியன் அகஸ்தியர் நயனவிதி ஐந்நூறும் நாகமுனிவர் நயனவிதி இருநூறுமுட்பட்ட பல பழஞ்சுவடிகளைத் தேடியாராய்ந்து அவையெதிலும் கண்ணீயின் கொடுக்கினால் உற்பத்தி யாகும் அந்தகத்தன்மைக்குப் பரிகார பாஷ்யமில்லாதிருந்ததைக் கண்டு துயிலாரையும் புத்திரனையும் வியாதியிலிருந்து கடைத்தேற்ற தானேயதற்கான ஔஷதத்தைக் கண்டுபிடிப்பமென்று மனதிற்குள்ளே வரிந்துகொண்டும் அன்றிலிருந்து ஆல், எருக்கு, வேலா, பூலா, பண்ணைக்கீரை, புளியங்கொழுந்து, பவளமல்லிகை, பெராயிலை, கையாந்தகரையிலை, தர்ப்பை, பூவரசயிதழ், துத்தம், துரிசி, அரிதாரம், கெந்தகம், மனோசிலை, நேர்வாளம், வெண்ணெய், செம்பு, சொர்ணம், திப்பிலி, தேன், பசுவினெய், மிளகு, கோரைக்கிழங்கு, வெள்ளாட்டுப் பால், கோமூத்திரம், கடுக்காய், தான்றிக்காய், நெல்லி, பெறுவிச்சி, சிறுவிச்சி, அதிமதுரம், ஏலரிசி, தாமரைக்கிழங்கு, கோமேதகம், மஞ் சள்மெழுகு, மடல்துத்தம், வெள்ளைச் சாரணை, கோழியவரை, சங்கு, துருசு, தலையோடு, பீதரோகணி, புங்கமென்றிவற்றைக் கொண்டுவந்து வீடு முழுக்கக் கடைபரப்பிக்கொண்டும் தன்னுடைய அந்தகப் பிள்ளையையே அவற்றின் சாந்தையும் கஷாயத்தையும் பிரயோகித்துப்பார்க்கும் லட்சியமாக்கிக் கொண்டும் உன்மத்தங் கொண்டவனைப் போலச் செயற்படலாயினன். இந்தப்படியாக கீழ்சாதி சகாயத்தோடு நில்லாமல் மயானத்தில் முளைக்கும் செடிகொடிகளையும் அக்ரஹாரத்திற்குள் கொண்டுவந்து சாஸ்திர விரோதமான அநேக காரியங்களைச் செய்துகொண்டிருந்ததால் பகலில் மட்டுமல்லாமல் இரா வேளையிலுங்கூட இவன் பாஷாண்டியாக மாறிப்போனானென்று மற்ற பிராமணர்கள் பட்டாவர்த்தியைப் பிடுங்கிக்கொண்டு இவனைச் சாதிப்பிரஷ்டம் செய்ய அனுமதிகோரி ராஜாவுக்கும் சங்கர மடத்திற்கும் ஓலையெழுதிப்போடும்படியாயிற்று. இந்த நீதங்களாலெல்லாம் பாதிக்கப்படாமல் இவன் கடமையே கண்ணாகத் தன் வைத்தியப் பரீக்ஷார்த்தங்களைச் செய்துகொண்டிருந்தான். துயிலார்களும் நம்முடைய பழக்கத்தினாலல்லவோ இந்த பிராமணனுக்கு இத்தகைய கஷ்டங்களேற்பட்டதென்று இவன் சொல்லும் வாசனையையுடைய மூலிகைவர்க்கங்களைக் காட்டுக்குள்ளிருந்து மோப்ப சக்தியாலறிந்து பறித்துக்கொண்டுவந்தும், பழம்புராணங்களிலிருந்து சிருஷ்டிபரத்தைத் தட்டியெழுப்பும் கற்பனைகளைக் கதைகளாக வேணுமென்கிற அளவிற்குச் சொல்லியும் தங்களாலாயின்ற உதவிகளைச் செய்து கொண்டிருந்தார்கள். இந்தச் சமயத்தில்தான் இந்நூலாசிரியன் அவர்களுடைய சுயபுராணத்தையுமறிந்துகொண்டது. இவற்றாலிவன் வைராக்கியமதிகமாகி முன்னிலுந்தீவிரமாயுழைத்துச் சில காலத்திற்குப்

பிறகு வெண்ணந்தகத்திற்கான மருந்தைக் கண்டுபிடித்து அதன் முதல் பரீக்ஷைசைக் கேந்திரமாய்த் தன் புத்திரனின் உடலையே உபயோகித்து அவனுடைய பார்வையை மீட்டுத்தந்தான். ஆயினும் ஏற்கெனவே மருந்துப் பிரயோகங்களின் பக்கவிளைவுகளாலேற்பட்ட உபாதைகளால் உடல்நலங்குன்றி ஈர்க்குச்சியைப் போலாகிவிட்டிருந்த உடம்பு கண்ணொளியைப் பெற்றதும் ஏற்பட்ட உவகையின் வேகத்தை உள்வாங்கிக்கொள்ளத் திராணியின்றி அழன்றுபோய் அஜீரணமாகி விட்டதால் அந்தப் பாவப்பட்ட பிள்ளை பசுபதி படுத்தபடுக்கையாகக் கிடந்து சின்னாட்களில் இறந்துபோனான். வெய்யிலில் வீழ்ந்த மலரிதழைப் போல புத்திரனையிழந்து மனம் வாடிற்றென்றாலும் இந்நூலாசிரியன் அதை அதிதைர்யனாகி வீட்டாரின் ஆட்சேபணையைக் கேட்காமல் வருஷாப்திகம் முடிந்த பிறகு வரக்கூடிய பௌர்ணமையன்று ஔஷதத்தையருந்தி பார்வையை மீட்டுக்கொள்ள வாருமென்று தன் சிநேகிதர்களைத் தன்னில்லத்திற்கு அழைக்க உத்தேசித்தான். ஆனால் அதற்குள் ராஜாங்கத்தார் கௌரவசேனை பாண்டவர்களை அரக்கு மாளிகைக்கு விருந்திற்கழைத்ததைப் போல துயிலார்களைப் பாரமஹால் நிர்மாணிப்பில் அவர்களுடைய உபகாரங்களை மெச்சி ராயர் பரிசளிக்கவிருப்பதாகப் பேசி ஆசைகாட்டி (அவர்கள் விசுவாசித்து ரட்சிக்கப்படாதபடிக்குப் பிசாசானவன் வந்து அவ்வசனத்தை அவர்கள் இருதயத்திலிருந்து எடுத்துப்போடுகிறான்) நகரத்தின் வேறொரு திசையில் விருந்துபசாரத்தை ஏற்பாடுபண்ணி அங்கே வந்து அவர்களிருக்கையில் வீட்டிற்கு நெருப்பு வைத்துக் கொளுத்தி அவர்களில் பாதிப் பேரைக் கொன்று மீதிப் பேரைத் திசைக்கொருவராக பாரமஹாலை விட்டே ஓடும்படி செய்துவிட்டார்கள். விடாமுயற்சியால் வெளிப்பட்ட ஔஷத அமுதம் கொள்வாரின்றிப்போனது.

முள்படுக்கைபோலுறுத்தி மனுஷனை ஸ்திரபுத்தியிலிருந்து விலக்கி விடுபவையென்று சாஸ்திரங்களால் வகுக்கப்பட்ட பதினாறுவிதமான துயரங்களில் ஹிருதயத்திற்கு நெருக்கமானவர்களின் பிரிவு, புத்திரசோகம், சாதிப் பிரஷ்டம், வீணான ஞானம், அநீதமான ராஜாங்கம் முதலான ஐந்து மஹாத்துயரங்களால் பீடிக்கப்பட்ட இந்நூலாசிரியன் தானும் பிறகு பாரமஹாலிலிருக்கப் பிரியப்படாமல் ராயரிடம் பேசி அவருடைய சிபாரிசுடனேகூட பெண்டாட்டி பிள்ளையுடன் வடக்கு திசையேகி மங்களூர்ப் பட்டணம் வந்து உடையார் ராஜாங்கத்தினுடைய ஆதரவில் குடியேறி ஜீவித்துக்கொண்டிருக்கிற இந்தக் காலத்தில் மிகுந்த சிரமமெடுத்துக் கண்டுபிடித்த ஔஷதத்தின் விவரங்கள் யாருக்கும் தெரியாமல்போய் பின்பொரு காலத்தில் துயிலார்களையொத்த இன்னுமொரு அந்தக ஜாதியுருவாகிவிடக் கூடாதென்று மனதில் நினைந்து சில வருஷங்களுக்கு முன் ராமராயருக்காகயெழுதத் தொடங்கி முடியாமல் பெரியதொரு நூலாக நீண்டுகொண்டேயிருந்த பிதிர் சஞ்சார மார்க்க போதினியெனும் நூலில் நயனபுஷ்பமென்னும் தலைப்பின்கீழ் முப்பத்தொன்பதாவது ஸர்க்கமாயந்த விவரங்களை எழுதியும் கூடவே அதற்கு மூன்று ஸர்க்கங்களைத் தாண்டி நாற்பத்து மூன்றாம் ஸர்க்கமாய் துயிலானிடமிருந்து வேண்டிப்பெற்ற நீலவேணியின் பாதையென்னும் கற்பனையையும் அற்புத மார்க்கமென்னும் பெயரிலெழுதி அவற்றைப்

பூர்த்திசெய்து பின்னும் மனம் சமாதானமடையாமல் துயிலார்களுக்கு இன்னுமேதாகிலும் கைம்மாறு செய்ய வேணுமென்று தனியொரு நூலாய் இந்தத் துயிலார் சரித்திரமென்னும் சாதிப்புராணத்தையுமெழுதத் தொடங்குவான். இது இவன் துயிலார்களுடன் பழகிவந்த காலங்களில் அவ்வப்போது துண்டுதுண்டாயும் ராஜாங்கத்தாரின் பாராமுகம் வலுத்த ஸமயங்களில் ஆற்ற மாட்டாத அரற்றலாயும் கேட்டு ஞாபகத்தில் இருத்திக்கொண்டதும் பின் பாரமஹாலிலும் மங்களூரிலும் பண்டிதர்களிடமும் அக்கம்பக்கத்தவர்களிடமும் கேட்டுப்பெற்ற விவரங்களினடிப்படையிலும் கூடுமானவரையில் அந்த வஞ்சிக்கப்பட்ட சாதியினருக்கு விசுவாசமாய், அவர்களுடைய பரிதாபக் கதையை உலகத்தாருணர்ந்து மனுஷஜென்மங்களின் கயமைக் குணங்களையெண்ணி வருந்தித் திருந்த வேணுமென்கிற உத்தேசத்துடன் உருவாக்கப்பட்டிருக்கிறது. லோகோ ஸமஸ்த ஸுகினோபவந்து. ஸகலம் கிருஷ்ணார்ப்பணமஸ்து. ஸாதுக்களின் தாசன், அடியேன் நீலகண்டன்.

துயிலார்

(ஆதிமுதல் எல்லாவற்றையும் திட்டமாய் விசாரித்தறிந்த நானும் உபதேசிக்கப்பட்ட விசேஷங்களின் நிச்சயத்தை நீர் அறிய வேண்டுமென்று அவற்றை ஒழுங்காய் உமக்கு எழுதுவது எனக்கு நலமாய்த் தோன்றிற்று). பூர்வீகம் கன்னட தேசம். ஹொய்சாள ராஜாக்கள் காலத்திலிருந்தே மைசூரில் குக்குலம். ஹிந்துயினம். குடுகுடுப்பைக்காரர்களுடனிருந்து பின்பு விஜ்ஜல ராஜா ஆனேகொந்தியில் பட்டணத்தையுண்டாக்கிய சமயத்தில் குடிபெயர்ந்து போனவர்களோடு சேராமல் தனிச்சாதியாய்த் தங்களையறிவித்துக்கொண்டவர்களென்றும் கதையுண்டு. நாலாம் வர்ணம். ஸர்ப்பமானது தனக்கென்றொரு வளையையுருவாக்கிக்கொள்ளாமல் கரையானுடைய புற்றை வாசஸ்தலமாய்க்கொள்வதைப் போல குடிசைகளை யெழுப்பிக்கொள்ளாமல் மயானக்கரைகளில் நிலத்திற்கடியில் குழிபறித்து வசிக்கும் பழக்கத்தால் மாரப்ப நாயக்கர் காலம்வரையில் பார்வையில் தீட்டையுண்டாக்கும் சாதி. பிணங்களோடு சகவாசமென்று ஊருக்குள் அனுமதியில்லை. ஸாதாரண ஜனங்கள் உறங்கும் நேரங்களிலும், உறங்கும் இடங்களிலும், உறங்கும் விதங்களிலும் உறங்குவதில்லை யென்பதால் துயிலாரென்று பெயருண்டாயிற்றாம். சிவதாஸர்களென்றாலும் ஹிந்துக்களின் இல்லற தர்மத்தைப் பேணுதல் வழக்கமில்லை. பரஸம்போகம் சகஜம். சந்ததிகளுக்கு மாதா அனுகூலம். பிள்ளைகளை முதுகில் சுமந்துகொண்டு திரிவதும் பிரேதங்களைப் பொம்மைகளாயுருட்டி விளையாடப் பழக்குவதுமுண்டாம். கதை சொல்வதில் சமர்த்தர்களென்பதால் அதுவே உஞ்சவிருத்திக்கு ஆதாரமானது. பிரதி ராத்ரி நகரத்தாரெல்லாரும் நித்திரைபோன பின் மனுஷாள் கண்படாமல் கூகையைப் போல வீதிகளில் திரிந்து கதைகள் சொல்லித் திண்ணைகளில் ஏற்கெனவே எடுத்துவைக்கப்பட்டிருக்கிற மீந்தப்

பதார்த்தங்களையெடுத்துவருவது புருஷர்களுடையதும், பிரேத தகன வெளிச்சத்தில் அவற்றைப் பகிர்ந்து கொடுத்துத் தாங்களுமுண்பது ஸ்திரீகளினுடையதுமான ஜீவனோபாயம். பாரமஹாலுக்கு வந்துசேர்ந்த பிற்காலம்வரையில் நளபாகத்தையறியாதவர்கள். நாராசமிடும் குழந்தையின் வாயை மூடும் பூச்சாண்டியென்றும், கண்ணால் காண்பது துர்நிமித்தங்களை உருவாக்குமென்றும் நம்பாநின்றவளவிற்கு இந்தச் சாதியினரிடத்தில் பயமும் அசூயையுமிருந்தாலும் அர்த்தராத்ரியில் உபன்யாசிக்கப்படும் புராணங்களின் மேல் ஜனங்களுக்கு, விசேஷமாக ஸ்திரீகளுக்கு, அளவற்ற பிரேமையுண்டாம். காற்றையூடுருவும் கிரணத்தில் தூசு கூடுவதையொத்த நிந்தா ஸ்துதிகளும். உத்யோகார்த்த சம்பாஷணை களும், நியாயாதிபதிகளின் உரத்த ஆணைகளும், ராஜாங்கத்தினரின் தண்டோராக்களும், கோயில் மந்திரங்களும் நிறைந்த பகல்பொழுதின் இரைச்சல்களோய்ந்த பின் காட்டு யானையைப் போல் நிஷ்களங்கமாய் இலங்கும் ராத்ரியில், சந்திரப்பிரபையின் பின்னணியுடன் தங்கள் காதலர்களுக்காகத் தாசிகள் இசைக்கும் மெல்லிய கீதங்கள் கிளர்த்தும் தாபவுணர்வுகளைக் கூட்டிக்கொண்டு வீதிகளில் ஒலிக்கத் துவங்கும் கதைகளைக் கேட்க நகரம் நெடுநேரம்வரை மூடிய கதவுகளுக்குப் பின்னே விழித்திருக்குங் காலமிருந்தது. அத்தனையற்புதமான கதைகளை அக்ஷரங்களோடும் இலக்கியத்தோடும் பரிச்சயமற்ற அந்தச் சாதி எங்கேயிருந்து பெறுகிறதென்று ராத்ரியில் கேட்ட கற்பனாதிசயங்களைப் பகலில் பேசிப் பகிர்ந்து அந்த ரஸானுபவத்தை மனதாலும் மாந்தி அனுபவிக்குஞ் ஜனங்கள் ஆச்சர்யப்பட்டு பிரேதாத்மாக்கள் மனுஷ ஜென்மங்களுக்கு அசாத்தியமான கற்பனைகளைச் சொல்லிக்கொடுத்து அனுப்பினவென்று நிச்சயித்துக்கொண்டனர். திருஷ்டிக்குப் புலப்படாத துயிலாரின் ரூபமும் ஜனங்களின் மனத்திரையில் பிரதி தினம் அவர்கள் உபன்யாஸிக்கும் புராணப் பாத்திரங்களின் அங்கலாவண்யங்களையேற்றும், நீரில் பிரதிபலிக்கும் ஆதித்யனின் ப்ரகாசத்தைப் போல கதைகளுக்கேற்ப மாறும் குணவினோதமடைந்தும் சித்திரவிசித்திரமாகாநின்றது. எனில் பார்த்தல், பேசுதல், ரம்மித்தல், இணைதல், மூப்பையேற்றல் முதலான, நரர்களுக்கு ஈஸ்வரனால் விதிக்கப்பட்ட இகலோக தர்மம் தேவாதிகளுக்கொப்பான லட்சணங்களையேற்றவர்களுக்கு எப்படிச் சித்திக்குமென்றெண்ணியும் சமாதானமடைந்தார்கள். சுருக்கமாக, ஒரே சமயத்தில் ஜனங்களின் பார்வைப் புலனுக்கு லயமாயும், பார்க்க அச்சப்படும் பைசாசங்களாயும் துயிலார் இருந்தனரென்போம். அல்லது ஆகமங்களாலும் ராஜாங்கத்தாலும் சந்ததிகளாலும் விலக்கப்பட்டு மறதியின் குழிக்குள் ஆழப் புதைக்கப்பட்டுவிட்ட, ஜனங்களுடைய மனோரதத்தின் ஸ்தூல ரூபங்களாய் நடமாடினரென்போம். இது காரணமாகவே இவ்விதமான, பாபமென மறுக்கப்பட்ட ஆசைகளைத் தைர்யமாகப் பகிரங்கப்படுத்துவதற்குத் தயங்காத ராக்ஷஸ ஜென்மமென்று அறியப்பெற்றிருந்த காருஹள்ளி தேசத்து ராஜா மாரப்ப நாயக்கனுக்கும் துயிலார்கள் மேல் ப்ரீதியும் அவர்களை மயானக் குழிகளிலிருந்து வெளிப்பித்து ஊருக்குள் அழைத்துவரும் யோஜனையுமுண்டாயிற்றென்பர். அதைச் சொல்லுமிடத்து,

விஜ்ஜல ராஜா துங்கபத்திரா தீரத்தில் பகுபட்டணமாய் ஸ்தாபிச்சுப் புத்திரர்களுக்கு ஆர்ஜிதப்படுத்தின விஜயநகரத்தை இருநூறு வருஷங் களுக்கப்புறம் மாலிக்காபுர் தன் துலுக்கச் சைன்யத்தோடே வந்து நிர்மூலம்பண்ணிப் போனதன் பிற்பாடு ஹரிகர புக்கர்கள் வித்யாரண்ய சுவாமிகளினாசியோடு அதை மறுபடி நிர்மாணித்துத் தன் பிள்ளையான புக்கதேவராயனுக்குக் கையளித்துப் போகுந்நாளில், அவனுக்குக் கப்பங்கட்டும் ராஜாவாய் மைசூரைப் பரிபாலித்துக்கொண்டிருந்த சாமராஜன் சிவலோகப்ராப்தியையடைந்த காலத்தில் அவருடைய பார்யாளும் ஏகபுத்திரியான தேவஜாம்மணியும் நிர்கதியாய் நிற்க, அர்த்த சாஸ்திரமறியாத ஸ்திரீ ஜென்மங்களாயிருந்தபடியினாலே பர்த்தாயிறந்ததும் மந்திரிப்ரதானிகளை வைச்சு இடைக்காலத்தில் ராஜ்ஜியத்தை ஒருவாறாய்க் கட்டியாண்டுகொண்டு தேவஜாவைக் கல்யாணஞ் செய்துகொள்ளும் ஒரு நல்ல வரனை வேண்டி ஈஸ்வரனைப் பிரார்த்தித்தபடியிருந்த ராணியிடம் சிம்ஹமில்லா வனத்தை சிறுநரியுமிச்சிக்குமென்பதற்கொப்ப சாமராஜனுக்குக் கப்பங்கட்டும் காருஹள்ளிப் பாளையத்தான் மாரப்பா தேவஜாவையும் மைசூரையும் தன்னிடம் ஒப்படைத்துவிட்டு முண்டைகளடையுமுள்ளில் ஒதுங்கியிருக்கும்படி அவளை வற்புறுத்தாநிற்க, அவனிடம் கைத்தனம் பெற்றுக்கொண்டு மந்திரி ப்ரதானிகளும் பண்டிதர்களும் அவனுக்குகந்த வார்த்தைகளையே ராணியிடம் ஹிதோபதேசமாகச் சொல்லிவரும் நாளில் மாரப்ப நாயக்கனின் ராஜ்ஜிய பரிபாலன விசாரத்தைக்காட்டிலும் புத்திரிக்கு அவனிடம் வாத்ஸல்யமில்லையென்கிற விசாரம் கனங்கூடினதா யிருந்தபடியால் எதிர்த்துப் பேசாமலும் சம்மதிக்காமலும் சாக்குப்போக்குச் சொல்லிக் காலந் தாழ்த்திக்கொண்டிருந்தாள். பாளையக்காரனோவெனில் சீக்கிரம் சம்மதத்தைத் தெரிவியாத பக்ஷத்தில் பலாத்காரமாகவேனும் ராஜ்ஜியத்தோடு பெண்ணையும் அபகரித்துக்கொள்ளும் பெலமும், பாளையக்காரர்களின் கிஸ்திப் பணத்தைக் கொண்டு விஸ்தரிக்கப்பட்ட ராஜ்ஜியத்தின் மீது உரிமையும் தனக்கிருக்கிறதென்று அவர்களை ஹிம்ஸித்துக்கொண்டிருந்தான். ராணியையும் ராஜபுத்ரியையும் இவ்விதமாய் அரண்மனையையே காராக்ரஹமாக்கி அடைத்துவைத்திருந்த சமயத்தில் தேவஜா தானொரு இளவரசியென்கிற ஹோதாவில்லாமல் சகிகளிடத்திலும் பந்துக்களிடத்திலும் அன்னியோன்னியமாகப் பழகுகிறவளாயிருந்தபடியால் ஸ்வதுக்கம் ஜனதுக்கமாகப் பெருகியது. விசேஷமாக ஸ்திரீகள் தேவஜாவைச் சிறைமீட்டுக் கல்யாணமுஞ் செய்துகொள்ள அனுக்ரஹிக்கப்பட்ட இளவரசனை உக்கிராணவறை களிலும் புழக்கடைகளிலும் கிணற்றடிகளிலும் ப்ரஹாரங்களிலும் ஆற்றங்கரைகளிலும் அவள் நிமித்தமாகத் தேடியலைந்துகொண்டும், அவனைப் ।।குசீக்ரம் கண்ணில் காட்டும்படி கோடி பைரவேஸ்வரரைப் பிரார்த்தித்துக்கொண்டுமிருக்க,

ராமாயண மகாபாரத காலந்தொட்டே ராஜ்ஜியங்களின் விதி ஸ்திரீகளின் கண்ணீரால் மாற்றியெழுதப்படும் சரித்திரம் பிரசித்தி ஆனபடியினாலே அந்தவிதமே மைசூர் தேசத்துப் பெண்களின் பிரார்த்தனையோடுகூட அபலையிளவரசியின் கண்ணீருமாகிய

ஆகுதிகளின் தஹிப்பைத் தாளவியலாத கோடி பைரவேஸ்வரர் படித்துறைக்குப் பத்துப்பாத்திரம் தேய்ப்பதற்காக வந்த நான்கைந்து ஸ்திரீகளினுடைய கண்களில் இரண்டு இளவரசர்களைக் காட்டியருளினார். குஜராத் தேசத்திலிருந்து கிளம்பிப் பரத கண்டத்தின் கீழ்ப்புறமாகத் தீர்த்தயாத்திரையில் ஈடுபட்டிருந்த விஜயன், கிருஷ்ணன் என்பதாகப்பட்ட அந்த இரண்டு யதுகுலப் புருஷர்களும் ப்ரபாத காலத்தில் ஆலய ப்ரஹாரத்தில் தங்கி நித்யகர்மாக்களை அனுசரிச்சுக்கொண்டிருந்த நாழிகையில் பெண்களுடைய அங்கலாய்ப்பைச் செவியுற்று அவர்களையழைத்து என்னயேதென்று விசாரிக்க, ராஜாயில்லாத ராஜ்ஜியமொன்று பரமஸ்வரூபிணியான இளவரசி ஒருத்தியுடனுங்கூட ஸ்வாமி பிரஸாதத்தை ஸ்வர்ணத் தட்டில் வைத்துக் கொடுத்தாற்போல தங்கள்முன் நீட்டப்பட்டதென்று சந்தோஷப்பட்டு மேற்கொண்டு யாத்திரையைத் தொடராமல் ஊருக்குள் நுழைந்து அங்கே ஜனங்களின் வாத்ஸல்யத்திற்குப் பாத்திரமாகாநின்ற ஜங்கமவுடையாரென்கிற சிவபக்தரைத் துணையாக்கொண்டு காதொட்டுக்காதாகப் பேசிப்பேசி அந்தப்படி மெதுமெதுவாக இராணுவத்தையுமெட்டி சீக்கிரமாகவே மாரப்பாவை யுத்தத்தில் சந்திக்கப் போதுமான ரதகஜதுரகபதாதிகளைத் திரட்டிவிட்டார்கள். க்ஷத்ரிய ஸ்திரீகளைப் பிணயக் கைதிகளாயும் மந்திரி ப்ரதானிகளையும் அதிகாரிகளையும் தளபதிகளையும் கைப்பணம் வாங்கும் நீசர்களாயுமாக்கி அடிமைப்படுத்திவைத்திருந்த மாரப்பா சண்டைக்கு ஆயத்தமாயும் ராஜ்ஜியாவர்த்தமான துவந்தங்களுக்குள் குறுக்கிடாமல் மாற்றங்களை சிவனேயென்று சஹித்துக்கொள்ளும் ஜனங்களிடமிருந்து அறிமுகமில்லாத இரண்டு பாலகர்களின் பின்னே அந்த ஆக்ஷேபம் பிரவாஹமெடுக்கும் சாத்யங்களை யோசித்துமிராததால் விஜயனும் கிருஷ்ணனும் சங்கநாதம் முழங்கிநின்ற காலத்துக் காருஹள்ளி சேனைகளை ஏகதேசமாகவே தயாரிக்கும் அவகாசங்கொண்டு தன் பலஹீனத்தைச் சண்டையின் முடிவைத் தாமதப்படுத்துவதனால் சரிக்கட்டிவிடுவதென்று யோசனைபண்ணி, ஏற்கெனவே தயாராயிருக்கும் சேனைகள் மற்றவர்கள் தங்களை ஆயத்தப்படுத்திக்கொள்ளும்வரையில் ராப்பகல் முழுதும் விரோதிப் படைகள் ஓய்வெடுக்க இடங்கொடாமல் இடைவிடாமல் சண்டையிட்டு அலைக்கழிக்கும்படி ஆக்ஞாபித்தான். மாற்றுச் சேனையையோ ஜெயத்தையோ அடையாதவரை ஒரு க்ஷணமேனும் சிப்பாய்களை நித்ராதேவியோ பலஹீனத்தாலுண்டாகக்கூடிய சோர்வோ அண்டக்கூடாதென்றால் தூக்கத்தைத் தியாகம் செய்பவர்களாயில்லாது விழித்திருப்பதில் கள்ளையுண்ட போதையைக் காண்பவர்களாக அவர்கள் மாற்றப்பட வேண்டும், ஏனென்றால் தியாகம் எப்போதும் பெருமிதத்தையும் துக்கத்தையும் கொடுத்து மனிதர்களைச் சீக்கிரமே களைத்துப்போகச் செய்துவிடுகிறது என்று சேனாதிபதி ஹிதோபதேசஞ் செய்யவும் மாரப்பாவும் துயிலார்களைப் பற்றிக் கேள்விப்பட்டு ஜனங்களால் எப்போதும் நடமாடும் துர்நிமித்தங்களென்று கண்ணால் பார்க்கவொட்டாமல் நிந்தித்து ஒதுக்கப்பட்டுக்கொண்டிருந்த அவர்களுடைய பன்னெடுங்கால வியாகூலத்தைத் தனக்கு அனுகூலமாய்ப் பயன்படுத்திக்கொள்ளயெண்ணி மைசூர்ச் ஸைன்யத்திற்கு எதிரான யுத்தத்தில் சேனைகளின் பின்னிருந்து அவர்களை உற்சாகப்படுத்தி

உந்திவிடும் அதிமுக்யமான காரியத்தில் எனக்கு உதவுங்கள், சண்டை ஜெயமானால் தேவஜாவைக் கரம்பற்றும் வைபவத்தின்போது துயிலார் சாதியை ஊருக்குள் குடியமர்த்திக்கொள்ளும் உரிமையும் பூமிதானம் பெறவும் விற்கவுமான பாத்யதையும்கொண்ட சாதியாகத் தண்டோராயிட்டு அறிவிக்கிறேனென்றான். துயிலார்களும் தங்களுக்குள் பேசி ஆலோசித்து சம்மதஞ் சொல்லி அந்தப்படிக்கே இருபத்துநாலு மணிநேரமும் சேனைகளின் பின்புறமிருந்து வேகத்தையும் உத்தியையும் புத்திக்குள் பிரவாகங்கொள்ளச்செய்யும் புராணங்களைப் பாஞ்சசன்னியத்தைப் போல உரத்த குரலில் முழங்கிக்கொண்டிருந்தார்கள். பிரேதங்களின் செயலடங்கிய மூளைகளையும் குரல்வளை நாண்களையும் எரித்துத் தயாரித்த கருங்களிம்பிலிருந்து எழுப்பிய புகையால் உஷ்ணமும் இளக்கமும் ஏற்றப்பட்ட சாரீரமானது அவர்கள் விரும்பிய காதுகளை மட்டுமே சென்றடையும் ரகஸ்ய குணத்தையும், சிப்பாய்களின் உடல்களைத் தழுவிக்கொள்ள முயலும் நித்ராதேவி பிடி நழுவி அவற்றை விட்டு நீங்கும்வண்ணம் காரமான போதையும், ஆயுதங்களைக் கூர்தீட்டும் போதிலுண்டாகும் உலோகவொலியும், அசுவத்தின் வாலைப்பிடித்துச் சுழற்றி மூர்க்கமாக முன்னே பாயச் செய்யும் பற்சக்கரங்களின் பிணைச்சுழல்வையொத்த யாந்த்ரீகமும் கொண்டதாயிருந்தது. தூக்கத்தைப் பற்றிய ஞாபகங்களை மட்டுமல்லாது அந்தியையும் உதய நாழிகையையும், கடந்த க்ஷணத்தையும் நெருங்குங் காலத்தையும், எச்சரிக்கைகளையும் மரணத்தின் மீதான பயத்தையும் அப்புராணங்கள் சிப்பாய்களிடமிருந்து அகன்றுபோகச் செய்தன. இவை இறந்த காலத்தின் சரித்ரத்தைச் சொல்லாமல் வருங்காலத்தின் ஆரூடங்களையே கதைகளாக்கியியம்புவனவென்றும், அந்தச் சாதியாருடைய தூரதிருஷ்டிக்குப் பிரத்யட்சமான உதாரணங்களென்றும் இன்றுவரை ஜெகப்பிரசித்தமாயிருக்கிற கற்பனைச் சாகஸங்களை நிகழ்த்தியவனின் கதை, பிரசவிக்காத கர்ப்பஸ்திரீயின் கதை, ஆவிகளோடு சிநேகங்கொண்டவனின் கதை, வினோத பூமிக்கு விஜயம் செய்த தேசாந்திரியின் கதை, கனவுகளால் காரியங்களைப் பலிதமாக்கியவனின் கதை முதலியனவாம். ஆனாலும்,

ஸ்திரீகளின் மோகமும், சிந்திய கடுகும், ஸர்ப்பத்தின் பார்வையும், யுத்தத்தின் முடிவும் எந்த மார்க்கத்தில் செல்லுமென்பதை யாரேயறிவார். பகுசாமர்த்யத்தோடு சண்டையிட்டுங்கூட மாரப்பா யுத்தத்தில் ஜெயிக்காமற்போயினன். விஜய கிருஷ்ணர்கள் அவனைக் கொன்று மைசூரை மீட்க, நிலத்திற்கடியிலேயே வாழச் சபிக்கப்பட்டுவிட்ட துயிலாரினத்தின் கதைகளோடு வீடுகளுக்குள்ளேயே இருக்கச் சபிக்கப்பட்டிருக்கும் ஸ்திரீ ஜென்மங்களின் கற்பனைகளைத் தந்திரமாக மோதவிட்டு ராஜ குடும்பம் தனது பழைய செல்வாக்கையும் அதிகாரத்தையும் மீட்டுக்கொண்டது. விஜயன் தேவஜாவை மைசூர்ப் பெண்களின் ஸ்வப்ன ஸாதகத்தைப் பலிதமாக்கும்வகையில் கல்யாணஞ் செய்துகொண்டு, சகோதரனை ப்ரதம மந்திரியாக்கி, யது ராஜாவென்கிற பட்டப்பெயரோடு, தங்களை வலுவில் அழைத்து இப்படியொரு அதிர்ஷ்டத்தைக் கையிலளித்த ஜனங்களின் உபகாரத்தை மறக்காதவனாய் ஒவ்வோர் அடி நிலத்தையும் காந்தியும் நளினமும் கம்பீரமும்

கொண்ட மாடமாளிகைகளாலும் பூவனங்களாலும் நீரூற்றுகளாலும் அலங்கரித்து சிற்றூராயிருந்த மைசூரைப் பெரிய பட்டணமாக விஸ்தரிச்சுத் தேசபரிபாலனம் செய்துகொண்டுவரும் நாளையிலே மறுபடி அவனுடைய ஸபையிலே சேர்ந்துகொண்ட மந்திரிப்ரதானிகள் சண்டைக் காலத்தில் நிருதர்களுக்கு சஹாயம்பண்ணினார்களென்று துயிலாரைச் சாதிக் கட்டுப்பாட்டை மீறிப் பட்டணத்திற்குள் பிரவேசித்து பிராமணாளைத் தீட்டாக்கின அபவாதத்தையுண்டாக்கிக் கழுவேற்றுமாறு துன்மார்க்கத்தையுபதேசித்தார்கள். ராஜாவும் காலங்காலமாக ராத்ரிகளில் தங்கள் கதைகளால் ஸ்திரீகளின் மனமாகிய யாக குண்டத்தில் அக்னியாகத் தஹிக்கும்வண்ணம் துயிலார்கள் வளர்த்துவிட்ட கற்பனாசக்தியின் மஹத்வமன்றோ படித்துறையில் அவர்களைத் தங்கள்முன் பிரசன்னம் செய்வித்ததும், ராஜ ஸம்பத்திற்குட்படுத்தியதும் என்றெண்ணித் துயிலார்களைக் கழுவேற்ற மனதொப்பாமல், அதேசமயத்தில் மன்னித்து விடவும் விருப்பமில்லாமல், ஏதேனுமொரு காரணத்தைக் காட்டி மனச்சாட்சி உறுத்தாதபடிக்கும், தண்டனையின் தீவிரம் ஜனங்களிடையே தன் மேல் அபவாதத்தையுண்டாக்கி அந்தச் சாதியின்பால் வாத்ஸல்யத்தை ஏற்படுத்திவிடக் கூடாதென்றும் ஜாக்கிரதையாய்த் திட்டமிட்டு, அவர்களை எங்காவது கண்காணாமல், கதைகளின் குரல் செவிகளுக் கெட்டாத தொலைவிற்கு அனுப்பிவைத்துவிடுவதென்கிற மானசீக உத்தேசத்துடன் சந்தர்ப்பத்தை எதிர்பார்த்துக்கொண்டிருந்தான். அவன் காலத்தில் அப்படியொரு சந்தர்ப்பம் வாய்க்காமற்போனது. ஆகையினாலே இறக்குந் தருவாயில் தன் புத்திரனான ஹிரிய பெட்டாட சாமராஜாவிடம் துயிலார்களை ராஜகுடும்பத்தின் பரம்பரை வைரிகளென அடையாளங் காண்பிச்சுக்கொடுத்து அவர்களிடம் கவனமாயிருந்துகொள்ள வேண்டுமென்றுஞ் சொல்லி அவர்களுடைய விதியின் மீதான தன்னுடைய உத்தேசத்தையும் உபதேசித்துவிட்டுப்போக, அந்தப் புத்திரனும் மற்ற காரியங்களின் கனத்தினால் தன்னுடைய ஜீவித காலத்தில் குழிக்குள் பதுங்கியும் கண் மறைவாயும் ராத்ரிப் பொழுதுகளில் வெளிப்பட்டுக் கூகையைப் போல் அலைந்துகொண்டிருந்த துயிலார்களைக் கவனியாமல் தான் இறக்குங்காலத்தில் தன் தகப்பனின் ஆக்ஞையைத் தன்னுடைய புத்திரனான திம்மராஜாவிடம் கைமாற்றிவிட்டுப் போய்ச் சேர்ந்தனன். திம்மராஜா தன் வாரிசான ஹிரிய சாமராஜாவிடமும், அவன் அவனுடைய புத்திரனான இரண்டாம் ஹிரிய பெட்டாட சாமராஜாவிடமும் மாற்றிவிட்டு சிவபதமெய்தினார்கள். மனுஷனுக்கு ஈஸ்வரனால் லௌகீக நிமித்தம் மறதி விதிக்கப்பட்டிருக்கிறதனாலே துயிலார்களுக்கும் யது வமிசத்திற்குமிடைப்பட்ட விரோதம் ஏதோவொரு சந்ததியில் நீர்த்துப்போய்விடச் சாத்தியமிருந்தாலும் துயிலார்களின் ஆயுசு ஏகதேசம் இருநூறு வருஷங்களாகயிருந்தபடியினாலே சாதாரண மனுஷர்களுக்குச் சித்திக்காத அந்தப் பாக்கியமே சாபமாகி, முதலாம் யது ராஜாவின் காலந் துவங்கி ஒவ்வொரு ராஜாவும் தன் புத்திரர்களுக்குக் கைகாட்டி விட்டுப்போன, மாரப்ப நாயக்கனின் ஸேனைகளுக்குப் பின்னே நின்று உபன்யாசித்த, அதே மனுஷர்கள் ஐந்து தலைமுறைக்குப் பின்னும் உயிரோடிருந்து ராஜாக்களின் திருஷ்டியில் பட்ட நாழிகையில் பரம்பரைப் பகையை ஞாபகப்படுத்திக்கொண்டேயிருந்ததாலே

நூற்றறுபது வருஷங்களுக்குப் பின்னும் அது காற்றினால் தீண்டப்பட்ட நெருப்பு அதிமூர்க்கமாய்ப் பற்றியெரிவதைப் போல அணையாதிருந்தது. இந்தக் காலத்தில் ஏதோவொன்றில்தான் துலுக்க ஸ்த்ரீகளைப் போல பார்வைக்கு மறைவாக திரேகம் முழுவதையும் கனத்த போர்வையால் கண்கள் மட்டும் தெரியும்படியாகவிட்டுப் போர்த்திக்கொள்ளும் பழக்கம் துயிலார்களுக்கு உண்டாச்சுதென்றும் கேள்வி. இப்படியாக யது ராஜாவின் பகை இரண்டாம் திம்மராஜாவின் காலத்தில் வஞ்சம் தீர்க்கப்பட்டதற்குள் நூற்றறுபது வருஷங்கள் கடந்துவிட்டன. அதற்குச் சரித்ரமும் அனுகூலமாய் இருக்க வேண்டியிருந்ததால்,

மைசூர் உடையார் வமிச சரித்திரம் கோடி பைரவேஸ்வரர் கோவிலிலிருந்து துவங்குவதற்கு அறுபது வருஷங்களுக்கு முன்பே ஆனைகொந்தி ராயர்களால் அடக்கப்பட்டுவிட்டிருந்த துலுக்க ராஜாக்களுடைய அதிகாரம் நூற்றறுபது வருஷங்களில் பதுங்கிப் பதுங்கி முன்னேறி இந்த ஸஹாப்தத்தில் துலாம்பரமாயும் மூர்க்கமாயும் ஹிந்து ராஜ்ஜியங்களின் மேல் பரவிய காலத்து, பரத கண்டம் முழுவதிலும், திராவிட தேசத்தின் தென்கோடிவரை, பாளையக்காரர்களையும் ஜமீன்தார்களையும் பிரதிநிதிகளாய் வைச்சுக்கொண்டு ஆலவிருட்சம்போல மஹோன்னதமாய் வளர்ந்து கிளைபரப்பியிருந்த விஜயநகர சாம்ராஜ்ஜியம் ஆங்காங்கே அந்நிய சைன்யங்களால் பலஹீனப்பட ஆரம்பித்தபடியினாலே பாதுஷாக்களின் விஸ்வரூபத்தைக் கண்டு அசூயையும் பயமுங்கொண்ட உள்ளூர் ராஜாக்கள் தங்களுடைய கிரீடங்களைத் தக்கவைத்துக்கொள்ளும் விசாரத்தில் அரண்மனைகளுக்குள்ளிருந்துகொண்டு அவசர அவசரமாய்க் கலந்தாலோசித்து, துலுக்கச் சாதியினர் சண்டைகளினால் மட்டுமல்லாமல் பரதேசங்களிலிருந்து கையோடு கொண்டுவந்த, பிரத்யேகமானதும் மஹா மதுரமானதுமான சங்கீதம், ஓவியம், நடனம், பிரார்த்தனை, உடையலங்காரம், பரோபகாரம் என்பதாகப்பட்ட ஆயுதங்களாலுங்கூட ஜனங்களின் மனமாகிய கலசத்தைத் துளையிட்டு அதில் நிரம்பியிருந்த ராஜவிசுவாசத்தையும் ஈஸ்வர சிந்தனையையும் வெளியேற்றப் பிரயத்தனப்பட்டுக் கொண்டிருந்ததையெண்ணி தாங்களும் ஸேனைகளை மட்டும் நம்பியிராமல் பலவகைப்பட்ட க்ஷேமத்திட்டங்களை அறிவித்தும், கோட்டைகளையும் வாணிபத்திற்கான பட்டணங்களையும் உண்டுபண்ணியும், பண்டிதர்களையழைத்துப் புதிய கவிதைகளையும் புராணங்களையும் உபாஸிக்கச் செய்தும் ஜனங்களைத் தங்கள் வசம் இருத்தி வைத்துக்கொள்ள நிர்பந்தமுண்டானது. நிலைமை இவ்வாறிருக்கையில் விஜயபுரிச் சைன்யத்திலிருந்து பென்னகொண்டாவை மீட்பதற்காக மைசூர் சேனைகள் சண்டையிட்டுக்கொண்டிருந்த திசையில் கருடனின் திருஷ்டிக்குப் பயந்து கூர்மமானது ஓட்டுக்குள் தன்னை ஒளித்துவைத்துக்கொள்வதைப் போல நன்னல் ராஜா தன் புத்திரியின் மேற்கொண்ட காமயிச்சையைத் தவிர்க்க வேண்டி அவளோடும் பத்தினியோடும் தன்னிரு குமாரர்களோடும் தன்னையண்டி வந்த அறுபத்து நான்கு கிரஹஸ்தர்களோடும் பென்னகொண்டாவில் வந்து தஞ்சமடைந்திருந்த ஜெகதேவராயர் தன் பந்துவான திம்மராஜாவுக்காதரவாய் அவர்களையுஞ் சண்டையிலீடுபடுத்தி

உபகாரஞ் செய்ததினாலே அவரை மெச்சித் திராவிட தேசத்திற்குள் நுழையுங் கணவாயோரத்திலுண்டான காடுகளைத் திருத்தித் துலுக்க மார்க்கத்தை மறித்துக் காவல் காத்துத் தனக்குங் கப்பங்கட்டி ஆண்டு வாருமென்று பட்டயமெழுதித் தந்துபோயினன். அது முதற்கொண்டு ராயரும் அவ்விடத்தே அரங்கடை, சிம்ஹகடை, சுதர்ஸனகடை, கிருஷ்ணகிரி, காவல்கடை, மந்தராஜகடை, புஜங்கடை, ககனகடை, கடோர்கடை, மல்லிகார்ஜுனகடை, வாரணகடை முதலானவற்றோடுகூட தலைநகரமாயிருந்து ஆள ஜெகதேவகடையென்கிற கோட்டையுட்பட பன்னிரண்டு கோட்டைகளையுண்டாக்கித் தன்னை மஹாராஜாவாக அறிவிச்சுக்கொண்டு ராஜ்ஜியப் பரிபாலனம் செய்துவருகிற காலத்தே, பின்னாளில் துலுக்கர்களால் பாரமஹாலென்று அழைக்கப்பட்ட தன் ராஜாங்கத்தைப் பூலோக ஸ்வர்க்கமாய் மாற்றும் ஆசையினாலேயுந்தப்பட்டு, பச்சைக்கடலைப் போலே திசாதிசைகளில் விரிந்துகிடக்கும் தண்டகாரண்யங்களைத் திருத்திப் பட்டணங்களையுண்டாக்கத் தன்கூட வந்த பரிஜனங்கள் சக்திஹீனர்களென்று முடிவுபண்ணி, பலவிதமான தேஷ்முகி, தேஷ்குல்கரணி, பட்டாவர்த்தி இனாம்களை அறிவிச்சுப் பரதேசங்களிலிருந்து நாலு வர்ணத்திலிருந்தும் மனுஷாளைப் பிடித்தனுப்பும்படி ஸக ராஜாக்களுக்கு ஓலையனுப்பினன். திட்டங்கள் பிரமாதமாயும் மான்யங்கள் தாராளமாயுமிருந்தாலும் கிழக்கு தொடர்ச்சி மலையடியில் ஹூடேதுர்க்கக் கணவாயையொட்டி திருப்பத்தூர்வரை விஸ்தாரங்கொண்டிருந்த ராயரின் பன்னிரண்டு வனங்களும் பூர்வகாலத்தி லிருந்தே வியாதிகளையுண்டாக்கும் விஷப் பூச்சிகளுக்கும், நரபலி கொள்ளும் ராக்ஷஸத் தெய்வங்களுக்கும், உலகத்தாராலறியப்படாது தங்களை வனத்தின் ஆழத்திற்குள் ஒளித்துக்கொண்டிருந்த ஆபத்தான குக்குலங்களுக்கும் பிரஸித்தி பெற்றதாயிருந்தபடியினாலே அயலார்கள் தத்தம் ராஜாக்களினுடைய ஆக்ஞைப்படியல்லாமல் தங்களிஷ்டத்தின் பேரில் ஸ்வபாவமாக அவற்றையணுகப் பயந்தார்கள். மனுஷர்கள் வந்து அடைந்துகொள்ளுமிடத்திலிருந்து மிருகங்கள் வெளியேறிவிடுமென்பது வாஸ்தவமாயிருந்தாலும் பூனைக்கு யார் மணி கட்டுவது என்கிறார்போல எந்தச் சாதி முதலில் உயிரைத் திரணமாக மதித்து உள்ளே நுழைவதென்று எல்லோரும் தயங்க, இதற்கென்ன செய்வதென்று ராயர் கவலைப்பட்டுத் தன் மித்திரனும் பந்துவுமான திம்மராஜாவுக்கே லிகிதமெழுதிக் கேட்க, அவரும் மந்திரிப்ரதானிகளையழைத்து அதற்கொரு தக்க ஏற்பாட்டைச் செய்யும்படி சொல்லிப்போக, அவர்களுமந்தப்படியே கூடியாலோசித்து ஒரு கல்லில் இரண்டு காய்களையடிக்கும்படி திட்டம் வகுத்து ஐந்து தலைமுறைகளாய் யது வமிசத்தவர்களுக்கு வேண்டாத குடிகளாயிருந்த துயிலார்களை மைசூரிலிருந்து வெளியேற்றவும், ராஜாவைத் திருப்திப்படுத்தவும் சமயமாயிற்றென்று முடிவுபண்ணி அந்தச் சாதியாரை சபைக்கு வரவழைத்து பூர்வத்தில் மைசூர் ஜனங்களுடைய சத்ருக்களுக்கு அனுகூலமாய் நடந்துகொண்டதற்குப் பிராயச்சித்தம் தேடவும் கன்னட தேசத்து மக்களுடைய கற்பனா சக்தியும் தேகபலமும் இன்னதென்று உலகத்தாருக்கு நிரூபிக்கவும் நல்லதொரு சந்தர்ப்பம் வாய்த்திருக்கிறதென்று இனிக்கயினிக்கப் பேசி, ராஜாவைப் பார்த்துப் பேச வேண்டுமென்று துயிலார்கள் கேட்டபோது

பின்னால் பார்த்துக்கொள்ளலாமென்று கூறித் தட்டிக்கழித்து, உடனே புறப்பட்டு ராயர் பட்டணத்தை நோக்கிச் செல்லுங்களென்று உத்தரவிட்டு விட்டார்கள். அவர்களிந்த விஷயத்தை ராஜாவிடம் எப்படிச் சொல்லி உத்தரவு வாங்கினார்களேயானாலும் நூற்றறுபது வருஷகாலம் யது சந்ததியினருக்கும் உள்ளூர்ச் சனங்களுக்கும் வேண்டப்படாத சாதியாய் துவேஷத்தாலும் உதாசீனத்தாலும் மானபங்கப்பட்டிருந்த, உத்தேசமாக ஐநூறு மனுஷர்களையுடையதான துயிலாரினம் அஹோ, மைசூர் நிலத்தை விட்டு வெளியேற ஈஸ்வரன் நமக்குக் காட்டிய மார்க்கம் இதுபோலுமென்று தங்களைச் சமாதானப்படுத்திக்கொண்டு ராஜாங்க உத்தரவையும் வழிச்செலவுக்காகக் கொடுக்கப்பட்ட சொற்ப வராகன்களையும் வாங்கி மூட்டையாகக் கட்டிக்கொண்டு கன்னட தேசத்தின் மயானக்கரைகளை விட்டு தெற்கேயிறங்கி சிம்ஹக்கடை வந்து அங்கே துர்க்கத்தினடியில் அவர்களைப் போலவே பிற தேசங்களிலிருந்து அழைப்பிக்கப்பட்டு வந்திருந்த அடிமைகளுடனும் வேலையாட்களுடனும் சேர்ந்து ஒன்றாயிருந்த காலத்தில்,

ஒரு தடாகத்து ஹம்ஸமானது நெடுநாளாகக் கூடியிருந்தும் தாமரையில் உண்டாகிய பூவினைத் தனது மூக்கினால் சேதிக்கும், அதிதூரனாகிய ஆதித்யனோ இந்தப் புஷ்பத்தினை எல்லோரும் சந்தோஷிக்கும்படி மலர்த்துவான். அவ்விதமே காலகாலமாக மைசூர் ஜனங்களால் சிலாகிக்கப்படாத துயிலார்களினுடைய அபாரமான தேகபலத்தின் வியக்தியை ராயருடைய ராஜாங்கம் பிரமாதமாக வெளிப்படுத்தித் தனக்குப் பலனேற்படும்படியாக உபயோகப்படுத்திக் கொண்டது. கற்பனா சிருஷ்டிகளால் ராத்ரிகளையும் காற்றையும் கன்னட தேசத்து ஸ்திரீகளின் மனங்களில் ரகஸ்ய ஆசைகளையும் நிறைத்துக்கொண்டிருந்த துயிலார்கள் கட்டிடங்கள், மார்க்கங்கள், தடாகங்கள், ஆலயங்கள் என்பதான அநேகவிதமான நிஜ சிருஷ்டிகளை உருவாக்கும் பிரயத்தனத்திலீடுபட்டபோது மயானக் குழிகளுக்குள்ளிருந்த காலந்தொட்டுப் புத்தியிலும் வாக்கிலும் அக்ஷரங்களாகச் சேகரமாகியிருந்த வன்மையத்தனையும் அவயவங்களின் வித்தையாக வெளிப்பட்டு ராஜாவையும் சக வேலையாட்களையும் பிரமிக்கச் செய்யும் ராஜஸமாகப் பிரவகித்தது. மஹாமேருவையொத்த விருட்சங் களையும் பாறைகளையுமுருட்டி நிலத்தை ஹிதம்பண்ணியும், கப்பிகளை யிறைத்து எருமைத் தோலினாற் செய்யப்பட்ட பீப்பாய்களில் நீரைச் சுமந்தும், கையாள்வதற்கு லகுவான உபகரணங்களைத் தங்கள் மனோரதத்தால் புதிது புதிதாக, உலோகங்களை வளைத்துத் தாங்களே உருவாக்கிக் கொண்டும் பிசாசுகளைப் போல அவர்கள் வேலை செய்தவிடத்து அதைப் பார்த்தவர்களெல்லோரும் ஒவ்வோர் அமானுஷ்யமான அசைவினாலும் தங்களைப் பிரேதங்களின் உலகைச் சார்ந்தவர்களென்றே காட்டிக்கொள்கிறார்களென்று சொல்லி, அவர்களருகில் நொய்ந்த பூச்சிகளைப் போல எளிய வேலைகளையேற்க மனஞ்சலித்தும், அணுகாமல் அஞ்சி விலகினார்கள். சேனைகளின் பின்னே நின்று கதை சொல்கிறவர்களாக நியமித்திருந்ததற்குப் பதிலாக நேரடியாகச் சண்டையிலேயே சிப்பாய்களாகத் தங்களை ஈடுபடுத்தியிருந்தால் ஒருக்கால் காருஹள்ளி ராஜாவுக்கு மைசூரையும் ராஜபுத்ரியையும் தாங்களே

ஜெயித்துக் கொடுத்திருக்கலாமேயென்றும், மண்ணையும் பெண்ணையும் மட்டுமே மீட்டுக்கொண்டு தங்களைப் போன்ற ஸக்தியுள்ள இனத்தின் பெருமையை அறியாமலேயே குறையாட்சி செலுத்த விதிக்கப்பட்டுவிட்ட யது ராஜாக்கள் கொடுத்துவைத்தது அவ்வளவுதானென்றும் துயிலார்களும் தங்களுக்குள் பேசி சந்தோஷப்பட்டுக்கொண்டார்கள். இத்தனை அசாத்யமான ஆகிருதி தங்களுக்கு உண்டாவென்று நம்ப முடியாமல் ஆச்சர்யப்பட்டுக்கொள்ளும் நிலையுமுண்டாயிற்று. ஈஸ்வரனின் புதிய அனுக்ரஹத்தின் மேல் துயிலார்களுக்கிருந்த வியப்பைப் பயன்படுத்தி, உபசார வார்த்தைகளைக் கொண்டும் முன்பின் யோசியாமல் வாக்குத்தத்தம் பண்ணியும் ராயரின் அதிகாரிகளும் அவர்களை ஆலையிடையிட்ட கரும்பாகப் பிழிந்து வேலை வாங்கினார்கள். ராத்ரி யுறக்கம் பழக்கமில்லாத அந்தச் சாதியார்கள் ஊராரெல்லோரும் அடங்கிச் சயனப் போர்வைகளுக்கடியில் சுருண்டுகொள்ளும் ஜாமங் களிலும் தங்களையாதரித்த ராயர் ராஜாங்கத்திற்காக, தங்களையும் அவர்கள்போலாக்கத் திட்டமிடுகிறார்கள் என்று பிறத்தியார் பொறாமையிற் பழிக்கும்வண்ணம், கற்களையும் கருவிகளையும் உரத்து ஒலியெழுப்ப உபயோகித்து பணிகளை இடைவிடாமல் நிகழ்த்திக்கொண்டேயிருந்தார்கள். இதனாலென்னவாயிற்றென்றால் வேசியிடமும் வேலையிடமும் ஆசை வைத்தவன் மீள்வதரிது என்கிற சொல்லுக்கொப்ப உழைப்பின் லஹரி துயிலார்களை நிரந்தர வேலையாட்களாயும் அதிகார்யங்களுக்கான பகுசன்மானம் ஸ்வர்ண ப்ரீதி கொண்டவாகளாயுமாக்கிவைத்தது. நகர நிர்மாண வேலைகள் எடுத்துக்கொண்ட நெடிய கால அவகாசமும் காலகாலமாக அவர்களுக்கு இருந்திராத, சமதரைகளில் நடமாடும் பழக்கத்தையும் பகலில் ஜனங்களோடு ஜனங்களாக வெளியே உலாவும் சுகானுபவத்தையுங் காட்டிவிட்டது. பூர்வீகத்தில் திண்ணைகளில் வைக்கப்பட்ட மீந்த பதார்த்தங்களையுண்டு பழக்கப்பட்டிருந்த அவர்கள் தான்யங்களை வாங்கி நளபாகத்திலீடுபடவுமாக இருந்தார்கள். அதிலுங்கூட அவர்களுடைய கற்பனாசக்தி புதிய ருசிகளையும் வாசனைகளையும் சேர்த்து பிற ஜனங்களிடம் அசூயையும் ஆங்காரத்தையும் ஏக்கத்தையுமுண்டாக்கியது. துயிலார்களின் ஆயுசும் லட்சணமும் தேகவலுவும் தங்களினத்து ஸ்திரீகளிடம் இச்சைகளை உண்டுபண்ணுவதாகத் துர்க்கத்தினடிவாரத்தில் முகாமிட்டிருந்த சாதிகள் மட்டுமல்லாமல் அவர்கள் நிர்மாணம்பண்ணிய நகரங்களினுள் வந்து குடியேறியிருந்த பிராமணர்களும் கீழ்க்குடிகளும் அரண்மனைவாசிகளுங்கூட முணுமுணுக்கத் தலைப்பட்டதோடல்லாமல் துயிலார்களின் இராத்தூக்கமில்லையெனும் வினோதப் பழக்கங்குறித்து பயமும் விசாரமுங்கொண்டு ராயர்வாள் இம்மாதிரியான பேர்வழிகள் சமூகத்தின் மேல் ஏற்படுத்தும் பிரதிகூலங்களைப் பற்றிக் கவலைப்படா திருக்கிறாரென்று பகிரங்கமாகவே ஜனசபைகளில் பேசிக்கொள்ளவும் சந்தர்ப்பமாயிற்று. பகலில் பிறந்த குழந்தைகள் ராத்ரிகளில் உறக்கம் பிடிக்காமல் அழும் சமயங்களில் தூளிகளையசைக்க எழும் ஸ்திரீகள் புருஷர்களின் சந்தேகத்தால் சாந்தியையும் லக்ஷணத்தையுமிழந்த காலத்துத் தங்களைச் சுற்றி இத்தனைவிதமான சம்சயங்களையும் குமுறல்களையும் எழப்பண்ணிக்கொண்டிருந்த துயிலார்கள் எவற்றையுமறியாதவர்களாய்க்

கார்யத்திலும் அதிலௌகீகத்திலும் தங்களையிழந்துகிடந்தார்கள். பரிசாரகமும், புதிய பதார்த்தங்களின் ருசியும், வராகன்களின் புழக்கமும் தங்களைக் கொஞ்சங்கொஞ்சமாக ஸ்வயாம்சங்களிலிருந்து பிரித்து அந்நியர்களாயும் அதனாலேயே பலஹீனர்களாயும் ஆக்கிக்கொண்டிருந்ததை உணராதவர்களாயுமிருந்தார்கள். தேகபலத்தை மாய வித்தையாயும் ரகஸ்யக் காமமாயும் அயலார் உணருமளவிற்கு அதைப் பன்னெடுங்காலமாகத் தயார்ப்படுத்திவைத்திருந்த அற்புதக் கதைகளையும் மறதியெனும் அக்னியில் ஆகுதியாக்கிப் பிரதிபலனாக விஸ்தரிப்புக் கார்யங்கள் பூர்த்தியான பின் புதிய பட்டணத்தில் தாங்கள் பெறப்போகும் வசதிகளையும் வாய்ப்புகளையும் புராணங்களைத் தொலைத்துக்கொண்ட வெற்றிடத்தில் கற்பனைசெய்து மனதையும் நாவுகளையும் நிரப்பிக்கொள்வது வழக்கமுமாயிற்றென்றாலும்,

ஆறு வருஷங்களுக்குப் பின்னே நிர்மாணக் காரியங்கள் செவ்வனே பூர்த்தியான கையோடு ஜெகதேவர் அவர்களனைவரையும் வரவழைத்து அவர்களுடைய உபகாரத்திற்காகவும் அவர்களையனுப்பிவைத்த ராஜாக்களின் பெருந்தன்மைக்காகவும் நன்றி சொல்லிக் கை நிறைய ஸ்வர்ணப் பதக்கங்களையுங் கொடுத்துச் சொல்லுவான், பரதேசங்களிலிருந்து கோட்டைப் பட்டணங்களின் சுபிட்சங்களைக் கேள்விப்பட்டு வரத் தொடங்கியிருந்த கலா விற்பன்னர்களும் பிராமணர்களும் தனவந்தர்களும் பிரகிருதியினெழில் கொஞ்சும் துர்க்கத்தினடியில் இல்லங்களையமைத்துக்கொண்டு சிருஷ்டிபரமான கற்பனைகளிலீடுபடும் விதமாய் நீங்களதற்குக் குறுக்கே நில்லாமல் அவரவர் தேசங்களுக்குப் போய்ச் சேர வேண்டியதென்று இவ்விதம் சொன்ன மாத்திரத்திலே மற்ற சாதியர்களெல்லோரும் தலையிலடித்துக்கொண்டு தத்தம் தேசங்களுக்குப் புறப்பட்டுப்போக, வருஷங்களுக்கப்புறம் திரும்பவும் தங்களைத் தீட்டுண்டாக்கும் சாதியர்களென்று பிறர் வாயால் சொல்லக்கேட்ட துயிலார்கள் மட்டும் தங்களை ஆதியில்போலவே தகனவனத்திலுலாவும் பிரேத ஜென்மங்களாயும் சென்றுசேரும் லயமென்று ஒன்றில்லாத பராரிகளாயும் உணர்ந்து அய்யோவென்றலறி ராஜாவின் பாதங்களில் சாஷ்டாங்க நமஸ்காரம்பண்ணி உபகார நிமித்தம் அவரளித்த சன்மானங்களத்தனையையும் திரும்பச் சமர்ப்பித்து பிரதியுபகாரமாகப் பட்டணத்தின் ஏதேனுமொரு மூலையில் தங்களையும் அடிமைகளாகவேனும் குடியேற்றியருள வேணுமென்றும், உடையார் ராஜ்ஜியத்திற்கு இனித் தங்களால் திரும்ப முடியாதென்றும் சொல்லிச் சேவித்து நின்றவிடத்து நல்ல வேலையாட்களும் ராத்தூக்கமில்லாதவர்களுமான துயிலார்களை ரகஸ்யத்தில் தானுமிழக்க மனமொப்பாதவராயிருந்த ராஜா அதே சமயத்தில் துராத்மாக்களின் ஸ்தூல ரூபங்களெனக் கருதப்பட்ட அவர்கள் நகரத்தின் மூலையிலிருந்தேனும் வாஸனையாலோ சப்தத்தாலோ பிரத்யக்ஷத்தாலோ சகஜனங்களுடைய இந்திரியங்களைத் தங்கள் வசப்படுத்திக்கொண்டேயிருப்பதன் மத்தியில் நித்ய கர்மாக்களைப் பழுதின்றிச் செய்துவர ஆகமங்கள் தங்களை அனுமதியாதென்று விதேசிகளும் நிர்தாக்ஷண்யமாகச் சொல்லிவிட்டா லென்னசெய்வதென்று யோசித்து பிரதம மந்திரியிடம் உசாவ, அவனும் பன்னிரண்டு கோட்டைப் பட்டணங்களுக்கு வெளியிலும் பிரசித்தி பெற்றதாயிருக்கிற அபூர்வமான

குங்கிலிய விருக்ஷ வகைகளையும் தேனையும் பூவினங்களையும் தன்னுள் பொதித்துவைத்திருக்கிறதோடு அனாதியில் புராணங்களில் இசைவுற்ற க்ஷேத்ரங்களாயிருந்து பின்பு காணாதொழிந்துபோன ராஜ்ஜியங்களின் மேல் கிளைகளையுண்டாக்கி வளர்ந்த விருக்ஷங்களின் வேர்கள் விலைமதிப்பற்ற ரத்னாதிகளினூடே வேதாளங்களைக் காவல்வைத்துச் சிக்கிக்கொண்டிருக்கின்றனவென்றும் சொல்லப்படுவதற்கு மேல், வெளிப்புறத்திலிருந்து நதிச்சுழலைப் போல குழிந்து உள்ளிறங்கும் கானகத்தின் அபத்ரமான ஹ்ருதய ஸ்தலத்திற்குள் தன்னைத் தேடிவரும் தைர்யவான்களை உள்ளேயிழுத்துக் கொன்றுபோடுகிறயிடத்தில் ஆயுளை நீட்டிக்கும் அபூர்வமான நெல்லிக்கனியும் காய்க்கிறதென்று நம்பப்படுகிற ஹூடே துர்க்க வனத்தினுள் இந்த அபாக்கியவான்களையேவி பொக்கிஷங்களை வெளிப்படுத்தி நம்முடைய புதுப்பட்டணங்களில் கவிதையும் வியாபாரமும் விருத்தியாகுமட்டும் நிர்மாணக் காரியங்களில் இறைத்த ஸ்வர்ண சம்பத்தை மீட்டுக்கொள்ளலாமென்று யோசனை சொல்லவும், ராயர் பலவிதமான ரோகங்களையுற்பத்திக்கும் ஆபத்தான விஷஜந்துக்களாலும், திரும்பும் மார்க்கத்தை மறக்கடிக்கும் திகைப்பூண்டு வர்க்கம் அடர்ந்ததாலும், பூதங்காக்குங் கோட்டையாகப் பாவித்து யாரும் அணுகப் பயப்படும் வனமாயிருக்கிறபடியினாலே இவர்களை அங்கேயனுப்புவது தர்மபக்ஷமாகுமேயென்று விசனித்தவிடத்து மந்திரியும் பயப்படாதீருமென்று சொல்லி அவரைப் பின்புறமழைத்துக் காதோடு காதாக, கிடைத்தால் பொக்கிஷம், போனால் மனுஷாளில் சேர்த்தியில்லாத ஒருயினமென்று ஓதுவனாயினன். அந்தப்படிக்கே ஜெகதேவராயரும் சிம்ஹகடைக் கோட்டைக்கு மேற்கு திசையில் துர்க்கத்தின் அடிவாரத்தையொட்டி இன்னுந் திருத்தப்படாதிருக்கும் வனாந்திரத்திற்குள் போயிருக்கும்படி துயிலார்களிடம் ஆக்ஞாபித்தார். ஆதித்யனின் கிரஹணம் பூவை மலர்த்துமென்றாலும் உடனே அவனுடைய உக்கிரமானது அதனிதழை வாடச்செய்துவிடுவதைப் போல ராஜாவின் உதாரகுணம் துயிலார்களைச் சந்தோஷிப்பித்தாலுங்கூட பூர்வாசிரமத்தில் ஆரண்யங்களாயிருந்து இப்போது பட்டணங்களாகியிருக்கிற பூமியிலிருந்து தங்கள் கைகளாலேயே விரட்டப்பட்டிருக்கிற வியாதிகளுக்கும் மிருகங்களுக்கும் நரபலி சாற்றும் குக்குலங்களுக்கும் இந்த வனங்களன்றோ அடைக்கலமளித்திருக்கிறதென்றெண்ணி மனங்கலங்கிக் கைகளைப் பிசைந்து தயங்கியவிடத்து ராஜாவும் அதிகுபிதனாகி ஸ்வர்ணத்தையும் உழைப்பையுங் கொட்டி நிர்மாணித்த கோட்டைகளும் பட்டணங்களும் குடியேறுபவர்களின்றித் திரும்பவும் காடாகத் தூர்ந்துபோகும்படி பார்வைக்குள்ளடங்கும் ஜனக்கணக்கைக் கொண்ட உங்கள் சாதியின் புலம்பலினிமித்தம் விடல் தகுமோ, வனத்திற்குள் இருந்துகொள்வதும் பகுசன்மானங்களோடு கன்னட தேசம் நோக்கித் திரும்பிச் செல்வதும் உமதிஷ்டமெனலும், யது ராஜாக்களோடு ஆதியிலேற்பட்ட த்வேஷத்தால் ராயர் தங்களையிப்படி அநீதமாக நடத்துவதை முன்னிட்டுத் திம்மராஜா ராயரைப் பகைக்க மாட்டானென்றும் யோசித்துக் கடைத்தேறும் மார்க்கம் வேறொன்றை அறியாமல், யாரும் ஜீவனோபாயமாக்கிக்கொள்ள முன்வராத மராமத்து வேலைகளையும் அதிலிருந்து கிடைக்கும் சொல்ப வருமானத்தையும் ராஜாங்கத்தில் சாசனமெழுதி வாங்கிக்கொண்டு

ம்ருகத்தின் வாயைப் போல உள்ளே நுழைபவர்களை விழுங்கத் திறந்திருந்த வனத்தின் பாய்ச்சலை எந்த நாழிகையிலும் எதிர்பார்த்தபடி அதன் விளிம்பையண்டி அங்கே வாழ்ந்துவருங்காலத்து, மந்திரி ப்ரதானிகளும் ஆரம்பச் சம்சயங்களும் தயக்கங்களும் மழுங்கித் தங்களைக் காட்டின் பிரஜைகளாயும் அபாயங்குறித்த பயம் மரத்துப்போய் ஆரண்யத்தைப் பட்டணத்தின் பகுதியாயும் உணருங் காலம் கனியும் வரை பொறுமையாகக் காத்திருப்பமென்று எண்ணியிருந்து, பெரிய ராஜாவுக்குப் பின்னாலே குமார ஜெகதேவர், ராம ஜெகதேவர் ஆகிய இரு புத்திரர்களுக்குள்ளே மூத்தவரான குமார ஜெகதேவருக்கு இரண்டாம் ராயரென்று பேர்வைச்சுப் பட்டாபிஷேகம் நடத்தி ஜெகதேவகடையிலிருந்து ராஜ்ஜியம் பரிபாலிக்கும் பக்ஷத்தில் சீக்கிரமே க்ஷீணிக்குமென்று பண்டிதர்கள் சொன்னதன்பேரில் சிம்ஹகடைக்கு ராயக்கோட்டையென்று பேரிட்டு அங்கே தலைநகரத்தையுண்டாக்கி ஆண்டுவருகையில் ராஜாங்க அவசரங்களின் நடுவே காட்டுக்குள் விரட்டப்பட்டவர்களைப் பற்றின மறதி ராஜாக்களினியல்பாய் குமார ராஜாவுக்கும் உண்டானவிடத்து எல்லோருமாய்க் கூடிப்பேசி இன்னதைச் சொல்ல வேண்டுமென்று தீர்மானிச்சுக்கொண்டு, அந்தப்படிக்கே அவரிடம் போய், தங்கள் தகப்பனாராலுண்டாக்கப்பட்ட ஸ்வயம் ப்ரகாஸமான பன்னிரண்டு கோட்டைப் பட்டணங்களும் எண்தேசத்து அடிமைகளைக் கொண்டு நிர்மாணித்த சுந்தர வடிவான வீதிகளோடு ரதங்களும் பல்லக்குகளும் பெருகியும், வீடுகள் புதிய பிரதேசங்களை நோக்கி நகர்ந்தும், நீர்நிலைகளின் ஓரங்களில் ஏற்றங்களும் சால்களும் உருவாகி வித்துகளை நீரில் கவிழ்த்துத் தாவராதிகளை விளையச்செய்தும், தரிசுகளில் பூவனங்களுருவாகி அவற்றில் குழந்தைகளும் காதலர்களும் சல்லாபித்து சந்துஷ்டியடைந்தும், ஏரியில் உல்லாஸப் படகுகள் மிதந்தும், ஆலயங்களில் பிரார்த்தனைகளும் பூஜைபுனஸ்காரங்களும் நியமம் தவறாமல் நடந்தும் யாதொரு குறையுமில்லாத சுபிட்சமுண்டாகி இதன் கியாதி மெதுமெதுவே மஹாமேருக்களையுந் தாண்டிப் பரவி நாலு வர்ணத்தவர்களும் இங்கே வந்து குவியத் தொடங்கியிருப்பதாலே ஜன நெருக்கடியுண்டாகி நாற்சந்திகளில் வாகனாதிகளும் பாதசாரி களும் நடக்கவியலாத நிலையுண்டாகியிருக்கிறபடியால் விருத்தியாகிக் கொண்டிருக்கும் ஜனங்களின் போஜனத் தேவைகளையுத்தேசிச்சு இன்னுஞ்சில கழனிகளையுண்டாக்கியும் புதிய கட்டுமானங்களுக்குத் தேவைப்படும் விருக்ஷ ஜாதிகளைக் குறைவின்றித் தருவித்தளித்தும் பிரஜைகளைத் திருப்திப்படுத்த வேண்டிய கட்டாயம் ராஜாங்கத்திற்கு உண்டாகியிருக்கிறபடியினாலே துயிலார்களை அவர்கள் ஏற்கெனவே விருட்சங்களை வெட்டியொதுக்கி வாசஸ்தலமாய் மாற்றிக்கொண்டிருக்கிற வனத்தின் விளிம்பிலிருந்து நகர்ந்து இன்னும் உள்ளே போய் அந்த யிடத்தைப் பட்டணத்தார்களுக்கு விட்டுக்கொடுக்கும்படி ஆக்ஞாபிக்க வேண்டுமென்று ஆலோசனை சொன்னதும், புது ராஜாவும் சரியென்று அந்தப்படிக்கே செய்ய, வனத்தின் ஹிருதயம் அண்டக் கூடாததாயிற்றே யென்று துயிலார்கள் பிரலாபித்தபோது, விளிம்பு சமநிலமானால் உள்புறம் விளிம்பாகுமெனப் பண்டிதர்கள் சாதூர்யமாகப் பேசுங்கால், விதிவிட்ட வழியென்று இன்னுமுள்ளே நகர்ந்துசென்றதும்,

ஹூடேதுர்க்க வனத்தைத் திருத்திப் பட்டணத்தை விஸ்தரிக்கும் திட்டத்தின் நடைமுறைச் சாத்தியாசாத்தியங்களை யோசித்துச் சொல்லுமாறு குமார ராஜா வல்லுநர்களையேவியவிடத்து அவர்களும் ஒரு வருட காலம் லாப நஷ்டக் கணக்குப் போட்டுப்பார்த்துச் சகடங்கள் உருள்வதற்கெளிதான ஒற்றையடிப் பாதையொன்றை அமைத்துக்கொள்வதற்கு மேல் வனத்தைத் தரிக்கப் பிரயத்தனமெடுக்கிற தானால் அதற்குண்டான செலவினத்திற்குப் புதிய வரிகளை ஜனங்கள் மேல் ஏற்ற வேண்டியிருக்குமென்றும் அப்படியாகிற பக்ஷத்தில் வைசியர்களால் பட்டணங்கள் பகிஷ்கரிக்கப்பட்டுவிடுமென்றும் சொல்லி அதற்குப் பதிலாக பெங்களூரை நோக்கி வடதிசையில், ஏற்கெனவே ஆரண்யங்கள் துண்டிக்கப்பட்டுச் சமநிலமாக ஆக்கப்பட்டு விட்ட இடைப்பட்டணங்களான ஓசூர், அத்திப்பள்ளியின் பிரதான மார்க்கங்களோடு ராயக்கோட்டை ரஸ்தாவைச் சேர்க்கவும், ஆம்பூருக்கு மிடைப்பட்ட காடுகளைத் திருத்தி மலைத்தொடரையொட்டி மார்க்கங் களையமைத்துக்கொள்ளவும் பிரகாசமான, மிதச்செலவுள்ள வாய்ப்புகள் இருக்கிறதென்று உபதேசித்தபடியால் ஹூடேதுர்க்கத்தையணுகும் யோசனையைக் கைவிட்டார். ஆனாலும் எதற்குமிருக்கட்டுமென்று மந்திரிமார்கள் சொன்னதன்பேரில் துயிலார்களை வெளியே வரச்சொல்லி ஆணையேதும் பிறப்பியாதிருந்தார். மான்யமாகச் சென்றுகொண்டிருந்த சொற்ப வராகன்களும் செலவினங்களைக் காரணங்காட்டி பொக்கிஷதாரர்களுடைய கைங்கர்யத்தால் நாளா வட்டத்தில் நின்றுபோகவும், பட்டணம் தங்களையண்டி வருமென்று காத்துக்கொண்டிருந்த துயிலார்கள் அப்படியெதுவும் நடக்காமலும், வனத்திற்குள் புகுந்து அவர்களையழைக்க அஞ்சி நகரவாசிகள் வேறு காரியஸ்தர்களைத் தேடிச்செல்லவும், திரும்பவும் பூர்வபூமியிலிருந்ததைப் போலவே உருவிலிகளாய் ஆகிப்போனதையுணர்ந்தும் ஆனாலும் இப்போது முன்பைப் போல அதைத் தங்களினத்திற்கு விதிக்கப்பட்ட லெளகீகமென்று இயல்பாக எடுத்துக்கொள்ள முடியாமல் நகர்புறஞ் சார்ந்த சிலகாலப் பழக்கத்தால் பலஹீனப்பட்ட மனதுடனும், உண்டாகத் தொடங்கியிருந்த புதிய சந்ததிகளுடனுங்கூட அவஸ்தைப்பட்டார்கள். சாமகால சஞ்சாரங்களையும், அழைப்பாரும் ஈவாருமில்லாமல் துர்கந்தங் கமழும் மீந்த பதார்த்தங்களையுண்ணும் தரித்திரத்தையும் கற்பனை செய்யவுந் திராணியின்றி என்ன செய்வமென்று யோசித்து முதலில் பயத்துடனும் பிறகு அஷ்டதிக்குகளிலெங்கு சென்றாலும் யமனுக்கு முகங்கொடுத்தேயாகணுமென்கிற ஞானத்தால் வரவழைத்துக்கொண்ட தைர்யத்துடனும் மந்திரிகளின் ஆரம்பக்காலத் திட்டப்படியே கௌரவ சூழ்ச்சியால் அஞ்ஞாத வாசஞ்சென்ற பாண்டவர்களைப் போல நரநடமாட்டமற்ற காட்டின் ஹ்ருதயப் பகுதிக்குள் ஈஸ்வர சித்தமென்று நுழையவும், வன மாதாவும் அவர்கள் மேல் மனுஷ ஜென்மங்களைப் போலல்லாமல் பல கனி வர்க்கங்களையும், பூம்புதர்களையும், வைரம் பாய்ந்த விருக்ஷ வகைகளையும், பசிய தாவர வர்க்கங்களையும், பொன்னையாற்றின் ஸ்படிகவோட்டத்தில் துடிக்கும் சுவையான மீனினங்களையும், தேனைப் போல தித்திக்கும் நீரையுங்காட்டி உபசரித்து, மரக்குடில்களை ஏற்படுத்திக்கொண்டும் லஜ்ஜையின்றிப்

புணர்ந்துகொண்டிருந்த மிருகங்களைக் கண்டு பல ரகஸ்யமான சிருங்கார பாவங்களையும் சாமர்த்யங்களையுங் கற்றுக்கொண்டும், பச்சைக் காய்களுக்கும் கனிகளுக்கும் முரட்டு மாம்ஸங்களுக்குமிசைந்த மிருகபக்ஷியினங்களின் தேகாப்பியாசங்களை மேற்கொண்டிருக்கவுமாய் அன்னியோனியமாகி, நகரத்தவர்களுக்காக அப்யாசித்த காலத்தே ஞாபகங்களின் பாதாளத்தில் புதைத்துபோய்விட்டிருந்த கற்பனா சக்தியையும் மீட்டளிப்பாளாயினள். பிரேதாத்மாக்களின் ஸ்தூல ஸ்வரூபமாயும் துர்நிமித்தமாயுமேயிருந்த தங்கள் சமூகம் விருக்ஷமாய் பக்ஷியாய் ம்ருகமாய் நதியாய் மாறிப் பிரகிருதியிற் கரைந்துகொண்டிருப்பதை முன்பின் அநுபவித்திராத பரவசத்துடன் துயிலார்களும் அனுமதித்து சௌக்யமாக இருந்துவருகையில்,

அவர்கள் வனாந்திரத்தைத் துல்லியமாகப் பயின்றுகொள்ள அனுமதித்துக் காத்திருந்து சில காலத்திற்குப் பின் மந்திரிகள் போய் ராஜாவிடம் சொல்ல அவரும் திரும்ப அவர்களை வரவழைத்து வனத்திற்கு வெளியேயுள்ள மனிதர்களின் திருஷ்டிக்குப் புலப்படாத கனி, காய், கிழங்கு, மலர் இன்னும் மாம்ஸ வகையறாக்களையும், நவகட்டுமானங்களினிமித்தம் உபயோகிக்க வைரம் பாய்ந்த விருட்ச பாகங்களையும் ஆரண்யத்திலிருந்து வெளியே கொண்டுவருவதிலும், அவற்றை விற்றுச் சம்பாதிக்கும் பொற்காசுகள் மராமத்து ஊழியஞ்செய்து முன்பு சம்பாதித்த சொற்ப சம்பத்தை விஞ்சி நிற்பதைக் கண்ணுறுவதிலும், வனம் தரும் ஹிதங்களோடுகூட சம்பாத்யத்தாலுண்டாகும் ஐஸ்வர்யத்தையுஞ் சேர்த்துக்கொள்வதிலும் பகுஸந்தோஷமுண்டு என சாமர்த்யமாக ஆசை வார்த்தைகளைப் பேசவும் அதுகேட்ட துயிலார்கள் தங்களுள்ளத்தே இடைப்பட்ட காலத்தில் மறக்கப் பிரயத்தனப்பட்டுக் கொண்டிருந்த வெந்த பதார்த்தங்களின் மீது ஏக்கமும், ஸ்வர்ணத்தின் மீது ப்ரீதியும் திரும்பவும் பிரவகிக்க இடங்கொடுக்கிறவர்களாகி, நரயத்தனத்தை ஒதுக்கி வியாபித்திருக்கும் பிரகிருதியின் பிரத்யேகப் பொக்கிஷங்களை வெளியே எடுத்துச்சென்று பட்டணங்களில் கடைகளையுண்டாக்கி மலினப்படுத்தியதோடு பொறாமையையும் க்ரோதத்தையும் பேராசையையும் நணநணவென்று ஒலிக்கும் வராகன் களை வனத்தினுள்ளே கொண்டுவந்து அதன் அமைதியைக் குலைத்துத் திடுக்கிடப் பண்ணினார்கள். வன மாதாவும் உலோகங்களின் நாராச ஸப்தத்திலும் தான்யங்கள் உலைகளில் கொதிக்கும் ஓசையிலும், ம்ருகபக்ஷியினங்கள் நிம்மதியிழந்து பதற்றமுறவும், தாவரங்கள் வர்ண மிழந்து வெளுக்கவும், நதிஜலம் கலங்கிக் குழம்பவும், விருட்சங்கள் வெட்டப்பட்டதால் நெருக்கம் தளர்ந்து த்வாரங்களின் வழியே வாள்வீச்சாகப் பீறிட்ட வெளியுலகின் சீதோஷ்ணம் உள்ளே அதுகாறும் உறைந்திருந்த சீரான குளிர்ச்சியை உலுக்கி அசைத்தபோது கல்லால் தாக்கப்பட்ட தடாகத்தைப் போல விளிம்பை நோக்கி ஹ்ருதயபாகத்தின் திடுக்கிடலை அலையலையாக வெளியேற்றவுமாக நித்ராஹீனளாகித் தன் கல்பகால மோனம் கலைகிறதென்று துயிலார்களிடம் முணுமுணுத்த போது விநாச காலே விபரீத புத்தியென்பதற்கேற்ப பேராசை யென்னும் மாச்சர்யத்தால் நிரப்பப்பட்டிருந்த அவர்களுடைய செவிகள் அதைத் தன்னுள் மறைந்திருக்கும் பொக்கிஷங்களை மேலுமதிகமாக வெளிப்படுத்த

அழைக்கும் லஜ்ஜையை விட்டொழித்த நகர்ப்புறத்து வேசிகளின் அழைப்பாக உள்வாங்கிக்கொண்டுவிட்டதால், ஆயுள் ஸம்பத்தையளிக்கும் நெல்லிக்கனிகளுக்கும் வேர்களுக்குள் புதையுண்டிருக்கும் அனாதி ராஜ்ஜியங்களின் ஸ்வர்ணங்களுக்கும் கைம்மாறாகக் காட்டின் அதிகாரிகளாய் அவர்களை அறிவித்துவிடுவதாக குமார ராஜா வாக்குத்தத்தமளித்ததை நம்பி, துரோகங்களின் மேல் பாடங் கற்றுக்கொள்ளு மளவிற்குக் கபட குணத்தவர்களாய் வளராத பாவப்பட்ட துயிலார்கள் வனத்தை வசப்படுத்திக்கொண்டுவிட்டோமென்கிற அசட்டு நம்பிக்கையில் அதன் ஹ்ருதயச் சுழலின் விழியில் பாய்ந்துவிட்டார்கள். அங்கே வராகன்கள் சிலீரிட்டதும் ஆரண்யமும் முன்னிலும் பலமாய் உலுக்கப்பட்டுப் பூர்ண விழிப்புக் கண்டுவிட்டது. காட்டின் விழிப்பு எப்படியானதென்பதையும், அதன் கோபம் எப்படிப்பட்டதென்பதையும், வனத்தின் சுழலுக்குள் சிக்கித் தொலைந்துபோய்விடுவதென்றால் என்னவென்பதையும் கதைகளின் துணைகொண்டுகூடக் கற்பனைசெய்துபார்க்கத் திராணியற்ற அஞ் ஞானிகளாய்த்தான், காடென்றால் தாவரங்களும் மனிதரைத் தவிர்த்த ஜீவன்களுங் கூடியிருக்கும் ஸ்தலமென்கிற அளவிலேயே அறிந்திருக்கும் நரஜென்மங்களை வைத்திருப்பதென்பது பிரகிருதியின் லீலைகளிலொன்று என்பதையன்றி சரித்ரத்தின் இந்தவிதமான துக்கவினோத ஸம்பவங்களுக்கு வேறெப்படியும் அர்த்த சாத்யமில்லையென்கிற விதிப்படி,

காட்டின் மத்யபாகத்தில் துயிலார்கள் ஏற்கெனவேயறிந்த பகுவிதமான விருட்சங்களோடும், சண்டையிட்டுக்கொண்டிருந்த மிருகங்களோடும், அக்னியுண்டாக்கி அதன் ஜ்வாலாவளையத்திற்குள் இருந்துகொண்டு தங்களையண்டவிடாது துரத்திய பூச்சி வர்க்கங்களோடும் ஒளிருந் தண்டுகளைத் தன்னகத்தே கொண்ட கொடுக்கு மூங்கிலலென் பதாகப்பட்ட மாய மரமொன்றும் அதில் வாஸஞ்செய்கிற கண்ணீயெனப் படுமொருவகைத் தும்பியும் காலாதீதத்திலிருந்து நதிதீரத்தில் ஜீவித்துக் கொண்டிருந்தன. புதராக மண்டிக்கிடக்குமியல்பினதான இந்த மரத்தின் கடுங்குணங்களையும் கண்ணீயின் விசேஷங்களையும் பாயிரத்தில் விஸ்தாரமாய்ச் சொல்லியாயிற்று. மேற்கொண்டு, ஸந்த்யா காலமானதும் பொட்டொளியை வாரியிறைத்துக்கொண்டு மரகதத் தூணாய் நிற்கும் கொடுக்கு மூங்கிலின் வினோதம் பேராசையாலும் அஞ்ஞானத்தாலுமுந்தப்பட்ட துயிலார்கள் பொன்னையாறு விருட்சங் களின் வேர்களினூடே மார்க்கமமைத்துக்கொண்டு அடவியைக் கடந்துபோய்க்கொண்டிருக்கும் திக்கில் தங்கள் குடில்களை மாற்றி யமைத்துக்கொண்ட பின் பிரேதக் குழிகளையொத்த அவ்விடத்தின் நிசப்தத்திலிருந்தபடியே புறவுலகத்துடன் குலாவிக்கொள்வதையும் காட்டைத் துண்டாக்கி நகரத்தவர்களின் தேவைக்கேற்பக் கடத்துவதையும் தொடர்ந்து நிகழ்த்திக்கொண்டிருந்த காலத்தில் அவர்களின் கவனத்தையீர்த்துத் தன்னிடம் தக்கவைத்துக்கொண்டது. அஃதென்னவிதமென்றால் அந்தத் தாவர வர்க்கம் பச்சையொளியைக் கக்குங் காட்சியும் சில நூறடிகள் தூரம்வரை காட்டின் தண்மையைத் தணிக்கும்விதமாய் அது பரவவிட்டிருந்த பிதவுஷ்ணமுமிணைந்து துயிலார்களுக்கு வனாந்திரத்தைப் பூலோக ஸ்வர்க்கமாய்க் காட்டிற்றாம். தவிரவும் மஹாவிஷ்ணுவின் மேனி வர்ணத்தையொத்ததாக ஒளிரும்

அந்த ஜ்வாலை மிருகங்கள் மற்றும் திருஷ்டிக்குப் புலப்படாமல் மாயாவிகளாக வனத்தில் திரியும் ராக்ஷஸாதிகளின் மனதில் நடுக்கத்தையுண்டாக்கி அவற்றைத் தங்களிடமிருந்து விலகியிருக்கச் செய்யுமென்றும் நம்பினார்கள். அந்த மூங்கில் மரத்தின் சாறைப் பாஷாணமாக மாற்றித் தன் கொடுக்கில் சேமித்துவைத்துக்கொண்டிருந்த கண்ணீயையும் சாதாரணத் தும்பியென்றேயெண்ணிக்கொண்டு இப்படியாகச் சனியின் திருஷ்டிக் கட்டை அவிழ்த்துவிட்டு நாரதமுனி அவஸ்தைப்பட்ட கதையையொக்க ஸ்வப்னஹீனப்பட்ட வனத்தின் பார்வைதான் த்வேஷத்தைக் கக்கிக்கொண்டிருக்கிறதென்பதைத் தெரிந்துகொள்ள முடியாத மௌடீகத்தால் துயிலார்கள் பகவானால் தங்களுக்கு அனுக்ரஹிக்கப்பட்ட அந்த ரம்யஸ்தலம் நகரத்தவர்கள் பார்வையில் பட நேர்ந்தால் அவர்கள் தங்களைத் அங்கிருந்து திரும்பவும் வேறோரிடத்திற்கு விரட்டிவிட்டுத் தங்களுடைய உல்லாஸபுரியாக அதை அபகரித்துக்கொண்டுவிடுவார்களென்று அஞ்சி கொடுக்கு மூங்கில்களைப் பற்றி வெளியேயிருப்பவர்களுக்குத் தெரிவியாதிருந்தார்கள். சில காலஞ் சென்ற பின் விழிப்படலத்திலும் ரெப்பையிலும் அரிப்பும் உறுத்தலுமுண்டாகிச் சிவந்தும் நீர் வடிந்து கொண்டுமிருக்கையிலுங்கூட இவற்றை உபாதைகளென்று உணராது தங்களினம் நாளதுவரை பட்ட கஷ்டங்களுக்குப் பரிசாக சிவபெருமான் அளிக்கயெண்ணியிருக்கும் அபூர்வ சக்தியேதோவொன்று தங்களைச் சமீபிப்பதைத் தெரிவிக்கும் சூசகமென்று எண்ணிக்கொண்டு (ஜனங்கள் உங்களைப் பகைத்து, உங்களைப் புறம்பாக்கி, உங்களை நிந்தித்து, உங்கள் நாமத்தைப் பொல்லாததென்று தள்ளிவிடும்போது நீங்கள் பாக்கியவான்களாயிருப்பீர்கள்) சம்பிரதாயத்திற்காகப் பச்சைத் தாம்பிராதி மாத்திரையைத் தயாரித்து உண்பதோடு வாளாயிருந்துவிட்டார்கள். காரணம் இந்த அரிப்பும் சிவப்பும் நயனத்தை உறுத்தத் தொடங்கிய காலக்கட்டத்தில் அவர்கள் தாங்கள் பார்க்கும் எந்த வஸ்துவையுமொட்டி மதுரமான ப்ரகாஸ வெண்ணிற வளையமொன்று மேவிச் சுழன்று கொண்டிருப்பதைக் கண்டார்களாதலின் இந்தப் ப்ரகாஸம் தங்கள் திருஷ்டியின் மூலம் பிரஸ்தாப வஸ்துவைப் புனிதப்படுத்த ஈஸ்வரன் தங்களுக்கு அளித்திருக்கும் அங்கீகாரமென்று நம்பினதால் சந்துஷ்டியும் சுயநலமும் ரகஸ்யமும் மிகக் கொண்டு இந்த நோயை சந்தோஷத்துடனேற்று அனுபவிப்போராயிருந்தனர். இப்படியாகத் துயிலார்களை அவர்களுடைய அறியாமையின் அத்துமீறலுக்காக வனமாதா தண்டித்துவைத்தாள். ஆரம்பத்தில் பட்டுச்சல்லாத் துணியால் சுற்றப்பட்டவைபோல வஸ்துகளையும் மனிதர்களையும் ஜாஜ்வல்யமாகக் காட்டிக்கொண்டிருந்த அந்த மாயவொளி நாட்பட மெதுவாக அவர்கள் ஜாக்ரதையடையவேயிடந்தராமல் பெரிதாகிப் பின்பொரு கட்டத்தில் தன்னைத் தவிர வேறெதையுமே விழிகள் காணவியலாதபடி பார்வையின்முன் விருட்சங்கள் வெட்டப்பட்ட வெளியில் தங்குதடையில்லாமல் பொழியும் ஆதித்யகிரணத்தைப் போல ஒரு வெள்ளித் திரையாக, நிரந்தரமாகவே விழுந்துவிட்டது. இதற்கப்புறந்தான் துயிலார்கள் தாங்களேதோ பயங்கரமானவொரு வ்யாதியில் வீழ்ந்துபட்டிருக்கிறோமென்பதையறிந்துகொண்டு ராஜாவிடம்

அபயங்கேட்டு ஓடலானார்கள். ஆனால் அப்போது விதிவசத்தால் காலம் கடந்துவிட்டிருந்தபடியினாலே,

வனாந்திரத்தினுள் வளர்ந்திருந்த பச்சைப் பயங்கரம் ஸ்தூலவுலகிலிருந்து அவர்களத்தனை பேரையுமே முழுவதுமாகக் கபளீகரஞ் செய்துவிட்டிருந்தது. ராயர் வம்சம் அரசாண்ட காலத்தின் மிகப் பெரிய துயரமென்று பண்டிதர்களால் பின்னாளில் பிரஸ்தாபிக்கப்படவிருக்கிற இந்த வினோதமான வெண்ணந்தகத்தின் தன்மைகளைப் பரிசோதித்துத் தகுந்த ஔஷதங்களைத் தயாரித்தளிக்கும்படி குமார ராஜா வைத்திய சிரோன்மணிகளுக்கு ஆக்ஞாபிக்க, அவர்களுஞ் சிலகாலம் மூலிகைகளைத் தேடுபவர்களைப் போல தேடிவிட்டு ரோகத்தின் முகாந்திரத்தையோ ஜாதியையோ வயதையோ வேகத்தையோ தங்களால் கண்டுபிடிக்க முடியவில்லையென்று கைகளை விரித்தார்கள். கூடவே வ்யாதியின் குணவிசேஷத்தைச் சரியாக அவதானிக்கச் சோம்பற்பட்டு அதைத் தொற்று வியாதியென்றும் அலர் பரப்புவோராயிருந்தனர். யது ராஜாக்களைப் போலவே வேண்டாவெறுப்பாய்த் துயிலார்களைத் தந்நாட்டெல்லைக்குள் வளையவர அனுமதித்துக்கொண்டிருந்த ராயருடைய ராஜாங்கம் அதிலும் ஆதாயமடையுமுத்தேசத்துடன் அவர்களை ஹுடேதுர்க்க வனத்திற்குள் அனுப்பப்போக அவர்களோ கிணறு வெட்ட பூதம் புறப்பட்ட கதையாக அங்கே உறங்கிக்கொண்டிருந்த வியாதிகளையெழுப்பித் தங்களுடன் அழைத்துவந்து தன்முன் நிறுத்தியிருப்பதைக் கண்டு மேற்கொண்டு பிரச்சினைகளைச் சந்திக்குந் திராணியில்லாமலும், துயிலார்கள்பால் சிந்தனை விரயமும் பொருள் விரயமுஞ் செய்ய ஆர்வமில்லாமலும், தோல்வியை ஒத்துக்கொள்ள மனமில்லாமலும் அவர்களைச் சந்தடியின்றிக் கையலம்பிவிட முடிவுசெய்து இனி அவர்கள் வனத்திற்குள்ளேயே நித்யமும் வாசஞ்செய்ய வேணுமென்றும், ரோக தேகத்துடன் நகரத்தார் கண்களில் படலாகாதென்றும் அறிவிக்க முற்பட்டபோது, மதிமந்திரிகள் முன்யோசனையினால் அதைத் தடுத்து வ்யாதி ஆரம்ப நிலையிலிருக்குங்காலத்திலேயே பட்டணங்களின் வீதிகளில் வனம்படு வஸ்துகளையெடுத்துக்கொண்டு அவர்கள் அலைந்துகொண்டிருந்தபோது ஏற்கெனவே ஜனங்களின் மேல் இதைத் தொற்றும்படி செய்திருக்கலாமென்பதை எண்ணிப்பார்க்கும்படியும், காராக்ருஹத்திற்கு ஒப்பான இந்தவிதமான அதீத நிந்தனைகளின் மூலம் ஏற்கெனவே விரக்தியிலிருக்கும் அந்தச் சாதியார்களை இன்னுமதிகமாகத் துக்க சாகரத்திற்குள் ஆழ்த்த முற்படும்பக்ஷத்தில் அவர்கள் அதிகஞ் சினங்கொண்டவர்களாகித் தலைக்கு மேல் வெள்ளமென்று உயிரைத் திரணமாக்கிப் பிரஸ்தாப வியாதியைப் பற்றி நகரத்தவர்கள் மத்தியில் பிரபலப்படுத்திவிடுவார்களேயாகில் ராயர் வமிசத்தின் நாளதுவரையிலான சுபிட்ச ஸ்வப்னங்களும், நிர்மாண யத்தனங்களும், கைமுதலும் வியர்த்தமாகிவிடுமென்று வேறேதேனும் உபாயங்களை யோசிக்கும்படியும் புத்தி சொன்னார்கள். குமார ராஜாவும் அதுவுஞ் சரிதானென்று துயிலார்களையழைத்து வைத்யப் பண்டிதர்கள் நயனரோகங்கள் சம்பந்தமான நூல்களையாராய்ந்து உங்களுடலிலிருந்து பரீக்ஷார்த்தமாக எடுத்துக்கொண்டிருக்கும் விந்து, சளி, ரத்தம், கண்ணீர்,

வேர்வை முதலானவற்றையும் ஆராய்ச்சிபண்ணி புத்திக்குப் பிடிபடாததும் புதியதுமான ரோகமாயிருக்கிற இந்த வெண்ணந்தகத்திற்கு உசிதமான மருந்தொன்றைக் கண்டுபிடிக்குங் காலம்வரையில் பட்டணங்களில் உங்கள் நடமாட்டம் ராத்ரிகளில்மட்டும் இருக்கக் கடவது, வனத்தி லிருந்து வெளிக்கொணரும் வஸ்துகளில் எது நோயைப் பரப்பும் பாஷாணகுணத்தைக் கொண்டதென்பதையறிகிறவரையில், உள்ளே காய்கனி வர்க்கங்களும், மாம்ஸமும் குறைவின்றிக் கிடைக்கிறபடியால் ஜீவனுக்கு ஹானியில்லையென்பதால், அவஸ்யமான சில பண்டங்களைத் தவிர பிறவற்றை சிலகாலம் வியாபாரமுஞ் செய்யாதிருக்கக் கடவது, கொண்டுவந்த பண்டங்களுக்கு விலையைச் சமைத்த பண்டங்களாகப் பெற்றுக்கொள்ளக் கடவது, இந்த உபகாரத்திற்குப் பிரதியுபகாரமாக உங்களுடைய அந்தகம் ஒரு தொற்றுவ்யாதியென்பதைப் பரம ரகஸ்ய மாகவே வைத்துக்கொள்வது என்றதும் துயிலார்களில் ஒரு தைர்யசாலி அதிகுபிதனாகி அது அநீதமென்று பெரியோர் தடுத்துங்கேளாமல் பகிரங்கமாய்ச் சபையில் வாதிடலானான். அப்போது ராஜாவென்கிற மரியாதையும் நாலாம் வர்ணத்திற்குரிய அடக்கமுமின்றிப் பேசியமைக் காக அவனைப் பட்டத்து யானையின் காலிலிட்டுக் கொல்லுமாறு உத்தரவாகவும், வேறு மார்க்கமறியாதவர்களாய்த் துயிலார்கள் யாரென்ன சொன்னாலுமொப்புக்கொள்வதாய்ச் சொல்லி அவர்கள் பயந்து கொண்டிருந்தபடியே பூர்வாசிரமத்தில் இருந்தவாறு மௌடீகத்தால் கூகைகளாகி ராத்ரிகளில் அலைகிறவர்களாயும், அன்னப் பிரேமையால் மூஷிகங்களாகி மீந்ததையுண்ணுகிறவர்களாயும், பயத்தால் கூர்மங்களாகி வனத்தின் அந்தகாரத்திற்குள் பதுங்கிக்கிடக்கிறவர்களாயும், சாபத்தால் நரிகளாகி ஸ்திரீகளின் துக்கங்களைக் காயத்திலிருந்து சீழைப் பிதுக்குகிறமாதிரியாய் வெளியே வடியப்பண்ணுகிற கதைகளைச் சொல்கிறவர்களாயுமாகி, கெதிமோட்சத்திற்கு இனியும் ராஜாக்களை நம்பிப் பிரயோசனமில்லையென்றும், தங்கள் பாடுகளை ஜனங்களிடமே எடுத்துச்சொல்லி முன்பொரு சமயம் தங்கள் கதைகளால் கற்பனையதிகப் பட்ட கன்னட தேசத்து ஸ்திரீகள் ராஜபுத்ரியை மீட்கத் துங்கபத்திரா நதிக்கரையிலிருந்து இரண்டு யுவன்களை சிருஷ்டித்துக் கூட்டிவந்ததைப் போல திராவிட தேசத்திலும் முயற்சித்துப்பார்க்கும் எண்ணங்கொண்டு, தலையிடறிக் கொலையுண்டு பிரேத ஜென்மமாய்த் திரிந்துகொண்டிருந்த தங்களினத்தவனின் ஆன்மாவைத் தாண்டவராயனென்கிற கற்பனைப் புருஷனொருவனின் மேல் ஏற்றி அவனைத் தங்களுடைய சாதிக் குணங்களின் உருவகமாக்கியும் ராஜாங்க உத்யோகஸ்தர்களுடைய மந்தபுத்திக்குப் புலப்படாதபடி அதிரகஸ்யத் தொனியில் ஆதியோடந்தமாகத் தங்களினத்தின் துக்கச் சரித்ரத்தைப் பொதிந்துவைத்து, அவனுடைய அவதார ஸ்தலத்தையும் சிம்ஹகடையென்கிற ராயக்கோட்டையை விடுத்து அருகிலேயிருந்த கெலமங்கமென்பதாக்கி, ராத்ரிகளிலே அவனைக் கதாரூபமாகப் பட்டணங்களின் வீதிகளில் உலாவச் செய்துவரலானார்கள். யாரேனுமொரு புத்திமான் அந்தக் கதையை நுணுகிக் கேட்டு பாலின் மேல் ஆடையைப் போல படிந்துகிடக்கும் அதன் ரூப விசித்திரங்களை விலக்கி உள்ளே உலாவிக்கொண்டிருக்கிற

ஆவியைக் கண்டுபிடித்து விடுவிப்பதன்வழி தங்களையும் தங்களுடைய துயர ஸ்திதியிலிருந்து மீட்பானென்றும் அவர்கள் நம்பிக்கொண்டிருந்த வேளையில்,

கதைக்கு லிபியுரு கொடுக்கும் வழக்கமில்லாத காரணத்தால் பல பேர் பலயிடங்களுக்குப் பிரிந்துசென்று உபன்யாஸிக்குங் காலத்தில் கார்வையாலும் ப்ரயோகத்தாலும் தாண்டவராயன் புராணத்தில் பாடபேதம் ஏற்பட்டுவிடலாகாதென்றும் எந்தப் பட்டணத்தின் எந்தச் சார்த்திய கதவின்முன்னின்று சொல்லப்பட்டாலும் சொல்லப்பட்ட க்ஷணத்தில் கேட்பவர்களின் ஸ்மரணையையும் செயலையும் அலங்காரம், ரஸம், ரீதி ஆகியவைகளுக்கப்பாலிருந்து இயங்கும் தொனி அரவந் தீண்டியதைப் போல தீண்டி ரக்தத்திலே கலந்துவிட வேண்டுமென்றும் தீர்மானிச்சுக்கொண்டு அக்ஷரம், நிறுத்தல், சந்தம், தொனி, சாரீரம், கமகம், துவங்குந் நேரம், பூர்த்தியாகுந் நேரம் ஆகிய பகுதிகளத்தனையையும் துல்லியமாயளந்து வித்தியாசங்களை நீக்கி ஒரேபோல ஒலிக்கும்படி அப்யாசித்து மந்த்ரவுபாஸனையால் கல்லுக்கு விக்ரஹமென்கிற மஹத்துவத்தைக் கொடுக்கிற பக்தனைப் போலே ஒரு மஹாபுராணமாய் சிருஷ்டித்தார்கள். அதுவுமந்தப்படியே உதயகாலத்தில் வெவ்வேறு ஸ்தலங் களிலும் நாழிகைகளிலும் சயனித்திருந்தவர்கள் உத்யோக நிமித்தமாய்ச் சந்தித்து ராத்ரியில் கேட்டு அனுபவித்த புராணத்தின் ப்ரதாபத்தைப் பேசிக்கொள்கையில் தொனியிலோ பாணியிலோ அவகாசத்திலோ ஒன்றைக்காட்டிலும் இன்னொன்றைக் கடுகளவும் உயர்த்தியுந் தாழ்த்தியும் சிலாகித்துச் சொல்ல முடியாத அளவிற்கு ஒத்திருந்ததை ஆச்சர்யத்துடன் அறிந்துகொள்ளும்படிக்குப் பல அம்புகள் குறிவைக்கும் ஒரே லக்ஷயத்தைப் போல பாரமஹாலின் எந்தப் பட்டணத்திலும் எந்த வீதியிலும் எந்த ராத்ரியிலும் எந்தத் துயிலானாலும் ஒரேயிடத்தில் ஒரேயாளால் உபன்யாசிக்கப்படுவதேயாகி அவர்களுடைய துயரத்தைக் காலத்தின் துயரமாய் மஹிமைப்படுத்தி ஜனங்கள் அத்தனை பேரும் அதைத் தங்களுடைய ஹிருதயத்தினாழத்தில் அனுபவப்படும்படிசெய்து நித்திரை செய்கிறவனை விழிப்பித்துத் தன்னைச் சமாதானஞ்செய்துகொள்ள அனுமதிக்காத பின்ஜாமத்து ஸ்வப்னத்தைப் போல பிரக்ஞைக்குப் பிடிப்படுத்தாது ஜனங்களைப் பலஹீனர்களாக்கிச் சயன அறைக்குள்ளேயே எப்போதும் சோர்ந்து கிடக்கும்படி மேனியைக் கட்டிபோடவுமாயிருந்தது. இப்படியே கதாபாத்திரங்களின் ஸ்தூலவுருக்களாகவே தங்களைப் பிறர் கருதுமளவிற்கு அக்ஷரங்களைப் புஷ்பக விமானமாயும் காட்சிகளைத் தெய்வப்புரவியாயுந் தோன்றச்செய்து கற்பனை மார்க்கங்களில் ஜனங்களை இழுத்துச்செல்வதில் விற்பன்னர்களான துயிலார்களின் லக்ஷயப் புருஷனாகிய தாண்டவராயன் காலப்போக்கில் பன்னிரண்டு கோட்டைப் பட்டணங்களின் மார்க்கங்களிலும் இல்லங்களிலும் வனங்களிலும் சாதுக்களை ஹிம்ஸிப்பவர்களின்முன் ஹிம்ஸிக்கும் ஸ்தலங்களில் ஹிம்ஸிக்கும் நாழிகையில் ஏககாலத்தில் தோன்றித் துஷ்டநிக்ரஹஞ்செய்யும் மாயாவியாக வாஸஞ்செய்யத் தொடங்கினான். அவனும் பிற்காலத்தில் அவனுடன் சேர்ந்துகொண்ட கோணய்யனென்னும் அவனுடைய தத்துப்புத்திரனும் (இந்நூலாசிரியனுக்குத் துயிலார்களுடன் ஆத்ம ஸ்நேகமேற்பட்டு அவர்களினிமித்தம் தன் புத்திரனை வனத்திற்கனுப்பி

வெண்ணந்தகத்தைத் தீர்த்துவைக்கும் பிரயத்தனத்தில் அவனைப் பலிகொடுத்த துர்பாக்கியமான ஸம்பவம் நடந்தேறிய காலத்தில் தங்கள் பொருட்டாகப் பலியான அந்த அந்தணச் சிறுவனுக்கு அஞ்சலி செலுத்தும் முகமாய் துயிலார்கள் தங்கள் புராணத்தில் அவனைக் கோணய்யனென்கிற தத்துப்புத்திரனாய் சிருஷ்டித்து தாண்டவராயனுக்கு அறிமுகஞ்செய்து பராக்கிரம குணமும் புத்திக்கூர்மையுங்கொண்டவனாயும் அவனைச் சித்திரித்து அவனுடைய ஆன்மாவைக் கடைத்தேற்றினார்கள்.) வெட்டுப்பட்டவனின் வலியானது காட்சி ரூபமாய் ஸ்வப்னத்தில் மேவுகிறதைப் போல ஜனங்களினுடைய ஹ்ருதயத்தினாழத்தில் எந்த நேரத்திலும் அவர்களே தெரிந்துகொள்ளக் கூடாமல் படிந்து கிடப்பவர்களானதால் தாண்டவராயன் கோணய்யனோடுகூட சந்துஷ்டியுடன் வாழும் ஸர்க்கங்கள் பட்டணங்களின் ராத்ரிகளில் உபன்யாஸிக்கப்படுங் காலத்தில் உழவும் கருவிகளும் கவிதைகளும் முன்னெப்போதையும்விடச் செழிப்பாகப் பெருகிக்கிடப்பதும், புத்திர சோகத்தால் தகப்பன் பிரலாபித்தழுங் காலக்கட்டங்களில் கோட்டைகளின் மேல் மயான அமைதியும் போர்களைப் பற்றிய பயமுங் கவிழ்ந்திருப்பதும், அந்நாட்களில் நடைபெற்றாக வேண்டிய வைபவங்களுக்கான உதயநாழிகைகளையறிவிக்கும் நட்சத்திரங்களும் வானிற் காணக் கூடாதிருப்பதும், பண்டிதர்களுடைய கணிதத்திற்கும் ஜனங்களுடைய அவதானிப்பிற்குமிடையே முரண்கள் வளர்ந்து சுபதினங்கள் தீர்மானமின்றிக் கொண்டாடப்படாமல் நழுவிப்போவதும், தாண்டவராயன்மீதான விசாரணை ராஜாங்கத்தாரால் நடத்தப்பட்டுக் கொண்டிருக்குங் கட்டம் நடந்துகொண்டிருக்கும் நாட்கள் பதற்றத்தையும் அஜீர்ணத்தையும் துர்நிமித்தங்களையும் எல்லாப் பொழுதுகளிலும் ஜனங்களின் வயிற்றிலுணர்த்தி அல்லற்படுத்துவதும், கதையின் இறுதிச்சர்க்கமோ க்ராம்யக் கொடைகளால் வரவேற்கப்படாத பருவகாலமாகத் தள்ளிப்போய்க்கொண்டேயிருப்பதுமாயிருந்தது. நீலவேணியுடன் வனத்திற்குள் அலையும்படி தாண்டவராயனுக்குத் தீர்ப்பெழுதப்படுஞ் சர்க்கத்தில் அவனுடைய புலம்பலை வீடுகளுக்குள் தனியே விடப்பட்டுவிடும் ஸ்திரீகள் ராத்ரிகளில் மட்டுமல்லாமல் உதயத்திலும் நடுமதியத்திலுங்கூட அசரீரியாய்ச் செவியுற்றுக் கண்ணீருகுப் போராக மாறி அவர்களாலே புருஷர்களுக்குத் துயிலார்களைப் பற்றிய பேச்சு மெதுமெதுவே தாண்டவராயனைப் பற்றிய பேச்சாகவே கடத்தப்பட்டு, லக்ஷயம் பலிதமான துயிலார்கள் அநீதமான தண்டனையால் வஞ்சிக்கப்பட்ட ஸாரதியின் ரூபத்தில் ஜனங்களின் மனமென்னும் ரகஸ்ய வனத்தில் தாங்களே அலைந்துகொண்டிருந்த வேளையில் ராஜாவும் இதை இந்தவிதமாகவே, தன்னுடைய பாரபட்சத்தாலும் நம்பிக்கைத் துரோகத்தாலும் விரக்தியுங் கோபமும் கொண்டவர்களாயிருக்கிற துயிலார்களிலிருந்து தாண்டவராயன் என்கிற பேருடைய துஷ்டனொருவன் உருவாகி நகரத்தில் குழப்பத்தையும் ஜனங்களின் மனத்தில் பயத்தையும் உருவாக்கும் விஷமத்தனத்தைச் செய்துகொண்டிருக்கிறான் என்பதாக (இவன் கலிலேயா நாடு தொடங்கி இவ்விடம்வரைக்கும் யூதேயா தேசமெங்கும் உபதேசம்பண்ணி ஜனங்களைக் கலகப்படுத்துகிறான்) மதிமந்திரிகளின் மூலமாகவே

கேள்விப்பட்டுத் துயிலார்களைச் சபைக்கழைத்து அந்தப் போக்கிரியைத் தன்வசம் ஒப்படைத்துவிடும்படி கேட்டபோது அவன் அக்ஷரவுருவேயன்றி ஜீவனில்லையென்று எத்தனைவிதங் கூறியும் சமாதானமடையாமல் நகரத்தவர்களால் நுழையவியலாத வனாந்திரத்தின் மத்யபாகத்திற்குச் சென்றுவிட்ட தைர்யத்தில் பார்வையோடுகூட ராஜவிசுவாசத்தையுந் தொலைத்துவிட்டதால் பொய் சொல்லுகிறார்களென்று நிந்தித்து, ஆனாலுமே கையுங்களவுமாகக் கள்வனைப் பிடிக்கும்வரையில் அவர்களை யொன்றுஞ் செய்ய இடமில்லாதிருந்ததாகையாலே எச்சரிக்கைபண்ணி விடுவித்த பின்னும்,

மனசில் விழுந்த சந்தேக வித்து விருக்ஷமாகி, மறைந்துபோன ராஜ்ஜியங்களின் பொக்கிஷங்களைத் துயிலார்கள் கைப்பற்றிவிட்டதாயும், தொடர்ந்து வருஷக்கணக்காகக் குரலுடையாமலும் பாடபேதமில்லாமலும் கதை சொல்லிக்கொண்டிருக்கும் ஒருவனே அல்லது பயமின்றி நகரத்தை இனங்காணவியலாத் துயரத்திற்குள் அமிழ்த்திக்கொண்டிருக்கும் தாண்டவராயனென்னும் அந்த மாயாவியே நெடுங்காலம் வாழவைக்கும் நெல்லிக்கனியைத் தங்கள் பார்வையை விலையாகக் கொடுத்துத் துயிலார்கள் அடைந்துவிட்டார்களென்பதற்கான ருஜுவென்றும் பல விபரீதமான யோசனைகளை ஹ்ருதயமென்னும் நிலத்தின் மேல் வர்ஷித்துக்கொண்டேயிருந்தபடியால் கசந்து ராஜ்ய பரிபாலனத்தில் கவனத்தையும், சம்போகத்தில் விருப்பத்தையும், ராத்ரியில் நித்திரையையும், மனுஷர்களில் அபிமானத்தையுமிழந்து இந்தவுபாதைகளால் பௌருஷத்தையும் இழந்துவிடுவோமென்று கிலியடைந்திருக்க, துயிலார்கள் தாண்டவராயன் புராணத்தில் சுவாமி தன் திரேகத்தைப் பிய்த்தெறிந்து நிலங்களையெரிக்கும் இறுதிச் சர்க்கத்தை ராத்ரிகளில் கல்லுங் கனியும்விதமாக உபன்யாஸித்துப் பாரமஹால் முழுவதிலும் பிரபலப்படுத்திய காலத்தில் ஏதேனுமொரு உபாயத்தால் அவர்களை ரகஸ்யமாகக் கொன்றுவிட வேண்டுமென்றிருந்த மந்திரிகளும் ராஜாவிடம்போய் உபாயம் கிடைத்ததென்று சொல்ல, அந்தப்படிக்கே வனத்திற்கு வெளியே விற்பன்னர்களைக் கொண்டு உமி, எருமுட்டை, தென்னோலை, சமித்து ஆகியவற்றைச் சாந்தாக்கிப் பல வீடுகளைக் கட்டி அவை இனிமேற்கொண்டு துயிலார்களினுடைய வாசஸ்தலங்களாகுமென அறிவித்து அவர்களையுஞ் சபைக்கழைத்து போலி மரியாதைகளைப்பண்ணி, பல அநீதங்களுக்கு நடுவிலும் அநேககாலம் பொறுமையாயும் உபகாரமாயுமிருந்ததற்கு வெகுமதியளிக்கப்படுகிறதெனச் சொல்லி இன்னும் பலவிதமான போலியாபரணங்களையும் கையளித்து பாலேஸ்வரியம்மனுக்கு உகந்த நாளாகிய வைகாசிப் பூராடத்தன்று முகூர்த்த நாளாயிருக்கிறபடியினாலே அந்த மனைகளில் அன்றே பால் காய்ச்சிக்கொள்ளும்படியும், சீக்கிரமே சிருங்கேரி மடத்தின் அனுமதியுடன் ஒவ்வொரு மாதப்பிறப்பன்றும் அந்த தினத்தின் எல்லாப் பொழுதுகளிலும் அக்ரஹாரம் உள்படப் பன்னிரண்டு கோட்டைப் பட்டணங்களின் எந்த வீதியிலும் ஸ்வதந்த்ரமாக உலவிவரச் சட்டமியற்ற ஆவன செய்வதாயும் வாக்குத்தத்தம் செய்தார். திருஷ்டியில் மட்டுமில்லாமல் புத்தியிலும் அந்தகர்களாகிப்போன துயிலார்களும் தங்கள் பாடுகளுக்கு விமோசனங்

கிடைத்ததென்று ராஜாவின் பேச்சை நம்பி வைகாசிப் பூராடத்தன்று ராயக்கோட்டை ஜனங்களனைவரும் பாலேஸ்வரியம்மன் கோயில் கொடைக்குச் சென்றிருந்த காரணத்தால் வெறிச்சிட்டிருந்த உஷத்காலத்தில் தங்களுக்கென்று கட்டப்பட்ட மனைகளை ஆர்ஜிதப்படுத்திக்கொள்ள வந்தவுடன் உத்தரவின்பேரில் நியமிக்கப்பட்டிருந்த பரிசாரகர்கள் அதிரசம், முறுக்கு, பாயசம், லட்டு, போளிப் பலகாராதிகளுடன் பகுபோஜனமும் தாம்பூலமுமளித்து அவர்களைக் குஷிப்படுத்தி, உண்ட களைப்பில் பாயில் தலைசாய்த்து, விதியின் கிணறென்று சான்றோர் களால் வர்ணிக்கப்படுகிற பகல் தூக்கத்திற்குள் அவர்கள் விழுந்ததும் சிப்பாய்கள் வீடுகளுக்கு நெருப்பிட்டுக் கொளுத்திவிட்டு அவசரத்தில் வாசலைத் தாழிடாமல் ஓடிப்போனார்கள். அக்னி சூழந்த க்ஷணத்தில் நித்திரை கலைந்த துயிலார்கள் உஷ்ணம் பெருகுவதையும் புகை ஸ்வாஸத்தையடைத்துப் பரவுவதையுங்கொண்டு நடந்ததென்னவென்பதை ஒருவிதமாய் ஊகித்து விருக்கெனயெழுந்து குய்யோமுறையோவென்றலறி அந்தகத்தால் நாலாபக்கங்களிலுமோடி, திக்குத்திசை தெரியாமல் சுவரில் மோதிக்கொள்வதும், ஒருவர் மேல் ஒருவர் விழுந்து புரள்வதும், கீழே விழுந்து மண்டையையுடைத்துக்கொள்வதுமாய் அல்லற்பட்டு வழி தெரியாமல் வீட்டினுள்ளேயே கருகிக் கைலாயப் பிராப்தியடைந்தவர் போகச் சொற்பர்கள் மட்டுஞ் சாமர்த்யமாய் கதவையறிந்து திறந்து தட்டுத்தடுமாறி வெளியே வந்து ராஜாவையும் தங்கள் விதியையும் சபித்துக்கொண்டே இனியிந்தப் பட்டணத்திலிருந்தோமேயானால் பூண்டோடு அழிந்துபோவமென்றும் என்றாலும் ராயர்களுடைய ராஜாங்கம் தங்களுடைய சாபத்தால் சீக்கிரமேயழிந்துபோகுங் காலத்தில் தாண்டவராயன் பிறந்த இதே பூமிக்குத் திரும்பவந்து அவனுக்கொரு ஆலயத்தையும் பிரதிஷ்டைசெய்து ராஜாவின் குயுக்தியை முதன்முதலில் எதிர்த்துப் பேசி யானைக்காலாலிடறப்பட்டுச் செத்த தங்களினத்துத் தைர்யவானின் ஆவியைச் சாந்திசெய்வமென்றும் கங்கணங் கட்டிக்கொண்டு அதுநாள்வரையில் ஸங்கமாகவேயிருந்த அவர்களில் சிலபேர் பிரிந்து மைசூர் தேசமிருக்குந் திசையிற் சென்றும், திராவிட தேசத்துப் பட்டணங்களை நோக்கி மீதப் பேர்கள் சென்றும் அகதிகளாய்ப் பிரிந்துபோனார்களென்பது சரித்ரம். இப்படிப் போனவர்கள் தங்களுடைய வெண்ணந்தகத்திற்கான ஒளஷதம் கண்டுபிடிக்கப்பட்டிருக்கிற தென்பதைத் தெரிந்துகொள்ளாமலும் புறப்பட்டுப்போனார்களென்பது இன்னுந்துயரம். இதற்கப்புறம் அவர்கள் என்னவானார்களென்பதை இந்நூலாசிரியன் அறியக்கூடாமல் இருக்கிறபடியால் இந்தளவில் இது பூர்த்தி செய்யப்படுகிறது. லோகோ ஸமஸ்த ஸுகினோபவந்து.

காற்றுப் புலி

மைசூர் போர்க்களத்திலும் பாரமஹால் வீதிகளிலும் துயிலார்களால் சொல்லப்பட்டவை என்கிற குறிப்புடன் இடையிடையே சேர்க்கப்பட்டிருந்த உபகதைகளையெல்லாம் கால அவகாசம் கருதி விட்டுவிட்டு ஆறு இயல்களாகப் பிரிக்கப்பட்டிருந்த துயிலார் சரித்திரத்தின் பிரதானப் பகுதிகளை மட்டுமே தேர்ந்தெடுத்துக்கொண்டாலும்கூட அதை வாசித்து முடிக்க ட்ரிஸ்ட்ராமுக்கு இரவு பூராவும் தேவைப்பட்டது. படித்து முடித்த பிறகு, சரியோ தவறோ, காரணம் இல்லாமல் முதலியார் தன்மீது கோபம் கொள்ளவில்லையென்பதையும் அவன் புரிந்துகொண்டான். ஆனால் நீலவேணியின் பாதையும் அது இடம்பெறும் தாண்டவராயன் கதையும் பார்வையற்ற ஒருவரின் (அல்லது பலரின்) கற்பனையென்கிற தன்னுடைய கண்டுபிடிப்பு அவர் ஏற்கெனவே தெரிந்துவைத்திருக்கும் ஏதோவொரு விஷயத்தோடு ஒத்துப்போகிறதென்பது, இதற்கு நியாயமாகச் சொந்தம் கொண்டாட வேண்டிய துயிலார் பூசாரி எங்கோ விலகியிருக்க, அவரை ஏன் கோபப்படுத்த வேண்டும் என்பதைத்தான் அவனால் விளங்கிக்கொள்ள முடியவில்லை. சிவகாமசுந்தரி அம்மாளையோ அல்லது மீனாவையோ மாடியறைக்குச் செல்ல அனுமதிக்காமல் காலையில் அவனுக்குரிய சிற்றுண்டி வகையறாக்களைத் தானே எடுத்துக் கொண்டுவந்துவிட்ட முதலியாரும் அவன் அவனுடைய மனைவியின் கற்பனை என்பதை நம்பத் தயாராக இல்லாததால், தான் அவனை இப்படி மீனவிலாஸத்திற்குக் கூட்டிவந்து அடைத்துவைத்திருப்பதற்கான காரணம் அவனுக்கு ஏற்கெனவே தெரியுமென்றும் தன்னிடமிருந்து மேலும் விஷயங்களைக் கறக்க வேண்டுமென்கிற தந்திரத்தோடுதான் ஒன்றும் தெரியாதவனைப் போல நடித்துத் தன்னை ஆழம் பார்க்கிறானென்றும் எண்ணியதால் அவனுடைய அந்தக் கேள்விக்கு நேரடியாகப் பதில் சொல்லித் தன்னைப்

பலவீனனாகக் காட்டிக்கொள்வதை எச்சரிக்கையாகத் தவிர்க்க முயன்று கொண்டிருந்தார். சர்க்கார் அதிகாரியான அவனை என்ன செய்வதென்கிற முடிவிற்குவர இன்னும் சிறிது அவகாசம் தேவைப்பட்டதாலும், அனலாகக் கொதிக்கும் பிரச்சினையின் மையப் பகுதிக்குள் அவனே முதலில் பிரவேசிக்க வேண்டுமென்று விரும்பியதாலும் அவர் சுற்றி வளைத்துச் சொல்லிக்கொண்டிருந்த, 1. நீலகண்டப் பண்டிதர் வம்சாவளியில் ஐந்தாம் தலைமுறையைச் சேர்ந்தவரான ஆலால சுந்தரம் என்பவரால் மைசூர் சுல்தான் குடும்பத்தவரின் கைகளுக்குப் போய்ச்சேர்ந்த துயிலார் சரித்திர நூற்சுவடி சீரங்கப்பட்டணம் அரண்மனை நூலகத்திலிருந்து மீனவிலாஸத்தின் மாடியறைக்கு வந்துசேர்ந்த கதை (பெத்தனூர் போரில் சிறைக்கைதியாகப் பிடிபட்டு ஸ்ரீரங்கப்பட்டணம் சிறையில் அடைத்து வைக்கப்பட்டிருந்த காலக்கட்டத்தில் வால்டன் ஷெஸ்லர் நட்பாக்கிக் கொண்ட, ரத்னகிரிக்காரனான சிறைக் காவலாளியினால் அவர் படிப்பதற்காக அரண்மனை நூலகத்தின் கழித்துக்கட்டப்பட்ட நூல்களை விட்டெறிந்திருக்கும் மூன்றாமறையிலிருந்து அவ்வப்போது ரகசியமாக எடுத்துவரப்பட்ட (இது அங்கே அடைக்கப்பட்டிருந்த பறங்கியர்களில் பெரும்பாலானவர்களின் கெஞ்சுதலுக்கும் கையூட்டுக்குமிணங்கி சிறைக் காவலாளிகள் அனைவரும் வழக்கமாகவே செய்யக்கூடிய சிறு குற்றமாயிருந்தது) நூல்களில் ஒன்றுதான் இந்தத் துயிலார்கள் சரித்திரமாம். இதைப் படித்துவிட்டு, துயிலார்கள் பிற சாதிக்காரர்கள் அனைவராலுமே நடமாடும் பிரேத ஜென்மங்களாகப் பார்க்கப்பட்டார்களென்கிற நீலகண்டப் பண்டிதரின் குறிப்பு தூண்டிவிட்ட சிந்தனையின் மேல்தான் இறந்துபோன ஒருவனுடைய பெயரைத் தன் பெயராகக் கணக்கெழுத ஏற்பாடு செய்துவிட்டுச் சாமர்த்தியமாக ஷெஸ்லர் சிறையிலிருந்து தப்பித்திருக்கிறார். வெளியேறும்போது நன்றியறிதலாகத் தன் உயிரைக் காப்பாற்றிய அந்தச் சுவடிக்கட்டையும் நூலகத்தின் பழைய கழிப்பறைக்குள் அடைந்துகிடக்கும் தண்டனையிலிருந்து விடுவித்துத் தன்னுடன் எடுத்துக்கொண்டுவந்திருக்கிறார். பல்குணம் முதலியாரின் நட்பு கிடைத்த பிறகு அவர் கைகளிலிருந்து அது முதலியாரின் கைகளுக்கு மாறிவிட்டிருக்கிறது. இதுவுமே ஷெஸ்லர் ராயக்கோட்டைக்கு வந்தவுடனேயே திட்டமிட்டு நடத்திய காரியமில்லை. சீரங்கப்பட்டண உடன்படிக்கையில் தாங்கள் ஏமாற்றப்பட்டுவிட்டதாய்க் கிழக்கிந்தியக் கம்பெனி பிரகடனப் படுத்திக்கொண்டு திப்பு சுல்தானைச் சாடவாரம்பித்த காலகட்டம் வரையில் துயிலார் சரித்திரம் அவர் வீட்டுப் பூஜையறையில் கிறிஸ்துவின் திருவுருவப் படத்திற்குக் கீழே பைபிளுக்கருகில் அவருடைய விருப்பப் படியே சிறைவாச நாட்களின் நினைவுப் பொருளாகத்தான் பத்திரப்படுத்தி வைக்கப்பட்டிருந்தது. பிறகு தான் பார்க்கும், கேட்கும், வாசிக்கும், பங்குகொள்ளும் எந்த விஷயத்திலிருந்துமே தனக்கான ஆதாயத்தைத் தேடிக்கொண்டேயிருக்கும் ஷெஸ்லரின் நரிப்புத்தி பிரிட்டிஷாரின் புலம்பல்களால் மீண்டும் ஒருமுறை தூண்டப்பட்டபோது துயிலார் சரித்திரம் திரும்ப ஒருமுறை அவரால் வேறொரு கோணத்திலிருந்து வாசிக்கப்பட்டு, தனக்கு உயிர்ப்பிச்சையளித்த அந்தப் பழைய சுவடி தன்னைத் தனவந்தனாக்கவும்தான் தன்னிடம் வந்துசேர்ந்திருக்கிறதென்று கண்டுபிடிக்கப்பட்டு, அந்தத் திட்டத்தினிமித்தம் முதலியாரின் உதவியை

நாடியபோது அவருடைய பூசையறையிலிருந்து மீனவிலாஸத்தின் மாடியறை அலமாரிக்கு வந்துசேர்ந்துவிட்டிருக்கிறது), 2. ராயக்கோட்டை துர்க்கத்தின் உச்சிச் சுனைகளில் முதலியாரும் ஷெஸ்லரும் இருளர்களைப் பயன்படுத்திப் புதையல் தேடிய கதை (இது ராயக்கோட்டைக்கு வந்துசேர்ந்த புதிதில் ஷெஸ்லர் ட்ரிஸ்ட்ராமைத் தன் வீட்டிற்கு அழைத்துவந்து தடபுடலான விருந்துபசாரத்தோடு சொன்ன அதே பழைய கதையின் இன்னொரு முகம். ஏறக்குறைய இன்றைக்கு நூற்று முப்பது வருடங்களுக்கு முன் ஜெகதேவராயர் வமிசத்தின் கடைசி வாரிசான ராமஜெகதேவ ராயலு விஜயபுரி சமஸ்தானத்துத் தளபதியான முஸ்தஃபா கானால் தோற்கடிக்கப்பட்டு ஓடியபோது மஞ்சள் சுனைக்குள் விட்டெறிந்துவிட்டுப்போனதாகச் சொல்லப்பட்ட தங்க ஆபரணங்களை முதலியாரும் அதைப் பற்றிச் சீரங்கப்பட்டணத்துச் சிறைக்காவலாளி மூலமாகக் கேள்விப்பட்டு ராயக்கோட்டைக்கு வந்துசேர்ந்ததாகச் சொன்ன ஷெஸ்லரும் (உண்மையில் சிறைக்காவலாளியிடமிருந்து ஷெஸ்லருக்கு வந்துசேர்ந்த விஷயம் துயிலார் சரித்திர ஏட்டுச்சுவடி மட்டும்தான்) சேர்ந்து தேடத் துவங்கிய கதையானது உண்மையில் நீலகண்டப் பண்டிதரின் நூல்வழியே பெருஞ்செல்வத்தை அடைய அவர்களிருவரும் சேர்ந்து அப்போது மேற்கொண்டிருந்த பிரயத்தனம் ஜனங்கள் மற்றும் சர்க்காரின் கவனத்திற்குள் சிக்கிவிடக் கூடாதென்கிற திட்டத்துடன் அவர்களாகவே அரங்கேற்றிய நாடகம். வலிந்து தங்கள் தலை மேல் ஏற்றிக்கொண்ட ஒரு சிறு குற்றச்சுமை. அதில் நடிப்பதற்காக ஏற்பாடு செய்யப்பட்ட இருளர்களின் இறப்பும் அதைத் தொடர்ந்து வந்த சர்க்கார் விசாரணைகளும் அவர்கள் எதிர்பாராதவைதானென்றாலும் அந்த நாட்களில் எல்லோராலும் பரபரப்பாகக் கவனிக்கப்பட்டுக் கொண்டிருந்த அந்தக் காட்சிகள் வரையப்பட்ட கனத்த திரையைத் தொங்கவிட்டபடி அதன் மறைவில் தங்களுடைய வேறொரு பெரிய திட்டத்தைச் செயல்படுத்திக்கொண்டிருப்பதென்பது முதலியாரைச் சுற்றியே எப்போதும் வட்டமடித்துக்கொண்டிருந்த உள்ளூர்ப் போக்கிரி இளைஞர்களின் கண்களையும் கட்டுவதற்குப் பேருதவியாய் அமைந்து விட்டது), 3. சீரங்கப்பட்டண உடன்படிக்கையில் கிழக்கிந்தியக் கம்பெனி ஏமாற்றப்பட்ட கதை (இதுவும் ட்ரிஸ்ட்ராமுக்கு ஏற்கெனவே தெரிந்த கதைதான். உடன்படிக்கைப் பத்திரத்தின் க்ஷரத்து எண் மூன்றின் இணைப்பு அட்டவணையில் குறிப்பிடப்பட்டிருந்த சேலம், திண்டுக்கல் மற்றும் பாரமஹால் ஜில்லாக்களைச் சேர்ந்த பதினேழு தாலுகாக்களை உடன்படிக்கை கையெழுத்தான மசி உலரும்முன்பே இந்த மாவட்டங்களின் பொறுப்பை ஏற்றுக்கொண்டு பரிபாலிக்க வந்துசேர்ந்த அலெக்ஸாண்டர் ரீட் நிர்வாக வசதிக்காக முப்பத்தாறு தாலுகாக்களாகப் பிரித்து வரவுசெலவுகளின் உத்தேசத் திட்டவரைவையும் இயக்குநர் மன்றத்திற்குச் சமர்ப்பித்தபோது துவங்கின இந்தக் காட்சிகள். ரீட் சமர்ப்பித்திருந்த வரைவின்படி உடன்படிக்கையில் பெறப்பட்ட தாலுகாக்களின் மொத்தக் கொள்முதல் விலை இரண்டு லட்சத்து எண்பத்திரண்டாயிரம் பகோடாக்கள். ஆனால் இயக்குநர் மன்றப் பொது அறிக்கையின் பத்தி எண் நூற்றிரண்டில் கண்டிருந்தபடி உடன்படிக்கையின்பேரில் செலவான தொகையோ இரண்டு லட்சத்துத் தொண்ணூறாயிரம் பகோடாக்கள்.

மீதம் எண்ணாயிரம் பகோடாக்களுக்கான கணக்கு என்னவாயிற்று என்று மன்றம் கார்ன்வாலீஸைக் கேட்டுக் கடிதம் எழுதியதைத் தொடர்ந்து அலெக்ஸாண்டர் ரீட் பெர்ஷிய மொழி வல்லுநரான செர்ரி ஜி.எஃப்பின் ஆங்கில மொழிபெயர்ப்போடு தன் கவனத்திற்கு அனுப்பிவைக்கப்பட்ட உடன்படிக்கையின் நகலையும் தன் வசம் ஒப்படைக்கப்பட்ட தாலுகாக்களின் நிஜ இட விவரங்களையும் ஒப்பிட்டுப் பார்த்தபோதுதான் பட்டியிலில் சேலத்திற்கும் நாமக்கல்லுக்கும் இடையில் குறிப்பிடப்பட்டிருந்த கூஷ் என்கிறவொரு தாலுகாவே காணாமல் போயிருக்கிறதென்கிற விபரம் கண்டுபிடிக்கப்பட்டது. ஓமலூர் தாலுகாவைச் சேர்ந்த நங்கம்பள்ளியோ அல்லது அதற்கு எட்டு மைல் தொலைவிலிருந்த குறுக்குப்பட்டியோ, அட்டவணையில் கண்டிருப்பது மேற்கு கடற்கரையோரத்துக் கூர்க் தேசமாக இல்லாத பட்சத்தில், நங்கம்பள்ளி ஒருகாலத்தில் தனித் தாலுகாவாக இருந்தது என்று உள்ளூர் வயோதிகர்கள் அடித்துக் கூறியதை ஏற்றுக்கொண்டால், கூஷ்ஷாக இருக்கலாமோ என்கிற ஊகத்திலும் தஸ்தாவேஜுகளை இரவுபகலாக மேய்ந்துபார்த்து எதுவும் நிச்சயமில்லாமல் போனபோது கம்பெனிக் காரர்களுக்கு வந்த கோபம் இப்படியப்படி இல்லை. சுல்தான் ஏமாற்றி விட்டாரென்று செய்தித்தாள்களில் அவர்கள் பக்கம் பக்கமாக வசைமாரிப் பொழிவதும், பாரமஹால் சிக்க தேவராஜாவின் ஆளுகைக்குள் இருந்த நூறாண்டுகளுக்கு முந்தின காலம் துவங்கித் தன் தகப்பனாருடைய காலம்வரையில் கைமாறிக்கொண்டேயிருந்த போர் உடன்படிக்கைப் பத்திரங்களனைத்திலுமே பின்னாளைய பாரமஹாலைச் சேர்ந்தவை யென்று வரையறுக்கப்பட்டிருந்த, பாரமஹால், காவேரிப்பட்டினம், வீரபத்ரதுர்க்கம், ராயக்கோட்டை, கங்குண்டி, தர்மபுரி, பெண்ணகரம், தென்கரைக்கோட்டை, காவேரிபுரம், ஆத்தூர், பரமத்தி, சேந்தமங்கலம், ஓமலூர், சங்ககிரி, நாமக்கல் மற்றும் சேலம் முதலான பதினாறு தாலுகாக்களோடு நாமக்கல்லுக்கும் சேலத்திற்குமிடையில் பதினேழாவ தாக கூஷ் என்கிற தாலுகாவும் இடம்பெற்றுத்தானிருந்தென்றும், மலைகளுக்கப்பாலிருக்கும் இந்தத் தாலுகாக்களைப் பாளையக்காரர்கள் மூலமாயும் கணக்கர்கள் மற்றும் வரித்தரகர்களின் பேரேடுகள் மூலமாயும் மட்டுமே அறிந்திருந்த ஒரு மன்னன் தன் வசமிருக்கும் நூற்றுக்கணக்கான பாளையங்களின் நடுவே ஏதோவொரு தாலுகாவின் நிஜ இருப்பைப் பற்றித் தெரிந்துகொள்ளாமலிருப்பதொன்றும் அதிசயமான விஷயமில்லை யென்றும், உடன்படிக்கை கையெழுத்தாகும்வரை ஆங்கிலேயர்களுக்குமே அதை ஆராய்ந்து பார்க்கத் தோன்றவில்லையென்பதே தன் வாதத்திற்கு வலுச் சேர்க்கிறதென்றும், மேலும் உடையார்கள் காலத்திலிருந்து அந்த மர்மத் தாலுகா என்ன விலைக்குத் தங்கள் பரம்பரையால் வாங்கப் பட்டதோ அதே விலைக்குத்தான் கும்பெனிக்கும் விற்கப்பட்டதென்பதை விடத் தன்னுடைய நேர்மைக்கு வேறென்ன அத்தாட்சி வேண்டுமென்றும் கேட்டுத் திப்பு சுல்தானும் பதிலுக்கு அறிக்கைகள் தயாரித்துப் பதிப்பிக்கப் பண்ணுவதுமாக இருக்க, இது எதிலுமே சம்பந்தப்படாத, ராயக்கோட்டைத் தானியக் கிடங்குக் காப்பாளரான ஷெஸ்லருக்கு என்ன தோன்றிற் றென்றால், காலங்காலமாகப் பத்திரங்களில் ஒரு வரிசையில் இடம் பெற்றுவிட்டதென்கிற ஒரே காரணத்திற்காக ஏன் இந்த கூஷ் என்கிற

மறைந்துபோன தாலுகா நாமக்கல்லுக்கும் சேலத்திற்குமிடைப்பட்ட ஒரு பிரதேசத்தைச் சேர்ந்ததாகவே இருக்க வேண்டும், ஏன் அது பாரமஹாலின் வேறேதோ நிலப்பரப்பில் நினைவிற்கெட்டாத காலத்தில் வனமாக இருந்து பின்பு ஏதோவொரு ராஜாவால் தாலுகாவாக மாற்றப்பட்டு, பத்திரங்களில் இடம்பெறும் மதிப்பைக் கொண்டதாக சிறிது காலம் செழிப்போடிருந்து பின்பு மறுபடியும் தன் வனப்பையிழந்து வனமாகி அல்லது கட்டாந்தரையாகி யாருடைய கவனத்திற்குள்ளும் வராமலே காலச்சுழலுக்குள் மூழ்கிக் காணாமல்போய்விட்ட ஒரு பரிதாபத்திற்குரிய பிரதேசமாக இருக்கக் கூடாது), 4. துயிலார் பூசாரியைச் சிநேகிதனாக்கிக்கொண்ட கதை (நீலகண்டப் பண்டிதர் எழுதிய துயிலார் சரித்திரத்தின்படி ராயர் காலத்துக் கொடுமைகளுக்கு அஞ்சித் திசைக ளெட்டிற்குமாய்த் தெறித்து ஓடிப்போன துயிலார்களின் பிற்காலச் சந்ததிகள் முஸ்லிம் மன்னர்கள் பாரமஹாலைக் கைப்பற்றிய பிறகு, அப்போது ஒவ்வொன்றாகத் தோன்றிப் பிரபலமடைந்துகொண்டிருந்த சாதிச் சங்கங்களின் தாக்கத்தில், தங்களினத்தவர்களும் மீண்டும் ஒன்றுபட்டுத் தங்களுடைய முன்னேற்றத்திற்காக எதையாவது செய்து கொள்ள வேண்டுமென்கிற ஆசையினால் உந்தப்பட்டு, அதற்குக் கடவுள் ஓர் இன்றியமையாத சாதனம் என்பதையும் உணர்ந்து, முதலில் தங்களுக் கென்று ஒரு கடவுளையும் அவருக்கென்று ஒரு நிலத்தையும் அதில் ஒரு கோவிலையும் உண்டாக்கி அதை ஜனங்கள் மத்தியில் பிரபலப்படுத்த வேண்டுமென்கிற எண்ணத்தில், தாண்டவராயன் கதையின் பூடகத் தன்மையை மனிதத்தன்மையற்ற பண்டிதர்கள் கண்டுபிடித்துவிடக் கூடாதென்பதற்காகவே அவனுடைய ஜென்ம பூமியை ராயக்கோட்டை யாகச் சமைக்காமல் அருகிலிருக்கும் கெலமங்கலம் என்பதாக ஆதித் துயிலார்கள் தங்கள் கதையை இயற்றியதன் விளைவால், கெலமங்கலத்தைத் தேர்ந்தெடுத்து, தங்களுடைய நிஜ சரித்திரத்தின் சாரத்தை உள்ளடக்கியவ னும், யானைக்காலால் இடறிக் கொலை செய்யப்பட்ட தங்களினத்தின் மூதாதை ஒருவனுடைய சினங்கொண்ட ஆவியால் நிரப்பப்பட்டவனுமான தாண்டவராயனுக்கு அங்கே ஒரு கோவிலை எழுப்பியிருக்க வேண்டும், அல்லது அங்கே அவர்கள் காலத்திற்கு முன்பிருந்த ஏதோவொரு புராதனக் கடவுளின் கோவிலை சுவீகரித்துக்கொண்டு துயிலார்களினம் தோன்றுவதற்கு முன்பே தாண்டவராயனுடைய அவதாரம் நிகழ்ந்து முடிந்திருந்ததென்கிற புராணத் தர்க்கத்தை நியாயப்படுத்தியிருக்க வேண்டும் என்பது முதலியாருடைய ஊகம். அதாவது தாண்டவராயன் கோயில் புதிதாகக் கட்டப்பட்டதில்லை, மாறாக ஏற்கெனவே அங்கே யிருந்து காலாதீதத்திற்குள் அமிழ்ந்துபோய்விட்டிருந்து இப்போது தங்களால் (துயிலார்களால்) கண்டுபிடித்து மீட்கப்பட்டது என்பதாகக் கட்டப்படும் ஒரு வரலாறு. இதற்கு இன்னொரு காரணமும் இருக்கலாம், துயிலார்களின் சரித்திரத்தைச் சொல்லும் ஒரே நூல் நீலகண்டப் பண்டிதருடையதாகவே இருக்க, அப்படியொரு நூல் தங்களைப் பற்றி இயற்றப்பட்டிருக்கிறது என்பதையே தெரிந்துகொள்ளாத அறிவிலிகளாய், பாரமஹாலிலிருந்து வெளியேறிய பின் பண்டிதரைத் தொடர்ந்து சென்று குருட்டு நோயிலிருந்து தங்களை மீட்கும் ஔஷத ரகசியத்தைத் தனக்குள் பொதித்துவைத்திருக்கும் பிதிர் சஞ்சார மார்க்க போதினியைக்

கைப்பற்றிக்கொள்ளத் தாங்களெடுத்த முயற்சிகளும் அது ஆலால சுந்தரம் என்கிற ஓர் அரைப் பைத்தியத்தால் கைமாறிப்போய்விட்டதால் வியர்த்தமாய்ப் போன பிறகு, கூடிப் பேசிப்பேசித் தங்களுடைய பழைய ஞாபகங்களின் மேல் காலச்சாம்பல் மேவிவிடாமல் அதை ஞாபகத்தின் தணுப்பிலேயே வைத்திருப்பதற்குத் தேவையான சுற்றங்களையும் இழந்து சிறுசிறு கும்பல்களாகத் தேசங்களெங்கும் சிதறிப்போய்விட்ட நிலையில், கொடுக்கு மூங்கில் விளையும் வனத்தையும் அதில் அடைபட்டுக் கிடக்க வேண்டிய நிர்பந்தத்தையும் விட்டு அதிர்ஷ்டவசமாக ராயர் காலத்திலேயே வெளியேற்றப்பட்டுவிட்டதால் ஏற்கெனவே குருதியில் கலந்துபோயிருந்த வெண்ணந்தகத்தின் நோய்க்குணம், அதுவொரு தொற்று நோயன்றென் பதால், காலப்போக்கில் மெதுமெதுவே மட்டுப்பட்டு அடுத்த தலைமுறை தோன்றிய காலத்தில் முற்றிலும் வீரியமிழந்துபோயிருக்கக்கூடிய பட்சத்தில் பண்டிதரின் நூலுக்கான தேவையும் அதன் ஞாபகமும் அவர்களிடையே நீர்த்துப்போயிருக்கச் சாத்தியமிருக்கும்போது, பிற்காலத் துயிலார்களின் நினைவிலிருந்து தாண்டவராயன் கதை சொல்லப்பட்ட தருணமும் தேவையும்கூட அகன்றுபோய் அவன் நிஜமாகவே அவதரித்து வாழ்ந்து மறைந்த தங்களினத்தின் காவல் தெய்வம் என்பதான நம்பிக்கையும் அதனால் கெலமங்கலம் இரட்டைச்சாமி கோயில் தங்கள் காலத்திற்கும் முந்தையது என்கிற துணிபும் ஏற்பட்டிருக்கலாம். இதற்கு உதாரணங்கள், ஒன்று, பூசாரியைப் போன்ற அடுத்த தலைமுறைத் துயிலார்கள் நீலவேணியின் பாதையை வெளியே அறியப்படக் கூடாத ஒரு ரகசியச் சர்க்கமாகத் தாண்டவராயன் சுவாமியே ஆணையிட்டிருக்கிறார் என்று இன்னும் நம்பிக்கொண்டிருப்பது, மற்றொன்று துயிலார்கள் சரித்திரத்தோடு தைலா என்கிற பிராமணப்பெண் இணைத்திருக்கும் ஓலைக்கடிதத்தில் கண்டிருக்கிறபடி பிற்காலத்தில் நீலகண்டப் பண்டிதரால் தங்கள் முன்னோருக்கு வாக்களிக்கப்பட்ட பொக்கிஷத்தைத் தேடி அவருடைய தலைமுறைகளின் பின்னே நெடுங்காலம் அலைந்துகொண்டிருந்த துயிலார்களின் வாரிசுகள் அந்தப் பொக்கிஷம் உண்மையில் வெண்ணந்தகத்தைப் போக்கும் ஔஷதம்தானென்பதையே அறிந்து கொள்ளாமல் இருந்தார்களென்பது. அல்லது தாண்டவராயன் கதை நிஜமாகவே முன்பு குடுகுடுப்பைக்காரர் சாதியின் ஒரு கிளைக் கோத்திரர்கள் விஜயநகர சாம்ராஜ்ஜிய உதயத்தின்போது துயிலார்களாய்ப் பிரியக் காரணமாயிருந்த அவர்களுடைய ஆதிப் புராணமாகவே இருந்து பிறகு நீலகண்டப் பண்டிதர்தான் அவர்கள்மீது கொண்ட அதீதப் பிரியத்தால் துயிலார் சரித்திரத்தில் தன்னுடைய சொந்தக் கற்பனைகளைக் கலந்து, அவர்களே கனவு கண்டதைப் போல, அவர்களுடைய புராணிகத்தை அவர்களுடைய மீட்சிக்கு ஏற்றவிதத்தில் திரித்துப் படித்து தாண்டவராயன் கதைக்கான ஒரு காலத்தையும் இடத்தையும் தானே உருவாக்கி எழுதியிருக்கலாம். ட்ரிஸ்ட்ராமுக்கும் இது சரியான சிந்தனைப் பாதையாகவே தோன்றியது. ஆனால் எழுதப்பட்டுவிட்டது என்பதற் காகவே பண்டிதரின் நூலை உண்மையென்று நம்பிவிட வேண்டியதில்லை யென்று எடுத்துக்கொள்கிறபட்சத்தில் துயிலார்களின் பூர்வாசிரமத்தைப் பற்றிய இத்தனை ஊகங்களில் எது சரியானது என்பதைச் சொல்ல துயிலார்களிடமே வேறு ஆதாரங்கள் இல்லை என்பதுதான் துரதிர்ஷ்டம்.

ஷெஸ்லர் மூலமாகத் துயிலார் சரித்திரச் சுவடிகள் தன் கைகளுக்குக் கிடைத்த பிறகு தங்களுடன் ஒரு துயிலானையும் பிடித்து வைத்துக்கொள்வது பின்னாளில் ஒருவேளை அந்த நூலின் மூலமாகத் தாங்கள் அறியப்பெற்ற அதிர்ஷ்டத்தின் மேல் தங்களுக்கும் பங்கிருக்கிறதென்றோ அல்லது தங்கள் திட்டத்தை ஆட்சேபித்தோ கோஷமிட்டுக்கொண்டு துயிலார் சாதிக்காரர்கள் திரண்டுவிட்டால் அவர்களைச் சமாளிப்பதற்கு உதவு மென்கிற யோசனையுடன் அப்போது துயிலார்களுக்கென்று சங்கம் அமைத்து அவர்களை வழிநடத்திக்கொண்டிருந்த பூசாரியைச் சிநேகித னாக வரிந்துகொண்டு இதற்காகவே சிறு வட்டாரக் கொடையாக நிகழ்த்தப்பட்டுக்கொண்டிருந்த இரட்டைச்சாமி கோவிலின் தைப் பௌர்ணமி வைபவத்தைப் பட்டேலாகப் பொறுப்பெடுத்துக்கொண்ட வுடனேயே பாரமஹால் முழுவதும் பிரபலப்படுத்தித் துயிலார்களின் பிரத்யேகப் பிரியத்தையும் சம்பாதித்துக்கொண்ட முதலியார் (தாண்டவ ராயன் என்பவன் ஒரு கற்பனையென்று பிரத்யட்சமாகச் சொல்கிற நீலகண்டரின் நூல் கைகளிலேயே இருக்கும்போது உங்களால் எப்படி இரட்டைச்சாமி கோவிலுக்குச் சென்று அந்தக் கடவுளை அப்படியொரு பரவசத்துடன் வழிபட முடிகிறது என்று ட்ரிஸ்ட்ராம் கேட்டபோது முதலியார் சொன்ன பதில், அறிந்துகொள்வதும் அனுபவிப்பதும் ஒன்றன்று துரை) ஆனால் ஏறக்குறைய இருநூறு வயதைத் தொட்டுக் கொண்டிருக்கும் இரண்டாம் அல்லது மூன்றாம் தலைமுறையைச் சேர்ந்தவனான பூசாரி உட்பட எந்தத் துயிலானுக்கும் இருநூற்றைம்பது வருடங்களுக்கு முந்தைய தன்னுடைய பூர்வாசிரமத்தைப் பற்றிய ஞாபகம் கிஞ்சித்தும் இருக்கவில்லையென்பது அவனுடன் பழகிய பின்தான் எனக்குத் தெரியவந்தது என்று கூறிச் சலித்துக்கொண்டார். ராயர் காலத்துக் கொடுமைகளும் அவர்களால் கடைசியாகக் கொளுத்தி விடப்பட்ட நெருப்பும் துயிலார்களுடைய மனதையும் மனிதகுலத்தின் மீது அதுகாறும் அவர்கள் கொண்டிருந்த கொஞ்சநஞ்ச நம்பிக்கையையும் முற்றிலுமாகத் தீய்த்துச் சுயமறதியை ஏற்படுத்தியிருக்கலாம் என்று ஊகித்தான் ட்ரிஸ்ட்ராம். முதலியாரோ துயிலார்கள் தங்களுடைய நினைவாற்றலை விலையாகக் கொடுத்து நீண்ட ஆயுளை வாங்கிக் கொண்டவர்கள் என்கிற பிரபலமான சொலவடையின் மீது நம்பிக்கை கொண்டவராக இருந்தார். ஆயுளை நீட்டிப்பதற்காக அவர்கள் தயாரித்து உட்கொள்ளும் அபிரகாதம் இம்மாதிரி நினைவாற்றலைப் பங்கப்படுத்தும் பக்கவிளைவுகளை உண்டாக்குமென்றும் அவர் கேள்விப்பட்டிருக்கிறார்), முதலான உபகதைகளிலிருந்து ட்ரிஸ்ட்ராமும், இரவுத் தூக்க விழிப்பாலும் இடைவிடாத வாசிப்பாலும் கண்களும் உடலும் சோர்ந்துபோயிருந்த நிலையிலும், தனக்கு ஏதோ விஷயம் தெரியுமென்று நினைத்துத் தன்னிடம் துயிலார் சரித்திரச் சுவடிகளையும் கொடுத்துவிட்டுத் தன் தரப்பு வாதங்களுக்காகக் காத்திருக்கும் முதலியாருக்குத் தானொரு கற்பனையுரு என்பதைத் தெரிந்துகொண்டதற்கு மேல் வேறெதையும் கண்டுபிடித்து விடவில்லையென்கிற நிஜம் தெரிந்தால் தன்னுடைய அவசர புத்தியின் மேல் எள்ளலும் அதனாலேயே தன் மேல் இன்னும் அதிகமான கோபமும் உண்டாகக்கூடுமென்கிற பயத்தால், முதலியார் எதிர்பார்க்கும் பதில்களைத் தேடிக் கண்டுபிடிக்கத் தவித்துக்கொண்டிருந்தான்.

கடைசியில் இதற்கான பிடிமானத்தையும் முதலியார் அவருடைய பேச்சிலிருந்தே அவனுக்குக் கொடுத்துவிட்டுச் சென்றார், ஆயுளையும் யவ்வனத்தையும் நீட்டித்துக்கொடுக்கக்கூடிய அபிரகாதக் குளிகைகளைத் (காகிதமும் அச்சு யந்திரங்களும் மளமளவென்று முளைத்துப் பெருகிக் கொண்டிருக்கும் இந்தக் காலத்தில் நினைவாற்றலையெல்லாம் யார் ஒரு வரப்பிரசாதமாக மதிக்கிறார்கள்) தயாரிக்கும் ரகசியத்தைத் தங்களுடைய தேடலின் லட்சியமாக முதலியார் குழாம் கொள்ளவில்லையென்பது தன்னை ஆச்சரியப்படுத்துகிறது என்று அவன் முதலியாரிடம் சொன்னபோது, இதில் ஆச்சரியப்படுவதற்கு என்ன இருக்கிறது துரை, அபிரகாதம் மனிதர்களின் மார்க்கம், வெறுமே ஆயுளையும் யவ்வனத்தையும் மட்டுமே நீட்டிக்கச் செய்து கால மாற்றத்தைக் கடக்கும் வலியையும் துயரத்தையும் உடலில் நிரந்தரமாகத் தங்கச் செய்துவிடுவது, ஆனால் உடல்ரீதியான வலிகளிலிருந்தும் சித்திரவதைகளிலிருந்தும் விடுதலையளிக்கும் மார்க்கங்களில் எந்த மார்க்கம் மற்றெவற்றையும்விட உலகப் பொதுவானதும் அதிக வலிமையுடையதுமாயிருக்கிறதோ அந்த மார்க்கத்தை வாழும்போதே கடவுளிடமிருந்து, அவருடைய சந்தோஷத்துடனேயே, நேரடியாகப் பெற்றுக்கொள்வதல்லவா உலகம் முழுவதிலுமுள்ள பாவப்பட்டவர்களின் கனவாக இருக்கிறது என்று பதில் சொன்னார் முதலியார். இந்த மயிர்க்கூச்செறிய வைக்கும் பதில் உண்மையில் முதலியாருடைய சொந்தச் சிந்தனையிலிருந்து பிறந்ததன்று என்பதை அவர் பேசி முடித்த கணத்திலேயே கண்டுபிடித்துவிட்ட ட்ரிஸ்ட்ராம் அதிர்ச்சியடைந்தான். அவை மருத்துவ உலகின் ஷேக்ஸ்பியரென்று ஐரோப்பியர்களால் கொண்டாடப்படும் தாமஸ் சிடென்ஹாமிற்குச் சொந்தமானவை, மேலும் அந்த வாசகம் இடம்பெறும் அவருடைய உற்றறியும் மருத்துவம் என்கிற நூல் மருத்துவர் நிகோலஸ் ரூராண்டின் ஞாபகார்த்தமாக, தன்னுடைய பிரசவிக்காத கர்ப்பத்தின் மேல் எலினார் ஏமாற்றமடைந்திருந்த காலத்தில் அவளுடைய மனதை வேறு வழிகளில் திசைதிருப்புவதற்காக அவளுடைய வேண்டுகோளின் பேரிலேயே அவளுக்கு ட்ரிஸ்ட்ராமல் வாசித்துக் காண்பிக்கப்பட்ட ஒன்று. எனில் இதன் அர்த்தம் ஒன்றே ஒன்றுதான், சீரங்கப்பட்டண நூலகத்தில் நிகழ்த்தியதையொத்த மற்றொரு காட்சியை அரங்கேற்றிக் கதையின் இறுதிக் கட்டத்தை நோக்கித் தன் கதாபாத்திரங்களை நகர்த்திச்செலுத்தும் சமிக்ஞையை எலினார் மறுபடி வெளிப்படுத்துகிறாள்.

முதலியார் ட்ரிஸ்ட்ராமை மறுபடி பிற்பகலில் வந்து சந்திப்பதாகச் சொல்லிவிட்டு ஷெஸ்லருடன் கலந்தாலோசிப்பதற்கான அவகாசத்தை வேண்டிக் கீழிறங்கிப் போன பிறகு அவருடைய வாசகங்கள் ஏற்படுத்திய பிரமிப்பைத் தொடர்ந்து கடைந்து தன்னைச் சுற்றி என்ன நடக்கிறது என்பதைப் பற்றிய குறைந்தபட்சத் தெளிவையாவது பெற்றுவிடும் தவிப்புடன் யோசித்து மண்டையை உடைத்துக்கொள்ளத் தலைப்பட்ட போது அந்த முயற்சி மறைந்து தோன்றும் ஆடுகளை முடிவில்லாமல் துரத்திக்கொண்டேயிருக்கும்படி காற்றுப் புலியை (அதனால்தான் என்னை வார்த்தையுருவாகப் படைத்தாளோ எலினார்) வற்புறுத்திய வினோதக் கூண்டாக நெடுநேரம் அவனை அலைக்கழித்துவிட்டது. சிடென்ஹாமால் உலகப் பொது என்று குறிப்பிடப்பட்ட அந்த மருந்து

எது என்கிற கேள்வியை நுழைவுக் கட்டமாகக் கொண்டு உள்ளே நுழைந்தால் அது எதுவாயிருந்தாலும் வெண்ணந்தகத்திற்கான மருந்து இல்லையென்கிற நிச்சயம் அடுத்த கட்டத்திற்குள் அனுமதிக்கும் முதற் கதவாயும் முதலியாரின் மூலமாகவே எலினார் தனக்கான மருந்து அபிரகாதம் இல்லையென்றும் சொல்லிவிட்டதானது அதற்கடுத்த கட்டத்திற்கான நுழைவாசலாயும் இருக்கலாம், ஆனால் பிதிர் சஞ்சார மார்க்க போதினியைக் கைப்பற்றும் வாய்ப்பை ஏற்கெனவே இழந்தாகி விட்டதென்பதும் அந்த மருந்தின் பெயர்மீதான மறதியும் பதிலைப் பார்வையிலிருந்து மறைத்து உயர்த்திவிடும், எனில் திரும்பிச்செல்லாமல் அங்கிருந்தே முதலியார் சொன்ன மற்ற கதைகளை அடுத்தடுத்த கட்டங்களாகக் கொண்டு எதிரே மறுபடி தென்படும் அதே பதில்களின் பரணை நோக்கிச் செல்ல வேண்டியிருக்கும், அந்தக் கதைகள் தமக்குள் கொண்டிருக்கும் ஒப்புமைகளை இந்த முறை கட்டங்களைத் தாண்டிச் செல்ல உதவும் கதவுகளாக வரிந்துகொள்ளலாம், முதல் கதையின் சாராம்சம் சீரங்கப்பட்டண நூலகத்திலிருந்து கடத்திவரப்பட்ட நீலகண்டப் பண்டிதரின் சுவடி, இரண்டாம் கதை சீரங்கப்பட்டண ஒப்பந்தப் பத்திரத்திலிருந்து காணாமல்போய்விட்ட தாலுகாவை மையமாகக் கொண்டது, பூசாரியின் கதையில் வஸ்துகள் எதுவும் காணாமல்போனதாகப் பிரஸ்தாபிக்கப்படவில்லை, ஆனால் பூசாரியுடன் கொண்ட சிநேகிதத்தின் மூலமாக உருப்படியான பலனெதையும் முதலியார் பெறவில்லை, காரணம் அவனுடைய சுயமறதி, அப்படியானால் மூன்றாவது கதையில் காணாமல்போனது துயிலார்களுடைய சுயவரலாற்று நினைவுகள், மூன்றிலுமே காணாமல்போகும் இந்த விஷயங்களை முதலியார் மூலமாக வெளிப்படுத்துவதற்கு எலினார் தன் நிஜ வாழ்க்கையின் எந்தச் சம்பவத்தை அல்லது சம்பவங்களை ஆதாரமாக எடுத்துக்கொண்டிருப்பாள் என்று யோசிப்பது அடுத்த கட்டத்தை நோக்கிய முன்னேறல், அவள் தன் கண்பார்வையைக் காணாமல்போக்கிக் கொண்டது ஒன்று, ஆனால் அது அவள் கதையின் மிக வெளிப்படையாகத் தெரிகிற பிரதான பிரச்சினை, இதை இத்தனை பூடகமாகச் சொல்ல வேண்டிய அவசியம் இருக்கிறதா தெரியவில்லை, அந்தத் திசையில் முன்னேறக் கதவுகள் கிடையாது, வேறு எது அவள் வாழ்க்கையிலிருந்து காணாமல்போனது, சாபக்காட்டிற்குள் நுழைந்த அவளுடைய சகோதரி யான எடித் மற்றும் அவள் காதலன் தோபியாஸ், பல காலம் காணாமல் போய் பிறகு பைத்தியக்கார ஹெலனின் தகரப் பெட்டியிலிருந்து கண்டெடுக்கப்பட்ட மாயச் சைத்ரீகனின் ஓவியம், பிறகு அவளுக்கு அவள் கணவனால் சொல்லப்பட்ட சுயபிரஸ்தாபக் கதைகளின் மூலம் தெரியவந்த, மர்மமான கடிதங்களை எழுதி கோமகன்களையும் பிரபுக்களையும் ராணுவத்தையும் சிலகாலம் நடுங்கச் செய்துவிட்டுப் பிறகொருநாள் திடீரென்று தோன்றிய சுவடு தெரியாமல் அரசாங்கத்தின் கண்களிலிருந்து காணாமல்போய்விட்ட ஜூனியஸ் என்னும் அனாசார வாதி, எனில் கதையிலும் நிஜத்திலும் காணாமல்போனவற்றின் பட்டியல் ஒன்று இருக்கவே செய்கிறது, ஒன்று சுவடி, இரண்டு நிலம், மூன்று ஞாபக சக்தி, நான்கு காதலர்கள், ஐந்து ஓவியம், ஆறு மனிதன், இந்தக் காணாமல்போனவற்றுக்குள் என்ன ஒற்றுமை, ஒன்றும் ஐந்தும்

மனிதனுடைய படைப்புகள், இரண்டும் மூன்றும் தேவனுடைய கொடைகள், நான்கும் ஆறும் பிரத்யட்சமாகவே மனிதர்கள், மனிதனுடைய படைப்புகள் காணாமல்போவதும் அழிக்கப்படுவதும், துக்ககரமானது என்றாலும், சகஜ நிகழ்வு, தேவனுடைய சிருஷ்டிகள் காணாமல்போவது அல்லது அழிக்கப்படுவது அல்லது மாற்றியமைக்கப்படுவது என்பது, ஏடன் தோட்டத்தில் நிகழ்ந்ததைப் போல, மனிதன் சாத்தானின் தூண்டுதலால் தன்னைப் படைத்தவனின் நிலைக்குத் தன்னையும் உயர்த்திக்கொள்ள ஆசைப்படும்போது நிகழ்ந்துவிடும் அனாசாரங்கள், எனினும் இவையிரண்டுமே ஒருவிதத்தில் மனித சரித்திரத்தை நடத்திச் செல்லும் தவிர்க்கவியலாத குற்றங்கள், ஆனால் காணாமல்போகும் மனிதர்கள், மனிதர்களே காணாமல்போவது, இயற்கையானதா, மேலும் அது தனிமனிதனுடைய பேராசையின் விளைவென்பதைத் துயிலார்கள் நிலவெளியெங்கும் சிதறியோடிக் காணாமல்போன சரித்திரம் சொல்கிறதாகையால் முதலியாரின் உபகதைகளிலும் அவற்றுக்கு ஆதாரமாக எலினார் எடுத்துக்கொள்ளும் நிஜக்கதைகளிலும் கதைக்கு ஒன்றாக ஒட்டாமல் தனித்து நிற்பவை மனிதர்கள் காணாமல்போகும் கதைகள், மனிதர்கள் காணாமல்போகும் கதை, போன மனிதர்கள் காணாமலாகும் கதை, நீங்கள் கதைக்கு வெளியில்தான் இருக்கிறீர்களென்று உங்களுக்கு நிச்சயமாகத் தெரியுமா துரை, எனில் கதைக்குள் மனிதர்கள் காணாமல்போவது விந்தையில்லையா, காற்றுப் புலியின் அனுபவம் முன்பே சொல்லப்பட்டிருப்பதால் விடைகளின் பரண் உயர்ந்துவிடாமல் எச்சரிக்கையாக அணுக வேண்டியது முக்கியம், காணாமல்போகும் மனிதர்கள், காணாமல்போன மனிதர்கள், காணாமல்போன முப்பது மனிதர்கள், எரிக்கப்பட்ட ஸ்வப்னஹள்ளியிலிருந்து ராயக்கோட்டைக்கு முதலியாரால் அழைத்துவரப்பட்ட அகதிகளில் காணாமல்போன முப்பது மனிதர்கள், ஆனால் அவர்கள் முப்பது பேர்தானா, முதலியார் தன்னுடைய குற்றத்தின் மையப் பகுதியைத் தொட்டுவிட்டானென்று சந்தேகப்பட்டு ட்ரிஸ்ட்ராமை இரண்டாம் பேரறியாமல் சுல்தானுடைய சிப்பாய்களிடம் காட்டிக்கொடுத்துக் காணாமல்போக்கிவிட்டுத் திரும்பி விடும் எண்ணத்துடன்தான் அவனை ஸ்வப்னஹள்ளிக்கு அழைத்துச் சென்றாரென்று ஸ்வப்னஹள்ளியிலிருந்து திரும்பும் வழியில் சொக்க கௌடவிடம் அவன் புலம்பிக்கொண்டிருந்ததைச் சரியான ஊகமென்று எடுத்துக்கொண்டால் அதற்கும் முன்பே அவர் மனிதர்களைக் கடத்தும் வேலையில் ஈடுபட்டிருந்திருக்கிறாரென்பதும், கடத்தப்பட்டவர்கள் வெறும் முப்பது பேர்கள் மட்டுமன்று என்பதும் அதன் மூலமாக வெளிப்படும் உண்மை, சரி, ஆனால் ராயக்கோட்டைக்கு வந்த அகதிகளை ஜேம்ஸ் ஜார்ஜ் க்ரஹாம் வந்து பார்வையிட்டு அவர் முன்னிலையில் அவர்கள் தலை எண்ணப்படும்வரையில் அதற்கு முன்மாதிரியான சம்பவங்கள் எதுவும் ராயக்கோட்டையில் நடக்கவில்லையே, இல்லை, ஒரே வார்த்தைகளிலிருந்தாலும் வாக்கிய அமைப்பு மாறும்போது அர்த்தமும் மாறிவிடுகிறது, இன்னும் சரியாக இதைச் சொல்லிப்பார்க்க வேண்டும், அதாவது முன்மாதிரியான சம்பவங்கள் ட்ரிஸ்ட்ராம் ராயக்கோட்டைக்குப் போய்ச்சேர்ந்த பிறகு நடக்கவில்லை என்பதாக, எனில் முதலியாருடைய ஆள் கடத்தல்கள் முன்பொரு காலத்திலிருந்தே

தொடர்ந்து நடைபெற்றுக்கொண்டிருந்த செயலாக ஏன் இருந்திருக்கக் கூடாது, அதாவது வால்டன் ஷெஸ்லர் துயிலார் சரித்திரத்தை அவர் கைகளில் ஒப்படைத்த காலத்திலிருந்தே, முதலியாரும் ஷெஸ்லரும் இந்தப் பெரிய குற்றத்தை சர்க்கார் மற்றும் ஜனங்களின் கண்களிலிருந்து மறைப்பதற்காகத்தான் துர்க்கத்து உச்சிச் சுனைகளின் மேலிருக்கும் ஜெகதேவராயர் காலத்துத் தங்க ஆபரணங்களைத் தேடும் நாடகத்தை நடத்தியிருப்பார்களென்று ஷெஸ்லர் அந்தக் கதையைச் சொன்னபோதே சந்தேகப்பட்டதாயும் சொக்க கௌடவிடம் ட்ரிஸ்ட்ராம் சொல்லிக் கொண்டிருந்தான், ஆக, முதலியாரின் குற்றம் ஆட்கடத்தல், ஆனால் மனிதர்களைக் கடத்துவதை மட்டுமே ஒரு நபர் ஒரு குற்றமாகச் செய்து கொண்டிருக்க முடியுமா, மனிதர்களால் நேரடியான லாபம் யாருக்கு என்ன இருக்கிறது, ஒரு செத்துப்போன எருமைமாட்டின் தோலுக்கு இருக்கும் மதிப்பைக்கூட சும்மாயிருக்கும் உயிருள்ள மனிதனிடமிருந்து பெற முடியாது, எனவே கடத்தப்பட்ட மனிதர்கள், ஒன்று, வேறு யாருக்கோ ஏதோ காரணங்களுக்காக அடிமைகளாக முதலியாரால் வாங்கிய விலையைவிட அதிக விலை வைத்து விற்கப்பட்டிருக்க வேண்டும், அல்லது அவர்கள் அவருடைய வேறு ஏதோவொரு குற்றச் செயலுக்காக உபயோகப்பட்டுக்கொண்டிருக்க வேண்டும், எனில், கடத்தப்பட்ட மனிதர்கள் எங்கே இருக்கிறார்கள், இப்போது அவர்கள் என்ன செய்துகொண்டிருக்கிறார்கள், மறுபடியும் பரண் பார்வை மட்டத்திலிருந்து உயர்ந்துவிட்டது, ஆனால் வினோதக் கூண்டின் தர்க்கப் பாதை பழகத் தொடங்கிவிட்டது, பதில்களை வேறோர் இடத்தில் பார்வை மட்டத்திற்கு இறக்கிக் காட்டும் பரணை நோக்கிப் பக்கவாட்டில் மற்றொரு கதவும் அதன் வழியே நுழைந்துபார்க்கச் சில கட்டங்களும் திறந்தேயிருக்கின்றன, அங்கிருந்தே துவங்கலாம், காணாமல்போனவர்கள் எங்கே என்கிற கேள்வியின் தன்மை என்ன, அது இடம் சார்ந்தது, இடம், இடம் என்றால் ஆகாயம், வீடு, வழி, இடது, வயிறு, மனை, காணாமல்போனவர்கள் ஆகாயத்திலிருக்கிறார்களா, அதாவது கொல்லப் பட்டார்களா, கொல்லப்பட வேண்டிய அவசியமென்ன, வீட்டிற்குள் பதுக்கிவைக்கப்பட்டிருக்கிறார்களா, ட்ரிஸ்ட்ராமைப் போலவே, அதற்கும் அவசியமென்ன முதலியாரிடம் பண்ணையடிமைகள் ஏராளமாயிருக்கும் போது, வழியில் காணாமல்போனார்களா, ஆம், ஸ்வப்னஹள்ளியிலிருந்து ராயக்கோட்டைக்கு வரும் வழியில், ஏன், எப்படி, இடப்புறமாகத் தொலைந்துபோனார்களா, இந்த வாக்கியத்தை எப்படிப் புரிந்துகொள்வது, ஸ்வப்னஹள்ளிக்கு இடப்புறம் என்ன இருக்கிறது, வயிற்றில் தொலைந்து போனார்களா, வினோதமான கேள்வி, என்றாலும் தாண்டவராயன் கதையில் மனிதர்கள் பூதகையின் வயிற்றில்தானே தொலைந்துபோகிறார்கள், அடுத்த கட்டத்திற்கான கதவு திறந்துகொண்டுவிட்டதா, வயிற்றில் மனிதர்கள், பூதகையின் வயிறு ஓர் ஆலமரப் பொந்து, ஆலமரத்தைக் காட்டிற்கான உருவகமாக வைத்துக்கொண்டால் மனிதர்கள் காட்டிற்குள் காணாமல்போகிறார்கள், எஞ்சியிருக்கும் ஒரு வார்த்தை மனை, மனையென்றால் நிலம், காணாமல்போன மனிதர்களுடன் காணாமல் போன நிலத்தைச் சமமாக வைப்பது கதைக்குப் பொருத்தமாக இருக்கு மென்றால் கதைக்குள் ஒளிந்துகொண்டிருக்கும் காணாமல்போன நிலம்

கூஷ், இன்னொரு கோணத்திலிருந்து பூதகையின் வயிறாகிய வனம், ஹுடேதுர்க்க வனம், ஸ்வப்னஹள்ளிக்குத் தென்மேற்கே அதாவது இடப்புறம் ஹுடேதுர்க்க வனம், இந்த வனத்தின் பெயர் கூஷ், அல்லது வனத்திற்குள் தன்னைக் காணாமலடித்துக் கொண்டிருக்கும் ஒரு நிலப்பரப்பிற்கு ஒப்பந்தப் பத்திரத்திலிருந்து காணாமல்போன கூஷ் என்கிற ஒரு நிலத்தின் பெயர் முதலியார் குழாமால் அடையாளமாகச் சூட்டப்பட்டிருக்கிறது, தொடர்ந்து தன்னுடைய மலைவளத்தால் சர்க்கார்களின் பேராசையையும் போர்களையும் உற்பத்திசெய்து கொண்டேயிருக்கும் பாரமஹாலின் நிலங்களுக்குள்ளிருந்து கேட்க நாதியற்றவர்களாக வெளிப்பட்டு அலையும் அகதிகளைப் பிடித்து யாராலும் கண்டுபிடிக்கவியலாத கூஷுக்குள் அனுப்பிவைத்து அவர்கள் மூலமாக ராயர் காலத்து மனிதர்கள் செய்ததாகத் துயிலார் புராணத்தில் கண்டிருக்கிறபடியே தங்களுக்கான புதையலை முதலியாரும் ஷெஸ்லரும் தேடிக்கொண்டிருக்கிறார்களா, ஆமெனில் பதில்களின் பரண் மறுபடி உயர்ந்துவிட்டது என்று அர்த்தம், ஏனெனில் கூஷுக்குள் இருக்கும் கொடுக்கு மூங்கிலையும் கண்ணீயையும் இவர்கள் எப்படிச் சமாளிக்கிறார்கள், இந்தக் கேள்விக்கான பதில்தான் எலினார் தன்னுடைய கதைவெளியில் ட்ரிஸ்ட்ராமைப் பயணிக்கச் செய்ததின் நோக்கமும்கூட, ஆனால் இதற்கான பதிலை கோணய்யனின் வினோதக் கூண்டிற்குள் அலைந்து கண்டுபிடித்துவிட முடியுமா, ஒருவேளை வெண்ணந்தகத்திற்கான மருந்தை முதலியார் அறிந்திருக்கிறாரோ என்னவோ, அது எப்படிச் சாத்தியம், பிதிர் சஞ்சார மார்க்க போதினி ஒன்றுதான் அந்த மருந்தைப் பற்றிப் பிரஸ்தாபிக்கிறது என்பதும் அதன் ஒரேயொரு சுவடிப்பிரதியும் லால் மஹால் நூலகத்தின் மூன்றாமறையில் கிடக்கிறது என்பதுமே வாஸ்தவமாயிருக்க அவர் எப்படி அதை அறிந்திருக்க முடியும், இதற்குப் பதிலாக துயிலார் சரித்திரத்தின் மூலமாகக் கொடுக்கு மூங்கிலைப் பற்றியும் கண்ணீயைப் பற்றியும் ஏற்கெனவே அறிந்துகொண்டுவிட்டதால் ஒருவேளை அதற்குத் தகுந்த மாதிரியான பாதுகாப்பு உபாயங்களை முதலியார் குழாம் மேற்கொண்டிருக்கிறது என்று ஊகித்துக்கொள்வது ஓரளவிற்குப் பொருத்தமாயிருக்கும், அல்லது இருநூறு இருநூற்றைம்பது வருடங்களுக்கு முன்பிருந்த அந்த விஷத் தாவரம் ஹுடேதுர்க்கம் வனத்திற்கு வெளியேயிருக்கும் மற்ற நிலப்பகுதிகளின் இயற்கைச் சூழல் சுல்தான் சர்க்காரும் ஆங்கிலேயர்களும் சீர்திருத்தங்கள் என்கிற பெயரில் தொடர்ந்து நடத்திவந்த மாற்றங்களால் பாதிக்கப்பட்டபோது அவற்றின் வழியே பயணப்பட்டு வனத்தினுள் புகுந்து அவற்றைப் போஷித்து வளர்த்துக்கொண்டிருந்த நதி நீரின் தன்மையிலும் பலவீனம் ஏற்பட்டு அதை ஜீரணிக்க முடியாமல் அழிந்துபோய்விட்டிருக்கவும் சாத்தியமிருக்கிறது, ஆனால் இப்படி இதை ஊகிப்பது எலினாரை மீறிக் கதைக்கு வெளியே யோசிப்பதைப் போலாகிவிடும், மேலும் பதில்கள் கிடைக்காத பட்சத்தில் கூண்டை விட்டு வெளியேறும் வாயிலையும் இந்த ஊகம் அடைத்துவிடும், கொடுக்கு மூங்கிலும் கண்ணீயும் இவற்றின் இணைவாலுண்டாகும் வெண்ணந்தகமும் அதற்கான மருந்தும் இன்னும் இந்தியாவில் இருக்கின்றன என்கிற ஊகத்தின் தடத்தில்தான் கூண்டின் கட்டங்களைக் கடந்தாக வேண்டும், பதில்கள் கைக்குச் சிக்காமல்

உயர்ந்து போய்க்கொண்டேயிருந்தாலும், மேலும் இன்னொரு பெரிய கேள்வியும் பதில் கிடைக்காமல் கையில் மீந்திருக்கிறது, பொக்கிஷங்களைத் தேடச்சொல்லி ஒரு வனப் பகுதிக்குள் அதிகபட்சம் எத்தனை பேர்களைத் தான் முதலியார் அனுப்பிவைக்க முடியும், இந்த ஆட்கடத்தல் வேலை ஷெஸ்லர் ராயக்கோட்டைக்கு வந்த காலந்தொட்டுக் கிட்டத்தட்ட இரண்டு வருடங்களாகவே நடந்துகொண்டிருக்கிறது என்றும், இரண்டு வருடங்களில் மலைத் தொடருக்கு இந்தப் புறத்திலிருந்தும் அந்தப் புறத்திலிருந்தும் கெலமங்கலம், சூலகிரி, தளி உட்பட ஒரு ஐந்தாறு ஹோபாலிகளாவது சர்க்கார்களின் சந்தேகத்தின்பேரில் அழிக்கப்பட்டிருக்குமென்றும், தடவைக்கு ஐம்பது பேர்களாவது முதலியாரின் கைக்குச் சிக்கியிருப்பார்களென்றும் கணக்கிட்டால்கூட இந்நேரம் இந்த கூஷ்ஷுக்குள் தோராயமாக முன்னூறு பேர் கொண்ட ஒரு சிறு கிராமத்தையே அல்லவா முதலியார் உருவாக்கியிருப்பார், எவ்வளவு பெரிய தங்கப் புதையலென்றாலும் அதைத் தேடியெடுக்க முன்னூறு பேர் கொண்ட படை அமைக்கப்பட்டதென்று, எலினாரின் கற்பனைக்கு முன்மாதிரியாக எந்தவொரு கதையிலும் இதுவரையில் எழுதப்பட்டதேயில்லையே, அப்படியானால் முதலியார் குழுமம் கூஷ்ஷுக்குள் புதையலைத் தேடி மனிதர்களை அனுப்பவில்லையா, அல்லது முதலியார் குழுமம் தேடிக்கொண்டிருக்கும் புதையல் வெறும் தங்கமில்லையா, பின் என்ன அது, இந்தக் கேள்வி வினோதக் கூண்டினுள் ஒரு முழுச் சுற்றைப் பூர்த்தி செய்கிறது, எனில் மீண்டும் முதல் கட்டத்திலிருந்து வேட்டையைத் தொடங்க வேண்டும், அதாவது சிடென்ஹாமின் வாசகத்திலிருந்து, சிடென்ஹாம், விடுதலையளிக்கும் மருந்து என்று நீங்கள் எதைக் குறிப்பிட்டீர்கள், மனிதனுடைய துன்பங்களிலிருந்து அவனை விடுவிக்கும் அருமருந்து எது, கடவுளா, சரிதான், ஆனால் அது இறப்பிற்குப் பிறகு, சிடென்ஹாமும் பிறகு முதலியாரும் சொன்னது அவன் உயிரோடு இருக்கும்போதே அவனைத் துன்பங்களிலிருந்து விடுவிப்பது, மனிதன் எப்போது துன்பங்களை மறக்கிறான், அல்லது உயிரோடு இருக்கும்போதே இறப்பிற்கு ஒப்பாக அவனுக்கு நிகழும் விடுதலை எது, தூக்கம், தூக்கம்தானா, இருக்கலாம், தூங்கும்போது மனிதன் வலியை உணர்வதில்லை, துன்பங்களை உணர்வதில்லை, தூங்கும் மனிதனுக்குக் காலமில்லை, இடமில்லை, கோணய்யன் தன் தகப்பனிடம் சின்னட்டி ஆற்றங்கரையில் வைத்து இதைத்தானே சொல்லிக்கொண்டிருந்தான், வெவ்வேறு இடங்களில் விழித்தெழுகிறார்கள் வெவ்வேறு காலங்களில் உறங்குபவர்கள், ஏன் அவர்கள் வெவ்வேறு இடங்களில் விழிக்கிறார்கள், ஏனென்றால் அவர்கள் நிரந்தர இடம் இல்லாதவர்கள், நிரந்தர இடமில்லாதவர்கள் தங்களுடைய உறக்கத்தின் கால நீட்சியைத் தாங்களே முடிவு செய்துகொள்ள உரிமையில்லாதவர்கள், உறக்கத்தின் விடுதலையை அவர்களால் பூரணமாக அனுபவிக்க முடியாது, நிரந்தர உறக்கம் மரணமாகி நிரந்தர விடுதலையைத் தருகிறது, ஆனால் இந்த விடுதலை பிரக்ஞைபூர்வமாக அனுபவிக்க முடியாதது, குறைந்த விடுதலையோ போதாதது, எனவே இரண்டிற்குமிடையில் சிலநாள் விடுதலை, ரகசிய விடுதலை, சிலநாள் விடுதலை வேண்டுமானால் சிலநாள் உறங்கிப்போ, எழாமலும் சாகாமலும் சிலகால உறக்கம்,

அதற்கொரு மருந்தைத்தானா சிடென்ஹாமும் முதலியாரும் குறிப்பிடு கிறார்கள், அல்லது அவர்கள் மட்டும்தான் அதை ட்ரிஸ்ட்ராமின் முன் குறிப்பிட்டார்களா, வேறு யாரும் குறிப்பிடவில்லையா, ட்ரிஸ்ட்ராம் இன்னும் சற்று யோசிக்க வேண்டும், கோணய்யன் அமைத்த வினோதக் கூண்டை ஜெயிப்பதென்பது ஆடுகளைக் கவர்வதன்று, மாறாகக் கதவுகளற்ற அந்தப் பொறியிலிருந்து விடுபட்டு வெளியேறுவது, காரணம் கூண்டின் தத்துவம் கூண்டிற்கு வெளியே இருக்கிறது, செல்லியின் கணவனான அந்த இருடி அவளுடைய சிருங்கார வேட்கையை அவன் மேல் பொழிவதிலிருந்து தப்பிப்பதற்காக அவளைத் தொடர்ந்து தூக்கத்தில் ஆழ்த்திக்கொண்டேயிருந்தானென்று கெங்கம்மா சொல்ல வில்லையா, அதே தந்திரத்தைக் கெலமங்கலத்திலிருந்து திரும்பிவந்த அன்று தன் மேல் உபயோகித்துத்தான் சுற்றி என்ன நடக்கிறதென்பதை அறிந்துகொள்ளவியலாத மூன்று நாள் தூக்கத்தில் தன்னை ஆழ்த்தி யிருந்ததாக கெங்கம்மா செல்லியின் கதையைச் சொன்னதன் மூலம் தனக்குக் குறிப்பறிவித்தாள் என்று ட்ரிஸ்ட்ராமே பின்பு சொக்க கௌடவிடம் சொல்லவில்லையா. கூண்டை விட்டு வெளியேறிவிட்டதாக ட்ரிஸ்ட்ராம் தன்னை உணர்ந்துகொண்டபோது ஆசுவாசத்திற்குப் பதிலாக வெட்டவெளியில் தன்னந்தனியனாக நிற்கும் அச்சம் அவனை முழுவேகத்துடன் பற்றிக்கொண்டது. ஆக, ஒரு வருடத்திற்கு முன் கெங்கம்மா தனக்குப் பாலில் கலந்து கொடுத்ததும், ஒரு நூற்றாண்டிற்கு முன் சிடென்ஹாம் தன் நூலில் குறிப்பிட்டிருந்ததும், இருபது வருடங் களுக்கு முன் செல்லிக்கு அவளுடைய கணவனான இருடி வெற்றிலையில் கலந்தளித்ததும், இப்போது முதலியார் தனக்குத் தெரியுமென்கிற நினைப்பிலேயே பூடகமாகக் குறிப்பிட்டுவிட்டுச் சென்றதும் ஒரே மருந்து, அதே மருந்துதான் ஆதிகாலந்தொட்டு மேற்கத்தியர்களுடைய வியாபாரக் கனவுகளின் லட்சியமாயிருந்த இந்தியாவின் தொன்மங்களைக் காடுகளுக்குள் கட்டி வளர்த்துக்கொண்டிருந்த கவிஞர்கள், ரிஷிகள், பரதேசிகள், பைத்தியங்கள், கடவுள்கள், மந்திரவாதிகள் ஆகியவர்களுடைய சிருஷ்டிபரத்தின் ஊற்றாக இருந்தது, அதுவேதான் பிறகு பிஹார், வங்காளம் மற்றும் ஒரிஸ்ஸாவின் அறுவடைகள் அத்தனையையும் கிழக்கிந்தியக் கம்பெனியின் ஏகபோக உரிமையாக மாற்றிக்கொள்ளும் பேராசையை வாரன் ஹேஸ்டிங்ஸ்ஸின் மனதில் விதைத்து வளர்த்தது, பிரிட்டிஷ் ஏகாதிபத்தியம் இந்தியாவில் வேரூன்ற விதையிட்ட ராபர்ட் கிளைவ் பெருமகனாரின் பரிதாபகரமான பிற்காலத்தை நிர்ணயித்தது, சர்க்காருடன் போட்டியிடும் எந்த நிறுவனங்களுடனும் விவசாயிகள் வியாபாரத் தொடர்புகொள்வதைத் தடைசெய்யும் சட்டத்தைப் போன வருடம் இந்தியா முழுவதிலும் அமலாக்க வேண்டுமென்று கம்பெனி இயக்குநர்களை முடிவெடுக்கத் தூண்டியது, இந்தியாவின் எந்த மூலையிலும் அதைத் தங்களுடைய நிலங்களில் வளர்ப்பதற்கு நிலச்சுவான்தார்கள் சர்க்காரிடம் உரிமம் பெற்றாக வேண்டிய அளவிற்குத் தன் மதிப்பை எட்டாத உயரத்திற்கு உயர்த்திக்கொண்டிருப்பதும், பிரிட்டிஷாரின் புண்ணியத்தால் சீனாவின் துர்சொப்பனமாக இன்று மாறிப்போயிருப்பதும் அதே மருந்துதான், சீனா, சீனா, கடவுளே, முன்பொருமுறை ராமஞ்சேரிக் குடிசையின் உள்புறம் உடைமாற்றிக்

கொண்டிருந்த கெங்கம்மாவின் தொப்புட்சுழியிலிருந்து புறப்பட்டு அவளுடைய மார்பகங்களைக் கவ்விப்பிடிக்க நெளிந்து மேலேறிக் கொண்டிருந்த பச்சைநிற ட்ராகனைப் பார்த்து அவன் திடுக்கிட்டபோது அதைப் பற்றி விசாரிக்கும் ஆவலை செல்லியின் தொழுநோய் பீடித்த தேகத்தைக் கண்ணுற நேர்ந்த அதிர்ச்சியல்லவா மறக்கடித்துவிட்டது, கவனியாமல் தவறவிட்டுவிட்ட எத்தனை சமிக்ஞைகள், எத்தனை சூசகங்கள்.

ஆனால் அத்தனை அச்சத்திற்கிடையிலும் ட்ரிஸ்ட்ராம் முதலியார் திரும்ப வந்து தன்னைச் சந்திக்கும்போது அவரிடம் என்ன பேச வேண்டுமென்பதை நிச்சயித்துக்கொண்டுவிட்டிருந்தான், காட்டின் நடுவே அயலார் கண்களுக்குப் புலனாகாத ஒளிவிடம், முதலியார், அந்த இடத்தின் பெயர், அல்லது அதற்கு நீங்கள் இட்டிருக்கும் சங்கேதப் பெயர், கூஷ், அதற்குள் சக மனிதர்களின் கவனத்திற்கு எட்டாமலே போய்விட்ட முன்னூறு மனிதர்களின் இருப்பு, உடல் வலியிலிருந்தும் மன வலியிலிருந்தும் மனிதர்களை நிரந்தமாக விடுவித்து அவர்களைத் தூக்க வெளியில் கிடத்திவைக்கும் ஒரு மருந்து, ஆனால் தாவர ஜங்கம சொத்துகளத்தனையையும் நெருப்பிற்குத் தாரைவார்த்துவிட்டுப் பிற ஹோபாலிகளில் அடைக்கலம் இறைஞ்சி வாழ்ந்துகொண்டிருக்கும் அகதிகளைப் பிடித்து அவர்களுக்கு இதை விற்று வராகன்களைச் சேர்ப்பதென்பது உங்களுக்கு எந்தக் காலத்திலும் ஒரு சொர்ணப் புதையலுக்கு ஒப்பான லாபத்தைக் கொடுக்கப்போவதில்லையென்பதாலும், அதன்மூலமாக அவர்கள் பெறும் விடுதலைக்குப் பிரதியுபகாரமாக அவர்களைப் புதையல் வேட்டை உட்பட வேறு ரகசிய வேலைகளுக்கு நீங்கள் உபயோகப்படுத்திக்கொள்ள நினைத்தாலும் அந்தத் தங்கமருந்தின் மகத்துவத்தால் அவர்கள் அதற்கு உபயோகப்பட மாட்டார்களென்பதாலும், மேலும் உங்களுடன் இம்மாதிரியான தந்திரோபாயங்களைச் சொல்வதில் சமர்த்தர்களான ஐரோப்பியர்களின் பிரதிநிதியாக வால்டன் ஷெஸ்லர் இருப்பதாலும், நீங்கள் அகதிகளுக்கு உங்கள் மருந்தைக் கொடுப்பதில்லை, மாறாக அவர்களைக் கொடுக்கு மூங்கில் வளரும் பிரதேசத்திற்குள் கடத்திச்சென்று அடிமைப்படுத்தி அந்த மருந்தை உங்களுக்காக விளைவிக்கப்பண்ணி வெளியே ரகசியமாக வியாபாரம் செய்து சர்க்கார் கணக்கில் காண்பிக்கப்படாத, புதையலை யொத்த வருமானமொன்றைச் சேர்த்துக்கொண்டிருக்கிறீர்கள்.

ட்ரிஸ்ட்ராமின் இந்தக் கண்டுபிடிப்புகளை முதலியார் இதெல்லாம் அவனுக்கு முன்பே தெரிந்தவை என்கிற கணக்கில் புறங்கையால் ஒதுக்கிவிட்டார். அவருடைய கேள்வி முழுவதும் அவனுக்கு இந்த விவரங்களெல்லாம் எப்படித் தெரிந்தது என்கிற புள்ளியில்தான் நிலைகொண்டிருந்தது. இவை அத்தனையுமே தன்னுடைய மனைவியின் கற்பனைதானென்றோ, தாமஸ் சிடென்ஹாமினுடைய பிரபலமான வாசகங்களை முதலியார் வாயிலிருந்து வரவழைத்து அவற்றால் தன் சிந்தனைகள் கிளறப்படும் இப்படியொரு காட்சியை உருவாக்கி நிகழ்த்திக் கொண்டிருப்பவளும் அவளேதானென்றோ அவன் சொல்வதை அவரால் ஏற்றுக்கொள்ள முடியவில்லை, ஒருவேளை தன் மனைவியென்கிற

வார்த்தைகளின் பின்னே அவன் மறைமுகமாகக் குறிப்பிடுவது கெங்கம்மாவைத்தானோ என்கிற சந்தேகமும் அவருக்கிருந்தது. ஆனால் கறவைப்பசு என்று தன்னால் செல்லமாக அழைக்கப்படும் கெங்கம்மாவை முதலியார் சந்தேகப்படுவதை ட்ரிஸ்ட்ராமைப் பற்றிப் பேசி முடிவு செய்வதற்காக இந்த முறை தானும் அவருடன் மாடியறைக்கு வந்திருந்த ஷெஸ்லர் பலமாக ஆட்சேபித்தார். கெலமங்கலத்திலிருந்து திரும்பிவந்ததற்கு மறுநாள் வியாபார சம்பந்தமாக மீனவிலாஸத்திற்கு ரகசியமாக வரவழைக்கப்பட்டிருந்த இரண்டு சீனர்களும் ட்ரிஸ்ட்ராமினுடைய கண்களில் பட்டுவிடக்கூடுமென்று அஞ்சி அவனுக்கு அபினி கலந்த பாலைக் கொடுத்துத் தூங்கச் செய்ய வேண்டுமென்கிற பைத்தியக்காரத்தனமான முடிவை எடுத்தது முதலியாரா, கெங்கம்மாவா, பிறகு அந்த அமானுஷ்யத் துயிலனுபவத்தாலேயே தங்களுடைய நடவடிக்கைகள் அவனுடைய சந்தேகத்திற்குள்ளாகியிருக்கக்கூடுமென்றும், கெங்கம்மாவைச் சம்போகிக்கும் தருணங்களில் முன்பு அவளுடன் சில இரவுகளைக் கழித்துவிட்டுத் தீராக் காமத்துடன் பிரிந்து சென்ற சீன வாடிக்கையாளன் தன் நினைவாக அவளுடைய வயிற்றில் பழுக்கக் காய்ச்சிய ஊசியால் வரைந்துவிட்டுப்போன மிருகத்தை அவன் பார்த்துவிட்டிருக்கிறபட்சத்தில், அதையும் தன்னுடைய வினோத உறக்க அனுபவத்தையும் இணைத்து அவற்றின் பின்னே கசிந்துகொண்டிருந்த குற்றங்களின் மணத்தை சுவாசிக்கத் தொடங்கியிருப்பான் என்கிற சந்தேகத்தில் அவனைத் தந்திரமாக ஸ்வப்னஹள்ளிக்குக் கூட்டிச்சென்று ஒழித்துக் கட்டிவிட முயன்று, அங்கிருந்து அகதிகளைக் காட்டிற்குள் கடத்திச்சென்றதை அப்பட்டமாகவே அவனுடைய கவனத்திற்குக் கொண்டுவந்ததும் முதலியாருடைய தவறா, அவர் சொற்படி வேறு வழியின்றி ட்ரிஸ்ட்ரா மிடம் நெருங்கிப் பழகிக்கொண்டிருக்கும் கெங்கம்மாவினுடைய தவறா. ஒருவேளை முதலியார், நான் என்ன நினைக்கிறேனென்றால், தன் ஊர்க்காரர்களில் சிலர் தொலைந்துபோய்விட்டிருக்கிறார்கள் என்பதைப் பூசாரி தன் நுண்ணுணர்வின் மூலமாகத் தெரிந்துகொண்டு அவர்களைக் கண்டுபிடிக்க ட்ரிஸ்ட்ராமின் துணையை நாடி ஏற்கெனவே நம்மைப் பற்றிய சந்தேகங்களுடன் இருந்திருக்கும் அவரை மேலும் விஷயங்களுக்குள் மூக்கை நுழைக்கும்படி தூண்டியிருக்கக்கூடுமா, அல்லது தன் முன்னோர்களுக்கு இடங்கொடுத்து அவர்கள் கண்களைப் பறித்துக்கொண்ட வனத்தின் இருநூற்றைம்பது வருடங்களுக்கு முந்தைய மணம் அவனுடைய பூர்வாசிரம ரத்தத்திற்குள் ஓர் ஆவியைப் போல புகுந்து கலந்துகொண்டு, அந்த அரிப்பு அதே வனத்தின் இந்நாள் ரகசியங்களைத் தன் மனைவியின் கற்பனையென்கிற பெயரால் தேடி அலைந்துகொண்டிருக்கும் ட்ரிஸ்ட்ராமுடன் அவனை நட்புக்கொள்ள வைத்து பொருட்படுத்தத்தக்க ஊகங்களை உற்பத்தி செய்திருக்குமா.

ஷெஸ்லருடைய சந்தேகங்கள் முதலியாருக்கும் தோன்றாமலில்லை. அவர் இதன் பொருட்டாகப் பூசாரியையும் விசாரித்துப்பார்த்துவிடுவது என்கிற நோக்கத்துடன் சில மணி நேரங்களுக்கு முன் பாலேஸ்வரியம்மன் கோவிலுக்கு ஆட்களையும் அனுப்பித்தான் வைத்திருந்தார். ஆனால் அவர்கள் பூசாரி அங்கில்லை என்றும், எங்கே போனான் என்கிற விபரமும்

யாருக்கும் தெரியவில்லை என்றும் சொல்லிக்கொண்டு வெறுங்கையுடன் திரும்பிவந்துவிட்டிருந்தார்கள். முதலியாரும் எதற்கும் இருக்கட்டுமென்று பூவத்திச் சாலையில் தனது ஆட்களை நிறுத்தி ராயக்கோட்டையிலிருந்து கிருஷ்ணகிரிக்குச் செல்லும் ஆட்களையும் வாகனங்களையும் கண்காணிக்க ஏற்பாடுகளைச் செய்துவிட்டுத்தான் வந்திருந்தார். ஆனாலுமே அவருக்கு வெண்ணெயைக் கையில் வைத்துக்கொண்டு நெய்க்கு அலைந்த கதையாகத் தன்முன் ட்ரிஸ்ட்ராம் குத்துக்கல்லைப் போல உட்கார்ந்திருக்கும்போது அவனுக்குத் தன்னுடைய திரை மறைவு வேலைகளைத் தெரியப்படுத்தியவர்கள் யார் என்கிற விபரத்தை அவன் வாயாலேயே கேட்டுப் பெற முடியாமல் யார்யாரையோ தேடித் திரிந்து கொண்டிருப்பதில் தன் நேரமும் சக்தியும் விரயமாகிறதே என்கிற கோபம்தான் தலைக்கேறிக்கொண்டிருந்தது. இதன் பொருட்டாக அவனை வெகுநேரம் தன் வீட்டிற்குள்ளேயே சிறைவைத்திருக்கவும் முடியாது என்பதும் அவருக்குத் தெரிந்திருந்தது. அவனுக்குக் காவலாக இரவுப் பணியில் அனுப்பப்பட்டிருந்த சௌகிதாரை மாற்றுவதற்காகப் பகலில் அவனைச் சந்திக்க கிருஷ்ணகிரியிலிருந்து அனுப்பப்பட்டிருக்கக்கூடிய மற்றொரு காவலாளி அவனையும் ட்ரிஸ்ட்ராமையும் காணாமல் அந்தத் தகவலை அலுவலகத்திற்குச் சொல்லப் புறப்பட வேண்டுமென்று தவியாய்த் தவித்துக்கொண்டிருப்பான், ஜக்கரிக்காரனுடைய மனைவிக்குப் பிரசவ வலி கண்டுவிட்டதென்று இரவு அவனுக்குத் தகவல் வந்ததாயும் தனியே போவதற்கு மனமின்றி அவன் தான் புறப்படும்போது குழந்தையைப் பார்த்துவிட்டு உடனே திரும்பி வந்துவிடலாமென்று சொல்லி ட்ரிஸ்ட்ராமையும் கிளப்பிக் கையோடு அழைத்துச்சென்றிருக்கிறானென்றும் முதலை சொன்ன பொய்யை நம்பி ட்ரிஸ்ட்ராம் வீட்டு வாசலிலேயே காத்துக்கொண்டிருப்பதற்கு அவன் தனக்குள் விதித்துக்கொண்ட காலக்கெடு இந்நேரம் முடிந்திருக்கும், இனிமேலும் அவனைத் தாமதப்படுத்த முடியாது, அவன் போய் கிருஷ்ணகிரி சௌகியில் செய்தியைத் தெரிவித்து அவர்கள் உஷாராகி ராயக்கோட்டை வருவதற்குள் ட்ரிஸ்ட்ராமும் காவலாளியும் காணாமல் போய்விட்ட விஷயம் பரவி ஊர் மொத்தமும், குறிப்பாகத் தன்னை எப்போது வீழ்த்தலாம் என்று கருக்கட்டிக்கொண்டு அலைந்தபடியிருக்கும் போக்கிரிப் பயல்கள், விழித்துக்கொண்டு பரபரப்பாகிவிட்டால் பின் அவனைத் தொடர்ந்து மீனவிலாஸத்தில் மறைத்துவைத்திருப்பதோ அல்லது வேறு இடத்திற்கு ரகசியமாகக் கூட்டிக்கொண்டு செல்வதோ ஆபத்தானதும் அசாத்தியமானதுமான காரியமுமாகிவிடும், பூசாரி வேறு யாரைப் பார்த்து என்ன சொல்லி என்ன பிரச்சினையைக் கிளப்பி விட்டுக்கொண்டிருக்கிறானோ தெரியவில்லை.

என்ன முடிவெடுப்பதானாலும் அதை அப்போதே அந்த இடத்திலேயே எடுத்தாக வேண்டிய நிர்பந்தத்தில் முதலியாரும் ஷெஸ்லரும் இருந்தார்கள். ஷெஸ்லருக்கு முதலையைக் கொண்டு காவலாளியைத் தீர்த்துக்கட்டியதைப் போல ட்ரிஸ்ட்ராமையும் கொன்று கண்காணாமல் புதைத்துவிட்டு விசாரணைக்கும் தண்டனைக்கும் பயந்து காவலாளியைக் கொன்றுவிட்டு அவன் தலைமறைவாகிவிட்டான் என்று நீதிமன்றத்தை நம்பச் செய்துவிடுவதுதான் இந்தப் பிரச்சினையை உடனே

முடிவிற்குக் கொண்டுவரும் யோசனையாகத் தோன்றியது (ட்ரிஸ்ட்ராம் ராயக்கோட்டைக்கு வந்த பிறகு கெங்கம்மா ஷெஸ்லருடைய அழைப்பை ஏதாவது காரணத்தைச் சொல்லி நிராகரிக்கும் சந்தர்ப்பங்கள் அதிகமாகியிருந்தன). முதலியாருக்குள்ளும் இந்தச் சிந்தனை ஓடாமலில்லை. ஆனால் தங்களைப் பற்றி இத்தனை விவரங்களைத் தெரிந்துவைத்துக்கொண்டு அதை அவனுக்கும் சொல்லிக்கொண்டிருக்கும் இன்னொரு நபர் யாரென்பதை அவன் மூலமோ அல்லது வேறு வழிகளிலோ தெரிந்து கொண்டு அவனை (அல்லது அவளை) கண்முன் கொண்டுவந்து நிறுத்திப் பார்க்காதவரையில் ட்ரிஸ்ட்ராமைக் கொல்வதென்பது அந்தத் திரைமறைவு ஆசாமியை உஷார்ப்படுத்தித் தப்பச்செய்துவிடும் காரியமாக அமைந்துவிடுமென்பதாலும், வேரை விட்டுவிட்டு வெறும் கிளையை மட்டும் வெட்டும் முட்டாள்தனத்திற்குக் கொஞ்சமும் குறைந்ததாக அது இருக்காது என்பதாலும் அந்த யோசனையைத் தற்காலிகமாக ஆனால் காலவரையறையின்றி ஒத்திப்போட வேண்டிய கட்டாயமிருந்தது. அதேசமயத்தில் பாரமஹால் வீடுகளின் படுக்கையறைவரை தங்கள் பார்வையை யாருடைய அனுமதியும் தேவையின்றிச் செலுத்தும் உரிமையைக் கைப்பற்றிக்கொண்டிருக்கும் பறங்கிச் சர்க்காரின் கழுகுப் பார்வையில் படாமல் அவனைச் சுற்றுப்பட்ட எந்த ஹேபாலிக்குள்ளும் கடத்திக்கொண்டுசென்று ஒளித்து வைப்பதென்பதும் ஆபத்தை விலை கொடுத்து வாங்கும் செயலேயன்றி வேறில்லையாதலால் இப்போதைக்கு அவனை ரகசியமாகக் கூட்டிச்சென்று ஹுடேதுர்க்க வனத்திற்குள்ளேயே சிறைவைத்துவிட்டுத் தேவைப்படும்போது திரும்ப அழைத்துக்கொள்வது ஒன்றுதான் அவர் கைவசமிருந்த ஒரே யோசனையாக இருந்தது. ஷெஸ்லருக்கும் இந்த யோசனையை அரைகுறை மனதுடன் ஒத்துக் கொள்வதைத் தவிர வேறு வழி இருப்பதாகத் தெரியவில்லை. பிறகு அவர்களிருவரும் ட்ரிஸ்ட்ராமினுடைய அபிப்பிராயத்தையும் கேட்டுத் தெரிந்துகொண்டார்கள். உண்மையைச் சொல்வதற்கும், பேரம் பேசுவதற்கும் இதுதான் அவனுக்குக் கொடுக்கப்பட்டிருக்கும் கடைசிச் சந்தர்ப்பம். ஆனால் ட்ரிஸ்ட்ராமோ அதே கடைசிச் சந்தர்ப்பம் எலினாராலும் தனக்குக் கொடுக்கப்பட்டிருப்பதாக நினைத்தான். ஹுடேதுர்க்க வனத்தினுள் புகுவதென்பதுதான் எலினாருடைய கற்பனையின் போக்கில் இயல்பாக நிகழும் நிகழ்வாக அவனுக்குத் தோன்றியதால் சீரங்கப்பட்டண நூலகத்தில் செய்ததைப் போல அதை மறுபடி தன்னுடைய யோசனைகளால் இடைவெட்டி சமிக்ஞைகளைத் தவறவிட்டுவிடக் கூடாதென்கிற எச்சரிக்கையுணர்வுடன் (தொலைந்ததைத் தொலைத்த இடத்தில் தேட வேண்டுமென்பதுதானே விதி, கதைக்குள் தொலைத்த பார்வையைக் கதைக்குள் தேடு என்றுதானே சொக்க கௌடவும் தெ வில்லி விடுதி உணவகத்து விவாதத்தின்போது சொல்லி இந்தக் கதையின் மூலக்கருவை எலினாரின் மனதில் விதைத்துவைத்தான்) தன்னை அவர்களிஷ்டம்போல உபயோகப்படுத்திக்கொள்ள மனப்பூர்வமாக அனுமதிப்பதாகச் சொன்னான். எனவே முதலியார் முதலையை அழைத்து அவனிடம் காதும் காதும் வைத்தாற்போல அவனைக் கொண்டு போய் வனத்திற்குள் விட்டுவிட்டு வரும்படி கூறி வில்வண்டியைக் கட்டச்செய்தார். போகும்போது வழக்கமான வனத்தின் கிழக்குவாசலை

நோக்கிக் கொண்டுசெல்லும் நல்லூர் மார்க்கத்தைத் தேர்ந்தெடுக்காமல் (நல்லூர் எல்லையில் முகாமிட்டிருக்கும் லவணர்கள் அவருடைய நண்பர்கள்தானெனினும் எந்த நகரும் வஸ்து தங்களைக் கடந்தாலும் குறுக்கே விழுந்து அதன் அந்தரங்கத்தைக் கலைத்துப் பார்த்துவிடும் குரங்குப் புத்திக்காரர்களான அவர்களுடைய பார்வையில் வண்டி பட நேர்ந்தால் பிறகு ஏதேனும் ஒரு சமயத்தில் அதுகூட அனாவசியமான சாட்சியாகக் குறுக்கே வந்து தொலைக்கலாம்) சற்று சுற்றினாலும் பரவாயில்லையென்று தெற்கே சிக்கதாரணப்பேட்டையை நோக்கி இறங்கும் குறுக்குச் சாலையில் மத்தகிரிவரை காளைகளை விரட்டிப் பிறகு அங்கிருந்து வடமேற்காக மேலேறி காட்டின் தெற்குப் பகுதி வழியாக உள்ளே நுழைய வேண்டும். வண்டி தயாரான பிறகு வீட்டிலுள்ள பெண்கள் சந்தி விளக்குகளை ஏற்றி அவற்றைப் பூஜையறைக்கும் தொழுவத்திற்கும் கொண்டு சென்று வைக்கும் காரியங்களில் ஈடுபட்டிருந்த நேரமாகப் பார்த்து ட்ரிஸ்ட்ராமைக் கீழே கூட்டிவந்த முதலியார் அவனோடு இன்னொரு வேலையாளையும் காவலுக்காக வண்டியில் ஏற்றி வாயிற்சீலையை மூடுமுன் அவனிடம் வனத்தினுள் அவனைச் சுதந்திரமாக நடமாட அனுமதிக்க வேண்டுமென்று முதலை மூலமாக அங்குள்ள தன்னுடைய ஆட்களுக்குச் சொல்லியனுப்பவிருப்பதாயும், ஏனெனில் அதன் மூலம் விருப்பு வெறுப்பின்றி அவன் அங்கே அலைந்துதிரிந்து எத்தனை விடாமுயற்சியுடன் என்னென்ன விதமான ஆபத்துகளை எதிர்கொண்டு தங்களுடைய கனவுநிலம் அங்கே உருவாக்கப் பட்டிருக்கிறது என்பதைப் பார்த்துத் தெரிந்துகொள்ளவும், அத்தனைக் கடும் உழைப்பின் மூலம் கிடைக்கும் சொர்ணத்தை அப்படியே சர்க்காருக்குத் தாரைவார்க்க யாருக்குத்தான் மனம் வரும் என்பதை யோசித்துத் தங்கள் நடத்தையிலிருக்கும் நியாயத்தை உணர்ந்துகொள்ளவும் அவனுக்கு ஒரு வாய்ப்பைத் தான் அளிக்க விரும்புவதாயும், எப்போது விரும்பினாலும் அவன் தன்னுடைய நண்பனாகவே வனத்தை விட்டு வெளியேறி மீண்டும் ராயக்கோட்டைக்குத் திரும்பித் தங்களுடன் இணைந்துகொள்ளும் மார்க்கங்கள் திறந்தேயிருக்கின்றன என்பதை அவன் தயவுசெய்து நினைவில் வைத்துக்கொள்ள வேண்டுமென்றும் மிகையற்ற வாத்ஸல்யத்துடன் சொல்லி அவனை வழியனுப்பிவைத்தார்.

போகும் வழியில், அவகாசம் கிடைத்திருந்தால் முதலியாரே சொல்லியிருக்கக்கூடிய, அவருடைய ரகசிய நடவடிக்கைகள்பற்றிய, மேலும் சில மேலோட்டமான தகவல்களை முதலையே பேச்சுப்போக்கில் ட்ரிஸ்ட்ராமுக்குச் சொன்னான், ஊர் இரண்டுபட்டால் கூத்தாடிக்குக் கொண்டாட்டம் என்பதைப் போல மூன்றாவது சண்டையின்போது கார்ன்வாலீஸின் முன்னணிப் படைகளிடம் தாரைவார்த்துவிட்டுப் பிறகு சமாதான உடன்படிக்கையின்போது அவரிடமிருந்து திப்பு சுல்தான் திரும்பப் பெற்றுக்கொண்டுவிட்டாரென்று சொல்லப்பட்டாலும் கெலமங்கலத்தை நுழைவாயிலாகக் கொண்டு தொடங்கும் மைசூர் பீடபூமிக்கும் மலைத் தொடரின் கிழக்குப்புறத்தில் சரிந்திறங்கும் பாரமஹால் பீடபூமிக்கும் நடுவே ஓர் இயற்கை அரணாகச் செயல்பட்டுக்கொண்டிருந்த ஹுடே துர்க்கம், அதை விட்டுக்கொடுத்துவிட்டோமென்று இதுவரை கம்பெனியும் அதிகாரபூர்வமாக அறிவிக்காததால், ஒருபுறம் இரண்டு

சர்க்கார்களாலுமே சொந்தம் கொண்டாடப்பட்டுக் கொண்டிருக்க, மறுபுறம் அவர்கள் பார்த்துக்கொள்வார்கள் என்று இவர்களும் இவர்கள் பார்த்துக்கொள்வார்கள் என்று அவர்களுமாக இரண்டு பக்கக் காவல் சிப்பாய்களின் பாராமுகத்திற்கும் ஆளாகியிருந்த அவல நிலையானது அதன் அடிவாரத்திலேயே பரந்துகிடக்கும் வனப்பகுதியில் ஒளிந்திருந்த ஒரு பழைய, பாழடைந்த கிராமத்தை எப்படியோ கண்டுபிடித்து அதை உள்ளூர் வயல்களின் சாகுபடிப் பயிராவதற்குத் தடைசெய்யப்பட்டிருந்த அபினிச் செடிகளின் விளைநிலமாக மாற்றிக்கொள்ள முதலியார் குழாமிற்குக் கிடைத்த பெரிய வாய்ப்பாக அமைந்துவிட்டதாம். ஆனால் அந்தக் கிராமத்தை கூஷ் என்கிற பெயரால் ட்ரிஸ்ட்ராம் அடையாளப் படுத்த முயன்றபோது அவனால் அதைப் புரிந்துகொள்ள முடியவில்லை. அது துயிலார்கள் அடைபட்டுக்கிடந்த பழைய காராக்கிரகம் என்கிற விஷயமும் (எச்சரிக்கையாகவே) முதலியாரால் அவனுக்குத் தெரியப் படுத்தப்படாத ஒன்றாகவே இருந்தது. மேலும் கூஷ் என்கிற தாலுகா சம்பந்தமாகக் கம்பெனி சர்க்காரில் ஏற்பட்டிருக்கும் பரபரப்பின் மேலும் அவனுக்கு அதிகப்படியான அறிதல் எதுவும் இருக்கவில்லை. அவனுடைய உலகம் முழுவதும் தன் எஜமானனின் ஏவல்களால் மட்டுமே நிரப்பப்பட்டதாய் இருந்தது. அவன் அவர்மீது கொண்டிருந்த அளவற்ற பெருமையுடனும் மரியாதையுடனும் நிறையப் பேசினான். அபினியை விளைவிக்கும் அடிமைகளிடம் மட்டுமல்லாமல், அறுவடைக்குப் பின் அந்தக் கிராமத்திலேயே ஒவ்வொரு குடிசையிலும் வைத்துத் தயாரிக்கப்படும் உலர்த்தப்பட்ட அபினிப்பால் கட்டிகளை வருடத்தின் குறிப்பிட்ட மாதங்களில் நல்லூருக்கு வந்துசேரும் லவணர்களைக் கொண்டு உப்புப் பொதிகளென்கிற பெயரில் கெலமங்கலம் வழியாக வெளியேற்றி, லவணர்களும் அவர்களுடைய கால்நடைகளும் மட்டுமே அறிந்த ஆபத்தான வனப்பாதைகளினூடாக தளி வரை கொண்டுசென்று, பிறகு அங்கிருந்து காவிரியைத் தாண்டி நஞ்சன்கூட்டிற்கும் அங்கிருந்து கொச்சித் துறைமுகத்தில் சீன தேசத்து அபினி வியாபாரிகளால் நியமிக்கப் பட்டிருக்கும் காரகர்களின் கைகளில் சேர்ப்பதுவரை ஒவ்வோர் இடத்திலும் முதலியாருக்கு இருக்கும் செல்வாக்கை இவ்வளவு அவ்வளவு என்று மதிப்பிட்டுவிட முடியாது, திருவிதாங்கூர் சமஸ்தானவாசிகளைப் பொறுத்தவரையில்கூட அவர்களையும் துறைமுகத்திலிருந்து சரக்கை நகர்த்தி கல்கத்தாவிற்குக் கொண்டுசெல்ல உதவும் ஒரு மரக்கலத்தைப் போலதான் அவர் பயன்படுத்திக்கொள்வாரே தவிர மற்றபடி ஹுடேதுர்க்கத்திலிருந்து அபினி அவர்கள் கைகளுக்குப் போய்ச் சேரும் முன்பே, கல்கத்தா சர்க்கார் அபினிக் கிட்டங்கியின் மேலதிகாரிகளோடு ரகசியத் தொடர்புவைத்திருக்கும் சீனக் கடத்தல்காரர்களிடம் (வருடத்தில் ஓரிரு முறை இவர்களைத் தன் சொந்தச் செலவிலேயே கல்கத்தாவிலிருந்து ராயக்கோட்டைக்கு வரவழைத்துத் திருப்திப்படுத்தி அனுப்புகிறார் முதலியார்) அவருடைய பேரம் முடிந்து, இந்தக் காரகர்களுக்குரிய கூலியும் நிர்ணயிக்கப்பட்டுவிடும், கல்கத்தாவிலிருந்து அரசாங்கச் சரக்கு என்கிற போலி முத்திரையுடன் ஹுடேதுர்க்கத்தின் அபினியுருண்டைகள் சீனாவிற்குக் கப்பலேறும் கணம்வரையில் எல்லாக் காரியங்களுமே முதலியாரின் நேர்ப் பொறுப்பில்தான் நடந்து முடிகின்றன, சுல்தானுடைய

படைகளுக்குப் பாரமஹால் தாலுகாக்களிலிருந்து ஆயுதங்களையும் ஆட்களையும் சேகரித்து விநியோகம் செய்யும் தரகராக வாழ்க்கை நடத்திக்கொண்டிருந்த நாட்களிலிருந்தே சிறிது சிறிதாக அவர் தேடிச் சேர்த்துக்கொண்டிருந்தவை இந்தச் செல்வாக்கும், கடல் கடந்து செல்லும் வியாபாரச் சாதூரியங்களும் என்றான் அவன். ஆனால் இந்த விவரங்களையெல்லாம் தயக்கமில்லாமல் சொல்லிக்கொண்டே வந்தவன், உள்ளூரைப் பொறுத்தவரையில், வேலிக்கு ஓணான் சாட்சி என்கிற கதையாக முதலியாரை ஜேம்ஸ் ஜார்ஜ் க்ரஹாமின் கழுகுக் கண்களிலிருந்து தப்ப வைப்பதற்கும், அவருடைய ஊழியர்களின் கவனத்தைத் திசை திருப்புவதற்கும் உதவியாக ஷெஸ்லர் என்கிற சர்க்கார் அதிகாரி இருப்பதற்கப்பால் கெங்கம்மா என்கிற சுந்தரியை முன்னிறுத்தி க்ரஹாம் அல்லது ஷெஸ்லருக்கு ஆணையிடும் வருவாய்த் துறை ஊழியர்கள் ஆகியவர்களுக்கேகூட முதலியாரின் இந்த அபினி வியாபாரத்தில் பங்கும் ஈடுபாடும் இருக்கிறதா என்று ட்ரிஸ்ட்ராம் கேட்டபோது பதில் சொல்லாமல் மௌனமாயிருந்துவிட்டான். அதன் மூலம் அவன் அந்தக் கேள்விக்குத் தனக்குப் பதில் தெரியவில்லை என்கிறானா, பதில் சொல்ல அனுமதியில்லை என்கிறானா, இரண்டு மல்லாது கெங்கம்மாவின் மேல் கண் வைத்திருக்கும் ஆண்களில் அவனும் ஒருவன் என்கிற அளவில் ஷெஸ்லரைப் போலவே அவளை வேறு ஆண்களுடன் இணைத்துப் பேசுவதைத் தான் விரும்பவில்லை என்று குறிப்பால் உணர்த்த விரும்புகிறானா என்பதை ட்ரிஸ்ட்ராமால் ஊகித்துக்கொள்ள முடியவில்லை.

பா. வெங்கடேசன்

லவணர்

ராயக்கோட்டைக்கும் நல்லூருக்குமிடையே இங்கே முணுமுணுத்தால் அங்கே கேட்டுவிடும் தொலைவுதானென்றாலும் முதலியார் ட்ரிஸ்ட்ராமைக் காட்டிற்குள் அனுப்பிவைத்த இரண்டாம் நாள் லவணப் பெண்கள் இரண்டு பேரைத் துணைக்குக் கூட்டிக்கொண்டு ராமஞ்சேரி வந்துசேர்ந்த பிறகுதான் கெங்கம்மாவுக்கு அவன் எல்லையைக் கடந்துசென்ற குற்றத்திற்காக விசாரணைக்கு உட்படுத்தப்பட்ட விஷயமும் காவலாளியைக் கொன்றுவிட்டுத் தலைமறைவாகிவிட்டானென்று முதலியார் குழாமால் கிளப்பிவிடப்பட்டிருந்த வதந்தியும் தெரியவந்தது. ட்ரிஸ்ட்ராம் எல்லைகடந்துபோன குற்றத்திலோ அதை சர்க்கார் தெரிந்துகொண்ட விதத்திலோ முதலியாரின் திருவிளையாடல் எதுவும் இருக்க முடியாது என்று அவள் ஊகித்ததால் அவன் காணாமல்போன சம்பவம் சம்பந்தமாக அவர்மீது அவளுக்குச் சந்தேகமெதுவும் முதலில் எழவில்லை. ஆனால் மீனவிலாஸத்தில் நுழைந்த சில நாழிகைகளுக்குள்ளாகவே ட்ரிஸ்ட்ராம் தலைமறைவாகிவிட்டதாகச் சொல்லப்பட்ட அன்றும் அதற்கு முன்தினமும் அவன் மாடியறையில்தான் தங்கியிருந்தான் என்றும் பிறகு உருவம் மங்கிக்கொண்டிருந்த மறுநாள் மாலைப் பொழுதில் முதலையுடன் அவனை முதலியாரும் ஷெஸ்லரும் எங்கோ வழியனுப்பிவைத்தார்களென்றும் மீனா சொன்னதைக் கேட்ட பிறகு அவளுக்கு இருப்புக் கொள்ளாமலாகிவிட்டது. முதலையோடென்றால் ட்ரிஸ்ட்ராம் உறுதியாக ஹுடேதுர்க்கம் காட்டிற்குள்தான் அழைத்துச்செல்லப்பட்டிருப்பானென்பதைத் தெரிந்துகொள்ள அவள் அதிகம் யோசிக்க வேண்டியிருக்கவில்லை. ஆனால் அவன் மேல் கொலைப்பழியொன்றைச் சுமத்தி ரகசியமாக அங்கே கடத்திக் கொண்டு போக வேண்டிய அளவிற்கு முதலியாருக்கும் அவனுக்குமிடையில் இரண்டு நாட்களுக்குள் அப்படி

என்ன மோதல் நடந்தது என்பதைத்தான் அவளால் ஊகித்துக்கொள்ள முடியவில்லை. சீரங்கப்பட்டணப் பயணத்திற்கு முன்புவரைகூட அவர்களிருவருடைய உறவில் எந்த உரசலும் இல்லாமல்தானே இருந்தது, காவேரிப்பட்டணத்திற்குச் செல்வதாக அவனும் பூசாரியும் சொன்னதை அப்படியே ஏற்றுக்கொண்டு முதலியார் தன்னுடைய செல்லக் குதிரையைக்கூட அவர்களுடைய சவாரிக்காகக் கொடுத்துத்தானே அனுப்பிவைத்தார், சீரங்கப்பட்டணத்திலிருந்து வந்த கையோடு அவனை சர்க்கார் பிடித்துக்கொண்டு போயிருக்கிறது, அதற்கும், மீனா சொன்னபடி முதலியார் அவனை அவனுடைய ஜாகையிலிருந்து மீனவிலாஸத்தின் மாடியறைக்கு அழைத்துவந்த இரவுவேளைக்கும் இடைப்பட்ட பொழுதில் இருவரும் பேசிக்கொள்ளவே வாய்ப்பு எதுவும் கிடைத்திருக்காது, இந்த நிலையில் அப்படி என்னதான் பகை அவர்களுக்குள் மூண்டிருக்கக்கூடும், ஒருவேளை முதலியாருடைய அபினி வியாபாரத்தைப் பற்றி ட்ரிஸ்ட்ராம் கண்டுபிடித்துவிட்டதாகவே வைத்துக்கொண்டாலும் அதை க்ரஹாம் துரையின் கச்சேரியிலேயே வைத்துப் பகிரங்கப்படுத்தியிருக்கும்பட்சத்தில் அவனல்லவா முதலியாரைக் கூட்டிக்கொண்டுபோய்க் கொட்டடியில் அடைத்துவைத்து விசாரிக்க ஏற்பாடு செய்தவனாய் இருப்பான், மாறாக முதலியாரிடம் அவன் மாட்டிக்கொள்ளும் வாய்ப்பு எப்படி உருவாக முடியும்.

யாரிடம் கேட்டுத் தன் சந்தேகங்களைத் தீர்த்துக்கொள்வதென்று கெங்கம்மாவுக்குத் தெரியவில்லை. துயிலார் பூசாரியையும் காணோம். ஷெஸ்லர், முதலை இருவருக்குமே அவளிடம் மயக்கம் உண்டென் றாலும் முதலியாருக்கு எதிராக அந்த மோகத்தைப் பயன்படுத்திக் கொள்ள அவளுக்குத் துணிவு வரவில்லை. மேலும் ட்ரிஸ்ட்ராம் மாடியறையில் வைக்கப்பட்டிருந்த விஷயத்தைத் தன்னிடம் மீனா சொல்லியிருக்கிறாளென்று தெரிந்தால் மகளென்றும் பாராமல் முதலியார் அவளையும் தன்னோடு சேர்த்து வெட்டிக் கொன்று புதைத்துவிடுவார். அப்படியில்லையென்றாலும் அவளுக்கு விஷயம் தெரியுமென்று தெரிந்து அதன் காரணமாகவே அவர்களுடைய கவனம் அவள்மீதும் குவிந்துவிட்டால் பிறகு அதுவே ஏதாவது உருப்படியான யோசனைகள் தோன்றினால்கூட அதைச் செயல்படுத்த முடியாதபடி கைகால்களைக் கட்டிப்போட்டுவிடும். தன்னைக் கூடிப்பிரிந்த மற்ற பறங்கியர்களைப் போல இந்த இன்னொரு வெள்ளைக்காரனும் தன்னை விட்டு நீங்கிச் சென்றான் என்று எண்ணிக்கொண்டு மற்ற வேலைகளைப் பார்க்கலாமென்றால் அதுவும் அவளால் முடியவில்லை. ட்ரிஸ்ட்ராமுடன் கூடியிருந்த கணங்களின் நினைவுகள் விளக்கின் முன் நடமாடும் நிழலைப் போல பலமடங்கு ஆகிருதியும் வசீகரமும் மிக்கதாகி, அவனுடைய துரதிர்ஷ்டவசமான நிலைக்குத் தானும் ஒரு காரணம் என்னும் குற்றவுணர்வின் அருவச் சாயலையும் கொண்டு அவளைக் கிலி கொள்ளச்செய்கின்றன. அவள் நினைத்திருந்தால் முதலியாரைப் பற்றி முன்பே ட்ரிஸ்ட்ராமுக்கு எடுத்துச்சொல்லி இந்த இடத்திற்கு வருவதிலிருந்து அவனைத் தடுத்துக் காப்பாற்றியிருக்க முடியும். ஷெஸ்லர், முதலை, சிவகாமசுந்தரியம்மாள் ஆகிய மூவரைத் தவிர முதலியாருடைய அபினி வியாபாரத்தின் முழுச் சரித்திரத்தையும்

அறிந்துவைத்திருக்கும் நபர் அவள்தான். பாரமஹாலைக் கும்பெனி சர்க்கார் கையகப்படுத்திக்கொள்வதற்கு முன்பான காலத்திலிருந்தே கெலமங்கலத்தில் மாமனார் பெயரில் வாங்கிப்போட்டிருந்த தன்னுடைய நிலங்களை அபினி வயல்களாக்க அவர் முயற்சி செய்துகொண்டிருந்ததில் துவங்கி, ஓரிரு வருடங்கள் பரீட்சார்த்தமாகச் சோளத்திற்கு நடுவே ஊடுபயிராக அதை விளைவித்து மைசூர்வரை கொண்டுசென்று சமஸ்தானம் முழுவதிலும் பூரண மதுவிலக்கை அமல்படுத்தியிருந்த திப்பு சுல்தான் கடுங்குளிர்ப் பிரதேசமான பிரான்ஸிலிருந்து வரவழைத்திருந்த சிப்பாய்கள், பொறியியலாளர்கள் மற்றும் அரசாங்க விருந்தாளிகளின் தேவையை முன்னிட்டு வேண்டாவெறுப்பாக உள்ளே அனுமதித்த சாராய வியாபாரிகள் எந்த நேரத்திலும் மீண்டும் மனம் மாறி அவர் தங்களை விரட்டியடிக்கலாம் என்று பயந்துகொண்டே குல்பர்காவிலிருந்து கொண்டுவந்து சேர்த்த சாராய வகைகளும் அவற்றின் தரமும் மேற்கத்தியர்களின் தேவையையும் ருசியையும் பூர்த்தி செய்யத் திணறியதால் அவர்கள் அந்த, பகிர்மான முறையில் விநியோகிக்கப்பட்ட மது வகைகளுக்கப்பால், சொந்த மண் மற்றும் மனைவி மக்களின் மீதான நினைவுகளையும் ஏக்கத்தையும் மறக்கவும், ஐரோப்பிய ஸ்திரீகளிடமிருந்து முற்றிலும் மாறுபட்ட சாமுத்ரிகா லட்சண விதிகளின் அடிப்படையில் வளர்ந்து செழித்துக்கொண்டிருந்த கிழக்கத்தியப் பெண்களின் அங்க லாவண்யங்கள் தூண்டிவிட்ட உணர்வுகள் வடிந்துவிடாமல் அவற்றை உள்ளேயே தக்கவைத்துக்கொள்ளவும் தேவைப்பட்ட காத்திரமான போதையைத் தரும் லாகிரி வஸ்து எதுவாயிருந்தாலும் அதை என்ன விலைகொடுத்து வாங்கவும் மைசூருக்குள் அதைத் தங்களுக்குத் தருவித்துத் தருகிறவர்களின் நடமாட்டத்திற்கும் பாதுகாப்பிற்கும் தாங்களே பொறுப்பேற்றுக்கொள்ளவும் தயாராக இருந்ததைப் பயன்படுத்திக்கொண்டு சுத்திகரிக்கப்பட்ட அபினிக் குளிகைகள் அவ்வளவையும் அத்தனை நெருக்கடிகளின் மத்தியிலும் வராகன்களாக மாற்றி மூட்டையாகக் கட்டிக் கொண்டுவந்தது உட்பட, தெற்குச் சீமையிலிருந்து வந்து குறுகிய காலத்தில் ஒரு முக்கியப் பிரமுகராகிவிட்டிருந்த அவருடைய மாமனாருக்குக் கெலமங்கலத்தில் தவிர்க்க முடியாமல் உருவாகியிருந்த உள்ளூர் எதிரிகளின் கைங்கர்யத்தாலும் சண்டையில் கெலமங்கலம் எரிக்கப்பட்டதாலும் வேறு வழியில்லாமல் ஒத்திவைக்கப்பட்ட அந்த வியாபாரம் அவர் கைகளுக்கு மறுபடியும் வந்துசேராமலே ஒழிந்துபோன பின்னும் அபினி ஈட்டித் தரும் வராகன்களின் உலோகவொலியின் மீதிருந்த அடங்காத காதலால் மைசூர் நண்பர்களின் மூலமாகத் தொடர்புகொள்ளக் கிடைத்த சீன வியாபாரிகளின் காரகர்களிடம் தனக்குக் கொஞ்சம் கால அவகாசம் வேண்டுமென்றும் மீண்டும் அந்த மர்ம உலகத்திற்குள் தன் பிரவேசம் கட்டாயம் நிகழுமென்று கனாக் கண்டுகொண்டும் இரையின் மேல் பாயவிருக்கும் கழுகைப் போல அதற்கான தருணத்தை எதிர்பார்த்துக் காத்துக்கொண்டேயிருந்து மனிதனால் ஜெயிக்கப்பட முடியாததென்று நம்பப்பட்ட ஹுடேதுர்க்க வனத்தினுள் பல வருடங்களுக்கு முன் மனித நடமாட்டம் இருந்தது என்கிற விஷயம் ஷெஸ்லர் மூலமாகத் தெரியவந்ததுமே ஒருபுறம் ராயக்கோட்டை துர்க்கத்துச் சுனைகளில் ஜெகதேவராயர் காலத்தில்

வீசியெறியப்பட்ட புதையலைத் தேடப்போய் இருளர்களின் சாவுக்குக் காரணமாயிருந்த வழக்கொன்றை வேண்டுமென்றே உருவாக்கி சர்க்காரின் கவனத்தைத் திசை திருப்பிக்கொண்டே மறுபுறம் காட்டைத் துளைத்துத் தன் கனவுநிலத்தைக் கைப்பற்றிக்கொள்ளும் எத்தனங்களைத் துவக்கி, அவ்வப்போது சுல்தானாலும் வெள்ளையர்களாலும் மாறிமாறி பாரமஹால், பாலகாட் மற்றும் தாலகாட் மாவட்டங்களின் பல ஹோபாலிகள் தீக்கிரையாக்கப்பட்டுக்கொண்டிருந்த சூழலைப் பயன்படுத்தி வெளியிலிருந்து கடத்திவந்த அகதிகளைக் கொண்டு அந்தக் காட்டிற்குள் அபினி வயல்களையும் அவற்றைப் பராமரிப்பதற்கென்றே ஒரு கிராமத்தையும் உருவாக்கி, அவர்களுக்கான தேவைகள் மற்றும் வசதிகளைக் கவனிக்க கங்காணிகளையும் நியமித்து, கிட்டத்தட்ட ஒரு குட்டி ஜமீனையே அங்கே ஸ்தாபித்து நடத்திக்கொண்டிருப்பதுவரை முதலியாரின் அத்தனை ரகசியங்களும் அவளுக்கு அத்துப்படி. ஆனால் ஒரேநேரத்தில் முதலியாருக்குத் தானும் தன் தாயும் பட்டிருந்த செஞ்சோற்றுக் கடனையும் ட்ரிஸ்ட்ராமின் மீது கொண்டிருந்த நேசத்தையும் காப்பாற்றிக்கொள்வது எப்படி என்பதுதான் முதலிலிருந்தே அவளுடைய கவலையாக இருந்தது. ஒரு பட்டேலாக முதலியார் தான் பொறுப்பேற்றுக்கொண்டிருந்த ஹோபாலிகளின் கணக்குகளில் எந்தவிதமான தில்லுமுல்லுகளையும் செய்வதை மிகுந்த எச்சரிக்கை யுடனேயே தவிர்த்துவந்திருந்ததால் சொர்ணப் புதையல் விவகாரத்திற்குப் பிறகு தன்னுடைய நிர்வாக நடவடிக்கைகளை சர்க்கார் கண்களில் விளக்கெண்ணையை ஊற்றிக்கொண்டு கவனிக்கிறதென்பது அவருக்குத் தெரிந்தேயிருந்தது) இதற்காகவே ராயக்கோட்டைச் சரகத்தின் ஆய்வாள னாக வந்திருந்த ட்ரிஸ்ட்ராமுக்கு அது சம்பந்தப்பட்ட பேரேடுகளைத் தாண்டி முதலியாரை வேவுபார்க்கக் காரணங்களோ தடயங்களோ கிடைக்காது என்பதிலும், மற்றவர்களைப் போலவே, அவளுக்கு நிச்சயமும் இருந்தது. எனவே, ஸ்வப்னஹள்ளிப் பயணத்திற்குப் பிறகு ட்ரிஸ்ட்ராம் ஊகித்துக்கொண்டிருந்தபடியே, முதலியாருடைய ரகசிய நடவடிக்கைகளும் ட்ரிஸ்ட்ராமினுடைய பார்வையும் வெட்டிக்கொள்ளும் புள்ளிகளிலிருந்து அவனுடைய கவனத்தைத் திசைதிருப்புவது, மயக்கி வைப்பது, அல்லது அவனையே அப்புறப்படுத்துவது ஆகிய உபாயங்களே அவனை முதலியாரின் கோபத்திலிருந்து காப்பாற்றப் போதுமானது என்றும்தான் அவள் அதுவரை எண்ணிக்கொண்டிருந்தாள்.

ஆனால் ட்ரிஸ்ட்ராம் மாட்டிக்கொண்டுவிட்டானென்பதைக் கேள்விப்பட்ட பிறகு அவளிடம் இருந்ததைப் போலவே அவளை ஏமாற்றிவிட்டு அவள் உட்பட்ட முதலியாரின் கூட்டாளிகளை வேவுபார்க்கும் தந்திரங்கள் அவன் கைவசமும் ஏற்கெனவே இருந்ததோ என்று அவளுக்குச் சந்தேகம் வந்துவிட்டது. ஸ்வப்னஹள்ளியிலிருந்து உயிரோடு மீண்டுவந்ததற்குப் பிறகிலிருந்தே அவனுடைய செயல்களில் பூடகத் தன்மை புகுந்துகொண்டுதான்விட்டிருந்தது, விபூதியைப் பார்க்கப்போகும் திட்டமும்கூட அவன் தீட்டியதுதான், அதற்கும் முதலியாருடைய குற்றங்களுக்கும், வெளிப்பார்வைக்கு இல்லாததைப் போல தோன்றினாலும், உள்ளூர சம்பந்தமேதும் இருந்ததோ என்னவோ, யார் கண்டது. சீரங்கப்பட்டணம் போகப்போவதாகக்கூட தன்னிடம்

பா. வெங்கடேசன்

அவன் ஒரு வார்த்தை சொல்லவில்லையென்பதையும் கெங்கம்மா நினைத்து ஆதங்கப்பட்டுக்கொண்டாள். சொல்லியிருந்தால் இந்த அசம்பாவிதங்களைத் தன்னால் தடுத்து நிறுத்தியிருக்க முடியுமென்று ஏனோ அவளுக்குத் தோன்றியது. நடந்தவற்றின் மீதான குழப்பமான ஊகங்களுடனும் மேற்கொண்டு என்ன செய்வது என்கிற யோசனைகளுடனும் இவற்றால் விளைந்த பதற்றத்தைத் தன் முகத்திலோ வேலைகளிலோ முதலியார் கண்டுவிடுவாரோ என்கிற அச்சத்துடனுமே அவள் மீனவிலாஸத்திற்குத் திரும்பிய முதல் நாள் பொழுதை மிகச் சிரமப்பட்டுக் கடத்திக்கொண்டிருந்தாள். மீனாவுடனான நட்பை முன்னிறுத்தித் தன்மீது ஏற்கெனவே முதலியாருக்குச் சந்தேகம் விழுந்திருக்கலாமோ என்கிற எண்ணமும் அவளுக்கு உண்டாகியிருந்தது. இதன் தொடர்ச்சியாகத் தன்னைச் சுற்றி அசையும் ஒவ்வோர் அணுவின் மீதும் சந்தேகமும் பயமும் தோன்றிவிட, மீனவிலாஸத்தின் பிற பணியாட்கள் அனைவரும் தன்னைத் தனியே பிரித்துவைத்து வேவுபார்ப்பதாகக் கற்பனை செய்துகொண்டு அவர்களுடைய ஒவ்வொரு சொல்லுக்கும் செயலுக்கும் வலுக்கட்டாயமாகத் தனக்கெதிரான பொருளொன்றை ஏற்றித் திடுக்கிட்டுப்போய்க்கொண்டிருந்ததோடு சம்பந்தமில்லாத பதில்களையும் சொல்லி நிஜமாகவே அவர்களுக்குள் அவளுடைய செயல்களின் மீது மெல்லிய ஆச்சரியத்தை அவளே வலிந்து உண்டாக்கிக்கொண்டிருந்தாள். மீனவிலாஸத்தினுள் மட்டுமல்லாமல் வீதியிலும், மதியம் பண்ணை வேலையாகச் சென்றுவிட்டுத் திரும்பிக்கொண்டிருக்கையில் தொலைவிலிருந்து தன்னை வைத்த கண் வாங்காமல் பார்த்துக்கொண்டிருப்பதாய்த் தோன்றிய, முன்பின் அறிமுகமில்லாத, ஒரு கிழட்டு உஞ்சவிருத்தி பிராமணன் முதலியாராலோ அல்லது ஷெஸ்லராலோ தன் நடவடிக்கைகளைக் கண்காணிப்பதற்காகத் தான் அனுப்பி வைக்கப்பட்டிருக்கிறான் என்றே நிச்சயித்துக்கொண்டு ஏதோ அவர்களிருவரும் ட்ரிஸ்ட்ராமை நேசித்த குற்றத்திற்காகத் தன்னைக் கொல்வதற்கே ஆட்களை நியமித்துவிட்டதாய், சொல்லி ஆற்றிக் கொள்ளவும் ஆளில்லாமல், புழக்கடைப்பக்கம் போய்க் கிலியிறங்கு மட்டும் அழுது தீர்த்துவிட்டு வந்தாள். ட்ரிஸ்ட்ராம் விஷயமாகத் தான் யோசிப்பது வெளியே தெரிந்தாலே (முகத் தோற்றத்தைக் கொண்டே அதைக் கண்டுபிடித்துவிடுவதில் முதலியார் வல்லவர்) தங்களிருவருடைய உயிருக்கும் ஆபத்து என்பது அவளுக்குத் தெரிந்திருந்தும் மனம் பிடிவாதமாக அந்த வழிகளை யோசித்துக்கொண்டேதானிருந்தது. காட்டிற்குள் செல்ல முதலையைத் தவிர வேறுயாரையும் உதவிகேட்டு அணுக முடியாது. முதலையோ கண்டிப்பாக அதைச் செய்ய மாட்டான். முன்பின் போய்ப் பழக்கமில்லாமலும் துணையின்றியும் தனியாகச் செல்வதென்பதும், ஒரு பெண்ணென்பதால் மட்டுமன்று, முதலையைத் தவிர வேறெந்த ஆண்பிள்ளையாலுங்கூட, ஆகக்கூடிய காரியமன்று. ஹூடேதுர்க்கம் உலகிலிருக்கும் மற்ற வனங்களைப் போன்றதன்று என்று முதலை முதலியாரிடமும் ஷெஸ்லரிடமும் (தன் சாகஸங்களைப் பெரிதுபடுத்திக் காண்பிக்கும் பொருட்டாகவேகூட) ஒவ்வொரு முறை அதனுள் நுழைந்து விட்டுத் திரும்பும்போதும் சொல்லிக்கொண்டிருப்பதை அவளும் ஓரமாக நின்று கேட்டுக்கொண்டிருந்ததோடு அடிக்கடி நிகழ்ந்த வனப்

பயணங்கள் முதலையின் குணாதிசயங்களில் ஏற்படுத்திய மழுப்பலான மாற்றங்களைக் கொண்டும், அந்த வனத்தின் மகாத்மியங்களைப் பற்றிப் பேசுபவன் அவன் மட்டுமன்று என்பதாலும் அவனுடைய பிரதாபத்தை உண்மையென்று நம்பவும் செய்திருக்கிறாள். ஹுடேதுர்க்க வனத்தைப் பற்றிய கதைகள் ஏற்கெனவே பாரமஹால் முழுவதும் நிறைந்திருந்த, சிப்பாய்களைக் கட்டிக்கொண்டு கன்னி கழியாமலேயே கிழவிகளாகி விட்டிருந்த ஸ்திரீகள், ஸ்கலிதத்தோடு சேர்த்து மனதைக் கலங்கச் செய்யும் போர் நினைவுகளையும் கருப்பையினுள் பாய்ச்சிவிட்டுப் போன புருஷர்களுக்குப் பிள்ளை பெற்றுக்கொடுக்காமலே தங்களை மலடிகளாக ஆக்கிக்கொண்டு காய்ச்சலில் கிடந்த பெண்கள், களத்தில் மாண்டுபோனவர்களின் விதவைகள் ஆகியோரின் ஞானதிருஷ்டியிலிருந்து புறப்பட்டு வெளியேறி ஏராளமாக உலவிக்கொண்டுதானிருந்தன, முதலையின் கதைகள் பெரும்பாலும் அவற்றை மறுக்காதவையாயுமிருந்தன. அவர்கள் சொல்வார்கள், ஹுடேதுர்க்க வனத்தை ஊடுருவிச் செல்வது என்பது ஏதோ கூட்டமாகச் சென்றோமா, மிருகங்களை எதிர்கொள்ளக் கவண்களையும் பந்தங்களையும் ஏந்திக்கொண்டோமா, கொஞ்சம் மரங்களை எரித்துக் கொஞ்சம் மரங்களை வெட்டிப் பாதையை உண்டாக்கினோமா, அந்தப் பாதை தூர்ந்துபோய்விடாமல் கவனித்துக் கொண்டோமா என்பதுபோல் சாதாரண காரியமில்லை, நல்லூர் தாண்டியதும் துர்க்கத்தின் அடிவாரத்தை எண்புறங்களிலும் மொய்த்துக் கொண்டு மேற்கே சின்னாற்றைத் தாண்டியும் நீண்டிருக்கும் அது தன் மரக்கூட்டத்தை ஒரு குருவி குறுக்காகக் கடக்க ஒரு பகலையும் ஓர் இரவையும் எடுத்துக்கொள்ளுமளவு வியாபகம் கொண்டது, வனத்தினுள்ளிருந்து வெளிவந்து ஊர்களின் மேல் பறந்துதிரியும் சாதாரண பட்சியினங்களான சின்னக் குக்குறவன், சின்னப் புஞ் சாருட்டை, தவிட்டுக் குருவி, வெள்ளைக்காரன், வேட்டைக்காரன் முதலானவற்றுக்கப்பால் க்ரௌஞ்சமும் அண்டபேரண்டமும் அதனுள் ஜீவித்திருந்தன, மரப்பல்லிகள் முதல் கருஞ்சிறுத்தைகள்வரை உலவித்திரியும் குகைகளுக்குள் யாளிகளும் குடியிருந்தன, இவற்றைப் போலவே அரப்பு, நாமை, குங்கிலியம், கூக்கொட்டை, மாவிளந்தம், கருங்காலி மரங்களோடுகூட இருளர்கள் தங்களுடைய நிலங்களிலிருந்து விரட்டிவிடுகிற ஆவிகளுக்கும் வேதாளங்களுக்கும் வனதேவதைகளுக்கும் புகலிடம் கொடுக்கிற சிஞ்சுபா, காஞ்சரம், கற்பகம், ரௌஹினா போன்ற விருட்சங்களும் அங்கே வளர்ந்துகிடந்தன, துராத்மாக்கள் அந்த மரக்கிளைகளில் தலைகீழாகத் தொங்கிக்கொண்டும் இடைவெளியென்று நினைத்துக் கண்களுக்குப் புலனாகாத இந்த மரங்களினூடாகச் செல்ல நினைப்பவர்களை மோதி மயக்கியோ அல்லது வெருட்டியோ திசைதப்பி அலையச் செய்துகொண்டுமிருந்தன, ஹுடேதுர்க்கத்தின் நிலவெளியில் சிறுசிறு குன்றுகளைப் போல புடைத்து எழும்பி நிற்கும் பாறைகள் ஆதியில் மனிதர்களாக இருந்து அவர்கள் வழி தப்பி ஆரண்யத்திற்குள் அலைந்துதிரிந்தபோது வனப்புழுதி அடையாகப் படிந்து காலப்போக்கில் இறுகி உயிரை வெளியேற்றும் உடற்துவாரங்கள் அடைபட்டுப்போய்க் கல்லாகச் சமைந்துவிட்டவை, எப்போதும் தங்களுக்கொரு துணையைத் தேடி இழுத்துக்கொள்ளும் தவிப்பைக் கொண்டவையும்கூட,

வனதேவதைகளின் தொடர்ந்த புழக்கத்தால் வனத்திற்குள் கும்பலாகச் செல்கிறவர்களில் யாராவது ஒருவன் தன்னை இன்னொருவன் பின்னாலிருந்து பெயர் சொல்லி அழைப்பதுபோல குரல் கேட்டுத் திரும்பினால் உடனே அவனைக் கல்லாகச் சமைத்துத் தங்களுடன் சேர்த்துக்கொண்டுவிடக்கூடிய மந்திர சக்தியும் அந்த உயிருள்ள பாறைகளுக்கு இருந்தது. ஹுடேதுர்க்கமே காணாமல்போனவர்களின் வனம் என்றொரு வழக்குச் சொல் பாரமஹாலின் கடைக்கோடி வரையிலும் பரவலாகப் புழக்கத்திலிருந்தது, உள்ளே புகுந்தவர்கள் காணாமல் போய்விடுவார்கள் என்பதாக அதை அர்த்தப்படுத்திக்கொள்ளுவான் அறிவிலி என்றார்கள் வயதான முண்டைகள். உலகிலிருக்கும் எந்தக் கானகத்தின் சிடுக்குக்குள் புகுந்து தொலைந்துபோகிற எந்த மனிதனும் ஹுடேதுர்க்க வனத்தினுள் அலைந்துகொண்டிருப்பான் என்பதுதான் அந்த வழக்காற்றின் உண்மையான அர்த்தமாம். பிசாசுகளுடன் பேச முடிகிறவர்களாலும் வனத்தினுள் புகுந்த பின்பு பாதையைத் தேடத் தொடங்காமல் வெளியிலிருந்தே அதைக் கட்டுச் சோற்றைப் போல தன் புத்தியிலும் கண்களிலும் சுமந்துகொண்டே உள்ளே நுழையும் சித்து வேலை தெரிந்தவர்களாலும்தான் அதற்குள் வழி கண்டுபிடித்து நுழையவும் பத்திரமாக வெளியேறவும் முடியும், ஹுடேதுர்க்கத்திற்குள் பார்வைதான் பாதையாக இருந்தது, அங்கே செல்கிறவன் தனக்கு முன் ஒரு பாதையைத் திறந்து போய்க்கொண்டேயிருக்கும்போதே பின்னிருந்து அவனுடைய வழி ஒரு கிண்ணத்தைப் போல மூடிக்கொண்டே வரும். முதலியாருடைய மொத்தத் திட்டத்தின் நாட்கணக்கில் ஹுடேதுர்க்கத்தினுள் புகுந்து அதன் மாயவினோதங்களை எதிர்கொண்டு ஆழத்தில் புதையுண்டிருந்த கிராமத்தைத் தேடிக் கண்டுபிடிக்கக்கூடிய மனத் திண்மையும் உடல் வலிமையும் கொண்ட ஆட்களைத் தேடி அவர் அலைந்துகொண்டிருந்த நாட்களின் விழுக்காடுதான் அதிகமாயிருந்ததென்பதை கெங்கம்மா நன்கு அறிவாள். முதல் தடவை அவரால் காட்டிற்குள் அனுப்பப்பட்ட ஏழு ஆட்களில் பத்திரமாகத் திரும்பி வந்துசேர்ந்தவர்கள், முதலையையும் சேர்த்து, இரண்டே பேர்தான். முதலை திரும்ப வந்து சொன்ன கதையின்படி அவர்கள் ஒருவர் பின் ஒருவராகக் குட்டிச்சாத்தான்களின் விளையாட்டால் தொலைகிறோமென்பதைத் தெரிந்துகொள்ளாமலே தொலைந்துபோனார்கள். குட்டிச் சாத்தான்கள் தனித்தனியே ஒவ்வொருவன் பார்வையின் முன்பாகவும் இடம்விட்டு இடம் நகர்ந்து முளைக்கும் வல்லமை கொண்ட மாய விருட்சங்களைக் கொண்டுவந்து நட்டு மற்றவர்களை அவன் பார்வையிலிருந்து மறைத்துவிட்டு அதற்குப் பதிலாக மற்ற ஆறு பேர்களுடைய உருவத்தில் ஒன்றுமே நடவாததைப் போல, இப்படி ஏழு பேருமே தாங்கள் தனிப்படுத்தப்பட்டுவிட்டோ மென்பதை ஏககாலத்தில் வெவ்வேறு இடங்களில் தெரிந்துகொள்ளும்வரை, அவர்களுடன் பேசியபடியேகூட நடந்துகொண்டிருந்ததால் முதலையைப் போலவே அவர்களும் வழி தவறிவிட்டோமென்பதை மிகத் தாமத மாகத்தான் தெரிந்துகொண்டிருந்திருப்பார்கள். கடைசிவரை காணாமலே போய்விட்ட ஐவரில் இருவர் தங்களைக் காப்பாற்றிக் கூட்டிச்செல்லும்படி பின்புறமிருந்து தன்னைத் திரும்பத் திரும்ப அழைக்கும் கரகரத்த குரலை முதலை இன்றும், ஒவ்வொருமுறை காட்டிற்குள் நுழையும்போதும்,

கேட்டு எதுவும் செய்ய முடியாமல் மனம் வருந்தியபடி திரும்பி வந்து கொண்டிருக்கிறான். இன்னும் இரண்டு பேர் சின்னாற்றுப் பக்கமாகப் பிசாசுகளால் கூட்டிச்செல்லப்பட்டு பரவசமூட்டும் பச்சையொளியாகத் தெரிந்த மோகினிப் பேய்களின் கைகளில் சிக்கி அலைக்கழிந்து ரோகிகளாக ஆகிப்போனார்கள். அவர்களிருவரும் செத்துப்போய்விட்டார்களென்று அவர்களுடைய குடும்பத்தவர்களிடம் பொய் சொல்லிவிட்டு முதலியார் தன்னுடைய கிராமத்திற்குள்ளேயே மற்ற அகதிகளுடன் அவர்களைத் தனியாக வைத்துப் பராமரித்துக்கொண்டிருக்கிறார். கடைசி மனிதன் எப்படியோ காட்டிலிருந்து வெளியேறிவிட்டானென்றாலும் அவனுக்குள் புகுந்துகொண்டிருக்கும் பிசாசுகளின் சேஷ்டைகளால் எப்போதும் எதையாவது பார்த்துத் திடுக்கிட்டுக்கொண்டேயிருக்கும் பைத்தியக் காரனாகிப்போய் டெங்கனிக்கோட்டைக் கடைவீதிகளில் துணியைக் கிழித்தபடி குறுக்கும் நெடுக்குமாக ஓடிக்கொண்டிருப்பதை கெங்கம்மாவே தன் கண்களால் பார்த்திருக்கிறாள்.

தனியாகவே காட்டிற்குள் செல்வது, முதலையைத் துணைக்கு அழைத்துக்கொண்டு செல்வது என்ற இரண்டு வழிகளையுமே யோசித்துக் கைவிட்ட பிறகு கெங்கம்மாவுக்கு ட்ரிஸ்ட்ராமை வெளியே கொண்டுவர லவணர்களைப் பயன்படுத்திக்கொண்டாலென்ன என்றொரு யோசனை தோன்றியது. லவணர்களின் மூலமாகத்தான் காட்டிற்குள்ளிருந்து அபினிப் பொதிகள் கெலமங்கலத்தின் வழியாக வெளியே கடத்திக்கொண்டு செல்லப்படுகின்றன, இந்த லவணர்களும் வருடத்திற்கொருமுறை செல்லியைப் பார்க்கப் பாரமஹாலுக்கு வந்துவிட்டுப்போகும் அதே நாடோடிக் கூட்டத்தினர்தான், இந்த வருடத்திற்கான விளைச்சல் முடிந்து உள்ளே அபினிப் பொதிகள் தயாராக இருக்குமாதலால் இன்னும் ஓரிரு நாட்களில் அவர்கள் கண்டிப்பாக முதலையால் காட்டிற்குள் அழைத்துச் செல்லப்படுவார்கள், எனில் அவர்களிடம் சொல்லி சரக்குப் பொதிகளை எருதுகளின் மேல் ஏற்றிக்கொண்டு திரும்புகையில் முதலியாருடைய ஆட்களுக்குத் தெரியாமல் தந்திரமாக ட்ரிஸ்ட்ராமையும் ஒரு மூட்டையாகக் கட்டி ஒளித்துக் கழுதையொன்றின் முதுகிலேற்றிக் காட்டிற்கு வெளியே கொண்டுவந்துவிட முடியாதா, கெலமங்கலம் எல்லைவரை அவர்களுடன் கூடச் செல்வதற்கப்பால் முதலைக்கு முதலியாரால் இடப்பட்ட பணிகளென்றும் எதுவும் பிரத்யேகமாகக் கிடையாது. ஆதலால் முதலையின் முதுகு மறைந்ததுமே ஊரெல்லையில் லவணர்கள் ட்ரிஸ்ட்ராமை இறக்கிவிட்டுவிட்டால் பிறகு அவன் எப்படியாவது சுல்தானுடைய ஆட்களின் கண்களில் படாமல் தப்பித்து கும்பெனி எல்லைக்குள் வந்துவிட வேண்டியதுதான், அவனுக்கும் இப்போது அதுவொன்றும் பெரிய காரியமாயிராது, அம்மாதிரியான விளையாட்டுகளுக்குத்தான் அவன் பழகிவிட்டானே, ராயக்கோட்டைக்குள் நுழைந்த பிறகு க்ரஹாம் துரையைப் பார்த்து என்ன நடந்தது என்பதைச் சொல்லி எல்லையைக் கடந்த குற்றத்திற்கும் சேர்த்து மன்னிப்புப் பெற்றுக்கொண்டுவிட்டால் போயிற்று. இது நல்ல யோசனைதான். ஆனால் சிறு பெண்ணான தன்னுடைய வேண்டுகோளுக்குச் செவிசாய்த்து முதலியாருக்கு உகக்காதவொரு காரியத்தைச் செய்வதற்கு லவணர்கள் துணிவார்களா என்கிற சந்தேகம்

அவளுக்கு இருந்தது. அவள் லவணர்களுடைய பிரதிநிதிகளாய்த் தன்னுடன் துணைக்கு வந்திருந்த இரண்டு பெண்களிடம் தனக்காகப் பேசித் தன் நண்பர்களுக்குச் செய்தி சொல்லியனுப்புவதற்காக செல்லி யின் தயவை நாடினாள். இங்கும் துரதிர்ஷ்டவசமாகப் பிரச்சினை வேறு மாதிரியாக முறுக்கிக்கொண்டுவிட்டது. கஞ்சிக் கலயத்தைத் தன்னிடம் நகர்த்தும் முன் லவணர்களுடன் நல்லூரில் கழிந்த நாட்களைப் பற்றிச் சொல்லுவாளென்று ஆவலுடன் மகளின் முகத்தைப் பார்த்துக் கொண்டிருந்த செல்லி (பகல் முழுவதும் லவணப்பெண்களிடம் பேசித் தீர்த்தாயிற்றெனினும் மகள் வாயால் அதைச் சொல்லக் கேட்கும்போது அது திரும்பச் சொல்லப்படுவதாயிராது) அதற்குப் பதிலாக வேறொரு மனிதனின் இரங்கத்தக்க கதையைக் கேளென்று சொல்லி அவள் ட்ரிஸ்ட்ராமைப் பற்றியும் அவனுடைய சொந்த தேசத்திலும் பின் ராயக்கோட்டையிலும் அவனுக்கு நேர்ந்தவற்றைப் பற்றியும் அவளிடம் பிரஸ்தாபிக்கத் தொடங்கியதையும், தன்னுடைய சொந்த மனச்சாய்வுகளை ஜாக்கிரதையாகவே தவிர்க்க முயன்றாளெனினும் கதையைச் சொல்லும் போது அவள் உடல் பதற்றத்தில் நடுங்குவதையும் கண்களில் நீர் கட்டிக்கொள்வதையும் தொண்டை கரகரத்துக் குரல் விம்முவதையும் கண்டுவிட்டுத் தன்னைப் போலவே தன் மகளும் ஆண்களின் சுயநலமிக்க அன்பிற்குப் பலியாகிவிட்டாளென்பதைத் தெரிந்துகொண்டுவிட்ட கோபத்திலும் துக்கத்திலும் தன்னை முற்றாக இழந்துவிட்டாள். கெங்கம்மாவைக் குடும்ப வாழ்க்கையில் ஈடுபடுத்தக் கூடாதென்கிற முடிவு எதையும் தான் எப்போதும் எடுத்திருக்கவில்லையென்றும், முதலை உட்பட சில இளைஞர்களைக் கொண்ட எதிர்கால மருமகன்களின் பெயர்ப் பட்டியல் ஒன்று தன்னுடைய உடலின் மீது எப்போதும் தீண்டிவிடும் மந்தகாசத்துடன் பாம்பைப் போல ஊர்ந்துகொண்டிருந்த நோய்களோடு கூடவே ஊர்ந்துகொண்டுதானிருந்ததென்றும், என்றாலும் எத்தனைத் தொலைவுகளையும் எத்தனை வருடங்களையும் எத்தனை நிலங்களையும் கடந்துவந்துவிட்ட பின்னும் ஆவியால் பீடிக்கப்பட்டவளைப் போல கெங்கம்மாவும் கடைசியில் கேவலம் ஒரு வெள்ளைக்காரனுக்காக உருகி அரற்றிக்கொண்டிருக்கும்படியும் அவனுக்காகத் தன்னிடமே வந்து தைரியமாகப் பரிந்து பேசும்படியும் அவள் உடலுக்குள் ஓடும் பறங்கி ரத்தம் அவளைத் தூண்டிவிட்டுக்கொண்டிருக்கிற பயங்கரத்தையும் அந்தக் கயவர்களுடைய வியூகத்தினுள் சிக்கி அவளுடைய பெண்மையும் தோற்றுப்போய்க்கொண்டிருக்கிறதென்கிற அசூயையும் தன்னால் சகித்துக்கொள்ள முடியவில்லை என்றும் கூறி அவள் பெருங்குரலெடுத்து ஒப்பாரிவைக்கத் தொடங்கிவிட்டாள். என்றோ எங்கோ சில வெள்ளைக்காரர்கள் செய்த குற்றத்திற்காகப் பறங்கியர்கள் அனைவரையுமே வைரிகளாகப் பார்ப்பதென்பது அவர்களிடமிருக்கும் நல்லவற்றையும் கற்றுக்கொள்ள விடாமல் நம்மை விலக்கிவைத்துவிடும் என்கிற ரீதியில் கெங்கம்மா முன்வைத்த வாதங்களையெல்லாம் அவள் தன் காதுகளில் போட்டுக்கொள்ளவேயில்லை. தொப்பூர் ராணுவ முகாமில் பத்தொன்பது வருடங்களுக்கு முன் நடந்தது வெறுமே ஐந்து ஆண்களுக்கும் ஒரு பெண்ணுக்குமிடையே நடந்து முடிந்த ஓர் அருவருக்கத்தக்க சம்பவம் என்கிற கூற்றை அவள் கெங்கம்மா என்கிற

ஒரு கிழக்கத்தியக் கீழ்சாதிப் பெண்ணின் வாயிலிருந்து வெளிவந்ததாக ஒப்புக்கொள்ள மறுத்தாள். அது அவள் புழங்கிக்கொண்டிருக்கும் ஆண்டைகளின் சமூகம் அவளையறியாமலேயே அவளுக்குள் புகட்டி வைத்திருக்கும் வேதங்கள், விவிலியங்கள் மற்றும் திருமறைகளின் குரல். செல்லியோ தொப்பூர் சம்பவத்திற்குப் பிறகு லவணர்களின் பின்னே அலைந்துதிரிந்துகொண்டிருந்த காலத்தில் நிலவெளியெங்கும் முற்றுகைகளின் பெயரால், வெற்றியின் பெயரால், அதிகாரத்தின் பெயரால், கண்முன்னே நிகழ்ந்துகொண்டேயிருந்த சம்பவங்களின் தொகுப்பை நிலங்களின் சரித்திரமாக மட்டுமல்லாமல் காலத்தின் சரித்திரமாயும் பார்க்கும் பாடத்தை அதேசமூகம் தனக்குக் கையளித்த நோய்களால் கற்பிக்கப்பட்டவளாயிருந்தாள். அந்தப் பாடம் கெங்கம்மாவால் செரித்துக்கொள்ள முடியாத அளவிற்கு உலர்ந்த அட்சரங்களால் போதிக்கப்பட்டதாயுமிருந்தது. அது வென்றவர்கள் தோற்றவர்களின் மேல், பிராமணர்கள் புலையர்களின் மேல், எசமானர்கள் அடிமைகளின் மேல், பறங்கியான்கள் உள்ளூர்காரர்களின் மேல், உள்ளூர்காரர்கள் அகதிகளின் மேல், ஆண்கள் பெண்களின் மேல், மனிதர்கள் பிறவுயிர்களின் மேல் காலங்காலமாகப் படர்த்திவைத்திருக்கும் அலட்சியம் மற்றும் ஆக்கிரமிப்பின் சரித்திரம், இந்தச் சரித்திரத்திற்கப்பால் எல்லாயினங்களிலும் நல்லவர்கள் உண்டென்பதெல்லாம் கட்டுக்கதை, அப்படியே கெங்கம்மா காப்பாற்ற விரும்பும் வெள்ளைக்காரன் நல்லவனென்றே வைத்துக்கொண்டாலும் பாரமஹால் முழுவதிலும் அவனினத்தவர்கள் செய்துகொண்டிருக்கும் அட்டூழியங்களுக்குப் பிராயச்சித்தமாகத் தன் உயிரைக் காவுகொடுப்பதுதான் தான் நல்லவனென்பதை நிரூபித்துக்கொள்ள அவனுக்கிருக்கும் ஒரே வழி, மேலும் அவன் மட்டுமென்ன மற்ற பறங்கியர்களைப் போல உடலை அனுபவிக்க மறுத்துவிட்டு கெங்கம்மாவுடன் சிநேகம் கொண்டிருந்தவனா, அவனைப் பற்றி அவள் சொன்ன கதையே தொப்பூர்ச் சிப்பாய்களைப் போல அவனும் ஓர் அப்பாவிப் பெண்ணை ஏமாற்றித் தனியே அழைத்துச் சென்று அவளைச் சீரழித்தத்தோடல்லாமல் அவள் தன் வாழ்நாளெல்லாம் குருட்டு நோயினுள் வீழ்ந்துகிடக்கும்படி விதி செய்தவன் என்றுதானே தொடங்குகிறது, அவளும் ஒரு வெள்ளைக்காரியென்பதால் அவளைக் கைகழுவிவிட வாய்ப்பில்லாமல்போய் அதனாலேயே அவன் அவளைத் திருமணம் செய்துகொண்டு குடும்பம் நடத்த நேர்ந்திருக்கிறது, எனில் அவனை நல்லவனாக இருக்க நிர்பந்திக்கப்பட்டவன் என்று குறிப்பிடுவது தான் பொருத்தமாகயிருக்கும், பின் அவனிடம் கெங்கம்மா பிரத்யேக நேசம் கொள்வதற்கோ முதலியாரின் பிடியிலிருந்து விடுபடுவதற்கு செல்லியின் உதவியைப் பெறுவதற்கோ அவனுக்கு என்ன அருகதை இருந்துவிடப்போகிறது, ஒருவேளை இப்படியிருக்கலாம், தன் வேண்டுகோளுக்கிணங்க செல்லியாலும் லவணர்களாலும் இன்றுவரை அடிக்கடி சொல்லப்பட்டுக்கொண்டேயிருக்கும் செல்லியின் கணவனான உலகநாதன் என்கிற பிராமண இருடியின் கதை தன் மனதிற்குள் அவன்மீதான இரக்கவுணர்வையும் அவனைப் பார்க்க வேண்டுமென்கிற ஆவலையும் எப்போதும் சுரக்கச் செய்கிறதென்று கெங்கம்மாவே செல்லியிடம் பலமுறை கூறியிருக்கிறாள், பல மாதங்களுக்கு முன்

ராமஞ்சேரிக்குள் கெங்கம்மா அவள் இப்போது காப்பாற்ற விரும்பும் அந்தப் பறங்கியானைக் கூட்டிவந்தபோது அவன் உருவத்தைத் திறந்திருந்த குடிசைக் கதவிற்கப்பால் தெரிந்த தெருவெளியின் மங்கிய வெளிச்சத்தின் பின்புலத்தில் பார்த்த ஞாபகத்தை நோய் இன்னும் அரித்துவிடவில்லை யென்றால், அவனுடைய மெலிந்த சரீரமும், ரகசியம் பேசுவதைப் போன்ற குரலும், முதலியாரின் வேண்டுகோளின்பேரில் கெங்கம்மா அவனுடன் இணைந்திருந்த காலங்களில் அவன் அவளிடம் காட்டியிருக்கக்கூடிய தயங்கிய, நளினமான, பெண்மை கலந்த அணுகுமுறைகளும் அவள் மனதில் ஏற்கெனவே ஊறிக் கசிந்துகொண்டிருந்த உலகநாதன்மீதான வாஞ்சையை வெள்ளமாகப் பெருகும்படி கிளர்த்திவிட்டிருக்கக்கூடும், அவனுடைய உருவத்தில் தன்னையறியாமலேயே தன் தாயின் கணவனைப் பார்த்துக்கொண்டிருக்கும் ஆச்சரியத்தையும் அன்பையும் இரக்கத்தையும், அதை அப்படிப் பிரித்து அடையாளம் கண்டுகொள்ளும் வயதையும் பக்குவத்தையும் அடையாத சிறு பெண்ணாதலால், நேசம் என்று தவறாகப் புரிந்துகொண்டிருக்கக்கூடும்.

மொத்தத்தில் ட்ரிஸ்ட்ராம் என்கிற வெள்ளைக்காரன்மீது நல்லபிப்பிராயம் கொள்வதற்கான எந்த வாழ்க்கைப் பின்புலத்தையும் அவள் வாழ்ந்து முடித்திருந்த காலமும் சமூகமும் கொடுத்திராததால் மகளின் வேண்டுகோளை ஏற்க முடியாத மனநிலையிலிருந்த செல்லி கெங்கம்மாவினுடைய விடாப்பிடியான நச்சரிப்பால் மேலும் எரிச்சலுற்று அவளை அப்படி இறைஞ்சும் நிலையை அடையும்படி மயக்கிவைத்திருந்த அவனை மேலும் வெறுப்பவளாகி கெங்கம்மா யோசித்துவைத்திருந்த தந்திரத்தின்படியே காட்டிற்குள் அவனைத் தன் நண்பர்களான லவணர்கள் கட்டாயமாகச் சந்திக்க வேண்டுமென்றும் ஆனால் உயிரோடு வெளியே கொண்டுவருவதற்குப் பதிலாக அவனை அவர்களே அங்கேயே கொன்று உடலை வனமிருகங்களுக்கு இரையாக இறைத்துவிட்டுப் போகட்டுமென்றும் அல்லது தொப்பூர்ச் சிப்பாய்களைக் கொல்வதற்காக முன்பு அவர்கள் பிரயோகிக்க உத்தேசித்திருந்த ஊடி வித்தையை இப்போது பயன்படுத்தி அவனைத் தொலைவிலிருந்தே சாகடிக்கட்டுமென்றும் அவர்களுக்கு, பல வருட நட்பின் பெயரால், தான் கட்டளையிட்டிருப்பதாகத் தெரிவிக்கும்படி தன்னருகில் அமர்ந்திருந்த லவணப் பெண்களிடம் சொல்லிவிட்டுப் போர்வையால் முகத்தை மூடிக்கொண்டுவிட்டாள். கெங்கம்மா கைகளைப் பிசைந்துகொண்டாள். அவள் எவ்வளவு கெஞ்சியும் தன் முடிவை மாற்றிக்கொள்ளவோ அவளுடன் முகங்கொடுத்துப் பேசவோ செல்லி முனையவில்லை. தாய்க்கும் மகளுக்குமிடையே நெடுநேரமாக நடந்துகொண்டிருந்த இரங்கத்தக்க நாடகத்தைப் பார்த்துக்கொண்டிருந்த லவணப் பெண்கள் வேளை சரியில்லையென்று அவர்களிடம் சொல்லிக்கொள்ளாமலேயே குடிசையின் கதவோடு கெங்கம்மாவினுடைய நம்பிக்கையின் கதவையும் ஓசையெழுப்பாமல் அடைத்துச் சார்த்திவிட்டு நல்லூரரை நோக்கிக் கிளம்பிப்போனார்கள். அவர்கள் மூலமாக லவணர்களின் காதுகளுக்கு விஷயம் போகும்போது பல வருடங்களுக்கு முன் பறங்கிப் போக்கிரி களால் சூறையாடப்பட்ட உடலுடன் தன் தாய் பட்ட கஷ்டங்களையும் அவமானங்களையும் உடனிருந்து பார்த்தவர்கள் என்கிற முறையிலோ

அல்லது தன்னைப் புதர்நடுவே பிறப்பித்துக் கம்பா எனப் பெயரிட்டுத் தன் வளர்ச்சியைக் கண்களால் கண்டு மகிழ்ந்தவர்களென்கிற முறையிலோ அவர்கள் ட்ரிஸ்ட்ராம் விஷயத்தில் யாருடைய பேச்சுக்குச் செவிசாய்ப்பார்கள் என்பதைச் சரியாக ஊகித்துக்கொள்ள முடியாமல் திணறிய கெங்கம்மா செல்லி இந்த முடிவிற்குத்தான் வருவாளென்பதைச் சற்று நிதானித்திருந்தால் முன்பே தன்னால் கணித்துக்கொண்டிருந்திருக்க முடியுமென்றும் இப்போது சும்மாயிருந்த சங்கை ஊதிக் கெடுத்த கதையாக அபினியை மூட்டை கட்டிக்கொண்டுத் தங்கள் வழியைப் பார்த்துப் போயிருக்கக்கூடிய லவணர்களுக்கு அவனைப் பற்றிய மிகக் கச்சிதமான, வேண்டாத விவரங்களையெல்லாம் செல்லி மூலமாகவே சொல்லிக்கொடுத்துத் தன்னுடைய அவசரப்புத்தியே அவனுடைய சாவிற்கு வழி வகுத்துவிட்டது என்றும் எண்ணித் தன்னையே நொந்துகொண்டாள். முதலியாரைத் தவிர ட்ரிஸ்ட்ராமை அணுகுவதற்கு வாய்ப்புள்ளவர்களான லவணர்கள், முதலை மற்றும் ஷெஸ்லர் ஆகிய மூவரில் எவரிடமிருந்தும் உதவியெதையும் பெற முடியாதென்பது தீர்மானமாகத் தெரிந்துபோன கணத்தில் தானே நேரடியாக கிருஷ்ணகிரிக் கச்சேரிக்குச் சென்று க்ரஹாம் துரையைப் பார்த்து (அவர் அவளைத் தனியாகச் சந்திக்க உடனே ஒப்புக்கொள்வார்) வெள்ளைக்காரர்களுக்கும் சீன வியாபாரிகளுக்கும் தன் உடலைப் பிய்த்து இரையாகத் தூவிக்கொண்டிருந்த முதலியாரை ட்ரிஸ்ட்ராமின் நேசத்திற்காகக் காட்டிக்கொடுத்துப் பழி தீர்த்துக்கொள்ளும் யோசனையொன்றும் அவள் புத்தியில் தோன்றாமலில்லை. ஆனால் யார் முன்னின்று செய்தாலும் ட்ரிஸ்ட்ராமின் விடுதலையும் முதலியாரின் தண்டனையும் நாணயத்தின் இரண்டு பக்கங்களைப் போல ஒன்றுடன் ஒன்று ஒட்டிக்கிடப்பவைதானென்றாலும், அதைத் தன் கையால் செய்யும் துணிவைக் குழந்தை மீனாவின் முகம் அவளிடமிருந்து பறித்துவிட்டது. மேலும் சௌகிதார்களிடம் புகார் சொல்லி அவர்கள் மூலமாகப் பாரமஹாலின் செல்வாக்குமிக்க ஒரு பட்டேலையும் அவருக்கு உடந்தையாக இருக்கும் சர்க்கார் அதிகாரி ஒருவனையும் கையும் களவுமாகப் பிடித்துக்கொடுப்பது என்பதெல்லாம் ஒரு பெண்ணும் பறைச்சியுமான தன்னுடைய சக்திக்கும் புத்திக்கும் எட்டாத சிக்கலான அணுகுமுறைகளைக் கொண்டது என்று நினைத்தும் அவள் தயங்கினாள். சர்க்காருக்குத் தெரிந்துவிட்டது என்று தெரிந்த கணத்திலேயே ஆத்திரத்தில் முதலியார் ட்ரிஸ்ட்ராமை உடனே கொன்று தன் நோக்கத்தையே பாழடித்துவிடவும் கூடும். ஆக மொத்தத்தில் கடவுளைத் தவிர ட்ரிஸ்ட்ராமைக் காப்பாற்றி வெளியே கொண்டுவருவதற்கு இப்போதைக்கு வேறு துணையெதுவும் கிடையாது.

சாத்தியாசாத்தியங்களின் பாதையில் நடந்து களைத்துப்போனவர்களனைவருமே கடைசியில் கடவுளைத்தான் சரணடைவார்களென்பது எதிர்பார்க்கக்கூடிய ஒன்றுதான். ஆனால் கெங்கம்மாவும் அப்படிக் கண்ணீருடன் முடிவுசெய்துகொண்டுவிட்டதைப் போல உலகம் அவளுக்கு உதவி செய்யும் மனிதன் ஒருவனைக்கூடக் கண்ணில் காட்டாத, முற்றிலும் அன்பு திரிந்துபோன பாலைவனமாக, ஆகிப்போய்விடவில்லை. ஆனால் அந்த ஒரேயொரு மனிதன் எப்போதும் ஒரு நிழலைப் போல

தடமெழுதாமலும் அரவமெழுப்பாமலும் உருவங்களின் பின் மறைந்து திரிதலையே தன்னியல்பாகக் கொண்டவனாயிருந்ததால், அவன், அவள் கெங்கம்மாவாயிருக்கிறபட்சத்தில், தானே முன்வந்து எப்படியும் தன்னை அணுகுவாளென்கிற நம்பிக்கையுடன் பகல்பூராவும் தெருக்களில் அலைந்துதிரிந்து சேகரித்த பிச்சை அரிசியை வேண்டாவெறுப்பாகக் கையில் வைத்துக்கொண்டு அந்தநாளின் நள்ளிரவுப் பொழுதுவரை பாலேஸ்வரியம்மன் கோயில் வாசலிலேயே காத்திருக்க வேண்டிய கட்டாயத்தில் இருந்தான். நள்ளிரவிற்கு மேல், போர்வைக்குள் தன்னை மறைத்துக்கொண்டு குரூரத் திருப்தியுடன் கள்ளத் தூக்கம் பயின்று கொண்டிருந்த தாயைச் சபித்தபடி, உறக்கம் பிடிக்காமல் புரண்டு கொண்டிருந்த கெங்கம்மா அன்பின் பிரவாகம் மீதூர, முதன்முதலாக ராமஞ்சேரிக்குள் ட்ரிஸ்ட்ராம் நுழைந்த ஓர் அதிகாலைப் பொழுதில் அங்கிருந்த மனிதர்களைக் கண்டு பயந்து ஓடியபோது அவனை நிறுத்திக் கஞ்சியையும் மீன்துண்டங்களையும் அவன் வாயில் திணித்து ஆசுவாசப்படுத்திய பாலேஸ்வரியம்மன் கோயில் வாசலில் சற்றுநேரம் அமர்ந்து அந்த நினைவுகளை அசைபோட்டுவிட்டுத் திரும்பும் தவிப்புடன் எழுந்து குடிசையை விட்டு வெளியேறி வந்தபோதுதான் அவளை அவனால் நேருக்கு நேராகச் சந்திக்க முடிந்தது. சந்தித்ததும் கெங்கம்மாவோ அதுவரையில் உள்ளே அடக்கிவைத்திருந்த முதலியார்மீதான கோபம் முழுவதும் எரிவாணத்தைப் போல குமுறி வெடிக்க, கேவலம் ஒரு பெண்ணை வேவுபார்ப்பதற்காக அவனை, ஒரு பார்ப்பனனாகிய அவனுடைய குலதர்மத்தையும் கெடுத்து, சேரிவரை அனுப்பிவைத்திருக்கும் மீனவிலாஸத்துப் பெரிய மனிதருக்காக அவருடைய விருந்தினர்கள் நாய்களைப் போல காலடியில் விழுந்து புணர இறைத்துத் தீர்த்திருக்கும் தன் யவ்வனத்தின் பெயராலும், வதைபட்ட அவயவங்களின் பெயராலும், காயடித்துக்கொண்ட மென்னுணர்வுகளின் பெயராலும் தன் அன்பிற்குரிய மனிதனைத் தன்னிடம் திருப்பித் தந்துவிடுமாறு தான் அவரைக் கேட்டுக்கொண்டதாயும் அதுவே அவர் தனக்குத் தரும் அயனான குடிவாரமாயிருக்குமென்றும் தான் சொன்னதாக அவரிடம் போய்த் தெரிவிக்கும்படியும், சேரிக்குள் நுழைந்த குற்றத்திற்காகப் பறைச்சிகள் கையால் துடைப்பச் சாற்றும் சாணியபிஷேகமும் பெறாமலிருக்க வேண்டுமென்றால் இந்த வேலையை அவன் செய்துதானாக வேண்டு மென்றும் உளறிக்கொட்டியதோடு பெரிதாகக் கூப்பாடு போட்டு உறங்கிக்கொண்டிருந்த தன் சகாக்களையெழுப்பி அழைக்கவும் முற்பட்டுவிட்டாள். ஆனால் அவளுடைய இந்த எதிர்வினையை முன்பே எதிர்பார்த்திருந்த அந்த மனிதன் கலவரமடைந்துவிடாமல் முன்னெச்சரிக்கையாக அவள் வாயைத் தன் கைகளால் பொத்தி அடைத்துவிட்டான். அவள் அத்தனை பதற்றப்படத் தேவையில்லை, காரணம், உண்மையில் அவன் ஓர் ஒற்றன்தான் என்றாலும், முதலியாருக்காக வேலை செய்பவனல்லன், மாறாக சுல்தானுடைய பட்டணத்திலிருந்து வந்திருக்கிறவன் (ராயக்கோட்டையில் மட்டும் சீரங்கப்பட்டணத்து ஒற்றர்கள் மொத்தம் பதினான்கு பேர் தங்கிக் கும்பெனி சர்க்காரை வேவு பார்த்துக்கொண்டிருக்கிறார்களென்பதை கெங்கம்மா பிற்பாடு அவனுடன் பேசிக்கொண்டிருந்தபோதுதான்

ஆச்சரியத்துடன் தெரிந்துகொண்டாள்), அவனுடைய பெயர் சொக்க கௌட, ட்ரிஸ்ட்ராமின் நண்பன், சீரங்கப்பட்டண நூலகத்திலிருந்து ஓர் அபூர்வமான நூலைத் திருடிக் கொண்டுவந்துவிட்ட துயிலார்ப் பூசாரியை அடித்து உதைத்து அதைத் திரும்பப் பெறுவதற்காக மாறுவேடத்தில் ராயக்கோட்டைக்கு வந்தவன், வந்தயிடத்தில் ட்ரிஸ்ட்ராம் கைதான செய்தியையும் பிறகு காணாமல்போய்விட்ட செய்தியையும் கேள்விப்பட்டு, கெங்கம்மா என்கிற பெண்ணைப் பற்றி ட்ரிஸ்ட்ராம் அவனிடம் ஏற்கெனவே நிறையச் சொல்லியிருக்கிறதனால் (எத்தனை காததூரம் விலகியிருந்தாலும் என்னைத் தன்னுடைய பார்வையின் பரப்பிற்குள் முளையடித்து நிறுத்திப் பாதுகாத்துக்கொண்டிருக்கும் மேய்ப்பள் அவள்) அவனுடைய நிலையைப் பற்றிய விவரங்கள் ஏதேனும் அவளுக்குத் தெரிந்திருக்கலாமென்கிற நம்பிக்கையில் அவளைப் பார்த்துப்பேச விரும்பினான், ஆனால் முன்பின் அறிமுகமில்லாத நிலையில் தானே முந்திச்சென்று எப்படிப் பேசுவது என்கிற தயக்கத்துடன் நல்லதொரு சந்தர்ப்பத்திற்காக அவளைக் காலையிலிருந்தே பின்தொடர்ந்து வந்து கொண்டிருந்தான். ஆச்சரியகரமாகச் சொக்க கௌடவைப் பற்றி கெங்கம்மாவிடமும் ட்ரிஸ்ட்ராம் அதேவிதமான விவரங்களைச் சொல்லியிருந்ததால் (எத்தனை காததூரம் விலகியிருந்தாலும் என்னைத் தன்னுடைய பார்வையின் பரப்பிற்குள் முளையடித்து நிறுத்திவைத்திருக்க வேண்டுமென்னும் எலினாரின் வேண்டுகோளை நிறைவேற்றிக்கொண்டிருக்கும் என்னுடைய காவலன் அவன்) கௌடவினுடைய சுய அறிமுகம் ஒற்றர்களும் காதலர்களும் பரிமாறிக் கொள்ளும் பரிபாஷையைப் போல விளங்கி அவனை நம்புவதற்கு கெங்கம்மாவை அனுமதித்தன. அவள் புதுப்பித்துக்கொண்ட புத்துணர்வுடன் அவனை அழைத்துக்கொண்டு தன் குடிசைக்குச் சென்று கதவைச் சார்த்திக்கொண்ட பின் மீனாவிடமிருந்து தான் கேள்விப்பட்டவற்றையும் தான் ஊகித்துக்கொண்டவற்றையும் அவனிடம் விபரமாக எடுத்துச்சொல்லி, முதலியார், கும்பெனி சர்க்கார், (கெங்கம்மா ட்ரிஸ்ட்ராம்மீது கொண்டிருக்கும் பிரத்யேக வாஞ்சையை முன்னிறுத்தி) ஷெஸ்லர் மற்றும் முதலை, செல்லி, அவள் மூலமாக அவளுடைய நண்பர்களான லவணர்கள் என்று அத்தனை பேருமே ட்ரிஸ்ட்ராமுக்கு எதிரான மனப்பான்மையைக் கொண்டிருக்கிறார்களென்பதையும், மேலும் ட்ரிஸ்ட்ராம்மீது பொறாமையெதுவும் இல்லாவிட்டாலும்கூட வனத்தை நன்கு அறிந்துவைத்திருக்கும் முதலை அவனைக் கொன்றாலும் முதலியாருக்கு எதிரான காரியங்களைச் செய்யத் துணிய மாட்டானென்பதையும் தெரியப்படுத்தினாள். பதிலுக்கு, யோசனைகளின் பின்னே ஊர்ந்துகொண்டிருப்பதைவிட செயல்களைப் பின்தொடரும் பாடங்களையே தன் பஃறியனுபவத்தின் மூலம் கற்றுக்கொண்டிருந்த கௌட, சர்க்கார் ட்ரிஸ்ட்ராமைக் குற்றவாளியாக்கியிருப்பதன் மூலமும் முதலியார் அவனைக் காட்டிற்குள் அனுப்பிவைத்திருப்பதன் மூலமும் அவருடைய குற்றச்செயலின் மையப்பகுதியை நோக்கி ட்ரிஸ்ட்ராம் உந்தப்பட்டிருக்கிறானென்பதையும், உண்மையில் முதலியார் தன் தலையில் தானே மண்ணைப் போட்டுக்கொண்டிருக்கிறார் என்பதையும் கெங்கம்மாவுக்குச் சுட்டிக்காட்டினான், ட்ரிஸ்ட்ராம் என்கிற ஒருவனை

உள்ளே அனுப்பியதன் மூலம் காட்டிற்குள் அடைபட்டுக்கிடக்கும் அகதிகள் அத்தனை பேரையும் இழப்பதற்கு முதலியார் வகை செய்துகொண்டுவிட்டிருக்கிறார், லவணர்களையும் முதலையையும் பொறுத்தமட்டில் மறுநாளோ அல்லது அதற்கு மறுநாளோ வனத்திற்குள் செல்லவிருக்கிறார்களென்பதே ட்ரிஸ்ட்ராமை மற்றவர்கள் அணுகுவதற்குப் போதுமான வழியைக் காட்டிவிட்டதற்குச் சமமான உதவிதான், இதன் மூலம் அவர்கள் தாங்கள் மட்டுமே அறிந்த ரகசிய வழிகளில் தங்களைப் பின்தொடர்ந்து அந்நியர்கள் பிரவேசிப்பதற்கும் வனத்திற்குள் அவர்கள் தங்களைத் தனியே எதிர்கொள்வதற்கும் பாதையமைத்துக் கொடுத்துவிட்டிருக்கிறார்கள். லவணர்களுக்குத் தெரியாமல் முதலையின் பின்னே காட்டிற்குள் செல்லும் யோசனை ஓரளவிற்குச் சிலாக்கியமானதுதானென்றாலும் சென்றுசேர்ந்த பின் அங்கேயிருக்கும் முதலியாரின் ஆட்களைச் சமாளித்தோ அல்லது அவர்களுடன் போராடியோ ட்ரிஸ்ட்ராமை மீட்பதென்பது எத்தனை தூரம் சாத்தியப்படுமென்பதில் கெங்கம்மாவிற்குச் சந்தேகமிருந்தது. கங்காணிகளும் ஊதாரிகளுமாக அவர்கள் முப்பது பேர்களுக்கு மேலிருப்பார்கள், ஒவ்வொருவருமே முதலியாருடைய பரம விசுவாசிகள், இவர்களோடு லவணர்களும் சேர்ந்துகொண்டுவிட்டால் எதிரிகளின் எண்ணிக்கை இன்னும் கூடிவிடும், ட்ரிஸ்ட்ராமைக் கொல்வதற்கு முதலைக்கு முதலியாரிடமிருந்து உத்தரவு எதுவுமில்லையென்றாலும் லவணர்களுக்கு அம்மாதிரியான உத்தேசமொன்று இருக்கிறதென்றால் முதலை அதைத் தடுக்க மாட்டான், ட்ரிஸ்ட்ராம் வனத்திலிருந்து மறைந்து போய்விட்டதை முதலியாரிடம் சொல்வதற்குப் போதுமான காரணங்களும் அவனுக்குக் கிடைக்காமல் போகாது. ஆக, பிரச்சினை காட்டிற்குள் செல்வதிலிருந்து நகர்ந்து அங்கேயிருக்கும் முதலியாருடைய ஆட்கள் மற்றும் லவணர்களும் அவர்களுடைய எண்ணிக்கையிலும் நிலைகொண்டுவிட்டதென்று கெங்கம்மா முடிவு செய்தாள். கௌட அதையும் மறுத்து அவளால் குறிப்பிடப்பட்ட முதலையென்பவன் மட்டும்தான் பிரச்சினை என்றான். அவள் சொல்கிற விவரங்களின்படி பார்த்தால் காட்டிற்குள் நுழைவதுவரையில்தான் அந்த முதலை முதலியாரின் நேரடிப் பார்வையில் இருப்பான், நுழைந்துவிட்டால் பிறகு அவனைக் கட்டுப்படுத்துவது எசமானர்மீது அவன் வைத்திருக்கும் விசுவாசமேயன்றி அவருடைய அதிகாரமன்று, முதலை நினைத்தால் அவன் கூட்டிச்செல்லும் லவணர்களை அவர்கள் காட்டின் மையத்தை அடைய முடியாதபடி தவறான வழியில் அழைத்துச்சென்றுவிட முடியும், குறைந்தபட்சம் ட்ரிஸ்ட்ராமைக் காப்பாற்ற நினைப்பவர்களுக்கு அவகாசமளிக்கும் விதத்தில் காட்டினுள் அவர்களுடைய பயணத்தைத் தாமதப்படுத்தவாவது முடியும், முதலை நினைத்தால் அவனே முதலியாருடைய உத்தரவு என்று சொல்லி அவருடைய ஆட்களின் சம்மதத்தோடேயே ட்ரிஸ்ட்ராமை வெளியே கூட்டிக்கொண்டு வந்துவிட முடியும், எனில் காட்டோடு முதலை கொண்டிருக்கும் தோழமையும் முதலியார் அவன்மீது கொண்டிருக்கும் அபரிமிதமான நம்பிக்கையும்தான் வனத்தின் மையத்தை அடைவதற்கான சிறந்த வழி, புதர்களினூடாகவும் பாறைகளினூடாகவும் மரங்களினிடையிலும் அடிக்கடி புகுந்து

வெளியேறும் பழக்கம் அவனுடைய உடலசைவில் ஒரு வனவாசிக்குரிய, பாம்பையொத்த லகுவையும், காட்டுத் தாவரங்களினூடான தொடர்ந்த புழக்கம் முகத்திலும் அவயவங்களிலும் சமவெளி மனிதர்களிடம் காண முடியாத நுண்ணியதும் கடினத் தன்மையுள்ளதுமான குழிகளையும் ரேகைகளையும், மூலிகைகளை உரசிவரும் காற்றால் அடிக்கடி பாதிக்கப்படும் சுவாசம் குரலில் தனித்தன்மையதான மேடுபள்ளங்களையும், விசேஷமான நுகர்வாற்றலையும் கண்டிப்பாகக் கொண்டுவந்திருக்கும், இதைத் தவிர எசமானனிடம் குழைந்தும் அவரிடமுள்ள செல்வாக்கு தரும் போதையில் மற்ற பண்ணையாட்கள்முன் நிற்கும்போது விறைத்தும் அவனுடைய தோற்றம் மாறிமாறிப் பிசையப்பட்டு நீருண்ட களிமண்ணைப் போல நெகிழ்ந்து போயிருக்கும், சரியாகச் சொல்ல வேண்டுமானால் முதலையின் மூலமாக வழியன்று, மாறாக முதலையே தான் வழி. கௌட கெங்கம்மாவிடம் தான் முதலையைப் பார்க்க விரும்புவதாகச் சொல்லி அவனுடன் சற்றுநேரம் பேசிக்கொண்டிருக்க ஏற்பாடு செய்துதர வேண்டுமென்றும் அவளைக் கேட்டுக்கொண்டான். ஆனால் முதலை கெங்கம்மாவிடம் கொண்டிருக்கும் மையலை இதற்காக உபயோகப்படுத்திக்கொள்ள அவன் விரும்பவில்லை. அவளைப் பற்றி அவன் ஏற்கெனவே ட்ரிஸ்ட்ராம் மூலமாக அறிந்து வைத்திருந்த அவளுடைய குணநலன்கள் ஒரு காரணம். மேலும் ஒரு பெண்ணின் முன்னிலையில் நிற்கும் ஆணுடைய உடலசைவுகளை இயல்பானவையாக ஒருபோதும் எண்ணிவிடலாகாது, பொதுவாகவே அவை அந்த நேரத்தில் வழக்கத்திற்கு மாறான நளினத்தையும் எச்சரிக்கையுணர்வையும் நடுக்கத்தையும் கொண்டிருக்கும். எனவே கெங்கம்மாவைத் தவிர முதலையிடம் இருந்த இன்னொரு பலவீனத்தைப் பயன்படுத்திக்கொள்ள அவர்கள் முடிவு செய்தார்கள். அது ஷெஸ்லர் முதலியாருக்குத் தெரியாமல் அவனுக்குக் கற்றுக்கொடுத்திருந்த சுருட்டுப் பழக்கம். மேலும் நாட்டுச் சுருட்டுகளின் மேல் வெறுப்புகொண்டு வாரச்சந்தைக் காலங்களில் அபூர்வமாக விற்பனைக்கு வரும் பிரெஞ்சுச் சுருட்டுகளை ஷெஸ்லரிடம் இனாமாகவோ அல்லது கடனாகவோ பெற்ற துட்டுகளைச் சக்திக்கு மீறி இறைத்து வாங்கிப் பாதுகாத்து வைத்துக்கொள்ளுமளவிற்கு அவரைப் போலவே பொன்னிறத்தில் வறுக்கப்பட்ட புகையிலை மணம் அவனை அடிமையாக்கியும் வைத்திருந்தது. எனவே மலிவான விலைக்குப் பறங்கிச் சுருட்டுகளை விற்பனை செய்யும் மெட்றாஸ் கோமுட்டி ஒருவன் ராயக்கோட்டைத் தெருக்களில் திரிந்துகொண்டிருப்பதாக கெங்கம்மா முதலைக்குத் தகவல் தெரிவிப்பதிலிருந்து திட்டத்தைச் செயல்படுத்தத் தொடங்குவது என்று அவர்களிருவரும் முடிவு செய்துகொண்டார்கள். முதலையின் தேவை ராயக்கோட்டையைப் போன்ற ஒரு ஹோபாலியில் கிடைப்பருமை கொண்டதுதானென்றாலும் பணி சார்ந்து எந்தப் பொருளையும் எந்தக் கணத்திலும் தங்கள்முன் வரவழைத்துக்கொள்ளும் சாமர்த்தியசாலிகளாக இருக்க சுல்தானுடைய ஒற்றர்களுக்கும் கடுமையான பயிற்சி அளிக்கப்பட்டிருந்ததால் தன் சகாவின் மூலமாக அன்று இரவே கொஞ்சம் உயர்ந்த ரகச் சுருட்டுகளைச் சேகரித்துக்கொள்வதொன்றும் கௌடவிற்கும் பெரிய பிரச்சினையில்லை.

திட்டம் துவங்கியபோதென்னவோ சரியாகவேதான் வேலை செய்தது. முதலை மறுநாளே கோமுட்டியைச் சந்திக்கத் துர்க்கத்தின் அடிவாரத்திற்கு வந்துவிட்டான். கௌட முதலையிடம் தன் கையிலிருக்கும் சுருட்டின் சிறப்புகளைச் சொல்வதிலும், அதை வாங்கக்கூடிய வேறு வாடிக்கையாளர்களைப் பற்றி விசாரிப்பதிலும், விலையைப் பேரம் பேசுவதிலும், கடைசியில் முதலையே எதிர்பாராதபடி மிகக் குறைந்த துட்டுகளைப் பெற்றுக்கொண்டு சரக்கைக் கைகளில் திணித்ததன் மூலம் கிடைந்த நெருக்கத்தின் மேல் கூடுதலாக நாட்டு நடப்புகளைப் பற்றிப் பேசிப் பொழுது போக்கியதிலும் பெற்ற அவகாசத்தைப் பயன்படுத்திக்கொண்டு அவனுடைய தோற்றம், குரல், பாவனைகள் முதலானவற்றைத் தன் மனதில் நன்கு பதியவைத்துக்கொண்டு தன் இருப்பிடத்திற்குத் திரும்பினான். அன்றிலிருந்து இரண்டாம் நாள் நண்பகல் துவக்கத்தில் முதலை லவணர்களை அழைத்துக்கொண்டு காட்டிற்குள் செல்லப்போகிறானென்கிற விபரத்தைத் தன் பங்கிற்குச் சேகரித்துக்கொண்டு வந்திருந்த கெங்கம்மாவை அன்றிரவு மீண்டும் அவள் குடிசையில் அவன் சந்தித்தபோது ஒப்பனைகள் எதுவுமில்லாமலேயே முதலையின் அங்க சேஷ்டைகளையும் குரலின் ஏற்றயிறக்கங்களையும் விழிகளில் துடித்துக்கொண்டிருக்கும் ஓயாத அலைச்சலையும் சில நிமிடங்களுக்குப் பாவனை செய்து காட்டியபோது ஆச்சரியத்தில் அவள் வாயைப் பிளந்துவிட்டாள். அந்த ஆச்சரியம் அகத்திலுள்ளது முகத்தில் என்கிற மூதுரைப்படி ஒருவன் அறிந்தவையும் ஸ்பரிசித்தவையுமே அவனுடைய தோற்றமாய் வெளிப்பட்டுக்கொண்டிருக்குமென்றால், அதே மூதுரையின் தலைகீழ் வாசிப்பில் அவனுடைய தோற்றத்தைப் போலி செய்வதன் மூலம் அவனுடைய உணர்வையும் அறிவையும் சென்றடைவதும் சாத்தியம்தானென்பதாயும், அந்த வித்தையைச் சிறுவயதிலிருந்தே தான் அப்பியாசித்து வைத்திருப்பதாயும் கௌட சொன்னதைச் சந்தேகமில்லாமல் நம்பலாமென்றே அவளை வற்புறுத்தியது (மனிதர்கள் சன்னதம் கொள்ளும்போது கடவுள்களின் திருவாக்கு அவர்களுக்குள் இறங்குவதில்லையா). கெங்கம்மா கௌடவின் வார்த்தைகளை நம்பினாளென்பதைவிட நம்ப விரும்பினாள் என்பதே சரி. காரணம், எத்தனை நம்ப முடியாததாக இருந்தாலும் வழியென்று சொல்லி அவளை ட்ரிஸ்ட்ராமிடம் அழைத்துச்செல்லும் வார்த்தைகளே அவளுடைய அப்போதைய தேவையாயும் தைரியமாயுமிருந்தது. எனில், முதலையின் கண்கள் வழியே கௌடவால் இப்போது வனத்தைத் தோழியாக்கிக்கொண்டுவிட (ஏமாற்றிவிட) முடியுமென்றால் ட்ரிஸ்ட்ராமைக் கொலை செய்வதற்காகக் காத்துக்கொண்டிருக்கும் லவணர்களையும் கூட அழைத்துக்கொண்டு செல்லும் விஷப்பரீட்சையை எதற்காக அவர்கள் மேற்கொள்ள வேண்டும், அப்போதே, இரவோடிரவாக, இருவரும் தனியாகவே கிளம்பிப்போய் (காட்டிற்குள் பிரவேசிக்கும் வாய்ப்பை, அது ஆபத்தானதும் தேவையற்றதுமான ஒன்று என்றும், தனியொருவனாகவே தன்னால் அந்த வேலையைச் செய்து முடித்துவிட முடியுமென்றும் கௌட எத்தனை முறை அழுத்திச் சொன்னாலும், விட்டுக்கொடுக்கத் தயாராக இல்லையென்று கெங்கம்மா அடித்துச் சொல்லியிருந்தாள்.

ட்ரிஸ்ட்ராமை உடல் நலத்துடன் கண்ணால் காணும் முதல் கணத்தை எவ்வளவு அருகே முடியுமோ அவ்வளவு அருகே இழுத்துக்கொள்ள வேண்டுமென்பது அவள் விருப்பமாயிருந்தது. ஊர் முழுவதையும் பதற்றம் கவ்வியிருக்கும் சூழ்நிலையில் மீனவிலாஸத்திலிருந்து சரியான காரணங்களில்லாமல் அவள் காணாமல்போவதென்பது முதலியாருக்குச் சந்தேகத்தை வரவழைக்கும் அல்லது அதிகப்படுத்தும்தானென்றாலும் வனத்திலிருந்து திரும்பிய பின், அந்த முயற்சியில் வென்றாலும் தோற்றாலும், அவருடைய கைப்பாவை என்கிற அடையாளம் தன்னிடமிருந்து எப்படியும் விலக்கப்பட்டுவிடும் என்பது அவளுக்குத் தெரிந்தேயிருந்ததால் அதைப் பற்றி அவள் கவலைப்படவில்லை) முதலியாரின் ஆட்களைப் பார்த்துப் பேசி ட்ரிஸ்ட்ராமைச் சந்தடியில்லாமல் அழைத்துவந்துவிட்டா லென்ன. கௌடவிற்கும் அந்த யோசனை பிடித்துத்தானிருந்தது. ஆனால் முதலையின் பெரிய மீசை மற்றும் புருவங்களையும் கரிய நிறத்தையும் நெற்றி ரேகைகளையும் கட்டுக் குடுமியையும் அவன் தோள்மீது ஒரு குழந்தையைப் போல எப்போதும் சாய்ந்து கிடக்கும், முதலியாரிட மிருந்து அன்புப் பரிசாகக் கிடைத்த, பட்டு உருமாலையும், மற்றபடி பிறர் பார்வையில் பொதுவாகப் படும் அவனுடைய வழக்கமான உடையலங்காரத்தையும் நகலெடுக்கவும் அதற்காகச் சவுரி உள்ளிட்ட அத்தியாவசியமான உபகரணங்களைச் சேகரிக்கவும் அவனுக்கு மிகக் குறைந்த கால அவகாசமாகக்கூட அந்த இரவும் மறுநாள் நண்பகல் வரைக்குமான பொழுதும் தேவைப்பட்டது. அதற்கு முன்னால் அவனால் நிச்சயமாகத் தயாராக முடியாதென்பதால் மறுநாள் நண்பகலில் அவள் மீனவிலாஸத்திலிருந்து ஏதேனும் ஒரு காரணத்தைச் சொல்லிவிட்டு வெளியே வந்து அவனை ராயக்கோட்டைக்கு வெளியே நல்லூர் ரஸ்தாவில் சந்திப்பதென்றும் முதலை காட்டிற்குள் நுழைவதற்கு ஒரு நாள் முன்பே அவர்களிருவரும் நுழைந்து ட்ரிஸ்ட்ராமுடன் வெளியேறி விடுவதென்றும் பேசி முடிவு செய்துகொண்டார்கள்.

ஆனால் கெங்கம்மாவின் கவனமின்மை திட்டத்தின் இந்தக் கட்டத்திலும் ஒரு வேண்டாத விளைவைக் கொண்டுவந்துவிட்டது. முந்தைய இரண்டு இரவுகளில், கைக்குழந்தையின் கண்முன்னே கள்ளப் புருஷனைத் தழுவுகிற பெண்ணைப் போல நோயால் உருக்குலைந்து போய்விட்ட தன்னை ஒரு சுவர்ப் பூச்சிக்கு மேல் பொருட்படுத்தத் தேவை யில்லையென்கிற அலட்சியத்துடன் தான் கொலை செய்யச் சொல்லி உத்தரவிட்டிருக்கும் பறங்கியானைக் காப்பாற்றும் மார்க்கங்களைத் தன் காதுபடவே மூன்றாம் மனிதன் ஒருவனுடன் ஆலோசித்துக்கொண்டிருந்த மகளின் புத்திசாலித்தனத்தைப் பெருமிதத்துடனும் இரக்கத்துடனும் கோபத்துடனும் போர்வைக்குள்ளிருந்தபடியே செவிமடுத்துக்கொண் டிருந்த செல்லி தன் உடலில் மிச்சமிருந்த வலு முழுவதையும் வெள்ளைக் காரர்கள்மீது தான் கொண்டிருந்த வெறுப்பைத் தீர்த்துக்கொள்ளப் பயன்படுத்திக்கொண்டுவிடுவது என்கிற வைராக்கியத்துடன் மறுநாள் கெங்கம்மா மீனவிலாஸத்திற்குப் புறப்பட்டுப்போன கையோடு குடிசையை விட்டு வெளியே வந்து பணிக்காரரைச் சந்தித்துத் தன்னுடைய நண்பர்களான லவணர்கள் அடுத்த வருடம் வரும்போது தான் உயிரோடு இருக்கப்போவதில்லையென்று தன் மனம் நிச்சயமாக

நம்புவதால் அவர்களைக் கடைசியாக ஒருமுறை சந்தித்து ஓரிரு நாட்கள் கூடயிருந்து அளவளாவிவிட்டு வர விரும்புவதாய்க் கூறி நல்லூர்வரை சென்று திரும்புவதற்குத் தனக்கொரு வாகனத்தை ஏற்பாடு செய்து தரும்படித் தாழ்மையுடன் கேட்டுக்கொண்டாள் (முதலையைப் போலவே வேடமிட்டுக்கொண்டு சுல்தானுடைய ஒற்றனொருவன் வனத்திற்குள் நுழையப்போகிறானென்கிற விஷயத்தை முதலையைப் பார்த்தே சொல்லிவிடும் யோசனை அவளுக்கு முதலில் இருந்தது. ஆனால் அந்தப் போலிமனிதனைக் கையும் களவுமாகப் பிடித்து முதலியார்முன் கொண்டுவந்து விசாரிக்கிறபோது அவன் மூலமாகவே அந்தச் சதிச்செயலில் தன் மகளும் சம்பந்தப்பட்டிருப்பது தெரியவந்துவிடுமோ என்கிற பயத்தில் அவள் அந்த யோசனையைத் தவிர்த்துவிட்டாள்). பல வருடங்களுக்குப் பின் செல்லியின் சிதைந்துபோன உருவத்தை முதன்முதலாக வெட்டவெளியில் கண்ட அதிர்ச்சியையும் அருவருப்பையும் தாங்கிக்கொள்ள முடியாமல் விக்கித்துப்போன பணிக்காரர் வேறு யோசனைகளில் மனதைச் செலுத்தவியலாத ஸ்தம்பிப்புடன் அவள் சொன்னதை அப்படியே ஏற்றுக்கொண்டு தன் தொழுவத்திலிருந்து சாதுவான ஓர் எருமை மாட்டை, சீக்கிரம் திரும்பிவிட வேண்டுமென்கிற அன்புக் கட்டளையுடன், கொடுத்து அவளை வழியனுப்பிவைத்தார். லவணர்களுடன் நாடோடியாய் அலைந்துதிரிந்த காலத்தில் எருமைச் சவாரியை நன்கு பழக்கப்படுத்திக்கொண்டிருந்த செல்லியும் பலவீன மான தன் யாக்கையை அந்த வாயில்லாப் பிராணியின் மீதும் முடிவு செய்துகொண்டிருந்த எதிர்காலத்தை விதியின் மீதும் சுமத்திவிட்டு விட்டேற்றியாக ராமஞ்சேரியை விட்டு வெளியேறி நல்லூர் போய்ச் சேர்ந்தாள். அங்கே தன்னைப் பேரன்புடன் வரவேற்று உபசரித்த லவணர்களிடம் ஏற்கெனவே தன்னைச் சந்தித்த பெண்கள் மூலமாகச் சொல்லிவிட்டிருந்ததை உறுதிப்படுத்திவிட்டு கெங்கம்மாவும் சொக்க கௌடவும் மேற்கொள்ளவிருந்த உபாயங்களைப் பற்றியும் விரிவாக எடுத்துச் சொல்லி மேற்கொண்டு ஆக வேண்டியதைக் கவனிக்கும்படி அவர்களைக் கேட்டுக்கொண்டாள் (மேலும் கர்ப்பிணியாயிருந்த காலத்தில் தன்னைச் சுமந்து திரிந்ததைப் போலவே இப்போதும் யாருக்கும் எந்தவிதத்திலும் பிரயோசனமில்லாதவளாகிவிட்ட தன்னை அசூயையின்றி சுமந்துசெல்லுமளவிற்கு அவர்களுக்குப் பெரிய மனது இருக்குமானால் தான் மீண்டும் தன் இருப்பிடத்திற்குச் செல்ல விரும்பவில்லையென்றும் மீதமிருக்கும் சொற்பக் காலத்தை உலகநாதனின் நினைவுகளுடன் மீண்டும் தேசாந்திரங்களில் சுற்றிக் கழித்துவிட்டுப் போய்ச்சேர விரும்புவதாயும் அறிவித்துவிட்டுத் தன் பழைய நண்பர்களுடன் தன்னை இணைத்துக்கொண்டுவிட்டாள். பிறகு கெங்கம்மா உட்பட உள்ளூர்க்காரர்களின் கண்களில் செல்லி தட்டுப்படவேயில்லை. லவணர்கள் அவள் கேட்டுக்கொண்டபடியே அவளைத் தெலுங்கு சமஸ்தானங்கள் வழியே பயணப்படும் புட்யர் கோத்திரத்தைச் சேர்ந்த தங்களுடைய இன்னொரு குழுவின் நாயக்கிடம், அவர்கள் அவளை மதிப்புடன் கவனித்துக்கொள்ளப் போதுமான அறிமுகங்களுடன், ஒப்படைத்துவிட்டுப் போனார்கள். இரண்டு வருடங்களுக்குப் பிறகு லாகூர் கிராமமொன்றின் புறத்தே

இறக்கப்பட்டிருந்த தண்டாவினுள் அவளுக்கென்றே பிரத்யேகமான சில வசதிகளுடன் தயாரிக்கப்பட்டிருந்த ஒரு கழுதையின் காலருகே செல்லியின் உயிர் அமைதியாகப் பிரிந்தது. அவளுடைய கடைசி விருப்பத்திற்கிணங்க அவளுடைய மரணச்செய்தி அவள் மகளுக்குத் தெரிவிக்கப்படவில்லை. பின்னர் நடந்த விரும்பத்தகாத நிகழ்வுகளால் லவணர்கள் ராயக்கோட்டை வழியே தங்கள் பயணப்பாதையை அமைத்துக்கொள்வதையும் பிறகு தவிர்த்துவிட்டார்கள்).

செல்லி சொன்னதைக் கேட்ட மாத்திரத்திலேயே லவணர்கள் குழம்பிய குட்டையில் மீன்பிடிக்கும் அவர்களுக்கே உரிய இயல்பின்படி சூழ்நிலையைத் தங்களுக்குச் சாதகமாகப் பயன்படுத்திக்கொள்ள முடிவு செய்துகொண்டுவிட்டார்கள். செல்லி தங்களிடம் வந்துசேர்ந்ததற்கும் கௌட நல்லூர் ரஸ்தாவின் மேல் வந்து நின்றதற்கும் இடைப்பட்ட சில நாழிகைப் பொழுதிற்குள்ளாகவே, வழக்கமாக முதலியாரால் அமர்த்தப்படும் நபருக்குப் பதிலாகக் குறிப்பிட்ட தினத்திற்கு முன்பே காட்டிற்குள் தங்களைக் கூட்டிச்செல்ல அவருடைய எதிரியான இன்னொரு நபர் தங்களிடம் அகப்பட்டுக்கொள்கிறபட்சத்தில் அவனை மறைப்பாக நிறுத்திக்கொண்டே அபினி மூட்டைகளை முதலியாருடைய தொலைதூரக் கணகாணிப்பில் அவருடைய காரகர்களிடம் ஒப்படைப்பதற்குப் பதிலாக இந்த முறை தாங்களே அதை வடக்குப் பக்கமாக எங்காவது எடுத்துச்சென்று விற்றுத் தானியங்களாக்கிக் கொண்டுவிடுவதென்று ஒரு திட்டத்தையும், செல்லியின் ஒப்புதலோடு (என் மகளின் மனதைக் கெடுத்து வைத்திருக்கிற பறங்கியான் சாவதற்கு விலையாக நீங்கள் யாரை வேண்டுமானாலும் ஏமாற்றிக்கொள்ளுங்கள்), தயாரித்து முடித்துவிட்டார்கள். ஒரு வருட உழைப்பும் விளைச்சலும் களவாடப்பட்டுவிட்டதை அறிந்துகொள்ளும் முதலியாருக்குப் பிரமாத மான கோபம் வரும்தானென்றாலும், திருடனுக்குத் தேள் கொட்டிய கதையாக, அவரால் அதை வெளியே சொல்ல முடியாது. அதனாலேயே வேகமான நடவடிக்கையெதையும் மேற்கொள்ளவும் முடியாது. அதற்குள் அவர்களும் பாதுகாப்பான தொலைவிற்குச் சென்றுவிட்டிருப்பார்கள். லவணர்களுடைய நரித்தனங்கள் ஜெகப்பிரசித்தமென்பதால் முதலியார் அவர்களைப் பணியிலமர்த்திய காலத்திலிருந்தே இதை எதிர்பார்த் திருக்கவும் வேண்டும். அடுத்த வருடம் திரும்ப பாரமஹாலுக்கு வரும்போது லவணர்களிடம் அவர் இன்னும் சற்று விழிப்போடு இருந்துகொள்ள முடிவுசெய்ய முடியுமேயன்றி கும்பெனி சர்க்காரே ஓஹோவென்று கொண்டாடும் அவர்களுடைய தயவை அவ்வளவு எளிதில் வேண்டாமென்று அவரால் ஒதுக்கிவிட முடியாது. லவணர்கள் யாருக்கும் நிரந்தர நண்பர்களுமல்லர், எப்போதும் பகைவர்களுமல்லர் என்பது பழமொழி.

விளைவாக, உருமாற்றப் பொருட்களை ஒரு பையில் திணித்துக் கொண்டு, இரவு முழுவதும் முதலையை உள்ளே முழுமையாக அப்பியாசித்துக்கொண்டுவிட்ட தன்னம்பிக்கையுடன் நல்லூர் ரஸ்தாவில் காத்துக்கொண்டிருந்த கௌடவை உடல்நிலை சரியில்லாதவளைப் போல நாடகமாடி (ஷெஸ்லருடைய சமீபத்திய திருவிளையாடல்) முதலியாரிடமிருந்து விடைபெற்றுக்கொண்டு வந்துவிட்ட கெங்கம்மா

வந்து சந்திக்கும் முன்பே சற்றும் எதிர்பாராதபடி லவணர்கள் சந்தித்து விட்டார்கள். ட்ரிஸ்ட்ராமின் தலைமீது மறுபடியும் கத்தி ஊசலாடத் தொடங்கிவிட்டது. இத்தனை முயற்சிகளை எடுத்துத் துவங்கிய பின் இனி மறுபடி பூஜ்ஜியத்திலிருந்து வேறொரு திட்டத்தை யோசிப்பதற்கு அவகாசமும் கிடையாது. கெளட லவணர்களின் திடீர்ப் பிரவேசத்தை எதிர்பார்த்திராததால் அதிர்ச்சியில் குழம்பிப்போய்விட்டான். என்றாலும் தன்னை மன்னிக்கச்சொல்லிப் புலம்பிக்கொண்டிருந்த கெங்கம்மாவைச் சமாதானப்படுத்தி, வனத்தின் மையத்தை அடைவதற்கு இன்னும் பல சாம அவகாசமிருக்கிறதென்றால் அதற்குள் ஏதாவது மாற்று வழிகள் புலப்படாமல் போய்விடாது என்று தன்னையும் தைரியப்படுத்திக்கொண்டு, மேற்கொண்டு காலம் தாழ்த்தாமல் லவணர்களுடன் புறப்படுவதைத் தவிர அவனுக்கு வேறு வழியெதுவும் அப்போதைக்குப் புலப்படவில்லை. அவனுடைய உடற்பொலிவைத் தன் அனுபவம் மிக்க கண்களால் எடைபோட்டுப்பார்த்த நாயக்கிற்கு வழியில் அவன் தன் பலத்தைப் பிரயோகித்துத் தப்பித்துக்கொள்ள முயலக்கூடுமென்று தோன்றியதால் முன்னெச்சரிக்கையுடன் வழக்கமாக அபினிப் பொதிகளைக் கடத்திக்கொண்டுவருவதற்காகச் செல்லும் ஆட்களுடன் மேலும் ஐந்து பேரையும் சேர்த்து மொத்தம் பதினைந்து திடகாத்திரமான இளைஞர்களையும் பதினெட்டு கழுதைகளையும் மூன்று எருதுகளையும் வனத்திற்குள் அனுப்பிவைத்தான். ஒரேயொருமுறை முகாமிற்குள் நுழைந்து தாயைப் பார்த்து ஓரிரு வார்த்தைகள் பேசிச்செல்ல வேண்டுமென்கிற கெங்கம்மாவின் உருக்கமும் அவசரமும் தந்திரமும் நிறைந்த வேண்டுகோள், செல்லி அதைப் பிடிவாதமாக மறுத்துவிட்டதால், நிராகரிக்கப்பட்டது (அப்போதுகூட தன் தாய் தன்னை நிரந்தரமாகப் பிரிய முடிவு செய்திருக்கக்கூடுமென்று கெங்கம்மாவுக்குத் தோன்றவில்லை. பிரச்சினைகள் முடிந்த பின், சுபாவத்தில் குழந்தையுள்ளம் கொண்டவளான அவளைப் பிறகொருநாள் மெதுவாக அருகிலமர்ந்து ஆற்றுப்படுத்தப்போகிறோமென்றே அவள் நம்பிக்கொண்டிருந்தாள்). பின் குழுவின் மற்ற உறுப்பினர்கள் யாவரும் நாயக்கின் தலைமையில் நல்லூர்த் தண்டாக்களைக் குறிப்பிட்ட காலத்திற்கு முன்னதாகவே கலைத்துவிட்டு இரண்டாம் பேரறியாமல் கிளம்பி வழக்கமான கெலமங்கலம் தடத்திலேயே சென்று, ஆனால் அங்கே தாமதிக்காமல், அதைக் கடந்து தளிக்குப் போய் தண்டாயிறக்கிக்கொண்டு காட்டிற்குள் சென்றவர்களுடைய வரவிற்காகக் காத்திருப்பதென முடிவு செய்துகொண்டு புறப்பட்டுவிட்டார்கள். மேற்கே அவர்கள் கிளம்பியதும் தெற்கு நோக்கி கெளடவும் தாமதிக்காமல் கிளம்பி அவனுக்குள் புகுந்திருந்த முதலையின் கால்களால், விளைவுகளை விதியின் கைகளில் ஒப்படைத்துவிட்டு, தன்னைத் தொடர்ந்து வந்த லவணர்களோடும் கெங்கம்மாவோடும் வனத்தினுள் நடக்கத் தொடங்கவிட்டான். நுழைந்த சில நாழிகைப் பொழுதிற்குள்ளாகவே முதலியாரிடம் பெயரளவிற்குப் பண்ணையாட்களாயும் உண்மையில் கூஷ் கிராமத்தின் ரகசியக் காவலர்களாயும் கங்காணிகளாயும் பணியாற்றும் ஆட்களில் வேறு யாரையும் தேர்ந்தெடுக்காமல் கெங்கம்மா ஏன்தான் முதலையைத் தேர்ந்தெடுத்தாள் என்று அவனுக்குத் தோன்றிவிட்டது.

முதலை

ஆனால் முதலையைத் தவிர வேறு யாருக்கும் ஹூடேதுர்க்க வனத்தின் முடிச்சுகள் பற்றிய போதுமான அறிவு கிடையாது என்றாள் கெங்கம்மா. முதல் தடவை முதலியாரால் அனுப்பப்பட்ட ஏழு பேர்களில் ஐவரைத் தொலைத்துவிட்டு ஊர் திரும்பிய எஞ்சிய இருவரில் முதலையைத் தவிர்த்த இன்னொருவன் இனியொரு7முறை கானகத்திற்குள் போகச் சொல்வதைவிடத் தன்னைக் கொன்றுவிடுவதென்பது முதலியார் தனக்குச் செய்யும் பேருதவியாக இருக்குமென்று கண்டிப்பாகச் சொல்லிவிட்டபோது முதலை மட்டும்தான் சில நாட்களுக்குப் பின் அவர் அடுத்த ஐந்து ஆட்களைத் தேடிக் கண்டுபிடித்துத் தயார் செய்தபோது அவர்களுடன் மறுபடியும் வனத்திற்குச் செல்லத் தயாராக இருந்தவன், சமவெளியில் பார்வையாலேயே நில எல்லைகளை அடையாளம் கண்டுகொள்ளும் சக்திபடைத்த பறைக்குருதி ஓடும் அவனுடலில் மாய விருட்சங்களின் சிலும்பல்களை உற்றறியும் நுண்செவியும் விருட்சயினங்களின் வகைமைக் கேற்ப அவற்றின் சுவாசம் காற்றில் உண்டாக்கும் மெல்லிய அலைவுகளை நுகர்ந்தறியும் மிருகங்களையொத்த கூர்ந்த நாசியும் விசேஷமாக வாய்த்திருந்தன, இதையும், மரங்களுக்கிடையிலிருந்து கண்களுக்குப் புலப்படும் எல்லா இடைவெளிகளையும் பயன்படுத்திக்கொள்ள வேண்டும் என்கிற வேட்கையோ பரபரப்போ கொள்ளாத பக்குவம் தனக்கு இருக்கிறது என்பதையும் அவன் மூன்று முறை வனத்திற்குள் தொலைந்து மீண்டு தெரிந்துகொண்டிருந்தான், இத்தனைக்கும் ஏற்கெனவே ராயக்கோட்டைப் புதையல் விவகாரத்தில் இருளர்களை ஈடுபடுத்திப் பிரச்சினையாகிவிட்டதால் அவர்களையும், குரங்கு புத்தியுடையவர்கள் என்கிற எண்ணத்தால் லம்பாடிகளையும் ஹூடேதுர்க்கம் திட்டத்திற்காக முதலியார் தேர்ந்தெடுக்கவில்லையென்றாலும் காடர்கள்

முதல், செஞ்சுகள் உட்பட, கோண்டுகள் வரையிலான, பரம்பரை பரம்பரையாக வனங்களிடையே புழங்கிப் பழகிய பல சாதிக்காரர்களை அவருடைய திட்டம் உள்ளடக்கித்தானிருந்தது என்பதோடு முதலில் அனுப்பப்பட்ட ஏழு பேர்களையும் சேர்த்து அவருடைய ஆட்களில் யாருமே கண்களை மூடிக்கொண்டு காட்டிற்குள் இறங்கிப்போகும் முட்டாள்களாகவும் எப்போதுமே இருந்ததுமில்லைதான், அவர்கள் ஹுடேதுர்க்கத்தின் தந்திரங்களை வெல்லத் தங்களாலான முயற்சிகளை எப்போதும் மேற்கொண்டபடியேதானிருந்தார்கள், ஆரம்ப நாட்களில் உள்ளே நடக்கும்போது மரங்களின் மீது கரித்துண்டுகளால் பெருக்கல் அடையாளமிட்டுத் திரும்பிவரும் மார்க்கத்தை நிச்சயப்படுத்திக்கொள்ளும் சாம்பாக்களின் வழக்கமான தந்திரமொன்றை அவர்கள் கடைப்பிடித் தார்கள், ஆனால் அதே குறிகளின் மூலமே தங்கள் பகுதியில் மனித நடமாட்டமிருக்கிறது என்பதை அறிந்துகொண்ட குட்டிச் சாத்தான்கள் அவர்கள் இட்டிருந்த அடையாளத்தை மற்ற மரங்களின் மேலும் எழுதி அவர்களைக் குழப்பிவிட்டுக்கொண்டிருந்தன, அடையாளங்களும் தடவழிகளும் ஆரண்யத்தை இரண்டாகப் பிளக்கும்போது அது வன உயிர்களின் மூர்க்கவியல்பை விழிப்படையச் செய்து அவை எதிர்கொள்ள வேண்டிய சவாலாக ஹுடேதுர்க்கத்தினுள் உருவெடுத்துவிடுகிறது என்பதைப் புரிந்துகொண்ட பின் அவர்கள் அம்மாதிரியான உபாயங்களை மேற்கொள்வதைக் கைவிட்டுவிட்டு மிருகங்களைப் போலவும் பைசாசங்களைப் போலவும் தடங்களை ஏற்படுத்தாமல் மோப்பத்தாலேயே மார்க்கங்களைத் தேர்ந்துகொள்ளும் முயற்சியில் இறங்க வேண்டிய கட்டாயமேற்பட்டது, இந்த வித்தையை அவர்கள் யாராலும் முழுவதுமாக அப்பியாசிக்க முடியவில்லையென்பதும் முதலைக்கோ இது இயல்பாகவே வாய்த்திருந்த ஒன்றாய் இருந்தது என்பதும்தான் காட்டினுள் உலவுவதைப் பாம்புகளும் ஏணிகளும் நிறைந்த, முடிவை முன்னூகிக்க முடியாத, சோபனப்பட விளையாட்டாய் மற்றவர்கள் உணர்ந்ததற்கும், மனக்கணக்கை அடிப்படையாகக் கொண்ட சிறுமிகளின் பல்லாங்குழி விளையாட்டாய் முதலை உணர்ந்ததற்கும் காரணமாய் அமைந்தது, அவனளவிற்கு இல்லாவிட்டாலும் அவனுடைய வழிகாட்டுதலோடு காட்டை ஓரளவிற்காவது பரிச்சயப்படுத்திக்கொண்ட நம்பிக்கையான பண்ணையாட்களாக ஓர் இருபது ஆட்களையாவது தயாரித்து இருப்பில் வைத்துக்கொள்ள வேண்டுமென்கிற முதலியாரின் கனவு கடைசிவரை பலிதமாகவேயில்லை, போதாததற்குப் பின்னாளில் காட்டின் மையத்தில் குடியிருப்புகளை உருவாக்கி கூஷ் கிராமத்தை உருவாக்கி முடித்த பிறகு தொடர்ந்த மனிதப் புழக்கத்தால் ஏற்படக்கூடிய தடப்பாதைகள் அந்நியர்களின் சந்தேகத்தையும் கவனத்தையும் பிரவேசத்தையும் ஈர்த்துவிடக்கூடுமென்கிற அச்சத்தில் ஒரேவிதமான நுழைவுகளையும் வெளியேற்றங்களையும் தவிர்த்துவிட்டு மையத்திலிருந்து நட்சத்திர வடிவில் காட்டின் வெளிப்புறத்தை நோக்கிப் பல திசைகளில் விரியும் சாத்தியப்பட்ட திறப்புகள் அத்தனையையும் குறிப்பிட்ட கால இடைவெளியில் மாற்றி மாற்றிப் புழங்கிக்கொண்டேயிருப்பதன் மூலம் பழைய தடவெட்டைகளின் மீது புல் மேவிவிட அனுமதித்துக்கொண்டே இருக்க வேண்டுமென்று அவர் தன் ஆட்களுக்கு உத்தரவிட்டுவிட்டபோது

ஒவ்வொருமுறையுமே எசமானன் சொற்படியும் குட்டிச்சாத்தான்களின் மீதிருந்த பயத்தாலும் ஏற்கெனவே அறிந்த வழிகளைக் கைவிட்டுவிட்டுப் புதிய வழிகளைக் கண்டுபிடித்துக்கொண்டேயிருக்க வேண்டிய நிர்பந்தம் காட்டினுள் வேலைச் சுழற்சி முறையில் கங்காணிகளாயும் ஊதாரிகளாயும் இருக்கப் பணிக்கப்பட்டு நுழைந்த வேலையாட்களுக்கு ஒரு தீராத சவாலாகவே மாறிப்போய்விட்டது, அந்த அணுகலை முதலையைத் தவிர வேறு யாருக்கும் பழக்கப்பட்டதாக ஆக்கிக்கொடுக்க வனத்திற்கும் பெருந்தன்மையிருக்கவில்லை (நீர் என்னுடைய நேச குமாரன், உம்மில் பிரியமாயிருக்கிறேன்), கும்பெனி சர்க்காரின் மோப்பத்திற்குப் பிடிகொடுக்காமல் அகதிகளையும் லவணர்களையும் கண்ணைக்கட்டி உள்ளே அழைத்துவருவதும், லவணர்கள் மூலமாக சரக்குகளை வெளியே கடத்துவதுமான ஆபத்தான பணிகளே சீவனில் பாதியைத் தின்றுவிடும் பகீரதப் பிரயத்தனங்களை வேண்டுவனவாயிருந்தபோது மேலதிகமாக ஒவ்வொருமுறையும் காட்டினுள் புதிய வழிகளைக் கண்டுபிடிக்கும் எத்தனத்தில் மீதிச் சக்தியையும் செலவழிக்க நிர்பந்திக்கப்பட்டதில் அவர்கள் களைப்படைந்துபோனார்கள், களைப்பு எச்சரிக்கை உணர்வைப் புத்தியிலிருந்து மழுங்கடித்துவிட்டபோது ஒருமுறை வடக்கு திசையை நோக்கி லவணர்களை ஏவியபடி அவர்கள் பின்னே சென்று கொண்டிருந்தவர்கள் புரம் கிராமத்தைக் கடந்ததும் எதிர்பாராதவிதமாகப் பிரதான சாலையின் மேல் ஏறிவிட்டார்கள், அதிர்ஷ்டவசமாக ராணுவச் சாலையான அந்தப் பாதையில் வழக்கமாகச் சுற்றிவரும் சிப்பாய்கள் யாரும் அப்போது குறுக்கே வந்துவிடவில்லை, வந்திருந்தால் முதலியாருடைய வியாபாரம் அப்போதே கண்டுபிடிக்கப்பட்டு வெற்றிகரமாக இழுத்து மூடப்பட்டுவிட்டிருக்கும், விஷயம் தெரிந்தபோது முதலியார் ஆத்திரமடைந்துபோனார், அன்றிலிருந்து காட்டினுள் நுழைபவர்களுக்கும் வெளியேற விரும்புகிறவர்களுக்கும் முதலையையே நிரந்தர வழிகாட்டியாக நியமித்துவைப்பதைத் தவிர அவருக்கு வேறு வழியில்லாமல் போய்விட்டது. அப்படிப்பட்ட முதலையைத் தவிர வேறு யார் கௌடவின் உடலுக்குள் புகுந்துகொள்ளத் தகுதியான நபராக இருந்துவிட முடியும்.

ஆனால் கௌட முதலையை உபத்திரவமாக உணர்ந்ததற்கான காரணம் அவனைப் போலி செய்வதன் மூலம் அடைய முடிந்த அவனுடைய அறிவின் மேலெழுந்ததாக இருக்கவில்லை. சொல்லப் போனால் முன்பின் அறிந்தேயிராத வனமானாலும் முதலையினுடைய அனுபவங்களின் வழியே ஹுடேதுர்க்கத்தின் தாவரச் சிக்கல்களினூடே வழியைக் கண்டுபிடித்து முன்னேறுவதென்பது கௌடவிற்கு வெண்ணெயை வெட்டுவதைப் போல அத்தனை எளிதாகத்தானிருந்தது. தன்னுடலில் சிறைப்பட்டிருந்த அவன்மீது முழுக் கவனத்தையும் செலுத்தித் தொடர்ந்து அவனைத் தன்னுள் தக்கவைத்துக்கொள்ளும் பிரயத்தனமும், அவன் உடலில் அழிக்க முடியாத கலவைச் சித்திரமாய்த் தீட்டப்பட்டிருந்த காட்டின் ஜாலச் சூழல்களை ஒவ்வொரு வண்ணமாய்ப் பாவனைகளால் பிரித்தெடுத்து, கண்முன்னே திறந்துகொண்டேயிருந்த நிஜக் காட்டின் ஒவ்வொரு காட்சியோடும் இணைத்து அடையாளம் கண்டுகொள்ளும் பார்வைத் தெளிவும் மட்டுமே அவனுடைய தடையற்ற

நடைக்குப் போதுமானதாயிருந்தது. அந்த அசைவுகள் யாவும் பாரமஹாலின் பிரபலமான கதைகளோடு சொந்த அனுபவங்களும் சேர்ந்து குழைந்து முதலை என்கிற ஆளுமையாக உருவாகியிருந்தவை. ராணுவச் சாலைகளை வனத்தின் வெளிப்புறமாகச் சுற்றிக்கொண்டு செல்பவையாக அமைத்தும் கண்காணிப்புக் கோட்டைகளைத் துர்க்கத்தின் உச்சியில் நிறுவியும் காட்டிற்கும் தங்களுக்குமிடையே பாதுகாப்பான இடைவெளியை உருவாக்கிக்கொண்டு விலகி நின்றே அதைக் கையாண்ட சர்க்கார் சிப்பாய்கள் திரும்பிப்போய் ஊரார்களுக்குச் சொன்ன கதைகளின் வழியே ஹுடேதுர்க்கத்தைப் பற்றி வெளியுலகம் எத்தனை தத்ரூபமாகக் கேள்விப்பட்டிருந்தாலும் அவை அதனுள் நுழைந்த பின் உயர்ந்தெழும் அனுபவங்களுக்கு ஈடாகவோ அதை வெற்றிகரமாகக் கடப்பதற்கு உதவும் பாதைகளாகவோ ஆகவே முடியாது என்பதுவும், வெளியிலிருந்து பார்க்கும்போது பாரமஹால் பீடபூமியின் தனித்த அடையாளங்களான காரப் பாறை மற்றும் படிவுப் பாறைக் கூட்டங்களும், கொடுவரிப் பாறை நீட்சிகளும் படிகம், களிமம், அப்பிரகம் கலந்த அடுக்குப் பாறைத் தொகுதிகளுமே ஹுடேதுர்க்கத்தினுள்ளும் நீண்டு கிடக்கின்றன என்பதாகத் தோன்றினாலும் அதன் விகாசத்திற்குத் தன்னந்தனியனாக நின்று முகங்கொடுக்க நேரும் சமயங்களில்தான் அந்த வனம் தன்னுடைய பிரத்யேகச் சூழல்களைப் பற்றி மனிதர்களுக்கு எச்சரிக்கை விடுக்கும் முகமாகவே தொலைந்தவர்களின் அரற்றல்களால் நிரப்பப்பட்ட அந்த உயிருள்ள பாறைப் படிவங்களின் நீட்சியை வெளியுலகில் பரவவிட்டிருக்கிறது என்கிற விஷயம் தெரியவரும் என்பதுவுமே அந்த ஆளுமை வெளிப்படுத்தும் உண்மைகளாயும் இருந்தன. எந்தப்பக்கம் திரும்பினாலும் இருளையும் நிசப்தத்தையும் ஈரத்தையும் மர்மத்தையுமே தன் முகமாக அணிந்துகொண்டிருப்பதாகத் தோன்றும் ஹுடேதுர்க்கம் உண்மையில் பல ரூபங்களைக் கொண்டது, அதனுள் சகஜமாக நடமாடக் கற்றுக்கொண்டுவிட்டவனுக்கும், அது விரிக்கும் வலைக்குள் மாட்டிக்கொண்டவனுக்கும், அதை வெளியிலிருந்து இயற்கையின் ஓரம்சமாகப் பார்த்து ரசித்துவிட்டுக் கடந்து போய்விடுகிற வனுக்கும், அதைப் பற்றிக் கதைகள் மூலமாக மட்டுமே கேள்விப்பட்டுக் கற்பனையிலேயே அதைப் பார்த்துக்கொண்டிருப்பவனுக்கும், அதன் வளங்களைக் கொள்ளையிட்டுக் கொண்டுபோக நுழைகிறவனுக்கும் தனித்தனியாகக் காட்டுவதற்கென்று அது ஒவ்வொருவிதமான முகங்களைத் தன்னிடம் வைத்துக்கொண்டிருக்கிறது. அதன் வயிற்றினுள் திசை தெரியாமல் ஒரு குழந்தையைப் போல அடங்கிக்கிடப்பதும் நீருக்குள் மூழ்கிக்கொண்டிருப்பதும் ஒன்றேதான் என்பதே முதலை முதன்முறை தொலைந்துபோனபோது அவன் நெற்றி மேல் வனத்தின் நகங்களால் கீறப்பட்ட அறிவின் முதல் ரேகையாக இருந்தது. இரண்டு ஆபத்துகளிலுமே உள்ளே சிக்கிக்கொண்டவன் கரை அருகிலிருப்பது தெரியாமல் எப்போதும் அதற்கு எதிர்திசையிலேயே தன் கைகால்களைத் தன்னையறியாமல் உதைத்துக்கொண்டிருக்கிறான். முதல் முறை தொலைந்துபோய்விட்டு நல்லூர் மார்க்கத்தைக் கண்டுபிடித்துத் திரும்ப ஊர் வந்துசேர்வதற்கு முதலைக்கு ஆறு நாட்கள் தேவைப்பட்டன. அந்த ஆறு நாட்களின் கதைகளில் உறைந்துபோயிருந்த, அவனை

விட்டுச் சென்ற நண்பர்கள் அவனைத் தேடி அங்கே வரும்போது அவர்கள் தேடத் தொடங்கிய இடத்திலிருந்து தொலைவாக அகன்று சென்றுவிடக் கூடாதென்று எண்ணியபடி எங்கே தான் தொலைந்து விட்டதாகத் தெரியவந்ததோ அங்கேயே இருந்த ஒரு கருங்காலி மரத்தைக் கட்டிப்பிடித்துக்கொண்டு அதை விட்டு அகல மனமின்றி நாட்கணக்காக அவன் உட்கார்ந்திருந்தபோது விழத் தொடங்கிய லேசான கூனும், பிறகு அவர்களைத் தேடித் தானே புறப்பட்டுப்போவதைத் தவிர வேறு வழியில்லை என்கிற முடிவுடன் கிளம்பி எங்கெங்கோ அலைந்து திரிந்து கொண்டிருக்கையில் எந்தத் திசையில் எவ்வளவு நேரம் எத்தனைத் தொலைவாகச் சென்ற பின்னும் அந்த அலைச்சலின் முடிவில் தான் மிகக் களைத்துவிட்டதாக எண்ணி இளைப்பாறுவதற்காக அவன் தேர்ந்தெடுத்த இடம் பழைய கருங்காலி மரத்தின் அடிப்புறமாகவே இருந்ததைக் கண்டு அழுதபோது உண்டான நாக்குழறலும், அடிக்கடி வேர்களில் தடுக்கிக் கீழே விழுந்து புரண்டதில் உடலில் ஒட்டியும் உடலிலிருந்து வெளிப்பட்டும் ஒழுகிக்கொண்டிருந்த சகதி மற்றும் ரத்தத்தின் மணத்தை மோப்பம் பிடித்துக் காட்டு மிருகங்கள் அணுகிவிடக் கூடுமென்கிற அச்சத்தில் இரவைக் கழிக்க ஒரு கருமித்தும்பை மரத்தின் மீது ஏறி தூக்கத்தில் கீழே விழுந்துவிடாதிருக்கும்வண்ணம் அதன் அகன்ற கிளையொன்றுடன் வேட்டியை அவிழ்த்து இடுப்பைச் சேர்த்து இறுகக் கட்டிக்கொண்டும் மரப்பல்லிகளும் எறும்புகளும் உடலின் மேல் ஊர்வதைச் சகித்துக்கொண்டும் தன்னையறியாமல் தூங்கிப்போய் காலையில் எழுந்ததும் தான் இன்னும் உயிரோடிருப்பதைத் தெரிந்து கொண்டபோது உண்டான வியப்பின் புருவ நெரிப்பும், ஒரு கட்டத்தில் பயம் மரத்துப்போய் மெதுமெதுவே காட்டின் நிசப்தத்தின்பால் ஈர்ப்பும் உண்டாகி வயதான பெரும் விருட்சங்களின் மடிப்புகளை ஆச்சர்யத்தோடு தொட்டுப்பார்க்கவும் நடக்கும் போக்கில் அகன்ற இலைகளைப் பறித்துச் சென்னபட்டணம் வாரச் சந்தையில் பார்த்த ஓலைப் பொம்மைகளை யொத்த வடிவங்களைச் செய்துபார்க்கவும் குன்றிமணிகளைச் சேகரித்து லங்கோட்டின் முடிச்சில் போட்டுக்கொண்டு அந்தச் சிறு பை நெகிழ்ந்து நெகிழ்ந்து சிசினத்தை உரசி எழுப்பும் சுகானுபவத்தில் திளைக்கவும் புஞ்சாருட்டைக் குருவிகளின் குரலுக்கு எதிர்க்குரல் கொடுத்து அவற்றைத் தூண்டவுமாக உண்டான ஆசுவாசம் கொடுத்த, அடிபட்ட மிருகத்தை யொத்த அரற்றலும், உடலின் மேல் அடையடையாகப் படிந்த அழுக்கு (அந்த ஆறு நாட்களும் முதலை குளிக்கவேயில்லை) தன்னையும் மெதுமெதுவே ஒரு பாறையாக மாற்றிக்கொண்டிருப்பதை உணர்ந்து இனித் தப்ப முடியாது என்கிற நினைப்பில் விரக்தி மேலிட வனத்தை முந்திக்கொண்டுவிடும் மூர்க்கத்துடன் உடைகளைக் களைந்து தூர வீசிவிட்டு வேர்களின் மேல் அம்மணமாகப் படுத்துப் புரண்டும், புற்று மண்ணையும் சருகுகளையும் மிருகக் கழிவுகளையும் மேலே வாரிவாரிப் போட்டுக்கொண்டும் குரங்கைப் போல கிளைகளில் ஏறி நிலத்தில் குதித்து விளையாடி, புசிக்க எடுத்த பழங்களை அம்மணத்தின் மீது பிழிந்துகொண்டும், உடல் மேல் ஊர்ந்து இறங்கிய திண்ணிய குளிர்ந்த சாற்றின் குறுகுறுப்பில் லயித்துக்கொண்டுமிருந்தபோது அனுபவித்த பித்தக் கணங்களின் அர்த்தமற்ற சிரிப்பும், மீண்டும் அதே இடங்களிலும்

அதே கணங்களிலும் அதே விருட்சங்களிலும் கௌடா என்னும் மாயாவி யின் தேர்ந்த நடிப்பின் வழியே உயிர் பெற்றெழுந்ததை, தன்னுடன் யார் வருகிறார்களென்பதில் அதிக அக்கறை கொள்ளாதவர்களாகவே எப்போதும் இருக்கும் லவணர்கள் கவனிக்காவிட்டாலும், கெங்கம்மா வியப்போடு கவனித்துக்கொண்டுதானிருந்தாள். இரண்டாம் முறை ஐந்து பேரோடு கைகளைக் கயிற்றால் கட்டிக்கொண்டு அவர்களோடு சேர்ந்தே தானும் வழிதவறிச் செல்ல நேர்ந்தபோது முதல் தடவை ஏற்பட்ட அதே உக்கிரமான அனுபவங்கள் அந்த முறையும் முதலைக்கு உண்டாகத்தான் செய்தனவென்றாலும், அவை மற்றவர்களுக்கு அது முதல் தடவையானதால் அவர்களைப் பலமாகத் தாக்கி அடிக்கடி அலறச் செய்துகொண்டுமிருந்தன வென்றாலும், மனிதர்களின் துணை உண்டாக்கிய தைரியத்துடனும் அந்த அனுபவத்தில் பாதியை முன்பே பரிச்சயப்படுத்திக்கொண்டுவிட்ட அலட்சியத்துடனும் வனத்தின் அமானுஷ்யத்தைச் சாதாரணத்துவத்திற்குக் கீழிறக்க முதலையால் முடிந்திருந்தது. மூன்றாம் முறை முதலியாரின் அனுமதியுடன் தனியாகவே வனத்தினுள் புகுந்து அதனுள் தெரிந்தே தன்னைத் தொலைத்துக்கொள்ளும் அபாயகரமான முயற்சியில் அவன் இறங்கியபோது அவனிடம் தன் அந்தரங்கத்தைத் திறந்து காட்டி அணைத்துக்கொள்வதைத் தவிர அதற்கும் வேறு வழியில்லாமல் போய்விட்டிருந்தது. வனம் ஒரு சவலைப் பிள்ளை என்பதை மூன்றாம் முறை தொலைந்துபோனபோது தன் மார்புக் காம்பில் உண்டான குறுகுறுப்பின் மூலமாக முதலை அறிந்து கொண்டதைப் போலவேதான் அவனைப் போல நடித்துக்கொண்டிருந்த கௌடவும் அறிந்துகொண்டான். மேலும், நடக்கும்போது மார்பிற் குள்ளேயே அசைய நிர்பந்திக்கப்படும் கைகளால் புதர்களும் செடிகொடி களும் அடர்ந்து வளர்ந்த பகுதிகள் சற்றே சிதைந்து காட்டு மிருகங் களுக்காகத் தங்களுக்குள் மறைத்து வைத்திருக்கும் ரகசியப் பாதைகளையும், கால்களை நிலத்தில் பதியவைக்காமல் இரண்டு பாதங்களையும் சற்றே வெளிப்புறமாக ஒருக்களித்த நிலையில் புரட்டிக்கொண்டு முதுகில் இறக்கைகளைச் சுமந்துகொண்டிருப்பவனைப் போல எப்போதும் அடுத்த விநாடி பறந்துவிடும் தோரணையிலேயே முன்னேறிச்செல்லும் நடைக்குப் பழகிவிடும்போது நீர் கட்டியிருக்கும் சதுப்புப் பிரதேசங்களின் இளக்கத்தையும், நீரில் மூழ்கியெழுந்த பறவையைப் போல அடிக்கடி உடலை உதறிக்கொள்வதும் காதைச் சொறிந்துகொள்வதுமான சேஷ்டை களால் காட்டை விட்டு வெளியேறிய பின்னும் நினைவை விட்டு ஒருபோதும் இறங்கிச்செல்லாமல் ஒட்டிக்கொண்டிருக்கும் ஈர நிலங்களின் அட்டைப்பூச்சிகள் மற்றும் பழமரத் தொகுதிகளின் மேல் அடைகட்டிக் கொண்டிருக்கும் வண்டுகளையும், தலையை உயர்த்தி நாசியைக் காற்றின் பாதையில் உயர்த்தி விடைத்தபடி வைத்துக்கொண்டு நடக்கும் பாணியால் நுணுக்கமான உப்பு மணத்தாலும் தாதுக்களின் கூட்டு விளைவிக்கும் விதவிதமான பிரத்யேக வடிவங்களாலும் அடுத்து எதிர்கொள்ளவிருக்கும் நிலப்பகுதியின் தன்மையை முன்னறிவிக்கும் பாறைகளையும், உடலிலிருந்து எப்போதும் கசிந்துகொண்டிருக்கும் பட்டை மணத்தால் கருங்காலி மரக்கூட்டம் அடர்ந்த பகுதியையும், வாய்க்குள்ளேயே சதா எதையாவது முனகிக்கொண்டேயிருக்கும் நகைப்பிற்குரிய இயல்பால் இருளடர்ந்த

வனப்பகுதிகளில் வெளிச்சத்தைக் கசியச் செய்து உதவும் வனதேவதை களின் உலாவல்களையும், கல்லாய்ச் சமைந்துபோன ஆதி மனிதர்களின் அரற்றல்களையும், திக்குவாய் என்று எதிரேயிருப்பவர் எண்ணுமளவிற்குக் கெதி மாறிக்கொண்டேயிருக்கும் சுவாச கோசத்தால் திசைகளையும், சற்றைக்கொருதரம் குடுமியை அவிழ்த்து முடிந்துகொள்ளும் பழக்கத்தால் அடர்ந்து சிரமப்படுத்தியும் பிறகு இளகி ஆசுவாசப்படுத்தியும் பாதையை மூடிமூடித் திறக்கும் ஹுடேதுர்க்க வனத்தின் ஆதாரக் கட்டமைப்பையும் நீ அறிந்துகொள்ள முடியும், தொலைவைப் பார்வையும், மூத்திரம் திருப்பங்களையும், விரல்கள் விலங்குகளின் நடமாட்டத்தையும், உடல் சுருக்கி விரித்து நீர்க் கசிவுகளையும், தட்பவெப்பத்தையும், காதுகள் வனத்தின் இந்த அம்சங்கள் யாவும் இலையின் நுனியில் சேகரமாகும் நீர்த்துளியைப் போல இணைந்து அதன் மையத்தை நோக்கிச் சொட்டி யிறங்கும் வழியையும் அறிவிக்கும், தன்னுள் பாதையைத் தேடிக் கொண்டிருப்பவன் தன்னை விட்டு விலக முயற்சிக்கிறானென்கிற நினைப்பில்தான் காடு அவன் கண்முன் தன்னை நெருக்கிக்கொண்டுவிடுகிறது, காட்டினுள் நுழைந்துவிட்டவன் அதனிடம் தான் வெளியேற வேண்டு மென்று சொல்லவே கூடாது, மேலும் ஒரு வனத்தை மரங்கள், விலங்குகள், பட்சிகள், சுனைகள், இருட்டு, ஒளி, மௌனம் என்று பிரித்து வாசிக்கிறவன் அதை விட்டு வெளியேறும் பாதைகளைத் தேடுகிறவனாயும் இருக்கிறான், வனத்தை வனம் என்கிற ஒற்றைப் பொருளாகவே பார்க்கப் பழகிக்கொள்ள வேண்டும், அப்படிப் பார்க்க வேண்டுமென்றுதான் அதுவும் தன்னுள் வெளிச்சத்தை அனுமதிக்காமலிருக்கிறது, ஒலிகளெல்லாம் நிசப்தத்தையும், ஒளி இருட்டையும், தனிமை ஒரு கர்ப்பத்தைப் போல அதன் பெரும் துணையிருப்பையும் சதா ஓதிக்கொண்டிருக்கின்றன. காடு ஒரு சுத்த சிவம் என்பான் முதலை. அதெல்லாம் சரிதான். ஆனால் இவையெல்லா வற்றோடுங்கூட முதலையின் ரகசியமான இன்னோர் உணர்வையும் வழியும் விருப்பமுமின்றி அனுபவிக்க நேர்ந்ததுதான் கௌடவை கெங்கம்மாவை நோக்கி அவனை ஏன் தேர்ந்தெடுத்தாள் என்கிற கேள்வியைக் கேட்கும்படி நிர்ப்பந்தித்தது. அது முதலை கெங்கம்மாவின் மேல் கொண்டிருந்த காதல். அவளுடைய அருகாமை முதலையின் உடலுக்குள் தூண்டிவிட்டுக்கொண்டிருந்த கிளர்ச்சி. அதன்மீது பாலாடையைப் போல படிந்திருந்த துல்லியமான மந்தகாசம். அவை கௌடவின் ஆண்மையை வெகுவாகச் சோதித்துக்கொண்டிருந்தன. கேள்விகளால் விடாது அவனை நச்சரித்துக்கொண்டேயிருந்த கெங்கம்மாவினுடைய குரல் காதுகளுக்குள் இறங்கி ஊறச் செய்த பனங்கள்ளின் போதையையும், அவ்வப்போது இலை தழைகளின் அடர்த்தியில் நெருங்கி விலகும் அவளுடைய அவயவங்களின் தீண்டல்கள் தரும் அதிர்வுகளையும், கனத்த ஸ்தனங்களைக் காணும்போதெல்லாம் சொட்டுச்சொட்டாய் வடிந்திறங்கும் ஸ்கலிதத்தின் நடுங்க வைக்கும் வாதையின் முழுவீச்சையும் தாள முடியாமலும், அவ்வப்போது எதையோ நினைத்துக்கொண்டு மேற்கொண்டு நடக்காமல் தயங்கித் தயங்கி நின்றுவிடுகிற கெங்கம்மாவிடம் (ட்ரிஸ்ட்ராமை ஒளித்துவைக்க வேறு இடம் கிடையாது என்கிற ஒற்றை நம்பிக்கையின் அடிப்படையில் அவன் வனத்திற்குள்தான் இருக்க வேண்டுமென்று ஊகித்துக்கொண்டு

அந்த ஊகத்தின் மேல் மட்டுமே ஆபத்தான பயணமொன்றை மேற்கொள்ள கௌடவையும் தூண்டிவிட்டுத் தானும் உடன்வரத் துணிந்த கெங்கம்மாவிடம் அவனை அங்கே பார்ப்போமென்கிற நம்பிக்கைக்குச் சற்றும் குறையாத விழுக்காட்டிற்கு அவநம்பிக்கையுமிருந்தது. கௌடவின் பிரசன்னமும் அவனுடைய மாறுவேடமும் கொடுத்த வியப்பேகூட நடப்பதனைத்தும் யாராலோ எங்கோ பின்னப்பட்டுக் கொண்டிருக்கும் ஓர் அதீதக் கற்பனைக் கதையின் நிகழ்வுகள்தானோ என்கிற மாதிரியான மயக்கத்தைத்தான் அவளுக்குக் கொடுத்துக் கொண்டிருந்தது. சொல்லப்போனால் ட்ரிஸ்ட்ராமைப் பார்ப்போமென்கிற நம்பிக்கையைவிட பார்க்க வேண்டுமென்கிற தாபத்தினாலேயே அவன் மூலமாக முன்பொருமுறை கேள்விப்பட்டிருந்த சொக்க கௌட என்கிற வொரு மாயாவியை அவளே தனக்குத் துணையாகக் கற்பனையில் சிருஷ்டித்துத் தன்னுடன் கூட்டிவந்துகொண்டிருக்கிறாளென்று லவணர் களில் யாராவது சொன்னால்கூட அதை அப்படியே ஏற்றுக்கொள்ள அவள் மனம் தயாராகவே இருந்தது) முதலையின் அங்க அசைவுகளில் நளினத்தைச் செதுக்கும் அவளுடைய சௌந்தர்யப் பிரசன்னத்தைச் சொல்வதொன்றே சந்தேகத்திலிருந்து அவளை விடுவிப்பதற்குப் போதுமானதென்றாலும், அதை வெளியே சொல்ல முடியாத லஜ்ஜையிலும் சிக்கிக்கொண்ட வாதையில் அவன் இருந்தான். முதலையின் முரட்டு உடலுக்குள் அப்படியொரு இளக்கம் இருக்குமென்பதை அவனைத் தன்னுடலுக்குள் ஏற்றுக்கொண்டபோது அவன் எதிர்பார்த்திருக்கவில்லை. கூஷ் கிராமத்தை அடையும்வரை இந்த உணர்வுடன் அவன் இடைவிடாமல் போராடினான். காதலைக் கழற்றிவிட்டால் முதலையை முதலையாகக் காட்டும் அவனுடைய தனித்த ஆளுமையும் சேர்ந்தே தன்னிடமிருந்து கழன்றுவிடுமென்பதும் தெரிந்திருந்ததால் வேறு வழியின்றி விக்கிர மாதித்தன் வேதாளத்தைச் சுமந்த கதையாக வனம் முழுவதிலும் அடுத்தவன் காமத்தைத் தன் தோள்மீது சுமந்துகொண்டே அலைய வேண்டியிருந்தது. கிராமத்தை அடைந்த பிறகும்கூட அதைக் கண்ட வியப்பிலும் ட்ரிஸ்ட்ராமின் பேச்சிலும் அடுத்தடுத்து ஆற்ற வேண்டிய பணிகளிலும் லவணர்களை எப்படிச் சமாளிப்பது என்கிற யோசனையிலும் அதுநாள் வரையில் கடைப்பிடித்துக்கொண்டுவந்திருந்த தன் பிரமசரியத்தைச் சோதித்துக்கொண்டிருந்த அந்தத் தவிப்பைச் சற்று மறந்திருக்க முடிந்ததே தவிர கௌடவால் அதை இறக்கி வைக்க முடியவில்லை.

நண்பகல் சரியத் தொடங்கிய ஒரு நாழிகைக்குள்ளாகவே நல்லூரை விட்டுக் கிளம்பிவிட்ட அந்தப் பதினேழு பேரடங்கிய கூட்டம் பொழுது கிட்டத்தட்ட நள்ளிரவைத் தாண்டிக்கொண்டிருந்த நேரத்தில் கூஷ் கிராமத்தை வந்தடைந்தது. அதை முதன்முதலில் கண்களால் பார்த்தபோது, வனத்தைத் தன் குற்றச் செயல்களுக்காகப் பயன்படுத்திக்கொள்ளும் முதலியார் அவர் அதன் மூலம் அடைந்திருக்கும் செல்வம் யாவற்றையும் அடைய உண்மையிலேயே தகுதியானவர்தான் என்கிற எண்ணமே தங்கள் மனதில் தோன்றியதாக கௌட, கெங்கம்மா, பிற்பாடு ட்ரிஸ்ட்ராம் ஆகிய மூவருமே தப்பும் வழிகளைப் பற்றிப் பரஸ்பரம் விவாதித்துக்கொண்டிருந்தபோது ஒத்துக்கொண்டார்கள். கெங்கம்மா

அதுவரையில் அந்த இடத்தை முதலையினுடைய வர்ணனைகளின் வழியேதான் அறிந்திருந்தாளே தவிர இப்படியொரு சிருஷ்டியாக அதைக் கற்பனை செய்துகூடப் பார்த்திருக்கவில்லை. ஆதியில் துயிலார்களைக் கவர்ந்திழுத்து அவர்களைக் குருடர்களாக்கி அனுப்பிவைத்த அந்த, தனித்துவமிக்க, வனத்தின் இதயப் பகுதியை ஐந்து மனிதர்களையும் அறுபது நாட்களையும் பலி கொடுத்துக் காட்டைத் திறந்த பின் முதலியாரின் ஆட்கள் கண்டுபிடித்ததும் அவர்கள் கண்டுபிடித்ததைப் போன்றே ஒரு நள்ளிரவில்தான். துயிலார்கள் தங்கள் பாடுகளைப் பகிரங்கமாக ஜனங்கள்முன் தெரிவிப்பதற்குத் தடைவிதிக்கப்பட்டிருந்த காலத்தில் அதை சூசகமாக வெளிப்படுத்துவதற்காக உருவாக்கிக்கொண்ட தாண்டவராயன் என்கிற சாரதியை ராயர் ராஜாங்கத்தாரின் கழுகுக் கண்கள் அடையாளம் கண்டுவிடக் கூடாதென்கிற எச்சரிக்கையுணர்வால், கம்சனின் கண்களில் படாமல் கண்ணனை அவன் தந்தை கோகுலத்தில் ஒளித்துவைத்ததைப் போல், ராயக்கோட்டை வீதிகளில் பிறந்த அவரை சிவபெருமானிடமிருந்து பெற்றுக்கொண்ட சாபத்துடன் கெலமங்கலத்திற்கு வந்துசேர்ந்தவர் என்று கதை செய்ததைப் போலவே கோணய்யன் செண்பகம் செட்டியாரின் வேண்டுகோளின்பேரில் பசுவைத் தேடிப்போன வனத்தையும் கெலமங்கலத்திலிருந்து ஓசூருக்குச் செல்லும் உத்தனப்பள்ளிப் பாதை என்று கதையில் அமைத்தாலும் அது உண்மையில் ஹுடேதுர்க்க வனம்தான் என்று தன் துயிலார் சரித்திர நூலில் நீலகண்டப் பண்டிதர் குறிப்பிட்டிருந்ததை வைத்தும், இருநூற்றைம்பது வருடங்கள் பழையதான அந்தக் கிராமத்தின் மேல் தாவரங்கள் வளர்ந்து அதைப் போர்த்தி மறைத்திருந்தாலும் அதற்கும் முந்தைய காலத்திலிருந்தே அதைச் சுற்றி வளர்ந்திருந்த மற்ற விருட்சங்களின் அடர்த்தி அங்கே குறைவாயிருக்குமென்பதைக் கருத்தில் கொண்டும், பொதுவாகவே மனிதர்கள் நதி தீரங்களைத் தங்கள் வசிப்பிடங்களாகக் கொள்ளவே அவாவுவார்களென்கிற பொதுப்புத்தியை உபயோகித்தும், சின்னாற்றங்கரையில் அமைந்திருந்த அந்த இடத்தை முதலியாரால் அடையாளம் காண முடிந்திருந்தது. நீலகண்டப் பண்டிதர் தன் நூலில் துயிலார்கள் காட்டிற்குள் சமைக்கும் பழக்கத்தை மேற்கொண்டிருந்தார்கள் என்று குறிப்பிட்டிருந்ததன் மேல், எனில் அவர்கள் மழைநீர் தேங்காமல் வடிந்திறங்கக்கூடிய சரிவுப் பிரதேசத்தில்தான் தங்கள் குடியிருப்புகளை அமைத்துக்கொண்டிருக்க வேண்டும் என்பதையும் அவர் முன்பே ஊகித்துக்கொண்டிருந்தார். இந்தக் கணக்கில் மேற்கே ரத்னகிரியின் கிழக்குச் சரிவும் கிழக்கே ஹுடேதுர்க்கத்தின் மேற்குச் சரிவும் சந்தித்துக்கொள்ளும் பள்ளத்தாக்கின் நடுவே, வனப்பகுதிக்குள், சின்னாற்றங்கரையிலிருந்து ஹுடேதுர்க்கம் மெதுவாக உயர்ந்து எழும் புள்ளியில் அமைந்திருந்த பழைய கிராமத்தின் இருப்பிடத்தை மீனவிலாஸத்தின் மேல்மாடியறையில் இருந்தபடியே அவரால் கச்சிதமாகக் கணித்துக்கொள்ள முடிந்தது. அதேபோல கொடுக்கு மூங்கில் உமிழும் பச்சையொளி ஓர் இயற்கையான பாதுகாப்பு வளையமாய் அமைந்து வன விலங்குகளை அச்சுறுத்தி அந்தப் பகுதியில் அவற்றின் நட மாட்டத்தைக் கட்டுப்படுத்துகிறது என்பதால்தான் ஆதியில் துயிலார்கள் அந்த இடத்தைத் தங்களுடைய குடியிருப்பாகத்

தேர்ந்தெடுத்துக்கொள்ள நேர்ந்தது என்றும் பண்டிதர் தன் நூலில் எழுதியிருந்ததாலும் கண்ணீக்கள் பற்றிய அறியாமையால் நதிக்கரையை வெகு அருகாக நெருங்கிக் குருட்டு நோயைச் சம்பாதித்துக்கொண்ட அந்தத் துரதிர்ஷ்டசாலிகளைப் போலன்றி அதைவிட்டுப் போதுமான அளவு விலகியிருக்க உள்ளேயிருப்பவர்கள் கற்றுக்கொண்டுவிட்டால் மிருக நடமாட்டம் அற்றுப்போன அந்தப் பகுதி மனிதர்களின் பாதுகாப்பிற்கு உத்தரவாதம் என்பதோடு நீரை நதிக்குள் வடித்துவிடும் சரிவுப் பிரதேசமும் அபினி வளர்ப்பிற்கு உகந்ததாகிவிடும் என்றும் அவர் கணக்குப் போட்டுவைத்திருந்தார். இவற்றைத் தவிர துர்க்கத்தின் உச்சியில் இருக்கும் இரண்டு சுனைகளின் நீரைக் கிண்ணங்களைப் போல தாங்கியபடி மலையின் விளிம்பிலிருந்து வெளியே புடைத்துக்கொண்டிருக்கும் பாறைகள் அவற்றிற்குக் கீழேயிருக்கும் நிலப்பகுதியை மேலிருப்பவர்களின் கண்களிலிருந்து மறைத்துவிடும் குடையைப் போல செயல்படும் வினோதமான அமைப்பைக் கொண்டிருக்கின்றன என்கிறவொரு கூடுதல் விபரத்தை முதலை மூலமாகவும் பிற்பாடு அவர் அறிய நேர்ந்தது. அதேசமயத்தில் வனத்திற்குள்ளிருந்து மேலே பார்ப்பவன் துர்க்கத்தின் உச்சிப் பாறையில் உட்கார்ந்து வாலையாட்டிக்கொண்டிருக்கும் ஒரு குரங்கைக்கூடத் தெளிவாகப் பார்க்க முடியும் (ஹுடே துர்க்கத்தின் இந்த அமைப்பு கண்டுபிடிக்கப்பட்டது தன்னால்தான் என்பதில் முதலைக்குத் தலைகொள்ளாத பெருமை இருந்தது. அந்தக் கர்வத்தினால் அவன் அடிக்கடி சலசலத்துக்கொள்வதை முதலியாரும் தடுக்கவில்லை. ஹுடே துர்க்க வனத்திற்கு மேல் தன்னால் மட்டுமே திறக்க முடிகிற மந்திரக் கதவு ஒன்றைக் கடவுள் பொருத்தியிருக்கிறார் என்று, உடன் வருகிறவன் பாஷை தெரியாத சீன தேசத்துக்காரனாயிருந்தாலும் அதைப் பொருட்படுத்தாது, அசைபோடும் மாட்டின் வாயிலிருந்து உமிழ்நீர் வழிவதைப் போல தற்பெருமை குரலில் வழிய முதலியாரால் தன் துணையுடன் காட்டிற்குள் அனுப்பப்படும் யாவரிடமும் சொல்லிக்கொண்டேயிருப்பது முதலையின் நிரந்தரப் பழக்கமாகிவிட்டிருந்தது. அர்த்தம் புரிந்தாலும் புரியாவிட்டாலும் அந்தக் குரலிலும் அதன் கார்வையிலும் அட்சரங்களின் இணைவிலும், இருளும் உருவெளித் தோற்றங்களும் மாயக் குரல்களுமாக உருப்பெற்ற வனச் சூழலின் பின்னணியானது, கேட்பவர்களுடைய மனங்களிலும் உதடுகளிலும் அவர்களுடைய அம்புலிப் பருவத்து நினைவுகளையும் ஏக்கத்தையும் மழலைச் சொற்களையும் எழுப்பிவிடும் மர்மத் தன்மையொன்றை அதன் பங்கிற்கு ஏற்றியும் வைத்திருந்தது (ட்ரிஸ்ட்ராமையும் இந்த உணர்வும் சொற்றொடர்களும் விட்டுவைக்கவில்லை. அவன் முதல்நாள் முதலையுடன், நான்காம் நாள் கௌட குழுவினர் உள்ளே நுழைந்ததற்கு எதிர்திசையிலிருந்து வனத்திற்குள் நுழைந்து பயணப்பட்டுக்கொண்டிருக்கையில் அவனுடைய இந்தப் பிரதாபத்தைக் கேட்டுவிட்டுத் தனக்குள் இப்படியாக முனகிக்கொண்டான், ஒருவனுக்கு உள்ளே நுழையும் வழி என்பது இன்னொருவனுக்கு வெளியேறும் வழியாக இருக்கும் என்கிற மூதுரை எப்போதுமே சரியாகத்தான் இருக்க வேண்டுமென்கிற அவசியம் இல்லை). இத்தனை வசதி வாய்ப்புகளுக்கு மேல் மோப்ப சக்தியால் கீழே எங்கோ திரைமறைவுச் செயல் ஏதோ நடக்கிறது என்பதை

மட்டும் கண்டுபிடித்துவிட்டு யார், என்ன என்கிற விபரம் தெரியாமல், வனத்தினுள் நுழைய அஞ்சியும், வழி தெரியாமலும், சர்க்காருக்குத் தெரியப்படுத்தலாமா அல்லது தங்கள் பங்கிற்காகக் காத்திருக்கலாமா என்கிற யோசனையுடன் துர்க்கத்தின் மேலேயிருந்து எட்டியெட்டிப் பார்த்தபடி தவித்துக்கொண்டிருக்கும் கோட்டைக் காவலாளிகளிடம் பேரம் பேசி அவர்களுக்குத் தர வேண்டியதைத் தந்து சமாளித்துவிட ஷெஸ்லரும் இருக்கவேயிருக்கிறார்.

கண்டுபிடிக்கப்பட்ட பழைய கிராமத்தின் மேல் ஒரு புதிய கிராமத்தை எழுப்புவதற்கான அடிப்படைக் கட்டுமான வேலைகளை முதலியாரின் ஆட்கள் தொடங்கியபோது கெலமங்கலத்தில் இரட்டைச்சாமி கோயில் கொடை துவங்கப் பதினைந்து நாட்களிருந்தன. அடுத்த இரண்டு மாத காலத்திற்குள் ஆட்களை அங்கே கொண்டுவந்து இறக்கிவிட்டால் எதிர்வருகிற கோடையில் அபினி விதைப்பைத் தொடங்கி மழைக் காலத்திற்குள் அறுவடையை முடித்துவிட்டு வயலை ஆறப்போட்டு சோளத்திற்கோ துவரைக்கோ விட்டுவிடலாமென்பது முதலியாருடைய திட்டமாயிருந்தது. வாரன் ஹேஸ்டிங்ஸின் குத்தகை ஏலத் தந்திரங்களுக்குத் தப்பிய ஒரிசாவின் இருண்ட கிராமங்களிலிருந்து நல்ல தரமான அபினி விதைகளைத் தருவித்துத் தயாராக அவர் தன் கையிருப்பிலும் வைத்திருந்தார். கொஞ்சங்கொஞ்சமாக ஒரு நூறு குழி நிலத்தை இதற்காகத் தயாரித்துவிட்டால் முதல் வருடமில்லாவிட்டால்கூட இரண்டாவது வருடத்திலிருந்தாவது தூசு தும்பெல்லாம்போக வருடத்திற்குத் தோராயமாக எட்டு வீசை உலர்ந்த அபினியைத் தயாரித்துவிடலாம், விதைப்பிலிருந்து தொடங்கி அபினிப் பாலைக் காய்ச்சிக் காயவைத்துப் பொதிகளாகக் கட்டுவதுவரை சராசரியாக நூற்றைம்பது ஆட்கள் தேவைப்படுவார்கள். பண்ணையிலிருக்கும் ஆட்கள் இதற்குப் போதாது என்பது ஆதாரமான பிரச்சினையாக இருந்தது. மேலும் பண்ணையிலிருப்பவர்களை இதற்காகக் கூட்டிவந்தால் மற்றவர்களுக்குச் சந்தேகம் வந்துவிடுமேயென்று முதலியார் கவலைப்பட்டார். யாருடனும் அறிமுகமில்லாத புதிய வேலையாட்களைத்தான் இந்த வேலைக்குப் பயன்படுத்தியாக வேண்டும். ஆனைமலைப் பகுதியிலிருந்து தருவிக்கப்பட்ட காடர்கள் குடிசைகளை அமைக்கும் வேலையை முடித்ததும் அவர்களையே அபினி வளர்ப்பிற்கும் பயன்படுத்திக்கொள்ளலாமென்று ஷெஸ்லருக்கு ஒரு யோசனை இருந்தது. ஆனால் வனங்களின் புத்திரர்களான காடர்களை வயல் வேலைக்குப் பழக்குவதற்குள் பருவம் தப்பிவிடும், காடன் தன் புல்லரிவாளைக் குழி தோண்ட எடுத்தால் காலை வெட்டிக்கொள்வான் என்பது பழமொழி, மேலும் காடன் குண்டி ஓரிடத்தில் நிலையாகக் குந்தியிருக்கப் பழக்கப்படாதது, அவன் குரங்கைப் போல இடம்விட்டு இடம் தாவிக் கொண்டேயிருக்கிறவன். ஆனால் ஸ்திரமான வசிப்பிடங்களையும் தேடக்கூடிய உறவுகளையும் கொண்ட மனிதர்களைக் காட்டிற்குள் நிரந்தரமாகக் குடிவைத்து மறைப்பது என்பதும் ஆபத்தான காரியம்தான். ஒருவார காலம் யோசித்து யோசித்து புட்டிபுட்டியாக சீமைச் சாராயத்தைச் செலவழித்த பின் போர் நிமித்தமாக எரிக்கப்பட்ட கிராமங்களிலிருந்து வெளிப்போந்து புகலிடம் தேடிப் பீடபூமியெங்கும் பிச்சைக்காரர்களைப் போல அலைக்கழிந்துகொண்டிருக்கும்

அகதிகளை இந்த வேலைக்குப் பயன்படுத்திக்கொண்டாலென்ன என்கிற மற்றொரு யோசனையை ஷெஸ்லரே முன்வைத்தார். அவர்கள் இருப்பதைப் பற்றியும் இல்லாமல்போவதைப் பற்றியும் குடியேறிய நிலங்களில் யார் கவலைப்படப்போகிறார்கள், வடக்குத் திசையில் போனவர்கள் தங்களுடைய சகாக்கள் மேற்கே சர்க்கரை ஆலைகளில் உழைத்துக்கொண்டிருப்பதாக நினைத்துக்கொள்வார்கள், கிழக்கே போனவர்கள் மற்றவர்களைக் கும்பெனி ராணுவத்தின் எடுபிடிகளாகக் கற்பனை செய்துகொண்டிருப்பார்கள். தன்னுடைய உயிரைத் தக்க வைத்துக்கொள்வதற்கே படாதபாடு பட்டுக்கொண்டிருக்கிற ஸ்திதியில் எந்த அகதிக்குத் தன்னை விட்டுப் பிரிந்தவர்களுடைய பத்திரத்தைப் பற்றியும் முகவரியைப் பற்றியும் தேடவும் கவலைப்படவும் அவகாசம் இருக்கப்போகிறது என்கிற ஷெஸ்லருடைய வாதம் போதையின் அதீதக் கற்பனையாகவே தானிருந்ததென்றாலும் முதலியாருக்கு உடனே பிடித்துப்போனது (நீலகண்டப் பண்டிதர் எழுதிய நூலைக் கொண்டுவந்து கொடுத்து ஹூடேதுர்க்க வனத்தைப் பற்றிய ரகசியங்களை அறிந்துகொள்ள உதவியவர் என்பதைவிட அகதிகளை உபயோகப்படுத்திக்கொள்ளும் யோசனையை உளறிக்கொட்டியவர் என்பதற்காகவே ஷெஸ்லருக்குத் தான் அதிக நன்றிக்கடன் பட்டிருப்பதாக முதலியார் அடிக்கடி பாதி வேடிக்கையாகவும் பாதி உண்மையாகவும் அவரிடமே சொல்லிக்கொண்டிருப்பதுண்டு). அவர்களிருவரும் உடனே காரியத்திலிறங்கிவிட்டார்கள். சீரங்கப்பட்டண உடன்படிக்கை அப்போது தான் முடிந்திருந்த நிலையில் மலைத்தொடரின் இரண்டு புறங்களிலும் இரண்டு சர்க்கார்களுமே சந்தேகத்தின்பேரில் நிலங்களை எரிப்பதும் பூர்வகுடிகளை மலைகளுக்கு அப்பால் நிலமற்றவர்களாக இங்குமங்கும் விரட்டிப் பந்தாடிக்கொண்டிருப்பதும் அடிக்கடி நடந்துகொண்டிருந்த சாதாரண சம்பவங்களாகிவிட்டிருந்ததும் கும்பெனி சர்க்காரின் அனுமதியோடேயே உள்ளூர் விளைநிலங்களின் சாகுபடிக்காக அகதிகளை விலைக்கு வாங்கி உள்ளே கூட்டிவரும் சாக்கில் தங்களுக்குத் தேவைப்படும் ஆட்களை ஆசை வார்த்தைகளைச் சொல்லித் தனியாகப் பிரித்து வனத்தினுள் அழைத்துச் சென்றுவிட நல்ல வாய்ப்பாக அமைந்தது.

கார்ன்வாலீஸின் முற்றுகையைத் தொடர்ந்து பாகலூர்ப் பாளையத்திலிருந்து வெளியேறிய குடும்பங்களில் சிலவற்றை ஷெஸ்லர் போய்ப் பேரம்பேசி ஒரே குடும்பத்தைச் சேர்ந்த நான்கு பெண்மணிகள் மற்றும் ஆறு குழந்தைகள் உட்பட்ட முப்பது அகதிகளை அழைத்துவந்தபோது வனத்தினுள் குடிசை வேலைகள் அநேகமாகப் பூர்த்தியாகி அவர்களுக்காகக் காத்திருந்தன. இரண்டு நாட்களுக்குள் ஒரு குடிசையென்று திட்டமிடப்பட்டிருந்த காலக்கெடுவிற்கு முன்பாகவே காடர்கள் தங்கள் வேலைகளைப் பிரமிக்கும்வண்ணம் நிறுவி முடித்து விட்டிருந்தார்கள். பன்னிரண்டு குடிசைகள், அவை ஒரேயிடத்தில் இருந்தால் அவற்றுக்காக மரங்கள் அகற்றப்பட்ட வெட்டை துர்க்கத்தின் மேலிருந்து பார்ப்பவர்களின் கண்களை உறுத்தக்கூடுமென்று முன்னெச்சரிக்கையாக எட்டுப்பத்துப் பாதங்கள் இடைவெளியில் ஜதை ஜதையாகப் பிரிந்து இருக்கும்படி நடுநடுவே மரக்கிளைகள் அவற்றின் மேல் கவிழ்ந்து மறைக்க இடங்கொடுத்து அமைக்கப்பட்டிருந்தன. கொடுக்கு

மூங்கிலும் கண்ணீக்களும் மொய்த்துக்கிடக்கும் சின்னாற்றங்கரையையும் அபினிக்காகப் பண்படுத்தவிருக்கும் மலைச் சரிவையும் அதிகம் நெருங்கிவிடாமலும் அதிகம் விலகியிருக்காமலும், கால் நாழிகை வழித் தொலைவில், முக்கோணமொன்றின் மூன்று முனைகளைப் போல ஒன்று மற்ற இரண்டிற்கு எதிரான புள்ளியில் விலகியமையுமாறும் கவனம் எடுத்துக்கொள்ளப்பட்டது. இந்த அமைப்பு இவை மூன்றின் நடுவேயும் வளர்ந்துகிடக்க விருட்சங்களை அனுமதித்துக் காட்டை அதனியல்பிலேயே தொடர்ந்து வைத்திருப்பதன் மூலம் காட்டுப்பிசாசுகளை ஏமாற்றுவதற்குக் காடர்கள் கைக்கொள்ளும் பாணியிலமைந்த நல்லதோர் உபாயமாக விளங்கியது. இரண்டு மாதங்களுக்குப் பிறகு காடர்கள் தன்னிடமிருந்து விடைபெற்றுக்கொள்ளும் முன் முதலை உட்படத் தன்னுடைய ஆட்களில் சிலர் அவர்களிடம் அத்தகைய குடிசைகளை அமைப்பதற்குப் பயிற்சி எடுத்துக்கொள்ளவும், பத்து காடர்கள் மட்டும் ஊதாரிகளாக அங்கேயே பணியாற்றவும் முதலியார் ஏற்பாடு செய்துவைத்துக்கொண்டார். இந்த ஏற்பாடு பின்பு அங்கே குடியிருப்புகள் அதிகப்படத் துவங்கியபோது வந்தவர்கள் தங்களைத் தகவமைத்துக்கொள்வதற்கும் வயல் வேலைகளில் ஈடுபடுவதற்குமிடையே பொதுவாக உண்டாகக்கூடிய கால தாமதத்தைப் பெருமளவு குறைத்தது. காடர்களிடமிருந்து வனத்திற்குள் வசிக்கத் தேவைப்படும் தந்திரங்களில் மேலும் சிலவற்றையும் காட்டிற்குள் கங்காணிகளாயும் காவலர்களாயும் பணியமர்த்தப்பட்ட முதலியாருடைய ஆட்கள் கற்றுக்கொண்டிருந்தார்கள். அவர்களுடைய அறிவுரைப்படிதான் இரண்டாம் வருட விதைப்பிற்குள் சரிவில் பெருகிவிட்ட நூற்றிருபது குழி விஸ்தாரமுள்ள அபினி வயல்களில் வேலை செய்வதற்காகப் பாகலூர், சிங்கிரிப்பேட்டை, சூலகிரி, கடைசியாக ஸ்வப்னஹள்ளி ஆகிய இடங்களிலிருந்து நான்கு தவணைகளில் அழைத்துவரப்பட்ட அகதிகளினுடைய குடிசைகளின் எண்ணிக்கை பன்னிரண்டிலிருந்து படிப்படியாக அதிகரித்து அறுபதைத் தொட்டபோதும்கூட அவற்றை ஓர் ஒழுங்கில் இணைக்கும் பாதைகளையோ தெருக்களையோ அமைத்துத் தங்களுடைய நடமாட்டத்தையும் தொடர்புகளையும் எளிதாக்கிக்கொள்ள முதலியாரிடமிருந்து அவர்களுக்கு அனுமதி கிடைக்காமலேயிருந்தது. பாதைகளும் வீதிகளும் வனத்திற்கு உவப்பானவையல்ல, பாதைகளும் வீதிகளும் தோன்றுவது வனத்தினுடைய சிடுக்குகள் உண்டாக்கும் மர்மங்களின் மேல் மனிதனுக்கு இயற்கையாகவே உண்டாகியிருக்கும் அச்சத்தை அவன் மனதிலிருந்து அகற்றிவிடும், வனத்தின் மீதான பயம் அகலுவதென்பது அதனுள்ளிருப்பவர்களுக்கு அதன் அட்சர வடிவமாகவே தன்னைக் காட்டிக்கொண்டிருக்கும் முதலியாருடைய கட்டளைகளின் மீதான அச்சமும் கீழ்படிதலும் அவர்களை விட்டு அகன்றுகொண்டிருக்கிறது என்பதன் சூசகச் செய்தி, பாதைகளும் வீதிகளும் மரங்களின் வேர்களைப் போல ஓசையெழுப்பாமல் வளர்ந்து செல்லும் இயல்புடையவை, அவை எப்போது நிலத்தை ஊடுருவி எந்தத் திசையில் முன்னேறுகின்றன என்பதை, அவற்றின் மற்றொரு முனை என்றாவது ஒருநாள் காட்டின் வெளிப்புறமிருக்கும் ஏதாவது ஓர் ஊரின் தெருமருங்கில், அல்லது ஏதாவது ஒரு சந்தையின் பின்புறத்தில், வெளியார் கண்களில் தென்படும்படியாகத் துருத்திக்கொண்டு எழும்

கணம்வரையில் யாராலும் கண்டுபிடிக்க முடியாது, பாதைகளும் வீதிகளும் வனத்தினுள் ஜனங்களிடையே போக்குவரத்தை அதிகப்படுத்தும், போக்குவரத்து அதிகமானால் உரையாடல்கள் அதிகமாகும், உரையாடல் அதிகமாகும்போது அவற்றில் சிறிய அசௌகரியங்களைக்கூட சுவாரஸ்யம் கருதிப் பெரிய குறைகளாக மாற்றிக்காட்டும் கதைகள் இடம்பெறும், கதைகள் பெருகுவது ஆபத்து, அவை எசமானர்களுக்கு எதிரான குழுமனப்பான்மை குடிகளிடையே வளர்வதற்கு ஆதாரமாக அமைந்துவிடும். ஆனால் தன்னுடைய திட்டங்களுக்குப் பாதகமாக அமையக்கூடுமென்று தான் கருதிய மாற்றங்களை அனுமதிப்பதற்கில்லை என்பதைத் தவிர மற்றபடி உள்ளே அழைத்துவரப்பட்ட அகதிகளுக்கு, ஒரு பண்ணையாளுக்குத் தரப்படும் அதே அளவிலான உணவு, உறைவிடம், உடை என்று வேண்டிய வசதிகளைச் செய்து தந்து அவர்களைத் திருப்தியாக வைத்துக்கொள்ள வேண்டுமென்றுதான் முதலியார் விரும்பினார். எப்படியும் பத்து வருடங்கள்வரை அபினியை விளைவிக்கும் சத்தை மண் தன்னிடம் தக்கவைத்துக்கொண்டிருக்கும் என்றும், ஆண்டவன் புண்ணியத்தில் சிறு வயதினரான திப்பு சுல்தானுடைய ஆயுசுக்கு, ஏதேனும் ஒரு பெயர் தெரியாத சிப்பாயின் வாள்வீச்சை அவர் தன் பிரசித்தி பெற்ற தொப்பையைக் கொண்டு தடுத்து நிறுத்தப் பைத்தியக்காரத்தனமாக முயற்சிக்காதவரையில், அந்தப் பத்து வருடங்களுக்கு ஹானியிருக்காது என்றும், அப்படி சுல்தான் உயிரோடிருக்கிற காலம்வரையில் மைசூரின் நிலவளத்தின் மேல் தணியாத ஆசை கொண்டிருக்கும் கும்பெனி சர்க்காருக்கும் அவருக்குமான சண்டை சச்சரவுகளும், நில எரிப்புகளும், ஜனங்கள் வெளியேற்றப்படுதலும் நிற்காது என்றும் கணக்கிட்டுக்கொண்டிருந்த அவர் ஒவ்வொரு மூன்று வருடங்களுக்கு ஒருமுறை வெளியிலிருந்து புதிய ஆட்கள் உள்ளே வரும்போது காட்டிற்குள் கொண்டுவரப்பட்ட குடும்பங்கள் முதலிலிருந்து வரிசைக்கிரமமாக வெளியேற்றப்பட்டு தன்னுடைய பண்ணையிலோ தன் நண்பர்களான பக்கத்துப் பாளையத்தார்களின் பண்ணைகளிலோ அல்லது ஷெஸ்லரின் சிபாரிசுடன் ஆங்கிலக் கனவான்களின் மலைத்தோட்டங்களிலோ சர்க்கரை ஆலைகளிலோ அவர்களுக்கு வேலைக்கும் அடிப்படை வசதிகளுக்கும் ஏற்பாடு செய்து தரப்படுமென்றும் உறுதியளித்திருந்தார். உள்ளே இருக்கும் காலத்திலும் அங்கிருக்கும் வசதிக் குறைவுகளாலோ தனிமையின் அழுத்தத்தாலோ மன உளைச்சலேற்பட்டுவிட்டால் அவர்கள் அங்கிருந்து தப்பிச்செல்லும் எண்ணத்தைக் கைக்கொண்டுவிடக்கூடுமென்பதையும் கவனத்தில் எடுத்துக்கொள்ள அவர் தவறவில்லை. சொல்லப்போனால் அபினி வியாபாரத்திலிருந்து கிடைக்குமென்று தானும் ஷெஸ்லரும் அறுதியிட்டுக்கொண்ட லாபத்திற்கு மேல் எதையும் வேண்டாமல் மிகுதி வருமானம் முழுவதையும் உள்ளேயிருக்கும் அகதிகளுக்கும் வயலின் வயதை நீடிக்கும் உரத்திற்கும் செலவிட்டுவிட முதலியார் தயாராக இருந்தார். பண்ணையிலிருக்கும் ஆட்களை வேலை வாங்குவதற்கும் வனத்தினுள் மறைக்கப்பட்டிருப்பவர்களை வேலை வாங்குவதற்கும் இடையிலிருக்கும் வித்தியாசம் அவர் நன்கு அறிந்த ஒன்றாகவேயிருந்தது. பாகலூரிலிருந்து முதல் தொகுதி அகதிகள்

வரவழைக்கப்பட்டவுடனேயே அவர்களுக்கு அவரால் ஏவப்பட்ட முதல் வேலை, நதியில் அன்றாடப் புழக்கம் சாத்தியப்படாது என்பதால், வயலாக மாற்றப்படவிருக்கும் சரிவிற்குப் பக்கத்திலேயே பின்னால் பெருகவிருக்கும் ஜனங்களுக்குமாகச் சேர்த்துப் பலனளிக்கக்கூடிய கிணறு ஒன்றைத் தோண்டுவது என்பதாகத்தான் இருந்தது. கூப்பிடு தொலைவிலேயே ஆறு பெருக்கெடுத்து ஓடிக்கொண்டிருந்ததால் ஈரம் புரையோடிப்போயிருந்த நிலத்தில் நீரூற்றைக் காண்பதற்கு அவர்களும் அதிகம் சிரமப்பட வேண்டியிருக்கவில்லை. முதலியார் நிறுத்திவைத்துக்கொண்டிருந்த காடர்களின் உதவியோடு தேன், மெழுகு, குங்கிலியம் உள்ளிட்ட மதிப்புமிக்க வனம்படு பொருட்களைச் சேகரித்து முதலியாருடைய ஆட்களின் மூலமாகவே அவற்றை வெளியே அனுப்பிவைத்துச் சந்தைகளில் (ஆனால் பாரமஹாலின் எந்தத் தாலுகாவின் சந்தையிலுமன்று) அவற்றைத் தானியங்களாக மாற்றித் திரும்ப உள்ளே கொண்டு வருவதற்கும் அவர்களுக்கு அனுமதியிருந்தது. இதைத் தவிர முதலை வாரம் ஒருமுறை அவர்களைச் சந்தித்துப் பேசுவதற்காக வரும்போதும், காரகர்களுடன் அனுப்பிவைக்கப்படும்போதும் அவனுடன் கூடவரும் ஆட்களிடமும் தானிய மூட்டைகள் முதலியாரால் வயற்கூலியாக அவர்களுக்குத் தொடர்ந்து அனுப்பிவைக்கப்பட்டுக் கங்காணிகளால் பங்கிட்டுக் கொடுக்கப்பட்டன. இரவில் சமைப்பதையும், விஸ்தாரமாகச் சமைப்பதையும், காவலர்களையும் ஊதாரிகளையும் தவிர மற்றவர்கள் பொழுது சாய்ந்த பிறகு வெளியே நடமாடுவதையும், பெரிய திரியையுடைய விளக்குகளையோ, ஆமணக்கெண்ணையில் எரியக்கூடிய விளக்குகளையோ, வேப்பெண்ணெய்ப் பந்தங்களையோ வீடுகளில் ஏற்றிவைத்துக்கொள்வதையும் அவர்கள் தடைசெய்திருந்தார்கள். அவசியமான கணங்களில் தவிர பிற நேரங்களில் தனக்கு அடுத்த வீட்டிலிருப்பவர்களைத் தவிர வேறுயாரையும் சந்தித்துப் பேசுவதற்காக மரங்களின் நடுவே நடந்துசெல்வதோ, தொலைவிலிருப்பவர்களை அழைப்பதற்காக உரத்துக் குரலெழுப்புவதோ, வீடுகளில் மட்பாண்டங் களைத் தவிர பிற உலோகங்களாலான பாத்திரங்களை உபயோகிப்பதோ கண்டிப்பாகக் கூடாது என்பதும், சிறு குழந்தைகள் இரவில் உரத்து அழுவதற்கு அனுமதிக்கக் கூடாது என்பதும் அந்தக் கிராமத்தின் கண்டிப்பான விதியாயிருந்தது. பொதுவாக அழகுணர்ச்சியை மையமாகக் கொண்டே இயங்கும் சமவெளி மனிதர்களின் அன்றாடப் புழக்கம் எழுப்பும் இந்த விதமான வசதிகளின் மணம், ஒலி, அல்லது ஒளியின் வசீகரத் தன்மை அந்தப் பகுதியைச் சுற்றிக் கொடுக்கு மூங்கிலின் பிரகாசம் எழுப்பி நிறுத்தியிருந்த மாய அரணை உடைத்துக்கொண்டு அதற்கு வெளியே உலவிக்கொண்டிருக்கும் மிருகங்களோ வனப்பிசாசுகளோ அல்லது ஒருவேளை பாரமஹால் முழுக்க இறைந்துகிடக்கும் வனங்களை உற்றுப்பார்க்கச் சொல்லிக் கும்பெனி சர்க்கார் ஏவிவிட்டிருக்கும் அதிபுத்திசாலியான சர்க்கார் அளவாய்வன் எவனோகூட உள்ளே பிரவேசித்துவிடும்வண்ணம் அவர்களை ஈர்த்துவிடும் என்கிற காரணம் தான் இவற்றைத் தன் பகுதியில் தடைசெய்ததற்கு முதலியாருக்கு உண்டான காரணமாயிருந்ததால் உள்ளே இருப்பவர்கள் இதைப் புரிந்து கொள்வார்கள் என்றும் இந்தச் சிறிய வசதிக் குறைவுகளைப் பெரிதாகப் பாராட்டிக்கொள்ள மாட்டார்கள் என்றும் அவர் நம்பினார்.

முதலியாரின் இந்த ஏற்பாடுகளில் ஓரணுவும் முதலையின் துணையின்றி நடக்கவில்லையென்பது அவருடைய ஆட்கள் அனைவருக்குமே தெரியுமாதலால் மாறுவேடத்திலிருந்த கௌட கிராமத்தை அடைந்ததும் தான் சந்தித்துப் பேச வேண்டிய நபர்களைக் குறித்து யாரிடமாவது விசாரித்தால் அது அவர்களைச் சந்தேகத்திற் குரியவர்களாக்கிவிடுமேயென்று முதலில் அவனுக்கும் கெங்கம்மாவுக்கும் ஓர் அச்சமிருந்தது. நல்லவேளையாக அதற்குள் கங்காணிகளினுடைய குடிசையையும் தங்களுக்கு அங்கே வழக்கமாக ஒதுக்கித் தரப்படும் வயற்புறத்தை ஒட்டிய இடத்தையும் அடையாளம் காட்டும் பொறுப்பை ஏற்கெனவே அங்கே வந்து பழக்கப்பட்டிருந்த லவணர்களில் இரண்டு பேர் எடுத்துக்கொண்டுவிட்டார்கள். கங்காணிகள் கௌடவின் வேடத்தைச் சந்தேகப்படவில்லையாயினும் திடீரென்று முன்னறிவிப்பு எதுவுமில்லாமல் அவர்கள் வந்துசேர்ந்ததானது அவர்களை ஆச்சரியத்திற்குள்ளாக்கத்தான் செய்தது. மறுநாள் இரவு இரண்டு சாமங்களுக்கப்புறம்தான் லவணர்களை முதலை அழைத்துக்கொண்டு வரப்போவதாகத் தகவல். மேலும் வனத்திற்குள் வெளியிலிருந்து ஒரு பெண்ணை அழைத்துவரும் வழக்க மில்லாத வழக்கத்தைப் பற்றியும் அவர்கள் தங்களுடைய வியப்பைத் தெரியப்படுத்திக்கொண்டார்கள். முதலியார் இதுமாதிரியான விஷயங் களில் மிகவும் உறுதியான முடிவுகளை எடுக்கக்கூடியவராயிற்றே. ஆனால் இந்தக் கேள்விகளை அவர்கள் கேட்கக்கூடுமென்று முன்பே ஊகித்துவிட்டிருந்த கெங்கம்மா காணாமல்போன ட்ரிஸ்ட்ராமைத் தேடி வெளியே பாரமஹால் முழுவதும் களேபரப்பட்டுக்கொண்டிருப்பதாயும், எனவே காவல் கெடுபிடிகள் அதிகமாகியிருப்பதாயும், ட்ரிஸ்ட்ராம் விஷயமாகத் துப்புத் துலக்குவதற்காக நியமிக்கப்படவிருக்கும் சௌகிகள் கிராமத்துப் பட்டேல் என்கிற முறையில் மறுநாள் முதலியாரைச் சந்தித்து விசாரிக்க வரவிருப்பதாகக் கச்சேரியிலிருந்து ஓலை வந்திருக்கிற நிலையில் மீனவிலாஸத்திலிருந்து அவர்கள் அழைக்கும் நேரத்தில் யார் இல்லையென்றாலும் அது அவர்களுடைய கவனத்தைக் கவர்வதாக அமைந்துவிடும் ஆபத்து இருக்கிறதென்பதனாலும் திட்டமிட்ட நாளுக்கு ஒருநாள் முன்னதாகவே முதலை வனத்திற்குள் சென்று லவணர்களை அபினி மூட்டைகளுடன் இரண்டாம் பேரறியாமல் அனுப்பிவைத்துவிட்டுத் திரும்பிவிட வேண்டுமென்பது முதலியாரின் உத்தரவு என்றும் ட்ரிஸ்ட்ராமையும் ஹூடேதுர்க்கத்திலிருந்து வெளியேற்றி முதலியாருடைய நண்பரான ஜவளகிரிப் பாளையத்தாருடைய ஜமீனில் யாரும் அய்யங்கொள்ளாதபடி கொண்டுவிட்டுவிட்டு வருவதற்காக அவனுடைய ஆசை நாயகியாக அமர்த்தப்பட்டிருக்கும் தன்னை அவசரம் கருதி அவர் அனுப்பிவைத்திருக்கிறாரென்றும் சொல்லி அவர்களை நம்பவைத்துவிட்டாள். வந்த புதிதில் தாங்கள் கண்ட வெள்ளைக்காரக் கனவான் மறைந்து கடந்த இரண்டு நாட்களாக யாரையும் வேலை செய்யவிடாமல், சித்திரப் பெண்ணைப் பார்த்துவிட்டு வந்த மதனகாமராஜன் பெண்ணே பெண்ணே பூச்செண்டைத் தா என்று பிதற்றிக்கொண்டிருந்ததைப் போல, தெரியாத பெயர்களையும் புரியாத நடப்புகளையும் முன்பின் தொடர்பில்லாமல் சதா உளறிக் கொட்டிக்கொண்டேயிருக்கும் அரைக் கிறுக்கனாக மாறிப்போயிருக்கும்

ட்ரிஸ்ட்ராமை அவர்களுடன் அனுப்பிவைக்கச் சந்தோஷமாகவே தயாராயிருந்த கங்காணிகள் (விட்டது சனியன்) ஆனால் நன்கு உறங்கிக்கொண்டிருக்கும் கிராமத்தவர்களை முன்னறிவிப்பில்லாத திட்ட மாற்றத்தின் மேல் எழுப்புவதற்கும் களங்களில் திரட்டுவதற்குமே இரண்டு நாழிகைப் பொழுதிற்கு மேல் செல்லுமென்றும் உறக்கச் சடவோடு பாதிக் குருடர்களும் பிரகாசமான விளக்குகளை ஏற்றிக் கொள்வதற்கு அனுமதி மறுக்கப்பட்டிருப்பவர்களுமான அவர்கள் வேலைக்குத் தங்களைத் தயார்படுத்திக்கொள்வதற்குள் பொழுதும் புலரத் தொடங்கிவிடுமென்றும் சொல்லிச் சலித்துக்கொண்டதோடு வந்திருக்கும் பதினேழு பேரையும் மிச்சமிருக்கும் குறைச் சாமத்தைத் தூங்கி ஓய்வெடுத்துக்கொள்ளும்படியும் விடிந்ததும் ஏற்கெனவே சமைத்துச் சுத்திகரிக்கப்பட்டு ஆயத்த நிலையில் வைக்கப்பட்டிருக்கும் அபினித் துகள்களை வெய்யில் ஏறுவதற்குள் மூட்டைகளாகக் கட்டி லவணர்களைப் புறப்படுத்திவிடுவது தங்களுடைய பொறுப்பு என்றும் சொல்லிவிட்டுத் தாங்களும் தங்களுடைய குறைத் தூக்கத்தைத் தொடர்வதற்கு ஆயத்தமாகிவிட்டார்கள். தனியே விடப்படுவதற்காகக் கிடைக்கும் எந்த வாய்ப்பையும் லவணர்கள் செல்லியின் வேண்டுகோளை நிறைவேற்றப் பயன்படுத்திக்கொண்டுவிடக்கூடுமென்று பயந்த கெங்கம்மா வும் கௌடவும் வேலைகளை அப்போதே ஆரம்பித்து முடித்தாக வேண்டு மென்பதே முதலியாருடைய உத்தரவு என்று சொல்லிப் பார்த்தும்கூட அது சாத்தியமில்லையென்று பிடிவாதமாய்க் கையை விரித்துவிட்டார்கள். எனவே வேறு வழியில்லாமல் இருவரும் தங்களுடைய தங்கலுக்கென்று அவர்கள் ஒதுக்கித்தர முன்வந்த குடிசைக்குப் பதிலாக ட்ரிஸ்ட்ராமோடு கூடவே தங்கிக்கொள்ளவாவது தங்களை அனுமதிக்கும்படி அவர்களை வற்புறுத்திச் சம்மதிக்கவைத்தார்கள். தாங்கள் பார்க்க வளர்ந்த குழந்தை யான கெங்கம்மாவினுடைய புத்திசாலித்தனமும் துணிவும் தங்களை மிகுந்த மகிழ்ச்சியடையச் செய்கிறதென்றும் என்றாலும் செல்லியால் குறிக்கப்பட்டிருக்கும் வெள்ளைக்காரனின் கழுத்தை அறுக்கவோ குடலை உருவவோ தங்களுக்குக் கண்ணிமைக்கும் நேரம் போதும் என்றும் சொல்லி அவள் கன்னத்தை வாத்ஸல்யத்துடன் தடவி நெட்டி முறித்து முத்தமிட்டுக்கொண்ட லவணர்கள் கால்நடைகளுடன் வயற்புறத்தை நோக்கிச் சென்று அங்கே தங்கி விடிவதற்காகக் காத்திருக்கத் துவங்க, கௌடவும் கெங்கம்மாவும் கங்காணிகள் கைகாட்டிவிட்டுப்போன குடிசைக்குச் சென்று அங்கே தங்கவைக்கப்பட்டிருந்த ட்ரிஸ்ட்ராமைக் கடைசியில் சந்தித்தேவிட்டார்கள்.

நண்பர்கள் இருவரையும் கண்ட ட்ரிஸ்ட்ராம் அடைந்த மகிழ்ச்சிக்கு அளவேயில்லை. அவன் முதலில் கெங்கம்மாவுடன் குடிசைக்குள் நுழைந்த ஆணைக் கண்டதும் தன்னைக் காப்பாற்றுவதற்காகவல்லாமல் முதலியாரின் திட்டப்படி அவள் முதலையைத்தான் கூட்டிக்கொண்டு தன்னைச் சந்திக்க வந்திருக்கிறாளென்று நினைத்துவிட்டான். முதலையின் வேடத்திலிருந்தவன் கௌட என்பதை அவன் தன்னுடைய பொய்ச் சிகையையும் போலிக் குரலையும் களைந்துவிட்டு நிற்கும்வரை அவனால் நம்பவே முடியவில்லை (கௌடவின் வித்தையை தெ வில்லி விடுதியறையில் வைத்து நாங்கள் எங்கள் புறக்கண்களால் பார்த்து

வியந்ததற்கும் எலினார் தன் அகவிழியால் பார்த்து ரசித்ததற்கும் எத்தனை நுட்பமான வித்தியாசமிருந்திருந்தால் அதை இப்படியொரு இக்கட்டான நேரத்தில் பயன்படுத்திக்கொள்ளும் யோசனை அவளுக்கு உதித்திருக்கும்). இதற்கு மேல், பிதிர் சஞ்சார மார்க்க போதினியின் கடைசி எட்டுச் சர்க்கங்களைத் துயிலார்ப் பூசாரி திருடிக்கொண்டு வந்துவிட்டானென்று கௌட சொன்ன செய்திவேறு அவனை வியப்பிலும் சந்தோஷத்திலும் உறையச்செய்துவிட்டது (நயன புஷ்பம் அவன் கையிலிருக்கும்பட்சத்தில் எலினாரின் வார்த்தைகளைத் தாண்டி அவன் எங்கும் ஓடிவிட முடியாது). அதுபோலவே அந்தச் சர்க்கங்களிலொன்று எலினாரின் வெண்ணந்தக நோய்க்கான மருந்தைப் பற்றிச் சொல்கிறது என்கிற தகவல் கௌடவையும் (ஆனால் அப்போதும்கூட பூசாரியை மன்னிக்கக் கௌட தயாராக இல்லை), அப்படியொரு சர்க்கம் எழுதப்பட்டிருப்பதுபற்றிய குறிப்பு மீனவிலாஸத்தின் மாடியறையிலிருக்கிற மர அலமாரிகளிரண்டில் எப்போதும் பூட்டப்பட்ட ஒன்றிலிருக்கும் நீலகண்டப் பண்டிதரின் இன்னொரு நூலில் இருக்கிறது என்கிற தகவல் கெங்கம்மாவையும், வாயைப் பிளக்கவைத்தன. சீரங்கப்பட்டணத்திலிருந்து திரும்பி வந்ததிலிருந்து துவங்கி, கிருஷ்ணகிரி குடைக் கச்சேரியில் நடந்த விசாரணைகளையும், துயிலார் சரித்திரம் என்கிற அபூர்வமான நூலைப் படிக்கத் தவறான ஊகத்தின்பேரில் முதலியார் தனக்கு வாய்ப்பளித்ததையும், அந்நூலில் எழுதப்பட்டிருக்கும் துயரக் கதையையும் பற்றி ட்ரிஸ்ட்ராம் விலாவரியாகச் சொன்னதைக் கேட்ட பிறகு நடந்துகொண்டிருக்கும் சம்பவங்களோடு தானுமே எலினாரின் கற்பனையென்று அவன் சொன்னதை மறுத்துப் பேசும் துணிவு இருவருக்குமே வரவில்லை. நூலகத்தின் கழிப்பறையில் கைக்கெட்டும் தொலைவிலேயே வருடக்கணக்காகக் கிடந்த அந்தச் சர்க்கங்களைப் படித்திருந்தால் எலினாரைக் குணப்படுத்தும் வழியை மருத்துவர் நிகோலஸுடன் விவாதித்துக்கொண்டிருந்த அன்றே சொல்லிப் புரட்சிக்காரர்கள்முன் தன் மேதமையை நிரூபித்துக்கொள்ளும் உபகரணமாக அவளைப் பயன்படுத்தித் தன் இருப்பைத் தக்கவைத்துக்கொள்ளக் கடைசிவரை போராடிக்கொண்டிருந்த அவரை வெற்றியடையச் செய்து எலினாரையும் குணப்படுத்தியிருக்கலாமே என்று கௌடவும் (குறைந்தபட்சம் தன்னைப் போலவே தன் முன்னோன் ஒருவனை மனதால் போலிசெய்யும் கடும் முயற்சியில் ஈடுபட்டிருந்த அப்பாவி விபூதியைக் கொல்லாமலிருந்திருந்தாலாவது ஒருவேளை அவனே தன் கற்பனையின் போக்கில் நீலகண்டர் எழுதிய நயன புஷ்பத்தைக் கண்டுபிடித்திருக்கக்கூடும்), ஹுடேதுர்க்கம் வனத்திற்குள் ட்ரிஸ்ட்ராமின் மனைவியைக் குருடாக்கிய அதே நோயும் அதற்கான காரணமும் இருக்கிறது என்கிற ரகசியத்தை முதலையிடமிருந்தோ ஷெஸ்லரிடமிருந்தோ அறிந்து ட்ரிஸ்ட்ராமிற்கு உதவியிருக்க முடியாத அளவிற்குத் தன்னுடைய அழகும் அதன் பிரயோகமும் குறைப்பட்டனவாயிருந்தனவேயென்று கெங்கம்மாவும் (அல்லது மாடியறையிலிருக்கும் நூலைத் தகப்பனுக்குத் தெரியாமல் எடுத்துவரும் துணிவை மீனாவிற்குக் கொடுக்குமளவிற்கு அந்தச் சிறுபெண்ணுடனான தன்னுடைய நட்பு வலிமையுடையதாய் இருந்திருந்தாலாவது வெகுநாட்களுக்கு முன்பே இந்த ரகசியங்களை அறிந்தவளாயிருந்திருக்கலாம்) வருத்தப்பட்டுக்கொண்டார்கள்.

எந்த ரகசியம் வெளிப்படும்போதும் அது மனிதனுடைய அறிவின் போதாமையையும் கடவுளின் தேவையையும் அவனுக்குத் தெரியப் படுத்துவதையே தன் முதல் செய்தியாகக் கொண்டிருக்கிறது என்று சொல்லி நெட்டுயிர்த்துக்கொண்டான் கௌட. எலினாருக்குத் தன் கண்பார்வையைத் திரும்பப் பெற வேண்டுமென்கிற அவாவோடு கதைகளின் நாடான இந்தியாவிற்கு அவள் தன்னை அனுப்பிவைத்ததன் பின்னணியில் வேறொரு கனவும்கூட இருந்ததென்பதை கௌடவும் கெங்கம்மாவும் தன்னைச் சந்திக்கவருவதற்குச் சிலமணி நேரங்களுக்கு முன்பு (நல்லவேளையாக நீங்களிருவரும் நான்கு நாட்கள் தாமதமாக வந்துசேர்ந்தீர்கள்) தெரிந்துகொண்டபோது கிட்டத்தட்ட கௌட சொன்ன அதே வார்த்தைகளையே தானும் தனக்குள் சொல்லிப்பார்த்துக் கொண்டதாக ட்ரிஸ்ட்ராமும் சொன்னான்.

ட்ரிஸ்ட்ராமின் இந்தப் பீடிகை கௌடவையும் கெங்கம்மாவையும் குழப்பிவிட்டது. நான்கு நாட்களுக்கு முன்புவரை பாரமஹால் பிரதேசங்களின் ஆர்ஜிதம்மீதான கும்பெனிக்காரர்களின் கணக்கு வழக்குகளை ஆராய்ந்து அறிக்கை சமர்ப்பிப்பதற்காகத்தான் அவன் இந்தியாவிற்கு வந்திருக்கிறானென்பதுதான் பரவலாக எல்லோருடைய நம்பிக்கையாயிருந்தது, அவனோ தன் மனைவியின் கண் நோய்க்கான மருந்தைக் கண்டுபிடிப்பதுதான் தன்னுடைய இந்தியப் பயணத்தின் நோக்கமென்று நண்பரின் கடிதம் தனக்கு உணர்த்திவிட்டதாய்க் கச்சேரியில் அறிவித்துவிட்டு வந்திருப்பதாய்ச் சற்று முன் சொன்னான், முதலியார் அவருடைய குற்றச் செயல்களைப் பற்றி ஏற்கெனவே மோப்பம்பிடித்துவிட்ட கும்பெனி சர்க்கார் அதை நிச்சயப்படுத்திக்கொள்வதற்காகத்தான் கணக்காய்வாளன் என்கிற போர்வையில் தன்னை ராயக்கோட்டைக்கு அனுப்பிவைத்திருக்கிறது என்று நம்பிக்கொண்டிருக்கிறாரென்பதையும், இந்தியாவின் நிலவளங்களோடு அதன் பாரம்பரியக் கலைகளின் மீதும் அதன் குடிகளுக்கு இருக்கும் உரிமைகளைப் பறித்துக்கொள்வதன் மூலம் இன்னும் விரைவாக அவர்களை அடிமைப்படுத்திவிட முடியுமென்கிற அதே கும்பெனி சர்க்காரின் திட்டத்தைச் செயல்படுத்தத்தான் வந்திருப்பதாகத் தன் வருகையைத் துயிலார் பூசாரி அவன் பங்கிற்கு அர்த்தப்படுத்திக்கொண்டிருக்கிறானென்பதையும்கூட (சரியோ தவறோ, இது ஒன்றுதான் உண்மையிலேயே நியாயமான சந்தேகம் ட்ரிஸ்ட்ராம், நானும் நீங்களும் கெங்கம்மாவும் எலினாரும் இங்கிலாந்தும் அதன் சதுப்புநிலத் துயரங்களும் சுல்தானும் கும்பெனியாட்சியும் அவர்களுடைய இடைவிடாத போர்களும் அகதிகளும் ஏன் துயிலார்களின் கற்பனையாய் இருக்கக் கூடாது, இந்த ஹூடேதுர்க்க வனமும் இதனுள் கிடந்து அல்லற்படும் ஜனங்களின் துயரமும் ஏன் ஒரு பிரிட்டிஷ் பெண்மணியின் கற்பனையாய் இருக்க வேண்டும், உண்மையாய் ஏன் இருக்கக் கூடாது, இது ஏன் ஜெகதேவராயரின் காலமாயிருக்கக் கூடாது, முதலியாரால் அடைத்துவைக்கப்பட்டிருக்கும் அகதிகள் ஏன்தான் தங்களை அகதிகள் என்று கற்பனை செய்துகொள்ளும் துயிலார்களாகவே இருக்கக் கூடாது, நீங்கள் ஏன் தாண்டவராயன் கதையின் உள்ளர்த்தங்களைப் புரிந்துகொண்டு தங்களை விடுவிக்க வருவானென்று துயிலார்கள் எதிர்பார்த்துக்கொண்டிருக்கும் மனிதனாயிருக்கக் கூடாது, நிஜத்தில்

தங்களால் சாதிக்க முடியாமல்போன, ராயருக்கெதிரான புரட்சியை அவர்கள் ஏன் (தாண்டவராயன் கதையைப் பிறிதொரு நிலத்தில் நிகழ்ந்ததாகக் கற்பனை செய்ததைப் போல) பிரான்ஸ் என்றொரு தேசத்தைக் கட்டியெழுப்பி அதில் நிகழ்வதாகச் சொல்லிப்பார்த்திருக்கக் கூடாது, ஏன்தான் ஐரோப்பா இந்தியாவின் கற்பனையாய் இருக்கக் கூடாது) அவன் வாயேதான் சொல்லி முடித்திருந்தது, நடுவில் திருவாளர் ஜேம்ஸ் ஜார்ஜ் க்ரஹாம் என்கிற புத்திசாலிக்குவேறு இவன் சுல்தானின் ஒற்றனாயிருக்கலாமோ என்கிற லேசான சந்தேகம் எப்போதுமே உண்டு என்றும் அடிக்கடி சொல்லிவந்திருக்கிறான், இப்போதென்னடாவென்றால் இவையெல்லாவற்றையும் மறுத்துவிட்டு வேறொரு புதிய காரணத்தைச் சொல்லத் தொடங்குகிறான். கௌடவையும் கெங்கம்மாவையும் பொறுத்தமட்டில் அவர்களிருவருடைய அக்கறையுமே ட்ரிஸ்ட்ராமினுடைய பத்திரத்தின் மேலும் அவனுடைய சித்த சுவாதீனத்தின் மீதும்தானே தவிர அவன் சொன்ன காரணங்களின் மீது அல்லவென்பதால் இவற்றில் எது உண்மையான காரணம் என்று அவர்கள் அவனைக் கேட்கவில்லை. மாறாக இஃதாவது இறுதியான காரணமாயிருக்குமா என்பதே அவர்களுடைய விசனமாயும் கேள்வி யாயும் இருந்தது. ஆனால் துரதிர்ஷ்டவசமாக ட்ரிஸ்ட்ராமுக்குமே அவர்களுடைய கேள்விக்கு ஆமாம் இல்லை என்று உறுதியான ஒரு பதிலைச் சொல்லத் தெரியவில்லை. சீரங்கப்பட்டணத்தை நோக்கிச் சென்றுகொண்டிருந்த வழியில் நூல்கள்பற்றியும் நூல்களை வாசிப்பது பற்றியும் பரஸ்பரம் விவாதித்துக்கொண்டிருந்ததை கௌடவிற்கு நினைவூட்டிவிட்டு அவன் சொன்னான், உலக நடப்பும் ஒரு வகையில் சூழ்நிலைக்கேற்பப் பலவிதமாக வாசித்துப் பொருள்கொள்ளப்படும் பிரம்மாண்டமான நூலைப் போலதான் இருக்கிறது கௌட, அல்லது காலமென்னும் கூண்டு வண்டியினுள் ஏற்றப்பட்டு பார்வையைத் தவிர பிற புலன்கள் யாவற்றையும் கூர்மையாக உபயோகிக்கும்படி நிர்பந்திக்கப்பட்டும்விட்ட ஒரு பயணியின்முன் சுழலும் உலகத்தைப் போன்றது என்று வேண்டுமானாலும் கற்பனை செய்துகொள், தன்னை வந்தெட்டும் வெளிச்சம், வாசனை, சத்தம் முதலான சமிக்ஞைகளைக் கொண்டுதான் அவன் அதே உலகத்தை அவ்வப்போதைய உலகமாக அறிந்துகொள்ள வேண்டியிருக்கிறது, ஒருவிதத்தில் பயணமென்பதே உலகத்தை அப்படி அறிந்துகொள்வதுதானென்றும் சொல்லலாம், எலினார் என்னைத் தன் கற்பனையின் கூண்டு வண்டிக்குள் அமர்த்தி வைத்திருக்கிறாள், சாரதியாக அவளுக்கு அந்தப் பயணம் எங்கே முடிய வேண்டுமென்பது கண்டிப்பாகத் தெரிந்திருக்கும், ஆனால் பயணியாக எந்தெந்தத் தருணங்களில் எதையெதை என் புலன்கள் உணர்கின்றனவோ அதைத்தான் அந்தப் பயணத்தின் லட்சியமாக நான் எடுத்துக்கொள்ள வேண்டியிருக்கிறது, ஒருமுறை அது பிரான்ஸ் யாத்திரைக்குப் பிறகு எங்கள் மேல் கவிழ்ந்துகொண்ட ஏழ்மை, இன்னொருமுறை அது இங்கிலாந்தின் அரசியல், சமீபத்தில் எலினாரின் நோய், இப்போது அவளுடைய கனவு.

ஃபென் புலிகள்

அந்தக் கனவு என்ன என்பதைத் தெரிந்து கொள்வதற்கு முன்னால் (மேலும் அது அவளுடையது மட்டுமன்று) வேறொன்றைப் பற்றியும் தெரிந்துகொள்ள வேண்டியிருக்கிறது, கதைகளால் உண்டான நோய்க்கான மருந்தைக் கதைகளுக்குள் பயணம் செய்துதான் தேட வேண்டுமென்கிற கௌட வின் கீழைச் சித்தாந்தப் பார்வையால் எலினார் கவரப்பட்டாளென்பது (அந்தப் பார்வை ஃபென் பூர்வகுடியினரின் இயல்பிற்கு மிக நெருக்கமான ஒன்றா யிருந்தது) எத்தனை உண்மையோ அத்தனை உண்மை மெய்ஞானத்தின் மாற்று அறிவியலென்றும், கதைகளின் மாற்றுக் கண்டுபிடிப்புகளென்றும், மனதின் திருகல்தான் உடலின் திருகலாக வெளிப்படுகிறதேயன்றி ஆவி புகுந்த உடல் என்று ஒன்று இல்லையென்றும், இயந்திரங்களைப் போலவே மனித மனமும் முறையான பராமரிப்பையும் தேய்ந்துபோன நம்பிக்கைகளுக்குப் பதிலாகப் புதிய நம்பிக்கைகளைத் தன் பகுதிகளாகப் புதுப்பித்துக்கொள்ளலையும் வேண்டும் ஸ்தூல வஸ்துதானென்றும் நம்பத் தொடங்கியிருக்கும் இந்த, அறிவை மையமாகக் கொண்டு சுழலும், காலக்கட்டத்தின் (ஐரோப்பாவின்) மகள் என்பதும், காரணம் கௌடவே சொன்னதுதான், மதங்களும் அவற்றின் கதைகளுமே நிலங்களையும், நிலங்களே மற்ற மிருகங்களைப் போல மனிதனின் குணங்களையும் சமைக்கின்றன, கிறிஸ்தவம் தன்னைக் கேள்விகேட் கும் அறிவைத் தன்னிடத்திலேயே பொதிந்துவைத்திருந்தது என்பதே எலினார் நிகோலஸை தவிர்க்க முடியாமலிருந்ததற்குக் காரணமென்று எடுத்துக் கொள்வது எனவே தவறாயிருக்க முடியாது, கீழை மதங்களோ கேள்வி கேட்காமல் ஏற்றுக்கொள்ளும் அனுபவ லயிப்பைத் தங்களுடைய நிலங்களின் இயல்பாகச் சமைக்கின்றன, தெ வில்லியில் கௌடவிற்கும் நிகோலஸிற்குமிடையே நடந்த விவாதத்திலிருந்து எலினார்

எவ்வெவற்றை எடுத்துக்கொண்டாளென்பதை அவள் ஒருபோதும் வெளிப்படையாகச் சொன்னதில்லை, ஆனால் நிகோலஸ் முன்வைத்துப் பேசிய கண்டுபிடிப்புகளின் காலத்தையும் கௌட பிரதிநிதித்துவம் செய்துகொண்டிருந்த கதைகளின் மார்க்கங்களையும் தனித்தனியாகப் பிரித்துப்பார்க்க மனமில்லாமல் அவள் தனக்குள் அலைபாய்ந்து கொண்டிருந்தாள் என்பது மட்டும் நிச்சயம், ஏனெனில் ஒன்று அவளுடைய தேவை (இங்கிலாந்து, அறிவு), இன்னொன்று அவளுடைய விருப்பம் (ஃபென், அனுபவம்), நிகோலஸ் அவர் மிகவும் வெறுத்த மெஸ்மரின் வார்த்தைகளில் சொன்னார், ட்ரிஸ்ட்ராமின் மேல் எலினார் கொண்டிருக்கும் காதல்தான் அவளுடைய குருட்டுத்தனம் என்று, கதைகளைப் பிரிந்த கற்பனைக் குருடியாகிவிட்டாய் என்று அதையே வேறு வார்த்தைகளில் சொன்னான் கௌட, இருவரும் கடைசிவரை பகைவர்களாகவே இருந்து பிரிந்தார்கள், எலினாரோ இரண்டையும் சமரசப்படுத்த விரும்பினாள், இதை அனுபவபூர்வமாக அவள் உணர்வதற்காகவே விதி வால்டேர் மற்றும் மாரட் உள்ளிட்ட அறிவுவாதிகளின் எழுத்துகளால் தூண்டப்பெற்றுப் பிரான்ஸில் வெடித்த பாமரர்களின் புரட்சியென்னும் நாடகத்தின் பதற்றம்மிக்க சில காட்சிகளில் அவளையும் அவளுடைய கணவனுடனும் நண்பர்களுடனும் பங்கேற்கச் செய்தது, வேசிகளின் கூடாரமாயிற்றென்று நமதன்னை தேவாலயத்தின் மீது அவர்கள் வீசியெறிந்த கற்களும் கருவிகளும் சில வருடங்கள் கழித்துக் கில்லெட்டினாக மாறி அவர்களுடைய தலைவர்களையே வெட்டிக் குவித்த அவலத்தையும் கண்ட பின், பிரெஞ்சுப் புரட்சியின் சரியையும் தவறையும் அவதானித்துக்கொள்ளும் நிதானம் சில வருடங்களில் கைகூடிய பிறகு, லிட்டில்போர்ட்டிலிருந்து வெளியேறி வெகுதூரம் வந்துவிட்ட பின்னும் தான் காணும் ஒவ்வொரு வஸ்துவையும் சாபக்காடாகத் தன் பார்வையால் மாற்றிக்கொண்டேயிருக்கும் பைத்தியக்காரச் சகோதரியிடம் தன்னுடைய கதையைச் சொல்வதென்று அவள் முடிவு செய்தாள்.

கற்பனையில் தான் உருவாக்கிய இந்தியாவென்னும் கதைகளின் நிலத்திற்குள் வெண்ணந்தகத்தைக் குணப்படுத்தும் மருந்தைத் தேடிச்செல்ல எலினார் முதலில் கௌடவையே அனுப்புவதென்றுதான் முடிவு செய்திருக்க வேண்டும், கௌட இதற்கு முழுத் தகுதியுள்ளவன் என்பதில் சந்தேகமில்லை, பிறப்பாலேயே அவளுடைய கற்பனை ஜனங்களின் கூட்டத்தைச் சேர்ந்தவன் அவன், அதனுடைய சவால் மிகுந்த கதைப் பாதைகளை அவனைவிட எளிதாக வேறு யாரால் கடந்து சென்றுவிட முடியும், மேலும் ஒரு காதலனைப் போலவோ சகோதரனைப் போலவோ அவன் தனக்காக அந்த சாகஸத்தில் ஈடுபடுமளவிற்குத் தான் அவனுக்கு முக்கியமானவளாக இருப்பதென்பது எலினாரின் மனதிற்கு உவப்பான ஒன்றாயுமிருந்திருக்கும், ஆனால் அதே நேரத்தில் மருத்துவர் நிகோலஸின் அறிவுரைப்படி ட்ரிஸ்ட்ராமைப் பிரிந்து அவனுடைய உறவுக்கு முன்பிருந்த, ஃபென் நிலத்தின் மகளாய், கன்னிப் பெண்ணாய், சிலகாலம் வாழ்ந்தாக வேண்டிய சுயநிர்ப்பந்தமும் அவளுக்கு இருந்தது, பழைய எலினார் வெளியேயிருப்பவர்களின் பேராசைக்குப் பிடிகொடுக்காத இருண்ட நிலமாகவே தன் ரகசியங்களைப் போன நூற்றாண்டுவரை

பெருமிதத்துடன் தக்கவைத்துக்கொண்டிருந்த சதுப்பு நிலத்தின் புதை சேற்றுப் படலங்களினூடும் மூங்கில் காடுகளினூடும் தனிமையையும் மௌனத்தையும் நேசிக்கும் மீன்களின் திசைகளற்ற அலைவுகளினூடும் தலைமுறை தலைமுறையாகத் தொடர்ந்து வந்துகொண்டிருந்த சில தொலைவான லட்சியங்களையும் பிரத்யேகமான கனவுகளையும் தன்னுள்ளேயும் சுமந்துகொண்டு திரிந்தவள், நிலத்தை அடைகாக்கும் அந்தக் கனவுகளை முதலில் கண்ட, ஃபென் புலிகளென்று தங்களை அழைத்துக்கொண்ட, அவளுடைய முன்னோர்கள் மத்தியகால ரோமானியத் துறவிகள்முதல் பெட்ஃபோர்ட் பிரபுவால் அமர்த்தப்பட்ட டச்சுப் பொறியாளன் வெர்ம்யூடெனின் ஃபென் சாகஸக்காரர்கள்வரை ஒவ்வொரு காலக்கட்டத்திலும் தங்களுடைய வாழ்வாதாரமான கழிமுகத்துச் சதுப்பு நிலத்தின் தனித்தன்மையைக் கைப்பற்றி அழித்து அவற்றைப் பொருள்தேடி அலையும் வியாபாரவுலகின் பேய்ப்பசிக்குத் தீனியிடும் சமவெளிகளாக மாற்ற முனைந்தவர்களை (அந்தப் பூதாகரமான எந்திரங்களைக் கவனி, அது அவர்களால் வடிவமைக்கப்பட்டதாக்கும், நம் உடலை மெலியச் செய்து காகங்களுக்கும் பூச்சிகளுக்கும் அது இரையாக்கும், சதுப்பங் காட்டை வற்றச்செய்து அவர்கள் அர்த்தப் படுத்துவது நீரையிறைத்து மேட்டில் பாய்ச்சலை, எனில் அனைத்தும் வடிந்துபோய் நாம் கண்டிப்பாகச் சாக எஸ்ஸெக்ஸ்ஸின் கன்றுகள் விரும்புகின்றன மேய்ச்சலை) மூங்கில் காடுகளினூடும் வாய்க்கால்களின் ஆழத்திலும் ஓய்வில்லாமல் எதிர்கொள்ள வேண்டியிருந்தது (சிறகுள்ள காட்டுக்கோழிகள் இறக்கைகளைக் கொண்டிருக்கின்றன பறந்துசெல்ல வேறு தேசங்களுக்கு, ஆனால் நம்மிடம் அம்மாதிரி எதுவுமில்லை நண்பா நம்முடைய வெளியேறலுக்கு, கொம்புள்ள மிருகங்களுக்கும் கால்நடைகளுக்கும் நாம் இடமளிக்கப்போகிறோமா, அல்லது யுத்தத்தின் மூலம் அவற்றை நம் நிலங்களுக்கு வெளியே விரட்டப்போகிறோமா), ஆதிக்காலந்தொட்டு அவர்கள் தங்கள் கைகளில் ஏந்திக்கொண்டிருந்த தூண்டில்களையும் துடுப்புகளையும் மூங்கில் வெட்டும் கட்டாரிகளையும் நாட்டுத் துப்பாக்கிகளையும் ஆயுதங்களாகப் பயன்படுத்துமாறு அவர்களை நிர்பந்தித்த வெளியுலகமே அவர்கள் முரடர்களென்றும் மாயாவிகளென்றும் போக்கிரிகளென்றும் தங்கள் வாரிசுகளுக்கு அறிமுகம் செய்துவைத்தது, செங்கால் கௌதாரியையும், எகிப்திய வாத்தையும், சீழ்க்கைக் கொக்கையும், கரண்டி மூக்கானையும், ஊசி மூக்கானையும், கூன்மீனையும், வெள்ளி மீனையும், ஈட்டி மூக்கு மீனையும், துடுப்பு மீனையும் ஒன்றன்பின் ஒன்றாகத் தொலைத்துக்கொண்டே வந்ததனால் உண்டான அவர்களுடைய பதற்றத்திற்கு ஆறுதலென்றும் பசிக்கு உணவென்றும் கூறி அபினிப் பொட்டலங்களை வீசியெறிந்துவிட்டு வெளியே சென்று கிறிஸ்துவின் விரோதிகளென்று சொல்லி அவர்களைத் தூற்றியது, போதையின் உருவெளித் தோற்றங்களில் அவர்கள் மூழ்கிக் கிடந்த காலத்தில் வெர்ம்யூடென் பெட்ஃபோர்ட் நதியை உருவாக்கி அவர்களைத் தோற்கடித்தான், இது புலிகளுக்குப் பெருத்த அவமானத்தைக் கொண்டுவந்து சேர்த்தது, சிலர் தற்கொலை செய்துகொண்டார்கள், சிலர் ஃபென் சாகஸக்காரர்களுடன் சமரசத்திற்கு இறங்கினார்கள், சிலர் ஃபென்னை விட்டு வெளியேறிப் பிச்சைக்காரர்களாயும்

வேசிகளாயும் தரகர்களாயும் வேலைக்காரர்களாயும் கேம்பிரிட்ஜ்ஷைர் வீதிகளிலும் லண்டன் தெருக்களிலும் அலைந்தார்கள், எலினாரின் குடும்பம் உட்பட்ட சில குடும்பங்கள் மானத்தை விலைபேசும் தைரியமில்லாமல் பணப்பயிர்களை விளைவிக்கும்படி காலத்தால் கட்டாயப்படுத்தப்பட்ட தங்கள் நிலங்களிலேயே கூலிகளாய் வேலைக்குச் சேர்ந்து வயிற்றைக் கழுவிக்கொண்டிருந்தார்கள், செத்துப்போன புலிகளின் ஆவிகள் நிஜவாழ்வின் குரூரத்திற்குள் வாழப் பிடிக்காமல் கதைகளுக்குள் சென்று பதுங்கின, கதைகள் நீர் வடிந்துபோன எல்லையோரக் காடுகளுக்குள் சென்று ஒளிந்தன, நிலங்களைத் துறந்து வெளியேறவும் துணிவில்லாமல் அவை சமவெளிகளாகக் கிடப்பதைப் பார்த்துச் சகித்துக்கொள்ளும் மனமரப்பும் லபிக்காதவர்கள் மட்டும் இடிக்கப்பட்டுக் கொண்டேயிருக்கும் புற்றின் ஒவ்வொரு பொந்துக்குள்ளும் மடத்தனமாகப் புகுந்து புகுந்து தன்னை மறைத்துக்கொள்ளக் கடைசிவரை போராடிக் கொண்டேயிருக்கும் பாம்பைப் போல அபினிப் பொட்டலங்களுடன் காடுகளுக்குள் நுழைந்து அங்கே கதைகளாக உலவிக்கொண்டிருந்த ஆவிகளுடன் ஆவிகளாய்த் தங்களை இணைத்துக்கொண்டுவிட்டார்கள், அவர்கள் வெளியே இருப்பவர்களைப் பார்க்க விரும்பவில்லை, வெளியேயிருப்பவர்கள் தங்களைப் பார்ப்பதையும் வெறுத்தார்கள், அவர்கள் வெளியுலகிலிருந்து எதையும் வாங்க விரும்பாததைப் போலவே அதற்கு எதையும் கொடுப்பதையும், அது தங்களைத் தீர்த்துவிடுமென்றுமென்கிற அச்சத்தில், விரும்பாதிருந்தார்கள், அழிபடுவதற்காகக் காத்திருக்கும் மிச்சச் சதுப்பு நிலங்கள், மிச்ச உயிர்கள், மிச்சக் கனவுகள், மிச்சத் தொன்மங்கள் இவற்றோடு இரண்டு நூற்றாண்டுகளுக்கு முன்பான பழைய வாழ்க்கையை வாழ்ந்துவிட்டுத் திருப்தியோடு இறந்துபோவதென்பதே அவர்களுடைய வாழ்வின் லட்சியமாய் இருந்தது, காடுகளுக்குள் அமைத்துக்கொண்ட ரகசியக் குடியிருப்புகளில் அவர்களுடைய பிறப்பும் இறப்பும் இரண்டாம் பேரறியாமல் நிகழ்ந்து முடிந்தது, வெளியே இருந்தவர்கள் அவர்களை மறந்துபோனார்கள், அவர்களுடைய ஞாபகத்தில் இருந்திருக்கக்கூடிய காணாமல்போனவர்களை நினைவுகூர்வதற்கான தடயங்களின் மேல் காலத்தின் புழுதிபடிந்து மூடிவிட்டது, ஆனால் கௌட, கெங்கம்மா, எல்லோருடைய மண்டைகளுக்குள்ளும் அல்ல, மேலும் எல்லாத் தடயங்களின் மீதுமல்ல, அதனாலேயே அவர்களில் இரண்டு பேரை, ஓர் ஆணையும் பெண்ணையும், நான் சந்திக்க நேர்ந்தது, அவர்கள் இருவரும் காதலர்கள், ஆணை நான் இதற்கு முன் பார்த்ததில்லை, அந்தப் பெண்தான் அவனை எனக்கு அறிமுகம் செய்துவைத்தாள், அவளை நான் பார்த்திருக்கிறேன், அதற்கு ஒரே காரணம் எலினார் அவளை மறந்துவிட முடியாத கட்டாயத்திலிருந்தாள் என்பதுதான், ஏனெனில் அவளுடைய பைத்தியக்காரத் தமக்கை ஹெலனின் துருப்பிடித்த தகரப் பெட்டிக்குள் அவர்களுடைய குடும்பத்திற்குத் தீராத அவமானத்தைத் தேடித்தந்த மாயச் சைத்ரீகனின் ஓவியத்தில் அவள் அழியாத தடயமாகப் பதுங்கியிருந்தாள், அவள் பெயர் எடித், ஃபென் புலிகளில் ஒருவரான ஹென்றி காட்டரின் இரண்டாவது பெண், எலினாருக்கு மூத்தவள், எடித்தும் அவள் காதலனான தோபியாஸ் ரிக்வுட்டும் சாபக்காட்டினுள் நுழைந்து

தங்களைக் காணாமல் போக்கிக்கொண்டுவிட்டார்கள் (அதற்குப் பின் வெளியுலகத்தவர்கள் யாருடைய கண்களிலும் தென்படவேயில்லை யாதலால் எலினார் உட்பட அனைவருடைய நினைவுகளிலும் உறைந்து போயிருக்கக்கூடிய தன்னுடைய அரிவைப் பருவத்திலேயே எடித் என்முன் தோன்றினாள்), அது நடந்தது ஒரு பனிக்காலத்தின் மதியப் பொழுதில், லிட்டில்போர்ட் கிராமத்தின் விக்டோரியா தெருவிலிருந்த பள்ளியில் வகுப்புகள் நடந்துகொண்டிருந்த நேரத்தில், எலினார் அங்கே படித்துக்கொண்டிருந்தாள், அவள் அதில் நடத்தப்பட்ட பாடங்களைக் கூச்ச சுபாவமுள்ள எடித்துடன் விவாதிக்க விரும்பினாள் (உலகம் வளர்ந்துகொண்டிருக்கிறது எடித், நம் நிலங்கள் நமக்குத் திரும்ப வேண்டும் என்பதில் எனக்கு இரண்டாம் கருத்து இல்லை, ஆனால் அதற்கு அவற்றின் மீது நாம் கொண்டுள்ள வாத்ஸல்யம் மட்டும் போதாது, அவற்றைப் பற்றிய அறிவும் வேண்டியிருக்கிறது, நாம் நம் நிலங்களை உயிரினும் மேலாக மதிக்கிறோம், அவர்கள் அவற்றை விலகியிருந்து அறிந்துகொள்கிறார்கள்), ஆனால் எலினார் பேசுவதைக் கேட்க எடித் இல்லை, தோபியாஸ் இல்லை, ஃபென் புலிகள் இல்லை, அவர்கள் விக்டோரியா தெருவில் வகுப்புகள் முடிவதற்கும் பள்ளிகள் ஸ்தாபிக்கப் படுவதற்கும் முன்பே சாபக்காட்டிற்குள் புகுந்து தங்களை மறைத்துக் கொண்டுவிட்டார்கள், எதிர்காலக் கனவுகளைக் காண அவர்கள் விரும்பவில்லை, மாறாகக் கனவாகிப்போன நிகழ்காலத்திலேயே வாழ்ந்து சாக விரும்பினார்கள், சதுப்பங்காடுகளுக்கு வெளியே உலகமே இல்லை என்று அவர்கள் தொடர்ந்து நம்ப விரும்பினார்கள், அந்த நம்பிக்கை யிலேயே திளைத்திருக்க அவாவினார்கள், அபின் அதற்கு உதவியது, அபின் வெளியுலகத்தைக் கற்பனையாயும் சொந்தமாக சிருஷ்டித்துக் கொள்ளும் உள்ளுலகத்தை நிஜமென்றும் அவர்களுக்குக் காட்டியது, போதையிலிருந்த எடித்தும் தோப்பியாஸுூம் (அபினியுடன் புழங்கும் அகதிகளில் சிலர், குறிப்பாக இளைஞர்கள், தவிர்க்கவியலாமல் அதைத் தங்களுடைய சொந்த உபயோகத்திற்காகத் திருடி வைத்துக்கொண்டு அதன் லஹரியில் தங்களை அமிழ்த்திக்கொண்டு அவர்களை உள்ளே அழைத்துவந்ததற்கான அடிப்படைக் காரணத்தையே சிதைத்துக்கொண் டிருக்கிறார்களென்றும் இந்தக் குற்றத்திற்கான தண்டனையைக் கங்காணிகள்தான் எதிர்கொள்ள வேண்டியிருக்குமென்றும் முதலியார் எச்சரித்து வைத்திருக்கிறாரென்றபோதும் திடீர் திடீரென்று ஏதேனும் பாறையின் மறைவிலோ மரத்தடியிலோ கைகால்களை விகாரமாகப் பரத்திக்கொண்டும் வெறித்துக்கொண்டிருக்கும் தங்கள் பார்வையாலேயே கற்பக விருட்சங்களையும் தேவலோகப் பறவைகளையும் அடையாளம் தெரியாத இன்னிசைக் கருவிகளையும் அவற்றையிசைக்கும் கின்னரர் களையும் புதிய தெய்வங்களையும் சிருஷ்டித்தபடியும் விழுந்துகிடக்கும் இளைஞர்கள் நடத்திக்கொண்டிருக்கும் கண்ணாமூச்சி விளையாட்டு சகித்துக்கொள்ள முடியாத உபத்திரவமாக மாறி கங்காணிகளை வெறுப்படையச் செய்திருக்கிறது, இந்த விபரீதங்கள் முதலியாருக்குத் தெரிவிக்கப்படாமலிருக்க வேண்டுமானால் கங்காணிகள் தங்களுக்கு என்ன செய்ய வேண்டுமென்று பேரம் பேசும் கூட்டமொன்றும் இந்த வனக் குடியிருப்பில் மெதுவாக வளரத் தொடங்கியிருக்கிறது) என்னிடம்

கிராமத்தை விட்டு நன்கு விலகியிருக்கும் அந்தக் கிருமிப் பிரதேசத்தின் அமானுஷ்யத் தன்மை மனிதர்களின் இருதயங்களில் கிலியை விதைக்கு மென்கிற பொதுவான நம்பிக்கைக்கு மாறாக அபரிமிதமான தைரியத்தைத் தான் தங்களுக்குக் கொடுத்துக்கொண்டிருக்கிறதென்றும் அங்கே தங்களைத் தாயின் கர்ப்பத்திலிருப்பதைப் போல பாதுகாப்பாக உணர்வ தாயும் சொன்னார்கள், கொடுக்கு மூங்கிலும் கண்ணீக்களும் மாய ஒளியையும் மந்திரத் தன்மையுடையதான ரீங்கரிப்பையும் தங்களருகே வனவிலங்குகள்கூட நெருங்கத் தயங்கும்வண்ணம் வெளியே கசியவிட்டுக் கொண்டிருக்கின்றன என்று வெளியேயிருப்பவர்கள் நினைத்துக் கொண்டிருப்பதற்கு மாறாக மென்மையாகச் சுடரும் அந்தத் தாவரத்தின் ஒளியும் போதையின் மிகத் துல்லியமான நரம்பைச் சுண்டிவிட்டு அதற்குச் சுகம் சேர்க்கும் வண்டுகளின் ஒலியுமே நிஜமென்றும் கொடுக்கு மூங்கிலும் கண்ணீக்களும் அந்த ஏகாந்தத்தை அனுபவிக்க முடியாதவர்கள் அல்லது அந்த அற்புத அனுபவத்தின் தீவிரத்தைத் தாள முடியாத அந்த டச்சுக்காரன் கார்னேலியஸ் வெர்ம்யூடென் போன்ற தந்திரக்கார பட்டணத்து முட்டாள்கள் உருவாக்கிவிடும் கற்பனைக் கதைகளென்றும் சொன்னார்கள் (போதைக்குள்ளிருப்பவர்களின் கற்பனைகளைக் கொடுக்கு மூங்கிலின் அமானுஷ்யமான பச்சையொளி அதிகரிக்கச் செய்து அவர்களைத் தன்வசம் இழுத்துக்கொள்ள முயற்சிக்குமேயென்று நான் ஒரு கங்காணியிடம் கேட்டபோது அவன் அபினியை உபயோகிப் பதற்காக ரகசிய இடங்களைத் தேடும் இளைஞர்கள் பொதுவாக நதிக்கரையை நாடுவதில்லையென்றும் உபயோகத்திற்குப் பின் பார்வை யின் பரப்பில் புகைமூட்டமாய் விரியும் நீர்நிலைகளின் ஏகாந்தத்தையும் பச்சையுலகின் வசீகரத்தையும் தலைவணங்கி மௌனமாய் ஏற்றுக் கொள்வதன்றி அவர்களிடம் தங்களிடத்தை விட்டு எழுந்துசென்று ஸ்தூலமாக அவற்றை நாடிப்போகும் உடல்வலு இருப்பதில்லையென்றும் என்னிடம் தெரிவித்திருந்தான், இலை தழைகளின் நடுவே பாம்புகள் நெளிவதைப் பார்ப்பதைப் போல அந்த உதவாக்கரைகளினுடைய உடல்கள் எந்தப் பாறையிடுக்கிலாவது எழ முடியாமல் நெளிந்துகொண் டிருக்கும் காட்சியை எப்போதாவது பார்க்க நேர்ந்தால் அதன் அதீதக் கவர்ச்சியினால் வசீகரிக்கப்பட்டு அருகில் செல்ல முயற்சிக்க வேண்டா மென்றும் அங்கே காணக்கிடைக்கும் உலகம் நிஜமானது இல்லையென்றும் என்னை எச்சரித்துமிருந்தான்), மாவுச் சாக்கை உதறியதைப் போல பொழிந்துகொண்டிருந்த பனியின் மீது பிரதிபலித்துக்கொண்டிருந்த கொடுக்கு மூங்கிலின் பச்சையொளிக்குள் தங்களையுமே நீர்ப் பிம்பத்தைப் போல அலைக்கழித்துக்கொண்டிருந்த அவர்களிருவரும் முப்பது வருடங்களுக்கு முன்பே இறந்துபோய்விட்டதாக வனத்திற்கு வெளியிலிருப் பவர்கள் அனைவரும் நம்பிக்கொண்டிருக்கிறார்களென்று நான் தெரிவித்த போது பின் ஏன் அவர்கள் இன்னும் எங்களுடைய ஈமச் சடங்குகளைப் பூர்த்தி செய்யாமல் நிலுவையில் வைத்திருக்கிறார்களாம் என்று தோபியாஸ் ரிக்வுட் என்னைப் பார்த்துக் கோபமாகக் கேட்டான், பிறகு அவனே, அவர்களால் அதைச் செய்ய முடியாது, ஏனென்றால் சாபக்காட்டினுள் நுழைந்து காணாமல்போனது தோபியாஸ், எடித் என்கிற இரண்டு காதலர்களில்லை, அவர்கள் பிரதிநிதித்துவப்படுத்திக்

கொண்டிருந்த இரண்டு பரம்பரைகள், இரண்டு பரம்பரைகளின் ரத்தத்திற்குமே வஞ்சிக்கப்பட்ட வாழ்வை உதறிவிட்டு கிராமத்தின் எல்லையில் இன்னும் உயிரோடிருக்கும் காட்டிற்குள் தங்களுடைய பாரம்பரிய வாழ்வை வாழ நுழைந்தவர்களை இறந்தவர்களாக நினைக்க மனச்சாட்சி இடம் கொடுக்காதுதான் என்று அதற்கான பதிலையும் தந்தான், அவர்களிருவரும் என்னிடம் அதிக நேரம் பேசவில்லை, என்னை முன்பின் சந்தித்திராததால் நான் யாரென்பதையும் தெரிந்து கொள்ளவில்லை, (தெரிந்துகொள்ள முயற்சிக்கவுமில்லை), பேசவாரம்பித்த ஒரு சில நிமிடங்களுக்குள்ளாகவே பேச்சு அலுப்புத்தட்டிவிட்டதைப் போல அவர்களிருவரும் மூங்கில் புதருக்குள் நுழைந்து அதன் அடர்த்தியும் இருட்டும் தந்த கதகதப்பிலும் மறைப்பிலும் தங்களுடைய சல்லாப விளையாட்டுகளை விட்ட இடத்திலிருந்து மீண்டும் தொடரப் போய் விட்டார்கள், ஆனால் கௌட, ஆனால் கெங்கம்மா, போகும் முன் எடித் திரும்பி என்னைப் பார்த்துச் சொன்னாள், உங்களால் முடியு மென்றால் அய்யா, நாங்கள் இப்போது இங்கிருந்து வெளியேற விரும்பு கிறோம், இதைச் சொல்லும்போது அவள் கண்களில் ஒளிர்ந்த ஏக்கத்தின் உஷ்ணத்தை, நிராசையின் ஜொலிப்பை, நினைவுகளின் மந்தகாசத்தை என் வாழ்நாளில் என்றுமே என்னால் மறக்க முடியாது, பள்ளியிலிருந்து திரும்பும் முன் தன்னை விட்டுப் பிரிந்துசென்றுவிட்ட தமக்கையிடம் தான் பேசவிரும்பியவற்றை நீண்ட காத்திருப்பிற்குப் பிறகு எலினார் கடைசியில் பேசிவிட்டாள் என்பதை எடித் தன் வார்த்தைகளால் எனக்குத் தெரிவித்துவிட்டாள், அந்த ஒற்றை வாக்கியம் எத்தனைக் காலச் சரித்திரத்தை உள்ளடக்கிக்கொண்டிருந்தது, அந்தக் கணத்தில்தான் நண்பர்களே, என் இந்தியப் பயணத்தின் நோக்கமென்ன என்பதையும் நான் அறிந்துகொண்டேன்.

நிலங்களை மீட்கும் தன் முன்னோர்களின் கனவுகளைத் தானும் சுமந்துகொண்டிருந்த எலினார் அதன் சாத்தியப்பாடுகளைப் பற்றி அவர்களிடம் விவாதிக்க விரும்பினாள், ஆனால் அவள் காலத்தில் அவர்கள் சோர்ந்தும், செயலிழந்தும், காணாமலும் போயிருந்தார்கள், ஃபென் சாகஸக்காரர்களிடம் செல்வாக்கு பெற்றிருந்த தோபியாஸின் தகப்பன் தன் மகனையும் மருமகளையும் சாபக்காட்டினுள் பறிகொடுத்த பின் மனம் திருந்தி எலினாரின் இன்னொரு சகோதரியான ஹெலனுக்குத் தன்னுடைய இரண்டாவது மகனை மணமுடித்தான், அந்த மனமாற்றம் சதுப்பு நிலங்களை உலரச் செய்வதற்காக உள்ளே நுழைந்தவர்களின் மனமாற்றத்திற்கான முன்னோடியாயும் இருக்குமென்றும் அவர்களுடன் ஒரு நிஜமான உரையாடலை நிகழ்த்த புதிய பாதை எதையாவது திறக்க உதவுமென்று ஃபென் பழங்குடிகளால் எதிர்பார்க்கப்பட்டது, ஆனால் சுபநிகழ்வுகளெதுவுமே நிலைக்காமல் போய்க்கொண்டிருக்கும்படி ஃபென் தேவதைகளின் ஆசீர்வாதங்களை வேகமாக இழந்துகொண்டேயிருந்த அந்தப் பாழ்நிலத்தில் ஆம்ப்ரோஸ் என்கிற அந்தப் பையன் ஒரு காகிதத்தைப் போல உலர்ந்து இறந்துபோனான், ரிக்வுட் குடும்பம் லிட்டில்போர்ட்டையே துறந்து காணாமல்போய்விட்டது, ஹெலன் வயிற்றில் உண்டான ஆம்ப்ரோஸின் குழந்தையும் அவர்களைப் பின்பற்றி சாபக்காட்டினுள் நுழைந்தவர்களைப் போலவே அடிமை நிலத்தில்

வாழப் பிடிக்காமல் இறந்தே பிறந்து ஆவிகளோடு கலந்துவிட்டது, கண்ணால் காண முடியாதவர்களுடன் பேசும் வித்தை எலினாருக்குத் தெரியவில்லை, ஆனால் அதற்காக அவள் தன் தேடலை விட்டுவிடவும் தயாராக இல்லை, நம்பிக்கைகள் வறண்டுபோய்விட்ட காலத்தில், தொலைந்துபோன தங்கள் நிலத்தின் பறவைகளையும் மீன்களையும் திரும்ப அழைக்கும் சீழ்க்கையொலியை எழுப்பக்கூடிய ஓர் இயந்திரத்தைப் பல்கலைக்கழகக் கல்வியால் கண்டுபிடிக்க முடியுமா என்பதைத் தெரிந்துகொள்ளத்தான் அவள் சகதி நாற்றமடிக்கும் தன் பருத்த உடலைத் தூக்கிக்கொண்டு ட்ரினிடிஹாலுக்குப் படிக்க வந்தாள், பாடங்களிலிருந்த தன் சந்தேகங்களைத் தீர்த்துக்கொள்ள என்னைத் தன் ஆசானாக்கிக்கொண்ட அவள் கீழ்திசை நாடுகளின் மீது பிரிட்டன் செலுத்திய அதிகாரத்தின் இயல்பைப் பற்றிக் கேட்ட கேள்விகளில் ஃபென் நிலங்களின் மீதான அதனுடைய ஆக்கிரமிப்பைப் பற்றிய புகார் ஓர் உட்சரடாக இழையோடிக்கொண்டிருந்ததை லண்டன் மேட்டுகுடிவாசியான நான் அப்போது அறிந்துகொள்ளவில்லை, அறிந்துகொள்ளவில்லையென்பது மட்டுமன்று, எலினாரின் மேற்படிப்பையும் அதைச் சாத்தியமாக்கிக்கொண்டிருந்த அவளுடைய கனவுகளின் தொடர்ச்சியையும் என்னையறியாமலேயே என்மீது அவள் கொண்ட காதலை முன்னிறுத்திப் பாதியிலேயே அறுத்தும் போட்டுவிட்டேன், ஒருவேளை நாங்கள் சம்போகித்துக்கொண்டிருந்த அந்த நேரத்திலேயே உலகைப் பார்க்கும் பார்வையாகத் தன்னை வழிநடத்திக்கொண்டிருந்த தன் முன்னோர்களின் கனவு தன்னை விட்டுப் பறிபோய்க்கொண்டிருக்கிறது என்பதை எலினாரின் ஆழ்மனம் (பிற்பாடு நிகோலஸ் கண்டுபிடித்துச் சொன்ன மெஸ்மரின் தர்க்கப்படி) அறிந்திருக்கக்கூடும், அதேசமயத்தில் என்மீதான ஈர்ப்பு என்னைத் தவிர்த்துவிட முடியாதபடி அவளைத் தடுத்துவிட்டிருக்கவும்கூடும், அந்த ஈர்ப்பிலிருந்து விடுபட அவளுக்குப் பதினான்கு வருடங்கள் தேவைப்பட்டன, பிரான்ஸ் பயணமும் மருத்துவர் நிகோலஸின் பேச்சும் கௌடவின் நட்பும் அதற்கு உதவின, ஆனால் மீட்கப்பட்டபோது அவள் பழைய எலினாராக இல்லாதிருந்தாள், பிரெஞ்சுப் புரட்சி, அதன் நோக்கமும் வழிமுறையும் முற்றிலும் புதியதானதொரு கோணத்திலிருந்து ஃபென் பிரச்சினையைப் பார்க்கும்படி அவளை நிர்பந்தித்தது, பிரான்ஸின் குடியானவர்களும் ஃபென் நிலத்தவர்களைப் போலவே தங்களுடைய நிலங்களைப் பாதுகாத்துக்கொள்ள விரும்பினார்கள், ஆனால் கூடவே அதற்கு முதலில் அவற்றின் மேலிருக்கும் தங்களுடைய உரிமைகள் நிலைநாட்டப்பட வேண்டுமென்பதையும் செலுத்தும் வரிகளுக்கீடான வாழ்வாதாரங்கள் தங்களுக்குத் தரப்படுவதில்லையென்பதையும் அவர்கள் உணர்ந்திருந்தார்கள், அவர்களுடைய உழைப்பும் வரிகளும் பிரான்ஸெங்கிலும் மாளிகைகளாயும் கோபுரங்களாயும் நீரூற்றுகளாயும் கோயில்களாயும் இறைந்துகிடந்தன, அவையனைத்திலும் தங்களுக்கிருக்கும் உரிமையைக் கேட்பதும் தங்கள் நிலங்களைத் தக்கவைத்துக்கொள்வதும் ஒரே போராட்டத்தின் தலையும் வாலுமாக இருக்கும் என்பது அவர்களுக்குத் தெரிந்திருந்தது, ஃபென் புலிகளோ தங்கள் வாழ்விற்குள் வெளியுலகத்தின் தலையீட்டை மறுதலிப்பவர்களாயிருந்தார்கள், மனித

அறிவின் தவிர்க்கவியலாத பாதை சதுப்பு நிலங்களையும் ஊடுருவ எத்தனித்தபோது அதை இயல்பாக எடுத்துக்கொள்ள முடியாத, அதன் வளர்ச்சியில் தங்களுடைய பங்கைத் தட்டிக்கேட்கும் உரிமை தங்களுக் கிருக்கிறது என்பதையே அறிந்துகொள்ளவியலாத பலவீனர்களாய் நத்தைகளைப் போல உள்ளொடுங்கிக் கிடந்தார்கள், பிரிட்டன் சதுப்புநில ஆதிவாசிகளின் துயரமும் கோபமும் பிரெஞ்சுக் குடியானவர்களின் துயரத்திற்கும் கோபத்திற்கும் சற்றும் குறைந்தவையல்லதானென்றாலும் முன்னவர்களின் கலகங்கள் பாரீஸ் புரட்சியாளர்களுடையதைப் போலன்றி ரகசியமாகவும் தாங்கள் செய்வது சட்டப்படி தவறு என்கிற தவிர்க்கவியலாத குற்றவுணர்வுடனுமே நடத்திச்செல்லப்பட்டன, அவர்கள் தங்கள் கண்களில் படும்படி வாய்க்கால்களை வெட்டிக்கொண்டு திரிந்த சிறைக் கைதிகளும் அவர்களை மேற்பார்வையிட்டுக்கொண்டிருந்த பொறியியலாளர்களுமே தங்களுடைய எதிரிகளென்று தவறாகக் கருதினார்கள், கால்பந்தாட்ட விளையாட்டென்கிற போர்வையில் வாய்க்கால்களில் மண்ணையள்ளிப் போடுவதும், வேலையாட்களை வெட்டிக் கொலைசெய்வதும், பொறியியலாளர்களைப் பயமுறுத்தி விரட்டியடிப்பதுமான, எய்தவனை விட்டுவிட்டு அம்பை நொந்து கொள்ளும் கலகங்கள் தங்களை விடுவித்துவிடுமென்று பரிதாபமாக நம்பிக்கொண்டிருந்தார்கள், பிரச்சினையின் வேர்க் காரணம் அரண்மனைவாசிகள் மட்டுமன்று, மாறாக அவர்களைத் தங்கள் கைக்குள் போட்டுக்கொண்டிருக்கும் இங்கிலாந்து வியாபாரிகளின் பேராசையும் ஆடம்பரமுமே என்பதையும் அரசாங்கத்தின் பிடரியைப் பிடித்து நேரடியாக உலுக்கிக் கேள்வி கேட்காதவரைப் பணியச் செய்யும் பயத்தை அதன் மனதில் விதைக்க முடியாதென்பதையும், பிரான்ஸின் குடியானவர்கள் தங்கள் நாட்டின் தரகர்களைத் தெரிந்து கொண்டிருந்த அளவிற்கு, அவர்கள் தெரிந்துகொள்ளவில்லை, தவறுகளும் சரிகளும் நிறைந்த ஏராளமான சோதனை முயற்சிகளை முயன்றுபார்த்த பின் பிரான்ஸ் கலகமன்று மாறாகப் புரட்சியே நிலைமையைத் தலைகீழாக மாற்றுமென்பதில் தெளிவுகொண்டுவிட்டது (பாஸ்டில் கைப்பற்றப்பட்ட அன்று தூக்கக் கலக்கத்திலிருந்து எழுந்து என்ன நடக்கிறது என்று அப்பாவித்தனமாக விசாரித்த பதினாறாம் லூயியிடம் தெரிவிக்கப்பட்டதும் இதே வாக்கியங்கள்தான்), பகிரங்கமும் பெருமிதமும் கொண்டாட்டமுமே உண்மையான போராட்டத்தின் லட்சணங்களென்பதையும் அதைப் போராட்டத்தின் நோக்கமே தீர்மானிக்கறதென்பதையும் ஃபென் புலிகளின் போராட்டம் எந்தத் திசையில் சென்றிருக்க வேண்டுமென்பதையும் பிரான்ஸில் கழித்த சொற்ப நாட்களில் எலினாரும் தெரிந்துகொண்டுவிட்டாள், தொலைந்துபோன பறவைகளைத் திரும்ப அழைக்கும் எந்திரம் உண்மையில் சாமானியர்களின் பேரணிதான் என்பதையும் அது எழுப்பும் சீழ்க்கையொலியென்பது அவர்களுடைய முழக்கங்கள்தானென்பதையும் அப்படியொரு எந்திரத்தை வடிவமைக்கும் கல்வியை அதிநவீனப் பல்கலைக்கழகங்களால் மட்டுமல்லாமல் கொசு மொய்க்கும் குடிசைகளாலும் சாணி நாற்றமடிக்கும் தொழுவங்களாலும்கூடக் கற்றுக்கொடுக்க முடியுமென்பதையும் புரட்சி அவளுக்கு உணர்த்தியது, அதன் மகத்தான ஆகிருதியும் கம்பீரமும்,

பிரபுக்களிடமும் கோமகன்களிடமும் இறுதியாக மன்னரிடமும் அது கோரிய கவன ஈர்ப்பும் ஃபென் புலிகளின் பல்லாண்டு காலப் போராட்டங்களோடு தன்னை ஒப்பிட்டுப்பார்த்துக்கொள்ளும்படி அவளை வற்புறுத்தியது.

இவற்றில் எதையும் எலினார் எப்போதும் என்னுடன் பகிரங்கமாகப் பேசிப் பகிர்ந்துகொண்டதில்லை, ஒரு மத்தியதரக் குடும்பத்தைச் சேர்ந்தவனான என்னால் இம்மாதிரியான விஷயங்களின் ஆழத்தை நோக்கிச் சரிவர நீந்திச்செல்ல முடியாதென்று, என் சிறுவயது சாகஸக் கனவுகளையும் அவை சென்றடைந்த இலக்குகளையும் பற்றி நான் அவளுக்கு அவ்வப்போது சொல்லியிருந்தவற்றின் அடிப்படையில், அவள் நினைத்திருக்கக்கூடும், ஆனால் ஒரு கதாபாத்திரமாக இன்று என்னால் என்னைக் கற்பனை செய்துகொண்டிருக்கும் அவளுடைய அப்போதைய எண்ணவோட்டங்களைத் துல்லியமாகப் படிக்க முடிகிறது, இதையும் கௌடதான் சொன்னான், மனிதர்கள் கதைகளை எழுதுவதில்லை, மாறாகப் பிரகிருதிதான் மனிதர்கள் மூலமாகத் தங்களை எழுதிப்பார்த்துக்கொள்கின்றன என்று, இல்லையா கௌட, பாரீஸ் அனுபவங்களையும் படிப்பினைகளையும் தன் ஜனங்களுடன் பகிர்ந்துகொள்ள எலினார் விரும்பினாள், ஆனால் அவள் பெண், தனியாள், குருடி மற்றும் ஓர் இல்லத்தரசி, தன்னால் எங்கிருந்து துவங்கிப் புரட்சி பற்றிய பிரக்ஞையை வெளியுலகிலிருந்து தங்களைத் துண்டித்துக்கொண்டு வாழும் ஃபென் நிலத்து பூர்வகுடிகளுக்குக் கொடுக்க முடியுமென்கிற மலைப்பு அவளுக்கு உண்டாகுமென்பது இயற்கையாகவே ஊகிக்கக்கூடியதுதான், அதற்கான பதிலைத்தான் கௌட, உன் நட்பு அவளுக்குக் கொடுத்தது, வால்டேரின் கதைகள் குடிகாரக் குடியானவர்கள் மத்தியில் பிரபலமாகியிருக்காவிட்டால் பிரான்ஸில் புரட்சி இன்னும் சில வருடங்கள் தாமதித்து வந்திருக்குமென்று மருத்துவர் நிகோலஸ் பதற்றத்துடன் அடிக்கடி புலம்பிக்கொண்டிருந்ததைச் செவியுற்றுக்கொண்டிருந்த அதே நாட்களில்தான் இந்தியாவில் புரட்சி என்பது கதை சொல்லலே என்று நீ பெருமிதத்துடன் சொன்னதையும் அவள் காதுகள் கேட்டன, கண்ணால் காண முடியாதவர்களுடன் பேசும் வித்தை எது என்பதை அவள் உன்னிடமிருந்து தெரிந்துகொண்டாள், குவளையால் முகர்ந்தெடுத்துக் கடல்நீரை வற்றச்செய்யும் முயற்சியாகவே இருந்தாலும் தானும் கதை சொல்வதென்றும் உடனே தீர்மானித்துவிட்டாள், நான்கு வருடங்கள் கழித்து, பதினாறாம் லூயியின் தலை கில்லெட்டினால் துண்டிக்கப்பட்ட பிறகே, தன்னுடைய கற்பனைக்கு வார்த்தை வடிவம் கொடுக்கத் தொடங்கினாளென்றாலும் எலினார் கதைகளின் உலகத்தைப் பற்றி நீ பேசக் கேட்க நேர்ந்த நாளிலிருந்தே அதைப் பற்றிச் சிந்திக்கவும் தொடங்கிவிட்டாள், மருத்துவர் நிகோலஸின் பிணமிருந்த கட்டிலின் மீது நாங்கள் கொண்ட உடலுறவால் குழந்தையாக உருவெடுத்திருக்க வேண்டிய கரு அன்றாட வாழ்விலிருந்து அவள் கவனம் சிதறிவிட்டதை அறிவிக்கும் உருவகமாகவே, ஒரு நோய்க்கட்டியாக, அவள் வயிற்றிலேயே தங்கியிருந்தது, மருத்துவர் நிகோலஸின் இறப்பால் மெஸ்மரைப் பின்பற்றி முன்மொழியப்பட்ட அவருடைய வாதங்கள் அவள் கற்பனையில் ஒரு

பிரத்யேக முக்கியத்துவத்தைப் பெற்றதாலும் ஏற்கெனவே சிறுவயதிலிருந்தே சாகஸக்காரனாகும் என் கனவைப் பற்றி அவளுக்குத் தெரியுமாதலாலும் கதையைச் சொல்லத் தொடங்கியபோது அவள் உன்னை விட்டுவிட்டு என்னைத் தன் நோய்க்கான மருந்தைத் தேடிச்செல்லும் யாத்ரீகனாகத் தேர்ந்தெடுக்கும்படி ஆயிற்று, சிறுவயது முதற்கொண்டே சதுப்பு நிலக் கதைகளோடும் நடனங்களோடும் வளர்ந்த அவளுக்குக் கதைசொல்லல் என்னும் விளையாட்டின் அடிப்படை விதி பற்றிய அறிவு இயற்கையாகவே வாய்த்திருக்குமென்பதும் எதிர்பார்க்கக்கூடியதுதான், சொற்களால் சொல்லப்படுவதன்று கதை என்பதுதான் அந்த விதி, சொற்கள் எப்போதும் சொல்லாதவற்றையே குறிக்கின்றன, சொல்ல வேண்டியவை எப்போதும் சொல்லப்படாதவற்றின் வழியாகவே சொல்லப்படுகின்றன, எலினார் சொல்ல விரும்பியது புரட்சியைப் பற்றி, எனவே அவள் முதலில் அந்த வார்த்தையைத் தன் கதையிலிருந்து நீக்கிவிட்டாள், அது சொல்லிச் செல்ல வேண்டியதெல்லாம் புரட்சியோடு ஒப்புமை கொள்ளும் ஒரு மனநிலையை, அறிவின் மீதான எள்ளலை, முரண்பாடுகளின் எதிர்பார்க்கவியலாத இணைவை, மீறலின் சந்தோஷப் பெருக்கை, நிஜத்தைப் பகடி செய்யும் வினோத நிகழ்வுகளை, புணர்தலின் பரவசத்தை, சித்தப் பிறழ்வின் வசீகரத்தை, எதேச்சையின் கச்சிதத்தை, அலைச்சலின் உல்லாசத்தை, கதைகளின் சிடுக்குப் பாதைகளை, இதற்காக அவள் பிரான்ஸையேகூடத் தன் கதைக்களனாக எடுத்துக்கொண்டிருக்கலாம்தான், அதற்குள் கௌட, தெ வில்லி உணவகத்தின் பின்புறத்தோட்டத்தில் புரட்சிக்காரர்களால் நாம் வழிமறிக்கப்பட்ட சம்பவம் இந்தியாவைத் தேர்ந்துகொள்வதற்கான நியாயத்தை அவளுக்கு வழங்கிவிட்டது, அங்கே நம்மைத் தாக்க முயன்ற புரட்சிக்காரர்களிடம் நீ இந்தியாவிலும் அவர்களைப் போலவே ஒரு ஜனக்கூட்டம் இங்கிலாந்து வியாபாரிகளின் பேராசையென்னும் பீரங்கிகளுக்குமுன் மார்புகளைக் காட்டியபடி நிற்கிறதென்று பேசியதைக் கேட்டதும் இந்தியாவின் கதையைச் சொல்வதும் ஃபென் நிலத்தின் கதையைச் சொல்வதும் ஒன்றேதானென்கிற எண்ணம் எலினாரின் மனதில் பசுமரத்தாணிபோல் ஆழமாகப் பதிந்துவிட்டது, இங்கிலாந்து வியாபாரிகளைப் பற்றிச் சொல்வதென்பது பிரெஞ்சுப் புரட்சியின் பாதையில் இங்கிலாந்து, இந்தியா இரண்டையுமே அவர்களுடைய பிடியிலிருந்து விடுவிப்பதற்குச் சமம், இரண்டு தேசங்களின் அரியணை களுமே போர்களுக்காகவும் ஆடம்பரச் செலவுகளுக்காகவும் அவர்களிடமிருந்து பெற்ற கடன்களைத் திரும்பச்செலுத்தும் பொருட்டாக வரிகளால் குடிகளை வதைத்துக்கொண்டிருக்கின்றன, அவர்கள் கடத்திச் சென்றுகொண்டிருக்கும் அபினிக் கலன்களால் அழியாத பழிச்சொல்லை சீனாவிடமிருந்தும் ஜப்பானிடமிருந்தும் சம்பாதித்துக்கொண்டிருக்கின்றன, இரண்டு நாடுகளின் நிலங்களையுமே அவர்கள் பகிஷ்கரிக்கப்பட்ட வஸ்துகளை விளைவிப்பதற்காகப் பயன்படுத்திக்கொண்டிருக்கிறார்கள், இங்கும் அங்கும் மன்னர்களைப் பொம்மைகளாக்கிவிட்டு அவர்களே அரசாங்கத்தை நடாத்திக் கொண்டிருக்கிறார்கள், அவர்கள் ஆள்கிறவர்களாகவுமில்லை, ஆளப்படுகிறவர்களாகவுமில்லை, தாக்க வேண்டிய இலக்காகவுமில்லை, தாக்கும் ஆயுதமாயுமில்லை, மாறாக இரண்டிற்குமிடைப்பட்ட

தொலைவாக, காற்றாக, அருவமாக இருக்கிறார்கள், இந்தத் தொலைவைச் சாமானியர்கள் கடப்பதற்குள் வேசிகள் உருவாகிவிடுகிறார்கள், தரகர்கள் முளைத்துவிடுகிறார்கள், ஏமாற்றுக்காரர்கள் தோன்றிவிடுகிறார்கள், பிச்சைக்காரர்கள் பிறந்துவிடுகிறார்கள், அகதிகள் குவிந்துவிடுகிறார்கள், அவர்கள் மன்னர்களை மக்களுக்கெதிரானவர்களாக இருக்கத் தூண்டிவிடுகிறார்கள், சம்பத்தைக் கொள்ளையிடுகிறார்கள், கதைகளைத் திருடுகிறார்கள், ராணுவத்தில் என் தந்தையைப் போன்ற அருகதையற்ற மனிதர்களையும் ஷெஸ்லரைப் போன்ற சுயநலமிகளையும் சேர்க்கச்சொல்லி அரசாங்கங்களை வற்புறுத்துகிறார்கள், ஆண்டாண்டு காலமாக நிலங்களில் புழங்கிவரும் பறவைகளையும் மீன்களையும் மிருகங்களையும் துரத்துகிறார்கள், தங்களுடைய பேய்ப்பசிக்குக் காடுகளையும் நீர்ப்பரப்புகளையும் பலியாக்கி அவற்றை வறளச் செய்து குடியிருப்புகளையும் தொழிற்சாலைகளையும் பணத்தை மட்டுமே விளைவிக்கும் தாவரங்களையும் எழுப்பி நிறுத்துகிறார்கள், வியாபாரிகள், வியாபாரிகள் நண்பர்களே, அவர்களுக்கு எந்தத் தேசத்தின் குக்குலங்களும் அடிமைகள்தான், அமெரிக்காவாயிருந்தாலும், ஸ்பெயினாயிருந்தாலும், இந்தியாவாயிருந்தாலும் அதுதான் விதி, குக்குலங்களுக்கோ அவர்கள் என்றுமே அந்நியர்கள்தான், அது அவர்கள் தங்களுடைய தந்தை நாடென்று சொல்லிக்கொள்ளும் இங்கிலாந்தாகவே இருந்தாலும் அதுதான் விதி, வெர்ம்யூடென் அல்லது முதலியார் இருவருமே அவர்களைப் பிரதிபலிக்கும் வெறும் கண்ணாடிகள், கால்வாய்களில் மண்ணை அள்ளிக் கொட்டுவதோ, காற்றாலைகளைச் செயலிழக்கச் செய்வதோ, அபினி வயலைப் பாழாக்குவதோ அல்ல நாம் செய்ய வேண்டியது, மாறாக, அழிக்கப்பட்ட காடுகளையும் அதன் குக்குலங்களையும் வெளியில் மீட்பது, அதற்கான உரிமைகளைப் போராடிப் பெறுவது, இவை குற்றமானால் இந்தக் குற்றங்களைச் செய்யத் தூண்டிய காரணகர்த்தாக்களைக் கேள்வி கேட்க வேண்டியது, சதுப்பு நிலங்களின் அடையாளங்களை அழிக்கும் உரிமை இவர்களுக்கு எப்படிக் கிடைத்தது, இந்தியக் கிராமங்களிலொரு குடிசைத் தொழிலாக, எளிய மருந்துப் பண்டமாக இருந்த அபினி வளர்ப்பைப் போதை வஸ்துவாக்கி, பொய்யான கிடைப்பருமையை உண்டுபண்ணி, அவற்றை விளைவிக்க அனுமதியும் அந்த அனுமதிக்குக் கையூட்டும் அவசியமென்று பகிரங்கமாயும் ரகசியமாயும் சட்டமியற்றி, இத்தனை மனிதர்களையும் இத்தனை ரகசியங்களையும் கையாள வேண்டிய நிர்பந்தத்திற்கு ஜனங்களை ஆளாக்கும் கயவாளித்தனத்தை, மன்னரும் வில்லியம் பிட்டும் இத்தனை கண்டித்தும் திருந்தாத அலட்சியத்தை, இவர்கள் எங்கிருந்துதான் பெறுகிறார்கள், கௌட, இந்தியாவின் எதிரி இங்கிலாந்து இல்லை, இங்கிலாந்து என்பது வியாபாரிகளின் தேசமுமில்லை, அதேபோல் இங்கிலாந்தின் வியாபாரிகள் இந்தியாவிற்கு மட்டும் எதிரிகளுமில்லை, துருக்கி, சீனா, ஜப்பான், அமெரிக்கா, பிரான்ஸ், ஆப்பிரிக்கா என்று அத்தனை நாடுகளிலும் அவர்களுக்கு எதிரிகளிருக்கிறார்கள், எல்லோராலும் அவர்கள் வெறுக்கப்படுகிறார்கள், அவர்களைத்தான் நாம் கேள்வி கேட்க வேண்டியிருக்கிறது, அவர்களைத் தான் நாம் நம் நிலங்களை விட்டு வெளியே துரத்த வேண்டியிருக்கிறது (என்னுடைய வீடு ஜெபவீடாயிருக்கிறது, நீங்களோ அதைக் கள்ளர்

குகையாக்கினீர்கள்), இங்கிலாந்தின் வியாபாரிகளைத் திப்பு சுல்தான் எதிர்ப்பது எத்தனை நியாயமென்பதை ஓர் ஆங்கிலேயனே ஒத்துக் கொள்வதைக் கேட்க உனக்குச் சந்தோஷமாயிருக்கலாம் கௌட, ஆனால் மன்னித்துக்கொள், திருவிதாங்கூரில் மாப்பிள்ளாக்களின் கலகம் சுல்தானுக்கெதிராகத்தான் தொடங்கியிருக்கிறது என்பதை நீ, சுல்தானின் பரம விசுவாசியென்றாலும், ஒத்துக்கொள்ளத்தான் வேண்டும், மன்னர்கள் வியாபாரிகளாக இருக்கக் கூடாதென்கிற சட்டம் இரண்டு தேசங்களிலுமே இல்லையில்லையா, இன்று வியாபாரிகள், நாளை மன்னர்கள், பிரான்ஸ் இந்த வரிசைமுறையில்தானே பதினாறாம் லூயியைக் கில்லெட்டினின் அடியில் கொண்டுசேர்த்தது, எலினாரின் கதை இங்கிலாந்தின் வியாபாரிகளைப் பற்றியதோ, இங்கிலாந்து அல்லது இந்தியாவின் மன்னர்களைப் பற்றியதோ அல்ல, அதன் குடிகளைப் பற்றியது, அதில் தவறொன்றுமில்லை, இந்தியாவோ பிரான்ஸோ இங்கிலாந்தோ, உலகின் எந்தத் தேசமாயிருந்தாலும் அந்தத் தேசத்திற்கென்றேயான தனித்துவத்தைப் பிரதிபலிக்கும் துணிச்சலும் கோபமும் பெருமிதமும் காதலும் பண்டிதர்களால் திறமையாகக் கற்பனை செய்யப்பட்டுவிடுகின்றன, ஏழ்மை என்கிற அவலச் சுவைக்கு மட்டும் ஏனோ அப்படியாகப்பட்ட தனித்துவம் ஒன்று இருப்பதில்லை, உலகின் எந்த மூலையில் யாரால் சொல்லப்பட்டாலும் அது இன்னொரு மண்ணின் ஏழ்மையுடன் எப்போதும் தன்னை இனங்கண்டுவிடுகிறது, சொன்னதையே திரும்பச்சொல்வதைப் போன்ற தோற்றத்தையும் அயர்ச்சியையும் தந்துவிடுகிறது, அதனாலேயே பண்டிதர்களைக் கவரும் கலைத் தன்மையையும் இழந்துவிடுகிறது, ஏழ்மையை அனுபவிக்கிறவர்களையன்றி வேறு யாராலும் அது சொல்லப்படுவதில்லை, எலினார் பிரான்ஸின் புரட்சி மனப்பான்மையை இந்திய நிலங்களாக மாற்றியும் ஃபென் நிலங்களின் மக்களை இந்தியாவின் மாந்திரீக அனுபவங்களாக மாற்றியும் கதை சொல்ல விரும்பினாள், அந்த விருப்பத்தோடேயே இந்தியா முழுவதையும் ஃபென் நிலங்களின் உருவகமாக விரித்தாள், மெட்றாஸ், காஞ்சீபுரம், ஆம்பூர், பாரமஹால், இன்னும் அவள் கற்பனைக்குள் வராத நிலவெளிகளிலுங்கூட பிரிட்டிஷ் வியாபாரிகளின் பட்டுப் பதாகை இங்கிலாந்தின் சதுப்பு நிலங்களைப் பிளந்து அவர்கள் ஊன்றிவைத்த காற்றாலைகளின் ராட்சஸ விசிறிகளைப் போல சுழன்று அதன் செல்வங்களைக் கப்பல்களை நோக்கிச் செலுத்திக்கொண்டிருந்தது, ஃபென் ஆதிவாசிகளின் அனாதரவான அரற்றலை இந்தியாவின் பூர்வ குடிகளும் தங்கள் நிலத்தின் அடையாளமாக எலினாரின் கதையில் பதிவுசெய்துகொண்டேயிருந்தார்கள், மட்டுமன்று, தங்களுடைய பரம்பரைக் கலைகளின் செழிப்பையும்கூட, இந்த அத்தனைக் கதைகளின் லட்சியமாயும் இவற்றைத் தனது பாஷ்யங்களாக்கும் மூலக்கூற்றாகவும் தான் தாண்டவராயன் சரித்திரமும் அவளால் கற்பனை செய்யப்பட்டது, தேர்ந்த கவிஞன் தன் கவிதைகளின் நீட்சியாகவே அவற்றினிடையில் தன் பெயரைக் கையொப்பமிட்டுவிடுவதைப் போல எலினார் தாண்டவராயன் கதையைச் சொன்ன துயிலார்களின் சரித்திரத்தினிடையே அந்தகத்தையும் சாபக்காட்டையும் ஃபென் புலிகளையும் மறைத்துவைத்து ஏனைய கதைகளின் அர்த்தப் பூட்டுகளைத் திறக்கும் சாவியாயும்

(பொறியை வெற்றிகொள்ளும் வழி இரையைக் கைப்பற்றுவதன்று, தப்பிச்செல்வது) அதை மாற்றினாள், பிறகு முதலியாரைக் கொண்டு என்னைத் தவறாகப் புரிந்துகொள்ளச் செய்து காட்டிற்குள் வரவழைத்து இங்கே பதுங்கிக்கொண்டிருக்கும் தன் இனத்தவர்களிடம் உரையாட வேண்டுமென்கிற தன்னுடைய பல்லாண்டுகால ஆசையை என் மூலமாகத் தீர்த்துக்கொள்வதற்கான சந்தர்ப்பத்தையும் தன் கதையில் உருவாக்கினாள்.

ஆம், அந்தக் கதைமனிதர்கள் என்னிடம் உரையாடினார்கள், கெங்கம்மா, தாங்கள் வனத்தை விட்டு வெளியேற விரும்புவதாக அவர்கள் என்னிடம் சொன்னார்கள், தன்னுடைய பிரஜைகளை சந்தோஷமாக வைத்திருப்பதாயும் எனவே அவர்கள் மூலமாகத் தனக்குக் கிடைக்கக்கூடிய சௌகரியங்களை அனுபவிக்கும் உரிமையும் தனக்கிருப்பதாயும் முதலியார் நம்பிக்கொண்டிருந்தாலும் (இதில் முதலியார், ஜார்ஜ், லூயி, ட்ரிஸ்ட்ராம், திப்பு சுல்தான், ஜெகதேவராயர் என்கிற பாகுபாடு இல்லை) வனத்தினுள்ளே இருக்கிறவர்கள் இந்த இடத்தைச் சிறையாக உணர்வதற்குப் போதுமான காரணங்கள் இருக்கத்தான் செய்கின்றன, மனிதர்களின் கண்களில் படுவதை அரிதாக்கிக் கொண்டுவிட்ட விஷப்பூச்சிகள் மற்றும் பாம்புகளிலிருந்து பைசாசங்கள் மற்றும் மோகினிகள்வரை அவற்றின் தயக்கமில்லாத நடமாட்டம் கொடுத்திருக்கும் அச்சம், காடர்கள் போன்ற குக்குலங்களை ஏவி வாழும் சமவெளி வாழ்வை விட்டுவிட்டு அவர்களின் தயவில் பிழைத்தாக வேண்டிய சூழ்நிலைக்குத் தள்ளப்பட்டுவிட்டதன் மீதான அவமானம், கூப்பிடு தொலைவில் பயங்கர நோயைப் பரப்பும் விஷத் தாவரம், தடைகளைப் பொருட்படுத்தாத சிக்கலான விளையாட்டுப் பாதைகளின் வழியே நதிக்கரைக்குச் சென்றுவிட்டுக் கொஞ்சங்கொஞ்சமாகக் கண்முன் விழுந்துகொண்டிருக்கும் வெண்திரையின் பிரகாசத்தையும் விழித்திரைக்குள் பெருகிக்கொண்டிருந்த நமைச்சலையும் தாளாமல் நச்சரித்துத் தாய் தகப்பன்களைச் சித்தம் கலங்கச் செய்துகொண்டிருக்கும் பிள்ளைகள், குருட்டுப் பிள்ளைகளைப் பற்றிய கவலையால் பீடிக்கப் பட்ட பெற்றோர்களின் பொறுப்பில் விடப்பட்டிருக்கும் வயல்களில் அபினிச் செடிகள் நூற்றிருபதாம் நாளின்போது மற்றவர்களுடைய வயல்களிலிருந்ததைவிட ஓர் அடி குறைவாயும் அதில் வளர்ந்திருந்த மொட்டுகள் அளவில் சிறியவையாயும் இருப்பது குறித்து முதலியாரின் பிரதிநிதிகளுக்கு என்ன பதில் சொல்வதென்று யோசித்துக் கைகளைப் பிசைந்துகொண்டும் சம்பந்தப்பட்டவர்களைச் சபித்துக்கொண்டுமிருக்கும் கங்காணிகளின் இயலாமை, வாழ்நாள் முழுவதையும் மனிதர்களின் அண்மையில் வாழ்ந்து முடித்த பின் கடைசிக் காலத்தில் அளிக்கப் பட்டுவிட்ட தனிமை சகித்துக்கொள்ளவியலாத உடல் உபாதையாய் மாறிப்போக தெரிந்தே நதிக்கரைக்குச் சென்று ஆசை தீரும் மட்டும் பொழுதைக் கழித்துவிட்டுச் சந்தோஷமாகத் திரும்பிவந்து தங்களைக் குருடர்களாக்கிக்கொண்டு கிடக்கும் வயோதிகர்களின் விரக்தி, கங்காணி களின் கண்டிப்பையும் மீறிக் காற்றில் கலந்து அதன் மேல் ஏக்கத்தின் மூச்சுத் திணறச்செய்யும் கனத்தை ஏற்றிவைக்கும் எரிக்கப்பட்ட வீடுகள், பிடுங்கப்பட்ட நிலங்கள், பிரிந்துபோன கால்நடைகள் ஆகியவற்றின்

நினைவில் முதியவர்கள் இட்டுக்கட்டும் ஒப்பாரிப் பாடல்கள் என்று இவ்விதமான, இன்ன பிறவுமான, லௌகீக உபத்திரவங்களுக்கப்பால் (இதில் பெரிய பரிதாபம் என்னவென்றால், இந்தக் குறைகளையெல்லாம், பறங்கியர்களெல்லோருமே உத்தியோக நிமித்தமாகவே தங்களைப் பார்க்க வருவார்களென்கிற பொதுப்புத்தி சார்ந்த பார்வையில் நான் அவற்றையெல்லாம் பற்றி உரிய இடத்தில் சொல்லி அந்தக் குறைகளைத் தீர்ப்பதற்கு ஆவன செய்வதற்காகவே முதலியாரால் அனுப்பப்பட்டிருக்கிறேன் என்கிற நம்பிக்கையுடன், என்னிடம் பட்டியலிட்டுச் சொல்லிக்கொண்டிருந்தவர்களெல்லாம் அவை தக்கபடி கவனிக்கப்பட்டுக் களையப்பட்டுவிடுமென்றும் வனத்தில் வாழ்வதென்பது இனி பெரிய பிரச்சினையாக இருக்கப்போவதில்லையென்றும் நம்புகிற எளிய மனிதர்களாய் இருக்கிறார்களென்பதுதான்), இந்தத் தனிமைச் சிறையைத் தார்மீகரீதியில் ஒத்துக்கொள்ள முடியாமல் இருநூற்றைம்பது வருடங்களுக்கு முன் நகர வாழ்க்கையிலிருந்து பலவந்தமாகப் பிரித்துக் காட்டிற்குள் விரட்டப்பட்ட துயிலார்கள் அப்போது உணர்ந்ததைப் போலவே காலத்தைப் பின்னோக்கித் திருப்பிக் காட்டுமிராண்டி வாழ்க்கையொன்றை வாழச் சொல்லி முதலியார் தங்களை நிர்பந்திப்பதைத் தங்களுக்கு இழைக்கப்பட்ட அநீதியாயும் அவமானமாயும் உணர்ந்தும் அதை வெளிப்படுத்த முடியாமலும் நிம்மதியிழந்து குமுறும் சில ரகசியக் கோபக்காரர்கள், இவர்களில் சூலகிரி அகதியும் யேசு ஐந்து அப்பங்களையும் இரண்டு மீன்களையும் ஐயாயிரம் மனிதர்களுக்குப் பகிர்ந்துகொடுத்த கதையால் ஈர்க்கப்பட்டு மதம் மாறியவனுமான கத்தோலிக்கக் கிறிஸ்தவ இளைஞன் ஒருவனிடம் மூன்றாம் நாள் நான் பேசிக்கொண்டிருந்தபோது அவன் நகரம் எத்தனையோ அடக்குமுறைகளையும் ஏற்ற தாழ்வுகளையும் கொண்டதாயும், வனம் ஸ்படிகம்போன்ற தூய்மையையும் அமைதியையும் கபடமின்மையையும் இயல்பாகக் கொண்டதாயும் இருந்தாலும் பாவத்தின் தித்திப்பை ருசி பார்த்துவிட்ட பின் ஆதமும் ஏவாளுமேகூட கடவுளே அவர்களை மன்னித்துத் திரும்ப அழைத்திருந்தாலும் ஏடன் தோட்டத்திற்குத் திரும்பிச்செல்லச் சம்மதித்திருப்பார்களா என்று சுற்றுமுற்றும் பார்த்துக்கொண்டே என்னைக் கேட்டான் (தன்னிடமிருக்கும் எதையும் எவருக்கும் பாரபட்சமின்றிப் பகிர்ந்துகொடுக்கும் இயற்கையை முதன்முதலாக உண்ணக்கூடியது உண்ணக் கூடாதது, அனுபவிக்கக்கூடியது, அனுபவிக்கக் கூடாதது என்று பகுத்ததன் மூலம் கடவுளேதான் சாத்தானுக்கு முன் அறிவின் கனியை உண்ணும் பாவத்தை ஆதித் தாய்தந்தையர்களைச் செய்யத் தூண்டியவரென்றும் அல்லது அவரேதான் சாத்தானாயும் வேடந்தரித்துக்கொண்டவர் என்றும் தன்னுடைய தவறைச் சரி செய்யத்தான் தன் மைந்தனை அவர் மண்ணிற்கு அனுப்பினாரென்றும் ஆனால் அந்த முயற்சி இனியெப்போதுமே வியர்த்தமாகத்தான் முடியுமென்றும் நம்புகிறவர்களை அவன் இங்கே தன் ரகசியப் பிரசங்கங்களின் மூலமாக உருவாக்கியிருக்கிறான்), மேலும், தான் உருவாக்கிவிட்ட மனித வாழ்வின் நதி அழிவின் கடலை நோக்கியே ஓடுவது குறித்து விசனம் கூடியிருப்பவராய் கடவுள் இருக்கலாம்தானென்றாலும் அப்படி ஓடும் பாதையில் சிற்றோடையாகத்

துள்ளிக்குதிக்க ஏராளமான தருணங்களும், வெள்ளமாக மோதி உடைக்கப் பகைகளும், அருவியாக வீழ்ந்து அன்பைப் பொழிய இதயங்களும், படித்துறையாக மாறித் தழுவிக்கொள்ள உடல்களும், மடையாக ஓடி உயிர்ப்பிக்க விதைகளும் இருக்கின்றன என்றும், கடவுளை ஏமாற்றும் ஒவ்வொரு கணமும், அவரைத் தன் பாதையிலிருந்து விலக்கிவிட்டு வைக்கும் ஒவ்வோர் அடியும் மனிதகுலத்தை அலகிலா விளையாட்டின் பரவசத்திற்குள் நகர்த்துவதாயிருக்கும்போது மீண்டும் அதை உண்மையென்று ஸ்தாபிக்கப்பட்டவற்றை நோக்கியும் தூய்மை என்று கடைப்பிடிக்கப்பட்டவற்றை நோக்கியும் திரும்பச்சொல்வது உண்மையில் குரூரமான தண்டனையாக இருக்குமென்றும், தூய்மை பேதங்களற்றது என்பது உண்மைதானெனினும், அக்ரஹாரங்களுக்குள்ளும் வேளாளர் வீதிகளுக்குள்ளும் நுழைய அனுமதிக்கப்படாதவர்களில் பலர் ராணுவத்திலிருப்பதைப் போல வனத்தில் அவர்களுக்கு அருகிலேயே குடியிருக்க வேண்டுமென்று முதலியார் விதி செய்திருப்பது நான்காம் வர்ணத்தவர்கள் தலையைத் தூக்கிக்கொண்டு திரிய ஏதுவான, டேனியத் திருச்சபைக்காரர்களிடம் வசைகளை வாங்கிக் கட்டிக்கொண்டிருக்கும் வடக்கத்தி பிராமணர் ராம்மோகனர் செய்துகொண்டிருக்கிறவைகளையொத்த, சாதிச் சுத்திகரிப்பாய் இருக்கலாம்தானெனினும் பார்ப்பனர்களும் வெள்ளாளர்களும் பறங்கியர்களும் உருவாக்கி வைத்திருப்பது மட்டுமே செல்லுபடியாகத்தக்க உலகமில்லையென்றும், அவர்கள் தூய்மையற்றவர்களின் லட்சியமாக இருக்கத் தேவையில்லையென்றும், அவர்களுடைய ஆளுமையின் தடயங்களற்ற உறவினர் இல்லங்கள், வாராந்திரச் சந்தைகள், கதையாடு மன்றங்கள், நீர்த் துறைகள், உணவு விடுதிகள், புணர்ந்து செழிக்க மறைவிடங்கள், வருடமொருமுறை கொடை நிகழ்த்திக் கூடிக் கொண்டாடக் கோயில்கள் என்று எத்தனையோ இடங்களும் அவற்றுக்கே உரித்தான அளவளாவல்களும் அழகுகளும் இந்த மண்ணில் உண்டு என்றும், ஆண்டாண்டு காலமாக ஆதி மௌனத்தைக் கடைந்து கடைந்து பலவிதமான ஒலித் தொகுப்புகளைத் தன் கைகளால் உருவாக்கி வைத்திருக்கும் ஒரு மனிதக் கூட்டத்தை இயற்கையின் அழகைச் சொல்லி மீண்டும் அதன் தாங்கொணாத அமைதிக்குள் புகுந்துகொள்ளச் சொல்வது சகித்துக்கொள்ள முடியாத கொடுமையென்றும், இளமைப் பருவம் கொண்டாடத் தக்கதுதானென்றாலும் வளர்ந்த மனிதன் தாய்முலையுண்ணுதலைப் போன்றது அது என்றும், அல்லது குறியில் மயிர் வளர்ந்த பின்னும் தன் மடியிலேயே விழுந்துகிடக்கும் சவலைப் பிள்ளையை ஒரு தாய் விரும்ப மாட்டாளென்றும், நாகரீகம் பாவத்தின் கனியென்றால் வெளியிலிருப்பவர்கள் அதை எல்லோருக்கும் பங்கிட்டுக் கொடுக்கத்தான் வேண்டுமென்றும், வெளியே ஹோபாலிகளில் பண்ணையடிமைகளாக வேலைசெய்வது வனத்தினுள் வாழ்வதைவிடக் கொடுமையானதாயும், அருவருக்கத் தக்கதாயுமிருக்குமென்றாலும் அந்தக் காரணங்களைச் சொல்லிக்கொண்டு வனத்தினுள் குழியெலி களைப் போல பதுங்கிக்கொண்டிருப்பதைவிட அங்கேயே போய் வாழ்வோடு போராடிச் சாவதே உவப்பானதாக இருக்குமென்றும், காடுகளைச் சன்னியாசிகளுக்கும் தேவதைகளுக்கும் கடவுள்களுக்கும்

மிருகங்களுக்குமான சொர்க்க பூமியாகவே இருக்க அனுமதித்துவிட்டு சாதாரண மனிதர்களுக்கு அவர்கள் உருவாக்கி வைத்த வீதிகளில் வாழ அனுமதி கொடுக்க வேண்டுமென்றும், அவை நரகமென்றால் ரட்சிப்பின் நாள் வரும்போது தேவன் தங்களையும் சேர்த்துக் கணக்குத் தீர்ப்பதில் தங்களுக்கு ஆட்சேபணை எதுவுமில்லையென்றும் அவன் பேசினான், கௌட, கெங்கம்மா, அவனுடைய பேச்சுக்கு இன்று மாலைவரை, பாரீஸை விட்டு வெளியேறிக்கொண்டிருந்த சமயத்தில் பாஸ்டில் முற்றுகையைப் பற்றிய செய்தி எங்களை வந்தடைந்ததைப் போல, காற்றுவாக்கில் என் காதில் விழுந்த ஒரு தகவலென்பதற்கு மேல் அதிகமான முக்கியத்துவம் எதையும் நான் தரவில்லை, இன்னும் சரியாகச் சொல்ல வேண்டுமானால் கெங்கம்மாவினுடைய தாயின் கதை முதலியாரின் குற்றச் செயல்களைப் பற்றிய முதல் செய்தியை, நீலவேணியின் பாதை என்னுடைய இந்தியப் பயணம் எலினார் என்கிற குருட்டுப் பெண்ணின் கற்பனையென்பதை, திருவண்ணாமலைப் பூக்காரியின் கதை நான் கதைக்குள் இருக்கிறேனென்பதை, கோணய்யன் காற்றுப்புலியைக் கூண்டில் அடைத்த கதை இறுதி அர்த்தம் என்பது உண்மையில் அருகில் நெருங்கும்போது விலகிப்போய்க்கொண்டேயிருக்கும் இரை கட்டிவைக்கப்பட்ட பரண் என்பதை, எனக்கு அறிவித்ததைப் போல கத்தோலிக்க இளைஞனுடைய பேச்சும் நயன புஷ்பத்தின் ரகசியத்தைப் பற்றிய சூசகச் செய்தி எதையாவது கொண்டிருக்கலாமென்கிற கோணத்திலிருந்து மட்டும்தான் அதை என்னால் பொருட்படுத்த முடியுமென்றும் நான் நம்பினேன், ஆனால் அவனுடனான என் உரையாடல் உண்மையில் எலினார் தன் ஜனங்களுடன் தன் கதை மூலமாக நடத்திய உரையாடலே என்பதையும், இங்கிருப்பவர்களை ஃபென் புலிகளின் வாழ்வின், பிரெஞ்சுக் குடியானவர்களின் உணர்வின், உருவகங்களாக அவள் கற்பனை செய்துகொண்டிருக்கிறாள் என்பதையும், நான் வந்தடைந்திருக்குமிடம் லிட்டில்போர்ட் கிராமத்தின் எல்லைப்புற வனமான சாபக்காடே என்பதையும், இந்த ஆறு ஔஸ் நதியென்பதையும், இந்த இடத்தை நோக்கித்தான் எலினார் இத்தனை கதைகளைப் பாதையாக அமைத்துக்கொண்டே வந்திருக்கிறாளென்பதையும், தோபியாஸையும் எடித்தையும் கொடுக்கு மூங்கில் புதர் நடுவே சந்தித்தபோதுதான், முக்கியமாக எடித் என்னிடம் நாங்கள் வெளியேற விரும்புகிறோம் என்று கண்களில் நீர் மல்கச் சொன்னதைக் கேட்ட கணத்தில்தான், நான் அறிந்துகொண்டேன், இளம்பிராயத்திலிருந்து எலினாரைத் தொடர்ந்துவந்துகொண்டிருந்த, பாதியில் என்னால் அறுத்தெறியப்பட்ட, அவளுடைய கனவை என் மூலமாகவே அவள் நனவாக்கிக்கொண்டுவிட்டாள்.

கதைசொல்லி

அல்லது தாண்டவராயன் கதையென்னும் புராணிகத்தின் வரிகளூடே இழையோடிக்கொண்டிருக்கும் வரலாற்றைக் கண்டுபிடித்துத் தங்களைத் தங்களுடைய குருட்டுத்தனத்திலிருந்தும் வனத்திலிருந்தும் விடுவிக்க வருவானென்று எதிர்பார்த்துக்கொண்டேயிருக்கும் துயிலார்களின் கனவு நனவாகிவிட்டது, துரதிர்ஷ்டம் என்னவென்றால் சொந்த ஜனங்களின் துரோகத்தால் உண்டான விரக்தியும் வெறுப்பும் அவர்களுடைய கற்பனையைத் தங்களை மீட்கவரும் ஒரு மனிதனைத் தேடி (அவனையும் தன் சொந்த இனத்தவர்களால் வஞ்சிக்கப் பட்டவர்களுடைய பிரதிநிதியாக்கி). கடல் தாண்டிப் பயணிக்க வைத்திருக்கிறது. ட்ரிஸ்ட்ராம் சொன்ன கதை அவனை மட்டுமே மீட்பதற்காக வடிவமைக்கப்பட்ட ஒரு திட்டத்தைத் திடீரென்று ஒரு ஜனக்கூட்டம் முழுவதையும் விடுவிப்பதற்கானதாக விஸ்தரித்துக்கொள்ளும்படி தங்களை நிர்பந்திக்கப் போகிறதென்று கெங்கம்மாவும் கௌடவும் எதிர்பார்க்கவில்லையென்றாலும் தன் மனைவியின் கண்நோய்க்கான மருந்தைத் தேடி இந்தியாவிற்கு அனுப்பப்பட்டிருக்கும் (அல்லது புறப்பட்டு வந்திருக்கும்) அந்தக் கற்பனை மனிதனைப் பற்றிய கதை அகதிகளுடன் உறவாடும் வசனங்களுடன் நிறைவடைவதும், இந்துஸ்தானத்தின் தற்போதைய அகதிகள் வெவ்வெறு நிலப்பரப்புகளின் மற்றும் வெவ்வேறு காலங்களினுடைய ஆதிக்குடிகளின் உருவகமாக அந்தக் கதைக்குள் தங்களைக் கரைத்துக்கொள்வதும் அவர்களுக்கு உவப்பான முடிவாகவே இருந்தது. ஆனால் பெண்கள், வயோதிகர்கள் உட்பட சுமார் இருநூற்றைம்பதிலிருந்து முன்னூறு பேர்களிருக்கக்கூடிய அவர்கள் இப்படியொரு திடீர் வாய்ப்பிற்குத் தங்களை உடல் ரீதியாகத் தயார் செய்துகொண்டிருப்பார்களா என்கிற சந்தேகத்தை கௌட முன்வைத்தான். விடிவதற்கு இன்னும்

ஒரு சாமமே மீதமிருக்கும் வேளையில், இம்மாதிரியான, தனக்குப் பாதகமான உரையாடல்கள் எதுவும் எதிர்காலத்தில் நிகழக்கூடுமென்கிற முன்யோசனையுடனேயே ஒவ்வொரு குடிசையும் மற்றொன்றை விட்டுக் கணிசமான இடைவெளியில் விலகியிருக்குமாறும் கங்காணிகளின் இடைவிடாத கண்காணிப்பினுள்ளேயே இருக்குமாறும் கவனமாக அமைக்கப்பட்டிருக்கிற நிலையில், வீடுவீடாகப் போய்க் கதவைத் தட்டி விடுதலைக்கான நற்செய்தி வந்துவிட்டது என்று சொல்லி அவர்களை ஆயத்தப்படுத்துவதும் சிரம சாத்தியமான காரியம், காலையில் அபினிப் பொதிகளைத் தயாரிப்பதற்காக அவர்களில் கணிசமான ஆட்கள் கூடும் களத்தில் போய் ராணுவத்தில் சேனைகளின் முன்னே நிற்கும் தளபதியைப் போல நின்றுகொண்டு முதலியாருக்கெதிரான முழக்கங்களை எழுப்பி அவர்களைத் தூண்டிவிடவும் முடியாது, பேச ஆரம்பித்தவுடனேயே அவர்களுடைய தலைகள் துண்டிக்கப்பட்டுவிடும், முதலையின் வேடத்தைப் பயன்படுத்திக்கொண்டு கௌடவே கங்காணிகளிடம் போய் அனைவரையும் விடுவிக்க வேண்டுமென்பது முதலியாரின் உத்தரவு என்று சொல்வது ஓரளவு பலனளிக்கக்கூடிய யோசனையாக இருக்கலாம், ஆனால் அது வனத்தினுள் நுழைந்து அவர்களைச் சந்தித்த கணத்திலேயே சொல்லியிருக்க வேண்டிய செய்தி (துரதிர்ஷ்டவசமாக அப்போது இப்படியொரு கதையை ட்ரிஸ்ட்ராம் சொல்லப்போகிறானென்று தெரியாது), லவணர்களையும் கூட்டிக்கொண்டு வழக்கமான வியாபார நடவடிக்கைகளுக்காகவே வந்திருப்பதான ஒரு காட்சியை முதலில் உருவாக்கிவிட்டு இப்போது இத்தனை பெரிய கூட்டத்தையும் அழைத்துச் செல்ல வேண்டுமென்று அறிவிப்பது கங்காணிகளுக்குச் சந்தேகத்தைக் கொடுப்பதாக அமைந்துவிடும்.

அவகாசம் அதிகமில்லாததால் அப்போதைக்கு ஏற்கெனவே முடிவு செய்திருந்தபடி முதலில் ட்ரிஸ்ட்ராமை விடுவித்து வெளியில் கூட்டிச்சென்றுவிடுவதென்றும் பிறகு உள்ளேயிருப்பவர்களை விடுவிப்பதுபற்றிச் சற்று நிதானமாக யோசித்து முடிவு செய்து செயல் படுவதென்றும் அவர்கள் முடிவு செய்துகொண்டார்கள். ஆனால் ட்ரிஸ்ட்ராமை லவணர்களிடமிருந்து தப்புவித்துக் கூட்டிச்செல்வதற்கான உருப்படியான திட்டத்தையுமேகூட அவர்களால் எளிதாக அந்தக் கால அவகாசத்திற்குள் பேசி முடிவு செய்துவிட முடியவில்லை. கங்காணிகளின் வழியனுப்புதலோடு கிராமத்தை விட்டு வெளியேறிவிட்டாலும் நல்லூர்ச் சாலையை அடையும்வரை மூவரும் லவணர்களோடுதான் காட்டிற்குள் பயணம் மேற்கொண்டாக வேண்டும், என்னதான் காட்டெருமை போன்ற உடல் வலுவையும் முறையான இராணுவப் பயிற்சியையும் பெற்ற வீரனாக இருந்தாலும் கொலைக்கஞ்சாத பதினைந்து முரடர்களைத் தனியனாக நின்று சமாளிப்பதென்பது கௌடவால் ஆகக்கூடிய காரியமில்லை (ட்ரிஸ்ட்ராம் தன் தேசலான உடல்வாகுடன் லவணர்களை எதிர்கொள்ளும் காட்சியை கெங்கம்மாவால் கற்பனை செய்துகூடப் பார்க்க முடியவில்லை), அப்படி ஒருவேளை ஏதோவோர் அதிர்ஷ்டத்தில் லவணர்களிடமிருந்து தப்பித்துச் சென்றுவிட முடிந்தால் ட்ரிஸ்ட்ராம் கிருஷ்ணகிரிக் கச்சேரிக்குச் சென்று (சுல்தானிய ஒற்றனாகிய கௌடவால் ட்ரிஸ்ட்ராமின் வார்த்தைகளுக்குச் சாட்சியாக க்ரஹாமைச்

சந்திக்க வர முடியாது, முதலியாருக்கு எதிரான அந்தக் காரியத்திற்கு கெங்கம்மாவும் துணைவர முடியாது) துரையைப் பார்த்து முதலியாரைப் பற்றியும் ஹுடேதுர்க்கத்தைப் பற்றியும் சொல்லி அகதிகளை மீட்கும் நடவடிக்கைகளை முடுக்கிவிடலாம். ஆனால் முதலையிடம் முதலியாரின் குற்றச் செயல்களில் அரசாங்க உத்தியோகஸ்தர்களுக்குப் பங்கிருக்கிறதா என்று கேட்டபோது அவன் பதில்சொல்லாமல் மௌனம்சாதித்ததை நினைவுகூர்ந்த ட்ரிஸ்ட்ராமுக்கு கெங்கம்மாவையே முதலியாரின் அன்பளிப்பாக அவ்வப்போது பெற்றுக்கொண்டிருக்கும் க்ரஹாமும் இதில் சம்பந்தப்பட்டிருக்கிறாரா என்பது உறுதியாகத் தெரியாதவரையில் காதும் காதும் வைத்தமாதிரியான காரியங்கள் உள்ளேயிருப்பவர்களுக்கும் உளவு சொல்கிறவர்களுக்கும் பாதகமாகவே முடியமென்று தோன்றியது. இதைவிட, பாரமஹாலின் பெருந்தனக்காரர்களும் கிழக்கிந்தியக் கம்பெனி அரசாங்கமும் எதிர்பாராதவண்ணம் முன்னூறு அகதிகளும் பாரீஸ் குடியானவர்களைப் போல காட்டை விட்டு வெளியேறிப் பகிரங்கமாகச் சாலையில் இறங்கி ஊர்வலமாகச் சென்று உலகம் முழுவதும் அறியும்படியான கோஷங்களுடன் கிருஷ்ணகிரிக் கச்சேரியை முற்றுகையிடுவதும், தங்களிடமிருந்து பறிக்கப்பட்ட நிலங்களை சுல்தான் சர்க்காரிடம் கேட்டுத் திரும்பப் பெற்றுத் தர வேண்டுமென்றும் (அதற்கு அவர் என்ன விலை கேட்டாலும் கம்பெனிக்காரர்கள் அதை இங்கிலாந்து அரண்மனையின் பொக்கிஷங்களிலிருந்து கொண்டுவந்து தரப்போவதில்லை, விவசாயிகளிடமிருந்து பெற்ற வரிப் பணத்திலிருந்தும் குத்தகை வருவாயிலிருந்தும்தான் எடுத்துக் கொடுக்கப்போகிறார்கள்) இனி அகதிகளாய் அலைந்துதிரியவும் ரகசியக் கைதிகளாய் அடைபட்டுக்கிடக்கவும் தங்களால் இயலாதென்றும் சொல்லிப் போராட்டம் நடத்துவதும், முழக்கங்களின் அதிர்வுகளைப் பரவவிட்டு, சிதறிக்கிடக்கும் மற்ற அகதிகளையும் ஒன்று திரட்டி அந்தப் போராட்டத்தைத் தேசம் முழுவதற்குமாகப் பெரிதுபடுத்துவதும், முதலியார்மீது நடவடிக்கையையும் தன்னுடைய நடைமுறைகளின் மீது திருத்தங்களையும் கொண்டு வருவதைத் தவிர வேறு வழியில்லையென்கிற நிலைக்குக் கம்பெனியையும், வியாபாரிகளின் பேராசைக்கு அணையிடும் சட்டங்களை இயற்றும்படி ஜார்ஜ் மன்னரை மாமன்றம் வற்புறுத்தும் நிலைக்கு பிரிட்டனையும் கொண்டுசென்று நிறுத்துவதும் சாத்தியமான காரியங்களாயிருக்கும். பத்திரிக்கைக்காரன் ஜான் வில்க்ஸ்ஸைச் சிறையிலிருந்து விடுவிக்கும் போராட்டத்தற்குத் தலைமை வகித்துத் துப்பாக்கிக் குண்டுகளை மார்பில் தாங்கி மாண்டுபோவதற்கான சந்தர்ப்பத்தைத் தாயின் வார்த்தைகளால் தவறவிட்டுவிட்ட மனப் புழுக்கத்தை வாணாள் முழுவதும் சுமந்துகொண்டிருக்கும் தானே இதையெல்லாம் தலைமையேற்று நடத்தி முடிக்க வேண்டுமென்றுதான் எலினாரும் விரும்புவாள் என்பதிலும் ட்ரிஸ்ட்ராமுக்குச் சந்தேகம் இருக்கவில்லை (தன் கணவனை லட்சியப் புருஷனாக்கிப் பார்ப்பதைக் காட்டிலும் ஒரு பெண்ணுக்கு வேறென்ன மகிழ்ச்சி இருந்துவிடப் போகிறது). ஆனால் எலினார் தன் உடலில் மரபான ஃபென் குருதி ஓடிக்கொண்டிருக்கும் பெண்ணாயும் இந்தியாவின் கதைசொல்லும் வழமையைச் சரியாக உள்வாங்கிக் கொண்டவளாயுமிருந்தால் இந்தக்

கதையைத் தான் விரும்பியபடி முடிப்பதைக்காட்டிலும் தன்னுடைய முடிவைத் தானே தேர்ந்துகொள்ள அதை அனுமதிப்பதையே விரும்புவாள் என்றான் கௌட. அவளுடைய நோக்கம் கதை முடிந்தவுடன் மக்கள் ஆயுதங்களை எடுத்துக்கொண்டும் கோஷங்களை எழுப்பிக்கொண்டும் சர்க்கார் அலுவலகங்களை நோக்கி ஊர்வலமாகப் புறப்பட்டுவிட வேண்டுமென்பதாக இருக்கவே முடியாது (அவள் சொல்லிக் கொண்டிருப்பது இலட்சியங்களின் கதையாக இருந்தாலும் அவை நிகழ்ந்துகொண்டிருப்பது நிஜமான இரண்டு தேசங்களில் என்கிற பிரக்ஞை அவளுக்கு நிச்சயம் இருக்கும்), வால்டேரின் நாடகங்களும் ரூஸோவின் தத்துவங்களும் புரட்சியாக உருவெடுப்பதற்குப் பதினோரு வருடங்கள் தேவைப்பட்டன என்பது அவளுக்குத் தெரியாததன்று, ராஜ்ஜியங்களையும் மன்னர்களையும் ஆட்டிப்படைக்கும் இங்கிலாந்து வியாபாரிகளுக்கெதிராக ஒன்றுதிரள்வது என்பதும் அத்தனை சுலபத்தில், எடுத்தோம் கவிழ்த்தோம் என்கிற ரீதியில், நடந்து முடிந்துவிடக்கூடிய காரியமன்று, ட்ரிஸ்ட்ராம் சொன்னபடி க்ரஹாம் மற்றும் அவருடைய நண்பரான தாமஸ் மன்றோ உள்ளிட்ட சர்க்கார் அதிகாரிகளுக்கே முதலியார் போன்றவர்களுடன் ரகசிய உறவு இருக்குமானால் அதன் வேர் மெட்றாஸ் கோட்டைவரை புரையோடியிருக்காது என்பதற்கு உத்தரவாதம் எதுவுமில்லை, அப்படி இருக்கிறபட்சத்தில் சிறிய இடைவெளி கிடைத்தாலும் அதனுள் புகுந்து தங்களை நிர்மூலமாக்கிவிடத் தயாராக இருக்கும் திப்பு சுல்தானின் கழுகுப் பார்வைக்கு நேர்கோணத்தில் அமைந்திருக்கும் திராவிட தேசத்தின் ஏதோ மூலையிலிருந்து கிளம்பும் ஒரு முன்னூறு அனாதைகளின் கூக்குரல் தேசத்தின் மற்ற இடங்களைச் சென்றடைந்து அங்கிருப்பவர்களை உலுக்கி எழுப்ப அனுமதித்துக்கொண்டிருக்குமளவிற்கு அவர்கள் முட்டாள்களாய் இருப்பார்களென்று நம்ப முடியுமா, புரட்சிக்குத் தலைமையேற்றுச் செல்ல வேண்டுமென்று ட்ரிஸ்ட்ராம் நினைப்பதில் தவறொன்றுமில்லைதான், ஆனால் தலைவன் என்பவன் (அவன் எத்தனை உண்மையானவனாய், உறுதி மிக்கவனாயிருந்தாலும்) இன்றிலிருந்து ஜனங்களை நான் நடத்திச்செல்கிறேனென்கிற முடிவுடன் திடீரென்று அவர்கள் முன்னே போய் நின்றுவிட முடியாது (அவர்களுடைய மனதில் சிறிதளவாவது இடம்பிடித்துவிட வேண்டுமென்று எத்தனை முயற்சி செய்து முடியாமல் தோல்வியுற்றுச் செத்துப்போனார் மருத்துவர் நிகோலஸ் ரூரான்ட், அவருடைய ஆத்மா சாந்தியடையட்டும்), அவனை ஜனக்கூட்டம்தான் ஏழ்மையெனும் மத்தால் கடைந்து கடைந்து தனக்குள்ளிருந்து இயல்பாகவே வெளிப்படுத்தித் தனக்கு மேலாக, தன்னுடைய வலிகள் மற்றும் அவமானங்களின் சாராம்சமாக, மிதக்கவைத்துக்கொள்கிறது, அப்படி அவன் மிதக்கும்வரையில தனக்குள்தான் அவன் இருக்கிறானென்கிற பிரக்ஞையையும் அதுவும் அவனும் கொண்டிருப்பதில்லை, புரட்சியின் மாயாஜாலங்கள் முன்னூகிக்க முடியாதவை என்பது பிரெஞ்சுப் புரட்சியும் கில்லெட்டினும் கற்றுக்கொடுத்த பாடங்கள், அவர்கள் தங்களுக்காகச் சொல்லப்பட்டதென்று வந்து விழும் வார்த்தைகளைத் தங்களையறியாமலேயே (ஆனால் கவனமாக) கேட்கிறார்கள், அவற்றைத் தங்களுடைய சொந்த உபாதைகளின் கல்லில் வலியும் குருதியும்

தாளவியலாத வேகத்தோடு வெளிப்படும்வரை தொடர்ந்து உரசியுரசிப் பார்த்துக்கொண்டேயிருக்கிறார்கள், அது ஒருநாளில் நடக்கலாம், பல வருடங்கள் ஆகலாம், அந்தக் கதையே பத்தோடு பதினொன்றாக அவர்கள் மத்தியிலிருந்து மறக்கப்பட்டும்விடலாம், ஆனால் அது ஆற்ற விரும்பிய பணியை அதன் தாக்கத்திலிருந்து விளைந்த, அது அடையத் தவறிய புள்ளியிலிருந்து தொடங்கி முன்னேறிய, இன்னொரு கதை கண்டிப்பாகச் செய்து முடிக்கும், ஒரு கதையின் பணியே இன்னொரு கதையை, இன்னும் பல கதைகளை, உருவாக்குவது என்பதுதான் பாரதக் காலந்தொட்டே இந்தியக் கதைசொல்லலின் நம்பிக்கையாக இருந்து வருகிறது, அதனால்தான் அவர்களுக்குக் கதை சொல்வது என்பதே புரட்சி செய்வது என்பதாக இருக்கிறது, எனவே எலினார் தன் கதையை யார் செவிமடுக்க வேண்டுமென்று விரும்புகிறாளோ அவர்கள் அதை அவள் கதைக்குள்ளிருந்தே மௌனமாகச் செவிமடுக்க அனுமதிப்பதுதான் ட்ரிஸ்ட்ராம் செய்யக்கூடிய சாதகமான காரியமாயிருக்கும், அவர்கள் அதைத் தங்களுக்குள் பேசிப் பகிர்ந்துகொள்ளட்டும், அதைப் பற்றி விவாதிக்கட்டும், அதன் அனுபவத்தில் ஊறித் திளைக்கட்டும், அது தங்களைப் பாதிக்க அனுமதிக்கட்டும், அதற்குத் தேவைப்படும் தனிமையும் அவகாசமும் அவர்களை மீட்கும் ஒரு திட்டத்தோடு ட்ரிஸ்ட்ராம் மீண்டும் வனத்திற்குள் நுழையும்வரை அவர்களுக்குக் கிடைக்கட்டும், அதுவே அவனுடைய சாகஸச் செயலாய் இருக்குமென்றும் அவன் நிச்சயம் நம்பலாம், சாகஸங்களிலேயே மிகுந்த மனவுறுதியை வேண்டும் சாகஸம் வெற்றியின் பின்னே தன்னை ஒளித்துக் கொள்ளும் செயல்தான் இல்லையா (வால்டேர், ரூஸோ, சார்லஸ் மாண்டேகு, டெனிஸ் டைடெராட் இவர்களில் யாருமே தங்களுடைய சிந்தனைகளையும் சிருஷ்டிகளையும் எடுத்துக்கொண்டு ஜனங்களிடம் சென்று இன்றிலிருந்து இவைதான் உங்களுடைய புரட்சிக்கான உபகரணங்கள் என்று நீட்டவுமில்லை, அவை பின்னாளில் உருவாக்கிய மகோன்னத விளைவுகளைக் கண்களால் காணும்வரை தங்களை உயிரோடு விட்டுவைக்கும்படி பரிசுத்த ஆவியைப் பிரார்த்தித்துக்கொண்டிருக்கவுமில்லை).

தப்பிச்சென்ற பிறகு என்ன நடக்கும் என்பதையும் அவர்கள் யோசிக்கத் தவறவில்லை. நாளை உச்சிப் பொழுதிற்குள் அபினிப் பொதிகளுடன் லவணர்களைத் தயார் செய்துவிட்டால் மாலை முதல் சாமத்திற்குள் நல்லூரையும் அங்கிருந்து சில நாழிகைப் பொழுதில் ராயக்கோட்டையையும் அவர்கள் அடைந்துவிட வாய்ப்பிருக்கிறது (லவணர்களிடமிருந்து தப்பிக்கும் மார்க்கம் இன்னும் விவாதிக்கப்படவில்லையென்பதை மறந்துவிடக் கூடாது), அடைந்ததும் கௌட முதலை வேடத்தைக் களைந்துவிட்டு விடைபெற்றுக்கொண்டு சீரங்கப்பட்டணத்தை நோக்கிச் சென்றுவிடுவான் (இந்தத் தடவை ட்ரிஸ்ட்ராமை மீட்கும் வேலையே நாட்கள் முழுவதையும் காவுவாங்கிவிட்டதால் பூசாரியைத் தேடித் தனியே இன்னொருமுறைதான் அவன் வந்துபோக வேண்டும்), கெங்கம்மாவும் ட்ரிஸ்ட்ராமும் ராமஞ்சேரியிலேயே, முதலியார் மற்றும் சௌகிகளின் கண்களில் படாமல், நாளை இரவைக் கழித்து முடிப்பார்கள் (செல்லியின் கோபத்தைச் சமாளிக்க வேண்டியது கெங்கம்மாவின் பொறுப்பு), இதற்கிடையில் லவணர்களுடன் வனத்திற்குச்

செல்வதற்கான ஆயத்தங்களுடன் நல்லூர் வந்துசேரும் முதலை அங்கே அவர்களைக் காணாமல் மீனவிலாஸம் திரும்பி முதலியாரிடம் விஷயத்தைச் சொல்வான், லவணர்களின் குரங்குக்குணம் ஜெகப் பிரசித்தமென்றாலும் முதலையின் உதவியில்லாமல் ஹூடேதுர்க்க வனத்திற்குள் பாதையைக் கண்டுபிடித்துச்செல்வதென்பது அவர்களால் முடியாத காரியம், அப்படியே கண்டுபிடித்து உள்ளிருக்கும் கிராமத்தை அடைந்துவிட்டாலும் முதலியாரின் முத்திரை மோதிரமான முதலையைக் கண்ணால் பார்க்காமல் கங்காணிகள் அவர்களிடம் சரக்குகளெதையும் ஒப்படைக்க ஒத்துக்கொண்டுவிட மாட்டார்கள், பின் ஏன் சொல்லாமல் கொள்ளாமல் அவர்கள் திடீரென்று மறைந்துபோனார்கள் என்று கேட்டு முதலியார் தன்னையும் ஷெஸ்லரையும் குழப்பிக்கொண்டிருப்பார், ஒருவேளை கும்பெனி சர்க்கார் அதிகத் தானியத்திற்கு ஏதேனும் உளவுவேலை பார்ப்பதற்காக அழைப்பு விடுத்திருந்தாலும் அவர்கள் முதலியாரை விட்டுவிட்டு அங்கே சென்றுவிட வாய்ப்பிருக்கிறது, எப்படியும் லவணர்களில்லாமல் வனத்திற்குள் செல்லும் வேலையெதுவும் கிடையாது என்பதால் அவர்களுக்காகக் காத்திருந்து பார்க்கவும் அவர்களுடைய தண்டாக்களைத் தேடிப்பார்க்கச் சுற்று வட்டாரத்திற்கு ஆட்களை அனுப்பிவைக்கவும் முதலியாரும் ஷெஸ்லரும் பேசி முடிவுசெய்யலாம், கௌட என்பவனைப் பற்றி அறிந்தேயிராத நிலையிலும் ட்ரிஸ்ட்ராம் வனத்திற்குள்தான் இருக்கிறானென்கிற நினைப்பிலும் கெங்கம்மா தனக்குத் துரோகம்செய்ய மாட்டாளென்கிற நம்பிக்கையிலும், இதற்கு மேல், ட்ரிஸ்ட்ராம் ராயக்கோட்டையிலிருந்து காணாமல்போய்விட்டது பற்றிய விசாரணைகளுக்குப் பதில்சொல்லிக் கொண்டிருப்பதில்வேறு முதலியாருடைய கவனமும் சிதறிக்கொண்டிருக்குமாதலாலும், நடந்ததை வேறு கோணங்களில் யோசித்துப்பார்க்கப் போதுமான கால அவகாசமும் நிதானமும் அவர்களுக்கு வாய்க்க வாய்ப்பில்லை, ஆக, அபினிப் பொதிகள் திருடுபோய்விட்டதென்பதும் ட்ரிஸ்ட்ராம் தப்பித்துவிட்டானென்கிற விஷயமும் வனத்தினுள் இருப்பவர்களுக்கும் வெளியே இருப்பவர்களுக்கும் தெரிய வருவதற்குள் எப்படியும் இரண்டு மூன்று நாட்கள் கடந்துவிடும், இன்னும் அதிகமாகவும்கூட ஆகலாம், இதற்குள் ட்ரிஸ்ட்ராம் யோசித்துப் பின்வரும் வழிகளில் ஏதேனும் ஒன்றைத் தேர்வு செய்துகொள்வான், ஒன்று, ராயக்கோட்டையை அடைந்த மறுநாளே தன்னைச் சௌகிகளிடம் ஒப்படைத்துக்கொண்டு அவர்களோடேயே கிருஷ்ணகிரிக்குச் சென்று கச்சேரியில் நடந்ததையெல்லாம் சொல்லி உள்ளேயிருப்பவர்களை மீட்க ஏற்பாடு செய்வான், ஆனால் வியாபாரிகளின் சர்க்கார் மேல் அவனுக்கு நம்பிக்கையில்லையென்று ஏற்கெனவே சொல்லிவிட்டபடியால் இந்த யோசனையை அவன் செயல்படுத்துவானா என்பது சந்தேகம்தான், இரண்டு, அதே மறுநாள் மீனவிலாஸத்திற்கே கிளம்பிப்போய் முதலியாரைச் சந்தித்து அவருடைய திட்டங்கள் முறியடிக்கப்பட்டுவிட்டதாயும் அவரே முன்வந்து காதும் காதும் வைத்தாற்போல வனத்தினுள்ளிருக்கும் அகதிகளை வெளியே கொண்டுவந்து அவருடைய பண்ணையிலேயே பணிக்கு அமர்த்திக்கொண்டு தன்னுடைய பாவக் கழுவாயைத் தேடிக்கொள்ளட்டுமென்றும், அவர்களுடைய எண்ணிக்கைக்குக் கணக்குக் காண்பிக்க வேண்டிய பொறுப்பையும் அவரே ஏற்றுக்கொள்ளட்டுமென்றும்

கூறி ஒத்துக்கொள்ளச் செய்வான், காட்டினுள்ளிருந்து ட்ரிஸ்ட்ராம் எப்படித் தப்பிவந்தானென்கிற ரகசியம் தெரியாதவரையில் அவனுடைய ஆட்கள் (அது துவக்க நாளிலிருந்தே அவருடைய ரகசிய எதிரிகளாகத் தங்களைப் பாவித்துக்கொண்டேயிருக்கிற ராயக்கோட்டையின் போக்கிரி இளைஞர்களாகவேகூட இருக்கலாம்) வெளியே தன்னுடைய அசைவுகளைக் கவனித்துக்கொண்டிருப்பார்களென்கிற அச்சத்தில் அவனுடைய உயிருக்கு ஹானியேற்படுத்தும் நடவடிக்கைகள் எதிலும் முதலியார் உடனடியாக இறங்கிவிட மாட்டார்தான், ஆனால் எல்லைகடந்துசென்ற குற்றத்திலிருந்தும் சௌகியைக் கொன்றுவிட்டுத் தலைமறைவாகியிருப்பதாகச் சுமத்தப்பட்டிருக்கும் பழியிலிருந்தும் தன்னைத் தப்புவித்துக்கொள்ள முதலியாரைப் பற்றிய ரகசியங்களைச் சர்க்காருக்குச் சொல்வதைத் தவிர ட்ரிஸ்ட்ராமுக்கு வேறு வழி கிடையாது, மேலும் இது ஏற்கெனவே சர்க்கார்களால் வஞ்சிக்கப்பட்டவர்களாயிருக்கிறவர்களுடைய (அது ஃபென் புலிகளோ துயிலார்களோ அல்லது இந்துஸ்தானத்தின் அகதிகளோ) இந்தக் கதையைச் கற்பனை செய்துகொண்டிருக்கும் நபருடைய இறுதி லட்சியத்தை நோக்கிச் செல்வதுமன்று, மூன்று, நடந்தவற்றைப்பற்றி முதலியார் தெரிந்துகொள்ளும்வரை ட்ரிஸ்ட்ராம் ராமஞ்சேரியில், கெங்கம்மாவின் பரிந்துரையின்பேரில், பறையர்களின் பாதுகாப்பிலேயே சில நாட்கள் தலைமறைவாக இருப்பான் (காலகாலமாக ஊராரிடமிருந்து அவர்களை விலக்கி வைத்திருக்கும் தீட்டு என்கிற தீராச் சாபத்தை இந்தமுறை அவர்கள் தங்களுக்குச் சாதகமாகப் பயன்படுத்திக்கொள்வார்கள்), ஒரு வருட உழைப்பு முழுவதையும் களவு கொடுத்துவிட்ட ஆத்திரத்தில் ஒன்று முதலியார் வனத்திற்குள் உடனே கடுமையான சட்டதிட்டங்களை அமலாக்க முயற்சி செய்வார், அல்லது தப்பித் தலைமறைவாகிவிட்ட ட்ரிஸ்ட்ராமின் கைங்கர்யத்தால் எந்த நேரத்திலும் சர்க்கார் தன்னைத் தேடி வரலாமென்கிற அச்சத்தில் வனத்தினுள்ளிருக்கும் கிராமத்தையும் அதன் ஜனங்களையும், ஜெகதேவராயரின் ஆட்சி துயிலார்களைத் தீயிட்டுக் கொளுத்தியதென்று ட்ரிஸ்ட்ராம் சொன்னதைப் போல, முற்றிலுமாகத் தடயமின்றி அழித்துவிடவும் முற்படலாம், இரண்டில் எந்த வழியை அவர் தேர்ந்தெடுத்தாலும் அது ஏற்கெனவே வெளியேறும் தவிப்பிலும், ட்ரிஸ்ட்ராமின் மறைவினால் முதலியாரும் அவருடைய காவல்களும் வெற்றிகொள்ள முடியாத அளவிற்குப் பலமுள்ளவையல்ல என்பதை அறிந்துகொண்ட தென்பிலும் இருக்கும் அகதிகளை நிச்சயம் கோபப்படுத்தவே செய்யும், அந்தக் கோபம் அவருக்கெதிராக வெடிக்கும்போது நற்செய்திகளைக் கொண்டுவரும் தூதர்கள் யாருடைய வழிகாட்டலுமின்றித் தன்னிச்சையாகவே நிகழும் எழுச்சியாக, ஊற்றுநீர் காடுகரைகளைக் கரைத்துக்கொண்டே நதியாக விரிந்து செல்வதைப் போல, ஏழ்மையின் சகல காரணங்களையும் தொட்டுத் தன்னுள் அடக்கிக்கொண்டே செல்லும் போராட்டமாக விரிவு கண்டுவிடும், அப்போது அதன் அதிர்வு வனத்திற்கு வெளியிலும் ராயக்கோட்டையைத் தாண்டியும் உள்ள நிலங்களையும் நடுங்கச் செய்யும் வலுவுள்ளதாக இருக்குமென்பதும் நிச்சயம், எனில் கும்பெனி சர்க்காருக்கும் முழக்கங்களுக்குச் (தன்னிடமிருந்து

பறிக்கப்பட்ட நிலங்களிலிருந்து, தன்னுடைய முன்னாள் பிரஜைகளின் மத்தியிலிருந்து, எழும் இந்த முழக்கங்களை திப்பு சுல்தான் தனக்குச் சாதகமாகப் பயன்படுத்திக்கொண்டுவிடுவாரென்கிற அச்சத்தாலாவது) செவிசாய்ப்பதைத் தவிர வேறு வழியெதுவும் புலப்படாமல்போகும், ஆக எந்தவிதத்தில் பார்த்தாலும் உள்ளிருப்பவர்களின் எழுச்சிதான், எலினார் அல்லது துயிலார் இருவரில் யாருடையதாயிருந்தாலும், இந்தக் கதையின் முடிவு என்று ட்ரிஸ்ட்ராம் நிச்சயமாக நம்பலாம், அல்லது உள்ளிருப்பவர்கள் ஆரவாரத்தோடு வெளியே வரும்வரை இந்தக் கதை முடியப்போவதில்லையென்றும்கூட (இங்கே நிற்கிறவர்கள் தேவனுடைய ராஜ்ஜியத்தைக் காணுமுன் மரணத்தை ருசிபார்க்கிறதில்லையென்று மெய்யாகவே உங்களுக்குச் சொல்லுகிறேன்).

ஆனால் விவாதிக்க விவாதிக்க பிரச்சினையின் சிடுக்குகள்தான் பெரிதாகிக்கொண்டிருந்ததென்பதை மூவரும் விரைவிலேயே அறிந்து கொள்ளத் துவங்கியபோது பதற்றம் அவர்களைச் சூழ்ந்துகொண்டுவிட்டது. வெளியே காவலாட்களின் நடமாட்டமிருந்ததால் (அவர்களில் ஒருவன் இரண்டு முறை குடிசையின் கதவைக் கழியால் தட்டி அவர்களை மௌனமாயிருக்கும்படி பணிவுடன் எச்சரித்துவிட்டுவேறு போயிருந்தான்) தப்பித்தலைப் பற்றிக் கிசுகிசுப்பான குரலில், விளக்கையும் அணைத்துவிட்டு, தொடர்ந்து பேசிக்கொண்டிருப்பதென்பது அசாத்தியமான காரியமாயிருந்தது. வேறு வழியின்றி அவர்கள் அன்று இரவு எந்த முடிவிற்கும் வர முடியாமலேயே உறங்கச் செல்ல வேண்டியதாகிவிட்டது. விடியலின் புத்துணர்ச்சியினூடே புத்தியில் கடவுள் புதிய யோசனையெதையாவது பளிச்சிடச் செய்வாரென்று நம்புவதைத் தவிர அவர்களுக்கு அப்போதைக்கு வேறு வழியெதுவும் தெரியவில்லை. காட்டினுள் மட்டுமல்லாது காட்டிற்கு வெளியிலும்கூடத் தனக்களிக்கப்பட்டிருக்கும் கால அவகாசம் மிகக் குறைவானதேயென்று எண்ணி கௌட கவலைப்பட்டான். மேலும் வியாபாரிகளின் கும்பெனிக் காரர்களின் அரசாங்கத்தின் மீதும் அவர்களுடைய பணக்கார இந்தியக் கைக்கூலிகளின் மீதும் வெறுப்போடிருக்கும் அகதிகளை சுல்தான் அரசாங்கத்தின் விசுவாசிகளாக மாற்றித் தக்கச் சமயத்தில் உபயோகப்படும்படி (சீரங்கப்பட்டண உடன்படிக்கையைத் தொடர்ந்து விமர்சித்துக்கொண்டிருக்கும் கும்பெனியின் போக்கால் எப்படியும் சீக்கிரமே இன்னொரு சண்டை தொடங்கிவிடுவதற்கான வாய்ப்பும் பிரகாசமாகவேதானிருக்கிறது) முதலியாரின் பிடியிலிருந்து அவர்களை எப்படியாவது விடுவித்துவிட்டு வனத்திலேயே அவர்களை ரகசியமாகத் தக்கவைத்துக்கொள்வது குறித்த யோசனைகளும் அவன் சிந்தனையை, ட்ரிஸ்ட்ராமிடமிருந்து குறட்டைச் சத்தம் வெளிப்படும்வரை, ஆக்கிரமித்துக்கொண்டிருந்தன. ட்ரிஸ்ட்ராமுக்கோ அகதிகளின் விதியைப் பற்றிய நிச்சயமான முடிவொன்று தெரியாமல் வனத்தை விட்டுத் தான் மட்டும் வெளியேறும் யோசனை எலினாருடைய கற்பனை யெல்லைக்குள் வருகிறதா அல்லது அது தன்னிச்சையான முடிவா (மேலும் அப்படித் தன்னிச்சையாக முடிவெடுக்கும் அதிகாரம் கற்பனைப் பாத்திரங்களுக்கு உண்டா இல்லையா) என்கிற குழப்பம் அவனை உறக்கம் பற்றிக்கொள்ளும்வரை தீரவில்லை. ஆண்கள் இருவரும்

மாறிமாறி விவாதித்துக் கடைந்தெடுத்த வழிகளும் தந்திரங்களும் சாத்தியமாகக்கூடியவையென்றே தோன்றினாலும் அவர்கள் அவற்றை முன்வைத்த வரிசைக்கிரமம் அவற்றைக் காரிய சித்தியாக்காது என்று நினைத்து கெங்கம்மா பயந்துகொண்டேயிருந்தாள். திட்டம் எதுவாயிருந்தாலும் அது லவணர்களிடமிருந்து ட்ரிஸ்ட்ராமைக் காப்பாற்றி அழைத்துச் செல்வதிலிருந்தே துவங்கி விரிய வேண்டுமென்பது அவளுடைய விருப்பமாயிருந்தது. ட்ரிஸ்ட்ராமை மீட்கும் உபாயம்தான் அதன் பின்பு நடக்கவிருப்பவற்றையும் வடிவமைக்க வல்லதாயிருக்குமென்றும் அவள் நம்பினாள் (கௌடவிற்கு இது தெரியாமலில்லை. ஆனால் ட்ரிஸ்ட்ராமின் பிடிவாத குணத்தால் அவனும் வேறு வழியின்றி அந்த உரையாடலைத் தவிர்த்துவிட்டுத் தப்பித்துச்சென்ற பின் என்ன ஆகுமென்பதைப் பற்றி, மாயப்பொறிக்குள் இரையைத் தேடிக் கட்டம் விட்டுக் கட்டம் தாண்டிச் சுற்றிச்சுற்றிவரும் காற்றுப்புலியைப் போல, பிடி கிடைக்காமல் பேசிக்கொண்டிருந்தான்). கடைசிவரை அவர்கள் அதைப் பற்றி விவாதிக்க முன்வரவேயில்லையென்பது அவளுக்கு மிகுந்த அதிருப்தியை அளித்திருந்தது. விடிந்த பின் கிடைக்கவிருக்கும் சில நாழிகை அவகாசத்திற்குள், கங்காணிகளின் முன்னிலையிலேயே அவர்கள் இருந்தாக வேண்டிய நிர்பந்தத்தில், எதையும் பேசி விவாதித்து அவர்களால் ஒரு வழியைக் கண்டுபிடித்துவிட முடியாது என்று அவளுக்குத் தோன்றியதால் நல்ல உறக்கம் தரும் புத்துணர்வை ஆண்களின் வழியில் நம்பிக்கொண்டிருப்பதைவிட உறங்காமல் தொடர்ந்து யோசனைகளைக் கடைந்துகொண்டேயிருப்பதன் மூலம் தானே அதைத் தன்னருகில் அழைத்துக்கொள்ள முடியுமென்று நம்புவது உசிதம் என்று அவளுக்குத் தோன்றியது, யாரும் எழுந்திருக்காத இந்தப் பொழுதிலேயே காவலர்களின் கண்களில் மண்ணைத் தூவிவிட்டு (எப்படி) மூவரும் கிராமத்தை விட்டு வெளியேறிவிடுவது, காட்டினுள் லவணர்களை ஏமாற்றிவிட்டுத் (எப்படி) தப்பிச்செல்வது, கௌடவை மட்டும் நம்பியிராமல் ட்ரிஸ்ட்ராமையும் முடுக்கிவிட்டுத் தானும் அவர்களுடன் சேர்ந்து லவணர்களை எதிர்த்துச் சண்டையிட்டு (எப்படி) முடிந்தால் தப்புவது அல்லது மூவருமே செத்துமடிவது, புதர் நடுவே அவர்களால் பிறப்பிக்கப்பட்ட பழைய கம்பாவாக, அவர்களுடைய மகளாக, அவர்கள்முன் நின்று ட்ரிஸ்ட்ராமை உயிரோடு தன்னிடம் அளித்துவிட்டுச் செல்லும்படிக் கெஞ்சிக் கேட்டுக் கொள்வது, ட்ரிஸ்ட்ராமை விடுவிக்காவிட்டால் அவர்கள் கண்முன்பே தன்னைத் தானே மாய்த்துக்கொள்வதாகச் சொல்லி அவர்களுடைய புத்திர பாசத்தைப் பரீட்சித்துப்பார்த்துவிடுவது.

ஆனால் சற்று நேரம் கழித்து நிகழத் தொடங்கிய சம்பவத்தால் கெங்கம்மாவால் தன் யோசிக்கும் முயற்சியைத் தொடர்ந்து செயல்படுத்த முடியாமல்போய்விட்டது. ட்ரிஸ்ட்ராமின் குறட்டைச் சத்தம் கேட்கத் தொடங்கிய சில நிமிடங்களுக்குப் பிறகு தன் மார்புகளின் மீது திடீரென்று ஆண் விரல்களின் ஸ்பரிசத்தை அவள் உணர்ந்து திடுக்கிட்டாள். உடனே அவள் நினைவிற்கு வந்தவன் ட்ரிஸ்ட்ராமாகத்தான் இருந்தான் (தலையைத் திருப்பி விரல்களுக்குரிய உடலைப் பார்க்க அவளுக்கு அச்சமாயிருந்தது). கனிந்த காதலின் நெகிழ்ச்சியுடன் ஊர்ந்த அந்த விரல்கள் அவனுடையவையாக இருக்கிறபட்சத்தில் அவனிடமிருந்து

வெளிப்படுவது பொய்க் குறட்டையென்பது குறித்தும், எந்தச் சூழலிலும் அவனால் காதல்வயப்பட முடியுமென்பதைக் குறித்தும், பாரீஸில் அவனுடைய மனைவிக்கு வைத்தியம் பார்த்த மருத்துவர் இறந்துகிடந்த மேசையின் மீது அவளுடன் உறவுகொண்ட கதையை அவன் ஏற்கெனவே அவளுக்குச் சொல்லியிருந்ததால், ஆச்சரியப்பட ஒன்றுமில்லைதான். ஆனால் ட்ரிஸ்ட்ராம் எடுத்த எடுப்பிலேயே ஸ்தனங்களின் மத்தியை விரல்களால் தொடுகிற பழக்கம் கொண்டவனில்லை. கழுத்து முலைகளாகப் புடைத்தெழத் தொடங்கும் எல்லையிலிருந்து துவங்கிக் கீழ்நோக்கி (எப்போதும் நடுக்கத்துடன்) இறங்குவதுதான் அவனுடைய பாணி. மேலும் ட்ரிஸ்ட்ராமின் விரல்கள் ஒரு பெண்ணினுடையதைப் போலவே நளினமானவையும்கூட (என் தாயை அவளுடைய கணவன் எப்போதாவது தொட்டிருந்தானானால் அவள் அதை இப்படித் தான் உணர்ந்திருப்பாள்). அவை ட்ரிஸ்ட்ராமினுடையவையாக இல்லையென்றால் பின் யாருடையவை என்பது ஒன்றும் பெரிய ரகசியமில்லையென்றாலும் அதை ஒத்துக்கொள்ளவும் கெங்கம்மாவுக்கு மனம் வரவில்லை. ஏதோ காரணத்தினால் அந்த சுல்தானிய ஒற்றனின் அணுகுமுறை இப்படியிருக்காது என்று அவளுக்குத் தோன்றியது (இப்படித் தோன்றுமளவிற்கு அவனை என் கண்களும் மனமும் ரகசியமாகக் கவனித்துக்கொண்டிருந்திருக்கின்றனவே). மேலும் அந்த, நேரடியாக மார்புகளின் மையத்தைத் தொட்டு அழுத்தும் விரல்கள் அவளுக்கு ஏற்கெனவே பரிச்சயமானவை என்பதையும் அவள் புத்தி அவளுக்கு உடனே அடையாளம் காட்டிவிட்டது (முன்பு, அவள் சிறுமியாயிருந்த காலத்தில், காம்புகளைச் சுற்றி ரத்தம் துளிர்க்கவும் நீலம் பாரிக்கவும் வைத்த அந்த முரட்டு விரல்களின் தொடுதடம் மறைவதற்குத்தான் எத்தனை நாட்கள் பிடித்தன). கெங்கம்மாவின் பிரக்ஞையில் அந்தச் சிறிய இடத்தினுள் தங்கள் மூவருடன் (ட்ரிஸ்ட்ராமும் கௌடவும் ஒருவருக்கொருவர் இணையாகவும் அவர்களுடைய தலைப்பக்கத்தில் கிடைவாகாக அவளும் தங்கள் உடல்களைக் கிடத்தியிருந்தார்கள்) நான்காவது நபராக முதலையும் படுத்திருக்கிறானென்கிற உணர்வு திடீரென்று உடலைச் சிலிர்க்கச் செய்யும் பீதியுடன் கிளர்ந்தெழுந்த அதே கணத்தில், மிகக் குறுகியதேயானாலும், உறக்கத்தையும் யோசனையையும் பிடுங்கிப்போட்ட அந்த எதிர்பாராத அனுபவம் அவள் ட்ரிஸ்ட்ராமை முதலியார் ஆட்களிடமிருந்தும் லவணர்களிடமிருந்தும் ஒருசேரக் காப்பாற்றும் காட்சியைப் பரவசத்தில் மூடியிருந்த இமைகளின் திரையில் பிரத்யட்சமாக நிகழ்த்திக்காட்டிவிட்டன. அது அவர்கள் மூவரும் அதுவரையில் சிந்தித்திராத காட்சியாயுமிருந்தது. கெங்கம்மா முதல் தடவையாக, முதலையினுடைய விரல்களின் அசாத்தியமான தொடுகைக்கு அப்பால், உடலின் ரகசியங்களைத் திறக்கக்கூடிய புத்தம்புதிய வழிகளைக் கண்டுபிடிக்கும் அவனுடைய காதலைக் குதூகலமாக உணர்ந்தாள். மல்லாந்து படுத்திருந்த நிலையிலேயே அவனுடைய விரல்கள் தன் மேனியெங்கும் ஊர்ந்துசெல்ல அனுமதித்தாள். அந்தத் தொடுகைக்கு அது நெகிழ்ந்துகொடுக்கவும் சம்மதித்தாள். முதலையின் விரல்கள் உடலில் ஊர்ந்து முன்னேற முன்னேற ட்ரிஸ்ட்ராமுடன் அவர்கள் தப்பித்துச்செல்லும் காட்சி தன்

ஒவ்வொரு வண்ணத்தையும் அசைவையும் தெளிவாகக் காட்டியபடி அவள்முன் விரிந்துகொண்டேயிருந்தது. அவள் மறுநாள் காலையில் முதலியாரின் ஆட்களுடன் தாங்கள் மூவரும் தனியாக விடப்படும் ஒரு கணத்தில் உறுதியாக நிற்கிறாள், அவர்கள் முதலையிடம் முதலியாரிடம் சென்று தெரிவிக்க வேண்டியதைச் சொல்லிக்கொண்டிருக்கிறார்கள், காதலின் விழிகளை நுனியில் பதித்துக்கொண்டிருந்த முதலையின் விரல்கள் இரவின் பொட்டொளியில் பொங்கி நின்ற ஒவ்வோர் அவயவத்தையும் பார்த்துப் பார்த்து ஏற்றிக்கொண்ட போதையுடன் அவளுடைய உடலெங்கும் உயிரைப் பிடுங்கும் வலியை ஏற்படுத்தியபடி அலைந்தபோது அவள் மறுநாள் கங்காணிகளின் கண்முன்பே திடீரென்று முதலையை சொக்க கௌடவாக்கி, செல்லப் பசுக்களின் பின்னே தன்னை ஒளித்துக்கொண்டிருக்கும் மீனாவைக் கண்டுபிடித்து வெளியே கொண்டுவருவதைப் போல, நிஜவுலகை நோக்கி இழுத்து விட்டுக்கொண்டிருந்தாள். காட்சிகளின் விரல்கள் அவள் இதழ்களில் குதூகலத்தின் புன்னகை நன்கு மலரும்படி அவற்றை மெல்ல வருடின. கழுத்தை ஸ்பரிசித்தன. தன்னை அனுமதிக்கிறாளென்கிற அறிதல் தந்த தைரியத்துடன் முந்தானையை விலக்கி மார்க்கச்சையற்ற ஸ்தனங்களின் மையத்தை மீண்டும் தனக்கே உரித்தான ஆண்மையுடன் பலமாகக் கிள்ளி உதடுகளென ஒட்டிப் பிரிந்த இரண்டு விரல்களால் சுவைத்தன. இடையையும் நாபியையும் காமத்தின் வேர்வை பிசுபிசுக்கும் உள்ளங்கையைக் கொண்டு (உடலை அசைக்க முடியாத நிலையில் ஒரே கையைத்தான் உபயோகிக்க முடிந்தது. மேலும் இன்னொரு கைக்கு வேலையும் இருந்தது) மெழுகின. பின்பு விரகத்தில் தணிந்துகிடந்த அவளுடைய வயிறு எக்கி ஆடையை நெகிழ்த்தி அனுமதித்த இடைவெளியினூடு பயணப்பட்டுக் கீழிறங்கி வேனல் கொடுமை தாளாமல் விரைந்துவந்து நீர்நிலையில் தன்னை அமிழ்த்திக்கொள்ளும் மிருகத்தைப் போல அங்கிருந்த ஈரவெளியில் அமிழ்ந்து இளைப்பாறின. சில வினாடிகளுக்குப் பின் மீண்டும் விரல் நுனிகளை இணைத்து உதடுகளாக்கி புறம் மட்டுமின்றி அகமும் நிறையும்வண்ணம் அந்த ஈரத்தை உறிஞ்சிப் பருகின. உறிஞ்சப்படும் வேதனை தாளாமலும், உரத்து அரற்றி அதை வெளிப்படுத்த முடியாமலும் உதடுகளை இறுக்கிப் பற்களைக் கடித்துக்கொண்டிருந்த கெங்கம்மா அவை இன்னும் மூழ்கும் வழியை ஏற்படுத்தியவாறு கால்களைத் தளர்த்தி விலக்கினாள். பிறகு அந்தக் கையைப் பற்றித் தன் நாபியின் கீழ் அதை அழுந்தப் பதித்துக்கொண்டாள். ஆழ்ந்து செல்லும் அந்த வழியில் மடங்கி உள்ளிறங்கிய முதலையினுடைய விரல்களின் விழிகள் அங்கே அவன் வருடக்கணக்காகக் காண ஏங்கியதைக் கண்டன. கண்டதன் ஆனந்த வெளியில் களிநடம் புரிந்தன. நடனத்தின் அதிர்வுகள் குடிசையெங்கும் அமுங்கிய முனகல்களை வாரியிறைத்தன. அவற்றைக் கைகளின் நுனியில் கோர்த்துக்கொண்டிருந்த உடலும் அவற்றைத் தன்னுள் அமிழ்த்திக்கொண்டிருந்த உடலும் அவற்றின் செங்குத்து இயக்கத்திற்கேற்ப அசைந்துகொடுக்க முடியாத நிலையில் வாதை உள்ளுக்குள் புரையோட மூச்சுக்காற்றுக்கு ஏங்கிக் கீழும் எழும்பித் தாழ்ந்து துடித்தன. அந்தத் துடிப்பில் கொப்பளித்த மணம், அது உறங்கிக்கொண்டிருக்கும் ட்ரிஸ்ட்ராமைத் தொட்டு எழுப்பிவிடுமோ

என்று இருவருமே அச்சப்படும்படி, குடிசையை நிறைத்தது. ட்ரிஸ்ட்ராம் காட்டிற்குள்ளிருந்து மீண்டு செல்லும் முழுக் காட்சியும் பருவம் பெண்ணைச் சேர்வதைப் போல கெங்கம்மாவை மிக இயல்பாக வந்தடைந்தது. பிறகு வியர்வையாலும் சுரோனிதத்தாலும் முழுக்க நனைந்துபோயிருந்த தன் உடலைச் சுவரைப் பார்த்துச் சுருட்டிக்கொண்டு அவள் நிம்மதியாகத் தூங்கத் தொடங்கினாள். வனதேவதைகளையே வெற்றிகொண்டவனான முதலையும் தன்னைப் போலி செய்த மாயாவியை ஒரு கிழிந்த துணியைப் போல கசக்கிப் பழிவாங்கிவிட்ட திருப்தியுடன் உடனே உறக்கத்தில் ஆழ்ந்தான். கௌட மட்டும் மீதிப் பொழுது முழுவதும் தன் தொடைகளின் ஈரத்தை அருவருப்புடன் உணர்ந்தபடி மௌனமாகக் கண்ணீர் சிந்திக்கொண்டிருந்தான். நடப்பவை யாவும் எலினாரின் கற்பனையாக இருக்குமென்றால் தெ வில்லிக் கலவரத்தின் நடுவே சிக்கிக்கொண்டு ஒரு குழந்தையைப் போல சிரித்துக்கொண்டிருந்த அவளுடைய உடலைத் தொட்டுத் தூக்கிய கணத்திலிருந்தே தன்னுள் கிளர்ந்தெழுந்துகொண்டிருந்த ரகசியக் காதலை அவள் மிகக் குரூரமான முறையில் பகிரங்கப்படுத்திவிட்டாளென்றே அவனுக்குத் தோன்றியது. விடிந்தபோது, அதற்குப் பிறகும், கடந்துபோன அந்த இரவைத் தவிர வேறு எதைப் பற்றியும் யோசிக்கும் மனநிலையையும் அவன் இரங்கத்தக்க வகையில் பறிகொடுத்துவிட்டிருந்தான். ட்ரிஸ்ட்ராமைப் பற்றிச் சொல்ல வேண்டியதில்லை. கெங்கம்மாவுக்கோ தன் தந்திரத்தைப் பற்றி விவாதிக்க ஆண்கள் தேவைப்படவில்லை. அவளுக்குத் தேவைப்பட்டதெல்லாம் ஒரு நல்ல தருணமாக மட்டுமே இருந்தது. அது களத்தில் தயாராக இருந்த அபினித் துகள்களைப் பொதிகளாகக் கட்டித் தயார்செய்யும் பணிக்கான அழைப்பின்பேரில் கிராமத்தினர் யாவரும் கூடி லவணர்களின் தற்காலிக மேற்பார்வையிலேயே துரிதமாக வேலை செய்துகொண்டிருந்த நேரத்தில், வழக்கம்போல முதலையின் முன்னிலையில் லவணர்களில் முக்கியஸ்தனாகத் தன்னைக் காட்டிக்கொண்ட ஒரு நடுத்தர வயதின னுடன் கங்காணிகள் இருவர் குடிசைக்குள்ளிருந்தபடியே அவர்களுக்குச் சேர வேண்டிய தானியங்களையும் அவர்கள் செய்து முடிக்க வேண்டிய வேலைகளையும் பற்றிய பேச்சுவார்த்தைகளை மும்முரமாக நிகழ்த்திக் கொண்டிருக்கையில் வாய்த்தபோது அவள் அதை முழுவதுமாகப் பயன்படுத்திக்கொண்டுவிடுவது என்று உடனே முடிவு செய்துவிட்டாள். யாரும் எதிர்பாராத விதத்தில் அவள் கங்காணிகளைப் பார்த்து பேச்சில் குறுக்கிடுவதற்காகத் தன்னை மன்னித்துக்கொள்ளும்படி கேட்டுக்கொண்டு, அவர்கள் முதலை என்று நினைத்துப் பேசிக்கொண்டிருக்கும் ஆள் உண்மையில் முதலை இல்லையென்றும், லவணர்கள் அந்த முறை அங்கு வந்திருப்பதும் முதலியாருடைய கட்டளையின்பேரில் கிடையாதென்றும், லவணர்களுடன் கூட்டுச் சேர்ந்துகொண்டு அபினி மூட்டைகளைக் கடத்திச்செல்வதற்காக முதலையைப் போல மாறுவேடமிட்டுக்கொண்டு வந்திருக்கும் அந்த அந்நியன் ஒரு சுல்தானிய ஒற்றன் என்றும், கூடுதல் நம்பகத்தன்மைக்காக முதலியாருடைய பிரத்யேகப் பணிப்பெண்ணான தன்னையும் பயமுறுத்திக் காட்டிற்குள் அழைத்துவந்திருக்கிறானென்றும் சொல்லிவிட்டு, சொன்னதோடு நில்லாமல் அதிர்ச்சியில் ஸ்தம்பித்துப்

போய் நின்றுகொண்டிருந்த சொக்க கௌடவின் பொய் மீசையையும் சவுரியையும் உருவி இழுத்தும்விட்டாள்.

பேரமும் கேலிப்பேச்சுகளும் முகஸ்துதிகளுமாகப் போய்க்கொண்டிருந்த சுமூகமான சூழல் கண்ணிமைக்கும் நேரத்தில் தலைகீழாக மாறிப்போய்விட்டது. கெங்கம்மாவைத் தவிர அங்கிருந்த மற்ற ஐந்து பேருக்குமே அவள் என்ன சொன்னாள், என்ன செய்தாள் என்பதைக் கிரகித்துப் புரிந்துகொள்ளப் பல நிமிடங்கள் பிடித்தன. கங்காணிகளிருவருக்கும் கௌடவைப் பிடித்துக்கொள்வதா அல்லது அபினிப் பொதிகளை மீட்கச்செல்வதா, இரண்டில் எது முதலியாரின் கோபத்திலிருந்து தங்களைக் காப்பாற்றுமென்பதைச் சரியாக முடிவு செய்ய முடியவில்லை. ட்ரிஸ்ட்ராமுக்கும் அவள் ஏன் அப்படிச் செய்தாளென்பது புரியவில்லை. லவணன் கெங்கம்மாவைப் பார்த்து துரோகி என்று கத்திக்கொண்டே அவள் கன்னத்தில் ஓங்கி அறைந்தான். அவனுடைய இந்தச் செய்கையே அவள் சொன்னது நிஜம் என்பதைத் தனக்கு நிரூபித்துவிட்டது என்று எடுத்துக்கொண்டவனைப் போல கங்காணிகளில் ஒருவன் கண்ணிமைக்கும் நேரத்தில் அவனைப் பிடித்துத் தன் சகாவின் கைகளில் தள்ளிவிட்டுவிட்டுத் திருடர்கள் என்று கத்தியபடியே குடிசைக்கு வெளியே பாய்ந்து அபினிக்களத்தை நோக்கி ஓடினான். தள்ளிய கைகளில் சிறைப்படும் முன்பே லவணன் தன் வாயில் குதப்பிக்கொண்டிருந்த புகையிலைச் சாற்றை இன்னொரு கங்காணியினுடைய கண்களைக் குறிவைத்து முழுவேகத்துடன் துப்பிவிட்டு அதே வேகத்தோடு முஷ்டியால் அவன் முகத்திலும் ஒரு பலமான குத்து விட்டுவிட்டு முன்னே ஓடியவனின் குரல் களத்திலிருப்பவர்களை எட்டும் முன் அவனைப் பிடித்து வாயைப் பொத்தி வீழ்த்திவிடும் எண்ணத்தோடு தானும் அவன் பின்னே குடிசைக்கு வெளியில் பாய்ந்தான். அடியால் பொறிகலங்கிப்போயிருந்தாளென்றாலுமே கெங்கம்மா லவணன் அகன்றதும் தன் வலியைப் பொருட்படுத்தாது மூலையில் சார்த்திவைக்கப்பட்டிருந்த ஊதாரிகளின் குண்டாந்தடிகளில் ஒன்றை எடுத்துக் கண்களிலிருந்து வழிந்துகொண்டிருந்த புகையிலைச் சாறும் மூக்கிலிருந்து ஒழுகிக்கொண்டிருந்த ரத்தமுமாக செக்கச்செவேலென்று தடுமாறிக்கொண்டிருந்த கங்காணியின் முகத்தின் மீது தானும் தன் பங்கிற்கு ஒருமுறை பலத்தையெல்லாம் கூட்டி ஓங்கி வீசினாள். கங்காணியால் அதற்கு மேல் தாங்க முடியவில்லை. அவன் மயங்கிவிட்டான். இதற்குப் பிறகுதான் அங்கே என்ன நடந்துகொண்டிருக்கிறது என்பதை கௌடவாலும் ட்ரிஸ்டராமாலும் ஓரளவு புரிந்துகொள்ள முடிந்தது. குடிசையை விட்டு அவர்கள் மூவரும் அவசரஅவசரமாக வெளியே வந்தார்கள். அதற்குள் கெங்கம்மா எதிர்பார்த்ததைப் போலவே, களத்தில் குழப்பமும் கூக்குரல்களும் துவங்கிவிட்டிருந்தன. கங்காணியைத் தடுத்து நிறுத்த லவணன் மேற்கொண்ட முயற்சிகள் பலிக்கவில்லை. குடிசையினுள் அடிபட்டுக்கிடந்தவன் நீங்கலாக அங்கிருந்த மற்ற மூன்று கங்காணிகளும், கூடயிருந்த காடரின ஊதாரிகளும், முதல் கங்காணி அவர்களைப் பார்த்து அலறிக்கொண்டே ஓடிவந்த காட்சியைக் கண்டதுமே எச்சரிக்கையடைந்துவிட்டார்கள். ஆனால் துரதிர்ஷ்டவசமாக அவர்கள் தயாரான

அதே நேரத்திலேயே புழுதிபறக்க அவனைத் துரத்திக்கொண்டு பின்னே ஓடிவந்த லவணனைக் கண்ட மற்ற லவணர்களும் சண்டைக்குத் தயாராகிவிட்டார்கள். வரையறுக்கப்பட்டதற்கு ஒரு நாள் முன்பாகவே லவணர் கூட்டம் கிராமத்திற்கு வந்துசேர்ந்ததுபற்றி ஏற்கெனவே மெலிதான சந்தேகத்தோடு இருந்த ஜனங்களும் திருடர்கள் என்கிற வார்த்தை காதில் விழுந்ததும் என்ன நடக்கிறது என்பதைப் புரிந்துகொண்டுவிட்டார்கள். அடுத்த சில நிமிடங்களில் ஏறக்குறைய சரிக்குச் சரி ஆள் பலத்தைக் கொண்டிருந்த முதலியாருடைய ஆட்களுக்கும் லவணர்களுக்கும் இடையே கடுமையான துவந்த யுத்தம் தொடங்கிவிட்டது. கைக்குக் கிடைத்த ஆட்களையெல்லாம் ஆளுக்கொருவராகக் கட்டிப்பிடித்துக்கொண்டு எல்லோருமே புழுதியில் உருண்டுபுரளவாரம்பித்துவிட்டார்கள். முதலியாரின் ஆட்களுக்குத் தங்களைப் பிடிப்பதைவிட விலை மதிப்புமிக்க அபினிப் பொதிகளைக் காப்பாற்றுவதில்தான் அதிக கவனம் இருக்குமென்பதைத் தெரிந்துகொண்டிருந்த லவணர்கள் கழுதைகளைக் களத்திற்குள் ஓட்டிவிட்டு அடுப்புகளையும் கலயங் களையும் சேதப்படுத்தியும், மூட்டைகளைப் பிரித்து உதறிச் சின்னாபின்னப் படுத்தியும், குவித்திருந்த அபினித் துகள்களின் மேல் எருதுகளை ஏவி அவற்றைக் களமெங்கும் வாரியிறைத்தும் எதிரிகளின் கவனத்தைச் சிதறடித்துக்கொண்டேயிருந்தார்கள். ஆனால் சில நிமிடங்களுக்குள் எந்த வழியிலும் சரக்குகளைக் காப்பாற்ற வழியில்லை என்பதைத் தெரிந்துகொண்டுவிட்ட கங்காணிகளும் காடர்களும் ஒரு வருட உழைப்பு முழுவதும் நாசமாகிக்கொண்டிருந்த காட்சியைக் கண்டு அச்சமும் அச்சதால் கோபமும் கோபத்தால் கொலைவெறியும் தலைக்கேறிப்போனவர்களாக முழுப் பலத்துடன் லவணர்களைத் தாக்கவாரம்பித்துவிட்டார்கள். யாரும் யாருக்கும் சளைத்தவர்களாக இருக்கவில்லையாதலால் சண்டை வெகுநேரம் நடந்தது. நடுநடுவே கங்காணிகள் ஜனங்களைப் பார்த்து முழுவதையும் காப்பாற்ற முடியா விட்டாலும் விதைகளையாவது விரைந்து களத்திற்கு வெளியே பாதுகாப்பாக எடுத்துச்செல்லும்படியும் லவணர்களை எதிர்கொள்ள இளைஞர்கள் தங்களுக்கு உதவும்படியும் உரத்த குரலில் அழைப்பு விடுத்துக்கொண்டிருந்தார்கள் (வீணாவது பூராவும் உங்களுடைய ரத்தம், உங்களுடைய வேர்வை, உங்களுடைய இரவுபகல் பாராத கடும் உழைப்பு). ஆனால் மிகச் சரியாக அபினிக் களத்தின் மையத்திலேயே நடந்துகொண்டிருந்த அவர்களுடைய மோதலோ அவற்றை நெருங்க ஜனங்களை அனுமதிக்கவில்லை. மேலும் ஜனங்களில் யாருக்கும் அந்தச் சண்டையில் கலந்துகொள்ளும் விருப்பமும் இல்லாதிருந்தது. பாழ்பட்டுக்கொண்டிருந்த அபினிச் செல்வத்தைப் பற்றியும் அவர்கள் பெரிதாக அலட்டிக்கொள்ளவில்லை. திருவிழாக்களிலிருந்தும் கொண்டாட்டங்களிலிருந்தும் விலக்கப்பட்டுத் தனிமையில் வைக்கப் பட்டிருந்த தங்கள் கண்முன் அங்கே மோதிக்கொண்டிருந்த உடல்களும் கிளம்பிக்கொண்டிருந்த புழுதியும் உயர்ந்துகொண்டிருந்த ஓலங்களும் ஒரு பெரிய கூத்துநாடகத்தின் குதூகலத்தையும் ஆரவாரத்தையும் வண்ணத்தையுமே வாரியிறைப்பவையாகத் தெரிந்ததால் அபூர்வமாக வாய்த்த அந்தச் சந்தர்ப்பத்தின் ஒரு துணுக்கைக்கூடத் தவறவிட்டுவிடாமல்

வேடிக்கைபார்த்து அந்த நேரத்திற்கு மட்டுமல்லாமல் பின்னாளைய அசைபோடல்களுக்கும் எஞ்சியிருக்கப் போதுமானதாக இருக்கும்படி அதை மண்டைகளுக்குள் திணித்துக்கொண்டுவிடவே அவர்கள் விரும்பினார்கள். யாருடைய முனைப்புமில்லாமலேயே கூத்தரங்கத்தைச் சுற்றி அமைவதைப் போல அவர்களுடைய கூட்டம் சண்டை நடந்து கொண்டிருந்த களத்தைச் சுற்றி அமர்ந்துகொண்டுவிட்டது. நடப்பது ரத்தக்களறியான ஒரு யுத்தம் என்பதைப் பற்றிய பிரக்ஞையேயின்றி அவர்கள் உள்ளே இருந்தவர்களைத் திட்டியும் உற்சாகப்படுத்தியும் கரவொலி எழுப்பியும் மேலும் மேலும் வெறியுடன் மோதுவதற்கு உந்திவிட்டுக்கொண்டிருந்தார்கள். நிகழ்வுகளின் துவக்கத்தில் அவற்றின் விபரீதமான அசைவுகளைக் கண்டு பயந்துபோய்ப் பெற்றோர்களின் பின்னே ஒளிந்துகொண்டிருந்த குழந்தைகள்கூடச் சற்றுநேரத்தில் பெரியவர்களின் முகங்களில் பளீரிட்ட பரவசத்தைப் பார்த்துவிட்டுத் தாங்களும் அதைக் காணும் ஆர்வத்துடன் தாய்மார்களின் இடுப்புகளிலும் தந்தையர்களின் கழுத்துகளிலும் ஏறி உட்கார்ந்துகொண்டுவிட்டன. வெண்ணந்தகர்களும் பக்கத்திலிருந்தவர்களிடம் அவ்வப்போது யாருடைய கை ஓங்கியிருக்கிறது என்பதைக் கேட்டுத் தெரிந்துகொண்டு குழந்தைகளோடு சேர்ந்து ஆரவாரித்துக்கொண்டிருந்தார்கள். அவர்களில் யாரும் லவணர்கள் பக்கம் இல்லை. முதலியாருடைய ஆட்களின் பக்கமும் இல்லை. களேபரத்தின் நடுவே தங்களை விட்டு அரவமின்றி நழுவி வெளியேறிச்செல்லும் இரண்டு ஆண்களையும் ஒரு பெண்ணையும் கவனிக்கவோ கேள்வி கேட்கவோ அவர்களுக்குத் தோன்றவுமில்லை. போதாதற்குக் குண்டாந்தடியால் தாக்கப்பட்ட நெடுநேரத்திற்குப் பிறகு மயக்கம் தெளிந்து எழுந்து வெளியே வந்த கங்காணியையும் அந்த மூவரையும் தேடிச்செல்லவிடாமல் தடுத்து, விளக்கங்கள் எதையும் கோராமல், அடிபட்டுக்கொண்டிருக்கும் சகாக்கள் அவனுடைய பராக்கிரமத்தாலன்றி லவணர்களிடமிருந்து தப்ப வழியேயில்லை என்று கூறிக் களத்தினுள் இறக்கிவிட்டுவிட்டார்கள். ஏற்கெனவே முகத்தில் பட்டிருந்த அடியோடும் கண்களை எரித்துக்கொண்டிருந்த காரத் திரவத்தோடும் தடுமாறிக்கொண்டிந்த அந்த அப்பாவிக் கங்காணியால் சண்டையை வெகுநேரம்வரை தாக்குப்பிடித்து நிற்க முடியவில்லை. விளைவு, மறுநாள் முதலியார் வருகையின்போது அன்று கங்காணிகளின் குடிசைக்குள் என்னதான் நடந்தது என்பதைச் சொல்வதற்கு ஆளே இல்லாமல் போய்விட்டது.

வனத்திலிருந்து வெளியேறும் வழி நெடுகிலும் துயரம் கவிந்த யோசனைகளின் பிடிக்குள் அகப்பட்டிருந்த கௌட (எலினார் ஏன் இப்படி என்னை உபயோகப்படுத்திக்கொண்டாய்) கெங்கம்மாவின் ஆக்ஞைப்படி மீண்டும் முதலையாக மாறி மரங்களை ஊடுருவி எந்திரகதியில் முன்னேறிச் சென்றுகொண்டேயிருப்பதைத் தவிர வேறெந்தச் செயலையும் சொந்தப்புத்தியோடு முயன்றுபார்ப்பதற்கு முன்வரவில்லை. அவன் அவளுடைய நிர்மலமான முகத்தை ஏறிட்டுப் பார்க்கும் தைரியத்தையும் அவளுடன் எதைப் பற்றியும் விவாதிக்கும் திறனையும் அறவே இழந்துபோயிருந்தான். ட்ரிஸ்ட்ராம் தன் கண்களில் நமைச்சலும் வீக்கமும் துவங்கியிருப்பதாயும் அநேகமாக எலினாருக்கும்

காட்டினுள் மறைந்திருக்கும் ஜனங்களுக்கும் தேவைப்படும் நயன புஷ்பத்தின் தேவை தனக்கும் இனிக் கட்டாயமாகலாம் என்றும் பிதற்றியபடியே வந்துகொண்டிருந்தான். அவன் சொன்னதைவிட அதைச் சொல்லும்போது அவன் குரலில் கசிந்த மயக்கத்தையும் பரவசத்தையும் கண்டே அதிகமாகப் பயந்துபோன கெங்கம்மா ஸ்ரீரங்கப் பட்டணத்திற்குத் திரும்பிச்செல்லும் முனைப்பிலிருந்த கௌடவை ராயக்கோட்டையிலேயே உஞ்சவிருத்தி பிராமணனாக மேலும் இரண்டு நாட்கள் தங்கியிருந்து சூழ்நிலையைப் பார்த்துக்கொண்டு பிறகு புறப்படும்படி கேட்டுக்கொண்டாள். கௌட அதை மறுபேச்சின்றி ஒத்துக்கொண்டான். வனத்தைக் கடந்தவுடன் பிரதான சாலைகளைப் பயன்படுத்தாமல் கைவிடப்பட்ட குறுக்குவழிகளையும் வயற்புறங்களையுமே பயன்படுத்திக்கொண்டு பெரும்பாலும் யார் கண்களிலும் பட்டுவிடாமல் ராமஞ்சேரிக்கு ட்ரிஸ்ட்ராமைக் கொண்டு வந்து சேர்த்த பிறகு செல்லியின் இன்மையைச் சாதகமாகப் பயன்படுத்திக் கொண்டு அந்த இரண்டு நாட்களும் ட்ரிஸ்ட்ராம் கெங்கம்மாவின் குடிசையில், செல்லியின் நோய்ப்படுக்கையிலேயே, தன் பொழுதைக் கழித்துக்கொண்டிருந்தான். கெங்கம்மா ஒன்றுமறியாதவளைப் போல, திடீரென்று காணாமல்போய்விட்ட தன் தாயைத் தேடிப் பக்கத்து ஊர்களுக்குச் சென்றிருந்ததாகச் சொல்லி மீனவிலாஸத்தவர்களை நம்பவைத்துவிட்டுத் துக்கத்தையும் அடக்கிக்கொண்டு தொடர்ந்து பணிக்குப் போய்வந்துகொண்டிருந்தாள். குடிசையிலிருந்து செல்லி காணாமல்போய்விட்டிருக்கிறாள் என்பது தெரிந்த கணத்திலேயே லவணர்களுடன் அதை இணைத்து என்ன நடந்திருக்குமென்பதை ஊகித்துவிட்டதால் அவளைத் திரும்பக் கூட்டிவரும் யோசனையை அவள் கைவிட்டுவிட்டிருந்தாள். மேலும் செல்லியின் திரும்பலைவிட ட்ரிஸ்ட்ராமின் பத்திரமே (அது மனதை உறுத்தத்தான் செய்தது என்றாலும்) அவளுக்கு முக்கியமானதாக இருந்தது. அவர்கள் வனத்திலிருந்து திரும்பிய மறுநாளே தன் நண்பர்களுடன் அங்கே போய்விட்டுத் திரும்பிய முதலியாரின் நடவடிக்கைகளைக் கூர்ந்து கவனித்துக்கொண்டிருப்பதுவும் மற்ற கவலைகளைப் பின்னுக்குத் தள்ளிவிட்ட தலையாய வேலையாக அமைந்துவிட்டிருந்தது.

முதலியாரின் ஆட்களுக்கும் லவணர்களுக்கும் வனத்தினுள் சண்டை மூண்டுவிட்டிருந்த அதேநேரத்தில் ராயக்கோட்டையில் நல்லூர் தண்டாவைக் காலி செய்துவிட்டு லவணர்கள் காணாமல் போய்விட்டார்கள் என்று முதலை கொடுத்த தகவலால் குழம்பிப் போன முதலியார் அன்று முழுவதும் அதைப் பற்றித் தீவிரமாக யோசித்துக்கொண்டிருந்துவிட்டு மறுநாள் எதற்கும் நேரே சென்று பார்த்துவிடுவது என்று முடிவு செய்தவராக ஷெஸ்லரையும் கூட்டிக் கொண்டு முதலை வழிகாட்ட வனத்திற்குள் சென்றபோது அங்கே தன் கிராமம் கிடந்த கிடப்பைக் கண்டு இடிந்துபோய்விட்டார். கங்காணிகளிருவருமே மூன்றாவதாக ஒரு கங்காணியுடனும் இரண்டு ஊதாரிகளுடனும் சேர்த்து ஐவராக லவணர்களின் நஞ்சு தடவப்பட் டிருந்த குறுங்கத்திகளுக்கு இரையாகிவிட்டிருந்தார்கள். முதலியாரின் எஞ்சிய ஆட்களும் எழ முடியாத அளவிற்கு மோசமாகத் தாக்கப்பட்டுக்

கிடந்தார்கள். லவணர்கள் தரப்பில் கொலையுண்டவர்களின் கணக்கு மூன்று பேராக இருந்ததென்று அவர்கள் சொன்னார்கள் (நாங்களொன்றும் அவர்கள் திருடிச்செல்வதை வெறுமே அனுமதித்துக்கொண்டும் எங்களைப் பலிகொடுத்துக்கொண்டும் சும்மாயிருந்துவிடவில்லை). எருதுகள் மூன்றும் கழுதைகளில் இரண்டும் களேபரத்தில் தப்பிக் காட்டிற்குள் எங்கோ ஓடிவிட்டிருந்தன. எஞ்சிய பன்னிரண்டு லவணர்களும் கிடைத்த அபினி மூட்டைகளுடன் இறந்துகிடந்த தங்கள் சகாக்களையும் வாரியெடுத்துக் கழுதைகளின் மேல் சுமத்திக்கொண்ட பின் பிலாக்கணம் வைத்தபடி புறப்பட்டுப்போயிருந்தார்கள். அவர்களைக் கிராமத்தவர் யாராலும் தடுக்க முடியவில்லை. ஆனால் முதலையின் தலையைக் கண்டவுடனேயே அவர்கள் அனைவருமே வனத்திற்குள் லவணர்களையும் கெங்கம்மாவையும் கூட்டிக்கொண்டுவந்து அபினி திருட்டுப் போகவும் ட்ரிஸ்ட்ராம் தப்பித்துச் செல்லவும் காரணமாயிருந்தவன் என்று அவனை நோக்கிச் சுட்டுவிரல்களை நீட்டிவிட்டார்கள். முதலை பயந்துபோய்விட்டான். தான் நிரபராதி என்றும் அங்கே வந்தது கெங்கம்மா என்றால் அவள்தான் இடையில் புகுந்து ஏதோ சதி செய்திருக்கிறாளென்றும், நல்லூரிலிருந்து லவணர்கள் சொல்லாமல்கொள்ளாமல் புறப்பட்டுப்போய்விட்டதற்கும் சம்பவம் நடந்த அன்று கெங்கம்மா மீனவிலாஸத்திற்குப் பணிக்கு வராமலிருந்ததற்கும் கண்டிப்பாகத் தொடர்பிருக்கிறது என்றும் அவன் அழமாட்டாக் குறையாக ஷெஸ்லரிடம் (திக்பிரமை பிடித்தவராக நின்றுகொண்டிருந்த முதலியார் அவனுடைய விளக்கங்கள் எதையும் காதில் வாங்கிக்கொள்ளும் ஸ்திதியில் அப்போது இல்லை) சொன்னபோது அவர் கெங்கம்மாவுக்கு முதலையைத் தவிர வனத்தினுள் நுழைவதற்கு வழி காட்டக்கூடிய ஆண் யாருடனும் பழக்கமிருக்கவே முடியாது என்பது அவனுக்கே தெரியும் என்று பதில் சொன்னார். அவரைப் பொறுத்தவரையில் வனத்திற்குள் கெங்கம்மா வந்தது உண்மையென்றால் அவளுடன் முதலை வந்தான் என்பது பொய்யாக இருக்க முடியாது, அழைத்து வந்தது முதலையில்லையென்றால் உடன்வந்ததும் கெங்கம்மா இல்லைதான். மேலும் இதைச் சொல்லிக்கொண்டிருந்தவர்களின் கண்களிலும் ஏளனமிருந்ததேயொழிய பொய்யிருந்ததாக அவர்களால் கண்டுபிடிக்க முடியவில்லை (உண்மையைப் போல பொய்க்கு ஏக காலத்தில் ஏராளமான கண்விழிகளைத் தாக்கிப் பீடிக்கும் வலிமை கிடையாது). ஆனால் இரண்டு நாட்களும் முதலை மீனவிலாஸத்தில்தான் இருந்தான் என்பதும் எல்லோருக்கும் தெரிந்த உண்மை. அவர்களால் என்ன நடந்தது என்பதை ஊகித்துக்கொள்ள முடியாதபடி சம்பவத் தொடர்ச்சிகளின் நடுவே ஒரு வெற்றிடம் இருந்தது. அந்த வெற்றிடத்திற்குள் அப்படியொரு சந்தர்ப்பத்திற்காகவே காத்துக்கொண்டிருந்த, முதலைக்கு ஏற்கெனவே அறிமுகமான, ஹுடேதுர்க்க வனத்தின் குறும்புக்காரக் குட்டிச்சாத்தான்கள் தங்கள் ஆகிருதியை நுழைத்துக்கொண்டுவிட்டன. ஷெஸ்லர் நம்பவில்லையாயினும், காட்டிற்குள் தன் உருவத்திலும் கெங்கம்மாவின் உருவத்திலும் நடமாடித் தன்பேரில் அபவாதத்தை உண்டுபண்ண முயற்சித்தது வனத்தை வெற்றிகொண்ட தன்னைப் பழிவாங்க வேண்டுமென்று நெடுநாட்களாகவே காத்திருந்திருக்கக்கூடிய மாயாவிகளின் வேலைதான் என்று முதலை முதலியாரிடம் அழமாட்டாக்

குறையாகப் புகார் சொன்னான். முதலியார் அவன் சொன்னது எதையும் காதில் போட்டுக்கொள்ளவில்லை. நடந்து முடிந்த பயங்கரச் சண்டையைப் பற்றி ஆள்மாற்றி ஆளாக விவரித்துக்கொண்டிருந்த கூஷ் கிராமத்து ஜனங்களின் கண்களில் அந்த விவரிப்புகளனைத்திற்குமப்பால் அவற்றின் நேரடியான பொருளுக்கு நேர்மாறான அர்த்தத்தைக் கொடுக்கும்படி மின்னிக்கொண்டிருந்த விஷமத்தையும் வன்மத்தையும் ஏளனத்தையும் பார்த்துவிட்டு (சண்டையின் மூர்க்கம் ஏற்றியிருந்த போதை அவர்கள் கண்களிலிருந்து இறங்கியிருக்கவில்லை. இறந்துகிடந்தவர்களைப் புதைக்கவோ எரிக்கவோகூட முயற்சிகளெதையும் அவர்கள் மேற்கொண்டிருக்கவுமில்லை. உறைந்த ரத்தவாடையையும் உடல்கள் அழுகத் துவங்கும் நாற்றத்தையும் மோப்பம் பிடித்துத் தேடிவரும் விலங்குகளின்முன் கொடுக்கு மூங்கிலின் மாயவேலி எத்தனை தூரம் தாங்கும் என்பதைப் பற்றிக் கவலைப்படவுமில்லை. முதலியாரும் ஷெஸ்லரும் பேசிக்கொண்டிருந்த நேரத்தில் முதலைதான் இரண்டு மூன்று காடர்களின் துணையோடு பெரிய குழியாகத் தோண்டிப் பிணங்களைப் புதைக்க ஏற்பாடு செய்ய வேண்டியிருந்தது) இனி அவர்களைத் தன் பிடிக்குள் வைத்திருப்பதென்பது காற்றைக் கைக்குள் அடக்க முயற்சிக்கிற வேலையாகவே இருக்குமென்கிற உண்மையைத் தெரிந்துகொண்டவராக மிகுந்த மனக்கிலேசத்துடன் காட்டிலிருந்து மௌனமாக வெளியேறி வந்துவிட்ட அவர் ஊர் திரும்பிய பின்னும் அவரே எதிர்பாராதபடி அந்தக் கண்களைத் தவிர மற்றெல்லாவற்றையும் மறந்துபோய்விட்டதால் (ஊரின் எல்லையில் எளிதில் சென்றடைய முடியாத ஒரு வனம் இருக்கிறதென்பதையும் இங்கிலாந்து வியாபாரிகளால் பாரமஹால் முழுவதிலும் தேடப்பட்டுக்கொண்டிருக்கும் கூஷ் என்கிறவொரு கிராமம் அங்கேதான் இருக்கிறது என்பதையும் மட்டுமன்று, அதனுள் கொலைவெறி ஏறிப்போயிருக்கும் மக்கள் கூட்டம் ஒன்று யாருமறியாமல் ரகசியமாக உயிர் வாழ்ந்துகொண்டிருக்கிறது என்பதையும்கூட அவர் புத்தி தன்னிடம் தக்கவைத்துக்கொள்ள மறுத்துவிட்டது) மேற்கொண்டு எடுக்க வேண்டிய நடவடிக்கைகள்பற்றியும் யாரிடமும் எதையும் பேசவில்லை. காட்டிலிருந்து திரும்பிவந்த நாளிலிருந்து சாப்பிடாமல் குளிக்காமல், குழந்தை மீனாவைப் பார்க்கும்போது மட்டும் சிலதுளிக் கண்ணீர் கண்களில் துளிர்ப்பதைத் தவிர்த்து மற்றபடி அவர் உத்தரத்தையே வெறித்துக்கொண்டும் யோசித்துக்கொண்டுமிருந்ததைப் பார்த்துவிட்டு மீனவிலாஸத்திலிருந்த மற்றவர்களைப் போலவே தானும் (ஆனால் ரகசியமாயும் உள்ளுக்குள் அவரை அந்த நிலைக்கு ஆளாக்கிவிட்டதில் தனக்கிருக்கும் பங்கைப் பற்றிய தீராத குற்றவுணர்வுடனும்) பயந்துகொண்டிருந்த கெங்கம்மா மத்தளத்திற்கு இரண்டுபுறம் அடியென்கிற கதையாக இந்தப்பக்கம் ராமஞ்சேரியில் ஒளித்துவைக்கப்பட்டிருந்த ட்ரிஸ்ட்ராம் மூன்றாம் நாள் தன் பார்வை இன்னும் மோசமாக வெளிறிக்கொண்டிருக்கிறதென்றும் பொருள்களைச் சுற்றிப் பிரகாச வளையங்கள் தோன்றத் தொடங்கிவிட்டன என்றும் புலம்பத் தொடங்கியதும் இன்னும் அதிகமாகப் பயந்துபோய் அவனை ராயக்கோட்டை போன்ற சிறிய கிராமத்திலேயே தொடர்ந்து ஒளித்துவைத்திருக்க இயலாது என்கிற முடிவுடன் கௌடவிடம் கலந்து பேசி அவனை ஸ்ரீரங்கப்பட்டணத்திற்குக் கூட்டிச்சென்றுவிடுமாறும்,

விரைவில் வரவிருக்கிற கெலமங்கலம் இரட்டைச்சாமி கோயில் கொடையில் துயிலார் பூசாரியைச் சந்தித்து (அந்த நாட்களின்போது தாண்டவராயனுக்கும் கோணய்யனுக்குமான விசேஷ பூஜைகளை நடத்தத் தனி உரிமை உள்ளவனான அவன் எங்கே இருந்தாலும் அந்தக் கடமையை நிறைவேற்ற வராமல் போக மாட்டான்) அவனிடம் நயன புஷ்பத்தைத் தயாரித்துத் தரச்சொல்லிக் கைகளில் வாங்கும்வரை, சில நாட்கள் அவனுடைய அடையாளங்களை அழித்துச் சொந்தப் பொறுப்பில் தன்னுடனேயே வைத்துக்கொள்ளுமாறும் வேண்டிச் சம்மதிக்கவைத்தாள். பூசாரி களவாடிப்போன பிதிர் சஞ்சார மார்க்க போதினியின் கடைசி எட்டுச் சர்க்கங்களைத் திரும்பப் பெற்றுக்கொள்ள கௌடவிற்குக் கிடைக்கவிருக்கும் நல்லதொரு சந்தர்ப்பமாகவும் கெலமங்கலம் கொடை அமையக்கூடும். இதைத் தவிர நயன புஷ்பத்திற்கு விலையாகப் பூசாரியிடம் ட்ரிஸ்ட்ராமின் சார்பில் கொடுக்க துயிலார்களே அறியாத, அவர்களுடைய எழுதப்பட்ட பூர்வ சரித்திரம் ஒன்று இருக்கிறது என்கிற தகவலும் அதன் இருப்பிடமும் அவர்களுக்குத் தெரியும். துயிலார்களுடைய சுயமறதியைப் பற்றிய எள்ளல்களை முற்றாகத் துடைத்தெறிய உதவக்கூடிய அந்த ஓலைச்சுவடிகளை முதலியாரிடமிருந்து திரும்பப் பெறக்கூடிய போராட்டங்களைத் தன்னினத்தவர்களைத் திரட்டித் துவக்குவதைக்காட்டிலும் ஒரு பிராமணனால் யாசித்து வாங்கப்பட்ட சர்க்கமொன்றை உள்ளடக்கிக்கொண்டிருக்கும் பிதிர் சஞ் சார மார்க்க போதினி என்ன கூடுதலான முக்கியத்துவத்தை அவனைப் பொறுத்தவரையில் பெற்றுவிடப்போகிறது. ஆனால் நயன புஷ்பத்தை ட்ரிஸ்ட்ராம் பூசாரியிடம் கேட்டு நிற்கும் நாளில் உண்மையில் அவனைக் கதாபாத்திரமாக்கிச் சொல்லப்பட்டுக்கொண்டிருக்கும் இந்தக் கதை உண்மையில் யாரால் கற்பனை செய்யப்பட்டுக்கொண்டிருக்கிறது என்கிற கேள்விக்கு விடைதேடும் மற்றொரு பெரிய பயணத்தைத்தான் (ஆரம்பமுதல் கண்ணாரக்கண்டு வசனத்தைப் போதித்தவர்கள் எங்களுக்கு ஒப்புவித்தபடியே அவற்றைக் குறித்துச் சரித்திரம் எழுத அநேகம் பேர் ஏற்பட்டபடியினால்) அவன் துவக்க வேண்டியிருக்குமென்றே கெங்கம்மாவுக்குத் தோன்றியது. என்றாலும் அதை அப்போது பார்த்துக் கொள்ளலாம் என்கிற எண்ணத்தோடு அவள் ட்ரிஸ்ட்ராமுக்குக் கண்ணீருடனும் கௌடவிற்கு இரக்கம் கலந்த நன்றியுடனும் விடைகொடுத்து வழியனுப்பிவைத்தாள்.

ஆனால் ட்ரிஸ்ட்ராம் ஸ்ரீரங்கப்பட்டணத்திற்குப் போகவில்லை. மாறுவேடத்தில் அவனும் கௌடவும் ராயக்கோட்டையை எல்லையைத் தாண்டிக்கொண்டிருந்தபோது பேச்சுப்போக்கில் கௌடவால் அவனுக்குத் தெரியப்படுத்தப்பட்ட பார்த்தசாரதி அய்யங்காரின் இரங்கத்தக்க நிலையும், சீரங்கப்பட்டண நூலகத்தில் பூசாரியால் தாக்கப்பட்ட சேடிப்பெண் மற்றும் அவளுடைய காதலனான கப்பேரர் சாதி இளைஞன் ஆகியோருடைய பரிதாபகரமான முடிவும் அவனைப் பலமாகத் தாக்கிவிட்டது. நினைவுகளில் எலினாருக்கு அவனுடைய காதலால் விளைந்த விபரீதங்கள் மீண்டும் அதிரத் துவங்க அவன் கௌடவிடம் தன்னுடைய சாகஸச் செயல்களின் மீதான விருப்பத்தினால் துவக்கத்திலிருந்தே நேர்ந்துகொண்டிருக்கும்

விபரீதங்கள் பற்றிய குற்றவுணர்ச்சியை இனியும் தன்னால் தாங்க முடியாது என்றும், குறிப்பாக அய்யங்காரின் முகத்தில் விழிப்பதென்பது அந்தக் குற்றவுணர்வை ஒரு சகித்துக்கொள்ளவியலாத சித்திரவதையாக மாற்றிவிடுமென்று தான் அஞ்சுவதாயும் (மனிதர்கள் என்கிற அந்தஸ்தைவிட சுல்தானுடைய எதிரிகளின் இனத்தைச் சேர்ந்தவர்கள் என்கிற ஸ்தானத்தைத்தான் எப்போதுமே எனக்கும் என் மனைவிக்கும் அவர் கொடுத்துவந்திருக்கிறாரென்பதையும், தெ வில்லிக் கலவரத்தில் எலினார் காப்பாற்றப்பட்டதில் அவருக்குச் சந்தோஷமில்லாததைப் போலவே பிரிட்டிஷ் பிரஜையான அவளுக்குக் கண்பார்வை கிடைப்பதிலும் அவர் அசூயை கொண்டிருந்தாரென்பதையும் நாங்களிருவரும் பதினாறு வருடங்களாகத் தேடியலைந்து கொண்டிருந்த அந்த ஒற்றைக் கேள்விக்கான விடை நயன புஷ்பமென்கிற பெயரில் பிதிர் சஞ்சார மார்க்க போதினியில் ஒளிந்திருக்கிறது என்கிற விபரத்தைத் துயிலார் சரித்திரத்தின் பக்கங்களில் கண்டுபிடித்த இரவில்தான் நான் தெரிந்துகொண்டேன் கௌட, அந்தச் சுவடி தன் பொறுப்பிலேயே சுல்தானின் நூலகத்தில் இருக்கிறது என்பதை தெ வில்லியில் வைத்து எங்களிடம் மட்டுமன்று, அதன் பிறகு உன்னிடமும்கூட சொல்லாமல் மறைத்துவிட்டிருக்கும் அவருடைய சுல்தானிய விசுவாசத்தை மேலும் சோதனைக்குள்ளாக்குவது என்பது என் தரப்பில் மற்றொரு குற்றத்தைச் சேர்க்கும் செயலாகிவிடும், அவர் பாவம், நான் நூலகத்திற்குள் நுழைய உதவியது உட்பட தன் விருப்பத்திற்கு மாறான உதவிகளை, அவர் முன்பொருமுறை பாரீஸில் வைத்து வெளிப்படையாகவே சொல்லிக்கொண்டிருந்ததைப் போல, உன் முகத்திற்காகவே வேண்டாவெறுப்புடன் செய்தாக வேண்டிய கட்டாயத்திலிருக்கிறார், அதிலிருந்து நீ அவரைத் தயவுசெய்து விடுவித்தேயாக வேண்டும், இந்த வேண்டுகோள் அவர் எனக்குச் செய்த பேருபகாரத்திற்கு நான் செய்யும் கைம்மாறாக இருக்கட்டும்), மேலும் சிப்பாய்களுக்கும் ஒற்றர்களுக்கும் பயந்துகொண்டு கற்சுவர்களினிடையே பதுங்கிக்கொண்டிருப்பதைவிட மரங்களுக்கிடையில் ஒரு சதுப்புநிலக் கரடியைப் போல சுதந்திரமாகச் சுற்றித்திரிவதையே தன் மனம் விரும்புகிறதென்றும் சொல்லி அவன் மனதைக் கரைத்து, துயிலார் பூசாரியைச் சந்திக்கும் நாள்வரையில் வனத்திற்குள் மறைந்துதிரியும் ஜனங்களோடேயே தங்கியிருக்கத் தனக்கு உதவும்படி, வேறு வழியின்றி கௌட அதற்கு ஒத்துக்கொள்ளும்வகையில், மன்றாடிக் கேட்டுக்கொண்டு மீண்டும் முதலையாகத் தன்னை உருமாற்றிக்கொண்ட அவனுடைய உதவியுடன் ஹுடேதுர்க்க வனத்திற்குள்ளேயே திரும்பிச் சென்றுவிட்டான். இரண்டு நாட்களுக்கு முன் இரவுநேரத்தில் கிராமத்திற்கு வந்துசேர்ந்து மறுநாள் சண்டையின் நடுவே சந்தடியில்லாமல் சீமைத்துரையைக் கூடத்திக்கொண்டு போய்விட்டுப் பிறகு ஒன்றுமே தெரியாதவனைப் போல முதலியாருடனும் வந்து பார்த்துவிட்டு அவர் வந்துவிட்டுத் திரும்பிப்போன கையோடு மீண்டும் துரையைக் கூட்டிக்கொண்டு தங்கள் முன்னே வந்துநிற்கும் முதலையைக் கண்டு கூஷ்வாசிகள் உண்மையிலேயே ஆச்சரியப்பட்டுப்போய்விட்டார்கள். ட்ரிஸ்ட்ராமை எதற்காக அவன் வெளியே கூட்டிக்கொண்டு போனான், இப்போது எதற்காகத் திரும்பக் கொண்டுவந்து விடுகிறானென்பதையும் அவர்களால்

ஊகிக்க முடியவில்லை. இதைவிட, திரும்பவும் அதே முதலை தாங்கள் மூவரும் கிராமத்தை விட்டு வெளியேறிய பிறகும் முதலியார் அங்கு வந்தபோதும் என்ன நடந்தது என்று அவர்களிடமே திரும்பக் கேட்டபோது, தன்னைப் பழிவாங்கிக்கொண்டிருக்கும் குட்டிச் சாத்தான்களைப் பற்றி அவன் முதலியாரிடம் சொல்லிப் புலம்பிக்கொண்டிருந்ததையும் செவிமடுத்துக்கொண்டிருந்த அவர்கள் தங்கள் முன்னே அப்போது வந்து நிற்பது உண்மையில் மனிதனா மாயாவியா என்கிற குழப்பத்திலும் அச்சத்திலும் உறைந்துபோனார்கள். கௌடவிற்கு முதலையாகவே தன்னைத் தொடர்ந்து காட்டிக்கொள்வது பின்னால் உதவியாக இருக்குமென்று தோன்றியதால் அவர்களுடைய குழப்பதைத் தீர்க்கும் முயற்சிகளை மேற்கொள்வதைச் சாமர்த்தியமாகத் தவிர்த்துவிட்டான். பதிலாக ட்ரிஸ்ட்ராமைக் கூட்டிக்கொண்டுபோய் வெளியே வைத்திருந்திருந்த இரண்டு நாட்களுக்குள் கானகத்திற்குள் அடைந்துகிடக்கும் அவர்கள் அனைவருடைய வெளியேறுதலுக்கான மார்க்கத்தையும் கொடுக்கு மூங்கிலினால் உண்டாகும் நோய்க்கான மருந்து இருக்குமிடத்தையும் தாங்கள் மூவருமாகச் சேர்ந்து கண்டுபிடித்துவிட்டதாயும் வருகிற தை பௌர்ணமிக்குப் பிறகு விஷயங்கள் அனைத்தும் சுபமாக முடியுமென்றும் கூறி அதுவரையில் ட்ரிஸ்ட்ராமை அவர்கள் தங்களில் ஒருவனாயும் தங்களுக்கு சுவாரஸ்யமான கதையொன்றைச் சொல்லவிருக்கிறவனாயும் அங்கீகரித்துத் தங்களோடு வைத்துக்கொள்ள வேண்டுமெனவும் வேண்டிக் கொண்டான். முதலை எதற்காகத் தன் எஜமானனை ஏமாற்றும் இந்தக் காரியங்களைச் செய்துகொண்டிருக்கிறானென்று தெரியாவிட்டாலும், அவன் முதலைதானா என்பதிலேயே சந்தேகமிருந்தாலும், இரண்டு நாட்களுக்கு முன்புவரையில் முதலியாரின் அடிமைகளாகக் கிடந்த தங்ளுடைய ஸ்திதியில் அவனுடைய வரவு பெரும் மாற்றத்தை உண்டுபண்ணிவிட்டிருப்பதை மறுப்பதற்கில்லை என்றெண்ணிக் கூஷ்வாசிகள் கௌட சொல்வதை ஏற்றுக்கொண்டார்கள். ட்ரிஸ்ட்ராமுக்கு மட்டும் முதலியார் மீண்டும் காட்டிற்குள் வருகை தரும்போது தன்னை அங்கே பார்க்க நேர்ந்தால் அது மேற்கொண்டு பிரச்சினைகளை உண்டுபண்ணிவிடாதா என்கிற சந்தேகம் இருந்தது. ஆனால் காட்டிற்குள் நடந்து முடிந்திருந்த அசம்பாவிதத்தையும் கோரத்தையும் கண்டுவிட்டுத் திரும்பிப்போன முதலியாரின் விழிகளில் தேங்கிக்கிடந்த பேதலிப்பை அப்போதே அவதானித்திருந்த கூஷ்வாசிகளுக்கும் எஞ்சியிருந்த அவருடைய கையாட்களுக்கும் அவர் அங்கே திரும்பிவருவது இனி துர்லபம் என்பதில் சந்தேகம் இருக்கவில்லை. முதலியார் வந்திருந்த அன்று நடந்ததை அவர்கள் சொல்லக் கேட்டுக்கொண்டிருந்த ட்ரிஸ்ட்ராம் தன்னுடைய சாகஸ வேட்கையால் பாதிக்கப்பட்டவர்களின் பட்டியல் பார்த்தசாரதி அய்யங்காரோடு நின்றுவிட்டிருக்கவில்லையோ என்று நினைத்துப் பயந்துபோனான்.

அது வீண் பயமாயிருக்கவில்லை. காட்டிற்குள் நுழைந்த அடுத்த வாரத்திலேயே ஒருநாள் இரட்டைச்சாமி கோயில்வரை போய் ஒரு கும்பிடு போட்டுவிட்டு வந்துவிடுவதாகச் சொல்லி ராயக்கோட்டையிலிருந்து கிளம்பிப்போன பல்குணம் முதலியார் பிறகு மீனவிலாஸத்திற்குத் திரும்பி வரவில்லை. மாமனார் வீட்டிலேயே நிரந்தரமாகத் தங்கிவிட்டார். அவரைப்

பற்றிய புகார்கள் எதுவும் கச்சேரியில் பதிவாகியிராததாலும் அவருடைய கணக்குவழக்குகளில் சிக்கல்கள் ஏதுமில்லையென்கிற ட்ரிஸ்ட்ராமின் அறிக்கை ஏற்கெனவே கோப்புகளில் இருந்ததாலும் மனநிலை சரியில்லாமல் போய்விட்டதாகக் கருதப்பட்ட அவரைத் திரும்பிவரும்படி கும்பெனி சர்க்கார் அதிகம் வற்புறுத்தவில்லை. சிவகாமசுந்தரியம்மாளும் கணவனுடன் சேர்ந்துகொள்ள முயற்சிகளெதையும் மேற்கொள்ளவில்லை. அவள் மீனவிலாஸத்திலேயேதான் தங்கியிருந்தாள். அவருடைய வெளியேறலுக்குப் பிறகு வெகுவாகக் குறைந்துபோன அந்நிய புருஷர்களின் வருகையும் (குறிப்பாக ஷெஸ்லர். முதலியார் வெளியேறிய சில நாட்களுக்குப் பிறகு அங்கே வந்த அவரை ஒரேயொருமுறை மாடியறைக்குச் சென்று அவருக்குச் சொந்தமான துயிலார் சரித்திரச்சுவடிகளை மட்டும் எடுத்துக் கொண்டு வந்துவிட சிவகாமசுந்தரியம்மாள் அனுமதித்தாள். ஆனால் போனவர் வெறுங்கையோடுதான் இறங்கி வந்தார். சுவடிக்கட்டுகள் எங்கே தேடிப்பார்த்தும் காணக் கிடைக்கவில்லை), புழக்கடை வீட்டிலிருந்து நிரந்தரமாகவே அகன்றுபோய்விட்ட விகல்பமான சிரிப்பொலிகளும், காய்ந்துபோய் காற்றோடு கரைந்துவிட்ட கலவி மணமும் (குழந்தை மீனாவின் பருவத்தை இயல்புக்குமீறி அந்த மணம் விரைவாகவே பழுக்கச்செய்துவிடுமோ என்று அவள் எப்போதும் அஞ்சிக்கொண்டேயிருந்தாள்), அந்த வீட்டை அப்போதுதான் கட்டி முடித்ததைப் போன்றவொரு நெருக்கத்தையும் பாதுகாப்பு உணர்வையும் அவளுக்கு வழங்கியிருந்தது. உண்மையில் தன் கணவன் தன்னைவிட்டு அகன்று சென்ற பிறகு அவர் தன் அருகிலேயே இருப்பதைப் போல தான் உணர்வதாக அவள் சீரங்கப்பட்டணத்து பிராமண விதவை யிடம் அடிக்கடி கூறிக்கொண்டாள். மீனாவின் நச்சரிப்பின்பேரில் அவளைக் கூட்டிக்கொண்டு அடிக்கடி கெலமங்கலம் போய் கணவரைப் பார்த்துவிட்டு வருவது மட்டும் (ஆனால் அவர் கண்களில் அவர்களை அடையாளம் தெரிந்துகொண்ட சுவடே இருக்காது. அகதிகளின் விழிகளைக் கூண்டுவண்டியாக்கிக்கொண்டு நிஜவுலகை விட்டு வெகுதொலைவு விலகிப்போய்க்கொண்டேயிருக்கும் பயணியாக அவர் மாறிப்போயிருந்தார்) வழக்கமாக நடந்துகொண்டிருந்தது. அந்தச் சமயங்களில் எத்தனை வற்புறுத்தி அழைத்தும் எசமானியம்மாளுக்காக முதலியாரின் வில்வண்டியைப் பூட்டுவதற்கு முதலை மறுத்துவிட்டான். முதலியார் கெலமங்கலம் போன கையோடேயே அவனும் மீனவிலாஸத்தை விட்டு வெளியே வந்துவிட்டான். முதலியாரின் பிரிவு அவருடைய பரம விசுவாசியான அவனைப் பாதித்தது என்பதன்று, மாறாக, வனத்தில் நடந்த சம்பவங்களைப் பற்றிக் காட்டுக்குள்ளிருந்த மனிதர்கள் சொன்ன கதையால் முதலியாரைவிட அதிகமாக அவன்தான் பாதிக்கப்பட்டான் என்பதுதான் அதற்கான காரணம். இதோடு முதலியாரும் திடீரென்று காட்சிகளிலிருந்து தன்னைக் காணாமலடித்துக்கொண்டுவிட அவனுக்கு மீனவிலாஸத்தின் மேல் பிடிப்பு விட்டுப்போய்விட்டது. கெங்கம்மாவிடமும் மீனவிலாஸத்துடன் அவளுக்கிருந்த உறவைத் துண்டித்துக்கொள்ளச் சொல்லி நல்ல போதையிலிருந்த ஓரிரு நாட்களில் அவன் அறிவுரை சொல்லிப் புலம்பிக்கொண்டிருந்தான் (அந்த வீட்டிலிருந்த ஆளுடைய பேராசையின் மேல் ஹுடேதுர்க்க வனத்துப் பேய்களுக்கு நிரம்பக்

கோபமிருக்கிறதாக்கும், அவை ஆள்மாறாட்டத்தை உண்டுபண்ணி இல்லாதவர்களின் மேல் பழியையும் இருப்பவர்களின் மனதில் குழப்பத்தையும் விளைவித்துக்கொண்டிருக்கின்றன). ஆனால் கெங்கம்மா அவன் பேச்சைக் கேட்கவில்லை. வியாதியஸ்தியாக இருந்தாலும் பெருந்துணையாக அவள் கூடவே இருந்த செல்லி லவணர்களுடன் போய்விட்ட பின் அதுகுறித்தான அதிர்ச்சியிலிருந்தும் தனிமையுணர்வி லிருந்தும் விடுபடுவதற்கு மீனவிலாஸத்தினுள் நிரம்பிக்கிடந்த பிராயத்து நினைவுகளும் மீனாவின் நட்புமே அவளுக்குப் பிடிமானமாக வாய்த்திருந்தது. தகப்பன் விலகிப்போன பிறகு மீனாவுக்கும் கெங்கம்மாவிடம் நெருக்கம் கூடிவிட்டது. அதன் அடையாளமாக அவள் ஒருநாள் கெங்கம்மாவின் கனவான மாடியறையிலிருக்கும் இரண்டாவது அலமாரியைத் திறந்து அதனுள்ளிருந்த நூற்சுவடியை எடுத்துத் தன் அன்புப்பரிசாக அவளுக்குக் கொடுத்துவிட்டாள். பிராயம் முழுக்க அதைப் படித்துவிட வேண்டுமென்று ஆசைப்பட்டுக்கொண்டிருந்த கெங்கம்மாவின் கைகளில் அது கிடைத்தபோது ஏற்கெனவே அதில் எழுதியிருந்தவற்றைப்பற்றி ட்ரிஸ்ட்ராம் சொல்லக் கேட்டுவிட்டிருந்ததாலோ என்னவோ அதைப் படித்துப்பார்ப்பதில் அவளுக்கு சுவாரஸ்யம் கூடவில்லை. ஆனால் எதிர்பாராமல் கிடைத்த அந்தப் பொக்கிஷத்தை ராமஞ்சேரிக் குடிசையின் எரவாணத்தில் தை பௌர்ணமிவரை இருக்கட்டுமென்று யாருமறியாதபடி ஒளித்துவைத்தாள். அது கைக்குக் கிடைத்த நாளில் அவள் தானே எதிர்பாராத வேறொரு காரியத்தையும் செய்தாள். மீனவிலாஸத்திலிருந்து ஓலைச்சுவடிகளை முந்தானைக்குள் மறைத்தபடி தன் இருப்பிடத்திற்குத் திரும்பிக்கொண்டிருந்தபோது குடித்துவிட்டுத் தெருவில் புரண்டுகொண்டிருந்த முதலையையும் எழுப்பித் தோளில் சாய்த்துக் கைத்தாங்கலாகக் கூட்டிவந்து அவனுடைய கண்ணீரையும் பசியையும் ஆற்றியதோடு எப்போது விரும்பினாலும் அவன் அங்கே வந்துசெல்லலாம் என்கிற அனுமதியையும் அளித்து அவனை நிறைந்த மனதோடு அனுப்பிவைத்தாள். கெங்கம்மாவின் திடீர் மனமாற்றம் முதலைக்கு ஆச்சரியத்தை அளித்தாலும் ஏன் எதற்கு என்று கேள்வி கேட்கவாரம்பித்தால் தன்னை விட்டு அகன்று சென்றுவிடக்கூடுமென்கிற அச்சத்தில் அவன் அவளை எதுவும் கேட்கவில்லை. கெங்கம்மாவின் தொடர்பு விரைவிலேயே பல விஷயங்களைப் பற்றித் தெரிந்துகொள்ள அவனுக்கு உதவியது. ட்ரிஸ்ட்ராமின் மீதான நல்லபிப்பிராயம் அவனுள் முளைவிடவும் ராயக்கோட்டைத் தெருக்களில் கண்களில் கனவுகளைத் தேக்கியபடி சுற்றியலைந்துகொண்டிருந்த இளைஞர்களின் மேல் வாஞ்சையேற்படவும் கெங்கம்மாவே காரணமாயிருந்தாள். இதையெல்லாம் அவள் அவனுக்குத் தன் உடல் மணத்தோடேயேதான் சேர்த்துப் புகட்டினாள். பின்பு பல தடவை முதலை அவளுடன் தங்கியிருந்துவிட்டுச் சென்றிருந்தானானாலும் (மணம் செய்துகொள்ளும் உத்தேசத்தை கெங்கம்மா பிடிவாதமாக மறுத்துவிட்டிருந்தாள்) ஒரு தடவைகூட அவனுடைய ஸ்பரிசம் முதன்முறை கொடுத்த சிலிர்ப்பைத் தரவில்லையென்பது அவளுடைய குறையாக இருந்தது. கெங்கம்மா சிறுமியாயிருந்தபோது ஒருமுறை தான் அவள் முலைகளை நேராகத் தொட்டதும் அவள் பயந்து அலறிக்கொண்டு ஓடியதுமான சம்பவத்தை

நன்றாக நினைவில் வைத்திருந்த முதலைக்கு அதையெப்படிப் பின்பு அவள் அனுமதியோடேயே நிகழ்ந்த உறவுகளுடன் அவளால் ஒப்பிட்டுப் பேச முடிகிறதென்று புரியவில்லை. கெங்கம்மாவும் அதற்குப் பிறகு நிகழ்ந்த அந்த முதல் முறை எது என்பதை அவனுக்குச் சொல்லவில்லை. ஆனால் அந்த ஸ்பரிசத்திற்காக அவனுக்கு என்றும் தான் நன்றிக்கடன்பட்டவளென்கிற உணர்வு மட்டும் அவளை விட்டு அகலாமலே எப்போதுமிருந்தது. அந்த நன்றியுணர்வுடனேயே அவள் அவன் தன்னை மீனவிலாஸத்திற்குப் போகாமலிருக்கும்படி அறிவுரை சொல்வதை நிறுத்திக்கொண்டு ஷெஸ்லருடனான பழக்கத்தை விட்டுவிடுவதில் கவனம் செலுத்தட்டும் என்று வேண்டிக்கொண்டாள். உண்மையில் ஷெஸ்லர் முதலியாரால் கைவிடப்பட்டுவிட்ட வனத்தைத் தான் பயன்படுத்திக்கொள்ள அதிகக் கூலிக்கு முதலை தனக்கு உதவிசெய்ய முடியுமா என்று அடிக்கடி அவனைச் சந்தித்து வற்புறுத்திக்கொண்டுதானிருந்தார். முதலை இணங்கவில்லை. இன்னும் சிலமுறை முயற்சி செய்து அவனை இணங்கவைத்துவிட முடியுமென்று அவர் நம்பிக்கையோடு காத்துக்கொண்டிருக்கையிலேயே அந்த நம்பிக்கையைத் தகர்க்கும் சில அரசல்புரசலான செய்திகள் காதுகளில் விழத்தொடங்கி அவரைப் பின்னடையச் செய்துவிட்டன. முதலியார் குழுவிலிருந்து தன்னைத் துண்டித்துக்கொண்டு வேறு யாரிடமும் வேலை செய்யப் பிடிக்காதவனாக முதலை ராயக்கோட்டை வீதிகளில் குடித்துவிட்டு விழுந்துகிடக்கத் தொடங்கிய சில நாட்களிலேயே ஹுடேதுர்க்க வனத்தினுள் புகுந்துசெல்லும் மார்க்கம் எப்படியோ அதே தெருக்களில் சுற்றித் திரிந்துகொண்டிருந்த போக்கிரி இளைஞர்களுக்கு வசப்பட்டுவிட்டதென்றும், முதலியாருடைய நடவடிக்கைகளும் எப்படியோ கசிந்து அவர்கள் காதுகளை எட்டிவிட்டன என்றும் அவர் கேள்விப்பட்டார். உள்ளேயிருக்கும் அகதிகளுடன் அவர்களுக்குத் தொடர்பு ஏதேனும் ஏற்பட்டிருக்கும்பட்சத்தில் பின்னாளில் அது முதலியாரின் நண்பரான தனக்கு மட்டுமின்றி கும்பெனிச் சர்க்காருக்கேகூட பெரும் தலைவலியாக மாறுவதில் போய் முடியக்கூடுமென்பதை அவர் உள்ளங்கை நெல்லிக்கனிபோல அறிந்துகொண்டிருந்தார் (அப்படியேதும் நிகழத் தொடங்குவதற்குள் தன்னைக் காப்பாற்றிக்கொண்டுவிட வேண்டு மென்கிற பதற்றத்துடன் தன்னை தாமஸ் மன்றோவின் அதிகாரத்தின்கீழ் தர்மபுரிப் பக்கமாகப் பணிமாற்றிவிடும்படி க்ரஹாமை வேண்டும் விண்ணப்பக் கடிதங்களையும் அவர் வரையத் தொடங்கியிருந்தார்). முதலையிடம் அவர் இதைப் பற்றிக் கேட்டபோது அவன் குடி போதையில்கூடத் தன்னால் அவர்களிடம் இதையெல்லாம் பற்றி உளறிவிட முடியாது என்று அடித்துச்சொல்லிவிட்டான். ஒருவேளை அதுவுமே குட்டிச்சாத்தான்களின் வேலையாக இருக்கலாமென்கிற தன் சந்தேகத்தையும் மறைக்காமல் அவரிடம் பகிர்ந்துகொண்டுவிட்டு மேலும் ஒரு மொந்தைக் கள்ளைக் குடித்துவிட்டு வந்து படுத்துக்கொண்டுவிட்டான்.